ஸ்டீவ் ஜாப்ஸ்

ஸ்டீவ் ஜாப்ஸ்

வால்டர் ஐசாக்ஸன்

தமிழில்

உமா பாலு

மீள்பார்வை

அடையாளம் பதிப்புக் குழு

அடையாளம்

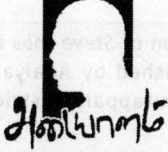

முதல் பதிப்பு 2014
© 2011 வால்ட்டர் ஐசாக்ஸன்
© தமிழ் மொழிபெயர்ப்பு: அடையாளம்
வெளியீடு: அடையாளம், 1205/1 கருப்பூர் சாலை, புத்தாநத்தம் 621310,
திருச்சி மாவட்டம், இந்தியா, தொலைபேசி: 04332 273444
நூல் வடிவம்: த பாபிரஸ், அச்சாக்கம்: அடையாளம் பிரஸ், இந்தியா
ISBN 978 81 7720 213 7
விலை: ₹ 660

Steev jobs is the Tamil translation of *Steve Jobs* in English by Walter Isaacson, Translated by Uma Balu, Published by Adaiyaalam, 1205/1 Karupur Road, Puthanatham 621310, Thiruchirappalli District, Tamilnadu, India, email: info@adaiyaalam.net

உலகை மாற்றியமைக்க முடியும் என்று
நினைக்கும் அளவிற்குக் கிறுக்குப் பிடித்தவர்கள்தாம்
அதைச் செய்துகாட்டுபவர்கள்.

– ஆப்பிளின் 'வித்தியாசமாய்ச் சிந்தியுங்கள்' விளம்பரம், 1997

பொருளடக்கம்

பதிப்புரை: இந்த மொழிபெயர்ப்பு உருவான கதை xi

கதாபாத்திரங்கள் xix

அறிமுகம்: இந்தப் புத்தகம் எப்படி உருவானது XXV

இயல் ஒன்று
குழந்தைப்பருவம்: கைவிடப்பட்டதும் தேர்ந்தெடுக்கப்பட்டதும் 1

இயல் இரண்டு
விநோதமான ஜோடி: இரண்டு ஸ்டீவ்கள் 30

இயல் மூன்று
இடைநின்ற படிப்பு: தொடங்கு, சுருதிசேர், இடைவிலகு 45

இயல் நான்கு
அட்டாரியும் இந்தியாவும்: ஜென்னும்
காணொளி விளையாட்டு வடிவமைப்புக் கலையும் 61

இயல் ஐந்து
ஆப்பிள் I: தொடங்கு, இசைவுறு, அலுத்தால் விட்டொழி 79

இயல் ஆறு
ஆப்பிள் II: ஒரு புதிய சகாப்தத்தின் விடியல் 100

இயல் ஏழு
க்ரிசானும் லிசாவும்: கைவிடப்பட்டவர்... 120

இயல் எட்டு
ஜெராக்ஸும் லிசாவும்: வரைகலை பயனர் இடைமுகம் 129

இயல் ஒன்பது
பொதுநிறுவன அந்தஸ்தை நோக்கி:
செல்வமும் புகழும் சேர்ந்த மனிதராக 143

இயல் பத்து
மாக் பிறந்திருக்கிறது: புரட்சி வேண்டும் என்கிறாயா நீ   151

இயல் பதினொன்று
மாயவலை: தான் வகுத்த விதிகளின்படியே
தனது ஆட்டம்   163

இயல் பன்னிரண்டு
வடிவமைப்பு: உண்மையான
கலைஞர்கள் எளிமையாக்குகிறார்கள்   174

இயல் பதின்மூன்று
மாக்கை உருவாக்குதல்: பயணம்தான் பரிசு   188

இயல் பதிநான்கு
ஸ்கல்லியின் வருகை: பெப்ஸி சவால்   206

இயல் பதினைந்து
வெளியீடு: பேரண்டத்தில் ஒரு தாக்கம்   221

இயல் பதினாறு
கேட்ஸும் ஜாப்ஸும்: வட்டப்பாதைகள்
பிணையும் போது   238

இயல் பதினேழு
இகாரஸ்: மேலே செல்லும் எதுவும்...   251

இயல் பதினெட்டு
நெக்ஸ்ட்: கட்டவிழ்க்கப்பட்ட ப்ராமெதியுஸ்   294

இயல் பத்தொன்பது
பிக்ஸார்: தொழில்நுட்பம் கலையைச் சந்திக்கிறது   330

இயல் இருபது
ஒரு சாதாரண மனிதன்: காதல் என்பது
வெறும் மூன்றெழுத்து வார்த்தை   346

இயல் இருபத்தொன்று
குடும்பஸ்தர்: ஜாப்ஸ் குடும்பத்தினரோடு
அவருடைய வீட்டில்   370

இயல் இருபத்திரண்டு
டாய் ஸ்டோரி: பஷ்ஷும் வுட்டியும் காப்பாற்றினார்கள்   394

இயல் இருபத்திமூன்று
இரண்டாம் வருகை: கொடிய விலங்கு,
ஆனாலும் அதற்கும் காலம் வந்தது... 407

இயல் இருபத்திநான்கு
மீட்டளிப்பு: இன்று தோற்பவன் நாளை வெல்வான் 424

இயல் இருபத்தைந்து
வித்தியாசமாய்ச் சிந்தியுங்கள்: இடைக்காலத் தலைமை
நிர்வாக அதிகாரியாக ஜாப்ஸ் 455

இயல் இருபத்தாறு
வடிவமைப்புக் கொள்கைகள்: ஜாப்ஸும் ஐவும் உருவாக்கிய
வடிவமைப்புக் கூடம் 473

இயல் இருபத்தேழு
ஐமாக்: ஹலோ (மீண்டும்) 485

இயல் இருபத்தெட்டு
தலைமை நிர்வாக அதிகாரி: இத்தனை ஆண்டுகளுக்குப்
பிறகும் அதே கிறுக்குத்தனம் 498

இயல் இருபத்தொன்பது
ஆப்பிள் ஸ்டோர்ஸ்: ஜீனியஸ் பார்களும் சியெனா கற்களும் 512

இயல் முப்பது
டிஜிட்டல் களம்: ஐட்யூன்ஸிலிருந்து ஐபாடுக்கு 526

இயல் முப்பத்தொன்று
ஐட்யூன்ஸ் ஸ்டோர்: நான்தான் பைட் பைப்பர் 547

இயல் முப்பத்திரண்டு
இசை மனிதர்: அவருடைய வாழ்வின் ஒலிச்சுவடு 571

இயல் முப்பத்திமூன்று
பிக்ஸாரின் நண்பர்கள்: ...மற்றும் பகைவர்கள் 591

இயல் முப்பத்திநான்கு
இருபத்தியோராம் நூற்றாண்டு மாக்குகள்:
ஆப்பிளைத் தனித்துவமிக்கதாக ஆக்குதல் 615

இயல் முப்பத்தைந்து
முதலாவது சுற்று: மெமென்டோ மோரி 626

இயல் முப்பத்தாறு
ஐஃபோன்: ஒரே தயாரிப்பில் புரட்சிகரமான மூன்று பொருட்கள் 644

இயல் முப்பத்தேழு
இரண்டாவது சுற்று: புற்றுநோய் மீண்டும் வருதல் 658

இயல் முப்பத்தெட்டு
ஐபேட்: தனியார்க் கணினிக்குப் பிந்தைய சகாப்தத்திற்குள் நுழைதல் 679

இயல் முப்பத்தொன்பது
புதிய போர்கள்: மேலும் பழையனவற்றின் எதிரொலிகள் 707

இயல் நாற்பது
எல்லைகளைக் கடந்து: மேகம், விண்கலம், அதற்கும் அப்பால் 727

இயல் நாற்பத்தொன்று
மூன்றாவது சுற்று: அந்திமாலையில் ஒரு போராட்டம் 744

இயல் நாற்பத்திரண்டு
விட்டுச்செல்லும் சொத்து: கண்டுபிடிப்புகளால் ஒளிரும் சொர்க்கலோகம் 775

முடிவுரை 791

நன்றி 799

ஆதாரங்கள் 800

விளக்கப்பட உதவி 802

உசாத்துணை 804

குறிப்புகள் 807

கலைச்சொற்கள் 837

சுட்டி 847

பதிப்புரை

இந்த மொழிபெயர்ப்பு உருவான கதை

தேடியதும் கிடைத்ததும்

வாய்ப்பு சிலசமயம் தேடிச் சென்றால் கிடைக்கும்; சிலசமயம் தேடிவந்து நம்மைச் சேரும். என்னுடைய அனுபவம் வித்தியாசமானது – நான் தேடியது ஒன்று, என்னைத் தேடி வந்தது மற்றொன்று. நடிகை ஷபானா ஆஸ்மியின் தாயார் ஷௌகத் ஆஸ்மி தம்முடைய கணவர் கைஃபி ஆஸ்மி பற்றி எழுதிய நினைவோடை நூலாக வெளிவந்திருக்கிறது. ஷௌகத் அந்நூலில் தங்கள் வாழ்வின் நுண்ணுணர்வுமிக்க பகுதிகளை, எளிய நடையில் கலைநுட்பத்துடன் பகிர்ந்துகொள்கிறார். அந்நூல் என் மனத்தைக் கவர்ந்ததால் அதைத் தமிழில் மொழிபெயர்க்க விரும்பினேன். வெளியீட்டாளரைத் தொடர்புகொண்டபோது, 'அந்தப் புத்தகத்தின் மொழிபெயர்ப்பு உரிமை அடையாளம் பதிப்பகத்தார் வசம் உள்ளது. அவர்களிடம் பேசிப்பாருங்கள். வாழ்த்துகள்' என்றார்கள். நானும் அப்படியே செய்தேன். ஆனால் அதற்குள் அது வேறொரு மொழி பெயர்ப்பாளரிடம் கொடுக்கப்பட்டிருந்தது. ஆக, நான் தேடிய வாய்ப்பு நூலிழையில் கைநழுவிப் போனது.

இந்நிலையில், அடையாளம் பதிப்புக்குழுவினர் என் ஆர்வத்தை உணர்ந்து மற்றொரு புத்தகத்தின் முதல் இரு பக்கங்களை மாதிரி மொழிபெயர்ப்பிற்காகத் தந்தனர். அதை முழு ஈடுபாட்டோடு செய்துகொடுத்தேன். அவர்கள் அதைப் பாராட்டியதுடன், ஒரு தடித்த புத்தகத்தை எனக்கு அனுப்பிப் படித்துப்பார்க்கச் சொன்னார்கள். அதைப் படிக்கப்படிக்க நூலாசிரியரின் நடுநிலைமை, தனித்துவமிக்க பாணி, அமைப்புமுறை ஆகியவை என்னை நூலோடு ஒன்றச் செய்தன. முழுப்புத்தகத்தையும் ஒரே மூச்சில் படித்துவிட்டு, அதை அடையாளம் பதிப்புக்குழுவினரிடம் தெரிவித்தேன். அப்போது 'இந்தப் புத்தகத்தை மொழிபெயர்க்க உங்களுக்கு விருப்பமா?' எனக் கேட்டார்கள். மிகுந்த மகிழ்ச்சியோடு இசைவு தெரிவித்தேன்.

அந்தப் புத்தகம் - வால்டர் ஐசாக்ஸனின் *ஸ்டீவ் ஜாப்ஸ்*.

இந்த நூல் ஸ்டீவ் ஜாப்ஸின் தன்வரலாறு அல்ல. அவருடைய தனிப்பட்ட வேண்டுகோளின்படி, அவருடைய முழு ஒத்துழைப்புடன் வால்டர் ஐசாக்ஸனால் ஆங்கிலத்தில் எழுதப்பட்டது. ஐசாக்ஸன் ஆய்வுநோக்குள்ள பத்திரிகையாளர்; வாழ்க்கை வரலாறு எழுதுவதில் உலகப் புகழ்பெற்றவர். ஐன்ஸ்டைன்: ஹிஸ் லைஃப் அண்ட் யுனிவர்ஸ் (ஐன்ஸ்டைன்: அவருடைய வாழ்வும் பிரபஞ்சமும்), பெஞ்சமின் ஃப்ராங்க்ளின்: அன் அமெரிக்கன் லைஃப் (பெஞ்சமின் ஃப்ராங்க்ளின்: ஓர் அமெரிக்க வாழ்க்கை) போன்ற அவருடைய படைப்புகள் நன்கறியப்பட்டவை. ஆகவே ஸ்டீவ் ஜாப்ஸ் நூலின் தமிழ் மொழிபெயர்ப்பும் சிறப்பாக வெளிவரவேண்டும் என்னும் ஆர்வமும் பொறுப்பும் எங்களுக்கு இருந்தது.

அடையாளம் பதிப்புக்குழுவினர் சிறந்த மொழிபெயர்ப்பை உருவாக்குவதற்கான ஆயத்தப் பணிகளை விளக்கி, தமிழ் வாசகர் நோக்கில் அந்நூலை மீண்டும் வாசிக்குமாறு வேண்டினர். அப்போது கலைச்சொற்களையும் ஒலிபெயர்ப்பு, அடிக்குறிப்பு, தகவமைப்பு போன்றவை தேவைப்படும் இடங்களையும் தொகுக்குமாறு கூறினர். அத்துடன் மொழிபெயர்ப்பில் உயிரோட்டமுள்ள நடையைக் கொண்டு வருவதற்குத் தேவையான காரணிகளையும் மொழிபெயர்ப்பதற்கு எடுத்துக்கொள்ளவிருக்கும் கால அளவையும் தெரிவிக்குமாறு கேட்டுக் கொண்டனர். இவை யாவும் எனக்குப் பயனுள்ள, நல்ல ஆலோசனை களாக அமைந்தன. அதன்படி மூலநூலை இரண்டாம்முறையாக வாசிக்கத் தொடங்கினேன்.

கலைச்சொற்களும் ஒலிபெயர்ப்புகளும்

ஒரு துறைசார்ந்த புத்தகத்தைப் படிக்கும் வாசகருக்கு அதனோடு தொடர்புடைய கலைச்சொற்களில் ஓரளவிற்காவது அறிமுகம் இருப்பது அவசியம். ஆகவே மூலநூலில் இடம்பெற்றுள்ள கலைச் சொற்களைப் பென்சிலால் அடிக்கோடிட்டு, கணினியின் உதவியால் அகரவரிசைப்படுத்தி கலைச்சொல் பட்டியல் ஒன்றைத் தயாரித்தோம். அதேபோல், ஒலிபெயர்ப்பு, அடிக்குறிப்பு, தகவமைப்பு போன்றவை தேவைப்படும் இடங்களையும் குறித்துவைத்துக்கொண்டோம். பிறகு கலைச்சொற்களுக்குரிய நிகர்ச்சொற்களைத் தேடும் முயற்சியில் இறங்கினோம்.

எங்களுடைய தேடலுக்கு தமிழ் இணையக் கல்விக் கழகத்தின் கலைச்சொல் களஞ்சியம், இணையதளத்தில் கண்டெடுத்த தனிநபர்கள் உருவாக்கிய சொல்லகராதிகள், விக்ஷனரி, கணினி - மின்னணுவியல் அறிஞர்களுடன் அடையாளம் பதிப்புக் குழுவினருக்கு இருந்த தொடர்பு ஆகியவை பெரிதும் உதவின. ஆயினும் அமைப்புரீதியாக ஒரே

இடத்தில் பெற்றுக்கொள்ளக்கூடிய வாய்ப்பு இன்னும் உருவாகாதது மிகுந்த சிரமத்தை அளித்தது.

இந்த மொழிபெயர்ப்புக்குரிய கலைச்சொற்கள் பட்டியலை ஆராய்ந்து பார்த்ததில் நான்கு வகையான சொற்கள் தென்பட்டன. முதலாவது, பொதுவாசகர் தளத்தில் நன்கறியப்பட்ட சொற்கள். (எ-டு: மென்பொருள் - Software; கணினி - Computer). இரண்டாவது, ஒரே ஆங்கிலச் சொல்லுக்குப் பல நிகர்ச்சொற்கள் (எ-டு: CD – குறுவட்டு, குறுந்தகடு, மென்தகடு; Video – காணொளி, நிகழ்படம், ஒளிதம்). மூன்றாவது, அண்மையில் உருவான நிகர்ச்சொற்கள் (எ-டு: App – குறுஞ்செயலி; Animation – அசைவூட்டப்படம், அசைபடம்); நான்காவது, நிகர்ச்சொல் உருவாக்கப்படாத அல்லது சிக்கலான பொருளையுடைய சொற்கள். (எ-டு: transistor – ட்ரான்சிஸ்டர்).

நன்கறியப்பட்ட நிகர்ச்சொற்களைப் பொறுத்தவரை இந்த மொழி பெயர்ப்பில் அப்படியே கையாளப்படுகின்றன. (எ-டு: மென்பொருள்) ஒரு சொல்லுக்குப் பல நிகர்ச்சொற்கள் காணப்பட்டால், அவற்றுள் அதிகப் பொருளைத் தரக்கூடிய சொல்லையே பயன்படுத்துவதென முடிவுசெய்தோம் (எ-டு: குறுவட்டு). அண்மையில் உருவான நிகர்ச் சொற்களுக்குரிய ஆங்கில மூலச்சொற்களின் தமிழ் ஒலிபெயர்ப்புகளை நூலில் முதன்முதலில் வரும் இடங்களில் அடைப்புக் குறிகளுக்குள் கொடுத்துள்ளோம். நிகர்ச்சொற்கள் உருவாகாத கலைச்சொற்கள் அல்லது பொதுவாசகர் தளத்தில் நன்கு பதிவாகாத நிகர்ச்சொற்களுக்கு அவற்றின் தமிழ் ஒலிபெயர்ப்பை மட்டுமே கொடுத்திருக்கிறோம். (எ-டு: ட்ரான்சிஸ்டர். இதன் நிகர்ச்சொல்: திரிதடையம், மின்னணு குறிப்பலைமாற்றி).

இவ்வாறு உருவான கலைச்சொல் பட்டியல் இந்நூலை மொழி பெயர்ப்பதற்கான அகராதியாக எங்களுக்கு உதவியது. வாசகர்களுக்கும் எதிர்காலத்தில் மொழிபெயர்ப்பாளர்களுக்கும் பயன்படும் வகையில் அதை இந்நூலின் இறுதியில் ஆங்கிலம்-தமிழ், தமிழ்-ஆங்கிலம் என இரு வடிவங்களில் கொடுத்துள்ளோம்.

அடிக்குறிப்புகளும் தகவமைப்புகளும்

மூலநூல் உலகளாவிய ஆங்கில வாசகர்களைக் கருத்தில் கொண்டு எழுதப்பட்டுள்ளது. ஸ்டீவ் ஜாப்ஸ் அமெரிக்காவில் பிறந்து, பெரும் பாலும் அங்கேயே வாழ்ந்தவர். ஆகையால் அந்நாட்டுச் சூழல், பண்பாடு ஆகியவற்றோடு அறிமுகமில்லாத தமிழ் வாசகர்களைக் கருத்தில் கொண்டு, அவர்களுக்கு ஏற்புடைய வகையில் தகவமைப்பது இந்த மொழிபெயர்ப்புக்கு அவசியம். இதற்காக, வால்டர் ஐசாக்ஸன்

தந்திருந்த அடிக்குறிப்புகள் தவிர, இரண்டாம் வாசிப்பில் நாங்கள் தொகுத்திருந்த இடங்களுக்கும் மொழிபெயர்ப்பாளரின் (மொ-பெ.) அடிக்குறிப்புகளைத் தந்துள்ளோம். (எ-டு: ஹிப்பி, கீக்). இதற்குப் பல்வேறு நூல்களும் வலைத்தளங்களும் அகராதிகளும் எங்களுக்குப் பயனுள்ள ஆதாரங்களாக அமைந்தன.

மூலமொழியில் உள்ள பெயர்கள், இடங்கள், உள்ளூர்ப் பழக்க வழக்கங்கள் போன்றவை அந்தக் குறிப்பிட்ட பகுதி வாசகர்களால் விரிந்த பொருளில் எளிதில் புரிந்துகொள்ளப்படும். அது போன்ற இடங்களில் தமிழ் வாசகர்களுக்கும் விளங்கும் வகையில் ஓரிரு சொற்களைச் சேர்த்துக்கொள்வதை இந்த மொழிபெயர்ப்பில் ஓர் உத்தியாகக் கையாண்டிருக்கிறோம். எடுத்துக்காட்டாக, அமெரிக்கர்களுக்கு 'ரிட்ஸில் இருந்தார்' எனக் கூறினாலே போதும். அவர்கள் அதை ரிட்ஸ் 'ஹோட்டலில்' இருந்ததாகப் புரிந்துகொள்வர். தமிழ் வாசகர்களைக் கருத்தில் கொண்டு 'ஹோட்டல்' என்னும் சொல்லைச் சேர்ப்பது அவர்களுடைய புரிதலை மிகவும் எளிதாக்குகிறது.

ஒலிபெயர்ப்பும் உசாத்துணையும்

ஸ்டீவ் ஜாப்ஸ், ஆப்பிள் கம்ப்யூட்டர்ஸ் ஆகியவற்றோடு தொடர்புடையவர்களுள் முக்கியமானவர்களின் பெயர்கள் அவர்களைப் பற்றிய சிறுகுறிப்புகளுடன் இந்தப் புத்தகத்தின் முற்பகுதியில் கதாபாத்திரங்கள் என்னும் தலைப்பில் இடம்பெற்றுள்ளன.

அது தவிர, சிறிய பாத்திரங்களில் ஆங்காங்கே வரும் ஏராளமான பெயர்கள், இயற்பெயர்கள் ஆகியவற்றிலும் தனிக்கவனம் செலுத்தினோம். ஏனெனில் அவற்றுள் ஆங்கிலச் சொற்கள் மட்டுமன்றி ஜெர்மானிய, இத்தாலிய, ஜப்பானிய மொழிச் சொற்களும் இருந்தன. அவற்றைக் கூடுமானவரை அந்தந்த மொழியின் உச்சரிப்புப் பிறழாமல் வழங்க விரும்பினோம். (எ-டு:. Tokyo - தோக்யோ, Abdul Fattah - அப்துல் ஃபத்தாஹ்). அதுபோலவே நிறுவனங்கள் உட்பட இயற்பெயர்கள் அனைத்தும் ஒலிபெயர்ப்புகளாகத் தரப்பட்டுள்ளன (எ-டு: ஆஸ்பென் இன்ஸ்டிட்யூட், ஆப்பிள் கம்ப்யூட்டர்ஸ்). இவற்றைச் செம்மையாகச் செய்வதற்கு இந்த நூலின் மொழிபெயர்ப்பாளருக்கு அயல்மொழிகளில் உள்ள அறிமுகமும் தொடர்புகளும் பெரிதும் உதவின.

பெரும்பாலான தமிழ் மொழிபெயர்ப்புகளில் உசாத்துணைப் பட்டியல் மொழிபெயர்க்கப்படுவதில்லை; அல்லது மூலமொழியில் அப்படியே கொடுக்கப்படுகிறது. குறைந்த பயன்பாடு, பக்கங்கள் கூடுதலாதல் ஆகிய காரணங்களைக் கூறித் தமிழ் வாசகர்களை

அலட்சியப்படுத்தும் போக்காகவே நாங்கள் இதைக் கருதுகிறோம். உசாத்துணைப் பட்டியலைப் படிப்பதன் மூலம் வாசகர் அந்த நூலின் தரம், உழைப்பு ஆகியவற்றைப் புரிந்துகொள்வதுடன் தமது அறிவை விரிவாக்கிக்கொள்வதற்கான பிற தகவல் ஆதாரங்களையும் அதில் எளிதில் கண்டறியலாம் என்பது எங்கள் எண்ணம்.

உசாத்துணைப் பட்டியலில் உள்ளவை தவிர, நூலின் உட்பகுதி யிலும் பல ஆங்கிலப் புத்தகங்களின் பெயர்கள் இடம்பெற்றுள்ளன. அவற்றுள் பெரும்பாலானவை தமிழில் கிடைப்பதில்லை. எனினும் தமிழ் வாசகர்கள் அவற்றுடனான தொடர்பை அதிகப்படுத்திக் கொள்வதற்கு வசதியாக அவற்றின் பெயர்களை ஒலிபெயர்ப்பிலும் மொழிபெயர்ப்பை அடைப்புக்குறிகளுக்குள் சாய்வெழுத்துகளிலும் தந்துள்ளோம். இதே உத்தி இறுதிக்குறிப்புகளின் பட்டியலிலும் பின்பற்றப்பட்டுள்ளது.

நடை

ஆளுமைகளின் வரலாறுகள் தமிழில் எழுதப்படுவது மிகவும் குறைவு. பிறரால் அரிதாக எழுதப்படும் ஓரிரு வாழ்க்கை வரலாறுகளும் பெரும் பாலும் படைப்பூக்கமற்ற வெற்றுப் புகழுரைகளாகவே இருக்கின்றன. ஸ்டீவ் ஜாப்ஸின் இந்த வாழ்க்கை வரலாறு அவ்வகையிலானது அல்ல. வால்டர் ஐசாக்ஸனின் படைப்பூக்கமுள்ள வரிகள் விசாரணை அடிப்படையிலான, சிக்கலான விஷயங்களையும் நடுநிலையுடனும் விறுவிறுப்புடனும் எடுத்துச்செல்கின்றன. இதே அனுபவம் தமிழ் வாசகர்களுக்கும் கிடைக்க வேண்டும். இதற்காக மொழிபெயர்ப்பில் ஏற்படக்கூடிய சிடுக்குகளையும் கூடுமானவரை பிறமொழிக் கலப்பை யும் குறைத்துத் தற்காலத் தமிழில், உயிரோட்டமுள்ள நடை யில் கொண்டுவர வேண்டும் என்பதை முதன்மை இலக்காகக் கொண்டோம்.

இவ்வாறு உருவான மொழிபெயர்ப்பின் கையெழுத்துப் பிரதி, கணினியில் கோப்பாக்கப்பட்டு, பக்கவடிவமைப்பு செய்யப்பட்டுச் செம்மையாக்கத்திற்காகத் தயாரானது.

செம்மைப்படுத்துதல்

எங்களுடைய முந்தைய அனுபவத்தில் சிறந்த மொழிபெயர்ப்பை உருவாக்குவதற்கான முயற்சியில் இருவர் கூட்டமர்வில் உரக்கப் படித்துச் சரிபார்ப்பது மிகுந்த பலனைத் தந்திருந்தது. அதை இந்த மொழிபெயர்ப்பில் இரண்டு கட்டங்களில் மேற்கொள்வது என முடிவு செய்தோம்.

முதல் கட்டமாக ஆங்கிலம்-தமிழ் அமர்வுகளில் ஒருவர் படிக்க, மற்றவர் அதைக் கேட்டபடியே மூலத்துடன் ஒப்பிட, மொழிபெயர்ப்பு திருத்தமாக வந்திருக்கிறதா, விடுபாடுகள் ஏதேனும் உள்ளனவா என்பதைக் கவனித்துச் சரிசெய்தோம். பிறகு அந்தத் திருத்தங்கள் கணினியில் கோப்பிலிடப்பட்டன.

அதன்பிறகு அந்த மொழிபெயர்ப்புக் கோப்பை இரண்டு நகலெடுத்து தமிழ்-தமிழ் அமர்வுகளில் உரக்கப் படித்து, அதில் தென்பட்ட சிக்கல் களைக் களைந்தோம். பிறகு எழுத்துப் பிழைகளை நீக்கி, சுட்டி தயாரிக்கப்பட்டு இந்த மொழிபெயர்ப்பு இறுதி வடிவம் பெற்றது.

கால வரையறை

சில பக்கங்களை மொழிபெயர்த்துப் பார்த்ததில், இந்தப் பணி முழுமை பெற ஆறு மாதங்கள் தேவைப்படலாம் எனக் காலவரையறை செய்து கொண்டோம். தொடர் மின்வெட்டாலும் கணினியில் எதிர்பாராமல் ஏற்பட்ட பிரச்சினைகள் காரணமாகக் கோப்புகளின் சில பகுதிகள் அழிந்ததாலும் வேலை இரட்டிப்பானது. அத்துடன் ஆங்காங்கே ஓரிரு சொற்களுக்கு (உ-ம். Siena sandstone, Horseshit roots) எங்குத் தேடியும் சரியான விளக்கம் கிடைக்கவில்லை. முடிவில், வால்டர் ஐசாக்ஸனின் பதிப்புரிமை முகவரின் தொடர்பாளர் ஹெலன் அவர்களை மின்னஞ்சல் மூலம் தொடர்புகொண்டு பெற வேண்டியதாயிற்று.

இருப்பினும் ஸ்டீவ் சொல்வதுபோலத் தயாரிப்புகள் காலதாமதம் ஆனாலும் 'கச்சிதமாக' வெளிவரவேண்டும் என்பதில் முனைப்பாக இருந்தோம்.

***

இந்தப் பணி ஏறத்தாழ முடிவடைந்திருந்த நிலையில், ஹெலனிட மிருந்து மின்னஞ்சல் வந்தது. ஆங்கிலத்தில் இரண்டாம் பதிப்பு விரைவில் வெளிவரவிருப்பதாகவும் அதில் இடம்பெறவிருக்கும் புதிதாக எழுதப்பட்டுள்ள 'பின்னுரை'யைத் தமிழ் மொழிபெயர்ப்பில் சேர்த்துக்கொள்ளும்படியும் கூறி அதை எங்களுக்கு அனுப்பிவைத்தார். இதுவரை வெளிவந்த எந்தப் பதிப்பிற்கும் கிடைக்காத அந்தப் பகுதி தமிழ் மொழிபெயர்ப்பிற்கு மட்டுமே கிடைத்திருக்கிறது. அதாவது விரைவில் வெளிவரவிருக்கும் ஆங்கில இரண்டாம் பதிப்பில் இனிதான் அது இடம்பெற வேண்டும்.

***

மொழிபெயர்த்தல் எளிய செயலன்று. அதிலும் கூடுதல் பக்கங்களுள்ள நூலை மொழிபெயர்ப்பதற்கு மிகுந்த அர்ப்பணிப்பும் பலதரப்பட்ட ஆதரவும் ஒத்துழைப்பும் தேவை.

இந்த மொழிபெயர்ப்புக்கான கலைச்சொல் பட்டியலைத் தயாரிப்பதற்கு ஆதாரமாய் அமைந்தன பல்வேறு தகவல் களங்கள்; குறிப்பாக, மு. சிவலிங்கத்தின் கலைச்சொல் பட்டியல்;

இக்கட்டான சமயங்களிலும் தமது சலிப்பற்ற ஒத்துழைப்பை அளித்துக் கணினியில் கோப்பிட்டுத் தந்தவர் கணேஷ்;

சிக்கலான இடங்களை மொழிபெயர்ப்பதற்கு ஆலோசனை வழங்கி, எமது பணியை விரைவாக்குவதற்கு உதவிய பேராசிரியர்கள் நோயல் ஜோசப் இருதயராஜ், ஆர். சிவக்குமார் ஆகியோர்;

தமது அலுவலகப் பணிகளுக்கிடையிலும் இருவர் அமர்வில் ஆர்வத்துடன் பங்கேற்று செம்மைப்படுத்த உதவியவர்கள் சுந்தர ராஜன், பாபு, பேராசிரியர் சாம் கிதியோன், சுகன்யா, எழிலன், நிசா ஆகியோர்;

மொழிபெயர்ப்பு முழுவதையும் வாசித்து ஆலோசனைகள் வழங்கியவர் எம். சிவசுப்ரமணியன் (எம்எஸ்);

இந்நூலை வடிவமைப்பதிலும் பிழைத்திருத்தத்திலும் தனது ஊக்கமிக்க ஒத்துழைப்பை வழங்கியவர் கதிர்;

எழுத்துப் பிழைகளை நீக்கி, பிறமொழிச் சொற்களை அடையாளம் காட்டியவர் சிராஜுல் ஹஸன்;

மொழிபெயர்ப்புப் பணியை ஆர்வத்துடன் விசாரித்து, இதே புத்தகத்தின் ஜப்பானிய மொழிபெயர்ப்பைப் பரிசளித்து ஊக்குவித்தவர், இந்நூல் மொழிபெயர்ப்பாளரிடம் ஆங்கிலம் பயிலும் ஜப்பானிய மாணவர் மஸதோஷி மத்ஸுதா;

எண்ணற்ற உரையாடல்கள் மூலம் பதிப்பு நுட்பங்களையும் சிறந்த மொழிபெயர்ப்பை உருவாக்கும் உத்திகளையும் கற்றுத்தந்தவர்கள் அடையாளம் பதிப்புக்குழுவினர்;

மொழிபெயர்ப்பாளர் குறிப்புகளைச் செம்மையாக்கித் தந்தவர் நஞ்சுண்டன்;

இவர்கள் இல்லாமல் இந்த மொழிபெயர்ப்பு இல்லை. அனைவருக்கும் நன்றி.

இந்த நூல் ஸ்டீவ் ஜாப்ஸின் வாழ்க்கை வரலாறு மூலம் மனித இருப்பின் பல்வேறு அம்சங்களைத் தெரிந்துகொள்வதற்கான நல்ல

அனுபவத்தைத் தரும் என நம்புகிறோம். மொழிபெயர்ப்பின் நடை, சொல்லாக்கம் பற்றி வாசகர்களின் கருத்துகளையும் அனுபவங்களையும் அறிய ஆவலாய் இருக்கிறோம்.

உமா பாலு

கதாபாத்திரங்கள்

அல் அல்கார்ன். அட்டாரியின் தலைமைப் பொறியியல் வல்லுநர் – பாங் காணொளி விளையாட்டை வடிவமைத்தவர்; ஜாப்ஸைப் பணிக்கு அமர்த்திக் கொண்டவர்.

ஜில் அமேலியோ. 1996இல் ஆப்பிள் நிறுவனத்தின் தலைமை நிர்வாக அதிகாரியாகப் பொறுப்பேற்றவர். நெக்ஸ்ட் நிறுவனத்தை வாங்கிக் கொண்டு, ஜாப்ஸைத் திரும்பிவரச் செய்தவர்.

பில் அட்கின்ஸன். ஆப்பிளின் தொடக்ககால ஊழியர்களில் ஒருவர். மகின்டாஷிற்கான வரைகலையை *(க்ராஃபிக்ஸ்)* உருவாக்கியவர்.

க்ரிசான் ப்ரென்னன். ஹோம்ஸ்டெட் ஹையில் ஜாப்ஸின் தோழி. அவருடைய மகள் லிசாவின் தாய்.

லிசா ப்ரென்னன்-ஜாப்ஸ். ஜாப்ஸ், க்ரிசான் ப்ரென்னன் ஆகியோரின் மகள். 1978இல் பிறந்தவர். பின்னர் நியூ யார்க் நகரத்தில் எழுத்தாளராக இருக்கிறார்.

நோலன் புஷ்னெல். அட்டாரியின் நிறுவனர். ஜாப்ஸின் தொழில் முனைவு முயற்சிகளுக்கு முன்மாதிரியாக இருந்தார்.

பில் காம்ப்பெல். ஆப்பிளில் ஜாப்ஸின் முதல்முறை பணிபுரியும்போது விளம்பரப் பிரிவுத் தலைவராக இருந்தவர். 1997இல் ஜாப்ஸின் மறுவரவுக்குப்பின் நிர்வாகக் குழு உறுப்பினராகவும் அவருடைய நம்பிக்கைக்குப் பாத்திரமானவராகவும் இருந்தவர்.

எட்வின் காட்மல். பிக்ஸாரின் இணை நிறுவனர். பின்னர் டிஸ்னியின் நிர்வாகியானவர்.

கோபுன் சீனோ. கலிஃபோர்னியாவிலுள்ள ஒரு ஸோத்தோ ஜென் குரு. ஜாப்ஸின் ஆன்மிக ஆசான்.

லீ க்ளோ. ஆப்பிளின் '1984'ஐ உருவாக்கிய விளம்பர வல்லுநர். ஜாப்ஸுடன் முப்பது ஆண்டுகள் பணியாற்றியவர்.

டெபோரா 'டெபி' கோல்மன். முதல் மாக் குழுவின் மேலாளர். பின்னர் ஆப்பிளின் தயாரிப்புப் பிரிவுக்குப் பொறுப்பேற்றவர்.

டிம் குக். நிதானமான, அமைதியான தலைமைச் செயல் அதிகாரி. 1998இல் ஜாப்ஸால் நியமிக்கப்பட்டவர். 2011 ஆகஸ்ட் மாதத்தில் ஜாப்ஸிற்குப் பிறகு தலைமை நிர்வாக அதிகாரியாகப் பொறுப் பேற்றவர்.

எட்டி க்யூ. ஆப்பிளின் இணையதளச் சேவைப் பிரிவின் தலைவர். உட்பொருள் தொடர்பான நிறுவனங்களுடன் பேசுவதில் ஜாப்ஸிற்கு வலக்கையாக விளங்கியவர்.

ஆன்ட்ரியா 'ஆன்டி' கன்னிங்ஹாம். ரெஜிஸ் மெக்கென்னாவின் நிறுவனத்தில் விளம்பர அதிகாரி. தொடக்ககால மகின்டாஷ் ஆண்டு களில் ஆப்பிளை நிர்வகித்தவர்.

மைக்கேல் ஐஸ்னர். டிஸ்னியின் கண்டிப்பான தலைமை நிர்வாக அதிகாரி. பிக்ஸார் ஒப்பந்தம் செய்தபிறகு ஜாப்ஸுடன் கருத்து வேறுபாடு கொண்டவர்.

லாரி எல்லிசன். ஆரக்கிள் நிறுவனத்தின் தலைமை நிர்வாக அதிகாரி. ஜாப்ஸிற்கு மிகவும் நெருங்கிய நண்பர்.

டோனி ஃபாடெல். ஐபாடை உருவாக்குவதற்காக 2001இல் ஆப்பிளுக்கு அழைத்துவரப்பட்ட பங்க்* பொறியியல் வல்லுநர்.

ஸ்காட் ஃபோர்ஸ்டால். ஆப்பிளின் கைபேசிகளுக்கான மென்பொருள் பிரிவின் தலைவர்.

ராபர்ட் ஃப்ரீட்லான்ட். ரீட் கல்லூரி மாணவர், ஓர் ஆப்பிள் தோட்டச் சமுதாயக் குடியிருப்புக்குச் (கம்யூன்) சொந்தக்காரர், ஜாப்ஸின் மனத்தில் ஒரு தாக்கத்தை ஏற்படுத்திய ஆன்மிகவாதி, பிற்காலத்தில் சுரங்க நிறுவனம் நடத்தியவர்.

ஜேன்-லூயி காஸே. ஃப்ரான்சில் ஆப்பிளின் மேலாளர். 1985இல் ஜாப்ஸ் வெளியேற்றப்பட்டபோது மகின்டாஷ் பிரிவின் பொறுப்பை ஏற்றுக்கொண்டவர்.

பில் கேட்ஸ். 1955இல் பிறந்த மற்றொரு கணினி மேதை.

* தங்களுடைய மாறுபட்ட சிந்தனைகள், வெளிப்பாடுகள் (அலங்காரம், கலை, இலக்கியம், திரைப்படங்கள் உட்பட) போன்றவற்றால் தங்களுக்கென்று ஒரு தனிப் பாணியையும் கலாச்சாரத்தையும் உருவாக்கிக் கொண்ட இளைஞர்கள். (மொ-ர்)

ஆன்டி ஹெர்ட்ஸ்ஃபெல்ட். விளையாட்டுத்தனமான, தோழமை மிக்க மென்பொருள் வல்லுநர். முதல் மாக் குழுவில் ஜாப்ஸின் தோழர்.

ஜோஆனா ஹாஃப்மன். முதல் மாக் குழுவின் உறுப்பினர். ஜாப்ஸிற்கு ஈடுகொடுத்து, சமாளித்து நிற்கக்கூடிய மனவலிமை படைத்தவர்.

எலிசபெத் ஹோம்ஸ். ரீட் கல்லூரியில் டானியல் கோட்கேயின் தோழி. ஆப்பிளின் தொடக்ககால ஊழியர்.

ராட் ஹோல்ட். *1976*இல் ஆப்பிள் IIஇன் மின் பொறியியல் வல்லுநராக ஜாப்ஸ் பணிக்கு அமர்த்தியவர். தொடர்ந்து புகைபிடிக்கக் கூடிய மார்க்ஸியவாதி.

ராபர்ட் ஐகர். *2005*இல் ஐஸ்னருக்குப் பிறகு டிஸ்னி நிறுவனத்தின் தலைமை நிர்வாக அதிகாரியாகப் பொறுப்பேற்றவர்.

ஜோனதன் 'ஜானி' ஐவ். ஆப்பிளின் தலைமை வடிவமைப்பாளர். ஜாப்ஸின் பங்காளராகவும் நம்பிக்கைக்குப் பாத்திரமானவராகவும் இருந்தவர்.

அப்துல் ஃபத்தா 'ஜான்' ஜன்டாலி. சிரியாவில் பிறந்த, விஸ்கான்ஸின் பட்டதாரி மாணவர். ஜாப்ஸ், மோனா சிம்ஸன் ஆகியோரைப் பெற்றெடுத்த தந்தை. பிற்காலத்தில் ரெனோவிற்கு அருகிலுள்ள பூம்டவுன் காஸினோவில் உணவு, பானங்கள் பிரிவின் மேலாளராகப் பணியாற்றியவர்.

க்ளாரா ஹகோப்பியன் ஜாப்ஸ். ஆர்மீனியாவிலிருந்து வந்து தஞ்சம் புகுந்த தம்பதியரின் மகள். *1946*இல் பால் ஜாப்ஸை மணந்து கொண்டார். அவர்கள் 1955இல் ஸ்டீவ் ஜாப்ஸ் பிறந்தவுடன் அவரைத் தத்தெடுத்துக் கொண்டனர்.

எரின் ஜாப்ஸ். லாரீன் பவெல், ஸ்டீவ் ஜாப்ஸ் தம்பதியின் நடுக் குழந்தை *(மகள்)*.

ஈவ் ஜாப்ஸ். லாரீன் பவெல், ஸ்டீவ் ஜாப்ஸ் தம்பதியின் இளைய குழந்தை *(மகள்)*.

பாட்டீ ஜாப்ஸ். ஸ்டீவைத் தத்தெடுத்த பிறகு இரண்டு ஆண்டுகள் கழித்து பால் ஜாப்ஸும் க்ளாரா ஜாப்ஸும் தத்தெடுத்த மற்றொரு குழந்தை *(மகள்)*.

பால் ரெனால்டு ஜாப்ஸ். விஸ்கான்ஸினில் பிறந்த கடலோரக் காவல் படையின் கப்பலோட்டி. தமது மனைவி க்ளாராவுடன் இணைந்து 1955இல் ஸ்டீவ் ஜாப்ஸைத் தத்தெடுத்துக் கொண்டவர்.

ரீட் ஜாப்ஸ். லாரீன் பவெல், ஸ்டீவ் ஜாப்ஸ் தம்பதியின் மூத்த குழந்தை (மகன்).

ரான் ஜான்ஸன். 2000இல் ஆப்பிள் அங்காடிகளை உருவாக்குவதற்காக ஜாப்ஸ் பணிக்கு அமர்த்தியவர்.

ஜெஃப்ரீ காட்ஸென்பெர்க். டிஸ்னி ஸ்டுடியோஸின் தலைவர். ஐஸ்னருடன் கருத்துவேறுபாடு கொண்டு, 1994இல் பதவி விலகி, ட்ரீம்வர்க்ஸ் எஸ்கேஜி நிறுவனத்தின் இணை நிறுவனர்.

டானியல் கோட்கே. ரீட் கல்லூரியில் ஜாப்ஸின் மிக நெருங்கிய நண்பர். அவருடன் இந்தியாவில் புனிதப்பயணம் மேற்கொண்டவர். ஆப்பிளின் தொடக்ககால ஊழியர்.

ஜான் லாசெட்டர். பிக்ஸாரின் இணை நிறுவனர். அந்நிறுவனத்தின் ஆக்கக்கலை வல்லுநர்.

டான்'ல் லெவின். ஆப்பிளிலும் பிறகு நெக்ஸ்டிலும் ஜாப்ஸுடன் சந்தைப்படுத்தும் நிர்வாகியாகப் பணியாற்றியவர்.

மைக் மர்க்குலா. ஆப்பிளில் முதன்முதலாக பெரிய அளவில் முதலீடு செய்தவர். நிறுவனத்தின் நிர்வாகக்குழுத் தலைவராக இருந்தவர். ஜாப்ஸால் ஒரு தந்தையின் நிலையில் வைத்து மதிக்கப்பட்டவர்.

ரெஜிஸ் மெக்கென்னா. தொடக்ககாலம் முதலாகவே ஜாப்ஸுக்கு வழிகாட்டியாக இருந்துவந்த விளம்பர வல்லுநர். தொடர்ந்து அவருடைய நம்பிக்கைக்குரிய ஆலோசகராக இருந்தார்.

மைக் மர்ரே. தொடக்ககால மகின்டாஷின் சந்தைப்படுத்தும் இயக்குநர்.

பால் ஒதெல்லினி. இன்டெலின் தலைமை நிர்வாக அதிகாரி. மகின்டாஷ் இன்டெல் சில்லுவுக்கு (சிப்) மாற உதவியாக இருந்தவர். ஆனால் ஐஃபோன் தொழிலில் பங்குபெறவில்லை.

லாரீன் பவெல். அறிவாளியான, நல்ல மனம்படைத்த பென் பல்கலைக் கழகப் பட்டதாரி மாணவி. முதலில் கோல்ட்மான் சாஹ்ஸில் பணியாற்றி, பிறகு ஸ்டான்ஃபோர்ட் வணிகப்பள்ளியில் படித்து, 1991இல் ஸ்டீவ் ஜாப்ஸை மணந்துகொண்டார்.

ஜார்ஜ் ரைலி. மெம்ஃபிஸில் பிறந்தவர். ஜாப்ஸின் நண்பர், வழக்கறிஞர்.

ஆர்தர் ராக். பழம்பெரும் தொழில்நுட்ப வணிக முதலீட்டாளர். ஆப்பிளின் தொடக்ககால நிர்வாகக் குழு உறுப்பினர். ஜாப்ஸால் ஒரு தந்தையின் நிலையில் வைத்து மதிக்கப்பட்டவர்.

ஜோனதன் 'ரூபி' ரூபின்ஸ்டைன். நெக்ஸ்டில் ஜாப்ஸுடன் பணியாற்றியவர். 1997இல் ஆப்பிளின் தலைமை வன்பொருள் பொறியியல் வல்லுநரானவர்.

மைக் ஸ்காட். 1977இல் ஜாப்ஸைச் சமாளிக்கும் முயற்சியில் ஆப்பிளின் தலைவர் பதவிக்கு மர்க்குலாவால் கொண்டுவரப்பட்டவர்.

ஜான் ஸ்கல்லி. 1983இல் ஆப்பிளின் தலைமை நிர்வாக அதிகாரியாகப் பதவிவகிப்பதற்கு ஜாப்ஸால் அமர்த்தப்பட்ட பெப்ஸியின் நிர்வாக அதிகாரி. 1985இல் ஜாப்ஸுடன் கருத்துவேறுபாடு கொண்டு, அவரை வெளியேறச் செய்தவர்.

ஜோஆன் ஷீப்ளே ஜன்டாலி சிம்ஸன். விஸ்கான்ஸினில் பிறந்தவர். தத்துக் கொடுத்த ஜாப்ஸையும் வளர்த்து ஆளாக்கிய மோனா சிம்ஸனையும் பெற்றெடுத்த தாய்.

மோனா சிம்ஸன். ஜாப்ஸின் உடன்பிறந்த (உயிரியல் ரீதியான) சகோதரி. அவர்கள் தங்களுக்கிடையிலான உறவை 1986இல் கண்டறிந்து, பின் நெருக்கமாயினர். தம்முடைய தாய் ஜோஆன், ஜாப்ஸ், அவருடைய மகள் லிசா, தந்தை அப்துல் ஃபத்தா ஜன்டாலி ஆகியோரை மேலோட்டமாய் அடிப்படையாக வைத்து நாவல்கள் எழுதியவர். (முறையே *எனிவேர் பட் ஹியர் – இங்கு தவிர எங்கும், ஏ ரெகுலர் கை – ஒரு சாதாரண மனிதன்*).

அல்வி ரே ஸ்மித். பிக்ஸாரின் இணை நிறுவனர். ஜாப்ஸுடன் கருத்து வேறுபாடு கொண்டவர்.

பர்ரெல் ஸ்மித். முதல் மாக் குழுவில் இருந்த புத்திசாலியான, பதற்ற மனோநிலை கொண்ட நிரல் (ப்ரோகிராம்) வடிவமைப்பாளர். 1990களில் மனச்சிதைவு நோயால் பாதிக்கப்பட்டவர்.

அவாடிஸ் 'அவி' டெவானியன். நெக்ஸ்டில் ஜாப்ஸ், ரூபின்ஸ்டைன் ஆகியோருடன் பணியாற்றியவர். 1997இல் ஆப்பிளின் தலைமை மென்பொருள் பொறியியல் வல்லுநரானவர்.

ஜேம்ஸ் வின்செண்ட். இசை ஆர்வம் மிகுந்த ஆங்கிலேயர். ஆப்பிள் பணிக்கமர்த்திய விளம்பர நிறுவனத்தில் லீ க்ளோ, டங்கன் மில்னருடன் இளைய பங்குதாரராக இருந்தார்.

ரான் வெய்ன். அட்டாரியில் ஜாப்ஸைச் சந்தித்தவர். ஆப்பிள் தொடங்கப்பட்ட புதிதில் ஜாப்ஸ், வாஸ்நியாக் ஆகியோருடன் முதல் பங்குதாரராக இருந்தார். தமது பங்குகளை விட்டுக்கொடுத்து புத்திசாலித்தனமற்ற முடிவை எடுத்தவர்.

ஸ்டீஃபென் வாஸ்நியாக். ஹோம்ஸ்டெட் ஹையின் மின்னணுவியல் நட்சத்திரமாக விளங்கிய வல்லுநர். அவர் வடிவமைத்த அற்புதமான மின்சுற்றுப் பலகைகளைப் பொதிந்து விளம்பரம் செய்வது எப்படி என்று ஜாப்ஸ் கண்டறிந்தார். ஆப்பிள் கம்ப்யூட்டர்ஸ் நிறுவனத்தைத் தொடங்குவதற்கு ஜாப்ஸுடன் பங்குதாரர் ஆனார்.

அறிமுகம்

இந்தப் புத்தகம் உருவான கதை

2004 கோடைகாலத்தின் தொடக்கத்தில் ஸ்டீவ் ஜாப்ஸிடமிருந்து எனக்கு ஒரு தொலைபேசி அழைப்பு வந்தது. பல ஆண்டுகளாக நண்பர் என்றாலும், அவ்வப்போதுதான் அவர் தொடர்புகொள்வார். சிலசமயம் அதில் தீவிரம் தெறிக்கும் – குறிப்பாகத் தமது புதிய தயாரிப்பின் வெளியீடு *டைம்* பத்திரிகையின் முகப்பு அட்டையில் அல்லது *சிஎன்என்* தொலைக்காட்சியில் ஒரு சிறப்பு நிகழ்ச்சியாக இடம்பெற வேண்டும் என்று அவர் விரும்பியபோது. காரணம், இவ்விரண்டு இடங்களிலும் நான் முன்பு பணியாற்றியிருந்தேன். ஆனால் தற்போது நான் அங்கு இல்லை என்பதால், சிறிது காலமாகத் தொடர்பு விட்டுப்போயிருந்தது. இப்போது இந்த அழைப்பு. நான் அண்மையில் பணிக்குச் சேர்ந்திருந்த ஆஸ்பென் இன்ஸ்டிட்யூட் பற்றிச் சிறிது நேரம் உரையாடினோம். அதனூடே கொலொராடோவில் நடக்கும் எங்கள் கோடைகால முகாமில் உரையாற்ற அவரை அழைத்தேன். வருவதில் தமக்கு மகிழ்ச்சி தான் என்றாலும், மேடையேற விரும்பவில்லை என்று தெரிவித்தார். அதற்குப் பதிலாக, சற்று தூரம் நடந்தபடியே உரையாட விரும்புவதாகக் கூறினார்.

இது சற்று விநோதமாகத் தோன்றியது. காலார வெகுதொலைவு நடப்பது தீவிரமான கலந்துரையாடலுக்கு அவர் தேர்ந்தெடுத்துள்ள வழி என்பது எனக்கு அப்போது தெரிந்திருக்கவில்லை. பேச்சுவாக்கில் அவருடைய வாழ்க்கை வரலாற்றை நான் எழுதவேண்டும் என்று அவர் விரும்புவது தெரியவந்தது. அண்மையில்தான் பெஞ்சமின் ஃப்ராங்க்ளின் பற்றிய புத்தகம் ஒன்றை வெளியிட்டிருந்தேன்; ஆல்பர்ட் ஐன்ஸ்டைனின் வரலாறு தயாரிப்பிலிருந்தது. இவர் அந்த வரிசையில் இயல்பாய்த் தொடர்பவராகத் தம்மைக் காண்கிறாரோ என்று முதலில் எனக்கு வியப்பாகவும், சற்று வேடிக்கையாகவும்கூட இருந்தது. அதுமட்டுமல்ல, மேலும் கீழுமாக ஊசலாடிக் கொண்டிருந்த தொழில் வாழ்க்கையின் மத்தியில்தான் இன்னமும் அவர் இருந்தார். இன்னும் பல ஏற்ற இறக்கங்கள் மீதமிருக்கும் நிலையில், இது தேவையா என்று எண்ணி நான் தயங்கினேன். 'இது அதற்குரிய நேரமல்ல; ஒருவேளை பத்து,

இருபது ஆண்டுகளுக்குப்பின் நீங்கள் ஓய்வுபெறும்பொழுது பார்க்கலாம்' என்று சொல்லிவைத்தேன்.

1984 முதலாகவே எனக்கு அவரைத் தெரியும். அப்போது அவர் மன்ஹட்டன் வந்திருந்தார் – *டைம்* பத்திரிகை ஆசிரியர்களுடன் நண்பகல் உணவில் கலந்துகொண்டு தமது புதிய மகின்டாஷைப் பற்றிப் பெருமிதமாகப் பேசுவதற்காக. அப்பொழுதும் அவர் சற்று வெடுவெடுப்பாகத்தான் இருந்தார் – தம்மைப் பற்றிய தகவல்களை அதிகப்படியாக வெளியிடும் ஒரு கட்டுரையை எழுதித் தம்மைக் காயப்படுத்தியதற்காக *டைம்* பத்திரிகையின் செய்தியாளரைத் தாக்கவும் செய்தார். ஆனால் பின்னர் அவருடன் பேசுகையில், அவருடைய தீவிரத்தால் நான் கட்டுண்டுக் கிடப்பதுபோல் உணர்ந்தேன் – பல ஆண்டுகளாக அதை அனுபவித்து வந்தவர்களைப் போலவே. அவர் ஆப்பிளிலிருந்து விலக்கப்பட்ட பிறகும்கூட நாங்கள் தொடர்பி லிருந்தோம். புதிதாக ஏதாவது அறிமுகப்படுத்த இருந்தால் – நெக்ஸ்ட் கணினி அல்லது *பிக்ஸார்* திரைப்படம் போல – அவருடைய கவர்ச்சிப் புலம் மீண்டும் என்னில் பதியும்; லோயர் மன்ஹட்டனிலுள்ள ஜப்பானிய *சுஷி*[1] உணவுவிடுதிக்கு அவர் என்னை அழைத்துச் செல்வார். தாம் இதுவரை தயாரித்த சாதனங்களிலேயே தற்போது செய்துகொண்டி ருப்பதுதான் மிகச் சிறந்தது என்பார். எனக்கு அவரைப் பிடித்திருந்தது.

ஆப்பிள் அரியணையில் மீண்டும் அமர்ந்தபோது, அவரை *டைம்* பத்திரிகையின் தலைப்புச் செய்தியாக்கினோம். அதைத் தொடர்ந்து அந்த நூற்றாண்டின் மிகுந்த செல்வாக்குடைய பிரமுகர்கள் பற்றி நாங்கள் தயாரித்துக் கொண்டிருந்த தொடர்கட்டுரைக்கான தமது யோசனைகளை எனக்கு வழங்கிவந்தார். அவருடைய 'வித்தியாசமாய்ச் சிந்தியுங்கள்' பிரச்சாரத்தில் நாங்கள் கருதிவைத்திருந்த அதே பிரமுகர் களுள் சிலரின் அரிய புகைப்படங்களைப் பயன்படுத்தியிருந்தார். வரலாற்றின் தாக்கத்தை ஆராய்வது அவருக்கு மிகவும் ஆர்வமூட்டு வதாக இருந்தது.

அவருடைய வாழ்க்கை வரலாற்றை எழுதச்சொல்லி என்னிடம் விடுத்த வேண்டுகோளை நான் திசைதிருப்பி விட்டதிலிருந்து அவ்வப் போது என்னுடன் தொடர்பு கொண்டவண்ணம் இருந்தார். ஒரு கட்டத்தில் என் மகள் கூறிய ஒரு விஷயத்தைப் பற்றிக் கேட்டு அவருக்கு மின்னஞ்சல் அனுப்பியிருந்தேன்: போர்க்காலத்தில் ஜெர்மானிய சங்கேதக் குறிகளை முறித்து, பிறகு சயனைடு பூசிய ஆப்பிள் பழத்தைக் கடித்துத் தற்கொலை செய்துகொண்ட ஆங்கிலேயக் கணினி வல்லுநர்

[1] காடி கலந்து பிசையப்பட்ட சோற்றில் வேறு உணவுப் பொருட்கள், குறிப்பாக பச்சை மீன் அல்லது கடலுணவு சேர்க்கப்பட்ட ஜப்பானிய உணவு வகை. (மொ-ர்)

அலன் ட்யூரிங்கின் நினைவைப் போற்றும் வகையில் வடிவமைக்கப் பட்டதுதான் ஆப்பிள் நிறுவனத்தின் சின்னம் என்பது உண்மையா என்று. அந்தவகையில் யோசித்திருந்தால் நன்றாகத்தான் இருந்திருக்கும் என்றாலும், தாம் அப்படிச் செய்யவில்லை என்று பதிலளித்தார். அது முதலாக ஆப்பிளின் தொடக்ககால வரலாறு பற்றிய பரிமாறல்கள் தொடங்கின. போகப்போக எனக்கே அந்த விஷயத்தில் ஆர்வம் பெருகத் தொடங்கியதை உணர்ந்தேன் – ஒருவேளை பின்னாளில் அப்படியொரு புத்தகம் எழுதுவதாக இருந்தால் உதவுமே என்று. எனது நூல் *ஐன்ஸ்டைன்: ஹிஸ் லைஃப் அண்ட் யுனிவர்ஸ் (ஐன்ஸ்டைன்: அவருடைய வாழ்வும் பிரபஞ்சமும்)* வெளிவந்தபோது, அவர் பாலோ ஆல்டோவில் நடந்த ஒரு புத்தக வெளியீட்டு விழாவிற்கு வந்து என்னை ஒதுக்குப்புறமாய் அழைத்து, தமது வாழ்க்கை ஒரு நல்ல கருவாக இருக்கும் என்று மீண்டும் வலியுறுத்தினார்.

அவருடைய விடாமுயற்சி என்னை அசத்தியது. தமது தனிப்பட்ட விஷயங்களை அவர் பகிர்ந்துகொள்வதில்லை என்பது பரவலாகத் தெரிந்த ஒன்று; மேலும் என்னுடைய புத்தகங்களை எப்பொழுதாவது படித்திருப்பாரா என்பதும் கேள்விக்குறியாகவே இருந்தது. நானும் என்றாவது ஒருநாள் பார்க்கலாம் என்று தொடர்ந்து கூறிவந்தேன். ஆனால் 2009இல் அவருடைய மனைவி லாரீன் பவெல் திட்டவட்டமாகச் சொன்னார்: 'நீங்கள் ஸ்டீவ் பற்றிப் புத்தகம் எழுதுவதாக இருந்தால், அதை இப்பொழுதே செய்துவிடுவது நல்லது.' ஜாப்ஸ் அப்பொழுதுதான் இரண்டாவது மருத்துவ விடுப்பு எடுத்திருந்தார். அவர் முதன்முதலில் அந்த யோசனையைச் சொன்னபொழுது அவருக்கு உடல்நலம் குன்றி யிருந்ததை நான் அறிந்திருக்கவில்லை என்று உண்மையை ஒப்புக் கொண்டேன். பெரும்பாலும் ஒருவருமே அறியவில்லை என்றார் லாரீன். புற்றுநோய் அறுவைச் சிகிச்சைக்குச் செல்வதற்குச் சற்று முன்பு தான் ஜாப்ஸ் என்னை அழைத்திருந்தார் என்றும், அவர் அதனை இன்னமும் இரகசியமாகவே வைத்திருப்பதாகவும் விளக்கினார்.

அதன் பின்தான் இந்தப் புத்தகத்தை எழுத முடிவுசெய்தேன். தாம் இந்த விஷயத்தில் எந்தவிதக் கட்டுப்பாடும் செலுத்தப் போவதில்லை என்றும், வெளியாவதற்கு முன்பே அதனைப் படித்துப் பார்க்கும் உரிமை கூடத் தமக்குத் தேவையில்லை என்றும் கூறி ஜாப்ஸ் உடனடியாக அனுமதியளித்தபோது எனக்கு வியப்பாக இருந்தது. 'இது உங்களுடைய புத்தகம்; நான் அதைப் படிக்கக்கூடப் போவதில்லை' என்றார் அவர். ஆனால் அந்த ஆண்டு இலையுதிர்காலத்தின் இறுதியில் என்னுடன் ஒத்துழைப்பதுபற்றி அவர் சற்று யோசித்ததுபோலத் தோன்றியது. எனக்குத் தெரியவில்லை என்றாலும், புற்றுநோயின் சிக்கல்களில் அவர் இரண்டாவது முறையாக உழன்றுகொண்டிருந்தார். எனது

தொலைபேசி அழைப்புகளுக்கு அவரிடமிருந்து பதில் வரவில்லை; நானும் இந்தப் புத்தகம் தொடர்பான பணிகளைச் சிறிதுகாலம் ஒதுக்கிவைத்திருந்தேன்.

அதன்பின் 2009 புத்தாண்டு தினத்திற்கு முந்தைய நாள் இளமாலை நேரம் அவரிடமிருந்து எதிர்பாராத ஒரு தொலைபேசி அழைப்பு வந்தது. அவர் தமது பாலோ ஆல்டோ வீட்டில், சகோதரியும் எழுத்தாளருமான மோனா சிம்ஸனுடன் இருந்தார். அவருடைய மனைவியும் அவர் களுடைய மூன்று குழந்தைகளும் சிற்றுலாவாகப் பனிச்சறுக்கு விளையாடப் போயிருந்தார்கள். ஆனால் அவர்களுடன் செல்ல அவருடைய உடல்நலம் இடம்தரவில்லை. அவர் நினைவுகளை அசை போடும் மனநிலையில் இருந்தார்; நாங்கள் ஒருமணி நேரத்திற்கும் மேலாகப் பேசிக் கொண்டிருந்தோம். தமக்குப் பன்னிரண்டு வயதாக இருந்தபோது ஃப்ரீக்வென்ஸி கவுண்ட்டர் *(அதிர்வெண் கணக்கிடும் கருவி)* ஒன்றை உருவாக்க விரும்பியதையும், அதற்கான பாகங்களைப் பெறுவதற்காக எச்பீ குழுமத்தின் நிறுவனர் பில் ஹ்யூலெட்டின் எண்ணைத் தொலைபேசி அகராதியில் தேடியெடுத்து அழைத்ததை நினைவுகூர்ந்தபடி தொடங்கினார். ஆப்பிளுக்குத் திரும்பி வந்தபின், கடந்த பன்னிரண்டு ஆண்டுகள்தான் புதிய சாதனங்களைத் தயாரிப்பதில் தமது வாழ்க்கையிலேயே மிகவும் ஆக்கபூர்வமான காலம் என்றார். ஆனால் அவருடைய முக்கிய குறிக்கோள் வேறொன்றாக இருந்தது: ஹ்யூலெட் தமது நண்பர் டேவிட் பக்கார்டுடன் சேர்ந்து செய்ததைப் போல, அவர்களுடைய காலத்திற்குப் பிறகும் நிலைத்து நிற்கும் புதுமையும் ஆக்கத்திறனும் மிக்கதொரு நிறுவனத்தை உருவாக்குவதுதான்.

'என்னை நான் சிறுவயதிலிருந்தே உயர்மனிதப் பண்புகளில் ஆழ்ந்த ஈடுபாடுள்ள ஒருவனாகத்தான் கருதியிருந்தேன். ஆனால் எனக்கு மின்னணுவியல் பிடித்திருந்தது' என்றார் அவர். 'பிறகு ஒருமுறை என்னுடைய ஆதர்ச நாயகர்களில் ஒருவரான போலராய்ட் நிறுவனத்தின் எட்வின் லான்ட் கூறிய ஒரு விஷயத்தைப் படித்தேன். அதில் அவர் உயர்மனிதப் பண்புகள், அறிவியல் ஆகிய இரண்டுக்கும் பொதுவாக நிற்பவர்களின் முக்கியத்துவம் பற்றி விளக்கியிருந்தார். அப்பொழுது தீர்மானித்தேன் – நான் செய்ய விரும்பியதும் அதுதானென்று.' தமது வாழ்க்கை வரலாற்றிற்குப் பொருத்தமான தலைப்புகளை அவர் தேர்ந்தெடுத்துத் தருவதுபோலத் தோன்றியது (குறைந்தது இந்த விஷயத்தில் தலைப்பு முற்றிலும் சரியாகத்தான் இருந்தது). உயர் மனிதப் பண்புகள், அறிவியல் ஆகிய இரண்டும் ஓர் உணர்வாக, ஒரு வலுவான ஆளுமையில் இணையும்போது அது படைப்பாற்றலாக உருவாகுகிறது. இதுவே ஃப்ராங்க்ளின், ஐன்ஸ்டைன் ஆகியோர் பற்றி நான் எழுதிய வாழ்க்கை வரலாற்றில் என்னை மிகவும் கவர்ந்த விஷயம்.

இருபத்தியோராம் நூற்றாண்டில் புதுமைகளைப் புகுத்தும் பொருளாதாரங்கள் உருவாக இது ஒரு தொடக்கமாக அமையும் என்று நான் கருதுகிறேன்.

ஜாப்ஸ் தமது வாழ்க்கை வரலாற்றை எழுத என்னை ஏன் விரும்பித் தேர்ந்தெடுத்தார் என்று அவரிடம் கேட்டேன். 'நீங்கள் பிறரைப் பேசவைப்பதில் திறமைசாலி என்று நினைக்கிறேன்' என்றார். இது நான் சற்றும் எதிர்பாராத பதிலாக இருந்தது. அவர் பணிநீக்கம் செய்த, அவமானப்படுத்திய, நிராகரித்த, கோபப்படுத்திய பலரை நான் நேர்காணல் செய்யவேண்டியிருக்கும் என்று எனக்குத் தெரியும். அதுமட்டுமல்ல, அவர்களை மனம்திறந்து பேசவைப்பது அவருக்கு அசௌகரியமாக இருக்குமோ என்ற அச்சமும் எனக்குள் எழுந்தது. அதுபோலவே சிலரை நான் பேட்டி காண்கையில், விவரமறிந்து அவர் சற்றுக் கலவரமடைந்தார் என்றுதான் சொல்லவேண்டும். ஆனால் சில மாதங்களுக்குப் பின், எல்லோரையும் என்னிடம் பேச ஊக்குவித்தார் – எதிரிகளையும், முன்னாள் தோழிகளையும்கூட. மேலும் அவர் எந்த ஒரு விஷயத்தையும் திரையிட்டு மறைக்கவுமில்லை. 'நான் பெருமைப் பட்டுக்கொள்ளமுடியாத பல விஷயங்களைச் செய்திருக்கிறேன்; இருபத்துமூன்று வயதில் என் தோழியைக் கருவுறச் செய்தது; அதை நான் கையாண்ட விதம் என... ஆனால் வெளியிட முடியாத இரகசியங்கள் என்றெல்லாம் ஒளித்துவைத்துக்கொள்ள என்னிடம் எதுவுமில்லை' என்றார் அவர். என் எழுத்துகளின் மீது அவர் எந்தவிதக் கட்டுப்பாடுகளும் விதிக்கவில்லை; முன்கூட்டியே படித்துப் பார்க்க வேண்டும் என்று கேட்கவுமில்லை. அவர் தலையிட்டது ஒரே விஷயத்தில்தான் – அட்டைப்பட வடிவமைப்பை எனது பதிப்பகத்தார் தேர்வுசெய்தபோது. இதற்குமுன் கருதிவைத்திருந்த வடிவத்தின் மாதிரியைப் பார்த்தபோது அவருக்கு அது சிறிதும் பிடிக்கவில்லை. ஒரு புதிய வடிவம் உருவாக்குவதில் தமது கருத்துகளைப் பகிர்ந்துகொள்ள அனுமதிக்கவேண்டும் என்றார். எனக்கு வியப்பாகவும் இருந்தது; ஆசையாகவும் இருந்தது. உடனே சம்மதம் தெரிவித்துவிட்டேன்.

அவருடன் நாற்பதுக்கும் மேற்பட்ட நேர்காணல்களையும் உரையாடல்களையும் செய்திருப்பேன். அவற்றுள் சில அவருடைய பாலோ ஆல்டோ வீட்டின் வரவேற்பறையில் முறைப்படி நடந்தன; மற்றவை நீண்ட தொலைவு நடந்தபடியோ, காரில் சென்றபடியோ, தொலைபேசி மூலமாகவோ நடந்தவை. இரண்டு ஆண்டுகாலம் நீடித்த இந்தப் பல்வேறு சந்திப்புகளில் அவர் மிகவும் நெருக்கமானார்; மேலும் வெளிப்படையாகப் பகிர்ந்துகொண்டார். அவ்வப்போது ஆப்பிளில் அவருடைய நீண்ட நாள் சக ஊழியர்கள் 'மாயவலை' என்று அழைக்கும் அனுபவத்தையும் உணர்ந்தேன். சிலசமயம் நம் எல்லோருக்கும்

அறிமுகம் ❈ xxix

ஏற்படுவதுபோலவே நினைவுகளின் சிதறல்கள்; மற்ற வேளைகளில் அவரே பின்னும் உண்மைச் சம்பவங்களின் கோர்வைகள் – எனக்காகவும் தமக்காகவும். அவருடைய வாழ்க்கையை ஆராய்ந்து முழுமையாய் வெளிக்கொண்டு வருவதற்காக நூற்றுக்கும் மேற்பட்ட நண்பர்கள், உறவினர்கள், போட்டியாளர்கள், எதிரிகள், சக ஊழியர்கள் ஆகியோரை நேர்காணல் செய்தேன்.

அவருடைய மனைவியும் எவ்வித நிபந்தனைகளோ கட்டுப்பாடு களோ விதிக்கவில்லை. நான் வெளியிடப்போவதை முன்கூட்டியே படித்துப்பார்க்கவேண்டும் என்று கூறவுமில்லை. மாறாக, ஜாப்ஸின் பலங்களையும் பலவீனங்களையும் நேர்மையாக வெளிக்கொண்டுவர என்னை மிகவும் ஊக்குவித்தார். நான் சந்தித்தவர்களிலேயே மிகவும் புத்திசாலித்தனம் நிறைந்த, நிதானம் பொருந்தியவர்களுள் அவரும் ஒருவர். 'அவருடைய வாழ்விலும் சரி, சுபாவத்திலும் சரி – சீர்குலைந்த பகுதிகள் அதிகம். அதுதான் உண்மை' என்று அவர் தொடக்கத்திலேயே கூறினார். 'அதற்கு நீங்கள் எந்தவித வெளிப்பூச்சும் இடக்கூடாது. அவர் கதை பின்னுவதில் திறமைசாலிதான். ஆனால் அவருடைய வாழ்விலும் அற்புதமான கதையோட்டம் உள்ளது. அவை யாவும் ஒளிவு மறை வின்றி சொல்லப்பட வேண்டும் என்று விரும்புகிறேன்.'

இந்த லட்சியப் பயணத்தில் நான் வெற்றியடைந்துள்ளேனா என்பதை வாசகர்களின் தீர்ப்புக்கே விட்டுவிடுகிறேன். சில சம்பவங்களைச் சற்று வித்தியாசமாக நினைவில்கொள்ளும் கதாபாத்திரங்களும் இந்த வாழ்க்கை நாடகத்தில் இருப்பார்கள் என்று எனக்கு நிச்சயமாகத் தெரியும். இன்னும் சிலர் நானே ஜாப்ஸின் மாயவலையில் சிக்கி விட்டதாகக்கூடக் கருதலாம். ஹென்றி கிஸ்ஸிங்கர் பற்றி நான் புத்தகம் எழுதியபோதும் இப்படித்தான் நடந்தது – அது சில விதங்களில் இதற்கு ஒரு நல்ல முன்னனுபவமாக அமைந்தது. ஜாப்ஸ் பற்றிப் பிறர் கொண்டிருந்த இசைவான உணர்வுகளிலும் சரி, எதிர் மறையான உணர்வுகளிலும் சரி, ஒருவித தீவிரம் தெரிந்தது. இதனால் அவ்வப் போது உண்டான *ரஷோமொன் விளைவும்*[2] குறிப்பிடும்படியாக இருந்தது. ஆனால் என்னால் இயன்றவரை முரண்படும் கருத்துகளை நடுநிலையோடு தொகுத்தளிக்க முயன்றிருக்கிறேன். நான் திரட்டிய தகவல்கள் ஒவ்வொன்றும் எங்கிருந்து கிட்டியது என்பதையும் ஒளிவு மறைவின்றிக் குறிப்பிட்டுள்ளேன்.

இந்தப் புத்தகம் ஆக்கத்திறன்மிக்க தொழிலதிபர் ஒருவரது ஏற்ற இறக்கங்கள் மிகுந்த வாழ்க்கைச் சுழலையும், தீவிரம் பொதிந்த

[2] ஒரே விஷயத்தைப் பற்றிப் பலர் ஒன்றுக்கொன்று முற்றிலும் மாறுபட்ட விதத்தில் அவரவர் பார்வையில் தரும் விளக்கம். (மொ-ர்)

இயல்பையும், கச்சிதத்தின் மீது அவருக்கிருந்த அதீத ஆர்வத்தையும் மட்டுமன்றி, ஆறுவிதமான தொழில்துறைகளில் அவர் உண்டாக்கிய ஆவேசமான புரட்சி பற்றியும் விவரிக்கிறது – பர்சனல் கம்ப்யூட்டர்ஸ் (தனியர்க் கணினிகள்), அனிமேஷன் (அசைவூட்டப் படம்), இசை, கைபேசிகள், டாப்லெட் கணினிப் பயன்பாடு மற்றும் டிஜிட்டல் (இலக்கமுறை) பதிப்புகள். ஏழாவதாக ஒன்றையும் சேர்த்துக் கொள்ளலாம் – சில்லறை விற்பனை அங்காடிகள். இதில் அவர் புரட்சி எதுவும் செய்யவில்லை. ஆனால் தமது கற்பனை வளத்தால் புதுமை புகுத்தினார். மேலும் வலைத்தளங்களை விடவும் நூதனமான, ஆப் (குறுஞ்செயலி) அடிப்படையிலான டிஜிட்டல் தகவல்களுக்கு ஒரு புதிய வரவேற்பைப் படைத்தார். தமது பாதையில் தொடர்ந்தவாறே தயாரிப்புகளுக்கு முற்றிலும் புதிய வடிவம் தந்ததுடன், தமது இரண்டாம் முயற்சியின் பலனாக நிலைத்து நிற்கும் ஒரு நிறுவனத்தையும் அவர் உருவாக்கினார். அவருடைய மரபணுக்களின் சாராம்சம் அதன் உயிர்மூச்சாக விளங்கியது. அதன் ஆக்கபூர்வமான கலையுணர்வுமிக்க வடிவமைப்பாளர்களும், துணிவுமிக்க பொறியியல் வல்லுநர்களும் அவருடைய கனவுகளையும் தொலைநோக்கையும் முன்னோக்கிச் செலுத்தக்கூடிய திறன் பெற்றவர்கள். **2011** ஆகஸ்ட் மாதம் அவர் தலைமை நிர்வாக அதிகாரி பதவியிலிருந்து விலகியபோது தமது பெற்றோரின் கராஜில்[3] அவர் தொடங்கி வைத்த சின்னஞ்சிறு பணிக் கூடம் உலகின் மிக உயர்ந்த மதிப்புள்ள நிறுவனமாக ஓங்கி நின்றது.

இது புதுமை பற்றிய புத்தகமாகவும் விளங்கும் என்று கருதுகிறேன். அமெரிக்கா புதுமைகளைப் புகுத்துவதில் தனக்குள்ள திறமையைத் தக்கவைத்துக்கொள்ள முயன்றுவரும் நிலையில், உலகெங்கிலும் உள்ள சமூகங்கள் ஆக்கத்திறமும் கலையுணர்வும் மிக்க டிஜிட்டல் யுகம் சார்ந்த பொருளாதாரங்களை உருவாக்க முயன்றுவரும் நிலையில், ஜாப்ஸ் முப்பரிமாணங்களில் உயர்ந்து நிற்கிறார் – கண்டுபிடிப்புகள், கற்பனை, நிலைத்து நிற்கும் புதுமை. **21**ஆம் நூற்றாண்டில் மதிப்பைப் பெருக்கிக் கொள்வதற்கான சிறந்த வழி ஆக்கபூர்வமான கலை யுணர்வையும் தொழில்நுட்பத்தையும் இணைத்துப் பொருத்துவது தான் என்பதை அவர் நன்கு அறிந்திருந்தார். ஆகவே பாயும் கற்பனை களோடு, பொறியியல் சாதனைகள் பின்னிப்பிணைந்த ஒரு நிறுவனத்தை அவர் உருவாக்கினார். அவரும் அவருடைய ஆப்பிள் சகாக்களும் வித்தியாசமாகச் சிந்திக்கத் தெரிந்தவர்கள். அவர்கள் உருவாக்கியவை

[3] கராஜ் என்னும் ஆங்கிலச் சொல்லின் நிகர் பொருள் வாகனக்கூடம் என்பதாகும். ஆனால் ஸ்டீவ் வாழ்ந்த பகுதிகளில் வாகனங்களை நிறுத்தப் பயன்படும் கூடமானது பிற வேலைகளைச் செய்வதற்கான பணிக்கூடமாகவும் பயன்படுத்தப்படுகிறது. ஆகவே இந்த நூலில் கராஜ் என்னும் சொல்லையே கையாண்டிருக்கிறோம். (மொ-ர்)

மக்களின் தற்காலத் தேவைகளை மையமாகக் கொண்ட எளிய, முற்போக்கான தயாரிப்புகளை மட்டுமல்ல; தமது தேவைகளைத் தாமே தெளிவாக அறியாத பயனீட்டாளர்களுக்கான புத்தம்புது சாதனங்களையும் சேவைகளையும் கூடத்தான்.

அவர் மற்றவர்கள் பார்த்துப் பின்பற்றி, மேலும் சிறப்படைவதற்காகப் பொதிந்துவைத்த முன்னுதாரணமான மேலதிகாரியோ, மனிதரோ அல்ல; சாத்தான்களால் மேய்க்கப்பட்டவர்; தம்மைச் சுற்றிலும் உள்ளவர்களைக் கோபம் மற்றும் இயலாமையின் எல்லைகளுக்கே விரட்டியடிக்கக்கூடியவர். ஆனால் அவருடைய இயல்பும், குணாதிசயங்களும், ஆர்வங்களும், தயாரிப்புகளும் ஒன்றோடொன்று நெருங்கிய தொடர்புடையவை – ஆப்பிளின் வன்பொருள்களும் மென்பொருள்களும் போல, ஓர் ஒருங்கிணைக்கப்பட்ட அமைப்பின் பகுதிகளாக. அவருடைய கதை குறிப்புகளும் தரும்; எச்சரிக்கைகளையும் செய்யும். அதில் புதுமைகள், குணாதிசயங்கள், தலைமை மற்றும் பண்புகள் பற்றிய பாடங்கள் ஏராளம்.

ஷேக்ஸ்பியரின் *ஐந்தாம் ஹென்றி* – முதிர்ச்சியற்ற, உணர்ச்சிக்கு அடிமையான ஓர் அரசகுமாரன். பிற்காலத்தில் அதீத மோகமுள்ள, ஆனால் மெல்லிய உணர்வுமிக்க; காய்த்துப்போன, ஆனால் மென்மை உணர்ச்சி உடைய; ஊக்கமூட்டும், ஆனால் குறைபாடுகளுள்ள அரசனாக மாறியவன். அந்தக் காவியத்தின் தொடக்க வரிகள்: 'ஓ, அக்கினிப் பிழம்பே... மெல்ல மெல்ல மேலெழும்பி, கண்டுபிடிப்புகள் கோடிச் சூரியன்களாய் ஒளிரும் சொர்க்கலோகத்தை எட்டுவாய்.' ஸ்டீவ் ஜாப்ஸைப் பொறுத்தவரை 'கண்டுபிடிப்புகள் கோடிச்சூரியன்களாய் ஒளிரும் சொர்க்கலோக'த்தை நோக்கி எழும் அவருடைய நீண்ட நெடும்பயணம் இரண்டு ஜோடிப் பெற்றோர்களோடு தொடங்கி, சிலிக்கனைத் தங்கமாக்கும் மாயாஜாலத்தின் அரிச்சுவடிகளைக் கற்றுக் கொண்டிருந்த பள்ளத்தாக்கினூடே வளர்ந்து செல்கிறது...

ஸ்டீவ் ஜாப்ஸ்

லாஸ் ஆல்டோஸ் வீடு, கராஜுடன். இங்குதான் ஆப்பிள் நிறுவனம் பிறந்தது.

பால் ஜாப்ஸ், கையில் ஸ்டீவுடன், 1956

ஹோம்ஸ்டெட் ஹை ஆண்டு மலரில் ஸ்டீவ், 1972

பள்ளியில் 'SWAB JOB' குறும்புக்கான சின்னத்துடன்

இயல் ஒன்று

குழந்தைப்பருவம்

கைவிடப்பட்டதும் தேர்ந்தெடுக்கப்பட்டதும்

தத்தெடுத்தல்

இரண்டாம் உலகப் போர் முடிவுக்கு வந்ததும் கடலோரக் காவல் படையிலிருந்து விடுவிக்கப்பட்ட பால் ரெனால்டு ஜாப்ஸ், தமது சக ஊழியர்களிடம் ஒரு பந்தயம் கட்டினார். அவர்களுடைய கப்பல் பணிவிலக்கம் செய்யப்பட்டு, அனைவரும் சான் ஃப்ரான்சிஸ்கோ வந்தடைந்திருந்த நேரம் அது. 'இன்னும் இரண்டே வாரங்களில் எனக்கென ஒரு வாழ்க்கைத் துணையைத் தேர்ந்தெடுப்பேன்' என்பதுதான் அவர் கட்டிய பந்தயம். பச்சை குத்தப்பட்ட நல்ல திடமான உடல்வாகு; ஆறடி உயர என்ஜின் மெக்கானிக்; சட்டென்று பார்த்தால் ஜேம்ஸ் டீனை நினைவுபடுத்தும் சாயல். ஆனால் க்ளாரா ஹகோப்பியனுடன் பழகும் சந்தர்ப்பத்தை ஏற்படுத்தித் தந்தது அவருடைய கவர்ச்சியான தோற்றமல்ல. அவள் ஆர்மீனியாவிலிருந்து வந்து குடியேறிய தம்பதியரின் மகள்; இனிய சுபாவம். அன்று மாலை தனது குழுவுடன் வெளியே செல்லத் திட்டமிட்டிருந்தாள். ஆனால் அவர்களிடம் கார் இல்லை; பால் ஜாப்ஸ் குழுவிடம் இருந்தது - அதுதான் காரணம். பத்தே நாள்களில், 1946 மார்ச் மாதம் பாலுக்கும் க்ளாராவிற்கும் திருமணம் நிச்சயிக்கப்பட்டது. அவருடைய பந்தயமும் வென்றது. மிக மகிழ்ச்சியானதொரு வாழ்க்கைக்குத் தொடக்கமாக அமைந்த அந்தத் திருமணம், நாற்பது ஆண்டுகளுக்கும் மேலாக, மரணம் வரை நிலைத்து நின்றது.

பால் ஜாப்ஸ் வளர்ந்தது விஸ்கான்ஸினில் உள்ள ஜெர்மன் டவுனின் ஒரு பால் பண்ணையில். அவருடைய தந்தை ஒரு குடிகாரர்; அவ்வப் போது தகாத வார்த்தைகளால் திட்டுவார். ஆனால், பால் ஜாப்ஸின் கரடுமுரடான வெளித்தோற்றத்திற்குள் மென்மையான, அமைதியான சுபாவம் ஒளிந்திருந்தது. உயர்நிலைப் பள்ளிப் படிப்பிற்கு முற்றுப்புள்ளி வைத்துவிட்டு, மத்திய மேற்குப் பிரதேசங்களில் அலைந்து திரிந்து,

வேலை கிட்டிய இடங்களில் இயந்திரங்களைப் பழுதுபார்த்து வந்தார். பத்தொன்பது வயதில், நீச்சல் தெரியாது என்றாலும் கடலோரக் காவல்படையில் சேர்ந்துகொண்டார். அவர் ஐக்கிய நாட்டுக் கப்பல் *ஜெனரல் எம்.சி. மெய்க்ஸில்* பணியமர்த்தப்பட்டு, ஜெனரல் பாட்டனுக்காக இத்தாலிவரை படைவீரர்களைக் கொண்டு சேர்ப்பதிலேயே போர்க்காலத்தின் பெரும்பகுதியைக் கழித்தார். இயந்திரங்களிலும் தீயணைப்பு நுட்பங்களிலும் அவருக்கிருந்த திறமை அனைவரின் ஒருமித்த பாராட்டைப் பெற்றது. என்றாலும், அவ்வப்போது சிறுசிறு பிரச்சினைகளில் மாட்டிக்கொண்டதால், கப்பலோட்டி என்பதற்கு மேலான பதவிகள் எதையும் அவர் எட்டவேயில்லை.

க்ளாரா பிறந்தது நியூ ஜெர்சியில்; துருக்கியர்களின் ஆக்கிரமிப்பிற்கு அஞ்சி ஆர்மீனியாவிலிருந்து தப்பித்துவந்த அவளது பெற்றோர் அங்கு அகதிகளாகக் குடியேறியிருந்தனர். பின்னர் அவள் சிறுமியாக இருந்த போது சான் ஃப்ரான்சிஸ்கோவின் மிஷன் மாவட்டத்திற்குக் குடிபெயர்ந்தனர். மிக அரிதாக அன்றி, ஒருவரிடமும் பகிர்ந்து கொள்ளாத ஓர் இரகசியம் அவளிடம் இருந்தது – அவளுக்கு ஏற்கனவே மணமாகி, கணவர் போரில் கொல்லப்பட்டிருந்தார். ஆகையால், பால் ஜாப்ஸை முதன் முதலாகச் சந்தித்தபோது ஒரு புதிய வாழ்க்கைக்கு அவள் தயாராக இருந்தாள்.

போர்க்காலத்தையும் கடந்து வாழ்ந்த பலரையும்போல, பரபரப்பான போர் அனுபவங்கள் ஓய்ந்தபின், நிம்மதியாய்த் தங்களுக்கென்று ஒரு குடும்பத்தை அமைத்துக்கொண்டு சற்றே சலனம் குறைந்ததொரு வாழ்க்கைக்கு அவர்கள் தயாராயினர். பணவசதி குறைவாக இருந்ததால், சில ஆண்டுகள் விஸ்கான்ஸினில் பாலின் பெற்றோருடன் கழிந்தன. பிறகு, இன்டியானாவில் இன்டர்நேஷனல் ஹார்வெஸ்டர் என்ற நிறுவனத்தில் இயந்திர வினைஞராக வேலை கிட்டியது. பழைய கார்களைப் பழுதுபார்ப்பதில் பாலுக்கு ஒரு தனி மோகம். அவற்றை வாங்கிப் புதுமெருகேற்றி விற்பதில் தமது ஓய்வுவேளைகளைக் கழித்தார். அதில் சிறிது வருமானமும் ஈட்டினார். நாளாவட்டத்தில், தமது பகல்நேர வேலையை விடுத்து, பழைய கார்களைப் புதுப்பித்து விற்பதையே முழுநேரத் தொழிலாகக் கொண்டார்.

க்ளாராவிற்கோ சான் ஃப்ரான்சிஸ்கோ மிகவும் பிடித்திருந்தது. அதனால் கணவருடன் கலந்துபேசி, அவரைச் சம்மதிக்க வைத்தாள். 1952இல் அவர்கள் மீண்டும் அங்கேயே குடிபெயர்ந்தனர். பசிபிக் பெருங்கடலை நோக்கி அமைந்த சன்செட் மாவட்டத்தில் ஓர் அடுக்கு மாடிக் குடியிருப்பு – கோல்டன் கேட் பார்க்கிற்குத் தெற்குப்புறமாக. பால் ஒரு நிதி நிறுவனத்தில் வேலைக்குச் சேர்ந்தார் – கடனைத் திருப்பிச் செலுத்தத் தவறியவர்களின் கார்களைப் பூட்டி மீட்டுக்கொள்ளும்

பணி. அவற்றில் சில கார்களை வாங்கி, பழுது பார்த்து விற்றதில் வாழ்க்கை ஓரளவிற்கு வசதியாக ஓடியது.

என்றாலும் அவர்களுடைய வாழ்வில் ஒரு குறை இருந்துவந்தது. அவர்கள் குழந்தை பெற்றுக்கொள்ளப் பெரிதும் விரும்பினர். ஆனால் க்ளாராவிற்கு இடமாறிய கருத்தரிப்பு (கருமுட்டை கர்ப்பப்பைக்கு பதிலாகச் சினைக்குழாய் ஒன்றில் பதிந்து வளர்தல்) ஏற்பட்டதால் மீண்டும் கருத்தரிக்க இயலாமல் போனது. அதனால் 1955இல், அதாவது மணமாகி ஒன்பது ஆண்டுகளுக்குப் பிறகு, அவர்கள் ஒரு குழந்தையைத் தத்தெடுப்பதற்கான முயற்சியில் இறங்கினர்.

பால் ஜாப்ஸைப் போலவே, ஜோஆன் ஷீப்ளே நாட்டுப் புறத்தில் வாழும் ஜெர்மானிய வம்சாவழியைச் சேர்ந்த விஸ்கான்ஸின் குடும்பத்தில் பிறந்தவள். அவளது தந்தை ஆர்தர் ஷீப்ளே கிரீன் பேயின் எல்லைப்பகுதிக்குக் குடிபெயர்ந்து வந்திருந்தார். அங்கு அவரும் அவருடைய மனைவியும் தங்களுக்குச் சொந்தமாக ஒரு மிங்க்[1] பண்ணையை வைத்திருந்தனர். இது தவிர, மனைகள் வாங்கிவிற்றல், புகைப்படச் செதுக்குவேலை உட்பட பல்வேறு சிறு தொழில்களிலும் அவர்கள் ஈடுபட்டிருந்தனர். அவர் மிகவும் கண்டிப்பானவர் – குறிப்பாக, தமது மகளின் நண்பர்கள் விஷயத்தில். அவளது முதல் காதலை அவர் தீவிரமாக எதிர்த்தார் – கலைஞரான அந்த வாலிபர் கத்தோலிக்கர் அல்ல என்பதால். இப்படிப்பட்டவர், விஸ்கான்ஸின் பல்கலைக் கழகத்தில் பட்டப்படிப்பு மாணவியாக இருந்த ஜோஆன் சிரியாவைச் சேர்ந்த அப்துல் ஃபத்தாஹ் 'ஜான்' ஜன்டாலி என்ற முஸ்லிம் உதவி ஆசிரியரைக் காதலிக்கிறாள் என்பதை அறிந்தவுடன் அவளை வீட்டை விட்டே துரத்திவிடுவேன் என்று மிரட்டியதில் பெரிதாக வியப்பொன்றும் இருக்கவில்லை.

ஜன்டாலி, பெயர்பெற்ற சிரியக் குடும்பத்தில் ஒன்பது குழந்தைகளில் கடைக்குட்டி. அவருடைய தந்தை எண்ணெய் சுத்திகரிப்பு ஆலைகளுக்கும் பல்வேறு தொழில்களுக்கும் சொந்தக்காரர். அவருக்கு டமாஸ்கஸிலும் ஹோம்ஸிலும் பெரிய அளவில் நிலங்கள் இருந்தன. ஒரு காலகட்டத்தில் அந்த வட்டாரம் முழுவதிலும் கோதுமையின் விலையை நிர்ணயிக்கும் அளவிற்குச் செல்வாக்குப் பெற்றிருந்தார். அவர் பின்னர் தமது தாயைப் பற்றிக் கூறுகையில், 'பாரம்பரிய வழியில் வந்த முஸ்லிம் பெண்மணி; கட்டுப்பாடான, அடக்கமான இல்லத்தரசி' என்று வர்ணித்தார். ஷீப்ளே குடும்பத்தைப் போலவே ஜன்டாலி

---

[1] மென்மயிர்த் தோல் கொண்ட, நீரிலும் நிலத்திலும் வாழும் ஓர் உயிரினம். (மொ-ர்)

குடும்பமும் கல்விக்கு மிகுந்த முக்கியத்துவம் அளித்தது. அப்துல் ஃபத்தாஹ் ஜெசூட் கிறிஸ்தவப் பள்ளிக்கு அனுப்பிவைக்கப்பட்டார் – ஒரு முஸ்லிமாக இருந்தபோதிலும். பெய்ரூத்திலுள்ள அமெரிக்கப் பல்கலைக்கழகத்தில் இளங்கலைப்பட்டம் பெற்றபின் அரசியலில் முதுகலைப் பட்டப் படிப்பிற்காக விஸ்கான்ஸின் பல்கலைக்கழகத்தில் சேர்ந்தார்.

1954இன் கோடைகாலத்தில் ஜோஆன் அப்துலுடன் சிரியா சென்றாள். ஹோம்சில் இரண்டு மாதங்கள் கழிந்தன. அங்கு அப்துலின் குடும்பத்தினரிடமிருந்து சிரிய பாணி உணவு வகைகளைக் கற்றுத் தேர்ந்தாள். விஸ்கான்ஸினுக்குத் திரும்பி வந்தபோது தான் கருத்தரித் திருப்பதை உணர்ந்தாள். இருவருக்குமே வயது இருபத்துமூன்று - ஆனால் திருமணம் செய்துகொள்வதில்லை என்று அவர்கள் தீர்மானித் திருந்தனர். அவளது தந்தை மரணப்படுக்கையிலிருந்தார். அப்துலைத் திருமணம் செய்துகொள்வதானால் அவளுடனான உறவை முறித்துக் கொள்ளப் போவதாக அவர் ஏற்கனவே அச்சுறுத்தியிருந்தார். அத்துடன் அவளது சிறிய கத்தோலிக்கச் சமூகத்தில் கருக்கலைப்பு என்பது அவ்வளவு எளிதான தேர்வுமல்ல. அதனால் 1955இன் தொடக்கத்தில் ஜோஆன் சான் ஃப்ரான்சிஸ்கோவிற்குப் பயணமானாள். அங்கு ஒரு கனிவான மருத்துவரின் பராமரிப்பில் இருந்தாள். அந்த மருத்துவர் மணமாகா மலே தாய்மையடைந்த பெண்களுக்கு ஆதரவளித்து, அவர்களுக்குப் பிரசவம் பார்த்து, பிறந்த குழந்தைகளைத் தத்துக்கொடுப்பதற்கான ஏற்பாடுகளையும் காதும் காதும் வைத்தாற்போல் செய்துவந்தார்.

ஜோஆனுக்கு ஒரு விருப்பம் இருந்தது – அவளது குழந்தையைத் தத்தெடுப்பவர்கள் கல்லூரிப் பட்டதாரிகளாய் இருக்கவேண்டும் என்று. அதனால் அந்த மருத்துவர் ஒரு வழக்கறிஞர் தம்பதியின் பொறுப்பில் குழந்தையை விட ஏற்பாடுசெய்தார். 1955 பிப்ரவரி 24 அன்று ஜோஆனுக்கு ஓர் ஆண் குழந்தையும் பிறந்தது. ஆனால் அந்தத் தம்பதியோ பெண் குழந்தைதான் வேண்டுமென்று தீர்மானித்துப் பின்வாங்கிவிட்டனர். ஆக, அந்தக் குழந்தை வழக்கறிஞரின் மகனாக வளரவில்லை; மாறாக, உயர்நிலைப் பள்ளிப்படிப்பை உதறிவிட்டு வந்த, இயந்திரங்களைப் பழுதுபார்ப்பதில் அதீத ஆர்வம் கொண்ட ஒருவருக்கும், கணக்காளராக வேலைபார்த்துவந்த பேரன்பும், நம்பிக்கையும், நேர்மையும் கொண்ட அவருடைய மனைவிக்கும் மகனாக வளர்ந்தது. பாலும் க்ளாராவும் தங்கள் பச்சிளம் குழந்தைக்கு ஸ்டீவென் பால் ஜாப்ஸ் என்று பெயர்சூட்டினர்.

தன் குழந்தை உயர்நிலைப் பள்ளியைக்கூடத் தாண்டாத ஒரு தம்பதிக்குத் தத்துகொடுக்கப்பட்டதை அறிந்த ஜோஆன் அதற்கான ஆவணங்களில் கையெழுத்திட மறுத்தாள். ஜாப்ஸ் குடும்பத்தில்

குழந்தை ஓர் அங்கமாகிவிட்ட பின்னரும்கூட இந்தப் போராட்டம் பல வாரங்களுக்கு நீடித்தது. போகப்போக ஜோஆன் சற்று இறங்கிவந்தாள் - ஒரு நிபந்தனையுடன். அந்தத் தம்பதியர் குழந்தையின் கல்லூரிப் படிப்பிற்காக அதன் பெயரில் ஒரு சேமிப்புக் கணக்குத் தொடங்குவதாக வாக்களிப்பது மட்டுமன்றி, ஒப்பந்தம் எழுதிக் கையெழுத்திட்டுத் தரவேண்டும் என்பதுதான் அது.

தத்தெடுப்பு ஆவணங்களில் ஜோஆன் கையெழுத்திட மறுத்ததற்கு மற்றொரு காரணமும் இருந்தது. அவளது தந்தை மரணத்தறுவாயில் இருந்தார்; அதற்குப்பின் விரைவில் ஜண்டாலியைத் திருமணம் செய்துகொள்ளவேண்டும்; குடும்பத்தினருக்குக்கூடப் பிறகு தெரிவித்துக் கொள்ளலாம் என்றெல்லாம் திட்டமிட்டிருந்தாள். அதுமட்டுமன்றி, சில வேளைகளில் குழந்தையின் நினைவு மனதை வாட்டும்... அப்பொழுதெல்லாம் 'திருமணம் முடிந்தவுடன் தங்களுடைய ஆண் குழந்தையைத் திரும்பப் பெற்றுக்கொண்டுவிடலாம்' என்றொரு நம்பிக்கை...

ஆர்தர் ஷீப்ளே **1955** ஆகஸ்ட் மாதம் காலமானார் - தத்து உறுதி செய்யப்பட்ட பிறகு. அந்த ஆண்டு கிறிஸ்துமஸ் முடிந்ததும் க்ரீன் பேயிலுள்ள புனித ஃபிலிப் அப்போஸ்தலர் கத்தோலிக்க தேவாலயத்தில் ஜோஆனுக்கும் அப்துலுக்கும் திருமணம் நடந்தது. அடுத்த ஆண்டு சர்வதேச அரசியலில் முதுகலைப்பட்டம் பெற்றார் அப்துல். அவர்களுக்கு மற்றொரு பெண் குழந்தையும் பிறந்தது. அதற்கு மோனா என்று பெயரிட்டனர். **1962**இல் ஜோஆனுக்கும் அப்துலுக்கும் விவாகரத்து ஆனதைத் தொடர்ந்து ஜோஆன் ஒரு கனவுமயமான, நாடோடித்தனமான வாழ்க்கைப்பயணத்தை மேற்கொண்டார். இதுவே பிற்காலத்தில் புகழ்பெற்ற நாவலாசிரியையாக விளங்கிய அவளது மகள் மோனா சிம்ஸனின் *எனிவேர் பட் ஹியர் (இங்கு தவிர எங்கும்)* என்னும் புத்தகத்திற்கு மையக் கருவானது. ஸ்டீவின் தத்து விவகாரமும் சுமுகமாக முழுமை பெற்றுவிட்டதால் அனைவரும் ஒருவரையொருவர் சந்திப்பதற்குள் இருபது ஆண்டுகள் உருண்டோடிவிடும்.

தாம் ஒரு தத்துப்பிள்ளை என்பதை இளம்வயதிலேயே ஸ்டீவ் ஜாப்ஸ் அறிந்திருந்தார். 'என் பெற்றோரும் இந்த விஷயத்தில் என்னிடம் மிக வெளிப்படையாகவே இருந்தார்கள்' என்று அவர் நினைவுகூர்ந்தார். ஆறு அல்லது ஏழு வயதுள்ளபோது தமது வீட்டின் புல்தரையில் அமர்ந்தபடி தெருவின் எதிர்ப்புறம் வசித்துவந்த சிறுமியிடம் சொன்னவை அவருடைய மனத்திரையில் பசுமையாய் ஓடின. 'அப்படியென்றால் உன் உண்மையான பெற்றோர் உன்னை வேண்டாமென்று ஒதுக்கி விட்டார்களா, என்ன?' என்று அச்சிறுமி கேட்டாள்.

'என் தலையில் இடி இறங்கியது போலிருந்தது' என்றார் ஜாப்ஸ். 'எனக்கு நன்றாக நினைவிருக்கிறது, நான் வீட்டிற்குள் ஓடினேன் – அழுதுகொண்டே. என் பெற்றோர் *இல்லை, நீ ஒன்றைப் புரிந்து கொள்ள வேண்டும்* என்றார்கள். அவர்கள் முகத்தில் தீவிரம் தெரிந்தது. என் கண்களை நேருக்குநேர் பார்த்தபடி, *நாங்கள் குறிப்பாக உன்னைத்தான் தேர்ந்தெடுத்தோம்* – என் பெற்றோர் இருவரும் தாங்கள் சேர்ந்து கூறிய அதே சொற்களை எனக்காக மீண்டும் ஒருமுறை நிறுத்தி, நிதானித்துச் சொன்னார்கள். ஒவ்வொரு சொல்லிலும் ஒருவித அழுத்தம் தெரிந்தது.'

கைவிடப்பட்டவன், தேர்ந்தெடுக்கப்பட்டவன், பிரத்யேகமானவன். இவை யாவும் ஜாப்ஸின் குணாதிசயங்களாயின. தம்மைப் பற்றி அவர் கொண்டிருந்த கருத்தின் ஒரு முக்கியப் பகுதியாகவே மாறின. தான் பிறந்தவுடனேயே கைவிடப்பட்டவன் என்ற உண்மை அவருடைய மனத்தில் சில ஆழமான வடுக்களை ஏற்படுத்தியிருந்தது என ஜாப்ஸின் நெருங்கிய நண்பர்கள் கருதுகின்றனர். 'தாம் உருவாக்கும் ஒவ்வொரு சாதனத்திலும் முழுக் கட்டுப்பாடு தம் கைகளிலேயே இருக்க வேண்டும் என்று அவர் விரும்புவதன் பின்னணியில் அவருடைய குணாதிசயமும், பிறப்பிலேயே கைவிடப்பட்ட உண்மையும் நேரடித் தொடர்புடையவை. அவர் தமது சுற்றுச்சூழலைத் தம் முழுக் கட்டுப் பாட்டில் வைத்துக்கொள்ள விரும்புகிறார்; மேலும் தாம் உருவாக்கிய ஒவ்வொரு சாதனத்தையும் தமது விரிவடைந்த அங்கமாகவே காண்கிறார்' என்றார் ஒரு நீண்டநாள் சக ஊழியர் டெல் யோகாம். கல்லூரிப் படிப்பு முடிந்ததும் ஜாப்ஸின் நெருங்கிய நண்பராகிவிட்ட க்ரெக் காலூன் மற்றொரு குணாதிசயத்தைக் கண்டறிந்தார். 'ஸ்டீவ் தாம் கைவிடப்பட்டதையும், அந்த எண்ணம் தரும் வேதனை பற்றியும் என்னிடம் நிறைய பேசுவதுண்டு' என்றார் அவர். 'அது அவரைச் சுதந்திர மனிதராக உருவாக்கியது. மற்றவர்களிடமிருந்து மாறுபட்ட வராக. அவருடைய உலகம் வேறு, அவர் வந்து பிறந்த உலகம் வேறு.'

பிற்காலத்தில் தம் தந்தை எந்த வயதில் தம்மை நிராகரித்தாரோ அதே வயதை ஜாப்ஸ் அடைந்தபோது தம் சொந்தக் குழந்தையை கைவிடயிருந்தார் (காலப்போக்கில் அந்தப் பெண்குழந்தையின் பொறுப்பை அவர் ஏற்றுக்கொண்டார்). அந்தக் குழந்தையின் தாய் க்ரிசான் ப்ரென்னன் கூறினார்: 'தான் தத்துக் கொடுக்கப்பட்டவன் என்ற எண்ணமே அவர் மனதைக் கூறுபோட்டிருந்தது. சிலசமயம் அவர் நடந்துகொள்வதைக் கவனித்தால் இது விளங்கும். கைவிடப்பட்டவன் கைவிடவும் செய்வான்.' ப்ரென்னன், ஜாப்ஸ் இருவருடனும் நெருங்கிப் பழகிய மிகச் சிலருள் ஆன்டி ஹெர்ட்ஸ்ஃபெல்டும் ஒருவர். இவர் 1980களின் தொடக்கத்தில் ஆப்பிள் நிறுவனத்தில் ஜாப்ஸுடன்

பணியாற்றியவர். 'ஜாப்ஸின் சுபாவம் புதிரானது: சில சமயங்களில் தம்மைக் கட்டுப்படுத்திக்கொள்ள இயலாமல் இயல்பாக எழும் கொடூர குணம்; இதனால் பாதிக்கப்பட்டவர்கள் பலருண்டு' என்றார் அவர். 'பிறப்பிலேயே கைவிடப்பட்டவன் என்ற ஆழமாக வேரோடிய எண்ணம்தான் ஸ்டீவின் வாழ்க்கையில் பிரச்சினைகளுக்கு மூலகாரணம்.'

ஜாப்ஸ் இதை மறுத்தார், 'சிலர் நினைக்கிறார்கள் – நான் கைவிடப் பட்டுவிட்டதால்தான் அயராது உழைத்து, வாழ்க்கையில் உயர்ந்த நிலையை எட்டினேன்; இதன்மூலம் என் பெற்றோர் என்னை மீண்டும் விரும்பி ஏற்றுக்கொள்ளும் அளவிற்குச் செய்ய முயல்கிறேன் என்றெல் லாம்... அசட்டுத்தனமான கற்பனை. மிகவும் வேடிக்கையாக இருக்கிறது' - அவர் தீர்மானமாய்க் கூறினார். 'நான் தத்துப்பிள்ளை என்ற உண்மை என்னைச் சுதந்திர மனிதனாக்கியிருக்கலாம். ஆனால் ஒருபோதும் நான் கைவிடப்பட்டதாக உணர்ந்ததில்லை. எப்பொழுதுமே நான் பிரத்யேகமானவன் என்ற எண்ணம்தான் எனக்குள் மேலோங்கியிருந்தது. என் பெற்றோர் எனக்குள் அப்படியொரு உணர்வை வளர்த்தார்கள்.' பிற்காலத்தில் பாலையும் க்ளாராவையும் அவருடைய 'வளர்ப்புப்' பெற்றோர் என்றோ, 'உண்மையான' பெற்றோரல்ல என்றோ யாராவது கூறினால் போதும் – சிலிர்த்தெழுந்துவிடுவார். 'அவர்கள்தாம் எனது பெற்றோர் – 1000 சதவிகிதம்' என்றார். அவருடைய உயிரியல்ரீதி யான பெற்றோர் பற்றிப் பேசினாலோ, பதில் சுருக்கென்று வந்தது: 'அவர்கள் என்னை உருவாக்கிய விந்து மற்றும் கருமுட்டை வங்கிகளாக இருந்தனர். காயப்படுத்துவதற்காகக் கூறவில்லை, உண்மை அதுதானே, ஒரு விந்துவங்கி, அவ்வளவுதான்.'

சிலிக்கன் வாலி

பாலும் க்ளாராவும் தங்கள் குழந்தைக்கு அமைத்துத்தந்த பிள்ளைப் பருவம் பலவிதங்களில் 1950களின் வாழ்க்கைமுறையை ஒத்திருந்தது. ஸ்டீவுக்கு இரண்டு வயதானபோது ஒரு பெண் குழந்தையைத் தத்தெடுத்து அதற்குப் பாட்டீ என்று பெயர்சூட்டினர். மூன்று ஆண்டுகளுக்குப்பின் புறநகர்ப் பகுதியிலுள்ள ஒரு ட்ராக்ட்[2] வீட்டிற்குக் குடிபெயர்ந்தனர். பால் ரெப்போமான்[3] ஆக வேலை பார்த்துவந்த சிஐடீ என்ற நிதி நிறுவனம் அவரைத் தனது பாலோ ஆல்டோ அலுவலகத்திற்கு மாற்றல் செய்திருந்தது. ஆனால் அங்கு வாழ்க்கைத்

[2] ஒரு நிலப்பரப்பில் கட்டப்பட்ட ஒரே வடிவிலான வீடுகள் – காலனி வீடுகளைப் போல. (மொ-ர்)

[3] கடனைத் திருப்பிச் செலுத்தத் தவறியவர்களின் கார்களைப் பூட்டி மீட்டுக்கொள்ளும் பணி. (மொ-ர்)

தரமும் அதற்கேற்ப விலையும் அதிகம் என்பதால் சற்று தெற்குப்புறமாக அமைந்த மௌண்ட்டென் வ்யூவின் உட்பிரிவில் குடியேறினர் – அங்கு செலவும் குறைவாக இருந்தது.

இங்கு பால் தாம் மிகவும் நேசிக்கும் இயந்திரங்களுடனும் கார்களுடனும் பொழுதைக் கழிக்க முயன்றார். 'ஸ்டீவ், இனி இதுதான் உன்னுடைய பணிமேடை' என்று கூறியபடி கராஜில் இருந்த மேசையின் மீது கோடிட்டு இடம் ஒதுக்கித் தந்தார். தமது தந்தை தொழிலில் காட்டும் அக்கறையையும் நேர்த்தியையும் கண்டு பிரமித்துப் போனதை ஜாப்ஸ் நினைவுகூர்ந்தார். 'என் தந்தை வடிவமைப்பில் மிகவும் திறமை வாய்ந்தவர் என்று நினைத்துக்கொள்வேன். ஏனெனில் அவர் எந்தப் பொருளையும் மிக எளிதில் வடிவமைக்கத் தெரிந்தவர் – வீட்டிற்கு அலமாரி தேவையென்றால் அதையும் அவரே உருவாக்கி விடுவார்; எங்கள் வீட்டிற்கு வேலி கட்டியபோது என் கையில் ஒரு சுத்தியலைத் தந்தார் – நானும் அவருடன் வேலையில் சேர்ந்துகொள்வதற்காக.'

ஐம்பது ஆண்டுகள் கடந்த பிறகும் மௌண்ட்டென் வ்யூ வீட்டின் பின்பகுதியையும் பக்கவாட்டுப் பகுதிகளையும் சுற்றி அந்த வேலி உள்ளது. அதைப் பெருமிதம்பொங்க எனக்குக் காட்டியவாறே ஜாப்ஸ் அதன் மரப்பட்டைகளைப் பாசமுடன் நீவிவிட்டார். அவருடைய தந்தை அவர் மனத்தில் ஆழமாய்ப் பதித்துவைத்த பாடத்தை நினைவுகூர்ந்தார் – '*அலமாரியாக இருந்தாலும் வேலியாக இருந்தாலும் அதன் பின்பகுதிகளையும் செவ்வனே செய்யவேண்டும் – அவை மறைவாக இருந்தாலும்கூட* என்பார். எதையும் கச்சிதமாகச் செய்வது அவருக்கு மிகவும் பிடிக்கும். கண்ணுக்குப் புலப்படாத பகுதிகள்கூடப் பார்ப்பதற்கு அழகாக, நேர்த்தியாக இருக்கவேண்டும் என்பதில் அவர் மிகுந்த அக்கறை எடுத்துக்கொள்வார்.'

அவருடைய தந்தை பழைய கார்களைப் புதுப்பித்து விற்பதைத் தொடர்ந்து செய்துவந்தார். அவற்றுள் தமக்குப் பிடித்தமானவற்றின் படங்களைக்கொண்டு கராஜை அலங்கரித்தார். வடிவமைப்பின் நுணுக்கங்களை மகனுக்கு விளக்கிக் காட்டுவார் – கோடுகள், காற்றோட்டம், பூச்சு, இருக்கைகளின் நேர்த்தியான கத்தரிப்பு என. ஒவ்வொரு நாளும் வேலைமுடிந்ததும் தமது டங்கரீஸிற்கு (ஒருவகை ஜீன்ஸ்) மாறி, கராஜில் தஞ்சம் புகுந்துவிடுவார் – பலசமயம் மகன் ஸ்டீவும் தத்தித் தத்திக் கூடவே வருவான். 'அவனுக்கு இயந்திரங்களில் தேர்ச்சியூட்டலாம் என்று எண்ணியிருந்தேன்; ஆனால் கைகளில் அழுக்குப் படியும் இந்த வேலை அவனுக்கு ஆர்வமூட்டவில்லை' - பால் பின்னர் நினைவுகூர்ந்தார். 'இயந்திரங்கள் விஷயத்தில் என்றுமே அவன் அதிக அக்கறை காட்டியதில்லை.'

ஜாப்ஸ் ஒத்துக்கொண்டார்: 'கார்களைப் பழுதுபார்ப்பதில் எனக்கு அப்படியொன்றும் அதீத ஆர்வம் இருக்கவில்லை. ஆனால் அப்பாவுடன் சுற்றுவதில் மிக ஆவலாயிருந்தேன்.' தாம் தத்துப்பிள்ளை என்பதை மெல்ல மெல்ல நன்கு உணர்ந்துவந்தாலும், தந்தையிடம் ஒட்டுதலும் அதிகமானது. எட்டு வயதாக இருக்கும்பொழுது ஒருநாள் கடலோரக் காவல்படையில் அவருடைய தந்தை பணிபுரிந்த காலத்தில் எடுத்த புகைப்படத்தைக் கண்டெடுத்தார். 'அவர் எஞ்சின் அறையில் இருக்கிறார். மேல்சட்டை அணியாமல் – கண்டால் அசப்பில் ஜேம்ஸ் டீன் போலவே. ஒரு குழந்தை தனது வாழ்க்கையில் 'வாவ்!' என்று கண்கள் அகல அதிசயிக்கும் கணங்களில் ஒன்று அது... 'ஓ, என் பெற்றோர் ஒரு காலத்தில் உண்மையிலேயே மிக இளமையாக, அழகாக இருந்தனர்.'

கார்கள் மூலம் ஸ்டீவின் தந்தை அவருக்கு முதன்முதலாக மின்னணுவியலை அறிமுகம் செய்துவைத்தார். 'என் தந்தைக்கு மின்னணுவியலில் அப்படியொன்றும் ஆழ்ந்த அறிவு கிடையாது; என்றாலும் தாம் பழுது பார்க்கும் வண்டிகளிலும் மற்ற பொருட்களிலும் அதைப் பரவலாகப் பயன்படுத்தியிருப்பதைக் கவனித்திருந்தார். மின்னணுவியலின் அடிப்படை விஷயங்களை அவர் எனக்குக் கற்றுத்தந்தார். நான் மிக ஆர்வமுடன் கேட்கத் தொடங்கினேன். அதைவிட மிகச் சுவையானது உதிரிபாகங்களின் வேட்டைக்குச் செல்வதுதான். ஒவ்வொரு வார இறுதியிலும் கிடங்குகளை நோக்கிப் படையெடுப்போம். மின் உற்பத்தி இயந்திரம், எரிபொருள் கலப்பி *(கார்புரேட்டர்)*[4] எனப் பலவகை உதிரி பாகங்களைத் தேடி அலைவோம்.' தமது தந்தை விற்பனையாளரிடம் பேரம்பேசுவதை ஆர்வமுடன் பார்த்துக் கொண்டிருந்தது இன்னமும் அவருடைய நினைவில் நின்றது. 'அவர் திறமையாய்ப் பேரம்பேசுவார். ஏனெனில், அந்த உதிரிபாகங்கள் என்ன விலைக்குப் போகும் என்பது அவர்களைவிட நன்றாக அவருக்குத் தெரிந்திருந்தது.' அவரைத் தத்தெடுக்கையில் அவருடைய பெற்றோர் அளித்திருந்த உறுதி மொழியைக் காப்பாற்ற இதில் கிட்டிய தொகை மிகவும் உதவியாக இருந்தது. 'என் தந்தை ஓடும் நிலையில் இல்லாத ஒரு ஃபோர்ட் ஃபால்கன் அல்லது ஏதாவது நசுங்கிப்போன காரை ஐம்பது டாலர் களுக்கு வாங்கிவந்து, சில வாரங்கள் அதில் வேலை செய்து இருநூற்று ஐம்பது டாலருக்கு விற்பார் - ஐஆர்எஸ்ஸுக்குத்[5] தெரிவிக்காமல். அதில் வந்த தொகைதான் என் கல்லூரிப் படிப்புக்குக் கட்டணமானது.'

ஜாப்ஸ் குடும்பத்தின் வீட்டையும் அவ்வட்டாரத்தில் உள்ள மற்ற வீடுகளையும் கட்டியது ஜோசப் ஐஹ்ளர் என்ற வீட்டுமனை

4 உள்ளெரி இயந்திரத்தில் காற்றும் எரிபொருளும் கலக்க உதவும் பாகம். (மொ-ர்)

5 Internal Revenue Service (IRS) – அமெரிக்க அரசாங்கத்தில் வரிகளை விதித்து, வசூல் செய்யும் பிரிவு. *(மொ-ர்)*

அபிவிருத்தியாளர். அவருடைய நிறுவனம் **1950**க்கும் **1974**க்கும் இடையே கலிஃபோர்னியாவின் பல்வேறு உட்பிரிவுகளில் பதினோரு ஆயிரத்துக்கும் மேற்பட்ட வீடுகளைக் கட்டியிருந்தது. ஃப்ராங்க் லாய்ட் ரைட்டின் 'அமெரிக்கக் குடிமக்கள் ஒவ்வொருவருக்கும் எளிய, நாகரிகமான வீடு' என்ற பரந்த நோக்கினால் ஊக்குவிக்கப்பட்டு அவர் கட்டிய வீடுகளில் குறைந்தவிலை, கண்ணாடிச் சுவர்கள், திறந்தவகை தரை அமைப்பு, தூண்களும் உத்தரங்களும் வெளியே தெரியும்படியான கட்டுமானம், காங்க்ரீட் தரைகள், ஏராளமான சறுக்கும் கண்ணாடிக் கதவுகள் எனச் சிறப்பம்சங்கள் பல இருந்தன. 'ஜோசப் அற்புதமாய் வடிவமைத்திருந்தார்' - அந்த வட்டாரத்தில் காலார நடக்கச் சென்ற போது ஜாப்ஸ் கூறினார். 'அவருடைய வீடுகள் கச்சிதமாக, விலை குறைவாக, நன்றாக இருந்தன. குறைந்த வருமானமுள்ள மக்களுக்கும் தெளிவான வடிவமைப்பையும் எளிய ரசனையையும் கைக்கெட்டும்படிச் செய்தார். மிக அற்புதமான சிறுசிறு சிறப்பம்சங்களும் இருந்தன – எடுத்துக்காட்டாக, தரையில் பொருத்தப்பட்ட வெப்பமூட்டும் அமைப்பு. அதன்மீது தரைவிரிப்பைப் போட்டால் மிகவும் கதகதப்பாக இருக்கும். நாங்கள் குழந்தைகளாக இருந்தபோது அதை மிகவும் விரும்பினோம்.'

ஐஹ்ளர் பாணி வீடுகள் ஜாப்ஸின் மனத்தில் அனைவருக்கும் ஏற்ற அழகாய் வடிவமைக்கப்பட்ட தயாரிப்புகளை உருவாக்கவேண்டும் என்ற ஆர்வத்தைத் தூண்டின. 'அற்புதமான வடிவமைப்பு, எளிய இயக்கம் போன்ற சிறப்பம்சங்களை விலைகுறைவான பொருட்களில் கொண்டுவருவது எனக்கு மிகவும் பிடிக்கும்' – வீடுகளின் எடுப்பான தோற்றத்தைச் சுட்டிக்காட்டியவாறு கூறினார். 'இதுதான் ஆப்பிள் நிறுவனத்தின் முதல் நோக்கு. இதைத்தான் நாங்கள் முதல் மாக்கிற்குச் செய்ய முயன்றோம். இதைத்தான் ஐபாடிலும் செய்தோம்.'

ஜாப்ஸ் குடும்பத்தினர் வசித்த தெருவின் குறுக்கே ஒருவர் வசித்து வந்தார். வெற்றிகரமான வீட்டுமனை முகவர். 'அவர் அப்படி யொன்றும் புத்திசாலியல்ல' – ஜாப்ஸ் நினைவுகூர்ந்தார். 'ஆனால் பணம் அவரிடம் ஏராளமாய்ப் புரள்வதாகத் தோன்றியது. ஆகவே என் தந்தை நினைத்தார்: *இது என்னாலும் முடியும்.* எனக்கு நன்றாக நினைவிருக்கிறது – அவர் மிகக் கடினமாக உழைத்தார். இரவு வகுப்புகளுக்குச் செல்வார்; உரிமத்திற்கான தேர்விலும் வெற்றி பெற்றார். வீட்டுமனைத் தொழிலில் இறங்கினார். அதன்பின் சந்தை நிலவரத்தில் சரிவு ஏற்பட்டது. குடும்பம் ஓராண்டு கடுமையான பண நெருக்கடியால் அவதிப்பட்டது. அப்போது ஸ்டீவ் தொடக்கப்பள்ளியில் இருந்தார். அவருடைய தாய் வேரியன் அசோசியேட்ஸ் என்ற விஞ்ஞானக் கருவிகள் தயாரிக்கும் நிறுவனத்தில் கணக்காளராகப்

பணியில் சேர்ந்தார். இரண்டாம் முறை அடகு வைத்துக் கடன் பெற்றனர். ஒருநாள் ஜாப்ஸின் நான்காம் வகுப்பு ஆசிரியர் கேட்டார்: 'உனக்கு இந்த உலகிலேயே புரியாத விஷயம் எது?' ஜாப்ஸ் பதிலளித்தார்: 'என் தந்தை திடீரென்று ஏன் இவ்வளவு பணக்கஷ்டத்தில் இருக்கிறார் என்று தான் புரியவில்லை.' பணிந்து போகும் தன்மையும் நைச்சியமான பேச்சும் பாணியும் தம் தந்தையை ஒரு திறமையான விற்பனையாள ராக ஆக்கியிருக்கும். ஆனால் அவற்றை அவர் ஒருபோதும் கடைப் பிடிக்கவில்லை; அதை நினைத்துத் தாம் மிகவும் பெருமைப்படுவதாக ஜாப்ஸ் கூறினார். 'வீட்டுமனை விற்பதற்காக எல்லோரிடமும் குழைந்து பேச வேண்டும். அது அவருக்கு அறவே வராது. அது அவருடைய சுபாவமே அல்ல. இதற்காக அவரை நான் பெரிதும் மதித்தேன்.' பால் ஜாப்ஸ் மீண்டும் தமது இயந்திரங்களைப் பழுதுபார்க்கும் வேலையைத் தொடர்ந்தார்.

ஜாப்ஸின் தந்தை மிகவும் அமைதியானவர்; மென்மையான சுபாவ முடையவர். இந்த குணங்களைப் பிற்காலத்தில் அவருடைய மகன் போற்றினார். ஆனால் பின்பற்றவில்லை. மேலும் அவர் உறுதியான நோக்கமுள்ளவர். ஜாப்ஸ் ஓர் எடுத்துக்காட்டுடன் விளக்கினார்:

> வெஸ்டிங் ஹவுசில் பணிபுரியும் ஒரு பொறியியல் வல்லுநர் எங்கள் வீட்டருகே வசித்து வந்தார். தனிமனிதர் – பீட்னிக் பாணி (1950களின் ஆன்மிக நாட்டமுள்ள வாழ்க்கை முறை). அவருக்கு ஒரு தோழி. நான் குழந்தையாக இருந்தபோது அவள் சில சமயம் என்னைப் பார்த்துக்கொள்வாள். என் பெற்றோர் இருவரும் வேலைக்குச் சென்றுவிடுவதால் பள்ளியில் இருந்து நேராக இங்கு வந்துவிடுவேன். சில மணி நேரங்கள் அவர்களோடு இருப்பேன். அவர் குடித்துவிட்டு ஓரிருமுறை அவளை அடித்ததும் உண்டு. ஒருநாள் இரவு அவள் வீட்டிற்கு வந்தாள். மிகவும் மிரண்டு போயிருந்தாள். அவர் குடிபோதையில் அவளைப் பின்தொடர்ந்து வந்தார். என் தந்தை அவரைத் தடுத்து நிறுத்தினார்: 'அவள் இங்கு தான் இருக்கிறாள். ஆனால், நீ உள்ளே வர அனுமதியில்லை.' அவர் வாசலிலேயே நின்றுவிட்டார். 1950களில் எல்லாமே கச்சிதமாக இருந்தது என்று நினைக்க ஆசைதான். ஆனால், இவர் போன்ற சில பொறியியல் வல்லுநர்களின் வாழ்க்கை குளறுபடியாக இருந்தது.

'எங்கள் வட்டாரம் அமெரிக்காவினுள் கிளைகளாய்ப் பரவிக் கிடந்த பல நூற்றுக்கணக்கான உட்பிரிவுகளிலிருந்து மாறுபட்டிருந்தது. இங்கே ஒன்றுக்கும் உதவாதவர்கள் கூடப் பொறியியல் வல்லுநர்களாக இருந்தார்கள். நாங்கள் இங்கு குடியேறியபோது மூலை முடுக்குகளில் எல்லாம் ஏப்ரிக்காட், ப்ளம் பழத்தோட்டங்கள் இருந்தன' என்று ஜாப்ஸ் நினைவுகூர்ந்தார். 'ஆனால், இராணுவ முதலீடு காரணமாக

இந்தப் பகுதி விரைவாக வளர்ச்சியடைந்து வந்தது.' அவர் அந்தப் பள்ளத்தாக்கின் வரலாற்றை முழுமையாகக் கிரகித்துக்கொண்டு அங்கு தமக்கென ஒரு பாதை வகுத்துக்கொள்ள விழைந்தார். போலராய்டு நிறுவனத்தின் எட்வின் லேண்ட் பின்னர் அவரிடம் பேசுகையில் சோவியத் அச்சுறுத்தல் எந்த அளவிற்கு உண்மையானது என்று அறிய யூ-2 உளவு விமானக் கேமிராக்களைத் தயாரிக்க உதவுமாறு ஐசென்ஹாவரிடமிருந்து அழைப்பு வந்துள்ளதாகக் கூறினார். படச் சுருள் பெட்டிகளில் இடப்பட்டு சன்னிவேலில் இருந்த நாசா அமெஸ் ரிசர்ச் சென்டருக்குத் (ஆய்வு மையத்திற்குத்) திருப்பி அனுப்பப்பட்டன. இந்த நிலையம் ஜாப்ஸின் வீட்டிற்கு அருகில்தான் இருந்தது. 'என் தந்தை என்னை அமெஸ் மையத்திற்கு அழைத்து வந்தார். இங்குதான் முதன்முதலில் ஒரு கணினி முனையத்தைப் *(கணினி டெர்மினல்)* பார்த்தேன்' என்று ஜாப்ஸ் கூறினார். 'நான் அதனிடம் அப்படியே என் மனதைப் பறிகொடுத்துவிட்டேன்.'

1950களில் வேறு பாதுகாப்பு ஒப்பந்தக்காரர்கள் அப்பகுதியெங்கும் முளைத்தனர். நாசா அருகில் 1956இல் நிறுவப்பட்ட லாக்ஹீட் ஏவுகணைகள் மற்றும் விண்வெளிப்பிரிவு நீர்மூழ்கிக்கப்பல் களிலிருந்து ஏவப்படும் பெரும் தொலைவிற்குப் பாயும் ஏவுகணைகளை உருவாக்கியது; நான்கு ஆண்டுகளுக்குப்பின் ஜாப்ஸ் மீண்டும் அதே பகுதிக்குக் குடிவந்தபோது அங்கு 20,000 பேர் பணியில் இருந்தனர். சில மைல் தொலைவில் வெஸ்டிங் ஹவுஸ் ஏவுகணைகளுக்குத் தேவை யான குழாய்களையும் *(டியூப்)* மின்மாற்றிகளையும் *(டிரான்ஸ்ஃபார்மர்)*[6] தயாரிக்கும் வசதிகளை அமைத்தது. 'இந்த இராணுவ நிறுவனங்கள் அனைத்தும் நவீன தொழில்நுட்பத்தைப் பயன்படுத்தின; எல்லாமே விநோதமாக, மர்மமாக இருந்தன. இங்கு வாழ்வதே ஒரு பரவசமான அனுபவமாக இருந்தது.'

பாதுகாப்புத் தொழில்கள் பெருகப் பெருக தொழில்நுட்ப அடிப் படையிலான பொருளாதாரத்தில் ஏற்றம் ஏற்பட்டது. 1938இல் டேவிட் பக்கார்ட் அவருடைய இளம் மனைவியுடன் பாலோ ஆல்டோவில் உள்ள வீட்டிற்குக் குடியேறிய காலம். அந்த வீட்டுக் கொட்டகையில் அவருடைய நண்பர் பில் ஹ்யூலெட்டும் விரைவில் சேர்ந்துகொண்டார். அந்த வீட்டில் ஒரு கராஜும் இருந்தது – அந்தப் பள்ளத்தாக்கின் வீடுகளில் மிகப்பயனுள்ள, ஒரு முத்திரைப் பகுதியாக அது கருதப்பட்டது. அதில்தான் இருவரும் ஓயாது வேலை செய்து

[6] மின் நிலையங்களிலிருந்து வழங்கப்படும் உயர்ந்த அல்லது தாழ்ந்த மின்னழுத்ததில் உள்ள மின் ஆற்றலை தேவைக்கு ஏற்ப உயர்ந்த அல்லது தாழ்ந்த மின் அழுத்தத்திற்கு மாற்றும் ஒரு மின்கருவி. (மொ-ர்)

தங்கள் முதல் தயாரிப்பான ஆடியோ ஆசிலேட்டர்களை (செவி அலையியற்றிகளை)[7] உருவாக்கினர். 1950களில் எச்பீ தொழில்நுட்பக் கருவிகள் தயாரிப்பில் வேகமாக வளர்ந்து வரும் நிறுவனமானது.

கராஜையும் மீறி வளர்ந்துவிட்ட, தொழில்முனைவோருக்கான ஓர் இடம் அதிர்ஷ்டவசமாக அருகிலேயே இருந்தது. ஸ்டான்போர்ட் பல்கலைக்கழகத்தின் பொறியியல் பிரிவின் தலைவர் ஃபிரெடரிக் டெர்மன் அந்தப் பள்ளத்தாக்குப் பகுதியைத் தொழில்நுட்பப் புரட்சியின் தொட்டிலாக உருமாற்றுவதில் உதவத் தீர்மானித்தார். தமது பல்கலைக்கழக மாணவர்களின் கண்டு பிடிப்புகளை வியாபார ரீதியான தயாரிப்புகளாக்கக்கூடிய தனியார் நிறுவனங்களுக்காகப் பல்கலைக்கழகத்திற்குச் சொந்தமான நிலத்தில் எழுநூறு ஏக்கர் பரப்பில் ஒரு தொழிற்பூங்காவை அமைத்தார். முதலில் அங்கு குடியேறியது க்ளாரா ஜாப்ஸ் பணியாற்றிய வேரியன் அசோசியேட்ஸ். 'டெர்மனின் இந்த அற்புதமான யோசனையால் இங்கு தொழில்நுட்பம் மாபெரும் வளர்ச்சியடைந்தது' என்றார் ஜாப்ஸ். அவருக்குப் பத்து வயதாகும் போது எச்பீ நிறுவனத்தில் 9000 ஊழியர்கள் இருந்தனர். சீரான நிதி நிலைமையை எதிர்பார்க்கும் ஒவ்வொரு பொறியியல் வல்லுநரும் பணியில் சேர விரும்பிய நல்ல நிதிநிலை கொண்ட (ப்ளூ சிப்) நிறுவனமாக அது வளர்ந்திருந்தது.

அந்த வட்டாரத்தின் அபரிமிதமான வளர்ச்சிக்குக் காரணமாக இருந்த மிக முக்கியமான தொழில்நுட்பம் நிச்சயமாக குறைக்கடத்திகள் (செமி கண்டக்டர்ஸ்) தாம். நியூ ஜெர்ஸியில் உள்ள பெல் லேப்ஸ் நிறுவனத்தின் டிரான்சிஸ்டரை உருவாக்கியவர்களில் ஒருவரான வில்லியம் ஷாக்லீ அங்கிருந்து மௌண்ட்டென் வ்யூவிற்கு வந்து 1956இல் ஒரு புதிய நிறுவனத்தைத் தொடங்கி வைத்தார். அங்கு தயாரித்த ட்ரான்சிஸ்டர் களில் வழக்கமான விலையுயர்ந்த ஜெர்மானியத்திற்குப் பதிலாக சிலிக்கன் பயன்படுத்தப்பட்டது. ஆனால், ஷாக்லீ தமது வேலையில் முழுக்கவனம் செலுத்தவில்லை. முடிவில் சிலிக்கன் ட்ரான்சிஸ்டர் திட்டம் கைவிடப்பட்டது. இதைத் தொடர்ந்து அவருடைய நிறுவனத்தின் எட்டு பொறியியல் வல்லுநர்கள் – முக்கியமாக ராபர்ட் நாய்ஸ், கார்டன் மூர் – பிரிந்து சென்று ஃபேர்சைல்டு செமிகண்டக்டர் என்ற நிறுவனத்தைத் தொடங்கினர். அது 12,000 ஊழியர்களைக் கொண்ட நிறுவனமாக வளர்ச்சியடைந்தது. ஆனால் 1968இல் நாய்ஸ் தலைமை நிர்வாக அதிகாரி பதவிக்கான போராட்டத்தில் தோல்வியடைந்ததைத் தொடர்ந்து நிறுவனம் சிதறியது. நாய்ஸ் கார்டன் மூரை அழைத்துக்

[7] குறிப்பிட்ட அலைவரிசை கொண்ட ஒலி அலைகளை உருவாக்கும் மின்னணுவியல் கருவி. (மொ-ர்)

கொண்டு வெளியேறி ஐஈஸி (இன்டக்ரேடட் எலெக்ட்ரானிக்ஸ் கார்பொரேஷன்) என்ற நிறுவனத்தைத் தொடங்கினார். இது விரைவில் புத்திசாலித்தனமாக இன்டெல் என்று சுருக்கி அழைக்கப்பட்டது. அவர் களுடைய மூன்றாவது ஊழியர் ஆன்ட்ரூ க்ரூவ். இவர் பிற்காலத்தில் நிறுவனத்தின் கவனத்தை நினைவகச் சில்லுவிலிருந்து *(மெமரி சிப்)* நுண்செயலிக்கு *(மைக்ரோப்ராஸஸர்)* மாறச் செய்து அதன் வளர்ச்சிக்கு வித்திட்டார். சில ஆண்டுகளுக்குள் அந்த வட்டாரத்தில் குறைக்கடத்திகள் தயாரிக்கும் நிறுவனங்கள் ஐம்பதுக்கும் மேல் தோன்றவிருந்தன.

இந்தத் தொழிலின் அபரிமிதமான வளர்ச்சி மூரின் கண்டு பிடிப்போடு நெருங்கிய தொடர்புடையதாக இருந்தது. 1965இல் ஒருங்கிணைந்த மின்சுற்றின் *(இன்டக்ரேட்டட் சர்க்யூட்)* செயல் வேகத்தை விளக்கும் வரைபடத்தை அவர் வெளியிட்டார். ஒரு சில்லுவில் பதிக்கக் கூடிய டிரான்சிஸ்டர்களின் எண்ணிக்கையை அது அடிப்படை யாகக் கொண்டிருந்தது. இரண்டு ஆண்டுகளுக்கு ஒருமுறை இந்த எண்ணிக்கை இரு மடங்காகப் பெருகுகிறது என்று அவர் நிரூபித்தார். மேலும், அதே பாணியில் ஒரு தொடர் வளர்ச்சியை எதிர்பார்க்கலாம் என்றும் அவர் விளக்கினார். இந்தக் கூற்று 1971இல் நிலைநாட்டப் பட்டது – இன்டெல் நிறுவனம் ஒரு முழு மையச்செயற்பகுதியை (சென்ரல் ப்ராஸஸிங் யூனிட் - சிபீயூ) ஒரே சில்லுவில் பதித்து வெற்றி பெற்றது. இன்டெல் 4004 என்று பெயரிடப்பட்ட அந்த சில்லு *மைக்ரோப்ராஸஸர்* (நுண்செயலி) என்று அழைக்கப்பட்டது. மூர் விதி இன்றளவும் ஏற்றுக்கொள்ளக்கூடிய ஒன்றாகத் திகழ்கிறது. செயல் திறனை வைத்து விலையை நிர்ணயிக்க அவர் காட்டிய நம்பிக்கைக் குரிய வழிமுறை இரு தலைமுறைகளைச் சேர்ந்த இளம் தொழிலதிபர் களுக்கு – ஸ்டீவ் ஜாப்ஸ், பில் கேட்ஸ் உட்பட – தங்கள் முற்போக்கான தயாரிப்புகளுக்கு விலை நிர்ணயிக்க மிகவும் உதவியாக இருந்தது.

சில்லுத் தொழில் அந்த வட்டாரத்திற்கு ஒரு புதிய பெயரைத் தேடித் தந்தது. டான் ஹேஃப்லர் என்பவர் *எலக்ட்ரானிக் நியூஸ்* என்ற வணிக வார இதழில் கட்டுரைத் தொடரை எழுதி வந்தார். அவர் 1971 ஜனவரி யில் 'சிலிக்கன் வாலி-யூஎஸ்ஏ' என்ற புதிய தொடரைத் தொடங்கினார். தெற்கு சான் ஃப்ரான்சிஸ்கோவிலிருந்து பாலோ ஆல்டோ வழியாக சான் ஹொஸே வரை நாற்பது மைல்களுக்கு நீண்டு சென்ற சான்டா க்ளாரா வாலியின் வணிக முதுகெலும்பாக விளங்கியது எல் கேமினோ ரியல். இது ஒரு காலத்தில் கலிஃபோர்னியாவின் இருபத்தியொரு தேவாலயங்களை இணைக்கும் இராஜபாட்டையாக இருந்தது. இப்போது ஒவ்வோர் ஆண்டும் அமெரிக்காவின் மொத்தத் தொழில் முதலீட்டில் மூன்றில் ஒரு பங்கைக் கொண்ட நிறுவனங்களையும் புதிய வணிக முயற்சிகளையும் இணைக்கும் களமாகத் திகழ்கிறது. 'நான்

வளர்ந்து வருகையில் இந்த வட்டாரத்தின் வரலாறு எனக்குப் பிரமிப் பூட்டுவதாக இருந்தது' என்றார் ஜாப்ஸ். 'நானும் அதில் பங்குபெற வேண்டும் என்ற ஆசையை அது தூண்டியது.'

பொதுவாக எல்லாக் குழந்தைகளையும் போலவே ஜாப்ஸுக்கும் சுற்றியுள்ள பெரியவர்களின் ஆர்வம் தொற்றிக்கொண்டது. 'அவ் வட்டாரத்திலுள்ள தந்தைகள் அனைவரும் ஒளியை மின்சக்தியாக மாற்றும் கருவி *(போட்டோ வோல்டாய்க்)*, மின்கலங்கள் *(பேட்டரி)*, ரேடார்[8] எனப் பிரமாதமான விஷயங்களில் ஈடுபட்டிருந்தனர்' என்று ஜாப்ஸ் நினைவுகூர்ந்தார். 'எனக்கு ஒரே பிரமிப்பாக இருந்தது – அவற்றைப் பற்றிக் கேட்டறிந்தபடியே நான் வளர்ந்தேன். அவர்களில் மிக முக்கியமானவர் லாரி லேங் – ஏழு வீடுகள் தள்ளி வசித்து வந்தார். ஒரு எச்பீ நிறுவனப் பொறியியல் வல்லுநர் எப்படி இருக்கவேண்டும் என்பதற்கு அவரைத்தான் நான் மாதிரியாகக் கொண்டிருந்தேன். அவர் ஹாம் ரேடியோ[9] வல்லுநர். மின்னணுவியலில் கைதேர்ந்தவர்' என ஜாப்ஸ் நினைவுகூர்ந்தார். 'அவர் எனக்கு விளையாட நிறைய பொருட்கள் கொண்டுவந்து தருவார்.' லேங்கின் பழைய வீட்டை அடைந்த போது ஜாப்ஸ் வாசற்புறத்தைச் சுட்டிக் காட்டினார். 'லேங் ஒரு கரிம ஒலிவாங்கி *(கார்பன் மைக்ரோஃபோன்)*, மின்கலம் மற்றும் ஒலிபெருக்கியை *(ஸ்பீக்கரை)* இந்த வாசலில் பொருத்தினார். என்னை அந்தக் கரிம ஒலிவாங்கியில் பேசச் சொல்வார். அது ஒலிபெருக்கி வழியே பல மடங்கு பெருகிக் கேட்கும்.' கரிம ஒலிவாங்கி களுக்கு எப்பொழுதும் ஒரு மின்னணுவியல் அலைபெருக்கி தேவை என்று ஜாப்ஸின் தந்தை அவருக்குச் சொல்லித் தந்திருந்தார். 'ஆகவே, நான் வீட்டிற்கு விரைந்தேன் – என் தந்தையிடம் அவர் கூற்று தவறு என்று சொன்னேன்.'

'இல்லை, அதற்கு அலைபெருக்கி *(ஆம்ப்ளிஃபயர்)* நிச்சயம் தேவை' என்று அவருடைய தந்தை வலியுறுத்தினார். ஸ்டீவ் பிடிவாதமாக மறுத்தபோது அவருடைய தந்தை அதைக் கிறுக்குத்தனம் என்றார். 'அலைபெருக்கி இல்லாமல் அது ஒருபோதும் வேலை செய்யாது. இதில் ஏதோ சூட்சுமம் இருக்கிறது.'

[8] ரேடார் (Radio Detection and Ranging - RADAR) ஒரு பொருளின் தொலைவு, உயரம், திசை, வேகம் போன்ற விவரங்களை ரேடியோ அலைகள் மூலம் அறிய உதவும் கருவி. (மொ-ர்)

[9] ஹாம் ரேடியோ (அல்லது அமெச்சூர் வானொலி) எனப்படுவது வணிக நோக்கமின்றி தனி நபர்களின் சொந்த முயற்சியால் ஒலிபரப்பப்படும் இரு வழித் தொடர்பாடல் வானொலியாகும். ஏனைய வானொலிகளைப் போல் இலாப நோக்கமல்லாது சமூக நோக்கத்திற்காக அல்லது பொழுது போக்கிற்காக நடத்தப்படுகின்ற வானொலியாகும். (விக்கிபீடியா)

'நான் பிடிவாதமாக அவருடைய கூற்றை மறுத்து வந்தேன். அந்தக் கருவியை அவர் நேரில் வந்து பார்க்கவேண்டும் என்று வலியுறுத்தினேன். ஒரு வழியாக அவர் நிஜமாகவே என்னுடன் இறங்கி நடந்து வந்து அதைப் பார்த்தார். பிறகு *சரி, நான் அவசரமாகச் செல்ல வேண்டும்* என்று கூறினார்.'

அந்தச் சம்பவத்தை ஜாப்ஸ் தெளிவாக நினைவுகூர்ந்தார் - அவருடைய தந்தைக்கு எல்லா விஷயங்களும் தெரியாது என்று அவர் அன்றுதான் முதன்முதலில் உணர்ந்துகொண்டார். அதைவிடக் கவலையூட்டும் ஒரு விஷயம் மெல்லப் புரிந்தது - அவருடைய பெற்றோரைவிட அவர் புத்திசாலி. அவர் எப்போதும் தம் தந்தையின் கைத்திறனையும் நேர்த்தியையும் வியந்து போற்றி வந்திருந்தார். 'அவர் படித்தவர் அல்ல. ஆனால், அவர் மிகவும் புத்திசாலி என்று நான் எப்போதும் நினைத்துக் கொள்வதுண்டு. அவர் அவ்வளவாகப் படிக்கும் பழக்கம் உடையவரல்ல. ஆனால், நிறைய விஷயங்கள் செய்யத் தெரிந்தவர். இயந்திரம் தொடர்பாக ஏறக்குறைய எதுவாக இருந்தாலும் சட்டென்று புரிந்துகொண்டுவிடுவார்.' இருந்தும் அந்தக் கரிம ஒலிவாங்கி சம்பவம் அவருடைய பெற்றோரைவிட அவர் புத்திசாலி, வேகம் அதிகம் என்பதை உணர்த்தும் செயல்பாடாக இருந்தது. 'அது முக்கியமான ஒரு கட்டம் – என் பெற்றோரைவிட நான் புத்திகூர்மை உள்ளவன் என்று உணர்ந்தபோது என் மனத்தில் அந்த எண்ணம் நெருப்பாய் இறங்கியது; அப்படி நினைப்பதற்கு எனக்கே வெட்கமாய் இருந்தது. நான் அந்தக் கணத்தை ஒருபோதும் மறக்கமாட்டேன்' என்று கூறினார். பிறகு அவர் நண்பர்களோடு பகிர்ந்துகொண்டது போல, இந்தக் கண்டுபிடிப்பும் தாம் ஒரு தத்துப் பிள்ளை என்ற உண்மையும் சேர்ந்து கொண்டு குடும்பத்திலிருந்தும் இந்த உலகத்திலிருந்தும் விலக்கப்பட்ட, தனிமைப்படுத்தப்பட்ட ஓர் உணர்வை அவருக்குள் ஏற்படுத்தின.

மேலும் ஒரு விழிப்புணர்வு விரைவிலேயே உண்டானது. தம் பெற்றோரை விடவும் தாம் புத்திசாலி மட்டுமல்ல, அது அவர்களுக்கும் தெரிந்திருந்தது என்பதையும் அவர் உணர்ந்துகொண்டார். பாலும் க்ளாராவும் அன்பே உருவான பெற்றோர்கள். புத்திசாலியான பிடிவாதக்கார மகனுக்கு ஏற்பத் தங்கள் வாழ்க்கை முறையைக்கூட மாற்றியமைத்துக்கொள்ள அவர்கள் முன்வந்தார்கள் – அதையும் மனமுவந்து செய்தார்கள். அவருக்காக அவர்கள் எந்த அளவிற்கு வேண்டுமானாலும் வளைந்து கொடுக்கத் தயாராக இருந்தார்கள். இதையும் ஸ்டீவ் விரைவில் புரிந்துகொண்டார். 'என் தாய், தந்தை இருவரும் என்னைத் தத்தெடுத்தவர்கள். நான் திறமையானவன் என்று அறிந்த பின்னர் தங்களுக்குப் பெரிய பொறுப்புள்ளதை அவர்கள் உணர்ந்துகொண்டனர். எனக்கு வகை வகையாய் உணவு ஊட்டவும்,

நல்ல பள்ளியில் சேர்க்கவும் வழிகளைக் கண்டறிந்தனர். என் தேவைகளுக்காக விட்டுக்கொடுக்கவும் அவர்கள் முன்வந்தார்கள்.'

ஆக, ஒரு முறை கைவிடப்பட்டவர் என்ற உணர்வு மட்டுமன்றி, தாம் பிரத்யேகமானவர் என்ற உணர்வையும் தமக்குள் கொண்டு அவர் வளர்ந்தார். மனத்தளவில் இந்த உணர்வு அவருடைய குணாதிசயங்கள் உருவாக முக்கிய காரணமாக அமைந்தது.

பள்ளிக்கூடம்

ஜாப்ஸ் தொடக்கப்பள்ளியில் சேர்வதற்கு முன்பாகவே அவருடைய தாய் அவருக்குப் படிக்கக் கற்றுத்தந்திருந்தார்; என்றாலும், இதனால் பள்ளியில் சில பிரச்சினைகள் எழுந்தன. 'எனக்கு முதல் சில ஆண்டுகள் மிகச் சலிப்பூட்டுவதாக இருந்தன; அதனால், பிரச்சினைகளில் மாட்டிக் கொண்டு பொழுதைப் போக்கினேன்.' விரைவிலேயே ஜாப்ஸ் சுபாவத்தாலும் வளர்ப்பாலும் அதிகாரத்திற்கு அடிபணியமாட்டார் என்பது தெளிவானது. 'நான் இதற்கு முன் சந்தித்திராத வகையிலான அதிகாரத்தைச் சந்தித்தேன். எனக்கு அது பிடிக்கவில்லை. கிட்டத்தட்ட என்னைப் பிடித்துவிட்டார்கள் என்றே சொல்லலாம். என் மனத்தில் எழுந்த ஆர்வத்தை வேரோடு பெயர்த்தெடுக்கும் அளவிற்கு வந்து விட்டார்கள்.'

அவருடைய பள்ளி – மோண்டலோமா எலிமெண்டரி – அவருடைய வீட்டிலிருந்து நான்கு அடுக்குகள் தள்ளி இருந்தது. 1950கள் பாணியிலான குட்டைக் கட்டடங்களின் வரிசை; சலிப்பை ஈடுகட்டுவதற்காகச் சில்லறைக்குறும்புகள். 'எனக்கு ஒரு நல்ல நண்பன் இருந்தான். அவன் பெயர் ரிக் ஃபெர்ரன்டீனோ. நாங்கள் எல்லா விதமான பிரச்சினைகளிலும் மாட்டிக்கொள்வதுண்டு' என்று அவர் நினைவுகூர்ந்தார். 'எடுத்துக்காட்டாக, உங்கள் செல்லப் பிராணிகளைப் பள்ளி ஆண்டு விழாவிற்கு அழைத்து வருக என்று அறிவித்த சிறிய சுவரொட்டிகளைத் தயாரித்தோம். ஒரே களேபரமாக இருந்தது. நாய்கள் பூனைகளை விரட்ட, ஆசிரியர்கள் ஓடி ஒளிந்து கொள்ள...' மற்றொரு சமயம் சில குழந்தைகளிடம் நைச்சியமாகப் பேசி அவர்களுடைய சைக்கிள் பூட்டுகளின் எண் சேர்க்கைகளைத் தெரிந்து கொண்டனர். 'பின் நாங்கள் வெளியே சென்று எல்லாப் பூட்டுகளையும் மாற்றிப் பொருத்திவிட்டோம். ஒருவரும் தங்களுடைய சைக்கிளை எடுக்க முடியவில்லை. இரவு வெகுநேரமாயிற்று – எல்லாவற்றையும் சரிசெய்ய.' மூன்றாம் வகுப்பிலிருந்தபோது குறும்புகள் இன்னும் சற்று விபரீதமாயின. 'ஒருமுறை எங்கள் ஆசிரியை மிஸஸ் துர்மனின் நாற்காலிக்கு கீழே வெடிமருந்தைப் பற்ற வைத்துவிட்டோம். அவருக்குப் பெரும் அதிர்ச்சியாகிவிட்டது.'

அவர் மூன்றாம் வகுப்பை முடிப்பதற்குள் இரண்டு மூன்று முறை வீட்டிற்குத் திருப்பியனுப்பப்பட்டதில் வியப்பு ஒன்றும் இல்லை. இருந்தாலும், அந்தக் காலகட்டத்தில் அவருடைய தந்தை அவரை மிகவும் பிரத்தியேகமாக கவனித்துக்கொண்டு இருந்ததால், தமது சாந்தமான, அதேசமயம் உறுதியான பாணியில் பள்ளியிலும் தாம் அதையே எதிர்ப்பார்ப்பதாகத் தெளிவாகக் கூறிவிட்டார். 'பாருங்கள், அது அவனுடைய தவறல்ல. உங்களால் அவனுடைய கவனத்தை ஈர்க்க முடியவில்லை என்றால் அது உங்களுடைய தவறு.' அவருடைய பெற்றோர் ஒருபோதும் பள்ளியில் செய்த குறும்புகளுக்காக அவரைத் தண்டித்ததில்லை. 'என் தந்தையின் தந்தை ஒரு குடிகாரர்; பெல்ட்டால் அடிப்பார். ஆனால், நான் ஒருபோதும் அடி வாங்கியதாக எனக்கு நினைவில்லை. என்னை ஊக்கப்படுத்துவதை விட்டுவிட்டு ஒன்றுக்கும் உதவாதவற்றை எல்லாம் மனப்பாடம் செய்யவைக்க முயன்றது பள்ளியின் தப்பு என்பது என்னுடைய இரு பெற்றோருக்குமே நன்றாகத் தெரிந்திருந்தது' என்றார் அவர். வாழ்நாள் முழுவதும் அவருடைய குணாதிசயமாய் விளங்கப்போகும் அதீதமான மெல்லிய உணர்வு, பிறர் உணர்வுக்கு மதிப்பளிக்காமல் இருத்தல், குத்தலான சுபாவம், பிறரிடமிருந்து தம்மை விலக்கிவைத்துக் கொள்ளுதல் ஆகியவற்றின் விநோதக் கலவையின் அறிகுறிகள் அப்போதே தோன்றத் தொடங்கியிருந்தன.

நான்காம் நிலையை எட்டும்பொழுது ஜாப்ஸையும் ஃபெர்ரன்டீனோவையும் வெவ்வேறு வகுப்புகளில் இடுவது எனப் பள்ளி நிர்வாகம் தீர்மானித்தது. உயர்வகுப்பு ஆசிரியை இமொஜீன் ஹில் ஒரு துணிச்சலான பெண்மணி. அவருடைய புனைபெயர் 'டெட்டி'. ஜாப்ஸ் கூறினார்: 'அவர் என் வாழ்நாளில் நான் கண்ட ஞானிகளில் ஒருவர்.' ஒரு சில வாரங்கள் கூர்ந்து கவனித்ததில் ஜாப்ஸைக் கையாளச் சிறந்த வழி லஞ்சம்தான் என்று அவர் கண்டறிந்தார். 'பள்ளி முடித்ததும் ஒரு நாள் அவர் கணக்குகள் அடங்கிய ஒரு பயிற்சிப் புத்தகத்தை என்னிடம் தந்தார். *நீ இதை வீட்டிற்கு எடுத்துச் சென்று பூர்த்தி செய்ய வேண்டும்* என்றார். *உங்களுக்கு என்ன கிறுக்கா?* என்று நினைத்துக் கொண்டேன். அப்போது ஒரு ராட்சத அளவிலான லாலி பாப்பை (உலகம் அளவிற்குப் பெரியது அது!) வெளியே எடுத்து *நீ முடித்து விட்டால், பெரும்பாலும் எல்லா கணக்குகளும் சரியாக இருந்தால், உனக்கு இதனுடன் ஐந்து டாலரும் தருவேன்* என்றார். நான் இரண்டே நாள்களில் அதைப் பூர்த்தி செய்து திருப்பிக் கொடுத்துவிட்டேன்.' சில மாதங்களில் அவருக்கு லஞ்சம் எதுவும் தேவையிருக்கவில்லை. 'எனக்குப் படிப்பதில் ஆர்வம் இருந்தது. அதேசமயம், அவரைச் சந்தோஷப் படுத்தவும் விரும்பினேன்.'

அவரும் பதிலுக்கு லென்ஸ் தயாரிக்கவும் காமெரா உருவாக்கவும் உதிரிபாகங்கள் அடங்கிய பொழுதுபோக்குத் தொகுப்பு ஒன்றை வாங்கித் தந்தார். 'மற்ற எந்த ஆசிரியையைவிடவும் அவரிடமிருந்து நான் நிறைய கற்றுக்கொண்டேன். அவர் மட்டும் இல்லையென்றால் நிச்சயமாகச் சிறைக்குச் சென்றிருப்பேன்.' அவர் பிரத்தியேகமானவர் என்பது மீண்டும் உறுதியாயிற்று. 'என் வகுப்பில் அவர் என்மீது தனி அக்கறை காட்டுவார். எனக்குள் ஏதோ ஒளிந்திருப்பதை அவர் கண்டார்.'

அவர் கண்டது வெறும் புத்திசாலித்தனம் அல்ல. பல ஆண்டுகள் கழித்து 'ஹவாய் தின'த்தன்று *(ஹவாய் டே)* அந்த ஆண்டு வகுப்பின் புகைப்படத்தைப் பெருமையாய்க் காட்ட விரும்பினார். அன்று சொல்லி வைத்திருந்தும் ஜாப்ஸ் ஹவாய் பாணி மேல்சட்டை அணியாமலே வந்திருந்தார். ஆனால் புகைப்படத்திலோ, முன் வரிசையின் நடுவில் சட்டை அணிந்தபடி... ஜாப்ஸ் வேறொரு குழந்தையிடமிருந்து அதன் சட்டையை நைச்சியமாகப் பேசி வாங்கியிருந்தார்!

நான்காம் வகுப்பு முடிவில் மிஸஸ் ஹில் ஜாப்ஸுக்கு ஒரு சோதனைத் தேர்வு நடத்தினார். 'எனக்கு உயர்நிலைப்பள்ளி சாஃபோமோர் (இரண்டாம் ஆண்டு) அளவிற்கு மதிப்பெண்கள் கிட்டின' என அவர் நினைவுகூர்ந்தார். இதிலிருந்து அவருக்கும் அவருடைய பெற்றோருக்கும் மட்டுமல்ல, ஆசிரியர்களுக்கும்கூட அவர் பிரத்யேக அறிவுக்கூர்மை உள்ளவர் என்பது தெளிவாயிற்று. இந்நிலையில் பள்ளி ஓர் அற்புதமான பரிந்துரையை முன்வைத்தது – இரண்டு வகுப்புகள் கடந்து நேராக ஏழாம் வகுப்புக்குச் செல்லும்படி. அவருக்குச் சவாலாகவும் தூண்டுதலாகவும் அமையக்கூடிய எளிய வழியாக அது கருதப்பட்டது. அவருடைய பெற்றோர் அறிவுபூர்வமாகச் சிந்தித்து ஒரு வகுப்பு மட்டும் கடந்தால் போதும் என்று தீர்மானித்தனர்.

இந்த மாற்றம் மிகவும் பிரச்சினைக்குரியதாக இருந்தது. தம்மைவிட ஒரு வயது மூத்தவர்களுக்கு மத்தியில் தாம் தனித்து விடப்பட்டதாய் அவர் உணர்ந்தார். அதைவிட மோசம், ஆறாம் வகுப்பு வேறு ஒரு பள்ளியில் இருந்தது – க்ரிட்டென்டன் மிடில். அது மான்டலோமா எலிமென்டரியிலிருந்து வெறும் எட்டு அடுக்குகள்தான் தள்ளி இருந்தது. ஆனால், பலவகைகளில் முற்றிலும் மாறுபட்டிருந்தது. அந்த வட்டாரத்தில் வகுப்புக் கலவரங்கள் மிக அதிகம். 'சண்டைகள் தினசரி நிகழ்வுகளாக இருந்தன. அதுபோலவே குளியல் அறைகளிலும் பிரச்சினைகள்' – சிலிக்கன் வாலி பத்திரிகையாளர் மைக்கேல் எஸ். மலோனி எழுதினார். 'பள்ளிக்குத் தவறாமல் கத்திகளை ஏந்தி வருவது ஆண்மையின் வெளிப்பாடாகக் கருதப்பட்டது.' ஜாப்ஸ் பள்ளியில் சேர்ந்த நேரம் ஒரு மாணவக் கும்பல் கூட்டுக் கற்பழிப்பிற்காகச் சிறையில் இடப்பட்டது;

அருகிலுள்ள ஒரு பள்ளியின் குழு க்ரிட்டென்டன் குழுவை மல்யுத்தப் போட்டியில் வென்றதைத் தொடர்ந்து அவர்களுடைய பேருந்து நாசமாக்கப்பட்டது.

ஜாப்ஸ் அடிக்கடி சீண்டி, தாக்கப்பட்டார். ஏழாம் வகுப்பின் மத்தியில் அவர் பெற்றோரிடம் கண்டிப்பாகச் சொல்லிவிட்டார். 'என்னை வேறு பள்ளிக்கு மாற்றுங்கள் என்று வலியுறுத்தினேன்' என்று அவர் நினைவுகூர்ந்தார். நிதி வசதியைப் பொறுத்த அளவில் இது கடுமையான வேண்டுகோளாகவே இருந்தது. அவருடைய பெற்றோர் அரும்பாடுபட்டுச் சம்பாதித்தது தேவைகளைச் சமாளிக்கவே சரியாக இருந்தது. ஆனால், இந்தக் கட்டத்தில் கடைசியாக அவருடைய விருப்பத்திற்கு அவர்கள் வளைந்து கொடுப்பார்கள் என்பதில் சந்தேகம் ஏதும் இருக்கவில்லை. 'அவர்கள் எதிர்ப்பு தெரிவித்தபோது க்ரிட்டென்டனுக்குத் திரும்பிப் போவதானால் பள்ளிக்குப் போவதையே நிறுத்திவிடுவேன் என்று சொன்னேன். அதனால் அவர்கள் நல்ல பள்ளிகள் எங்குள்ளன என்று ஆய்வு செய்து கடைசி டைம் (அமெரிக்க நாணயம்) வரை சலித்தெடுத்து 21000 டாலருக்கு இதைக்காட்டிலும் நல்ல மாவட்டத்தில் ஒரு வீடு வாங்கினர்.'

புதிய இடம் தெற்கு நோக்கி வெறும் மூன்று மைல் தூரம்தான். லாஸ் ஆல்டோஸில் உள்ள ஒரு முன்னாள் ஏப்ரிக்காட் பழத்தோட்டம் இப்போது வரிசை வீடுகள் *(குக்கி கட்டர் ட்ராக்ட்)* கொண்ட ஒரு உட்பிரிவாக உருமாறி இருந்தது. 2066 கிரிஸ்ட் டிரைவில் உள்ள அவர்களுடைய ஒற்றை மாடி வீட்டில் மூன்று படுக்கை அறைகளும், முக்கியமாக, கராஜும் இருந்தன. அதன் ஷட்டர் கதவு தெருவை நோக்கி இருந்தது. அங்கே பால் ஜாப்ஸ் கார்களிலும், அவருடைய மகன் மின்னணுவியலிலும் தங்கள் ஆர்வத்தைத் தொடர முடிந்தது.

மற்றொரு சிறப்பம்சம் என்னவென்றால் அந்தக் காலத்தில் பள்ளத்தாக்கின் மிகப் பாதுகாப்பானதும் சிறப்பானதுமான க்யூப்பர்ட்டினோ-சன்னிவேல் பள்ளி மாகாணமாக இருந்த பகுதியின் எல்லைக்கு உட்புறமாக அது அமைந்திருந்ததுதான். 'நான் அங்கு குடியேறிய போது இந்த மூலைப்பகுதிகள் பழத்தோட்டங்களாகவே இருந்தன' – அவருடைய பழைய வீட்டின் முன்புறமாக நாங்கள் நடந்து சென்ற போது ஜாப்ஸ் சுட்டிக்காட்டினார். 'அங்கு வசித்து வந்தவர் எனக்கு இயற்கை வேளாண்மை *(ஆர்கானிக் ஃபார்மிங்)* தோட்டக்கலை, இயற்கை உரங்கள் *(காம்போஸ்ட்)* தயாரித்தல் ஆகியவற்றைக் கற்றுத் தந்தார். அவருடைய பராமரிப்பில் காய்கனிகள் கச்சிதமாக இருந்தன. அதைவிடச் சிறந்த உணவை என் வாழ்நாளில் நான் சுவைத்ததில்லை. அப்பொழுதுதான் இயற்கைமுறையில் விளைவிக்கப்பட்ட காய்கனிகளின் சிறப்பை உணரத் தொடங்கினேன்.'

தங்கள் மதத்தில் தீவிரம் காட்டவில்லை என்றாலும் ஜாப்ஸின் பெற்றோர் அவரைக் கடவுள் நம்பிக்கை உள்ள ஒருவராக வளர்க்க விரும்பினார்கள். ஆகவே, ஒவ்வொரு ஞாயிற்றுக்கிழமையும் அவரை லூத்ரன் தேவாலயத்திற்கு அழைத்துச் செல்வார்கள். அவருக்குப் பதின்மூன்று வயதானபோது இந்த வழக்கம் ஒரு முடிவுக்கு வந்தது. **1968** ஜூலை மாத *லைஃப்* பத்திரிகை ஓர் அதிர்ச்சியூட்டும் அட்டைப் படத்துடன் வெளிவந்தது. பயாஃப்ராவில் பட்டினியால் வாடும் இரு குழந்தைகள் அதில் சித்திரிக்கப்பட்டிருந்தனர். ஜாப்ஸ் அதை ஞாயிறு பள்ளிக்கு (சன்டே ஸ்கூல்) எடுத்துச் சென்று நேராகப் பாதிரியாரின் முன் நின்றார். 'நான் என் விரலை உயர்த்துகிறேன் என்று வைத்துக்கொள்வோம். நான் அதைச் செய்வதற்கு முன்பே எந்த விரலை உயர்த்தப் போகிறேன் என்பது கடவுளுக்குத் தெரியுமா?'

பாதிரியார் பதிலளித்தார்: 'ஆமாம், கடவுள் எல்லாம் அறிந்தவர்.'

அப்பொழுது ஜாப்ஸ் *லைஃப்* பத்திரிகையை எடுத்துக்காட்டி, 'சரி, கடவுளுக்கு இந்த விஷயம் பற்றி ஏதாவது தெரியுமா? இனி இந்தக் குழந்தைகளின் நிலை என்ன?'

'ஸ்டீவ், உனக்குப் புரியாது; இருந்தாலும் சொல்கிறேன். கடவுளுக்கு அது பற்றித் தெரியும்.'

இதுபோன்ற ஒரு கடவுளோடு தாம் எந்த விதத்திலும் தொடர்பு வைத்துக்கொள்ள விரும்பவில்லை என்று ஜாப்ஸ் திட்டவட்டமாய் அறிவித்துவிட்டார். அதன்பின் அவர் தேவாலயத்திற்குச் சென்றதில்லை. ஆனால், ஜென் பௌத்தத்தின் தத்துவங்களில் ஆர்வம் கொண்டு நீண்டகாலம் படித்துப் பயிற்சி செய்தார். பல ஆண்டுகளுக்குப் பின் தமது ஆன்மிக உணர்வுகள் பற்றி நினைவுகூர்கையில், மதம் என்பது போதனைகளை விட ஆன்மிக அனுபவங்களுக்கு முக்கியத்துவம் தரும்பொழுதுதான் சிறப்படைகிறது என்றார். 'கிறிஸ்தவ மதத்தில் நம்பிக்கைக்கு அதிக முக்கியத்துவம் தரப்படுகிறது. இயேசுநாதர் போல வாழவோ, இயேசுநாதரின் அதே பார்வையில் இவ்வுலகத்தைக் காணவோ யாரும் முயல்வதில்லை. இதனால் கிறிஸ்தவ மதம் தனது சாராம்சத்தை இழந்துவிடுகிறது' என்றார் அவர். 'என்னைப் பொறுத்த வரை மதங்கள் ஒரே வீட்டின் பல்வேறு வாசல்கள் போன்றவை. சில சமயம் அந்த வீடு உள்ளது போல தோன்றும், சில சமயம் தோன்றாது. இது புரியாத புதிர்.'

பால் ஜாப்ஸ் அப்போது அருகிலுள்ள சான்டா க்ளாராவில் ஸ்பெக்ட்ரா-ஃபிசிக்ஸ் என்ற நிறுவனத்தில் பணிபுரிந்து வந்தார். அங்கு மின்னணுவியல் மற்றும் மருத்துவச் சாதனங்களுக்கான சீரொளிக் கற்றைகள் *(லேசர்ஸ்)* தயாரிக்கப்பட்டன. பொறியியல் வல்லுநர்கள்

வடிவமைத்த சாதனங்களின் மாதிரிகளை உருவாக்குவதுதான் அவருடைய வேலை. கச்சிதமாகச் செய்ய வேண்டிய கட்டாயம் இருந்ததால், அவருடைய மகனுக்கு அதில் ஆர்வம் உண்டாயிற்று. 'லேசர்களுக்குக் கச்சிதமான பொருத்தம் மிகவும் அவசியம்' என்றார் ஜாப்ஸ். 'விமானங்கள் அல்லது மருத்துவத்தில் பயன்படுத்தப்படும் லேசர்கள் மிக நுண்ணிய அம்சங்கள் கொண்டவை. அவர்கள் என் தந்தையிடம் கூறுவார்கள்: *இதுதான் எங்களுக்குத் தேவை. ஒரே ஒரு உலோகத்துண்டில் இதை உருவாக்க வேண்டும் – விரிவுக் குணகம் (எக்ஸ்பான்சன் கோஎஃபிசியண்ட்) சீராக இருக்கும்படி.* அதை எப்படிச் செய்வது என்பதெல்லாம் அவர் பாடு.' பெரும்பாலும் எல்லாப் பகுதி களையும் தொடக்கத்திலிருந்தே செய்யவேண்டியிருந்தது. இதனால் பால் அவற்றுக்கெனப் பிரத்தியேகமான கருவிகளையும் அச்சுகளையும் வடிவமைக்க வேண்டியிருந்தது. அவருடைய மகனுக்கு இதெல்லாம் பிரமிப்பூட்டுவதாக இருந்தாலும், வேலை நடக்கும் இடத்திற்குச் செல்வது மிக அரிதாகவே இருந்தது. அரவை இயந்திரம் (*மில்*), கடைசல் இயந்திரம் (*லேத்*) போன்றவற்றை எப்படிக் கையாள்வது என்று எனக்கு அவர் கற்றுத் தந்திருந்தால் சுவாரசியமாகத்தான் இருந்திருக்கும். துரதிர்ஷ்டவசமாக நான் ஒருபோதும் போனதில்லை. ஏனெனில், என் ஆர்வமெல்லாம் மின்னணுவியலில் இருந்தது.'

ஒரு கோடைகாலத்தில் பால் ஸ்டீவை விஸ்கான்ஸினுக்கு அழைத்துச் சென்றார் – அவர்கள் குடும்பத்திற்குச் சொந்தமான பால் பண்ணையைப் பார்ப்பதற்காக. நாட்டுப்புற வாழ்க்கை ஸ்டீவைக் கவரவில்லை. ஆனால், ஒரு காட்சி அவர் மனத்தில் ஆழமாய்ப் பதிந்தது. பசு ஒன்று கன்றை ஈன்றுகொண்டிருந்தது. பிறந்த சில நிமிடங் களுக்குள் தள்ளாடித் தடுமாறி, பிறகு நடக்கத் தொடங்கிய கன்றைப் பார்த்து அவர் பிரமித்துப் போனார். 'அது கற்றறிந்த பாடமல்ல, அந்தக் கன்றுக்குள் இயற்கையாகவே பொதிந்துவைக்கப்பட்ட ஒன்று' என்று அவர் நினைவுகூர்ந்தார். 'ஒரு குழந்தையால் அப்படிச் செய்ய முடியாது. எனக்கு இது பெரிய அற்புதமாகத் தோன்றியது – வேறு யாருக்கும் அப்படித் தோன்றியதாகத் தெரியவில்லை.' வன்பொருள்-மென்பொருள் பாணியில் அவர் விளக்கினார்: 'அந்தக் கன்றின் உடலுக்கும் மூளைக்கும் ஏதோ ஒரு பொறியியல் ரீதியான பிணைப்பு, கற்றுக்கொள்ளாமலே நொடிப்பொழுதில் செயலாற்றும் அதிசயம்.'

ஒன்பதாம் வகுப்பை எட்டியபொழுது ஜாப்ஸ் ஹோம்ஸ்டெட் ஹை பள்ளியில் சேர்ந்தார். மிகப் பரந்த வளாகம். ரோஜா நிறத்தில் வண்ணம் தீட்டப்பட்ட இரண்டடுக்கு சின்டர் பிளாக் (கட்டுமானத்திற்காகப் பயன்படுத்தப்படும் கான்க்ரீட் மற்றும் நிலக்கரி எரிசாம்பலால்

தயாரிக்கப்பட்ட ஒரு பொக்கையான கட்டை) கட்டடங்கள் – அதில் இரண்டாயிரம் மாணவர்கள் தங்கியிருந்தனர். 'அதை வடிவமைத்தது புகழ்பெற்ற ஒரு சிறைக் கட்டடக்கலை வல்லுநர்' என்று ஜாப்ஸ் நினைவுகூர்ந்தார். 'கட்டடம் அழிக்க முடியாததாக, உறுதியானதாக இருக்க வேண்டும் என்று அவர்கள் விரும்பினார்கள்.' காலார நடப்பது அவருக்கு மிகவும் பிடித்தமானதாக இருந்தது. அவர் ஒவ்வொரு நாளும் வீட்டிலிருந்து பதினைந்து அடுக்குகள் தாண்டிப் பள்ளிவரை நடந்தே செல்வார்.

அவருடைய வயதொத்த நண்பர்கள் சிலர் இருந்தார்கள். அது தவிர **1960**களின் பிற்பகுதியில் பிரபலமான மாற்றுக் கலாச்சாரத்தில் மூழ்கியிருந்த சில உயர்வகுப்பு மாணவர்களும் அறிமுகமானார்கள். கீக்[10], ஹிப்பி[11] கலாச்சாரங்கள் சற்றே கலவையாய் நிலவிய காலம் அது. 'அங்கு இருப்பவர்களிலேயே என்னுடைய நண்பர்கள்தான் உண்மையாகவே புத்திசாலிகள்' என்று அவர் கூறினார். 'எனக்குக் கணிதம், அறிவியல் மற்றும் மின்னணுவியலில் ஆர்வம் அதிகம். அவர்களுக்கும்தான். அது தவிர, போதைப்பொருளான எல்எஸ்டி யிலும் மாற்றுக் கலாச்சாரத்திலும்.'

அவருடைய குறும்புகள் இப்போது மின்னணுவியல் ரீதியாக இருந்தன. ஒரு கட்டத்தில் அவர் வீடு முழுவதும் ஒலிபெருக்கிகளைப் பொருத்தி வைத்திருந்தார். ஆனால், ஒலிபெருக்கிகளை *(ஸ்பீக்கர்ஸ்)* ஒலிவாங்கிகளாகவும் *(மைக்ரோபோன்)* பயன்படுத்த முடியும் என்பதால் தம் வீட்டினுள் ஒரு கட்டுப்பாட்டு அறையை அமைத்தார் – அங்கிருந்தபடி மற்ற அறைகளில் நடப்பவற்றைத் துல்லியமாகக் கேட்க முடிந்தது. ஒரு நாள் இரவு ஹெட்போன்களை அணிந்துகொண்டு தமது பெற்றோரின் படுக்கையறையில் நடப்பவற்றைக் கேட்டுக் கொண்டிருந்தார். அவருடைய தந்தை அவரைக் கையும் களவுமாகப் பிடித்து அந்த அமைப்பைக் கலைக்கும்படி கோபத்துடன் கூறினார்.

ஜாப்ஸ் பல மாலை நேரங்களை அவருடைய பழைய வீட்டிற்குச் சற்றுத் தள்ளி வசித்துவந்த பொறியியல் வல்லுநர் லாரி லேங்கின் கராஜிலேயே கழித்தார். காலப்போக்கில் லேங் ஜாப்ஸுக்கு மிகவும் பிடித்தமான கார்பன் மைக்ரோஃபோன்களை அவருக்கே பரிசளித்து

[10] கணினிகளில் அல்லது ஏதேனும் ஒரு பொழுதுபோக்கில் அபரிமிதமான ஆர்வ முள்ளவர். (மொ-ர்)

[11] *1960*களின் மத்தியில் பீட் தலைமுறையின் மாற்றுக் கலாச்சாரத்தைப் பின்பற்றி, தங்களுக்கென்று சமூகங்களை அமைத்துக்கொண்டு, சைக்கடெலிக் ராக் இசையை ரசித்து, பாலியல் புரட்சியைப் பின்பற்றி, சுயநினைவின் பல்வேறு நிலைகளை ஆராய்வதற்காக போதைப்பொருட்களைப் பயன்படுத்தி வந்த இளைய சமுதாயத்தினர். (மொ-ர்)

விட்டார். அத்துடன் அக்காலத்தில் பெரிதும் விரும்பப்பட்ட ஹீத்கிட்ஸை யும் அறிமுகம் செய்து வைத்தார். ஹீத்கிட்ஸ் என்பது ஈயப்பற்று வைத்துப் பொருத்தி ஹாம் ரேடியோ மற்றும் இதர மின்னணுவியல் கருவிகளை தாமாகவே உருவாக்குவதற்கான உதிரிபாகங்கள் அடங்கிய தொகுப்பாகும். 'ஹீத்கிட்ஸில் உள்ள பலகைகள், உதிரிபாகங்கள் அனைத்தும் நிறக்குறியீடு செய்யப்பட்டவை. அதிலிருந்த குறிப்புப் புத்தகம் உதிரிபாகங்களை இணைப்பது, கருவியை இணைப்பது என அனைத்தையும் விரிவாக விளக்கியது' என்று ஜாப்ஸ் நினைவுகூர்ந்தார். 'எதை வேண்டுமானாலும் நம்மால் புரிந்துகொள்ளவும் முடியும், உருவாக்கவும் முடியுமென்று தெளியவைத்தது அது. சில ரேடியோக் களை உருவாக்கிப் பழகிவிட்டால், பட்டியலில் தொலைக்காட்சிப் பெட்டியைக் கண்டாலும், செய்கிறோமோ இல்லையோ, *இதையும் என்னால் உருவாக்க முடியும்* என்று கூறுவோம். நான் மிகவும் அதிர்ஷ்டசாலி. ஏனெனில், நான் சிறுவனாக இருந்தபோது என் தந்தையும் ஹீத்கிட்ஸும் சேர்ந்து என்னால் எதையும் உருவாக்க முடியும் என்று நம்பிக்கை ஊட்டினார்கள்.'

லேங் அவரை எச்பீயிலும் எக்ஸ்ப்ளோரர்ஸ் க்ளப்பிலும் (புத்தாய் வாளர் மன்றம்) சேர்த்துவிட்டார். ஒவ்வொரு செவ்வாய் இரவும் நிறுவனத்தின் உணவு விடுதியில் சுமார் பதினைந்து மாணவர்கள் அடங்கிய குழுவொன்று கூடும். 'ஏதாவதொரு சோதனைக் கூடத்தி லிருந்து ஒரு பொறியியல் வல்லுநரை வரவழைத்து அவருடைய வேலை பற்றிப் பேசச் சொல்வார்கள்' என்று ஜாப்ஸ் நினைவுகூர்ந்தார். 'என் தந்தை என்னை அங்கு அழைத்துச் செல்வார். நானோ, சொர்க்கத்தில் மிதந்தேன். எச்பீ, எல்ஈடிக்களின் (*லைட் எமிட்டிங் டையோட்ஸ்* - ஒளிரும் டயோடுகள்) முன்னோடி நிறுவனம். ஆகவே, அவற்றை வைத்து என்ன வெல்லாம் செய்ய முடியும் என்பது பற்றிப் பேசினோம்.' அவருடைய தந்தை இப்போது லேசர் நிறுவனத்தில் பணிபுரிந்து வந்ததால் குறிப்பாக இந்த விஷயம் அவருக்கு மிகவும் சுவாரசியமாக இருந்தது. ஒருநாள் இரவு எச்பீயின் லேசர் பொறியியல் வல்லுநர் ஒருவரைப் பேசிச் சம்மதிக்க வைத்து முப்பரிமாண ஒளிப்படவியல் (*ஹோலோகிராஃபி*) சோதனைக்கூடத்தைச் சுற்றிப் பார்க்கும் வாய்ப்பு பெற்றார். ஆனால் எல்லாவற்றையும்விட மனத்தில் நிலைத்து நின்றது அந்த நிறுவனம் தயாரித்து வந்த சிறு கணினிகளைப் பார்த்ததுதான். 'நான் முதல்முறை யாக மேசைக் கணினியை (*டெஸ்க்டாப் கம்ப்யூட்டர்*) அங்குதான் கண்டேன். 9100ஏ என்று அழைக்கப்பட்ட அது, அடிப்படையில் ஒரு கால்குலேட்டரின் (கணிப்பான்) முன்னேறிய வடிவம் என்று சொல்லலாம். ஆனால், உண்மையிலேயே முதல் மேசைக் கணினியும் அதுதான். மிகவும் பெரியதாக, சுமார் 18 கிலோ எடை கொண்டது. ஆனால், கொள்ளை அழகு... என் மனதை அப்படியே பறிகொடுத்து விட்டேன்.'

எக்ஸ்ப்ளோரார்ஸ் க்ளப்பிலுள்ள மாணவர்கள் பலவிதமான திட்டங்களைச் செயலாக்க ஊக்குவிக்கப்பட்டனர். ஜாப்ஸ் அதிர்வெண் கணக்கிடும் கருவி (ஃப்ரீக்வென்ஸி கவுண்ட்டர்) – ஒரு மின்னணுவியல் குறிப்பலையில் வினாடிக்கு எத்தனை துடிப்புகள் எனக் கணக்கிடும் கருவி ஒன்றை உருவாக்க முடிவு செய்தார். இதற்கு எச்பீ நிறுவனம் தயாரிக்கும் சில உதிரிபாகங்கள் தேவைப்பட்டன. ஆகையால் நிறுவனத்தின் தலைமை நிர்வாக அதிகாரியைத் தொலைபேசியில் அழைத்தார். 'அப்பொழுதெல்லாம் யாரும் பட்டியலிடப்படாத தொலைபேசி எண்கள் வைத்துக் கொள்வதில்லை. ஆகையால் பாலோ ஆல்டோவின் தொலைபேசிப் பட்டியலில் பில் ஹ்யூலெட் என்ற பெயரைத் தேடிப்பிடித்து நேரடியாக அவருடைய வீட்டிற்கே அழைத்தேன். அவர் பதிலளித்தது மட்டுமன்றி, என்னுடன் இருபது நிமிடங்களுக்குக் கலகலப்பாய்ப் பேசிக்கொண்டிருந்தார். எனக்குத் தேவையான உதிரி பாகங்களை அளித்து உதவியதோடு நின்றுவிடாமல், அவர்களுடைய தொழிற்சாலையில் அதிர்வெண் கணக்கிடும் கருவி தயாரிக்கும் பிரிவில் எனக்கொரு வேலையும் தந்தார்.' ஜாப்ஸ் ஹோம்ஸ்டெட் ஹை பள்ளியில் முதலாண்டு முடிந்ததும் கோடை காலத்தில் அங்கு பணிபுரிந்தார். 'என் தந்தை காலையில் அழைத்துவந்து, மாலையில் அழைத்துச் செல்வார்.'

அவருடைய முக்கிய வேலை 'அசெம்பிளி லைனின்[12] மீதுள்ள சாதனங்களில் நட்டும் போல்ட்டும் பொருத்துவதுதான்.' அவருடன் பணிபுரிந்தவர்கள் மத்தியில் சிறிது அதிருப்தி நிலவியது - நிறுவனத் தலைமை நிர்வாக அதிகாரியையே நேரடியாக அழைத்து, பேச்சுக் கொடுத்தே பணியிலும் அமர்ந்துவிட்ட அவருடைய துடுக்குத்தனத்தை எண்ணி. 'எனக்கு நன்றாக நினைவிருக்கிறது. ஒரு மேற்பார்வையாளரிடம் எனக்கு இது மிகவும் பிடித்திருக்கிறது, எனக்கு இது மிகவும் பிடித்திருக்கிறது என்றேன். பிறகு, அவருக்கு என்ன பிடிக்கும் என்று கேட்டபொழுது, அவர் நக்கலாய்ச் சொன்னார்: உடலுறவு கொள்ள, உடலுறவுகொள்ள என்று. மேல் தளத்தில் பணிபுரியும் பொறியியல் வல்லுநர்களிடம் இவர்களைவிட இன்னும் கொஞ்சம் இயல்பாகப் பழக முடிந்தது. தினமும் காலை பத்து மணிக்கு டோநட்டுகளும் (ஒருவகை ரொட்டி) காப்பியும் வரும்; ஆகையால் நான் மேல்தளத்திற்குச் சென்று அவர்களோடு சுற்றிக்கொண்டிருப்பேன்.'

ஜாப்ஸிற்கு வேலை செய்வது மிகவும் பிடிக்கும். அவர் செய்தித்தாள்களையும் விநியோகித்து வந்தார் – மழை பெய்யும்பொழுது அவருடைய

[12] ஒரு பொருளின் பாகங்களை ஒவ்வொன்றாக வரிசைப்படி பொருத்திக்கொண்டு செல்வதற்கான தொழிற்சாலை அமைப்பு. பூட்டல் பட்டறை என்றும் அழைப்பதுண்டு. (மொ-ர்)

தந்தை அழைத்துச் செல்வார். சாஃபோமோர் ஆண்டில் வார இறுதியிலும் கோடைகாலத்திலும் ஹால்டெக் மின்னணுவியல் நிறுவனத்தின் குகை போன்ற விற்பனைக்கூடத்தில் சரக்குப் பதிவாளராகப் பணிபுரிந்து வந்தார். அவருடைய தந்தையின் பழைய உதிரிபாகக் கிடங்குகள் கார்களின் உதிரிபாகங்களுக்கு எப்படியோ, அதேபோலத்தான் மின்னணுவியலுக்கு இந்தக் கடையும். இது குப்பை சேகரிப்போரின் சொர்க்கலோகமாக விளங்கியது. நகரத்தின் ஒரு மொத்தப் பகுதியையே வளைத்துப் போட்டு, அதில் புதிய, பழைய, சேதமடைந்த மற்றும் உபரி உதிரி பாகங்கள் அலமாரிகளிலும், டப்பாக்களிலும் வகைப்படுத்தாமல் திணிக்கப்பட்டு, ஒரு வெளிப்புறப் பரப்பில் குவிக்கப்பட்டுக் கிடந்தன. பின்புறமாக, விரிகுடாவிற்கு அருகில் ஒரு வேலியிட்ட பகுதி. அங்கு போலாரிஸ் நீர்மூழ்கிக் கப்பலின் உள்பாகங்கள் பிய்த்தெடுக்கப்பட்டு, சேதமடைந்த பொருட்களாய் விற்பனைக்கு வைக்கப்பட்டிருந்தன' என்று அவர் நினைவுகூர்ந்தார். 'அங்கே எல்லாவித கன்ட்ரோல்களும் பொத்தான்களும் இருந்தன; இராணுவப் பச்சை மற்றும் சாம்பல் நிறத்தில் அவற்றுடன் தேன் மற்றும் சிவப்பு வண்ண ஸ்விட்சுகளும் (மின் இயக்கிகள்), பல்ப் உறைகளும் இருந்தன. அங்கிருந்த பெரிய, பழைய லிவர் ஸ்விட்சுகளை மேலும் கீழுமாக இயக்கினால் அசத்தலாக இருக்கும்... ஏதோ ஷிகாகோவையே வெடிவைத்துத் தகர்க்கப்போவது போல.'

கடைக்கு முன்புறமிருந்த மர அலமாரிகளில் பிய்ந்துபோன அட்டைகளுடன் தடித்த விற்பனைப் பட்டியல்கள் குவித்து வைக்கப்பட்டிருக்கும். அவற்றிலிருந்து ஸ்விட்சுகள், ரெசிஸ்டர்கள் (மின்தடை சாதனங்கள்), கப்பாசிட்டர்கள் (மின்தேக்கிகள்), சமீபத்திய மெமரி சிப்ஸ் (நினைவகச் சில்லுகள்) என எல்லாவற்றுக்கும் பேரம்பேசி வாங்கிச் செல்வார்கள். அவருடைய தந்தையும் கார் உதிரிபாகங்களுக்காக இப்படித்தான் பேரம் பேசுவார் – அதை மிக இலாபகரமாகவும் செய்வார் – ஏனென்றால் ஒவ்வொரு பொருளின் விலையும் அவருக்கு விற்பனை செய்பவர்களைவிட அத்துப்படி. ஜாப்ஸும் அதே வழியைப் பின்பற்றினார். மின்னணுவியல் உதிரிபாகங்கள் பற்றிய அறிவை வளர்த்துக் கொண்டதுடன் பேரம்பேசி அதிக இலாபம் ஈட்டுவதிலும் மிகுந்த ஆர்வம் காட்டினார். மின்னணுவியல் உதிரிபாகங்கள், கருவிகள் போன்றவை மலிந்து கிடக்கும் சான் ஹொஸே போன்ற பண்டமாற்றுச் சந்தைகளுக்குச் செல்வார். ஒரு பயன்படுத்தப்பட்ட (விலைமதிப்புள்ள சில்லுகள் அல்லது உதிரிபாகங்கள் பொருத்தப்பட்ட) மின்சுற்றுப் பலகையைப் *(சர்க்யூட் போர்டு)* பேரம் பேசி வாங்கிச்சென்று, அதை ஹால்டெக்கில் இருக்கும் மேலாளருக்கு விற்றுவிடுவார்.

ஜாப்ஸின் முதல் கார் இருநிற நாஷ் மெட்ரோபாலிடன். இது அவருக்குப் பதினைந்து வயதானபோது அவருடைய தந்தையின்

உதவியுடன் கிடைத்தது – தந்தை பொருத்திய எம்ஜி இஞ்சினுடன். ஜாப்ஸிற்கு அது அவ்வளவாகப் பிடிக்கவில்லை. ஆனால் அதைத் தம் தந்தையிடம் சொல்லவோ தமக்கென்று ஒரு கார் வைத்துக்கொள்ளக் கிட்டிய சந்தர்ப்பத்தை நழுவவிடவோ அவர் விரும்பவில்லை. 'யோசித்துப் பார்த்தால் ஒரு நாஷ் மெட்ரோபாலிடன் மிகவும் கவர்ச்சியான, வசதியான ஒன்றாகத் தோன்றலாம்' என்று அவர் பின்னர் கூறினார். 'ஆனால் உண்மையில் அப்போது உலகிலேயே வசதி குறைவான கார் அதுதான். இருந்தாலும் அது ஒரு கார் என்பதே பெரிய விஷயமாகத்தான் இருந்தது.' ஒரே ஆண்டிற்குள் பல்வேறு வேலைகள் செய்து கிட்டிய பணத்தைச் சேமித்துக்கொண்டு அபார்த் இஞ்சின் பொருத்தப்பட்ட ஒரு சிவப்புநிற ஃபீயட் 850 கூபேயைப் பேரம்பேச முடிந்தது. 'அதை வாங்கவும் சோதித்துப் பார்க்கவும் என் தந்தை உதவினார். வேலைசெய்து சம்பாதித்து ஒரு விஷயத்திற்காக சேமித்து வைப்பதிலுள்ள திருப்தி – அது அலாதியானது.'

அதே கோடைகாலத்தில் ஹோம்ஸ்டெட்டில் சாஃபோமோர் மற்றும் ஜூனியர் ஆண்டுகளுக்கு நடுவில் ஜாப்ஸ் மரிஜுவானா[13] புகைக்கத் தொடங்கினார். 'அந்தக் கோடைகாலத்தில்தான் முதன் முதலாய் *ஸ்டோன்*[14] ஆனேன். எனக்குப் பதினைந்து வயது – அதன்பின் தொடர்ச்சியாக மரிஜுவானா இலைகளைப் புகைக்கத் தொடங்கினேன்.' ஒரு கட்டத்தில் ஜாப்ஸ் ஃபீயட்டுக்குள் சட்டத்திற்குப் புறம்பாக விற்பனைக்காக வைத்திருந்த போதைப்பொருளை *(டோப்)* அவருடைய தந்தை பார்த்து விட்டார். 'இது என்ன?' என்று அவர் கேட்டார். ஜாப்ஸ் இயல்பாகப் பதிலளித்தார்: 'அது மருவானா.' தமது வாழ்நாளிலேயே தம் தந்தையின் கோபத்தை அவர் நேரிட்ட மிகச்சில தருணங்களில் அதுவும் ஒன்று. 'என் தந்தையுடன் உண்மையிலேயே அந்த ஒருமுறை தான் சண்டையிட்டேன்' என்று அவர் கூறினார். ஆனால் அவருடைய தந்தை மீண்டும் பணிந்துவந்தார். 'இனி ஒருகாலும் பாட் பயன்படுத்த மாட்டேன் என்று உறுதியளிக்கச் சொன்னார். ஆனால் நான் மறுத்துவிட்டேன்.' உயர்வகுப்பு ஆண்டுகளில் அவர் எல்எஸ்டி, ஹாஷ் போன்ற பழக்கங்களோடு, தூங்காமல் கண்விழித்திருப்பதன் மனோவிளைவுகளையும் ஆராய்ந்து வந்தார். 'இன்னும் கொஞ்சம் *ஸ்டோன்* ஆகத் தொடங்கியிருந்தேன். அவ்வப்போது எல்எஸ்டி போதைப்பொருளையும் எடுத்துக்கொள்வோம் – பொதுவாக வயல் களில் அல்லது கார்களில்.'

[13] மரிஹ்வானா, மரியுவானா, மருவானா என பலவாறு உச்சரிக்கப்படுகிறது. (மொ-ர்)

[14] மரிஜுவானா போன்ற போதைப்பொருளை ஓரளவுக்கு மேல் உட்கொள்ளும் பொழுது ஒருவர் தமது சிந்தையைக் கவரும் ஒரு பொருளின்மேல் தமது பார்வையை ஆழப் பதியவைத்தல். (மொ-ர்)

உயர்நிலைப்பள்ளியின் இறுதி இரண்டு ஆண்டுகளில் அவருடைய அறிவுத்திறன் மலர்ச்சியடைந்தது. அந்தக் காலகட்டத்தில் மின்னணு வியலில் மூழ்கியிருந்தவர்களுக்கும் இலக்கியத்திலும் ஆக்கப்பூர்வமான முயற்சிகளிலும் ஈடுபட்டிருந்தவர்களுக்கும் இடைப்பட்ட ஒரு நிலையை அவர் எட்டியிருந்தார். 'நான் நிறைய இசை கேட்கத் தொடங்கினேன். அறிவியலுக்கும் தொழில்நுட்பத்திற்கும் புறம்பாக ஷேக்ஸ்பியர், பிளாட்டோ ஆகியோரின் ஆக்கங்களில் மிகுந்த ஆர்வம் கொண்டிருந்தேன். *கிங் லியர்* எனக்கு மிகவும் பிடித்திருந்தது.' அவரை பெரிதும் கவர்ந்தனவற்றுள் மோபி டிக்கும், டிலன் தாமஸின் கவிதைகளும் அடங்கும். கிங் லியர், கேப்டன் அஹாப் போன்ற மனவுறுதியுள்ள, செயல்திறன்மிக்க கதாபாத்திரங்கள் அவருக்கு எந்தவிதத்தில் தொடர்புடையவை என்று கேட்டேன். அவர் பதிலளிக்கவில்லை. நானும் அத்துடன் விட்டுவிட்டேன். 'நான் உயர்வகுப்பிலிருந்தபோது அங்கு வேலைவாய்ப்புக்கான சிறப்பு ஆங்கில வகுப்பு பிரமாதமாக இருக்கும். எங்கள் ஆசிரியர் பார்ப்பதற்கு எர்னெஸ்ட் ஹெமிங்வே மாதிரி இருப்பார். அவர் எங்களை சிறப்பாக வடிவமைக்கப்பட்ட காலணிகளை அணிந்துகொண்டு பனியில் நடக்கும் பயிற்சிக்காக *(ஸ்னோ ஷூயிங்)* யோசெமைட்டிற்கு அழைத்துச் சென்றார்.'

ஜாப்ஸின் ஒரு தேர்வுதான் அவரை சிலிக்கன் வாலி வரலாற்றில் இடம்பெறச் செய்யவிருந்தது – ஜான் மெக்கல்லமின் மின்னணுவியல் வகுப்பு. அவர் முன்னாள் கப்பற்படை விமானி. டெஸ்லா சுருளை எரியவிடுவது போன்ற வித்தைகளைச் செய்துகாட்டி மாணவர்களைக் குஷிப்படுத்துவதில் கைதேர்ந்தவர். தமது சிறு அறையில் அவர் சேகரித்து வைத்திருந்த டிரான்சிஸ்டார்களும்[15] பல்வேறு உதிரிபாகங்களும் ஏராளமாய்க் கொட்டிக்கிடக்கும். தமக்கு பிரியமுள்ள மாணவர்களுக்கு மட்டும் அந்த அறைச் சாவியைத் தருவார்.

மெக்கல்லமின் வகுப்பறை என்பது கல்லூரி வளாகத்தின் ஓரமாக, வாகனங்கள் நிறுத்தும் இடத்திற்கு அருகில் அமைந்திருந்த கொட்டகை போன்ற கட்டடம். 'இங்குதான் அது இருந்தது' – ஜாப்ஸ் ஜன்னல் வழியே எட்டிப்பார்த்தபடி கூறினார்: 'அதற்கு அருகில், இதோ இங்கேதான், ஆட்டோ ஷாப் வகுப்புகள் நடைபெறும்.' இரண்டு விஷயங்களையும் அடுத்தடுத்து வைக்கும் பேச்சில் அவருடைய தந்தையின் தலைமுறையிலிருந்து மாறுபட்ட ஆர்வம் தெரிந்தது. 'மிஸ்டர் மெக்கல்லம் மின்னணுவியல் வகுப்புதான் புதிய ஆட்டோ ஷாப் என்று கூறுவார்.'

மெக்கல்லம் இராணுவ ஒழுக்கம், அதிகாரத்திற்குத் தரும் மரியாதை ஆகியவற்றில் மிகுந்த நம்பிக்கை கொண்டவர். ஜாப்ஸ் அப்படியல்ல.

[15] மின்னணுக் குறிப்பலைகளைப் பெருக்கவோ மாற்றவோ பயன்படும் கருவி. (மொ-ர்)

அதிகாரத்தின் மீது தமக்கிருந்த வெறுப்பை அவரால் அதற்கு மேலும் மறைக்க முயலவில்லை. அவருடைய இயல்பு ஆக்ரோஷமான தீவிரமும் விட்டேத்தியான புரட்சித்தனமும் கலந்த விநோதமான ஒன்றாக இருந்தது. பின்னர் ஒருமுறை மெக்கல்லம் கூறினார்: 'அவர் வழக்க மாக ஒரு மூலைக்குச் சென்று தாமாகவே எதையாவது செய்து கொண்டிருப்பார் – ஏதோ அந்த வகுப்பிலுள்ள மற்றவர்களுடனோ, என்னுடனோ தமக்குத் தொடர்பே இல்லை என்பதுபோல.' அவர் ஒருபோதும் ஜாப்ஸை நம்பித் தமது அறைச் சாவியைத் தந்ததில்லை. ஒருநாள் ஜாப்ஸிற்கு வாங்கக் கிடைக்காத ஓர் உதிரிபாகம் தேவைப் பட்டது. ஆகவே அவர் டெட்ராய்ட்டிலுள்ள தயாரிப்பாளரான பரோஸைத் தொலைபேசியில் அழைத்தார் (அதற்கான கட்டணம் பள்ளியின் கணக்கில் சேர்ந்துவிடும்). தாம் ஒரு புதிய தயாரிப்பை வடிவமைத்துக் கொண்டிருப்பதாகவும் அந்த உதிரிபாகத்தைப் பயன்படுத்திச் சோதனை நடத்த விரும்புவதாகவும் கூறினார். சில நாள்களுக்குள் வான் அஞ்சல் மூலம் அது வந்து இறங்கியது. அது அவருக்கு எப்படிக் கிடைத்தது என்று மெக்கல்லம் கேட்டபோது ஜாப்ஸ் தொலைபேசி அழைப்பு, தாம் சொன்ன காரணம் என எல்லாவற்றையும் பெருமைபொங்க விளக்கினார். 'நான் கோபத்தின் உச்சிக்கே போய்விட்டேன்' என்றார் மெக்கல்லம். 'என் மாணவர்கள் நடந்துகொள்ளவேண்டுமென்று நான் விரும்பிய முறை அதுவல்ல.' ஜாப்ஸ் அவருக்கு அளித்த பதில்: 'தொலைபேசிக் கட்டணம் செலுத்த என்னிடம் பணம் இல்லை. அவர்களிடம் அது நிறைய இருக்கிறது.'

ஜாப்ஸ் மெக்கல்லமின் மூன்றாண்டு படிப்பில் ஓராண்டு மட்டுமே இருந்தார். செயல்முறைத் திட்டங்களில் ஒன்றாக ஒளி படும்பொழுது மின்சுற்றைச் செயல்படுத்தும் ஒளி மின்கலம் *(ஃபோட்டோ செல்)* கொண்ட ஒரு கருவியை வடிவமைத்தார் – இதை ஓர் உயர்நிலைப் பள்ளி மாணவன்கூடச் செய்திருக்க முடியும். அவருக்கு லேசர்களோடு விளையாடுவதில்தான் அலாதி ஈடுபாடு. அவருடைய தந்தையிடமிருந்து கற்றுக்கொண்டது அது. சில நண்பர்களோடு சேர்ந்து அவர் விழாக் களுக்கான விருந்துகளின் போது ஒளி நிகழ்ச்சிகள் நடத்தினார் - அவருடைய ஸ்டீரியோ அமைப்பின் ஸ்பீக்கர்களோடு இணைக்கப் பட்ட கண்ணாடிகளில் பட்டுத்தெறிக்கும் லேசர் கதிர்கள் அவருடைய கைவண்ணத்தில் அங்கு நடனமாடின.

இயல் இரண்டு

விநோதமான ஜோடி

இரண்டு ஸ்டீவ்கள்

ஸ்டீவும் வாஸ்நியாக்கும், கராஜில், 1976

வாஸ்

மெக்கல்லமின் வகுப்பில் மாணவராக இருந்தபோது ஜாப்ஸுக்கு ஒரு பட்டதாரி நண்பர் கிடைத்தார் – ஆசிரியரின் செல்ல மாணவர்; வகுப்பில் புரிந்த தம் மாயாஜாலங்களுக்காகப் பள்ளியின் வரலாற்றில் இடம்பெற்றவர்; அவருடைய இளைய சகோதரர் ஜாப்ஸின் நீச்சல் குழுவில் இருந்தார்; அவருடைய பெயர் ஸ்டீஃபென் வாஸ்நியாக். ஜாப்ஸைவிட ஏறத்தாழ ஐந்து வயது மூத்தவர். மின்னணுவியல் பற்றி

அவரைவிட மிக அதிகம் தெரிந்தவர். ஆனால் உணர்வுபூர்வமாக, சமூக ரீதியாக அவர் இன்னமும் ஓர் உயர்நிலைப்பள்ளி மாணவராகவே இருந்தார்.

ஜாப்ஸைப் போலவே வாஸும் அவருடைய தந்தையிடமிருந்துதான் அதிகம் கற்றுக்கொண்டார். ஆனால் அவர்கள் கற்றுக்கொண்ட பாடங்கள் வேறு. பால் ஜாப்ஸ் உயர்நிலைப் பள்ளியிலிருந்து இடையில் நின்றுவிட்டவர்; கார்களைப் பழுதுபார்த்துக்கொண்டே உதிரிபாகங் களைப் பேரம்பேசி விற்றுச் சிறு இலாபம் ஈட்டும் சூட்சுமங்களைத் தெரிந்துகொண்டவர். ஜெர்ரி என்று அழைக்கப்பட்ட ஃப்ரான்சிஸ் வாஸ்நியாக் கால் டெக் கல்லூரி பொறியியல் பட்டதாரி; அபார அறிவுத்திறன் கொண்டவர்; கால் டெக்கின் கால்பந்துக் குழுவில் குவார்ட்டர்பாக்[1] செய்தவர். பின்னர் லாக்ஹீடில் ராக்கெட் விஞ்ஞானி ஆனவர்; பொறியியல் துறையை அவர் ஆராதித்தார். அதேசமயம் வியாபாரம், சந்தைப்படுத்துதல், விற்பனை போன்றவற்றில் ஈடுபட்டுள்ள வர்களைத் துச்சமாய் மதித்தார். 'எனக்கு நினைவிருக்கிறது. அவர் எப்பொழுதும் சொல்வார்: *பொறியியல் தான் உலகிலேயே அதிக முக்கியத்துவத்தை எட்டக்கூடியது* என்று வாஸ்நியாக் பின்னர் நினைவு கூர்ந்தார். *அது சமூகத்தை ஒரு புதியநிலைக்கு உயர்த்துகிறது.*'

வாஸின் தொடக்க நினைவுகளில் ஒன்று அவருடைய தந்தையின் பணியறைக்கு வார இறுதிகளில் செல்வதுதான். அங்கு அவருடைய தந்தை பல்வேறு மின்னணுவியல் கருவிகளை 'மேசையில் பரப்பி எனக்கு விளையாடத் தந்தார்.' தமது தந்தை ஒரு வீடியோ திரையில் அலையலையாய் வந்த பிம்பத்தை நேர்க்கோடாக்க முயல்வதை வாஸ் ஆர்வமுடன் கவனித்துக்கொண்டிருந்தார். திரையில் நேர்க்கோடு வந்தால் அவர் வடிவமைத்த மின்சுற்று சரியாக இயங்குகிறது என்று பொருள். 'என் தந்தை எது செய்தாலும் அது முக்கியமானது, நல்லது என்று தெரிந்துகொள்ள முடிந்தது.' வாஸ் – அவர் அப்பொழுதே அப்படித்தான் அழைக்கப்பட்டார். வீடு முழுவதும் இறைந்துகிடக்கும் ட்ரான்ஸிஸ்டர்கள், ரெஸிஸ்டர்கள் (மின்தடைச் சாதனங்கள்) பற்றிக் கேள்விகள் கேட்பார். அவருடைய தந்தை ஒரு கரும்பலகையை இழுத்துப் போட்டுக் கொண்டு அவற்றின் செயல்பாட்டை விளக்குவார். 'ரெஸிஸ்டர் என்றால் என்ன என்று அணுக்கள், மின்னணுக்கள் வரை பின்னோக்கிச் சென்று நுணுக்கமாய் விளக்கமளிப்பார். மின்தடைச் சாதனங்கள் எப்படி இயங்குகின்றன என்று நான் இரண்டாம் வகுப்பில் இருந்த போதே கற்றுத்தந்தார் – சமன்பாடுகளை வைத்தல்ல; என்னை மனத்திரையில் கற்பனை செய்யவைத்து.'

[1] கால்பந்து விளையாட்டில் ஓர் அணியின் எதிர்விளையாட்டை இயக்கும் பின்களத்து வீரர். (மொ-ர்)

வாஸின் தந்தை அவருக்குச் சொல்லித்தந்த மற்றொரு விஷயம் அவருடைய குழந்தைத்தனமான, சமூகவழக்கிலிருந்து மாறுபட்ட இயல்பில் ஆழப் பதிந்திருந்தது: 'ஒருபோதும் பொய்சொல்லக் கூடாது.' 'என் தந்தை நேர்மையில் நம்பிக்கை கொண்டவர் – மிகவும் தீவிரமான நேர்மை. அதுதான் அவர் எனக்குக் கற்றுத்தந்த மிகப்பெரிய விஷயம். நான் பொய் சொல்வதே இல்லை, இன்றளவும்' (இதில் ஒரே ஒரு விதிவிலக்கு – ஒருமுறை நல்லதொரு நடைமுறைக் குறும்பு செய்த போது). மேலும், தீவிரமான சாதனைக் குறிக்கோள்களைக் கொள் வதில் தம் மகனின் மனதுக்குள் ஒரு வெறுப்பைத் தூண்டிவிட்டார். இதுதான் வாஸுக்கும் ஜாப்ஸுக்கும் இடையே உள்ள மிகப்பெரிய வேறுபாடு. 2010இல் நடந்த ஒரு ஆப்பிள் தயாரிப்பு வெளியீட்டு விழாவில், அதாவது அவர்கள் சந்தித்து நாற்பது ஆண்டுகளுக்குப்பின், வாஸ் அவர்களுக்கிடையே இருந்த வேறுபாடுகள் பற்றிப் பேசினார். 'என் தந்தை *நீ எப்போதும் நடுத்தரமாக இருக்க விரும்புகிறாய்* என்று சொல்வார்' என்றார் வாஸ். 'ஸ்டீவ் போன்ற உயர்தரத்தில் உள்ளவர்களோடு இருக்க நான் விரும்பவில்லை. என் தந்தை ஒரு பொறியியல் வல்லுநர். அப்படி ஆகத்தான் நானும் விரும்பினேன். என்னைப் போல மிகுந்த கூச்ச சுபாவமுள்ள ஒருவனால் ஸ்டீவ் போன்ற ஒரு தொழில் வல்லுநராக முடியாது.'

நான்காம் வகுப்பை எட்டுவதற்குள் அவர் குறிப்பிட்டதுபோல வாஸ் ஒரு 'குட்டி மின்னணுவியல் விஞ்ஞானி'யாகவே மாறிவிட்டார். ஒரு பெண்ணை நேருக்குநேர் பார்ப்பதைவிட ஒரு ட்ரான்ஸிஸ்டரை ஊடுருவிப் பார்ப்பது அவருக்கு எளிதாக இருந்தது. மின்சுற்றுப்பலகை களுடனே தமது பெரும்பாலான நேரத்தைச் செலவிடும் ஒருவருக்கே உரித்தான பெருத்த, முதுகு வளைந்த தோற்றம் உண்டானது. தம் தந்தையால் விளக்க முடியாத ஒரு கரிம ஒலிவாங்கியுடன் *(கார்பன் மைக்ரோஃபோன்)* ஜாப்ஸ் குழம்பிக்கொண்டிருந்த அதே வயதில் வாஸ் தமது வீட்டின் அருகில் உள்ள ஆறு வீடுகளில் குழந்தைகளுக்கான படுக்கையறைகளை இணைக்கும் அலைபெருக்கிகள் *(ஆம்ப்ளிஃபயர்ஸ்)*, ரிலே[2]க்கள், மின்விளக்குகள், ஒலிப்பி *(பஸ்ஸர்ஸ்)* போன்றவை உள்ளடங்கிய இன்டர்காம் அமைப்பை உருவாக்க ட்ரான்ஸிஸ்டரைப் பயன்படுத்திக் கொண்டிருந்தார். ஜாப்ஸ் ஹீத் கிட்களை இணைத்துப் பொருத்திக்கொண்டிருந்த வயதில் வாஸ் அப்போது கிடைக்கக்கூடிய வற்றிலேயே மிக நுண்ணிய ரேடியோக்களான ஹாலிக்ராஃப்டர் களின் ட்ரான்ஸ்மிட்டரையும் ரிஸீவரையும் உருவாக்குவதில் ஈடுபட்டிருந்தார்.

[2] ஒரு மின்சுற்றில் ஏற்படும் சிறிய மின்சார, மின்னூட்ட மாற்றங்களுக்கு ஏற்ப அதிலுள்ள ஸ்விட்சுகளையோ மற்ற சாதனங்களையோ செயல்பட வைக்கும் கருவி. (மொ-ர்)

வாஸ் தமது தந்தையின் மின்னணுவியல் தொடர்பான கட்டுரைப் புத்தகங்களைப் படிப்பதில் அதிக நேரம் செலவழித்தார். எனியாக்[3] போன்ற வல்லமை பொருந்திய புதிய கணினிகள் பற்றிய கதைகள் அவரைப் பரவசப்படுத்தின; அல்ஜீப்ரா (இயற்கணிதம்) அவருக்கு இயற்கையாகவே சுலபமாய் இருந்தது. கணினிகள் நாம் நினைப்பது போல் சிக்கலானவை அல்ல; எவ்வளவு எளிதானவை என்று எண்ணி பிரமித்துப்போனார். எட்டாம் வகுப்பில் இருந்தபோது அவர் ஒரு கால்குலேட்டரை (கணிப்பான்) வடிவமைத்தார் – அதில் உள்ளடங்கிய நூறு ட்ரான்ஸிஸ்டர்கள் (மின்னணு குறிப்பலை மாற்றிகள்), இருநூறு டயோடுகள், இருநூறு மின்தடைச் சாதனங்கள் ஆகியவற்றை மொத்தம் பத்து மின்சுற்றுப் பலகைகளில் பொருத்தியிருந்தார். விமானப்படை நடத்திய ஒரு வட்டாரப் போட்டியில் அதற்கு முதல் பரிசு கிட்டியது – பங்குபெற்றவர்களுள் பன்னிரண்டாம் வகுப்பு மாணவர்களும் இருந்தார்கள்!

தம் வயதையொத்த பையன்கள் தோழிகளோடு வெளியே சுற்றுவதும் கேளிக்கை விருந்துகளில் களித்துக் கலந்துகொள்வதுமாய் இருக்க, வாஸ் தனித்துக் காணப்பட்டார். இத்தகைய பொழுதுபோக்குகள் அவருக்கு மின்சுற்றுகளை வடிவமைப்பதைவிடச் சிக்கலானவையாகத் தோன்றின. 'இதற்குமுன்பு அவர்களிடையே நான் பிரபலமாகத்தான் இருந்தேன் – பைக் ஓட்டுவது, அது, இது என்றெல்லாம்... திடீரென ஏதோ அந்தச் சமூகத்திலிருந்து விலக்கப்பட்டுவிட்டதுபோல... யாருமே என்னோடு நீண்ட நாள் பேசாதது போல...' என்று அவர் நினைவு கூர்ந்தார். இதற்கு ஒரு வடிகாலாக அவர் இளம்பருவக் குறும்புகளில் ஈடுபட்டார். பன்னிரண்டாம் வகுப்பில் மெட்ரோனோம் (மின்னணு கால அளவீட்டுக் கருவி) ஒன்றை வடிவமைத்தார் – இசை வகுப்பில் தாளத்திற்காகப் பயன்படுத்தும் டிக்-டிக் கருவி. அது எழுப்பிய ஒலி வெடிகுண்டுகளின் டிக்-டிக் ஒலியை ஒத்திருப்பதை உணர்ந்து கொண்டார். சில பெரிய மின்கலங்களைத் (பாட்டரி) தேர்ந்தெடுத்து அவற்றின் விவர வில்லைகளை (லேபிள்களை) உரித்தெடுத்துவிட்டு, எல்லாவற்றையும் ஒன்றாக இணைத்து, பள்ளியின் லாக்கரில் (பாதுகாப்புப் பெட்டகம்) வைத்துவிட்டார். லாக்கரைத் திறக்கும் பொழுது வேகமாக அடிக்கும் வகையில் அதனை அமைத்திருந்தார். அன்று மாலை அவரைத் தலைமை ஆசிரியர் அலுவலகத்திற்கு வரும்படி கூறினார்கள். கணிதப் பாடத்தில் மீண்டும் பள்ளியிலேயே அதிக மதிப்பெண் பெற்றதற் காகத் தமக்கு ஏதோ பரிசு கொடுக்கப் போகிறார்கள் என்று அவர்

---

[3] எனியாக் (Electronic Numerical Intergrator Analizer and Computer - ENIAC) என்பது இரண்டாம் உலகப் போர் காலத்தில் அமெரிக்க இராணுவத்தால் உருவாக்கப்பட்ட ஒரு மின்னணுவியல் கணினி ஆகும். இராணுவத்தின் ஏவுகணை தாக்குதல் சார்ந்த தேவைகளுக்காக இது வடிவமைக்கப்பட்டது. (விக்கிபீடியா)

எண்ணினார். ஆனால் அங்கே அவரைக் காவல்துறை எதிர்கொண்டது. கருவி கண்டெடுக்கப்பட்டபோது அதுபற்றி விளக்கமளிக்கத் தலைமை ஆசிரியர் அழைக்கப்பட்டிருந்தார். அவர் தமது தைரியத்தையெல்லாம் திரட்டிக்கொண்டு கால்பந்து மைதானத்திற்கு ஓடினார் - அந்தக் கருவியை நெஞ்சோடு சேர்த்துப் பிடித்தபடி. அங்கு சென்றதும் வயர்களை இழுத்துத் துண்டித்துவிட்டார். வாஸ் இந்தக் காட்சியைக் கண்டு சிரிப்பை அடக்கமுயன்று தோற்றுப்போனார். அதைத் தொடர்ந்து அவரைச் சிறுவர் சீர்திருத்தப் பள்ளிக்கு அனுப்பி வைத்தார்கள். அன்றைய இரவுப்பொழுது அங்கே கழிந்தது. அது அவருக்கு நினைவில் நிற்கக்கூடிய அனுபவமாகவும் அமைந்தது. அங்கிருந்த மற்ற சிறைவாசிகளுக்கும் சில வித்தைகளைக் கற்றுத் தந்தார் - மின்விசிறியைச் சென்றடையும் வயர்களைக் கழற்றிக் கதவின் கம்பிகளோடு இணைப்பது எப்படியென்று. இதனால் கம்பிகளைத் தொட்டவர்களுக்கு மின் அதிர்ச்சி ஏற்பட்டது!

மின் அதிர்ச்சி என்பது வாஸைப் பொறுத்தவரையில் கௌரவப் பதக்கம் போல. வன்பொருள் பொறியியல் வல்லுநராக இருப்பதில் அவருக்கு அலாதிப் பெருமை - அதனால் மின் அதிர்ச்சி என்பது அன்றாட வழக்கமாகிவிட்டிருந்தது. ஒருமுறை அவர் ரூலெட் (ஒருவகை சூதாட்டம்) விளையாட்டை வடிவமைத்தார் - அதில் நான்கு பேர் ஓர் இடுக்கில் தங்கள் கட்டைவிரல்களை வைக்க வேண்டும். பந்து வந்து விழுந்ததும் அவர்களுள் ஒருவருக்கு மின் அதிர்ச்சி ஏற்படும். 'இந்த விளையாட்டு வன்பொருள்காரர்களுக்குத்தான்; மென்பொருள்காரர்கள் மிகவும் தைரியம் குறைந்தவர்கள்' என்று அவர் குறிப்பிட்டார்.

முதுநிலை ஆண்டில் அவருக்கு சில்வேனியாவில் பகுதிநேர வேலை யொன்று கிட்டியது. முதல்முறையாக ஒரு கணினியில் பணிபுரியும் வாய்ப்பு அமைந்தது. ஒரு புத்தகத்தின் மூலம் ஃபோர்ட்ரான் (கணினி மொழிகளில் ஒன்று) கற்றுக்கொண்டு, டிஜிட்டல் சாதனங்கள் பீடிபீ 8இல் (டிஜிடல் எக்யூப்மெண்ட் பீடிபீ 8) தொடங்கி அன்றைய கால கட்டத்தில் வழக்கிலிருந்த எல்லா அமைப்புகளின் செயல்முறை விளக்கப் புத்தகங்களையும் படித்து முடித்தார். அதன்பின் புதிதாய் அறிமுகமாகியிருந்த நுண்சில்லுகளின் (மைக்ரோசிப்ஸ்) குறிப்புகளைக் கற்றறிந்து அந்தப் புதிய பாகங்களைப் பயன்படுத்திக் கணினிகளை மறுபடியும் வடிவமைக்க முயன்றார். மிகக் குறைவான பாகங்களைக் கொண்டு அதே வடிவமைப்பைப் பெறுவது சாத்தியமா என்பதை அவர் தமக்குத் தாமே சவாலாக எடுத்துக்கொண்டார். ஒவ்வோர் இரவிலும் முந்தைய இரவின் வரைபடத்தை மேம்படுத்த முயல்வார். முதுநிலை ஆண்டு முடிவிற்குள் அவர் ஒரு வல்லுநராகியிருந்தார். 'இப்போது நான் அண்மையில் கணினி நிறுவனங்கள் தங்கள் வடிவமைப்பில்

பயன்படுத்தியுள்ள பாகங்களின் எண்ணிக்கையைப் பாதியாக்கி வடிவமைத்து வந்தேன். ஆனால் வரைபடங்களாக, காகிதங்களில் மட்டும்.’ அவர் தமது நண்பர்களிடம் இதுபற்றி எதுவும் கூறவில்லை. பெரும்பாலும் எல்லாப் பதினேழு வயதுக்காரர்களும் மற்ற வழிகளில் மயங்கிக் கிடந்தார்கள்.

முதுநிலை ஆண்டின் தாங்க்ஸ்கிவிங்கின் (அறுவடைத் திருநாள்) வார இறுதியில் வாஸ் கொலொராடோ பல்கலைக்கழகத்திற்குச் சென்றார். விடுமுறைக்காக அது மூடப்பட்டிருந்தாலும், ஒரு பொறியியல் மாணவர் அவருக்குச் சோதனைக்கூடத்தைச் சுற்றிக் காட்டினார். அங்கு சென்று படிக்க அனுமதிக்குமாறு தமது தந்தையிடம் வாஸ் கெஞ்சினார். ஆனால் மாகாணத்திற்கு வெளியே இருந்த சிறப்புப் பயிற்சி *(டியூஷன்)* வகுப்பிற்கு அவரை அனுப்பிவைப்பதற்கு அவருடைய குடும்பத்தினருக்கு வசதி போதவில்லை; அவர்கள் ஓர் ஒப்பந்தம் செய்துகொண்டனர்: ஓராண்டிற்கு அவர் அங்கு செல்ல அனுமதிக்கப்படுவார் – பின்னர் அவர் டி அன்ஸா சமூகக் கல்லூரிக்கு மாற்றல் பெற்றுக்கொண்டு ஊருக்குத் திரும்பி வந்துவிட வேண்டும். 1969 இலையுதிர் காலத்தில் கொலொராடோ சென்றபிறகு குறும்புகள் செய்வதிலேயே மிக அதிக நேரம் செலவழித்தார் (‘ஃபக் நிக்ஸன்’[4] என்று எழுதப்பட்டிருந்த நூற்றுக்கணக்கான அச்சுப்படிகளைத் தயாரித்தார்) – இதனால் ஒன்றிரண்டு பாடங்களில் அவர் தேர்ச்சி பெறாமல் போய்விட, தகுதிகாண் பருவகாலத்தில் இடப்பட்டார். மேலும் ஃபிபோனாச்சி[5] எண்களைக் கணக்கிட அவர் உருவாக்கிய நிரல் *(ப்ரோக்ராம்)* கணினிப் பயன்பாட்டுக்கான நேரத்தை மிகவும் அதிக அளவில் உறிஞ்சிக்கொண்டதால், அதற்கான கட்டணத்தை அவர் செலுத்தவேண்டியிருக்கும் என்று பல்கலைக்கழகம் அச்சுறுத்தியது. ஆகையால் பெற்றோருடன் செய்துகொண்ட ஒப்பந்தத்தின்படி டி அன்ஸாவிற்கே மாற்றம் வாங்கிக் கொண்டுவந்துவிட்டார்.

டி அன்ஸாவில் ஓராண்டை மகிழ்ச்சியாகக் கழித்தபின் வாஸ்நியாக் சிறிது விடுப்பெடுத்துக் கொண்டார் – பணம் சம்பாதிப்பதற்காக. கலிஃபோர்னியா மோட்டார் வாகனப் பிரிவுக்காகக் கணினிகள் தயாரிக்கும் நிறுவனம் ஒன்றில் அவருக்கு வேலை கிட்டியது. சக ஊழியர் ஒருவர் ஓர் அற்புதமான சலுகை அளிப்பதற்கு முன்வந்தார். அவர் தம்மிடம் உள்ள சில உதிரிச் சில்லுகளை வாஸ்நியாக்கிற்குத்

[4] அரசியல் தலைவர்களின் பிரபலத்தை ஒப்பிடுவதற்காகப் பயன்படும் வாக்கெடுப்பு. (மொ-ர்)

[5] கணிதவியலின் சிறப்பு வரிசைகளில் ஒன்று. முதல் இரண்டு எண்கள் 0 மற்றும் 1. தொடர்ந்து வரும் எண்கள் அனைத்தும் முந்தைய இரண்டு எண்களின் கூட்டுத் தொகையாகும். (மொ-ர்)

தருவார். அவற்றின் மூலம் வாஸ்நியாக் தாளில் வரைபடமாக மட்டுமே வடிவமைத்து வைத்திருந்த கணினிகளில் ஒன்றை உருவாக்க முடியும். வாஸ் கூடுமானவரையில் குறைந்த எண்ணிக்கையில் சில்லுகளைப் பயன்படுத்தத் தீர்மானித்தார் – ஒரு தனிப்பட்ட சவாலாக மட்டுமல்ல, தம் சக ஊழியரின் பெருந்தன்மையைச் சாதகமாக்கிக்கொள்ள அவர் விரும்பவில்லை என்பதாலும்தான்.

பெரும்பாலான வேலைகள் அருகில் வசித்த பில் பெர்னான்டஸ் என்ற நண்பரின் கராஜிலேயே நடந்தன. பில் பெர்னான்டஸ் இன்னமும் ஹோம்ஸ்டெட் ஹையில்தான் படித்துக்கொண்டிருந்தார். தங்களுடைய முயற்சி சீராக இயங்குவதற்கு அவர்கள் அதிக அளவில் கிராக்மான்ட் க்ரீம் சோடாவை அருந்தினர். சன்னிவேல் ஸேஃப்வே வரை சைக்கிளில் சென்று காலி பாட்டில்களைத் திருப்பிக் கொடுத்து, வைப்புத்தொகை யைத் திரும்பப் பெற்றுக்கொண்டு இன்னும் கொஞ்சம் வாங்கி வருவார்கள். 'இப்படித்தான் அந்தக் கணினிக்குக் க்ரீம் சோடா கணினி என்றே பெயரிட்டு அழைக்கத் தொடங்கினோம்' என்று வாஸ்நியாக் நினைவுகூர்ந்தார். 'அடிப்படையில் அது ஸ்விட்சுகள் (மின்இயக்கிகள்) மூலம் உட்புகுத்தப்படும் எண்களைப் பெருக்கி, பெருக்குத் தொகையை பைனரி (இருமக்) குறியீட்டு வடிவில் சிறு ஒளிப்பொட்டுகளாய்த் திரையில் காட்டக்கூடிய கால்குலேட்டர் (கணிப்பான்).'

அது பூர்த்தியானதும், பெர்னான்டஸ் வாஸ்நியாக்கியிடம் ஹோம்ஸ்டெட்டில் உள்ள ஒருவர் அவரைச் சந்திக்க விரும்புவதாகக் கூறினார்: 'அவர் பெயர் ஸ்டீவ். குறும்புகள் செய்வதில் உன்னைப் போலவே அவருக்கு அலாதிப் பிரியம். மின்னணுவியல் கருவிகளை உருவாக்குவதிலும் உன்னைப் போலவே அவருக்கு மிகுந்த ஈடுபாடு உண்டு.' முப்பத்து இரண்டு ஆண்டுகளுக்கு முன் ஹ்யூலெட் பக்கார்டின் கராஜில் நுழைந்த பிறகு சிலிக்கன் வாலியின் கராஜ் ஒன்றில் நடந்த மிக முக்கியமான சந்திப்பு அவர்களுடையதாகத் தான் இருந்திருக்கும். 'ஸ்டீவும் நானும் பில்லின் வீட்டிற்கு முன்புறம் இருந்த நடைபாதை ஓரமாக வெகுநேரம் உட்கார்ந்து கதை பேசிக் கொண்டு இருப்போம் – பெரும்பாலும் நாங்கள் செய்த குறும்புகள், மின்னணுவியல் வடிவமைப்புகள் பற்றி...' என்று வாஸ்நியாக் நினைவுகூர்ந்தார். 'எங்களுக்குள் அபரிமிதமான ஒற்றுமை இருந்தது. குறிப்பாக, எனது மின்னணுவியல் வடிவமைப்புகளைப் பிறருக்கு விளக்குவது எனக்கு மிகவும் கடினமானதாக இருந்தது. ஆனால், ஸ்டீவ் சட்டென்று புரிந்து கொண்டுவிட்டார். அதுமட்டுமல்ல, எனக்கும் அவரைப் பிடித்திருந்தது. மிகவும் மெலிந்து, குச்சிபோல, ஏராளமான உற்சாகத்துடன் இருப்பார்.' ஜாப்ஸும் மிகவும் பிரமித்துப் போயிருந்தார். 'நான் சந்தித்தவர்களில் என்னைவிட மின்னணுவியல் தெரிந்திருந்த முதல் மனிதர் வாஸ்தான்'

என்று அவர் ஒருமுறை சொன்னார், தமது திறமையை விரிவுபடுத்திக் கொண்டவாறே. 'எனக்கு உடனடியாக அவரைப் பிடித்துப்போய் விட்டது. வயதுக்குச் சற்று மீறிய முதிர்ச்சி என்னிடம் இருந்தது. வயதுக்குச் சற்றுக் குறைவான முதிர்ச்சி அவருக்கு – அதனால் சரிசமமாகி விட்டது. வாஸுக்கு அறிவுக்கூர்மை மிகவும் அதிகம். ஆனால் உணர்வுபூர்வமாக என் வயதை ஒத்தவர்.'

கணினிகளில் அவர்கள் பகிர்ந்துகொண்ட ஆர்வம் இசையிலும் இருந்தது. 'அது இசைக்கு மிக அற்புதமான காலம்' என்று ஜாப்ஸ் நினைவுகூர்ந்தார்: 'பேத்ஹாஃபன், மோட்ஸார்ட் இருவரும் உயிரோடு இருந்த காலத்தில் வாழ்வதுபோல உணர்ந்தோம். மக்கள் உண்மையிலேயே அப்படித்தான் அதை நினைவுகூர்வார்கள். வாஸும் நானும் அதில் முழுமையாய் மூழ்கியிருந்தோம்.' குறிப்பாக வாஸ்)யாக் ஜாப்ஸை பாப் டிலனின் சாதனைகளுக்கு அறிமுகப்படுத்திவைத்தார். 'சான்டா க்ரூஸிலுள்ள ஓர் ஆளைச் சல்லடைபோட்டுத் தேடிக் கண்டுபிடித்தோம். அவர் பாப் டிலன் பற்றிய ஒரு செய்திக்குறிப்புத் தொடரை வெளியிட்டு வந்தார்' என்று ஜாப்ஸ் கூறினார். மேலும் 'டிலன் தனது இசை நிகழ்ச்சிகள் அனைத்தையும் ஒலிப்பதிவு செய்வது வழக்கம். அவரைச் சுற்றி இருந்தவர்கள் அவ்வளவு கவனமானவர்களாக இருக்கவில்லை. ஏனெனில் விரைவிலேயே முறையான அனுமதியின்றி நகலெடுக்கப்பட்ட அவருடைய ஒவ்வொரு நிகழ்ச்சியின் ஒலிப்பதிவுகளும் எல்லா இடங்களிலும் கிட்டின – பூட்லெக் வடிவில். அந்த ஆளிடம் அவை எல்லாமே இருந்தன' என்று கூறினார்.

டிலன் ஒலிப்பதிவுகளுக்கான வேட்டை விரைவில் கூட்டு முயற்சியானது. 'இருவரும் சான் ஹொஸே, பெர்க்லீ வழியே ஒலிப்பதிவுகளைத் தேடி அலைந்து நடப்போம். டிலன் பூட்லெக் ஒலிப்பதிவுகள் பற்றிக் கேட்டறிந்து அவற்றைச் சேகரிப்போம்' என்று வாஸ் கூறினார். 'டிலன் பாடல் வரிகள் அடங்கிய சிறுபுத்தகங்களை வாங்கி இரவு வெகுநேரம்வரை உட்கார்ந்திருந்து அவற்றைப் புரிந்துகொள்ள முயற்சி செய்வோம். டிலனின் வார்த்தைகள் ஆக்கப்பூர்வமான சிந்தனையைத் தூண்டின.' ஜாப்ஸ் மேலும் தொடர்ந்தார்: 'என்னிடம் நூறு மணி நேரத்திற்கும் அதிகமான இசைநிகழ்ச்சிகள் இருந்தன – 65 மற்றும் 66இன் சுற்றுப் பயணங்களையும் சேர்த்து. அந்த ஆண்டுதான் டிலன் ராக் இசைக்கு மாறினார்.' இருவரும் உயர்ரக டீக் ரீல்-டு-ரீல் டேப் டெக்குகள் (ஒலிநாடாப் பதிவகம்) வாங்கிக்கொண்டனர். 'என்னுடையதை நான் குறைந்த வேகத்தில் ஓடவிட்டு ஒரே ஒலிநாடாவில் பல இசை நிகழ்ச்சிகளைப் பதிவு செய்வதற்காகப் பயன்படுத்தினேன்' என்றார் வாஸ்நியாக். ஜாப்ஸும் அவருடைய ஆர்வத்திற்குச் சற்றும் சளைத்தவரல்ல: 'பெரிய ஸ்டீரியோக்களுக்குப் (பிரியோசைக் கருவி)

பதிலாக ஒரு ஜோடி அற்புதமான ஹெட்ஃபோன்களை (கேட்பொறி களை) வாங்கினேன். படுக்கையில் வெறுமனே படுத்துக்கொண்டே அந்தப் பாடல்களை மணிக்கணக்காகக் கேட்பேன்' என்றார்.

ஹோம்ஸ்டெட் ஹையில் ஜாப்ஸ் ஒரு மன்றத்தை அமைத்திருந்தார்: ஒலி-ஒளி காட்சிகளுக்காகவும் தமது குறும்புகளுக்காகவும் (ஒருமுறை தங்கவண்ணம் பூசப்பட்ட கழிவறைத்தொட்டியின் மூடியை ஒரு பூந்தோட்டக்காரரின் உடலோடு சேர்த்து ஒட்டிவிட்டனர்). அந்த மன்றம் 'பக்ஃப்ரை க்ளப்' என்று அழைக்கப்பட்டது – தலைமை ஆசிரியரின் பெயரைக் குறும்புத்தனமாகச் சற்று மாற்றி. ஏற்கனவே பட்டப்படிப்பை முடித்திருந்தாலும், வாஸ்நியாக்கும் அவருடைய நண்பரான அலென் பௌமும் இளநிலை ஆண்டு இறுதியில் இருந்த ஜாப்ஸுடன் கூட்டணியமைத்துக்கொண்டு, பள்ளியை விட்டுச் செல்லும் முதுநிலை மாணவர்களுக்கு விடைகொடுக்க ஒரு வழியைக் கண்டறிந்தனர். நாற்பது ஆண்டுகளுக்குப்பின் ஹோம்ஸ்டெட் வளாகத்தைச் சுற்றிக் காட்டியபோது ஜாப்ஸ் அந்தக் குறும்புப்படலத்தில் சற்றே நிதானித்து சுட்டிக்காட்டினார்: 'அந்தப் பால்கனியைப் (உப்பரிகை) பார்த்தீர்களா? எங்கள் நட்பை உறுதிசெய்த விளம்பரப் பதாகை *(பானர்)* குறும்பை அரங்கேற்றியது அங்குதான்.' பௌம் பள்ளியின் பச்சை-வெள்ளை நிறங்கள் டை-டை[6] செய்திருந்த பெரிய படுக்கை விரிப்பில் ஒரு பெரிய கை நடுவிரலால் சல்யூட் அடிப்பது போல ஓவியம் தீட்டியிருந்தார். யூதரான பௌமின் தாய் அவர்களுக்கு அதை வரையக் கனிவோடு உதவியது மட்டுமல்ல, வண்ணச் சாயல்கள், நிழல்கள் ஆகியவை மூலம் மேலும் தத்ரூபமாக அமைய எப்படிச் செய்ய வேண்டுமென்றும் சொல்லித்தந்தார். 'இது என்னவென்று எனக்கு நன்றாகத் தெரியும்' என்றார் அவர், நமுட்டுச் சிரிப்புடன். கயிறு களும் சகடைகளும் அடங்கிய அமைப்பை அவர்கள் உருவாக்கினர் – பட்டம் பெறப்போகும் சீனியர் மாணவர்கள் உப்பரிகை வழியே அணிவகுத்துச் செல்கையில் பதாகையை ஏக அமர்க்களமாக இறக்கி விடுவதற்காக. பதாகையில் வாஸ்நியாக், பௌம் ஆகியோரது பெயர் களின் முதலெழுத்துக்கள், ஜாப்ஸின் பெயரில் ஒரு பகுதி ஆகியவற்றை இணைத்து 'SWAB JOB' என்று கையொப்பமிட்டனர். இந்தக் குறும்பு பள்ளியின் வரலாற்றிலேயே நீங்காத இடம்பெற்றது – ஜாப்ஸ் மீண்டும் ஒருமுறை நீக்கம் செய்யப்பட்டார்.

மற்றொரு குறும்பு வாஸ்நியாக் வடிவமைத்த தொலைக்காட்சி குறிப்பலைகளை (சிக்னல்களை) வெளிப்படுத்தக்கூடிய ஒரு கையடக்கக் கருவி தொடர்பானது. அதை யாராவது சிலர் குழுவாகத் தொலைக்காட்சி பார்த்துக்கொண்டிருக்கும் அறைக்கு (அதாவது

[6] துணியில் முடிச்சுகளிட்டு, பின் சாயமேற்றும் ஒரு தொழில்நுட்பம். (மொ-ர்)

மாணவர் விடுதி போல) எடுத்துச்சென்று இரகசியமாகப் பொத்தானை அழுத்துவார். நிலை மின்னூட்டத்தினால் தொலைக்காட்சிப் பெட்டி யின் திரையில் படம் தெளிவற்றதாகிவிடும். யாராவது எழுந்து சென்று தொலைக்காட்சிப் பெட்டியில் அடித்தால் வாஸ் பொத்தானை விட்டுவிடுவார் – திரையில் படம் மீண்டும் தெளிவாகிவிடும். விஷயம் புரியாத அப்பாவிப் பார்வையாளர்கள் அவருடைய விருப்பத்திற்கேற்ப மேலும் கீழுமாக, உட்காருவதும், துள்ளுவதுமாக ஆனபிறகு இன்னமும் கஷ்டமான வேலையைத் தருவார். யாராவது ஆன்டெனாவைத் தொடும்வரையில் தெளிவற்றதாகத் தெரியும்; ஒற்றைக்காலில் நின்ற படியோ, தொலைக்காட்சியின் மேற்புறத்தைத் தொட்டுக் கொண்டிருந்த படியோ ஆன்டெனாவைப் பிடித்துக்கொண்டால்தான் படம் நன்றாகத் தெரியும் என்னுமளவிற்கு அவர்களை நம்பவைப்பார். பல ஆண்டுகள் கழித்து ஒரு முக்கிய கூட்டத்தில் சரியாக வேலை செய்யாத வீடியோ வுடன் (காணொளியுடன்) போராடிக்கொண்டிருந்த போது ஜாப்ஸ் தமது உரையைக் கொஞ்சம் ஒத்திவைத்துவிட்டு வாஸ் வடிவமைத்த கருவியைக் கொண்டு தாங்கள் நடத்திய தமாஷை நினைவுகூர்ந்தார்: 'வாஸ் சட்டைப்பையில் அதை வைத்துக் கொண்டிருப்பார். நாங்கள் மாணவர் விடுதிக்குள் நுழைவோம்... அங்கு சிலர் *ஸ்டார் ட்ரெக்* தொடரைப் பார்த்துக்கொண்டிருப்பார்கள். அவர் தொலைக்காட்சித் திரையில் படம் தெளிவாகத் தெரியாதபடி செய்வார். யாராவது எழுந்து போய்ச் சரிசெய்யப் பார்ப்பார்கள். அவர்கள் காலைச் சற்றே தூக்கிய மாத்திரத்தில் திரையைச் சரிசெய்வார். காலைத் தரையில் வைத்தால் மீண்டும் திரையில் பிரச்சினை. மேடையில் தம்மை அஷ்டகோணலாக ப்ரெட்செல்[7] போல் முறுக்கிக்கொண்டு ஜாப்ஸ் பலத்த சிரிப்பலைகளுக்கு நடுவே கூறிமுடித்தார்: 'ஐந்தே நிமிடங்களில் ஒருவரைச் சரியாக இந்த நிலைக்குக் கொண்டு வந்திருப்பார்!'

ப்ளூ பாக்ஸ் (நீலப் பெட்டி)

குறும்புகளும் மின்னணுவியலும் இணைந்ததன் உச்சம் - ஆப்பிள் உருவாகக் காரணமாயிருந்த குறும்பு - ஒரு ஞாயிற்றுக்கிழமை மதிய வேளையில் வாஸ்நியாக்கின் தாய் அவருக்காகச் சமையலறை மேசை யில் வைத்துவிட்டுச் சென்றிருந்த *எஸ்கொயர்* பத்திரிகையில் வெளியாகி யிருந்த ஒரு கட்டுரையை வாஸ்நியாக் படித்தபோது அரங்கேறியது. அது 1971 செப்டம்பர் மாதம் - மறுநாள் பெர்க்லீயிலுள்ள தமது மூன்றாவது கல்லூரிக்கு வாஸ் புறப்பட்டுச் செல்வதாக இருந்தது. ரான் ரோசென்பெளம் எழுதிய *சீக்ரெட்ஸ் ஆஃப் த லிட்டில் ப்ளூ பாக்ஸ்* (சிறிய நீலப் பெட்டியின் இரகசியம்) என்ற அந்தக் கட்டுரை

[7] முறுக்கிக்கொண்ட வடிவிலுள்ள ஒருவகை ரொட்டி. (மொ-ர்)

ஏடீ & டீ வலையமைப்பிலுள்ள (அமெரிக்கன் டெலிஃபோன்ஸ் அண்ட் டெலிகிராம்ஸ் நெட்வொர்க்) குறிப்பலைகளைச் செலுத்தப் பயன் படும் ஒலிகளைப் போலியாக ஒலிக்கச் செய்வதன் மூலம் தொலை தூர அழைப்புகளை இலவசமாகச் செய்துகொள்ள ஹாக்கர்களும்[8] தொலைபேசி ஃப்ரீக்கர்களும்[9] கையாளும் முறைகளை விவரித்தது. 'அந்தக் கட்டுரையைப் பாதி படித்துக்கொண்டிருக்கும் பொழுதே என் நெருங்கிய நண்பர் ஸ்டீவ் ஜாப்ஸை அழைத்து அந்தக் கட்டுரையின் சில பகுதிகளைப் படித்துக் காட்டவேண்டியிருந்தது' என்று வாஸ் நினைவுகூர்ந்தார். அவருக்குத் தெரியும் – முதுநிலை ஆண்டில் அடியெடுத்து வைத்திருந்த ஜாப்ஸ் தம்முடைய பரவச உணர்வை முழுமையாகப் புரிந்துகொள்ளக்கூடிய மிகச் சிலருள் ஒருவர் என்று.

அந்தக் கட்டுரையின் கதாநாயகர் ஜான் ட்ரேப்பர் – கேப்டன் க்ரஞ்ச் என்று அழைக்கப்பட்ட ஹாக்கர். அவர் கண்டுபிடித்த ஒரு விஷயம் – காலை உணவான தானியத்துடன் இலவசமாகக் கிடைக்கும் விசில் எழுப்பும் ஒலி தொலைபேசி வலையமைப்பின் *(நெட்வொர்க்)* கால்-ரூட்டிங் ஸ்விட்சுகளில் பயன்படுத்தும் அதே 2600 ஹெர்ட்ஸ் ஒலியை ஒத்திருந்தது. அதன் மூலம் அந்த அமைப்பு உணராத வகையில் அதன் வழியே தொலைதூர அழைப்புகளை அதிகப்படியான செலவு ஏதுமின்றிக் கடந்துசெல்ல வைக்கலாம்' என்பதுதான். இதுபோல் தொலைபேசி அழைப்புகளைக் கட்டணமின்றி ரூட் செய்வதற்கான வேறு டோன்களின் விவரங்கள் *பெல் சிஸ்டம் டெக்னிக்கல் ஜர்னலின்* ஒரு குறிப்பிட்ட இதழில் உள்ளன என்று அந்தக் கட்டுரை தெளிவாக விளக்கியது. இதைத் தொடர்ந்து ஏடீ & டீ உடனடியாக நூலகங்களைத் தொடர்புகொண்டு அந்தக் குறிப்பிட்ட இதழைத் தங்கள் அலமாரி களிலிருந்து அகற்றிவிடும்படிக் கேட்டுக்கொண்டது.

அந்த ஞாயிறு நண்பகல் வாஸ்நியாக்கின் தொலைபேசி அழைப்பு வந்த மாத்திரத்திலேயே ஜாப்ஸ் அந்த இதழைத் தாங்கள் உடனடியாகக் கைப்பற்றியே ஆகவேண்டும் என்பதைப் புரிந்துகொண்டார். 'சில நிமிடங்களுக்குள்ளாகவே வாஸ் என்னை அழைத்துச்செல்ல வந்தார். நாங்கள் எஸ்எல்ஏசி (ஸ்டாண்ஃபோர்டு லீனியர் ஆக்ஸலரேட்டர் சென்டர்) நூலகத்தில் அது உள்ளதா என்று பார்க்கச் சென்றோம்'

[8] ஒரு கணினி அமைப்பில் அனுமதியின்றி புகுந்து மாற்றங்கள் செய்யக்கூடிய மின்னணுவியல் வல்லுநர். சில சந்தர்ப்பங்களில் இதன் குறிக்கோள் நல்லதாகவும் இருக்கலாம். (மொ-ர்)

[9] ஒரு தொலைபேசி வலையமைப்பில், குறிப்பாக தொலைதூர அழைப்புகளை இலவசமாகச் செய்யவோ, ஒருவரது தொலைபேசியில் நடக்கும் உரையாடல் களை ஒட்டுக் கேட்பதற்காகவோ சட்டத்திற்குப் புறம்பான முறையில் புகுந்து செயலாற்றுபவர். (மொ-ர்)

என்று ஜாப்ஸ் நினைவுகூர்ந்தார். ஞாயிற்றுக்கிழமை என்பதால் நூலகம் மூடியிருந்தது. ஆனால் பெரும்பாலும் பூட்டப்படாமலே கிடக்கும் ஒரு கதவு வழியே உள்ளே நுழைவது எப்படி என்று அவர்கள் தெரிந்து வைத்திருந்தார்கள். 'எனக்கு நன்றாக நினைவிருக்கிறது. நாங்கள் புத்தக அடுக்குகளை அசுரவேகத்தில் புரட்டிப் போட்டுக் கொண்டிருந்தோம். முடிவில் வாஸ்தான் எல்லா அதிர்வெண்களும் அடங்கிய அந்த இதழைக் கண்டெடுத்தார். அதைத் திறந்தபோது, கண்ணெதிரே – 'இதுதான், கடவுளே! நிஜமாகவே இதுதான்!' நாங்கள் எங்களுக்குள் கூறிக்கொண்டே இருந்தோம். எல்லா விவரங்களும் தெளிவாக விளக்கப்பட்டிருந்தன, தொனிகள் *(டோன்ஸ்)*, அதிர்வெண்கள் *(ஃப்ரீக்வென்ஸி)* எல்லாமே.'

வாஸ்நியாக் சன்னிவேல் எலெக்ட்ரானிக்ஸிற்கு அன்று மாலை அது அடைப்பதற்கு முன்னரே சென்று தொடர்ச்சியாக ஒலி அலைகளை எழுப்பும் அனலாக் டோன் ஜெனரேட்டரை உருவாக்கத் தேவையான பாகங்களை வாங்கிக்கொண்டார். ஜாப்ஸ் எச்பீ எக்ஸ்ப்ளோரரர்ஸ் க்ளப்பில் பங்குபெற்றிருந்தபோது உருவாக்கிய ஃப்ரீக்வென்ஸி கவுண்ட்டர் அவரிடம் இருந்தது. அதைத் தாங்கள் விரும்பிய தொனி களைக் குறியீடு செய்யப் பயன்படுத்திக் கொண்டார்கள். ஒரு டயலை வைத்துக்கொண்டு அந்தக் கட்டுரையில் வெளியிட்டிருந்த ஒலிகளை எழுப்பி, அவர்களால் அவற்றை ஒலிப்பதிவு செய்ய முடிந்தது. துரதிர்ஷ்டவசமாக, அவர்கள் பயன்படுத்திய அலையியற்றிகள் *(ஆசிலேட்டர்ஸ்)* அந்த ஒலிகளைக் கச்சிதமாக எழுப்பித் தொலைபேசி நிறுவனத்தை ஏமாற்றும் அளவிற்கு நிலையானதாக இருக்கவில்லை. 'ஸ்டீவின் ஃப்ரீக்வென்ஸி கவுண்ட்டரைப் பயன்படுத்துவதால்தான் இது நேர்ந்தது என்று புரிந்துகொண்டோம். அதைச் சரியாக இயக்க எங்களால் இயலவில்லை. நானும் மறுநாள் காலை பெர்க்லீ செல்ல வேண்டியிருந்தது. ஆகையால் நான் அங்கு சென்றவுடன் அதன் டிஜிட்டல் வடிவத்தை உருவாக்குவது என்று தீர்மானித்தோம்.'

அதுவரையில் ப்ளூ பாக்ஸின் டிஜிட்டல் வடிவத்தை யாரும் உருவாக்கியிருக்கவில்லை. ஆனால் வாஸ் அந்தச் சவாலுக்காகவே தயாராகி இருந்தார். ரேடியோ ஷாக்கிலிருந்து டயோடுகள்[10] மற்றும் ட்ரான்ஸிஸ்டர்களைத் திரட்டிக்கொண்டு, தம்முடன் மாணவர் விடுதியில் தங்கியிருந்த கச்சிதமான ஸ்தாயி உள்ள இசைத்துறை மாணவர் ஒருவரின் உதவியுடன் அறுவடைத் திருநாளுக்குமுன் அதனை உருவாக்கி முடித்தார். 'இதைவிட பெருமைப்படத்தக்க மின் சுற்றை நான் வடிவமைத்ததே இல்லை' என்றார் அவர். 'இப்பொழுது நினைத்தாலும் நம்பமுடியாத அற்புதமாகத் தோன்றுகிறது.'

[10] மின்சாரத்தை ஒரு திசையில் மட்டுமே பாயச் செய்யும் கருவி. *(மொ-ர்)*

ஒருநாள் இரவு வாஸ்நியாக் பெர்க்லீயிலிருந்து ஜாப்ஸின் வீட்டிற்கு வந்தார் - அதைச் சோதித்துப் பார்க்க. லாஸ் ஆஞ்சலெஸில் வசிக்கும் வாஸ்நியாக்கின் மாமாவை அழைக்க முயன்றனர். ஆனால் அது தவறான எண்ணுக்குச் சென்றது. அதனாலென்ன – அவர்களுடைய கருவி வேலை செய்ததே! 'ஹலோ! நாங்கள் கட்டணமின்றி உங்களை அழைத்துக்கொண்டிருக்கிறோம்! நாங்கள் கட்டணமின்றி உங்களை அழைத்துக்கொண்டிருக்கிறோம்!' வாஸ் உரக்கக் கத்தினார். மறுமுனையில் இருந்தவர் குழப்பமும் எரிச்சலும் அடைந்தார். ஜாப்ஸும் கூடவே சேர்ந்துகொண்டார்: நாங்கள் கலிஃபோர்னியாவிலிருந்து அழைக்கிறோம்! கலிஃபோர்னியாவிலிருந்து - ப்ளூ பாக்ஸ் உதவியுடன்!' இது மறுமுனையில் இருந்தவரை முற்றிலும் குழப்பி விட்டது - ஏனெனில் அவரும் கலிஃபோர்னியாவில்தான் இருந்தார்!

தொடக்கத்தில் ப்ளூ பாக்ஸ் வேடிக்கைகளுக்கும் குறும்புகளுக்கும் பயன்படுத்தப்பட்டது. இதில் மிகத் துணிச்சலானது அவர்கள் வாடிகனை[11] அழைத்ததுதான். வாஸ்நியாக் ஹென்றி கிஸ்ஸிங்கரின்[12] குரலில் பேசி நடித்து, போப்பாண்டவரிடம் பேச விரும்புவதாகக் கூறினார். 'நாங்கள் மாஸ்கோ உச்சி மாநாட்டில் இருக்கிறோம். போப்பாண்டவரிடம் பேசவேண்டும்' – வாஸ் குரலை மாற்றிப் பேசினார். மறுமுனையில் அப்போது அதிகாலை ஐந்தரை மணி என்றும் போப்பாண்டவர் உறங்கிக் கொண்டிருப்பதாகவும் கூறினார்கள். அவர் திரும்பவும் அழைத்தபோது மொழிபெயர்ப்பாளர் என்ற பெயரில் ஒரு பிஷப் (ஆயர்) பேச வந்தார். போப்பாண்டவரை மட்டும் அழைப்பில் வர வழைக்க அவர்களால் முடியவேயில்லை. 'வாஸ் ஹென்றி கிஸ்ஸிங்கர் அல்ல என்பதை அவர்கள் புரிந்துகொண்டு விட்டார்கள்' என்று ஜாப்ஸ் நினைவுகூர்ந்தார். 'நாங்கள் அப்போது பொதுத் தொலைபேசிக் கூண்டில் இருந்து இதைச் செய்தோம்.'

அதன்பிறகுதான் அவர்கள் ஒரு முக்கியத்துவம் வாய்ந்த கட்டத்தை எட்டினார்கள். அது அவர்களுடைய கூட்டணியில் ஒரு சீரான அமைப்பைக் கொண்டுவரவிருந்தது. ப்ளூ பாக்ஸை வெறும் பொழுது போக்குச் சாதனமாகப் பயன்படுத்தாமல் அதனைத் தயாரித்து விற்கவும் செய்யலாம் என்று ஜாப்ஸ் யோசனை சொன்னார். 'நான் பெட்டகமாக்கல் *(கேசிங்)*, மின்னூட்டு *(பவர் சப்ளை)*, விசைத்தளம் *(கீ-பாட்)* என அதற்குத் தேவையான மற்ற பாகங்களைத் திரட்டி, விலையை நிர்ணயிப்பது எப்படி என்றும் யோசித்து வைத்தேன்' என்று ஜாப்ஸ் கூறினார். பின்னாளில் ஆப்பிளை அவர்கள் நிறுவும்பொழுது அவர்

[11] கிறிஸ்தவ மதத்தின் தலைமைப் பீடம். (மொ-ர்)

[12] முன்னாள் அமெரிக்க அதிபர். (மொ-ர்)

செய்யப்போகும் பல செயல்களுக்கு இது முன்னறிவிப்பாக அமைந்தது. இவ்வாறு அவர்கள் உருவாக்கிய சாதனம் ஏறத்தாழ இரண்டு சீட்டுக் கட்டு அடுக்குகளின் அளவு இருந்தது. உதிரி பாகங்களின் மொத்த விலை சுமார் 40 டாலர். ஜாப்ஸ் அதனை அவர்கள் 150 டாலர்களுக்கு விற்க வேண்டுமென்று தீர்மானித்தார்.

கேப்டன் க்ரஞ்ச் போன்ற தொலைபேசி ஃப்ரீக்குகளின் பாணியைப் பின்பற்றி அவர்களும் தங்களுக்குப் புனைபெயர்கள் சூட்டிக் கொண்டனர். வாஸ் 'பெர்க்லீ ப்ளூ' ஆனார்; ஜாப்ஸ் 'ஓஃப் டோபார்க்' ஆனார். அந்தச் சாதனத்தைக் கல்லூரி விடுதிகளுக்கு எடுத்துச் சென்று ஒரு தொலைபேசியையும் ஒலிபெருக்கியையும் இணைத்துச் செய்முறை விளக்கம் அளித்தனர். எதிர்கால வாடிக்கையாளர்களின் கண்ணெதிரிலேயே லண்டனிலுள்ள ரிட்ஸ் ஹோட்டல் அல்லது ஆஸ்திரேலியாவிலுள்ள டயல்-ஏ-ஜோக்கை[13] அழைத்துப் பேசிக்காட்டினார்கள். 'ஏறத்தாழ நூறு ப்ளூ பாக்ஸ்கள் தயாரித்து பெரும்பாலும் எல்லாவற்றையும் விற்றுத் தீர்த்துவிட்டோம்' என்று ஜாப்ஸ் நினைவுகூர்ந்தார்.

வேடிக்கைகளும் விநோதங்களும் அவை ஈட்டித்தந்த இலாபங்களும் ஸன்னிவேலில் உள்ள ஒரு பீட்ஸா விற்பனையகத்தில் முடிவுக்கு வந்தன. தாங்கள் தயாரித்து முடித்திருந்த ஒரு ப்ளூ பாக்ஸுடன் ஜாப்ஸும் வாஸ்நியாக்கும் பெர்க்லீ நோக்கிச் செல்லவிருந்தனர். ஜாப்ஸிற்குப் பணம் தேவைப்பட்டதால் அதை விற்பதற்கு ஆவலாக இருந்தார். ஆகவே அருகிலிருந்த மேசைக்குச் சென்று அங்கிருந்தவர்களிடம் அதன் சிறப்பம்சங்கள் பற்றிப் பேச்சுக் கொடுத்தார். அவர்களும் அந்தச் சாதனத்தில் ஆர்வம் காட்டினார்கள். செயல்முறை விளக்கத்திற்காக ஜாப்ஸ் அருகிலுள்ள பொதுத் தொலைபேசி கூண்டிற்குச் சென்று ஷிகாகோவிலுள்ள ஒருவரை அழைத்துப் பேசிக்காட்டினார். அவர்கள் தங்கள் காருக்குச் சென்றுதான் பணம் எடுத்துகொண்டு வரவேண்டும் என்றார்கள். 'அப்படியே கார்வரை செல்கிறோம் – வாஸும் நானும். என் கையில் ஒரு ப்ளூ பாக்ஸ் இருக்கிறது. அந்த ஆள் காருக்குள் செல்கிறார் – இருக்கைக்கு அடியில் துழாவி ஒரு துப்பாக்கியை வெளியே எடுக்கிறார்' என்று ஜாப்ஸ் நினைவுகூர்ந்தார். அதுவரை ஒரு துப்பாக்கியை அவ்வளவு நெருக்கத்தில் அவர் கண்டதில்லை; அதனால் பயந்தே போய்விட்டார். 'நேராக என் வயிற்றுப் பகுதியைக் குறிவைத்து *தம்பி, அதை என்னிடம் தந்துவிடு* என்கிறார். என் மனம் அலைபாய்ந்தது. கார் கதவு திறந்துதானே இருக்கிறது. அதைப் படாரென்று அவருடைய கால்களில் அடிக்கும்படி அறைந்து மூடிவிட்டு நாங்கள் ஓடித் தப்பித்துக்கொள்ளலாம் என்று நினைத்தேன். ஆனால் அந்த ஆள்

[13] தொலைபேசியில் அழைத்தால் நகைச்சுவைத் துணுக்கள் சொல்லும் ஒரு சேவையை வழங்கும் நிறுவனம். (மொ-ர்)

என்னைச் சுட்டுவிட நிறைய வாய்ப்பிருந்தது. ஆகவே மெதுவாக அந்தச் சாதனத்தை அவரிடம் நீட்டினேன் – மிகக் கவனமாக.' இது ஒரு நூதனமான கொள்ளையாக இருந்தது. ப்ளூ பாக்ஸைப் பெற்றுக் கொண்ட அந்த ஆள் உண்மையிலேயே ஒரு தொலைபேசி எண்ணை ஜாப்ஸிடம் தந்து, அந்தக் கருவி சரியாக வேலை செய்தால் அதற்கான பணத்தைத் தந்துவிடுவதாகக் கூறினார். அதன் பின் ஜாப்ஸ் அந்த எண்ணுக்கு அழைத்தபோது, அந்தக் கருவியை எப்படிப் பயன்படுத்துவது என்பது தமக்குப் புரியவில்லை என்றார் அந்த ஆள். ஜாப்ஸ் தமக்கே உரிய சாமர்த்தியமான பாணியில் பேசி, தம்மையும் வாஸ்நியாக்கையும் ஒரு பொது இடத்தில் வந்து சந்திக்குமாறு அந்த ஆளிடம் கூறிச் சம்மதிக்க வைத்தார். ஆனால் அந்தத் துப்பாக்கி மனிதரோடு இனி மீண்டும் ஒரு சந்திப்பு வைத்துக்கொள்வதில்லை என்ற முடிவுக்கு அவர்கள் வந்தனர் – ஒருவேளை அவர்களுக்குரிய நூற்று ஐம்பது டாலர் கிடைக்க வாய்ப்பிருந்தாலும்கூட.

இந்தக் கூட்டணியானது மேலும் பெரிய அளவிலான ஒரு கூட்டு சாகசத்திற்கு வழிகாட்டியாக அமைந்தது. 'ப்ளூ பாக்ஸ்கள் மட்டும் இல்லாவிட்டால் ஆப்பிள் உருவாகியிருக்காது' என ஜாப்ஸ் பின்னர் நினைவுகூர்ந்தார். 'இதை நூறு சதவிகிதம் உறுதியாகக் கூறுவேன். வாஸும் நானும் இணைந்து பணியாற்றுவது எப்படி என்று கற்றுக் கொண்டோம். எங்களால் தொழில்நுட்பச் சிக்கல்களுக்குத் தீர்வு காணவும் புதிய கருவிகளைத் தயாரிக்கவும் முடியும் என்ற நம்பிக்கை ஏற்பட்டது.' ஒரு சிறிய மின்சுற்றுப் பலகையை வைத்துக் கொண்டு பல பில்லியன் டாலர் மதிப்புள்ள கட்டமைப்பைக் கட்டுப்படுத்தும் கருவியை அவர்கள் உருவாக்கியிருந்தனர். 'அது எங்களுக்கு எவ்வளவு தன்னம்பிக்கை ஊட்டியது என்பதைச் சொன்னாலும் உங்களால் நம்ப முடியாது.' வாஸும் இதே முடிவுக்குத்தான் வந்தார்: 'அவற்றை விற்பது அவ்வளவு நல்ல யோசனையாகப் படவில்லை; என்றாலும் என் பொறியியல் திறமை, அவருடைய தொலைநோக்கு ஆகியவற்றை வைத்துக் கொண்டு என்னவெல்லாம் சாதிக்க முடியும் என்பதைப் புரிந்துகொள்ள அது உதவியது.' ப்ளூ பாக்ஸ் சாகச அனுபவம் விரைவில் பிறக்கவிருந்த ஒரு கூட்டணிக்குக் களம் அமைத்துத் தந்தது. அதில் வாஸ்நியாக் கச்சிதமான கருவிகளை உருவாக்கிப் பிறருக்கு அளித்து விடுவதில் மகிழ்ச்சியடையும் மென்மையான மாயாஜால வல்லுநர்; ஜாப்ஸ், அதையே ஆய்ந்து, பயன்படுத்துவதற்கு எளிதாக்கி, அழகாகப் பொதிந்து, விளம்பரம் செய்து விற்று இலாபம் ஈட்டும் வியாபார தந்திரி.

இயல் மூன்று

இடைநின்ற படிப்பு
தொடங்கு, சுருதிசேர், இடைவிலகு

க்ரிசான் ப்ரென்னன்

ஹோம்ஸ்டெட்டில் முதுநிலை ஆண்டு முடிவுறும் வேளை. 1972இன் வசந்தகாலம். ஜாப்ஸ் க்ரிசான் ப்ரென்னன் என்ற பெண்ணுடன் பழகிவந்தார். ஏறத்தாழ அவருடைய வயது. ஆனால் இன்னமும் கீழ்வகுப்பு மாணவி. இளம் பழுப்புநிறத் தலைமுடி. பச்சை விழிகள், சற்றுத் தூக்கலான தாடை, துவண்டு விழுந்துவிடுவது போன்ற தோற்றம் என மிகவும் கவர்ச்சியாக இருந்தாள். அவளது பெற்றோர் மணவிலக்கு செய்துகொள்ள இருந்ததால் மிகவும் மனமுடைந்து போயிருந்தாள். 'ஓர் அனிமேஷன் (அசைவூட்டப்) படத்தில் நாங்கள் இணைந்து பணியாற்றிவந்தோம். பின் ஒன்றாக வெளியே செல்லத் தொடங்கினோம்; அவள் என் முதல் நிஜமான தோழியானாள்' என்று ஜாப்ஸ் நினைவுகூர்ந்தார். ப்ரென்னன் பின்னர் கூறினார்: 'ஸ்டீவின் ஒருவித கிறுக்குத்தனம், அதுதான் என்னை அவரிடம் ஈர்த்தது.'

ஜாப்ஸின் அந்த கிறுக்குத்தனம் அவரே உருவாக்கிக்கொண்ட ஒன்று. வாழ்நாள் முழுவதும் தொடரவிருந்த பரிசோதனைகளையும், பழக்கவழக்கங்களையும் அவர் மேற்கொள்ளத் தொடங்கியிருந்தார் – நிர்ப்பந்தமான உணவுக் கட்டுப்பாடு, வெறும் பழங்களும், காய்கறி களுமாய்... இதனால் அவர் சாட்டைபோல மெலிந்த, கட்டான உடலமைப்போடு இருந்தார். கண்சிமிட்டாமல் மற்றவர்களைத் தமது பார்வையால் துளைக்கக் கற்றுக்கொண்டார். நீண்ட மௌனத்திற்குப் பிறகு அவ்வப்போது பட்டாசுப்பொரி போலப் படபடக்கும் பேச்சு... சிலசமயம் தீவிர ஈடுபாடு; சிலசமயம் விலகியிருப்பது என்ற விநோதச் சேர்க்கை; அத்துடன் தோளில் வழிந்தோடும் தலைமுடி, முரட்டுத்தாடி என எல்லாமாகச் சேர்ந்து ஏதோ பரவசத்திலாழ்ந்த மந்திரவாதிபோல ஒரு மாயத்தோற்றம். கம்பீரமாகவும் கள்ளத்தனமாகவும் மாறிமாறி அவர் 'அங்குமிங்கும் அலைவதைப் பார்த்தால் அரைக்கிறுக்குப்போல'

இருக்கும் - ப்ரென்னன் நினைவுகூர்ந்தார். 'அவரிடம் நிறைய பதற்றம் இருந்தது – ஏதோ அவரைச் சுற்றிலும் பெரிய இருள் சூழ்ந்துள்ளது போல.'

அந்தக் காலகட்டத்தில் ஜாப்ஸ் எல்எஸ்டி போதைப் பழக்கத்திற்கு ஆளாகியிருந்தார். ப்ரென்னனையும் பழக்கப்படுத்தினார் – சன்னி வேலுக்கு வெளியே, ஒரு கோதுமை வயற்காட்டில். 'அது அற்புதமான அனுபவம்' என்று அவர் நினைவுகூர்ந்தார். நான் ஜெர்மனியின் உலகப் புகழ்பெற்ற இசை மேதை பாஹின் இசையை நிறையக் கேட்பதுண்டு. திடீரென்று அந்தக் கோதுமை வயலெங்கும் பாஹ் இசைவெள்ளம். அதுவரையிலான என் வாழ்விலேயே அது மிக அற்புதமான ஓர் உணர்வு. பாஹ் இசை அந்த வயலினூடே ஊடுருவி வர, நான் ஏதோ அந்த சிம்ஃபனியின் நடத்துநர் போல உணர்ந்தேன்.'

*1972*இன் அந்தக் கோடைகாலத்தில் பட்டம் பெற்றபின் அவரும் ப்ரென்னனும் லாஸ் ஆல்டோஸிற்கு மேற்புறமாய் அமைந்த ஒரு சிற்றறையில் குடியேறினர். ஒரு நாள் அவர் தமது பெற்றோரிடம் அறிவித்தார்: 'நான் க்ரிசானுடன் ஒரு சிற்றறையில் வசிக்கப் போகிறேன்!' அவருடைய தந்தை கோபத்தின் உச்சிக்கே போய்விட்டார்: 'இல்லை! நீ போகப்போவதில்லை!' என்றார் அவர். 'அப்படிப் போவதானால் அது என் சடலத்தைக் கடந்துதான்!' அண்மையில்தான் அவர்கள் இருவரும் மரிஜுவானா விஷயத்தில் மோதியிருந்தார்கள் - மீண்டும் ஒருமுறை இளைய ஜாப்ஸ் தமது முடிவில் உறுதியாக நின்றார். விடைசொல்லி விட்டுக் கிளம்பிப் போய்விட்டார்.

ப்ரென்னன் அந்தக் கோடைக்காலத்தில் நிறைய நேரத்தை ஓவியம் தீட்டுவதில் செலவிட்டாள். அவள் திறமையானவள். ஜாப்ஸுக்காக ஒரு கோமாளியின் படத்தை வரைந்து தந்தாள். அவர் அதைத் தமது சுவரில் மாட்டிக்கொண்டார். ஜாப்ஸ் கவிதை எழுதினார்; கிதார் வாசித்தார். சிலசமயம் க்ரிசானிடம் மிகவும் கடுமையாக, முரட்டுத் தனமாக நடந்துகொண்டார். சில சமயம் மனதை மயக்கித் தாம் நினைத்ததைச் சாதித்துக் கொள்வார். 'அவர் ஞானம் பெற்ற கொடுமைக் காரர்' என்று க்ரிசான் நினைவுகூர்ந்தார். 'அது விநோதமான சேர்க்கை.'

கோடைக்காலத்திற்கு நடுவில் ஜாப்ஸின் சிவப்பு ஃபியட் கார் தீப்பற்றி எரிந்ததில் அவர் விபத்துக்குள்ளாகி ஏறத்தாழ உயிரிழந் திருப்பார். சான்டா க்ரூஸ் மலைப் பிரதேசத்தில் ஸ்கைலைன் போல்வாரில் தமது உயர்நிலைப் பள்ளி நண்பர் டிம் ப்ரௌனுடன் ஜாப்ஸ் காரில் சென்றுகொண்டிருந்தார். டிம் திரும்பிப் பார்த்த போது இஞ்சின் தீப்பற்றி எரிவதைக் கண்டு சர்வ சாதாரணமாக ஜாப்ஸிடம் 'நிறுத்து, உன் கார் தீப்பற்றி எரிகிறது' என்றார். அவரும் அப்படியே செய்தார். ஜாப்ஸின் தந்தை, தங்களுக்கிடையே நடந்திருந்த

வாக்குவாதங்களைக்கூடப் பொருட்படுத்தாமல் மலைப்பிரதேசத் திற்குக் காரில் வந்து ஃபீயட்டைப் பின்னால் கட்டி வீடுவரை இழுத்துச் சென்றார்.

புதிய கார் வாங்கப் பணம் புரட்டும் வழிகளைக் கண்டறிய ஜாப்ஸ் வாஸ்நியாக்கிடம் தம்மை டி அன்ஸா கல்லூரி வரை காரில் அழைத்துச் செல்லச் சொன்னார் - அங்கு 'உதவி தேவை' விளம்பரங்கள் கொண்ட அறிவிப்புப் பலகைகளைக் காண்பதற்காக சான் ஹொஸேயி லுள்ள வெஸ்ட்கேட் வணிக மையத்தில் குழந்தைகளைக் குதூகலப் படுத்துவதற்காக மாறுவேடம் அணிந்துகொள்ள விரும்பும் கல்லூரி மாணவர்களைத் தேடிக் கொண்டிருப்பது தெரிந்தது. ஒரு மணி நேரத்திற்கு மூன்று டாலர் என ஜாப்ஸ், வாஸ்நியாக், ப்ரென்னன் மூவரும் கனமான, உடல் முழுக்க மறைக்கும் ஆடைகளையும் தலை யலங்காரங்களையும் அணிந்துகொண்டு *ஆலிஸின் அற்புத உலகம் (ஆலிஸ் இன் வொண்டர்லான்ட்)* என்னும் நூலில் வரும் ஆலிஸ், மாட் ஹாட்டர், ஒயிட் ராபிட் கதாபாத்திரங்களை நடித்துக் காட்டினர். வாஸ்நியாக் தமக்கே உரிய இனிய சுபாவத்தால் அதை மிகவும் ரசித்தார். *'நான் இதைச் செய்ய விரும்புகிறேன்; இது எனக்குக் கிட்டிய வாய்ப்பு; எனக்குக் குழந்தைகள் என்றால் மிகவும் பிடிக்கும்* என்று என் கருத்தைச் சொன்னேன். ஆனால் ஸ்டீவுக்கு அது சலிப்பூட்டும் வேலை யாகத் தோன்றியது என்று நினைக்கிறேன். நான் அதை ஒரு வேடிக்கை யான அனுபவமாகக் கண்டேன். உண்மையிலேயே ஜாப்ஸுக்கு அது மிகக் கடினமாகத்தான் தோன்றியது: *ஒரே வெப்பமாக இருந்தது; உடைகளோ மிகவும் கனமாக இருந்தன; சற்றுநேரம் கழிந்தபின் அதில் சில குழந்தைகளை இழுத்து முதுகில் சாத்தினால் என்ன என்றுகூடத் தோன்றியது.'* பொறுமை என்பது அவருடைய அகராதியிலேயே இல்லாத குணம்!

ரீட் கல்லூரி

பதினேழு ஆண்டுகளுக்கு முன் ஜாப்ஸின் பெற்றோர் அவரைத் தத்தெடுத்த போது ஓர் உறுதியளித்திருந்தனர் – அவரைக் கல்லூரிக்கு அனுப்புவதாக. ஆகையால், அவர்கள் கடுமையாக உழைத்து அவருடைய கல்லூரிக் கட்டணத்திற்காகக் கடமை உணர்வுடன் பணம் சேமித்து வந்திருந்தனர். குறைந்த அளவே ஆனாலும் அவர் பள்ளிப்படிப்பை முடிக்கும் பொழுது அது போதுமானதாக இருந்தது. ஆனால், ஜாப்ஸின் பிடிவாத குணத்தால் அது அவ்வளவு எளிதான செயலாக இருக்கவில்லை. முதலில் கல்லூரிக்குச் செல்லத்தான் வேண்டுமா என்று கேள்வி எழுப்பினார். 'நான் கல்லூரிக்குச் சென்றிராவிட்டால் நேராக நியூ யார்க் நோக்கிப் பயணித்திருப்பேன்' என்று அவர் நினைவுகூர்ந்தார். அவர் மட்டும் அந்தப் பாதையைத்

தேர்ந்தெடுத்திருந்தால் அவருடைய உலகம் – ஒருவேளை நம் எல்லோருடையதும்கூட – எப்படி மாறியிருக்கும் என்ற சிந்தனையில் ஆழ்ந்தபடி. அவருடைய பெற்றோர் கல்லூரிக்குச் செல்லும்படி அவரை வற்புறுத்தியபோது அவர் உடன்படாமல் மூர்க்கத்தனமாய் நடந்து கொண்டார். அவர் பெர்க்லி போன்ற மாகாணக் கல்லூரிகளைக் கருத்தில்கொள்ளவே இல்லை (அப்போது வாஸ் அங்குதான் படித்துக் கொண்டிருந்தார்) – அந்தக் கல்லூரியில் கட்டணங்கள் மற்றவற்றைக் காட்டிலும் குறைவாக இருந்தபோதிலும்கூட. ஸ்டான் ஃபோர்டையும் அவர் கண்டுகொள்ளவில்லை – மிக அருகில் இருந்ததுடன் ஊக்கத் தொகை கிட்ட வாய்ப்பிருந்தும்கூட. 'ஸ்டான்ஃபோர்டில் படிக்கச் சென்றவர்களுக்குத் தாங்கள் என்ன செய்ய விரும்புகிறோம் என்பது முன்கூட்டியே தெரிந்திருந்தது' என்றார் அவர். 'அவர்கள் உண்மையில் கலையுணர்வு உள்ளவர்களல்ல. நான் கலையுணர்வுள்ள சுவாரசிய மான ஏதாவது ஒன்றைச் செய்ய விரும்பினேன்.'

இதற்கெல்லாம் பதிலாக ரீட் கல்லூரிக்கு மட்டுமே விண்ணப்பிக்க வேண்டும் என்று ஜாப்ஸ் பிடிவாதம் பிடித்தார். போர்ட்லான்ட் ஓரிகானிலுள்ள ஒரு தனியார் கலைக்கல்லூரி – நாட்டிலேயே அதிகக் கட்டணம் வாங்கும் கல்லூரிகளில் ஒன்று. அவர் பெர்க்லியில் வாஸைச் சந்திக்கச் சென்றுகொண்டிருந்தபோது அவருடைய தந்தை அழைத்தார் – ரீடிலிருந்து அனுமதிக்கடிதம் வந்திருப்பதாக. ஜாப்ஸிடம் பேசி அவருடைய மனதை மாற்ற அவருடைய தந்தை பெரிதும் முயன்றார்; அவருடைய தாயும்தான். அவர்களுடைய நிதிநிலைக்கு மிகவும் அப்பாற்பட்டதாக அது இருக்கிறது என்றனர். ஆனால், அவர்களுடைய மகன் தனது தீர்மானத்தை அறிவித்தார் – அங்கு போக முடியாது என்றால் வேறெங்கும் போவதாக இல்லை என்று. வழக்கம் போல அவர்களும் அதற்கு அடிபணிந்தார்கள்.

ரீடில் ஆயிரம் மாணவர்கள் மட்டும் இருந்தனர் - ஹோமஸ்டெட் ஹையின் எண்ணிக்கையில் பாதி. பெயர்பெற்ற சுதந்திரமான ஹிப்பி வாழ்க்கை, கண்டிப்பான பாடத்திட்டங்கள், போதனை முறைகள் என இயல்பாகப் பொருந்தாத விநோதமான சேர்க்கையாக அது இருந்தது. ஐந்து ஆண்டுகளுக்கு முன் சைக்கடெலிக் போதை ஞானத்தின் குரு திமோத்தி லியரி தமது எஸ்எஸ்டி (லீக் ஃபார் ஸ்பிரிச்சுவல் டிஸ்கவரி) கல்லூரிப் பயணத்தின்போது ரீட் கல்லூரி வளாகத்தில் சம்மணமிட்டு அமர்ந்தபடி பார்வையாளர்களிடம் பேசினார். 'முற்காலத்திலிருந்த பெரிய மதங்களைப் போலவே நாமும் உள்ளுக்குள் இருக்கும் தெய்விக சக்தியைத் தேடுகிறோம். இந்தப் பழமையான நோக்குகளைத்தான் இக்காலத்திற்குப் பொருந்துமாறு உருவகப்படுத்தி விளக்குகிறோம்: *டர்ன் ஆன், டியூன் இன், டிராப் அவுட் (தொடங்கு, சுருதிசேர், இடைவிலகு).*'

ரீட் மாணவர்கள் பலரும் இந்த மந்திர அறிவுரைகளைத் தீவிரமாகக் கடைப்பிடித்தனர். 1970களில் இடையில் நின்றுவிட்டவர்களின் எண்ணிக்கை மூன்றில் ஒரு பங்குக்கும் கூடுதலாக இருந்தது.

1972இன் இலையுதிர் காலத்தில் ஜாப்ஸ் மெட்ரிகுலேஷன் பட்டம் பெறவிருந்தபோது அவருடைய பெற்றோர் அவரைப் போர்ட்லான்ட் வரை காரில் அழைத்து வந்தனர். அங்கு மற்றொரு சிறு பிடிவாத நிமிடத்தில் அவர்களைக் கல்லூரி வளாகத்திற்குள் வரக்கூடாது என்று சொல்லித் தடுத்துவிட்டார். அத்துடன் நில்லாமல் 'போய்வருகிறேன், நன்றி' என்றுகூடச் சொல்லவில்லை. பின்னர் அவருடைய சுபாவத்திற்குப் பொருந்தாத வருத்தத்துடன் அந்த நிமிடங்களை நினைவுகூர்ந்தார்:

> என் வாழ்நாளில் நான் உண்மையிலேயே எண்ணி வெட்கப்படும் விஷயங்களில் ஒன்று அது. நான் மென்மையான உணர்வுகளைப் புரிந்துகொள்ளவில்லை – அத்துடன் அவர்கள் மனத்தை மிகவும் புண்படுத்தி விட்டேன். இதை நான் செய்திருக்கவே கூடாது. நான் அங்கு சேர்ந்து படிக்கவேண்டும் என்பதற்காக அவர்கள் எவ்வளவோ செய்திருந்தார்கள். ஆனால் அவர்கள் என்னருகில் இருப்பதையே நான் விரும்பவில்லை. எனக்குத் தாய் தந்தையர் இருப்பதாகப் பிறர் அறிவதைக்கூட நான் விரும்பவில்லை. இரயில்களில் ஏறி ஊர் ஊராய் சுற்றித் திரியும் ஓர் அநாதை போல. எங்கிருந்தோ தோன்றி முளைத்து வந்தவனைப்போல. வேர்களின்றி, தொடர்புகளின்றி, எந்தப் பின்னணியும் இன்றி இருக்க விரும்பினேன்.

1972இன் இறுதியில் அமெரிக்கக் கல்லூரி வாழ்க்கையில் ஓர் அடிப்படை மாற்றம் நிகழ்ந்தது. வியட்நாம் போரில் தேசத்தின் பங்கும் அதனோடு தொடர்புடைய ஒப்பந்தமும் முடிவுக்கு வர இருந்தன. கல்லூரிகளில் அரசியல் நடவடிக்கைகள் பெரிதும் குறைந்தன; விடுதி அறைகளின் இரவுநேர உரையாடல்களில் ஆத்ம திருப்தியை நோக்கிய தேடல்களுக்கான வழிமுறைகள் இடம்பெறத் தொடங்கின. ஆன்மிகம், ஞானம் போன்றவை தொடர்பான பல்வேறு வகைப் புத்தகங்களில் ஜாப்ஸ் ஆழ்ந்த ஈடுபாடு கொண்டார். குறிப்பாக, ரிச்சர்ட் ஆல்பெர்ட் பாபா ராம் தாஸாக மாறிய பிறகு எழுதிய தியானம் மற்றும் சைக்கடெலிக் போதைப்பொருட்களால் விளையும் அதிசயங்களுக்கு வழிகாட்டும் புத்தகம் *பீ ஹியர் நௌ* (இங்கே இப்போது இருங்கள்). 'அது மிக அற்புதமானது' என்றார் ஜாப்ஸ். 'அது என்னையும் எனது நண்பர்களில் பலரையும் முற்றிலும் மாற்றியது.'

இந்த நண்பர்களில் மிக நெருங்கியவர்களுள் ஒருவர் நீண்டு, மெலிந்த தாடியோடு புதியதாய்ச் சேர்ந்த டானியல் கோட்கே. ரீடில் சேர்ந்த ஒரே வாரத்தில் ஜாப்ஸைச் சந்தித்து அவரோடு ஜென், டிலன்,

எல்எஸ்டி ஆகியவற்றின் ஈடுபாட்டைப் பகிர்ந்துகொண்டவர். பணக்கார நியூ யார்க் புறநகர்ப் பகுதியிலிருந்து வந்த கோட்கே புத்திசாலி. ஆனால் ஆற்றல் குறைந்தவராக இருந்தார்; குழந்தை போன்ற இனிய சுபாவம். அது புத்த மதத்திலுள்ள ஈடுபாட்டினால் மேலும் மென்மையடைந்திருந்தது. ஆன்மிகத் தேடல் காரணமாகச் செல்வமும் பொருளும் சேர்ப்பதில் அவருக்குப் பற்று இல்லாமல் போனாலும், ஜாப்ஸின் டேப் டெக் (ஒலிநாடாப் பதிவகம்) அவரைப் பெரிதும் கவர்ந்தது. 'ஸ்டீவிடம் ஒரு டீக் ரீல்-டு-ரீல் ஒலிநாடாப் பதிவகமும் ஏராளமான டிலன் பூட்லெக்குகளும் இருந்தன' என்று கோட்கே நினைவுகூர்ந்தார். மேலும் 'அவர் உண்மையிலேயே மிகவும் சகஜமாகப் பழகக்கூடியவர். அத்துடன் தொழில்நுட்பம் மிகுந்தவர்' என்றார்.

ஜாப்ஸ் தமது நேரத்தின் பெரும்பகுதியை கோட்கே மற்றும் அவருடைய தோழி எலிசபெத் ஹோம்ஸுடன் செலவழிக்கத் தொடங்கினார் – முதல் சந்திப்பிலேயே மற்றொரு ஆணுடன் அவளை உடலுறவு கொள்ள வைக்க வேண்டுமென்றால் எவ்வளவு பணம் தேவைப்படும் என்று கேட்டுக் குடைந்து அவளை அவமானப்படுத்தி இருந்தாலும்கூட. அவர்கள் கடலோரத்திற்கு ஒன்றாக ஹிச் ஹைக்[1] முறையில் சென்றார்கள். விடுதிகளுக்கே உரித்தான அந்த உரையாடல்களில் வாழ்க்கையின் அர்த்தம் தேடினார்கள். அந்த வட்டாரத்திலுள்ள ஹரே கிருஷ்ணா கோவிலின் காதல் கொண்டாட்டங்களில் கலந்து கொண்டார்கள். இலவச சைவ உணவிற்காக ஜென் மையத்திற்குச் சென்றார்கள். 'ஒரே தமாஷாக இருந்தது' என்றார் கோட்கே. 'ஆனால், தத்துவார்த்தமாகவும் இருந்தது. நாங்கள் ஜென் தியானத்தில் மிகவும் தீவிரமாயிருந்தோம்' என்றார்.

ஜாப்ஸ் கோட்கேயுடன் வேறு புத்தகங்களையும் பகிர்ந்து கொள்ளத் தொடங்கினார் – ஷுன்ர்யூ சுசுகியின் *ஜென் மைண்ட், பிகினர்'ஸ் மைண்ட் (ஜென் மனம், தொடக்கநிலையினரின் மனம்)*, பரமஹன்ஸ யோகானந்தா எழுதிய *ஆட்டோபயாக்ரஃபி ஆஃப் ஏ யோகி (ஒரு யோகியின் தன்வரலாறு)* மற்றும் சோக்யாம் ட்ருங்ப்பாவின் *கட்டிங் த்ரூ ஸ்பிரிச்சுவல் மெட்டிரியலிஸம் (ஆன்மிக உலோகாதயத்தின் வழியே கடந்து செல்லுதல்)*. எலிசபெத் ஹோம்ஸின் அறைக்கு மேற்புறம் இருந்த பரணில் ஒரு தியான அறை அமைத்தார்கள். அதில் இந்தியப் படங்கள், பஞ்சுமெத்தை, மெழுகுவர்த்திகள், ஊதுபத்திகள், தியானத்திற்கான பஞ்சு இருக்கைகள் ஆகியவற்றைப் பொருத்தி அலங்கரித்தார்கள். 'உத்திரத்தில் உள்ள பொந்து வழியே ஏறிச்சென்றால் பெரிய, விசாலமான பரண் இருக்கும்' என்று ஜாப்ஸ் கூறினார். 'நாங்கள் சிலசமயம் அங்கு சைக்கடெலிக்

[1] சாலையில் செல்லும் வாகனங்களை சைகை காட்டி நிறுத்தி, அவற்றில் ஏறிக்கொண்டு பயணம் செல்தல் – *லிஃப்ட் கேட்பது போல.* (மொ-ர்)

போதைப்பொருட்களை எடுத்துக்கொள்வோம். ஆனால், பெரும்பாலும் தியானம்தான் செய்து வந்தோம்.'

கிழக்கத்திய ஆன்மிகத்தில் ஜாப்ஸ் கொண்டிருந்த ஈடுபாடு (குறிப்பாக ஜென் பௌத்தத்தில்) வெறும் பொழுதுபோக்கோ, இளமைத் துள்ளலோ அல்ல. அவருக்கே உரித்தான தீவிரத்துடன்தான் அதைத் தழுவினார். அது அவருடைய சுபாவத்தில் ஆழமாய்ப் பதிந்து போனது. 'ஸ்டீவ் மிகவும் ஜென்மயமானவர்' என்றார் கோட்கே. 'அது ஆழமான தாக்கம். அவருடைய மொத்த போக்கிலும் குறைந்தபட்ச அலங்காரங்கள், தீவிர கவனம் என எல்லாவற்றிலும் அதைக் காணலாம்.' புத்தமதம் பிறவிக் குணத்திற்குத் தந்த முக்கியத்துவம் அவருக்குள் ஒரு ஆழமான தாக்கத்தை ஏற்படுத்தியது. 'உள்ளுணர்வால் புரிந்து கொள்வதும் சுயஉணர்வும் நுண்ணிய சிந்தனை, அறிவுபூர்வமான தர்க்கரீதியான அலசல்கள் ஆகியவற்றைவிட மேன்மையானவை என்று புரிந்துகொள்ளத் தொடங்கினேன்' என்று அவர் பின்னர் கூறினார். அவருடைய தீவிரத்தால் ஒருவகையில் உள் அமைதியை எட்டுவது சிரமமாக இருந்தது. அவருக்கிருந்த ஜென் விழிப்புணர்வு, அதீத சாந்தம், மன அமைதி, மற்றவர்களுடன் முதிர்ச்சியோடு பழகுதல் ஆகிய குணங் களைக் கொண்டிருக்கவில்லை.

அவரும் கோட்கேயும் க்ரீக்ஷ்பீல் என்ற ஜெர்மனியின் 19ஆம் நூற்றாண்டு பாணிச் சதுரங்க ஆட்டத்தில் ஆர்வமுடன் ஈடுபட்டனர். இதில் ஆட்டக்காரர்கள் முதுகுகாட்டி அமர்ந்துகொள்வார்கள். ஒவ்வொருவருக்கும் அவரவர் பலகையும் காய்களும் இருக்கும். ஒருவர் மற்றவரின் காய்களையோ பலகையையோ பார்க்க முடியாது. ஒரு நடுவர், நகர்வுகள் ஆட்ட விதிகளின்படி உள்ளதா இல்லையா என்று கூறுவார். அதை வைத்து மற்றவரது காய்கள் எங்குள்ளன என்று ஊகிக்க வேண்டும். 'அவர்களுடன் நான் விளையாடியவற்றிலேயே மிகவும் தீவிரமானது ஒரு நாள் பெய்த மழையில் நெருப்பின் கதகதப்பில் உட்கார்ந்தபடி ஆடிய ஆட்டம்தான்' என்றார் அப்போது நடுவராக இருந்த ஹோம்ஸ். 'அவர்கள் எல்எஸ்டியை (போதைப்பொருளை) ஆழ்ந்த போதை ஏற்படும்வரை எடுத்துக்கொண்டே இருந்தார்கள். மிக வேகமாகக் காய்களை நகர்த்திக் கொண்டிருந்தார்கள். என்னால் அவர் களுக்கு ஈடுகொடுக்கவே முடியவில்லை.'

தொடக்ககாலத்தில் ஜாப்ஸை ஈர்த்த மற்றொரு புத்தகம் டயட் ஃபார் *ஏ ஸ்மால் ப்ளானெட் (சிறிய உலகத்திற்கான ஓர் உணவுத் திட்டம்)* - ப்ரான்சிஸ் மூர் லாப்பே எழுதியது. அது சைவ உணவுப் பழக்கங்களால் தனிப்பட்ட வாழ்விலும் கோள்களின் அமைப்பிலும் விளையும் நன்மை களை விளக்கியது. 'அப்போதுதான் நான் மாமிசம் உண்பதில்லை என்று உறுதி எடுத்துக்கொண்டேன். அதுவும் நல்லதாயிற்று' என்று

அவர் நினைவுகூர்ந்தார். அதே புத்தகத்தின் தாக்கம் அவருடைய தீவிர உணவுக் கட்டுப்பாடுகளுக்கு மேலும் வலுவூட்டியது – வயிற்று இளக்கம், விரதங்கள், வாரக்கணக்கில் கேரட் அல்லது ஆப்பிள் என ஓரிரு உணவு வகைகள் மட்டும் எடுத்துக்கொள்வது உட்பட.

தொடக்க காலத்தில் ஜாப்ஸும் கோட்கேயும் தீவிர சைவ உணவுக் காரர்களாக மாறிவிட்டனர். 'ஸ்டீவ் அதில் என்னைவிடவும் தீவிரமாக இருந்தார்' என்றார் கோட்கே. 'அவர் ரோமன் மீல் தானிய உணவு மட்டுமே உண்டு வந்தார்.' அவர்கள் விவசாயிகள் கூட்டுறவு அங்காடிக்குச் செல்வார்கள். 'ஜாப்ஸ் ஒரு பெட்டி தானியம் – அது ஒரு வாரத்திற்கு வரும் – மற்ற ஆரோக்கிய உணவுகள் என மொத்தமாய் வாங்கிக்கொள்வார். பேரீச்சம் பழங்கள், பாதாம், ஏராளமான காரட்டுகள் மற்றும் ஒரு சாம்பியன் ஜூஸர் வாங்கினார். அதில் காரட் ஜூஸ் மற்றும் காரட் சாலடுகள் செய்வோம். ஸ்டீவ் பற்றி ஒரு கதைகூட உண்டு. இவ்வளவு அதிகம் காரட்டுகளைத் தின்றதில் அவருடைய நிறமே ஆரஞ்சு வண்ணமாய் மாறிவிட்டதாக. அதில் ஓரளவு உண்மை இருக்கத்தான் செய்கிறது.' நண்பர்கள் சில சமயம் அவர் ஓர் இளமாலை ஆரஞ்சு வண்ணத்தில் காணப்பட்டதாக நினைவு வைத்திருக்கிறார்கள்.

ஜாப்ஸின் உணவுக் கட்டுப்பாட்டுப் பழக்கங்கள் அர்னால்ட் ஏரெட் என்ற இருபதாம் நூற்றாண்டின் தொடக்கத்தைச் சேர்ந்த, ஜெர்மனியில் பிறந்த ஊட்டச்சத்துப் பித்தர் எழுதிய *ம்யூக்கஸ்லெஸ் டயட் ஹீலிங் சிஸ்டம் (கோழைப் பொருளற்ற மருத்துவ உணவுத்திட்டம்)* என்னும் புத்தகத்தைப் படித்ததிலிருந்து மேலும் தீவிரமடைந்தன. பழங் களும் மாவுச் சத்தில்லாத காய்கறிகளும் மட்டுமே உண்பார் – இவை தீங்கு விளைவிக்கும் கோழைப் பொருள் உடலில் அவ்வப்போது உருவாகாமல் தடுக்கும் என்பதால். நீண்டநாள் விரதங்களின் மூலம் உடலைச் சுத்திகரிப்புச் செய்துகொள்ளவேண்டும் என்பார். அதாவது, ரோமன் மீல் தானிய உணவுகூட நின்றுவிடும் – ரொட்டி, பருப்புகள், பால் உட்பட. ஜாப்ஸ் தமது நண்பர்களிடம் அவர்களுடைய பைகளில் பதுங்கியிருக்கும் கோழை ஆபத்துகள் பற்றி எச்சரிக்கை விடுக்கத் தொடங்கினார். 'நான் எனக்கே உரித்தான கிறுக்குத்தனமான பாணி யில்தான் இதை மேற்கொண்டேன்' என்றார் அவர். ஒரு கட்டத்தில் அவரும் கோட்கேயும் ஒரு வாரம் முழுவதும் ஆப்பிள்களை மட்டுமே உண்டனர்; அதன்பின் ஜாப்ஸ் இன்னும் பரிசுத்தமான விரதங்களை முயற்சி செய்து பார்த்தார். இரண்டுநாள் விரதங்களில் தொடங்கி, மெல்ல மெல்ல அவற்றை ஒரு வாரமும் அதற்கு மேலும்கூட நீட்டிக்க முயன்றார். இடையில் ஏராளமான தண்ணீர், இலைக் காய்கறிகள் கொண்டு கவனமாக விரதத்தை முறிப்பார். 'ஒரே வாரத்தில் அற்புதமாய் உணர்வீர்கள்' என்றார் அவர். 'உங்களுக்கு ஒரு டன் உற்சாகம்

ஏற்படும். இந்த உணவையெல்லாம் அரைத்து மென்று செரிக்கச் செய்ய வேண்டாமே! நான் அப்போதெல்லாம் நல்ல உடற்கட்டோடு இருந்தேன். நினைத்த மாத்திரத்தில் எழுந்து, சான் ஃப்ரான்சிஸ்கோ வரை நடந்துசெல்லலாம் போலத் தோன்றும்.'

சைவ உணவுப் பழக்கம், ஜென் பௌத்தத்தில் ஈடுபாடு, தியானம், ஆன்மிகம், எல்எஸ்டி, ராக் இசை – ஜாப்ஸ் அவருடைய பாணியில் அக்காலத்துக் கல்லூரி வளாகங்களில் நிலவிய ஞானத்தேடல்களின் முத்திரைகளான இவற்றை ஒன்றாய்ப் பொதிந்துகொண்டார். ரீடில் உள்ளபோது அவ்வளவாக ஈடுபாடு காட்டவில்லை என்றாலும் அவருடைய ஆன்மாவின் அடி ஆழத்தில் இருந்த மின்னணுவியல் ஆர்வம் என்றாவது ஒரு நாள் வெளிப்பட்டு மற்ற எல்லா குணங் களோடும் வியக்கத்தக்க வகையில் இணைந்துகொள்ள இருந்தது.

ராபர்ட் ஃப்ரீட்லான்ட்

ஒரு நாள் பணம் புரட்டுவதற்காக ஜாப்ஸ் தமது ஐபிஎம் செலக்ட்ரிக் மின்தட்டச்சு இயந்திரத்தை விற்க முடிவு செய்தார். அதை வாங்க விருப்பம் தெரிவித்திருந்த ஒரு மாணவரின் அறைக்குச் சென்றார். அங்கு அந்த மாணவர் தனது தோழியுடன் உடலுறவில் ஈடுபட்டிருப்பதைக் கண்டார். ஜாப்ஸ் புறப்பட எத்தனித்தபோது அந்த மாணவர் அவரை அழைத்தார். தாங்கள் முடிக்கும்வரை அமர்ந்து காத்திருக்கச் சொன்னார். 'இது கொஞ்சம் அதிகமென நான் நினைத்துக்கொண்டேன்' என்று ஜாப்ஸ் பின்னர் நினைவுகூர்ந்தார். ராபர்ட் ஃப்ரீட்லான்டுடனான உறவு இப்படித்தான் தொடங்கியது. ஜாப்ஸின் வாழ்வில் அவரை மனோவசியப்படுத்தக் கூடிய மிகச் சிலருள் ஒருவர். ஃப்ரீட்லான்டின் சில கம்பீரங்களை ஜாப்ஸும் கடைப்பிடிக்கத் தொடங்கினார். சில ஆண்டுகளுக்கு அவரை ஏறத்தாழ குருவாகவே வணங்கினார் - அவரை ஒரு ஏமாற்றுப் பேர்வழியாகக் (சார்லட்டன்) காணத் தொடங்கும் வரை.

ஃப்ரீட்லான்ட் ஜாப்ஸைவிட நான்கு வயது மூத்தவர். ஆனால் இன்னமும் இளங்கலைப் பட்டபடிப்பிலேயே இருந்தார். ஹிட்லர் காலத்துக் கொடுஞ்சிறையான அவுஸ்ஷ்விட்ஸிலிருந்து உயிர் தப்பியவர்; செல்வச் செழிப்புள்ள ஷிகாகோ கட்டடக்கலைஞர் ஒருவரின் மகன். தொடக்கத்தில் மைனிலுள்ள லிபரல் கலைக்கல்லூரி யான போடோயின் சென்றார். இரண்டாம் ஆண்டில் இருந்தபோதே 125,000 டாலர் மதிப்புள்ள 24,000 எல்எஸ்டி மாத்திரைகள் வைத்திருந்ததற்காகக் கைது செய்யப்பட்டார். அந்த வட்டார நாளிதழ் அவருடைய புகைப்படத்தைப் பிரசுரித்தது – தோளில் வழியும் அலையலையான தங்கநிறத் தலைமுடி; காவல் துறையினரால் அழைத்துச் செல்லப்படும் பொழுது புகைப்படக்காரர்களை நோக்கிப்

புரியும் புன்னகையோடு. வர்ஜீனியாவில் உள்ள ஃபெடரல் சிறையில் இரண்டு ஆண்டுகள் கடுங்காவலில் இருந்துவிட்டு 1972இல் ஜாமீனில் வெளியே வந்தார். அவ்வருடமே இலையுதிர் காலத்தில் ரீடிற்குப் புறப்பட்டுச் சென்றார். சேர்ந்த கையோடு மாணவர் தலைவர் பதவிக்குப் போட்டியிட்டார் – 'நீதியின் தவறால்' தனக்கு ஏற்பட்ட அவப்பெயரைத் துடைப்பதற்கு என்ற காரணத்தை அடிப்படையாகக் கொண்டு அதில் வெற்றியும் அடைந்தார்.

பீ ஹியர் நெள (இங்கே இப்போது இருங்கள்) புத்தகத்தை எழுதிய பாபா ராம்தாஸ் பாஸ்டனில் நிகழ்த்திய உரையை ஃப்ரீட்லான்ட் கேட்டிருந்தார். ஜாப்ஸ் மற்றும் கோட்கேயைப் போலவே அவரும் கிழக்கத்திய ஆன்மிகத்தில் ஆழ்ந்த ஈடுபாடு கொண்டிருந்தார். 1973ஆம் ஆண்டு கோடைகாலத்தில் ராம்தாஸின் இந்துமத குருவான நீம் கரோலி பாபாவை (இவர் பக்தர்களிடையே மஹராஜ், ஜீ ஆகிய பெயர்களில் பிரபலமானவர்) சந்திக்க இந்தியாவிற்குப் பயணமானார். அந்த ஆண்டு இலையுதிர்காலத்தில் திரும்பி வந்தபோது, ஃப்ரீட்லான்ட் ஓர் ஆன்மிகப் பெயரை வைத்துக்கொண்டு செருப்புகளும் வழிந்தோடும் இந்திய ஆடைகளுமாய் நடமாடினார். அவருடைய அறை கல்லூரி வளாகத்திற்கு வெளியே, ஒரு கராஜின் மேற்புறமாக அமைந்திருந்தது. பல நண்பகல் வேளைகளில் அவரைக் காண ஜாப்ஸ் அங்கு செல்வதுண்டு. ஞானம் என்ற ஒரு நிலை உண்மையிலேயே உள்ளது. அதை அடைய முடியும் என்ற ஃப்ரீட்லான்டின் தீவிர நம்பிக்கையில் அவர் மெய்மறந்து போனார். 'அவர் என்னைத் தன்னுணர்வின் புதிய பரிமாணத்திற்கே இட்டுச்சென்றுவிட்டார்' என்றார் ஜாப்ஸ்.

ஃப்ரீட்லான்டும் ஜாப்ஸால் மிகவும் கவரப்பட்டார். 'அவர் எப்போதும் வெறுங்காலோடுதான் நடப்பார்.' பின்னர் ஒரு செய்தி யாளரிடம் அவர் கூறினார்: 'அவருடைய தீவிரம் என்னை மிகவும் கவர்ந்தது. அவருக்கு ஆர்வமுள்ள எந்த விஷயத்தையும் புரிந்துகொள்ள இயலாத ஒரு எல்லைக்கே கொண்டு சென்றுவிடுவார்.' ஜாப்ஸ் தமது கூரிய பார்வை, நீண்ட மௌனங்கள் ஆகியவற்றில் நன்கு பயிற்சி செய்து மற்றவர்களைக் கட்டுப்படுத்துவதற்குப் பயன்படுத்தினார். 'அதற்குரிய ஒரு தந்திரம்தான் பேசுபவரை உற்றுப் பார்ப்பது. கண்ணின் கருவிழியை ஊடுருவும் அந்தப் பார்வையோடுதான் பேசுபவரிடம் ஏதாவது கேள்வியும் கேட்பார். தம் விழியிலிருந்து பார்வையை அகற்றாமலே மற்றவர் பதிலளிக்க வேண்டும் என்பார்.'

கோட்கேயைப் பொறுத்தவரை ஜாப்ஸின் குறிப்பிட்ட இயல்புகள் – அவருடைய தொழில்வாழ்க்கை முழுவதும் கடைப்பிடித்த சில உட்பட – ஃப்ரீட்லான்டிடமிருந்து கிட்டியவை. 'ஃப்ரீட்லான்ட்தான் அவருக்கு மாயவலையைக் கற்றுத்தந்தார்' என்றார் கோட்கே. அவர்

கம்பீரமானவர். தம்முடைய உறுதியான விருப்பத்திற்கு ஏற்பச் சூழ்நிலைகளை வளைத்தெடுக்க வல்லவர். வேகமாய் மாறும் இயல்புடையவர்; தம்மீது உறுதியான நம்பிக்கை உள்ளவர்; கொஞ்சம் சர்வாதிகாரி. ஸ்டீவ் அதை ஆராதித்தார்; ராபர்ட்டுடன் சிறிது காலம் செலவழித்த பின் அவரும் அதுபோலவே ஆகிவிட்டார்.'

ஃப்ரீட்லான்ட் மற்றவர்களுடைய கவனத்தை எப்படி ஈர்க்கிறார் என்பதையும் ஜாப்ஸ் உள்வாங்கிக் கொண்டார். 'ராபர்ட் வெளிப் படையான, கம்பீரமான, நிஜமான விற்பனையாளர்' என்று கோட்கே நினைவுகூர்ந்தார். 'நான் முதன்முதலில் ஸ்டீவைச் சந்தித்தபோது அவர் கூச்ச சுபாவமுள்ளவராக, மிகவும் தனிமைப்பட்டவராக இருந்தார். ராபர்ட்தான் அவருக்கு விற்பனைத் திறன் பற்றியும், குறுகிய கூட்டிற் குள்ளிருந்து வெளிவே வரவும், மனச்சிறகை விரிக்கவும், சூழ்நிலை யைத் தன் கட்டுப்பாட்டில் கொண்டுவரவும் நிறைய கற்றுத் தந்தார் என்று நினைக்கிறேன்.' ஃப்ரீட்லான்டுக்கென்று ஒரு மாபெரும் மாய சக்தி இருந்தது. 'அவர் ஒரு அறைக்குள் பிரவேசித்தால் உடனடியாகக் கண்ணில் பட்டுவிடுவார். ஸ்டீவ் ரீடுக்கு வந்தபோது அவருக்கு நேர் எதிர்ப்பதமாக இருந்தார். ராபர்ட்டுடன் சில காலம் பழகிய பிறகு கொஞ்சம் மாறத் தொடங்கினார்.'

ஞாயிறு மாலைகளில் ஜாப்ஸூம் ஃப்ரீட்லான்டும் போர்ட்லேன்டின் மேற்கு எல்லையிலுள்ள ஹரே கிருஷ்ணா கோயிலுக்குச் செல்வார்கள் – அவ்வப்போது கோட்கேயும் ஹோம்ஸூம் பின்தொடர்ந்து வருவார்கள். அவர்கள் அனைவரும் இரைந்து உரத்த குரலில் பாடி நடனமாடு வார்கள். 'எங்களையே மறக்கும் அளவிற்கு ஆடுவோம்' என்று ஹோம்ஸ் நினைவுகூர்ந்தார். 'ராபர்ட் பித்துப் பிடித்தவர் போல் ஆடுவார். ஸ்டீவ் சற்றே அடக்கி வாசிப்பார் – தன்னைக் கட்டவிழ்த்துக் கொள்ள வெட்கப்படுபவர்போல.' அதைத் தொடர்ந்து காகிதத் தட்டுக்களில் நிரம்பிய சைவ உணவு அவர்களுக்கு வழங்கப்படும்.

ஃப்ரீட்லான்டின் மாமா மார்செல் ம்யுல்லர் ஸ்விட்சர்லாந்தைச் சேர்ந்த கோடீசுவரர். அவருக்கு போர்ட்லான்டின் தென்மேற்குப் புறமாக நாற்பது மைல்கள் தள்ளி 220 ஏக்கர் பரப்பில் சொந்தமாக ஒரு ஆப்பிள் தோட்டம் இருந்தது. அது ஃப்ரீட்லான்டின் பொறுப்பில் இருந்தது. கிழக்கத்திய ஆன்மிகத்தில் ஃப்ரீட்லான்ட் ஆழ்ந்த பிறகு, அதனை ஆல் ஒன் ஃபார்ம் (ஆல் ஒன் பண்ணை) என்ற பெயரில் ஒரு சமுதாயக் குடியிருப்பாக (கம்யூனாக) மாற்றினார். ஜாப்ஸ் அங்கு கோட்கே, ஹோம்ஸ் மற்றும் ஞானத்தேடலில் ஈடுபடும் பலரோடு வார இறுதிகளைச் செலவிடுவார். அந்தப் பண்ணையில் ஒரு பிரதான வீடு, பரந்துவிரிந்த களம், தோட்டக் கொட்டகை – அதில்தான் கோட்கேயும் ஹோம்ஸூம் படுத்துறங்கினார்கள். க்ராவென்ஸ்டைன்

வகை ஆப்பிள் மரங்களை நேர்த்தியாக்கும் பணியை ஜாப்ஸ் எடுத்துக் கொண்டார். 'ஸ்டீவ் ஆப்பிள் தோட்டத்தைப் பராமரித்துவந்தார்; நாங்கள் ஆர்கானிக் சைடர்[2] தயாரிப்புப் பகுதியைப் பார்த்துக் கொண்டோம். ஸ்டீவின் பணி ஒரு படையைத் திரட்டிக்கொண்டு ஆப்பிள் மரங்களை நேர்த்தியாக்கி ஒரு சரியான வடிவத்திற்குக் கொண்டுவருவது.'

பிட்சுக்களும் சீடர்களும் ஹரே கிருஷ்ணா கோவிலிலிருந்து வந்து சீரகம், கொத்துமல்லி, மஞ்சள் மணமணக்க சைவ உணவுகளைத் தயாரித்து வழங்குவார்கள். 'ஸ்டீவ் ஏகப்பசியோடு வருவார்; வயிறு முட்டச் சாப்பிடவும் செய்வார். பிறகு அவருக்கு வயிறு இளகிவிடும். பல ஆண்டுகளாக, அவர் ஒரு புலிமிக்[3] என்றுதான் அவரைப் பற்றி நினைத்திருந்தேன். இது எங்களை மனமுடையச் செய்தது. ஏனெனில் அந்த உணவைத் தயாரிக்க நாங்கள் அரும்பாடுபட்டோம்; அதைச் சிறிதுநேரம்கூட அவரால் வயிற்றில் தக்கவைத்துக்கொள்ள இயல வில்லை' என்று ஹோம்ஸ் நினைவுகூர்ந்தார்.

ஃப்ரீட்லான்டின் கல்ட்[4] மேலாண்மைப் பாணி ஸ்டீவிற்குச் சற்றுப் பிரச்சினை தரத் தொடங்கியிருந்தது. 'ஒருவேளை ராபர்ட்டின் குணாதிசயங்களில் பெரும்பகுதி தம்மிலேயே இருப்பதை உணர்ந்த தனாலோ என்னவோ' என்றார் கோட்கே. கம்யூன் என்பது பொருளீட்டும் உலகத்திலிருந்து விலகித் தஞ்சம் புகும் ஒரு இடமாக இருந்திருக்க வேண்டியது. ஆனால் ஃப்ரீட்லான்ட் அதை ஒரு வியாபாரக் களமாகவே நடத்திவந்தார். அவருடைய சீடர்களை விறகுவெட்டி விற்பனை செய்தல், ஆப்பிள் அச்சுகளும் விறகு அடுப்புகளும் செய்தல், மற்றும் பல இலாப நோக்குகளுக்காகப் பயன்படுத்திக்கொண்டார் – பணம் எதுவும் தராமலே. ஒருநாள் இரவு ஜாப்ஸ் சமையலறை மேசைக்கு அடியில் உறங்கிக்கொண்டிருந்தபோது, யார் யாரோ உள்ளே வந்து ஒருவரது உணவை மற்றொருவர் குளிர்சாதனப் பெட்டி யிலிருந்து திருடிச் செல்வதைக் கண்டார். சமுதயாக் குடியிருப்பின் *(கம்யூன்)* இந்தப் பொருளாதாரம் அவருக்குச் சற்றும் பிடிக்கவில்லை. 'எல்லாமே இலாபநோக்கோடு நடக்கத் தொடங்கின' என்று ஜாப்ஸ் நினைவுகூர்ந்தார். 'எல்லோருமே தாங்கள் ராபர்ட்டின் பண்ணைக் காகக் கடினமாக உழைப்பதாக உணர்ந்தனர். ஒவ்வொருவராக வெளியேறத் தொடங்கினர். எனக்கு மிகவும் சலிப்புத்தட்டிவிட்டது.'

[2] ஆப்பிள் பழங்களிலிருந்து இயற்கை முறையில் தயாரிக்கப்படும் ஒருவகை மது. (மொ-ர்)

[3] குறுகிய நேரத்தில் மிக அதிக அளவு உணவை உண்டு அதை வாந்தி, வயிறு இளக்கம் போன்றவற்றால் உடனடியாக வெளியேற்ற முயற்சி செய்பவர். (மொ-ர்)

[4] விநோதமான நம்பிக்கைகளும் பழக்கவழக்கங்களும் கொண்ட ஒரு குழு. (மொ-ர்)

பல ஆண்டுகள் கழித்து செம்பு மற்றும் தங்கச் சுரங்கத் தொழிலில் ஈடுபட்டுக் கோடீசுவரர் ஆகியிருந்த ஃப்ரீட்லான்ட் வான்கூவர், சிங்கப்பூர், மங்கோலியா ஆகிய இடங்களிலிருந்து பணியாற்றிவந்தார். நியூ யார்க்கில் மது அருந்த இருவரும் சந்தித்தோம். அன்று மாலை நான் ஜாப்ஸிற்கு மின்னஞ்சல் அனுப்பி என் சந்திப்பு பற்றிக் கூறினேன். அவர் ஒருமணி நேரத்திற்குள் கலிஃபோர்னியாவிலிருந்து என்னைத் தொலைபேசியில் அழைத்து ஃப்ரீட்லான்டின் பேச்சைக் கேட்க வேண்டாம் என்று எச்சரித்தார். ஃப்ரீட்லான்ட் அவருடைய சுரங்கங்கள் சுற்றுச் சூழலைப் பாதித்ததால் பிரச்சினையில் மாட்டிக் கொண்டிருப்ப தாகவும், பில் கிளின்டனிடம் பேசுமாறு கூறித் தம்மை அழைத்திருந்த தாகவும், அதற்குத் தாம் பதிலேதும் அளிக்கவில்லை என்றும் கூறினார். ‘ராபர்ட் எப்பொழுதும் தன்னை ஒரு ஆன்மிகவாதியாகத்தான் பிரதிபலித்துக் கொண்டார். ஆனால் அவர் கம்பீரத்திற்கும் பிறரை நம்பவைத்து ஏமாற்றுபவருக்கும் *(கான்மான்)* இடைப்பட்ட எல்லைக் கோட்டைத் தாண்டிவிட்டார்’ என்றார் ஜாப்ஸ். ‘நம் இளமை வாழ்வில் பங்குபெற்ற ஆன்மிகவாதிகளில் ஒருவர் அடையாளமாக மட்டுமின்றி, நிஜ வாழ்விலும் ஒரு தங்கச் சுரங்கத்தின் அதிபராக இருப்பதெல்லாம் சற்று விநோதமான விஷயம்.’

இடைவிலகல்

ஜாப்ஸுக்குக் கல்லூரி விரைவில் அலுப்புத் தட்டிவிட்டது. அவருக்கு ரீடில் இருப்பது பிடித்திருந்தது. ஆனால் வகுப்புக்குச் செல்லாமல். கல்லூரியின் ஹிப்பி வாழ்க்கை முறையோடு சேர்ந்து கண்டிப்பான பாடத்திட்டங்களும் இருந்தது அவருக்கு வியப்பாக தோன்றியது. அவரைச் சந்திக்க வாஸ்நியாக் வந்திருந்தபோது, தம் பாடத்திட்டங் களை அவர் முன் விசிறிக்காட்டி, ‘இது எல்லாவற்றையும் என்னைப் படிக்கச் சொல்கிறார்கள்’ என்று புலம்பினார். வாஸ் கூறினார்: ‘ஆமாம், கல்லூரி என்றால் அப்படித்தான் செய்வார்கள்.’ ஜாப்ஸ் அவருக்குத் திட்டமிட்டுத் தரப்பட்ட வகுப்புகளுக்குச் செல்லவில்லை; மாறாக, தமக்குப் பிடித்த வகுப்புகளுக்குச் சென்றார். எடுத்துக் காட்டாக நடன வகுப்பு. அங்கே கலையுணர்வு வளரும்; பெண்களைச் சந்திக்கவும் வாய்ப்பு அதிகம். ‘நானாக இருந்தால் எனக்கு வகுத்துத் தரப்பட்ட பாடங்களைப் படிக்க ஒருபோதும் மறுத்திருக்க மாட்டேன். அதுதான் எங்கள் இருவருக்கும் இடையே பெரிய வேறுபாடு’ என்று வியந்தார் வாஸ்நியாக்.

பின்னர் ஒரு சந்தர்ப்பத்தில் தமது பெற்றோரின் பணத்தையெல்லாம் எவ்விதப் பயனும் தராத ஒரு கல்விமுறையில் செலவழிப்பது குறித்துத் தமக்குக் குற்ற உணர்வு தோன்றியதாக ஜாப்ஸ் கூறினார்.

ஸ்டான்ஃபோர்ட் பல்கலைக்கழகத்தின் புகழ்பெற்ற தொடக்கவுரை ஒன்றில் 'உழைக்கும் வர்க்கத்தைச் சேர்ந்த என் பெற்றோரின் சேமிப்பு முழுவதும் என் கல்லூரிக் கட்டணத்திற்கே செலவழிந்தது' என்றார். 'என் வாழ்க்கையில் என்ன செய்யவேண்டும் என்று எனக்குத் தோன்றவே இல்லை. கல்லூரி அதைக் கண்டறிய எனக்கு எந்தவகையில் உதவப்போகிறது என்பதும் தெரியவில்லை. இங்கோ எனது பெற்றோர் தமது வாழ்நாள் முழுதும் உழைத்துச் சேமித்த பணத்தையெல்லாம் செலவழித்துக் கொண்டிருந்தேன். அதனால் படிப்பை நிறுத்திக் கொள்வது, அதன் மூலம் எல்லாம் சரியாகிவிடும் என நம்பிக்கை கொள்வது என்று முடிவு செய்தேன்.'

உண்மையில் ரீடை விட்டுப் போகவேண்டும் என்று அவர் விரும்ப வில்லை. விருப்பமில்லாத பாடங்களைப் படிப்பதையும் அதற்கான கட்டணத்தை வீணாய்ச் செலவழிப்பதையும்தான் நிறுத்திக்கொள்ள விரும்பினார். ஆச்சரியப்படும்படியாக, ரீட் அதனைப் பொறுத்துக் கொண்டது. 'அவருடைய ஆழ்ந்து ஊடுருவும் அறிவுத்திறன் சிந்தையை மிகவும் கவர்வதாக இருந்தது' என்றார் மாணவர்களின் முதல்வர் ஜாக் டுட்மன். 'தம்மிடம் தரப்பட்ட உண்மைகளை ஏற்க அவர் தயாராக இருக்கவில்லை. எல்லாவற்றையும் தாமே ஆராய்ந்துபார்க்க விரும்பினார்.' அவர் கல்லூரிக் கட்டணம் செலுத்துவதை நிறுத்திய பின்னரும்கூட டுட்மன் அவரை விரும்பிய வகுப்புகளுக்குச் சென்று பங்கேற்கவும் விடுதியில் நண்பர்களுடன் தங்கிக் கொள்ளவும் அனுமதித்தார்.

'நான் படிப்பை நிறுத்திக்கொண்டவுடன் எனக்குப் பிடிக்காத வகுப்புகளுக்குச் செல்லாமலிருக்க முடிந்தது, சுவாரசியமாகத் தோன்றியவற்றுக்குப் போகவும் முடிந்தது' என்றார் ஜாப்ஸ். அவற்றுள் எழுத்தணிக்கலை (காலிகிராஃபி) வகுப்பு அவரை மிகவும் கவர்ந்தது. கல்லூரி வளாகத்தில் அவர் அழகாய் வரையப்பட்ட பல சுவரொட்டி களைப் பார்த்திருந்தார். 'செரிஃப், சான்ஸ் செரிஃப் போன்ற எழுத் துருக்கள், வெவ்வேறு எழுத்துச் சேர்க்கைகளுக்கான இடைவெளி, அழகான எழுத்துக்களுக்கு அழகூட்டுவது எது என்பது பற்றியெல்லாம் கற்றுக் கொண்டேன். அது வரலாற்று முக்கியத்துவம் வாய்ந்த, நுணுக்கமான கலை; விஞ்ஞானத்தில் இதையெல்லாம் காண இயலாது; என்னை அது மிகவும் கவர்ந்தது.'

ஜாப்ஸ் கலைக்கும் தொழில்நுட்பத்திற்கும் உள்ள சந்திப்பில் தம்மைச் சரியாகப் பொருத்திக்கொண்டார் என்பதற்கு இதுவும் ஒரு உதாரணம். அவருடைய ஒவ்வொரு தயாரிப்பிலும் தொழில்நுட்பம், அற்புதமான வடிவமைப்பு, கம்பீரம், மனித நேயம், ஏன் – காதலும்கூட ஜோடி சேர்ந்துகொள்ளும். எழுத்துகளுக்குப் பதிலாகப் பிம்பங்கள்

மூலம் ஆணை பிறப்பிக்கும் வரைகலை பயனர் இடைமுகங்களைப் *(க்ராஃபிக்கல் யூஸர் இன்டர்ஃபேஸ்)* பயன்படுத்த எளிதாக்குவதில் எப்பொழுதும் அவர் முன்நிற்பார். அவர் படித்த எழுத்தணிக்கலை அதில் எடுப்பாய்த் தெரியும். 'கல்லூரியில் அந்த ஒரு வகுப்புக்கு மட்டும் நான் போயிருக்கவில்லை என்றால் மாக்கில் பல்வேறு விதமான, பல்வேறு அளவிலான எழுத்துருக்களோ *(மல்டிபிள் டைப் ஃபேஸ்)* சீரான இடைவெளி உள்ள எழுத்து வகைகளோ இருந்திருக்காது. விண்டோஸும் மாக்கைத்தான் பின்பற்றியது என்பதால், எந்த ஒரு தனியார்க் கணினி யிலும் *(பர்சனல் கம்ப்யூட்டர்)* அவை இருக்க வாய்ப்பில்லை.'

இது இப்படியிருக்க, ரீடின் எல்லைப் பகுதியில் ஜாப்ஸ் மிகவும் பொஹீமியன்[5] பாணியிலான ஒரு வாழ்க்கைமுறையைக் கடைப் பிடித்துவந்தார். அனேகமாக வெறுங்காலோடுதான் நடப்பார்; பனி கொட்டும்பொழுது மட்டும் செருப்புகள் அணிந்துகொள்வார். எலிசபெத் ஹோம்ஸ் அவருக்காக உணவு தயாரிப்பார். அவருடைய கடுமையான கட்டுப்பாடுகளைக் கருத்தில்கொண்டு. சில்லறைக்காக சோடா புட்டிகளைத் திருப்பிக் கொடுப்பார். ஹரே கிருஷ்ணா கோவில்களில் இலவச உணவிற்காக ஞாயிறுதோறும் தொடர்ந்து செல்வதை வழக்கமாகக் கொண்டிருந்தார். மாதம் இருபது டாலர் வாடகைக்கு எடுத்திருந்த வெப்பமூட்டும் வசதியற்ற கராஜ் குடியிருப்பில் டௌன்[6] ஜாக்கெட் அணிந்துகொள்வார். பணம் தேவைப்பட்டபோது மனோதத்துவப் பிரிவில் விலங்குகளின் இயல்புகளை அறியச் செய்யப்படும் சோதனைகளில் பயன்படுத்தும் மின்னணுக் கருவிகளைப் பராமரிக்கும் பணியைச் செய்துவந்தார். எப்போதாவது க்ரிசான் ப்ரென்னன் அவரைப் பார்க்க வருவார். அவர்களுடைய உறவு தட்டுத் தடுமாறிச் சென்றபடி இருந்தது. ஆனால் அனேகமாக அவர் தமது ஆன்மாவின் கிளர்வுகளிலும் தனிப்பட்ட ஞானத்தேடல்களிலுமே கவனம் செலுத்திவந்தார்.

பின்னர் ஒருமுறை அவர் நினைவுகூர்ந்தார்: 'நான் பருவமடைந்தது ஒரு மாயக் காலகட்டத்தில். எங்கள் தன்னுணர்வு ஜென் மூலம் எழுப்பப்பட்டது – எல்எஸ்டியாலும்தான்.' வாழ்வின் பிற்பகுதியில் கூடத் தாம் மேலும் ஞானம் பெற்றதற்கு இந்த சைக்கடெலிக் போதைப் பொருட்கள்தான் காரணம் என்பார். 'எல்எஸ்டி எடுத்துக்கொள்வது

[5] ஒத்த சிந்தையுள்ளவர்களோடு பழகி, மிகச்சில நிரந்தர உறவுகளை மட்டுமே கொண்டு, இசை, கலை, இலக்கியம் போன்றவற்றில் ஆர்வம் வளர்த்து, வழக்கத்திலிருந்து மிகவும் மாறுபட்ட வாழ்க்கை முறையை மேற்கொள்ளும் நாடோடிகள் அல்லது சாகச அனுபவங்களைத் தேடிச் செல்லும் துணிவுமிக்கவர்கள். (மொ-ர்)

[6] பறவைகளின் மேற்புறத்திலுள்ள உறுதியான இறக்கைகளின் கீழே காணப்படும் மிக மெல்லிய, மென்மையான தூவல்கள். (மொ-ர்)

அலாதியான அனுபவம்; என் வாழ்வில் மிக முக்கியமான விஷயங் களில் அதுவும் ஒன்று. எல்எஸ்டி வாழ்வின் மறுபக்கத்தை நமக்கு உணர்த்தும்; அதன் விளைவு மெல்ல மெல்லத் தேய்ந்து மறையும் போது எதுவும் நினைவிருக்காது. ஆனால், அப்படியொன்று உண்டு என்பது நிச்சயம் தெரிந்திருக்கும். எது முக்கியம் என்பதை உணரும் சக்தியை அது எனக்குள் மேலும் ஊக்குவித்தது. பணம் பண்ணுவதைக் காட்டிலும் அற்புதமான தயாரிப்புகளை உருவாக்குவது, வரலாற்றின் ஏடுகளிலும் மனிதத் தன்னுணர்விலும் தொலைந்து போனவற்றை என்னால் இயன்றவரையில் திரும்பவும் பொறிப்பது.'

இயல் நான்கு

அட்டாரியும் இந்தியாவும்

ஜென்னும் காணொளி விளையாட்டு
வடிவமைப்புக் கலையும்

அட்டாரி

1974 பிப்ரவரியில் ரீடில் 18 மாதங்கள் சுற்றித்திரிந்தபின், ஜாப்ஸ் லாஸ் ஆல்டோஸிலுள்ள தமது பெற்றோரின் வீட்டிற்குத் திரும்பிச் சென்று ஒரு வேலையைத் தேடிக்கொள்வது என முடிவு செய்தார். அது அப்படியொன்றும் கஷ்டமான முயற்சியாக இல்லை. 1970களின் உச்சகாலங்களில் சான் ஹொஸே மெர்குரி பத்திரிகையின் வகைப்படுத்தப் பட்ட விளம்பரப் பகுதியில் ஏறத்தாழ அறுபது பக்கங்கள் தொழில் நுட்ப உதவி தேவைப்படும் விளம்பரங்களுக்கென ஒதுக்கப்படும். அவற்றுள் ஒன்று ஜாப்ஸின் கண்ணில் பட்டது. 'பொழுதுபோக்குங்கள்; பணமும் ஈட்டுங்கள்' என்றது அது. அன்றே ஜாப்ஸ் காணொளி விளையாட்டு (வீடியோ கேம்) தயாரிப்பு நிறுவனமான அட்டாரியின் வரவேற்பறைக்குள் நுழைந்து மனிதவள நிர்வாகியிடம் தமக்கு ஒரு வேலை தரும் வரை அங்கிருந்து நகரமாட்டேன் என்றார். இவருடைய கலைந்த தலைமுடியையும் உடைகளையும் பார்த்து அவருக்குத் தூக்கிவாரிப்போட்டது.

அட்டாரியின் நிறுவனர் நோலன் புஷ்னெல் ஒரு பரபரப்பான தொழில்முனைவர்; கம்பீரமானவர்; தொலைநோக்கு உடையவர்; நல்ல திறமையான வியாபாரி. சுருக்கமாகச் சொன்னால் பின்பற்றப்படக் காத்திருக்கும் ஒரு முன்மாதிரி. பிரபலமடைந்தபின் அவருக்கு ரோல்ஸ் கார் ஓட்டுவதும், போதைப்புகை எடுப்பதும், சுடுநீர்த் தொட்டியில் கூட்டங்கள் நடத்துவதும் பிடித்திருந்தன. ஃப்ரீட்லாண்ட் செய்ததைப் போல, ஜாப்ஸ் செய்யப்போவது போல, அவரால் தமது கவர்ச்சியை, சாமர்த்தியமான ஒரு வலிமையாய் மாற்றி பயன்படுத்தி, நைச்சியமாகப் பேசி, உண்மை நிலைக்குப் புறம்பான ஒரு மாயவலையைத் தமது குணாதிசயங்களால் படைக்க முடிந்தது. அவருடைய பிரதான

பொறியியல் வல்லுநர் அல் அல்கார்ன் வாட்டசாட்டமானவர்; கலகலப்பானவர்; சற்று நிதானமானவர்; வீட்டில் வளர்ந்த பிள்ளை; அவர் புஷ்னெல்லின் தொலைநோக்கைச் செயல்படுத்தவும், ஆர்வங்களை நெறிப்படுத்தவும் முயன்றார். அவர்கள் இதுவரை தயாரித்தவற்றுள் மிகப் பிரபலமானது *பாங்* என்னும் காணொளி விளையாட்டு (வீடியோ கேம்). இதில் இரண்டு ஆட்டக்காரர்கள் திரையில் தோன்றும் நகரக்கூடிய இரண்டு கோடுகளைக் கொண்டு ஒரு பந்தை அடிக்க வேண்டும் (முப்பது வயதுக்குக் குறைவானவர்கள் உங்கள் பெற்றோரைக் கேளுங்கள்).

ஜாப்ஸ் அட்டாரி நிறுவனத்தின் வரவேற்பறையில் செருப்பணிந்த கால்களோடு வேலை கேட்டுப் பிடிவாதமாய் நின்றபோது அல்கார்ன் தான் வரவழைக்கப்பட்டார். 'என்னிடம் *நமது வரவேற்பறையில் ஒரு ஹிப்பிப் பையன் நின்றுகொண்டிருக்கிறான். வேலை கிட்டாமல் திரும்பிச் செல்லமாட்டேன் என்கிறான். காவல்துறையினரை அழைக்கலாமா, உள்ளே விடலாமா?* என்றார்கள். நான் உள்ளே அனுப்புங்கள் என்றேன்!'

இவ்வாறு ஜாப்ஸ் அட்டாரியின் முதல் ஐம்பது ஊழியர்களில் ஒருவராகி, ஒரு மணி நேரத்திற்கு ஐந்து டாலர் வீதம் பெற்று தொழில்நுட்பக் கலைஞராகப் பணிபுரிந்தார். 'யோசித்துப் பார்த்தால், ரீடிலிருந்து படிப்பைப் பாதியில் நிறுத்திக்கொண்டு வந்த ஒருவரை வேலைக்கு அமர்த்துவதே சற்று விநோதமாகத்தான் இருந்தது' என்று அல்கார்ன் நினைவுகூர்ந்தார். 'ஆனால், அவரிடம் ஏதோ ஒன்றைக் கண்டேன். அவர் புத்திசாலி; ஆர்வம் மிக்கவர்; தொழில்நுட்ப விஷயத்தில் மிகவும் பூரித்துப்போகக் கூடியவர்.' அல்கார்ன் அவரை டான் லாங் என்ற ஒழுக்கத்திலும், கருத்துகளிலும் மிகவும் கண்டிப்பான பொறியியல் வல்லுநரின் பொறுப்பில் விட்டார். அடுத்த நாளே லாங் முணுமுணுத்தார். 'இந்தப் பையன் மிகவும் ஹிப்பித்தனமாக இருக்கிறான். அதுமட்டுமல்ல. உடல் துர்நாற்றம் வேறு இருக்கிறது. நீங்கள் ஏன் என்னிடம் இந்தப் பொறுப்பைத் தந்தீர்கள்? அதுவும் அவனைச் சமாளிப்பது மிகவும் சிரமமாக இருக்கிறது.' ஜாப்ஸ் தமது பழங்கள் நிறைந்த சைவ உணவுமுறை கோழை சேர்வதை மட்டுமன்றி, உடல் துர்நாற்றத்தையும் தடுக்கும்; டியோடரண்ட் (உடல் வாடை குறைப்பான்) பயன்படுத்துவதோ, வேளாவேளைக்குக் குளிப்பதோ அவசியமில்லை என்று நம்பியிருந்தார். அது தவறான கருத்தாக இருந்தது.

லாங்கும் மற்றவர்களும் ஜாப்ஸைப் பணியிலிருந்து நீக்கிவிட விரும்பினார்கள். ஆனால், புஷ்னெல் ஒரு யோசனை செய்தார். 'இந்த துர்நாற்றம், சுபாவம் எல்லாம் எனக்குப் பிரச்சினையாகவே தெரியவில்லை. ஸ்டீவ் சற்றுக் கரடுமுரடானவர்தான். ஆனால், எனக்

கென்னவோ அவரைப் பிடித்திருந்தது. அதனால் இரவுப்பணிக்கு வரச்சொன்னேன். இதன் மூலம் அவரைக் காப்பாற்ற வழிகிடைத்தது' என்றார் அவர். லாங்கும் மற்றவர்களும் சென்ற பின்னர் ஜாப்ஸ் வேலைக்கு வருவார். இரவு முழுதும் வேலை பார்ப்பார். தனிமைப் படுத்தப்பட்டாலும் அவர் கொஞ்சம் திமிராகவே நடந்துகொண்டார். மற்றவர்களோடு பழகக்கூடிய சந்தர்ப்பங்களில் தவறாமல் அவர்களை 'அடிமுட்டாள்கள்' என்று நேரடியாகவே அழைப்பார். யோசித்துப் பார்த்தால், அவர் அதையே தொடர்ந்து கடைப்பிடித்தது போல்தான் தெரிகிறது. 'நான் அங்கு பெயர்பெற்று விளங்கியதற்குக் காரணம் மற்ற எல்லோரும் படுமோசம் என்பதுதான்' என்று ஜாப்ஸ் நினைவுகூர்ந்தார்.

ஜாப்ஸின் திமிரையும் மீறி (இல்லை, ஒருவேளை அதனால்தானோ என்னவோ) அட்டாரியின் தலைவரை அவரால் கவரமுடிந்தது. 'நான் இணைந்து பணியாற்றிய மற்றவர்களைவிட இவர் மிகவும் தத்துவ ஞானம் நிறைந்தவராக இருந்தார்' என்று புஷ்னெல் நினைவுகூர்ந்தார். 'நாங்கள் சுதந்திர எண்ணம், தீர்மானமான எண்ணம் இரண்டு பற்றியும் பேசுவோம். அனைத்துப் பொருட்களுமே தீர்மானிக்கப்பட்டவை; நாம் அனைவரும் திட்டமிடப்பட்டவர்கள் என்ற நம்பிக்கை எனக்கு ஏற்பட்டது. உசிதமான தகவல்கள் இருந்தால், மனிதர்களின் செயல் பாட்டைக் கணிக்க முடியும். ஸ்டீவ் இதற்கு நேர்மாறான கருத்தைக் கொண்டிருந்தார்.' அவருடைய அந்த நோக்கு நடைமுறையை வளைத் தெடுக்க மனத்திடத்தால் முடியும் என்ற நம்பிக்கையோடு கைகோர்த்துக் கொண்டது.

ஜாப்ஸ் சில காணொளி விளையாட்டுக்களில் சில்லுகளை *(சிப்ஸ்)* நகர்த்தி வேடிக்கையான வடிவமைப்புகளை உருவாக்குவதன் மூலம் அவற்றை மேம்படுத்த உதவினார். புஷ்னெல் தமது சட்டங்களைத் தாமும் பின்பற்ற விரும்புவார் - இது ஸ்டீவைச் சற்று தொற்றிக் கொண்டது. அதுமட்டுமல்ல, அட்டாரியின் காணொளி விளையாட்டு களுக்கே உரித்தான எளிமை அவரை மிகவும் கவர்ந்தது. அதை வெளிப்படையாகப் பாராட்டினார். அவற்றோடு விளக்கப் புத்தகம் எதுவும் தரப்படவில்லை. அதனால் முதல்முறையாக விளையாடுபவரும் புரிந்துகொள்ளும் அளவிற்குத் தெளிவாக இருக்க வேண்டியிருந்தது. அட்டாரியின் *ஸ்டார் ட்ரெக்* விளையாட்டிற்கு இருந்த குறிப்புகள் இவை மட்டுமே: *1. குவார்ட்டரைச் செருகுக. 2. க்ளிங்கான்களைத் தவிர்த்துவிடுக.*

ஜாப்ஸின் சக ஊழியர்கள் அனைவரும் அவரை ஒதுக்கிவைத்தார்கள் என்று கூறிவிட முடியாது. அவருக்கு ரான் வெய்ன் என்று ஒரு நண்பர் கிடைத்தார். அவர் அட்டாரியில் ஒரு வரைபட வல்லுநர். இதற்கு முன் ஸ்லாட் இயந்திரங்கள் தயாரிக்கும் நிறுவனம் ஒன்றை நடத்தி வந்தார்.

அது தோல்வியடைந்தது. ஆனால் சொந்தமாக நிறுவனம் தொடங்க முடியும் என்ற எண்ணம் ஜாப்ஸை மிகவும் ஈர்த்தது. 'ரான் அற்புதமான மனிதர். அவர் நிறுவனமெல்லாம் ஆரம்பித்தார். அதுபோல ஒருவரை நான் பார்த்ததே இல்லை' என்றார் ஜாப்ஸ். அவர் வெய்னிடம் இருவரும் சேர்ந்து தொழிலில் இறங்கலாம் என்று யோசனை சொன்னார். தம்மால் 50,000 டாலர் கடன்பெற முடியும் என்றும், அதை வைத்துக்கொண்டு ஒரு ஸ்லாட் மெஷினை (சூதாட்ட இயந்திரத்தை) வடிவமைத்து விளம்பரம் செய்யலாம் என்றும் ஜாப்ஸ் கூறினார். ஆனால், தொழிலில் ஏற்கனவே கையைச் சுட்டுக்கொண்டதால் வெய்ன் மறுத்துவிட்டார். 'ஐம்பதாயிரம் டாலரை இழக்க அதுதான் மிகவேகமான வழி என்று நான் கூறினேன். ஆனால், அவருக்குள் சொந்தமாகத் தொழில் தொடங்க வேண்டுமென்று இருந்த தீப்பொறியை நான் பாராட்டினேன்' என்று வெய்ன் நினைவுகூர்ந்தார்.

ஒரு வார இறுதியில் ஜாப்ஸ் வெயினை அவருடைய குடியிருப்பில் சந்தித்தார். இருவரும் அடிக்கடி செய்வது போலத் தத்துவரீதியான உரையாடல்களில் ஈடுபட்டிருந்தனர். அப்போது வெய்ன் அவரிடம் தாம் ஒன்று சொல்லப்போவதாக கூறினார். 'ஆமாம், அது என்னவென்று எனக்குத் தெரியும். உனக்கு ஆண்களைப் பிடிக்கும், அப்படித்தானே?' வெய்ன் 'ஆமாம்' என்றார். 'ஓரினச்சேர்க்கை உள்ளவர் என்று தெரிந்த ஒருவரோடு என் முதல் சந்திப்பு அது. அவர் எனக்கு அது பற்றிய சரியான அறிவைப் போதித்தார்' என்று ஜாப்ஸ் நினைவுகூர்ந்தார். தமது கேள்விகளால் ஜாப்ஸ் அவரைத் துளைத்தெடுத்தார்: 'ஒரு அழகிய பெண்ணைப் பார்க்கும்பொழுது உனக்கு என்ன தோன்றும்?' வெய்ன் சொன்னார்: 'ஓர் அழகிய குதிரையைப் பார்ப்பதுபோல; அதனை ஆராதிக்கலாம். ஆனால், அதனுடன் உறங்கத் தோன்றாது. அழகை அழகுக்காகத்தான் ஆராதிக்க வேண்டும்.' இந்த போதனையை ஜாப்ஸுக்கு அளிக்க வேண்டும் என்று தமக்குத் தோன்றியதாக வெய்ன் கூறினார். 'இது அட்டாரியில் யாருக்கும் தெரியாது. என் வாழ்நாளில் நான் யாருக்கெல்லாம் சொன்னேனோ அவர்களை விரல்விட்டு எண்ணி விடலாம். அவருக்குச் சொல்வது பொருத்தமாக இருக்குமென்றும், அவர் சரியாகப் புரிந்துகொள்வார் என்றும் தோன்றியதால் சொன்னேன். எங்கள் உறவை அது எந்த விதத்திலும் பாதிக்கவில்லை.'

இந்தியா

1974இன் தொடக்கத்தில் ஜாப்ஸ் சிறிது பணம் ஈட்ட வேண்டுமென்று விரும்பினார். அதற்கு ஒரு காரணம் இருந்தது. முந்தைய ஆண்டு கோடைகாலத்தில் ராபர்ட் ஃப்ரீட்லான்ட் இந்தியா சென்றிருந்தார். அவர் ஜாப்ஸிடம் ஒரு ஆன்மிகப் பயணம் மேற்கொள்ளுமாறு

கூறிவந்தார். இந்தியாவில் ஃப்ரீட்லான்ட் நீம் கரோலி பாபாவிடம் (மஹராஜ் ஜீ) படித்திருந்தார். பாபா அறுபதுகளின் ஹிப்பி இயக்கங்கள் பெரும்பாலானவற்றுக்குக் குருவாக இருந்தவர். ஜாப்ஸும் அவ்வாறே செய்யவேண்டும் என்று தீர்மானித்து டானியல் கோட்கேயைத் தம்முடன் வரும்படி கூறினார். வெறும் சாகச அனுபவம் மட்டும் ஜாப்ஸை ஊக்குவிக்கவில்லை. 'எனக்கு அது தீவிரமான ஒரு தேடல். ஞானம் என்றால் என்ன, அத்துடன் நான் யார் என்பதையும், நான் பல விஷயங்களிலும் எவ்வாறு பொருந்துகிறேன் என்பதையும் அறிந்து கொள்ளும் முயற்சி என்னைப் பெரிதும் கவர்ந்தது' என்றார் அவர். 'தம்மை உண்மையில் பெற்றவர்கள் யார் என்பதை அறியாததுதான் ஜாப்ஸின் இந்தத் தேடலுக்கு உந்துதலாக அமைந்திருக்க வேண்டும்' என்றார் கோட்கே. 'அவருக்குள் ஒரு பள்ளம் இருந்தது; அதை நிரப்ப அவர் முயற்சி செய்துகொண்டிருந்தார்.'

அட்டாரியில் உள்ளவர்களிடம் தாம் பணியிலிருந்து விலகி, ஒரு குருவைத்தேடி இந்தியாவிற்குச் செல்லவிருப்பதாக ஜாப்ஸ் கூறியபோது நகைச்சுவை உணர்வுமிக்க அல்கார்ன் குழம்பிப்போனார். 'அவர் பாட்டிற்கு உள்ளே வந்தார்; என்னை முறைத்துப் பார்த்தார்; பின் *நான் என் குருவைத் தேடிப் போகிறேன்* என்று அறிவித்தார். நானும், *மோசமில்லை, நல்ல யோசனைதான். போய்த் தகவல் அனுப்பு* என்றேன். பிறகு, நான் பண உதவி செய்ய வேண்டும் என்றார். *நாசமாய்ப் போயிற்று!* என்றேன்.' அதன்பின் அல்கார்னுக்கு ஒரு யோசனை தோன்றியது. அட்டாரி நிறுவனம் விளையாட்டு உதிரிபாகத் தொகுப்புகளைத் தயாரித்து ம்யுனிஹிற்கு அனுப்பி வந்தது – அங்கிருந்து அவை இயந்திரங்களாக ஒருங்கிணைக்கப்பட்டு ட்யூரினிலுள்ள மொத்த வியாபாரி ஒருவரால் விநியோகம் செய்யப்பட்டன. ஆனால் அதில் ஒரு சிக்கல் இருந்தது: அமெரிக்க முறைப்படி வினாடிக்கு 60 சட்டங்கள் *(ஃப்ரேம்ஸ்)* என்ற கணக்கோடு தயாரிக்கப்பட்டிருந்த அந்தக் காணொளி விளையாட்டுகள் (கேம்கள்) ஐரோப்பாவின் வினாடிக்கு 50 சட்டங்கள் என்ற கணக்கோடு ஒத்துப்போகாததால், தடங்கல் பிரச்சினைகள் எழுந்து சலிப்பூட்டின. அல்கார்ன் ஜாப்ஸுடன் சேர்ந்து இதற்கான தீர்வை உருவாக்கி, அதனைச் செயல்படுத்த ஐரோப்பா செல்வதானால் மொத்தச் செலவையும் தாமே ஏற்றுக்கொள்வதாகக் கூறினார். 'அங்கிருந்து இந்தியா செல்லச் செலவும் குறைவென்று நினைக்கிறேன்' என்றார் அவர். ஜாப்ஸ் இதற்கு ஒப்புக்கொண்டார். அல்கார்னும் 'உன் குருவை மிகவும் விசாரித்ததாகச் சொல்!' என்று வாழ்த்தி வழியனுப்பி வைத்தார்.

ஜாப்ஸ் ம்யுனிஹில் சில நாள்கள் தங்கியிருந்து தடங்கல் பிரச்சினையைத் தீர்த்து வைத்தார். ஆனால், அடர்ந்த நிறத்தில் சூட் அணிந்த

ஜெர்மானிய மேலாளர்களைத் திக்குமுக்காடச் செய்துவிட்டார். அவருடைய உடையும் உடல் துர்நாற்றமும் ஒரு பம்[1] போல இருப்ப தாகவும் மிகவும் கடுமையாக நடந்துகொள்வதாகவும் அவர்கள் குறைபட்டுக் கொண்டனர். 'அவர் பிரச்சினையைத் தீர்த்து வைத்தாரா?' என்று நான் கேட்டேன். அவர்கள் 'ஆமாம்' என்றார்கள். நானும் 'இன்னும் ஏதாவது பிரச்சினைகள் இருந்தால் என்னை அழைத்தால் போதும். அவர் போலவே இன்னும் பலர் என்னிடம் உள்ளனர்!' என்றேன். அவர்கள், 'வேண்டாம், வேண்டாம், அடுத்த முறை நாங்களே பார்த்துக் கொள்கிறோம்!' என்றார்கள். தம் பங்குக்கு, ஜெர்மானியர்கள் தம்மை இறைச்சியும் உருளைக்கிழங்கும் உண்ண வைக்க முயன்று கொண்டே இருப்பதாக அதிருப்தி தெரிவித்தார் ஜாப்ஸ். அல்கார்ன் தொலைபேசியில் அழைத்தபோது 'சைவம் என்பதற்கு ஒரு வார்த்தைகூட அவர்களிடம் கிடையாது' என்று ஜாப்ஸ் (தவறாக) குறைகூறினார்.

ட்யூரினிலுள்ள விநியோகஸ்தரைப் பார்க்க இரயிலில் சென்றபோது இன்னும் சற்று வசதியாக உணர்ந்தார். 'இத்தாலிய பாஸ்டாக்களும் அவரை உபசரித்தவர்களின் குணமும் மிக நன்றாகவே இருந்தன. ட்யூரினிலிருந்த இரண்டு வாரங்களும் அற்புதமாகக் கழிந்தன. அது ஆற்றல் மிகுந்த தொழில் நகரம்' என்று அவர் நினைவுகூர்ந்தார். 'அந்த விநியோகஸ்தர் ஒவ்வொரு இரவும் என்னை ஒரு விடுதிக்கு உண்ண அழைத்துச் செல்வார். அங்கு எட்டு மேசைகள் மட்டுமே இருந்தன - உணவுப் பட்டியல் என்று எதுவும் இல்லை. என்ன வேண்டுமென்று சொன்னால் செய்து தருவார்கள். ஒரு மேசை ஃபியட் நிறுவனத்தின் தலைவருக்காக ஒதுக்கப்பட்டிருந்தது. அது உண்மையிலேயே பிரமாத மாக இருந்தது.' அடுத்ததாக அவர் ஸ்விட்சர்லாந்திலுள்ள லுகானோ விற்குச் சென்றார். அங்கு ஃப்ரீட்லான்டின் மாமாவுடன் தங்கிய பிறகு அங்கிருந்து இந்தியாவிற்கு விமானம் மூலம் பயணமானார்.

புதுடெல்லியில் விமானத்தை விட்டு இறங்கியதும் தார்ச்சாலை யிலிருந்து *(தார்மாக்)* வெப்ப அலைகள் எழுவதை உணர்ந்தார் – ஏப்ரல் மாதம்தான் ஆகியிருந்தபோதிலும். ஒரு ஹோட்டலின் பெயரைத் தந்திருந்தார்கள். ஆனால் அது நிரம்பிவிட்டது. ஆகையால் நல்ல ஹோட்டல் என்று டாக்ஸி ஓட்டுநர் வலியுறுத்திய ஒரு இடத்திற்குச் சென்றார். 'அவர் நிச்சயம் ஏதோ *பக்ஷீஷ்* (கையூட்டு) பெற்றுவந்திருக்க வேண்டும் என்று நினைக்கிறேன். ஏனென்றால் அந்த இடம் படுமோச மாக இருந்தது.' ஜாப்ஸ் உரிமையாளரிடம் தண்ணீர் சுத்திகரிக்கப் பட்டதுதானா என்று கேட்டு, அவர் சொன்ன பதிலை முட்டாள்

[1] வேலை செய்யச் சோம்பல் காட்டுபவர் அல்லது வேலைக்குரிய முறைப்படி நடந்து கொள்ளத் தெரியாதவர். (மொ-ர்)

தனமாக நம்பினார். 'எனக்கு உடனடியாக சீதபேதியாகிவிட்டது. என் உடல்நிலை மிகமோசமாகியது. நல்ல காய்ச்சலும் சேர்ந்துகொண்டது. ஒரே வாரத்தில் 72 கிலோவிலிருந்து 54 கிலோவாகக் குறைந்து விட்டேன்' என்றார்.

நடமாடும் அளவிற்கு உடல்நிலை தேறியதும், டெல்லியை விட்டு வெளியேற வேண்டும் என்று அவர் தீர்மானித்தார். அதனால், மேற்கு இந்தியாவின் கங்கை நதி உற்பத்தியாகும் இடத்திற்கு அருகில் உள்ள ஹரித்வார் என்ற சிறு நகரம் நோக்கிப் பயணமானார். அங்கு கும்பமேளா என்னும் பண்டிகை நடந்துகொண்டிருந்தது. வழக்கமாக ஒரு லட்சத்திற்கும் குறைவான மக்கட்தொகை கொண்ட அந்த ஊரில் கோடி மக்கள் குழுமியிருந்தனர். 'எங்கு பார்த்தாலும் சாமியார்கள். கூடாரங்களில் இந்த குரு, அந்த குரு என்றார்கள். சிலர் யானைகளின் மீது ஏறிக்கொண்டு உலா வந்தனர் – என்னென்ன வேண்டுமோ, எல்லாம் இருந்தன. அங்கு சில நாள்கள் இருந்தேன். ஆனால், அங்கிருந்தும் வெளியேற வேண்டும் என்று தீர்மானித்தேன்.'

ரயிலிலும் பேருந்திலும் ஏறி இமயமலை அடிவாரத்தில் நைனிட்டாலை அடுத்து உள்ள ஒரு கிராமம் நோக்கி அவருடைய பயணம் தொடர்ந்தது. அங்குதான் நீம் கரோலி பாபா தங்கியிருக்கிறார் அல்லது முன்பு தங்கியிருந்தார். ஜாப்ஸ் அந்தக் கிராமத்தை எட்டியபோது அவர் சமாதி அடைந்திருந்தார் – குறைந்தபட்சம் இதே அவதாரத்திலில்லை. ஜாப்ஸ் தரையில் மெத்தை விரித்திருந்த ஓர் அறையை ஒரு குடும்பத்திட மிருந்து வாடகைக்கு எடுத்துக் கொண்டார். அவர்கள் அவருடைய உடல்நலம் தேறுவதற்காகச் சைவ உணவு தயாரித்துத் தந்தனர். 'அங்கு *ஆட்டோபயாக்ரஃபி ஆஃப் ஏ யோகி (ஒரு யோகியின் தன்வரலாறு)* என்ற புத்தகத்தின் ஓர் ஆங்கிலப் பிரதி இருந்தது; அதற்குமுன் தங்கி யிருந்த யாரோ ஒரு பயணி விட்டுச்சென்றது. பிற வேலைகள் ஏதும் இல்லாததால் அதைப் பலமுறை திரும்பத்திரும்பப் படித்தேன். கிராமம் கிராமமாக நடந்து சென்றதிலேயே முற்றிலும் குணமானேன்.' அங்கு தங்கியிருந்த சமுதாயத்தவர்களில் ஒருவர் லாரி ப்ரில்லியன்ட் – அவர் ஒரு தொற்றுநோய் வல்லுநர். அம்மை நோய் ஒழிக்கும் முயற்சியில் ஈடுபட்டிருந்தார். பிற்காலத்தில் கூகுளின் அறக்கட்டளையையும் ஸ்கோல் ஃபவுண்டேஷனையும் எடுத்து நடத்தினார். அவர் ஜாப்ஸுக்கு வாழ்நாள் முழுவதும் நண்பராக இருந்தார்.

ஒரு கட்டத்தில் ஓர் இளம் இந்து சந்நியாசி ஒரு பெரும் பணக் காரரின் இமயமலைத் தோட்டத்தில் தமது சீடர்களைக் கூடச் செய்திருந்ததாகக் கேள்வியுற்றார். 'ஒரு ஆன்மிகவாதியைச் சந்திக்கவும் அவருடைய சீடர்களோடு சேர்ந்து சுற்றித் திரியவும் மட்டுமின்றி, நல்ல உணவுக்கான வாய்ப்பாகவும் அது இருந்தது. அருகில் செல்லும்

பொழுதே உணவின் மணம் நாசியைத் துளைத்தது. எனக்கோ கோரப் பசி.' ஜாப்ஸ் உணவருந்திக் கொண்டிருந்தபோது அந்த சந்நியாசி – ஜாப்ஸைவிட அவர் அப்படியொன்றும் வயதானவர் அல்ல – கூட்டத்தி லிருந்து அவரைத் தேர்ந்தெடுத்து, சுட்டிக்காட்டி, பித்துப்பிடித்தவர் போல் சிரித்தார். 'அவர் ஓடிவந்து என்னைக் கட்டிப்பிடித்து ஒரு சீட்டி ஒலி எழுப்பி, நீ அப்படியே குழந்தை போல என்றார். எனக்கென்னவோ எல்லோரது பார்வையும் என்மீது படுவது அசௌகரியமாக இருந்தது' என்று ஜாப்ஸ் நினைவுகூர்ந்தார். ஜாப்ஸின் கையைப் பிடித்துக்கொண்டு கைகூப்பித் தொழும் பக்தர்களின் கூட்டத்திற்கு வெளியே அழைத்துச் சென்று ஒரு குன்றில் ஏறவைத்தார். அங்கு ஒரு கிணறும் சிறு குளமும் இருந்தன. 'நாங்கள் உட்கார்ந்தோம், அவர் ஒரு விறைப்பான கத்தியை எடுத்தார். இவர் கிறுக்காக இருப்பாரோ என்று எண்ணிக் கவலைப் படத் தொடங்கினேன். பின் அவர் ஒரு சோப்புக் கட்டியை வெளியே எடுத்தார் – அப்போது எனக்கு நீளமான முடி இருந்தது. என் தலை முடியை நுரை பொங்கத் தேய்த்து மொட்டை அடித்துவிட்டார். என் உடல்நலத்தைக் காப்பாற்றுவதாக அவர் சொன்னார்.'

டேனியல் கோட்கே கோடைகாலத்தின் தொடக்கத்தில் இந்தியா விற்கு வந்தார். அவரைச் சந்திக்க ஜாப்ஸ் மீண்டும் புதுடில்லி சென்றார். அவர்கள் அதிகமாகப் பேருந்துகளிலேயே அலைந்து இலக்கின்றித் திரிந்தார்கள். இந்தக் கட்டத்தில் ஜாப்ஸ் தமக்கு அறிவு போதிக்கும் குருவை நாடவில்லை; மாறாக, சந்நியாச அனுபவம், விட்டொழித்தல், எளிமை ஆகியவற்றின் மூலம் ஞானம் தேடினார். அவருக்கு உள் அமைதி கிட்டவில்லை. கிராமத்துச் சந்தையில் ஓர் இந்துப் பெண்மணி தங்களுக்குப் பாலில் தண்ணீர் கலந்து விற்றாள் என்று கூறி ஜாப்ஸ் அவளோடு பெரிய வாய்ச்சண்டையில் இறங்கியதைக் கோட்கே நினைவுகூர்ந்தார்.

ஆனால், ஜாப்ஸ் தாராள மனத்துடனும் நடந்துகொள்ளக்கூடியவர். மணாலிக்குச் சென்றபோது கோட்கேயின் உறைப்படுக்கையை யாரோ களவாடிவிட்டார்கள் – அவருடைய பயணியர் காசோலைகள் உட்பட. 'ஸ்டீவ் என்னுடைய உணவுக்கும் பேருந்து பயணச்சீட்டுக்கும் சேர்த்துச் செலவு செய்தார்' என்று கோட்கே நினைவுகூர்ந்தார். அவர் தம்மிடம் மீதமிருந்த நூறு டாலர் பணத்தையும் கோட்கேக்கு அளித்து விட்டார் – செலவுகளைச் சமாளிப்பதற்காக.

இந்தியாவில் இருந்த ஏழு மாத காலத்தில் அவர் தமது பெற்றோருக்கு எப்பொழுதாவதுதான் கடிதம் எழுதி வந்திருந்தார். டெல்லியிலுள்ள அமெரிக்கன் எக்ஸ்பிரஸ் அலுவலகத்திலிருந்து அவ்வழியே செல்லும் பொழுது அவர்களுடைய பதில் கடிதங்களைப் பெற்றுக்கொள்வார். ஆகையால், அவரை வந்து அழைத்துச் செல்லும்படி கூறி ஓக்லேண்ட்

விமான நிலையத்திலிருந்து அவருடைய பெற்றோருக்கு அழைப்பு வந்தபோது அவர்கள் வியப்படைந்தார்கள். லாஸ் ஆட்டோஸி லிருந்து இருவரும் உடனடியாகப் புறப்பட்டு வந்திருந்தார்கள். 'என் தலை மொட்டையடிக்கப்பட்டிருந்தது; நான் இந்திய ஆடைகள் அணிந்திருந்தேன்; என் தோல் சூரிய வெப்பத்தில் அடர் சாக்லேட் பழுப்பு-சிவப்பு நிறத்திற்கு மாறியிருந்தது' என்று அவர் நினைவு கூர்ந்தார். 'நான் அங்கு உட்கார்ந்திருக்கிறேன்; என் பெற்றோர் என்னை ஏறத்தாழ ஐந்து முறை கடந்து சென்றார்கள். முடிவில் என் தாய் அருகில் வந்து 'ஸ்டீவ்?' என்றார். நான் 'ஹாய்!' என்றேன்.'

அவர்கள் அவரை வீட்டிற்கு அழைத்துச் சென்றார்கள். அங்கும் அவர் தம்மை உணர்ந்துகொள்வதில் தொடர்ந்து ஈடுபட்டார். அது ஞானத்தை நோக்கிப் பல்வேறு பாதைகளிலான தேடுதல் பயணம். காலையிலும் மாலையிலும் தியானத்தில் ஆழ்ந்து ஜென் பயில்வார். அவ்வப்போது ஸ்டான்ஃபோர்ட் பல்கலையின் பௌதிகம் அல்லது பொறியியல் வகுப்புகளில் பங்குபெறச் செல்வார்.

தேடல்

கிழக்கத்திய ஆன்மிகம், இந்துமதம், ஜென் பௌத்தம், ஞானத்தேடல் *(ப்ரக்ஞா)* ஆகியவற்றில் ஜாப்ஸ் கொண்ட ஈடுபாடு ஒரு பத்தொன்பது வயது வாலிபனின் வாழ்வில் தற்காலிகமாக வந்து போகும் ஒரு கட்டமாக இருக்கவில்லை. வாழ்நாள் முழுவதும் அவர் கிழக்கத்திய மதங்களின் பல அடிப்படைக் கொள்கைகளைக் கடைப்பிடித்தார். எடுத்துக்காட்டாக, மனத்தை ஒருநிலைப்படுத்துவதன் மூலம் கிட்டும் அனுபவபூர்வமான அறிவு, புரிந்துகொள்ளும் திறன் போன்றவை. பல ஆண்டுகளுக்குப் பிறகு, தமது பாலோ ஆல்டோ தோட்டத்தில் அமர்ந்தபடி, இந்தியப் பயணத்தின் நிலையான தாக்கம் எப்படிப் பட்டது என்பதை அசை போட்டார்:

> அமெரிக்காவிற்குத் திரும்பி வந்தபோது இந்தியாவிற்குச் சென்றதை விட கலாச்சார பாதிப்பு மிக அதிகமாக இருந்தது. இந்திய கிராமங் களில் உள்ள மக்கள் நம்மைப்போல் அறிவைப் பயன்படுத்துவ தில்லை; உள்ளுணர்வைப் பயன்படுத்துகிறார்கள். அதில் அவர்கள் மிகவும் வளர்ச்சியடைந்துள்ளனர் – உலகின் மற்ற எல்லா நாடு களையும்விட. உள்ளுணர்வு என்பது அறிவைவிடவும் மிக வலிமை யானது என்பது என் கருத்து. என் பணியில் அதன் தாக்கம் மிகப் பெரிய அளவில் இருந்தது.
>
> மேற்கத்திய நாடுகளின் அறிவுபூர்வமான சிந்தனை மனித குணாதிசயமல்ல. அது கற்றுக்கொள்ளப்படும் ஒன்று; மேற்கத்திய நாகரிகத்தின் மாபெரும் சாதனை. இந்திய கிராமங்களில், மக்கள்

அறிவைக் கற்கவில்லை; அவர்கள் கற்றது வேறு. சில வகைகளில் அதற்கு அறிவிற்கு இணையான மதிப்பு உண்டு; சில வகைகளில் அப்படியில்லை. அதுதான் உள்ளுணர்வு மற்றும் அனுபவத்தின் மூலம் கிட்டும் அறிவு.

இந்தியக் கிராமங்களில் ஏழு மாதங்கள் வசித்துவிட்டு திரும்பி வந்தபோது, மேற்கத்திய உலகத்தின் கிறுக்குத்தனத்தை மட்டுமன்றி, பகுத்தறிவில் அதற்கிருந்த திறனையும் அறிந்துகொண்டேன். சற்றுநேரம் அமர்ந்து கவனித்தால் மனம் எவ்வளவு அமைதியின்றி இருக்கிறது என்பது புரியும். அதைச் சாந்தப்படுத்த முயன்றால் விளைவு இன்னும் மோசமாகத்தான் இருக்கும். ஆனால், காலப் போக்கில் அது அமைதியடையத்தான் செய்கிறது – அப்படி ஒரு நிலையில், மேலும் மென்மையான விஷயங்களை உணரலாம். அப்போதுதான் நம்முடைய உள்ளுணர்வு மலரத் தொடங்குகிறது. பல விஷயங்கள் மேலும் தெளிவாகத் தெரியும்; நிகழ்காலத்தில் மேலும் சிறப்பாக இயங்கலாம். மனம், வேகம் குறைந்து அமைதி அடைகிறது; அற்புதமான ஒரு விரிவாக்கத்தை அந்தக் கணத்தில் நாம் உணர்வோம். இதுவரை கண்டிருந்ததை விடவும் மிக அதிகமான விஷயங்கள் கண்ணுக்குப் புலப்படும். இது ஓர் ஒழுக்கம்; அதை நாம் பயிற்சி செய்தாக வேண்டும்.

அதன்பிறகு என் வாழ்வில் ஜென் ஒரு ஆழ்ந்த தாக்கத்தை ஏற்படுத்தியது. ஒரு கட்டத்தில் ஜப்பானுக்குச் சென்று எய்ஹெய்-ஜி மடாலயத்தில் சேர்ந்துகொள்ளலாமா என்றுகூட யோசித்தேன். ஆனால் என் ஆன்மிக குரு இங்கேயே தங்கியிருக்கும்படி அறிவுறுத் தினார். இங்கில்லாதது எதுவும் அங்கில்லை என்றார் அவர். அதுவும் சரியாகத்தான் இருந்தது. நாம் ஒரு குருவைத்தேடி உலகம் முழுதும் பயணம் செய்யத் தயாராக இருந்தால், நம் பக்கத்து வீட்டிலேயே ஒருவர் தோன்றுவார் என்ற ஜென் தத்துவத்தில் பொதிந்துள்ள உண்மையை நான் உணர்ந்துகொண்டேன்.

உண்மையிலேயே ஜாப்ஸுக்கு அந்த வட்டாரத்திலேயே ஒரு குரு கிடைக்கத்தான் செய்தார் - ஷுன்ர்யூ சுசுகி, *ஜென் மைண்ட், பிகினர்'ஸ் மைண்ட் (ஜென் மனம், தொடக்கநிலையினரின் மனம்)* என்னும் புத்தகத்தை எழுதியவர்; சான் ஃப்ரான்சிஸ்கோவிலுள்ள ஜென் மையத்தை நடத்தி வந்தார்; ஒவ்வொரு புதன்கிழமை மாலையும் லாஸ் ஆல்டோஸிற்கு வந்து உரை நிகழ்த்தி, தமது சிறு சீடர் குழுவோடு தியானத்தில் ஆழ்ந்து விடுவார். சிறிது காலத்திற்குப் பின் தமது சீடர் கோபுன் சீனோ ஓதோகவாவிடம் அங்கு ஒரு முழுநேர தியான மையம் தொடங்குமாறு கூறினார். ஜாப்ஸ் அவருடைய அப்போதைய தோழி க்ரிசான் ப்ரென்னன்,

டேனியல் கோட்கே, எலிசபெத் ஹோம்ஸ் ஆகியோருடன் சேர்ந்து தீவிர பக்தரானார். இதுதவிர தாம் மட்டும் ஓய்வு விடுப்பின்போது கார்மெலுக்கு அருகிலுள்ள தஸ்ஸாஜரா ஜென் சென்டருக்குச் செல்வதை வழக்கமாகக் கொண்டிருந்தார். கோபுன் அங்கும் போதனை வகுப்புகள் நடத்திவந்தார்.

கோட்கேக்கு கோபுன் மிகவும் சுவாரசியமான மனிதராய்த் தெரிந்தார். 'அவருடைய ஆங்கிலம் மிகவும் கொடுமையானதாக இருந்தது' என்று அவர் நினைவுகூர்ந்தார். 'அவர் கவிதைப் பாணியில், உள்ளர்த்தம் பொதிந்த வாக்கியங்களோடு ஒருவித ஹைக்கூ மொழியில் பேசுவார். நாங்கள் அமர்ந்து கவனமாய்க் கேட்போம். ஆனால், பாதி நேரம் அவர் எதைப் பற்றிப் பேசிக்கொண்டிருக்கிறார் என்பதே புரியாது. நான் எல்லாவற்றையும் ஒரு லேசான மனப்பாங்கிலுள்ள பேச்சாக எடுத்துக் கொண்டேன்.' ஹோம்ஸ் இன்னும் கொஞ்சம் தீவிரம் காட்டினார். 'நாங்கள் கோபுனின் தியானங்களுக்குச் செல்வோம்; ஜாஃபு எனும் பஞ்சு இருக்கைகளில் அமர்ந்துகொள்வோம்; அவர் ஒரு மேடையில் அமர்ந்திருப்பார்' என்றார் அவர். 'மனச்சலனங்களை விலக்குவது எப்படி என்று கற்றுக்கொண்டோம். அது மாய சக்தி நிறைந்ததாக இருந்தது. ஒருநாள் மாலை கோபுனுடன் தியானத்தில் ஈடுபட்டிருந்தபோது மழை பெய்துகொண்டிருந்தது. சுற்றிலுமுள்ள ஓசைகளை வைத்தே மீண்டும் மனத்தை ஒருநிலைப்படுத்தி தியானத்தில் ஆழ அவர் எங்களுக்குக் கற்றுத்தந்தார்.'

'ஜாப்ஸைப் பொறுத்தவரை, அவருடைய பக்தி மிகத் தீவிரமானதாக இருந்தது. அவர் தமக்கு மிக அதிக முக்கியத்துவம் அளித்துக்கொண்டு பொதுவாகவே சகிக்க முடியாத ஒருவராக இருந்தார்' – இது கோட்கே யின் கருத்து. அவர் ஏறத்தாழ தினமும் கோபுனைச் சந்தித்து வந்தார். சில மாதங்களுக்கு ஒருமுறை அவர்கள் ஓய்வு விடுப்பெடுத்துக் கொண்டு ஒன்றாக தியானத்திற்குச் செல்வார்கள். 'நான் கூடுமானவரையில் அவருடன் நேரம் செலவழித்தேன்' என்று ஜாப்ஸ் நினைவுகூர்ந்தார். 'அவருடைய மனைவி ஸ்டான்ஃபோர்டில் செவிலியாகப் பணியாற்றி வந்தார். இரண்டு குழந்தைகள். அவருடைய மனைவிக்கு இரவுநேர வேலை என்பதால் நான் மாலை நேரங்களில் அவருடைய வீட்டிற்குச் செல்வேன். அவர் மனைவி நடு இரவில் திரும்பிவந்து என்னை விரட்டி விடுவார்.' அவர்கள் சிலசமயம் ஜாப்ஸ் முழுவதுமாகத் தம்மை ஆன்மிகத் தேடல்களில் ஈடுபடுத்திக்கொள்ள வேண்டுமா என்பது பற்றியும் கலந்தாலோசித்தார்கள். ஆனால், கோபுன் அது வேண்டாம் என்று அறிவுறுத்தினார். ஜாப்ஸ் தமது தொழிலைக் கவனித்துக் கொண்டே ஆன்மிகத்திலும் ஈடுபட முடியும் என்று அவர் உறுதி யளித்தார். அவர்களுடைய உறவு நிலைத்த, ஆழமான ஒன்றாக

இருந்தது. பதினேழு ஆண்டுகள் கழித்து, கோபுன்தான் ஜாப்ஸின் திருமணத்தை நடத்தி வைக்க இருந்தார்.

தம்மை உணர்ந்துகொள்வதற்கான ஜாப்ஸின் தீவிர தேடல் லாஸ் ஆஞ்சலெஸ் சைக்கோதெரபிஸ்ட் (உளமருத்துவ பயிற்சியாளர்) ஆர்தர் ஜானோவ் உருவாக்கிப் பிரபலப்படுத்திய பிரைமல் ஸ்கிரீம் தெரபி (ஒரு வகை ஊக்க உளச்சிகிச்சை) மேற்கொள்ளத் தூண்டியது. உளவியல் பிரச்சினைகள் பிள்ளைப்பருவத்தில் அடக்கி வைக்கப்பட்ட மனக் காயங்களின் காரணமாகவே ஏற்படுகின்றன என்ற ஃப்ராய்டின் தத்துவத்தை அடிப்படையாகக் கொண்ட சிகிச்சை முறை அது. அந்தக் காயப்படுத்திய தருணங்களை மீண்டும் உளவியல் ரீதியாக அனுபவித்து, அதன் வலியை வெளிப்படுத்துவதால், சிலசமயம் அலறல்கள் மூலம், பிரச்சினைகளுக்குரிய தீர்வைக் காணலாம் என்பது ஜானோவின் வாதம். ஜாப்ஸைப் பொறுத்தவரை இது பேச்சு சிகிச்சையைவிடப் பலனளிக்கக் கூடிய ஒன்றாகத் தெரிந்தது. ஏனெனில், இதில் ஆழ்ந்து சிந்தித்து, காரணகாரியங்களை ஆராய்வதைக் காட்டிலும், உள்ளுணர்வு, உணர்ச்சி மிகுந்த செயல்பாடு ஆகியவை உள்ளடங்கி இருந்தன. 'இது நாம் சிந்திக்க வேண்டிய ஒன்றல்ல' என்று அவர் பின்னர் கூறினார். 'இது செயல்படுத்த வேண்டிய ஒன்று. கண்களை மூடிக்கொண்டு, மூச்சை அடக்கிக்கொண்டு, அப்படியே உள்ளே குதித்து மறுமுனை வழியே தெளிந்த மனத்தோடு வெளிவர வேண்டும்.'

ஜானோவின் சீடர்கள் சிலர் யூஜீனில் உள்ள ஒரு பழைய ஹோட்டலில் ஓரிகான் உணர்வு மையம் (ஓரிகான் ஃபீலிங் சென்டர்) என்று ஒரு வகுப்பை நடத்தி வந்தார்கள். இதை நிர்வகித்தவர் ஜாப்ஸின் ரீட் கல்லூரி குரு ராபர்ட் ஃப்ரீட்லான்ட். இவருடைய ஆல் ஒன் பண்ணையின் சமுதாயக் குடியிருப்பு (கம்யூன்) அருகில்தான் இருந்தது. 1974இல் ஜாப்ஸ் 1000 டாலர் கட்டணமுள்ள 12 வாரகால சிகிச்சை ஒன்றை மேற்கொண்டார். 'ஸ்டீவும், நானும் எங்களை வளர்த்துக் கொள்ள முயன்றோம். அதனால், நானும் அவருடன் போக விரும்பினேன். ஆனால், என்னிடம் அவ்வளவு பணம் இருக்கவில்லை' என்று கோட்கே நினைவுகூர்ந்தார்.

தாம் தத்துக்கொடுக்கப்பட்டதும், தமது உண்மையான பெற்றோர் யாரென்று தெரியாததும் ஏற்படுத்திய வலி தம்மை வாட்டி வதைப்பதாகத் தமக்கு மிக நெருங்கிய நண்பர்களிடம் ஜாப்ஸ் பகிர்ந்து கொண்டார். 'தமது உண்மையான பெற்றோர் யாரென்று தெரிந்து கொள்ள ஸ்டீவ் மிகுந்த தீவிரம் காட்டினார். இதன்மூலம் அவர் தம்மை மேலும் சிறப்பாக உணர்ந்துகொள்ள முடியும் என்று நம்பினார்' என்று ஃப்ரீட்லான்ட் பிறகு கூறினார். பால் மற்றும் க்ளாரா ஜாப்ஸிடமிருந்து தம் உண்மையான பெற்றோர் ஒரு பல்கலைக்கழகத்தில் பட்டப்படிப்பு

மாணவர்கள் என்றும் தமது தந்தை சிரியாவைச் சேர்ந்தவராக இருக்கலாம் என்றும் ஜாப்ஸ் அறிந்து வைத்திருந்தார். ஒரு தனியார் புலனாய்வு வல்லுநரை இதற்காக அமர்த்தலாம் என்றுகூட எண்ணியிருந்தார். ஆனால், அப்போதைக்கு வேண்டாமெனத் தீர்மானித்தார். 'என் தாய் தந்தையரை நான் காயப்படுத்த விரும்பவில்லை' – அவ்வாறு அவர் குறிப்பிட்டது பால் மற்றும் க்ளாராவை.

'தாம் தத்தெடுக்கப்பட்டவர் என்ற உண்மையோடு அவர் போராடிக் கொண்டிருந்தார்' என்பது எலிசபெத் ஹோம்ஸின் கருத்து. 'இது உணர்வுபூர்வமாகக் கட்டுப்பாட்டில் வைக்கவேண்டிய ஒரு விஷயம் என்று அவர் கருதினார்.' ஜாப்ஸ் அவரிடம் மனம்விட்டுப் பேசினார். 'இது என்னை மிகவும் வதைக்கிறது. இதில் நான் கவனம் செலுத்தியே ஆக வேண்டும்' என்றார் அவர். க்ரெக் காலூனுடன் அவர் மேலும் மனம் திறந்து பேசினார். 'தாம் தத்தெடுக்கப்பட்டது பற்றிய ஆத்மார்த்தமான தேடலில் ஈடுபட்டிருந்தது குறித்து அவர் என்னிடமும் நிறைய பேசுவார்' என்று காலூன் நினைவுகூர்ந்தார். 'அலறல் சிகிச்சை, கோழைப் பொருளற்ற மருத்துவ உணவுத் திட்டம் – இவை எல்லாமே தம்மை சுத்திகரித்துக்கொண்டு, தமது பிறப்பு பற்றிய விரக்தி உணர்விற்குள் மேலும் ஆழமாகச் செல்வதற்கு அவர் எடுத்துக் கொண்ட முயற்சிகள். தம்மை கைவிட்டுவிட்டார்கள் என்பது குறித்துத் தாம் மிகவும் கோபம் கொண்டிருப்பதாக அவர் என்னிடம் கூறினார்.'

ஜான் லென்னன் (பீட்டில்ஸ் இசைக் குழுவின் பிரபல பாடகர்) இதே அலறல் சிகிச்சையை 1970இல் மேற்கொண்டிருந்தார். அவரும் டிசம்பர் மாதத்தில் ப்ளாஸ்டிக் ஓனோ குழுவுடன் இணைந்து *மதர் (அம்மா)* என்னும் பாடலை வெளியிட்டார். தம்மை கைவிட்டு விட்டுச் சென்ற தந்தை மற்றும் தமது பதின்பருவத்தில் கொல்லப்பட்ட தாய் பற்றிய அவருடைய உணர்வுகளைப் பிரதிபலித்தது. அந்தப் பாடலில் *'மமா டோன்ட் கோ, டாடி கம் ஹோம்' (அம்மா நீங்க போகாதீங்க, அப்பா நீங்க வீட்டுக்குத் திரும்பி வாங்க)* என்ற வரிகள் மீண்டும் மீண்டும் வந்தன. ஜாப்ஸ் அந்தப் பாடலை அடிக்கடி கேட்பதை வழக்கமாகக் கொண்டிருந்தார்.

ஜானோவின் போதனைகள் அவ்வளவாகப் பயன்படவில்லை என்றார் ஜாப்ஸ், பின்னர் ஒரு சந்தர்ப்பத்தில். 'அவர் எல்லாவற்றுக்கும் தயாராக ஒரு பதில் வைத்திருந்தார் – அது மிகையாக எளிமையாக்கப் பட்டுவிட்டது போல இருந்தது. அதனால், எனக்கு எந்தவிதப் புதிய அறிவும் கிட்டப்போவதில்லை என்பது தெளிவாகியது.' ஆனால், அது அவரை மேலும் தன்னம்பிக்கையுள்ள மனிதராக ஆக்கியது என்றார்

ஹோம்ஸ். 'அந்த சிகிச்சைக்குப்பின் அவர் பெரிதும் மாறிவிட்டார். அவர் சுபாவத்தில் மூர்க்கம் அதிகம் இருந்தது என்றாலும் சிறிது காலத்திற்கு அவரிடம் ஒருவித அமைதியும் தென்பட்டது. அவருடைய நம்பிக்கை வளர்ந்தது; தமக்கு ஏதோ குறையுள்ளது என்ற எண்ணமும் ஓரளவிற்கு மறைந்தது.'

தம்மால் அந்தத் தன்னம்பிக்கை உணர்வை மற்றவர்களுக்கும் ஊட்டலாம், அதன் மூலம் தங்களால் ஒருகாலும் முடியாது என்று அவர்கள் நினைத்திருந்தவற்றைக்கூடச் செய்யவைக்கலாம் என்று அவர் நம்பினார். ஹோம்ஸ் கோட்கேயை விட்டுப் பிரிந்து சான் ஃப்ரான்சிஸ்கோவிலுள்ள மதச்சார்பான இயக்கத்தில் சேர்ந்திருந்தார். அங்கிருந்த வழக்கப்படி அவர் தமது பழைய நண்பர்களுடனான உறவுகளை முற்றிலுமாக முறித்துக்கொள்ள வேண்டும். ஆனால், ஜாப்ஸ் அதையெல்லாம் கண்டுகொள்ளவே இல்லை. அவர் ஒருநாள் தமது ஃபோர்ட் ரான்ஷெரோவில் நேராக அந்த மடாலயத்திற்குச் சென்று தாம் ஃப்ரீட்லான்டின் ஆப்பிள் பண்ணைக்குச் செல்வதாகவும் ஹோம்ஸ் தம்முடன் வந்தாக வேண்டும் என்றும் அறிவித்தார். இதைவிடக் கண்டிப்பாக, பகுதிதூரம் அவர்தான் காரை ஓட்ட வேண்டும் என்றும் கூறிவிட்டார் – ஹோம்ஸிஸ்கு கியர் மாற்றத் தெரியாது என்றாலும்கூட. 'நாங்கள் சாலையில் இறங்கியதும், என்னை ஸ்டியரிங்கிற்கு முன் உட்கார வைத்துவிட்டு மணிக்கு 55 மைல் வேகத்தை எட்டும்வரை கியரை அவரே இயக்கினார்' என்று ஹோம்ஸ் நினைவுகூர்ந்தார். 'அதன்பின் டிலனின் *ப்ளட் ஆன் த ட்ராக்ஸ் (பாதைகள் மீதான இரத்தம்)* பாடலை ஓடவிட்டு, என் மடியில் தலைவைத்து உறங்கி விட்டார். *என்னால் எதுவும் செய்ய முடியும்; அதனால், உன்னாலும் முடியும்* என்ற மனோபாவம் உள்ளவர். தம் உயிரையே என் கையில் பணயமாக வைத்துவிட்டார். அதுவே, என்னால் முடியாது என்று நினைத்திருந்ததைச் செய்யவைத்தது.'

பிற்காலத்தில் அவருடைய மாயவலை என்று கூறப்பட்ட விஷயத்தில் மிகவும் நல்ல பகுதி இது. 'அவர்மீது நம்பிக்கை வைத்தால், நம்மால் பல விஷயங்கள் செய்ய முடியும்' என்றார் ஹோம்ஸ். 'ஏதாவது ஒன்று நடக்க வேண்டும் என்று அவர் தீர்மானித்துவிட்டால், அதை எப்படியாவது நடக்க வைத்துவிடுவார். அவ்வளவுதான்'.

விரிசல்

1975இன் ஆரம்பத்தில் ஒருநாள் அல் அல்கார்ன் அவருடைய அட்டாரி அலுவலகத்தில் அமர்ந்திருந்தபோது ரான் வெய்ன் பாய்ந்து வந்தார். 'ஹேய், ஸ்டீவ் திரும்பி வந்துவிட்டார்!' என்று உரக்கக் கத்தினார்.

‘ஓ! அவரை உள்ளே அழைத்துவா’ - அல்கார்ன் பதிலளித்தார். ஜாப்ஸ் வெறும் காலுடன் உள்ளே புகுந்தார். காவி அங்கி உடுத்தி, கையில் *பீ ஹியர் நௌ (இங்கே இப்போது இருங்கள்)* என்னும் புத்தகப் பிரதியுடன். அதை அல்கார்னிடம் தந்து அவசியம் படிக்க வேண்டும் என்றார். ‘என் வேலையைத் திரும்ப எடுத்துக்கொள்ளலாமா?’ என்று அவர் கேட்டார்.

‘அவரைப் பார்த்தால் ஏதோ ஹரே கிருஷ்ணா இயக்கத்தைச் சேர்ந்தவர்போல இருந்தது. ஆனால், அவரைப் பார்ப்பதற்கு மிக மகிழ்ச்சியாக இருந்தது’ என்று அல்கார்ன் நினைவுகூர்ந்தார். ‘அதனால் நான் சொன்னேன் – *நிச்சயமாக!*’

மீண்டும், நல்லுறவைக் காப்பாற்ற, ஜாப்ஸ் இரவில் மட்டுமே வேலை செய்தார். வாஸ்நியாக் அருகிலுள்ள ஒரு குடியிருப்பில் தங்கியிருந்தார்; எச்பீ நிறுவனத்தில் வேலை. இரவு உணவுக்குப்பின் பொழுதுபோக்கவும், வீடியோ கேம் விளையாடுவதற்கும் வருவார். சன்னிவேல் பௌலிங் வளாகத்தில் பாங் விளையாட்டிற்கு அவர் அடிமையாகியிருந்தார். அதன் மற்றொரு வடிவத்தைத் தாமே உருவாக்கி தம் வீட்டுத் தொலைக்காட்சிப் பெட்டியோடு பொருத்தியிருந்தார்.

1975 கோடை காலத்தின் இறுதியில் ஒருநாள், நோலன் புஷ்னெல் ஒரு புதிய யோசனையில் இறங்கினார். பாடில் காணொளி விளையாட்டு களின் *(பாடில் கேம்)* காலம் முடிந்துவிட்டது என்ற பொதுவான கருத்தைப் பொய்யாக்கும் விதத்தில் பாங் காணொளி விளையாட்டு களின் ஒற்றை ஆட்டக்காரருக்கான வடிவத்தை உருவாக்கத் தீர்மானித்தார். மற்றொருவருடன் போட்டியிடுவதற்குப் பதிலாக ஆட்டக்காரர் பந்தை ஒரு சுவரில் அடிக்க வேண்டும். பந்து ஒவ்வொரு முறை சுவரில் படும்பொழுதும் ஒரு செங்கல் உதிர்ந்துவிழும். அவர் ஜாப்ஸைத் தமது அலுவலகத்திற்கு அழைத்து, தமது சிறிய கரும்பலகை யில் வரைந்து விளக்கி, அவரிடம் அதை வடிவமைக்கச் சொன்னார். தமது விளையாட்டில் பயன்படுத்தியிருந்த 50 சில்லுகளைவிடக் *(சிப்ஸ்)* குறைவாக்கும் ஒவ்வொரு சில்லுவுக்கும் போனஸ் (மிகையூதியம்) உண்டு என்றும் புஷ்னெல் கூறினார். ஜாப்ஸ் அற்புதமான பொறியியல் வல்லுநரல்ல என்பது புஷ்னெல்லுக்குத் தெரியும். ஆனால், ஜாப்ஸ் இந்தப் பணிக்காக அங்கு எப்போதும் சுற்றித் திரியும் வாஸ்நியாக்கை அமர்த்துவார் என்று மிகச் சரியாக ஊகித்தார். ‘அது எனக்கு ஒரு கல்லில் இரண்டு மாங்காய் கிடைத்ததுபோல’ என்று புஷ்னெல் நினைவு கூர்ந்தார். ‘வாஸ் அவரை விடச் சிறந்த பொறியியல் வல்லுநர்.’

ஜாப்ஸ் பணியைக் கூறி உதவுமாறு கேட்டதுடன் கிடைக்கும் பணத்தைப் பாதியாய்ப் பகிர்ந்துகொள்ளலாம் என்றபோது வாஸ்நியாக்

பூரித்துப் போனார். 'இதுதான் என் வாழ்நாளில் கிட்டிய மிகப்பெரிய வாய்ப்பு. மக்கள் பயன்படுத்தப்போகும் ஒரு விளையாட்டை உண்மை யிலேயே வடிவமைப்பது' என்று அவர் நினைவுகூர்ந்தார். ஜாப்ஸ் அந்தப் பணியை நான்கு நாள்களுக்குள் கூடியவரை குறைந்த எண்ணிக்கையில் சில்லுகளைப் பயன்படுத்திச் செய்யவேண்டும் என்று கூறினார். ஆனால், அவர் வாஸ்நியாக்கிடம் நான்கு நாள் என்பது தாம் நிச்சயித்த கெடு என்ற விஷயத்தைக் கூறாமல் மறைத்துவிட்டார். காரணம், ஆப்பிள் அறுவடைக்காக ஆல்ஒன் பண்ணைக்கு ஜாப்ஸ் செல்ல வேண்டியிருந்தது. அது மட்டுமல்ல, சில்லு எண்ணிக்கை யைக் குறைப்பதற்காகச் சிறப்பு போனஸ் (மிகையூதியம்) உண்டு என்பதையும் கூறவில்லை.

'அதுபோன்ற காணொளி விளையாட்டு (வீடியோ கேம்) அநேகமாக மற்ற பொறியியல் வல்லுநர்கள் அனைவருக்கும் சில மாதங்கள் வரை எடுக்கும்' என்று வாஸ்நியாக் நினைவுகூர்ந்தார். 'நான் அதைச் செய்து முடிக்க வழியே இல்லை என்று நினைத்தேன். ஆனால், என்னால் முடியும் என்று ஸ்டீவ் உறுதியாக நம்பவைத்தார்.' ஆக, தொடர்ந்து நான்கு இரவுகள் உழைத்து வெற்றியும் கண்டார். பகல் நேரத்தில் எச்பீ நிறுவனத்தில் இருந்தபோது, வாஸ்நியாக் தமது வடிவமைப்பைத் தாளில் வரைந்து கொள்வார். பின் துரித உணவை முடித்துக்கொண்டு நேராக அட்டாரி சென்று இரவெல்லாம் வேலையில் ஈடுபடுவார். வாஸ்நியாக் வடிவமைப்பை விவரிக்க, ஜாப்ஸ் ஒரு பெஞ்சில் அவருக்கு இடப்புறமாக உட்கார்ந்து கொண்டு சில்லுகளை பலகையில் மின் கம்பிகள் மூலம் இணைத்துக் கொண்டிருந்தார். 'அவர் இணைப்பில் ஈடுபட்டிருக்கையில், எனக்கு மிகவும் பிடித்த *க்ராண்ட் ட்ராக் 10*இல் நான் பொழுதுபோக்கிக் கொண்டிருந்தேன்' என்றார் வாஸ்நியாக்.

ஆச்சரியப்படும்படியாக, நான்கே நாள்களில் வேலையை முடித்தனர்; வாஸ்நியாக் நாற்பத்து ஐந்து சில்லுகளை மட்டுமே பயன்படுத்தி யிருந்தார். நினைவுகள் வித்தியாசப்படுகின்றன என்றாலும் ஜாப்ஸ் அடிப்படையாகக் கிட்டிய பணத்தில் பாதியை மட்டுமே வாஸ்நியாக் கிற்குக் கொடுத்தார். ஐந்து சில்லுகளை மிச்சப்படுத்தியதற்காக புஷ்னெல் தந்த ஊக்கத்தொகையை அல்ல. பத்து ஆண்டுகளுக்குப் பிறகுதான் (அட்டாரியின் வரலாறு *ஸாப்* என்னும் தலைப்பில் புத்தகமாக வெளிவந்தபோது, அதில் இந்த விஷயம்பற்றி எழுதி யிருந்ததாய்க் காட்டப்பட்ட குறிப்புமூலம்) வாஸ்நியாக்கிற்கு ஜாப்ஸ் ஊக்கத்தொகை பெற்றுக்கொண்ட விஷயமே தெரியும். 'ஸ்டீவிற்கு அந்தப் பணம் தேவைப்பட்டிருக்குமென்று நினைக்கிறேன். அவர் என்னிடம் உண்மையைக் கூறவில்லை' என்று வாஸ்நியாக் பின்னர் கூறினார். அதுபற்றி இப்பொழுது பேசுகையில், நீண்ட

மௌனங்களுக்குப்பின் அந்த நினைவு வலி தருகிறது என்று ஒத்துக் கொள்கிறார். 'அவர் நேர்மையாக இருந்திருக்கலாம். தமக்குப் பணம் தேவை என்று கூறியிருந்தால், நான் அப்படியே எடுத்துக் கொடுத்திருப்பேன் என்று அவருக்குத் தெரிந்திருக்கவேண்டும். அவர் என் நண்பர். நண்பர்களுக்கு நாம்தானே உதவவேண்டும்?' வாஸ்நியாக்கைப் பொறுத்தவரை அவர்கள் இருவரது சுபாவங் களிலிருந்த அடிப்படை வித்தியாசத்தை இது உணர்த்தியது. 'எனக்கு நியாயமாக நடந்துகொள்வது மிக முக்கியம். கிடைத்தது ஒன்று; கிடைத்ததாகச் சொன்னது மற்றொன்று என அவர் ஏன் இப்படி நடந்துகொண்டாரோ, எனக்கு இன்னமும் புரியவில்லை' என்றார் வாஸ்நியாக். 'ஆனால், உங்களுக்கே தெரியும், மக்கள் ஒருவருக் கொருவர் வித்தியாசப்படுகிறார்கள்.'

இந்த நிகழ்ச்சி வெளியாகியுள்ளது தெரிந்ததும் வாஸ்நியாக்கை அழைத்தார் ஜாப்ஸ். 'அப்படிச் செய்ததாக நினைவில்லை என்றும், அப்படி ஏதாவது செய்திருந்தால் நிச்சயம் நினைவிருக்கும் என்றும், நினைவில்லாததால் அப்படிச் செய்திருக்க வழியில்லை என்றும் என்னிடம் கூறினார்' வாஸ்நியாக் இவ்வாறு நினைவுகூர்ந்தார். நேரடி யாக ஜாப்ஸிடம் நான் வினவியபோது வழக்கத்திற்கு மாறான அமைதி யும் தயக்கமும் தெரிந்தன. 'இப்படி ஒரு குற்றம் எங்கிருந்து எழுகிறது எனப் புரியவில்லை. எனக்குக் கிடைத்ததென்னவோ அதில் பாதியைக் கொடுத்துவிட்டேன். வாஸிடம் எப்பொழுதுமே நான் அப்படித்தான் நடந்துகொண்டிருக்கிறேன். அதாவது, 1978இல் வாஸ் பணியிலிருந்து ஓய்வு பெற்றார். 1978க்குப் பின் இம்மியளவுகூட அவர் வேலை செய்யவில்லை. இருந்தாலும் எனக்குக் கிட்டிய அதே அளவு ஆப்பிள் நிறுவனத்தின் பங்குகள் அவருக்கும் கிடைத்தன' என்றார்.

ஒருவேளை நினைவுகள் குழம்பி ஜாப்ஸ் உண்மையில் வாஸ்நியாக் கிற்குப் பணம் குறைவாகத் தந்திருக்கவில்லை என்றால்? 'என் நினைவு களெல்லாம் தவறாக இருக்கலாம்; குழம்பியிருக்கலாம். சாத்தியம்தான்' என்று வாஸ்நியாக் என்னிடம் கூறினார். ஆனால், ஒரு நிமிட மௌனத் திற்குப்பின் மீண்டும் சிந்தித்தார். 'இல்லை, இல்லை, இந்த நிகழ்ச்சி யின் விவரங்கள் எனக்கு நன்றாக நினைவிருக்கின்றன – அந்த 350 டாலர் காசோலை' என்ற அவர் தமது நினைவுக்குறிப்பை நோலன் புஷ்னெல்லிடமும் அல் அல்கார்னிடமும் உறுதி செய்துகொண்டார். 'வாஸிடம் ஊக்கத்தொகை பற்றி நான் பேசியது நினைவிருக்கிறது; அவர் மனமுடைந்துபோனார்' - புஷ்னெல் கூறினார். 'ஆமாம், மிச்சப் படுத்திய ஒவ்வொரு சில்லுவோடும் ஓர் ஊக்கத்தொகை இணைந் திருந்தது என்று நான் சொன்னேன். அவர் தலையை குறுக்கே அசைத்து, பின் நாவால் சொடக்குப் போட்டார்.'

உண்மை எதுவாக இருந்தாலும் வாஸ்நியாக் அதை மறுபடியும் கிளறுவது பயனற்றது என்று பின்னர் வலியுறுத்தினார். 'ஜாப்ஸ் ஒரு சிக்கலான மனிதர்' என்றார் அவர். இவ்வாறு நடந்துகொள்வது அவருடைய வெற்றிக்குக் காரணமாக இருக்கும் குணங்களின் இருண்ட பக்கம் என்றுதான் கருத வேண்டும். வாஸ்நியாக் ஒருபோதும் அவர் போல நடந்துகொண்டிருக்கமாட்டார். ஆனால், அவரே குறிப்பிடுவது போல, அவரால் ஒருபோதும் ஆப்பிளை உருவாக்கியிருக்க முடியாது. நான் அந்த விஷயத்தை வலியுறுத்தியபோது 'அதை நான் விட்டுவிட விரும்புகிறேன்' என்று அவர் கூறினார். 'நான் இந்த விஷயத்தை வைத்து ஸ்டீவை மதிப்பிட விரும்பவில்லை.'

அட்டாரி அனுபவம் தொழில் மற்றும் வடிவமைப்பு குறித்த ஜாப்ஸின் நோக்கை நேர்த்தியாக்கிக்கொள்ள உதவியது. அட்டாரியின் குவார்ட்டரைச் செருகுக – க்ளிங்கான்களைத் தவிர்த்துவிடுக கேம்களின் பயனர் தோழமையை அவர் மெச்சினார். 'அந்த எளிமை அவருக்குள் ஒரு தாக்கத்தை ஏற்படுத்தியது – அவரைத் தயாரிப்பில் முழுக் கவனம் செலுத்தத் தூண்டியது' என்றார் ரான் வெய்ன். ஜாப்ஸ் புஷ்னெல்லின் சுபாவங்களில் சிலவற்றை உள்வாங்கிக்கொண்டார். 'நோலன் முடியாது என்பதைப் பதிலாக ஏற்றுக்கொள்ளமாட்டார்' என்பது அல்கார்னின் கருத்து. 'என்ன செய்தால் காரியங்கள் நடக்கும் என்பதில் ஸ்டீவ் கற்ற முதல் பாடம் அது. நோலன் ஒருபோதும் தகாத வார்த்தைகளைப் பயன்படுத்தியதில்லை - சில சமயம் ஜாப்ஸ் செய்வதைப்போல. ஆனால் அவருக்கு அதே விரட்டும் சுபாவம் இருந்தது. என்னை அது பயத்தில் பதுங்கவைக்கும். ஆனால், பாழாய்ப் போன அது, காரியங்களைச் சாதித்துக் காட்டியது! அந்த வகையில் நோலன் ஜாப்ஸுக்கு வழிகாட்டியாக இருந்தார்.'

புஷ்னெல் ஒத்துக்கொண்டார். 'தொழில்முனைபவருக்குள் வரையறுக்க முடியாத ஏதோ ஒன்று இருக்கும். அதை ஸ்டீவில் நான் கண்டேன்' என்றார் அவர். 'அவர் பொறியியலில் மட்டும் ஆர்வம் காட்டவில்லை. அதனைத் தொழிலாகச் செய்வதிலும்தான். உன்னால் ஒன்று செய்ய முடியும் என்பதுபோல் நீ நடந்துகொண்டால், அது நிச்சயம் நடக்கும் என்று அவருக்குக் கற்றுக் கொடுத்தேன். நான் சொன்னேன்: முழுக்கட்டுப்பாடும் உன் கைகளில் இருப்பது போல் பாசாங்கு செய். மற்றவர்கள் அதை உண்மையென்று எடுத்துக் கொள்வார்கள்.'

இயல் ஐந்து

ஆப்பிள் I
தொடங்கு, இசைவுறு, அலுத்தால் விட்டொழி

அட்லாண்டிக் சிட்டி கணினிக் கண்காட்சியில்
ஆப்பிள் I-உடன் டானியல் கோட்கேவும்
ஸ்டீவ் ஜாப்ஸும், 1976

மெஷின்ஸ் ஆஃப் லவிங் க்ரேஸ் (அன்பின் அருள்கொண்ட இயந்திரங்கள்)

1960களின் பிற்பகுதியில் சான் ஃப்ரான்சிஸ்கோவிலும் சான்டா க்ளாரா வாலியிலும் பல்வேறு கலாச்சார அலைகள் ஒன்றாய் வழிந்தோடின. இராணுவ ஒப்பந்ததாரர்களின் வளர்ச்சியோடு தொடங்கிய தொழில்நுட்பப் புரட்சி விரைவில் மின்னணுவியல் நிறுவனங்கள், நுண்சில்லு (மைக்ரோசிப்) தயாரிப்பாளர்கள், காணொளி விளையாட்டு (வீடியோ கேம்) வடிவமைப்பாளர்கள், கணினி நிறுவனங்களையும்

உள்ளடக்கி விரிவடைந்தது. இதற்கிடையில் ஹாக்கர் உபகலாச்சாரம் வளர்ந்து வந்தது – வயர்ஹெட்டுகள், ஃப்ரீக்கர்கள், சைபர் பங்க்குகள், பொழுதுபோக்குக்காரர்கள், சாதாரண கீக்குகள் என. இதில் எச்பீ நிறுவன வார்ப்பிற்குப் பொருந்தாத பொறியியல் வல்லுநர்களும், அதன் உட்பிரிவுகளின் அலைவரிசைகளோடு சுருதி சேராத அவர்களுடைய குழந்தைகளும் அடங்கினர்; எல்எஸ்டியின் விளைவு குறித்து ஆய்வு செய்துவரும் உயர்நிலைக் கல்விக் குழுக்கள் – இதில் பாலோ ஆல்டோவிலுள்ள ஆக்மென்டேஷன் ரிஸர்ச் சென்டரில் பணிபுரியும் டக் எங்கெல்பார்ட் (இவர் பிற்காலத்தில் கணினி, மௌஸ் (சுட்டெலி), வரைகலை இடைமுகம் *(க்ராஃபிக்கல் இன்டர்ஃபேஸ்)* ஆகியவற்றை உருவாக்குவதில் உதவினார்) மற்றும் கென் கேஸி (இவர் பின்னாளில் *க்ரேட்ஃபுல் டெட்* என்ற பெயரில் அறியப்பட்ட ஒரு இசைக்குழுவைக் கொண்டு ஒலி-ஒளி காட்சிகளை நடத்தி, அந்த போதைப்பொருளின் விளைவைக் கொண்டாடினார்) உட்பட பலர் பங்கேற்றனர். இது தவிர பே ஏரியாவின் பீட் தலைமுறையில் உருவெடுத்த ஹிப்பி இயக்கம், பெர்க்லியிலுள்ள பேச்சு சுதந்திர இயக்கத்தில் (ஃப்ரீ ஸ்பீச் முவ்மெண்ட்) உருவான அரசியல் கலகக்காரர்கள் ஆகியோரும் இருந்தனர். எல்லா வற்றுக்கும் மேலாக, பல்வேறு தன்னிறைவு இயக்கங்களும் தோன்றி, தனிப்பட்ட ஞானத்தேடல் பாதைகளில் பயணித்தனர்: ஜென், இந்துமதம், தியானம், யோகாசனம், அலறல் சிகிச்சை மற்றும் உணர்ச்சி விலக்கல், எஸாலென்[1] போன்றவை மூலம்.

காலை வேளைகளில் தியானம், ஸ்டான்ஃபோர்டில் பௌதிக வகுப்புகள், அட்டாரியில் இரவுநேர வேலை, சொந்தத்தொழில் தொடங்கும் கனவு என பூக்களின் சக்தி, செயலிகளின் *(ப்ராஸஸர்ஸ்)* வலிமை, ஞானம், தொழில்நுட்பம் ஆகிய கதம்பங்களின் மொத்த உருவமாய் விளங்கினார் ஜாப்ஸ். 'இங்கு ஏதோ விசேஷம் நடந்து கொண்டிருந்தது' என்றார் அவர் – காலம் மற்றும் இடத்தில் சற்றே பின்னோக்கிச் சென்றபடி. *க்ரேட்ஃபுல் டெட், ஜெஃப்பர்ஸன் எயர்ப்ளேன், ஜோஆன் பாயெஸ், ஜானிஸ் ஜாப்ளின்* போன்ற மிகச் சிறந்த இசைகள் இங்குதான் தோன்றியது. ஒருங்கிணைந்த மின்சுற்றுகளும் *(ஐசி)*, *ஹோல் எர்த் காட்டலாக்*[2] *(அனைத் துலகக் கருவிக் கோப்பு)* போன்றவையும் அப்படித்தான்.'

[1] ஒய்வு, கல்வி என்பனவற்றுக்கும் மேலாக, இயற்கைச் சூழல், ஆன்மிகத் தேடல், மாற்றங்கள் புகுத்துதல் போன்றவற்றில் ஆழ்ந்த ஈடுபாடு கொள்ள ஊக்குவிக்கும் ஒரு நிலையம். கலிஃபோர்னியாவிலுள்ளது. (மொ-ர்)

2 அனைத்துலக கருவிகள் கோப்பு 1968-1972 காலப்பகுதிகளிலும், அதற்கு பின்னர் அவ்வப்பொழுதும் வெளியிடப்பட்ட கருவிகள் பற்றிய தகவல் கோவையாகும். கட்டற்ற மனப்பாங்கில் இது வெளியிடப்பட்டது. இது அமெரிக்க நுட்ப வளர்ச்சிக்கு ஒரு முக்கிய உந்து சக்தியாக அமைந்தது. (விக்கிபீடியா)

தொடக்கத்தில் தொழில்நுட்ப வல்லுநர்களும் ஹிப்பிகளும் ஒருவருக்கொருவர் பொருந்தவில்லை. மாற்றுக் கலாச்சாரத்தைச் சேர்ந்தவர்களுக்குக் கணினிகள் ஏதோ துர்சகுனம் போலவும், ஆர்வெல் சித்திரித்த சர்வாதிகாரப் பாணியாகவும், பென்டகன் மற்றும் அதிகாரக் கோட்டையின் சின்னங்களாகவும் தெரிந்தன. *மித் ஆஃப் த மெஷின் (இயந்திர புராணம்)* என்னும் நூலில் லூயிஸ் மம்ஃபோர்ட் என்ற வரலாற்று வல்லுநர் கணினிகள் நமது சுதந்திரத்தைப் பறிப்பதாகவும் வாழ்க்கையை முன்னேற்றும் விஷயங்களை அழித்து வருவதாகவும் எச்சரித்தார். போர் எதிர்ப்புக்கான இடதுசாரிக் கட்சிக்கு அக்காலத்தில் துளை அட்டைகளில் *(பஞ்ச் கார்டு)* காணப்பட்ட வாக்கியமான 'மடக்காதீர்கள், சுருட்டாதீர்கள், கசக்காதீர்கள்' என்பது தாரக மந்திரமானது.

ஆனால் 1970களின் தொடக்கத்தில் ஒரு மாற்றம் நிகழ்ந்துகொண்டிருந்தது. 'கணினிப் பயன்பாடு *(கம்ப்யூட்டிங்)* என்பது அதிகாரவர்க்கத்தின் கட்டுப்படுத்தும் கருவி என்பதிலிருந்து மாறி, தனிப்பட்ட வெளிப்பாடு, சுதந்திரம் ஆகியவற்றின் சின்னமாக ஏற்றுக்கொள்ளப்பட்டது' என மாற்றுக் கலாச்சாரமும் கணினித் தொழிலும் இணைந்த சங்கமம் பற்றிய தமது *வாட் த டார்மவுஸ் ஸெட்* (தூங்குமூஞ்சூறு சொன்னவை) எலி என்ன சொன்னது) என்ற ஆய்வில் ஜான் மார்க்காஃப் எழுதியிருந்தார். இதைத்தான் ரிச்சர்ட் ப்ரௌட்டிகன் தாம் 1967இல் எழுதிய *ஆல் வாச்ட் ஓவர் பை மெஷின்ஸ் ஆஃப் லவிங் க்ரேஸ் (அன்பின் அருள்கொண்ட இயந்திரங்களால் அனைத்தையும் கண்காணித்தல்)* என்ற கவிதையில் வெளிப்படுத்தியிருந்தார். தனியர்க் கணினிகள் *(பர்ஸனல் கம்ப்யூட்டர்ஸ்)* புதிய எல்எஸ்டி ஆகியுள்ளன என்ற திமோத்தி லியரியின் அறிவிப்பைத் தொடர்ந்து இந்தக் கதம்பம் முழுமையாக அங்கீகரிக்கப்பட்டது. பல ஆண்டுகளுக்குப் பின் தமது நன்கறியப்பட்ட தாரக மந்திரத்தை அவர் வெளிட்டார்: *டர்ன் ஆன், டூட் அப், ஜாக் இன்* (தொடங்கு, இசைவுறு, அலுத்தால் விட்டொழி). போனோ என்ற இசைக்கலைஞர் பின்னர் ஜாப்ஸின் நண்பரானார். அவர் அடிக்கடி ஜாப்ஸிடம் உரையாடுவதுண்டு – பே ஏரியாவின் ராக் இசை, போதைப்பொருட்கள், கலகம் என்ற மாற்றுக் கலாச்சாரத்தில் மூழ்கித் திளைத்தவர்கள் எல்லாம் எப்படிச் சொல்லி வைத்தாற்போல தனியர்க் கணினித் தொழிலை உருவாக்க உதவினார்கள் என்று. 'இருபத்தியோராம் நூற்றாண்டின் சிற்பிகள் – பாட் புகைக்கும், செருப்பணிந்த ஹிப்பிகள்; ஸ்டீவ் போல மேற்குக் கடற்கரைப் பகுதியிலிருந்து வந்தவர்கள். ஏனெனில், அவர்களுடைய பார்வை வித்தியாசமாக இருந்தது' என்றார் அவர். கிழக்குக் கடற்கரை, இங்கிலாந்து, ஜெர்மனி, ஜப்பான் ஆகிய பகுதிகளிலுள்ள அதிகார வர்க்கமுறை இந்தப் புதிய சிந்தனையை ஆதரிக்கவில்லை. 60களில் அதிகாரத்திற்கோ, ஆட்சிக்கோ அடங்காத ஒரு மனப்போக்கு

உருவானது. அது இதுவரை இல்லாத ஒரு புதிய உலகத்தைக் கற்பனை செய்யவும் படைக்கவும் மிகப்பொருத்தமான ஒன்றாக இருந்தது.

மாற்றுக் கலாச்சாரவாதிகளை ஹாக்கர்களுடன் நட்பு பாராட்ட உற்சாகப்படுத்தியவர் ஸ்டுவார்ட் ப்ரான்ட். பரந்த நோக்கு கொண்ட அவர் பல ஆண்டுகளாக வேடிக்கைகளிலும், விநோதங்களிலும் புதிய சிந்தனைகளை உருவாக்கி வந்தவர். அறுபதுகளின் தொடக்கத்தில் பாலோ ஆல்டோவில் நடந்த எல்எஸ்டி ஆய்வில் பங்குகொண்டவர். தமது பங்கேற்பாளர் கென் கேஸியுடன் இணைந்து எல்எஸ்டி *(ஆசிட்)* கொண்டாட்டங்கள் நிறைந்த போதைத் திருவிழாவை *(ட்ரிப்ஸ ஃபெஸ்டிவல்)* ஒருங்கிணைத்தார். டாம் வுல்ஃபின் *தி எலெக்ட்ரிக் கூல்-எய்ட் ஆசிட் டெஸ்ட்டின்* அறிமுகக் காட்சியில் தோன்றினார். *மதர் ஆஃப் ஆல் டெமோஸ் (அனைத்துச் செயல்விளக்கங்களின் தாய்)* என்று அழைக்கப்பட்ட புதிய தொழில்நுட்பங்களைத் தொகுத்தளிக்கும் ஒலி-ஒளிக் காட்சியை டக் எங்கெல்பார்ட்டுடன் இணைந்து நடத்தினார். 'தங்கள் தலைமுறையைச் சேர்ந்தவர்கள் அனேகமாக எல்லோருமே கணினிகளை மையக் கட்டுப்பாட்டின் மொத்த உருவமாய்க் கண்டனர்' என்று ப்ரான்ட் கூறினார். 'ஆனால் மிகச்சிறிய பகுதியினர் மட்டும் – ஹாக்கர்கள் என்று பின்னர் அழைக்கப்பட்டவர்கள் – கணினிகளை ஏற்றுக்கொண்டு அவற்றைச் சுதந்திரத்தின் கருவிகளாக மாற்றியமைத்துக் கொண்டிருந்தனர். அது எதிர்காலம் நோக்கி வழிநடத்திச் செல்லும் உண்மையான ராஜபாட்டையாக இருந்தது.'

ஹோல் எர்த் ட்ரக் ஸ்டோர் என்னும் ஒரு கடையை ப்ரான்ட் நடத்தி வந்தார். ஒரு வாகனத்தில் பயனுள்ள சாதனங்கள், கல்விக்கான பொருட்கள் போன்றவற்றை ஏற்றி விற்பனை செய்வதில் தொடங்கிய அவர், **1968**இல் *ஹோல் எர்த் காட்டலாக்* என்னும் ஒரு பட்டியல் தயாரித்து அதன் மூலம் விற்பனையை விரிவுபடுத்த முடிவுசெய்தார். அதன் முதல் இதழின் அட்டையில் விண்வெளியிலிருந்து எடுக்கப் பட்ட பூமியின் புகழ்பெற்ற படம் வெளியாகி இருந்தது. அதன் கீழே *அக்ஸஸ் டு டூல்ஸ்* (கருவிகளுக்கான வழி) என்ற தலைப்பு காணப் பட்டது. இதன் அடிப்படைத் தத்துவம் 'தொழில்நுட்பம் நமது நண்பன்' என்பது. முதல் இதழின் முதல் பக்கத்தில் ப்ரான்ட் எழுதினார்: 'நெருங்கிய, தனிப்பட்ட சக்தியின் உலகமொன்று உருவாகி வருகிறது. இது தனிமனிதன் தனக்குத் தேவையான கல்வியைத் திட்டமிட்டுச் செயல்படுத்திக் கொள்ளவும், தூண்டுதல்களைத் தேடிக் கண்டறியவும், தனது சுற்றுச் சூழலை வடிவமைத்துக்கொள்ளவும், ஆர்வம் உள்ளவர் களோடு தனது அனுபவங்களைப் பகிர்ந்துகொள்ளவும் அவனுக்குச் சக்தி தரும். இந்தச் செயல்பாட்டிற்கு உதவும் கருவிகளை *ஹோல் எர்த் காட்டலாக்* தேடிக் கண்டறிந்து, பிரபலமடையச் செய்கிறது. அதைத்

தொடர்ந்து வந்தது பக்மின்ஸ்டர் ஃபுல்லரின் கவிதை வரிகள்: ஐ சீ காட் இன் தி இன்ஸ்ட்ருமெண்ட்ஸ் அண்ட் மெஷின்ஸ் தட் வொர்க் ரிலையப்ளி (நம்பகமான முறையில் செயல்படும் கருவிகளிலும் இயந்திரங்களிலும் நான் இறைவனைக் காண்கிறேன்).

ஜாப்ஸ் ஹோல் எர்த்தின் பரம விசிறியானார். குறிப்பாக, அதன் கடைசி இதழ் 1971இல் வெளிவந்தபோது அவர் உயர்நிலைப்பள்ளியில் இருந்தார். அதைக் கல்லூரிக்கும், பிறகு ஆல் ஒன் பண்ணைக்கும் கொண்டுவந்தார். ஜாப்ஸ் நினைவுகூர்ந்தார்: 'அவர்களுடைய கடைசி இதழின் அட்டையில் ஒரு புகைப்படம் இருந்தது. அதிகாலை வேளையில் ஒரு நாட்டுப்புறச் சாலை. அனுபவங்களைத் தேடிச் செல்பவர்கள் ஹிச்-ஹைக் செய்யும் வகையில் அது இருந்தது. அதன் கீழே சில வார்த்தைகள்: பசித்திருங்கள். கிறுக்கர்களாக இருங்கள் (ஸ்டே ஹங்க்ரி. ஸ்டே ஃபூலிஷ்). அந்தப் பட்டியல் கொண்டாட விரும்பிய கலாச்சாரக் கதம்பத்தின் தூய உருவமாக ப்ரான்ட் ஜாப்ஸைக் காண்கிறார். 'ஸ்டீவ் சரியாக மாற்றுக் கலாச்சாரமும் தொழில்நுட்பமும் சந்திக்குமிடத்தில் இருக்கிறார்' என்றார் அவர். 'மனிதனின் பயன்பாட்டுக்கான கருவிகள் பற்றிய அறிவு அவருக்கு நிறைய இருக்கிறது.'

ப்ரான்டின் பட்டியலைப் பிரசுரித்து வந்தது போர்ட்டோலா இன்ஸ்டிட்யூட் – அது வளர்ந்துவரும் கணினிக் கல்வித்துறைக்கென்றே அர்ப்பணிக்கப்பட்டுள்ள ஓர் அறக்கட்டளை. இந்த அறக்கட்டளை பீப்பிள்ஸ் கம்ப்யூட்டர் கம்பெனியையும் உருவாக்க உதவியது. இது நிறுவனமல்ல; 'மக்களுக்காக கணினி சக்தி' என்ற கொள்கையின் அடிப்படையில் இயங்கும் ஓர் அமைப்பும், அதனோடு இணைந்த செய்தித்தாளும் ஆகும். அவ்வப்போது புதன் இரவு பாட்லக்[3] – விருந்துகள் நடக்கும். இதற்குத் தவறாமல் வந்து கலந்துகொள்வோரில் இருவர் – கார்டன் ஃப்ரெஞ்ச், ஃப்ரெட் மூர் ஆகியோர் – ஒரு முறையான சங்கம் அமைத்துத் தனிப்பட்ட பயன்பாட்டிற்கான மின்னணுவியல் சாதனங்கள் பற்றிய செய்திகளைப் பரிமாறிக்கொள்ள முடிவு செய்தனர்.

பாப்புலர் மெக்கானிக்ஸ் பத்திரிகையின் 1975 ஜனவரி இதழின் அட்டையில் முதன் முதலில் உருவாக்கப்பட்ட தனியர்க் கணினி (பர்சனல் கம்ப்யூட்டர்) தொகுப்பான ஆல்டெயரின் படம் வெளியாகியிருந்தது. இது அவர்கள் இருவருக்கும் பெரும் ஊக்குவிப்பாக இருந்தது. ஆல்டெயர் என்பது அப்படியொன்றும் பெரிய விஷயமல்ல – 495 டாலர் விலையுள்ள உதிரி பாகங்களின் தொகுப்பு. இவற்றையெல்லம் ஒரு பலகையில் பொருத்தி இணைக்கவேண்டும். அதனால்

[3] ஒருவரோ, ஒரு குழுவினரோ தாங்கள் தயாரித்த உணவை அனைவரோடும் பகிர்ந்தளிக்கும் விருந்து. (மொ-ர்)

பயன் என்று சொல்வதற்குப் பெரிதாக ஒன்றுமில்லை. என்றாலும், பொழுது போக்கு அம்சங்களில் ஆர்வம் கொண்டவர்கள், ஹாக்கர்கள் போன்றோருக்கு அது ஒரு விடிவுகாலமாக விளங்கியது. பில் கேட்ஸும் பால் அலெனும் அந்தப் பத்திரிகையைப் படித்துவிட்டு ஆல்டெயருக்கு பொருத்தமான, பயன்படுத்துவதற்கு எளிய நிரலாக்க *(ப்ரோக்ராமிங்)* மொழியான பேஸிக்கின் மற்றொரு வடிவத்தை உருவாக்கத் தொடங்கினர். அதே பத்திரிகை ஜாப்ஸ், வாஸ்நியாக் ஆகியோரின் கவனத்தையும் ஈர்த்தது. பீப்பிள்ஸ் கம்ப்யூட்டர் கம்பெனிக்கு ஒரு ஆல்டெயர் தொகுப்பு வந்திறங்கியபோது, அது ஃப்ரெஞ்ச்சும் மூரும் தொடங்கவிருந்த சங்கத்தின் முதல் கூட்டத்திற்கான மையக் காட்சிப் பொருளானது.

ஹோம்ப்ரூ கம்ப்யூட்டர் க்ளப் (ஹோம்ப்ரூ கணினி மன்றம்)

அந்தக் குழு ஹோம்ப்ரூ கம்ப்யூட்டர் க்ளப் என்று அழைக்கப்பட்டது. அதில் *ஹோல் எர்த்தின்* மாற்றுக் கலாச்சாரமும் தொழில்நுட்பமும் கலந்த கதம்பம் சிறப்பம்சமானது. டாக்டர் ஜான்ஸனின் காலத்தில் சிந்தனைகளின் பரிமாற்றத்திற்கும் அலசல்களுக்கும் வித்திட்ட டர்க்'ஸ் ஹெட் காஃபிஹவுஸ் (காப்பி விடுதி) போல, பர்சனல் கம்ப்யூட்டர் யுகத்திற்குப் பொருத்தமான களமாக அது விளங்க இருந்தது. 1975 மார்ச் 5 அன்று ஃப்ரெஞ்ச்சின் மென்லோ பார்க் கராஜில் நடந்த முதல் கூட்டத்திற்கான துண்டுப் பிரசுரத்தை மூர் எழுதினார். 'நீங்கள் உங்களுக்கென ஒரு கணினி / தொலைக்காட்சி / தட்டச்சுக்கருவி உருவாக்கி வருகிறீர்களா?' என்ற கேள்வியோடு அது தொடங்கியது. 'அப்படியானால் அதுபோன்ற ஆர்வம் உள்ளவர்கள் கலந்துகொள்ளும் கூட்டத்திற்கு உங்களை அழைக்கிறோம்.'

எச்பீ நிறுவன அறிவிப்புப் பலகையில் இதனைக்கண்ட அலென் பௌம், வாஸ்நியாக்கை அழைத்தார். அவரும் உடன் வரச் சம்மதித்தார். 'அன்றைய இரவு என் வாழ்நாளில் மிக முக்கியமான இரவுகளில் ஒன்றாகும்' என வாஸ்நியாக் நினைவுகூர்ந்தார். ஏறத்தாழ 30 பேர் திரண்டிருந்தனர். திறந்திருந்த ஃப்ரெஞ்ச்சின் கராஜ் கதவு வழியே நிரம்பிவழிந்த அவர்கள் தங்கள் ஆர்வங்களை ஒவ்வொருவராக முன்வந்து விளக்கினர். வாஸ்நியாக், பின்னர் ஒத்துக்கொண்டதுபோல, மிகவும் பதற்றமாக இருந்தார். மூர் தயாரித்த கூட்ட விவரங்களின்படி வாஸ்நியாக் தமக்கு 'காணொளி விளையாட்டுக்கள் *(வீடியோ கேம்ஸ்)*, ஹோட்டல்களில் பணம்கட்டிப் பார்க்கும் திரைப்படங்கள், விஞ்ஞான ரீதியிலான கால்குலேட்டர் (கணிப்பான்) வடிவமைப்பு மற்றும் தொலைக்காட்சிப்பெட்டி வடிவமைப்பு' ஆகியவற்றில் ஆர்வம் உள்ளது எனச் சொல்லியிருந்தார். புதிய ஆல்டெயரின் செயல்விளக்கமும்

இருந்தது. ஆனால் வாஸ்நியாக்கிற்கு நுண்செயலி *(மைக்ரோப்ராஸஸர்)* குறிப்புகள் அடங்கிய வரைபடம்தான் மிக முக்கியமானதாக இருந்தது.

நுண்செயலி பற்றி அவர் சிந்தித்துக்கொண்டிருந்தார் – தனக்குள் ஒரு முழுமையான மையச் செயற்பகுதியையே *(சிபியூ)* அடக்கிவைத்துள்ள ஒரு சில்லு. அப்பொழுது அவருக்குள் ஒரு புதிய யோசனை தோன்றியது. அவர் வடிவமைத்துக்கொண்டிருந்த முனையமும் *(டெர்மினல்)*, விசைப்பலகையும் *(கீபோர்ட்)*, திரையகமும் *(மானிட்டர்)* இணைந்த ஒரு சாதனம், தொலைவில் இருந்த ஒரு மினி கம்ப்யூட்டருடன் (குறுங் கணினியுடன்) தொடர்புகொள்ளுமாறு அமைக்கப்பட்டிருந்தது. நுண்செயலி இருந்தால், மினி கம்ப்யூட்டரின் ஒரு பகுதியை நுண்செயலி முனையத்திற்குள்ளேயே புகுத்திவிடலாம். இதன் மூலம் மேசைமேல் வைக்கக்கூடிய (முகப்புத்திரையுள்ள) தனித்துவமான கணினியை உருவாக்கலாம். அது அற்புதமான யோசனையாக இருந்தது: விசைப் பலகை, திரை *(ஸ்க்ரீன்)*, கணினி – அனைத்தும் ஒருங்கிணைக்கப்பட்ட ஒரு தனித் தொகுப்பாக. 'கணினியின் இந்த முழுவடிவம் என் மனத்தில் ஒரு கணத்தில் உருவெடுத்தது' என்றார் அவர். 'அன்று இரவு, பின்னாளில் ஆப்பிள் I என்று அறியப்படவிருக்கும் சாதனத்தின் அமைப்பை வரைபடமாய்த் தாளில் பதிக்கத் தொடங்கினேன்.'

முதலில் அவர் ஆல்டேரில் பயன்படுத்தப்பட்ட அதே இன்டெல் 8080 நுண்செயலியைப் பயன்படுத்தத் திட்டமிட்டிருந்தார். ஆனால் அவற்றுள் ஒவ்வொன்றின் விலையும் 'ஏறத்தாழ என் ஒருமாத வாடகைப் பணத்திற்கும் மேலாக இருந்தது.' அதனால் அவர் ஒரு மாற்றுவழி தேடினார். மோடொரோலா 6800 சரியான தேர்வாகத் தோன்றியது. எச்பீயில் இருந்த ஒரு நண்பர் அதனை 40 டாலர் விலைக்கு வாங்கித்தந்தார். இதன் பிறகு மாஸ் டெக்னாலஜீஸ் என்னும் நிறுவனம் தயாரித்த சில்லுவைக் *(சிப்)* கண்டுபிடித்தார். அது மின்னணுவியல் அமைப்பிலும் செயலிலும் ஒத்திருந்தாலும் விலை 20 டாலர் மட்டுமே. அதைப் பயன்படுத்தினால் அவருடைய படைப்பு சிக்கனமானதாக இருக்கும். ஆனால் நீண்டகாலச் செலவு தேவைப்படும். இன்டெல் சில்லுகள் விரைவில் தொழில்துறையின் நியமம் ஆயின; ஆப்பிளின் கணினிகள் அதனோடு பொருந்தாமல் போனபோது, அதன் கவனத்தை ஈர்த்தன.

ஒவ்வொரு நாளும் வேலை முடிந்தபின், வாஸ்நியாக் வீட்டிற்குச் செல்வார் – தொலைக்காட்சியைக் கண்டுகொண்டே இரவு உணவு உண்பதற்காக. பிறகு மீண்டும் எச்பீக்குத் திரும்பி, தமது கணினியில் வேலையைத் தொடங்குவார். உதிரிபாகங்களைத் தமது தடுப்பறை யில் பரப்பி வைத்து, அவற்றுக்குரிய இடங்களைத் தேர்வுசெய்து, மதர்போர்டில் (தாய்ப்பலகை) பற்றவைப்பார். பின்னர் திரையில்

பிம்பங்களை விழச் செய்யும் நுண்செயலிக்கான மென்பொருளை எழுதத் தொடங்குவார். கணினியில் செலவிடும் நேரத்திற்கான கட்டணத்தைச் செலுத்த அவரிடம் பணம் இல்லாததால் கையாலேயே சங்கேதக் குறிப்புகளை எழுதினார். ஒன்றிரண்டு மாதங்களில் அது சோதனைக்குத் தயாராக இருந்தது. 'நான் விசைப்பலகையில் *(கீபோர்ட்)* சில பொத்தான்களை அழுத்தினேன் – என்ன ஆச்சரியம்! அவை திரையில் தெரிந்தன!' அது ஒரு ஞாயிற்றுக் கிழமை – ஜூன் 29, 1975. பர்சனல் கம்ப்யூட்டர் (தனியார்க் கணினி) வரலாற்றில் ஒரு மைல்கல். 'வரலாற்றில் முதல் முறையாக' – வாஸ்நியாக் பின்னர் கூறினார். 'விசைப்பலகையிலுள்ள பொத்தானை அழுத்தினால், அந்த எழுத்தோ குறியோ கணினித் திரையில் கண்முன்னே தோன்றியது.'

ஜாப்ஸ் பிரமித்துப் போயிருந்தார். அவர் வாஸ்நியாக்கிடம் சரமாரியாகக் கேள்விகளைத் தொடுத்தார்: கணினிகளை இணைக்க முடியுமா? நினைவுத்திறன் *(மெமரி)* சேகரிப்புக்காக ஒரு வட்டு *(டிஸ்க்)* சேர்க்க இயலுமா? அவர் வாஸ்நியாக்கிற்குத் தேவையான பாகங்களை வாங்குவதிலும் உதவத் தொடங்கினார் – குறிப்பாக டைனமிக் ராண்டம் ஆக்செஸ் மெமரி சிப்ஸ் (சில்லுகள்). ஜாப்ஸ் சில தொலைபேசி அழைப்புகளை மட்டுமே கொண்டு இன்டெலிலிருந்து சிலவற்றை இலவசமாகப் பெற்றுத்தந்தார். 'ஸ்டீவ் அப்படிப்பட்ட ஒரு திறமை யான மனிதர்' என்றார் வாஸ்நியாக். 'அதாவது ஒரு விற்பனைப் பிரதிநிதியிடம் எப்படிப் பேசவேண்டும் என்று அவருக்குத் தெரியும். என்னால் ஒருகாலும் அப்படியெல்லாம் செய்திருக்க முடியாது. நான் மிகவும் கூச்ச சுபாவமுள்ளவன்' என்றார்.

ஜாப்ஸ் வாஸ்நியாக்குடன் ஹோம்ப்ரூ கூட்டங்களுக்குச் செல்வார் – தொலைக்காட்சித் திரையகத்தைத் *(மானிட்டர்)* தூக்கிச்செல்வது, ஒருங்கிணைப்பது போன்றவற்றில் உதவியாக. இந்தக் கூட்டங்களில் இப்போது நூற்றுக்குப் மேற்பட்ட ஆர்வமுள்ள பங்கேற்பாளர்கள் இருந்ததால், வளாகம் ஸ்டான்ஃபோர்ட் லீனியர் ஆக்ஸெலரேட்டர் சென்டரின் அரங்கிற்கு மாறியிருந்தது. ஒரு பாயிண்டரைக் (காட்டியை) கையில் வைத்துக்கொண்டு லாவகமாக லீ ஃபெல்ஸென்ஸ்டைன் தலைமை தாங்கினார் – கணினிகளுக்கும் மாற்றுக் கலாச்சாரத்திற்கும் பாலமாக விளங்கியவர்களில் அவரும் ஒருவர். பொறியியல் கல்லூரிப் படிப்பைப் பாதியில் நிறுத்திக்கொண்டவர்; பேச்சு சுதந்திர இயக்கத்தில் (ஃப்ரீ ஸ்பீச் மூவ்மெண்ட்) பங்கேற்பாளர்; போர் எதிர்ப்புப் போராளி. மாற்றுச் செய்தித்தாளான *பெர்க்லி பார்பிற்குக்* கட்டுரைகள் எழுதி வந்தார். பிறகு மீண்டும் கணினிப் பொறியியல் வல்லுநரானார்.

வாஸ்நியாக் பொதுவாகக் கூட்டங்களில் பேச மிகவும் கூச்சப் படுவார். ஆனால் போகப்போக அவருடைய சாதனத்தைச் சுற்றிப் பலர்

கூடி நிற்பார்கள் – அவரும் தமது முன்னேற்றத்தைப் பெருமிதத்தோடு விளக்குவார். மூர் ஹோம்ப்ரூவில் பொருளாதார இலாபத்தைவிடப் பரஸ்பரப் பரிமாறல்களுக்கு முக்கியத்துவம் தரும் கலாச்சாரத்தை உருவாக்க முயன்றார். வாஸ் கூறினார்: 'இந்தச் சங்கத்தின் கொள்கையே பிறருக்கு உதவுவதற்காகக் கொடுங்கள்' என்பதுதான். இது ஹாக்கர் கொள்கையின் எதிரொலி. தகவல் என்பது இலவசமாகக் கிடைக்க வேண்டும்; அதிகாரத்தை நம்புவது கூடாது. 'நான் ஆப்பிள் I-ஐ வடிவமைத்ததே அதை எல்லோருக்கும் இலவசமாகத் தர விரும்பியதால் தான்' என்றார் வாஸ்நியாக்.

பில் கேட்ஸின் நோக்கம் இவ்வாறு இருக்கவில்லை. ஆல்டெயருக் கான பேஸிக் வடிவத்தை அவரும் பால் அலெனும் தயாரித்து முடித்த வுடன், ஹோம்ப்ரூ உறுப்பினர்கள் தமக்குக் கட்டணம் எதுவும் தராமலே அதை நகல் எடுப்பதும் பகிர்ந்துகொள்வதுமாக இருப்பதைக் கண்டு திகைத்துப்போனார். அதனால் சங்கத்திற்கு அவர் ஒரு கடிதம் எழுதினார் - இது பின்னாளில் பிரபலமானது: 'அனேகமாக எல்லா பொழுதுபோக்காளர்களுக்கும் இது தெரிந்திருக்கும் - உங்களில் பெரும்பாலானோர் உங்களுக்குத் தேவையான மென்பொருட்களைக் களவாடிக் கொண்டிருக்கிறீர்கள். இது நியாயமா? உங்களுடைய இந்தச் செய்கை நல்ல மென்பொருட்கள் எழுதப்படுவதற்குத் தடையாக நிற்கிறது. தொழில்ரீதியான வேலையை யாராவது இலவசமாகச் செய்ய முடியுமா? கட்டணம் செலுத்திப் பெற விரும்புபவர்களிடமிருந்து கடிதங்களை வரவேற்கிறேன்.'

அவரைப் போலவே ஸ்டீவ் ஜாப்ஸும் வாஸ்நியாக்கின் படைப்புகள் – அது ப்ளூ பாக்ஸ் ஆகட்டும் அல்லது கணினி ஆகட்டும் – இலவச மாகத் தரப்படுவதை விரும்பவில்லை. ஆகையால் அவர் வாஸ்நியாக் கிடம் வரைபடங்களின் பிரதிகளை விநியோகம் செய்வதை நிறுத்தும் படி கூறினார். பெரும்பாலும் யாருக்குமே அவற்றை வைத்துக்கொண்டு தாமே உருவாக்கிக்கொள்ள நேரமிருக்காது – இது ஜாப்ஸின் வாதம். 'ஏன் நாமே அவற்றை உருவாக்கி, அச்சிட்ட மின்சுற்றுப் பலகைகளை அவர்களுக்கு விற்கக்கூடாது?' - இது அவர்களுடைய கூட்டுமுயற்சிக்கு ஓர் உதாரணம். 'நான் அற்புதமாக எதையாவது வடிவமைக்கும் ஒவ்வொரு முறையும் ஸ்டீவ் எங்களுக்கு அதன் மூலம் பணம் கிட்ட ஏதாவதொரு வழி கண்டுபிடிப்பார்' என்றார் வாஸ்நியாக். இதையெல்லாம் தாமே செய்வதை நினைத்துக்கூடப் பார்த்திருக்க மாட்டார் என்று அவரே ஒப்புக்கொள்ளவும் செய்தார். 'கணினிகளை விற்பனை செய்யும் எண்ணம் எனக்குத் தோன்றவே இல்லை. ஸ்டீவ்தான் நாம் அவற்றைத் தூக்கிக்காட்டி, கொஞ்சம் விற்பனை செய்து பார்க்கலாம் என்று சொன்னார்.'

ஜாப்ஸ் அட்டாரியில் தெரிந்த ஒருவரை வைத்து மின்சுற்றுப் பலகைகளை வரைந்து சுமார் ஐம்பது அச்சுப்படிகளைத் தயாரிக்கத் திட்டமிட்டார். இதற்கு ஏறத்தாழ 1000 டாலர் செலவாகும். தவிர, வடிவமைத்தவருக்கான கட்டணம். ஒன்று நாற்பது டாலர் என்று விற்றால் கூட, 700 டாலர் இலாபம் ஈட்ட முடியும். எல்லாவற்றையும் விற்க முடியுமா என்று வாஸ்நியாக்கிற்குச் சற்று சந்தேகமாகத்தான் இருந்தது. 'போட்ட பணத்தை நாங்கள் எப்படி மீட்கப்போகிறோம் என்று எனக்குத் தெரியவில்லை' என்பதை அவர் நினைவுகூர்ந்தார். அவருக்கு ஏற்கனவே ஒரு பிரச்சினை இருந்தது – அவர் தந்த காசோலைகள் அனைத்தும் திரும்பிவந்துவிட்டதால், வீட்டுச் சொந்தக் காரர் மாதம்தோறும் பணமாகவே தந்துவிடச் சொல்லியிருந்தார்.

வாஸ்நியாக்கை வழிக்குக் கொண்டுவருவது எப்படி என்று ஜாப்ஸுக்குத் தெரியும். நிச்சயமாகப் பணம் கைக்குவரும் என்றெல்லாம் அவர் வாதிடவில்லை; மாறாக, ஒரு சுவாரசியமான அனுபவம் கிட்டும் என்றார். 'அப்படியே நம் பணம் கையைவிட்டுப் போனாலும், நமக்கென்று ஒரு நிறுவனம் இருக்கும்' என்றார் ஜாப்ஸ், தமது ஃபோல்க்ஸ்வாகென் பேருந்தை ஓட்டியவாறே. 'வாழ்வில் முதல் முறையாக நமக்கென்று ஒரு நிறுவனமிருக்கும்' – இது வாஸ்நியாக்கிற்கு பணக்காரனாவதைவிட மிகவும் ஆசைகாட்டியது. அவர் நினைவு கூர்ந்தார்: 'எனக்கு அந்த எண்ணமே மிகவும் பூரிப்பாக இருந்தது – இரண்டு நெருங்கிய நண்பர்கள் இணைந்து ஒரு நிறுவனம் தொடங்குவது. எனக்கு நன்றாகத் தெரியும் – நான் அதைச் செய்வேன் என்று. எப்படிச் செய்யாமலிருப்பேன்?'

தேவையான பணத்தைப் புரட்டுவதற்காக வாஸ்நியாக் தமது எச்பீ 65 கால்குலேட்டரை 500 டாலருக்கு விற்றார். ஆனால் அதை வாங்கியவர் பேரம்பேசிப் பாதி விலையாகக் குறைத்துவிட்டார். ஜாப்ஸ் தமது ஃபோல்க்ஸ்வாகென் பேருந்தை 1500 டாலருக்கு விற்றார். அதை வாங்கியவரோ இரண்டு வாரங்கள் கழித்து அவரைத்தேடிக் கண்டுபிடித்து, இயந்திரம் பழுதடைந்துவிட்டதாகக் கூறினார். ஜாப்ஸ் பழுதுபார்க்கும் செலவில் பாதியை ஏற்றுக்கொள்வதாகக் கூறினார். இதுபோன்ற சிறு இடைஞ்சல்களையும் மீறி, தங்களுடைய சிறுசேமிப்பு களையும் திரட்டியதில் சுமார் 1300 டாலர் முதலீடு, தயாரிப்புக்கான வடிவமைப்பு மற்றும் ஒரு திட்டம். அவர்கள் தங்கள் சொந்த கணினி நிறுவனத்தைத் தொடங்க இருந்தனர்.

ஆப்பிளின் தோற்றம்

தொழில் தொடங்க முடிவெடுத்த கையோடு அதற்கொரு பெயர் தேடினார்கள். ஜாப்ஸ் மீண்டும் ஒருமுறை ஆல் ஒன் பண்ணைக்குச்

சென்றிருந்தார் – க்ராவென்ஸ்டைன் வகை ஆப்பிள் மரங்களை நேர்த்தியாகக் கத்தரிப்பதற்காக. வாஸ்நியாக் அவரை விமான நிலையத்திலிருந்து அழைத்துவந்தார். லாஸ் ஆல்டோஸிற்குத் திரும்பும் வழிநெடுகப் பல்வேறு பெயர்களை யோசித்தவாறு இருந்தனர். மேட்ரிக்ஸ் போன்ற குறிப்பிட்ட தொழில்நுட்ப வார்த்தைகளையும், எக்சிக்யூடெக் போன்ற புதுமையான சொல்லாக்கங்களையும், நேரடியான, சுவாரசியமற்ற பர்சனல் கம்ப்யூட்டர்ஸ் இன்க் போன்ற பெயர்களையும் ஆலோசித்துப் பார்த்தனர். அடுத்த நாள் வரை மட்டுமே நேரம் இருந்தது – ஜாப்ஸ் ஆவணங்களைச் சமர்ப்பிக்கத் தொடங்குவதற்கு. முடிவில் ஜாப்ஸ் 'ஆப்பிள் கம்ப்யூட்டர்' என்று முன்மொழிந்தார். 'நான் அப்போது பழ உணவு மட்டுமே உண்டுவந்தேன்' என்று அவர் விளக்கினார். 'மேலும், நான் அப்போதுதான் ஆப்பிள் பண்ணையிலிருந்து திரும்பி வந்திருந்தேன். கேட்பதற்கு சுவாரசியமாக, கிளர்ச்சியாக, பயமூட்டுவதாக அல்லாமல், 'கம்ப்யூட்டர்' என்ற சொல்லுக்கு ஆப்பிள் சற்று மென்மை கூட்டியது. அதுமட்டுமல்ல, தொலைபேசிப் புத்தகத்தில் அது எங்களை அட்டாரிக்கு முன் நிறுத்தும்.' அவர் வாஸ்நியாக்கிடம் இதைவிட நல்ல பெயர் மறுநாள் மதியத்திற்குள் கிட்டவில்லை என்றால், ஆப்பிள் என்றே வைத்துவிடலாம் என்றார். அப்படியே செய்தனர்.

ஆப்பிள் ஒரு புத்திசாலித்தனமான தேர்வு. அந்த வார்த்தை தோழமையை, எளிமையைச் சட்டென மனத்தில் தோற்றுவித்தது. சற்று வித்தியாசமாகவும், கேக் துண்டு போன்ற அன்றாட விஷயமாகவும் இருந்தது. மாற்றுக் கலாச்சாரத்தின் சாயல், இயற்கையோடு பொருந்திய மண்வாசனை, அமெரிக்காவிற்கே உரித்தான ஒரு சின்னம் போல, ஆப்பிள் கணினி – இரண்டு வார்த்தைகளுமாய்ச் சேர்ந்தபோது மிக சுவாரசியமான முரண்பாடு. 'கேட்ட மாத்திரத்தில் எதுவும் புரியாது' என்றார் மைக் மார்க்குலா. இவர் விரைவில் அந்த நிறுவனத்தின் தலைவரானார். 'அதனாலேயே அது சிந்திக்கத் தூண்டியது. ஆப்பிளும் கணினிகளும் – ஒன்றுக்கொன்று தொடர்பே இல்லாதவை! ஆதலால் பெயர் பற்றிய விழிப்புணர்வை ஏற்படுத்த உதவியது.'

வாஸ்நியாக் முழுநேரப் பணிக்கு இன்னமும் தயாராகவில்லை. அவர் மனத்தளவில் ஒரு எச்பீ நிறுவன ஊழியராகவே இருந்தார் – அல்லது அப்படி நினைத்தார். அதனால் அங்கேயே பகல் பொழுது வேலையைத் தக்கவைத்துக்கொள்ள விரும்பினார். ஜாப்ஸ் வாஸ்நியாக்கை வளைத்துப்போட உதவுவதற்கும், கருத்து வேறுபாடு எழும்பட்சத்தில் நடுவராக இருப்பதற்கும் ஒருவர் தேவைப்பட்டார். அதனால் தமது நண்பராகிய அட்டாரியில் பணிபுரியும் ரான் வெய்ன் என்ற நடுத்தர வயதுப் பொறியியல் வல்லுநரைத் தேர்ந்தெடுத்தார் – அவர் முன்பு ஒரு சூதாட்ட இயந்திர நிறுவனம் தொடங்கி நடத்திவந்தவர்.

வெய்னுக்குத் தெரியும் - வாஸ்நியாக்கை எச்பீயை விட்டு வரச் செய்வது எளிதல்ல, தற்போதைக்குத் தேவையுமல்ல என்று. அதற்குப் பதிலாக, அவருடைய கணினி வடிவமைப்பு முழுவதும் ஆப்பிள் கூட்டு நிறுவனத்திற்கே சொந்தமாக இருக்கும் என்று கூறிச் சம்மதிக்கவைக்கத் திட்டமிட்டார். 'வாஸ் தாம் வடிவமைத்த மின்சுற்றுகளிடம் ஒரு தந்தையின் பாசம் காட்டினார். அவற்றைப் பிற பயன்பாட்டு மென்பொருள்களிலோ *(அப்ளிகேஷன்ஸ்)* எச்பீ பயன்படுத்திக் கொள்ளட்டும் என்று விட்டுவிடவோ விரும்பினார்' என்றார் வெய்ன். 'ஜாப்ஸும் நானும் இந்தக் கணினிகள்தான் ஆப்பிள் நிறுவனத்தின் கருவாக இருக்கும் என்று உணர்ந்தோம். இரண்டு மணிநேரம் என் குடியிருப்பில் ஒரு வட்டமேசை மாநாடு நடத்தினோம். பிறகு ஒரு வழியாக வாஸைச் சம்மதிக்க வைக்க என்னால் முடிந்தது.' ஒரு அற்புதமான பொறியியல் வல்லுநர் ஒரு அற்புதமான வியாபாரியுடன் இணைந்தால் அவருடைய படைப்புகளுக்காக என்றென்றும் நினைவில் வைத்துக்கொள்ளப் படுவார் என்றும், அதன் காரணமாக அவருடைய வடிவமைப்புகளைக் கூட்டுநிறுவனத்திற்குத் தந்துவிட வேண்டியிருக்கும் என்றும் கூறினார். ஜாப்ஸ் இதில் மிகவும் திருப்தியடைந்ததுடன், அதற்கு நன்றி தெரிவிக்கும் வகையில் புதிய கூட்டணியில் 10% பங்குகளை வெய்னுக்கு அளித்தார்; அத்துடன் தமக்கும் வாஸ்நியாக்கிற்கும் ஏதேனும் ஒரு விஷயத்தில் கருத்துவேறுபாடு ஏற்பட்டால் நடுவராக இருக்கும்படியும் கேட்டுக் கொண்டார்.

'இருவரும் மிகவும் வித்தியாசமானவர்கள். ஆனால் மிக வலிமையான கூட்டணியாக அது இருந்தது' என்றார் வெய்ன். சிலசமயம் ஜாப்ஸ் பேய்களால் ஆட்டிப்படைக்கப்படுபவர் போலக் காணப் படுவார். அதேசமயம், வாஸ் தேவதைகளால் கொஞ்சப்படுபவர் போல. ஜாப்ஸிடம் தைரியமும், அவ்வப்போது பிறரை வசியப்படுத்திக் காரியம் சாதித்துக்கொள்ளும் திறமையும் இருந்தன. அவரிடம் ஒரு அதீத கம்பீரமும் வசிய சக்தியும் காணப்பட்டன. அதேபோல, அவரால் ஈரமின்றியும் கடுமையாகவும் நடந்துகொள்ள முடியும். இதற்கு நேர்மாறாக வாஸ்நியாக் கூச்ச சுபாவம் கொண்டவராகவும், சமூகத்தில் பழகத் தயங்குபவராகவும் இருந்தார். அதனாலேயே குழந்தையைப் போன்ற இனிமை அவரிடம் மிகுந்திருந்தது. 'வாஸ் சில விஷயங்களில் அதீத புத்திசாலி. ஆனால் தெரியாதவர்களிடம் பழகும்போது மிகவும் திகைத்து நின்றுவிடுவார்' என்றார் ஜாப்ஸ். 'நாங்கள் நல்ல ஜோடியாக இருந்தோம்.' வாஸ்நியாக்கின் பொறியியல் சாகசங்களைப் பார்த்து ஜாப்ஸ் அசந்து போனதும், ஜாப்ஸின் வியாபாரத் தந்திரங்களைப் பார்த்து வாஸ்நியாக் அசந்துபோனதும் நல்ல பலன்களைத் தந்தன. 'நான் எப்போதுமே மற்றவர்களுடன் பேச்சுக் கொடுத்து வம்பில்

மாட்டிக்கொள்ள விரும்பியதில்லை. ஆனால் ஸ்டீவ் முன்பின் தெரியாதவர்களைக்கூட அழைத்து, காரியத்தைச் சாதித்துவிடுவார்' என வாஸ்நியாக் நினைவுகூர்ந்தார். 'புத்திசாலியல்ல என்று நினைப்போரிடம் அவர் முரட்டுத்தனமாய் நடந்துகொள்வதுண்டு. ஆனால் அவர் ஒருபோதும் என்னிடம் அப்படி நடந்துகொண்டதில்லை. பிறகாலத்திலும் அப்படித்தான் – அவர் நினைத்த அளவிற்கு நல்ல முறையில் ஒரு கேள்விக்கு நான் விடையளிக்கவில்லை என்றாலும்கூட.'

தமது புதிய கணினி வடிவமைப்பு ஆப்பிள் கூட்டணிக்குச் சொந்தமாவதை ஒப்புக்கொண்டாலும், வாஸ்நியாக் அதனை முதலில் எச்பீக்குத் தரவேண்டும் என்று எண்ணினார் – அவர் அங்கு பணிபுரிந்து வந்ததால். 'அவர்களுக்காக வேலை செய்துகொண்டு இருக்கையில் வடிவமைத்தது என்பதாலேயே அவர்களிடம் கூறவேண்டியது எனது கடமை என்று தோன்றியது. அதுதான் சரியானது; நியாயமானதும் கூட.' ஆகவே *1976* வசந்தகாலத்தில் அதைத் தமது மேலாளர்களிடம் காட்டினார். கூட்டத்திலிருந்த மேல்நிலை செயல் அதிகாரி பிரமித்துப் போனாலும், சற்று ஏமாற்றமடைந்தாற்போலவும் தெரிந்தது. ஆனால் முடிவாக அது எச்பீ தயாரிக்கக்கூடிய பொருளல்ல என்றும், நிறுவனத்தின் தற்போதைய உயர்தரச் சந்தைப் பிரிவுகளுக்கு அது பொருந்தாத பொழுதுபோக்குச் சாதனம் என்றும் கூறினார். 'எனக்கு ஏமாற்றமாக இருந்தது. ஆனால் இப்போது ஆப்பிள் கூட்டணியில் சேர்ந்துகொள்ளும் சுதந்திரம் கிட்டியது' என்றார் வாஸ்.

ஏப்ரல் *1, 1976* அன்று ஜாப்ஸும் வாஸ்நியாக்கும் கூட்டணி ஒப்பந்தம் வரைவதற்காக மௌண்ட்டென் வ்யூவிலிருந்த வெய்னின் குடியிருப்பிற்குச் சென்றனர். வெய்ன் தமக்கு 'சட்டமொழி' எழுதுவதில் அனுபவம் உள்ளதாகக் கூறிக்கொண்டார். அதனால் மூன்று பக்க ஆவணத்தை அவரே தயார் செய்தார். அவருடைய சட்டமொழி பாடாய்ப்படுத்தியது. பத்திகள் அட்டகாசமாய் இருந்தன: 'இதனால் தெரிவித்துக்கொள்வது... இதனால் மேலும் தெரிவித்துக்கொள்வது, இப்போது அவர்களுக்கு ஒதுக்கப்பட்டுள்ள பகுதிகளைக் கருத்தில் கொண்டு...' ஆனால் இலாபம் மற்றும் பங்குகளின் பிரிவு தெளிவாக இருந்தது: *45% - 45% - 10%*. அதுமட்டுமல்ல, *100* டாலருக்கு மேல் ஆகும் எந்தச் செலவும் குறைந்தது இரண்டு பங்குதாரர்களின் சம்மதத்தோடுதான் செய்யப்பட வேண்டும் என்று தீர்மானிக்கப்பட்டது. பொறுப்புகளும் பட்டியலிடப்பட்டன. 'வாஸ்நியாக் மின்னணுப் பொறியியலின் பொதுவான, பெரும்பாலான பொறுப்புகளை ஏற்பார். ஜாப்ஸ் மின்னணுக் கணினிகள் மற்றும் விளம்பரத்திற்கான பொதுவான பொறுப்புகளை ஏற்பார். வெய்ன் இயந்திரவியல், ஆவணம் தயாரித்தல் ஆகியவற்றில் பெரும்பாலான பொறுப்புகளை வகிப்பார்.' ஜாப்ஸ் சிறு

எழுத்துகளிலும், வாஸ் கூட்டெழுத்துகளிலும் வெய்ன் கிறுக்கலாகவும் கையெழுத்திட்டனர்.

இதைத் தொடர்ந்து வெய்னுக்குக் கலக்கமாக இருந்தது. ஜாப்ஸ் கடன்வாங்கி மேலும் செலவு செய்யத் திட்டமிட்டபோது தமது நிறுவனத்தின் தோல்வி வெய்ன் மனத்தில் நிழலாடியது. அந்த அனுபவத்தை மீண்டும் ஒரு முறை நேரிட அவர் தயாராக இல்லை. ஜாப்ஸிற்கும் வாஸ்நியாக்கிற்கும் தனிப்பட்ட சொத்து என்று எதுவும் இல்லை. வெய்ன் (உலக அழிவு பற்றிய கவலையில்) தமது படுக்கைக்குள் தங்க நாணயங்களைப் பதுக்கி வைத்திருந்தார். ஆப்பிளை நிறுவனமாக அல்லாமல் ஒரு எளிய கூட்டு முயற்சியாக மட்டுமே உருவாக்கியதால் கடன்களுக்குப் பங்குதாரர்களே பொறுப்பாவர். கடன்காரர்கள் தம்மைத் துரத்தத் தொடங்கிவிட்டால் என்ன செய்வதென்று வெய்ன் பயந்தார். அதனால் பதினோரு நாள்களில் ராஜினாமா கடிதத்தையும் கூட்டணி ஒப்பந்தத்தின் திருத்தத்தையும் ஏற்பாடு செய்துவிட்டு சான்டா க்ளாரா கௌன்டி அலுவலகத்திற்கே போய்விட்டார். 'கூட்டணியிலுள்ள எல்லோருமே ஒத்துக்கொண்டு சம்மதிக்க, பரஸ்பரம் ஒத்துக்கொண்ட விஷயங்களை மறுபரிசீலனை செய்ததன் பெயரில்' என்று தொடங்கிய அது, 'இப்பொழுது முதல் வெய்ன் தமது பங்குதாரர் என்ற பொறுப்பிலிருந்து விலகிக்கொள்கிறார்' என்று தெரிவித்தது. நிறுவனத்தில் அவருடைய பங்கான 10%க்கு ஈடாக முதலில் 800 டாலரும் பிறகு மேலும் 1500 டாலரும் தரப்பட்டன.

அவர் மட்டும் தொடர்ந்து பணியாற்றித் தமது 10% பங்குகளையும் தக்கவைத்துக் கொண்டிருந்தால், 2010இன் இறுதியில் அதன் மதிப்பு 2.6 பில்லியன் டாலராக இருந்திருக்கும். அப்போது நெவாடாவிலுள்ள பஹ்ரம்ப்பில் ஒரு சிறு வீட்டில் தனியாக வசித்து வந்தார். காசுபோடும் சூதாட்ட இயந்திரங்களில் பொழுது போக்கிக் கொண்டு, சமூகப் பாதுகாப்பு உதவிப்பணத்தில் வாழ்க்கை நடத்திக் கொண்டிருந்தார். பின்னர் கேட்டபோது, தமக்கு இதில் வருத்தம் ஏதுமில்லை என்றார். 'அந்தக் கட்டத்தில் எனக்குப் பொருத்தமான முடிவைத்தான் நான் தேர்ந்தெடுத்தேன். அவர்கள் இருவருமே அசகாய சூரர்கள். அவர்களுடைய சூறைக்காற்று வேகத்திற்கு என்னால் ஈடுகொடுக்க முடியாது என்று எனக்குத் தெரியும். அதற்கு நான் தயாராக இருக்கவில்லை.'

ஜாப்ஸூம் வாஸ்நியாக்கும் ஹோம்ப்ரூ கம்ப்யூட்டர் க்ளப்பில் செயல்விளக்கத்திற்காக இணைந்து மேடையேறினார்கள் – ஆப்பிள் நிறுவனம் முறைப்படி தொடங்கிய புதிதில். வாஸ்நியாக் தாங்கள் புதிதாய் உருவாக்கிய மின்சுற்றுப் பலகைகளில் ஒன்றை உயரப்

பிடித்துக் கொண்டு நுண்செயலி (மைக்ரோப்ராஸஸர்), 8 கிலோபைட் நினைவகம் (மெமரி), அவர் எழுதிய பேஸிக்கின் மறுவடிவம் என அனைத்தையும் விளக்கினார். ஒரு முக்கியமான அம்சத்தையும் அவர் வலியுறுத்தினார்: 'வெறும் விளக்குகளும் ஸ்விட்சுகளும் (மின் இயக்கி களும்) மட்டும் கொண்ட அசட்டுத்தனமான முகத்தோற்றத்திற்குப் பதிலாக மனிதனால் தட்டக்கூடிய பொத்தான்கள் கொண்ட விசைப்பலகை (கீபோர்ட்).' அவரைத் தொடர்ந்து ஜாப்ஸ் பேசினார். 'ஆல்டெயரைப் போலல்லாது, ஆப்பிளில் தேவையான அனைத்து பாகங்களும் உள்ளடக்கம்' என்றார். பார்வையாளர்களிடம் ஒரு கேள்வியையும் கேட்டார்: 'இவ்வளவு அற்புதமான ஒரு சாதனத்திற்கு மக்கள் என்ன விலை கொடுக்க முன்வருவார்கள்?' இதன்மூலம் ஆப்பிளின் பயனை அவர்களுக்குப் புரியவைக்க முயன்றார். வரப்போகும் பல ஆண்டுகளில் செயல்விளக்கங்களின் போது, இந்த உத்தியையே அவர் பரவலாகக் கையாண்டார்.

பார்வையாளர்கள் அவ்வளவு ஆர்வம் காட்டியதாகத் தெரிய வில்லை. ஆப்பிளில் இன்டெல் 8080க்குப் பதில் வேறு ஒரு விலை குறைவான நுண்செயலி (மைக்ரோப்ராஸஸர்) பயன்படுத்தப்பட்டிருந்தது. ஆனால் ஒரு முக்கியமான மனிதர் பொறுமையாகக் காத்திருந்து முழு விவரங்களையும் கேட்டறிந்தார் – அவருடைய பெயர் பால் டெர்ரெல். அவர் 1975இல் பைட் ஷாப் என்ற கணினி அங்காடியை மென்லோ பார்க்கின் காமினோ ரியலில் தொடங்கியிருந்தார். ஓராண்டுக்குப் பிறகு, இப்பொழுது மூன்று அங்காடிகள் இருந்தன. நாடு முழுவதும் சங்கிலித் தொடராக்கும் எண்ணமும் இருந்தது. அவருக்குத் தனிப்பட்ட முறையில் செயல்விளக்கம் அளிக்க ஜாப்ஸ் மிகுந்த பூரிப்புடன் சம்மதித்தார். 'இதைப் பாருங்கள்' என்றார் அவர். 'இது உங்களுக்கு மிகவும் பிடித்துவிடும்.' டெர்ரல் செயல்விளக்கத்தில் மிகவும் திருப்தி யடைந்து ஜாப்ஸிற்கும் வாஸ்நியாக்கிற்கும் தமது முகவரி அட்டையைத் தந்தார். 'தொடர்பில் இருங்கள்' என்றும் கூறினார்.

'நான் தொடர்பில் இருக்கிறேன்' என்று அறிவித்தபடி மறுநாளே பைட் ஷாப்பில் வெறும் காலோடு நுழைந்தார் ஜாப்ஸ். விற்பனை யையும் வெற்றிகரமாகப் பேசிமுடித்தார். டெர்ரெல் ஐம்பது கணினி களுக்கு ஆர்டர் தரச் சம்மதித்தார் – ஆனால் ஒரு நிபந்தனையுடன். வெறும் ஐம்பது டாலர் மதிப்புள்ள அச்சிட்ட மின்சுற்றுப் பலகைகள் மட்டும் தந்தால், வாடிக்கையாளர்கள் மற்ற சில்லுகளை (சிப்ஸ்) வாங்கி அவர்களே ஒருங்கிணைத்துக் கொள்ளவேண்டியிருக்கும். பொழுது போக்காகச் செய்பவர்களுக்கு இது சுவாரசியமாக இருந்தாலும், பெரும்பாலான வாடிக்கையாளர்களுக்கு அப்படியல்ல. அதனால், போர்டுகளை (பலகைகளை) முழுமையாக ஒருங்கிணைத்துத் தரும்படி

கேட்டுக்கொண்டார். அதற்காக ஒரு கணினிக்கு ஐந்நூறு டாலர் தரவும் அவர் தயாராக இருந்தார். கிட்டியவுடன் கைமேல் பணம்.

ஜாப்ஸ் உடனே எச்பியிலிருந்த வாஸ்நியாக்கை அழைத்தார். 'நீ உட்கார்ந்து கொண்டு இருக்கிறாயா?' வாஸ்நியாக் இல்லையென்றார். இருந்தாலும் ஜாப்ஸ் இந்தச் செய்தியைப் பகிர்ந்துகொண்டார். 'நான் மொத்தமாய் அதிர்ந்தே போய்விட்டேன்! என்னால் அந்தக் கணத்தை மறக்கவே முடியாது!' என்று வாஸ்நியாக் நினைவுகூர்ந்தார்.

கிடைத்த வாய்ப்பை நிறைவேற்றுவதற்கு அவர்களுக்குப் பதினைந்தாயிரம் டாலர் மதிப்புள்ள பாகங்கள் தேவைப்பட்டன. ஹோம்ஸ்டெட் ஹையிலிருந்து வந்த மூன்றாவது குறும்புக்காரரான அலென் பௌமும் அவருடைய தந்தையும் 5000 டாலர் கடன் தருவதற்கு முன்வந்தார்கள். ஜாப்ஸ் லாஸ் ஆல்டோஸிலுள்ள ஒரு வங்கியில் மேலும் சிறிது கடன்பெற முயன்றார். ஆனால் வங்கி மேலாளர் அவரைப் பார்த்ததுமே – இதில் ஆச்சரியம் ஒன்றுமில்லை – மறுத்துவிட்டார். ஹால்டெக்ஸ் சப்ளைக்குச் சென்று, பாகங்களுக்குப் பதிலாக ஆப்பிளில் பங்கு தருவதாகக் கூறிப்பார்த்தார். ஆனால் அந்தக் கடை உரிமையாளர் அவர்களை 'அலங்கோலமாகத் தோற்றமளிக்கும் யாரோ இரு இளைஞர்கள்' என்று முடிவுசெய்து, உதவ மறுத்து விட்டார். அட்டாரியிலுள்ள அல்கார்ன் அவர்கள் கைமேல் பணம் தருவதானால் மட்டுமே சில்லுகளைத் தரமுடியும் என்றார். முடிவில் க்ராமர் எலக்ட்ரானிக்ஸ் நிறுவனத்தின் மேலாளரைப் பேசிச் சம்மதிக்க வைத்து டெர்ரெலைத் தொலைபேசியில் அழைத்து, 25000 டாலருக்கான கொள்முதல் ஆணை *(ஆர்டர்)* தந்திருப்பதை அவரிடமே கேட்டு உறுதிபடுத்திக்கொள்ளச் சொன்னார். ஒரு மாநாட்டில் கலந்து கொண்டிருந்த டெர்ரெலுக்கு ஒலிபெருக்கி மூலம் செய்தி வந்தது – அவசர அழைப்பொன்று காத்திருப்பதாக (ஜாப்ஸ் அந்த அளவிற்குப் பிடிவாதமாய் இருந்தார்). க்ராமரின் மேலாளர் பைட் ஷாப் கொள்முதல் ஆணையுடன் இரண்டு அலங்கோலமான இளைஞர்கள் வந்திருப்பதாகக் கூறி, அது உண்மைதானா என்று கேட்டார். டெர்ரெல் உண்மைதான் என்று உறுதியளித்தார். அதைத் தொடர்ந்து அந்த அங்காடி முப்பது நாள் கடன் வசதியோடு பாகங்களைத் தரச் சம்மதித்தது.

கராஜ் பான்ட்

ஜாப்ஸின் லாஸ் ஆல்டோஸ் வீடு பைட் ஷாப்பிற்குத் தயாரித்து அளிக்கவேண்டிய ஐம்பது ஆப்பிள் I பலகைகளுக்கான பணியறையாக மாறியது. முப்பது நாள்கள் கெடு முடிந்தால், பாகங்களுக்கான பணத்தைக் கொடுக்க வேண்டியிருக்கும். குழுப்பட்டியல் தயாரானது:

ஜாப்ஸ், வாஸ்நியாக், டானியல் கோட்கே, அவருடைய முன்னாள் தோழி எலிசபெத் ஹோம்ஸ் (அவர் தாம் சேர்ந்திருந்த இயக்கத்தி லிருந்து விலகி வந்துவிட்டார்), கருவுற்றிருக்கும் ஜாப்ஸின் சகோதரி பாட்டீ. அவளுடைய காலி செய்யப்பட்ட படுக்கையறை, சமையலறை மேசை, கராஜ் ஆகியவை பணியிடங்களாயின. நகை செய்வதில் பயிற்சி பெற்றிருந்த ஹோம்ஸிடம் சில்லுகளைப் பற்றவைக்கும் பணி தரப்பட்டது. 'அனேகமாக எல்லாவற்றையும் நன்றாகச் செய்தேன். ஒன்றிரண்டில் மட்டும் ஃப்ளக்ஸ்[4] ஒட்டிக்கொண்டு இருந்தது' என அவர் நினைவுகூர்ந்தார். இது ஜாப்ஸிற்குப் பிடிக்கவில்லை. 'நம்மிடம் ஓர் உதிரிச் சில்லுகூடக் கிடையாது' – சற்றுக் கடுமையாகப் பேசினாலும், அதில் உண்மையிருந்தது. அவரைக் கணக்கு வழக்குகள், ஆவணங்கள் ஆகியவற்றைப் பார்த்துக்கொள்ளும்படி கூறிச் சமையலறை மேசைக்கு அனுப்பி வைத்துவிட்டு, பற்றவைக்கும் பணியைத் தாமே மேற்கொண்டார். ஒரு பலகைத் தயாரானதும், அதை வாஸ்நியாக்கிடம் ஒப்படைப்பார். 'தயாரான ஒவ்வொரு பலகையையும் நான் தொலைக்காட்சிப் பெட்டியுடன் இணைத்துச் சோதித்துப் பார்ப்பேன் – வேலை செய்கிறதா என்று அறிந்துகொள்ள' என வாஸ்நியாக் கூறினார். 'சரியாக வேலை செய்தால், பெட்டியில் போடுவேன். இல்லையென்றால் எந்தப் பின் (மின்செருகி) எங்கே செருகப்பட வில்லை என்று சரிபார்ப்பேன்.'

ஆப்பிள் குழுவிற்குக் கராஜ் முழுவதும் கிட்டுவதற்காக பால் ஜாப்ஸ் பழைய கார்களைப் பழுதுபார்க்கும் தமது பணியைச் சற்றே விலக்கிக் கொண்டார். அவர் ஒரு நீண்ட, பழைய பணிமேசையை அமைத்துத் தந்து, புதிய ப்ளாஸ்டர்போர்டு (காரைப்பலகை) சுவரொன்றை எழுப்பி, அதில் கணினிகளின் வடிவமைப்பை வரைந்து தொங்க விட்டார். உதிரிப் பாகங்களுக்காகப் பெயரிடப்பட்ட இழுவை அறைகளை வரிசையாக அமைத்தார். இரவு முழுதும் உயர்வெப்ப நிலையில் கணினிப் பலகைகளைச் சோதித்துப்பார்க்க வசதியாக வெப்பமூட்டும் விளக்குகள் பொருத்தப்பட்ட பெட்டி ஒன்றையும் தயாரித்தார். அவ்வப்போது கோபம் வெடிக்கும் – அவருடைய மகன் உள்ள இடத்தில் அது ஒன்றும் புதிதல்ல. பால் தமது அமைதியை நிலைநாட்டுவார்: 'என்ன விஷயம்?' என்று அவர் கேட்பார். 'என்னப்பா, உனக்கு ஏதாவது பிரச்சினையா?' பதிலுக்கு எப்போதாவது தொலைக்காட்சிப் பெட்டியைத் திரும்பக் கேட்பார் – கால்பந்து விளையாட்டின் இறுதிக் காட்சிகளைக் காண. இப்படிப்பட்ட இடைவேளைகளில் ஜாப்ஸும் கோட்கேயும் வெளியே சென்று புல்தரையில் அமர்ந்து கிதார் இசைப்பார்கள்.

[4] பற்றவைப்பதற்குப் பயன்படுத்தும் பசைபோன்ற பொருள். (மொ-ர்)

க்ளாரா ஜாப்ஸ் தம் வீட்டில் அனேகமாக எல்லா இடங்களையும் உதிரி பாகங்களும் தங்கியுள்ள விருந்தினர்களும் ஆக்கிரமித்துக் கொண்டதைக்கூடப் பொருட்படுத்தவில்லை. ஆனால் தம் மகனின் விநோதமான உணவுக் கட்டுப்பாட்டு முறைகளால் சலித்துப் போனார். 'அவருடைய புதுப்புது உணவுப் பழக்கங்களைக் கேட்டுக் கண்களை உருட்டி விழிப்பார்' என ஹோம்ஸ் நினைவுகூர்ந்தார். 'அவர் ஜாப்ஸ் ஆரோக்கியமாக இருக்கவேண்டும் என்று விரும்பினார். அவரோ, எங்குமே கேள்விப்படாத விநோத அறிவிப்புகளை விடுப்பார்: *நான் பழ உணவுக்கு மாறிவிட்டேன். அதிலும் நிலவொளியில் கன்னிப் பெண்கள் பறித்துத் தந்த இலைகளை மட்டுமே உண்பேன்.*'

ஒரு டஜன் பலகைகளை வாஸ்நியாக் அங்கீகரித்த நிலையில், ஜாப்ஸ் அவற்றை வண்டியில் எடுத்துக்கொண்டு பைட் ஷாப்பிற்குச் சென்றார். டெர்ரெல் சற்று அசந்துதான் போனார் – மின்னூட்டு, பெட்டகம் *(கேஸ்)*, திரையகம் *(மானிட்டர்)*, விசைப்பலகை *(கீபோர்ட்)* – எதுவுமே இருக்கவில்லை. அவர் இன்னும் சற்று முழுமையான வேலைப்பாட்டை எதிர்பார்த்திருந்தார். ஆனால் ஜாப்ஸ் தம் கூரிய பார்வையாலேயே அவரை அடக்கிவிட்டார். அவரும் எடுத்துக் கொண்டு பணம் தரச் சம்மதித்தார்.

முப்பது நாள்களுக்குப் பின் ஆப்பிள் இலாபம் ஈட்டும் தறுவாயில் இருந்தது. 'பலகைகளை நாங்கள் நினைத்ததைவிடவும் விலை குறை வாகத் தயாரிக்க முடிந்தது – ஏனெனில், பாகங்களைக் குறைவான விலைக்குப் பேசி முடித்திருந்தேன்' என்று ஜாப்ஸ் நினைவுகூர்ந்தார். 'பைட் ஷாப்பிற்கு விற்ற ஐம்பது பலகைகளில் கிட்டிய பணமே ஏறத்தாழ நூறு பலகைகளுக்குத் தேவையான பாகங்களை வாங்கப் போதுமானதாக இருந்தது.' இப்போது மீதமுள்ள ஐம்பதை நண்பர் களுக்கும் ஹோம்ப்ரூவைச் சேர்ந்த சக உறுப்பினர்களுக்கும் விற்று மிக நல்ல இலாபம் ஈட்ட அவர்களால் முடிந்தது.

எலிசபெத் ஹோம்ஸ் அதிகாரப்பூர்வப் பகுதிநேரக் கணக்காளராக நியமிக்கப்பட்டார் – மணிக்கு நான்கு டாலர் என்ற கணக்கில், சான் ஃப்ரான்சிஸ்கோவிலிருந்து வாரம் ஒருமுறை வந்து ஜாப்ஸின் காசோலைப் புத்தகத்தை எப்படிக் கணக்குப் பதிவு செய்வது என்று பார்ப்பதற்காக. ஆப்பிளை உண்மையான நிறுவனம்போல் தோன்றச் செய்ய ஒரு பதிலளிக்கும் சேவையை ஏற்பாடு செய்திருந்தார் – செய்திகள் அனைத்தும் அவருடைய தாய்க்குக் கிட்டும்படியாக. ரான் வெய்ன் ஒரு சின்னம் வரைந்து தந்தார் – விக்டோரியா காலத்துச் சித்திரத்தைப்போல வேலைப்பாடு மிகுந்த பாணியில். அதில் நியூட்டன் ஒரு மரத்தின் கீழ் அமர்ந்திருக்க, சுற்றிலும் வேர்ட்ஸ்வர்த்தின் வாசகம்: 'எண்ணங்களின் மாயக்கடல்களில் ஓயாமல் பயணிக்கும் மனம் –

தனியாக.' சற்று விநோதமான வாசகம்தான் – இது ஆப்பிளைவிட வெய்னுக்குத்தான் மிகப் பொருத்தமாக இருந்தது. ஃப்ரெஞ்ச் புரட்சியின் தொடக்கத்தில் ஈடுபட்டிருந்தவர்களை வர்ணித்து வேர்ட்ஸ்வர்த் எழுதிய வாசகங்கள் அதைவிடக் கச்சிதமாய்ப் பொருந்தியிருக்கும். 'விடியலில் உயிரோடு இருப்பது மேல்; இளமையோடு இருப்பதோ சொர்க்கம்!' வாஸ்நியாக் பின்னர் கூறியதுபோல 'நாங்கள் அதுவரை நடந்தவற்றிலேயே மிகப் பெரிய புரட்சியில் ஈடுபட்டிருந்தோம் என்று தோன்றியது. அதில் பங்கேற்பது எனக்கு மிக மகிழ்ச்சியாக இருந்தது.'

வாஸ் அந்தச் சாதனத்தின் அடுத்த வடிவம் குறித்து ஏற்கனவே சிந்திக்கத் தொடங்கியிருந்தார். ஆகையால் தற்போதைய வடிவம் ஆப்பிள் I என அழைக்கப்பட்டது. ஜாப்ஸும் வாஸும் காமினோரியல் முழுதும் சுற்றி அலைந்து அங்குள்ள மின்னணுவியல் அங்காடிகள் மூலம் அதை விற்பனை செய்ய முயன்றனர். பைட் ஷாப் மூலம் விற்பனையான ஐம்பதையும் நண்பர்களுக்கு விற்ற ஐம்பதையும் தவிர மேலும் நூறு கணினிகளைச் சில்லறை வியாபாரிகளுக்காகத் தயார் செய்துகொண்டிருந்தனர். அவர்களுக்கிடையில் இதுபற்றிக் கருத்து வித்தியாசங்கள் இருந்ததில் ஆச்சரியமில்லை: வாஸ்நியாக் தயாரிப்பு விலைக்கே விற்கவும் வேண்டும் என்று விரும்பினார். ஆனால் ஜாப்ஸ் நல்ல இலாபத்திற்கு விற்கவேண்டும் என்றார். அவர்தாம் வெல்லவும் செய்தார். தயாரிப்புச் செலவைவிட சுமார் மூன்று மடங்கு அதிகமாக – டெர்ரெல் போன்ற மொத்த விற்பனையாளர்களுக்கு விற்கும் ஐந்நூறு டாலரைவிட 33% அதிகமாக என்று கணக்கிட்டதில் 666.66 டாலர் என்றானது. 'எனக்கு எப்பொழுதுமே ஒரே எண் திரும்பத் திரும்ப வருவது பிடிக்கும்' என்றார் வாஸ்நியாக். 'என்னுடைய நகைச்சுவைத் துணுக்குச் சேவையின் தொலைபேசி எண் 255-6666.' வெளிப்படுத்தின வாசகத்தில் *(புக் ஆஃப் ரெவலேஷன்)* 666 என்பது 'சாத்தானின் எண்' என்பது இருவருக்குமே தெரியாது. விரைவிலேயே பல்வேறு அதிருப்திகளை அவர்கள் சந்தித்தனர் – குறிப்பாக அந்த ஆண்டு வெற்றிப் படமான *தி ஓமெனில்* 666 வந்ததைத் தொடர்ந்து. (2010இல் முதன் முதலாகத் தயாரான ஆப்பிள் I கணினிகளில் ஒன்று க்றிஸ்டீஸ் ஏலத்தில் 213,000 டாலருக்கு விற்பனையானது.)

புதிய சாதனம் பற்றிய முதல் அட்டைப்படக் கட்டுரை *இன்டர்ஃபேஸ்* என்னும் (இப்போது அது பதிப்பில் இல்லை) பொழுதுபோக்குப் பத்திரிகையில் 1976 ஜூலை இதழில் வெளிவந்தது. ஜாப்ஸும் அவருடைய நண்பர்களும் இப்பொழுதும் அவருடைய வீட்டில் அவற்றைக் கைகளாலேயே தயாரித்து வந்தனர். ஆனால், அக்கட்டுரை அவரை விளம்பரம் மற்றும் விற்பனை அதிகாரி, அட்டாரியின் முன்னாள் தனிப்பட்ட ஆலோசகர் என்றெல்லாம் வர்ணித்திருந்தது.

இதைப் படித்தவர்களுக்கு ஆப்பிள் என்பது நிஜமாகவே ஒரு நிறுவனம் என்ற எண்ணத்தை அது தோற்றுவித்தது. 'ஸ்டீவ் பல கணினி மன்றங் களுடன் தொடர்பிலிருந்து கொண்டு இந்த இளம் தொழில்துறையின் நாடிபிடித்துப் பார்த்தபடியே இருக்கிறார்' என அந்தக் கட்டுரை சொன்னது. அது மட்டுமன்றி, அவருடைய விளக்கத்தையும் தந்தது: 'அவர்களுடைய உணர்வுகள், தேவைகள், தூண்டுதல்கள் ஆகிய வற்றைத் தெரிந்துகொண்டால், அவர்கள் விரும்புவதைத் தருவதன் மூலம் பொருத்தமான விதத்தில் நாம் நடந்துகொள்ளலாம்.'

இதற்குள் அவர்களுக்குப் பல போட்டியாளர்களும் தோன்றினர் – ஆல்டெயர் தவிர ஐஎம்எஸ்ஏஐ 8080 மற்றும் ப்ராஸஸர் டெக்னாலஜி கார்ப்பரேஷனின் எஸ்ஓஎல்-20. பிந்தையதை வடிவமைத்தவர்கள் ஹோம்ப்ரூ கம்ப்யூட்டர் க்ளப்பைச் சேர்ந்த லீ ஃபெல்ஸென்ஸ்டைன் மற்றும் கார்டன் ஃப்ரெஞ்ச். 1976இன் உழைப்பாளர் தின வார இறுதியில் நடந்த வருடாந்தர தனியார்க் கணினித் திருவிழாவில் (பர்சனல் கம்ப்யூட்டர் ஃபெஸ்டிவல்) கலந்துகொண்டு செயல்விளக்கம் தர அனைவருக்கும் வாய்ப்புக் கிட்டியது. அவ்விழா நடந்தது நியூ ஜெர்ஸியில் அட்லான்டிக் சிட்டியிலுள்ள பாழடைந்த நடைபாதையில் ஒரு ஓய்ந்துபோன உணவுவிடுதியில். ஜாப்ஸும் வாஸ்நியாக்கும் ஒரு டிரான்ஸ்வேர்ல்ட் ஏர்லைன்ஸ் விமானத்தில் ஃபிலடெல்ஃபியாவிற்குப் பறந்தார்கள். ஒரு சுருட்டு *(சிகார்)* பெட்டியில் ஆப்பிள் I-ஐயும், மற்றொன்றில் வாஸ் அப்பொழுது தயாரித்துக் கொண்டிருந்த புதிய கணினியின் மாதிரி வடிவத்தையும் எடுத்துக் கொண்டு. அவர்களுக்குப் பிந்தைய வரிசையிலிருந்த ஃபெல்ஸென்ஸ்டைன் ஆப்பிள் I-ஐப் பார்த்துவிட்டு 'பார்க்கச் சற்றும் கவர்ச்சியற்றது' என்று விமர்சித்தார். பின்வரிசையில் இருந்தவர்களின் உரையாடல்களைக் கேட்டு வாஸ் சற்று கலங்கிப் போனார். 'அவர்கள் மிக முற்போக்கான வியாபார மொழியில் பேசிக்கொண்டிருந்தார்கள். அவர்கள் பயன்படுத்திய வார்த்தைச் சுருக்கங்கள் நாங்கள் அதுவரையில் கேட்டிராதவையாக இருந்தன' என அவர் நினைவுகூர்ந்தார்.

வாஸ் பெரும்பாலான நேரத்தை அவர்களுடைய ஹோட்டல் அறை யிலேயே கழித்தார் – புதிய மாதிரி வடிவத்தில் வேலை செய்தவாறு. கண்காட்சிக் கூடத்தில் பின்வாசல் அருகே ஆப்பிளுக்கு என ஒதுக்கப் பட்டிருந்த மேசையின்முன் நிற்பதற்கு அவருக்கு மிகவும் கூச்சமாக இருந்தது. டானியல் கோட்கே மன்ஹட்டனிலிருந்து இரயிலில் வந்திருந்தார் (அவர் அப்போது கொலம்பியாவில் பொறுப்பேற்றுக் கொண்டிருந்தார்). அவர் மேசையைக் கவனித்துக்கொள்ள, ஜாப்ஸ் தளம் முழுவதும் நடந்து போட்டியாளர்களின் காட்சிப் பொருட்களை நோட்டமிட்டுக் கொண்டிருந்தார். அவர் கண்ட எதுவும் அவருக்குத்

திருப்தியளிக்கவில்லை. அவருக்கு உறுதியாகத் தெரிந்தது – அங்குள்ளவர்களுள் மிகச் சிறந்த மின்சுற்றுப் பொறியியல் வல்லுநர் வாஸ்நியாக் தான் என்றும் ஆப்பிள் I (மற்றும் கண்டிப்பாக அதன் புதிய வடிவமும்) போட்டியைச் செயல்பாட்டில் மிக எளிதாக வென்றுவிடும் என்றும். ஆனால் எஸ்ஓஎல்-20 பார்ப்பதற்குக் கவர்ச்சியாக இருந்தது. அதில் அழகிய மெலிந்த உலோகப் பெட்டகம் *(கேஸ்)*, விசைப்பலகை, மின்னூட்டு, மின்கம்பிகள் *(கேபிள்)* என எல்லாமே இருந்தன. அதை ஏதோ பெரியவர்கள் தயாரித்திருப்பார்கள் போலத் தோன்றியது. ஆப்பிள் I அதனை உருவாக்கியவர்களைப் போலவே, கச்சிதமின்றிக் காட்சியளித்தது.

இயல் ஆறு

ஆப்பிள் II
ஒரு புதிய சகாப்தத்தின் விடியல்

ஒருங்கிணைந்த பொதி

தனியார்க் கணினித் திருவிழாவின் *(பர்சனல் கம்ப்யூட்டர் ஃபெஸ்டிவல்)* தளத்தில் நடந்துகொண்டிருந்தபோது ஜாப்ஸ் ஒன்றை உணர்ந்து கொண்டார் – பைட் ஷாப்பின் பால் டெர்ரெல் கூறியது உண்மைதான்: தனியார்க் கணினிகள் *(பீசி)* முழுப் பொதியாக வெளிவர வேண்டும். அடுத்த ஆப்பிளின் வடிவம் அழகிய பெட்டகத்தில், உள்பதிந்த விசைப் பலகையுடன் *(கீபோர்டு)*, முனையிலிருந்து முனைவரை ஒருங்கிணைக்கப் பட்டிருக்கவேண்டும் – மின்னூட்டு முதல் மென்பொருள் வரை என்று தீர்மானித்துக்கொண்டார். 'என் நோக்கு முழுமையாய்ப் பொதியப் பட்ட முதல் கணினியை உருவாக்க வேண்டும் என்பதுதான். எங்கள் பார்வை, தங்கள் கணினிகளைத் தாங்களே ஒருங்கிணைத்துக்கொள்வதில் ஆர்வம் காட்டும் மிகச்சில பொழுதுபோக்காளர்களிடமிருந்து விலகியது – ஏனெனில், இவர்களுக்கெல்லாம் மின்மாற்றி *(ட்ரான்ஸ்ஃபார்மர்)*, விசைப்பலகை போன்றவற்றை எப்படி வாங்குவது என்பது தெரிந்திருந்தது. ஆனால் அவர்கள் ஒவ்வொருவருக்கும் ஈடாக, செயல்படும் வகையில்

தயார் நிலையில் உள்ள கணினியை வாங்க விரும்புவோர், ஆயிரக் கணக்கில் இருந்தனர்' என்றார் அவர்.

1976 தொழிலாளர் தின வார இறுதியில் தங்களுடைய ஹோட்டல் அறையில் வாஸ்நியாக் புதிய சாதனத்தின் மாதிரி வடிவத்தில் வேலை செய்துகொண்டிருந்தார். ஆப்பிள் II என்று பெயரிடப்பட இருந்த அது, தங்களை அடுத்த நிலைக்கு உயர்த்தும் என்று ஜாப்ஸ் நம்பிக்கையோடு இருந்தார். அவர்கள் அந்த மாதிரி வடிவத்தை ஒருமுறை மட்டுமே வெளியே எடுத்தனர் – நள்ளிரவில் – ஆலோசனைக்கூட்ட அறை களுள் ஒன்றில் இருந்த கலர் ப்ரொஜெக்ஷன் (வண்ணத்திரைவீழ்த்து) தொலைக்காட்சிப் பெட்டியோடு பொருத்திச் சோதனை செய்து பார்ப்பதற்காக. வாஸ்நியாக் அந்தச் சாதனத்தின் சில்லுகளை வைத்து நிறங்களைத் தோற்றுவிக்க ஒரு புதிய வழியைக் கண்டுபிடித்திருந்தார். திரைப்படம் போல திரைவீழ்த்தியைப் (ப்ரொஜெக்டர்) பயன்படுத்தி, ஒளி பிம்பத்தைத் திரையில் விழச்செய்யும் ஒருவகைத் தொலைக்காட்சிப் பெட்டியோடு அதனை இணைத்துச் சோதனை செய்ய விரும்பினார் அவர். 'திரைவீழ்த்தியின் மின்சுற்று சற்று வித்தியாசமானது. அது நான் கண்டுபிடித்த புதிய முறைக்கு நன்கு பொருந்தும் எனத் தோன்றியது. ஆகையால் ஆப்பிள் IIஐ அந்தத் திரைவீழ்த்தியில் இணைத்தேன். அது கச்சிதமாக வேலை செய்தது' என்று அவர் நினைவுகூர்ந்தார். அவர் விசைப்பலகையில் தட்டத்தட்ட, வண்ண வண்ண எழுத்துக்களும் சுழல்களுமாய் அறைக்குக் குறுக்கே திரையில் விழுந்தன. ஆப்பிள் IIஐக் கண்ட ஒரே வெளிமனிதர் அந்த ஹோட்டலின் தொழில்நுட்ப வல்லுநர் தான். அவர் அங்கு காட்சிக்கு வைக்கப்பட்டிருந்த சாதனங்கள் அனைத்தையும் பார்த்திருந்தாலும், இதைத் தாம் வாங்கப்போவதாகத் தெரிவித்தார்.

முழுமையாய்ப் பொதியப்பட்ட ஆப்பிள் IIஐ உருவாக்க நிறைய முதலீடு தேவைப்பட்டது. அதனால் நிறுவனத்தின் உரிமைகளைப் பெரிய நிறுவனம் ஒன்றுக்கு விற்றுவிடலாம் என்று கருதினர். ஜாப்ஸ் அல் அல்கார்னிடம் சென்று அட்டாரி நிர்வாகத்துடன் இணைக்க ஏற்பாடு செய்து தருமாறு கேட்டுக்கொண்டார். அவர் நிறுவனத்தின் தலைவர் ஜோ கீனனுடன் ஒரு சந்திப்பிற்கு ஏற்பாடு செய்தார். அல்கார்ன், புஷ்னெல்லைவிட ஜோ மிகவும் கட்டுப்பெட்டியானவர். 'ஸ்டீவ் அவருடன் இணைந்துகொள்ளும் முயற்சியில் உள்ளே சென்றார். ஆனால் ஜோவால் அவரைச் சகித்துக்கொள்ளவே முடியவில்லை. ஸ்டீவின் சுகாதாரக் குறைவு அவருக்கு அதிருப்தியளித்தது' –அல்கார்ன் நினைவுகூர்ந்தார். ஜாப்ஸ் வெறும் கால்களுடன் இருந்தார். அத்துடன், பேச்சின் ஒரு கட்டத்தில் கால்களை உயர்த்தி மேசைமேல் வைத்தார். 'இந்தச் சாதனத்தை நாங்கள் வாங்கப்போவதில்லை என்பது மட்டுமல்ல;

உன் கால்களை முதலில் எடு!' கீனன் உரக்கக் கத்தினார். அல்கார்ன் தமக்குத் தோன்றியதை நினைவுகூர்ந்தார்: 'ஓ, சரிதான். கிடைக்க இருந்த ஒரு வாய்ப்பும் கைநழுவிப் போனது.'

செப்டம்பர் மாதம் கம்மோடோர் கணினி நிறுவனத்தின் சக் பெடில் ஜாப்ஸின் வீட்டிற்கு செயல்முறை விளக்கத்திற்காக வந்திருந்தார். 'நாங்கள் ஸ்டீவின் கராஜை சூரியவெளிச்சம் கிட்டுவதற்காகத் திறந்து வைத்திருந்தோம். அவர் ஒரு சூட்டும் கௌபாய்[1] பாணி தொப்பியும் அணிந்துகொண்டு உள்ளே வந்தார்' என வாஸ்நியாக் நினைவுகூர்ந்தார். பெடிலுக்கு ஆப்பிள் II மிகவும் பிடித்துப் போய்விட்டது. தமது மேலதிகாரிகளுக்காக சில வாரங்களுக்குப்பின், கம்மோடோர் தலைமையகத்தில் மீண்டும் ஒரு செயல்விளக்கத்திற்கு ஏற்பாடு செய்தார். 'நீங்கள் சில நூறாயிரம் டாலருக்கு எங்களை வாங்க நினைக்கலாம்' என்று அங்கு சென்றடைந்தவுடன் ஜாப்ஸ் சொன்னார். வாஸ்நியாக் இந்த 'விநோதமான' பரிந்துரையைக் கேட்டு வாயடைத்துப் போய்விட்டார். ஆனால் ஜாப்ஸ் அதிலேயே உறுதியாய் நின்றார். கம்மோடோர் நிறுவனத்தினர் சில நாள்களுக்குப்பின் அழைத்து, இதே சாதனத்தைச் சொந்தமாகத் தாங்களே தயாரித்துக்கொள்வது எனில் இன்னும் செலவு குறைவாக இருக்குமென்று தீர்மானித்திருப்பதாகக் கூறினார். ஜாப்ஸ் மனம் தளர்ந்துவிடவில்லை. கம்மோடோர் பற்றி நன்கு விசாரித்ததில் அதன் தலைமை தனக்குப் பிடிக்கவில்லை என்ற முடிவை அவர் ஏற்கனவே எட்டியிருந்தார். வாஸ்நியாக் பணம் கிட்டும் வாய்ப்பு பறிபோனதைப் பற்றிக் கவலைப்படவில்லை என்றாலும், 9 மாதங்களில் அந்த நிறுவனம் கம்மோடோர் பெட் (பீஇடீ) கணினியை வெளிட்ட போது அதனைத் தமது பொறியியல் திறமைக்கு வந்த அவமானமாகக் கருதினார். 'அது எனக்கு மிகவும் வெறுப்பூட்டியது. அவசர அவசரமாகச் செயல்பட்டு, மிக மோசமான ஒரு சாதனத்தைத் தயாரித்திருந்தனர். இதைவிட அவர்களுக்கு ஆப்பிளே கிடைத்திருக்குமே.'

கம்மோடோர் விவகாரம் ஜாப்ஸுக்கும் வாஸ்நியாக்கிற்கும் பின்னாளில் எழக்கூடிய ஒரு முரண்பாட்டை மேல்மட்டத்திற்குக் கொண்டுவந்தது: அவர்கள் இருவரும் ஆப்பிளுக்கு அளித்த பங்கும், அதில் இருவருக்கும் கிட்ட வேண்டியதும் உண்மையிலேயே சமமானதா? ஜெர்ரி வாஸ்நியாக் தொழில்முனைவோரையும் சந்தைப்படுத்துபவர் களையும்விடப் பொறியியல் வல்லுநர்கள் பலமடங்கு மதிப்புள்ளவர்கள் என்ற கொள்கையுடையவர். அதன்படி, கிட்டும் இலாபத்தின் பெரும் பகுதி தமது மகனுக்குத்தான் சேரவேண்டுமென்று கருதினார். ஆகவே ஜாப்ஸ் வாஸ்நியாக்கின் வீட்டிற்கு வந்திருந்தபோது, அவரை

1 அமெரிக்காவின் குறிப்பிட்ட சில பகுதிகளில் (வழக்கமாகக் குதிரையில் அமர்ந்து) பசுக்களைப் பார்த்துக்கொள்பவர்; கால்நடைகளைப் பேணுபவர். (மொ-ர்)

நேரடியாகவே எதிர்கொண்டார். ‘உனக்கு எதையும் எடுத்துக்கொள்ள அருகதையே இல்லை’ என்றும் ‘நீ எதையுமே உருவாக்கவில்லை’ என்றார் ஜாப்ஸிடம். ஜாப்ஸ் அழத் தொடங்கிவிட்டார். இது ஒன்றும் புதிதல்ல. அவரால் ஒருபோதும் அவருடைய உணர்வெழுச்சிகளைக் கட்டுப்படுத்த முடிந்ததுமில்லை; முடியப்போவதுமில்லை. அவர் ஸ்டீஃபென் வாஸ்நியாக்கிடம் கூட்டணியைப் பிரித்துக்கொள்ளவும் தயார் என்று கூறினார். ‘நாம் இருவரும் பாதிக்குப் பாதி (ஐம்பதுக்கு ஐம்பது); இல்லையென்றால் நீயே எல்லாவற்றையும் எடுத்துக் கொள்ளலாம்’ என்று தம் நண்பரிடம் கூறினார். எனினும் வாஸ்நியாக் அவர்களுடைய உறவுபற்றி அவருடைய தந்தையைவிட நன்றாகப் புரிந்து வைத்திருந்தார். ஜாப்ஸ் மட்டும் இல்லையென்றால், அவர் இன்னமும் ஹோம்ப்ரூ கூட்டங்களின் கடைசி வரிசையில் தமது மின்சுற்றுப் பலகைகளின் வரைபடங்களை இலவசமாக விநியோகித்துக் கொண்டிருப்பார். ஜாப்ஸ்தான் அவருடைய திறமையான வடிவமைப்பு களை வளர்ந்துவரும் ஒரு நல்ல தொழிலாக உருமாற்றினார் – முன்பு ப்ளூ பாக்ஸைச் செய்தது போலவே. அவர்கள் தொடர்ந்து கூட்டணியாக இருப்பதற்கு அவர் முழுச் சம்மதம் தெரிவித்தார்.

அது புத்திசாலித்தனமான முடிவாக இருந்தது. ஆப்பிள் IIவை வெற்றிகரமாக்குவதற்கு வாஸ்நியாக்கின் அற்புதமான மின்சுற்று வடிவமைப்பைத் தவிர வேறு பலவும் தேவைப்பட்டன. அது முழுதாய் ஒருங்கிணைக்கப்பட்டு, வாடிக்கையாளர்களுக்கான தயாரிப்பாகப் பொதியப்படவேண்டியிருக்கும் – அதைச் செய்வது ஜாப்ஸின் பொறுப்பு.

முதலில் முன்னாள் கூட்டணி உறுப்பினரான ரான் வெய்னிடம் ஒரு பெட்டகம் வடிவமைத்துத் தரச்சொல்லிக் கேட்டார். ‘அவர்களிடம் பணம் இருக்காதென்று அனுமானித்திருந்தேன் - ஆகவே பெரிய கருவிகள் எதுவும் தேவைப்படாத வகையில், எந்த உலோகக் கடையிலும் செய்யக்கூடிய ஒன்றைத் தயாரித்தேன்’ என்றார் அவர். அவருடைய வடிவமைப்பில் உலோகப் பட்டைகளால் இணைக்கப் பட்ட ப்ளெக்ஸிக்ளாஸ் மூடியும் விசைப்பலகையின் (கீபோர்ட்) மேலாகச் சறுக்கி ஓடும் கதவும் இருந்தன.

ஜாப்ஸுக்கு இது பிடிக்கவேயில்லை. அவர் எளிய, எடுப்பான வடிவமைப்பை விரும்பினார் – அது ஆப்பிளை கட்டை, குட்டையான சாம்பல்நிற உலோகப் பெட்டகங்களுள்ள பிற சாதனங்களிலிருந்து தனித்துக்காட்டும் என்று கருதினார். மேஸியில் வீட்டு உபயோகச் சாதனங்களைப் பார்வையிட்டுக் கொண்டிருந்தபோது குயிசினார்ட் உணவுச் செயலிகள் (ஃபுட் ப்ராஸஸர்ஸ்) அவருடைய கவனத்தை ஈர்த்தன. லேசான, வார்க்கப்பட்ட பிளாஸ்டிக்கால் செய்யப்பட்ட சீரான, மெலிந்த பெட்டகம் வேண்டுமென்று அவர் விரும்பினார். ஒரு

ஹோம்ப்ரூ கூட்டத்தில் அதே ஊரிலுள்ள ஜெர்ரி மானாக் என்ற ஆலோசகரை 1500 டாலர் கொடுத்து அந்த வடிவமைப்பைச் செய்துதரச் சொன்னார். மானாக் ஜாப்ஸின் தோற்றத்தைக் கண்டு சந்தேகித்து, பணத்தைக் கையோடு தருவதானால் செய்வதாக முதலில் கூறினார். ஜாப்ஸ் மறுத்தார். இருந்தும், மானாக் வேலையைச் செய்ய ஒத்துக் கொண்டார். சில வாரங்களிலேயே அவர் ஒரு எளிய நுரை பொதிந்த பிளாஸ்டிக் பெட்டகத்தைத் தயாரித்தார். இது நெரிசலற்றதாகவும், தோழமை மிக்கதாகவும் இருந்தது. ஜாப்ஸ் பூரித்துப் போனார்.

அடுத்தது மின்னூட்டு *(பவர் சப்ளை)*. டிஜிட்டல் (இலக்கமுறை) மேதைகளான வாஸ்நியாக் போன்றவர்கள் இதுபோல் சாதாரணமான விஷயத்தில் அவ்வளவு கவனம் செலுத்துவதில்லை. ஆனால் ஜாப்ஸ் அது முக்கியமான பாகம் என்று கருதினார். குறிப்பாக, அவருடைய தொழில்வாழ்க்கை முழுவதும் நீடித்தாற்போலவே, மின்னூட்டு என்பது விசிறியின் அவசியத்தைத் தவிர்ப்பதாக இருக்கவேண்டு மென்று விரும்பினார். கணினிகளுக்குள் விசிறிகள் வைப்பதெல்லாம் ஜென் பாணிக்குப் புறம்பானவை. அவை கவனத்தைச் சிதறடித்தன. அவர் அட்டாரிக்குச் சென்று அல்கார்னுடன் கலந்தாலோசித்தார். அவர் பழைய பாணி மின்சாரப் பொறியியல் வல்லுநர். 'அல் எனக்கு ராட் ஹால்ட் எனும் ஓர் புத்திசாலியான நபரை அறிமுகம் செய்து வைத்தார். அவர் தொடர்ந்து புகைபிடிக்கும் ஒரு மார்க்ஸியவாதி. பல திருமணங்களைக் கடந்து வந்தவர். எல்லா விஷயங்களிலும் வல்லுநர்' என்று அவரை ஜாப்ஸ் நினைவுகூர்ந்தார். ஜாப்ஸை முதன்முதலில் சந்தித்தபோது, மானாக் போன்றவர்கள் போலவே ஹால்ட்டும் சற்று சந்தேகத்துடன் அவரை ஏற இறங்கப்பார்த்தார். 'நான் கொஞ்சம் விலை அதிகம்' என்றார் ஹால்ட். ஜாப்ஸ் அவர் அந்த விலைக்கு ஏற்ற மதிப்புள்ளவர்தாம் என்பதை உணர்ந்துகொண்டு, அது ஒரு பிரச்சினையே அல்ல என்றார். 'எதை எதையோ பேசி எப்படியோ என்னைப் பணியில் அமர்த்திவிட்டார்' என்றார் ஹால்ட். முடிவில் அவர் ஆப்பிளில் முழுநேர ஊழியராகவே சேர்ந்துகொண்டார்.

வழக்கமான நேர் *(லீனியர்)* மின்னூட்டுக்குப் பதிலாக அலைவு காட்டிகளில் *(ஆசிலோஸ்கோப்)* உள்ளது போன்ற ஒன்றை ஹால்ட் வடிவமைத்தார். அது மின்சாரத்தை நொடிக்கு வெறும் 60 முறையல்ல, பல ஆயிரம் முறை விட்டு விட்டு ஊட்டியது. இதனால் மின்சார சேமிப்பு வெகுவாகக் குறைந்து, வெளியிடப்படும் அனலும் குறைந்து விட, விசிறிகளுக்கான அவசியமே இல்லாமல்போனது. 'இந்த மாற்று மின்னூட்டு, ஆப்பிள் IIஇன் லோஜிக் போர்ட் (ஏரணப் பலகை) எந்த அளவிற்குப் புரட்சிகரமாக இருந்ததோ, அதே அளவுக்கு இருந்தது' என்று ஜாப்ஸ் பின்னர் கூறினார். 'சரித்திரப் புத்தகங்களில் ராடுக்கு

அதிக முக்கியத்துவம் தரப்படுவதில்லை. ஆனால் நிச்சயம் தரப்பட வேண்டும். இப்போதெல்லாம் கணினிகள் ஒவ்வொன்றும் நிலைமாற்று *(ஸ்விட்சிங்)* மின்னூட்டைத் தான் பயன்படுத்துகின்றன. ஆனால் அவை எல்லாமே ராடின் வடிவமைப்பைப் பார்த்துச் செய்யப்பட்டவை தான். வாஸ்நியாக் எவ்வளவுதான் புத்திசாலி என்றாலும், இது அவரால் செய்து முடிக்கக்கூடிய ஒன்றாக இருக்கவில்லை.' 'எனக்கு நிலைமாற்று மின்னூட்டு பற்றி அவ்வளவு தெளிவாகத் தெரிந்திருக்கவில்லை' என்று வாஸ்நியாக் ஒப்புக்கொண்டார்.

ஜாப்ஸின் தந்தை ஒருமுறை அவருக்குச் சொல்லித் தந்திருந்தார் - கச்சிதத்தின் மீதுள்ள ஆர்வம் என்பது கண்ணுக்குத் தெரியாத பகுதிகளில் கூடக் கலைத்திறன் மிளிர வைப்பதில்தான் உள்ளது. இதை ஆப்பிள் II விற்குள்ளே உள்ள மின்சுற்றுப் பலகையின் அமைப்பில் ஜாப்ஸ் உண்மை யிலேயே செயல்படுத்தினார். முதலில் செய்த வடிவமைப்பை அவர் நிராகரித்துவிட்டார் – அதில் கோடுகள் நேராக இல்லாததே காரணம்.

கச்சிதத்திலான ஆர்வம் அவரைக் கட்டுப்பாட்டில் இயல்பாகவே தீவிரம் காட்டவைத்தது. ஹாக்கர்களும் பொழுதுபோக்காளர்களும் தங்கள் கணினிகளைத் தங்கள் விருப்பத்திற்கேற்ப மாற்றியமைப்பதும், பல்வேறு சாதனங்களை அதனோடு இணைப்பதுமாக இருந்தனர். ஜாப்ஸைப் பொறுத்தவரை இது சீரான, முழுமையான பயனர் அனுபவத் திற்கு ஊறுவிளைவிப்பதாக இருந்தது. ஹாக்கரான வாஸ்நியாக் இந்தக் கருத்தோடு உடன்படவில்லை. அவர் ஆப்பிள் IIஇல் எட்டு செருகு வாய்கள் *(ஸ்லாட்)* வைக்க விரும்பினார் – பயனர்கள் தங்களுக்குத் தேவையான சிறு மின்சுற்றுப் பலகைகள், துணைச் சாதனங்கள் போன்ற வற்றைப் பொருத்திக்கொள்வதற்காக. ஜாப்ஸ் இரண்டு போதும் என்று வலியுறுத்தினார் – ஒன்று அச்சுப்பொறிக்கு *(பிரிண்டர்)*; மற்றொன்று மோடெத்திற்கு (இணக்கி). 'வழக்கமாக என்னை எளிதாகச் சமாளித்து விடலாம். ஆனால் அந்த முறை நான் உறுதியாகக் கூறினேன்: *அதுதான் உனக்கு வேண்டுமென்றால் நீ வேறு கணினி வாங்கிக்கொள். என்னைப் போன்றவர்கள் எந்தக் கணினியிலும் இணைக்கக் கூடிய புதிய சாதனங் களைக் கண்டுபிடித்துக் கொண்டுதான் இருப்பார்கள் என்பது எனக்கு நன்றாகத் தெரியும்*' என்று வாஸ்நியாக் நினைவுகூர்ந்தார். அப்போதைக்கு வாஸ் அந்த வாதத்தில் வென்றார் என்றாலும், தமது வலிமை குறைந்து வருவதை அவர் உணர்ந்தார். 'அப்போது அதைச் செய்யும் நிலையில் நானிருந்தேன். எப்போதும் அப்படி இருக்காது.'

மைக் மார்க்குலா

இதற்கெல்லாம் பணம் தேவைப்பட்டது. 'இந்த பிளாஸ்டிக் பெட்டகத் திற்கான கருவிகள் மட்டுமே ஒரு லட்சம் டாலர் ஆகலாம்' என்றார்

ஜாப்ஸ். 'இந்த முழுமையான சாதனத்தை உற்பத்தி செய்யத் தொடங்குவதற்கே இரண்டு லட்சம் டாலர் தேவைப்படும்.' அவர் மீண்டும் நோலன் புஷ்னெல்லிடம் சென்றார் – இம்முறை சிறிது பண முதலீடு செய்வதற்கும் சிறுபான்மைப் பங்குகளை எடுத்துக் கொள்வதற்கும் அவரைச் சம்மதிக்க வைப்பதற்காக. 'அவர் என்னிடம் ஐம்பதாயிரம் டாலர் முதலீடு செய்வதானால் என் நிறுவனத்தில் மூன்றில் ஒரு பங்கைத் தருவதாகக் கூறினார்' என்று நோலன் புஷ்னெல் கூறினார். 'நான்தான் மிகவும் சாமர்த்தியசாலியாயிற்றே – முடியாது என்று சொல்லிவிட்டேன். ஆனால் இப்போது அதை நினைத்தாலும் சற்று வேடிக்கையாகத்தான் தோன்றுகிறது – நான் அழாத நேரங்களில்.'

நோலன் புஷ்னெல் ஜாப்ஸிற்கு ஒரு யோசனை சொன்னார் – டான் வாலென்டைனிடம் சென்று முயற்சி செய்யுமாறு. அவர் நேஷனல் செமிகண்டக்டரின் முன்னாள் விளம்பர மேலாளர்; முகத்திற்கு நேராகப் பேசுபவர்; செக்கோயா காபிட்டல் என்ற தொழில் முதலீட்டு நிறுவனத்தைத் தொடங்கியிருந்தார். வாலென்டைன் ஜாப்ஸ் குடும்பத்தின் கராஜிற்குத் தமது மெர்சிடிஸ் பென்ஸ் காரில் வருகைதந்தார். நீலநிற சூட், பொத்தான்களுள்ள சட்டை மற்றும் ரெப் டை (கழுத்துக் கச்சை) அணிந்து. அவருடைய முதல் கருத்தே ஜாப்ஸின் தோற்றமும் உடல் வாசமும் விநோதமாக இருந்தன என்பதுதான். 'ஸ்டீவ் மாற்றுக் கலாச்சாரத்தின் முழு வடிவமாக இருக்க முயன்று கொண்டிருந்தார் – குறுந் தாடி; மெலிந்த உடல்வாகு; பார்ப்பதற்கு ஹோ சி மின் போலிருந்தார்.'

ஆனால் மேலோட்டமாக வெளித்தோற்றத்தை எல்லாம் பார்த்துத் தமது சிலிக்கன் வாலி முதலீட்டை வாலென்டைன் தொடங்கவில்லை. அவருடைய கவலையெல்லாம் ஜாப்ஸிற்கு வியாபாரம், விளம்பரம் பற்றியெல்லாம் எதுவுமே தெரியாது. அதுமட்டுமல்ல, தமது தயாரிப்பை அங்காடிகள்தோறும் சென்று விற்று வருவதில் திருப்திப்படுபவராகத் தோன்றினார். 'நான் உங்களுக்கு நிதி உதவி செய்யவேண்டுமென்றால் நீங்கள் விளம்பரம், விநியோகம் பற்றியெல்லாம் நன்கு தெரிந்த, ஒரு தொழில்திட்டம் எழுதித் தயாரிக்கக் கூடியவராக இருக்கவேண்டும்.' தம்மைவிட வயதில் பெரியவர்கள் தமக்கு ஆலோசனை வழங்கும் பொழுது ஜாப்ஸ் குத்தலாக இருப்பார் அல்லது பணிந்து கேட்டுக் கொள்வார். வாலென்டைன் விஷயத்தில் இரண்டாவதுதான் நடந்தது. 'எனக்கு மூன்று பேரைப் பரிந்துரை செய்யுங்கள்' என்று ஜாப்ஸ் பதிலளித்தார். வாலென்டைனும் அவ்வாறே செய்தார். ஜாப்ஸும் அவர்களைச் சென்று பார்த்துப் பேசியதில் ஒருவரை வெற்றிகரமாகச் சம்மதிக்கவைத்துவிட்டார் – அவர் மைக் மர்க்குலா. அடுத்த இருபது ஆண்டுகளுக்கு அவர் ஆப்பிளில் ஒரு மிகப் பொறுப்பான பங்குவகிக்க இருந்தார்.

மார்க்குலாவிற்கு முப்பத்துமூன்று வயதுதான். ஆனால் ஃபேர்சைல்டு, இன்டெல் போன்ற நிறுவனங்களில் பணிபுரிந்து ஓய்வு பெற்றிருந்தார். சில்லு *(சிப்)* தயாரிப்பு நிறுவனம் பொது நிறுவனமானபோது தமது பங்குகளை வைத்தே கோடிகளை ஈட்டினார். அவர் மிகக் கவனமான, கெடுபிடியான மனிதர். உயர்நிலைப் பள்ளியில் உடற்பயிற்சியாளராக இருந்தவரின் துல்லியமான அசைவுகள்; விலை நிர்ணயித்தல், விநியோக இணையம், விளம்பரம், நிதி என எல்லாவற்றிலும் கைதேர்ந்தவர். சற்று ஒதுங்கிய சுபாவமாக இருந்தாலும், புதிதாய் அவருக்குக் கிட்டிய ஏராளமான பணத்தை அனுபவிப்பதில் அலாதிப் பிரியம் காட்டினார். லேக் டாஹோவில் தமக்கென ஒரு பெரிய வீடு. பின்னர் வுட்சைடு மலைப் பிரதேசத்தில் ஒரு பிரம்மாண்ட மாளிகை. தமது முதல் சந்திப் பிற்காக ஜாப்ஸின் கராஜிற்கு வாலென்டைன் போல கறுப்பு மெர்சிடிஸில் அல்லாது, பளபளக்கும் தங்க நிறத்தில் கார்வெட் கன்வார்டிபிள் வாகனத்தில் வந்திறங்கினார். 'கராஜை நான் சென்றடைந்தபோது வாஸ் பணிமேசையில் அமர்ந்திருந்தார். உடனே ஆப்பிள் IIஐக் காட்டி பெருமிதத்துடன் விளக்க ஆரம்பித்துவிட்டார்' என்று மார்க்குலா நினைவுகூர்ந்தார். 'இரண்டு பேருக்குமே தலைமுடி திருத்தவேண்டி யிருந்தது. ஆனால் அதையெல்லாம் மீறி அவர்களில் ஏதோ ஒன்றைக் கண்டேன். அந்தப் பணிமேசையின் மீது இருந்ததைக் கண்டு பிரமித்துப் போனேன். முடிதிருத்தத்திற்கென்ன, அதை எப்பொழுது வேண்டு மானாலும் செய்துகொள்ளலாம்.'

ஜாப்ஸிற்கு மார்க்குலாவை உடனே பிடித்துப் போய்விட்டது. அவர் அதிக உயரமில்லை. 'இன்டெலில் உயர்நிலை விளம்பர அதிகாரி பதவிக்கு அவர் தேர்ந்தெடுக்கப்படவில்லை. அதனால்தான் தம் திறமையை நிரூபிக்க விரும்பினார் என்று நினைக்கிறேன்.' ஜாப்ஸின் பார்வைக்கு அவர் மிகவும் பண்பானவராகவும் நேர்மையானவராகவும் தெரிந்தார். 'ஒருவரை ஏமாற்றமுடியும் என்றாலும்கூட அவர் நிச்சயமாய் அதைச் செய்யமாட்டார். அவர் மிகுந்த பண்புள்ளவர்.' வாஸ்நியாக்கும் அவரைப்போலவே நல்ல கருத்தைக் கொண்டிருந்தார். 'இதுவரை கண்டவர்களில் அவர் மிக நல்ல மனிதர் என்று தோன்றியது' என அவர் நினைவுகூர்ந்தார். 'இன்னும் சொல்லப் போனால், எங்களுடன் இருந்தது உண்மையிலேயே அவருக்குப் பிடித்திருந்தது!'

மார்க்குலா ஜாப்ஸிடம் இருவரும் சேர்ந்தே தொழில்திட்டம் தயாரிக்கலாம் என்றார். 'நன்றாக வந்தது என்றால், நானும் முதலீடு செய்கிறேன்' என்று மார்க்குலா சொன்னார். 'இல்லையென்றால் என் நேரத்தில் சில வாரங்களை இலவசமாகத் தருகிறேன்.' ஜாப்ஸ் மாலை வேளைகளில் மார்க்குலாவின் வீட்டிற்குச் செல்வார் – பிரமாதமான விற்பனை முன்னோட்டங்களோடு; இரவுமுழுதும் பேசிக்கொண்டு

இருப்பார். ‘நாங்கள் பல அனுமானங்கள் செய்துகொண்டோம் – உதாரணமாக எத்தனை வீடுகளில் தனியர்க் கணினி (பீசி) இருக்கும் என்பதுபோல. சில இரவுகள் அதிகாலை நான்கு மணிவரைகூட விழித்திருப்போம்’ என ஜாப்ஸ் நினைவுகூர்ந்தார். திட்டத்தின் பெரும்பகுதியை மார்க்குலாவேதான் எழுதினார். ‘ஸ்டீவ் நாளை இந்தப் பகுதியைக் கொண்டுவருகிறேன் என்பார். ஆனால் பொதுவாக குறித்த நேரத்திற்குக் கொண்டுவர மாட்டார். ஆகவே அதை நானே செய்யவேண்டியதாயிற்று.’

மார்க்குலாவின் திட்டம் பொழுதுபோக்காளர்களின் சந்தையைத் தாண்டிச்செல்லும் வழிகளைத் தேடியது. ‘கணினியைச் சாதாரண மக்களுக்கு அவரவர் வீட்டில் – பிடித்த உணவு வகைகள், காசோலை வரவு-செலவுக் கணக்கு வைத்துக் கொள்வது போன்றவற்றுக்காக அறிமுகம் செய்வது பற்றியெல்லாம் அவர் பேசினார்’ என்று வாஸ்நியாக் நினைவுகூர்ந்தார். மார்க்குலா ஒரு கணிப்பைச் சொன்னார். ‘நாம் ஒரு ஃபார்ச்சூன் 500 நிறுவனமாகப் போகிறோம் – இன்னும் இரண்டு ஆண்டுகளில்’ என்றார் அவர். ‘இது ஒரு புதிய தொழிலின் தொடக்கம். பத்தாண்டுகளுக்கு ஒருமுறைதான் இது நடக்கும்.’ ஆப்பிள் ஃபார்ச்சூன் 500இல் நுழைய இன்னும் ஏழு ஆண்டுகளாகும். ஆனால் மார்க்குலாவின் கணிப்பு சரியாக இருந்தது.

நிறுவனத்தின் மூன்றில் ஒரு பங்கைப் பெற்றுக்கொண்டு மார்க்குலா கடனாக 250,000 டாலர் தந்தார். ஆப்பிள் பங்குச்சந்தையில் நுழையும். அவர் ஜாப்ஸுடனும் வாஸ்நியாக்குடனும் சேர்ந்து கொள்வதற்கு, ஒவ்வொருவரும் 26% பங்குகளைப் பெறுவார்கள். மீதம் எதிர்கால முதலீட்டாளர்களைக் கவர்வதற்கான கையிருப்பாக (ரிசர்வ்) வைக்கப்பட்டது. மூவரும் மார்க்குலாவின் நீச்சல் குளத்தருகே உள்ள கபானாவில்[2] சந்தித்து ஒப்பந்தத்தில் கையெழுத்திட்டனர். ‘எனக் கென்னவோ மைக் அந்த 250,000 டாலரைத் திரும்பப் பார்ப்பார் என்று தோன்றவில்லை. என்றாலும் அவ்வளவு பெரிய தொகையைத் தைரியமாக முதலீடு செய்ய முன்வந்தது கண்டு வியந்து போனேன்!’ என்று ஜாப்ஸ் நினைவுகூர்ந்தார்.

இப்பொழுது வாஸ்நியாக்கை முழுநேர உறுப்பினராகச் சம்மதிக்க வைக்க வேண்டியிருந்தது. ‘எச்பீயை என் நிரந்தரப் பணியாக வைத்துக் கொண்டு நான் ஏன் ஓய்வுநேரத்தில் உங்களுக்கு உதவக்கூடாது?’ என்றார் அவர். மார்க்குலா அது சரியாக வராது என்று கூறியதுடன், வாஸ்நியாக் யோசித்துப் பதில் கூறுவதற்காகச் சில நாள்கள் அவகாசமும்

2 கபானா – கடற்கரை அல்லது நீச்சல் குளத்தின் அருகில் அமைக்கப்படும் குடில் அல்லது அறை போன்ற ஓர் இருப்பிடம். (மொ-ர்)

தந்தார். 'ஒரு நிறுவனம் தொடங்குவது, அங்குள்ளவர்களை எல்லாம் வேலைவாங்குவது, கட்டுப்பாட்டைக் கையிலெடுத்துக்கொள்வது போன்றவற்றில் நான் மிகவும் அசௌகரியமாக உணர்ந்தேன்' – வாஸ்நியாக் நினைவுகூர்ந்தார். 'பல காலம் முன்பே நான் தீர்மானித்து வைத்திருந்தேன் – ஒரு அதிகாரியாக ஒருபோதும் நான் பணியாற்ற மாட்டேன் என்று.' ஆகையால் அவர் மார்க்குலாவின் கபானாவிற்குச் சென்று தாம் எச்பீ நிறுவனத்தை விடப்போவதில்லை என்றார்.

மார்க்குலா தோள்களைக் குலுக்கிவிட்டுச் சரியென்றார். ஆனால் ஜாப்ஸ் மிகவும் மனமுடைந்து போனார். அவர் வாஸ்நியாக்கிடம் கொஞ்சிப் பேசினார்; நண்பர்களை விட்டுப் பேசிச் சம்மதிக்கவைக்க முயன்றார்; கத்தினார், கதறினார், ஒன்றிரண்டு முறை வலிப்பு வந்தாற் போல் புரண்டார்; அவர் வாஸ்நியாக்கின் பெற்றோர் வீட்டிற்குக் கூடப்போய் அழுது குலுங்கி ஜெர்ரியிடம் உதவுமாறு வேண்டினார். இந்தக் கட்டத்தில் வாஸின் தந்தை ஆப்பிள் IIஇல் முதலீடு செய்தால் நிஜமாகவே இலாபகரமானதாக இருக்கும் என்பதை உணர்ந்திருந்தார். ஆகவே அவர் ஜாப்ஸுடன் சேர்ந்துகொண்டுவிட்டார். 'நான் வேலையில் உள்ளபோதும் வீட்டில் உள்ளபோதும் தாய், தந்தை, சகோதரர், பல நண்பர்கள் அனைவரிடத்திலிருந்தும் அழைப்புகள் வரும்' என்றார் வாஸ்நியாக். 'ஒவ்வொருவரும் நான் எடுத்த முடிவு தவறு என்றனர்.' ஆனால் இதில் எதுவுமே பலிக்கவில்லை. பிறகு ஹோம்ஸ்டெட் ஹையில் அவர்களுடைய பக்ஃப்ரை க்ளப் தோழர் அலன் பௌம் அழைத்தார். 'நீ நிஜமாகவே முன்வந்து அதை ஏற்றுக்கொள்ள வேண்டும்' என்று அவர் கூறினார். 'ஆப்பிளில் சேர்ந்துகொண்டதனால் முழுநேர அதிகாரியாக வேண்டியிருக்காது என்றும் பொறியியல் வல்லுநராக இருப்பதை விடவேண்டியிருக்காது என்றும் கூறினார்.' இதைத்தான் நான் கேட்க விரும்பினேன்' என வாஸ் பின்னர் கூறினார். 'நான் நிறுவனத்தின் பதவி வரிசையில் கீழ்மட்டத்தில் ஒரு பொறியியல் வல்லுநராக இருக்கவே விரும்பினேன்.' அவர் ஜாப்ஸை அழைத்து, தாம் இப்பொழுது நிறுவனத்தில் சேரத் தயாராக இருப்பதாகக் கூறினார்.

1977 ஜனவரி *3* அன்று புதிய நிறுவனமான ஆப்பிள் கணினி கம்பெனி அதிகாரப்பூர்வமாக உருவானது. ஜாப்ஸும் வாஸ்நியாக்கும் ஒன்பது மாதங்களுக்கு முன் செய்துகொண்ட கூட்டணி ஒப்பந்தத்தை முழுதாக உள்வாங்கிக் கொண்டது. யாரும் அவ்வளவாகக் கண்டு கொள்ளவில்லை. அந்த மாதம் ஹோம்ப்ரூ தனது உறுப்பினர்களிடையே ஆய்வு நடத்தியதில், சொந்தமாய்த் தனியார்க் கணினி *(பீசி)* வைத்துள்ள *181* பேரில் *6* பேரிடம் மட்டுமே ஆப்பிள் இருந்தது தெரியவந்தது. ஆப்பிள் II இதை மாற்றிவிடும் என்று ஜாப்ஸ் உறுதியாய் நம்பினார்.

மார்க்குலா ஜாப்ஸிற்கு ஒரு தந்தைபோல விளங்க இருந்தார். ஜாப்ஸின் வளர்ப்புத் தந்தைபோலவே அவருடைய உறுதியான முடிவுகளுக்கு ஈடுகொடுத்து ஆதரிப்பார்; அவருடைய பெற்றெடுத்த (உயிரியல்) தந்தைபோல கைவிட்டுவிட்டுச் செல்லவும் செய்வார். 'மார்க்குலாவுடன் ஸ்டீவ் ஒரு தந்தை-மகன் போன்ற உறவு கொண்டிருந்தார்' என்றார் முதலீட்டு நிறுவனர் ஆர்தர் ராக். அவர் விற்பனை பற்றியும் விளம்பரம் பற்றியும் ஜாப்ஸிற்குப் பாடம் சொல்லித்தந்தார். 'மார்க்குலா உண்மையிலேயே என்னைத் தம் அரவணைப்பில் வைத்துக் கொண்டார்' என ஜாப்ஸ் நினைவுகூர்ந்தார். 'அவருடைய கொள்கைகள் என்னுடையவற்றோடு நன்றாய் ஒத்துப்போயின.' பணக்காரனாகும் எண்ணத்துடன் ஒருபோதும் ஒரு நிறுவனத்தைத் தொடங்கக் கூடாது என்று அவர் வலியுறுத்தினார். 'நீ எதில் நம்பிக்கை வைத்திருக்கிறாயோ, அதைச் செய்வதில் நிலைத்து நிற்கக்கூடிய ஒரு நிறுவனத்தை உருவாக்குவது தான் உனது குறிக்கோளாக இருக்கவேண்டும்.'

மார்க்குலா தமது கொள்கைகளை ஓர் ஒற்றைத் தாளில் எழுதினார் – 'ஆப்பிள் சந்தைப்படுத்தும் தத்துவம்' என்ற தலைப்பில். அதில் மூன்று விஷயங்களை வலியுறுத்தியிருந்தார் – முதலாவது, *புரிந்துணர்தல் (எம்பதி)* – வாடிக்கையாளர்களின் உள்ளுணர்வுகளோடு நெருங்கிய தொடர்பு கொண்டிருத்தல்: 'பிற எந்த நிறுவனத்தைவிடவும் வாடிக்கையாளர்களின் தேவைகளை உண்மையிலேயே நாம் புரிந்துகொள்வோம்.' இரண்டாவது, *ஒருமுகப்படுத்துதல் (ஃபோகஸ்)*: 'நாம் நினைப்பவற்றைக் கச்சிதமாகச் செய்து முடிப்பதற்கு, முக்கியத்துவம் இல்லாத அனைத்தையும் அகற்றிவிட வேண்டும்.' மூன்றாவதும், அதே அளவு முக்கியத்துவம் வாய்ந்தது; சற்று விநோதமான பெயர்கொண்டது – *நம்பவைத்தல் (இம்ப்யூட்)*. இது ஒரு நிறுவனமோ, தயாரிப்போ தனது புறத்தோற்றத்தில் தரும் குறிப்புகளின் அடிப்படையில் வாடிக்கையாளர்களிடையே ஒரு கருத்தை உருவாக்குகிறது என்பதை வலியுறுத்தியது. 'மக்கள் ஒரு புத்தகத்தை அதன் அட்டையை வைத்துத்தான் மதிப்பிடுகிறார்கள்' என அவர் எழுதியிருந்தார். 'நம்மிடம் மிகச்சிறந்த தயாரிப்பு, உயர்ந்த தரம், பயனுள்ள மென்பொருள் போன்ற அனைத்தும் இருக்கலாம். ஆனால் அவற்றை அரைகுறையாகத் தொகுத்தளித்தால், அரைகுறையானது என்றுதான் எடுத்துக்கொள்வார்கள். அதையே கலையுணர்வோடு தொழில்ரீதியாகப் படைத்தால், அதன் மூலம் விரும்பத்தக்க அனைத்து அம்சங்களும் உள்ளதாக நம்பவைத்துவிடலாம்.'

தொடர்ந்த அவருடைய தொழில்வாழ்க்கை முழுவதிலும் வாடிக்கையாளர்களின் தேவைகளை மற்ற எந்தத் தொழிலதிபரை விடவும் நல்ல முறையில் புரிந்துகொள்ள இருந்தார் ஜாப்ஸ். சில முக்கியத் தயாரிப்புகளில் தமது முழு கவனத்தையும் செலுத்தி, விளம்பரம், தோற்றம்

மற்றும் பொதிதலில்கூட (சில சமயங்களில் சற்று அதிகமோ என்று தோன்றும் அளவிற்கு) அபரிமிதமான அக்கறை செலுத்தினார். 'ஒரு ஐஃபோன் அல்லது ஐபாடின் பெட்டகத்தைத் திறக்கும் பொழுதே அந்தத் தயாரிப்பு பற்றிய கருத்து உருவாவதற்கான ஒரு சூழலை ஏற்படுத்தும் அனுபவமாக அது இருக்கவேண்டும் என்று விரும்புகிறோம்' என்றார் அவர். 'மார்க்குலாதான் அதனை எனக்குக் கற்றுத்தந்தார்.'

ரெஜிஸ் மெக்கென்னா

இந்த முயற்சியில் முதல்படி, சிலிக்கன் வாலியின் முன்னணி விளம்பர அதிபரான ரெஜிஸ் மெக்கென்னாவை ஆப்பிளில் வாடிக்கையாளராகச் சம்மதிக்க வைப்பதுதான். மெக்கென்னா பிட்ஸ்பர்கின் பெரிய உழைக்கும் வர்க்கக் குடும்பத்தைச் சேர்ந்தவர். எலும்புகள் வரை ஊடுருவிப் பாய்ந்த எஃகின் உறுதி – அதை அழகாய்ப் போர்த்திக் கொள்ளும் அங்கியாய் ஒரு கவர்ச்சித் தோற்றம். கல்லூரிப் படிப்பைப் பாதியில் நிறுத்திவிட்டு, ஃபேர்சைல்ட் மற்றும் நேஷனல் செமி கண்டக்டரில் பணியாற்றிவந்தார். பின்னர் மக்கள் தொடர்பு மற்றும் விளம்பர நிறுவனத்தைச் சொந்தமாகத் தொடங்கினார். அவருடைய சிறப்பம்சங்கள் இரண்டு: தேர்ந்தெடுக்கப்பட்ட பத்திரிகையாளர் களுக்குத் தமது வாடிக்கையாளர்களுடனான சிறப்புப் பேட்டிகளை அளிப்பது; நுண்சில்லுகள் (*மைக்ரோசிப்ஸ்*) போன்ற தயாரிப்புகளுக்கு மக்களிடையே அவற்றின் நிறுவனம் பற்றிய விழிப்புணர்வை ஏற்படுத்தும் வகையில், நினைவில் நிற்கக்கூடிய விளம்பர முயற்சிகள் திட்டமிடுவது. இவற்றுள் ஒன்று இன்டெலுக்காக அவர் தயாரித்த வண்ணமயமான பத்திரிகை விளம்பரத்தொடர் – வழக்கமான சலிப்பூட்டும் சாதனைக் குறிப்புகளுக்குப் பதிலாக, ரேஸ் கார்களும் போக்கர் சில்லுகளும் (*போக்கர் சிப்ஸ்*) சித்திரிக்கப்பட்டிருந்தன. அவை ஜாப்ஸின் கவனத்தைப் பெரிதும் ஈர்த்தன. அவர் இன்டெலை அழைத்து இவற்றை வடிவமைத்தது யார் என்று கேட்டார். 'ரெஜிஸ் மெக்கென்னா' என்று பதில் வந்தது. 'ரெஜிஸ் மெக்கென்னா என்பது எதைக் குறிக்கும் என்று கேட்டேன்' என்று ஜாப்ஸ் நினைவுகூர்ந்தார். 'அவர் ஒரு தனிமனிதர் என்று அவர்கள் கூறினார்கள்.' ஜாப்ஸ் தொலைபேசியில் அழைத்தபோது மெக்கென்னாவை எட்ட முடியவில்லை. அவருக்குப் பதிலாக ஃப்ராங்க் பர்ஜ் என்ற கணக்காளரோடு தொடர்பு அளிக்கப் பட்டது. அவர் இவரைத் தட்டிக்கழிக்கப் பெரிதும் முயன்றார். ஜாப்ஸ் விடவில்லை. ஏறக்குறைய தினமும் அழைத்தவாறு இருந்தார்.

ஒருவழியாக பர்ஜ் ஜாப்ஸின் கராஜிற்கு வரச் சம்மதித்தார். 'கடவுளே, இவனுக்கு என்னவோ ஆகப்போகிறது' என்று எண்ணியதாய் நினைவு கூர்ந்தார். 'கோபப்படாமல் இந்தக் கோமாளியிடம் என்னால்

குறைந்தபட்சம் எவ்வளவு நேரம் பேசமுடியும்.' பிறகு குளிக்காத, அலங்கோலமான தோற்றத்திலிருந்த ஜாப்ஸை நேரில் சந்தித்தபோது இரண்டு விஷயங்கள் அவருடைய மனத்தில் தோன்றின: முதலாவது, அவர் மிகவும் புத்திசாலியான இளைஞர்; இரண்டாவது, 'அவர் பேசிய விஷயங்களில் ஐம்பதில் ஒரு பங்குகூட எனக்குப் புரியவில்லை.'

ஆக, ஜாப்ஸும் வாஸ்நியாக்கும் ரெஜிஸ் மெக்கென்னாவுடன் – அவருடைய அநியாய குறும்புத்தனம் மிக்க முகவரி அட்டையில் குறிப்பிட்டிருந்தது போல 'சாட்சாத் ரெஜிஸ் மெக்கென்னா'வுடன் – ஒரு நேர்காணலுக்கு அழைக்கப்பட்டிருந்தனர். இம்முறை சற்று குத்தலாகப் பேசியது வழக்கமாகக் கூச்ச சுபாவமுள்ள வாஸ்நியாக். அவர் ஆப்பிள் பற்றி எழுதிக்கொண்டிருந்த கட்டுரையைப் படித்த மெக்கென்னா அது மிகவும் தொழில்நுட்ப ரீதியாக இருப்பதாகவும், சற்று உயிரோட்டமுள்ளதாக மாற்ற வேண்டியிருப்பதாகவும் யோசனை கூறினார். 'என்னுடைய கட்டுரையில் மக்கள் தொடர்பில் உள்ளவர்கள் யாரும் கைவைப்பதை நான் விரும்பவில்லை' என வாஸ்நியாக் நொடித்தார். அவர்கள் தமது அலுவலகத்திலிருந்து புறப்பட நேரமாகிவிட்டது என்றார் மெக்கென்னா. 'ஆனால் ஸ்டீவ் தாமதியாமல் என்னை அழைத்து மீண்டும் ஒருமுறை சந்திக்க விரும்புவதாகச் சொன்னார்.' 'இம்முறை அவர் வாஸ் இல்லாமல் தனியாக வந்தார். வெற்றிகரமாகப் பேசிமுடித்தோம்' என்று மெக்கென்னா நினைவுகூர்ந்தார்.

மெக்கென்னா தமது குழுவினரை ஆப்பிள் IIக்கான கையேடுகளின் தயாரிப்பில் ஈடுபடுத்தினார். அவர்கள் செய்த முதல் வேலையே ரான் வெய்ன் வடிவமைத்த விக்டோரியா காலத்து மரச்செதுக்கு வேலைப்பாடு பாணியிலான சின்னத்தை (லோகோ) மாற்றியமைத்ததுதான் – இது மெக்கென்னாவின் வண்ணமயமான, விளையாட்டுத்தனமான விளம்பர பாணிக்கு எதிர்ப்பதமாக அமைந்திருந்தது. ஆகவே, ஒரு புதிய சின்னத்தை வடிவமைக்கக் கலைவல்லுநர் ராப் ஜனாஃப் நியமிக்கப்பட்டார். 'சுட்டித் தனமானது வேண்டாம்' என்று கூறிவிட்டார் ஜாப்ஸ். அதனால் ஜனாஃப் ஓர் எளிய ஆப்பிள் வடிவத்தை உருவாக்கினார் – இரண்டு விதமாக – ஒன்று முழுதாகவும், மற்றொன்று ஒரு துண்டு கடிக்கப்பட்டது போலவும். முதலாவது செர்ரிப்பழம் போல இருந்ததால், இரண்டாவதை ஜாப்ஸ் தேர்ந்தெடுத்தார். ஆறு நிறப்பட்டைகள் கொண்ட மற்றொரு வடிவத்தையும் தேர்ந்தெடுத்தார் – பூமியின் பச்சைக்கும் வானத்தின் நீலத்திற்கும் இடையில் எடுப்பான (சைக்கடெலிக்) வண்ணங்கள் நுழைந்ததுபோல... இருந்தாலும் இதைச் சின்னத்தில் அச்சடிப்பதற்கு மிக அதிக அளவில் செலவானது. கையேட்டுக்கு மேலே மெக்கென்னா ஒரு பொன்மொழி எழுதினார்; இதில் லியோனர்டோ டாவின்ச்சிக்குத்தான் அதிக இடம் தரப்பட்டது. இந்த

வார்த்தைகள் ஜாப்ஸின் வடிவமைப்புத் தத்துவத்தை விளக்கின: 'எளிமையே அதிநவீனம்.'

முதல் வெளியீட்டு விழா

ஆப்பிள் IIஇன் அறிமுகம் 1977இல் சான் ஃப்ரான்சிஸ்கோவில் நடக்க விருந்த வெஸ்ட்கோஸ்ட் கணினிக் கண்காட்சியுடன் (கம்ப்யூட்டர் ஃபேர்) ஒத்துப்போவதுபோல் அமைத்திருந்தார்கள். அந்தக் கண்காட்சியை ஒருங்கிணைத்தவர் ஹோம்ப்ரூவின் மூத்த உறுப்பினர்களில் ஒருவரான ஜிம் வாரன். ஜாப்ஸ் தகவல்கள் தமது கைக்குக் கிட்டியவுடன் ஆப்பிள் IIவிற்காக ஒரு சந்தைக்கடையைப் (பூத்) பதிவு செய்துகொண்டார். வளாகத்தின் முன்பகுதியில் ஆப்பிள் IIஇன் அட்டகாசமான வெளியீட்டிற்கென இடம் பதிவுசெய்துகொள்ள விரும்பினார் ஜாப்ஸ். இதற்காக 5000 டாலர் முன்பணமும் செலுத்தி வாஸ்நியாக்கிற்கு அதிர்ச்சியூட்டினார். 'ஸ்டீவ் எல்லா விதத்திலும் இது நமக்கு ஒரு மாபெரும் வெளியீடு என்று முடிவு செய்திருந்தார்' என்றார் வாஸ்நியாக். 'எங்களிடம் ஒரு அற்புதமான சாதனமும் அற்புதமான நிறுவனமும் இருப்பதை உலகிற்குக் காட்ட இருந்தோம்.'

மார்க்குலா எப்பொழுதும் சொல்வதுபோல நமது பெருமையை 'நம்பவைப்பது'ம், பொதுமக்கள் மனத்தில் ஒரு நீங்காத கருத்தை ஏற்படுத்துவதும் முக்கியமான விஷயம் – குறிப்பாக, ஒரு புதிய தயாரிப்பை வெளியிடும்பொழுது. இது கணினிக் கண்காட்சியில் ஆப்பிளின் காட்சிப்படுத்தும் பகுதியின்மீது ஜாப்ஸ் காட்டிய அக்கறையில் நன்றாக பிரதிபலித்தது. மற்ற காட்சியாளர்கள் அட்டைகளாலான மேசைகளையும் சுவரொட்டிகளையும் வைத்திருந்தனர். ஆப்பிள் ஒரு பளபளக்கும் கருப்பு வெல்வெட் விரிப்பில், பின்னாலிருந்து வெளிச்ச மூட்டப்பட்ட பெரிய ப்ளெக்ஸிக்ளாஸ் கண்ணாடியில் ஜனாஃபின் புதிய சின்னத்தைக் கொண்டிருந்தது. இருவரும் தங்கள் வசமிருந்த மூன்றே மூன்று முழுமையான ஆப்பிள் II கணினிகளைக் காட்சிக்கு வைத்துவிட்டு ஏராளமான காலிப்பெட்டிகளை அடுக்கி வைத்திருந்தனர் – இன்னும் பல கைவசம் இருப்பதுபோன்ற பிரமையை ஏற்படுத்துவதற்காக.

கணினிப் பெட்டகங்கள் சிறு கீறல்கள் போன்றவற்றுடன் இருப்பதைக் கண்டு ஜாப்ஸ் கோபமடைந்தார். தமது விரல் விட்டு எண்ணக் கூடிய ஊழியர்களைக் கொண்டு அவற்றைத் தேய்த்து மெருகூட்டச் சொன்னார். முயற்சிகள் அத்தோடு நின்றுவிடவில்லை. ஜாப்ஸையும் வாஸ்நியாக்கையும் சற்று நாகரிகமான தோற்றத்திற்கு மாற்றுவது வரை விரிவடைந்தது. மார்க்குலா அவர்களை ஒரு சான் ஃப்ரான்சிஸ்கோ தையல்கார நிபுணரிடம் அனுப்பினார் – மூன்று பகுதிகளிலான

கூட்டுகள் தைப்பதற்காக. அவர்கள் அதில் கொஞ்சம் விநோதமாகத் தெரிந்தார்கள் – பதின்பருவத்தினர் டக்ஸிடோ[3] உடுத்தியதுபோல. 'மர்க்குலா நாங்கள் எல்லோரும் எப்படியெல்லாம் உடை உடுத்திக் கொள்ளவேண்டும், எப்படித் தோற்றமளிக்க வேண்டும், எப்படி நடந்துகொள்ளவேண்டும் என்று விளக்கமாகச் சொல்லித் தந்தார்' என்று வாஸ்நியாக் நினைவுகூர்ந்தார்.

எல்லா முயற்சிகளுக்கும் நல்ல பலன் கிட்டியது. ஆப்பிள் II கட்டுறுதியாக, ஆனாலும் தோழமையுள்ளதாகக் காட்சியளித்தது – அச்சுறுத்தும் உலோகப் பெட்டகத்திலுள்ள சாதனங்கள், அல்லது கண்காட்சியிலுள்ள பிற மேசைகளில் காணப்பட்ட வெறும் போர்டுகள் போலல்லாது மெலிந்த, இலேசான மஞ்சள் நிறம் கலந்த பழுப்பு (பீஜ்) வண்ணப் பெட்டகத்தில் சிந்தையைக் கவர்ந்தது. அந்தக் கண்காட்சியில் ஆப்பிளுக்கு 300 கொள்முதல் ஆணைகள் *(ஆர்டர்ஸ்)* குவிந்தன. ஜாப்ஸ் ஜப்பானில் துணிவகைகள் தயாரிக்கும் மிஜுஷிமா ஸதோஷியைச் சந்தித்தார். அவர் ஜப்பானின் முதல் ஆப்பிள் விநியோகஸ்தர் ஆனார்.

கண்கவர் ஆடைகளும், எதைச் செய்யவேண்டும், எதைச் செய்யக் கூடாது என்பன தொடர்பான மர்க்குலாவின் புதுப்புது மாற்றங்களும் வாஸ்நியாக்கின் குறும்புத்தனத்தைச் சற்றும் குறைக்கவில்லை. அவர் காட்சியில் வைத்த ஒரு நிரல் *(ப்ரோக்ராம்)* வந்திருந்தவர்களுடைய கடைசிப் பெயரைவைத்து அவர்கள் எந்த நாட்டைச் சேர்ந்தவர்கள் என்பதைக் கணித்து அந்நாட்டு நகைச்சுவைகளைப் பகிர்ந்துகொண்டது. 'ஜால்டெயர்' என்ற புதுவகைக் கணினி ஒன்றுக்குப் பொய்யான கையேட்டைத் தயாரித்து விநியோகித்தார் – எல்லா வகையான விளம்பரங்களிலிருந்தும் கவர்ந்தெடுக்கப்பட்ட வாசகங்களைக் கொண்டு - உதாரணமாக 'ஐந்து சக்கரங்கள் உள்ள கார் ஒன்றைக் கற்பனை செய்து பாருங்கள்.' ஜாப்ஸ் இந்தக் குறும்பை உண்மையென்று நம்பிவிட்டார். அதுமட்டுமன்றி, ஒப்பீட்டுப் பட்டியலில் ஆப்பிள் II ஜால்டெயருக்கு நன்றாக ஈடுகொடுத்திருந்ததைக் கண்டு பெருமைப்படவும் செய்தார். என்றாலும், இந்தக் குறும்பைச் செய்தது யார் என்பதை அவர் உணரவே இல்லை – எட்டு ஆண்டுகள் கழித்து அவருடைய பிறந்தநாளன்று வாஸ் அந்தக் கையேட்டின் சட்டமிட்ட பிரதியை அவருக்குப் பரிசளிக்கும்வரை.

மைக் ஸ்காட்

ஆப்பிள் இப்போது உண்மையிலேயே ஒரு நிறுவனமாகியிருந்தது – பத்து, பன்னிரண்டு ஊழியர்கள், கடன் வசதிகள், வாடிக்கையாளர்கள்

[3] இரவு நேர உணவுக்கு அணிந்து செல்லும் மேலங்கி. (மொ-ர்)

மற்றும் வழங்குநர்(சப்ளையர்)களிடமிருந்து வரும் தினசரி பிரச்சினைகளுமாக. அது ஜாப்ஸ் குடும்பத்தின் கராஜிலிருந்து க்யூபர்டினோவிலுள்ள ஸ்டீவென்ஸ் க்ரீக் பூல்வார்டின் வாடகை அலுவலகம் ஒன்றிற்கு இடம்மாறியிருந்தது – ஜாப்ஸும் வாஸ்நியாக்கும் படித்த உயர்நிலைப் பள்ளியிருந்து சுமார் ஒரு மைல் தொலைவில்.

ஜாப்ஸ் தமது வளர்ந்து வரும் பொறுப்புகளை மென்மையாக ஏற்றுக்கொள்ளவில்லை; அவர் எப்போதுமே உணர்ச்சிவசப்படுபவராகவும் அடம்பிடிப்பவராகவும்தான் இருந்தார். அட்டாரியில் அவருடைய நடத்தையால் இரவுப்பணிக்கு மாற்றப்பட்டார். ஆனால் ஆப்பிளில் அது சாத்தியமாக இருக்கவில்லை. 'நாளாக ஆக அவருடைய கொடுங்கோல் நடவடிக்கைகள் அதிகரித்தன; விமரிசனங்கள் கடுமையாயின' – இது மார்க்குலாவின் கருத்து. 'அவர் கூறுவார்: *இந்த வடிவமைப்பு ஒன்றுக்கும் உதவாது*'; குறிப்பாக வாஸ்நியாக்கின் இளம் நிரலாக்க வல்லுநர்களான *(ப்ரோக்ராமர்ஸ்)* ராண்டி விக்கின்டன், கிறிஸ் எஸ்பினோஸா ஆகியோரிடம் மிகவும் கடுமையாக நடந்துகொள்வார். 'ஸ்டீவ் உள்ளே வருவார்; என் வேலையை விரைவாக ஒரு நோட்டமிடுவார்; பின் *இது ஒன்றுக்கும் உதவாது* என்று கூறிவிடுவார் – அது என்னவென்றோ, ஏன் செய்தேன் என்றோ தெரியாமலே' என்றார் விக்கின்டன். அவர் அப்போதுதான் உயர்நிலைப் பள்ளி முடித்திருந்தார்.

அவருடைய சுகாதாரமும் ஒரு பிரச்சினையாக இருந்தது. தமது பால் விலக்கிய உணவுக்கட்டுப்பாட்டு முறைகள் காரணமாக டியோடரண்ட் (உடல் வாடைக் குறைப்பான்) பயன்படுத்துவதோ, தவறாமல் குளிப்பதோ தேவையில்லை என்பது அவருடைய திடமான நம்பிக்கை. 'அவரை வலுக்கட்டாயமாகக் கதவுக்கு வெளியே தள்ளி, குளித்து விட்டு வரும்படி கூறவேண்டியிருக்கும்' என்றார் மார்க்குலா. 'கூட்டங்களின்போது அவருடைய அழுக்கான கால்களைப் பார்க்கவேண்டியிருக்கும்.' சில சமயம் மனஉளைச்சலுக்கு இதம் தருவதாகச் சொல்லி, கழிவறைத் தொட்டியில் கால்களை முக்கிக்கொள்வார் – இந்தப் பழக்கம் அவருடைய சக ஊழியர்களுக்கு அவ்வளவு இதமாக இருக்கவில்லை.

மார்க்குலாவிற்கு நேரடி மோதல்கள் எல்லாம் அவ்வளவாக ஒத்து வராது. ஆகையால் ஜாப்ஸுக்கு மேலும் இறுக்கமாகக் கடிவாளமிட எண்ணி, மைக் ஸ்காட்டைத் தலைவராக்கினார். மார்க்குலாவும், ஸ்காட்டும் **1967**இல் ஒரே நாளில் ஃபேர்சைல்டு நிறுவனத்தில் பணியில் அமர்ந்தார்கள். அருகருகே அலுவலகங்கள்; ஒரே பிறந்தநாள் – அதை ஆண்டுதோறும் சேர்ந்து கொண்டாடினார்கள். **1977** பிப்ரவரியில் அவர்களுடைய பிறந்தநாள் மதிய உணவின்போது – அன்று ஸ்காட் முப்பத்தியிரண்டாம் வயதில் அடியெடுத்து வைத்தார் – மார்க்குலா ஆப்பிளின் புதிய தலைவராகும்படி அவரை அழைத்தார்.

ஆவணங்களில் அவர் அற்புதமான தேர்வாகத்தான் தெரிந்தார். நேஷனல் செமிகண்டக்டர் நிறுவனத்திற்காக அவர் ஒரு தயாரிப்புப் பிரிவை நடத்திக்கொண்டிருந்தார். அது மட்டுமின்றி, அவர் பொறியியல் அறிவு உள்ள மேலாளர் என்பது ஒரு சாதகமான விஷயமாக இருந்தது. ஆனால் தோற்றத்தில் சில பிரச்சினைகள் இருந்தன. பெருத்த உடல், கட்டுப்பாட்டுக்கு அடங்காத உடல் அசைவுகள் அல்லது குரல் வெளிப் பாடுகள் தொடர்பான டிக் பிரச்சினை, உடல்நலக் கோளாறுகள், மிகவும் இறுக்கமான சுபாவம் – சாதாரணமாக அங்குமிங்கும் நடக்கும்பொழுதுகூட முஷ்டியை மடக்கிக்கொள்ளும் அளவிற்கு அவர் விவாதங்களிலும் ஈடுபடுவதுண்டு. ஜாப்ஸைக் கையாளுகையில் இது நல்லதாகவும் இருக்கலாம்; பிரச்சினைகளிலும் முடியலாம்.

வாஸ்நியாக் ஸ்காட்டைச் சேர்த்துக்கொள்ளும் யோசனையை உடனே ஏற்றுக்கொண்டுவிட்டார். மார்க்குலாவைப் போலவே, ஜாப்ஸ் உருவாக்கிய முரண்பாடுகளை அவர் வெறுத்தார். ஜாப்ஸோ, முரண் பட்ட உணர்ச்சிகளுக்குள் சிக்கித் தவித்தார் – அதில் ஆச்சரியம் ஒன்று மில்லை. 'எனக்கு வெறும் இருபத்திரண்டு வயதுதான் ஆகியிருந்தது. ஒரு நிஜ நிறுவனத்தை ஏற்றெடுத்து நடத்துவதற்கு நான் தயாராக இருக்கவில்லை என்பது எனக்குத் தெரிந்திருந்தது' என்றார் அவர். 'ஆனால் ஆப்பிள் என்னுடைய குழந்தை; அதை விட்டுக்கொடுக்க நான் விரும்பவில்லை.' கட்டுப்பாட்டை விடுவது, தளர்த்திக்கொள்வது போன்றவை அவருக்கு மிகுந்த வேதனையூட்டக்கூடியவையாய் இருந்தன. நீண்ட நேர மதிய உணவு வேளையின் போது பாப்'ஸ் பிக் பாய் ஹாம்பர்கர்ஸ் (இது வாஸுக்குப் பிடித்தமான இடம்) மற்றும் குட் எர்த் ரெஸ்டாரன்டில் (இது ஜாப்ஸுக்குப் பிடித்தமானது) இது பற்றி நீண்ட, ஆழ்ந்த யோசனைகளில் இறங்கினார். முடிவில் மிகுந்த தயக்கத்தோடு ஒப்புக்கொண்டார்.

மைக் ஸ்காட், மைக் மார்க்குலாவிடமிருந்து வேறுபடுத்துவதற்காக 'ஸ்காட்டி' என்று அழைக்கப்பட்டார். அவருடைய பிரதான வேலை ஒன்றுதான் – ஜாப்ஸைக் கையாளுவது. இது பொதுவாக ஜாப்ஸுக்கு மிகவும் பிடித்தமான முறையிலேயே நடந்தது – நீண்ட தூரம் காலார நடத்தல். 'என் முதல் நடையின்போது அவரிடம் அடிக்கடி குளிக்கும்படி கூறினேன்' என்று ஸ்காட் நினைவுகூர்ந்தார். 'பதிலுக்குத் தமது பழ உணவுமுறை பற்றிய புத்தகத்தைப் படித்து உடல்பருமனைக் குறைக்க வழிதேடுமாறு கூறினார்.' ஸ்காட் அந்த உணவு முறையைப் பின்பற்றவும் இல்லை; எடையும் அவ்வளவாகக் குறையவுமில்லை. ஜாப்ஸோ, தமது சுகாதாரத்தில் மிகச் சிறிய மாற்றங்களே செய்தார். 'ஸ்டீவ் பிடிவாத மாக வாரம் ஒரு முறை மட்டுமே குளித்தார்; தாம் பழ உணவுக் கட்டுப்பாட்டிலுள்ள வரையில் அதுவே போதும் என்று கூறிவிட்டார்.'

கட்டுப்பாட்டின் மீது ஜாப்ஸுக்கு இருந்த மோகமும், அதிகாரத்தின் மீதிருந்த வெறுப்பும் தம்மைக் கட்டிமேய்க்கப் புதிதாக வந்துள்ள வருடன் பலவிதமான பிரச்சினைகள் உருவாக அடிப்படைக் காரண மாக இருந்தன – குறிப்பாக, தம்முடைய பிடிவாதத்திற்கு வணங்காத மிகச் சிலருள் ஸ்காட்டும் ஒருவர் என்பதை அறிந்துகொண்டபோது. 'ஸ்டீவுக்கும் எனக்கும் இருந்த பிரச்சினை யார் அதிக பிடிவாதக்காரர் என்பதுதான் – நான் அதில் கொஞ்சம் கைதேர்ந்தவன்' என்றார் ஸ்காட். 'அவர் தலைமீது யாராவது உட்கார்ந்து அதிகாரத்தால் அழுத்திப் பணியவைக்க வேண்டியிருந்தது. எனக்கு நிச்சயம் தெரியும். அதை அவர் சிறிதும் விரும்பியிருக்க மாட்டார்.' ஜாப்ஸ் பின்னர் கூறினார்: 'ஸ்காட்டியைவிட அதிகமாக நான் ஒருவரிடமும் கத்தியது கிடையாது.'

ஓர் ஆரம்பக்கட்ட மோதல் எழுந்தது ஊழியர்களுக்கான அடையாள அட்டை எண்களைத் தேர்வு செய்யும்போது. ஸ்காட் #1ஐ வாஸ்நியாக்கிற்கும் #2ஐ ஜாப்ஸுக்கும் வழங்கி இருந்தார். ஆச்சரியம் ஒன்றுமில்லை – ஜாப்ஸ் தமக்கு *#1* வேண்டும் என்றார். 'நான் அதை அனுமதிக்க மறுத்தேன். ஏனெனில் அது அவருடைய அகம்பாவத்தை மேலும் விசிறிவிட்டாற்போல் ஆகிவிடும்' என்றார் ஸ்காட். ஜாப்ஸ் பிடிவாதம் பிடித்து அழுதார். முடிவில் ஒரு தீர்வும் சொன்னார். தமது எண் *#0* ஆக இருக்கட்டும் என்று. ஸ்காட் குறைந்தபட்சம் அடையாள அட்டை எண் விஷயத்தில் சற்று விட்டுக்கொடுத்தார். என்றாலும், அமெரிக்க வங்கி தனது சம்பளப்பட்டியல் அமைப்பிற்கு முழு எண்கள் தான் வேண்டும் என்று கூறிவிட்டது. அதனால் ஜாப்ஸின் எண் #2 ஆகவே இருந்தது.

இதைக்காட்டிலும் அடிப்படையான கருத்துவேறுபாடு தனிப்பட்ட விருப்பு வெறுப்பையும் தாண்டிச் சென்றது. ஜே எலியட் எதேச்சையாக உணவு விடுதியில் சந்தித்ததைத் தொடர்ந்து ஜாப்ஸால் பணியில் அமர்த்தப்பட்டவர். அவர் ஜாப்ஸின் விசேஷ குணத்தைக் கவனித்திருந்தார்: 'அவர் படைப்பில் மட்டுமல்ல, அந்தப் படைப்பு கச்சிதமாக இருக்கவேண்டும் என்பதிலும் மிகுந்த ஈடுபாடு கொண்டவர்.' மைக் ஸ்காட் இதற்கு நேர்மாறானவர். ஒரு படைப்பின் கச்சிதத்தின் மீதுள்ள ஈடுபாடு ஒருகாலும் பயனீட்டுவாதத்தை *(ப்ராக்மடிஸம்)* விட முன்னுரிமை எடுக்கக்கூடாது என்பது அவருடைய கருத்து. ஆப்பிள் IIஇன் பெட்டக வடிவமைப்பு இதற்கான பல உதாரணங்ளில் ஒன்று. 'ஆப்பிள் தனது பிளாஸ்டிக்கிற்கான நிறங்களைத் தேர்வு செய்து தரும் பான்டோன் நிறுவனத்தில் இரண்டாயிரத்திற்கும் மேற்பட்ட பீஜ் நிறச் சாயல்கள் இருந்தன. அதில் ஒன்றுகூட ஸ்டீவிற்குப் பிடிக்கவில்லை' – ஸ்காட் அசந்து போனார். 'அதில் இல்லாத புதிய சாயல் ஒன்றை உருவாக்க வேண்டும் என்றார் அவர். நான் அவரைத் தடுத்து நிறுத்த

வேண்டியிருந்தது.' பெட்டகத்தின் வடிவமைப்பை மாற்ற வேண்டிய நேரம் வந்தபோது, அதன் கோணங்கள் எந்த அளவிற்கு மழுங்கியிருக்க வேண்டும் என்பதைப் பற்றி ஜாப்ஸ் பல நாள்கள் கவலையில் ஆழ்ந்திருந்தார். 'அவை எவ்வளவு மழுங்கியிருக்கின்றன என்பது பற்றியெல்லாம் எனக்குக் கவலை இருக்கவில்லை' என்றார் ஸ்காட். 'எனக்கு வேண்டியிருந்தது ஒரு தீர்மானம் மட்டுமே.' மற்றொரு கருத்துமோதல் பொறியியல் பணிமேடைகள் பற்றியது. ஸ்காட் வழக்கமான சாம்பல் நிறம் என்றார். ஜாப்ஸ் பிரத்யேகமாகத் தருவிக்கப்பட்ட தூய வெள்ளைப் பணிமேடைகள் வேண்டும் என்று வலியுறுத்தினார். இவை எல்லாமாகச் சேர்ந்து மர்க்குலாவின் முன்னிலையில் ஒரு மோதலில் முடிந்தன. கொள்முதல் படிவங்களில் கையொப்பமிடும் அதிகாரம் ஜாப்ஸுக்கா, ஸ்காட்டுக்கா என்ற விவகாரத்தில் மர்க்குலா ஸ்காட்டை ஆதரித்தார். ஜாப்ஸ் வலியுறுத்திய மற்றொரு விஷயம், ஆப்பிள் தனது வாடிக்கையாளர்களை நடத்துவதில் மற்றவர்களிடமிருந்து வித்தியாசப்பட வேண்டும் என்பது. அவர் ஆப்பிள் IIவுடன் ஓர் ஆண்டு உத்தரவாதம் தரவேண்டும் என்றார். இது ஸ்காட்டுக்கு அதிர்ச்சியாக இருந்தது – வழக்கமாக உத்தரவாதம் 90 நாள்கள் மட்டுமே. மீண்டும் இது குறித்து வாக்குவாதம் ஒன்று எழுந்தபோது ஜாப்ஸ் கண்ணீர்விட்டு அழுதார். அவர்கள் கார் நிறுத்துமிடத்தைச் சுற்றி நடந்தார்கள் – சற்று சாந்தமடைவதற்காக. ஸ்காட் இதில் சற்று விட்டுக் கொடுக்கவும் தீர்மானித்தார்.

வாஸ்நியாக் ஜாப்ஸின் பாணியைக்கண்டு எரிச்சலடையத் தொடங்கினார். 'ஸ்டீவ் பிறரிடம் மிகவும் கடுமையாக நடந்துகொண்டார். என்னைப் பொறுத்தவரை எங்கள் நிறுவனத்தில் எல்லோரும் கலகலப்பாக, செய்வதையெல்லாம் பகிர்ந்துகொண்டு வாழும் ஒரு குடும்பம் போல உணர வேண்டும் என்று விரும்பினேன்.' ஜாப்ஸ் தம் பங்குக்கு வாஸ்நியாக் வளர மறுப்பதாகக் கூறினார். 'அவர் மிகவும் குழந்தைத்தனமாக இருந்தார். அவர் பேஸிக் மொழியில் அற்புதமான ஒரு வடிவம் தயாரித்தார். ஆனால் அதன் பிறகு எங்களுக்குத் தேவைப்பட்ட ஃப்ளோட்டிங் பாயின்ட்[4] பேஸிக் மொழியை அவரால் எழுதவே முடியவில்லை. அதனால்தான் மைக்ரோஸாஃப்ட்டுடன் ஒப்பந்தம் செய்துகொள்ளும்படியானது. அவர் மிகவும் கவனம் சிதறிப் போயிருந்தார்.'

நிறுவனம் மிகவும் நல்ல நிலையில் நடந்துகொண்டிருந்ததால் அப்போதைக்கு இதுபோன்ற குணாதிசயங்களில் உருவான மோதல்கள் சமாளிக்கக்கூடிய நிலையில் இருந்தன. தொழில்நுட்ப உலகில் கருத்துகளுக்கு அடிப்படை அமைத்துத் தந்த செய்திமடல்களை எழுந்திவந்த

4 ஒரு எண்ணில் உள்ள தசமப் புள்ளியை அங்குமிங்கும் மாற்றியமைக்கக்கூடிய வகையில் அதனைக் குறிக்கும் கணித முறை. (மொ-ர்)

ஆய்வாளர் பென் ரோசென் ஆப்பிள் IIஇன் ஆர்வமிகு பிரச்சாரகர் ஆனார். ஒரு தனிநபர் தயாரிப்பாளர் தனியர்க் கணினிக்கான (பீசி) விஸிகால்க் என்னும் முதல் விரிதாள் *(ஸ்ப்ரெட் ஷீட்)* மற்றும் தனிப் பட்ட நிதி நிரலை *(ப்ரோக்ராம்)* உருவாக்கியிருந்தார். இது சிறிது காலத்திற்கு ஆப்பிள் IIஇல் மட்டுமே கிட்டியது. இதனால் கணினியை தொழிலதிபர்கள் மட்டுமின்றி குடும்பத்தினரும் தங்கள் பணத்திற்கு ஏற்ற மதிப்புள்ளதாகக் கருதி வாங்கும் ஒரு சாதனமாக அது மாற்றியது. செல்வாக்குள்ள பலரும் நிறுவனத்தில் முதலீடு செய்யத் தொடங்கினர். முதலீட்டு நிறுவன அதிபர் ஆர்தர் ராக் – அவரைக் காண மர்க்குலா ஜாப்ஸை அனுப்பி வைத்தபோது, முதலில் பெரிய கருத்து எதுவும் ஏற்படவில்லை. 'ஏதோ அவருடைய இந்திய குருவைச் சந்தித்துவிட்டு அப்படியே நேராக வந்திறங்கியது போல' இருந்தார். 'அப்படியொரு வாடைகூட அவரிடம் இருந்தது' என்று ராக் நினைவுகூர்ந்தார். ஆனால் ஆப்பிள் IIவைப் பார்த்தபின் ராக் முதலீடு செய்து நிர்வாகக் குழு உறுப்பினரானார்.

ஆப்பிள் II அடுத்த பதினாறு ஆண்டுகளுக்குப் பல்வேறு வடிவங் களில் தயாரிக்கப்பட்டு விளம்பரம் செய்யப்பட இருந்தது. விற்பனை ஆறு மில்லியன்களைத் தொட்டது. பிற எந்தச் சாதனத்தையும்விட அதுதான் தனியர்க் கணினி *(பர்சனல் கம்ப்யூட்டர்)* தொழில்துறைக்கு முன்னோடியாக விளங்கியது. அதன் அற்புதமான மின்சுற்றுப் பலகை யையும் அதனோடு தொடர்புடைய இயக்க மென்பொருளையும் *(ஆபரேட்டிங் சாஃப்ட்வேர்)* வடிவமைத்த சரித்திரப் பெருமை வாஸ்நியாக்கையே சாரும் – அதன் காலகட்டத்தின் தனிமனிதக் கண்டுப்பிடிப்புகளில் மாபெரும் சாதனை படைத்தவற்றுள் ஒன்றாக. ஆனால் வாஸ்நியாக்கின் பலகைகளை ஒரு தோழமை மிகுந்த பொதிக்குள் மின்னூட்டு *(பவர் சப்ளை)* முதல் பெட்டகம் வரை அனைத்தும் உள்ளவாறு பொருத்திய பெருமை ஜாப்ஸையே சாரும். அதுமட்டுமின்றி, வாஸ்நியாக்கின் சாதனங்களைச் சுற்றி ஒரு நிறுவனத்தை எழுப்பியதும் ஸ்டீவ்தான். பின்னர் ரெஜிஸ் மெக்கென்னா கூறியது போல, 'வாஸ் ஒரு அற்புத சாதனத்தை வடிவமைத்தார். ஆனால் ஸ்டீவ் மட்டும் இருந்திராவிட்டால் அது இன்று பொழுது போக்குக்காரர்களுக்கான சாதனங்கள் விற்கும் கடைகளில் கிடக்கும்.' இருந்தும் பலரும் ஆப்பிள் II வாஸ்நியாக்கின் படைப்பு என்றே கருதினர். இது ஜாப்ஸை அடுத்த முற்போக்குச் சாதனத்தை – தமக்கே உரியது என்று சொல்லிக் கொள்ளக்கூடிய ஒரு சாதனத்தை நோக்கித் தூண்டுவதாக இருந்தது.

இயல் ஏழு

க்ரிசானும் லிசாவும்

கைவிடப்பட்டவர்...

ஜாப்ஸ் உயர்நிலைப்பள்ளியில் தேர்வுபெற்றபின், அவருடன் கோடை காலத்தில் ஒரு சிற்றறையில் ஒன்றாக வாழ்ந்தது முதலாகவே க்ரிசான் ப்ரென்னன் அவருடைய வாழ்வில் இழைந்தோடும் ஓர் அங்கமாகவே மாறிவிட்டிருந்தாள். 1974இல் ஜாப்ஸ் இந்தியாவிலிருந்து திரும்பி வந்தபோது, ராபர்ட் ஃப்ரீட்லான்டின் பண்ணையில் அவர்கள் ஒன்றாகப் பொழுதைக் கழித்தனர். 'ஸ்டீவ் என்னை அங்கு வருமாறு அழைத்தார் – நாங்கள் இளமைத் துள்ளலுடன், கட்டுப்பாடுகளின்றி, சுதந்திரமாக இருந்தோம்' என்று அவள் நினைவுகூர்ந்தாள். 'அங்கு ஒரு அதிசய சக்தி நிலவியது, அது என் மனத்தைத் தொட்டது.'

லாஸ் ஆல்டோஸுக்குத் திரும்பி வந்தபோது அவர்களுடைய உறவு பெரும்பாலும் வெறும் நட்பாகவே இருந்தது. அவர் தமது வீட்டில் தங்கிக்கொண்டு அட்டாரியில் பணியாற்றிவந்தார். அவள் தனது குடியிருப்பில் இருந்துகொண்டு கோபுன் சீனோவின் ஜென் மையத்தில் நிறைய நேரம் செலவழித்தாள். 1975இன் தொடக்கத்தில் அவளுக்கு க்ரெக் காலூன் என்ற பொது நண்பருடன் நெருக்கம் ஏற்பட்டது. 'அவள் க்ரெக்குடன்தான் இருந்தாள். ஆனால் அவ்வப்போது ஸ்டீவிடம் திரும்பிச் செல்வாள்' என்றார் எலிசபெத் ஹோம்ஸ். 'நாங்கள் எல்லோருமே ஏறக்குறைய அப்படித்தான். முன்னும் பின்னும் போய்க்கொண்டிருப்போம். எழுபதுகளின் வாழ்க்கைமுறையே அதுதானே.'

காலூன் ரீட் கல்லூரியில் ஜாப்ஸ், ஃப்ரீட்லான்ட், கோட்கே மற்றும் ஹோம்ஸுடன் இருந்தவர். மற்றவர்களைப் போலவே கிழக்கத்திய ஆன்மிகத்தில் ஆழ்ந்த ஈடுபாடு கொண்டு ரீடிலிருந்து விலகிக்கொண்டார். பிறகு ஃப்ரீட்லான்டின் பண்ணைக்கு வந்தார். அங்கு 8 அடிக்கு 20 அடி என்ற அளவிலிருந்த ஒரு கோழிக் கொட்டகையைச் சிறு குடிலாக மாற்றி

அமைத்தார் – சின்டர் ப்ளாக்குகளைத்[1] தூண்களாக்கி, அவற்றின் மேல் கொட்டகையை ஏற்றிவைத்து, உறங்குவதற்கென்று ஒரு பரணும் அமைத்துக்கொண்டார். 1975ஆம் ஆண்டு வசந்தகாலத்தில் ப்ரென்னன் அவருடன் அங்கு குடியேறினாள். அடுத்த ஆண்டு இருவருமாக இந்தியாவிற்குப் புனிதயாத்திரை மேற்கொள்ள முடிவு செய்தனர். அவருடைய ஆன்மிகத் தேடலுக்கு அவள் இடைஞ்சலாக இருப்பாள் என்பதால் ப்ரென்னனை உடன் அழைத்துச்செல்ல வேண்டாமென்று ஜாப்ஸ் காலூனுக்கு உபதேசம் செய்தார். ஆனால் இருவரும் ஒன்றாகவே சென்றனர். 'இந்தியா சென்று வந்ததிலிருந்து ஸ்டீவிடம் தெரிந்த மாற்றத்தைக்கண்டு அசந்துபோனேன் – அதனால்தான் நான் அங்கு செல்லவேண்டும் என்ற ஆர்வம் ஏற்பட்டது' என்றார் ப்ரென்னன்.

அவர்களுடைய பயணம் தீவிரமான ஒன்றாக இருந்தது. 1976 மார்ச் மாதம் தொடங்கி ஏறத்தாழ ஓர் ஆண்டு நீடித்தது. ஒரு கட்டத்தில் கையிலிருந்த பணமெல்லாம் தீர்ந்துவிட, காலூன் ஈரானுக்கு ஹிச் ஹைக் (போக்கு வாகனங்களை நிறுத்திப் பயணித்தல்) செய்து ஆங்கிலம் கற்பிப்பதற்காக டெஹ்ரான் சென்றார். ப்ரென்னன் இந்தியாவிலேயே தங்கியிருந்தாள். காலூனின் ஆங்கில வகுப்புகள் முடிந்ததும் மீண்டும் அவரவர் வழியில் ஹிச் ஹைக் செய்து மத்தியிலிருந்த ஆப்கானிஸ்தானில் சந்தித்துக்கொண்டனர். அன்றைய உலகம் மிகவும் வித்தியாசமானது.

சிறிதுகாலம் கழித்து அவர்களுடைய உறவு நலிவடைந்தது. இருவரும் தனித்தனியே இந்தியாவிலிருந்து திரும்பிவந்தனர். 1977 கோடைகாலத்திற்குள் ப்ரென்னன் லாஸ் ஆல்டோஸிற்கே குடிமாறியிருந்தாள். அங்கு கோபுன் சீனோவின் ஜென் மைய வளாகத்தில் ஒரு சிறு கூடாரத்தில் சிலகாலம் வசித்துவந்தாள். இதற்கிடையில் ஜாப்ஸ் தமது பெற்றோரின் வீட்டிலிருந்து வெளியேறி புறநகர்ப் பகுதியான கியூப்பர்டீனோவில் ஒரு ராஞ்ச் வீட்டை[2] மாதம் 600 டாலர் வாடகைக்கு எடுத்து டானியல் கோட்கேயுடன் தங்கியிருந்தார். விசித்திரமான காட்சி அது. ராஞ்சோ சபர்பியா என்று பெயர் சூட்டப்பட்ட ஒரு ட்ராக்ட் வீட்டில் சுதந்திர மனப்பான்மை கொண்ட ஹிப்பிகளின் வாசம். 'அவ்வப்போது ஒரு படுக்கையறையை பலவகைப்பட்ட கிறுக்குத்தனமானவர்களுக்கு வாடகைக்குத் தந்தோம். அதில் சிலகாலம் தங்கியிருந்த ஒரு நிர்வாண நடனக் கலைஞர் உட்பட' என்று ஜாப்ஸ் நினைவுகூர்ந்தார். கோட்கேக்கு

[1] கட்டுமானப்பணியில் பயன்படுத்தும் கான்க்ரீட் மற்றும் கரிச் சாம்பல் கொண்டு தயாரிக்கும் பொக்கையான கற்கள். (மொ-ர்)

[2] நிலத்தோடு பொருந்திச்செல்லும் நீண்ட அமைப்பிலான வீடு. 1940கள் முதல் 70கள் வரையில் மிகப் பிரபலமாக இருந்த கட்டட அமைப்பு. முற்போக்கான வாழ்க்கை முறைகளைப் பிரதிபலிக்கும் எளிமையான, குறைந்தபட்ச அறைகலன்கள் கொண்டது. (மொ-ர்)

ஒரு விஷயம் குழப்பமாக இருந்தது. தமக்கென ஒரு வீடு வாங்கிக் கொள்ளப் போதுமான வசதியிருந்தும் ஜாப்ஸ் ஏன் அப்படிச் செய்ய வில்லை? 'ஒருவேளை அறையில் துணைக்கு ஒரு சகவாசி தேவை என்று அவர் நினைத்திருக்கலாம்' என்று கோட்கே ஊகித்தார்.

ஜாப்ஸுடன் விட்டுவிட்டுத் தொடரும் உறவாக இருந்தாலும் ப்ரென்னனும் விரைவில் வந்து சேர்ந்துகொண்டாள். இது ஒரு ஃப்ரெஞ்ச் ஃபார்ஸுக்குப்[3] பொருத்தமான வசதிகளோடுகூடிய குடியிருப்பாக மாறுவதற்கு உதவியது. அந்த வீட்டின் படுக்கையறைகளில் இரண்டு பெரியவை; இரண்டு சிறியவை. அவற்றுள் மிகப் பெரியதை ஜாப்ஸ் எடுத்துக்கொண்டார் (இதில் ஆச்சரியம் ஒன்றுமில்லை). ப்ரென்னன் (அவள் அப்போது ஜாப்ஸுடன் சேர்ந்து வாழவில்லை) இரண்டாவது பெரிய படுக்கை அறையை எடுத்துக்கொண்டாள். 'மத்தியிலிருந்த இரண்டு அறைகளும் குழந்தைகளின் அறைகள் போலிருந்தன. எனக்கு இரண்டிலுமே விருப்பம் இருக்கவில்லை. ஆகையால் நான் வரவேற் பறையை எடுத்துக்கொண்டேன். அங்கு ஒரு நுரைமெத்தையில் படுத்துக் கொண்டேன்' என்றார் கோட்கே. சிறிய அறைகளில் ஒன்றை தியானம் மற்றும் போதைமருந்துகள் எடுத்துக்கொள்வதற்கான இடமாய் மாற்றியமைத்தார் – இது பார்ப்பதற்கு கிட்டத்தட்ட ரீட் கல்லூரியில் அவர்கள் பயன்படுத்திய பரண் போலிருந்தது. அந்த அறை முழுவதும் ஆப்பிள் பெட்டிகளிலிருந்து எடுத்த நுரைப்பொதிகள் பரவிக் கிடந்தன. 'அண்டைவீட்டுக் குழந்தைகள் வருவார்கள். அவர்களை அந்த நுரைப் பொதிகளின் மீது வீசியெறிந்து விளையாடுவோம். ஒரே தமாஷாக இருக்கும்' என்றார் கோட்கே. 'ஆனால் பின்னர் க்ரிசான் சில பூனைகளை வீட்டிற்குக் கொண்டுவந்தாள். அவை நுரைப்பொதிகள் மீதெல்லாம் கழிந்துவைத்தன. அதனால் எல்லாவற்றையும் தூக்கி யெறிய வேண்டியதாயிற்று.'

ஒரே வீட்டில் இருந்தது அவ்வப்போது ப்ரென்னனுக்கும் ஜாப்ஸுக்கும் இடையில் நெருக்கத்தை அதிகரித்தது. சில மாதங்களுக்குள் அவள் கருவுற்றாள். 'எனக்கும் ஸ்டீவுக்குமான ஐந்து ஆண்டு உறவு விட்ட குறை தொட்டகுறையாக இருந்தது. பிறகுதான் நான் கருவுற்றேன்' என்று அவள் சொன்னாள். 'எங்களுக்குச் சேர்ந்திருக்கவும் தெரிய வில்லை; பிரிந்திருக்கவும் தெரியவில்லை.' 1977இல் தாங்க்ஸ்கிவிங் டே (அறுவடைத் திருநாள்) அன்று கொலொராடோவிலிருந்து க்ரெக் காலூன் ஹிச் ஹைக் செய்து அவர்களைக் காண வந்திருந்தார். ப்ரென்னன் அவரிடம் விஷயத்தைச் சொன்னாள்: 'ஸ்டீவும் நானும்

[3] நம்பமுடியாத, சாத்தியமல்லாத சம்பவங்கள், மாறுவேடங்கள், ஆள்மாறாட்டம், அர்த்தமற்ற பேச்சுக்கள், வார்த்தைகளாலும் உடலாலும் நகைச்சுவை உணர்வை வெளிப் படுத்துதல் போன்ற அம்சங்கள் கொண்ட நகைச்சுவை நாடக வடிவம். (மொ-ர்)

இணைந்து விட்டோம். இப்போது நான் கருவுற்றிருக்கிறேன். ஆனால் மீண்டும் சேர்வதும் பிரிவதுமாக இருக்கிறது, எனக்கு என்ன செய்வ தென்றே புரியவில்லை.'

காலூன் ஒரு விஷயத்தைக் கவனித்தார் – ஜாப்ஸ் அந்த நிலவரத் திற்கும் தமக்கும் ஏதோ தொடர்பே இல்லாதவர்போல நடந்து கொண்டார். தங்களுடன் தங்கியிருந்து ஆப்பிள் நிறுவனத்திற்கு வந்து பணியாற்றும்படி காலூனைப் பேசிச் சம்மதிக்க வைக்கவும் முயன்றார். 'ஸ்டீவ் க்ரிசான் பற்றியோ அவள் கருவுற்றிருப்பது பற்றியோ பொறுப் பெடுத்துக்கொண்டதாகவே தெரியவில்லை' என்று அவர் நினைவு கூர்ந்தார். 'ஒருகணம் நம்மோடு மிகவும் நெருக்கமாய்ப் பழகுவார்; அடுத்தகணம் மொத்தமாய் விலகிச் சென்றுவிடுவார். அவருடைய இந்த மறுபக்கம் மிகவும் அச்சமூட்டக் கூடியதாக இருந்தது.'

தாம் ஈடுபட விரும்பாத, மனத்தைத் திசைதிருப்பும் விஷயமாக இருந்தால் ஜாப்ஸ் சிலசமயம் அதை ஒதுக்கி வைத்துவிடுவார் - ஏதோ தம் மன வலிமையால் அப்படியொரு விஷயமே இல்லாமல் செய்து விடமுடியும் என்பதுபோல. சிலசமயம் உண்மைநிலையை மற்றவர் களுக்காக மட்டுமன்றி தமக்காகவும்கூட உருக்குலையச்செய்ய அவரால் முடிந்தது. ப்ரென்னனின் கரு விஷயத்தில் அவர் மனக்கதவு களை முழுமையாய்த் தாழிட்டுவிட்டார். நேரடியாகக் கேட்டால், அவளோடு படுக்கையைப் பகிர்ந்துகொண்டதை ஒத்துக் கொண்டாலும், தாம்தான் அந்தக் குழந்தைக்குத் தந்தை என்பது தமக்குத் தெரியாது என்று கூறி மறுத்துவிடுவார். அவர் பிறகு என்னிடம் கூறினார்: 'அது என் குழந்தைதான் என்று என்னால் உறுதியாகச் சொல்ல முடியவில்லை – ஏனெனில் அவள் என்னைத் தவிர பிற ஆண்களோடும் தொடர்பு வைத்திருந்தாள். அவள் கருவுற்ற காலத்தில் அவளும் நானும் ஒன்றாக வெளியே செல்லும் வழக்கம்கூட இருக்கவில்லை. எங்கள் வீட்டில் அவளும் ஓர் அறையில் தங்கியிருந்தாள் – அவ்வளவுதான்.' ப்ரென்னனுக்கோ ஜாப்ஸ்தான் குழந்தைக்குத் தந்தை என்பதில் எந்தச் சந்தேகமும் இருக்கவில்லை. அந்தக் காலத்தில் அவள் க்ரெக்குடனோ பிற ஆண்களுடனோ எந்தவிதத் தொடர்பும் வைத்திருக்கவில்லை.

அவர் தம்மிடமே பொய் சொல்லிக்கொள்கிறாரா, அல்லது தாம்தான் தந்தை என்பது அவருக்குத் தெரியவில்லையா? 'ஒன்று, அவரால் தமது மூளையின் அந்தப்பகுதியை எட்ட முடியவில்லை அல்லது அவர் பொறுப்பை ஏற்றுக்கொள்ள விரும்பவில்லை என்றுதான் நினைக்கிறேன்' எனக் கோட்கே கூறினார். எலிசபெத் ஹோம்ஸூம் அதை ஒப்புக் கொண்டார்: 'அவர் தந்தையாக இருப்பது, இல்லாமலிருப்பது – இரண்டை யும் சீர்தூக்கிப் பார்த்து இரண்டாவதை ஏற்றுக்கொள்வதென முடிவு செய்தார். தமது வாழ்க்கைக்கென்று அவர் வேறு திட்டங்கள் வைத்திருந்தார்.'

திருமணம் பற்றிய பேச்சே எழவில்லை. 'எனக்குத் தெரியும் - நான் மணக்க விரும்பிய பெண் இவளல்ல. நாங்கள் இருவரும் ஒருபோதும் மகிழ்ச்சியாக இருக்க மாட்டோம். எங்கள் திருமண வாழ்க்கை நெடுநாள் நிலைக்காது' என்று பின்னர் ஒரு சந்தர்ப்பத்தில் ஜாப்ஸ் கூறினார். 'எனக்கு அவள் கருக்கலைப்பு செய்துகொள்வதில் முழுச் சம்மதம். ஆனால் அவளுக்குத்தான் என்ன செய்வது என்று புரிய வில்லை. மீண்டும் மீண்டும் அதுபற்றி யோசித்தவாறே இருந்தாள். உண்மையிலேயே அவள்தான் தீர்மானித்தாளா என்பது எனக்குத் தெரியவில்லை - காலம்தான் அவளுக்காகத் தீர்மானித்திருக்க வேண்டும் என்று நினைக்கிறேன்.' குழந்தையைப் பெற்றுக்கொள்ள வேண்டும் என்பது தமது தீர்மானம்தான் என்று ப்ரென்னன் என்னிடம் கூறினாள். 'கருக்கலைப்பில் தமக்கு முழுச்சம்மதம் என்று அவர் சொன்னார்: ஆனால் அதற்காக என்னை ஒருபோதும் அவர் கட்டாயப்படுத்த வில்லை.' இதில் சுவாரசியமான விஷயம் என்னவென்றால், தம்முடைய வாழ்க்கைப் பின்னணியை மனத்தில் கொண்டு அவர் ஒரு விஷயத்தில் மட்டும் பிடிவாதமாக இருந்தார். 'குழந்தையை எக்காரணம்கொண்டும் தத்துக் கொடுக்கக் கூடாது என்று அவர் என்னிடம் கண்டிப்பாய்ச் சொல்லிவிட்டார்' என்றாள் ப்ரென்னன்.

இந்தச் சூழலின் விநோதம் மனத்தை நெருடியது. ஜாப்ஸ், ப்ரென்னன் இருவருக்குமே வயது இருபத்துமூன்று. ஜாப்ஸைப் பெற்றெடுக்கும் பொழுது ஜோஆன் ஷீப்ளே, அப்துல் ஃபத்தாஹ் ஜண்டாலிக்கும்கூட அதே வயதுதான். தமது உண்மையான பெற்றோரை அவர் அப்போது தேடிக் கண்டிருக்கவில்லை. ஆனால் தத்தெடுத்த பெற்றோர் ஓரள விற்கு அவர்களுடைய கதையை அவருக்குச் சொல்லியிருந்தனர். 'வயது விஷயத்தில் இருந்த இந்த ஒற்றுமைபற்றி அப்போது நான் அறிந்திருக்க வில்லை. ஆகவே க்ரிசானுடனான எனது கலந்தாலோசனைகளை அது பாதிக்கவில்லை' என்று அவர் பின்னர் கூறினார். இருபத்துமூன்று வயதில் தோழியைக் கருவுறச் செய்ததில் ஒருவிதத்தில் அவர் தம்மைப் பெற்றெடுத்த (உயிரியல்) தந்தையின் பாணியைப் பின்பற்றினார் என்ற கருத்தை அவர் புறக்கணித்தார். ஆனால் இந்த விநோதமான ஒற்றுமை தம்மை ஒரு கணம் பிடித்து நிறுத்தியது என்று ஒத்துக்கொண்டார். 'ஜோஆன் என்னைக் கருவுறச் செய்தபோது அவருக்கும் வயது இருபத்து மூன்று என்று கண்டறிந்ததும் நான் நினைத்துக்கொண்டேன் – வாவ்!'

ஜாப்ஸுக்கும் ப்ரென்னனுக்கும் இடையிலான உறவு விரைவில் நலிவடைந்தது. 'க்ரிசான் ஏதோ பலிகடாவைப் போல நடந்து கொள்வாள். அப்போதெல்லாம் ஸ்டீவும் நானும் சேர்ந்துகொண்டு அவளுக்கு எதிராகச் செயல்படுகிறோம் என்று சொல்வாள்' எனக் கோட்கே நினைவுகூர்ந்தார். 'ஸ்டீவ் சிரிப்பார்; அவ்வளவுதான்.

அவள் சொல்வதையெல்லாம் பெரிதாக எடுத்துக்கொள்ளமாட்டார்.' ப்ரென்னன் (பின்னர் அவளே ஒத்துக்கொண்டதுபோல) உணர்வு பூர்வமாய் ஒரு சமநிலையில் இருக்கவில்லை. தட்டுகளை உடைப்பதும், பொருட்களை வீசி எறிவதும், வீடெங்கும் குப்பையை இறைப்பதும், கரிக்கட்டையால் சுவரில் ஆபாச வார்த்தைகள் எழுதுவதுமாய் இருந்தாள். ஜாப்ஸ் ஏதோ உணர்வுகள் மரத்துப் போனதுபோல இருந்தார் - அதுவே தன்னைத் தூண்டிவிடப் போதுமானதாக இருந்தது என்றாள் ப்ரென்னன். 'அவர் ஒரு ஞானம் பெற்ற கொடுமைக்காரர்.' கோட்கே இருவருக்குமிடையில் வசமாய்ச் சிக்கிக்கொண்டார். 'டானியலின் மரபணுக்களில் இந்தக் குரூர புத்தியெல்லாம் கிடையாது; அதனால் ஸ்டீவ் நடந்துகொண்ட விதம் அவருடைய மனத்தைச் சற்று அலைபாய வைத்தது' என்றாள் ப்ரென்னன். 'ஒருபுறம் *ஸ்டீவ் உன்னைச் சரியாக நடத்துவதில்லை* என்பார்; மறுபுறம் ஸ்டீவுடன் சேர்ந்துகொண்டு என்னைப் பார்த்து கேலியாகச் சிரிப்பார்.'

ராபர்ட் ஃப்ரீட்லான்ட் அவளது உதவிக்கு வந்தார். 'நான் கருவுற்றிருப்பதை அவர் கேள்விப்பட்டிருந்தார். அதனால் தன்னுடைய பண்ணைக்கு வந்து தங்கியிருந்து குழந்தையைப் பெற்றுக்கொள்ளும்படி கூறினார். நானும் சம்மதித்தேன்' என அவள் நினைவுகூர்ந்தாள். எலிசபெத் ஹோம்ஸூம் மற்ற நண்பர்களும் இன்னமும் அங்குதான் வசித்துவந்தனர். அவர்கள் பிரசவத்தில் உதவுவதற்காக ஓரிகானிலிருந்த ஒரு மருத்துவச்சியைக் கண்டுபிடித்தனர். 1978 மே 17 அன்று ப்ரென்னன் பெண்குழந்தை ஒன்றைப் பெற்றெடுத்தாள். மூன்று நாள்கள் கழித்து ஜாப்ஸ் விமானம் மூலம் வந்திறங்கினார் - அவர்களுடன் தங்கி, குழந்தையின் பெயர்சூட்டும் சடங்கில் உதவிகள் செய்வதற்காக. கம்யூன் வழக்கப்படி குழந்தைகளுக்குக் கிழக்கத்திய ஆன்மிகப் பெயர்கள்தான் சூட்டுவார்கள். ஆனால் குழந்தை அமெரிக்காவில் பிறந்ததால் அதற்குப் பொருத்தமாகப் பெயர் சூட்ட வேண்டும் என்று ஜாப்ஸ் பிடிவாதமாக இருந்தார். ப்ரென்னனும் ஒப்புக்கொண்டாள். குழந்தைக்கு லிசா நிக்கோல் ப்ரென்னன் என்று பெயர் சூட்டினர் - பெயரின் இறுதியில் ஜாப்ஸ் என்று வராமலே. அதற்குப் பிறகு ஜாப்ஸ் ஆப்பிளில் வேலைக்குத் திரும்பிவிட்டார். 'என்னுடனோ குழந்தையுடனோ எந்தவிதத் தொடர்பும் வைத்துக்கொள்ள அவர் விரும்பவில்லை' என்றாள் ப்ரென்னன்.

ப்ரென்னனும் லிசாவும் மென்லோ பார்க்கிலுள்ள ஒரு வீட்டின் பின்புறமிருந்த சிதிலமடைந்த வீட்டில் குடியேறினர். சமூக நலத் திட்டத்தின் தயவில் வாழ்க்கை ஓடியது. குழந்தைப் பராமரிப்பிற்கு உதவிகேட்டு வழக்குத் தொடர ப்ரென்னன் விரும்பவில்லை. இறுதியில் சன் மட்டியோ கௌன்டி நிர்வாகம் ஜாப்ஸ் மீது வழக்குத்

தொடர்ந்தது – குழந்தைக்குத் தந்தை அவர்தான் என்று நிரூபிக்க முயற்சி செய்து, அதனைப் பராமரிப்பதற்கான நிதிப் பொறுப்பையும் அவரை ஏற்றுக்கொள்ள வைக்கவேண்டும் என்பதற்காக. முதலில் ஜாப்ஸ் எதிர்த்துப் போராடத்தான் தீர்மானித்திருந்தார். அவருடைய வழக் கறிஞர்கள் கோட்கேயிடம் இருவரையும் தான் படுக்கையில் ஒன்றாகக் கண்டதேயில்லை என்று சாட்சிமொழி தருமாறு கூறினர். இது தவிர, ப்ரென்னன் பிற ஆண்களுடன் படுக்கையைப் பகிர்ந்துகொண்டிருந்தாள் என்பதற்கான ஆதாரங்களை உருவாக்குவதிலும் அவர்கள் முனைப்பாக இருந்தனர். ‘ஒரு கட்டத்தில் ஸ்டீவிடம் தொலைபேசியில் இது உண்மை யல்ல என்பது உனக்கே தெரியும் என்று உரக்கக் கத்தியே விட்டேன்’ என்று ப்ரென்னன் நினைவுகூர்ந்தாள். ‘அவர் என்னைக் கைக்குழந்தை யுடன் நீதிமன்றத்துக்கு இழுத்து அலையவைத்து, நான் ஒரு விபச்சாரி என்றும், குழந்தைக்கு யார் வேண்டுமானாலும் தந்தையாக இருக்கலாம் என்றும் நிரூபிக்க முயன்று வந்தார்.’

லிசா பிறந்து ஓர் ஆண்டு ஆகியிருந்த நிலையில் ஜாப்ஸ் மரபணுச் சோதனைக்கு ஒப்புக்கொண்டார். ப்ரென்னனின் குடும்பத்தினருக்கு இது ஆச்சரியமாக இருந்தது. ஆனால் ஜாப்ஸுக்குத் தெரியும் - ஆப்பிள் விரைவில் பொதுநிறுவனமாகிவிடும் என்று. அதனால் இந்தப் பிரச்சினை யைச் சுமுகமாகத் தீர்த்துக்கொள்வதே நல்லது என்று தீர்மானித்தார். மரபணுச் சோதனைகள் புதிதாக அறிமுகமாகியிருந்த காலம் அது. ஜாப்ஸ் எடுத்துக்கொண்ட சோதனை கலிபோர்னியா பல்கலைக்கழகத்தில் (லாஸ் ஆஞ்சலெஸ்) நடத்தப்பட்டது. ‘நான் மரபணுச் சோதனைகள் பற்றிப் படித்திருந்தேன். பிரச்சினைகளை முடிவிற்குக் கொண்டு வருவதற்காக அதனைச் செய்துகொள்வதில் மகிழ்ச்சியடைந்தேன்’ என்றார் அவர். சோதனை முடிவுகளும் சாதகமாகவே இருந்தன. ‘இவர் தந்தையாக இருப்பதற்கான சாத்தியக் கூறுகள் 94.41%’ என்றது அறிக்கை. கலிஃபோர்னியாவின் நீதிமன்றங்கள் குழந்தைப் பராமரிப்பிற்காக மாதம் 385 டாலர் அளிக்கும்படியும், தவிர, குழந்தை யின் தந்தை என்று ஒப்புக்கொள்வதாக ஒப்பந்தத்தில் கையொப்ப மிட்டு, சமூக நலத்திட்டம் அதுவரை செலவழித்திருந்த 5856 டாலரைத் திருப்பிக் கட்டும்படியும் ஜாப்ஸுக்கு உத்தரவிட்டன. குழந்தையைச் சென்று பார்க்க உரிமை தரப்பட்டிருந்தாலும், நீண்ட காலத்திற்கு அவர் அதைப் பயன்படுத்தவே இல்லை.

அதற்குப் பின்பும் அவ்வப்போது தம்மைச் சூழ்ந்துள்ள நிஜத்தை உருக்குலைப்பதை ஜாப்ஸ் தொடர்ந்துவந்தார். ‘அவர் ஒருவழியாகக் குழுவின் முன்னிலையில் எங்களிடம் கூறினாலும், தாம் தந்தையல்ல என்பதற்கு சாத்தியக்கூறுகள் மிக அதிகம் என்று வலியுறுத்தியபடியே இருந்தார். அவர் பிரமைபிடித்தவர் போலக் காணப்பட்டார்’ என்று

ஆர்தர் ராக் நினைவுகூர்ந்தார். டைம் பத்திரிகை செய்தியாளர் மைக்கேல் மோரிட்ஸிடம் புள்ளிவிவரங்களை ஆராய்ந்து பார்த்தால் 'அமெரிக்காவின் ஆண் மக்கள்தொகையில் 28% இந்தக் குழந்தைக்குத் தந்தையாக இருப்பதற்கு வாய்ப்புள்ளது தெளிவாகப் புரியும்' என்று அவர் கூறினார். இது பொய்க்கூற்று மட்டுமல்ல, விநோதமான ஒன்றும்கூட. இது போதாதென்று, மற்றொரு சமயம் ஜாப்ஸின் கூற்றைக் கேள்விப்பட்ட ப்ரென்னன் அமெரிக்காவின் ஆண்களில் 28 விழுக்காட்டினருடன் தான் படுக்கையைப் பகிர்ந்துகொண்டிருக்கக் கூடுமென்று ஜாப்ஸ் வாதிடுவதாக மாற்றிப் புரிந்துகொண்டு விட்டாள். 'என்னை விபச்சாரி என்றே முத்திரை குத்த முயன்றுவந்தார். விபச்சாரி என்று எனக்குப் பட்டம் கட்டிவிட்டால் பொறுப்புகளைத் தட்டிக்கழித்து விடலாம் என்பது அவருடைய திட்டம்' என அவள் நினைவுகூர்ந்தாள்.

பல ஆண்டுகள் உருண்டோடியபின் தாம் நடந்துகொண்ட விதத்தை எண்ணி ஜாப்ஸ் மிகவும் வருந்தினார். வாழ்க்கையிலேயே சில முறைகள் தான் அவர் இந்த அளவிற்கு உண்மையை ஒத்துக்கொண்டிருக்கிறார்:

> நான் அதை வேறுவிதமாகக் கையாண்டிருக்க வேண்டும். அப்பொழுது இருந்த நிலையில் ஒரு தந்தையாக என்னைக் காண என்னால் முடியவில்லை. ஆகையால் அதனை எதிர்கொள்ளத் துணிவும் வரவில்லை. ஆனால் சோதனை முடிவுகள் அவள் எனது மகள்தான் என்று நிரூபித்த பிறகும் எனக்குச் சந்தேகம் இருந்தது என்பது உண்மையல்ல. அவளுக்குப் பதினெட்டு வயதாகும் வரை ஆதரவாயிருக்கவும் க்ரிசானுக்குப் பண உதவி செய்யவும் நான் சம்மதம் தெரிவித்தேன். பாலோ ஆல்டோவில் ஒரு வீட்டைத் தேடிக் கண்டுபிடித்து, சீரமைத்து, அவர்கள் அங்கு வாடகை எதுவுமின்றித் தங்குவதற்கும் ஏற்பாடு செய்தேன். லிசாவின் தாய் அவளுக்காக அற்புதமான பள்ளிகளைத் தேர்வுசெய்தாள்; நான் பணம் கட்டினேன். எது சரியோ அதைச் செய்ய முயன்றேன். அதையே மீண்டும் செய்ய முடிந்தால், இன்னும் சிறப்பாகச் செய்வேன்.

வழக்கு சமரச முடிவிற்கு வந்ததும் ஜாப்ஸ் தம் வாழ்க்கையைத் தொடர்ந்தார். எல்லாவிதங்களிலும் இல்லாவிட்டாலும் சில வகைகளில் முதிர்ச்சியடைந்தார் என்று கூறலாம். போதைப்பொருட்களை விலக்கிவைத்தார். பால்பொருட்களைக்கூட விலக்கிய கண்டிப்பான உணவுக்கட்டுப்பாட்டுடன் இருந்த அவர், அதைச் சற்றுத் தளர்த்திக் கொண்டார்; ஜென் மையங்களில் அவர் செலவிடும் நேரமும் குறைந்தது; ஸ்டைலான தலைமுடி; சான் ஃப்ரான்சிஸ்கோவின் மேல்தட்டு உடைவிற்பனை நிலையமான வில்க்ஸ் பாஷ்ஃபோர்டிலிருந்து வாங்கிய

சூட்டுகள், சட்டைகள்; ரெஜிஸ் மெக்கென்னாவிடம் பணிபுரியும் பாலிநீசிய-போலந்து வம்சாவழியைச் சேர்ந்த அழகி பார்பரா ஜஸின்ஸ்கியுடன் தீவிரமானதொரு உறவு வளர்ந்தது.

சரியாகச் சொல்லவேண்டுமென்றால் அவருக்குள் இன்னமும் ஒரு குழந்தைத்தனமான கலக சுபாவம் இருந்தது. அவரும் ஜஸின்ஸ்கியும் கோட்கேயும் ஒன்றாக ஸ்டான்ஃபோர்டிற்கு அருகில் இன்டர்ஸ்டேட் 280இன் விளிம்பிலுள்ள ஃபெல்ட் ஏரியில் நீச்சலடிக்கச் செல்வார்கள். 1966 பிஎம்டபிள்யூ ஆர்60/2 மோட்டார் சைக்கிள் ஒன்றை வாங்கி அதன் கைப்பிடிகளை ஆரஞ்சு வண்ணக் குஞ்சங்களால் அலங்கரித்தார். இதற்கெல்லாம் நேர்மாறாகவும் சிலசமயம் நடந்துகொள்வதுண்டு. உணவு பரிமாறவரும் பெண்களைச் சிறுமைப்படுத்துவார்; கொண்டு வந்த உணவைக் 'குப்பை' என்று உரக்க அறிவித்துத் திருப்பியனுப்புவார். 1979இல் நிறுவனத்தின் முதல் ஹாலோவீன்[4] விருந்தின்போது இயேசுநாதர் போல நீண்ட அங்கி அணிந்து வந்தார். இந்த அரைக் கிறுக்குத்தனமான தன்விழிப்புணர்வு அவருக்கு வேடிக்கையாகத் தோன்றியது. ஆனால் பலருக்கு அதிருப்தியைத் தந்தது – கோபத்தில் பல கண்கள் உருண்டன. குடும்பஸ்தரான புதிதிலும் சில பிரச்சினைகள் எழுந்தன. லாஸ் காடோஸ் மலைப் பகுதியில் ஒரு வீடு வாங்கினார். அதை ஒரு மாக்ஸ் ஃபீல்ட் பாரிஷ் ஓவியம், ப்ரௌன் நிறுவனத்தின் காப்பி தயாரிக்கும் சாதனம் மற்றும் ஹெங்கெல்ஸ் கத்திகளால் அலங்கரித்தார். ஆனால் அறைகலன்கள் தேர்வுசெய்யும் விஷயத்தில் அவர் மிக நிர்ப்பந்தமாக இருந்ததால் அறைகள் பெரும்பாலும் கட்டில்களோ, நாற்காலிகளோ, சோஃபாக்களோ எதுவுமின்றி வெறுமையாகவே இருந்தன. அதற்கு மாறாக அவருடைய படுக்கையறையின் தரை நடுவில் ஒரு மெத்தை இருந்தது. சுவர்களை ஐன்ஸ்டைன் மற்றும் மகாராஜ் ஜீயின் உருவப்படங்கள் அலங்கரித்தன. தரையில் ஓர் ஆப்பிள் II.

[4] அக்டோபர் 31 அன்று கொண்டாடப்படும் கிறிஸ்தவ மதம் சார்ந்த பண்டிகை. இறந்தவர்கள் நினைவாக விழா எடுத்து, பேய்கள் போல் மாறுவேடமணிந்து, பூசணிப் பழங்களில் பூதங்களின் முகம் செதுக்கி, அவற்றின் உள்ளே விளக்குகள் பொருத்தி அலங்கரித்து, திகில் படங்கள் பார்ப்பதிலும் பேய்க்கதைகள் சொல்வதிலும் பொழுது போக்குவது இதன் சிறப்பம்சம். (மொ-ர்)

இயல் எட்டு

ஜெராக்ஸும் லிசாவும்

வரைகலை பயனர் இடைமுகம்

ஒரு புதிய உதயம்

ஆப்பிள் IIஇன் வரவு ஜாப்ஸின் கராஜிலிருந்து தொடங்கி ஒரு புதிய உச்சத்தை நோக்கி நிறுவனத்தை இட்டுச் சென்றது. 1977இல் 2500 யூனிட்டுகளாக இருந்த விற்பனை அமோக வளர்ச்சியடைந்து, 1981இல் 210,000ஐ எட்டியது. ஆனால் ஜாப்ஸ் நிலைகொள்ளாமல் தவித்தார். ஆப்பிள் II காலாகாலத்திற்கும் வெற்றிகரமான ஒன்றாக இருக்க முடியாது; மின்னூட்டு முதல் பெட்டகம் வரை பொதிதலில் தாம் எவ்வளவுதான் திறமை காட்டியிருந்தாலும், அது வாஸ்நியாக்கின் அற்புதப் படைப்பாகவே கருதப்படும் என்பது அவருக்கு நன்றாகத் தெரிந்திருந்தது. அவருக்குத் தனதென்று சொல்ல ஒரு சாதனம் தேவைப்பட்டது. அதுமட்டுமல்ல, அவர் உருவாக்கும் சாதனம் உலகில் ஒரு தாக்கத்தை அழுந்தப் பதிக்கக்கூடியதாக இருக்கவேண்டும் என்று விரும்பினார்.

முதலில் ஆப்பிள் III அதை நிறைவேற்றும் என்று நம்பினார் – அதிக நினைவுத்திறன் (மெமரி), நாற்பதுக்குப் பதிலாக எண்பது எழுத்துக்கள் மற்றும் குறியீடுகள், பெரிய/சிறிய (அப்பர்கேஸ் /லோயர்கேஸ்) எழுத்துக் களைக் கையாளக் கூடிய திரை என. தொழில்ரீதியான வடிவமைப்பில் தமக்குள்ள அதீத ஆர்வத்தில் திளைத்தபடி ஜாப்ஸ் பெட்டகத்தின் வடிவம், அளவுகள் ஆகியவற்றைத் தீர்மானித்தார். மின்சுற்றுப் பலகை களில் உள்ளுறுப்புகள் எவ்வளவுதான் கூடியபோதிலும் வெளிப்புற அமைப்பை மாற்றப் பொறியியல் வல்லுநர்கள் குழுக்களில் எவருக்கும் அனுமதியளிக்க மறுத்துவிட்டார். விளைவு – உள்ளுறுப்புகளால் பலகைகள் பிதுங்கி வழிந்தன; இணைப்புகளும் அடிக்கடி செயலிழந்தன. ஒருவழியாக 1980 மே மாதம் ஆப்பிள் III வெளிவந்தபோது அது தோல்வியைத் தழுவியது. பொறியியல் வல்லுநர்களில் ஒருவரான ராண்டி விக்கின்டன் தமது கருத்துகளைத் தொகுத்தார்: 'ஆப்பிள் III

என்பது கூட்டு உடலுறவில் உருவான குழந்தைபோன்றது. முடிவில் எல்லோருக்கும் பெரும் தலைவலியாக வெளிவந்தது. தந்தை இன்னா ரென்று இனம் காணமுடியாத குழந்தை. ஒவ்வொருவரும் சொன்னார்கள்: இது என்னுடையதல்ல.'

அதற்குள் ஜாப்ஸ் ஆப்பிள் IIIஇலிருந்து தம்மை விலக்கிக்கொண்டு முற்றிலும் மாறுபட்ட ஒரு தயாரிப்பை உருவாக்கும் வழிகளை ஆராய்ந்தவாறு இருந்தார். முதலில் தொடுதிரையைப் (டச் ஸ்க்ரீன்) பயன்படுத்தலாமா என்று யோசித்தார். ஆனால் பின்னர் விரக்தியாய் உணர்ந்தார். ஒருமுறை அந்தத் தொழில்நுட்பத்தின் செயல் விளக்கத் திற்குத் தாமதமாக வந்தார். சிறிதுநேரம் மட்டும் இருப்புக்கொள்ளாமல் செலவழித்துவிட்டு, பின் பொறியியல் வல்லுநர்களின் விளக்கங் களுக்குப் பாதியிலேயே 'நன்றி' என்று கூறி முற்றுப்புள்ளி வைத்து விட்டார். அவர்கள் குழம்பிப் போனார்கள். 'எங்களைத் திரும்பிப் போகச் சொல்கிறீர்களா?' என்றார் ஒருவர். ஜாப்ஸ் 'ஆமாம்' என்று சொன்னதோடு, தம் பொன்னான நேரத்தை வீணடித்ததற்காகச் சக ஊழியர்களைக் கடிந்தும் கொண்டார்.

பின்னர் அவரும் ஆப்பிள் நிறுவனமும் முற்றிலும் புதிய கணினியைத் திட்டமிட்டு வடிவமைக்க ஹ்யூலட்-பக்கார்டிலிருந்து (எச்பீ) இரண்டு பொறியியல் வல்லுநர்களை வரவழைத்துப் பணியில் அமர்த்தினர். அதற்கு ஜாப்ஸ் வைத்த பெயர் லிசா. இது கிறுக்குப்பிடித்த உளவியல் வல்லுநரைக் கூட இரண்டாவதுமுறை யோசிக்க வைத்திருக்கும். மற்ற கணினிகள் பலவும் அவற்றை வடிவமைத்தவர்களுடைய பெண் குழந்தை களின் பெயர்களைச் சூடிக்கொண்டிருந்தன. ஆனால் லிசா, ஜாப்ஸ் நிராகரித்த குழந்தை. அத்துடன் அவள் தன் மகள் என்று அவர் இன்னமும் முழுதாக ஒத்துக்கொண்டதுமில்லை. 'ஒருவேளை குற்ற உணர்ச்சியால் அப்படிச் செய்திருக்கலாம்' என்றார் ரெஜிஸ் மெக்கென்னாவைச் சேர்ந்த ஆன்ட்ரியா கன்னிங்ஹாம். இவர் அந்தத் திட்டத்தின் மக்கள் தொடர்புப் பிரிவில் பணியாற்றியவர். 'இதற்கென ஒரு விளக்கத்தை நாங்கள் உருவாக்க வேண்டியிருந்தது - அது அந்தப் பெண் குழந்தை யின் பெயரல்ல என்று நிரூபிப்பதற்காக.' இவ்வாறு மாற்றுவழியில் உருவாக்கியதுதான் Local Integrated System Architecture (ஒருங்கிணைந்த உள்ளூர் கணினி வடிவமைப்பு - லிசா) – அர்த்தமற்றது என்றாலும் அதுவே அதிகாரப்பூர்வ விளக்கமானது. பொறியியல் வல்லுநர்களுக் கிடையில் அது, 'LISA: Invented Stupid Acronym' (லிசா: முட்டாள்தனமாகக் கண்டுபிடிக்கப்பட்ட தலைப்பெழுத்துச் சொல்) என்று குறிப்பிடப் பட்டது. பல ஆண்டுகளுக்குப் பிறகு, ஜாப்ஸிடம் அந்தப் பெயர் பற்றிக் கேட்டபோது, அவர் சுருக்கமாய் ஒத்துக்கொண்டார்: 'நிச்சயமாக அது என் மகளுக்காக வைத்த பெயர்தான்.'

லிசா என்பது 2000 டாலர் மதிப்புள்ள 16-பிட் நுண்செயலி *(மைக்ரோப்ராஸஸர்)* கொண்ட சாதனமாக உருவானது – ஆப்பிள் IIஇல் உள்ளதுபோல 8-பிட் அல்ல. அமைதியாகத் தமது ஆப்பிள் IIஇன் பணியில் மூழ்கியிருந்த வாஸின் அபாரத் திறமை இல்லாமல், பொறியியல் வல்லுநர்கள் ஒரு வழக்கமான டெக்ஸ்ட் டிஸ்ப்ளே (எண்ணெழுத்துக் காட்சிக்கருவி) கொண்ட கணினியை வடிவமைத்தனர். திறம்மிக்க நுண்செயலி இருந்தும் அற்புதங்கள் எதையும் சாதிக்க இயலவில்லை. இவை யாவும் சலிப்புத்தட்டத் தொடங்கியதால் ஜாப்ஸ் மெல்லப் பொறுமையிழந்தார்.

ஒரே ஒரு நிரலாக்க வல்லுநர் *(ப்ரோக்ராமர்)* பில் அட்கின்ஸன். அவர் மட்டும் திட்டத்திற்குச் சற்று உயிரூட்டியவாறு இருந்தார். நரம்பியல் முதுகலைப் பட்டதாரி மாணவர். எல்எஸ்டி போதைப்பொருட்களுடன் தேவையான அளவு பரிச்சயமுள்ளவர். ஆப்பிள் நிறுவனத்தில் பணி யாற்ற வருமாறு அழைத்த போது அவர் மறுத்துவிட்டார். ஆனால் ஆப்பிள் அவருக்கு பணம் திரும்பப் பெறமுடியாத விமானப் பயணச் சீட்டை அனுப்பி வைத்தபோது அதைப் பயன்படுத்திக்கொள்ள அவர் தீர்மானித்தார். அத்துடன் தன்னைச் சம்மதிக்க வைப்பதற்கு ஜாப்ஸிற்கும் ஒரு வாய்ப்புத் தர எண்ணினார். 'நாங்கள் எதிர்காலத்தை உருவாக்கி வருகிறோம்' - மூன்றுமணிநேரக் கலந்துரையாடலின் முடிவில் ஜாப்ஸ் கூறினார். 'ஒரு அலையின் முன் ஓரத்தில் சர்ஃப்[1] செய்வதாய்க் கற்பனை செய்து கொள்ளுங்கள். உண்மையிலேயே அற்புதமான, சிலிர்ப்பூட்டும் அனுபவம் அது. அப்படியே அதே அலையின் வால் பகுதியில் கையையும் காலையும் உதைத்துக்கொண்டு இருப்பதை எண்ணிப்பாருங்கள். கொஞ்சம்கூடச் சுவாரசியமே இருக்காது. இங்கு எங்களோடு இணைந்து உலகில் ஒரு தாக்கத்தை உருவாக்குங்கள்.' அட்கின்ஸன் அதைத்தான் செய்தார்.

பரட்டைத் தலைமுடியும் தொங்கும் மீசையும் அவருடைய முகத்தி லிருந்த ஆர்வத்தை மறைக்கவில்லை. வாஸின் அபாரத்திறன்; அற்புத மான தயாரிப்புகளின் மீதுள்ள ஜாப்ஸின் அதீத ஆர்வம்; இரண்டுமே அட்கின்ஸனிடம் காணப்பட்டன. அவருடைய முதல் பணி ஒரு நிரலை *(ப்ரோக்ராம்)* உருவாக்குவதாக இருந்தது – டோவ் ஜோன்ஸ் சேவையை தானியங்கு தொலைபேசி மூலமாக அழைத்து ஒரு குறிப்பிட்ட பங்கின் விலை விவரங்களைக் கண்காணித்து, அதை வாங்கிய பிறகு தொடர்பைத் துண்டிப்பது. 'இதை நாங்கள் விரைவாகச் செய்யவேண்டியிருந்தது. ஏனெனில் ஆப்பிள் IIஇன் ஒரு பத்திரிகை விளம்பரத்தில் சமையலறை மேசையில் அமர்ந்துள்ள ஒரு கணவர்

[1] ஒரு பலகையில் நின்றுகொண்டு அலைகளின்மீது ஏறிச்சறுக்கும் ஒருவகை சாகச விளையாட்டு. (மொ-ர்)

ஆப்பிள் திரையில் பங்குவிலைகளின் வரைபடங்களைப் பார்த்துக் கொண்டிருக்க, அவருடைய மனைவி அவரைப் பூரிப்புடன் பார்ப்பது போல சித்திரிக்கப்பட்டிருந்தது. ஆனால் அப்படியொரு நிரல் உண்மை யில் இல்லை. ஆகவே அதை நான் உருவாக்க வேண்டியிருந்தது.' அடுத்தபடியாக ஆப்பிள் IIக்கு பாஸ்கல் கணினி மொழியின் வேறு ஒரு வடிவத்தை உருவாக்கினார் – இது உயர்மட்ட நிரலாக்க மொழி *(ப்ரோக்ராமிங் லாங்க்வேஜ்)* என்பதால் ஜாப்ஸ் ஒத்துக்கொள்ள வில்லை; அவரைப் பொறுத்தவரை ஆப்பிள் IIக்கு பேஸிக் மொழி போதுமானதாக இருந்தது. ஆனாலும் அவர் அட்கின்ஸனிடம் கூறினார்: 'நீ இதில் அதீத ஆர்வம் காட்டுகிறாய். உனக்கு ஆறு நாள்கள் தருகிறேன் – என் கூற்றைத் தவறென்று நிரூபிக்க.' அட்கின்ஸன் அவ்வாறே செய்துகாட்டினார். அதன்பின் என்றென்றைக்குமாய் ஜாப்ஸின் நன்மதிப்பைப் பெற்றார்.

1979 இலையுதிர்காலத்திற்குள் ஆப்பிளில் ஆப்பிள் II குதிரைக்கு மூன்று குட்டி வாரிசுகள் உருவாயின – தலையெழுத்து சரியில்லாத ஆப்பிள் III, லிசா திட்டம் – அது ஜாப்ஸின் உற்சாகத்தை வடியவைத்தது. இவை தவிர ஜாப்ஸின் ரேடார் பார்வைக்கு எட்டாமல் – அப்போதைக் காவது - ஒரு சின்னஞ்சிறு செயல்திட்டம் உருவாகிக் கொண்டிருந்தது. ஜெஃப் ராஸ்கின் என்று ஒரு திறமையான ஊழியர். முன்னாள் பேராசிரியர். பில் அட்கின்ஸன் இவருடைய மாணவர். இவருடைய திட்டம் விலை குறைவான, 'அனைவருக்கும் ஏற்ற கணினி'யை உருவாக்குவதுதான் – கணினி, விசைப்பலகை, திரையகம், மென்பொருள் ஆகியவற்றோடு வரைகலை இடைமுகம் *(க்ராஃபிக்கல் இன்டர்ஃபேஸ்)* உள்ள ஒரு சாதனம். அவர் பாலோ ஆல்டோவில் உள்ள ஒரு முற்போக் கான, புரட்சியான நிறுவனத்திற்கு ஆப்பிளில் உள்ள சக ஊழியர்களை அறிமுகம் செய்துவைக்க எண்ணினார். அங்கு இதுபோன்ற புதுமையான வேலைகளுக்கு நல்ல அறிமுகம் கிட்டியது.

ஜெராக்ஸ் பார்க்

ஜெராக்ஸ் கார்ப்பரேஷனின் பாலோ ஆல்டோ ரிசர்ச் சென்டர் – பார்க் (ஜெராக்ஸ் பார்க் என்று அழைக்கப்பட்டது) டிஜிட்டல் (இலக்கமுறை) சிந்தனைகளுக்கு ஒரு களம் அமைப்பதற்காக 1970இல் நிறுவப்பட்டது. கனெக்டிகட்டிலுள்ள ஜெராக்ஸ் வணிகத் தலைமையகத்தின் வணிகச் சுமைகளிலிருந்து சாதகமோ, பாதகமோ – மூவாயிரம் மைல்களுக்கு அப்பால், ஒதுக்குப்புறமாக அது அமைந்திருந்தது. இதை நிறுவியவர் களில் அலன் கே என்ற விஞ்ஞானியும் ஒருவர். அவருடைய இரண்டு கூற்றுகள் ஜாப்ஸின் தாரக மந்திரங்களாயின: 'எதிர்காலத்தைக் கணிக்கச் சிறந்த வழி அதை உருவாக்குவதுதான்'; 'மென்பொருட்களில் தீவிரமாக

உள்ளவர்கள் அதற்கேற்ற வன்பொருட்களைத் தாமே தயாரித்துக் கொள்ள வேண்டும்.' கே குழந்தைகளும் பயன்படுத்தக்கூடிய ஓர் எளிய கணினியை வடிவமைக்கும் சிந்தனையை ஊக்குவித்து, அதற்கு 'டைனாபுக்' என்று பெயர் சூட்டினார். ஆகவே ஜெராக்ஸ் பார்க்கிலுள்ள பொறியியல் வல்லுநர்கள் பயன்படுத்துவதற்கு எளிதான வரைகலையை *(க்ராஃபிக்ஸ்)* உருவாக்க முனைந்தனர் – குறிப்பாக அச்சமூட்டும் கணினித் திரைகளின் பின்னணியிலுள்ள ஆணை வரிகள் *(கமேண்ட் லைன்ஸ்)* மற்றும் டாஸ் ப்ராம்ப்ட்டுக்கு (வட்டு இயக்க அமைப்புத் தூண்டிகள்) மாற்றாக அதைப் பயன்படுத்தத் திட்டமிட்டிருந்தனர். இதற்கு அவர்கள் மனத்தில் உருவகப்படுத்தியிருந்தது ஒரு முகப்புத் திரை *(டெஸ்க்டாப்)*. திரையில் பல ஆவணங்கள் மற்றும் கோப்பு களோடு; தேவையானவற்றின் மீது மௌஸால் (சுட்டெலியால்) க்ளிக் (சொடுக்கு) பண்ணக்கூடிய வகையில்.

இந்த க்ராஃபிக்கல் யூஸர் இன்டர்ஃபேஸ் (வரைகலை பயனர் இடைமுகம்) அல்லது GUI – 'கூயி' என்று அழைக்கப்பட்டது. இதற்கு ஜெராக்ஸ் பார்க்கின் மற்றொரு சிந்தனை மிகவும் பொருத்தமானதாக அமைந்திருந்தது: பிட்மேப்பிங் (நுண்படமாக்கல்). அதுநாள்வரை அனேகமாக எல்லாக் கணினிகளும் கேரக்டரை (வரியுருவை) அடிப் படையாகக் கொண்டவை. விசைப்பலகையில் ஒரு எழுத்தையோ, குறியீட்டையோ அழுத்தினால், கணினி அதனைத் திரையில் தோன்றச் செய்யும் - கருமையான பின்னணியில் வழக்கமான பச்சை நிறத்தில் ஒளிரும் ஃபாஸ்ஃபர் (phosphor) வடிவமாக. எழுத்து, எண் குறிகளின் எண்ணிக்கை குறைவாக இருந்ததால், அதிக அளவில் கணினி சங்கேதக் குறிகளோ, செயலாக்கமோ *(ப்ராஸஸிங்)* தேவைப்படவில்லை. நுண்பட அமைப்பு *(பிட்மேப் சிஸ்டம்)* சற்று மாறுபட்டிருந்தது. கணினியின் திரையிலுள்ள ஒவ்வொரு பிக்ஸெலும் கணினி நினைவகத்திலிருந்த பிட்டுகளின் *(பிட்ஸ்)* கட்டுப்பாட்டிலிருந்தன. திரையில் எழுத்துக்கள் போல எதையாவது தோற்றுவிக்கவேண்டும் என்றால், கணினி ஒவ்வொரு பிக்ஸெலுக்கும் ஆணை பிறப்பிக்கவேண்டும். ஒளிர வேண்டுமா வேண்டாமா, நிறங்களைப் பயன்படுத்துவதானால் என்ன நிறம் என்றெல்லாம். இதற்கு நிறைய கணினிப் பயன்பாட்டு *(கம்ப்யூட்டிங்)* ஆற்றல் தேவைப்படும். ஆனால் அட்டகாசமான வரைகலை *(க்ராஃபிக்ஸ்)*, பல்வேறு எழுத்துருக்கள் *(ஃபான்ட்ஸ்)*, பிரமாதமான திரைக்காட்சி *(ஸ்க்ரீன் டிஸ்ப்ளே)* அனைத்தும் சாத்தியமாகும்.

பிட்மேப்பிங் (நுண்படமாக்கல்), வரைகலை இடைமுகம் *(க்ராஃபிக்கல் இன்டர்ஃபேஸ்)* ஆகியவை ஜெராக்ஸ் பார்க்கின் ஆல்டோ போன்ற கணினிகள் மற்றும் ஸ்மால்டாக் என்ற தரவு மற்றும் குறிமுறை *(ஆப்ஜெக்ட்)* அடிப்படையிலான நிரலாக்க மொழியில் – பரவலாய்ப்

பயன்படுத்தப்படும் அம்சங்களாயின. ஜெஃப் ராஸ்கின் ஒரு முடிவுக்கு வந்தார் – இந்த அம்சங்கள்தான் கணினிப் பயன்பாட்டின் எதிர் காலத்தைத் தீர்மானிக்கப் போகின்றன என்று. ஆகையால் ஜாப்ஸை யும் ஆப்பிளில் உள்ள சக ஊழியர்களையும் ஜெராக்ஸ் பார்க்கிடம் பேசிப்பார்க்கும்படி வற்புறுத்தினார்.

ராஸ்கினுக்கு ஒரு பிரச்சினை இருந்தது: ஜாப்ஸைப் பொறுத்தவரை அவர் சகித்துக்கொள்ள முடியாத ஒரு தத்துவ வல்லுநர் அல்லது ஜாப்ஸின் பாணியில் சொல்லவேண்டுமானால் 'சலிப்பூட்டும் மக்கு.' எனவே, ராஸ்கின் அவருடைய நண்பர் அட்கின்ஸனை நியமித்தார். ஏனெனில் அவர் ஜாப்ஸ் வைத்திருந்த 'மக்கு-மாமேதை' என்ற உலகப் பிரிவில் எதிர்பிரிவைச் சேர்ந்தவர். அதுமட்டுமல்ல, ஜெராக்ஸ் பார்க்கில் என்ன நடக்கிறது என்று தெரிந்துகொள்வதில் ஜாப்ஸிற்கு ஆர்வத்தை ஏற்படுத்தவும் அவரைச் சம்மதிக்க வைக்கவும் அட்கின்ஸனால் மட்டுமே முடியும் என்று அவர் நம்பினார். ராஸ்கினுக்குத் தெரியாத ஒரு விஷயம் இருந்தது. ஜாப்ஸ் மற்றொரு சிக்கலான பேரத்தில் ஈடுபட்டிருந்தார். ஜெராக்ஸின் முதலீட்டுப் பிரிவு 1979 கோடையில் ஆப்பிளின் இரண்டாவது முதலீட்டுச் சுற்றில் பங்கெடுக்க விருப்பம் தெரிவித் திருந்தது. ஜாப்ஸ் ஒரு வாய்ப்பளித்தார்: 'ஆப்பிளில் ஒரு மில்லியன் டாலர் முதலீடு செய்ய உங்களுக்கு அனுமதி அளிக்கிறேன்; பார்க்கின் இரகசியங்களை நீங்கள் என்னோடு பகிர்ந்துகொள்ள வேண்டும்.' ஜெராக்ஸ் இதை ஏற்றுக்கொண்டது. ஆப்பிளுக்குத் தனது புதிய தொழில்நுட்பத்தைக் காட்ட ஒத்துக்கொண்டு அதற்குப் பதிலாகப் பத்து டாலர் வீதம் ஒரு லட்சம் பங்குகளைப் பெற்றுக்கொண்டது.

ஓராண்டு காலத்தில் ஆப்பிள் பொது நிறுவனமானபோது, ஜெராக்ஸ் வாங்கியிருந்த பங்குகளின் மதிப்பு 1 மில்லியனிலிருந்து 17.6 மில்லியனாக உயர்ந்திருந்தது. ஜாப்ஸும் அவருடைய சக ஊழியர்களும் ஜெராக்ஸ் பார்க்கின் தொழில்நுட்பத்தைக் காணச் சென்றிருந்தனர். தமக்குக் காட்டப்பட்ட விவரங்கள் போதவில்லை என்று ஜாப்ஸ் தெரிவித்தபோது, சில நாள்கள் கழித்து மேலும் சில விவரங்கள் அடங்கிய செயல்முறைவிளக்கம் அளிக்கப்பட்டது. இதில் பங்கு கொண்ட இரண்டு ஜெராக்ஸ் விஞ்ஞானிகளில் லாரி டெஸ்லர் மிகவும் பரவசமாகத் தமது தொழில்நுட்பத்தை விளக்கினார். ஏனெனில், அவருக்குத் தமது நிறுவனத்தில் மேலதிகாரிகளிடம்கூடக் கிட்டாத பாராட்டும் அங்கீகாரமும் இங்கு கிட்டியதுதான். ஆனால், மற்றொரு விஞ்ஞானியான அடீலி கோல்ட்பெர்க் அதிர்ந்து போனார். தமது நிறுவனம் அதன் பொக்கிஷங்களை எல்லாம் இப்படித் தாராளமாக வழங்க ஒப்புக்கொண்டுவிட்டதை எண்ணி. 'இது நம்பமுடியாத அளவிற்கு மூடத்தனம்; சுத்த கிறுக்குத்தனம்; ஜாப்ஸிற்கு அதிகமாக

எதையும் தந்துவிடுவதைத் தடுக்கப் போராடினேன்' என்று நினைவு கூர்ந்தார்.

முதல் விளக்கத்திலேயே கோல்ட்பெர்க் நினைத்ததைச் சாதித்து விட்டார். ஜாப்ஸ், ராஸ்கின் மற்றும் லிசா குழுவின் தலைவர் ஜான் கௌச் ஆகியோர் பிரதான வரவேற்பறைக்கு அழைத்துச் செல்லப்பட்டனர். அங்கு ஜெராக்ஸ் ஆல்டோ ஒன்று பொருத்தப் பட்டிருந்தது. 'அது மிகவும் கட்டுப்படுத்தப்பட்ட காட்சி. வெகு சில பயன்பாட்டு மென்பொருள்கள் *(அப்ளிகேஷன்ஸ்)* மட்டுமே இருந்தன – முக்கியமாக ஒரு வேர்ட் ப்ராஸஸிங் (சொற்செயலாக்கம்)' என்றார் கோல்ட்பெர்க். ஜாப்ஸிற்கு அது திருப்திகரமாக இல்லை. அவர் ஜெராக்ஸ் தலைமையகத்தை அழைத்து இன்னும் அதிக விவரங்கள் வேண்டும் என்று கேட்டார்.

இதனால் சில நாள்கள் கழித்து ஜாப்ஸ் மீண்டும் அழைக்கப் பட்டார். இம்முறை அவர் இன்னும் பெரிய குழுவுடன் வந்தார் – பில் அட்கின்ஸன் மற்றும் ப்ரூஸ் ஹார்ன். ஆப்பிளில் நிரலாக்க வல்லுநர் *(ப்ரோக்ராமர்)* ப்ரூஸ் ஹார்ன் இதற்குமுன் ஜெராக்ஸ் பார்க்கில் பணியாற்றியவர். இருவருக்குமே தங்களுக்கு என்ன விவரங்கள் தேவை என்பது தெரிந்திருந்தது. 'நான் அலுவலகத்தை அடைந்தபோது ஒரே பரபரப்பாக இருந்தது. ஜாப்ஸூம் அவருடைய நிரலாக்க வல்லுநர் குழுவும் ஆலோசனைக்கூட்ட அறையில் உள்ளனர் என்று கூறினார்கள்' என்றார் கோல்ட்பெர்க். அவருடைய பொறியியல் வல்லுநர்களில் ஒருவர் சொற்செயலாக்க நிரல்களை *(வேர்ட் ப்ராஸஸிங் ப்ரோக்ராம்ஸ்)* காட்டி அவர்களை உபசரித்துக் கொண்டிருந்தார். ஆனால் ஜாப்ஸ் பொறுமையிழந்தார். 'இந்தக் கூத்தை நிறுத்துங்கள்!' என்று அவ்வப்போது இரைந்து கத்தினார். ஆகையால் ஜெராக்ஸ் ஊழியர்கள் இரகசியமாய்ச் சந்தித்து இன்னும் சற்று அதிகமான விவரங்களைத் தரத் தீர்மானித் தனர். நிரல் *(ப்ரோக்ராம்)* மொழியான ஸ்மால் டாக்கை டெஸ்லர் கொஞ்சம் கொஞ்சமாகக் காட்ட அவர்கள் ஒத்துக்கொண்டனர். ஆனால் அதன் 'வகைப்படுத்தப்படாத' பகுதியை மட்டுமே காட்ட வேண்டும் என்ற நிபந்தனையுடன். 'இது ஜாப்ஸை வியப்படைய வைக்கும்; அத்துடன் இரகசியமாகப் பாதுகாக்கப்பட வேண்டிய பகுதி தனக்குக் காட்டப்படவில்லை என்பதை அவர் உணரவும் வாய்ப்பில்லை' என்று குழுத்தலைவர் கோல்ட்பெர்கிடம் கூறினார்.

ஆனால் அவர்கள் எண்ணம் தவறாகிவிட்டது. அட்கின்ஸனும் மற்றவர்களும் ஜெராக்ஸ் பார்க்கில் வெளியிட்டிருந்த சில அறிக்கை களை ஏற்கனவே படித்திருந்தனர். ஆகையால், தமக்குக் கிட்டியது முழுமையான விளக்கமல்ல என்று அவர்களுக்குத் தெரிந்திருந்தது. ஜாப்ஸ் ஜெராக்ஸின் முதலீட்டுப் பிரிவுத் தலைவரைத் தொலைபேசியில்

அழைத்து முறையிட்டார். கனெக்டிகட் தலைமையகத்திலிருந்து உடனடியாகத் தொலைபேசி அழைப்பு வந்தது – ஜாப்ஸுக்கும் அவருடைய குழுவிற்கும் எல்லா விளக்கங்களும் முழுமையாகக் காட்டப்பட வேண்டும் என்று. கோல்ட்பெர்க் கடுங்கோபமாய் வெளியேறிவிட்டார்.

ஒருவழியாகத் டெஸ்லர் திரையை விலக்கி முழுமையான விவரங்களை வெளிச்சமிட்டுக் காட்டியபோது ஆப்பிள் குழு அசந்து போனது. அட்கின்ஸன் திரையை உற்றுப் பார்த்தார். ஒவ்வொரு பிக்ஸெலையும் மிக உன்னிப்பாக – டெஸ்லரின் கழுத்துப் பகுதியில் அவருடைய மூச்சுக் காற்று படுமளவிற்கு. ஜாப்ஸ் உற்சாகமிகுதியில் கைகளை ஆட்டிக் கொண்டு அங்குமிங்கும் துள்ளிக் குதித்தார். 'அவர் ஓரேயடியாகத் துள்ளிக்கொண்டிருந்தார். விளக்கப்படத்தை அவர் உண்மையிலேயே கவனித்திருப்பாரோ இல்லையோ என்றுகூட நினைத்தேன். ஆனால் அவர் கவனித்திருந்தார். ஏனெனில் அவ்வப்போது அவர் கேள்விகள் கேட்டுக்கொண்டிருந்தார்' என்று டெஸ்லர் நினைவுகூர்ந்தார். 'நான் காட்டிய ஒவ்வொரு விஷயத்திற்கும் ஆச்சரியக்குறி அவர்தான்!' ஜெராக்ஸ் இந்தத் தொழில்நுட்பத்தை வியாபார ரீதியாக வெளியிடவில்லை என்பதைத் தம்மால் நம்பவே முடியவில்லை என்று ஜாப்ஸ் மீண்டும் மீண்டும் கூறியவாறு இருந்தார். 'நீங்கள் அமர்ந்திருப்பது ஒரு தங்கச் சுரங்கத்தின் மீது! ஜெராக்ஸ் இன்னும் இதனைச் சாதகமாகப் பயன்படுத்திக்கொள்ளவில்லை என்பதை என்னால் நம்ப முடியவில்லை' என்று அவர் உரக்கக் கத்தினார்.

ஸ்மால்டாக் மொழியின் விளக்கங்கள் மூன்று அற்புதமான அம்சங்களைக் கொண்டிருந்தன – ஒன்று, கணினிகளை வலைபோல இணைப்பது; இரண்டாவது, தரவு மற்றும் குறிமுறை *(ஆப்ஜெக்ட்)* அடிப்படையிலான நிரலாக்கச் *(ப்ரோக்ராமிங்)* செயல்முறை. ஆனால் ஜாப்ஸும் அவருடைய குழுவினரும் இவ்விரண்டையும் கண்டு கொள்ளவே இல்லை. அவர்களை அசரவைத்தது மூன்றாவது அம்சம் – பிட்மேப் (நுண்படம்) செய்யப்பட்ட திரையின் மூலம் சாத்தியமான வரைகலை இடைமுகம் *(க்ராஃபிக்கல் இண்டர்பேஸ்)*. 'என் கண்களில் இருந்து ஒரு திரையை விலக்கியதுபோல உணர்ந்தேன். கணினிப் பயன்பாட்டின் எதிர்காலம் எப்படியிருக்க வேண்டும் என்று கண்ணெதிரில் காணமுடிந்தது' என்று நினைவுகூர்ந்தார் ஜாப்ஸ்.

மேலும் இரண்டு மணிநேரங்கள் கழித்து ஜெராக்ஸ் பார்க் ஆலோசனைக் கூட்டம் நிறைவடைந்தபோது ஜாப்ஸ் பில் அட்கின்ஸனை க்யூபர்டினோவிலுள்ள ஆப்பிள் அலுவலகத்திற்கு வாகனத்தில் அழைத்துச் சென்றார். ஓட்டிய வேகத்திற்கு அவருடைய உதடுகளும் மனமும் ஈடுகொடுத்தன. 'இதுதான் – இதேதான்!' – அவர் ஒவ்வொரு

வார்த்தையையும் அழுந்தச் சொல்லியபடி உரக்கக் கத்தினார்: 'நாம் இதைச் செய்தே தீரவேண்டும்.' இதுதான் அவர் தேடிய அற்புதம் - கணினிகளை மக்களுக்குக் கொண்டு சேர்ப்பது: ஐஹ்ளர் பாணி வீடு போன்ற அழகிய, விலையடக்கமான வடிவமைப்பு; சமையலறைச் சாதனம் போலப் பயன்படுத்த எளியது.

'இதைச் செயல்படுத்த எவ்வளவுகாலம் பிடிக்கும்?' என்று ஜாப்ஸ் கேட்டார்.

'சரியாகத் தெரியவில்லை; ஆறுமாதம் ஆகலாம்' என்று அட்கின்ஸன் பதிலளித்தார். மிகவும் மிதவாதமான அனுமானம்; இருந்தாலும் அது உற்சாகமளிப்பதாகவும் இருந்தது.

'பெரும் கலைஞர்கள் களவாடுகிறார்கள்'

ஜெராக்ஸ் பார்க்கில் ஆப்பிள் நடத்திய வேட்டை, தொழில்துறைச் சரித்திரத்தின் மிகப்பெரிய வேட்டைகளில் ஒன்றாகக் கருதப்படுகிறது. ஜாப்ஸ் அவ்வப்பொழுது இதைக் கூறிப் பெருமைப்பட்டுக் கொள்வார். ஒருசமயம் அவர் கூறினார்: 'பிகாஸோவின் பொன்மொழி ஒன்று உண்டு – *நல்ல கலைஞர்கள் நகலெடுக்கிறார்கள்; பெரும் கலைஞர்கள் களவாடுகிறார்கள்* – நாங்களும் அற்புதமான கருத்துகளைக் களவாடுதல் பற்றி எப்பொழுதும் வெட்கப்படுவதில்லை.'

மற்றொரு அனுமானமும் இருந்தது. சில சமயம் ஜாப்ஸ் அதை ஒத்துக்கொள்வதும் உண்டு. 'ஆப்பிள் வேட்டையாடியது என்பதை விட, ஜெராக்ஸ் கோட்டைவிட்டது' என்பதுதான் அது. 'அவர்களுக்கு நகலெடுக்க மட்டும்தான் தெரியும். ஒரு கணினியால் என்னவெல்லாம் சாத்தியம் என்பதுபற்றி அவர்கள் துளியும் அறிந்திருக்கவில்லை' என்று ஜெராக்ஸ் நிர்வாகம் பற்றி அவர் கூறினார். 'அவர்கள் கணினித் துறையில் அமோக வெற்றிபெற்ற நிறுவனத்திலிருந்து தோல்வியை வேண்டிப் பெற்றுக்கொண்டார்கள். உண்மையில் கணினித்துறை முழுவதற்கும் ஜெராக்ஸ் ஏகபோக உரிமையாளராகியிருக்க முடியும்.'

இரண்டு அனுமானங்களிலும் நிறைய உண்மைகள் பொதிந்தி ருந்தன. ஆனால் அதையும் மீறிய சில விஷயங்கள் இருக்கத்தான் செய்தன. டி.எஸ்.எலியட் கண்டறிந்ததுபோல 'சிந்தனைக்கும் செயலாக்கத்திற்கும் இடையில் ஒரு நிழல் உண்டு. புதுமைகளின் பக்கங்களில் புதிய சிந்தனைகள் சமன்பாட்டின் ஒரு பகுதி மட்டுமே. செயலாக்கம் அதற்கு இணையான முக்கியத்துவம் கொண்டது.'

ஜாப்ஸும் அவருடைய பொறியியல் வல்லுநர்களும் ஜெராக்ஸ் பார்க்கில் கண்ட வரைகலை இடைமுகம் *(க்ராஃபிக்கல் இன்டர்ஃபேஸ்)*

சிந்தனைகளில் பெருமளவு முன்னேற்றங்களைப் புகுத்தினர். ஜெராக்ஸால் ஒருகாலும் சாதிக்க முடியாத அளவிற்குப் பலவிதங்களில் பயன்படுத்த அவர்களால் முடிந்தது. உதாரணமாக, ஜெராக்ஸ் மௌஸில் *(சுட்டெலி)* மூன்று பொத்தான்கள் இருந்தன; சிக்கலான பயன்பாடு; விலையோ முந்நூறு டாலர்; சீராக நகரவில்லை. இரண்டாவது முறையாக ஜெராக்ஸ் பார்க்கிற்குச் சென்று வந்த பிறகு, ஜாப்ஸ் அந்த வட்டாரத்தில் தொழில்துறை வடிவமைப்பு நிறுவனமான ஐடியோவிற்குச் சென்று அதன் நிறுவனர்களில் ஒருவரான டீன் ஹோவேயிடம் தமக்கு ஒற்றைப் பொத்தானுள்ள ஒரு மௌஸ் (சுட்டெலி) வடிவம் பதினைந்து டாலர் விலையில் வேண்டுமென்றும் ‘அதை வழுவழுப்பான ஃபார்மைகாவின் மீதும், சொரசொரப்பான எனது நீல நிற ஜீன்ஸின் மீதும் ஒரேபோலப் பயன்படுத்த இயல வேண்டும்’ என்றும் கூறினார். ஹோவே ஒத்துக்கொண்டார்.

இதில் மாற்றங்கள் உள்ளுறுப்புகளில் மட்டுமல்ல, மொத்த அமைப்பிலும் செய்யப்பட்டன. ஜெராக்ஸ் பார்க் மௌஸைப் பயன் படுத்தி சாளரங்களை *(வின்டோஸ்)* திரையில் அங்குமிங்கும் இழுக்க *(ட்ராக்)* இயலாது; ஆப்பிள் பொறியியல் வல்லுநர்கள் வடிவமைத்த இடைமுகத்தைக் *(இன்டர்ஃபேஸ்)* கொண்டு சாளரங்களையும் *(வின்டோஸ்)* கோப்புகளை இழுக்கச் செய்வது மட்டுமன்றி, அவற்றை கோப்புறைகளில் *(ஃபோல்டர்)* போடுவதும் *(ட்ராப்)* சாத்தியமானது. ஜெராக்ஸ் அமைப்பில் ஒவ்வொன்றும் செய்வதற்கு ஓர் ஆணையைப் பயன்படுத்த வேண்டும் – ஒரு சாளரத்தை அளவு மாற்றம் *(ரீசைஸ்)* செய்வதிலிருந்து, ஒரு கோப்பு எங்குள்ளது என்று கண்டுபிடிக்க உதவும் விரிவை *(எக்ஸ்டன்ஷன்)* மாற்றுவதிலிருந்து. ஆப்பிள் சிஸ்டம் இந்த டெஸ்க்டாப் மெட்டாஃபாரை (முகப்புத்திரை உருவகத்தை) வர்ச்சுவல் ரியாலிட்டியாக[2] (மெய்நிகர் நடப்பாக) ஆக்கியது – அதன் மூலம் நீங்கள் நேரடியாக எதைவேண்டுமானாலும் எட்டவோ, மாற்றவோ, இழுக்கவோ, இடமாற்றம் செய்யவோ சாத்தியமாயிற்று. ஆப்பிள் நிறுவனத்தின் பொறியியல் வல்லுநர்கள் அதன் வடிவமைப் பாளர்களோடு ஒருங்கிணைந்து செயல்பட்டனர். ஜாப்ஸ் அவர்களைத் தினமும் ஊக்கப்படுத்திவந்தார். அழகிய ஐகான்கள் (குறிப்படங்கள்), ஒவ்வொரு வின்டோவிற்கும் மேலுள்ள பாரிலிருந்து (பட்டை) கீழே இழுக்கப்பட்ட *(புல்ட் டவுன்)* பட்டியல்கள் *(மெனுஸ்)*, டபுள் க்ளிக் (இரட்டைச் சொடுக்கி) செய்வதன் மூலம் கோப்புகளையும் கோப்புறைகளையும் திறக்கும் திறன் போன்ற பல அம்சங்களைப் புகுத்தி முகப்புத்திரை *(டெஸ்க்டாப்)* கருத்தாக்கத்தை மேலும் சிறப் பாக்கும்படி செய்தார்.

[2] கருத்தாக இருந்த ஒன்றுக்குச் செயல்வடிவம் தருதல். (மொ-ர்)

ஜெராக்ஸ் செயல் அதிகாரிகள் அவர்களுடைய விஞ்ஞானிகள் பார்க்கில் உருவாக்கியதை அலட்சியம் செய்தார்கள் என்று சொல்லிவிட முடியாது. உண்மையில் அவர்கள் அதைவைத்து இலாபம் ஈட்டத்தான் முயன்றார்கள் – அந்த முயற்சியின் மூலம்தான் நல்ல சிந்தனைகள் எவ்வளவு முக்கியமோ, அதே அளவு செயல்திறனும் முக்கியம் என்று நிருபித்தார்கள். **1981**இல் ஆப்பிளின் லிசா, மகின்டாஷ் ஆகியவை வெளிவருவதற்குப் பலகாலம் முன்பாகவே ஜெராக்ஸ் ஸ்டாரை அவர்கள் அறிமுகப்படுத்தியிருந்தனர் – வரைகலை *(க்ராஃபிக்ஸ்)*, பயனர் இடைமுகம் *(யூஸர் இன்டர்ஃபேஸ்)*, மௌஸ் (சுட்டெலி), பிட்மேப் டிஸ்ப்ளே (நுண்படக் காட்சி), வின்டோ (சாளரம்), டெஸ்க்டாப் மெட்டாஃபார் (முகப்புத்திரை உருவகம்) அனைத்து அம்சங்களும் அடங்கிய சாதனம். ஆனால் அது மிக மெதுவாக இயங்கியது. (ஒரு பெரிய கோப்பைச் சேமிக்கப் பல நிமிடங்கள் பிடித்தது); விலை அதிகம் (சில்லறை விலை **16,595** டாலர்); அத்துடன் வலையமைப்பில் *(நெட்வொர்க்)* உட்படுத்தப்பட்ட அலுவலகங்களை மட்டுமே கருத்தில் கொண்டு தயாரிக்கப்பட்டது. அது படுதோல்வியடைந்தது – வெறும் **30,000** கணினிகள் மட்டுமே விற்பனையாயின.

ஸ்டார் வெளியானதும் ஜாப்ஸ் தமது குழுவுடன் ஜெராக்ஸ் விற்பனையாளரிடம் சென்று அதைப் பார்வையிட்டார். ஆனால் அது பயனற்றது என்று கருதியது மட்டுமன்றி, அதை வாங்குவது விரயம் என்று தமது சக ஊழியர்களிடம் கூறினார். ‘எங்களுக்கு நிம்மதியாக இருந்தது. அவர்கள் அதைச் சரியாக வடிவமைக்கவில்லை என்று எங்களுக்குப் புரிந்துவிட்டது. அதுமட்டுமல்ல அதன் விலையில் ஒரு சிறு பகுதிக்கு எங்களால் அதைத் தயாரித்தளிக்க முடியும் என்பதும் தெளிவானது.’ சில வாரங்கள் கழித்து ஜெராக்ஸ் ஸ்டார் குழுவின் வடிவமைப்பாளர்களில் ஒருவரான பாப் பெல்லெவிலை அழைத்தார் ஜாப்ஸ். ‘நீங்கள் உங்கள் வாழ்நாளில் இதுவரை செய்ததெல்லாம் ஒன்றுக்கும் உதவாது. நீங்கள் ஏன் என்னிடம் பணிபுரியக் கூடாது?’ என்றார். பெல்லெவில் வந்தார் – கூடவே லாரி டெஸ்லரும்.

தமக்கிருந்த உற்சாகத்தில் ஜாப்ஸ் முன்னாள் எச்பீ பொறியியல் வல்லுநரான ஜான் கௌச்சின் பொறுப்பில் இருந்த லிசாவின் அன்றாட நிர்வாகத்தையும் கையிலெடுத்துக் கொண்டுவிட்டார். கௌச்சை அலட்சியம் செய்துவிட்டு அட்கின்ஸன், டெஸ்லர் ஆகியோருடன் அவரே நேரடியாகத் தொடர்புகொண்டார் – தமது சிந்தனைகளைப் புகுத்துவதற்காக – குறிப்பாக லிசாவின் வரைகலை இடைமுகம் *(க்ராஃபிக்கல் இன்டர்ஃபேஸ்)* டிசைனில். ‘அவர் எப்பொழுதுவேண்டுமானாலும் என்னை அழைப்பார் – அது அதிகாலை இரண்டு மணியோ, ஐந்து மணியோ – அதையெல்லாம் அவர் பார்ப்பதில்லை. எனக்கு

அது மிகவும் பிடித்திருந்தது. ஆனால் லிசா பிரிவிலிருந்த என் மேலதிகாரிகளுக்கு அது அதிருப்தியளித்தது' என்றார் டெஸ்லர். அகால வேளைகளிலான தொலைபேசி அழைப்புகளை நிறுத்திக்கொள்ளும்படி அவர்கள் ஜாப்ஸிடம் கண்டிப்பாகக் கூறிவிட்டனர். அவரும் சிறிது காலம் பின்வாங்கினார். ஆனால் அது நீடிக்கவில்லை.

அட்கின்ஸன் திரையின் *(ஸ்க்ரீன்)* பின்னணிக்குக் கருமையைவிட வெண்மையே ஏற்றது எனத் தீர்மானித்தபோது முதல் முக்கிய பிரச்சினை எழுந்தது. அப்படிச் செய்தால் அட்கின்ஸனும் ஜாப்ஸும் விரும்பிய ஒரு அம்சம் சாத்தியமாகும்: *விஸ்-ஈ-விக்* – அதாவது *வாட் யு சீ ஸ் வாட் யு கெட்* (நீங்கள் காண்பது என்னவோ, அதுவே உங்களுக்குக் கிட்டும்) என்பதன் சுருக்கம். திரையில் நாம் என்ன காண்கிறோமோ அது அச்சுப்படியில் *(பிரிண்ட் அவுட்)* அப்படியே கிட்டும். 'வன்பொருள் குழுவினர் *இது படுகொலை – இந்த முறையில் செய்வதானால் மங்கலான, அதிகமாக மினுக்கும் ஃபாஸ்ஃபரைக் கட்டாயம் பயன்படுத்த வேண்டி யிருக்கும்* என்று கூறினர்' என்றார் அட்கின்ஸன். ஆகையால் அட்கின்ஸன் ஜாப்ஸை வரவழைத்தார். அவரும் இவருக்குச் சாதகமாய்ப் பேசினார். வன்பொருள் குழுவினர் முணுமுணுத்தனர். ஆனால் திரும்பிச் சென்று என்ன பிரச்சினை என்பதைக் கண்டறிந்தனர். 'ஸ்டீவ் பெரிய பொறியியல் வல்லுநர் என்றெல்லாம் கூறிவிட முடியாது. ஆனால் பிறர் என்ன பதில் சொல்வார்கள் என்று கணிப்பதில் மிகவும் திறமை வாய்ந்தவர். பொறியியல் வல்லுநர்கள் தங்கள் கருத்தை நிலைநாட்ட முயல்கிறார்களா, தங்கள் கருத்தில் உறுதியில்லாமல் பேசுகிறார்களா என்பதை அவரால் துல்லியமாகக் கணிக்க முடிந்தது.'

அட்கின்ஸனின் அபார சாதனைகளில் ஒன்று (இன்று நமக்கு மிகவும் பழகிவிட்டதால், அதனைக் கண்டு வியப்பது அரிது) திரையில் உள்ள சாளரங்களைப் (விண்டோஸ்) படிய வைப்பதுதான். இதில் 'மேல்' சாளரம் தனக்குக் 'கீழே' உள்ளவற்றுடன் இணைந்து ஓர் அடுக்குபோல் தோற்றமளிக்கும். அட்கின்ஸன் இந்தச் சாளரங்களை அங்குமிங்கும் நகர்த்த இயலுமாறு செய்தார் – மேசைமேல் உள்ள காகிதங்களைப் புரட்டி அடுக்குவதுபோல. இதனால் மேலே உள்ள சாளரங்களை நகர்த்துவதற்கேற்ப அதன் கீழே உள்ளவை தெரியவோ, மறையவோ செய்தன. உண்மையில் ஒரு கணினித் திரையில் பிக்ஸெல் களுக்குக் கீழே பிக்ஸெல் அடுக்குகள் எதுவும் இல்லை. அதுபோல் மேலே உள்ளதுபோல் தோன்றும் சாளரங்களுக்குக் கீழே சாளரங்கள் எதுவுமே இல்லை. இப்படி சாளர அடுக்குகள் உள்ளதுபோன்ற பிரமையை ஏற்படுத்த சங்கேதக் குறிகள் அவசியம். இவை மண்டலங் களை *(ரீஜியன்)* உள்ளடக்கியவை. அட்கின்ஸன் தன்னைத்தானே ஊக்குவித்து இந்த மாயத் தோற்றத்தைச் செயல்படுத்தினார். இது

சாத்தியம் என்பதை அவர் ஜெராக்ஸ் பார்க்கிற்குச் சென்றபோது உணர்ந்தார். உண்மையில் பார்க் குழுவினர் இதனை ஒருபோதும் சாதிக்கவில்லை; பின்னர் அவரிடம் பேசும்பொழுது அவருடைய சாதனையைக் கண்டு அசந்து போனதாகத் தெரிவித்தனர். 'அறியாமையின் வலிமையை அப்போது உணர்ந்தேன்' என்றார் அட்கின்ஸன். 'அது சாத்தியமல்ல என்பது எனக்குத் தெரிந்திருக்கவில்லை. அதனாலேயே சாதிக்கக்கூடிய திறமை உண்டாயிற்று.' மிகக் கடினமாய் உழைத்ததால் ஒரு நாள் காலை ஏதோ நினைவாக நிறுத்திவைக்கப்பட்டிருந்த ஒரு கனரக வாகனத்தின் மீது தமது கார்வெட் காரை இடித்து, ஏறத்தாழ உயிரை இழக்கும் நிலைக்கு ஆளானார். ஜாப்ஸ் அவரைக் காண மருத்துவமனைக்கு விரைந்தார். 'நாங்கள் எல்லோரும் உன்னை நினைத்து மிகவும் கவலைப்பட்டுவிட்டோம்' என்றார் – அட்கின்ஸனுக்கு நினைவு திரும்பியவுடன். வேதனை நிரம்பிய புன்னகையோடு அட்கின்ஸன் கூறினார்: 'கவலைப்படாதீர்கள்; எனக்கு மண்டலங்கள் *(ரீஜியன்ஸ்)* இன்னமும் நன்றாக நினைவிருக்கின்றன.'

'ஜாப்ஸிற்குச் சீரான உருட்டுதல் *(ஸ்க்ரோலிங்)* மிகவும் பிடிக்கும். ஆவணங்களை உருட்டும்பொழுது அவை வரிவரியாகச் செல்லாமல் சீராக ஓடவேண்டும். இடைமுகத்தின் *(இன்டர்ஃபேஸ்)* ஒவ்வொரு அம்சமும் அதைப் பயன்படுத்துபவர்களுக்கு நல்ல உணர்வைத் தர வேண்டும் என்பதில் அவர் மிகவும் பிடிவாதமாக இருந்தார்' என்றார் அட்கின்ஸன். மேல்-கீழ், இடம்-வலம் என்று மட்டுமல்லாமல், எல்லா திசைகளிலும் இட்டுச்செல்லும் ஒரு மௌஸை (சுட்டெலி) வடிவமைக்க அவர்கள் விரும்பினர். இதற்கு வழக்கமான இரண்டு சக்கரங்களுக்கு பதிலாக ஒரு சிறிய பந்து தேவைப்பட்டது. பொறியியல் வல்லுநர்களில் ஒருவர் அட்கின்ஸனிடம் இப்படி ஒரு மௌஸை வியாபாரரீதியாகத் தயாரிக்க வழியே இல்லை என்று கூறினார். அன்றிரவு உணவு அருந்தும் வேளையில் அட்கின்ஸன் ஜாப்ஸிடம் இதைக் கூறி முறையிட்டார். மறுநாள் காலை அட்கின்ஸன் அலுவலகம் சென்றபோது ஜாப்ஸ் அந்த பொறியியல் வல்லுநரைப் பணிநீக்கம் செய்திருந்தது தெரியவந்தது. அவருக்குப் பதிலாகப் பணியமர்த்தப்பட்டவர் அட்கின்ஸனைச் சந்தித்தபோது கூறிய முதல் வார்த்தைகள் 'என்னால் அந்த மௌஸை வடிவமைக்க முடியும்.'

அட்கின்ஸனும் ஜாப்ஸும் சிலகாலம் நெருங்கிய நண்பர்களாக இருந்தனர் – அனேகமாக எல்லா இரவுகளிலும் குட் எர்த்தில் ஒன்றாக உண்ணச் செல்வார்கள். ஆனால், ஜான் கௌச்சும் லிசா குழுவிலுள்ள மற்ற பொறியியல் வல்லுநர்களும் – இதில் பெரும்பாலானவர்கள் எச்.பி பாணியில் ஊறிப்போனவர்கள் – ஜாப்ஸின் தலையீட்டை வெறுத்தனர்; அடிக்கடி சந்தித்த அவருடைய அவமானப் பேச்சுக்களால்

கோபமடைந்தனர். நோக்குகளிலும் வித்தியாசங்கள் இருந்ததால் கருத்து வேறுபாடுகள் எழுந்தன. ஜாப்ஸ் ஒரு ஃபோல்க்ஸ்லிசாவை உருவாக்க விரும்பினார் – மக்கள் அனைவரும் பயன்படுத்தக்கூடிய எளிய, சிக்கனமான தயாரிப்பு. 'என்னைப்போல் பொதுமக்களுக்கான எளிய சாதனத்தை விரும்பியவர்களுக்கும், நிறுவனங்களைக் கருத்தில் கொண்டு செயலாற்றிய கௌச் போன்ற எச்பீ நிறுவனத்தைச் சேர்ந்தவர்களுக்கும் இடையில் பெரிய இழுபறிப் போராட்டமே நடந்தது' என்றார் ஜாப்ஸ்.

மைக் ஸ்காட், மைக் மார்க்குலா இருவரும் ஆப்பிளில் சிறிது ஒழுங்குமுறையைக் கொண்டுவருவதில் மும்முரமாய் இருந்தனர். அதனால் ஜாப்ஸின் அதிரடி நடவடிக்கைகளாலும் நடத்தையாலும் மிகவும் கவலைக்குள்ளாயினர். 1980 செப்டம்பரில் இரகசியமாக ஒரு மறுசீரமைப்புக்கு ஏற்பாடு செய்தார்கள். லிசா பிரிவின் ஏகோபித்த மேலாளராகக் கௌச் நியமிக்கப்பட்டார். தமது மகளின் பெயர் சூட்டப்பட்ட கணினியின் மீதுள்ள கட்டுப்பாட்டை ஜாப்ஸ் இழந்தார். ஆராய்ச்சி மற்றும் வளர்ச்சிப் பிரிவின் துணைத் தலைவர் பதவியும் பறிபோனது. குழுவின் செயல்புரியாத் தலைவராக அவர் நியமிக்கப் பட்டார். இந்தப் பதவியால் ஆப்பிள் நிறுவனத்தின் முகமாக அவர் பொதுமக்களுக்குத் தொடர்ந்து பிரதிபலிக்கப்பட்டு வந்தாலும், செயல் கட்டுப்பாடு எதுவும் அவர் கைவசம் இருக்கவில்லை. அது அவருக்கு மிகவும் வேதனையாக இருந்தது. 'நான் உடைந்து போனேன். மார்க்குலாவால் நிராகரிக்கப்பட்டது போல உணர்ந்தேன்' என்றார் அவர். 'அவரும் ஸ்காட்டியும் நான் லிசா பிரிவை நிர்வகிக்கும் திறமை யற்றவன் என்றே கருதிவிட்டனர். இதை நினைத்து நான் மிகவும் மறுகிப்போனேன்.'

இயல் ஒன்பது

பொதுநிறுவன அந்தஸ்தை நோக்கி

செல்வமும் புகழும் சேர்ந்த மனிதராக

வாஸ்நியாக்குடன் ஸ்டீவ், 1981

பங்கு வாய்ப்புகள்

ஜாப்ஸ், வாஸ்நியாக் ஆகியோரின் சிறு கூட்டு நிறுவனத்தில் மைக் மார்க்குலா இணைந்துகொண்டு 1977 ஜனவரியில் அதனை ஆப்பிள் கம்ப்யூட்டர் கம்பெனியாக உருமாற்றினார். அப்பொழுது அதன் மதிப்பு 5309 டாலர் என்று கணக்கிட்டிருந்தனர். நான்கு ஆண்டுகளுக்குள் அதனைப் பொதுநிறுவனமாக்க முடிவு செய்தனர். 1956இல் ஃபோர்ட்

மோட்டார்ஸுக்குப்பின் மிகப்பெரிய அளவில் சந்தாதாரர்களை ஈட்டிய தொடக்கநிலைப் பொதுநிறுவன அறிவிப்பாக அது விளங்க இருந்தது. 1980 டிசம்பர் இறுதியில் ஆப்பிளின் மதிப்பு 1.79 பில்லியன் டாலர் களாக உயர இருந்தது – ஆம், 'பில்லியன்'தான். அந்த முயற்சியில் முந்நூறு லட்சாதிபதிகள் உருவாக இருந்தனர்.

டானியல் கோட்கே அவர்களுள் ஒருவரல்ல; கல்லூரி, ஆல் ஒன் பண்ணை, க்ரிசான் ப்ரென்னன் பிரச்சினையின்போது பகிர்ந்துகொண்ட வாடகை வீடு – எல்லாவற்றிலும் அவர் ஜாப்ஸின் ஆத்ம நண்பராக இருந்தார். ஜாப்ஸின் கராஜ் ஆப்பிளின் தலைமையகமாக இருந்தபோது அவர் அதில் சேர்ந்துகொண்டார். இப்பொழுதும் அங்கு மணிக்கணக்கு அடிப்படையில் சம்பளம் பெறும் ஊழியராகத்தான் பணியாற்றி வந்தார். ஆனால் பொதுமக்களுக்கான தொடக்கநிலைப் பங்கு வெளியீடு *(இனிஷியல் பப்ளிக் ஆஃபர் – ஐபீஓ)* தொடர்பாக அளிக்கப் படும் வாய்ப்புகளுக்குத் தேவையான உயர்தகுதி உடையவராக அவர் கருதப்படவில்லை. 'நான் ஸ்டீவ் மீது முழு நம்பிக்கை வைத்திருந்தேன். நான் அவர் விஷயத்தில் அக்கறையெடுத்துக் கொண்டதுபோல அவரும் என் விஷயத்தில் இருப்பார் என்று நினைத்திருந்தேன். அதனால் வற்புறுத்தவில்லை' என்றார் கோட்கே. பங்குகளுக்கான வாய்ப்பு அவருக்கு அளிக்கப்படாததற்கான அதிகாரப்பூர்வமான காரணம் அவர் மணிக்கணக்கு அடிப்படையில் பணியாற்றும் தொழில்நுட்பக் கலைஞர்; சம்பளம் பெறும் ஊழியரல்ல என்பதுதான் – ஏனெனில், பங்கு வாய்ப்புகளுக்கு நிச்சயிக்கப்பட்ட அடிப்படைத் தகுதியே அதுதான். அப்படியே இருந்தாலும், நியாயமாக அவருக்கு 'நிறுவனர் பங்கு' தந்திருக்கலாம். ஆனால் அப்படிச் செய்வதில்லை என ஜாப்ஸ் தீர்மானித்தார். 'ஸ்டீவ் விசுவாசத்திற்கு எதிர்ப்பதம்' என்றார் ஆண்டி ஹெர்ட்ஸ்ஃபெல்ட் – இவர் ஆப்பிளின் தொடக்ககாலப் பொறியியல் வல்லுநர்; ஜாப்ஸின் நீண்டநாளைய நண்பர். 'அவர் விசுவாசத்துக்கு எதிரானவர். தம்முடன் நெருங்கிப் பழகியவர்களை நிராகரித்து விடுவது அவருடைய சுபாவம்.'

ஜாப்ஸின் அலுவலகத்திற்கு வெளியே சுற்றிச்சுற்றி வந்து அவரைக் கண்டதும் தமது கோரிக்கையை முன்வைத்து வற்புறுத்துவது என்று கோட்கே முடிவு செய்தார். ஒவ்வொருமுறை சந்தித்தபோதும் ஜாப்ஸ் அவரைத் தட்டிக்கழித்தார். 'இதில் மனதுக்கு மிகவும் வருத்தமளித்தது என்னவென்றால் எனக்குத் தகுதியில்லை என்று ஸ்டீவ் சொல்லவே யில்லை' என்று கோட்கே நினைவுகூர்ந்தார். 'ஒரு நண்பன் என்ற முறையில் அது அவருடைய கடமை. பங்குகள் பற்றிக் கேட்டால், என் மேலாளரிடம் பேசும்படி கூறுவார். ஒருவழியாக பங்கு வெளியீடு *(ஐபீஓ)* முடிந்து ஆறு மாதங்களுக்குப் பின் கோட்கே தைரியத்தை

வரவழைத்துக்கொண்டு ஜாப்ஸின் அலுவலகத்திற்குள் சென்று விஷயத்தைக் குறித்து மறுபடியும் பேச்சை எடுக்க முயன்றார். ஆனால் ஜாப்ஸை நேரில் சந்தித்தபோது அவருடைய இறுக்கமான மனோ பாவத்தில் கோட்கே உறைந்தேபோனார். 'என் குரல் கம்மிவிட்டது; அழுகை முட்டிக்கொண்டுவந்தது; என்னால் அவரிடம் பேசக்கூட முடியவில்லை' என்று கோட்கே நினைவுகூர்ந்தார். 'எங்கள் நட்பு மறைந்துவிட்டது... மிகவும் வருத்தமாக இருந்தது.'

மின்னூட்டை *(பவர் சப்ளை)* உருவாக்கிய பொறியியல் வல்லுநர் ராட் ஹோல்ட்டுக்கு நிறைய வாய்ப்புகள் கிட்டியிருந்தன. அவர் ஜாப்ஸின் மனத்தை மாற்ற முயன்றார். 'உங்கள் நண்பர் டானியலுக்கு நாம் ஏதாவது செய்தாக வேண்டும்' என்றார் அவர். அத்துடன் நில்லாமல், இருவரும் தத்தம் பங்குகளில் சிலவற்றைத் தரலாம் என்றும் பரிந்துரைத்தார். 'நீ எவ்வளவு கொடுக்கிறாயோ, அதே அளவு நானும் கொடுக்கிறேன்' என்றார் ஹோல்ட். 'சரி, நான் அவனுக்கு பூஜ்ஜியம் கொடுக்கிறேன்' என்று ஜாப்ஸ் பதிலளித்தார்.

வாஸ்நியாக் இதற்கு நேர்மாறான மனோபாவம் கொண்டிருந்தார். இதில் ஆச்சரியப்படுவதற்கு ஒன்றுமில்லை. பங்குகள் பொதுவுடமை ஆவதற்கு முன்பே தமது வாய்ப்புகளில் இரண்டாயிரத்தை நாற்பது வெவ்வேறு மத்தியதரத் தொழிலாளர்களுக்கு மிகக் குறைந்த விலைக்கு விற்க முடிவுசெய்தார். இப்படி வாங்கியவர்களில் பெரும்பாலோர் ஒரு வீடு வாங்கும் அளவிற்கு இலாபம் ஈட்டினர். வாஸ்நியாக் தமக்கும் தமது மனைவிக்குமாக ஒரு கனவு இல்லம் வாங்கினார். ஆனால் அவருடைய மனைவி அவரை விரைவில் விவாகரத்து செய்துவிட்டு வீட்டைத் தக்கவைத்துக் கொண்டார். பின்னர் பாதிக்கப்பட்டதாக அவர் கருதிய ஊழியர்களுக்கும் பங்குகளை நேரடியாகவே தந்தார். இதில் கோட்கே, ஃபெர்னான்டஸ், விக்கிங்டன், எஸ்பினோசா ஆகியோர் அடங்குவர். அனைவரும் வாஸ்நியாக்கை மிகவும் நேசித்தனர் - அவருடைய தாராள மனப்பான்மைக்காக இன்னும் அதிகமாகவே. ஆனால் பலர் 'அவர் மிகவும் வெகுளித்தனமானவர்; குழந்தைத்தனமானவர்' என்று ஜாப்ஸ் சொன்னதை ஒப்புக்கொண்டனர். சில மாதங்கள் கழித்து நிறுவனத்தின் அறிவிப்புப் பலகையில் ஒரு யுனைட்டெட் வே சுவரொட்டி காணப்பட்டது. அதில் ஆதரவற்ற ஏழ்மை நிலையில் ஒரு மனிதன் சித்திரிக்கப்பட்டிருந்தான். 'வாஸ்-1990இல்' என்று அதில் யாரோ கிறுக்கினார்கள்.

ஜாப்ஸ் வெகுளியல்ல. பங்கு வெளியீட்டிற்கு முன்னரே க்ரிசான் ப்ரென்னனு டனான ஒப்பந்தம் கையெழுத்தாவதை எல்லா வகையிலும் உறுதி செய்துகொண்டிருந்தார்.

ஜாப்ஸ் தொடக்கநிலைப் பங்கு வெளியீட்டின் முகமாகவே மாறியிருந்தார். அதற்கான முதலீட்டு வங்கிகளைத் தேர்வு செய்வதிலும் அவர் உதவினார்: பாரம்பரியப் பாணியிலான வால் ஸ்ட்ரீட் நிறுவனமான மார்கன் ஸ்டான்லி மற்றும் சான் ஃப்ரான்சிஸ்கோவிலுள்ள பாரம்பரியப் பாணியல்லாத பொடீக் நிறுவனமான ஹம்ப்ரெஹ்ட் அண்ட் க்விஸ்ட் ஆகியவற்றுக்கு. 'அந்தக் காலத்தில் ஒழுக்கத்திலும், கருத்துகளிலும், இரசனையிலும் உயர்ந்து விளங்கிய, பாரம்பரிய வழக்கங்களை முறையாகக் கடைப்பிடிக்கும் நிறுவனமாக இருந்த மார்கன் ஸ்டான்லியிலிருந்து வந்தவர்களிடம் ஸ்டீவ் மிகவும் மரியாதையின்றி நடந்துகொண்டார்' என்றார் பில் ஹம்ப்ரெஹ்ட். மார்கன் ஸ்டான்லி பங்குகளுக்கு 18 டாலர் என விலை நிர்ணயித்தது – பங்குச்சந்தையில் விலை எகிறும் என்று தெரிந்திருந்தும். 'சொல்லுங்கள் – 18 டாலர் என விலை நிச்சயித்த இந்தப் பங்குகளை நீங்கள் என்ன செய்வீர்கள்?' என்று வங்கியாளர்களிடம் ஜாப்ஸ் கேட்டார். 'உங்களுடைய நல்ல வாடிக்கையாளர்களுக்கு விற்பதில்லையா? அப்படியானால் என்னிடம் நீங்கள் எப்படி 7% கமிஷன் வாங்கலாம்?' ஹம்ப்ரெஹ்ட் இந்த அமைப்பில் ஏதோ நியாயமற்ற தன்மை இருப்பதைப் புரிந்துகொண்டார். ஆகையால் பங்கு வெளியீட்டிற்கு முன் பங்குகளின் விலையை நிர்ணயம் செய்வதற்கு மாற்று ஏல முறையை உருவாக்கி அதை நடைமுறைப்படுத்தினார்.

ஆப்பிள் 1980ஆம் ஆண்டு டிசம்பர் 12 அன்று பொதுநிறுவனமானது. அதற்குள் வங்கியாளர்கள் அதன் பங்கு விலையை 22 டாலர் என நிச்சயித்திருந்தனர். பங்குச்சந்தையில் பட்டியலிடப்பட்ட முதல் நாளிலேயே அது 29ஐத் தொட்டது. வணிகத்தின் தொடக்கத்தை அறிந்துகொள்ள ஜாப்ஸ் ஹம்ப்ரெஹ்ட் அண்ட் க்விஸ்ட் அலுவலகத்திற்கு வந்திருந்தார். இருபத்து ஐந்து வயதில் அவருடைய மதிப்பு 256 மில்லியன் டாலராக இருந்தது.

கண்ணா, நீ ஒரு பணக்காரன்!

பணக்காரர் ஆவதற்கு முன்னும் பின்னும்சரி, கடனாளியாகவும் கோடீசுவரராகவும் இருந்த காலங்கள் அடங்கிய வாழ்க்கையிலும் சரி, சொத்து விஷயத்தில் ஸ்டீவ் ஜாப்ஸின் மனோபாவம் சிக்கலானது. பணம் பற்றிய சிந்தனையே இல்லாத ஹிப்பியாக, தம் அற்புதமான கண்டுபிடிப்புகளை இலவசமாகத் தந்துவிடத் தயாராக இருந்த நண்பனையே மூலதனமாக்கினார்; ஒரு ஜென் பக்தராக இந்தியாவிற்குப் புனிதப்பயணம் மேற்கொண்டார். இறுதியில் வர்த்தகம்தான் தமது வாழ்க்கைமுறை என்று தீர்மானித்தார். இந்த மாறுபட்ட குணாதிசயங்கள் ஒன்றுக்கொன்று முரண்படுவதற்குப் பதிலாக, எப்படியோ ஒருங்கிணைந்து செயல்பட்டன.

போர்ஷே மற்றும் மெர்சிடிஸ் கார்கள், ஹென்கெல்ஸ் கத்திகள், ப்ரௌன் சாதனங்கள், பிஎம்டபிள்யூ மோட்டார்சைக்கிள்கள், ஆன்ஸெல் ஆடம்ஸ் அச்சுப்பிரதிகள், போசென்டார்ஃபர் நிறுவனத்தின் பியானோக்கள், பாங்-ஓலுஃப்சென் நிறுவனத்தின் ஆடியோ சாதனங்கள் போன்ற நுணுக்கமாய் வடிவமைக்கப்பட்ட, நேர்த்தியான வேலைப் பாடமைந்த பொருட்களை அவர் பெரிதும் விரும்பினார். இருந்தும், அவர் வசித்த வீடுகளில் அவர் எவ்வளவு பணக்காரர் ஆனாலும் அந்தச் சாயல் சிறிதும் தெரியாத வண்ணம் வசதிகள் மிக எளிமையாக இருந்தன – ஒரு ஷேக்கரை[1] வெட்கித் தலைகுனியச் செய்யும் அளவிற்கு. அப்போதும் சரி, அதற்குப் பின்னும் சரி, அவர் ஒருபோதும் படை திரட்டிக்கொண்டு உலவியதில்லை; தமக்கென்று அந்தரங்கக் காரியதரிசி வைத்துக்கொண்டதில்லை; பாதுகாப்புக் கோரியதில்லை; ஒரு நல்ல, அழகிய கார் வாங்கினார் – ஆனால் எப்பொழுதும் அதை அவரே ஓட்டவும் செய்தார். மார்க்குலா ஒரு லியர் ஜெட்[2] வாங்கலாம் என்று கூறித் தம்மோடு சேர்ந்துகொள்ள அழைத்தபோது, ஜாப்ஸ் மறுத்துவிட்டார் (காலப்போக்கில் ஆப்பிள் நிறுவனத்திடம் தமது பயன்பாட்டிற்காக ஒரு கல்ப்ஸ்டரீம்[3] வேண்டும் என்று கேட்டது வேறு விஷயம்). அவருடைய தந்தையைப் போலவே, சரக்குகளை வழங்குவோரிடம் பேரம் பேசும்போது, மிகவும் கெடுபிடியாக இருப்பார். அதேசமயம், அற்புதமான தயாரிப்புகளை உருவாக்கும் அதீத ஆர்வத்தை இலாபத்திற்காக அலையும் மனப்பாங்கு மிஞ்சிவிட அவர் ஒருகாலும் அனுமதித்ததில்லை.

ஆப்பிள் பொது நிறுவனமாகி முப்பது ஆண்டுகளுக்குப்பின் திடீரென்று கையில் பணம் ஏராளமாய்ப் புரளும்போது ஏற்படும் உணர்வு பற்றி அவர் கூறுகிறார்:

> நான் ஒருபோதும் பணத்தைப் பற்றிக் கவலைப்பட்டதில்லை. நான் வளர்ந்தது மத்தியதரக் குடும்பத்தில். அதனால் பட்டினி கிடப்பேன் என்று நினைத்ததே இல்லை. அட்டாரியில் இருந்த போது ஓரளவு திறனுள்ள பொறியியல் வல்லுநராக உருவாக முடியும் என்று புரிந்துகொண்டேன். அதனால் பிழைத்துக்கொண்டு விடலாம் என்று எனக்கு நன்றாகத் தெரிந்திருந்தது. கல்லூரியில் படித்தபோதும் சரி, இந்தியாவில் இருந்தபோதும் சரி, என் வாழ்க்கைத் தரத்தை ஏழ்மையானதாக அமைத்துக்கொண்டேன். வேலையில்

[1] கிறிஸ்தவ மதத்தில் பிரம்மச்சாரி விரதம், சமூக வாழ்க்கை, பொதுவுரிமைச் சொத்துக்கள், உலகிலிருந்து விலகி வாழ்தல் ஆகியவற்றை மேற்கொள்ளும் ஒரு குறிப்பிட்ட பிரிவின் உறுப்பினர். (மொ-ர்)

[2] பயணம் மற்றும் இராணுவத்திற்காகப் பயன்படும் ஒருவகை விமானம். (மொ-ர்)

[3] உலகின் மிக முற்போக்கான வணிக விமானம். (மொ-ர்)

இருந்தபோதும்கூட மிக எளிமையாகவே வாழ்ந்தேன். ஆக, ஓரளவிற்கு ஏழை என்ற நிலையிலிருந்து – அந்த அனுபவம் அற்புத மானது. ஏனெனில் பணம் பற்றிக் கவலைப்படவேண்டிய அவசியமே இருக்கவில்லை – கோடீஸ்வரன் என்ற அந்தஸ்தை எட்டினேன்; அப்பொழுதும் பணம் பற்றிக் கவலைப்படவேண்டிய அவசியம் இருக்கவில்லை.

ஆப்பிளில் பலரைக் கூர்ந்து கவனித்தேன் - பணம் ஏராளமாய்ச் சேர்ந்ததும் வாழ்க்கைத் தரத்தையும் மாற்றிக்கொள்ள வேண்டும் என்று அவர்கள் எண்ணினார்கள். சிலர் ரோல்ஸ்-ராய்ஸ், பல்வேறு வீடுகளெல்லாம் வாங்கினார்கள். ஒவ்வொரு வீட்டையும் பராமரிக்க ஒரு மேலாளர், பின் அந்த மேலாளர்களையெல்லாம் கட்டிமேய்க்க மற்றொரு மேலாளரை அமர்த்தினார்கள். அவர்களுடைய மனைவி களோ, பிளாஸ்டிக் அறுவை சிகிச்சையெல்லாம் செய்துகொண்டு பார்ப்பதற்கே பயங்கரமாக மாறிப்போனார்கள். நான் வாழ விரும் பியது இப்படியல்ல. இது கிறுக்குத்தனம். பணம் என் வாழ்க்கை யைப் பாழடிக்க நான் ஒருகாலும் அனுமதிக்கப் போவதில்லை என்று எனக்குள் உறுதியாகத் தீர்மானித்துக்கொண்டேன்.

அவர் குறிப்பாகத் தாராள மனதுடையவர் என்று சொல்லிவிட முடியாது. குறுகிய காலத்திற்கு அவர் ஒரு தொண்டு நிறுவனம் அமைத்தார். ஆனால் அதை நடத்துவதற்காக நியமித்திருந்தவரின் நச்சரிப்புத் தாளவில்லை – இந்த நிறுவனத்தை 'தர்மம்' என்ற பெயரில் 'லாபகரமாக' நடத்துவது எப்படி என்பதிலேயே அவர் குறியாக இருந்தார். தர்மம் செய்வதைக்கூட விளம்பரப்படுத்தி அதில் புதுமையைப் புகுத்துவதாக எண்ணிக்கொள்ளும் மனிதர்களை ஜாப்ஸ் வெறுத்தார். இதற்குமுன் ஒருமுறை லாரி ப்ரில்லியன்டின் சேவா பவுண்டேஷனுக்கு நன்கொடையாக 5,000 டாலரைச் சத்தமின்றி அனுப்பிவைத்தார் – ஏழ்மையால் வரும் நோய்களைக் குணப்படுத்தும் முயற்சிக்காக. அந்த நிறுவனத்தின் குழுவில் அங்கத்தினராகச் சேர்ந்து கொள்ளவும் சம்மதித்தார். ஆனால் ப்ரில்லியன்ட் வேவி க்ரேவி, ஜெர்ரி கார்ஸியா உட்பட சில குழு உறுப்பினர்களை பொதுமக்களுக்கான தொடக்கநிலை பங்கு வெளியீடு (ஐபிஓ) முடிந்த கையோடு ஆப்பிளுக்கு அழைத்துவந்து நன்கொடை தருமாறு கேட்டபோது ஜாப்ஸ் முன்வர வில்லை. அதற்குப் பதிலாக ஒரு ஆப்பிள் II மற்றும் விஸிகால்க் நிரல் (ப்ரோக்ராம்) ஆகியவற்றை நன்கொடையாகத் தந்து அவற்றின் மூலம் நேபாளத்தில் உள்ள பார்வையற்றோர் பற்றி அந்த நிறுவனம் நடத்தும் ஆய்வை எளிமையாக்கும் வழிமுறைகளைக் கண்டறிய முயன்றார்.

அவர் தந்த மிகப்பெரிய பரிசு தமது பெற்றோர் பால் மற்றும் க்ளாரா ஜாப்ஸிற்குத்தான் – சுமார் 750,000 டாலர் மதிப்புள்ள பங்குகள்.

அவர்கள் அதில் சிலவற்றை விற்றுத் தங்கள் லாஸ் ஆல்டோஸ் வீட்டின் பேரிலுள்ள கடனைத் தீர்த்தார்கள். அவர்களுடைய மகனும் அந்த எளிய கொண்டாட்டங்களில் கலந்துகொள்ள வந்திருந்தார். 'அவர்களுடைய வாழ்வில் முதல்முறையாகக் கடனில்லாமல் இருந்தனர்' என்று ஜாப்ஸ் நினைவுகூர்ந்தார். 'சில நல்ல நண்பர்களை விருந்துக்கு அழைத்திருந்தார்கள் – மிகவும் சந்தோஷமாக இருந்தது.' அப்பொழுதுகூட இதைவிட நல்ல வீடு வாங்கவேண்டும் என்ற எண்ணம் தோன்றவே இல்லை. 'அவர்களுக்கு அதிலெல்லாம் விருப்பமில்லை' என்றார் ஜாப்ஸ். 'தங்களுக்குக் கிட்டிய வாழ்க்கையில் அவர்கள் மிகவும் மகிழ்ச்சியாக இருந்தார்கள். அவர்கள் செய்த ஒரே ஆடம்பரம் ஆண்டு தோறும் ப்ரின்சஸ் க்ரூஸுக்குச்[4] செல்வதுதான். பனாமா கால்வாயின் வழியே செல்லும் பயணம்தான் அப்பாவைப் பொறுத்தவரையில் மிகப்பெரிய விஷயம்' என்றார் ஜாப்ஸ். 'ஏனெனில், அவர் பணிபுரிந்த கடலோரக் காவல்படைக் கப்பல் பணிவிலக்கம் செய்யப்பட்டு சான் ஃப்ரான்சிஸ்கோவை நோக்கிப் பயணித்ததை அது நினைவூட்டியது.'

ஆப்பிள் நிறுவனத்தின் வெற்றியோடு அதன் போஸ்டர் பாய்க்குப்[5] புகழ் சேர்ந்தது. *இன்ங்* பத்திரிகைதான் முதன்முதலில் அவரைத் தனது அட்டைப்படத்தை அலங்கரிக்கச் செய்தது – 1981 அக்டோபரில். 'வணிகத்திற்குப் புதுவடிவம் தந்தவர்' என்று அறிவித்தது அது. ஜாப்ஸ் நேர்த்தியாகக் கத்தரித்த தாடி மற்றும் அழகாய் வாரிவிடப்பட்ட நீண்ட தலைமுடியுடன், நீலநிற ஜீன்ஸ், டிரஸ் ஷர்ட் மற்றும் சற்று அதிகமாகவே பளபளக்கும் ப்ளேசர் ஆகியவை அணிந்து காட்சியளித்தார். ஒரு ஆப்பிள் IIஇல் சரிந்துகொண்டு, காமெராவை நேராக உற்றுப் பார்த்தபடி - அந்தக் கிறங்கவைக்கும் கூரியபார்வை ராபர்ட் ஃப்ரீட்லாண்டிடமிருந்து கற்றுக்கொண்டது. 'ஸ்டீவ் ஜாப்ஸ் பேசும்பொழுது எதிர்காலம் பற்றிய தொலைநோக்கு, அதை நிச்சயம் சாதித்துக் காட்ட முடியும் என்ற நம்பிக்கை ஆகியவை உள்ள ஒருவரின் உற்சாகம் கொப்பளிப்பதை உணரலாம்' என்று அறிவித்தது அந்தப் பத்திரிகை.

1982இல் *டைம்* பத்திரிகை இளம் தொழில்முனைவோர் பற்றிய கட்டுரையை வெளியிட்டது. முகப்பு அட்டையில் ஜாப்ஸின் படம் – அதே வசியப் பார்வையுடன். அட்டைப்படக் கட்டுரை சொன்னது: 'தனியார்க் கணினித் *(பர்சனல் கம்ப்யூட்டர்)* தொழில்துறையை ஒற்றை மனிதராகவே உருவாக்கிக் காட்டியவர்.' அதனோடு இணைப்பாக ஜாப்ஸின் வாழ்க்கைப் புள்ளிவிவரங்களைப் பட்டியலிட்டிருந்தார் மைக்கேல் மோரிட்ஸ்: 'இருபத்தியாறு வயதில் ஜாப்ஸ் ஒரு நிறுவனத்தின்

[4] ஒரு சொகுசுக்கப்பல் பயணம். (மொ-ர்)

[5] விளம்பரத்திற்காகச் சுவரொட்டிகளில் அச்சிடப்படும் பிரபலமான முகம். (மொ-ர்)

தலைவர். ஆறு ஆண்டுகளுக்குமுன் இந்த நிறுவனம் அவருடைய பெற்றோரின் வீட்டிலுள்ள படுக்கையறை மற்றும் கராஜிலிருந்து செயல் பட்டுவந்தது. ஆனால் இந்த ஆண்டு 600 மில்லியன் டாலர் மதிப்புள்ள விற்பனை எதிர்பார்க்கப்படுகிறது.' ஒரு நிறுவனத்தின் செயல் அதிகாரி என்ற முறையில் ஜாப்ஸ் தமக்குக் கீழே பணி புரிவோரிடம் சில சூழ்நிலைகளில் இரக்கமின்றி, கடுமையாக நடந்துகொண்டதுண்டு. அவரே அதை ஒப்புக்கொள்கிறார்: 'என் உணர்வுகளை எனக்குள்ளே அடக்கி வைக்க நான் கற்றுக்கொள்ளவேண்டும்.'

புதிதாய்க் கிட்டிய புகழும் அதிர்ஷ்டமும் அவரை மாற்றிவிட வில்லை. அந்த நிலையிலும் மாற்றுக் கலாச்சாரத்தைச் சேர்ந்தவராகவே தம்மை அவர் கருதினார். ஒருமுறை ஸ்டான்ஃபோர்ட் பல்கலைக்கழக வகுப்பு ஒன்றுக்குச் சென்றிருந்தார். தமது வில்க்ஸ் பாஷ்ஃபோர்ட் ப்ளேசர் மற்றும் ஷூக்களைக் கழற்றி வைத்துவிட்டு, ஒரு மேசைமேல் தாவி ஏறி, கால்களை மடக்கிப் பத்மாசனமிட்டு அமர்ந்துகொண்டார். மாணவர்கள் கேள்விகள் கேட்டார்கள் – ஆப்பிள் பங்குகளின் மதிப்பு எப்போது உயரும் என்பதுபோல – ஜாப்ஸ் அவற்றைத் தட்டிக்கழித்து விட்டார். அதற்குப் பதிலாக, எதிர்காலத் தயாரிப்புகளில் தனக்குள்ள ஆர்வம், என்றாவது ஒருநாள் சிறு புத்தக அளவில் கைக்கடக்கமான கணினிகளை வடிவமைப்பது என்பதுபற்றியெல்லாம் பேசினார். தொழில் தொடர்பான கேள்விகள் முடிந்தவுடன் திருத்தமாய் அலங்கரித் திருந்த மாணவர்களை நோக்கி ஜாப்ஸ் தமது கேள்விக்கணைகளைத் தொடுத்தார்: 'உங்களில் எத்தனைபேர் இன்னமும் கற்போடு இருக் கிறீர்கள்?' அங்கே சற்று பதற்றமான நமுட்டுச் சிரிப்புகள் எழுந்தன. 'உங்களில் எல்எஸ்டி எடுத்துக்கொண்டவர்கள் எத்தனைபேர்?' – மீண்டும் எழுந்த பதற்றமான சிரிப்பொலிக்கு இடையில் ஒன்றிரண்டு கைகள் மட்டுமே உயர்ந்தன. அதன்பின் ஜாப்ஸ் புதிய தலைமுறையைச் சேர்ந்த குழந்தைகள் பற்றித் தமது கருத்துகளைப் பகிர்ந்துகொண்டார் – தமது தலைமுறையோடு ஒப்பிட்டுப் பார்த்தால் அவர்கள் பணம், வேலையினால் கிட்டும் அந்தஸ்து ஆகியவற்றுக்கு அதிக முக்கியத்துவம் தருவதாகக் குற்றம் சாட்டினார். 'நான் பள்ளிக்குச் சென்றது அறுபது களின் முடிவில். செயல்பூர்வமாகவும், பலன்களை மட்டுமே நோக்க மாகவும் கொண்ட ஒரு தலைமுறை உருவாவதற்கு முன்' என்றார். 'இன்றைய மாணவர்கள் ஒரு நோக்கோடு செயல்படுவதில்லை – குறைந்தபட்சம் அப்படியொரு பாதைக்கு அருகில்கூடச் செல்லவில்லை எனலாம்.' அவருடைய தலைமுறை வித்தியாசமானது என்றார். 'அறுபதுகளின் தொலைநோக்குக் கலாச்சாரம் இன்னமும் எங்களோடு தொற்றிக்கொண்டுள்ளது. எனக்குத் தெரிந்த, என் வயதையொத்த பெரும்பாலானவர்களுக்குள் அந்த உணர்வு ஆழப் பதிந்துள்ளது.'

இயல் பத்து

மாக் பிறந்திருக்கிறது
புரட்சி வேண்டும் என்கிறாயா நீ

ஜாப்ஸ் 1982இல்

ஜெஃப் ராஸ்கினின் கண்மணி

ஜெஃப் ராஸ்கின் ஒரு விநோதமான கதாபாத்திரம். அவரால் ஸ்டீவ் ஜாப்ஸைப் பிரமிக்க வைக்கவும் முடியும்; எரிச்சலூட்டவும் முடியும். தத்துவார்த்தமான பேர்வழி – விளையாட்டுத்தனமாகவும் ஆழ்ந்து சிந்திப்பவராகவும் இருப்பவர்; கணினி அறிவியல் படித்தவர்; இசை மற்றும் காட்சிக் கலைகளின் *(விஷுவல் ஆர்ட்ஸ்)* ஆசிரியர்; சேம்பர் ஒபெரா நிறுவனத்தை நடத்தியவர்; கெரில்லா தியேட்டரை[1] ஒருங் கிணைத்தவர். 1967இல் யூ.ஸி. சான் டியெகோவில் அவர் சமர்ப்பித்த முனைவர் பட்டத்திற்கான ஆய்வேட்டில் கணினிகளுக்கு எழுத்து

---

[1] 1965இல் அமெரிக்காவின் சான் ஃப்ரான்சிஸ்கோ மைம் ட்ரூப் உருவாக்கிய புரட்சிகர சமூக-அரசியல் மாற்றங்களை ஊக்குவிக்கும் நாடக வடிவம். *(மொ-ர்)*

(டெக்ஸ்ட்) அடிப்படையிலான இடைமுகங்களைவிட *(இன்டர்ஃபேஸ்)* வரைகலை *(க்ராஃபிக்)* அடிப்படையிலான இடைமுகங்களே பொருத்த மானவை என்று வாதாடியிருந்தார். ஆசிரியர் பணி சலிப்புதட்டிய போது அவர் ஒரு ஹாட் ஏர் பலூனை (சூடான காற்று நிரப்பப்பட்டு, பயணிகளை ஏந்திப் பறக்கும் ஒருவகை பலூன்) வாடகைக்கு எடுத்துப் பல்கலைக்கழக வேந்தரின் வீட்டுக்கு மேலாகப் பறந்தவாறு தமது ராஜினாமா பற்றிய முடிவைக் கீழ்நோக்கி உரக்கக் கத்தினார்.

1976இல் ஆப்பிள் IIக்காக ஒரு செயல்முறை விளக்கப்புத்தகம் எழுதக்கூடிய ஒருவரை ஜாப்ஸ் தேடிக்கொண்டிருந்தார். அப்போது சொந்தமாக ஒரு சிறு ஆலோசனைக்கூடம் வைத்திருந்த ராஸ்கினை அழைத்தார். ராஸ்கின் கராஜிற்குச் சென்றபோது அங்கு வாஸ்நியாக் தமது பணிமேசையில் மும்முரமாய் ஈடுபட்டிருந்தார். ஜாப்ஸ் ராஸ்கினை ஐம்பது டாலருக்கு செயல்முறை விளக்கப்புத்தகம் எழுதித் தரச் சொல்லிச் சம்மதிக்க வைத்தார். நாளாவட்டத்தில் அவர் ஆப்பிள் நிறுவனத்தின் வெளியீட்டுப் பிரிவின் மேலாளரானார். ராஸ்கினின் கனவுகளில் ஒன்று பொதுமக்களுக்குப் பயன்படும் வகையில் விலை குறைவான கணினியை உருவாக்குவது. 1979இல் அவர் அதை நோக்க மாகக் கொண்ட 'ஆனி' என்று அழைக்கப்பட்ட சிறிய வளர்ச்சித் திட்டத்திற்குத் தம்மைப் பொறுப்பாளராக அமர்த்தும்படி மைக் மர்க்குலாவைச் சம்மதிக்க வைத்தார். கணினிகளுக்குப் பெண்களின் பெயரை வைப்பது ஆபாசமானது என்று ராஸ்கின் கருதினார். அதனால் தமக்குப் பிடித்தமான ஆப்பிள் வகையான மகின்டாஷின் பெயரை அந்தத் திட்டத்திற்கு வைத்தார். ஆனால் மகின்டாஷ் லேபரட்டரி என்ற ஆடியோ சாதன தயாரிப்பாளரின் பெயரை அது ஒத்திருந்ததால் பிரச்சினை வராமல் இருக்க அதன் எழுத்துக்களை மாற்றியமைத்தார். இவ்வாறு திட்டமிடப்பட்ட கணினி மகின்டாஷ் என்று அழைக்கப் பட்டது.

ராஸ்கினின் கற்பனையில் உருவானது 1000 டாலர் விலையுள்ள, எளிய சாதனம்; திரை *(ஸ்க்ரீன்)*, விசைப்பலகை *(கீபோர்ட்)*, கணினி அனைத்தும் அடங்கிய ஒரு தொகுப்பு. விலையைக் குறைக்கும் முயற்சி யாக ஒரு சிறிய ஐந்து அங்குலத் திரை, மிகக் குறைந்த விலையுள்ள (தேவைக்குக் குறைவான சக்திகொண்ட) மோட்டொரோலா 6809 என்ற நுண்செயலி *(மைக்ரோப்ராஸஸர்)* ஆகியவற்றைப் பரிந்துரைத்தார். ராஸ்கின் தம்மை ஒரு தத்துவஞானியாக உருவகப்படுத்திக் கொண்டு தம் எண்ணங்களைத் தமது முடிவின்றி நீளும் தொகுப்பான *த புக் ஆஃப் மகின்டாஷில்* பதிவு செய்தார். அவ்வப்போது சில கொள்கைவிளக்க அறிவிப்புகளையும் வெளியிட்டார். அவற்றுள் ஒன்று *கம்ப்யூட்டர்ஸ் பை த மில்லியன்ஸ்* (மில்லியன்கணக்கான கணினிகள்). அது ஒரு லட்சிய

வரியோடு தொடங்கியது: ‘*பர்சனல் கம்ப்யூட்டர்ஸ்* (தனியார்க் கணினிகள்) உண்மையிலேயே *பர்சனலாக* (தனியார்க்காக) இருக்க வேண்டுமென்றால் மானாவாரியாகத் தேர்ந்தெடுத்த ஒரு குடும்பத்திற்கு சொந்தமாக ஒரு கணினி இருப்பதற்கும் இல்லாமலிருப்பதற்கும் சமவாய்ப்பு இருக்க வேண்டும்.’

1979 முழுவதிலும் 1980இன் தொடக்கத்திலும் மகின்டாஷ் திட்டம் போராட்டமான சூழலில் உழன்றது. சில மாதங்களுக்கு ஒரு முறை அது முடிவுக்கு வந்துவிட்டது போலிருக்கும். ஆனால் ஒவ்வொரு முறையும் ராஸ்கின் மர்க்குலாவிடம் குழைந்து பேசி எப்படியாவது அவருடைய இரக்கத்தைப் பெற்று விடுவார். அதன் ஆய்வுக் குழுவில் வெறும் நான்கு வல்லுநர்கள் மட்டுமே இருந்தனர். ஆப்பிள் நிறுவனத்தின் புதிய வளாகத்திற்குச் சில அடுக்குகள் தள்ளியிருந்த குட் எர்த் உணவகத் திற்கு அருகில் உள்ள பழைய ஆப்பிள் அலுவலகம்தான் அவர்களுடைய பணிக்கூடம். அந்த அறை முழுதும் விளையாட்டுப் பொருட்களும் ரேடியோ கட்டுப்பாட்டில் இயங்கும் விமான மாதிரிகளும் (ராஸ்கினின் அதீத ஆர்வம்) நிரம்பிவழிந்தன – பார்ப்பதற்கு ஏதோ மின்னணுவியல் பிரியர்களுக்கான காப்பகம் போலிருந்தது. அவ்வப்போது வேலைக்குச் சிறிது ஓய்வுகொடுத்துவிட்டு அவ்வளவாக ஒருங்கிணைக்கப்படாத முறையில் நெர்ஃப் பால் டாக் விளையாட்டில் ஈடுபடுவார்கள். ஆன்டி ஹெர்ட்ஸ்ஃபெல்ட் நினைவுகூர்ந்தார்; ‘இந்த விளையாட்டு அவரவர் வேலை செய்யும் பகுதிகளைச் சுற்றிலும் அட்டைகளால் தடுத்துக் கொண்டு அவற்றையே விளையாட்டின் போது ஒளிந்து கொள்வதற்கு மறைப்பாகவும் பயன்படுத்திக்கொள்ள ஊக்குவித்தது. இதனால் அலுவலகத்தின் ஒரு பகுதி அட்டைகளாலான மேஸ்[2] போல் காட்சியளித்தது.

இந்தக் குழுவின் நட்சத்திரம் தங்கநிறத் தலைமுடி உள்ள, குழந்தை முகம் கொண்ட, மனத்தளவில் தீவிரமான, சுயமாய்ப் படித்த இளம் பொறியியல் வல்லுநர் பர்ரெல் ஸ்மித். இவர் வாஸ்நியாக்கின் சங்கேதங் களை ஆராதித்தார் – அவரைப் போலவே தாமும் அற்புதமான சாதனைகளைச் செய்யமுயன்றார். ஆப்பிளின் பழுதுபார்க்கும் பிரிவில் ஸ்மித்தைக் கண்டறிந்த அட்கின்ஸன் அவருடைய பழுதுபார்க்கும் திறனைக் கண்டு வியந்து ராஸ்கினிடம் பரிந்துரைத்தார். ஸ்மித் பிற்காலத்தில் மனச்சிதைவால் பாதிக்கப்பட்டார். ஆனால் 1980களின் தொடக்கத்தில் அவருடைய வெறித்தனமான தீவிரத்தை வாரக்கணக்கில் நீண்ட பொறியியல் சாகசங்கள் மூலம் வெளிப்படுத்தினார்.

[2] சிக்கலான கிளைகளாய்ப் பிரியும் பாதைகளினூடே சென்று அதிலிருந்து வெளியேறு வதற்கான வழியைக் கண்டுபிடிக்கும் சுற்றுப்பயணப் புதிர். (மொ-ர்)

ஜாப்ஸ் ராஸ்கினின் தொலைநோக்கைக் கண்டு வியந்தார். ஆனால் விலையைக் குறைப்பதற்காக அவர் வேறு விஷயங்களில் விட்டுக் கொடுப்பதை விரும்பவில்லை. 1979 இலையுதிர்காலத்தில் ஒரு கட்டத்தில் ஜாப்ஸ் அடிக்கடி கூறும், 'அசாத்தியமான' தயாரிப்பை உண்மையிலேயே செய்து காட்டுவதில் கவனம் செலுத்தும்படி அவரிடம் கூறினார். 'விலையைப் பற்றிக் கவலைப்பட வேண்டாம். அந்தக் கணினியின் திறன்களை மட்டும் பட்டியலிடுங்கள்' என்றார் ஜாப்ஸ். ராஸ்கின் கிண்டலாக ஒரு செயற்குறிப்பு *(மெமோ)* மூலம் பதிலளித்தார். அதில் திட்டமிடப்பட்ட கணினியில் இருக்க விரும்பிய அனைத்தையும் விளக்கியிருந்தார்: உயர் பகுதிறனுள்ள வண்ணத் திரைக்காட்சி *(ஹை-ரெஸல்யூஷன் டிஸ்ப்ளே)*; நாடா *(ரிப்பன்)* பயன்படுத்தாத, வினாடிக்கு ஒரு முறை வண்ண வரைபடத்தை *(கலர் க்ராஃபிக்ஸ்)* அளிக்கக்கூடிய அச்சுப்பொறி *(பிரிண்டர்)*; ஆர்பாநெட் நிறுவனத்திற்கு வரம்பற்ற அணுகல் *(அன்லிமிடெட் ஆக்ஸெஸ்)*, பேச்சையும் இசையையும் பிரித்தறியக்கூடிய – சொல்லப்போனால் 'மார்மன் டபெர்னாக்கிள் குழுவுடன் காருஸோ பாடுவதை மாறுபட்ட அதிர்வுகளோடு அளிக்கக் கூடிய' திறன். செயற்குறிப்பின் முடிவில், 'எதிர்பார்க்கும் திறன்களின் பட்டியலோடு தொடங்குவது முட்டாள்தனம். விலையைக் குறி வைத்து, திறன்களைப் பட்டியலிட்டு இன்றும் நாளையும் சாத்தியமாகக் கூடிய தொழில்நுட்பம் ஆகியவற்றைக் கருத்தில்கொண்டுதான் தொடங்க வேண்டும்.' வேறுவிதமாகச் சொல்லவேண்டுமென்றால், தமது தயாரிப்பில் தீவிர ஆர்வம் இருந்து விட்டால் உண்மை நிலவரத்தை மாற்றியமைத்து விடலாம் என்ற ஜாப்ஸின் தத்துவத்தைச் சகித்துக் கொள்ளும் பொறுமை அவருக்கில்லை.

அவர்களுக்கிடையே மோதல் ஏற்படவேண்டும் என்பது விதி. குறிப்பாக, லிசா செயல் திட்டத்திலிருந்து 1980 செப்டம்பரில் ஜாப்ஸ் நீக்கப்பட்டபோது, அவர் தமது பெயரை நிலைநாட்ட வேறு தகுந்த இடம் தேடிக்கொண்டிருந்தார். அவருடைய பார்வை மகின்டாஷ் செயல் திட்டத்தின் மீது விழுவது தவிர்க்கமுடியாத ஒன்றாகிப்போனது. பொது மக்களுக்கான விலைகுறைந்த, எளிய வரைகலை இடைமுகம் *(க்ராஃபிக் இன்டர்ஃபேஸ்)* மற்றும் நேர்த்தியான வடிவமைப்புகொண்ட சாதனம் பற்றிய ராஸ்கினின் கொள்கை விளக்க அறிவிப்புகள் அவருடைய ஆத்மாவைத் தட்டி எழுப்பின. ஜாப்ஸின் பார்வை மகின்டாஷில் விழுந்ததோடு ராஸ்கினின் காலம் முடிவுக்கு வருவதும் தவிர்க்கமுடியாத ஒன்றானது. 'ஸ்டீவ் நாங்கள் என்ன செய்யவேண்டும் என்று விரும்பினாரோ அதைச் செயல்படுத்துவதில் மும்முரம் காட்டத் தொடங்கினார்; ஜெஃப் கவலைப்படத் தொடங்கினார்; விளைவு என்னவாக இருக்கும் என்பது ஒரு நொடியில் தெளிவாகிவிட்டது' என்று மாக் குழு உறுப்பினர் ஜோஆனா ஹாஃப்மன் நினைவுகூர்ந்தார்.

தேவைக்கும் குறைவான சக்தி கொண்ட மோட்டொரோலா 6809 என்ற நுண்செயலி *(மைக்ரோப்ராஸஸர்)* மீது ராஸ்கின் கொண்டிருந்த ஒட்டுதலால் முதல் மோதல் உருவானது. மீண்டும் ஒரு மோதல் – இம்முறை விலை பற்றியது – மாக்கின் விலை 1000 டாலருக்கும் குறைவாகவே இருக்க வேண்டும் என்பது ராஸ்கினின் விருப்பம்; அசாத்தியமான ஒரு சாதனத்தை உருவாக்கவேண்டும் என்பது ஜாப்ஸின் வைராக்கியம். ஆகையால் ஜாப்ஸ் இன்னும் சக்திமிக்க மோட்டொரோலா 68000ஐ மாக்கில் பயன்படுத்தும்படி வற்புறுத்தத் தொடங்கினார். இதைத்தான் லிசாவிலும் பயன்படுத்தி வந்திருந்தார்கள். 1980 கிறிஸ்துமஸுக்கு சற்று முன்பு அவர் ராஸ்கினிடம் தெரிவிக்காமலே பர்ரெல் ஸ்மித்திடம் சக்திமிகுந்த சில்லுவைப் *(சிப்)* பயன்படுத்தி மாக்கை மறுபடியும் வடிவமைக்கச் சொன்னார். தமது நாயகர் வாஸ்நியாக்காக இருந்தால் என்ன செய்திருப்பாரோ அதே போல ஸ்மித் இந்த வேலையில் முழு மூச்சாக இறங்கினார் – இரவு பகலாக, ஓய்வின்றி மூன்று வாரங்கள் உழைத்து, நிரலாக்கத்திலுள்ள *(ப்ரோக்ராமிங்)* அனைத்துவிதமான சாகசங் களையும் பயன்படுத்தினார். முடிவில் அவர் வெற்றி கண்டபோது, மோட்டொரோலா 68000க்கான மாற்றத்தைக் கட்டாயமாக்க ஜாப்ஸால் முடிந்தது; ராஸ்கின் கவலையில் மூழ்கினார் – இந்த மாற்றத்தைக் கருத்தில் கொண்டு மாக்கின் விலையைத் திருத்திக் கணக்கிடும்படியானது.

இதைவிடவும் பெரிய சிக்கல் ஒன்று இருந்தது. ராஸ்கின் விரும்பிய விலை குறைவான நுண்செயலியால் *(மைக்ரோப்ராஸஸர்)* ஜெராக்ஸ் பார்க்கில் கண்ட நூதனமான வரைகலைகள் *(க்ராஃபிக்ஸ்)* – விண்டோ (சாளரம்), பட்டியல் *(மெனு)*, மௌஸ் (சுட்டெலி) என – எல்லா வற்றுக்கும் ஈடுகொடுக்க முடியவில்லை. எல்லோரையும் ஜெராக்ஸ் பார்க்கிற்குப் போகச் சொன்னதென்னவோ ராஸ்கின்தான். அதுமட்டு மல்ல, அவருக்கு பிட்மேப் டிஸ்ப்ளே (நுண்படக் காட்சி), விண்டோ ஆகியவை பிடித்தமாக இருந்தன. ஆனால் அழகிய வரைகலைகள், ஐகான்கள் (குறிப்படங்கள்) ஆகியவை அவர் கவனத்தைச் சிறிதும் ஈர்க்கவில்லை. குறிப்பாக, விசைப்பலகைக்குப் பதில் பாயின்ட் க்ளிக் செய்யும் மௌஸைப் பயன்படுத்துவது அவருக்கு அறவே பிடிக்க வில்லை. 'இந்தச் செயல்திட்டத்தில் ஈடுபடிருந்த சிலர் எல்லாவற்றையும் மௌஸைக் கொண்டே செய்யும் நாட்டத்தால் கவரப்பட்டு விட்டனர்' என்று அவர் பின்னர் மறுகினார். 'மற்றொரு உதாரணம் ஐகான்களின் அசட்டுத்தனமான உபயோகம். மனித மொழிகளில் எதன் மூலமும் புரிந்து கொள்ள முடியாதவை இந்த ஐகான்கள். மனிதர்கள் ஓசை அடிப்படை யிலான மொழிகளை உருவாக்கியதற்குக் காரணம் இருக்கிறது.'

ராஸ்கினின் முன்னாள் மாணவர் பில் அட்கின்ஸன் ஜாப்ஸுடன் சேர்ந்துகொண்டார். அவர்கள் இருவருமே இன்னும் அற்புதமான

வரைகலைகளோடும் மௌஸோடும் இணைந்து செயலாற்றும் சக்தி மிக்க செயலி (ப்ராஸஸர்) வேண்டுமென்று விரும்பினர். 'ஸ்டீவ் இந்தச் செயல்திட்டத்தை ஜெஃப்பிடமிருந்து பறித்துக்கொள்ள வேண்டி யிருந்தது' என்றார் அட்கின்ஸன். 'ஜெஃப் மிகவும் உறுதியாக, பிடிவாதமாக இருந்தார்; ஆதலால் அதை ஸ்டீவ் பறித்துக்கொண்டது தான் சரி. உலகிற்கு மேலும் சிறப்பான பலனும் கிட்டியது.'

இந்த மோதல்கள் தத்துவார்த்தமானவை மட்டுமல்ல; குணாதிசயங் களிலும் பிரதிபலித்தன. ராஸ்கின் ஒருமுறை கூறினார்: 'அவர் குதி என்றால் எல்லோரும் குதிக்க வேண்டுமென்று விரும்புகிறார் போலிருக் கிறது. அவர் நம்பிக்கைக்குரியவரல்ல என்று எனக்குத் தோன்றியது. அதுமட்டுமல்ல, அவரிடம் குறை காண்பதை அவர் சாதாரணமாக எடுத்துக்கொள்வதில்லை. தன்னை ஆராதிக்காதவர்களை அவருக்குப் பிடிக்காது.' ஜாப்ஸும் விட்டுக்கொடுக்கவில்லை. அவரும் ராஸ்கின் பற்றிக் கூறினார்: 'ஜெஃப் பெரிதாகப் பேசுவார். ஆனால் அவருக்கு இடைமுகம் (இன்டர்ஃபேஸ்) பற்றி அதிகமாக எதுவும் தெரியாது. அதனால் அவருடைய குழுவைச் சேர்ந்தவர்களில் உண்மையிலேயே திறமைசாலிகளான அட்கின்ஸன் போன்றவர்களைக் கவர்ந்து வந்து, என்வசம் உள்ளவர்களில் சிலரையும் சேர்த்து, திட்டத்தைக் கையில் எடுத்துக்கொண்டேன். நான் உருவாக்க நினைத்தது விலை குறைவான ஒரு லிசாவை – ஏதோ காயலான்கடைப் பொருளையல்ல.'

குழுவிலிருந்த சிலர் ஜாப்ஸுடன் இணைந்து பணியாற்றுவது இயலாத காரியம் என்று உணர்ந்தனர். 'ஜாப்ஸ் மன இறுக்கம், அரசியல், பிரச்சினைகள் இவற்றிலிருந்தெல்லாம் விடுபட்டு வேலையில் நிம்மதி யாக ஈடுபடுவதற்குப் பதிலாக அவற்றை உள்ளே புகுத்திக் கொண்டிருக் கிறார் என்று தோன்றுகிறது' – 1980 டிசம்பரில் ஒரு பொறியியல் வல்லுநர் ராஸ்கினுக்கு அனுப்பிய செயற்குறிப்பு (மெமோ) ஒன்றில் எழுதியிருந்தார். 'அவருடன் பேசுவது, எனக்கு மிகவும் பிடித்தமான ஒன்று; அவருடைய சிந்தனை, நடைமுறைக்கு ஒத்துப்போகும் நோக்கு, ஆற்றல் எல்லாவற்றையும் கண்டு வியந்துபோகிறேன். ஆனால் எனக்குத் தேவையான நம்பிக்கையூட்டும், ஆதரவளிக்கும், நிம்மதியான சூழலை அவர் அளிப்பதாக எனக்குத் தோன்றவில்லை.'

ஆனால் வேறு பலருக்கு ஒரு விஷயம் புரிந்திருந்தது. சுபாவத்தில் முரண்பாடுகள் இருந்தாலும் அவரிடம் காணப்படும் அதீதமான ஒரு கவர்ச்சியும் நிறுவனர்களுக்கே உரித்தான மிடுக்கும் தங்களை 'இந்தப் பேரண்டத்தில் ஒரு தாக்கத்தை உருவாக்கத்' தூண்டும் என்று அவர்கள் உணர்ந்திருந்தனர். 'ராஸ்கின் கனவில் மிதக்கிறவர்; நான் செயலில் இறங்குபவன்; மாக்கை ஒரே ஆண்டில் உருவாக்கிக் காட்டுகிறேன்'

என்று ஜாப்ஸ் தமது குழுவினரிடம் கூறினார். அவர் லிசா குழுவிலிருந்து நீக்கப்பட்டதற்குப் பழிதீர்க்கவும் வேண்டும்; அதேசமயம் லிசா குழுவிற்குப் போட்டியாகத் திகழவும் வேண்டும் என்ற வெறி அவருக்குள் மூண்டிருப்பது தெளிவாகத் தெரிந்தது. அவர் வெளிப்படையாகவே ஜான் கௌச்சிடம் 5000 டாலருக்குப் பந்தயம் கட்டினார் – லிசாவிற்கு முன் மாக் வெளிவரும் என்று. அந்தக் குழுவினரிடம் அவர் கூறினார்: 'லிசாவைவிட விலை குறைவான, சிறப்பான கணினியை எங்களால் உருவாக்க மட்டுமல்ல, உங்களுக்கு முன்பே வெளியிடவும் முடியும்.'

1981 பிப்ரவரியில் நிறுவனத்திலுள்ள அனைவருக்கும் பொதுவாக ஒரு மதிய உணவுடன் கூடிய கருத்தரங்கை ராஸ்கின் நடத்துவதாக இருந்தது. அதை ரத்து செய்வதன் மூலம் குழுவின் மீது தமக்கிருந்த கட்டுப்பாட்டை ஜாப்ஸ் நிலைநாட்டினார். எதேச்சையாக அவருடைய அறை வழியே சென்ற ராஸ்கின் அங்கே தம் உரையைக் கேட்க நூறுபேர் குழுமியிருப்பதைக் கண்டறிந்தார். தமது ரத்து ஆணை விஷயமாக ஒருவருக்கும் அறிவிப்பது பற்றிக்கூட ஜாப்ஸ் கவலைப் படவில்லை. ஆகவே ராஸ்கின் தமது உரையைத் தொடர்ந்தார்.

அந்தச் சம்பவத்தைத் தொடர்ந்து ராஸ்கின் மைக் ஸ்காட்டிற்குக் காரசாரமான செயற்குறிப்பை *(மெமோ)* எழுதினார். மைக் மீண்டும் தர்மசங்கடமான நிலைக்கு ஆளானார் – தலைவர் என்ற முறையில் நிறுவனத்தின் கோபாவேசமான இணை நிறுவனரை, பிரதான பங்குதாரரை எப்படிச் சமாளிக்கப் போகிறோம் என்று. 'ஸ்டீவ் ஜாப்ஸுக்காக / ஜாப்ஸுடன் பணியாற்றுவது' என்ற தலைப்பிலான செயற்குறிப்பில் ராஸ்கின் தமது கருத்துகளை வலியுறுத்தினார்:

> அவர் ஒரு அச்சமூட்டும் மேலாளர். எனக்கு எப்பொழுதுமே ஸ்டீவைப் பிடிக்கும். ஆனால் அவரோடு பணியாற்றுவது இயலாத காரியம். ஜாப்ஸ் அலுவல்களைக் குறிப்பிட்ட நேரத்திற்குச் செய்வ தில்லை – எல்லோரும் நகைச்சுவையாகக் குறிப்பிடும் அளவிற்கு இது பிரபலமான வழக்கமாகிவிட்டது. யோசிக்காமலேயே காரியத்தில் இறங்கிவிடுவார்; சரியான தீர்மானங்கள் எடுக்கத் தெரிவதில்லை. மரியாதை தரவேண்டியவர்களுக்குத் தரத் தவறிவிடுகிறார். பல சந்தர்ப்பங்களில் ஒரு புதிய சிந்தனையைப் பகிர்ந்துகொள்ளப் போனால் உடனே அதற்கு எதிர்ப்புத் தெரிவித்து அதைப் பயனற்றது, ஏன் முட்டாள்தனமானது என்றுகூடச் சொல்வார். அதுமட்டுமல்ல, அதில் நேரத்தைச் செலவிடுவது வீண்வேலை என்பார். இது மட்டும்தான் மோசமான நிர்வாகமுறை. ஆனால் அதே யோசனை நல்லதாக இருந்துவிட்டால் விரைவிலேயே அதைப் பற்றி அவர் எல்லோரிடமும் பேசுவதைக் காணலாம் – ஏதோ அது அவருடைய சொந்த யோசனை என்பது போல.

அன்று மதியம் ஸ்காட் ஜாப்ஸையும் ராஸ்கினையும் மர்க்குலாவின் முன்னிலையில் தங்கள் பலப்பரீட்சையை வைத்துக்கொள்ளும்படி அழைத்தார். ஜாப்ஸ் அழத் தொடங்கிவிட்டார். அவரும் ராஸ்கினும் ஒரு விஷயத்தில் ஒத்துப்போனார்கள் – ஒருவருக்காக இன்னொருவர் பணியாற்ற முடியாது என்பதுதான் அது. லிசா திட்ட விஷயத்தில், ஸ்காட் கௌச்சிற்கு ஆதரவாக இருந்தார். இந்த முறை ஜாப்ஸை வெற்றியடையச் செய்வதுதான் சரி என்று முடிவுசெய்தார். மிஞ்சிப் போனால் மாக் ஒரு சிறிய வளர்ச்சித் திட்டம்; மிகவும் தொலைவிலிருந்த கட்டடத்தில் இயங்குவது; ஜாப்ஸூம் நிறுவனத்தின் பிரதான வளாகத்திலிருந்து விலகியிருப்பார், தம் பணியில் அவர் ஈடுபட அது வசதியாக இருக்கும். ராஸ்கினிடம் விடுப்பெடுத்துக் கொள்ளும்படி கூறினார்கள். 'அவர்கள் எனக்குக் கலகலப்பூட்டி, செய்வதற்கு ஏதாவது வேலைதர விரும்பினார்கள் – அதுவும் நன்றாகத்தான் இருந்தது' என்று ஜாப்ஸ் நினைவுகூர்ந்தார். 'என்னைப் பொறுத்தவரை மீண்டும் கராஜ் வாழ்க்கைக்கே திரும்பிச் செல்வதுபோல உணர்ந்தேன். எனக்கென்று ஒரு ஏறுமாறான குழு இருந்தது. கடிவாளமும் என் கையில்.'

ராஸ்கினை வெளியே அனுப்பியது நியாயமற்றதாகத் தோன்றலாம். ஆனால் அது மகின்டாஷூக்கு நன்மையாக அமைந்தது. ராஸ்கின் குறைந்த நினைவுத்திறன் *(மெமரி)*, பலவீனமான செயலி *(ப்ராஸஸர்)*, ஒலிநாடாப் பேழை *(காஸெட் டேப்)* கொண்ட, மௌஸ் (சுட்டெலி) இல்லாத, மிகக் குறைந்த அளவு வரைகலை *(க்ராஃபிக்ஸ்)* உள்ள ஒரு சாதனத்தை விரும்பினார். 'ஜாப்ஸ் போலன்றி, அவரால் விலையை ஏறத்தாழ 1000 டாலருக்குள் வைக்க முடிந்திருக்கலாம்; ஆப்பிள் நிறுவனம் பங்குச்சந்தையில் வெற்றிபெற அது உதவியிருக்கலாம். ஆனால் தனியர்க் கணினிப் பயன்பாட்டையே *(பர்சனல் கம்ப்யூட்டிங்)* மாற்றியமைக்கும் ஒரு சாதனத்தை உருவாக்கி விற்பனை செய்வது என்ற ஜாப்ஸின் சாதனையை அவரால் எட்டிப் பிடிக்க முடிந்திருக்காது. அவர் தேர்ந்தெடுக்கத் தவறிய பாதை எங்கே இட்டுச் சென்றது என்பதை நாம் கண்கூடாகப் பார்க்கலாம். கானன் நிறுவனம் ராஸ்கினைப் பணிக்கமர்த்தி, அவர் விரும்பிய படியே சாதனத்தை உருவாக்கச் சொன்னது. 'அதுதான் *கானன் காட்*; அது பெரும் தோல்வியைத் தழுவியது' என்றார் அட்கின்ஸன். 'யாருமே அதை விரும்பவில்லை. ஸ்டீவ் மாக்கை லிசாவின் கையடக்கப் பதிப்பாக உருவாக்கினார். அது பயனீட்டாளர்களுக்கான வெறும் மின்னணுவியல் கருவியாக இல்லாமல், கணிப்பணிக்கான ஒரு தளமாகவே மாறியது.*

* ராஸ்கின் 2005இல் கணையப் புற்றுநோயால் பாதிக்கப்பட்டு உயிரிழந்தார். அதற்குச் சிறிதுகாலம் முன்புதான் ஜாப்ஸூக்கும் அதே நோய் இருப்பது தெரியவந்தது.

டெக்ஸாக்கோ டவர்ஸ்

ராஸ்கின் விடுப்பில் சென்ற சில நாள்களுக்குப் பின் ஜாப்ஸ் ஆப்பிள் II குழுவிலுள்ள இளம் வல்லுநர் ஆண்டி ஹெர்ட்ஸ்ஃபெல்டின் தடுப்பறைக்கு வந்தார். ஆண்டிக்கு அவருடைய நண்பர் பர்ரெல் ஸ்மித் போலவே குழந்தை முகம்; குறும்புத் தோற்றம். தம் சக ஊழியர்கள் பலரும் ஜாப்ஸின் 'நொடிப்பொழுதில் கொப்பளிக்கும் முன்கோபம், தம் மனத்தில் தோன்றுவதை (பல சமயத்தில் அது எதிர்மறையாகவே இருக்கும்) முகத்தில் அடித்தாற்போலக் கூறும் சுபாவம்' ஆகியவற்றைக் கண்டு அஞ்சுவதை அவர் நன்கு அறிந்திருந்தார். ஆனால் ஹெர்ட்ஸ் ஃபெல்டுக்கு அவருடைய வருகை பரவசமூட்டியது. நுழைந்ததும் நுழை யாததுமாக ஜாப்ஸ் கேட்டார்: 'நீ எப்படி, நன்றாக வேலை செய்வாயா? மாக்கில் பணியாற்ற உண்மையிலேயே நல்ல திறமையான ஊழியர்கள் மட்டும்தான் எங்களுக்குத் தேவை. நீ திறமையானவன்தானா என்று எனக்கு சரியாகத் தெரியவில்லை.' இதற்கு எப்படி பதிலளிப்பதென்று ஹெர்ட்ஸ்ஃபெல்டுக்குத் தெரிந்திருந்தது. 'நான் அவரிடம் சொன்னேன்: ஆமாம், *நான் நல்ல திறமையானவன் என்றுதான் நினைக்கிறேன்.*'

ஜாப்ஸ் திரும்பிச் சென்றுவிட்டார். ஹெர்ட்ஸ்ஃபெல்ட் தமது வேலையைத் தொடர்ந்தார். அன்று மதியம் அவர் நிமிர்ந்து பார்த்த போது ஜாப்ஸ் அவருடைய தடுப்பறைக்கு மேற்புறமாக எட்டிப் பார்த்துக் கொண்டிருந்தார். 'உனக்கு ஒரு நல்ல செய்தி. நீ இப்பொது மாக் குழுவில் இருக்கிறாய். என்னோடு வா.'

ஹெர்ட்ஸ்ஃபெல்ட் தமக்கு ஆப்பிள் II தயாரிப்பைப் பூர்த்தி செய்வதற்கு இன்னும் இரண்டு நாள் அவகாசம் தேவை என்று கூறினார். ஜாப்ஸ் இடைமறித்தார்: 'மகின்டாஷில் பணிபுரிவதைவிட முக்கியமாக வேறென்ன இருக்கிறது?' 'மற்றொருவரிடம் ஒப்படைப் பதற்காக ஆப்பிள் II டாஸ் நிரலைத் *(ப்ரோக்ராம்)* தயார் செய்ய வேண்டி யுள்ளது' என்று ஹெர்ட்ஸ்ஃபெல்ட் விளக்கினார். 'நீ அதைச் செய்து உன் நேரத்தை வீணடித்துக் கொண்டிருக்கிறாய்! ஆப்பிள் IIஐப் பற்றி யார் கவலைப்படுகிறார்கள்? அது சில ஆண்டுகளிலேயே காணாமல் போய்விடும்! ஆப்பிளின் எதிர்காலம் மகின்டாஷ். நீ இப்போது அதில் பணியைத் தொடங்குகிறாய்!' சொல்லி முடித்த கையோடு ஹெர்ட்ஸ்ஃபெல்டின் ஆப்பிள் II-க்கான மின்சார இணைப்பைத் துண்டித்துவிட்டார். திரையில் ஓடிக்கொண்டிருந்த சங்கேதக்குறிகள் சட்டென்று மறைந்துபோயின. 'என்னுடன் வா... உன் புதிய பணி மேசைக்கு அழைத்துச்செல்கிறேன்' — ஜாப்ஸ் ஹெர்ட்ஸ்ஃபெல்டை அவருடைய கணினி சகிதம் தமது சில்வர் மெர்சிடிஸில் அள்ளிப் போட்டுக்கொண்டு மகின்டாஷ் அலுவலகங்களை நோக்கி விரைந்தார். 'இதுதான் உன் புதிய பணிமேசை' — பர்ரெல் ஸ்மித்துக்கு அடுத்தபடியாக

இருந்த இடத்தில் அவரைப் பொத்தென்று தூக்கிப் போட்டார். 'மாக் குழுவிற்கு உன்னை வரவேற்கிறேன்!' அந்தப் பணிமேசை ராஸ்கினுடையதாக இருந்தது. செல்லும் அவசரத்தில் அவர் விட்டுச் சென்ற ஃப்லோட்ஸாம்[3], ஜெட்ஸாம், விமானங்களின் மாதிரி வடிவங்கள் அனைத்தும் அவருடைய இழுப்பறைகளில் *(ட்ராவ்யர்ஸ்)* நிரம்பிக் கிடந்தன.

1981இன் வசந்தகாலத்தில் ஜாப்ஸ் தமது ஆர்வம் துள்ளும் குழுவிற்காக உறுப்பினர்களைத் தேர்வு செய்துவந்தார். இதற்கு அவர் வைத்த ஒரே ஒரு சோதனை அவர்கள் அந்தத் தயாரிப்பில் அதீத ஆர்வம் காட்டுகிறார்களா என்பதுதான். சிலசமயம் அப்படி வருபவர்களை ஓர் அறைக்கு அழைத்துச் செல்வார் – அங்கு மாக்கின் மாதிரி வடிவம் துணியால் மூடப்பட்டிருக்கும். அவர் அந்தத் துணியைக் கம்பீரமாய் விலக்கிவிட்டு என்ன நடக்கிறதென்று கவனிப்பார். 'அவர்களுடைய கண்கள் பளீரென்று மின்னினால், நேராக மௌஸை (சுட்டெலியை) நோக்கிச் சென்று பாயின்ட் க்ளிக் செய்யத் தொடங்கினால், ஸ்டீவ் ஒரு புன்முறுவலோடு அவர்களைப் பணியில் அமர்த்திக் கொள்வார்' என ஆன்ட்ரியா கன்னிங்ஹாம் நினைவுகூர்ந்தார். 'அவர்கள் *ஆஹா!* என்று கூற வேண்டும் என்று அவர் மிகவும் விரும்பினார்.'

ப்ரூஸ் ஹார்ன் ஜெராக்ஸ் பார்க்கின் நிரலாக்க வல்லுநர்களில் *(ப்ரோக்ராமர்)* ஒருவர். அவருடைய சில நண்பர்கள் – லாரி டெஸ்லர் போன்றவர்கள் – மகின்டாஷ் குழுவில் சேரத் தீர்மானித்தபோது ஹார்னும் அதுபற்றி யோசித்துக் கொண்டிருந்தார். ஆனால் அவருக்கு மற்றொரு நிறுவனத்திலிருந்து அழைப்பு வந்தது. 15000 டாலர் நுழைவு மிகையூதியத்துடன் *(போனஸ்)* கூடிய நல்லதொரு வாய்ப்பு. ஒரு வெள்ளிக்கிழமை இரவில் ஜாப்ஸ் அவரைத் தொலைபேசியில் அழைத்தார். 'நாளை காலை நீங்கள் ஆப்பிளுக்கு வரவேண்டும். நான் உங்களுக்கு ஏராளமான விஷயங்கள் காட்டவேண்டியிருக்கிறது.' ஹார்னும் வந்தார். ஜாப்ஸ் அவரை வளைத்துப் போட்டுவிட்டார். 'நாளைய உலகை மாற்றியமைக்கப்போகும் இந்த அற்புதமான சாதனத்தை உருவாக்குவதில் ஸ்டீவ் மிகுந்த ஆர்வம் கொண்டிருந்தார். அவருடைய கம்பீரமான தோற்றத்தை வைத்தே என் மனத்தை மாற்றி விட்டார்' என்று ஹார்ன் நினைவுகூர்ந்தார். பிளாஸ்டிக் எப்படி நேர்த்தியாக வடிவமைக்கப்படுகிறது, உதிரிபாகங்கள் கோணங்களில் ஒன்றோடொன்று எவ்வளவு கச்சிதமாகப் பொருந்துகின்றன, உள்ளே இருக்கும் பலகை *(போர்ட்)* எவ்வளவு அழகாகத் தோற்றமளிக்கும் என எல்லாவற்றையும் நுணுக்கமாக ஜாப்ஸ் ஹார்னுக்கு விளக்கினார்.

[3] கப்பல்களிலும், வானூர்திகளிலும் ஏற்படும் சேதங்களில் சில வகைகளைக் குறிக்கும் சொற்கள். (மொ-ர்)

'அவர் விவரித்த மொத்த விஷயங்களும் உண்மையில் ஒரு நாள் நிகழப் போகின்றன என்பதையும், அவை யாவும் முனையிலிருந்து முனை வரை முழுக்க முழுக்கத் திட்டமிட்டுச் செயல்படுத்தப்படுகின்றன என்பதையும் நான் நேரில் கண்டு புரிந்துகொள்ள வேண்டும் என்று அவர் விரும்பினார். ஆஹா, அதுபோன்ற ஓர் ஆவேசம் கலந்த ஆர்வத்தை நான் தினமும் பார்க்க முடியுமா என்ன? ஆகவே சம்மதித்து விட்டேன்.'

ஜாப்ஸ் வாஸ்நியாக்கைத் திரும்ப அழைத்துக்கொள்ளும் முயற்சி யிலும் ஈடுபட்டார். 'அவர் அதிகமாக ஒன்றும் செய்யவில்லை என்று நான் கவலைப்பட்டாலும், பிறகு நினைத்துகொள்வேன் - அவருடைய அபாரத் திறன் இல்லாவிட்டால் நான் இந்த நிலையை எட்டியிருக்க முடியாது' என ஜாப்ஸ் பின்னர் ஒருமுறை என்னிடம் கூறினார். ஆனால் அவர் வாஸை மாக்கில் ஆர்வம் காட்ட வைக்கத் தொடங்கிய காலத்தில் ஸான்ட்டா க்ரூஸ் அருகே வாஸ்நியாக் தமது புதிய ஒற்றை எஞ்சின் பீச்க்ராஃப்ட் விமானத்தைக் கிளப்ப முயலும்பொழுது அது விபத்துக் குள்ளானது. அவர் உயிர்பிழைத்தார் என்றாலும் நினைவுத்திறன் இழப்பு நோயால் *(அம்னீஷியா)* சற்று பாதிக்கப்பட்டார். ஜாப்ஸ் அவருடன் மருத்துவமனையில் சிறிது நேரம் செலவிட்டார். ஆனால் வாஸ்நியாக் முழுவதுமாய்க் குணமடைந்தபோது ஆப்பிளிலிருந்து விடுப்பெடுத்துக் கொள்வதென முடிவு செய்தார். பெர்க்லியிலிருந்து வந்து பத்து ஆண்டுகளாயிருந்த நிலையில், மீண்டும் அங்கேயே திரும்பிச் சென்று தமது பட்டப்படிப்பை முடிக்கத் தீர்மானித்தார். இதற்காகத் தமது பெயரை ராக்கி ராக்கூன் க்ளார்க் என மாற்றிவைத்துக் கொண்டார்.

திட்டத்தை முழுவதுமாகத் தமதாக்கிக் கொள்வதற்காக ராஸ்கினுக்குப் பிடித்த ஆப்பிளின் பெயரை எடுத்துவிடவேண்டும் என ஜாப்ஸ் முடிவு செய்தார். பல்வேறு பேட்டிகளின் போது கணினியை மூளைக்கான சைக்கிள் என்று ஜாப்ஸ் குறிப்பிட்டிருந்தார். சைக்கிளை உருவாக்கிய மனிதனால் ஒரு காண்டார் வகை விமானத்தை விடவும் திறமையாக உலவ முடிந்தது. அதேபோல, கணினிகளை உருவாக்கும் திறமை மனித மூளையின் செயல்திறனைப் பன்மடங்கு அதிகரிக்கச் செய்கிறது. ஆகவே ஒரு நாள் ஜாப்ஸ் மகின்டாஷ் இனி பைசைக்கிள் என மாற்றி அழைக்கப் பட வேண்டும் என்று முடிவு செய்தார். இது பெரிய வரவேற்பைப் பெறவில்லை. 'பர்ரெல்லும் நானும் இதுதான் இதுவரை கேள்விப்பட்ட வற்றிலேயே கிறுக்குத்தனமான விஷயம் என எண்ணினோம்; புதிய பெயரைப் பயன்படுத்த மறுத்துவிட்டோம்' என்றார் ஹெர்ட்ஸ்ஃபெல்ட். ஒரே மாதத்திற்குள் இந்த யோசனை கைவிடப்பட்டது.

1981இன் தொடக்கத்தில் மாக் குழுவில் ஏறத்தாழ இருபது உறுப்பினர்கள் இருந்தனர். ஜாப்ஸ் அவர்களுக்கு இன்னும் பெரிய

வீட்டுவசதி செய்து தர வேண்டும் என்று எண்ணினார். ஆகையால் எல்லோரையும் ஒரு பழுப்பு ஓடுகள் வேய்ந்த இரண்டு மாடிக் கட்டடத்தின் இரண்டாவது மாடிக்கு மாற்றினார். அது ஆப்பிளின் பிரதான அலுவலகங்களிலிருந்து ஏறத்தாழ மூன்று அடுக்குகள் தள்ளி இருந்தது. அது டெக்ஸாக்கோ இரயில் நிலையத்திற்கு அருகில் இருந்ததால் டெக்ஸாக்கோ டவர்ஸ் என்று அழைக்கப்பட்டது. அலுவலகத்தை மேலும் கலகலப்பாக ஆக்குவதற்காக, ஸ்டீரியோ (முப்பரிமாண ஒலி) அமைவு ஒன்றை வாங்கும்படி குழுவினரிடம் கூறினார். 'பர்ரெல்லும் நானும் உடனடியாக வெளியே ஓடிப்போய் ஒரு வெள்ளி ஒலிநாடாவில் *(சில்வர் காஸெட்)* ஓடும் பூம் பாக்ஸை[4] வாங்கி வந்தோம் – அவர் மனத்தை மாற்றிக்கொள்வதற்கு முன்பாகவே.'

ஜாப்ஸின் வெற்றி விரைவில் முழுமையடைந்தது. மாக் பிரிவை நடத்துவதில் ராஸ்கினுடனான அதிகார வலிமைப் போரில் வென்ற சில வாரங்கள் கழித்து மைக் ஸ்காட்டை அதிபர் பதவியிலிருந்து விலக்க உதவினார். ஸ்காட் சமீப காலமாக மிகவும் சீரற்ற முறையில் செயல் பட்டு வந்தார் – சிலசமயம் சாதகமாகவும் சிலசமயம் பாதகமாகவும். முடிவில் தமது ஊழியர்களிடையே பெரும்பாலான ஆதரவை இழந்தார் – தாற்காலிக வேலைநீக்கத்தைத் திணித்ததோடு நில்லாமல், மூர்க்கத்தனமாகவும் நடந்துகொண்டதே இதற்குக் காரணம். அது தவிர பல்வேறு உடல் உபாதைகளுக்கும் அவர் ஆளாகியிருந்தார் – கண் தொற்றுநோய் முதல் துயில் மயக்க நோய் *(நார்க்கோலெப்சி)*[5] வரை. ஸ்காட் ஹவாயில் விடுமுறையைக் கழித்துக்கொண்டிருந்த நேரத்தில் மர்க்குலா உயர் மட்டப் பதவியிலுள்ள மேலாளர்களை அழைத்து அவரை விலக்கி வேறு யாரையாவது பதவியில் அமர்த்துவது அவசியமா என்று கேட்டார். பெரும்பாலானோர் – ஜாப்ஸ் மற்றும் ஜான் கௌச் உட்பட – ஆமோதித்தனர். ஆதலால் மர்க்குலாவே தற்காலிகமாக அதிபர் பதவியை ஏற்றுக்கொண்டார். இப்பொழுது மாக் பிரிவில் தாம் நினைத்தவற்றைச் சாதிக்கத் தேவையான கடிவாளங்கள் முழுதும் ஜாப்ஸின் கையில் இருந்தன.

4 ஒலிநாடா அல்லது குறுவட்டுகளை இசைப்பதற்கான கையடக்கச் சாதனம். இது இரண்டு அல்லது அதற்கும் மேற்பட்ட ஒலிபெருக்கிகளைக் கொண்டது. (மொ-ர்)

5 உறக்கம்-விழித்தல் சுழற்சியைக் கட்டுப்படுத்தும் திறனை மூளை இழந்துவிடுவதால், இரவில் விழித்துக் கொள்வதும், பகலில் உறங்குவதுமாக இயல்பு மாறுதல் அல்லது வழக்கத்துக்கு மாறாக திடீர் திடீரென தூங்குதல். (மொ-ர்)

இயல் பதினொன்று

மாயவலை

தான் வகுத்த விதிகளின்படியே தனது ஆட்டம்

முதல் மாக் குழு, 1984: (இடமிருந்து வலம்) ஜார்ஜ் க்ரோ ஜோஆனா ஹாஃப்மன், பர்ரெல் ஸ்மித், ஆண்டி ஹெர்ட்ஸ்ஃபெல்ட், பில் அட்கின்ஸன், ஜெர்ரி மானாக்.

ஆண்டி ஹெர்ட்ஸ்ஃபெல்ட் மகின்டாஷ் குழுவில் சேர்ந்தபோது, முடிக்கவேண்டிய ஏராளமான பணிகள் மீதம் இருப்பதை மற்றொரு மென்பொருள் வல்லுநரான பட் ட்ரிபுளிடமிருந்து சுருக்கமாய் அறிந்துகொண்டார். 1982 ஜனவரிக்குள் அதை முடிக்க வேண்டும் என்று ஜாப்ஸ் விரும்பினார் – இன்னும் ஒரு ஆண்டிற்கும் குறைவான காலமே இருந்தது. 'அது கிறுக்குத்தனம்' என்று ஹெர்ட்ஸ்ஃபெல்ட் கூறினார். 'ஒருகாலும் முடியாது.' ஜாப்ஸ் எதிர்மறையான விஷயங் களை ஏற்கமாட்டார் என்று ட்ரிபுள் கூறினார். மேலும் 'இந்த நிலைமையை விளக்கச் சிறந்த வழி *ஸ்டார் ட்ரெக்கில்* பயன்படுத்தும் ஒரு

சொல்தான்' என்று ட்ரிபுள் விளக்கினார். 'ஸ்டீவிடம் இருப்பது ஒரு மாயவலை (ரியாலிடி டிஸ்டோர்சன் ஃபீல்ட்).' ஹெர்ட்ஸ்ஃபெல்ட் முகத்தில் குழப்பம் தெரிந்தது. ட்ரிபுள் மேலும் விளக்கினார்: 'அவர் உள்ள இடத்தில் நடைமுறையை எப்படி வேண்டுமானாலும் வளைக்கலாம். யாரை வேண்டுமானாலும், எதைப்பற்றி வேண்டுமானாலும் பேசி முழுதாக நம்பவைத்துவிடுவார். அவர் இல்லாதபோது சூழ்நிலையில் அதன் விளைவு குறைவாக இருக்கும். ஆனால் நடைமுறைக்கு ஒத்துவரும் வகையில் திட்ட மிடுவது மிகவும் சிரமமாக இருக்கும்.'

ட்ரிபுள் நினைவுகூர்ந்தார் – *ஸ்டார் ட்ரெக்* தொடரின் 'மெனாஜெரி' பகுதிகளிலிருந்துதான் அவர் அந்த வார்த்தையைத் தேர்ந்தெடுத்திருந்தார். அதில் வேற்றுகிரக மனிதர்கள் தங்களுக்கென்று ஒரு உலகத்தை வெறும் மூளைவலிமை கொண்டே உருவாக்குவார்கள். அதைப் பாராட்டாகவும் எச்சரிக்கையாகவும் எடுத்துக்கொள்ளும் வகையில் அமைத்திருந்தார்: 'ஜாப்ஸின் மாயவலையில் சிக்கிக் கொள்வது மிகவும் ஆபத்தானது. ஆனால் அதுதான் நடைமுறையை மாற்றியமைக்கும் வலிமையை அவருக்குத் தந்தது.'

முதலில் ஹெர்ட்ஸ்ஃபெல்ட் ட்ரிபுள் சற்று மிகைப்படுத்திக் கூறுவதாகக் கருதினார். ஆனால் இரண்டு வாரங்கள் ஜாப்ஸுடன் பணியாற்றிய பின், இந்தக் குணாதிசயத்தை அவர் கூர்ந்து கவனிக்கத் தொடங்கினார். 'மாயவலை என்பது ஒரு விநோதக் கலவையாக இருந்தது – கம்பீரமான பாணி, அசைக்கமுடியாத தீர்மானம், அவ்வப்போது தேவைக்கேற்ப நிஜத்தை வளைத்தெடுக்கும் ஆர்வம்' என்றார் அவர்.

அவருடைய மனவலிமையிலிருந்து ஒருவர் தம்மைத் தற்காத்துக் கொள்வது கடினம் – ஹெர்ட்ஸ்ஃபெல்ட் இதைக் கண்டறிந்தார். 'இதில் ஆச்சரியம் என்னவென்றால், நமக்கு நன்றாகத் தெரிந்திருந்த போதிலும்கூட நாம் அவருடைய மாயவலையில் சிக்கிவிடுவோம். நாங்கள் அதைச் செயலிழக்கச் செய்யக்கூடிய பல்வேறு உத்திகளைப் பற்றி அவ்வப்போது கலந்தாலோசிப்போம், ஆனால் சிறிது காலத்திற்குப் பின் அனேகமாக எல்லோருமே கைவிட்டுவிட்டோம் – அதனை இயற்கையின் ஒரு சக்தியாக ஏற்றுக்கொண்டோம்.' அலுவலகத்தின் குளிர்சாதனப்பெட்டியில் சோடாவிற்குப் பதிலாக ஓட்வாலா இயற்கை முறையில் வளர்க்கப்பட்ட (ஆர்கானிக்) ஆரஞ்சுப் பழச்சாறும் காரட் சாறும்தான் வைக்கவேண்டும் என்று ஜாப்ஸ் ஆணை பிறப்பித்தபோது குழுவிலுள்ள யாரோ சில டி-ஷர்ட்டுகளைத் தயாரித்தனர் – முன்புறம் 'மாயவலை' பின்புறம் 'அது பழச்சாற்றில் இருக்கிறது!' என்ற வாசகங்களுடன்.

சிலரைப் பொறுத்தவரையில், மாயவலை என்று அழைப்பது அவர் பொய் சொல்லும் பழக்கம் உடையவர் என்பதைச் சூசகமாய்ச் சுட்டிக்காட்டும் விதமாக இருந்தது. ஆனால் உண்மையில் அதைவிட மிகச் சிக்கலான பாசாங்கு முறையாகத் தெரிந்தது. உலக வரலாறு ஆகட்டும், அல்லது ஏதோ ஒரு கூட்டத்தில் ஒரு கருத்தைப் பரிந்துரைத்தது யார் என்பதாகட்டும் - அவர் வலியுறுத்தும் விஷயம் உண்மைதானா என்பதைச் சரிபார்க்கமாட்டார். இப்படி நிஜத்தை மறுப்பது என்பது மற்றவர்களுக்கு மட்டுமல்ல தனக்கும்தான். 'அவர் தன்னைத் தானே ஏமாற்றிக்கொள்ள முடியும்' என்றார் பில் அட்கின்ஸன். 'மற்றவர்கள் அவருடைய கருத்தை நம்பி ஏற்றுக்கொள்ளவைக்க அது வகைசெய்தது. ஏனெனில் அவர் அதைத் தமக்குள் ஊடுருவிப் பரவவிட்டிருந்தார்.'

எத்தனையோ பேர் இப்படி நிஜத்தை மாற்றுகிறார்கள் – உண்மை தான். ஆனால் அதையே ஜாப்ஸ் செய்தால் ஏதோ ஒன்றைச் சாதிப் பதற்கான உத்தி என்று அர்த்தம். ஜாப்ஸ் சாமர்த்தியசாலி என்றால் வாஸ்நியாக் நேர்மையானவர். அவர் ஜாப்ஸின் இந்தத் திறன் கண்டு வியந்துள்ளார். 'அவர் நிஜத்தை மாற்ற முயல்கிறார் என்றால் எதிர் காலம் தொடர்பான தர்க்கரீதியற்ற நோக்கைக் கொண்டிருக்கிறார் என்று பொருள். உதாரணமாக சில நாள்களில் ஒரு பிரேக்அவுட் விளையாட்டை *(ப்ரேக்அவுட் கேம்)* நான் வடிவமைக்க முடியும் என்று கூறுவார். அது நிச்சயமாக முடியாது என்று நமக்கு நன்றாகத் தெரிந்திருக்கும். ஆனால் எப்படியாவது அதை நடக்கவைத்து உண்மை யாக்கிவிடுவார்.'

மாக் குழு உறுப்பினர்கள் அவருடைய மாயவலையில் சிக்கிக் கொண்டால் ஏறத்தாழ மதிமயங்கிப் போவார்கள். 'அவரைப் பார்த்தால் எனக்கு ரஸ்புடின்தான் நினைவுக்கு வருவார்' என்றார் டெபி கோல்மன். 'அவருடைய பார்வை லேசர் கதிர் போல ஊடுருவும். கண் சிமிட்டவே மாட்டார். அவர் தருவது பர்பில் கூல் – எய்ட்டாகவே[1] இருந்தாலும் பிரச்சினையில்லை. நீங்கள் அதைக் குடிப்பீர்கள்.' ஆனால் வாஸ்நியாக்கைப் போலவே அவரும் ஜாப்ஸின் மாயவலைக்கு ஏதோ ஒரு வலுவூட்டும் சக்தி இருப்பதாக நம்பினார். ஜெராக்ஸ் அல்லது ஐபிஎம்மிடம் இருந்த வசதிகளின் ஒரு சிறு பகுதியை மட்டும் வைத்துக் கொண்டு கணினியின் சரித்திரத்தையே திசைதிருப்பத் தம் குழுவை

[1] 1970களில் ஜிம் ஜோன்ஸ் என்பவர் பீப்பில்ஸ் டெம்பில் கல்ட் என்ற இயக்கத்தைத் துவக்கி வைத்தார். இந்த இயக்கத்தைச் சேர்ந்தவர்கள் பல்வேறு சடங்குகளைப் பின்பற்றினார்கள். அதில் குறிப்பாகத் தற்கொலைக்கென்று பயன்படுத்தப்பட்ட வழிமுறைதான் பர்பில் கூல் எய்ட். இதை அருந்தியவர்கள் தங்களுடைய சுய இயல்பை மறந்து, தங்களுக்கு அதைத் தந்தவர்களைக் கண்மூடித்தனமாகப் பின்பற்றி நடப்பார்கள் என்றும் சொல்வதுண்டு. (மொ-ர்)

ஊக்குவிக்க அந்த மாயவலை மிகவும் உதவியது. 'அந்த மாயவலை ஓர் ஆத்மதிருப்தியைத் தந்தது' என அவர் உறுதியாகக் கூறினார். 'முடியாதவைகூடச் சாத்தியமாயின. ஏனென்றால் அது முடியாத ஒன்று என்பதை நாங்கள் உணரவே இல்லை.'

மாயவலையின் அடிப்படை விஷயமே 'விதிகள் தம்மைக் கட்டுப் படுத்தாது' என்று ஜாப்ஸ் நம்பியதுதான். அவரிடம் இதற்குச் சில சான்றுகள்கூட இருந்தன; குழந்தைப்பருவத்தில், தமது விருப்பத்திற் கேற்ப நடைமுறைகளை வளைத்தெடுக்க அவரால் முடிந்தது. கலகமும் பிடிவாதமும் அவருடைய குணாதிசயங்களில் பதிந்திருந்தன. தாம் பிரத்யேகமானவர், தேர்ந்தெடுக்கப்பட்டவர், ஞானி என்று அவர் உணர்ந்தார். 'உண்மையிலேயே பிரத்யேகமான சிலர் இருக் கிறார்கள் – உதாரணமாக ஐன்ஸ்டைன், காந்தி, இந்தியாவில் சந்தித்த குருக்கள் – அதில் தாமும் ஒருவர் என்று அவர் கருதுகிறார்' என்றார் ஹெர்ட்ஸ்ஃபெல்ட். 'இதை அவர் க்ரிசானிடம் கூறினார். ஒருமுறை என்னிடம்கூட தாம் ஞானம் பெற்றுவிட்டதாகக் கோடிட்டுக் காட்டினார். கிட்டத்தட்ட நீட்ஷே போல இருந்தது.' ஜாப்ஸ் நீட்ஷே யின் ஆக்கங்களைப் படித்ததில்லை. ஆனால் அந்தத் தத்துவஞானி சொன்ன மனஉறுதியின் வலிமையுடன், சர்வவல்லமை பொருந்திய ஒருவரின் பிரத்யேகமான பண்புகளும் அவருக்கு இயல்பாகவே வந்தன. நீட்ஷே தனது *ஜராதுஸ்ட்ரா இவ்வாறு கூறினான் (தஸ் ஸ்போக் ஜராதுஸ்ட்ரா)* என்ற நூலில் கூறுகிறார்: 'ஆவியுரு தனது மன விருப்பத்தை விரும்புகிறது; உலகிற்கு முழுவதும் அடிபணிந்துவிட்டவன் இப்போது உலகையே கைப்பற்றுகிறான்.' நடைமுறை விஷயங்கள் தமது விருப்பத் திற்கு மாறாக இருந்தால் அதை அவர் அலட்சியம் செய்து விடுவார். தன் மகள் பிறந்தபோதும் சரி, பல ஆண்டுகளுக்குப் பின் புற்றுநோயால் பாதிக்கப்பட்டுள்ளதை முதலில் அறிந்தபோதும் சரி, அவர் இதைத்தான் செய்தார். காரில் உரிமப் பலகையை *(லைசென்ஸ் பிளேட்)* பொருத் தாதது, ஊனமுற்றவர்களுக்கான இடத்தில் நிறுத்துவது போன்ற அன்றாடப் பிரச்சினைகளிலும்கூட தம்மைச் சுற்றியுள்ள கட்டுப்பாடுகள் ஏதோ தமக்குப் பொருந்தாதது போலத்தான் நடந்துகொள்வார்.

உலகை ஜாப்ஸ் பார்க்கும் விதமே தனி. எல்லாவற்றையுமே இரு துருவங்களாகப் பிரித்துவிடுவார். மனிதர்கள் ஒன்று 'மேதைகள்' இல்லாவிட்டால் 'மக்குகள்'; அவர்களுடைய வேலை 'கச்சிதம்' அல்லது 'குப்பை.' பில் அட்கின்ஸன் இவற்றுள் 'நல்ல' பக்கத்தில் இருந்தார். அந்த அனுபவத்தை அவரே விளக்குகிறார்:

> ஸ்டீவின் கீழ் பணிபுரிவது கடினமான விஷயம். ஏனெனில் கடவுள் களுக்கும் களிமண்ணுக்கும் உள்ள துருவவேறுபாடு அவ்வளவு அதிகம். கடவுள் என்றால் சிம்மாசனம் தரப்படும்; தவறுகளுக்கு

அனுமதியில்லை. என்னைப்போல, கடவுள்களாகக் கருதப்பட்டவர்களுக்கு நன்றாகத் தெரியும் – நாங்கள் வெறும் மனிதர்கள்; பொறியியல் தொடர்பாக எடுக்கும் முடிவுகளில் கச்சிதம் இருக்காது; எல்லோரையும் போல நாங்களும் வாயுவைப் பிரிய விடுபவர்கள் என்று; அதனால் எங்கே சிம்மாசனத்திலிருந்து கீழே தள்ளப்பட்டு விடுவோமோ என்று எப்பொழுதும் அஞ்சி நடுங்குவோம். களிமண்ணாகத் கருதப்பட்டவர்கள் அற்புதமான வல்லுநர்கள்; கடின உழைப்பாளிகள். ஆனால் தங்களுக்கு எந்தவிதமான ஊக்குவிப்பும் கிட்டாது; தங்களுடைய நிலையிலிருந்து உயர்வதற்கு எவ்வித வாய்ப்பும் இல்லை என்பதை உணர்ந்திருந்தார்கள்.

ஆனால் இது ஒன்றும் நிலையான அமைப்பல்ல – ஜாப்ஸ் நினைத்த மாத்திரத்தில் தம் கருத்தைத் தலைகீழாக மாற்றிக்கொள்ளக்கூடியவர். ஹெர்ட்ஸ்ஃபெல்டுக்கு மாயவலை பற்றிச் சுருக்கமாக விளக்கம் தந்த ட்ரிபுள் குறிப்பாக ஒரு விஷயத்தில் எச்சரிக்கையாக இருக்கும்படி கூறினார். 'சில சமயம் ஜாப்ஸின் மனமாற்றம் உயர் மின்னழுத்த மாறுதிசை மின்னோட்டத்திற்குச் சமமானது. இன்று ஒரு விஷயத்தைப் பற்றி அற்புதம் என்றோ அற்பம் என்றோ அவர் கூறினால், நாளையும் அதே எண்ணத்தில் இருப்பாரென்று கூறிவிடமுடியாது' என்று ட்ரிபுள் விளக்கினார். 'நீங்கள் ஒரு யோசனை சொன்னால் பொதுவாக அது முட்டாள்தனமானது என்று தாம் நினைப்பதாகக் கூறுவார். பிறகு, உண்மையிலேயே அது பிடித்துப்போய்விட்டால், ஒரே வாரத்தில் உங்களிடம் திரும்பி வந்து உங்கள் யோசனையை உங்களிடமே சொல்லுவார் – ஏதோ அவருக்குத் தோன்றியது போல.'

இந்த பிருவெட்[2] உத்தியைச் செய்யும் தைரியம் டையாகிலேவையே[3] அசரவைத்திருக்கும். 'ஒரு வழியில் தமது வாதம் பலிக்கவில்லை என்றால் அப்படியே மற்றொன்றுக்குத் தாவிவிடுவார்' என்று ஹெர்ட்ஸ்ஃபெல்ட் கூறினார். 'சிலசமயம் நம் இடத்திற்கு எதிர் பாராமல் தாவி நம்மைத் திக்குமுக்காடச் செய்வார் – தம் கருத்து வேறுவிதமாக இருந்தது என்பதைக்கூட ஒப்புக்கொள்ளமாட்டார்.' இந்த அனுபவம் ப்ரூஸ் ஹார்னுக்கு அடிக்கடி ஏற்பட்டது. அவர் ஜெராக்ஸ் பார்க்கிலிருந்து கவர்ந்துவரப்பட்டவர் – டெஸ்லரைப் போலவே. 'ஒரு வாரம் என் யோசனையை அவரிடம் கூறுவேன்; அவர் அதைக் கிறுக்குத்தனம் என்பார்' என ஹார்ன் நினைவுகூர்ந்தார். 'அடுத்த வாரமே என்னிடம் வந்து சொல்வார்: *பார், எனக்கு ஒரு யோசனை* என்று - அதுவும் என் யோசனையை! நாம் அவரிடம் *ஸ்டீவ், இது ஒரு வாரத்திற்குமுன் நான்*

[2] பாலே நடனத்தில் கால்விரலின் நுனியில் நின்றுகொண்டு சுழன்று ஆடும் உத்தி. (மொ-ர்)

[3] பாலே நடன நிகழ்ச்சிகளை வழங்குவதில் புகழ்பெற்ற ரஷ்ய தயாரிப்பாளர். (மொ-ர்)

உங்களுக்குச் சொன்னது என்றால், அவர் ஆமாம், ஆமாம், ஆமாம் என்றபடி நடந்து செல்வார்.'

ஜாப்ஸின் மூளையிலுள்ள சுற்றுக்களில் இவ்வாறு எதிரும் புதிருமான கருத்துகளை மிதப்படுத்தும் கருவி இல்லை போலும். அவருடன் பழகிய அனுபவத்தை வைத்தே மாக் குழு 'லோ பாஸ் ஃபில்டர்' என்று அழைக்கப்படும் ஆடியோ (ஒலியமைவு) கருத்துப்படிவத்தைக் (கான்செப்ட்) கடைப்பிடித்தனர். அவருடைய அதிர்வுகள் உயரும் அறிகுறிகள் எழும் பொழுது அதை மிதப்படுத்தப் பழகிக்கொண்டனர். இதனால் அவருடைய போக்கு எதிரும் புதிருமாக இருந்தாலும் அதிர்வுகளைக் குறைத்துக்கொள்ளும் வண்ணம் சீரான ஓட்டத்தை எட்ட முடிந்தது. 'இரண்டு மூன்று முறை அவர் அப்படி எல்லைகளுக்குத் தாவுகையில் அதற்கு எதிர்விளைவு காட்டாமல் அவருடைய அறிகுறிகளை மிதப் படுத்தக் கற்றுக்கொண்டோம்' என்றார் ஹெர்ட்ஸ்ஃபெல்ட்.

ஜாப்ஸின் மூர்க்கத்தனமான சுபாவம் மற்றவர்களின் உணர்வைப் புரிந்துகொள்ளும் தன்மையிலுள்ள குறைவினாலா? இல்லை. ஏறத்தாழ அதற்கு நேர்மாறான நிலை. அவர் மற்றவர்களை மிக நன்றாகப் புரிந்துகொள்ளக்கூடிய மெல்லிய உணர்வுடையவர். உளவியல் ரீதியில் ஒருவரது பலம், பலவீனம் ஆகியவற்றைத் துல்லியமாகப் படித்தறி யும் திறமைபடைத்தவர். ஒருவரை சற்றும் எதிர்பாராத நேரத்தில் குறிபார்த்துத் தாக்கித் திகைக்கவைக்க அவரால் முடியும். ஒருவர் நடிக்கிறாரா, இல்லை நிஜமாகவே விஷயம் தெரிந்தவரா என்பது இயல்பாகவே அவருக்குத் தெரியும். பிறரைக் கொஞ்சுவதும், தட்டிக் கொடுப்பதும், மசியவைப்பதும், முகஸ்துதி பாடுவதும், பணிய வைப்பதும் அவருக்குக் கைவந்த கலை. 'நம்முடைய பலவீனத்தைத் துல்லியமாகக் கணிக்கும் திறன் அவருக்கு இருந்தது. நம்மைச் சிறுமைப் படுத்தி கூனிக்குறுகச் செய்வது எப்படி என்று அவருக்கு நன்றாகத் தெரியும்' என்றார் ஜோஆனா ஹாஃப்மன். 'கம்பீரம் உள்ளவர் களுக்கே உரித்தான குணம் அது. மற்றவர்களை ஆட்டிவைப்பது எப்படி என்பது அவருக்குத் தெரியும். அவரால் உங்களை நசுக்கிவிட முடியும் என்ற எண்ணமே உங்களை பலவீனமாக உணரவைக்கும். அவரிடம் எப்படியாவது நல்ல பெயரெடுக்கவேண்டும் என்று தோன்றும். அப்படிச் செய்யும்பொழுது அவர் உங்களைத் தூக்கிச் சிம்மாசனத்தில் வைப்பார். ஆனால் அதன்பிறகு அவர் நம்மைத் தம் உடமையாக்கிக் கொண்டு விடுவார்.'

ஆன் பவர்ஸ் ஜாப்ஸின் கச்சிதம், எரிச்சல், குத்திப் பார்க்கும் குணம் – எல்லாவற்றையும் கையாள்வதில் வல்லுநராக இருந்தார். இன்டெலில் மனிதவள அதிகாரியாக இருந்தவர். ஆனால் அதன் சகநிறுவனர்களில் ஒருவரான பாப் நாய்ஸைத் திருமணம் செய்துகொண்டபின் வெளியேறி

விட்டார். 1980இல் ஆப்பிளில் சேர்ந்தார். ஜாப்ஸின் அடாவடித் தனம் ஓய்ந்ததும் சாந்தப்படுத்தும் தாய்மை உள்ளம் கொண்டவர். அவருடைய அலுவலகத்திற்குச் சென்று, கதவைத் தாழிட்டுவிட்டு அன்பாக விளக்குவார். 'எனக்குப் புரிகிறது, எனக்குப் புரிகிறது' என்பார் ஜாப்ஸ். 'அப்படியானால் தயவுசெய்து அந்தப் பழக்கத்தை நிறுத்து' என்று அவர் வலியுறுத்துவார். பவர்ஸ் நினைவுகூர்ந்தார்: 'சில நாள்கள் சரியாக இருப்பார். ஒரு வாரம் கழித்து மீண்டும் எனக்கு அழைப்பு வரும்.' தம்மைக் கட்டுப்படுத்திக்கொள்வது அவரால் இயலாத காரியம் என்பதை பவர்ஸ் புரிந்துகொண்டார். 'அவருடைய எதிர்பார்ப்புகள் மிகப் பெரியவை; பிறர் அதற்கேற்பப் பலன் தரவில்லையென்றால் அவரால் சகித்துக்கொள்ள முடியாது; கட்டுப்படுத்திக்கொள்ள முடியாது. அவர் ஏன் மனமுடைந்து போகிறார் என்று என்னால் புரிந்துகொள்ள முடிகிறது; அவர் சொல்வது பொதுவாக சரியாகத்தான் இருக்கும். ஆனால் அது பிறர் மனத்தைப் புண்படுத்திவிடும்; அச்சமூட்டும். அவர் தம்மை நன்கு உணர்ந்தவர்தாம். ஆனால் அது எப்பொழுதும் அவருடைய சுபாவத்தைத் திருத்தும் என்று கூறிவிட முடியாது.'

ஜாப்ஸ் பவர்ஸுக்கும் அவருடைய கணவருக்கும் மிகவும் நெருக்க மானவர். அவர்களுடைய லாஸ் காட்டோஸ் ஹில்ஸ் வீட்டிற்குச் சொல்லா மலே வருவார். தூரத்தில் அவருடைய மோட்டார் சைக்கிள் சத்தம் கேட்கும். பவர்ஸ் கூறுவார்: 'இன்று மீண்டும் ஸ்டீவ் இரவு உணவிற்கு நம்மோடு கலந்துகொள்வார் என்று நினைக்கிறேன்.' சில காலத்திற்கு அவரும் நாய்ஸும் அவருடைய வளர்ப்புக் குடும்பம் போல் பழகினர். 'அவர் மிகவும் புத்திசாலி, தேவைகளும் அதிகம். அவருக்கு முதிர்ந்த, தந்தை ஸ்தானத்தில் ஒருவர் தேவைப்பட்டார் – பாப் அதைப் பூர்த்திசெய்தார். நான் அவருக்கு ஒரு தாய் போலானேன்' என்றார் பவர்ஸ்.

ஜாப்ஸின் பிடிவாதமான, காயப்படுத்தும் குணத்திற்குப் பலன்களும் இல்லாமலில்லை. அதன் அழுத்தத்தில் நசுங்கிப் போய்விடாமல் மீண்டு வந்தவர்கள் மேலும் வல்லமை பெற்று விளங்கினார்கள். தங்கள் வேலை களை மேலும் கச்சிதமாகச் செய்தார்கள் – பயம் மற்றும் அவரைச் மகிழ்ச்சிப்படுத்தும் ஆர்வத்தில். 'அவருடைய சுபாவம் உணர்வு பூர்வமாக நம்மைப் பலவீனப்படுத்தலாம். ஆனால் மீண்டுவந்தால் நிச்சயம் அதற்குப் பலன் தெரியும்' என்றார் ஹாஃப்மன். நாமும் பதிலுக்கு உந்தலாம். சிலவேளைகளில் மீண்டுவருதல் மட்டுமல்ல, தழைக்கவும் செய்யலாம். ராஸ்கின் முயற்சி செய்தார்; சிலகாலம் வெற்றியும் பெற்றார்; பின் அழிந்துபோனார். ஆனால் அமைதியாகவும், தன்னம்பிக்கையோடும் செயல்பட்டால், ஜாப்ஸ் நம்மை எடை போட்டு நாம் செய்வதை உணர்ந்துதான் செய்கிறோம் என்று

முடிவெடுத்தால், நம் மீது மதிப்புவைப்பார். அவருடைய சொந்த வாழ்விலும் சரி, பல ஆண்டுத் தொழில்வாழ்க்கையிலும் சரி, அவருடைய நெருங்கிய வட்டத்தில் தன்னலம் கருதாத விசுவாசமான தொண்டர்களைவிட வலிமைமிக்கவர்கள் அதிகம் இருந்தனர்.

மாக் குழுவிற்கு இது தெரிந்திருந்தது. 1981இல் தொடங்கி ஒவ்வொரு ஆண்டும் அவரை மிகத் திறமையாகச் சமாளித்து நிற்கும் ஒருவருக்கு ஒரு பரிசு வழங்கப்பட்டது. இது ஒரு வகையில் தமாஷாக இருந்தாலும், மற்றொரு வகையில் உண்மையானது. ஜாப்ஸுக்கு அது தெரிந்தும், பிடித்தும் இருந்தது. முதல் ஆண்டு ஜோஆனா ஹாஃப்மன் வென்றார். கிழக்கு ஐரோப்பிய அகதிக் குடும்பத்தைச் சேர்ந்த அவர் கோபமும் மனத்திடமும் கொண்டவர். உதாரணமாக ஒருநாள் தமது விளம்பர முன்னோட்டங்களை நடைமுறைக்குச் சிறிதும் ஒத்துப்போகாத விதத்தில் ஜாப்ஸ் மாற்றியமைத்திருந்ததைக் கண்டார். ஆவேசமாக ஜாப்ஸின் அலுவலகத்தை நோக்கி நடந்தார். 'படிகளில் ஏறியவாறே அவருடைய காரியதரிசியிடம் கத்தியை எடுத்து அவருடைய நெஞ்சைக் குத்திக் கிழிக்கப்போவதாகக் கூறினேன்' - அவர் நினைவுகூர்ந்தார். அல் ஐசென்ஸ்டாட் என்ற நிறுவன ஆலோசகர் வெளியே ஓடிவந்து அவரைச் சமாதானப்படுத்த முயன்றார். 'ஆனால் ஸ்டீவ் அவர் சொல்வது முழுவதையும் கேட்டார். பின் ஒதுங்கிக்கொண்டார்.'

1982இல் மீண்டும் ஹாஃப்மன் அந்த விருதை வென்றார். 'எனக்கு ஜோஆனாவைப் பார்த்தால் பொறாமையாக இருக்கும். அவர் ஸ்டீவை எதிர்த்து நிற்பார் - எனக்கு அந்த தைரியம் இன்னமும் வரவில்லை' என்றார் டெபி கோல்மன். அவர் அந்த ஆண்டு மாக் குழுவில் சேர்ந்துகொண்டவர். 'பின் 1983இல் எனக்கு விருது கிட்டியது. நாம் எதை நம்புகிறோமோ, அதில் உறுதியாக நிற்கவேண்டும் என்று கற்றுக் கொண்டேன் – அதைத்தான் ஸ்டீவும் மதித்தார். அதன்பின் படிப்படியாக அவர் எனக்குப் பதவி உயர்வு அளித்தார்.' நாளடைவில் அவர் தயாரிப்புப் பிரிவின் தலைவரானார்.

ஒருநாள் ஜாப்ஸ் அட்கின்ஸனின் பொறியியல் வல்லுநர்களில் ஒருவரது தடுப்பறைக்குள் திடீரென நுழைந்து வழக்கம்போல 'இது ஒன்றுக்கும் உதவாது' என்றார். அட்கின்ஸன் நினைவுகூர்ந்தது போல, 'அந்த மனிதர் *இல்லை, இல்லை; உண்மையிலேயே இதுதான் சிறந்த வழி* என்றதுடன் அவர் செய்த பொறியியல் பயன்பாட்டு மாற்றங்களின் பின்னணியை விளக்கினார்' – ஜாப்ஸ் பின்வாங்கினார். அட்கின்ஸன் ஜாப்ஸின் வார்த்தைகளை ஒரு மொழிபெயர்ப்புக் கருவியினூடே புரிந்துகொள்ளுமாறு தமது குழுவினருக்கு அறிவுறுத்தினார். 'இது ஒன்றுக்கும் உதவாது' என்று அவர் சொன்னால், *இதைச் செய்வதற்கு இதுதான் சிறந்த வழி என்று எப்படிச் சொல்கிறாய்?* விளக்கு என்பது

பொருள் என்று கற்றுக்கொண்டோம்.' ஆனால் அந்த விளக்கத்தில் ஒரு சங்கேதம் இருந்தது – அது சில விஷயங்களைக் கற்றுத்தந்தது என்பதை அட்கின்ஸன் கண்டுகொண்டார். நாளடைவில், ஜாப்ஸ் விமர்சித்த செயல்பாடுகளை மேம்படுத்த அதனினும் சிறந்த வழியொன்று இருப்பதை அந்த வல்லுநர் கண்டுபிடித்தார். 'அவர் மேலும் சிறப்பாகச் செய்தார். ஏனென்றால் ஸ்டீவின் விமரிசனமே அவருக்கொரு சவாலாக அமைந்தது' என்றார் அட்கின்ஸன். 'இதிலிருந்து ஒன்றைப் புரிந்துகொள்ளலாம். அவரை எதிர்த்து நிற்கலாம். ஆனால் அதேசமயம் அவர் சொல்வதையும் கவனமாகக் கேட்கவேண்டும். ஏனென்றால் பொதுவாக அது சரியாகத்தான் இருக்கும்.'

ஜாப்ஸின் குத்தலான சுபாவத்திற்கு ஒரு பின்னணி இருந்தது. எதையும் கச்சிதமாகச் செய்யவேண்டும் என்ற எண்ணம்; குறித்த நேரத்தில், குறித்த பணத்தில் வேலையை முடிப்பதற்காகத் தரத்தை விட்டுக்கொடுப்பவர்களை அவர் பொறுத்துக்கொள்ளவே மாட்டார். 'அவருக்குத் திறமையாகப் பயன்பாடு மாற்ற முடிவு செய்யவராது' என்றார் அட்கின்ஸன். 'தங்கள் தயாரிப்பைக் கச்சிதமாகச் செய்யாதவர்களை அவர் மக்குகளாகக் கருதினார்.' உதாரணமாக **1981** ஏப்ரலில் நடைபெற்ற வெஸ்ட் கோஸ்ட் கணினிக் கண்காட்சியில் ஆடம் ஆஸ்பார்ன் முதல் கையடக்க தனியார்க் கணினியை *(பர்சனல் கம்ப்யூட்டர்)* வெளியிட்டார். அது அப்படியொன்றும் பிரமாதமான தயாரிப்பல்ல – ஒரு ஐந்து அங்குலத் திரை, சுமாரான நினைவுத்திறன் *(மெமரி)*. ஆனால் அது ஓரளவுக்கு நன்றாகவே வேலை செய்தது. ஆஸ்பார்ன் அறிவித்தார்: 'தேவையைப் பூர்த்தி செய்தால் போதும். மற்றதெல்லாம் அதிகப்படிதான்.' ஜாப்ஸுக்கு இது மனத்தளவில் திகைப்பாக இருந்தது: அவர் பல நாள்களுக்கு ஆஸ்பார்னைக் கிண்டல் செய்துகொண்டிருந்தார். 'இந்த மனிதருக்குப் புரியமாட்டேன் என்கிறது' என்று ஆப்பிள் நிறுவனத்தின் தாழ்வாரங்களில் நடந்தபடி ஜாப்ஸ் திரும்பத் திரும்பக் கூறினார்: 'அவர் செய்வதற்குப் பெயர் கலை அல்ல, குப்பை.'

ஒருநாள் ஜாப்ஸ் மகின்டாஷ் இயங்கு தளத்தில் *(ஆபரேட்டிங் சிஸ்டம்)* வேலை செய்துகொண்டிருந்த லாரி கென்யனின் தடுப்பறைக்கு வந்தார். பூட்அப் (தொடங்குவதற்கு) ஆகுவதற்கு வெகுநேரம் ஆகிறது என்று முறையிட்டார். கென்யன் விளக்க முற்பட்டபோது ஜாப்ஸ் அவரைப் பாதியிலேயே தடுத்து நிறுத்திவிட்டார். 'ஒரு மனித உயிரைக் காப்பாற்ற உதவுமென்றால் பூட் ஆகுவதிலிருந்து (தொடங்குவதிலிருந்து) ஒரு பத்து வினாடிகளைக் குறைக்க ஏதாவது வழி இருக்கிறதா?' என்றார். கென்யனும் முயற்சி செய்யலாம் என்று பதிலளித்தார். ஜாப்ஸ் நேராக ஒரு வெண்பலகைக்குச் சென்று விளக்கத் தொடங்கினார்: 'மாக்கை 5 லட்சம் பேர் பயன்படுத்துகிறார்கள் என்று வைத்துக்

கொள்வோம். தினமும் அது பூட் ஆவதற்குப் – தொடங்குவதற்குப் பத்து வினாடிகள் அதிகம் எடுத்துக்கொள்ளுமென்றால், ஓர் ஆண்டுக்கு ஏறத்தாழ 300 மில்லியன் மணிநேரம் சேமிக்க முடியும்; இது ஆண்டுக்கு 100 மனித ஆயுட்காலங்களைச் சேமிப்பதற்குச் சமம்.' 'லாரி அசந்து போனார். சில வாரங்களிலேயே அவர் திரும்பி வந்தபோது அது முன்பைவிட 28 வினாடிகள் வேகமாக பூட் ஆனது' என அட்கின்ஸன் நினைவுகூர்ந்தார். 'ஒரு விஷயத்தை அதன் முழுப் பரிமாணத்தில் ஆராய்ந்து ஊக்கமளிப்பது ஸ்டீவின் பாணி.'

இதன் பலனாக, மாக் குழுவினருக்கும் ஜாப்ஸின் அதீத ஆர்வம் தொற்றிக்கொண்டுவிட்டது – வெறும் இலாபகரமான பொருளை மட்டுமன்றி, அற்புதமான பொருளைத் தயாரிப்பதற்காக; 'ஜாப்ஸ் தம்மை ஒரு கலைஞனாக உருவகப்படுத்திக் கொண்டார்; வடிவமைப்புக் குழுவினரையும் அவ்வாறே செய்ய உற்சாகப்படுத்தினார்' என்றார் ஹெர்ட்ஸ்ஃபெல்ட். 'எங்கள் லட்சியம் ஒருபோதும் போட்டியை முறியடிப்பதோ, ஏராளமான பணம் ஈட்டுவதோ அல்ல. கூடிய வரையில் அற்புதமான பொருளை, முடிந்தால் இன்னும் அற்புதமாகச் செய்யவேண்டும் என்பதுதான்.' ஒருமுறை மன்ஹட்டனிலுள்ள மெட்ரோபாலிடன் மியூசியத்தில் (அருங்காட்சியகம்) டிஃபானி க்ளாஸ் கண் காட்சிக்குத் தமது குழுவை அழைத்துச்சென்றார் – பெரிய அளவில் சகாய விலையில் தரமான தயாரிப்புகளைக் கலைநயத்தோடு செய்யும் லூயிஸ் டிஃபானியை உதாரணமாகக்கொண்டு அவர்கள் கற்றுக்கொள்ள முடியும் என்று அவர் நம்பினார். பட் ட்ரிபுள் நினைவுகூர்ந்தார்: 'நாங்கள் எங்களுக்குள் பேசிக்கொண்டோம் – நம் வாழ்க்கையில் எதையாவது செய்யப்போகிறோம் என்றால் அதை அழகாகவும் செய்யலாமே.'

இந்தப் புயலடிக்கும் பேச்சும் புண்படுத்தும் சுபாவமும் அவருக்கு அவசியம்தானா என்பது மட்டுமல்ல, அதற்கு நியாயம் கற்பிக்கவும் வழியில்லை. அவருடைய குழுவை ஊக்குவிக்க வேறு எத்தனையோ வழிகள் இருந்தன. மகின்டாஷ் அற்புதமான தயாரிப்பாக விளங்க இருந்தாலும் குறித்த நேரத்தைவிடத் தாமதமாக வெளியானது; திட்டமிட்டதைவிட மிக அதிகமாய்ச் செலவும் ஆனது – காரணம், ஜாப்ஸின் யோசனையற்ற, வலிமையான இடைமறித்தல்கள். தவிர, மனித உணர்வுகள் காயப்படுத்தப்பட்டதில் குழு உறுப்பினர்கள் குமைந்துபோனார்கள். 'மற்றவர்களை அச்சுறுத்தாமலே அவர் நினைத்தையெல்லாம் சுலபமாகச் சாதித்திருக்க முடியும்' என்றார் வாஸ்நியாக். 'எனக்குப் பொறுமையாக இருப்பதுதான் பிடிக்கும் – இந்த அளவிற்குக் கருத்து வேறுபாடுகள் உருவாகாமல் தவிர்த்திருக்கலாம். என்னைப் பொறுத்தவரை நிறுவனம் ஒரு குடும்பம் போலச் சீராக இயங்கமுடியும். ஒருவேளை மாக் முழுக்கமுழுக்க என் பொறுப்பில்

இருந்திருந்தால் குளறுபடியாகியிருக்கும். ஆனால் எங்கள் இருவரின் பாணிகளிலும் கலந்து முயன்றிருந்தால், நிச்சயமாக அவர் மட்டும் செய்வதைவிடச் சிறப்பாக அமைந்திருக்கும்!'

ஜாப்ஸின் பாணி உற்சாகமிழக்கச் செய்வதாக இருந்தாலும், ஒரு விநோதமான முறையில் அது ஊக்குவிப்பதாகவும் இருந்தது. ஆப்பிள் ஊழியர்களுக்குள் அது அற்புதமான பொருட்களைத் தயாரிக்க வேண்டும் என்ற வெறியை ஊட்டியது. சாத்தியமல்லாதவற்றைக்கூடச் சாதிக்கலாம் என்ற நம்பிக்கையை வளர்த்தது. அவர்கள் அணிந்திருந்த டீ-ஷர்ட்டுகள் 'வாரம் 90 மணிநேரம் – ஆனாலும் அதை விரும்பு கிறோம்!' என்றன. ஜாப்ஸ் மீதிருந்த பயம் ஒருபுறம்; அவரை அசத்த வேண்டும் என்ற அசுரவேகம் மறுபுறம். இந்த முயற்சியில் அவர்கள் தங்கள் எதிர்பார்ப்புகளையும் மீறிச் சாதித்துக் காட்டினார்கள். 'இத்தனை ஆண்டுகளில் ஒரு விஷயத்தைக் கற்றுக்கொண்டேன். உண்மையிலேயே திறமையானவர்கள் உங்களோடு இருந்தால் அவர்களைக் கொஞ்சி ஊக்குவிக்க வேண்டிய அவசியம் இல்லை' என்று பின்னர் ஜாப்ஸ் விளக்கினார். 'அவர்களை சாதிக்க வேண்டும் என்ற எதிர்பார்ப்புகள் மூலமாகவே சாதிக்கவைக்க முடியும். மாக் குழுவில் நான் கற்றுக்கொண்டேன் – முதல் தரமானவர்கள் ஒன்றாகப் பணிபுரிய விரும்பினார்கள்; இரண்டாம் தர வேலையை ஏற்றுக் கொள்ளுவதை அவர்கள் விரும்புவதில்லை. மாக் குழுவிலுள்ள யாரை வேண்டுமானாலும் கேட்டுப் பாருங்கள் பட்ட கஷ்டத்திற்கெல்லாம் பலன் கிட்டியது என்று சொல்வார்கள்.'

பெரும்பாலோர் அதை ஒத்துக்கொள்ளவும் செய்தனர். கூட்டத்தில் அவர் உரக்கக் கத்துவார்: 'முட்டாள், நீ ஒருபோதும் எதையும் உருப்படியாகச் செய்யமாட்டாய்' என டெபி கோல்மன் நினைவு கூர்ந்தார். 'ஒருமணிநேரத்துக்கு ஒருமுறை இது சொல்லிவைத்தாற் போல நிச்சயம் நடக்கும். இருந்தாலும் அவருடன் பணியாற்றியதற்கு நான் உலகிலேயே மிகப் பெரிய அதிர்ஷ்டசாலி என்று கருதுகிறேன்.'

இயல் பன்னிரண்டு

வடிவமைப்பு

உண்மையான கலைஞர்கள் எளிமையாக்குகிறார்கள்

ஒரு பௌஹௌஸ் அழகுணர்வு

ஐஹ்ளர் பாணி வீடுகளில் வளர்ந்த குழந்தைகளைப் போலன்றி, அவற்றின் சிறப்பு என்ன, அவை ஏன் இத்தனை அற்புதமாக இருக்கின்றன என்று ஜாப்ஸுக்கு நன்றாகத் தெரிந்திருந்தது. பொதுமக்களுக்கான எளிய, சுத்தமான புதுமை என்ற சிந்தனை அவருக்குப் பிடித்திருந்தது. பல்வேறு கார்களின் நுணுக்கமான அமைப்பு பற்றி அவருடைய தந்தை விவரிப்பதைக் கேட்பதில் அவருக்கு அலாதிப் பிரியம். ஆக, ஆப்பிள் நிறுவனத்தில் தொடக்கம் முதலாகவே அற்புதமான, தொழில்ரீதியான வடிவமைப்பு, வண்ணமயமான, எளிய வணிகச் சின்னம், ஆப்பிள் II விற்கான கைக்கடக்கமான பெட்டகம் ஆகியவை நிறுவனத்தைத் தனித்து நிறுத்தி, அதன் தயாரிப்புகளைத் தனித்தன்மை வாய்ந்ததாக்கும் என்று நம்பினார்.

நிறுவனத்தின் முதல் அலுவலகம் (அவருடைய வீட்டு கராஜிலிருந்து வெளியேறியபின்) சோனி நிறுவனத்தின் விற்பனை அலுவலகத்தோடு பங்கிட்டுக்கொண்ட ஒரு சிறு கட்டடத்தில் இருந்தது. சோனி நிறுவனம் அதன் தனிப்பட்ட பாணிக்கும் நினைவில் நிற்கும் வடிவமைப்பிற்கும் பெயர்பெற்றது. ஆகவே ஜாப்ஸ் விளம்பரத்திற்கான சாதனங்களை ஆராய்வதற்காக அங்கு செல்வார். 'அவர் அலங்கோலமான தோற்றத் துடன் இருப்பார். தயாரிப்புகளின் கையேடுகளை ஆர்வமுடன் கையாண்டு வடிவமைப்பின் சிறப்பம்சங்களைக் குறிப்பிட்டுக் காட்டு வார்' என்றார் அங்கு பணியாற்றிய டான்'ல் லெவின். 'அவ்வப்போது அவர் கேட்பார், இந்தக் கையேட்டை நான் எடுத்துக் கொள்ளலாமா?' 1980க்குள் அவர் லெவினைத் தமது நிறுவனத்தில் பணிக்கு அமர்த்தி யிருந்தார்.

சோனி நிறுவனத்தின் இருள்படர்ந்த, தொழில்ரீதியான தோற்றத்தின் மீது அவருக்கிருந்த மோகம் 1981 ஜூன் மாத வாக்கில் குறைந்தது –

அஸ்பெனில் ஆண்டுதோறும் நடைபெறும் பன்னாட்டு வடிவமைப்பு மாநாட்டில் பங்குபெறத் தொடங்கியது முதல். அவ்வாண்டுக்கான சிறப்பம்சம், இத்தாலிய பாணி. அதில் கட்டடக்கலை-வடிவமைப்பு வல்லுநர் மரியோ பெல்லினி, திரைப்படத் தயாரிப்பாளர் பெர்னார்டோ பெர்ட்டோலுச்சி, கார் தயாரிப்பாளர் செர்ஜியோ பினின்ஃபரீனா, ஃபீயட் வாரிசும் அரசியல்வாதியுமான சூசன்னா அஞ்ஞேல்லி ஆகியோர் இடம்பெற்றிருந்தனர். 'நான் இத்தாலிய வடிவமைப்பாளர்களைக் கண்டு ஆராதிக்க வந்திருந்தேன் – *பிரேக்கிங் அவே* திரைப்படத்தில் அந்தக் குழந்தை பைக் ஓட்டுபவர்களை ஆராதிக்குமே, அதுபோல' என்றார் ஜாப்ஸ். 'ஆகையால் அது ஓர் அற்புதமான தூண்டுதலாக இருந்தது.'

அஸ்பெனில் பௌஹௌஸ் இயக்கத்தின் எளிமையான, பயனுள்ள வடிவமைப்புத் தத்துவத்திற்கு அவர் அறிமுகப்படுத்தப்பட்டார். ஹெர்பர்ட் பாயர் இதை அஸ்பென் இன்ஸ்டிட்யூட் வளாகத்தின் கட்டடங்கள், தங்கும் அறைகள், சான்ஸ் செரிஃப் பாணி எழுத்துருக்கள், அறைகலன்கள் ஆகியவற்றில் முத்திரை பதித்திருந்தார். தமது ஆசான்கள் வால்ட்டர் குரோப்பியஸ், லுட்விக் மயெஸ் வான் டெர் ரோஹே போலவே மென்கலைக்கும் தொழில்ரீதியான வடிவமைப்புக்கும் எவ்வித வேறுபாடும் இருக்கக்கூடாது என்று ஹெர்பெர்ட்டும் கருதினார். பௌஹௌஸ் ஆதரித்த முற்போக்கான சர்வதேச பாணி கற்றுத்தந்தது இதுதான்: வடிவமைப்பு என்பது எளிமையாக இருக்க வேண்டும்; அதேசமயம் உணர்வை வெளிப்படுத்துவதாக இருக்க வேண்டும். அது எளிமையையும், பயனையும் முன்னிறுத்தியது – தனது தெளிவான கோடுகளாலும் வடிவங்களாலும். மயெஸூம் குரோப்பியஸூம் சொன்ன கருத்துகளில் 'நுணுக்கங்களில் இறைவன் வாசம் செய்கிறார்', 'குறைவே நிறைவு' என்பன அடங்கும். ஐஹ்ளர் பாணி வீடுகள் போலவே அவற்றில் கலையுணர்வு, ஏராளமாய்த் தயாரிக்கக்கூடிய திறன் ஆகியவை இணைந்து காணப்பட்டன.

தான் பௌஹௌஸ் பாணியைப் பின்பற்றுவதை 'எதிர்காலம் என்பது முன்பு இருந்தது போலல்ல' என்பதைத் தலைப்பாகக் கொண்ட **1983** வடிவமைப்பு மாநாட்டில் ஜாப்ஸ் வெளிப்படையாகவே கூறினார். சோனி நிறுவனத்தின் பாணி மெல்ல மறைந்து, பௌஹௌஸ் எளிமை முன்னிற்கும் என்று அவர் கணித்தார். 'இப்போதைய தொழில்ரீதியான வடிவமைப்பில் பிரபலமாக இருப்பது சோனியின் உயர் தொழில் நுட்பத் தோற்றம் ஆகும் – பீரங்கி வெண்கலத்தின் சாம்பல் நிறம், அதில் கொஞ்சம் கறுப்புவண்ணம் தீட்டி, இன்னும் பல விநோதமான விஷயங்களைச் செய்வது' என்றார் அவர். 'அப்படியெல்லாம் செய்வது மிக எளிது. ஆனால் அதில் அற்புதம் என்று சொல்ல எதுவுமில்லை.' அவர் அதற்கு பௌஹௌஸ் பாணியில், தயாரிப்புகளின் செயல்பாட்டிற்கும்

இயல்புக்கும் ஏற்ற ஒரு மாற்றுவழியும் சொன்னார்: 'நாங்கள் செய்யப் போவது என்னவென்றால், தயாரிப்புகளை உயர் தொழில்நுட்பமாக்கி, அவற்றின் உயர் தொழில்நுட்பம் விளங்கும் வண்ணம் கச்சிதமாய்ப் பொதியப்போகிறோம். அந்தப் பொதியைச் சிறியதாக, அழகாக, வெண்மையாக வடிவமைப்போம் – ப்ரௌன் நிறுவனம் தனது மின்னணுவியல் சாதனங்களில் செய்யுமே, அதுபோல.'

ஆப்பிள் தயாரிப்புகள் கச்சிதமாகவும் எளிமையாகவும் இருக்கும் என்று அவர் மீண்டும் மீண்டும் வலியுறுத்தினார். 'நாங்கள் அவற்றை சோனியின் கறுப்புமயமான, கனமான, தொழில்ரீதியான தோற்றத்தைப் போலன்றி, பளிச்சென்று, பரிசுத்தமாக, நாணயமான உயர் தொழில் நுட்பம் என்பதைப் பறைசாற்றும் விதத்தில் தயாரிப்போம்' என்று விளக்கினார். 'ஆக, இதுதான் எங்கள் வழி. மிகவும் எளிமையாக, அதேசமயம் *மியூசியம் ஆஃப் மாடர்ன் ஆர்ட்* தரத்தை எட்டிப்பிடிக்க முயல்கிறோம். நாங்கள் எங்கள் நிறுவனத்தை நடத்தும் விதம், தயாரிப்புகளின் வடிவமைப்பு, விளம்பரம், எல்லாமே முடிவாக ஒன்றைத்தான் சொல்லும்: எளிமையாக்குவோம். மிகவும் எளிமை யாக்குவோம்.' ஆப்பிள் தனது வடிவமைப்பில் கடைப்பிடித்த தாரக மந்திரம் அதன் முதல் கையேட்டில் வெளியாகியிருந்தது: 'எளிமையே அதிநவீனம்.'

வடிவமைப்பில் உள்ள எளிமை தயாரிப்பைப் பயன்படுத்துவதி லுள்ள எளிமையோடு தொடர்புடையதாக இருக்கவேண்டும் என்று ஜாப்ஸ் கருதினார். இவ்விரண்டு நோக்கங்களும் பொதுவாக இணைந்து காணப்படுவதில்லை. சிலசமயம் வடிவமைப்பு சற்று அதிகப்படியான நேர்த்தியும் எளிமையும் கொண்டதாக இருக்கும் – பயன்படுத்துபவர் அதைக்கண்டு மிரண்டுவிடுவார் அல்லது பயன்படுத்தவே யோசிப்பார். 'எங்கள் வடிவமைப்பில் முக்கிய அம்சம் என்னவென்றால் கண்ட மாத்திரத்திலேயே அதன் செயல்பாடு தெளிவாகப் புரியும்படி செய்ய வேண்டும்' – அங்கு பெருமளவில் கூடியிருந்த வடிவமைப்பு வல்லுநர் களிடம் ஜாப்ஸ் கூறினார். உதாரணமாக மகின்டாஷுக்காக அவர் உருவாக்கிவரும் டெஸ்க்டாப் மெட்டாஃபாரை (முகப்புத்திரை உருவகத்தை) உருவகப்படுத்தி விளக்கினார். 'ஒரு முகப்புத்திரையை எப்படிக் கையாள்வது என்று எல்லோருக்கும் இயல்பாகவே தெரியும். ஒரு அலுவலகத்திற்குள் நுழையும்பொழுது, மேசையின் மீது தாள்கள் இருக்கும். அவற்றுள் மேற்புறத்தில் இருப்பது தான் மிக முக்கியமானது. முக்கியத்துவத்திற்கு ஏற்ப மாற்றுவது எப்படி என்பதும் எல்லோருக்கும் தெரிந்ததே. நாங்கள் முகப்புத்திரை போன்ற உருவகங்களை அடிப்படை யாகக் கொண்டு கணினிகளைத் தயாரிப்பதன் காரணம், அவற்றைப் பயன்படுத்திய அனுபவம் ஏற்கனவே மக்களுக்கு இருப்பதனால்தான்.'

அந்த புதன்கிழமை மதியவேளையில், ஜாப்ஸ் பேசிக்கொண்டிருந்த அதே நேரத்தில், மற்றொரு சிறிய கருத்தரங்கு அறையில் மாயா லின் என்ற இருபத்து மூன்று வயதுப் பெண் பேசிக்கொண்டிருந்தாள். முந்தைய ஆண்டு நவம்பர் மாதத்தில் அவள் வடிவமைத்த வியத்நாம் வீரர்கள் நினைவுச்சின்னம் வாஷிங்டன் டிசியில் அர்ப்பணிக்கப் பட்டது. அதைத் தொடர்ந்து அவள் புகழின் உச்சிக்கே சென்று விட்டாள். இருவரும் நெருங்கிய நண்பர்களானார்கள். ஜாப்ஸ் அவளை ஆப்பிளுக்கு வரும்படி அழைத்தார். 'நான் ஸ்டீவுடன் ஒருவார காலம் பணியாற்ற வந்தேன்' என லின் நினைவுகூர்ந்தார். 'நான் அவரிடம் கேட்டேன், *கணினிகள் ஏன் டிவி பெட்டிகளைப்போல இவ்வளவு பெரிதாக இருக்க வேண்டும்? நீங்கள் ஏன் மெலிதாக ஏதாவது தயாரிக்கக்கூடாது? ஒரு தட்டையான லாப்டாப் (மடிக்கணினி) போல?* அதற்கான தொழில்நுட்பம் தயாரானதும் தமது குறிக்கோளும் அதுவேதான் என்று ஜாப்ஸ் பதிலளித்தார்.

அந்தக் காலகட்டத்தில் தொழில்ரீதியான வடிவமைப்புத் துறையில் பெரிய அளவில் பிரமிக்கத்தக்க விஷயங்கள் எதுவும் நிகழவில்லை என்று ஜாப்ஸ் கருதினார். அவரிடம் ரிச்சர்ட் ஸாப்பர் விளக்கொன்று இருந்தது - அதை அவர் ஆராதித்தார். சார்ல்ஸ் மற்றும் ரே ஈம்ஸின் அறைகலன்கள், டியெட்டர் ராம்ஸின் ப்ரௌன் தயாரிப்புகள் ஆகியவையும் அவருக்கு மிகவும் பிடிக்கும். ஆனால் தொழில்ரீதியான வடிவமைப்பு உலகிற்கு ரேமண்ட் லோவி மற்றும் ஹெர்பெர்ட் பாயர் போல ஆற்றலூட்டும் ஜாம்பவான்கள் ஒருவரும் இருக்க வில்லை. 'தொழில்ரீதியான வடிவமைப்பில் பெரிய அளவில் ஒன்றுமே நிகழ்வதாகத் தெரியவில்லை – குறிப்பாகச் சிலிக்கன் வாலியில். அந்த நிலையை மாற்ற ஸ்டீவ் மிகவும் ஆவலாக இருந்தார்' என்றார் லின். 'அவருடைய வடிவமைப்பு வழவழப்பானது. ஆனால் வழுக்காது. விளையாட்டுத்தனம் நிறைந்தது. அவர் எல்லாமே குறைந்தபட்சமாக இருக்கவேண்டும் என்று விரும்பினார் – இது ஜென் தியானம் அவருக்கு போதித்த எளிமையிலிருந்து வந்தது. ஆனால் அது தனது தயாரிப்புகளை விறைப்பாக ஆக்கிவிடாமல் பார்த்துக்கொண்டார். அவை எப்பொழுதும்போல விளையாட்டுத் தனமாகவே இருந்தன. வடிவமைப்பைப் பொறுத்தமட்டில் அவர் அதீத ஆர்வமும் மிகுந்த தீவிரமும் கொண்டவர்; அதேசமயம் அதில் கொஞ்சம் விளையாட்டுத் தனமும் கலந்திருக்கும்.'

ஜாப்ஸின் வடிவமைப்பு உணர்வுகள் பரிணாம வளர்ச்சி அடைந்து வரும் நிலையில், அவருக்குக் குறிப்பாக ஜப்பானிய பாணியில் ஈர்ப்பு ஏற்பட்டது. அதில் நிபுணர்களான இஸ்ஸே மியாக்கே, ஐ.எம்.பெய் போன்றோருடன் வெகுநேரம் செலவழித்தார். அவருடைய பௌத்த

சமயப் பயிற்சியின் சாயல் பெரிய அளவில் தெரிந்தது. 'என்னைப் பொறுத்தவரை, பௌத்தமதம் – குறிப்பாக ஜப்பானிய ஜென் பௌத்தம் மிகவும் மென்மையானது; அழகுணர்வு மிகுந்தது' என்றார் அவர். 'நான் கண்டவற்றுள் மிக மென்மையானவை க்யோதொவைச் சுற்றியுள்ள தோட்டங்கள். அந்த நாட்டின் கலாச்சாரம் உருவாக்கி அளித்தவை என் மனத்தை மிக ஆழமாகத் தொட்டுள்ளன – அவை அனைத்தும் நேரடியாக ஜென் பௌத்தத்திலிருந்து வந்தவை.'

ஒரு போர்ஷே காரைப் போல

மகின்டாஷை ஜெஃப் ராஸ்கின் ஒரு கையடக்கமான பெட்டி போன்ற வடிவில் உருவகப்படுத்தியிருந்தார் – விசைப்பலகையை *(கீபோர்ட்)* மேல்புறமாகத் திரையை நோக்கி மடக்கினால் மூடிக்கொள்ளும் வகையில். ஜாப்ஸின் கைக்கு இந்தத் திட்டம் வந்தபோது கையடக்க மானது என்பதைவிட மேசையின் மேல் அதிக பரப்பை எடுத்துக் கொள்ளாத தனித்துவமான வடிவமைப்புக்கு முக்கியத்துவம் தந்தார். ஒரு தொலைபேசிப் புத்தகத்தை எடுத்து மேசையின் மீது போட்டு விட்டு, குழுவிலிருந்த பொறியியல் வல்லுநர்கள் திகைத்து நிற்க, அதன் பரப்பளவைவிட அதிகம் இருக்கக்கூடாது என்று அறிவித்தார். ஆகவே அவருடைய வடிவமைப்புக் குழு உறுப்பினர்களான ஜெர்ரி மானாக்கும் டெர்ரி ஓயாமாவும் பலவாறு சிந்தித்துக் கணினிப் பெட்டிக்கு மேற்புறமாக உள்ள திரையும், கழற்றி எடுக்கக்கூடிய விசைப்பலகையும் உள்ளது போல அமைத்தனர்.

1981 மார்ச் மாதத்தில் ஒருநாள் ஆன்டி ஹெர்ட்ஸ்ஃபெல்ட் இரவு உணவு உண்டுவிட்டு அலுவலகம் வந்தார். அப்போது ஜாப்ஸ் ஆக்கச்சேவைப் பிரிவின் தலைவர் ஜேம்ஸ் ஃபெர்ரிஸுடன் மாக்கின் மாதிரி வடிவம் பற்றிய காரசாரமான விவாதத்தில் ஈடுபட்டிருந்தார். ஒருபோதும் அது வழக்கிலிருந்து விலகிப்போகாதவாறு போல்க்ஸ்வாகென் பீட்டில் போல கம்பீர வடிவம் வேண்டும் என்றார். ஜாப்ஸ் தமது தந்தையிடமிருந்து கிளாஸிக் கார்களின் வடிவமைப்பை ரசிக்கக் கற்றுக்கொண்டிருந்தார்.

'இல்லை, இது சரியில்லை' என்றார் ஃபெர்ரிஸ். 'அதன் கோடுகளில் கவர்ச்சியான வளைவுகள் வேண்டும் – ஃபெர்ராரியைப் போல.'

'ஃபெர்ராரி இல்லை; அதுவும் சரியில்லை' என ஜாப்ஸ் மறுத்தார். 'அதைவிட போர்ஷேயைப்போல இருக்கவேண்டும்!' அப்போது ஜாப்ஸிடம் ஒரு போர்ஷே 928 இருந்தது. ஒரு வார இறுதியில் பில் அட்கின்ஸன் வந்திருந்தபோது அவரை ஜாப்ஸ் வெளியே அழைத்து வந்தார் – காரை ஆராதிப்பதற்காக. 'அற்புதமான கலை என்பது

ரசனையை மேம்படச் செய்யும். ரசனைகளைப் பின்தொடர்ந்து செல்லாது' – அவர் அட்கின்சனிடம் கூறினார். மெர்சிடிஸ் காரின் வடிவமைப்பையும் அவர் பெரிதும் ஆராதித்தார். ஒருநாள் கார்களை நிறுத்துமிடத்தைச் சுற்றி நடந்தவாறே கூறினார்: 'காலப்போக்கில் அவர்கள் கோடுகளை மென்மையாக்கி, நுணுக்கங்களைக் கூட்டி யுள்ளனர்.' 'இதைத்தான் நாம் மகின்டாஷில் செய்யவேண்டும்.'

ஒயாமா ஓர் ஆரம்ப வடிவம் அமைத்து அதன் மாதிரியைப் ப்ளாஸ்டரில் *(பிளாஸ்டர் ஆஃப் பாரீஸ்)* உருவாக்கி வைத்தார். மாக் குழுவினர் திரை விலக்கத்திற்காகக் குழுமித் தங்கள் கருத்து களைத் தெரிவித்தனர். ஹெர்ட்ஸ் ஃபெல்ட் அதனைச் 'சுட்டி' என்றார். மற்றவர்களுக்கும் திருப்தியானது போலத்தான் தெரிந்தது. அப்பொழுதுதான் ஜாப்ஸ் தமது கடுமையான விமரிசனங்களைக் கட்டவிழ்த்துவிட்டார். 'இது அப்படியே பெட்டி போல இருக்கிறது. இன்னும் வளைவுகள் அதிகமாக இருக்க வேண்டும். முதலில் விளிம்பின் வளைவு ஆரம் இன்னும் பெரிதாக இருக்கவேண்டும். முனைமழுக்கு அளவு எனக்குப் பிடிக்கவில்லை.' கணினியின் பக்க வாட்டை இணைக்கும் வளைவான கோணங்களைத்தான் தொழில் ரீதியான வடிவமைப்பு தொடர்பாகப் புதிதாய்க் கற்றிருந்த வார்த்தை களைக் கொண்டு ஜாப்ஸ் அப்படிக் குறிப்பிட்டார். ஆனால் அதைத் தொடர்ந்து ஒரு பெரிய பாராட்டையும் தந்தார்: 'இது ஒரு தொடக்கம்' என்றார் அவர்.

ஏறக்குறைய ஒவ்வொரு மாதமும் மானோக்கும் ஓயாமாவும் ஜாப்ஸின் முந்தைய விமரிசனங்களை அடிப்படையாகக் கொண்டு புதிய மேம்படுத்தப்பட்ட வடிவமைப்பை வழங்குவார்கள். கடைசி யாக வடிவமைத்த பிளாஸ்டர் மாதிரி வடிவம் அட்டகாசமாகத் திரைவிலக்கப்பட்டு, அதற்கு முந்தைய முயற்சிகள் யாவும் அருகில் வரிசைப்படுத்தப்பட்டிருக்கும். இதனால் வடிவமைப்பின் பரிணாம வளர்ச்சி அவர்களுக்கு நன்கு விளங்குவது மட்டுமன்றி, தம்முடைய முந்தைய யோசனைகளில் ஒன்று அலட்சியப் படுத்தப்பட்டது என்று ஜாப்ஸ் கூறுவதைத் தவிர்க்கவும் உதவியது. 'நான்காவது மாதிரியை எட்டியபோது, மூன்றாவதற்கும் அதற்கும் பெரிய வித்தியாசமொன்றும் என் கண்ணுக்குத் தெரியவில்லை' என்றார் ஹெர்ட்ஸ்ஃபெல்ட். 'ஆனால் ஸ்டீவ் எப்பொழுதுமே விமர்சிப்பதும் தீர்மானங்கள் எடுப்பது மாக இருந்தார். என் கண்ணுக்குச் சற்றும் புலப்படாத நுணுக்கத்தைச் சொல்லி அதைத் தமக்கு மிகவும் பிடித்தது அல்லது பிடிக்கவே இல்லை என்பார்.'

ஒரு வார இறுதியில் ஜாப்ஸ் பாலோ ஆல்டோவிலுள்ள மேஸி அங்காடிக்குச் சென்று பல்வேறு சாதனங்களை ஆராய்ந்தார் – குறிப்பாக

குயிசினார்ட் நிறுவனப் பொருட்கள். அந்தத் திங்களன்று மாக் அலுவலகத்திற்குள் பாய்ந்துவந்து வடிவமைப்புக் குழுவினரிடம் உடனே போய் அவற்றில் ஒன்றை வாங்கிவரச்சொல்லி, அதன் கோடுகள், வளைவுகள் மற்றும் முனை மழுக்கை அடிப்படையாகக்கொண்டு புதிய யோசனைகளைப் பட்டியலிட்டார்.

ஜாப்ஸ் தாம் உருவாக்கும் சாதனம் தோழமை உள்ளதாக இருக்க வேண்டுமென்று வலியுறுத்திவந்தார். அதன் பலனாக, பரிணாம வளர்ச்சி யடைந்து அது மனித முகம் போல ஆனது. திரைக்குக் கீழே வட்டு இயக்ககத்தைப் *(டிஸ்க் ட்ரைவ்)* பொருத்தியதால், அது மற்ற கணினிகளை விட உயரமாகவும் மெலிந்தும் இருந்தது – ஒரு தலையைப்போல. அதன் அடிப்பகுதிக்கு அருகிலுள்ள இடைவெளியில் மென்மையான தாடை போன்ற அமைப்பும் கிட்டியது. மேற்புறமுள்ள பிளாஸ்டிக் பட்டை யின் அகலத்தைக் குறைத்ததால் ஆதிமனிதனின் அகலமான நெற்றி போலிருந்த தோற்றம் தவிர்க்கப்பட்டது – லிசாவின் கவர்ச்சி சற்று குறைந்ததற்கு இதுதான் காரணம். ஆப்பிளின் வடிவமைப்பிற்கான அங்கீகாரம் ஸ்டீவ் ஜாப்ஸ், மானோக், ஓயாமா ஆகியோரின் பெயரில் வழங்கப்பட்டது. 'ஸ்டீவ் ஒரு கோடுகூட வரையவில்லை என்றாலும், அவருடைய யோசனைகளும் ஊக்கமும்தான் அதன் வடிவமைப்பை இந்தச் சிறப்பான நிலைக்குக் கொண்டுவந்தன' என்று பின்னர் ஓயாமா கூறினார். 'நேர்மையாகச் சொல்ல வேண்டுமென்றால் கணினியின் 'தோழமை' என்றால் என்ன என்பதே ஸ்டீவ் விளக்கும்வரையில் எங்களுக்குத் தெரியாது.'

திரையில் தெரியும் பிம்பங்களின் தோற்றத்திலும் ஜாப்ஸ் அதே தீவிரத்தோடுதான் இருந்தார். ஒருநாள் பில் அட்கின்ஸன் மிகுந்த பூரிப்புடன் டெக்ஸாக்கோ டவர்ஸுக்குள் ஓடிவந்தார். திரையில் வட்டங்களையும் நீள்வட்டங்களையும் வேகமாக வரைவதற்கு ஒரு புதிய வழிமுறையை அவர் வகுத்திருந்தார். வட்டங்களை வரைவதற்கு வர்க்கமூலங்களை உள்ளடக்கிய கணக்குகள் தேவைப்பட்டன – இவை **68000** நுண்செயலியால் *(மைக்ரோப்ராஸஸர்)* முடியாத ஒன்றாக இருந்தது. ஆனால் பில் அட்கின்ஸன் வேறு வழியில் முயன்றார் – வரிசைப்படுத்திய ஒற்றைப்படை எண்களின் கூட்டுத்தொகை வர்க்க எண்களாக வரும் என்ற அடிப்படையில் (உதாரணமாக $1 + 3 = 4$, $1 + 3 + 5 = 9$, என). அட்கின்ஸன் இந்தக் கண்டுபிடிப்பைப் பேரார்வம் பொங்க நிகழ்த்திக் காட்டியபோது ஜாப்ஸைத்தவிர அனைவரும் அசந்துபோனார்கள் என்று நினைவுகூர்ந்தார் ஹெர்ட்ஸ்ஃபெல்ட். 'வட்டங்கள், நீள் வட்டங்கள் எல்லாம் நன்றாகத்தான் இருக்கின்றன. ஆனால் மழுங்கிய கோணங்கள் கொண்ட நீள்சதுரங்களை வரைவது பற்றி என்ன சொல்கிறாய்?'

'அது உண்மையில் நமக்குத் தேவையில்லை என்று நினைக்கிறேன்' என்றார் அட்கின்ஸன். அதைச் செய்வதும் மிகவும் சிரமம் என்பதை விளக்கினார். 'வரைகலைப் (*க்ராஃபிக்*) பிம்பங்களை மிக எளிமையாக, உண்மையிலேயே தேவையானவற்றை மட்டும் செய்யப் பயன்படுத்திக் கொள்ள எண்ணியிருந்தேன்' என்றார் அவர்.

'மழுங்கிய கோணங்களுள்ள நீள்சதுரங்கள்தான் எங்குபார்த்தாலும் இருக்கின்றனவே!' – ஜாப்ஸ் தீவிரமாய்க் குதித்தெழுந்தார். 'இந்த அறையைச் சுற்றிலும் பார்!' – வெண்பலகை, மேசையின் மேற்புறம் என மழுங்கிய கோணங்களுள்ள நீள்சதுர வடிவிலிருந்த பல்வேறு பொருட்களைச் சுட்டிக்காட்டினார். 'வெளியே போய்ப் பார் - இன்னும் நிறைய இருக்கிறது. சொல்லப்போனால் எங்குபார்த்தாலும் இருக்கின்றன.' அவர் அட்கின்ஸனை நடப்பதற்கு இழுத்துச் சென்றார் – கார் ஜன்னல்களையும் விளம்பரப் பலகைகளையும் தெருப் பலகைகளையும் காட்டியபடி. 'மூன்று அடுக்குகளுக்குள்ளேயே பதினேழு உதாரணங்களைக் கண்டுபிடித்தோம்' என்றார் ஜாப்ஸ். 'காணுமிடமெல்லாம் அவற்றைச் சுட்டிக்காட்டி வந்தேன் – அவர் முழுமையாக ஒத்துக்கொள்ளும் வரை.'

'அவர் கடைசியாக ஒரு *வாகனங்களை இங்கு நிறுத்த அனுமதியில்லை (நோ பார்க்கிங்)* பலகையை வந்தடைந்தபோது நான் சொன்னேன், *சரி, நீங்கள் சொன்னதுதான் சரி, நான் ஒத்துக்கொள்கிறேன். நமக்கு மழுங்கிய கோணங்கள் கொண்ட நீள் சதுர வடிவிலுள்ள ஒரு முன்மாதிரி தேவை'* என்று ஹெர்ட்ஸ்ஃபெல்ட் நினைவுகூர்ந்தார். 'மறுநாள் மதியவேளையில் பில் டெக்ஸாக்கோ டவர்ஸுக்குத் திரும்பிவந்தார் – முகம் முழுக்கச் சிரிப்புடன். அவருடைய செயல்முறை விளக்கத்தில் இப்போது முனை மழுங்கிய நீள்சதுரங்கள் படபடவென்று வேகமாகத் தோன்றின.' லிசா, மாக் மற்றும் அவற்றைத் தொடர்ந்து வந்த எல்லாக் கணினிகளிலும் உரையாடல் பெட்டிகளும் ஜன்னல்களும் நீள்சதுர வடிவில், மழுங்கிய முனைகளுடன் அழகாய்க் காட்சியளித்தன.

ரீட் கல்லூரியில் ஜாப்ஸ் சேர்ந்திருந்த எழுத்தணிக்கலை (*காலிகிராஃபி*) வகுப்பில் அவர் எழுத்துருக்களை அவற்றின் செரிஃப் மற்றும் சான்ஸ் செரிஃப் எழுத்துருக்கள் (*ஃபாண்ட்ஸ்*), சீரான இடைவெளி மற்றும் தொடர்ச்சியோடு நேசிக்கக் கற்றுக்கொண்டார். 'நாங்கள் முதல் மகின்டாஷை வடிவமைக்கும்பொழுது அவை யெல்லாம் மீண்டும் என் நினைவுக்கு வந்தன' என்று அவர் அந்த வகுப்பு பற்றி பின்னர் ஒரு முறை கூறினார். மாக் பிட்மேப் (நுண்படம்) செய்யப்பட்டதால் எண்ணற்ற எழுத்துருக்களை – எடுப்பானவை முதல் ஒழுங்கற்றவை வரை – பட்டியலிட்டு, பிக்ஸல் பிக்ஸெலாகத் திரையில் காட்ட முடிந்தது.

இந்த எழுத்துருக்களை வடிவமைக்க ஹெர்ட்ஸ்ஃபெல்ட் ஃபிலாடெல் ஃபியாவின் புறநகர்ப் பகுதியிலிருந்து தமது உயர்நிலைப் பள்ளித் தோழியான சூசன் கரேயை நியமித்தார். அவற்றுக்கு ஃபிலாடெல்ஃபியா மெயின் லைன் போக்குவரத்து இரயில் நிலையங்களின் பெயர்களைச் சூட்டினார்கள் – ஓவர்ப்ரூக், மெரியோன், ஆர்ட்மோர், ரோஸ்மான்ட் என. ஜாப்ஸிற்கு இந்த முயற்சி மிகவும் பூரிப்பைத் தந்தது. ஒருநாள் இளமாலை நேரத்தில் வந்து எழுத்துருக்களுக்கான பெயர்கள் பற்றிய சிந்தனையில் ஆழ்ந்தார். 'இந்தச் சிறுநகரங்களை யாரும் கேள்விப் பட்டிருக்கக்கூட மாட்டார்கள்' என்றார். 'அவை உலகத்தரம் வாய்ந்த நகரங்களின் பெயர்களாக இருக்கவேண்டும்!' எழுத்துருக்களுக்கு மீண்டும் புதிய பெயர்கள் சூட்டப்பட்டன: ஷிகாகோ, நியூ யார்க், ஜெனீவா, லண்டன், சான் ஃப்ரான்சிஸ்கோ, டொரோண்டோ, வெனிஸ்.

மார்க்குலாவுக்கும் வேறு சிலருக்கும் ஜாப்ஸ் அச்சுக்கலையின் மீது காட்டிய ஈடுபாடு பாராட்டக்கூடியதாகத் தோன்றவில்லை. 'அவருக்கு எழுத்துருக்கள் பற்றிய அபார அறிவு இருந்தது. மிகச் சிறந்த வகை எழுத்துகளைத்தான் பயன்படுத்த வேண்டும் என்று தொடர்ந்து வலியுறுத்திவந்தார்' என மார்க்குலா நினைவுகூர்ந்தார். 'நான் சொல்லிக் கொண்டே இருந்தேன் – *எழுத்துருக்களா?! நமக்கு வேறு முக்கியமான வேலைகள் எவ்வளவோ, இல்லையா?'* ஆனால் உண்மையில் மகின்டாஷ் எழுத்துருக்களின் தேர்ந்தெடுக்கப்பட்ட அற்புதத் திரட்டு, லேசர்-ரைட்டர் அச்சடித்தல் மற்றும் அட்டகாசமான *(க்ராஃபிக்ஸ்)* திறன் களுடன் இணைந்து மேசைப் பதிப்புத் *(டெஸ்க்டாப் பப்ளிசிங்)* தொழிலைத் தொடங்க உதவியது மட்டுமன்றி ஆப்பிளுக்கு ஒரு வரமாகவும் அமைந்தது. இதனால் பலதரப்பட்ட மக்கள் – உயர்நிலைப்பள்ளி மாணவப் பத்திரிகையாளர்கள் முதல் பெற்றோர்-ஆசிரியர் சங்கச் செய்தி அறிக்கை தயாரிக்கும் அம்மாக்கள்வரை – அனைவருக்கும் பல்வேறு எழுத்துருக்களைக் கற்று, கையாளுவதில் உள்ள மகிழ்ச்சி யைத் தந்தது. ஒரு காலத்தில் இவை அச்சுத்தொழிலில் உள்ளவர் களுக்கும், தொகுப்பாளர்களுக்கும், பிற மை தோய்ந்த தொழில்களில் உள்ளவர்களுக்கும் மட்டுமே சொந்தமாயிருந்தன.

கரே ஐகான்களையும் (குறிப்படங்கள்) உருவாக்கினார் – கோப்பு களை நீக்குவதற்கான குப்பைவண்டி உருவம்போல. இவை வரைகலை இடைமுகங்களுக்கு *(க்ராஃபிக்கல் இன்டர்ஃபேஸ்)* அர்த்தமூட்டின. அவரும் ஜாப்ஸும் வேலையில் மிக நன்றாக இணங்கினர். ஏனெனில் இருவருக்கும் எளிமையும் மாக்கின் அற்புதமான வடிவமைப்பும் தாரக மந்திரங்களாய் இருந்தன. 'அவர் பொதுவாக ஒவ்வொரு நாளும் வேலைகள் முடியும் தறுவாயில்தான் வருவார்' என்றார் கரே. 'எப்பொழுதும் புதிதாய் என்ன இருக்கிறது என்று கேட்டுத் தெரிந்து

கொள்வார். அவருடைய இரசனை எப்போதுமே மிக நன்றாக இருக்கும். பார்வைக்குத் தென்படும் நுணுக்கங்களில் அவருக்கு நல்ல ஞானம் இருந்தது.' சிலசமயம் ஜாப்ஸ் ஞாயிறு மாலை வருவார் - அதனால் கரே தான் அப்பொழுது அங்கு வேலை செய்து கொண்டு இருக்குமாறு பார்த்துக்கொள்வார். அவ்வப்போது அவருக்கும் பிரச்சினைகள் வரத்தான் செய்தன. அவர் வடிவமைத்த முயல் சின்னத்தை – இது மௌஸை (சுட்டெலியை) சொடுக்கும் *(க்ளிக்)* வேகத்தைக் கூட்டுவதற்கானது – ஜாப்ஸ் நிராகரித்துவிட்டார். அதற்கு அவர் சொன்ன காரணம்: 'அந்த புசுபுசுவென்ற பிராணி ஏதோ இரண்டுங்கெட்டான் போல உள்ளது.'

விண்டோஸ் (சாளரங்கள்) மீதும் ஆவணங்களின் *(டாக்குமெண்ட்ஸ்)* மீதுமுள்ள தலைப்புப் பட்டைகளிலும் *(டைட்டில் பார்)* ஜாப்ஸ் தீவிர கவனம் செலுத்தினார். அவற்றின் தோற்றம்பற்றி அவர் மிகவும் கவலைப் பட்டதால் அட்கின்ஸனிடமும் கரேயிடமும் அவற்றை மீண்டும் மீண்டும் திருத்தச் சொல்லி வலியுறுத்தியவாறே இருந்தார். லிசாவிலுள்ளவை மிகவும் கருமையாகவும் கடுமையாகவும் இருந்ததால் அவருக்குப் பிடிக்கவில்லை. மாக்கிலுள்ளவை சீராக, பின்ஸ்ட்ரைப்ஸுடன் (குறுக்கு வரிகள்) இருக்கவேண்டும் என்று விரும்பினார். 'நாங்கள் அந்தப் பட்டைகளுக்காகக் குறைந்தபட்சம் இருபது வெவ்வேறு வடிவமைப்புகளாவது செய்திருப்போம் – அவர் முடிவாய்த் திருப்தி யடைவதற்குள்' என்று அட்கின்ஸன் நினைவுகூர்ந்தார். ஒருகட்டத்தில் கரேயும் அட்கின்ஸனும் முணுமுணுத்தனர் – இந்தச் சின்னஞ்சிறு தலைப்புப்பட்டை மாறுதல்களுக்காக முக்கியமான வேலைகள் பல கிடக்க, தங்களுடைய பொன்னான நேரத்தை அவர் வீணடிக்கிறார் என்று. ஜாப்ஸ் கொதித்தெழுந்தார். 'இதைத் தினமும் எத்தனைமுறை பார்க்க வேண்டியிருக்கும் என்று உங்களால் கற்பனை செய்ய முடிகிறதா?' என அவர் உரக்கக் கத்தினார். 'இது வெறும் சின்ன விஷயமல்ல; நாம் சரியாகச் செய்ய வேண்டிய ஒரு விஷயம்.'

க்றிஸ் எஸ்பினோஸா ஜாப்ஸின் வடிவமைப்பு தொடர்பான பிடிவாதங்களையும் கட்டுப்பாடுகள் மீதுள்ள மோகத்தையும் திருப்திப் படுத்த ஒரு வழியைக் கண்டறிந்தார். கராஜ் நாள்களிலிருந்தே வாஸ்நியாக்கின் இளம் நண்பர்களில் ஒருவரான எஸ்பினோஸாவை ஜாப்ஸ் பெர்க்லீயிலிருந்து நின்றுவிடும்படி கூறிச் சம்மதிக்கவைத்தார் 'படிப்பதற்கு எப்பொழுது வேண்டுமானாலும் சந்தர்ப்பம் கிட்டும். ஆனால் மாக்கில் பணிபுரிய ஒருமுறை மட்டுமே முடியும்' என்று ஜாப்ஸ் வாதிட்டார். க்றிஸ் அவராகவே முன்வந்து கணினிக்காக ஒரு கால்குலேட்டரை (கணிப்பானை) வடிவமைக்க முடிவுசெய்தார். 'நாங்கள் எல்லோரும் சூழ்ந்திருக்க க்றிஸ் அந்தக் கால்குலேட்டரை

ஸ்டீவிடம் காட்டிவிட்டு மூச்சைப் பிடித்துகொண்டார் – ஸ்டீவ் என்ன சொல்லப் போகிறாரோ என்று காத்திருந்தபடி' என்று ஹெர்ட்ஸ்ஃபெல்ட் நினைவுகூர்ந்தார்.

'நல்ல ஆரம்பம்தான்' என்றார் ஜாப்ஸ். 'ஆனால் அடிப்படையில் படுமோசம். பின்னணி நிறம் மிகவும் அடர்த்தியாக இருக்கிறது; சில கோடுகள் தவறான தடிமனுடன் உள்ளன; பொத்தான்கள் மிகப் பெரிதாக உள்ளன.' எஸ்பினோஸா தினமும் ஜாப்ஸின் விமரிசனங்களுக்கேற்ப அதைத் திருத்தியமைத்துக்கொண்டே வந்தார். ஆனால் ஒவ்வொரு முறையும் புதிய விமரிசனங்கள் வரும். ஒருவழியாக ஒரு மதியவேளையில் ஜாப்ஸ் அவ்வழியே வந்தபோது எஸ்பினோஸா தமது புதிய தீர்வைத் திரைவிலக்கி அவருடைய பார்வைக்கு வைத்தார் – நீங்களாகவே கட்டமைக்கும் ஸ்டீவ் ஜாப்ஸின் கால்குலேட்டர் *(ஸ்டீவ் ஜாப்ஸ் ரோல் யுவர் ஓன் கால்குலேட்டர் கன்ஸ்ட்ரக்ஷன் செட்)*. இதைப் பயன்படுத்துபவர் தமது இரசனைக்கும் விருப்பத்திற்கும் ஏற்ப கால்குலேட்டரின் தோற்றம், கோடுகளின் தடிமன், பொத்தான்களின் அளவு, பின்னணி நிறம் மற்றும் பல்வேறு மாற்றங்களைச் செய்து கொள்ள முடியும். வெறுமனே சிரித்துவிட்டுச் செல்லாமல் ஜாப்ஸ் உண்மையிலேயே தீவிரமாக அமர்ந்து அதன் அமைப்பைத் தமது இரசனைக்கேற்ப மாற்றினார். ஏறக்குறைய பத்தே நிமிடங்களில் அவருக்குத் திருப்தியான முறையில் அது அமைந்தது. அவருடைய அந்த வடிவமைப்புதான் – இதில் ஆச்சரியம் ஒன்றுமில்லை – மாக்கில் பயன்படுத்தப்பட்டு, பதினைந்து ஆண்டுகளுக்கு நிலைத்துநின்றது.

மகின்டாஷில் கவனம் செலுத்தினாலும், எல்லா ஆப்பிள் தயாரிப்புகளுக்கும் பொதுவான ஒரு வடிவமைப்பு மொழியை உருவாக்க ஜாப்ஸ் விரும்பினார். ஆகையால் ப்ரௌவுனுக்கு டியெட்டர் ராம்ஸ் அமைந்தது போல ஆப்பிளுக்கும் ஒரு உலகத்தரம் வாய்ந்த வடிவமைப்பாளரைத் தேர்வு செய்வதற்காக ஒரு போட்டி நடத்தினார். இந்தத் திட்டத்திற்கு *ஸ்னோ ஒயிட்* என்று பெயரிடப்பட்டது. அவருக்கு அந்த நிறம் பிடித்திருந்ததால் மட்டுமல்ல, வடிவமைக்கப்படவிருந்த ஏழு தயாரிப்புகளும் அந்தக் கதையில் வரும் ஏழு குள்ளர்களின் பெயர்களையே சங்கேதக்குறிகளாகக் கொண்டிருந்தன. இந்தப் போட்டியில் வென்றவர் ஹார்ட்முட் எஸ்லிங்கர் என்ற ஜெர்மானிய வடிவமைப்பாளர். இவர் சோனி நிறுவனத்தின் ட்ரினிட்ரான் தொலைக்காட்சிப் பெட்டிகளின் அழகிய தோற்றத்திற்குக் காரணமானவர். அவரைச் சந்திப்பதற்காக ஜாப்ஸ் பவேரியாவின் ப்ளாக் ஃபாரெஸ்ட் பகுதிக்கே சென்றார். எஸ்லிங்கரின் அதீத ஆர்வம் மட்டுமல்ல, அவர் தமது மெர்சிடிஸ் காரை மணிக்கு 100 மைலுக்கும் அதிகமான வேகத்தில் செலுத்திய விதமும் ஜாப்ஸைப் பெரிதும் கவர்ந்தது.

ஜெர்மானியராக இருந்தாலும், எஸ்லிங்கர் ஒரு யோசனை சொன்னார்: 'ஆப்பிளின் டிஎன்ஏ அமெரிக்காவில் பிறந்த மரபணுவைக் கொண்டதாக இருக்கவேண்டும்' என்று. இது 'ஹாலிவுட், இசை, சிறிது புரட்சி, இயற்கையான பாலியல் ஈர்ப்பு' ஆகியவற்றால் தூண்டப் பட்ட 'கலிஃபோர்னியா குளோபல்' தோற்றமாக இருக்கவேண்டும். அவருடைய மூலமந்திரம் 'வடிவம் என்பது உணர்வின் வெளிப்பாடு.' இது 'வடிவம் என்பது செயல்பாட்டின் வெளிப்பாடு' என்ற பிரபலமான பொன்மொழியைச் சற்று மாற்றியமைத்து உருவாக்கப்பட்டது. அவர் மொத்தம் நாற்பது மாதிரி வடிவங்களைத் தயாரித்து அளித்தார். ஜாப்ஸ் அவற்றைப் பார்த்ததும், 'ஆஹா, இதுதான்!' என்று மகிழ்ச்சியாய் அறிவித்தார். இந்த ஸ்னோ ஒயிட் தோற்றம் உடனடியாக ஆப்பிள் IIக்கு என ஏற்றுக்கொள்ளப்பட்டது. வெள்ளைப் பெட்டகங்கள், இறுக்கமான மழுங்கிய முனைகள், காற்றோட்டத்திற்கும் அலங்காரத் திற்குமாய் மெல்லிய இடுக்குகள் எனப் பல்வேறு சிறப்பம்சங்கள் அதில் இருந்தன. ஜாப்ஸ் எஸ்லிங்கருடன் ஓர் ஒப்பந்தம் செய்துகொள்ளத் தயாரானார் - அவர் கலிஃபோர்னியாவிற்கே வந்துவிடவேண்டும் என்ற நிபந்தனையுடன். அவர்கள் கைகுலுக்கிக் கொண்டதைத் தொடர்ந்து எஸ்லிங்கர் சற்று பணிவு குறைவாகவே சொன்னார்: 'அந்தக் கைகுலுக்கல் தொழில்ரீதியான வடிவமைப்பின் சரித்திரத்திலேயே திடமான முடிவெடுத்த கூட்டுமுயற்சிகளுள் ஒன்றின் தொடக்கத்தைக் குறித்தது.' எஸ்லிங்கரின் நிறுவனமான ஃப்ராக்டிசைன்* 1983இன் மத்தியில் பாலோ ஆல்டோவில் தொடங்கியது. ஆப்பிளுடன் இணைந்து பணிபுரிவதற்காக 1.2 மில்லியன் டாலர் வருடாந்தர ஒப்பந்தம் செய்துகொள்ளப்பட்டது. அதிலிருந்து ஒவ்வொரு ஆப்பிள் தயாரிப்பும் 'கலிஃபோர்னியாவில் வடிவமைக்கப்பட்டது' என்ற பெருமையான முத்திரையுடன் வெளிவந்தது.

தனது தந்தையிடமிருந்து ஜாப்ஸ் ஒரு விஷயத்தைக் கற்றிருந்தார் – அதீத ஆர்வமுள்ள ஆக்கக்கலையின் அடையாளமே கண்ணுக்குப் புலப்படாத பகுதிகளும்கூட அழகாகச் செய்யப்படவேண்டும் என்பது

---

* Frogdesign & Federal Republic of Germany (FROG). இந்த நிறுவனம் 2000இல் தனது பெயரை frogdesign என்பதிலிருந்து frog design என்று மாற்றிக்கொண்டு சான் ஃப்ரான்சிஸ்கோவிற்கு இடம்பெயர்ந்தது. தவளைகள் தங்கள் வளர்ச்சியின் போது உருமாற்றம் செய்யும் திறன் படைத்தவை என்பதால் மட்டும் எஸ்லிங்கர் இந்தப் பெயரைத் தேர்வு செய்யவில்லை; மேற்கு ஜெர்மனியில் வேரோடிய அதற்கு மரியாதை செலுத்தவும்தான். 'சிற்றெழுத்துக்கள் வர்க்க அமைப்பற்ற, பௌஹௌஸ் பாணி மொழியை ஆதரிப்பதுடன், ஜனநாயக முறையிலான கூட்டணிக்கு நிறுவனம் அளித்த முக்கியத்துவத்திற்கு வலிமை சேர்த்தன' என்றார் அவர்.

தான் அது. இந்தத் தத்துவத்தின் விபரீதமான, முக்கியமான ஒரு பயன்பாடு அவர் மகின்டாஷின் மிகவும் உட்புறமாக அமைந்திருந்த அச்சிடப்பட்ட மின்சுற்றுப் பலகையை ஆராய்ந்தபோது ஏற்பட்டது. அதில் பல்வேறு சில்லுகளும் பாகங்களும் பதிக்கப்பட்டிருந்தன. அதையெல்லாம் எந்தப் பயனரும் திறந்து பார்க்கப் போவதுகூட இல்லை – ஆனாலும் ஜாப்ஸ் அழகுணர்ச்சி அடிப்படையில் அதனை விமரிசித்தார். 'அந்தப் பகுதி உண்மையிலேயே அழகாக இருக்கிறது. ஆனால் நினைவகச் சில்லுகளைப் *(மெமரி சிப்ஸ்)* பாருங்கள் – அலங்கோலமாக இருக்கின்றன. கோடுகளும் மிக நெருக்கமாக உள்ளன.'

புதிய பொறியியல் வல்லுநர்களில் ஒருவர் இடைமறித்து, 'அதற்கு ஏன் இவ்வளவு முக்கியத்துவம்?' என்று வினவினார். 'முக்கியமான ஒரே விஷயம், அதன் செயல்பாடு சிறப்பாக இருக்கிறதா என்பதுதான். அச்சிடப்பட்ட மின்சுற்றை *(பிரிண்டர் சர்க்யூட் போர்ட்)* யாரும் பார்க்கப்போவதுகூட இல்லை.'

ஜாப்ஸ் தமக்கே உரிய பாணியில் பதிலளித்தார். 'அது எவ்வளவு அழகாக இருக்க முடியுமோ அவ்வளவு அழகாக இருக்கவேண்டும் என்று ஆசைப்படுகிறேன் - அது பெட்டிக்கு உட்புறமாகவே இருந்தாலும். ஒரு கைதேர்ந்த தச்சுக்கலை வல்லுநர் ஒரு அலமாரியின் பின்புறத்தை யாரும் பார்க்கப் போவதில்லை என்பதற்காகத் தரமற்ற மரத்தைப் பயன்படுத்துவதில்லை' என்றார். சில ஆண்டுகள் கழித்து ஒரு பேட்டியின்போது, மகின்டாஷ் வெளிவந்த பிறகு, ஜாப்ஸ் மீண்டும் தமது தந்தையிடம் கற்றறிந்த பாடத்தை வலியுறுத்தினார்: 'நீங்கள் ஒரு அழகிய இழுப்பறைப் *(ட்ராவ்யர்ஸ்)* பெட்டகத்தை உருவாக்கும் தச்சுக்கலை வல்லுநர் என்றால் பின்புறம் கண்ணுக்குத் தெரியாமல் சுவரைப் பார்த்தவாறு இருக்கிறது என்பதற்காக ஒட்டுப் பலகையைப் பயன்படுத்தமாட்டீர்கள். பின்புறமும் அதில் ஒரு பகுதிதான் என்பதை உணர்ந்து அதற்கும் அழகிய மரப்பலகையைத் தான் பொருத்துவீர்கள். இரவு நன்றாக உறங்கவேண்டுமென்றால் அழகுணர்ச்சியும் தரமும் தொடக்கம் முதல் இறுதிவரை தொடர்ந்து இருக்கவேண்டும்.'

மைக் மார்க்குலாவிடமிருந்து பொதிதல் மற்றும் தயாரித்து வழங்குதலின் முக்கியத்துவத்தை அவர் கற்றிருந்தார். எல்லோரும் ஒரு புத்தகத்தை அதன் அட்டையை வைத்துத்தான் மதிப்பிடுவார்கள். ஆகவே ஜாப்ஸ் மகின்டாஷின் பெட்டகத்திற்காகப் பல நிறங்கள் அடங்கிய வடிவமைப்பைத் தேர்ந்தெடுத்து அதனை மேலும் சிறப்பாக்க முயன்றவாறு இருந்தார். 'அவர் குழுவினரை மொத்தம் ஐம்பதுமுறை திருத்தியமைக்க வைத்தார்' என்றார் அலைன் ராஸ்மன். இவர் மாக் குழுவினரில் ஒருவர் – ஜோஆனா ஹாஃப்மனை மணந்துகொண்டவர். 'வாங்குபவர் என்னவோ திறந்தவுடன் அதைக் குப்பைத் தொட்டியில் தான் வீசப்

போகிறார். ஆனாலும் அதன் தோற்றத்தில் அவர் மிகுந்த அக்கறை செலுத்தினார்.' ராஸ்மனுக்கு இது சற்று தடுமாற்றமாகத் தோன்றியது - அவர்கள் நினைவகச் சில்லுகளில் பணத்தைச் சிக்கனப்படுத்த முயன்று கொண்டிருக்க, விலையுயர்ந்த பொதிதலில் பணம் விரயமாகிக் கொண்டிருந்தது. ஆனால் ஜாப்ஸைப் பொறுத்தவரை, மகின்டாஷை அற்புதமான தயாரிப்பு ஆக்குவதற்கு ஒவ்வொரு சிறு நுணுக்கமும் அவசியமாக இருந்தது.

ஒருவழியாக வடிவமைப்பு பூர்த்தியடைந்தபோது, ஜாப்ஸ் மகின்டாஷ் குழுவினரை அழைத்து ஒரு விழாவிற்கு ஏற்பாடுசெய்தார். 'உண்மையான கலைஞர்கள் தங்கள் படைப்பில் கையெழுத்திடு வார்கள்' என்றார். அவர் ஒரு பெரிய வரைதாளையும் *(ட்ராஃப்டிங் சீட்)* ஷார்ப்பி பேனாவையும் எடுத்துவந்து எல்லோரையும் கையெழுத்திடச் சொன்னார். ஒவ்வொரு மகின்டாஷின் உட்புறத்திலும் அந்தக் கையெழுத்துகள் பதிக்கப்பட்டன. அவற்றை யாரும் பார்க்கப் போவதில்லை என்றாலும் குழுவினர் அனைவருக்கும் தங்கள் பெயர் உள்ளே உள்ளது மட்டுமன்றி மின்சுற்றுப் பலகையும் கூடியவரையில் கச்சிதமாகப் பொருத்தப்பட்டுள்ளதும் மகிழ்ச்சியைத் தந்தது. ஜாப்ஸ் ஒருவர்பின் ஒருவராக ஒவ்வொருவரையும் பெயரிட்டு அழைத்தார். பர்ரெல் ஸ்மித் முதலில் வந்தார். ஜாப்ஸ் இறுதிவரையில் காத்திருந்தார் – மற்ற நாற்பத்து ஐந்து பேரும் அழைக்கப்படும்வரை. அந்தத் தாளின் மையத்தில் ஒரு வெற்றிடம் இருந்தது – அங்கு, சிறு எழுத்துக்களில் தமது கையெழுத்தை இட்டார் ஜாப்ஸ் – அனாயாசமாக. பிறகு அனைவருக்கும் ஷாம்பெய்ன் மது விருந்து அளிக்கப்பட்டது. 'இதுபோன்ற தருணங்களினூடே அவர் எங்களுடைய பணியை ஒரு கலைப்படைப்பாகவே பார்க்கவைத்தார்' என்றார் அட்கின்ஸன்.

இயல் பதின்மூன்று

மாக்கை உருவாக்குதல்

பயணம்தான் பரிசு

போட்டி

1981 ஆகஸ்ட் மாதத்தில் ஐபிஎம் தனது தனியார்க் கணினியை *(பர்சனல் கம்ப்யூட்டர்)* அறிமுகம் செய்தபோது, ஜாப்ஸ் தமது குழுவினரிடம் ஒன்றை வாங்கி அக்குவேறு ஆணிவேறாகப் பிரித்துப் போடச் சொன்னார். அவர்களுடைய கருத்தொருமித்த முடிவு: அது ஒன்றுக்கும் உதவாது என்பது. க்றிஸ் எஸ்பினோசா அதனை 'அரைவேக்காடு போன்ற, அப்பட்டமான நகல் முயற்சி' என்றார் – அதில் கொஞ்சம் உண்மையும் இருக்கத்தான் செய்தது. அது பழங்கால ஆணைகளைப் பயன்படுத்தியதோடு, பிட்மேப் (நுண்படம்) செய்த வரைகலைப் படக்காட்சிகளை *(க்ராஃபிக்கல் டிஸ்ப்ளே)* ஆதரிக்கவில்லை. ஆப்பிள் அளவுக்கு மிஞ்சிய இறுமாப்பு கொண்டது – நிறுவனங்களின் தொழில் நுட்ப மேலாளர்கள் ஏதோ ஒரு பழத்தின் பெயரைக் கொண்ட நிறுவனத்திடமிருந்து வாங்குவதைவிட ஐபிஎம் போன்ற நிலைபெற்ற நிறுவனங்களின் தயாரிப்புகளுக்குத்தான் முக்கியத்துவம் தருவார்கள் என்பதை உணரத் தவறியது. ஐபிஎம்மின் தனியார்க் கணினி *(பீசி)* அறிவிக்கப்பட்ட அன்று பில் கேட்ஸ் எதேச்சையாக ஆப்பிள் தலைமையகத்திற்கு ஒரு கூட்டத்திற்காக வந்திருந்தார். 'அவர்கள் கண்டுகொண்டதாகத் தெரியவில்லை' என்று அவர் கூறினார். 'என்ன நடந்தது என்று அவர்கள் உணர ஓராண்டு காலம் பிடித்தது.'

தனது குறும்புத்தனமான தன்னம்பிக்கையுடன் ஆப்பிள் *வால் ஸ்ட்ரீட் ஜர்னலில்* ஒரு முழுப்பக்க விளம்பரம் வெளியிட்டது – 'ஐபிஎம்மை வரவேற்கிறோம். தீவிரமாக.' இது துணிவும் கலகமும் நிரம்பிய ஆப்பிளுக்கும் ஆலமரம்போல் தழைத்து வளர்ந்துள்ள ஐபிஎம்மிற்கும் இடையே வரப்போகும் கணினிப் போரைச் சூசகமாக உணர்த்தியது. இந்தச் சூழலில், கம்மொடோர், டான்டி, ஆஸ்பார்ன் போன்ற நிறுவனங்கள் – அவையும் ஆப்பிள் அளவிற்கு வளர்ந்திருந்தும் கூட – அடையாளம் தெரியாமல் போய்விட்டன.

தமது தொழில் வாழ்க்கை முழுவதும் ஜாப்ஸ் தம்மை தீய சாம்ராஜ்யங்களுக்கு எதிராகப் போரிடும் ஒரு ஞானம் பெற்ற கலகக் காரனாக, இருள் சக்திகளை எதிர்த்துப் போரிடும் ஜெடை போர் வீரனாக அல்லது புத்தமதம் சார்ந்த சாமுராயாகக் காண விரும்பினார். இதற்கு ஐபிஎம் ஒரு பொருத்தமான உறையாக இருந்தது. வரப் போகும் போரை அவர் சாமர்த்தியமாக வர்ணித்தார்: 'அது வெறும் தொழில்போட்டியல்ல, ஆன்மிகப் போராட்டம்' என்று. 'ஏதோ ஒரு காரணத்தால் நாங்கள் சில மாபெரும் தவறுகள் செய்து, ஐபிஎம் வெற்றி கண்டுவிட்டால், ஏறத்தாழ இருபது ஆண்டுகளுக்கு கணினி களின் இருண்ட யுகத்தில் சிக்கிக்கொள்வோம் என்று என் மனம் சொல் கிறது' என பேட்டி காண வந்த ஒருவரிடம் அவர் கூறினார். 'சந்தையின் ஒரு பகுதி தமது கட்டுப்பாட்டில் வந்துவிட்டால், ஐபிஎம் அனேகமாக எப்பொழுதுமே புதுமைகளைத் தடுத்து நிறுத்தி விடுவார்கள்.' முப்பது ஆண்டுகளுக்குப் பின்னரும், அந்தப் போட்டியை அவர் மீண்டும் நினைவுகூர்கையில், அதை ஒரு புனிதப் போராகவே வர்ணித்தார்: 'ஐபிஎம் என்பது மைக்ரோஸாஃப்டின் மிக மோசமான வடிவமாக இருந்தது. அவர்கள் புதுமைக்கு வலுவூட்டவில்லை; தீமைக்கு வலுவூட்டி னார்கள். ஏடீ & டி, மைக்ரோஸாஃப்ட் அல்லது கூகுள் போல.'

ஆப்பிளின் துரதிர்ஷ்டம், அதன் தயாரிப்பான லிசாவை ஜாப்ஸ் தமது மகின்டாஷுக்குப் போட்டியாகக் கருதினார். இது ஒரு வகையில் உளவியல்ரீதியானது. அவர் அந்தக் குழுவிலிருந்து விலக்கப்பட்டி ருந்தார் – இப்போது அதற்குப் பழிதீர்த்துக்கொள்ள விரும்பினார். அதுமட்டுமல்ல, ஆரோக்கியமான போட்டியைத் தமது குழுவினரை ஊக்குவிக்கும் ஒரு கருவியாகக் கண்டார். அதனால்தான், மாக் லிசாவிற்கு முன்பே வெளியாகும் என்று கூறி ஜான் கௌச்சிடம் 5000 டாலர் பந்தயம் கட்டினார். இதில் பிரச்சினை என்னவென்றால், போட்டி ஆரோக்கியமற்றதாகிப் போனது. ஜாப்ஸ் தமது வல்லுநர்கள் குழுவினர் தான் நிறுவனத்தின் அந்தப் பகுதியிலேயே பதற்றமற்றவர்கள் என்றும், மாறாக, லிசாவில் ஈடுபட்டுள்ள எச்பீ பாணி பொறியியல் வல்லுநர்கள் சுமைதாங்காமல் தள்ளாடிச் செயலாற்றிவருபவர்கள் என்றும் திரும்பத் திரும்பக் கூறிவந்தார்.

இன்னும் சொல்லப்போனால், ஜெஃப் ராஸ்கின் திட்டமிட்டிருந்தது போல அதிகச் செலவில்லாத, குறைந்த திறனுடைய கைக்கடக்கமான சாதனம் என்பதை மாற்றி மாக்கை வரைகலை இடைமுகம் (க்ராஃபிக் இன்டர்ஃபேஸ்) உள்ள ஒரு மேசைக் கணினி (டெஸ்க்டாப்) சாதனமாக வடிவமைத்தபோது அது லிசாவைவிட அளவில் சிறியதாகிச் சந்தையில் அதற்கு பாதிப்பு ஏற்படுத்தக்கூடிய வாய்ப்பை உருவாக்கியது.

லிசாவிற்கான பயன்பாட்டு மென்பொருள்களின் மேலாளரான லாரி டெஸ்லர், இரண்டு சாதனங்களும் (மாக்கும் லிசாவும்) ஒரே விதமான மென்பொருள் நிரல்கள் (ப்ரோக்ராம்ஸ்) பலவற்றைப் பயன் படுத்தும் வகையில் வடிவமைக்கப்பட வேண்டியது முக்கியம் என்று உணர்ந்தார். சமாதானத்திற்காக, ஸ்மித் மற்றும் ஹெர்ட்ஸ்ஃபெல்டை லிசா பணியறைக்கு வந்து மாக்கின் மாதிரியை விளக்கிக் காட்டச் சொன்னார். 25 வல்லுநர்கள் வந்திருந்து கவனமாகக் கேட்டுக்கொண்டி ருந்தார்கள். செயல்விளக்கம் பாதி முடிந்திருந்த நிலையில் கதவு படாரென்று திறந்துகொண்டது. ரிச் பேஜ் என்ற வல்லுநர் – இவர் லிசாவின் வடிவமைப்பில் முக்கியப்பங்கு வகித்தவர் – மிகுந்த கோபத் துடன் உள்ளே நுழைந்தார். 'மகின்டாஷ் லிசாவை அழிக்கப்போகிறது!' என்று அவர் உரக்கக் கத்தினார். 'மகின்டாஷ் ஆப்பிளைப் பாழடிக்கப் போகிறது!' ஸ்மித், ஹெர்ட்ஸ் ஃபெல்ட் இருவருமே பதிலேதும் பேசவில்லை. ஆகவே பேஜ் தமது பிலாக்கணத்தைத் தொடர்ந்தார். 'லிசாவின் கட்டுப்பாட்டை அவருடைய கையில் நாங்கள் தரவில்லை – அதனால் ஜாப்ஸ் லிசாவை அழிக்க விரும்புகிறார்.' அவர் அழுது விடுவார் போலிருந்தது. 'மாக் வருகிறது என்று தெரிந்தால் ஒருவரும் லிசாவை வாங்கமாட்டார்கள்! ஆனால் நீங்கள் அதுபற்றிக் கவலைப் படுவதாக இல்லையே!' என்று கூறிய அவர் அறையைவிட்டுக் கடும் கோபத்தில் வெளியேறிக் கதவைப் படாரென்று அறைந்து சாத்தினார். ஆனால் அடுத்த கணமே மீண்டும் அவர் கோபத்தில் நுழைந்தார் – சற்று நேரத்திற்கு. 'அது உங்கள் தவறல்ல என்று எனக்குத் தெரியும்.' ஸ்டீவ் ஜாப்ஸ்தான் பிரச்சினையே. அவர் ஆப்பிளை அழித்துக் கொண்டிருக்கிறார் என்று அவருக்குச் சொல்லுங்கள்!' என்று அவர் ஸ்மித்திடமும் ஹெர்ட்ஸ்ஃபெல்டிடமும் கூறினார்.

ஜாப்ஸ் மகின்டாஷை உண்மையிலேயே லிசாவிற்குப் போட்டி யான குறைந்த விலை கணினியாகத் தான் உருவாக்கினார் – மற்ற வற்றோடு பொருந்தாத மென்பொருளுடன். ஆனால் இன்னும் பெரிய பிரச்சினை என்னவென்றால் இரண்டுமே ஆப்பிள் IIவுடன் பொருந்தவில்லை. ஆப்பிளில் முழுக் கட்டுப்பாடுள்ள ஒருவரும் இல்லாததால், ஜாப்ஸைப் பிடிக்குள் நிறுத்த வழியில்லாமல் போனது.

முழுக் கட்டுப்பாடு - முனையிலிருந்து முனைவரை

லிசாவின் அமைப்புடன் மாக்கைப் பொருந்தச் செய்ய ஜாப்ஸ் தயக்கம் காட்டியதற்குப் போட்டி, பழி தவிர வேறு காரணம் இருந்தது. அது ஒரு தத்துவார்த்தமான குணம் – கட்டுப்பாட்டின் மீது அவருக்கிருந்த மோகத்தோடு அது தொடர்புடையது. ஒரு கணினி உண்மையிலேயே அற்புதமானது என்று சொல்வதற்கு அதன் வன்பொருள், மென்பொருள்

இரண்டும் கச்சிதமாகப் பொருந்தியிருக்கவேண்டும் என்று அவர் நம்பினார். ஒரு கணினியானது மற்ற கணினிகளிலும் செயல்புரியும் மென்பொருளுக்குப் பொருந்துமானால், சிறிது செயல்பாட்டுத்திறனை விட்டுக்கொடுக்க வேண்டியிருக்கும். அற்புதமான பொருட்கள் 'முழுமையானவை' – ஒவ்வொரு பகுதியும் வடிவமைக்கப்பட்டு, வன்பொருளும் மென்பொருளும் ஒன்றுக்கொன்று இறுக்கமாகப் பிணைந்திருக்கும். இதுதான் மகின்டாஷை மற்றவற்றிலிருந்து வேறு படுத்திக் காட்டியது. அதன் இயங்கு தளம் *(ஆபரேட்டிங் சிஸ்டம்)* அதன் வன்பொருளில் மட்டுமே வேலை செய்யும். மாறாக, மைக்ரோஸாஃப்ட் உருவாக்கி வந்த புதுச் சூழலில் அதன் இயங்கு தளம் வேறு பல நிறுவனங்களின் வன்பொருளிலும் பயன்படுத்தக்கூடியதாக இருந்தது.

'ஜாப்ஸ் உறுதியான மனம் படைத்த பண்பட்ட கலைஞர்; தமது படைப்புகளில் திறமையற்ற நிரலாக்க வல்லுநர்கள் *(ப்ரோக்ராமர்)* கைவரிசை காட்டிப் பாழாக்குவதை அவர் விரும்புவதில்லை' என்று இஸட்டிநெட் (ZDNet) தொகுப்பாளர் டான் ஃபார்பர் விளக்கினார். மேலும் 'தெருவில் போகும் ஒருவன் பிகாஸோவின் ஓவியத்தில் தூரிகையால் சில வண்ணக் கீற்றுகளைச் சேர்த்தாற்போல அல்லது ஒரு டிலன் பாட்டில் சில வரிகளை மாற்றினாற்போல இருக்கும்' என்றார். பிற்காலத்தில் ஜாப்ஸின் முழுக் கட்டுப்பாடு ஐஃபோன், ஐபாட், ஐபேட் ஆகியவற்றை அவற்றின் போட்டிச் சாதனங்களிலிருந்து வேறுபடுத்திக் காட்டியது. அதனால் அற்புதமான தயாரிப்புகள் கிட்டின. ஆனால் சந்தையில் ஆதிக்கம் செலுத்த உகந்த வழிமுறை அதுவல்ல. 'முதல் மாக்கிலிருந்து புதிதாய் வந்த ஐஃபோன் வரை ஜாப்ஸின் அமைப்புகள் *(சிஸ்டம்)* எல்லாமே இறுக மூடப்பட்டவையாக, ஒருவரும் திருத்தி யமைக்க முடியாத வகையில் வடிவமைக்கப்பட்டுள்ளன' என்றார் லியான்டர் கானி. இவர் *கல்ட் ஆஃப் த மாக்* (மாக்கின் வழிபாட்டு மரபு) புத்தகத்தை எழுதியவர்.

பயனர் அனுபவத்தைத் தம் கட்டுப்பாட்டில் வைத்திருக்க வேண்டும் என்ற ஜாப்ஸின் விருப்பம் வாஸ்நியாக்குடன் ஒரு விவாதத்தில் முக்கிய பங்கு வகித்தது – ஆப்பிள் IIஇல் புதிய செயல்பாடுகளுக்கு வகைசெய்ய மதர்போர்ட் (தாய்ப்பலகை) விரிவாக்க அட்டைகளைச் செருகுவதற்கு உதவும் செருகுவாய்கள் *(ஸ்லாட்டுகள்)* இருக்குமா என்பதுதான் அது. அந்த விவாதத்தில் வாஸ்நியாக் வென்றார்: ஆப்பிள் IIஇல் எட்டு செருகு வாய்கள் இருந்தன. ஆனால் இம்முறை அது ஜாப்ஸின் சாதனமாக இருந்தது – வாஸ்நியாக்குடையது அல்ல. ஆகவே மகின்டாஷில் வெகுசில செருகுவாய்களே இருந்தன. பெட்டகத்தைத் திறந்து மதர்போர்டை (தாய்ப்பலகையை) எட்டுவதுகூட இயலாததாக இருந்தது. பொழுது போக்குச் சாதனமாக உபயோகிப்பவர் அல்லது ஒரு ஹாக்கருக்கு இது

ஏமாற்றமான செய்தியாக இருந்தது. ஆனால் ஜாப்ஸைப் பொறுத்தவரை மகின்டாஷ் மக்களுக்கானது. அவர்களுக்குக் கட்டுப்பாட்டில் இயங்கும் ஒரு அனுபவத்தைத் தர அவர் விரும்பினார்.

'கட்டுப்படுத்தும் இயல்புகள் கொண்ட அவருடைய குணாதிசயம் இதிலிருந்து வெளிப்படுகிறது' என்றார் பெர்ரி காஷ். இவரை 1982இல் டெக்ஸாக்கோ டவர்ஸில் சந்தைத்திட்ட வல்லுநராக ஜாப்ஸ் நியமித் திருந்தார். 'ஸ்டீவ் ஆப்பிள் IIஐப் பற்றிப் பேசிவிட்டுக் குறைபட்டுக் கொள்வார்: 'கட்டுப்பாடு நம் கையில் இல்லை; எல்லோரும் அதை வைத்துக்கொண்டு என்னவெல்லாம் கிறுக்குத் தனம் செய்கிறார்கள் பாருங்கள். இந்தத் தவறை நான் இனி ஒருபோதும் செய்யமாட்டேன்.' இதற்காக அவர் ஒருபடி அதிகமாகவே சென்று சில பிரத்யேகக் கருவி களைக்கூட வடிவமைத்தார் – சாதாரணமான திருப்புளியால் யாரும் மகின்டாஷ் பெட்டகத்தைத் திறந்துவிட முடியாதபடி. 'ஆப்பிள் ஊழியர்கள் தவிர வேறு ஒருவரும் இந்தப் பெட்டகத்தைத் திறக்க முடியாதபடி இதை வடிவமைக்கப் போகிறோம்' என்று அவர் காஷிடம் கூறினார்.

கர்ஸரை (திரைக்குறி) நகர்த்துவதற்கான பொத்தான்களைக் விசைப் பலகையிலிருந்து *(கீபோர்ட்)* நீக்கிவிட ஜாப்ஸ் தீர்மானித்திருந்தார். கர்ஸரை நகர்த்த ஒரே வழி மௌஸைப் (சுட்டெலி) பயன்படுத்துவது தான். பழைய பாணி பயனர்களை அவர்கள் விரும்பாவிட்டால் கூடத் தேவையான இடத்தை சொடுக்கி இழுக்கும்முறை *(பாயின்ட் அண்ட் க்ளிக் நாவிகேஷன்)* தொழில்நுட்பத்திற்குப் பழக்கப்படுத்திக் கொள்ளும் படி கட்டாயப்படுத்தும் ஒரு வழி அது. மற்ற தயாரிப்பாளர்களைப் போல வாடிக்கையாளர்கள் எது செய்தாலும் சரியாகத்தான் இருக்கும் என்றெல்லாம் அவர் நம்பவில்லை. ஒரு மௌஸை பயன்படுத்துவதை அவர்கள் எதிர்க்க விரும்புகிறார்கள் என்றால், அவர்கள் செய்வது தவறு.

கர்ஸர் பொத்தான்களை எடுத்துவிடுவதில் மற்றொரு வசதி இருந்ததாக அவர் நம்பினார். மென்பொருள் தயாரிப்பாளர்கள் மற்ற கணினிகளுக்கெல்லாம் பொருந்தக்கூடிய பொதுவான மென்பொருள் போலல்லாமல் மாக்கிற்காகச் சிறப்பு நிரல்கள் *(ப்ரோக்ராம்)* எழுத வேண்டியிருக்கும். இதன்மூலம் ஜாப்ஸுக்கு விருப்பமான முறையில் பயன்பாட்டு *(அப்ளிகேஷன்)* மென்பொருள், இயங்கு தளம் *(ஆபரேடிங் சிஸ்டம்)* மற்றும் வன்பொருள்கள் கச்சிதமாக ஒருங்கிணைக்கப்படும்.

முனையிலிருந்து முனைவரையிலான முழுக்கட்டுப்பாட்டையும் தம் கையில் வைத்துக்கொள்ள விரும்பிய ஜாப்ஸுக்கு மற்ற அலுவலக சாதனத் தயாரிப்பாளர்களிடமிருந்து 'ஆப்பிள் தனது மகின்டாஷ் இயங்கு தளத்துக்கான *(ஆபரேடிங் சிஸ்டம்)* உரிமம் வழங்கி, மாக்

போன்ற கணினிகளைத் தயாரிக்க அதிகாரப்பூர்வ அனுமதி அளிக்க வேண்டும்' என்று கூறிக் கொண்டுவந்த பரிந்துரைகள் எரிச்சலூட்டின. மகின்டாஷின் புதிய, ஆற்றல் மிகுந்த விளம்பரப் பிரிவுத் தலைவர் மைக் மர்ரே 1982 மேயில் ஜாப்ஸுக்கு இரகசியமாக எழுதிய குறிப்பில் ஓர் உரிமத் திட்டத்தைப் பரிந்துரை செய்தார். 'மகின்டாஷ் பயனர் சூழல் தொழில்துறையில் ஒரு தர நிர்ணயம் உருவாக்க வேண்டுமென்று நாங்கள் மிகவும் விரும்புகிறோம்' என்று அதில் எழுதியிருந்தார். 'இதில் பிரச்சினை என்னவென்றால் இந்தப் பயனர் சூழலைப்பெற ஒருவர் மாக் வன்பொருள் வாங்கியாக வேண்டும். ஒரு நிறுவனம் மற்ற தயாரிப்பாளர்களோடு பகிர்ந்துகொள்ள முடியாத ஒரு தரத்தை நிர்ணயம் செய்து அதைப் பராமரிப்பது என்பது மிகவும் அபூர்வம்.' அவருடைய பரிந்துரை மகின்டாஷ் இயங்கு தளத்துக்கான (ஆபரேடிங் சிஸ்டம்) அதிகாரப்பூர்வ அனுமதியை டான்டிக்கு வழங்குமாறு கேட்டுக் கொண்டது. டான்டியின் ரேடியோ ஷாக் விற்பனை நிலையங்கள் மற்றொரு பிரிவைச் சேர்ந்த வாடிக்கையாளர்களுக்காக இயங்குவதால், ஆப்பிள் விற்பனையை அது பெரிய அளவில் பாதிக்காது என்பது மர்ரேயின் வாதம். ஆனால் ஜாப்ஸுக்கு இயல்பாகவே இந்தத் திட்டம் சற்றும் பிடிக்கவில்லை. அவருடைய கொள்கைப்படி மகின்டாஷ் அவருடைய தர நிர்ணயங்களுக்குப் பொருந்தும் கட்டுப்படுத்தப்பட்ட சூழலாகவே தொடர்ந்து இருக்கும். அதேசமயம் மர்ரே பயந்தது போல ஐபிஎம் பிரதிகள் நிரம்பிய உலகில் தனக்கென ஒரு தர நிர்ணயத்தைத் தக்க வைத்துக்கொள்வதில் சிரமப்படும்.

அந்த ஆண்டின் சிறந்த சாதனங்கள்

1982 முடிவுறும் தருணத்தில் ஜாப்ஸுக்கு நம்பிக்கை வளரத் தொடங்கியது - டைம் பத்திரிகையால் ஆண்டின் சிறந்த மனிதராக அவர் தேர்ந்தெடுக்கப்படுவார் என்று. ஒரு நாள் அவர் அந்தப் பத்திரிகையின் சான் ஃப்ரான்சிஸ்கோ குழுத் தலைவர் மைக்கேல் மோரிட்ஸுடன் டெக்ஸாக்கோ டவர்ஸுக்கு வந்து, தமது குழுவினரிடம் மோரிட்ஸுக்குப் பேட்டியளிக்கும்படி உற்சாகப்படுத்தினார். ஆனால் அட்டைப் படத்தில் ஜாப்ஸ் வரவில்லை. மாறாக, அந்தப் பத்திரிகை த கம்ப்யூட்டர் என்பதை ஆண்டு இறுதி இதழின் தலைப்பாகக் கொண்டு அதனை 'இந்த ஆண்டின் சிறந்த சாதனம்' என்று அழைத்தது.

அட்டைப்படக் கட்டுரையோடு இணைப்பாக ஜாப்ஸின் வாழ்க்கைக் குறிப்பு இருந்தது – மோரிட்ஸின் பேட்டியை அடிப்படையாகக் கொண்டு ஜே காக்ஸ் எழுதியது – அவர் பொதுவாக அந்தப் பத்திரிகைக்கு ராக் இசை பற்றிக் கட்டுரை எழுதும் ஆசிரியர். 'சீரான விற்பனைத் திறன் மற்றும் ஆதிகால கிறிஸ்தவத் தியாகிகளையும்

பொறாமைப்பட வைக்கும் கண்மூடித்தனமான நம்பிக்கையோடு மற்ற எல்லோரையும் விட வலிமையோடு கதவை உடைத்தெறிந்து தனியார்க் கணினியை *(பர்சனல் கம்ப்யூட்டர்)* உள்ளே செல்ல வைத்தவர் ஸ்டீவென் ஜாப்ஸ் என்று கட்டுரை புகழாரம் சூட்டியது. அது மிகச் சிறந்த கட்டுரையாக இருந்தது; அதே சமயம், சில இடங்களில் கடுமையாக – எந்தளவுக்கு எனில் மோரிட்ஸ் (ஆப்பிள் பற்றிய புத்தகம் எழுதியபின் செக்கோயா கேபிடல் என்ற புதிய நிறுவனத்தில் டான் வாலென்டைனுடன் பங்காளராகச் சேர்ந்து கொண்ட பிறகு) தன்னுடைய கட்டுரையை 'உறிஞ்சி, வடித்து' கிசுகிசுப்பான பென்ஸீன் விஷம் சேர்க்கப்பட்டுள்ளது; இதைச் செய்தவர் திக்குத் தெரியாமல் திரியும் ராக் அண்ட் ரோல் இசை உலகம் பற்றிய கட்டுரை களைத் தொடர்ந்து எழுதிவரும் நியூ யார்க்கைச் சேர்ந்த தொகுப்பாளர்' என்று சாடும் அளவிற்கு. அந்தக் கட்டுரையில் ஜாப்ஸின் 'மாயவலை' பற்றிக் கூறுகையில், பட் ட்ரிபுள் 'அவர் அவ்வப்போது கூட்டங்களில் பொங்கி அழுவார்' என்று கூறியதாக எழுதப்பட்டிருந்தது. எல்லா வற்றையும்விடச் சிறந்த கருத்து ஜெஃப் ராஸ்கினுடையது: 'ஜாப்ஸ் ஃப்ரான்ஸ் நாட்டு அரசராக இருப்பதற்குக் கச்சிதமான தேர்வு' என்று அவர் அறிவித்தார்.

ஜாப்ஸை மிகவும் கலவரப்படுத்தியது, அந்தப் பத்திரிகை தாம் நிராகரித்த மகள் லிசா ப்ரென்னன் பற்றிப் பலர் அறியக் குறிப்பிட்டி ருந்ததுதான். கோட்கே தான் அந்தப் பத்திரிகைக்கு லிசா பற்றிச் சொல்லி யிருப்பார் என்று அவருக்குத் தெரியும். அதனால் மாக் அலுவலக அறை யில் ஆறேழு பேருக்கு எதிரே அவரை வாய்க்கு வந்தபடி திட்டினார். '*டைம்* பத்திரிகையாளர் ஸ்டீவுக்கு லிசா என்ற மகள் இருக்கிறாளா என்றார். நான் *ஆமாம், நிச்சயமாக* என்றேன்' என கோட்கே நினைவு கூர்ந்தார். 'நல்ல நண்பர்கள் தமது நண்பர்தான் ஒரு குழந்தைக்குத் தந்தை என்பதை மறுக்க அனுமதிக்கக் கூடாது. என் நண்பர் முட்டாள் தனமாகத் தமது தந்தை ஸ்தானத்தை மறுக்க நான் அனுமதிக்கப் போவதில்லை. அவர் மிகக் கோபமாக இருந்தார். நான் அவரை வஞ்சித்துவிட்டதாக எல்லோர் முன்பும் என்னிடம் கூறினார்.'

ஆனால் உண்மையில் ஜாப்ஸை அடித்துப் போட்ட விஷயம் அவர் அந்த ஆண்டின் சிறந்த மனிதராகத் தேர்ந்தெடுக்கப்படவில்லை என்பதுதான். அவர் பின்னர் ஒருமுறை என்னிடம் கூறியது போல:

> *டைம்* பத்திரிகை என்னை அந்த ஆண்டின் சிறந்த மனிதராக அறிவிக்க முடிவு செய்திருந்தது. எனக்கு 27 வயது – அதனால் இந்த விஷயங்கள் எனக்கு மிக முக்கியமானவையாக இருந்தன. அது கேட்பதற்கே மிக நன்றாக இருந்தது. அவர்கள் மைக் மோரிட்ஸைக் கட்டுரை எழுதுவதற்காக அனுப்பிவைத்திருந்தார்கள். நாங்கள்

இருவரும் ஏறக்குறைய ஒரே வயதுதான். ஆனால் நான் வாழ்க்கையில் மிகவும் வெற்றியடைந்திருந்தேன் என்பதால் அவருக்குச் சற்றுப் பொறாமையாக இருந்தது என்று என்னால் புரிந்துகொள்ளமுடிந்தது. அவருடைய மன ஓட்டத்தையும் ஊகிக்க முடிந்தது. அதன்பின்தான் அவர் இந்த மோசமான கட்டுரையை எழுதினார். நியூ யார்க்கிலுள்ள இதழாசிரியர்கள் அதைப் படித்துவிட்டு 'இந்த மனிதரை இந்த ஆண்டின் சிறந்த மனிதராக அறிவிக்க முடியாது' என்கிறார்கள். மிகவும் வேதனையாக இருந்தது. ஆனால் நல்ல பாடமாக அமைந்தது. இதுபோன்ற விஷயங்களால் எப்பொழுதும் மிகவும் பூரிப்படைந்து விடக்கூடாது என்று கற்றுத் தந்தது. ஏனெனில் எப்படிப் பார்த்தாலும் ஊடகங்கள் வெறும் சர்க்கஸ் கூடாரங்கள்தான். அவர்கள் அந்த இதழை ஃபெட்எக்ஸ் கூரியர் மூலம் அனுப்பியிருந்தார்கள். அந்தப் பொதியைப் பிரித்தது நன்றாக நினைவிருக்கிறது – என் கோப்பையை அட்டையில் காண்பேன் என்று எதிர்பார்த்தபடி. ஆனால் அதில் கணினியின் சிற்பம் இருந்தது. நான் நினைத்துக்கொண்டேன்: 'என்ன இது?' பின் அந்தக் கட்டுரையைப் படித்தேன். படுமோசமாக இருந்தது. நான் அழுதேவிட்டேன்.'

உண்மையில் மோரிட்ஸ் பொறாமைப்பட்டார் என்றோ வேண்டு மென்றே நியாயமற்ற முறையில் கட்டுரை எழுதினார் என்றோ சொல்வதற்கு அடிப்படைக் காரணம் எதுவும் இல்லை. அதுதவிர, ஜாப்ஸ் நினைத்திருந்தது போல அந்த ஆண்டின் சிறந்த மனிதராக அவரைத் தேர்ந்தெடுக்கும் எண்ணமும் இருக்கவில்லை. அந்த ஆண்டு முதுநிலை இதழாசிரியர்கள் (அப்போது நான் அங்கு இளநிலை இதழாசிரியராக இருந்தேன்) ஒரு மனிதரைவிட, கணினியை எடுத்துக்கொள்ளலாம் என முடிவு செய்தனர். அத்துடன், பல மாதங்கள் முன்னதாகவே ஜார்ஜ் செகால் என்ற புகழ்பெற்ற சிற்பியிடம் கணினியை மையமாக வைத்து ஒரு கலை வடிவம் உருவாக்கச் சொல்லியிருந்தார்கள் – முழுநீள அட்டைப் படத்திற்காக. அப்போது பத்திரிகையின் ஆசிரியராக இருந்தவர் ரே கேவ். 'நாங்கள் ஜாப்ஸைக் கருத்தில் கொள்ளவே இல்லை' என்று அவர் கூறினார். 'கணினியை மனிதர்கள் மூலம் உருவகப்படுத்த இயலாது. அதனால் உயிரற்ற பொருள் ஒன்றை மையக்கருத்தாகக்கொள்ள முடிவு செய்தது அதுவே முதல் முறை. உண்மையில் அட்டைப் படத்தில் வெளியிடுவதற்காக ஒரு மனித முகத்தை நாங்கள் தேடவே இல்லை.'

1983 ஜனவரியில் ஆப்பிள் லிசாவை வெளியீடு செய்தது – மாக் தயாராவதற்கு ஓராண்டுக்கு முன்பாகவே. ஜாப்ஸ் கௌச்சிற்குத் தாம் பந்தயம் கட்டியபடி 5000 டாலர் தந்தார். லிசா குழுவில் அவர்

பங்குபெற்றிருக்கவில்லை என்றாலும் ஜாப்ஸ் ஆப்பிளின் தலைவர் மற்றும் பிரதான முகம் என்ற முறையில் நியூ யார்க் வரை சென்று அதற்கு விளம்பரம் செய்தார்.

ஜாப்ஸ் தமது மக்கள் தொடர்பு ஆலோசகர் ரெஜிஸ் மெக்கென்னா விடமிருந்து அட்டகாசமான முறையில் சிறப்புப் பேட்டிகள் அளிப்பது பற்றிக் கற்றுக்கொண்டார். பிரபல பத்திரிகைகளின் செய்தியாளர்கள் கார்லைல் ஹோட்டலில் உள்ள அவருடைய அறைக்கு குறித்த நேரப்படி வரிசையாக அனுப்பிவைக்கப்பட்டனர் – அங்கு ஒரு லிசா கணினி மேசைமீது வைக்கப்பட்டிருந்தது. அதனைச் சுற்றிலும் நேர்த்தியாகக் கத்தரிக்கப்பட்ட அழகிய மலர்கள். விளம்பரத் திட்டம் லிசாவில் மட்டும் கவனம் செலுத்தும்படியும், மகின்டாஷ் பற்றி எதுவும் குறிப்பிட வேண்டாம் என்றும் ஜாப்ஸிடம் ஒரு வேண்டுகோள் விடுத்திருந்தது. மகின்டாஷ் பற்றிய எதிர்பார்ப்பு உருவானால், அது லிசாவைப் பாதிக்கும் என்பது தான் காரணம். ஆனால் ஜாப்ஸால் தம்மைக் கட்டுப்படுத்திக்கொள்ள முடியவில்லை. அன்றைய பேட்டிகளை அடிப்படையாகக் கொண்டு வெளியான கட்டுரைகள் – *டைம், பிசினஸ் வீக், வால் ஸ்ட்ரீட் ஜர்னல், ஃபார்ச்சூன்* என அனேகமாக எல்லாவற்றிலுமே மகின்டாஷ் பற்றிய குறிப்புகள் காணப்பட்டன. 'இந்த ஆண்டின் பிற்பகுதியில் ஆப்பிள் லிசாவைவிட திறன் குறைந்த, விலை குறைந்த வடிவமான மகின்டாஷை அறிமுகம் செய்ய இருக்கிறது – ஜாப்ஸ் தாமே அந்தத் திட்டத்தை நிர்வகிக்கிறார்' என்று *பார்ச்சூன்* பத்திரிகை அறிவித்தது. *பிசினஸ் வீக்* எழுதியது: 'மகின்டாஷ் வெளிவரும்போது அது உலகிலேயே அற்புதமான கணினியாக இருக்கும்.' மாக்கும் லிசாவும் ஒன்றுக்கொன்று பொருந்தாது என்பதையும் அவர் ஒப்புக்கொண்டார். இது லிசாவிற்குச் சாவு மணியடித்துக் கொண்டே வெளியீடு செய்வது போல் இருந்தது.

லிசாவும் மிக மெதுவாக அழிந்துதான் போனது. இரண்டே ஆண்டு களில் அது கைவிடப்பட இருந்தது. 'அதன் விலையும் மிக அதிகம். எங்கள் திறமை பயனீட்டாளர்களுக்கு விற்பதில் இருக்க, நாங்கள் அதனைப் பெரிய நிறுவனங்களுக்கு விற்பனை செய்து வந்தோம்' என்று பின்னர் ஜாப்ஸ் கூறினார். ஆனால் அவருக்கு இதில் ஒரு சாதகமான விஷயம் ஒளிந்திருந்தது. லிசா அறிமுகமான சில மாதங்களிலேயே ஆப்பிள் நிறுவனம் மகின்டாஷை நம்பித்தான் இருக்கவேண்டும் என்ற நிலை மிகத் தெளிவாக உருவானது.

வாருங்கள் கொள்ளையடிப்போம்!

மகின்டாஷ் குழு வளர்ந்து வரும் நிலையில் டெக்ஸாக்கோ டவர்ஸி லிருந்து பான்ட்லி ட்ரைவிலுள்ள பிரதான ஆப்பிள் அலுவலகத்திற்கு

மெல்ல மாறத் தொடங்கியது. முடிவாக 1983இன் மத்தியில் பான்ட்லி 3இல் நிலைபெற்றது. புதுமையான வசதிகளோடு கூடிய வரவேற்பறை. அதில் வைப்பதற்கான காணொளி விளையாட்டுக்களை (வீடியோ கேம்) பர்ரெல் ஸ்மித்தும் ஆன்டி ஹெர்ட்ஸ்ஃபெல்டும் தேர்ந்தெடுத்தனர். ஒரு தோஷிபா குறுவட்டு ஸ்டீரியோ, மார்டின் லோகன் ஒலிபெருக்கிகள், நூறு குறுவட்டுகளின் தொகுப்பு ஆகியவையும் இருந்தன. மீன் தொட்டி வடிவிலான கண்ணாடிக் கூண்டுக்குள் இருந்த மென்பொருள் குழுவினரை அங்கிருந்தபடியே பார்க்க முடிந்தது. சமையலறையில் ஒட்வாலா பழரச வகைகள் தினசரி இருப்பு வைக்கப்பட்டன. நாளடைவில் வரவேற்பறையில் மேலும் சில விளையாட்டுப் பொருட்கள் இடம் பெற்றன – குறிப்பாக ஒரு போஸெண்டார்ஃபர் பியானோ மற்றும் பிஎம்டபிள்யூ மோட்டார் சைக்கிள். இவை காண்போருக்கு அற்புதமான கைவினைத் திறனின் மேல் ஓர் அதீத மோகத்தை ஏற்படுத்தும் என்று ஜாப்ஸ் நம்பினார்.

குழுவினரைத் தேர்ந்தெடுப்பதில் ஜாப்ஸ் மிகவும் கண்டிப்புக் காட்டினார். ஆக்கத்திறன் மிக்க, சற்று நயவஞ்சகமான புத்திசாலித் தனம், லேசான கலகத்தனம் உள்ளவர்களைத் தேடிப்பிடிப்பதுதான் குறிக்கோளாக இருந்தது. மென்பொருள் குழு விண்ணப்பதாரர்களிடம் ஸ்மித்திற்கு மிகவும் பிடித்தமான டிஃபென்டர் விளையாட்டை (கேம்) விளையாடச் சொல்வார்கள். ஜாப்ஸ் தமக்கே உரித்தான வழக்கமான ஏடாகூடமான கேள்விகளைக் கேட்பார் – வந்திருப்பவர் எதிர்பாராத சூழ்நிலையில் எப்படிச் சிந்திக்கிறார் என்பதைத் தெரிந்துகொள்வதற்கு. ஒரு நாள் அவர், ஹெர்ட்ஸ்ஃபெல்ட், ஸ்மித் மூவரும் மென்பொருள் மேலாளர் பதவிக்காக விண்ணப்பித்திருந்த ஒருவரை நேர்காணல் செய்துகொண்டிருந்தனர். அவர் அறைக்குள் நுழைந்தபோதே மிகவும் விறைப்பாக, சம்பிரதாயமானவராக இருந்தார் – கண்ணாடிக் கூண்டிற்குள் இருக்கும் மாயாவிகளையெல்லாம் கட்டிமேய்க்க இவரால் முடியுமா என்பதே சந்தேகமாக இருந்தது. ஜாப்ஸ் அவரிடம் ஈவிரக்கமின்றி விளையாடத் தொடங்கினார் – 'உன் கற்பை இழந்த போது உனக்கு என்ன வயதிருக்கும்?' என்று அவர் கேட்டார்.

வந்தவருக்குத் தூக்கிவாரிப் போட்டது. 'நீங்கள் என்ன கேட்டீர்கள்?'

'நீ இன்னமும் கற்போடுதான் இருக்கிறாயா?' என்று ஜாப்ஸ் கேட்டார். வந்தவர் முகத்தில் குழப்பம் நிலவியது – ஆகவே ஜாப்ஸ் பேச்சை மாற்றினார். 'இதுவரை எத்தனை முறை எல்எஸ்டி எடுத்திருக்கிறாய்?' ஹெர்ட்ஸ்ஃபெல்ட் நினைவுகூர்ந்தார்: 'பாவம், அந்த மனிதரின் முகம் பல சாயல்களில் சிவந்தது. ஆகவே நான் பேச்சை மாற்ற முயன்று தொழில்நுட்பம் தொடர்பான நேரடியான கேள்வியொன்று

கேட்டேன்.' ஆனால் வந்திருந்தவர் பதில் சொல்லத் தடுமாறியபடியே இருந்ததால் ஜாப்ஸ் இடைமறித்து 'விழுங்கு, விழுங்கு, விழுங்கு, விழுங்கு' என்றார். ஸ்மித்துக்கும், ஹெர்ட்ஸ்ஃபெல்டுக்கும் சிரித்துச் சிரித்து வயிறே வெடித்துவிட்டது!

'நான் உங்களுக்குப் பொருத்தமானவன் அல்ல என்று நினைக்கிறேன்' – வந்தவர் திரும்பிச் செல்ல எழுந்தவாறு பரிதாபமாய்க் கூறினார்.

இந்த விசித்திரமான சுபாவத்திற்கெல்லாம் சேர்த்து, தம் குழுவினரிடையே ஊக்கமும் உற்சாகமும் ஊட்டுவதிலும் ஜாப்ஸ் கைதேர்ந்தவர். ஒருவரைக் கிழித்தெறிந்து விட்டு, பிறகு அவர்களுக்கு உற்சாகமூட்டும் வழிகளைக் கண்டறிந்து, மகின்டாஷ் குழுவில் பங்குபெறுவது அற்புதமான அனுபவம் என்ற உணர்வை அவர்களுக்கு ஊட்டுவார். ஆறுமாதத்திற்கு ஒருமுறை அனேகமாகக் குழுவினர் எல்லோரையும் அழைத்துக் கொண்டு அருகிலுள்ள சுற்றுலா விடுதிக்கு இரண்டு நாள் ஓய்வு விடுப்பில் செல்வார்.

1982 செப்டம்பர் மாத ஓய்வு விடுப்பு மான்டெரேக்கு அருகிலுள்ள பஜாரோ ட்யூன்ஸில் நடைபெற்றது. மாக் குழுவைச் சேர்ந்த ஏறத்தாழ ஐம்பது பேர் விடுதியில் நெருப்பின் கதகதப்பில் அமர்ந்திருந்தனர். ஜாப்ஸ் அவர்களுக்கு முன்னால் ஒரு மேசை மீது அமர்ந்திருந்தார். சிறிது நேரம் மெல்லப் பேசிக் கொண்டிருந்தவர் எழுந்து சென்று ஒரு பலகையில் தமது எண்ணங்களைப் பதித்தார்.

முதலாவது, 'விட்டுக்கொடுக்காதே.' இது காலப்போக்கில் பயனுள்ளதாகவும் ஆபத்தாகவும் இருக்கக்கூடியதாக இருந்தது. அனேகமாக எல்லாத் தொழில்நுட்பக் குழுக்களுமே சில விஷயங்களை விட்டுக் கொடுத்து விற்றுவிடுவார்கள். மாக்கைப் பொறுத்தவரை ஜாப்ஸ் மற்றும் அவருடைய குழுவினரின் கைவண்ணத்தில் எவ்வளவு முடியுமோ அவ்வளவு 'கிறுக்குத்தனமான அற்புதமாக' இருக்கும் – ஆனால் இன்னும் பதினாறு மாதங்களுக்கு வெளிவராது – திட்டமிட்டதைக் காட்டிலும் மிகத் தாமதமாக. ஜாப்ஸ் குழுவினரிடம், 'திட்டமிட்டபடி பூர்த்தியாகும் தேதியை அறிவித்த நிலையில், குறைபாடுள்ள தயாரிப்பை வெளியிடுவதை விடத் தாமதமாக வெளியிடுவதே மேல்' என்றார். வேறு யாராவது திட்ட மேலாளராக இருந்தால், சில விஷயங்களை விட்டுக்கொடுத்து எப்படியாவது விற்று இலாபம் ஈட்டும் முயற்சியில் மாறுதல்கள் செய்ய முடியாத வகையில் தேதிகளை நிச்சயித்து கொண்டு விடுவார்கள். ஜாப்ஸ் அப்படியல்ல. அவர் மற்றொரு பொன்மொழியை எழுதினார்: 'வெளியிடும் வரையில் எதுவும் பூர்த்தியாவதில்லை.'

மற்றொரு சுவரொட்டியில் *(சார்ட்)* இருந்த பொன்மொழி தமக்கு மிகவும் பிடித்தமானது என்றார் அவர், பின்னர். 'பயணம்தான் பரிசு.' மாக் குழு உயர்ந்த நோக்குள்ள ஒரு சிறப்புப் படை என்று வலியுறுத்திச் சொல்ல விரும்பினார். என்றாவது ஒரு நாள் அவர்கள் எல்லோரும் தாங்கள் ஒருமித்து மேற்கொண்ட பயணத்தை எண்ணிப் பார்ப்பார்கள் – வலி மிகுந்த தருணங்களை மறந்துவிட்டு அல்லது மன்னித்துவிட்டு – அதை அவர்கள் தங்கள் வாழ்வில் மிக உன்னதமான ஒரு தருணமாகக் கருதுவார்கள்.

நிகழ்ச்சி முடிந்ததும் யாரோ கேட்டார்கள் – வாடிக்கையாளர்களுக்கு என்னவேண்டும் என்று அறியச் சந்தை ஆய்வு ஏதும் செய்ய எண்ணி யிருக்கிறாரா என்று. 'இல்லை' என்று அவர் பதிலளித்தார். 'ஏனென்றால் வாடிக்கையாளர்கள் தங்களுக்கு என்ன தேவை என்பதை நாம் அவர் களிடம் காட்டும்வரை அறிவதில்லை.' பின் ஒரு நாள்குறிப்பேடு *(டைரி)* அளவிலான சாதனத்தை வெளியே எடுத்தார். 'ஒரு கச்சிதமான சாதனத்தைக் காண விரும்புகிறீர்களா?' அதை அவர் திறந்தபோது, மடியில் வைத்துக்கொள்ளக்கூடிய அளவிலான ஒரு கணினியின் மாதிரி வடிவமாக இருந்தது. விசைப்பலகையும் *(கீபோர்ட்)* திரையும் ஒரு நோட்டுப் புத்தகம் போல இணைக்கப்பட்டிருந்தன. 'எண்பதுகளின் மத்தியிலிருந்து இறுதி வரையிலான காலத்திற்குள் நாங்கள் உருவாக்கப் போகும் சாதனம் பற்றிய என் கனவு இது' என்றார் அவர். அவர்கள் எதிர்காலத்தை உருவாக்கும் ஒரு நிறுவனத்தை நிலைநாட்டிக் கொண்டிருந்தார்கள்.

அடுத்த இரண்டு நாள்களுக்குப் பல்வேறு குழுக்களின் தலைவர்கள், புகழ்பெற்ற கணினித் தொழில்துறை ஆய்வாளர் பென் ரோஸென் ஆகியோர் தங்கள் படைப்புகளின் செயல்விளக்கங்களை வழங்கினார்கள். மாலையில் நீச்சல்குள விருந்துகள், நடனங்களுக்கென நிறைய நேரம் இருந்தது. முடிவில், வந்திருந்தோர் முன்னிலையில் ஜாப்ஸ் உரை நிகழ்த்தினார். 'ஒவ்வொரு நாளும் கடந்துசெல்லச்செல்ல, இங்கு ஐம்பது பேர் செய்யும் பணி உலகெங்கிலும் ஒரு மாபெரும் சலனத்தை ஏற்படுத்தப் போகிறது' என்றார் அவர். 'எனக்குத் தெரியும் – என்னோடு பணிபுரிவது சற்றே சிரமமான காரியம்தான். ஆனால் என் வாழ்நாளில் நான் செய்த மிக சுவாரசியமான விஷயம் இதுதான்.' பல ஆண்டுகள் கழித்து அங்குக் கூடியிருந்த பலரும் அந்தச் 'சற்றே சிரமமான காரியத்தை' எண்ணிச் சிரிக்க முடியும்; அத்துடன் அந்த மாபெரும் சலனத்தை உருவாக்கியதுதான் தங்கள் வாழ்வில் மிகப் பெரிய சுவாரசியமான விஷயம் என்று அவர் கூறியதையும் ஒத்துக்கொள்வார்கள்.

அடுத்த ஓய்வு விடுப்பு ஜனவரி 1983 இறுதியில் - லிசா வெளியான அதே மாதம். இம்முறை தொனியில் வேறுபாடு தெரிந்தது. நான்கு

மாதங்களுக்கு முன் ஜாப்ஸ் தமது சுவரொட்டியில் எழுதியிருந்தார்: 'விட்டுக் கொடுக்காதே.' இம்முறை ஒரு பொன்மொழி: '*உண்மையான கலைஞர்கள் கொண்டுசேர்க்கிறார்கள்.*' உணர்வுகள் சிதைந்தன. லிசா வெளியீட்டின் போது அட்கின்ஸன் விளம்பர நேர்காணல்களிலிருந்து விலக்கிவைக்கப்பட்டிருந்தார். அவர் ஜாப்ஸின் ஹோட்டல் அறைக்குள் புகுந்து தாம் வெளியேறப்போவதாக அச்சுறுத்தினார். ஜாப்ஸ் அவருடைய தீவிரத்தைச் சற்றுக் குறைக்க முயன்றார். ஆனால் அட்கின்ஸன் மசிவதாக இல்லை. ஜாப்ஸ் பொறுமையிழந்தார். 'இந்த விஷயத்தைக் கையாள இப்பொது எனக்கு நேரமில்லை' என்றார் அவர். 'அங்கே மகின்டாஷில் தங்களை முழுமனதாய் அர்ப்பணித்துக்கொண்டிருப்பவர்கள் அறுபது பேர் காத்திருக்கிறார்கள் – நான் வந்து கூட்டத்தைத் தொடங்கிவைப்பதற்காக.' அத்துடன் அவர் அட்கின்ஸனைக் கடந்து சென்றார் – விசுவாசிகளிடம் பேசுவதற்காக.

ஜாப்ஸ் உணர்ச்சியூட்டும் உரை நிகழ்த்தினார் – அதில் மகின்டாஷ் என்ற பெயரைப் பயன்படுத்துவது தொடர்பாக மகின்டாஸ் ஆடியோ லேப் உடனான பிரச்சினைக்குத் தீர்வு கண்டுவிட்டதாகக் கூறினார் (உண்மையில் அந்தப் பிரச்சினை குறித்த பேச்சு வார்த்தைகள் தொடர்ந்த வண்ணம் இருந்தன. ஆனால் அந்தத் தருணத்தில் அவருடைய மாயவலை கொஞ்சம் தேவைப்படத்தான் செய்தது). அவர் ஒரு குப்பி கனிமநீரை *(மினரல் வாட்டர்)* எடுத்து மேடையிலிருந்த மாதிரி வடிவத்திற்கு ஞானஸ்நானம் நடத்தினார். அங்கே அறையின் மறுமுனையில் அட்கின்ஸன் பலத்த கரவொலியைக் கேட்டவாறு வந்து ஒரு பெருமூச்சுடன் குழுவினரோடு கலந்துகொண்டார். அதைத் தொடர்ந்து நடந்த விருந்தில் அனைவரும் நீச்சல் குளத்தில் முழுகுவதும், கடற்கரையில் சொக்கப்பனை கொளுத்துவதும் – இரவு முழுதும் நீடித்த பலத்த இசையுமாக அமர்க்களப்பட்டது – கார்மெலில் இருந்த லா ப்ளாயா என்ற அந்த ஹோட்டல் அவர்களிடம் 'இனி ஒருபோதும் திரும்பி வரவேண்டாம்' என்று கேட்டுக்கொள்ளும் அளவிற்கு.

ஜாப்ஸின் மற்றொரு பொன்மொழி: 'கப்பற்படையில் சேர்ந்து கொள்வதைவிட, கடற்கொள்ளைக்காரனாக இருப்பதே மேல்.' தம் குழுவினர் கலகக்காரர்களாக இருக்க வேண்டும் – தங்கள் பணி பற்றிப் பெருமிதம் கொள்பவர்களாக, அதேசமயம் மற்றவர்களை வேலை வாங்குபவர்களாக இருக்கவேண்டும் என்று விரும்பினார். சூசன் கரே சொன்னது போல 'அவர் கூறியதன் அர்த்தம், நம் குழுவினரிடையே வழக்கத்துக்கு விரோதமான கொள்கை உணர்வு நிலவ வேண்டும். நாம் வேகமாக நகர முடியும்; நம்மால் வேலை செய்து முடிக்க இயலும்.' சில வாரங்களில் வரவிருந்த ஜாப்ஸின் பிறந்தநாளைக் கொண்டாட, குழுவினர் ஆப்பிள் தலைமையகத்திற்குச் செல்லும் சாலையில் உள்ள

ஒரு அறிவிப்புப் பலகைக்குக் கட்டணம் செலுத்தினர். அதில் கண்ட வாசகம்: 'ஸ்டீவ், உங்கள் 28க்கு எங்கள் வாழ்த்துகள். பயணம்தான் பரிசு – இப்படிக்கு, கடல் கொள்ளைக்காரர்கள்.'

மாக் குழுவின் நிரலாக்க வல்லுநர்களில் ஒருவரான ஸ்டீவ் காப்ஸ் இந்தப் புதிய உத்வேகத்தை ஒரு ஜாலி ரோஜர்[1] கொடியேற்றத்தோடு கொண்டாட வேண்டும் என்று தீர்மானித்தார். அவர் ஒரு துண்டு கறுப்புத் துணியைக் கிழித்து கரேயிடம் ஒரு மண்டையோடும் குறுக் கெலும்புகளும் வரையச் சொன்னார். அவர் மண்டையோட்டின் கண் ஒட்டுத் துணிக்கு மேல் ஆப்பிள் நிறுவனத்தின் சின்னத்தை வரைந்தார். ஒரு ஞாயிறு நள்ளிரவில் காப்ஸ் அவர்களுடைய புதிய பான்ட்லி 3 கட்டடத்தின் கூரைமீது ஏறி கட்டுமானப் பணியாளர்கள் விட்டுச் சென்றிருந்த சாரக் கம்பத்தில் கொடிநாட்டினார். அது சில வாரங்களுக்குப் பெருமையாய் அசைந்தது – லிசா குழுவினர் நள்ளிரவில் அதைக் களவாடிப் பதிலுக்குத் தங்கள் மாக் போட்டியாளர்களிடம் பணம் கேட்டு மிரட்டல் கடிதம் எழுதும் வரை. காப்ஸ் ஒரு படையோடு சென்று லிசா குழுவினருக்காக அதனைக் காவல்காத்துக் கொண்டிருந்த ஒரு செயலாளரோடு மல்யுத்தம் செய்து பறித்தெடுத்துக் கொண்டு வந்தார். ஆப்பிளில் மேற்பார்வையிடும் மூத்தவர்கள் ஜாப்ஸின் ஆர்வம் சற்றுக் கைமீறிப் போகிறதோ என்று கவலைகொண்டனர். 'அந்தக் கொடியைப் பறக்கவிட்டது உண்மையிலேயே முட்டாள்தனம்' என்றார் ஆர்தர் ராக். 'நிறுவனத்தில் உள்ள மற்றவர்களெல்லாம் ஒன்றுக்கும் உதவாதவர்கள் என்று சொல்வது போலிருந்தது.' ஆனால் ஜாப்ஸுக்கு அது மிகவும் பிடித்திருந்தது. மேலும் மாக் திட்டம் முடிவுக்கு வரும்வரை அது பெருமையோடு பறப்பதை அவர் உறுதி செய்தார். 'நாங்கள் வழக்கத்துக்கு விரோதமான கொள்கை உணர்வு கொண்டவர்களாக இருந்தோம். எல்லோருக்கும் அது தெரிந்திருக்க வேண்டும் என்று விரும்பினோம்' என்றார் அவர்.

மாக் குழுவின் அனுபவசாலிகள் ஜாப்ஸிற்குத் தங்களால் ஈடுகொடுக்க முடியும் என்று தெரிந்துகொண்டனர். தாங்கள் தெரிந்து பேசுவதாக இருந்தால், அவர் தங்களுடைய எதிர்ப்பைப் பொறுத்துக்கொள்வது மட்டுமின்றி, பாராட்டவும் செய்வார். *1983*க்குள் அவருடைய மாயவலைக்கு நன்கு பரிச்சயமானவர்கள் மேலும் ஒரு விஷயத்தைக்

[1] கடல் கொள்ளைக்காரர்களின் கப்பலை அடையாளம் காட்டுவதற்காகப் பறக்க விடப்படும் பல்வேறு கொடிவகைகளில் ஒன்று. கறுப்புப் பின்னணியில் மனித மண்டையோடும், அதன் கீழே 'X' வடிவத்தில் இரு தொடை எலும்புகளும் வெள்ளை நிறத்தில் வரையப்பட்டிருக்கும். (மொ-ர்)

கண்டறிந்தனர். தேவைப்பட்டால் அவர் சொன்னதைக் கண்டு கொள்ளாமல் விட்டுவிடலாம். அப்படி அவர்கள் செய்தால், அவர் களுடைய குறுக்குபுத்தியையும் அதிகாரத்தை அலட்சியம் செய்யும் போக்கையும் பாராட்டுவார். அவர் உண்மையிலேயே செய்ததும் அப்படித்தான்.

இதுவரை இருந்தவற்றுள் இதற்கு மிக முக்கிய உதாரணமாக விளங்கியது மகின்டாஷுக்கான வட்டு இயக்ககம் (*டிஸ்க் ட்ரைவ்*) தேர்வு தான். ஆப்பிள் நிறுவனத்தில் தகவல் பதிவுச் சாதனங்கள் தயாரிப்பதற் கென்று சிறப்புப் பிரிவொன்று இருந்தது. அங்கு தயாரிக்கப்பட்ட வட்டு இயக்ககம் ட்விக்கி என்று பெயர் சூட்டப்பட்டிருந்தது – அதன் மூலம் ஐந்தேகால் அங்குல நெகிழ்வட்டுகளில் (வயதான வாசகர்களுக்கு ட்விக்கியின் மாதிரி வடிவம் நினைவிருக்கலாம்) எழுதவும் படிக்கவும் முடியும். லிசா வெளியீட்டுக்குத் தயாரானது – *1983* வசந்தகாலத்தில். அதற்குள் ட்விக்கியில் பிரச்சினை இருப்பது தெளிவானது. லிசா வன்வட்டு இயக்ககத்துடன் (*ஹார்ட் டிஸ்க் ட்ரைவ்*) வெளிவந்ததால் முழுத் தோல்வி என்று சொல்லிவிட முடியாது. ஆனால் மாக்கிற்கென்று ஒரு வன்வட்டு (*ஹார்ட் டிஸ்க்*) இல்லை – ஆதலால் அதற்குப் பிரச்சினை முளைத்தது. ‘மாக் குழு பதற்றமடையத் தொடங்கியது’ என்றார் ஹெர்ட்ஸ்ஃபெல்ட். ‘நாங்கள் ஓர் ஒற்றை ட்விக்கி இயக்ககத்தைப் (ட்ரைவ்) பயன்படுத்திவந்தோம். ஆனால் எங்களுக்கு ஆதரவளிக்க ஒரு வன்வட்டு இல்லை.’

1983 ஜனவரி ஓய்வு விடுப்பின்போது குழுவினர் இந்தப் பிரச்சினை யைக் கலந்தாலோசித்தனர். டெபி கோல்மன் ட்விக்கியின் தோல்வி விகிதம் பற்றிய விவரங்களை ஜாப்ஸுக்குத் தொகுத்தளித்தார். சில நாள்களுக்குப் பின் அவர் ஸான் ஹொஸேயிலுள்ள ஆப்பிள் தொழிற் சாலைக்குச் சென்று ட்விக்கியின் தயாரிப்பைப் பார்வையிட்டார். பாதிக்குமேல் நிராகரிக்கப்பட்டிருந்தன. ஜாப்ஸ் பொங்கியெழுந்தார். முகம் சிவக்க, அங்குமிங்கும் நடந்தபடி உரக்கக் கத்தி, ஊழியர்கள் அனைவரையும் பணிநீக்கம் செய்வதுபற்றி இடையிடையே கூறியவாறு இருந்தார். ஆனால் மாக் பொறியியல் குழுவின் தலைவர் பாப் பெல்லெவில் மெதுவாக அவரைக் கார்கள் நிறுத்துமிடத்திற்கு அழைத்துச் சென்றார் – காலார நடந்தவாறே மாற்று வழிகளை யோசிப்பதற்காக.

பெல்லெவில் ஆராய்ந்துவந்த ஒரு சாத்தியக்கூறு இதுதான் – சோனி தயாரித்திருந்த புதிய 3½ அங்குல வட்டு இயக்ககத்தைப் (*டிஸ்க் ட்ரைவ்*) பயன்படுத்துவது. அந்த வட்டு (*டிஸ்க்*) மேலும் கெட்டியான பிளாஸ்டிக்கில் பொதியப்பட்டு, சட்டைப்பைக்குள் வைத்துக் கொள்ளும் அளவில் இருந்தது. மற்றொரு வழி, சோனியின் 3½ அங்குல

வட்டு இயக்ககம் *(டிஸ்க் ட்ரைவ்)* போலவே அதனைக் காட்டிலும் சிறிய ஜப்பானிய வழங்குநரான ஆல்ப்ஸ் எலெக்ட்ரானிக் கம்பெனியைக் கொண்டு தயாரிக்கச் சொல்வது – அந்த நிறுவனம் ஆப்பிள் IIக்கு வட்டு இயக்ககங்களை *(டிஸ்க் ட்ரைவ்)* வழங்கிவந்தது. ஆல்ப்ஸ் ஏற்கனவே அந்தத் தொழில் நுட்பத்திற்கான உரிமத்தை சோனி நிறுவனத்திடமிருந்து பெற்றிருந்தது. ஆகையால் குறித்த நேரத்தில் தங்களுடைய மாற்று வடிவத்தைத் தயாரிக்க முடிந்தால் செலவும் மிகமிகக் குறைவாகவே இருக்கும்.

ஜாப்ஸும் பெல்லெவில்லும் ஆப்பிளின் நீண்டகால ஊழியர் ராட் ஹோல்ட்டுடன் (ஆப்பிள் IIஇன் முதல் மின்னூட்டுக்காக ஜாப்ஸ நியமித்தவர்) ஜப்பானுக்குப் பறந்தார்கள் - என்ன செய்யலாம் என்று கண்டறிய. தோக்யோவிலிருந்து புல்லட் இரயிலில் ஏறி ஆல்ப்ஸ் நிறுவனம் நோக்கிப் பயணமானார்கள். அங்குள்ள பொறியியல் வல்லுநர்களிடம் செயல்படும் வகையிலான ஒரு வடிவம்கூட இல்லை – கச்சிதமற்ற ஒரு மாதிரி வடிவம் மட்டுமே இருந்தது. ஜாப்ஸ் அது நன்றாக இருப்பதாய் நினைத்தார் – ஆனால் பெல்லெவில் திகைத்துப் போனார். ஓராண்டு காலத்திற்குள் ஆல்ப்ஸ் மாக்கிற்காக ஒன்றைத் தயாரிப்பதற்கு எந்த வழியும் இருப்பதாக அவருக்குத் தெரியவில்லை.

மற்ற ஜப்பானிய நிறுவனங்களை அவர்கள் காணச்சென்றபோது ஜாப்ஸ் மிக மோசமாக நடந்துகொண்டார். கறுப்பு சூட் அணிந்திருந்த ஜப்பானிய மேலாளர்களுடனான சந்திப்புகளுக்கு ஜீன்ஸும் ஸ்நீக்கர் களும் அணிந்து சென்றார். அவர்கள் முறைப்படி பரிசளித்த பொருட் களை அங்கேயே வைத்துவிட்டு வந்தார்; பதிலுக்குப் பரிசுகள் தரவு மில்லை. பொறியியல் வல்லுநர்கள் வரிசையாக நின்று பணிவுடன் குனிந்து வணக்கம் தெரிவித்து தங்கள் தயாரிப்புகளை அவருடைய பார்வைக்கு வைத்தனர். அவரோ அவர்களை முறைத்தார். அவருக்கு அந்தச் சாதனங்கள் மீதும் அவர்களுடைய சம்பிரதாயங்கள் மீதும் வெறுப்பாக இருந்தது. ஒரு முறை 'இதை ஏன் எனக்குக் காட்டுகிறீர்கள்?' என்று நொடித்தார். 'இது ஒன்றுக்கும் உதவாது! இதை விடச் சிறந்த வட்டு இயக்ககத்தை *(டிஸ்க் ட்ரைவ்)* யார் வேண்டுமானாலும் தயாரிக்க முடியும் !' அவருடைய வரவேற்பாளர்கள் பலரும் திகைத்துப் போயினர்; சிலர் குழம்பினர். அவருடைய விசித்திர பாணி, முரட்டு குணம் ஆகியவை பற்றியெல்லாம் அவர்கள் கேள்விப்பட்டிருந்தனர்; இப்போது அதை முழுவீச்சில் கண்டனர்.

கடைசியாக சோனி தொழிற்சாலைக்குச் சென்றனர் – அது தோக்யோவின் இடுங்கிய புறநகர்ப் பகுதியில் இருந்தது. ஜாப்ஸுக்கு அது அலங்கோலமாக, எடுப்பற்றதாகத் தெரிந்தது. பெரும்பாலான

பணிகள் கைகளாலேயே செய்யப்பட்டன. அவர் அதை வெறுத்தார். ஹோட்டலுக்குத் திரும்பியதும் பெல்லெவில் சோனி வட்டு இயக்ககத்தையே (டிஸ்க் ட்ரைவ்) வாங்கிவிடலாம் என்று வாதிட்டார். அது பயன்படுத்தத் தயாராக இருந்தது. ஜாப்ஸ் ஒத்துக்கொள்ள வில்லை. ஆல்ப்ஸுடன் இணைந்து தங்களுக்கென ஓர் இயக்ககத்தை வடிவமைத்துக் கொள்ளலாமென்று கூறி, சோனியுடனான எல்லா வேலைகளையும் நிறுத்திவிடும்படி பெல்லெவில்லுக்கு உத்தரவிட்டார்.

பெல்லெவில் ஜாப்ஸ் கூறியதில் ஒரு பகுதியைக் கண்டுகொள்ளாமல் விட்டுவிடுவது என முடிவு செய்தார். சோனியின் செயல்நிர்வாகியை அழைத்து மகின்டாஷில் பயன்படுத்தக் கூடிய வகையில் வட்டு இயக்ககம் தயாரிக்கும்படி கூறினார். ஒருவேளை ஆல்ப்ஸ் குறித்த காலத்தில் பணியை முடிக்கவில்லை என்னும் பட்சத்தில் ஆப்பிள் சோனியிடம்தான் வரும். ஆகவே சோனி தங்கள் வட்டு இயக்ககத்தைத் தயாரித்த ஹிதெதொஷி கொமொதொ என்ற பொறியியல் வல்லுநரை அனுப்பி வைத்தது – அவர் பார்ட்யூ பல்கலைக்கழகப் பட்டதாரி; நல்லவேளையாக இந்த அசாத்தியப் பணியை அவர் ஒரு நகைச்சுவை உணர்வோடு ஏற்றுக்கொண்டார்.

மாக் பொறியியல் குழுவினரைக் காண ஜாப்ஸ் தமது அலுவலகத்தி லிருந்து வரும்பொழுதெல்லாம் - ஏறத்தாழ தினமும் மதியவேளை களில் – அவர்கள் கொமொதொ ஒளிந்துகொள்ள அவசரமாக இங்கும் அங்கும் இடம் தேடுவார்கள். ஒரு நாள் க்யூபர்டினோவிலுள்ள ஒரு பத்திரிகைக் கடையில் ஜாப்ஸ் அவரைப் பார்த்தேவிட்டார் – அடை யாளமும் தெரிந்துகொண்டார். ஆனால் சந்தேகம் எதுவும் எழவில்லை. ஜாப்ஸின் மிகவும் சமீபத்திய வரவு அவர் எதிர்பாராமல் மாக் பணி யறைக்குள் நுழைந்ததுதான். அப்போது கொமொதொ ஒரு தடுப்பறை யில் அமர்ந்திருந்தார். மாக் பொறியியல் வல்லுநர் ஒருவர் அவரை அப்படியே கவ்வி இழுத்து துப்புரவுச் சாமான்கள் வைக்கும் ஓர் அறை யைச் சுட்டிக் காட்டினார். 'சீக்கிரம்! இங்கே ஒளிந்துகொள்ளுங்கள்! தயவுசெய்து! இப்போதே!' கொமொதொ சற்று குழப்பமடைந்ததாக ஹெர்ட்ஸ்ஃபெல்ட் நினைவுகூர்ந்தார். ஆனால் குதித்தோடிச் சென்று சொன்னவாறே செய்தார். அங்கேயே ஐந்து நிமிடங்களுக்கு அவர் தங்கியிருக்கவேண்டியிருந்தது – ஜாப்ஸ் திரும்பிச் செல்லும்வரை. மாக் பொறியியல் வல்லுநர்கள் மன்னிப்புக் கேட்டார்கள். 'பரவாயில்லை' என்று அவர் பதிலளித்தார். 'ஆனால் அமெரிக்கத் தொழில்வழக்கங்கள் மிக விசித்திரமாக இருக்கின்றன, மிகவும் விசித்திரமாக.'

பெல்லெவில்லின் ஊகம் மிகச் சரியாக இருந்தது. 1983 மே மாதத்தில் சோனி இயக்ககம் (ட்ரைவ்) போல மாற்று வடிவம் தயாரிக்க இன்னும் பதினெட்டு மாதங்களாவது ஆகும் என்று ஆல்ப்ஸ் ஒத்துக்கொண்டது.

பஜாரோ ட்யூன்சில் நடந்த ஒரு ஓய்வுவிடுப்பின்போது ஜாப்ஸ் என்ன செய்யப் போகிறார் என்று கேட்டு மார்க்குலா வறுத்தெடுத்தார். முடிவாக பெல்லெவில் இடைமறித்து ஆல்ப்ஸ் ட்ரைவிற்கு (இயக்ககத் திற்கு) பதிலாக மற்றொன்றை விரைவிலேயே தாம் தயாரிக்கக்கூடும் என்று கூறினார். ஒரு நிமிடம் ஜாப்ஸ் சற்றே குழம்பியதுபோல் தோன்றினார் – உடனே அவருக்கு எல்லாம் தெளிவாகப் புரிந்துவிட்டது – சோனியின் மேல்நிலை வடிவமைப்பாளரைக் க்யூபர்டினோவில் கண்டதன் காரணம். 'அடப்பாவி!' என்று ஜாப்ஸ் கத்தினார். ஆனால் அது கோபத்தில் அல்ல – அவர் முகம் முழுக்கச் சிரிப்பாக இருந்தது. பெல்லெவில்லும் மற்ற பொறியியல் வல்லுநர்களும் தம் முதுகுக்குப் பின்னால் செய்த காரியம் புரிந்ததும், 'ஸ்டீவ் தமது கர்வத்தை விழுங்கி, தாம் சொன்னதை அலட்சியப்படுத்திச் சரியான காரியத்தைச் செய்த தற்காக நன்றி கூறினார்' என்றார் ஹெர்ட்ஸ்ஃபெல்ட். அவர்களுடைய நிலையில் அவர் இருந்திருந்தாலும் இதைத்தானே செய்திருப்பார்!

இயல் பதிநான்கு

ஸ்கல்லியின் வருகை

பெப்ஸி சவால்

ஸ்கல்லியுடன், 1984

காதல் உறவு

ஆப்பிளின் தலைவராக வேண்டும் என்று மைக் மார்க்குலா ஒருபோதும் விரும்பியதில்லை. தமது புதிய வீடுகளை வடிவமைக்கவும் சொந்த விமானத்தை ஓட்டவும், பங்குகளில் புரளவும்தான் விரும்பினார். மாறாக, முரண்பாடுகளுக்கு மத்தியஸ்தம் செய்வதிலோ, உயர்மட்ட அகம்பாவங்களைச் சீரமைப்பதிலோ அவருக்குத் துளியும் ஆர்வ மில்லை. அவர் மிகுந்த தயக்கத்துடன்தான் அந்தப் பொறுப்பை ஏற்றுக் கொண்டார் - மைக் ஸ்காட்டை விலக்கவேண்டிய நிர்ப்பந்தச்சூழல்

ஏற்பட்டதைத் தொடர்ந்து. தமது மனைவியிடம் இது தற்காலிகமான ஏற்பாடுதான் என்று உறுதியளித்தார். 1982 இறுதியில், ஏறத்தாழ இரண்டு ஆண்டுகள் பூர்த்தியாகிய நிலையில், அவருடைய மனைவி உடனடியாக அவருக்குப் பதிலாக ஒருவரைக் கண்டுபிடிக்குமாறு கட்டளை பிறப்பித்தார்.

நிறுவனத்தை ஏற்று நடத்தத் தாம் இன்னும் தயாராகவில்லை என்பது ஜாப்ஸுக்குத் தெரியும். என்றாலும் உள்ளுக்குள் ஒரு சிறு ஆசை இருக்கத்தான் செய்தது-முயற்சி செய்து பார்க்கலாமே என்று. திமிர் இருந்தாலும் அதே சமயம் தன்னுணர்வும் இருந்தது. மர்க்குலா ஒப்புக்கொண்டார் – ஜாப்ஸ் ஆப்பிளின் தலைவர் ஆவதற்கு இன்னமும் சற்று பக்குவப்படவேண்டும். ஆதலால் அவர்கள் வெளியிலிருந்து யாராவது ஒருவரைத் தேர்ந்தெடுக்க முடிவுசெய்து அதற்கான தேடுதலில் இறங்கினார்கள்.

அவர்கள் மிகவும் விரும்பித் தேர்ந்தெடுத்தது டான் எஸ்ட்ரிட்ஜ் – இவர் ஐபிஎம்மின் தனியர்க் கணினி *(பீசி)* பிரிவைத் தொடக்கத்திலிருந்து வளர்த்து வந்து, ஜாப்ஸும் அவருடைய குழுவினரும் ஒத்துக்கொள்ள வில்லை என்றாலும் தற்போது ஆப்பிளைவிட அதிமாக விற்பனை யாகும் ஒரு தனியர்க் கணினியை வெளியிட்டவர். எஸ்ட்ரிட்ஜ் தமது பிரிவை, ஃபுளோரிடாவின் பொக்கா ராட்டனில் அமைத் திருந்தார் – நியூ யார்க்கின் ஆர்மாங்கில், நிறுவன மேலாண்மையிலிருந்து பாதுகாப்பான தொலைவில். ஜாப்ஸ் போலவே, அவரும் உந்துதலும் ஊக்கமும் உள்ளவர். ஆனால் தமக்கு வந்த அற்புதமான யோசனை களைக்கூடத் தங்கள் சொந்த யோசனைகளாய் மற்றவர்கள் எண்ணிக் கொள்ளச் செய்யும் திறமை பெற்றவர். ஜாப்ஸ் பொக்கா ராட்ட னுக்குப் பறந்தார் – ஒரு மில்லியன் டாலர் மாதச் சம்பளம் மற்றும் பொறுப்பேற்றுக்கொள்வதற்கான மிகையூதியமாக (போனஸ்) ஒரு மில்லியன் டாலர் என்ற வாய்ப்புடன். ஆனால் எஸ்ட்ரிட்ஜ் ஒப்புக் கொள்ளவில்லை. எதிரியுடன் சேர்ந்துகொள்வதற்காகத் தன் கப்பலை விட்டுப் பாயும் ஒருவரல்ல அவர். அதுமட்டுமன்றி, தம் நிறுவனத்தின் ஒரு பங்காக இருக்கவே அவர் விரும்பினார். கப்பற்படையில் ஒரு அங்க மாக: கடல்கொள்ளைக்காரராக அல்ல. தொலைபேசி நிறுவனத்தை ஜாப்ஸ் ஏமாற்றிய கதைகளைக் கேள்வியுற்று அவர் சற்று அசௌகரிய மாக உணர்ந்திருந்தார். எங்கு பணியாற்றுகிறீர்கள் என்று கேட்டால், 'ஐபிஎம்' என்று பதிலளிக்கவே அவர் விரும்பினார்.

ஆகவே ஜாப்ஸும் மர்க்குலாவும் நிறுவனங்களுக்கான ஊழியர் களைத் தேர்வு செய்வதில் கைதேர்ந்தவரான ஜெர்ரி ரோஷேயை தகுதியுள்ள வேறு ஒருவரைத் தேர்ந்தெடுக்க அமர்த்தினர். தொழில் நுட்பச் செயல் அதிகாரிகள்மீது கவனம் செலுத்தவேண்டாம் என

அவர்கள் முடிவு செய்தனர். அவர்களுக்குத் தேவை விளம்பர உத்தி களை நன்கு அறிந்த, பயனீட்டாளர்களிடையே தயாரிப்புகளைப் பிரபலப்படுத்துவதில் கைதேர்ந்த, பங்குச்சந்தையில் விளையாடத் தகுந்த நிறுவன அந்தஸ்து உள்ள ஒருவர். ரோஷேயின் பார்வையில் பட்டவர் ஜான் ஸ்கல்லி - பெப்ஸிகோவின் பெப்ஸி-கோலா பிரிவின் தலைவர். வாடிக்கையாளர்களிடையே பெப்ஸி சேலஞ் (பெப்ஸி சவால்) பிரச்சாரத்தின் மூலம் தயாரிப்புகளைப் பிரபலப்படுத்துவதில் மிகவும் புகழ்பெற்றவர். ஜாப்ஸ் ஸ்டான்ஃபோர்ட் பல்கலைக்கழகத்தில் வணிகம் பயிலும் மாணவர்களுக்கு உரையாற்றச் சென்றிருந்தபோது அதற்குமுன் ஒருமுறை அவர்களிடம் பேசிய ஜான் ஸ்கல்லியைப் பற்றி நல்ல விஷயங்களைக் கேள்விப்பட்டிருந்தார். ஆகையால் அவரைச் சந்திப்பதில் தாம் மகிழ்ச்சியடைவதாக ரோஷேயிடம் கூறினார்.

ஸ்கல்லியின் பின்னணி ஜாப்ஸின் பின்னணிக்கு முற்றிலும் மாறானது. அவருடைய தாய் மேல் கிழக்கு மன்ஹட்டனில் ஒரு கௌரவமிக்க விடுதி மேற்பார்வையாளராக இருந்தார். வெளியே செல்லும்பொழுது வெள்ளைக் கையுறைகள் அணிந்துகொள்வார். அவருடைய தந்தை வால் ஸ்ட்ரீட் வழக்கறிஞர். ஸ்கல்லி 'புனித மார்க்ஸ்' *(செயின்ட் மார்க்ஸ்)* பள்ளிக்கு அனுப்பிவைக்கப்பட்டார். அதன்பின் ப்ரௌனில் இளங்கலைப் பட்டப்படிப்பை முடித்துவிட்டு வார்ட்டனில் வணிகப் படிப்பில் பட்டம் பெற்றார். அவர் பெப்ஸிகோவில் சிறு பதவியில் தொடங்கி தமது புதுமையான விளம்பர உத்திகளைக் கொண்டு படிப்படியாக மேல்நிலைக்கு முன்னேறியவர். பொருட்களின் தயாரிப் பிலும் தகவல் தொழில்நுட்பத்திலும் அவ்வளவாக ஆர்வமில்லாதவர்.

ஸ்கல்லி தமது முந்தைய திருமணத்தில் பிறந்த இரு குழந்தைகளுடன் கிறிஸ்துமஸ் கொண்டாடுவதற்காக லாஸ் ஆஞ்சலெஸுக்குப் பறந்தார். அவர்களை அழைத்துக்கொண்டு கணினி அங்காடி ஒன்றுக்குச் சென்றார். அப்போது பொருட்கள் எவ்வளவு மோசமாக விளம்பரம் செய்யப் படுகின்றன என்பதை உற்றுக் கவனித்தார். ஏன் அதில் இவ்வளவு ஆர்வம் காட்டுகிறார் என்று குழந்தைகள் கேட்டபோது ஸ்டீவ் ஜாப்ஸைச் சந்திக்க க்யூபர்டினோ செல்ல இருப்பதாகக் கூறினார். அவர்கள் அசந்து போனார்கள். அவர்கள் பிரபல திரைப்பட நட்சத்திரங் களுக்கு மத்தியில் வளர்ந்திருந்தார்கள். ஆனால் அவர்களைப் பொறுத்த வரை ஜாப்ஸ் உண்மையிலேயே புகழ்பெற்றவர். இதன் காரணமாக ஜாப்ஸின் மேலதிகாரியாகப் பொறுப்பேற்பது பற்றி ஸ்கல்லி மேலும் தீவிரமாகச் சிந்திக்கத் தொடங்கினார்.

ஆப்பிள் தலைமையகத்தை வந்தடைந்ததும் மிக இயல்பாக இருந்த சூழலைக் கண்டு சற்று அசந்துபோனார். 'ஏறத்தாழ எல்லோருமே பெப்ஸிகோ பராமரிப்பாளர்களைக் காட்டிலும் சம்பிரதாயம்

குறைவான உடைகளையே உடுத்தியிருந்தனர்' என்று அவர் குறிப்பிட்டார். நண்பகல் உணவின்போது ஜாப்ஸ் தமது சாலட்டை (காய்கனித் துண்டுகளின் கலவை) அமைதியாக ருசித்துக்கொண்டிருந்தார். ஆனால் பொதுவாக எல்லா செயலர்களுமே கணினிகளின் விலையை ஒப்பிடுகையில் தொல்லைகள் அதிகம் என்று கருதுவதாக ஸ்கல்லி குறிப்பிட்டபோது ஜாப்ஸ் சட்டென்று குரலை ஆர்வமாக்கி, 'மக்கள் கணினியைப் பயன்படுத்தும் முறையை மாற்ற விரும்புகிறோம்' என்றார்.

விமானத்தில் திரும்பி வருகையில் ஸ்கல்லி தமது எண்ணங்களுக்கு ஒரு வடிவம் தந்தார். அதன் பலனாக, பயனீட்டாளர்கள், வணிக அதிகாரிகள் ஆகியோர் மத்தியில் கணினியைப் பிரபலப்படுத்துவது எப்படி என்பது பற்றி எட்டு பக்கச் செயற்குறிப்பு *(மெமோ)* ஒன்று தயாரானது. ஆங்காங்கே இரண்டாமாண்டு மாணவர் எழுதியதுபோல இருந்தது – அடிக்கோடிட்ட சொற்றொடர்கள், வரைபடங்கள், பெட்டிகள் என – ஆனால் சோடாவைவிடச் சுவாரசியமான ஒரு தயாரிப்பை விற்பனை செய்வதற்கான வழிகளைக் கண்டறிவதில் அவருக்குள் முளைத்தெழுந்த புதிய ஆர்வத்தை அது தெளிவாகக் காட்டியது. அவருடைய பரிந்துரைகள்: 'அவர்களுடைய வாழ்விற்கு ஆப்பிள் மேலும் வளம் சேர்க்கும் என்று பயனீட்டாளர்களுக்குக் கவர்ச்சியாய்ச் சொல்லக்கூடிய பொருட்களில் முதலீடு செய்யுங்கள்!' அவருக்கு பெப்ஸியை விட்டுச்செல்ல இப்பொழுது மனமில்லை என்றாலும் ஜாப்ஸ் அவரை மிகவும் கவர்ந்திழுத்தார். 'அந்த இளம், மூர்க்கத்தனம் நிரம்பிய மேதையிடம் என் மனம் பறிபோனது. அவரை மேலும் நன்றாகப் புரிந்துகொள்வது சுவாரசியமாக இருக்கும் என்று எண்ணினேன்' என்று ஸ்கல்லி நினைவுகூர்ந்தார்.

ஆக, 1983 ஜனவரியில் கார்லைல் ஹோட்டலில் லிசாவின் அறிமுக விழா நடந்தபோது நியூ யார்க்கிற்கு வந்திருந்த ஜாப்ஸை மீண்டும் ஒருமுறை சந்திக்க ஸ்கல்லி ஒப்புக்கொண்டார். நாள் முழுதும் நடந்த பத்திரிகையாளர் பேட்டிகளைத் தொடர்ந்து, தங்கள் அறைக்குள் பிரவேசித்த புதிய மனிதரை ஆப்பிள் குழு ஆச்சரியமாய்ப் பார்த்தது. ஜாப்ஸ் தமது டையைச் (கழுத்துக் கச்சையைச்) சற்றுத் தளர்த்திக் கொண்டு ஸ்கல்லியை பெப்ஸியின் தலைவர் என்றும் ஆப்பிளின் மிகப் பெரிய அளவில் வாடிக்கையாளராக வர இருப்பவர் என்றும் அறிமுகம் செய்துவைத்தார். ஜான் கௌச் லிசாவின் செயல்விளக்கம் அளித்த போது, ஜாப்ஸ் அவ்வப்போது உற்சாகத்துடன் விமர்சித்தார் - தமக்கு மிகவும் பிடித்தமான 'புரட்சிகரமானது' 'அசாத்தியமானது' என்ற வார்த்தைகளை ஆங்காங்கே தெளித்தபடி. மனிதர்களுக்கும் கணினிகளுக்கும் இடையிலான பரஸ்பர உறவின் தன்மையை அது மேலும் சிறப்பாக்கும் என்று கூறினார்.

அங்கிருந்து அவர்கள் நேராக ஃபோர் ஸீஸன்ஸ் உணவு விடுதி நோக்கிச் சென்றனர். அந்தஸ்தும் அதிகாரமும் அங்கே நிரந்தரமாய்க் குடிகொண்டிருந்தன. ஜாப்ஸ் பிரத்யேகமாய்த் தயாரிக்கப்பட்ட பால் பொருட்கள் விலக்கிய சைவ உணவைச் சுவைத்துக்கொண்டிருக்க, ஸ்கல்லி பெப்ஸியின் விளம்பர உத்திகளின் வெற்றிகளை விவரித்தார். பெப்ஸி தலைமுறை என்ற அவருடைய விளம்பரம் ஒரு தயாரிப்பை மட்டுமன்றி ஒரு வாழ்க்கை முறை மற்றும் நம்பிக்கைமிகுந்த நோக்கையே அறிமுகப்படுத்தியது. 'ஒரு ஆப்பிள் தலைமுறையை உருவாக்க இப்போது வாய்ப்புக் கிட்டியிருப்பதாக எண்ணுகிறேன்' என்று ஜாப்ஸ் உற்சாகமாய் ஒத்துக்கொண்டார். பெப்ஸி சவால் அதற்கு நேர்மாறானது. அது தயாரிப்பில் மட்டுமே கவனம் செலுத்தியது - விளம்பர நிகழ்ச்சிகள், மக்கள் தொடர்பு அனைத்தும் பரபரப்பூட்டு வதற்குப் பயன்பட்டன. ஒரு புதிய தயாரிப்பின் அறிமுகத்தை நாடு தழுவிய பரபரப்பாக ஆக்குவதுதான் இந்தத் தருணத்தில் தாமும் ரெஜிஸ் மெக்கென்னாவும் ஆப்பிளில் செய்ய விரும்புவது என ஜாப்ஸ் உணர்ந்துகொண்டார்.

அவர்களுடைய உரையாடல் முடிவுபெற்றபோது ஏறத்தாழ நள்ளிரவாகியிருந்தது. 'என் வாழ்நாளிலேயே மிகவும் பூரிப்பான மாலைநேரங்களில் இதுவும் ஒன்று' என்று ஸ்கல்லி கார்லைல் வரை உடன் நடந்து வர, ஜாப்ஸ் கூறினார். 'எனக்கு எவ்வளவு உற்சாகமாக இருந்தது என்பதை உங்களுக்குச் சொல்லக்கூட முடியவில்லை.' கிரீன்விச் க்னெக்டிக்கட்டில் உள்ள தமது வீட்டை அடைந்தபின், அன்றிரவு ஸ்கல்லிக்கு உறக்கமே வரவில்லை. குளிர்பானப் புட்டி தயாரிப்பாளர் களோடு பேரம் பேசுவதைவிட ஜாப்ஸுடன் பழகுவது மிகவும் சுவாரசிய மாக இருந்தது. 'அது எனக்குக் கிளர்ச்சியூட்டியது. புதிய யோசனை களை வடிவமைக்க வேண்டும் என்ற என் நீண்ட நாள் ஆசையைத் தூண்டியது' என்று அவர் பின்னர் கூறினார். அடுத்த நாள் காலை ரோஷே ஸ்கல்லியை அழைத்தார். 'நீங்கள் இருவரும் நேற்றிரவு என்ன செய்தீர்களோ, எனக்குத் தெரியவில்லை.. ஆனால் ஸ்டீவ் ஜாப்ஸ் மிகவும் பூரித்துப் போயிருக்கிறார் என்று தெரிகிறது' என்றார் அவர்.

ஆக, அவர்களுடைய காதல் உறவு தொடர்ந்தது. ஸ்கல்லி கண்ணாமூச்சி விளையாடினார். ஆனால் அவரை ஈர்ப்பது அவ்வளவு கடினமாக இருக்கவில்லை. ஜாப்ஸ் கிழக்குப்புறமாக ஒரு சந்திப்புக்காக விமானம் மூலம் சென்றார் – அது பிப்ரவரி மாதத்தின் ஒரு சனிக்கிழமை. அங்கிருந்து லிமோ காரில் கிரீன்விச் வரை சென்றார். ஸ்கல்லியின் புதிய மாளிகை தரை முதல் கூரைவரை உயர்ந்து நின்ற ஜன்னல்களுடன் ஆடம்பரமாக இருந்தது. ஆனால் 135 கிலோ எடையுள்ள பிரத்யேக மாகத் தயாரிக்கப்பட்ட பிரம்மாண்ட ஓக் மரக் கதவுகள் அவரைக்

கவர்ந்தன. மிக நேர்த்தியாகத் தொங்கவிடப்பட்டு சமநிலையிலிருந்த அவை, ஒரு விரலால் தொடுவதற்குள் திறந்துகொண்டன. 'ஸ்டீவை அது மிகவும் கவர்ந்தது. ஏனென்றால் என்னைப் போலவே அவரும் கச்சிதத்திற்கு முக்கியத்துவம் தருபவர்' என்று ஸ்கல்லி நினைவுகூர்ந்தார். தமக்கு இருப்பதாக நினைத்த சிறப்பம்சங்களை ஜாப்ஸில் நேரிலேயே கண்டு பிரமித்துப் போயிருந்த ஸ்கல்லியின் மனத்தில் பலவித பலவீன மான எண்ணக்கோர்வைகள் ஓடின.

ஸ்கல்லி பொதுவாக காடில்லாக்கில்தான் செல்வார். ஆனால் தமது விருந்தினரின் ரசனையறிந்து தமது மனைவியின் மெர்சிடிஸ் 450 எஸ்எல் கன்வர்ட்டிபுள் காரைப் பெற்று அதில் ஜாப்ஸை பெப்ஸியின் 144 ஏக்கர் தலைமையகத்திற்கு அழைத்துச் சென்றார் – ஆப்பிள் எந்த அளவுக்குக் கண்டிப்பாக இருந்ததோ, அந்த அளவிற்கு அது படாடோபமாக இருந்தது. ஜாப்ஸுக்கோ புதிய ஆர்வம்துள்ளும் டிஜிட்டல் பொருளாதாரத்திற்கும் ஃபார்ச்சூன் 500 நிறுவன அமைப்பிற்கும் உள்ள வித்தியாசத்தின் உச்சமாக இருந்தது. வளைந்து சென்ற பாதையின் இருபுறமும் நேர்த்தியாய்க் கத்தரித்தாற்போல வயல்களும், ஒரு சிற்பக்கலைத் தோட்டமும் (ராடின், மூர், கால்டர், ஜியாக்கொமெட்டி ஆகியோரின் படைப்புகள் உட்பட) இருந்தன. முடிவில் ஒரு கான்க்ரீட் மற்றும் கண்ணாடியிலான கட்டடம் – எட்வர்ட் ட்யுரெல் ஸ்டோன் வடிவமைத்தது. ஸ்கல்லியின் பெரிய அலுவலகத்தில் பாரசீக விரிப்பு, ஒன்பது ஜன்னல்கள், ஒரு சிறிய தனிப்பட்ட தோட்டம், சற்று ஒதுக்குப்புறமான படிப்பறை, குளியலறை. நிறுவனத்தின் ஆரோக்கிய மையத்தைக் கண்டபோது ஜாப்ஸ் வியந்துபோனார் – அங்கு நிர்வாகிகளுக்கென்று ஒரு தனிப் பகுதி நீர்ச்சுழியுடன் இருந்தது. மற்ற ஊழியர்களுக்குத் தனியாக. 'இது கொஞ்சம் விநோதமாக இருக்கிறது' என்றார். ஸ்கல்லி அவசரமாய் ஒப்புக்கொண்டார். 'உண்மையில் நானும் இதற்கு எதிர்ப்புத் தெரிவித்தேன்; அவ்வப்போது நான் ஊழியர்களுடைய பகுதிக்குச் சென்று பயிற்சி செய்வேன்' என்றார்.

அவர்களுடைய அடுத்த சந்திப்பு சில வாரங்களுக்குப் பின் க்யூ பார்ட்டினோவில் நிகழ்ந்தது. ஸ்கல்லி ஹவாயில் நடந்த பெப்ஸி தயாரிப்பாளர்கள் மாநாட்டில் கலந்துகொண்டு திரும்பும் வழியில் அங்கு வந்திருந்தார். மகின்டாஷின் விளம்பர மேலாளர் மைக் மர்ரே அவருடைய வருகைக்குக் குழுவைத் தயார் செய்துகொண்டிருந்தார். ஆனால் உண்மையான நிகழ்ச்சி நிரல் அவருக்குத் தெரிவிக்கப்பட வில்லை. 'பெப்ஸிகோ அடுத்த சில ஆண்டுகளில் ஆயிரக்கணக்கில் மாக்குகளை வாங்க வாய்ப்பிருக்கிறது' என்று அவர் மகின்டாஷ் ஊழியர்களுக்குக் குறிப்பெழுதி அனுப்பினார். 'கடந்த ஆண்டு

ஸ்கல்லியும் ஜாப்ஸ் என்ற ஒருவரும் நண்பர்களாகியுள்ளனர். ஸ்கல்லி பெரிய நிறுவனங்களிடையே வியாபார, விளம்பர உத்திகளில் கைதேர்ந்த வல்லுநர் என்று கருதப்படுபவர். அவரை நாம் மகிழ்ச்சி யுடன் வரவேற்போம்.'

ஜாப்ஸ் மகின்டாஷ் பற்றிய தமது பூரிப்பை ஸ்கல்லியுடன் பகிர்ந்து கொள்ளவேண்டுமென்று விரும்பினார். 'இந்தத் தயாரிப்பு இதுவரை யில் நான் செய்த எல்லாவற்றையும்விட என் மனதுக்கு மிகவும் நெருக்கமானது. ஆப்பிளுக்கு வெளியே உள்ளவர்களில் இதை முதலில் காண்பது நீங்களாகத்தான் இருக்கவேண்டுமென்று விரும்புகிறேன்.' அவர் ஒரு பிளாஸ்டிக் பையிலிருந்து அதன் மாதிரி வடிவத்தை எடுத்து அட்டகாசமாய்க் காட்டிச் செயல்விளக்கமும் தந்தார். ஸ்கல்லிக்கு மகின்டாஷ் எவ்வளவு நினைவில் நின்றதோ அதே போல ஜாப்ஸும் நினைவில் நின்றார். 'அவர் வியாபாரி என்பதைவிட, தேர்ந்த நடிகர் போலத் தெரிந்தார். ஒவ்வொரு அசைவும் கச்சிதமாய்த் திட்டமிடப் பட்டது போலிருந்தது - ஏதோ ஒத்திகை பார்த்தது போல. அந்தத் தருணத்திற்காகவே வாய்ப்பை உருவாக்குவதுபோல.'

ஜாப்ஸ் ஸ்கல்லிக்கு சுவாரசியமூட்டுவதற்காக ஹெர்ட்ஸ்ஃபெல்ட் குழுவினரை ஒரு பிரத்யேகத் திரைப்படக் காட்சிக்கு ஏற்பாடு செய்யும் படி கூறியிருந்தார். 'அவர் மிக புத்திசாலி. நீங்கள் நம்பவே மாட்டீர்கள், அவ்வளவு புத்திசாலி' என்றார் ஜாப்ஸ். ஸ்கல்லி பெப்ஸிக்கு ஏராளமான மகின்டாஷ்கள் வாங்குவார் என்பதில் 'எனக்கென்னவோ நம்பிக்கை வரவில்லை' – ஹெர்ட்ஸ்ஃபெல்ட் நினைவுகூர்ந்தார். ஆனால் அவரும் சூசன் கரேயும் சேர்ந்து பெப்ஸி மூடிகளும் டப்பாக்களும் ஆப்பிள் சின்னத்துடன் திரையில் நடனமாடுவது போல் செய்தனர். ஹெர்ட்ஸ்ஃபெல்ட் மிகவும் பூரித்துப் போயிருந்தார் – செயல்முறை விளக்கத்தின்போது தமது கைகளை விரித்து மிக உற்சாகமாய்க் காணப்பட்டார். ஆனால் ஸ்கல்லி அமைதியாகவே இருந்தார். 'அவர் சில கேள்விகள் கேட்டார். ஆனால் அதிக ஆர்வம் ஒன்றும் இருப்ப தாகத் தோன்றவில்லை' – ஹெர்ட்ஸ்ஃபெல்ட் நினைவுகூர்ந்தார். அவரால் ஸ்கல்லியுடன் பழகவே முடியவில்லை. 'அவர் மிகவும் போலியானவர். பாவனை மிகுந்தவர்' என்று அவர் பின்னர் கூறினார். 'அவர் தொழில்நுட்பத்தில் ஆர்வமுள்ளது போல் பாவனை செய்தார். ஆனால் உண்மையில் அப்படி இல்லை. அவர் விளம்பர வல்லுநர். எல்லா விளம்பரக்காரர்களும் அப்படித்தான். பணம் பெற்றுக்கொண்டு பாவனை செய்பவர்கள்.'

1983 மார்ச் மாதம் ஜாப்ஸ் நியூ யார்க்கிற்கு சென்றபோது தங்களு டைய உறவைக் கண் மூடித்தனமான, கண் கூசும் அளவிற்கு ஆழமான ஒன்றாக மலரச் செய்தார். 'நான் தேடிய மனிதர் உண்மையிலேயே

நீங்கள்தான் என்று நினைக்கிறேன்' – சென்ட்ரல் பார்க் வழியே நடந்தவாறே ஜாப்ஸ் கூறினார். 'நீங்கள் என்னோடு வந்து பணிபுரிய வேண்டுமென்று விரும்புகிறேன். உங்களிடமிருந்து நான் நிறைய கற்றுக்கொள்ளலாம்.' முற்காலத்தில் தந்தை ஸ்தானத்திலிருந்தவர்களையே வளைத்தெடுத்த ஜாப்ஸுக்கு ஸ்கல்லியின் அகந்தை, பதைப்பு ஆகியவற்றைச் சமாளிப்பது மிக எளிதாக இருந்தது. அது வேலையும் செய்தது. 'என்னை அவர் அப்படியே வளைத்துப் போட்டுவிட்டார்' என்று பிறகு ஒரு சந்தர்ப்பத்தில் ஸ்கல்லி ஒத்துக்கொண்டார். 'நான் சந்தித்தவர்களிலேயே மிக புத்திக்கூர்மையுள்ளவர்களுள் ஒருவர் ஸ்டீவ். புதுமையான யோசனைகளில் இருவருக்குமே அதீத ஆர்வம் இருந்தது.'

ஸ்கல்லி கலைச் சரித்திரத்தில் ஈடுபாடுடையவர். ஜாப்ஸ் உண்மையிலேயே பிறரிடமிருந்து கற்றுக்கொள்வதில் ஆர்வம் காட்டுகிறாரா என்பதை அறிய ஒரு சிறு சோதனை நடத்த எண்ணி மெட்ரோ பாலிடன் மியூசியத்தை (அருங்காட்சியகம்) நோக்கி சென்றார். 'அவருக்குச் சிறிதும் தெரியாத ஒரு பாடத்தில் போதனை நடத்தினால் எவ்வளவு தூரம் புரிந்துகொள்கிறார் என்று தெரிந்துகொள்ள விரும்பினேன்' என்றார் ஸ்கல்லி. கிரேக்க, ரோமானியப் புராதனப் பொருட்களிடையே நடந்தவாறே ஸ்கல்லி கி.மு ஆறாம் நூற்றாண்டின் பழமையான சிற்பக்கலைக்கும் ஒரு நூற்றாண்டுக்குப்பின் தோன்றிய பெரிக்ளியன் சிற்பக்கலைக்குமான வேறுபாட்டை விளக்கினார். ஜாப்ஸ் கல்லூரியில் படித்தறியாத அந்தச் சரித்திரச் செய்தித் துணுக்குகளை மிகுந்த ஆர்வத்துடன் கேட்டு அப்படியே மனத்தில் இருத்திக் கொண்டார். 'ஓர் அற்புதமான மாணவனுக்கு ஆசிரியராக இருக்க முடியும் என்று எனக்குத் தோன்றியது' என்றார் ஸ்கல்லி. மீண்டும் தங்களுக்குள் இருந்த ஒற்றுமைகளில் ஆழ்ந்து போனார். 'என் இளமைக் காலத்தின் பிரதிபலிப்பாக அவரைக் கண்டேன். நானும் பொறுமையற்றவனாக, பிடிவாதக்காரனாக, திமிர்பிடித்தவனாக, மூர்க்கமான, கட்டுக்கடங்காதவனாக இருந்தேன். என் மனம் புதிய சிந்தனைகளால் நிரம்பி வழிந்தது – மற்றவை அனைத்தும் மறந்துபோகும் அளவிற்கு. நானும் அவரைப்போலவே என் கோரிக்கைகளுக்கு ஈடுகொடுக்க முடியாதவர்களைச் சகித்துக்கொள்ள மாட்டேன்.'

அவர்கள் நீண்ட தூரம் தொடர்ந்து நடந்தார்கள். ஸ்கல்லி ஒரு இரகசியத்தைப் பகிர்ந்துகொண்டார் – விடுமுறை நாள்களில் அவர் பாரிஸிலுள்ள லெஃப்ட் பாங்கிற்குச் சென்று தமது வரைபடப் புத்தகத்தில் ஓவியங்கள் வரைவதுண்டு. அவர் தொழிலதிபராகியிரா விட்டால் ஓவியராகியிருப்பார். ஜாப்ஸ் இதற்குப் பதிலளிக்கையில் தாமும் கணினிகளில் ஈடுபாடு கொண்டிருக்கவில்லையென்றால் பாரிஸில் ஒரு கவிஞனாகியிருக்கக் கூடும் என்றார். அவர்கள் பிராட்வே

வழியாக 49ஆவது தெருவிலுள்ள காலனி ரெக்கார்ட்ஸுக்குச் சென்றார்கள். அங்கு ஜாப்ஸ் ஸ்கல்லிக்கு தமக்குப் பிடித்த இசையை – பாப் டிலன், ஜோஆன் பாயெஸ், எல்லா ஃபிட்ஸ்ஜெரால்ட் மற்றும் வின்ட்ஹாம் ஹில் ஜாஸ் கலைஞர்கள் உட்பட – ஸ்கல்லிக்கு விளக்கிக் காட்டினார். அதன்பிறகு அவர்கள் மீண்டும் சென்ட்ரல் பார்க் வெஸ்ட்டிலுள்ள சான் ரெமோ நோக்கி நடந்து அங்கிருந்து 74ஆவது தெருவிற்குச் சென்றார்கள் – அங்கே ஜாப்ஸ் ஒரு இரண்டடுக்கு டவர் பென்ட்ஹௌஸ்[1] அடுக்குமாடிக் குடியிருப்பு வாங்கத் திட்டமிட்டிருந்தார்.

அவர்களுடைய உறவு உச்சத்தை எட்டியது பென்ட்ஹௌஸுக்கு வெளியே உப்பரிகை ஒன்றில் நின்றுகொண்டிருந்தபோது. ஸ்கல்லி சுவரோரமாய்ச் சாய்ந்துகொண்டார் – அவருக்கு உயரங்கள் அச்சமூட்டின. முதலில் அவர்கள் பண விஷயங்களைப் பேசினார்கள். 'எனக்குச் சம்பளமாக ஒரு மில்லியன் டாலரும், பொறுப்பேற்கும் பொழுது உபரியாக ஒரு மில்லியன் டாலரும் வேண்டும் என்றேன்' என்றார் ஸ்கல்லி. 'அதிலொன்றும் பிரச்சினை இல்லை – என் சொந்தப் பணத்திலிருந்து கொடுப்பது என்றாலும்கூட. நாம் பிரச்சினைகளுக்குத் தீர்வுகாண வேண்டும் – ஏனெனில் நான் சந்தித்தவர்களிலேயே அற்புதமான மனிதர் நீங்கள்தாம். ஆப்பிளுக்கு நீங்கள் கச்சிதமாகப் பொருந்துகிறீர்கள். ஆப்பிளுக்கும் கச்சிதமானவர்கள் தாம் தேவை' என்றார் ஜாப்ஸ். இதுவரை தாம் மதிக்கக்கூடிய ஒருவரிடம் வேலை செய்ததில்லை என்றும் கூறினார். ஆனால் ஸ்கல்லிதான் தமக்கு மிக அதிக விஷயங்களைக் கற்றுத்தர முடியும் என்று அவருக்குத் தெரியும். அவருடைய கண் சிமிட்டாத கூரிய பார்வை ஸ்கல்லியின் மீது பதிந்தது.

ஸ்கல்லி கடைசி முயற்சியும் செய்துபார்த்தார் – இருவரும் நண்பர்களாகவே இருக்கலாமென்றும், ஜாப்ஸுக்கு ஆலோசனை தேவைப்படும்பொழுதெல்லாம் தாம் வெளியிலிருந்தபடியே உதவமுடியும் என்றும். 'நீங்கள் நியூ யார்க்கிற்கு வரும்போதெல்லாம் நான் உங்களுடன் நேரத்தைச் செலவிடவிரும்புகிறேன்.' பின்னர் நடந்த உச்சக்கட்டத்தை அவரே நினைவுகூர்ந்தார்: 'ஸ்டீவின் தலை குனிந்தது - தமது கால்களை இமைகொட்டாமல் பார்த்தவாறு இருந்தார். மிகக் கனத்த, அசௌகரியமான மௌனத்திற்குப் பிறகு என்னைப் பல நாள்கள் பாடாய்ப்படுத்திய ஒரு சவால் விட்டார்: *உங்களுடைய மீதமுள்ள வாழ்நாளை சர்க்கரைத் தண்ணீரை விற்றுக் கழிக்க விரும்புகிறீர்களா அல்லது உலகை மாற்றுவதற்கான ஒரு வாய்ப்பை விரும்புகிறீர்களா?*'

[1] உயரமான கட்டடம் ஒன்றின் உச்சியில் அமைந்துள்ள விலைமதிப்புடைய அறைகட்டு. (மொ-ர்).

யாரோ வயிற்றில் ஓங்கிக் குத்தியதுபோல் உணர்ந்தார் ஸ்கல்லி. ஒத்துக்கொள்வதைத் தவிர வேறு பதில் அவரிடம் இல்லை. 'விருப்பப் பட்டதைப் பெறுவதற்கு அவருக்கு ஒரு தனித்திறமை இருந்தது. ஒருவரை எடைபோடவும், அவர் மனத்தைத்தொட என்ன செய்யவேண்டும் என்றும் அவருக்கு மிக நன்றாகத் தெரியும்' என்று ஸ்கல்லி நினைவு கூர்ந்தார். 'கடந்த நான்கு மாதங்களில் முதல் முறையாக என்னால் இல்லை என்று சொல்ல இயலாமல் போனதை உணர்ந்தேன்.' குளிர்காலச் சூரியன் மறையத் தொடங்கியிருந்தது. அவர்கள் குடியிருப்பிலிருந்து வெளியேறி பூங்கா வழியே கார்லைலை நோக்கி நடந்தார்கள்.

தேன்நிலவு

ஸ்கல்லி 1983 மே மாதம் பஜாரோ ட்யூன்ஸில் ஆப்பிள் நிர்வாக ஓய்வுவிடுப்பு நடைபெறும் சமயத்திற்குச் சரியாகக் கலிஃபோர்னியா வந்தடைந்தார். ஒரு கறுப்பு சூட் தவிர மற்ற எல்லாவற்றையும் கிரீன்விச்சில் வைத்துவிட்டு வந்திருந்தாலும் இயல்பான அந்தச் சூழலுக்குப் பொருந்துவது அவருக்கு இன்னமும் சற்றுச் சிரமமாகவே இருந்தது. கூட்டம் நடக்கும் அறைக்கு வெளியே ஜாப்ஸ் தரையில் சம்மணமிட்டபடி அமர்ந்திருந்தார் – ஏதோ சிந்தனையில் வெறுங்கால் விரல்களோடு விளையாடியபடி. ஸ்கல்லி ஒரு நிகழ்ச்சி நிரலைத் திணிக்கப்பார்த்தார் – அவர்களுடைய பல்வேறு தயாரிப்புகளான ஆப்பிள் II, ஆப்பிள் III, லிசா, மாக் ஆகியவற்றை எவ்வாறு வேறுபடுத்துவது – தவிர, நிறுவனத்தை எதைக் குறிக்கோளாகக் கொண்டு ஒருங்கிணைத்தால் சிறப்பாக இருக்கும் – தயாரிப்புகளா, விற்பனைச் சந்தைகளா அல்லது செயல்பாடுகளா என. ஆனால் கலந்துரையாடல் மெல்ல, மெல்ல ஒன்றுக்கொன்று தொடர்பற்ற சிந்தனைகள், குற்றச் சாட்டுகள், விவாதங்கள் என்ற நிலைக்கு இறங்கிவந்தது.

ஒரு கட்டத்தில் ஜாப்ஸ் லிசா குழுவினரை ஒரு தோல்வித் தயாரிப்பை உருவாக்கியதற்காகத் தாக்கினார். 'நீங்களும்தான் இன்னமும் மகின்டாஷை வெளியிட வில்லை! மற்றவர்களை விமரிசனம் செய்வ தற்கு முன் நீங்கள் ஏன் கொஞ்சம் காத்திருந்து உங்கள் தயாரிப்பை முதலில் வெளியிடக் கூடாது?' – யாரோ திருப்பிக் கேட்டார்கள். ஸ்கல்லி அசந்து போனார். பெப்ஸியில் தலைவரைப் பார்த்து ஒருவரும் இப்படிச் சவால் விடமாட்டார்கள். 'இங்கு என்னவென்றால் எல்லோரும் ஸ்டீவின் மீது பாய்கிறார்கள்.' அவருக்கு ஆப்பிள் விளம்பர விற்பனை யாளர்களிடமிருந்து கேள்விப்பட்ட பழைய நகைச்சுவை ஒன்று நினைவுக்கு வந்தது: 'ஆப்பிளுக்கும் சாரணச் சிறுவர்களுக்கும் (பாய் ஸ்கவுட்ஸ்) வேறுபாடு என்ன?' 'சாரணச் சிறுவர்களை மேற்பார்வை யிடுபவர்கள் வயதில் பெரியவர்கள்.'

சில்லறைச் சண்டைகள், வாக்குவாதங்களுக்கு மத்தியில் மெல்லிய பூகம்பம் அறையில் அதிர்வுகளை ஏற்படுத்தியது. 'கடற்கரைக்கு விரையுங்கள்' – யாரோ கத்தினார்கள். எல்லோரும் கதவு வழியே நீர்நிலையை நோக்கி ஓடினார்கள். அதற்குள் வேறு யாரோ சென்றமுறை வந்த பூகம்பம் ஆழிப்பேரலையை ஏற்படுத்தியது என்று கத்தினார்கள். உடனே எல்லோரும் திரும்பி எதிர்திசையில் ஓடத் தொடங்கினர். 'முடிவெடுக்க இயலாமை, முரண்பாடான ஆலோசனை, இயற்கையின் சீற்றம் – இவையெல்லாம் வரப்போவதை முன்கூட்டியே அறிவித்தன' என்று ஸ்கல்லி பின்னர் எழுதினார்.

ஒரு சனிக்கிழமை காலையில் ஜாப்ஸ் ஸ்கல்லியையும் அவருடைய மனைவி லீஸியையும் காலை உணவுக்கு வருமாறு அழைத்தார். அவர் அப்பொழுது லாஸ் காட்டோஸில் அழகிய ஆர்ப்பாட்டமில்லாத ட்யூடார் பாணி வீட்டில் தமது தோழி பார்பரா ஜசின்ஸ்கியுடன் வசித்துவந்தார். அவள் புத்திசாலியான, அடக்கமான அழகி – ரெஜிஸ் மெக்கென்னாவின் கீழ் பணிபுரிந்து வந்தாள். லீஸி ஒரு பாத்திரம் கொண்டு வந்திருந்தார். காய்கறிகள் சேர்ந்த ஆம்லெட்டுகள் தயாரித்தார் (ஜாப்ஸ் தமது கண்டிப்பான பால் விலக்கிய உணவுக் கட்டுப்பாட்டைத் தற்காலிகமாக ஒதுக்கிவைத்திருந்தார்). 'மன்னித்துக் கொள்ளுங்கள் – என்னிடம் அறைகலன்கள் அதிகமில்லை' என்று ஜாப்ஸ் மன்னிப்புக் கேட்டுக்கொண்டார். 'இன்னமும் நான் அதற்குப் பழகவில்லை.' அது அவருடைய நிலைத்த, விநோதமான, கணிக்கமுடியாத சுபாவங்களில் ஒன்று. கைவினைக் கலையில் அவர் நிச்சயித்திருந்த கச்சிதமான தர நிர்ணயங்களும் அவருடைய எளிய வாழ்க்கைமுறையும் சேர்ந்து அவருக்குப் பிடிக்காத அறைகலன்களை வாங்கவிடாமல் தடுத்தன. அவரிடம் ஒரு டிஃபானி விளக்கு, பழமையான உணவு மேசை, சோனி ட்ரினிட்ரானுடன் இணைக்கப்பட்ட லேசர் வீடியோ ஆகியவை இருந்தன: ஆனால் சோபா, நாற்காலிகளுக்குப் பதிலாகத் தரையில் நுரை இருக்கைகள். ஸ்கல்லி புன்னகைத்தார். தமது தொழில் வாழ்க்கையின் தொடக்கத்தில் அலங்கோலமான நியூ யார்க் நகர குடியிருப்பில் தாம் வாழ்ந்த பரபரப்பான, எளிய, கட்டுப்பாடான வாழ்க்கை போலவே அது இருப்பதாகத் தவறாக எண்ணினார்.

ஜாப்ஸ் ஸ்கல்லியிடம் மனம் விட்டுப் பேசியபோது தாம் இளமையிலேயே இறந்துவிடப் போவதாக ஓர் எண்ணம் தமக்குள் தோன்றுவதைப் பகிர்ந்துகொண்டார் – ஆகவே, தாம் சாதிக்க விரும்பும் விஷயங்களைக் கூடியவரையில் விரைவாகச் செய்து முடித்து சிலிக்கன் வாலி சரித்திரத்தில் முத்திரை பதிக்கவேண்டும் என்றும் கூறினார். 'நாம் எல்லோருமே இந்த பூமியில் சில காலம் மட்டுமே இருக்கப் போகிறோம்' என்று அவர் ஸ்கல்லி தம்பதியிடம் காலையில் மேசையைச்

சுற்றி அமர்ந்திருந்தபோது கூறினார். 'சில அரிய சாதனைகளைச் செய்து அவற்றையும் நல்ல முறையில் செய்து முடிப்பதற்கான வாய்ப்பு மட்டுமே நமக்கு உள்ளது. நாம் எவ்வளவு காலம் இங்கு இருக்கப் போகிறோம் என்று நம்மில் யாருக்குமே தெரியாது; எனக்கும்தான். ஆனால் இளமையாக இருக்கும்பொழுதே நிறைய செய்து முடிக்க வேண்டும் என்ற உணர்வு எனக்குள் தோன்றியுள்ளது.'

ஜாப்ஸூம் ஸ்கல்லியும் தங்கள் நல்லுறவின் தொடக்க மாதங்களில் தினமும் பலமுறை பேசுவார்கள். 'ஸ்டீவும் நானும் ஆத்ம நண்பர்களானோம்; ஏறத்தாழ எப்போதும் ஒன்றாகவே இருப்போம்' என்றார் ஸ்கல்லி. 'நாங்கள் அரை வாக்கியங்கள், சொற்றொடர்கள் என்றுதான் பேசுவோம்' - ஜாப்ஸ் ஸ்கல்லியைப் புகழ்ந்தார். அவர் எதற்காவது தீர்வுகாண விரும்பி உரையாட வரும்பொழுது சொல்வார்: 'நீ மட்டும் தான் புரிந்துகொள்வாய்.' இருவரும் அடிக்கடி ஒருவருக்கொருவர் சொல்லிக்கொள்வார்கள் – கொஞ்சம் அதிகமோ என்று கவலைப்படும் அளவிற்கு – தாங்கள் ஒன்றாக இருப்பதிலும் மிகுந்த இசைவுடன் பணியாற்றுவதிலும் மிகவும் மகிழ்ச்சியடைவதாக. சந்தர்ப்பம் கிட்டிய போதெல்லாம் ஸ்கல்லி ஜாப்ஸூடன் தமக்கு உள்ள ஒற்றுமைகளைக் கண்டறிந்து அவற்றைச் சுட்டிக்காட்டுவார்:

> ஒருவருடைய வாக்கியத்தை மற்றவர் பூர்த்திசெய்யும் அளவிற்கு எங்கள் அலைவரிசைகள் ஒன்றாக இருந்தன. அதிகாலை இரண்டு மணிக்கு ஸ்டீவிடமிருந்து தொலைபேசி அழைப்பு வந்து என்னை உறக்கத்திலிருந்து தட்டி எழுப்பும் – அவருடைய மனத்தில் தோன்றிய ஒரு புதிய யோசனை பற்றி விவாதிப்பதற்காக. 'ஹாய்! நான்தான்!' – மறுமுனையில் நேரம் என்ன என்பதுகூடத் தெரியாமல் திகைத்துப் போனவரிடம், வெகுளித்தனமாகக் கூறுவார். இதை நானும் எனது பெப்ஸி நாள்களில் செய்திருக்கிறேன். ஸ்டீவ் அடுத்த நாள் காலை தாம் வழங்கவேண்டிய அறிக்கையை அக்குவேறு ஆணி வேறாக அலசி அதற்கான ஸ்லைடுகளையும் உரைப் *(டெஸ்ட்)* பகுதிகளையும் காட்டுவார். பெப்ஸியில் இருந்தபோது என் ஆரம்ப நாள்களில் மேடைப்பேச்சை ஒரு நிர்வாக உத்தியாய் மாற்ற நான் இதேபோலப் போராடினேன். ஓர் இளம் செயல்நிர்வாகியாக, வேலைகளை விரைந்து செய்ய வேண்டும் என்பதில் மிகவும் பொறுமையின்றி நடந்துகொண்டேன். அதுமட்டுமல்ல, பல சமயம் நானே அதை விடச் சிறப்பாகச் செய்யமுடியும் என்று தோன்றும். ஸ்டீவும் அப்படியேதான். இந்த ஒற்றுமைகள் விசித்திரமானவை; எங்களுக்குள் ஏற்பட்ட இந்த நல்ல உறவுக்கு அவை பின்னணியாக இருந்தன.

இந்த மாயக்கற்பனை ஒரு பேரழிவிற்கு வழியாக அமைந்தது. ஜாப்ஸ் இதை முன்கூட்டியே உணரத் தொடங்கியிருந்தார். 'இந்த உலகத்தை

நாங்கள் பார்த்த பார்வைகள் வேறு; மக்கள் பற்றிய கருத்துகள் வேறு; குணாதிசயங்களும் வேறு' என்று ஜாப்ஸ் நினைவுகூர்ந்தார். 'அவர் வந்த சில மாதங்களில் இதை நான் உணரத் தொடங்கிவிட்டேன். அவரால் விஷயங்களை விரைவாகக் கிரகித்துக் கொள்ளமுடியவில்லை. அவர் ஊக்கமளிக்க விரும்பியவர்கள் எல்லோரும் பொதுவாக மக்குகளாகவே இருந்தனர்.'

இருந்தாலும் இருவரும் பல விதத்தில் ஒத்திருக்கிறார்கள் என்ற ஸ்கல்லியின் இந்த நம்பிக்கையை வைத்தே அவரை வழிக்குக் கொண்டு வந்துவிடலாம் என்பது ஜாப்ஸுக்குத் தெரிந்திருந்தது. அவர் ஸ்கல்லியை வைத்து ஆட்டமாடத் தொடங்க, அவர் மீது ஜாப்ஸுக்கு இருந்த துவேஷம் அதிகரித்து வந்தது. மாக் குழுவிலிருந்த ஜோஆனா ஹாஃப்மன் போன்ற கூரிய பார்வையாளர்கள் என்ன நடக்கிறது என்பதை விரைவில் உணர்ந்துகொண்டார்கள் – இதனால் தவிர்க்கமுடியாத அந்தப் பிளவு இன்னும் வெடித்துச் சிதறக்கூடும் என்பது அவர்களுக்குத் தெரிந்திருந்தது. 'ஸ்டீவின் கைவண்ணத்தால், தாம் மிகவும் விசேஷமானவர் என்ற உணர்வு ஸ்கல்லியின் மனத்தில் வேரூன்றியிருந்தது' என்றார் அவர். 'ஸ்கல்லி அதுவரை அப்படி உணர்ந்ததே இல்லை. அவருடைய கர்வம் தலைக்கேறியது. ஏனெனில் அவரிடம் உண்மையில் துளியும் இல்லாத குணாதிசயங்கள் பல இருப்பதாக ஸ்டீவ் அவருடைய மனத்தில் உருவேற்றியிருந்தார். ஸ்கல்லி அவற்றுள் எல்லாவற்றோடும் பொருந்த வில்லை என்பது தெளிவானபோது, ஸ்டீவின் மாயவலை ஒரு வெடித்துச் சிதறும் சூழலை உருவாக்கியிருந்தது.'

ஸ்கல்லியின் பக்கத்திலும் சூழலின் வேகம் காலப்போக்கில் தணியத் தொடங்கியது. ஒரு ஒழுங்குமுறையற்ற செயல்பாடுள்ள நிறுவனத்தைக் கட்டிக் காப்பதில் அவருக்கிருந்த பலவீனத்தின் ஒரு பகுதி மற்றவர் களைச் சந்தோஷப்படுத்த எண்ணியதுதான் – இந்த குணம் ஜாப்ஸிடம் இல்லாதது. ஸ்கல்லி மரியாதை மிகுந்தவர். அதனாலேயே ஊழியர் களிடம் ஜாப்ஸ் கடுமையாக நடந்துகொள்ளும் பொழுது அப்படியே சுருங்கிவிடுவார். 'நாங்கள் மாக் அலுவலகத்திற்கு இரவு பதினொரு மணியளவில் செல்வோம்' என்றார் அவர். 'அங்குள்ளவர்கள் சங்கேதக் குறிகளை எடுத்துவந்து அவரிடம் காட்டுவார்கள். சில சந்தர்ப்பங் களில் அதைப் பார்க்கக்கூட மாட்டார். அப்படியே கையில் எடுத்து அவர்களை நோக்கி விசிறியடிப்பார். நான் கேட்பேன், *அதை ஏன் ஏற்றுக்கொள்ள மறுத்துவிட்டீர்கள்?* அவர் சொல்வார். *அவர்களால் இதைவிட நன்றாகச் செய்யமுடியும்.* ஸ்கல்லி அவருக்குச் சொல்லிப் புரியவைக்க முயல்வார். 'நீங்கள் உணர்வுகளைக் கட்டுப்படுத்தக் கற்றுக்கொள்ள வேண்டும்' என்று ஒரு கட்டத்தில் அவர் கூறினார். ஜாப்ஸ் ஒத்துக் கொள்வார், ஆனால் தம்முடைய உணர்வுகளைச்

சல்லடையில் வடிகட்டுவது என்பதெல்லாம் அவருடைய இயல்புக்குப் புறம்பானவை.

ஜாப்ஸின் கணிக்க இயலாத சுபாவமும் பிறரிடம் நடந்துகொள்ளும் சீரற்ற விதமும் அவருடைய உளவியல் அமைப்போடு ஆழ வேரூன்றியவை – ஒருவேளை மெல்லிய இருதுருவ அமைப்பின் வெளிப்பாடாகக்கூட இருக்கலாம் என்று ஸ்கல்லி எண்ணத் தொடங்கினார். அவருடைய மனோநிலைகளில் பெருமளவில் மாற்றங்கள் தெரிந்தன. சிலசமயம் பூரிப்பின் உச்சத்தில் இருப்பார்; மற்ற வேளைகளில் மனமுடைந்து காணப்படுவார். அவ்வப்போது எதிர்பாராத பாய்ச்சல்களிலும் இறங்கி விடுவார். அப்போதெல்லாம் ஸ்கல்லிதான் அவரைச் சாந்தப்படுத்த வேண்டியிருக்கும். 'இருபது நிமிடங்கள் கழித்து மீண்டும் தொலைபேசியில் அழைப்பு வரும் - ஸ்டீவ் மீண்டும் கட்டுப்பாட்டை இழந்து வருகிறார் என்றும் அவரைச் சமாதானப்படுத்த உடனே வாருங்கள் என்றும் கூறுவார்கள்.'

அவர்களுக்கிடையே பெரிய அளவிலான கருத்து வேறுபாடு எழுந்தது மகின்டாஷின் விலையை நிர்ணயிப்பதில்தான். அதை 1000 டாலர் விலையுள்ள சாதனமாகத்தான் உருவகப்படுத்தியிருந்தார்கள். ஆனால் வடிவமைப்பில் ஜாப்ஸ் புகுத்திய மாறுதல்களால் விலையை ஏற்றவேண்டிய நிர்ப்பந்தம் உருவாகி, முடிவில் 1995 டாலரானது. என்றாலும் ஜாப்ஸூம் ஸ்கல்லியும் சேர்ந்து பெரிய அளவிலான வெளியீடு மற்றும் விளம்பரத்திற்காகத் திட்டமிட்டபோது ஸ்கல்லி விலையை இன்னும் 500 டாலர் உயர்த்தவேண்டும் என்று முடிவு செய்தார். அவரைப் பொறுத்தவரையில் விளம்பரச் செலவு என்பதும் உற்பத்திச் செலவைப் போலவே பொருளின் விலையில் உட்படுத்த வேண்டிய ஒன்றாக இருந்தது. இதை ஜாப்ஸ் கடுமையாக எதிர்த்தார். 'இது நமது நோக்கத்தையே பாழடித்துவிடும்' என்றார் அவர். 'இதை நான் ஒரு புரட்சியாகச் செய்ய விரும்புகிறேன்; இலாபத்தைக் கறக்கும் முயற்சியாக அல்ல.' ஸ்கல்லி அது எளிய தேர்வு என்றார் – ஒன்று, 1995 டாலர் என விலை நிர்ணயிப்பது; அல்லது பெரிய அளவில் வெளியிடுவதற்கான செலவுத் திட்டம்; இரண்டும் வேண்டுமென்றால் முடியாது.

'உங்களுக்கு இந்த யோசனை பிடிக்கப்போவதில்லை' என்று ஜாப்ஸ் ஹெர்ட்ஸ்ஃபெல்ட் மற்றும் ஏனைய பொறியியல் வல்லுநர்களிடம் கூறினார். 'மாக்கின் விலையை 1995க்குப் பதிலாக 2495 டாலராக நிர்ணயிக்கும்படி ஸ்கல்லி வலியுறுத்துகிறார்.' அவர் நினைத்தது போலவே பொறியியல் வல்லுநர்கள் திகைத்துப்போயினர். தங்களைப் போன்றவர்களுக்காகத்தான் மாக்கை வடிவமைப்பதாகவும், அதன் விலையை அளவுக்கதிகமாக நிர்ணயிப்பது ஒரு விதத்தில் தங்கள்

நோக்கத்திற்குச் செய்யும் துரோகமாக இருக்கும் என்றும் சுட்டிக் காட்டினர். இதைத்தொடர்ந்து ஜாப்ஸ் அவர்களுக்கு உறுதியளித்தார். 'கவலைப்பட வேண்டாம். அவரை அப்படிச்செய்ய நான் அனுமதிக்கப் போவதில்லை!' ஆனால் இறுதியில் ஸ்கல்லி கூறியதுதான் வென்றது. இருபத்து ஐந்து ஆண்டுகளுக்குப்பின்கூட அந்த முடிவுபற்றி நினைவு கூர்கையில் ஜாப்ஸ் சீற்றம் காட்டினார். 'மகின்டாஷின் விற்பனை குறைந்ததற்கும் மைக்ரோஸாஃப்ட் சந்தையில் ஆதிக்கம் செலுத்தும் நிலை உருவானதற்கும் முக்கியக் காரணம் அதுதான்.' இந்த முடிவு தமது தயாரிப்பு மற்றும் நிறுவனத்தின் மீது தமக்கிருந்த பிடிமானத்தைத் தளர்த்துவதாக ஜாப்ஸ் உணர்ந்தார். இது மிக ஆபத்தானது - தாம் கட்டிப்போடப்படுவதை உணர்ந்த காட்டுப்புலியின் சீற்றம் போல...

இயல் பதினைந்து

வெளியீடு
பேரண்டத்தில் ஒரு தாக்கம்

'1984' விளம்பரம்

உண்மையான கலைஞர்கள் கொண்டுசேர்க்கிறார்கள்

1983 அக்டோபரில் ஹவாயில் நடைபெற்ற ஆப்பிள் மாநாட்டில் முக்கிய நிகழ்ச்சி த டேட்டிங் கேம் என்ற தொலைக்காட்சி நிகழ்ச்சியை அடிப்படையாகக் கொண்டு தயாரிக்கப்பட்ட குறுநாடகம். ஜாப்ஸ் எம்சீ என்ற கதாபாத்திரத்தை ஏற்றிருந்தார். மற்ற மூன்று கதாபாத்திரங் களுக்காக அவர் பில் கேட்ஸையும், வேறு இரு மென்பொருள் செயல்

நிர்வாகிகளான மிட்ச் கபோர், ஃப்ரெட் கிப்பன்ஸ் ஆகியோரையும் பேசிச் சம்மதிக்கவைத்து ஹவாய்க்கு விமானத்தில் வருமாறு அழைத் திருந்தார். அந்த நிகழ்ச்சியின் பாடல் ஒலித்துக்கொண்டிருந்தபோது, மூவரும் தத்தம் இருக்கைகளில் அமர்ந்துகொண்டனர். கேட்ஸ் பார்ப்பதற்கு இரண்டாம் ஆண்டு மாணவர் போலிருந்தார். கூடியிருந்த 750 ஆப்பிள் விற்பனையாளர்களும் பலத்த கைதட்டலோடு வரவேற்க, அவர் பேசினார்: '1984இல் மைக்ரோஸாஃப்ட் தனது வருமானத்தில் பாதியை மகின்டாஷுக்கான மென்பொருள் தயாரிப்பிலிருந்துதான் எதிர்பார்க்கிறது.' ஜாப்ஸ், பளிச்சென்று ஷேவ் செய்து நல்ல உற்சாகத்தில் இருந்தார். முகம் நிறைய சிரிப்புடன் கேட்ஸை நோக்கி மகின்டாஷின் புதிய இயங்கு தளம் *(ஆபரேட்டிங் சிஸ்டம்)* தொழில்துறையின் புதிய நியமமாக ஏற்றுக்கொள்ளப்படும் எனக் கருதுகிறாரா என்று கேட்டார். கேட்ஸ் பதிலுக்கு 'புதிய நியமத்தை உருவாக்குவதற்கு வித்தியாசமாய்ச் செய்தால் மட்டும் போதாது; உண்மையிலேயே புதியதாகவும் மக்களின் கற்பனையைத் தூண்டுவதாகவும் இருக்க வேண்டும். இதுவரை நான் கண்ட எல்லா சாதனங்களிலும் மகின்டாஷ் மட்டுமே அதற்குக் கச்சிதமாகப் பொருந்துகிறது' என்றார்.

கேட்ஸ் பேசிக்கொண்டிருக்கும் பொழுதே, மைக்ரோஸாஃப்ட் ஆப்பிளின் கூட்டு நிறுவனம் என்ற நிலையிலிருந்து மாறி, போட்டி நிறுவனமாக உருவாகிவந்தது. ஆப்பிளுக்காக மைக்ரோஸாஃப்ட் வேர்ட் போன்ற பயன்பாட்டு *(அப்ளிகேஷன்)* மென்பொருளைத் தொடர்ந்து தயாரித்து வந்தாலும், ஐபிஎம் தனியர்க் கணினிக்காக *(பீசி)* எழுதிய இயங்கு தளத்திலிருந்துதான் அதன் பெரும்பங்கு வருமானம் வந்தது. முந்தைய ஆண்டு 279,000 ஆப்பிள் IIக்கள் விற்பனையாயின - 240,000 ஐபிஎம் தனியர்க் கணினிகளையும் அவற்றின் நகலிகளையும் ஒப்பிடுகையில் அது அதிகமாகத்தான் இருந்தது. ஆனால் 1983இல் 420,000 ஆப்பிள் IIக்கள், ஐபிஎம் தனியர்க் கணினிகளும் நகலி களுமாய்ச் சேர்த்து 1.3 மில்லியன் என நிலைமை முற்றிலும் மாறி யிருந்தது. ஆப்பிள் IIIஉம் லிசாவும் மூழ்கியே போய்விட்டன.

ஆப்பிள் விற்பனைக்குழு ஹவாயை நோக்கி வந்துகொண்டிருந்த பொழுது, இந்த மாற்றத்தை *பிசினஸ் வீக்* பத்திரிகையின் முகப்பு அட்டை பறைசாற்றியது. கட்டுரைத் தலைப்பு: 'தனியர்க் கணினிகள்: வெற்றிபெற்றவர்... ஐபிஎம்.' கட்டுரை ஐபிஎம் தனியர்க் கணினியின் வளர்ச்சியை விளக்கியது. 'சந்தையில் ஆதிக்கத்திற்கான போர் ஏற்கனவே முடிவுக்கு வந்துவிட்டது' என்றது அந்தப் பத்திரிகை. 'தனது அபார வெற்றியால் ஐபிஎம் கடந்த இரண்டு ஆண்டுகளாகச் சந்தையில் 26%க்கும் மேற்பட்ட பங்கைக் கவர்ந்துள்ளது. 1985க்குள் உலகச் சந்தையில் பாதியை வென்றுவிடும் என்று எதிர்பார்க்கப்படுகிறது.

சந்தையில் மேலும் 25% ஐபிஎம்மிற்குப் பொருந்தும் சாதனங்களைத் தயாரிப்பதில் ஈடுபடும்.'

இவை எல்லாமாய்ச் சேர்ந்து 1984 ஜனவரியில் வெளிவரவிருந்த மகின்டாஷின் மீது பாரமாய் இறங்கின. ஐபிஎம்மை வெல்ல இன்னும் மூன்று மாதங்கள் மட்டுமே இருந்தன. விற்பனை மாநாட்டில் கடைசி வரை போராடிப் பார்த்துவிட ஜாப்ஸ் முடிவுசெய்தார். அவர் மேடையேறி 1958 முதலாக ஐபிஎம்மின் எல்லாச் சறுக்கல்களையும் பட்டியலிட்டார். தொடர்ந்து தனியர்க் கணினிகளின் (பீசி) சந்தையை அது கைப்பற்ற முயன்று வருவதைப் பூடகமான குரலில் விவரித்தார். 'பிக் ப்ளூ' தொழில்துறை முழுவதையும் ஆக்கிரமித்து ஆதிக்கம் செலுத்துமா? தகவல் யுகம் முழுவதையுமா? 1984 பற்றிய ஜார்ஜ் ஆர்வெல்லின் கணிப்பு சரியாக இருக்குமா? அந்தக் கணத்தில் ஒரு திரை மேலிருந்து கீழ்நோக்கி வந்து வெளிவர விருக்கும் மகின்டாஷுக்கான 62ஆவது தொலைக்காட்சி விளம்பரத்தின் முன்னோட்டத்தைக் காட்டியது. இன்னும் சில மாதங்களில் விளம்பரங்களிலேயே சரித்திரம் படைக்க விருந்தது அது. ஆனால் அதற்கிடையில் உற்சாகமிழந்து காணப்பட்ட ஆப்பிளின் விற்பனையாளர் படைகளை ஒருங்கிணைக்கவும் பயன் பட்டது. ஜாப்ஸ் எப்பொழுதுமே இருள் சக்திகளுக்கு எதிராகப் போராடும் புரட்சி வீரனாக, கலகக்காரனாகத் தம்மை பாவித்துக் கொண்டு சக்தியூட்டம் பெறுவது வழக்கம். இப்பொழுதும் அதே நோக்கோடு தமது படைகளுக்குச் சக்தியூட்ட முடிந்தது.

மற்றொரு சவாலும்கூட இருந்தது: ஹெர்ட்ஸ்ஃபெல்டும் மற்ற தொழில்நுட்ப வல்லுநர்களும் மகின்டாஷுக்கான சங்கேதக்குறிகளை எழுதித்தீர்க்க வேண்டியிருந்தது. மகின்டாஷை வெளியிடுவதற்கான தேதிகூட ஏற்கனவே நிச்சயிக்கப்பட்டுவிட்டது – ஜனவரி 16, திங்கட் கிழமை. அதற்கு ஒரு வாரம் முன்னதாக, பொறியியல் வல்லுநர்கள் அந்தத் தேதிக்குள் நிச்சயமாக எழுதித்தீர்க்க இயலாது என்ற முடிவிற்கு வந்திருந்தனர்.

ஜாப்ஸ் மன்ஹட்டனிலுள்ள கிராண்ட் ஹ்யாட்டில் பத்திரிகை முன்னோட்டங்களுக்குத் தயாராகிக்கொண்டு இருந்தார். ஆகவே ஞாயிறு காலை ஒரு தொலைபேசிக் கலந்தாலோசனைக் கூட்டத்திற்கு ஏற்பாடு செய்யப்பட்டது. மென்பொருள் மேலாளர் ஜாப்ஸிடம் மிகவும் பொறுமையாக, அமைதியாக அப்போதைய சூழ்நிலையை விளக்கினார் – ஹெர்ட்ஸ்ஃபெல்டும் மற்றவர்களும் தொலைபேசியின் ஸ்பீக்கருக்கு அருகில் மூச்சை இழுத்துப் பிடித்துக்கொண்டு குழுமி யிருந்தனர். அவர்களுக்குத் தேவையானதெல்லாம் இன்னும் இரண்டே வாரங்கள்தான். வணிகர்களுக்கு அனுப்பும் முதல் சரக்கிலுள்ள மென்பொருள் வடிவங்களை 'செயல்விளக்கம்' என்று குறிப்பிட்டு,

அந்த மாத இறுதியில் புதிய சங்கேதங்கள் தயாரானதும் மாற்றி வைத்துவிடலாம். மறுமுனையில் சில நிமிடங்கள் மௌனமாய்க் கரைந்தன. ஜாப்ஸ் கோபப்படவில்லை. அதற்குப் பதிலாகத் தீவிரமும் கவலையும் தோய்ந்த குரலில் பேசினார். அவர்கள் எல்லோரும் உண்மையிலேயே மிகவும் திறமைசாலிகள் என்றார். எந்த அளவிற்கு என்றால், குறித்தநேரத்தில் முடித்துவிடும் அளவிற்கு என்பது தமக்கு நன்றாகத் தெரியும் என்றார். பிறகு 'வேறு வழியே இல்லை – நாம் பின்வாங்கப் போவதில்லை!' என்று அறிவித்துவிட்டார். பான்ட்லி பணிக்கூடத்திலிருந்த குழுவினரிடமிருந்து மொத்தமாய் ஒரு பெரு மூச்சு. 'நீங்கள் எல்லோரும் இதில் பல மாதங்களாய் ஈடுபட்டுள் ளீர்கள். இரண்டு வாரங்களில் அப்படியொன்றும் பெரிய வித்தியாசம் வந்துவிடப்போவதில்லை – அது இல்லாமலே சமாளித்துவிடலாம். திங்கட்கிழமையிலிருந்து சரியாக ஒரே வாரத்தில் நான் சங்கேதங்களை ஏற்றி அனுப்பிவிடப் போகிறேன் – உங்கள் பெயர்களுடன்.'

'என்ன செய்வது, முடிக்கத்தான் வேண்டும்' என்றார் ஸ்டீவ் காப்ஸ். அதன்படியே செய்தும் முடித்தார்கள். மீண்டும் ஒருமுறை ஜாப்ஸின் மாயவலை முடியாது என்று அவர்கள் நினைத்திருந்ததை முடிக்க வைத்தது. வெள்ளிக்கிழமையன்று ராண்டி விக்கின்டன் ஒரு பெரிய பை நிறைய சாக்லேட்டில் பொதிந்த எஸ்ப்ரெஸ்ஸோ பீன்ஸுடன் வந்தார் – இரவுமுழுதும் பணியாற்றிய கடைசி மூன்று பேருக்காக. திங்கள் காலை *8.30* மணிக்கு ஜாப்ஸ் அலுவலகத்திற்கு வந்தபோது, ஹெர்ட்ஸ்பெல்ட் சோஃபாவில் ஏறத்தாழ மயக்கநிலையில் பரவிக் கிடந்தார். அவர்கள் சில நிமிடங்களுக்கு மீதமிருந்த ஒரு சின்னஞ்சிறு தடுமாற்றம் பற்றிப் பேசிக்கொண்டனர். ஜாப்ஸ் அது ஒரு பிரச்சினை யாக இருக்காது என்றார். ஹெர்ட்ஸ்ஃபெல்ட் தம்மை இழுத்துப் பிடித்துக்கொண்டு தமது நீல நிற போல்க்ஸ்வாகென் ராபிட்டில் (உரிமப் பலகை: MACWIZ) ஏறி வீட்டிற்குப் பறந்தார் – தூங்குவதற்காக. சிறிது நேரத்திற்குள், ஆப்பிளின் ஃப்ரெமாண்ட் தொழிற்சாலையிலிருந்து மகின்டாஷின் வண்ணமயமான கோட்டுச் சித்திரங்கள் அடங்கிய பெட்டிகள் வெளிவரத் தொடங்கின. உண்மையான கலைஞர்கள் கொண்டுசேர்க்கிறார்கள் – இதை ஜாப்ஸ் அறிவித்திருந்தார் – அதை இப்போது மகின்டாஷ் குழு செய்துகாட்டியிருந்தது.

'1984' விளம்பரம்

1983 வசந்தகாலத்தில், ஜாப்ஸ் மகின்டாஷின் வெளியீட்டிற்குத் தயாராகிக் கொண்டிருந்த சமயம். தங்களுடைய தயாரிப்பைப் போலவே புரட்சிகரமான, ஆச்சரியமூட்டும் விளம்பரம் வேண்டும் என்று கேட்டுக்கொண்டார். 'மக்களை அப்படியே ஸ்தம்பித்து நிற்கச்செய்யும்

ஒன்றுதான் எனக்கு வேண்டும்' என்றார் அவர். 'எனக்கு ஒரு இடியோசை போன்ற தாக்கம் வேண்டும்.' இந்தச் சவால் *சியாட்/டே* விளம்பர நிறுவனத்திற்குச் சென்றது. ரெஜிஸ் மெக்கென்னாவின் நிறுவனத் திற்கான விளம்பரப் பொறுப்பை அவர்கள் ஏற்றபோதுதான் ஆப்பிள் வாடிக்கையாளரானது. இந்த விளம்பரத்திற்கான பொறுப்பு புதர் போன்ற தாடியும், காடாய் வளர்ந்திருந்த தலைமுடியும், சற்று விநோதமான இளிப்பும், மினுமினுக்கும் கண்களும் கொண்ட லீ க்ளோவிடம் ஒப்படைக்கப்பட்டது. இவர் லாஸ் ஆஞ்சலெஸின் வெனிஸ் பீச் பகுதியில் அமைந்துள்ள அந்த விளம்பர நிறுவனத்தின் அலுவலகத்தில் ஆக்கத்திறன் நிர்வாகியாகப் பணியாற்றிவந்தார். க்ளோ மிகவும் கலகலப்பானவர்; நிதானமான, ஆனால் கூரிய கவனத்துடன் செயல்படுபவர். ஜாப்ஸுடன் அவர் ஏற்படுத்திக்கொண்ட பந்தம் முப்பது ஆண்டுகள் நிலைத்து நீடிக்கவிருந்தது.

க்ளோவும் அவருடைய குழுவிலுள்ள இருவரும் – பிரதி எழுத்தாளர் ஸ்டீவ் ஹேடனும் கலை இயக்குனர் ப்ரென்ட் தாமஸும் ஜார்ஜ் ஆர்வெல்லின் நாவலில் கண்ட ஒரு வாசகத்தை மீண்டும் மீண்டும் அலசிக்கொண்டிருந்தனர்: '1984 ஏன் 1984 போல இருக்காது.' ஜாப்ஸுக்கு அது மிகவும் பிடித்துப்போய் விட்டது. மகின்டாஷ் வெளியீட்டிற்குப் பொருத்தமாக அதையே தயாரிக்கச் சொன்னார். ஆகையால் அவர்கள் 60 வினாடிகள் நீடிக்கக்கூடிய ஒரு விளம்பரத் திற்கான கதைத் தயாரிப்பில் இறங்கினர். விஞ்ஞானக் கற்பனைப் படத்தின் காட்சிபோலத் தோன்றிய அதில் ஒரு கலகக்காரப் பெண் ஆர்வெல் கற்பனையில் வடித்த காவல்துறையினரின் பிடியில் அகப் படாமல் தப்பியோடி ஒரு சம்மட்டியைத் திரையில் எறிவதுபோலவும், அந்தத் திரையில் பிக் பிரதர்[1] சிந்தையைக் கட்டுப்படுத்தும் தனது உரையை நிகழ்த்துவது போலவும் இருந்தது.

இந்தக் கற்பனை தனியார்க் கணினி *(பீசி)* புரட்சியின் சாராம்சத்தை அப்படியே பிரதிபலித்தது. பல இளைஞர்கள், குறிப்பாக மாற்றுக் கலாச்சாரத்தில் ஈடுபட்டுள்ளவர்கள், கணினிகளை ஆர்வெல் பாணி அரசுகளும் பிரம்மாண்டமான நிறுவனங்களும் தனி மனிதர்களை உறிஞ்சுவதற்காகப் பயன்படுத்தும் சாதனங்களாகவே கருதினார்கள். ஆனால் 1970களின் முடிவில் அவை தனிமனித வலுவூட்டலுக்குத் துணைபுரியக்கூடிய சாதனங்களாகத் தோன்றத் தொடங்கின. அந்த விளம்பரம் மகின்டாஷை இந்த இரண்டாவது கருத்தை லட்சியமாகக் கொண்டு போராடும் ஒரு போர்வீரனாக – லாவகமான, கலகத்தனம் மிகுந்த, சாதனை நிறுவனமாக – உலகைத் தன்வசப்படுத்தி அடக்கியாள

[1] பிக் பிரதர்: ஜார்ஜ் ஆர்வெல்லின் '1984' நாவலில் வரும் ஒரு சர்வாதிகாரி கதாபாத்திரம். (மொ-ர்)

முயலும் பெரும் நிறுவனங்களை எதிர்த்து நிற்கும் ஒரே தடையாகச் சித்திரித்திருந்தது.

ஜாப்ஸுக்கு இது பிடித்திருந்தது. அந்த விளம்பரத்தின் கற்பனைக்கரு அவருடன் மிக நெருங்கிய, பிரத்யேகமான தொடர்புகொண்டதாக இருந்தது. அவர் தம்மை ஒரு கலகக்காரனாகவே கற்பனை செய்து கொண்டிருந்தார். மகின்டாஷ் குழுவில் அவர் சேர்த்து வைத்திருந்த ஹாக்கர்கள், கடல் கொள்ளைக்காரர்கள் ஆகியோரது இலட்சியங் களுடன் தம்மை இணைத்துக்கொள்ள அவர் பெரிதும் விரும்பினார். ஆப்பிள் நிறுவனத்தைத் தொடங்குவதற்காக ஓரிகானில் இருந்த ஆப்பிள் கம்யூனை (சமுதாயக் குடியிருப்புகளை) விட்டுவந்தாலும், அவர் நிறுவனங்களின் கலாச்சாரத்தைவிட மாற்றுக் கலாச்சாரத்தைச் சேர்ந்தவர் என்று அறியப்படுவதையே விரும்பினார்.

ஆனால் ஆழ்மனத்தில் ஹாக்கர் உணர்வைத் தன்னிலிருந்து வெகுதூரம் விலக்கியிருப்பதை உணர்ந்தார். சிலர் அவர் தன்னையே விற்றுவிட்டார் என்றுகூடச் சொல்வதுண்டு. வாஸ்நியாக் ஹோம்ப்ரூ கொள்கைக்கு உண்மையாக நடந்துகொண்டு தமது ஆப்பிள் I வடிவமைப்பை அனைவரோடும் இலவசமாகப் பகிர்ந்துகொண்டார். அப்போது ஜாப்ஸ்தான் அந்தப் போர்டுகளை விற்கவேண்டும் என்று வலியுறுத்தினார். அதேபோல வாஸ்நியாக் எவ்வளவு தயங்கியும் ஆப்பிளை ஒரு நிறுவனமாக்க வேண்டும் என்ற ஆசையில் தங்களுடன் கராஜில் ஒன்றாக இருந்த நண்பர்களுக்குப் பங்கு வாய்ப்புகளை இலவசமாக விநியோகம் செய்யக்கூடாது என்று கூறியதும் ஜாப்ஸ்தான். ஆனால் இப்போது அவர் வெளியிட இருந்த மகின்டாஷ் ஹாக்கர் களின் கொள்கைகளைப் பலவிதத்திலும் மீறுவதாக இருந்தது: விலை மிக அதிகம்; அதில் செருகுவாய்கள் (ஸ்லாட்) இல்லை - அதாவது பொழுதுபோக்குக்காரர்கள் தங்கள் சொந்தக் கார்டுகளைப் பயன் படுத்தவோ, மதர் போர்டுக்குள் (தாய்ப்பலகைக்குள்) புகுந்து தங்கள் புதிய செயல்பாடுகளைச் சேர்த்துக் கொள்ளவோ முடியாது; அதுமட்டு மன்றி, பிளாஸ்டிக் பெட்டகத்தைத் திறப்பதற்கேகூடச் சிறப்புக் கருவிகள் தேவைப்பட்டன. மொத்தத்தில் அது ஒரு மூடிய, கட்டுப்பாடு மிகுந்த அமைப்பாக இருந்தது; ஒரு ஹாக்கர் போலன்றி, ஏதோ பிக் பிரதர் வடிவமைத்ததைப் போல இருந்தது.

ஆக, *'1984'* விளம்பரம் அவர் விரும்பிய சுயரூபத்தைத் தனக்கும் இந்த உலகத்திற்கும் வலியுறுத்துவதாக இருந்தது. கதாநாயகி அணிந் திருந்த தூயவெள்ளை மேல் சட்டையில் *(டாங்க் டாப்)* மகின்டாஷின் படம் சித்திரிக்கப்பட்டிருந்தது. அவள் நிறுவனத்தைப் பாதுகாக்கப் புறப்பட்டுவந்த போராளி. *ப்ளேட் ரன்னர்* திரைப்படத்தின் அபார வெற்றியைத் தொடர்ந்து அதன் இயக்குனர் ரிட்லி ஸ்காட்டைப்

பணிக்கு அமர்த்துவதன் மூலம் ஜாப்ஸ் தம்மையும் ஆப்பிளையும் அப்பொழுது நிலவரத்திலிருந்த சைபர்பங்க் கலாச்சாரத்துடன் இணைத்துக்கொள்ள முடிந்தது. இந்த விளம்பரம், மாற்றிச் சிந்திக்கும் கலகக்காரர்களோடும் ஹாக்கர்களோடும் ஆப்பிள் தன்னை ஐக்கியப் படுத்திக்கொள்ளவும், அதேசமயம் ஜாப்ஸ் தம்மை அவர்களுடன் ஐக்கியப்படுத்திக்கொள்ளும் உரிமையை மீட்டுக்கொள்ளவும் வழி யமைத்துத் தந்தது.

ஸ்கல்லி தொடக்கத்தில் கதையைப் பார்த்துவிட்டுச் சிறிது நம்பிக்கை யில்லாமல்தான் காணப்பட்டார். ஆனால் ஜாப்ஸ் அவர்களுக்கு இப்பொழுது சற்று புரட்சிகரமான ஏதாவது ஒன்றுதான் தேவை என்று வலியுறுத்தினார். இந்த விளம்பரத்தைப் படம்பிடிப்பதற்கு மட்டும் இதுவரையில்லாத அளவு 750,000 டாலர் தொகையை ஜாப்ஸ் ஒதுக்கிப் பெற்றுக்கொண்டார் – அவர்கள் அந்த விளம்பரத்தின் முன்னோட்டத்தை சூப்பர் பௌலின் போது செய்யத் திட்டமிட்டி ருந்தார்கள். படப்பிடிப்பை லண்டனில் வைத்துக்கொண்ட ரிட்லி ஸ்காட், திரையில் பிக் பிரதரின் உரையைக் கேட்கக் கூடியிருந்த மக்கள் வெள்ளத்தினிடையே ஏராளமான அசல் ஸ்கின்ஹெட்களைப்[2] பயன் படுத்தியிருந்தார். ஒரு தட்டு எறியும் வீராங்கனையைக் கதாநாயகி யாகத் தேர்வு செய்திருந்தார். ஒரு தொழிற்சாலையின் உலோகச் சாம்பல் நிறம் ஆதிக்கம் செலுத்தும் சூழலில் ஸ்காட் தனது ப்ளேட் ரன்னர் திரைப்படத்தில் உள்ள நரகலோகச் சாயலைக் கொண்டு வந்திருந்தார். பிக் பிரதர் 'நாம் நிலைத்திருப்போம்!' என்று அறிவிக்கும் அதே கணத்தில் கதாநாயகியின் சம்மட்டி திரையைச் சுக்குநூறாக்க, அது ஒளி கலந்த ஒரு புகைமூட்டத்தில் ஆவியாய்க் கரைந்து போகிறது.

ஹவாய் கூட்டத்தில் ஆப்பிள் விற்பனையாளர் படைக்காக ஜாப்ஸ் இந்த விளம்பரத்தின் முன்னோட்டத்தைத் திரையிட்ட போது, அவர்கள் பூரித்துப் போனார்கள். ஆகவே, 1983 டிசம்பர் கூட்டத்தின்போது நிர்வாகக் குழுவினருக்காக அதனைத் திரையிட்டார். அறையில் மீண்டும் வெளிச்சம் வந்தபோது, அனைவரும் மௌனமாய் இருந்தனர். மேஸீஸ் கலிஃபோர்னியாவின் தலைமை நிர்வாக அதிகாரி ஃபிலிப் ஷ்லைன் மேசைமேல் தலையைக் கவிழ்த்துக்கொண்டு அமர்ந்திருந்தார். மைக் மர்க்குலா மௌனமாய் வெறித்துப் பார்த்தவண்ணம் இருந்தார். முதலில் அவர் ஏதோ அந்த விளம்பரத்தில் சொல்லப்பட்ட செய்தியின் வலிமையால் உணர்ச்சிவசப்பட்டது போல் தோன்றியது. பின்னர் அவர் பேசினார்: 'புதிய விளம்பர நிறுவனத்திற்கு மாற உங்களில் யார்

---

[2] லண்டன் மாநகரின் உழைக்கும் வர்க்கத்தைச் சேர்ந்த இளைஞர்கள் மத்தியில் 1960களில் பரவிய உபகலாச்சாரம். இவர்களுடைய ஒட்டக் கத்தரித்த தலைமுடி அல்லது மழுங்கச் சிரைத்த தலையால் இப்பெயர் வந்தது. (மொ-ர்)

விரும்புகிறீர்கள்?' ஸ்கல்லி நினைவுகூர்ந்தார்: 'அங்கிருந்தவர்களில் ஏறத்தாழ அனைவரும் தாங்கள் அதுவரை கண்டிருந்தவற்றுள் மிக மோசமான விளம்பரம் அதுதான் என்று கருதினார்கள்.' ஸ்கல்லிக்கு பயத்தில் நடுக்கமே வந்துவிட்டது. அவர் சியாட்/டே நிறுவனத்திடம் தாங்கள் வாங்கியிருந்த இரண்டு விளம்பரக் கால அவகாசங்களை – ஒன்று 60 வினாடிகள், மற்றது 30 – விற்றுவிடும்படி கூறினார்.

ஜாப்ஸ் யோசனையில் இருந்தார். ஒரு நாள் மாலை, கடந்த இரண்டு ஆண்டுகளாக ஆப்பிளுக்கு வருவதும் போவதுமாக இருந்த வாஸ்நியாக் மகின்டாஷ் மாளிகைக்குள் பிரவேசித்தார். ஜாப்ஸ் அவரை அப்படியே பிடித்து இழுத்து, 'இங்கு வந்து இதைக் கொஞ்சம் பார்' என்றார். ஒரு விசிஆரை வெளியே எடுத்து அந்த விளம்பரத்தை ஓடச் செய்தார். 'நான் அசந்தே போனேன்' என்று வாஸ் நினைவுகூர்ந்தார். 'அது அதி அற்புத மான ஒன்றாக எனக்குத் தோன்றியது.' நிர்வாகக் குழு அதை சூப்பர் பௌலின் போது திரையிடுவதில்லை என்று முடிவெடுத்திருப்பதாக ஜாப்ஸ் கூறிய போது, அந்த விளம்பரக் கால அவகாசத்திற்கு எவ்வளவு செலவாகுமென்று வாஸ்நியாக் கேட்டார். ஜாப்ஸ் 800,000 டாலர் என்றார். தமக்கே உரித்தான நல்ல மனத்துடன் வாஸ்நியாக் உடனடியாகக் கூறினார்: 'சரி, உனக்குச் சம்மதமென்றால் அதில் பாதியை நான் தருகிறேன்.'

ஆனால் அதற்கு அவசியமிருக்கவில்லை. விளம்பர நிறுவனம் 30 விநாடி கால அவகாசத்தை விற்றுவிட்டது. ஆனால் ஏதோ ஒரு பிடிவாத உணர்வில் நீளமானதை விற்கவில்லை. 'நிர்வாகக் குழுவிடம் அதை விற்க முடியவில்லை என்று சொல்லிவைத்தோம். ஆனால் உண்மையில் நாங்கள் அதற்கு முயற்சி செய்யவில்லை' என்றார் லீ க்ளோ. ஸ்கல்லி நிர்வாகக்குழுவுடனும் சரி, ஜாப்ஸுடனும் சரி, மோதலைத் தவிர்க்க விரும்பி, விளம்பரப் பிரிவுத் தலைவரான பில் காம்ப்பெல்லை அழைத்து என்ன செய்வது என்று ஆலோசனை கேட்டார். முன்னாள் கால்பந்து பயிற்சியாளரான காம்ப்பெல், ஒரு கை பார்த்துவிட முடிவுசெய்தார். 'எனக்கென்னவோ நாம் அதைச் செய்யவேண்டும் என்றுதான் தோன்றுகிறது' என்று அவர் தமது குழுவிடம் கூறினார்.

சூப்பர் பௌல் XVIIIஇன் மூன்றாவது கால்சுற்றின் தொடக்கத்தில் வலிமையாக இருந்த ரெய்டர்ஸ், எதிரணியான ரெட்ஸ்கின்ஸுக்கு எதிராக ஒரு புள்ளி பெற்றார்கள். அதன் உடனடி மறுஒளிபரப்பிற்குப் பதிலாக, இரண்டு முழு வினாடிகளுக்கு நாடெங்கிலுமுள்ள தொலைக் காட்சித் திரைகள் இருளில் மூழ்கின. தொடர்ந்து உறையவைக்கும் பின்னணி இசைக்கு ஏற்ப அணிவகுத்துச் செல்லும் இயந்திர மனிதர் களின் அச்சமூட்டும் கறுப்பு-வெள்ளை பிம்பம் திரையெங்கிலும் பரவியது. 96 மில்லியனுக்கும் அதிகமான மக்கள் தாங்கள் இதுவரை

கண்டிராத புதிய வகை விளம்பரத்தைக் கண்டனர். இறுதிக் காட்சியில், பிக் பிரதர் ஆவியாகிப் போவதை இயந்திர மனிதர்கள் திகிலோடு பார்த்துக் கொண்டிருக்க, ஒரு அறிவிப்பாளர் சாந்தமான குரலில் 'ஜனவரி 24 அன்று ஆப்பிள் கம்ப்யூட்டர்ஸ் மகின்டாஷை அறிமுகம் செய்ய இருக்கிறது. அப்பொழுது உங்கள் எல்லோருக்கும் புரியும் - 1984 ஏன் '1984' போல இருக்காது என்று.'

அது ஒரு கிளர்ச்சியாகவே இருந்தது. அன்று மாலை மூன்று வலையமைப்புகளும் (நெட்வொர்க்) ஐம்பது வட்டார நிலையங்களும் அந்த விளம்பரத்தைப் பற்றிக் கதைகள் சொல்லிய வண்ணம் இருந்தன. யூட்யூப் காலகட்டத்திற்கு முன்பு அதுவரையில் கண்டிராத அளவிற்கு ஓர் அசுர வேகத்தில் அதன் புகழ் பரவியது. காலப்போக்கில் டிவி கைடு மற்றும் அட்வர்டைசிங் ஏஜ் ஆகிய இதழ்கள் 'காலத்தால் அழியாத மிக அற்புதமான விளம்பரம்' என்று அதனைத் தேர்ந்தெடுத்தன.

விளம்பரக் கோலாகலம்

காலப்போக்கில் ஸ்டீவ் ஜாப்ஸ் தயாரிப்பு வெளியீடுகளில் பெரும் புகழ் பெற்று விளங்கினார். மகின்டாஷ் விஷயத்தில் வியக்கவைத்த ரிட்லி ஸ்காட் விளம்பரம் ஒரு சிறு பங்கு மட்டுமே. அதன் கலவையில் மற்றொரு பங்கு வகித்தது பத்திரிகைகளிலும் ஊடகங்களிலும் வந்த கட்டுரைகள். ஜாப்ஸின் விளம்பர உத்திகள் மிகவும் வலிமையானவை – அவை மக்களிடையே உருவாக்கிய பரபரப்பு தன்னைத்தானே ஊட்டிவளர்த்துக்கொண்டு பன்மடங்கு பெருகியது – ஒரு தொடர்வினை போல. பெரிய அளவிலான தயாரிப்பு வெளியீடு நடைபெறும் ஒவ்வொரு முறையும் – 1984இன் மகின்டாஷ் முதல் 2010இன் ஐபேட் வரை – இந்த அதிசயம் தொடர்ந்தது. பத்திரிகையாளர்கள் இதைப் பலமுறை பார்த்தபின்னரும்; இது எப்படி ஒருங்கிணைக்கப்படுகிறது என்பதும் அவர்களுக்கு நன்றாகவே தெரிந்திருந்தும்கூட ஒரு மந்திர வாதிபோல, இதே வித்தையை மீண்டும் மீண்டும் நிகழச் செய்வார். இதில் சில உத்திகள் அவர் ரெஜிஸ் மெக்கென்னாவிடம் கற்றவை – அவர் திமிர்பிடித்த செய்தியாளர்களையும்கூட வழிக்குக் கொண்டு வருவதிலும், தட்டிக்கொடுத்து வேலைவாங்குவதிலும் மிகுந்த திறமை சாலி. ஆனால் ஜாப்ஸுக்கு உள்ளுணர்வு அதிகம் – பரபரப்பை எப்படி விசிறிவிடுவது, பத்திரிகையாளர்களின் போட்டி மனப்பான்மையை எப்படித் தமக்குச் சாதமாகக் கையாளுவது, சிறப்பு அனுமதிக்காகப் படாடோபமான உபசரிப்பு என்பதெல்லாம் அவருக்குக் கைவந்த கலையாக இருந்தது.

1983 டிசம்பர் மாதம் அவர் தமது குட்டிப் பொறியியல் மாயாவி களான ஆண்டி ஹெர்ட்ஸ்ஃபெல்ட், பர்ரெல் ஸ்மித் ஆகியோரை

அழைத்துக்கொண்டு நியூ யார்க் சென்றார் – *நியூஸ்வீக்* பத்திரிகையில் 'மாக்கை உருவாக்கிய குட்டி வல்லுநர்கள்' என்ற தலைப்பில் ஒரு கட்டுரைக்காக. மகின்டாஷின் ஒரு செயல்விளக்கம் அளித்தபின், அவர்கள் மாடிக்கு அழைத்துச் செல்லப்பட்டார்கள் – அதன் புகழ்பெற்ற அதிபர் காத்தரீன் க்ரஹாமைச் சந்திப்பதற்காக. அவருக்குப் புதிதாய் அறிமுகமாகும் எதிலும் அளவிலாத ஆர்வமுண்டு. பின்னர் அந்தப் பத்திரிகை தனது தொழில்நுட்பக் கட்டுரையாளரையும் புகைப்படக் கலைஞரையும் பாலோ ஆல்டோவில் ஹெர்ட்ஸ்ஃபெல்ட், ஸ்மித் ஆகியோருடன் தங்கியிருக்க அனுப்பிவைத்தது. அதன் பலனாக இருவரின் திறமைகளையும் பறைசாற்றும் நான்கு பக்க படக்கட்டுரை ஒன்று தயாரானது – படங்களில் பார்ப்பதற்கு அவர்கள் புதியதோர் யுகத்தின் இளம் குருத்துகள் போல இருந்தார்கள். அந்தக் கட்டுரையில் ஸ்மித் தாம் அடுத்துச் செய்ய விரும்புவது என்ன என்று குறிப்பிட்டிருந்தார்: '90களின் கணினியை உருவாக்க விரும்புகிறேன். ஒரே ஒரு விஷயம் – அதை நாளையே செய்ய வேண்டும் என்று ஆசை.' அந்தக் கட்டுரை அவருடைய மேலதிகாரியின் ஆவேசமும் கம்பீரமும் கலந்த சுபாவத்தையும் விளக்கியது: 'ஜாப்ஸ் சில வேளைகளில் தமது கருத்துகளை உரத்த குரலில் ஆவேசமாகத் தெரிவிப்பார் – இது எப்பொழுதும் ஒரேபோல இருக்காது. கணினிகளில் கர்ஸர் (திரைக்குறி) பொத்தான்கள் தேவை என்று வலியுறுத்தியதற்காகச் சில ஊழியர்களைப் பணிநீக்கம் செய்யப் போவதாய்க் கூறியதாகவும் வதந்திகள் உண்டு – ஏனெனில் அவை வழக்கிலில்லை என்று அவர் கருதினார். ஆனால் நல்ல சுபாவத்திலும் மனோநிலையிலும் இருக்கும் வேளைகளில், ஜாப்ஸ் பொறுமையின்மையும் கவர்ச்சியும் கலந்த ஒரு விநோதமான மனிதராய்த் தோன்றுவார். சூட்சும புத்திக்குரிய கூச்சமாகட்டும், அதே சமயம் தம்க்கு மிகவும் பிடித்த 'கிறுக்குத் தனமான அற்புதம்' என்று சொல்லும் உற்சாகமாகட்டும், இரண்டையும் அவரிடம் மாறிமாறிக் காணலாம்.'

தொழில்நுட்பக் கட்டுரையாளர் ஸ்டீவென் லெவி அப்போது *ரோலிங் ஸ்டோன்* பத்திரிகையில் பணியாற்றிக் கொண்டிருந்தார். அவர் ஜாப்ஸைப் பேட்டிகாண வந்திருந்தபோது, இதழாசிரியரிடம் எப்படியாவது பேசிச் சம்மதிக்க வைத்து மகின்டாஷ் குழுவினரை அட்டைப் படத்தில் பிரசுரிக்குமாறு வலியுறுத்தினார். 'ஜான் வென்னர் ஸ்டிங்கிற்குப் பதிலாக ஒரு கொத்து கணினி அறிவுஜீவிகளை முகப்பு அட்டையில் இடம்பெறச் செய்வதற்கு சம்மதிப்பதெல்லாம் ஏறத்தாழ கோடியில் ஒரு சதவீதம்தான் சாத்தியம்' என்று லெவி சரியாகத் தான் ஊகித்திருந்தார். ஜாப்ஸ் லெவியை அருகிலுள்ள ஒரு பிட்ஸா விடுதிக்கு அழைத்துச் சென்று மேலும் வலியுறுத்தினார்: '*ரோலிங் ஸ்டோன்* கயிற்றில் ஊசலாடிக்கொண்டு, பயனற்ற கட்டுரைகளை

எழுதிக்கொண்டு, புதிய தலைப்புகளையும் வாசகர்களையும் தேடிக் கொண்டிருக்கிறது. மாக் அதற்கொரு விடிவுகாலமாக இருக்கலாம்!' லெவி மசியவில்லை. *ரோலிங் ஸ்டோன்* உண்மையிலேயே நன்றாகத் தான் இருக்கிறது என்று கூறியதுடன், சமீபத்தில் அதை ஜாப்ஸ் படித்திருந்தாரா என்று வினவினார். ஜாப்ஸ் ஆம் என்று கூறி, அதில் குறிப்பாக எம்டீவி பற்றி வெளிவந்திருந்த கட்டுரை 'ஒன்றுக்கும் உதவாதது' என்றும் தமது கருத்தைத் தெரிவித்தார். லெவி அந்தக் கட்டுரையை எழுதியது தான்தான் என்றார். அதனாலெல்லாம் ஜாப்ஸின் கருத்தில் எந்த மாற்றமும் இருக்கவில்லை. அதற்குப் பதில் மகின்டாஷ் பற்றித் தத்துவமயமாய்ப் பேசத் தொடங்கினார். நமக்கு முந்தைய முன்னேற்றங்கள், நமக்கு முன் வாழ்ந்தவர்கள் வளர்த்தி உருவாக்கியவற்றையெல்லாம் தொடர்ந்து பயன்படுத்திக் கொண்டிருக் கிறோம் என்றார் அவர். 'மனித அனுபவம் மற்றும் அறிவு என்ற சமுத்திரத்தில் அவற்றை மீண்டும் சேர்க்கக் கூடிய ஒரு சாதனத்தை உருவாக்குவது என்பது அற்புதமான, சிலிர்க்க வைக்கும் ஓர் உணர்வு.'

லெவியின் கட்டுரை அட்டைப்படத்தில் வெளியாகும் வாய்ப்பைப் பெறவில்லை. ஆனால் எதிர்காலத்தில், ஜாப்ஸ் ஈடுபட்டிருந்த பெரும் தயாரிப்பு வெளியீடுகள் ஒவ்வொன்றும் – நெக்ஸ்டில், பிக்ஸாரில் பல ஆண்டுகள் கழித்து மீண்டும் திரும்பிவந்த பின் ஆப்பிளில் என - *டைம், நியூஸ்வீக்* அல்லது *பிசினஸ் வீக்* பத்திரிகைகளின் முகப்பு அட்டைப் படத்தைத் தவறாமல் அலங்கரித்தன.

ஜனவரி 24, 1984

தாமும் தமது குழுவினரும் மகின்டாஷுக்கான மென்பொருளைத் தயாரித்து முடித்த அன்று காலையில், ஆன்டி ஹெர்ட்ஸ்ஃபெல்ட் மிகுந்த களைப்புடன் வீடுதிரும்பி, குறைந்தபட்சம் ஒரு நாள் நன்றாகத் தூங்கவேண்டும் என்றுதான் எண்ணினார். ஆனால் அன்று மதியமே, வெறும் ஆறுமணிநேர தூக்கத்திற்குப் பிறகு, மீண்டும் அலுவலகத் திற்குச் சென்றார் – ஏதேனும் பிரச்சினைகள் முளைத்துள்ளனவா என்று அறிவதற்காக. அவருடைய சக ஊழியர்கள் பலரும் அதேபோலத்தான். மயங்கிய நிலையில், ஆனால் பூரிப்புடன் அவர்கள் அங்குமிங்கும் உலவியபடி இருந்தபோது, ஜாப்ஸ் உள்ளே நுழைந்தார். 'எல்லோரும் தயாராகுங்கள், உங்கள் பணி இன்னும் தீரவில்லை!' என்று அறிவித்தார். 'அறிமுகப்படலத்திற்கு ஒரு செயல்விளக்கம் தேவைப்படுகிறது!' அவருடைய திட்டம் இதுதான்: ஒரு மாபெரும் பார்வையாளர் கூட்டத்தின் முன்னிலையில் திரைச்சீலையை விலக்கி *சாரியட்ஸ் ஆஃப் ஃபயரை* ஊக்குவிக்கும் பின்னணி இசையாகக் கொண்டு மகின்டாஷின் சிறப்பம்சங்கள் சிலவற்றை வெளியிடவேண்டும். 'இந்த வார இறுதிக்குள்

வேண்டும், ஒத்திகைக்குத் தயாராக' என்றார் அவர். அனைவரும் முனகினார்கள் என்று ஹெர்ட்ஸ்ஃபெல்ட் நினைவுகூர்ந்தார். 'ஆனால் அதுபற்றிப் பேசப் பேச மனத்தில் தாக்கத்தை ஏற்படுத்தும் ஒரு விஷயத்தைச் செய்வதும் சுவாரசியமானதுதான் என்று உணர்ந்து கொண்டோம்.'

ஜனவரி 24 அன்று நடைபெறும் ஆப்பிளின் ஆண்டுப் பங்குதாரர் கூட்டத்தின்போது – அதற்கு இன்னும் எட்டு நாள்கள் மட்டுமே இருந்தன – டி அன்ஸா சமூகக் கல்லூரியின் ஃப்ளின்ட் அரங்கத்தில் வெளியீட்டு விழாவை நடத்துவதாக ஏற்பாடு செய்திருந்தார்கள். தொலைக்காட்சி விளம்பரமும் பத்திரிகை முன்னோட்டக் கட்டுரைகள் ஏற்படுத்திய பரபரப்பும்தான் ஒரு புதிய தயாரிப்பை உலக வரலாற்றிலேயே முக்கியமான நிகழ்வு போலத் தோன்றச் செய்ய ஜாப்ஸ் கையாண்ட முதல் இரண்டு உத்திகள். மூன்றாவது, பலத்த ஆரவாரத்திற்கு மத்தியில், விசுவாசமிக்க ஆதரவாளர்கள் மற்றும் அங்கு நிலவிய பரபரப்பில் அடித்துச் செல்லப்படுவதற்காகவே வரவழைக்கப்பட்ட பத்திரிகையாளர்களின் முன்னிலையில் திரைச்சீலையை விலக்குதல்.

ஹெர்ட்ஸ்ஃபெல்ட் இரண்டே நாள்களில் ஒரு மியூசிக் பிளேயரை (இசைப்பான்) எழுதிச் சாதனை புரிந்தார் – கணினியில் *சாரியட்ஸ் ஆஃப் ஃபயர்* வாசிப்பதற்காக. ஆனால் ஜாப்ஸ் அதைக் கேட்டபோது, நன்றாக இல்லை என்று கூறிவிட்டார். ஆகையால், அதற்குப் பதிலாக அதன் ஒலிப்பதிவையே பயன்படுத்த முடிவுசெய்தனர். அதேசமயம், எழுத்து வடிவிலான உரையைப் பேச்சு வடிவில் மாற்றி, மின்னணுக் குரலில் வழங்கக்கூடிய ஒரு குரல் இயற்றி *(ஸ்பீச் ஜெனரேட்டர்)* ஜாப்ஸின் சிந்தையை வெகுவாகக் கவர்ந்தது. அதனைச் செயல் விளக்கத்தின் ஒரு பகுதியாகப் பயன்படுத்திக்கொள்ளத் தீர்மானித்தார். 'தன்னைத்தானே அறிமுகப்படுத்திக்கொள்ளும் முதல் கணினி மகின்டாஷாகத்தான் இருக்கவேண்டும்!' என்று அவர் வலியுறுத்தினார்.

வெளியீட்டிற்கு முந்தைய நாள் இரவு ஒத்திகையின் போது, எதுவுமே சரிவர இயங்கவில்லை. அனிமேஷன் மகின்டாஷ் திரையில் ஓடிய விதம் ஜாப்ஸுக்கு வெறுப்பூட்டியது. அவர் மீண்டும் மீண்டும் சின்னஞ்சிறு மாற்றங்கள் செய்யும்படி கூறிக்கொண்டே இருந்தார். மேடையின் ஒளியமைப்பும் அவருக்குத் திருப்தியளிக்கவில்லை. ஒவ்வொருமுறை மாற்றங்கள் செய்யும் பொழுதும் ஸ்கல்லியை இருக்கை விட்டு இருக்கை மாறி அமரச்செய்து கருத்துக் கூறும்படிச் செய்தார். ஸ்கல்லி ஒருபோதும் மேடை ஒளியமைப்புகளின் வித்தியாசங்கள் பற்றியெல்லாம் சிந்தித்ததே இல்லை – அதனால் அவர் ஏதோ கண் பரிசோதனைக்காக வந்த நோயாளி மருத்துவர் எந்த லென்ஸை அணிந்தால் எழுத்துக்கள் மேலும் தெளிவாகத் தெரிகின்றன என்று

கேட்கையில் கூறுவதைப்போல அவ்வப்போது தோன்றியதையெல்லாம் உத்தேசமாகக் கூறிக்கொண்டிருந்தார். ஒத்திகைகளும் மாற்றங்களும் ஐந்து மணிநேரங்களுக்குத் தொடர்ந்தன – இரவு வெகுநேரம் வரை. 'அவர் எல்லோரையும் பித்துப்பிடிக்க வைத்துக் கொண்டிருந்தார் – மேடை உதவியாளர்களிடம் தயாரிப்பில் ஒவ்வொரு சிறு குற்றத் திற்கும் சீறிப்பாய்ந்த வண்ணம் இருந்தார்' என்று ஸ்கல்லி நினைவு கூர்ந்தார். 'எனக்கென்னவோ அடுத்தநாள் காலை நிகழ்ச்சிக்குள் தயார் செய்ய ஒரு வழியும் இல்லாதது போல்தான் தோன்றியது.'

எல்லாவற்றுக்கும் மேலாக ஜாப்ஸ் தமது உரையைப் பற்றிக் கவலைப் பட்டார். ஸ்கல்லி தம்மை ஒரு நல்ல எழுத்தாளராகக் கருதிக்கொண்டி ருந்ததால், ஜாப்ஸின் உரையில் சில மாற்றங்களைப் பரிந்துரைத்தார். தமக்கு அது எரிச்சலூட்டியதாக ஜாப்ஸ் நினைவுகூர்ந்த போதிலும், அவர்கள் இருவருக்கும் இருந்த உறவு அப்பொழுதும் ஸ்கல்லிக்குப் புகழாரம் சூட்டி, அவரைத் திருப்திப்படுத்த முயலும் ஒன்றாகத்தான் இருந்தது என்றார். 'நான் உங்களை வாஸ், மார்க்குலா ஆகியோருக்கு இணையாக நினைக்கிறேன்' என்றார் அவர் ஸ்கல்லியிடம். 'நீங்களும் இந்த நிறுவனத்தை உருவாக்கியவர்களில் ஒருவர் போலத்தான். அவர்கள் நிறுவனத்தை உருவாக்கினார்கள். ஆனால், நீங்களும் நானும் அதன் எதிர்காலத்தை உருவாக்குகிறோம்.' ஸ்கல்லி அதை அப்படியே உள்வாங்கிக்கொண்டார்.

அடுத்த நாள் காலை 2600 பேர் அமரக்கூடிய அந்த அரங்கம் நிரம்பி வழிந்தது. ஜாப்ஸ் முன்புறத்தில் மேல்கீழாக இருவரிசைப் பொத்தான் களைக் கொண்டிருக்கிற நீல நிற பிளேஸரையும் கஞ்சியிடப்பட்ட வெள்ளைச்சட்டை மற்றும் இளம் பச்சைநிறக் கழுத்துக் கச்சையும் *(போ டை)* அணிந்து வந்தார். 'இதுதான் எனது வாழ்விலேயே மிக முக்கிய தருணம்' – மேடையின் பின்னால் நிகழ்ச்சி தொடங்கு வதற்காகக் காத்துக் கொண்டிருக்கையில் அவர் ஸ்கல்லியிடம் கூறினார். 'எனக்குப் பதற்றமாக இருக்கிறது. இந்த நிலையில் என் உணர்வு எப்படிப்பட்டது என்று தெரிந்த ஒரே மனிதர் நீங்களாகத்தான் இருக்கும்.' ஸ்கல்லி அவருடைய கையைத் தம் கையில் எடுத்து ஒரு கணம் பிடித்துக்கொண்டார். பின் மெல்லிய குரலில், 'வாழ்த்துகள்' *(குட் லக்)* என்றார்.

நிறுவனத்தின் தலைவர் என்ற முறையில் ஜாப்ஸ் முதலில் மேடை யேறினார் - பங்குதாரர்கள் கூட்டத்தைத் தொடங்கிவைப்பதற்காக. அவருக்கே உரிய பாணியில் தமது உரையைத் தொடர்ந்தார்: 'டிலனின், அதாவது பாப் டிலனின் இருபது ஆண்டுக்கு முந்தைய கவிதையுடன் இந்தக் கூட்டத்தைத் தொடங்கிவைக்க விரும்புகிறேன்.' ஒரு லேசான புன்னகை... பிறகு த டைம்ஸ் தே ஆர் ஏ-சேஞ்சின் *(காலங்கள் மாறுகின்றன)*

பாடலிலிருந்து இரண்டாவது பத்தியைப் படிப்பதற்காகக் குனிந்தார். அந்தப் பத்து வரிகளை மிக வேகமாகப் படிக்கையில் அவருடைய குரல் உச்சஸ்தாயியில் ஒலித்தது. முடிவாக, *ஃபார் த லூசர் நவ் / வில் பி லேட்டர் டு வின் / ஃபார் த டைம்ஸ் ஆர் ஏ-சேஞ்சின் (இப்போது தோற்பவன் / நாளை வெல்வான் / ஏனென்றால் காலங்கள் மாறுகின்றன)* என்ற வரிகள். அந்தப் பாடல்தான் கோடீசுவரரான அந்த நிறுவனத் தலைவரை அவருடைய மாற்றுக் கலாச்சாரச் சுய இயல்புடன் தொடர்ந்து இணைத்துவைத்த கீதம். அவருக்கு மிகவும் பிடித்தமான அதன் மற்றொரு வடிவத்தின் பூட்லெக் (சட்டத்திற்குப் புறம்பான நகல்) பிரதியொன்று அவரிடம் இருந்தது. 1964 ஹாலோவீனின் போது லிங்கன் மையத்தின் ஃபிலார்மானிக் அரங்கத்தில் ஜோஆன் பாயெஸுடன் டிலன் நடத்திய இசை நிகழ்ச்சியிலிருந்து எடுக்கப்பட்டது அது.

அடுத்து ஸ்கல்லி மேடையேறினார் – நிறுவனத்தின் வருமான விவரங்களைத் தொகுத்து அளிப்பதற்காக. அவர் படிக்கப் படிக்க, அங்கு கூடியிருந்தவர்கள் பொறுமையின்றித் தவித்தார்கள். ஒரு தனிப்பட்ட குறிப்புடன் அவர் தமது உரையை முடித்தார்: 'ஆப்பிளில் கடந்த ஒன்பது மாதங்களாக எனக்கு ஏற்பட்ட மிக முக்கியமான அனுபவம் ஜாப்ஸுடன் ஒரு நல்ல நட்புறவை வளர்த்துக்கொள்ள வாய்ப்புக் கிட்டியதுதான். என்னைப் பொறுத்தவரை, எங்கள் நட்புறவு மிகுந்த அர்த்தம் வாய்ந்தது.'

விளக்குகள் மங்கின... ஜாப்ஸ் மீண்டும் மேடையேறி ஹவாய் விற்பனையாளர் கூட்டத்தில் செய்தது போலவே போர்க்குரல் எழுப்பினார். 'இது 1958. ஸெரோக்ராஃபி என்ற புதிய தொழில்நுட்பத்தைக் கண்டுபிடித்த இளம் நிறுவனத்தை வளைத்துப்போடும் வாய்ப்பை ஐபிஎம் நழுவவிட்டது. இரண்டு ஆண்டுகள் கழித்து ஜெராக்ஸ் உருவானது. அதுமுதலாகவே ஐபிஎம் தன்னைத் தானே நொந்து கொண்டிருக்கிறது.' கூட்டத்தில் சிரிப்பலைகள் எழுந்தன. ஹெர்ட்ஸ்ஃபெல்ட் இதே உரையின் பல வடிவங்களை ஹவாயிலும் மற்ற இடங்களிலும் கேட்டிருந்தார். ஆனால் இம்முறை அதில் தென்பட்ட ஆர்வம் கலந்த ஆவேசம் அவரை அசரவைத்தது. ஐபிஎம்மின் பல்வேறு சறுக்கல்களையும் பட்டியலிட்டபின் ஜாப்ஸ் ஓர் உணர்ச்சி மிகுந்த புதிய வேகத்துடன் தற்காலத்திற்கு வந்தார்:

> இப்பொழுது நாம் 1984இல் இருக்கிறோம். ஐபிஎம்மிற்கு 'எல்லாமே தனக்குக் கிட்டவேண்டும்' என்ற ஆசை உள்ளதுபோல் தெரிகிறது. அதன் பணத்தாசைக்குச் சவால் விடக்கூடிய ஒரே நிறுவனமாக ஆப்பிள் கருதப்படுகிறது. முதலில் ஐபிஎம்மை இருகரம் நீட்டி வரவேற்ற முகவர்கள் இப்போது அதன் ஆதிக்கமும் கட்டுப்பாடுகளும் நிலவும் ஓர் எதிர்காலத்தை எண்ணி அஞ்சுகிறார்கள். ஆகவே

அவர்களுக்குச் சுதந்திரமான எதிர்காலத்தை உறுதிசெய்யக்கூடிய ஒரே சக்தியான ஆப்பிளை நோக்கி மீண்டும் மிகுந்த நம்பிக்கையோடு வருகிறார்கள். ஐபிஎம்மிற்கு 'எல்லாமே தனக்குக் கிட்டவேண்டும்' என்ற ஆசை. அதனால் தொழில்துறையில் தனது ஆதிக்கத்திற்கு உள்ள கடைசித் தடையான ஆப்பிளை நோக்கித் துப்பாக்கியை நீட்டிக் குறிவைத்துள்ளது. 'பிக் ப்ளூ (ஐபிஎம் நிறுவனத்திற்கு இடப் பட்ட பெயர்) கணினித்துறை முழுவதையும் அடக்கியாளுமா? தகவல் யுகம் முழுவதையும்? ஜார்ஜ் ஆர்வெல் அன்று கூறியது உண்மையாகி விடுமா?

உச்சகட்டத்தை அவர் எட்டுகையில் பார்வையாளர்கள் மெல்ல முணுமுணுப்பிலிருந்து கைதட்டலுக்கு மாறி, பின் பித்துப்பிடித்தாற் போலக் கூவினர். ஆனால் ஆர்வெல் பற்றிய கேள்விக்கு அவர்கள் விடையளிப்பதற்குள் அரங்கம் இருளில் மூழ்கியது... *'1984'* விளம்பரம் திரையில் தோன்றியது... அது முடிந்ததும் முழு அரங்கமும் துள்ளிக் குதித்து ஆரவாரித்தது.

அசரவைப்பதில் ஆர்வம்காட்டிவந்த ஜாப்ஸ் இருண்ட மேடையின் குறுக்கே சென்று ஒரு துணிப்பை வைக்கப்பட்டிருந்த சிறு மேசையை அடைந்தார். 'இப்பொழுது மகின்டாஷை நேரில் அறிமுகப்படுத்த விரும்புகிறேன்' என்றார் அவர். கணினி, விசைப்பலகை (கீபோர்ட்), மௌஸ் (சுட்டெலி) எல்லாவற்றையும் அந்தப் பையிலிருந்து வெளியே எடுத்து நேர்த்தியாகப் பொருத்தினார். தமது சட்டைப் பையிலிருந்த புதிய மூன்றரை அங்குல ஃப்ளாப்பிகளிலிருந்து (நெகிழ்வட்டு) ஒன்றை உருவினார். *சாரியட்ஸ் ஆஃப் ஃபயர்* பாடல் ஒலித்தது. ஜாப்ஸ் ஒருகணம் மூச்சைப் பிடித்துக்கொண்டார். ஏனெனில் முந்தைய நாள் இரவு செயல்விளக்கம் சரிவர இயங்கவில்லை. ஆனால் இப்பொழுது எந்தப் பிசிறுமின்றிக் கச்சிதமாய் வேலை செய்தது. 'MACINTOSH' என்ற வார்த்தை திரையில் படுக்கைவாட்டில் ஓட, அதன் கீழே 'கிறுக்குத் தனமான அற்புதம்' என்ற எழுத்துக்கள் தோன்றின – மெதுவாகக் கையால் எழுதுவது போல. இதுபோன்ற வரைகலை *(க்ராஃபிக்)* திரை ஜாலங்களுக்குப் பரிச்சயப்படாத அரங்கம் ஒருகணம் அமைதியாய் இருந்தது. சில விக்கல்கள் மட்டும் அவ்வப்போது கேட்டன. பின்னர் ஸ்க்ரீன் ஷாட்டுகள் (திரைவெட்டு) வரிசையாய், வேகமாய்த் தோன்றின. பில் அட்கின்ஸனின் க்விக்ட்ரா வரைகலை மென்பொருள், பல்வேறு வகையான எழுத்துருக்கள், ஆவணங்கள், சுவரொட்டிகள், வரைபடங்கள், சதுரங்கம், விரிதாள் மற்றும் ஸ்டீவ் ஜாப்ஸின் உருவப்படம் – அவருடைய சிந்தனைக் குமிழில் ஒரு மகின்டாஷ் இருப்பதுபோல.

அது முடிந்ததும் ஜாப்ஸ் ஒரு ஆச்சரியத்தை வழங்கினார். 'சமீப காலமாக மகின்டாஷ் பற்றி நிறையப் பேசியிருக்கிறோம்' என்றார்.

'ஆனால் இன்று மகின்டாஷ் முதன்முதலில் தனக்காகத் தானே பேசிக் கொள்ள வாய்ப்பளிக்க விரும்புகிறேன்.' அத்தோடு அவர் கணினி யின் அருகில் சென்று மௌஸின் பொத்தானை அழுத்த, அதிர்வான ஆனால் அரவணைக்கும் ஆழமான மின்னணுக்குரலில் மகின்டாஷ் தன்னைத் தானே அறிமுகம் செய்துகொள்ளும் முதல் கணினியானது. 'நண்பர்களே, நான் மகின்டாஷ் பேசுகிறேன். அந்தப் பையிலிருந்து வெளியேறியதே ஒரு அற்புதமான அனுபவம்' என்று தொடங்கியது. அதற்குத் தெரியாத ஒரே விஷயம் பலத்த கரகோஷமும் உற்சாகக் கூக்குரலும் ஓயும்வரையில் சற்று நிதானிப்பதுதான். அதற்குப் பதில் அது தொடர்ந்து பேசியது. 'பொது இடங்களில் பேசிய அனுபவம் எனக்கு இல்லை. ஒரு ஐபிஎம் மெய்ன்ஃப்ரேம் கம்ப்யூட்டரை (பெருமுகக் கணினியை) முதன்முதலாக நேரில் சந்தித்தபோது என் மனத்தில் தோன்றிய ஒரு வாசகத்தை உங்களோடு பகிர்ந்துகொள்ள விரும்பு கிறேன். 'உங்களால் தூக்க முடியாத கணினி மீது ஒருகாலும் நம்பிக்கை வைக்காதீர்கள்.' மீண்டும் எழுந்த குரலலைகள் அதன் கடைசி வரிகளை ஏறத்தாழ மூழ்கடித்தன. 'என்னால் பேச முடியும். ஆனால் இப்போது நான் அமர்ந்துகொண்டு கவனமாகக் கேட்க விரும்புகிறேன். எனக்குத் தந்தையாய் விளங்கும் ஒருவரை உங்களுக்கு மிகுந்த பெருமையோடு அறிமுகப்படுத்த விரும்புகிறேன். அவர் - ஸ்டீவ் ஜாப்ஸ்.'

அரங்கமே கைதட்டலால் அதிர்ந்தது. மக்கள் உற்சாகத்தில் தலைகால் புரியாமல் துள்ளி ஆடினர்; ஆவேசத்தில் முஷ்டிகளை மோதிக்கொண்டனர். ஜாப்ஸ் மெதுவாகத் தலையாட்டினார். இறுக்க மூடியிருந்த உதடுகளில் அகலமாய் ஒரு புன்னகை. கீழே நோக்கியபடி தொண்டையைக் கனைத்துக்கொண்டார். அதிர்வலைகள் ஓய ஐந்து நிமிடங்களாயின.

அன்று மதியம் மகின்டாஷ் குழுவினர் பிராட்லி 3க்குத் திரும்பிய போது ஒரு சரக்குவண்டி வாகனங்கள் நிறுத்துமிடத்தில் வந்து நின்றது. ஜாப்ஸ் அனைவரையும் அதனருகில் குழுமும்படி அழைத்தார். அதனுள் 100 புதிய மகின்டாஷ் கணினிகள் இருந்தன – ஒவ்வொன்றும் பெயர்ப்பட்டயத்துடன். 'ஸ்டீவ் ஒவ்வொன்றாக எடுத்து, குழு உறுப்பினர்கள் ஒவ்வொருவருக்கும் கைகுலுக்கலும் புன்னகையுமாய் அளித்தார். கூடியிருந்த மற்றவர்கள் கைதட்டி ஆரவாரித்தனர்' என ஹெர்ட்ஸ்ஃபெல்ட் நினைவுகூர்ந்தார். அது மிகக் கடினமான ஒரு பயணமாக இருந்தது. பலரது உணர்வுகளும் சுயமரியாதையும் ஜாப்ஸின் முரட்டுத்தனமான, சிலசமயம் அருவருப்பூட்டும் நிர்வாகப் பாணியால் காயப்பட்டிருந்தன. ஆனால் ராஸ்கின், வாஸ்நியாக், ஸ்கல்லி – அல்லது நிறுவனத்தில் வேறு யாராலும் மகின்டாஷை உருவாக்கியிருக்க முடியாது. எந்தக் குழுவும், அது எவ்வளவுதான்

கூர்ந்து கவனம் செலுத்தினாலும், இதைச் சாதித்திருக்க முடியாது. அவர் மகின்டாஷைத் திரைவிலக்கி வெளியிட்டபோது *பாப்புலர் சயன்ஸ்* பத்திரிகையின் செய்தியாளர் ஜாப்ஸிடம் அவர் எந்த வகையில் சந்தை ஆய்வு செய்தார் என்று கேட்டார். ஜாப்ஸின் பதில் நொடிப்பாக வந்தது: ‘அலெக்சாண்டர் க்ரஹாம் பெல் தொலைபேசியை உருவாக்கு வதற்கு முன் சந்தையை ஆய்ந்துகொண்டு இருந்தாரா?’

இயல் பதினாறு

கேட்ஸும் ஜாப்ஸும்

வட்டப்பாதைகள் பிணையும் போது

ஜாப்ஸும் கேட்ஸும், 1991

மகின்டாஷ் கூட்டணி

வானியலின்படி இரண்டு நட்சத்திரங்களின் பாதைகள் அவற்றுக் கிடையிலான ஈர்ப்புசக்தியினால் பிணையும் போது பைனரி அமைப்பு (இருமக்குறிமுறை) உருவாகிறது. இதேபோன்ற நிகழ்வுகள் சரித்திரத் திலும் உண்டு – தமக்கென்று பாதை வகுத்துக்கொண்ட ஜாம்பவான் களுக்கிடையிலான உறவும் போட்டியும் ஒரு சகாப்தத்தை உருவாக்கும்

பொழுது – உதாரணமாக 20ஆம் நூற்றாண்டு இயற்பியலில் ஆல்பர்ட் ஐன்ஸ்டைன், நீல்ஸ் போர் அல்லது தொடக்ககால அமெரிக்க நிர்வாக வியலில் தாமஸ் ஜெஃபர்சன் மற்றும் அலெக்சான்டர் ஹாமில்டன். தனியர்க் கணினி *(பீசி)* யுகமான 1970இன் கடைசிப் பகுதியில் தொடங்கி முதல் முப்பது ஆண்டுகளில் இதே போல ஒரு பைனரி அமைப்பு (இருமக் குறிமுறை) – 1955இல் பிறந்த இரண்டு பேராற்றல் மிக்க, கல்லூரிப் படிப்பைப் பாதியில் நிறுத்திக் கொண்டவர்களால் மீண்டும் உருவானது.

பில் கேட்ஸும் ஸ்டீவ் ஜாப்ஸும் தொழில்நுட்பம், வணிகம் போன்றவற்றில் பொதுவான குறிக்கோள்களைக் கொண்டிருந்தாலும், சுபாவத்தாலும் பின்னணியாலும் மிகவும் வித்தியாசமானவர்கள். கேட்ஸின் தந்தை சியாட்டிலில் மிகப் பிரபலமான வழக்கறிஞர். அவருடைய தாய் கௌரவமான பல குழுக்களில் தலைவர். அவர் தொழில்நுட்பத்தில் திறமை பெற்றது அந்த வட்டாரத்தின் மிகச்சிறந்த தனியார் பள்ளியான லேக்ஸைடு ஹையில். ஆனால் அவர் ஒருபோதும் புரட்சி யாளராகவோ, ஹிப்பியாகவோ, ஞானவழித் தேடல்கள் உள்ள வராகவோ மாற்றுக்கலாச்சார உறுப்பினராகவோ இருந்ததே இல்லை. தொலைபேசி நிறுவனத்தை வைத்து இலாபம் சம்பாதிப்பதற்காக உருவாக்கப்பட்டது ப்ளூ பாக்ஸ். ஆனால் கேட்ஸ் அதற்கு பதிலாகத் தமது பள்ளிக்குப் பாடத்திட்டங்களை வகுப்பதற்கான ஒரு நிரலை *(ப்ரோக்ராம்)* தயாரித்துத் தந்தார். இதனால் சரியாகத் தேர்வு செய்த தோழிகள் உள்ள வகுப்புகளில் அவரால் சேர்ந்துகொள்ள முடிந்தது; அந்த வட்டாரத்திலுள்ள போக்குவரத்துத் துறை பொறியியல் வல்லுநர் களுக்காகக் கார்களை எண்ணும் நிரலையும் தயாரித்துக் கொடுத்தார். அதன்பின் ஹார்வர்ட் சென்றார். ஆனால் படிப்பைப் பாதியில் நிறுத்திக்கொண்டது இந்திய குருவிடம் ஞானம் பெறுவதற்காக அல்ல. சொந்தமாக ஒரு கணினி நிறுவனம் தொடங்குவதற்காக.

கேட்ஸ் ஜாப்ஸைப் போலன்றி கம்ப்யூட்டர் கோடிங் (கணினிக் குறிமுறையேற்றம்) செய்வதில் நல்ல திறமைசாலி – அவருடைய சிந்தனை எதார்த்தமான ஒழுங்குமுறையைப் பின்பற்றக்கூடியதாக, ஏராளமாய் அலசி ஆராயும் திறன் உள்ளதாக இருந்தது. ஜாப்ஸ் உள்ளுணர்வு கொண்டவர்; காதல் வயப்பட்டவர்; தொழில்நுட்பம் என்பது பயன்படுத்துபவர்களுக்கு எளிதாக, வடிவம் என்பது அழகான தாக, இடைமுகம் *(இன்டர்ஃபேஸ்)* என்பது தோழமை நிறைந்ததாக இருக்கவேண்டும் என்று இயல்பாகவே கருதியவர். கச்சிதத்தின் மீது மோகம் கொண்டவர் – அதனாலேயே அவரிடம் அபரிமிதமான எதிர்பார்ப்பு காணப்பட்டது; அவருடைய கம்பீரத்தையும் அவ்வப் போது தெறிக்கும் தீவிரத்தையும் வைத்து அதைச் சாதித்துக்கொண்டார் என்றும் சொல்லலாம். கேட்ஸ் அவரைக் காட்டிலும் திட்டமிட்டுச்

செயலாற்றக்கூடியவர்; தயாரிப்புகளின் தரத்தை நிர்ணயிக்கக் குறித்த காலத்தில் கூட்டங்கள் நடத்துவார். ஒவ்வொரு சிறு விஷயத்தையும் ஆழமாக, மிகத் திறமையாக ஊடுருவிப் பார்ப்பார். இருவருமே முரட்டுத்தனமாக இருக்கக்கூடியவர்கள்தாம். ஆனால் கேட்ஸ் – தொழில் வாழ்க்கையின் தொடக்ககாலத்தில் அவருக்கு அஸ்ப்பர்கர்ஸ் ஸ்கேலில்[1] கீக்குகளுக்கே உரித்தான ஒரு பிரத்யேக ஈடுபாடு இருந்த தாகத் தெரிந்தது – அவருடைய சுபாவம் மனம் அல்லது உணர்ச்சி அடிப்படையிலானதாக இருக்கவில்லை; அறிவு அடிப்படையிலானது. ஜாப்ஸ் மற்றவர்களைத் தமது கூரிய, சுட்டெரிக்கும் பார்வையால் துளைத்தெடுப்பார்; கேட்ஸ் நேருக்குநேர் பார்ப்பதற்கே சில நேரம் சிரமப்பட்டார். ஆனால் அடிப்படையில் மனிதநேயம் கொண்டவர்.

'ஒவ்வொருவரும் தான் மற்றவரைவிடத் திறமைசாலி என்று நினைத்துக் கொண்டார்கள். ஆனால் ஸ்டீவ் பொதுவாக பில் தமக்கு ஒருபடி கீழே என்பது போலத்தான் அவரை நடத்தினார் - குறிப்பாக ரசனை மற்றும் பாணியில்' என்றார் ஆண்டி ஹெர்ட்ஸ்ஃபெல்ட். 'பில் ஸ்டீவைத் தம்மைவிடத் தாழ்வாய் எடைபோட்டது அவரால் உண்மையில் நிரலை *(ப்ரோக்ராம்)* செய்ய இயலாது என்பதால்.' அவர்களுடைய உறவின் தொடக்கம் முதலாகவே கேட்ஸ் ஜாப்ஸைக் கண்டு அசந்து தான் போயிருந்தார். அதுமட்டும் அல்ல, ஜாப்ஸ் மற்றவர்களை வசியம் செய்யும் திறமையைக் கண்டு கொஞ்சம் பொறாமைப்பட்டார் என்று கூடச் சொல்லலாம். அதே சமயம் ஜாப்ஸ் 'அடிப்படையில் விநோத மானவர்', 'மிகவும் விசித்திரமான குறைபாடுள்ள மனிதர்' என்ற கருத்தைக்கொண்டிருந்தார். ஜாப்ஸின் முரட்டுத்தனம் மட்டுமல்ல, 'நீ ஒன்றுக்கும் உதவாதவன்' என்று கூறுவதும், தன்வசப்படுத்திக்கொள்ள முயலும் மனோபாவமும் கேட்ஸைப் பொறுத்தவரை ஏற்றுக்கொள்ள முடியாதவையாக இருந்தன. ஜாப்ஸின் பங்குக்கு அவர் கேட்ஸைக் குறுகிய மனப்பான்மை உடையவர் என்றார். 'அவர் மட்டும் இன்னும் இளமையாக இருந்தபோது எல்எஸ்டி போதைப்பொருட்களை எடுத்துக்கொள்ளவோ ஓர் ஆசிரமத்துக்குச் சென்றிருந்தாலோ சற்று விசாலமான மனப்பான்மை பெற்றிருப்பார்' என்று ஜாப்ஸ் ஒருமுறை அறிவித்தார்.

அவர்களுடைய குணாதிசயங்களிலும் சுபாவத்திலும் இருந்த வித்தியாசங்கள் டிஜிட்டல் (இலக்கமுறை) யுகத்தின் அடிப்படைப் பிரிவுகளின் இருதுருவங்களில் அவர்களை வைக்க இருந்தன. ஜாப்ஸ் கச்சிதத்திற்கு அதீத முக்கியத்துவம் கொடுப்பவர். கட்டுப்பாட்டை

[1] மனித சுபாவத்தைப் பல்வேறு நிலைகளாகப் பிரித்து, ஒருவர் எந்த நிலையில் இருக்கிறார் என்று அறிய உதவும் சோதனை/அளவீடு. தனிமனிதர்கள் அல்லது தொழில் வல்லுநர்கள் இதைப் பரவலாகப் பயன்படுத்துவர். (மொ-ர்)

முழுவதுமாகத் தம் கையில் வைத்துக்கொண்டு, எதிலும் விட்டுக் கொடுக்காத கலைஞர் போல் நடந்துகொள்வார். அவரும் ஆப்பிளும் சேர்ந்து வன்பொருள், மென்பொருள் மற்றும் உள்ளடக்கத்தைப் பிசிறில்லாத ஒரு பெட்டகமாய்ப் பொதியும் டிஜிட்டல் (இலக்கமுறை) திட்டத்திற்கு உதாரணமாயினர். கேட்ஸ் ஒரு புத்திசாலியான, கணக் கிடக்கூடிய திறனைக் கொண்டு தொழிலையும் தொழில்நுட்பத்தை யும் அலசி ஆராயத்தெரிந்தவர். மைக்ரோஸாஃப்டின் இயங்கு தளம் *(ஆபரேட்டிங் சிஸ்டம்)* மற்றும் மென்பொருள் உரிமத்தைப் பல்வேறு உற்பத்தியாளர்களுக்கு தரத் தயாராக இருந்தார்.

முப்பது ஆண்டுகளுக்குப் பின் கேட்ஸ்க்கு ஜாப்ஸ் மீது ஒரு அதிருப்தி கலந்த மரியாதை ஏற்பட்டது. 'அவருக்கு நிஜமாகவே தொழில்நுட்பம் பற்றி அவ்வளவாக ஒன்றும் தெரியாது. ஆனால் எது வேலை செய்யும் என்பதை அறிய ஒரு கூரிய திறன் இருந்தது' என்றார். ஆனால் ஜாப்ஸ் ஒருகாலும் பதிலுக்கு கேட்ஸின் உண்மையான பலங்களை எடுத்துச் சொல்லிப் பாராட்டவில்லை. 'பில் அடிப்படையில் கற்பனை வளம் இல்லாதவர்; அவர் எதையும் உருவாக்கியதில்லை – அதனால்தானோ என்னவோ இப்போது தொழில்நுட்பத்தைவிட தான தர்மத்தில் தான் அதிக ஈடுபாடு காட்டுகிறார்' என்றார் ஜாப்ஸ் நியாயமில்லாமல். 'அவர் வெட்கமே இல்லாமல் மற்றவர்களுடைய யோசனைகளைக் களவாடினார்.'

மகின்டாஷ் முதன்முதலில் உருவாக்கப்பட்டுக்கொண்டு இருந்த போது ஜாப்ஸ் சீயாட்டிலுக்கு அருகில் இருந்த கேட்ஸின் அலுவலகத் திற்கு அவரைச் சந்திக்கச் சென்றார். மைக்ரோஸாஃப்ட் ஆப்பிள் IIக்காகச் சில பயன்பாட்டு நிரல்களை *(அப்ளிகேஷன் ப்ரோக்ராம்)* எழுதியிருந்தது – மல்டிப்ளான் என்னும் விரிதாள் நிரல் *(ஸ்ப்ரெட்ஷீட் ப்ரோக்ராம்)* உட்பட. ஜாப்ஸ் கேட்ஸ் குழுவினரைச் சந்தோஷப் படுத்த எண்ணியிருந்தார் – வரவிருக்கும் மகின்டாஷுக்காக மேலும் சிலவற்றைச் செய்வதுபற்றி. கேட்ஸின் ஆலோசனைக்கூட்ட அறை யில் அமர்ந்தபடி ஜாப்ஸ் மக்களுக்கான கணினி பற்றி மிகவும் ஆர்வமூட்டும் ஒரு விளக்கம் அளித்தார் – அதன் தோழமையான இடைமுகம் *(இன்டர்ஃபேஸ்)* லட்சக்கணக்கில் இயந்திரமயமாக்கப் பட்ட கலிஃபோர்னியா தொழிற்சாலையிலிருந்து உற்பத்தியாகும் என்றும் தெரிவித்தார். கலிஃபோர்னியாவிலிருந்து வரும் சிலிக்கன் பாகங்களைக் கொண்டு மகின்டாஷ்களின் தயாரிப்பைத் தொடங்கப் போகும் கனவுத்தொழிற்சாலையை அவர் விவரித்த விதம் கண்டு மைக்ரோஸாஃப்ட் குழுவினர் அந்தத் திட்டத்திற்கு SAND என்று சங்கேதப் பெயரிட்டு அழைத்தனர். பிறகு அதற்கு விரிவாக்கமும் தந்தனர் – *'Steve's Amazing New Device'* (ஸ்டீவின் அற்புதமான புதிய கருவி) என்று.

கேட்ஸ் மைக்ரோஸாஃப்டைத் தொடங்கியது *பேஸிக்* என்ற நிரல் *(ப்ரோக்ராம்)* மொழியின் மாற்றுவடிவத்தை அல்ட்டேருக்காக எழுதுவதன் மூலம்தான். ஜாப்ஸ் தமது மகின்டாஷுக்காகவும் மைக்ரோஸாஃப்ட் ஒரு பேஸிக் மொழி மாற்று வடிவத்தை எழுதித் தரவேண்டும் என்று விரும்பினார். ஜாப்ஸ் பலமுறை கேட்டுக்கொண்ட பிறகும் ஆப்பிள் IIஇன் பேஸிக் மொழி வடிவத்தை ஃப்ளோட்டிங் பாயின்ட் எண்களைக் கையாளக்கூடிய வகையில் வாஸ்நியாக் மேம்படுத்தி எழுதவில்லை. அதுமட்டுமன்றி, ஜாப்ஸ் மகின்டாஷிற்காக சொற்செயலி *(வேர்ட் ப்ராஸஸர்)*, விரிதாள் நிரல்கள் *(ஸ்ப்ரெட்ஷீட் ப்ரோக்ராம்)* போன்ற பயன்பாட்டு மென்பொருள்களை மைக்ரோஸாஃப்ட் எழுதித் தரவேண்டும் என்று விரும்பினார். அந்தக் காலகட்டத்தில் ஜாப்ஸ் மகாராஜா போலவும், கேட்ஸ் அரசவை அங்கத்தினர் போலவும் இருந்தனர். 1982இல் ஆப்பிளின் வருடாந்தர விற்பனைத் தொகை ஒரு பில்லியனாக இருந்தது. மைக்ரோஸாஃப்ட் வெறும் 32 மில்லியன் மட்டுமே. புதிய விரிதாளான எக்ஸெல், சொற்செயலாக்க நிரலான *(வேர்ட் ப்ராஸஸிங் ப்ரோக்ராம்)* வேர்ட் மற்றும் பேஸிக் ஆகியவற்றின் வரைகலை *(க்ராஃபிக்)* வடிவங்களை உருவாக்க கேட்ஸ் ஒப்பந்தமானார்.

கேட்ஸ் அடிக்கடி மகின்டாஷ் இயங்குதளத்தின் *(ஆபரேட்டிங் சிஸ்டம்)* செயல்விளக்கத்திற்காக க்யூபர்டினோ சென்றார். ஆனால் பெரிதாகத் திருப்திப்படவில்லை. 'முதல் முறையாக அங்கு சென்றபோது ஸ்டீவிடம் இருந்த குறுஞ்செயலி *(ஆப்)* திரையில் எல்லாமே அங்கும் இங்கும் தாவியவாறே இருந்தன' என்றார் அவர். 'செயல்படும் நிலையிலிருந்த ஒரே குறுஞ்செயலியும் அதுதான்.' ஜாப்ஸின் சுபாவமும் கேட்ஸுக்குப் பிடிக்கவில்லை. 'ஏதோ வசியம் செய்வதற்காகவே வரவழைத்தது போல அவர் சொல்லிக் கொண்டிருந்தார்: 'எங்களுக்கு உண்மையில் உங்கள் உதவி தேவையே இல்லை; நாங்களே இங்கு ஓர் அற்புதமான சாதனத்தை உருவாக்கிக் கொண்டுதான் இருக்கிறோம். அது இரகசியமாக வைக்கப்பட்டுள்ளது.' அவர் தமக்கே உரித்தான விற்பனை மனோபாவத்தில் இருந்தார். ஆனால் அதே மனோபாவம் மற்றொன்றையும் சொல்லாமல் சொல்லியது. 'எனக்கு நீ தேவையில்லை; வேண்டுமானால் இதில் பங்கெடுத்துக்கொள்ள அனுமதி தரலாம்.'

மகின்டாஷ் குழுவினருக்குக் கேட்ஸை இணங்க வைப்பது கடினமாக இருந்தது. 'பில் கேட்ஸ் சொல்வதைப் பொறுமையாகக் கேட்க மாட்டார். ஒரு சாதனம் எப்படி வேலைசெய்கிறது என்று யாராவது விளக்கினாலே அவரால் தாங்க முடியாது – அவர் முன்னோக்கித் தாவி, அது வேலை செய்வது பற்றித் தாமே யூகிக்கத் தொடங்கிவிடுவார்' என்று ஹெர்ட்ஸ்ஃபெல்ட் நினைவுகூர்ந்தார். அவர்கள் மகின்டாஷின்

கர்ஸர் (திரைக்குறி) படபடக்காமல் திரைமுழுதும் சீராக நகர் வதைக் காட்டினார்கள். 'திரைக்குறியை நகர்த்த எந்த விதமான வன்பொருளைப் பயன்படுத்துகிறீர்கள்?' வினவினார் கேட்ஸ். ஹெர்ட்ஸ்ஃபெல்ட் வெறும் மென்பொருளை வைத்தே தாங்கள் அதைச் சாதித்துவிட்ட பெருமிதம் பொங்க, 'இதற்கென எங்களிடம் சிறப்பு வன்பொருள் எதுவுமில்லை!' என்றார். அந்த முறையில் திரைக்குறியை நகர்த்துவதற்குச் சிறப்பு வன்பொருள் நிச்சயம் தேவை என்று வலியுறுத்தினார் கேட்ஸ். 'இப்படிப்பட்ட ஒருவரிடம் என்ன சொல்வது?' என்று மகின்டாஷ் வல்லுநர்களில் ஒருவரான ப்ரூஸ் ஹார்ன் பின்னர் கூறினார். 'அதிலிருந்து எனக்கு ஒன்று தெளிவானது. ஒரு மகின்டாஷின் எடுப்பான தோற்றத்தை கேட்ஸ் போன்ற ஒருவரால் புரிந்துகொள்ளவோ, பாராட்டவோ முடியாது.'

பரஸ்பர கவனம் இருந்தாலும், இரு குழுவினருக்குமே மைக்ரோ ஸாஃப்ட் மகின்டாஷுக்கான வரைகலை *(க்ராஃபிக்)* மென்பொருளைத் தயாரிக்கப் போகிறது என்பதுடன் தனியர்க் கணினியியல் *(பீசி)* ஒரு புதிய தளத்திற்கு எடுத்துச் செல்லப்போகிறது என்ற எண்ணமே உற்சாகமூட்டுவதாக இருந்தது. இதைக் கொண்டாடுவதற்காக அனைவரும் ஒரு கவர்ச்சியான விடுதியில் இரவு விருந்துக்குச் சென்றனர். மைக்ரோஸாஃப்ட் விரைவில் ஒரு பெரிய குழுவை இந்த வேலைக் கென நியமித்தது. 'மாக்கில் அவரைவிட எங்கள் குழுவினர்தான் அதிகம் வேலையில் ஈடுபட்டிருந்தனர்' என்றார் கேட்ஸ். 'அவரிடம் பதினான்கு, பதினைந்து பேர் இருந்தனர்; நாங்கள் ஏறத்தாழ இருபது பேர். எங்கள் உயிரைப் பணயம் வைத்து அதில் உழைத்தோம்.' அவர்கள் அப்படியொன்றும் நல்ல ரசனையுள்ளவர்கள் அல்ல என்று ஜாப்ஸ் கருதினாலும், மைக்ரோஸாஃப்ட் நிரலாக்க வல்லுநர்கள் *(ப்ரோக்ராமர்)* விடாமுயற்சியுடன் பணியில் ஈடுபட்டனர். 'அவர் களுடைய பயன்பாட்டு மென்பொருள்கள் பயங்கரமாக இருந்தன' என்று ஜாப்ஸ் நினைவுகூர்ந்தார். 'ஆனால் அவர்கள் விடாமல் முயன்று அவற்றை மேம்படுத்தினர்.' நாளாவட்டத்தில் ஜாப்ஸ் எக்ஸெல் மீது அலாதி மோகம்கொண்டு கேட்ஸுடன் இரகசிய ஒப்பந்தம் செய்துகொண்டார்: மைக்ரோஸாஃப்ட் இரண்டு ஆண்டுகளுக்கு மகின்டாஷுக்காக மட்டுமே எக்ஸெல்லைத் தயாரிக்குமென்றால், ஐபிஎம் தனியர்க் கணினிகளுக்கு அதன் வேறு வடிவத்தைத் தயாரிக்காது என்றால், தமது குழுவினர் மகின்டாஷுக்காகத் தயாரித்து வரும் பேஸிக்கின் வடிவத்தை நிறுத்திவிட்டு என்றென்றைக்குமாய் மைக்ரோஸாஃப்டின் பேஸிக் வடிவத்திற்கு உரிமம் தருவதாக. கேட்ஸும் புத்திசாலித்தனமாக அந்த ஒப்பந்தத்தை ஏற்றுக்கொண்டார். இதனால் தங்கள் பணி நிறுத்தப்பட்டதையும், அதன் மூலம் எதிர்கால

பேரங்களில் மைக்ரோஸாஃப்டின் கை ஓங்கிவிடும் என்பதையும் உணர்ந்த ஆப்பிள் குழுவினரிடையே கோபமும் அதிருப்தியும் நிலவின.

அப்போதைக்கு கேட்ஸும் ஜாப்ஸும் ஓர் ஒப்பந்தம் செய்து கொண்டனர். அந்தக் கோடைகாலத்தில் அவர்கள் தொழில் ஆய்வாளர் பென் ரோஸென் விஸ்கான்ஸினின் லேக் ஜெனீவாவிலுள்ள ப்ளேபாய் க்ளப் என்ற ஓய்வுவிடுதியில் நடத்திய மாநாட்டில் கலந்துகொண்டனர். அங்குள்ளவர்களுக்கு ஆப்பிள் தயாரித்துவரும் வரைகலை இடைமுகங்கள் *(க்ராஃபிக்கல் இன்டர்ஃபேஸ்)* பற்றி ஒன்றுமே தெரிந்திருக்கவில்லை. 'ஏதோ ஐபிஎம் தனியர்க் கணினிதான் எல்லாமே என்பது போல நடந்துகொண்டனர். இது பார்ப்பதற்கு நன்றாகத்தான் இருந்தது. ஆனால் ஸ்டீவும் நானும் எங்களுக்குள் சிரித்துக்கொண்டோம் – 'பாருங்கள், எங்களிடமும் ஒன்று உள்ளது' என்று அவர் தகவல்களை வெளியிடுவது போலிருந்தது – ஆனால் ஒருவரும் அதைப் புரிந்து கொண்டதாகத் தெரியவில்லை' என்றார் கேட்ஸ். ஆப்பிள் ஓய்வு விடுப்புகளில் கேட்ஸ் தவறாமல் கலந்துகொண்டார். 'ஒவ்வொரு லூவாவிற்கும் நான் தவறாமல் சென்றேன். நானும் குழுவில் உறுப்பினராக இருந்தேன்' என்றார் கேட்ஸ்.

கேட்ஸ் க்யூபர்டினோவிற்கு அடிக்கடி செல்வதை மிகவும் விரும்பினார். ஜாப்ஸ் தமது ஊழியர்களை நடத்தும் சீரற்ற விதத்தையும் அவருடைய தீவிரம் கலந்த சுபாவத்தையும் நேரில் கண்டார். 'ஸ்டீவ் தமது பைட் பைப்பர்[2] மனநிலையின் உச்சத்தில் இருந்தார் – மாக் இந்த உலகை எப்படியெல்லாம் மாற்றியமைக்கப் போகிறது என்று முழங்குவார். எல்லோரையும் ஆவேசம் வந்தது போல் வேலை வாங்குவார். மிக அதிக அளவிலான மன அழுத்தமும் சிக்கலான மனித உறவுகளும் அங்கு நிலவின.' சிலசமயம் உச்சக்குரலில் ஆரம்பிக்கும் ஜாப்ஸ் திடீரென்று இறங்கிவந்து கேட்ஸுடன் தமது அச்சங்களைப் பகிர்ந்துகொள்வார். 'நாங்கள் வெள்ளி இரவு கீழே செல்வோம். உணவு அருந்துவோம். ஸ்டீவ் எல்லாமே அற்புதம் என்று கூறிக்கொண்டிருப்பார். மறுநாளே சொல்லிவைத்தாற்போல, 'இதெல்லாம் விற்குமா.. கடவுளே, இப்போது நான் விலையை ஏற்றியாக வேண்டும். என்னை

2 ஜெர்மனியின் ஹாமெலின் பட்டணத்திலிருந்த குழந்தைகள் எல்லோரும் காணாமல் போனது எப்படி என்பதை விளக்குவதற்காகச் சொல்லப்படும் ஐதீகம். அவ்வூரில் எலிகளின் தொல்லை அதிகம் என்பதால் மந்திரக்குழலை ஊதி அவற்றை ஒழித்துத் தரும்படி கூறி ஒருவனை நியமித்து, அவனுக்குப் பணமும் தருவதாகச் சொன்னார்கள். அவனும் அவ்வாறே செய்தான். ஆனால் ஊர் மக்கள் அவனுக்குப் பணம் தர மறுத்துவிட்டனர். அதனால் கோபம் கொண்ட அவன், அவ்வூரிலுள்ள குழந்தைகள் அனைவரையும் குழலூதிக் கவர்ந்துசென்றுவிட்டான் என்பது கதை. (மொ-ர்)

மன்னித்துவிடு – உன்னிடம் இப்படி நடந்துகொண்டதற்கு. என் குழுவிலுள்ளவர்கள் எல்லோரும் முட்டாள்கள்' என்பார்.

கேட்ஸ் ஜாப்ஸின் மாயவலையை முழுவீச்சில் கண்கூடாகக் கண்டது ஜெராக்ஸ் ஸ்டாரின் அறிமுக விழாவின்போது. ஒரு வெள்ளி இரவு குழுக்கள் இணைந்திருந்த உணவு வேளையில் ஜாப்ஸ் கேட்ஸிடம் அதுவரை எத்தனை ஸ்டார்கள் விற்றிருந்தன என்று கேட்டார். கேட்ஸ் அறுநூறு என்றார். அடுத்த நாள் கேட்ஸ் மற்றும் மொத்தக் குழுவினர் முன்னிலையில் முந்நூறு ஸ்டார்கள் விற்பனையாயின என்றார் ஜாப்ஸ் – அனைவரிடமும் அறுநூறு என்று கேட்ஸ் சொல்லியிருந்ததையும் மறந்து. 'அவருடைய மொத்தக்குழுவும் *இப்போது என்ன சொல்லப் போகிறீர்கள் – நீ ஒரு முட்டாள் என்றா?* என்பது போல என்னைப் பார்த்தது' என்று கேட்ஸ் நினைவுகூர்ந்தார். 'அந்த விஷயத்தில் நான் வாயைக் கொடுத்து மாட்டிக்கொள்ளவில்லை.' வேறு ஒரு சந்தர்ப்பத்தில் ஜாப்ஸும் அவருடைய குழுவும் மைக்ரோஸாஃப்டுக்கு வருகை தந்து, பிறகு ஸியாட்டிலில் டென்னிஸ் க்ளப்பில் இரவு உணவு அருந்திக்கொண்டிருந்தனர். ஜாப்ஸ் ஒரு உரையே நிகழ்த்தினார் – மகின்டாஷும் அதன் மென்பொருளும் பயன்படுத்துவதற்கு மிக மிக எளிதாக இருக்குமென்றும், அதற்கு விளக்கக் குறிப்பேடுகூட அவசியமிருக்காது என்றும் கூறினார். 'மகின்டாஷ் பயன்பாட்டு மென்பொருளுக்கு *(அப்ளிகேஷன் ப்ரோக்ராம்)* விளக்கக் குறிப்பேடு தேவை என்று கேட்பவன் அடிமுட்டாள் என்பது போல' என்றார் கேட்ஸ். 'இவர் தெரிந்துதான் சொல்கிறாரா? விளக்கக் குறிப்பேடுகள் தயாரிப்பதற்கென்றே சிலரை நியமித்திருக்கிறோம் என்பதை அவருக்குச் சொல்லவேண்டாமா என்றுகூட நினைத்துவிட்டோம்.'

சில காலத்திற்குப்பின் அவர்களுடைய உறவு சற்றே ஆட்டம் கண்டது. முதலில் இருந்த திட்டப்படி எக்ஸெல், சார்ட், ஃபைல் போன்ற மைக்ரோஸாஃப்ட் பயன்பாட்டு மென்பொருள்களுக்கு ஆப்பிள் சின்னம் பொறிக்கப்பட்டு, மகின்டாஷை வாங்கும்பொழுது அதனுடன் இணைந்து கிட்டுவதாக இருந்தது. 'ஒவ்வொரு கணினிக்கும் ஒரு ஆப்பிற்குப் பத்து டாலர் வீதம் கிட்டுவதாக இருந்தது' என்றார் கேட்ஸ். ஆனால் இந்த ஏற்பாடு போட்டி மென்பொருள் தயாரிப்பாளர்களுக்கு ஏமாற்றம் அளித்தது. அது மட்டுமன்றி, சில மைக்ரோஸாஃப்ட் நிரல்கள் *(ப்ரோக்ராம்)* தாமதமாகக் கூடிய வாய்ப்பும் இருந்தது. ஆகையால் ஜாப்ஸ மைக்ரோஸாஃப்டுடனான ஒப்பந்தத்தில் ஒரு வாய்ப்பளித்தார் – மென்பொருளை இணைப்பதில்லை என; தமது மென்பொருளை நேரடியாக வாடிக்கையாளர்களுக்கு விற்கக் கூடிய தயாரிப்பாக விநியோகம் செய்வதற்கு மைக்ரோஸாஃப்ட் அவசரகதியில், ஒருவித அச்சத்தோடு செயல்படவேண்டியிருந்தது.

கேட்ஸும் அதிக மறுப்பேதும் சொல்லாமல் சம்மதித்தார். அவருக்கு ஏற்கனவே ஜாப்ஸின் 'இறுக்கமும் தளர்வுமான' சுபாவம் சிறுகச் சிறுக பரிச்சயமாகி வந்திருந்தது. அது மட்டுமல்ல, இந்தப் பிரித்தெடுத்தல் உண்மையில் மைக்ரோஸாஃப்ட்டுக்கு நன்மை பயக்கும் என்றும் அவர் கருதினார். 'எங்களுடைய மென்பொருளைத் தனியே விற்பதன் மூலம் அதிகப் பணம் கிட்டும்' என்றார் கேட்ஸ். 'சந்தையில் நல்ல பங்கு கிட்டும் என்ற நம்பிக்கையையும் வளர்த்துக்கொண்டால் அது மேலும் சிறப்பாகச் செயல்படும்.' முடிவாக மைக்ரோஸாஃப்ட் பல்வேறு பணித்தளங்களுக்கு *(ப்ளாட்ஃபாம்)* மென்பொருட்களைத் தயாரித்துக் கொடுத்ததுடன் மைக்ரோஸாஃப்ட் வேர்டின் மகின்டாஷ் வடிவத்தை விட ஐபிஎம் தனியார்க் கணினி *(பீசி)* வடிவத்திற்கு அதிக முக்கியத்துவம் தந்தது. கடைசியில் இணைப்பிலிருந்து விலகிக்கொள்வது என்ற ஜாப்ஸின் முடிவு மைக்ரோஸாஃப்டைவிட ஆப்பிளைத்தான் அதிகம் பாதித்தது.

மகின்டாஷுக்கான எக்ஸெல் வெளியிடப்பட்டபோது ஜாப்ஸும் கேட்ஸும் சேர்ந்து அதனைத் திறந்துவைத்தனர் - நியூ யார்க்கிலுள்ள டவேர்ன் ஆன் த க்ரீனில் நடந்த பத்திரிகையாளர் விருந்தில். ஐபிஎம் தனியார்க் கணினிக்களுக்கென்று மைக்ரோஸாஃப்ட் ஒரு எக்ஸெல் வடிவம் தயாரிக்குமா என்று கேட்டதற்கு கேட்ஸ் ஜாப்ஸுடனான ஒப்பந்தத்தை வெளிப்படுத்தாமல், தகுந்த காலம் வரும்பொழுது நடக்கலாம் என்றுமட்டும் அறிவித்தார். ஜாப்ஸ் மைக்கை எடுத்து *தகுந்த காலம்* வரும்பொழுது நாம் அனைவரும் இறந்து போயிருப்போம்' என்று நகைச்சுவையாகப் பேசினார்.

கூயி போர்

அந்தக் காலகட்டத்தில் மைக்ரோஸாஃப்ட் டாஸ் *(டிஸ்க் ஆபரேட்டிங் சிஸ்டம்)* என்ற இயங்கு தளத்தை *(ஆபரேட்டிங் சிஸ்டம்)* உருவாக்கி வந்தது. இதனைப் பயன்படுத்திக்கொள்ள ஐபிஎம்மிற்கும் பிற பொருந்தும் கணினிகளுக்கும் அது உரிமம் தந்தது. C:\> போன்ற ப்ராம்ப்ட்ஸ் (தூண்டிகள்) கொண்ட ஒரு பழைய பாணி ஆணைவரி இடைமுகத்தை *(இன்டர்ஃபேஸ்)* அது அடிப்படையாகக் கொண்டிருந்தது. ஜாப்ஸும் அவருடைய குழுவினரும் மைக்ரோஸாஃப்டுடன் நெருங்கிப் பணியாற்றியதில் அது மகின்டாஷின் வரைகலை பயனர் இடைமுகத்தை *(க்ராஃபிக்கல் யூஸர் இன்டர்ஃபேஸ்)* பிரதியெடுத்து விடுமோ என்ற கவலை எழுந்தது. மகின்டாஷின் இயங்கு தளம் எப்படி வேலைசெய்கிறது என்பது பற்றிய நுணுக்கமான கேள்விகளை மைக்ரோஸாஃப்டில் தாம் தொடர்பு வைத்துள்ள நபர் தம்மிடம் கேட்பதை ஆன்டி ஹெர்ட்ஸ்ஃபெல்ட் கவனித்தார். 'ஸ்டீவிடம்

மைக்ரோஸாஃப்ட் மாக்கை நகலெடுக்கத் திட்டமிடுவதாய் நான் சந்தேகித்ததைச் சொன்னேன்' என்று அவர் நினைவுகூர்ந்தார்.

அவர்களுடைய கவலை சரியாகத்தான் இருந்தது. வரைகலை இடைமுகங்கள் தான் எதிர்காலத்தை ஆளப்போகின்றன என்றும், ஜெராக்ஸ் பார்க்கில் உருவாக்கப்பட்டவற்றைப் பிரதியெடுக்க ஆப்பிளுக்கு உள்ள அதே உரிமை மைக்ரோஸாஃப்டுக்கும் உள்ளது என்றும் கேட்ஸ் நம்பினார். *'எங்களைக்கேட்டால், நாங்களும் வரைகலை இடைமுகத்தில் நம்பிக்கை வைத்திருக்கிறோம்; நாங்களும் ஜெராக்ஸ் ஆல்டோவைப் பார்த்தோம்* என்று சொல்வோம்.'

தங்களுடைய முதல் ஒப்பந்தத்தில் மகின்டாஷ் வெளியாகும் *1983* இலிருந்து ஒருவருட காலத்திற்கு மைக்ரோசாஃப்ட் ஆப்பிள் தவிர வேறு யாருக்கும் மென்பொருள் தயாரிக்காது என்று ஜாப்ஸ் கேட்ஸிடம் உறுதிவாங்கியிருந்தார். ஆனால் துரதிர்ஷ்டவசமாக மகின்டாஷ் வெளியீடு ஒருவருடம் தள்ளிப்போகும் என்ற சாத்தியக்கூற்றை ஆப்பிள் கருத்தில் கொள்ளாமல் போய்விட்டது. ஆகையால் கேட்ஸ் *1983* நவம்பர் மாதம் மைக்ரோஸாஃப்ட் ஐபிஎம் பீசிக்காக வின்டோஸ், ஐகான்கள் (குறிப்படங்கள்), பாயின்ட் க்ளிக் நாவிகேஷனுக்கான மௌஸ் (சுட்டெலி) ஆகியவற்றுடன் கூடிய ஒரு வரைகலை இடைமுகம் கொண்ட புதிய இயங்கு தளம் *(ஆபரேட்டிங் சிஸ்டம்)* ஒன்றைத் தயாரிக்கத் திட்டமிட்டிருப்பதாக அறிவித்தபோது அவருக்கு அந்த உரிமை முழுவதுமாய் இருந்தது. அதற்கு வின்டோஸ் என்று பெயரும் சூட்ட இருந்தார்கள். மைக்ரோஸாஃப்ட் சரித்திரத்தில் மிக ஆடம்பர மான ஜாப்ஸ் பாணி வெளியீட்டு விழாவிற்கு கேட்ஸ் ஏற்பாடு செய்திருந்தார் – நியூ யார்க்கிலுள்ள ஹெம்ஸ்லீ பாலஸ் ஹோட்டலில்.

ஜாப்ஸ் வெகுண்டெழுந்தார். அவர் இந்த விஷயத்தில் செய்யக் கூடியது அனேகமாக ஒன்றும் இருக்கவில்லை. ஆப்பிளுக்குப் போட்டி யாக வரைகலை மென்பொருள் செய்வதில்லை என்ற மைக்ரோ ஸாஃப்டின் ஒப்பந்தம் முடிவுக்கு வந்துகொண்டிருந்தது - ஆனாலும் அவர் விடுவதாக இல்லை. 'கேட்ஸை உடனடியாக இங்கு வரவழை யுங்கள்' என்று அவர் மைக் பாய்ச்சிற்கு உத்தரவிட்டார். மைக் பாய்ச் மற்ற மென்பொருள் நிறுவனங்களுக்கு ஆப்பிள் சார்பாகக் கலந்துரை யாடல்களுக்குச் செல்பவர். கேட்ஸ் வந்தார் – தனியாக, ஜாப்ஸுடன் கலந்துரையாடும் எண்ணத்தோடு. 'அவர் என்னிடம் தமது கோபத்தைக் காட்டுவதற்காக அழைத்தார்' என்று கேட்ஸ் நினைவுகூர்ந்தார். 'நான் க்யூபர்டினோ சென்றேன் - ஒரு ஆணையிடப்பட்ட அரங்கேற்றம் போல. அவரிடம் சொன்னேன்: *நாங்கள் வின்டோஸ் தயாரிக்கிறோம். எங்கள் நிறுவனத்தில் வரைகலை இடைமுகத் தயாரிப்பில் பந்தயம் கட்டுகிறோம்.'*

அவர்கள் சந்தித்துக்கொண்டது ஜாப்ஸின் ஆலோசனைக்கூட்ட அறையில். அங்கு பத்து ஆப்பிள் ஊழியர்கள் கேட்ஸைச் சூழ்ந்து நின்றுகொண்டு தங்கள் தலைவர் அவரை எப்படியெல்லாம் தாக்கப் போகிறார் என்று பார்க்க ஆவலுடன் காத்திருந்தனர். ஜாப்ஸ் தமது படைகளை ஏமாற்றவில்லை. 'நீங்கள் எங்களுக்குத் துரோகம் செய்து விட்டீர்கள்! என்று அவர் ஆவேசமாய்க் கத்தினார். 'நான் உங்கள்மீது நம்பிக்கை வைத்தேன். இப்போது நீங்கள் எங்களிடமிருந்து திருடு கிறீர்கள்!' கேட்ஸ் சற்றும் கலங்காமல் ஸ்டீவை நேருக்குநேர் பார்த்த வாறு அமைதியாய் இருந்ததாக ஹெர்ட்ஸ்ஃபெல்ட் நினைவுகூர்ந்தார். பின் தமது கீச்சுக்குரலில் ஒரு விஷயத்தை முன்வைத்தார் - அது சரித்திர முக்கியத்துவம் வாய்ந்த ஒரு கூற்றாகிப்போனது: 'ஸ்டீவ், இதை இப்படிக்கூடச் சொல்லலாம். நம் இருவருக்குமே பொதுவாக ஜெராக்ஸ் என்ற பணக்கார நண்பர் இருந்தார். நான் தொலைக்காட்சிப் பெட்டி யைக் களவாட அவருடைய வீட்டிற்குள் புகுந்தேன்; அப்போதுதான் அதற்கு முன்னரே நீங்கள் அதைக் களவாடிவிட்டது தெரியவந்தது.'

கேட்ஸின் இரண்டு நாள் வருகை ஜாப்ஸின் பல்வேறு உணர்ச்சிப் பரிமாணங்களையும் வசியக்கலைகளையும் வெளியே கொண்டு வந்தது. ஆப்பிள் - மைக்ரோஸாஃப்ட் இணைப்பு ஒரு இரட்டைத்தேள் நடனம்போல் ஆகியிருந்தது. இரண்டுமே கவனமாய்ச் சுழன்றன - ஒன்று கொட்டினாலும் இரண்டுக்குமே ஆபத்துதான் என்பதைத் தெரிந்து கொண்டு. ஆலோசனைக்கூட்ட அறையிலான நேரடித் தாக்குதல் முடிந்ததும் கேட்ஸ் அமைதியாக விண்டோஸ் திட்டத்தை ஜாப்ஸுக் கெனத் தனிப்பட்ட முறையில் விளக்கிக்காட்டினார். 'ஸ்டீவிற்கு என்ன சொல்வதென்று தெரியவில்லை' என்று கேட்ஸ் நினைவுகூர்ந்தார். 'ஒன்று, *ஓ, இது இதற்குப் புறம்பானது* என்று சொல்லியிருக்கலாம். ஆனால் அப்படிச் செய்யவில்லை. மாறாக, *ஓ, இது உண்மையிலேயே குப்பைதான்!* என்றார்.' கேட்ஸ் பூரித்துப்போனார் - ஏனென்றால் ஜாப்ஸைச் சாந்தப்படுத்த அது வாய்ப்புத்தந்தது. '*ஆமாம், அது அழகான குப்பைதான்* என்றேன்.' இதைத் தொடர்ந்து ஜாப்ஸ் வேறுவிதமான உணர்ச்சிகளுக்குத் தாவினார். 'இந்தச் சந்திப்பின்போது, அவர் மிக மோசமாகவும் நடந்துகொண்டார்' என்றார் கேட்ஸ். 'தொடர்ந்து ஏறக்குறைய அழும் நிலைக்கு வந்தார் – *என்னை இதிலிருந்து எப்படியாவது காப்பாற்றுங்கள்* என்பதுபோல.' பதிலுக்கு கேட்ஸ் மிக அமைதியாகவே இருந்தார். 'பிறர் உணர்ச்சிவசப்படும்பொழுது நான் என் உணர்ச்சி களைத் திறமையாகக் கட்டுப்படுத்திக் கொள்ள முடியும்.'

ஒரு தீவிர உரையாடலுக்குத் தயாராகும்பொழுதெல்லாம் நீண்ட தூரம் நடக்கச் செல்வது ஜாப்ஸின் வழக்கம். இப்பொழுதும் அதையே அவர் கேட்டுக்கொண்டார். க்யூபர்டினோவின் தெருக்கள் வழியே

அவர்கள் முன்னும் பின்னுமாக நடந்தனர். டி அன்ஸா கல்லூரிவரை சென்று ஓரிடத்தில் உணவருந்திவிட்டு மீண்டும் சிறிது தூரம் நடந்தனர். 'நாங்கள் நடக்கவேண்டியிருந்தது - அது என் நிர்வாக உத்திகளில் ஒன்றல்ல' என்று கேட்ஸ் கூறினார். 'அப்போதுதான் அவர் சொல்லத் தொடங்கினார்: *சரி சரி, போகட்டும். ஆனால் எங்களுடையது போலவே ஆகிவிடாமல் பார்த்துக்கொள்ளுங்கள்*'

நடந்தது என்னவென்றால், 1985 இலையுதிர்காலம் வரையில் மைக்ரோஸாஃப்டால் விண்டோஸ் 1.0ஐ வெளியிடமுடியவில்லை. அந்தக் கட்டத்தில்கூட அது தரக்குறைவான தயாரிப்பாகவே இருந்தது. மகின்டாஷ் இடைமுகத்தின் *(இன்டர்ஃபேஸ்)* கச்சிதமும் எடுப்பான தோற்றமும் அதற்குக் கிட்டவில்லை. பில் அட்கின்ஸன் வடிவமைத்த விண்டோக்கள் ஒன்றின்மீது ஒன்று படிவதுபோல் மாயாஜாலம் புரிந்தன. விமர்சகர்கள் கேலிசெய்தார்கள்; வாடிக்கையாளர்கள் ஒதுக்கி வைத்தார்கள்; இருந்தும் எல்லா மைக்ரோஸாஃப்ட் தயாரிப்பு களையும் போலவே தன் தாக்குப்பிடிக்கும் திறனாலேயே விண்டோஸ் மேம்படுத்தப்பட்டு ஆதிக்கம் செலுத்தத் தொடங்கியது.

ஜாப்ஸின் கோபம் சற்றும் குறையவில்லை. 'அவர்கள் எங்களிட மிருந்து எல்லாவற்றையும் பறித்துக்கொண்டுவிட்டார்கள் - கேட்ஸுக்கு வெட்கம் என்பதே கிடையாது' என்று ஜாப்ஸ் ஏறத்தாழ முப்பது ஆண்டு களுக்குப்பின் என்னிடம் கூறினார். இதைக் கேட்டபோது கேட்ஸ், 'அவர் அப்படி நினைத்தால் அவருடைய மாயவலை ஒன்றுக்குள் அவரே சிக்கிக்கொண்டுவிட்டதாகத்தான் அர்த்தம்' என்றார். சட்ட ரீதியாக கேட்ஸ் கூறியது சரிதான் – கடந்த பல ஆண்டுகளில் நீதிமன்றங்களும் அப்படித்தான் தீர்ப்பளித்தன. நடைமுறைப்படி பார்த்தால் அவருடைய பக்கம் சாதகமாகவும் வலிமையாகவும் இருந்தது. ஜெராக்ஸ் பார்க்கில் கண்டவற்றைப் பயன்படுத்துவதற்கு ஆப்பிள் ஒப்பந்தம் செய்துகொண்டிருந்தாலும், மற்ற நிறுவனங்களும் அதே போல வரைகலை இடைமுகங்களை *(க்ராஃபிக்கல் இன்டர்ஃபேஸ்)* உருவாக்குவது தடுக்க இயலாத ஒன்று. ஆப்பிள் உணர்ந்துகொண்டது போல கணினி இடைமுக வடிவமைப்பின் 'தோற்றமும் உணர்வும்' பாதுகாப்பதற்கு மிகக் கடினமானவை.

இருந்தாலும் ஜாப்ஸின் ஏமாற்றம் புரிந்துகொள்ளக்கூடிய ஒன்றுதான். ஆப்பிள் மிகவும் புதுமையானதாக, கற்பனைவளம் மிகுந்ததாக, செயல்பாட்டில் எடுப்பாக, அற்புதமான வடிவமைப்போடு விளங்கியது. மைக்ரோஸாஃப்ட் தரமற்ற முறையில் பிரதியெடுக்கப் பட்ட தயாரிப்புகளை உருவாக்கினாலும், இயங்கு தளம் *(ஆபரேட்டிங் சிஸ்டம்)* தொடர்பான போரில் வெற்றியடைந்தது. உலகநடப்பில் உள்ள பிழையை இது வெளிக்கொணர்ந்தது: அற்புதமான, சிறந்த,

புதுமையான தயாரிப்புகள் எப்போதும் வெற்றியடைந்துவிடுவதில்லை. பத்து ஆண்டுகள் கழித்து ஜாப்ஸ் திமிராகவும் கோபமாகவும் பேசியதில் சற்று உண்மையும் இருக்கத்தான் செய்தது. 'மைக்ரோஸாஃப்ட்டிலுள்ள ஒரே ஒரு பிரச்சினை – அவர்களுக்கு ரசனையில்லை; ரசனையே இல்லை' என்றார் அவர். 'இதை நான் சாதாரணமாகச் சொல்லவில்லை. பெரிய அளவில், தீவிரமாகவேதான் சொல்கிறேன். அவர்களுக்குத் தானாக எந்த யோசனைகளும் வருவதில்லை. அவர்களுடைய தயாரிப்புகளில் கலாச்சாரம் என்பது அவ்வளவாக இருப்பதும் இல்லை.'

இயல் பதினேழு

இகாரஸ்[1]

மேலே செல்லும் எதுவும்...

உயரப் பறந்தபடி

ஜனவரி 1984இல் மகின்டாஷ் வெளியிடப்பட்ட பிறகு, ஸ்டீவ் ஜாப்ஸ் புதிய உயரங்களை எட்டினார். அச்சமயம் அவர் மன்ஹட்டனுக்கு மேற்கொண்ட பயணம் அதை உறுதி செய்தது. யோகோ ஒனோ தன் மகன் சீயான் லென்னனுக்காக ஏற்பாடு செய்திருந்த விருந்தில் கலந்து கொண்ட ஜாப்ஸ், அந்த ஒன்பது வயதுச் சிறுவனுக்கு ஒரு மகின்டாஷைப் பரிசளித்தார். அவன் அதை மிகவும் நேசித்தான். உலகப் புகழ்பெற்ற கலைஞர்கள் ஆன்டி வார்ஹால், கெய்த் ஹாரிங் ஆகியோரும் அந்த விருந்துக்கு வந்திருந்தனர். தங்களுடைய செயல்பாட்டில் மகின்டாஷ் உதவக்கூடிய சாத்தியக்கூறுகளைக் கண்டு அவர்கள் பிரமித்துப்

[1] கிரேக்க மன்னன் மினோஸ் தனது சகோதரர்களைப் போரில் வெல்ல உதவுமாறு பொஸைடன் என்ற தெய்வத்திடம் வேண்டினான். பொஸைடன் ஒரு தூய வெண்ணிறக் காளையை அனுப்பிவைத்து, போரில் வென்றதும் அந்தக் காளையைத் தனக்குப் பலியாகத் தரவேண்டும் என்று கூறியிருந்தார். ஆனால் மினோஸ் அந்தக் காளையின் மீது ஆசைகொண்டு, அதற்குப் பதிலாகத் தனது காளைகளில் ஒன்றைப் பலிகொடுத்தான். தெய்வ சாபத்தினால் அவனது பட்டத்தரசி அந்தக் காளையின்மீது தீராத மோகம் கொண்டு, கருவுற்றாள். அவளுக்குப் பிறந்தது மனித உடலும் காளையின் தலையும் கொண்ட அரக்கன் - அவன் மினோடார் என்று அழைக்கப்பட்டான். மினோடார் மக்களைக் கொன்று விழுங்கத் தொடங்கியதால் அவனை அடைத்துவைக்க சிக்கலான பாதைகள் கொண்ட ஒரு சிறையமைப்பை உருவாக்கும்படி டேடாலஸ் என்ற கைவினைக் கலைஞனுக்கு மன்னன் ஆணையிட்டான். டேடாலஸின் மகன் இகாரஸ். சிறையும் தயாரானது. ஒருநாள் தீசியஸ் என்ற மாவீரன் மினோடாரைக் கொல்வதற்காக அந்தச் சிறைக்குள் புகுந்தான். மினோஸின் மகள் அவனுக்கு வழிகாட்ட ஒரு மந்திரக் கயிற்றைக் கொடுத்து உதவினாள். அந்தக் கயிற்றை அவளுக்குத் தந்தது டேடாலஸ். இதை அறிந்த மன்னன் அவனையும் இகாரஸையும் அதே சிறையில் அடைத்துவைத்தான். அங்கிருந்து தப்பிப்பதற்காக டேடாலஸ் தனக்கும் இகாரஸிற்கும் பறவை இறகு களையும் மெழுகாலான இறக்கைகளையும் தயாரித்தான். தான் முன்னே பறந்து செல்ல, தன்னைத் தொடர்ந்து வருமாறு கூறினான். சூரியனின் அருகிலோ, கடல்மீதோ பறப்பது கூடாது என்று எச்சரித்திருந்தான். ஆனால் இகாரஸ் ஆர்வமிகுதியால் சூரியனை நெருங்கியபோது, மெழுகு உருகியது. இறக்கைகளை இழந்த இகாரஸ் நேர்கீழே இருந்த கடலுக்குள் விழுந்து உயிரிழந்தான். *(மொ-ர்)*

போனார்கள். தற்கால ஓவியக் கலை உலகம் ஏறத்தாழ ஒரு புதிய திருப்பத்தையே அடைந்தது எனலாம். க்விக்ட்ரா மென்பொருளைப் பயன்படுத்திய பிறகு வார்ஹால் பூரிப்புடன் கூறினார்: 'நான் ஒரு கச்சிதமான வட்டத்தை வரைந்துவிட்டேன்!' மிக் ஜாகருக்கும் ஒரு கணினியை வழங்குமாறு ஜாப்ஸிடம் அவர் வலியுறுத்தினார். ஆனால், புகழ்பெற்ற அந்த ராக் நட்சத்திரத்தின் வீட்டிற்கு ஜாப்ஸ் சென்றபோது அவர் திகைப்படைந்தார். அவருக்கு ஜாப்ஸ் யார் என்றே தெரிய வில்லை. பின்னர் ஜாப்ஸ் தன் குழுவினரிடம் கூறினார்: 'அப்போது அவர் போதை மயக்கத்தில் இருந்தார். ஒன்று, அப்படி இருக்கவேண்டும் அல்லது அவருடைய மூளை செயலிழந்து போயிருக்க வேண்டும்.' ஆனால் ஜாகரின் மகள் ஜேட் சட்டென்று கணினிடன் ஒட்டிக் கொண்டு மாக்பெய்ன்ட் மென்பொருளைப் பயன்படுத்தி ஓவியம் வரையத் தொடங்கிவிட்டாள். எனவே, ஜாப்ஸ் அவருக்குப் பதிலாக அவளுக்கு அந்தக் கணினியை அளித்துவிட்டார்.

மன்ஹட்டனின் சென்ட்ரல் பார்க் வெஸ்ட் பகுதியிலுள்ள சான் ரெமோவில் முன்பு ஸ்கல்லிக்கு அவர் காட்டியிருந்த மேல் மாடி இரண்டடுக்குக் குடியிருப்பை வாங்கினார் ஜாப்ஸ். ஐ.எம். பெய் நிறுவனத்தை சேர்ந்த ஜேம்ஸ் ஃப்ரீடைப் பணிக்கமர்த்தி அதைப் புதுப்பிக்கவும் செய்தார். ஆனால் அவர் ஒருபோதும் அங்கு குடியேற வில்லை. (பின்னர் அதைப் போனோவிற்குப் பதினைந்து மில்லியன் டாலர் விலைக்கு விற்கவிருந்தார்). இதைத் தவிர வுட்சைடிலுள்ள பழைய ஸ்பானிய கொலோனியல் பாணியில் கட்டப்பட்ட பதினான்கு படுக்கையறைகள் கொண்ட மாளிகையையும் வாங்கினார். இது பாலோ ஆல்டோவிற்கு மேற்புறமுள்ள மலைப்பகுதியில் அமைந்தி ருந்தது. இதைக் கட்டியவர் ஒரு தாமிரச் சுரங்க அதிபர். இந்த மாளிகை யில் அவர் குடியேறினார். ஆனால் அங்கு அறைகலன்களை இடுவதற் கான முயற்சியை அவர் ஒருபோதும் மேற்கொள்ளவில்லை.

ஆப்பிளில் அவருடைய அந்தஸ்து புத்துயிர் பெற்றது. ஜாப்ஸின் அதிகாரத்தைக் குறைக்கும் வழிகளை யோசிப்பதற்குப் பதிலாக ஸ்கல்லி அவருடைய அதிகார எல்லைகளை விரிவுபடுத்தினார். லிசா மற்றும் மகின்டாஷ் குழுவினர் ஒருங்கிணைக்கப்பட்டு ஜாப்ஸின் நேரடிப் பொறுப்பின்கீழ் வந்தனர். உயரங்களில் உலாவினாலும் அது ஜாப்ஸின் மனத்தில் முதிர்வை ஏற்படுத்தவில்லை. தம் முன் கூடி நின்ற லிசா மற்றும் மகின்டாஷ் குழுவினரிடம் அவர்கள் எவ்வாறு ஒருங்கிணைக்கப்படுவார்கள் என்பதை விவரித்தபோது அவருடைய வெறித்தனமான நேர்மை நினைவில் நிற்கும் அளவிற்கு வெளிப் பட்டது. அவருடைய மகின்டாஷ் குழுத் தலைவர்கள் அனைவரும் உயர்பதவிகள் வகிப்பார்கள்; லிசா குழுவின் கால்பகுதி ஊழியர்கள்

பணிநீக்கம் செய்யப்படுவார்கள் என்று கூறினார். 'நீங்கள் தோல்வி அடைந்திருக்கிறீர்கள்' – லிசா குழுவில் பணியாற்றியவர்களை நேரடியாக நோக்கியபடி கூறினார் ஜாப்ஸ். 'நீங்கள் அனைவரும் இரண்டாம்தரக் குழுவினர்; இரண்டாம்தர ஆட்டக்காரர்கள். இங்கிருப்பவர்களில் பெரும்பாலோர் இரண்டாம்தர, மூன்றாம்தர ஆட்டக்காரர்கள். அதனால் வாலியிலுள்ள நமது சகோதர நிறுவனங் களில் பணியாற்றும் வாய்ப்பை அளிப்பதற்காக உங்களில் சிலரை இன்று விடுவிக்கிறோம்.'

இரண்டு குழுக்களிலும் பணியாற்றியிருந்த பில் அட்கின்ஸன் இது மனிதத்தன்மையற்ற செயல் மட்டுமல்ல, நியாயமற்றதும்கூட என்று கருதினார். 'இவர்கள் அனைவரும் உண்மையிலேயே கடுமை யாக உழைத்தார்கள். மேலும், அவர்கள் அற்புதமான பொறியியல் வல்லுநர்கள்' என்றார். ஆனால் மகின்டாஷ் அனுபவம் தமக்கு அளித்ததாகக் கருதிய முக்கிய நிர்வாகப் பாடத்தை ஜாப்ஸ் உறுதியாகப் பிடித்துக்கொண்டிருந்தார்: முதல்தர ஊழியர்களைக்கொண்ட ஒரு குழுவை உருவாக்கவேண்டுமென்றால், இரக்கமற்ற மனநிலை அவசியம். 'ஒரு குழு வளர்ந்துவரும் நிலையில் சில இரண்டாம்தரப் பணியாளர்களைப் போனால்போகட்டும் என்று அலட்சியமாக ஏற்றுக்கொள்வது மிகச் சுலபமானது. ஆனால் அவர்கள் காலப் போக்கில் மேலும்சில இரண்டாம் தர ஆட்டக்காரர்களைக் கொண்டு வருவார்கள். வெகு விரைவில் சில மூன்றாம் தர ஆட்டக்காரர்களைக் கூடக் குழுவில் காணமுடியும்' என்று அவர் நினைவுகூர்ந்தார். 'முதல் தர ஆட்டக்காரர்கள் வேறு முதல்தர ஆட்டக்காரர்களுடன் மட்டுமே பணியாற்ற விரும்புவார்கள் – அதாவது, இரண்டாம்தர ஆட்டக் காரர்களை நாம் கருதவே வாய்ப்பில்லை. இது மகின்டாஷ் அனுபவம் எனக்குக் கற்றுத்தந்த பாடம்' என்றார் ஜாப்ஸ்.

அப்போதைக்கு ஜாப்ஸும் ஸ்கல்லியும் தங்களுடைய நட்புறவு இன்னமும் வலிமையானதாகவே இருப்பதாகத் தமக்குத்தாமே திருப்திப் பட்டுக்கொள்ள முடிந்தது. தங்கள் அன்பை அவர்கள் ஒருவர்மீது ஒருவர் பொழிந்துகொள்வதைக் கண்டால் ஏதோ காட்சிக்கு வைக்கப் பட்ட ஹால்மார்க் வாழ்த்து அட்டைகளுக்கு நடுவில் நிற்கும் உயர் நிலைப்பள்ளிக் காதல் சிட்டுக்கள் போல் இருந்தது. ஸ்கல்லி பதவி யேற்றதன் முதலாமாண்டு நிறைவு விழா 1984 மே மாதம் வந்தது. அதைக் கொண்டாட க்யூபர்டினோவின் தென்மேற்கில் அமைந்த மலைப்பகுதியில் உள்ள லெ மூத்தோன் நொஆர் என்ற கண்ணியமான உணவு விடுதியில் இரவு விருந்துக்கு ஜாப்ஸ் அவரை அழைத்துச் சென்றார். அங்கு ஜாப்ஸ் ஆப்பிள் நிர்வாகக் குழு, அதன் உயர்மட்ட

மேலாளர்கள் மற்றும் சில கிழக்குக் கடலோரப் பகுதியைச் சேர்ந்த முதலீட்டாளர்களையும்கூட வரவழைத்திருந்ததைக் கண்டு ஸ்கல்லி ஆச்சரியமடைந்தார். அவர்கள் அனைவரும் மது அருந்தியவாறு வாழ்த்திய காட்சியை ஸ்கல்லி நினைவுகூர்ந்தார்: 'ஸ்டீவ் முகமெல்லாம் மலர, பின்னணியில் நின்றுகொண்டு தலையை மேலும் கீழும் அசைத்தவாறு, பற்களும் ஈறுகளும் தெரிய, செஷையர் பூனைபோல இளித்துக்கொண்டிருந்தார்.' ஜாப்ஸ் இரவு விருந்தை மனம்நிறைந்த வாழ்த்தோடு தொடங்கிவைத்தார். 'என்னைப் பொறுத்தவரை என் வாழ்க்கையின் மிக மகிழ்ச்சியான நாள்கள் இரண்டு. ஒன்று, மகின்டாஷ் விற்பனைக்கு அனுப்பப்பட்டபோது; மற்றொன்று, ஸ்கல்லி ஆப்பிள் நிறுவனத்தில் சேரச் சம்மதம் தெரிவித்தபோது. என் ஆயுளில் மிகச் சிறந்த ஆண்டும் இதுவே – ஏனெனில், ஜானிடமிருந்து நான் கற்றவை ஏராளம்' என்றார் அவர். பின் அந்த ஆண்டுக்குரிய நினைவுப் பரிசுகளின் மான்டாஷ்[2] ஒன்றை ஸ்கல்லிக்குப் பரிசளித்தார்.

தமது ஏற்புரையில், கடந்த ஓராண்டு காலமாக ஜாப்ஸின் பங்காளராய்ப் பணிபுரிந்து வந்ததில் தமக்குள்ள மகிழ்ச்சியை ஸ்கல்லி விவரித்தார். பேச்சின் இறுதியில் அவர் கூறிய ஒரு வாசகம், வந்திருந்த அனைவரும் வெவ்வேறு காரணங்களுக்காக நினைவுகூர்வதாய் அமைந்தது: 'ஆப்பிள் நிறுவனத்திற்கு ஒரு தலைவர்தான். அது - ஸ்டீவும் நானும்.' அவர் அறையைச் சுற்றிலும் பார்வையை ஓடவிட்டார். அவருடைய கண்கள் ஒரு கணம் ஜாப்ஸின் மீது பதிந்து, அவர் புன்னகை புரிந்ததைக் கவனித்தன. 'நாங்கள் இருவரும் ஒருவருக்கொருவர் உணர்வுகளைப் பரிமாறிக்கொள்வதுபோல உணர்ந்தேன்' என்று ஸ்கல்லி நினைவுகூர்ந்தார். அதேசமயம், ஆர்தர் ராக் மற்றும் சிலரின் முகத்தில் குழப்பமும், ஒருவேளை கேள்விக்குறிகளும்கூடப் படர்ந்ததை அவர் கவனிக்கத் தவறவில்லை. ஜாப்ஸ் ஸ்கல்லியைப் பகடைக்காயாய் உருட்டுகிறாரே என்ற கவலை அவர்களுக்கு. ஜாப்ஸைக் கட்டுப்படுத்தும் நோக்கத்துடன்தான் அவர்கள் ஸ்கல்லியை நியமித்திருந்தார்கள். ஆனால் இப்போது கட்டுப்பாடு ஜாப்ஸின் கையிலிருப்பது தெளிவாகத் தெரிந்தது. 'ஸ்கல்லி அனைத்து விஷயங்களிலும் ஜாப்ஸின் ஒப்புதலுக்காக ஏங்கினார். ஜாப்ஸுடன் சரிக்குச் சமமாய் நிற்க அவரால் இயலவில்லை' என்பதை ராக் நினைவுகூர்ந்தார்.

ஜாப்ஸை மகிழ்ச்சியாய் வைத்திருப்பதும் அவருடைய திறமைக்கு மதிப்பளிப்பதும் ஸ்கல்லியைப் பொறுத்தவரையில் ஒரு சாமர்த்தியமான திட்டமாக இருந்திருக்கலாம். ஆனால் தமது அதிகாரத்தைப் பகிர்ந்துகொள்ளும் சுபாவம் ஜாப்ஸிற்கு இல்லை என்பதை அவர்

[2] காகிதத் துண்டுகள் அல்லது புகைப்படங்களை ஒன்றாக ஒட்டித் தயாரிக்கப்பட்ட கலைப்படைப்பு. (மொ-ர்)

உணரத் தவறிவிட்டார். பணிவு என்பது அவருக்கு இயற்கையாய் அமையாத ஒன்று. நாள்கள் செல்லச்செல்ல, நிறுவனம் எப்படி நடத்தப் படவேண்டும் என்பது பற்றித் தமது கருத்துகளை ஜாப்ஸ் அதிக அளவில் பேசத் தொடங்கினார். உதாரணமாக, 1984 தொழில்திட்டக் கூட்டத்தில், நிறுவனத்தின் மத்திய விற்பனை மற்றும் விளம்பரப் பிரிவைச் சேர்ந்த ஊழியர்கள் பல்வேறு தயாரிப்புப் பிரிவுகளுக்குத் தங்கள் சேவைகளை அளிக்கும் உரிமையை விட்டுத்தர வேண்டும் என்று ஜாப்ஸ் வலியுறுத்தினார். (உதாரணமாக, மகின்டாஷ் ஆப்பிள் நிறுவனத்தின் விளம்பரச் சேவையைப் பயன்படுத்தாமல், தனக்கென்று ஒன்றைத் தீர்மானிக்க இயலும் என்று அர்த்தமாக இருந்திருக்கலாம்). இந்த யோசனைக்கு ஒருவரும் ஆதரவு தெரிவிக்கவில்லை. ஆனால் ஜாப்ஸ் விடாப்பிடியாக அதை நிலைநாட்ட முயன்றுகொண்டிருந்தார். 'அனைவரும் நான் ஜாப்ஸை அடக்கி உட்காரவைத்து, கட்டுப் பாட்டைக் கையிலெடுத்துக்கொள்வேன் என்று எதிர்பார்த்துக் காத்திருந்தனர். ஆனால் நான் அப்படிச் செய்யவில்லை' என்று ஸ்கல்லி நினைவுகூர்ந்தார். கூட்டம் கலைந்துகொண்டிருக்கையில் 'ஸ்கல்லி ஏன் ஜாப்ஸை அடக்குவதில்லை?' என்று சிலர் கிசுகிசுத்தது அவருடைய காதுகளில் விழுந்தது.

மகின்டாஷைத் தயாரிக்க ஃப்ரேமான்ட்டில் நவீன வசதிகளுடன் கூடிய தொழிற்சாலையை உருவாக்க ஜாப்ஸ் முடிவெடுத்தபோது அவருடைய கலை உணர்வும், கட்டுப்படுத்தும் சுபாவமும் உச்சத்தை எட்டின. ஆப்பிள் நிறுவனத்தின் முத்திரைச்சின்னம் போன்று பளபளப்பான வண்ணங்களை இயந்திரங்களுக்கும் தீட்டச் சொன்னார் ஜாப்ஸ். ஆனால் வண்ணங்களைத் தேர்வு செய்வதற்காக மிக அதிக நேரத்தைச் செலவிட்டார். இதைக் கண்ட ஆப்பிளின் தயாரிப்பு நிர்வாகி மாட் கார்ட்டர் அவற்றை வழக்கமான பீஜ், சாம்பல் நிறங்களிலேயே நிறுவும்படி கூறினார். ஜாப்ஸ் சுற்றிப்பார்த்த போது, தமக்குப் பிடித்த நிறங்களில்தான் வண்ணம் தீட்டப்பட வேண்டும் என்று கட்டளையிட்டார். இது பிரச்சினைகளை உருவாக்கும் என்று கார்ட்டர் கூறியது மெய்யாகிவிட்டது – மிக விலையுயர்ந்த இயந்திரம் ஒன்று பளீரென்ற நீல வண்ணம் தீட்டப்பட்ட பின் சரிவர இயங்க வில்லை. அந்த இயந்திரத்திற்கு 'ஸ்டீவின் முட்டாள்தனம்' என்று பெயரும் சூட்டப்பட்டது. இறுதியில் கார்ட்டர் விலகிக் கொண்டார். 'ஸ்டீவுடன் சண்டையிட ஏராளமான தெம்பு வேண்டும். அதுவும் வழக்கமாக, அர்த்தமில்லாத விஷயங்களுக்குத்தான். முடிவில் எனக்குப் போதும் போதுமென்றாகிவிட்டது' என்று அவர் நினைவுகூர்ந்தார்.

ஜாப்ஸ் அவருக்குப் பதிலாக டெபி கோல்மன் என்ற பெண்மணியை நியமித்தார். துணிவுமிக்க, நற்குணம் கொண்ட மகின்டாஷின் நிதி

அதிகாரி. முன்பு ஒருமுறை ஜாப்ஸைச் சரிக்குச் சமமாக நின்று சமாளித்த தற்காக, குழுவின் வருடாந்தர விருது பெற்றவர். தேவைப்பட்டபோது ஜாப்ஸின் பிடிவாதங்களுக்கு ஏற்ப வளைந்துகொடுப்பது எப்படி என்பதை நன்கு அறிந்தவர். ஜாப்ஸ் தொழிற்சாலையின் சுவர்களுக்குத் தூயவெள்ளை வண்ணம் பூசச் சொன்னதாக ஆப்பிள் நிறுவனத்தின் கலை இயக்குநர் கிளெமென்ட் மாக் டெபியிடம் கூறியபோது, அவர் அந்த யோசனைக்கு எதிர்ப்புத் தெரிவித்தார். 'தூசியும் தட்டுமுட்டுச் சாமான்களும் எப்பொழுதும் இறைந்து கிடக்கும் தொழிற்சாலைக்கு வெள்ளை வண்ணம் பூசமுடியாது' என்று கூறி மறுத்தார் டெபி. 'அதிகப்படியான வெண்மை என்று ஒன்று ஸ்டீவைப் பொறுத்தவரை இல்லை' என்று மாக் பதிலளித்தார். இறுதியில் டெபி ஒத்துக் கொண்டார். 'தூய வெள்ளை நிறச் சுவர்கள், பளீரென்ற நீல, மஞ்சள் மற்றும் சிவப்பு நிறத்திலான இயந்திரங்கள் என, தொழிற்சாலை தளம் ஏதோ அலெக்சான்டர் கால்டரின் கண்காட்சி போலத் தோற்றமளித்தது' என்றார் கோல்மன்.

தொழிற்சாலையின் தோற்றத்திற்கு இவ்வளவு முக்கியத்துவம் கொடுப்பது ஏன் என்று கேட்டபோது, அது கச்சிதத்தின் மீதான அதீத ஆர்வத்தை உறுதி செய்வதற்கான ஒரு வழி என்றார் ஜாப்ஸ்:

> நான் தொழிற்சாலைக்குப் போவேன். ஒரு வெள்ளைக் கையுறை அணிந்துகொண்டு, தூசி இருக்கிறதா என்று பரிசோதிப்பேன். தூசி எல்லா இடத்திலும் இருக்கும் – இயந்திரங்களின் மீது, அடுக்குகளின் மேற்பரப்பில், தரையிலும்கூட. சுத்தம் செய்யச் சொல்லுமாறு டெபியிடம் கூறுவேன். தொழிற்சாலையின் தரை அதில் அமர்ந்து சாப்பிடக்கூடிய அளவிற்குச் சுத்தமாக இருக்க வேண்டும் என்று நான் நினைப்பதாகக் கூறினேன். இதைக் கேட்டால் டெபிக்குக் கோபம் பொத்துக்கொண்டுவரும். அவருக்குப் புரியவில்லை. அப்போதைக்கு என்னால் புரிய வைக்கவும் முடியவில்லை. உங்களுக்குத் தெரியுமா, ஜப்பானில் நான் கண்டது எனக்குள் ஒரு தாக்கத்தை ஏற்படுத்தியிருந்தது. அங்கு நான் மிகவும் ஆராதித்த விஷயங்களில் ஒரு பகுதி – நம் தொழிற்சாலைகளில் இல்லாதவற்றில் ஒரு பகுதியும்கூட – குழுவாகப் பணிபுரியும் மனப்பான்மையும், கடைப்பிடிக்கும் ஒழுங்குமுறையும்தான். தொழிற்சாலையை அப்பழுக்கின்றி வைத்துக்கொள்ளும் ஒழுங்கு நமக்கு இயலாமல் போனால், இத்தனை இயந்திரங்களையும் சீராக இயங்கவைக்கும் ஒழுங்கும் நமக்கு இல்லாமல் போய்விடும்.

ஒரு ஞாயிற்றுக்கிழமை காலை ஜாப்ஸ் தமது தந்தையைத் தொழிற் சாலையைப் பார்வையிட அழைத்துவந்தார். செய்யும் செயலில் கடும் தர நிர்ணயத்தையும், தமது தொழில் கருவிகளில் மிகுந்த ஒழுங்கையும்

பின்பற்றி வந்தவர் பால் ஜாப்ஸ். தம்மாலும் அது முடியும் என்று காட்டுவதில் அவருடைய மகன் பெருமிதம் கொண்டார். சுற்றிக் காட்டுவதற்காகக் கோல்மன் அங்கு வந்திருந்தார். 'ஸ்டீவ் பூரிப்பின் உச்சத்தில் இருந்தார். தாம் உருவாக்கியதைத் தம் தந்தைக்குக் காட்டு வதில் அவர் மிகவும் பெருமைப்பட்டார்' என்று அவர் நினைவு கூர்ந்தார். 'தொழிற்சாலையிலுள்ள ஒவ்வொரு பொருளின் செயல் பாட்டையும் தந்தைக்கு விளக்கினார் ஸ்டீவ். தந்தையும் மகனது திறமையை எண்ணி மிகவும் வியந்து காணப்பட்டார். ஒவ்வொரு பொருளையும் தொட்டுப்பார்த்து, அவையெல்லாம் எவ்வளவு பரிசுத்தமாகவும் கச்சிதமாகவும் இருக்கின்றன என்பது கண்டு மகிழ்ந்த தந்தையை வைத்தகண் வாங்காமல் பார்த்தபடி இருந்தார் ஜாப்ஸ்' என்றார் கோல்மன்.

ஃப்ரான்ஸ் நாட்டின் சோஷலிச அதிபர் ஃப்ரான்ஸ்வா மித்தராங்கின் மனைவி தானியெல் மித்தராங் ஒரு கியூபா ஆதரவாளர். அவர் ஆப்பிள் தொழிற்சாலைக்கு வருகை தந்தபோது, சூழ்நிலை அவ்வளவு சாதகமாக அமையவில்லை. மித்தராங் சீமாட்டி தமது மொழிபெயர்ப்பாளர் மூலம் பணிச்சூழல் பற்றிப் பல கேள்விகள் கேட்டவண்ணம் இருந்தார். அலைன் ராஸ்மனைத் தமது மொழிபெயர்ப்பாளராக அமர்த்தி யிருந்த ஜாப்ஸ், தமது தொழிற்சாலையின் மிகவும் முற்போக்கான தானியங்கியியல் மற்றும் தொழில்நுட்பம் பற்றி மித்தராங் சீமாட்டிக்கு விளக்கமளித்துக் கொண்டிருந்தார். பொருட்கள் குறித்த காலத்தில் கச்சிதமாகத் தயாராவதற்கான ஏற்பாடுகளை ஜாப்ஸ் விளக்கியபோது, மித்தராங் சீமாட்டி அதிகப்படியான பணிநேரத்திற்கான சம்பளம் பற்றி வினவினார். இதனால் எரிச்சலடைந்த ஜாப்ஸ், மித்தராங் சீமாட்டிக்குத் திருப்தியளிக்காது என்று தெரிந்திருந்த போதிலும், இயந்திரமயமாக்கல் தமது தொழிற்சாலையின் சம்பளச் செலவை எவ்வாறு குறைக்க உதவுகிறது என்பதை விளக்கினார். 'இது மிகவும் சிரமமான வேலையா?' 'தொழிலாளர்களுக்கு எவ்வளவு விடுமுறை கிடைக்கும்?' என்று மித்தராங் சீமாட்டி கேட்டார். ஜாப்ஸால் அதற்கு மேல் தாளமுடியவில்லை. மித்தராங் சீமாட்டியின் மொழிபெயர்ப் பாளரிடம் 'தொழிலாளர்களின் நலனில் அவ்வளவு அக்கறை இருந்தால் எப்போது வேண்டுமானாலும் இங்கு வேலைக்கு வரலாம் என்று அவரிடம் சொல்' என்றார். அந்த மொழிபெயர்ப்பாளர் பயத்தில் முகம் வெளிறி, வாயடைத்துப் போனார். ஒரு கணம் பொறுத்து, ராஸ்மன் முன்வந்து ஃப்ரெஞ்ச் மொழியில் மித்தராங் சீமாட்டியிடம் 'தாங்கள் இங்கு வருகை தந்ததற்கும் தொழிற்சாலையின் மீது காட்டிய அக்கறைக்கும் ஜாப்ஸ் தமது நன்றியைத் தெரிவித்துக் கொள்கிறார்' என்றார். நடந்தது என்ன என்பதை ஜாப்ஸ், மித்தராங்

சீமாட்டி இருவருமே அறியவில்லை. ஆனால் மித்தராங் சீமாட்டியின் மொழிபெயர்ப்பாளர் மிகவும் நிம்மதியடைந்து காணப்பட்டார்.

சிறிது நேரம் கழித்து, சாலையில் ஜாப்ஸ் தமது மெர்சிடிஸ் காரை க்யூபர்டினோவை நோக்கிப் படுவேகமாய்ச் செலுத்தியபடி மித்தராங் சீமாட்டியின் சுபாவம் பற்றி ராஸ்மனிடம் பொரிந்து தள்ளினார். ஒரு கட்டத்தில் ஜாப்ஸ் மணிக்கு நூறு மைல் வேகத்தைக் கடந்தபோது, ஒரு காவல்துறை அதிகாரி அவரைத் தடுத்து நிறுத்தி, குற்றச்சீட்டு எழுதத் தொடங்கினார். சில நிமிடங்கள் சென்றன. அதிகாரி தொடர்ந்து எழுதிக்கொண்டே இருந்தார். பொறுமை இழந்த ஜாப்ஸ், காரின் ஒலிப்பானை அலறவிட்டார். 'என்ன வேண்டும்?' என்று அதிகாரி கேட்டார். 'நான் அவசரமாகச் செல்லவேண்டும்' என்று ஜாப்ஸ் பதிலளித்தார். என்ன அதிசயமோ, அந்தக் காவல் அதிகாரிக்குக் கோபம் வரவில்லை. பேசாமல் குற்றச்சீட்டை எழுதி முடித்துவிட்டு, இனி எப்போதாவது 55 மைல் வேகத்தைக் கடந்ததாகப் பிடிபட்டால் ஜாப்ஸ் சிறையிலிடப்படுவார் என்று எச்சரித்தார். அவர் அங்கிருந்து சென்ற அடுத்த நொடியே, ஜாப்ஸ் மீண்டும் காரைச் சாலையில் ஏற்றிக்கொண்டு நூறு மைல் வேகத்திற்கு விரட்டினார். 'வழக்கமான விதிமுறைகள் எதுவும் தமக்குப் பொருந்தாது என்பதை ஜாப்ஸ் ஆணித்தரமாக நம்பினார்' என்று வியந்தார் ராஸ்மன்.

மகின்டாஷ் வெளியிடப்பட்ட சில மாதங்களுக்குப் பிறகு, ஜாப்ஸுடன் ஐரோப்பா சென்ற ராஸ்மனின் மனைவி ஜோஆனா ஹாஃப்மானுக்கும் இதே அனுபவம்தான். 'விரும்பத்தகாத செயல்களைச் செய்துகொண்டு, அவற்றுக்கான பழியோ, தண்டனையோ, விமரிசனமோ தமக்கு வராமல் தப்பித்துக் கொண்டுவிடலாம் என்ற மனப்பான்மையுடன் இருந்தார் ஜாப்ஸ்' என்றார் அவர். ஃப்ரான்ஸ் நாட்டைச் சேர்ந்த மென்பொருள் வடிவமைப்பாளர்களுடன் ஒரு சம்பிரதாயமான விருந்துக்கு ஏற்பாடு செய்திருந்தார் ஜோஆனா. தாம் செல்ல விரும்பவில்லை என திடீரென்று தீர்மானித்தார் ஜாப்ஸ். ஹாஃப்மனின் முகத்திற்கு நேரே கார் கதவை அறைந்து சாத்திவிட்டு, விருந்துக்குப் பதிலாக ஃபோலான் என்ற சுவரொட்டி ஓவியரைச் சந்திக்கப் போவதாக அவரிடம் தெரிவித்தார். 'இதனால் அவமானமும் ஆத்திரமும் அடைந்த வடிவமைப்பாளர்கள் எங்களுடன் கைகுலுக்கக் கூட முன்வரவில்லை' என்றார் ஜோஆனா.

இத்தாலியில் உள்ள ஆப்பிள் நிறுவனத்தின் பொது மேலாளரை ஏனோ பார்த்த மாத்திரத்திலேயே ஜாப்ஸிற்குப் பிடிக்கவில்லை. அவர் மிகவும் மென்மையான சுபாவமும் சற்று பருத்த உடலும் கொண்டவராக இருந்தார். ஒரு பாரம்பரியமான வியாபார நிறுவனத்திலிருந்து வந்தவர் அவர். அவருடைய குழுவோ, செயல்திட்டமோ தமக்குத்

திருப்தியளிப்பதாக இல்லை என்று முகத்திலடித்தாற்போலச் சொல்லி விட்டார் ஜாப்ஸ். 'மாக்கை விற்பனை செய்யக்கூடிய தகுதி உங்களுக்கு இல்லை' என்று அவருடைய குரல் இரக்கமற்றுத் தொனித்தது. ஆனால் அந்த அப்பாவி மேலாளர் தேர்ந்தெடுத்திருந்த உணவு விடுதியைக் கண்டு ஜாப்ஸ் நடந்துகொண்டதைப் பார்க்கையில், இது எவ்வளவோ மிதமானது எனலாம். தமக்குப் பால்பொருட்கள் சேராத ஒரு சைவ உணவு வேண்டும் என்றார் ஜாப்ஸ். ஆனால், விடுதியில் உணவு பரிமாறுபவர் புளித்த க்ரீமுடன்கூடிய ஸாஸைக் கொண்டுவந்தார். ஜாப்ஸின் கோபம் எல்லை மீறியது - ஹாஃப்மன் அவரை மிரட்ட வேண்டியிருந்தது. அவர் அடங்காவிட்டால் தமது கொதிக்கும் காப்பியை அவருடைய மடியில் கொட்டப்போவதாகக் கிசுகிசுத்தார் ஜோஆனா.

ஐரோப்பியப் பயணத்தின்போது விற்பனை முன்னோட்டங்கள் தொடர்பானவற்றில்தான் ஜாப்ஸுடன் மிகப்பெரிய அளவில் கருத்து வேறுபாடுகள் எழுந்தன. தமது மாயவலையைக் கொண்டு தமது குழுவினரை விற்பனைக் குறிக்கோள்களை மேலும் உயர்த்தும்படி தொடர்ந்து வற்புறுத்திவந்தார் ஜாப்ஸ். பெரிய அளவிலான விற்பனைக் குறிக்கோள்களைக் காட்டினாலன்றி, ஒதுக்கீடுகள் வழங்கப்பட மாட்டாது என்று தமது ஐரோப்பிய மேலாளர்களையும் அவர் அச்சுறுத்திவந்தார். நடைமுறைக்கேற்றவாறு பேசும்படி அவர்கள் வலியுறுத்தினார்கள். ஹாஃப்மன் இடைபுகுந்து சமாதானம் செய்ய வேண்டியதாயிற்று. 'அந்த ஐரோப்பியப் பயணம் முடிவடை வதற்குள் எனக்கு உடலெல்லாம் உதறலெடுத்துவிட்டது' என்றார் ஹாஃப்மன்.

ஆப்பிள் நிறுவனத்தின் ஃப்ரான்ஸ் நாட்டு மேலாளரான ஜேன் லூயி காஸே இந்த ஐரோப்பியப் பயணத்தின்போதுதான் ஜாப்ஸிற்கு அறிமுகமானார். இந்தப் பயணத்தில் ஜாப்ஸிற்கு ஈடுகொடுத்து வெற்றிகண்ட மிகச்சிலருள் காஸேயும் ஒருவர். 'உண்மை நிலையைக் கையாள அவருக்கென்று ஒரு தனிப் பாணியே உண்டு' என்று காஸே மற்றொரு சமயம் தெரிவித்தார். 'அவரைவிட அதிகமாக ஆவேசப் படுவதுதான் அவரை அடக்க ஒரே வழி.' பெரிய அளவில் விற்பனை முன்னோட்டங்கள் தராவிடில், ஃப்ரான்ஸிற்கு ஒதுக்கீடுகள் வழங்கப் படமாட்டாது என்ற தமது இயல்பான மிரட்டலை ஜாப்ஸ் முன்வைத்த போது, காஸே ஆத்திரமடைந்தார். 'எனக்கு நினைவிருக்கிறது... ஜாப்ஸின் கோட்டைப் பிடித்து இழுத்து, வாயை மூடச்சொன்னேன் – அப்போதுதான் அவர் அடங்கினார். நானே ஒருகாலத்தில் கோபக் காரனாகத்தான் இருந்தேன். நான் தேறிவரும் ஒரு வக்ரம்பிடித்தவன். அதே சுபாவத்தை ஜாப்ஸிடமும் கண்டேன்.'

ஆனால் தமக்குத் தேவையென்றால் மிகவும் வசீகரமானவராக மாறிக் கொள்ளக்கூடிய தன்மையை ஜாப்ஸிடம் கண்டு காஸே வியந்தார். ஃப்ரான்ஸ்வா மித்தராங், 'கணினிப் பயன்பாடு *(கம்ப்யூட்டிங்)* எல்லோருக்கும்' என்று தமது கொள்கையை இசைக்க, தொழில்நுட்பக் கல்வி வல்லுநர்களான மார்வின் மின்ஸ்கி, நிக்கோலஸ் நெக்ரோ பான்ட்டே போன்ற பலர் அவருடன் சேர்ந்து கொண்டு பின்பாட்டுப் பாடினார்கள். பிரிஸ்டல் ஹோட்டலில் கூடியிருந்தவர்களுக்காக ஜாப்ஸ் ஒரு சொற்பொழிவாற்றினார். ஃப்ரான்ஸின் அனைத்துப் பள்ளி களிலும் கணினி அறிமுகப்படுத்தப்பட்டால், அது எப்படி ஒரு மிகப்பெரிய தேச முன்னேற்றத்திற்கு வழிவகுக்கும் என்பதுபற்றி அழகுறக் காட்சிவிளக்கமளித்தார். பாரிஸ் நகரம் ஜாப்ஸிற்குள் இருந்த காதல் உணர்வையும் வெளிக்கொண்டுவந்தது. பெண்களுக்காக அவர் ஏங்கியது பற்றி காஸேயும் நெக்ரொபான்ட்டேயும் கதைகதையாய்ச் சொன்னார்கள்.

வீழ்ச்சி

வெளியீட்டைத் தொடர்ந்து வந்த ஆரவாரங்களுக்குப் பிறகு, 1984இன் பிற்பகுதியில் மகின்டாஷ் விற்பனை சரியத் தொடங்கியது. பிரச்சினை அடிப்படையானது: பார்க்க மிக அற்புதமாக இருப்பினும், மிகவும் மெதுவாகச் செயல்படக்கூடிய, குறைந்த திறனுடைய கணினியாக அது இருந்தது. எவ்வளவு ஜாலவித்தைகள் செய்தாலும் இதை மறைக்க முடியவில்லை. ஒளிவீசும் மைதானம் போல இருந்த அதன் முகப்புத் திரை அதற்குத் தனி அழகு சேர்த்தது. கறுப்புப் பின்னணியில், அழுது வடியும் பச்சை எழுத்துகளும் கட்டளைவரிகளும் தோன்றும் பழைய முகப்புத் திரையிலிருந்து அது மிகவும் மாறுபட்டுக் காட்சியளித்தது. அதுவே அதன் மிகப்பெரிய பலவீனமாகவும் ஆனது. எழுத்து *(டெக்ஸ்ட்)* அடிப்படையிலான பழைய திரையில் ஒரு கேரக்ட்டரை (வரியுருவை) பதிவுசெய்ய ஒரு பைட்டுக்கும் குறைவான சங்கேதக் குறிகள் மட்டுமே தேவைப்பட்டன. ஆனால், மகின்டாஷ், விரும்பிய வடிவத்தில் எழுத் துருக்களை ஒவ்வொன்றாக பிக்செல்கள் மூலம் உருவாக்கியபோது, பழைய பாணி கணினியை விட 20, 30 மடங்கு அதிக நினைவுத்திறன் தேவைப்பட்டது. லிசா தனது 1000 கிலோ பைட் ராம் மூலம் இதைக் கையாண்டது; மகின்டாஷ் வெறும் 128 கிலோ பைட்டோடு நிறுத்திக் கொண்டிருந்தது.

உட்புறம் அமைந்த வன்வட்டு இயக்ககம் *(ஹார்ட் டிஸ்க் ட்ரைவ்)* இல்லாதது மற்றொரு குறையாக இருந்தது. இதுபோன்ற ஒரு தகவல் சேமிப்புச் சாதனம் வேண்டும் என்று ஜோஆனா வாதாடியபோது, ஜாப்ஸ் அவரை 'ஜெராக்ஸிற்குப் பாரபட்சமான, குருட்டுப் பிடிவாதம்

கொண்டவர்' என்று திட்டினார். மகின்டாஷுக்கு ஒரு நெகிழ்வட்டு இயக்ககம் (ஃப்ளாப்பி டிஸ்க் ட்ரைவ்) மட்டுமே போதுமானது என்று பிடிவாதம் பிடித்தார். தகவல்களைப் பிரதியெடுக்க வேண்டுமெனில் ஒரே இயக்ககத்தில் (ட்ரைவ்) மீண்டும் மீண்டும் போட்டு எடுப்பதால் கையாள்பவர்களுக்கு ஒரு புதுவிதமான முழங்கை வலி ஏற்படக்கூடிய சாத்தியக்கூறு இருந்தது. மேலும் மகின்டாஷுக்குக் காற்றோட்டம் ஏற்பட வசதியாகவும், உள் சூட்டைத் தணிக்கவும் விசிறி இருக்கவில்லை. இது ஜாப்ஸின் உறுதியான பிடிவாதத்திற்கு மற்றொரு உதாரணம். விசிறி கணினியின் அமைதியான செயல்பாட்டுக்கு இடையூறாக இருக்கும் என்று அவர் கருதினார். இதனால் உள் பாகங்கள் செயலிழந்து மகின்டாஷுக்கு பீஜ் டோஸ்டர் (பீஜ் நிறத்திலான, ரொட்டி சுடும் சாதனம்) என்ற கேலிப் பெயரைப் பெற்றுத்தந்தது. இது மகின்டாஷின் பிரபலத்தை மேலும் குறைத்தது. அதன் சிந்தை மயக்கும், கண்கவரும் தோற்றத்தால் முதல் சில மாதங்களில் விற்பனை நன்றாக இருந்தது. ஆனால் அதன் தொழில்நுட்பத் தோல்விகள் பற்றிய விழிப்புணர்வு மக்கள் மத்தியில் பரவியதால் விற்பனை சரியத் தொடங்கியது. மாயவலையால் 'சிறிய ஊக்கம் தோன்றலாம். ஆனால் நடைமுறைச் சூழல் வலிமை யோடு திருப்பித் தாக்கும்' என்று ஹாஃப்மன் பின்னர் புலம்பினார்.

1984 இறுதியில் லிசா விற்பனை முற்றிலுமாக நின்று, மகின்டாஷ் மாதாந்தர விற்பனை 10,000க்கும் குறைவான நிலையில், மனக் குழப்பத்தின் காரணமாக, ஜாப்ஸ் ஒரு முட்டாள்தனமான, வழக்கத் துக்கு மாறான திட்டத்தை அறிவித்தார். விற்கப்படாத லிசா இயந்திரங் களை, மகின்டாஷ் செயல்வடிவத்திற்கு மாற்றி, 'மகின்டாஷ் எக்ஸ்எல்' என்ற புதிய தயாரிப்பாக விற்க முற்பட்டார். லிசா கைவிடப்பட்டு மீண்டும் தொடரும் எண்ணமும் இல்லை என்பதால், தான் நம்பிக்கை வைக்காத ஒரு தயாரிப்பை ஜாப்ஸ் உருவாக்குவது வழக்கத்துக்கு மாறாக இருந்தது. 'எனக்குக் கோபம் பொத்துக்கொண்டு வந்தது. ஏனெனில் மாக் எக்ஸ்எல் போலியான தயாரிப்பு' என்றார் ஹாஃப்மன். 'அது அதிகப் படியான லிசாக்களை வெளியேற்றுவதற்கான ஓர் உத்தி மட்டுமே. விற்பனையும் நன்றாகத்தான் இருந்தது. பின்னர் அந்த பயங்கரமான போலிச் சாதனத்தைக் கைவிட வேண்டியிருந்தது. ஆகவே நான் பதவி விலகிவிட்டேன்.'

1985 ஜனவரியில் வெளிவந்த விளம்பரம் அப்போது நிலவிய வாட்டமான மனோநிலையைப் பிரதிபலிப்பதாக இருந்தது. '1984' விளம்பரத்தில் எதிரொலித்த ஐபிஎம்முக்கு எதிரான உணர்வுகளைத் தட்டி எழுப்புவதாக அமையவிருந்தது. துரதிர்ஷ்டவசமாக, அதில் ஓர் அடிப்படையான வேறுபாடு இருந்தது: முதல் விளம்பரம் தன்னம்பிக்கை மற்றும் தலைமைப் பண்புகளை வலியுறுத்தியது. ஆனால் 'லெம்மிங்ஸ்'

என்று பெயரிடப்பட்ட, லீ க்ளோ மற்றும் ஜே சியாட் அளித்த புதிய விளம்பரப் பலகைகள் அடர் நிறங்களில் உடையணிந்த, கண்கள் கட்டப் பட்ட பெரிய நிறுவனங்களின் மேலாளர்கள் மலை உச்சியில் இருந்து இறப்பை நோக்கி நடைபோடுவது போலச் சித்திரிக்கப்பட்டிருந்தன. ஆரம்பத்திலிருந்தே ஜாப்ஸும் ஸ்கல்லியும் நிலைகொள்ளாமல் தவித்தார்கள். அது ஆப்பிள் நிறுவனத்தின் மதிப்பையும் அந்தஸ்தையும் கூட்டுவதாக இருக்கவில்லை என்பதும் மட்டுமல்ல, ஐபிஎம் கணினியை வாங்கிய ஒவ்வொரு மேலாளரையும் அவமதிப்பது போல் இருந்தது.

வேறு புதிய திட்டங்களை யோசிக்கும்படி விளம்பர நிறுவனத்தை ஜாப்ஸும் ஸ்கல்லியும் கேட்டுக்கொண்டபோது, அவர்கள் மறுப்புத் தெரிவித்தார்கள். 'சென்ற ஆண்டு *1984* விளம்பரத்துக்கும் நீங்கள் முதலில் எதிர்ப்புதானே தெரிவித்தீர்கள்' என்றார் அவர்களில் ஒருவர். 'என்னுடைய மதிப்பு மரியாதை எல்லாவற்றையும் இந்த விளம் பரத்தின் பேரில் வைக்கிறேன்' என்று லீ க்ளோ சொன்னதாக ஸ்கல்லி தெரிவித்தார். ரிட்லி ஸ்காட்டின் சகோதரர் டோனி படமாக்கிய வடிவம் வந்தபோது, விளம்பரத்தின் கருத்து மேலும் மோசமாகி யிருந்தது. கண்கள் கட்டப்பட்டு, கால்போன போக்கில் நடைபோடும் மேலாளர்கள் *ஸ்னோ ஒயிட்* படத்தில் வரும் *ஹை-ஹோ, ஹை-ஹோ* பாடலைச் சோக கீதம் போல மந்தகதியில் பாடிக்கொண்டே மலை உச்சியிலிருந்து கீழ்நோக்கி வந்தனர். விளம்பரம் படக் கருத்தாகச் சொல்லப்பட்டபோது இருந்ததைவிட, படமாக்கப்பட்ட விதம் ஆயாசம் மிகுந்து காணப்பட்டது. விளம்பரத்தைக் கண்டவுடன் டெபி கோல்மன் ஜாப்ஸிடம் 'இந்த விளம்பரத்தின் மூலம் அமெரிக்கா முழுவதும் உள்ள தொழிலதிபர்களை அவமதிக்கப் போகிறீர்களா? நீங்கள் இதைச் செய்வதை என்னால் நம்பவே முடியவில்லை' என்று கோபமாய் இரைந்தார். விளம்பரக் கூட்டத்தில் அதைத் தாம் எந்த அளவு எதிர்க்கிறார் என்பதைத் தெளிவாக எடுத்துக்கூறினார். 'என் ராஜினாமாவை ஜாப்ஸின் மேசையில் நேரிடையாகவே வைத்தேன். என் மாக்கிலும் எழுதினேன். மேசைக் கணினிப் *(டெஸ்க்டாப்)* பதிப்பில் இப்போதுதான் கால்பதிக்கத் தொடங்கியிருக்கிறோம். இந்தச் சமயத்தில் நிறுவன மேலாளர்களின் நேரிடையான விரோதத்தைச் சம்பாதிக்கும் காரியமாக இது எனக்குத் தோன்றுகிறது.'

வேறு வழியின்றி ஸ்கல்லியும் ஜாப்ஸும் விளம்பர நிறுவனத்தின் கோரிக்கைக்குப் பணிந்தார்கள். சூப்பர் பௌலின்போது அந்த விளம்பரத்தை வெளியிட்டார்கள். அந்த நிகழ்ச்சிக்கு அவர்கள், ஸ்கல்லியின் மனைவி லீஸீ (அவருக்கு ஜாப்ஸைக் கண்டாலே ஆகாது), ஜாப்ஸின் புதிய தோழி டீனா ரெட்ஸே அனைவரும் சென்றிருந்தனர். இழுபறியாக, சுவாரசியமே இல்லாமல் நடந்த போட்டியின் நாலாவது

பகுதியின் இறுதியில் விளம்பரம் காட்டப்பட்டது. பெரிய திரையில் காட்டப்பட்ட அந்த விளம்பரத்திற்கு ரசிகர்கள் தரப்பிலிருந்து சுவாரசியம் மிகக் குறைவாகவே இருந்தது. நாடெங்கிலும் எழுந்த கருத்துகளும் பெரும்பாலும் எதிர்மறையாகவே இருந்தன. சந்தை நிலவரத்தை ஆய்வு செய்யும் ஒரு நிறுவனத்தின் தலைவர் *ஃபார்ச்சூன்* பத்திரிகைக்கு அளித்த பேட்டி ஒன்றில், 'ஆப்பிள் நிறுவனம் எட்ட முயன்ற முக்கிய வாடிக்கையாளர்களையே இந்த விளம்பரம் அவமானப்படுத்துவது போலுள்ளது' என்று கூறினார். ஆப்பிளின் விளம்பர அதிகாரி பின்னர் ஒரு யோசனை கூறினார்: '*வால்ட் ஸ்ட்ரீட் ஜர்னலில்* ஒரு மன்னிப்பு விளம்பரம் கொடுத்து விடலாம்' என்று. ஆனால் 'ஆப்பிள் நிறுவனம் அந்த விளம்பரத்துக்காக மன்னிப்புக் கோரினால், அதே பத்திரிகையின் முகப்புப் பக்கத்தைப் பிடித்து, அந்த மன்னிப்பு விளம்பரத்திற்கு ஒரு மன்னிப்பு விளம்பரம் எங்கள் நிறுவனத்தின் சார்பாக வெளியிடப்படும்' என்று ஜே சியாட் மிரட்டினார்.

பொதுவாக ஆப்பிளில் நிலவிவந்த சூழ்நிலை, விளம்பரம் ஆகிய வற்றால் ஜாப்ஸுக்கு ஏற்பட்ட தவிப்பு, ஜனவரியில் பத்திரிகையாளர் களின் மற்றொரு நேர்காணல் சுற்றுக்காக அவர் நியூ யார்க் சென்ற போது வெளிப்பட்டது. கார்லைல் ஹோட்டலில், ரெஜிஸ் மெக்கன்னா நிறுவனத்திலிருந்து வந்திருந்த ஆன்டி கன்னிங்ஹாம் இந்த நிகழ்ச்சிக்கான விருந்து மற்றும் விருந்தினர் கவனிப்பு தொடர்பான பொறுப்புகளை ஏற்றிருந்தார். ஜாப்ஸ் வந்து இறங்கியவுடன், இரவு பத்து மணிக்கு மேல் ஆகியிருந்த போதிலும் தம்முடைய அறையை முற்றிலுமாக மாற்றி அமைக்கச் சொன்னார். மறுநாள் கூட்டம் தொடங்க வேண்டிய மிகவும் பரபரப்பான நேரம் அது. பியானோ சரியான இடத்தில் இல்லை, ஸ்ட்ராபெர்ரி பழங்கள் சரியான வகையைச் சேர்ந்தவை அல்ல என்றார். ஆனால் அங்கு வைக்கப்பட்டிருந்த அலங்கார மலர்கள் தமக்குப் பிடிக்கவில்லை என்பதுதான் அவருடைய மிக பெரிய ஆட்சேபனையாக இருந்தது. தமக்குக் காலா லில்லிகள்தான் வேண்டும் என்றார் அவர். 'காலா லில்லிகள் என்றால் எப்படி இருக்கும் என்பதில் அவருக்கும் எனக்கும் பெரிய சண்டையே நடந்தது' என்று கன்னிங்ஹாம் நினைவு கூர்ந்தார். 'காலா லில்லிகள் பற்றி எனக்கு நன்றாகத் தெரியும். ஏனெனில் எனது திருமணத்தின் போது அந்த மலர்களால்தான் அலங்காரம் செய்யப்பட்டிருந்தது. ஆனால் தமக்கு வேறு வகையிலான லில்லி மலர்தான் வேண்டும் என்று வற்புறுத்தியதுடன், காலா லில்லிகள் என்றால் என்னவென்றே தெரியாததற்காக என்னை *முட்டாள்* என்றார்.' ஆக, கன்னிங்ஹாம் புறப்பட்டுச் சென்றார். நியூ யார்க் தூங்கா நகரம் என்பதால் அந்த நடுநிசியிலும் அவர் விரும்பிய லில்லி மலர்கள் கிடைக்கும் இடத்தைக் கண்டுபிடிக்க முடிந்தது. ஒரு வழியாக அறையை மாற்றி அமைத்தபோது, கன்னிங்ஹாம் அணிந்திருந்த

உடைக்கு ஆட்சேபனை தெரிவிக்க விரும்பினார் ஜாப்ஸ். 'அந்த ஸூட் அருவருப்பாக இருக்கிறது' என்றார் ஜாப்ஸ் அவரிடம். அவ்வப்போது ஜாப்ஸ் இப்படி இலக்கற்ற கோபத்தில் பொருமுவது வழக்கம் என்பது கன்னிங்ஹாமிற்குத் தெரியும். ஆகவே அவர் ஜாப்ஸைச் சமாதானப் படுத்த முயன்றார். 'பாருங்கள், நீங்கள் கோபமாக இருக்கிறீர்கள் என்று எனக்குத் தெரியும். உங்கள் உணர்வும் எனக்குப் புரிகிறது' என்றார் அவர்.

'என் உணர்வைப் பற்றி உனக்கு ஒரு மண்ணாங்கட்டியும் தெரியாது. நானாக இருப்பது என்றால் எப்படி இருக்கும் என்பது பற்றியெல்லாம் உனக்கு ஒரு மண்ணாங்கட்டியும் தெரியாது' என்று நொடித்தார் ஜாப்ஸ்.

முப்பது வயது

முப்பது வயது என்பது அனேகமாக எல்லோரது வாழ்க்கையிலும் ஒரு மைல்கல் – குறிப்பாக, அதைவிட வயதானவர்களைச் சற்றும் நம்பாத ஒரு தலைமுறையைச் சேர்ந்தவர்களுக்கு. தம்முடைய முப்பதாவது பிறந்தநாளைக் கொண்டாடுவதற்காக, 1985 பிப்ரவரியில் சான் ஃப்ரான்சிஸ்கோவின் செயின்ட் ஃப்ரான்ஸிஸ் ஹோட்டலின் நடன மண்டபத்தில் ஜாப்ஸ் ஆயிரம் பேருக்கு படாடோபமான, சம்பிரதாய மான அதேசமயம் விளையாட்டுத்தனமான (கறுப்பு கழுத்துக் கச்சை யும் (டை), டென்னிஸ் மூடுகாலணிகளும் அணிந்து) விருந்தளித்தார். அழைப்பிதழில் எழுதப்பட்டிருந்த வாசகம்: 'இந்துப் பழமொழி ஒன்று உள்ளது – உன்னுடைய வாழ்க்கையின் முதல் முப்பது ஆண்டுகளில் நீ உன்னுடைய பழக்கவழக்கங்களை உருவாக்கிக் கொள்கிறாய். உன் வாழ்க்கையின் கடைசி முப்பது ஆண்டுகளில் உன்னுடைய பழக்க வழக்கங்கள் உன்னை உருவாக்குகின்றன. என்னுடைய பழக்க வழக்கங்களைக் கொண்டாட எனக்கு உதவுங்கள்.'

ஒரு மேசையில் மென்பொருள் ஜாம்பவான்கள் அமர்ந்திருந்தார்கள் – பில் கேட்ஸ், மிட்ச் கபோர் உட்பட. மற்றொன்றில் பழைய நண்பர்கள் அமர்ந்திருந்திருந்தனர் – டக்ஸிடோ[3] அணிந்த தனது தோழியுடன் வந்திருந்த எலிசபெத் ஹோம்ஸ் போல. ஆன்டி ஹெர்ட்ஸ்ஃபெல்டும், பர்ரெல் ஸ்மித்தும் வாடகைக்கு எடுத்திருந்த டக்ஸிடோக்களும் தொளதொளவென்ற டென்னிஸ் மூடுகாலணிகளும் (ஷூ) அணிந் திருந்தனர். சான் ஃப்ரான்சிஸ்கோ சிம்ஃபனி இசைக்குழு வாசித்த ஷ்ட்ரவுஸ் வால்ட்ஸுகளுக்கு அவர்கள் நடனமாடியது, விழாவிலேயே மறக்கமுடியாத அம்சமாக அமைந்தது.

பாப் டிலன் மறுத்திருந்ததால், பொழுதுபோக்கு நிகழ்ச்சியின் பொறுப்பை எல்லா ஃபிட்ஸ்ஜெரால்ட் ஏற்றிருந்தார். தமது நிகழ்ச்சியில்

[3] இரவு உணவின்போது அணியப்படும் உடை. (மொ-ர்)

வழக்கமாக இடம்பெறும் பாடல்களோடு, இடையிடையே சில பாடல்களை உருமாற்றி வழங்கினார் – உதாரணமாக, 'த கேர்ல் ஃப்ரம் இபாநேமா' பாடலை 'பாய் ஃப்ரம் க்யூபர்டினோ' என மாற்றிப் பாடினார். ரசிகர்களின் விருப்பத்தைக் கேட்டபோது, ஜாப்ஸ் சில பாடல்களைக் குறிப்பிட்டார். மெதுவாய்ப் பாடப்பட்ட 'ஹாப்பி பர்த்டே' பாடலோடு அவர் நிகழ்ச்சியை நிறைவுசெய்தார்.

ஸ்கல்லி மேடையேறி, 'தொழில்நுட்பத்தில் மிகச்சிறந்த நோக்குடையவரின் நலனுக்காக' மதுக்கிண்ணத்தை ஏந்தி வாழ்த்துத் தெரிவித்தார். வாஸ்நியாக்கும் மேடையேறி வந்து ஆப்பிள் II அறிமுகம் செய்யபட்ட 1977 வெஸ்ட் கோஸ்ட் கணினிக் கண்காட்சியிலிருந்து கொண்டு வந்திருந்த ஜால்டெயர் புரளியின் சட்டமிட்ட பிரதியைப் பரிசளித்தார். டான் வாலென்டைன் என்ற நிறுவன முதலீட்டாளர் அந்தப் பத்து ஆண்டு காலத்தில் ஏற்பட்டுவந்த மாற்றங்களை வியந்து போற்றினார். 'ஹோ சி மின் சாயலிலுள்ள தோற்றத்தோடு, 'முப்பது வயது கடந்தவர்களை ஒருபோதும் நம்பாதீர்கள்' என்றவர், எல்லா ஃபிட்ஸ் ஜெரால்டுடன் தனக்கென்று அற்புதமான பிறந்தநாள் விழாவைக் கொண்டாடிக் கொள்ளும் ஒருவராக இவர் மாறியுள்ளார்' என்றார் அவர்.

எளிதில் திருப்திப்படுத்த முடியாத மனிதர் என்பதால், ஜாப்ஸிற்குப் பலரும் அபூர்வமான பரிசுகளைக் கொண்டுவந்திருந்தனர். உதாரணமாக, டெபி கோல்மன் எஃப். ஸ்காட் ஃபிட்ஸ்ஜெரால்ட் எழுதிய *த லாஸ்ட் டைகூன் (கடைசி விற்பன்னர்)* என்ற புத்தகத்தின் முதல் பிரதியைப் பரிசளித்தார். ஆனால் ஜாப்ஸ், அவருடைய விநோதமான சுபாவத் திற்குப் பொருந்தாதது என்று சொல்லிவிடமுடியாத வகையில், அத்தனை பரிசுகளையும் ஒரு ஹோட்டல் அறையில் போட்டு வைத்தார். வாஸ்நியாக்கும் சில நீண்டகால ஆப்பிள் ஊழியர்களும் விருந்தில் பரிமாறப்பட்ட ஆட்டுப் பாலாடைக்கட்டியும் சால்மன் மூஸும் ஒத்துக்கொள்ளாததால் விருந்து முடிந்த பிறகு வெளியே சென்று ஒரு டென்னீஸ் ஹோட்டலில் உணவருந்தினார்கள்.

தமது முப்பதாவது பிறந்தநாளை நிறைவுசெய்த மாதத்தில் ஜாப்ஸ் அளித்த நீண்ட, மனம்திறந்த பேட்டியை எழுத்தாளர் டேவிட் ஷெஃப் *ப்ளேபாய்* பத்திரிகையில் வெளியிட்டார். 'தமது முப்பதுகளில் அல்லது நாற்பதுகளில் நிஜமாகவே அற்புதமான சாதனைகள் புரியும் கலைஞர்களைக் காண்பது அரிது' என்று ஜாப்ஸ் ஏக்கத்துடன் அதில் கூறியிருந்தார். 'ஒருவித தீவிர ஆர்வத்தோடு, என்றென்றும் சின்னஞ் சிறு குழந்தைகளின் பிரமிப்புடன் வாழ்க்கையை அண்ணாந்து பார்க்கும் சிலரும் இருக்கத்தான் செய்கிறார்கள். ஆனால், அவர்கள் மிக அரிதானவர்கள்.' பேட்டி பல்வேறு விஷயங்களை உள்ளடக்கியதாக இருப்பினும், ஜாப்ஸ் மிகவும் வேதனையோடும் கவலையோடும்

குறிப்பிட்டவை முதுமையையும் எதிர்காலத்தையும் எதிர்கொள்வது பற்றிய விஷயங்களாகவே இருந்தன:

நமது எண்ணங்கள் மனத்தில் தாற்காலிகத் தூண்கள் போன்ற வடிவங்களை உருவாக்கும். அப்போது உண்மையில் நாம் இரசாயன வரிவடிவங்களைத்தான் பதிக்கிறோம். பலரும் இந்த வடிவங்களில் சிக்கிக்கொள்கிறார்கள் – இசைத்தட்டுகளில் உள்ள வரிகளைப் போல. அதிலிருந்து அவர்கள் மீள்வதே இல்லை.

நான் எப்பொழுதும் ஆப்பிளுடன் இணைந்திருப்பேன். வாழ்நாள் முழுதும் என் வாழ்க்கையும் ஆப்பிளும் ஊடு, பாவின் நூலிழைகளாய்ப் பின்னிப்பிணைந்து வண்ணக் கம்பளம் போல் விளங்கும். ஒருவேளை சில ஆண்டுகளுக்கு நான் ஆப்பிளை விட்டு விலகலாம். ஆனால் நிச்சயம் திரும்பிவருவேன்.

ஒரு கலைஞனைப் போலப் படைப்பாற்றல் நிறைந்த வாழ்க்கையை நாம் வாழ விரும்பினால், கடந்தகாலத்தைப் பற்றி அதிகம் யோசிக்கக் கூடாது. நாம் என்னவெல்லாம் செய்தோமோ, யாராக இருந்தோமோ, அவை அனைத்தையும் தூக்கி எறிந்துவிடத் தயாராக இருக்க வேண்டும்.

நம்மைப் பற்றிய ஒரு உருவகத்தை மேலும் வலுவாக்க வெளி யுலகம் முயலும்போது, ஒரு கலைஞனாகத் தொடர்ந்து இருப்பது மிகவும் கடினம். எனவேதான் பல சமயங்களில் கலைஞர்கள் ‘போதும். நான் செல்லவேண்டும். எனக்குப் பித்துப்பிடிப்பதுபோல் இருக்கிறது. ஆகவே இங்கிருந்து விலகிச்செல்கிறேன்’ என்று கூறவேண்டியிருக்கிறது. சிலகாலம் அவர்கள் எங்காவது சென்று மறைந்து வாழ்கிறார்கள். ஒருவேளை அவர்கள் பின்னர் சற்று வித்தியாசமான வடிவத்தில் வெளிவரலாம்.’

இதில் ஒவ்வொரு வாக்கியத்தைக் கூறும்பொழுதும், தமது வாழ்க்கை அதிவிரைவில் ஒரு மாற்றத்தை அடையப்போகிறது என்பதை ஜாப்ஸ் உணர்ந்திருந்தாற்போலத் தோன்றியது. ஒருவேளை உண்மையிலேயே அவருடைய வாழ்க்கையும் ஆப்பிளும் நூலிழைகளாய்ப் பின்னிப் பிணையலாம். இதுவரை தாம் நடந்துகொண்ட விதத்தைக் களைய வேண்டிய நேரமாகக்கூட இருக்கலாம். ஒருவேளை ‘போதும். நான் செல்ல வேண்டும்’ என்று கூறவேண்டிய நேரமாக இருக்கலாம் - பின்னர் ‘வித்தியாசமாகச் சிந்தித்து’க் கொண்டு வெளிவருவதற்காக.

வெளியேற்றம்

1984இல் மகின்டாஷ் வெளிவந்தபிறகு, ஆண்டி ஹெர்ட்ஸ்ஃபெல்ட் ஓய்வுவிடுப்பு எடுத்துக்கொண்டு சென்றார். தமது ஆற்றலைப்

புதிதாய்ப் பெருக்கிக்கொள்ளவும், தமக்குப் பிடிக்காத பாப் பெல்லெவில்லிடமிருந்து சற்று விலகியிருக்கவும் வேண்டியிருந்தது. பாபின் செயல்பாடுகளை அவர் வெறுத்தார். சிலகாலம் கழித்து ஒரு நாள் மகின்டாஷ் குழுவிலுள்ள பொறியியல் வல்லுநர்களுக்கு ஜாப்ஸ் 50,000 டாலர் வரை மிகையூதியம் (போனஸ்) வழங்கியிருந்ததாகக் கேள்விப்பட்டார். தமக்கும் அது வேண்டும் என்று கேட்பதற்காக அவர் ஜாப்ஸிடம் சென்றார். ஆனால் ஜாப்ஸோ, விடுப்பிலிருக்கும் பொறியியல் வல்லுநர்களுக்கு மிகையூதியம் வழங்கவேண்டாம் என்று பெல்லெவில் தீர்மானித்திருந்ததாகத் தெரிவித்தார். ஆனால் சிலகாலம் கழித்து இந்தத் தீர்மானத்தை உண்மையில் எடுத்தது ஜாப்ஸ்தான் என்று அறிந்துகொண்டபோது, ஹெர்ட்ஸ்ஃபெல்ட் ஜாப்ஸை நேரிடையாகவே கேட்டார். முதலில் மறுத்த ஜாப்ஸ், பிறகு 'சரி. நீ சொல்வது உண்மையென்றே வைத்துக் கொள்வோம். அதனால் என்ன மாற்றம் நிகழ்ந்துவிடப் போகிறது?' என்றார். ஆனால் ஆன்டி, தாம் வேலைக்குத் திரும்பவேண்டும் என்ற காரணத்திற்காக அவர் அந்த மிகையூதியத்தைப் பிடித்தம் செய்திருந்தார் என்றால், தமக்கு அது கொள்கைப் பிரச்சினை என்றும், தாம் கண்டிப்பாகத் திரும்பவரப் போவதில்லை என்றும் கூறினார். இதைக் கேட்டு ஜாப்ஸ் சற்று இளகி, விட்டுக்கொடுக்கும் மனப்பான்மைக்கு வந்தார். ஆனால், ஆன்டி மனம் கசந்துபோனார்.

விடுப்பு முடிவடையும் தறுவாயில், ஹெர்ட்ஸ்ஃபெல்ட் ஜாப்ஸுடன் இரவு உணவுக்காக நேரம் ஒதுக்கிக்கொண்டார். அவருடைய அலுவலகத்திலிருந்து சில அடுக்குகள் தள்ளியிருந்த ஒரு இத்தாலிய உணவு விடுதிக்கு இருவரும் சேர்ந்து நடந்துசென்றனர். 'நான் திரும்பி வரத்தான் விரும்புகிறேன். ஆனால் தற்போது மிகவும் குழப்பமான சூழல் நிலவி வருகிறது' என்றார். ஜாப்ஸ் குழப்பமும் எரிச்சலும் அடைந்து, கவனம் சிதறிக் காணப்பட்டார். ஹெர்ட்ஸ்ஃபெல்ட் விடாப்பிடியாகத் தொடர்ந்தார்: 'மென்பொருள் குழு சற்றும் உற்சாகமின்றி உள்ளது. பல மாதங்களாக ஏறக்குறைய எந்த வேலையுமே செய்யப்படவில்லை. பர்ரெல் மிகவும் விரக்தியடைந்திருக்கிறார். இந்த ஆண்டு இறுதிவரை கூட அவர் வேலையில் நீடிப்பார் என்று எனக்குத் தோன்றவில்லை.'

அந்தக் கட்டத்தில் ஜாப்ஸ் இடைமறித்தார். 'எதைப்பற்றிப் பேசு கிறோம் என்று உனக்குத் தெரியவில்லை. மகின்டாஷ் குழு மிகவும் சிறப்பாக வேலை செய்கிறது. நான் இப்போது என் வாழ்க்கையின் மிகச் சிறந்த காலகட்டத்தில் இருக்கிறேன். நீ முற்றிலும் தொடர்பிலில்லை, அவ்வளவுதான்.' அவருடைய கூரிய பார்வையில் தடுமாற்றம் தெரிந்தது. என்றாலும் ஹெர்ட்ஸ்ஃபெல்டின் கணிப்பைக் கேட்டு ஆச்சரியமடைந்ததுபோல் காட்டிக்கொள்ள முயன்றார்.

உண்மையிலேயே உங்கள் கருத்து அதுதான் என்றால், நான் வேலைக்குத் திரும்பிவர எந்தவொரு வாய்ப்பும் இருப்பதாக எனக்குத் தோன்றவில்லை. நான் மீண்டும் இணைந்துகொள்ள விரும்பும் மகின்டாஷ் குழு தற்போது இல்லாமலே போய்விட்டது' – முக வாட்டத்துடன் கூறினார் ஆன்டி.

'மகின்டாஷ் வளர்ச்சியடைய வேண்டியிருந்தது. நீயும் அப்படித் தான். நீ வேலைக்குத் திரும்பவேண்டும் என்பதுதான் என் விருப்பம். ஆனால் உன் விருப்பம் அதுவல்லவென்றால், முடிவை உன்கையில் விட்டுவிடுகிறேன். எப்படிப் பார்த்தாலும், நீ கருதியிருக்கும் அளவிற்கு இங்கு உனக்கு முக்கியத்துவம் இல்லை' என்றார் ஜாப்ஸ்.

ஹெர்ட்ஸ்ஃபெல்ட் திரும்பிவரவில்லை.

1985இன் தொடக்கத்தில் பர்ரெல் ஸ்மித்தும் ஆப்பிளை விட்டு வெளியேறத் தயாரானார். ஆனால் பேச்சுவார்த்தை மூலம் ஜாப்ஸ் தன் மனதை மாற்ற முயன்றால் தாம் வெளியேறுவது கடினமாக இருக்கு மென்று கவலைப்பட்டார். அந்த மாயவலை தம் எதிர்ப்புக்கு மீறிய பெருவலிமை கொண்டது என்பது அவருக்குத் தெரியும். ஆகவே அதிலிருந்து விடுபடுவது குறித்து ஹெர்ட்ஸ்ஃபெல்டுடன் சேர்ந்து கொண்டு திட்டம் தீட்டினார். 'எனக்குப் புரிந்துவிட்டது!' என்று ஒருநாள் அவர் ஹெர்ட்ஸ்ஃபெல்டிடம் கூறினார். 'ஜாப்ஸின் மாயவலையைச் செயலற்றதாக்கி, இங்கிருந்து வெளியேறுவதற்கான கச்சிதமான வழி எனக்குத் தெரியும். நேராக ஸ்டீவின் அலுவலகத்திற்குள் சென்று, என் கால்சராயைக் கழற்றி, அவர் மேசைமீது சிறுநீர் கழிப்பேன். இதற்கு அவரால் என்ன சொல்ல முடியும்? நிச்சயமாக இது வேலைசெய்யும்' என்றார். ஆனால் தைரியசாலியாக இருந்தாலும் ஸ்மித்திற்கு இதைச் செய்யும் அளவிற்கு நெஞ்சுரம் இருக்குமா என்பது மகின்டாஷ் குழுவைப் பொறுத்த அளவில் பந்தயக் கேள்வியாக இருந்தது. முடிவில் வேலையை விட்டு விலகியே தீரவேண்டும் என்று அவர் உறுதியாகத் தீர்மானித்த நிலையில், ஜாப்ஸின் பிறந்தநாள் கொண்டாட்டங்கள் நெருங்கிக்கொண்டிருந்தன. அவரைச் சந்திப்பதற்காக நேரத்தை முன்பதிவு செய்துகொண்டார் ஸ்மித். உள்ளே சென்றபோது, ஜாப்ஸ் வாயகன்ற புன்னகையோடு அமர்ந்திருப்பதைக் கண்டு வியப் படைந்தார். 'நீ அதைச் செய்யப் போகிறாயா? நீ அதை நிஜமாகவே செய்யப் போகிறாயா?' என்று கேட்டார் ஜாப்ஸ். அவருக்கு ஸ்மித்தின் திட்டம் தெரிந்திருந்தது.

ஸ்மித் ஜாப்ஸை நேருக்கு நேர் பார்த்தார். 'செய்யத்தான் வேண்டுமா? செய்துதான் ஆகவேண்டுமென்றால் நிச்சயமாகச் செய்வேன்.' ஜாப்ஸ் அவரை ஏறிட்டார். தாம் அதைச் செய்யவேண்டிய அவசியமில்லை

என்று தீர்மானித்தார் ஸ்மித். பெரிய பரபரப்பு ஏதுமின்றி பணியை விட்டு விலகிக்கொண்டு, நல்ல முறையிலேயே வெளியேறினார்.

ஸ்மித்தைத் தொடர்ந்து வெகுவிரைவிலேயே மகின்டாஷ் குழுவின் மிகத் திறமைவாய்ந்த பொறியியல் வல்லுநர் ப்ரூஸ் ஹார்னும் விலகிக்கொண்டார். ஹார்ன் விடைபெறுவதற்காகச் சென்றிருந்த போது, 'மகின்டாஷில் உள்ள பிரச்சினைகள் அனைத்துக்கும் நீயே காரணம்' என்றார் ஜாப்ஸ்.

ஹார்ன் பதிலளித்தார்: 'ஸ்டீவ், சொல்லப் போனால் மகின்டாஷில் உள்ள பல நல்ல விஷயங்களும்கூட என்னுடைய தவறுதலால் நிகழ்ந்தவைதான். அவை சாத்தியமாவதற்கு நான் பித்துப் பிடித்தாற் போலப் போராடவேண்டியிருந்தது' என்றார்.

'நீ சொல்வது சரிதான்' என ஜாப்ஸ் ஒத்துக்கொண்டார். 'நீ இங்கேயே தொடர்ந்து பணியாற்றுவதற்காக நிறுவனத்தின் 15,000 பங்குகளை உனக்குத் தருகிறேன்' என்று அறிவித்தார். ஆனால் ஹார்ன் அதை ஏற்றுக்கொள்ளவில்லை. ஜாப்ஸின் பேச்சில் உஷ்ணம் சற்றுத் தணிந்தது. 'சரி, என்னை அணைத்துக்கொள்' என்றார். ஆக, இருவரும் கட்டிக்கொண்டனர்.

ஆனால் அந்த மாதத்தின் மிகப்பெரிய செய்தியாக அமைந்தது, ஆப்பிளின் சக நிறுவனரான ஸ்டீவ் வாஸ்நியாக் பணியிலிருந்து விலகிக் கொண்டதுதான். ஆப்பிள் II குழுவில் நடுநிலைப் பொறியாளராக, ஆப்பிள் நிறுவனத்தின் ஆணிவேராக, நிர்வாகத்திலோ, மற்ற பிரிவுகளின் அலுவல்களிலோ அனாவசியமாகத் தலையிடாமல், அமைதியாகச் செயலாற்றிக் கொண்டிருந்தார் அவர். ஆனால் நிறுவனத்தின் கருவூலத்தை நிரப்பும் காமதேனுவாக, 1984 கிறிஸ்துமஸ் விற்பனையில் எழுபது சதவிகிதம் பங்குவகித்த ஆப்பிள் II குழுவிற்கு ஜாப்ஸ் உரிய முக்கியத் துவம் அளிப்பதில்லை என்ற நியாயமான ஏக்கம் அவருக்கு இருந்தது. 'ஆப்பிள் II குழுவினர் நிறுவனத்தின் மற்ற குழுவினரால் முக்கியத்துவம் அற்றவர்களாகவே நடத்தப்பட்டு வந்துள்ளனர்' என்று பின்னொருமுறை குறிப்பிட்டார் வாஸ்நியாக். 'ஆனால் உண்மை என்னவென்றால், ஆப்பிள் II தான் ஆண்டுக்கணக்காக விற்பனையில் கொடிகட்டிப் பறந்துள்ளது. வரும் காலங்களிலும் அது தொடர்ந்து சாதனைபுரியும். அப்படியிருந்தும் இந்த நிலைதான்.' தன் சுபாவத்தையும் மீறி ஒரு காரியம் செய்யக்கூட முற்பட்டார் அவர். ஒருநாள் ஸ்கல்லியைத் தொலைபேசி யில் அழைத்து, ஜாப்ஸுக்கும் மகின்டாஷ் பிரிவிற்கும் தேவைக்கு அதிகமான முக்கியத்துவம் தருவதற்காக அவரைக் கடிந்துகொண்டார்.

விரக்தியடைந்த வாஸ்நியாக் அமைதியாக ஆப்பிள் நிறுவனத்தை விட்டு விலகி, தாம் உருவாக்கியிருந்த பொது தொலைக் கட்டுப்பாட்டுக்

கருவியை *(ரிமோட் கண்ட்ரோல்)* தயாரிக்கும் ஒரு புதிய நிறுவனத்தைத் தொடங்க எண்ணினார். எளிதில் நிரல் *(ப்ரோக்ராம்)* செய்யக்கூடிய சில எளிய பொத்தான்களின் மூலம், இருந்த இடத்திலிருந்தே தொலைக்காட்சிப்பெட்டி, ஸ்டீரியோ மற்றும் பல்வேறு மின்னணுச் சாதனங்களைக் கட்டுப்படுத்த முடியும். இதுபற்றி ஆப்பிள் II பிரிவின் தலைமைப் பொறியாளருக்கு வாஸ்நியாக் தெரிவித்திருந்தார். ஆனால், நேரடியாக ஜாப்ஸிடமோ, மார்க்குலா விடமோ பகிர்ந்துகொள்ளும் அளவிற்குத் தாம் முக்கியத்துவம் வாய்ந்தவர் என்று அவர் கருதிக் கொள்ளவில்லை. ஆகவே, *வால்ஸ்ட்ரீட் ஜர்னல்* என்ற பத்திரிகை வாயிலாகத்தான் ஜாப்ஸ் இதுபற்றி முதன்முதலாகக் கேள்விப்பட்டார். செய்தியாளரின் கேள்விகளுக்குத் தமது நேர்மையான பாணியில், மிகவும் வெளிப்படையாகப் பதில்கள் அளித்திருந்தார் வாஸ்நியாக். ஆப்பிள் நிறுவனம் ஆப்பிள் II குழுவிற்குப் போதிய முக்கியத்துவம் தருவதில்லை என்று தாம் கருதுவதாக ஒப்புக் கொண்டிருந்தார். 'கடந்த ஐந்து ஆண்டுகளாக ஆப்பிள் நிறுவனம் தவறான பாதையிலேயே தாறு மாறாகப் பயணிக்கிறது' என்றார் அவர்.

இது நடந்த இரண்டு வாரங்களுக்குள், வாஸ்நியாக்கும் ஜாப்ஸும் ஒன்றாக வெள்ளை மாளிகைக்குப் பயணம் செய்தனர். அங்கே அதிபர் ரொனால்ட் ரேகன் தேசிய தொழில்நுட்ப வல்லமைக்கான முதல் பதக்கத்தை அவர்களுக்கு வழங்கினார். அச்சமயம் ரேகன் முதன் முதலாக தொலைபேசி இயக்கிக் காட்டப்பட்டபோது அப்போதைய அதிபர் ரதர்ஃபோர்ட் குறிப்பிட்டதை நினைவுகூர்ந்தார்: 'இது மகத்தான கண்டுபிடிப்புதான். ஆனால் இதைப் பயன்படுத்த யாருக்கு விருப்பமிருக்கும்?' பின் சட்டென்று தொடர்ந்தார்: 'அவருடைய கணிப்பு தவறாக இருக்கலாம் என்று அப்போது எனக்குத் தோன்றியது.' வாஸ்நியாக் வெளியேறப்போகும் சங்கடமான சூழல் நிலவியதால் ஆப்பிள் நிறுவனம் பதக்கம் வென்ற பெருமையை விருந்துவைத்துக் கொண்டாடவில்லை. எனவே ஜாப்ஸும் வாஸ்நியாக்கும் பின்னர் காலார நடந்துசென்று ஒரு சான்ட்விச் விடுதியில் உணவருந்தினார்கள். அவர்கள் நட்புறவோடு பேசிக்கொண்டதாகவும் தங்கள் கருத்து வேறுபாடுகள் பற்றிய கலந்துரையாடல்களுக்கு இடம்தரவில்லை என்றும் வாஸ்நியாக் நினைவுகூர்ந்தார்.

வாஸ்நியாக் நட்புறவோடு விலகிக்கொள்ள விரும்பினார். அது அவருடைய சுபாவம். அதனால் முழுவதுமாக விலகாமல், 20,000 டாலர் சம்பளத்திற்கு ஆப்பிள் நிறுவனத்தின் பகுதிநேர ஊழியராகவும், வணிகக் கண்காட்சிகளிலும் பொது விழாக்களிலும் ஆப்பிள் நிறுவனத்தின் பிரதிநிதியாகவும் செயலாற்ற ஒப்புக்கொண்டார். இது கௌரவமான விலகலாக இருந்திருக்கும். ஆனால் ஜாப்ஸ் இதை இத்துடன் விட்டு

விடுவதாக இல்லை. வாஸ்நியாக்குடன் வாஷிங்டன் சென்றுவந்த பின் சில வாரங்கள் கழித்து, ஒரு சனிக்கிழமையன்று ஃப்ராக்டிஸைன் வடிவமைப்பு நிறுவனத்தின் உரிமையாளர் ஹார்ட்முட் எஸ்லிங்கர் பாலோ ஆல்டோவில் நடத்திவந்த ஸ்டுடியோவிற்குச் சென்றார் ஜாப்ஸ். ஆப்பிள் நிறுவனத்துக்கான வடிவமைப்புகள் அங்குதான் தயாராகி வந்தன. வாஸ்நியாக் உருவாக்கிய தொலைக் கட்டுப்பாட்டுக் கருவிக்கான *(ரிமோட் கன்ட்ரோல்)* வடிவமைப்புகளை ஜாப்ஸ் அங்குக் காணநேர்ந்தது. கோபத்தில் குதித்தார் ஜாப்ஸ். ஃப்ராக்டிஸைன் நிறுவனமும் ஆப்பிள் நிறுவனமும் செய்து கொண்ட வியாபார ஒப்பந்தத்தின் ஒரு பிரிவைச் சுட்டிக்காட்டி, ஃப்ராக்டிஸைன் நிறுவனம் தங்களோடு இணைந்திருக்கும் வரை கணினி தொடர்பான மற்ற எந்தச் செயல்திட்டத்தையும் ஏற்றுக்கொள்ளக் கூடாது என்பதை உறுதிப் படுத்தினார். 'வாஸ்நியாக்கோடு அவர்கள் கூட்டு சேர்வது ஆப்பிள் நிறுவனத்திற்கு ஏற்புடையதல்ல என்பதை அவர்களிடம் தெரிவித்தேன்' என்றார் ஜாப்ஸ்.

இதைக் கேள்விப்பட்டவுடன் *வால் ஸ்ட்ரீட் ஜர்னல்* வாஸ்நியாக்கை மீண்டும் பேட்டி கண்டது. வாஸ்நியாக் வழக்கம்போல் நேர்மையாக, வெளிப்படையாகப் பதிலளித்தார். ஜாப்ஸ் தம்மைத் தண்டித்து வருவதாக அதில் தெரிவித்திருந்தார். 'நான் ஆப்பிள் நிறுவனம் பற்றிக் கூறிய கருத்துகள் என் மீது அவர் வெறுப்புகொள்ளக் காரணமாய் இருந்திருக்கக் கூடும்' என்றார். ஜாப்ஸ் நடந்துகொண்ட விதம் மிகச் சிறுமையானதுதான். ஆனால் ஒரு தயாரிப்பின் தோற்றமும் பாணியும் அதற்கு ஒரு தனிப்பெயரைப் பெற்றுத் தரும் என்பதைப் பிறரால் இயலாத விதங்களில் ஜாப்ஸ் புரிந்துகொண்டதும் அதற்கு ஓரளவு காரணமாக அமைந்தது. ரிமோட் கண்ட்ரோலில் வாஸ்நியாக்கின் பெயரை இட்டுவிட்டு, ஆப்பிள் வடிவமைப்பு மொழியில் உருவாக்கினால், அது ஆப்பிள் நிறுவனத்தின் தயாரிப்பு என்று தவறாக எடுத்துக் கொள்ளப்பட்டுவிடும். 'இது தனிப்பட்ட விரோதமல்ல' என்று அந்தப் பத்திரிகையிடம் தெரிவித்தார் ஜாப்ஸ். வாஸ்நியாக்கின் ரிமோட் கண்ட்ரோல் ஆப்பிள் தயாரிப்பின் சாயலைப் பெற்றிருக்காது என்பதை உறுதிசெய்துகொள்ள விரும்பியதாக அவர் கூறினார். 'எங்களுடைய வடிவமைப்பு மொழி பிற தயாரிப்புகளில் பயன்படுத்தப்படுவதைக் காண நாங்கள் விரும்பவில்லை. வாஸ் தமக்கான ஆதாரங்களைத் தாமே தேடிக்கொள்ளவேண்டும். ஆப்பிளின் ஆதாரங்களை அவர் பயன்படுத்தக்கூடாது. அவருக்கு மட்டும் சிறப்பாக எதுவும் செய்ய எங்களால் இயலாது' என்றார் ஜாப்ஸ்.

ஃப்ராக்டிஸைன் வாஸ்நியாக்கிற்காகச் செய்து முடித்திருந்த வேலைகளுக்கான கட்டணத்தைத் தாமே தந்துவிட ஜாப்ஸ் முன்வந்தார்.

இருந்தும் அந்த நிறுவனத்தைச் சேர்ந்தவர்கள் மலைத்துப் போனார்கள் – காரணம், வாஸ்நியாக்கிற்காகத் தயார் செய்யப்பட்டிருந்த வரைபடங்கள் அனைத்தும் அழிக்கப்படவேண்டும் அல்லது தம்மிடம் ஒப்படைக்கப்படவேண்டும் என்று ஜாப்ஸ் கோரிக்கை விடுத்ததுதான். அவர்கள் அதை ஏற்றுக்கொள்ள மறுத்துவிட்டனர். ஒப்பந்தத்தின் அடிப்படையில் ஆப்பிளுக்குள்ள உரிமையை எடுத்துக் காட்டி ஜாப்ஸ் அவர்களுக்கு ஒரு கடிதம் எழுதவேண்டியிருந்தது. ஆனால் ஃப்ராக்டிஸைன் நிறுவனத்தின் வடிவமைப்பு இயக்குநர் ஹெர்பெர்ட் ப்ஃபைஃபர், ஜாப்ஸின் விரோதத்தைச் சம்பாதித்துக் கொள்ளும் சாத்தியக்கூறுகளுக்கு அஞ்சாமல், 'வாஸ்நியாக்குடன் தமக்கு தனிப் பட்ட விரோதம் எதுவுமில்லை என்று ஜாப்ஸ் கூறுவது பொய். இது அதிகார விளையாட்டு. இருவருக்குமிடையே தனிப்பட்ட விரோதம் இருப்பது உண்மை' என்றார், *ஜர்னல்* பத்திரிகையிடம்.

ஜாப்ஸின் நடவடிக்கைகளைக் கேள்விப்பட்ட ஹெர்ட்ஸ்ஃபெல்ட் மிகுந்த ஆத்திரமடைந்தார். ஜாப்ஸின் வீட்டிலிருந்து வெறும் பன்னிரண்டு அடுக்குகள் தள்ளித்தான் அவருடைய வீடும் இருந்தது. ஜாப்ஸ் நடைப் பயிற்சி செய்யப் போகும்பொழுது சிலசமயம் ஹெர்ட்ஸ்ஃபெல்டின் வீட்டிற்குச் செல்வதுண்டு. 'வாஸ்நியாக்கின் தொலைக் கட்டுப்பாட்டுக் கருவி *(ரிமோட் கண்ட்ரோல்)* விவகாரங்களைக் கேள்விப்பட்டபிறகு நான் அளவிலா ஆத்திரமடைந்தேன். ஸ்டீவ் அடுத்தமுறை என் வீட்டிற்கு வந்தபோது நான் அவரை உள்ளேயே விடவில்லை' என்பதை ஹெர்ட்ஸ்ஃபெல்ட் நினைவு கூர்ந்தார். 'தாம் செய்வது தவறு என்பது ஜாப்ஸிற்குத் தெரியும். ஆனால் அதை அவர் நியாயப்படுத்த முயன்றார். அவருடைய மாயவலைக்குள் அது சாத்தியமாகவும் இருந்தது.' யாராவது எரிச்சலூட்டினாலும்கூட எப்பொழுதும்போலச் சாதுவாக நடந்து கொள்ளும் வாஸ்நியாக், மற்றொரு வடிவமைப்பு நிறுவனத்தோடு ஒப்பந்தம் செய்துகொண்டதுடன், ஆப்பிள் நிறுவனத்தின் தொடர் பாளராகவும் பகுதிநேரப் பணியாற்றவும் ஒத்துக்கொண்டார்.

மோதலின் உச்சகட்டம் – வசந்தகாலம் *1985*

*1985*இன் வசந்தகாலத்தில் ஜாப்ஸிற்கும் ஸ்கல்லிக்கும் இடையில் ஏற்பட்ட விரிசலுக்குப் பல்வேறு காரணங்கள் இருந்தன. சில, வியாபாரம் தொடர்பான வெறும் கருத்து வேறுபாடுகள். உதாரண மாக, ஜாப்ஸ் மகின்டாஷைக் கட்டுப்படியான விலைக்கு அளிக்க விரும்பியபோது, ஸ்கல்லி இலாபத்தை அதிகரிக்கும் நோக்கத்துடன் மகின்டாஷின் விலையைக் கூட்ட முயன்றுகொண்டிருந்தார். வேறு சில, உளவியல்ரீதியான, விசித்திரமான காரணங்கள். ஸ்கல்லி ஜாப்ஸின் அன்புக்காக மனம்வலிக்க ஏங்கினார். ஆனால் ஜாப்ஸ்

தமக்கு அறிவுரை சொல்லக்கூடிய, ஒரு தந்தையைப்போலத் தம்மைப் பாதுகாக்கக்கூடிய ஒருவரை ஆர்வத்துடன் தேடிவந்தார். இருவருக்கு மிடையிலான ஆக்ரோஷமான அன்பு சற்றுத் தணிந்தபோது, உணர்வு ரீதியான பின்னடைவு ஏற்பட்டது. வளர்ந்துவந்த விரிசலுக்கு அதன் உட்கருவில் இரண்டு வலுவான காரணங்கள் இருந்தன - அவரவர் பார்வையில்.

ஜாப்ஸைப் பொறுத்தவரையில், ஸ்கல்லி ஒருபோதும் தயாரிப்பு களைச் சார்ந்த ஒருவராக உருவாகவேயில்லை. தமது நிறுவனம் உற்பத்தி செய்யும் பொருட்களைப் பற்றிய நுண்ணறிவை வளர்த்துக் கொள்ளும் முயற்சியோ, திறமையோ அவரிடம் காணப்படவில்லை. மாறாக, ஜாப்ஸ் சின்னஞ்சிறு தொழில்நுட்பப் புதுமைகளிலும், வடிவமைப்பு தொடர்பான நுணுக்கங்களிலும் காட்டிய ஆர்வத்தை நச்சரிப்பாகவும், எதிர்மறை விளைவுகளை ஏற்படுத்துவதாகவும் ஸ்கல்லி கருதினார். சோடாவும் தின்பண்டமும் விற்பதில் தமது தொழில்வாழ்க்கையைச் செலவிட்டுவந்திருந்த ஸ்கல்லி, அவற்றின் தயாரிப்பு முறைகளோடு எந்தவிதத் தொடர்பும் கொண்டிருக்க வில்லை. தயாரிப்புகள் பற்றி அறிந்துகொள்ளும் இயற்கையான ஆர்வம் அவருக்குள் காணப்படவில்லை. ஜாப்ஸைப் பொறுத்தவரையில் கற்பனைக்கு எட்டக்கூடிய மாபெரும் பாவங்களில் இதுவும் ஒன்று. 'பொறியியலின் நுட்பங்கள் பற்றி அவருக்குக் கற்றுத்தர முயன்றேன்' என்று ஜாப்ஸ் நினைவுகூர்ந்தார். 'ஆனால் பொருட்களின் தயாரிப்பு பற்றி அவருக்கு எந்த அறிவும் இல்லை. சிறிது நேரத்திற்குப் பின், இந்தப் பேச்சுக்கள் வாக்குவாதத்தில் முடிந்தன. இதன் மூலம் என்னுடைய பார்வை சரியென்பதை நான் உணர்ந்தேன். பொருட்கள்தாம் எல்லாமே' என்று ஜாப்ஸ் நினைவுகூர்ந்தார். ஸ்கல்லி ஒரு இலக்கில்லாத மனிதர் என்று முடிவுசெய்தார் அவர். ஸ்கல்லி தம் அன்புக்காக ஏங்கிவந்ததும், தாம் இருவருமே மிகவும் ஒற்றுமை கொண்டவர்கள் என்ற பிரமையில் இருந்ததும் அவருடைய கோபத்தை மேலும் விசிறியது.

ஸ்கல்லியைப் பொறுத்தவரை ஜாப்ஸ் தமது நெருக்கத்தைக் குறைத்துக்கொண்டு வளைத்தெடுக்கமுடியாத சுபாவக்காரராக, சில சமயம் அதிகாரப்படுத்துபவராக, முரடராக, சுயநலக்காரராக, மற்றவர் களிடம் நாகரிகமற்ற முறையில் நடந்துகொள்பவராக இருந்தார். பொருட்களைப் பற்றிய நுண்ணறிவு தமக்கு இல்லாததை ஜாப்ஸ் எவ்வளவு மோசமாகக் கருதினாரோ, அதே அளவு ஸ்கல்லி ஜாப்ஸின் நாகரிகமற்ற சுபாவத்தை வெறுத்தார். ஸ்கல்லியின் மென்மையான, அக்கறைகொள்ளும், கனிவான சுபாவமே அவருக்கு எதிரியாக இருந்தது. ஒரு கட்டத்தில் ஜெராக்ஸ் நிறுவனத்தின் துணைத்தலைவர்

பில் க்ளேவினை ஸ்கல்லியும் ஜாப்ஸும் சந்திப்பதாக இருந்தது. ஒழுங்காக நடந்துகொள்ளுமாறு ஸ்கல்லி ஜாப்ஸிடம் கெஞ்சினார். ஆனால், பேச உட்கார்ந்த உடனேயே க்ளேவினைப் பார்த்து 'நீங்கள் என்ன செய்கிறோமென்று புரிந்துகொள்ளாமலேயே குழப்பத்தோடு வேலை செய்கிறீர்கள்' என்று ஜாப்ஸ் கூற, அந்தச் சந்திப்பு அத்தோடு முறிந்தது. 'மன்னித்துக்கொள், ஆனால் என்னால் என்னைக் கட்டுப் படுத்திக்கொள்ள முடியவில்லை' என்று ஸ்கல்லியிடம் தெரிவித்தார் ஜாப்ஸ். இது பலமுறை நடைபெற்ற விஷயம்தான். அட்டாரி நிறுவனத்தைச் சேர்ந்த அல் அல்கார்ன் பின்னொரு முறை குறிப்பிட்டார். 'ஸ்கல்லி மனிதர்களை மகிழ்ச்சியாக வைத்திருக்க விரும்புபவர். உறவுகளைப் பற்றி அக்கறை கொள்பவர். ஸ்டீவுக்கு அது பொருட்டே அல்ல. ஆனால் ஸ்கல்லியால் யோசிக்கவே முடியாத கோணங்களில் அவர் தமது உற்பத்திப் பொருட்களின் மீது கவனம் செலுத்துவார். மிகச் சிறந்த தரத்தில் வேலை செய்யாத எவரையும் அவர் அவமானப்படுத்தத் தயங்கியதே இல்லை. இதன் மூலம் செயலாற்றல் குறைந்த பலரையும் அவரால் விலக்கமுடிந்தது.'

நிறுவனத்தின் நிர்வாகக்குழு இவர்களிடையே ஏற்பட்ட பிணக்கால் மிகவும் கவலையடைந்தது. 1985இன் தொடக்கத்தில் எரிச்சலடைந் திருந்த மற்ற சில இயக்குநர்களோடு ஆர்தர் ராக்கும் இணைந்து கொண்டு ஜாப்ஸுக்கும் ஸ்கல்லிக்கும் தனித்தனியே கடும் எச்சரிக்கை விடுத்தனர். ஸ்கல்லியிடம் நிறுவனத்தை நிர்வகிப்பதில் கவனம் செலுத்தும்படியும் ஜாப்ஸுடன் நெருக்கமாக இருக்கும் ஆசையைக் குறைத்துக்கொண்டு, அதிகாரத்தைச் செலுத்துவதில் அக்கறை கொள்ளும் படியும் கூறினார்கள். ஜாப்ஸிடம் மகின்டாஷ் பிரிவில் ஏற்பட்டுள்ள குழப்பத்தைச் சீர் செய்வதில் கவனம் செலுத்தும்படியும் மற்ற பிரிவு களின் வேலைகளில் தலையிடாமல் இருக்கும்படியும் கூறினார்கள். பின்னர் தம் அலுவலகத்தை அடைந்த ஜாப்ஸ், தம்முடைய மகின்டாஷில் தட்டச்சு செய்தார்: 'நான் மற்ற பிரிவுகளை விமர்சிக்க மாட்டேன், நான் மற்ற பிரிவுகளை விமர்சிக்கமாட்டேன்' என்று.

மகின்டாஷ் விற்பனை மேலும் மேலும் ஏமாற்றமளித்தது. 1985 மார்ச் விற்பனை நிதிநிலை முன்னறிவிப்பிலிருந்து 10 சதவீதம்தான் இருந்தது. ஜாப்ஸ் தமது அலுவலகத்திற்குள் அடைந்து, குமைந்து கொண்டிருப்பார். அல்லது தொழிற்சாலையில் நெடுக நடந்து இந்தப் பிரச்சினைக்கு மற்ற அனைவரையும் குற்றம்சாட்டிக் கொண்டிருப்பார். அவருடைய சுபாவம் நொடிக்கு நொடி மோசமாகிக் கொண்டே வந்தது. இது தவிர, மற்றவர்களைக் கேவலப்படுத்திப் பேசுவதும் கூடிக்கொண்டே போயிற்று. நடுநிலை அதிகாரிகள் அவரை எதிர்க்கத் தொடங்கினார்கள். விற்பனை மேலதிகாரி மைக் மர்ரே ஒரு தொழில்

முறைக் கூட்டத்தில் ஸ்கல்லியுடன் தனித்துப் பேச விரும்பினார். ஸ்கல்லியின் அறைக்கு அவர்கள் போய்க்கொண்டிருந்தபோது, ஜாப்ஸ் அவர்களைக் கண்டு தம்முடன் வரச்சொன்னார். மர்ரே ஸ்கல்லியிடம் வேண்டாம் என்றார். 'ஜாப்ஸ் ஓர் அழிவு சக்தி. அவர் மகின்டாஷ் பிரிவிலிருந்து விலக்கப்படவேண்டும்' என்றார் மைக். ஜாப்ஸுடன் தகராறு செய்துகொள்வதைத் தாம் விரும்பவில்லை என்று மைக்கிடம் தெரிவித்தார் ஸ்கல்லி. பின்னர் மர்ரே ஜாப்ஸுக்கு நேரடியாக ஓர் எச்சரிக்கைக் கடிதத்தை அனுப்பினார். 'நீங்கள் சக ஊழியர்களை மதிப்பதும் இல்லை, சரியாக நடத்துவதும் இல்லை. நிர்வாகக் குழுவின் சுபாவத்தைக் கொலை செய்வதுபோல் உள்ளது உங்கள் பேச்சு' என்பது அந்தக் கடிதத்தின் சாரம்.

இந்தப் பிரச்சினைக்கு ஏதாவது ஒரு முடிவு கிட்டும் என்ற உணர்வு சில வாரங்கள் வரை நீடித்தது. பாலோ ஆல்டோவிற்கு அருகில் ஸ்டீவ் கிச்சன் என்ற கிறுக்குத்தனமான பொறியியல் வல்லுநர் வுட்சைட் டிசைன் என்ற நிறுவனத்தை நடத்தி வந்தார். அந்த நிறுவனம் உருவாக்கிய ஃப்ளாட் ஸ்க்ரீன் தொழில்நுட்பம் ஜாப்ஸை மிகவும் ஈர்த்தது. மற்றொரு ஸ்டார்ட்-அப்பும் அவருடைய சிந்தையைக் கவர்ந்தது – மௌஸைப் (சுட்டெலி) பயன்படுத்தாமல் விரல்களாலேயே கட்டுப்படுத்தக்கூடிய தொடுதிரைக் காட்சிமுறை (டச் ஸ்க்ரீன் டிஸ்ப்ளே). இவ்விரண்டையும் இணைத்தால் ஒருவேளை ஜாப்ஸ் விரும்பிய *மாக் இன் ஏ புக்* சாத்தியமாகலாம் என்று தோன்றியது. கிச்சனுடன் நடந்துகொண்டே பேசுகையில், ஜாப்ஸ் அருகிலுள்ள மென்லோ பார்க்கில் ஒரு கட்டடத்தைக் கண்டார். அங்கு இந்தப் புதிய யோசனைகளைச் செயல்படுத்த ஒரு பணிக்கூடம் அமைக்கவேண்டும் என்று ஜாப்ஸ் அறிவித்தார். அதற்கு ஆப்பிள்லாப்ஸ் என்று பெயரிட்டு, அவரே நடத்துவதாகத் திட்டம் - இதன்மூலம் ஒரு சிறு குழு அமைத்து ஒரு அற்புதமான தயாரிப்பை உருவாக்கும் சந்தோஷம் மீண்டும் அவருக்குக் கிட்டும்.

ஸ்கல்லி இந்தச் சாத்தியக்கூறு பற்றி அறிந்ததும் பூரித்துப்போனார். இதனால் அவருடைய நிர்வாகப் பிரச்சினைகள் பெருமளவில் குறைந்து விடும்; ஜாப்ஸும் அவருக்கு எதில் திறமை அதிகமோ, அதைச் செய்யப் போய்விடுவார்; க்யூபர்டினோவில் இருந்துகொண்டு தொல்லை தர மாட்டார். ஜாப்ஸிற்குப் பதிலாகப் பொறுப்பேற்பதற்கும் ஸ்கல்லி ஒருவரைத் தேர்வுசெய்து வைத்திருந்தார்: ஜேன்-லூயி காஸே - ஃப்ரான்ஸில் ஆப்பிளின் தலைவர். ஜாப்ஸ் அங்குச் சென்றிருந்தபோது அவரைப் பாடாய்ப் படுத்தியிருந்தார். காஸே க்யூபர்டினோவிற்குப் பறந்து வந்த கையோடு, ஜாப்ஸின் கீழ் பணிபுரிவதற்குப் பதிலாக அந்தப் பிரிவை நிர்வாகம் செய்யும் பொறுப்பைத் தருவதானால் ஏற்கத் தயார் என்றார். நிர்வாகக் குழுவில் ஒருவரான மேஸியின் ஃபில் ஷ்லைன்,

புதிய தயாரிப்புகளை உருவாக்குவதிலும், ஆர்வம் மிகுந்தவர்கள் அடங்கிய சிறிய குழுவை ஊக்கப்படுத்துவதிலும் ஜாப்ஸுக்கு உள்ள திறமையே தனி என்றெல்லாம் பலவிதமாகச் சொல்லி ஜாப்ஸைச் சம்மதிக்க வைக்க முயன்றார்.

ஆனால் ஜாப்ஸ் சற்று யோசித்துப் பார்த்தபின், தாம் விரும்பிய பாதை அதுவல்ல என்ற முடிவுக்கு வந்தார். கட்டுப்பாட்டை காஸேக்கு விட்டுத்தர மறுத்துவிட்டார். அவரும் அறிவுபூர்வமாக பாரிசுக்குத் திரும்பிச் சென்றார் – தவிர்க்கமுடியாத ஒரு அதிகார மோதலுக்கு இடம்தராமல். வசந்தகாலம் முடியும் வரையில் ஜாப்ஸ் ஒரு பொறுப்பி லிருந்து மற்றொன்றுக்கு மாறியபடியே இருந்தார். சிலசமயம் தம்மை மேலாளராக நிலைநாட்டிக் கொள்வார்; செலவைக் குறைக்கும் விதமாக இலவச பானங்கள், முதல் வகுப்பு விமானப் பயணம் போன்றவற்றை நீக்கும்படி வலியுறுத்தும் செயற்குறிப்புகளை *(மெமோ)* எழுதுவார். மற்ற சமயங்களில் அவரை அங்கிருந்து விலகி புதிய ஆப்பிள்லாப்ஸ், ஆராய்ச்சி மற்றும் விரிவாக்கக் குழுவை (ஆர் & டி) நடத்துமாறு ஊக்கப்படுத்துபவர்கள் சொல்வதை ஒப்புக்கொள்வார்.

மார்ச் மாதம் மர்ரே மேலும் ஒரு பிரச்சினையைக் கட்டவிழ்த்து விட்டார். செயற்குறிப்பு *(மெமோ)* ஒன்றில் ‘சுற்றுக்கு அல்ல’ என்று குறிப்பிட்டு விட்டு, பல சக ஊழியர்களிடம் கொடுத்திருந்தார். ‘நான் ஆப்பிளில் பணியாற்றிய மூன்று ஆண்டு காலத்தில் கடந்த 90 நாள்களாக நிலவிவரும் குழப்பமும் அச்சமும் நிலைகுலைவும் கொண்ட ஒரு சூழ்நிலையை இதுவரை பார்த்ததில்லை’ என்று தொடங்கியது அது. ‘எல்லோரும் துடுப்பில்லாத படகுபோல நம்மைக் காண்கிறார்கள். திக்குத் தெரியாமல், மெல்ல மெல்ல நகர்ந்து பனிமூட்டத்திற்குள் சிக்கி, காணாமல் போய்விடுவோம் என்று கருதுகிறார்கள்.’ மர்ரே இரண்டு பக்கத்திலும் இருந்ததுண்டு; சிலசமயம் ஜாப்ஸுடன் சேர்ந்துகொண்டு ஸ்கல்லியை மட்டம்தட்டுவார். ஆனால், இந்தச் செயற்குறிப்பில் ஜாப்ஸின் மீது பழி சுமத்தியிருந்தார். ‘இந்தக் குழப்பம் *அவரால் விளைந்ததோ, அவருக்காக விளைந்ததோ*, எது எப்படி இருந்தாலும், ஒரு அசைக்க முடியாத அதிகாரபீடம் இப்போது ஜாப்ஸின் கட்டுப்பாட்டில் இருப்பதுபோலத் தெரிகிறது.’

அந்த மாத இறுதியில் ஸ்கல்லி எப்படியோ தைரியத்தை வரவழைத்துக் கொண்டு ஜாப்ஸிடம் மகின்டாஷ் பிரிவின் நிர்வாகப் பொறுப்பை அவர் விட்டுவிடவேண்டும் என்று கூறத் துணிந்தார். ஒரு நாள் மாலை ஜாப்ஸின் அலுவலகத்திற்குச் சென்று, மோதலை முறைப்படி செய்வதற்காக மனிதவள மேலாளர் ஜே எலியட்டை உடன் அழைத்துக் கொண்டார். ‘உங்களுடைய அறிவுக்கூர்மையையும் தொலைநோக்கை யும் என்னைவிட அதிகமாக ஆராதிப்பவர்கள் யாரும் இருக்க முடியாது’

என்று பலத்த பீடிகையோடு ஸ்கல்லி தொடங்கினார். இதுபோன்ற புகழாரங்களை அவர் இதற்கு முன் எவ்வளவோ கூறியிருந்தார். ஆனால் இம்முறை ஒவ்வொரு முகஸ்துதிக்குப் பின்னும் 'ஆனால்' என்று ஒரு முள் தைத்தது. 'ஆனால் இது எந்தப் பலனையும் தரப் போவதில்லை' என்று அறிவித்தார். முகஸ்துதிகளும் 'ஆனால்கள்' முட்களும் தொடர்ந்தவண்ணம் இருந்தன. 'நமக்குள் ஒரு அற்புதமான நட்புறவு மலர்ந்துள்ளது. ஆனால் நீங்கள் மகின்டாஷ் பிரிவைத் திறமையாக நிர்வகிக்க முடியும் என்ற நம்பிக்கை எனக்குப் போய் விட்டது.' தம் முதுகுக்குப் பின்னால் ஜாப்ஸ் தம்மை மக்கு என்று தரக்குறைவாகப் பேசியதையும் ஸ்கல்லி கடுமையாக எதிர்த்தார்.

ஜாப்ஸ் அசந்து நின்றதுபோல் இருந்தது. இது அவர் சற்றும் எதிர் பாராத விநோதமான சவாலாக இருந்தது. ஸ்கல்லி அவருக்கு உதவும் வகையில் மேலும் அறிவுரை ஒன்றை வழங்கினார்: 'நீங்கள் என்னுடன் இன்னும் அதிக நேரம் செலவிட வேண்டும்.' இப்போது ஜாப்ஸ் திருப்பித் தாக்கினார். ஸ்கல்லிக்குக் கணினிகளைப் பற்றி எதுவும் தெரியாது, அவர் நிறுவனத்தைப் படுமோசமாக நடத்துகிறார், ஆப்பிளுக்கு வந்தது முதலாகவே தமக்கு ஏமாற்றமளித்தார் என்று கூறி, அழத்தொடங்கி விட்டார். ஸ்கல்லி தமது விரல் நகங்களைக் கடித்தபடி அமர்ந்திருந்தார்.

'இதை நான் நிர்வாகக் குழுவின் கவனத்திற்குக் கொண்டுவரப் போகிறேன்' என்று அறிவித்தார் ஸ்கல்லி. 'நீங்கள் மகின்டாஷ் பிரிவை நிர்வகிக்கும் பொறுப்பிலிருந்து விலகிக்கொள்ள வேண்டுமென்று பரிந்துரை செய்யப்போகிறேன். இது உங்களுக்குத் தெரிந்திருக்க வேண்டும் என்று விரும்புகிறேன்.' ஜாப்ஸை இதற்கு எதிர்ப்பு எதுவும் தெரிவிக் காமல், அதற்குப் பதிலாக புதிய தொழில்நுட்பங்களிலும் தயாரிப்பு களிலும் ஈடுபாடு காட்ட ஒத்துக்கொள்ளும்படி வலியுறுத்தினார்.

ஜாப்ஸ் தமது இருக்கையிலிருந்து துள்ளி எழுந்து, ஸ்கல்லியின் மீது தமது கூரிய பார்வையைப் பதித்தார். 'நீங்கள் அப்படிச் செய்வீர்கள் என்று எனக்குத் தோன்றவில்லை' என்றார். 'அப்படிச் செய்தால், இந்த நிறுவனத்தை அழித்துவிடுவீர்கள்.'

அடுத்த சில வாரங்களுக்கு ஜாப்ஸின் நடத்தையில் எதிரும் புதிருமான மாற்றங்கள் தோன்றின. ஒரு கணம் ஆப்பிள்லாப்ஸை நடத்தப்போவது பற்றிப் பேசுவார்; அடுத்த கணமே, ஸ்கல்லியை வெளியேறச் செய்வதற்கு ஆதரவு திரட்டுவார். ஸ்கல்லியிடம் வலியச் சென்று பேசுவார்; பின் அவருடைய முதுகுக்குப் பின்னால் தூற்றுவார் – சிலசமயம் அன்றிரவே. ஒரு நாள் இரவு 9 மணியளவில் ஆப்பிளின் பொது ஆலோசகர் அல் ஐசென்ஸ்டாட்டை அழைத்துத் தமக்கு ஸ்கல்லியின் மீது நம்பிக்கை குறைந்து வருவதாகவும் நிர்வாகக்

குழுவினருக்கு இதைப் புரியவைத்து ஸ்கல்லியைப் பணிநீக்கம் செய்ய அவருடைய உதவி தேவை என்றும் கூறினார். அதே இரவு 11 மணியளவில் ஸ்கல்லியை அழைத்து 'நீங்கள் மிகவும் அற்புதமானவர்; உங்களோடு பணியாற்றுவதை நான் மிகவும் விரும்புகிறேன். இதை நீங்கள் அறிந்திருக்க வேண்டும் என்று நினைக்கிறேன்' என்றார்.

ஏப்ரல் 11 அன்று நடந்த நிர்வாகக் குழுக் கூட்டத்தில் ஜாப்ஸ் மகின்டாஷ் பிரிவின் நிர்வாகப் பொறுப்பிலிருந்து விலகி, அதற்குப் பதிலாக புதிய தயாரிப்புகளை உருவாக்குவதில் கவனம் செலுத்த வேண்டும் என்று ஸ்கல்லி அதிகாரப்பூர்வமானப் பரிந்துரையைச் சமர்ப்பித்தார். நிர்வாகக் குழு உறுப்பினர்களிலேயே மிக உறுதியான, சார்பற்றவரான ஆர்தர் ராக் பேசினார். அவர் இருவருடனும் சலித்துப் போயிருந்தார்; கடந்த ஒருவருடகாலமாக அதிகாரத்தைக் கையிலேற்று நடத்தும் திறனும் துணிவும் இல்லாததற்காக ஸ்கல்லியிடம்; 'பிடிவாதமும் அழிச்சாட்டியமுமாய் நடந்துகொள்வதற்காக' ஜாப்ஸிடம். இந்த விவகாரத்திற்கு நிர்வாகக் குழு ஒரு தீர்வுகாண வேண்டியிருந்தது. அதற்காக இருவரையும் தனித்தனியே அழைத்துப் பேச வேண்டியிருந்தது.

ஜாப்ஸ் தமது பேச்சைத் தொடங்கும் வகையில் ஸ்கல்லி அறையை விட்டு வெளியேறினார். ஸ்கல்லிக்குக் கணினிகள் பற்றி எதுவும் தெரியாது என்பதால் அவர்தான் எல்லா பிரச்சினைகளுக்கும் காரணம் என்றார் ஜாப்ஸ். ராக் தமது உறுமலான குரலில் ஜாப்ஸைக் கடுமை யாய்த் தாக்கிப் பேசினார். கடந்த ஒருவருட காலமாக அவர் மிகவும் முட்டாள்தனமாக நடந்துகொண்டதாலேயே ஒரு பிரிவை நிர்வகிக்கும் தகுதியையும் உரிமையையும் இழந்துவிட்டார் என்று கூறினார். ஜாப்ஸின் தீவிர ஆதரவாளரான ஃபில் ஷ்லைன்கூட அவரிடம் நல்ல விதமாகப் பேசி கௌரவமாக விலகிக்கொண்டு, நிறுவனத்திற்காக ஒரு ஆராய்ச்சிக்கூடம் நடத்துமாறு கேட்டுக்கொள்ள முயன்றார்.

நிர்வாகக் குழுவினரிடம் தனிப்பட்ட வகையில் பேச ஸ்கல்லியின் முறை வந்தபோது, அவர் ஓர் அறிக்கை விடுத்தார்: 'நீங்கள் எனக்குப் பின்பலமாக இருந்தால், நான் நிறுவனத்தின் நிர்வாகப் பொறுப்பை ஏற்றுக்கொள்கிறேன். இல்லாவிட்டால், வேறொன்றுமில்லை – நீங்கள் உங்களுக்காக ஒரு புதிய தலைமை நிர்வாக அதிகாரியைத் தேர்வு செய்யவேண்டியிருக்கும், அவ்வளவுதான்.' தமக்கு அதிகாரம் தந்தால், உடனடி நடவடிக்கை எதுவும் எடுக்காமல் சில மாதங்களுக்குள் மெல்ல ஜாப்ஸை அவருடைய புதிய பொறுப்புக்கு மாற்றித் தருவதாகக் கூறினார். நிர்வாகக் குழு ஒருமனதாக ஸ்கல்லியை ஆதரித்தது. சரியான சமயம் என்று அவர் கருதும் வேளையில் ஜாப்ஸை விலகச் செய்ய அவருக்கு அதிகாரம் அளிக்கப்பட்டது. தாம் தோற்றுக்கொண்டிருப்பதை நன்கு உணர்ந்தபடி கூட்ட அறைக்கு வெளியே காத்திருந்த ஜாப்ஸ்

அவ்வழியே வந்த தமது நீண்டநாள் சக ஊழியர் டெல் யோக்காமைக் கண்டார் – அருகில் சென்று அவரைக் கட்டிக்கொண்டார்.

நிர்வாகக் குழு தனது முடிவை அறிவித்தவுடன், ஸ்கல்லி சமாதான முயற்சியில் இறங்கினார். ஜாப்ஸ் தமது மாற்றம் மெதுவான ஒன்றாக, சில மாதங்கள் நீடிப்பதாக இருக்கவேண்டும் எனக் கேட்டுக் கொண்டார். ஸ்கல்லியும் ஒப்புக்கொண்டார். அன்று மாலை ஸ்கல்லி யின் உதவிச் செயலாளர் நானெட் பக்கவுட் ஜாப்ஸை அழைத்து நலம் விசாரித்தார். அவர் அப்பொழுதும் அதிர்ச்சியிலிருந்து மீளவில்லை – அலுவலகத்தில்தான் இருந்தார். ஸ்கல்லி ஏற்கனவே கிளம்பியிருந்தார். ஜாப்ஸ் நாநெட்டிடம் பேச வந்தார். ஸ்கல்லியை நோக்கிய தமது அணுகுமுறையை மீண்டும் முன்னுக்குப் பின் முரணாக ஊசலாடச் செய்தார். 'ஜான் ஏன் என்னிடம் இப்படி நடந்துகொண்டார்? அவர் எனக்குத் துரோகம் செய்துவிட்டார்.' என்றார். உடனே தம் மறுபக்கத்துக்குத் தாவி, 'ஸ்கல்லியுடனான உறவைப் பழையபடி மீட்க வேண்டும்' என்றார். 'அவருடைய நட்பு எனக்கு எல்லாவற்றையும்விட முக்கியமானது. இப்போது நான் செய்ய வேண்டியது அதுதான் – எங்கள் நட்புறவில் கவனம் செலுத்துவது.'

திட்டம் தீட்டப்படுகிறது

மறுப்பை ஏற்றுக்கொள்வதில் ஜாப்ஸுக்கு அவ்வளவு திறமைபோதாது. 1985 மே மாதத் தொடக்கத்தில் அவர் ஸ்கல்லியின் அலுவலகத்திற்குச் சென்றார். மகின்டாஷ் பிரிவைத் தம்மால் நிர்வகிக்க முடியும் என்று நிரூபிக்க சற்றுக் கால அவகாசம் கேட்டார். தாம் செயல்பாட்டில் சிறந்தவர் என்று நிரூபிப்பதாக வாக்களித்தார். ஸ்கல்லி தமது பிடியை விட்டுக் கொடுக்கவில்லை. அடுத்தபடியாக ஜாப்ஸ் நேரடியாகவே சவால் விட்டார்: ஸ்கல்லியிடம் ராஜினாமா செய்யும்படி கூறினார். 'உங்கள் போக்கே மாறிவிட்டது என்று நினைக்கிறேன்' என்றார். 'முதல் ஆண்டு அற்புதமான மனிதராக இருந்தீர்கள். எல்லாமே பிரமாதமாக நடந்துவந்தது. திடீரென்று ஏதோ ஆகிவிட்டது.' பொதுவாக சாந்த சுபாவமுள்ள ஸ்கல்லி திருப்பித் தாக்கினார். ஜாப்ஸ் மகின்டாஷ் மென்பொருளை மேம்படுத்தவோ, வாடிக்கையாளர்களை அதிகரிக்கவோ புதிய வடிவங்களை அறிமுகப்படுத்தவோ – எதுவுமே செய்யவில்லை என்றார். வாய்ச்சண்டை வலுத்து இருவரில் மிக மோசமான மேலாளர் யார் என்ற தரமற்ற போட்டியாய் மாறியது. எல்லோரும் அலுவலகத்தின் கண்ணாடிச் சுவர்கள் வழியே அறைக்குள் நடப்பதைப் பார்த்துக் கொண்டிருந்தார்கள். ஜாப்ஸ் கோபமாய் வெளியேறியதும் ஸ்கல்லி கண்ணாடிச்சுவருக்கு மறுபுறம் முகத்தைத் திருப்பிக்கொண்டு கண்ணீர் விட்டு அழுதார்.

மே 14 செவ்வாயன்று விஷயங்கள் முற்றின – மகின்டாஷ் குழு தமது காலாண்டு மறுபரிசீலனையை ஸ்கல்லி மற்றும் ஆப்பிள் தலைவர்களுக்குத் தொகுத்தளித்தபோது ஜாப்ஸ் அப்பொழுதும் பிரிவின் கட்டுப்பாட்டை முழுமையாக விட்டுத் தந்திருக்கவில்லை. தனது குழுவோடு நிர்வாகக்கூட்டம் நடக்கும் அறைக்கு வந்தபோது இணக்கமற்றவராக இருந்தார். பிரிவின் நோக்கு என்ன என்பது குறித்த மோதலோடு அவரும் ஸ்கல்லியும் கூட்டத்தைத் தொடங்கினார்கள். அதிக அளவில் மகின்டாஷ் கணினிகளை விற்பனை செய்வதுதான் என்று ஜாப்ஸ். ஆப்பிள் நிறுவனத்தின் நலனை முழுமையாகப் பாதுகாப்பது தான் என்று ஸ்கல்லி. வழக்கம் போல பிரிவுகளுக்கிடையில் ஒத்துழைப்பு குறைவாக இருந்தது. மகின்டாஷ் குழு தயாரிக்கத் திட்டமிட்டிருந்த புதிய வட்டு இயக்ககம் (டிஸ்க் ட்ரைவ்) ஆப்பிள் II பிரிவு தயாரிப்பவற்றிலிருந்து வேறுபட்டிருந்தன. கூட்டத்தின் விவரங்கள் அடங்கிய குறிப்புகளின் படி இந்த விவாதமே ஒரு மணி நேரம் நீடித்தது.

ஜாப்ஸ் நடப்பிலுள்ள செயல்திட்டங்களை விளக்கினார். மேலும் வலிமையான அம்சங்கள் பொருந்திய மாக் – கைவிடப்பட்ட லிசாவிற்குப் பதிலாக; ஃபைல்சர்வர் என்ற மென்பொருள் – மகின்டாஷ் பயனர்கள் ஒரு வலைதளத்தின் மூலம் பைல்களைப் பகிர்ந்துகொள்வதற்காக. இந்தத் திட்டங்கள் தாமதமாகப் போகின்றன என்பது ஸ்கல்லிக்கு முதல்முறையாகத் தெரியவந்தது. மர்ரேயின் விற்பனைப் பதிவுகள், பெல்லெவில்லின் தாமதமான பொறியியல் காலவரையறைகள், ஜாப்ஸின் பொதுவான நிர்வாகம் – அனைத்தையும் ஸ்கல்லி கடுமையாக விமர்சித்துப் பேசினார். இவை எல்லாவற்றையும் மீறி, தம்மால் பிரிவை நிர்வகிக்க முடியும் என்று நிரூபிக்க மேலும் ஒரு வாய்ப்புத் தருமாறு அனைவரது முன்னிலையிலும் கேட்டுக் கொண்டார் ஜாப்ஸ். ஸ்கல்லி மறுத்துவிட்டார்.

அன்றிரவு ஜாப்ஸ் தமது மகின்டாஷ் குழுவினரை வுட்சைடிலுள்ள நீனாஸ் கஃபேக்கு இரவு உணவுக்காக அழைத்துச் சென்றார். ஜேன் லூயி காஸே அப்பொழுது ஊரிலிருந்தார் – மகின்டாஷ் பிரிவின் பொறுப்பை ஏற்றுக்கொள்வதற்குத் தயாராகும்படி கூறி ஸ்கல்லி அவரை வரவழைத்திருந்தார். பெல்லெவில் 'ஸ்டீவின் பார்வையில் உலகம் எப்படிப்பட்டது என்பதை நிஜமாகவே புரிந்துகொண்டவர்களுக்காக' என்று கூறி மதுக்கோப்பையை உயர்த்தினார். 'ஸ்டீவின் பார்வையில் உலகம்' என்பது ஆப்பிளில் அவருடைய நிஜத்திற்குப் புறம்பான சிந்தனைகளைக் கேலி செய்வோர் பயன்படுத்திவந்த சொற்றொடர். மற்றவர்கள் திரும்பிச் சென்றபின்,பெல்லெவில் ஜாப்ஸுடன் அவருடைய மெர்ஸிடிஸில் அமர்ந்கொண்டு ஸ்கல்லியோடு இறுதிவரையிலான ஒரு போராட்டத்தைத் துவக்கும்படி வலியுறுத்தினார்.

சில மாதங்களுக்கு முன், சீனாவிற்குக் கணினிகள் ஏற்றுமதி செய்ய ஆப்பிள் உரிமைபெற்றிருந்தது. 1985 மெமோரியல் டே (நினைவுதினம்) வார இறுதியில் ஒப்பந்தத்தில் கையெழுத்திட மக்கள் அரங்கிற்கு *(கிரேட் ஹால் ஆஃப் த பீப்பிள்)* வரும்படி ஜாப்ஸிற்கு அவர்கள் அழைப்பு விடுத்திருந்தனர். இதை ஜாப்ஸ் ஸ்கல்லியிடம் தெரிவித்த போது, அவர் தாம் செல்ல விரும்புவதாகத் தீர்மானித்தார். ஜாப்ஸும் மறுப்பேதும் தெரிவிக்கவில்லை. தமது திட்டத்தை நிறைவேற்ற ஸ்கல்லி இல்லாத சமயத்தைப் பயன்படுத்திக்கொள்ள அவர் தீர்மானித்திருந்தார். மெமோரியல் டே வரையிலான ஒரு வார காலத்தில் பலரை அழைத்துக் கொண்டு காலார நடந்தவாறு தமது திட்டத்தைப் பகிர்ந்துகொண்டார். 'ஜான் சீனாவில் உள்ளபோது நான் ஒரு திட்டம் தீட்டப்போகிறேன்' என்றார் ஜாப்ஸ், மைக் மர்ரேயிடம்.

மே மாதத்தில் ஏழு நாள்கள்

வியாழக்கிழமை, மே 23. மகின்டாஷ் குழுவில் தமது மேல்நிலை சகாக்களுடன் வழக்கம்போல வியாழனன்று கூடிய ஜாப்ஸ், தம் உள்வட்டத்தைச் சேர்ந்தவர்களிடம் ஸ்கல்லியை வெளியேற்றுவதற்கான தமது திட்டத்தைக் கூறினார். மனிதவள அதிகாரி ஜே எலியட்டுடன் அதைப் பகிர்ந்துகொண்டபோது, அவர் அந்தக் கலகம் நடக்காது என்று திட்டவட்டமாகக் கூறி விட்டார். எலியட் சில நிர்வாகக் குழுவினரிடம் இது பற்றிப் பேசி ஜாப்ஸுக்கு ஆதரவளிக்கும்படி கூறியபோது, அவர் களில் பெரும்பாலானோர் மட்டுமன்றி, ஆப்பிளின் மேல்நிலை அதிகாரி களில் பலரும்கூட ஸ்கல்லியின் பக்கம் உள்ளதை அறிந்துகொண்டார். என்றாலும் ஜாப்ஸ் விடாமல் முன்னோக்கிச் சென்றார். தமது திட்டத்தை காஸேயிடம் வாகனங்கள் நிறுத்துமிடத்தைச் சுற்றி நடந்தவாறே விளக்கினார் - அவர் தமது பொறுப்பைத் தட்டிப் பறித்துக்கொள் வதற்காகவே பாரிசிலிருந்து வந்துள்ளது தெரிந்திருந்தும். 'காஸேயிடம் சொன்னது தவறாகிவிட்டது' என்று ஜாப்ஸ் பல ஆண்டுகளுக்குப்பின் நக்கலாகக் கூறினார்.

அன்று மாலை ஆப்பிளின் பொது ஆலோசகர் அல் ஐசென்ஸ்டாட் தமது வீட்டில் ஸ்கல்லி, காஸே மற்றும் அவர்களுடைய மனைவியருக்காக ஒரு திறந்தவெளி விருந்துக்கு *(பார்பெக்யூ)* ஏற்பாடு செய்தார். காஸே ஐசென்ஸ்டாட்டிடம் ஜாப்ஸின் திட்டத்தைத் தெரிவித்தபோது அதை உடனடியாக ஸ்கல்லியிடம் தெரிவிக்கும்படி அவர் யோசனை கூறினார். 'ஸ்டீவ் தமது பலத்தைப் பெருக்கிக்கொண்டு ஜானை வெளியேற்ற ஒரு ஏற்பாடு செய்ய முயன்று கொண்டிருந்தார்' என்று காஸே நினைவு கூர்ந்தார். 'அல் ஐசென்ஸ்டாட்டின் வீட்டுத் தனியறையில் நான் எனது ஆள்காட்டி விரலை ஜானின் நெஞ்சுக்குக் குறிவைத்து, நாளை நீங்கள்

சீனாவிற்குச் சென்றால், உங்கள் பதவி பறிபோகலாம். ஸ்டீவ் உங்களை ஒழித்துக் கட்டத் திட்டமிட்டுக் கொண்டிருக்கிறார் **என்றேன்.'**

வெள்ளிக்கிழமை, மே 24. ஸ்கல்லி தமது பயணத்தை ரத்து செய்து விட்டு வெள்ளியன்று காலை நடக்கும் செயற்குழுக் கூட்டத்தில் ஜாப்ஸை நேரடியாக எதிர்கொள்ளத் தீர்மானித்தார். ஜாப்ஸ் சற்றுத் தாமதமாக வந்தார். மேசையின் தலைமாட்டில் அமரும் ஸ்கல்லிக்கு அடுத்தபடியாக தாம் வழக்கமாக அமரும் இருக்கையில் வேறு யாரோ அமர்ந்திருப்பதைக் கண்டார். ஆகையால் அதற்குப் பதிலாக ஸ்கல்லிக்கு நேர் எதிரில் மேசையின் மறுபுறம் அமர்ந்துகொண்டார். நேர்த்தியாகத் தைக்கப்பட்ட சூட்டிங்கில் ஜாப்ஸ் ஆற்றல் மிகுந்தவராகக் காணப் பட்டார். ஸ்கல்லி முகம் வெளிறிப் போயிருந்தார். அன்றைய நிகழ்ச்சி நிரலை விலக்கிவிட்டு அனைவரது மனத்திலும் உள்ளதை நேரிடையாக எதிர்கொள்ளப்போவதாக அறிவித்தார். 'என்னை நிறுவனத்திலிருந்து தூக்கி எறிய நீங்கள் விரும்புவதாக ஒரு செய்தி என் கவனத்துக்கு வந்துள்ளது' என்று கூறியபடி ஜாப்ஸை நேரடி யாகப் பார்த்தார். 'இது உண்மைதானா என்று கேட்க விரும்புகிறேன்.'

இதை ஜாப்ஸ் எதிர்பார்க்கவில்லை. ஆனால் நேர்மைக்கு அவர் என்றுமே அஞ்சியதில்லை. அவருடைய கண்கள் இடுங்கின. இமைக்காத தமது கூரிய பார்வையை ஸ்கல்லியின் மீது பதித்தார். 'ஆப்பிளுக்கு நீங்கள் பொருத்தமில்லை என்று நினைக்கிறேன். இந்த நிறுவனத்தை நடத்த நீங்கள் சரியான மனிதரல்ல என்று நினைக்கிறேன்' என்று அவர் கடுமையாக, மெதுவாகப் பதிலளித்தார். 'நீங்கள் நிஜமாகவே இந்த நிறுவனத்தை விட்டு வெளியேற வேண்டும். உங்களுக்குச் செயல்படுவது எப்படி என்று தெரியவில்லை; தெரிந்ததுமில்லை.' தயாரிப்புச் செயல்பாடு பற்றி ஸ்கல்லி சரியாகப் புரிந்துகொள்ளவில்லை என்று கூறியவர், தம்மை மையமாக வைத்து ஒரு வரியைச் சேர்த்துக்கொண்டார். 'இங்கு நான் வளர உதவுவதற்காகத்தான் உங்களை வைத்துக்கொள்ள விரும்பினேன். ஆனால் எனக்கு உதவுவதில் நீங்கள் எவ்விதத்திலும் பயன்படவில்லை.'

அறையில் அனைவரும் உறைந்து போய் அமர்ந்திருந்தனர். முடிவில் ஸ்கல்லி கடுங்கோபம் அடைந்தார். இருபது ஆண்டுகளாகத் தலை காட்டாத குழந்தைப்பருவ திக்கல் மீண்டும் திரும்பியது. 'எனக்கு உன் மீது நம்பிக்கையில்லை. மேலும் நான் ஒருபோதும் நம்பிக்கையின்மை யைச் சகித்துக்கொள்ளமாட்டேன்.' அவர் திக்கினார். நிறுவனத்தை நடத்துவதில் தாம் ஸ்கல்லியை விடத் திறன் படைத்தவர் என்று ஜாப்ஸ் கூறியபோது, ஸ்கல்லி ஒரு ஆட்டத்திற்குத் தயாரானார். இந்தக் கேள்விக்கான பதிலை அறையில் உள்ளவர்களிடம் விட்டுவிட அவர்

தீர்மானித்தார். 'அவர் மிகச் சாமர்த்தியமாக இந்த உத்தியைப் பயன் படுத்தினார்' - முப்பத்தைந்து ஆண்டுகளுக்குப் பின்பும் ஜாப்ஸ் வேதனையோடு நினைவுகூர்ந்தார். 'அது நிர்வாகச் செயல்குழு கூட்டம். அவர் சொன்னார்: *நானா, ஸ்டீவா, உங்கள் வாக்கு யாருக்கு?* அவர் பிரச்சினையை எடுத்து விளம்பிய விதம் இருக்கிறதே, எனக்கு ஒருவர் வாக்களிப்பது என்றால் அவர் கண்டிப்பாக முட்டாளாகத்தான் இருக்கவேண்டும் என்று நினைக்கதோன்றும்.'

திடீரென்று அறையில் இருந்தவர்கள் நெளிந்தார்கள். முதலில் டெல் யோகாம் பேசவேண்டியிருந்தது. தமக்கு ஜாப்ஸை மிகவும் பிடிக்கும் என்றும் அவருக்கு நிறுவனத்தில் தொடர்ந்து ஏதாவது பொறுப்பளிக்க வேண்டும் என்று விரும்புவதாகவும் கூறியவர், தைரியத்தை வரவழைத்துக் கொண்டு ஜாப்ஸ் கூரிய பார்வையால் குறிவைக்க, தமக்கு ஸ்கல்லி மீது 'மரியாதை' உள்ளதாகவும் நிறுவனத்தை அவர் நடத்தத் தமது ஆதரவைத் தருவதாகவும் கூறிமுடித்தார். ஐசென்ஸ்டாட் ஜாப்ஸை நேரடியாகப் பார்த்தவாறே ஏறக்குறைய அதையே கூறினார் – தமக்கு ஜாப்ஸைப் பிடிக்கும். ஆனால், ஸ்கல்லியை ஆதரிப்பதாக. ரெஜிஸ் மெக்கென்னா – இவர் மேல்நிலை அதிகாரிகள் கூட்டத்தில் வெளி ஆலோசகராகப் பங்குகொள்வது வழக்கம் – மேலும் வெளிப்படையாகப் பேசினார். அவர் ஜாப்ஸைப் பார்த்து, நிறுவனத்தை நிர்வகிக்க அவர் இன்னும் தயாராகவில்லை என்றும், இதை முன்பே தாம் கூறியிருப்பதாகவும் நினைவூட்டினார். மற்றவர் களும் ஸ்கல்லியையே ஆதரித்துப் பேசினார்கள். குறிப்பாக பில் காம்ப்பெல்லைப் பொறுத்த அளவில் இது கடினமான ஒன்றாக இருந்தது. அவருக்கு ஜாப்ஸ் என்றால் மிகவும் பிடிக்கும்; ஸ்கல்லியை அவ்வளவாகப் பிடிக்காது. தாம் ஸ்கல்லியை ஆதரிக்க முடிவு செய்திருப் பதாக ஜாப்ஸிடம் கூறிய போது அவருக்குக் குரல் தழுதழுத்தது. ஜாப்ஸிடமும் ஸ்கல்லியிடமும் பொதுவாக ஒரு வேண்டுகோளையும் விடுத்தார் - இருவரும் கூடிக் கலந்தாலோசித்து நிறுவனத்தில் ஜாப்ஸுக்கு ஏதாவது ஒரு பொறுப்பைத் தரவேண்டும் என்று. 'ஸ்டீவ் இந்த நிறுவனத்தை விட்டுச் செல்ல நீங்கள் அனுமதிக்கக்கூடாது' என்றார் அவர் ஸ்கல்லியிடம்.

ஜாப்ஸ் நொறுங்கிப் போனது போலிருந்தார். 'என்ன செய்ய வேண்டும் என்று எனக்குத் தெரியும்' என்று கூறியபடியே வேகமாக அறையை விட்டு வெளியேறினார். யாரும் அவரைப் பின்தொடர வில்லை.

தமது அலுவலகத்திற்குத் திரும்பி மகின்டாஷ் குழுவிலுள்ள நீண்ட நாள் விசுவாசிகளை அருகில் அழைத்து அழத்தொடங்கினார். தாம் ஆப்பிளை விட்டு விலக வேண்டியிருக்கும் என்றார். கதவு வழியே

வெளியே செல்ல முயன்ற அவரை டெபி கோல்மன் தடுத்து நிறுத்தினார். அவரும் மற்றவர்களும் அவரைச் சமாதானமாக இருக்கும் படியும் அவசரப்பட்டு எதையும் செய்யவேண்டாம் என்றும் கூறினர். அந்த வார இறுதியில் மீண்டும் கூடிப் பேசலாம் என்றார். ஒருவேளை நிறுவனம் பிளவுபடாமல் தடுக்க ஏதாவது நல்ல வழி பிறக்கலாம்.

ஸ்கல்லி தமது வெற்றியால் துவண்டு போயிருந்தார். காயமடைந்த வீரனைப்போல, அவர் ஆலோசகர் ஐசென்ஸ்டாட்டின் அலுவலகத்திற்கு திரும்பிவந்து, அவரை 'காரில் போகலாம்' என்று கூறி அழைத்தார். ஐசென்ஸ்டாட்டின் போர்ஷே காரில் ஏறியபோது ஸ்கல்லி புலம்பினார்: 'என்னால் இதையெல்லாம் தாங்கிக்கொள்ளமுடியுமா என்று தெரிய வில்லை.' அவர் என்ன அர்த்தத்தில் சொல்கிறார் என்று ஐசென்ஸ்டாட் வினவ, ஸ்கல்லி 'நான் ராஜினாமா செய்துவிடலாம் என்று நினைக் கிறேன்' எனப் பதிலளித்தார்.

'உங்களால் முடியாது; ஆப்பிள் பிளவுபட்டுவிடும்' என்று ஐசென்ஸ்டாட் மறுத்தார்.

'நான் ராஜினாமா செய்யப்போகிறேன்' என ஸ்கல்லி தீர்மானமாகக் கூறினார். 'இந்த நிறுவனத்திற்கு நான் பொருத்தமானவன் அல்ல என்று நினைக்கிறேன்.'

'நீங்கள் பயத்தில் பின்வாங்குகிறீர்கள் என்று தோன்றுகிறது. அவரை நீங்கள் தைரியமாக எதிர்கொள்ளவேண்டும்' என்று கூறி ஐசென்ஸ்டாட் ஸ்கல்லியை அவருடைய வீட்டிற்கு அழைத்துச் சென்றார்.

நண்பகல் நேரத்தில் வீடு திரும்பிய ஸ்கல்லியைக் கண்டு அவருடைய மனைவி ஆச்சரியப்பட்டார் – 'நான் தோற்றுவிட்டேன்' என்று அவர் விரக்தியோடு சொன்னார். அவருடைய மனைவி கொதித்தெழும் சுபாவம் கொண்டவர். அவருக்கு எப்பொழுதுமே ஜாப்ஸைப் பிடித்த தில்லை; தமது கணவர் ஜாப்ஸ்மீது வைத்திருக்கும் அளவு கடந்த பிரியமும் பிடித்ததில்லை. நடந்தவற்றைக் கேட்டதுதான் தாமதம், தமது காரில் குதித்து ஏறி ஜாப்ஸின் அலுவலகத்திற்கு விரைந்தார். அங்குள்ளவர்கள் அவர் குட் எர்த் உணவு விடுதிக்குச் சென்றிருப்பதாகக் கூற, அங்கு வேகமாக நடந்து சென்று வாகனங்களை நிறுத்துமிடத்தில் தமது மகின்டாஷ் விசுவாசிகளோடு வெளியே வந்த ஜாப்ஸை எதிர் கொண்டார்.

'ஸ்டீவ், உங்களோடு பேசலாமா?' ஜாப்ஸ் வாய்பிளந்து நின்று விட்டார். 'ஜான் ஸ்கல்லியைப் போன்ற ஒருவரோடு அறிமுகம் செய்து கொள்வதுகூட எவ்வளவு பெரிய கௌரவம் என்பது உங்களுக்குத் தெரியுமா?' என அவர் விட்டுக்கொடுக்காமல் கேட்டார். ஜாப்ஸ் தமது

பார்வையை வேறு பக்கம் திருப்பிக் கொண்டார். 'நான் உங்களுடன் பேசிக்கொண்டிருக்கிறேன் – என் கண்களை நேருக்குநேர் பார்க்க முடியவில்லையா?' என்றார். ஆனால் ஜாப்ஸ் தமது தேர்ந்த, இமைக்காத ஊடுருவும் பார்வையைச் செலுத்தியபோது அவர் சற்று அதிர்ந்து பின்வாங்கினார். 'பரவாயில்லை, என்னைப் பார்க்கவேண்டிய அவசிய மில்லை, பொதுவாக யாருடைய கண்களையாவது நான் பார்த்தால், அதில் ஒரு ஆன்மா தெரியும். உங்கள் கண்களுக்குள் பார்க்கும் பொழுது ஆழம் தெரியாத ஒரு குழி, ஒரு வெற்றுத் துளை, ஒரு உயிரற்ற பிரதேசம் தான் எனக்குத் தெரிகிறது' என்று சொல்லிவிட்டு அவர் நடந்து சென்று விட்டார்.

சனிக்கிழமை, மே 25. மைக் மர்ரே வுட்சைடிலுள்ள ஜாப்ஸின் வீட்டிற்குக் காரில் சென்றார் – சிறிது ஆலோசனை வழங்குவதற்கு: ஜாப்ஸ் புதிய தயாரிப்புகளை அளிக்கும் பொறுப்பை ஏற்றுக்கொள்வது பற்றிச் சிந்தித்து, ஆப்பிள்லாப்ஸைத் தொடங்கிவைத்து, தலைமை யகத்திலிருந்து விடுபடவேண்டுமென்று கூறினார். ஜாப்ஸ் இதை விரும்புவதாகத் தெரிந்தது. ஆனால் முதலில் அவர் ஸ்கல்லியோடு சமாதானம் செய்துகொள்ளவேண்டும். ஆகவே தொலைபேசியை எடுத்து ஸ்கல்லியை ஆச்சரியத்தில் மூழ்கடித்தார். மறுநாள் மதிய வேளையில் சந்திக்க ஸ்டான்ஃபோர்ட் பல்கலைக்கழகத்திற்கு மேற் புறமாக அமைந்துள்ள மலைப் பிரதேசத்தில் நடக்கச் செல்லலாமா என்று கேட்டார். இதற்குமுன் சந்தோஷ வேளைகளில் அங்கு அவர்கள் பலமுறை நடக்கச்சென்றதுண்டு; ஆகவே ஒருவேளை அப்படிச் செய்தால் பிரச்சினைகளுக்கு ஒரு நல்ல முடிவை எட்டக்கூடும்.

ஸ்கல்லி ஐசென்ஸ்டாட்டிடம் தாம் பதவி விலகப் போவதாகக் கூறியதை ஜாப்ஸ் அறிந்திருக்கவில்லை. ஆனால் இப்பொழுது அது பிரச்சினையல்ல. அவர் இரவோடு இரவாக மனத்தை மாற்றிக் கொண்டு தொடர்ந்து இருப்பது என்று முடிவுசெய்திருந்தார். முந்தைய நாள் நடந்த மோதலையும் மீறி ஜாப்ஸ் தம்மை விரும்பவேண்டும் என்று ஆசைப்பட்டார். ஆகவே மறுநாள் மதியம் சந்திக்க ஒப்புக்கொண்டார்.

ஜாப்ஸ் சமாதானத்திற்கான முயற்சியில் இறங்கியிருந்தாலும் அன்றிரவு மர்ரேயுடன் பார்க்க விரும்பிய திரைப்படத்தின் தேர்வில் அது சற்றும் எதிரொலிக்கவில்லை. அவர் தேர்ந்தெடுத்தது *பாட்டன்* – அடிபணிய மறுக்கும் ஒரு தளபதியின் கதை. ஆனால் அந்த டேப்பின் பிரதியைத் தமது தந்தைக்குப் பார்க்கக் கொடுத்திருந்தார் – அவர் தமது தளபதிக்காக ஒரு காலத்தில் போர் வீரர்களைக் கப்பலில் ஏற்றிக் கொண்டு போயிருந்தார் என்பதால். ஆகவே தமது சிறு வயது வீட்டிற்கு மர்ரேயுடன் காரில் சென்றார் – டேப்பை எடுத்துவருவதற்கு.

அவருடைய பெற்றோர் அங்கு இல்லை; அவரிடம் சாவியும் இல்லை. பின் வழியாகச் சென்று ஏதாவது ஜன்னல்களோ கதவுகளோ திறந்துள்ளனவா என்று பார்த்தனர் – பிறகு அந்த யோசனையைக் கைவிட்டனர். வீடியோ கடையிலும் அந்தப் படத்தின் பிரதி இல்லை. முடிவில் **1983**இல் வெளிவந்த ஹாரல்ட் பின்ட்டரின் *பிட்ரேயல்* திரைப்படத்தைப் பார்க்கும்படியானது.

ஞாயிற்றுக்கிழமை மே 26. திட்டமிட்டபடியே, ஜாப்ஸும் ஸ்கல்லியும் ஸ்டான்ஃபோர்ட் வளாகத்தின் பின்புறம் ஞாயிறு மதியம் சந்தித்தனர். பல மணிநேரம் மலைப்பிரதேசங்களிலும் குதிரைகளுக்கான மேய்ச்சல் புல்வெளிகளிலும் நடந்தனர். ஜாப்ஸ் தமக்கு ஆப்பிளில் ஒரு செயல் பாட்டுப்பொறுப்பு வேண்டுமென்று வலியுறுத்தினார். இம்முறை ஸ்கல்லி உறுதியாக இருந்தார். அது நடக்காது என்று திரும்பத் திரும்பச் சொன்னார். ஸ்கல்லி அவரைத் தயாரிப்பு நோக்குடையவராக, தமக்கென்று ஒரு பணிக்கூடம் உள்ளவராக இருக்கும்படி கூறினார். ஆனால் ஜாப்ஸ் 'பெயருக்காகப் பொறுப்பேற்க முடியாது' என்று கூறி அதை நிராகரித்துவிட்டார். நடைமுறைக்குப் பொருந்தாத வகையில் நிறுவனத்தின் முழுபொறுப்பையும் தம்மிடம் விட்டுவிடுமாறு கூறினார். 'நீங்கள் நிர்வாகக் குழுத் தலைவராக இருந்துகொண்டு, நான் நிறுவனத்தின் தலைவராகவும் தலைமை நிர்வாக அதிகாரியாகவும் இருந்தால் என்ன?' ஜாப்ஸ் யோசனை கூறினார். ஜாப்ஸின் தீவிரமான கேள்வியைக் கேட்ட ஸ்கல்லி அசந்து நின்றார்.

'ஸ்டீவ், இதிலெல்லாம் எந்த அர்த்தமும் இல்லை' என்றார் ஸ்கல்லி. அதற்கு 'நிறுவனத்தை நடத்தும் பொறுப்புகளை இருவருமாகப் பங்கிட்டுக்கொள்ளலாம்' என்று ஜாப்ஸ் யோசனை கூறினார். தாம் தயாரிப்புப் பொறுப்புகளையும், ஸ்கல்லி விளம்பரம், விற்பனை போன்றவற்றையும் கவனித்துக்கொள்ளலாம் என்றார். ஆனால் நிர்வாகக் குழு ஸ்கல்லிக்கு தைரியமூட்டியது மட்டுமல்ல, ஜாப்ஸை வழிக்குக் கொண்டுவரும்படி பணித்தும் இருந்தது. 'ஒருவர் மட்டுமே நிறுவனத்தை நிர்வகிக்க முடியும். எனக்கு ஆதரவு இருக்கிறது; உனக்கு இல்லை' என்றார் ஸ்கல்லி.

வீட்டிற்குத் திரும்பும் வழியில் ஜாப்ஸ் மைக் மார்க்குலாவின் வீட்டில் காரைச் சற்று நிறுத்தினார். அவர் அங்கு இல்லை. ஆகவே ஒரு சிறு குறிப்பை எழுதி வைத்துவிட்டு வந்தார்: மறுநாள் மாலை உணவுக்கு வரும்படி அழைத்து. மகின்டாஷ் குழுவின் பரம விசுவாசிகளையும் அழைப்பதாக ஏற்பாடு. மார்க்குலா ஸ்கல்லிக்கு ஆதரவு தெரிவிக்கும் தவறை அவருக்குச் சொல்லிப் புரியவைக்க அவர்களால் முடியும் என்பது ஜாப்ஸின் நம்பிக்கை.

திங்கட்கிழமை, மே 27. மெமோரியல் டே (நினைவுதினம்) வெளிச்சமாக, கதகதப்பாக இருந்தது. மகின்டாஷ் குழுவின் விசுவாசிகள் டெபி கோல்மன், மைக் மர்ரே, சூசன் பார்ன்ஸ், பாப் பெல்லெவில் ஆகியோர் ஜாப்ஸின் வுட்சைட் வீட்டிற்கு உணவுவேளைக்கு ஒருமணி நேரம் முன்னதாகவே வந்துவிட்டனர் – திட்டமிடுவதற்காக. சூரியன் மறையும் வேளையில் பால்கனியில் அமர்ந்தபடி கோல்மன் ஜாப்ஸிடம் ஸ்கல்லி யின் யோசனையை ஏற்று தயாரிப்பு நோக்கோடு ஆப்பிள்லாப்ஸைத் தொடங்கிவைக்க வேண்டும் என்றார். உள்வட்டத்தில் கோல்மன் மட்டுமே நடைமுறைக்குப் பொருத்தமாக இருக்க விரும்பியவர். புதிய அமைப்புத் திட்டத்தில் ஸ்கல்லி உற்பத்திப் பிரிவை நிர்வகிக்கும் பொறுப்பை அவருக்குத் தந்திருந்தார் – ஏனெனில் அவர் ஜாப்ஸுக்கு மட்டுமல்ல, ஆப்பிளுக்கும் விசுவாசமாக இருப்பார் என்று அவர் அறிந்திருந்தார். மற்றவர்களில் சிலர் மேலும் ஆக்ரோஷமாக இருந்தனர். அவர்கள் ஜாப்ஸிடம் பொறுப்பைத் தரக்கூடிய ஒரு மறுசீரமைப்புத் திட்டத்தை ஆதரிக்கும்படி மார்க்குலாவை வற்புறுத்த விரும்பினர்.

மார்க்குலா வந்தபோது அவர்கள் சொல்வதைக் கேட்க ஒப்புக் கொண்டார். 'ஜாப்ஸ் பேசாமல் இருக்க வேண்டும்' என்ற நிபந்தனை யுடன். 'நான் உண்மையிலேயே மகின்டாஷ் குழுவின் கருத்துகளை கவனமாகக் கேட்க விரும்பினேன். ஜாப்ஸ் அவர்களை ஒரு கலகத்தில் ஈடுபடுத்துவதைப் பார்க்க அல்ல' என்றார் அவர். சற்றுக் குளிராகத் தோன்றியபோது மிகக் குறைவான அறைகலன்களே உள்ள மாளிகை யினுள் சென்று கணப்புக்கு அருகே அமர்ந்துகொண்டனர். ஏதோ பேசினோம் என்றில்லாமல் ஃபைல்சர்வர் மென்பொருளை உற்பத்தி செய்வதில் என்ன பிரச்சினை, மகின்டாஷ் விநியோகத் திட்டம் க்ராக்கிக்கு ஏற்றவாறு ஏன் மாறவில்லை என்பது போன்ற குறிப்பிட்ட நிர்வாகச் சிக்கல்களில் அவர்களுடைய கவனத்தைத் திருப்பினார் மார்க்குலா. பேசி முடித்ததும் ஜாப்ஸை ஆதரிக்க மைக் மார்க்குலா திட்டவட்டமாக மறுத்துவிட்டார். 'அவருடைய திட்டத்திற்கு நான் ஆதரவு தெரிவிக்கமாட்டேன் என்றேன். விஷயம் அத்தோடு முடிந்தது' – மார்க்குலா நினைவுகூர்ந்தார். 'ஸ்கல்லிதான் மேலதிகாரி. இவர்கள் பித்துப்பிடித்து, உணர்ச்சிவசப்பட்டு கலகத்தை உருவாக்கினார்கள். ஒரு விஷயத்தைக் கையாளும் விதம் அதுவல்ல.'

செவ்வாய்க்கிழமை மே 28. முந்தைய நாள் மாலை ஜாப்ஸ் தம் மனத்தைத் திசைதிருப்ப முயன்றதை மார்க்குலா சொல்லக்கேட்டு ஸ்கல்லி கோபமடைந்தார். செவ்வாய்க்கிழமை காலை அவர் ஜாப்ஸின் அலுவலகத்திற்குச் சென்றார். நிர்வாகக் குழுவிடம் பேசியாகிவிட்டது; அதன் ஆதரவும் தமக்குக் கிட்டிவிட்டது. இனி ஜாப்ஸ் வெளியேற

வேண்டும் என்று அவர் விரும்பினார். மார்க்குலாவின் வீட்டிற்குச் சென்று மறுசீரமைப்புக்கான தமது திட்டத்தைச் செயல்முறையாக விளக்கினார். மார்க்குலா நுணுக்கமாய்ப் பல கேள்விகள் கேட்டார்; முடிவில் ஸ்கல்லிக்குத் தமது வாழ்த்துகளையும் தெரிவித்தார். தமது அலுவலகத் திற்குத் திரும்பியபோது ஸ்கல்லி மற்ற நிர்வாகக் குழு உறுப்பினர்களை அழைத்தார். இன்னமும் அவர்களுடைய ஆதரவு தமக்கு உள்ளதா என்பதைச் சற்று உறுதிசெய்துகொள்ள. அது இன்னமும் இருந்தது.

அந்தக் கட்டத்தில் அவர் ஜாப்ஸை அழைத்தார் -அவர் புரிந்து கொண்டுவிட்டார் என்பதை உறுதிசெய்துகொள்வதற்காக. நிர்வாகக் குழு அவருடைய மறுசீரமைப்புக்கு அங்கீகாரம் அளித்திருந்தது. அது அந்த வாரம் முதலாகவே செயல்படுத்தப்படும். காஸே ஜாப்ஸின் பிரியமான மகின்டாஷ் மற்றும் பல்வேறு தயாரிப்புகளின் கட்டுப் பாட்டை பொறுப்பேற்றுக் கொள்வார். ஜாப்ஸ் நிர்வகிப்பதற் கென்று ஒரு பிரிவும் இல்லை. இருந்தாலும் ஸ்கல்லி சற்றுச் சமாதானம் செய்துகொள்ள விழைந்தார். ஜாப்ஸ் நிர்வாகக்குழுத் தலைவர் என்ற பிரிவை வகிக்கலாமென்றும் செயல்பாடுகளில்லாத தயாரிப்பு நோக்குடைய ஒருவராக இருக்கலாமென்றும் கூறினார். ஆனால் இந்தக் கட்டத்தை எட்டியபோது ஆப்பிள்லாப்ஸ் என்ற பணிக்கூடம் அமைக்கும் யோசனை காணாமல் போயிருந்தது.

ஒருவழியாக ஜாப்ஸுக்குப் புரிந்தது. இனி எதையும் கேட்டுப் பயனில்லை, நடைமுறையை மாற்ற வழியுமில்லை என்று அவர் உணர்ந்துகொண்டார். உடைந்துபோய்க் கண்ணீர்விட்டு அழுதார். தொலைபேசியில் பில் காம்ப்பெல், ஜே எல்லியட், மைக் மார்ரே மற்றும் எல்லோரையும் அழைக்கத் தொடங்கினார். ஜாப்ஸ் அழைத்தபோது மார்ரேயின் மனைவி ஜாய்ஸ் ஒரு சர்வதேசத் தொலைபேசி அழைப்பில் இருந்தார். இணைப்பாளர் குறுக்கிட்டு ஒரு அவசர அழைப்பு உள்ளது என்றார். முக்கியமானதாக இருந்தால் சரி என்றார் ஜாய்ஸ். 'ஆமாம்' - மறுமுனையில் ஜாப்ஸின் குரல் கேட்டது. அவருடைய கணவர் தொலைபேசியில் வந்தபோது ஜாப்ஸ் அழுது கொண்டிருந்தார். 'எல்லாம் முடிந்து விட்டது' என்றார். பின் அழைப்பைத் துண்டித்து விட்டார்.

மார்ரேக்குக் கவலை தொற்றிக்கொண்டது - தமக்கிருந்த விரக்தியில் ஜாப்ஸ் ஏதாவது அவசரப்பட்டுச் செய்துவிடக்கூடாதே என்று. அவர் ஜாப்ஸைத் திரும்பவும் அழைத்தார்; பதிலில்லை. காரை எடுத்துக் கொண்டு நேராக வுட்சைட் சென்று, கதவைத் தட்டினார். ஆனால் ஒருவரும் திறக்க வில்லை. பின்வழியாகச் சென்று வெளிப்புறப் படிகள் வழியே ஏறிப் படுக்கையறையை நோட்டமிட்டார். தமது அறைகலன் களற்ற அறையில் ஜாப்ஸ் ஒரு கிடக்கையில் படுத்துக்கொண்டிருந்தார். மார்ரேயை உள்ளே அழைத்தார். இருவரும் விடியவிடியப் பேசிக் கொண்டிருந்தார்கள்.

புதன்கிழமை, மே 29. ஒருவழியாகப் பாட்டன் படத்தின் பிரதி கிட்டியது. புதன் மாலை அதைப் பார்த்தார். ஆனால் மர்ரே மற்றொரு யுத்தத்திற்கு அவர் தயாராகிவிடாதவாறு தடுத்து நிறுத்தினார். அதற்குப் பதிலாக வெள்ளியன்று ஸ்கல்லி தமது மறுசீரமைப்புத் திட்டத்தை அறிவிக்கும் கூட்டத்திற்கு வருமாறு கூறினார். பிடிவாதமான தளபதியாக இருப்பதைவிட, பணிவான போர்வீரனாக இருப்பதைத் தவிர வேறு வழியேதும் இருக்கவில்லை.

உருண்டு செல்லும் பாறை போல

ஸ்கல்லி தமது புதிய போர் வகுப்பைப் படைகளுக்கு விளக்குவதைக் கேட்க ஜாப்ஸ் அரங்கின் பின்வரிசையில் ஓசையின்றி அமர்ந்து கொண்டார். பலர் ஓரக்கண்ணால் நோட்டமிட்டனர். மிகச் சிலர் மட்டுமே அவரைக் கண்டுகொண்டனர். ஒருவர்கூட அன்பாய் விசாரிக்கவோ, வரவேற்கவோ செய்யவில்லை. அவர் கண்ணிமைக் காமல் ஸ்கல்லியைப் பார்த்தவாறு இருந்தார். 'ஸ்டீவின் காழ்ப்புப் பார்வையை' ஸ்கல்லி பல ஆண்டுகளுக்குப் பின் நினைவுகூர்வார். 'அது அடிபணியாது. எக்ஸ்ரே போல எலும்புகளுக்குள் ஊடுருவி உங்களுடைய மென்மையான மர்மஸ்தானம் வரை செல்லும்.' ஒரு கணம் மேடையில் இருந்தபடி ஜாப்ஸைக் காணாதவர்போல பாவனை செய்தாலும், அவர்கள் இருவரும் நட்புப்பயணமாக ஒரு ஆண்டுக்கு முன்பு மசச் சூசெட்ஸிலுள்ள கேம்ப்ரிட்ஜிற்குச் சென்று ஜாப்ஸின் ஆதர்ச நாயகரான எட்வின் லான்டைக் காணச் சென்றதை ஸ்கல்லி நினைவுகூர்ந்தார். அவர் உருவாக்கிய போலராய்ட் நிறுவனத்திலிருந்து அவரைப் பதவிவிலக்கம் செய்திருந்தார்கள். ஜாப்ஸ் வெறுப்புடன் ஸ்கல்லியிடம் கூறியிருந்தார்: 'அவர் செய்ததெல்லாம் வெறும் சில மில்லியன் டாலரை வாரி இறைத்ததுதான். அதற்காக அவருடைய நிறுவனத்தை அவரிடமிருந்து பறித்துக்கொண்டு விட்டார்கள்.' இப்போது தாம் ஜாப்ஸ் உருவாக்கிய நிறுவனத்தை அவரிடமிருந்தே பறித்துக்கொள்ளப் போவதை ஸ்கல்லி நினைவுகூர்ந்தார்.

ஸ்கல்லி ஒருங்கிணைப்பு வரைபடத்தை விளக்குகையில் மகின்டாஷ் மற்றும் ஆப்பிள் II குழுக்களை இணைத்து, அதற்கு காஸே தலைவராக இருப்பார் என்று அறிவித்தார். அந்த வரைபடத்தில் 'தலைவர்' என்று எழுதப்பட்ட ஒரு சிறு கட்டம் இருந்தது. ஸ்கல்லி உட்பட மற்ற ஒருவரோடும் அது இணைக்கப்படவில்லை. ஸ்கல்லி சுருக்கமாகக் குறிப்பிட்டார் - 'அந்தப் பொறுப்பில் ஜாப்ஸ் உலக நோக்குடையவர் (குளோபல் விஷனரி) என்னும் பங்கு வகிப்பார்.' ஆனால் ஜாப்ஸ் அங்கு இருந்தும் அவரைக் கண்டுகொள்ளவில்லை. விநோதமான வகையில் ஒரு கைதட்டல் எழுந்தது.

அடுத்த சில நாள்களுக்கு ஜாப்ஸ் வீட்டிலேயே இருந்தார். ஜன்னல் திரைகள் மூடிக் கிடந்தன. தொலைபேசி அழைப்புகளுக்குப் பதிலளிக்கும் இயந்திரம் இயக்கப்பட்டிருந்தது. தமது தோழி டீனா ரெட்ஸேயை மட்டுமே அவர் சந்தித்துவந்தார். மணிக்கணக்காகத் தமது பாப் டிலன் டேப்புகளில் பாடல்களைக் கேட்டவண்ணம் இருந்தார் - குறிப்பாக *த டைம்ஸ் தே'ஆர் ஏ-சேஞ்சின் (காலங்கள் மாறுகின்றன)*. பதினாறு மாதங்களுக்கு முன் ஆப்பிள் பங்குதாரர்களுக்கு மகின்டாஷ் வெளி யீட்டின்போது இரண்டாவது பத்தியை அவர் படித்துக் காட்டியிருந்தார். அதன் இறுதி வரிகள் அழகாய் அமைந்திருந்தன: *ஃபார் த லூசர் நவ் / வில் பி லேட்டர் டு வின் (இப்போது தோற்பவன் / நாளை வெல்வான்).*

ஞாயிறு இரவு நிலவிய கவலை மிகுந்த சூழலைக் கலகலப்பாக்க அவருடைய முன்னாள் மகின்டாஷ் குழுவிலிருந்து ஆன்டி ஹெர்ட்ஸ் ஃபெல்ட், பில் அட்கின்ஸன் ஆகியோர் தலைமையில் ஒரு மீட்புக்குழு வந்திருந்தது. அவர்கள் கதவைத் தட்டியதற்குப் பதில் தரவே சற்று நேரமெடுத்துக் கொண்டார் ஜாப்ஸ். பிறகு சமையலறையின் அருகில் உள்ள ஓர் அறைக்கு இட்டுச்சென்றார் – பெயருக்காவது அறைகலன்கள் இருந்த சில இடங்களில் அதுவும் ஒன்று. ரெட்ஸேயின் உதவியுடன் வரவழைத்திருந்த சைவ உணவைப் பகிர்ந்தளித்தார். 'உண்மையில் என்னதான் நடந்தது? காணும் அளவிற்கு அவ்வளவு மோசமாகத்தான் உள்ளதா?' என்று ஹெர்ட்ஸ்ஃபெல்ட் கேட்டார்.

'இல்லை, அதைவிட மோசம்' என ஜாப்ஸ் முகம் சுளித்தார். 'உங்களால் கற்பனை செய்துகூடப் பார்க்க முடியாத அளவிற்கு மோசம்.' ஸ்கல்லி தமக்குத் துரோகம் செய்துவிட்டதாக அவர் பழிசுமத்தினார். தாம் இல்லாமல் ஆப்பிளால் சமாளிக்கவே முடியாது என்றார். தலைவர் என்ற பதவி வெறும் அலங்காரம் என்றார். பான்ட்லி 3 அலுவலகத்தி லிருந்து ஏறத்தாழக் காலியாகக் கிடந்த ஒரு கட்டடத்திற்கு – அதை அவர் கிண்டலாக 'சைபீரியா' என்று அழைத்தார் – அவர் மாற்றப்பட்டி ருந்தார். ஹெர்ட்ஸ்ஃபெல்ட் சந்தோஷமாகக் கழித்த நாள்களுக்குப் பேச்சை மாற்றினார். அவர்கள் கடந்தகால நினைவுகளில் மிதந்தார்கள்.

அந்த வாரத் தொடக்கத்தில், டிலன் ஒரு புதிய பாடல்தொகுப்பு வெளியிட்டிருந்தார் – *எம்பயர் பர்லெஸ்க்*. ஹெர்ட்ஸ்ஃபெல்ட் ஒரு பிரதியை வாங்கிக் கொண்டு ஜாப்ஸின் உயர்தொழில்நுட்ப இசைப்பானில் சுழலவிட்டார். அதில் மிகவும் குறிப்பிடத்தக்க பாடல் *வென் த நைட் கம்ஸ் ஃபாலிங் ஃப்ரம் த ஸ்கை (இரவு வானத்திலிருந்து விழுந்துவரும் போது)* அதன் வருமுன் கூறும் செய்தியுடன், அன்றைய மாலைப் பொழுதுக்கு ஏற்றதாக இருந்தது. ஆனால் ஜாப்ஸிற்குப் பிடிக்கவில்லை. அது ஏறத்தாழ டிஸ்கோ பாணியில் இருந்தது. *ப்ளட் ஆன் த ட்ராக்ஸைத்* தொடர்ந்து டிலன் தனது திறமையில் குறைந்து வருகிறார்

என்று ஜாப்ஸ் வாதிட்டார். ஆகவே ஹெர்ட்ஸ்ஃபெல்ட் அந்தத் தொகுப்பின் கடைசிப் பாடலான *டார்க் ஐஸ்*க்கு மாற்றினார். எளிய ஒலிப்புலன் சார்ந்த பாடல் – டிலனின் குரலில், கிதார் மற்றும் ஹார்மோனிகாவின் பின்னணி இசையில். வேகம் குறைந்த, சோகமான அந்தப் பாடல் ஜாப்ஸிற்கு மிகவும் பிடித்தமான முந்தைய டிலன் பாடல்களை நினைவுபடுத்தும் என்று ஹெர்ட்ஸ் ஃபெல்ட் எண்ணினார். ஆனால் ஜாப்ஸிற்கு அந்தப் பாடலும் பிடிக்கவில்லை. தொகுப்பின் பிற பாடல்களைக் கேட்கும் ஆர்வமும் அவரிடம் காணப்படவில்லை.

ஜாப்ஸ் அப்படி நடந்துகொண்டது புரிந்துகொள்ளக் கூடியதாகத்தான் இருந்தது. ஸ்கல்லி ஒரு காலத்தில் அவருக்கு ஒரு தந்தையின் ஸ்தானத்தில் இருந்தவர். மைக் மார்க்குலாவும் அப்படித்தான். ஆர்தர் ராக்கும் அப்படித்தான். அந்த வாரத்தில் அவர்கள் மூவருமே அவரைக் கைவிட்டிருந்தனர். 'குழந்தையாக இருந்தபொழுது நிராகரிக்கப்பட்ட ஆழமான உணர்வை அது நினைவூட்டியது' என்று அவருடைய நண்பரும் வழக்கறிஞருமான ஜார்ஜ் ரைலி கூறினார். 'அது அவருடைய இதிகாசத்தில் ஆழமான ஒரு பகுதி; அவர் யாரென்று அவருக்கு வரையறுத்துத் தரும் ஒன்று.' பல ஆண்டுகளுக்குப் பின் ஒரு ஜாப்ஸ் நினைவு கூர்ந்தார்: 'என்னை யாரோ குத்தியது போல.. எனக்குள் இருந்த காற்றை யாரோ அகற்றிவிட்டாற்போல.. என்னால் சுவாசிக்க முடியவில்லை...'

குறிப்பாக ஆர்தர் ராக்கின் ஆதரவை இழப்பது மிகவும் வலித்தது. 'ஆர்தர் எனக்குத் தந்தைபோன்றவர். என்னைத் தமது பாதுகாப்பில் வைத்துக்கொண்டார்' என்றார் ஜாப்ஸ். ராக் அவருக்கு ஆப்பெரா இசைநிகழ்ச்சிகள் பற்றிக் கற்றுத் தந்தார். அவரும் அவருடைய மனைவி டானியும் சான் ஃப்ரான்சிஸ்கோவிலும் அஸ்பென்னிலும் அவரைக் கவனித்துக் கொண்டனர். 'எனக்கு நினைவிருக்கிறது. சான் ஃப்ரான்சிஸ்கோவில் ஒருமுறை காரை ஓட்டிச் செல்லும்பொழுது நான் அவரிடம் சொன்னேன்: *கடவுளே, அந்த அமெரிக்க வங்கி (பாங்க் ஆஃப் அமெரிக்கா) கட்டடம் மிகவும் அவலட்சணமாக இருக்கிறது.* ஆனால் அவர், *இல்லை, அதுதான் மிகச் சிறந்தது* என்று கூறி, விளக்கமளித்தார். அவர் சொன்னது முற்றிலும் சரியாகத்தான் இருந்தது.' பல ஆண்டுகள் கழித்து அந்தச் சம்பவத்தை நினைவுகூர்கையில் ஜாப்ஸின் கண்களில் நீர் முட்டிக்கொண்டு நின்றது. 'அவர்கூட என்னை விட்டுவிட்டு ஸ்கல்லியைத் தேர்வு செய்துவிட்டார். அது எனக்குப் பேரிடியாக இருந்தது. என்னை அவர் கைவிடுவார் என்று ஒருபோதும் நான் நினைக்கவில்லை.'

இதைவிட மோசம் என்னவென்றால் அவருக்குப் பிரியமான நிறுவனம் 'மக்கு' என்று அவர் கருதிய ஒருவரின் கைக்குப் போகப் போகிறது. 'நிர்வாகக் குழு என்னால் ஒரு நிறுவனத்தை நிர்வகிக்க

முடியாது என்று கருதி, அதையே தீர்மானித்தும் விட்டது. ஆனால் அவர்கள் ஒரு தவறு செய்துவிட்டார்கள். என்னை என்ன செய்வது, ஸ்கல்லியை என்ன செய்வது என்று தனித்தனியாகத் தீர்மானித்திருக்க வேண்டும். ஆப்பிளை நிர்வகிக்க நான் இன்னும் தயாராகவில்லை என்று அவர்கள் கருதியிருந்தால்கூட, ஸ்கல்லியைப் பணிநீக்கம் செய்திருக்க வேண்டும்.' அவருடைய தனிப்பட்ட ஆதங்கம் மெல்ல விலகினாலும், ஸ்கல்லியின் மீதான அவருடைய கோபம், தமக்குத் துரோகம் இழைக்கப்பட்ட உணர்வு ஆகியவை ஆழமாயின.

ஜாப்ஸ் தலைவர் பதவியில் இருந்தாலும் அவரை நிறுவனத்தோடு தொடர்பில்லாதவராகத்தான் கருதுகிறேன் என்று சில ஆய்வாளர்களிடம் ஸ்கல்லி கூறியபோது நிலைமை மேலும் மோசமடைந்தது. 'செயல்பாட்டை வைத்துப் பார்த்தால், ஸ்டீவ் ஜாப்ஸிற்கு இப்பொழுது மட்டுமல்ல, எதிர்காலத்திலும் எந்தவிதப் பங்குமில்லை. எனக்கு அவர் என்ன செய்வார் என்பது புரியவில்லை' என்றார் அவர். இந்த வெளிப்படையான கருத்து அந்தக் குழுவை அதிரவைத்தது. அரங்கத்தில் உள்ளோருக்குத் தூக்கிவாரிப்போட்டது.

ஒருவேளை ஐரோப்பாவிற்குச் சென்றுவிட்டால் சற்று ஆறுதலாக இருக்குமோ என்று எண்ணினார் ஜாப்ஸ். ஆகையால் ஜூன் மாதம் பாரிஸுக்குச் சென்றார். அங்கு ஆப்பிள் நிறுவன நிகழ்ச்சியொன்றில் பேசியபின், துணைத் தலைவர் ஜார்ஜ் ஹெர்பெர்ட் வாக்கர் புஷ்ஷைக் கௌரவிக்கும் விருந்தில் கலந்துகொண்டார். அங்கிருந்து இத்தாலி சென்று, டஸ்கனி மலைப்பிரதேசமெங்கும் ரெட்ஸேயுடன் காரில் சுற்றினார். பின் ஒரு பைக் வாங்கினார் – தனியே ஓட்டிப் பொழுதைப் போக்கலாம் என்று. ஃப்லாரென்ஸில் நகரத்தின் கட்டடக் கலையையும் கட்டுமானப் பொருட்களின் தன்மையையும் உள்வாங்கிக்கொண்டார். குறிப்பாக நினைவில் நின்றவை நடைபாதைகளில் பதிக்கப்பட்ட கற்கள். அவை டஸ்கனியின் சிறுநகரமான ஃபிரென்ஸுவோலாவிற்கு அருகிலுள்ள இல் கசோனே குவாரியிலிருந்து வந்தவை. அவை மிகவும் சாந்தமூட்டக் கூடிய நீலச்சாம்பல் நிறத்திலிருந்தன. இருபது ஆண்டுகள் கழித்து முக்கிய ஆப்பிள் ஸ்டோர்கள் அனைத்திலும் தரைகள் இதே கற்களால்தான் அமைக்கப்பட வேண்டும் என்று அவர் தீர்மானிக்க இருந்தார்.

ஆப்பிள் II ரஷ்யாவில் விற்பனைக்கு வைக்கப்பட்டிருந்தது. அதனால் ஜாப்ஸ் மாஸ்கோவிற்கு விரைந்தார். அங்கு அல் ஐசென்ஸ்டாட்டைச் சந்தித்தார். தேவையான சில ஏற்றுமதி உரிமங்களுக்கு வாஷிங்டனின் அங்கீகாரம் கிட்டாததால் சிறு பிரச்சினை உருவானது. ஆகையால் மாஸ்கோவில் அமெரிக்கத் தூதரகத்தின் வணிக அதிகாரி மைக் மெர்வினைச் சந்தித்தனர். சோவியத்காரர்களோடு தொழில்நுட்பத்தைப்

பகிர்ந்துகொள்வதற்கு எதிரான கண்டிப்பான விதிமுறைகள் உள்ளன என்று கூறி அவர்களை அவர் எச்சரித்தார். ஜாப்ஸ் எரிச்சலடைந்தார். பாரிஸ் வணிகப் பொருட்காட்சியில் துணை அதிபர் புஷ் ரஷ்யாவிற்குக் கணினிகளை அறிமுகப்படுத்துமாறு கூறி ஊக்கப்படுத்தியிருந்தார் – 'அடிமட்டத்திலிருந்து புரட்சியைக் கிளப்பிவிடுவதற்காக.' ஷீஷ் கெபாபில் தனிப்பெயர் பெற்ற ஜார்ஜிய பாணி உணவுவிடுதியில் இரவு உணவு அருந்திக் கொண்டிருக்கும் வேளையில் ஜாப்ஸ் தமது அங்கலாய்ப்பைத் தொடர்ந்தார். 'இவ்வளவு வெளிப்படையாக நமக்குப் பலனளிக்கும்பொழுது அமெரிக்க சட்டத்திற்குப் புறம்பானது என்று எப்படிச் சொல்கிறீர்கள்?' – அவர் மெர்வினிடம் கேட்டார். 'மாக்குகளை ரஷ்யர்களிடம் தந்தால், அவர்கள் தமது எல்லா செய்தித் தாள்களையும் அச்சடித்துக்கொள்ள முடியும்.'

மாஸ்கோவில் ஜாப்ஸ் தமது சில்மிஷத்தை ட்ராட்ஸ்கி பற்றி வலுக்கட்டாயமாகப் பேசுவதிலும் காட்டினார். ட்ராட்ஸ்கி கம்பீர மான புரட்சிவீரர்; ஆதரவை இழந்து, ஸ்டாலினால் கொல்லப்படும்படி உத்தரவிடப்பட்டவர். ஒரு கட்டத்தில் ஜாப்ஸுக்கென நியமிக்கப் பட்டிருந்த கேஜிபி ஏஜெண்ட் இந்த விஷயத்தில் கொஞ்சம் ஆர்வத்தைக் குறைத்துக் கொள்ளும்படி கூறினார்: 'நீங்கள் ட்ராட்ஸ்கி பற்றிப் பேசவேண்டிய அவசியமில்லை. எங்கள் சரித்திர வல்லுநர்கள் நடந்த சம்பவங்கள், சூழ்நிலைகள் எல்லாவற்றையும் படித்து முடித்து விட்டார்கள். அவரை இப்பொழுதெல்லாம் ஒரு பெரிய மனிதராக நாங்கள் கருதுவதில்லை.' இதனால் எந்தப் பலனும் இல்லை. மாஸ்கோ மாகாணப் பல்கலைக்கழகத்தில் கணினிகள் பயிலும் மாணவர் களிடம் பேசுவதற்காக சென்றபோது தமது உரையை ட்ராட்ஸ்கிக்குப் புகழாரம் சூட்டித் தொடங்கிவைத்தார். ஜாப்ஸ் தம்மோடு இணைத்துப் பேசக்கூடிய ஒரு புரட்சியாளராக அவரைக் கண்டார்.

ஜாப்ஸும் ஐசென்ஸ்டாட்டும் ஜூலை 4 அன்று அமெரிக்கத் தூதரகத்தில் நடந்த விருந்தில் கலந்துகொண்டனர். தூதர் ஆர்தர் ஹார்ட்மானுக்கு எழுதிய நன்றிக் கடிதத்தில், ஜாப்ஸ் ரஷ்யாவில் ஆப்பிளின் புதிய முயற்சிகளை அடுத்த ஆண்டு மேலும் தீவிரமாகச் செய்ய எண்ணியுள்ளார் என்று ஐசென்ஸ்டாட் குறிப்பிட்டிருந்தார். 'செப்டம்பர் மாதம் மீண்டும் மாஸ்கோ வருவதாக எண்ணி உள்ளோம்.' ஒரு நிமிடம் ஸ்கல்லி கூறிய 'உலக நோக்குடையவர்' என்ற கருத்து உண்மையாகிறதோ என்று தோன்றியது. ஆனால் நடந்தது வேறு. செப்டம்பர் மாதத்தில் மிக வித்தியாசமான ஒன்று அவர்களுக்காகக் காத்திருந்தது.

இயல் பதினெட்டு

நெக்ஸ்ட்

கட்டவிழ்க்கப்பட்ட ப்ராமெதியுஸ்[1]

கப்பலை விட்டுச்சென்ற கடல் கொள்ளையர்கள்

1985 *ஆகஸ்டில் ஐரோப்பாவிலிருந்து திரும்பி வந்த போது, அடுத்தது என்ன என்ற சிந்தனையில் ஆழ்ந்திருந்தார் ஜாப்ஸ். அந்தக் காலகட்டத்தில் ஸ்டான்ஃபோர்டின் உயிரி-வேதியியல் வல்லுநர் பால் பெர்கை அழைத்து*

[1] கிரேக்க இதிகாச நாயகர்களில் ஒருவர். மனித இனத்தைக் களிமண்ணிலிருந்து உருவாக்கியவர்; மனித இனத்தின் பயன்பாட்டிற்காகக் கடவுள்களிடமிருந்து நெருப்பைக் களவாடிவந்து, அதன்மூலம் முன்னேற்றத்திற்கும் நாகரிகத்திற்கும் வித்திட்டவர். புத்திசாலித்தனத்திற்குப் பெயர்பெற்றவர்; மனித இனத்தின் காவலராகப் போற்றப்படுபவர். நெருப்பைக் களவாடியதற்காக ஒலிம்பஸில் வசிக்கும் கடவுளர் களின் அரசரான ஸேயுஸ் அவருக்கு நிரந்தரமான, கொடிய தண்டனை ஒன்றை விதித்தார். இறவா வரம்பெற்ற ப்ராமெதியுஸ் ஒரு பாறையோடு சேர்த்துக் கட்டப் பட்டார். ஸேயுஸின் சின்னமான பருந்து ஒன்று தினம்தோறும் அனுப்பி வைக்கப் பட்டது. அது, அவருடைய கல்லீரலைக் கொத்தித் தின்றது. மறுநாள் கல்லீரல் மீண்டும் வளர்ந்திருக்கும். பருந்தும் கொத்தித் தின்றுவிடும். சில கதைகளில் ஹெர்குலிஸ் வந்து அவருடைய கட்டுக்களை அவிழ்த்துக் காப்பாற்றியதாகச் சொல்லப்படுகிறது. *(மொ-ர்)*

மரபணுப் பிளப்பிலும் *(ஜீன் ஸ்ப்ளைசிங்)*, டிஎன்ஏ மறுசீரமைத்தலிலும் *(ரீகாம்பினன்ட் -டிஎன்ஏ)* ஏற்பட்டுள்ள விஞ்ஞான முன்னேற்றங்கள் பற்றிக் கலந்தாலோசித்தார். பெர்க் உயிரியல் ஆய்வகத்தில் சோதனைகள் செய்வதிலுள்ள சிரமங்களை விளக்கினார். ஒரு சோதனையை மேற்கொண்டு அதன் முடிவுகளை அறியப் பல வாரங்கள் பிடித்தன. 'நீங்கள் ஏன் அவற்றை ஒரு கணினியிலேயே உருவகப்படுத்திச் செய்யக் கூடாது?' என்று ஜாப்ஸ் வினவினார். 'அத்தகைய அம்சங்கள் கொண்ட கணினிகள் பல்கலைக்கழகங்கள் வாங்கமுடியாத அளவிற்கு விலை யுர்ந்தவை' என்றார் பெர்க். 'உடனடி யாகவே அவர் இதில் உள்ள வாய்ப்புகளை எண்ணிப் பூரித்துப் போனார்' என பெர்க் நினைவு கூர்ந்தார். அவர் மனத்தில் ஒரு புதிய நிறுவனம் தொடங்கும் எண்ணம் இருந்தது. அவர் இளைஞர்; பணக்காரர்; தமது வாழ்நாளில் செய்வதற்கு அவர் ஏதாவது ஒன்றைக் கண்டறியவேண்டியிருந்தது.'

ஜாப்ஸ் தமது தயாரிப்புகள் விஷயமாக ஏற்கனவே கல்வி நிலையங் களுக்குச் சென்று அவர்களுடைய பணிநிலையத் *(வர்க்ஸ்டேஷன்)* தேவைகளைக் கேட்டறிந்துகொண்டுதான் இருந்தார். இதில் **1983** முதலாகவே அவர் ஆர்வம் காட்டி வந்தார். மகின்டாஷை அறிமுகப் படுத்துவதற்காக ப்ரௌனிலுள்ள கணினி விஞ்ஞானப் பிரிவிற்குச் சென்றபோது பல்கலைக்கழக ஆய்வுக் கூடத்தில் பயன்படுத்துவதற்கு அதைவிட வலிமையான சாதனம் தேவைப்படும் என்றார்கள். கல்வி நிலையங்களில் ஆராய்ச்சியாளர்கள் தங்களுக்கென்று ஒரு வலிமையான, தனிப்பட்ட பணிநிலையம் வேண்டுமெனக் கனவு கண்டார்கள். மகின்டாஷ் பிரிவின் தலைவர் என்ற முறையில் ஜாப்ஸ் இதற்கென ஒரு செயல் திட்டத்தை உருவாக்கினார். அதற்கு பிக்மாக் என்று பெயரும் சூட்டினார். அதில் யூனிக்ஸ் இயங்கு தளம் *(ஆபரேட்டிங் சிஸ்டம்)* இருக்கும்; கூடவே தோழமை நிறைந்த மகின்டாஷ் இன்டர்ஃபேஸும் (இடைமுகமும்). ஆனால் மகின்டாஷ் பிரிவிலிருந்து ஜாப்ஸ் வெளி யேற்றப்பட்டதும் அவருக்குப் பதிலாகப் பதவியேற்ற ஜேன்-லூயி காஸே, பிக்மாக்கை ரத்துசெய்து விட்டார்.

இது நடந்தபோது பிக்மாக்கின் சில்லு *(சிப்)* தொகுப்பில் பணியாற்றி வந்த ரிச் பேஜ் கவலையோடு ஜாப்ஸைத் தொலைபேசியில் அழைத்தார். ஆப்பிள் நிறுவனத்தில் அதிருப்தியடைந்திருந்த பலர் ஏற்கனவே ஜாப்ஸிடம் ஒரு புதிய நிறுவனம் துவக்கித் தங்களைக் காப்பாற்றுமாறு கூறிவந்தனர். அது தொடர்பான பேச்சுவார்த்தைகளில் இந்த அழைப்பு கடைசியாக வந்திருந்தது. புதிய நிறுவனத்திற்கான திட்டங்கள் உழைப்பாளர் தின *(லேபர் டே)* வார இறுதியில் சூடுபிடித்தது. ஜாப்ஸ் முதல் மகின்டாஷின் மென்பொருள் பிரிவின் தலைவரான பட் ட்ரிபுளிடம் வலிமைமிக்க, தனிப்பட்ட பணிநிலையம் ஒன்றை

உருவாக்குவதற்காகப் புதிய நிறுவனம் தொடங்கும் யோசனையைத் தெரிவித்தார். ஆப்பிளை விட்டு விலகத் தயாராயிருந்த மற்றும் இரண்டு மகின்டாஷ் பிரிவு ஊழியர்களான பொறியியல் வல்லுநர் ஜார்ஜ் க்ரோ, மற்றும் கட்டுப்பாட்டாளர் சூசன் பார்ன்ஸ் ஆகியோரையும் தமது பட்டியலில் சேர்த்துக்கொண்டார்.

அவர்களுடைய குழுவில் முக்கியமான ஒரு பொறுப்பு காலியாக இருந்தது - புதிய சாதனத்தைப் பல்கலைக்கழகங்களுக்கு விளம்பரம் செய்து விற்பனையைப் பெருக்குவது. இதற்குச் சரியான தேர்வு டான்'ல் லெவின். இவர் மகின்டாஷ் கணினிகளை மொத்தமாக வாங்கக்கூடிய பல்கலைக்கழகங்களின் பட்டியலையே தயார் செய்து வைத்திருந்தார். அவருடைய பெயரில் இரண்டு எழுத்துக்கள் விட்டுப்போயிருந்தனவே தவிர, மற்றபடி லெவின் க்ளார்க் கென்ட் போன்ற கவர்ச்சியான, செதுக்கிய தோற்றமும் பிரின்ஸ்டன்காரர்களுக்கே உரித்தான நாகரிகமும் கொண்டவர். அவருக்கும் ஜாப்ஸுக்கும் இடையே மற்றொரு ஒற்றுமையும் இருந்தது. லெவின் பிரின்ஸ்டனில் இருந்தபோது பாப் டிலன் மற்றும் வசீகரமான தலைமை பற்றி ஒரு ஆய்வுக்கட்டுரை எழுதியிருந்தார். ஜாப்ஸுக்கு இந்த இரண்டு விஷயங்களிலும் நல்ல பரிச்சயம் இருந்தது.

லெவினின் பல்கலைக்கழகப் பட்டியல் மகின்டாஷ் குழுவிற்கு வரப்பிரசாதமாக அமைந்திருந்தது. ஆனால் ஜாப்ஸ் விலகியதும் அவர் விரக்தியடைந்தார். அதுமட்டுமன்றி. பில் காம்ப்பெல் விளம்பர முறையையே மாற்றியமைத்ததில், பல்கலைக்கழகங்களுக்கான நேரடி விற்பனை வாய்ப்பு வெகுவாகக் குறைந்துபோனது. லெவின் இது தொடர்பாக ஜாப்ஸை அழைத்துப் பேச எண்ணியிருந்தபோது உழைப்பாளர் தின வார இறுதியில் ஜாப்ஸே அவரை அழைத்தார். லெவின் ஜாப்ஸின் அறைகலன்கள் இல்லாத மாளிகைக்குக் காரில் சென்றார். இருவரும் அங்குள்ள திறந்தவெளியில் நடந்தவாறே புதிய நிறுவனம் தொடங்குவதற்கான சாத்தியக்கூறுகளைக் கலந்தாலோசித்தனர். லெவின் பூரித்துப்போனார். ஆனால் அதில் இணைந்துகொள்ள அவர் தயாராக வேண்டியிருந்தது. அடுத்த வாரம் அவர் காம்ப்பெல்லுடன் ஆஸ்டின் செல்வதாக இருந்தது. ஒரு தீர்மானத்தை எட்ட அதுவரை காத்திருக்க விரும்பினார். திரும்பி வந்ததும் தமது முடிவை அறிவித்தார் – சேர்ந்துகொள்வதாக. செப்டம்பர் 13 அன்று நடக்கவிருந்த ஆப்பிள் நிர்வாகக் குழுக் கூட்டத்திற்குச் சரியான தருணத்தில் இந்தச் செய்தி கிட்டியிருந்தது.

பெயரளவில் இன்னமும் ஜாப்ஸ் நிர்வாகக்குழுவின் தலைவராகவே இருந்தாலும், தமது அதிகாரம் கைவிட்டுப் போனதிலிருந்து அவர் எந்தக் கூட்டத்திலும் கலந்துகொண்டிருக்கவில்லை. இப்போது அவர்

ஸ்கல்லியை அழைத்து, தாம் கூட்டத்தில் கலந்துகொள்ளப்போவதாகக் கூறினார். நிகழ்ச்சி நிரலில் முடிவில் 'தலைவர் அறிக்கை' என்று சேர்க்கும்படி கேட்டுக்கொண்டார். அறிக்கை எதுபற்றியது என்றெல் லாம் அவர் கூறவில்லை; அதனால் ஸ்கல்லி சமீபத்திய மறுசீரமைப்பு பற்றிய விமரிசனமாகத்தான் இருக்கும் என்று அனுமானித்துக் கொண்டார். இதற்கு மாறாக, தமது முறை வந்தபோது ஜாப்ஸ் புதிய நிறுவனம் தொடங்குவதற்கான தமது திட்டத்தை நிர்வாகக் குழுவிடம் விளக்கினார். 'நான் நிறையச் சிந்தித்து வருகிறேன்; எனக்கென்று ஒரு வாழ்க்கை அமைத்துக்கொள்ள நேரம் வந்துவிட்டது' என்று தொடங் கினார் அவர். 'நான் ஏதாவது செய்தாகவேண்டும் என்பது தெளிவாகி விட்டது. எனக்கு முப்பது வயதாகிறது.' உயர்கல்வி நிலையங்களுக்குக் கான கணினி தயாரிக்கும் தமது திட்டம் தொடர்பாக எழுதி வைத்திருந்த குறிப்புகளை விளக்கினார். புதிய நிறுவனம் ஆப்பிளுக்கு ஒருபோதும் போட்டியாக வராது என்று அவர் உறுதியளித்தார். அதுமட்டுமன்றி, தம்முடன் ஆப்பிளில் முக்கிய பொறுப்புகள் வகிக்காத சிலரை அழைத்துச் செல்லப்போவதாகவும் அறிவித்தார். ஆப்பிளின் தலைவர் பதவியை விட்டு விலகிக்கொள்வதாகவும், ஆனால் தொடர்ந்து அவர்களோடு இணைந்து பணிபுரிய முடியும் என்றும் நம்பிக்கை தெரிவித்தார். தமது தயாரிப்பிற்கான விநியோக உரிமையை ஆப்பிள் வாங்கிக்கொள்ளவோ மகின்டாஷ் மென்பொருள் உரிமத்தைத் தமது நிறுவனத்திற்கு தரவோ செய்யலாம் என்றும் பரிந்துரைத்தார்.

மைக் மார்க்குலா ஆப்பிள் ஊழியர்களை உடன் அழைத்துச் செல்வ தற்கு உடன்படவில்லை. 'நீங்கள் எதற்காக அவர்களை இட்டுச் செல்லவேண்டும்?' என்று வினவினார் அவர்.

'கவலைப்படாதீர்கள்' என ஜாப்ஸ் அவருக்கும் மற்ற நிர்வாகக் குழு உறுப்பினர்களுக்கும் உறுதியளித்தார். 'என்னுடன் வரப்போகிறவர்கள் மிகவும் கீழ்நிலை ஊழியர்கள். அவர்கள் இல்லாததை நீங்கள் உணரப் போவதில்லை. அது மட்டுமல்ல, அவர்கள் பணிவிலகுவதாக ஏற்கனவே தீர்மானித்துவிட்டார்கள்.'

நிர்வாகக் குழு தொடக்கத்தில் ஜாப்ஸின் புதிய முயற்சிக்கு வாழ்த்துத் தெரிவிக்கப் போவது போலத்தான் இருந்தது. ஒரு தனிப்பட்ட கலந்தாலோசனைக்குப் பின், இயக்குநர்கள் புதிய நிறுவனத்தின் **10%** பங்கை எடுத்துக்கொள்வதாகவும், ஜாப்ஸ் நிர்வாகக் குழுவிலேயே தொடர்ந்து இருக்கும்படியும் கூறினர்.

அன்றிரவு ஜாப்ஸும் அவருடைய ஐந்து மாற்றுக்கொள்கை கொண்ட படைவீரர்களும் அவருடைய வீட்டில் இரவு உணவுக்காகக் கூடினர். ஆப்பிளின் முதலீட்டை ஏற்றுக்கொள்வதில் அவர் ஆர்வம் காட்டினார்.

ஆனால் மற்றவர்கள் அது புத்திசாலித்தனமல்ல என்று புரிய வைத்தனர். அதுமட்டுமல்ல, அனைவரும் ஒரே சமயத்தில் பதவி விலகுவதுதான் சிறந்தது என்று ஒப்புக்கொண்டனர். இது சிக்கலில்லாத விலகலாக இருக்குமென்று அவர்கள் கருதினர்.

ஆகவே ஜாப்ஸ் ஸ்கல்லிக்கு முறையாக ஒரு கடிதம் எழுதி, அதில் விலகப் போகும் ஐந்து பேரின் பெயர்களையும் குறிப்பிட்டு, சிற்றெழுத்துக்களில் சிலந்திக் கிறுக்கலில் கையெழுத்திட்டு ஆப்பிளுக்குக் காலை யிலேயே காரில் சென்றார் – ஏழரை மணிக்கு ஊழியர் கூட்டம் தொடங்குவதற்கு முன்பாகவே அவரிடம் சேர்ப்பிக்கும் வகையில்.

'ஸ்டீவ், இவர்கள் கீழ்நிலை ஊழியர்கள் அல்ல' என்றார் ஸ்கல்லி.

'அதனாலென்ன, இவர்கள் எப்படியும் பணியிலிருந்து விலகத்தானே போகிறார்கள்' என்று ஜாப்ஸ் பதிலளித்தார். 'இன்றுகாலை ஒன்பது மணியளவில் தங்கள் ராஜினாமாக் கடிதங்களைச் சமர்ப்பித்து விடுவார்கள்.'

ஜாப்ஸின் பார்வையில், அவர் நேர்மையாகத்தான் நடந்து கொண்டிருந்தார். அந்த ஐவரும் பிரிவு மேலாளர்களோ, ஸ்கல்லியின் குழுவில் மேல்நிலை உறுப்பினர்களோ அல்ல. நிறுவனத்தின் புதிய அமைப்பு தங்களைச் சிறுமைப்படுத்தியதாய் அவர்கள் அனைவருமே உணர்ந்தார்கள். ஆனால் ஸ்கல்லியின் பார்வையில் இவர்கள் முக்கிய மானவர்கள். பேஜ் ஆப்பிளின் கௌரவ உறுப்பினர்; லெவின் உயர் கல்விச் சந்தைக்கான தொடர்பை ஏற்படுத்தக்கூடிய கண்ணி; இது தவிர அவர்களுக்கு பிக்மாக்குக்கான திட்டம் பற்றிய விவரங்கள் தெரியும் – அது தற்போதைக்கு ஓரம்கட்டி வைக்கப்பட்டிருந்தாலும்கூட. அந்தத் தகவல்கள் நிறுவனத்திற்குச் சொந்தமானவை; இருந்தாலும், ஸ்கல்லி நல்லதே நடக்கும் என்ற நம்பிக்கையில் இருந்தார். தமது வாதத்தை வலியுறுத்துவதற்குப் பதிலாக, ஜாப்ஸிடம் நிர்வாகக் குழுவில் தொடர்ந்து இருக்கும்படி கேட்டுக்கொண்டார். ஜாப்ஸ் யோசித்துச் சொல்வதாகக் கூறினார்.

ஆனால் ஸ்கல்லி ஏழரை மணியளவில் ஊழியர் கூட்டத்திற்கு வந்து தமது மேல்நிலைக் குழுவினரிடம் யார் யாரெல்லாம் விலகப் போகிறார்கள் என்று தெரிவித்தபோது அவர்கள் கொதித்தெழுந்தனர். அவர்களில் பெரும்பாலானோர் ஜாப்ஸ் தலைவர் என்ற பொறுப்புக் கான வரம்புகளை மீறி, நிறுவனத்திற்கு விசுவாசமின்றி நடந்து கொண்ட தாகக் குற்றம் சாட்டினர். 'அவருடைய ஏமாற்றுவேலையை வெளியுல கிற்கு வெளிச்சமிட்டுக் காட்ட வேண்டும்; அப்போதுதான் இங்குள்ள வர்கள் அவரை ஏதோ தேவதூதன் போலக் கருதுவதை நிறுத்திக் கொள்வார்கள்' என்று காம்ப்பெல் கத்தியதாக ஸ்கல்லி கூறினார்.

காம்ப்பெல் அதை ஒத்துக்கொண்டார். பிற்காலத்தில் தாம் ஜாப்ஸுக்குப் பெரிய பாதுகாவலராக, ஆதரவளிக்கும் நிர்வாகக் குழு உறுப்பினராக மாறி இருந்தாலும், அந்தச் சூழ்நிலையில் அன்று காலை கோபத்தில் வெடித்துவிட்டதாகக் கூறினார். 'எனக்குக் கோபம் எல்லை மீறியது - குறிப்பாக அவர் டான்'ல் லெவினைக் கூட்டிச்செல்கிறார் என்று அறியவந்தபோது' என்றார் அவர். 'டான்'ல் பல்கலைக் கழகங்களோடு நல்லதொரு தொடர்பை ஏற்படுத்தி வைத்திருந்தார். ஸ்டீவுடன் பணிசெய்வது எவ்வளவு கடினம் என்று அவர் எப்பொழுதும் முணுமுணுத்தவாறு இருப்பார். அதற்குப்பின் விலகிவிட்டார்.' காம்ப்பெல் கோபமாய்க் கூட்டத்தை விட்டு வெளியேறினார் – வீட்டிலிருந்த லெவினை அழைப்பதற்கு. அவருடைய மனைவி அவர் குளியலறையில் இருப்பதாகக் கூறினார். காம்ப்பெல் 'நான் காத்திருக்கிறேன்' என்றார். சில நிமிடங்கள் கழித்து அழைத்தபோது அதே பதில்தான் வந்தது. மீண்டும் காம்ப்பெல் 'காத்திருக்கிறேன்' என்றார். ஒருவாறாக லெவின் மறுமுனையில் வந்ததும், காம்ப்பெல் அந்தச் செய்தி நிஜம்தானா என்றார். லெவினும் ஆம் என்றார். மறுவார்த்தை பேசாமல் காம்ப்பெல் தொலைபேசி அழைப்பைத் துண்டித்துவிட்டார்.

தமது மேல்நிலை ஊழியர்களின் கோபத்தைக் கண்ட ஸ்கல்லி, நிர்வாகக் குழு உறுப்பினர்களின் கருத்தைக் கேட்டார். அவர்களும் ஜாப்ஸ் முக்கியமான ஊழியர்களைத் தம்முடன் அழைத்துச் செல்ல மாட்டேன் என்று உறுதியளித்து தங்களுக்குப் போக்குக்காட்டி விட்டதாக உணர்ந்தனர். குறிப்பாக ஆர்தர் ராக் மிகவும் கோபமாக இருந்தார். மெமோரியல் டே (நினைவுதினம்) மோதலின்போது அவர் ஸ்கல்லிக்கு ஆதரவு தெரிவித்திருந்தாலும், ஜாப்ஸுடன் இருந்த தந்தை-மகன் போன்ற உறவைச் சீராக்கி வைத்திருந்தார். அதற்கு முந்தைய வாரம் தான் ஜாப்ஸை அவருடைய தோழியை உடன் கூட்டிவரச்சொல்லி சான் ஃப்ரான்சிஸ்கோவிற்கு அழைத்தார் – தானும் தன் மனைவியும் காண்பதற்காக. நால்வரும் ராக்கின் பஸிஃபிக் ஹைட்ஸ் வீட்டில் இரவு உணவு உண்டனர். அப்பொழுது ஜாப்ஸ் தமது புதிய நிறுவனம் பற்றி எதுவும் கூறவில்லை. அதனால்தான் ஸ்கல்லியிடமிருந்து அந்தத் தகவல் தெரியவந்ததும் தாம் ஏமாற்றப்பட்டு விட்டதாக அவர் உணர்ந்தார். 'அவர் நிர்வாகக் குழுக் கூட்டம் வரை வந்து எங்களிடம் பொய் சொல்லி ஏமாற்றிவிட்டார்' என்று பின்னர் ராக் உறுமினார். 'தாம் ஒரு நிறுவனம் தொடங்குவது பற்றிச் சிந்தித்துக் கொண்டிருப்பதாக எங்களிடம் கூறினாலும் உண்மையில் ஏற்கனவே அதைத் தொடங்கியிருந்தார். சில நடுநிலை ஊழியர்களைத் தம்முடன் அழைத்துச் செல்லப்போவதாகக் கூறினார். ஆனால் அவர்கள் ஐந்து மேல்நிலை ஊழியர்கள் என்று பின்னர் தெரியவந்தது.' சற்று மிதமான

அளவில் இருந்தாலும், மார்க்குலாவும் கோபமாகத்தான் இருந்தார். 'தாம் விலகுவதற்கு முன்னதாகவே சில மேல்நிலை ஊழியர்களை இரகசியமாகத் தேர்ந்தெடுத்துத் தம்முடன் அழைத்துச் சென்றுவிட்டார். ஒருவர் நடந்துகொள்ளும் விதம் இதுவல்ல. கௌரவமற்ற செயல்.'

அந்தவார இறுதிக்குள் நிர்வாகக் குழுவும் செயல் குழு உறுப்பினர் களும் ஆப்பிள் தனது சக நிறுவனரின் மீது நடவடிக்கை எடுக்கவேண்டும் என்று ஸ்கல்லியிடம் பேசிச் சம்மதிக்க வைத்தனர். மார்க்குலா தமது முறைப்படியான அறிவிப்பில் 'ஆப்பிள் நிறுவனத்தின் முக்கிய ஊழியர் களைத் தமது நிறுவனத்தில் பணிக்கு அமர்த்தமாட்டேன் என்று கூறியதற்கு நேர்மாறாக நடந்துகொண்டதாக' ஜாப்ஸ் மீதுக் குற்றம் சாட்டினார். மேலும் 'இதற்கு என்ன விதமான நடவடிக்கைகள் எடுக்கலாம் என்று ஆலோசித்து வருகிறோம்' என்றும் பூடகமாகக் குறிப்பிட்டிருந்தார். ஜாப்ஸ் நடந்துகொண்ட விதம் 'அசரவைத்தது; அதிர்ச்சியளித்தது' என்று காம்ப்பெல் கூறியதாக *வால் ஸ்ட்ரீட் ஜர்னல்* வெளியிட்டது.

ஸ்கல்லியுடனான சந்திப்பு எல்லாவற்றையும் சீராக நகர்த்திச் செல்லும் என்று ஜாப்ஸ் கருதினார். அதனால் அவர் அமைதியாக இருந்தார். ஆனால் நாளிதழ்களிலும் பத்திரிகைகளிலும் வெளிவந்த செய்திகளைப் படித்தபின் தாம் இதற்குப் பதிலளிக்க வேண்டும் என்று உணர்ந்தார். தமக்குச் சாதகமான சில செய்தியாளர்களைத் தொலைபேசி யில் தொடர்புகொண்டு, தனிப்பட்ட முறையில் கலந்தாலோசிப் பதற்காக அடுத்த நாள் தமது வீட்டிற்கு வரும்படி அழைத்தார். பிறகு ரெஜிஸ் மெக்கென்னாவில் தமது விளம்பரப் பணிகளை நிர்வகித்து வந்த ஆன்டி கன்னிங்ஹாமை அழைத்தார். 'வுட்சைடில் அவருடைய அறைகலன்கள் இல்லாத மாளிகைக்குச் சென்றேன். அவர் தமது ஐந்து சக ஊழியர்களுடன் சமையலறையில் பேசிக்கொண்டிருந்தார். வெளியே புல்தரையில் உலாவியபடியே சில பத்திரிகை செய்தியாளர்கள்' என்றார் ஆன்டி. தாம் ஒரு முழு வீச்சிலான பத்திரிகைக் கூட்டத்திற்கு ஏற்பாடு செய்யப் போவதாக ஜாப்ஸ் அவரிடம் கூறினார். அதில் தாம் பயன் படுத்தப் போகும் அவமானப் பேச்சுக்களில் சிலவற்றைக் கூறினார். கன்னிங்ஹாமிற்குத் தூக்கிவாரிப் போட்டது, 'இது உங்களுக்கு மிகுந்த அவப்பெயரைத் தேடித்தரும்' என்றார் அவர் ஜாப்ஸிடம். ஒருவாறாக, அவர் இறங்கி வந்தார். பத்திரிகைகளுக்குத் தமது ராஜினாமா கடிதத்தின் ஒரு பிரதியைத் தருவதாகவும், பதிவு செய்யப்படும் கருத்துகளாக இருந்தால் சில நடுநிலையான வாக்கியங்களோடு நிறுத்திக்கொள் வதாகவும் தீர்மானித்தார்.

ஜாப்ஸ் தமது ராஜினாமாக் கடிதத்தைத் தபாலில் அனுப்புவதாக இருந்தார். இது திமிரும் அலட்சியமும் கொண்ட செயலாகக் கருதப்படும்

என்று சூசன் பார்ன்ஸ் அவருக்குப் புரிய வைத்தார். ஆகையால் அதற்குப் பதிலாக மார்க்குலாவின் வீட்டிற்குக் காரில் கொண்டுசென்ற போது அங்கு அல் ஐஸென்ஸ்டாட் இருப்பதைக் கண்டார். பதினைந்து நிமிடங்கள் அங்கு பதற்றமான கலந்துரையாடல் நிகழ்ந்தது. பின் வெளியே காத்திருந்த பார்ன்ஸ் ஜாப்ஸ் பின்னர் நினைத்து வருத்தப்படும் வகையில் எதை யாவது சொல்லி வைப்பதற்கு முன்பாகவே அவரை அழைத்துச் செல்ல வாசலுக்கு வந்தார். ஜாப்ஸ் மகின்டாஷில் இயற்றி, புதிய லேசர் ரைட்டரில் அச்சடித்த தமது கடிதத்தை வைத்துவிட்டுச் சென்றார்.

செப்டம்பர் *17, 1985*

அன்புள்ள மைக்,

இன்று காலை வெளியான நாளிதழ்களில் என்னை நிர்வாகக் குழுத்தலைவர் பதவியிலிருந்து நீக்குவது பற்றி ஆப்பிள் ஆலோசித்து வருவதாகச் செய்திகள் கூறுகின்றன. இந்த அறிக்கைகள் எதை ஆதாரமாகக் கொண்டவை என்பது எனக்குத் தெரியவில்லை. ஆனால் அவை மக்களைத் திசைதிருப்புவதாகவும் என்னை ஏமாற்று வதாகவும் உள்ளன.

கடந்த வியாழனன்று நிர்வாகக் குழுக்கூட்டத்தில் நான் ஒரு புது நிறுவனம் தொடங்கத் தீர்மானித்திருப்பதாகக் கூறி, நிர்வாகக் குழுத்தலைவர் பதவியிலிருந்து விலகிக்கொள்வதாக என் கைப்பட எழுதித் தந்தேன்.

குழு என் பதவி விலகுதலை ஏற்க மறுத்ததுடன், என் முடிவை ஒரு வாரத்திற்கு ஒத்திவைக்கும்படி கூறியது. நான் தொடங்கவிருக்கும் புதிய நிறுவனம் குறித்து நிர்வாகக்குழு அளித்த ஊக்கத்தையும் ஆப்பிள் அதில் முதலீடு செய்யும் என்பதுபோலக் குறிப்பிட்டதையும் மனத்தில்கொண்டு அதற்கு ஒத்துக்கொண்டேன். வெள்ளிக்கிழமை யன்று என்னுடன் யார் யார் வரப்போகிறார்கள் என்று ஜான் ஸ்கல்லி யிடம் கூறியபோது, ஆப்பிளுக்கும் எனது புதிய நிறுவனத்திற்கு மிடையே எந்த விதத்திலெல்லாம் கூட்டுமுயற்சி செய்யலாம் என்று கலந்தாலோசிக்க ஆப்பிள் விருப்பம் காட்டுவதை உறுதிசெய்தார்.

தொடர்ந்து நிறுவனம் என்மீதும் என் புதிய நிறுவனத்தின்மீதும் ஒரு காழ்ப்புணர்ச்சிமிக்க அணுகுமுறையைக் கொண்டுள்ளது போலத் தோன்றுகிறது. அதற்கேற்ப, நான் எனது பணிவிலகல் உடனடியாக ஏற்றுக்கொள்ளப்படவேண்டும் என்று வலியுறுத்தும் கட்டாயத்திலிருக்கிறேன்.

உங்களுக்கெல்லாம் தெரியும், சமீபத்தில் நடந்த நிறுவன மறுசீரமைப்பு எனக்கு இங்கு எந்த வேலையும் இல்லாதபடி –

வழக்கமான நிர்வாக அறிக்கைகளைக்கூடப் பார்க்க இயலாதபடி செய்துவிட்டது. எனக்கு முப்பது வயதுதான் ஆகிறது. நான் மேலும் பங்களிக்கவும் சாதிக்கவும் வேண்டுமென்று விரும்புகிறேன்.

நாம் இணைந்து சாதித்தவற்றையெல்லாம் கருத்தில்கொண்டு, நமது பிரிவு மிகுந்த நல்லெண்ணத்துடனும் கண்ணியத்துடனும் இருக்க வேண்டுமென்று கேட்டுக்கொள்கிறேன்.

அன்புடன்,
ஸ்டீவென் பீ. ஜாப்ஸ்

வசதிகள் குழுவிலிருந்து ஒருவர் ஜாப்ஸின் அலுவலகத்திலிருந்த அவருடைய உடைமைகளைப் பொதிவதற்காகச் சென்றபோது, ஒரு புகைப்படச் சட்டம் தரையில் கிடப்பதைக் கண்டார். அதில் ஜாப்ஸும் ஸ்கல்லியும் மனம்திறந்து உரையாடுவது போல ஒரு புகைப்படம் இருந்தது. கூடவே ஏழுமாதங்களுக்கு முன்பு எழுதிய ஒரு குறிப்பு: 'அற்புதமான சிந்தனைகளும், அற்புதமான அனுபவங்களும், அற்புதமான நட்பும் நீடிப்பதாக! – ஜான்.' அந்தக் கண்ணாடிச்சட்டம் நொறுங்கி யிருந்தது. புறப்படுவதற்கு முன் ஜாப்ஸ் அதை அறைக்குக் குறுக்கே விசிறியிருந்தார். அன்றிலிருந்து அவர் ஸ்கல்லியிடம் ஒருபோதும் பேசவே இல்லை.

ஜாப்ஸின் பதவி விலகல் அறிவிப்பைத் தொடர்ந்து ஆப்பிள் பங்குகள் ஒரு புள்ளி ஏறின. ஏறத்தாழ 7%. 'கிழக்குக் கடலோரப் (ஈஸ்ட் கோஸ்ட்) பங்குதாரர்கள் எப்பொழுதும் கலிஃபோர்னியாக்காரர்கள் நிறுவனத்தை நிர்வகிப்பது பற்றிக் கவலைப்பட்டு வந்தனர்.' 'இப்போது வாஸ்நியாக், ஜாப்ஸ் இருவருமே வெளியேறிவிட்டதால் அந்தப் பங்குதாரர்கள் நிம்மதியடைந்துள்ளனர்' என்று விளக்கினார் தொழில் நுட்பப் பங்குகள் பற்றிய ஒரு செய்திமடலின் ஆசிரியர். ஆனால் நோலன் புஷ்னெல் – பத்து ஆண்டுகளுக்கு முன் ஜாப்ஸைக் கண்டு வியந்த ஆசான், டைம் பத்திரிகைக்குப் பேட்டியளித்தார் – ஜாப்ஸை இழந்து நிறுவனம் மிகவும் தவிக்கும் என்று. 'ஆப்பிளுக்குத் தேவையான ஊக்கம் எங்கிருந்து வரும்? ஒரு புதிய பெப்ஸி தயாரிப்பின் அந்தப் பரவச உணர்வு ஆப்பிளுக்கு இனி இருக்குமா?'

சில நாள்கள் ஜாப்ஸுடனான அறுதித் தீர்வு முயற்சியில் பலனின்றிக் கடந்து சென்றன. ஸ்கல்லியும் ஆப்பிள் நிர்வாகக்குழுவும் அவர்மீது 'கடமைகளை மீறி நடந்துகொண்டதற்காக' வழக்குப் பதிவு செய்யத் தீர்மானித்தனர். வழக்கு அவர்மீது பின்வரும் குற்றங்களைச் சுமத்தி யிருந்தது:

ஆப்பிளில் தமக்குரிய கடமைகளை மீறி, நிறுவனத்தின் நிர்வாகக் குழுத் தலைவராகவும் அதிகாரியாகவும் பொறுப்பேற்றிருக்கும் பொழுதே ஆப்பிள் நிறுவனத்திற்கு விசுவாசமாய் நடந்துகொள் வதாகப் பாவித்துக்கொண்டு,

அ. ஆப்பிளுக்குப் போட்டியாக ஒரு நிறுவனம் அமைக்க இரகசிய மாகத் திட்டமிட்டார்.

ஆ. புதிய தலைமுறைத் தயாரிப்பை வடிவமைத்து, உருவாக்கி, விளம்பரமும் விற்பனையும் செய்வதற்கான ஆப்பிளின் திட்டத்தைத் தமது போட்டி நிறுவனத்திற்காகப் பயன்படுத்திக்கொள்ள இரகசிய மாகத் திட்டமிட்டார்.

இ. ஆப்பிள் நிறுவனத்தின் முக்கிய ஊழியர்களுக்கு ஆசைகாட்டி இரகசியமாகத் தம்மோடு அழைத்துச் சென்றுவிட்டார்.

அந்தச் சமயத்தில் ஜாப்ஸ் 6.5 மில்லியன் ஆப்பிள் பங்குகளைக் கைவசம் வைத்திருந்தார். இது நிறுவனத்தின் 11%க்குச் சமம். 100 மில்லியன் டாலருக்கும் மேலான மதிப்புள்ளவை. அவற்றை விற்கத் தொடங்கியவர், ஐந்தே மாதங்களுக்குள் விற்றுத் தீர்த்துவிட்டு, ஒரே ஒரு பங்கை மட்டும் தக்கவைத்துக்கொண்டார் – விரும்பினால் பங்குதாரர்கள் கூட்டத்தில் கலந்துகொள்வதற்காக. அவர் மிகுந்த கோபத்துடன் இருந்தார் – ஒரு போட்டி நிறுவனத்தை எப்பாடு பட்டாவது தொடங்கிவிடவேண்டுமென்ற அவருடைய ஆவேசத்தில் அது பிரதிபலித்தது. 'அவர் ஆப்பிள் மீது கடுங்கோபம் கொண்டி ருந்தார். ஆப்பிள் வலிமையோடு ஆட்சிசெய்த கல்விச் சந்தையிலேயே குறி வைத்தது ஸ்டீவ் பழிதீர்க்க முயல்வதைக் காட்டியது' என்று ஜோஆனா ஹாஃப்மன் கூறினார். இவர் புதிய நிறுவனத்தில் சிறிது காலம் பணியாற்றினார்.

ஜாப்ஸின் நோக்கு வேறுவிதமாக இருந்தது. 'என் தோள்களில் எந்த விதமான விநோத சில்லுவையும் *(சிப்)* நான் சுமந்து வந்துவிடவில்லை' என்று அவர் *நியூஸ்வீக்* பத்திரிகைக்குப் பேட்டியளித்தார். மீண்டும் தமக்குப் பிரியமான பத்திரிகையாளர்களைத் தமது வுட்சைட் வீட்டிற்கு வரவழைத்தார். இம்முறை ஆண்டி கன்னிங்ஹாம் வரவில்லை, அவரை எச்சரிப்பதற்கு. ஆப்பிளிலிருந்து ஐந்து சக ஊழியர்களைத் தவறான முறையில் அழைத்து வந்துவிட்டதாகக் கூறப்பட்ட குற்றச் சாட்டை அவர் மறுத்தார். 'இவர்கள்தாம் என்னை அழைத்தார்கள். அவர்கள் நிறுவனத்தை விட்டு விலகுவது பற்றிச் சிந்தித்து வந்தார்கள். தமது ஊழியர்களை அலட்சியப்படுத்துவது ஆப்பிளின் தனிப்பாணி' – அறை கலன்களற்ற *(ஃபர்னிச்சர்)* அவருடைய வரவேற்பறையில் கூடியிருந்த பத்திரிகையாளர்களிடம் அவர் தெரிவித்தார்.

நியூஸ்வீக் பத்திரிகையின் அட்டைப்படக் கட்டுரை மூலம் நடந்த சம்பவங்களைத் தம் தரப்பிலிருந்து தொகுத்தளிக்க ஒத்துழைத்தார். 'திறமையுள்ளவர்களை அடையாளம் கண்டு ஒரு குழு அமைத்து அவர்களை வைத்துப் பல்வேறு சாதனங்களைத் தயாரிப்பது எனக்குக் கைவந்தகலை' என பத்திரிகையில் அவர் கூறியிருந்தார். ஆப்பிளின் மீது தமக்கு எப்போதுமே பாசம் இருக்கும் என்றார். 'ஒரு மனிதன் தம் முதல் காதலியை எப்படி எப்பொழுதும் நினைவில் சுமந்திருப்பானோ, அதுபோல ஆப்பிள் எப்பொழுதும் என் நினைவில் நிலைத்திருக்கும்.' ஆனால் தேவைப்பட்டால் நிர்வாகத்தோடு போரிடவும் அவர் தயாராகவே இருந்தார். 'நமக்கு யாராவது பகிரங்கமாகத் திருட்டுப் பட்டம் கட்டினால், அதற்குப் பதில் சொல்லித்தான் ஆகவேண்டும்.' அவர்மீது வழக்குத் தொடர்வதாக ஆப்பிள் மிரட்டியது மூர்க்கத் தனமாக, அதே சமயம் பரிதாபமாகவும் இருந்தது. ஆப்பிள் இனி ஒரு தன்னம்பிக்கையுள்ள, போராட்டகுணம் கொண்ட நிறுவனமாக இயங்காது என்பது இதிலிருந்து தெளிவானது. 'இரண்டு மில்லியன் டாலர் மதிப்புள்ள, **4300** ஊழியர்களைக் கொண்ட ஒரு நிறுவனம் நீலநிற ஜீன்ஸ் அணிந்த ஆறு இளைஞர்களோடு போட்டியிட முடிய வில்லை என்பதை யோசிப்பதே கடினம்தான்.'

ஜாப்ஸின் நீக்கங்களைச் சமாளிக்க ஸ்கல்லி வாஸ்நியாக்கை அழைத்து, பேசுமாறு வலியுறுத்தினார். 'ஸ்டீவ் அவமதிக்கக்கூடியவர்; காயப்படுத்தக் கூடியவர்' - அவர் *டைம்* பத்திரிகைக்கு அந்த வாரம் பேட்டியளித்தார். தமது புதிய நிறுவனத்தில் வந்து சேர்ந்துகொள்ளு மாறு ஜாப்ஸ் தம்மை அழைத்ததை வெளிப்படுத்தினார். இது ஆப்பிளின் தற்போதைய நிர்வாகக் குழுவிற்கு மேலும் ஒரு பேரிடி தரும் தந்திரமான முயற்சியாக இருந்திருக்கும். ஆனால் தமக்கு இப்படிப்பட்ட விளையாட்டுக்களில் ஈடுபட விருப்பமில்லாததால், ஜாப்ஸின் தொலைபேசி அழைப்புக்குப் பதிலளிக்கவில்லை என்றார். *சான் ஃப்ரான்சிஸ்கோ க்ரானிக்கிள்* பத்திரிகைக்கு அளித்த பேட்டியில், தமது தொலைக் கட்டுப்பாட்டுக் கருவி *(ரிமோட் கன்ட்ரோல்)* தொடர்பான பணிகளில் ஈடுபட முடியாதபடி ஃப்ராக்டிஸைன் நிறுவனத்தை ஜாப்ஸ் முடக்கி வைத்ததை அவர் நினைவுகூர்ந்தார். இதற்கு ஜாப்ஸ் கூறிய காரணம், அது ஆப்பிள் தயாரிப்புகளோடு போட்டியிடும் என்பதுதான். 'நான் அற்புதமான ஒரு தயாரிப்பை எதிர்பார்க்கிறேன்; அவருடைய வெற்றிக்கு எனது வாழ்த்துகள். ஆனால் அவருடைய கண்ணியத்தின் மீது எனக்கு நம்பிக்கையில்லை' என்றார் வாஸ்நியாக்.

சொந்தக்காலில் நிற்பதற்காக

'ஸ்டீவிற்குக் கிட்டிய பெரிய வாய்ப்பே அவரை நாங்கள் பணிநீக்கம்

செய்து வெளியேறச் சொன்னதுதான்' என்று ஆர்தர் ராக் பின்னர் கூறினார். பலர் ஒன்றுபோல் பகிர்ந்துகொண்ட ஒரு கருத்தும் இருந்தது – ஆப்பிளுடனான இந்த முரட்டுத்தனமான காதல் அனுபவம் அவரை மேலும் அனுபவசாலியாக, முதிர்ச்சியடைந்தவராக மாற்றியது என்று. ஆனால் அது அவ்வளவு எளிதான ஒன்றாக இருக்கவில்லை. ஆப்பிளி லிருந்து வெளியேற்றப்பட்ட பிறகு அவர் தொடங்கிய நிறுவனத்தில் தமது எல்லா இயல்புகளையும் உணர்வுகளையும் முழுமையாக வெளிப் படுத்த அவரால் முடிந்தது - இதில் நல்லவையும் மோசமானவையும் அடங்கும். அவருக்குக் கட்டுமானங்களே இல்லை. இதன் பலனாக அற்புத மான தயாரிப்புகள் வரிசையாய் வெளிவந்தன; அவை ஒவ்வொன்றும் சந்தையில் பிரகாசமான தோல்வியைத் தழுவின. இதுதான் அவருடைய உண்மையான கற்றல் அனுபவமாக அமைந்தது. தமது மூன்றாவது காலகட்டத்தில் அவர் அடைந்த மாபெரும் வெற்றிக்குக் காரணம் முதல் கால கட்டத்தில் ஆப்பிளிலிருந்து வெளியேற்றப்பட்டதல்ல; இரண்டாவது காலகட்டத்தில் அவர் சந்தித்த அற்புதத் தோல்விகளே.

அவருடைய இயல்புகளில் முதலாவதாகச் செயல்படுத்தப்பட்டது வடிவமைப்பில் அவருக்கிருந்த மோகம். தமது நிறுவனத்திற்கு அவர் சூட்டிய பெயர் நேரிடையாகவே இருந்தது. நெக்ஸ்ட் – NeXT. அதற்குத் தனித்துவம் சேர்க்க ஒரு உலகத்தரம் வாய்ந்த சின்னம் (லோகோ) தேவைப்பட்டது. ஆகையால் நிறுவனங்களுக்குச் சின்னம் வடிவமைப்பதில் திறம் வாய்ந்த பால் ரான்டை அணுகினார். எழுபத்தி யொரு வயதில், ப்ரூக்லினில் பிறந்த அந்த வரைகலை (க்ராஃபிக்) வடிவமைப்பாளர் ஏற்கனவே தொழில் வட்டாரங்களில் மிகப் பிரபல மான சின்னங்களை வடிவமைத்திருந்தார். இதில் எஸ்கொயர், ஐபிஎம், வெஸ்டிங்ஹௌஸ், ஏபிசி, யூபிஎஸ் ஆகியவை அடக்கம். அவர் ஐபிஎம் முடன் ஒப்பந்தத்தில் இருந்தார். அங்கிருந்த அவருடைய மேற்பார்வை யாளர்கள் மற்றொரு கணினி நிறுவனத்திற்கு சின்னம் வடிவமைத்துத் தருவது ஒப்பந்தத்தை மீறுவதாக இருக்கும் என்று அவருக்கு ஆலோசனை கூறினர். ஆகவே ஜாப்ஸ் ஐபிஎம்மின் தலைமை நிர்வாக அதிகாரி ஜான் அகேர்ஸை தொலைபேசியில் தொடர்புகொள்ள முயன்றார். அகேர்ஸ் வெளியூரில் இருந்தார். ஆனால் ஜாப்ஸ் விடாமல் அழைத்துக் கொண்டிருந்ததால் முடிவில் துணைத்தலைவர் பால் ரிஸொவுடன் தொடர்பு கிட்டியது. இரண்டு நாள்கள் பேசியபின், ஜாப்ஸைத் தடுப்பதில் பயனில்லை என்று உணர்ந்து, ரிஸோ சின்னம் வடிவமைக்க ரான்டிற்கு அனுமதியளித்தார்.

விமானத்தில் ரான்ட் பாலோ ஆல்டோவை அடைந்து சிறிது நேரம் செலவிட்டு ஜாப்ஸுடன் நடந்தபடி அவருடைய நோக்கை முழுமை யாகப் புரிந்துகொண்டார். கணினி கனசதுர வடிவில் இருக்கும்

என்றார் ஜாப்ஸ். அவருக்கு அந்த வடிவம் மிகவும் பிடித்திருந்தது – அது கச்சித மானது, எளிமையானது. ஆகவே சின்னமும் கனசதுர வடிவில் இருக்க வேண்டும் என்று ராண்ட் தீர்மானித்தார் – 28 டிகிரி கோணத்தில் சாய்ந்தபடி. இதில் தமக்குத் தேர்வுசெய்ய வெவ்வேறு மாதிரிகள் சில வேண்டும் என்று ஜாப்ஸ் கூறியபோது தாம் தமது வாடிக்கையாளர்களுக்குத் தேர்வுசெய்வதற்கு மாதிரிகள் எல்லாம் அளிப்பதில்லை என்று ராண்ட் தீர்மானமாகச் சொல்லிவிட்டார். 'உங்கள் பிரச்சினையை நான் தீர்த்து வைக்கிறேன்; நீங்கள் அதற்குரிய பணத்தைத் தாருங்கள், அவ்வளவுதான். எனது வடிவமைப்பை நீங்கள் பயன்படுத்தவும் செய்யலாம், செய்யாமலும் இருக்கலாம். ஆனால் நான் தேர்வுசெய்ய மாதிரிகள் வடிவமைக்க மாட்டேன்; எப்படியானாலும் நீங்கள் எனக்குரிய பணத்தைத் தந்து விடவேண்டும்.'

ஜாப்ஸுக்கு இந்தவகைச் சிந்தனை பிடித்திருந்தது. அதனால் ஒரு பேரம் பேசினார். நிறுவனம் வியப்பூட்டும் வகையில் கட்டணமாக 1,00,000 டாலரைத் தரும். இதற்குப் பதிலாக ஒரே ஒரு வடிவமைப்பு வேண்டும் என்பதுதான் அது. 'எங்கள் உறவில் தெளிவு இருந்தது' என்று ஜாப்ஸ் கூறினார். 'அவரிடம் கலைஞர் என்ற முறையில் ஒரு தூய்மையைக் கண்டேன். ஆனால் தொழில்ரீதியான பிரச்சினையைத் தீர்ப்பதில் மதிநுட்பம் உள்ளவர். வெளிப்புறத்தில் மிகவும் கடினமானவர் - ஒரு சிடுசிடுப்பான, பிடிவாதமான தோற்றத்தைத் தமக்கென உருவாக்கிக் கொண்டிருந்தார். ஆனால் உள்ளுக்குள் டெட்டி பெயர் போல மென்மையான குழந்தைத்தனமும் இருந்தது.' இது ஜாப்ஸின் மிக உயர்ந்த புகழுரைகளுள் ஒன்று: 'கலைஞர் என்ற முறையில் தூய்மை கொண்டவர்.'

ராண்டுக்கு இரண்டு வாரங்கள் மட்டுமே தேவைப்பட்டன. தமது வடிவமைப்பை ஜாப்ஸிடம் தருவதற்காக விமானத்தில் வந்து அவருடைய வுட்சைட் வீட்டிற்குச் சென்றார். முதலில் அவர்கள் இரவு நேர உணவு அருந்தினார்கள். பின் ராண்ட் ஜாப்ஸிடம் ஒரு எடுப்பான உயிரோட்டமுள்ள சிறு கையேட்டை அளித்தார் – அது அவருடைய சிந்தனை ஓட்டத்தை விளக்கியது. முடிவில் ஒரு முழுபக்கப் படமாய் ராண்ட் தேர்ந்தெடுத்த சின்னம் வரையப்பட்டிருந்தது. 'இந்தச் சின்னம் தனது வடிவம், நிறச்சேர்க்கை, கோணம் ஆகியவற்றால் முரண்பாடு பற்றிய ஒரு சிந்தனையைத் தூண்டுகிறது' என்றது அந்தக் கையேடு. 'ஒரு விநோதமான கோணத்தில் சரிந்து இருப்பதால் அது முறைகளுக்கு உட்படாத தன்மை; தோழமை, எதார்த்தம் ஆகியவற்றால் கிறிஸ்துமஸ் சின்னம் போல; அதேசமயம் தனது அதிகாரத்தை நிலைநாட்டும் முத்திரை போலவும் இருக்கும்.' 'NeXT' என்ற வார்த்தை இரண்டு வரிகளாகப் பிரிக்கப்பட்டு, கனசதுரத்தின் சதுரமுகம் முழுவதையும்

நிரப்பும் வகையில் இருந்தது. இதில் 'e' மட்டும் சிற்றெழுத்தாக இருந்தது. அதனாலேயே அது தனித்து நின்றது என்றது ராண்டின் கையேடு. மேலும் அது 'education, excellence... $e=mc^2$ ஆகியவற்றைக் குறிக்கும்' என்று விளக்கமளித்தது.

ஒரு செயல்விளக்கத்தை ஜாப்ஸ் எப்படி எடுத்துக்கொள்வார் என்பதை ஊகிப்பது பல சமயங்களில் மிகக் கடினமாக இருக்கும்; அது ஒன்றுக்கும் உதவாது அல்லது அற்புதமானது என்பார். இதில் எதைச் சொல்வார் என்பது யாருக்கும் தெரியாது. ஆனால் ராண்ட் போன்ற பிரபலமான ஒரு வடிவமைப்பாளரைப் பொறுத்த வரை, ஜாப்ஸ் அதை ஏற்றுக்கொள்ளும் சாத்தியக் கூறுகள் அதிகமாய் இருந்தன. அந்தப் படத்தைச் சற்று நேரம் உற்றுநோக்கியவர், நிமிர்ந்து ராண்டைப் பார்த்தார் – பின் அவரைக் கட்டித் தழுவிக்கொண்டார். ஒரே ஒரு சிறிய கருத்துவேறுபாடு இருந்தது – ராண்ட் சின்னத்திலுள்ள 'e'க்கு அடர் மஞ்சள் வண்ணம் பயன்படுத்தியிருந்தார். ஜாப்ஸ் அதை மேலும் பளிச்சென்ற, பாரம்பரிய மஞ்சள் நிறத்திற்கு மாற்றும்படி கூறினார். ராண்ட் மேசைமீது தமது முஷ்டியை ஓங்கிக் குத்தியபடி கூறினார். 'இதை நான் ஐம்பது ஆண்டுகளாகச் செய்து வருகிறேன். எனக்குத் தெரியும், நான் என்ன செய்கிறேன் என்று.' ஜாப்ஸ் அடங்கிப் போய் ஒத்துக்கொண்டுவிட்டார்.

நிறுவனத்திற்குப் புதிய சின்னம் மட்டுமன்றி, புதிய பெயரும் கிட்டியது. இனி அது Nextஆக இருக்காது – NeXTஆக இருக்கும். ஒரு சின்னத்தில் இவ்வளவு தீவிரம் காட்டுவதையும், ஒரு சின்னத் திற்கு 100,000 டாலர் தருவதையும் பிறர் புரிந்துகொள்ளாமல் போயிருக்கலாம். ஆனால் ஜாப்ஸைப் பொறுத்தவரை நெக்ஸ்ட் தனது வாழ்க்கையை உலகத்தரம் வாய்ந்த ஒரு உணர்வோடும் அடையாளத் தோடும் தொடங்கும் ஒரு நிறுவனம் - இது ஒரு சாதனத்தைக்கூட வடிவமைக்கவில்லையென்றாலும் மார்குலா அவருக்குக் கற்றுத் தந்திருந்தது போல, ஒரு சிறந்த நிறுவனம் உருவாக்கும் முதல் தாக்கத் திலேயே தனது மதிப்பையும் கொள்கைகளையும் நிலைநாட்டக் கூடியதாக இருக்கவேண்டும்.

இதற்கு உபரியாக, ராண்ட் ஜாப்ஸுக்காக ஒரு தனிப்பட்ட முகவரி அட்டை வடிவமைத்துச் தரச் சம்மதித்தார். அவர் வண்ணமயமான ஒன்றை வடிவமைத்தார். அது ஜாப்ஸுக்கும் பிடித்திருந்தது. ஆனால் Steven P. Jobs என்ற அவருடைய பெயரில் Pக்கு அருகில் வைக்கப்பட்ட புள்ளியைப் பற்றி நீண்டநேரம் சூடான வாக்குவாதம் நடந்தது. ராண்ட் அதை 'P.'க்கு வலப்புறமாக அமைத்திருந்தார் - வழக்கமான அச்சுப் பாணியில். ஆனால் ஸ்டீவ் அதை இன்னும் சற்று இடப்புறமாகத் தள்ளி, 'P.'இன் வளைவுக்கு நேர் கீழே வருமாறு அமைக்க விரும்பினார்:

'P.' – இது டிஜிட்டல் அச்சுப்பணியில் சாத்தியமானது. 'மிகச் சிறிய விஷயம் குறித்த மிகப்பெரிய வாக்குவாதமாக அது இருந்தது' என்றார் சூசன் கரே. இந்த விஷயத்தில் ஜாப்ஸ் தமது கருத்தை நிலைநாட்டி வெற்றியும் கண்டார்.

நெக்ஸ்ட் சின்னத்தை அசல் சாதனங்களின் தோற்றத்திற்கு மாற்ற ஜாப்ஸுக்கு நம்பிக்கைக்குரிய ஒரு தொழில்துறை வடிவமைப்பாளர் தேவைப்பட்டார். சாத்தியமென்று கருதிய சிலரிடம் பேசிப்பார்த்தார். ஆனால் பவேரியாக் காடுகளிலிருந்து அவர் ஆப்பிளுக்கு இறக்குமதி செய்தவரைப் போல் வேறு எவரும் திருப்தி தரவில்லை. அவர் ஹார்ட்முட் எஸ்லிங்கர். அவருடைய ஃப்ராக்டிஸைன் நிறுவனம் சிலிக்கன் வாலியில் ஓர் அங்காடியைத் தொடங்கியிருந்தது. ஜாப்ஸ் தந்த வாய்ப்பினால் ஆப்பிளுடன் நல்ல இலாபம் ஈட்டக்கூடிய ஒப்பந்தமும் இருந்தது. ஜாப்ஸ் தம் மாயவலையின் மீது வைத்த நம்பிக்கையால் எப்படியோ சிறிய அற்புதம் போல பால் ராண்ட் நெக்ஸ்டிற்கு வடிவமைப்பு செய்துதர ஐபிஎம் சம்மதித்தது. ஆனால் எஸ்லிங்கரை நெக்ஸ்டில் பணிக்கமர்த்த ஆப்பிளைச் சம்மதிக்க வைப்பதுடன் ஒப்பிட்டால் அது ஒன்றுமே இல்லை என்று தோன்றியது.

ஆனால் இதனாலெல்லாம் ஜாப்ஸின் முயற்சியைத் தடுத்து நிறுத்த முடியவில்லை. 1985 நவம்பர் மாதத் தொடக்கத்தில், ஆப்பிள் அவர் மீது வழக்குப் பதிவுசெய்து வெறும் ஐந்து வாரங்களே ஆகியிருந்த நிலையில் ஜாப்ஸ் விதிவிலக்கு கேட்டு ஐசென்ஸ்டாட்டிற்கு ஒரு கடிதம் எழுதினார். அதில் 'நான் ஹார்ட்முட் எஸ்லிங்கருடன் இந்த வார இறுதியில் கலந்துரையாடியபோது, நான் அவருடனும் ஃப்ராக்டிஸைனுடன் நெக்ஸ்டின் புதிய தயாரிப்புகள் விஷயமாகப் பணிபுரிய விரும்புவதன் நோக்கத்தை விளக்கி உங்களுக்குக் கடிதம் எழுதும்படி கேட்டுக்கொண்டார்' என்று குறிப்பிட்டிருந்தார். இதில் ஆச்சரியம் என்னவென்றால், ஆப்பிளின் புதிய திட்டங்கள் பற்றிய விவரங்கள் எதுவும் தமக்குத் தெரியாது. ஆனால் எஸ்லிங்கருக்குத் தெரியும் என்ற அவருடைய வாதம்தான் – 'ஆப்பிளின் தற்போதைய அல்லது எதிர்கால வடிவமைப்புகள் பற்றி நெக்ஸ்டிற்கோ, நாங்கள் தொடர்பு வைக்கக்கூடிய மற்ற வடிவமைப்பு நிறுவனங்களுக்கோ எதுவும் தெரியாது. அதனால் ஒரே விதமான தயாரிப்புகளை வடிவமைத்துவிட வாய்ப்புகள் அதிகம். ஆகவே ஆப்பிள், நெக்ஸ்ட் ஆகிய இரண்டு நிறுவனங்களின் நலனையும் கருத்தில்கொண்டு, ஹார்ட்முட்டின் தொழில் தர்மத்தின்மீது முழு நம்பிக்கை வைத்து இவ்வாறு நேராமல் பார்த்துக்கொள்ளலாம்.' ஜாப்ஸின் துணிச்சலைக் கண்டு ஐசென்ஸ்டாட் பிரமித்துப்போனதாகக் கூறினார். அவர் சுருக்கமாக பதில் எழுதினார். 'ஆப்பிளின் தொழில் இரகசியங்களைப்

பயன்படுத்திக்கொள்ளும் வகையிலான புதிய தொழிலில் நீங்கள் ஈடுபட்டுள்ளது குறித்து நான் இதற்கு முன்பே ஆப்பிள் சார்பாகக் கவலை தெரிவித்திருந்தேன். உங்கள் கடிதம் அதை எந்த விதத்திலும் மாற்றவில்லை. மாறாக, என் கவலையை அதிகரித்தது – ஏனெனில் அதில் ஆப்பிளின் தற்போதைய அல்லது எதிர்காலத் தயாரிப்புகளின் வடிவமைப்பு பற்றி உங்களுக்கு எதுவுமே தெரியாது என்று எழுதி இருக்கிறீர்கள். இது உண்மையல்ல.' ஐசென்ஸ்டாட் ஜாப்ஸின் விண்ணப்பத்தால் மிகவும் ஆச்சரிய மடைந்ததன் காரணம், இதே ஃப்ராக்டிசைனை ஓர் ஆண்டு முன்பு வாஸ்நியாக்கின் தொலைக் கட்டுப்பாட்டுக் கருவியில் *(ரிமோட் கண்ட்ரோல்)* பணியாற்றக்கூடாது என்று வலுக்கட்டாய மாகத் தடுத்ததும் ஜாப்ஸ்தான்.

எஸ்லிங்கருடன் இணைந்து பணியாற்றுவதற்காக (மற்றும் பல்வேறு விஷயங்களுக்காகவும் தான்) ஆப்பிள் தொடுத்த வழக்கை சுமுகமாகத் தீர்ப்பது அவசியம் என்பதை ஜாப்ஸ் உணர்ந்துகொண்டார். அதிர்ஷ்ட வசமாக ஸ்கல்லி இதற்கு உடன்பட இசைந்தார். 1986 ஜனவரியில் நீதிமன்றத்திற்கு வெளியிலேயே ஒப்பந்தம் செய்துகொண்டார்கள். இதில் நிதி நஷ்ட ஈடுகள் எதுவும் கோரப்படவில்லை. ஆப்பிள் தனது வழக்கை திரும்பப் பெற்றுக்கொண்டதற்கு பதிலாக நெக்ஸ்ட் பல்வேறு கட்டுப்பாடுகளுக்குச் சம்மதித்தது. அதன் தயாரிப்பு உயர்மட்ட பணிநிலையமாக *(வர்க்ஸ்டேஷன்)* விளம்பரம் செய்யப்படும். அது நேரடியாகக் கல்லூரிகளுக்கும் பல்கலைக்கழகங்களுக்கும் விற்கப்படும். 1987 மார்ச்சுக்கு முன்பாக அது வெளியிடப்படாது. ஆப்பிள் மற்றொன்றையும் வலியுறுத்தியது: நெக்ஸ்ட் கணினி 'மகின்டாஷோடு பொருந்தும் இயங்கு தளத்தை *(ஆபரேட்டிங் சிஸ்டம்)* பயன்படுத்தாது.' ஆனால் இதற்கு நேர்மாறாக வலியுறுத்தியிருந்தால் ஆப்பிள் மேலும் பயனடைந்திருக்கும் என்றும் ஒரு வாதம் உள்ளது.

அறுதித் தீர்விற்குப்பின் ஜாப்ஸ் எஸ்லிங்கருடன் தொடர்ந்து பழகி வந்தார் – அவர் ஆப்பிளுடனான தமது ஒப்பந்தத்தை முடித்துக் கொள்ளத் தீர்மானிக்கும் வரை. இதனால் 1986 முடிவில் ஃப்ராக்டிஸைன் நெக்ஸ்டுடன் பணியாற்ற வழி பிறந்தது. எஸ்லிங்கர் தமக்கு முழுச் சுதந்திரம் வேண்டுமென்றார் – பால் ரான்டைப் போலவே. 'சிலசமயம் ஸ்டீவைத் தடியால் அடிக்க வேண்டியிருக்கும்' என்றார் அவர். ராண்டைப் போலவே எஸ்லிங்கரும் ஒரு கலைஞர். ஆகவே ஜாப்ஸ் மற்றவர் களுக்கு அளிக்காத பல சலுகைகளை அவருக்கு அளிக்க முன்வந்தார்.

கணினி கச்சிதமான கனசதுரமாக இருக்கவேண்டும் என்று அறிவித்தார் ஜாப்ஸ் – ஒவ்வொரு பக்கமும் சரியாக ஒரு அடி நீளமும், ஒவ்வொரு கோணமும் சரியாக 90 டிகிரி அளவும் இருக்கும்படியாக. அவருக்கு கனசதுரங்கள் மிகவும் பிடிக்கும். அவற்றுள் ஈர்ப்புசக்தி

உண்டு; ஒரு விளையாட்டுப் பொருளின் லேசான கிளர்ச்சியும் உண்டு. ஆனால் வடிவமைப்பு ஆர்வங்கள் பொறியியல் அமைப்புகளைத் திணற அடிப்பதற்கு நெக்ஸ்ட் கனசதுரமானது ஒரு ஜாப்ஸ் பாணி உதாரணமாகத் திகழ்ந்தது. வழக்கமான பிட்ஸா-பெட்டி வடிவத் திற்குள் கச்சிதமாகப் பொருந்திய மின்சுற்றுப் பலகைகள் மீண்டும் திருத்தி அமைத்து அடுக்கப்படவேண்டியிருந்தன – கனசதுரத்திற்குள் பொருந்துவதற்காக.

இதைவிடப் பெரிய பிரச்சினை என்னவென்றால், கனசதுரத்தின் கச்சிதமான வடிவம் தயாரிப்பை மிகவும் சிரமமாக்கியது. அச்சில் வார்க்கப்படும் பாகங்கள் பல 90 டிகிரியை விடவும் சற்றுக் கூடுதலான கோணம் கொண்டிருக்கும். ஆகவே அவற்றை அச்சிலிருந்து வெளியே எடுப்பதும் சுலபம் (90 டிகிரி கோணத்தைவிடச் சற்று பெரிய தட்டி லிருந்து கேக்கை வெளியில் எடுப்பது எப்படிச் சுலபமாகிறதோ, அதுபோல) ஆனால் எஸ்லிங்கர் ஆணையிட்டார் - அதை ஜாப்ஸும் உற்சாகமாய் ஆமோதித்தார் - கனசதுரத்தின் தூய்மையையும் கச்சிதத்தையும் பாழாக்கும் இதுபோன்ற 'அச்சுக் கோணங்கள்' எதுவும் கூடாது என்று. ஆகவே ஷிகாகோவிலுள்ள ஒரு பிரத்யேக இயந்திரங் களுக்கான கடையில், 650,000 டாலர் விலையுள்ள அச்சுகள் கொண்டு பக்கங்கள் தனித்தனியே தயாரிக்கப்பட வேண்டியிருந்தன. ஜாப்ஸின் கச்சித ஆர்வம் கட்டுக்கடங்காமல் போனது. அச்சுகள் காரணமாக அடித்தட்டில் *(சாஸ்ஸிஸ்)* ஒரு சின்னஞ்சிறு கீறல் விழுந்தால் கூட – இதை மற்ற எந்தக் கணினித் தயாரிப்பாளரும் தவிர்க்க முடியாதது என ஏற்றுக்கொண்டுவிடுவார் – அவர் ஷிகாகோவிற்குப் பறந்து அச்சு உருவாக்குபவரைப் பேசிச் சம்மதிக்கவைத்து மீண்டும் ஒருமுறை கச்சிதமாகத் தயாரிக்கச் சொல்வார். 'அச்சு உருவாக்குபவர்கள் பலரும் ஒரு பிரபலமான மனிதர் தங்களைக் காணப் பறந்துவருவார் என்றெல்லாம் எதிர்பார்க்கமாட்டார்கள்' என்று பொறியியல் வல்லுநர்களில் ஒருவர் கூறினார். ஜாப்ஸ் நிறுவனத்தை 150,000 டாலர் மதிப்புடைய ஒரு தேய்ப்பு இயந்திரத்தை வாங்கவைத்தார். அச்சில் வார்க்கப்பட்ட பக்கங்கள் சந்திக்குமிடத்திலுள்ள கோடுகளை நீக்குவதற்கு. மேலும் மக்னீசியத்தாலான பெட்டகத்தின் நிறத்தை பளபளப்பற்ற கறுப்பு ஆக்கும்படி வலியுறுத்தினார். இது அதிலுள்ள குற்றம், குறைகளை மேலும் தெளிவாகக் காட்டியது.

ஜாப்ஸ் கண்ணுக்குத் தெரியாத கணினியின் உள்பாகங்களும் கூட வெளிப்புறம் போலவே அழகாகத் தயாரிக்கப்படவேண்டும் என்பதில் அதீத ஆர்வம் காட்டினார் – அவருடைய தந்தை வேலி கட்டும்பொழுது கற்றுத் தந்திருந்தது போலவே. இதை அவர் அளவுக்கு அகதிகமான தீவிரத்தோடு கடைப்பிடித்தார் – நெக்ஸ்டில் கிட்டிய கட்டுப்பாடற்ற

சுதந்திரத்தினால். கணினியின் உட்புறமுள்ள திருகாணிகளில் விலையுயர்ந்த பூச்சு இடப்பட்டுள்ளதா என்று உறுதி செய்துகொண்டார். கணினியின் வெளியே உள்ள பளபளப்பற்ற கறுப்புப் பூச்சு உட்புறமும் செய்யப்படவேண்டும் என்று வலியுறுத்தினார் – அதைப் பழுது பார்ப்பவர்கள் மட்டுமே பார்க்கப் போகிறார்கள் என்றாலும்கூட.

எஸ்கொயர் பத்திரிகைக்குக் கட்டுரைகள் எழுதிவந்த ஜோ நோஸெரா நெக்ஸ்ட் ஊழியர் கூட்டம் ஒன்றில் ஜாப்ஸின் தீவிரத்தை விளக்கினார்:

> இந்த ஊழியர் கூட்டத்தில் அவர் அமர்ந்திருக்கிறார் என்று சொன்னால் அது சரியாகாது. ஏனெனில் ஜாப்ஸ் உண்மையில் எதிலும் முழுநேரம் அமர்வதே கிடையாது. அங்கும் இங்குமாக நகர்ந்து கொண்டிருப்பதே அவர் ஆதிக்கம் செலுத்தக் கடைப்பிடிக்கும் வழியாகும். ஒரு நிமிடம் தமது நாற்காலியில் மண்டியிட்டு அமர்வார்; அடுத்த நிமிடம் அதில் அலட்சியமாகச் சரிந்துகிடப்பார். உடனே நாற்காலியிலிருந்து முழுவதுமாய்ப் பாய்ந்து, தமக்குப் பின்னால் உள்ள கரும்பலகையில் கிறுக்கிக் கொண்டிருப்பார். அவரிடம் பல பழக்கங்கள் இருந்தன. நகங்களைக் கடிப்பார். பேசுபவர் மீது தமது கூரிய பார்வையைப் பதித்தவாறு இருப்பார். அவருடைய கைககள் லேசான மஞ்சளாக, தெளிவாக விவரிக்க முடியாத விதமாக இருக்கும் – முடிவில்லாமல் அசைந்தபடி.

நோஸெராவைக் குறிப்பாகக் கவனிக்க வைத்தது ஜாப்ஸின் ‘இங்கிதம் என்பதே தெரியாதது போல் நடந்துக்கொள்வது.’ தமக்கு முட்டாள்தனம், சுவாரசியமற்றது என்று தோன்றிய ஒன்றை மற்றவர்கள் யாராவது கூறினால் அது குறித்துத் தமது கருத்தை மறைக்கத் தெரியாதவர் என்று லேசாகக் கூறிவிட முடியாது. மற்றவர்களைச் சிறுமைப்படுத்தி, அவமானப்படுத்தி, தாம் அவர்களைவிடப் புத்திசாலி என்று காட்டிக் கொள்ளும் ஆர்வம். டான்’ல் லெவின் ஒரு ஒருங்கிணைப்பு அட்டவணையைக் காட்டியபோது, ஜாப்ஸ் கண்களைச் சுழலவிட்டார். ‘இந்த அட்டவணையெல்லாம் வெறும் குப்பை’ என்றார். இருந்தாலும், ஆப்பிளில் இருந்தது போலவே அவருடைய மனோநிலை முனைக்கு முனை தாவியது. ஒரு நிதிப் பிரிவு அலுவலர் கூட்டத்திற்கு வந்தபோது ஜாப்ஸ் அவரை ‘அற்புதமான, மிக அற்புதமான பணி செய்ததற்காக’ வாயாரப் புகழ்ந்தார். அதற்கு முந்தைய தினம்தான் அவரிடம் கூறியிருந்தார்: ‘இந்த ஒப்பந்தம் ஒரு குப்பை.’

நெக்ஸ்டில் பணிக்கு அமர்த்தப்பட்ட முதல் பத்து ஊழியர்களில் ஒருவர் பாலோ ஆல்டோவிலுள்ள நிறுவனத்தின் தலைமையகத்தில் உள்வடிவமைப்பாளராக இருந்தவர். புதிய, நல்ல வடிவமைப்புள்ள கட்டடத்தைத்தான் ஜாப்ஸ் குத்தகைக்கு எடுத்திருந்தார். இருந்தும்

அதை முழுவதும் மாற்றிக் கட்டினார். கல் சுவர்கள் கண்ணாடிச் சுவர்களாயின; தரை விரிப்புகள் மறைந்து, லேசான மரப் பலகைகளுக்கு இடம் தந்தன. நெக்ஸ்ட் 1989இல் ரெட்வுட் சிட்டியில் மேலும் விஸ்தாரமான கட்டடத்திற்கு மாறியபோதும் இதே கதைதான். புத்தம் புதுக் கட்டடம் என்றாலும் மின்தூக்கிகளை இடம் மாற்றச் சொன்னார் – வரவேற்பறை மேலும் அசத்தலாக இருக்க வேண்டும் என்பதற்காக. நடு நாயகமாக வைப்பதற்கு ஐ.எம். பெய்யிடம் பிரமாதமான படிக்கட்டு ஒன்றை வடிவமைக்கச் சொன்னார் – காற்றில் மிதக்கும் ஓர் உணர்வு போல. கட்டட ஒப்பந்தக்காரர் அப்படியெல்லாம் செய்வது சாத்தியமல்ல என்றார். ஜாப்ஸ் முடியும் என்றார். அது முடியவும் செய்தது. பல ஆண்டுகள் கழித்து ஜாப்ஸ் இத்தகைய படிக்கட்டுக்களை ஆப்பிள் அங்காடிகளின் சிறப்பம்சமாய் ஆக்குவதற்கு இருந்தார்.

கணினி

நெக்ஸ்டின் தொடக்க மாதங்களில் ஜாப்ஸும் டான்'ல் லெவினும் அவ்வப்போது தமது சக ஊழியர்களோடு பல்கலைக்கழக வளாகங்களுக்குச் சென்று கருத்துகளைச் சேகரிக்கத் தொடங்கினர். ஹார்வர்டில் லோட்டஸ் ஸாஃப்ட்வேரின் தலைவர் மிட்ச் கபோரை ஹார்வெஸ்ட் உணவு விடுதியில் இரவு உணவு அருந்தச் சென்றபோது சந்தித்தனர். கபோர் தமது ரொட்டியின் மீது சற்றுத் தாராளமாகவே வெண்ணை தடவிக்கொண்டிருந்தார். அதைப் பார்த்துவிட்டு ஜாப்ஸ், 'இந்தக் கொழுப்புச்சத்து என்பார்களே, அதுபற்றி எப்பொழுதாவது கேள்விப் பட்டிருக்கிறீர்களா?' என்றார். கபோர் பதிலளித்தார்: 'நமக்குள் ஒரு ஒப்பந்தம் செய்துகொள்ளலாம். என்னுடைய உணவுப் பழக்கங்கள் பற்றி விமர்சிப்பதை நீங்கள் நிறுத்திக்கொள்ளுங்கள். நான் உங்கள் குணாதிசயங்கள் பற்றிப் பேசுவதை நிறுத்திக்கொள்கிறேன்.' இது நகைச்சுவையாகக் கூறப்பட்டதுதான்; என்றாலும் கபோர் பின்னர் கருத்துத் தெரிவித்தார்: 'மனித உறவுகளில் அவர் சற்றுப் பலவீனமானவர்தான்.' நெக்ஸ்ட் இயங்கு தளத்திற்கு *(ஆபரேட்டிங் சிஸ்டம்)* விரிதாள் நிரலை *(ஸ்ப்ரெட்ஷீட் ப்ரோக்ராம்)* எழுதித்தர லோட்டஸ் ஒப்புக்கொண்டது.

ஜாப்ஸ் தமது சாதனத்துடன் நல்ல பயனுள்ள தகவல்களையும் சேர்த்து அளிக்க விரும்பினார். ஆகையால் பொறியியல் வல்லுநர்களில் ஒருவரான மைக்கேல் ஹாலி ஒரு டிஜிட்டல் (இலக்கமுறை) அகராதியை உருவாக்கினார். அவருடைய நண்பர் ஒருவர் ஆக்ஸ்ஃபோர்டு பல்கலைக்கழகப் பதிப்பகத்தில் பணியாற்றி வந்தார். ஷேக்ஸ்பியரின் புத்தகங்களைப் புதிய வடிவில் அச்சுக் கோர்க்கும் வேலையில் அவர் ஈடுபட்டிருந்தார். அப்படியானால் அதற்கு ஒரு கணினி டேப்பும்

(நாடாப் பதிவகம்) இருக்கவேண்டும்; அதை எப்படியாவது கையகப் படுத்தி நெக்ஸ்டின் நினைவகத்தில் *(மெமரி)* பதித்து வைக்க அவருக் கொரு வாய்ப்பு இருந்தது. 'அதனால் ஸ்டூவை அழைத்தேன். அவர் அற்புதமான யோசனை என்றார். ஆக்ஸ்ஃபோர்டுக்கு இருவருமாகப் பறந்தோம்.' 1986இன் ஓர் அழகிய வசந்தகால நாளில் ஆக்ஸ்ஃபோர்டின் மையப் பகுதியில் அமைந்த பதிப்பகத்தின் பெரிய மாளிகையில் அவர்கள் கூடிப்பேசினர். ஜாப்ஸ் 2000 டாலர், மற்றும் விற்பனையாகும் ஒவ்வொரு கணினிக்கும் 74 சென்ட்கள் என்று பேரம் பேசினார் – ஷேக்ஸ்பியரின் ஆக்ஸ்ஃபோர்டு பதிப்பு உரிமைகளுக்காக. 'இது உங்களுக்கு மிகவும் இலாபகரமாக இருக்கும். நீங்கள் முன்னணியில் இருப்பவர்கள். இதை இதுவரை யாரும் செய்ததில்லை.' அவர்கள் பரஸ்பரம் ஒப்புக்கொண்டு அருகிலுள்ள மதுபான விடுதியில் பீர் அருந்தியபடியே ஸ்கிட்ட்டில்ஸ் விளையாடச் சென்றனர். அந்த விடுதி யில்தான் பைரன் பிரபு மது அருந்த வருவார். வெளியாகும் பொழுது நெக்ஸ்டில் அகராதி, சொல்லகராதி, ஆக்ஸ்ஃபோர்ட் பொன்மொழி அகராதி *(டிக்ஸனரி ஆஃப் கொடேஷன்ஸ்)* ஆகிய அனைத்தும் அடங்கி யிருக்கும். இதன்மூலம், தேடிப்பெறக்கூடிய மின்னணுவியல் புத்தகங் களின் முன்னோடிகளில் அதுவும் ஒன்றானது.

நெக்ஸ்டிற்குத் தயார் நிலையிலுள்ள சில்லுகளைப் *(சிப்ஸ்)* பயன் படுத்துவதைவிட ஜாப்ஸ் தமது பொறியியல் வல்லுநர்களிடம் பல்வேறு செயல்பாடுகளை ஒரே சில்லுவில் ஒருங்கிணைக்கப்பட்ட பிரத்யேகமான தொகுப்பை வடிவமைக்கும்படி கூறினார். இதுவே கடினம் என்றால், ஜாப்ஸ் அதனை ஏறத்தாழ இயலாத நிலைக்குக் கொண்டுசென்றார் - செயல்பாடுகளைத் தொடர்ந்து மாற்றியபடியே இருந்ததால். ஓர் ஆண்டு ஆனபிறகு, இந்த மாற்றங்கள் தாமதத்திற்கு முக்கியக் காரணமாகும் என்பது தெளிவானது.

அவர் முழுவதும் தானியங்கியாக, எதிர்காலத்திற்குப் பொருத்த மான ஒரு தொழிற்சாலையைத் தமக்கென உருவாக்கிக்கொள்ள வேண்டுமென்று வலியுறுத்தினார் – மகின்டாஷுக்காகச் செய்தது போலவே. அந்த அனுபவம் அவரை மேம்படுத்தவில்லை. மீண்டும் அதே தவறுகளைச் செய்தார் – இம்முறை சற்று மிகையாகவே. இயந்திரங்களுக்கும் இயந்திர மனிதர்களுக்கும் மீண்டும் மீண்டும் வண்ணம் தீட்டப்பட்டன – அவர் நிர்ப்பந்தமாக மாற்றிக்கொண்டிருந்த வண்ணங்களின் சேர்க்கைக்குப் பொருந்தும் வண்ணம். மகின்டாஷ் தொழிற்சாலையில் இருந்ததுபோலவே அருங்காட்சியகம் போன்று வெண்மையான சுவர்கள்; தலைமையகத்தில் உள்ளதுபோலவே கறுப்பு நிறத் தோலாலான நாற்காலிகள்; பிரத்யேகமாகத் தயாரிக்கப்பட்ட படிக்கட்டுக்கள். 165 அடி நீள பூட்டல்பட்டறையில் *(அசெம்பிளி லைன்)*

தயாராகும் மின்சுற்றுப் பலகைகள் வலமிருந்து இடமாக நகர்ந்து செல்லும்படி அமைக்க வலியுறுத்தினார் – பார்வையரங்கில் உள்ளவர் களின் கண்களுக்குச் செயல்பாடுகள் மேலும் தெளிவாகத் தெரிவ தற்காக. காலி மின்சுற்றுப் பலகைகள் ஒரு முனையிலிருந்து உள்வர, இருபது நிமிடங்களில் அவை மனிதர்களின் கைப்படாத, முழுவதுமாய் ஒருங்கிணைக்கப்பட்ட மின்சுற்றுப் பலகைகளாக வெளிவரும். இது *கான்பான்* என்ற ஜப்பானிய செயல்முறையைப் பின்பற்றிச் செய்யப் பட்டது – அதில் ஒவ்வொரு இயந்திரமும் தனக்கு அடுத்துவரும் இயந்திரம் பாகங்களைப் பெற்றுக்கொள்ளத் தயாரான பிறகே தனக்குக் கட்டளையிடப்பட்ட பணியைச் செய்யும்.

ஊழியர்களிடம் நடந்துகொள்ளும் விதத்தை ஜாப்ஸ் மாற்றிக் கொள்ளவில்லை. 'வசீகர சக்தியோ, பகிரங்கமாய் அவமானப்படுத்து வதோ – அவர் அதைப் பயன்படுத்தும் விதமே நல்ல பலன்களைத் தந்தது' என்று ட்ரிபுள் நினைவுகூர்ந்தார். ஆனால் சில சமயம் அப்படியல்ல. டேவிட் பால்சென் என்ற பொறியியல் வல்லுநர் நெக்ஸ்டில் சேர்ந்த முதல் பத்து மாதங்களுக்கு வாரம் 90 மணிநேரம் என்ற கணக்கில் பணியாற்றி வந்தார். 'ஒரு வெள்ளி நண்பகல் நேரத்தில் ஸ்டீவ் வந்து நாங்கள் செய்துகொண்டிருந்த வேலை தமக்குத் திருப்தியளிக்கவில்லை என்று எங்களிடம் கூறியதை'த் தொடர்ந்து பணியிலிருந்து விலகி விட்டார். அவர் ஏன் ஊழியர்களிடம் இவ்வளவு கடுமையாக நடந்துகொள்கிறார் என்று *பிசினஸ் வீக்* பத்திரிகை கேட்டதற்கு, அப்படிச் செய்வது நிறுவனத்தை மேம்படுத்தும் என்றார் ஜாப்ஸ். 'என் பொறுப்பில் ஒரு பங்கு தரநிர்ணயம் செய்வது. திறமை பெரிதும் எதிர்பார்க்கப்படும் ஒரு சூழல் சிலருக்குப் பழக்கப்பட்டிருப்பதில்லை.' என்றாலும் அவருக்குள் ஒரு தனி ஆர்வமும் கவர்ச்சியும் இருந்தன. நிறைய கல்விச் சுற்றுலாக்கள், அய்கிதோ (ஜப்பானிய தற்காப்புக்கலை) நிபுணர்களின் வருகை, அலுவலகத்திற்கு வெளியே ஓய்வுவிடுப்புகள், ஆகியவற்றுடன் கடல்கொள்ளைக்காரர்களின் கொடியில் பிரதிபலிக்கும் துணிச்சலும் அவருக்குள் அப்படியே இருந்தது. '1984' விளம்பரத்தை வடிவமைத்த சியாட்/டே நிறுவனத்தை ஆப்பிள் விலக்கிவைத்தபோது அந்நிறுவனம் *Welcome IBM-Seriously (ஐபிஎம்மை வரவேற்கிறோம் - உண்மையாகவே)* என்று நாளிதழில் விளம்பரம் செய்தது. ஜாப்ஸ் பதிலுக்கு *வால் ஸ்ட்ரீட் ஜர்னலில்* ஒரு முழுபக்க விளம்பரம் தந்தார்: 'Congratulations Chiat/Day - Seriously... *(வாழ்த்துகள் சியாட்/டே - உண்மை யாகவே...)* ஏனெனில் என்னால் உங்களுக்கு உறுதியளிக்க முடியும் – ஆப்பிளுக்குப் பிறகும் வாழ்க்கை இருக்கிறது.'

ஆப்பிள் நாள்களோடு இருந்த மிகப் பெரிய ஒற்றுமை ஜாப்ஸ் தமது 'மாயவலை'யைத் தம்மோடு எடுத்துவந்துவிட்டதுதான். 1985இல்

பெபிள் பீச்சில் நடந்த நிறுவனத்தின் முதல் ஓய்வு விடுப்பின்போது அது வெளிப்பட்டது. முதல் நெக்ஸ்ட் கணினி பதினெட்டே மாதங்களில் வெளிவரும் என்று அங்கு ஜாப்ஸ் அறிவித்தார். இது நிச்சயம் நடக்காது என்பது மிகத் தெளிவாக இருந்தது. ஆனால் ஒரு பொறியியல் வல்லுநர் நடைமுறைக்கு சாத்தியமாகச் செய்யப்பட வேண்டும் என்றும் 1988இல் வெளியிடுமாறும் கூறியபோது அவர் அதை வலிமையாய் நிராகரித்தார். 'நாம் அப்படிச் செய்தால், உலகம் அப்படியே நிற்ப தில்லை; தொழில்நுட்ப வாய்ப்பு நம்மைக் கடந்துசெல்லும்; நாம் செய்துமுடித்த அத்தனை வேலைகளையும் கழிவறைத் தொட்டியில் வீசிவிடவேண்டியதுதான்' – இது ஜாப்ஸின் வாதம்.

ஜோஆனா ஹாஃப்மன் – மகின்டாஷ் குழுவில் பழம்பெரும் உறுப்பினர் – ஜாப்ஸின் கருத்திற்கு எதிர்ப்புத் தெரிவிக்க விரும்பியவர் களுள் ஒருவராக இருந்தார். அவர் வெண்பலகை அருகே நின்றிருந்த ஜாப்ஸை நோக்கி 'மாயவலைக்கு ஊக்குவிப்புதிறன் உள்ளது; அதை நான் ஒத்துக்கொள்கிறேன். ஆனாலும் ஒரு தயாரிப்பின் வெளியீட்டுத் தேதி அதன் தரத்தைப் பாதிப்பதாக இருக்குமானால், அது நம்மை மிகப் பெரிய சிக்கலில் ஆழ்த்திவிடும்' என்றார். ஜாப்ஸ் இதை ஒப்புக்கொள்ள வில்லை: 'இதை எப்படியாவது நாம் நிலைப்படுத்தியாகவேண்டும். இந்த வாய்ப்பை நிராகரித்துவிட்டால், நம் மீதுள்ள நம்பிக்கை குறையத் தொடங்கி விடும்.' அவர் சொல்லாதது ஒன்று, ஆனால் எல்லோரும் ஊகித்த ஒன்று இருந்தது: குறித்தகாலத்தில் வெளியிடவில்லையென்றால் கையிருப்பில் உள்ள பணம் கரைந்துவிடும். ஜாப்ஸ் தமது சொந்தப் பணத்திலிருந்து ஏழு மில்லியன் டாலரை முதலீடு செய்திருந்தார். வெளியிட்ட தயாரிப்புகள் மூலம் ஏதேனும் வருமானம் ஈட்டத் தொடங்கவில்லையென்றால் தற்போதைய செயல்வேகத்திற்கு அது பதினெட்டே மாதங்களில் தீர்ந்துவிடும்.

மூன்று மாதங்கள் கழித்து, அடுத்த ஓய்வுவிடுப்பிற்காகப் பெபிள் பீச்சிற்குத் திரும்பி வந்தபொழுது ஜாப்ஸின் பொன்மொழிகள் பட்டியலில் முதலாவதாக வந்தது: 'தேன்நிலவு முடிந்துவிட்டது' 1986 செப்டம்பர் மாதம் சொனொமாவில் அவர்களுடைய மூன்றாவது ஓய்வு விடுப்பின் போது, கால அட்டவணை முடிந்து போயிருந்தது. நிறுவனம் நிதி நெருக்கடியை நேரிடும் சூழல் உருவானது.

பெரோ காப்பற்றினார்

1986இன் பிற்பகுதியில் மூன்று மில்லியன் டாலருக்கு நெக்ஸ்ட் நிறுவனத்தின் 10% பங்குகளை எடுத்துக்கொள்ள விரும்பும் முதலீட்டு நிறுவனங்களுக்கு ஜாப்ஸ் ஒரு திட்டம் வரைந்து அனுப்பினார். இதன்படி நிறுவனம் முப்பது மில்லியன் டாலர் மதிப்புடையது

என்றானது (இந்த எண்ணம் ஜாப்ஸின் கற்பனையில் உதித்தது). ஏழு மில்லியன் டாலருக்கும் குறைவாகவே நிறுவனத்தில் இதுவரை முதலீடு செய்யப்பட்டிருந்தது. சொல்லிக்கொள்ளவும் பெரிதாக ஏதுமில்லை – பளிச்சென ஒரு சின்னம், சில நூதனமான அலுவலகங்கள் – அவ்வளவுதான். வருமானமும் இல்லை, தயாரிப்புகளும் இல்லை; அப்படி எதுவும் செய்யும் திட்டங்களும் இல்லை. இந்த நிலையில் முதலீட்டு நிறுவனங்கள் அனைத்தும் முதலீடு செய்ய மறுத்துவிட்டதில் ஆச்சரியம் ஏதுமில்லை.

ஆனால் ஒரு கௌபாய் மட்டும் பிரமித்துப் போயிருந்தார். அவர் தான் எலக்ட்ரானிக் டேட்டா சிஸ்டம்ஸின் நிறுவனர் ராஸ் பெரோ. டெக்ஸாஸைச் சேர்ந்தவர். தமது நிறுவனத்தை அவர் 2.4 பில்லியன் டாலருக்கு ஜெனரல் மோட்டோர்ஸ் நிறுவனத்திற்கு விற்றுவிட்டார். அவர் 1986 நவம்பரில் த ஆந்த்ரப்ரெனர்ஸ் என்னும் பிபிஎஸ் செய்திப் படம் ஒன்றில் ஜாப்ஸ் மற்றும் நெக்ஸ்ட் பற்றிய பகுதியைக் காண நேர்ந்தது. தொலைக்காட்சியில் அவர்களைப் பார்த்த கணமே ஜாப்ஸ் மற்றும் குழுவினரோடு ஒன்றிக் கலந்துவிட்டதாய் உணர்ந்தார் – 'அவர்கள் ஆரம்பித்த வாக்கியங்களை நான் முடித்துவைக்கும் அளவிற்கு.' ஏறத்தாழ இதேபோன்ற வாக்கியத்தை ஸ்கல்லி அடிக்கடி பயன்படுத்தி வந்தார். மறுநாளே பெரோ ஜாப்ஸை அழைத்து, 'உங்களுக்கு எப்போது முதலீட்டாளர் தேவையென்றாலும் என்னை அழையுங்கள்' என்றார்.

ஜாப்ஸுக்கு ஒரு முதலீட்டாளர் நிச்சயம் தேவைப்பட்டார். ஆனால் அதைக் காட்டிக்கொள்ளாமல் கவனமாக இருந்தார். திரும்ப அழைப்பதற்கு ஒரு வாரகாலம் எடுத்துக்கொண்டார். பெரோ, நெக்ஸ்டை மதிப்பீடு செய்வதற்குத் தமது ஆய்வாளர்களை அனுப்பியிருந்தார். ஆனால் ஜாப்ஸ் தாமே முன்னின்று பெரோவுடன் பேசுமாறு பார்த்துக் கொண்டார். பெரோ தமது வாழ்வில் வருத்தப்பட்ட பெரிய விஷயங்களில் ஒன்று மைக்ரோஸாஃப்ட் நிறுவனத்தையோ, அதன் பெரும்பகுதிப் பங்குகளையோ வாங்காமல் விட்டதுதான் – அதாவது 1974இல் மிக இளமையான வயதில் பில் கேட்ஸ் தம்மை டல்லாஸில் காணவந்தபோது. பெரோ ஜாப்ஸை அழைத்த சமயத்திற்குள் மைக்ரோஸாஃப்ட் 1 பில்லியன் மதிப்புள்ள பொது நிறுவனமாகி யிருந்தது. ஏராளமான இலாபத்தை அள்ளித்தரக்கூடிய நல்லதொரு அனுபவத்திற்கான வாய்ப்பை அவர் இழந்திருந்தார். மீண்டும் ஒருமுறை அதே தவறைச் செய்துவிடக்கூடாது என்பதில் அவர் கவனமாக இருந்தார்.

சில மாதங்களுக்குமுன் பிற முதலீட்டு நிறுவனங்களுக்குக் கூறியதைக் காட்டிலும் மூன்று மடங்கு அதிகமான தொகைக்குத் தருவதாக ஜாப்ஸ்

பெரோவிடம் கூறினார். 20 மில்லியன் டாலருக்கு நிறுவனத்தின் 16% பங்குகள் பெரோவிற்கு அளிக்கப்படும். இதில் ஜாப்ஸ் மேலும் 5 மில்லியன் டாலர் முதலீடு செய்வதாக இருந்தார். ஆக, நிறுவனத்தின் மதிப்பு ஏறத்தாழ 126 மில்லியனாகும். ஆனால் பெரோவிற்குப் பணம் ஒரு பிரச்சினையாகவே தெரியவில்லை. ஜாப்ஸுடனான சந்திப்பிற்குப் பின் அவர் முதலீடு செய்வதாக ஒப்புக்கொண்டார். 'நான் குதிரைக் காரர்களைத் தேர்ந்தெடுப்பேன்; குதிரைகளைத் தேர்ந்தெடுத்து ஆடச் செய்வது அவர்களுடைய பொறுப்பு' என்றார் பெரோ, ஜாப்ஸிடம். 'நான் உங்களை நம்பித்தான் இதில் இறங்கியிருக்கிறேன். நீங்கள்தான் இனி எல்லாவற்றையும் தீர்மானிக்க வேண்டும்.'

பெரோ தந்த 20 மில்லியன் தொகை நெக்ஸ்டிற்கு ஆயுள்ரேகையாக இருந்தது. அத்துடன், அதேபோல் விலைமதிக்கத்தக்க மற்றொன்றும் நிறுவனத்திற்குக் கிட்டியது. அவர் மிகவும் போற்றத்தக்க, ஆர்வமிக்க, உற்சாகமூட்டக்கூடிய மனிதராக இருந்தார். பெரியவர்களிடையே நிறுவனத்தின் மீது ஒரு நல்ல நம்பிக்கையை ஏற்படுத்தினார். 'கடந்த 25 ஆண்டுகளாக கணினித்துறையில் நான் கண்ட தொடக்கநிலை நிறுவனங்களிலேயே மிகக் குறைந்த சிக்கல்கள் உள்ள நிறுவனம் இதுதான்' என்று *நியூ யார்க் டைம்ஸ்* பத்திரிகைக்கு பெரோ பேட்டி யளித்தார். 'சில தொழில்நுட்ப வல்லுநர்களுக்கு எங்களுடைய வன்பொருளைக் காட்டினோம். அவர்கள் அசந்துபோனார்கள். நான் இதுவரை கண்டதில் ஸ்டீவும் அவருடைய நெக்ஸ்ட் குழுவும்தான் மிகக் கச்சிதமானவர்கள்.'

பெரோ உயர்மட்ட சமூக, தொழில் வட்டங்களில் நல்ல தொடர்புகள் கொண்டிருந்தார் – ஜாப்ஸின் வட்டங்களுக்கு இது முழுமையளித்தது. அவர் ஜாப்ஸை சான் ஃப்ரான்சிஸ்கோவில் ஒரு கௌரவமிக்க இரவு நடன விருந்துக்கு அழைத்துச்சென்றார். அது கார்டனும் ஆன் கெட்டியும் ஸ்பெய்ன் நாட்டு அரசர் முதலாம் யுவான் கார்லோஸிற்கு அளிக்கும் விருந்து. அரசர் பெரோவிடம் தாம் சந்திக்கவேண்டிய யாராவது இருக்கிறார்களா என்று கேட்டபொழுது, அவர் உடனடியாக ஜாப்ஸை அழைத்துவந்தார். சில கணங்களிலேயே பெரோ பின்னர் கூறியது போல, 'ஒரு மின்னாற்றல்மிக்க உரையாடலில்' ஜாப்ஸ் ஈடுபட்டிருந்தார். அவர் மிகுந்த ஆர்வத்துடன் கணினிப் பயன்பாட்டில் அலைபோல் எழப் போகும் மாற்றங்களை விவரித்துக்கொண்டிருந்தார். முடிவில், அரசர் ஒரு காகிதத்தில் ஏதோ கிறுக்கி, அதை ஜாப்ஸிடம் தந்தார். 'என்ன நடந்தது?' என்று பெரோ கேட்டார். 'அவருக்கு ஒரு கணினியை விற்றேன்' என்றார் ஜாப்ஸ்.

இதுவும் பல சுவையான சம்பவங்களும் பெரோ செல்லுமிட மெல்லாம் கூறும் ஜாப்ஸின் புராணத்தில் தவறாமல் இடம்பெற்றன.

வாஷிங்டனில் நேஷனல் பிரஸ் க்ளப்பில் நிகழ்ந்த ஒரு கூட்டத்தில் அவர் ஜாப்ஸின் வாழ்க்கை வரலாற்றை ஓர் இளைஞனின் கதையாக, டெக்சாஸ் அளவுக்கு நூலாகத் திரித்தார்:

> அவன் எவ்வளவு ஏழை என்றால், கல்லூரிக்குச் செல்லக்கூடப் பணமில்லை; இரவில் கராஜில் பணி – கணினி சில்லுகளுடன் *(சிப்ஸ்)* விளையாடியபடி; இது அவனுக்குப் பொழுதுபோக்கு. அவனது தந்தை நார்மன் ராக்வெல் சித்திரத்திலிருந்து எடுத்த கதாபாத்திரம் போல; அவர் ஒருநாள் வந்து கூறுகிறார்: 'ஸ்டீவ், ஒன்று - விற்பனை செய்ய எதையாவது உருவாக்கு, அல்லது ஏதாவது வேலைக்குப் போ.' அறுபதே நாள்களில் அவனது தந்தை அவனுக்காக உருவாக்கித் தந்த மரப்பெட்டியில் முதல் ஆப்பிள் கணினி உருவானது. அந்த உயர்நிலைப்பள்ளி மாணவன் இன்று உலகையே மாற்றியமைத்து விட்டான்.

இதில் பால் ஜாப்ஸ் ராக்வெல் சித்திரத்திலுள்ள கதாபாத்திரம்போல இருக்கிறார் என்ற கூற்று உண்மை. ஒருவேளை கடைசி வரியும்தான் - ஜாப்ஸ் உலகை மாற்றியமைப்பது பற்றியது. பெரோ உண்மையிலேயே அப்படிக் கருதினார். ஸ்கல்லி போலவே, அவர் ஜாப்ஸில் தன்னைக் கண்டார். 'ஸ்டீவ் என்னைப்போல இருக்கிறார்' – பெரோ *வாஷிங்டன் போஸ்ட்* பத்திரிகையின் டேவிட் ரெம்நிக்கிடம் கூறினார். 'நாங்கள் ஒரே விதத்தில் விநோதமானவர்கள். நாங்கள் ஆத்ம நண்பர்கள்.'

கேட்ஸும் நெக்ஸ்டும்

பில் கேட்ஸ் ஆத்ம நண்பராக இருக்கவில்லை. மகின்டாஷுக்காக மென்பொருளைத் தயாரிக்க அவரை ஜாப்ஸ் சம்மதிக்க வைத்திருந்தார். அது மைக்ரோஸாஃப்ட்டிற்கு மிகவும் இலாபம் ஈட்டித் தந்தது. ஆனால் கேட்ஸ் ஜாப்ஸின் மாயவலைக்குள் சிக்காத ஒரு மனிதராக இருந்தார். அதனால் நெக்ஸ்டுக்கான மென்பொருளைத் தயாரிக்கப்போவதில்லை என்று தீர்மானித்தார். அவ்வப்போது கலிஃபோர்னியாவிற்குச் சென்று செயல்விளக்கங்களைப் பெற்றுவந்தாலும், ஒவ்வொருமுறையும் திருப்தியின்றித் திரும்பிவந்தார். 'மகின்டாஷ் உண்மையிலேயே தனித்துவம் பெற்றதாக இருந்தது. ஆனால் ஸ்டீவின் புதிய கணினியில் அப்படி என்ன தனித்துவம் இருக்கிறது என்று எனக்குப் புரியவே இல்லை' என்றார் அவர், *ஃபார்ச்சூன்* பத்திரிகையிடம்.

பிரச்சினையின் ஒரு பகுதி என்னவென்றால், இருவரும் பிறவியிலேயே ஒருவருக்கொருவர் பணிந்து இணங்குபவர்களாக இருக்க இயலவில்லை. 1987 கோடைகாலத்தில் கேட்ஸ் முதன்முதலாக நெக்ஸ்டின் பாலோ ஆல்டோ தலைமையகத்திற்கு வந்தபோது, ஜாப்ஸ் அவரை வரவேற்பறையில் அரைமணிநேரம் காக்கவைத்தார். ஆனால்

அவருடைய அறையின் கண்ணாடிச் சுவர்கள் வழியே கேட்ஸ் பார்த்த போது, சாதாரணமாக எல்லோரிடமும் நடந்தபடியே பேசிக் கொண்டிருந்தார். 'நான் நெக்ஸ்டுக்குச் சென்றிருந்தபோது ஓட்வாலா அருந்தினேன். அது காரட் சாறு வகைகளிலேயே மிக விலை உயர்ந்தது. தொழில்நுட்ப அலுவலகங்களில் இவ்வளவு ஆடம்பரத்தை நான் இதுவரை பார்த்ததில்லை' என்று கேட்ஸ் மிக லேசான புன்முறு வலுடன் தலையசைத்தபடி நினைவுகூர்ந்தார். 'அத்துடன் ஸ்டீவ் அரை மணி நேரம் தாமதமாக வந்தார்.'

ஜாப்ஸின் விற்பனைரீதியான பேச்சும் கேட்ஸைப் பொறுத்தவரை எளிமையாக இருந்தது. 'நாம் மாக்கை இணைந்து உருவாக்கினோம். அது உங்களுக்கு எப்படிப் பலனளித்தது? மிக நன்றாக. அதேபோல இப்போதும் இதை இணைந்து செய்யப் போகிறோம். இது அற்புதமாக வரப்போகிறது' என்றார் ஜாப்ஸ்.

ஆனால் கேட்ஸ் ஜாப்ஸிடம் கடுமையாக நடந்துகொண்டார் – ஜாப்ஸ் மற்றவர்களிடம் இருப்பதைப் போலவே. 'இந்தச் சாதனம் ஒன்றுக்கும் உதவாது. ஒளியியல் வட்டில் *(ஆப்டிக்கல் டிஸ்க்)* மறைநிலை *(லேடென்ஸி)* மிகக் குறைவாக உள்ளது. இந்தப் பாழாய்ப்போன பெட்டகமோ விலை மிக அதிகம். இந்தச் சாதனமே விசித்திரமாக உள்ளது.' அப்போதும் சரி, அதன்பின் ஒவ்வொருமுறை வந்தபோதும் சரி, மைக்ரோஸாஃப்ட் தனக்குப் பலவேறு வழிகளில் வரும் பணத்தைக் கொண்டு நெக்ஸ்டிற்கு பயன்பாட்டு மென்பொருளைத் தயாரிப்பதில் எந்தப் பயனும் அடையப்போவதில்லை என்றார். அதைவிட மோசம் என்னவென்றால், தமது கருத்துகளை அவர் மீண்டும் மீண்டும் வலியுறுத்தி, பகிரங்கமாக அறிவிக்கவும் செய்தார். இதனால் நெக்ஸ்டிற்கு மற்றவர்கள் மென்பொருள் செய்வதற்கான வாய்ப்பும் குறைந்தது. 'அதற்கு மென்பொருள் தயாரிப்பதா? அதன்மீது சிறுநீர்தான் கழிப்பேன்' என்றார் அவர் *இன்ஃபோவேல்டு* பத்திரிகையிடம்.

ஒரு மாநாட்டில் கலந்துகொள்ளச் சென்றபோது, கூடத்தில் இருவரும் சந்தித்துக்கொண்டனர். ஜாப்ஸ் நெக்ஸ்டிற்கான மென்பொருளைச் செய்துதர மறுத்ததற்காக கேட்ஸைச் சாடினார். 'உங்களுக்கு அதை விற்பனை செய்ய ஏதாவது வழிகிடைத்தால், யோசிக்கிறேன்' என்று பதிலளித்தார் கேட்ஸ். ஜாப்ஸ் கோபமாகிவிட்டார். 'இருவரும் கூச்ச லிட்டார்கள் – அனைவர் முன்னிலையிலும்' என்று அடிலி கோல்ட்பெர்க் நினைவுகூர்ந்தார். இவர் ஜெராக்ஸ் பார்க் நிறுவனத்தின் பொறியியல் வல்லுநர். நெக்ஸ்ட் கணினிப் பயன்பாட்டின் அடுத்த அலையென்று ஜாப்ஸ் வலியுறுத்தினார். வழக்கம்போல கேட்ஸ் உணர்ச்சி வெளிப் படுத்துவது குறைந்தது. ஆனால், ஜாப்ஸ் மேலும் சூடானார். முடிவில், கேட்ஸ் தலையசைத்து விட்டு அங்கிருந்து நடந்து சென்றுவிட்டார்.

அவர்களுடைய தனிப்பட்ட போட்டி, அவ்வப்போது நிர்ப்பந்த மாய்க் காட்டிக்கொள்ளும் மரியாதை – இதற்கெல்லாம் பின்னணியில் இருவரிடையே தத்துவ அடிப்படையில் வித்தியாசம் இருந்தது. ஜாப்ஸ் வன்பொருளும் மென்பொருளும் முனைமுதல் முனைவரை ஒருங் கிணைந்த அமைப்புகளில் நம்பிக்கை வைத்தார். இந்த முறையில் அவர் உருவாக்கிய சாதனங்கள் மற்றவற்றோடு பொருந்தவில்லை. கேட்ஸ் நம்பியதும் அவருக்கு இலாபம் ஈட்டித் தந்ததும் ஒரு தனி உலகம் – அதில் பல்வேறு நிறுவனங்கள் தயாரித்த சாதனங்கள் ஒன்றுக்கொன்று அழகாய்ப் பொருந்தின. அவற்றில் வன்பொருள்கள் அனைத்தும் ஒரே மென் பொருளில் இயங்கின – மைக்ரோஸாஃப்ட் வின்டோஸ். அதுதவிர, ஒரேவிதமான மைக்ரோசாஃப்டின் வேர்ட், எக்ஸல் போன்ற பயன்பாட்டு மென்பொருள்களைப் பயன்படுத்தின. 'அவருடைய தயாரிப்புகள் அனைத்துமே *பொருத்தமின்மை* என்ற சிறப்பம்சம் கொண்டவை. அதில் நிலுவையிலுள்ள ஒரு மென்பொருளையும் பயன்படுத்த முடியாது. அது அதிஅற்புதமான கணினி. நானே பொருத்தமின்மை கொண்ட ஒரு கணினியைத் தயாரிப்பதானால்கூட அவர் அளவிற்குச் சிறப்பாக அதைச் செய்திருக்க முடியும் என்று தோன்றவில்லை' என்று கேட்ஸ் *வாஷிங்டன் போஸ்ட்* பத்திரிகைக்கு அளித்த பேட்டியில் கூறினார்.

*1989*இல் மாஸாச்சூசெட்ஸிலுள்ள கேம்ப்ரிட்ஜில் ஒரு கலந்துரை யாடல். அதில் ஜாப்ஸூம் கேட்ஸூம் ஒருவர் பின் ஒருவர் பங்கேற்றனர். தங்களுடைய முரண்பட்ட பார்வையில் உலக நடப்புகளை விளக்கினர். ஜாப்ஸ் பேசுகையில், கணினித்துறையில் சில ஆண்டுகளுக்கு ஒருமுறை புதிய அலைகள் தோன்றுகின்றன என்றார். மகின்டாஷ் ஒரு புதுமையான புரட்சிகரமான வழிமுறையை வரைகலை இடைமுகத்தின் *(க்ராஃபிக்கல் இன்டர்ஃபேஸ்)* மூலம் அறிமுகப்படுத்தியது. இப்போது அதையே தரவு மற்றும் குறிமுறை *(ஆப்ஜெக்ட்)* சார்ந்த நிரலாக்கத்தை *(ப்ரோக்ராமிங்)* ஒளிவட்டு *(ஆப்டிக்கல் டிஸ்க்)* அடிப்படையிலான வலிமைமிக்க சாதனத்துடன் இணைத்துச் செய்துகொண்டிருக்கிறது. பெரிய மென்பொருள் தயாரிப்பாளர்கள் அனைவருமே, இந்தப் புதிய அலையில் பங்கெடுத்துக்கொள்ள வேண்டும் என்பதை உணர்ந்தார்கள் – *மைக்ரோஸாஃப்ட் தவிர* என்றார் ஜாப்ஸ். கேட்ஸின் முறை வந்த போது ஆப்பிள் மைக்ரோஸாஃப்ட் வின்டோஸின் தரநிர்ணயத்துடன் போட்டியிட்டுத் தோற்றதுபோல, ஜாப்ஸின் வன்-மென்பொருள் களின் முனைமுதல் முனைவரை ஒருங்கிணைந்த அமைப்பு நிச்சயம் தோல்வியைத் தழுவும் என்று தமது கருத்தைத் தெரிவித்தார். 'வன்பொருள் சந்தை வேறு, மென்பொருள் சந்தை வேறு' என்றார் கேட்ஸ். ஜாப்ஸின் வழிமுறையில் கிட்டும் அற்புத வடிவமைப்பு பற்றிக் கேட்டபோது மேடையில் இன்னமும் காணப்பட்ட நெக்ஸ்டின் மாதிரி

வடிவத்தைச் சுட்டிக் காட்டியவாறு கேட்ஸ் நக்கல் செய்தார்: 'உங்களுக்குக் கறுப்பு நிறம்தான் வேண்டுமெனில், ஒரு டப்பா வண்ணப்பூச்சு வாங்கித் தருகிறேன்.'

ஐபிஎம்

ஜாப்ஸ்,கேட்ஸுக்கு எதிராக ஒரு புத்திசாலித்தனமான தந்திரத்தை யோசித்து வைத்திருந்தார். இது கணினித்துறையில் ஆளுமையைத் தலைகீழாக மாற்றியிருக்கும். இதில் தமது இயல்புக்கு விரோதமான இரண்டு விஷயங்களை ஜாப்ஸ் செய்யவேண்டியிருந்தது: தமது மென்பொருள் உரிமத்தை மற்றொரு வன்பொருள் தயாரிப்பாளருக்கு வழங்குதல்; அடுத்து, ஐபிஎம்முடன் இணைதல். தமது அறிவுபூர்வமான சிந்தனைகளையும் கலையுணர்வையும் ஒதுக்கிவைத்துவிட்டுச் செயல் படுவதில் அவருக்கிருந்த தயக்கத்தை அவருக்குள் எங்கோ இருந்த சின்னஞ்சிறு நடைமுறைச் சிந்தனையால் வெல்லமுடிந்தது. ஆனால் முழுமனதோடு அவர் அதில் ஈடுபடவில்லை. அதனால் அந்த உறவு அதிக காலம் நீடிக்காமல் போனது.

இது ஒரு விருந்தில் தொடங்கியது. அது நினைவில் நிற்கும் ஒரு நிகழ்ச்சி – *வாஷிங்டன் போஸ்ட்* பதிப்பாளர் காத்தரீன் கிரஹாமின் 70ஆவது பிறந்ததின விழா 1987 ஜூன் மாதத்தில் வாஷிங்டனில் நடைபெற்றது. 600 விருந்தினர்கள் கலந்துகொண்டார்கள் – அதிபர் ரொனால்ட் ரேகன் உட்பட. ஜாப்ஸ் கலிஃபோர்னியாவிலிருந்தும் ஐபிஎம் தலைவர் ஜான் அகேர்ஸ் நியூ யார்க்கிலிருந்தும் விமானத்தில் வந்திருந்தனர். அவர்கள் சந்திப்பது அதுவே முதல்முறை. இந்தச் சந்தர்ப்பத்தைப் பயன்படுத்திக்கொண்டு மைக்ரோஸாஃப்ட்டைப் பற்றித் தூற்றுதலாகப் பேசி ஐபிஎம் மைக்ரோசாஃப்டின் விண்டோஸ் ஆபரேட்டிங் சிஸ்டத்தைப் (இயங்கு தளத்தை) பயன்படுத்துவதைத் தடுத்து நிறுத்த முயன்றார். 'ஐபிஎம் தனது மென்பொருள் முழுவதையும் மைக்ரோ சாஃப்டிடம் ஒப்படைப்பதன் மூலம் பெரிய சூதாட்டத்தில் ஈடுபட்டுள்ளது என்ற எனது கருத்தை என்னால் சொல்லாமலிருக்க முடியவில்லை. ஏனெனில் அந்த மென்பொருள் அவ்வளவு நல்லதாக எனக்குத் தோன்றவில்லை' என்று ஜாப்ஸ் நினைவுகூர்ந்தார்.

அகேர்ஸ் 'நீங்கள் எங்களுக்கு எப்படி உதவ விரும்புகிறீர்கள்?' என்று கேட்டபோது, ஜாப்ஸ் பூரித்துப்போனார். சில வாரங்களுக்குள் நியூ யார்க்கின் ஆர்மாங்க்கிலுள்ள ஐபிஎம் தலைமையகத்தில் தமது மென்பொருள் வல்லுநர் பட் ட்ரிபுளுடன் ஆஜரானார். அவர்கள் நெக்ஸ்டின் செயல் விளக்கமளித்தனர். ஐபிஎம் பொறியியல் வல்லுநர்கள் திருப்தியடைந்தார்கள் – குறிப்பாக நெக்ஸ்ட்ஸ்டெப் (NeXTSTEP), அதாவது சாதனத்தின் தரவு மற்றும் குறிமுறை *(ஆப்ஜெக்ட்)* அடிப்படையிலான

இயங்கு தளம் *(ஆபரேட்டிங் சிஸ்டம்)* பற்றி. 'நெக்ஸ்ட்ஸ்டெப் மென்பொருள் தயாரிப்பைத் தாமதப்படுத்தும் பல சிறு, சிறு நிரலாக்க *(ப்ரோக்ராமிங்)* வேலைகளைக் கவனித்துக் கொண்டது' என்றார் ஆண்ட்ரூ ஹெல்லர். இவர் ஐபிஎம் பணிநிலையப் *(வர்க்ஸ்டேஷன்)* பிரிவின் பொது மேலாளர். ஜாப்ஸ் இவரை மிகவும் கவர்ந்தார் – தமக்கு சமீபத்தில் பிறந்த ஆண் குழந்தைக்கு 'ஸ்டீவ்' என்று பெயர் சூட்டும் அளவிற்கு.

பேச்சுவார்த்தைகள் 1988 வரை நீடித்தன. சிறு, சிறு நுணுக்கங் களைக்கூட ஜாப்ஸ் குத்திக்காட்டினார். நிறங்கள், வடிவமைப்பு தொடர்பான கருத்து வேறுபாடுகள் எழுந்தால் அவர் ஆலோசனைக் கூட்டம் நடக்கும் அறையை விட்டு வெளியேறிவிடுவார். ட்ரிபுள் அல்லது லெவின் அவரைச் சமாதானப்படுத்துவார்கள். தம்மை அதிகம் பயமுறுத்துவது ஐபிஎம், மைக்ரோஸாஃப்ட் – இரண்டில் எது என்று அவருக்குப் புரிந்ததாகத் தெரியவில்லை. ஏப்ரல் மாதத்தில் பெரோ ஒரு சமாதானக் கூட்டத்திற்கு ஏற்பாடு செய்யத் தீர்மானித்தார். அவருடைய தல்லாஸ் தலைமையகத்தில் ஒரு ஒப்பந்தம் உருவானது. ஐபிஎம் நெக்ஸ்ட்ஸ்டெப் மென்பொருளின் தற்போதைய வடிவத்திற்கான உரிமத்தைப் பெறும்; அதன் மேலாளர்களுக்குப் பிடித்துவிட்டால், அவர்கள் தங்களுடைய பணிநிலையங்கள் சிலவற்றில் அதனைப் பயன் படுத்துவார்கள். ஐபிஎம் பாலோ ஆல்டோவிற்கு ஒரு 125 பக்க ஒப்பந்தத்தை அனுப்பிவைத்தது. ஜாப்ஸ் அதைப் படிக்கக்கூடச் செய்யாமல் கீழே எறிந்தார். 'உங்களுக்குப் புரியவில்லை' – அறையை விட்டு வெளியேறியபடியே கூறினார். தமக்கு சில பக்கங்கள் மட்டுமே அடங்கிய எளிமையான ஒப்பந்தம் வேண்டும் என்றார். அது ஒரே வாரத்தில் கிட்டியது.

ஜாப்ஸ் இந்த ஏற்பாட்டை அக்டோபரில் ஏற்பாடு செய்யப் பட்டிருந்த நெக்ஸ்ட் கணினியின் கம்பீரமான வெளியீடுவரை பில் கேட்ஸ் அறியாவண்ணம் இரகசியமாக வைத்துக்கொள்ள விரும் பினார். ஆனால் ஐபிஎம் முன்னறிவிப்புத் தரவேண்டுமென்று வலியுறுத்தியது. கேட்ஸ் கடுங்கோபம் அடைந்தார். இதனால் ஐபிஎம் மைக்ரோஸாஃப்ட் இயங்கு தளத்தை நம்பியிருந்த நிலை மாறிவிடலாம் என்று உணர்ந்துகொண்டார். 'நெக்ஸ்ட்ஸ்டெப் எதனுடனும் பொருந்தாது' என்று ஐபிஎம் அதிகாரிகளிடம் கூறினார் அவர்.

முதலில் ஜாப்ஸ் கேட்ஸின் மிகப்பெரிய பயத்தை நிஜமாக்கி விட்டது போலத்தான் இருந்தது. மைக்ரோஸாஃப்ட் இயக்கு தளத்தில் செயல்பட்டுவந்த மற்ற கணினிகளின் தயாரிப்பாளர்களும் – குறிப்பாக காம்பேக், டெல் – ஜாப்ஸை அணுகி, நெக்ஸ்டின் நகலியைத்

தயாரிப்பதற்கான உரிமையையும் நெக்ஸ்ட்ஸ்டெப்பிற்கான உரிமத்தையும் தரும்படி கேட்டனர். அதுமட்டுமன்றி நெக்ஸ்ட் வன்பொருள் துறையை விட்டு முழுவதுமாக வெளியேறுமானால் மேலும் அதிகத் தொகை தருவதாகக் கூறினர்.

ஜாப்ஸிற்கு இது சற்று அதிகமாகப்பட்டது – குறைந்தபட்சம் அப்போதைக்கு அவர் நகலிகள் *(குளோன்)* பற்றிய கலந்தாலோசனைகளுக்கு முற்றுப்புள்ளி வைத்தார். ஐபிஎம்மிடம் சற்று சாந்தமாகத் தொடங்கினார். அதே உணர்வு பதிலுக்கு அவர்களிடமிருந்தும் கிட்டியது. ஐபிஎம் ஒப்பந்தத்தைத் தயாரித்தவர் மாற்றலாகிச் சென்றபோது, ஜாப்ஸ் அவருக்குப் பதிலாகப் பதவியேற்ற ஜிம் கன்னாவினோவைச் சந்திக்க ஆர்மாங்க் சென்றார். அந்த அறையில் உள்ளவர்களை வெளியேறச் சொல்லிவிட்டு, இருவரும் தனித்துப் பேசினர். ஜாப்ஸ் மேலும் சிறிது பணம் கேட்டார் - உறவை நிலைக்கச் செய்வதற்கும் நெக்ஸ்ட்ஸ்டெப்பின் புதிய வடிவங்களின் உரிமத்தை ஐபிஎம்மிற்குத் தருவதற்கும். கன்னாவினோ எந்த வாக்குறுதியும் அளிக்கவில்லை. போகப்போக ஜாப்ஸின் தொலைபேசி அழைப்புகளுக்குப் பதிலளிப்பதையும் நிறுத்திக் கொண்டுவிட்டார். ஒப்பந்தம் கையெழுத்தாகவில்லை. நெக்ஸ்டிற்கு உரிமக் கட்டணமாக ஒரு சிறு தொகை கிட்டியது – ஆனால் உலகை மாற்றியமைக்கும் வாய்ப்பு கிட்டவில்லை.

வெளியீடு, அக்டோபர் 1988

தயாரிப்பு வெளியீடுகளை ஒரு நாடகப் பாணியில் அமைத்து அளிப்பது ஜாப்ஸிற்குக் கைவந்தகலை. அக்டோபர் 12, 1988 அன்று சான் ஃப்ரான்சிஸ்கோவின் சிம்ஃபனி ஹாலில் நடைபெறவிருந்த நெக்ஸ்ட் கணினியின் உலக வெளியீட்டின்போது தன்னைத் தானே மிஞ்ச அவர் விரும்பினார். சந்தேகப்படுபவர்களையெல்லாம் விலக்கிவிட வேண்டியிருந்தது. நிகழ்ச்சிக்கு இன்னும் சில வாரங்களே உள்ள நிலையில் ஏறத்தாழ ஒவ்வொரு நாளும் சான் ஃப்ரான்சிஸ்கோ வரை காரை ஓட்டிக்கொண்டு சூசன் கரேயின் விக்டோரியா பாணி வீட்டிற்குச் செல்வார். நெக்ஸ்டின் வரைகலை *(க்ராஃபிக்)* வடிவமைப்பாளரான சூசன், மகின்டாஷுக்காக எழுத்துருக்கள், ஐகான்கள் (குறிப்படங்கள்) ஆகியவற்றைத் தயாரித்தவர். ஜாப்ஸ் சொற்களின் தேர்வு முதல் பின்னணி நிறமான பச்சையின் சரியான சாயல்வரை அனைத்தையும் அலசிக் கொண்டிருக்க, சூசன் அதற்கேற்ப ஒவ்வொரு காட்சிப்படமாகத் தயாரித்த வண்ணம் இருந்தார். 'எனக்கு அந்தப் பச்சை பிடித்திருக்கிறது' – சில ஊழியர்கள் முன்னிலையில் முன்னோட்டம் செய்து கொண்டிருந்தபோது ஜாப்ஸ் பெருமையாகக் கூறினார். 'அற்புதமான பச்சை, அற்புதமான பச்சை' – அனைவரும் ஒரே குரலில் கிசுகிசுத்தனர்.

எந்த நுணுக்கங்களும் அலட்சியம் செய்யப்படவில்லை. ஜாப்ஸ் அழைப்பிதழ் பட்டியல் - ஏன், உணவுப்பட்டியலைக்கூட விட்டுவைக்க வில்லை (கனிம நீர், க்ர்வாஸ்ஸான் ரொட்டிகள், க்ரீம் சீஸ், முளைத்த பயறு). ஒரு வீடியோ ப்ரொஜெக்‌ஷன் நிறுவனத்திற்கு 60,000 டாலர் கொடுத்து உதவிக்கு அமர்த்தினார். முற்போக்குப் பாணி நாடகத் தயாரிப்பாளர் ஜார்ஜ் கோட்ஸை நிகழ்ச்சியைத் தொகுத்தளிக்க அழைத்தார். கோட்ஸூம் ஜாப்ஸூம் – இதில் ஆச்சரியம் ஒன்றுமில்லை – மேடை கட்டுப்பாடான, எளிய பின்னணியோடு இருக்கவேண்டு மென்று தீர்மானித்தனர். கச்சிதமான கறுப்பு கனசதுரத்தைத் திரை விலக்கம் செய்யும்பொழுது மேடையில் குறைந்தபட்ச சாதனங்கள் மட்டுமே இருக்க, கறுப்புப் பின்னணியில், கறுப்புத் துணியால் மூடப்பட்ட மேசை மீது, கறுப்புத் திரையால் மூடப்பட்ட கணினி – இது தவிர ஒரு எளிய பூச்சாடியில் மலர்கள். வன்பொருளோ, இயங்கு தளமோ (*ஆபரேட்டிங் சிஸ்டம்*) இன்னும் தயாராகவில்லை என்பதால் உருவகமாக மட்டுமே செய்யும்படி கோட்ஸ் ஜாப்ஸை வலியுறுத்தினார். ஆனால் அவர் மறுத்துவிட்டார். வலையின்றிக் கயிற்றில் நடப்பது போலாகிவிடும் என்பதால் செயல்முறை விளக்கத்தை நேரடியாகவே காட்டத் தீர்மானித்தார்.

நிகழ்ச்சிக்கு ஏறத்தாழ மூவாயிரம் பேர் வந்திருந்தனர் – தொடக்க நேரத்திற்கு இரண்டு மணிநேரம் முன்பாகவே. நிகழ்ச்சி அவர்களுக்கு ஏமாற்றமளிக்கவில்லை. ஜாப்ஸ் மூன்று மணிநேரம் மேடையில் இருந்தார். *நியூ யார்க் டைம்ஸ்* செய்தியாளர் ஆன்ட்ரூ போலாக் கூறியது போல, ‘தயாரிப்பு வெளியீடுகளில் அவர் ஒரு ஆன்ட்ரூ லாய்ட் வெப்பர். மேடையில் நிகழ்ச்சியைத் தொகுத்து வழங்குவதிலும், சிறப்புக் காட்சிகளை அளிப்பதிலும் அவர் ஒரு மேதை.’ *ஷிகாகோ ட்ரிப்யூனின்* வெஸ் ஸ்மித், ‘தேவாலயக் கூட்டங்களுக்கு வாடிகன் II எப்படி முக்கியமோ, அதுபோலச் சாதனங்களின் செயல்முறை விளக்கங்களுக்கு இந்த வெளியீட்டு விழாக்கள்’ என்று எழுதினார்.

அரங்கில் பலத்த கரகோஷங்களுக்கிடையே ஜாப்ஸின் தொடக்க வரிகள் ஒலித்தன: ‘மீண்டும் திரும்பிவந்தது மிகுந்த மகிழ்ச்சியளிக்கிறது.’ தனியர்க் கணினி கட்டமைப்பின் வரலாற்றோடு தொடங்கியவர், ‘பத்தாண்டுகளுக்கு ஒரு முறையோ, இரு முறையோ மட்டுமே, அதாவது கணினிப் பயன்பாட்டுத் தன்மையையே மாற்றியமைக்கும் விதமாகப் புதிய கட்டமைப்பு ஒன்று அறிமுகமாகும் காலத்தில் மட்டுமே’ ஏற்படக் கூடிய ஒரு நிகழ்ச்சியை அங்கு அனைவரும் காண இருப்பதாக உறுதியளித்தார். நெக்ஸ்டின் வன்பொருளும் மென்பொருளும் கடந்த மூன்று ஆண்டுகளாக நாடெங்கிலுமுள்ள பல்கலைக்கழகங்களைக் கலந்தாலோசித்து வடிவமைக்கப்பட்டதாகும் என்றார் அவர். ‘உயர்

கல்விக்கென ஒரு தனிப்பட்ட பெருமுகக் கணினி *(மெய்ன்ஃப்ரேம்)* தேவை என்பதை நாங்கள் உணர்ந்துகொண்டோம்.

வழக்கம்போல மிகவும் சிறப்பானது என்று கூறக்கூடிய அம்சங்கள் இருந்தன. தயாரிப்பை 'நம்பமுடியாத அளவிற்கு அற்புதமானது', 'நாம் கற்பனை செய்யக்கூடியவற்றுள் மிகச் சிறந்தது' என்று வர்ணித்தார். கண்ணுக்குப் புலப்படாத உள்பாகங்களின் அழகையும் அவர் புகழ்ந்தார். ஒரு அடி பக்க அளவுள்ள கனசதுரப் பெட்டியில் பொருத்தப்போகும் ஒரு அடி பக்க அளவு கொண்ட மின்சுற்றுப் பலகையைத் தமது விரல்களின் மீது சுழற்றியபடி ஆர்வம் பொங்கக் கூறினார்: 'சிறிது நேரம் கழித்து இதனைக் காண உங்களுக்கு ஒரு வாய்ப்பு கிட்டுமென்று கருதுகிறேன். என் வாழ்க்கையில் நான் கண்ட அச்சிடப்பட்ட மின்சுற்றுப் பலகைகளிலேயே மிக அழகானது இது.' தொடர்ந்து கணினி மூலம் சொற்பொழிவுகளை ஒலிக்கச் செய்யவும் - இதற்கு அவர் மார்ட்டின் லூதர் கிங்கின் *ஐ ஹேவ் ஏ ட்ரீம் (எனக்கு ஒரு கனவு இருக்கிறது)* மற்றும் கென்னடியின் *ஆஸ்க் நாட் (கேட்காதீர்)* ஆகியவற்றைப் பயன்படுத்தினார் – மின்னஞ்சல்களை ஒலி இணைப்பு களோடு அனுப்பவும் முடியும் என்று காட்டினார். கணினியில் உள்ள ஒலிவாங்கியை நோக்கிச் சாய்ந்து கொண்டு தமது குரலைப் பதிவு செய்தார்: 'வணக்கம், நான் ஸ்டீவ் பேசுகிறேன். சரித்திர முக்கியத்துவம் வாய்ந்த இந்த நாளில் ஒரு செய்தியை அனுப்பிக் கொண்டிருக்கிறேன்.' பிறகு அரங்கிலுள்ளவர்களை செய்திக்குக் 'கைதட்டல்' தரச் சொன்னார். அவர்களும் செய்தார்கள்.

ஜாப்ஸின் நிர்வாகத் தத்துவங்களில் ஒன்று அவ்வப்போது புதிய தொழில்நுட்பத்திற்காக 'நிறுவனத்தை வைத்துப் பந்தயம் கட்டுவது'. அடுத்த நெக்ஸ்ட் வெளியீட்டில் அவர் புத்திசாலித்தனமல்லாத நீக்கத் திற்கு ஓர் உதாரணத்தைச் சுட்டிக்காட்டினார்: ஓர் உயர் கொள்ளளவு கொண்ட (ஆனால் மெதுவாகச் செயல்படும்) ஆப்டிகல் ரீட்/ரைட் டிஸ்க் (ஒலிப் படிப்பி/எழுதி வட்டு) வைத்திருப்பது பேக்-அப்பிற்காக (காப்பு நகல்) நெகிழ்வட்டு *(ஃபிளாப்பி டிஸ்க்)* எதுவும் இல்லாமல். 'இரண்டு ஆண்டுகளுக்கு முன் நாங்கள் ஒரு தீர்மானம் செய்தோம்' என்றார் அவர். 'புதிய தொழில் நுட்பங்கள் சிலவற்றைக் கண்டறிந்து, நிறுவனத்தைப் பணயம் வைக்கத் தீர்மானித்தோம்.'

இதைத் தொடர்ந்து மேலும் தொலைநோக்கான ஒரு சிறப்பம்சத்தை விளக்கினார். 'நாங்கள் முதல் டிஜிட்டல் (இலக்கமுறை) புத்தகங்களை உருவாக்கியுள்ளோம்' – ஷேக்ஸ்பியரின் ஆக்ஸ்ஃபோர்ட் பதிப்பையும் மற்றும் சிலவற்றையும் குறிப்பிட்டபடி. 'கூட்டென்பெர்கிற்குப் பின் புத்தகப் பதிப்புத் தொழில்நுட்பத் துறையில் எவ்வித முன்னேற்றமும் ஏற்படவில்லை.'

சிலசமயம் அவர் தம்முடைய பலவீனங்களை நன்கு உணர்ந்து காணப்படுவார். மின்நூல் *(எலெக்ட்ரானிக் புக்)* செயல்விளக்கத்தின் போது இதை அவர் நகைச்சுவை உணர்வோடு விமர்சித்தார். 'சில சமயங்களில் என்னை மாறும் இயல்புடையவர் *(மெர்க்கூரியல்)* என்று வர்ணிப்பார்கள்' என்று கூறியவர் ஒரு நிமிடம் நிதானித்தார். அரங்கத்தில் அர்த்தம் புரிந்த சிரிப்பலைகள் எழுந்தன – குறிப்பாக முன்வரிசையிலிருந்த நெக்ஸ்ட் ஊழியர்கள் மற்றும் முன்னாள் மகின்டாஷ் குழு உறுப்பினர்களுக்கிடையே. தொடர்ந்து அந்த வார்த்தைக்கான அர்த்தத்தைக் கணினியின் அகராதியிலிருந்து தேர்ந்தெடுத்துப் படித்தார்: 'செவ்வாய் கிரகத்தின் ஆதிக்கத்தில் பிறந்தவர்; செவ்வாய் கிரகத்தின் அல்லது அதனோடு தொடர்புடைய.' மேலும் கீழ்நோக்கி உருட்டியவர் *(ஸ்க்ரோல்)*, 'மூன்றாவது அர்த்தத்தைத் தான் அவர்கள் குறிப்பிடுகிறார்கள் என்று நினைக்கிறேன்: *கணிக்க முடியாத அளவிற்கு மாறும் மனநிலையைக் கொண்டவர்'* என்றார். சிரிப்பலைகள் மேலும் எழுந்தன. 'சொல்லகராதியில் தேடிப் பார்த்தால் எதிர்ப்பதம் *சாட்டர்னைன் (நிலையான இயல்புடையவர்)* என்கிறது. அதற்கு என்ன அர்த்தம்? இரட்டை க்ளிக் செய்தால் போதும் – உடனே அகராதியில் அர்த்தத்தைத் தேடித்தரும். இதோ: 'நிலையான மனநிலை உடையவர். கலகலப்பற்றவர்; செயல்களிலும் மாற்றங்களிலும் வேகம் குறைந்தவர், வாடிய தோற்றமுடையவர்.' அவருடைய முகத்தில் மெலிதாய் ஒரு புன்னகை - சிரிப்பலைகளை எதிர்பார்த்தபடி. 'சரிதான், மெர்க்கூரியலாக இருப்பது அப்படியொன்றும் மோசமானதாக எனக்குத் தோன்றவில்லை.' கைதட்டலைத் தொடர்ந்து பொன்மொழிகள் *(கொடேஷன்ஸ்)* அடங்கிய புத்தகத்தைப் பயன்படுத்தித் தமது மாயவலை தொடர்பான விளக்கமளித்தார். இதற்காக அவர் தேர்ந்தெடுத்த குறிப்பு லூயிஸ் கரோலின் த்ரூ த லுக்கிங் க்ளாஸ் (முகம் பார்க்கும் கண்ணாடி வழியே). எவ்வளவுதான் முயன்றாலும் சாத்தியமல்லாதவற்றை நம்பத் தன்னால் முடியவில்லை என்று கூறி ஆலிஸ் அங்கலாய்த்துக் கொள்ளும் காட்சி. இதற்கு வெள்ளை ராணியின் நொடிப்பான பதில்: 'ஏன், சிலசமயம் காலை உணவிற்கு முன் ஏறத்தாழ ஆறு சாத்தியமல்லாத விஷயங்கள்வரை நான் நம்பியிருக்கிறேனே!' குறிப்பாக முன்வரிசை யிலிருந்து அர்த்தம் புரிந்த சிரிப்பலைகள் காதைப் பிளந்தன.

இந்தக் கலகலப்பான சூழல் பின்னால் வரவிருக்கும் சங்கடமான செய்திக்குச் சர்க்கரைப் பூச்சிடவும், அரங்கிலுள்ளவர்களின் கவனத்தைத் திசை திருப்பவும் உதவியது. புதிய சாதனத்தின் விலையை அறிவிப்ப தற்கான நேரம் வந்தபோது, ஜாப்ஸ் வழக்கமாகத் தயாரிப்புச் செயல் விளக்கங்களின்போது செய்வதையே இங்கும் செய்தார். அதன் சிறப்பம்சங்களை வரிசையாக அடுக்கி அறிவித்து, 'ஆயிரக்கணக்கான டாலர் மதிப்புடையவை' என்று வர்ணித்து, இவையெல்லாம் எவ்வளவு

விலையுயர்ந்தவையாக இருக்கவேண்டும் என்று அரங்கில் உள்ளவர்களின் கற்பனையைத் தூண்டினார். பின்னர், தாம் கற்பனை செய்ததை விடக் குறைவுதான் என்று அவர்கள் எண்ணும் விதத்தில் தமது அறிவிப்பைச் செய்தார்: 'உயர்கல்விக்கு நாங்கள் தீர்மானித்துள்ள ஒரே விலை 6500 டாலர்.' விசுவாசிகளிடையிலிருந்து அங்குமிங்குமாகக் கைதட்டல் வந்தது. அவருடைய குழுவிலிருந்த பல்வேறு ஆலோசகர்கள் அவரை நீண்டகாலமாக விலையை 2000 டாலர்களிலிருந்து 3000 டாலருக்குள் நிர்ணயிக்கும்படி வலியுறுத்தி வந்தார்கள் – ஜாப்ஸும் ஒப்புக்கொண்டிருந்ததாக எண்ணிக் கொண்டிருந்தார்கள். அதில் சிலர் இப்போது அதிர்ந்து போயினர் – குறிப்பாக, ஒளிவட்டுக்கு *(ஆப்டிக்கல் டிஸ்க்)* மேலும் 2000 டாலர் செலவாகும் என்றும், அதன் குறைந்த செயல்வேகத்தை ஈடுகட்டுவதற்கு 2500 டாலர் விலைமதிப்புள்ள வெளிப்புற வன்வட்டு *(ஹார்ட் டிஸ்க்)* தேவைப்படும் என்று அறிந்து கொண்டபோது.

உற்சாகமிழக்கச்செய்யும் மற்றொரு செய்தியும் இருந்தது – இதையும் அவர் சற்று வேறுவிதமாக அறிவித்தார்: 'அடுத்த ஆண்டின் தொடக்கத்தில் எங்கள் 0.9 வெளியீடு நடைபெறும் – இது மென்பொருள் உருவாக்குவோர் மற்றும் ஆர்வமிகுந்த இறுதிப் பயனர்களுக்கு.' சற்று பதற்றமான சிரிப்பொலி. அவர் கூறவந்தது, 1.0 என்று அழைக்கப்படும் கணினி மற்றும் அதன் மென்பொருளின் உண்மையான வெளியீடு 1989இன் தொடக்கத்தில் நிகழப்போவதில்லை என்பதுதான். என்றாலும் அவர் நிச்சயமான தேதி என்று எதையும் அறிவிக்கவில்லை. இரண்டாம் காலாண்டில் எதிர்பார்க்கலாம் என்ற குறிப்பை மட்டுமே தந்தார். 1985இன் பிற்பகுதியில் நெக்ஸ்டின் முதல் ஓய்வுவிடுப்பின் போது ஜோஆனா ஹாஃப்மன் எவ்வளவு தடுத்தும் இரண்டே ஆண்டுகளில், அதாவது 1987இன் தொடக்கத்தில் முடிப்பேன் என்ற தமது பிடியை அவர் தளர்த்திக் கொள்ளவேயில்லை. ஆனால் இப்போது ஒன்று தெளிவாயிற்று – இரண்டாண்டுகளுக்கும் மேலாகும் என்பது.

நிகழ்ச்சி உண்மையிலேயே இசைமயமாய் நிறைவுபெற்றது. ஜாப்ஸ் சான் ஃப்ரான்சிஸ்கோ சிம்ஃபனியிலிருந்து ஒரு வயலின் கலைஞரை வரவழைத்திருந்தார். அவர் பாஹின் *ஏ மைனர் வயோலின் கொன்சேர்டோ* பாடலை மேடையில் கொலுவீற்றிருந்த நெக்ஸ்ட் கணினிடன் ஜோடியாக இணைந்து இசைத்தார். கூடியிருந்தவர்கள் மகிழ்ச்சியில் ஆரவாரம் செய்தார்கள். அந்தப் பரவசத்தில் விலையும் வெளியீட்டில் ஏற்படவிருந்த தாமதமும் மறந்தேபோயின. ஒரு செய்தியாளர் நிகழ்ச்சி முடிந்த கையோடு 'எதனால் இந்தத் தாமதம்?' என்றார். ஜாப்ஸ் பதிலளித்தார்: 'அது தாமதமாகவில்லை. தனது காலத்திற்கு ஐந்து ஆண்டுகள் முன்னோக்கிச் செல்லும் ஒன்று.'

ஜாப்ஸ் தமது வழக்கமாக்கிக் கொள்ள இருந்த வகையில், புகழ் பெற்ற பத்திரிகைகளுக்கு, 'சிறப்பு' பேட்டிகள் அளிக்கத் தயாராக இருந்தார் – அட்டைப்படக் கட்டுரையாக வெளியிடுவதாக இருந்தால். இம்முறை சற்று அதிகமாகவே 'சிறப்பாக' இருந்தது – பிரச்சினை எதுவும் ஏற்படவில்லை என்றாலும். *பிசினஸ் வீக்கின் காட்டீ ஹாஃப்னர்* கேட்டுக்கொண்டதற்கிணங்க வெளியீட்டிற்கு முன்னதாகவே சிறப்புப் பேட்டி தருவதாக ஒப்புதல் அளித்திருந்தார். ஆனால் இதேபோன்ற ஓர் ஒப்பந்தத்தை *நியூஸ்வீக், ஃபார்ச்சூன்* ஆகிய பத்திரிகைகளுடனும் செய்து கொண்டிருந்தார். அவர் கவனிக்க மறந்த ஒரு விஷயம் – *ஃபார்ச்சூனின்* மேல்நிலை ஆசிரியர்களுள் ஒருவரான சூசன் ஃப்ரேக்கர், *நியூஸ்வீக்* ஆசிரியர் மேனார்ட் பார்க்கரை மணந்திருந்தார். *ஃபார்ச்சூன்* கட்டுரை தொடர்பான கலந்துரையாடலின்போது அனைவரும் தங்களுக்குக் கிட்டப்போகும் சிறப்புப் பேட்டிபற்றிப் பெரிதும் பூரித்துப் போயிருந் தனர். அப்போது *நியூஸ்வீக்கிற்கும்* ஒரு சிறப்புப் பேட்டி வாக்களிக்கப் பட்டிருந்தது தமக்குத் தெரியவந்ததாகவும், அது *ஃபார்ச்சூனுக்குச்* சில நாள்கள் முன்னதாகவே வெளிவரும் என்றும் ஃப்ரேக்கர் தெரிவித்தார். ஆக, அந்த வாரம் ஜாப்ஸ் இரண்டு பத்திரிகைகளின் அட்டைப்படங் களை மட்டுமே அலங்கரித்தார். *நியூஸ்வீக்கில்* 'மிஸ்டர் சிப்ஸ்' என்னும் தலைப்பில் கட்டுரை வெளியாகியிருந்தது. அட்டைப் படத்தில் அவர் ஒரு அழகிய நெக்ஸ்டின் மீது சாய்ந்து நின்றிருந்தார். 'நெக்ஸ்ட் கடந்த பலவருட காலத்திற்குப் பிறகு மிகவும் பரபரப்பூட்டிய சாதனம்' என்றது கட்டுரை. *பிசினஸ் வீக்* அவரைக் கறுப்பு சூட்டில் கம்பீரமாகச் சித்திரித்திருந்தது – பேராசிரியர் அல்லது மதபோதகர் போல அவருடைய கைவிரல் நுனிகள் அழுந்தப் பதிந்திருந்தன. ஆனால் ஹாஃப்னர் தமது சிறப்புப் பேட்டியைச் சூழ்ந்திருந்த சாமர்த்தியத்தைச் சுட்டிக்காட்டி னார். 'நெக்ஸ்ட் தனது ஊழியர்கள் மற்றும் வழங்குநர்களுடனான *(சப்ளையர்)* நேர்காணல்களைத் தீவிரமாகக் கண்காணித்தது' என்று எழுதினார் அவர். 'அந்தத் திட்டம் நன்றாகத்தான் வேலை செய்தது. ஆனால் அதற்கு ஒரு விலைகொடுக்க வேண்டியிருந்தது: இது போன்ற சுயநலமான , இரக்கமற்ற கட்டுப்பாடு – ஜாப்ஸ் ஆப்பிளில் பட்ட வேதனைகளின் பின்னணியை வெளிச்சத்திற்குக் கொண்டு வந்தது. அவருடைய குணாதிசயங்களில் முன்னே நிற்பது அனைத்தையும் தம் கட்டுபாட்டில் வைத்துக்கொள்ள அவர் காட்டும் தீவிரம்.'

இந்த ஆர்வ அலை ஓய்ந்தபோது, நெக்ஸ்ட் கணினிக்கான எதிர் பார்ப்பு இல்லாமல் போனது. ஏனெனில் அது இன்னமும் விற்பனைக்கு வரவில்லை. பில் ஜாய் சன் மைக்ரோசிஸ்டம்ஸின் மிகத் திறமையான விஞ்ஞானி. அவர் அதை 'முதல் யப்பீ[2] பணிநிலையம் *(வர்க்ஸ்டேஷன்)*'

[2] Yuppie - Young Urban Professional - *நகர் சார்ந்த இளம் தொழில்வல்லுநர்.* (மொ-ர்)

என்று அழைத்தார் – இதில் கலப்பில்லாமலில்லை. எதிர்பார்த்தது போலவே, பில் கேட்ஸும் வெளிப்படையாய்த் தமது கருத்துகளை வெளியிட்டார்: 'சுருக்கமாகச் சொல்லவேண்டுமானால், இது எனக்கு ஏமாற்றமளிக்கிறது' என்றார் அவர், *வால் ஸ்ட்ரீட் ஜர்னலிடம்*. '1981இல் மகின்டாஷை ஸ்டீவ் எங்களுக்குக் காட்டியபோது நாங்கள் உண்மையிலேயே பூரித்துப் போனோம். ஏனெனில், அதனை ஒரு கணினிக்கு அருகில் வைத்துப்பார்த்தால், இதுவரை யாருமே பார்த்திராததைப் போலிருந்தது. ஆனால் நெக்ஸ்ட் அப்படியல்ல. மொத்தமாக வைத்துப் பார்த்தால், இதன் சிறப்பம்சங்கள் என்று சொல்லப்படுபவை அனைத்தும் உண்மையிலேயே சாதாரணமானவை தான்.' மைக்ரோஸாஃப்ட் நெக்ஸ்டிற்கு நிரல்கள் *(ப்ரோக்ராம்ஸ்)* எழுதப் போவதில்லை என்ற தனது தீர்மானம் தொடரும் என்றார். அறிவிப்பு நிகழ்ச்சி முடிந்த கையோடு, கேட்ஸ் தமது ஊழியர்களுக்கு ஒரு மின்னஞ்சல் அனுப்பிவைத்தார்: 'நிஜம் அனைத்தும் முழுமையாகத் தள்ளிவைக்கப்பட்டுவிட்டது' என்று தொடங்கியது அது. அதுபற்றி யோசிக்கையில், கேட்ஸ் உரக்கச் சிரித்தபடியே 'நான் இதுவரை எழுதிய மின்னஞ்சல்களிலேயே சிறந்ததாக அது இருந்திருக்கலாம்' என்றார்.

நெக்ஸ்ட் கணினி ஒருவாறாக 1989 மத்தியில் விற்பனைக்கு வந்தபோது, தொழிற்சாலை மாதம் 10,000 கணினிகள் தயாரிக்கும் வண்ணம் ஒருங்கிணைக்கப்பட்டிருந்தது. ஆனால் மாதம் 400 கணினிகள் மட்டுமே விற்றன. அழகான வண்ணம் தீட்டப்பட்டிருந்த தொழிற்சாலை இயந்திர மனிதர்கள் *(ரோபோ)* பெரும்பாலும் வேலையின்றிக் கிடந்தன. நெக்ஸ்டினால் பணம் தண்ணீராய்ச் செலவழிந்தது.

இயல் பத்தொன்பது

பிக்ஸார்
தொழில்நுட்பம் கலையைச் சந்திக்கிறது

எட் காட்மல், ஸ்டீவ் ஜாப்ஸ் ஆகியோருடன் ஜான் லாசெட்டர், 1999

லூகாஸ்ஃபிலிமின் கணினிப் பிரிவு

1985 கோடைகாலம். ஜாப்ஸுக்கு ஆப்பிளில் இருந்த பிடி நழுவிக் கொண்டிருந்த சமயம். முன்பு ஜெராக்ஸ் பார்க்கிலும் தற்போது ஆப்பிளில் கௌரவ உறுப்பினராகவும் உள்ள அலன் கேயுடன் காலாற நடந்துகொண்டிருந்தார். ஜாப்ஸ் தொழில்நுட்பத்தையும் ஆக்கத் திறனையும் இணைப்பதில் மிகுந்த ஆர்வம்கொண்டிருப்பதை கே அறிந்திருந்தார். அதனால், ஜார்ஜ் லூகாஸின் படநிறுவனத்தில் கணினிப் பிரிவை நிர்வகிக்கும் தனது நண்பர் எட் காட்மல்லைச் சென்று சந்திக்கலாம் என்று யோசனை சொன்னார். ஒரு லிமோவை வாடகைக்கு அமர்த்திக்கொண்டு மாரின் கவுன்ட்டி வரை சென்றனர் – லூகாஸின் ஸ்கைவாக்கர் ராஞ்ச் வரை. அங்குதான் காட்மல்லும் அவருடைய சிறிய கணினிப் பிரிவும் இருந்தன. 'நான் அசந்தே போனேன்; திரும்பி வந்ததும் ஸ்கல்லியிடம் எப்படியாவது அந்த

நிறுவனத்தை ஆப்பிளுக்காக வாங்கும்படி கூறிச் சம்மதிக்க வைக்க முயன்றேன்' என்று ஜாப்ஸ் நினைவுகூர்ந்தார். 'ஆனால் ஆப்பிளை நிர்வகித்து வந்தவர்கள் அதில் எந்த ஆர்வமும் காட்டவில்லை; அவர்கள் என்னை வெளியே விரட்டியடிப்பதிலேயே மும்முரமாய் இருந்தனர்.'

லூகாஸ்ஃபிலிம் கணினிப் பிரிவு டிஜிட்டல் (இலக்கமுறை) பிம்பங்களுக்காக வன்பொருள் மற்றும் மென்பொருளைத் தயாரித்து வந்தது. அங்கு குறும்படங்கள் தயாரிப்பில் ஈடுபட்டுள்ள கணினி அசைவூட்ட வல்லுநர்கள் (அனிமேட்டர்ஸ்) அடங்கிய சிறு குழு ஒன்றும் இருந்தது. அதனை நிர்வகித்து வந்த ஜான் லாசெட்டர் மிகுந்த திறமைசாலி; கார்ட்டூன் பிரியர். மூன்று பாகங்கள் கொண்ட தனது முதல் ஸ்டார் வார்ஸ் தொகுப்பை முடித்திருந்த லூகாஸ், பிரிவினைப் பிரச்சினை ஒன்றில் ஆழமாய்ச் சிக்கிக்கொண்டிருந்தார். அதிலிருந்து மீள, அந்த மொத்தப் பிரிவையும் விற்றுவிட வேண்டிய கட்டாயத்தில் இருந்தார். ஆகையால் காட்மல்லிடம் கூடிய விரைவில் அதனை வாங்குவதற்குத் தயாராக யாரையாவது கண்டறியும்படி கூறினார்.

1985 இலையுதிர்காலத்தில் சிலர் வாங்கும் எண்ணத்துடன் வந்தார்கள். ஆனால் அது வெற்றிகரமாக அமையவில்லை. ஆகவே காட்மல்லும் அவருடைய சக ஊழியர் அல்வி-ரே-ஸ்மித்தும் தாங்களே அந்தப் பிரிவை வாங்கக்கூடிய வகையில் தகுந்த முதலீட்டாளர்களைத் தேட முடிவு செய்தனர். ஆகையால் ஜாப்ஸை அழைத்து மற்றொரு சந்திப்பிற்கு ஏற்பாடு செய்து அவருடைய வுட்சைட் வீட்டிற்குச் சென்றனர். ஸ்கல்லியின் விசுவாசமற்ற தன்மையையும் முட்டாள்தனங்களையும் சிறிது நேரம் அலசிய பிறகு ஜாப்ஸ் அவர்களுடைய லூகாஸ் ஃபிலிம் பிரிவை மொத்தமாக வாங்க விருப்பம் தெரிவித்தார். காட்மல்லும் ஸ்மித்தும் தயங்கினார்கள் – அவர்களுக்குத் தேவை ஒரு முதலீட்டாளர் தான்; 'புதிய முதலாளி' அல்ல. ஆனால் இதிலும் ஒரு இடைப்பட்ட தீர்வு இருந்தது விரைவில் தெளிவானது. ஜாப்ஸ் அந்தப் பிரிவின் பெரும் பகுதியை வாங்கிக்கொண்டு, அதன் தலைவராகச் செயல்படுவார். காட்மல்லும் ஸ்மித்தும் அதனை நடத்திச் செல்வார்கள்.

'நான் அதை வாங்க விரும்பினேன். ஏனெனில் எனக்குக் கணினி வரைகலையில் (க்ராஃபிக்ஸ்) மிகுந்த ஆர்வம் இருந்தது' என்று ஜாப்ஸ் நினைவுகூர்ந்தார். 'அவர்கள் இருவரும் கலையையும் தொழில் நுட்பத்தையும் இணைந்து வழங்குவதில் மற்றவர்களைக் காட்டிலும் மிகவும் முன்னணியில் இருந்தார்கள். அதில்தான் நான் எப்பொழுதுமே ஆர்வமாக இருந்தேன்.' அவர் லூகாஸிற்கு ஐந்து மில்லியன் டாலர் தந்து, மேலும் ஐந்து மில்லியன் டாலர் முதலீடு செய்ய முன்வந்தார் – அந்தப் பிரிவை ஒரு தனிப்பட்ட நிறுவனம் ஆக்குவதற்காக. லூகாஸ் கேட்ட தொகையை விட அது மிகவும் குறைவாகவே இருந்தது.

ஆனாலும் நேரம் கச்சிதமாக இருந்தது. ஆகையால் அவர்கள் ஒப்பந்தம் செய்துகொள்ளத் தீர்மானித்தார்கள்.

ஹூகாஸ்ஃபிலிமின் தலைமை நிதி அதிகாரிக்கு ஜாப்ஸ் மிகவும் திமிர் பிடித்தவராகவும் குத்தலாகப் பேசுபவராகவும் தெரிந்தார். அதனால் நிறுவனத்தில் பங்குதாரர்கள் கூட்டத்தை நடத்த வேண்டிவந்தபோது அவர் காட்மல்லிடம் 'சரியான வரிசைப்படி ஏற்பாடு செய்யவேண்டும்' என்றார். அவருடைய திட்டம் இதுதான்: முதலில் அனைவரையும் ஜாப்ஸுடன் ஒரே அறையில் கூடச்செய்வது. சில நிமிடங்கள் கழித்து தலைமை நிதி அதிகாரி அங்கு வந்து கூட்டத்தை நடத்தப்போவது தான்தான் என்று அறிவிப்பார். 'ஆனால் ஒரு வேடிக்கையான திருப்பம் உண்டானது' என காட்மல் நினைவுகூர்ந்தார். 'ஸ்டீவ் கூட்டத்தைச் சரியான சமயத்தில் உயர் நிதி அதிகாரி இல்லாமலே தொடங்கி வைத்துவிட்டார். அதிகாரி உள்ளே நுழைந்தபோது கூட்டம் முழுவது மாக ஸ்டீவின் கட்டுப்பாட்டில் இருந்தது.'

ஜாப்ஸ் ஜார்ஜ் ஹூகாஸை ஒரு முறை மட்டுமே சந்தித்திருந்தார். அந்தப் பிரிவில் பணியாற்றுபவர்கள் அனைவருமே கணினிகளைத் தயாரிப்பதைவிட அசைவூட்டப் (அனிமேஷன்) படங்களைத் தயாரிப் பதில்தான் கூடுதல் ஆர்வம் காட்டுவார்கள் என்று ஹூகாஸ் அவரை எச்சரித்தார். 'இங்கு உள்ளவர்கள் அனிமேஷனில் மிகுந்த தீவிரம் காட்டுபவர்கள்' – ஹூகாஸ் அவரிடம் கூறினார். 'அடிப்படையில் அது எட் மற்றும் ஜானின் திட்டம் என்று எச்சரித்தேன். அது அவருடைய திட்டமாகவும் இருந்ததால்தான் இந்த நிறுவனத்தை வாங்கினார் என்று நினைக்கிறேன்.'

இறுதி ஒப்பந்தம் **1986** ஜனவரியில் நிறைவேறியது. அதன்படி **10** மில்லியன் முதலீடு செய்ததால் நிறுவனத்தின் **70%** ஜாப்ஸைச் சேரும். மீதமுள்ள பங்குகள் எட் காட்மல், அல்வி ரே ஸ்மித் மற்றும் வரவேற்பாளர் உட்பட 38 நிறுவன ஊழியர்களுக்குப் பகிர்ந்தளிக்கப் படும். அந்தப் பிரிவின் மிக முக்கியமான வன்பொருள் பிக்ஸார் இமேஜ் கம்ப்யூட்டர் என்று அழைக்கப்பட்டது. புதிய நிறுவனமும் அதிலிருந்து தன் பெயரைப் பெற்றுக்கொண்டது.

சில காலம் ஜாப்ஸ் காட்மல்லையும் ஸ்மித்தையும் எந்த ஒரு இடையூறுமின்றி பிக்ஸார் நிறுவனத்தை நடத்த அனுமதித்தார். அநேகமாக ஒவ்வொரு மாதமும் அவர்கள் நிர்வாகக் கூட்டத்திற்காக ஒன்றுகூடுவார்கள். பொதுவாக இது நெக்ஸ்ட் தலைமையகத்தில் நடைபெற்றது. ஜாப்ஸ் நிதி மற்றும் திட்டங்களிலும் கவனம் செலுத்தி வந்தார். இருந்தாலும் தமது சுபாவத்தாலும் கட்டுப்படுத்தும் இயல்பாலும் ஜாப்ஸ் விரைவிலேயே மேலும் வலுவான நிலையை எட்டினார்.

யோசனைகள் மடைதிறந்த வெள்ளம் போல் வந்தன – பிக்ஸாரின் வன்பொருளும் மென்பொருளும் எப்படி இருக்கவேண்டும் என்பது பற்றி. சில ஏற்றுக்கொள்ளும்படியாக, சில கிறுக்குத்தனமாக. ஜாப்ஸ் பிக்ஸார் அலுவலகங்களுக்கு அவ்வப்போது வருவார்; அப்பொழு தெல்லாம் அவர் அங்கு இருப்பதே ஒரு பெரும் ஊக்குவிப்பாக இருக்கும். 'நான் தெற்கத்திய பாப்டிஸ்டாக[1] வளர்ந்தவன்; அங்கு உயிர்த்தெழல் கூட்டங்களுக்காக வரும் போதகர்கள் பேச்சால் மயக்குவார்கள். ஆனால் ஊழல்பேர்வழிகள்' என்று அல்வி ரே ஸ்மித் நினைவுகூர்ந்தார். 'ஸ்டீவிடம் அது உள்ளது: நாவன்மையும் மக்களைக் கட்டிப்போடும் வார்த்தை ஜாலங்களும். நிர்வாகக் கூட்டங்களின்போது இதை நாங்கள் உணர்ந்திருந்தோம். ஆகையால் எங்களுக்குள் சில சைகை மொழி களை உருவாக்கிக்கொண்டோம் - மூக்கைச் சொறிவது அல்லது காதுமடல்களை வருடுவது. எங்களுள் யாராவது ஜாப்ஸின் மாயவலை யில் சிக்கிக்கொண்டிருந்தால், அவர்களை விடுவித்து நிஜத்திற்கு இழுத்துவருவதற்கு.'

வன்பொருட்களையும் மென்பொருட்களையும் ஒருங்கிணைப்பதன் மகத்துவத்தை ஜாப்ஸ் எப்பொழுதுமே பாராட்டுவது வழக்கம். பிக்ஸாரும் தனது இமேஜ் கம்ப்யூட்டர், மென்பொருட்கள் ஆகியவற்றில் இதைத்தான் செய்தது. அது தவிர அசைவூட்டம் *(அனிமேஷன்)*, வரைகலை *(க்ராஃபிக்ஸ்)* போன்ற ஆக்கப்பூர்வமான விஷயங்களையும் தயாரித்து அளித்தது. இந்த மூன்றுமே ஜாப்ஸின் கைவண்ணத்தில் விளைந்த ஆக்கப்பூர்வமான கலையுணர்வு, தொழில்நுட்பத்திறன் ஆகிய வற்றின் சங்கமத்தால் பயன்பெற்றன. 'சிலிக்கன் வாலியிலுள்ளவர்கள் ஹாலிவுட் பாணிக் கலைத்திறமையை மதிப்பதில்லை; ஹாலிவுட்டில் உள்ளவர்களோ தொழில்நுட்பக் கலைஞர்கள் பணிக்கு அமர்த்தப் பட்டால் போதும் – அவர்களைச் சந்திக்க வேண்டிய அவசியமில்லை என்று நினைக்கிறார்கள்' என்று ஜாப்ஸ் பின்னர் கூறினார். 'பிக்ஸார் இரண்டு கலாச்சாரங்களுமே மதிக்கப்படும் ஒரு இடமாகத் திகழ்ந்தது.'

தொடக்கத்தில் வருமானம் வன்பொருட்களிலிருந்து வருமென்று எதிர்பார்க்கப்பட்டது. பிக்ஸார் இமேஜ் கம்ப்யூட்டர் 125,000 டாலருக்கு விற்பனையானது. அதன் முக்கிய வாடிக்கையாளர்கள் அனிமேட்டர் களும் வரைகலை வடிவமைப்பாளர்களும். ஆனால் விரைவில் அது மருத்துவத் துறையிலும் (கேட்/சிடீ ஸ்கான் விவரங்கள் முப்பரிமாண வரைகலை பிம்பங்களாக வழங்கப்பட்டன) புலனாய்வுத் துறையிலும் (எதிரிகள், சுற்றுச்சூழலைக் கண்காணிக்கும் விமானங்கள் மற்றும்

[1] ஞானஸ்நானத்தைப் பற்றி அறிந்த பிறகுதான் அதைச் செய்ய வேண்டும் என்னும் கோட்பாடுடையவர். (மொ-ர்)

துணைக்கோள்களிலிருந்து தகவல்களைத் திரட்டித்தருவதற்கு) பிரத்யேகமான வரவேற்பைப் பெற்றது. தேசிய பாதுகாப்பு முகாமைக்கு விற்பனை செய்வதால், ஜாப்ஸ் பாதுகாப்புச் சோதனைக்கு உட்பட வேண்டியிருந்தது. அவரைச் சோதிப்பதற்கென்று நியமிக்கப்பட்ட ஃபெடரல் பீரோ ஆஃப் இன்வஸ்டிகேஷன் - எஃப்பிஐ (அமெரிக்க அரசின் தேசிய புலனாய்வுத்துறை) முகவருக்கு அது மிகவும் சுவாரசியமான அனுபவமாக இருந்திருக்க வேண்டும். ஒரு கட்டத்தில், பிக்ஸார் செயல் நிர்வாகி ஒருவர் நினைவுகூர்ந்தார் - போதைப்பொருட்கள் பயன்படுத்துவது தொடர்பான கேள்விகள் கேட்பதற்காக அந்த அதிகாரி ஜாப்ஸை அழைத்தார். அவரும் கூச்சப்படாமல் பதிலளித்துக் கொண்டிருந்தார். 'நான் கடைசியாக அந்த... ஐப் பயன்படுத்தியது...' என்பார். சில சந்தர்ப்பங்களில் மறுத்து, அந்தக் குறிப்பிட்ட போதைப் பொருளை உண்மையில் தாம் பயன்படுத்தியதே இல்லை என்பார்.

பிக்ஸாரிடம் 30,000 டாலருக்கு விற்கக்கூடிய வகையில் கணினியின் விலை குறைவான மாற்றுவடிவத்தை உருவாக்கும்படி ஜாப்ஸ் வற்புறுத் தினார். அதனை ஹார்ட்முட் எஸ்லிங்கர்தான் வடிவமைக்கவேண்டும் என்றும் கூறினார். அவர் மிக அதிகத்தொகை கேட்பார் என்று கூறி காட்மல்லும் ஸ்மித்தும் போராடிப் பார்த்தனர். ஆனால் ஜாப்ஸ் பிடிவாதமாய் இருந்தார். பார்ப்பதற்கு முதலில் இருந்த பிக்ஸார் இமேஜ் கம்ப்யூட்டர் போலவேதான் இருந்தது – கனசதுர வடிவத்தின் நடுவில் ஒரு வட்டக்குழி இட்டதுபோல. ஆனால் எஸ்லிங்கர் மிக மெலிந்த இடுக்குகள் மூலம் அதில் தமது முத்திரையைப் பதித்திருந்தார்.

ஜாப்ஸ் பிக்ஸார் கணினிகளைப் பொதுமக்களுக்கு விற்பனை செய்ய விரும்பினார் – ஆகவே பிக்ஸார் குழுவினரிடம் விற்பனை நிலையங்களை முக்கிய நகரங்களில் நிறுவச் சொல்லி, அவற்றின் வடிவமைப்பிற்கும் ஒப்புதல் அளித்தார். ஆக்கப்பூர்வமான மக்கள் அந்தக் கணினியைப் பயன்படுத்துவதற்குப் பல்வேறு புதுமையான சிந்தனை களுடன் வருவார்கள் என்று அவர் கருதினார். 'மக்கள் ஆக்கத்திறனும் கலையுணர்வும் மிக்கவர்கள். சாதனத்தை உருவாக்கியவரேகூடக் கற்பனைசெய்து பார்க்காத விதத்தில் கருவிகளைப் பயன்படுத்தப் புதுமையான, புத்திசாலித்தனமான வழிகளைக் கண்டுபிடிப்பார்கள் என்பதுதான் என் நோக்கம்' என்று ஜாப்ஸ் பிறகு கூறினார். 'மாக் விஷயத்தில் இது நடந்தது; அதே போலப் பிக்ஸார் கணினி விஷயத் திலும் நடக்கும் என்று எதிர்பார்த்தேன்.' ஆனால் அந்தச் சாதனத் திற்கு நிரந்தர வாடிக்கையாளர்களிடையே எந்த வரவேற்பும் கிட்ட வில்லை. அதன் விலை மிக அதிகமாக இருந்தது; மேலும் அதற்கெனத் தயாரிக்கப்பட்ட மென்பொருள் நிரல்கள் *(ப்ரோக்ராம்ஸ்)* குறை வாகவே இருந்தன.

மென்பொருளைப் பொறுத்தவரையில் பிக்ஸாரிடம் *ரியெஸ் (ரெண்டர்ஸ் எவரிதிங் யூ எவர் சா)* என்ற நிரல் இருந்தது – முப்பரிமாண வரைகலை *(3டி க்ராஃபிக்ஸ்)* மற்றும் பிம்பங்களை உருவாக்குவதற்கு. ஜாப்ஸ் தலைமை யேற்றபின், நிறுவனம் ரெண்டர்மான் என்ற ஒரு புதிய மொழியையும் இடைமுகத்தையும் *(இன்டர்ஃபேஸ்)* உருவாக்கியது – இது முப்பரிமாண வரைகலைக்கு ஒரு தரநிர்ணயமாக விளங்கும் என்ற நம்பிக்கையுடன் – லேசர் அச்சுக்கு *(பிரிண்டிங்)* அடோபி போஸ்ட்ஸ்க்ரிப்ட் எப்படியோ, அதுபோல.

வன்பொருள் விஷயத்தில் செய்தது போலவே அவர்கள் தயாரித்த மென்பொருளுக்கும் தனித்தன்மையுள்ள சந்தைக்குப் பதிலாகப் பொதுமக்களை மையமாகக்கொண்டு முயற்சி செய்யவேண்டும் என்று முடிவெடுத்தார். நிறுவனங்களையும் உயர்மட்டத்திலுள்ளவர்களை யும் மட்டும் மையமாகக் கொள்வதில் அவர் ஒருபோதும் திருப்தி யடைந்ததில்லை. 'ரெண்டர்மான் பொதுமக்கள் ஒவ்வொருவருக்கும் சொந்தமானதாக இருக்கவேண்டும் என்பது அவருடைய லட்சியமாக இருந்தது' என்று பாம் கெர்வின் நினைவுகூர்ந்தார். இவர் பிக்ஸாரின் விற்பனை அதிகாரி. 'சாதாரண மக்கள்கூட அற்புதமான முப்பரிமா ணத்தில் உயிரோட்டமுள்ள உருவங்களையும் *(இமேஜ்)* வரைபடங் களையும் *(க்ராஃபிக்ஸ்)* செய்வதற்கான யோசனைகளைக் அவர் அளித்த வண்ணம் இருந்தார். பிக்ஸார் குழு ரெண்டர்மான் என்பது எக்ஸெல் போலவோ அடோபி இல்லஸ்ட்ரேட்டர் போலவோ பயன்படுத்த எளிதல்ல என்று கூறி அவர் மனத்தை மாற்ற முயலும். ஜாப்ஸ் உடனே ஒரு வெள்ளைப் பலகையில் அதனை மேலும் எளிதாகவும் பயனர் தோழமை உள்ளதாகவும் ஆக்குவது எப்படி என்று வரைந்துகாட்டி விளக்குவார். 'நாங்கள் தலையாட்டிக் கொண்டு பூரிப்பில் *ஆகா!, இது அற்புதமாக இருக்கும் என்போம்'* என்று கெர்வின் நினைவுகூர்ந்தார். 'அவரும் சென்றுவிடுவார். அதன் பிறகு நிதானமாக யோசித்துப் பார்க்கையில், *இந்த மனிதர் என்ன நினைத்துக்கொண்டிருக்கிறார்!* என்று வாய்விட்டுக் கூறுவோம். அவருடைய வசீகரம் விநோதமானது. அவரிடம் பேசிவிட்டு வந்தால் ஏறத்தாழ அதன் வசிய சக்தியிலிருந்து மீளவேண்டிய நிலைக்கு வந்துவிடுவோம்.' சொன்னதுபோலவே சராசரி பயனீட்டாளர்கள் உயிரோட்டமுள்ள பிம்பங்களை உருவாக்குவதற் காக விலையுயர்ந்த மென்பொருட்களைத் தேடி அலைந்து கொண்டி ருக்கவில்லை. அதனாலேயே ரெண்டர்மான் வெற்றிபெறவில்லை.

என்றாலும் அசைவூட்ட வல்லுநர்கள் வரைந்த சித்திரங்களைப் படச்சுருள்களுக்கான வண்ணப் பிம்பங்களாய்த் தானியங்கி முறையில் செய்யவிரும்பும் நிறுவனம் ஒன்று இருந்தது. ராய் டிஸ்னி தமது மாமா வால்ட் டிஸ்னி உருவாக்கிய நிறுவனத்தின் நிர்வாகக் குழுவைச் சுழற்சி

முறைப்படி மாற்றியமைத்தபோது, புதிய தலைமை நிதி அதிகாரி யான மைக்கேல் ஐஸ்னர் அவருக்கு என்ன பதவி வேண்டுமென்று கேட்டார். டிஸ்னி நிறுவனத்தின் பாரம்பரியமிக்க, ஆனால் நலிந்து வரும் அனிமேஷன் பிரிவை உயிர்ப்பிக்க விரும்புவதாக ராய் டிஸ்னி கூறினார். அவருடைய தொடக்க முயற்சிகளில் ஒன்று அதைக் கணினி வழியே செய்வது. இந்த ஒப்பந்தம் பிக்ஸாரின் கைக்கு வந்தது. அது இதற்கெனப் பிரத்யேகமாக கேப்ஸ் *(கம்ப்யூட்டர் அனிமேஷன் புரொடக்ஷன் சிஸ்டம்)* என்ற வன்பொருளும் மென்பொருளும் அடங்கிய தொகுப்பைத் தயாரித்தது. *லிட்டில் மெர்மெய்ட்* படத்தில் கிங் ட்ரைட்டன் ஏரியலுக்கு விடைகொடுப்பதுபோல அமைந்த இறுதிக்காட்சியில் அது பயன்படுத்தப்பட்டது. இதைத் தொடர்ந்து தனது தயாரிப்புகளில் கேப்ஸ் முக்கிய பங்கு வகித்ததால், டிஸ்னி பல டஜன் பிக்ஸார் இமேஜ் கம்ப்யூட்டர்களை வாங்கியது.

அசைவூட்டம் (அனிமேஷன்)

அசைவூட்டக் குறும்படங்கள் தயாரித்து வந்த பிக்ஸாரில் டிஜிட்டல் (இலக்கமுறை) அசைவூட்டம் என்பது ஒரு சிறு பிரிவு மட்டுமே. அதன் முக்கிய பணி தமது வன்பொருள்களையும் மென்பொருள்களையும் பிரபலப்படுத்துவது. அதனை நிர்வகித்தவர் ஜான் லாசெட்டர். அவருடைய குழந்தைத்தனமான முகத்திற்கும் சுபாவத்திற்கும் பின்னால் ஜாப்ஸிற்கே சவால்விடும் கலைத்திறன்மிக்க கச்சிதம் ஒளிந்திருந்தது. ஹாலிவுட்டில் பிறந்த அவர், ஞாயிறு காலைவேளைகளில் ஒளிபரப் பாகும் கார்ட்டூன் படங்களை விரும்பிப்பார்த்தபடி வளர்ந்தார். ஒன்பதாம் நிலையில் டிஸ்னி ஸ்டுடியோஸின் வரலாறு பற்றிய ஒரு ஆய்வைத் தயாரித்தார். அதைத் தொடர்ந்து தனது வாழ்வின் லட்சியத் தையும் நிர்ணயித்துக் கொண்டார்.

உயர்நிலைப்பள்ளியை முடித்ததும் வால்ட் டிஸ்னி நிறுவிய கலிஃபோர்னியா கலை நிறுவனத்தில் *(கலிஃபோர்னியா இன்ஸ்டிடியூட் ஆஃப் தி ஆர்ட்ஸ்)* அசைவூட்ட வகுப்பில் சேர்ந்துகொண்டார். கோடை காலங்களிலும் ஓய்வு நேரங்களிலும் டிஸ்னி ஆவணக் காப்பகத்தில் ஆய்வு மேற் கொண்டார். டிஸ்னிலான்டின் ஜங்கிள் க்ரூஸ் சுற்றுலாவில் வழிகாட்டியாகப் பணியாற்றினார். இந்த அனுபவம் ஓர் அசைவூட்டப் படக் கதையை நேரக்கணக்கோடு காட்சி வாரியாக, கட்டம்கட்டமாகச் சொல்லும் கடினமான பணியின் முக்கியத்துவத்தை அவருக்குக் கற்றுத் தந்தது. ஜூனியர் ஆண்டில் அவர் தயாரித்த *லேடி அண்ட் த லாம்ப்* என்னும் குறும்படம் மாணவர் கழக விருதை *(ஸ்டூடெண்ட் அகாடமி அவார்ட்)* வென்றது. இது டிஸ்னி ஃபிலிமிடம் அவர் கொண்டிருந்த கடமை உணர்ச்சியைக் காட்டியதுடன், விளக்குகள் போன்ற உயிரற்ற

பொருட்களையும் உயிரோட்டத்துடன் சித்திரிப்பதில் அவருக்கிருந்த திறமையை வெளிக்கொண்டுவந்தது. பட்டம் பெற்றவுடன் அவருக்கு இயற்கை விதித்த பணியில் சேர்ந்துகொண்டார் – டிஸ்னி ஸ்டுடியோவில் அசைவூட்ட வல்லுநராக.

ஆனால் அது வெற்றிகரமாக அமையவில்லை. 'எங்களைப் போன்ற இளைஞர்கள் சிலர் அசைவூட்டக் கலையில் *ஸ்டார் வார்ஸின்* தரத்தைக் கொண்டுவரவேண்டும் என்று விரும்பினோம். ஆனால் எங்கள் ஆசைகளுக்கு விலங்கிடப்பட்டது' என்று லாசெட்டர் நினைவு கூர்ந்தார். நான் கற்பனை நிலையிலிருந்து வெளிவந்தேன்; அதன்பிறகு இரண்டு மேலதிகாரிகளுக்கிடையிலான மோதலில் வசமாய்ச் சிக்கிக் கொண்டேன். முடிவில் அசைவூட்டப் பிரிவின் தலைவர் என்னைப் பணிநீக்கம் செய்துவிட்டார்.' ஆக, **1984**இல் எட் காட்மல்லும் அல்வி ரே ஸ்மித்தும் *ஸ்டார் வார்ஸ்* தரத்தில் அசைவூட்டப் படங்களைத் தயாரிக்கும் லூகாஸ்ஃபிலிமில் அவரைச் சேர்த்துக்கொள்ள அது வாய்ப்பாக அமைந்தது. தனது கணினிப் பிரிவின் செலவுகளைக் குறித்து ஏற்கனவே கவலையிலிருந்த ஜார்ஜ் லூகாஸ் முழுநேர அசைவூட்ட வல்லுநரை *(அனிமேட்டர்)* நியமிக்க ஒத்துக்கொள்வாரா என்பது நிச்சயமாகத் தெரியவில்லை. ஆகவே லாசெட்டருக்கு 'இடைமுக *(இன்டர்ஃபேஸ்)* வடிவமைப்பாளர்' என்ற பதவிப்பெயர் தரப்பட்டது.

ஜாப்ஸ் அவர்களுடன் இணைந்துகொண்டதும் அவரும் லாசெட்டரும் வரைகலை *(க்ராஃபிக்ஸ்)* வடிவமைப்புகளில் தங்களுக்குள்ள அதீத ஆர்வத்தைப் பகிர்ந்துகொண்டார்கள். 'பிக்ஸாரில் ஓவியக்கலை தெரிந்த ஒரே நபர் நான்தான் என்பதால் ஸ்டீவின் வடிவமைப்பு உணர்வோடு எனக்கு நெருங்கிய உறவு உண்டானது' என்று லாசெட்டர் கூறினார். அவர் கூடிவாழப் பிரியமுள்ள, குழந்தைத் தனமான, கட்டிக்கொள்ளக்கூடிய மனிதர்; பூக்களிட்ட ஹவாய் பாணி சட்டைகள் அணிந்துகொள்வார்; அவருடைய அலுவலகத்தில் புராதன விளையாட்டுப் பொருட்கள் இறைந்து கிடக்கும்; சீஸ் பர்கர் என்றால் அவருக்கு மிகவும் பிடிக்கும். ஜாப்ஸ் குத்திப்பேசும் சுபாவம் கொண்டவர்; கண்டிப்பான சைவப்பிரியர்; சாந்தமான, நெரிசலற்ற சூழலை விரும்புவார். ஆனால் இத்தனை வித்தியாசங்கள் இருந்தும் இருவரும் ஒருவருக்கொருவர் கச்சிதமாகப் பொருந்தினர். லாசெட்டரும் ஒரு கலைஞர். அதனால் ஜாப்ஸ் அவரை மரியாதையோடு நடத்தினார். லாசெட்டர் ஜாப்ஸைச் சரியாகக் கணித்திருந்தார் – கலையைப் பாராட்டவும், தொழில்நுட்பத்தோடும் வர்த்தகத்தோடும் அதனைப் எப்படிப் பிணைப்பது என்றும் தெரிந்த ஒரு மேலதிகாரியாக.

ஜாப்ஸும் காட்மல்லும் தங்களுடைய வன்பொருளையும் மென் பொருள்களையும் பிரபலப்படுத்துவதற்காக **1986**இல் *சிக்ராஃப்* என்ற

வருடாந்தர கணினி வரைகலை மாநாட்டில் *(கம்ப்யூட்டர் க்ராஃபிக்ஸ் கான்ஃபரன்ஸ்)* லாசெட்டர் மற்றொரு அசைவூட்டக் குறும்படம் தயாரிக்க வேண்டும் என்று முடிவு செய்தனர். அந்தச் சமயத்தில் லாசெட்டர் தமது மேசை மீதிருந்த லக்ஸோ மின்விளக்கைத் தனது வரைகலை *(க்ராஃபிக்ஸ்)* வேலைகளுக்காகப் பயன்படுத்திவந்தார். அதற்கு உயிரூட்டி, ஒரு கதாபாத்திரமாக்க அவர் முடிவுசெய்தார். ஒரு நண்பரின் குழந்தையால் தூண்டப்பட்டு, லக்ஸோ ஜூனியர் என்ற குட்டிக் கதாபாத்திரமும் உருவானது. அந்தப் படத்தின் சில கட்டங்களை மற்றொரு அசைவூட்ட வல்லுநரிடம் காட்டிய போது, அவர் ஒரு கதையையும் சேர்த்துக்கொள்ளச் சொல்லி வலியுறுத்தினார். லாசெட்டர் தாம் செய்வது ஒரு குறும்படம் மட்டுமே என்றார். அதற்கு அந்த அசைவூட்ட வல்லுநர், ஒரு கதையைச் சில வினாடிகளில் கூடச் சொல்லிவிட முடியும் என்றார். இதை லாசெட்டர் மனத்தில் பதியவைத்துக் கொண்டார். *லக்ஸோ ஜூனியர்* வெளிவந்தபோது இரண்டு நிமிடங்களுக்குச் சற்றுக்கூடுதலாக மட்டுமே இருந்தது. ஒரு அப்பா விளக்கும் குட்டி விளக்கும் பந்தை எறிந்து விளையாட, அது முடிவில் வெடித்து, குழந்தைக்கு ஏமாற்றமளிப்பதாகக் கதை.

ஜாப்ஸ் பூரிப்பின் உச்சத்தில் இருந்தார். நெக்ஸ்டின் வேலைப் பளுவிற்கும் மத்தியில் நேரமெடுத்துக்கொண்டு லாசெட்டருடன் பறந்தார் – அந்த ஆண்டு ஆகஸ்டில் தல்லாஸில் நடந்துகொண்டிருந்த *சிக்ராஃப்* மாநாட்டுக்கு. 'அங்கு மிக வெப்பமாகவும் புழுக்கமாகவும் இருந்தது; வெளியே வந்ததும் காற்று டென்னிஸ் மட்டை போல முகத்தில் அடித்தது' என்று லாசெட்டர் நினைவுகூர்ந்தார். வணிகக் கண்காட்சியில் பத்தாயிரம் பேர் இருந்தனர் – ஜாப்ஸ் மிகவும் மகிழ்ச்சி யடைந்தார். கலையுணர்வுமிக்க ஆக்கத்திறன் அவருக்கு ஆற்றல் ஊட்டியது – குறிப்பாக, தொழில்நுட்பத்தோடு இணைந்திருந்தபோது.

திரை அரங்கிற்குள் நுழைய ஒரு நீண்ட வரிசை காத்திருந்தது. தம் முறை வரும்வரை காத்திருப்பதற்கெல்லாம் ஜாப்ஸிற்குப் பொறுமை யில்லை – எப்படியோ பேசி முதலில் உள்ளே நுழைய வழிசெய்து விட்டார். *லக்ஸோ ஜூனியர்* பலத்த கைதட்டல் பெற்றது – அது நீண்ட நேரம் நிலைத்தது. சிறந்த படமாகவும் தேர்ந்தெடுக்கப்பட்டது. 'ஓ! வாவ்!' என்று ஜாப்ஸ் இறுதியில் கூறினார். 'எனக்குப் புரிந்துவிட்டது. இதற் கெல்லாம் என்ன அர்த்தமென்று நன்றாகப் புரிந்துவிட்டது.' பின்னர் அவர் விளக்கினார்: 'நமது படத்தில் மட்டும்தான் வெறும் தொழில் நுட்பம் மட்டுமின்றி, கலையும் இருந்தது. பிக்ஸார் இந்தச் சேர்க்கை யைத்தான் ஆதாரமாகக் கொண்டிருந்தது – மகின்டாஷைப் போலவே.'

லக்ஸோ ஜூனியர் அகாடெமி விருதுக்காகப் பரிந்துரைக்கப்பட்டது. ஜாப்ஸ் விழாவில் பங்குகொள்ள லாஸ் ஆஞ்சலெஸிற்குப் பறந்து

வந்தார். படம் வெற்றிபெறவில்லை. ஆனால் ஒவ்வொரு ஆண்டும் புதிய அசைவூட்ட குறும்படங்களைத் தயாரிப்பது என்று தீர்மானித்துக் கொண்டார் – இதற்கு வணிகரீதியாக நியாயங்கள் எதுவும் இல்லை யென்றாலும். பிக்ஸாரில் நெருக்கடியான சமயங்களில் கடுமையான பட்ஜெட் (நிதிநிலை) வெட்டுக்கூட்டங்களில் கலந்துகொள்வார்; இரக்கமின்றிச் செலவைக் குறைப்பார். லாசெட்டர் வந்து சேமிக்கப் பட்ட பணத்தைத் தமது அடுத்த குறும்படத்திற்குப் பயன்படுத்திக் கொள்ளலாமா என்று கேட்பார். ஜாப்ஸும் ஒப்புக்கொள்வார்.

டின் டாய்

ஜாப்ஸின் பிக்ஸார் உறவுகள் அனைத்துமே ஆரோக்கியமானவை என்று கூறிவிடமுடியாது. அவருடைய மோசமான மோதல் காட்மல்லின் சக நிறுவனர் அல்வி ரே ஸ்மித்துடன்தான். அவர் நாட்டுப்புறமான வட டெக்சாஸின் பாப்டிஸ்ட் (கிறித்தவ சமயக் கிளைக்குழு வகையினர்) பின்னணியிலிருந்து வந்தவர். சுதந்திர உணர்வுள்ள ஹிப்பியாக மாறிய கணினிப் (கம்ப்யூட்டர் இமேஜிங்) பொறியியல் வல்லுநர். பெருத்த உடல்வாகு, பலத்த சிரிப்பு, பரந்த குணாதிசயங்கள் – அவ்வப்போது சவால் விடக்கூடிய அகம்பாவம். 'மாநாடுகளில் அல்வி பிரகாசிப்பார் – வண்ணமயமாக, தோழமையான சிரிப்பும் பெரிய படையுமாய்' என்றார் பாம் கெர்வின். 'அல்வி போன்ற குணாதிசயம் ஸ்டீவைச் சிலுப்பிவிடச் சாத்தியம் அதிகம். இருவருக்குமே தொலைநோக்கு உண்டு; அளவிலாத ஆற்றல்; கூடவே பெரிய அகம்பாவமும். எட் போல விட்டுக்கொடுத்துச் சமாதானமாகப் போகும் சுபாவமெல்லாம் அல்விக்கு இல்லை.'

ஸ்மித்தைப் பொறுத்தவரை ஜாப்ஸ் தமது வசீகரத்தையும் அகம்பாவத் தையும் வைத்து அதிகாரத்தைத் தவறாகப் பயன்படுத்தும் ஒரு மனிதர். 'அவர் ஒரு தொலைக்காட்சிப் பிரச்சாரகர்' என்று ஸ்மித் கூறினார். 'அவர் பிறரைக் கட்டுப்படுத்த விரும்பினார். ஆனால் என்னால் அவருக்கு ஒருபோதும் அடிமையாக இருக்க முடியாது. அதனால்தான் எங்களுக்குள் மோதல் உண்டானது; எட்டால் என்னைவிட நன்றாக அவருடைய ஓட்டத்திற்கு ஈடுகொடுக்கமுடிந்தது.' ஜாப்ஸ் கூட்டங் களின் போது துணிச்சலாகவோ, உண்மையற்றதாகவோ எதையாவது சொல்லித் தமது ஆதிக்கத்தை நிலைநாட்டுவார். அப்பொழுதெல்லாம் அவரை மட்டம்தட்டிப் பேசுவது – அதையும் பலத்த சிரிப்பும் நக்கலு மாகச் செய்வது – ஸ்மித்தின் வழக்கம். இதனாலேயே ஜாப்ஸுடன் அவருக்கு நெருக்கம் ஏற்படவில்லை.

ஒருமுறை நிர்வாகக் கூட்டம் ஒன்றில் ஜாப்ஸ் ஸ்மித்தையும் பிக்ஸாரின் மற்ற மேல்நிலை அதிகாரிகளையும் பிக்ஸார் இமேஜ்

கம்ப்யூட்டரின் புதிய வடிவத்திற்கான மின்சுற்றுப் பலகைகளைத் தயார் செய்வதில் ஏற்பட்ட தாமதத்திற்காக மிகவும் கடிந்துகொண்டார். அதேசமயம் நெக்ஸ்டின் கணினி மின்சுற்றுப் பலகைகள் தயாரிப்பிலும் சிறிது தாமதம் ஏற்பட்டிருந்தது. ஸ்மித் அதைக் குத்திக்காட்டினார்: 'இதோ பாருங்கள், உங்கள் நெக்ஸ்டில் இதைவிடத் தாமதம் ஆகிக் கொண்டிருக்கிறது; எங்கள் மீது பாய்வதை நிறுத்துங்கள்.' ஜாப்ஸ் பாயும் ஏவுகணைபோல் ஆகிவிட்டார் – ஸ்மித்தின் மொழியில் சொல்ல வேண்டுமானால் முழுக்க முழுக்க கோணல்மாணலாக. ஸ்மித் தாம் தாக்கப்பட்டதாகவோ, தம்மை நேருக்கு நேர் எதிர்கொண்டதாகவோ உணர்ந்தால் தமது தென்மேற்குச் சாயலுக்கு மாறிப் பேசத் தொடங்கி விடுவார். ஜாப்ஸ் இதைத் தமக்கே உரிய கிண்டலோடு விமர்சித்தார். – 'இது வம்பிழுக்கும் உத்தி; நான் வாய்க்கு வந்ததையெல்லாம் பேசி வெடித்துவிட்டேன்' என்று ஸ்மித் நினைவுகூர்ந்தார். 'நான் அதை உணர்வதற்குள்ளேயே இருவரும் முகத்திற்கு முகம் மிக அருகில் இருந்தோம் – ஏறத்தாழ மூன்று அங்குல இடைவெளி மட்டுமே – ஒருவரை ஒருவர் நோக்கிக் கூவிக்கொண்டு.'

கூட்டங்களின் போது வெள்ளைப் பலகையைத் தம் கட்டுப்பாட்டில் வைத்துக்கொள்வதில் ஜாப்ஸ் மிகவும் உரிமை கொண்டாடுவார். அதனால் பருத்த உடல்கொண்ட ஸ்மித் அவரைத் தள்ளி விலக்கியபடி சென்று அதில் எழுதத் தொடங்கினார். 'நீ அப்படிச் செய்யக்கூடாது' என்றார் ஜாப்ஸ்.

'என்ன? உன் வெள்ளைப் பலகையில் நான் எழுதக்கூடாதா? நாசமாய்ப்போக' என்றார் ஸ்மித். அந்தக் கட்டத்தில் ஜாப்ஸ் கொதிப்பாய் வெளியேறினார்.

காலப்போக்கில் ஸ்மித் பணியிலிருந்து விலகி, புதிய நிறுவனம் ஒன்றைத் தொடங்கினார் – டிஜிட்டல் (இலக்கமுறை) வரைபடங்கள் மற்றும் இமேஜ் (உருவம்) திருத்தத்திற்கான மென்பொருள் தயாரிப்பதற்காக. அவர் பிக்ஸாரில் இருந்தபோது தயாரித்த சில சங்கேதக் குறிகளைப் பயன்படுத்திக்கொள்ள ஜாப்ஸ் அனுமதி மறுத்துவிட்டார். இது அவர்களுக்கிடையே விரோதம் என்னும் நெருப்பை மேலும் விசிறிவிட்டது. 'முடிவில் அல்விக்குத் தேவையானது அவருக்குக் கிட்டியது என்றாலும் ஓராண்டு காலம் மிகுந்த மன அழுத்தத்தில் இருந்தார். அதற்கிடையில் அவருடைய நுரையீரலில் கிருமித்தாக்குதல் உண்டானது.' எப்படியோ எல்லாம் நல்ல விதமாகத்தான் முடிவடைந்தது; காலப்போக்கில் மைக்ரோஸாஃப்ட் ஸ்மித்தின் நிறுவனத்தை வாங்கிக் கொண்டது. ஆக, அவருடைய நிறுவனங்களில் ஒன்று ஜாப்ஸிற்கும் மற்றொன்று கேட்ஸிற்கும் விற்கப்பட்டு, அவருக்கு இரட்டிப்புப் பெருமையைத் தேடித்தந்தன.

சாதகமான வேளையில் சீற்றம் – குறிப்பாக ஜாப்ஸ் அப்படித்தான் ஆனார். பிக்ஸாரின் மூன்று முயற்சிகளில் – வன்பொருள், மென்பொருள், அசைவூட்டம் – அனைத்திலும் பணம் செலவழிந்து கொண்டிருந்தது. 'திட்டங்கள் வந்தவண்ணம் இருக்கும்; முடிவில் மேலும் பணமுதலீடு செய்யும்படி ஆகிவிடும்' என்று அவர் நினைவுகூர்ந்தார். ஏமாற்றத்தில் முணுமுணுத்தாலும், காசோலையை எழுதிக்கொடுத்து விடுவார். ஆப்பிளிலிருந்து அனுப்பப்பட்டு, நெக்ஸ்டிலும் துவண்டபின் மூன்றாவதாக ஒரு அடியைத் தாங்க அவருக்குச் சக்தியில்லை.

நஷ்டங்களை ஈடுகட்டுவதற்காக ஒரு சுற்று பணிநீக்கங்களைத் திட்டமிட்டார் ஜாப்ஸ் - தமது வழக்கமான இரக்கமற்ற பாணியில். பாம் கெர்வின் கூறினார்: 'பணிநீக்கம் செய்தவர்களிடம் பண்பாக நடந்துகொள்வதற்கு அவருடைய பணநிலை மட்டுமல்ல, மனநிலையும் இடம்தரவில்லை.' எந்தவித ஈட்டுத் தொகையும் தராமல் உடனடியாகப் பணிநீக்கங்கள் செய்யப்பட வேண்டும் என்று ஜாப்ஸ் வலியுறுத்தினார். கெல்வின் ஜாப்ஸை வாகனங்கள் நிறுத்துமிடத்தைச் சுற்றிச் சிறிது தூரம் காலார நடப்பதற்காக இட்டுச்சென்றார். பணிநீக்கம் செய்யப்படவிருக்கும் ஊழியர்களுக்குக் குறைந்தபட்சம் இரண்டு வாரங்களாவது முன்னறிவிப்பும் அவகாசமும் தரவேண்டும் என்று கூறிக் கெஞ்சினார். 'சரி' என்று நொடித்துவிட்டு, ஜாப்ஸ் தொடர்ந்தார்: 'ஆனால் அந்த முன்னறிவிப்பு இரண்டு வாரங்களுக்கு முன்பே கொடுக்கப்பட்டுவிட்டது.' காட்மல் அப்போது மாஸ்கோவில் இருந்தார். கெர்வினிடமிருந்து அவருக்குப் பதற்றமான தொலைபேசி அழைப்புகள் சென்ற வண்ணம் இருந்தன. அவர் திரும்பி வந்ததும் ஒரு சிறு ஈட்டுத் தொகையைத் தருவதற்கான திட்டத்தைத் தயாரித்தார். இதன் மூலம் சூடேறிக்கிடந்த நிலைமையைச் சற்று ஆறப்போட முடிந்தது.

ஒரு கட்டத்தில் குழு உறுப்பினர்கள் இன்டெல்லிடம் அதன் விளம்பரங்களைத் தயாரிக்க வாய்ப்பளிக்கும்படி கூறிச் சம்மதிக்க வைக்க முயன்றுவந்தனர். ஜாப்ஸ் பொறுமையிழந்தார். ஒரு கூட்டத்தில் இன்டெல்லின் விளம்பர நிர்வாகி ஒருவரைக் கடுமையாகத் தாக்கிப் பேசுவதற்கிடையில் இன்டெல் நிறுவனத்தின் தலைமை நிர்வாக அதிகாரி ஆண்டி க்ரோவை நேரடியாகத் தொலைப்பேசியில் அழைத்தார். ஒரு குருவைப் போல இருந்துவந்த க்ரோவ், ஜாப்ஸிற்கு ஒரு பாடம் கற்பிக்க எண்ணினார்: இந்த விஷயத்தில் தமது இன்டெல் மேலாளரை ஆதரிப்பதாகக் கூறிவிட்டார். 'நான், என் ஊழியருக்குக் கைகொடுத்தேன்' என்று க்ரோவ் நினைவுகூர்ந்தார். 'ஒரு வழங்குநர் *(சப்ளையர்)* போலத் தம்மை நடத்துவதை ஸ்டீவ் விரும்புவதில்லை.'

முப்பரிமாண வரைகலையை *(3டி க்ராஃபிக்ஸ்)* வழங்குவதில் செயலிகளின் *(ப்ராஸஸர்)* திறனை அதிகரிப்பது எப்படி என்பது குறித்து பிக்ஸார்

இன்டெல்லுக்குப் பரிந்துரைகள் தர விரும்புவதாக ஜாப்ஸ் கூறிய போதும் க்ரோவ் ஒரு குருவாகவே நடந்துகொண்டார். இன்டெல்லின் பொறியியல் வல்லுநர்கள் இந்த யோசனையை ஏற்றுக்கொள்வதாகக் கூறியபொழுது, ஜாப்ஸ் மின்னஞ்சல் மூலம் பதில் அனுப்பினார் – இந்த ஆலோசனைகளுக்காக பிக்ஸாருக்குக் கட்டணம் செலுத்தவேண்டி யிருக்கும் என்று. இன்டெல்லின் மேல்நிலைப் பொறியியல் வல்லுநர் பதிலனுப்பி வைத்தார்: 'நுண்செயலியை *(மைக்ரோப்ராஸஸர்)* மேம்படுத்து வதற்கான நல்ல யோசனைகள் தருவதற்குக் கட்டணம் செலுத்துவதாக இதுவரையில் நாம் எவ்வித ஒப்பந்தங்களும் செய்துகொள்ளவில்லை; இனியும் அப்படிச் செய்வதாக உத்தேசமில்லை.' இதை ஜாப்ஸ் க்ரோ விற்கு அனுப்பிவைத்து, அந்த மேல்நிலைப் பொறியியல் வல்லுநர் 'கணினி வரைகலையைப் *(கம்ப்யூட்டர் க்ராஃபிக்ஸ்)* புரிந்துகொள்வதில் இன்டெல் மிகவும் மந்தமாக இருந்தும், மிகவும் திமிராகப் பேசுகிறார்' என்று தமது கருத்தைத் தெரிவித்தார். க்ரோவ் ஜாப்ஸிற்குக் காரமாகப் பதிலளித்தார்: 'யோசனைகளைப் பகிர்ந்துகொள்வது என்பது 'நட்புறவுள்ள நிறுவனங்களும் நல்ல நண்பர்களும் ஒருவருக்கொருவர் பிரதிபலன் பாராமல் செய்து வருவது.' மேலும் தாமே கடந்தகாலத்தில் ஜாப்ஸுடன் பல யோசனைகளைப் பகிர்ந்துகொண்டுள்ளதை நினைவு படுத்தி, ஜாப்ஸ் இப்படி வியாபாரிபோல் நடந்துகொள்ளக்கூடாது என்றும் அறிவுறுத்தினார். ஜாப்ஸ் தமது தவறுக்காக வருந்தினார். 'என்னிடம் பல குறைகள் இருக்கலாம். ஆனால் நான் நன்றிகெட்ட வனல்ல' என்று பதிலளித்தார். 'ஆகையால் எனது நிலையிலிருந்து 180 டிகிரி மாறி, எவ்விதக் கட்டணமுமின்றி உதவச் சம்மதிக்கிறேன். என் பார்வையை மறைத்திருந்த திரையை விலக்கியதற்கு நன்றி.'

பிக்ஸார் சராசரி பயனீட்டாளர்களுக்காக (குறைந்தபட்சம் ஜாப்ஸின் அதீத ஆர்வத்தைக் கொண்டுள்ள சராசரி பயனீட்டாளர்களுக்காக) அற்புதமான வடிவமைப்பில் சில வலிமைமிக்க மென்பொருள் தயாரிப்பு களை உருவாக்கியது - மிகத் தத்ரூபமான முப்பரிமாண பிம்பங்களை வீட்டிலேயே உருவாக்கும் திறன் இக்கால மேசைக் கணினிப் பதிப்பு மோகத்தின் ஒரு பகுதியாக விளங்கும் என்பதில் ஜாப்ஸ் இப்பொழுதும் நம்பிக்கை வைத்திருந்தார். பிக்ஸாரின் ஷோப்ளேஸ் மென்பொருளைப் பயன்படுத்திப் பயனர்கள் முப்பரிமாண பிம்பங்களின் நிறச்சாயல் களை மாற்றி, பல்வேறு கோணங்களைப் பொருத்தமான நிழல்களோடு உருவாக்க முடிந்தது. ஜாப்ஸ் இது மிகவும் அற்புதமான, தேவையான ஒன்று என்று கருதினார். ஆனால் அனேகமாக எல்லாப் பயனர்களுமே அது இல்லாவிட்டாலும் பரவாயில்லை என்று திருப்திப்பட்டுக் கொண்டனர். அவருடைய ஆர்வம் அவரை வழிமாறி இட்டுச் சென்றதற்கு இது ஓர் உதாரணம்: அந்த மென்பொருளில் அற்புதமான

அம்சங்கள் பல இருந்தன. ஆனால் அதனாலேயே ஜாப்ஸ் வழக்கமாக வலியுறுத்தும் எளிமை அதில் காணப்படவில்லை. பிக்ஸாரால் அடோபியுடன் போட்டியிட முடியவில்லை – அடோபியின் மென்பொருளில் நூதனம் குறைவுதான். ஆனால் சிக்கலும் விலையும் அதைவிட மிகவும் குறைவாக இருந்தன.

பிக்ஸாரின் வன்பொருள், மென்பொருள் பிரிவுகள் பின்னடைந் திருந்தாலும், ஜாப்ஸ் அதன் அசைவூட்டப் பிரிவைத் தொடர்ந்து பாதுகாத்து வந்தார். அது மாயாஜாலமான கலையுணர்வு மிக்க ஒரு குட்டித் தீவாக இருந்து, அவருக்கு மிக ஆழமானதொரு மகிழ்ச்சியையும் உற்சாகத்தையும் தந்தது. அதனைப் பராமரிப்பதில் மட்டுமின்றி, அதன்மீது பந்தயம் கட்டவும்கூட அவர் தயாராக இருந்தார். 1988 வசந்த காலத்தில் பணவரவு மிகவும் குறைந்துபோன நிலையைச் சமாளிப்பதற்காக முழுமையான செலவுக் குறைப்பு யோசனைகளோடு நிர்வாகக் குழுக் கூட்டம் ஒன்றுக்கு ஏற்பாடு செய்தார். அது முடிந்ததும் லாசெட்டரும் அவருடைய அசைவூட்டக் குழுவும் மற்றொரு அசைவூட்டக் குறும்படத்திற்குப் பணம் ஒதுக்கித்தரும்படி ஜாப்ஸிடம் எப்படிக் கேட்பது என்று பயந்துபோயிருந்தனர். ஒருவழியாக தைரியத்தை வரவழைத்துக் கொண்டு கேட்ட போது, ஜாப்ஸ் சிறிது நேரம் எதுவும் பேசவில்லை - அவர் முகத்தில் அவநம்பிக்கை தெரிந்தது. குறும்படத்தைத் தயாரிப்பதனால், அவருடைய கையிலிருந்து ஏறத்தாழ மேலும் 300,000 டாலர் செலவாக்க வேண்டியிருக்கும். சில நிமிடங்களுக்குப் பின் கதை ஏதாவது தயாராக உள்ளதா என்று கேட்டார். காட்மல் அவரை அசைவூட்ட அலுவலகத்திற்கு அழைத்துச் சென்றார். லாசெட்டர் தமது படக்காட்சியைத் துவக்கினார் – கட்டம் கட்டமாக, குரல் பின்னணியோடு. ஒவ்வொன்றிலும் அவருடைய ஆர்வமும் ஈடுபாடும் மிளிர்ந்தது. ஜாப்ஸ் மெல்லச் சமாதானமடைந்தார்.

கதை லாசெட்டருக்கு மிகவும் விருப்பமான புராதன பொம்மைகள் பற்றியது. டின்னி என்ற ஒற்றை இசைக்கலைஞன் பொம்மையின் பார்வையிலிருந்து கூறுவதுபோல அது அமைந்திருந்தது. டின்னி ஒரு குழந்தையைச் சந்திக்கிறான் – அது அவனை வசீகரிக்கவும் செய்கிறது; அச்சுறுத்தவும் செய்கிறது. சோஃபாவுக்கு அடியில் ஒளிந்துகொள்ளும் டின்னி அங்கு அச்சத்தில் ஒடுங்கியிருக்கும் வேறு பல பொம்மைகளையும் காண்கிறான். ஆனால் குழந்தை தனது தலையை இடித்துக் கொண்டு அழும்பொழுது டின்னி அதனைச் சமாதானப்படுத்தி உற்சாக மூட்டுவதற்காக மீண்டும் அதனிடம் செல்கிறான்.

ஜாப்ஸ் பணம் தருவதாக ஒப்புக்கொண்டார். 'ஜானின் பணியில் எனக்கு நம்பிக்கை இருந்தது' என்று அவர் பின்னர் கூறினார். 'அது கலைவடிவம். அவருக்கும் ஈடுபாடு இருந்தது; எனக்கும் அப்படித்தான்.

நான் எப்பொழுதுமே சரி என்றுதான் சொல்லிவந்திருக்கிறேன்.' லாசெட்டர் தமது படக்காட்சியை முடித்ததும் ஜாப்ஸ் கூறிய ஒரே ஒரு கருத்து இதுதான்: 'ஜான், நான் உன்னிடம் கேட்டுக்கொள்வதெல்லாம் இதை அற்புதமாக உருவாக்கு என்பது மட்டும்தான்.'

டின் டாய் படம் 1988இன் அசைவூட்டக் குறும்படங்களுக்கான அகாடெமி பரிசை வென்றது - முழுக்கமுழுக்க கணினியால் தயாரிக்கப் பட்ட முதல் படம் என்பது அதன் சிறப்பம்சம். இதைக் கொண்டாடு வதற்காக ஜாப்ஸ் லாசெட்டரையும் அவருடைய குழுவையும் சான் ஃப்ரான்சிஸ்கோவிலுள்ள க்ரீன்ஸ் என்ற சைவ உணவுவிடுதிக்கு அழைத்துச் சென்றார். லாசெட்டர் மேசை நடுவிலிருந்த ஆஸ்கர் விருதைக் கையிலெடுத்துக்கொண்டு உயரப் பிடித்தார். ஜாப்ஸுக்கு வாழ்த்துச் சொல்லும் வகையில் 'நீங்கள் கேட்டதெல்லாம் அற்புதமான ஒரு படத்தைத் தயாரிக்கவேண்டும் என்பதுதான்' என்றார்.

டிஸ்னியின் புதிய குழு – தலைமை நிர்வாக அதிகாரியான மைக்கேல் ஐஸ்னரும் படப்பிரிவிலுள்ள ஜெஃப்ரீ காட்ஸென்பெர்கும் – லாசெட்டரைத் திரும்பி வரும்படி அழைத்தனர். அவர்களுக்கு டின் டாய் பிடித்திருந்ததுடன், உயிரூட்டப்பட்டு மனித உணர்வுகளைச் வெளிப்படுத்தும் பொம்மைகளை வைத்து மேலும் பல முயற்சிகளை செய்யமுடியும் என்றும் கருதினர். ஆனால் லாசெட்டர் ஜாப்ஸ் தம்மீது வைத்த நம்பிக்கைக்கு நன்றியோடு பிக்ஸாரில் இருந்தால் மட்டுமே கணினி அசைவூட்டத்தில் புதியதோர் உலகைப் படைக்கமுடியும் என்று நினைத்தார். அவர் காட்மல்லிடம் கூறினார்: 'நான் டிஸ்னிக்குச் சென்று நிர்வாகியாகலாம்; அல்லது இங்கேயே இருந்து சரித்திரம் படைக்கலாம்.' ஆகவே டிஸ்னி பிக்ஸாருடன் ஒரு தயாரிப்பு ஒப்பந்தம் செய்துகொள்வதைப் பற்றிச் சிந்திக்கத் தொடங்கியது. 'லாசெட்டரின் குறும்படங்கள் உண்மையிலேயே அற்புதமாக இருந்தன - கதை யில் மட்டுமல்ல, தொழில்நுட்பத்திலும்கூட' என்று காட்ஸென்பெர்க் நினைவுகூர்ந்தார். 'டிஸ்னிக்கு அவரைத் திரும்பவும் கொண்டுவர அரும்பாடுபட்டேன். ஆனால் அவர் ஸ்டீவிற்கும் பிக்ஸாருக்கும் மிகவும் விசுவாசமாக இருந்தார். அவர்களை வெல்ல முடியவில்லை; ஆகவே அவர்களோடு இணைந்துகொள்ளத் தீர்மானித்து, அதற்கான வழிகளைத் தேடினோம் – பொம்மைகளை மையமாக வைத்து எங்களுக்கு ஒரு படம் தயாரித்துத் தருவதற்காக.'

இந்தக் கட்டத்தில், ஜாப்ஸ் தமது சொந்தப்பணத்திலிருந்து ஏறத்தாழ ஐம்பது மில்லியன் டாலரை பிக்ஸாரில் முதலீடு செய்திருந்தார் - அதாவது ஆப்பிளிலிருந்து வெளியேறியபோது கிட்டியதில் பாதிக்கு மேல். அது தவிர நெக்ஸ்டிலும் ஏராளமாய்ச் செலவழிந்துகொண்டி ருந்தது. இந்த விஷயத்தில் அவர் சற்றுக் கடுமையாகவே நடந்து

கொண்டார். பிக்ஸார் ஊழியர்கள் அனைவரையும் ஒப்பந்தப்படி தங்கள் பங்குவாய்ப்புகளை விட்டுத்தருமாறு வற்புறுத்தி 1991இல் மேலும் ஒரு சுற்று தனிப்பட்ட முதலீட்டுக்கு வகைசெய்தார். ஆனால் கலையுணர்வும் தொழில்நுட்பமும் இணைந்தால் என்னவெல்லாம் சாதிக்கலாம் என்ற விஷயத்தில் ஒரு காதலனின் தீவிரம் காட்டினார். சராசரி பயனீட்டாளர்கள் பிக்ஸார் மென்பொருளைப் பயன்படுத்தி முப்பரிமாண பிம்பங்களை உருவாக்க மிகவும் விரும்புவார்கள் என்ற அவருடைய கணிப்பு தவறாக இருந்தது. ஆனால் அவருடைய உள்ளுணர்வு கூறிய மற்றொரு விஷயம் மிகச் சரியாக இருந்தது – கலையையும் டிஜிட்டல் (இலக்கமுறை) தொழில்நுட்பத்தையும் இணைத்துவிட்டால், அசைவூட்டப் படங்களை முற்றிலும் மாற்றி யமைக்க முடியும் – 1937இல் வால்ட் டிஸ்னி ஸ்னோ ஒயிட் கதாபாத்திரத்திற்கு உயிரூட்டியது முதல் எடுத்துக்கொள்ளப்பட்ட மற்ற எந்த முயற்சியைக் காட்டிலும் மிகச் சிறப்பாக.

தமது பாதையைத் திரும்பிப் பார்க்கையில் ஜாப்ஸ் ஒரு கருத்தைப் பகிர்ந்துகொண்டார் - தமக்கு மட்டும் சற்றுக் கூடுதலாக விவரம் தெரிந்திருந்தால் வன்பொருள் மற்றும் மென்பொருள்களின் பயன்பாடுகளைப் பிரபலப்படுத்துவது பற்றிக் கவலைப்படுவதற்குப் பதிலாக அசைவூட்டத்தில் முன்கூட்டியே கவனம் செலுத்தியிருப்பார் என்று. மறுபுறம், ஒருவேளை வன்பொருளும் மென்பொருளும் இலாபகரமாக இருக்காது என்று முன்கூட்டியே தெரிந்திருந்தால், பிக்ஸாரை வாங்கியிருக்கவும் மாட்டார். 'வாழ்க்கை என்னை அப்படிச் செய்யவைத்தது. ஒருவேளை அதுவும் நன்மைக்காகத்தானோ என்னவோ.'

இயல் இருபது

ஒரு சாதாரண மனிதன்
காதல் என்பது வெறும் மூன்றெழுத்து வார்த்தை

மோனா சிம்ஸனும் அவருடைய வருங்காலக் கணவர் ரிச்சர்ட் அப்பெலும், 1991

ஜோஆன் பாயெஸ்

1982இல் மகின்டாஷ் வேலைகளில் தொடர்ந்து ஈடுபட்டிருந்தபோது, பிரபல நாட்டுபுறப்பாடகர் ஜோஆன் பாயெஸைச் சந்தித்தார் ஜாப்ஸ். ஜோஆனை அறிமுகப்படுத்திவைத்தது அவருடைய சகோதரி மிமி ஃபரீன்யா – இவர் சிறைச்சாலைகளுக்குக் கணினிகளை நன்கொடையாகப் பெற முயற்சி செய்யும் தொண்டு நிறுவனம் ஒன்றை நடத்தி வந்தார். சில வாரங்களுக்குப் பின், அவரும் பாயெஸும் க்யூபர்டினோவில் ஒன்றாக நண்பகல் உணவு அருந்தினர். 'நான் அதிகம் எதிர்பார்க்கவில்லை. ஆனால் அவர் உண்மையிலேயே புத்திசாலியாக, வேடிக்கையானவராக இருந்தார்' என்று ஜாப்ஸ் நினைவுகூர்ந்தார். அது பார்பரா ஜசின்ஸ்கியுடனான உறவு ஏறத்தாழ முடிவை எட்டியிருந்த காலம்.

அவர்கள் விடுமுறைக்கு ஹவாய் சென்றார்கள். சான்டா க்ரூஸ் மலைப் பிரதேசத்தில் ஒரே வீட்டில் தங்கியிருந்தார்கள்; பாயெஸின் ஒரு இசை நிகழ்ச்சிக்குக்கூட ஒன்றாய்ச் சென்றிருந்தார்கள். ஒருபுறம் ஜசின்ஸ்கியுடனான உறவு மங்கி வர, மறுபுறம் பாயெஸுடனான உறவு தீவிரமடைந்து வந்தது. அவருக்கு இருபத்து ஏழு, பாயெஸுக்கோ நாற்பத்து ஒன்று; என்றாலும் சில ஆண்டுகளுக்கு அவர்கள் காதல்வயப் பட்டிருந்தார்கள். 'எதேச்சையாகச் சந்தித்து நண்பர்களாகி, பிறகு காதலர்களான இருவரின் தீவிர உறவாக அது மாறியது' என்று ஜாப்ஸ் வேதனை தொனித்த குரலில் நினைவுகூர்ந்தார்.

ஜாப்ஸ் பாயெஸுடன் வைத்திருந்த உறவுக்கு அவர் அழகு, நகைச் சுவை உணர்வு, திறமை எல்லாம் ஒருங்கே அமைந்தவர் என்பது தவிர மற்ற காரணங்களும் இருந்ததாக ஜாப்ஸின் ரீட் கல்லூரித் தோழி எலிசபெத் ஹோம்ஸ் கருதினார். அவற்றுள் ஒன்று, அவர் ஒரு காலத்தில் பாப் டிலனின் காதலியாக இருந்தவர் என்பது. 'டிலனுடன் இந்த வகையில் இருந்த தொடர்பை ஜாப்ஸ் மிகவும் நேசித்தார்' - ஹோம்ஸ் பின்னர் கூறினார். 'பாயெஸும் டிலனும் 1960களின் தொடக்கத்தில் காதலர்களாக இருந்தவர்கள். பின் நண்பர்களாக இசைப் பயணம் சென்றார்கள் – இதில்1975இல் நடந்த *ரோலிங் தண்டர் ரிவ்யூவும்* அடக்கம் (இந்த இசை நிகழ்ச்சிகளின் பூட்லெக் – சட்டத்திற்குப் புறம்பான நகல் – பதிவுகள் ஜாப்ஸிடம் இருந்தன).

ஜாப்ஸைச் சந்தித்தபோது பாயெஸுக்குப் பதினான்கு வயதில் ஒரு மகன் இருந்தான் – கேப்ரியல். டேவிட் ஹாரிஸ் என்ற போர் எதிர்ப்புப் போராளியுடனான திருமணத்தில் பிறந்தவன். மதிய உணவின்போது பாயெஸ் ஜாப்ஸிடம் கேப்ரியலுக்குத் தட்டச்சுப் பயிற்சியளிக்க முயன்று கொண்டிருப்பதாகக் கூறினார். 'என்ன சொல்கிறாய்! தட்டச்சு இயந்திரத்திலா?' என்று வினவினார் ஜாப்ஸ். பாயெஸ் 'ஆமாம்' என்றார். 'ஆனால் தட்டச்சு இயந்திரம் பழமையானது' என்று ஜாப்ஸ் தமது கருத்தைக் கூறினார்.

'தட்டச்சு இயந்திரம் பழமையானது என்றால், என்னைப்பற்றி என்ன சொல்கிறாய்?' என்றார் பாயெஸ். சில கணங்கள் விசித்திரமான அமைதி. பாயெஸ் பின்னர் என்னிடம் கூறியதுபோல, 'அதைச் சொன்னதுதான் தாமதம், அதற்கான விடை மிகத்தெளிவாகத் தெரிந்தது. கேள்வி காற்றில் ஊசலாடியது. நான் அதிர்ந்து போனேன்.'

மகின்டாஷ் குழு பிரமித்து நிற்க, ஜாப்ஸ் ஒரு நாள் திடீரென அலுவலகத்தினுள் பாயெஸுடன் நுழைந்தார். மகின்டாஷின் மாதிரி வடிவை அவருக்குக் காட்டினார். வெளிமனிதர் ஒருவருக்கு ஜாப்ஸ் கணினியைக் காட்டுவதைக் கண்டு அவர்கள் வாயடைத்துப்

போனார்கள் – குறிப்பாக இரகசியக் காப்பில் அவர் காட்டும் வழக்க
மான தீவிரத்தைக் கருத்தில் கொண்டு. அதேசமயம், ஜோஆன்
பாயெஸை நேரில் கண்டதும் அவர்களைத் திக்குமுக்காடச் செய்தது.
ஜாப்ஸ் காப்ரியலுக்கு ஒரு ஆப்பிள் IIஐயும் பிறகு பாயெஸுக்கு ஒரு
மகின்டாஷையும் தந்தார். பாயெஸைக் காணச் செல்லும்பொழுது
அதன் சிறப்பம்சங்களில் தமக்குப் பிடித்தவற்றைப் பெருமையாகக்
காட்டுவார். 'அவர் இனிமையானவர்; பொறுமையானவர். ஆனால்
அவருடைய அறிவு என்னைவிட மிகவும் முற்போக்கான நிலையில்
இருந்ததால் எனக்குச் சொல்லித்தரச் சற்றுச் சிரமப்பட்டார்' என்று
நினைவுகூர்ந்தார் பாயெஸ்.

ஜாப்ஸ் திடீரென்று பலகோடிகளுக்கு அதிபதியானார்; பாயெஸ்
உலகப் புகழ்பெற்ற பாடகி – ஆனால் பழகுவதற்கு மிக எளிமை
யானவர்; பெரிய பணக்காரர் என்றெல்லாம் சொல்வதற்கில்லை.
ஜாப்ஸை வைத்துக்கொண்டு என்ன செய்வது என்று அப்போது
பாயெஸுக்குப் புரியவில்லை; ஏறத்தாழ முப்பது ஆண்டுகளுக்குப்பின்
அவரைப் பற்றிப் பேசியபோதும் புரியாத புதிராகத்தான் இருந்தார்.
அவர்களுடைய உறவு தொடங்கிய புதிதில் ஒரு நாள் இரவு உணவின்
போது ராஃல்ப் லாரென் பற்றியும் அவருடைய போலோ ஷாப்
பற்றியும் ஜாப்ஸ் பேசத் தொடங்கினார். தாம் அங்கு சென்றதே இல்லை
என்றார் பாயெஸ். 'அங்கு சிவப்புநிற ஆடை ஒன்று உள்ளது – உனக்கு
மிகவும் பொருத்தமாக இருக்கும்' என்றார் ஜாப்ஸ். பிறகு பாயெஸை
ஸ்டான்ஃபோர்ட் மாலில் உள்ள அந்தக் கடைக்கு அழைத்துச்சென்றார்.
பாயெஸ் நினைவுகூர்ந்தார்: 'எனக்கு நானே மகிழ்ச்சியுடன் உரக்கச்
சொல்லிக் கொண்டேன் – நான் உலகின் பெரும் பணக்காரர்களில்
ஒருவருடன் இருக்கிறேன். அவர் இந்தச் சிவப்பு ஆடை எனக்குச்
சொந்தமாக வேண்டும் என்று விரும்புகிறார்.' அவர்கள் கடையை
அடைந்தபோது ஜாப்ஸ் தமக்கென்று சில சட்டைகள் வாங்கிக்
கொண்டார். பிறகு அந்தச் சிவப்பு ஆடையைக் காட்டி, 'இதை நீ
கண்டிப்பாக வாங்கவேண்டும்' என்றார். பாயெஸுக்குச் சற்று வியப்பாக
இருந்தது; தம்மால் அவ்வளவு விலை கொடுத்து அதை வாங்கமுடியாது
என்று கூறினார். ஜாப்ஸ் ஒன்றும் பேசவில்லை. அவர்கள் அங்கிருந்து
புறப்பட்டார்கள். 'ஒருவர் மாலைநேரம் முழுவதும் அப்படியெல்லாம்
பேசும்பொழுது, அதை நமக்கு வாங்கித்தரப் போகிறார் என்று
தோன்றுமா இல்லையா?' என்று என்னிடம் கேட்டவர் முகத்தில் அந்தச்
சம்பவம் பற்றி இன்னமும் குழப்ப ரேகைகள். 'அந்தச் சிவப்பு ஆடை
மர்மம் உங்கள் கைகளில்தான் உள்ளது. எனக்கென்னவோ அது
கொஞ்சம் விசித்திரமாகத்தான் இருந்தது.' ஜாப்ஸ் அவருக்குக் கணினிகள்
தருவார்; ஆடைகளல்ல. பாயெஸுக்கென மலர்கள் கொண்டுவரும்
பொழுது, அது அலுவலகத்தில் நடந்த ஏதேனும் ஒரு நிகழ்ச்சியின்

மீந்துபோன மலர்கள்தான் என்று கட்டாயம் சொல்வார். 'அவர் காதல் வயப்பட்டவர்; காதலிக்கப் பயந்தவர்.'

நெக்ஸ்ட் கணினியில் பணியாற்றிக்கொண்டிருந்தபோது, அவர் வுட்சைடிலுள்ள பாயெஸின் வீட்டிற்குச் சென்று அது எவ்வளவு திறம்பட இசை ஒலிக்கச் செய்கிறது என்று காட்டுவார். 'அவர் அதில் ப்ரம்ஸ் குவார்ட்டெட் இசைத்துக் காட்டினார். காலப்போக்கில் கணினிகள் மனிதர்களைவிட நல்லமுறையில் இசை வாசிக்கும். இனுவென்டோ, காமென்ஸ்[1]களைக்கூட மேலும் சிறப்பாகச் செய்யும் என்றார்' – பாயெஸ் நினைவுகூர்ந்தார்: அவருக்கு இந்த யோசனையே கலகமூட்டுவதாக இருந்தது. 'அவர் மெல்ல மெல்ல பூரிப்பின் உச்சக் கட்டத்திற்கே போய்க்கொண்டிருந்தார். ஆனால், நானோ கோபத்தில் குறுகிப் போனேன். இசையை எப்படி உன்னால் இதுபோல அவமதிக்க முடிகிறது? என்று நினைத்துக்கொண்டேன்.'

ஜாப்ஸ் டெபி கோல்மனிடமும் ஜோஆனா ஹாஃப்மனிடமும் தமக்கும் பாயெஸுக்குமான உறவுபற்றிப் பகிர்ந்துகொள்வார். பதின்பருவ வயதில் மகன் உள்ள ஒருவரை மணந்துகொள்ளலாமா என்பதுடன், அவர் பிள்ளை பெற்றுக்கொள்ள விரும்பும் கட்டத்தைத் தாண்டி இருப்பார் என்பதும் தமக்குக் கவலையளிப்பதாகக் கூறுவார். 'சிலசமயம் பாயெஸ் சூழலுக்கேற்பப் பாடுவார் என்றும் டிலனைப் போல உண்மையான அரசியல் பாடகர் அல்ல என்றும் விமர்சிப்பார்' என்றார் ஹாஃப்மன். 'அவர் தைரியமான பெண்மணி. ஆனால் ஜாப்ஸ் தம் கட்டுப்பாட்டை நிலைநாட்ட விரும்பினார். அதுமட்டுமல்ல, தமக்கென ஒரு குடும்பம் வேண்டும் என்று விரும்புவதாக அவர் எப்பொழுதும் சொல்வார்; பாயெஸுடன் அது நடக்காது என்பதும் அவருக்குத் தெரியும்.'

ஆக, ஏறத்தாழ மூன்று ஆண்டுகளுக்குப் பின், தங்களுடைய காதலை முடித்துக்கொண்டு வெறும் நண்பர்களாக மட்டுமே இருக்க முடிவு செய்தார்கள். 'நான் பாயெஸைக் காதலிப்பதாகத்தான் நினைத் திருந்தேன். ஆனால் உண்மையில் எனக்கு அவரை மிகவும் பிடித் திருந்தது, அவ்வளவுதான்' என்று ஜாப்ஸ் பின்னர் கூறினார். 'நாங்கள் வாழ்வில் இணைந்திருக்கக்கூடாது என்பது விதி. எனக்குக் குழந்தைகள் வேண்டுமென்று ஆசை; அவளுக்கு இனி வேண்டாம் என்று எண்ணம்.' தமது **1989**ஆம் ஆண்டு நினைவுக் குறிப்பேட்டில் பாயெஸ் தமது கணவரிடமிருந்து பிரிந்தது, தாம் ஏன் ஒருபோதும் மறுமணம் செய்து கொள்ளவில்லை என்பது பற்றியெல்லாம் எழுதியிருந்தார்: 'என் வாழ்க்கையில் நான் மட்டுமே இருந்தேன் – அப்போதிலிருந்தே நான்

[1] இசையில் சில நுணுக்கங்கள். (மொ-ர்)

அப்படித்தான் இருந்து வருகிறேன். அவ்வப்போது சில குறுக்கீடுகள் – ஆனால் அவை அனேகமாக சுற்றுலாக்கள்தான்.' புத்தகத்தின் முடிவில் அவர் ஜாப்ஸிற்கு நன்றிமறவாமல் ஒரு நல்ல குறிப்பை எழுதியிருந்தார்: 'என் சமையலறையில் ஒரு சொற்செயலியைக் (வேர்ட் ப்ராஸஸர்) கொண்டுவந்து வைத்து அதைப் பயன்படுத்தச் சொல்லிக் கட்டாயப் படுத்தியதற்காக.'

ஜோஆனையும் மோனாவையும் தேடி

ஜாப்ஸுக்கு முப்பத்தியொரு வயதாக இருந்தபோது, அதாவது ஆப்பிளிலிருந்து வெளியேற்றப்பட்டு ஓராண்டு ஆகியிருந்த நிலை யில், அவருடைய தாய் க்ளாரா தமது புகைப்பழக்கம் காரணமாக நுரையீரல் புற்றுநோயால் பாதிக்கப்பட்டிருந்தார். அவருடைய மரணப் படுக்கையில் ஜாப்ஸ் அவருக்கருகில் சற்று நேரம் அமர்ந்து பேசிக் கொண்டிருப்பார் – கடந்த காலத்தில் மிக அரிதாகவே இருந்த ஒரு பாணியில். 'அப்பாவும், நீங்களும் திருமணம் செய்துகொண்டபோது நீங்கள் கன்னித்தன்மையோடு இருந்தீர்களா?' என்றார். அவருடைய தாயார் பேசச் சிரமப்பட்டார் என்றாலும் முகத்தில் புன்னகையை வலிய வரவழைத்துக்கொண்டார். அப்பொழுதுதான் தமக்கு ஏற்கனவே திருமணமாகியிருந்ததையும் போருக்குச் சென்ற கணவர் திரும்பவே யில்லை என்பதையும் கூறினார். அவரும் பால் ஜாப்ஸும், ஜாப்ஸைத் தத்தெடுத்தது எப்படி என்பது குறித்த தகவல்களையும் இடையிடையே தந்தார்.

வெகுவிரைவிலேயே தம்மைத் தத்துக்கொடுத்த பெண்மணியின் இருப்பிடத்தை ஜாப்ஸ் வெற்றிகரமாகக் கண்டுபிடித்தார். 1980 களிலேயே அவர் தமது அமைதியான தேடலைத் தொடங்கியிருந்தார் – இதற்காக அவர் நியமித்த துப்பறியும் நிபுணரால் பெரிதாகப் பலனேதும் கிட்டவில்லை. இதன்பிறகு தமது பிறப்புச் சான்றிதழில் ஜாப்ஸ் ஒரு சான் ஃப்ரான்சிஸ்கோ மருத்துவரின் பெயரைக் கண்டார். 'அவருடைய பெயர் தொலைபேசிப் பட்டியலில் இருந்தது. ஆகையால் அவரை அழைத்தேன்' என்று ஜாப்ஸ் நினைவுகூர்ந்தார். ஆனால் அந்த மருத்துவரால் பயனேதும் இருக்கவில்லை. தமது பதிவேடுகள் அனைத்தும் ஒரு தீவிபத்தில் எரிந்து போய்விட்டதாக அவர் கூறினார். ஆனால் அது உண்மையாக இருக்கவில்லை. சொல்லப்போனால், ஜாப்ஸின் அழைப்பிற்குப் பிறகு அந்த மருத்துவர் ஒரு கடிதம் எழுதி, ஒரு உறையிலிட்டு ஒட்டி, அதன்மேல் 'என் மரணத்திற்குப்பின் ஸ்டீவ் ஜாப்ஸிடம் ஒப்படைக்க வேண்டியது' என்று எழுதினார். சிறிது காலம் கழித்து அந்த மருத்துவர் இறந்தபோது அவருடைய விதவை மனைவி அந்தக் கடிதத்தை ஜாப்ஸிற்கு அனுப்பிவைத்தார். அதில் அந்த

மருத்துவர் ஜாப்ஸின் தாய் விஸ்கான்ஸினைச் சேர்ந்த ஒரு திருமண மாகாத பட்டதாரி மாணவி என்றும், அவருடைய பெயர் ஜோஆன் ஷீப்ளே என்றும் தெளிவாகக் குறிப்பிட்டிருந்தார்.

ஜோஆனைத் தேடிக் கண்டுபிடிக்க இன்னும் சில வாரங்களும், மற்றொரு துப்பறியும் வல்லுநரின் உதவியும் தேவைப்பட்டன. அவரைத் தத்துக்கொடுத்தபின் ஜோஆன் ஜாப்ஸின் பெற்றெடுத்த (உயிரியல்) தந்தையான அப்துல் ஃபத்தாஹ் 'ஜான்' ஜன்டாலியை மணந்து கொண்டிருந்தார். அவர்களுக்கு மற்றொரு பெண்குழந்தை பிறந்தது – மோனா. ஐந்து ஆண்டுகள் கழித்து ஜன்டாலி அவர்களை விட்டுச் சென்றுவிட்டார். ஜோஆன் ஜார்ஜ் சிம்ஸன் என்ற வசீகரமான பனிச்சறுக்குப் பயிற்சியாளரைத் திருமணம் செய்துகொண்டார். இந்தத் திருமணமும் அதிக காலம் நீடிக்கவில்லை. 1970இல் அவர் ஒரு நீண்ட யாத்திரை மேற்கொண்டார். அது அவரையும் மோனாவையும் (இருவருமே இப்போது சிம்ஸன் என்ற பெயரைப் பயன்படுத்தி வந்தனர்) லாஸ் ஆஞ்சலெஸ் வரை இட்டுச்சென்றது.

தாம் உண்மையான பெற்றோராகக் கருதிய பாலிடமும், க்ளாரா விடமும் தமது பெற்ற தாயைத் தேடிவரும் விஷயத்தைத் தெரிவிக்க ஜாப்ஸ் தயங்கிவந்தார். இது அவர்கள் மனத்தைக் காயப்படுத்திவிடுமோ என்ற அவருடைய கவலை தமது பெற்றோர் மீது அவர் வைத்திருந்த ஆழ்ந்த அன்பை வெளிப்படுத்தியது; இது அவருடைய சுபாவத்தில் வழக்கமல்லாத ஒரு மென்மையான உணர்வு. ஆகையால் 1986இன் தொடக்கத்தில் க்ளாரா ஜாப்ஸ் காலமாகும் வரை அவர் ஜோஆன் சிம்ஸனுடன் தொடர்புகொள்ளவேயில்லை. 'அவர்களை என் பெற்றோ ராகக் கருதவில்லை என்ற உணர்வை ஒருபோதும் அவர்களுக்குத் தர நான் விரும்பவில்லை – ஏனெனில் அவர்கள் முழுக்கமுழுக்க என் பெற்றோராகவே இருந்தார்கள்' என்று அவர் நினைவுகூர்ந்தார். 'நான் அவர்களை மிகவும் நேசித்தேன். அதனால் என் தேடலை அவர்கள் அறிவதை நான் விரும்பவில்லை. யாராவது பத்திரிகையாளர்களுக்குத் தெரியவந்திருந் தாலும்கூட அவர்கள் அதை வெளியிடாமல் இருக்கும் படி பார்த்துக்கொண்டேன்.' க்ளாரா காலமானதும், பால் ஜாப்ஸிடம் கூற முடிவெடுத்தார். அவருக்கு இதில் எந்தப் பிரச்சினையும் இருக்க வில்லை. ஸ்டீவ் தமது பெற்ற தாயுடன் தொடர்புகொள்வதில் தமக்கு எந்தவித ஆட்சேபனையும் இல்லை என்றார் அவர்.

ஆகையால் ஒரு நாள் ஜாப்ஸ் ஜோஆன் சிம்ஸனைத் தொலைபேசி யில் அழைத்து, தாம் யாரென்பதைத் தெரிவித்து, அவரைச் சந்திக்க லாஸ் ஆஞ்சலெஸ் செல்வதற்கான ஏற்பாடுகள் செய்தார். குறிப்பாக இது ஒரு ஆர்வத்தில் எடுத்த முயற்சியே என்று அவர் பின்னர் கூறினார். 'ஒரு மனிதனின் குணாதிசயங்களைத் தீர்மானிப்பது பாரம்பரியத்தைவிட

சூழ்நிலையே என்பதில் நம்பிக்கை கொண்டவன் நான். என்றாலும் நமது உயிரியல் ஆதாரங்களை அறிந்துகொள்வதும் அவசியம்' என்றார் அவர். அதுமட்டுமல்ல, ஜோஆன் செய்தது சரியே என்று அவருக்கு உறுதியளிக்கவும் விரும்பினார். 'முக்கியமாக என் பெற்ற தாயை நான் காணவிரும்பியது அவர் நலமாக இருக்கிறாரா என்பதை அறியவும் அவருக்கு நன்றி தெரிவிக்கவும்தான். ஏனெனில் அவர் கருக்கலைப்பு செய்து என்னை அழித்துவிடவில்லை என்பது எனக்கு மகிழ்ச்சியைத் தந்தது. அவருக்கு அப்போது வயது இருபத்து மூன்றுதான் ஆகியிருந்தது. மேலும் என்னைப் பெற்றெடுக்க மிகவும் பாடுபட்டிருந்தார்.'

ஜாப்ஸ் தமது லாஸ் ஆஞ்சலெஸ் வீட்டிற்கு வந்தபோது ஜோஆன் மிகவும் உணர்ச்சிவசப்பட்டார். ஜாப்ஸ் பிரபலமானவர், பணக்காரர் என்பது அவருக்குத் தெரியும். ஆனால் எப்படி என்பது அவருக்குப் புரிய வில்லை. அவர் அப்பொழுதே தமது உணர்ச்சிகளைக் கொட்டத் தொடங்கினார். தத்தெடுப்புக்கான ஆவணங்களில் கையெழுத்திடும்படி தாம் கட்டாயப்படுத்தப்பட்டதாகவும், ஜாப்ஸ் தமது புதிய பெற்றோரின் வீட்டில் மகிழ்ச்சியாக இருக்கிறார் என்பதை உறுதி செய்துகொண்ட பின்னரே கையெழுத்திட்டதாகவும் கூறினார். அவர் ஜாப்ஸிற்காக மிகவும் ஏங்கியதாகவும், தமது செயலுக்காக வருந்தித் தவித்ததாகவும் தெரிவித்தார். மீண்டும் மீண்டும் மன்னிப்புக் கேட்டவாறு இருந்தார். ஜாப்ஸ் தமக்குப் புரிகிறது என்றும், அவர் தமக்கு அமைத்துத்தந்த வாழ்க்கை நன்றாகவே இருந்தது என்றும் கூறிச் சமாதானப்படுத்தி, அவருக்கு உறுதியளித்தார்.

ஜோஆன் சிறிது சமாதானமடைந்ததும், ஜாப்ஸுக்கு மோனா சிம்ஸன் என்ற ஒரு சகோதரி இருப்பதாகவும் தெரிவித்தார் - அவர் அப்போது மன்ஹட்டனில் ஒரு வளர்ந்துவரும் இளம் நாவலாசிரியை. மோனா விடம் அவருக்கு ஒரு சகோதரன் இருப்பதாக ஜோஆன் கூறியிருக்க வில்லை. ஜாப்ஸ் வந்த அன்று அந்தச் செய்தியை, அல்லது அதன் ஒரு பகுதியைத் தொலைபேசியில் போட்டு உடைத்தார். 'உனக்கு ஒரு சகோதரன் இருக்கிறான்; அவன் அற்புதமான மனிதன்; பிரபல மானவன்; நான் அவனை நியூ யார்க்கிற்கு அழைத்துவரப்போகிறேன் – நீ சந்திப்பதற்காக' என்றார் அவர். அந்தச் சமயத்தில் மோனா தனது தாய் மற்றும் விஸ்கான்ஸினிலிருந்து லாஸ் ஆஞ்சலெஸ் வரையிலான அவர்களுடைய பயணத்தை விவரிக்கும் *எனிவேர் பட் ஹியர் (இங்கு தவிர எங்கும்)* என்ற நாவலை முடிக்கும் தறுவாயில் இருந்தார். அதைப் படித்தவர்கள் ஜோஆன் மோனாவிடம் அவளது சகோதரன் பற்றி வர்ணித்த விதம் சற்று விசித்திரமாக இருப்பதைக் கண்டு ஆச்சரியப்பட மாட்டார்கள். அந்தச் சகோதரன் யார் என்பதை மட்டும் அவர் சொல்ல மறுத்துவிட்டார் – ஏழையாக இருந்தார், பணக்காரராக

ஆனார், பார்க்க அழகாக இருப்பார், புகழ்பெற்றவர், நீண்ட கரிய தலைமுடி, கலிஃபோர்னியாவில் வசிக்கிறார் என்று மட்டும் கூறியிருந்தார். அப்பொழுது மோனா *பாரிஸ் ரிவ்யூ* பத்திரிகையில் பணியாற்றிக்கொண்டிருந்தார். ஜார்ஜ் ப்ளிம்ப்டன் நடத்திவந்த இந்த இலக்கிய ஏடு மன்ஹட்டனில் ஈஸ்ட் ரிவருக்கு அருகில் உள்ள அவருடைய டௌன்ஹௌஸின் தரைத்தளத்தில் இயங்கிவந்தது. மோனாவும் அவருடைய சக ஊழியர்களும் அவருடைய சகோதரர் யாராக இருக்கும் என்று ஊகிக்கும் விளையாட்டில் ஈடுபட்டார்கள். ஜான் ட்ரவோல்ட்டாவாக இருக்குமோ? அவரைத்தான் அனேகம்பேர் விரும்பி ஊகித்தனர். மற்ற பல பிரபல நடிகர்களும் சாத்தியமானவர்களின் பட்டியலில் இருந்தனர். ஒரு கட்டத்தில் யாரோ ஊகிக்கவும் செய்தார்கள்: 'ஒருவேளை ஆப்பிள் கணினி நிறுவனர்களில் ஒருவராக இருக்குமோ?' என்று – ஆனால் ஒருவருக்கும் அவர்களுடைய பெயர்கள் நினைவுக்கு வரவில்லை.

அவர்களுடைய சந்திப்பு செயின்ட் ரெஜிஸ் ஹோட்டலின் வரவேற்பறையில் நிகழ்ந்தது. 'அவர் மிகவும் வெளிப்படையாக, அழகாக இருந்தார். ஒரு சாதாரண, இனிய மனிதர்' என்று மோனா நினைவுகூர்ந்தார். அவர்கள் அனைவரும் ஒன்றாக அமர்ந்து சில மணித்துளிகளுக்குப் பேசிக்கொண்டிருந்தார்கள். பின் ஜாப்ஸ் தமது சகோதரியை நீண்ட தூரம் நடக்க அழைத்துச் சென்றார் – அவர்கள் இருவர் மட்டும். ஜாப்ஸ் தம்மைப்போலவே குணாதிசயங்கள் கொண்ட ஒரு உடன் பிறப்பு தமக்கு இருப்பதை எண்ணிப் பூரித்துப்போனார். இருவரும் தங்கள் கலைத்திறனில் தீவிரம் உள்ளவர்கள்; தங்கள் சூழலை நன்கு உணர்ந்தவர்கள்; மெல்லிய உணர்வு கொண்டவர்கள் – ஆனால் உறுதியான மனம் படைத்தவர்கள். இரவு உணவிற்கு ஒன்றாகச் சென்றபோது கட்டடக்கலையின் நுணுக்கங்களை இருவரும் ஒரே போல் கவனித்து, பின்னர் அதுபற்றி மிகவும் பூரிப்புடன் பேசிக்கொண்டார்கள். 'என் சகோதரி ஓர் எழுத்தாளர்!' – ஜாப்ஸ் ஆப்பிளில் சக ஊழியர்களிடம் பெருமிதத்தோடு கூறினார், அதை அறிந்துகொண்டபோது.

எனிவேர் பட் ஹியர் (இங்கு தவிர எங்கும்) நாவலுக்காக ப்ளிம்ப்டன் 1986இன் இறுதியில் ஒரு விருந்து வைத்தார். மோனாவுடன் செல்வதற்காக ஜாப்ஸ் நியூ யார்க்கிற்குப் பறந்தார். அவர்கள் உறவில் மெல்ல மெல்ல நெருக்கம் கூடி வந்தது. என்றாலும் எதிர்பார்த்தபடியே அவர்களுடைய நட்பிலும் சிக்கல்கள் இருக்கத்தான் செய்தன – அவர்கள் யார், எப்படி ஒன்றுசேர்ந்தனர் என்பதைக் கருத்தில்கொண்டு பார்த்தால். 'நான் அவளது வாழ்வில் நுழைந்ததோ அவளது தாய் என்மீது உணர்ச்சிகலந்த பாசம் காட்டுவதோ மோனாவிற்கு முதலில் பூரிப்பைத் தரவில்லை' என்று ஜாப்ஸ் பின்னர் கூறினார். 'ஒருவரையொருவர்

புரிந்துகொள்ளத் தொடங்கிய பின், இருவரும் உண்மையிலேயே நல்ல நண்பர்களாகி விட்டோம்; அவள் என் குடும்பத்தைச் சேர்ந்தவள். அவள் இல்லாவிட்டால் எப்படி இருப்பேன் என்று எனக்குத் தெரிய வில்லை. என்னால் அவளைவிடச் சிறந்த ஒரு சகோதரியைக் கற்பனை செய்துகூடப் பார்க்கமுடியாது. என் தத்துச் சகோதரி பாட்டீயும் நானும் நெருங்கிப் பழகியதே இல்லை.' மோனாவிற்கும் காலப் போக்கில் அவர் மீது ஆழ்ந்த பாசம் வளர்ந்தது. சில சமயம் மிகவும் பாதுகாப்பாய் இருப்பார்; என்றாலும் பிற்காலத்தில் ஜாப்ஸின் பலவீனங்களைச் சற்று அசௌகரியமாய்க்கூட உணரும் அளவிற்குத் துல்லியமான விவரங்களோடு விளக்கி *ஏ ரெகுலர் கை (ஒரு சாதாரண மனிதன்)* என்ற நாவலை எழுத இருந்தார்.

அவர்கள் விவாதித்த சில விஷயங்களில் ஒன்று அவளது உடைகள். மோனா வளரத் துடித்துவரும் ஒரு நாவலாசிரியை போல உடுத்துவார்; பதிலுக்கு 'போதிய அளவு கவர்ச்சியாக' உடைகள் உடுத்துவதில்லை என்று ஜாப்ஸ் மோனாவைச் சாடுவார். ஒரு கட்டத்தில் அவருடைய விமரிசனங்கள் மோனாவுக்கு மிக எரிச்சலூட்டின. அவர் ஜாப்ஸிற்கு ஒரு கடிதம் எழுதினார்: 'நான் ஓர் இளம் எழுத்தாளர். மேலும் இது என் வாழ்க்கை. நான் ஒன்றும் *மாடலாக (விளம்பரப் பெண்ணாக)* ஆகுவதற்கு முயலவில்லை.' ஜாப்ஸ் பதிலேதும் கூறவில்லை. சில நாள்களில், ஜப்பானிய உடையலங்கார வல்லுநர் இஸ்ஸே மியாகேயின் அங்காடி யிலிருந்து ஒரு பெட்டி வந்து இறங்கியது. இஸ்ஸே மியாகேயின் திடமான, தொழில்நுட்பத் தாக்கம் நிறைந்த பாணி அவரை ஜாப்ஸின் மிக விருப்பமான உடை வடிவமைப்பாளர்களில் ஒருவராக ஆக்கி யிருந்தது. 'அவர் எனக்காகக் கடைக்குச் சென்றிருந்தார்' – மோனா பிறகு கூறினார். 'அற்புதமான உடைகளைத் தேர்வுசெய்திருந்தார் – சரியாக என் அளவிற்கு, மயங்கவைக்கும் நிறங்களில்.' குறிப்பாக அவரை மிகவும் கவர்ந்த ஒரு பான்ட் ஸூட் ஒன்று. அவர் அனுப்பிய பெட்டியில் ஒரேபோல மூன்று இருந்தன. 'மோனாவிற்கு நான் அனுப்பிய முதல் ஸூட்கள் இன்னமும் என் நினைவில் இருக்கின்றன' என்றார் ஜாப்ஸ். 'அவை லினென் கால்சராய்கள் மற்றும் மேல் சட்டைகள் – இளம் சாம்பல் பச்சை நிறத்தில். அவளது சிவப்பு நிற முடியுடன் அது மிக அழகாகத் தோன்றியது.'

காணாமல்போன தந்தை

இதற்கிடையில் மோனா சிம்ஸன் அவருக்கு ஐந்து வயதாக இருந்த போது பிரிந்து சென்ற தந்தையைத் தேடிக் கண்டுபிடிக்கும் முயற்சியில் ஈடுபட்டிருந்தார். மன்ஹட்டனின் பிரபல எழுத்தாளர்களான கென் ஔலெட்டா மற்றும் நிக் பிலெக்கி வழியே சொந்தமாய்த் துப்பறியும்

நிறுவனம் வைத்திருந்த ஒரு ஓய்வுபெற்ற நியூ யார்க் காவல்துறை அதிகாரியின் அறிமுகம் கிட்டியது. 'என்னிடம் இருந்த சொற்ப பணத்தையும் அவருக்குக் கொடுத்து விட்டேன். ஆனால் அப்படித் தேடியதில் எந்தப் பலனும் கிட்டவில்லை' என்று சிம்ஸன் நினைவு கூர்ந்தார். அதன்பின் கலிஃபோர்னியாவிலுள்ள மற்றொரு தனியார் துப்பறியும் நிறுவனத்தை அணுகி, மோட்டார் வாகனங்கள் பிரிவு வழியாகத் தேடியதில் ஸாக்ரமென்டோவில் அப்துல் ஃபத்தாஹ் ஜண்டாலியின் முகவரி கிட்டியது. சிம்ஸன் தமது சகோதரரிடம் இதைத் தெரிவித்துவிட்டு, நியூ யார்க்கிலிருந்து விமானம் மூலம் புறப்பட்டுத் தமது தந்தையாக இருக்கலாம் என்று தோன்றிய அந்த மனிதரைக் காணச் சென்றார்.

அவரைச் சந்திப்பதில் ஜாப்ஸ் எந்தவித ஆர்வமும் காட்டவில்லை. 'அவர் என்னை நல்ல முறையில் நடத்தவில்லை. நான் அவரைக் குறைகூறவில்லை – நான் உயிரோடிருப்பதில் எனக்கு மகிழ்ச்சிதான். ஆனால் எனக்குக் கவலையூட்டுவதெல்லாம் அவர் மோனாவை நன்றாகப் பார்த்துக்கொள்ளவில்லை என்பதுதான். அவளை நிராகரித்து விட்டுச் சென்றதுதான்' – பின்னர் ஜாப்ஸ் விளக்கினார். ஜாப்ஸே தமது முறைதவறிப் பிறந்த மகளான லிசாவைக் கைவிட்டவர்தான். ஆனால் இப்போது அந்த உறவைப் புதுப்பித்துக்கொள்ள முயன்றுகொண்டிருந்தார். ஆனால் அதனாலெல்லாம் ஜண்டாலியிடம் தோன்றிய காழ்ப்புணர்ச்சி சற்றும் இளகவில்லை. சிம்ஸன் ஸாக்ரமென்டோவிற்குத் தனியாகச் சென்றார்.

'அது தீவிரமான உணர்வு மிகுந்த அனுபவம்' - சிம்ஸன் நினைவு கூர்ந்தார். அவருடைய தந்தை ஒரு சிறிய உணவு விடுதியில் பணி புரிவதைக் கண்டார். மோனாவைக் காண்பதில் அவர் மகிழ்ச்சியடைந்ததாகத் தோன்றினாலும், அந்தச் சூழ்நிலையைப் பொறுத்தவரையில் விநோதமாக, சற்று விலகித்தான் இருந்தார். அவர்கள் சிலமணிநேரம் உரையாடினார்கள். விஸ்கான்ஸினிலிருந்து புறப்பட்ட பின் ஆசிரியர் பணியிலிருந்து விலகி உணவு விடுதி நடத்தும் தொழிலில் ஈடுபட்டதாகக் கூறினார்.

ஜாப்ஸ் தம்மைப் பற்றி எதுவும் கூறவேண்டாம் என்று சிம்ஸனிடம் கேட்டுக்கொண்டிருந்தார் – ஆகவே அவர் எதுவும் கூறவில்லை. ஆனால் ஒரு கட்டத்தில் அவருடைய தந்தை எதேச்சையாக ஒரு விஷயத்தைக் கூறினார் – தமக்கும் அவளது தாய்க்கும் அவளுக்கு முன் பிறந்த மற்றொரு குழந்தை – ஒரு மகன் இருந்ததாக. 'அவன் என்ன ஆனான்?' என்று சிம்ஸன் கேட்டதற்கு அவர், 'நாம் அந்தக் குழந்தையை இனி ஒருபோதும் பார்க்கப்போவதில்லை. அது போனது போனதுதான்' என்றார். சிம்ஸன் அதிர்ச்சியில் பின்வாங்கினார். ஆனால் எதுவும் பேசவில்லை.

இதையும்விட ஆச்சரியப்படவைக்கும் உண்மையொன்று தாம் இதற்குமுன் நடத்திவந்த உணவு விடுதிகள் பற்றி ஜன்டாலி விவரிக்கும் பொழுது புலப்பட்டது. அவற்றுள் சில நிஜமாகவே மிகவும் நன்றாக இருந்தன என்றும், தற்பொழுது அவர்கள் அமர்ந்திருக்கும் ஸாக்ரமென்டோ விடுதியைவிட அவை கவர்ச்சியாக இருந்தன என்றும் வலியுறுத் தினார். சற்று உணர்ச்சிவசப்பட்டவராக, தாம் சான் ஹொஸேயின் வடக்குப்புறத்தில் ஒரு மத்தியதரைக்கடல் பாணி உணவு விடுதியை நிர்வகித்து வந்தபோது சிம்ஸன் அவரைப் பார்த்திருக்கவேண்டும் என்றார். 'அது மிக அற்புதமான இடம். வெற்றிகரமான தொழில்நுட்ப வல்லுநர்கள் அனைவரும் அங்கு வருவார்கள். *ஏன், ஸ்டீவ் ஜாப்ஸ் கூடத்தான்*' என்றார். சிம்ஸன் மலைத்துப்போனார். 'ஓ, ஆமாம்.. அவர் வருவார். மிக இனிய மனிதர். தாராளமாக டிப்ஸ் தருவார்' என்று தொடர்ந்தார் அவருடைய தந்தை. மோனாவால் *ஸ்டீவ் ஜாப்ஸ் உங்களுடைய மகன்!* என்று வாய்தவறி உளறிவிடாமல் எப்படியோ கஷ்டப்பட்டு அடக்கிக் கொள்ளமுடிந்தது.

அந்தச் சந்திப்பு முடிந்ததும் அவர் உணவு விடுதியிலிருந்த கட்டணத் தொலைபேசியிலிருந்து மறைமுகமாக ஜாப்ஸை அழைத்து பெர்க்லியி லுள்ள எஸ்ப்ரெஸ்ஸோ ரோமா க்ஃபேயில் சந்திக்க ஏற்பாடு செய்து கொண்டார். தனிப்பட்ட, குடும்ப விவகாரங்கள் பொதிந்த அந்தச் சூழலுக்கு மத்தியில் ஜாப்ஸ் லிசாவையும் தம்மோடு அழைத்து வந்தார். அவள் அப்போது பள்ளியில் படித்துக்கொண்டு, தனது தாய் க்ரிசானுடன் வசித்து வந்தாள். அனைவரும் கஃபேயை அடைந்தபோது இரவு ஏறத்தாழ பத்து மணி ஆகியிருந்தது. சிம்ஸன் முழுக்கதையையும் விவரித்தார். ஜாப்ஸ் வியப்படைந்தது நன்றாகவே புரிந்தது – மோனா சான் ஹொஸேக்கு அருகிலுள்ள உணவுவிடுதி பற்றிக் குறிப்பிட்டபோது. அங்கு சென்றதையும், தமது பெற்றெடுத்த (உயிரியல்) தந்தையைச் சந்தித்ததையும் அவரால் நினைவுபடுத்திக்கொள்ள முடிந்தது. 'அது ஆச்சரியமாக இருந்தது. அந்த உணவுவிடுதிக்கு சில முறை சென்றி ருந்தேன். அதன் உரிமையாளரைச் சந்தித்ததும் நினைவிருக்கிறது. அவர் சிரியாவைச் சேர்ந்தவர். அவருக்கு வழுக்கைவிழுந்து கொண்டிருந்தது. நாங்கள் கைகுலுக்கிக் கொண்டோம்' – புதிதாய்க் கிட்டிய இந்தத் தகவல் பற்றி அவர் பின்னர் கூறினார்.

இருந்தாலும் ஜாப்ஸ் அவரைக் காண விரும்பவில்லை. 'அப்பொழுது நான் பணக்காரனாக இருந்தேன். எனக்கு அவர்மீது நம்பிக்கை யில்லை. என்னை மிரட்டவோ, பத்திரிகைகளில் வெளியிடவோ முயற்சி செய்யமாட்டார் என்று தோன்றவில்லை' என்று அவர் நினைவு கூர்ந்தார். அவருக்கு ஜன்டாலியைத் தெரியாது என்பதால் இது சற்று நியாயமற்ற குற்றச்சாட்டாகவே தொனித்தது. 'என்னைப் பற்றி

அவரிடம் கூறவேண்டாம் என்று நான் மோனாவைக் கேட்டுக் கொண்டேன்.'

அவளும் ஒருபோதும் கூறவில்லை. ஆனால் பல ஆண்டுகள் கழித்து ஜாப்ஸுடனான தமது உறவு இணையதளத்தில் வெளியாகியிருப்பதை ஜன்டாலி கண்டார். (சிம்ஸன் ஒரு விளக்கக்குறிப்புப் புத்தகத்தில் ஜன்டாலி தமது தந்தை என்று குறிப்பிட்டிருந்ததைக் கண்ட ஒரு வலைப்பூ *(ப்ளாக்)* எழுத்தாளர், அதை வைத்து ஜாப்ஸுக்கும் அவர்தான் தந்தையாக இருக்கவேண்டும் என்று ஊகித்திருந்தார்) அதற்குள் ஜன்டாலி நான்காவது முறையாகத் திருமணம் செய்துகொண்டு, நெவாடாவிலுள்ள ரெனோவிற்குச் சற்று மேற்குப் புறமாக உள்ள பூம்டௌன் ரீசார்ட் அண்ட் காஸினோ என்னும் ஓய்வு விடுதியில் உணவு மற்றும் பானங்கள் பிரிவின் மேலாளராக இருந்தார். தனது புதுமனைவி ரோஸில்லை அழைத்துக்கொண்டு 2006இல் சிம்ஸனைக் காண அவர் வந்திருந்தபோது இந்தப் பேச்சை எடுத்தார். 'இது என்ன புதுக்கதை, ஸ்டீவ் ஜாப்ஸ் பற்றி?' என்றார். மோனா அதனை உறுதி செய்தாலும், தனக்கென்னவோ ஜாப்ஸ் அவரைக் காண விரும்பவில்லை என்று தோன்றுவதாகக் கூறினார். ஜன்டாலி அதை ஏற்றுக்கொண்ட தாகத் தோன்றியது. 'என் தந்தை மற்றவர் உணர்வுகளை மதிப்பவர்; மிக அழகாகக் கதை சொல்வார். ஆனால் மிகமிக ஒதுங்கிய சுபாவம்' என்றார் சிம்ஸன். 'அவர் ஒருபோதும் ஸ்டீவுடன் தொடர்புகொள்ள வில்லை.'

சிம்ஸன், ஜன்டாலியைத் தேடிச்சென்ற தமது அனுபவத்தை 1992இல் வெளியான தமது *த லாஸ்ட் ஃபாதர் (காணாமல்போன தந்தை)* என்னும் இரண்டாவது நாவலுக்கு அடிப்படைக் கருவாக மாற்றியமைத்துக் கொண்டார் (ஜாப்ஸ் நெக்ஸ்ட் சின்னத்தை வடிவமைத்த பால் ரான்டைப் பேசிச் சம்மதிக்க வைத்து அந்தப் புத்தகத்தின் அட்டைப்படத்தை வடிவமைத்துத் தரும்படி கூறினார். ஆனால் சிம்ஸனைப் பொறுத்த அளவில் 'அது படுமோசமாக இருந்தது; நாங்கள் அதைப் பயன்படுத்தவே இல்லை'). அவர் ஜன்டாலி குடும்பத்தின் பல்வேறு அங்கத்தினர் களையும் தேடிக் கண்டுபிடித்தார் – ஹோம்ஸிலும் அமெரிக்காவிலும். 2011இல் தமது சிரிய பாரம்பரியம் பற்றி ஒரு நாவல் எழுதி வந்தார். வாஷிங்டனில் உள்ள சிரிய தூதர் சிம்ஸனுக்கு அளித்த விருந்தில் அப்போது ஃப்ளாரிடாவில் வசித்து வந்த ஒரு சகோதரரும் தனது மனைவியோடு விமானத்தில் வந்து நிகழ்ச்சியில் கலந்துகொண்டார்.

காலப்போக்கில் ஜாப்ஸ் ஜன்டாலியைச் சந்திப்பார் என்று சிம்ஸன் அனுமானித்துக் கொண்டார். ஆனால் போகப்போக அவருக்கு அதில் ஆர்வம் மேலும் குறையத்தான் செய்தது. 2010இல் ஜாப்ஸும் அவருடைய மகன் ரீடும் சிம்ஸனின் லாஸ் ஆஞ்சலெஸ் வீட்டில்

அவருடைய பிறந்தநாள் இரவு விருந்துக்குச் சென்றிருந்தனர். ரீட் தனது உயிரியல் தாத்தாவின் படங்களைப் பார்த்தவாறு சிறிது நேரம் செலவழித்தார். ஆனால் ஜாப்ஸ் அவற்றை அலட்சியம் செய்தார். தமது சிரிய பாரம்பரியம் பற்றி அவர் கவலைப்பட்டதாகவும் தெரியவில்லை. ஏதாவது பேச்சுவாக்கில் மத்தியகிழக்கு பற்றிக் குறிப்பிட்டாலும் அவர் அதில் ஈடுபாடு காட்டவும் இல்லை; தமது வழக்கமான வலிமையான கருத்துகளைத் தெரிவிக்கவுமில்லை. 2011இன் அரபுக் கிளர்ச்சிகளின் போது சிரியா அடித்துச்செல்லப்பட்ட பின்னரும்கூட. ஒபாமா அரசு எகிப்து, லிபியா, சிரியா ஆகியவற்றில் சற்று அதிகமாகத் தலையிட வேண்டியிருக்குமோ என்பது பற்றி அவருடைய கருத்தை நான் கேட்ட போது, 'நாம் அங்குச் செய்யவேண்டியது என்ன என்பது யாருக்குமே சரியாகத் தெரியும் என்று தோன்றவில்லை. செய்தாலும் பிரச்சினை; செய்யாவிட்டாலும் பிரச்சினை.'

தமது பெற்றெடுத்த தாயான ஜோஆன் சிம்ஸனுடன் ஜாப்ஸ் நல்ல நட்புறவு வைத்திருந்தார். காலப்போக்கில் அவரும் மோனாவும் கிறிஸ்துமஸ் பண்டிகையை அடிக்கடி ஜாப்ஸின் வீட்டில் கொண்டாடு வார்கள். இந்த வருகைகள் இனிமையாக இருக்கும். ஆனால் உணர்ச்சிப் பெருக்கால் மனம் அயர்ந்துவிடும். ஜோஆன் சில சமயம் கண்ணீர்விட்டு அழுவார் – ஜாப்ஸை அவர் எவ்வளவு நேசித்தார் என்று கூறுவார் – அவரைத் தத்துக் கொடுத்துவிட்டதற்காக மன்னிப்பு கேட்பார். அப்பொழுதெல்லாம் ஜாப்ஸ் எல்லாம் சரியாகத்தான் நடந்தது என்று உறுதியளித்து அவரைத் தேற்றுவார். ஒரு கிறிஸ்துமஸின் போது அவர் கூறினார்: 'கவலைப்படாதீர்கள், என் குழந்தைப் பருவம் அற்புதமாக இருந்தது. நானும் நல்லவிதமாகத்தான் வளர்ந்தேன்.'

லிசா

லிசா ப்ரென்னனுக்கோ குழந்தைப் பருவம் அற்புதமாக அமைய வில்லை. அவள் சிறுமியாக இருந்தபோது அவளது தந்தை அவ்வளவாக வந்து பார்க்கவேயில்லை. 'எனக்குத் தந்தையாக வேண்டும் என்ற ஆசை இருக்கவில்லை. அதனால் நான் அப்படி நடந்துகொள்ளவும் இல்லை' – ஜாப்ஸ் பின்னர் கூறினார். அவருடைய குரலில் துக்கம் லேசாகவே தொனித்தது. இருந்தாலும் எப்பொழுதாவது மனத்தை நெருடும். லிசா வுக்கு மூன்று வயதாக இருந்தபோது ஒருநாள் அவளுக்கும் க்ரிசானுக்கும் வாங்கித் தந்திருந்த வீட்டின் அருகில் காரில் வந்துகொண்டிருந்த ஜாப்ஸ் சற்று நிறுத்தத் தீர்மானித்தார். லிசாவிற்கு அவர் யாரென்று தெரியவில்லை. அவர் வாசற்படியில் அமர்ந்துகொண்டு, உள்ளே செல்லாமலே க்ரிசானுடன் பேசிக்கொண்டிருந்தார். இது ஆண்டில் ஒன்றிரண்டு முறை நடந்தது. ஜாப்ஸ் சொல்லாமல் வருவார் – லிசாவை

பள்ளியில் சேர்ப்பது அல்லது வேறு பிரச்சினைகள் பற்றிச் சிறிது நேரம் பேசிவிட்டு, தனது மெர்சிடிஸில் ஏறிப் போயிவிடுவார்.

1986இல் லிசாவிற்கு எட்டு வயதானபோது அவருடைய வருகைகள் அதிகரித்தன. ஜாப்ஸ் மகின்டாஷ் தயாரிப்பதற்கான முழுநேர வேலைப் பளுவிலோ, ஸ்கல்லியுடனான அதிகாரப் போராட்டங்களிலோ ஈடுபடாத நேரம். அவர் நெக்ஸ்டின் அமைதியான, தோழமைமிக்க சூழலில், பாலோ ஆல்டோ தலைமையகத்தில் இருந்தார் – க்ரிசானும் லிசாவும் தங்கியிருந்த வட்டாரத்தின் அருகே. அதுமட்டுமல்ல, அவள் மூன்றாம் வகுப்பில் உள்ளபோதே சூட்டிகையான, கலைத்திறனுள்ள குழந்தை என்பது தெளிவாகத் தெரிந்தது. அவளது எழுத்துத் திறனுக்காக அவளது ஆசிரியைகள் அவளைத் தனித்துப் பாராட்டினார்கள். அவள் துணிச்சலாகவும் ஆர்வத்தோடும் இருப்பாள். அவளது தந்தையின் கலகக்கார குணமும் இருந்தது. பார்ப்பதற்கும் கொஞ்சம் அவரைப் போல வளைந்த புருவங்களும், மத்திய கிழக்குக்கே உரித்தான லேசான கோணங்களும். ஒரு நாள் ஜாப்ஸ் அவளை அலுவலகத்திற்கு அழைத்து வந்தபோது, அவருடைய சக ஊழியர்கள் ஆச்சரியப்பட்டார்கள். நடைபாதையில் குட்டிக்கரணம் அடித்தபடியே 'என்னைப் பாருங்கள்!' என்றாள்.

அவீ டெவானியன் – நெக்ஸ்டின் பொறியியல் வல்லுநர். உயரமான, மெலிந்த உடல்வாகு. கலகலப்பாகப் பழகும் சுபாவம். ஜாப்ஸின் நண்பர். அவ்வப்பொழுது இருவரும் இரவு உணவுக்காக வெளியே செல்லும்பொழுது, க்ரிசானின் வீட்டில் நிறுத்துவார்கள் – லிசாவை உடன் அழைத்துக்கொள்வதற்காக. 'அவர் அவளிடம் மிக இனிமையாக நடந்துகொள்வார்' என்று டெவானியன் நினைவுகூர்ந்தார். 'அவர் சைவப்பிரியர்; க்ரிசானும் அப்படித்தான். ஆனால் லிசா அப்படியல்ல, அவரும் அதை ஏற்றுக்கொண்டார். அவளிடம் சிக்கன் வரவழைத்துக் கொள்ளச் சொன்னார் – அவளும் அப்படியே செய்தாள்.'

சிக்கன் சாப்பிடுவது அவளுக்குக் கிட்டிய ஒரு சிறு சந்தோஷம். சைவப்பிரியர்களான தாய்-தந்தையருக்கிடையில் அவள் தாவிக் கொண்டிருந்தாள் – அவர்கள் இயற்கை உணவின் மீது ஓர் ஆன்மிக மதிப்பு வைத்திருந்தனர். 'நாங்கள் மளிகைப் பொருட்கள் – புண்ட்ரல்லா, கீநோஆ, செலெரியக், கரோப் கவர்டு நட்ஸ் – வாங்கும் கடைகளில் யீஸ்ட் (காடி)[2] வாடை வீசும். அங்குள்ள பெண்கள் தங்கள் தலைமுடிக்குச் சாயம்கூடப் பூசிக்கொள்ளமாட்டார்கள்' – தன் தாயுடன் வாழ்ந்த காலத்தைப் பற்றி அவள் பின்னர் எழுதினாள். 'ஆனால் சில சமயம்

[2] ரொட்டியை உப்பச் செய்வதற்கும் தானிய மது, திராட்சை, மது முதலியவை தயாரிப்பதற்கும் பயன்படுத்தும் பொருள் நொதி; காடிச்சத்து; புளிப்புச் சத்து. (ப-ர்)

அயல் நாட்டு உணவு உண்போம். சில முறை சூடான, பதப்படுத்தப் பட்ட சிக்கனை ஒரு கூர்மே உணவகத்திலிருந்து வரவழைப்போம் – அங்கு வரிசை, வரிசையாய் சிக்கன் குச்சிகளில் சுழன்றுகொண்டிருக்கும். காரில் அமர்ந்துகொண்டு உட்புறம் அலுமினியத்தாள் படிந்துள்ள காகித உறைக்குள்ளிருந்து விரல்களால் எடுத்து ருசிப்போம்.' அவளது தந்தை – அவருடைய உணவுக்கட்டுப்பாடுகள் ஆவேச அலைகளாய் எழும்பிவரும்; தாம் சாப்பிடும் உணவு பற்றி மிகவும் கவனமாய் இருந்தார். ஒருநாள் அவர் குடிக்கும் சூப்பில் வெண்ணை உள்ளது என்று அறிந்தவுடன் வாயில் இருந்தது முழுவதையும் அப்படியே துப்பியதை அவள் பார்த்திருந்தாள். ஆப்பிளில் இருந்தபோது சற்று இளகி வந்தவர் மீண்டும் ஒரு கண்டிப்பான வீகனாக (தாவர உணவி) மாறிவிட்டார். தனது இளம் வயதிலேயே லிசா அவருடைய உணவுக் கட்டுப்பாடுகள் உணர்த்தும் வாழ்க்கைத் தத்துவத்தைப் புரிந்து கொண்டாள் – சந்நியாசமும் குறைந்தபட்ச அளவும் பிற உணர்வுகளை ஊக்குவிக்கும் என்பதுதான் அது. 'பெரிய அறுவடைகள் வறண்ட நிலங்களிலிருந்து தான் கிட்டும், பேரின்பம் இந்தக் கட்டுப்பாட்டி லிருந்துதான் கிட்டும் என்பது அவருடைய நம்பிக்கை' என்று அவள் குறிப்பிட்டாள். பெரும்பாலானோர் அறியாத சமன்பாடுகள் அவருக்குத் தெரிந்திருந்தன: 'எல்லாமே எதிர்முனையை நோக்கித்தான் செல்கின்றன.'

அவளது தந்தை வராமலிருந்ததும், அன்பு காட்டாததும் அவ்வப் போது கிட்டிய இதுபோன்ற கதகதப்பான தருணங்களைத் தீவிர மான திருப்தி நிரம்பியதாக்கின. 'நான் அவருடன் வசிக்கவில்லை. ஆனால் சில நாள்கள் எங்கள் வீட்டிற்கு வருவார். அப்பொழுதெல்லாம் அந்தச் சில மணித்துளிகள் அல்லது சில மணிநேரங்களுக்கு அவர் எங்களிடையே ஒரு தெய்வம் போல் இருப்பார்' என்று லிசா நினைவு கூர்ந்தாள். லிசா வெகுவிரைவில் அவருக்கு சுவாரசியமானவளாகத் தெரிந்தாள் – அவர் நடக்கச் செல்கையில் அவளையும் உடன் அழைத்துக் கொள்வார். அவளுடன் பழைய பாலோ ஆல்டோவின் அமைதியான தெருக்களில் ரோலர் ஃப்ப்ளேடிங்[3] செல்வார். அப்போது அடிக்கடி ஜோஆனா ஹாஃப்மன் மற்றும் ஆன்டி ஹெர்ட்ஸ்ஃபெல்டின் வீட்டிற்குச் செல்வார்கள். முதல் முறையாக அவளை அழைத்துக்கொண்டு ஹாஃப்மனின் வீட்டிற்குச் சென்றபோது அவர் வீட்டுக் கதவைத் தட்டிவிட்டு 'லிசா வந்திருக்கிறேன்' என்றார். ஹாஃப்மனுக்கு உடனே புரிந்துவிட்டது. 'அவள் அவருடைய மகள்தான் என்பது மிகத் தெளிவாகத் தெரிந்தது. வேறு யாருக்கும் அந்தத் தாடையமைப்பு கிடையாது. அது அவருக்கே உரித்தானது' என்றார். ஹாஃப்மன் தமது

[3] ஒருவகைச் சறுக்கு விளையாட்டு. (மொ-ர்)

பத்தாவது வயது வரை விவாகரத்து செய்துவிட்டுச் சென்ற தந்தை யாரென்று தெரியாமலே வளர்ந்தவர். அதனால் ஜாப்ஸை ஒரு நல்ல தந்தையாக இருக்கச் சொல்லி ஊக்கப்படுத்தினார். அவருடைய அறிவுரைப்படி நடந்துகொண்டார் ஜாப்ஸ் - பின்னாளில் அதற்காக நன்றியும் சொன்னார்.

ஒரு முறை அவர் லிசாவை அழைத்துக்கொண்டு தொழில் விஷய மாகத் தோக்யோ சென்றிருந்தபோது, ஒயிலான, வணிகரீதியிலான ஒகுரா ஹோட்டலில் தங்கியிருந்தனர். கீழ் மாடியில் இருந்த எடுப்பான சுஷி உணவகத்தில் ஜாப்ஸ் பெரிய தட்டுகள் நிறைய உனாகி சுஷி வரவழைத்தார் – இது அவருக்கு மிகவும் பிடித்த உணவு. அதனால் இளம் சூடான, பதமாக வெந்த விலாங்கு மீனைத் தமது சைவ உணவு வரிசையில் சேர்த்துவிட்டார். அந்தத் துண்டுகள் லேசாக உப்பு தூவப் பட்டோ நீர்த்த இனிப்பு ஸாஸ் தடவப்பட்டோ இருக்கும். லிசா அவை தனது வாயில் கரைவதை பின்னர் நினைவுகூர்ந்தார். அதுபோலத்தான் அவர்கள் இருவரிடையே உள்ள இடைவெளியும். பின்னர் அவள் எழுதியது போல, 'முதல் முறையாக அவருடன் மிகச் சாந்தமாக, திருப்தியாக உணர்ந்தேன் – அந்த மீன் துண்டுகள் நிரம்பிய தட்டு களிலிருந்து உண்டபடி. அதிகப்படியான, அனுமதியோடு கூடிய கதகதப்பு – அதிலும் குளிர்ந்த சாலட்டுக்குப் பிறகு – இதுவரை எட்ட முடியாத ஒரு இடம் திறந்துகொண்டதுபோல இருந்தது. அவர் தன்னிடமே கடினத்தன்மையைக் குறைத்துக் கொண்டிருந்தார் – அற்புதமான அந்தக் கூரைகளுக்குக் கீழே, குட்டி நாற்காலிகள், மீன் துண்டுகள், நான்... இந்தச் சூழலில் அவரிடம் சற்று மனிதத்தன்மையும் கூடச் சேர்ந்துகொண்டது.'

ஆனால் எப்பொழுதும் இப்படி இனிமையும் வெளிச்சமுமாய் இருந்துவிடவில்லை. எல்லோரிடமும் இருப்பது போலத்தான் ஜாப்ஸ் லிசாவிடமும் தமது நிலையற்ற இயல்போடு நடந்துகொண்டார் – அரவணைப்புக்கும் அலட்சியத்திற்கும் இடையே ஊசலாடிக்கொண்டு. ஒருமுறை வரும்பொழுது விளையாட்டுத்தனமாய் இருப்பார். மறுமுறை மிகவும் இறுக்கமாக. அடிக்கடி காணாமலே போய்விடுவார். 'அவள் அவர்களுக்கிடையிலான உறவு எப்படிப்பட்டது என்பது பற்றி ஒரு தீர்மானமின்றி இருந்தாள்' என்றார் ஹெர்ட்ஸ்ஃபெல்ட். 'அவளுடைய ஒரு பிறந்தநாள் விழாவிற்குச் சென்றிருந்தேன். ஸ்டீவ் வந்திருக்கவேண்டும். வந்தார் – மிக மிகத் தாமதமாக. அவளது கவலையும் ஏமாற்றமும் எல்லை மீறின. ஆனால் ஒருவாறாக அவர் வந்தபோது, அவள் முழுமையாய்ப் பிரகாசமடைந்து விட்டாள்.'

லிசாவும் பதிலுக்குக் கோபமாய் இருக்கக் கற்றுக்கொண்டாள். நாளாவட்டத்தில் அவர்களுடைய உறவு ஏதோ ரோலர் கோஸ்டர்

போல ஏற்ற இறக்கங்கள் மிகுந்ததாக இருக்கும் – இருவரது பிடிவாதத்தால் கீழ்மட்டநிலை நீடித்துநிற்கும். ஒரு சண்டை முடிந்ததும் பல மாதங் களுக்குப் பேசிக்கொள்ள மாட்டார்கள். இருவரில் ஒருவர்கூட மற்றவரிடம் பேசுவதிலோ, மன்னிப்புக் கேட்பதிலோ, சமாதான முயற்சியிலோ இறங்கவில்லை – அவர் உடல்நலக் கோளாறுகளில் சிக்கித் தவித்திருந்தபோதுகூட. 2010இன் இலையுதிர்காலத்தில் ஒருநாள் அவர் ஒரு பெட்டியிலிருந்த பழைய புகைப்படங்களை என்னுடன் அமர்ந்து பார்த்துக்கொண்டிருந்தார். சற்று நிதானித்து அதில் ஒன்றை என்னிடம் நீட்டினார் – அவர் லிசாவின் சிறுவயதில் அவளது வீட்டிற்கு ஒருமுறை சென்றிருந்தபோது எடுத்தது. 'நான் ஒருவேளை தேவையான அளவிற்கு அங்குச் செல்லவில்லையோ' என்றார். அந்த ஆண்டு முழுவதும் அவர் அவளோடு பேசியிருக்கவில்லை என்பதால் அவளுக்குத் தொலைபேசி அழைப்போ, மின்னஞ்சலோ செய்ய விருப்பமா என்று கேட்டேன். ஒரு நிமிட வெற்றுப்பார்வை. பிறகு மீண்டும் மற்ற பழைய புகைப்படங்களைப் புரட்டத் தொடங்கிவிட்டார்.

காதலில் மயங்கிய மனம்

பெண்களைப் பொறுத்தவரையில் ஜாப்ஸ் ஆழமாய்க் காதல் வசப்படக் கூடியவர். அவர் காதல் வசப்படுவதே கூட அட்டகாசமாய் இருக்கும்; ஒரு காதல் உறவின் ஒவ்வொரு ஏற்றத்தாழ்வையும் நண்பர்களிடம் பகிர்ந்துகொள்வார்; அப்போதைய காதலியிடம் இருந்து பிரிந்திருந்தால் பகிரங்கமாகவே தமது ஏக்கத்தைத் தெரிவிப்பார். 1983 கோடைக் காலத்தில் அவர் சிலிக்கன் வாலியில் ஜோஆன் பாயெஸுடன் ஒரு சிறிய இரவு விருந்துக்குச் சென்றிருந்தார். அவர் அருகில் ஜென்னிஃபர் ஈகன் என்ற பென்சில்வேனியா பல்கலைக்கழக இளங்கலைப் பட்டப் படிப்பு மாணவி அமர்ந்திருந்தாள். அவளுக்கு ஜாப்ஸ் யாரென்று தெரியாது. அந்தக் காலகட்டத்தில் அவரும் பாயெஸும் தாங்கள் ஒன்றாக இணைந்திருக்க விதியில்லை என்பதை உணர்ந்திருந்தார்கள். ஜாப்ஸ் ஈகனிடம் தாம் ஈர்க்கப்பட்டதைக் கண்டுகொண்டார். அவள் தமது கோடை விடுமுறையில் சான் ஃப்ரான்சிஸ்கோ வார இதழ் ஒன்றில் பணிபுரிந்து வந்தாள். அவளைத் தேடிக் கண்டுபிடித்து, தொலைபேசியில் அழைத்து கஃபே ஜாக்கெலீன் என்ற சிறு உணவகத் திற்கு அழைத்துச் சென்றார் – அது டெலெக்ராஃப் ஹில்லுக்கு அருகில் இருந்தது. அங்கு சைவ ஸூஃப்ளேக்கள் மிகவும் புகழ்பெற்றவை.

அவர்கள் ஒருவருடம் பழகி வந்தார்கள். ஜாப்ஸ் அடிக்கடி கிழக்கு நோக்கிப் பறந்து செல்வார் – அவளைக் காண. ஒரு பாஸ்டன் மாக்வேர்ல்ட் நிகழ்ச்சியில் பெரும் திரளான கூட்டத்தில் அவர் தமது காதல் எப்படிப்பட்டது என்று விவரித்து, தன் காதலியைச்

சந்திப்பதற்காக ஃபிலடெல்ஃபியா செல்லவேண்டியிருப்பதாகவும், விமானத்திற்கு நேரமாகி விட்டதால் அவசரமாகச் செல்ல வேண்டியுள்ளது என்றும் கூறினார். அதில் ததும்பிய காதல் உணர்வில் அரங்கமே மயங்கிப்போனது. அவர் நியூ யார்க் வரும்பொழுது அவள் இரயிலேறிச் சென்று அங்கேயே அவருடன் தங்கியிருப்பாள் - கார்லைல் அல்லது ஜே சியாட்டின் அப்பர் ஈஸ்ட் சைட் குடியிருப்பில். கஃபே லக்ஸெம்போர்கில் உணவருந்திவிட்டு, (அடிக்கடி) சான் ரெமோவில் அவர் புதுப்பிக்கத் திட்டமிட்டு வரும் குடியிருப்பிற்குச் செல்வார்கள்; மற்றபடி திரைப்படங்கள் அல்லது (குறைந்தது ஒருமுறை) ஒபெரா இசை நிகழ்ச்சிக்குச் செல்வார்கள்.

அவரும் ஈகனும் பல இரவுகள் தொலைபேசியில் நீண்ட நேரம் பேசுவார்கள். ஒரு விஷயத்தில் அவர்கள் மோதிக் கொள்வார்கள் - அது 'எந்தப் பொருள்மீதும் பற்றுதல் வைக்காமலிருப்பது முக்கியம் என்ற புத்தமத போதனையில் அவர் கொண்ட ஆழ்ந்த நம்பிக்கையை அடிப்படையாகக் கொண்டது. நம் பயனீட்டாளர்களின் விருப்பங்கள் ஆரோக்கியமற்றவை; ஞானம் பெறுவதற்குப் பொருட்களின்மீது பற்றும் நாட்டமும் இல்லாத வாழ்வை மேற்கொள்ளவேண்டும் என்றார். தமது ஜென் போதகர் கோபுன் சீனோவின் ஒலிப்பதிவு ஒன்றையும் அவளுக்கு அனுப்பி வைத்தார் – அதில் பொருட்களுக்காக ஏங்குவதும் அவற்றைப் பெறுவதும் உருவாக்கும் பிரச்சினைகளை அவர் விளக்கி உரை நிகழ்த்தியிருந்தார். ஈகன் ஒப்புக்கொள்ள மறுத்தாள். மக்கள் விரும்பும் கணினிகளையும் மற்ற தயாரிப்புகளையும் உருவாக்கிக்கொண்டு ஜாப்ஸே அந்தத் தத்துவத்திற்கு எதிராகத்தானே நடந்துகொள்கிறார் என்று கேட்டாள். 'அவருக்கு அந்த இரட்டை அமைப்பு எரிச்சலூட்டியது. அது பற்றி நீண்ட சர்ச்சைகள் செய்தோம்' – ஈகன் நினைவுகூர்ந்தாள்.

கடைசியில் தாம் தயாரித்த சாதனங்களில் ஜாப்ஸுக்கு இருந்த பெருமையே 'மக்கள் பொருட்களின் மீது பற்று வைப்பதை நிறுத்திக் கொள்ளவேண்டும்' என்ற அவருடைய தத்துவத்தை வெற்றிகொண்டது. 1984 ஜனவரியில் மகின்டாஷ் வெளிவந்தபோது பென்னிலிருந்து குளிர்கால விடுப்பில் வந்த ஈகன் சான் ஃப்ரான்சிஸ்கோவில் உள்ள தனது தாயின் குடியிருப்பில் தங்கியிருந்தாள். ஒரு நாள் இரவு ஸ்டீவ் ஜாப்ஸ் - திடீரென்று புகழ்பெற்றிருந்தவர் - வாசலில் ஒரு புத்தம் புதிய மகின்டாஷ் பொதிந்த பெட்டியுடன் வந்து நின்று, அதைப் பொருத்துவதற்காக நேரே ஈகனின் படுக்கையறைக்குச் சென்றபோது அவளது தாயின் இரவு உணவு விருந்தினர்கள் அசந்துபோனார்கள்.

ஜாப்ஸ் தமது மற்ற நண்பர்களிடம் கூறியிருந்தது போலவே ஈகனிடமும் கூறினார் – தமக்கு நீண்ட ஆயுள் இருக்காது என்று ஒரு

உள்ளுணர்வு தோன்றுவதாக. அவருடைய வேகமும் பொறுமை யின்மையும் அதனால் விளைந்ததுதான் என்று அவர் ஒப்புக்கொண்டார். 'தான் செய்ய விரும்பிய எல்லாவற்றிலும் அவர் ஒருவித அவசரம் காட்டினார்' என்று ஈகன் பிறகு கூறினார். 1984 இலையுதிர்காலத்தின் போது அவர்களுடைய உறவு மெல்லத் தேய்ந்து மறைந்தது – ஈகன் திருமணம் பற்றி யோசிப்பதற்குத் தனக்கு இன்னும் வயது போதாது என்று தெளிவாகத் கூறிவிட்டாள்.

அதற்குச் சிறிதுகாலம் கழித்து, 1985இல் ஸ்கல்லியுடனான போராட்டம் ஆப்பிளில் வளர்ந்துவரும் நிலையில், ஜாப்ஸ் ஒரு கூட்டத்திற்காகச் சென்று கொண்டிருந்தார். ஆப்பிள் ஃபவுண்டேஷன் அப்போது இலாப நோக்கற்ற நிறுவனங்களுக்குக் கணினிகள் கிடைக்க உதவி செய்து வந்தது. அந்த நிறுவனத்தில் பணிபுரிந்து வந்த ஒருவரின் அலுவலகத்தில் ஜாப்ஸ் காரைச் சற்று நிறுத்திவிட்டு உள்ளே சென்றார். அங்கு, தங்கநிறத் தலைமுடியோடு, இயல்பான தூய்மை மிளிரும் ஹிப்பி தோற்றமும், ஒரு கணினி ஆலோசகருக்குரிய திடமான அறிவும் கொண்ட நளினமான ஒரு பெண் அமர்ந்திருந்தாள். அவளது பெயர் டீனா ரெட்ஸே. 'நான் கண்ட பெண்களிலேயே மிக அழகானவள் அவள்தான்' என்று ஜாப்ஸ் நினைவுகூர்ந்தார்.

மறுநாளே அவளை இரவு உணவுக்கு அழைத்தார். அவள் தனது நண்பனுடன் வசிப்பதாகக் கூறி மறுத்துவிட்டாள். சில நாள்களுக்குப் பின், அவளை அழைத்துக் கொண்டு அருகிலுள்ள பூங்காவரை சென்று எங்காவது வெளியில் செல்லலாமா என்று மீண்டும் கேட்டார். இம்முறை அவள் தனது நண்பனிடம் வெளியே செல்ல வேண்டும் என்று கூறி விட்டு வந்தாள். அவள் மிகவும் நேர்மையானவள்; வெளிப்படை யானவள். இரவு உணவிற்குப் பின் அவள் அழத் தொடங்கிவிட்டாள் – அவளது வாழ்க்கையில் விரிசல் விழப்போவது அவளுக்குத் தெரிந்தி ருந்தது. அப்படியே நடக்கவும் செய்தது. சில மாதங்களுக்குள் அவள் வுட்ஸைடிலுள்ள அறைகலன்களற்ற மாளிகையில் குடியேறி விட்டி ருந்தாள். 'நான் மனதாரக் காதலித்த முதல் பெண் அவள்தான். எங்களுக்குள் மிக ஆழமான பந்தம் இருந்தது. அவளைவிட நன்றாக என்னை யாராவது புரிந்துகொள்வார்களா என்று எனக்குத் தெரிய வில்லை.'

ரெட்ஸே பிரச்சினை மிகுந்த ஒரு குடும்பத்தைச் சேர்ந்தவள். ஜாப்ஸும் தாம் தத்துக்கொடுக்கப்பட்டவன் என்ற தமது வேதனை யான உணர்வை அவளோடு பகிர்ந்து கொண்டார். 'நாங்கள் இருவருமே குழந்தைப் பருவத்திலிருந்தே காயப்பட்டவர்கள்' என்று ரெட்ஸே

நினைவுகூர்ந்தார். 'அவர் என்னிடம் சொன்னார் – நாங்கள் இருவருமே எங்கள் சூழல்களோடு பொருந்தாதவர்கள் என்று. அதனால்தான் நாங்கள் ஒருவருக்கொருவர் சொந்தமானோம்.' அவர்கள் உடலளவில் தங்கள் காதலைப் பரிமாறிக் கொண்டார்கள் – பகிரங்கமாக அதை வெளிப்படுத்திக் கொள்ளவும் செய்தார்கள். நெக்ஸ்ட் வரவேற்பறை யில் நடந்த அவர்களுடைய காதல் அரங்கேற்றங்களை ஊழியர்கள் நன்றாக நினைவில் வைத்திருக்கிறார்கள். அதே போலத்தான் அவர் களுடைய சண்டைகளும் – திரை அரங்கங்கள், வுட்சைடுக்கு வந்தவர்கள் முன்னிலையில் என. இருந்தாலும் அவர் அவளது தூய்மையையும், இயற்கைத் தன்மையையும் ஓயாமல் பாராட்டிவந்தார். நல்ல அனுபவ ஞானமுள்ள ஜோஆனா ஹாஃப்மன் மற்றொரு உலகத்தைச் சேர்ந்த ரெட்ஸேயின் மீது ஜாப்ஸ் கொண்டிருந்த ஈர்ப்பு பற்றிக் கூறுகையில் 'ஒருவரது பலவீனங்களையும் மனக்கலக்கங்களையும் அடையாளம் கண்டு அவற்றை ஆன்மிக குணாதிசயங்களாகச் சித்திரிக்க முயல்வது ஜாப்ஸின் வழக்கம்' என்று குறிப்பிட்டார்.

1985இல் ஆப்பிளிலிருந்து விலக்கப்பட்டபோது, அவருடன் ரெட்ஸே ஐரோப்பா முழுவதும் பயணித்தார் - அங்கு ஜாப்ஸ் தமது மனக் காயங்களுக்கு மருந்திட்டுக் கொண்டிருந்தார். ஸைன் நதியின் மீதுள்ள பாலத்தில் நின்றபடி ஒருநாள் மாலை அவர்கள் பிரான்ஸில் தற்காலிகமாகத் தங்குவது அல்லது நிரந்தரமாகக் குடியேறுவது பற்றிச் சிந்தித்தார்கள் – தீவிரமாக என்பதைவிட, காதல் மயக்கத்தில் எனலாம். ரெட்ஸே இதில் ஆர்வம் காட்டினார் – ஆனால் ஜாப்ஸ் அதை விரும்ப வில்லை. அவர் காயப்பட்டிருந்தாலும் இன்னமும் சாதனை புரியும் தாகம் அவருக்குள் இருக்கத்தான் செய்தது. 'என் செயல்களின் பிரதி பிம்பம் நான்' என்றார் அவர், அவளிடம். அவர்களுடைய பாரிஸ் கணங்களை இருபத்து ஐந்து ஆண்டுகள் கழித்து அவருக்கு எழுதிய மனத்தைத் தொடும் மின்னஞ்சல் ஒன்றில் நினைவூட்டியிருந்தார் ரெட்ஸே. இடையில் அவரவர் பாதைகளில் பிரிந்து சென்றாலும், தங்களுக்குள் இருந்த ஆன்மிகத் தொடர்பை அவர்கள் தக்கவைத்துக் கொண்டிருந்தார்கள்:

1985இன் கோடைகாலத்தில் நாம் பாரிஸில் ஒரு பாலத்தின் மீது இருந்தோம். மழைமேகங்கள் திரண்டிருந்தன. வழுவழுப்பான கல்சுவரின் மீது சாய்ந்தபடி, கீழே புரண்டோடும் பச்சை வெள்ளத்தை உற்றுப் பார்த்துக்கொண்டிருந்தோம். உன் உலகம் பிளவுபட்டி ருந்தது. பிறகு அதே நிலையில் சற்று நிதானித்து, உன் அடுத்த தேர்வு என்னவோ, அதற்கேற்பத் தன்னை மாற்றியமைத்துக் கொண்டு சூழக் காத்திருந்தது. நான் என் கடந்த காலத்திலிருந்து விடுபட்டு ஓட விரும்பினேன். உன்னைச் சம்மதிக்க வைக்க முயன்றேன். நம்

பழைய இயல்புகளைக் களைந்து, நமக்குள் புதிதாக ஏதாவது ஒன்று ஊடுருவிப் பாயச் செய்வதற்கு. பாரிஸில் என்னுடன் ஒரு புதிய வாழ்க்கையைத் தொடங்குவதற்கு. இருவருமாய் உன் உடைந்து போன உலகின் இருண்ட பிளவு வழியே தவழ்ந்து சென்று யாரும் அடையாளம் காணாதவர்களாக, புதிதாக வெளிவந்து, எளிய தொரு வாழ்க்கையை அமைத்துக்கொண்டு – அதில் எளிய இரவு உணவுகளை நான் உனக்காகச் சமைத்துத்தர, ஒவ்வொரு நாளும் இணை பிரியாமல் இருந்து – ஓர் இனிய விளையாட்டில் ஈடுபடும் குழந்தைகள் போல. எந்தவிதப் பலனையும் எதிர்பார்க்காமல். அந்த விளையாட்டிற்காக. அதற்காக மட்டும். நீ சிரித்தபடி நான் என்ன செய்வது? யாரும் வேலைக்கு அமர்த்திக்கொள்ள முடியாத அளவிற்கு என்னை ஆக்கிக்கொண்டிருக்கிறேன் என்று சொல்வதற்கு முன் அதை யோசித்துப் பார்த்திருக்கலாம் என்று நினைக்கத் தோன்றுகிறது. நமது திடமான எதிர்காலங்கள் நம்மை மீண்டும் கவ்விச் செல்வதற்கு முன் – அந்த ஒரு கணப்பொழுதின் தயக்கத்தில் – நாம் அந்த எளிய வாழ்க்கையை நம் நிம்மதியான வயோதிகம் வரை முழுநீளமாய் வாழ்ந்து, ஃப்ரான்ஸின் தெற்குப்புறத்திலுள்ள ஒரு பண்ணையில் பேரக் குழந்தைகள் வட்டமாய்ச் சூழ்ந்திருக்க, நமது நாள்களை அமைதியாகக் கழித்தபடி. கதகதப்பாய், முழுமையாய். புத்தம் புதிதாய்த் தயாரித்த ரொட்டிகளைப் போல. பொறுமையும் புரிந்துகொள்ளுதலும் நறுமணமாய் நிரம்பிக் கமழும் சின்னஞ்சிறு உலகில் வாழ்ந்து முடித்ததாய் நினைக்க ஆசைப்படுகிறேன்.

அவர்களுடைய உறவு மேலும் கீழுமாய் ஊசலாடியது – ஐந்து ஆண்டு களுக்கு. அவருடைய ஏறக்குறைய அறைகலன்களற்ற (ஃபர்னிச்சர்) வுட்சைட் வீட்டில் வாழ்வதை ரெட்ஸே வெறுத்தாள். 'ஜாப்ஸ் முன்பு ஷெஸ்பானீஸில் பணியாற்றிய ஒரு துடிப்பான இளம் தம்பதியை வீட்டைப் பராமரிப்பதற்காகவும், சைவ உணவு தயாரிப்பதற்காகவும் அமர்த்தியிருந்தார். அவர்கள் ரெட்ஸேயை ஏதோ தனது சொந்த ஆதாயத்திற்காகத் தலையிடுபவர் போல உணரவைத்தார்கள். அவள் அவ்வப்போது பாலோ ஆல்டோவிலுள்ள தன் சொந்தக் குடியிருப்புக்கு மாறுவாள் – குறிப்பாக ஜாப்ஸுடனான ஆவேசமான வாக்குவாதங் களுக்குப்பின். 'அக்கறையின்மை என்பது ஒருவிதக் கொடுமை' – அவர்களுடைய படுக்கையறைக்குச் செல்லும் வழியிலுள்ள சுவரில் ஒருமுறை கிறுக்கி வைத்தாள். அவள் அவரிடம் மயங்கியிருந்தாள்; அதேசமயம் அவருடைய அக்கறையின்மை அவளை அதிர்ச்சியடைய வைத்தது. தன்னல மிக்க ஒருவரைக் காதலிப்பது நம்பமுடியாத அளவிற்கு வேதனையானது என்பதை அவள் பின்னர் நினைவுகூர்ந்தாள். அக்கறைகாட்டவே இயலாதவரோ என்று தோன்றும் ஒருவர்மீது

ஆழமாக அக்கறை காட்டுவது என்பது ஒருவித நரகம்; அது யாருக்குமே அமையக்கூடாது என்றுதான் விரும்புவதாக அவள் கூறினாள்.

அவர்கள் பலவிதங்களில் மாறுபட்டிருந்தார்கள். 'கொடுமையில் தொடங்கி அன்பு வரையிலான குணாதிசயங்களில், அவர்கள் ஏறத்தாழ இரு துருவங்கள் போல் இருந்தார்கள்' என்று பின்னர் ஹெர்ட்ஸ்ஃபெல்ட் கூறினார். ரெட்ஸேயின் அன்பு சிறிதும் பெரிதுமாய்ப் பலவிதங்களில் வெளிப்பட்டது; அவள் எப்பொழுதும் தெருவில் வசிப்பவர்களுக்குப் பணம் கொடுப்பாள் – அவளது தந்தையைப் போல. மனநலம் பாதிக்கப்பட்டவர்களுக்கு முன்வந்து உதவுவாள்; லிசாவை, ஏன், க்ரிசானையும்கூடத் தன்னிடம் அன்னியோன்னியமாகப் பழகும்படி பார்த்துக்கொண்டாள். வேறு பலரையும்விட அதிகமாக அவள்தான் ஜாப்ஸைப் பேசிச் சம்மதிக்க வைத்து லிசாவுடன் அவர் அதிக நேரம் செலவழிக்க உதவினாள். ஆனால் ஜாப்ஸின் சாதனைத் தாகமும் செயல் வேகமும் அவளிடத்தில் இல்லை. அவளிடம் ஜாப்ஸ் கண்ட குணாதி சயங்கள் அவளை ஆன்மிகமயமாய்த் தோன்றவைத்தன; அதே காரணத்தினால் அவர்கள் ஒரே மனோநிலையில், சிந்தனைப் பாதையில் இருக்க மிகவும் சிரமப்பட்டார்கள். 'அவர்களுடைய உறவில் நம்பமுடியாத அளவிற்குப் புயலடித்தது' என்றார் ஹெர்ட்ஸ்ஃபெல்ட். 'அவர்கள் இருவரது குணாதிசயங்கள் காரணமாக, மிக அதிக அளவில் சண்டையிட்டுக் கொண்டார்கள்.'

அவர்களுக்கிடையில் தத்துவ அடிப்படையிலான வேறுபாடும் இருந்தது. கலாரசனை தனிப்பட்ட குணாதிசயம் என்பது ரெட்ஸேயின் கருத்து; இல்லை, அது உலகிற்குப் பொதுவானது, கற்பிக்கக்கூடியது என்பது ஜாப்ஸின் கருத்து. அவரிடம் பௌஹௌஸ் இயக்கத்தின் தாக்கம் மிக அதிகம் இருப்பதாக அவள் குற்றம்சாட்டுவாள். 'மற்றவர் களுக்குக் கலாரசனையையும், அவர்களுக்கு என்னவெல்லாம் பிடித் திருக்க வேண்டும் என்பதையும் கற்றுத்தருவது நம் கடமை என்று ஸ்டீவ் கருதினார்' என்று அவள் நினைவுகூர்ந்தாள். 'என்னால் அந்தக் கருத்தைப் பகிர்ந்துகொள்ள முடியாது; நாம் கவனமாய்க் கேட்கும் பொழுது, அது உள்ளுக்குள் ஆனாலும் சரி, ஒருவருக்கொருவரானாலும் சரி, நமக்குள் இருக்கும் தனிப்பட்ட உண்மையான குணாதிசயங்கள் வெளிவர நாமே வழி செய்கிறோம்.'

அவர்கள் நீண்டகாலம் ஒருமித்து இருந்தபோது, எதுவும் சரியாக வில்லை. ஆனால் அவர்கள் பிரிந்திருந்தபோது ஜாப்ஸ் அவருக்காக ஏங்கித் தவித்தார். முடிவாக,1989 கோடைகாலத்தில் தம்மை மணந்து கொள்ளும்படி அவளிடம் கேட்டார். அவளால் முடியவில்லை. அது தன்னைக் கிறுக்கியாக்கிவிடும் என்று தமது நண்பர்களிடம் கூறினாள். அவள் ஆவேசமான உணர்வுகளை வெளிப்படுத்தும் வீட்டுச் சூழலில்

வளர்ந்திருந்தாள். ஜாப்ஸுடனான அவளது உறவும் அந்தச் சூழலை மிகவும் ஒத்திருந்தது. அவர்கள் ஈர்க்கப்பட்ட துருவங்கள் என்றாள் அவள். ஆனால் அந்தச் சேர்க்கை, பற்றியெரியக்கூடிய ஒன்று. 'ஸ்டீவ் ஜாப்ஸ் என்ற புகழ்பெற்ற மனிதருக்கு என்னால் ஒருகாலும் நல்ல மனைவியாக இருந்திருக்க முடியாது' என்று பின்னர் விளக்கினாள். 'நான் பல்வேறு நிலைகளில் தோல்வியடைந்திருப்பேன். எங்கள் தனிப் பட்ட உறவில் அவருடைய அன்பில்லாத தன்மையை என்னால் ஏற்றுக் கொள்ள முடியவில்லை. அவரை நான் காயப்படுத்த விரும்பவில்லை; அதேசமயம், அவர் பிறரைக் காயப்படுத்துவதை நின்று வேடிக்கை பார்க்கவும் விரும்பவில்லை. அது வலிமிகுந்தது; ஆயாசமூட்டுவது.'

அவர்கள் பிரிந்த பின்னர், ரெட்ஸே ஓபன் மைண்ட் என்ற மனநல உதவி வலையமைப்பைக் (நெட்வொர்க்) கலிஃபோர்னியாவில் தொடங்க உதவினார். மனோதத்துவம் தொடர்பான ஒரு இதழில் தன்வழி பாட்டு ஆளுமைப் பிறழ்வு (நாஸிஸ்டிக் பர்சனாலிடி டிஸாடர்)[4] பற்றிப் படித்து, அதற்குரிய அறிகுறிகள் ஜாப்ஸிற்கு மிகவும் பொருந்துவதாகத் தீர்மானித்தார். 'அது மிகக் கச்சிதமாகப் பொருந்தியது, எங்களுக்குள் ஏற்பட்ட பிரச்சினைகள் அனைத்துக்கும் காரணத்தைத் தெளிவாக விளக்கியது. அவரை அன்பானவராகவும், தன்னலம் குறைந்தவராகவும் காண நினைப்பது குருடன் கண்பார்வை பெறவேண்டும் என்று எதிர்பார்ப்பது போலத்தான்' என்றாள் அவள். 'அந்தச் சமயத்தில் அவர் தமது மகள் லிசா குறித்து எடுத்த சில முடிவுகளுக்கும் அதில் விளக்கம் கிட்டியது. பிரச்சினை இரக்கம் தொடர்பானது என்று எனக்குத் தோன்றுகிறது – இரக்கம் காட்டும் மனப்பக்குவம் அவருக்கு மிகவும் குறைவு.'

ரெட்ஸே பின்னர் திருமணம் செய்துகொண்டார். இரண்டு குழந்தைகள். பின் விவாகரத்தும் செய்துகொண்டார். அவ்வப்போது ஜாப்ஸ் அவருக்காகப் பகிரங்கமாக ஏங்குவார் – மகிழ்ச்சியான திருமண வாழ்க்கை அமைந்த பின்னரும்கூட. புற்றுநோயுடன் அவர் போராடி வரும் நிலையில் அவள் மீண்டும் தொடர்புகொண்டாள் – ஆதரவாக இருப்பதற்கு. அவர்களுடைய உறவை நினைவுகூரும்பொழுதெல்லாம் அவள் மிகவும் உணர்ச்சிவசப்படுவாள். 'எங்கள் சிந்தனைகள், கருத்துகள் மோதிக் கொண்டன. அதனால் ஒரு காலத்தில் நாங்கள் எதிர்பார்த்த உறவை எங்களால் ஏற்படுத்திக்கொள்ள முடியவில்லை. ஆனால், பல ஆண்டுகளுக்கு முன் அவர்மீது எனக்கிருந்த அக்கறையும் அன்பும் அப்படியே தொடர்ந்து வந்தன' என்றாள் அவள். அதுபோலவே

---

[4] தனது சொந்த நிறைவுகள், அதிகாரம், கௌரவம் போன்றவை தொடர்பான விஷயங்களில் அளவுக்கதிகமான ஈடுபாடு காட்டும் ஒருவகை மனக்கோளாறு. (மொ-ர்)

ஜாப்ஸ் ஒரு நாள் மதிய வேளையில் தமது வரவேற்பறையில் அமர்ந்தபடி அவளை நினைவுகூர்கையில் திடீரென்று கண்ணீர்விட்டு அழத்தொடங்கினார். 'நான் அறிந்தவர்களுள் மிகவும் தூய உள்ளம் கொண்டவர்களுள் அவள் ஒருத்தி' என்றார் அவர், கன்னங்களில் கண்ணீர் வழிந்தோட. 'அவளுக்கும் சரி, எங்களிடையே மலர்ந்த உறவுக்கும் சரி, ஏதோ ஒரு வித ஆன்மிகத்தன்மை இருந்தது.' தங்களால் நினைத்தபடி ஒன்றிணைந்து வாழமுடியவில்லை என்ற வருத்தம் தமக்கு எப்பொழுதுமே இருந்தது என்றார் அவர். அத்துடன் அவளுக்கும் அதே போன்ற வருத்தங்கள் இருந்தன என்பதும் தமக்குத் தெரியும் என்றார். ஆனால் விதி அதற்கு வழிவகை செய்யவில்லை. அதை இருவருமே ஒப்புக்கொண்டார்கள்.

இயல் இருபத்தொன்று

குடும்பஸ்தர்

ஜாப்ஸ் குடும்பத்தினரோடு அவருடைய வீட்டில்

லாரீன் பவெலுடன், 1991

லாரீன் பவெல்

இந்தக் கட்டத்தில், அவருடைய டேட்டிங் (களவளாவல்) பின்னணியை வைத்துப் பார்த்தால், ஒரு திருமணத் தரகர் அவருக்குப் பொருத்த மான பெண்ணைப் பற்றிய மிகச் சிக்கலான வர்ணனையை உருவாக்கி யிருக்க முடியும். புத்திசாலியான, ஆனால் அடக்கமான; அவரைச் சமாளிக்கும் அளவிற்குத் திடமாக; இருந்தாலும் பிரச்சினைகளைக் கடந்து எழும் ஜென்-இயல்போடு; படித்த, சுதந்திரப்போக்குள்ள, ஆனாலும் அவருக்கும் ஒரு குடும்பத்திற்கும் இடம் தரக்கூடியவராக;

மிக எளிமையான, ஆனால் மென்மைமிகுந்த சாயலுள்ளவராக; அவரைச் சமாளிப்பது எப்படி என்பதை அறிந்திருக்க வேண்டும்; அதே சமயம், அது எப்பொழுதும் தேவைப்படாத அளவிற்குத் தற்சார்புடைய வராக இருக்கவேண்டும். அழகிய, மெலிந்த உடல்வாகு கொண்ட, தங்கநிறத் தலைமுடியுள்ள பெண்; நகைச்சுவை உணர்வுள்ளவராக, இயற்கை *(ஆர்கானிக்)* சைவ உணவு பிடித்தவராக இருக்கவேண்டும். **1989** அக்டோபரில் டீனா ரெட்ஸேயை விட்டுப் பிரிந்த பிறகு, இதே குணாதிசயங்கள் கொண்ட ஒரு பெண் அவருடைய வாழ்வில் பிரவேசித்தாள்.

இன்னும் குறிப்பாகச் சொல்லவேண்டுமென்றால் இத்தகைய பெண் அவருடைய வகுப்பறைக்குள் நுழைந்தார். ஜாப்ஸ் ஸ்டான்ஃபோர்ட் வணிகப் பள்ளியின் (ஸ்டான்ஃபோர்ட் பிஸினஸ் ஸ்கூல்) *வியூ ஃப்ரம் த டாப் (மேலிருந்து கீழ்நோக்கிய பார்வை)* என்ற உரைகளில் ஒன்றை ஒரு வியாழன் மாலை நிகழ்த்துவதாகக் கூறி ஒத்துக்கொண்டிருந்தார். லாரீன் பவெல் வணிகப் பள்ளியில் புதிதாகச் சேர்ந்திருந்த பட்டதாரி மாணவி. அவளது வகுப்பிலிருந்த மாணவர் ஒருவர் இந்த உரையைக் கேட்கும்படி அவளிடம் நிறையப் பேசிச் சம்மதிக்க வைத்தார். அவர்கள் சற்றுத் தாமதமாக வந்தார்கள். எல்லா இருக்கைகளும் நிரம்பி யிருந்ததால் அவர்கள் நடுவிலிருந்த பாதையில் அமர்ந்து கொண்டார்கள். யாரோ ஒருவர் வந்து அவர்களை அங்கிருந்து செல்லும்படி கூற, லாரீன் தமது நண்பரை அழைத்துக்கொண்டு முன் வரிசைக்குச் சென்று அங்கு பதிவு செய்யப்பட்டிருந்த இருக்கைகளில் இரண்டை எடுத்துக் கொண்டாள். ஜாப்ஸ் வந்தபொழுது லாரீனுக்கு அருகில் உள்ள இருக்கைக்கு அழைத்துச் செல்லப்பட்டார். 'நான் வலது பக்கம் திரும்பினேன். ஓர் அழகிய பெண் இருந்தாள்; என்னை அறிமுகம் செய்யக் காத்திருக்கும் நேரத்தில் நாங்கள் அரட்டை அடிக்கத் தொடங்கினோம்' என்று ஜாப்ஸ நினைவுகூர்ந்தார். அவர்கள் ஒருவரை யொருவர் லேசாகக் கிண்டலும் கேலியும் செய்தவாறு இருந்தனர்; தனக்கு ஒரு பரிசு விழுந்திருப்பதாகவும், அது என்னவென்றால் அவர் தன்னை இரவு உணவிற்கு அழைத்துச் செல்ல வேண்டும் என்பதுதான் என்றார் லாரீன். 'அவர் அவ்வளவு அழகு – மனம் கொள்ளைபோகும் அளவிற்கு' என லாரீன் பின்னர் கூறினார்.

உரை முடிந்ததும் ஜாப்ஸ் மேடையோரமாக நின்றபடி மாணவர் களோடு பேசிக்கொண்டிருந்தார். லாரீன் அங்கிருந்து சென்று, பின் திரும்பி வந்து, கூட்டத்தின் விளிம்பில் நின்று, மீண்டும் செல்வதைக் கண்டார். அவரைத் துரத்திச் சென்றார் - தம்மோடு உரையாட முயன்ற பள்ளித்தலைவரையும் தாண்டிக்கொண்டு. வாகனங்கள் நிறுத்துமிடத்தில் லாரீனைக் கண்டுபிடித்து, 'மன்னிக்கவும், நீ ஒரு பரிசு

விழுந்ததாகக் கூறவில்லையா? நான் ஏதோ இரவு உணவுக்கு அழைத்துச் செல்வதாக.' லாரீன் சிரித்தார். 'சனிக்கிழமையன்று போகலாமா?' – ஜாப்ஸ் கேட்டார். லாரீன் ஒப்புக்கொண்டு தமது தொலைபேசி எண்ணை எழுதித்தந்தார். ஜாப்ஸ் தமது காருக்குச் சென்றார் – அங்கிருந்து அவர் வுட்சைடுக்கு மேற்புறமுள்ள சான்டா க்ரூஸ் மலைப்பிரதேசத்திலுள்ள தாமஸ் ஃபோகாார்ட்டி என்ற மது தயாரிக்கும் இடத்திற்குச் செல்ல வேண்டியிருந்தது. அங்கு நெக்ஸ்ட் கல்வித்துறை விற்பனைக் குழு இரவு விருந்துக்காகக் கூடியிருந்தது. ஆனால் சட்டென்று நிதானித்து, பின் திரும்பினார். 'நான் நினைத்துக் கொண்டேன் – ஆஹா, கல்விக் குழுவைக் காட்டிலும் இவளோடு இரவு உணவு அருந்தலாமே என்று. ஆகவே அவளது காரை நோக்கி விரைந்து, *இன்று இரவு உணவு உண்ணலாமா?* என்றேன்.' லாரீன் 'சரி' என்றார். அது அழகான இலை யுதிர்கால மாலை நேரம். அவர்கள் நடந்துசென்று பாலோ ஆல்டோ விற்குள் நுழைந்தார்கள். அங்கு செயின்ட் மைக்கேல் ஆல்லி என்ற ஒருவித வாடை கலந்த சைவ உணவு விடுதிக்குச் சென்று நான்கு மணி நேரம் பொழுதைக் கழித்தனர். 'அன்று முதல் நாங்கள் எப்பொழுதுமே ஒன்றாக இருந்துவந்துள்ளோம்' என்றார் ஜாப்ஸ்.

அவீ டெவானியன் மதுபானவிடுதியில் நெக்ஸ்ட் கல்விக் குழுவின ருடன் அமர்ந்தபடி காத்திருந்தார். 'ஸ்டீவைச் சில சமயம் நம்பவே முடியாது - ஆனால் அவருடன் பேசியபோது ஏதோ விசேஷமாக நடக் கிறது என்று உணர்ந்துகொண்டேன்' என்றார் அவர். லாரீன் தமது வீட்டைச் சென்றடைந்ததும், நள்ளிரவிற்குப் பின், பெர்க்லியிலிருந்த அவருடைய நெருங்கிய தோழி காத்தரீன் (காட்) ஸ்மித்தை அழைத்து அவருடைய பதிலளிக்கும் இயந்திரத்தில் ஒரு செய்தியைப் பதிவு செய்தார். 'எனக்கு இப்போது என்ன நடந்தது என்று சொன்னால் நீ நம்பமாட்டாய்!' என்றது அது. 'நான் யாரைச் சந்தித்தேன் என்று சொன்னால் நீ நம்ப மாட்டாய்!' மறுநாள் காலை ஸ்மித் தொலைபேசி யில் அழைத்து, முழுக் கதையையும் கேட்டார். 'நாங்கள் ஸ்டீவ் பற்றி அறிந்திருந்தோம். அவர் எங்களுக்கு சுவாரசியமான மனிதர் – ஏனென்றால் நாங்கள் தொழில்துறை மாணவர்கள்' என்று காட் நினைவுகூர்ந்தார்.

ஆன்டி ஹெர்ட்ஸ்ஃபெல்டும் வேறு சிலரும் பின்னர் ஊகித்தனர் – லாரீன் ஏற்கனவே ஜாப்ஸைச் சந்திக்கத் திட்டமிட்டுக்கொண்டிருந்தார் என்று. 'லாரீன் நல்லவர்தான். ஆனால் கணக்கிடக்கூடியவர். தொடக்கம் முதலாகவே ஜாப்ஸைக் குறிவைத்திருந்தார் என்று தோன்றுகிறது' – ஹெர்ட்ஸ்ஃபெல்ட் கூறினார். 'லாரீன் ஸ்டீவின் பத்திரிகை அட்டைப் படங்களை வைத்திருந்தார் என்றும், ஸ்டீவை நிச்சயம் சந்திப்பேன் என்று உறுதி எடுத்துக்கொண்டிருந்ததாகவும் அவருடைய கல்லூரி

அறைத் தோழி கூறினார். ஸ்டீவ் கையாளப்பட்டார் என்பது உண்மை யானால், அதில் நிறைய வேடிக்கை உள்ளது.' ஆனால் லாரீன் நடந்தது அப்படியல்ல என்று பின்னர் வலியுறுத்தினார். அவருடைய நண்பர் மிகவும் பிரியப்பட்டார் என்பதற்காகத்தான் போயிருந்தார். அதுமட்டு மல்ல, யாரைப் பார்க்கப் போகிறார்கள் என்பது பற்றியும் சற்றுக் குழம்பிப்போனார். 'ஸ்டீவ் ஜாப்ஸ்தான் பேசப் போகிறார் என்று தெரியும். ஆனால் என் மனத்தில் பதிந்திருந்த முகம் பில்கேட்ஸி னுடையது' என்று அவர் நினைவுகூர்ந்தார். 'நான் இருவரையும் குழப்பிவைத்திருந்தேன். இது நடந்தது *1989*இல். அவர் நெக்ஸ்டில் பணிபுரிந்து வந்தார். அப்போது எனக்கு அவர் அப்படியொன்றும் விசேஷமாகத் தெரியவில்லை. எனக்குப் பெரிய ஆர்வமில்லை. ஆனால் என் நண்பர் மிகவும் ஆர்வமாக இருந்தார். அதனால் சென்றோம்.'

'என் வாழ்வில் நான் உண்மையிலேயே ஆழமாக நேசித்தது இரண்டு பெண்களை மட்டுமே – டீனா, லாரீன்' – ஜாப்ஸ் பிறகு கூறினார். 'ஜோஆன் பாயேஸுடன் காதல் என்றுதான் நினைத்தேன். ஆனால் உண்மையில் எனக்கு அவளை மிகவும் பிடித்திருந்தது, அவ்வளவுதான். ஆக, முதலில் டீனா, பிறகு லாரீன்.'

லாரீன் பவெல் *1963*இல் நியூ ஜெர்ஸியில் பிறந்தார். சிறு வயதிலேயே தற்சார்போடு இருக்கக் கற்றுக்கொண்டார். அவருடைய தந்தை கடற் படையில் விமானியாகப் பணியாற்றியவர். கலிஃபோர்னியாவிலுள்ள சான்டா ஆனாவில் நடந்த விமான விபத்தில் வீரமரணமடைந்தவர். செயலிழந்த ஒரு விமானத்தைத் தரையிறக்குவதற்கு வழிகாட்டிச் செல்ல முயன்றுகொண்டிருந்தபோது அது அவருடைய விமானத்தில் இடித்தது. தன்னைக் காப்பாற்றிக்கொள்ள உயர எழும்புவதை விட, கீழே உள்ள குடியிருப்புக்குப் பாதகம் வந்துவிடக்கூடாது என்பதற்காகத் தொடர்ந்து பறந்ததில் விபத்துக்குள்ளானார். லாரீனின் தாய் மறுமணம் செய்துகொண்டார். அது பெரும் பிரச்சினையான சூழலை உருவாக்கியது. ஆனால் லாரீனின் தாயாருக்குத் தன் பெரிய குடும்பத்தைக் கரைசேர்க்க வேறு வழியில்லாததால் அதிலிருந்து விடுபடமுடியவில்லை. பத்து ஆண்டுகளுக்கு லாரீனும் அவருடைய மூன்று சகோதரர்களும் பிரச்சினையான வீட்டுச்சூழலில் சிக்கித் தவிக்க வேண்டியிருந்தது. நல்ல மனோநிலையைத் தக்கவைத்துக் கொள்வதுடன், பிரச்சினைகளை வகைப்படுத்துவதிலும் அவர்கள் ஈடுபட்டனர். லாரீன் இதில் நன்றாகவே தேறிவிட்டார். 'நான் கற்றுக்கொண்ட பாடம் மிகத் தெளிவானது – எப்பொழுதுமே தற்சார்பு உள்ளவளாக இருக்க வேண்டும்' என்றார் லாரீன். 'எனக்கு அதில் பெருமையாக இருந்தது. பணத்துடனான என் உறவு இதுதான் – அது

தற்சார்புக்கு அவசியமான ஒரு கருவி. ஆனால் அது என்னில், என் இயல்பில் ஒரு பகுதி அல்ல.'

பென்ஸில்வேனியா பல்கலைக்கழகத்தில் பட்டம் பெற்றபின் (கோல்ட்மான் ஸாஹ்ஸில் நிலையான வருமானத்திற்கான வணிகத் திட்ட ஆலோசகராகப் பணியாற்றினார். அங்கு அவர்களுடைய கணக்கிலடங்காத ஏராளமான பணத்தைக் கையாள வேண்டி யிருந்தது. அவருடைய மேலதிகாரியான ஜான் கார்ஸீன் அவரை கோல்ட்மானிலேயே தொடர்ந்து தக்கவைத்துக்கொள்ள முயன்றார். ஆனால் லாரீன் அந்த வேலை 'அறிவை வளர்ப்பதாக இல்லை' என்று தீர்மானித்தார். 'நாம் உண்மையிலேயே பெரிய அளவில் வெற்றி யடையலாம். ஆனால் அதன் மூலம் முதலீட்டைப் பெருக்க உதவு கிறோம், அவ்வளவுதான்!' ஆக, மூன்று ஆண்டுகளுக்குப் பிறகு பணியிலிருந்து விலகி, இத்தாலியிலுள்ள ஃப்ளாரென்ஸிற்கு சென்று எட்டு மாதங்கள் தங்கியிருந்தார். பிறகு ஸ்டான்ஃபோர்ட் வணிகப் பள்ளியில் சேர்ந்துகொண்டார்.

அவர்களுடைய வியாழன் இரவு விருந்து முடிந்ததும், லாரீன் ஜாப்ஸைத் தமது பாலோ ஆல்டோ குடியிருப்பிற்கு அழைத்தார். காட் ஸ்மித் பெர்க்லீயிலிருந்து வந்திருந்தார் – அவருடைய அறைத்தோழி போல் நடித்து ஜாப்ஸைச் சந்திப்பதற்காக. அவர்களுடைய உறவு மோகம் நிறைந்த ஒன்றாக இருந்தது. 'அவர்கள் முத்தமிட்டுக் கொள்வார்கள்; பின் தங்கள் காதல் நாடகங்களை அரங்கேற்றுவார்கள்' என்று ஸ்மித் கூறினார். 'அவர் அவளிடம் மயங்கிப்போயிருந்தார். தொலைபேசியில் என்னை அழைத்து, *நீங்கள் என்ன நினைக்கிறீர்கள்? அவளுக்கு என்னைப் பிடித்திருக்கிறதா?* என்று கேட்பார். என் நிலை மிகவும் தர்மசங்கடமாகிப் போனது – ஒரு பிரபலமான மனிதர் இப்படி என்னை அழைப்பது.'

1989 புத்தாண்டு தினத்திற்கு முந்தைய இரவு மூவருமாக பெர்க்லீயி லுள்ள ஷெஸ்பானீஸ் என்ற ஆலிஸ் வாட்டர்ஸின் உணவு விடுதிக்குச் சென்றனர். அங்கு இரவு விருந்தின்போது ஏதோ விஷயமாக ஜாப்ஸுக்கும் லாரீனுக்கும் வாக்குவாதம் தொடங்கியது. இடையில் எழுந்து இருவரும் தனித்தனியே வெளி யேறினர். லாரீன் 'அன்றைய இரவைக் காட் ஸ்மித்தின் குடியிருப்பில் கழித்தார். மறுநாள் காலை ஒன்பது மணிக்குக் கதவை யாரோ தட்டினார்கள். ஸ்மித் திறந்து பார்த்தபொழுது ஜாப்ஸ் நின்றிருந்தார் – மழைச்சாரலில் நனைந்தபடி. பறித்துவந்திருந்த காட்டு மலர்களைக் கையில் பிடித்துக்கொண்டு, 'நான் உள்ளே வந்து லாரீனைப் பார்க்கலாமா?' என்றார் அவர். லாரீன் இன்னமும் உறங்கிக்கொண்டுதான் இருந்தார். ஜாப்ஸ் படுக்கையறைக்குள் சென்றார். இரண்டு மணி நேரமாயிற்று. ஸ்மித் வரவேற்பறையில்

காத்திருந்தார் – உள்ளே சென்று தமது துணிமணிகளை எடுத்துக் கொள்ள வழியின்றி. முடிவாக இரவு அங்கியின்மீது ஒரு கோட்டை அணிந்துகொண்டு சிறிது உணவு வாங்குவதற்காகப் பீட்ஸ் காஃபிக்குச் சென்றார். மதியம் தாண்டும் வரை ஜாப்ஸ் வெளியே வரவேயில்லை. 'காட், ஒரு நிமிடம் இங்கு வர முடியுமா?' ஒருவழியாக ஜாப்ஸ் அழைத்தார். அவர்கள் எல்லோரும் படுக்கையறையில் கூடினார்கள். 'உங்களுக்குத் தெரியும்; லாரீனின் தந்தை விபத்தில் இறந்துவிட்டார். அவளுடைய தாயும் அவளோடு இல்லை. அவளுக்கு நெருக்கமான தோழி நீங்கள். அதனால் உங்களிடம் தான் இந்தக் கேள்வியைக் கேட்கப்போகிறேன்' என்றார். 'நான் லாரீனைத் திருமணம் செய்து கொள்ள விரும்புகிறேன். உங்கள் வாழ்த்துகள் கிடைக்குமா?'

ஸ்மித் படுக்கையில் ஏறிக்கொண்டு அதுபற்றிச் சிந்தித்தார். 'இதில் உனக்குச் சம்மதமா?' என்றார் லாரீனிடம். அவர் சம்மதித்துத் தலை யாட்டியபோது ஸ்மித் அறிவித்தார்: 'இதோ, உங்கள் கேள்விக்கான விடை.'

இருந்தாலும் அது உறுதியான முடிவாக இருக்கவில்லை. ஜாப்ஸிற்கு ஒரு பழக்கம் - ஒரு விஷயத்தில் ஆர்வம் தோன்றினால் மிகத் தீவிர மாகக் கவனம் செலுத்துவார். பிறகு தமது பார்வையை முழுவதுமாய்த் திசைதிருப்பி, விலகிக்கொண்டுவிடுவார். வேலையைத் பொறுத்தவரை எதில் விருப்பமோ, எப்பொழுது விருப்பமோ முழு கவனத்தையும் செலுத்துவார். மற்றவற்றைக் கண்டுகொள்ளவே மாட்டார் – மற்றவர்கள் அவரை ஈடுபடவைக்க எவ்வளவுதான் கடுமையாக முயன்றாலும். தனிப்பட்ட வாழ்க்கையிலும் அப்படித்தான். சில சமயங்களில் அவரும் லாரீனும் பகிரங்கமாகத் தங்கள் காதலை வெளிப்படுத்திக் கொள்வார்கள் – அதில் உள்ள தீவிரம் அங்குள்ளவர்களை அவஸ்தையில் நெளியவைக்கும் – காட் ஸ்மித், லாரீனின் தாய் உட்பட. காலை வேளைகளில் அவருடைய உட்சைட் மாளிகையில் ஃபைன் யங் கானிபல்ஸ், ஷீ ட்ரைவ்ஸ் மீ க்ரேஸி ஆகிய பாடல்களை டேப் டெக்கில் அலறவிட்டு லாரீனை எழுப்புவார். மற்ற சமயங்களில் அவரை அலட்சியம் செய்துவிடுவார். 'தீவிர கவனம் செலுத்தும்பொழுது அவள்தான் உலகின் மையம் என்பதுபோல் நடந்துகொள்வார். பிறகு சில்லென்ற உணர்வூட்டும் அளவில் தம் வேலையில் கவனத்தைத் திருப்பிவிடுவார் – இரண்டு நிலைகளிலும் மாறிமாறித் தாவியபடியே இருந்தார்' என்றார் ஸ்மித். 'ஒரு லேசர் கதிர் போலத் தீவிர கவனம் செலுத்த அவரால் முடிந்தது. அது நம்மீது விழும்பொழுது, அவருடைய கவனத்தில் திளைப்போம். அது மற்றொன்றை நோக்கித் திரும்பிவிடும் பொழுது நாம் ஏதோ இருளில் தள்ளப்பட்டுவிட்டது போன்ற உணர்வு ஏற்படும். லாரீனுக்கு இது மிகவும் குழப்பமூட்டுவதாக இருந்தது.'

1990இன் முதல் நாளில் ஜாப்ஸ் திருமணப் பேச்சை எடுத்தபோது அவள் ஒத்துக்கொண்டபின், பல மாதங்களுக்கு அவர் அதுபற்றிப் பேசக்கூட இல்லை. முடிவாக ஸ்மித் பாலோ ஆல்டோவில் ஒரு மணல் பெட்டியின் விளிம்பில் அவருடன் அமர்ந்திருந்தபோது நேரடியாகவே கேட்டார்: 'என்னதான் நடக்கிறது?' ஜாப்ஸ் தம்முடைய வாழ்க்கை முறையையும் தம்மைப் போன்ற குணாதிசயங்களுள்ள ஒருவனையும் கையாளப் பவெல்லால் முடியுமா என்பதைத் தாம் முதலில் உறுதிசெய்து கொள்ளவேண்டும் என்றார். செப்டம்பர் மாதம் வரை காத்திருந்த லாரீன் அலுத்துப்போய் வெளியேறி விட்டார். அடுத்தமாதம் ஜாப்ஸ் அவருக்கு ஒரு வைரமோதிரத்தைப் பரிசளித்துத் திருமண ஒப்பந்தம் செய்துகொண்டார். லாரீன் மீண்டும் அங்கு குடியேறினார்.

டிசம்பரில் ஜாப்ஸ் லாரீனைத் தமக்கு மிகவும் பிடித்தமான விடுமுறை சுற்றுலாத் தலத்திற்கு – ஹவாயிலுள்ள கொனா கிராமத் திற்கு – அழைத்துச் சென்றார். ஒன்பது ஆண்டுகளுக்கு முன், ஆப்பிளில் மனஅழுத்தத்தால் தவித்திருந்தபோது, அதிலிருந்து தப்பித்துச் செல்ல ஒரு நல்ல இடத்தைத் தேர்வு செய்து தரும்படி தமது உதவியாளரிடம் கேட்டிருந்தார். அதிலிருந்து அங்கு தொடர்ந்து போய்க்கொண்டிருந்தார். முதல் பார்வையில் பெரிய தீவான ஹவாயின் கடற்கரையில் ஆங்காங்கே தென்பட்ட கூரைவேய்ந்த குடில்கள் அவருக்குப் பிடிக்க வில்லை. அது குடும்பத்துடன் வந்து கூட்டமாய்ச் சேர்ந்து உணவு உண்ணும் கலாச்சாரத்தைக் கொண்ட சுற்றுலாத் தலமாக இருந்தது. ஆனால் வந்த சில மணி நேரங்களுக்குள்ளேயே அது அவருக்குச் சொர்க்கமாய்த் தெரிந்தது. அந்த இடத்தின் எளிமையும் அழகும் அவரை நெகிழச் செய்தன. முடிந்தபோதெல்லாம் அங்கு திரும்பிச் செல்வதை அவர் வழக்கமாகக் கொண்டார். குறிப்பாக டிசம்பர் மாதம் லாரீனுடன் அங்கு தங்கி இருந்ததை அவர் மிகவும் ரசித்தார். அவர்களுடைய காதல் முதிர்ந்திருந்தது. கிறிஸ்துமஸுக்கு முந்தைய இரவு மீண்டும் அவரைத் திருமணம் செய்துகொள்ள விரும்புவதாகக் கூறினார் – இம்முறை மேலும் பாரம்பரியமான விதத்தில். விரைவில் அந்த முடிவை துரிதப் படுத்தும் ஒரு விஷயம் நடக்கவிருந்தது. ஹவாயில் தங்கி இருந்த பொழுது லாரீன் கருவுற்றார். 'அது எங்கு நடந்தது என்பது எங்களுக்குத் துல்லியமாகத் தெரியும்' என்று ஜாப்ஸ் பின்னர் சிரித்தபடியே கூறினார்.

திருமணம், மார்ச் 18, 1991

லாரீன் கர்ப்பமுற்றதால் பிரச்சினை முழுதாகத் தீர்ந்துவிடவில்லை. ஜாப்ஸ் திருமணம் என்ற யோசனைபற்றி மீண்டும் முரண்டுபிடிக்கத் தொடங்கினார் – 1990இன் தொடக்கத்திலும் முடிவிலும் லாரீனிடம் அட்டகாசமாக, முறையாகத் தெரிவித்துச் சம்மதம் பெற்றிருந்த

போதிலும். இதனால் லாரீன் மிகவும் கோபமாக ஜாப்ஸின் வீட்டிலிருந்து வெளியேறி தமது குடியிருப்பிற்கே மீண்டும் திரும்பிப்போய்விட்டார். சிறிதுகாலத்திற்கு ஜாப்ஸ் அதனை நினைத்துக் குமையவோ அலட்சியப் படுத்தவோ செய்தார். பின்னர் ஒருவேளை தாம் இன்னமும் டீனா ரெட்ஸேயைக் காதலிக்கிறோமோ என்றுகூட எண்ணினார்; அவருக்கு ரோஜாப்பூக்கள் அனுப்பி, தம்மிடம் திரும்பி வந்துவிட- ஒருவேளை திருமணமே கூடச் செய்துகொள்ளச் சம்மதிக்கவைக்க முயன்றார். தமக்கு என்ன தேவை என்பது அவருக்கு உறுதியாகத் தெரியவில்லை. தமது பெரிய நண்பர் கூட்டத்திடம் மட்டுமன்றி, அறிமுகமானவர் களிடமும்கூடத் தாம் என்ன செய்யவேண்டும் என்று கேட்டு ஆச்சரியத்தில் ஆழ்த்தினார். அவர் கேட்டார்: யார் இன்னும் அழகு - டீனாவா? லாரீனா? அவர்களுக்கு இதில் யாரை அதிகம் பிடித்திருக் கிறது? அவர் இருவரில் யாரைத் திருமணம் செய்துகொள்ள வேண்டும்? இதுபற்றி மோனா சிம்ஸன் தமது *ஏ ரெகுலர் கை (ஒரு சாதாரண மனிதன்)* என்னும் நாவலில் ஜாப்ஸ் கதாபாத்திரம் 'இருவரில் யார் அழகு என்று நூற்றுக்கும் மேற்பட்டவர்களிடம் கேட்டார்' என்று உள்ளது. ஆனால் அது கற்பனை; நிஜத்தில் அது நூற்றுக்கும் குறைவாகவே இருந்தது.

முடிவில் சரியான தீர்வை எட்டினார். ரெட்ஸே நண்பர்களிடம் கூறியது போல, ஜாப்ஸிடம் திரும்பிச் சென்றிருந்தால் அவரும் சரி, அவர்களுடைய திருமண உறவும் சரி, ஒருகாலும் பிழைத்திருக்க முடியாது. ரெட்ஸேயுடன் தமக்குள்ள உறவின் ஆன்மிகத் தன்மையை எண்ணி அவர் நெக்குருகி ஏங்கினாலும், லாரீனுடன் அவருக்கு மேலும் திடமான உறவு இருந்தது. அவருக்குப் லாரீனைப் பிடிக்கும்; அவர் மேல் காதல் இருந்தது; மதிப்பிருந்தது. மேலும் அவளுடன் இருக்கையில் மிகவும் செளகரியமாக உணர்ந்தார். அவர் லாரீனை ஆன்மிகத் தன்மை உள்ளவராகக் காணாமலிருக்கலாம். ஆனால் ஜாப்ஸின் வாழ்க்கையில் அவர் ஓர் அறிவுப்பூர்வமான நங்கூரமாக விளங்கினார். 'லாரீனுடன் வாழ்வில் இணைந்ததால் அவர் மிகவும் அதிர்ஷ்டசாலி; அவர் நல்ல புத்திசாலி; ஜாப்ஸின் அறிவுக் கூர்மைக்கு ஈடுகொடுக்கக் கூடியவர்; அவருடைய பலம் பலவீனம், சூறாவளி போன்ற சுபாவம் அனைத் தையும் சமாளித்து வாழ அவளால் முடியும்' என்றார் ஜோஆனா ஹாஃப்மன். 'அவளிடம் கிறுக்குத்தனம் இல்லை என்பதால் டீனா அளவிற்கு ஆன்மிகத் தன்மையுடையவளல்ல என்று ஸ்டீவ் கருதலாம். ஆனால் அது அபத்தமானது.' ஆன்டி ஹெர்ட்ஸ்ஃபெல்ட் இந்தக் கருத்தை ஏற்றுக்கொண்டார். 'லாரீன் பார்ப்பதற்கு டீனாவின் சாயலை நிறையக் கொண்டிருப்பாள். ஆனால் அவள் முற்றிலும் மாறுப்பட்டவள். ஏனெனில் அவள் மிக உறுதியானவள்; கவசம் அணிந்தவள். அதனால் தான் இந்தத் திருமணம் நிலைத்து நிற்கிறது.'

ஜாப்ஸிற்கு இது நன்றாகப் புரிந்திருந்தது. அவருடைய உணர்ச்சிவசப் பட்ட ஆவேச கணங்கள், அவ்வப்போது தலைதூக்கும் அற்பத்தனம் – எல்லாவற்றையும் மீறி அவருடைய திருமணம் நிலைத்திருக்கும் - நம்பிக்கையும் விசுவாசமும் நிறைந்திருக்க, ஏற்ற இறக்கங்களை வென்று உணர்ச்சிச் சிக்கல்களை நேரிட்டுச் சமாளிக்கும் உறவாக.

***

அவீ டெவானியன் ஜாப்ஸுக்கு ஒரு பாச்சலர்ஸ் பார்ட்டி (பிரம்மச்சாரி விருந்து) தேவை என்று தீர்மானித்தார். இது நினைத்ததுபோல் அவ்வளவு சுலபமான ஒன்றாக இருக்கவில்லை. ஜாப்ஸிற்குப் பார்ட்டி நடத்துவது பிடிக்கவில்லை; அவருக்கு ஆண் நண்பர்கள் கூட்டமும் இல்லை. அவருக்கு மாப்பிள்ளைத் தோழர் *(பெஸ்ட் மான்)* கூட இல்லை. ஆக, விருந்து என்பது அவீ டெவானியனும் ரீடில் கணினி அறிவியல் பேராசிரியர் ரிச்சார்ட் க்ரன்டலும்தான் – இவர் நெக்ஸ்டில் பணியாற்று வதற்காக விடுப்பில் வந்திருந்தார். டெவானியன் ஒரு லிமோ காரை வாடகைக்கு எடுத்தார். ஜாப்ஸின் வீட்டிற்குச் சென்றபோது பவெல் சூட் அணிந்துகொண்டு, போலி மீசை சகிதம் தோன்றி, தானும் ஓர் ஆண் போல அவர்களோடு வரப்போவதாக அறிவித்தார். இது அவர் வேடிக்கைக்காகச் செய்தது. விரைவில் மூன்று பிரம்மச்சாரிகளுமாக – இதில் மது அருந்துபவர்கள் யாரும் இல்லை – சான் ஃப்ரான்சிஸ்கோவை நோக்கிக் காரில் சென்றனர் – தங்களுடைய பிரம்மச்சாரிகள் விருந்தின் சாயலுள்ள ஒன்றை அரங்கேற்ற முடியுமா என்று பார்ப்பதற்காக.

ஃபோர்ட் மேஸனில் உள்ள க்ரீன்ஸ் என்னும் சைவ உணவு விடுதி ஜாப்ஸுக்குப் பிடித்தமானது. அங்கு டெவானியனால் இடம் பதிவு செய்ய முடிந்திருக்கவில்லை. ஆகவே வேறு ஒரு ஹோட்டலில் கவர்ச்சியான உணவு விடுதியில் இடம் பதிவுசெய்தார். 'எனக்கு இங்கு சாப்பிட விருப்பமில்லை' – மேசை மீது ரொட்டித் துண்டுகள் வைக்கப் பட்ட உடனே ஜாப்ஸ் அறிவித்தார். அவர்களை எழுந்து வெளியேற வைத்தார். ஜாப்ஸ் உணவுவிடுதியில் நடந்துகொள்ளும் விதத்திற்கு அவ்வளவாகப் பழகியிராத டெவானியன் இதைக்கண்டு அதிர்ந்தே போனார். அவர்களை நார்த் பீச்சிலுள்ள கஃபே ஜாக்கெலீனுக்கு அழைத்துச் சென்றார் ஜாப்ஸ் – இது அவருக்குப் பிடித்தமான ஸூஃப்ளே உணவகம் - மேலும் முந்தையதைவிட நல்ல தேர்வாகவும் இருந்தது. பிறகு லிமோவை ஓட்டிக்கொண்டு கோல்டன் கேட் ப்ரிட்ஜ் வழியாக ஸௌஸாலிட்டோவிலுள்ள மதுபான விடுதிக்குச் சென்றனர். மூவரும் டெகிலா[1] வரவழைத்துவிட்டு மெல்ல அருந்தியபடி இருந்தார்கள்.

[1] சிறிய கிண்ணத்தில் வழங்கப்படும் ஒருவகை மது. *(மொ-ர்)*

‘அதை வழக்கமான பிரம்மச்சாரிகள் விருந்துபோல அப்படியொன்றும் பிரமாதமானது என்றெல்லாம் கூறிவிட முடியாது. ஆனால் ஸ்டீவ் போன்ற ஒருவருக்கு எங்களால் செய்யக்கூடியதில் மிகச் சிறந்தது என்று சொல்லியாக வேண்டும். வேறு ஒருவரும் அதற்கு முன்வரவில்லை’ என்று நினைவுகூர்ந்தார் டெவானியன். ஜாப்ஸ் அதைப் பெரிதும் பாராட்டினார். தமது சகோதரி மோனா சிம்ஸனை டெவானியன் மணந்துகொள்ளவேண்டும் என்று விரும்பினார். அப்படி எதுவும் நடக்கவில்லை என்றாலும், அந்த எண்ணமே அவருடைய அன்புக்கு அடையாளமாக இருந்தது.

லாரீனுக்கு அவருடைய வாழ்க்கை எப்படி இருக்கப்போகிறது என்பதற்குத் தொடக்கத்திலேயே அறிகுறிகள் தென்பட்டன. அவர் திருமணத்திற்கான ஏற்பாடுகள் செய்து கொண்டிருக்கையில், அழைப்பிதழ்களுக்கான சித்திர எழுத்தணிக்கலையைச் *(காலிகிராஃபி)* செய்ய இருந்தவர் சில மாதிரிகளைக் காட்டுவதற்காக அவருடைய வீட்டிற்கு வந்திருந்தார். அவர் அமர்வதற்கு அங்கு இருக்கைகள்கூட இல்லை. அதனால் அவர் தரையில் அமர்ந்து மாதிரிகளைப் பரப்பிவைத்தார். ஜாப்ஸ் சில நிமிடங்கள் அவற்றைப் பார்த்தார். பிறகு, எழுந்து தமது அறைக்குள் சென்றுவிட்டார். திரும்பி வருவார் என்று அவர்கள் காத்திருந்தார்கள். ஆனால் அவர் வரவில்லை. சற்று நேரம் கழித்து லாரீன் சென்று பார்த்தபோது ஜாப்ஸ் தமது அறையில் இருந்தார். ‘அவளைத் தொலைத்துக் கட்டு. அவளுடைய படைப்புகள் பார்க்கச் சகிக்கவில்லை. அவை ஒன்றுக்கும் உதவாது.’

1991 மார்ச் ***18*** அன்று முப்பத்தாறு வயதான ஸ்டீவென் பால் ஜாப்ஸ், இருபத்தேழு வயதான லாரீன் பவெல்லை யொஸேமைட் தேசியப் பூங்காவிலுள்ள ஆவானீ லாட்ஜில் வைத்துத் திருமணம் செய்து கொண்டார். ***1920***களில் கட்டப்பட்ட ஆவானீ, கல், கான்கிரீட், மரம் போன்றவற்றைப் பயன்படுத்தி ஆர்ட் டெக்கோ கலை மற்றும் கைவினைப்பொருட்கள் இயக்கம், பெரிய கணப்புகளை விரும்பும் பார்க் சர்வீஸ் ஆகியவை கலந்த பாணியில் வடிவமைக்கப்பட்ட விஸ்தாரமான இடம். அதன் சிறப்பம்சங்களே அதன் காட்சிகள் தான். தரையிலிருந்து கூரைவரை எட்டும் ஜன்னல்கள் வழியே ஹாஃப்டோம் (அரைக்கோளம்), யோஸெமைட் நீர்வீழ்ச்சி ஆகியவற்றைப் பார்க்கலாம்.

ஏறத்தாழ ஐம்பது பேர் வந்திருந்தனர் – ஸ்டீவின் தந்தை பால் ஜாப்ஸ், சகோதரி மோனா சிம்ஸன் உட்பட. அவர் தனது வருங்காலக் கணவர் ரிச்சர்ட் அப்பெல்லை உடன் அழைத்துவந்திருந்தார். அவர் ஒரு வழக்கறிஞர் – பிற்காலத்தில் தொலைக்காட்சியில் நகைச்சுவை எழுத்தாளரானார். (த சிம்ஸன்ஸ் தொடரை எழுதிய இவர், ஹோமர்

கதாபாத்திரத்தின் தாய்க்குத் தனது மனைவியின் பெயரைத்தான் வைத்தார்). ஜாப்ஸ் அவர்கள் அனைவரும் வாடகைக்கு அமர்த்தப் பட்ட பேருந்தில்தான் வரவேண்டும் என்று வலியுறுத்தினார். நிகழ்ச்சி அம்சங்கள் முழுதும் தம் கட்டுப்பாட்டில் இருக்கவேண்டும் என்று அவர் விரும்பினார்.

சடங்கு சொலாரியத்தில் (கண்ணாடிமனையில்) நடைபெற்றது. பனி உறைந்து கிடந்தது – க்ளேஷியர் பாயின்ட் தூரத்தில் மங்கலாகத் தெரிந்தது. ஜாப்ஸின் நீண்டநாள் ஸோத்தோ ஜென் குருவான கோபுன் சீனோதான் சடங்கை நடத்திவைத்தார். ஒரு குச்சியை ஆட்டி, சேகண்டி யில் (ஓசை எழுப்பும் ஒருவகை தாம்பாளம்) அடித்து, ஊதுவத்திகளைக் கொளுத்தி, மந்திரங்களை உச்சரித்தார் – விருந்தினர்கள் ஒருவருக்கும் புரிபடாத மொழியில். 'அவர் குடித்திருக்கிறார் என்று நினைத்தேன்' என்றார் டெவானியன். அவர் குடித்திருக்கவில்லை. திருமண கேக் அரைக்கோள வடிவில் இருந்தது – அது யோஸெமைட் வாலியின் முனையிலுள்ள க்ரானைட் கல்லாலான வடிவம். ஆனால் கேக் பால்பொருட்கள், முட்டை, மாவு எதுவும் பயன்படுத்தாமல் தயாரிக்கப் பட்டது என்பதால் விருந்தினர்களால் அதைச் சாப்பிடவே முடிய வில்லை. பிறகு அனைவரும் ஹைக்கிங் சென்றார்கள். லாரீனின் மூன்று திடகாத்திரமான சகோதரர்களும் பனிப்பந்துகளை எறிந்து சண்டைபோட்டுக் கொண்டார்கள் – ஏராளமான கையாளுதல்கள், ரவுடித்தனங்களுடன். 'பார்த்தாயா மோனா' ஜாப்ஸ் தமது சகோதரி யிடம் கூறினார். 'லாரீன் ஜோ நமத்[2] வம்சத்தில் வந்தவள்; நாம் ஜான் முயிர்[3] வம்சத்தைச் சேர்ந்தவர்கள்.'

குடும்ப இல்லம்

பவெல் தன் கணவர் போலவே இயற்கை உணவை நேசித்தார். வணிகப் பள்ளியில் இருந்தபோது விலையுயர்ந்த ஓட்வாலா கேரட் பழச்சாறு தயாரிக்கும் நிறுவனத்தில் பகுதிநேர வேலையில் இருந்தார். அவர்களுடைய முதல் விளம்பர மற்றும் விற்பனைத் திட்டத்தைத் தயாரிக்க உதவினார். ஜாப்ஸைத் திருமணம் செய்து கொண்டபின் தமக்கென்று ஒரு தொழிலை அமைத்துக் கொள்ளவேண்டியது முக்கியம் என்று உணர்ந்தார். சிறு வயது முதலே தற்சார்போடு இருக்க வேண்டியது அவசியம் என்ற பாடத்தை அவர் கற்றிருந்தார். ஆகவே தமது சொந்த நிறுவனமான டெர்ராவெராவைத் துவக்கினார். அது உண்ணத் தயாரான இயற்கை உணவு வகைகளைத் தயாரித்து

2 முன்னாள் அமெரிக்க கால்பந்து குவார்ட்டர்பாக் வீரர். (மொ-ர்)

3 இயற்கை வளங்களைப் பாதுகாக்கப் பெரிதும் முயற்சிகள் எடுத்துக்கொண்டவர்; பொறியியல் வல்லுநர், எழுத்தாளர். (மொ-ர்)

வடக்கு கலிஃபோர்னியாவின் அனைத்து அங்காடிகளுக்கும் விநியோகம் செய்தது.

தனித்து, சூனியமான, அறைகலன்களற்ற வுட்சைட் மாளிகையில் வாழ்வதற்குப் பதிலாக ஜாப்ஸ் தம்பதியினர் பழைய பாலோ ஆல்டோவில், குடும்பப்பாங்கான வட்டாரத்தின் மூலையில் ஒரு வசீகரமான, எடுப்பாகத் தெரியாத வீட்டிற்கு மாறினார்கள். அது மேல்மட்டப் பகுதி – அண்டை அயலாரில் தொலைநோக்கு கொண்ட முதலீட்டு நிறுவனர் ஜான் டோயர், கூகுள் நிறுவனர் லாரி பேஜ், ஃபேஸ்புக் நிறுவனர் மார்க் ட்ஸுகென்பெர்க், ஆன்டி ஹெர்ட்ஸ்ஃபெல்ட், ஜோஆனா ஹாஃப்மன் ஆகியோரும் அடங்குவர். ஆனால் பங்களா போன்ற விஸ்தாரமான பரப்போ, பார்வையிலிருந்து மறைக்கும் உயர்ந்த மதில்களோ, உள்ளுக்குள் வளைந்து செல்லும் பாதைகளோ இல்லை. மாறாக, அடுத்தடுத்து அமைந்த வீடுகள்; சாலையோரமாக அடுக்கிவைத்தது போல. இருபுறமும் அகன்ற நடைபாதைகளோடு. 'குழந்தைகள் தங்கள் நண்பர்களைப் பார்க்க நடந்துசெல்லும் தூரத்தில் வீடுகள் அமைந்த ஒரு வட்டாரத்தில் வசிக்க விரும்பினோம்' என்று ஜாப்ஸ் பின்னர் கூறினார்.

அவர்களுடைய வீடு தொடக்கம் முதலே ஜாப்ஸ் கட்டியிருந்தால் எப்படிக் குறைந்தபட்ச அம்சங்களோடு, புதுமையான வடிவமைப்போடு இருந்திருக்குமோ, அப்படி இருக்கவில்லை. பாலோ ஆல்டோவில் அவருடைய சாலை வழியே செல்பவர்கள் ஒரு நிமிடம் நின்று பார்த்து அதிசயிக்கும் பிரம்மாண்ட மாளிகையாகவும் இல்லை. அது 1930களில் அந்த வட்டாரத்தைச் சேர்ந்த கார் ஜோன்ஸ் என்ற வடிவமைப்பாளர் கட்டியது. மிகக் கவனமாக, ஆங்கிலம் அல்லது பிரஞ்சுக் குடிசைகளின் 'கதைப்புத்தகப் பாணி'யில் பார்த்துப் பார்த்துக் கலைநயத்தோடு கட்டிய வீடுகள் – இதில் அவர் கைதேர்ந்தவராக இருந்தார்.

அந்த இரண்டடுக்கு வீடு செங்கற்களால் ஆனது. வெளியே தெரியும் மரவிட்டங்கள்; வளைந்த கோடுகள் கொண்ட ஓட்டுக்கூரை. அது ஒரு பரந்துவிரிந்த காட்ஸ்வேள்ட் (இங்கிலாந்தின் தென்புறம் அமைந்த இயற்கை எழில் மிகுந்த பகுதி) குடிசையை அல்லது ஒரு வசதியான ஹாபிட்[4] வசிக்கும் வீட்டை நினைவூட்டியது. ஒரே ஒரு கலிஃபோர்னிய அம்சம் என்று சொல்வதற்கு வீட்டின் பக்கவாட்டுப் பகுதிகளால் சூழப்பட்ட மிஷன் பாணி முற்றம் இருந்தது. இரண்டடுக்கில் வளைந்த அடிக்கூரை கொண்ட அதன் வரவேற்பறை சகஜமான பாணியில், கற்கள் பதிக்கப்பட்ட டெர்ராகோட்டா (செம்மண்) தரையோடு இருந்தது. ஒரு முனையில் முக்கோண வடிவில் ஜன்னலொன்று

4 லார்ட் ஆஃப் த ரிங்ஸ் என்னும் கதையில் வரும் கற்பனைக் கதாபாத்திரம். (மொ-ர்)

கூரையின் உச்சத்தைத் தொட்டது. ஜாப்ஸ் அந்த வீட்டை வாங்கிய போது அது வண்ணக் கண்ணாடித் துண்டுகளோடு இருந்தது – தேவாலயங்களில் உள்ளதுபோல. ஜாப்ஸ் அதை மாற்றித் தெளிந்த கண்ணாடியாக்கினார். அவரும் பவெல்லும் சேர்ந்து செய்த மற்றொரு மாற்றம் – சமையலறையை மேலும் விரிவாக்கி, மரக்கட்டைகளால் எரியூட்டும் பிட்ஸா அடுப்பு மற்றும் நீண்ட மேசையொன்றுக்கு இடம் தருவது. இந்த மேசை குடும்பத்தினர் கூடும் முக்கிய இடமாகத் திகழ்ந்தது. நான்கே மாதங்களில் முடிப்பதாகத் திட்டமிட்டிருந்த புதுப்பிக்கும் பணி, ஜாப்ஸ் வடிவமைப்பில் மாற்றங்கள் செய்து கொண்டே இருந்ததால், பதினாறு மாதங்களுக்கு நீண்டது. மேலும் பின்புறம் இருந்த சிறிய வீட்டையும் வாங்கி, இடித்துவிட்டு, ஒரு நிலப்பரப்பாக்கினார். அதைப் பவெல் ஒரு அழகிய இயற்கைத் தோட்ட மாக மாற்றினார். பருவ காலங்களுக்கு ஏற்ப மலரும் மலர்கள் அதில் பூத்துக் குலுங்கின; அத்துடன் காய்கறிகளும் மூலிகைகளும்.

கார் ஜோன்ஸ் பழம்பொருட்களைப் பயன்படுத்தியிருந்த விதம் ஜாப்ஸை மிகவும் கவர்ந்தது – பயன்படுத்தப்பட்ட செங்கற்கள், பழைய தொலைபேசிக் கம்பங்களிலிருந்தான மரம் போன்றவையும் இதில் அடங்கும். இவை எளிமையாக இருந்ததுடன், கட்டடத்திற்கு உறுதி சேர்த்தன. சமையலறையிலிருந்த மர விட்டங்கள் கோல்டன் கேட் பிரிட்ஜின் கான்க்ரீட் தூண்களைத் தயாரிப்பதற்கான அச்சுகளாகப் பயன்பட்டவை. அந்த வீடு கட்டப்பட்டபோது, அந்தப் பாலம் அமைக்கப்பட்டுக் கொண்டிருந்தது. 'அவர் கவனமுள்ள கைவினைஞர்; தனியாகவே கற்றுத்தேர்ந்தார்' – ஒவ்வொரு நுணுக்கத்தையும் காட்டிய படி ஜாப்ஸ் கூறினார். 'அவர் பணம் சம்பாதிப்பதைவிட, புதுமைகளைப் புகுத்துவதில்தான் அதிக அக்கறை காட்டினார். அவர் ஒருகாலும் பணக்காரராகவில்லை. அவர் ஒருபோதும் கலிஃபோர்னியாவை விட்டு வெளியே செல்லவில்லை. அவருடைய யோசனைகள் அனைத்துமே நூலகங்களிலுள்ள புத்தகங்களைப் படிப்பதாலும், *ஆர்க்கிடெக்சரல் டைஜெஸ்ட்* இதழ்களிலிருந்தும் கிட்டியவை.'

ஜாப்ஸ் தமது வுட்சைட் வீட்டில் மிக அத்தியாவசியமானவை தவிர வேறு அறைகலன்கள் எதையும் வைத்துக்கொள்ளவில்லை. இழுவையறைப்பெட்டி, அவருடைய படுக்கையறையில் ஒரு மெத்தை, சாப்பாட்டு அறையாக இருந்திருக்க வேண்டிய இடத்தில் சீட்டாடு வதற்காக ஒரு மேசை மற்றும் சில மடக்கு நாற்காலிகள். தம்மைச் சுற்றிலும் தாம் ரசிக்கக்கூடிய பொருட்கள் மட்டுமே இருக்க வேண்டுமென்று அவர் விரும்பினார். அதனால் நினைத்த மாத்திரத்தில் போய் அறைகலன்களை வாங்குவது என்பது கடினமாக இருந்தது. இப்பொழுது வழக்கமான வட்டார வீட்டில் மனைவியும், விரைவில்

வரப்போகும் குழந்தையுமாக வசிக்கும் அவர், சில தேவைகளுக்காக விட்டுக்கொடுக்க வேண்டியிருந்தது. ஆனால் அது கடினமாக இருந்தது. கிடக்கைகள், அலங்காரத்திற்கான மேசை, வரவேற்பறைக்கு ஓர் மியூசிக் சிஸ்டம் (இசை அமைவு) போன்றவை உடனே கிட்டின. ஆனால் சோஃபா போன்ற பொருட்களுக்கு நேரம் பிடித்தது. 'எட்டு ஆண்டுகள் அறைகலன்களைப் பற்றிப் பேசிக்கொண்டிருந்தோம்' என்றார் பவெல். 'நிறைய நேரம் செலவழித்து எங்களை நாங்களே கேட்டுக் கொண்டோம்: ஒரு சோபாவின் பயனென்ன?' வீட்டு உபயோக சாதனங்கள் விஷயத்திலும், கொள்கைக்குச் சவாலாகவே இருந்தது – நினைத்தாற்போலெல்லாம் வாங்குவதல்ல. சில ஆண்டுகளுக்குப்பின் ஜாப்ஸ் வயர்ட் பத்திரிகையிடம் புதிய சலவை இயந்திரம் வாங்குவது பற்றிய சிந்தனையின் போக்கை விவரித்தார்:

அமெரிக்கர்கள் சலவை இயந்திரங்கள், உலர்த்தும் இயந்திரங்கள் எல்லாவற்றையும் தவறாகச் செய்துள்ளதுபோல் தெரிகிறது. ஐரோப்பியர்கள் மேலும் சிறப்பாகச் செய்துள்ளனர். ஆனால் சலவைக்கு இரண்டு மடங்கு நேரம் எடுத்துக்கொள்கிறார்கள்! அவர்கள் கால் பங்கு நீரை மட்டுமே பயன்படுத்துவதுடன், துணி களில் சலவைத்தூள் மிகக் குறைவாகவே படிகிறது. எல்லாவற்றையும் விட முக்கியமாக, அவர்கள் துணிகளைப் பாழாக்குவதில்லை. மிகக் குறைவான சோப்பும் நீரும் பயன்படுத்துகிறார்கள். ஆனால் துணிகள் மிகவும் சுத்தமாக, மென்மையாக, நீடித்து உழைக்கக் கூடியனவாக இருக்கின்றன. எங்கள் குடும்பத்தில் நாங்கள் எந்த அம்சத்திற்காக எந்த அம்சத்தை விட்டுக்கொடுக்க விரும்பினோம் என்பது பற்றிப் பேசினோம். வடிவமைப்பு பற்றி நிறைய பேசினோம். ஆனால் குடும்பத்திற்கான சிந்தனைகள் பற்றியும் பேசினோம். துணிகளை ஒருமணி நேரத்தில் துவைக்க வேண்டுமா, ஒன்றரை மணிநேரத்திலா என்பது பற்றி அக்கறை எடுத்துக்கொள்வோமா, அல்லது அவை மென்மையாக இருப்பதுடன் நீடித்து உழைக்குமா என்பதில் அக்கறை செலுத்துவோமா, நீரைக் கால் பங்கு மட்டுமே செலவழிப்பதுபற்றி அக்கறை எடுத்துக்கொள்வோமா? இரவு உணவின்போது மேசையைச் சுற்றிலும் அமர்ந்துகொண்டு ஒவ்வொரு இரவும் இதுபற்றியே பேசிக்கொண்டிருந்தோம். அதில் இரண்டு வாரங்கள் செலவாயின.

ஒருவழியாக, ஜெர்மனியில் தயாரித்த மியெலெ சலவை மற்றும் உலர் இயந்திரத்தை வாங்கினார்கள். 'பல ஆண்டுகளாக எந்த ஒரு உயர்தொழில்நுட்ப சாதனத்தையும்விட அதிகமான ஒரு சிலிர்ப்பு அவற்றிலிருந்து எனக்குக் கிட்டியது.'

வளைந்த அடிக்கூரை கொண்ட வரவேற்பறைக்காக ஜாப்ஸ் வாங்கிய ஒரே கலைப்படைப்பு கலிஃபோர்னியாவிலுள்ள லோன் பைனில்

எடுக்கப்பட்ட சியெரா நெவாடாவிலான குளிர்கால சூரிய உதயத்தின் ஆன்செல் ஆடம்ஸ் பதிப்பு. ஆடம்ஸ் அந்தப் பெரிய மியூரல் கலைப் படைப்பைத் தமது மகளுக்காகப் படைத்திருந்தார். பிறகு அவள் அதை விற்றுவிட்டாள். ஒரு கட்டத்தில் ஜாப்ஸின் வீட்டுப் பராமரிப்பாளர் அதை ஈரத் துணியால் துடைத்துவிட, ஜாப்ஸ் ஆடம்ஸுடன் பணி புரிந்திருந்த ஒருவரை வீட்டிற்கு அழைத்துவந்து வண்ணத்தின் மேலோட்டமான படலத்தை நீக்கிப் பழையது போலவே திருத்தி யமைக்கச் சொன்னார்.

வீடு வெளியிலிருந்து பார்க்கையில் எந்த அனுமானமும் தராது - ஆகையால் பில் கேட்ஸ் தமது மனைவியுடன் வந்திருந்தபோது கொஞ்சம் குழம்பித்தான் போனார். 'நீங்கள் எல்லோருமே இங்குதான் வசிக்கிறீர்களா?' என்றார் கேட்ஸ் – அவர் அப்போது 66,000 சதுர அடிப்பரப்பில் சியாட்டிலுக்கு அருகே மாளிகை ஒன்றைக் கட்டி வந்தார். ஆப்பிளுக்கு மீண்டும் வந்தபின்னும், உலகப் புகழ்பெற்ற கோடீசுவரரான பின்னும், ஜாப்ஸ் தமக்கென்று பாதுகாப்பு அதிகாரி களோ, வீட்டோடு தங்கியிருக்கும் பணியாட்களோ வைத்துக்கொள்ள வில்லை. ஏன், தம் வீட்டின் பின்புறக் கதவைக்கூடப் பகல் பொழுதில் தாழிடாமல்தான் வைத்திருப்பார்.

அவருக்கு வந்த ஒரே பாதுகாப்புப் பிரச்சினை வருத்தமளிக்கக் கூடியது; விநோதமானது. ஆன்டி ஹெர்ட்ஸ்ஃபெல்டின் வலது கையாக இருந்தவர் மாப் போல புசுபுசுவென்ற தலைமுடியுள்ள கொழு கொழு மகின்டாஷ் மென்பொருள் பொறியியல் வல்லுநர் பர்ரெல் ஸ்மித். ஆப்பிளிலிருந்து வெளியேறிய பின்னர் ஸ்மித் மனச்சிதைவுக்கு ஆளானார். அவர் ஹெர்ட்ஸ்ஃபெல்டின் வீட்டிலிருந்து சற்றுத்தள்ளி வசித்து வந்தார். நோய் முற்றிவரும் நிலையில், வீதிகளில் நிர்வாணமாக நடமாடத் தொடங்கிவிட்டார்; சில சமயம் கார்கள், தேவாலயங்கள் ஆகியவற்றின் ஜன்னல்களை நொறுக்குவார்; அவருக்கு வலிமைகூடிய மருந்துகளைக் கொடுத்துப் பார்த்தார்கள். ஆனால் கட்டுப்படுத்த முடியாமல் போனது. ஒரு கட்டத்தில் நோய்ப்பிசாசு மீண்டும் திரும்பி வந்தபோது மாலை வேளைகளில் ஜாப்ஸின் வீட்டிற்கே வந்து ஜன்னல் வழியாக சிறு கற்களை வீசியெறிந்து வந்தார்; சம்மந்தா சம்மந்தமில்லாமல் எழுதிய கடிதங்களை விட்டுச்செல்வார்; ஒரு முறை வீட்டிற்குள் பட்டாசைக் கொளுத்திப்போட்டார். அவரைக் கைது செய்தார்கள். ஆனால் மேல் சிகிச்சைக்காகச் சென்றபோது வழக்கு விலக்கிக்கொள்ளப் பட்டது. 'பர்ரெல் மிக வேடிக்கையானவர்; வெகுளியான மனிதர். ஒரு ஏப்ரல் நாளில் திடீரென்று மனநிலை தடுமாறிவிட்டார்' என்று ஜாப்ஸ் நினைவுகூர்ந்தார். 'மிக விநோதமான, வருத்தமான விஷயம் அதுதான்.'

ஜாப்ஸ் அவருக்காகப் பரிதாபப்பட்டார். அடிக்கடி ஹெர்ட்ஸ்ஃபெல்டிடம் தம்மால் மேலும் ஏதாவது உதவி செய்யமுடியுமா என்று கேட்டார். ஒரு கட்டத்தில் ஸ்மித் சிறையிலடைக்கப்பட்டு, தன்னை அடையாளம் காட்டிக்கொள்ள மறுத்துவிட்டார். ஹெர்ட்ஸ்ஃபெல்ட் மூன்று நாள்களுக்குப் பிறகு இதைக் கண்டறிந்தார். ஜாப்ஸை அழைத்து ஸ்மித்தை வெளியே கொண்டுவர உதவுமாறு கேட்டார். ஜாப்ஸ் உதவியதுடன் ஒரு கேள்வியால் ஹெர்ட்ஸ்ஃபெல்டை ஆச்சரியத்தில் ஆழ்த்தினார்: 'எனக்கு இப்படி ஏதாவது ஒன்று நிகழ்ந்தால் பர்ரெல்லைப் பார்த்துக்கொள்வது போல என்னையும் அக்கறையோடு பார்த்துக் கொள்வாயா?'

ஜாப்ஸ் தமது வுட்சைட் மாளிகையில் தங்கிக்கொண்டார். அது பாலோ ஆல்டோவில், சாலையிலிருந்து ஏறத்தாழ பத்து மைல்கள் மேற்புறம் உள்ளுக்குத் தள்ளி இருந்தது. 1925 ஸ்பானிய காலனித்துவ மறுவாழ்வின்போது கட்டப்பட்ட பதினான்கு படுக்கையறைகள் கொண்ட மாளிகையை இடித்துத்தள்ளிவிட்டு, அந்த இடத்தில் மிகவும் எளிமையான, அதன் மூன்றில் ஒரு பங்கு அளவிலான ஜப்பானிய முற்போக்குப்பாணி வீட்டைக் கட்டத் தேவையான திட்டங்கள் தயாராக இருந்தன. ஆனால் இருபது ஆண்டுகளுக்கும் மேலாக இது தொடர்பாக அதன் பராமரிப்பாளர்களுக்கு எதிராக வழக்கு விவகாரங் களில் ஈடுபடவேண்டியிருந்தது - அவர்கள் நொறுங்கிவரும் அந்தப் புராதன வீட்டைக் காப்பாற்றுவதில் முனைப்பாய் ஈடுபட்டிருந்தனர். (ஒருவழியாக 2011இல் அதனை இடிப்பதற்கு ஒப்புதல் கடிதம் கிட்டியது - ஆனால் அப்போது இரண்டாவது வீடு கட்டவேண்டும் என்று அவருக்கு எந்த ஆசையும் இருக்கவில்லை.)

அவ்வப்போது பாதியில் கைவிடப்பட்ட வுட்சைட் வீட்டை - குறிப்பாக அதன் நீச்சல் குளத்தை - குடும்ப விருந்துகளுக்காகப் பயன்படுத்துவார். பில் கிளின்டன் அதிபராக இருந்தபோது, அவரும் ஹில்லாரி கிளின்டனும் அங்குள்ள 1950களின் ராஞ்ச் வீட்டில் தங்குவார்கள் - ஸ்டான்ஃபோர்டில் படிக்கும் தங்கள் மகளைப் பார்க்க வரும்பொழுதெல்லாம். பிரதான வீடு, ராஞ்ச் வீடு இரண்டுமே அறைகலன்கள் இல்லாதவை என்பதால் பவெல் அறைகலன் மற்றும் கலைப்பொருள் விற்பனையாளர்களிடம் கிளின்டன் தம்பதி வரும் சமயங்களில் தற்காலிகமாக வீட்டில் அறைகலன்கள் இட்டுத்தரும்படி கேட்பார். ஒருமுறை மோனிகா லெவின்ஸ்கி விவகாரம் முடிந்த நிலையில் பவெல் அறைகலன்களைக் கடைசியாக ஒருமுறை பார்வை யிட்ட போது ஒரு வண்ணச்சித்திரத்தைக் காணவில்லை. கவலையோடு முன்னேற்பாட்டுக் குழு மற்றும் இரகசிய சேவை அதிகாரிகளிடம் என்ன நடந்தது என்று கேட்டார். அவர்களில் ஒருவர் அவரை ஒரு

பக்கமாக இழுத்து விவரித்தார்: அது ஓர் ஆடை ஹாங்கரில் தொங்குவது போல வரையப்பட்ட வண்ணப்படம். லெவின்ஸ்கி விஷயத்தில் அவளது நீலவண்ண ஆடைதான் பிரச்சினை என்பதால் அந்தப் படத்தை ஒளித்து வைத்திருப்பதாகக் கூறினார். (ஜாப்ஸுடனான தனது நள்ளிரவு நேர உரையாடல்களுள் ஒன்றின்போது, லெவின்ஸ்கி விவகாரத்தை எப்படிக் கையாள்வது என்று கேட்டார் க்ளின்டன். 'நீங்கள் உண்மையிலேயே அப்படிச் செய்தீர்களா என்பது எனக்குத் தெரியாது. ஆனால் அப்படிச் செய்திருந்தால் இந்த தேசத்து மக்களிடம் நீங்கள் அதை ஒப்புக்கொள்ள வேண்டும்' என்றார் ஜாப்ஸ் அதிபரிடம். மறுமுனையில் மௌனம்...)

லிசாவின் வரவு

லிசாவின் எட்டாம் வகுப்புக்கு மத்தியில், அவளது ஆசிரியர்கள் ஜாப்ஸை அழைத்தார்கள். சில தீவிர பிரச்சினைகள் இருந்தன; இதற்கு அவள் தன் தாயின் வீட்டிலிருந்து வெளியேறுவது மிகச் சிறந்த வழியாக இருக்கலாம் என்று தோன்றியது. ஆகவே அவளை அழைத்துக்கொண்டு ஜாப்ஸ் சிறிது தூரம் நடந்தார். நிலைமையைப் பற்றி அவளிடம் கேட்டறிந்து, தம் வீட்டுக்கு மாறி வந்துவிடும்படி அழைத்தார். அவள் மனத்தால் முதிர்ந்த பெண்; பதினான்கு வயதை எட்டிக் கொண்டிருந்தாள். இரண்டு நாள்களுக்கு அது பற்றி யோசித்துவிட்டு, பின் சரி என்றாள். தனக்கு எந்த அறை வேண்டும் என்பது அவளுக்கு ஏற்கனவே தெரிந்திருந்தது - தன் தந்தையின் அறைக்கு அடுத்த அறை. அங்கு ஒரு முறை சென்றிருந்தபோது வீட்டில் யாருமில்லாத நேரத்தில், வெறும் தரையில் படுத்துச் சோதித்துப் பார்த்திருந்தாள்.

அது ஒரு கடுமையான காலமாக இருந்தது. க்ரிசான் ப்ரென்னன் அவ்வப்போது சில அடுக்குகள் தள்ளியிருக்கும் தன் வீட்டிற்கு வெளியே நடந்து வந்து முற்றத்தில் நின்றபடி அவர்களை நோக்கிக் கத்துவார். சமீபத்தில் அவருடைய இந்த நடத்தை மற்றும் லிசா அவருடைய வீட்டை விட்டு வெளியேறுவதற்கான காரணங்கள் பற்றிக் கேட்ட போது, அப்போது நடந்தவைபற்றி இன்னமும் மனத்தால் தெளிவாகச் சிந்திக்க முடியவில்லை என்று கூறினார். ஆனால் அதற்குப் பின்னர் ஒரு நீண்ட மின்னஞ்சல் அனுப்பி அது நிலைமையை விளக்க உதவும் என்று தெரிவித்திருந்தார்:

ஜாப்ஸ் தமது வுட்சைட் வீட்டை இடிப்பதற்காக வுட்சைட் நகர அதிகாரிகளைச் சம்மதிக்க வைத்தது எப்படி என்று தெரியுமா? அவருடைய வுட்சைட் வீட்டின் சரித்திர முக்கியத்துவம் கருதி அதனைப் பாதுகாக்க விரும்பிய சில மக்கள் இருந்தனர். ஆனால் ஸ்டீவ் அதை இடித்துவிட்டு, பழத்தோட்டம் உள்ள ஒரு வீடுகட்ட

விரும்பினார். இதற்காக அந்த வீடு பாழடைந்துவிடும் அளவிற்கு ஆண்டுக்கணக்கில் கவனிப்பாரற்றுக் கிடக்கவிட்டு, காப்பாற்ற முடியாத நிலைக்குக் கொண்டுசென்றார். தமக்கு வேண்டியதைப் பெற அவர் பயன்படுத்திய எளிய உத்தி – மிகக் குறைந்த ஈடுபாடும் தடுப்பும் தான். அந்த வீட்டில் எதுவுமே செய்யாமல், ஜன்னல்களை ஆண்டுக்கணக்கில் திறந்து போட்டு வைத்ததில் வீடே பிளவுபட்டுப் போனது. அபார யோசனை, இல்லையா? அதே போலத்தான் லிசா பதின்மூன்று, பதினான்கு வயதில் உள்ளபோது என் திறமையையும் நலனையும் குறைத்து மதிப்பிட்டு, அதையே காரணமாக்கி அவளைத் தம் வீட்டிற்கு வரும்படி செய்துவிட்டார். ஒரு திட்டத்தோடு தொடங்கி, பின் அதைவிட எளிதான மற்றொன்றுக்கு மாறினார் – அது என்னை அழிப்பதாகவும், லிசாவுக்கு மேலும் பிரச்சினையூட்டு வதாகவும் இருந்தது – இது அவருடைய கௌரவத்தைக் காட்டும் செயலாக இல்லாமலிருக்கலாம். ஆனால் அவர் விரும்பியது அவருக்குக் கிடைத்தது.

லிசா தனது நான்கு ஆண்டு பாலோ ஆல்டோ உயர்நிலைப்பள்ளி வாழ்க்கை முழுதும் ஜாப்ஸுடனும் பவெல்லுடனும் வசித்தாள். லிசா ப்ரென்னன் – ஜாப்ஸ் என்ற பெயரைச் சூட்டிக்கொள்ளத் தொடங் கினாள். ஜாப்ஸ் ஒரு நல்ல தந்தையாக இருக்க முயன்றார். ஆனால் சில வேளைகளில் கடுமையானவராக விலகி நிற்பார். இதிலிருந்து தான் தப்பித்தாக வேண்டும் என்று தோன்றும் பொழுது, லிசா அருகில் வசிக்கும் ஒரு தோழமை மிகுந்த குடும்பத்திடம் தஞ்சமடைந்துவிடுவாள். பவெல் அவளுக்கு ஆதரவாக இருக்க முயன்றார். அனேகமாக லிசாவின் பள்ளி நிகழ்ச்சிகள் அனைத்திலும் அவர்தான் பங்கெடுத்துக் கொண்டார்.

லிசா மேல்நிலை வகுப்பை அடைந்தபோது, அவளது திறமைகள் நன்கு வளர்ந்தாற்போல் தோன்றின. த காம்பனீல் என்னும் பள்ளிச் செய்தித்தாளில் சேர்ந்துகொண்டு துணை ஆசிரியர் ஆனாள். அவளது தந்தையை முதன்முதலில் பணிக்கமர்த்திக் கொண்டவரின் பேரனான பென் ஹ்யூலெட் அவளது சக மாணவன். அவனுடன் இணைந்து பள்ளி நிர்வாகக் குழு நிர்வாகிகளுக்கு அளித்திருந்த இரகசிய சம்பள உயர்வுகளை அம்பலப்படுத்தினாள். கல்லூரியில் சேரும் காலம் வந்தபோது, கிழக்குப் பிரதேசங்களுக்குச் செல்ல வேண்டும் என்ற தனது விருப்பத்தை உணர்ந்துகொண்டாள். அவள் ஹார்வார்டுக்கு விண்ணப்பித்தாள் – ஜாப்ஸ் ஊரில் இல்லாததால், விண்ணப்பப் படிவத்தை நிரப்பி அவருடைய கையெழுத்தையும் தானே இட்டு அனுப்பி வைத்தாள் – *1996*இல் தொடங்கும் வகுப்புக்கு ஏற்றுக் கொள்ளப்பட்டாள்.

ஹார்வார்ட் பல்கலைக்கழகத்தில் லிசா கல்லூரிச் செய்தித்தாளான *த க்ரிம்ஸன்*, பின்னர் இலக்கிய இதழான *தி அட்வகேட்* ஆகியவற்றில் பணிபுரிந்தாள். தனது தோழனுடன் உறவு முறிந்ததும், வெளிநாடு சென்று லண்டனிலுள்ள கிங்ஸ் கல்லூரியில் ஓர் ஆண்டு படித்தாள். கல்லூரி ஆண்டுகள் முழுதும் அவளது தந்தையுடனான உறவு போராட்டம் மிகுந்ததாகவே இருந்தது. வீட்டிற்கு வரும்பொழுது, சிறுசிறு விஷயங்களுக்கெல்லாம் சண்டைகள் எழும் - இரவு உணவிற்கு என்ன செய்யப்போகிறார்கள், அவளது உடன்பிறவா சகோதர, சகோதரிகள்மீது போதிய அக்கறை எடுத்துக்கொள்கிறாளா, என. தொடர்ந்து பல வாரங்களுக்கு – ஏன், சில மாதங்கள் வரைகூட இருவரும் பேசிக்கொள்ளமாட்டார்கள். வாக்குவாதங்கள் சிலசமயம் மிக மோசமான நிலையை எட்டும்; அப்போது ஜாப்ஸ் தமது ஆதரவை முற்றிலும் நிறுத்திவிடுவார். அவள் ஆன்டி ஹெர்ட்ஸ்ஃபெல்ட் அல்லது வேறு யாரிடமாவது பணம் கடன் பெற்றுக்கொள்வாள். ஒரு கட்டத்தில் அவளது தந்தை கல்விக்கட்டணம் செலுத்தப்போவதில்லை என்று அவள் எண்ணியபோது ஹெர்ட்ஸ்ஃபெல்ட் 20,000 டாலர் கடனாகத் தந்து உதவினார். 'அதைக் கொடுத்ததற்கு அவர் என்னிடம் மிகவும் கோபித்துக்கொண்டார். ஆனால் மறுநாளே அதிகாலையில் அழைத்து கணக்காளரிடம் அந்தத் தொகையை எனக்கு அனுப்பச் சொல்லிவிட்டார்' என்று ஹெர்ட்ஸ்பெல்ட் நினைவுகூர்ந்தார். 2000இல் லிசா ஹார்வார்ட் பல்கலைக்கழகத்தில் பட்டம் பெற்றபோது ஜாப்ஸ் விழாவிற்குச் செல்லவில்லை. அவர் கூறினார்: 'அவள் என்னை அழைக்கக்கூட இல்லை.'

இந்த ஆண்டுகளின் இடையே சில நல்ல தருணங்களும் இருக்கத் தான் செய்தன - ஒரு கோடைகாலத்தில் லிசா வீட்டிற்கு வந்தபோது தொழில்நுட்பத்தைப் பயன்படுத்த வகைசெய்யும் ஆதரவுக் குழுவான எலெக்ட்ரானிக் ஃப்ரான்டியர் ஃபவுண்டேஷனுக்கு உதவும் ஓர் இசை நிகழ்ச்சியில் பங்குபெற்றாள். இந்த நிகழ்ச்சி சான் ஃப்ரான்சிஸ்கோவி லுள்ள ஃபில்மோர் அரங்கில் நடைபெற்றது – க்ரேட்ஃபுல் டெட், ஜெஃபர்சன் ஏர்ப்ளேன், ஜிமி ஹென்ட்ரிக்ஸ் ஆகியோரது நிகழ்ச்சி களால் அது பிரபலமாகியிருந்தது. அவள் ட்ரேஸி சாப்மானின் கீதமான *டாகின் அபௌட் ஏ ரெவல்யூஷன் (புவர் பீப்பிள் ஆர் கோன்னா ரைஸ் அப் / அண்ட் கெட் தேர் ஷேர் – ஏழை மக்கள் எழுவார்கள் / அவர்களுடைய பங்கைப் பெறுவார்கள்)* பாடலைப் பாட, அவளது தந்தை பின்னால் நின்றபடி தம் ஒரு வயதுப் பெண் குழந்தை எரினைத் தாலாட்டிக் கொண்டிருந்தார்.

லிசா மன்ஹட்டனுக்கு ஒரு சுதந்திர எழுத்தாளராகச் சென்ற பின்னும் அவளுக்கும் ஜாப்ஸுக்குமிடையே மேலும் கீழுமாய்

ஊசலாடும் உறவு தொடர்ந்தது. க்ரிசானிடம் ஜாப்ஸ் கொண்டிருந்த விரத்தியால் இருவருக்கிடையில் இருந்த பிரச்சினைகள் மேலும் தீவிரமடைந்தன. அவர் க்ரிசான் பயன்படுத்திக்கொள்ள 700,000 டாலர் மதிப்புள்ள ஒரு வீட்டை வாங்கி, அதை லிசாவின் பெயரில் எழுதிவைத்திருந்தார். ஆனால் லிசா அதை க்ரிசானின் பெயருக்கு மாற்றி எழுதித்தந்துவிட, அவர் அதை விற்று, அந்தத் தொகையை ஒரு ஆன்மிகப் போதகருடன் பயணம் மேற்கொள்ளவும், பாரிசில் வாழ்க்கை நடத்துவதற்கும் பயன்படுத்தினார். பணம் தீர்ந்தவுடன், மீண்டும் சான் ஃப்ரான்சிஸ்கோவிற்கு வந்து ஓவியரானார் – 'ஒளி ஓவியங்கள்', புத்த மண்டல ஓவியங்கள் ஆகியவற்றைப் படைத்தாள். 'நான் ஒரு 'இணைப்புப் பாலம்' – பரிணாம வளர்ச்சியடைந்து வரும் மனித இனம், விண்ணோக்கி உயர்ந்த பூலோகம் ஆகியவற்றின் எதிர்காலத் திற்குப் பங்களிக்கும் தொலைநோக்குடையவள்' என்று அவர் தமது வலைத்தளத்தில் கூறியிருந்தார் (வலைத்தளத்தை அவருக்காக ஹெர்ட்ஸ்ஃபெல்ட் இயக்கிவந்தார்). 'இந்த ஓவியங்களைப் படைத்து அவற்றுடன் வாழும்பொழுது, புனித அதிர்வுகளின் உருவம், நிறம், ஒலி அதிர்வுகள் ஆகியவற்றை அனுபவிக்கிறேன்.' மோசமான நிலையிலிருந்த சைனஸ் பாதிப்பு மற்றும் பல் பிரச்சினைக்காகக் க்ரிசானுக்குப் பணம் தேவைப்பட்டபோது, ஜாப்ஸ் அதை அவளிடம் தர மறுத்தார். இதனால் லிசா மீண்டும் சில ஆண்டுகளுக்கு அவரிடம் பேசவில்லை. இந்தப் பாணி இப்படியே தொடர்ந்தது.

மோனா சிம்ஸன் இவை எல்லாவற்றையும் தம் கற்பனையோடு சேர்த்து 1996இல் வெளியிடப்பட்ட *ஏ ரெகுலர் கை (ஒரு சாதாரண மனிதன்)* என்னும் தனது மூன்றாவது நாவலுக்கு அடித்தளமாகக் கொண்டார். புத்தகத்தின் முக்கிய கதாபாத்திரம் ஜாப்ஸை அடிப்படை யாகக் கொண்டது - ஓரளவிற்கு நிஜத்தை ஒட்டியே இருந்தது. எலும்புத் தேய்மான நோயினால் அவதிப்படும் தனது திறமையான நண்பருக்காகப் பிரத்யேகமான கார் ஒன்றை வாங்கித்தரும் சத்தமில்லாத தாராள குணம், லிசாவுடனான அவருடைய உறவின் தொடக்கத்தில் தாம் அவளது தந்தை என்பதை மறுத்தது உட்பட பல்வேறு பரிமாணங்களை ஒளிவுமறை வின்றி அது விவரித்தது. வேறு சில பகுதிகள் முழுக்கமுழுக்கக் கற்பனை யாகவே இருந்தன. உதாரணமாக க்ரிசான் லிசாவிற்கு மிகச்சிறு வயதிலேயே கார் ஓட்டக் கற்றுத் தந்திருந்தார். ஆனால் புத்தகத்தில் ஐந்து வயது நிரம்பிய 'ஜேன்' ட்ரக்கை ஓட்டிக்கொண்டு மலைப் பிரதேசங்களில் தனது தந்தையைத் தேடிச்செல்வது நிஜத்தில் நிச்சயமாக நடக்கவே இல்லை. மேலும் நாவலில் காணப்படும் சிறு குறிப்புகள் – பத்திரிகையாளர் மொழியில் சொன்னால், சரிபார்த்துக்கொள்ள

அவசியமில்லாத அளவிற்குச் சிறப்பானவை. உதாரணமாக, ஜாப்ஸின் கதாபாத்திரத்தை அறிமுகப்படுத்தும் நறுக்கென்ற முதல் வரி: 'டாய்லெட்டை ஃப்ளஷ் (கழிப்பறைத் தொட்டியை அலசிவிடுதல்) செய்யக்கூட நேரமில்லாத அளவிற்குப் பரபரப்பான மனிதர்.'

மேலோட்டமாகப் பார்த்தால், ஜாப்ஸின் கற்பனைக் கதாபாத்திரம் சற்றுக் கடுமையாகச் சித்திரிக்கப்பட்டது போலத் தோன்றுகிறது. தனது முக்கிய கதாபாத்திரத்தை 'மற்றவர்களின் விருப்பங்களையோ, ஆசைகளையோ கருத்தில் கொள்ளவேண்டிய அவசியத்தை உணர' இயலாத ஒருவராகச் சித்தரித்துள்ளார். அவருடைய சுகாதாரமும் நிஜ ஜாப்ஸ் போலவே சந்தேகத்துக்குரியதுதான். 'டியோடரெண்ட்களில் (உடல் வாடைக் குறைப்பான்) அவருக்கு நம்பிக்கை இல்லை. சரியான உணவுப் பழக்கமும் பெப்பர்மின்ட் காஸ்டைல் சோப்பும் இருந்து விட்டால் வியர்வையும் இருக்காது; உடல் துர்நாற்றமும் இருக்காது என்று அவர் அடிக்கடி கூறிவந்தார்.' ஆனால் நாவல் பல நிலைகளில் கவிதையாக, துல்லியமாக விளங்குகிறது. முடிவில் தான் உருவாக்கிய மாபெரும் நிறுவனத்தின் கட்டுப்பாட்டை இழந்த, நிராகரித்த மகளை சீராட்டிப் பாராட்டக் கற்றுக்கொண்ட ஒரு மனிதனின் முழுமையான வடிவம் வெளிவருகிறது. இறுதிக்காட்சியில் அவர் தம் மகளுடன் நடனமாடுகிறார்.

தாம் அந்த நாவலைப் படிக்கவே இல்லை என்று ஜாப்ஸ் பின்னர் கூறினார். 'அது என்னைப் பற்றியது என்று கேள்விப்பட்டேன். என்னைப் பற்றியதாக இருந்திருந்தால் நிச்சயம் கோபப்பட்டிருப்பேன். என் சகோதரியிடம் கோபப்பட நான் விரும்பவில்லை. அதனாலேயே அதைப் படிக்கவுமில்லை.' என்றாலும் புத்தகம் வெளியாகிச் சில மாதங்கள் கழித்து *நியூ யார்க் டைம்ஸு*க்கு அளித்த பேட்டியில் தாம் அதைப் படித்திருந்ததாகவும், முக்கிய கதாபாத்திரத்தில் தம் பிரதிபலிப்பைக் கண்டதாகவும் கூறினார். 'அதில் ஏறத்தாழ இருபத்து ஐந்து சதவீதம் என்னைப்போலவேதான் இருக்கிறது; எனக்கே உரிய பாணிவரை' என்று செய்தியாளர் ஸ்டீவ் லோரிடம் அவர் கூறினார். 'எந்த இருபத்து ஐந்து சதவீதம் என்று நிச்சயமாக உங்களிடம் கூறப் போவதில்லை.' ஜாப்ஸ் உண்மையிலேயே அந்தப் புத்தகத்தை ஒரு நோட்டம் பார்த்துவிட்டு, தாம் அதை வைத்துக்கொண்டு என்ன செய்யவேண்டும் என்று அறிந்துகொள்வதற்காக தமக்குப் படித்துக் காட்டும்படி தன்னிடம் கூறியதாக அவருடைய மனைவி தெரிவித்தார்.

சிம்ஸன் கையெழுத்துப் பிரதியை வெளிவருவதற்கு முன்பே லிசாவிற்கு அனுப்பி வைத்தார். ஆனால் முதல் சில பக்கங்களுக்கு மேல் அவள் படிக்கவில்லை. 'முதல் சில பக்கங்களில், என் குடும்பம், என் கூற்றுகள், என் பொருட்கள், என் எண்ணங்கள் என ஜேன்

கதாபாத்திரத்தில் என்னையே நான் கண்டேன்' என்றாள் அவள். 'உண்மைகளுக்கிடையில் செருகப்பட்டிருந்த சில கண்டுபிடிப்புகள் – என்னைப் பொறுத்த அளவில் பொய்கள் – மேலும் தெளிவாகத் தெரிந்தன; அவை உண்மைக்கு மிக ஆபத்தான நெருக்கத்தில் இருந்த தால்.' லிசா மனத்தளவில் சற்றுக் காயப்பட்டிருந்தாள். ஹார்வார்டின் அட்வகேட் இதழுக்கு ஏன் என்று விளக்கி ஒரு கட்டுரையும் எழுதி யிருந்தாள். அவளது முதல் வடிவம் சற்று கசப்பாகத் தொனித்தது; பின்னர் அதை வெளியிடுவதற்கு முன் சிறிது மட்டுப்படுத்தினாள். சிம்ஸனின் நட்பால்தான் பாதிக்கப்பட்டிருப்பதாய் உணர்ந்தாள். 'அந்த ஆறு ஆண்டுகளாக அவர் தகவல்களைச் சேகரித்துக்கொண்டிருந்தார் என்று எனக்குத் தெரியவில்லை' என்று அவள் எழுதினாள். 'அவரிடம் ஆறுதல் தேடியபோது, ஆலோசனை பெற்றபோது, அவரும் அதை யெல்லாம் குறிப்பெடுத்துக் கொண்டிருந்தார் என்று எனக்குத் தெரியவில்லை.' காலப்போக்கில் லிசா சிம்ஸனுடன் சமாதானமாகி விட்டாள். அந்தப் புத்தகத்தைப்பற்றிக் கலந்துரையாடுவதற்காக அவர்கள் ஒரு காப்பி விடுதிக்குச் சென்றார்கள். தன்னால் அந்தப் புத்தகத்தைப் படித்து முடிக்க இயலவில்லை என்றாள் லிசா. அவளுக்கு அதன் முடிவு நிச்சயம் பிடிக்கும் என்றார் சிம்ஸன். பல ஆண்டுகளாய் லிசா சிம்ஸனுடன் கொண்டிருந்த உறவு அவ்வப்போது வருவதும் போவதுமான ஒன்றாக இருந்தது. ஆனால் தன் தந்தையுடன் கொண்டி ருந்ததைவிடச் சில விதங்களில் அது நெருக்கமாகவே இருந்தது.

குழந்தைகள்

ஜாப்ஸைத் திருமணம் செய்துகொண்ட பிறகு சில மாதங்களில், 1991இல் பவெல் குழந்தையைப் பெற்றெடுத்தார். இரண்டு வாரங் களுக்கு அவர்கள் அதனை 'குட்டி ஜாப்ஸ்' என்றே அழைத்து வந்தனர். பொருத்தமான ஒரு பெயரைத் தேர்ந்தெடுப்பது என்பது சலவை இயந்திரத்தைத் தேர்ந்தெடுப்பதைவிடச் சற்று சிரமம் குறைவு, அவ்வளவுதான். ஒருவழியாக ரீட் பால் ஜாப்ஸ் என்று பெயர் சூட்டினார்கள். நடுப்பெயர் ஜாப்ஸின் தந்தையினுடையது; முதல் பெயர் (ஜாப்ஸ், பவெல் இருவரும் இதை வலியுறுத்துகிறார்கள்) தேர்ந்தெடுக்கப்பட்டது அது கேட்பதற்கு நன்றாக இருந்ததால்தான்; ஜாப்ஸின் கல்லூரிப் பெயர் என்ற காரணத்தைவிட.

ரீட் பலவிதங்களில் தனது தந்தையைப் போலவே இருந்தான் - கூரிய அறிவு, புத்திசாலித்தனம், கூரிய பார்வை, மயக்கும் வசீகரம் என. ஆனால் அவனது தந்தையைப் போலல்லாது பழகுவதற்கு மிக இனிமை யான சுபாவமும் அடக்கமான நளினமும் அவனிடம் இருந்தன. ஆக்கப்பூர்வமான கலையுணர்வு மிக்கவன் – சிறு குழந்தையாக

இருந்த போது மாறுவேடம் அணிந்து அந்தக் கதாபாத்திரத்தோடு ஒன்றிவிடுவான். நல்ல புத்திசாலி மாணவன் – விஞ்ஞானத்தில் ஆர்வம் மிகுந்தவன். தனது தந்தையின் கூரிய பார்வையை அப்படியே கொண்டிருந்தான். ஆனால் மிகுந்த பாசமுள்ளவன்; தனது சுபாவத்தில் கடுமை என்பது சிறிதளவும் இல்லாதவன்.

எரின் சியெனா ஜாப்ஸ் 1995இல் பிறந்தாள். சற்று அமைதியான சுபாவம்; சில சமயம் தந்தையின் அக்கறையோ, கவனமோ அதிகம் கிட்டாமல் தவிப்பாள். தனது தந்தையின் வடிவமைப்பு, கட்டடக் கலை ஆர்வங்களை அவளும் கொண்டிருந்தாள். ஆனால் உணர்வு பூர்வமாகச் சற்று ஒதுங்கி இருக்க கற்றுக்கொண்டாள் – அவருடைய பிரிவு தன்னைப் பாதிக்காமல் இருப்பதற்காக.

கடைக்குட்டி ஈவ் 1998இல் பிறந்தாள். அவள் திடமான மனதுடைய கலகலப்பான ஊசிப்பட்டாசு. எதையும் எதிர்பார்க்கமாட்டாள், எதற்கும் பயப்படமாட்டாள்; தன் தந்தையைச் சமாளிக்கத் தெரிந்தவள்; அவருடன் பேச்சுவார்த்தை நடத்த (சிலசமயம் அதில் வெற்றியும் காண்பாள்), ஏன், அவரைக் கேலி செய்யவும் தெரிந்தவள். அவளது தந்தை நகைச்சுவையாய்ச் சொல்வார் – 'என்றாவது ஒரு நாள் அமெரிக்காவின் அதிபராகவில்லையென்றால், ஆப்பிளை நிர்வகிக்கப் போவது இவள்தான்.'

ஜாப்ஸ் ரீடுடன் ஒரு வலிமையான உறவு கொண்டிருந்தார். ஆனால் தனது மகள்களிடமிருந்து சற்று விலகியே இருந்தார். மற்றவர்களிடம் இருந்ததுபோலவே, எப்பொழுதாவது அவர்கள் மீது கவனம் செலுத்துவார்; மனத்தில் வேறு விஷயங்கள் ஓடிக் கொண்டிருக்கையில் அவர்களை முழுவதுமாய் அலட்சியப்படுத்தி விடுவார். 'அவர் தமது பணியில் கவனம் செலுத்துவார்; சில சமயம் மகள்களுடன் இருந்ததே யில்லை' என்று பவெல் கூறினார். ஒரு கட்டத்தில் ஜாப்ஸ் தமது மனைவியிடம், 'குழந்தைகள் மிக நன்றாக வளர்ந்து வருகிறார்கள் – குறிப்பாக நாம் எப்பொழுதும் அவர்களுடன் இருப்பதில்லை என்றபோதிலும்' என்று கூறி ஆச்சரியப்பட்டார். இது பவெல்லுக்கு வியப்பாகவும், சற்று எரிச்சலாகவும்கூட இருந்தது – ஏனெனில் ரீடுக்கு இரண்டு வயதாகியிருந்தபோது தமக்கு இன்னும் குழந்தைகள் வேண்டும் என்று தீர்மானித்த நிலையில் தமது தொழில்வாழ்க்கையையே விட்டுக் கொடுத்தவர் அவர்.

1995இல் ஆரக்கிளின் தலைமை நிர்வாக அதிகாரி லாரி எல்லிசன் ஜாப்ஸின் நாற்பதாவது பிறந்தநாளையொட்டி ஒரு விருந்தளித்தார் – அங்கு தொழில்நுட்ப உலகின் நட்சத்திரங்களும் பிரபலங்களும் நிறைந்திருந்தனர். எல்லிசன் மிக நெருங்கிய நண்பராகியிருந்தார்.

அடிக்கடி ஜாப்ஸ் குடும்பத்தினரைத் தமது ஆடம்பரமான விசைப் படகுகளில் (யாட்டு) ஒன்றிற்கு அழைத்துச் செல்வார். ரீட் அவரை 'எங்கள் பணக்கார நண்பர்' என்று அழைக்கத்தொடங்கினான். அவனது தந்தை வசதிகளைப் பறைசாற்றுவதை முற்றிலும் தவிர்த்து வந்ததற்கு இது ஒரு சுவையான நிரூபணமாக இருந்தது. தமது புத்தமத ஆர்வம் மிகுந்த நாள்களில் ஜாப்ஸ் கற்றுக்கொண்ட பாடம் அது – வசதிக்காகச் சேர்க்கப்படும் பொருட்கள் வாழ்க்கைக்கு வளம் சேர்ப்பதைவிட, அதை நெருக்கடி மிகுந்ததாக்குகின்றன என்று. 'எனக்குத் தெரிந்த மற்ற தலைமை நிர்வாக அதிகாரிகள் ஒவ்வொருவரும் பாதுகாப்பு ஏற்பாடுகள் வைத்திருக்கிறார்கள் – ஏன், வீட்டில்கூடக் காவலர்களை நியமித்திருக்கிறார்கள். இது கிறுக்குத்தனமான வாழ்க்கை முறை. எங்கள் குழந்தைகளை நாங்கள் வளர்க்க விரும்பியது இப்படி யல்ல என்று நாங்கள் தீர்மானித்தோம், அவ்வளவுதான்' என்றார் அவர்.

குடும்பஸ்தர் ✦ 393

இயல் இருபத்திரண்டு

டாய் ஸ்டோரி
பஷ்ஷும் வுட்டியும் காப்பாற்றினார்கள்

ஜெஃப்ரீ காட்ஸென்பெர்க்

'முடியாததை முயல்வதே சுவாரசியமான ஒரு விஷயம்' – ஒருமுறை வால்ட் டிஸ்னி கூறினார். இதுதான் ஜாப்ஸுக்கும் ஏற்றதாகத் தோன்றியது. நுட்பங்களுக்கும் வடிவமைப்பிற்கும் டிஸ்னி தந்த முக்கியத்துவத்தை அவர் பெரிதும் போற்றினார். பிக்ஸாருக்கும் டிஸ்னியின் படநிறுவனத்திற்கும் இயற்கையான பொருத்தம் இருந்ததாக அவர் கருதினார்.

வால்ட் டிஸ்னி நிறுவனம் பிக்ஸாரின் கம்ப்யூட்டர் அனிமேஷன் புரொடக்ஷன் சிஸ்டத்தை (கணினி அசைவூட்டத் தயாரிப்பு அமைப்பு) தயாரிப்பிற்கான உரிமத்தைப் பெற்றிருந்தது. இதன் மூலம் வால்ட் டிஸ்னி பிக்ஸாரின் கணினிகளுக்கு மிகப் பெரிய வாடிக்கையாளரானது. ஒரு நாள் டிஸ்னி படப்பிரிவின் தலைவர் ஜெஃப்ரீ காட்ஸென்பெர்க் ஜாப்ஸை பர்பாங்க் ஸ்டுடியோவிற்கு அழைத்தார் – அவர்களுடைய தொழில்நுட்பம் அங்குச் செயல்படுவதைக் காண்பதற்காக. டிஸ்னி குழுவினர் ஜாப்ஸிற்கு ஸ்டுடியோவைச் சுற்றிக் காட்டிக்கொண்டிருந்த போது ஜாப்ஸ் காட்ஸென்பெர்கைப் பார்த்து, 'டிஸ்னி பிக்ஸாருடன் மகிழ்ச்சியாக இருக்கிறதா?' என்று கேட்டார். காட்ஸென்பெர்க் முகம் மலர 'ஆம்' என்றார். ஜாப்ஸ் பதிலுக்கு 'பிக்ஸாரில் நாங்கள் டிஸ்னி யுடன் மகிழ்ச்சியாக இருக்கிறோம் என்று நீங்கள் நினைக்கிறீர்களா?' என்று கேட்டார். காட்ஸென்பெர்க் 'அப்படித்தான் நினைக்கிறேன்' என்றார். ஜாப்ஸ் பதிலுக்கு 'இல்லை, நாங்கள் மகிழ்ச்சியாக இல்லை. உங்களுடன் இணைந்து ஒரு படம் தயாரிக்க வேண்டும். அதில்தான் நாங்கள் மகிழ்ச்சியடைவோம்' என்றார்.

காட்ஸென்பெர்குக்கு விருப்பம் இருந்தது. ஜான் லாசெட்டரின் அசைவூட்டக் குறும்படங்களை அவர் மிகவும் ஆராதித்தார். அவரைத் திரும்பவும் டிஸ்னிக்கு வந்துவிடும்படி ஆசைகாட்டித் தோற்றுப்

போனார். ஆகையால் காட்ஸென்பெர்க் இணைந்து படம் தயாரிப்பது பற்றிய கலந்துரையாடலுக்காகப் பிக்ஸார் குழுவினரை அழைத்தார். காட்மல், ஜாப்ஸ், லாசெட்டர் ஆகியோர் ஆலோசனை அறை மேசையில் கூடியபோது காட்ஸென்பெர்க் நேரடியாகவே லாசெட்டரைப் பார்த்துச் சொன்னார்: 'ஜான், நீங்கள் என்னிடம் பணிக்கு வராததால் நான் இந்த வழியில் அதைச் செய்யப்போகிறேன்.'

டிஸ்னி நிறுவனம் எப்படிப் பிக்ஸாருடன் சில அம்சங்களைப் பகிர்ந்துகொண்டதோ, அதுபோலவே காட்ஸென்பெர்க் ஜாப்ஸுடன் பகிர்ந்துகொண்ட அம்சங்களும் இருந்தன. இருவருமே வேண்டுமென்றால் மிகவும் வசீகரமாக இருப்பார்கள். சிலசமயம் கோபதாபங்களின் உச்சிக்கே போய்விடுவதும் உண்டு – எல்லாம் அவர்களுடைய மனநிலையைப் பொறுத்தது. அல்வி ரே ஸ்மித், பிக்ஸாரை விட்டு விலகும் தறுவாயில், கூட்டத்திற்கு வந்திருந்தார். 'காட்ஸென்பெர்கும் ஜாப்ஸும் ஒரேபோல என்னைக் கவர்ந்துவிட்டார்கள்' என்றார் அவர். 'கொடுங்கோலர்கள் – ஆனால் அற்புதமான பேச்சாற்றல் படைத்தவர்கள்.' காட்ஸென்பெர்க் இதை அறிந்து மிகவும் மகிழ்ச்சியடைந்தார். 'எல்லோரும் என்னைக் கொடுங்கோலன் என்கிறார்கள்' என்று அவர் பிக்ஸார் குழுவினரிடம் கூறினார். 'நான் கொடுங்கோலன்தான். ஆனால் பொதுவாக நான் செய்வது சரியாகத்தான் இருக்கும்.' ஜாப்ஸும் இப்படித்தான் பேசுவார் என்று நாம் எளிதில் கற்பனை செய்துகொள்ளலாம்.

ஒரே போல ஆர்வங்கள் கொண்ட இருவர் என்பதால், காட்ஸென்பெர்கும் ஜாப்ஸும் தங்கள் பேச்சுவார்த்தைகளை முடிப்பதற்கு மாதங்களாயின. முப்பரிமண அசைவூட்டம் *(3டி அனிமேஷன்)* செய்வதற்கான பிக்ஸாரின் தொழில்நுட்பத்தைப் பயன்படுத்தும் உரிமையை டிஸ்னிக்கு வழங்க வேண்டுமென்று காட்ஸென்பெர்க் வலியுறுத்தினார் - ஜாப்ஸ் மறுத்து விட்டார். அதுமட்டுமன்றி, அந்த ஒப்பந்தத்தையும் வென்றார். ஜாப்ஸுக்கே உரித்தான கோரிக்கைகளும் இருந்தன: பிக்ஸாருக்குப் படம் மற்றும் அதில் வரும் கதாபாத்திரங்களின் உரிமையில் பங்கு, வீடியோ உரிமைகள் மற்றும் படத்தின் தொடர்ச்சிகளின் கட்டுப்பாட்டில் பங்கு ஆகியவை கிட்டவேண்டும் என்பதுதான் அது. 'அதுதான் உங்களுக்குத் தேவை என்றால், நாம் பேசுவதை இத்தோடு நிறுத்திக்கொண்டுவிடலாம்; நீங்களும் புறப்படலாம்' என்று காட்ஸென்பெர்க் கூறினார். ஆனால் ஜாப்ஸ் அங்கேயே இருந்தார் – அந்த வார்த்தைகளுக்கு அடங்கியவராய்.

இரண்டு விடாக்கண்டர்களும் சேர்ந்து செயலாற்றும் விதம் கண்டு லாசெட்டர் அப்படியே ஆணியறைந்தாற்போல நின்றுவிட்டார். 'சர்ச்சையில் ஈடுபட்டுள்ள ஸ்டீவையும் ஜெஃப்ரீயையும் பார்த்தபடி

இருந்ததே போதும் – மலைத்துப் போய்விட்டேன்' என்றார் அவர். 'ஏதோ வாள் சண்டைக்குத் தயாரானவர்கள் போல – இருவருமே விற்பன்னர்கள்.' ஆனால் காட்ஸென்பெர்க் பட்டாக்கத்தியுடன் இருந்தார்; ஜாப்ஸ் வெறும் தடுப்பு மட்டும். பிக்ஸார் திவாலாகும் நிலையிலிருந்தது – டிஸ்னியைவிட பிக்ஸாருக்குத்தான் இந்த ஒப்பந்தம் மிக அதிகமாய்த் தேவைப்பட்டது. டிஸ்னியால் முழுப்படத்திற்கேகூட முதலீடு செய்ய முடியும். ஆனால் பிக்ஸாரால் முடியாத நிலை. அதன் விளைவாக, 1991 மே மாதத்தில் ஓர் ஒப்பந்தம் கையெழுத்தானது. அதன்படி படம் மற்றும் கதாபாத்திரங்களின் முழு உரிமை, ஆக்கப்பூர்வ கட்டுப்பாடு ஆகியவை டிஸ்னிக்குச் சொந்தமாக இருக்கும்; நுழைவுச் சீட்டுகளின் விற்பனையில் 12.5% பிக்ஸாருக்கு அளிக்கப்படும். பிக்ஸாரின் அடுத்த இரண்டு படங்களை எடுப்பதற்கான தேர்வு (கடமையல்ல) மற்றும் முதல் படத்தின் கதாபாத்திரங்களைப் பயன் படுத்திப் படத்தின் தொடர்களை (பிக்ஸாருடன் இணைந்தோ தனியாகவோ) எடுக்கும் உரிமை ஆகியவையும் டிஸ்னியைச் சார்ந்தவை யாகவே இருந்தன. ஒரு சிறு அபராதத் தொகைக்கு எந்த நேரத்திலும் படத்தை நிறுத்திவிடவும் டிஸ்னிக்கு உரிமை இருந்தது.

ஜான் லாசெட்டரின் கதைக்கருவிற்கு *டாய் ஸ்டோரி* என்று பெயரிடப்பட்டது. தயாரிக்கப்படும் பொருட்களுக்கு ஒரு சாராம்சமும் பயனும் உண்டு என்பதில் அவரும் ஜாப்ஸும் கொண்டிருந்த ஆழ்ந்த நம்பிக்கையின் வெளிப்பாடே அது. அந்தப் பொருட்களுக்கு உணர்வுகள் இருந்தால், தங்கள் பயனை நிறைவேற்றிக்கொள்ளும் முயற்சியின் வெளிப்பாடுகளாகவே அவை இருக்கும். உதாரணமாக, ஒரு தம்ளரின் பயன் தண்ணீரை நிரப்பிக்கொள்வது. அதற்கு உணர்வுகள் இருந்தால், நிரம்பியிருக்கையில் மகிழ்ச்சியாகவும் காலியாக இருக்கையில் கவலையோடும் காட்சியளிக்கும். ஒரு கணினித் திரையின் பயன் மனிதர்களோடு உறவாடுவது. ஒற்றைச்சக்கர சைக்கிளின் பயன் சர்க்கஸில் ஓட்டுவது. அதேபோல, பொம்மைகளின் பயன் குழந்தைகள் வைத்து விளையாடுவது; புதிய விளையாட்டுப் பொருட்களின் வருகையால் தாங்கள் ஒதுக்கப்பட்டு அல்லது தூக்கியெறியப்பட்டு விடுவோமோ என்ற அச்சம் அவற்றுள் எழுகிறது. ஆகையால் மனதுக்குப் பிடித்தமான ஒரு பழைய பொம்மையையும் பளபளக்கும் புதிய பொம்மையையும் இணைத்து குழந்தைகளுக்கான ஒரு படமெடுத்தால் அதில் தேவையான கதையம்சம் இருக்கும் – குறிப்பாக 'அந்த பொம்மைகள் தங்களை வைத்து விளையாடும் குழந்தையிடமிருந்து பிரித்து வைக்கப்படுவதைச் சுற்றிப் பின்னப்பட்டச் சம்பவங்களாக' இருந்தால். முதன்முதலாக உருவான கதை இப்படித்தான் தொடங்கியது. 'ஒவ்வொருவருக்கும் குழந்தைப் பருவத்தில் பொம்மையைத் தொலைத்த வேதனையான அனுபவம் இருக்கும். நமது கதை அந்தப்

பொம்மையின் பார்வையிலிருந்து பின்னப்படுகிறது. அதைப் பொறுத்த வரையில் மிகவும் முக்கியமான ஒரே விஷயம் குழந்தைகளால் வைத்து விளையாடப்படுவதுதான். அந்தச் சுகமான அனுபவத்தைத் தொலைத்துவிட்டு, திரும்பப் பெற முயல்வதுதான் கதை. எல்லா பொம்மைகளுமே இந்தக் காரணத்திற்காகத்தான் உருவாக்கப்படு கின்றன. பொம்மைகளின் வாழ்வில் உணர்வுபூர்வமான அடித்தளம் அதுதான்.

இரண்டு முக்கிய கதாபாத்திரங்களான பஷ் லைட்டியரும் வுட்டியும் உருவாவதற்குமுன் பல மாற்றங்களுக்கு உள்ளாயின. இரண்டு வாரங் களுக்கு ஒருமுறை லாசெட்டரும் அவருடைய குழுவினரும் அதுவரை தயாரித்த கதைப்பகுதிகளை அல்லது படச்சுருள்களைத் தொகுத்து டிஸ்னிக்குக் காட்டிவந்தனர். தொடக்கத்தில் நடந்த சோதனைக் காட்சிகளில், பிக்ஸார் தனது அற்புதமான தொழில்நுட்பத்தைப் பெருமையாய்ப் பறைசாற்றியது – உதாரணமாக, வுட்டி ஓர் அலங்கார மேசையின் மேல் அசைந்தபடி ஒலியெழுப்பிக் கொண்டிருக்க, வெனிஷியன் பிளைன்ட் ஜன்னல்திரை வழியாக வரும் வெளிச்சம் அவருடைய மேல்சட்டையில் நிழல் கோடுகளாய் விழுந்தது – இந்த விளைவைக் கையால் வரைவதெனில் மிகக் கடினமாக இருந்தி ருக்கும். ஆனால் கதையம்சத்தில் டிஸ்னியைத் திருப்திப்படுத்துவது சவாலாக இருந்தது. பிக்ஸாரின் ஒவ்வொரு செயல் விளக்கத்திலும் காட்ஸென்பெர்க் பெரும்பகுதியை அலசி ஆராய்ந்து குதறிவிட்டு, ஏராளமான விமரிசனக் குறிப்புகளையும் மளமளவென்று கொட்டித் தீர்ப்பார். அவர் கூறுவதையெல்லாம் ஒன்றுவிடாமல் குறிப்பெடுத்துக் கொள்ளவும், அதற்குரிய திருத்தங்களைச் செய்துமுடிக்கவும் கிளிப் போர்டுகளோடு ஒரு குழுவே தயாராக நின்றது.

காட்ஸென்பெர்க் இரண்டு முக்கிய கதாபாத்திரங்களையும் சற்று வித்தியாசப்படுத்திக் காட்டவேண்டும் என்பதில் குறியாக இருந்தார். *டாய் ஸ்டோரி* என்ற பெயருள்ள அசைவூட்ட படமாகவே இருந்தாலும், குழந்தைகளை மட்டுமே குறிக்கோளாகக் கொண்டிருப்பது கூடாது என்று அவர் கருதினார். ‘தொடக்கத்தில் அதில் சம்பவங்களோ, கதையம்சமோ, முரண்பாடோ எதுவுமே இருக்கவில்லை’ என்று காட்ஸென்பெர்க் நினைவுகூர்ந்தார். அவர் லாசெட்டரிடம் *த டிஃபயண்ட் ஒன்ஸ், 48 ஹார்ஸ் (48 மணிநேரம்)* போன்ற கிளாஸிக் படங்களைப் பார்க்கும்படி பரிந்துரைத்தார் – அவற்றில் வெவ்வேறு குணாதிசயங்களுள்ள கதாபாத்திரங்கள் ஒன்றாகக் கொண்டுவரப் பட்டு ஒரு உறவை ஏற்படுத்திக் கொள்ளும் கட்டாயத்திற்குத் தள்ளப் படுகின்றன. கதாபாத்திரங்களை வித்தியாசப்படுத்திச் சித்திரிக்க வேண்டும் என்பதில் அவர் குறியாய் இருந்தார். வுட்டியை மிகவும்

பொறாமை கொண்ட, பொம்மைப் பெட்டிக்குப் புதுவரவான பஷ்ஷை தயவுதாட்சண்யமின்றி நடத்தும் ஒரு கதாபாத்திரமாகப் படைத்தே ஆகவேண்டும் என்று வலியுறுத்தினார். ஒரு கட்டத்தில் பஷ்ஷை ஒரு ஜன்னல் வழியே தள்ளிவிட்டு விட்டு, வுட்டி இவ்வாறு கூறுவதாக ஒரு காட்சி அமைந்திருந்தது: 'இது பொம்மையை பொம்மை விழுங்கும் உலகம்.'

காட்ஸென்பெர்குடனும் மற்ற டிஸ்னி குழுவினருடனும் இருந்து பல சுற்றுகள் குறிப்பெடுத்ததில், வுட்டி கதாபாத்திரத்தின் வசீகரம் ஏறக்குறைய மறைந்துவிட்டிருந்தது. ஒரு காட்சியில் படுக்கையிலிருந்து மற்ற எல்லா பொம்மைகளையும் வீசி எறிந்தபின், வுட்டி ஸ்லிங்க்கியை உதவிக்கு அழைப்பதாக இருந்தது. ஸ்லிங்க்கி சிறிது தயக்கம் காட்ட, வுட்டி உரத்தகுரலில் 'உன்னை யார் யோசனையெல்லாம் செய்யச் சொல்கிறார்கள், ஸ்ப்ரிங்-வியனர்?' அதைத் தொடர்ந்து ஸ்லிங்க்கி கேட்ட கேள்வி விரைவில் பிக்ஸார் குழுவினர் தங்களைத் தாங்களே கேட்டுக்கொள்வதாக அமைந்திருந்தது. 'கௌபாய் ஏன் இப்படி பயமுறுத்துகிறான்?' வுட்டி கதாபாத்திரத்திற்குக் குரல் கொடுக்க ஒப்பந்தமாகியிருந்த டாம் ஹாங்க்ஸ் ஒரு கட்டத்தில் கூறினார்: 'இவன் சரியான காரியவாதி!'

கட்!

லாசெட்டரும் அவருடைய பிக்ஸார் குழுவினரும்1993 நவம்பருக்குள் திரைப்படத்தின் முன் பாதியைத் திரையிடத் தயாராக்கி வைத்திருந்தனர். அதனை காட்ஸென்பெர்கிற்கும் மற்ற டிஸ்னி குழுவினருக்கும் காட்டு வதற்காக பர்பாங்கிற்கு வந்திருந்தனர். அசைவூட்ட (அனிமேஷன்) திரைப்படப் பிரிவின் தலைவரான பீட்டர் ஷ்னைடர் டிஸ்னிக்கு அசைவூட்டம் செய்வதற்கு வெளியாட்களை ஏற்பாடு செய்யும் காட்ஸென்பெர்கின் யோசனையை எப்போதுமே ஆதரிக்கவில்லை. அதனால் இந்த முயற்சியும் பயனற்றது என்று கூறி, தயாரிப்பை நிறுத்தச் சொல்லி விட்டார். காட்ஸென்பெர்கும் ஒத்துக்கொண்டுவிட்டார். 'இது ஏன் இவ்வளவு மோசமாக இருக்கிறது?' என்று அவர் சக ஊழியரான டாம் ஷூமாஹரிடம் கேட்டார். 'ஏனெனில் அது அவர்களுடைய பாணியில் எடுக்கப்படவேயில்லை' என்று சுருக்கமாகப் பதிலளித்தார் ஷூமாஹர். பின்னர் விளக்கினார்: 'அவர்கள் காட்ஸென்பெர்கின் குறிப்புகளின்படி படமெடுத்திருக்கிறார்கள். அதனால் திட்டம் முழுவதும் அலங்கோலமாகிவிட்டது.'

ஷூமாஹர் சொல்வது சரியென்று லாசெட்டர் உணர்ந்துகொண்டார். 'நான் அங்கு உட்கார்ந்து பார்த்தேன். திரையில் வந்த காட்சியைக் கண்டு மிகவும் ஏமாற்றமடைந்து போனேன்' என்றார் அவர். 'அந்தக்

கதை முழுதும் நான் அதுவரை கண்டவற்றுள் மிகவும் சோகத்திலாழ்ந்த, ஈவிரக்கமற்ற கதாபாத்திரங்கள் நிறைந்திருந்தன.' மீண்டும் பிக்ஸார் வசமே கதையை ஒப்படைத்து அதற்கு மறுவடிவம் கொடுக்கத் தமக்கு வாய்ப்பளிக்கும்படி டிஸ்னியிடம் கூறினார். இம்முறை காட்ஸென்பெர்க் ஆதரவாக இருந்தார்.

ஜாப்ஸ் ஆக்கப்பூர்வ வேலைகள் எதிலும் அவ்வளவாகத் தம்மைத் திணித்துக்கொள்ளவில்லை. கட்டுப்பாட்டில் அவருக்குள்ள தனி ஆர்வத்தைப் பார்க்கையில் – குறிப்பாக ரசனையிலும் வடிவமைப்பிலும் – அவர் இவ்வாறு விலகிநின்றது லாசெட்டருக்கும் பிக்ஸாரின் மற்ற கலைஞர்களுக்கும் அவர் தந்த மரியாதைக்கு மட்டுமல்ல, லாசெட்டரும் காட்மல்லும் அவரை அடக்கிவைப்பதில் காட்டிய திறமைக்கும் சான்றாக அமைந்தது. இருந்தபோதிலும் டிஸ்னியுடனான உறவைக் கையாளுவதில் அவர் பெரிதும் உதவினார் – அதைப் பிக்ஸார் குழுவும் பாராட்டியது. காட்ஸென்பெர்கும் ஷ்னைடரும் *டாய் ஸ்டோரி* தயாரிப்பை நிறுத்திவைத்தபோது, தமது சொந்தச் செலவில் ஜாப்ஸ் அதைத் தொடர்ந்து நடக்கும்படி பார்த்துக்கொண்டார். காட்ஸென்பெர்கிற்கு எதிராக அவர்களுக்குத் துணைநின்றார். 'அவர் *டாய் ஸ்டோரி*யை முற்றிலும் குழப்பிவிட்டிருந்தார்' என்றார் ஜாப்ஸ் பின்னர் ஒருமுறை. 'அவர் வுட்டியை ஒரு மோசமான கதாபாத்திரமாகச் சித்திரிக்க விரும்பினார். எங்களைக் கவிழ்க்கப் பார்த்தபொழுது நாங்களே அவரை வெளியேற்றிவிட்டோம். *நாங்கள் செய்ய விரும்பியது இதுவல்ல* என்று கூறி, எப்பொழுதும் போல நாங்கள் விரும்பியபடியே செய்தோம்.'

மூன்றே மாதங்களில் பிக்ஸார் குழு புதிய திரைக்கதையுடன் திரும்பி வந்தது. வுட்டி ஆன்டியின் மற்ற பொம்மைகள் மீது கொடுங்கோலாட்சி புரியும் கதாபாத்திரத்திலிருந்து அறிவும் அனுபவமும் மிக்க அவர்களுடைய தலைவனாக முற்றிலும் உருமாறியிருந்தது. பஷ் லைட்டியரின் வரவுக்குப்பின் அதன் மனத்தில் தோன்றும் பொறாமை கூட அதன்மீது இரக்கம் தோன்றக்கூடிய வகையில் சித்திரிக்கப்பட்டிருந்தது. பின்னணியாக ராண்டி நியூமனின் *ஸ்ட்ரேஞ் திங்ஸ்* பாடல் தேர்வுசெய்யப்பட்டிருந்தது. மற்றொன்று வுட்டி பஷ்ஷை ஜன்னலுக்கு வெளியே தள்ளும் காட்சி. ஒரு லக்ஸோ விளக்கை வைத்துக்கொண்டு வுட்டி செய்த சிறு குறும்பின் விளைவாக ஏற்பட்ட விபத்தில் பஷ் விழுவதாக அந்தக் காட்சி மாற்றியமைக்கப்பட்டிருந்தது. காட்ஸென்பெர்க் குழுவினர் புதிய வடிவத்தை அங்கீகரித்தனர்; 1994 பிப்ரவரிக்குள் படத்தயாரிப்பு மீண்டும் தொடர்ந்தது.

காட்ஸென்பெர்க் செலவுகளைக் கட்டுப்படுத்துவதில் ஜாப்ஸ் காட்டிய கவனத்தைப் பாராட்டினார். 'தொடக்கநிலை வரவு செலவுத்

திட்டத்தின் *(பட்ஜெட்)* போதும்கூட முடிந்தவரை திறமையாகச் செய்யவே ஸ்டீவ் விரும்பினார்' என்றார் அவர். ஆனால் தயாரிப்புக்கென ஒதுக்கியிருந்த பதினேழு மில்லியன் டாலர் பட்ஜெட் போதாது என்ற நிலை உருவானது – காரணம், குறிப்பாக காட்ஸென்பெர்க் வுட்டி கதாபாத்திரத்தை இரக்கமற்றதாகச் சித்திரிக்கச் சொல்லி வலியுறுத்தியதைப் பின்பற்றியதில் வந்த பிரச்சினைகளைத் தொடர்ந்து பெருமளவில் செய்ய வேண்டியிருந்த மாற்றங்கள். ஆகவே ஜாப்ஸ் படத்தை முடிக்க மேலும் சிறிது நிதி ஒதுக்கவேண்டுமென்று கேட்டுக்கொண்டார். 'இதோ பாருங்கள், நாம் ஒரு ஒப்பந்தம் செய்து கொண்டிருக்கிறோம் – தொழிலில் கட்டுப்பாட்டையும் உங்களிடம் தந்தோம்; நாங்கள் அளித்த நிதியைக் கொண்டு முடிப்பதாக ஒப்புக்கொள்ளவும் செய்தீர்கள்' என்றார் காட்ஸென்பெர்க். ஜாப்ஸிற்குக் கோபம் தலைக்கேறியது. அவர் காட்ஸென்பெர்கைத் தொலைபேசியில் அழைக்கவோ விமானத்தில் சென்று சந்திக்கவோ முயன்றவாறு இருந்தார். காட்ஸென்பெர்க் சொன்னதுபோல 'ஸ்டீவால் மட்டுமே இருக்கக்கூடிய அளவு ஆவேசமாக இருந்தார்.' காட்ஸென்பெர்க் திரைக்கதையில் செய்த குளறுபடியால் அதனை முழுவதுமாக மாற்றி எழுதவேண்டியிருந்தது என்றும், அதனால் டிஸ்னிதான் அதிகப்படியான பொருட்செலவிற்குப் பொறுப்பேற்கவேண்டும் என்றும் ஜாப்ஸ் வலியுறுத்தினார். 'ஒரு நிமிடம்!' - காட்ஸென்பெர்க் இடைமறித்தார். 'நாங்கள் உங்களுக்கு உதவிதான் செய்துகொண்டிருந்தோம். எங்கள் ஆக்கப்பூர்வப் பணிகளும் உங்களுக்குக் கிட்டின; இப்பொழுது என்னடாவென்றால் அதற்காக எங்களைப் பணமும் செலவழிக்கச் சொல்கிறீர்கள்!' கட்டுப்பாட்டில் மோகம் கொண்ட இருவர் தங்களில் யார் மற்றவருக்கு உதவி செய்தார்கள் என்று வாதிடும் காட்சியாக அது இருந்தது.

எட் காட்மல் ஜாப்ஸை விடவும் சற்று கௌரவமான விதத்தில் இந்த வரவு செலவுத் திட்ட *(பட்ஜெட்)* சிக்கலுக்கு ஒரு தீர்வுகண்டார். 'அந்தப் படத்தில் பணியாற்றிவந்த மற்றவர்களைவிட ஜெஃப்ரீ பற்றி எனக்கு மிக நல்ல அபிப்ராயம் இருந்தது' என்றார் அவர். ஆனால் அந்தச் சம்பவம் டிஸ்னியைப் பிற்காலத்தில் எப்படிக் கையாளவேண்டும் என்று ஜாப்ஸைத் திட்டம்தீட்டத் தூண்டியது. வெறும் ஒப்பந்தக் காரராக இருக்க அவர் விரும்பவில்லை; கட்டுப்பாட்டைக் கைக்குள் வைத்துக்கொள்ளவே அவர் விரும்பினார். அதாவது, பிக்ஸார் பிற்காலத்தில் தன் சொந்தச் செலவில் தயாரிப்புப் பணியில் ஈடுபட வேண்டும்; இதற்காக டிஸ்னியுடன் வேறுவிதமாக ஒப்பந்தம் செய்து கொள்ள வேண்டியிருக்கும்.

படவேலைகள் முன்னேறிச் செல்லச்செல்ல, ஜாப்ஸ் மிகவும் பூரித்துப் போனார். பிக்ஸாரை விற்பது குறித்து அவர் ஹால்மார்க்

முதல் மைக்ரோஸாஃப்ட் வரையில் பல நிறுவனங்களிடம் பேசி வந்தார். ஆனால் வுட்டியும் பஷ்ஷும் திரையில் உயிரோட்டத்துடன் உலாவரத் தொடங்கியதும் தான் திரையுலகையே மாற்றியமைக்கும் தறுவாயில் இருப்பதாக அவருக்குத் தோன்றியது. படத்தின் காட்சிகள் முழுமை பெறும்பொழுதெல்லாம் அவற்றை மீண்டும் மீண்டும் பார்த்தது மட்டுமன்றி, நண்பர்களையும் வீட்டிற்கு அழைத்துத் தமது புதிய ஆர்வத்தைப் பகிர்ந்துகொண்டார். '*டாய் ஸ்டோரி* வெளிவரு வதற்கு முன்னால் அதன் எத்தனை வடிவங்களை நான் பார்த்திருப்பேன் என்று எனக்கே தெரியாது' என்றார் லாரி எல்லிஸன். 'போகப்போக அது ஒருவித சித்ரவதையாக மாறியது. அங்குச் சென்றவுடன் சமீபத்திய 10% முன்னேற்றம் எனக்காகக் காத்திருக்கும். ஸ்டீவ் அதன் ஒவ்வொரு பகுதியும் – கதையும் சரி, தொழில்நுட்பமும் சரி – திருப்திகரமாக இருக்கவேண்டும் என்பதில் அதீத ஆர்வம் காட்டினார். கச்சிதத்தைத் தவிர வேறு எதுவும் அவருக்குத் திருப்தியளிக்கவில்லை.'

மன்ஹட்டனின் சென்ட்ரல் பார்க்கில் ஒரு கூடாரத்தில் 1995 ஜனவரியில் *போகஹோண்ட்டாஸ்* படத்திலிருந்து சில பிரத்யேகக் காட்சிகள் பத்திரிகையாளர்களுக்காகத் திரையிடப்பட்டபோது அதற்கு டிஸ்னியிடமிருந்து ஜாப்ஸிற்கு அழைப்பு வந்திருந்தது. பிக்ஸாரில் முதலீடு செய்ததெல்லாம் உண்மையிலேயே நல்ல பலனைத் தரப் போகின்றன என்ற ஜாப்ஸின் எண்ணம் மேலும் வலுவடைந்தது. அந்த நிகழ்ச்சியில் டிஸ்னியின் தலைமை நிர்வாக அதிகாரி மைக்கேல் ஐஸ்னர் 'சென்ட்ரல் பார்க்கின் க்ரேட் லானில் எண்பது அடி உயரத் திரைகளில் ஒரு லட்சம் பார்வையாளர்கள் முன்னிலையில் *போகஹோண்ட்டாஸ்* படத்தின் முதல் காட்சி அரங்கேறும்' என்று அறிவித்தார். வெள்ளோட்ட நிகழ்ச்சிகளை பிரம்மாண்டமாக நடத்துவதில் ஜாப்ஸ் மிகவும் கைதேர்ந்தவர். ஆனால் இந்த ஏற்பாடு அவரையே பிரமிக்கவைத்தது. பஷ் லைட்டியரின் எழுச்சிமிக்க வசனம் 'முடிவிலா எல்லைக்கும் அப்பால்!' - திடீரென்று அர்த்தமுள்ளதாகத் தோன்றியது.

அந்த ஆண்டு நவம்பரிலான *டாய் ஸ்டோரி*யின் வெளியீடுதான் பிக்ஸாரைப் பொது நிறுவனமாக்குவதற்கு ஏற்ற தருணம் என்று ஜாப்ஸ் தீர்மானித்தார். வழக்கமாக ஆர்வத்துடன் ஆதரிக்கும் முதலீட்டு வங்கியாளர்கள்கூடத் தயக்கம்காட்டினார்கள்; இது நடக்க வாய்ப்பில்லை என்றார்கள். பிக்ஸார் ஐந்து ஆண்டுகளில் பணத்தை இரத்தமாய்ச் சிந்தவைத்திருந்தது. ஆனால் ஜாப்ஸ் உறுதியாக நின்றார். 'எனக்கென்னவோ கொஞ்சம் பயமாகத்தான் இருந்தது; நமது இரண்டாவது படம் வெளியாகும் வரையில் சற்றுப் பொறுப்பது நல்லது என்று வாதிட்டேன்' என்று லாசெட்டர் நினைவுகூர்ந்தார். 'ஸ்டீவ் நான் கூறியதைப் பொருட்படுத்தவில்லை; நமக்குப் பணம் தேவை –

அதனால் பாதிப் பணத்தை நமது படங்களில் முதலீடு செய்து விட்டு டிஸ்னி ஒப்பந்தம் தொடர்பாக மீண்டும் பேச்சுவார்த்தைகள் நடத்தலாம் என்றார்.'

முடிவிலா எல்லைகளை நோக்கி!

1995 நவம்பரில் *டாய் ஸ்டோரியின்* இரண்டு வெள்ளோட்டங்கள் நடந்தேறின. ஒன்று, டிஸ்னி ஏற்பாடு செய்தது – லாஸ் ஆஞ்சலெஸில் உள்ள எல் காபிட்டான் என்ற பழம்பெரும் திரையரங்கில்; அதன் அருகிலேயே படத்தின் கதாபாத்திரங்களைச் சித்திரிக்கும்பொழுது போக்குக் கூடத்தையும் நிறுவியிருந்தது. பிக்ஸாருக்குக் கையளவு அனுமதிச்சீட்டுகள் மட்டும். அன்றைய மாலை நிகழ்ச்சியும் சரி, பிரபல விருந்தினர்களின் பட்டியலும் சரி, டிஸ்னியின் ஏற்பாடு களாகவே இருந்தன. ஜாப்ஸ் கலந்துகொள்ளக்கூடச் செல்லவில்லை. அதற்கு பதிலாக, அடுத்தநாள் இரவு சான் ஃப்ரான்சிஸ்கோவில் அதே போன்ற ரீஜென்ஸி திரையரங்கை வாடகைக்கு எடுத்து, தமது சொந்த வெள்ளோட்டத்தை நடத்தினார். டாம் ஹாங்க்ஸ், ஸ்டீவ் மார்ட்டின் ஆகியோருக்குப் பதிலாக லாரி எல்லிஸன், ஆன்டி க்ரூவ் போன்ற சிலிக்கன் வாலி பிரபலங்கள் சிறப்பு விருந்தினர்களாக வந்திருந்தனர். இது ஜாப்ஸின் நிகழ்ச்சி என்பது மிகத் தெளிவாக இருந்தது – மேடையேறிப் படத்தை அறிமுகம் செய்து வைத்தது லாசெட்டரல்ல; ஜாப்ஸ்தான்.

போட்டிபோட்டுக்கொண்டு நடந்த இரு வெள்ளோட்டங்களும் ஒரு பிரச்சினைக்குரிய கேள்வியை எழுப்பின: *டாய் ஸ்டோரி* டிஸ்னி யின் படமா? பிக்ஸாரின் படமா? பிக்ஸார் டிஸ்னி படங்களின் அசைவூட்டத்தைச் *(அனிமேஷன்)* செய்ய உதவும் வெறும் ஒப்பந்த நிறுவனமா? இல்லை, டிஸ்னி பிக்ஸாரின் படங்களை வெளியிட உதவும் வெறும் விநியோகம் மற்றும் விளம்பர நிறுவனமா? இதற்கான விடை இரண்டுக்கும் இடைப்பட்டதாக இருந்தது. இதில் ஈடுபட்டுள்ள இரண்டு பேருமே அகங்காரமுள்ளவர்கள் – முக்கியமாக மைக்கேல் ஐஸ்னரும் ஸ்டீவ் ஜாப்ஸும். இவர்களுக்கிடையில் கூட்டணி அமையுமா என்பதே பெரும் கேள்விக்குறியாக இருந்தது.

டாய் ஸ்டோரியின் பிரம்மாண்ட வெற்றியையும் நல்ல விமரிசனங் களையும் தொடர்ந்து அதன் மதிப்பு உயர்ந்துகொண்டே சென்றது. முதல் வார இறுதியிலேயே அது முதலீட்டைத் திரும்ப எடுத்துவிட்டது - உள்நாட்டில் 30 மில்லியன் டாலர்; அத்துடன் *பாட் மேன் ஃபாரெவர், அபோல்லோ 13* ஆகியவற்றையெல்லாம் முந்திக் கொண்டு அவ்வாண்டின் மிக அதிக வசூல் பெற்ற படமானது - உள்நாட்டில் 192 மில்லியன் டாலரும், உலக அளவில் 362 மில்லியன் டாலருமாக. விமரிசனங்களைத்

தொகுத்து வழங்கும் ராட்டன் டொமாட்டோஸ் கூறியதன்படி, ஆய்வில் பங்குபெற்ற எழுபத்து மூன்று விமரிசகர்களும் ஒருமனதாக நல்ல விதமாகவே கூறினர். *டைம்* பத்திரிகையின் ரிச்சர்ட் கார்லிஸ் அதனை 'அந்த ஆண்டின் மிகச் சிறந்த ஆக்கப்பூர்வமான நகைச்சுவைப் படம்' என்றார். *நியூஸ்வீக்* பத்திரிகையின் டேவிட் அன்சென் அதனை ஓர் 'அதிசயம்' என்றார். *நியூ யார்க் டைம்ஸின்* ஜானெட் மஸ்லின் அதனைக் குழந்தைகள் மட்டுமல்ல, பெரியவர்களும் பார்த்து ரசிக்கவேண்டிய 'டிஸ்னியின் இரண்டடுக்குப் பாரம்பரியத்தின் அற்புதமான புத்திசாலித் தனம் நிறைந்த படைப்பு' என்று பரிந்துரை செய்தார்.

'டிஸ்னி பாரம்பரிய'த்தைப் பற்றி எழுதிய மஸ்லின் போன்ற விமர்சகர்கள், பிக்ஸார் உருவானது பற்றி எழுதாமல் போனது ஜாப்ஸிற்குச் சற்று உரசலாக இருந்தது. அவருடைய விமரிசனத்தைப் படித்தபின் பிக்ஸாரின் பெயரைப் பிரபலமாக்க சற்று தாக்குதலும் அவசியம் என்று தீர்மானித்தார். அவரும் லாசெட்டரும் *சார்லி ரோஸ்* நிகழ்ச்சியில் பங்குபெற்றபோது, *டாய் ஸ்டோரி* பிக்ஸாரின் படம் என்பதையும், புதியதொரு திரைப்படத் தயாரிப்பு நிறுவனம் உருவாகி வருவதையும் வலியுறுத்தினார். '*ஸ்னோ ஒயிட்* வெளியானது முதல் பெரிய படநிறுவனங்கள் ஒவ்வொன்றும் அசைவூட்டப் பட வணிகத்தில் அடியெடுத்துவைக்க முயற்சி செய்துவந்துள்ளன; இதுவரையில் பிரம்மாண்ட வெற்றிபெற்ற அசைவூட்டப் படங்களை உருவாக்கிய ஒரே நிறுவனம் டிஸ்னிதான்' என்றார் ரோஸிடம். 'பிக்ஸார் அந்தச் சாதனையைச் செய்து காட்டியுள்ள இரண்டாவது நிறுவனமாகும்.'

டிஸ்னி பிக்ஸார் படத்தின் வெறும் விநியோகஸ்தர்தான் என்று ஜாப்ஸ் வலியுறுத்திவந்தார். 'அவர் சொல்லிக்கொண்டே இருந்தார் – பிக்ஸாரிலுள்ள நாங்கள்தான் நிஜமான கலைஞர்கள்; டிஸ்னியிலுள்ள நீங்களெல்லாம் ஒன்றுக்கும் உதவாதவர்கள்' என்று மைக்கேல் ஐஸ்னர் கூறினார். 'ஆனால் நாங்கள்தான் *டாய் ஸ்டோரி* வெளிவரக் காரணம். படத்திற்கு ஒரு முழுவடிவம் தந்து, பயனீட்டாளர் விளம்பரதாரர் களிலிருந்து டிஸ்னி அலைவரிசை வரை எங்களுடைய எல்லாப் பிரிவுகளையும் ஒன்றுகூட்டி, அதை மாபெரும் வெற்றியடையச் செய்தோம்.' இது யாருடைய படம்? – இந்த அடிப்படைப் பிரச்சினைக்கு வார்த்தைகளால் வாதம்புரிவதைவிட ஒப்பந்தத்தின் மூலம் தீர்வு காணவேண்டும் என்று ஜாப்ஸ் முடிவுக்கு வந்தார். '*டாய் ஸ்டோரியின்* வெற்றிக்குப்பின் ஒரு விஷயத்தை நான் உணர்ந்துகொண்டேன் – படத் தயாரிப்பு நிறுவனமாக வளர வேண்டுமென்றால் வெறும் வாடகைக்கு வேலை செய்தால் போதாது – டிஸ்னியிடம் ஓர் ஒப்பந்தத்தில் இறங்க வேண்டும்.' ஆனால் டிஸ்னியுடன் சரிசமமாக அமர்ந்து பேசுவதற்கு பிக்ஸார் மேசைமீது தயாராகப் பணத்தை வைத்துக்கொண்டால்

தான் முடியும். இதற்கு வெற்றிகரமான ஒரு பொதுமக்களுக்கான தொடக்கநிலைப் பங்கு வெளியீடு (ஐபீஓ) தேவையாக இருந்தது.

பொதுமக்களுக்கான தொடக்கநிலைப் பங்கு வெளியீடு (ஐபீஓ) *டாய் ஸ்டோரி*யின் வெள்ளோட்டத்திற்குச் சரியாக ஒரு வாரம் கழித்துத் தொடங்கியது. படம் வெற்றிகரமாக ஓடும் என்று ஜாப்ஸ் பந்தயம் கட்டியிருந்தார்; அந்த ஆபத்தான பந்தயம் அள்ளித் தந்தது – அளவில்லாமல். ஆப்பிள் ஐபீஓவைப் போலவே சான் ஃப்ரான்சிஸ்கோவின் முன்னணி எழுத்தர் அலுவலகத்தில் காலை ஏழு மணியளவில் ஒரு கொண்டாட்டம் திட்டமிடப்பட்டிருந்தது – பங்குகள் விற்பனை தொடங்கவிருந்த நேரத்தில். முதல் பங்குகளை சுமார் 14 டாலருக்குக் கொடுக்கலாம் என்று திட்டமிட்டிருந்தார்கள் – விலைபோகும் என்று நிச்சயம் செய்து கொள்வதற்காக. ஜாப்ஸ் விலையை 22 டாலர் என்று நிர்ணயிக்கச் சொன்னார் – ஒருவேளை விற்பனை நன்றாக இருந்தால் மிகுதியாக உள்ள பணம் நிறுவனத்திற்கு வரும் என்பதால். ஆனால் அதன் விற்பனை அவரே அதிசயித்துப் போகும் அளவிற்கு எதிர்பார்ப்புகளை எல்லாம் தாண்டி எங்கோ சென்றுவிட்டது! நெட்ஸ்கேப்பை மிஞ்சி, ஆண்டின் மாபெரும் ஐபீஓ ஆனது. முதல் அரைமணி நேரத்திலேயே பங்கின் விலை 45 டாலரை எட்டியது. சற்று நேரத்திற்கு பங்குச் சந்தை வர்த்தகமே நிறுத்தி வைக்கப்பட வேண்டியிருந்தது – வாங்குபவர்கள் மிக அதிக எண்ணிக்கையில் இருந்ததால். விலை மேலும் அதிகரித்து 49 டாலரானது. அதன் பின் சற்றே குறைந்து, அன்றைய வணிகம் முடிவுறும் பொழுது 39 டாலரில் நிலைத்து நின்றது.

அந்த ஆண்டின் தொடக்கத்தில் பிக்ஸாரை விலைக்கு வாங்க யாராவது வருவார்களா என்று ஜாப்ஸ் தேடிக்கொண்டிருந்தார் – அதில் அவர் முதலீடு செய்திருந்த 50 மில்லியன் டாலரை மீட்டுவிடலாம் என்ற நம்பிக்கையில். அன்றைய தின முடிவில் அவர் தம்வசம் தக்க வைத்திருந்த 80% பங்குகள் மதிப்பில் இருபது மடங்குக்கு மேல் கூடி, பிரமிக்க வைத்தன – 1.2 பில்லியன் டாலர்! இது 1980இல் ஆப்பிள் பொதுநிறுவனமானபோது கிட்டியதைவிட ஏறத்தாழ ஐந்து மடங்கு அதிகம். ஆனால் ஜாப்ஸ் *நியூ யார்க் டைம்ஸி*ன் ஜான் மார்க்காஃபிடம் கூறினார் – 'இந்தப் பணம் எனக்குப் பெரிதாகப்படவில்லை. எனக்கு எதிர்காலம் பற்றிய கனவு என்று எதுவும் இல்லை. இதை நான் ஒருபோதும் பணத்திற்காகச் செய்யவில்லை.'

ஐபீஓவின் மகத்தான வெற்றி ஒரு விஷயத்தை உறுதிப்படுத்தியது: பிக்ஸார் இனி ஒருபோதும் தனது படங்களின் நிதியுதவிக்காக

டிஸ்னியை நம்பியிருக்கவேண்டிய அவசியம் இல்லை. இந்த வசதி யான நிலையைத்தான் ஜாப்ஸ் விரும்பினார். 'ஏனெனில் இப்போது எங்கள் படங்களுக்கான செலவில் பாதியை நாங்களே முதலீடு செய்ய முடியும் – அதனால் இலாபத்தில் பாதியை முழு உரிமையோடு கேட்கவும் முடியும்' என்றார் அவர். 'ஆனால் அதைவிட முக்கியமாக எனக்குக் கூட்டணி நிறுவனம் தேவைப்பட்டது. இவை பிக்ஸார்-டிஸ்னி படங்களாக அறியப்படவேண்டும்.'

ஜாப்ஸ் ஐஸ்னருடன் மதிய உணவு உண்பதற்காக விமானத்தில் பறந்துவந்தார் – இந்த தைரியத்தைக் கண்டு ஐஸ்னர் மலைத்துவிட்டார். அவர்கள் மூன்று படங்கள் செய்வதாக ஒப்பந்தம் – ஆனால் பிக்ஸார் ஒன்றுதான் செய்திருந்தது. இருபுறத்திலுள்ளவர்களும் தத்தம் அணு ஆயுதங்களை ஏந்திக்கொண்டார்கள். ஐஸ்னருடனான மோதலில் காட்ஸென்பெர்க் டிஸ்னியை விட்டுச் சென்று ஸ்டீவென் ஷ்பீல்பெர்க், டேவிட் கெஃப்ஃபென் ஆகியோருடன் இணைந்துகொண்டு ட்ரீம்வர்க்ஸ் எஸ்கேஜியின் துணைநிறுவனரானார். ஐஸ்னர் பிக்ஸாருடன் புதிய ஒப்பந்தம் செய்துகொள்ளச் சம்மதிக்கவில்லை என்றால் மூன்று படங்கள் தயாரிக்கும் ஒப்பந்தம் முடிவடைந்தவுடன் காட்ஸென்பெர்குடையது போல வேறு ஏதாவது பட நிறுவனத்துடன் இணைந்துகொள்ளப் போவதாக ஜாப்ஸ் கூறினார். ஐஸ்னர் தமது பங்கிற்கு ஓர் ஆயுதத்தை வீசினார்: டிஸ்னி விரும்பினால் லாசெட்டர் உருவாக்கிய வுட்டி, பஸ் மற்றும் அனைத்துக் கதாபாத்திரங்களையும் பயன்படுத்தி *டாய் ஸ்டோரி*யின் தொடர்ச்சிகளைத் தானே தயாரித்துக்கொள்ள முடியும் என்று. 'அப்படிச் செய்தால் நம் குழந்தைகளை நாமே கெடுப்பதுபோல ஆகியிருக்கும்' என்று ஜாப்ஸ் பின்னர் கூறினார். 'அப்படி நடக்கவும் வாய்ப்புண்டு என்பதை அறிந்து ஜான் அழத் தொடங்கிவிட்டார்.'

ஆகவே அவர்கள் புதிய ஒப்பந்தம் ஒன்றைத் தயாரித்தார்கள். ஐஸ்னர் இனிவரும் படங்களில் பிக்ஸார் பாதிப் பணம் முதலீடு செய்யலாம் என்றும், இலாபத்தில் பாதியை எடுத்துக்கொள்ளலாம் என்றும் கூறினார். 'எங்களுக்கு இவ்வளவு வெற்றிப்படங்கள் அமையும் என்று அவர் எதிர்பார்த்திருக்கமாட்டார் – அதனால் கொஞ்சம் பணம் மிச்சம் என்று நினைத்திருப்பார்' என்றார் ஜாப்ஸ். 'முடிவில் அது எங்களுக்குச் சாதகமாகவே இருந்தது – ஏனெனில் பிக்ஸார் வரிசையாகப் பத்து வெற்றிப்படங்களைத் தரவிருந்தது.' அவர்கள் கூட்டுநிறுவனமாக இயங்கவும் ஒப்புக்கொண்டனர் – ஆனால் அதைத் தீர்மானிப்பதற்குள் பேச்சுவார்த்தைகள் வெகுநேரம் நீண்டன. 'நான் அது டிஸ்னியின் படமாகத்தான் இருக்கும் என்றேன் – பிறகு சற்றுத் தளர்த்திக்கொண்டேன்' என்று ஐஸ்னர் நினைவுகூர்ந்தார். 'டிஸ்னி, பிக்ஸார் என்ற எழுத்துக்கள் எந்த அளவு பெரிதாக இருக்கவேண்டும்

என்பதுவரை ஏதோ நான்கு வயதுக் குழந்தைகள் போலப் பேரம்பேசிக் கொண்டிருந்தோம்.' ஆனால் 1997 தொடக்கத்தில் அவர்கள் பத்தாண்டு காலத்தில் ஐந்து படங்கள் தயாரிப்பதாக ஒப்பந்தம் செய்துகொண்டனர்; நல்ல நண்பர்களாகப் பிரியவும் செய்தனர் – அப்போதைக்கு. 'ஐஸ்னர் அப்போதெல்லாம் என்னிடம் மிகவும் நியாயமாக நடந்துகொண்டார்' என்று ஜாப்ஸ் பின்னர் கூறினார். 'ஆனால் காலப்போக்கில், ஏறத்தாழ பத்தாண்டுகள் கழித்து, அவர் மூடிமறைக்கக்கூடியவர் என்பதைப் புரிந்துகொண்டேன்.'

பிக்ஸார் பங்குதாரர்களுக்கு எழுதிய கடிதத்தில், எல்லாப் படங் களிலும், விளம்பரங்களிலும், பொம்மைகளிலும் டிஸ்னிக்குச் சமமாகப் பெயரிட்டுக் கொள்வதற்கான உரிமை கிட்டியதுதான் ஒப்பந்தத்தின் மிகப்பெரிய வெற்றி என்று ஜாப்ஸ் விளக்கியிருந்தார். 'டிஸ்னியைப் போலவே நம்பிக்கைக்குரிய பெயராக பிக்ஸாரும் வளர்ந்து விளங்க வேண்டும் என்று நாங்கள் விரும்புகிறோம்' என்று அவர் எழுதினார். 'ஆனால் இந்த நம்பிக்கையைப் பெறவேண்டுமென்றால், பிக்ஸார்தான் இந்தப் படங்களைத் தயாரிக்கிறது என்பது பயனீட்டாளர்களுக்குத் தெரியவேண்டும்.' தொழில்வாழ்க்கையில் ஜாப்ஸ் தமது அற்புதமான தயாரிப்புகளுக்குப் பெயர்பெற்றிருந்தார். அதேபோல பிரபலமான, மதிப்புமிக்க நிறுவனங்களை உருவாக்கும் திறமையும் அவருக்கு ஏராளமாய் இருந்தது. தாம் வாழ்ந்த காலத்தின் மிகச்சிறந்த இரண்டை நிறுவவும் செய்தார் – ஆப்பிள் மற்றும் பிக்ஸார்.

இயல் இருபத்திமூன்று

இரண்டாம் வருகை

கொடிய விலங்கு, ஆனாலும் அதற்கும் காலம் வந்தது...

ஸ்டீவ் ஜாப்ஸ், 1996

பிளவுகள் உருவாகின்றன

1988இல் நெக்ஸ்ட் கணினியை ஜாப்ஸ் அறிமுகப்படுத்திய பொழுது, மிகுந்த பரபரப்பும் பூரிப்பும் நிலவியது. ஆனால் அந்தக் கணினி அதற்கு அடுத்த ஆண்டு விற்பனைக்கு இறங்கியபோது எல்லாம் காணாமல் போனது. பத்திரிகையாளர்களைப் பரவசப்படுத்துவதிலும், மட்டுப்படுத்துவதிலும், சுழல அடிப்பதிலும் ஜாப்ஸிற்கு இருந்த திறமை கைகொடுக்கவில்லை. நெக்ஸ்ட் நிறுவனத்தின் பிரச்சினைகள் பற்றிக் கதைகள் தொடர்ந்து பரவின. 'தொழில்துறையில் பரிமாற்றங்கள் பரவலாக நிகழ்ந்து பிரபலமாகிக் கொண்டிருக்கும் வேளையில் நெக்ஸ்ட் மற்ற நிறுவனங்களின் சாதனங்களோடு பொருந்தாமல் போனது' என்று

அசோசியேடட் பிரஸைச் சேர்ந்த பார்ட் ஷீக்ளரின் அறிக்கை கூறியது. 'நெக்ஸ்டுடன் பொருந்தும் மென்பொருள்கள் வெகுசில மட்டுமே உள்ளன. அதனால் வாடிக்கையாளர்கள் மத்தியில் அது வரவேற்புப் பெறத் திணறுகிறது.'

நெக்ஸ்ட் தன்னை மற்றொரு பிரிவில் தனித்துவம் வாய்ந்ததாக நிலைநிறுத்திக்கொள்ள முயன்றது. தனியர் பணிநிலையங்கள் (பர்சனல் வர்க்ஸ்டேஷன்ஸ்) – ஒரு பணிநிலையத்தின் வலிமையும் தனியர்க் கணினியின் பயனர் தோழமையும் வேண்டும் என்று விரும்புபவர் களுக்காக. ஆனால் இந்தப் பிரிவைச் சேர்ந்த வாடிக்கையாளர்கள்கூட வேகமாக வளர்ந்து வரும் சன் மைக்ரோசிஸ்டம்ஸிலிருந்து அவற்றை வாங்கினார்கள். 1990இல் நெக்ஸ்டின் வருமானம் 28 மில்லியன் டாலர்; சன் அந்த ஆண்டு 2.5 பில்லியன் டாலர் ஈட்டியது. ஐபிஎம்மும் நெக்ஸ்ட் மென்பொருளுக்கு உரிமம் பெறுவதற்கான தமது ஒப்பந்தத்தைக் கைவிட்டது. ஆக, ஜாப்ஸ் தமது இயல்புக்கு மாறான ஒன்றைச் செய்யவேண்டிய கட்டாயத்திற்கு ஆளானார்: வன்பொருளும் மென்பொருளும் ஒருங்கிணைக்கப்பட்டிருக்க வேண்டும் என்ற தமது திடமான நம்பிக்கையையும் மீறி, 1992இல் நெக்ஸ்ட்ஸ்டெப் என்னும் இயங்கு தளத்தை (ஆபரேட்டிங் சிஸ்டம்) மற்ற கணினிகளிலும் பயன்படுத்தும் வகையில் உரிமம் தர ஒத்துக்கொண்டார்.

ஆச்சரியப்படத்தக்க விதமாக, ஜாப்ஸிற்கு ஆதரவாகப் பேசினார் ஜேன்-லூயி காஸே. இவர் ஆப்பிளில் ஜாப்ஸிற்கு பதிலாகப் பதவி யேற்றபோது அவருடன் முட்டிமோதிக் கொண்டவர். சிறிது காலத் திற்குள்ளேயே வெளியேற்றப்பட்டவர். அவர் நெக்ஸ்ட் தயாரிப்பு களின் ஆக்கப்பூர்வமான கலையுணர்வைப் பாராட்டி ஒரு கட்டுரை எழுதியிருந்தார். 'நெக்ஸ்ட் ஆப்பிளாக இல்லாமலிருக்கலாம். ஆனால் ஸ்டீவ் என்றுமே ஸ்டீவ்தான்' என்று காஸே அதில் வாதாடியிருந்தார். சில நாள்களுக்குப் பின் அவருடைய மனைவி யாரோ கதவைத் தட்டும் ஓசை கேட்டு வாசலுக்கு வந்தார். கதவைத் திறந்தவர், மாடிப்படிகளில் ஏறி ஓடி ஜாப்ஸ் வந்திருக்கும் விவரத்தை அவரிடம் சொன்னார். ஜாப்ஸ் காஸேக்கு நன்றிகூறி, அவரை ஒரு நிகழ்ச்சிக்கு வருமாறு அழைத்தார் – அதில் இன்டெல் நிறுவனத்தின் ஆன்டி க்ரோவ் ஜாப்ஸுடன் இணைந்து நெக்ஸ்ட்ஸ்டெப் ஆனது ஐபிஎம்/இன்டெல் ப்ளாட்ஃபார்மில் போர்ட் செய்யப்படுவதை அறிவிக்க இருந்தார். 'நான் ஸ்டீவின் தந்தை பால் ஜாப்ஸிற்கு அருகில் அமர்ந்திருந்தேன். அவர் மிகவும் நெகிழ்வான, கம்பீரமான மனிதர்' என்றார் காஸே. 'கையாளக் கடினமான ஒரு மகனை அவர் வளர்த்து ஆளாக்கியிருந்தார். ஆனால், அவனை மேடையில் ஆன்டி க்ரோவுடன் இணைந்து காண்பதில் அவர் மிகவும் பெருமையும் மகிழ்ச்சியும் அடைந்தார்.'

ஓராண்டு கழிந்தபின் ஜாப்ஸ் தவிர்க்கமுடியாத தமது அடுத்த படியை எடுத்தார்: வன்பொருள் தயாரிப்பை முழுமையாகக் கைவிட்டு விட்டார். இது மிகவும் வேதனையளிக்கும் முடிவாக இருந்தது – பிக்ஸாரில் வன்பொருள் தயாரிப்பைக் கைவிட்டபோது இருந்தது போலவே. தமது தயாரிப்புகளின் எல்லா அம்சங்களையும் அவர் மிகுந்த அக்கறையுடன் செய்து வந்திருந்தார் என்றாலும், வன்பொருள் மீது அவருக்கு இருந்த பிரியமே அலாதி. அற்புதமான வடிவமைப்பு அவருக்கு ஆற்றலூட்டியது; தயாரிப்பு நுணுக்கங்களில் அவர் தீவிர கவனம் செலுத்தினார்; தமது கச்சிதமான சாதனங்கள் இயந்திர மனிதர்களின் கைவண்ணத்தில் உருவாவதை மணிக்கணக்காகக் கண்டு ரசிப்பார். ஆனால் இப்பொழுது தமது ஊழியர்களில் பாதிக்கு மேற்பட்டோரைப் பணிநீக்கம் செய்து, தமக்குப் பிரியமான தொழிற் சாலையை கானன் நிறுவனத்திற்கு விற்று (அந்த நிறுவனம் அழகாய் வடிவமைக்கப்பட்டிருந்த அறைகலன்களை ஏலத்தில் விட்டது), எந்தவித ஊக்க உணர்வும் இல்லாத நிறுவனங்கள் தயாரித்த கணினி களுக்குத் தனது இயங்கு தளத்திற்கான *(ஆபரேட்டிங் சிஸ்டம்)* உரிமம் தர முயலும் ஒரு நிறுவனத்தை வைத்துக்கொண்டு திருப்தியடைய வேண்டியிருந்தது.

*1990*களின் மத்தியில் தமது புதிய குடும்ப வாழ்க்கையிலும், படத் தயாரிப்பில் கிட்டிய அபார வெற்றியிலும் ஜாப்ஸ் சற்று மகிழ்ச்சி யடைந்தார் எனலாம். என்றாலும், தனியர்க் கணினி *(பர்சனல் கம்ப்யூட்டர்)* தொழில்துறையின் நிலை அவருக்குத் திருப்தியளிக்கவில்லை. ‘புதுமை என்பது இல்லாமலே போய்விட்டது’ – *வயர்ட்* பத்திரிகையின் காரி வுல்ஃபிடம் *1995* இறுதியில் அவர் கூறினார். ‘புதுமையான அம்சங்கள் மிகக் குறைவாக இருந்தும், மைக்ரோஸாஃப்ட் ஆதிக்கம் செலுத்துகிறது. ஆப்பிள் தோல்வியடைந்துவிட்டது. மேசைக் கணினி *(டெஸ்க்டாப்)* இருண்ட காலத்திற்குப் போய்விட்டது.’

டோனி பெர்கின்ஸ், ரெட் ஹெர்ரிங் பத்திரிகையின் ஆசிரியர் களுடனான பேட்டியின்போது அவர் சற்று வாடிய முகத்துடன்தான் காணப்பட்டார். முதலில் தமது குணாதிசயங்களின் ‘மறுபக்கத்தை’க் காட்டினார். பெர்கின்ஸும் அவருடைய சக ஊழியர்களும் வந்தடைந்தபோது ஜாப்ஸ் பின்கதவு வழியாக ‘நடக்க’ச் சென்றவர், முக்கால் மணிநேரத்திற்குத் திரும்பிவரவில்லை. பத்திரிகையின் புகைப்படக் கலைஞர் படமெடுக்க முற்பட்டபோது, அவரிடம் கிண்டலாகப் பேசி நொடித்து, படமெடுப்பதை நிறுத்தும்படி கூறினார். பின்னர் பெர்கின்ஸ் இதுபற்றிக் கூறுகையில், ‘தம் வசதிக்கேற்ப எல்லாவற்றையும் மாற்றுதல், சுயநலம், கடுமை – அவருடைய கிறுக்குத்

தனத்தின் பின்னணியை எங்களால் புரிந்துகொள்ள முடியவில்லை' என்றார். ஒருவழியாக நேர்காணலுக்கு வந்து அமர்ந்தபோது, வலைத் தளத்தின் வரவுகூட மைக்ரோஸாஃப்டின் ஆதிக்கத்தை அசைக்க முடியாது என்றார். 'வின்டோஸ் வெற்றிபெற்று விட்டது' என்றார் அவர். 'அது மாக்கை வென்றது; துரதிர்ஷ்டவசமாக யூனிக்ஸையும் வென்றது, ஆப்ரேட்டிங் சிஸ்டம்/2ஐயும் வென்றது. ஒரு தரம்குறைந்த தயாரிப்பு வெற்றியடைந்து விட்டது.'

ஆப்பிளின் வீழ்ச்சி

ஜாப்ஸ் வெளியேற்றப்பட்ட பின், சில ஆண்டுகளுக்கு ஆப்பிள் நல்ல இலாபகரமாக ஓடியது – அதன் மேசைக் கணினிப் பதிப்பு தந்த தாற்காலிக ஆதிக்கத்தால். 1987இல் தம்மை ஒரு மேதாவியாகக் காட்டிக் கொண்ட ஸ்கல்லி செய்த சில அறிவிப்புகள் இப்போதைய நிலவரத்தில் திகைப்பூட்டின. ஆப்பிள் 'ஒரு அற்புதமான பயனீட்டாளர் தயாரிப்பு நிறுவனமாக வேண்டும்' என்று ஜாப்ஸ் விரும்பியதாக எழுதியிருந்தார் ஸ்கல்லி. 'இது ஒரு பைத்தியக்காரத்தனமான திட்டம். ஆப்பிள் ஒருபோதும் பயனீட்டாளர் தயாரிப்பு நிறுவனமாக முடியாது. இந்த உலகை மாற்றியமைக்க வேண்டும் என்ற எங்கள் கனவுகளுக்கு ஏற்ப நிஜத்தை வளைத்தெடுக்க எங்களால் முடியவில்லை. உயர் தொழில்நுட்பத்தைப் பயனீட்டாளர் தயாரிப்பாக வடிவமைப்பதோ, விற்பனை செய்வதோ சாத்தியமில்லை.'

ஜாப்ஸ் திகைத்துப் போனார். 1990 களின் தொடக்கத்தில் சந்தையில் ஆப்பிளின் பங்கு தொடர்ந்து வீழ்ச்சியடைந்ததற்கு ஸ்கல்லி காரணமாக இருந்தது கண்டு மிகவும் கோபமும் ஆத்திரமும் கொண்டார். 'ஸ்கல்லி ஊழல் பேர்வழிகளையும் தவறான பண்புகளையும் ஆப்பிளுக்குள் புகுத்தி, அதனை அழித்துவிட்டார்' என்று ஜாப்ஸ் பிறகு கூறி அங்கலாய்த்தார். 'அவர்கள் கவனமெல்லாம் முக்கியமாகத் தங்களுக்கும், பிறகு ஆப்பிளுக்கும் பணம் சேர்ப்பதில்தான் இருந்தது – தரமான, அற்புதமான தயாரிப்புகளில் அல்ல.' இலாபம் ஈட்டுவதில் ஸ்கல்லி காட்டிய ஆர்வத்திற்கு சந்தையில் ஆப்பிளின் பங்கை விலைகொடுக்க வேண்டியிருந்தது. மகின்டாஷ் மைக்ரோஸாஃப்டிடம் தோற்றுப் போனது, ஸ்கல்லி தயாரிப்பை மேம்படுத்தி, அனைவரும் வாங்கக்கூடிய வகையில் விலையை நிர்ணயம் செய்யாமல், கூடுமான வரையில் இலாபம் ஈட்ட முயன்றதால்தான். அதன் விளைவாக, இலாபமும் காலப்போக்கில் காணாமல் போனது.

மைக்ரோஸாஃப்ட் மகின்டாஷின் வரைகலைப் பயனர் இடைமுகம் (கிராஃபிகல் யூஸர் இன்டர்ஃபேஸ்) போலச் செய்வதற்குச் சில ஆண்டு களாயின. ஆனால் 1990இல் வின்டோஸ் 3.0 வை அறிமுகம் செய்தது.

அந்த நிறுவனம் மேசைக் கணினிச் சந்தையில் ஆதிக்கம் செலுத்தும் பயணம் அங்குதான் தொடங்கியது. 1995இல் வெளியான விண்டோஸ் 95, இயங்கு தளங்களிலேயே *(ஆபரேட்டிங் சிஸ்டம்)* மிகப் பிரம்மாண்ட வெற்றி கண்டது. மகின்டாஷ் விற்பனை மளமளவென்று சரியத் தொடங்கியது. 'மைக்ரோஸாஃப்ட் மற்றவர்கள் பாடுபட்டுச் செய்ததைச் சுலபமாய்க் கவர்ந்துகொண்டது' என்று ஜாப்ஸ் பின்னர் கூறினார். 'ஆப்பிளுக்கு இது தேவைதான். நான் விட்டுச் சென்றபிறகு, புதிதாக எதுவுமே கண்டுபிடிக்கப்படவில்லை. மாக்கில் எந்தவித முன்னேற்றமும் இல்லை. அது மைக்ரோஸாஃப்ட் சவாரி செய்யும் வாகனமானது.'

ஆப்பிளின் தற்போதைய நிலை குறித்த அவருடைய கவலை ஒரு மாணவரின் வீட்டில் நடந்த ஸ்டான்ஃபோர்ட் வணிகப்பள்ளி மன்றத்தில் அவர் உரையாற்றச் சென்றிருந்தபோது வெளிப்பட்டது. அந்த மாணவர் அவரிடம் மகின்டாஷ் விசைப்பலகையில் *(கீபோர்ட்)* கையெழுத்திட்டுத் தருமாறு கேட்டார். தாம் ஆப்பிளை விட்டுச் சென்றபின் சேர்க்கப்பட்ட பொத்தான்களை நீக்குவதானால் கையெழுத்திடுவதாகக் கூறினார். பிறகு தமது கார் சாவிக் கொத்தால் நான்கு அம்புக்குறியிட்ட கர்ஸர் (திரைக்குறி) பொத்தான்களையும், மேல் வரிசையி லுள்ள F1, F2, F3... செயல்பொத்தான்களையும் நெம்பி எடுத்தார். 'ஒரு முறை ஒரு விசைப்பலகை என்ற வகையில் உலகத்தை மாற்றிக் கொண்டிருக்கிறேன்' என்றார். பின் பிய்ந்துகிடந்த அந்தக் விசைப்பலகையில் கையெழுத்திட்டார்.

1995இல் கிறிஸ்துமஸ் விடுமுறையின்போது, ஹவாயிலுள்ள கோனா கிராமத்தில் தமது நண்பரான ஆரக்கிள் நிறுவனத்தின் கட்டுப் படுத்த இயலாத தலைவர் லாரி எல்லிசனுடன் கடற்கரையில் நடந்து கொண்டிருந்தார் ஜாப்ஸ். ஆப்பிளுக்கான ஒரு கையகப்படுத்துதல் ஒப்பந்தம் குறித்தும், மீண்டும் ஜாப்ஸைத் தலைவராக்குவது குறித்தும் கலந்தாலோசித்தனர். தாம் மூன்று பில்லியன் டாலர் வரை முதலீடு செய்யத் தயார் என்றார் எல்லிசன்: 'நான் ஆப்பிளை வாங்கிக் கொண்டு, தலைமை நிர்வாக அதிகாரியாக இருப்பதற்கு உங்களுக்கு 25% தந்துவிடுகிறேன். நிறுவனத்தை அதன் பழைய சிறப்பான நிலைக்கே மீண்டும் கொண்டுவந்துவிடலாம்' என்றார் அவர். ஆனால் ஜாப்ஸ் தயங்கினார். 'நான் யாரையும் கெடுத்துக் கையகப்படுத்தல் செய்யும் ஒருவனல்ல' – அவர் விளக்கினார். 'அவர்களாகவே என்னைத் திரும்ப அழைத்திருந்தால் நிலைமை வேறுவிதமாக இருந்திருக்கும்.'

1996க்குள் சந்தையில் ஆப்பிளின் பங்கு 1980களின் உச்சமதிப்பான 16%லிருந்து 4% ஆக வீழ்ச்சியடைந்திருந்தது. ஆப்பிளின் ஐரோப்பியப் பிரிவின் தலைவரான ஜெர்மானியர் மைக்கேல் ஷ்பின்ட்ளர் 1993இல்

ஸ்கல்லிக்குப் பிறகு தலைமை நிர்வாக அதிகாரியானார். அவர் நிறுவனத்தை சன், ஐபிஎம், ஹீயூலெட் பக்கார்ட் (எச்பீ) ஆகியோருக்கு விற்க முயன்றார். அது தோல்வியில் முடிந்தது. அவரும் 1996இல் வெளியேற்றப்பட்டார். அவரைத் தொடர்ந்து பதவியேற்றவர் ஜில் அமேலியோ. இவர் ஒரு பொறியியல் ஆய்வாளர். நேஷனல் செமிகன்டக்டர்ஸின் தலைமை நிர்வாக அதிகாரியாக இருந்தவர். அவருடைய முதல் ஆண்டிலேயே நிறுவனம் ஒரு பில்லியன் டாலர் நஷ்டமடைந்தது. 1991இல் 70 டாலராக இருந்த பங்குகளின் விலை, 14 டாலராக வீழ்ச்சியடைந்தது – தொழில்நுட்பக் குமிழ் மற்ற பங்குகளை மேல்நோக்கித் தள்ளிக்கொண்டிருந்த நிலையிலும்.

அமேலியோ ஜாப்ஸை ஆராதிப்பவரல்ல. அவர்களுடைய முதல் சந்திப்பு 1994இல் நிகழ்ந்தது – அமேலியோ ஆப்பிளின் நிர்வாகக் குழுவிற்குத் தேர்ந்தெடுக்கப்பட்ட புதிதில். ஜாப்ஸ் அவரை அழைத்து 'நான் அங்கு வந்து உங்களைச் சந்திக்க வேண்டும்' என்றார். அமேலியோ நேஷனல் செமிகன்டக்டர்ஸிலுள்ள தமது அலுவலகத்திற்கு வரும்படி அழைத்தார். ஜாப்ஸின் வருகையைத் தமது அலுவலகத்தின் கண்ணாடிச் சுவர் வழியே கவனித்ததை அவர் பின்னர் நினைவுகூர்ந்தார்: 'குத்துச் சண்டை வீரர் போல, ஆக்ரோஷமாக, அதே சமயம் பிடிகொடுக்காமல் நழுவிச்செல்லும் ஒருவித நளினத்தோடு; அல்லது தனது இரை மீது பாயத் தயாராக நிற்கும் கம்பீரமான காட்டுவிலங்கு போல.' சில நிமிட நலம் விசாரிப்புகளுக்குப் பின்னர் – ஜாப்ஸின் வழக்கத்திற்கு இதுவே அதிகம் – அவர் தமது வரவுக்கான நோக்கத்தைப் போட்டு உடைத்தார். தாம் மீண்டும் ஆப்பிளின் தலைமை நிர்வாக அதிகாரியாகப் பதவியில் அமர்வதற்கு அமேலியோ உதவவேண்டும் என்றார். 'ஆப்பிள் குழுவை ஒருங்கிணைக்க ஒரே ஒருவரால் மட்டுமே முடியும்' என்றார் ஜாப்ஸ். 'நிறுவனத்தைத் தூக்கி நிறுத்த அந்த ஒருவரால் மட்டுமே முடியும்.' மகின்டாஷ் சகாப்தம் முடிவுக்கு வந்துவிட்டது என்று ஜாப்ஸ் வாதிட்டார். அதுபோலவே புதுமையான மற்றொரு புதிய சாதனத்தை ஆப்பிள் உருவாக்கக் காலம் கனிந்துவிட்டது என்றார்.

'சரி, மாக் இல்லை என்றால், அதற்குப் பதிலாக வரப்போவது என்ன?' – அமேலியோ கேட்டார். அதற்கு ஜாப்ஸ் கூறிய பதில் அவருக்குத் திருப்தியளிக்கவில்லை. 'ஸ்டீவிடம் தெளிவான ஒரு பதில் இருப்பதாகத் தெரியவில்லை' என்று அமேலியோ பின்னர் கூறினார். 'அவரிடம் ஒற்றை வரிகளின் தொகுப்பு மட்டுமே உள்ளது போலிருந்தது.' அமேலியோ ஜாப்ஸின் மாயவலையை நேரில் காண்பது போல உணர்ந்தார் - அத்துடன் அதில் சிக்கிக் கொள்ளாதது பற்றிப் பெருமைப் பட்டுக்கொண்டார். ஜாப்ஸைத் தமது அலுவலகத்திலிருந்து கௌரவ மற்ற முறையில் வெளியே துரத்திவிட்டார்.

1996 கோடைகாலத்தில் அமேலியோ தாம் ஒரு தீவிரப் பிரச்சினையில் மாட்டிக்கொண்டிருப்பதை உணர்ந்தார். ஆப்பிள், கோப்லான்ட் என்ற ஒரு புதிய இயங்கு தளத்தை *(ஆபரேட்டிங் சிஸ்டம்)* உருவாக்குவதில் பெரிதும் நம்பிக்கை வைத்திருந்தது. ஆனால் தலைமை நிர்வாக அதிகாரியாகப் பதவியேற்றவுடன் அவர் ஒன்றைக் கண்டுபிடித்தார் - அது வெறும் உப்பிய வேப்பர்வேர்[1] என்று; ஆப்பிளுக்குத் தேவையான வலைத் தளத்தையோ, நினைவுத்திறன் *(மெமரி)* பாதுகாப்பையோ அது தரப்போவதில்லை என்பது மட்டுமல்ல, திட்டமிட்டபடி **1997**இல் வெளியிடத் தயார் நிலையிலும் இருக்காது. அதற்குப் பொருத்தமான மாற்றுவழியைக் கண்டுபிடிப்பதாக பகிரங்கமாக அறிவித்தார் அமேலியோ. பிரச்சினை என்னவென்றால் அப்படியொரு மாற்று வழி எதுவும் அவரிடம் கைவசம் இல்லை என்பதுதான்.

ஆக, ஆப்பிளுக்கு ஒரு பங்காளர் தேவைப்பட்டது. ஒரு நிலையான இயங்கு தளத்தை, யூனிக்ஸ் போன்ற ஒன்றை, தரவு மற்றும் குறிமுறை *(ஆப்ஜெக்ட்)* அடிப்படையிலான பயன்பாட்டுத் தளம் *(அப்ளிகேஷன் லேயர்)* உள்ள ஒன்றை உருவாக்கக்கூடிய ஒரு நிறுவனம் இருக்கத்தான் செய்தது – நெக்ஸ்ட். ஆனால் அதில் கவனம் செலுத்த ஆப்பிளுக்குச் சிறிது கால அவகாசம் தேவைப்படும்.

ஆப்பிள் முதலில் ஜேன்-லூயி காஸே தொடங்கியிருந்த 'பே' என்ற நிறுவனத்தை அணுகியது. காஸே, பே நிறுவனத்தை ஆப்பிளுக்கு விற்பது குறித்த பேச்சுவார்த்தைகளில் இறங்கினார். ஆனால் **1996** ஆகஸ்டில் ஹவாயில் நடந்த ஒரு கூட்டத்தில் அமேலியோவைவிட அவருடைய கை மேலோங்கி நின்றது. தமது ஐம்பது பேர் அடங்கிய குழுவை ஆப்பிளில் சேர்க்க விரும்புவதாகவும், ஆப்பிளின் **15%** பங்கு தமக்கு வேண்டுமென்றும் கூறினார் – **15%** என்பது ஏறத்தாழ **500** மில்லியன் டாலருக்குச் சமமாக இருந்தது. அமேலியோ அதிர்ச்சியில் உறைந்து போனார். ஆப்பிளின் கணக்குப்படி பே நிறுவனம் வெறும் **50** மில்லியன் டாலர் மதிப்பு மட்டுமே கொண்டிருந்தது. தொடர்ந்து நடந்த பேரங்களுக்குப் பின் காஸே **275** மில்லியன் டாலருக்குக் குறைவாக ஒத்துக்கொள்ள மாட்டேன் என்று முடிவாகக் கூறிவிட்டார். ஆப்பிளுக்கு வேறு வழியில்லை என்று அவர் கருதியிருந்தார். காஸே யாரிடமோ கூறிய வார்த்தைகள் அமேலியோவின் செவிகளுக்கு எட்டின: 'அவர்களுடைய மர்மஸ்தானத்தைக் கைப்பற்றிவிட்டேன்; இனி வலியால் துடிக்கும் வரை விடமாட்டேன்.' இது அமேலியோவிற்குச் சற்றும் பிடிக்கவில்லை.

2 வேப்பர்வேர்: விளம்பரம் செய்யப்பட்டிருந்த போதிலும், தயாரிப்பு தொடர்பான சிந்தனை, எழுத்துவடிவம், வடிவமைப்பு ஆகியவை முழுமையடையாததால் விற்பனைக்குத் தயாராகாத நிலையிலுள்ள வன்/மென்பொருள். (மொ-ர்)

ஆப்பிளில் மேல்நிலைத் தொழில்நுட்ப அதிகாரி எல்லன் ஹான்காக்சன் நிறுவனத்தின் யூனிக்ஸ் அடிப்படையிலான ஸோலாரிஸ் இயங்கு தளத்திற்கு (*ஆபரேட்டிங் சிஸ்டம்*) ஆதரவாக வாதாடினார் - அதன் இன்டர்ஃபேஸில் (இடைமுகத்தில்) அவ்வளவாகப் பயனர் தோழமை இல்லாதபோதிலும். அமேலியோ மற்ற எல்லாவற்றையும்விட மைக்ரோஸாஃப்டின் விண்டோஸ் என்டீயைப் பயன்படுத்துவதில் ஆர்வமாய் இருந்தார். அதில் மேலோட்டமாகச் சில மாற்றங்கள் செய்வதன் மூலம் மாக்கிற்கு இணையான தோற்றம் கிட்டுவதுடன், விண்டோஸ் பயனர்கள் பயன்படுத்தும் பல்வேறு மென்பொருள்களோடு பொருத்தக்கூடியதாகவும் இருக்கும் என்பது அவருடைய கருத்து. இந்த ஒப்பந்தத்தில் ஆர்வம் காட்டிய பில் கேட்ஸ் தனிப்பட்ட முறையில் அமேலியோவை அழைக்கத் தொடங்கினார்.

இது தவிர, மற்றொரு வழியும் இருந்தது. இரண்டு ஆண்டுகளுக்கு முன் *மாக்வேள்ட்* பத்திரிகையின் தொடர்கட்டுரை எழுத்தாளர் (ஆப்பிளின் முன்னாள் மென்பொருள் பிரச்சாரகர்) கை கவாசாக்கி ஒரு நையாண்டிக் கட்டுரை எழுதியிருந்தார் – ஆப்பிள் நெக்ஸ்டை வாங்கிக்கொள்ளப் போவதாகவும் ஜாப்ஸை அதன் தலைமை நிர்வாக அதிகாரியாக நியமிக்கப் போவதாகவும். அந்தக் கற்பனைக் கதையில் மைக் மர்க்குலா ஜாப்ஸிடம் கேட்டார்: 'உன் வாழ்நாளின் மீதமுள்ள காலம் முழுதும் யூனிக்ஸிற்கு சர்க்கரைப் பூச்சு செய்து விற்கப் போகிறாயா, அல்லது உலகை மாற்றியமைக்கப் போகிறாயா?' இதற்கு ஜாப்ஸ் பதிலளித்தார்: 'நான் இப்பொழுது ஒரு தந்தை என்பதால், எனக்கு இன்னும் நிலையான வருமானம் வேண்டும்.' 'அவருடைய நெக்ஸ்ட் அனுபவத்தால் ஆப்பிளில் ஒரு புதிய அடக்கமான உணர்வைத் திரும்பக் கொண்டுவருவார் என்று எதிர்பார்ப்பதாக' அந்தக் கட்டுரையில் குறிப்பிடப்பட்டிருந்தது. அதுமட்டுமன்றி, ஜாப்ஸ் இனி மேலும் அதிக அளவில் புதுமைகளைப் புகுத்தப் போவதால், மைக்ரோஸாஃப்ட் அவற்றைப் பிரதியெடுத்துக் கொள்ள வசதியாக இருக்கும் என்று பில் கேட்ஸ் கூறுவதாகவும் அதில் எழுதியிருந்தது. அந்தக் கட்டுரை முழுதும் வெறும் நையாண்டிக்காக மட்டுமே எழுதப்பட்டது. ஆனால் நிஜம் என்பது நையாண்டிக்கு ஈடுகொடுக்கும் விநோத வழக்கம் கொண்டது.

க்யூபர்டினோவை நோக்கி

'இந்த விஷயமாகப் பேச அழைக்கும் அளவிற்கு ஸ்டீவை நன்கு தெரிந்தவர்கள் யாராவது இங்கு இருக்கிறார்களா?' - அமேலியோ தமது ஊழியர்களிடம் கேட்டார். இரண்டு ஆண்டுகளுக்கு முன் ஜாப்ஸுடனான தமது சந்திப்பு மோசமாக முடிவடைந்ததால், தாமே அவரை அழைப்பதை அமேலியோ விரும்பவில்லை. ஆனால் அதற்கு

டயானா வாக்கரின் நிழற்படத் தொகுப்பு

ஏறத்தாழ முப்பது ஆண்டுகாலம், நிழற்படக் கலைஞர் டயானா வாக்கர் தம்முடைய நண்பர் ஸ்டீவ் ஜாப்ஸை எளிதில் சந்திப்பதற்குரிய சிறப்பைப் பெற்றிருந்தார். இங்கு அவருடைய தொகுப்பிலிருந்து தேர்ந்தெடுக்கப்பட்ட சில நிழற்படங்கள்:

1

ஸ்டீவ் ஜாப்ஸ் அவருடைய க்யூபர்டினோ வீட்டில், 1982: கச்சிதத்தின் மீது அவர் கொண்டிருந்த மோகத்தால் அறைகலன்கள் *(ஃபர்னிச்சர்)* வாங்குவது அவருக்கு மிகவும் சிரமமானதாக இருந்தது.

2
அவருடைய சமையலறையில்: 'இந்தியக் கிராமங்களில் ஏழு மாதங்கள் வசித்துவிட்டு திரும்பிவந்தபோது, மேற்கத்திய உலகத்தின் கிறுக்குத்தனத்தை மட்டுமன்றி, பகுத்தறிவில் அதற்கிருந்த திறனையும் அறிந்துகொண்டேன்.'

3

ஸ்டான்ஃஃபோர்டில், 1982: 'உங்களில் எத்தனைபேர் இன்னமும் கற்போடு இருக்கிறீர்கள்? உங்களில் எல்எஸ்டி எடுத்துக் கொண்டவர்கள் எத்தனைபேர்?'

4

லிசாவுடன்: 'பிகாஸோவின் பொன்மொழி ஒன்று உண்டு: *நல்ல கலைஞர்கள் நகலெடுக்கிறார்கள்; பெரும் கலைஞர்கள் களவாடுகிறார்கள்.* நாங்களும் அற்புதமான கருத்துகளை களவாடுதல் பற்றி எப்பொழுதும் வெட்கப்படுவதில்லை.'

5

ஜான் ஸ்கல்லியுடன் சென்ட்ரல் பார்க்கில், 1984: 'உங்களுடைய மீதமுள்ள வாழ்நாளை சர்க்கரைத் தண்ணீரை விற்றுக் கழிக்க விரும்புகிறீர்களா அல்லது உலகை மாற்றுவதற்கான ஒரு வாய்ப்பை விரும்புகிறீர்களா?'

6

அவருடைய ஆப்பிள் அலுவலகத்தில், 1982: சந்தை ஆய்வு செய்ய விரும்புகிறாரா என்று கேட்டதற்கு, அவர் கூறினார்: 'இல்லை, ஏனென்றால் வாடிக்கையாளர்கள் தங்களுக்கு என்ன தேவை என்பதை நாம் காட்டும்வரை அறிவதில்லை.'

7

நெக்ஸ்டில், 1988: ஆப்பிளின் வரைமுறைகளிலிருந்து விடுபட்ட நிலையில், தமது மிகவும் சிறந்த, மிகவும் மோசமான இயல்புகளில் அவர் மூழ்கித் திளைத்தார்.

8

ஜான் லாசெட்டருடன், ஆகஸ்ட் 1997: அவருடைய வெகுளித்தனம் நிரம்பிய முகத்திற்கும் சுபாவத்திற்கும் பின்னால் ஜாப்ஸிற்கே சவால்விடும் கலைத்திறன்மிக்க கச்சிதம் ஒளிந்திருந்தது.

9

ஆப்பிளின் அதிகாரம் மீண்டும் ஸ்டீவ் ஜாப்ஸின் கைக்கு வந்தபிறகு, அவருடைய வீட்டில் தமது பாஸ்டன் மாக்வேள்ட் உரையைத் தயாரிக்கும் பணியில் ஈடுபட்டிருந்த போது, 1997: 'அந்தக் கிறுக்குத்தனத்தில்தான் நாங்கள் மேதாவிகளைக் காண்கிறோம்.'

10

கேட்ஸுடன் தொலைபேசி வழியே மைக்ரோஸாஃப்ட் ஒப்பந்தத்தைப் பூர்த்திசெய்தல்: 'பில், இந்த நிறுவனத்திற்கு நீங்கள் அளித்த ஆதரவுக்கு நன்றி. இந்த உலகம் அதற்குரிய சிறந்த இடமாக இருக்கும் என்று நினைக்கிறேன்.'

பாஸ்டன் மாக்வேள்டில், கேட்ஸ் தங்களுடைய ஒப்பந்தம் குறித்துக் கலந்தாலோசித்த போது: 'அதுதான் என் மேடை நிகழ்ச்சிகளிலேயே மிகவும் மோசமானது, முட்டாள் தனமானது. அது என்னைச் சிறுமைப்படுத்திக் காட்டியது.'

மனைவி லாரீன் பவெல்லுடன் பாலோ ஆல்டோவிலுள்ள அவர்களுடைய வீட்டின் பின்புறத்தில், ஆகஸ்ட் 1997: லாரீன் ஜாப்ஸின் வாழ்க்கையில் ஓர் அறிவுபூர்வமான நங்கூரமாக விளங்கினார்.

பாலோ ஆல்டோ வீட்டிலுள்ள அவருடைய அலுவலக அறையில்: 'உயர்மனிதப் பண்பும் தொழில்நுட்பமும் சந்திக்கும் இடத்தில் நான் வாழ விரும்புகிறேன்.'

ஜாப்ஸின் குடும்ப நிழற்படத் தொகுப்பிலிருந்து

ஆகஸ்ட் 2011இல், ஜாப்ஸ் மிகவும் நோய்வாய்ப்பட்டிருந்தபோது, நாங்கள் இருவரும் அவருடைய அறையில் அமர்ந்து இந்தப் புத்தகத்தில் நான் பயன்படுத்துவதற்கான திருமணம், விடுமுறைக் காட்சிகள் அடங்கிய புகைப்படங்களை அலசினோம்.

14

திருமணச் சடங்கு, 1991: ஸ்டீவின் ஸோத்தோ ஜென் குருவான கோபுன் சீனோ ஒரு குச்சியை ஆட்டி, சேகண்டியில் (ஓசையெழுப்பும் ஒருவகைத் தாம்பாளம்) அடித்து, ஊதுவத்திகளைக் கொளுத்தி, மந்திரங்களை உச்சரித்தார்.

15

பெருமிதம் பொங்க நிற்கும் அவருடைய தந்தை பால் ஜாப்ஸுடன்: ஸ்டீவின் சகோதரி மோனா தங்களுடைய பெற்றெடுத்த (உயிரியல்) தந்தையைத் தேடிக் கண்டுபிடித்த பிறகும், ஸ்டீவ் அவரை ஒருபோதும் சந்திக்க விரும்பவில்லை.

இடது: அரைக் குவிமாட வடிவிலான கேக்கை வெட்டும்பொழுது. உடன் லாரீனும் ஸ்டீவின் முந்தைய உறவில் பிறந்த மகளான லிசா ப்ரென்னனும்.

கீழே: லாரீன், லிசா ஆகியோருடன் ஸ்டீவ்: அதன்பிறகு சிறிது காலத்திற் குள்ளாகவே லிசா அவர்களுடைய வீட்டில் குடியேறி, தன்னுடைய உயர்நிலைப் பள்ளி படிப்பு முடியும் வரை தங்கியிருந்தாள்.

16

17

18

இத்தாலியிலுள்ள ரவெல்லோவில் ஈவ், ரீட், எரின், லாரீன் ஆகியோருடன், 2003: விடுமுறை நாள்களிலும் அவர் அடிக்கடி விலகியிருந்து தமது வேலைகளில் மூழ்கிவிடுவார்.

பாலோ ஆல்டோவிலுள்ள ஃபுட்ஹில்ஸ் பூங்காவில் ஈவைத் தலைகீழாகப் பிடித்துக் கொண்டு ஆட்டும் காட்சி: 'அவள் துப்பாக்கி போன்றவள். நான் இதுவரை கண்ட குழந்தைகள் எல்லோரையும்விட மிகவும் திடமான மனவலிமை கொண்டவள். என்னைத் திருப்பியடிப்பது போலிருக்கிறது.'

19

20

கிரேக்க நாட்டிலுள்ள கோரிந்த் கனாலில் லாரீன், ஈவ், எரின், லிசா ஆகியோருடன், 2006: 'இளம் வயதினருக்கு இந்த உலகம் முழுவதும் இப்பொழுது ஒரே மாதிரிதான்.'

க்யோதொவில் எரினுடன், 2010: ரீடும் லிசாவும் சென்றது போல, எரினுக்கும் தன்னுடைய தந்தையுடன் ஜப்பான் செல்லும் ஒரு சிறப்புப் பயண வாய்ப்புக் கிடைத்தது.

21

22

கென்யாவில் ரீடுடன், 2007: 'நான் புற்றுநோயால் பாதிக்கப்பட்டிருப்பதை தெரிந்துகொண்டபோது, கடவுளோ, வேறு என்னவோ, அதனுடன் ஓர் ஒப்பந்தம் செய்துகொண்டேன் – ரீட் பட்டம்பெறுவதை நான் காணவேண்டுமென்று.'

23

டயானா வாக்கரிடமிருந்து மேலும் ஒன்றே ஒன்று: 2004ஆம் ஆண்டு ஸ்டீவின் பாலோ ஆல்டோ வீட்டில் எடுக்கப்பட்ட முழு நிழற்படம்.

அவசியமே இல்லாமல் போயிற்று. ஆப்பிளுக்கு நெக்ஸ்டிலிருந்து ஏற்கனவே செய்திகள் வந்தவண்ணம் இருந்தன. நெக்ஸ்டின் நடுநிலை தயாரிப்பு விளம்பர நிர்வாகி காரெட் ரைஸ் அந்தத் தொலைபேசி அழைப்பை ஏற்று, ஜாப்ஸுடன் கலந்தாலோசிக்காமலே எல்லென் ஹான்காக்கை அழைத்து அவர் தங்கள் மென்பொருளைப் பார்க்க விரும்புகிறாரா என்று வினவினார். அவரும் காரெட்டிடம் ஒருவரை அனுப்பிவைத்தார்.

1996இன் தாங்க்ஸ்கிவிங் (அறுவடைத் திருநாள்) பண்டிகையின் போது இரு நிறுவனங்களும் நடுநிலைப் பேச்சுக்களைத் தொடங்கி யிருந்தன. ஜாப்ஸ் தொலைபேசியில் அமேலியோவை நேரடியாக அழைத்தார். 'நான் இப்போது ஜப்பானுக்குப் பயணம் மேற்கொண்டிருக் கிறேன். ஒரு வாரத்தில் திரும்பிவிடுவேன். வந்ததும், உங்களை நேரில் சந்திக்க விரும்புகிறேன்' என்றார். 'நாம் சந்தித்துப் பேசும்வரை எந்தவித முடிவும் எடுக்க வேண்டாம்' என்றும் கேட்டுக்கொண்டார். அமேலியோ ஜாப்ஸுடன் ஏற்பட்ட கசப்பான அனுபவத்தையும் மீறி, அவரிடமிருந்து அழைப்பு வந்ததை எண்ணி மிகவும் பூரித்துப் போனார். ஜாப்ஸுடன் பணியாற்றப் போவதே ஒரு கிளர்ச்சியூட்டும் உணர்வாக இருந்தது. 'என்னைப் பொறுத்தவரை, ஸ்டீவுடனான அந்தத் தொலைபேசி உரையாடல் வின்டேஜ் மது[3]வின் கிறக்கத்தைத் தந்தது' என்றார் அமேலியோ. தாங்கள் இருவரும் சந்தித்துப் பேசும் வரையில் 'பே'யுடனோ வேறு யாருடனோ இதுகுறித்து எந்தவித ஒப்பந்தமும் செய்துகொள்ளப் போவதில்லை என்று அவர் ஜாப்ஸிற்கு உறுதியளித்தார்.

ஜாப்ஸைப் பொறுத்தவரையில், பேயுடனான போட்டி தொழில் ரீதியாக மட்டுமன்றி, தனிப்பட்ட முறையிலானதும்கூட. நெக்ஸ்ட் தோல்வியைத் தழுவிக்கொண்டிருந்த நிலையில், ஆப்பிள் அதை வாங்குவது என்பது உயிரை மீட்டுத்தரும் ஆதரவாக இருந்தது. மேலும், ஜாப்ஸிற்குப் பழிவாங்கும் எண்ணம் இருந்தது – சிலசமயம் ஒரு தீவிர ஆர்வமாய். அந்தப் பட்டியலில் காஸே ஏறக்குறைய முன்னிலையில் இருந்தார் – ஜாப்ஸ் நெக்ஸ்டில் இருந்தபோது அவர்களுக்குள் சற்று இணக்கம் ஏற்பட்டதுபோல் தெரிந்திருந்தும் கூட. 'என் வாழ்வில் நான் கண்டவர்களுள் உண்மையிலேயே கொடூரமான மிகச் சிலருள் காஸேயும் ஒருவர்' என்று ஜாப்ஸ் பின்னொரு சமயம் சற்று நியாய மின்றி வலியுறுத்தினார். '1985இல் அவர் என் முதுகில் குத்தினார்.' ஸ்கல்லி அவரைவிடக் கொஞ்சம் கண்ணியமாக நடந்துகொண்டார் – குறைந்தபட்சம் ஜாப்ஸின் நெஞ்சில்தான் குத்தினார்.

---

[3] உயர்ந்த திராட்சையைக் கொண்டு குறிப்பிட்ட காலத்திற்கு முதிர வைக்கப்பட்டு, தயாரிக்கப்படும் உயர்ரக மது. (மொ-ர்)

1996 டிசம்பர் 2 அன்று, வெளியேற்றப்பட்டு பதினோரு ஆண்டு களுக்குப்பின் முதல் முறையாக ஸ்டீவ் ஆப்பிளின் க்யூபர்டினோ வளாகத்தில் காலடி எடுத்துவைத்தார். செயல் அதிகாரிகள் கூடும் அறையில் அவர் அமேலியோவையும் ஹான்காக்கையும் நெக்ஸ்டின் விற்பனை பற்றிப் பேசுவதற்காகச் சந்தித்தார். மீண்டும் அங்குள்ள அதே வெள்ளைப் பலகையில் எழுதத் தொடங்கினார் - இம்முறை அவருடைய விளக்கம் அலைகளாய் உருவாகி, நெக்ஸ்டின் வெளி யீட்டோடு நிறைவுபெற்ற நான்குவித கணினி அமைப்புகள் (கம்ப்யூட்டர் சிஸ்டம்ஸ்) பற்றியது. அவருடைய பேச்சு சிந்தையை மிகவும் கவர்வதாக இருந்தது – முன்னே அமர்ந்துள்ள இருவரும் அவர் மதிக்காதவர்களாக இருந்த போதிலும். அடக்கமான பாவனையில் பேசுவது அவருக்குக் கைவந்த கலை. 'இது மிகவும் கிறுக்குத்தனமான யோசனையாக இருக்கலாம்' என்ற அவர், அவர்கள் விரும்பினால் 'எந்தவிதமான ஒப்பந்தத்தையும் செய்துதரத் தயாராக இருக்கிறேன் – மென்பொருளுக்கு உரிமம் வேண்டுமா, நிறுவனத்தை உங்களுக்கு விற்றுவிட வேண்டுமா, எதுவேண்டுமானாலும் சரி' என்றார். உண்மையில் எல்லாவற்றை யும் விற்றுத் தீர்த்துவிடும் எண்ணத்தில்தான் அவர் இருந்தார் – அதையே வலியுறுத்தவும் செய்தார். 'கவனமாகப் பார்த்தால், எனது மென்பொருளை விடவும் கூடுதலாக வேண்டும் என்று தீர்மானிப்பீர்கள்' என்றார் அவர். 'எனது நிறுவனம் முழுவதையும், அதன் ஊழியர் களோடு சேர்த்து வாங்கிக்கொள்ள விரும்புவீர்கள்.'

சில வாரங்கள் கழித்து ஜாப்ஸும் அவருடைய குடும்பத்தினரும் கிறிஸ்துமஸ் விடுமுறைக்காக ஹவாய் சென்றார்கள். லாரி எல்லிசனும் அங்கு வந்திருந்தார் – முந்தைய ஆண்டு போலவே. 'லாரி, உங்களுக்குத் தெரியுமா? நீங்கள் வாங்கவேண்டிய அவசியம் இல்லாமலே மீண்டும் ஆப்பிளுக்குள் நுழைந்து கட்டுப்பாட்டை என் கையில் எடுத்துக்கொள்ள ஒரு வழியைக் கண்டுபிடித்துவிட்டேன் என்று நினைக்கிறேன்' – கடற்கரையில் நடந்தவாறே ஜாப்ஸ் கூறினார். எல்லிசன் நினைவு கூர்ந்தார்: 'அவர் தமது செயல்திட்டத்தை விளக்கினார். முதலில் ஆப்பிள் நெக்ஸ்டை வாங்கும்படி செய்வது; பின்னர் நிர்வாகக் குழுவில் தலைமை நிர்வாக அதிகாரிக்கு அடுத்தபடியான பதவியில் அமர்ந்து கொள்வது.' ஜாப்ஸ் ஒரு முக்கிய விஷயத்தை மறந்துவிட்டதாக எல்லிசன் கருதினார். 'ஆனால் ஸ்டீவ், ஒரு விஷயம் எனக்குப் புரியவில்லை; நாங்கள் நிறுவனத்தை வாங்கவில்லை என்றால், இலாபம் ஈட்டுவது எப்படி?' அவர்களுடைய ஆசைகளிடையே இருந்த வேறுபாட்டை இது நினைவூட்டியது. ஜாப்ஸ் எல்லிசனின் இடது தோளில் தமது கையை வைத்து, அவரை மிக அருகில் இழுத்தார் – அவர்களுடைய மூக்குகள் தொட்டுக்கொள்ளும் அளவிற்கு. 'லாரி, நான் உங்களுடைய

நண்பனாக இருப்பது மிக முக்கியம் என்பது இதனால்தான். உங்களுக்கு இன்னும் அதிகப் பணமெல்லாம் தேவையில்லை.'

இதற்குத் தாம் பதிலளித்தபோது தமது குரல் ஏறக்குறைய ஒரு கேவலாய் ஒலித்ததாக எல்லிசன் நினைவுகூர்ந்தார்: 'சரி, எனக்குப் பணம் தேவைப்படாமல் இருக்கலாம். ஆனால் ஃபிடெலிட்டியில் உள்ள ஏதோ ஒரு நிதி மேலாளருக்கு அந்தப் பணம் ஏன் போய்ச் சேர வேண்டும்? வேறு எவனுக்கோ ஏன் கிடைக்கவேண்டும்? அது ஏன் நாங்களாக இருக்கக் கூடாது?'

'நான் மீண்டும் ஆப்பிளில் இணைந்துகொண்டால், ஆப்பிளில் எனக்குச் சொந்தமாக எதுவும் இல்லையென்றால், உனக்கும் சொந்த மாக எதுவும் இல்லையென்றால், எனக்கு மனத்தளவில் நியாயமான ஒரு தளம் இருக்கும் என்று நினைக்கிறேன்.'

'ஸ்டீவ், உங்கள் மனத்தளம் இருக்கிறதே, அது மிகவும் விலை உயர்ந்தது' என்றார் எல்லிசன். 'இதோ பாருங்கள், ஸ்டீவ். நீங்கள் எனக்கு உயிர் நண்பர். ஆப்பிள் உங்களுடைய நிறுவனம். உங்களுக்கு என்ன விருப்பமோ சொல்லுங்கள், செய்கிறேன்.' ஜாப்ஸ் ஆப்பிளைக் கையகப்படுத்துவது தமது நோக்கமல்ல என்று பின்னர் கூறினாலும், எல்லிசன் அது தவிர்க்கமுடியாதது என்று கருதினார். 'அமேலியோ வுடன் ஒரு அரைமணி நேரத்திற்கு மேல் யார் பேசினாலும் அவரால் தம்மை மாய்த்துக்கொள்வதைத் தவிர வேறெதுவும் செய்ய முடியாது என்பதைப் புரிந்துகொள்வார்கள்' என்று அவர் பின்னர் கூறினார்.

நெக்ஸ்டிற்கும் 'பே'க்கும் இடையிலான போட்டி டிசம்பர் 10 அன்று பாலோ ஆல்டோவிலுள்ள கார்டன் கோர்ட் ஹோட்டலில் அமேலியோ, ஹான்காக் மற்றும் ஆறு ஆப்பிள் செயல் அதிகாரிகள் முன்னிலையில் நடைபெற்றது. நெக்ஸ்ட் முதலில் வந்தது – அவீ டெவானியன் மென்பொருளுக்குச் செயல்விளக்கம் தர, ஜாப்ஸ் தமது விற்பனைத் திறமையால் வசியப்படுத்தினார். அவர்களுடைய மென்பொருள் ஒரே சமயத்தில் திரையில் எப்படி நான்கு வீடியோ படங்களைக் காட்டுகிறது, மல்டிமீடியாவை (பல்லூடகம்) எப்படி உருவாக்குகிறது, இணைய தளத்தோடு எப்படித் தொடர்பு ஏற்படுத்திக் கொள்கிறது என்பதை விளக்கிக் காட்டினார்கள். 'நெக்ஸ்ட் ஆபரேட்டிங் சிஸ்டம் (இயங்கு தளம்) பற்றிய ஸ்டீவின் விற்பனை உத்திகள் அற்புதமாக இருந்தன' – இது அமேலியோவின் கருத்து. 'அவர் அதன் சிறப்பம்சங்களையும் வலிமைகளையும் போற்றிய விதம் ஏதோ மாக்பெத் கதாபாத்திரத்திற்கு ஒலிவியெ உயிரூட்டி நடித்ததை விவரிப்பது போலிருந்தது.'

பிறகு காஸே வந்தார். ஆனால் ஏதோ ஒப்பந்தம் தமது கைக்கு வந்துவிட்டது போல் நடந்துகொண்டார். புதிய செயல்விளக்கம் எதையும் அளிக்கவில்லை. ஆப்பிள் குழுவிற்கு பே இயங்கு தளத்தின் *(ஆபரேட்டிங் சிஸ்டம்)* திறன் பற்றித் தெரியுமென்றும், வேறு ஏதாவது தெரிந்து கொள்ள விரும்புகிறார்களா என்று மட்டும் கேட்டதோடு சுருக்கமாய் முடித்துக்கொண்டார். காஸே பேசிக்கொண்டிருக்கையில், ஜாப்ஸும் டெவானியனும் பாலோ ஆல்டோவின் வீதிகளில் உலவிய வண்ணம் இருந்தனர். சிறிது நேரத்திற்குப்பின் கூட்டத்திற்கு வந்திருந்த ஆப்பிள் அதிகாரிகளில் ஒருவரைச் சந்தித்தனர். 'இந்த ஒப்பந்தத்தில் வெற்றி உங்களுக்குத்தான்' என்றார் அவர்.

பின்னர் டெவானியன் இதுபற்றிக் கூறுகையில், அதில் ஆச்சரியம் ஒன்றுமில்லை என்றார்: 'எங்களிடம் மேலும் சிறப்பான தொழில்நுட்பம் இருந்தது; எங்களுடைய தீர்வு முழுமையானது; தவிர, எங்களுடன் ஸ்டீவ் இருந்தார்.' ஜாப்ஸை மீண்டும் ஆப்பிளுக்குள் கொண்டுவருவது இருமுனைக் கத்தியைக் கையாள்வதற்குச் சமம் என்று அமேலியோ விற்குத் தெரியும். ஆனால் காஸேயைக் கொண்டு வந்தாலும் அதே கதைதான். பலகாலம் முன்பிலிருந்தே மகின்டாஷ் குழுவில் பணி யாற்றிய லாரி டெஸ்லர் அமேலியோவிடம் நெக்ஸ்டைத் தேர்ந் தெடுக்கும்படி கூறினார். அத்துடன், 'இரண்டு நிறுவனங்களில் நீங்கள் எதைத் தேர்ந்தெடுத்தாலும் உங்கள் பதவி பறிபோவது நிச்சயம் – அது ஸ்டீவா ஜேன் லூயியா என்பதுதான் கேள்வி.'

அமேலியோ ஜாப்ஸைத் தேர்ந்தெடுத்தார். அவர் ஜாப்ஸை அழைத்து ஆப்பிள் நிர்வாகக் குழுவிடம் நெக்ஸ்டை வாங்குவதற்கான பேச்சு வார்த்தைகளைத் தொடங்குவதற்குத் தமக்கு அதிகாரம் அளிக்கும்படி கேட்கப்போவதாகக் கூறினார். அந்தக் கூட்டத்தில் கலந்துகொள்ள விரும்புகிறாரா என்று அமேலியோ கேட்க, ஜாப்ஸ் சம்மதம் தெரிவித்தார். அறையினுள் நுழைந்தவர், அங்கு மைக் மார்க்குலாவைக் கண்டதும் சில கணங்கள் உணர்ச்சி மேலிட்டது. ஒரு தந்தை போலவும் குருவாகவும் இருந்த மைக் மார்க்குலா, 1985இல் ஸ்கல்லிக்கு ஆதரவாக நடந்துகொண்டபிறகு, அவர்களிடையே பேச்சுவார்த்தைகள் இல்லாமல் போயிருந்தது. ஜாப்ஸ் அவரிடம் சென்று கைகுலுக்கினார்.

ஜாப்ஸ் அமேலியோவைத் தமது பாலோ ஆல்டோ வீட்டிற்கு ஒரு நட்புறவுப் பேச்சுவார்த்தைக்காக அழைத்தார். அமேலியோ தமது கம்பீரமான 1973 மெர்சிடிஸ் காரில் வந்து இறங்கினார். ஜாப்ஸிற்குத் திருப்தியாக இருந்தது; அவருக்கு அந்தக் கார் மிகவும் பிடித்திருந்தது. வெகுநாள்களுக்குப் பின் ஒருவழியாகப் புதுப்பிக்கப்பட்டிருந்த சமையலறையில் ஜாப்ஸ் தேநீர் தயாரிக்கக் கெண்டியில் நீர் நிரப்பி அடுப்பில் வைத்தார். பின் அவர்கள் இருவரும் பிட்ஸா அடுப்பின்

முன்னாலிருந்த மர மேசையருகே அமர்ந்துகொண்டார்கள். பேச்சு வார்த்தைகளில் நிதி தொடர்பான பகுதிகள் சீராகத் தொடர்ந்தன. ஜாப்ஸ் காஸே போல அளவுக்கு அதிகமாக ஆசைப்படும் தவறு நேராமல் பார்த்துக்கொண்டார். நெக்ஸ்டிற்கு ஆப்பிள் ஒரு பங்குக்கு 12 டாலர் என்ற கணக்கில் விலை தரலாம் என்றார் - இது ஏறத்தாழ 500 மில்லியன் டாலர் வரும். அமேலியோ அது மிக அதிகம் என்று கூறி, ஒரு பங்கு 10 டாலர் அல்லது மொத்தம் 400 மில்லியன் டாலருக்குச் சற்றுக் கூடுதலாக என்று எதிர்பேரம் பேசினார். பேயைப் போலல்லாது, நெக்ஸ்ட் உண்மையிலேயே நல்ல தயாரிப்பு, ஆரோக்கிய மான நிதி நிலவரம் மற்றும் அற்புதமான குழுவோடு இருந்தது. ஆனாலும், பேசப்பட்ட விலை ஜாப்ஸிற்கு மிகவும் ஆச்சரியமும் மகிழ்ச்சியும் அளித்தது. ஆகவே அதனை உடனே ஏற்றுக்கொண்டுவிட்டார்.

ஒரே ஒரு பிரச்சினைதான் இருந்தது: ஜாப்ஸ் அவருடைய தொகை முழுவதையும் ரொக்கமாகவே பெற்றுக்கொள்ள விரும்பினார். அமேலியோ 'ஆட்டமென்றால் கொஞ்சம் நியாயம் வேண்டும்' என்று கூறி, பங்குகளாகப் பெற்றுக்கொண்டு அதையும் ஓராண்டு காலத் திற்குக் கைவசம் வைத்திருக்க வேண்டும் என்றும் கேட்டுக்கொண்டார். ஜாப்ஸ் மறுத்தார். முடிவாக ஒரு தீர்வை எட்டினர்: 120 மில்லியன் டாலர் ரொக்கமாகவும், 37 மில்லியன் டாலர் பங்குகளாகவும் பெற்றுக் கொண்டு, அவற்றை ஆறு மாதகாலம் இருப்பு வைத்துக்கொள்ளச் சம்மதித்தார்.

வழக்கம்போலச் சிறிதுதூரம் காலார நடந்தவாறே பேச ஜாப்ஸ் விரும்பினார். பாலோ ஆல்டோவைச் சுற்றி நடந்துவருகையில், ஆப்பிள் நிர்வாகக் குழுவில் தாம் இடம்பெறுவது பற்றி ஜாப்ஸ் மெல்லக் குறிப்பிட்டார். அமேலியோ கடந்தகாலப் பின்னணியைக் கருத்தில் கொண்டு இப்படியொரு முடிவை உடனடியாக எடுப்பது சிரமம் என்றுகூறி, அதைத் தட்டிக்கழிக்க முயன்றார். 'ஜில், இது மிகவும் வருத்தமளிக்கிறது. அது என்னுடைய நிறுவனமாக இருந்தது. ஸ்கல்லியுடனான அந்த பயங்கரமான அனுபவத்திற்குப் பின் நான் வெளியேற்றப்பட்டேன் என்பதுதான் உண்மை.' தமக்குப் புரிகிறது என்றாலும், நிர்வாகக் குழுவின் கருத்து பற்றித் தம்மால் எதுவும் கூற இயலாது என்றார் அமேலியோ. ஜாப்ஸுடன் பேச்சுவார்த்தை தொடங்கும்பொழுதே அவர் மனதுக்குள் தீர்மானித்து வைத்திருந்தார் – 'தர்க்கரீதியாகத்தான் பேசவேண்டும்; வசீகரத்தை ஒதுக்கிவிட வேண்டும்' என்று. ஆனால் நடந்துகொண்டே பேசியதில், மற்ற பலரைப் போலவே அவரும் ஜாப்ஸின் மாயவலைக்குள் சிக்கியிருந்தார். 'ஸ்டீவின் ஆற்றலும் உற்சாகமும் என்னைக் கட்டிப்போட்டுவிட்டன' என்று அவர் நினைவுகூர்ந்தார்.

நீண்டுகிடந்த அடுக்குமாடிக் குடியிருப்புகளை ஓரிரு முறை சுற்றி வந்த பிறகு, அவர்கள் வீட்டிற்குத் திரும்பினர். லாரீனும் குழந்தைகளும் கூடத் திரும்பிவந்துகொண்டிருந்தனர். அவர்கள் எல்லோரும் பேச்சு வார்த்தைகள் சுமுகமாக முடிந்ததை மகிழ்ச்சியுடன் கொண்டாடினார்கள். அமேலியோ தமது மெர்சிடிஸில் புறப்பட்டுச் சென்றார். 'அவர் ஏதோ என்னோடு வாழ்நாள் முழுதும் பழகிய நண்பர்போல உணர்ந்தேன்' என்றார் அமேலியோ. அது ஜாப்ஸிற்குக் கைவந்த கலை. பின்னாளில், ஜாப்ஸ் தமது வெளியேற்றத்தைச் செயல்படுத்தியபோது, அமேலியோ அந்த நாளில் ஜாப்ஸ் வெளிப்படுத்திய நட்புறவை வருத்தத்துடன் நினைவுகூர்ந்தபடி சொல்வார்: 'நான் வேதனையுடன் புரிந்து கொண்டேன் – அது அவருடைய மிகச் சிக்கலான சுபாவத்தில் ஓர் அம்சம் மட்டுமே என்று.'

ஆப்பிள் நெக்ஸ்டை வாங்கப்போகிறது என்பதை காஸேக்குத் தெரிவித்தபின் அமேலியோவிற்கு தர்மசங்கடமான சவால் ஒன்று காத்திருந்தது: கேட்ஸிடம் இதை எப்படிச் சொல்வது? 'அவர் மிகவும் பரபரப்படைந்தார்' என்று அமேலியோ நினைவுகூர்ந்தார். கேட்ஸிற்கு இது மிகவும் விநோதமாக இருந்தது. ஆனால் ஜாப்ஸின் சாகசம் அவருக்கு ஆச்சரியம் தரவில்லை. 'ஸ்டீவ் ஜாப்ஸிடம் உண்மையிலேயே ஏதாவது சரக்கு இருக்கிறது என்று நினைக்கிறீர்களா? எனக்கு அவருடைய தொழில்நுட்பம் பற்றி நன்றாகத் தெரியும் – அது வெறும் மெருகூட்டப் பட்ட யூனிக்ஸ்தான்; அதை வைத்துக்கொண்டு உங்கள் கணினிகளில் பெரிதாக ஒன்றும் செய்துவிட முடியாது' என்றார் கேட்ஸ். ஜாப்ஸைப் போலவே, கேட்ஸுக்கும் சூடேறுவதில் ஒரு தனிப்பாணி இருந்தது; அதைத்தான் இப்பொழுது செய்தார்: 'ஸ்டீவிற்குத் தொழில்நுட்பம் பற்றி எதுவும் தெரியாது என்பது உங்களுக்குப் புரியவில்லையா? அவர் விற்பனையில் அசகாய சூரர் – அவ்வளவுதான்; நீங்கள் இப்படியொரு முட்டாள்தனமான முடிவை எடுப்பீர்கள் என்று என்னால் நம்ப முடியவில்லை. அவருக்குப் பொறியியல் பற்றி எதுவும் தெரியாது; அவர் சொல்வதும் சிந்திப்பதும் 99% தவறாகத்தான் இருக்கும். நீங்கள் எதற்காக அந்தக் குப்பையையெல்லாம் வாங்கித் தொலைக்கிறீர்கள்?'

பல ஆண்டுகள் கழித்து கேட்ஸிடம் அதுபற்றிக் கேட்டபோது, தாம் அந்த அளவிற்கெல்லாம் ஏமாற்றத்தோடு பேசியதாக அவருக்கு நினைவில்லை. நெக்ஸ்டை வாங்கியதால் ஆப்பிளுக்குப் புதிய இயங்கு தளம் *(ஆபரேட்டிங் சிஸ்டம்)* எதுவும் கிட்டிவிடவில்லை என்று அவர் வாதிட்டார். 'அமேலியோ நெக்ஸ்டிற்காக மிக அதிகத் தொகை கொடுத்திருந்தார். ஆனால், உண்மையைச் சொல்வதானால் நெக்ஸ்டின் இயங்கு தளத்தை அவர்கள் பயன்படுத்தவே இல்லை.' மாறாக, இந்தப் பரிமாற்றத்தால் அவீ டெவானியன் கிடைத்தார்; அவர் அப்பொழுது

வழக்கிலிருந்த ஆப்பிள் இயங்கு தளத்தை மேலும் சிறப்பாகச் செயல்பட வைத்து அதில் நெக்ஸ்ட் தொழில்நுட்பத்தின் கருப்பொருளையும் புகுத்திவிட்டார். இந்த ஒப்பந்தம் ஜாப்ஸை மீண்டும் அதிகாரத்திற்குக் கொண்டுவரும் என்று கேட்ஸிற்குத் தெரிந்திருந்தது. 'ஆனால் அது விதியின் விசித்திரமான திருப்பம்' என்றார் அவர். 'அவர்கள் வாங்கிய தென்னவோ அற்புதமான தலைமை நிர்வாக அதிகாரியாக வருவார் என்றெல்லாம் யாருமே எதிர்பார்க்காத ஒரு பேர்வழியை. ஏனெனில், அவருக்கு அதில் எவ்வித முன்னனுபவமும் இல்லை. ஆனால் அவர் மிகவும் புத்திசாலி. வடிவமைப்பிலும் பொறியியலிலும் அற்புதமான ரசனையுள்ளவர். இடைக்காலத் தலைமை நிர்வாக அதிகாரியாக அதிகாரம் பெறத் தேவையான அளவிற்குத் தனது கிறுக்குத்தனங்களை எல்லாம் கச்சிதமாய்க் கட்டுப்படுத்தி வைத்திருந்தார்.'

எல்லிசனும் கேட்ஸும் நம்பியிருந்ததற்கு மாறாக, ஜாப்ஸ் ஆழ்ந்த, முரண்பட்ட மனோநிலையில் இருந்தார்; ஆப்பிளில் ஆற்றல் மிக்க தொரு பொறுப்பை ஏற்கத்தான் வேண்டுமா என்று – குறைந்தபட்சம் அமேலியோ அங்குள்ள வரையிலாவது. நெக்ஸ்டை வாங்கப்போவதை அதிகாரப்பூர்வமாக அறிவிப்பதற்குச் சில நாள்கள் முன்னதாக அமேலியோ ஜாப்ஸிடம் ஆப்பிளில் முழுநேரமாய் இணைந்துகொண்டு, இயங்கு தளத்தின் (*ஆபரேட்டிங் சிஸ்டம்*) பொறுப்பை ஏற்றுக்கொள்ளுமாறு கேட்டுக் கொண்டார். என்றாலும் ஜாப்ஸ் இந்த வேண்டுகோளைத் தட்டிக் கழித்துவந்தார்.

முடிவில் அறிவிப்பிற்கான நாளும் வந்தது. அமேலியோ ஜாப்ஸை உள்ளே அழைத்தார். அவருக்குத் தெளிவான பதில் தேவைப்பட்டது. 'ஸ்டீவ், நீங்கள் பணத்தை மட்டும் வாங்கிக்கொண்டு வெளியேற விரும்புகிறீர்களா? அதுதான் உங்களுக்கு வேண்டும் என்றால் சரி.' ஜாப்ஸ் பதிலேதும் பேசவில்லை; அவருடைய பார்வையில் கூர்மை இருந்தது. 'நீங்கள் இங்கு பணியாற்ற விரும்புகிறீர்களா? ஒரு ஆலோசகராக?' ஜாப்ஸ் அதற்கும் மௌனம் சாதித்தார். அமேலியோ வெளியே சென்று ஜாப்ஸின் வழக்கறிஞர் லாரி ஸோன்ஸினியை அருகில் இழுத்து, ஜாப்ஸிற்கு என்னதான் வேண்டுமாம் என்று கேட்டார். 'எனக்கும் ஒன்றும் புரியவில்லை' என்றார் ஸோன்ஸினி. அமேலியோ மீண்டும் உள்ளே சென்று மூடிய கதவுகளுக்குள் நின்றபடி ஜாப்ஸிடம் மேலும் ஒருமுறை முயன்றார்: 'ஸ்டீவ், உங்கள் மனதில் என்ன இருக்கிறது? உங்களுக்கு ஏதாவது தோன்றுகிறதா? தயவுசெய்து சொல்லுங்கள். எனக்கு ஒரு தெளிவான தீர்மானம் வேண்டும்.'

'எனக்கு நேற்றிரவு சரியாக உறக்கமே வரவில்லை' என்று ஜாப்ஸ் பதிலளித்தார்.

'ஏன்? என்ன பிரச்சினை?'

'செய்யவேண்டிய வேலைகள், நாம் செய்துகொள்ளப்போகும் ஒப்பந்தம் — அது பற்றிய யோசனைகள். எல்லாமாகச் சேர்ந்து தலையைச் சுற்றுகிறது. மிகவும் தளர்ச்சியாக உள்ளது. தெளிவாகச் சிந்திக்க முடியவில்லை. இதற்குமேலும் கேள்விகளை என்னால் தாங்க முடியாது, அவ்வளவுதான்.'

அது சாத்தியமில்லை என்றார் அமேலியோ. ஜாப்ஸ் ஏதாவது ஒரு பதில் கூறித்தான் ஆகவேண்டும்.

முடிவாக ஜாப்ஸ் பதிலளித்தார்: 'இதோ பாருங்கள், அவர்களிடம் நீங்கள் ஏதாவது கூறித்தான் ஆகவேண்டும் என்றால், தலைவருக்கு ஆலோசகர் என்று கூறிவிடுங்கள், அது போதும்.' அமேலியோவும் அதைத்தான் செய்தார்.

அன்று மாலை அதிகாரப்பூர்வமான அறிவிப்பு வெளியிடப்பட்டது — டிசம்பர் 20, 1996 — ஆப்பிள் தலைமையகத்தில் கைதட்டி ஆரவாரிக்கும் 250 ஊழியர்கள் முன்னிலையில். ஜாப்ஸ் கேட்டுக்கொண்டபடியே அமேலியோ அவருடைய புதிய பொறுப்பை வெறும் பகுதிநேர ஆலோசகர் என அறிவித்தார். மேடையின் பக்கவாட்டிலிருந்து வருவதற்குப் பதிலாக, ஜாப்ஸ் அரங்கத்தின் பின்புறத்திலிருந்து வந்து நடைபாதை வழியே மெல்ல முன்னோக்கிச் சென்றார். ஜாப்ஸ் பேச முடியாத அளவிற்கு மிகவும் தளர்வோடு இருப்பதாக அமேலியோ கூடியிருந்தவர்களிடம் முன்கூட்டியே அறிவித்திருந்தார். ஆனால் கைதட்டலும் ஆரவாரமும் ஜாப்ஸிற்குப் புதிய தெம்பையும் உற்சாகத்தையும் அளித்தன. 'நான் மிகவும் பூரித்துப் போயிருக்கிறேன்' என்றார் அவர். 'எனது பழைய சக ஊழியர்கள் சிலரை மீண்டும் புதிதாய்த் தெரிந்துகொள்வதற்காக ஆவலுடன் காத்திருக்கிறேன்.' *ஃபினான்ஷியல் டைம்ஸ்* பத்திரிகையின் லூயி கெஹோ பின்னர் மேடைக்கு வந்து ஏறத்தாழ குற்றம்சாட்டும் தொனியில் ஜாப்ஸிடம் ஆப்பிளை வாங்குவதாக உத்தேசமா என்று கேட்டார். 'ஓ, அப்படியெல்லாம் இல்லை, லூயி, என் வாழ்க்கையில் இப்போது பல விஷயங்கள் நடந்து வருகின்றன. எனக்கென்று ஒரு குடும்பம் இருக்கிறது. பிக்ஸாரில் ஈடுபட்டிருக்கிறேன். எனக்கு நேரம் மிகக் குறைவு — ஆனால் சில நல்ல யோசனைகளைப் பகிர்ந்துகொள்ளலாம் என்று எண்ணியிருக்கிறேன்.'

அடுத்த நாள் ஜாப்ஸ் பிக்ஸாருக்குக் காரில் சென்றார். அவருக்கு அந்தச் சூழலின்மேல் ஒருவிதக் காதலே உண்டாகியிருந்தது. தொடர்ந்து தாமே தலைவராக இருந்து ஈடுபாடு காட்டப்போவதாக அங்குள்ள தமது குழுவினரிடம் தெரிவிக்க அவர் விரும்பினார். ஆனால் பிக்ஸாரிலுள்ளவர்கள் அவர் ஆப்பிளுக்குப் பகுதி நேரமாகவாவது செல்வதில்

உள்ளூர மகிழ்ச்சியடைந்தார்கள்; ஜாப்ஸின் பார்வையிலிருந்து சிறிது நேரமாவது விடுதலை கிடைப்பது நல்ல விஷயம்தான். பெரிய அளவிலான மேல்மட்டப் பேச்சுவார்த்தைகள் நடைபெறும்பொழுது அவர் மிகவும் பயனுள்ளவராக இருந்தார். ஆனால் ஓய்வு நேரம் அளவுக்கு அதிகமாக இருக்கும் வேளைகளில் அவர் ஆபத்தானவர். அன்று பிக்ஸாருக்கு அவர் வந்திருந்தபோது, லாசெட்டரின் அலுவலகத் திற்குச் சென்று ஆப்பிளில் வெறும் ஆலோசகராக இருப்பதற்கே தமது நேரத்தில் ஒரு பெரும்பங்கு செலவாகும் என்று விளக்கினார். லாசெட்டரின் வாழ்த்துகள் தமக்கு வேண்டும் என்று கேட்டுக் கொண்டார். 'இந்தப் பொறுப்பை ஏற்றுக்கொள்வதனால் என் குடும்பத்திலிருந்தும் சரி, என் மற்றொரு குடும்பமான பிக்ஸாரிலிருந்தும் சரி, எவ்வளவு நேரம் விலகியிருக்க வேண்டிவரும் என்பது பற்றி நினைத்தபடியே இருக்கிறேன்' என்றார் ஜாப்ஸ். 'ஆனால் இதை நான் செய்ய விரும்புவதற்கான ஒரே காரணம், ஆப்பிள் இருந்தால் இந்த உலகம் மேலும் சிறந்து விளங்கும் என்பதுதான்.'

லாசெட்டர் மெல்லப் புன்னகைத்தார். 'உங்களுக்கு என் மனமார்ந்த வாழ்த்துகள்' என்றார்.

இயல் இருபத்திநான்கு

மீட்டளிப்பு
இன்று தோற்பவன் நாளை வெல்வான்

ஜாப்ஸ் பின்னே நிற்க, அமேலியோ வாஸ்நியாக்கை அழைக்கும் காட்சி, 1997.

மேடையின் பின்புறத்தில்

'தமது முப்பதுகளிலோ நாற்பதுகளிலோ உள்ள ஒருவர் உண்மையிலேயே அற்புதமான ஒன்றைப் படைத்தளிப்பது என்பது மிக அரிது' – ஜாப்ஸ் தமது முப்பதாவது வயதில் அடியெடுத்துவைக்க இருந்தபோது அறிவித்தார்.

இது ஜாப்ஸின் முப்பதுகளுக்கும் பொருத்தமாகத்தான் இருந்தது – 1985இல் அவர் ஆப்பிளிலிருந்து வெளியேற்றப்பட்டதைத் தொடர்ந்து வந்த பத்து ஆண்டுகளில். ஆனால் 1995இல் நாற்பதை எட்டியபோது அவர் வளம் கொழித்தார். டாய் ஸ்டோரி அந்த ஆண்டு வெளியானது; அடுத்த ஆண்டு ஆப்பிள் நெக்ஸ்டை வாங்கிக் கொண்டது. அவர்

உருவாக்கிய நிறுவனத்தில் மீண்டும் பிரவேசிக்க அது அவருக்கு வாய்ப்பளித்தது. ஆப்பிளுக்குத் திரும்பி வந்த பின் நாற்பதைக் கடந்தவர்கள்கூட மிகச் சிறந்த புதுமை புகுத்துபவர்களாகப் பிரகாசிக்க முடியும் என்று நிரூபிக்க இருந்தார். தமது இருபதுகளில் தனியர்க் கணினிகளில் *(பர்சனல் கம்ப்யூட்டர்)* புரட்சி செய்த அவர், இப்போது அதையே மியூசிக் ப்ளேயர்கள், இசைப் பதிவுத் துறையின் வியாபார வடிவம், கைபேசிகள், அப்ளிகேஷன்கள், கையடக்கக் கணினிகள் *(டாப்லெட் கம்ப்யூட்டர்ஸ்)*, புத்தகங்கள் மற்றும் பத்திரிகைத்துறையில் செய்வதற்கு உதவ இருந்தார்.

திரும்பி வந்ததும் நெக்ஸ்ட்டை ஆப்பிளுக்கு விற்பது, நிர்வாகக் குழுவில் பங்கு பெறுவது, தலைமை நிர்வாக அதிகாரி ஜில் அமேலியோ தடுமாறும்போது தயாராக இருப்பது ஆகியவைதாம் தமது திட்டங்கள் என்று லாரி எல்லிசனிடம் ஜாப்ஸ் கூறியிருந்தார். தமக்குப் பணம் ஆர்வமூட்டியதில்லை என்று ஜாப்ஸ் வலியுறுத்தியபோது எல்லிசன் அசந்துபோயிருக்கலாம். ஆனால் அதில் ஓரளவிற்கு உண்மை இருந்தது. எல்லிசனின் பகட்டான நுகர்வுத் தேவைகளோ, கேட்ஸின் தர்ம சிந்தனையோ, ஃபோர்ப்ஸ் பட்டியலில் எவ்வளவு உயரத்தை எட்ட முடியும் என்ற போட்டி மனப்பான்மையோ அவருக்கில்லை. மாறாக, அவருடைய அகம்பாவத்தின் தேவைகளும் தனிப்பட்ட ஊக்கங்களும் மக்களை அண்ணாந்து பார்க்க வைக்கும் ஒரு சொத்தை உருவாக்குவதன் மூலம் ஆத்மதிருப்தி அளித்தன. உண்மையில் இரட்டைச் சொத்து: புதுமையான தயாரிப்புகள் மற்றும் நிலைத்து நிற்கும் நிறுவனம். எட்வின் லான்ட், பில் ஹ்யூலெட், டேவிட் பக்கார்ட் போன்றவர்களின் வரிசையில் ஒரு படி முன்னே நிற்க அவர் விரும்பினார். இதையெல்லாம் சாதிக்க ஒரே வழி, ஆப்பிளுக்குத் திரும்பிவந்து தனது ராஜ்ஜியத்தை மீட்டுக்கொள்வதுதான்.

இருந்தபோதிலும், அதிகாரக் கோப்பை அவருடைய இதழ்களை நெருங்குகையில் ஏனோ விநோதமாக அவருக்கு மிகுந்த தயக்கமும் வெட்கமும் ஏற்பட்டன.

1997 ஜனவரியில் அவர் ஆப்பிளுக்கு அதிகாரப்பூர்வமாகத் திரும்பி வந்தார் – பகுதிநேர ஆலோசகராக, அமேலியோவிடம் கூறியிருந்தது போல. ஊழியர்கள் தொடர்பான சில விஷயங்களில் தமது ஆதிக்கத்தை நிலைநாட்டிக்கொள்ளத் தொடங்கினார் – குறிப்பாக நெக்ஸ்டிலிருந்து வந்திருந்தவர்கள். ஆனால் அனேகமாக மற்ற வகைகளில் எல்லாம் அவர் வழக்கத்திற்கு மாறாக ஈடுபட்டுக் கொள்ளாமல்தான் இருந்தார். நிர்வாகக் குழுவில் சேர்ந்துகொள்ள அவரை அழைப்பதில்லை என்ற தீர்மானம் அவருக்குக் கோபமூட்டியது. மேலும் நிறுவனத்தின் இயங்கு தளம் *(ஆபரேட்டிங் சிஸ்டம்)* பிரிவை அவர் நடத்துவது என்ற

பரிந்துரையால் தாம் சிறுமைப்படுத்தப்பட்டதாக உணர்ந்தார். இவ்வாறு அமேலியோவால் ஜாப்ஸ் கூடாரத்திற்கு உள்ளேயும் வெளியேயும் இருக்குமாறு ஒரு சூழலை உருவாக்க முடிந்தது என்றாலும் அது அமைதிக்கு வழிவகுக்கும் ஒன்றாக இருக்கவில்லை. ஜாப்ஸ் பின்னர் நினைவுகூர்ந்தார்:

> ஜில் நான் அங்கிருப்பதை விரும்பவில்லை. அவர் ஒரு மக்கு என்று நான் நினைத்தேன். அவருக்கு நிறுவனத்தை விற்பதற்கு முன்பே எனக்கு அது தெரியும். மாக்வேள்ட் போன்ற நிகழ்ச்சிகளில் வெறும் காட்சிப்பொருளாக என்னை அவ்வப்போது பயன்படுத்திக் கொள்ளப் போகிறார்கள் என்று நினைத்தேன். அது பரவாயில்லை; ஏனென்றால் நான் பிக்ஸாரில் பணியாற்றி வந்தேன். பாலோ ஆல்டோவின் மையப்பகுதியில் ஒரு அலுவலகத்தை வாடகைக்கு எடுத்தேன் – வாரத்தில் சில நாள்கள் வேலைசெய்வதற்காக. ஓரிரு நாள்கள் பிக்ஸாருக்குக் காரில் சென்றேன். மிக அழகான, வசதியான வாழ்க்கையாக இருந்தது. என் வேகத்தைக் குறைத்துக்கொள்ளவும், என் குடும்பத்தினருடன் நேரம் செலவழிக்கவும் முடிந்தது.

உண்மையிலேயே ஜனவரியின் தொடக்கத்தில் நடந்த மாக்வேள்டில் ஜாப்ஸ் காட்சிப்பொருள் போல அறிமுகப்படுத்தப்பட்டபோது அமேலியோ ஒரு மக்கு என்ற அவருடைய கருத்து மீண்டும் வலியுறுத்தப் பட்டது. ஏறத்தாழ நாலாயிரம் விசுவாசிகள் சான் ஃப்ரான்சிஸ்கோ மரியட்டின் பால்ரூம் அரங்கில் அமேலியோவின் பேச்சைக் கேட்க நெருக்கியடித்துக்கொண்டு குழுமியிருந்தார்கள். அவரை நடிகர் ஜெஃப் கோல்ட்ப்ளம் அறிமுகப்படுத்தி வைத்தார். *த லாஸ்ட் வேள்ட்: ஜுராஸிக் பார்க்* படத்தில் ஒழுங்கின்மைக் கோட்பாட்டு வல்லுநராக *(கேயாஸ் தியரி)* நடிக்கிறேன். ஒரு ஆப்பிள் நிறுவன நிகழ்ச்சியில் பேச அது எனக்குத் தகுதியளிக்கும் என்று நினைக்கிறேன்' என்றார் அவர். பிறகு அமேலியோவை அழைத்தார். அவர் மேடையேறி வந்தார் - கண் கூசும் ஸ்போர்ட்ஸ் ஜாக்கெட்; பான்டட்-காலர் சட்டையின் பொத்தான் கழுத்தை இறுக்கிப்பிடித்தது; 'வேகாஸ் படக்கதை போலத் தோற்ற மளித்தார்' என்று *வால் ஸ்ட்ரீட் ஜர்னலின்* செய்தியாளர் ஜிம் கார்ல்டன் குறிப்பிட்டதுபோல அல்லது தொழில்நுட்ப எழுத்தாளரான மைக்கேல் மலோனி கூறியதுபோல 'பார்ப்பதற்கு அப்படியே ஏதோ புதிதாய்த் திருமணமுறிவு செய்துகொண்டு முதல் முறையாக டேட்டிங் (களவளாவல்) செல்லும் மாமா போல இருந்தார்.'

இதைவிடப் பெரிய பிரச்சினை என்னவென்றால் அமேலியோ விடுமுறையில் சென்றிருந்தபோது தமது உரையை எழுதுபவர்களுடன் மோசமான வாக்குவாதத்தில் இறங்கி, ஒத்திகை செய்துகொள்ளவும் மறுத்துவிட்டார். ஜாப்ஸ் மேடையின் பின்புறம் வந்த போது அங்கு

நிலவிய அமளியில் மிகவும் நொந்துபோனார். சம்மந்தா சம்மந்த மில்லாமல் உளறிக்கொண்டு நீட்டி முழக்கிப் பேசியபடி மேடையில் அமேலியோ நின்றுகொண்டிருக்க, ஜாப்ஸ் பொருமினார். டெலிப்ராம்டரில் (தொலைத் தகவல் காட்டி) தோன்றிய குறிப்புகள் அமேலியோ விற்குப் பரிச்சயமாகவே இல்லை; விரைவில் தமது செயல்விளக்கத் திற்குத் தாவிவிட அவர் முயற்சி செய்துகொண்டிருந்தார். மீண்டும் மீண்டும் அவருடைய சிந்தனை எங்கோ திசைமாறியவாறே இருந்தது. ஒரு மணி நேரத்திற்கும் மேலாக இது தொடர்ந்தது; அரங்கமே திகைத்துப் போயிருந்தது. ஒன்றிரண்டு ஆறுதலான இடைவேளை களும் இருந்தன - பாடகர் பீட்டர் காப்ரியலை மேடைக்கு அழைத்து, புதிய இசை நிகழ்ச்சியை நடத்திக்காட்டச் சொன்னதுபோல; முதல் வரிசையில் அமர்ந்திருந்த முகம்மது அலியை அவர் சுட்டிக்காட்டினார்; அந்தக் குத்துச் சண்டை வீரர் பார்க்கின்சன் நோய் பற்றிய ஒரு வலைத் தளத்தைப் பிரபலப்படுத்துவதற்காக மேடைக்கு வரவிருந்தார். ஆனால் அமேலியோ அவரை அழைக்கவுமில்லை, அவர் அங்கு வந்திருப்பதன் நோக்கத்தை விளக்கவும் இல்லை.

இரண்டு மணி நேரத்திற்கும் மேலாக அமேலியோ இலக்கின்றிப் பிதற்றிக்கொண்டிருந்தார். பின்னர் ஒருவழியாக அனைவரும் கை தட்டவே வரவேற்கக் காத்திருந்தவரை மேடைக்கு அழைத்தார். ‘ஜாப்ஸ் மேடையேறி வந்தபோது அவரிடம் காணப்பட்ட தன்னம்பிக்கை, வசீகரம், கம்பீரம், அசாத்திய காந்தசக்தி ஆகியவை தள்ளாடும் அமேலியோவிற்கு நேர்மாறாக இருந்தன. கார்ல்டன் எழுதினார் ‘எல்விஸின் மறுவரவுகூட இதைவிடப் பெரிய பரபரப்பை உருவாக்கி யிருக்காது.’ கூட்டம் தாவிக்குதித்தபடி ஒரு நிமிடத்திற்கும் மேலாகக் கூச்சலிட்டு ஆரவாரித்தது. இருள் சூழ்ந்த பத்தாண்டு காலம் நிறை வடைந்திருந்தது. முடிவில் அவர்களை அமைதியாக இருக்கும்படி கையசைத்துவிட்டு, ஜாப்ஸ் அப்போதைய சூழலின் சவாலுக்கு நேரடி யாக வந்தார். ‘இழந்துபோன துடிப்பை மீண்டும் கொண்டுவர வேண்டும்’ என்றார் அவர். ‘மாக் பத்து ஆண்டுகளில் பெரிதாக முன்னேறிவிட வில்லை. அதனால் விண்டோஸ் முந்திக்கொண்டது. ஆகையால் நாம் அதைவிடவும் சிறப்பான ஓர் இயங்கு தளத்தை (ஆபரேட்டிங் சிஸ்டம்) உருவாக்க வேண்டும்.’

ஜாப்ஸின் ஊக்கமூட்டும் உரை அமேலியோவின் பயமுறுத்தும் பேச்சிலிருந்து மனத்தை மீட்கக் கூடிய கச்சிதமான முடிவாக இருந் திருக்கும். துரதிர்ஷ்டவசமாக அமேலியோ மீண்டும் மேடையேறி, மேலும் ஒருமணி நேரத்திற்குத் தம் இலக்கற்ற உரைகளைத் தொடர்ந்தார். ஒருவழியாக, நிகழ்ச்சி தொடங்கி மூன்று மணி நேரத்திற்கும் மேல் ஆன பின்பு, அமேலியோ நிறைவாக ஜாப்ஸை மேடைக்கு வரும்படி

அழைத்து, திடீர் திருப்பமாக ஸ்டீவ் வாஸ்நியாக்கையும் அழைத்தார். மீண்டும் களேபரம் நிலவியது. ஆனால் ஜாப்ஸிற்கு இது பிடிக்கவில்லை என்பது தெளிவாகத் தெரிந்தது. மூவரும் வெற்றியின் அடையாளமாகக் கைகளை உயர்த்திப் பிடித்துக்கொள்ள முயன்றபோது அவர் அதைத் தவிர்த்துவிட்டு, மெல்ல மேடையோரமாய் நகர்ந்து சென்றார். 'நிகழ்ச்சியை நிறைவு செய்யும் தருணத்தை நான் திட்டமிட்டு வைத்திருந்தேன் – அவர் ஈவிரக்கமின்றி அதைக் கெடுத்துவிட்டார்' என்று அமேலியோ பின்னர் குறைபட்டுக் கொண்டார். 'ஆப்பிளுக்குப் பத்திரிகைகளில் நல்ல பெயர் கிட்டுவதைவிட அவருக்குத் தமது சொந்த உணர்வுகள்தான் முக்கியமாய்த் தெரிந்தன.' புத்தாண்டுக்கு இன்னும் ஏழு நாள்களே இருந்த நிலையில், ஆப்பிள் மையத்தில் ஆட்டம் கண்டிருந்தது தெளிவாகத் தெரிந்தது.

ஜாப்ஸ் உடனடியாக நம்பிக்கைக்குரியவர்களை ஆப்பிளின் உயர் பொறுப்புகளில் நியமித்தார். 'ஆப்பிளில் உயர் பொறுப்புகள் வகித்து வரும் திறமை குறைந்தவர்களால் நெக்ஸ்ட்டிலிருந்து வந்துள்ள உண்மையான திறமைசாலிகள் பாதிக்கப்படக்கூடாது என்பதை உறுதிசெய்து கொள்ள விரும்பினேன்' என்று அவர் நினைவுகூர்ந்தார். நெக்ஸ்டை விட 'சன்'னின் சோலாரிஸ் மேல் என்று தேர்ந்தெடுத்த எல்லென் ஹான்காக் அவருடைய மக்குகளின் பட்டியலில் முதலிடம் வகித்தார் – குறிப்பாக ஆப்பிளின் புதிய இயங்கு தளத்தில் *(ஆபரேட்டிங் சிஸ்டம்)* சோலாரிஸ் கருவைத் தொடர்ந்து பயன்படுத்த விரும்பியபோது. இந்தத் தீர்மானத்தை எடுப்பதில் ஜாப்ஸின் பங்கு என்னவாக இருக்கும் என்று ஒரு செய்தியாளர் கேட்டதற்கு, வெடுக்கென்று 'ஒன்றுமில்லை' என ஹான்காக் பதிலளித்தார். ஆனால் அவருடைய எண்ணம் தவறாக இருந்தது. ஜாப்ஸின் முதல் நடவடிக்கையே நெக்ஸ்ட்டிலிருந்து வந்த தமது இரண்டு நண்பர்களிடம் எல்லனின் பொறுப்புகளை ஒப்படைப்பதை உறுதிசெய்ததுதான்.

மென்பொருள் பொறியியல் பிரிவை நடத்துவதற்குத் தமது நண்பர் அவீ டெவானியனை நியமித்தார். வன்பொருள் பிரிவிற்காக ஜான் ரூபின்ஸ்டைனை அழைத்தார் - நெக்ஸ்ட்டிலும் வன்பொருள் பிரிவு இருந்தபோது அவர்தான் அதை நடத்தி வந்தார். ஜாப்ஸ் அழைத்தபோது ரூபின்ஸ்டைன் ஐல் ஆஃப் ஸ்கையில் விடுமுறையில் இருந்தார். 'ஆப்பிளுக்குச் சிறிது உதவி தேவைப்படுகிறது. உனக்கு வந்து சேர்ந்து கொள்ள விருப்பமா?' என்றார். ரூபின்ஸ்டைன் அதை விரும்பினார். அவர் சரியான சமயத்திற்கு மாக்வேள்டிற்கு வந்து அமேலியோ மேடையில் செய்த கூத்தையும் பார்த்தார். அவர் எதிர்பார்த்ததை விடவும் மோசமாக இருந்தது நிலவரம். கூட்டங்களின்போது

அவரும் டெவானியனும் பார்வைகளைப் பரிமாறிக்கொள்வார்கள் - ஏதோ பைத்தியக்காரர்களின் சரணாலயத்தில் புகுந்துவிட்டது போல அவர்கள் உணர்ந்தார்கள். மற்றவர்கள் எல்லோரும் ஏதோ பித்துப் பிடித்தாற்போலத் தங்கள் கருத்துகளை வலியுறுத்திக் கொண்டிருக்க, அமேலியோ மேசையின் மறுமுனையில் பிரமைபிடித்தாற்போல் அமர்ந்திருந்தார்.

ஜாப்ஸ் தினமும் அலுவலகத்திற்கு வருவதில்லை என்றாலும் அமேலியோவுடன் அடிக்கடி தொடர்பு கொண்டவண்ணம் இருந்தார். டெவானியன், ரூபின்ஸ்டைன் மற்றும் நம்பிக்கைக்குரிய பலரும் உயர்நிலைப் பதவிகளில் அமர்த்தப்பட்டதை உறுதிசெய்து கொண்ட கையோடு, அவர் தயாரிப்புப் பிரிவில் கவனம் செலுத்தத் தொடங்கி விட்டார். அவருக்கு எரிச்சலூட்டியது நியூட்டன் என்ற கையடக்க மான பர்சனல் டிஜிட்டல் (தனியர் இலக்கமுறை) உதவியாளர் கருவி. இது கையெழுத்தை வைத்து அடையாளம் காணும் திறன் கொண்டது. நகைச்சுவைத் துணுக்குகளும் *டூன்ஸ்பரி* கேலிச்சித்திரங் களும் சொல்வது போல் அவ்வளவு மோசமில்லை என்றாலும், ஜாப்ஸ் அதை மொத்தமாய் வெறுத்தார். திரையில் எழுதுவதற்கு ஒரு ஸ்டைலஸையோ (ஒயிலாணி), பேனாவையோ பயன்படுத்தும் யோசனையே அவருக்குப் பிடிக்கவில்லை. 'கடவுள் நமக்குப் பத்து ஸ்டைலஸ்களைத் தந்திருக்கிறார்' என்பார் அவர், பத்து விரல்களையும் அசைத்துக் காட்டியபடி. 'இன்னொன்றை நாம் உருவாக்கத் தேவை யில்லை.' மேலும், நியூட்டனை ஜாப்ஸ் ஸ்கல்லியின் ஒரே பெரிய கண்டுபிடிப்பாக, அவருடைய செல்லச் செயல்திட்டமாகக் கண்டார். ஜாப்ஸின் பார்வைக்கு நியூட்டன் அழிக்கப்பட வேண்டியதாகத் தோன்ற அது ஒன்றே போதுமான காரணமாக இருந்தது.

'நீங்கள் நியூட்டனை அழிக்கவேண்டும்'- ஒரு நாள் அமேலியோ விடம் தொலைபேசியில் கூறினார்.

இது சற்றும் எதிர்பாராத ஒரு யோசனையாக இருந்தது. அமேலியோ மறுத்தார். 'நீங்கள் என்ன சொல்கிறீர்கள்... அதை அழிப்பதா!' என்றார் அவர். 'ஸ்டீவ், அது எவ்வளவு செலவுபிடிக்கும் என்பது பற்றியெல்லாம் ஏதாவது தெரியுமா உங்களுக்கு?'

'அதை மூடுங்கள், ரத்து செய்யுங்கள், கழித்துக் கட்டுங்கள்' என்றார் ஜாப்ஸ். 'எவ்வளவு செலவாகும் என்பது முக்கியமில்லை. அதை நீங்கள் கழித்துக்கட்டினால் மக்கள் உங்களைக் கைதட்டிப் பாராட்டுவார்கள்.'

'நான் நியூட்டனைப் பற்றி நன்றாக யோசித்துப் பார்த்திருக்கிறேன். அது நிச்சயமாக நமக்குப் பணம் புரட்டித்தரும்' என்று அமேலியோ

அறிவித்தார். 'அதைக் கழித்துக்கட்டும் யோசனையை நான் ஆதரிக்க வில்லை.' ஆனால் மே மாதத்திற்குள் நியூட்டன் பிரிவைக் கழித்துக் கட்டுவதற்கான திட்டங்களை அறிவித்தார். அது நியூட்டன் தனது கல்லறையை நோக்கி தத்தித் தத்தி நடந்து செல்லப்போகும் ஒரு ஆண்டு யாத்திரையின் தொடக்கத்தைக் குறிப்பதாக இருந்தது.

டெவானியனும் ரூபின்ஸ்டைனும் ஜாப்ஸின் வீட்டிற்குத் தகவல் களை அளிக்க வருவார்கள். ஜாப்ஸ் மெல்ல மெல்ல அமேலியோவிட மிருந்து அதிகாரத்தைப் பெற்று வருவதை ஏறத்தாழ சிலிக்கன் வாலி முழுவதும் அறிந்துகொண்டது. அதில் மக்கியவெல்லிய சாகசங்கள் என்று சொல்வதற்குப் பெரிதாக எதுவுமில்லை – ஜாப்ஸ் ஜாப்ஸாகவே செயல்பட்டார்; அவ்வளவுதான். கட்டுப்பாட்டைக் கையிலெடுத்துக் கொள்ள விரும்புவது அவருடைய இயல்பு. *ஃபினான்ஸியல் டைம்ஸ்* செய்தியாளர் லூயிஸ் கெஹோ டிசம்பர் மாத அறிவிப்பின்போது ஜாப்ஸிடமும் அமேலியோவிடமும் கேட்ட கேள்விகளினூடே இதை முன்கூட்டியே ஊகித்திருந்தார். ஆகையால் அது பற்றிய முதல் கட்டுரையை வெளியிட்டதும் அவர்தான். 'மிஸ்டர் ஜாப்ஸ் அரியணைக்குப் பின்பலமாக விளங்கி வருகிறார்' – பிப்ரவரி மாத இறுதியில் அவர் அறிக்கை வெளியிட்டார். 'ஆப்பிள் செயல்பாடுகளில் எவையெல்லாம் நீக்கப்படவேண்டும் என்று முடிவெடுப்பதில் அவர் முக்கிய பங்கு வகிப்பதாகக் கேள்வி. முன்னாள் ஆப்பிள் ஊழியர்கள் பலரை மீண்டும் நிறுவனத்திற்குத் திரும்பி வரும்படி வலியுறுத்தினார் – பொறுப் பேற்றுக்கொள்ளத் திட்டமிட்டுவருகிறார் என்பதற்கு இது வலுவான அடையாளம் என்று கூறுகிறார்கள். அமேலியோவும் அவரால் நியமிக்கப்பட்டவர்களும் ஆப்பிளை உயிர்ப்பிப்பதில் வெற்றியடைய வாய்ப்பில்லை என்றும் *தனது நிறுவனம்* நிலைத்து நிற்பதை உறுதி செய்வதற்காக அவர்களுக்குப் பதிலாகத் தாமே பொறுப்பேற்றுக் கொள்வதில் தீவிரமாக இருக்கிறார் என்றும் ஜாப்ஸின் நம்பிக்கை வட்டாரத்தைச் சேர்ந்த ஒருவர் கூறினார்.'

அந்த மாதம் அமேலியோ வருடாந்திர பங்குதாரர்கள் கூட்டத்தைச் சேர்க்க, 1996இன் கடைசிக் காலாண்டின் முடிவுகள் அதற்கு முந்தைய ஆண்டுடன் ஒப்பிட்டுப் பார்க்கையில் விற்பனை 30% சரிவு அடைந்திருப்பது ஏன் என்று விளக்க வேண்டியிருந்தது. பங்கு தாரர்கள் வரிசையாக நின்றுகொண்டு தங்கள் மைக்குகளில் கோபத்தை வெளிப்படுத்தினர். அந்தக் கூட்டத்தை அவர் எவ்வளவு திறமை யின்றி நடத்தினார் என்பது அவருக்கே தெரியவில்லை. 'அந்தச் செயல் விளக்கம் நான் அதுவரை செய்தவற்றுள் மிகச் சிறந்ததாகக் கருதப் பட்டது' என்று அவர் பின்னர் எழுதினார். ஆனால் முன்பு ட்யு பான்ட்டின் தலைமை நிர்வாக அதிகாரியாக இருந்து, இப்பொழுது

ஆப்பிள் நிர்வாகக் குழுத் தலைவராக உள்ள எட் வூலார்ட் (மார்க்குலா துணைத் தலைவராகப் பதவி இறக்கம் செய்யப்பட்டிருந்தார்) திகைத்துப் போனார். 'இது படுமோசமான செயல் விளக்கம்' என்று அவருடைய மனைவி கூட்டத்தின்போது அவரிடம் கிசுகிசுத்தார். வூலார்ட் ஒப்புக் கொண்டார். 'ஜில் மிக நேர்த்தியாக உடையணிந்து வந்தார். ஆனால் தோற்றத்திலும் பேச்சிலும் கோமாளித்தனம் தெரிந்தது' என்றார் அவர். 'அவரால் கேள்விகளுக்குப் பொருத்தமான விடையளிக்க முடியவில்லை; தான் என்ன பேசுகிறோம், எது பற்றிப் பேசுகிறோம் என்பது அவருக்குப் புரியவில்லை; அங்கு கூடியிருந்தவர்களுக்கு அவர் எந்த வகையிலும் நம்பிக்கையூட்டவில்லை.'

வூலார்ட் தொலைபேசியில் ஜாப்ஸை அழைத்தார் – அவர் ஜாப்ஸை அதுவரை சந்தித்ததில்லை. அவருடைய அழைப்பின் நோக்கம் – ட்யு பான்ட் நிர்வாகிகளுடன் பேசுவதற்காக டிலாவேருக்கு வரும்படி அழைப்பது. ஜாப்ஸ் மறுத்துவிட்டார். ஆனால் வூலார்ட் நினைவுகூர்ந்தது போல 'அந்த அழைப்பு ஜில் பற்றி அவரிடம் பேச ஒரு சந்தர்ப்பத்தை ஏற்படுத்தித் தருவதற்குத்தான்.' அவர் தொலைபேசி அழைப்பை மெல்ல அந்தத் திசையில் செலுத்தி நேரடியாகவே ஜாப்ஸிடம் கேட்டார் – அமேலியோ பற்றிய அவருடைய கருத்து என்னவென்று. ஜாப்ஸ் சற்றுச் சுற்றி வளைத்து, அமேலியோ தமக்குப் பொருத்தமான ஒரு பொறுப்பை வகிக்கவில்லை என்று கூறியதாக வூலார்ட் நினைவு கூர்கிறார். ஆனால் ஜாப்ஸ் தாம் மேலும் மழுங்கலாகப் பேசியதாக நினைவுகூர்கிறார்:

> நான் எனக்குள் எண்ணிப் பார்த்துக்கொண்டேன் – இவரிடம் ஜில் ஒரு மக்கு என்று உண்மையைக் கூறுவதா அல்லது அதைத் தவிர்த்துப் பொய் கூறுவதா? அவர் ஆப்பிள் நிர்வாகக் குழுவில் இருக்கிறார்; நான் என்ன நினைக்கிறேன் என்பது பற்றி அவரிடம் தெரிவிக்க வேண்டியது என் கடமை. ஆனால் அவரிடம் தெரிவித்தால், அவர் ஜில்லிடம் அதைப் பகிர்ந்துகொள்வார்; அப்படிச் செய்தால், அதன் பின் ஒருகாலும் ஜில் நான் சொல்வதைக் கேட்டுக்கொள்ளவே மாட்டார். இந்த யோசனைகள் அனைத்தும் ஏறத்தாழ முப்பதே வினாடிகளில் என் மூளையில் தோன்றின. முடிவாக இவரிடம் நான் உண்மையைக் கூறக் கடமைப்பட்டிருக்கிறேன் என்று தீர்மானித்தேன். எனக்கு ஆப்பிளின்மீது ஆழ்ந்த அக்கறை இருந்தது. அதனால் அவர் கேட்டதை அளித்தேன். இந்த மனிதர் நான் இதுவரை கண்ட தலைமை நிர்வாக அதிகாரிகளிலேயே மிகவும் திறமையற்றவர். தலைமை நிர்வாக அதிகாரியாக இருப்பதற்கு ஒரு உரிமம் தேவை என்றால் இவருக்கு அது நிச்சயம் கிட்டாது என்றேன். தொலைபேசியைக் கீழே வைத்தபோது, நான் ஒருவேளை

உண்மையிலேயே முட்டாள்தனமான காரியம் செய்துவிட்டேனோ என்று எண்ணிக்கொண்டேன்.

அந்த வசந்தகாலத்தில் லாரி எல்லிசன் அமேலியோவை ஒரு விருந்தில் சந்தித்தார். ஜீனா ஸ்மித் என்ற தொழில்நுட்பப் பத்திரிகையாளருக்கு அறிமுகம் செய்துவைத்தார். ஜினா ஆப்பிள் எப்படிச் செயல்பட்டுக் கொண்டிருக்கிறது என்று கேட்க, அமேலியோ 'ஜினா பாருங்கள், ஆப்பிள் ஒரு கப்பல் போல. பொக்கிஷங்களால் நிரப்பப்பட்ட கப்பல் – ஆனால் அதில் ஒரு துளை விழுந்துள்ளது. என் பணி அனைவரையும் ஒரே திசைநோக்கிச் செலுத்துவது.' ஸ்மித்தின் முகத்தில் குழப்பம் தெரிந்தது. அவர் கேட்டார்: 'அது சரி, ஏதோ துளை என்றீர்களே, அது என்னவாயிற்று?' அதிலிருந்து எல்லிசனும் ஜாப்ஸும் இந்தக் கப்பல் கதையை நையாண்டி செய்து வந்தார்கள். 'இந்தக் கதையை லாரி என்னிடம் கூறியபோது நாங்கள் ஒரு சுஷி உணவு விடுதியில் இருந்தோம். சிரித்துச் சிரித்து நாற்காலியை விட்டுக் கீழே விழுந்துவிட்டேன்!' என்று ஜாப்ஸ் நினைவுகூர்ந்தார். 'அவர் அப்படி ஒரு கோமாளி. தாம் மிக முக்கியமானவர் என்று கருதிக்கொள்வார். எல்லோரும் தம்மை டாக்டர் அமேலியோ என்றுதான் அழைக்கவேண்டும் என்று வலியுறுத்துவார். அது எப்பொழுதுமே ஓர் அபாய அறிவிப்பு.'

ப்ரெண்ட் ஷ்லெண்டர் *ஃபார்ச்சூன்* பத்திரிகையின் ஆழ்ந்த அறிவுள்ள தொழில்நுட்பச் செய்தியாளர். அவருக்கு ஜாப்ஸையும் தெரியும்; அவருடைய சிந்தனைப் போக்கும் பழக்கம். இந்தக் குழப்பமான நிலை பற்றிய ஒரு கட்டுரையை அவர் மார்ச் மாதம் வெளியிட்டார். 'திறமையற்ற செயல்பாட்டில் தத்தளிக்கும் நிர்வாகம் மற்றும் குளறுபடியான தொழில்நுட்பக் கனவுகளின் சிகரமாய் விளங்கும் சிலிக்கன் வாலியின் ஆப்பிள் கம்ப்யூட்டர், மீண்டும் நிலைகுலைந்து போயிருக்கிறது. பாதாளத்தை நோக்கிப் பாயும் விற்பனை, தள்ளாடும் தொழில்நுட்பத் திட்டங்கள், இரத்தப்போக்கில் தவிக்கும் நிறுவனப் பெயர் ஆகியவற்றைச் சமாளிக்க மிகவும் குறைந்த வேகத்துடனும் வேதனையுடனும் போராடி வருகிறது' என்று எழுதியிருந்தார். 'மக்கியவெல்லியக் கண்களுக்கு ஜாப்ஸ், ஹாலிவுட்டின் ஈர்ப்பையும் மீறி – சமீபகாலமாக அவர் *டாய் ஸ்டோரி* மற்றும் பல கணினி அசை வூட்டப் *(அனிமேஷன்)* படங்களை தயாரித்த பிக்ஸார் நிறுவனத்தை மேற்பார்வையிட்டு வந்துள்ளார் – ஆப்பிளைக் கையில் எடுத்துக் கொள்ளத் திட்டமிட்டுக் கொண்டிருப்பதாகத் தெரியலாம்.'

மீண்டும் ஒருமுறை எல்லிசன் ஒரு யோசனையைப் பகிரங்கமாகப் பரவவிட்டார் – ஆப்பிளை பகைமைக் கைப்பற்றல் *(ஹோஸ்டைல் டேக்ஓவர்)* செய்து தமது 'நெருங்கிய நண்பர்' ஜாப்ஸைத் தலைமை நிர்வாக அதிகாரியாகப் பணியில் அமர்த்துவது. 'ஸ்டீவ் ஒருவரால்தான்

ஆப்பிளைக் காப்பாற்ற இயலும்' – அவர் பத்திரிகையாளர்களிடம் கூறினார். 'அவர் மட்டும் சரி என்றால் அடுத்த நிமிடம் அவருக்கு நான் உதவத் தயார்.' 'புலி வருகிறது' என்று மூன்று முறை கத்திய சிறுவனைப் போல, எல்லிசனின் சமீபத்திய கைப்பற்றல் அறிவிப்புகள் எதையும் யாரும் அவ்வளவாகக் கவனிக்கவில்லை. ஆகவே அந்த மாதத்தின் பிற்பகுதியில் *சான் ஹொஸே மெர்க்குரி நியூஸ்* பத்திரிகையின் டான் கில்மோரிடம் ஆப்பிளின் பெரும் பகுதிப் பங்குகளை வாங்கிக்கொள்வதற்காக 1 பில்லியன் டாலர் திரட்ட ஒரு முதலீட்டாளர் குழுவைத் தாம் உருவாக்கிக் கொண்டிருப்பதாகக் கூறினார் (நிறுவனத்தின் சந்தை மதிப்பு அப்போது ஏறத்தாழ 2.3 பில்லியனாக இருந்தது). இந்தத் தகவல் வெளியான அன்றே பங்குச் சந்தையில் ஆப்பிள் பங்குகளின் மதிப்பு 11% வரை அதிகரித்தது. இந்தப் பரபரப்பை மேலும் அதிகரிக்க எல்லிசன் ஒரு மின்னஞ்சல் முகவரியை உருவாக்கினார் – savapple@us.oracle.com – தாம் இந்த யோசனையை முன்னோக்கிச் செலுத்தலாமா வேண்டாமா என்பதற்குத் தங்கள் வாக்குகளை அளிக்குமாறு பொதுமக்களிடம் அவர் கேட்டுக்கொண்டார்.

எல்லிசன் தமக்குத் தாமே தந்துகொண்ட இந்தப் பொறுப்பு ஜாப்ஸிற்குச் சற்று வியப்பூட்டியது. 'லாரி எப்பொழுதுமே இப்படித் தான்' என்று ஒரு பத்திரிகையாளரிடம் அவர் கூறினார். 'ஆப்பிளில் என்னுடைய பங்கு ஒரு ஆலோசகராக மட்டுமே என்று விளக்க முயன்று வருகிறேன்.' ஆனால் அமேலியோ கோபத்தில் முகம் வெளிறிப் போயிருந்தார். அவர் எல்லிசனை வசைபாடுவதற்காக அழைத்தார். ஆனால் எல்லிசன் அந்த அழைப்பை ஏற்கவில்லை. ஆகவே அமேலியோ ஜாப்ஸை அழைத்தார். ஜாப்ஸின் பதில் பொதுப்படையாக இருந்தாலும், அதில் ஒரு பகுதி உண்மையாகவும் இருந்தது. 'என்ன நடக்கிறது என்று எனக்கு உண்மையிலேயே புரியவில்லை. இது எல்லாமே எனக்குக் கிறுக்குத்தனமாகத் தோன்றுகிறது' என்றார். பின்னர் அமேலியோவிடம் உண்மை சற்றும் இல்லாத ஒரு உறுதிமொழியையும் அளித்தார்: 'உங்களுக்கும் எனக்குமிடையே நல்ல உறவு இருக்கிறது.' எல்லிசனின் யோசனையை நிராகரிக்கும் ஒரு அறிக்கையை வெளியிடுவதன் மூலம் ஜாப்ஸ் இந்த வதந்திகளுக்கெல்லாம் முற்றுப்புள்ளி வைத்திருக்கலாம். ஆனால் அவர் அப்படிச் செய்யாதது அமேலியோவிற்கு எரிச்சலூட்டியது. ஜாப்ஸ் விலகியே இருந்தார். இது அவருடைய ஆர்வங்களுக்கும் இயல்புக்கும் பொருந்துவதாக இருந்தது.

இதற்குள் பத்திரிகைகள் அமேலியோவிற்கு எதிராகத் திரும்பி யிருந்தன. *பிஸ்னஸ் வீக்கின்* அட்டைப்படம் 'ஆப்பிள் என்ன கொத்துக் கறியா?' என்று கேள்வி எழுப்பியது. *ரெட் ஹெர்ரிங்* தலையங்கத்தின் தலைப்பு 'ஜில் அமேலியோ, தயவுசெய்து பதவியிலிருந்து விலகிக்

கொள்ளுங்கள்' என்று கேட்டுக்கொண்டது. வயர்ட் அட்டைப்படச் சித்திரத்தில் ஆப்பிள் சின்னம் சிலுவையில் அறையப்பட்ட இதயம் போல, முள் கிரீடத்தோடு காட்சியளித்தது. தலைப்பு: 'பிரார்த்தனை செய்யுங்கள்.' பாஸ்டன் க்ளோபின் மைக் பார்நிக்கிள் ஆப்பிளின் பல ஆண்டுகால நிர்வாகக் கோளாறுகளைச் சாடி எழுதினார்: 'இந்தக் கிறுக்கர்கள் மக்களை பயமுறுத்தாமல் இருந்த ஒரே ஒரு கணினியையும் கைவசப்படுத்திக் கொண்டு, 1997 ரெட் சாக்ஸ் புல்பென்னின் (பாஸ்டனின் புகழ்பெற்ற பேஸ்பால் குழு) தொழில்நுட்ப இணை வடிவமாக மாற்றியவர்கள்; எந்த வகையில் இவர்கள் இன்னமும் சம்பளக் காசோலைகளைப் பெறுகிறார்கள்?'

பிப்ரவரியில் ஜாப்ஸும் அமேலியோவும் ஒப்பந்தத்தில் கையெழுத்திட்டபோது, ஜாப்ஸ் மகிழ்ச்சியில் துள்ளியபடி அறிவித்தார்: 'நீங்களும் நானும் வெளியே சென்று ஒரு பாட்டில் மது அருந்தி இதைக் கொண்டாடவேண்டும்!' அமேலியோ தமது சேமிப்பு அறையிலிருந்து மதுவைக் கொண்டுவருவதாகக் கூறி, தங்கள் மனைவியரையும் அழைக்கவேண்டும் என்று கேட்டுக்கொண்டார். இதற்கான தேதியை நிச்சயிப்பதற்கு ஜூன் மாதம் வரை ஆனது. பெருகி வரும் பதற்ற நிலையையும் மீறி அவர்கள் நல்லவிதமாகப் பொழுதைக் கழித்தார்கள். உணவும், மதுவும் அவற்றை உண்பவர்களைப் போலவே பொருத்த மற்று இருந்தன. அமேலியோ ஒரு பாட்டில் 1964 செவல் ப்ளாங்கும் மற்றும் ஒரு மோண்ட்ரஷேவும் கொண்டு வந்திருந்தார் – ஒவ்வொன்றும் ஏறத்தாழ 300 டாலர் மதிப்புடையது; ஜாப்ஸ் ரெட்வுட் சிட்டியிலுள்ள ஒரு சைவ உணவு விடுதியைத் தேர்ந்தெடுத்தார் – அங்கு உணவுக்கான தொகை மொத்தம் 72 டாலர் மட்டுமே. அமேலியோவின் மனைவி பின்னர் குறிப்பிட்டார்: 'அவர் மிகவும் வசீகரமானவர்; அவருடைய மனைவியும் அதே போலத்தான்.'

ஜாப்ஸால் மற்றவர்களைத் தம் விருப்பத்திற்கு வசீகரிக்க முடியும் – அவருக்கு அது பிடித்தும் இருந்தது. அமேலியோ, ஸ்கல்லி போன்றவர்கள் ஜாப்ஸ் தங்களை வசீகரித்ததால் அவருக்குத் தங்களைப் பிடிக்கும், தங்கள்மீது அவர் மரியாதை வைத்திருக்கிறார் என்று தங்களைத் தாங்களே நம்பவைத்துக்கொண்டார்கள். முகஸ்துதிக்காக ஏங்கிக் கிடப்பவர்களுக்கு அதனைப் பொய்யாக வழங்கிச் சில சமயம் அப்படியொரு உணர்வை அவர் ஊட்டுவதுண்டு. ஆனால் தாம் வெறுப்பவர்களுக்கு ஜாப்ஸ் எப்படி வசீகரமாகத் தோன்றினாரோ, அதேபோலத் தாம் நேசித்தவர்களின் பார்வைக்கு அவமதிப்பவராகவும் தெரிந்தார். அமேலியோவின் பார்வைக்கு இது தெரியவில்லை. ஏனென்றால் ஸ்கல்லியைப் போலவே அவரும் ஜாப்ஸின் அன்புக்காக

ஏங்கினார். சொல்லப்போனால், ஜாப்ஸிடம் ஒரு நல்ல உறவை ஏற்படுத்திக்கொள்ள வேண்டும் என்ற தமது ஆவலை வெளிப்படுத்த அவர் பயன்படுத்திய வார்த்தைகள்கூட ஏறத்தாழ ஸ்கல்லி பயன் படுத்தியவை போலவே இருக்கின்றன. 'ஒரு பிரச்சினையுடன் நான் போராடிக்கொண்டிருக்கும் பொழுது, அவர் என்னோடு இருந்தால் அதனூடே எளிதாகக் கடந்து சென்றுவிடுவேன்' என்று அமேலியோ நினைவுகூர்ந்தார். 'பத்தில் ஒன்பது முறை நாங்கள் கருத்தொருமித்து இருப்போம்.' எப்படியோ ஜாப்ஸ் தம்மை உண்மையிலேயே மிகவும் மதிப்பதாகத் தம்மை அவர் நம்பவைத்துக்கொண்டிருந்தார். 'ஸ்டீவின் சிந்தனை பிரச்சினையை அணுகும் முறையைக் கண்டு அசந்து போனேன். நாங்கள் பரஸ்பர நம்பிக்கையோடு கூடிய நல்லதொரு உறவை வளர்த்துக்கொண்டிருப்பதாக எனக்குத் தோன்றியது.'

அமேலியோவின் எண்ணம் அவர்கள் ஒன்றாக இரவு உணவு அருந்திய சில நாள்களிலேயே தவிடுபொடியானது. அவர்களுடைய பேச்சுவார்த்தைகளின்போது ஜாப்ஸின் கைவசம் இருந்த ஆப்பிள் பங்குகளைக் குறைந்தது ஆறு மாதங்களுக்காவது, முடிந்தால் இன்னும் சில காலம் விற்காமல் வைத்துக்கொள்ளவேண்டும் என்று வலியுறுத்தி வந்திருந்தார். அந்த ஆறு மாதங்கள் ஜூனோடு முடிவடைந்தன. 1.5 மில்லியன் பங்குகள் மொத்தமாக விற்கப்பட்டபோது, அமேலியோ ஜாப்ஸை அழைத்தார். 'விற்கப்பட்ட பங்குகள் உங்களுடையதல்ல என்று நான் எல்லோரிடமும் சொல்லிக்கொண்டிருக்கிறேன்' என்றார் அவர். 'நீங்களும் நானும் ஒரு ஒப்பந்தம் செய்து கொண்டோமே, அதை நினைவுகூருங்கள். எங்களுக்குத் தெரிவிக்காமல் நீங்கள் பங்குகளை விற்கமாட்டீர்கள் என்று.'

'அது சரிதான்' என்றார் ஜாப்ஸ். அமேலியோ அந்தப் பதிலை வைத்து ஜாப்ஸ் தமது பங்குகளை விற்கவில்லை என்று அர்த்தமெடுத்துக் கொண்டார். அந்த அடிப்படையில் ஓர் அறிக்கையும் விட்டார். ஆனால் அடுத்த செக்யூரிட்டீஸ் அண்ட் எக்சேஞ் கமிஷன் (பங்கு மற்றும் பரிவர்த்தனை ஆணையம் - எஸ்இசி) பதிவு வெளிவந்தபோது ஜாப்ஸ் உண்மையிலேயே பங்குகளை விற்றிருந்தது தெரியவந்தது. 'நாசமாய்ப் போயிற்று – ஸ்டீவ், உங்களிடம் நான் குறிப்பாகக் கேட்டேன்; நீங்கள் விற்கவில்லை என்றீர்கள்.' ஜாப்ஸ் அமேலியோவிடம் ஆப்பிள் எந்தத் திசையில் போய்க்கொண்டிருக்கிறது என்ற 'விரக்தி மேலீட்டால்' விற்றுவிட்டதாகவும், 'சிறிது தர்மசங்கடமாக' இருந்ததால் அதைத் தெரிவிக்க விரும்பவில்லை என்றும் கூறினார். பலஆண்டுகள் கழித்து நான் அதைக் கேட்டபோது அவர் சாதாரணமாகச் சொன்னார்: 'கில்லிடம் அதைச் சொல்லவேண்டிய அவசியம் இருந்ததாக எனக்குத் தோன்றவில்லை.'

பங்குகளை விற்பதுபற்றி அமேலியோவிற்குத் தவறான தகவலை ஜாப்ஸ் அளித்தது ஏன்? ஒரு காரணம் எளிமையானது: ஜாப்ஸ் சிலசமயம் உண்மையைத் தவிர்த்து விடுவார். ஹெல்முட் ஸானென்ஃபெல்ட் ஒருமுறை ஹென்றி கிஸ்ஸிங்கர் பற்றிக் கூறினார். 'அவர் பொய் சொல்வது அவருடைய விருப்பத்தினால் அல்ல; இயல்பினால்.' தேவை என்று உறுதியாகத் தெரிந்தால் தவறான தகவல் தருவதோ, இரகசியம் காப்பதோ ஜாப்ஸின் இயல்பானது. ஆனால் சில சமயம் அவர் சற்று அதிகமாகவே நேர்மையாக இருப்பார் – நம்முன் பெரும்பாலானோர் சர்க்கரை தடவியோ, கட்டுப்படுத்தியோ கூறும் உண்மைகளைப் போட்டு உடைப்பார். இந்தப் பிரித்திடுதலும் உண்மைபேசுதலும் 'பொதுவான விதிமுறைகள் தனக்குப் பொருந்தாது' என்ற அவருடைய நீட்ஷே பாணி மனோபாவத்தின் வெவ்வேறு அம்சங்கள் மட்டுமே.

கரடியின் துரத்தல், வெளியேற்றம்

ஜாப்ஸ் லாரி எல்லிசனின் 'கைப்பற்றுதல்' பற்றிய பேச்சை மறுக்க வில்லை. அத்தோடு, இரகசியமாகத் தமது பங்குகளை விற்று விட்டுப் பொய்யான தகவல் தந்தார். ஆக முடிவில் அமேலியோவிற்கு ஜாப்ஸ் தம்மைக் குறிவைத்திருப்பது புரிந்துவிட்டது. 'முடிவாக நான் ஓர் உண்மையை உணர்ந்துகொண்டேன். அவர் எனது குழுவில் இருக் கிறார் என்று நம்புவதற்கு நான் அளவுக்கு மீறிய விருப்பமும் ஆர்வமும் காட்டிவந்தேன்' என்றார் அமேலியோ. 'என்னுடைய பணி நீக்கத்தைத் தமக்குச் சாதகமாக்கிக்கொள்ள ஸ்டீவ் தீட்டிய திட்டங்கள் முன்னோக்கிப் பாய்ந்துகொண்டிருந்தன.'

சொல்லப்போனால் கிடைத்த சந்தர்ப்பங்களிலெல்லாம் ஜாப்ஸ் அமேலியோவைத் தூற்றிக் கொண்டிருந்தார். அவரால் தம்மைக் கட்டுப்படுத்திக்கொள்ள முடியவில்லை. ஆனால் நிர்வாகக் குழுவை அமேலியோவிற்கு எதிராகத் திருப்பிவிடுவதற்கு மற்றொரு முக்கிய காரணமும் இருந்தது. தலைமை நிதி அதிகாரியான ஃப்ரெட் ஆன்டர்ஸன், ஆப்பிளின் பிரச்சினையான நிலையை எட் வூலார்டுக்கும் நிர்வாகக் குழுவினருக்கும் தெரிவிப்பது தமது கடமை என்று கருதினார். 'நிதி மிகவும் குறைந்து வருவதாகவும், பல ஊழியர்கள் பணியிலிருந்து விலகிச் செல்வதாகவும், சில முக்கிய பொறுப்பு வகிப்பவர்களும்கூட அதே யோசனையில் உள்ளதாகவும் ஃப்ரெட்தான் எனக்குச் சொல்லிக் கொண்டிருந்தார்' என்றார் வூலார்ட். 'கப்பல் விரைவில் தரைதட்டப் போகிறது என்பதை அவர் தெளிவாக அறிவித்தார். அவரும் விலகும் யோசனையில்தான் இருந்தார்.' ஏற்கனவே அமேலியோ பங்குதாரர்கள் கூட்டத்தில் செய்த கோமாளித்தனத்தைப் பார்த்ததால் வூலார்டுக்கு ஏற்பட்டிருந்த கவலையை இது மேலும் அதிகரிப்பதாக இருந்தது.

ஜூனில் நிர்வாகக்குழு அதிகாரிகள் கூட்டத்தில், அமேலியோ அறையில் இல்லாதபோது வூலார்ட் அப்போதைய இயக்குநர்களுக்கு அவர்களுடைய வாய்ப்புகளைத் தாம் கணக்கிட்டுள்ளபடி விளக்கினார். 'ஜில் தலைமை நிர்வாகியாக இருந்து, நாமும் பணியில் தொடர்வதாக இருந்தால் நிறுவனம் திவாலாகாமல் இருக்க 10% வாய்ப்பு மட்டுமே உள்ளது' என்றார். 'அவரைப் பணிநீக்கம் செய்து விட்டு ஸ்டீவைப் பொறுப்பேற்றுக்கொள்ளும்படி கேட்டு, பேசிச் சம்மதிக்க வைக்க முடிந்தால் 60% தப்பிப்பிழைக்க வழியுள்ளது. ஜில்லைப் பணிநீக்கம் செய்து விட்டு, ஸ்டீவும் வரச் சம்மதிக்காத நிலையில் வேறொரு புதிய தலைமை நிர்வாக அதிகாரியைத் தேடிக் கண்டுபிடிப்பதாக இருந்தால் 40% வாய்ப்புள்ளது.' நிர்வாகக் குழு ஜாப்ஸைத் திரும்ப வரும்படி அழைக்க அவருக்கு அதிகாரமளித்தது.

வூலார்டும் அவருடைய மனைவியும் லண்டனுக்குப் பறந்தார்கள் - அங்கு விம்பிள்டன் டென்னிஸ் ஆட்டத்தைப் பார்க்க அவர்கள் திட்டமிட்டிருந்தார்கள். பகல் பொழுதுகளில் சிறிது நேரம் டென்னிஸ் ஆட்டத்தைப் பார்த்துவிட்டு, மாலை நேரங்களில் இன் ஆன் த பார்க்கி லுள்ள தமது சொகுசு அறையில் இருந்தபடி அமெரிக்காவிலுள்ளவர் களை அழைத்துக்கொண்டிருந்தார் – அங்கு அப்பொழுது பகலாக இருந்ததால். அவருடைய லண்டன் வாசம் முடிந்தபோது, தொலைபேசிக் கட்டணம் 2000 டாலராக ஆகியிருந்தது.

முதலில் அவர் அழைத்தது ஜாப்ஸை. நிர்வாகக்குழு அமேலியோ வைப் பணிநீக்கம் செய்யப்போவதாகவும், ஜாப்ஸ் மீண்டும் தலைமை நிர்வாக அதிகாரி பொறுப்பை ஏற்றுக்கொள்ளவேண்டும் என்று விரும்புவதாகவும் கூறினார். அதுவரையில் ஜாப்ஸ் அமேலியோவை ஆவேசமாய்த் தூற்றிக்கொண்டு, ஆப்பிளை எதைநோக்கிக் கொண்டு செல்லவேண்டும் என்பது பற்றிய தமது யோசனைகளை வலியுறுத்தி வந்திருந்தார். ஆனால் திடீரென அந்த வாய்ப்பு தமக்கு அளிக்கப் பட்டபோது, அவர் சிறிது வெட்கப்பட்டுத் தயங்கினார். 'நான் உதவுகிறேன்' என்று பதிலளித்தார்.

'தலைமை நிர்வாக அதிகாரியாகவா?' என்று வூலார்ட் கேட்டார்.

ஜாப்ஸ் 'இல்லை' என்றார். வூலார்ட் மிகவும் வற்புறுத்தி, குறைந்தது தற்காலிகத் தலைமை அதிகாரியாகவாவது பொறுப்பேற்க வேண்டும் என்று கேட்டுக்கொண்டார். மீண்டும் ஜாப்ஸ் மறுத்தார். 'நான் ஆலோசகராக இருக்கிறேன். ஊதியம் பெறாமலே' என்றார். நிர்வாகக் குழுவிலிருக்கவும் ஒப்புக்கொண்டார் – அது அவர் மிகவும் விரும்பி யிருந்த ஒன்று. ஆனால் குழுத் தலைவராக இருக்க மறுத்துவிட்டார். 'இப்போதைக்கு என்னால் இவ்வளவுதான் முடியும்' என்றார். வதந்திகள்

பரவத் தொடங்கியபோது பிக்ஸார் ஊழியர்களுக்கு மின்னஞ்சல் மூலம் ஒரு செயற்குறிப்பை (மெமோ) அனுப்பினார் – அதில் தாம் அவர்களைக் கைவிடப்போவதில்லை என்று உறுதியளித்திருந்தார். 'ஆப்பிளின் நிர்வாகக் குழுவிடமிருந்து மூன்று வாரங்களுக்குமுன் ஓர் அழைப்பு வந்தது – ஆப்பிளுக்குத் திரும்பிச்சென்று அவர்களுடைய தலைமை நிர்வாக அதிகாரியாக இருக்கும்படி' – அவர் எழுதினார். 'நான் மறுத்து விட்டேன். பின்னர் அவர்கள் என்னை நிர்வாகக்குழுத் தலைவராக இருக்கும்படி கேட்டுக் கொண்டார்கள் – மீண்டும் மறுத்தேன். ஆகவே கவலைப்படவேண்டாம் – இந்தக் கிறுக்கு வதந்திகள் எல்லாமே வெறும் பேச்சுவார்த்தைகள். பிக்ஸாரை விட்டுச் செல்லும் யோசனை எதுவும் எனக்கில்லை. நீங்கள் என்னுடன்தான் இருக்கப்போகிறீர்கள்.'

ஜாப்ஸ் ஏன் கடிவாளங்களைக் கையிலெடுத்துக்கொள்ளவில்லை? இருபது ஆண்டுகளாக ஆசைப்பட்ட அந்தப் பொறுப்பை அவர் ஏற்கத் தயங்கியது ஏன்? நான் கேட்டபோது, அவர் கூறினார்:

அப்பொழுதுதான் பிக்ஸாரைப் பொதுநிறுவனமாக்கியிருந்தோம். அங்குத் தலைமை நிர்வாக அதிகாரியாக இருப்பது எனக்கு மகிழ்ச்சி யாக இருந்தது. இரண்டு பொது நிறுவனங்களுக்குத் தலைமை நிர்வாக அதிகாரியாக யாரும் இருப்பதாக எனக்குத் தெரியவில்லை – தற்காலிகமாகக் கூட. அதுமட்டுமல்ல, அது சட்டபூர்வமானது தானா என்பதும் நிச்சயமாகத் தெரியவில்லை. என்ன செய்ய விரும்பினேன் என்று எனக்கே புரியவில்லை. என் குடும்பத்தினருடன் மகிழ்ச்சியாய் அதிக நேரம் செலவிட்டுக் கொண்டிருந்தேன். நான் செய்வதறியாமல் சிதறிப் போயிருந்தேன். ஆப்பிள் சின்னாபின்ன மாகியிருந்தது என்பது எனக்குத் தெரியும் – அதனால் நான் யோசித்தேன்: எனது இந்த அழகான வாழ்க்கையை நான் விட்டுக் கொடுக்கத்தான் வேண்டுமா? பிக்ஸார் பங்குதாரர்கள் எல்லோரும் என்ன நினைப்பார்கள்? நான் மதிக்கும் சிலரிடம் இதுபற்றிப் பேசினேன். முடிவாக ஆன்டி க்ரோவை ஒரு சனிக்கிழமை காலை எட்டு மணியளவில் அழைத்தேன் – மிகவும் முன்னதாகத்தான். சாதகமானவை, பாதகமானவை அனைத்தையும் கூறிக்கொண்டி ருந்தேன். நடுவில் என்னை நிறுத்தச்சொல்லிவிட்டு, 'ஸ்டீவ், எனக்கு ஆப்பிள் பற்றி எந்த அக்கறையும் இல்லை' என்றார். நான் திகைத்துப் போனேன். அப்பொழுதுதான் நான் உணர்ந்தேன் – எனக்கு உண்மையிலேயே ஆப்பிள் மீது அக்கறை இருக்கத்தான் செய்தது. நான்தான் அதைத் தொடங்கினேன் – மேலும் இந்த உலகிற்கு அது மிகவும் நல்ல ஒன்று. அந்தக் கட்டத்தில்தான் தற்காலிகமாகவாவது திரும்பிச்சென்று ஒரு தலைமை நிர்வாக அதிகாரியைப் பணி யிலமர்த்த அவர்களுக்கு உதவுவதாகத் தீர்மானித்தேன்.

அவர் தமது குடும்பத்தினருடன் அதிக நேரம் செலவழிக்கிறார் என்பது ஒத்துக்கொள்ளக்கூடிய வாதமாக இருக்கவில்லை. 'இந்த ஆண்டின் சிறந்த தந்தை' விருதை வெல்லும் வாய்ப்பை அவருக்கு விதி நிச்சயித்திருக்கவில்லை – அவருக்குச் சிறிது ஓய்வு நேரம் இருந்த போதிலும்கூட. தமது குழந்தைகளைக் கவனிப்பதில் சற்று முன்னேறி யிருந்தார் என்பதென்னவோ உண்மைதான் – குறிப்பாக ரீடை. ஆனால் அவருடைய பிரதான கவனம் பணியில்தான் இருந்தது. அவர் தமது இரு மகள்களிடமிருந்து அடிக்கடி விலகியே இருந்தார்; லிசாவிடமிருந்து மீண்டும் விடுபட்டிருந்தார்; அடிக்கடி குத்தலாகப் பேசும் கணவராகவும் இருந்தார்.

ஆக, ஆப்பிளில் பொறுப்பேற்றுக்கொள்வதில் தயக்கம் காட்டிய தற்கான உண்மைக் காரணம் என்ன? கட்டுப்பாட்டின் மீது ஜாப்ஸுக்கு இருந்த விருப்பமும் ஆசையும் ஒருபுறம் இருக்க, தமக்கு நிச்சயமில்லாத ஒரு விஷயத்தில் முடிவெடுப்பதில் அவர் தயக்கமும் விருப்பமின்மை யும் காட்டினார். அவருக்குக் கச்சிதம் மிக முக்கியம். அதைவிடக் குறைவான ஒன்றை ஏற்றுக்கொள்வது எப்படி என்று கண்டறிவதில் அவர் பொதுவாக எப்பொழுதும் திறமை காட்டியதில்லை. சிக்கலான விஷயங்களோடு போரிடுவதோ அல்லது சில விஷயங்களை விட்டுக் கொடுப்பதோ அவருக்குப் பிடிக்காது. இது தயாரிப்புகள், வடிவமைப்பு, வீட்டு அறைகலன்கள் விஷயங்களில் உண்மையாக இருந்தது. ஒரு பாதை சரியென்று அவருக்கு நிச்சயமாகத் தோன்றிவிட்டால், அவரை நிறுத்துவது நடக்காத காரியம். ஆனால் அவருக்குச் சிறிதளவு சந்தேகம் இருந்தாலும் சில சமயம் பின்வாங்குவார்; தமக்குப் பொருத்தமில்லாத வேலைகளைப் பற்றி நினைப்பதைக்கூட அவர் விரும்பமாட்டார். ஜாப்ஸ் என்ன பொறுப்பேற்க விரும்புகிறார் என்று அமேலியோ கேட்டபோது நடந்ததுபோல, மௌனமாகி விடுவார்; தமக்கு அசௌகரியமான விஷயங்களைப் புறக்கணித்துவிடுவார்.

அவருடைய இந்தச் சுபாவத்திற்கு உலகை அவர் இரட்டை நிலையில் காணும் மனப்பாங்கே ஓரளவிற்குக் காரணமாக இருந்தது. ஒரு மனிதன் கதாநாயகனாக அல்லது மக்காக இருப்பான்; ஒரு தயாரிப்பு அற்புத மானதாக அல்லது ஒன்றுக்கும் உதவாததாக இருக்கும். ஆனால் இதை விடச் சிக்கலான, பட்டும்படாத, நுணுக்கமான விஷயங்கள் அவரைக் குழப்பிவிடும்: திருமணம் செய்து கொள்ளுதல், பொருத்தமான சோபாவை வாங்குதல், ஒரு நிறுவனத்தை நிர்வகிக்க ஒத்துக்கொள்ளுதல் என... அதுமட்டுமல்ல, தோல்வியைத் தெரிந்தே ஏற்றுக்கொள்ள அவர் விரும்பவில்லை. 'ஆப்பிளைக் காப்பாற்ற முடியுமா என்று அவர் எடைபோட்டுப் பார்க்க விரும்பினார் என்று எனக்குத் தோன்றுகிறது' என்றார் ஃப்ரெட் ஆன்டர்ஸன்.

ஆலார்டும் நிர்வாகக் குழுவும் மேற்கொண்டு நடவடிக்கை எடுத்து அமேலியோவைப் பணிநீக்கம் செய்யத் தீர்மானித்தனர் – ஜாப்ஸ் ஆலோசகர் என்ற முறையில் எந்த அளவு முனைப்பாகப் பங்காற்றுவார் என்பது இன்னமும் தெளிவாகத் தெரியாத நிலையிலும். தமது மனைவி, குழந்தைகள், பேரக்குழந்தைகளுடன் சிற்றுலா செல்லப் புறப்பட்டுக் கொண்டிருந்த அமேலியோவிற்கு லண்டனிலிருந்து ஆலார்டின் அழைப்பு வந்தது. 'நீங்கள் பணியிலிருந்து விலகிக் கொள்ளவேண்டியது எங்களுக்கு அவசியமாகியுள்ளது' என்று ஆலார்ட் சாதாரணமாகச் சொன்னார். அமேலியோ அது பற்றிப் பேச இது சரியான சந்தர்ப்பமல்ல என்றார். ஆனால் தாம் இதை வலியுறுத்தியே ஆக வேண்டும் என்று ஆலார்டுக்குத் தோன்றியது. 'உங்களுக்குப் பதிலாக வேறு ஒருவரை நியமிக்க இருப்பதை அறிவிக்கப்போகிறோம்.'

அமேலியோ மறுத்தார். 'எட், நினைவிருக்கிறதா, இந்த நிறுவனத்தை நிலைக்குக் கொண்டுவர மூன்று ஆண்டுகளாகும் என்று நிர்வாகக் குழுவினரிடம் கூறியிருந்தேன். நான் இன்னும் பாதிக்கிணறுகூடத் தாண்டவில்லை' என்றார் அவர்.

'நிர்வாகக் குழு தீர்மானித்துவிட்டது. இதுகுறித்து மேற்கொண்டு எதுவும் பேச விரும்பவில்லை' என்று ஆலார்ட் பதிலளித்தார். இந்த முடிவு பற்றி அறிந்திருப்பவர்கள் யார், யார் என்று அமேலியோ கேட்டார். ஆலார்ட் உண்மையைக் கூறினார்: நிர்வாகக் குழுவிலுள்ள மற்றவர்களும் ஜாப்ஸும். 'இதுபற்றி நாங்கள் பேசியவர்களில் ஸ்டீவும் ஒருவர்' என்றார் ஆலார்ட். 'நீங்கள் உண்மையிலேயே நல்ல மனிதர் தான்; ஆனால் கணினித்துறை பற்றி உங்களுக்கு அதிகம் தெரியாது என்பது அவருடைய கருத்து.'

'இதுபோன்ற ஒரு முடிவை எடுப்பதற்கு நீங்கள் ஸ்டீவை உட்படுத்துவது எதற்காக? ஸ்டீவ் நிர்வாகக் குழு உறுப்பினர்கூட அல்ல; பின் இந்தக் கலந்துரையாடலில் அவருக்கென்ன வேலை?' – அமேலியோவின் பதிலில் கோபம் தெரிந்தது. ஆனால் ஆலார்ட் இதற்குப் பின்வாங்கவில்லை. அமேலியோ அழைப்பைத் துண்டித்து விட்டுத் தம் குடும்பத்தினருடன் சிற்றுலாவிற்குப் புறப்பட்டு விட்டார் – தமது மனைவிக்கு இது பற்றித் தெரிவிப்பதற்கு முன்பாகவே.

அவ்வப்போது ஜாப்ஸ் குத்திக் காட்டுதலும் தேவையும் கலந்த ஒரு விநோதமான சுபாவத்தை வெளிக்காட்டுவார். பொதுவாக மற்றவர்கள் தம்மைப்பற்றி என்ன நினைக்கிறார்கள் என்றெல்லாம் அவர் கவலைப் படுவதே இல்லை; பிறரைக் கத்தரித்துவிட்டு, மீண்டும் அவர் களுடன் பேசுவதுபற்றி ஒருபோதும் சிந்திக்கக்கூட மாட்டார். ஆகவே அன்று மாலை அமேலியோ ஆச்சரியப்படும்படியாக அவருக்கு

ஜாப்ஸிடமிருந்து ஒரு தொலைபேசி அழைப்பு வந்தது. 'ஜில், உங்களுக்கு இது பற்றித் தெரிந்திருக்கவேண்டுமென்று விரும்பினேன். இன்று எட்டுடன் இந்த விஷயம் பற்றிப் பேசினேன். எனக்கு மிகவும் சங்கடமாக இருக்கிறது. இந்தத் திடீர் திருப்பங்களுக்கும் எனக்கும் எந்தவிதத் தொடர்பும் இல்லை என்பதை நீங்கள் தெரிந்துகொள்ள வேண்டும் என்று விரும்புகிறேன். இது நிர்வாகக் குழுவின் தீர்மானம். ஆனால் ஆலோசனைக்காகவும் அறிவுரைக்காகவும் என்னை அணுகியிருந்தார்கள்.' தான் அமேலியோவை 'இதுவரை சந்தித்த எல்லாரையும்விட மிகவும் கௌரவம் மிக்கவராக' மதிப்பதாகக் கூறி, கேட்காமலே தம் பங்கிற்குக் கொஞ்சம் அறிவுரையும் வழங்கினார். 'ஆறு மாதம் ஓய்வெடுத்துக் கொள்ளுங்கள்' என்றார் ஜாப்ஸ். 'என்னை ஆப்பிளிலிருந்து தூக்கி யெறிந்தபோது நான் உடனடியாக வேறு வேலையில் ஈடுபட்டேன்; அதற்காக வருந்தினேன்.' அமேலியோவிற்கு எப்போது அறிவுரை தேவைப்பட்டாலும் தரத் தாம் தயாராக இருப்பதாகக் கூறினார்.

அமேலியோ மலைத்துப் போயிருந்தார். ஆனால் தட்டுத்தடுமாறிச் சில வார்த்தைகளில் நன்றி கூறினார். தமது மனைவியை நோக்கித் திரும்பி ஜாப்ஸ் கூறியதை நினைவுகூர்ந்தார். 'சில வகைகளில், அந்த மனிதரை எனக்கு இன்னமும் பிடித்திருக்கிறது. ஆனால் அவர்மீது எனக்கு நம்பிக்கையில்லை.'

'நான் ஸ்டீவால் அப்படியே ஈர்க்கப்பட்டேன்' என்று அவருடைய மனைவி கூறினார். 'இப்போது என்னை நினைத்தால் எனக்கே முட்டாள்தனமாகத் தோன்றுகிறது.'

'கூட்டத்தோடு நீயும் சேர்ந்துகொள்' என்று அவருடைய கணவர் கூறினார்.

ஸ்டீவ் வாஸ்நியாக் இப்பொழுதும் நிர்வாகத்திற்கு முறைப்படி யல்லாத ஒரு ஆலோசகராகத்தான் இருந்தார். ஜாப்ஸ் திரும்பி வருவது அவருக்குப் பூரிப்பாக இருந்தது (அவர் எளிதில் மன்னிக்கக்கூடியவர்). 'எங்களுக்குத் தேவைப்பட்டது அதுதான். ஏனெனில் ஸ்டீவைப் பற்றி நீங்கள் என்ன நினைத்தாலும் சரி, மாயாஜாலத்தை மீட்டுக்கொண்டு வருவது எப்படி என்பது அவருக்குத் தெரியும்.' அமேலியோவை எதிர்த்து ஜாப்ஸ் வெற்றியடைந்ததும் அவருக்கு வியப்பளிக்கவில்லை. இது நடந்த சற்றைக்கெல்லாம் அவர் வயர்ட் பத்திரிகைக்கு அளித்த பேட்டியில் கூறினார்: 'ஜில் அமேலியோ ஸ்டீவ் ஜாப்ஸைச் சந்தித்தார், ஆட்டம் முடிந்துவிட்டது.'

அந்தத் திங்களன்று ஆப்பிளின் உயர்மட்ட ஊழியர்கள் அரங்கத் திற்கு வரவழைக்கப்பட்டார்கள். அமேலியோ நிதானமாக, சாந்தமாக உள்ளே நுழைந்தார். 'நான் செல்லவேண்டிய நேரம் வந்துவிட்டது

என்பதை அறிவிப்பதில் வருந்துகிறேன்' என்றார் அவர். இடைக்காலத் தலைமை நிர்வாக அதிகாரியாக இருப்பதற்கு ஒத்துக்கொண்ட ஃப்ரெட் ஆன்டர்ஸன் அடுத்ததாகப் பேசினார். தாம் ஜாப்ஸைப் பின்பற்றி நடந்துகொள்ள இருப்பதாகத் தெளிவுபடுத்தினார். அதன்பிறகு, ஒரு ஜூலை 4 அன்று வார இறுதிப் போராட்டத்தில் அதிகாரம் இழந்த பின், சரியாகப் பன்னிரண்டு ஆண்டுகள் கழித்து ஜாப்ஸ் ஆப்பிளில் மேடையேறினார்.

அவர் பகிரங்கமாக (அல்லது தமக்கேகூட) வெளிப்படுத்த விரும்பி னாரோ இல்லையோ, கட்டுப்பாடு முழுவதையும் ஜாப்ஸ் தமது கையிலெடுத்துக்கொள்ளப்போகிறார் என்பதும், வெறும் ஆலோசகராக இருக்கப்போவதில்லை என்பதும் உடனே தெளிவானது. அன்று மேடையேறிய உடனேயே கால்சட்டை, ஸ்நீக்கர், கறுப்பு டர்டில்நெக் அணிந்துகொண்டு தமது பிரியமான நிறுவனத்திற்குப் புத்துணர் வூட்டும் வேலையில் ஆழ்ந்தார். 'சரி, இந்த நிறுவனத்தில் என்ன பிரச்சினை, சொல்லுங்கள்' என்றார் அவர். சில முணுமுணுப்புகள் ஒலித்தன, ஆனால் ஜாப்ஸ் அவற்றை அடக்கிவிட்டார். 'தயாரிப்புகள் தான்!' என்று அவர் பதிலளித்தார். 'சரி, தயாரிப்புகளில் என்ன பிரச்சினை?' மீண்டும் பதிலளிக்கச் சில முயற்சிகள் இருந்தன, ஆனால் ஜாப்ஸ் இடைமறித்தார் – சரியான விடையோடு. 'இந்தத் தயாரிப்புகள் ஒன்றுக்கும் உதவாது!' என்று அவர் உரக்கக் கத்தினார். 'அவற்றில் இப்போது கவர்ச்சியே இல்லை!'

வூலார்டால் ஜாப்ஸிடம் ஆலோசகர் என்ற முறையில் அவருடைய பங்கு மிகவும் முனைப்புள்ளதாக இருக்கும் என்று கூறிச் சம்மதிக்க வைக்கமுடிந்தது. ஜாப்ஸ் 'ஆப்பிளுடனான எனது ஈடுபாட்டைத் தொண்ணூறு நாள்களாய் அதிகரிக்கவும், புதிய தலைமை நிர்வாக அதிகாரியைத் தேர்ந்தெடுக்கும் வரை அவர்களுக்கு உதவவும் ஒத்துக் கொண்டிருப்பதாக'க்கூறும் அறிக்கையை ஏற்றுக்கொண்டார். வூலார்ட் அந்த அறிக்கையில் புத்திசாலித்தனமாகச் செருகியிருந்த வாசகம் ஜாப்ஸ் 'குழுவை நடத்திச் செல்லும் ஆலோசகராக'த் திரும்பி வருகிறார் என்றது.

ஜாப்ஸ் நிர்வாகக் கூட்ட அறைக்கு அடுத்துள்ள சிறு அலுவலக அறையைத் தமக்கென எடுத்துக்கொண்டார். இது நிர்வாகிகள் தளத்தின் மூலையிலுள்ள அமேலியோவின் விசாலமான அலுவலக அறையைத் தெளிவாகத் தவிர்த்தது. தொழிலின் எல்லா அம்சங்களிலும் அவர் ஈடுபட்டார் - தயாரிப்பு, வடிவமைப்பு, எதில் சிக்கனம் தேவை, வழங்குநர் (சப்ளையர்)களுடனான பேச்சு வார்த்தைகள் மற்றும் விளம்பர நிறுவன மறுபரிசீலனை. ஆப்பிளின் உயர்மட்ட ஊழியர்கள் விலகிச் செல்வதை நிறுத்தியாகவேண்டும் என்று அவர் கருதினார். இதற்காக அவர்களுடைய பங்குவாய்ப்புகளின் விலையைத் திருத்தியமைக்க

விரும்பினார். ஆப்பிளின் பங்குவிலை அதலபாதாளத்திற்கு வீழ்ச்சி யடைந்திருந்தது – ஏறத்தாழப் பயனற்றவை என்று கூறுமளவிற்கு. அவற்றின் வாங்கும்/விற்கும் விலையை ஜாப்ஸ் குறைக்க விரும்பினார் – அதன்மூலம் மதிப்பு மீண்டும் கூடும். அந்தச் சமயத்தில் அது சட்டப்படி சாத்தியமாகவும் இருந்தது. ஆனால் நிறுவனங்களைப் பொறுத்தவரை அது ஒரு நல்ல செயல்பாடாகக் கருதப்படவில்லை. வியாழக்கிழமை யன்று ஜாப்ஸ் தொலைபேசியில் நிர்வாகக்குழுக் கூட்டம் நடத்த அனைவரையும் அழைத்து இந்தப் பிரச்சினையை முன்வைத்தார். நிர்வாகிகள் திணறிப்போனார்கள் – இத்தகைய சட்டரீதியான, நிதிசார்ந்த மாற்றத்திற்குச் சிறிது அவகாசம் தேவைப்படும் என்றார்கள். 'அதை வேகமாகச் செய்து முடிக்க வேண்டும். நாம் நல்ல ஊழியர் களை இழந்துகொண்டிருக்கிறோம்' என்றார் ஜாப்ஸ்.

அவரை ஆதரிக்கும் எட் வூலார்ட் – அவர் நஷ்ட ஈட்டுக் குழுவிற்கும் தலைமைதாங்கி வந்தார் – இதற்கு எதிர்ப்புத் தெரிவித்தார். 'ட்யு பான்ட்டில் இதுபோலெல்லாம் நாங்கள் செய்யவே இல்லை' என்றார் அவர்.

'நீங்கள் இதையெல்லாம் சரிசெய்வதற்காகத்தான் என்னை இங்கு அழைத்து வந்தீர்கள். ஊழியர்கள்தாம் நமக்கு ஆதாரம்' – ஜாப்ஸ் விவாதித்தார். நிர்வாகக் குழு பரிசீலனைக்காக இரண்டு மாத கால அவகாசம் கேட்டபோது ஜாப்ஸ் வெடித்தார்: 'உங்களுக்கென்ன கிறுக்குப் பிடித்துவிட்டதா?' நீண்ட மௌனத்திற்குப் பிறகு அவர் தொடர்ந்தார். 'இதோ பாருங்கள், உங்களுக்கு இதைச் செய்ய விருப்ப மில்லையென்றால், திங்களன்று நான் திரும்பிவரவில்லை. நான் எடுக்க வேண்டிய முக்கிய முடிவுகள் ஆயிரமாயிரம் இருக்கின்றன – இதை யெல்லாம் விடக் கடினமாக. இப்படியொரு தீர்மானத்திற்கு உங்களால் ஆதரவளிக்க முடியாது என்றால், நான் தோற்றுப்போவேன். ஆகவே, உங்களால் இதைச் செய்யமுடியாது என்றால், நான் வெளியேறுகிறேன். நீங்கள் பழியை என் மீதே போட்டு, ஸ்டீவ் இந்தப் பணிக்குத் தகுதி யானவரல்ல என்று கூறிக்கொள்ளலாம்.'

அடுத்த நாள் நிர்வாகக் குழுவுடன் கலந்தாலோசித்த பிறகு, வூலார்ட் ஜாப்ஸைத் திரும்ப அழைத்தார். 'நாங்கள் இதை அங்கீகரிக்கப் போகிறோம்' என்றார் அவர். 'ஆனால் சில நிர்வாகக் குழு உறுப்பினர்கள் இதை விரும்பவில்லை. எங்கள் தலைக்கு நேரே நீங்கள் துப்பாக்கியைப் பிடித்திருப்பது போல உணர்கிறோம்.' உயர்மட்ட ஊழியர்களுக்கான பங்கு வாய்ப்புகள் (ஜாப்ஸுக்கு எதுவுமில்லை) மீண்டும் திருத்தி யமைக்கப்பட்டு 13.25 டாலர் என்றாயின. இது அமேலியோ வெளியேற்றப்பட்ட அன்று இருந்த பங்கு விலையாகும்.

வெற்றியை அறிவித்து நிர்வாகக்குழுவிற்கு நன்றி தெரிவிப்பதற்குப் பதிலாக, ஜாப்ஸ் தாம் மதிக்காத ஒரு நிர்வாகக்குழுவிற்குப் பதிலளிக்க வேண்டியிருப்பதைப் பற்றிப் பொருமியவாறு இருந்தார். 'நிறுத்தி விடுங்கள், இது நடக்கப் போவதில்லை' என்றார் அவர் வூலார்டிடம். 'இந்த நிறுவனம் சின்னாபின்னமாகியிருக்கிறது. இந்த நிர்வாகக் குழுவை மடியிலிட்டுத் தாலாட்டிப் பாலூட்டுவதறகெல்லாம் எனக்கு நேரமில்லை. ஆகவே நீங்கள் எல்லோரும் விலகிக்கொள்ளவேண்டும். இல்லாவிட்டால் நான் விலகிக்கொண்டு திங்களிலிருந்து வரப்போவ தில்லை.' இதில் ஒருவர் மட்டும் குழுவில் இருக்கலாம் எனில், அது வூலார்ட்தான் என்றார்.

குழுவிலிருந்த உறுப்பினர்களில் பெரும்பாலானோர் திகைத்துப் போயிருந்தார்கள். ஜாப்ஸ் இன்னமும் முழுநேர வேலைக்குத் தம்மை அர்ப்பணிக்கவோ, வெறும் ஆலோசகர் என்பதற்கு மேல் எந்தப் பொறுப்பையும் ஏற்கவோ மறுத்துவந்தார். ஆனாலும் அவர்களை வெளியேறச் சொல்லும் அதிகாரம் தமக்குள்ளதாக அவர் கருதினார். இதில் கசப்பான உண்மை என்னவென்றால் அவருக்கு அவர்கள்மீது அந்த அதிகாரம் இருந்தது என்பதுதான். அவர் கோபத்தில் வெளியேறு வதை அவர்களால் அலட்சியம் செய்யவும் முடியவில்லை; அதேசமயம், ஆப்பிள் நிர்வாகக் குழுவில் தொடர்ந்து உறுப்பினராக இருப்பது என்பது அப்போதைய சூழ்நிலையில் அப்படியொன்றும் வசீகரமான தாகவும் இல்லை. 'இத்தனை காலம் பட்ட அல்லல்களையும் அவஸ்தை களையும் எண்ணிப் பார்த்ததில், பலர் வெளியேறுவதில் மகிழ்ச்சி யடைந்தார்கள்' என்று வூலார்ட் நினைவுகூர்ந்தார்.

மீண்டும் ஒருமுறை நிர்வாகக் குழு பணிந்து வந்தது. அது ஒரே ஒரு வேண்டுகோளை முன்வைத்தது: வூலார்ட் தவிர மற்றொரு இயக்குநரைக் குழுவில் இருந்துகொள்ள அவர் சம்மதிப்பாரா? இது ஒளியியலுக்கு *(ஆப்டிக்ஸ்)* உதவியாக இருக்கும். ஜாப்ஸ் இறங்கி வந்தார். 'அப்பப்பா, மிக மோசமான, பயங்கரமான ஒரு நிர்வாகக் குழு அது' என்று அவர் பின்னர் கூறினார். 'எட் வூலார்டும் காரெத் சாங் என்பவரும் இருக்கட்டும் என்றேன். காரெத் சாங் வெறும் பூச்சியம். பயங்கரமானவரல்ல – வெறும் பூச்சியம், அவ்வளவுதான். மற்றபடி வூலார்ட் இதுவரை நான் கண்டவர்களில் மிகச் சிறந்த நிர்வாகக்குழு உறுப்பினர். அவர் ஒரு ராஜகுமாரர் – நான் சந்தித்தவர்களிலேயே மிக அறிவுள்ள, ஆதரவானவர்களுள் ஒருவர்.'

பணியிலிருந்து விலகிக்கொள்ளும்படி கூறப்பட்டவர்களுள் மைக் மார்க்குலாவும் ஒருவர். **1976**இல் ஓர் இளம் முதலீட்டு நிறுவன அதிபராக ஜாப்ஸின் கராஜுக்கு வந்து, பணிமேசையின் மீது உருவாகும் நிலையிலிருந்த கணினியிடம் மனத்தைப் பறிகொடுத்து, **250,000**

டாலர் கடன் தந்து, மூன்றாவது பங்குதாரராகி, புதிய நிறுவனத்தின் மூன்றில் ஒரு பங்குக்கு உரிமையாளரானவர். அடுத்த இருபது ஆண்டு களுக்குத் தொடர்ந்து நிர்வாகக் குழுவிலிருந்த ஒரே உறுப்பினர் – பலவிதமான தலைமை நிர்வாக அதிகாரிகள் வருவதையும் போவதை யும் கண்டவர். அவ்வப்போது ஜாப்ஸுக்கு ஆதரவாக இருந்தாலும், அவரோடு மோதியும் இருந்தார் – 1985இல் நடந்த பலப்பரீட்சையில் ஸ்கல்லிக்கு ஆதரவாக அவர் இருந்தது குறிப்பிடத்தக்கது. ஜாப்ஸ் திரும்பி வந்ததோடு, தாம் வெளியேறும் நேரம் வந்துவிட்டதை அவர் அறிந்திருந்தார்.

ஜாப்ஸ் தம்மை இடைமறித்தவர்களிடம் ஈவு இரக்கமின்றி நடந்துகொள்ளவும் முடியும்; தொடக்ககாலம் முதலாகத் தம்மோடு இருந்தவர்களிடம் உணர்ச்சிபூர்வமாக நடந்துகொள்ளவும் முடியும். இவ்வாறு அவருடைய மனதுக்கு நெருக்கமானவர்களுள் வாஸ்நியாக் அடங்குவார் – அவர்கள் இருவரும் விட்டுப் பிரிந்திருந்தாலும்கூட. ஆன்டி ஹெர்ட்ஸ்ஃபெல்டும் மற்றும் சில மகின்டாஷ் குழு உறுப்பினர் களும் அப்படித்தான். முடிவில் மைக் மார்க்குலாவும். ‘அவர் என்னை வஞ்சித்துவிட்டார் என்று மிக ஆழமாய் உணர்ந்தேன். ஆனால் அவர் எனக்குத் தந்தை போல. நான் அவர்மீது எப்பொழுதுமே அக்கறை எடுத்துக்கொள்வேன்’ என்றார் ஜாப்ஸ். ஆகவே, ஆப்பிள் நிர்வாகக் குழுவிலிருந்து விலகிக்கொள்ளும்படி கூறும் நேரம் வந்தபோது ஜாப்ஸ் அதைத் தனிப்பட்ட முறையில் செய்வதற்காக வுட்சைட் மலைப் பிரதேசங்களிலுள்ள மார்க்குலாவின் பங்களாவிற்கே சென்றார். வழக்கம்போலச் சிறிது தூரம் நடக்கலாம் என்று கேட்டுக்கொண்டார். அவர்கள் அந்த வட்டாரத்தைக் கடந்து ஒரு சுற்றுலா மேசை இருந்த ரெட்வுட் சோலைக்குச் சென்றார்கள். ‘தாம் புதிதாய்த் தொடங்க விரும்பியதால், குழுவும் புதிதாய் இருக்கவேண்டும் என்று விரும்பிய தாக என்னிடம் கூறினார்’ என்றார் மார்க்குலா. ‘நான் தவறாக எடுத்துக் கொள்வேனோ என்று அவர் கவலைப்பட்டார். இல்லையென்று அறிந்துகொண்டவுடன் நிம்மதியடைந்தார்.’

மீதமிருந்த நேரம் முழுவதையும் ஆப்பிள் எதிர்காலத்தில் எதில் கவனம்செலுத்த வேண்டும் என்பது பற்றிய கலந்தாலோசனையில் செலவழித்தார்கள். ஜாப்ஸின் கனவு, நிலைத்து நிற்கக்கூடிய ஒரு நிறுவனத்தை உருவாக்குவது; அதற்கான வழி என்ன என்று அவர் மார்க்குலாவிடம் கேட்டார். நிலைத்து நிற்கும் நிறுவனங்களுக்குத் தம்மை எப்படி மீண்டும் உருவாக்கிக்கொள்ளவேண்டும் என்பது தெரியும் என்று பதிலளித்தார் மார்க்குலா. ஹ்யூலெட் பக்கார்ட் (எச்பீ) அதை மீண்டும் மீண்டும் செய்தது. அது கருவிகளைத் தயாரிக்கும் நிறுவனமாகத் தொடங்கி, பிறகு கால்குலேட்டர் (கணிப்பான்)

தயாரிக்கும் நிறுவனமாகி, பிறகு கணினி நிறுவனமாக வளர்ந்தது. 'ஆப்பிள் தனியர்க் கணினித் தொழிலில் மைக்ரோஸாஃப்டால் ஓரம்கட்டப்பட்டுள்ளது' என்றார் மார்க்குலா. 'நீ வேறு ஏதாவது தயாரிக்கும் வகையில் நிறுவனத்தை மறுசீரமைக்க வேண்டும் - வேறு பயனீட்டாளர் தயாரிப்பு, அல்லது சாதனங்கள் போல. நீ ஒரு பட்டாம்பூச்சி போல இருக்கவேண்டும். உனக்கென்று ஒரு மறுவாழ்வு வேண்டும்.' ஜாப்ஸ் அதிகம் பேசவில்லை, ஆனால் ஒத்துக்கொண்டார்.

பழைய நிர்வாகக் குழு ஜூலை இறுதியில் மாற்றத்திற்கு ஏற்பாடு செய்வதற்காகக் கூடியது. ஜாப்ஸ் குத்தலானவர் என்றால் வூலார்ட் மென்மையானவர். ஜீன்ஸும் ஸ்னீக்கர்ஸும் அணிந்து வந்த ஜாப்ஸைப் பார்த்து அவருக்கு லேசாகத் தூக்கிவாரிப்போட்டது. ஜாப்ஸ் நீண்ட நாள் நிர்வாகக்குழுவில் இருந்த உறுப்பினர்களையெல்லாம் நிர்வாகச் சீர்குலைவிற்காகக் கடிந்துகொள்வாரோ என்று கவலைப்பட்டார். ஆனால் ஜாப்ஸ் இனிமையாக 'ஹாய், எவ்ரி ஒன்' (வணக்கம், நண்பர் களே!) என்றார். பிறகு அனைவரும் ஒன்றுகூடி பதவி விலகல்களை ஏற்றுக்கொள்ளவும், நிர்வாகக் குழுவிற்கு ஜாப்ஸைத் தேர்ந்தெடுக் கவும், புதிய நிர்வாகக்குழு உறுப்பினர்களைத் தேர்வுசெய்ய வூலார்டுக்கும் ஜாப்ஸிற்கும் அதிகாரம் அளிக்கவும் தேவையான வாக்கெடுப்பில் ஈடுபட்டனர்.

ஜாப்ஸின் முதல் தேர்வு – இதில் ஆச்சரியம் ஏதுமில்லை – லாரி எல்லிசன். தாம் குழுவில் சேர்ந்துகொள்வதில் மிகவும் மகிழ்ச்சி யடைந்தாலும், கூட்டங்களில் பங்கெடுத்துக்கொள்வதை வெறுப்பதாக எல்லிசன் கூறினார். பாதி கூட்டங்களில் கலந்துகொண்டாலே போது மானது என்றார் ஜாப்ஸ். (போகப்போக எல்லிசன் மூன்றில் ஒரு பங்கு கூட்டங்களுக்கு மட்டுமே வந்தார். ஜாப்ஸ் *பிஸ்னஸ் வீக்* பத்திரிகை யின் அட்டைப்படத்தில் வெளியாகியிருந்த எல்லிசனின் படத்தை ஆளுயர அளவிலாக்கி ஒரு அட்டையில் கத்தரித்து ஒட்டி அவருடைய நாற்காலியில் வைத்துவிட்டார்.)

ஜாப்ஸ் பில் காம்ப்பெல்லையும் இணைத்துக்கொண்டார். அவர் 1980களின் தொடக்கத்தில் ஆப்பிளின் விளம்பரப் பிரிவை நடத்தியவர். ஸ்கல்லி-ஜாப்ஸ் மோதலில் நடுவில் மாட்டிக்கொண்டவர்; முடிவில் ஸ்கல்லிக்கு ஆதரவு தெரிவித்தாலும், காலப்போக்கில் ஸ்கல்லியை மிகவும் வெறுத்தார். ஜாப்ஸ் அவரை மன்னித்துவிட்டார். இப்போது அவர் இன்ட்யூட் நிறுவனத்தின் தலைமை நிர்வாக அதிகாரியாகவும் ஜாப்ஸுடன் நடக்கச்செல்லும் துணைவராகவும் இருந்தார். 'நாங்கள் அவருடைய வீட்டின் பின்புறம் அமர்ந்திருந்தோம்' என்று நினைவுகூர்ந்தார் காம்ப்பெல். அவருடைய குடியிருப்பு பாலோ ஆல்டோவில் ஜாப்ஸின் வீட்டிற்கு ஐந்து அடுக்குகள் மட்டுமே தள்ளி இருந்தது. 'அவர்

ஆப்பிளுக்குத் திரும்பிச் செல்லப்போவதாகவும், நான் நிர்வாகக் குழுவில் இணைந்துகொள்ள வேண்டுமென்று விரும்புவதாகவும் தெரிவித்தார். நான் *ஓ, அவசியம் செய்கிறேன்* என்றேன்.' காம்ப்பெல் கொலம்பியாவில் கால்பந்துப் பயிற்சியாளராக இருந்தார். ஜாப்ஸ் கூறினார்: அவருடைய பெரிய திறமையே 'இரண்டாம்தர நிலையில் உள்ளவர்களை முதல்தர நிலைக்கு ஈடாக விளையாடச் செய்வதுதான்.' ஆப்பிளில் அவர் பணியாற்றப்போவதே முதல்தர நிலை ஊழியர் களுடன்தான் என்றார் ஜாப்ஸ் அவரிடம்.

வூலார்ட் முதலில் க்ரைஸ்லரிலும் பிறகு ஐபிஎம்மிலும் தலைமை நிதி அதிகாரியாக இருந்த ஜெர்ரி யார்க்கைக் குழுவில் சேர்க்க உதவினார். மற்றவர்கள் கருத்தில் கொள்ளப்பட்டு, பின் ஜாப்ஸால் நிராகரிக்கப் பட்டனர். இதில் மெக் விட்மானும் அடக்கம். அவர் அப்போது ஹஸ்ப்ரோவின் ப்ளேஸ்கூல் பிரிவின் மேலாளராகவும், முன்பு டிஸ்னி யில் திட்டம் வகுப்பவராகவும் இருந்திருந்தார். (1998இல் அவர் ஈபேயின் தலைமை நிர்வாக அதிகாரியானார்; பின்னர் கலிஃபோர்னியாவின் ஆளுநராக முயன்று தோல்வியடைந்தார்). தொடர்ந்த ஆண்டுகளில் ஜாப்ஸ் சில வலிமையான தலைவர்களை ஆப்பிள் குழுவில் பணி யாற்ற அழைத்துவந்தார் – இதில் அல் கோர், கூகுளின் எரிக் ஷ்மிட், ஜீனன்டெக்கின் ஆர்ட் லெவின்ஸன், காப் மற்றும் ஜே. க்ரூவின் மிக்கி ட்ரெக்ஸ்லர், அவானின் ஆன்ட்ரியா ஜங் ஆகியோரும் அடங்குவர். ஆனால் அவர்கள் நம்பிக்கைக்குரியவர்களாக – சில சமயம் சற்று அதிகப்படியாகவே – நடந்துகொள்வதை அவர் எப்பொழுதும் உறுதிசெய்துகொண்டார். அவர்களுடைய அந்தஸ்தையும் மீறி ஜாப்ஸ் சிலசமயம் அவர்களை பிரமிக்கவைப்பது போலவும், சிலசமயம் மட்டம்தட்டுவதுபோலவும் உணர்ந்தார்கள். அத்துடன் அவரை மகிழ்ச்சியாக வைத்துக்கொள்ள அவர்களும் ஆர்வம் காட்டினார்கள்.

ஒரு கட்டத்தில் அவர் செக்யூரிட்டீஸ் அண்ட் எக்சேஞ் கமிஷனின் (பங்கு மற்றும் பரிவர்த்தனை ஆணையம் – எஸ்இசி) முன்னாள் நிர்வாகக் குழுத் தலைவரான ஆர்தர் லெவிட்டை நிர்வாகக்குழு உறுப்பினராகும்படி கூறி அழைத்தார். லெவிட் 1984இல் தமது மகின்டாஷை வாங்கியது முதலாகவே, ஆப்பிள் கம்ப்யூட்டர்ஸுக்குப் பெருமையோடு 'அடிமையாகி' இருந்தார். அவர் க்யூபர்டினோவிற்கு வருவதில் மிகவும் பூரிப்படைந்திருந்தார். அங்கு தமது பொறுப்புபற்றி ஜாப்ஸுடன் கலந்துரையாடினார். ஆனால் நிர்வாகம் பற்றி லெவிட் எழுதிய ஒரு உரையை ஜாப்ஸ் படிக்க நேர்ந்தது. அதில் நிர்வாகக் குழு தனிப்பட்ட, வலுவான பங்குபெற்றிருக்கவேண்டும் என்று அவர் வாதிட்டிருந்தார். ஜாப்ஸ் அவரைத் தொலைபேசியில் அழைத்து, தமது அழைப்பைத் திரும்பப் பெற்றுக்கொண்டார். 'ஆர்தர், எங்கள்

மீட்டளிப்பு ❋ 447

நிர்வாகக் குழுவில் நீங்கள் மகிழ்ச்சியாக இருப்பீர்கள் என்று எனக்குத் தோன்றவில்லை; ஆகவே உங்களை நாங்கள் அழைக்காமலிருப்பது நல்லது என்று நினைக்கிறேன்' என்று ஜாப்ஸ் தம்மிடம் கூறியதாக லெவிட் கூறினார். 'நேர்மையாகச் சொல்லவேண்டுமென்றால் நீங்கள் எழுப்பிய சில கேள்விகள் சில நிறுவனங்களுக்கு வேண்டுமென்றால் பொருத்தமாக இருக்கலாம். ஆனால் ஆப்பிளின் கலாச்சாரத்திற்குச் சற்றும் பொருந்தாது.' லெவிட் பின்னர் எழுதினார்: 'நான் அசந்து போனேன், ஆப்பிளின் நிர்வாகக்குழு தலைமை நிர்வாக அதிகாரியிட மிருந்து விலகித் தனிப்பட்ட முறையில் இயங்கும் வகையில் வடிவமைக்கப்படவில்லை என்பது எனக்குத் தெளிவாகப் புரிந்தது.'

பாஸ்டன் மாக்வேள்ட், ஆகஸ்ட் 1997

ஆப்பிளின் பங்கு வாய்ப்புகளின் விலை மாற்றியமைக்கப்பட்டதற்கான ஊழியர் அறிவிப்பில் 'ஸ்டீவ் மற்றும் நிர்வாகிகள் குழு' என்று கையொப்பமிடப்பட்டிருந்தது. அவர்தான் நிறுவனத்தின் தயாரிப்பு பரிசீலனைக் கூட்டங்களை நடத்தி வருகிறார் என்பது விரைவில் எல்லோருக்கும் தெரியவந்தது. இதுவும் வேறுபல குறிப்புகளும் ஜாப்ஸ் ஆப்பிள் நிறுவனத்தில் முழுமூச்சாக இறங்கியுள்ளதை உணர்த்தியதோடு, தொடர்ந்து ஆப்பிளின் பங்குகளை ஜூலையில் ஏறத்தாழ 13 டாலர் களிலிருந்து 20 டாலருக்கு உயர்த்தின. அத்துடன் விசுவாசிகள் 1997 ஆகஸ்டில் பாஸ்டனில் நடந்த மாக்வேள்டில் கலந்துகொண்டு தங்கள் பூரிப்பை வெளிப்படுத்தினார்கள். ஐயாயிரத்திற்கும் மேற்பட்டோர் பல மணிநேரம் முன்பாகவே பார்க் ப்ளாஸா ஹோட்டலின் காஸில் அரங்கத்தில் கூடி முட்டிமோதிக்கொண்டார்கள் - ஜாப்ஸின் சிறப்புரை யைக் கேட்பதற்காக. திரும்பிவரும் தங்கள் நாயகனைப் பார்ப்பதற் காகவும், அவர் உண்மையிலேயே தங்களை மீண்டும் வழி நடத்தத் தயாராகத்தான் உள்ளாரா என்று அறிந்துகொள்ளவும் அவர்கள் வந்திருந்தனர்.

1984இலிருந்து ஜாப்ஸின் நிழற்படம் ஒன்று திரையில் மின்னிய போது அரங்கமே ஆரவாரித்தது. 'ஸ்டீவ்! ஸ்டீவ்! ஸ்டீவ்!' என்று கூட்டம் கோஷமிடத்தொடங்கியது – அறிமுகப் படலம் நடந்து கொண்டு இருக்கையிலேயே. முடிவில் கறுப்பு வெஸ்டும், காலர் இல்லாத வெள்ளைச் சட்டையும், ஜீன்ஸும், குறும்புப் புன்னகையுமாய் அவர் மேடையில் தோன்றியபோது – அரங்கில் எழுந்த கூச்சலும் பளிச்சிட்ட காமெராக்களும் பிரபல ராக் பாடகர்களுக்குச் சவால்விடும் அளவிற்கு இருந்தது. முதலில் தாம் அதிகாரப்பூர்வமாகப் பணிபுரியும் இடத்தைக் கூறி அந்தப் பூரிப்பை உடைத்தார். 'நான் ஸ்டீவ் ஜாப்ஸ் - பிக்ஸாரின் நிர்வாகக் குழுத் தலைவர் மற்றும் தலைமை நிர்வாக

அதிகாரி' என்று தம்மை அறிமுகப்படுத்திக் கொண்டபோது திரையில் அந்தப் பதவியோடு ஒரு படக்காட்சி தோன்றியது. பின் ஆப்பிளில் தமது பங்கை விளக்கினார். 'நானும் மற்றும் பலருமாய் இணைந்து ஆப்பிளை மீண்டும் ஆரோக்கியமான நிறுவனமாக்க உதவி வருகிறோம்.'

ஆனால் கையில் சொடுக்கியுடன் *(க்ளிக்கர்)* திரையில் படக்காட்சிகளை மாற்றியவாறு மேடையில் அவர் முன்னும் பின்னுமாய் நடந்து கொண்டிருந்ததைப் பார்க்கையில், ஆப்பிளின் முழு அதிகாரமும் அவருடைய கையில்தான் என்பது தெளிவானது – அது அப்படித் தொடரத்தான் வாய்ப்பும் இருந்தது. மிக நேர்த்தியாக ஒரு செயல்விளக்கத்தை அவர் அளித்தார் – எந்தக் குறிப்புகளையும் பயன்படுத்தாமல், ஆப்பிளின் விற்பனை கடந்த இரண்டு ஆண்டுகளாக 30% வீழ்ச்சியடைந்தன் காரணத்தை விளக்கி. 'ஆப்பிளில் நிறைய திறமைசாலிகள் இருக்கிறார்கள். ஆனால் அவர்கள் தவறான விஷயங்களைச் செய்துகொண்டிருக்கிறார்கள். ஏனெனில் திட்டத்தில் தவறு உள்ளது' என்றார். 'நல்ல திட்டத்தில் உடனடியாகச் சேர்ந்துகொள்ளக் காத்திருப்பவர்களை நான் கண்டு பிடித்திருக்கிறேன். ஆனால் நல்ல திட்டம்தான் இல்லை.' மீண்டும் அரங்கத்தில் கூச்சல்களும் சீட்டியொலியும் ஆரவாரமும் நிலவின.

அவர் பேசப்பேச அவருடைய ஆர்வத்தின் தீவிரம் கூடி வந்தது. 'அவர்கள்' என்று சொல்வதைத் தவிர்த்து 'நாங்கள்', 'நான்' என்று கூறத் தொடங்கினார் - குறிப்பாக ஆப்பிள் என்ன செய்ய இருக்கிறது என்பது பற்றிப் பேசுகையில். 'இப்பொழுது கூட ஓர் ஆப்பிள் கணினி வாங்குவதற்கு நீங்கள் வித்தியாசமாகச் சிந்திக்க வேண்டிவரும்' என்றார். 'அவற்றை வாங்குபவர்கள் வித்தியாசமாகத்தான் சிந்திக்கிறார்கள்: அவர்கள்தான் இந்த உலகின் ஆக்கப்பூர்வமான கலையுணர்வு மிக்கவர்கள். இந்த உலகை மாற்றப்போகிறவர்கள். *நாங்கள்* அந்த வகை மக்களுக்காகத்தான் கருவிகளை உருவாக்குகிறோம்.' அந்த வாக்கியத்தில் அவர் 'நாங்கள்' என்று கூறியபோது இருகைகளையும் குவித்து தமது நெஞ்சில் விரல்களைத் தட்டினார். பின்னர் தமது இறுதி விளக்கத்தில் 'நாங்கள்' என்ற வார்த்தையை அழுத்தி உச்சரித்தார் – ஆப்பிளின் எதிர்காலத்தைப் பற்றிப் பேசுகையில். 'நாங்களும் வித்தியாசமாகச் சிந்தித்து, தொடக்கம் முதலாகவே எங்கள் தயாரிப்புகளை வாங்கி வருபவர்களுக்குச் சேவை செய்யப்போகிறோம். அவர்களைக் கிறுக்கர்கள் என்று பலர் நினைக்கிறார்கள். ஆனால் அந்தக் கிறுக்குத் தனத்தில்தான் நாங்கள் மேதாவிகளைக் காண்கிறோம்.' நீண்டநேரம் நிலைத்த ஆரவாரத்தில் மக்கள் ஒருவரை ஒருவர் பிரமிப்புடன் பார்த்துக் கொண்டார்கள். சிலர் கண்களில் வழிந்த கண்ணீரைத் துடைத்துக் கொண்டார்கள். ஆப்பிளில் தாமும் 'நாங்கள்' என்பதும் ஒன்றுதான் என்று ஜாப்ஸ் மிகத்தெளிவாக அறிவித்திருந்தார்.

மைக்ரோஸாஃப்ட் ஒப்பந்தம்

1997 மாக்வேள்டில் ஜாப்ஸ் தோன்றியதன் உச்சகட்டம் ஒரு அதிர்ச்சி யூட்டும் அறிவிப்பு – இது *டைம்ஸ், நியூஸ்வீக்* இரண்டிலும் அட்டைப் படக் கட்டுரையாக வெளிவந்தது. தமது உரையில் இறுதியில் நீர் பருகுவதற்காகச் சற்றுத் தாமதித்துவிட்டு மேலும் அடக்கமான குரலில் அவர் பேசத்தொடங்கினார். 'ஆப்பிள் ஒரு சூழ்மண்டலத்தில் வாழ்கிறது' என்றார் அவர். 'அதற்கு மற்ற பங்காளர்களிடமிருந்து உதவி தேவைப் படுகிறது. அழிக்கும் தன்மையுள்ள உறவுகள் இந்தத் துறையில் ஒருவருக்கும் உதவுவதில்லை.' இதற்கு மேலும் வலுவூட்டுவதற்காக ஒரு நிமிடம் தாமதித்து விட்டுப் பின் விளக்கினார்: 'எங்களுடைய புதிய பங்காளர்களில் ஒருவரை அறிமுகப்படுத்த விரும்புகிறோம் – இது மிகவும் அர்த்தமுள்ளது – அதாவது மைக்ரோஸாஃப்ட்.' மைக்ரோஸாஃப்ட் மற்றும் ஆப்பிள் சின்னங்கள் திரையில் ஒன்றாகத் தோன்றின. கூடியிருந்தவர்களுக்கு மூச்சுத் திணறியது.

ஆப்பிளும் மைக்ரோஸாஃப்டும் பல்வேறு பதிப்புரிமை மற்றும் காப்புரிமை விஷயங்களில் கடந்த பத்து ஆண்டுகளாகப் போரில் இறங்கியிருந்தன. குறிப்பாக மைக்ரோஸாஃப்ட் ஆப்பிளின் வரைகலை இடைமுகத் *(க்ராஃபிக்கல் இன்டர்ஃபேஸ்)* தோற்றத்தையும் பொலிவை யும் களவாடிவிட்டதா என்பது குறித்து. 1985இல் ஆப்பிளிலிருந்து ஜாப்ஸ் வெளியேற்றப்பட்ட போது, ஜான் ஸ்கல்லி ஓர் அடிபணியும் ஒப்பந்தத்தைச் செய்து கொண்டிருந்தார்: மைக்ரோஸாஃப்ட், ஆப்பிளின் வரைகலைப் பயனர் இடைமுகத்தைத் *(க்ராஃபிக்கல் யூஸர் இன்டர்ஃபேஸ்)* தமது வின்டோஸ் 1.0க்காகப் பயன்படுத்திக்கொள்ளும். பதிலுக்கு மைக்ரோஸாஃப்ட் தனது எக்ஸெல் வடிவத்தை இரண்டு ஆண்டுகள் வரை மாக்கிற்கென்று பிரத்யேகமாக அளிக்கும். 1988இல் மைக்ரோ ஸாஃப்ட் வின்டோஸ் 2.0ஐ வெளியிட்டபோது, ஆப்பிள் வழக்குத் தொடர்ந்தது. ஸ்கல்லி 1985 ஒப்பந்தம் வின்டோஸ் 2.0க்குப் பொருந்தாது என்றும், வின்டோஸில் மேலும் செய்யும் புதுப்பித்தல்கள் (பில் அட்கின்ஸன் வின்டோஸ் அடுக்குகளை 'கத்தரிப்பு' *(க்ளிப்பிங்)* செய்யும் தந்திரத்தைப் பார்த்து அதேபோலச் செய்வது) இதனை மேலும் சிக்கலாக்கி உள்ளதாகவும் கூறினார். 1997க்குள் ஆப்பிள் அந்த வழக்கிலும் பல்வேறு மனுக்களிலும் தோற்றிருந்தது. ஆனாலும் பழைய வழக்குகளின் மீதமும் புதிய வழக்குகளுக்கான மிரட்டல்களும் தொடர்ந்து நிலவிவந்தன. இது தவிர அதிபர் கிளின்டனின் நீதித்துறை மைக்ரோஸாஃப்டின் மீது மிகப் பெரிய அளவில் நம்பிக்கையின்மை வழக்கைத் தொடுக்க இருந்தது. ஜாப்ஸ் அதன் பிரதான வழக்கறிஞர் ஜோயெல் க்ளைனை பாலோ ஆல்டோவிற்கு அழைத்தார். 'மைக்ரோஸாஃப்டிடமிருந்து பெரிய அளவில் பணம் கறக்க முயற்சி செய்ய வேண்டாம்' என்றார் ஜாப்ஸ்,

இருவரும் காபி அருந்திக் கொண்டிருக்கையில். 'அதற்குப் பதிலாக, அவர்களை விவகாரங்களில் மாட்டிவிட்டபடியே இருங்கள்.' மைக்ரோஸாஃப்டைச் 'சுற்றிச் சென்று' போட்டித் தயாரிப்புகளை வெளியிடுவதற்கு இது ஆப்பிளுக்கு வாய்ப்புப் பெற்றுத்தரும் என்று விளக்கினார் ஜாப்ஸ்.

அமேலியோவின் பதவிக்காலத்தில் இந்த மோதல் பெரிதாய் வெடித்திருந்தது. எதிர்கால மகின்டாஷ் இயங்கு தளங்களுக்கான *(ஆபரேட்டிங் சிஸ்டம்)* வேர்ட், எக்ஸெல் ஆகிய மென்பொருள்களைத் தயாரித்து வழங்க மைக்ரோஸாஃப்ட் மறுத்துவிட்டது. இது ஆப்பிளை அழித்திருக்க முடியும். பில் கேட்ஸின் பார்வையில் அவர் கூறுவதைப் பழிவாங்குதல் என்று எடுத்துக்கொள்ள முடியாது. ஒரு புதிய இயங்கு தளம் எப்படி இருக்கும் என்பது – ஆப்பிளின் மாறிக்கொண்டிருக்கும் தலைமை உட்பட – ஒருவருக்குமே தெரிந்ததாகத் தோன்றாத நிலையில், எதிர் கால மகின்டாஷுக்காக ஒப்பந்தம் செய்துகொள்வதில் அவர் தயக்கம் காட்டியதைப் புரிந்துகொள்ள முடிந்தது. ஆப்பிள் நெக்ஸ்ட்டை வாங்கிய உடனேயே அமேலியோவும் ஜாப்ஸும் சேர்ந்து மைக்ரோ ஸாஃப்டிற்குச் சென்றனர். ஆனால் இருவரில் பொறுப்பில் இருப்பவர் யார் என்பது கேட்ஸிற்குப் புதிராக இருந்தது. சில நாள்களுக்குப் பின் அவர் ஜாப்ஸைத் தனிப்பட்ட முறையில் அழைத்தார். 'என்ன இதெல்லாம்? எனது பயன்பாட்டு மென்பொருள்களை *(அப்ளிகேஷன்ஸ்)* நெக்ஸ்ட் இயங்கு தளத்தில் இட வேண்டும் என்கிறீர்களா?' என்று கேட்ஸ் கேட்டார். ஜாப்ஸ் கில் பற்றிச் சாதுரியமாகக் கருத்துகளைக் கூறி, நிலைமை விரைவில் தெளிவாக்கப்படும் என்று பதிலளித்தார்.

அமேலியோவின் பதவி நீக்கத்தால் தலைமைப் பிரச்சினைக்கு ஓரளவிற்குத் தீர்வு காணப்பட்டாலும் ஜாப்ஸின் முதல் தொலைபேசி அழைப்புகளில் ஒன்று கேட்ஸுக்குச் சென்றது; ஜாப்ஸ் நினைவுகூர்ந்தார்:

> 'நான் பில்லை அழைத்துக் கூறினேன்: 'இந்தச் சூழ்நிலையை நான் மாற்றியமைக்கப்போகிறேன்.' பில்லுக்கு எப்போதுமே ஆப்பிளிடம் ஒரு தனிப்பிரியம் உண்டு. நாங்கள் அவரை பயன்பாட்டு மென்பொருள் தொழிலுக்குள் புகுத்தினோம். மைக்ரோஸாஃப்டின் முதல் பயன்பாட்டு மென்பொருள்களே மாக்குக்கான எக்ஸெலும், வேர்டும்தான். ஆகவே நான் அவரை அழைத்து 'எனக்கு உதவி தேவை' என்றேன். மைக்ரோஸாஃப்ட் ஆப்பிளின் உரிமைக் காப்புகள் விஷயத்தில் எளிதாய் வெற்றி கண்டிருந்தது. நான் கூறினேன்: 'நாங்கள் எங்களுடைய வழக்குகளைத் தொடர்ந்தால், இப்போதிலிருந்து சில ஆண்டுகளுக்குள் நாங்கள் பில்லியன் டாலர் மதிப்புள்ள உரிமைக் காப்பு வழக்கை வெல்ல முடியும். இது உங்களுக்கும் தெரியும், எனக்கும் தெரியும். ஆனால் நாம்

தொடர்ந்து போரில் ஈடுபட்டு வந்தால் அவ்வளவு காலம் ஆப்பிள் பிழைத்திருக்கப் போவதில்லை. அது எனக்குத் தெரியும். ஆகவே இந்தப் பிரச்சினையை இப்பொழுதே தீர்வுக்குக் கொண்டுவருவது எப்படி என்று யோசிப்போம். எனக்குத் தேவைப்படுவதெல்லாம் ஒரு வாக்குறுதி – மைக்ரோஸாஃப்ட் மாக்கிற்குத் தொடர்ந்து மென்பொருள் தயாரித்தளிக்கும், ஆப்பிளில் மைக்ரோஸாஃப்ட் முதலீடு செய்யும் என்று இதனால் எங்களுடைய வெற்றியில் உங்களுக்கும் ஒரு பங்கு இருக்கும்.'

ஜாப்ஸ் கூறியதை நான் மீண்டும் ஒப்பித்தபோது, கேட்ஸ் அது துல்லியமாக இருக்கிறது என்றார். 'மாக்கில் பணியாற்ற விரும்பிய சிலர் எங்கள் குழுவில் இருந்தார்கள். அத்துடன் மாக் எங்களுக்கு மிகவும் பிடித்திருந்தது' என்றார் கேட்ஸ். அவர் ஆறு மாதங்களாக அமேலியோ வுடன் பேச்சுவார்த்தைகளில் ஈடுபட்டிருந்தார். பரிந்துரைகள் நீண்டு கொண்டே, மேலும் சிக்கலாகிக்கொண்டே போயின. 'இப்படியிருக்க, ஸ்டீவ் வந்து 'அந்த ஒப்பந்தம் மிகவும் சிக்கலாக இருக்கிறது. எனக்கு எளிமையான ஓர் ஒப்பந்தம் வேண்டும். எனக்கு வாக்குறுதி வேண்டும், ஒரு முதலீடு வேண்டும்' என்றார். ஆக, எல்லாவற்றையும் சேர்த்து நான்கே வாரங்களில் முடித்துவிட்டோம்.'

கேட்ஸும் அவருடைய தலைமை நிதி அதிகாரி க்ரெக் மாஃபெய்யும் ஒப்பந்தத்திற்கான ஏற்பாடுகளைச் செய்வதற்காக பாலோ ஆல்டோ விற்குச் சென்றார்கள். அடுத்த ஞாயிறன்று மாஃபெய் தனியாக வந்து அதன் நுணுக்கங்களைக் கலந்தாலோசித்தார். அவர் ஜாப்ஸின் வீட்டிற்கு வந்தபோது ஜாப்ஸ் குளிர்சாதனப் பெட்டியிலிருந்து சட்டென்று இரண்டு புட்டிகள் நீரை எடுத்துக்கொண்டு மாஃபெய்யோடு பாலோ ஆல்டோ வட்டாரத்தில் நடக்கச் சென்றார். இரண்டு பேரும் கால்சட்டை அணிந்திருந்தனர். ஜாப்ஸ் வெறுங்காலோடு நடந்தார். ஒரு பாப்டிஸ்ட் தேவாலயத்திற்கு முன் அமர்ந்தபடி ஜாப்ஸ் நேராக கருப் பிரச்சினைகளுக்கு வந்தார். 'நாங்கள் அக்கறை காட்டிவருவது இந்த விஷயங்களில்தான் – மாக்குக்கு மென்பொருள் தயாரித்தளிப்பதாக ஒரு வாக்குறுதி; தவிர, ஒரு முதலீடு.'

பேச்சு வார்த்தைகள் விரைவாக முடிந்துவிட்டாலும், கடைசி நுணுக்கங்கள் பாஸ்டனில் மாக்வேள்ட் மாநாட்டில் ஜாப்ஸின் உரைக்குச் சில மணி நேரங்கள் முன்பு வரை தீர்க்கப்பட்டிருக்கவில்லை. அவர் பார்க் பிளாசா காசிலில் ஒத்திகை பார்த்துக் கொண்டிருந்த போது அவருடைய கைபேசி சிணுங்கியது. 'ஹாய், பில்' என்ற அவருடைய வார்த்தைகள் அந்தப் பழைய அரங்கம் முழுவதும் எதிரொலித்தது. பின் அவர் ஒரு மூலைக்குச் சென்று மற்றவர்கள் கேட்க முடியாதபடி மெல்லிய குரலில் பேசினார். அந்த அழைப்பு ஒரு

மணிநேரம் நீடித்தது. முடிவாக மீதமிருந்த ஒப்பந்த நுணுக்கங்களும் தீர்க்கப்பட்டுவிட்டன. 'பில், இந்த நிறுவனத்திற்கு நீங்கள் அளித்த ஆதரவுக்கு நன்றி' என்று கால்சட்டை அணிந்திருந்த ஜாப்ஸ் கெஞ்சி ஆதரவை நாடியவாறு கூறினார். 'இந்த உலகம் அதற்குரிய சிறந்த இடமாக இருக்கும் என்று நினைக்கிறேன்.'

தனது மாக்வேள்ட் தலைமை உரையின்போது ஜாப்ஸ் மைக்ரோ ஸாஃப்ட் ஒப்பந்தத்தின் விவரங்களைக் குறிப்பிட்டார். தொடக்கத்தில் விசுவாசிகள் மத்தியிலிருந்து முனகல்களும் சீறல்களும் எழுந்தன. குறிப்பாக, சமாதான ஒப்பந்தத்தின் ஒரு பகுதியாக 'ஆப்பிள், இன்டர்நெட் எக்ஸ்ப்லோரரை மகின்டாஷின் இயல்பான பிரவுஸ ராகக் கொள்வதாய்த் தீர்மானித்துள்ளது' என்று ஜாப்ஸ் அறிவித்த போது திகைப்பு வெளிப்பட்டது. அரங்கம் கூச்சலிட்டது. ஜாப்ஸ் விரிவாக, 'நாங்கள் தேர்வுகளில் நம்பிக்கை வைத்திருப்பதால், வேறு சில இன்டர்நெட் ப்ரௌஸர்களையும் (இணைய உலாவி) வெளியிடு வதாக இருக்கிறோம். பயனர் கண்டிப்பாகத் தனக்குத் தேவைப்படும் பட்சத்தில் இயல்பிருப்பை *(டிஃபால்ட்)* மாற்றிக்கொள்ளலாம்.' சில சிரிப்பலைகள்; ஆங்காங்கே கைதட்டல்கள். அரங்கம் மெல்ல மெல்லச் சமாதானத்திற்கு வரத் தொடங்கியது – குறிப்பாக மைக்ரோஸாஃப்ட் ஆப்பிளில் 150 மில்லியன் டாலரை முதலீடு செய்து, வாக்குரிமை இல்லாத பங்குகளையும் பெறவுள்ளது என்று அவர் அறிவித்தபோது.

ஆனால் அந்தச் சமாதான மனோநிலை ஒரு கணம் தவிடுபொடி யானது – ஜாப்ஸ் தமது மேடை அனுபவத்தின் படக்காட்சி மற்றும் மக்கள்தொடர்பு உத்திகளில் ஒன்றை அங்குச் செய்து காட்டியபோது. 'இன்று துணைக்கோள் இணைப்பு வழியாக என்னுடன் மிக முக்கிய மான பிரமுகர் ஒருவர் கலந்துகொள்ள இருக்கிறார்' என்றார் அவர். திடீரென்று பில்கேட்ஸின் முகம் அந்தப் பெரிய திரையில் தோன்றியது – ஜாப்ஸையும் அரங்கத்தையும் தாண்டி, பிரம்மாண்டமாய்... கேட்ஸின் முகத்தில் ஒரு மெல்லிய புன்னகை... (அது கிண்டலா, கேலியா என்று புரியவில்லை) அரங்கம் அதிர்ச்சியில் விக்கித்துப் போனது; தொடர்ந்து கூச்சல்களும் கூவல்களும் எழுந்தன. இந்தக் காட்சி 1984 பிக் பிரதர் விளம்பரத்தின் கொடிய எதிரொலியாக இருந்தது – யாராவது ஒரு ஓட்டப்பந்தய வீராங்கனை திடீரென்று நடைபாதையில் ஓடிவந்து சம்மட்டியால் குறிபார்த்து எறிந்து அந்தத் திரையை ஆவியாகத் தெறித்து மறையச் செய்யமாட்டாளா என்று பாதியாவது எதிர்பார்க்கும் (நம்பிக்கை வைக்கும்?)அளவிற்கு இருந்தது அது.

ஆனால் எல்லாமே நிஜமாக இருந்தது. அங்கு நிலவிய கூச்சல் தெரியாதவராக கேட்ஸ் தமது மைக்ரோஸாஃப்ட் தலைமையகத்தி லிருந்து துணைக்கோள் இணைப்பு வழியாகப் பேசத்தொடங்கினார்.

'என் தொழில்வாழ்க்கையில் நான் செய்த மிகப்பூரிப்பான சில பணிகள் மகின்டாஷில் ஸ்டீவுடன் இணைந்து நான் செய்தவை' என்று தமது ஏற்றமான கீச்சுக் குரலில் (இரகசியமாய்ச்) சொன்னார். தொடர்ந்து மகின்டாஷுக்காகச் செய்யவிருக்கும் மைக்ரோஸாஃப்ட் ஆபீஸின் புதிய வடிவத்தை விளக்கினார். அரங்கம் அமைதியடைந்து, புதிய உலக மாற்றத்தை மெல்ல ஏற்றுக்கொள்வது போலத் தோன்றியது. 'மாக்கிற்கான புதிய வேர்ட், எக்ஸெல் வடிவங்கள் விண்டோஸில் நாங்கள் செய்ததைவிடவும் பல விஷயங்களில் சிறப்பானவையாக இருக்கும்' என்று கூறியபோது கேட்ஸிற்கும் சிறிது கைதட்டல் கிட்டியது.

தம்மைக்காட்டிலும் பிரம்மாண்டமாய் கேட்ஸின் உருவம் தெரிந்ததை ஒரு தவறு என்று ஜாப்ஸ் உணர்ந்தார். 'அவர் பாஸ்டனுக்கு வரவேண்டும் என்று விரும்பினேன்' என்று ஜாப்ஸ் பின்னர் கூறினார். 'அதுதான் என் மேடை நிகழ்ச்சிகளிலேயே மிகவும் மோசமானது, முட்டாள்தனமானது. ஏனென்றால் அது என்னை மிகவும் சிறுமைப் படுத்திக் காட்டியது; ஆப்பிளையும் சிறுமைப்படுத்திக் காட்டியது; ஏதோ எல்லாமே பில்லின் கைகளில்தான் என்பது போல.' நிகழ்ச்சியின் வீடியோ பதிவைப் பார்த்தபோது கேட்ஸுக்கும் தர்மசங்கடமாகத் தான் இருந்தது. 'என் முகம் இப்படிப் பிரம்மாண்டமாய்த் திரையில் காட்டப்படும் என்று எனக்குத் தெரிந்திருக்கவில்லை' என்றார் அவர்.

ஜாப்ஸ் கேட்காமலே ஒரு விளக்கத்தை அளித்து அரங்கிலுள்ளவர்களுக்கு நம்பிக்கையூட்ட முயன்றார். 'நாம் முன்னோக்கிச் சென்று ஆப்பிளை மீண்டும் ஆரோக்கியமான நிலையில் காணவேண்டுமென்றால் சில விஷயங்களை இங்கு கைவிடவேண்டியுள்ளது' என்றார் அரங்கத்தினரிடம். 'ஆப்பிள் வெல்ல வேண்டுமென்றால் மைக்ரோஸாஃப்ட் தோற்கவேண்டும்' என்ற எண்ணத்தைக் கைவிட வேண்டும். மாக்கில் நமக்கு மைக்ரோஸாஃப்ட் ஆபீஸ் வேண்டுமென்றால், அதை நமக்காகச் செய்து தரும் நிறுவனத்தை நாம் சிறிது நன்றியோடு நடத்தவேண்டும்.'

மைக்ரோஸாஃப்டின் அறிவிப்பும் அந்த நிறுவனத்துடன் ஜாப்ஸ் மீண்டும் நட்புணர்வோடு ஆர்வமாய் இணைந்துகொண்டதும் ஆப்பிளுக்கு மிகவும் தேவைப்பட்ட உந்துதலை அளித்தன. அன்றைய தின முடிவிலேயே அதன் பங்கு விலை 6.56 டாலர், அதாவது 33% அளவுக்கு உயர்ந்து 26.31 டாலரை எட்டியது – அமேலியோ பதவி விலகிய அன்று இருந்ததைவிட இருமடங்காக. இந்த ஒரு நாள் உயர்வு ஆப்பிளின் பங்கு முதலீட்டுத் தொகையை மேலும் 830 மில்லியன் டாலர் வரை உயர்த்தியது. கல்லறையின் ஓரத்தை எட்டியிருந்த ஒரு நிறுவனம் அதிலிருந்து மீண்டு வந்திருந்தது.

இயல் இருபத்தைந்து

வித்தியாசமாய்ச் சிந்தியுங்கள்

இடைக்காலத் தலைமை நிர்வாக அதிகாரியாக ஜாப்ஸ்

பிகாஸோவை வரிசையில் சேர்த்துக் கொள்ளும் காட்சி

கிறுக்கர்களுக்காக!
மகின்டாஷின் வெளியீட்டிற்காக '1984' விளம்பரத்தை வடிவமைத்துத் தந்தவர் சியாட்/டேயின் ஆக்கப்பூர்வ இயக்குநர் லீ க்ளோ. 1997 ஜூலை மாதத் தொடக்கத்தில் லாஸ் ஆஞ்சலெஸில் அவர் காரோட்டிச் சென்று கொண்டிருக்கையில் தொலைபேசி அழைத்தது. மறுமுனையில் ஜாப்ஸ். 'லீ, நான் ஸ்டீவ் பேசுகிறேன். உங்களுக்குத் தெரியுமா?

அமேலியோ சற்றுமுன்புதான் ராஜினாமா செய்தார். நீங்கள் கொஞ்சம் இங்கு வர முடியுமா?'

ஆப்பிள் புதிய முகவரைத் தேர்வு செய்வதற்கான மறுபரிசீலனையில் மூழ்கியிருந்தது. அதுவரையில் பார்த்த எதுவும் ஜாப்ஸுக்குத் திருப்தி யளிக்கவில்லை. ஆகையால் க்ளோவும் டீபிடபிள்யூஏ/சியாட்/டே என்று அழைக்கப்பட்ட அவருடைய நிறுவனமும் அந்த வாய்ப்புக்காகப் போட்டியிடவேண்டும் என்று ஜாப்ஸ் விரும்பினார். 'ஆப்பிள் இன்னமும் உயிரோட்டத்துடன்தான் இருக்கிறது. அதுமட்டுமல்ல, இன்றும் சிறப்பான விஷயங்கள் என்றாலே ஆப்பிள்தான் என்று நாம் நிரூபிக்கவேண்டும்' என்றார் ஜாப்ஸ்.

தாம் கணக்குவழக்குகளைப் பார்க்க விரும்பவில்லை என்றார் க்ளோ. 'உங்களுக்குத்தான் எங்கள் பணிபற்றி நன்றாகத் தெரியுமே.' ஆனால் ஜாப்ஸ் மிகவும் வேண்டிக் கேட்டுக்கொண்டார். விண்ணப் பித்திருந்த மற்ற எல்லோரையும் – பிபிடிஓ மற்றும் ஆர்னால்டு வேள்ட்வைடு உட்பட – நிராகரித்துவிட்டு, ஜாப்ஸ் சொன்னது போல ஒரு 'பழம் பெருச்சாளி'யைத் திரும்பக் கொண்டுவருவது அவ்வளவு எளிதான காரியமல்ல. காட்சிக்கு வைக்கக்கூடிய ஏதாவது ஒன்றைத் தயார்செய்து கொண்டு க்யூபர்டினோவிற்குப் பறந்துவர க்ளோ சம்மதித்தார். அந்தக் காட்சியைப் பல ஆண்டுகளுக்குப் பின் நினைவு கூர்கையில், ஜாப்ஸின் கண்கள் நிறைந்தன:

> இது நெஞ்சை அடைக்கிறது. நிஜமாகவே என் நெஞ்சை அடைக் கிறது. லீ ஆப்பிளை மிகவும் நேசித்தார் என்பது தெளிவாகத் தெரிந்தது. விளம்பரத்தில் மிகத் திறமை வாய்ந்தவர். பத்து ஆண்டு களாகச் செய்யாததை இதோ, இங்கே, கண்முன்னே, தன் மனதைக் கொட்டிச் செய்துகொண்டிருந்தார். ஏனெனில், நாங்கள் எந்த அளவிற்கு ஆப்பிளை நேசித்தோமோ, அதே அளவிற்கு அவரும் நேசித்தார், அவரும் அவருடைய குழுவினரும் 'வித்தியாசமாய்ச் சிந்தியுங்கள்' என்ற அற்புதமான யோசனையோடு வந்திருந்தார்கள். மற்றவர்கள் காட்சிக்கு வைத்ததைவிட அது பத்துமடங்கு சிறப்பாக இருந்தது. நெஞ்சை நெகிழவைத்து விட்டது. இப்பொழுது நினைத்தாலும் உணர்ச்சி மேலீட்டால் கண்ணீர் முட்டிக்கொண்டு வருகிறது. லீ மிக அதிக அளவிற்கு அக்கறை எடுத்துக்கொண்டார் என்பது மட்டுமல்ல, அவருடைய 'வித்தியாசமாய்ச் சிந்தியுங்கள்' யோசனை அத்தனை அற்புதமானது. தூய்மையின் வடிவத்தை அவ்வப்பொழுது நான் உணர்வதுண்டு – ஆத்மாவிலும் அன்பிலும் உள்ள தூய்மையை – அப்பொழுதெல்லாம் நான் கண்ணீரில் கரைந்துவிடுவேன். ஏதோ கைகளை நீட்டி என்னை அள்ளி யணைத்துக் கொள்வதுபோல. அது அப்படிப்பட்ட ஒரு தருணம்.

அதில் என்றும் மறக்க முடியாத ஏதோ ஒரு தூய்மையின் வெளிப்பாடு இருந்தது. அவர் தமது யோசனையை அலுவலகத்தில் என்னிடம் விளக்கிக்கொண்டிருந்த பொழுது நான் அழுதேன். இப்பொழுதும் அதை நினைத்துப் பார்க்கையில் அழுகிறேன்.

ஆப்பிள் உலகிலுள்ள மிகச்சிறந்த வணிகப்பெயர்களில் ஒன்று என்று ஜாப்ஸும் க்ளோவும் ஒத்துக்கொண்டனர் – உணர்வுபூர்வமான கவர்ச்சியில் மிகச்சிறந்த ஐந்தில் ஒன்று என்றுகூடச் சொல்லலாம் – ஆனால் மற்றவற்றிலிருந்து எவ்வாறு தனித்து நிற்கிறது என்பதை மக்களுக்கு உணர்த்த வேண்டியிருந்தது. ஆகையால் அவர்கள் விரும்பியது வெறும் தயாரிப்புகளைச் சித்திரிக்கும் விளம்பரமல்ல; நிறுவனத்தின் பெயரையும் மதிப்பையும் நிலைநாட்டும் ஒரு பிரச்சாரம். கணினிகள் என்னவெல்லாம் செய்யும் என்பதைவிட, ஆக்கப்பூர்வமானவர்கள் கணினிகளை வைத்துக்கொண்டு என்னவெல்லாம் செய்யமுடியும் என்பதைக் கொண்டாடும் வகையில் அது வடிவமைக்கப்பட்டது. 'இது செயலிகளின் *(ப்ராஸஸர்)* ஆற்றல் பற்றியதோ, நினைவகம் *(மெமரி)* பற்றியதோ அல்ல; ஆக்கப்பூர்வமான செயல்கள் பற்றியது' இவ்வாறு ஜாப்ஸ் நினைவுகூர்ந்தார். எதிர்கால வாடிக்கையாளர்களை மட்டுமல்ல, ஆப்பிள் நிறுவன ஊழியர்களையும் அது கருத்தில் கொண்டிருந்தது: 'ஆப்பிளில் நாங்கள் யார் என்பதையே மறந்துவிட்டிருந்தோம். நாம் யார் என்பதை நினைவில்கொள்ள ஒரு வழி, நமது கதாநாயகர்கள் யார் என்பதை நினைவில்கொள்வதுதான். அந்தப் பிரச்சாரத்தின் மையக் கருத்தும் அதுவாகத்தான் இருந்தது.'

க்ளோவும் குழுவினரும் 'வித்தியாசமாய்ச் சிந்திக்கும்' 'கிறுக்கர்'களைப் பாராட்டும் பல சுவாரசியமான வழிகளை முயன்றனர். சீல் பாடலான 'கிரேஸி'யை வைத்து ஒரு வீடியோ படம் தயாரித்தனர் *(வீ'ஆர் நெவர் கோன்னா சர்வைவ் அன்லெஸ் வீ கெட் ஏ லிட்டில் கிரேஸி* – சற்று கிறுக்குத்தனமாய் இருந்தாலொழிய நாம் ஒருபோதும் பிழைக்கப் போவதில்லை) – ஆனால் அதற்கான வீடியோ உரிமை கிட்டவில்லை. அதன் பிறகு ராபர்ட் ஃப்ரோஸ்டின் கவிதையான *த ரோட் நாட் டேகனை* அவர் குரலிலேயே செய்த ஒலிப்பதிவு, *டெட் பொயட்ஸ் சொஸைடியி*லிருந்து ராபின் வில்லியம்ஸின் உரைகள் போன்றவற்றைப் பயன்படுத்தி, புதிய வடிவங்களையும் முயன்றனர். காலப்போக்கில் தமது உரையைத் தாமே எழுதவேண்டும் என்று தீர்மானித்தனர். அவர்களுடைய முதல் வரிகள் இப்படித் தொடங்கின: 'கிறுக்கர்களுக்காக!'

இதிலும் ஜாப்ஸின் வழக்கமான பிடிவாதம் தொடர்ந்தது. க்ளோவின் குழு உரையின் ஒரு வடிவத்துடன் வந்தது. அதைத் தயாரித்த இளம் பிரதி எழுத்தாளரிடம் பொரிந்து தள்ளிவிட்டார். 'இது ஒன்றுக்குமே

உதவாது!' – அவர் உரக்கக் கத்தினார். 'இது விளம்பர நிறுவன உரைபோல உள்ளது – எனக்கு அறவே பிடிக்கவில்லை!' அந்த இளம் பிரதி எழுத்தாளர் ஜாப்ஸைச் சந்திப்பது அதுவே முதல் முறை - அவர் அப்படியே ஊமையாகிவிட்டார். அதன்பின் அவர் அங்குச் செல்லவே யில்லை. ஆனால் ஜாப்ஸைச் சமாளித்து முன்னேறியவர்களால் - க்ளோவும் அவருடைய குழு உறுப்பினர்களான கென் செகால், க்ரெய்க் தனிமொதோ உட்பட - அவருடன் இணைந்து முயன்று அவருக்குப் பிடித்தமான தொனியில் கவிதை வரிகளை இயற்ற முடிந்தது. அதன் அறுபத்து இரண்டாவது அசல் வடிவத்தின் வரிகள்:

இது கிறுக்கர்களுக்காக. பொருந்தாதவர்களுக்காக. கலகக்காரர் களுக்காக. பிரச்சினைக்காரர்களுக்காக. சதுரத் துளைகளுக்குள் சிக்கிக்கொண்ட வட்ட ஆப்புகளுக்காக. எதையும் வித்தியாசமாய்ச் சிந்திப்பவர்களுக்காக. அவர்களுக்கு விதிகள் பிடிப்பதில்லை. அப்போதைய நிலைமைக்கு அவர்கள் முக்கியத்துவம் தருவதில்லை. நீங்கள் அவர்களுடைய வார்த்தைகளைப் பயன்படுத்தலாம், அவர் களுடன் முரண்பட்டு நிற்கலாம், போற்றலாம், தூற்றலாம். உங்களால் முடியாதது அவர்களை அலட்சியம் செய்வது மட்டும் தான். ஏனெனில் அவர்கள் மாற்றங்களை உருவாக்குபவர்கள். மனித இனத்தை முன்னோக்கிச் செலுத்துபவர்கள். சிலர் அவர் களைக் கிறுக்கர்களாகக் காணலாம். ஆனால் நாங்கள் அவர்களில் மேதைகளைக் காண்கிறோம். ஏனெனில் உலகை மாற்றியமைக்க முடியும் என்று நினைக்கும் அளவிற்குக் கிறுக்குப்பிடித்தவர்கள்தாம் அதைச் செய்துகாட்டுபவர்கள்.

அதன் ஒவ்வொரு உணர்வுபூர்வமான கருத்திலும் தம்மைக் கண்ட ஜாப்ஸ், தாமும் சில வரிகளை எழுதினார்: 'மனித இனத்தை முன்னோக்கிச் செலுத்துபவர்கள்' உட்பட. ஆகஸ்ட் மாதத் தொடக்கத்தில் நடந்த பாஸ்டன் மாக்வேள்டுக்குள் ஓரளவிற்கு அதை எழுதி முடித்திருந் தனர். அது தயாராகவில்லை என்று அவர்கள் ஒப்புக்கொண்டாலும், ஜாப்ஸ் அதன் சில கருத்துகளை – குறிப்பாக 'வித்தியாசமாய்ச் சிந்தியுங்கள்' என்ற சொற்றொடரை – தமது உரையில் பயன்படுத் தினார். 'இதில் ஒரு அற்புதமான யோசனையின் கரு உள்ளது' என்று அப்பொழுது கூறினார். 'ஆப்பிள் என்பது முற்றிலும் வித்தியாசமாகச் சிந்திப்பவர்களுக்காக; உலகை மாற்றியமைப்பதில் தங்களுக்கு உதவக் கணினிகளைப் பயன்படுத்த விரும்புபவர்களுக்காக.'

அவர்கள் அதன் இலக்கணப் பிழையை விவாதித்தனர். 'different' என்ற சொல் 'think' என்ற சொல்லை வர்ணிப்பதாக இருந்தால், அது வினையுரிச்சொல்லாக இருக்கவேண்டும் – அதாவது 'think differently.' ஆனால் ஜாப்ஸ் 'different' என்பதைப் பெயர்ச்சொல்லாகப்

பயன்படுத்த விரும்புவதாகக் கூறினார் — 'think victory', 'think beauty' என்று சொல்கிறார்களே, அதுபோல. அதுமட்டுமன்றி, பேச்சுவழக்கில் 'think big' என்று கூறுவதை அது எதிரொலித்தது... ஜாப்ஸ் பின்னர் விளக்கினார்: 'அதைப் பயன்படுத்துவதற்கு முன்னால் அது சரிதானா என்பதை நாங்கள் கலந்தாலோசித்தோம். நாங்கள் என்ன சொல்ல நினைக்கிறோம் என்று பார்த்தால் இலக்கணமாய்த் தெரியலாம். அது think *the same* அல்ல; think *different*. கொஞ்சம் வித்தியாசமாய்ச் சிந்தியுங்கள்; நிறைய வித்தியாசமாய்ச் சிந்தியுங்கள்; வித்தியாசமாய்ச் சிந்தியுங்கள். 'Think *differently*' என்று சொன்னால் எனக்கு அர்த்தம் பிடிபடவில்லை.'

டெட் பொயட்ஸ் சொஸைடியின் ஆத்மாவை உணர்த்தும் வகையில், க்ளோவும் ஜாப்ஸும் அதன் உரைக்குக் குரல்கொடுக்க நடிகர் ராபின் வில்லியம்ஸை அழைக்க விரும்பினர். வில்லியம்ஸின் உதவியாளர் அவர் விளம்பரங்கள் செய்வதில்லை என்று கூறினார். ஆகவே ஜாப்ஸ் அவரை நேரடியாக அழைக்க முற்பட்டார். வில்லியம்ஸின் மனைவி மறுமுனையில் வந்தார். ஆனால் வில்லியம்ஸுடன் பேச அவர் அனுமதிக்கவில்லை - ஏனெனில் ஜாப்ஸ் எப்படியாவது சம்மதிக்க வைத்துவிடுவார் என்பது அவருக்குத் தெரியும். அவர்கள் மாயா ஆஞ்ஜெலூ, டாம் ஹேங்க்ஸ் ஆகியோரையும் கருதினார்கள். அந்த ஆண்டு இலையுதிர்காலத்தில் நடந்த ஒரு பணம் திரட்டும் இரவு உணவு நிகழ்ச்சியில் கலந்துகொள்ள வந்திருந்த பில் கிளிண்டனை ஜாப்ஸ் ஓரமாக இட்டுச் சென்று ஹேங்க்ஸை அழைத்துப் பேசிச் சம்மதிக்க வைக்குமாறு கேட்டுக்கொண்டார். ஆனால் அதிபர் இது தொடர்பாக எதுவும் செய்யவில்லை. முடிவில், தீவிர ஆப்பிள் ரசிகரான ரிச்சர்ட் ட்ரேஃபஸ் தேர்வு செய்யப்பட்டார்.

தொலைக்காட்சி விளம்பரங்கள் தவிர, சரித்திரப் புகழ்பெற்ற அச்சிட்ட பிரச்சாரத்தை அவர்கள் உருவாக்கினர். ஒவ்வொரு விளம்பரமும் ஒரு சரித்திரப் புகழ்பெற்ற மனிதரின் கருப்பு-வெள்ளைப் புகைப்படத்தைச் சின்னமாகக் கொண்டு தயாரிக்கப்பட்டு, ஆப்பிள் சின்னமும், மூலையில் 'வித்தியாசமாய்ச் சிந்தியுங்கள்' என்ற வாசகமும் மட்டுமே இருந்தன. இதில் இன்னும் ஆர்வமூட்டிய விஷயம் என்னவென்றால், அதில் இருந்தவர்கள் யார் என்பது குறிப்பிடப்படவில்லை. சில முகங்கள் பரிச்சயமானவை — ஐன்ஸ்டைன், காந்தி, லெனன், டிலன், பிகாஸோ, எடிசன், சாப்ளின், கிங் என. ஆனால், மற்றவை மக்களை நின்று, குழம்பி, நண்பர்களைக் கேட்டு யாரென்று அறிய முயலத் தூண்டின: மார்த்தா க்ரஹாம், ஆன்செல் ஆடம்ஸ், ரிச்சர்ட் ஃபெய்ன்மன், மரியா கல்லாஸ், பிராங்க் லாய்ட் ரைட், ஜேம்ஸ் வாட்சன், அமெலியா இயர்ஹார்ட் என.

இதில் ஏறத்தாழ எல்லோருமே ஜாப்ஸின் தனிப்பட்ட கதா நாயகர்கள். அவர்கள் ஆக்கத்திறன் மிக்கவர்கள்; துணிச்சலானவர்கள்; தோல்வியை வென்றவர்கள்; தங்களுடைய தொழில் வாழ்க்கையில் மிக வித்தியாசமாகச் சிந்தித்து, செயலாற்றியவர்கள். புகைப்படக் கலையில் மிகுந்த ஆர்வம் கொண்டிருந்ததால், அவர்களுடைய புகைப்படம் கச்சிதமாக வரவேண்டும் என்று வலியுறுத்தி வந்திருந்தார். 'காந்தியின் படத்துக்கு இது பொருத்தமான தேர்வே அல்ல' - ஒரு கட்டத்தில் க்ளோவிடம் பாய்ந்தார். க்ளோ விளக்கினார்: காந்தி ராட்டினத்துடன் அமர்ந்திருக்கும் புகழ்பெற்ற *மார்கரெட் பூர்க்-ஒயிட்* புகைப்படம் டைம்-லைஃப் பிக்சர்ஸுக்குச் சொந்தமாக இருந்தது – அதை வியாபார ரீதியாகப் பயன்படுத்த அனுமதி கிடையாது என்று. ஆகவே ஜாப்ஸ் டைம் இங்க் நிறுவனத்தின் நார்மன் பேர்ல்ஸ்டைனை அழைத்துத் தமக்கு விலக்களிக்குமாறு அவரைப் பாடாய்ப்படுத்தி முடிவில் சம்மதிக்க வைத்தார். யூனிஸ் ஷ்ரிவரை அழைத்து அவருடைய குடும்பத்தினரைச் சம்மதிக்க வைத்து தமக்கு மிகவும் விருப்பமான, அவருடைய சகோதரர் பாபி கென்னடி அப்பளாச்சியாவில் சுற்றுலா செல்லும் புகைப்படத்தைப் பெற்றார். மறைந்த பாவைக்கூத்துக் கலைஞர் ஜிம் ஹென்சனின் பிள்ளைகளிடம் அவருடைய சிறந்த புகைப்படங்களில் ஒன்றைத் தேர்ந்தெடுத்துத் தரும்படி கேட்டுக் கொண்டார்.

அதேபோல யோக்கோ ஒனோவை அழைத்து அவருடைய கணவர் மறைந்த ஜான் லென்னனின் புகைப்படம் வேண்டுமென்று கேட்டுக் கொண்டார். அவரும் ஒன்று அனுப்பிவைத்தார் – ஆனால் ஜாப்ஸிற்கு மிகவும் பிடித்தமானது அதுவல்ல. 'அந்தப் புகைப்படம் வெளி வருவதற்கு முன் நான் நியூ யார்க்கிலிருந்தேன். எனக்குப் பிடித்தமான சிறிய ஜப்பானிய உணவுவிடுதிக்குச் சென்று நான் அங்குக் காத்திருப்பேன் என்பதை அவருக்குத் தெரிவித்தேன்' என்று ஜாப்ஸ் நினைவுகூர்ந்தார். அவர் அங்குச் சென்றவுடன், யோக்கோ ஒனோ ஜாப்ஸின் மேசைக்கு வந்தார். 'இது அதைவிட நன்றாக இருக்கும்' என்று கூறியபடி ஒரு உறையை நீட்டினார். 'உங்களைச் சந்திப்பேன் என்று தோன்றியது. அதனால் இதைக் கையிலேயே வைத்திருந்தேன்.' அவரும் ஜானும் கைகளில் நிறைய மலர்களோடு படுக்கையில் இருக்கும் அழகான புகைப்படம் அது – அதைத்தான் முடிவில் ஆப்பிள் தேர்ந்தெடுத்தது. 'ஜான் ஏன் அவரை அவ்வளவு காதலித்தார் என்று எனக்குப் புரிகிறது' என்றார் ஜாப்ஸ்.

ரிச்சர்ட் ட்ரேஃபஸின் குரலில் உரை சிறப்பாக வந்திருந்தது. ஆனால் லீ க்ளோவிற்கு மற்றொரு யோசனை தோன்றியது: 'இதை ஜாப்ஸே தம் சொந்தக்குரலில் செய்தால் என்ன?' 'நீங்கள் இதில் ஏராளமான நம்பிக்கையோடு இருக்கிறீர்கள். நீங்கள்தான் இதைச் செய்யவேண்டும்'

என்றார் க்ளோ. ஆக ஜாப்ஸ் ஓர் ஒலிப்பதிவுக் கூடத்தில் அமர்ந்து கொண்டு சில ஒத்திகைகள் பார்த்தபின் அனைவருக்கும் பிடித்த வகையில் அது திருப்திகரமாக அமைந்தது. புகைப்படங்களில் உள்ளது யார் என்று சொல்லாமல் விட்டதுபோல, பேசுவது யார் என்பதையும் சொல்லாமலே விட்டுவிடலாம் என்பதுதான் அவர்களுடைய கருத்து. காலப்போக்கில் மக்கள் அது ஜாப்ஸின் குரல் என்று உணர்ந்து கொள்வார்கள். 'உங்கள் குரலில் வெளிவருவது அதற்கு மிகவும் வலிமைசேர்க்கும்' என்று க்ளோ வாதாடினார். 'நிறுவனத்தின் பெயரை மீட்டுக்கொண்டுவர இது மிகவும் சிறந்த வழி.'

தமது குரலைப் பயன்படுத்துவதா அல்லது ட்ரேஃபஸின் பதிவே போதுமா என்று ஜாப்ஸால் தீர்மானிக்க முடியவில்லை. முடிவாக விளம்பரத்தை அனுப்பிவைக்கவேண்டிய இரவும் வந்தது. தொலைக் காட்சியில் முதன்முதலாக *டாய் ஸ்டோரி* படம் திரையிடப்படும் பொழுது, அதில் இந்த விளம்பரம் இடம்பெறவிருந்தது. வழக்கம்போல் முடிவெடுக்கச்சொல்லிக் கட்டாயப்படுத்தப்படுவதை ஜாப்ஸ் விரும்ப வில்லை. அதனால் க்ளோவிடம் இரண்டையுமே அனுப்பிவைக்குமாறு கூறினார் - முடிவுசெய்யக் காலைவரை நேரம் கிட்டும் என்பதால். மறுநாள் பொழுதுவிடிந்ததும், ஜாப்ஸ் அவர்களை அழைத்து ட்ரேஃபஸின் குரல்பதிவையே பயன்படுத்தச்சொன்னார். 'என் குரலைப் பயன் படுத்தினால், மக்கள் அதை அடையாளம் காணும்பொழுது, அது என்னைப்பற்றியது என்று கூறுவார்கள். அது சரியல்ல. இது ஆப்பிள் பற்றியது' என்றார் அவர், க்ளோவிடம்.

ஆப்பிளைவிட்டுச் சென்றது முதலாகவே தம்மை அதன் விரிவாக்க மாக, ஆப்பிளையும் மாற்றுக்கலாச்சாரத்தின் செல்லப்பிள்ளையாகத் தான் கருதிக்கொண்டார். 'வித்தியாசமாய்ச் சிந்தியுங்கள்', '*1984*' போன்ற விளம்பரங்களில் தாம் கோடீசுவரரான பின்பும்கூடத் தக்கவைத்துக்கொண்ட தமது கலாச்சார இயல்பைப் பிரதிபலிக்கும் வண்ணம் ஆப்பிள் நிறுவனத்தை அவர் சித்திரித்திருந்தார். இது மற்ற பேபி பூமர்களும்[1] அவர்களுடைய குழந்தைகளும் அதே பாணியைப் பின்பற்ற வகைசெய்தது. 'அவரை முதன்முதலில் ஒரு இளைஞராகச் சந்தித்தது முதலாகவே நான் கவனித்துவந்தேன் - தனது நிறுவனம் மக்களிடையே உருவாக்கவேண்டிய தாக்கம் எப்படிப்பட்டது என்ற மிக ஆழமான உள்ளுணர்வு அவருக்குள் இருந்தது' என்றார் லீ க்ளோ.

1 பேபி பூமர்கள் இரண்டாம் உலகப் போருக்குப்பின், 1946க்கும் 1964க்கும் இடைப் பட்ட காலத்தில் பிறந்தவர்கள்; பாரம்பரிய வழக்குகளைக் கைவிட்டு, புதிய சிந்தனை களுக்கு வித்திட்ட ஒரு தலைமுறையைச் சேர்ந்தவர்கள். (மொ-ர்)

பிற நிறுவனங்களும் சரி, தொழிலதிபர்களும் சரி, மிகச்சிலருக்கு மட்டுமே - சொல்லப்போனால் அதுகூட இல்லாமலிருக்கலாம் - அவர்களுடைய நிறுவனப் பெயரை காந்தி, ஐன்ஸ்டைன், பிகாஸோ, தலாய் லாமா போன்றவர்களுடனெல்லாம் இணைத்துச் சித்திரிக்கும் அசாதாரண தைரியம் வரும். தாங்கள் பயன்படுத்தும் கணினி வழியாகவே தங்களை நிறுவனம் சாராத, ஆக்கத் திறன்மிக்க, புதுமை களைப் புகுத்தும் கலகக்காரர்களாகச் சித்திரித்துக்கொள்ளும்படி மக்களை ஊக்குவிக்க ஜாப்ஸால் முடிந்தது. 'தொழில்நுட்ப உலகின் ஒரே வாழ்க்கைமுறைசார்ந்த தயாரிப்பை உருவாக்கியவர் ஸ்டீவ்' – லாரி எல்லிசன் கூறினார். 'மக்கள் பெருமையோடு வைத்துக்கொள்ள விரும்பும் கார்கள் உண்டு – போர்ஷே, ஃபெர்ராரி, ப்ரியஸ் – ஏனெனில் நான் ஓட்டும் கார் என்னைப் பிரதிபலிக்கிறது. ஆப்பிள் தயாரிப்புகளைப் பற்றியும் மக்கள் அப்படித்தான் உணர்கிறார்கள்.'

'வித்தியாசமாய்ச் சிந்தியுங்கள்' பிரச்சாரத்தில் தொடங்கி, ஆப்பிளில் பணியாற்றிய ஆண்டுகள் முழுதும் ஒவ்வொரு புதன் மதியமும் மூன்று மணிநேரக் கூட்டங்கள் கூட்டுவார் – தமது மேல்நிலை முகவர்கள், விளம்பர நிறுவனங்கள் மற்றும் தகவல் தொடர்பு நிர்வாகிகளுடன் – மக்களுடனான தொடர்பை வலுப்படுத்தும் உத்திகளைக் கண்டறி வதற்காக. 'ஸ்டீவைப் போல் விளம்பர உத்திகளைக் கையாளும் ஒரு தலைமை நிர்வாக அதிகாரி இந்த உலகில் வேறு எங்குமே கிடையாது' என்றார் க்ளோ. 'ஒவ்வொரு புதனன்றும் ஒவ்வொரு புதிய வீடியோ பட விளம்பரம், பத்திரிகை விளம்பரம் மற்றும் விளம்பரப் பலகைக்கு அங்கீகாரமளிப்பது அவருடைய வழக்கம்.' கூட்டம் முடிந்ததும், அவ்வப் போது க்ளோவையும் முகவர்களான தமது இரு சக ஊழியர்கள் டங்கன் மில்னர், ஜேம்ஸ் வின்சென்ட் ஆகியோரையும் அழைத்துக்கொண்டு ஆப்பிளின் மிக இரகசியமாகப் பாதுகாக்கப்படும் வடிவமைப்புக் கூடத்திற்குச் சென்று தயாரிப்பைப் பார்வையிடுவார். 'அவற்றின் வளர்ச்சியைக் காட்டி விளக்கும்பொழுது மிகவும் ஆர்வத்துடனும், உணர்ச்சியுடனும் பேசுவார்' என்றார் வின்சென்ட். விளம்பரங்களில் சிறந்து விளங்கும் தமது குழுவினருடன் தாம் நேசிக்கும் தயாரிப்புகளின் வளர்ச்சியைப் பரிமாறிக் கொள்வதன் மூலம் அவர்கள் தயாரிக்கும் ஒவ்வொரு விளம்பரத்திலும் ஜாப்ஸ் தமது உணர்வு முழுமையாக வெளிப்படுவதை உறுதிசெய்துகொண்டார்.

இடைக்கால முதன்மை நிர்வாக அதிகாரி (ஐசிஈஓ)

'வித்தியாசமாய்ச் சிந்தியுங்கள்' விளம்பர வேலைகளை முடிக்கும் தறுவாயில் அவர் இருந்தபொழுது ஜாப்ஸ் சில வித்தியாசமான சிந்தனைகளில் ஈடுபட்டிருந்தார். நிறுவனத்தின் அதிகாரப்பூர்வமான

நிர்வாகத்தைக் குறைந்தபட்சம் தற்காலிகமாய்த் தாமே ஏற்றுக் கொள்வதாகத் தீர்மானித்தார். அமேலியோ பத்து வாரங்களுக்குமுன் விலக்கப்பட்டதைத் தொடர்ந்து, தாம் தலைவராக இருந்தாலும் ஆலோசகர் என்ற பொறுப்பை மட்டுமே வகித்துவந்தார். இடைக்காலத் தலைமை நிர்வாக அதிகாரி என்ற பதவி ஃப்ரெட் ஆண்டர்ஸனுக் குரியதாக இருந்தது. **1997** செப்டம்பர் **16** அன்று ஜாப்ஸ் அந்தப் பொறுப்பை ஏற்றுக்கொள்வதாக அறிவித்தார் – இது தவிர்க்க இயலாதபடி ஐசிஈஓ என்று சுருங்கியது. அவருடைய பொறுப்புணர்ச்சி முழுமையாக இருக்கவில்லை – அவர் சம்பளம் எதுவும் பெற மறுத்து விட்டார். ஒப்பந்தங்கள் எதிலும் கையெழுத்திடவில்லை. ஆனால் செயல்பாடுகளில் இந்த முழுமையற்ற நிலை காணப்படவில்லை. அவர் பொறுப்பு வகித்தார். அதுவும் கருத்தொருமிப்பின் அடிப்படையில் நிர்வகிக்கப்படவில்லை.

அந்த வாரம் ஜாப்ஸ் தமது மேல்நிலை மேலாளர்களையும் ஊழியர் களையும் அழைத்துக் கொண்டு ஆப்பிள் கலையரங்கத்திற்குச் சென்றார் – ஒரு பேரணிக்காக. அதைத் தொடர்ந்து ஒரு சுற்றுலா – பீர் மற்றும் பால் பொருட்கள் நீக்கிய சைவ உணவுடன். இது அவருடைய புதிய பொறுப்பு மற்றும் நிறுவனத்தின் புதிய விளம்பரங்களைக் கொண்டாடு வதற்கு. அவர் குட்டைக் கால்சராய் அணிந்துகொண்டு வெறும் காலோடு வளாகமெங்கும் உலாவினார் – முகத்தில் சிறிது வளர்ந்திருந்த தாடியுடன். 'நான் ஏறத்தாழப் பத்துவாரங்களுக்கு முன்பே இங்கு வந்துவிட்டேன் – கடினமாக உழைத்துக்கொண்டிருக்கிறேன்' என்றார் ஜாப்ஸ், களைப்பாக இருந்தாலும் மிக ஆழ்ந்த உறுதியுடன். 'நாங்கள் செய்ய முயல்வது படாடோபமான ஒன்றல்ல. பல அற்புதமான தயாரிப்புகள், அற்புதமான விளம்பரங்கள், அற்புதமான விநியோகம் ஆகியவற்றின் அடிப்படைக்கே செல்லப்போகிறோம். ஆப்பிள் அடிப்படை விஷயங்களை செவ்வனே செய்வதிலிருந்து நிறையவே விலகிப்போயிருக்கிறது.'

சில வாரங்களுக்கு ஜாப்ஸும் நிர்வாகக் குழுவும் நிரந்தரத் தலைமை நிர்வாக அதிகாரியைத் தேடும் முயற்சியில் இறங்கினர். பல பெயர்கள் வெளிவந்தன – கோடாக்கின் ஜார்ஜ் எம்.சி. ஃபிஷர், ஐபிஎம்மின் சாம் பால்மிசானோ, சன் மைக்ரோசிஸ்டம்ஸின் எட் ட்சான்டர் என – ஆனால் அனேகமாக அனைவருமே ஜாப்ஸ் நிர்வாகக் குழு உறுப்பினராக இருப்பதனால், தலைமை நிர்வாக அதிகாரியாகப் பதவியேற்க மிகவும் தயக்கம் காட்டினார்கள். 'ஜாப்ஸ் தமது தோள்மீது நோட்டமிட்டுக்கொண்டு தாம் எடுக்கும் ஒவ்வொரு முடிவையும் மறுபரிசீலனை செய்துகொண்டிருப்பதை விரும்பாததால்' ட்சான்டர் தலைமை நிர்வாக அதிகாரியாகப் பதவியேற்க மறுத்ததாக சான்

ஃப்ரான்சிஸ்கோ க்ரானிக்கிள் பத்திரிகை கூறியது. ஒரு கட்டத்தில் ஜாப்ஸூம் எல்லிசனும் இந்தப் பதவிக்காகப் பிரச்சாரம் செய்து கொண்டிருந்த ஒரு அப்பாவி கணினி ஆலோசகருக்குக் குறும்பாக மின்னஞ்சல் ஒன்றை அனுப்பினார்கள் – அவர் தேர்ந்தெடுக்கப் பட்டிருப்பதாக. செய்தித்தாள்களில் கட்டுரைகள் வெளியாயின – அவர்கள் விளையாட்டுக்காகச் செய்ததைக் குறிப்பிட்டு. இது சுவாரசியத் தையும் பின் தர்மசங்கடத்தையும் ஏற்படுத்துவதாக இருந்தது.

டிசம்பருக்குள் ஜாப்ஸின் ஐசிஈஓ பதவி 'இடைக்கால' *(இன்டெரிம்)* என்பதிலிருந்து 'காலவரையறையின்றி' *(இன்டெஃபனிட்)* என வளர்ச்சி அடைந்திருப்பது தெரிந்தது. ஜாப்ஸ் நிறுவனத்தின் நிர்வாகத்தைத் தொடர்ந்தபோது, நிர்வாகக் குழுவினர் தங்களுடைய தேடலை மெல்ல நிறுத்திக்கொண்டனர். 'நான் ஆப்பிளுக்குத் திரும்பிச்சென்று ஏறத்தாழ நான்கு மாதங்கள் வேலைவாய்ப்பு நிறுவனத்தின் உதவியுடன் ஒரு தலைமை நிர்வாக அதிகாரியைப் பதவிக்கு அமர்த்த முயன்றுவந்தேன்' என்றார் ஜாப்ஸ். 'ஆனால் அவர்கள் சரியான தேர்வுகளைத் தரவில்லை. அதனால்தான் முடிவாக நானே தங்கிவிட்டேன். நல்ல திறமை யுள்ளவர்களை ஈர்க்கும் நிலையில் ஆப்பிளும் இருக்கவில்லை.'

ஜாப்ஸின் பிரச்சினை இரண்டு நிறுவனங்களை ஒரே மனிதராக இருந்து நடத்துவது. அவருடைய உடல்நலம் பாதித்ததற்கு இதைத்தான் ஆரம்பமாக அவர் குறிப்பிடுகிறார்:

> அது கடினமான, மிகக் கடினமான என் வாழ்விலேயே மிக மோசமான காலகட்டம். எனக்கு இளம் குடும்பமொன்று இருந்தது. பிக்ஸாரும் இருந்தது. காலை ஏழு மணிக்கு வேலைக்குச் சென்றால் இரவு ஒன்பது மணிக்கு வீடு திரும்புவேன். குழந்தைகள் தூங்கி யிருப்பார்கள். என்னால் பேசக்கூட முடியாது – உண்மையாகவே முடியாது – அவ்வளவு களைப்பாக இருக்கும். லாரீனிடம்கூடப் பேசமுடியாது. என்னால் முடிந்ததெல்லாம் அரை மணிநேரம் தொலைக்காட்சி பார்ப்பது, பின் தூங்குவது – அவ்வளவுதான். ஏறத்தாழ என் உயிர் பிரிந்தது என்றே சொல்லலாம். கருப்பு போர்ஷே கன்வெர்ட்டிபிள் காரில் பிக்ஸார்வரை சென்று, பின் அங்கிருந்து ஆப்பிளுக்கு வந்ததில் சிறுநீரகக் கற்கள் உருவாயின. நான் மருத்துவமனைக்கு விரைந்து செல்வேன். அங்கு பின்புறத்தில் டெமெரால் ஊசி போடுவார்கள் – கற்கள் கரைந்து வெளியேறி விடும்.

வாட்டிவதைக்கும் வேலைப்பளுவிற்கு நடுவிலும் ஆப்பிளில் மூழ்குந்தோறும் அதைவிட்டு வெளியேறுவது இயலாத காரியம் என்பதை ஜாப்ஸ் அதிகம் உணரத் தொடங்கினார். 1997 அக்டோபரில்

நடந்த கணினி வணிகக் கண்காட்சியில் மைக்கேல் டெல்லிடம் அவர் ஸ்டீவ் ஜாப்ஸாக இருந்து ஆப்பிளை ஏற்று நடத்தச்சொன்னால் என்ன செய்திருப்பார் என்று கேட்டதற்கு 'நான் நிறுவனத்தை மூடிவிட்டு, பணத்தைப் பங்குதாரர்களுக்குத் திருப்பித் தந்துவிடுவேன்' என்றார். ஜாப்ஸ் டெல்லுக்குக் காரமாக ஒரு மின்னஞ்சல் அனுப்பி வைத்தார். 'தலைமை நிர்வாக அதிகாரிகள் என்றால் ஒரு தராதரம் வேண்டும். நீங்கள் அப்படிக் கருதவில்லை என்று நினைக்கிறேன்' என்றது அது. இதுபோன்ற போட்டி உணர்வுகளைத் தூண்டித் தமது குழுவினரை உற்சாகப்படுத்துவதை ஜாப்ஸ் மிகவும் விரும்பினார். இதை ஐபிஎம் மற்றும் மைக்ரோஸாஃப்டுடன் செய்திருந்தார் – அதைத் தான் டெல்லிடமும் செய்தார். கொள்முதல் ஆணையின் *(ஆர்டர்)* பேரில் தயாரிப்பு மற்றும் விநியோகம் செய்வதற்கான அமைப்பை உருவாக்குவதற்காகத் தமது மேலாளர்களை அழைத்தபோது, மைக்கேல் டெல்லின் பிரம்மாண்டமான படத்தைப் பின்னணியாகக் கொண்டு அவருடைய முகத்தில் ஒரு இலக்கை வைத்திருந்தார். 'இதோ வந்து கொண்டிருக்கிறோம் மகனே, உனக்குப் பின்னால்' என்றார் அவர், தமது படைகள் எழுப்பிய கரகோஷத்திற்கு நடுவே.

அவருடைய ஆர்வம் ஒரு நிலையான நிறுவனத்தை உருவாக்குவது தான். பன்னிரண்டு வயதில், ஹ்யூலெட் பக்கார்டில் (எச்பீ நிறுவனத்தில்) கோடை விடுமுறையில் ஒரு வேலை கிட்டியபோது, சரியாக நிர்வகிக்கப் படும் நிறுவனம் ஆக்கத்திறன்கொண்ட தனிப்பட்ட மனிதரைவிடப் புதுமைகளைப் புகுத்தவல்லது என்பதைப் புரிந்துகொண்டார். 'மிகச் சிறந்த புதுமையே சிலசமயம் அந்த நிறுவனம்தான், அதை ஒருங் கிணைக்கும் முறைதான் எனக் கண்டுகொண்டேன்' என்று அவர் நினைவுகூர்ந்தார். 'ஒரு நிறுவனத்தை எப்படி உருவாக்குகிறோம் என்பதே அற்புதமான ஒரு விஷயம். ஆப்பிளுக்குத் திரும்பிவர வாய்ப்புக் கிட்டியபோது, அந்த நிறுவனமின்றி நான் பயனற்றுப் போவேன் என்பதை உணர்ந்து கொண்டேன். அதனால்தான் நான் அங்கேயே இருந்து அதனை மறுபடியும் உருவாக்க முடிவுசெய்தேன்.'

நகலிகளை (குளோன்ஸ்) அழித்தல்

ஆப்பிள் பற்றிய பெரிய சர்ச்சைகளில் ஒன்று - மைக்ரோஸாஃப்ட் விண்டோஸில் செய்ததுபோல ஆப்பிளும் தனது இயங்கு தளத்தின் *(ஆபரேட்டிங் சிஸ்டம்)* உரிமத்தை மேலும் தீவிரமாக மற்ற கணினி தயாரிப் பாளர்களுக்குத் தந்திருக்க வேண்டுமோ என்பதுதான். வாஸ்நியாக் இதைத் தொடக்கம் முதலாகவே வலியுறுத்திவந்திருந்தார். 'எங்களிடம் இருந்தது மிக அழகான இயங்கு தளம்' என்றார் அவர். 'ஆனால் அது கிட்டவேண்டுமென்றால் எங்களுடைய வன்பொருளை

இரட்டிப்பு விலைகொடுத்து வாங்கவேண்டியிருந்தது. அங்குதான் தவறு இருந்தது. நாங்கள் இயங்கு தளத்தின் (ஆபரேட்டிங் சிஸ்டம்) உரிமத்திற்குத் தகுந்த விலை நிர்ணயித்திருக்கவேண்டும்.' 1984இல் ஆப்பிளில் குழு உறுப்பினராக இணைந்துகொண்ட ஜெராக்ஸ் பார்க்கின் நட்சத்திரம் அலன் கேயும் மாக் இயங்கு தளத்தின் மென்பொருளை உரிமத்திற்குக் கொடுக்க மிகவும் போராடினார். 'மென்பொருள் காரர்கள் எப்பொழுதுமே பல தளங்களில் பணிபுரிபவர்கள் - ஏனெனில் எங்கு சென்றாலும் அது தேவைப்படுகிறது' என்று அவர் நினைவு கூர்ந்தார். 'அது மாபெரும் போர் – ஒருவேளை ஆப்பிளில் நான் போராடித் தோற்ற மிகப்பெரிய போர் அதுவாகத்தான் இருக்கும்.'

மைக்ரோஸாஃப்டின் இயங்கு தளத்தை உரிமத்திற்குக் கொடுத்துப் பெரும் இலாபம் ஈட்டிய பில் கேட்ஸ், 1985இல் ஆப்பிளிடமும் அதையே செய்யச் சொல்லி வலியுறுத்தினார் – ஜாப்ஸ் வெளியேற்றப் பட்டுக்கொண்டிருந்த நேரத்தில். ஆப்பிள் மைக்ரோஸாஃப்ட் இயங்கு தளத்தின் சில வாடிக்கையாளர்களை எடுத்துக் கொண்டாலும்கூட, மகின்டாஷ் மற்றும் அதன் நகலிகளுக்காக வேர்ட், எக்ஸெல் போன்ற தனது பயன்பாட்டு மென்பொருள்களின் (அப்ளிகேஷன்) மாற்று வடிவங்களைத் தயாரித்தளிப்பதன் மூலம் இலாபம் ஈட்ட முடியும் என்று கேட்ஸ் உறுதியாக நம்பினார். 'அவர்களை எப்படியாவது ஒரு வலிமையான உரிமக்காரர்களாக ஆக்கிவிடவேண்டும் என்று நான் என்னாலான எல்லா வழிகளிலும் பலவிதமாக முயற்சி செய்தேன்' என்று அவர் நினைவுகூர்ந்தார். அவர் ஸ்கல்லிக்கு ஒரு முறையான செயற்குறிப்பும் (மெமோ) அனுப்பிவைத்தார். 'பிற தனியர்க் கணினி (பர்சனல் கம்ப்யூட்டர்) தயாரிப்பாளர்களின் ஆதரவும், அதனால் ஏற்படும் பரஸ்பர நம்பிக்கையும் இல்லாமல் தங்களுடைய புதுமையான தொழில்நுட்பத்தை மட்டும் வைத்துக்கொண்டு ஒரு தர நிர்ணயத்தை ஏற்படுத்த ஆப்பிளால் முடியாத அளவிற்கு இன்றைய தொழில்துறை ஒரு கட்டத்தை அடைந் துள்ளது' என்று அவர் வாதிட்டார். 'மாக்கிற்குப் பொருத்தமான சாதனங்க'ளைத் தயாரிக்க 3-5 தலைசிறந்த தயாரிப் பாளர்களுக்கு ஆப்பிள் தனது மகின்டாஷ் தொழில்நுட்பத்திற்கான உரிமம் தரவேண்டும்.' கேட்ஸூக்கு எந்த பதிலும் கிட்டவில்லை. ஆகையால் மாக் நகலிகளைத் தயாரிக்கக் கூடிய சில தலைசிறந்த நிறுவனங்களைப் பரிந்துரை செய்து இரண்டாவது முறையாக ஒரு செயற்குறிப்பை அனுப்பிவைத்தார். மேலும், 'உரிமம் தொடர்பாக என்னால் முடிந்த அளவு உதவ விரும்புகிறேன். தயவு செய்து என்னை அழைக்கவும்' என்றும் குறிப்பிட்டிருந்தார்.

மகின்டாஷ் இயங்கு தளத்திற்கான உரிமம் வழங்குவதை ஆப்பிள் தடுத்துவந்தது. 1984இல் ஆப்பிளின் தலைமை நிர்வாக அதிகாரி

மைக்கேல் ஷ்பின்ட்ளர் பவர் கம்ப்யூட்டிங், ரேடியஸ் ஆகிய இரு சிறு நிறுவனங்களுக்கு மகின்டாஷ் நகலிகள் தயாரிக்கும் உரிமத்தை அளித்தார். 1996இல் ஜில் அமேலியோ பதவியேற்றபோது, அவர் மோடோரோலாவையும் அந்தப் பட்டியலில் சேர்த்தார். அது சந்தேகத்துக்குரிய ஒரு வியாபார உத்தியாக இருந்தது: விற்பனையான ஒவ்வொரு கணினிக்கும் ஆப்பிள் 80 டாலர் உரிமத்தொகை பெற்றது. ஆனால் வியாபாரத்தை விரிவுபடுத்துவதற்குப் பதிலாக நகலி தயாரிப்பாளர்கள் ஆப்பிளின் சொந்தத் தயாரிப்பான முதல்நிலை கணினிகளின் விற்பனையைத் தங்களுக்குச் சாதகமாகப் பயன்படுத்திக் கொண்டனர். அதில் அதற்கு 500 டாலர் இலாபம் கிட்டியது.

நகலிகள் தயாரிப்புக்கு ஜாப்ஸ் தொடர்ந்து எதிர்ப்புத் தெரிவித்து வந்தார். இதற்குப் பொருளாதாரம் மட்டும் காரணமல்ல. அவருக்கு அந்த யோசனையே வெறுப்பைத் தந்தது. அவருடைய முக்கியக் கொள்கைகளில் ஒன்று - வன்பொருட்களும் மென்பொருட்களும் இறுக்கமாக ஒருங்கிணைக்கப்படவேண்டும் என்பது. தமது வாழ்வில் எல்லா அம்சங்களையும் தமது கட்டுப்பாட்டில் வைத்துக்கொள்வதை அவர் மிகவும் விரும்பினார். அதையே கணினிகளிலும் சாதிப்பதற்கு ஒரே வழி முனையிலிருந்து முனை வரையிலான பயனர் அனுபவத்திற்கு முழுவதுமாகப் பொறுப்பெடுத்துக்கொள்வதுதான்.

ஆகவே, அவர் ஆப்பிளுக்குத் திரும்பிவந்ததும் நகலிகளை முற்றிலுமாக அழிப்பதைத் தமது முதல் வேலையாக மேற்கொண்டார். 1997 ஜூலையில் மாக் இயங்கு தளத்தின் புதிய வடிவம் வெளிவந்தபோது – அதாவது அமேலியோவை வெளியேற்ற உதவிய சில வாரங்களில் – நகலித் தயாரிப்பாளர்களுக்குத் தரமேம்பாடு செய்து கொள்ள ஜாப்ஸ் அனுமதி அளிக்கவில்லை. பவர் கம்ப்யூட்டிங்கின் தலைவர் ஸ்டீஃபென் 'கிங்' காங் அந்த ஆண்டு ஆகஸ்ட் மாதத்தில் பாஸ்டன் மாக்வேள்டிற்கு ஜாப்ஸ் வந்திருந்தபோது நகலிகளுக்கு ஆதரவாகப் போராட்டங்கள் நடத்தினார். அத்துடன் ஜாப்ஸ் தொடர்ந்து உரிமம் தர மறுத்தால் மகின்டாஷ் இயங்கு தளம் விரைவில் அழிந்துவிடும் என்று பகிரங்கமாக எச்சரித்தார். 'ப்ளாட்ஃபார்ம் மூடப்பட்டால் எல்லாமே முடிந்துவிடும்' என்றார் காங். 'பேரழிவு. மூடுதல் என்பது சாவின் முத்தம்.'

ஜாப்ஸ் மசியவில்லை. எட் வூலார்டைத் தொலைபேசியில் அழைத்து ஆப்பிளை உரிம வணிகத்திலிருந்து எடுத்துவிடப்போவதாகக் கூறினார். நிர்வாகக் குழுவும் ஒத்துக்கொண்டது. செப்டம்பர் மாதம் பவர் கம்ப்யூட்டிங்கிற்கு 100 மில்லியன் டாலர் ஈட்டுத் தொகையாகத் தந்து உரிமத்தைத் திரும்பப் பெறுவதுடன் அதன் வாடிக்கையாளர்களின் பட்டியலையும் ஆப்பிள் பயன்படுத்திக் கொள்ளக்கூடிய வகையில் ஒரு ஒப்பந்தம் செய்துகொண்டார். மற்ற நகலித் தயாரிப்பாளர்களின்

உரிமங்களையும் விரைவில் ரத்துசெய்தார். 'கச்சிதமற்ற வன்பொருட்களைத் தயாரிக்கும் நிறுவனங்கள் நமது இயங்கு தளத்தைப் *(ஆபரேட்டிங் சிஸ்டம்)* பயன்படுத்தி நமது விற்பனையிலேயே கைவைக்க அனுமதிப்பது உலகிலேயே மிக முட்டாள்தனமான காரியம்' என்று அவர் பின்னர் கூறினார்.

உற்பத்திப் பொருள்களின் வரிசையை மீளாய்வு செய்தல்

ஜாப்ஸின் பலங்களில் ஒன்று ஆழ்ந்த கவனம் செலுத்தத் தெரிந்திருப்பது. 'எதைச் செய்யவேண்டும் என்று தீர்மானிப்பது எவ்வளவு முக்கியமோ, அதே அளவு முக்கியமானது *எதைச் செய்யக்கூடாது* என்று தீர்மானிப்பதும்' என்றார் அவர். 'அது நிறுவனங்களுக்குப் பொருந்தும்; அதே போலத் தயாரிப்புகளுக்கும் பொருந்தும்.'

ஆப்பிளுக்குத் திரும்பிவந்ததும் ஜாப்ஸ் இந்தக் கொள்கையைச் செயல்படுத்தத் திட்டமிட்டார். ஒரு நாள் அறைகளினூடே நடந்து கொண்டிருந்தபோது ஓர் இளம் வார்டன் ஸ்கூல் பட்டதாரியைக் கண்டார். அவர் அமேலியோவிடம் உதவியாளராகப் பணிபுரிந்து வந்தவர். தமது வேலைகளை முடித்துவைத்துக் கொண்டிருப்பதாய்க் கூறினார். 'நல்லது, எனக்கும் உதவி, ஒத்தாசை செய்துதர ஒருவர் தேவை' என்றார் ஜாப்ஸ். அந்த இளைஞரின் புதிய பொறுப்பு - ஜாப்ஸ் பல்வேறு தயாரிப்புக் குழுக்களைச் சந்தித்து அவர்களுடைய பணிகள் மற்றும் தயாரிப்புகள் பற்றி விளக்குமாறு கூறி, அதைத் தொடர்ந்து செய்வதற்கு எந்த வகையில் நியாயம் கற்பிக்கிறார்கள் என்று பார்ப்பது; அந்த விவரங்கள் அனைத்தையும் குறிப்பெடுத்துக்கொள்வது.

அவர் மற்றொரு நண்பரையும் பட்டியலில் சேர்த்துக்கொண்டார் – ஃபில் ஷில்லர். அவரும் முன்பு ஆப்பிளில் பணிபுரிந்தவர்தான்; ஆனால் அப்போது மாக்ரோமீடியா என்ற வரைகலை *(க்ராஃபிக்ஸ்)* மென்பொருள் நிறுவனத்தில் பணிபுரிந்து வந்தார். 'ஸ்டீவ் எல்லா குழுக்களையும் ஆலோசனை அறைக்கு வரச்சொல்வார். இருபதுபேர் அமரக்கூடிய அந்த அறைக்கு முப்பதுபேர் வருவார்கள் – தங்கள் பவர்பாயிண்ட் விளக்கங்களோடு. ஆனால் ஸ்டீவ் அதைப் பார்க்க விருப்பம் காட்டியதே இல்லை' என்று ஷில்லர் நினைவுகூர்ந்தார். தயாரிப்பு மறுபரிசீலனைக் கூட்டங்களில் ஜாப்ஸ் செய்த முக்கிய மாற்றம் பவர்பாயிண்ட்களைத் தடைசெய்வதுதான். 'சிந்தனை செய்யாமல் எல்லோரும் படக் காட்சிகளைப் பயன்படுத்திக்கொண்டு இருப்பதைக் கண்டாலே வெறுப்பாக இருக்கிறது' என்று ஜாப்ஸ் பின்னர் கூறினார். 'ஒரு பிரச்சினையை எதிர்கொள்ள விளக்கப்படம் தயாரிப்பார்கள். ஒரு கொத்து படக்காட்சிகளைக் காட்டுவதற்குப் பதிலாக அவர்கள் அனைவரும் பிரச்சினை குறித்த பேச்சுவார்த்தைகளில் முழுமையாய்

ஈடுபட்டு, மேசையைச் சுற்றிலும் அமர்ந்து அதை அலசி ஆராய்வதைத் தான் விரும்பினேன். தாங்கள் எதைப்பற்றிப் பேசுகிறோம் என்பதை நன்கு அறிந்திருப்பவர்களுக்குப் பவர்பாயின்ட் தேவையில்லை.'

தயாரிப்பு மறுபரிசீலனையில் ஆப்பிள் எந்த அளவிற்குக் கவன மிழந்து போயிருந்தது என்பது தெளிவானது. சட்டதிட்டங்களில் ஊறிப் போனவர்கள் பின்னாலிருந்து முடுக்கிவிட, ஒவ்வொரு சாதனத்தின் பல்வேறு வடிவங்களைத் தயாரித்து அளித்துக்கொண்டு சில்லறை வியாபாரிகளைத் திருப்திப்படுத்தும் நிலையிலிருந்தது. 'பித்தம் தலைக்கேறியதுபோல இருந்தது – குழுவினர் ஏதோ ஒரு ஆவேசத்தில் ஒன்றுக்கும் உதவாத சாதனங்களை ஏராளமாய்த் தயாரித்த வண்ணம் இருந்தனர்.' ஆப்பிளில் மகின்டாஷின் வடிவங்கள் மட்டுமே பத்துக்கும் மேற்பட்டவை இருந்தன – ஒவ்வொன்றும் பலதரப்பட்ட குழப்பமான எண்களுடன் – *1400* முதல் *9600* வரை. 'இதற்கான விளக்கங்களைக் கேட்டுப்பெறுவதில் ஏறத்தாழ மூன்று வாரங்கள் செலவாயின – இருந்தும் எனக்கு எதுவுமே விளங்கவில்லை' என்றார் ஜாப்ஸ். முடிவில் மிக எளிமையான கேள்விகளைக் கேட்டார் – 'என் நண்பர்களிடம் இவற்றுள் எதை வாங்கச் சொல்வேன்?' என்பது போல.

எளிமையான பதில்கள் கிடைக்கவில்லையென்றால் அந்தத் தயாரிப்புகளையும் வடிவங்களையும் ரத்துசெய்தார். இப்படியே வெகுவிரைவில் *70%* சாதனங்கள் களையப்பட்டன. ஒரு குழுவை அழைத்து 'நீங்கள் எல்லோரும் நல்ல திறமைசாலிகள். இதுபோன்ற ஒன்றுக்கும் உதவாத தயாரிப்புகளில் உங்கள் அருமையான நேரத்தை வீணடிக்காதீர்கள்' என்றார். 'ஏராளமான பொறியியல் வல்லுநர்கள் தங்களுடைய தயாரிப்புகள் இவ்வாறு ரத்து செய்யப்பட்டதில் ஆத்திர மடைந்து வெளியேறிவிட்டனர். ஆனால் திறமையுள்ளவர்கள் – திட்டங்களும் தயாரிப்புகளும் ரத்து செய்யப்பட்டவர்கள் சிலர் உட்பட – சூழ்நிலையைப் புரிந்துகொண்டனர்' என்றார் ஜாப்ஸ் பின்னர். *1997* செப்டம்பரில் ஒரு ஊழியர் கூட்டத்தின்போது 'நான் திட்டங்களும் தயாரிப்புகளும் ரத்து செய்யப்பட்டவர்களுடன் கூட்டத்தை முடித்துக்கொண்டு வெளிவருகையில் அவர்களுக்கு உற்சாகமிகுதியில் நிலத்தில் கால் பதியவில்லை - மூன்றடி உயரத்திற்குத் தாவிக்குதித்துக் கொண்டிருந்தனர். ஏனெனில் நாம் எதைநோக்கிச் சென்றுகொண்டிருக்கிறோம் என்பது ஒருவழியாக அவர்களுக்குப் புரிந்திருந்தது' என்றார்.

சில வாரங்கள் கடந்தபின் ஜாப்ஸ் பொறுமையிழந்தார். 'நிறுத்துங்கள்' என்று உரக்கக் கத்தினார். 'போதும் இந்தக் கிறுக்குத்தனம்!' என்றார், ஒரு பெரிய தயாரிப்புத் திட்டக் கலந்தாலோசனையின்போது. வெள்ளைப் பலகையோடு இணைக்கப்பட்டிருந்த ஒரு மாயக் குறிப்பானைக்

(மேஜிக் மார்க்கர்) கையிலெடுத்துக் கொண்டு நேர்வாட்டமாக ஒன்று, படுக்கைவாட்டமாக ஒன்று என இரண்டு கோடுகளால் ஒரு நான்கு கட்ட சதுரத்தை வரைந்தார். கட்டங்களின் மீது 'பயனீட்டாளர்கள்', 'வல்லுநர்கள்' என்றும், பக்கவாட்டில் 'டெஸ்க்டாப்', 'போர்ட்டபிள்' என்றும் எழுதினார். ஒவ்வொரு கட்டத்திற்கும் ஒன்று என்ற வகையில் பொருத்தமான நான்கு அற்புதமான சாதனங்களை உருவாக்குவது தான் அவர்களுடைய வேலை என்றார். 'அந்த அறையில் ஆழமான அமைதி நிலவியது' என்று ஷில்லர் நினைவுகூர்ந்தார்.

ஆப்பிள் நிர்வாகக் குழுவினரின் செப்டம்பர் மாதக் கூட்டத்தில் இந்தத் திட்டத்தை ஜாப்ஸ் அறிவித்தபோது மீண்டும் மௌனம் நிலவியது. 'ஜில் ஒவ்வொரு கூட்டத்திலும் மேலும் அதிக அளவில் தயாரிப்புகள் வேண்டுமென்று வலியுறுத்துவார்' என்று வூலார்ட் நினைவு கூர்ந்தார். 'அவர் மேலும் தயாரிப்புகள் தேவை என்று சொல்லிய வண்ணம் இருப்பார். ஸ்டீவ் உள்ளே வந்து சில தயாரிப்புகளே போதும் என்கிறார். நான்கு கட்டங்கள் அடங்கிய ஒரு மாட்ரிக்ஸ் அமைப்பை வரைந்து அதில்தான் கவனம் செலுத்தவேண்டும் என்கிறார்.' தொடக்கத்தில் நிர்வாகக்குழு பின்வாங்கியது. அது மிகவும் இடர்ப் பாடுகள் நிறைந்த முயற்சி என்று ஜாப்ஸிடம் கூறியது. 'என்னால் அதைச் செயல்படுத்த முடியும்' என்று பதில் வந்தது. புதிய திட்டத் திற்கு நிர்வாகக்குழு ஆதரவளிக்கவில்லை. ஜாப்ஸ் பொறுப்பேற்று ஆற்றலுடன் முன்னோக்கிச் சென்றார்.

இதன் விளைவாக, சிதறிக்கிடந்த ஆப்பிளின் பொறியியல் வல்லுநர்கள், மேலாளர்கள் ஆகியோரின் கவனம் இந்த நான்கு பிரிவுகளில் மட்டுமே நிலைத்துநின்றது. அவர்கள் வல்லுநர்களுக்கான டெஸ்டாப் குவாட்ரண்டுக்காக பவர் மகின்டாஷ் ஜி3யை உருவாக்கு வதில் ஈடுபட்டிருந்தனர். வல்லுநர்களுக்கான போர்ட்டபிளாக பவர்புக் ஜி3 இருந்தது. பயனீட்டாளர்களின் மேசைக் கணினிக்காக ஐமாக் (iMac) வேலைகள் தொடங்கவிருந்தன. மேலும் பயனீட்டாளர்களின் போர்ட்டபிளுக்கென ஐபுக்கை (iBook) உருவாக்கும் வேலைகளில் கவனம் செலுத்தப்படும். இங்கு 'i' என்பது இந்தச் சாதனங்கள் இணைய தளத்துடன் சீராகப் பொருந்தக்கூடியது என்பதை வலியுறுத்துவதற்கு என்று ஜாப்ஸ் பின்னர் விளக்கினார்.

ஆப்பிளின் கூரிய கவனம் பிரிண்டர்கள், சர்வர்கள் போன்ற மற்ற வற்றில் நிறுவனம் ஈடுபடாது என்பதையும் குறித்தது. 1997இல் ஆப்பிள் ஸ்டைல்ரைட்டர் என்ற வண்ணப் பிரிண்டர்களை விற்பனை செய்து வந்தது – இவை எச்பீயின் டெஸ்க்ஜெட்டின் மற்றொரு வடிவமாகும். எச்பீ மைக்குழல்களின் *(இங்க் காட்ரிஜ்)* விற்பனை மூலம்தான் அதிக வருமானம் ஈட்டிவந்தது. 'எனக்குப் புரியவில்லை' என்றார் ஜாப்ஸ்,

ஒரு தயாரிப்பு மறுபரிசீலனைக் கூட்டத்தில். 'ஒரு மில்லியன் சாதனங் களைத் தயாரித்தும், இலாபமின்றி இருப்பதா? கிறுக்குத்தனமாக இருக்கிறது.' அந்த அறையைவிட்டு வெளியே சென்று எச்பீயின் தலைவரை அழைத்தார். 'நமது ஏற்பாட்டை நிறுத்திக் கொள்ளலாம்' என்று கூறிய ஜாப்ஸ், 'நாங்கள் அச்சிடும் கருவி (பிரிண்டர்) விற்பனையி லிருந்து விலகிக்கொள்வதாக இருக்கிறோம். இனி நீங்களே தொடர்ந்து நடத்திக்கொள்ளலாம்' என்றுகூறி முடித்தார். பின் அறைக்குத் திரும்பிவந்து தமது முடிவை அறிவித்தார். 'ஸ்டீவ் சூழ்நிலையைக் கண்டதுமே அதிலிருந்து நாங்கள் வெளியேறியாக வேண்டும் என்று உணர்ந்துகொண்டார்' என்றார் ஷில்லர்.

அவர் எடுத்த முடிவுகளில் மிகத் தெளிவாகத் தெரிந்தது நியூட்டன் என்ற பர்சனல் டிஜிட்டல் உதவியாளர் கருவிக்கு முற்றுப்புள்ளி வைத்து விட்டு, அதற்குப் பதிலாக ஏறத்தாழ நல்ல கையெழுத்தை அடையாளம் காணும் பயன்பாட்டு மென்பொருளை அறிமுகப்படுத்துவதுதான். ஜாப்ஸ் அதை வெறுப்பதற்கான காரணங்கள் மூன்று – அது ஸ்கல்லிக்கு மிக விருப்பமான திட்டம்; அது திறமையாகச் செயல்படவில்லை; அவருக்கு ஸ்டைலஸ் (ஒயிலாணி) கருவிகள் பிடிக்காது. 1997 தொடக்கத் திலேயே அமேலியோவிடமும் அதைச் செய்யச்சொல்லியிருந்தார். ஆனால் அந்தப் பிரிவை நீக்கிவிட முயற்சி செய்ய மட்டுமே அவரால் அமேலியாவைச் சம்மதிக்கவைக்க முடிந்தது. 1997இன் பிற்பகுதியில் தயாரிப்பு மறுபரிசீலனையின்போது அது இன்னமும் வழக்கிலிருந்தது. அவர் பின்னர் தமது சிந்தனையோட்டத்தை விவரித்தார்:

> ஆப்பிள் இதைவிட தள்ளாட்டம் குறைவான சூழ்நிலையில் இருந் திருந்தால் நானே முழுமூச்சாய் இறங்கி அதைச் சரியாக இயங்க வைப்பது எப்படியென்று கண்டுபிடிக்க முயற்சி செய்திருப்பேன். அதை நிர்வகிப்பவர்கள் மீது எனக்குச் சிறிதும் நம்பிக்கையில்லை. எனக்கு உள்ளூர ஓர் உணர்வு - சிறந்த தொழில்நுட்பம் இருந்தது. ஆனால் திறமையற்ற நிர்வாகத்தால் அது குளறுபடியாகியிருந்தது. அதை மூடுவதன்மூலம், புதிய மொபைல் (கைபேசி) சாதனங் களில் பணியாற்றக்கூடிய சில நல்ல பொறியியல் வல்லுநர்களை விடுவித்தேன். காலப்போக்கில் ஐஃபோன்கள் மற்றும் ஐபேடுக்கு முன்னேறிய போது எல்லாம் சரியாகிவிட்டது.

இந்தக் கூரிய கவனம்தான் ஆப்பிளைக் கரைசேர்த்தது. திரும்பி வந்த முதல் ஆண்டில் ஜாப்ஸ் ஏறத்தாழ மூவாயிரம் பேரைப் பணி நீக்கம் செய்தார் – இது நிறுவனத்தின் இருப்புநிலை ஏட்டைத் தூக்கி நிறுத்தியது. 1997 செப்டம்பரில் ஜாப்ஸ் இடைக்காலத் தலைமை நிர்வாக அதிகாரி ஆனபோது முடிவடைந்த நிதி ஆண்டில் ஆப்பிளின் நஷ்டத்தொகை 1.04 பில்லியன் டாலர். 'திவாலாவதற்கு இன்னும்

தொண்ணூறு நாள்களே இருந்த நிலை அது' என்று அவர் நினைவு கூர்ந்தார். 1998இல் நடந்த சான் ஃப்ரான்சிஸ்கோ மாக்வேள்டில் ஓராண்டுக்கு முன்பு அமேலியோ தமது கோமாளித்தனத்தை அரங்கேற்றிய அதே மேடையில் ஜாப்ஸ் தோன்றினார். முழுக்க வளர்ந்த தாடியுடன், தோலாலான ஜாக்கெட் அணிந்துகொண்டு, தனது புதிய தயாரிப்புத் திட்டத்தை அறிவித்தார். முதல்முறையாக அந்தச் செயல் விளக்கத்தைத் தமது சிறப்பு வாசகமாக விளங்கவிருந்த 'ஓ, அத்துடன் இன்னொரு விஷயம்' என்பதுடன் முடித்துக்கொண்டார். இம்முறை அந்த 'இன்னொரு விஷயம்' – 'இலாபத்தைச் சிந்தியுங்கள்' *(திங்க் ப்ராஃபிட்)* என்பதாக இருந்தது. இந்த வார்த்தைகளை அவர் சொன்ன போது, கூட்டம் கைதட்டிய ஆரவாரத்தில் அரங்கமே அதிர்ந்தது. இரண்டு ஆண்டுகள் நஷ்டத்தில் தத்தளித்தபின், ஆப்பிள் இலாபகரமான காலாண்டை எட்டிப் பிடித்திருந்தது – நாற்பத்து ஐந்து மில்லியன் டாலருடன். 1998 நிதியாண்டில் இது 309 மில்லியன் டாலர் இலாபமாக வளர்ச்சியடைய இருந்தது. ஜாப்ஸ் திரும்பிவந்துவிட்டார்; ஆப்பிளும்தான்.

இயல் இருபத்தாறு

வடிவமைப்புக் கொள்கைகள்

ஜாப்ஸூம் ஐவும் உருவாக்கிய வடிவமைப்புக் கூடம்

ஜானி ஐவ் மற்றும் சன் ஃப்ளவர் ஐமாக்குடன், 2002

ஜானி ஐவ்

1997 செப்டம்பர் மாதம் ஐசிஈஓ (iCEO) ஆனவுடன் ஜாப்ஸ் தமது மேல்நிலை நிர்வாகக் குழுவினரை ஒரு ஊக்கமூட்டும் உரைக்காக அழைத்தார். அப்போது அங்குக் கூடியிருந்தவர்களுள் நிறுவனத்தின் வடிவமைப்புத் துறைத் தலைவரான ஒரு மெல்லுணர்வு கொண்ட ஆர்வம் மிகுந்த முப்பது வயது இங்கிலாந்துக்காரர் அமர்ந்திருந்தார். அவர் - ஜோனதன் ஐவ். அனைவராலும் ஜானி என்று அழைக்கப் படுபவர். நிறுவனத்தை விட்டு வெளியேறும் எண்ணத்திலிருந்தார். நிறுவனம் அதிக இலாபம் ஈட்டுவதில் மட்டுமே கவனம் செலுத்தி, உற்பத்திப் பொருளின் வடிவமைப்பில் அக்கறை காட்டுவதில்லை

என்பதால் அவர் மிகவும் சலித்துப் போயிருந்தார். ஜாப்ஸின் பேச்சு அவரை மீண்டும் சிந்திக்க வைத்தது. 'ஸ்டீவ் அன்று அறிவித்தது எனக்கு மிகத் தெளிவாக நினைவிருக்கிறது – நம் குறிக்கோள் இலாபம் ஈட்டுவது மட்டுமல்ல; அற்புதமான சாதனங்களைத் தயாரிப்பதும்தான்' என்று ஐவ் நினைவுகூர்ந்தார். 'அந்தக் கொள்கை அடிப்படையில் எடுக்கப் படும் முடிவுகள் அதுநாள் வரையில் ஆப்பிளில் எடுக்கப்பட்டவற்றை விட மிகவும் வித்தியாசமாக இருக்கும்.' ஐவும் ஜாப்ஸூம் விரைவில் ஒரு ஒப்பந்தம் செய்துகொள்ள இருந்தனர் – அவர்களுடைய காலத்தின் மாபெரும் தொழில்துறை வடிவமைப்புக் கூட்டணி உருவாக அது ஒரு தொடக்கமானது.

ஐவ் வளர்ந்தது ஷிங்ஃபோர்டில் – லண்டன் மாநகரத்தின் வடகிழக்கு விளிம்பில் உள்ள ஒரு சிறு நகரம். அவருடைய தந்தை சில்வர் ஸ்மித் உள்ளூர்க் கல்லூரியில் ஆசிரியராக இருந்தார். 'அவர் ஓர் அற்புதமான கைவினைக் கலைஞர்' என்று ஐவ் நினைவுகூர்ந்தார். 'அவர் எனக்குத் தரும் கிறிஸ்துமஸ் பரிசு அவருடைய கல்லூரிப் பணியறையில் ஒருநாள் செலவிடுதல் – கிறிஸ்துமஸ் விடுப்பில், யாரும் இல்லாத போது – நான் ஆசைப்பட்டவற்றை எல்லாம் உருவாக்க உதவிசெய்வார்.' ஒரே ஒரு நிபந்தனை – அவர்கள் செய்ய இருந்தவை எல்லாவற்றையும் ஜானி கையால் வரையவேண்டும். 'கைகளால் உருவாக்கப்பட்ட பொருட்களின் அழகு எனக்கு எப்பொழுதும் புரியும். உண்மை யிலேயே முக்கியமானது அதில் நாம் காட்டும் அக்கறைதான் என்பதை மெல்ல உணர்ந்துகொண்டேன். ஒரு பொருளில் அக்கறையின்மை தென்படும் பொழுது அதை நான் மிகவும் வெறுக்கிறேன்.'

ஐவ் நியூகாசில் பாலிடெக்னிக்கில் சேர்ந்துகொண்டு தமது ஓய்வு நேரத்திலும் கோடைவிடுமுறையிலும் ஒரு வடிவமைப்பு ஆலோசனை நிறுவனத்தில் பணிபுரிந்துவந்தார். அவருடைய படைப்புகளில் ஒன்று மேற்புறம் சிறிய பந்துபோன்ற அமைப்பு கொண்ட ஒரு பேனா - அது கைகளில் வைத்துக்கொண்டு விளையாட சுவாரசியமாக இருந்தது. அதன் உரிமையாளருக்கு அந்தப் பேனாவுடன் ஒரு விளையாட்டுத் தனமான உணர்வு கலந்த உறவை அந்த வடிவம் ஏற்படுத்தித் தந்தது. அவருடைய ஆய்வுக்கட்டுரைக்கு ஒரு நுண்ஒலிவாங்கியையும் *(மைக்ரோஃபோன்)* செவிகளில் பொருத்திக் கொள்ளும் காதொலிக் கருவியையும் *(இயர் பீஸ்)* வடிவமைத்தார் – மிகத் தூய வெள்ளைநிற பிளாஸ்டிக்கில் – காதுகேளாத குழந்தைகளுடன் தொடர்புகொள்வதற்கு. தமது வடிவமைப்பைக் கச்சிதமாக்க அவர் உருவாக்கியிருந்த நுரைப் பொருளாலான மாதிரி வடிவங்கள் அவருடைய குடியிருப்பில் நிரம்பிக் கிடந்தன. அவர் ஒரு ஏடீஎம் இயந்திரத்தையும் வளைந்த வடிவிலான தொலைபேசியையும் வடிவமைத்தார் – இரண்டுமே ராயல் சொசைட்டி

ஆஃப் ஆர்ட்ஸின் விருதுபெற்றன. மற்ற வடிவமைப்பாளர்களைப் போல அவர் அழகான படங்களை மட்டும் வரையவில்லை; அந்தப் பொருளின் பொறியியல் நுட்பங்களும் உள்பாகங்களும் எப்படிச் செயல்படுகின்றன என்பதிலும் கவனம் செலுத்தினார். அவர் கல்லூரி யில் படிக்கும்பொழுது மனத்தில் புதியதொரு ஞான ஒளி பரவியதைத் தொடர்ந்து அவரால் ஒரு மகின்டாஷை வடிவமைக்க முடிந்தது. 'மாக்கைக் கண்டுகொண்டது முதல் அதைத் தயாரிப்பவர்களோடு ஏதோ இனம்புரியாத உறவு இருப்பதாக உணர்ந்தேன்' என்றார் அவர். 'ஒரு நிறுவனம் என்றால் என்ன, அது எப்படி இருக்கவேண்டும் என்பதெல்லாம் திடீரென்று புரிந்தது.'

பட்டம் பெற்றபின், லண்டனில் ஆப்பிளுடன் ஆலோசனை ஒப்பந்தம் செய்துகொண்ட டான்ஜெரீன் என்ற வடிவமைப்பு நிறுவனம் ஒன்றை உருவாக்குவதில் உதவினார். 1992இல் அவர் ஆப்பிளின் வடிவமைப்புப் பிரிவில் பணிபுரிவதற்காக க்யூபர்டினோ சென்றார். 1996இல், அதாவது ஜாப்ஸ் திரும்பிவருவதற்கு முந்தைய ஆண்டு – அவர் அதன் தலைவரானார். ஆனால் அவருடைய மனம் மகிழ்ச்சியின்றி இருந்தது. அமேலியோ வடிவமைப்புக்கு அவ்வளவாக முக்கியத்துவம் தரவில்லை. 'ஒரு தயாரிப்பில் அக்கறை காட்டவேண்டும் என்ற உணர்வே எழவில்லை. ஏனெனில் நாங்கள் அதிகபட்ச இலாபத்தை ஈட்டுவதற்கு மட்டுமே முயன்றுவந்தோம்' என்றார் ஐவ். 'அவர்கள் வடிவமைப்பாளர்களான எங்களிடம் எதிர்பார்த்ததெல்லாம் ஒரு பொருள் வெளிப்புறத் தோற்றத்தில் எப்படி இருக்கவேண்டும் என்பதற் கான மாதிரி வடிவம். பொறியியல் வல்லுநர்கள் அதைக் கூடுமான வரையில் குறைந்த செலவில் செய்துவிடுவார்கள். நான் வெளியேறுவது என்ற முடிவுக்கு வந்தேன்.'

ஜாப்ஸ் பதவியேற்று தமது உற்சாகமூட்டும் உரையை நிகழ்த்திய போது, ஐவ் இன்னும் கொஞ்ச காலம் தொடரலாம் என்று முடிவு செய்தார். ஆனால் ஜாப்ஸ் முதலில் உலகத்தரம் வாய்ந்த ஒரு வடிவ மைப்பாளரை வெளியில் தேடினார். அவர் ஐபிஎம் திங்க்பேடை வடிவமைத்த ரிச்சர்ட் ஸாப்பர், ஃபெர்ராரி 250 மற்றும் மசெராட்டி கிப்ளியை வடிவமைத்த ஜ்யார்ஜெட்டோ கியூகியாரோ ஆகியோரிடம் பேசினார். ஆனால் அதற்குப்பின் ஆப்பிள் நிறுவனத்தின் வடிவமைப்புப் பிரிவைச் சுற்றிவந்தபோது சாதுவான, ஆவல் மிகுந்த, ஊக்கம் நிறைந்த ஐவுடன் ஒரு நல்ல உறவு ஏற்பட்டது. 'வடிவங்கள், மூலப் பொருட்கள் ஆகியவற்றைக் கண்டறிவது பற்றிக் கலந்தாலோசித்தோம்' ஐவ் நினைவுகூர்ந்தார். 'எங்கள் அலைவரிசைகள் ஒன்றாக இருந்தன. இந்த நிறுவனம் ஏன் எனக்குப் பிடித்துப்போனது என்பதைத் திடீரென்று உணர்ந்துகொண்டேன்.'

ஐவ் தொடக்கத்தில் ஜாப்ஸ் வன்பொருள் பிரிவின் தலைவராக நியமித்திருந்த ஜான் ரூபின்ஸ்டைன் என்பவரின் கீழ் இருந்தார். ஆனால் அவர் ஜாப்ஸுடன் நேரடியான, வழக்கத்திற்கு மாறான வலிமை யான உறவை வளர்த்துக்கொண்டார். அவர்கள் தினமும் மதிய வேளைகளில் சேர்ந்தே உணவருந்தினார்கள். அன்றாட அலுவல்கள் முடிந்ததும், ஐவின் வடிவமைப்புக் கூடத்திற்கு வந்து சிறிதுநேரம் பேசுவதை ஜாப்ஸ் வழக்கமாகக் கொண்டிருந்தார். 'ஜானிக்கு ஒரு பிரத்யேக அந்தஸ்து இருந்தது' என்றார் லாரீன் பவெல். 'அவர் எங்கள் வீட்டிற்கு வருவார்; எங்கள் குடும்பங்கள் நெருக்கமாயின. அவரைப் பொறுத்தவரை, ஸ்டீவ் ஒருபோதும் வேண்டுமென்று மனத்தைக் காயப்படுத்துவதில்லை. ஸ்டீவின் வாழ்க்கையில் அனேக மாக எல்லோரையும் மாற்றியமைக்கலாம். ஆனால் ஜானியை மட்டும் முடியாது.'

ஜாப்ஸ் ஐவ் மீது தாம் வைத்திருந்த மதிப்பை என்னிடம் விளக்கினார்:

ஆப்பிளில் மட்டுமல்ல, இந்த உலகத்திலேயே ஜானி கொண்டு வந்துள்ள மாற்றங்கள் அளவிடமுடியாதவை. அவர் அபாரமான அறிவுத்திறன் கொண்டவர் - எல்லா விதத்திலும். அவருக்குத் தொழில் விஷயங்களும் புரியும்; விளம்பர விஷயங்களும் புரியும். கற்பூரம் போலச் சொன்னதைப் பிடித்துக்கொள்வார். எங்கள் கருப்பிரிவில் என்னவெல்லாம் செய்கிறோம் என்பதை மற்ற எல்லோரையும்விட நன்றாகப் புரிந்துகொள்கிறார். எனக்கு ஆப்பிளில் ஓர் ஆன்மிகக் கூட்டாளி இருந்தாரென்றால் அது ஜானிதான். ஜானியும் நானும் பல்வேறு தயாரிப்புகளைப் பற்றி ஒன்றாய் யோசித்து, பின் மற்றவர்களை அழைத்து 'இதைப்பற்றி என்ன நினைக்கிறீர்கள்?' என்று கேட்போம். ஒவ்வொரு தயாரிப்பிலும் அவருக்கு மேலோட்டமான விளக்கமும் தெரியும், உள்ளில் காணப்படும் பாகங்களின் நுணுக்கமான விவரங்களும் தெரியும். அதுமட்டுமல்ல, ஆப்பிள் என்பது தயாரிப்புகளை நோக்கமாகக் கொண்ட நிறுவனம் என்பதை நன்றாகப் புரிந்துகொண்டிருக்கிறார். அவர் வெறும் வடிவமைப்பாளர் அல்ல; அதனால்தான் எனக்குக் கீழே நேரடியாகப் பணியாற்றுகிறார். என்னைத் தவிர மற்ற யாரைக் காட்டிலும் அதிகமான செயல்வலிமை அவருக்கு உண்டு. அவரிடம் என்ன செய்யவேண்டும் என்றோ, வெளியேறு என்றோ ஒருவரும் சொல்லமுடியாது – நான் உருவாக்கி வைத்திருக்கும் அமைப்பு அப்படி!

அனேகமாக எல்லா வடிவமைப்பாளர்களையும் போல ஒரு குறிப்பிட்ட வடிவமைப்பில் பொதிந்துள்ள தத்துவத்தையும், படிப்படியான சிந்தனையையும் அலசி ஆராய்வதை ஐவ் பெரிதும்

விரும்பினார். ஜாப்ஸுக்கோ, அது உள்ளுணர்வு தொடர்பானது. தமக்குப் பிடித்த மாதிரிவடிவங்களைச் சுட்டிக்காட்டி, பிடிக்காத வற்றை விலக்கிவிடுவார். ஐவ் அதை அடிப்படையாக வைத்துக் கொண்டு ஜாப்ஸின் வாழ்த்துப் பெற்ற எண்ணங்களுக்குக் கச்சிதமாய் வடிவம் தருவார்.

ஐவ் மின்னணுவியல் நிறுவனமான ப்ரௌனில் பணிபுரியும் ஜெர்மானிய தொழில்துறை வடிவமைப்பாளர் டியேட்டர் ராம்ஸின் ரசிகர். 'குறைவு, ஆனால் சிறப்பு' (வெய்னிகர் ஆபர் பெஸ்ஸர்) என்பது ராம்ஸின் தாரக மந்திரமாக இருந்தது – அதுபோலவே ஜாப்ஸும் ஐவும் ஒவ்வொரு வடிவமைப்போடும் போராடி அதைக் கூடிய மட்டிலும் எளிதாக்க முயன்றனர். ஆப்பிளின் முதல் கையேட்டில் 'எளிமையே அதிநவீனம்' என்று அறிவித்தது முதலாகவே ஜாப்ஸ் தமது குறிக்கோளைத் தெளிவாக வகுத்துக்கொண்டார் – சிக்கல்களை வென்ற, ஆனால் அவற்றை அலட்சியம் செய்யாத எளிமை. 'அதற்கு மிகக் கடினமாக உழைக்க வேண்டும் – ஒன்றை எளிமையாக்க வேண்டு மென்றால் அதன் அடிப்படைச் சவால்களைச் சரியாகப் புரிந்து கொண்டு எடுப்பான தீர்வுகளை எட்டிப்பிடிக்க வேண்டும்.'

மேலோட்டமாகத் தெரியும் எளிமையைவிட, ஆழமாய் ஊடுருவி யுள்ள எளிமைக்கான தமது தேடலின் போது, ஜாப்ஸ் ஐவில் தமது ஆத்ம நண்பரைக் கண்டார். தமது வடிவமைப்புக் கூடத்தில் அமர்ந்தபடி ஐவ் அவருடைய தத்துவத்தை விளக்கினார்:

எளிமை நல்லதென்று ஏன் நினைக்கிறோம்? ஏனென்றால், தயாரிக்கப் பட்ட பொருட்களைக் கையாளும்பொழுது, நமக்கு அவற்றின்மீது ஒரு ஆளுமை உணர்வு ஏற்படவேண்டும். சிக்கல்களை ஒரு ஒழுங்கு முறைக்குக் கொண்டுவருகையில், அந்தப் பொருளும் நம் கைக்கு அடங்கிவரும். எளிமை என்பது பார்வைக்கு மட்டும் பொருந்துவ தல்ல. குறைந்தபட்ச நெருக்கடியோ, நெருக்கடியின்மையோ கூட அல்ல. சிக்கலின் அடி ஆழம்வரை சென்று ஆராய்வதாகும். உண்மையிலேயே எளிமையாக இருக்கவேண்டுமென்றால், ஆழமாய் ஊடுருவவேண்டும். உதாரணமாக, ஒரு தயாரிப்பில் திருகாணிகளே பயன்படுத்தவில்லை என்று வைத்துக்கொள்வோம்; அது முடிவில் மிகவும் கோணல்மாணலாக, சிக்கல் மிகுந்ததாக இருக்கும். இதை விடச் சிறந்த வழி, அதில் எளிமையைப் புகுத்துவது எப்படி என்று ஆராய்ந்து, அதுபற்றிய முழுவிவரங்களையும் அதனை உற்பத்திசெய்யும் விதத்தையும் புரிந்துகொள்வதுதான். ஒரு பொருளில் தேவையில்லாத பாகங்களைத் தவிர்க்க வேண்டு மெனில், அந்தப் பொருளின் சாராம்சத்தை ஆழமாய்ப் புரிந்து கொள்ள வேண்டியது அவசியமாகிறது.

இதுதான் ஜாப்ஸும் ஐவும் பகிர்ந்துகொண்ட அடிப்படைத் தத்துவம். வடிவமைப்பு என்பது ஒரு பொருளின் வெளித்தோற்றத்தில் காணப்படுவது மட்டுமல்ல. அது அந்தப் பொருளின் சாராம்சத்தைப் பிரதிபலிப்பதாக இருக்கவேண்டும். 'அனேகமாக எல்லோருடைய அகராதியிலும் வடிவமைப்பு என்றால் தரமான மேற்புறம் என்றுதான் பொருள்' என்று ஆப்பிளில் பொறுப்பேற்ற சில நாள்களில் ஃபார்ச்சூன் பத்திரிகைக்கு அளித்த ஒரு பேட்டியில் ஜாப்ஸ் கூறினார். 'ஆனால் என்னைப் பொறுத்தவரையில், வடிவமைப்பின் உண்மையான பொருளிலிருந்து இதைவிட விலகியுள்ள ஒரு விளக்கத்தைக் காண முடியாது. வடிவமைப்பு என்பது மனிதனின் கைவண்ணத்தில் உருவான ஒரு பொருளில் ஆழப் பொதிந்துள்ள அடிப்படை உயிரோட்டம்; அது உள்ளிருந்து ஒவ்வொரு அடுக்காக மேல்நோக்கிச் செல்கையில் தன்னை வெளிப்படுத்திக்கொள்கிறது.'

ஆக, ஆப்பிள் நிறுவனத்தில் ஒரு பொருளை வடிவமைப்பது என்பது அதன் பொறியியலுடனும் தயாரிப்புடனும் நெருங்கிய தொடர்பு கொண்டிருந்தது. ஐவ் ஆப்பிளின் பவர் மாக் ஒன்றை விவரித்தார். 'நிச்சயம் தேவை என்பனவற்றைத் தவிர மற்ற எல்லாவற்றையும் கழித்துக் கட்டிவிட முடிவு செய்தோம்' என்றார் அவர். இதற்கு வடிவமைப்பாளர்கள், உற்பத்தியாளர்கள், பொறியியல் வல்லுநர்கள், தயாரிப்புக் குழுவினர் ஆகிய அனைவருக்குமிடையே முழுமையான ஒருங்கிணைப்பு அவசியமாக இருந்தது. மீண்டும் மீண்டும் தொடங்கிய கட்டத்திற்கே திரும்பிவந்து கொண்டிருந்தோம். 'அந்தப் பாகம் தேவைதானா? அதனைக்கொண்டு மற்ற நான்கு பாகங்களின் வேலை யைச் செய்யவைக்க முடியுமா?'

ஒரு பொருளின் வடிவமைப்பு, சாராம்சம், தயாரிப்பு ஆகிய வற்றுக்கு இடையே உள்ள தொடர்பு ஜாப்ஸும் ஐவும் பிரான்சில் பயணம் மேற்கொண்டிருந்த சமயம் ஒரு சமையலறை சாதனங்கள் விற்கும் கடைக்குச் சென்றபோது தெளிவாகப் புரிந்தது. ஐவ் அவருக்குப் மிகவும் பிடித்துப்போன ஒரு கத்தியைத் தேர்ந்தெடுத்தார். ஆனால் அதை உடனே ஏமாற்றத்துடன் கீழே வைத்துவிட்டார். ஜாப்ஸும் அதையே செய்தார். 'நாங்கள் இருவருமே அதன் பிடிக்கும் வெட்டும் பகுதிக்கும் இடையில் சிறிது பசைப்பொருள் இருந்ததைக் கவனித்தோம்' என்று ஐவ் நினைவுகூர்ந்தார். அந்தக் கத்தியின் நல்ல வடிவமைப்பு மோசமான தயாரிப்பு முறையால் எப்படிப் பாழாகிப்போனது என்பதுபற்றி அவர்கள் பேசினர். 'நாங்கள் பயன்படுத்தும் கத்திகள் ஒட்டப்பட்டு இருப்பதைக் கற்பனை செய்து பார்க்கக்கூட விரும்ப வில்லை' என்று ஐவ் கூறினார். 'ஸ்டீவும் சரி நானும் சரி, ஒரு வீட்டு உபயோகச் சாதனத்தின் பரிசுத்தத்தைப் பாழடித்து, சாராம்சத்திலிருந்து

விலகச் செய்யும் இதுபோன்ற விஷயங்களில் நிறைய அக்கறை காட்டுவோம். பொருட்கள் பரிசுத்தமாகவும் இணைப்புகளின்றி சீரான தோற்றம் கொண்டவையாகவும் இருப்பது பற்றிய எங்கள் சிந்தனைகள் ஒரே விதமானவை.'

மற்ற நிறுவனங்கள் பலவற்றிலும் பொறியியல்தான் வடிவமைப்பைக் கட்டுப்படுத்துகிறது. பொறியியல் வல்லுநர்கள் தங்கள் அளவீடு களையும் தேவைகளையும் தீர்மானிக்கின்றனர்; வடிவமைப்பாளர்கள் அவற்றை வைக்கத் தகுந்த பெட்டிகள் அல்லது பெட்டகங்களைச் செய்து தருகின்றனர். ஜாப்ஸைப் பொறுத்தவரை செயல்பாடு அதற்கு நேர்மாறாக இருந்தது. ஆப்பிளின் தொடக்க காலங்களில் முதலில் மகின்டாஷின் பெட்டகத்தின் வடிவமைப்பை ஜாப்ஸ் அங்கீகரித்தார்; பின்னர் அதற்கேற்ப பொறியியல் வல்லுநர்கள் பலகைகளையும் பாகங்களையும் பொருத்தவேண்டியிருந்தது.

ஜாப்ஸ் வெளியேற்றப்பட்டபின் ஆப்பிளில் செயல்பாடுகள் மீண்டும் பொறியியல் வல்லுநர்களின் கட்டுப்பாட்டிற்குள் வந்தன. 'ஸ்டீவ் திரும்பி வருவதற்கு முன், பொறியியல் வல்லுநர்கள் கூறுவார்கள்: இவைதான் உறுப்புகள் – செயலி *(ப்ராஸஸர்)*, வன்இயக்ககம் *(ஹார்ட் ட்ரைவ்)* என – பின்னர் அவை வடிவமைப்பாளர்களிடம் போகும், பெட்டிக்குள் பொதியப்படுவதற்காக' என்றார் ஆப்பிளின் விளம்பர மேலாளர் ஃபில் ஷில்லர். 'அந்த முறையில் செய்யும்பொழுது மிக மோசமான தரமுடைய பொருட்கள்தான் தயாராகும்.' ஆனால் ஜாப்ஸ் திரும்பி வந்து, ஐவுடன் ஒப்பந்தம் செய்துகொண்ட பின், தராசு மீண்டும் வடிவமைப்பாளர்கள் பக்கம் சாய்ந்தது. 'எங்களைப் புகழ்பெறச் செய்வதில் வடிவமைப்புக்குப் பெரும்பங்கு உண்டு என்ற கருத்தை ஸ்டீவ் ஓயாமல் எங்களிடம் வலியுறுத்திக்கொண்டே இருந்தார்' என்றார் ஷில்லர். 'மீண்டும் வடிவமைப்பு பொறியியலுக்கு வழிகாட்டியானது; அதற்கு நேர்மாறாக அல்ல.'

அவ்வப்போது இது சில சிக்கல்களை ஏற்படுத்துவதும் உண்டு – உதாரணமாக ஜாப்ஸும் ஐவும் ஐஃபோன் 4இன் ஓரத்திற்கு அலுமினியத் துண்டு ஒன்றைப் பயன்படுத்தவேண்டும் என்று வலியுறுத்தினர்; பொறியியல் வல்லுநர்களோ அதனால் ஆன்டென்னா பாதிக்கப் படும் என்று அஞ்சினர். ஆனால் பொதுவாக வடிவமைப்புகளின் சிறப்புக்காகவே – ஐமாக், ஐபாட், ஐஃபோன், ஐபேட் என – ஆப்பிள் மற்றவற்றிலிருந்து தனித்து நின்றது மட்டுமல்லாமல், ஜாப்ஸ் திரும்பி வந்தபின் பல ஆண்டுகளுக்கு வெற்றிப்பாதையில் முத்திரைகள் பதித்தது.

படப்பிடிப்புக் கூடத்தினுள்

ஆப்பிள் வளாகத்தில் டூ இன்ஃபினிட் லூப்பின் அடித்தளத்தில் உள்ளது

ஜானி ஐவ் அரசாளும் வடிவமைப்புக் கூடம் – வண்ணமயமான ஜன்னல்களும், கனமான, தாழிடப்பட்ட கதவும் அதைப் பாதுகாத்தன. உள்ளே நுழைந்தவுடன் ஒரு கண்ணாடி வரவேற்பறை – அங்கு இரண்டு உதவியாளர்கள், அனுமதிக்குக் காவலாய். மேல்நிலை ஆப்பிள் ஊழியர்கள்கூட சிறப்பு அனுமதியின்றி உள்ளே நுழைய முடியாது. ஜானியுடனான நேர்காணல்களில் ஏறத்தாழ எல்லாமே வெளியில்தான் நடந்தன. ஆனால் 2010இல் ஒருநாள் மதியவேளை முழுதும் நான் அவருடைய பணிக்கூடத்தைச் சுற்றிப்பார்க்க ஏற்பாடு செய்திருந்தார். அப்போது ஜாப்ஸும் தாமும் எப்படி அங்கே ஒருங் கிணைந்து செயல்படுகிறோம் என்பதையும் விளக்கியவாறே வந்தார்.

வாசலுக்கு இடதுபுறமாக நிறைய மேசைகளில் இளம் வடிவமைப் பாளர்கள்; வலதுபுறமாக குகைபோன்ற பிரதான அறை; அதில் ஆறு நீண்ட எஃகு மேசைகள் – தயாரான சாதனங்களைக் காட்சிக்கு வைப்பதற்கும் தயாராகும் சாதனங்களில் வேலை செய்வதற்கும். பிரதான அறையைத் தாண்டிச்சென்றால் கணினி உதவியுடன் இயங்கும் வடிவமைப்புக் கூடம் – அதில் ஏராளமான பணிநிலையங்கள் (வர்க்ஸ்டேஷன்ஸ்); அங்கிருந்து சென்றால் அச்சுகள் தயாரிக்கும் இயந்திரங்கள் உள்ள அறை – அங்கேதான் திரையில் தோன்றும் வடிவங்களின் அடிப்படையில் நுரைப்பொருளாலான மாதிரிகள் தயாரிக்கப்படுகின்றன. அதையும் தாண்டினால் மாதிரிகளுக்கு வண்ணம் தீட்டி அசல்போலத் தோன்றச் செய்யும் ரோபாட்டுகளின் கட்டுப்பாட்டில் உள்ள அறை. பொருட்கள் அதிகம் இல்லாமல், தொழில்மயமாக, உலோகச் சாம்பல் நிற அலங் காரத்துடன் இருந்தது. வெளியே இருந்த மரங்களின் இலைகள் அசைந்து வண்ண ஜன்னல்களில் ஒளியும் நிழலுமாகப் பல்வேறு கோலங்களில் ஜாலம் புரிந்தன. பின்னணியில் டெக்னோ மற்றும் ஜாஸ் இசை மிதந்துவந்தது.

ஏறத்தாழ எல்லா நாள்களிலுமே ஜாப்ஸ் நல்ல உடல்நலத்துடன், அதுவும் அலுவலகத்தில் இருந்தால், ஐவுடன் சேர்ந்து மதிய உணவு உண்பார்; பின் மதியம் முழுதும் பணிக்கூடத்தைச் சுற்றி அங்கு மிங்கும் நடப்பார். அவர் உள்ளே நுழையும்பொழுது, மேசைகளைப் பார்வையிட்டு, தயாரிப்பிலுள்ள பொருட்களைச் சரிபார்த்து, ஆப்பிளின் திட்டங்களுக்கு அவை பொருந்துகின்றனவா என்று உணர்ந்து, ஒவ்வொன்றின் வடிவமைப்பும் எவ்வாறு பரிணாம வளர்ச்சியடை கிறது என்று தம் விரல்களால் சோதனைசெய்து பார்க்க முடிந்தது. பொதுவாக அவர்கள் இருவர் மட்டும்தான் இருப்பார்கள்; மற்ற வடிவமைப்பாளர்கள் தங்கள் வேலைகளிலிருந்து ஒருகணம் பார்வையை விலக்கித் தலையை உயர்த்திப் பார்ப்பார்கள் – ஆனால் ஒரு மரியாதைக்குரிய தொலைவில் இருந்தபடி. ஜாப்ஸ் ஏதேனும்

முக்கிய பிரச்சினை குறித்துப் பேசவேண்டியிருந்தால், இயந்திர வடிவமைப்புப் பிரிவின் தலைவரை அல்லது ஐவின் மற்ற உதவியாளர் களில் யாரையாவது அழைப்பார். ஏதாவது பூரிப்பான விஷயம் அல்லது நிறுவனத் திட்டங்கள் தொடர்பான புதிய யோசனைகளாக இருந்தால், முதல்நிலை செயல்பாட்டு அலுவலர் டிம் குக்கையோ விளம்பரப் பிரிவுத் தலைவர் பில் ஷில்லரையோ வந்து தங்களுடன் சேர்ந்து கொள்ளச் சொல்வார். ஐவ் வழக்கமான செயல்பாட்டை விளக்கினார்:

நிறுவனத்திலேயே இந்த ஒரு அற்புதமான அறையில் மட்டும்தான் சுற்றிப்பார்க்கவும் தயாரிப்பிலுள்ள எல்லாவற்றையும் பார்வை யிடவும் முடியும். ஸ்டீவ் உள்ளே வரும்பொழுது, இவற்றுள் ஒரு மேசையில் அமர்ந்துகொள்வார். உதாரணமாக, புதிய ஐஃபோனில் வேலை செய்துகொண்டிருக்கிறோம் என்றால், அவர் ஒரு முக்காலியை இழுத்துப் போட்டுக்கொண்டு பல்வேறு மாதிரிகளோடு தம் கைவிரல்களால் விளையாடத் தொடங்கிவிடுவார் - தமக்குப் பிடித்தவற்றைக் குறித்து வைத்தபடி. அதன்பின் மற்ற எல்லா மேசைகளையும் மேய்ந்தபடி வருவார் – நானும் அவரும் மட்டும் – எல்லாப் பொருட்களும் எவ்வாறு முன்னேறிச் செல்கின்றன என்று பார்ப்பதற்காக. அவரால் மொத்த நிறுவனத்தின் செயல்பாட்டையும் ஒரே வீச்சில் அளந்துவிடமுடியும் – ஐஃபோன், ஐபேட், ஐமாக், லாப்டாப் (மடிக்கணினி) மற்றும் நாங்கள் தயாரிக்க எண்ணியுள்ளவை எல்லாவற்றையுமே. இதன்மூலம் நிறுவனம் தனது ஆற்றலை எங்கு, எதில் செலவிடுகிறது என்றும் பல்வேறு விஷயங்களும் எவ்வாறு ஒன்றோடு ஒன்று தொடர்புகொண்டு இயங்குகின்றன என்றும் அறிந்துகொள்வார். அவர் கேள்வியும் கேட்பார்: 'இதைச் செய்வதால் ஏதாவது பலனுண்டு என்று நினைக்கிறீர்களா? ஏனென்றால், இதோ இந்த இடத்தில்தான் நாம் அதிக வளர்ச்சியடைகிறோம்' அல்லது அதுபோல ஏதாவது. அவர் பொருட்களோ விஷயங்களோ ஒன்றோடு ஒன்று தொடர்புபடுத்திப் பார்ப்பார் – இது ஒரு பெரிய நிறுவனத்தில் எளிதில் செய்ய இயலாத விஷயம். இந்த மேசைகளின் மீதுள்ள மாதிரிகளைப் பார்த்தே அடுத்த மூன்று ஆண்டுகளுக்கான எதிர் காலத்தை அவரால் தெளிவாகக் கணிக்க முடியும்.

வடிவமைப்பின் செயல்பாடு என்பது பெரும்பாலும் ஒரு உரையாடல்தான்; பணிமேசைகளைச் சுற்றிவந்து மாதிரிவடிவங் களோடு விளையாடியபடி முன்னும் பின்னுமாய் நுணுக்கங்களை அலசுதல். சிக்கலான வரைபடங்களைப் படிப்பது அவருக்கு அறவே பிடிக்காது. ஒரு மாதிரியை நேரில் பார்ப்பதையும், அதனைத் தொட்டு உணர்வதையுமே அவர் விரும்புகிறார். அவர் சொல்வது சரிதான். கேட் (கணினி உதவியுடன் செய்த வடிவமைப்பு) மென்பொருளில்

அற்புதமாய்க் காட்சியளிக்கும் ஒரு வடிவத்தை அடிப்படையாகக் கொண்டு நாங்கள் தயாரித்த மாதிரியானது ஒன்றுக்கும் உதவாததாக இருப்பதை உணர்ந்து நான் வியப்படைவது உண்டு.

அமைதியும் மென்மை உணர்வும் தவழும் இடம் என்பதால் அவர் இங்கு வருவதைப் பெரிதும் விரும்புவார். கற்பனை உணர்வு மிகுந்த ஒருவருக்கு இது ஒரு சொர்க்கலோகம். இங்கு முறைப் படியான வடிவமைப்பு மறுபரிசீலனைகள் இல்லை; அதனால் உயர்மட்ட முடிவெடுக்கும் கட்டங்களும் இல்லை. மாறாக, தீர்மானங்களைத் தளர்வாகவே வைத்துக்கொள்ள இயலும். ஒவ்வொரு நாளும் நாங்கள் விவரங்களைப் பகிர்ந்துகொள்வதுடன், பயனற்ற செயல் விளக்கங்களை அளிப்பதில்லை என்பதால், பெரிய அளவிலான கருத்து வேறுபாடுகள் எங்களுக்குள் எழுவதேயில்லை.

அன்று ஐவ் மகின்டாஷுக்கான ஒரு புதிய ஐரோப்பிய பவர் ப்ளக் (மின் செருகி) மற்றும் கனெக்டர் (இணைப்பி) உருவாக்கப்படுவதை மேற்பார்வையிட்டுக் கொண்டிருந்தார். நுண்ணிய வேறுபாடுகளுடன் கூடிய நுரைப்பொருள் மாதிரி வடிவங்கள் டஜன் கணக்கில் உருவாக்கப் பட்டு, வண்ணம் தீட்டப்பட்டு சோதனைப் பார்வைக்காக வைக்கப் பட்டுள்ளன. இதுபோன்ற ஒரு விஷயத்திற்காக நிறுவனத்தின் வடிவமைப்புப் பிரிவின் தலைவர் தமது நேரத்தைச் செலவிடுவது சிலருக்கு விநோதமாகத் தோன்றும். ஆனால் ஜாப்ஸ் தாமே முன்வந்து அதில் ஈடுபட்டார். ஆப்பிள் IIக்காகப் பிரத்யேகமாக ஒரு மின்னூட்டு தயாரிக்க ஏற்பாடு செய்தது முதலாகவே இதுபோன்ற பாகங்களின் பொறியியல் மட்டுமன்றி அவற்றின் வடிவமைப்பிலும் அக்கறை செலுத்தி வந்துள்ளார். மாக் புக் பயன்படுத்தும் வெண்ணிற பவர் ப்ரிக் மற்றும் திருப்திகரமான க்ளிக் ஓசை கொண்ட காந்த இணைப்பிற்கான *(மேக்னடிக் கனெக்டர்)* காப்புரிமையில் அவருடைய பெயர் பட்டியலிடப் பட்டுள்ளது. உண்மையில், 2011இன் தொடக்கத்தில் அமெரிக்காவில் ஆப்பிளின் 212 வெவ்வேறு உரிமைக் காப்புகளில் கண்டுபிடிப்பாளர் களுள் ஒருவராக அவருடைய பெயர் இடம்பெற்றுள்ளது.

பல்வேறு ஆப்பிள் தயாரிப்புகளின் பொதிதல் மற்றும் அதன் உரிமைக்காப்பு விஷயத்தில் ஜாப்ஸும் ஐவும் ஆவேசம் கலந்த முனைப்போடு ஈடுபட்டிருந்தனர். உதாரணமாக, 2008 ஜனவரி 1 அன்று அமெரிக்காவில் வழங்கப்பட்ட உரிமைக்காப்பு எண் D558572 ஐபாட் நானோ பெட்டிக்கானது. பெட்டியைத் திறக்கும்பொழுது அதனுள்ளே அந்தச் சாதனம் ஒரு தொட்டில் போன்ற அமைப்பில் எவ்வாறு பொருத்தப்பட்டுள்ளது என்பதை விளக்கும் நான்கு படங்கள் அதில் காணப்படுகின்றன. 2009 ஜூலை 21 அன்று வழங்கப்பட்ட

D596485 என்ற எண்ணுடைய உரிமைக்காப்பு ஐஃபோன் பொதிதலுக்கானது – அதன் உறுதியான மூடி மற்றும் உள்ளே வைக்கப்பட்டுள்ள பளபளக்கும் பிளாஸ்டிக் தட்டு ஆகியவற்றுக்காக.

சில காலம் முன்பே, மைக் மார்க்குலா ஜாப்ஸிற்கு ஒரு நம்பவைக்கும் *(இம்ப்யூட்)* வித்தையைக் கற்றுத் தந்திருந்தார். ஒரு புத்தகத்தை மக்கள் அதன் முகப்பு அட்டையை *வைத்துத்தான்* மதிப்பிடுகிறார்கள் என்று புரிந்துகொள்ளச் செய்தார். ஆகவே ஆப்பிளின் பொதிதல்கள் *(பேகேஜிங்)*, கவர்ச்சியான அலங்காரங்கள் அனைத்தும் உள்ளே ஒரு அழகிய பொக்கிஷம் இருப்பதை அறிவிப்பதாக அமையவேண்டும் என்று வலியுறுத்தினார். ஐபாட் மினியாகட்டும், மாக்புக் ப்ரோ ஆகட்டும், ஆப்பிளின் வாடிக்கையாளர்களுக்கு கைவினை மிகுந்த பெட்டகத்தைத் திறந்து உள்ளே கவர்ந்திழுக்கும் வகையில் பதித்து வைக்கப்பட்டிருக்கும் சாதனத்தைக் கண்டெடுக்கும் அலாதியான அனுபவம் மிகவும் பரிச்சயமான ஒன்று. 'ஸ்டீவும் நானும் பொதிதலில் நிறைய நேரம் செலவழித்தோம்' என்றார் ஐவ். 'எனக்கு ஒரு பொருளின் பொதிதலைப் பிரிப்பது மிகவும் பிடிக்கும். தயாரிப்பு மிகவும் விசேஷமானது என்ற உணர்வை ஊட்டுவதற்காக அதன் பொதிதலைப் பிரிப்பதை ஏறத்தாழ ஒரு சடங்குபோல் வடிவமைத்து அரங்கேற்றவேண்டும். பொதிதல் என்பது ஒரு நாடகத்திற்கு இணையாகக்கூடிய ஒன்று. அதை வைத்து ஒரு கதையே பின்னிவிட முடியும்.'

ஒரு கலைஞனுக்கே உரிய மெல்லிய உணர்வு படைத்த ஐவ், அதிகபட்ச பெருமையைத் தட்டிச் செல்வதற்காக ஜாப்ஸின் மீது சில வேளைகளில் வருத்தம்கொள்வதுண்டு – ஜாப்ஸின் இந்தப் பழக்கம் அவருடைய சக ஊழியர்களைப் பல ஆண்டுகளாய்ப் பரிதவிக்க வைத்திருந்தது. ஜாப்ஸின் மீது ஐவ் மிக ஆழ்ந்த, தீவிரமான உணர்வு கொண்டிருந்தார். அதனாலேயே அவ்வப்போது மிகச் சுலபமாகக் காயப்பட்டுவிடுவார். 'அவர் எனது யோசனைகளை வரிசையாகப் பார்வையிட்டபடி செல்வார். பின் *அது சரியில்லை. அது சரியே இல்லை. அது எனக்குப் பிடித்திருக்கிறது* என்பார்' என்றார் ஐவ். 'பின்னர் நான் அரங்கில் பார்வையாளனாக அமர்ந்திருப்பேன். அவரோ, அது ஏதோ தமது சொந்த யோசனை என்பதுபோலப் பேசிக்கொண்டே இருப்பார். ஒரு சிந்தனை எங்கிருந்து உருவாகிறது என்பதில் நான் அதீத ஆவேசத்துடன் கவனம் செலுத்துவேன். எனது குறிப்பேடுகள் முழுவதும் பல்வேறு யோசனைகளால் நிரம்பியிருக்கும். ஆகவே எனது வடிவமைப்புகளுக்கு அவர் பெயரைத் தட்டிச் செல்லும் பொழுது மனம் வேதனையடையும்.' நிறுவனத்திற்கு வெளியே உள்ளவர்கள் ஆப்பிளில் சிந்தனைக் களஞ்சியமே ஜாப்ஸ்தான் என்பதுபோலப் பேசிக்கொள்ளும்பொழுது ஐவ் சிலிர்த்தெழுந்ததுண்டு.

வடிவமைப்புக் கொள்கைகள் ✵ 483

'ஒரு நிறுவனம் என்ற முறையில் அது எங்களுக்குப் பெரிய பலவீனம்' என்று ஐவ் மெல்லிய குரலில் தீவிரத்தோடு கூறினார். ஆனால் அதற்குப் பின் சற்று நிதானித்து ஜாப்ஸ் உண்மையில் ஆற்றிய பங்கைப் புரிந்து கொள்ள முயன்றார். 'மற்ற பல்வேறு நிறுவனங்களில் யோசனைகளும் அற்புதமான வடிவமைப்பும் செயல்பாடுகளில் சிக்கிக் காணாமலே போய்விடுகின்றன' என்றார் அவர். 'ஸ்டீவ் மட்டும் எங்கள் மத்தியில் இருந்துகொண்டு ஊக்கப்படுத்தி, உடன் பணியாற்றி, தடங்கல்களை எல்லாம் கடந்து எங்களை முன்னோக்கிச் செலுத்தி, எங்கள் யோசனை களைத் தயாரிப்புகளாக மாற்றியிருக்கவில்லை என்றால் என்னிட மிருந்தும் என் குழுவினரிடமிருந்தும் வரும் யோசனைகள் முற்றிலும் முக்கியத்துவமிழந்து, இருந்த இடம் தெரியாமல் போயிருக்கும்.'

இயல் இருபத்தேழு

ஐமாக்
ஹலோ (மீண்டும்)

மீண்டும் எதிர்காலம் நோக்கி

ஜாப்ஸ்-ஐவ் கூட்டணியில் உருவான முதல் வெற்றிகரமான அற்புத வடிவமைப்பு ஐமாக் – 1998 மே மாதம் வீட்டு உபயோகத்திற்கான சந்தையைக் குறிக்கோளாகக் கொண்டு அறிமுகப்படுத்தப்பட்ட மேசைக் கணினி. ஜாப்ஸ் சில குறிப்புகளைக் கொண்டிருந்தார் – அனைத்தும் உள்ளடங்கிய தயாரிப்பாக விசைப்பலகை, திரையகம் (மானிட்டர்), கணினி ஆகியவை பயன்படுத்தத் தயார் நிலையில் பெட்டகத்தில் இருக்க வேண்டும். அதற்கெனத் தனித்துவமான வடிவமைப்பு இருக்க வேண்டும் – பெயரை நிலைநிறுத்துவதுபோல. அது சுமார் 1200 டாலர்

விலையிருக்கலாம் (அந்தக் கட்டத்தில் ஆப்பிளில் 2000 டாலருக்குக் குறைவான விலையில் கணினிகள் எதுவும் இருக்கவில்லை). 'அவர் 1984 மகின்டாஷின் தொடக்கங்கள் வரை செல்லச் சொன்னார். ஏனெனில், *அது அனைத்தும் அடங்கிய ஒரு பயனீட்டாளர் சாதனம்*' என்று ஷில்லர் நினைவுகூர்ந்தார். 'அதாவது, வடிவமைப்பும் பொறியியலும் சேர்ந்து பணியாற்ற வேண்டியிருக்கும்.'

முதல் திட்டம் ஒரு 'நெட்வொர்க் கணினியை' உருவாக்குதல் – இது ஆரக்கிள் நிறுவனத்தின் லாரி எல்லிசனின் சிந்தனையில் உருவானது – இணையதளம் மற்றும் பல்வேறு வலைத்தளங்களோடு இணைத்துக் கொள்ளும் வன்இயக்ககம் *(ஹார்ட் ட்ரைவ்)* இல்லாத விலைகுறைந்த சாதனம். ஆனால் ஆப்பிளின் முதல்நிலை நிதி அலுவலர் ஃப்ரெட் ஆன்டர்சன் இந்தத் தயாரிப்பில் ஒரு வட்டு இயக்ககத்தை *(டிஸ்க் ட்ரைவ்)* இணைத்து மேலும் திடமும், ஆற்றலும் மிக்கதாக்கினார். இதனால் அது வீட்டு உபயோகத்திற்கு ஏற்ற முழுமையான மேசைக் கணினியாக உருவாகும். ஜாப்ஸ் காலப்போக்கில் ஒத்துக்கொண்டார்.

ஜான் ரூபின்ஸ்டைன் வன்பொருள் பொறுப்பாளராக இருந்தார். அவர் ஆப்பிளின் உயர் தொழில்நுட்பம் கொண்ட, வல்லுநர்களுக்கென்று வடிவமைக்கப்பட்ட கணினியான பவர்மாக் ஜி3இன் மைக்ரோப்ராஸஸர் மற்றும் உள்பாகங்களையும் புதிய சாதனத்திற்கேற்ப மாற்றிக்கொண்டார். அதில் ஒரு வன்இயக்ககம் மற்றும் குறுவட்டுகளுக்குக்கான தட்டு *(காம்பாக்ட் டிஸ்க் ட்ரே)* ஆகியவையும் இருந்தன. ஆனால் ஜாப்ஸும் ரூபின்ஸ்டைனும் தைரியமாக ஒரு முடிவெடுத்தனர் – வழக்கமான நெகிழ்வட்டு இயக்ககத்தை *(ஃப்ளாப்பி டிஸ்க் ட்ரைவ்)* பயன்படுத்துவதில்லை என்று. ஜாப்ஸ் பிரபல ஹாக்கி நட்சத்திரம் வெய்ன் க்ரெட்ஸ்கியின் *ஸ்கேட் வேர் த பக் இஸ் கோயிங், நாட் வேர் இட்ஸ் பீன்* (பந்து எந்தப்பக்கம் நோக்கிச் செல்கிறதோ, அங்கு உலவுங்கள்; அது எங்கிருந்து வந்ததோ, அங்கல்ல) என்ற பொன்மொழியை மேற்கோள் காட்டினார். அவர் தமது காலகட்டத்திற்கு சற்று முன்பாகவே சிந்தித்தார். ஆனால் காலப்போக்கில் அனேகமாக எல்லா கணினிகளும் நெகிழ்வட்டுக்களைத் *(ஃப்ளாப்பி டிஸ்க்)* தவிர்த்துவிட்டன.

ஐவும் அவருடைய மேல்நிலை உதவியாளர் டோனி காஸ்டரும் எதிர்காலத்திற்குப் பொருந்தும் வடிவமைப்புகளை வரையத் தொடங்கினர். அவர்கள் முதலில் தயாரித்த ஒரு டஜன் நுரைப்பொருள் மாதிரிகளை ஜாப்ஸ் சட்டென்று நிராகரித்தார். ஆனால் அவருக்கு மென்மையாக வழிகாட்டுவது எப்படி என்று ஐவுக்கு நன்றாகத் தெரியும். அவற்றுள் எதுவுமே சரியென்று சொல்வதற்கில்லை என்பதை ஐவ் ஒத்துக் கொண்டாலும், ஒன்றுமட்டும் சிறிது நம்பிக்கையூட்டுகிறது என்று

சுட்டிக்காட்டினார். அது வளைவாக, விளையாட்டுத்தனமாக இருந்தது. மேசையோடு உறைந்துபோய்விட்ட அசைக்கமுடியாத பலகைபோல இருக்கவில்லை. 'பார்ப்பதற்கு ஏதோ இப்பொழுதுதான் நம் மேசைமீது வந்து இறங்கினாற்போல அல்லது வேறு எங்கோ செல்வதற்காகக் குதித்தெழத் தயாராக இருப்பது போலிருக்கிறது' என்றார் அவர் ஜாப்ஸிடம்.

அடுத்தமுறை தயாரிப்புகளைக் காட்சிக்கு வைத்தபோது ஐவ் அந்த விளையாட்டுத்தனமான மாதிரியைத் திருத்தி அமைத்திருந்தார். இம்முறை ஜாப்ஸ் தமக்கே உரிய உலகின் இருதுருவப் பாணியில் 'அற்புதமாக இருக்கிறது' என்றார். அந்த நுரைப்பொருள் மாதிரியைக் கையிலெடுத்துக்கொண்டு தலைமைச் செயலகம் முழுவதும் உலவினார் – நம்பிக்கைக்குரிய ஊழியர்களிடமும் குழு உறுப்பினர்களிடமும் மட்டும் காட்டியபடி. ஆப்பிள், விளம்பரங்களில் தனது வித்தியாச மாய்ச் சிந்திக்கும் திறன்பற்றிப் பெருமையாய்ப் பேசிக்கொண்டிருந்தது. அதேசமயம், மற்ற கணினிகளிலிருந்து பெரிய அளவில் வித்தியாசமாக எதுவும் செய்யவில்லை. ஒருவழியாக, ஜாப்ஸிடம் புதியது என்று சொல்வதற்கு ஏதோ ஒன்று இருந்தது.

ஐவும் காஸ்டரும் பரிந்துரை செய்த பிளாஸ்டிக் பெட்டகம் கடல்பச்சை கலந்த நீல நிறமாக இருந்தது. பின்னர் இது 'பான்டி ப்ளூ' என்று அழைக்கப்பட்டது – ஆஸ்திரேலியாவில் உள்ள அதே பெயர் கொண்ட கடற்கரையில் நீரின் நிறத்தை ஒத்திருந்ததால். பெட்டகம் ஒளி ஊடுருவக் கூடியதாக இருந்தது – உள்ளே உள்ள பாகங்கள் அனைத்தையும் அதன் வழியே காண முடிந்தது. 'கணினி நமது தேவைக் கேற்ப மாற்றிக்கொள்ளக்கூடியதாக இருக்கும் – ஒரு பச்சோந்தியைப் போல என்ற உணர்வை ஏற்படுத்த நாங்கள் முயன்று வந்தோம்' என்றார் ஐவ். 'அதனால்தான் ஒளி ஊடுருவும் தன்மை எங்களுக்குப் பிடித்திருந்தது. நிறங்கள் பயன்படுத்தியிருக்கலாம். ஆனால் அது நிலையற்றதாக இருந்தது. கொஞ்சம் குறும்புத்தனமாகவும் தோன்றியது.'

உருவகமாகட்டும், உண்மையாகட்டும், ஒளி ஊடுருவும் தன்மை கணினியின் உட்புறத்திலிருக்கும் பொறியியல் தொழில்நுட்பத்தை வெளிப்புற வடிவமைப்போடு இணைத்தது. ஜாப்ஸ் எப்பொழுதுமே மின்சுற்றுப் பலகைகளில் உள்ள சிப் வரிசைகள் கண்ணுக்குத் தெரியப் போவதில்லை என்றாலும் அழகாக, கச்சிதமாக இருக்கவேண்டும் என்று வலியுறுத்துவார். ஆனால் இப்பொழுது அவை யாவுமே கண்ணுக்குத் தெரியும். பெட்டகமானது உட்புறத்திலுள்ள பாகங்களை எல்லாம் தயாரிப்பதற்கும், அவற்றையெல்லாம் இணைத்துப் பொருத்து வதற்கும் எவ்வளவு திறமையும் அக்கறையும் தேவைப்பட்டிருக்கும்

என்பதை வெளிச்சமிட்டுக் காட்டும். விளையாட்டுத்தனமான வடிவமைப்பு எளிமையை மட்டுமன்றி, அதன் பின்னணியிலுள்ள ஆழமான விஷயங்களையும் உணர்த்தும்.

பிளாஸ்டிக் பெட்டகத்தின் எளிமையை எட்டுவதற்கு மிகச் சிக்கலான முறைகள் கையாளப்பட்டன. ஐவும் அவருடைய குழுவினரும் ஆப்பிளின் கொரியத் தயாரிப்பாளர்களோடு இணைந்து பெட்டகங்களைத் தயாரிக்கும் முறைகளைக் கச்சிதப்படுத்தினர். அவர்கள் ஒரு ஜெல்லி பீன் (பல கவர்ச்சியான வண்ணங்களில் வரும் ஒருவகை மிட்டாய்) தொழிற்சாலைக்குக்கூடச் சென்றனர் - ஒளி ஊடுருவும் நிறங்களுக்குக் கவர்ச்சியான தோற்றம் தருவது எப்படி என்று அறிந்துகொள்ள. ஒவ்வொரு பெட்டகத்திற்கும் அறுபது டாலருக்குமேல் செலவானது – இது சாதாரண கணினிப் பெட்டகத்தை விட மூன்று மடங்கு அதிகம். மற்ற நிறுவனங்களாக இருந்தால் காட்சிக்கு வைக்கச் சொல்லி, இவ்வளவு அதிக விலையை நியாயப் படுத்தும் அளவிற்கு விற்பனையை அதனால் அதிகரிக்க இயலுமா என்றெல்லாம் பரவலாக ஆராய்வார்கள். ஜாப்ஸ் அப்படிப்பட்ட ஆய்வுகள் எதையும் கேட்கவே இல்லை.

வடிவமைப்பின் உச்சமாக இருந்தது ஐமாக்கில் பதிக்கப்பட்ட கைப்பிடி. அது பயன்பாடு என்பதைவிட விளையாட்டுத்தனமாகவும், அடையாளச் சின்னம் போலவும் இருந்தது. இது மேசைக் கணினி (டெஸ்க்டாப் கம்ப்யூட்டர்). அதிகமாக யாரும் அதை அங்குமிங்கும் எடுத்துச் செல்லப்போவதில்லை. ஆனால் ஐவ் பிறகு விளக்கினார்:

அந்த நாளில் மக்களுக்குத் தொழில்நுட்பம் என்பது அசௌகரியமாக இருந்தது. நீங்கள் ஒரு பொருளைக் கண்டு பயந்தால், அதைத் தொடவே மாட்டீர்கள். என் தாயே அதைத் தொட அஞ்சுவதைக் கண்டிருக்கிறேன். ஆகையால்தான் இப்படி ஒரு கைப்பிடி இருந்தால் ஓர் உறவு ஏற்படுமென்று எண்ணினேன். அது நெருக்கத்தை ஏற்படுத்தக் கூடியது, இயல்பானது, தன்னைத் தொட அனுமதிக்கக் கூடியது. பிறர் உணர்வுகளுக்கு மதிப்பளிப்பது தொடர்பான ஒரு உணர்வை ஊட்டுவது. துரதிர்ஷ்டவசமாக உட்பதிந்த கைப் பிடிக்குத் தயாரிப்புச் செலவு மிக அதிகம். பழைய ஆப்பிளாக இருந்தால், இந்த வாதத்தில் நான் தோல்வியடைந்திருப்பேன். ஸ்டீவிடம் உள்ள பெரிய விஷயம் என்னவென்றால் பார்த்த மாத்திரத்திலேயே 'ஆஹா, அட்டகாசமாக இருக்கிறதே!' என்றார். என் எண்ணங்கள் எதையுமே நான் விளக்கத் தேவைப்படவில்லை. அவருக்கு இயல்பாகவே புரிந்தது. ஐமாக்கின் தோழமை, விளை யாட்டுத்தனம் ஆகியவற்றின் ஒரு பகுதி அது என்று அவருக்குத் தெரிந்திருந்தது.

ஐவ் அழகுணர்வின்மீது கொண்டிருந்த விருப்பம், அவருடைய பல வகைப்பட்ட வடிவமைப்புச் சிந்தனைகள் ஆகியவற்றுக்கு விலையும் செலவும் அதிகமாகிறது என்று ரூபின்ஸ்டைனின் ஆதரவுடன் தயாரிப்புப் பிரிவைச் சேர்ந்த பொறியியல் வல்லுநர்கள் தெரிவித்த எதிர்ப்பை ஜாப்ஸ் சமாளிக்கவேண்டியிருந்தது. 'நாங்கள் அதைப் பொறியியல் வல்லுநர்களிடம் எடுத்துச் சென்றபோது, செய்யமுடியாது என்பதற்கு முப்பத்து எட்டுக் காரணங்கள் கண்டுபிடித்தனர். நான் கூறினேன்: *இல்லை, இல்லை.. நாம் இதைச் செய்யத்தான் போகிறோம்.* அவர்கள் கேட்டார்கள்: *அதுதான், ஏன்?* நான் சொன்னேன்: 'ஏனெனில் இங்கு நான்தான் தலைமை நிர்வாக அதிகாரி. அதுமட்டுமல்ல, இதைச் செய்யமுடியும் என்று எனக்குத் தோன்றுகிறது.' ஆகவே அவர்கள் கொஞ்சம் முணுமுணுத்துக்கொண்டே செய்தனர்.

டீபிடபிள்யூஏ/சியாட்/டே விளம்பரக் குழுவைச் சேர்ந்த லீ க்ளோ, கென் செகால் மற்றும் பலரையும் பறந்துவந்து பணியறையில் என்ன இருக்கிறது என்று பார்க்கச் சொன்னார் ஜாப்ஸ். பாதுகாக்கப்பட்ட வடிவமைப்புக் கூடத்திற்கு அவர்களை அழைத்துச்சென்று ஐவின் ஒளி ஊடுருவும் கண்ணீர்த்துளிபோன்ற வடிவமைப்பை அட்டகாசமாகத் திரைவிலக்கிக் காட்டினார். எதிர்கால அடிப்படையிலான *ஜெட்சன்ஸ்* என்ற தொலைக்காட்சித் தொடரில் வரும் சாதனம்போல இருந்தது அது. ஒரு நிமிடம் எல்லோரும் மலைத்துப் போனார்கள். 'நாங்கள் திகைத்துத்தான் போய்விட்டோம். ஆனால் எங்களால் நேரடியாகச் சொல்ல முடியவில்லை' என்று செகால் நினைவுகூர்ந்தார். 'நாங்கள் உண்மையிலேயே சிந்தித்துக்கொண்டிருந்தோம். *கடவுளே, இவர்கள் செய்வதைத் தெரிந்துதான் செய்கிறார்களா* என்று. அது அவ்வளவு வித்தியாசமாக இருந்தது.' ஜாப்ஸ் அவர்களிடம் நல்ல பெயர்களைப் பரிந்துரை செய்யச் சொன்னார். செகால் ஐந்து தேர்வுகள் தந்தார் – அதிலொன்று 'ஐமாக்.' ஜாப்ஸிற்கு முதலில் எதுவுமே பிடிக்கவில்லை. அதனால் ஒரு வாரம் கழித்து மற்றொரு பட்டியலுடன் வந்தார் செகால். ஆனால் அவர்களுடைய நிறுவனத்திற்கு அப்பொழுதும் 'ஐமாக்' பிடித்திருந்ததாகச் சொன்னார். ஜாப்ஸ் 'இந்த வாரம் நான் அதை வெறுக்கவில்லை. ஆனால் இப்பொழுதும் எனக்குப் பிடிக்கவில்லை' என்றார். அவர் சில மாதிரி வடிவங்களின்மீது அதனைப் பொருத்திப் பார்த்தார். அப்படியே அந்தப் பெயர் மெல்ல மெல்ல அவருடைய மனத்தில் பதிந்தது. அப்படித்தான் உருவானது – ஐமாக்.

ஐமாக் தயாரிப்பிற்கான கால அவகாசம் முடிவுறும் தருவாயில் இருந்தது. ஜாப்ஸின் புகழ்பெற்ற கோபம் முழுவீச்சில் வெளிப்பட்டது – முக்கியமாகத் தயாரிப்புப் பிரச்சினைகளின்போது. ஒரு தயாரிப்பு மறுபரிசீலனைக் கூட்டத்தில் செயல்பாடு மந்தகதியில் இருப்பதாகக்

கேள்வியுற்றார். 'அவர் அன்று காட்டிய கோபத்தில் தீப்பொறி பறந்தது. கோபத்தின் தூய வடிவம் அது' என்று நினைவுகூர்ந்தார் ஐவ். அவர் மேசையைச் சுற்றிச் சென்றவாறே ரூபின்ஸ்டைனில் தொடங்கி எல்லோரையும் திட்டித் தீர்த்தார். 'உங்களுக்குத் தெரியும். நாம் நிறுவனத்தைக் காப்பாற்ற முயன்றுகொண்டிருக்கிறோம். நீங்களோ அதைப் பாழடித்துக் கொண்டிருக்கிறீர்கள்!' – அவர் உரக்கக் கத்தினார்.

ஆதியிலிருந்த மகின்டாஷ் குழுவினர்போலவே, ஐமாக் குழுவினரும் அறிவிப்பு நாளுக்குள் முடிக்கப் பெரும்பாடுபட்டனர். கடைசியாக மீண்டும் ஒருமுறை ஜாப்ஸ் கோபத்தில் வெடித்தார். அறிமுகக் காட்சிக்குத் தயாராகிக் கொண்டிருந்த போது ரூபின்ஸ்டைன் செயல் படக்கூடிய இரண்டு மாதிரி வடிவங்களை ஒன்றாக்கினார். ஜாப்ஸ் முடிவடைந்த தயாரிப்பைப் பார்த்திருக்கவில்லை. அதை மேடையில் பார்த்தபோது, திரைக்குக் கீழே ஒரு பொத்தான் இருப்பதைக் கண்டார். அதை அழுத்தியபோது குறுவட்டுத் தட்டு *(சிடி ட்ரே)* ஒன்று திறந்து கொண்டு வெளிவந்தது. 'என்ன இது?' என்று கேட்டார். ஆனால் தொனி அவ்வளவு மரியாதையாக இருக்கவில்லை. 'நாங்கள் ஒருவரும் எதுவும் சொல்லவில்லை' என்று ஷில்லர் நினைவுகூர்ந்தார். 'அவருக்கு சிடி ட்ரே (குறுவட்டுத் தட்டு) என்றால் தெரியாதா என்ன.' ஆக, ஜாப்ஸ் தமது கூப்பாட்டைத் தொடர்ந்தார். 'அதில் கச்சிதமான சிடி ஸ்லாட் ஒன்று இருந்திருக்க வேண்டும்' என்று அவர் வலியுறுத்தினார். அவர் குறிப்பிட்டது விலையுயர்ந்த கார்களில் காண்பதுபோன்ற எடுப்பான ஸ்லாட் (இடைவடுப்பள்ளம்) இயக்ககங்களை. 'ஸ்டீவ். நாம் உள்பாகங் களைப் பற்றிக் கலந்தாலோசித்தபோது நான் உங்களுக்குக் காட்டிய அதே இயக்ககம் தான் *(ட்ரைவ்)* இது' – ரூபின்ஸ்டைன் விளக்கினார். 'இல்லை, அதில் இதுபோன்ற ட்ரே (தட்டு) எதுவும் இருக்கவில்லை. வெறும் ஸ்லாட்தான் இருந்தது' – ஜாப்ஸ் வலியுறுத்தினார். ரூபின்ஸ்டைன் தொடர்ந்து மறுப்பேதும் சொல்லவில்லை. ஜாப்ஸின் கோபமும் அடங்கிய பாடில்லை. 'நான் ஏறத்தாழ அழுதேவிட்டேன். ஏனெனில் காலம் கடந்துவிட்டது. அப்பொழுது முயன்றால்கூட எதுவும் செய்திருக்க முடியாது' – ஜாப்ஸ் பின்னர் நினைவுகூர்ந்தார்.

அவர்கள் ஒத்திகையை ஒத்திவைத்தனர். சற்றுநேரத்திற்கு ஜாப்ஸ் வெளியீட்டு விழாவையே ரத்து செய்துவிடுவாரோ என்பதுபோல இருந்தது. 'ரூபி என்னை அர்த்தத்தோடு பார்த்தார் – *எனக்கென்ன கிறுக்கா?* என்பதுபோல' என்று ஷில்லர் நினைவுகூர்ந்தார். 'அது ஸ்டீவுடன் எனக்கு முதல் தயாரிப்பு வெளியீட்டு விழா. அதுமட்டுமல்ல, *அது சரியாக இல்லையென்றால் நாம் வெளியிடப் போவதில்லை* என்ற அவருடைய மனோபாவத்தையும் முதல்முறையாகப் பார்த்தேன்.' ஒருவாறாக ஐமாக்கின் அடுத்த மாற்றுவடிவத்தில் தட்டை மாற்றி

ஸ்லாட் இயக்ககம் வைக்க ஒத்துக்கொண்டனர். 'கூடியவரையில் விரைவாக அந்த ஸ்லாட் வடிவத்தை நாம் பயன்படுத்துவோம் என்று நீங்கள் உறுதியளிப்பதாக இருந்தால் மட்டுமே நான் வெளியீட்டு விழாவை நடத்துவேன்' – ஜாப்ஸ் கண்ணீர் மல்கக் கூறினார்.

அவர் காட்டத் திட்டமிட்டிருந்த காணொளி (வீடியோ) படத்திலும் ஒரு பிரச்சினை இருந்தது. அதில் ஜானி ஐவ் தமது வடிவமைப்பை விளக்குவதைக் காட்டி, பின் 'ஜெட்சன் குடும்பத்தினர் எந்த விதமான கணினி வைத்திருந்திருப்பார்கள்? அது எதிர்காலத்தை நேற்று காட்டினாற்போல இருந்தது!' என்று யோசித்துக் கேள்வி கேட்பது போல அமைந்திருந்தது. அந்தத் தருணத்தில் அதே *ஜெட்சன்ஸ் கார்ட்டூன்* படத்திலிருந்து இரண்டு வினாடி துண்டுப்படமொன்று காட்டப் பட்டது - அதில் ஜேன் ஜெட்சன் ஒரு காணொளித் திரையைப் பார்ப்பதுபோலவும், தொடர்ந்து மற்றொரு துண்டுப்படத்தில் ஜெட்சன் குடும்பத்தினர் ஒரு கிறிஸ்துமஸ் மரத்தருகே கலகலப்பாய்ச் சிரித்துக் கொண்டிருப்பதுபோலவும் காட்டப்பட்டது. ஒரு ஒத்திகையின்போது ஒரு உற்பத்தி உதவியாளர் ஜாப்ஸிடம் அந்தத் துண்டுப்படங்களை எடுத்துவிட வேண்டியிருக்கும் என்றார். ஏனெனில், அதற்கான அனுமதியை அதன் தயாரிப்பாளர்களான ஹானா-பார்பரா அவர் களுக்கு அளித்திருக்கவில்லை. 'அது அப்படியே இருக்கட்டும்' - ஜாப்ஸ் அவரிடம் சீறிவிழுந்தார். அப்படிச் செய்வதற்கு எதிராக விதிகள் உள்ளன என்றார் அந்த உதவியாளர். 'எனக்கு அதுபற்றி அக்கறை யில்லை' என்றார் ஜாப்ஸ். 'நாம் அதைப் பயன்படுத்துகிறோம், அவ்வளவுதான்.' துண்டுப்படம் காணொளியில் தொடர்ந்து இடம் பெற்றது.

லீ க்ளோ வண்ணமயமான பத்திரிகை விளம்பரங்களை வரிசை யாகத் தயாரித்துக்கொண்டிருந்தார். ஜாப்ஸின் பார்வைக்காக அவற்றை அனுப்பிவைத்தபோது தொலைபேசியில் சீறலாக வந்தது பதில்: 'அதில் உள்ள நீல நிறம் ஐமாக்கின் நீல நிறத்திலிருந்து மாறுபடு கிறது. நீங்களெல்லாம் செய்வது என்னவென்று உங்களுக்கே தெரிவ தில்லை!' என்று ஜாப்ஸ் உரக்கக் கத்தினார். 'நான் வேறு யாரையாவது வைத்து விளம்பரங்களைச் செய்யச் சொல்கிறேன் - இவை எதுவுமே ஒன்றுக்கும் உதவாது.' க்ளோ பதிலுக்கு வாதிட்டார். 'நீங்களே ஒப்பிட்டுப் பாருங்கள்' என்றார். ஜாப்ஸ் அப்போது அலுவலகத்தில் இல்லை. தாம் சொன்னதுதான் சரி என்று வலியுறுத்தியபடி தொடர்ந்து கத்திக்கொண்டிருந்தார். மெல்ல மெல்ல க்ளோ அவரைப் பேசி உட்காரவைத்தார் – முதன்முதலில் எடுத்த புகைப்படங்களுடன். 'ஒருவழியாக அவருக்கு 'அது நீலம்தான்; அந்த நீலம்தான் இந்த நீலம்' என்று நிரூபித்தேன்.' பல ஆண்டுகள் கழித்து காக்கர் என்ற

வலைத்தளத்தில் ஸ்டீவ் ஜாப்ஸ் பற்றிய கலந்துரையாடல் குழுவில் இந்தக் கதை வெளிப்பட்டது – பாலோ ஆல்டோவில் ஜாப்ஸின் வீட்டிற்குச் சில அடுக்குகள் தள்ளியிருந்த ஹோல் ஃபுட்ஸ் ஸ்டோரில் பணிபுரிந்த யாரோ எழுதியிருந்தார்கள்: 'ஒருநாள் மதியம் நான் ஸ்டோரில் தள்ளுவண்டிகளை அடுக்கிக் கொண்டிருந்த பொழுது இந்த வெள்ளிநிற மெர்சிடிஸ் ஊனமுற்றவர்களுக்கான இடத்தில் நிறுத்தி வைக்கப்பட்டிருப்பதைக் கண்டேன். அதன் உள்ளே ஸ்டீவ் ஜாப்ஸ் உரக்கக் கத்திக்கொண்டிருந்தார் – அவருடைய கார் ஃபோனில். இது ஐமாக் வெளியிடப்படுவதற்குச் சற்றுமுன் நடந்தது. என்னால் சில வார்த்தைகளைத் தெளிவாகக் கேட்கமுடிந்தது: 'இல்லை. நீலம். போதும்!'

எப்பொழுதும்போல வெளியீடு அமர்க்களமாக இருக்கவேண்டும் என்பதில் ஜாப்ஸ் மிகவும் நிர்ப்பந்தமாய் இருந்தார். குறுவட்டு இயக்ககத்தின் *(சிடி ட்ரைவ்)* ட்ரே (தட்டு) விஷயத்தில் அவர் கோபமாய் இருந்ததால் நிறுத்திவைக்கப்பட்ட ஒரு ஒத்திகைக்கு ஈடுகட்டும் வகையில் மற்ற ஒத்திகைகள் அனைத்தும் நீட்டிவைக்கப்பட்டன – இதன்மூலம் வெளியீட்டுவிழா நிச்சயம் பிரமாதமாக இருக்கும் என்பதை உறுதிசெய்து கொண்டார். நிகழ்ச்சியின் உச்சதருணத்தை மீண்டும் மீண்டும் ஒத்திகை பார்த்தார் – அவர் மேடைக்குக் குறுக்கே சென்று 'புதிய ஐமாக்கிற்கு ஹலோ சொல்லுங்கள்!' என்று அறிவிப்பதை. அவர் வெளிச்சம் கச்சிதமாக இருக்கவேண்டும் என்று விரும்பினார் – புதிய தயாரிப்பின் ஒளி ஊடுருவும்தன்மை தெளிவாகத் தெரியும் என்பதால். சிலமுறை சரிபார்த்தபின்னும் அவருக்குத் திருப்தி ஏற்பட வில்லை – இது **1984** மகின்டாஷ் வெளியீட்டிற்கான ஒத்திகைகளின் போது மேடை ஒளி யமைப்பு தொடர்பாக ஸ்கல்லி நேரில் கண்ட அதே தீவிரத்தின் எதிரொலி. ஒளி மேலும் பிரகாசமாக இருக்கவேண்டும், விளக்குகள் இன்னும் சற்று முன்னரே எரியவேண்டும் என்றார். அதுவும் அவருக்குத் திருப்தியளிக்கவில்லை. ஆதலால் அரங்கின் நடைபாதை வழியே துள்ளிச் சென்று மத்தியிலுள்ள ஒரு இருக்கையில் அமர்ந்து கொண்டார். 'கச்சிதமாக அமையும்வரை முயற்சி செய்துகொண்டே இருப்போம், சரியா?' என்றார். மீண்டும் முயற்சி செய்தார்கள். 'இல்லை, இல்லை' – ஜாப்ஸ் அதிருப்தி தெரிவித்தார். 'இது நடப்பதாகவே தெரிய வில்லை.' அடுத்த முறை விளக்குகள் பிரகாசமாக எரிந்தன. ஆனால் மிகத் தாமதமாக. 'இதைச் சொல்லிச் சொல்லி அலுத்துவிட்டேன்' – ஜாப்ஸ் பொருமினார். ஒருவழியாக ஐமாக் மிகச்சரியாக ஒளிர்ந்தபோது 'ஆஹா! அதுதான்! அற்புதம்!' என்று ஜாப்ஸ் உற்சாகத்தில் கூவினார்.

ஓராண்டுக்கு முன்பு தமது ஆரம்பகால ஆசானும் கூட்டாளி யுமான மைக் மார்க்குலாவை நிர்வாகக் குழுவிலிருந்து ஜாப்ஸ்

நீக்கிவிட்டிருந்தார். ஆனால் ஐமாக் குறித்த அளவுகடந்த பெருமிதம், மகின்டாஷுடனான அதன் தொடர்பில் அவருக்கிருந்த மனத்தள விலான நெருக்கம் ஆகியவை காரணமாக ஒரு தனிப்பட்ட காட்சிக் காக மார்க்குலாவைக் க்யூபர்டினோவிற்கு அழைத்தார். மார்க்குலா மிகவும் பிரமித்துப் போனார். அவர் ஒப்புக்கொள்ளாத ஒரே விஷயம் - ஐவ் வடிவமைத்த புதிய மௌஸ் (சுட்டெலி). 'அது ஹாக்கிப் பந்து (ஹாக்கி பக்) போல இருக்கிறது; மக்கள் விரும்பமாட்டார்கள்' என்றார். ஜாப்ஸ் ஒப்புக்கொள்ளவில்லை. ஆனாலும் மார்க்குலா சொன்னது சரியாகத்தான் இருந்தது. மற்றபடி, தமது முன்னோடிபோலவே ஐமாக்கும் கிறங்கவைக்கும் அளவிற்குச் சிறப்பாக அமைந்திருந்தது.

வெளியீடு, மே 6, 1998

*1984*இல் முதன்முதலில் மகின்டாஷ் வெளியிடப்பட்டபோது, ஜாப்ஸ் ஒரு புதுவகை அரங்கேற்ற பாணியையே உருவாக்கியிருந்தார்: தயாரிப்பு அறிமுகம் – ஒரு மைல்கல் நிகழ்ச்சியாக; முடிவில் ஒரு உச்சகட்டம்: வானம் விலகி வழிவிட, கீழ்நோக்கி வீசும் ஒளிக்கற்றை யில் தேவதைகள் பாடுவதுபோல. பின்னணியில் தேர்ந்தெடுக்கப் பட்டவர்கள் அடங்கிய இசைக்குழுவின் 'அல்லேலூயா.' இந்த ஆடம்பர வெளியீட்டுவிழா ஆப்பிள் நிறுவனத்தைத் தூக்கி நிறுத்தி, மீண்டும் தனியார்க் கணினிப் (பர்சல் கம்ப்யூட்டர்) பணி உலகையே மாற்றியமைக்கும் என்று ஜாப்ஸ் கருதினார். அதனால் க்யூபர்டினோவி லுள்ள டி ஆன்ஸா சமூகக் கல்லூரியின் ஃப்பிளின்ட் அரங்கத்தை (இங்கு தான் *1984* வெளியீடும் நிகழ்ந்தது) நினைவூட்டும் சின்னம் என்ற வகையில் தேர்வுசெய்தார். எல்லாவிதமான சந்தேகங்களையும் விளக்கி, படைகளை ஒருங்கிணைத்து, தயாரிப்புகளை உருவாக்குவோர் மத்தி யில் ஆதரவு திரட்டி, புதிய சாதனத்தின் விளம்பரத்தைத் தொடங்கி வைக்க அவர் எண்ணியிருந்தார். நிகழ்ச்சியைத் தொகுத்தளிப்பது அவருக்கு மிகவும் விருப்பமான ஒன்று. மற்றொரு காரணம் – ஒரு புதிய தயாரிப்பை வெளியிடுவதில் அவருக்கிருந்த அதே அதீத ஆர்வம் ஒரு நல்ல நிகழ்ச்சியை ஒருங்கிணைப்பதிலும் இருந்தது.

தம் நெகிழ்ச்சியைத் தெரிவிக்கும் வகையில் அவர் அவை முன்னிலையில் இருக்கும்படி அழைத்திருந்த மூன்று சிறப்பு விருந்தினர் களின் பெயர்களை உரக்க விளித்தார். அவர்கள் மூவரிடமிருந்தும் அவர் விலகியிருந்தாலும், இப்போது அவர்களை மீண்டும் தம்முடன் இணைத்துக்கொள்ள விரும்பினார். 'என் நிறுவனத்தை எனது நண்பர் ஸ்டீவ் வாஸ்நியாக்குடன் எனது பெற்றோரின் கராஜில்தான் தொடங்கினேன் – ஸ்டீவ் இன்று இங்கு வந்துள்ளார்' என்றபடி அவரைச் சுட்டிக்காட்ட, பலத்த கரகோஷம் எழுந்தது. 'பின் மைக்

மார்க்குலாவும் இணைந்துகொண்டார். தொடர்ந்து எங்கள் மூத்த தலைவரான மைக் ஸ்காட்' - அவர் தொடர்ந்தார். 'இருவரும் இந்த அரங்கில் உள்ளனர். இவர்கள் மூன்றுபேரும் இல்லாவிட்டால் நாம் ஒருவரும் இன்று இங்குக் குழுமியிருக்கமாட்டோம்.' ஒரு கணம் அவருடைய கண்கள் பனித்தன - கரகோஷம் விண்ணைப் பிளந்தது. அந்த அரங்கில் ஆன்டி ஹெர்ட்ஸ்ஃபெல்ட் மற்றும் முதல் ஐமாக் குழுவினரில் ஏறத்தாழ அனைவரும் இருந்தனர். ஜாப்ஸ் அவர்களை நோக்கிப் புன்னகைத்தார். அவர்களுக்கும் இதனால் கௌரவம் கிட்டும் என்று அவர் உறுதியாய் நம்பினார்.

ஆப்பிளின் புதிய தயாரிப்புத் திட்டங்களுக்கு ஒரு அடிப்படை விளக்கம்; புதிய கணினியின் செயல்பாடு குறித்து சில விளக்கப் படங்கள்; தொடர்ந்து தமது புதிய தயாரிப்பின் திரைவிலக்கதிற்கு அவர் தயாரானார். 'இன்றைய கணினிகள் இப்படித்தான் இருக்கின்றன' என்று அவர் கூற, பின்னாலிருந்த ராட்சதத் திரையில் பெட்டி பெட்டியாய் பாகங்களும் திரைகளும் தோன்றின. 'இன்று முதல் அவை எப்படிக் காட்சியளிக்கப் போகின்றன என்பதை உங்களுக்குக் காட்டுவதில் பெருமையடைகிறேன்.' மேடையின் நடுவிலிருந்த மேசையின் மீதிருந்த துணியை அவர் விலக்க, ஒளி வெள்ளத்தில் புதிய ஐமாக் மின்னியது. அவர் மௌஸை (சுட்டெலி) அழுத்த, முதல் மகின்டாஷின் வெளியீடுபோலத் திரையில் அந்தக் கணினியால் செய்யக்கூடிய எல்லா அற்புதங்களும் வேகமாய் மின்னி மறைந்தன. முடிவில் 'ஹலோ' என்ற வார்த்தை 1984 மகின்டாஷை அலங்கரித்த அதே விளையாட்டுத்தனமான எழுத்துக்களில் தோன்றியது - இம்முறை அதற்குக் கீழே அடைப்புக்குறிகளுக்குள் 'மீண்டும்' என்று எழுதப்பட்ட வார்த்தையுடன்: *ஹலோ (மீண்டும்)*. கரகோஷம் விண்ணைப் பிளந்தது. ஜாப்ஸ் பின்னுக்கு நகர்ந்து தமது புதிய மகின்டாஷைப் பெருமை பொங்கப் பார்த்தார். 'இது ஏதோ வேற்றுகிரகத்திலிருந்து வந்தது போல் உள்ளது' என்றபோது அரங்கத்தில் சிரிப்பலைகள் எழுந்தன. 'ஒரு நல்ல கிரகம். மேலும், சிறந்த வடிவமைப்பாளர்கள் உள்ள கிரகம்.'

மீண்டும் ஒருமுறை ஜாப்ஸ் ஒரு புதிய நட்சத்திர அந்தஸ்துள்ள தயாரிப்பை உருவாக்கியிருந்தார் – இம்முறை ஒரு புதிய ஆயிரம் ஆண்டின் தொடக்கத்தைக் குறிக்கும் வகையில். 'வித்தியாசமாய்ச் சிந்தியுங்கள்' என்ற உறுதிமொழியை அது நிறைவேற்றுவதாக இருந்தது. பீஜ் நிறப் பெட்டிகள், திரையகங்கள் *(மானிட்டர்ஸ்)*, ஏராளமான வடங்கள் *(கேபிள்)*, தடிமனான விளக்கப் புத்தகம் ஆகியவற்றுக்குப் பதிலாக இதோ ஒரு தோழமையான, துணிச்சலான, தொடுவதற்கே வழவழப்பான, ராபின் பறவையின் முட்டைபோலக் கண்ணுக்குக் குளிர்ச்சியான சாதனம். அதன் சுட்டிப் பிடியை எடுப்பான வெள்ளைப்

பெட்டியிலிருந்து வெளியே இழுத்து நேராகச் சுவரிலுள்ள சாக்கெட்டில் சொருகி விடலாம். கணினி என்றாலே பயந்து போயிருந்தவர்கள் எல்லாம் இப்போது ஒன்றை வாங்க விரும்பினார்கள்; எல்லோரும் பார்த்துப் பாராட்டக்கூடிய வகையில், தமக்கெனக் கவர்ந்தெடுத்துக் கொள்ளக்கூடிய வகையில் ஓர் அறையில் வைக்கவேண்டும் என்று விரும்பினார்கள். 'விஞ்ஞான வளர்ச்சியையும் மதுவகைகளின் போதையையும் ஒருங்கே கலந்து அளிக்கும் ஒரு வன்பொருள் சாதனம்' என்று ஸ்டீவென் லெவி *நியூஸ்வீக்கில்* எழுதினார். 'இது கடந்த பல ஆண்டுகளாகத் தோன்றிய கணினிகளிலேயே மிகக் கவர்ச்சி யானது மட்டுமல்ல, சிலிக்கன் வாலியின் கனவு நிறுவனம் தூங்கிக் கொண்டிருக்கவில்லை என்று நெஞ்சு நிமிர்த்தி அழுத்தம்திருத்தமாகச் சொல்லும் சாதனமும் ஆகும்.' *ஃபோர்ப்ஸ்* அதை 'தொழில்துறையையே மாற்றியமைக்கும் வெற்றி' என்றது. பின்னர் ஜான் ஸ்கல்லி தமது வனவாசத்திலிருந்து வெளிவந்து 'பதினைந்து ஆண்டுகளுக்கு முன் ஆப்பிளை வெற்றியடையச் செய்த அதே எளிய முறையை மீண்டும் கடைப்பிடித்திருக்கிறார் – அற்புதமான தயாரிப்புகளை உருவாக்குதல்; அனாயாசமான விளம்பரங்கள் மூலம் அவற்றைப் பிரபலப்படுத்துதல்' என்றார்.

குற்றம் கண்டுபிடித்தல் ஒரே ஒரு பரிச்சயமான இடத்திலிருந்து மட்டுமே வந்தது. ஐமாக் பிரபலமடைந்துவரும் நிலையில் பில் கேட்ஸ் மைக்ரோஸாஃப்டிற்கு வந்த சில நிதி நிபுணர்களிடம் இது தற்காலிகக் கவர்ச்சிதான் என்றார். 'ஆப்பிள் இப்போது செய்வதெல்லாம் வண்ணங் களில் முன்னோடியாவதுதான்' – விண்டோஸ் அடிப்படையிலான தனியார்க் கணினியைச் சுட்டிக்காட்டியபடி கூறினார் கேட்ஸ். அதற்கு அவர் தமாஷாகச் சிவப்பு வண்ணம் தீட்டிவைத்திருந்தார். 'இதைச் செய்வதற்கெல்லாம் எங்களுக்கு அதிககாலம் தேவைப்படாது. எனக்கு அப்படித் தோன்றவில்லை.' ஜாப்ஸ் வெகுண்டெழுந்தார். சற்றும் ரசனையில்லாத மனிதர் என்று தாம் முன்பே பொதுவாக அறிவித்த கேட்ஸிற்கு ஐமாக் மற்ற கணினிகளைவிட எந்த விதத்திலெல்லாம் சிறப்பாக உள்ளது என்பது பற்றியெல்லாம் எதுவுமே தெரியாது என்று பத்திரிகை செய்தியாளர் ஒருவரிடம் கூறினார். 'எங்கள் போட்டியாளர்கள் ஒரு விஷயத்தை உணரவே இல்லை; இது ஏதோ புதுப்பாங்கு *(ஃபாஷன்)*, வெளிப்புறத் தோற்றம் ஆகியவை தொடர் பானது என்று நினைத்துவிட்டார்கள் போலிருக்கிறது. ஒன்றுக்கும் உதவாத ஒரு டப்பா கணினிக்குச் சிறிது சாயம் பூசிவிட்டு, எங்களாலும் இதுபோல் தயாரிக்கமுடியும் என்று கூறிக்கொண்டிருக்கின்றனர்.'

ஐமாக் விற்பனை **1998** ஆகஸ்டில் தொடங்கியது – **1299** டாலர் விலையில். முதல் ஆறு வாரங்களில் **278,000** கணினிகள் விற்றுத்

தீர்ந்தன. ஆண்டு இறுதிக்குள் அது 800,000 ஆக உயர இருந்தது - ஆப்பிள் சரித்திரத்திலேயே மிக வேகமாக விற்பனையான கணினி என்ற பெயரும் பெற்றது. குறிப்பாக, விற்பனையில் 32% முதல்முறை யாகக் கணினி வாங்குபவர்களைச் சார்ந்தது; பன்னிரண்டு சதவிகிதம் விண்டோஸ் வாடிக்கையாளர்களாக இருந்தவர்கள்.

ஐவ் விரைவில் மிகக் கவர்ச்சியான நான்கு புதிய வண்ணங்களை ஐமாக்குக்காக அறிமுகம் செய்தார் – பான்டி ப்ளூ தவிர. ஒரே கணினியை ஐந்து வெவ்வேறு வண்ணங்களில் அளிப்பது என்பது தயாரிப்பு, சரக்கு, விநியோகம் போன்ற பிரிவுகளில் மிகுந்த சவால்களை உருவாக்கும். வேறு எந்த நிறுவனமாக இருந்தாலும் - பழைய ஆப்பிள் உட்பட – இதனால் ஆகும் செலவு, கிடைக்கக்கூடிய பலன்கள் ஆகியவை தொடர்பான ஆய்வுகளும் கூட்டங்களும் பரவலாக நடந்திருக்கும். ஆனால் புதிய வண்ணங்களைக் கண்டதும் ஜாப்ஸ் பரவசமடைந்தார். மற்ற செயல் நிர்வாகிகளை வடிவமைப்புக் கூடத்திற்கு அழைத்தார். 'நாம் எல்லாவித வண்ணங்களிலும் இவற்றைச் செய்யப் போகிறோம்!' என்று அவர் பூரிப்புடன் கூறினார். அவர்கள் சென்றபின் ஐவ் தமது குழுவினரை நம்பமுடியாத ஆச்சரியத்துடன் பார்த்தார். 'அனேகமாக எல்லா இடங்களிலுமே அந்த ஒரு முடிவை எட்டப் பல மாதங்கள் பிடித்திருக்கும்' என்றார் ஐவ். 'ஸ்டீவ் அதை வெறும் அரைமணி நேரத்தில் செய்துவிட்டார்.'

ஐமாக்கில் ஜாப்ஸ் செய்யவிரும்பிய மற்றொரு முக்கிய மாறுதல் இருந்தது - அருவருப்பான அந்த குறுவட்டுத் தட்டை (சிடி ட்ரே) அகற்றி விடுவது. 'மிக உயர்ந்தவகை சோனி ஸ்டீரியோவில் ஸ்லாட்-லோட் (செருகுவாய் ஏற்ற) இயக்ககத்தைப் பார்த்திருக்கிறேன்' என்றார் அவர். 'ஆகையால் இயக்ககம் தயாரிப்பாளர்களிடம் சென்று ஒன்பது மாதங் களுக்குப்பின் தயாரிக்கப்போகும் ஐமாக்கின் மேம்படுத்தப்பட்ட வடிவத்தில் பயன்படுத்துவதற்காக ஒரு ஸ்லாட்-லோட் ட்ரைவைத் தயாரித்துத் தரச்சொன்னேன்.' ரூபின்ஸ்டைன் அவரோடு வாதாடி அந்த முடிவை மாற்றிவைக்க முயன்றார். வரப்போகும் புதிய இயக்ககங்கள் குறுவட்டில் இசை கேட்க மட்டுமன்றி, பதிவுசெய்யும் வசதிகளுடனும் கிட்டுமென்றும், முதலில் அவை ட்ரே வடிவங்களில்தான் அறிமுக மாகும் என்றும் ஸ்லாட் வடிவம் அதன் பிறகே பயன்படுத்தப்படும் என்றும் எச்சரித்தார். 'நீங்கள் ஸ்லாட்தான் வேண்டுமென்று முடிவு செய்தால், தொழில்நுட்பத்தில் எப்பொழுதும் பின்தங்க வேண்டி யிருக்கும்' என்று ரூபின்ஸ்டைன் தொடர்ந்து வாதிட்டார்.

'எனக்கு அதுபற்றியெல்லாம் அக்கறையில்லை. எனக்கு வேண்டியது அதுதான்!' என்று ஜாப்ஸ் நொடித்தார். சான் ஃப்ரான்சிஸ்கோவிலுள்ள

ஒரு சுஷி விடுதியில் அவர்கள் மதிய உணவருந்திக் கொண்டிருந்தனர். அவர்கள் நடந்தவாறே இதுபற்றித் தொடர்ந்து பேசவேண்டும் என்று ஜாப்ஸ் வலியுறுத்தினார். 'நீ அந்த ஸ்லாட்-லோட் ட்ரைவை எனக்குத் தனிப்பட்ட முறையில் உதவியாகச் செய்து தரவேண்டும்.' ரூபின்ஸ்டைன் ஒத்துக்கொண்டு செய்தும் தந்தார் – ஆனால் அவருடைய ஊகம் மிகச் சரியானதாக இருந்தது. பானசோனிக் அறிமுகப்படுத்திய ஒரு புதிய ட்ரைவில் (இயக்ககத்தில்) இசை பதிவு செய்யும் வசதி இருந்ததோடு, அது பழைய பாணி ட்ரே (தட்டு) உள்ள கணினிகளில் பயன்படுத்தக்கூடியதாக வடிவமைக்கப்பட்டிருந்தது. இதன் விளைவுகள் சில ஆண்டுகளுக்குள் அலையெனப் பரவச் சாத்தியக்கூறுகள் அதிகமிருந்தன. இதனால் தங்களுக்குப் பிடித்த இசையைப் பதிவுசெய்து கொள்ள விரும்புபவர்களுக்கு ஆப்பிள் பரபரப்பாக ஈடுகொடுக்க முடியாமல் போகும் வாய்ப்பிருந்தது. ஆனால் அதே சமயம், ஆப்பிள் தனது கற்பனை வளத்தைக் கொண்டு புதிய தைரியத்துடன் போட்டி யாளர்களை எல்லாம் தாண்டி முன்னோக்கிப் பாய்ந்து செல்ல ஒரு வழி கண்டுபிடிக்கவும் அது வலியுறுத்தியது. முடிவில் தாம் இசைச் சந்தையில் நுழையவேண்டியதன் அவசியம் ஜாப்ஸிற்குத் தெளிவாகப் புரிந்தது.

இயல் இருபத்தெட்டு

தலைமை நிர்வாக அதிகாரி
இத்தனை ஆண்டுகளுக்குப் பிறகும் அதே கிறுக்குத்தனம்

டிம் குக்குடன் ஜாப்ஸ், 2007

டிம் குக்

ஆப்பிளுக்குத் திரும்பிவந்த முதல் ஆண்டில் 'வித்தியாசமாய்ச் சிந்தியுங்கள்' விளம்பரங்களையும் ஐமாக்கையும் ஜாப்ஸ் உருவாக்கிய போது, எல்லோரும் ஏற்கனவே அறிந்திருந்த ஒரு விஷயம் உறுதியானது – அவர் ஆக்கப்பூர்வமானவர்; தொலைநோக்குக் கொண்டவர். இதை ஆப்பிளில் தமது முதல் சுற்றிலேயே அவர் நிரூபித்திருந்தார். அவரால் ஒரு நிறுவனத்தை நிர்வகிக்க முடியுமா என்பது மட்டும்தான் தெளிவற்று இருந்தது. இதை நிச்சயமாக அவர் தமது முதல் சுற்றில் நிரூபித்திருக்கவில்லை.

தமக்குத் தரப்பட்ட பொறுப்பில் ஜாப்ஸ் முழுமூச்சாய் இறங்கினார் – சிறு விவரங்களுக்கு முக்கியத்துவம் தரும் நடைமுறை வழக்கோடு. 'இந்த உலகத்தின் விதிகள் எனக்குப் பொருந்தாது' என்ற அவருடைய கற்பனைக் கொள்கைக்குப் பழகிப் போயிருந்த பலரை இது ஆச்சரியத்தில் ஆழ்த்தியது. 'அவர் நிர்வாக மேலாளரானார் – இது செயல் நிர்வாகி அல்லது தொலைநோக்கு கொண்டவர் என்பதிலிருந்து மாறுபட்ட பொறுப்பு. இது எனக்கும் இன்ப அதிர்ச்சியாக இருந்தது' என நினைவுகூர்ந்தார் எட் வூலார்ட். இவர் ஜாப்ஸைத் திரும்ப அழைத்த நிர்வாகக் குழுத் தலைவர்.

அவருடைய நிர்வாகக் கொள்கை 'ஒருமுகப்படுத்துதல் (ஃபோகஸ்).' அதிகப்படியாக இருந்த தயாரிப்பு வரிசைகள் *(ப்ராடக்ட் லைன்ஸ்)* மற்றும் தேவையில்லாத அம்சங்களை ஆப்பிள் உருவாக்கிவரும் புதிய இயங்கு தளத்தின் *(ஆபரேட்டிங் சிஸ்டம்)* மென்பொருள்களிலிருந்து விலக்கினார். சாதனங்களைத் தமது தொழிற்சாலைகளில் மட்டுமே தயாரிக்க வேண்டும் என்ற தமது கட்டுப்பாட்டைத் தளர்த்திக் கொண்டு, மின்சுற்றுப் பலகைகளிலிருந்து முழுமையான கணினிகள் வரை அனைத்தின் உற்பத்தியையும் வெளித் தொழிற்சாலைகளுக்கு *(அவுட்சோர்சிங்)* விட்டுவிட்டார். ஆப்பிளுக்குப் பொருட்களை அளிப்பவர்களுக்கான விதிகளை ஓர் ஒழுங்கிற்குக் கொண்டு வந்தார். அவர் பொறுப்பேற்றுக் கொண்ட போது, ஆப்பிளின் இரண்டு மாதத்திற்கான சரக்குகள் தேங்கிக் கிடந்தன – இது வேறெந்தத் தொழில்நுட்ப நிறுவனத்தைக் காட்டிலும் மிக அதிகமாக இருந்தது. பாலும் முட்டையும் போல, கணினிகளுக்கும் காலக்கெடு மிகக் குறுகியது. அதனால் ஏறத்தாழ ஐந்நூறு மில்லியன் டாலர் அளவிலான இலாபத்தை அது முடக்குவதாய் இருந்தது. 1998இன் தொடக்கத்தில் இதை அவர் பாதியாகக் குறைத்து ஒரு மாதமாக்கினார்.

ஜாப்ஸின் வெற்றிகளுக்கெல்லாம் ஒரு விலை இருந்தது. ஏனெனில் வழவழவென்று பேசுவதெல்லாம் அவருடைய அகராதியிலேயே கிடையாது. ஏர்பார்ன் எக்ஸ்ப்ரஸின் ஒரு பிரிவு உதிரி பாகங்களைக் குறித்த காலத்தில் தருவதில்லை என்று அறிந்தவுடனே, ஆப்பிள் மேலாளரை அழைத்து ஒப்பந்தத்தை இரத்து செய்யச் சொல்லி உத்தர விட்டார். அப்படிச் செய்தால் வழக்கு விவகாரத்தில் முடியுமென்று அந்த மேலாளர் வாதித்தார். ஜாப்ஸ் கூறினார்: 'அவர்கள் நம்மிடம் விளையாடினால், இந்த நிறுவனத்திலிருந்து சல்லிக் காசுகூட ஒருபோதும் அவர்களுக்குக் கிடைக்கப்போவதில்லை என்று சொல்லிவிடுங்கள்.' அந்த மேலாளர் ராஜினாமா செய்தார்; வழக்கு பதிவுசெய்யப்பட்டது; விவகாரம் தீர்வை எட்டுவதற்கு ஓராண்டு காலம் ஆனது. 'நான் மட்டும் அங்கேயே இருந்திருந்தால் எனது பங்குகளின் மதிப்பு 10 மில்லியன்

டாலராக இருந்திருக்கும்' என்றார் அந்த மேலாளர். 'ஆனால் நான் நினைத்திருந்தாலும் அங்கே நிலைத்திருக்க முடியாது – எப்படியும் அவர் என்னைப் பணிநீக்கம் செய்திருப்பார்.' புதிய விநியோகஸ்தர் 75% சரக்கு வைத்திருக்க வேண்டும் என்று நிபந்தனை விதிக்கப்பட்டது – அவர்களும் அப்படியே செய்தார்கள். 'திருப்தியளிக்காத வேலை என்றால் ஸ்டீவ் ஜாப்ஸிடம் சகிப்புத்தன்மை என்பது பூஜ்ஜியம்' என்று அந்த நிறுவனத்தின் தலைமை நிர்வாக அதிகாரி கூறினார். மற்றொரு கட்டத்தில், வெரி லார்ஜ் ஸ்கேல் இன்டக்ரேஷன் டெக்னாலஜி (விஎல்எஸ்ஐ) நிறுவனம் தேவையான சில்லுகளைக் (சிப்ஸ்) குறித்த காலத்தில் தருவதில் சற்று சிரமப்பட்டது. ஜாப்ஸ் நடந்து கொண்டிருந்த அவர்களுடைய ஒரு கூட்டத்தில் புயல் போல நுழைந்து அவர்களை யெல்லாம் 'கையாலாகாதவர்கள்' என்று வசைபாடினார். அந்த நிறுவனம் அதன்பிறகு குறித்த நேரத்தில் ஆப்பிளுக்கு சில்லுகளைத் தந்தது. அதன் செயலாளர்கள் தங்களுக்கென விசேஷ ஜாக்கெட்டுகள் தயாரித்து அணிந்துகொண்டனர் – அவற்றின் பின்புறம் 'டீம் எஃப்டிஏ' என்று பறைசாற்றியது.

மூன்று மாதங்கள் ஜாப்ஸிற்குக் கீழே பணியாற்றியபின் ஆப்பிளின் தலைமைச் செயலர் தம்மால் அந்த அழுத்தத்தைத் தாங்க முடிய வில்லை என்று கூறி ராஜினாமா செய்துவிட்டார். அதைத் தொடர்ந்து ஓராண்டு காலத்திற்கு ஜாப்ஸே செயல்பாடுகள் அனைத்தையும் நிர்வகித்தார். ஏனெனில், நேர்காணலுக்கு வந்தவர்கள் அனைவருமே 'பழங்கால தயாரிப்பு முறைகளைக் கையாண்டு வருபவர்கள்போலத் தெரிந்தார்கள்' என அவர் நினைவுகூர்ந்தார். அவர் தேடியது குறித்த காலத்தில் தொழிற்சாலைகளையும் பொருட்களை வழங்கும் அங்காடித் தொடர்களையும் உருவாக்கும் ஒருவர் – மைக்கேல் டெல் போல. அதன் பின் 1998இல் அவர் டிம் குக்கைச் சந்தித்தார் – காம்பாக் கம்ப்யூட்டர்ஸின் சரக்குக் கொள்முதல் மற்றும் வழங்குதல் அங்காடி களை நிர்வகிக்கும் முப்பத்து ஏழு வயது துடிப்பான இளைஞர். அவர் ஜாப்ஸின் மேலாளராக மட்டுமல்ல, ஆப்பிளை நிர்வகிப்பதில் இன்றியமையாத பின்னணிப் பங்குதாரராகவும் வளர்ந்து வரவிருந்தார். ஜாப்ஸ் நினைவுகூர்ந்தார்:

> டிம் குக் கொள்முதல் அனுபவம் உள்ளவர் – எங்களுக்குத் தேவை யான பின்னணியும் அதுவாகத்தான் இருந்தது. அவருடைய பார்வையும் எனது பார்வையும் ஒன்றாக இருப்பதை நான் உணர்ந்து கொண்டேன். குறித்தகாலத்தில் உருவாக்கப்படும் பல தொழிற்சாலை களை ஜப்பானில் நான் பார்த்திருக்கிறேன். நானும் மாக்குக்கும் நெக்ஸ்டுக்கும் அப்படி ஒன்றை உருவாக்கியிருக்கிறேன். என் தேவை என்ன என்பது எனக்குத் தெரிந்திருந்தது; நான் டிம்மைச்

சந்தித்தேன்; அவருடைய தேவையும் அதுவாகவே இருந்தது. ஆகவே, இருவரும் இணைந்து பணியாற்றத் தொடங்கினோம். குறுகிய காலத்திற்குள்ளேயே என்ன செய்யவேண்டும் என்று அவருக்குத் தெரியும் என்ற நம்பிக்கை எனக்கு வந்துவிட்டது. அவருடைய நோக்கும் எனது நோக்கை ஒத்திருந்தது. நாங்கள் மேல்நிலைத் திட்டங்களை வகுப்பது குறித்து கலந்தாலோசிக்க முடிந்தது; பல விஷயங்களில் அவர் வந்து வற்புறுத்தி அழைத்தா லொழிய கவலைப்படத் தேவையில்லை என்ற அளவிற்கு இருந்தது.

கப்பல்தளத் தொழிலாளி ஒருவரின் மகனான டிம் குக் வளர்ந்தது அலபாமாவிலுள்ள ராபர்ட்ஸ்டேலில். வளைகுடா கடலோரப் பகுதியிலிருந்து *(கல்ஃப் கோஸ்ட்)* அரை மணி நேரம் பயணித்தால் மொபைலுக்கும் பென்சகோலாவிற்கும் இடையில் அமைந்துள்ள சிறு நகரம். ஆபர்னில் தொழில்துறைப் பொறியியலில் பட்டம் பெற்று, ட்யூக்கில் வணிகத் துறையில் பட்டம் பெற்று, பிறகு அடுத்த பன்னிரண்டு ஆண்டுகளுக்கு வடக்கு கரோலினாவில் ரிசர்ச் ட்ரயாங்கிளில் ஐபிஎம் மிற்காகப் பணியாற்றினார். ஜாப்ஸ் அவரை நேர்காணல் செய்த போது, சமீபத்தில்தான் காம்பாக்கில் பணிக்கு அமர்ந்திருந்தார். அவர் எப்பொழுதுமே தர்க்கரீதியாகச் சிந்திக்கும் ஒரு பொறியியல் வல்லுந ராகத்தான் இருந்துவந்தார். அதனால் அப்போதைக்கு காம்பாக்கிலான பொறுப்பும் புத்திசாலித்தனமான தேர்வாகத் தோன்றியது. ஆனால் ஜாப்ஸின் மாயம் காந்தம்போல அவரைக் கவர்ந்துவிட்டது. ‘ஸ்டீவுடன் முதல் நேர்காணலிலான ஐந்து நிமிடங்கள்... தர்க்கமாவது, எச்சரிக்கை யாவது... எல்லாவற்றையும் காற்றில் பறக்கவிட்டு விட்டு அப்படியே ஆப்பிளில் சேர்ந்துகொள்ளவேண்டும் என்று தோன்றியது’ என்று அவர் பின்னர் கூறினார். ‘என் உள்ளுணர்வு கூறியது – ஆப்பிளில் இணைந்து கொள்வது ஆக்கத்திறனும் கலையுணர்வும் மிக்க ஒரு மேதையுடன் பணியாற்ற வாழ்வில் ஒருமுறை மட்டுமே கிட்டும் ஒரு அற்புதமான வாய்ப்பு.’ அவர் அப்படியே செய்தார். ‘பொறியியல் வல்லுநர்கள் அலசி ஆராய்ந்து முடிவெடுக்கப் பயிற்சி பெறுகிறார்கள். ஆனால் வெறும் உள்ளுணர்வையும் தைரியத்தையும் மட்டும் பின்பலமாகக் கொண்டு இயங்குவது மிகவும் இன்றியமையாததாகும் தருணங்களும் உண்டு.’

ஆப்பிளில் அவருடைய பணி இதுதான்: ஜாப்ஸின் உள்ளுணர்வைச் செயல்படுத்துதல். இதை அவர் அமைதியான, அறிவார்ந்த முறையில் செய்துமுடித்தார். திருமணம் செய்துகொள்ளாமல், தமது பணியில் முழுமூச்சாக இறங்கினார். அனேகமாக எல்லா நாள்களும் அதிகாலை நாலரை மணியளவில் எழுந்து மின்னஞ்சல்களை அனுப்பி, பின்னர் ஒரு மணிநேரம் உடற்பயிற்சி நிலையத்தில் செலவிடுவார். ஆறு மணியானால் தமது மேசைக்கு வந்துவிடுவார். ஞாயிறு மாலை

நேரங்கள் வரப்போகும் வாரத்திற்கான வேலைகளைத் திட்டமிடும் கூட்டுத் தொலைபேசி அழைப்புகளுக்காக. அடாவடித்தனங்களுக்கும் உணர்ச்சிக் கொந்தளிப்புகளுக்கும் பெயர்போன ஒரு தலைமை நிர்வாக அதிகாரியின் தலைமையில் நடக்கும் ஒரு நிறுவனத்தில், குக் சூழ்நிலைகளைச் சாந்தமாக, பரிவான அலபாமா சாயலிலான பேச்சில், அமைதியான கூரிய பார்வையால் கையாள்வார். 'அவரால் மகிழ்ச்சியாக இருக்க முடியுமென்றாலும், அது வெளிப்படாதவண்ணம் முகத்தில் இயல்பாகவே எப்பொழுதும் ஒரு சுளிப்பு; அவருடைய நகைச்சுவையும் சுவாரசியமற்றது' – ஃபார்ச்சூன் பத்திரிகையில் ஆடம் லாஷின்ஸ்கி எழுதினார். 'கூட்டங்களில் நீண்ட, அசௌகரியமான மௌன நிமிடங்களுக்குப் புகழ்பெற்றவர்; அப்பொழுது காதில் விழுவதெல்லாம் அவர் ஓயாமல் மென்றுகொண்டிருக்கும் எனர்ஜி பார்களின் மேலுறையை உரிக்கும் சத்தம் மட்டுமே.'

அவர் பதவியேற்ற புதிதில் நடந்த ஒரு கூட்டத்தில் நிறுவனத்திற்குப் பொருட்களை வழங்கிவரும் ஒரு சீனாக்காரருடன் ஏற்பட்ட பிரச்சினை பற்றிக் குக்கிடம் கூறினார்கள். 'இது நிஜமாகவே நல்லதல்ல' என்றார் அவர். 'யாராவது ஒருவர் சீனாவில் இருந்துகொண்டு இதைக் கையாள வேண்டும்.' முப்பது நிமிடங்கள் கழித்து மேசையில் அமர்ந்திருந்த ஒரு செயல் நிர்வாகியைப் பார்த்து எந்த உணர்ச்சியும் காட்டாத குரலில் கேட்டார்: 'நீ இன்னமும் இங்கு என்ன செய்துகொண்டு இருக்கிறாய்?' அந்த நிர்வாகி எழுந்தார்; நேராக சான் ஃப்ரான்சிஸ்கோ விமான நிலையம் சென்றார்; சீனாவிற்கு ஒரு பயணச்சீட்டு எடுத்துக்கொண்டார். அவர் குக்கின் மேல்நிலை அதிகாரிகளில் ஒருவரானார்.

குக் ஆப்பிளுக்குச் சாதனங்கள் வழங்கிவந்தவர்களின் எண்ணிக்கையை நூறிலிருந்து இருபத்து நான்காகக் குறைத்தார். வணிக உறவைத் தக்கவைத்துக் கொள்வதற்காக அவர்களை மேலும் சிறப்பான சலுகைகளை அளிக்கும்படி வலியுறுத்தினார்; அவர்களில் பலரை ஆப்பிளின் தொழிற்சாலைகளுக்கு அருகில் இடம்மாறச் சம்மதிக்க வைத்தார். நிறுவனத்தின் பத்தொன்பது கிடங்குகளில் பத்தை மூடிவிட்டார். சரக்குகள் குவியச் சாத்தியமுள்ள இடங்களைக் குறைப்பதன் மூலம், சரக்குகளையும் குறைத்தார். ஜாப்ஸ் இரண்டு மாதத் தயாரிப்பின் மதிப்பிற்குக் குவிந்துகிடந்த சரக்குகளை ஒரு மாதமாய்க் குறைத்தார். அந்த ஆண்டு செப்டம்பருக்குள் குக்கின் கைவண்ணத்தில் அது ஆறுநாள் மதிப்பிற்குக் குறைந்தது. அடுத்த செப்டம்பருக்குள் அது மேலும் குறைந்து ஆச்சரியப்படும் வகையில் இரண்டுநாள் மதிப்பிற்கு வந்துவிட்டது. இது தவிர, ஆப்பிள் கணினி தயாரிக்க ஆகும் காலத்தை நான்கு மாதங்களிலிருந்து இரண்டு மாதங்களாகக் குறைத்தார்.

இந்த நடவடிக்கைகள் எல்லாம் பணத்தைச் சேமித்தது மட்டுமன்றி, ஒவ்வொரு புதிய கணினியும் மிக நவீன பாகங்களுடன் வெளி வரவும் பெரிதும் உதவியது.

மாக் டர்டில்நெக்குகளும் குழுப் பணியும்

1980இல் ஒரு ஜப்பான் பயணத்தின்போது ஜாப்ஸ் சோனி நிறுவனத்தின் தலைவர் அகியோ மொரிதாவிடம் அவர்களுடைய தொழிற்சாலை களில் எல்லோரும் ஏன் சீருடை அணிகிறார்கள் என்று கேட்டார். 'அவர் மிகவும் கூச்சத்துடன் காணப்பட்டார். போருக்குப் பின்னர், ஒருவரிடமும் உடைகளில்லை என்பதால் சோனி போன்ற நிறுவனங்கள் தங்கள் தொழிலாளர்களுக்கு அன்றாடம் அணிந்துகொள்ள ஏதாவது தர வேண்டியிருந்தது என்று கூறினார்' என்று நினைவுகூர்ந்தார் ஜாப்ஸ். காலப்போக்கில் அந்தச் சீருடைகள் தமக்கென ஒரு தனிப் பாணியை ஏற்படுத்திக்கொண்டன – குறிப்பாக சோனி போன்ற நிறுவனங்களில். அதுவே தொழிலாளர்களுக்கும் நிறுவனத்திற்கும் ஓர் இணைபிரியாத உறவை ஏற்படுத்த வகைசெய்தது. 'ஆப்பிளுக்கும் அதுபோன்ற ஒரு பிணைப்பு வேண்டும் என்று விரும்பினேன்' என ஜாப்ஸ் நினைவு கூர்ந்தார்.

தனித்துவமான பாணிக்கு முக்கியத்துவம் அளிக்கும் சோனி, புகழ் பெற்ற வடிவமைப்பாளர் இஸ்ஸே மியாக்கேயை தனது சீருடை களில் ஒன்றை உருவாக்கித்தரச் சொன்னது. அது ரிப் ஸ்டாப் நைலானாலான ஜாக்கெட். கைகளின் ஜிப்பைக் கழற்றினால் பனியன் போல் ஆகிவிடும். 'ஆகையால் நான் இஸ்ஸேயை அழைத்து ஆப்பிளுக்கு ஒரு பனியன் தயாரிக்கச் சொன்னேன்.' 'நான் பல்வேறு மாதிரிகளைக் கொண்டுவந்து எல்லோரிடமும் காட்டி அந்தப் பனியன்களை நாம் எல்லோரும் அணிந்துகொண்டால் பிரமாதமாக இருக்கும் என்று கூறினேன். கடவுளே, என்னைத் தூக்கி வெளியே எறியாத குறைதான். எல்லோரும் ஒட்டுமொத்தமாய் அந்த யோசனையை வெறுத்தார்கள்' என்று நினைவுகூர்ந்தார் ஜாப்ஸ்.

இருந்தாலும், இதற்கிடையில் மியாக்கேயுடன் நல்லதொரு நட்புறவு மலர்ந்தது – அவரைக் காணத் தவறாமல் செல்வது வழக்கமாக இருந்தது. அதோடு தமக்கென ஒரு சீருடை வைத்துக்கொள்ளும் யோசனை அவருக்குப் பிடித்துப்போய்விட்டது – அன்றாட சௌகரியம் மட்டு மன்றி (அது பகுத்தறிவு அடிப்படையிலான காரணம் என்றார்), ஒரு தனித்துவமான பாணியை வெளிப்படுத்தக்கூடியதாக அது இருந்தது. 'ஆகையால் இஸ்ஸேயிடம் எனக்குப் பிடித்த அவருடைய கருப்பு டர்டில்நெக்குகள் சிலவற்றைத் தயாரித்துத் தருமாறு கேட்டேன். அவர் எனக்கு ஏறத்தாழ நூறு செய்து தந்தார்.' இந்தக் கதையைக் கேட்டு நான்

ஆச்சரியமாய்ப் பார்ப்பதைக் கவனித்த ஜாப்ஸ், அங்கு அடுக்கி வைக்கப் பட்டிருந்தவற்றை நோக்கி ஜாடை காட்டினார். 'அதைத்தான் நான் அணிகிறேன்' என்றார். 'என் மீதமுள்ள வாழ்நாள் முழுதும் அணிந்து கொள்ளப் போதுமானவை என்னிடம் உள்ளன.'

தமது ஏகாதிபத்திய இயல்பையும் மீறி – அவருக்குக் கருத்தொருமை யிலெல்லாம் நம்பிக்கையில்லை – ஜாப்ஸ் ஆப்பிளில் ஒரு கூட்டுமுயற்சிக் கலாச்சாரத்தை உருவாக்கப் பெரிதும் பாடுபட்டார். பல நிறுவனங்கள் தாங்கள் மிகச்சில கூட்டங்களே நடத்துவதாகக் கூறிப் பெருமைப்பட்டுக் கொள்வார்கள். ஆனால் ஜாப்ஸ் பல கூட்டங்கள் நடத்தினார் - ஒவ்வொரு திங்கட்கிழமையன்றும் செயற்குழுக் கூட்டம்; எல்லா புதன்கிழமை மதிய வேளைகளிலும் விளம்பர உத்திகளுக்கான கூட்டம்; இது தவிர கணக்கில்லாத தயாரிப்பு மறுபரிசீலனைக் கூட்டங்கள். இன்னமும் அவருக்குப் பவர்பாயின்ட் மற்றும் முறைப்படியான விளக்கங்கள் என்றாலே ஒவ்வாதவையாகத்தான் இருந்தன. மேசை யைச் சுற்றிலும் அமர்ந்துள்ளவர்கள் அனைவரும் பிரச்சினைகளைப் பல்வேறு கோணங்களில் அலசி ஆராய்ந்து, அவரவர் பிரிவுகளின் நோக்குகளையும் நேரில் பரிமாறிக்கொள்ளவேண்டும் என்று அவர் தொடர்ந்து வலியுறுத்திவந்தார்.

வடிவமைப்பு முதல் வன்பொருள், மென்பொருள், உள்ளடக்கம் வரை ஆப்பிளின் மிகப்பெரிய பலம் அதன் ஒருங்கிணைப்புதான் என்பதில் அவர் தீவிர நம்பிக்கை கொண்டிருந்தார். நிறுவனத்தின் அனைத்துப் பிரிவுகளும் ஒருங்கே இணைந்து செயல்படவேண்டும் என்று அவர் விரும்பினார். அவர் அடிக்கடி பயன்படுத்திய சொற்றொ டர்கள் 'ஆழ்ந்த கூட்டுமுயற்சி' மற்றும் 'காலத்திற்கேற்ற பொறியியல்.' பொறியியல், வடிவமைப்பு, தயாரிப்பு, விளம்பரம், விநியோகம் என வழக்கமான வரிசைப்படி ஒரு பொருளை உருவாக்குவதற்குப் பதிலாக இவை அனைத்தும் ஒரே சமயத்தில் ஒருங்கிணைந்து செயல்பட்டன. 'எங்கள் தயாரிப்புகள் ஒருங்கிணைக்கப்பட்டவை; அதற்கேற்ப நாங்கள் பின்பற்றிய வழிமுறைகளும் ஒருங்கிணைந்தவை; கூட்டுமுயற்சி அடிப்படையிலானவை' என்றார் ஜாப்ஸ்.

இதே வழிமுறை முக்கிய பொறுப்புகளுக்குத் தகுந்தவர்களைத் தேர்வு செய்வதிலும் இருந்தது. விண்ணப்பிப்பவர்கள் தாங்கள் வேலைசெய்ய விரும்பும் பிரிவுகளின் மேலாளர்களை மட்டுமன்றி, நிறுவனத்தின் முதல்நிலைத் தலைவர்களையும் – குக், டெவானியன், ஷில்லர், ரூபின்ஸ்டைன், ஐவ் – சந்திக்க அவர் ஏற்பாடுசெய்தார். 'அதன்பிறகு, அவர் இல்லாதபொழுது நாங்கள் எல்லோருமாகக் கலந்தாலோசித்து அவர் அந்தப் பதவிக்குப் பொருத்தமானவர்தானா எனத் தீர்மானிப்போம்' என்றார் ஜாப்ஸ். அவருடைய இலக்கு ஒரு

நிறுவனம் இரண்டாந்தரத் திறமை கொண்ட 'மக்குகளால் நிறைந்து விடக்கூடாது' என்பதில்தான் விழிப்பாக இருந்தது:

வாழ்க்கையில் பலவற்றிலுமே பொதுவாக மிகச் சிறந்ததற்கும் சராசரிக்கும் இடையில் 30% தான் வேறுபாடு. மிகச்சிறந்த விமானப் பயணம், மிகச்சிறந்த உணவு ஆகியவை உங்கள் சராசரிப் பயணத் தையும் உணவையும்விட 30% மட்டுமே சிறந்ததாக இருக்கும். வாஸ்நியாக்கிடம் நான் கண்டது சராசரிக்கும் 50 மடங்கு மேற்பட்டு நிற்கும் ஒரு பொறியியல் திறமை. அவர் தலைக்குள்ளேயே கூட்டங்கள் நடத்தக்கூடியவர். மாக் குழுவும் அப்படிப்பட்ட முதல்நிலை திறமை சாலிகளைக்கொண்ட குழுவை அமைக்கும் ஒரு முயற்சிதான். அப்படிப்பட்டவர்கள் இணைந்து செயல்படுவது கடினம், ஒத்துப் போக மாட்டார்கள் என்றெல்லாம் சொல்வதுண்டு. ஆனால் முதல் நிலை ஆட்டக்காரர்கள் எப்போதும் முதல்நிலை ஆட்டக்காரர்களோடு தான் விளையாட விரும்புவார்கள், மூன்றாந்தர ஆட்டக்காரர் களோடு விளையாட விரும்புவதில்லை என்பதை நான் நன்கு உணர்ந்துகொண்டேன். பிக்ஸாரில் எல்லோருமே முதல்நிலை ஆட்டக்காரர்கள்தான். ஆப்பிளுக்கு நான் திரும்பி வந்தபோது, இதைத்தான் முயல்வதென்று முடிவெடுத்தேன். ஊழியர்களைத் தேர்வு செய்வதுகூட ஒரு கூட்டுமுயற்சியாகவே இருக்க வேண்டும். நாங்கள் யாரையாவது தேர்வு செய்யும்பொழுது, அவர்கள் விளம்பரப் பிரிவில் பணியாற்ற இருந்தாலும்கூட, வடிவமைப்பாளர் களிடமும் பொறியியல் வல்லுநர்களிடமும் பேசவைப்பேன். என்னுடைய மானசீக குரு ஜே. ராபர்ட் ஒப்பென்ஹைமர். அவர் தமது அணுகுண்டுத் திட்டத்திற்கு எப்படிப்பட்டவர்களைத் தேர்வுசெய்தார் என்று படித்தறிந்தேன். அவர் அளவிற்கெல்லாம் நான் நிச்சயமாக இல்லையென்றாலும், என்னுடைய குறிக்கோள் அதுவாகத்தான் இருந்தது.

தேர்வுமுறை அச்சமூட்டுவதாக இருந்தாலும் ஒளிந்திருக்கும் திறமையை ஜாப்ஸ் எளிதாக அடையாளம் கண்டுவிடுவார். ஆப்பிளின் புதிய இயங்கு தளத்திற்கான *(ஆபரேட்டிங் சிஸ்டம்)* வரைகலை இடைமுகத்தை *(க்ரா:ஃபிக்கல் இன்டர்:ஃபேஸ்)* வடிவமைக்கக்கூடியவர் களைத் தேடிக்கொண்டிருந்த பொழுது ஜாப்ஸுக்கு ஓர் இளைஞர் மின்னஞ்சல் அனுப்பியிருந்தார். அவரை அழைத்துப் பேசியபோது மிகவும் பதற்றமாக இருந்தார்; உரையாடலும் திருப்திகரமாக அமைய வில்லை. சற்றுநேரம் கழித்து ஜாப்ஸ் அவரைக் கண்டபோது வரவேற் பறையில் விரக்தியாக அமர்ந்திருந்தார். தமது புதிய யோசனைகளில் ஒன்றை மட்டும் காட்ட அனுமதி கிட்டுமா என்று அவர் ஜாப்ஸிடம் கேட்டார். ஜாப்ஸ் அவருடைய தோள் மீதாகக் கண்ட விளக்கப்படத்தில் அடோபி டைரக்டரைப் பயன்படுத்தி திரையின் கீழ்ப்பகுதியிலுள்ள

பட்டையில் மேலும் சில ஐகான்களைப் (குறிப்படங்கள்) புகுத்தக்கூடிய ஒரு வழியை விளக்கியிருந்தார். பட்டையை அடைத்துக் கொண்டிருந்த ஐகான்களின் மீது கர்ஸர் (திரைக்குறி) நகர்த்தியபோது அது பூதக் கண்ணாடிபோல் ஒவ்வொரு ஐகானையும் பெரிதாக்கிக் காட்டியது. 'நான் 'அடக் கடவுளே!' என்று ஆச்சரியப்பட்டு அந்தக் கணமே அவரைப் பணியிலமர்த்திக் கொண்டேன்' – ஜாப்ஸ் நினைவுகூர்ந்தார். இது மாக் ஓஎஸ்எக்ஸின் விரும்பத்தக்க சிறப்பம்சமாக விளங்கியது. அந்த வடிவமைப்பாளர் பின்னர் மல்டி-டச் (பல்தொடுகை) திரைகளுக்குப் பொருத்தமான இனர்ஷியல் ஸ்க்ரோலிங் (ஸ்க்ரீனைச் சறுக்கிவிட்ட பின்னரும் ஓரிரு வினாடிகளுக்கு மெல்ல நகர்ந்துசெல்லும் சிறப்பம்சம் - அசைவற்ற உருட்டுதல்) போன்றவற்றை வடிவமைத்தார்.

நெக்ஸ்ட்டிலான அனுபவங்கள் ஜாப்ஸிற்கு முதிர்வைத் தந்திருந்தாலும் பக்குவத்தைத் தந்திருக்கவில்லை. அவருடைய மெர்சிடிஸில் இன்னமும் உரிமப்பலகை காணப்படவில்லை; இப்பொழுதும் முன் கதவுக்கு அருகிலுள்ள ஊனமுற்றவர்களுக்கான இடத்தில் – சிலசமயம் இரண்டு இடங்களை அடைத்துக்கொண்டு தமது காரை நிறுத்தி வந்தார். இது கேலிக்கும் கிண்டலுக்கும் தொடர்ந்து இடம்தந்தது. ஊழியர்கள் 'மாற்றி நிறுத்துங்கள்' போன்ற வாசகங்களை உருவாக்கினர். யாரோ சிலர் ஊனமுற்றவர்களுக்கான சக்கர நாற்காலியின்மீது வண்ணங்களில் மெர்சிடிஸ் சின்னத்தைத் தீட்டிவைத்தனர்.

அவரிடம் சவால்விடலாம்; இன்னும் சொல்லப்போனால், அது நிறையவே ஊக்குவிக்கப்பட்டது. சில வேளைகளில் அவர்களை மதிக்கவும் செய்வார். ஆனால் அவருடைய தாக்குதல்களுக்கு நாம் தயாராக இருக்கவேண்டும் – தலையைக் கொய்துவிடும் அளவிற்குத் தீவிரமாக இருக்கும் நமது யோசனைகளை அவர் அலசும் விதம். 'அந்தக் கணத்தில் அவருடன் வாதிட்டு வெல்லவே முடியாது. ஆனால் சிலசமயம் காலப்போக்கில் வென்றுவிடலாம்' – லீ க்ளோவுடன் பணிபுரிந்த இளம் விளம்பர வல்லுநர் ஜேம்ஸ் வின்சென்ட் கூறினார். 'நாம் ஏதாவது ஒரு யோசனை சொன்னால் உடனே *இது ஒன்றுக்கும் உதவாது* என்று அறிவித்துவிடுவார்; பின்னர் திரும்பிவந்து, *இதோ, இப்படித்தான் செய்யப் போகிறோம்* என்று கூறுவார். நமக்கு நுனி நாக்குவரை வந்துவிடும்: *இதைத்தானே இரண்டு வாரங்களுக்கு முன் நான் உங்களிடம் சொன்னேன் – நீங்கள் என்னவோ ஒன்றுக்கும் உதவாது என்றீர்கள்.* ஆனால் அப்படியெல்லாம் தப்பித்தவறிச் சொல்லிவிட முடியாது. மாறாக, *ஆஹா, அற்புதமான யோசனை. அப்படியே செய்துவிடலாம்* என்று கூறவேண்டும், அவ்வளவுதான்.'

ஜாப்ஸ் அவ்வப்போது வலியுறுத்தும் நியாயமற்ற, தவறான விஷயங்களையும் சகித்துக்கொள்ள வேண்டியிருந்தது. குடும்பத்தினரிடமும்

சரி, சக ஊழியர்களிடமும் சரி, நடைமுறைக்குச் சற்றும் பொருந்தாத ஏதாவது விஞ்ஞான அல்லது சரித்திர விஷயத்தைப் படாடோபமாக அறிவிப்பார். 'அவருக்குச் சிறிதுகூடத் தெரியாத விஷயமாக இருக்கும். ஆனால் அதை அவர் எடுத்துச் சொல்லும் பாணியும் திடமான நிர்ணயமும் அவருக்கு அதுபற்றி எல்லாமே தெரியும் என்பதுபோன்ற பிரமையை ஏற்படுத்திவிடும்' என்றார் ஐவ். 'ஜாப்ஸின் இந்தச் சுபாவம் விநோதமானது. ஆனால் அதுவே அவரிடம் ஒருவித வாஞ்சையை ஏற்படுத்தும்.' அவருடைய கூரிய பார்வையால், மற்றவர்கள் கவனிக்கத் தவறிய நுணுக்கங்கள் அவரிடம் வசமாகச் சிக்கிவிடும். ஒரு சமயம் லீ க்ளோ ஜாப்ஸிடம் ஒரு விளம்பரத்தின் பகுதியைக் காட்டிக்கொண்டிருந்தார் - அவர் சொல்லியிருந்த சில சிறிய திருத்தங்களைச் செய்தபிறகு. அவருக்குக் கிட்டியது சரமாரியான தாக்குதல் – விளம்பரம் முழுதும் பாழாய்ப் போய்விட்டதாக. 'நாங்கள் தவறுதலாய் இரண்டு சட்டங்களை (*ஃபிரேம்*) அதிகப்படியாக வெட்டியிருந்ததை அவர் கண்டு பிடித்துவிட்டார். யாரும் அதை அவ்வளவு எளிதில் கவனித்திருக்க முடியாது – அவ்வளவு நுணுக்கமானது. ஆனால் திரையில் தோன்றும் படமும் பின்னணியில் ஒலிக்கும் தாளமும் மிகச்சரியாகப் பொருந்த வேண்டும் என்று அவர் விரும்பினார். அத்துடன், அவர் சொன்னது முற்றிலும் சரியாக இருந்தது.'

இடைக்கால நிர்வாக அதிகாரியிலிருந்து (ஐசிஈஓ) தலைமை நிற்வாக அதிகாரியாக (சிஈஓ)

ஆப்பிள் நிர்வாகக் குழுவிலிருந்த ஜாப்ஸின் குரு எட் வூலார்ட் இரண்டு ஆண்டுகளுக்கும் மேலாக அவருடைய பதவிப்பெயருக்கு முன்னாலிருந்த 'இடைக்கால' (*இன்டரிம்*) என்ற பதத்தை எடுக்கச்சொல்லி வற்புறுத்திவந்தார். ஜாப்ஸ் பொறுப்பேற்றுக்கொள்ள மறுத்ததுடன், ஆண்டுக்கு 1 டாலர் சம்பளம் பெற்றுக்கொண்டு நிறுவனத்தின் பங்கு வாய்ப்புகளையும் தட்டிக்கழித்து எல்லோரையும் திணற அடித்து வந்தார். 'நான் அலுவலகம் வருவதற்கு 50 சென்டுகள்; மீதம் 50 சென்டுகள் என்னுடைய வேலையை எவ்வளவு சிறப்பாகச் செய்கிறேன் என்பதைப் பொறுத்தது' என்று அவர் நகைச்சுவையாகக் குறிப்பிடுவார். 1997 ஜூலை மாதம் அவர் மீண்டும் பணிக்கு அமர்ந்ததைத் தொடர்ந்து 14 டாலருக்கும் குறைவாக இருந்த ஆப்பிளின் பங்குவிலை 2000த்தின் தொடக்கத்தில் இணையதளக் குமிழின் உச்சத்தில் 102 டாலருக்குச் சற்று அதிகமாக இருந்தது. வூலார்ட் 1997இல் குறைந்தபட்சம் ஒரு நியாயமான அளவு பங்குகளையாவது எடுத்துக்கொள்ளுமாறு அவரை மன்றாடிக் கேட்டுக் கொண்டார். ஆனால் ஜாப்ஸ் 'ஆப்பிளில் என்னுடன் இணைந்து பணியாற்றுபவர்கள் நான் பணக்காரனாவதற்காகத்தான் திரும்பி வந்திருக்கிறேன் என்று எண்ணுவதை நான் சற்றும் விரும்பவில்லை'

என்றுகூறி மறுத்துவிட்டார். அவர் அந்த நியாயமான அளவு பங்குகளை ஏற்றுக்கொண்டிருந்தால், அவற்றின் மதிப்பு 400 மில்லியன் டாலராக இருந்திருக்கும்; பதிலுக்கு, அவர் பெற்றுக் கொண்டதோ, வெறும் 2.50 டாலர் மட்டுமே.

அவர் தமது *இன்டெரிம்* (இடைக்கால) பதவிப் பெயரைத் தக்கவைத்துக் கொண்டதற்கு முக்கிய காரணம் ஆப்பிளின் எதிர்காலம் பற்றிய நிச்சயமின்மைதான். ஆனால் 2000மாவது ஆண்டு நெருங்கி வருகையில், ஆப்பிள் மீண்டும் தலை தூக்கியது தெளிவானது; அதற்குக் காரணமும் அவர்தான். அவர் லாரீனுடன் நீண்டதூரம் நடந்தவாறு பேசினார். அவர் முறைப்படி நடந்துகொள்வதாகப் பலருக்குத் தோன்றினாலும், அவரைப் பொறுத்த அளவில் அது பெரிய விஷயமாகவே இருந்தது. *இன்டெரிம்* (இடைக்காலம்) என்ற ஒரு சொல்லை நீக்கிவிட்டால் ஆப்பிள் அவருடைய கனவுகளுக்கெல்லாம் தகுந்த களமாகிவிடும் – ஆப்பிளின் தயாரிப்புகளைக் கணினிகளையும் தாண்டி விரிவுபடுத்தும் சாத்தியக்கூறுகள் உட்பட. அதனால் அவர் அதைச் செய்வது என்று தீர்மானித்தார்.

இதை அறிந்த வூலார்ட் பூரித்துப்போனார் – நிர்வாகக்குழு அவருக்கு மிகப்பெரிய அளவில் பங்குகளைத் தர விரும்புவதாகக் கூறினார். 'நான் உங்களிடம் நேரடியாகவே கேட்கிறேன். எனக்கு அதற்குப் பதிலாக ஒரு விமானம் தாருங்கள். எங்களுக்கு இப்பொழுதுதான் மூன்றாவது குழந்தை பிறந்திருக்கிறது. எனக்கு வணிகரீதியாகப் பயணிப்பதில் விருப்பமில்லை. என் குடும்பத்தை ஹவாய் இட்டுச்செல்ல விரும்பு கிறேன். கிழக்குப் பிரதேசங்களுக்குச் செல்கையில் எனக்கு நன்கு அறிமுகமான விமான ஓட்டிகளாக இருந்தால் நன்றாக இருக்கும்.' அவர் வணிகரீதியான விமானத்திலோ, விமான நிலையத்திலோ கண்ணியமும் பொறுமையும் காட்டியதாகச் சரித்திரமே இல்லை – அமெரிக்கப் போக்குவரத்து நிர்வாகம் (டிஎஸ்ஏ) காலத்திற்கு முன்பும்கூட. நிர்வாகக் குழு உறுப்பினர் லாரி எல்லிசனுக்குச் சொந்தமான விமானத்தில் ஜாப்ஸ் சிலசமயம் பயணித்ததுண்டு (ஜாப்ஸ் அதைப் பயன்படுத்தியதற்காக 1999இல் ஆப்பிள் எல்லிசனுக்கு 102,000 டாலர் அளித்தது). 'அவருடைய சாதனைக்காக நாம் அவருக்கு ஐந்து விமானங்கள் தரலாம்!' என எல்லிசன் வாதிட்டார். அவர் பின்னர் கூறுகையில், 'அது ஸ்டீவிற்கு மிகவும் பொருத்தமான பரிசாக இருந்தது. அவர் ஆப்பிளைத் தூக்கி நிறுத்தியிருந்தார் – பதிலுக்கு எதுவும் பெறாமலே.'

ஆகையால் வூலார்ட் ஜாப்ஸின் விருப்பத்திற்கு மகிழ்ச்சியோடு ஒப்புக்கொண்டார் – ஒரு கல்ஃப்ஸ்ட்ரீம் V விமானம் மற்றும் 14 மில்லியன் பங்குவாய்ப்புகள். இதற்கு ஜாப்ஸ் சற்றும் எதிர்பாராத

விதத்தில் இன்னும் அதிக அளவில் வேண்டுமென்றார் – 20 மில்லியன் பங்கு வாய்ப்புகள். வூலார்ட் திகைத்துப்போனார் – அவருடைய மனம் வருந்தியது. நிர்வாகக் குழு பங்குதாரர்கள் தந்த அதிகாரத்திற்கு உட்பட்டு வழங்கக் கூடியது 14 மில்லியன் பங்குகள் மட்டுமே. 'நீங்கள் எதுவுமே வேண்டாம் என்றீர்கள்; வேண்டும் என்று கேட்ட விமானத்தையும் தந்துவிட்டோம்' என வூலார்ட் கூறினார்.

'இதற்கு முன் நான் பங்குகள் வேண்டுமென்று வலியுறுத்தியதே இல்லை' – ஜாப்ஸ் பதிலளித்தார். 'ஆனால் வாய்ப்புகளாகக் கணக்கிடுவதானால் நிறுவனத்தின் 5% வரை சாத்தியமென்று நீங்கள் கூறினீர்கள். இப்போது எனக்கு வேண்டியது அதுதான்.' சந்தோஷமாகக் கொண்டாட வேண்டிய ஒரு தருணம் இதனால் தர்மசங்கடமான பூசலில் நின்றது. முடிவில், ஒரு சிக்கலான தீர்வை எட்டினார்கள். 2000 ஜனவரியில் 10 மில்லியன் பங்குகள் – அப்போதைய விலை நிலவரப்படி, ஆனால் 1997இல் தரப்பட்டதுபோல. தவிர, 2001இல் தரப்படவுள்ள மற்றொரு அளவு பங்குகள். இதில் விபரீதம் என்னவென்றால், இணையதளக் குமிழ் வெடித்ததில் பங்கு விலைகள் கடும் வீழ்ச்சியடைந்தன. ஜாப்ஸ் வாய்ப்புகளைப் பயன்படுத்தவேயில்லை. 2001இன் இறுதியில் அவற்றுக்குப் பதிலாகப் புதிய பங்குகளைக் குறைந்த விலைக்குத் தர வேண்டும் என்று கேட்டார். பங்குவாய்ப்புகள் மீதான போராட்டங்கள் மீண்டும் நிறுவனத்தை ஆட்டிப் படைக்க இருந்தன.

பங்குவாய்ப்புகளிலிருந்து பெரிதாக இலாபம் எதுவும் ஈட்டவில்லை யென்றாலும், குறைந்தபட்சம் விமானத்தை நன்றாக அனுபவித்தார். அதன் உட்புறம் எவ்வாறு வடிவமைக்கப்பட வேண்டும் என்பது பற்றி அவர் மிக அதிகமாக அலட்டிக்கொண்டதில் ஆச்சரியம் ஒன்று மில்லை. இதற்காக அவர் ஓராண்டுக்குமேல் எடுத்துக்கொண்டார். எல்லிசனின் விமானத்தில் தொடங்கி, அவருடைய வடிவமைப்பாளரைப் பணிக்கு அமர்த்திக்கொண்டார். மிக விரைவிலேயே அவருக்குப் பித்துப்பிடிக்கும் அளவிற்கு விரட்டியடித்தார். உதாரணமாக, எல்லிசனின் விமானத்தில் காபின்களுக்கிடையில் ஒரு கதவு இருந்தது – திறக்கவும் மூடவும் தனித்தனிப் பொத்தான்களுடன். ஜாப்ஸ் தமக்கு இரண்டையும் செய்யக்கூடிய ஒரே பொத்தான் வேண்டுமென்றார். அத்துடன் பொத்தான்களின் மினுமினுக்கும் எஃகு அவருக்குப் பிடிக்கவில்லை. ஆகவே, அவற்றுக்குப் பதிலாக மங்கிய உலோகப் பொத்தான்களைப் பொருத்தச் சொன்னார். என்றாலும் முடிவில் தாம் விரும்பியவாறே அமைந்த விமானம் அவருக்குக் கிட்டியது; அதை அவர் மிகவும் நேசித்தார். 'நான் என்னுடைய விமானத்தையும் அவருடையதையும் பார்க்கிறேன். அவர் செய்த மாற்றங்கள் அனைத்துமே இன்னும் சிறப்பாக இருந்தன' என்றார் எல்லிசன்.

2000 ஜனவரியில் சான் ஃப்ரான்சிஸ்கோவில் நடந்த மாக்வேள்டில் ஜாப்ஸ் புதிய மகின்டாஷ் இயங்கு தளமான *(ஆபரேட்டிங் சிஸ்டம்)* ஓஎஸ்எக்ஸை (OSX) அறிமுகப்படுத்தினார் – அதில் மூன்று ஆண்டு களுக்கு முன் நெக்ஸ்டிடமிருந்து ஆப்பிள் வாங்கியிருந்த சில மென்பொருட்கள் பயன்படுத்தப்பட்டிருந்தன. முழுக்க முழுக்கத் தற்செயலானது என்று சொல்ல முடியாவிட்டாலும், நெக்ஸ்ட் இயங்கு தளத்தை ஆப்பிளில் உட்படுத்திய அதே சமயத்திலேயே அவரும் ஆப்பிளில் மீண்டும் பதவியேற்க விரும்பியது பொருத்தமாக இருந்தது. அவீ டெவானியன் நெக்ஸ்ட் இயங்கு தளத்தின் யூனிக்ஸ் தொடர்பான மாக் கருவை எடுத்து மாக் இயங்கு தளத்தின் கருவாக மாற்றியமைத்து, அதற்கு டார்வின் என்று பெயர் சூட்டியிருந்தார். அது பாதுகாக்கப் பட்ட நினைவுத்திறன் *(மெமரி)*, முற்போக்கான நெட்வொர்க்கிங் மற்றும் முன்னெச்சரிக்கையான பல்முனைச் செயல்பாட்டை அளித்தது. குறிப்பாக இதுதான் மகின்டாஷுக்குத் தேவையாக இருந்தது. மேலும் அப்போதிலிருந்து மாக் இயங்கு தளத்தின் அடித்தளமாகவும் அது விளங்கவிருந்தது. ஆப்பிள் நெக்ஸ்ட் இயங்கு தளத்தை முழுமையாக எடுத்துக்கொள்ளவில்லை என்பதைச் சில விமர்சகர்கள் – பில் கேட்ஸ் உட்பட – கவனித்தார்கள். இதில் ஓரளவிற்கு உண்மை இருக்கத்தான் செய்தது – ஆப்பிள் முற்றிலும் புதிய இயங்கு தளத்திற்குத் தாவிவிட வில்லை. மாறாக, நடப்பில் இருந்ததையே சிறுகச் சிறுக வளர்த்துக் கொண்டுவரத் தீர்மானித்தது. பழைய மகின்டாஷ் இயங்கு தளத் திற்காக எழுதப்பட்ட பயன்பாட்டு மென்பொருட்கள் *(அப்ளிகேஷன்)* பொதுவாகப் புதிய இயங்கு தளத்திற்குப் பொருத்தமாகவோ, அதனுடன் எளிதில் பூட்டிக்கொள்ளவோ இயலும் வகையில் இருந்தது. மேலும், மேம்பாடு செய்துகொள்ளும் மாக் பயனர் பல புதிய அம்சங்களைக் காண்பாரேயன்றி, முற்றிலும் புதிய இடைமுகத்தை அல்ல *(இன்டர்ஃபேஸ்)*.

மாக்வேள்டில் இருந்த விசிறிகள் இந்தப் புதிய செய்தியை மிகுந்த உற்சாகத்துடன் வரவேற்றார்கள். குறிப்பாக, டாக் (வலைகலை பயனர் இடைமுகத்தின் ஒரு சிறப்பியல்பு) மீது கர்ஸரை (திரைக்குறியை) நகர்த்தி ஐகான்களைப் (குறிப்படங்களை) பெரிதாக்க முடியும் என்று காட்டியபோது ஆரவாரம் எழுந்தது. ஆனால் மிகப் பெரிய கைதட்டல் கிட்டியது வழக்கமாக 'ஓ, இன்னும் ஒரு விஷயம்' என்று அவர் வைக்கும் முத்தாய்ப்புக்கென ஒதுக்கிவைத்திருந்த அறிவிப்புக்குத்தான். பிக்ஸாரிலும் ஆப்பிளிலும் தாம் ஆற்றிய கடமைகளைப் பற்றிப் பேசிய அவர், சூழ்நிலை நல்ல செயல்பாட்டில் உள்ளதால் சௌகரியமாய் உணர்வதாகக் கூறினார். 'ஆகையால் இடைக்கால என்ற பட்டப் பெயரின் பகுதியை நீக்கப்போவதை மகிழ்ச்சியுடன் அறிவித்துக்

கொள்கிறேன்' என்றார் அவர், பெரிய சிரிப்புடன். கூட்டம் கூச்சலிட்ட படி எம்பிக் குதித்தது – ஏதோ பீட்டில்ஸ் குழுவினர் மீண்டும் ஒன்று சேர்ந்துவிட்டது போல. ஜாப்ஸ் உதட்டைக் கடித்தபடி கண்ணாடியைச் சரிசெய்து கொண்டு, பணிவாக நின்றார். 'உங்களுடைய உற்சாகம் என்னை கூச்சப்பட வைக்கிறது. நான் ஒவ்வொருநாளும் என் அலுவலகத்திற்கு வருகிறேன்; உலகிலேயே மிகப் பெரிய அறிவு ஜீவிகளோடு இணைந்து பணியாற்றுகிறேன் – ஆப்பிளிலும் சரி, பிக்ஸாரிலும் சரி. ஆனால் இந்த வேலைகள் குழுக்களாய் இணைந்து செய்யக்கூடியவை. ஆப்பிளில் உள்ள அனைவரது சார்பில் உங்கள் நன்றியை ஏற்றுக்கொள்கிறேன்.'

தலைமை நிர்வாக அதிகாரி ❈ 511

இயல் இருபத்தொன்பது

ஆப்பிள் ஸ்டோர்ஸ்

ஜீனியஸ் பார்களும் சியெனா கற்களும்

நியூ யார்க்கின் ஃபிஃப்த் அவென்யூ அங்காடி

வாடிக்கையாளரின் அனுபவம்

எந்த ஒரு விஷயத்தையும் தம் கட்டுப்பாட்டிலிருந்து விட்டுக் கொடுப்பதை ஜாப்ஸ் அறவே வெறுத்தார் – குறிப்பாக வாடிக்கை யாளர்களின் அனுபவத்தைப் பாதிக்கக்கூடியவற்றை. ஆனால் ஒரு பிரச்சினை. அவருடைய கட்டுப்பாட்டிற்குள் வராத விஷயமொன்று இருக்கத்தான் செய்தது: அங்காடியில் ஓர் ஆப்பிள் தயாரிப்பை வாங்கும் அனுபவம்.

பைட் ஷாப் நிறுவனத்தின் காலம் முடிந்துபோய்விட்டது. தொழில் துறை விற்பனையானது ஒரு வட்டாரத்தில் கணினிகளுக்கென்று இருந்த தனிப்பட்ட கடைகளிலிருந்து பேரங்காடிகள், சங்கிலித்தொடர் அங்காடிகள் *(செய்ன் ஸ்டோர்ஸ்)* என விரிவடைந்தன. அங்கிருந்த

விற்பனையாளர்களுக்கு ஆப்பிள் தயாரிப்புகளின் சிறப்பம்சங்களை விளக்கும் அறிவோ, ஆர்வமோ, அனுபவமோ எதுவுமே இல்லை. 'விற்பனையாளர் கவனம் செலுத்தியதெல்லாம் தனக்குக் கிட்டும் ஐம்பது டாலர் கமிஷனில் மட்டுமே' என்று ஜாப்ஸ் கூறினார். மற்ற கணினிகள் எல்லாம் பொதுவாக வழக்கமான அம்சங்களையே கொண்டிருந்தன. ஆனால் ஆப்பிளின் அம்சங்களில் புதுமை இருந்தது. விலையும் அதிகம். அங்காடியின் அலமாரிகளில் ஒரு டெல்லுக்கும் காம்பாக்கிற்கும் இடையில் ஐமாக் இருப்பதையோ, விவரமில்லாத ஒரு விற்பனையாளர் எல்லாவற்றையும் போல அதையும் விளக்கு வதையோ ஜாப்ஸ் சிறிதும் விரும்பவில்லை. 'எங்கள் விசேஷமான செய்தியை வாடிக்கையாளர்களுக்குத் தெரிவிக்க வழி தேடினோம் – இல்லாவிட்டால் எல்லாமே வீணாகிவிடும்.'

மிக இரகசியமாக, 1999இன் இறுதியில், ஆப்பிள் சில்லறை விற்பனை அங்காடிகளை உருவாக்கும் திறமைபெற்ற செயல் வல்லுநர்களைத் தேர்வுசெய்யும் முயற்சியில் ஜாப்ஸ் இறங்கினார். வந்திருந்தவர்களுள் ஒருவருக்கு வடிவமைப்பில் அதீத ஆர்வமும் இயல்பான சில்லறை வியாபாரிகளிடம் காணப்படும் சிறுபிள்ளைகளுக்கே உரித்தான உற்சாகமும் மிகுந்து காணப்பட்டன: அவர் ரான் ஜான்ஸன், டார்கெட் நிறுவனத்தில் வணிகப் பிரிவின் துணைத் தலைவர். வித்தியாசமாகத் தோற்றமளிக்கும் தயாரிப்புகளை அறிமுகம் செய்யும் பொறுப்பு அவருடையது. உதாரணமாக, மைக்கேல் கிரேவ்ஸ் வடிவமைத்த தேநீர்க்கெண்டி. 'ஸ்டீவிடம் பேசுவது மிக எளிது' என்றார் ஜான்ஸன், அவர்களுடைய முதல் சந்திப்பை நினைவுகூர்ந்தபடி. 'திடீரென்று பார்த்தால் கிழிந்த ஜீன்ஸுூம் டர்ட்டில்நெக் டி-ஷர்ட்டுமாக ஒருவர். படபடவென்ற பேச்சினூடே, தமக்கு ஏன் பேரங்காடிகள் தேவைப் படுகின்றன என்ற விளக்கம். ஆப்பிள் வெற்றியடையுமானால் அது புதுமையின் காரணமாகத்தான் இருக்கும் என்று அவர் கூறினார். வாடிக்கையாளர்களுடன் தொடர்புகொள்ளவும் பேசவும் தெரிய வில்லையென்றால் புதுமையில் வெற்றி காண முடியாது.'

2000 ஜனவரியில் ஜான்ஸன் மீண்டும் நேர்காணலுக்காக வந்தபோது ஜாப்ஸ் சிறிது தூரம் நடந்துவிட்டு வரலாம் என்றார். காலை எட்டரை மணிக்கு நூற்று நாற்பது அங்காடிகளை உள்ளடக்கிய பிரம்மாண்ட மான ஸ்டான்ஃபோர்ட் பேரங்காடிக்குச் சென்றார்கள். கடைகள் திறந்திருக்கவில்லை. ஆகவே அவர்கள் பேரங்காடி முழுவதும் மேலும் கீழுமாக மீண்டும் மீண்டும் நடந்து அது எவ்வாறு ஒருங்கிணைக்கப் பட்டுள்ளது, மற்ற கடைகளோடு ஒப்பிடுகையில் பேரங்காடிகளின் பங்கு என்ன, சில விசேஷமான கடைகள் வெற்றியடையக் காரணம் என்ன போன்ற விஷயங்களைக் கலந்தாலோசித்தனர்.

பத்து மணிக்குக் கடைகள் திறந்தபின்னரும் அவர்கள் பேசுவதும் நடப்பதுமாக இருந்தனர் – அப்படியே எட்டி பவர் கடைக்குள் நுழைந்தனர். அங்கு இரண்டு நுழைவாயில்கள் இருந்தன – பேரங்காடியிலிருந்து ஒன்று, கார்கள் நிறுத்தும் இடத்திலிருந்து ஒன்று. ஜாப்ஸ் ஆப்பிள் அங்காடிகளுக்கு ஒரு நுழைவாயில் மட்டுமே இருக்கவேண்டும் என்று முடிவு செய்தார். இதன் மூலம் அனுபவம் எளிதில் கட்டுப்பாட்டிற்குள் வரும் என்று அவர் நம்பினார். அதுமட்டுமல்ல, எட்டி பவர் கடை நீளமாகவும் குறுகலாகவும் இருப்பதாக இருவருமே கருதினர். வாடிக்கையாளர்கள் ஓர் அங்காடிக்குள் நுழைந்ததுமே அதன் அமைப்பை இயல்பாய் உணர்ந்துகொள்ளவேண்டியது அவசியமாக இருந்தது.

அந்தப் பேரங்காடியில் தொழில்நுட்பம் தொடர்பான அங்காடிகள் எதுவும் இருக்கவில்லை. ஜான்ஸன் ஏனென்று விளக்கினார்: பொதுவான கருத்துப்படி, ஒரு வாடிக்கையாளர் அடிக்கடி வாங்காத பொருளான கணினியை வாங்கும்பொழுது வசதி குறைவான இடமாக இருந்தாலும், அதுவரை சென்றுதான் வாங்குவார். ஏனெனில் அங்கு கடை வாடகை குறைவாக இருக்கும். ஜாப்ஸ் ஒத்துக்கொள்ளவில்லை. ஆப்பிள் அங்காடிகள் எவ்வளவுதான் செலவு அதிகம் என்றாலும் பேரங்காடிகளில்தான் இருக்கும் – அதுவும் நகரின் முக்கிய வீதிகளில், அதாவது, நிறையபேர் கூடும் பரபரப்பான இடங்களில். எங்கள் தயாரிப்புகளைப் பார்ப்பதற்குப் பத்துமைல் தூரமெல்லாம் கார் ஓட்டிக்கொண்டு வரவழைக்க எங்களால் முடியாமல் போகலாம். ஆனால் பத்தடி நடக்க வைக்க எங்களால் முடியும்' என்றார் அவர். குறிப்பாக விண்டோஸ் பயனர்களை ஈர்க்க வேண்டியிருந்தது: அவர்கள் அவ்வழியே செல்வதானால், ஓர் ஆர்வத்தில் வந்து பார்ப்பார்கள் – நாம் அதை அந்த அளவிற்குக் கவர்ச்சியாக வைத்தால். எங்களிடம் என்ன உள்ளது என்று காட்டுவதற்கு ஒரு வாய்ப்புக் கிட்டினாலும் அது எங்களுக்கு வெற்றிதான்.'

அங்காடியின் பரப்பளவுதான் தயாரிப்பின் முக்கியத்துவத்தைக் குறிக்கும் என்று ஜான்ஸன் கூறினார். 'ஆப்பிள் என்பது காப் நிறுவனத்தைப் போல பெரிய பெயருள்ள தயாரிப்பா?' என்று அவர் கேட்டார். ஜாப்ஸ் அதைவிட மிகப் பெரியது என்று பதிலளித்தார். 'அதனால் உங்கள் அங்காடியும் அதற்கேற்பப் பெரிதாக இருக்கவேண்டும். இல்லாவிடில் ஓர் ஒப்பீடு இல்லாமல் போய்விடும்' என்று ஜான்ஸன் கூறினார். ஜாப்ஸ் மைக் மார்க்குலாவின் வாக்கியத்தை விவரித்தார்: 'ஒரு நல்ல நிறுவனம் *முத்திரை பதிக்கத்* தெரிந்ததாக இருக்கவேண்டும். அதாவது பொதிதலிலிருந்து விளம்பரம் வரைதான் செய்யும் ஒவ்வொரு விஷயத்திலும் தனது மதிப்பையும், முக்கியத்துவத்தையும் தெரிவிக்க வேண்டும்.' ஜான்ஸனுக்கு இந்த விளக்கம் மிகவும் பிடித்திருந்தது.

அது நிச்சயமாக ஒரு நிறுவனத்தின் அங்காடிக்குப் பொருத்தமாக இருந்தது. 'இந்த அங்காடியானது தயாரிப்பின் மிக வலிமையான உருவ வெளிப்பாடாக இருக்கும்' என்று அவர் கணித்துச் சொன்னார். சிறுவயதில் மன்ஹட்டனிலுள்ள ரால்ஃப் லாரன் வடிவமைத்த மரப் பலகைகளிட்ட, கலைப்பொருட்கள் நிரம்பிய மாளிகை போன்ற அங்காடிக்கு – எழுபத்து இரண்டாம் வீதி *(செவன்டி செகண்ட்)* மற்றும் மாடிசனில் உள்ளவை – சென்றிருந்ததாகக் கூறினார். 'நான் போலோ ஷர்ட்டுகள் வாங்கும்பொழுதெல்லாம் அந்த அங்காடி மாளிகையை நினைத்துக்கொள்வேன் – அது ரால்ஃபின் கொள்கைகளின் வெளிப்பாடு' என்றார் ஜான்ஸன். 'மிக்கி ட்ரெக்ஸ்லர் அதையே 'காப்'பிற்காகச் செய்தார். பெரிய காப் அங்காடி, சுத்தமான வளாகம், மரத்தாலான தரைகள், வெள்ளைச் சுவர்கள், மடிக்கப்பட்டு தயார் நிலையிலுள்ள வணிகப்பொருட்கள் ஆகியவற்றை நினைவுகூராமல் ஒரு காப் தயாரிப்பைக் கற்பனை செய்ய முடியாது.'

அவர்கள் சுற்றிப்பார்த்து முடித்தபின் ஆப்பிளுக்குச் சென்று, ஒரு ஆலோசனை அறையில் அமர்ந்து நிறுவனத்தின் தயாரிப்புகளோடு விளையாடிக் கொண்டிருந்தனர். அங்கு தயாரிப்புகள் அதிகம் இருக்கவில்லை – ஒரு சாதாரண அங்காடியின் சுவர் அலமாரிகளை நிரப்புவதற்குக்கூட. ஆனால் அதுவும் சாதகமாகத்தான் இருந்தது. அவர்கள் உருவாக்கும் அங்காடி மிகச் சில தயாரிப்புகளைக் கொண்டிருக்கும் என்று அவர்கள் தீர்மானித்தனர். குறைந்தபட்ச அறைகலன்களுடன், காற்றோட்டமாக, மக்கள் தயாரிப்புகளை முயன்று பார்க்கவும் வசதியானதாக இருக்கும். 'பெரும்பாலானவர்களுக்கு ஆப்பிள் தயாரிப்புகள் பற்றித் தெரியாது. அவர்கள் ஆப்பிளை ஒரு கலாச்சாரமாகக் காண்கிறார்கள். நீங்கள் அந்தப் பார்வையிலிருந்து விலகி, மிகக் கவர்ச்சியான ஒரு தயாரிப்புக்கு மாறவேண்டும். அதற்கு மக்கள் முயன்று பார்க்கக் கூடிய அற்புதம் மிகவும் உதவிகரமாக இருக்கும்' என்றார் ஜான்ஸன். இந்த அங்காடிகள் ஆப்பிள் தயாரிப்புகளின் நோக்கை வெளிப்படுத்தும்: விளையாட்டுத்தனமானவை, எளியவை, ஆக்கப்பூர்வமானவை; ஹிப் கலாச்சாரத்திற்கே உரிய துள்ளலுக்கும், அச்சுறுத்தும் உணர்விற்கும் இடையிலான கோட்டின் வெளிச்சமான பகுதி.

மாதிரி வடிவம்

முடிவில் ஜாப்ஸ் தமது யோசனையைத் தெரிவித்த போது குழுவினர் அப்படியொன்றும் பிரமித்துப் போய்விடவில்லை. கேட்வே கம்ப்யூட்டர்ஸ் புறநகர்ப் பகுதிகளில் தனது அங்காடிகளைத் தொடங்கியது முதலாகவே தீப்பற்றிக் கொண்ட நிலைதான். அப்படியிருக்க, அதைவிட விலை மதிப்புள்ள இடத்தில் இருப்பதால் நிறுவனம் இன்னும் சிறப்பாகச்

செயல்பட முடியும் என்ற ஜாப்ஸின் வாதம் அவர்களால் ஏற்றுக் கொள்ள முடியாததாக இருந்தது. 'வித்தியாசமாய்ச் சிந்தியுங்கள்', 'இது கிறுக்கர்களுக்காக' போன்ற வாசகங்கள் விளம்பரத்திற்குக் கச்சிதமாய்ப் பொருந்தினாலும், அவற்றை நிறுவனத் திட்டங்களுக்கு வழிகாட்டி களாக எடுத்துக்கொள்ள நிர்வாகக் குழு தயக்கம் காட்டியது. 'நான் என் தலையைப் பிய்த்துக்கொண்டு இருக்கிறேன். இது கிறுக்குத்தனம் என்று தோன்றுகிறது' என்று ஆர்ட் லெவின்ஸன் நினைவுகூர்ந்தார். இவர் 2000இல் ஆப்பிள் நிர்வாகக் குழுவில் இணைந்துகொண்டவர். முன்பு ஜெனெடெக் நிறுவனத்தின் தலைமை நிர்வாக அதிகாரியாக இருந்தவர். 'எங்களுடையது சிறிய நிறுவனம். சிறிய அளவில் பங்குச் சந்தையில் இடம்பெற்றுள்ளோம். இதுபோன்றதொரு யோசனையை என்னால் ஆதரிக்க முடியுமா என்று எனக்கு உறுதியாகத் தெரியவில்லை' என்றேன். எட்வூலார்டும் சற்று சந்தேகத்துடன்தான் பேசினார்: 'கேட்வே இதை முயன்று தோற்றது; டெல் அங்காடிகளின்றி நேரடியாக வாடிக்கையாளர்களிடமே விற்பனை செய்துவருகிறது; அதில் வெற்றியும் கண்டுள்ளது' என அவர் வாதிட்டார். இவ்வாறு ஒட்டுமொத்த நிர்வாகக் குழுவும் நம்பிக்கையின்றிப் பேசுவதை ஜாப்ஸால் ஒத்துக்கொள்ள முடியவில்லை. சென்றமுறை இவ்வாறு நடந்தபோது அனேகமாக எல்லா நிர்வாக உறுப்பினர்களையும் மாற்றிவிட்டிருந்தார். இம்முறை தனிப்பட்ட காரணங்களுக்காகவும், ஜாப்ஸுடன் இழுபறியில் ஈடுபட்டுச் சலித்துப்போனதாலும் வூலார்ட் விலகிக்கொள்ளத் தீர்மானித்தார். ஆனால் அவர் அப்படிச் செய்வதற்குள், நிர்வாகக்குழு நான்கு ஆப்பிள் அங்காடிகளுக்கான முன்னோட்டத்திற்கு அங்கீகாரம் அளித்தது.

நிர்வாகக் குழுவில் ஜாப்ஸிற்கு ஆதரவான ஒருவரும் இருக்கத் தான் செய்தார். 1999இல், ப்ராங்க்ஸைச் சேர்ந்த, சில்லறை வியாபாரத்தில் கொடிகட்டிப் பறந்த மில்லார்ட் 'மிக்கி' ட்ரெக்ஸ்லர் என்பவரை ஜாப்ஸ் பணியில் அமர்த்தியிருந்தார். இவர் காப் நிறுவனத்தின் தலைமை நிர்வாக அதிகாரியாக இருந்தகாலத்தில், மந்தகதியில் இயங்கிக் கொண்டிருந்த ஓர் அங்காடித்தொடரை அமெரிக்காவின் காஷுவல் (திட்டமிடப்படாத) கலாச்சாரத்தின் சின்னமாக மாற்றியமைத்தார். ஜாப்ஸைப் போலவே வடிவமைப்பு, தோற்றம், பயனர் தேவைகள் போன்ற விஷயங்களில் வெற்றிகரமாகவும், திறமை மிக்கவராகவும் உள்ள, உலகிலேயே மிகச்சிலருள் ஒருவர். மேலும், அவர் முழுமையான கட்டுப்பாட்டை ஆதரித்தார்: காப் அங்காடிகள் காப் தயாரிப்புகளை மட்டுமே விற்பனை செய்தன; காப் தயாரிப்புகள் பெரும்பாலும் காப் அங்காடிகளில் மட்டுமே விற்பனைக்கு வைக்கப்பட்டன. 'எனது சொந்தத் தயாரிப்பை, அதன் தயாரிப்பு முறையில் தொடங்கி விற்பனை முறை வரை அனைத்தையும் எனது கட்டுப்பாட்டில் வைத்துக்கொள்ள

இயலாமல் போவதை என்னால் ஏற்றுக்கொள்ளவே முடியவில்லை; அதனால்தான் நான் அங்காடி விற்பனையை விட்டு விலகிவந்தேன்' என்றார் ட்ரெக்ஸ்லர். 'ஸ்டீவும் அதே போலத்தான்; அதனால்தான் என்னை நியமித்தார் என்று நினைக்கிறேன்.'

ட்ரெக்ஸ்லர் ஜாப்ஸிற்கு ஒரு ஆலோசனை சொன்னார்: ஆப்பிள் வளாகத்திற்கு அருகே அங்காடியின் மாதிரி வடிவத்தை இரகசியமாக உருவாக்கி, அங்கு தேவையான அறைகலன்கள் (*ஃபர்னிச்சர்*) அனைத்தையும் வைத்து, அப்படிப்பட்ட சூழலில் இருப்பதைச் வசதியாக உணரும் வரையில் அங்கேயே உலாவிவரும்படி. ஆக, ஜான்ஸனும் ஜாப்ஸும் க்யூபர்டினோவில் காலியாகக் கிடந்த ஒரு கிடங்கை வாடகைக்கு எடுத்தார்கள். ஆறு மாத காலத்திற்கு, செவ்வாய்க்கிழமை தோறும் காலைவேளைகளில் கலந்தாலோசனைக் கூட்டங்கள் நடைபெற்றன. அங்கு உலாவியவாறே, தங்களுடைய சில்லறை வியாபார தத்துவத்தை மேலும் மேலும் செம்மைப்படுத்தினர். ஐவின் வடிவமைப்புக் கூடம் போலவே அமைக்கப்பட்ட ஓர் அங்காடியாக அது இருந்தது. அந்த சொர்க்கபூமியில் ஜாப்ஸ் தமது பார்வைத் திறத்தால் பல்வேறு தேர்வுகளின் பரிணாம வளர்ச்சியைத் தொட்டும், பார்த்தும் புதுமைகளைப் புகுத்தினார். 'அங்கு தனியே உலாவுவது எனக்கு மிகவும் பிடித்தமானதாக இருந்தது; அதன் ஒவ்வொரு அம்சத்தையும் சரிபார்த்தபடி' என ஜாப்ஸ் நினைவுகூர்ந்தார்.

சிலசமயம் அவர் ட்ரெக்ஸ்லர், லாரி எல்லிசன் மற்றும் பல நம்பிக்கைக்குரிய நண்பர்களை வந்து பார்க்கும்படி அழைப்பார். 'வார இறுதிகளில் பலமுறை, என்னை *டாய் ஸ்டோரி*யின் புதிய காட்சிகளைக் காணுவதற்கு சொல்லாத சமயங்களில் அவருடைய கிடங்கிற்குச் சென்று அங்குள்ள மாதிரிகளைக் காணச் சொல்வார்' என்று எல்லிசன் கூறினார். 'கலையுணர்வு, வாடிக்கையாளர் சேவை என முழுமையான தொரு அங்காடி அனுபவமாக இருக்கவேண்டும் என்பதற்காகச் சின்னஞ்சிறு நுணுக்கங்களில்கூட அவர் அளவுக்கதிகமாக ஈடுபாடு கொண்டிருந்தார். ஒரு கட்டத்தில், 'ஸ்டீவ், நீங்கள் என்னை அந்த அங்காடிக்கு மறுபடியும் அனுப்பிவைப்பதாக இருந்தால், நான் இனி உங்களைக் காண வரவேமாட்டேன்' என்று கூறிவிட்டேன்.

எல்லிசனின் நிறுவனமான 'ஆரக்கிள்' பணம் கணக்கிடும் கருவி தேவைப்படாத, கையடக்க செக்அவுட் (சரிபார்ப்பு) அமைப்புக்காக ஒரு மென்பொருள் தயாரித்துக் கொண்டிருந்தது. ஒவ்வொருமுறை வரும்பொழுதும் ஜாப்ஸ் எல்லிசனிடம் கடன்அட்டை (*க்ரெடிட் கார்ட்*) தருவது, ரசீது அச்சடிப்பது போன்ற தேவையற்ற செயல்களைத் தவிர்ப்பதன் மூலம் சீரான அமைப்பொன்றை உருவாக்க முயலுமாறு

விடாமல் சொல்லிக்கொண்டே இருந்தார். 'அங்காடியையும் தயாரிப்புகளையும் பார்த்தீர்களானால், ஸ்டீவ் எளிமையின் அழகை எவ்வளவு ஆராதித்தார் – பௌஹௌஸ் அழகுணர்வும் அற்புதமான சிக்கனமும் அங்காடிகளின் சரிபார்ப்பு வரை, எந்த அளவிற்கு ஊடுருவியுள்ளன என்பது புரியும்' என்றார் எல்லிசன். 'அதாவது மிகக் குறைந்த எண்ணிக்கையிலான படிகள். ஸ்டீவ் சரிபார்ப்பு எப்படி இயங்க வேண்டும் என்பதற்கான செயல்முறையைக் கச்சிதமாக, வெளிப்படையாகச் சொல்லித்தந்தார்.'

ட்ரெக்ஸ்லர் மாதிரி வடிவத்தைப் பார்வையிட வந்திருந்தபொழுது, சில விமரிசனங்கள் செய்தார்: 'அறை குறுக்கும் நெடுக்குமாக வெட்டுப்பட்டது போலவும், சற்று அசுத்தமாகவும் இருப்பதாகத் தோன்றியது. கவனத்தைத் திசைதிருப்பக்கூடிய கட்டடக்கலை அம்சங்களும் நிறங்களும் ஏராளமாக இருந்தன.' வாடிக்கையாளர் அங்காடியினுள்ளே நுழைந்ததும், ஒரே பார்வையில் சூழலின் ஓட்டத்தைப் புரிந்துகொள்ளவேண்டும். எளிமையும், திசைதிருப்பும் சாதனங்கள் இல்லாமலிருப்பதும் ஓர் அங்காடிக்கு மட்டுமன்றி அங்கு காட்சிக்கு வைக்கப்பட்டுள்ள தயாரிப்புகளுக்கும் மிகவும் அவசியமான சிறப்பம்சங்கள் என்பதை ஜாப்ஸ் ஒத்துக்கொண்டார். 'அதன் பிறகு அவர் அதைக் கச்சிதமாகச் செய்துவிட்டார்' என்றார் ட்ரெக்ஸ்லர். 'அவருடைய கனவு இதுதான்: தமது தயாரிப்பைப் பொறுத்த வரையில் அந்த அனுபவத்தின் முழுமையான கட்டுப்பாடு - அதன் வடிவமைப்பு, தயாரிப்புமுறை முதல் விற்பனைமுறை வரை.'

2000 அக்டோபர் மாதம், எல்லாம் கச்சிதமாக முடிந்துவருவதாக எண்ணிக்கொண்டிருந்த நிலையில், ஒரு செவ்வாய்க்கிழமை கூட்டத்திற்கு முந்தைய நாள் நள்ளிரவு. ஜான்ஸன் திடீரென விழித்தெழுந்தார். அவருடைய மனத்தில் ஒரு புதிய கவலை உருவெடுத்திருந்தது: திட்டத்தில் மிக அடிப்படையான ஒரு தவறு - அங்காடியை அவர்கள் ஆப்பிளின் பிரதான தயாரிப்புகளான பவர்மாக், ஐமாக், ஐபுக், பவர்புக் ஆகியவற்றைச் சுற்றியே திட்டமிட்டிருந்தனர். ஆனால் ஜாப்ஸ் ஒரு புதிய கோணத்தில் சிந்திக்கத் தொடங்கியிருந்தார்: எல்லாவிதமான டிஜிட்டல் (இலக்கமுறை) செயல்பாடுகளுக்கும் கணினியை ஒரு களமாகப் பயன்படுத்துதல். அதாவது, காமெராக்களிலிருந்து வீடியோக்கள் (காணொளிகள்) மற்றும் புகைப்படங்கள், ஒருவேளை என்றாவது ஒரு நாள் மியூசிக் ப்ளேயர் (இசைப்பான்) மற்றும் பாடல்கள் அல்லது புத்தகங்கள், பத்திரிகைகள் போன்றவற்றையெல்லாம் கூடக் கணினியே கையாளக்கூடும். அப்படியிருக்க, ஜான்ஸனின் விடிகாலைச் சிந்தனையில் ஒரு மின்னல் வெளிச்சம் – நிறுவனத்தின் நான்கு வகை கணினிகளை மட்டுமே கருத்தில் கொள்ளாமல், மக்கள் செய்ய

விரும்பும் எல்லாவற்றையும் உள்ளடக்கும் வகையில் அங்காடியில் காட்சிகளும் விளக்கங்களும் ஏற்பாடு செய்யப்படவேண்டும் என்பது தான் அது. 'உதாரணமாக, ஒரு மூவி பே – அங்கு பலவகையான மாக்குகளிலும் பவர்புக்குகளிலும் ஐமூவி ஓடிக்கொண்டிருக்கும் – நம் வீடியோ காமெராக்களில் உள்ள படங்களைக் கணினியில் சேமித்து, அவற்றைத் தொகுத்தளிப்பது எப்படி என்ற விளக்கங்களோடு.'

அந்தச் செவ்வாய்க்கிழமையன்று ஜான்ஸன் சற்று முன்னதாகவே ஜாப்ஸின் அலுவலகத்திற்கு வந்தார். அங்காடியை மாற்றியமைப்பது குறித்துத் தமக்கு வந்த மின்னல் யோசனையைப் பகிர்ந்துகொண்டார். தமது மேலதிகாரியின் சுட்டெரிக்கும் வார்த்தைகள்பற்றி அவர் ஏராள மான கதைகளைக் கேட்டறிந்திருந்தார். ஆனால் அதன் வெப்பத்தை அவர் அன்றுவரை உணர்ந்ததில்லை. ஜாப்ஸ் எரிமலையாய்ச் சீறினார்: 'இது எவ்வளவு பெரிய மாற்றம் என்று உணர்ந்துதான் பேசுகிறாயா? இந்த அங்காடியை உருவாக்குவதில் ஆறு மாதங்கள் இரவுபகலாய்ப் போராடி உழைத்திருக்கிறேன். நீ இப்போது வந்து எல்லாவற்றையும் மாற்று என்கிறாய்!' ஜாப்ஸ் சட்டென்று அமைதியானார். 'நான் களைத்துப் போய்விட்டேன். இதற்கு மேல் மற்றொரு அங்காடியை ஆதிமுதல் என்னால் வடிவமைக்க முடியுமா என்று எனக்குத் தெரியவில்லை.'

ஜான்ஸன் வாயடைத்துப்போனார் – ஜாப்ஸும் அவர் அப்படியே இருக்குமாறு பார்த்துக்கொண்டார். செவ்வாய்க்கிழமை கூட்டத்திற்காக அனைவரும் மாதிரி அங்காடியில் கூடியிருந்தனர். போகும் வழியில் ஜாப்ஸ் ஜான்ஸனை எச்சரித்தார்: தம்மிடமோ மற்ற குழுவினரிடமோ அவர் ஒரு வார்த்தைகூடப் பேசக்கூடாதென்று. ஆகவே ஏழு நிமிடங்கள் நீடித்த கார் பயணம் மௌனத்தில் கழிந்தது. அங்காடியைச் சென்றடைந்தபோது, ஜாப்ஸ் தகவல்களை முழுமையாய் அலசி ஆராய்ந்து வைத்திருந்தார். 'ரான் சொன்னது சரிதான் என்று எனக்குப் புரிந்தது' என்றார் அவர். கூட்டத்தைத் தொடங்கிவைத்த ஜாப்ஸ் பேசினார்: 'நாம் இதுவரை கடைப்பிடித்தது தவறான முறை என்று ரான் கருதுகிறார். நமது தயாரிப்புகளில் மட்டும் கவனம் செலுத்து வதற்குப் பதிலாக மக்கள் செய்ய விரும்பும் விஷயங்களையும் உள்ளடக்கி அங்காடியை ஒருங்கிணைக்கவேண்டும் என்பது அவருடைய எண்ணம்.' ஜான்ஸனுக்கு இன்ப அதிர்ச்சியாக இருந்தது. சில நொடி களுக்குப்பின் ஜாப்ஸ் மீண்டும் தொடர்ந்தார்: 'அவர் சொல்வதும் சரிதான் – உங்களுக்கே புரியும்.' அங்காடியின் அமைப்பை மாற்றுவது என்றால் ஜனவரியில் செய்வதாகத் திட்டமிட்டிருந்த திறப்புவிழா மேலும் மூன்று அல்லது நான்கு மாதங்கள் தள்ளிப்போகக்கூடும்; என்றாலும் அதைச் செய்துவிடலாம் என்றார் ஜாப்ஸ். 'திருத்தியமைக்க நமக்கு உள்ள ஒரே வாய்ப்பு இதுதான்.'

இந்தக் கதையைச் சொல்வதில் ஜாப்ஸ் மிகவும் மகிழ்ச்சியடைந்தார் – அன்று முழுதும் அவர் தமது குழுவினரிடம் அதைத்தான் பேசிக் கொண்டிருந்தார் – தாம் பார்த்துப்பார்த்துக் கச்சிதமாகச் செய்து முடித்ததெல்லாம் ஒரு கட்டத்தில் மீண்டும் பின்னோக்கிச் செல்ல நேர்ந்தது பற்றி. அதில் ஒவ்வொரு முறையும் கச்சிதமாகச் செய்யப் படாதவற்றைக் கண்டறிந்து, அவற்றைத் திருத்தியமைக்க வேண்டி யிருந்தது. *டாய் ஸ்டோரியிலும்* அது தேவைப்பட்டது – வுட்டி என்ற கதாபாத்திரம் தனது சுபாவத்தை மாற்றிக்கொள்ளும்பொழுது; அதன்பின், முதன்முதலில் வடிவமைத்த மகின்டாஷில் ஒன்றிரண்டு முறை. 'ஒன்று சரியில்லை என்று தோன்றிவிட்டால், 'பிறகு திருத்திக் கொள்ளலாம்' என்று அலட்சியமாய் விட்டுவிடக்கூடாது. மற்ற நிறுவனங்கள் அப்படித்தான் செய்கின்றன' என்றார் அவர்.

திருத்தியமைக்கப்பட்ட மாதிரி அங்காடி ஒருவழியாக 2001 ஜனவரியில் முழுமையடைந்தபொழுது, ஜாப்ஸ் நிர்வாகக் குழுவினரை முதன் முதலாகப் பார்க்க அனுமதித்தார். ஒரு வெண்பலகையில் அங்காடியின் வடிவமைப்பின் பின்னணியிலுள்ள சிந்தனைகள் அனைத்தையும் வரைந்து விளக்கினார். நிர்வாகக் குழுவினர் அனை வரையும் ஒரு வண்டிக்குள் ஏற்றிக்கொண்டு இரண்டு மைல் தூரப் பயணம். ஜாப்ஸூம் ஜான்ஸனும் இணைந்து செய்திருந்ததைப் பார்த்ததும், ஒருமனதாக முன்னோக்கிச் செல்ல அங்கீகாரம் அளித்தனர். சில்லறை வணிகத்திற்கும் நிறுவனத்தின் பெயருக்குமிடையே உள்ள உறவை ஒரு புதிய உயரத்திற்கு இது இட்டுச் செல்லும் என்று அனைவரும் ஒத்துக்கொண்டனர். அதுமட்டுமன்றி, பயனீட்டாளர்கள் ஆப்பிள் கணினிகளை டெல் அல்லது காம்பாக் போல வெறும் தயாரிப்புகளாக மட்டும் கருதிவிடாமல் அது பார்த்துக் கொள்ளும்.

நிறுவனத்திற்கு வெளியிலுள்ள வல்லுநர்களில் பெரும்பாலான வர்கள் இந்தக் கருத்தை ஏற்றுக்கொள்ளவில்லை. 'ஸ்டீவ் ஜாப்ஸ் இவ்வளவு வித்தியாசமாகச் சிந்திப்பதைச் சற்று நிறுத்திக்கொள்வது நல்லது' என்றனர். *பிசினஸ் வீக்* பத்திரிகை: 'மன்னித்துக் கொள்ளுங்கள் ஸ்டீவ், ஆப்பிள் ஸ்டோர்ஸ் வெற்றி பெறாது - ஏன் தெரியுமா?' என்ற தலைப்பில் ஒரு கட்டுரை வெளியிட்டது. ஆப்பிளின் முன்னாள் முதல்நிலை நிதி அதிகாரி ஜோசப் க்ராஸியானோ சொன்னதாகக் குறிப்பிடப்பட்டிருந்த வரிகள்: 'ஆப்பிளின் பிரச்சினை இதுதான் – பாலாடைக் கட்டியும் நொறுவைகளுமே போதும் என்று திருப்திப் பட்டுக் கொண்டிருக்கும் உலகத்தில் காவியாரை[1] அறிமுகப்படுத்துவதை

[1] சில குறிப்பிட்ட வகை மீன்களின் முட்டைகள் கொண்டு தயாரிக்கப்படும் உணவு; விலை மிகவும் அதிகம். (மொ-ர்)

வளர்ச்சிக்கு வழி என்று இன்னமும் நம்பிக்கொண்டிருக்கிறது.' சில்லறை வணிக ஆலோசகர் டேவிட் கோல்ட்ஸ்டைன் அறிவித்தார்: 'தங்களுடைய தவறு எவ்வளவு வலிமிகுந்தது, விலைமதிப்புள்ளது என்பதை உணர்ந்து அவர்கள் தோல்வியைத் தழுவ இரண்டு ஆண்டுகள் அவகாசம் தருகிறேன்.'

மரம், கல், எஃகு, கண்ணாடி

முதல் ஆப்பிள் அங்காடி வர்ஜினியாவின் டைசன்ஸ் கார்னரில் 2001 மே 19 அன்று திறந்து வைக்கப்பட்டது. பளபளக்கும் வெள்ளை விற்பனை முகப்புகள், ப்ளீச் (நிறம் நீக்கம்) செய்யப்பட்ட மரத்தாலான தரைகள், 'வித்தியாசமாய்ச் சிந்தியுங்கள்' என்று கூறும் பெரிய அளவிலான சுவரொட்டி ஒன்று - ஜானும் யொகோவும் படுக்கையில் இருப்பது போலச் சித்திரித்தது. கணிப்புகள் பொய்த்துப்போயின. கேட்வே அங்காடிகளில் வருகைப்பதிவு வாரத்திற்கு சராசரியாக 250ஆக இருந்தது. 2004க்குள் ஆப்பிள் அங்காடிகளின் வாராந்தர சராசரி வருகைப்பதிவு 5400 ஆனது. அந்த ஆண்டு அங்காடிகளின் வருமானம் 1.2 பில்லியன் டாலர் – இதன்மூலம் சில்லறை வணிகத்துறையில் பில்லியன் டாலர் மைல்கல்லை எட்டிச் சாதனை படைத்தன. எல்லிசனின் மென்பொருளைக் கொண்டு ஒவ்வொரு ஸ்டோரிலும் விற்பனை விவரங்கள் நான்கு நிமிடங்களுக்கு ஒருமுறை பட்டியலிடப் பட்டன. இதனால் தயாரிப்பு, வழங்குதல், விற்பனை ஆகியவற்றை ஒருங்கிணைப்பது குறித்த விவரங்கள் உடனடியாகக் கிட்டின.

அங்காடிகள் வளம் கொழித்துவரும் நிலையில், ஜாப்ஸ் ஒவ்வொரு அம்சத்திலும் முழு ஈடுபாட்டுடன் இருந்தார். லீ க்ளோ நினைவுகூர்ந்தார்: 'அங்காடிகள் திறந்துகொண்டிருந்த நேரத்தில் எங்கள் விளம்பரக் கூட்டங்களில் ஒன்றின்போது கழிவறைச் சின்னங்கள் சாம்பல் நிறத்தின் எந்தச் சாயலில் இருக்கவேண்டும் என்று தீர்மானிப்பதற்காக மட்டும் எங்களை அரை மணிநேரம் செலவழிக்க வைத்தார்.' சிறப்பு அங்காடிகளை வடிவமைத்தது போலின் சைவின்ஸ்கி ஜாக்ஸன் என்ற கட்டடக்கலை நிறுவனம் – ஆனால் முக்கிய முடிவுகள் அனைத்தையும் ஜாப்ஸ்தான் எடுத்தார்.

ஜாப்ஸ் குறிப்பாக மாடிப்படிகளில் கவனம் செலுத்தினார் – அவை நெக்ஸ்ட்டில் அவர் வடிவமைத்திருந்ததை அப்படியே பிரதிபலித்தன. கட்டுமானத்திலுள்ள ஓர் அங்காடியை அவர் பார்வையிட்டபோது, தவறாமல் மாடிப்படிகளில் மாற்றங்களைப் புகுத்தினார். மாடிப்படி களின் அமைப்பு தொடர்பான இரண்டு காப்புரிமை விண்ணப்பங்களில் அவர் முதன்மைக் கண்டுபிடிப்பாளராகக் குறிப்பிடப்பட்டுள்ளார். ஒன்று, முழுக்க முழுக்க கண்ணாடியாலான படிகளும், அவற்றோடு

டைட்டானியத்தால் இணைக்கப்பட்ட கண்ணாடித் தூண்களும் தரும் பார்வை ஊடுருவும் தோற்றம்; மற்றொன்று, பாரங்களைத் தாங்குவதற் காகக் கண்ணாடிப் பலகைகளை நெருக்கமாய் அடுக்கி உருவாக்கப் பட்ட பிரம்மாண்டமான கண்ணாடித் தூணைப் பயன்படுத்தும் பொறியியல் அமைப்பு.

1985இல் ஆப்பிளில் தமது முதல் சுற்றிலிருந்து வெளியேற்றப் பட்டபோது, அவர் இத்தாலி சென்றிருந்தார். அங்கு ஃப்ளாரென்ஸ் நகரத்தின் நடைபாதை ஓரங்களில் பதிக்கப்பட்டிருந்த சாம்பல்நிறக் கற்கள் அவரைப் பெரிதும் கவர்ந்தன. 2002இல் அங்காடிகளின் மரத்தாலான தரைகள் நடைபாதைகளை ஒத்திருப்பதாய் அவருக்குத் தோன்றியதால் கவலையடைந்தார். மைக்ரோஸாஃப்டின் தலைமை நிர்வாக அதிகாரி ஸ்டீவ் பால்மர் போன்றவர்களை இன்னலுக் குள்ளாக்குவதைக்[2] கற்பனை செய்யக்கூட முடியாது. அதனால் ஜாப்ஸ் அவற்றுக்குப் பதிலாக ஃப்ளாரென்ஸில் கண்ட கற்களைப் பயன்படுத்த விரும்பினார். அவருடைய சகஊழியர்களில் சிலர் அதே நிறத்தையும் தன்மையையும் காங்க்ரீட்டை வைத்தே செய்யலாம்; செலவும் பத்தில் ஒரு பங்காகக் குறையும் என்று பரிந்துரைத்தார்கள். ஆனால் ஜாப்ஸ் அசல் கல்தான் வேண்டும் என்று வலியுறுத்தினார். நீலச்சாம்பல் நிறம் கொண்ட பியெட்ரா செரெனா சான்ட்ஸ்டோன் வகைக் கற்கள் மென்மையான தன்மையுடையவை. ஃப்ளாரென்ஸிற்கு வெளியே, ஃபிரென்ஸுவோலாவிலுள்ள இல் கசொனே என்ற தனியார் குடும்பத் திற்குச் சொந்தமான குவாரியில் அவை கிடைத்தன. ‘நாங்கள் மலையிலிருந்து வெட்டி வந்தவற்றுள் மூன்று சதவீதத்தை மட்டுமே தேர்வு செய்தோம். ஏனெனில் கச்சிதமான நிறம், கோடுகள், தூய்மை ஆகியவை மிக முக்கியம்’ என்றார் ஜான்ஸன். ‘நிறம் கச்சிதமாக இருக்க வேண்டும்; பொருளின் தரமும் மிக உயர்வாக இருக்க வேண்டும்’ என்று ஸ்டீவ் எங்களிடம் மிகவும் கண்டிப்பாகச் சொல்லியிருந்தார்.’ ஆகவே ஃப்ளாரென்ஸிலுள்ள வடிவமைப்பாளர்கள் கச்சிதமாகக் கற்சுரங்கங் களிலிருந்து வெட்டியெடுக்கப்பட்ட கற்களைத் தேர்வுசெய்து, அவற்றை டைல்களாக (பதிகல்லாக) வெட்டுவதைக் கவனமாய்ப் பார்வை யிட்டு, ஒவ்வொரு டைலும் அதற்குப் பொருத்தமான டைல்களோடு பதிக்கப்படவேண்டும் என்பதற்காக அவற்றுக்கு ஒட்டுவில்லைகளால் *(ஸ்டிக்கர்ஸ்)* அடையாளக் குறிகள் இடப்பட்டுள்ளனவா என்பதையும் உறுதிசெய்தனர். ‘ஃப்ளாரென்ஸ் நடைபாதைகளுக்குள் பதிக்கப்பட்ட அதே கற்கள் என்பதாலேயே அவை காலம் கடந்து நிலைத்திருக்கும் என்ற உத்தரவாதமும் இருந்தது’ என்றார் ஜான்ஸன்.

[2] ஸ்டீவ் பால்மர் தமது பெருத்த உடலையும் மீறிய உற்சாகத் துள்ளல்களுக்குப் பெயர் பெற்றவர். (மொ-ர்)

அங்காடிகளின் மற்றொரு சிறப்பம்சம் ஜீனியஸ் பார். தமது குழுவினருடன் இரண்டுநாள் ஓய்வு விடுப்பிலிருந்தபோது ஜான்ஸனுக்குத் தோன்றிய யோசனை இது. அவர்களிடம் அதுவரையில் கிடைத்த சேவையில் மிகச் சிறந்தது எது என்று கேட்டிருந்தார். அனேகமாக எல்லோருமே ஃபோர் ஸீஸன்ஸ் அல்லது ரிட்ஸ் கார்ல்ட்டன் ஹோட்டலில் கிடைத்த ஒரு நல்ல அனுபவத்தைக் கூறினார்கள். ஆகவே ஜான்ஸன் அவருடைய முதல் ஐந்து அங்காடி மேலாளர்களை ரிட்ஸ் கார்ல்ட்டன் பயிற்சி வகுப்பிற்கு அனுப்பி வைத்தார். பின்னர் ஒரு வாடிக்கையாளர் சேவைப் பிரிவு மற்றும் பாரின் சிறப்பம்சங்கள் அடங்கிய புதியதொரு சேவையை அறிமுகப்படுத்தும் யோசனை வந்தது. 'ஒரு பாரில் நமது மிகச் சிறந்த ஊழியர்களைப் பணிபுரியச் சொன்னால் எப்படி இருக்கும்?' என்றார் ஜாப்ஸிடம். 'அதை ஜீனியஸ் பார் என்று அழைக்கலாம்.'

ஜாப்ஸ் இது கிறுக்குத்தனமான யோசனை என்றார். அந்தப் பெயருக்கும்கூட எதிர்ப்புத் தெரிவித்தார். 'அவர்களை ஜீனியஸ் என்றெல்லாம் அழைக்கமுடியாது' என்றார் அவர். 'அவர்கள் கீக்குகள். ஜீனியஸ் பார் என்று அழைக்கப்படும் ஒரு இடத்தில் பணிபுரியும் திறமை அவர்களுக்கு இல்லை.' ஜான்ஸன் தாம் தோற்றுவிட்டதாகவே கருதினார். ஆனால் மறுநாளே ஆப்பிளின் பொது ஆலோசகர் அவரிடம் 'ஒரு விஷயம். ஸ்டீவ் சற்று நேரத்திற்கு முன்தான் *ஜீனியஸ் பார்* என்ற பெயரைப் பதிவு செய்யும்படி என்னிடம் கூறினார்' என்றார்.

2006இல் திறந்துவைக்கப்பட்ட மன்ஹட்டனின் ஃபிஃப்த் அவென்யூ அங்காடியில் ஜாப்ஸின் ஆர்வங்கள் பலவும் ஒன்றுகூடின: ஒரு கனசதுரம், அவருடைய தனிப்பாணியிலான படிக்கட்டுகள், கண்ணாடி, எங்கெங்கும் பிரதிபலிக்கும் 'குறைந்தபட்சப் பொருட்களைக் கொண்டு அதிகபட்சம்' என்ற கொள்கை. 'அது உண்மையிலேயே ஸ்டீவ் பாணி அங்காடியாக இருந்தது' என்றார் ஜான்ஸன். 24/7 திறந்திருக்கும், அதிக அளவில் வருகைப்பதிவு கிட்டக்கூடிய இடங்களைத் தேர்வு செய்யும் வழிமுறைகளுக்கான முன்னோடியாக இருந்தது அது – முதல் ஆண்டிலேயே வாரத்திற்கு வருகைப்பதிவு 50,000ஐ எட்டியது (கேட்வேயின் வாராந்தர வருகைப் பதிவு 250 மட்டுமே என்பதை நினைவில் கொள்க). 'இந்த அங்காடியில் ஒவ்வொரு சதுர அடிக்கும் உலகில் எந்த அங்காடியையும்விட அதிக வருகைகள் பதிவாகின்றன' – ஜாப்ஸ் 2010இல் பெருமைபொங்கக் கூறினார். 'மொத்த வருமானத்திலும்கூட டாலரில், வெறும் சதுர அடிக் கணக்கில் அல்ல – நியூ யார்க்கின் எந்த அங்காடியையும்விட அதிகம். இதில் சாக்ஸ், ப்ளூமிங்டேல்ஸ் ஆகியவையும் அடங்கும்.'

தயாரிப்புகளின் வெளியீடு போலவே அங்காடிகளின் திறப்புவிழாக்களும் பரவசமூட்டுவதாக இருக்கும்வண்ணம் ஜாப்ஸ் ஏற்பாடுகள்

செய்தார். மக்கள் இந்த அங்காடித் திறப்புவிழாக்களில் பங்கேற்பதற்காகவே பயணம் மேற்கொண்டு, முதல் நாள் இரவை வெளியே கழித்தபடி காத்திருந்தார்கள் – மறுநாள் முதன்முதலில் உள்ளே செல்பவர்களில் ஒருவராக இருப்பதற்கு. 'அப்பொழுது பதினான்கு வயதான என்னுடைய மகன் என்னுடன் முதல் வெளி இரவுப் பொழுதை பாலோ ஆல்டோவில் கழிக்கலாம் என்று கூறினான் – அந்த அனுபவமே ஒரு மிக சுவாரசியமான சமூக நிகழ்ச்சியாக மாறிவிட்டது' என்று எழுதினார் காரி அலென். இவர் ஆப்பிள் ஸ்டோரின் விசிறிகளுக்காகவே ஒரு வலைத்தளம் உருவாக்கினார். 'அவனும் நானும் பலமுறை வெளி இரவுப்பொழுதுகள் கழித்திருக்கிறோம் – மற்ற நாடுகளிலான ஐந்தையும் சேர்த்து. பல அற்புதமான மனிதர்களைச் சந்திக்க அவை வாய்ப்பளித்தன.'

2011 ஜூலையில், முதல் அங்காடிகள் திறந்து பத்து ஆண்டுகள் நிறைவு பெற்றிருந்த நிலையில் மொத்தம் 326 ஆப்பிள் அங்காடிகள் இருந்தன. அவற்றுள் மிகப்பெரியது லண்டனிலுள்ள கொவென்ட் கார்டன்; மிகவும் உயரமானது தோக்யோவின் கின்ஸாவில் உள்ளது. ஒவ்வொரு அங்காடியிலும் சராசரி ஆண்டு வருமானம் 34 மில்லியன் டாலர். 2010இல் மொத்த விற்பனைத் தொகை 9.8 பில்லியன் டாலர். ஆனால் அங்காடிகள் இதைவிடவும் அதிகம் சாதித்தன. ஆப்பிள் நிறுவனத்தின் மொத்த வருமானத்தின் 15% மட்டுமே அங்காடிகளிலிருந்து நேரடியாக வந்தது. ஆனால் அவை ஏற்படுத்திய பரபரப்பாலும் நிறுவனத்தின் பெயரைப் பிரபலப்படுத்தி மக்களிடையே ஏற்படுத்திய விழிப்புணர்வாலும் நிறுவனம் எதைச் செய்தாலும் அதற்குப் பெருமளவில் வரவேற்புக் கிடைத்தது.

2011இல் புற்றுநோயின் தாக்கங்களை அனுபவித்துவரும் நிலையில் கூட, ஜாப்ஸ் அங்காடிகளுக்கான எதிர்காலத் திட்டங்களை வகுப்பதில் தமது நேரத்தைச் செலவழித்தார் – உதாரணமாக நியூ யார்க் நகரத்தின் கிராண்ட் சென்ட்ரல் டெர்மினலில் அவர் கட்ட விரும்பிய ஒரு அங்காடிக்கு. ஒரு மதிய வேளையில் அவர் ஃபிஃப்த் அவென்யூ அங்காடியின் புகைப்படம் ஒன்றை எனக்குக் காண்பித்து, அதில் இருபுறமும் இருந்த பதினெட்டுக் கண்ணாடித் துண்டுகளைச் சுட்டிக் காட்டினார். 'அந்தக் காலத்தில் கண்ணாடித் தொழில்நுட்பத்தில் இருந்த நவீனம் இதுதான்' என்றார். 'இந்த கண்ணாடிகளைச் செய்வதற்கு எங்களுக்குத் தேவைப்பட்ட பெரிய கலன்களை நாங்களே தயாரித்துக் கொள்ள வேண்டியிருந்தது. அதன் பிறகு வேறு ஒரு படத்தை வெளியே எடுத்தார். அதில் பதினெட்டுத் துண்டுகளுக்குப் பதிலாக நான்கு பெரிய கண்ணாடிகள் இருந்தன. அடுத்தது தாம் செய்ய விரும்புவது அதுதான் என்றார். மீண்டும் ஒருமுறை அழகுணர்வும் தொழில்நுட்பமும்

ஒருங்கே கூடுமிடத்தில் ஒரு சவால். 'நமது இன்றைய தொழில்நுட்பத்தை வைத்து இதைச் செய்யவேண்டுமென்றால் கனசதுரத்தை ஒரு அடி அளவிற்குச் சுருக்க வேண்டியிருக்கும்' என்றார். 'நான் அப்படிச் செய்ய விரும்பவில்லை. ஆகையால் நாம் சீனாவில் புதிய கலன்கள் தயாரிக்க ஏற்பாடு செய்யவேண்டும்.'

ரான் ஜான்ஸனுக்கு இந்த யோசனை அப்படியொன்றும் பூரிப்பைத் தரவில்லை. அவர் கண்களுக்கு அந்தப் பதினெட்டுக் கண்ணாடித் துண்டுகளே நான்கு பெரிய கண்ணாடிகளைவிட நன்றாகத்தான் இருந்தன. 'நமது இன்றைய அளவு விகிதங்களே ஜெனரல் மோட்டார்ஸ் (ஜிஎம்) கட்டடத்தின் தூண்களுடன் இணைந்து பொருந்தி மாயா ஜாலம் புரிகின்றன' என்றார் அவர். 'அது நகைப்பெட்டி போல ஜொலிக்கிறது. கண்ணாடி மிகவும் ஒளி ஊடுருவும்படியாக இருந்தால் அதுவே ஒரு குறையாகத் தெரியும்.' அவரும் முடிந்தவரையில் ஜாப்ஸுடன் வாதிட்டுப்பார்த்தார். ஆனால் எந்தப் பயனுமில்லை. 'தொழில்நுட்பம் புதிய வசதிகளைச் செய்துதரும்பொழுது, அதைக் கூடியவரையில் பயன்படுத்திக்கொள்ள வேண்டும் என்பதுதான் அவருடைய விருப்பம்' என்றார் ஜான்ஸன். 'அதுமட்டுமல்ல, ஸ்டீவிற்கு எப்பொழுதுமே குறைவே நிறைவு; எளிமையே எப்பொழுதும் நன்மை. ஆகையால், ஒரு கண்ணாடிப் பெட்டியைக் குறைந்த அம்சங்களைக் கொண்டு செய்ய முடியுமென்றால் அது நல்லது, எளிமையானது, நவீன தொழில்நுட்பத்தைப் பிரதிபலிப்பது. ஸ்டீவ் இருக்க விரும்புவது அப்படியொரு முன்னணியான நிலையில்தான் – தமது தயாரிப்பு களிலும் சரி, அங்காடிகளிலும் சரி.'

இயல் முப்பது

டிஜிட்டல் களம்

ஐட்யூன்ஸிலிருந்து ஐபாடுக்கு

2001இன் முதல் ஐபாட்

புள்ளிகளை இணைத்தல்

ஆண்டுக்கு ஒருமுறை ஜாப்ஸ் தமது மிக முக்கியமான ஊழியர்களை ஒய்வுவிடுப்பிற்கு அழைத்துச் செல்வார். இதை அவர் 'டாப் 100' என்று அழைப்பார். அவர்கள் ஒரு எளிய முறையில் தேர்ந்தெடுக்கப் பட்டார்கள்: அடுத்த நிறுவனத்திற்கு ஒரு உயிர்காக்கும் படகில் நூறு பேரை மட்டுமே அழைத்துச்செல்ல முடியுமென்றால் யாரை அழைத்துச் செல்வோம் என்பதுதான் அது. ஒவ்வொரு ஓய்வுவிடுப்பின் இறுதியிலும் ஜாப்ஸ் ஒரு வெண்பலகையின் முன்பாக நின்றுகொண்டு (வெண் பலகைகள் அவருக்கு மிகவும் பிடித்தமானவை – சூழலின் முழுக்கட்டுப்பாட்டை அவருக்கு அளிப்பதுடன் மனத்தை ஒருநிலைப் படுத்தவும் அது உதவியது) கேட்பார்: 'நாம் அடுத்துச் செய்யவேண்டிய

பத்து விஷயங்கள் என்னென்ன?' அங்குள்ளவர்கள் தமது யோசனைகளைப் பட்டியலில் இடம்பெறுவதற்காகச் சண்டைகூடப் போட்டுக் கொள்வார்கள். ஜாப்ஸ் அவற்றை எழுதி எடுத்துக்கொள்வார்; பின் பலனற்றவை என்று தோன்றியவற்றை அதிலிருந்து நீக்கிவிடுவார். பலதரப்பட்ட விவாதங்களுக்குப்பின் குழு பத்து செயல்கள் அடங்கிய பட்டியலைத் தயார் செய்யும். அப்போது ஜாப்ஸ் கீழுள்ள ஏழை அடித்து நீக்கிவிட்டு 'நாம் மூன்றுமட்டுமே செய்யமுடியும்' என்பார்.

2001க்குள் ஆப்பிள் தனது தனியர்க் கணினி அளிக்கக்கூடிய அம்சங்களைத் திருத்தி அமைத்திருந்தது. இது வித்தியாசமாகச் சிந்திக்க வேண்டிய நேரம். அந்த ஆண்டு அவருடைய வெண்பலகையில் 'அடுத்தது என்ன' பட்டியலில் புதிய சாத்தியக்கூறுகள் முதலில் இடம்பெற்றிருந்தன.

அந்தக் காலகட்டத்தில் டிஜிட்டல் (இலக்கமுறை) உலகில் இருள் சூழ்ந்திருந்தது. டாட் காம் குமிழ் வெடித்துவிட்டிருந்தது. நாஸ்டாக் பங்குச்சந்தை தனது உச்சத்திலிருந்து 50 சதவிகிதம் வரை வீழ்ச்சி அடைந்திருந்தது. மூன்று தொழில்நுட்ப நிறுவனங்கள் மட்டுமே ஜனவரி 2001 சூப்பர் பவுலில் விளம்பரம் செய்திருந்தன – கடந்த ஆண்டு அது பதினேழாக இருந்தது. ஆனால் பணவாட்ட உணர்வு மேலும் ஆழமானது. ஆப்பிள் நிறுவனத்தை ஜாப்ஸும் வாஸ்நியாக்கும் தொடங்கிவைத்தபின் இருபத்து ஐந்து ஆண்டுகளுக்கு தனியர்க் கணினிதான் *(பர்சனல் கம்ப்யூட்டர்)* டிஜிட்டல் புரட்சியின் மையமாக இருந்துவந்தது. இப்போது வல்லுநர்கள் அதன் முக்கியத்துவம் முடிவுக்கு வந்து கொண்டிருப்பதாகக் கணித்தனர். 'அது சலிப்பூட்டக் கூடிய ஒன்றாகிவிட்டது' என்று *வால் ஸ்ட்ரீட் ஜர்னலின்* வால்ட் மாஸ்பெர்க் எழுதியிருந்தார். கேட்வேயின் தலைமை நிர்வாக அதிகாரி ஜெஃப் வைட்ஸென் 'தனியர்க் கணினியை மையமாகக் கொண்ட அமைப்பிலிருந்து நாம் விலகிக் கொண்டிருப்பது தெளிவாகத் தெரிகிறது' என்றார்.

இந்தக் கட்டத்தில்தான் ஜாப்ஸ் ஒரு புதிய, கம்பீரமான செயல் திட்டத்தை வகுத்தார் – இது ஆப்பிளை மட்டுமல்ல, அதனோடு சேர்ந்து மொத்த தொழில்நுட்பத் துறையையும் மாற்றியமைக்க இருந்தது. தனியர்க் கணினி தனது எல்லைகளை விரிவுபடுத்திக்கொள் வதற்குப் பதிலாக, மியூசிக் ப்ளேயர் (இசைப்பான்) முதல் காணொளி *(வீடியோ)* பதிவு சாதனங்கள், காமெராக்கள் வரை பல்வேறு சாதனங்களை ஒருங்கிணைக்கும் 'டிஜிட்டல் ஹப்' அமைப்பாக உருவாகும். இந்தச் சாதனங்களைக் கணினியோடு இணைப்பதன்மூலம் நமது இசை, படங்கள், வீடியோ, கட்டுரைகள் மற்றும் ஜாப்ஸ் 'டிஜிட்டல் வாழ்க்கை முறை' எனக் குறிப்பிடுவதன் பல்வேறு அம்சங்களையும் திறம்படக் கையாளலாம். ஆப்பிள் இனி வெறும் கணினி நிறுவனமாக இருக்காது

– அந்த வார்த்தைகளைத் தனது பெயரிலிருந்துகூட அது விலக்கிவிடும் – ஆனால் மகின்டாஷ் புது ஆற்றலுடன், வியப்பூட்டும் புதிய சாதனங்களின் வரிசைக்கு – ஐபாட், ஐஃபோன், ஐபேட் உட்பட – ஒரு களமாகப் புதுப் பொலிவுடன் விளங்கும்.

ஜாப்ஸ் முப்பது வயதை அடைந்தபோது இசைத்தட்டுத் தொகுப்புகள் *(ரெக்கார்ட் ஆல்பம்ஸ்)* பற்றிய உருவகம் ஒன்றைப் பயன்படுத்தியிருந்தார். முப்பது வயதுக்கு மேற்பட்டோர் புதுமைகளை மிகக் குறைந்த அளவே புகுத்துவதும், திடமான சிந்தனைகளை வகுத்துக் கொள்வதும் ஏன் என்று சிந்தித்து வந்தார். 'ஒரு குறிப்பிட்ட சிந்தனை அமைப்புக்குள் அவர்கள் சிக்கி விடுகிறார்கள் – இசைத்தட்டுகளில் *(ரெக்கார்ட்)* உள்ள கோடுகளைப்போல. அதிலிருந்து அவர்கள் வெளியேறுவதே இல்லை' என்றார் அவர். நாற்பத்து ஐந்து வயதில் ஜாப்ஸ் அந்தக் கோடுகளிலிருந்து வெளியேறத் தயாரானார்.

ஃபயர்வயர்

கணினியை டிஜிட்டல் (இலக்கமுறை) களமாக்கும் நோக்கு ஆப்பிள் **1990**களின் தொடக்கத்தில் உருவாக்கிய ஃபயர்வயர் என்ற தொழில் நுட்பத்திலிருந்து வந்தது. இது காணொளி (வீடியோ) போன்ற டிஜிட்டல் கோப்புகளை ஒரு சாதனத்திலிருந்து மற்றொன்றுக்கு மிக வேகமாக மாற்றக்கூடிய சீரியல் போர்ட் (தொடர்நிலை செருகுமிடம்) ஆகும். ஜப்பானிய காம்கார்டர் தயாரிப்பாளர்கள் இதைப் பயன்படுத்தினார்கள். ஜாப்ஸ் அதை **1999**இல் வெளிவந்த ஐமாக்கின் புதிய வடிவங்களில் பயன்படுத்தத் தீர்மானித்தார். அவருடைய சிந்தனையில் வீடியோக்களைக் காமெராக்களிலிருந்து கணினிக்கு மாற்றும் அமைப்பின் ஒரு பகுதியாக ஃபயர்வயரைச் செயல்படுத்த முடியும் என்ற யோசனை உருவானது. அந்த காணொளிகளை கணினியின் உதவிகொண்டு திருத்தி, தொகுத்து விநியோகிப்பது சாத்தியமாகும்.

இதைச் செயல்படுத்த ஐமாக்கிற்கு மிகச் சிறந்த காணொளி (வீடியோ) தொகுப்பு மென்பொருள் தேவைப்பட்டது. ஆகவே அடோபி என்ற டிஜிட்டல் க்ராஃபிக்ஸ் நிறுவனத்திலுள்ள தமது நண்பர்களிடம் சென்று வின்டோஸ் கணினிகளில் பிரபலமாக உள்ள அடோபி ப்ரீமியரின் புதிய மாக் வடிவத்தை உருவாக்கித் தரும்படி கேட்டுக்கொண்டார். அடோபி செயற்குழு மறுத்தபோது ஜாப்ஸ் திகைத்தார். மகின்டாஷ் பயனர்கள் மிகக் குறைவு என்பதால் இந்த முயற்சி பலன் தராது என்றார்கள். ஜாப்ஸ் கோபமடைந்தார். தாம் ஏமாற்றப்பட்டதாக உணர்ந்தார். 'அடோபியை வரைபடத்திலிட்டு ஒரு அந்தஸ்தைத் தந்தவன் நான். அவர்களோ என்னைக் கைவிட்டு விட்டார்கள்' – அவர் பின்னர் முறையிட்டார். மாக்ஸ் ஓஎஸ்எக்ஸிற்காக

ஃபோட்டோஷாப் போன்ற தனது பிரபலமான நிரல்களை *(ப்ரோக்ராம்ஸ்)* எழுதித்தர மறுத்தபோது விஷயம் மேலும் தீவிரமானது - ஏனெனில் மகின்டாஷின் இந்த பயன்பாட்டு மென்பொருள்கள் *(அப்ளிகேஷன்ஸ்)* வடிவமைப்பாளர்கள், ஆக்கப்பூர்வமான கலையுணர்வு உள்ளவர்கள் மத்தியில் பிரபலமாக இருந்தன.

ஜாப்ஸ் அடோபியை மன்னிக்கவே இல்லை. பத்து ஆண்டுகள் கழித்து ஐபேடில் அடோபி ஃப்ளாஷுக்கு அனுமதிதர மறுத்ததால் பெரிய பொதுப்போரே மூண்டது. இந்த அனுபவம் அவருக்குத் தந்த பாடம் ஓர் அமைப்பின் முழுக்கட்டுப்பாட்டையும் தம் கையில் வைத்துக்கொள்ளவேண்டும் என்ற அவருடைய ஆசைக்கு மேலும் வலுவூட்டியது. '1999இல் அடோபி எங்களை ஏமாற்றியபோது நான் உணர்ந்துகொண்ட முக்கிய விஷயம் ஒன்று இருந்தது. வன்பொருள், மென்பொருள் இரண்டையும் கட்டுப்படுத்த முடியாத எந்தத் தொழிலிலும் ஈடுபடக்கூடாது - இல்லாவிட்டால் அது நம் தலையைக் கொய்து நம் கையிலேயே தந்துவிடும்.'

1999இல் தொடங்கி ஆப்பிள் மாக்கிற்கான பயன்பாட்டு மென்பொருளைத் தயாரிக்கத் தொடங்கியது – கலைக்கும் தொழில் நுட்பத்திற்கும் பொதுவாக உள்ளவர்களை மையமாகக் கொண்டு இது செய்யப்பட்டது. ஃபைனல் கட் ப்ரோ – டிஜிட்டல் வீடியோ தொகுப்பிற்காக; ஐமூவி – எளிமையான பயனீட்டாளர் வடிவம்; ஐடிவிடி – இசை மற்றும் காணொளிகளை *(வீடியோ)* குறுவட்டில் *(டிஸ்க்)* பதிவு செய்வதற்காக; ஐஃபோட்டோ – அடோபி ஃபோட்டோஷாப்புடன் போட்டியிடுவதற்காக; கராஜ் பான்ட் – இசையை உருவாக்குவதற்கும் கலவை செய்வதற்கும்; ஐட்யூன்ஸ் – நமக்கு விருப்பமான பாடல்களை நிர்வகிப்பதற்கு; ஐட்யூன்ஸ் ஸ்டோர் – பாடல்களை வாங்குவதற்காக.

டிஜிட்டல் (இலக்கமுறை) களத்திற்கான யோசனை விரைவில் கவனத்திற்கு வந்தது. 'நான் முதலில் இதைக் காம்கார்டர் மூலம்தான் தெரிந்துகொண்டேன்' என்றார் ஜாப்ஸ். 'ஐமூவியைப் பயன்படுத்துவது உங்களுடைய காம்கார்டரைப் பத்து மடங்கு அதிக மதிப்புள்ள தாக்கும்.' நூற்றுக்கணக்கான அடிகள் படச்சுருள்களைச் சேர்த்து வைத்துக்கொண்டு, அவற்றை ஒருகாலும் தீண்டாமலிருப்பதைவிட, அதைக் கணினியில் தொகுத்து, கம்பீரமான டிஸால்வ் (கரையும்) உத்திகளைப் புகுத்தி, பின்னணி இசை சேர்த்து, பல்வேறு அம்சங் களைச் செய்தவர்களின் பெயர்களைப் பட்டியலிட்டு, நம்மைத் தயாரிப்பாளராகப் பெயரிட்டுக் கொள்ளலாம். இது மக்களின் ஆக்கத்தையும் கலையுணர்வையும் தூண்டி, தங்கள் உணர்வுகளை வெளிக்காட்ட வழிவகை செய்து, உணர்ச்சிபூர்வமான பலனைத்

தருகிறது. 'அப்பொழுதுதான் தனியார்க் கணினி (பர்சனல் கம்ப்யூட்டர்) வேறு ஏதோ ஒன்றாக உருமாறப்போகிறது என்பது எனக்குப் புலப்பட்டது.'

ஜாப்ஸுக்கு மற்றொரு விஷயமும் புரிந்தது: கணினி களமாகச் செயல்பட்டால், அது கையடக்கச் சாதனங்களை மேலும் எளிதாக்கும்; அந்தச் சாதனங்கள் செய்யவிரும்பிய பல விஷயங்கள் தரமற்று இருந்தன – உதாரணமாக காணொளிகள் அல்லது புகைப்படங்களைத் தொகுப்பது. ஏனெனில் திரைகள் சிறிதாக, பல்வேறு செயல்பாடுகள் அடங்கிய மெனுக்களுக்குப் போதிய இடமின்றி இருந்தன. கணினி களால் இதை மேலும் எளிதாகக் கையாள முடியும்.

இன்னும் ஒரு விஷயம். இந்தச் சாதனங்கள் (கணினி, மென்பொருள், அப்ளிகேஷன்ஸ், ஃபயர்வயர்) அனைத்தும் இறுக்கமாக ஒருங்கிணைக்கப் பட்டால் சிறப்பான பலன்களைத் தரும் என்றும் ஜாப்ஸ் கண்டறிந்தார். 'முனையிலிருந்து முனைவரையிலான தீர்வுகளைத் தரமுடியும் என்ற எனது நம்பிக்கை மேலும் வலுவடைந்தது' என்றார் அவர்.

இந்த ஞானத்தில் ஒரு விசேஷம் இருந்தது. இப்படிப்பட்ட ஒருங் கிணைந்த அமைப்பை அளிக்கக்கூடிய ஒரே நிறுவனம்தான் இருந்தது. மைக்ரோஸாஃப்ட் மென்பொருள் எழுதியது; டெல், காம்பாக் இரண்டும் வன்பொருள் தயாரித்தன; சோனி ஏராளமான டிஜிட்டல் (இலக்கமுறை) சாதனங்களை அளித்தது; அடோபி பலவிதமான பயன்பாட்டு மென்பொருள்களை (அப்ளிகேஷன்ஸ்) வழங்கியது. ஆனால் ஆப்பிள் மட்டுமே இவை அனைத்தையும் செய்தது. 'வன்பொருள், மென்பொருள், இயங்கு தளம் (ஆபரேட்டிங் சிஸ்டம்) என அனைத்து அம்சங்களையும் சொந்தமாகக் கொண்ட ஒரே நிறுவனம் எங்களுடையது தான்' – ஜாப்ஸ் டைம் பத்திரிகைக்கு விளக்கினார். 'எங்களால் பயனர் அனுபவத்திற்கு முழுப் பொறுப்பேற்றுக்கொள்ள முடியும். மற்றவர் களால் செய்ய முடியாததை எங்களால் செய்யமுடியும்.'

டிஜிட்டல் களத்தில் ஆப்பிளின் முதல் ஒருங்கிணைக்கப்பட்ட முயற்சி காணொளி (வீடியோ). ஃபயர்வயர் உதவியால் காணொளி களை மாக்கிற்குள் பதிவுசெய்ய முடிந்தது. ஐமூவியால் அதை ஒரு கலைப்படைப்பாகவே மாற்றமுடிந்தது. பிறகென்ன? சில டிவிடிக்களை நண்பர்கள் தொலைக்காட்சியில் காண்பதற்காகப் பதிவுசெய்து தர விரும்பலாம். 'ஆகவே டிவிடிக்களைப் பதிவு செய்யக்கூடிய பயனர் இயக்ககத்தை (ட்ரைவ்) உருவாக்குவதற்காக இயக்ககம் தயாரிப்பாளர் களோடு மிக அதிக நேரம் செலவிட்டு உழைத்தோம். அதை முதலில் வெளியிட்டது நாங்கள்தான்' என்றார் ஜாப்ஸ். வழக்கம்போல் அந்தச் சாதனத்தையும் பயனர்களுக்காக அவர் எளிமைப்படுத்தியிருந்தார் – இதுதான் அதன் வெற்றிக்குக் காரணமாக அமைந்தது. மைக்

எவாஞ்ஜெலிஸ்ட் ஆப்பிளில் மென்பொருள் வடிவமைப்பாளராகப் பணியாற்றிக் கொண்டிருந்தார். அவர் முன்பு ஜாப்ஸுக்கு இடைமுகத்தின் *(இன்டர்ஃபேஸ்)* தொடக்க வடிவம் ஒன்றை விளக்கியதை நினைவு கூர்ந்தார். 'சில ஸ்க்ரீன் ஷாட்டுகளைப் (திரைவெட்டுகளைப்) பார்த்து விட்டு ஜாப்ஸ் குதித்தெழுந்தார். ஒரு மேஜிக் மார்க்கரைக் கையிலெடுத்துக் கொண்டு வெண்பலகையில் ஒரு நீள்சதுரம் வரைந்தார். *இதுதான் புதிய பயன்பாட்டு மென்பொருள் (அப்ளிகேஷன்). இதில் ஒரு சாளரம் (வின்டோ). உங்கள் காணொளியை (வீடியோ) இந்த சாளரத்திற்குள் செலுத்துகிறீர்கள் (ட்ராக்). பிறகு 'பர்ன்' என்ற பொத்தானை சொடுக்குகிறீர்கள் (க்ளிக்). அவ்வளவுதான்! அதைத்தான் நாம் செய்யப்போகிறோம்.'* எவாஞ்செலிஸ்ட் வாயடைத்துப்போனார். ஆனால் அதிலிருந்துதான் எளிமையான ஐடிவிடி உருவானது. அதற்கான 'பர்ன்' பொத்தானின் ஐகானை (குறிப்படத்தை) வடிவமைப்பதிலும் ஜாப்ஸ் உதவினார்.

டிஜிட்டல் புகைப்படக்கலையிலும் புரட்சி வெடிக்கப் போவதை ஜாப்ஸ் அறிந்திருந்தார். ஆகவே புகைப்படங்களுக்கான களமாகக் கணினியை உருவாக்குவதற்கான வழிகளைக் கண்டறிந்தார். ஆனால் குறைந்தது முதல் ஓராண்டுக்கு மிகப்பெரிய வாய்ப்பு ஒன்றில் அவர் கவனம் செலுத்தத் தவறியிருந்தார். எச்பீயும் வேறு சிலரும் இசைத் தட்டுகளைப் பதிவு செய்யும் இயக்ககத்தை *(ட்ரைவ்)* உருவாக்கிக் கொண்டிருந்தனர். ஆனால் ஆப்பிள் இசையைவிட காணொளிகளில் தான் கவனம் செலுத்தவேண்டும் என்று ஜாப்ஸ் தீர்மானித்தார். மேலும் ஐமாக் தனது ட்ரே டிஸ்க் ட்ரைவிலிருந்து (தட்டுவட்டு இயக்ககம்) விடுபட்டு கம்பீரமான ஸ்லாட் ட்ரைவைப் (செருகுவாய் இயக்ககம்) பயன்படுத்தவேண்டும் என்ற ஜாப்ஸின் கோபமான வலியுறுத்தலில் முதன்முதலில் வெளிவந்த சிடி பர்னர்களைப் (குறுவட்டெழுதி) பயன்படுத்த முடியவில்லை – ஏனெனில் அவை ட்ரே (தட்டு) வடிவத்தைக் கருத்தில் கொண்டு வடிவமைக்கப்பட்டிருந்தன. 'நாங்கள் அதில் கொஞ்சம் பின்தங்கிவிட்டோம் என்றுதான் சொல்ல வேண்டும். ஆகவே மிக வேகமாக முன்னேறி, மற்றவர்களை முந்திச் செல்ல வேண்டியிருந்தது.'

புதுமைகளைப் புகுத்தும் நிறுவனத்திற்கு அடையாளம், அது புது யோசனைகளை முதலில் தோற்றுவிக்கும் என்பது மட்டுமல்ல, தான் பின்தங்கியிருப்பதை உணரும்பொழுது தாவிக்குதித்து முந்துவது எப்படி என்பதையும் நன்கு அறிந்திருக்கும்.'

ஐட்யூன்ஸ்

இசை என்பது மிகப்பெரிய வரவேற்பைத் தரும் என்பதை உணர ஜாப்ஸிற்கு அதிக நேரம் தேவைப்படவில்லை. 2000க்குள் எல்லோரும்

குறுவட்டிலிருந்து கணினிகளுக்குள் இசையைப் பதிவுசெய்து கொண்டிருந்தார்கள். கோப்புகளைப் பகிர்ந்துகொள்ளும் நாப்ஸ்டர் போன்ற சாதனங்களிலிருந்து பதிவிறக்கம் *(டவுன்லோட்)* செய்தார்கள்; அல்லது பாடல் பட்டியல்களைத் தங்கள் வெற்று குறுவட்டுகளில் பதிவுசெய்து கொண்டார்கள். அவ்வருடம் அமெரிக்காவில் விற்பனையான வெற்று குறுவட்டுகளின் எண்ணிக்கை 320 மில்லியனாக இருந்தது. நாட்டில் 281 மில்லியன் மக்கள் மட்டுமே இருந்தனர். இதன் பொருள், சிலர் குறுவட்டுகளில் பதிவு செய்வதில் *உண்மையிலேயே* ஆர்வம் காட்டினர் என்பதும் ஆப்பிள் அவர்களைக் கண்டுகொள்ளவில்லை என்பதும்தான். 'நான் முட்டாள்தனம் செய்துவிட்டதாக எனக்குத் தோன்றியது' என்று ஜாப்ஸ் ஃபார்ச்சூன் பத்திரிகையிடம் கூறியிருந்தார். 'நாங்கள் இந்த வாய்ப்பைத் தவறவிட்டிருந்தோம் என்று நினைத்தேன். மற்றவர்களோடு ஈடுகொடுப்பதற்குக் கடுமையாக உழைக்க வேண்டியிருந்தது.'

ஜாப்ஸ் ஐமாக்கில் ஒரு சிடி பர்னரைச் (குறுவட்டெழுதி) சேர்த்தார். ஆனால் அது போதுமானதாக இருக்கவில்லை. அவருடைய குறிக்கோள் வேறு – குறுவட்டிலிருந்து இசையை எடுத்து மாற்றுப்பதிவு செய்து, கணினியில் கையாண்டு, தயாரித்த பாடல் பட்டியல்களைப் பதிவு செய்யும்வரை அனைத்தையும் எளிமையாக்கவேண்டும். மற்ற நிறுவனங்கள் ஏற்கனவே இசையைக் கையாள்வதற்கான பயன்பாட்டு மென்பொருள்களைத் *(அப்ளிகேஷன்ஸ்)* தயாரித்துக் கொண்டிருந்தனர். ஆனால் அவை பெரிதாகவும் சிக்கல் மிகுந்தவையாகவும் இருந்தன. ஜாப்ஸின் திறமைகளில் ஒன்று – இரண்டாந்தர சாதனங்கள் மலிந்து கிடக்கும் சந்தைகளை அடையாளம் காண்பது. சந்தையில் கிடைக்கும் இசை பயன்பாட்டு மென்பொருள்களைக் கூர்ந்து கவனித்தார் – ரியல் ஜூக்பாக்ஸ், விண்டோஸ் மீடியா ப்ளேயர், எச்பீ தனது சிடி பர்னருடன் இணைத்து வழங்கியது உட்பட. பின் ஒரு முடிவிற்கு வந்தார் – 'இவை மிகவும் சிக்கலானவை. ஒரு மேதாவியால் மட்டுமே இவற்றின் அம்சங்களில் பாதியைப் புரிந்துகொள்ளமுடியும்.'

இந்தக் கட்டத்தில்தான் பில் கின்கெய்ட் உள்ளே வந்தார். ஆப்பிளின் முன்னாள் மென்பொருள் பொறியியல் வல்லுநர். கலிஃபோர்னியாவிலுள்ள வில்லோஸின் பந்தயத் தடத்தை நோக்கித் தமது ஃபார்முலா ஃபோர்ட் பந்தயக் காரை ஓட்டிச் சென்றுகொண்டிருந்தார் - நேஷனல் பப்ளிக் ரேடியோ நிகழ்ச்சிகளைக் கேட்டபடியே (சற்று கவனம் குறைவாக). எம்பீ3 என்ற டிஜிட்டல் (இலக்கமுறை) உருவில் இசை வழங்கும் ரியோ என்ற கையடக்க மியூசிக் ப்ளேயர் பற்றிய செய்தியொன்று ஒலிபரப்பானது. அந்த நிகழ்ச்சியைத் தொகுத்து வழங்கியவர் பேசியபோது 'மாக் பயனர்களே! நீங்கள் மகிழ்ச்சியில் துள்ள

வேண்டாம் – இது மாக்கில் செயல்படாது’ என்பதுபோல ஏதோ சொன்னார். இது கின்கெய்டை உசுப்பிவிட்டது. அவர் தமக்குத்தாமே சொல்லிக் கொண்டார்: ‘அட! இதை நான் செய்வேனே!’

மாக்கிற்காக ரியோ மானேஜரை எழுதுவதில் தமக்கு உதவ அவர் தமது நண்பர்களான ஜெஃப் ராபின், டேவ் ஹெல்லர் ஆகியோரை அழைத்துக்கொண்டார் – அவர்களும் ஆப்பிளின் முன்னாள் மென்பொருள் பொறியியல் வல்லுநர்கள்தாம். அவர்களுடைய தயாரிப்பு சவுண்ட் ஜாம் என்று அழைக்கப்பட்டது. இது மாக் பயனர் களுக்கு ரியோவிற்கான இடைமுகம் *(இன்டர்ஃபேஸ்)* மற்றும் கணினி யில் பாடல்களைக் கையாள்வதற்கான மென்பொருளை அளித்தது. 2000 ஜூலையில் ஜாப்ஸ் தமது குழுவினரைப் பாடல்களைக் கையாளும் மென்பொருளை உருவாக்கச் சொல்லி வற்புறுத்திவந்த நிலையில் ஆப்பிள் பாய்ந்து சவுண்ட் ஜாமைக் கவ்விக்கொண்டது. அதன் நிறுவனர்களை ஆப்பிள் மீண்டும் தனது குழுவில் சேர்த்துக் கொண்டது (மூவரும் நிறுவனத்திலேயே தங்கிவிட்டனர்; ராபின் இசைக்கான மென்பொருள் உருவாக்கும் குழுவை அடுத்த பத்து ஆண்டுகளுக்கு நிர்வகித்துவந்தார். ஜாப்ஸ் ராபினை ஒரு பொக்கிஷமாகவே கருதினார். ஒருமுறை *டைம்* பத்திரிகைச் செய்தியாளர் ஒருவர் ராபினைச் சந்திக்க விரும்பியபோது, அவருடைய கடைசிப்பெயர் அச்சில் வராது என்ற உறுதிமொழியைப் பெற்றபின்னரே அனுமதித்தார் ஜாப்ஸ்).

ஜாப்ஸ் அவர்களுடன் தாமும் அமர்ந்து பணிபுரிந்தார் - சவுண்ட் ஜாமை ஒரு ஆப்பிள் தயாரிப்பு ஆக்குவதற்கு. அதில் பல்வேறு அம்சங் களும், அதனால் பல சிக்கலான திரைகளும் *(ஸ்க்ரீன்ஸ்)* இருந்தன. ஜாப்ஸ் அவர்களிடம் அதை மேலும் எளிமையாகவும் சுவையாகவும் மாற்றும்படி வலியுறுத்தினார். பாடகர், பாடல் அல்லது பாடல் தொகுப்பைக் *(ஆல்பம்)* குறிப்பிட்டுத் தேடவேண்டிய இடைமுகத் துக்குப் பதிலாக ஜாப்ஸ் ஒரு எளிய கட்டத்தை வலியுறுத்தினார் – நமக்கு வேண்டியதை தட்டச்சு செய்வதற்காக. ஐமூவியிலிருந்து அக்குழு சீரான ப்ரஷ் மெட்டல் வடிவமைப்பையும் பெயரையும் பெற்றது. அவர்கள் அதனை ஐட்யூன்ஸ் என்று அழைத்தனர்.

ஜாப்ஸ் ஐட்யூன்ஸை 2001 ஜனவரியின் மாக்வேள்டில் டிஜிட்டல் களத் திட்டத்தின் ஓர் அங்கமாக வெளியிட்டார். இது மாக் பயனர்கள் அனைவருக்கும் இலவசமாக வழங்கப்படும் என்று அறிவித்தார். ‘ஐட்யூன்ஸுடன் இசைப் புரட்சியில் இணைந்துகொள்ளுங்கள். உங்கள் இசைச் சாதனங்களைப் பத்துமடங்கு மதிப்புள்ளதாக்குங்கள்’ என்றார், பலத்த கைதட்டல்களுக்கு மத்தியில். அவருடைய விளம்பர வாசகம் பின்னர் கூற இருந்தது: *ரிப், மிக்ஸ், பர்ன்* (*கிழித்தெடு, கலக்கு, பதிவுசெய்*).

அன்று நண்பகல் ஜாப்ஸ் *நியூ யார்க் டைம்*ஸின் ஜான் மார்க்காஃப்பைச் சந்தித்தார். பேட்டி சுமாராகப் போய்க் கொண்டிருந்தது. முடிவில் ஜாப்ஸ் தமது மாக்கில் அமர்ந்து ஐட்யூன்ஸைக் காட்டினார். 'இது என் இளமைப் பருவத்தை நினைவூட்டுகிறது' என்றார் அவர். திரையில் சைக்கடெலிக் கோலங்கள் நடனமாடின. அது அவருக்கு எல்எஸ்டி போதை பற்றி நினைவூட்டியது. எல்எஸ்டி எடுத்துக்கொள்வது தனது வாழ்க்கையில் செய்த மிக முக்கியமான இரண்டு, மூன்று விஷயங்களில் ஒன்று என ஜாப்ஸ் மார்க்காஃப்பிடம் கூறினார். எல்எஸ்டி எடுத்துக் கொள்ளாதவர்கள் அவரை ஒருபோதும் முழுதாய்ப் புரிந்துகொள்ள முடியாது.

ஐபாட்

டிஜிட்டல் களத்திற்கான அடுத்த நடவடிக்கை ஒரு கையடக்க மியூசிக் ப்ளேயரை உருவாக்குவது. ஆப்பிளிடம் ஐட்யூன்ஸ் மென்பொருளுக்கு ஏற்ற எளிமையான சாதனத்தைத் தயாரிக்கும் வாய்ப்பு இருப்பதை ஜாப்ஸ் உணர்ந்தார். சிக்கலான செயல்பாடுகளைக் கணினியில் முடித்துவிட்டு, எளிமையானவற்றை அந்தச் சாதனத்தில் செய்யலாம். இவ்வாறு பிறந்ததுதான் ஐபாட் – கணினி தயாரிப்பில் மட்டுமே ஈடுபட்டிருந்த ஆப்பிளை உலகின் மிக உயர்ந்த மதிப்புள்ள நிறுவன மாக மாற்றியமைத்த சாதனம்.

ஜாப்ஸ் இந்தச் செயல்திட்டத்தில் பிரத்யேக ஈடுபாடு கொண்டி ருந்தார் - ஏனெனில் அவருக்கு இசையில் ஆர்வம் மிக அதிகம். சந்தை யில் விற்பனைக்கு வந்திருந்த மியூசிக் ப்ளேயர்கள் 'உண்மையிலேயே பயனற்றவை' என்று தமது சக ஊழியர்களிடம் அவர் கூறினார். ஃபில் ஷில்லர், ஜான் ரூபின்ஸ்டைன் ஆகியோருடன் மற்ற குழு உறுப்பினர்களும் இதை ஒத்துக்கொண்டனர். அவர்கள் ஐட்யூன்ஸை உருவாக்கி வரும்பொழுது, ரியோ மற்றும் வேறு மியூசிக் ப்ளேயர்களில் பொழுது போக்கினார்கள் – விளையாட்டாக அவற்றைக் குப்பையில் போடுவார்கள். 'நாங்கள் சுற்றிலும் அமர்ந்துகொண்டு சொல்வோம் – இவை ஒரு பயனும் இல்லாதவை. ஏறத்தாழ பதினாறு பாடல்கள் கொண்டவை – அவற்றை எப்படிப் பயன்படுத்துவது என்பதே புரியாது' என்று ஷில்லர் நினைவுகூர்ந்தார்.

2000இன் இலையுதிர்காலத்தில் ஜாப்ஸ் கையடக்க மியூசிக் ப்ளேயர் ஒன்றை உருவாக்கும்படி வலியுறுத்திவந்தார். அதற்குத் தேவையான உதிரிபாகங்கள் இன்னமும் விற்பனைக்கு வரவில்லை என்றார் ரூபின்ஸ்டைன். அவர் ஜாப்ஸிடம் காத்திருக்கும்படி கூறினார். சில மாதங்களுக்குப் பிறகு ஒரு பொருத்தமான சிறிய எல்சிடி ஸ்க்ரீன் (நீர்மப்படிகக் கட்சித் திரை) மற்றும் ரீசார்ஜ் (மறுமின்னூட்டம்)

செய்யக்கூடிய லிதியம் பாலிமர் பாட்டரி ஆகியவற்றுக்கு ஏற்பாடு செய்துவிட்டார் ரூபின்ஸ்டைன். இதைவிடக் கடினமான சவால் என்னவென்றால், சிறிய அளவிலான நல்ல மியூசிக் ப்ளேயராக விளங்கக்கூடிய வகையில் போதிய நினைவுத்திறன் *(மெமரி)* கொண்ட டிஸ்க் ட்ரைவைக் (வட்டு இயக்ககத்தைக்) கண்டுபிடித்தல். 2001 பிப்ரவரியில் ஆப்பிளின் சப்ளையர்களைச் (வழங்குநர்களைச்) சந்திப்பதற்காக அவர் வழக்கம்போல ஜப்பானுக்குப் பயணமானார்.

தோஷிபாவை எப்பொழுதும்போலச் சந்தித்துப் பேசிமுடித்தபோது பொறியியல் வல்லுநர்கள் ஒரு புதிய சாதனம் பற்றிக் குறிப்பிட்டனர். அது ஜூனில் தயாராகுமென்றும் கூறினர். அது 1.8 அங்குலம் அளவுள்ள சின்னஞ்சிறு வட்டு இயக்ககம் (டிஸ்க் ட்ரைவ் – ஒரு வெள்ளிக் காசின் அளவு) – 5 ஜிகாபைட் கொள்ளளவு உடையது (ஏறத்தாழ ஆயிரம் பாடல்கள்). அதை வைத்துக்கொண்டு என்ன செய்வதென்று அவர்களுக்குப் புரியவில்லை. ரூபின்ஸ்டைனிடம் தோஷிபா பொறியியல் வல்லுநர்கள் அதனைக் காட்டியபோது அதை என்ன செய்யவேண்டும் என்பது அவருக்கு உடனடியாகத் தெரிந்துவிட்டது. அவருடைய சட்டைப்பையில் ஆயிரம் பாடல்கள்! கச்சிதம். ஆனால் அவர் முகத்தில் எந்தவித உணர்வும் காட்டவில்லை. ஜாப்ஸும் ஜப்பானில்தான் இருந்தார் – தோக்யோ மாக்வேள்ட் மாநாட்டில் முக்கிய உரை நிகழ்த்திக்கொண்டிருந்தார். அன்றிரவு அவர்கள் இருவரும் ஒக்குரா ஹோட்டலில் சந்தித்துக் கொண்டார்கள். ஜாப்ஸ் அங்குதான் தங்கியிருந்தார். 'அதை எப்படிச் செய்வதென்று இப்பொழுது எனக்குப் புரிந்துவிட்டது. எனக்கு வேண்டியதெல்லாம் பத்து மில்லியன் டாலருக்கு ஒரு காசோலை' என்றார் ரூபின்ஸ்டைன். ஜாப்ஸ் உடனடியாக அங்கீகாரம் அளித்தார். ரூபின்ஸ்டைன் தோஷிபாவுடன் பேரம்பேசி, தயாரிக்கும் ஒவ்வொரு குறுவட்டிற்கு *(டிஸ்க்)* தனிப்பட்ட உரிமை வழங்கக் கோரி, திட்டவளர்ச்சிக் குழுவை ஏற்று நடத்தக்கூடிய ஒருவரைத் தேடிக்கொண்டிருந்தார்.

டோனி ஃபாடெல் ஒரு சுயதொழில் செய்யும் நிரலாளர் *(ப்ரோக்ராமர்)*. சைபர்பங்க் தோற்றம்; மனத்தைக் கொள்ளைகொள்ளும் புன்னகை. மிச்சிகன் பல்கலைக்கழகத்தில் படிக்கும் பொழுதே மூன்று நிறுவனங்கள் தொடங்கியவர். கையடக்கச் சாதனங்கள் தயாரிக்கும் ஜெனரல் மாஜிக் நிறுவனத்தில் பணிபுரிந்து (இங்குதான் அவர் ஆப்பிள் அகதிகள் ஆண்டி ஹெர்ட்ஸ்ஃபெல்டையும் பில் அட்கின்சனையும் சந்தித்தார்), பிறகு ஃபிலிப்ஸ் எலக்ட்ரானிக்ஸில் சிறிது அசௌகரியமான காலத்தை ஓட்டினார் – அங்கு நிலவிய கட்டுப்பெட்டியான கலாச்சாரத்தின்மீது தமக்கிருந்த அதிருப்தியை குட்டையான, ப்ளீச் செய்த தலைமுடி, கலகக்கார பாணி ஆகியவற்றின் மூலம் தீர்த்துக்கொண்டார். ஒரு

மேம்பட்ட டிஜிட்டல் மியூசிக் ப்ளேயரை உருவாக்குவதற்காக அவர் சில யோசனைகள் வைத்திருந்தார். அவற்றை ரியல்நெட்வார்க்ஸ், சோனி, ஃபிலிப்ஸ் ஆகிய நிறுவனங்களுக்கு விற்க முயன்று தோற்றார். ஒரு நாள் கொலொராடோவில் தமது மாமாவுடன் பனிச்சறுக்கு விளையாட்டில் ஈடுபட்டிருந்தார். நாற்காலி வடிவிலான மின்தூக்கியில் *(லிஃப்ட்)* ஏறிச்சென்று கொண்டிருக்கும் நேரத்தில் அவருடைய கைபேசி அழைத்தது. மறுமுனையில் ரூபின்ஸ்டைன். ஆப்பிள் ஒரு 'சிறிய மின்னணுவியல் சாதனத்தில்' பணியாற்றக்கூடிய ஒருவரைத் தேடிக்கொண்டிருப்பதாகக் கூறினார். ஃபாடெல் தம்மீது அபார நம்பிக்கை கொண்டு, இப்படிப்பட்ட சாதனங்கள் உருவாக்குவதில் தாம் ஒரு மாயாவி என்று பெருமையாய்ப் பேசினார். ரூபின்ஸ்டைன் அவரைக் க்யூபர்டினோவிற்கு அழைத்தார்.

ஃபாடெல் நியூட்டனுக்கு அடுத்த வடிவமாக ஒரு தனிப்பட்ட டிஜிட்டல் உதவியாளர் கருவியில் பணிபுரிவதற்காகத்தான் தம்மை அழைத்திருப்பார்கள் என்று எண்ணியிருந்தார். ஆனால் ரூபின்ஸ்டைனைச் சந்தித்தபோது பேச்சு சட்டென்று திசைமாறி, வெளியாகி மூன்று மாதங்களாகியிருந்த ஐட்யூன்ஸுக்குத் திரும்பியது. 'நடப்பிலுள்ள எம்பீ3 ப்ளேயர்களை ஐட்யூன்ஸுக்குக்கு இணைக்க முயன்று வருகிறோம். ஆனால் பலன்கள் மோசமாக, மிக மோசமாக உள்ளன. நாம் நம்முடைய சொந்த வடிவத்தை உருவாக்க வேண்டும்' என்றார் ரூபின்ஸ்டைன்.

ஃபாடெல் பூரித்துப் போனார். 'நான் இசையில் மோகம் கொண்டிருந்தேன். ரியல் நெட்வார்க்ஸில் உள்ளபோது அதைக் கொஞ்சம் முயன்றும் பார்த்தேன் – பாமுக்கு ஒரு எம்பீ3 ப்ளேயர் செய்து தருவதற்காக.' அவர் குறைந்தது ஒரு ஆலோசகர் என்ற நிலையிலாவது சேர்ந்துகொள்ளச் சம்மதித்தார். சில வாரங்களுக்குப் பின், குழுவை ஏற்று நடத்துவதானால் முழுநேர ஆப்பிள் ஊழியராகவேண்டும் என்று ரூபின்ஸ்டைன் வலியுறுத்தினார். ஆனால் ஃபாடெல் மறுத்தார்; அவர் சுதந்திரமாக இருக்கவே விரும்பினார். ஃபாடெல் சிணுங்குவதாகக் கருதிய ரூபின்ஸ்டைன் மிகுந்த கோபம் கொண்டார். 'இது வாழ்நாளில் எடுக்கவேண்டிய முக்கிய தீர்மானங்களில் ஒன்று. இதற்காக நீங்கள் ஒருபோதும் வருந்தமாட்டீர்கள்' என்றார் அவர் ஃபாடெலிடம்.

அவர் ஃபாடெலை வலுக்கட்டாயமாகச் சம்மதிக்கவைக்கத் தீர்மானித்தார். அந்தச் செயல்திட்டத்திற்காகப் பணியமர்த்தப்பட்டிருந்த ஏறத்தாழ 20 பேரை ஒரு அறையில் கூடச்செய்தார். ஃபாடெல் உள்ளே நுழைந்தபோது 'டோனி, நீங்கள் முழுநேர ஊழியராகச் சேராத வரையில் இந்தச் செயல்திட்டத்தை நாங்கள் செய்யப்போவதில்லை. நீங்கள் சேரப்போகிறீர்களா இல்லையா? இப்பொழுதே தீர்மானித்தாக வேண்டும்' என்றார் ரூபின்ஸ்டைன்.

ஃபாடெல் ரூபின்ஸ்டைனின் கண்களை நேருக்குநேர் பார்த்தார். பிறகு கூடியிருந்தவர்களைப் பார்த்து, 'ஆப்பிளில் எப்பொழுதுமே இப்படித்தானா? சிறையில் அடைத்துத்தான் ஒப்பந்தத்தில் கையெழுத்து வாங்குவார்களா?' அவர் ஒருநிமிடம் நிதானித்துவிட்டுச் சரியென்றார். பிறகு முணுமுணுத்துக்கொண்டே ரூபின்ஸ்டைனோடு கைகுலுக் கினார். 'ஜானுக்கும் எனக்கும் நடுவில் பல ஆண்டுகளுக்கு அது ஒரு அதிருப்தியான உணர்வை ஏற்படுத்தியது' என்று ஃபாடெல் நினைவு கூர்ந்தார். ரூபின்ஸ்டைன் ஒப்புக்கொண்டார்: 'அவர் அதற்காக என்னை ஒருபோதும் மன்னித்ததாகத் தோன்றவில்லை.'

ஃபாடெல்லும் ரூபின்ஸ்டைனும் மோதிக்கொள்ளவேண்டும் என்பது விதி. ஏனெனில் ஐபாடை வடிவமைத்தது தாங்கள்தான் என்று இருவருமே எண்ணியிருந்தனர். ரூபின்ஸ்டைனின் கருத்துப்படி பலமாதங்களுக்கு முன்பாகவே ஜாப்ஸ் தம்மிடம் அந்தப் பொறுப்பை ஒப்படைத்திருந்தார்; தோஷிபா வட்டு இயக்ககத்தை (டிஸ்க் ட்ரைவ்) கண்டறிந்தது; திரை (ஸ்க்ரீன்), மின்கலம் (பாட்டரி) மற்றும் முக்கிய சாதனங்களைப் பொருத்தமாகத் தேர்ந்தெடுத்தது; முடிவில் அவற்றை ஒருங்கிணைப் பதற்காக ஃபாடெல்லைக் கொண்டுவந்தது - எல்லாமே தான்தான். ஃபாடெல் எடுப்பாகத் தெரிவதை விரும்பாத ரூபின்ஸ்டைனும் மற்றவர்களும் அவரை 'டோனி பலோனி' என்று குறிப்பிடத் தொடங்கினர். ஆனால் ஃபாடெல்லின் கருத்துப்படி அவர் ஆப்பிளில் இணைந்துகொள்வதற்கு முன்பே ஒரு அற்புதமான எம்பீ3 ப்ளேயருக் கான திட்டத்தை வகுத்திருந்தார். ஆப்பிளுக்கு வரச் சம்மதிக்கும் முன்னரே பல்வேறு நிறுவனங்களுக்கு அதை விற்க முயன்றிருந்தார். ஐபாடை உருவாக்கியதற்கான அதிகபட்ச பெருமை யாருக்கு என்பதும், பாட்ஃபாதர் (Podfather) பட்டத்துக்குரியவர் யார் என்பதும் பல ஆண்டு களாக நேர்காணல்களிலும் கட்டுரைகளிலும் வலைத்தளங்களிலும் விக்கிபீடியா குறிப்புகளிலும் சூடாக விவாதிக்கப்பட இருந்தன.

ஆனால் அடுத்த சில மாதங்களுக்கு இதிலெல்லாம் ஈடுபட முடியாத அளவிற்கு மும்முரமாகப் பணியில் மூழ்கியிருந்தனர். கிறிஸ்துமஸுக்கே ஐபாடை வெளியிடவேண்டும் என்று ஜாப்ஸ் விரும்பினார். அப்படி யானால் அக்டோபரிலேயே அதன் திரைவிலக்கத்தைத் தயாராக வைக்க வேண்டும். எம்பீ3 ப்ளேயர்களை வடிவமைக்கும் பல்வேறு நிறுவனங் களை அவர்கள் அலசி ஆராய்ந்தனர் – ஆப்பிளின் வேலைகளுக்கு ஒரு அடித்தளம் அமைப்பதற்காக. முடிவில் போர்ட்டல் ப்ளேயர் என்ற சிறு நிறுவனத்தைத் தேர்வு செய்தனர். அங்குள்ள குழுவினரிடம் ஃபாடெல் கூறினார்: 'ஆப்பிளை மாற்றியமைக்கப் போகும் செயல் திட்டம் இது. இன்னும் பத்தே ஆண்டுகளில் இது இசைத் தொழிலாகப் போகிறது; கணினித் தொழிலல்ல.' அவர்களை ஒரு சிறப்பு ஒப்பந்தத்தில்

கையெழுத்திடச் சம்மதிக்கவைத்தார் – பின்னர் அவருடைய குழு போர்ட்டபில் ப்ளேயரிலுள்ள சிக்கலான இடைமுகங்கள் (இன்டர்ஃபேஸ்), குறைந்த மின்கல ஆயுள், பத்து பாடல்களுக்கு மேற்படாத பட்டியல் போன்ற குறைபாடுகளை நீக்கத் தொடங்கியது.

அதுதான்!

சில சந்திப்புகள் நினைவில் நிலைத்து நிற்கும் – அவை சரித்திர முக்கியத்துவம் வாய்ந்தவை என்பதால்; மேலும் ஒரு தலைவர் செயல்படும் விதத்தை விளக்குவதால். 2001 ஏப்ரல் மாதம் ஆப்பிளின் நான்காவது மாடியில் கூட்டத்திற்காக அனைவரும் குழுமியிருக்க, ஐபாடின் அடிப்படை அம்சங்களை ஜாப்ஸ் தீர்மானித்தபோதும் இப்படித்தான் நடந்தது. ஃபாடெல் தமது செயல்விளக்கங்களை ஜாப்ஸுக்கு அளிப்பதைக் காண ரூபின்ஸ்டைன், ஷில்லர், ஐவ், ஜெஃப் ராபின், விளம்பர நிர்வாகி ஸ்டான் ங் ஆகியோரும் வந்திருந் தனர். ஃபாடெல்லுக்கு ஜாப்ஸ் பற்றித் தெரியாது. ஆகவே அவர் பயந்துபோயிருந்தது தெளிவாகப் புரிந்தது. 'அவர் கூட்ட அறைக்குள் நடந்துவந்தபோது நான் நிமிர்ந்து உட்கார்ந்து நினைத்துக் கொண்டேன்: *ஓ! இதோ ஸ்டீவ்!* நான் உண்மையில் மிகவும் ஜாக்கிரதையாக இருந்தேன் – அவர் எவ்வளவு கடுமையாக இருக்கக்கூடும் என்பது பற்றியெல்லாம் நிறையக் கேள்விப்பட்டிருந்தேன்.'

சந்தையின் சாத்தியக் கூறுகள், மற்ற நிறுவனங்கள் என்ன செய்து கொண்டிருக்கின்றன ஆகியவைபற்றிய விளக்கத்தோடு கூட்டம் தொடங்கியது. வழக்கம் போல ஜாப்ஸுக்குப் பொறுமையில்லை. 'ஒரு படக்காட்சித் தொகுப்பில் ஒரு நிமிடத்திற்குமேல் கவனம் செலுத்த மாட்டார்' என்று ஃபாடெல் கூறினார். சந்தையில் மற்ற எந்த ப்ளேயர்கள் இருக்கக்கூடும் என்பதுபற்றிய படக்காட்சி வந்தபோது கையசைத்து விலக்கிவிட்டார். 'சோனி பற்றியெல்லாம் கவலைப்படவேண்டாம். நாம் என்ன செய்கிறோம் என்று நமக்குத் தெரியும்; அவர்களுக்கு அது தெரியாது.' இதைத் தொடர்ந்து படக்காட்சிகள் காட்டுவதை நிறுத்தினார்கள். அதற்குப் பதிலாக ஜாப்ஸ் கேள்விகளால் குழுவைத் துளைத்தெடுத்தார். ஃபாடெல் ஒரு பாடம் கற்றுக்கொண்டார்: 'ஸ்டீவ் அந்தக் கணத்தில் முழுக்கவனம் செலுத்தி, பேசித் தீர்ப்பதையே விரும்புவார். அவர் ஒருமுறை என்னிடம் கூறினார்: *உனக்கு ஸ்லைடுகள் (படவில்லைகள்) தேவைப்பட்டால், நீ எது பற்றிப் பேசுகிறாய் என்று உனக்கே தெரியாது என்பது தெளிவாகிவிடும்.*'

அதற்குப் பதிலாகத் தொட்டுப்பார்த்து, ஆராய்ந்து, கொஞ்சக்கூடிய பொருட்களைக் காட்டுவதைத்தான் ஜாப்ஸ் விரும்பினார். ஆகவே ஃபாடெல் மூன்று வெவ்வேறு மாதிரிகளைக் கூட்ட அறைக்குக்

கொண்டுவந்தார். ஒவ்வொன்றையும் வரிசையாக எப்படி வெளிப்படுத்தவேண்டும்; முடிவில் தமக்கு விருப்பமானது தேர்வாகும்படி செய்வது எப்படி என்பதிலெல்லாம் ரூபின்ஸ்டைன் நன்கு பயிற்சி யளித்திருந்தார். அந்த வடிவத்தின் மாதிரியை மேசையின் மத்தியில் ஒரு மரக்கலத்தின் அடியில் மறைத்து வைத்திருந்தார்.

ஃபாடெல் தமது விளக்கத்தைத் தொடங்கினார். அவர்கள் பயன்படுத்தும் பல்வேறு பாகங்களை ஒரு பெட்டியிலிருந்து வெளியே எடுத்து மேசையின்மீது பரப்பினார். 1.8 அங்குல இயக்ககம் (ட்ரைவ்), எல்ஸிடி திரை (ஸ்க்ரீன்), பலகைகள் (போர்ட்ஸ்), மின்கலங்கள் (பாட்டரிஸ்) அனைத்திலும் அவற்றின் விலை மற்றும் எடை குறிப்பிடப்பட்டிருந்தது. அவர் அவற்றைக் காட்டிக் கொண்டிருக்கையிலேயே விலைகளோ, அளவுகளோ அடுத்த ஆண்டிற்குள் எந்தவிதத்தில் மாறக்கூடும் என்பது பற்றி விவாதித்தனர். சில பாகங்கள் இணைக்கக்கூடிய வகையில் இருந்தன – லெகோ விளையாட்டிலுள்ள இணைப்புத்துண்டுகளைப் (ப்ளாக்ஸ்) போல – இவற்றின் மூலம் பல்வேறு சாத்தியக்கூறுகளை விளக்க முடிந்தது.

பிறகு ஃபாடெல் தமது மாதிரிகளை ஒவ்வொன்றாக வெளிக் கொணர்ந்தார் – நுரைப்பொருளால் (ஸ்டைரோஃபோம்) செய்யப்பட்டவை. மீன் பிடிக்கும் உருளைகள் சரியான எடைக்காக உள்ளே செருகப்பட்டிருந்தன. முதல் மாதிரியில் இசைக்கான, உருவி எடுக்கக் கூடிய வகை மெமரி கார்ட் (நினைவக அட்டை) இருந்தது. ஜாப்ஸ் அதனைச் சிக்கலானது என்று கூறி ஒதுக்கிவிட்டார். இரண்டாவதில் டைனாமிக் ராம் மெமரி இருந்தது. அது விலை குறைவு. ஆனால் மின்கலம் இயங்காவிடில் எல்லாப் பாடல்களையும் இழந்துவிடும். ஜாப்ஸ் திருப்தியடையவில்லை. அடுத்த படியாக, ஃபாடெல் சில பாகங்களை இணைத்து 1.8 அங்குல வன்இயக்ககம் (ஹார்ட் ட்ரைவ்) உள்ள ஒரு சாதனம் எப்படியிருக்கும் என்று காட்டினார். ஜாப்ஸ் கொஞ்சம் ஆர்வம் காட்டியது போல இருந்தது. உச்சகட்டமாக ஃபாடெல் மரக்கலனை உயர்த்தி அந்த மாதிரியின் முழுமையான வடிவை வெளிப்படுத்தினார். 'லெகொ பாகங்களோடு இன்னும் கொஞ்சம் விளையாடலாமென்று இருந்தேன். ஆனால் ஸ்டீவ் நாங்கள் தயாரித்த வன்இயக்ககத்தின் மாதிரி வடிவத்தை அப்படியே தேர்ந்தெடுத்துவிட்டார்' என்றார் ஃபாடெல். இந்த வகையிலான தேர்வுமுறை அவரை வியப்பிலாழ்த்தியது. 'ஃபிலிப்ஸில் பணி யாற்றிப் பழகிப்போயிருந்த விஷயம் – இதுபோன்ற தீர்மானங்கள் பல கூட்டங்களுக்கு நீடிக்கும். பல்வேறு பவர் பாயின்ட் செயல் விளக்கங்கள், மேலும் ஆராய்வதற்காக மீண்டும் திரும்பிச் செல்லுதல் என.'

அடுத்தது ஃபில் ஷில்லரின் முறை. 'என்னுடைய யோசனையை இப்போது கூறலாமா?' என்றார் அவர். அறையைவிட்டு வெளியேறி, கைநிறைய ஐபாட் மாதிரிகளோடு திரும்பிவந்தார். அனைத்தும் விரைவில் பிரபலமாகப்போகும் ட்ராக்வீலை (பின்தொடர்ச் சக்கரம்) முன்புறத்தில் கொண்டு வடிவமைக்கப்பட்டிருந்தன. 'பாடல் பட்டியலில் தேர்வு செய்வதுபற்றி யோசித்தவாறு இருந்தேன். பொத்தான்களை நூற்றுக்கணக்கான முறை அழுத்த இயலாது. ஒரு சக்கரம் இருந்தால் அற்புதமாக இருக்காதா?' கட்டைவிரலால் சுழற்றினால் பாடல் பட்டியலில் மேலும் கீழும் செல்லலாம். அதிகநேரம் சுழற்றச் சுழற்ற மிக வேகமாக மேலும் கீழும் செல்லும் என்பதால் நூற்றுக்கணக்கான பாடல்களினூடே கடந்து செல்லலாம்.' ஜாப்ஸ் உரக்கக் கத்தினார்: 'இதுதான்!' ஃபாடெலையும் பிற பொறியியல் வல்லுநர்களையும் அதில் ஈடுபடச் சொன்னார்.

செயல்திட்டம் தொடங்கப்பட்டவுடன், ஜாப்ஸ் தம்மை அதில் நாள் தவறாமல் ஈடுபடுத்திக் கொண்டார். அவருடைய முக்கிய கட்டளை: 'எளிமையாக்குங்கள்!' பயனர் இடைமுகத்தின் (இன்டர்ஃபேஸ்) ஒவ்வொரு திரைக்கும் ஒரு கடினமான சோதனை வைப்பார்: அவருக்கு ஒரு பாடலோ, செயல்பாடோ தேவைப்பட்டால் மூன்றே க்ளிக்குகளில் (சொடுக்குகளில்) அது கிட்டவேண்டும். மேலும் அது உள்ளுணர்வால் ஏற்படுவதாக இருக்கவேண்டும். ஒரு விஷயத்தை அடைய எப்படிப் பயணிப்பது என்று தெரியாவிட்டாலோ, மூன்று க்ளிக்குகளுக்குமேல் தேவைப்பட்டாலோ, அவர் மூர்க்கமாகி விடுவார். 'சில வேளைகளில் ஒரு இன்டர்ஃபேஸ் பிரச்சினையில் மூளையைக் கசக்கிக்கொண்டு இருப்போம்; எல்லாவிதமான தீர்வுகளையும் அலசிவிட்டோம் என்று நினைத்துக்கொண்டு இருப்போம்; அவர் வந்து 'இதைச் செய்து பார்த்தீர்களா?' என்பார். நாங்கள் அனைவரும் ஒரே குரலில் 'அடச் சே!' என்போம். அதே பிரச்சினையை முற்றிலும் மாறுபட்ட விதத்தில் விவரிப்பார் – எங்கள் சிறு பிரச்சினை காணாமலே போய்விடும்' என்றார் ஃபாடெல்.

ஒவ்வொரு இரவும் ஜாப்ஸ் தொலைபேசியில் தமது யோசனை களைத் தெரிவிப்பார். ஃபாடெலும் மற்றவர்களும் ஒருவரை யொருவர் அழைத்துக்கொண்டு, ஜாப்ஸின் புதிய யோசனைபற்றிக் கலந்தாலோசிப்பார்கள். அவருடைய போக்கு தங்கள் விருப்பத்திற் கேற்ப அமையும் விதமாக நீக்கங்கள் செய்வது எப்படி என்பது பற்றியும் திட்டம்தீட்டுவார்கள் – இது பாதிமுறை நன்றாகவே வேலைசெய்தது. 'ஸ்டீவின் சமீபத்திய யோசனை கண்ணைச் சுழலவைக்கும்; நாங்கள் அனைவரும் முயன்று அதையும் முந்திக்கொண்டு நிற்போம்' என்றார் ஃபாடெல். 'ஒவ்வொரு நாளும் இதுபோல ஏதாவது இருக்கும் –

ஸ்விட்சையோ, பொத்தான் நிறமோ, விலையைத் தீர்வுசெய்யும் பிரச்சினையோ – இப்படி ஏதாவது. அவருடைய பாணியில் செய்ய வேண்டுமென்றால் நாம் குழுவினரோடு சேர்ந்து பணியாற்றவும் வேண்டும்; அவர்களை நோட்டமிடவும் வேண்டும்.'

ஜாப்ஸின் மற்றொரு முக்கிய சிந்தனை – கூடிய வரையில் ஐபாடில் அல்லாமல், ஐட்யூன்ஸைப் பயன்படுத்தி கணினியிலேயே அனைத்துச் செயல்பாடுகளையும் முடித்துவிடவேண்டும். அவர் பின்னர் நினைவு கூர்ந்தார்:

ஐபாடைப் பயன்படுத்துவதை மிகவும் எளிதாக்க – இதற்கு நான் நிறைய வாதாட வேண்டியிருந்தது – அந்தச் சாதனத்தின் செயல் பாடுகளைக் கட்டுப்படுத்துவது அவசியமானது. அதற்குப் பதிலாக செயல்பாடுகளைக் கணினியிலுள்ள ஐட்யூன்ஸுக்கு மாற்றி விட்டோம். உதாரணமாக, பாடல் பட்டியல்களை ஐபாடால் தயாரிக்க முடியாதவாறு செய்தோம். அவற்றை ஐட்யூன்ஸில் தயாரித்துவிட்டு, பட்டியலை ஐபாடோடு இணைத்துப் பொருத்தி விடலாம். இது முரண்பாடாக இருந்தது. ஆனால் ரியோவும் மற்ற சாதனங்களும் செயலிழந்துபோகக் காரணம், அவை மிகச் சிக்கலானவை. பாடல் பட்டியல்களைத் தயாரிப்பது போன்ற வேலைகளை அவை தாமே செய்ய வேண்டியிருந்தது. ஏனெனில் கணினியிலுள்ள ஜூக் பாக்ஸ் மென்பொருளோடு அவை ஒருங்கிணைக்கப்பட்டிருக்கவில்லை. ஐட்யூன்ஸ் மென்பொருள் ஐபாட் ஆகிய இரண்டும் இருந்துவிட்டால் கணினியையும் அந்தச் சாதனத்தையும் இணைந்து செயல்படவைக்க முடிந்தது. அத்துடன் சிக்கலைச் சரியான இடத்தில் பொருத்தவும் முடிந்தது.

ஜாப்ஸின் எளிமையாக்கலிலேயே மிகவும் ஜென்மயமானதை அவர் அறிவித்தபோது அவருடைய சக ஊழியர்கள் அசந்துபோனார்கள் – 'ஐபாடில் ஆன்/ஆஃப் ஸ்விட்ச் இருக்காது.' இது ஆப்பிள் சாதனங்கள் பலவற்றுக்கும் பொதுவான அம்சமாக விளங்கியது. அப்படியொன்று தேவைப்படவும் இல்லை – பயன்படுத்தாத வேளைகளில் அவை செயலிழந்துவிடும்; ஏதேனும் ஒரு பொத்தானைத் தொட்டால், உடனே செயல்படத் துவங்கும். 'க்ளிக் (சொடுக்கு) – நன்றி, வணக்கம்' என்றெல்லாம் சொல்லும் மின்இயக்கிக்கு (ஸ்விட்ச்) எந்த அவசியமும் இருக்கவில்லை.

திடீரென்று எல்லா அம்சங்களும் பொருந்திவந்தன: ஆயிரம் பாடல் களைக் கொண்ட ட்ரைவ்; ஆயிரம் பாடல்களினூடே முன்னும் பின்னுமாய் ஓட ஓர் இடைமுகம் மற்றும் உருட்டுச் சக்கரம் (ஸ்க்ரோல் வீல்); ஆயிரம் பாடல்களை வெறும் பத்து நிமிடங்களுக்குள் பொருந்தச்

செய்யும் ஃபயர்வயர் இணைப்பு; ஆயிரம் பாடல்கள் வரை நிலைத்து நிற்கும் மின்கலம் *(பாட்டரி)*. 'திடீரென்று நாங்கள் ஒருவரையொருவர் பார்த்து, *அட, இது பரவாயில்லையே!* என்று கூறிக்கொண்டிருந்தோம்' என்றார் ஜாப்ஸ். 'அது எவ்வளவு எளிமை, அழகு என்பது எங்களுக்குத் தெரியும். ஏனெனில் அப்படியொரு சாதனம் எங்கள் ஒவ்வொரு வருக்கும் எவ்வளவு தேவைப்பட்டது என்பதை நாங்கள் அறிவோம். அதுமட்டுமல்ல, இந்த யோசனையே மிக அழகான, எளிமையான ஒன்றாக இருந்தது: *ஓராயிரம் பாடல்கள் உங்கள் பையில்.* பிரதி எழுத்தாளர் *(காப்பிரைட்டர்)* ஒருவர் அதனை 'பாட்' என்று அழைக்குமாறு பரிந்துரை செய்தார். ஜாப்ஸ்தான் ஐமாக், ஐட்யூன்ஸ் ஆகிய பெயர்களைப் போலவே அதனை 'ஐபாட்' என்று மாற்றினார்.

திமிங்கலத்தின் வெண்மை

ஜானி ஐவ் ஐபாடின் நுரைப்பொருளாலான மாதிரி வடிவத்தில் பல்வேறு மாற்றங்கள் செய்து, முடிவில் அது எப்படித் தோற்றமளிக்கும் என்று சிந்தித்துவந்தார். அவருடைய சான் ஃப்ரான்சிஸ்கோ வீட்டி லிருந்து க்யூபர்டினோவிற்குக் காரில் சென்றுகொண்டிருக்கையில் ஒரு யோசனை தோன்றியது. முகப்பில் தூய வெண்ணிறமாக – பளபளப்பான ஸ்டெய்ன்லெஸ் ஸ்டீல் பின்புறத்துடன் சீராக இசைந்து பொருந்த வேண்டும் என்று காரிலிருந்த சக ஊழியரிடம் அவர் கூறினார். 'கையடக்கமான பல சாதனங்கள் ஏதோ பயன்படுத்திவிட்டுத் தூக்கி யெறிந்துவிடலாம் என்பதுபோன்ற உணர்வை ஏற்படுத்துகின்றன' என்றார் ஐவ். 'அவற்றுக்குக் கலாச்சார ஈர்ப்பு இல்லை. ஐபாடைப் பொறுத்தவரையில், நான் மிகவும் பெருமைப்பட்டுக்கொள்ளும் அம்சம் என்னவென்றால், அதில் விசேஷமாக ஏதோ ஒன்று உள்ள உணர்வைத் தரும்; பயன்படுத்திவிட்டு எறியத் தோன்றாது.'

வெண்மை என்றால் வெறும் வெண்மையல்ல; தூய வெண்மை. 'சாதனம் மட்டுமல்ல, அதன் ஹெட்ஃபோன்கள், வயர்கள், ஏன் – மின்னூட்டும் கூடத்தான்' – அவர் நினைவுகூர்ந்தார். 'தூய வெண்மை.' அனைவரும் ஹெட்ஃபோன்கள் மற்ற எல்லாவற்றையும் போலக் கறுப்பு நிறத்தில்தான் இருக்கவேண்டும் என்று வாதிட்டவண்ணம் இருந்தனர். 'ஆனால் ஸ்டீவ் உடனே புரிந்துகொண்டுவிட்டார். வெண்மையைத் தேர்ந்தெடுத்தார்' என்றார் ஐவ். 'அதில் ஒரு தூய்மை இருக்கும்.' வழிந்தோடும் செவிப் பொத்தான் வயர் *(இயர் பட் வயர்)* ஐபாடை ஒரு ஐகான் (குறிப்படம்) அந்தஸ்திற்கு உயர்த்தின. ஐவ் கூறினார்:

> அதில் விசேஷமாகவும் விட்டெறிய முடியாததாகவும் ஏதோ இருந்தது. அதேசமயம் அதில் ஏதோ ஒருவித அமைதியும் அடக்கமும்

நிரம்பியிருந்தன. நம்மைச் சீண்டி வேடிக்கை பார்க்காது. அடக்கமாக இருந்தாலும், வழிந்தோடும் ஹெட்ஃபோன்களில் ஒரு கிறுக்குத் தனம் தெரிந்தது. அதனால்தான் எனக்கு வெண்மை பிடிக்கும். அது நடுநிலையான நிறமல்ல. மிகவும் தூயது, அமைதியானது, துணிச் சலானது, எடுப்பானது - அதே சமயம் அடக்கி வாசிக்கக்கூடியது.

டீபிடபிள்யூஏ/சியாட்/டேயில் உள்ள லீ க்ளோவின் விளம்பரக் குழு சாதனங்களின் சிறப்பம்சங்களைப் பற்றிப் பீற்றிக்கொள்ளும் வழக்கமான அறிமுகப்பாணியைவிட ஐபாடின் ஐகான் (குறிப்படம்) இயல்பையும் அதன் தூய வெண்மையையும் கொண்டாட விரும்பியது. இசைக் குழுவில் பங்கேற்று டிஸ்க் ஜாக்கியாகவும் *(டிஜெ)* பணியாற்றிய அனுபவமுள்ளவர் ஜேம்ஸ் வின்செண்ட் – உயரமான, மெலிந்த தோற்றம் கொண்ட இளம் இங்கிலாந்துக்காரர். அவர் சமீபத்தில்தான் விளம்பரக் குழுவில் சேர்ந்திருந்தார். அவருக்கே உரித்தான இயல்பான பாணியில் கலகக்கார பேபி பூமர்களைப் போலல்லாது, ஹிப் மில்லெனிய கலாச்சாரத் தலைமுறையைச் சேர்ந்த இசைப்பிரியர்களை மையமாக வைத்து ஆப்பிளின் விளம்பரத்தில் கவனத்தைப் பதியச் செய்தார். கலை இயக்குநர் சூசன் அலின்சங்கானின் உதவியுடன் ஐபாடுக்காக விளம்பரப் பலகைகளும் *(பில் போர்ட்ஸ்)* சுவரொட்டிகளும் அடங்கிய தொடர் விளம்பரங்களைத் தயாரித்து கூட்ட அறையில் மேசைமீது பரப்பி ஜாப்ஸின் பார்வைக்காக வைத்திருந்தார்.

மேசையின் வலது ஓரத்தில் வழக்கமான பாணியிலுள்ள விளம்பரங்கள் – வெண்ணிறப் பின்னணியில் ஐபாடின் புகைப்படங்களோடு. இடது ஓரத்தில் மிகவும் வரைகலைப் பாணியிலான, நட்சத்திர (ஐகானிக்) அந்தஸ்திலான விளம்பரங்கள். ஒரு நிழலுருவம் ஐபாடின் இசையை ரசித்தபடி நடனமாட, அதன் காதில் பொருத்திய இயர்ஃபோனின் வயர்கள் அந்த இசைக்கேற்ப அலையலையாய் அசைவதுபோல. 'இசையுடன் உங்களுக்கு ஏற்படும் உணர்வுபூர்வமான, ஆத்மார்த்த மான பிணைப்பை அது புரிந்துகொண்டது' என்றார் வின்செண்ட். ஆக்கக்கலை இயக்குநர் டங்கன் மில்னரிடம் அனைவரும் மேசையின் இடது ஓரத்திலேயே உறுதியாக நின்று ஜாப்ஸின் கவனத்தை ஈர்க்க முயல்வோம் என்று யோசனை கூறினார். ஜாப்ஸ் உள்ளே நுழைந்ததும் நேராக வலதுபக்கம் சென்று தயாரிப்பின் புகைப்படங்களைப் பார்த்தார். 'இது அற்புதமாக இருக்கிறது. இவைபற்றிப் பேசுவோம்' என்றார். வின்செண்ட், மில்னர், க்ளோ – ஒருவரும் இடது ஓரத்தைவிட்டு அசையவில்லை. முடிவாக ஜாப்ஸ் நிமிர்ந்து பார்த்தார். நட்சத்திரப் *(ஐகானிக்)* பாணி விளம்பரங்களை நோட்டமிட்டுவிட்டு, 'ஓ, உங்களுக் கெல்லாம் இதுதான் பிடித்திருக்கிறது என்று நினைக்கிறேன்' – அவர் தலையை அசைத்து மறுத்தார். 'இது சாதனத்தைக் காட்டவில்லை.

அதுபற்றிக் கூறவுமில்லை.' 'ஐகானிக் பிம்பங்களைப் பயன்படுத்தி, 1000 songs in your pocket (ஓராயிரம் பாடல்கள் உங்கள் பையில்) என்று ஒரு வரியைச் சேர்த்து விடலாம். அதுவே எல்லாவற்றையும் புரியவைத்து விடும்' – வின்செண்ட் தமது யோசனையைக் கூறினார். ஜாப்ஸ் மீண்டும் மேசையின் வலது ஓரத்தை நோட்டமிட்டுவிட்டு, முடிவில் ஒப்புக் கொண்டார். வெகு சீக்கிரமே – இதில் ஆச்சரியம் ஒன்றுமில்லை – நட்சத்திர (ஐகானிக்) விளம்பரங்களைப் பயன்படுத்த யோசனை கூறியதுதான் தான் என்று கூறிவந்தார். 'ஒரு ஐபாடை விற்பனைசெய்ய இது எந்த வகையில் உதவும்?' என்று சிலர் சந்தேகமாய்க் கேட்டார்கள். 'இதுபோன்ற சந்தர்ப்பங்களில்தான் தலைமை நிர்வாக அதிகாரியாகப் பதவியில் இருப்பது கைகொடுக்கும் – அதை வைத்தே அந்த யோசனைக்கு வலுவூட்ட முடிந்தது' என்றார் ஜாப்ஸ்.

ஜாப்ஸ் உணர்ந்திருந்த மற்றொரு சாதகமான அம்சம் – கணினி, மென்பொருள் மற்றும் சாதனங்கள் என அனைத்தும் ஒருங்கிணைக்கப் பட்ட அமைப்பு. அதாவது ஐபாட் விற்பனையால் ஐமாக்கின் விற்பனையும் அதிகரிக்கும். அதன்மூலம் ஐமாக்கின் விளம்பரத்திற்கு ஆகும் செலவை மீட்டுவிடலாம். அப்படிக் கிட்டிய தொகையை மீண்டும் ஐபாட் விளம்பரத்திற்குப் பயன்படுத்தலாம் – ஒரு கல்லில் இரண்டு மாங்காய். உண்மையில் மூன்று – ஏனெனில் இந்த விளம்பரங்கள் மொத்த ஆப்பிள் நிறுவனப்பெயருக்கும் பளபளப்பும் இளமையும் சேர்க்கும். அவர் கூறினார்:

> ஐபாட் விளம்பரத்தின் மூலம் அதற்கு இணையான எண்ணிக்கை யில் ஐமாக்குகளையும் விற்பனை செய்ய முடியுமென்ற கிறுக்குத் தனமான எண்ணம் எனக்கு இருந்தது. மேலும், ஐபாட் காரணமாக ஆப்பிள் புதுமையும் இளமையும் கொண்ட நிறுவனமாகத் திகழும். ஆகவே விளம்பரத்திற்கான நிதியிலிருந்து 75 மில்லியன் டாலர் களை ஐபாடுக்காக அளித்தேன். உண்மையில் இந்தப் பிரிவிற்காக அதன் நூற்றில் ஒருபங்குகூட ஒதுக்கப்பட்டிருக்கவில்லை. ஆக, மியூசிக் ப்ளேயர்களின் சந்தை முழுவதையும் கைப்பற்றிவிட்டோம். மற்றவர்களைவிட நூறு மடங்கு அதிகம் செலவுசெய்து இதைச் சாதித்தோம்.

தொலைக்காட்சி விளம்பரங்களில் நட்சத்திர (ஐகானிக்) அந்தஸ்துள்ள நிழலுருவங்கள் ஜாப்ஸ், க்ளோ, வின்செண்ட் ஆகியோர் தேர்ந்தெடுத்த பாடல்களுக்கு ஏற்ப நடனமாடின. 'இதற்காகப் பாடல்களைத் தேர்வு செய்வது எங்களுடைய வாராந்தரக் கூட்டங்களில்தான் – ஒரே தமாஷாக இருக்கும்' என்று க்ளோ கூறினார். 'நாங்கள் ஏதாவது நவீன யோசனைகளை எடுத்துப் போட, ஸ்டீவ் 'அது எனக்கு அறவே பிடிக்காது' என்பார். ஜேம்ஸ் அவரைப் பேசிச் சம்மதிக்க வைப்பார்.'

இப்படி உருவாக்கிய விளம்பரங்களால் பல இசைக் குழுக்களும் பிரபலமாயின – குறிப்பாக ப்ளாக்-அய்ட் பீஸ்; ஹே மாமா பாடலோடு கூடிய விளம்பரம் நிழலுருவ வரிசையில் மிகவும் புகழ்பெற்றது. புதிய விளம்பரம் தயாராக இருக்கும் நிலையில் ஜாப்ஸ் மனத்தை மாற்றிக் கொண்டு வின்சென்டை அழைத்து ரத்து செய்யச் சொல்வார். 'அது பாப் இசை போல் இருக்கிறது' அல்லது 'இது சுவாரசியமில்லாமல் இருக்கிறது', 'ரத்து செய்துவிடலாம்' என்பார். ஜேம்ஸ் கலவரப்பட்டு பேசிப் புரியவைக்க முயல்வார். 'கொஞ்சம் பொறுத்துக்கொள்ளுங்கள். இது நிச்சயம் மிக நன்றாக வரும்' என்று வாதிடுவார். வழக்கம்போல ஜாப்ஸூம் இறங்கிவர, விளம்பரமும் தயாரிக்கப்படும்; அவருக்கும் பிடித்துப்போய்விடும்.

ஜாப்ஸ் ஐபாடை 2001 அக்டோபர் 23 அன்று திரைவிலக்கம் செய்தார் – அவருடைய சிறப்பு வெளியீட்டு விழாக்களுள் ஒன்றில். 'குறிப்பு: இது மாக் அல்ல' என்று ஆர்வமூட்டியது அழைப்பிதழ். தயாரிப்பு வெளியீட்டிற்கான நேரம் வந்தது. அதன் தொழில்நுட்ப அம்சங்களை விவரித்தபின், வழக்கம்போல மேசைவரை நடந்துசென்று வெல்வெட் துணியை நீக்கவில்லை. அதற்குப் பதிலாக 'என்னிடம் ஒன்று உள்ளது – இதோ, என் பையில்' என்றபடி தமது ஜீன்ஸ் பைக்குள் கைவிட்டு பளபளக்கும் வெண்ணிறச் சாதனத்தை வெளியே எடுத்தார். 'இந்த அற்புதமான சிறிய சாதனத்திற்குள் ஒரு ஆயிரம் பாடல்கள் பதிந்துள்ளன. அவை அத்தனையும் இதோ, என் பைக்குள் அடக்கம்' என்றபடி மீண்டும் தமது பைக்குள் போட்டுக்கொண்டு மேடையை விட்டு வெளியேறினார் – பலத்த கரவோசைக்கிடையில்.

தொடக்கத்தில் தொழில்நுட்ப வல்லுநர்களிடையே சிறிது சந்தேகம் நிலவியது – குறிப்பாக அதன் 399 டாலர் விலைபற்றி. ப்ளாக் உலகம் iPod என்பதை 'idiots price our devices' (முட்டாள்கள் எங்கள் கருவிகளுக்கு விலையிடுகின்றனர்) என்று கிண்டல் செய்தது. ஆனால் பயனீட்டாளர் ஆதரவால் அது மாபெரும் வெற்றியடைந்தது. அதுமட்டு மல்ல, ஐபாட் ஆப்பிளின் அனைத்து அம்சங்களின் சாரமாக விளங்கியது; கவிதையும் பொறியியலும் இணைந்த சாதனம்; கலை, ஆக்க உணர்வு, தொழில்நுட்பம் ஆகியவற்றின் சங்கமம்; எளிய, துணிச்சலான வடிவமைப்பு. அதன் ஒருங்கிணைக்கப்பட்ட அமைப்பால் கணினியி லிருந்து ஃபயர்வயர், அதிலிருந்து சாதனத்திற்கு, அதிலிருந்து மென்பொரு ளுக்கு, அதிலிருந்து உள்ளடக்கத்தை நிர்வகித்தல் என மிக எளிய பயன்பாட்டோடு விளங்கியது. ஒரு ஐபாடை அதன் பெட்டகத்தி லிருந்து வெளியே எடுத்தால், மிக அழகாக ஜொலித்தது; அதன்முன் மற்ற இசைப்பான்கள் (மியூசிக் ப்ளேயர்ஸ்) எல்லாம் ஏதோ உஸ்பெகிஸ்தானில் வடிவமைத்துத் தயாரிக்கப்பட்டவை போலக் காட்சியளித்தன.

முதன்முதலில் வெளிவந்த மாக்கிற்குப் பின் இதுபோல ஒரு நிறுவனத்தை எதிர்காலம் நோக்கிப் பாயச் செய்த இவ்வளவு தெளிந்த நோக்குகொண்ட தயாரிப்பு வேறு ஏதுமில்லை. 'இந்த உலகில் ஆப்பிள் ஏன் இருக்கிறது என்று யாராவது கேட்டால் இதை நான் ஒரு உதாரண மாகச் சொல்வேன்' – *நியூஸ்வீக்* பத்திரிகையின் ஸ்டீவ் லெவியிடம் ஜாப்ஸ் அப்போது கூறினார். ஒருங்கிணைக்கப்பட்ட அமைப்புகளில் அவ்வளவாக நம்பிக்கை இல்லாத வாஸ்நியாக்கூடத் தமது சிந்தனையை மாற்றிக்கொண்டார். 'ஆஹா, இப்படியொரு சாதனத்தை உருவாக்கியது ஆப்பிள்தான் என்பது மிக அர்த்தமுள்ளதாக இருக்கிறது' – ஐபாட் வெளியானபோது அவர் மகிழ்ச்சியோடு கூறினார். 'ஆப்பிளின் வரலாறே வன்பொருளையும் மென்பொருளையும் தானே தயாரித்து, இரண்டையும் ஒருங்கிணைப்பதன் மூலம் மேலும் சிறப்பாகச் செயல் படவைக்க முடியும் என்ற அடிப்படையில் உருவானதுதானே.'

பத்திரிகைக்கான ஐபாடின் முன்னோட்டத்தைப் பெற்றுக்கொண்ட அன்று, இரவு உணவின்போது லெவி பில் கேட்ஸைச் சந்திக்க நேர்ந்தது. அவரிடம் அதைக் காட்டி, 'இதை நீங்கள் பார்த்திருக்கிறீர்களா?' என்றார் லெவி. பின் நடந்ததை அவரே விளக்கினார்: 'கேட்ஸிடம் தெரிந்த மாற்றம் விஞ்ஞானக் கற்பனைப் படங்களிலெல்லாம் வரும் விண்வெளி மனிதனை நினைவூட்டியது. ஒரு புதிய சாதனத்தைப் பார்த்தவுடன் அதற்கும் தனக்கும் இடையில் ஒரு ஆற்றல் குழாய் உருவாக்கி, அதன்மூலம் அந்தச் சாதனம் பற்றிய அனைத்துத் தகவல் களையும் தனது மூளைக்குள் உறிஞ்சிக் கொள்ளுமே, அதுபோல.' கேட்ஸ் உருட்டுச் சக்கரத்தோடு *(ஸ்க்ரோல் வீல்)* விளையாடி, பொத்தான் களின் பல்வேறு சேர்க்கைகளை மாற்றிமாற்றி அழுத்திப் பார்த்தார். அவருடைய பார்வை மட்டும் திரையிலேயே பதிந்திருந்தது. முதலில் 'அற்புதமான தயாரிப்பாகத் தெரிகிறது' என்றார். பிறகு ஒரு நிமிடம் நிதானித்தார். அவர் முகத்தில் குழப்ப ரேகைகள். பிறகு கேட்டார்: 'இது மகின்டாஷுக்காக மட்டும்தானா?'

இயல் முப்பத்தொன்று

ஐட்யூன்ஸ் ஸ்டோர்

நான்தான் பைட் பைப்பர்[1]

வார்னர் இசை

2002இன் தொடக்கத்தில் ஆப்பிள் ஒரு சவாலை நேரிட்டது. ஐபாட், ஐட்யூன்ஸ் மென்பொருள், கணினி ஆகியவற்றுக்கு இடையே உள்ள சீரிய இணைப்பு ஏற்கனவே நம் வசம் உள்ள இசையைக் கையாள்வதை எளிதாக்கியது. ஆனால் புதிய இசையைப் பெற இந்தச் சௌகரியமான சூழலிலிருந்து வெளியேறி, குறுவட்டு (சிடி) வாங்கவோ, பாடல்களை இணையதளத்திலிருந்து பதிவிறக்கம் செய்யவோ வேண்டியிருந்தது. இதில் இரண்டாவது வகை பொதுவாக கோப்புகளைப் பகிர்ந்து கொள்ளுதல், திருட்டுச் சேவைகள் போன்ற குறுக்குவழிகளில் செல்வதை உள்ளடக்கியிருந்தது. ஆகவே ஜாப்ஸ் ஐபாட் பயனர்களுக்கு எளிய, பாதுகாப்பான, சட்டப்படியான முறையில் பாடல்களை பதிவிறக்கம் செய்வதற்கு ஒரு வழியை ஏற்படுத்தித் தர விரும்பினார்.

இசைத் துறையும் ஒரு சவாலை நேரிட்டது. அதில் நாப்ஸ்டர், கிராக்ஸ்டர், நுடெல்லா, கஸா போன்ற திருட்டுச் சேவைகள் மலிந்து கிடந்தன. இவை மக்களுக்குப் பாடல்கள் இலவசமாகக் கிட்ட வகை செய்தன. ஓரளவிற்கு இதன் காரணமாக குறுவட்டுகளின் சட்டப் படியான விற்பனை 2002இல் 9% குறைந்தது.

இசை நிறுவனங்களிலுள்ள செயலர்கள் டிஜிட்டல் இசையைப் பிரதியெடுக்க இயலாதவாறு பாதுகாக்க ஒரு பொது தர நிர்ணயத்தில் ஒருமித்த கருத்தை எட்டுவதற்காக இரண்டாம்தர வீரர்கள் விளையாடும்

[1] ஜெர்மனியின் ஹாமெலின் பட்டணத்திலிருந்த குழந்தைகள் எல்லோரும் காணாமல் போனது எப்படி என்பதை விளக்குவதற்காகச் சொல்லப்படும் ஐதீகம். அவ்வூரில் எலிகளின் தொல்லை அதிகம் என்பதால் மந்திரக்குழலை ஊதி அவற்றை ஒழித்துத் தரும்படி கூறி ஒருவனை நியமித்து, அவனுக்குப் பணமும் தருவதாகச் சொன்னார்கள். அவனும் அவ்வாறே செய்தான். ஆனால் ஊர் மக்கள் அவனுக்குப் பணம் தர மறுத்து விட்டனர். அதனால் கோபம் கொண்ட அவன், அவ்வூரிலுள்ள குழந்தைகள் அனைவரையும் குழலூதிக் கவர்ந்துசென்றுவிட்டான் என்பது கதை. (மொ-ர்)

கால்பந்து ஆட்டத்தைப் போல ஒழுங்கின்றி, நிலைகொள்ளாத பரபரப்புடன் முயன்றுகொண்டிருந்தார்கள். வார்னர் மியூசிக்கைச் சேர்ந்த பால் விடிச்சும் அவருடன் பணிபுரிபவரான ஏஓஎல் டைம் வார்னரைச் சேர்ந்த பில் ராடுச்செல்லும் இதே முயற்சியில் சோனி யுடன் இணைந்து பணியாற்றிக் கொண்டிருந்தனர். தங்களுடைய குழுவில் ஆப்பிளையும் சேர்த்துக்கொள்ளலாம் என அவர்கள் நம்பிக் கொண்டிருந்தார்கள். ஆகவே அவர்களுடைய குழு ஒன்று 2002 ஜனவரியில் க்யூபர்டினோவிற்குப் பறந்தது – ஜாப்ஸைச் சந்திப்பதற்கு.

அது சுலபமான சந்திப்பாக இருக்கவில்லை. விடிச்சிற்கு ஜலதோஷம் பிடித்திருந்தது – அவருடைய குரல் கம்மிக் கொண்டிருந்தது. ஆகவே, அவருடைய துணை அதிகாரியான கெவின் கேஜ் தமது விளக்கத்தைத் தொடங்கினார். வட்டமேசையின் தலைமுனையில் அமர்ந்திருந்த ஜாப்ஸ் நெளிந்தபடி, எரிச்சலான முகபாவத்துடன் அமர்ந்திருந்தார். நான்கு ஸ்லைடுகள் (படவில்லைகள்) முடிந்தவுடன் தமது கைகளை ஆட்டியபடி இடைமறித்தார். 'உங்களுக்கெல்லாம் மூளை கீழ்ப்பக்கம் இருக்கிறது' அவர் கடிந்துகொண்டார். எல்லோரும் விடிச்சின் பக்கம் திரும்பினார்கள் – அவர் தமது குரலைச் சீர்படுத்தப் போராடிக் கொண்டிருந்தார். 'நீங்கள் சொல்வது சரிதான்' – நீண்ட நேரம் நிதானித்த பிறகு அவர் கூறினார். 'எங்களுக்கு என்ன செய்வதென்றே புரியவில்லை. நீங்கள்தான் இந்தச் சிக்கலை அவிழ்க்க எங்களுக்கு உதவவேண்டும்.' ஜாப்ஸ் தமக்கு அப்போது லேசாகத் தூக்கிவாரிப் போட்டதாகப் பின்னர் நினைவுகூர்ந்தார். வார்னர் – சோனி முயற்சியில் ஆப்பிளும் பங்குகொள்ள அவர் சம்மதித்தார்.

இசை நிறுவனங்கள் மட்டும் இசைத் தொகுப்புகளைப் பாதுகாப்ப தற்காக தர நிர்ணயம் செய்யப்பட்ட சங்கேத முறையை எட்டியிருந்தால் ஆன்லைன் (நிகழ்நிலை) அங்காடிகள் ஆயிரக்கணக்கில் முளைத்திருக்கும். ஆன்லைன் விற்பனையைக் கட்டுப்படுத்த ஆப்பிளுக்கு வழிவகை செய்யும் ஐட்யூன்ஸ் ஸ்டோரை உருவாக்குவது ஜாப்ஸுக்கு மிகவும் சிரமமாகியிருக்கும். இந்த வாய்ப்பை சோனியே முன்வந்து ஜாப்ஸுக்கு அளித்தது. 2002 ஜனவரி க்யூபர்டினோவில் நடந்த கூட்டத்தைத் தொடர்ந்து சோனி விலகிக்கொள்ளத் தீர்மானித்தது. ஏனெனில் அது தனது உடைமைகளை ஆதாரமாகக் கொண்ட அமைப்பையே விரும்பியது – அதில் உரிமைத்தொகை *(ராயல்டி)* கிட்டுமென்பதால்.

'ஸ்டீவைப் பற்றி உங்களுக்கு நன்றாகத் தெரியும்; அவருக்கென்று ஒரு தனி நிரல் உண்டு' – சோனியின் தலைமை நிர்வாக அதிகாரி நொபுயுகி இதெயி *ரெட் ஹெர்ரிங்* பத்திரிகை ஆசிரியர் டோனி பெர்கின்ஸிடம் விளக்கினார். 'அவர் மேதைதான்; என்றாலும் எல்லாவற்றையும் நம்மோடு பகிர்ந்துகொண்டுவிடமாட்டார். ஒரு

பெரிய நிறுவனமாக இருந்துகொண்டு அவருடன் இணைந்து பணி யாற்றுவது கடினம். அது திகிலூட்டும் அனுபவம்.' அப்போது சோனி வட அமெரிக்கப் பிரிவின் தலைவராக இருந்த ஹோவார்ட் ஸ்டரிங்கர் ஜாப்ஸ் பற்றி மேலும் கூறினார்: 'நேர்மையாகச் சொன்னால், அவரோடு இணைந்துகொள்ள முயல்வது நேரத்தை வீணடிப்பதாகும்.'

இதற்குப் பதிலாக சோனி யூனிவர்சலுடன் இணைந்து கொண்டு ப்ரெஸ்ப்ளே என்ற சந்தா சேவையைத் தொடங்கியது. அதே சமயம், ஏஓஎல் டைம் வார்னர், பெர்ட்டெல்ஸ்மன், ஈஎம்ஐ ஆகிய நிறுவனங்கள் ரியல் நெட்வொர்க்ஸுடன் இணைந்து மியூசிக்நெட்டை உருவாக் கினார்கள். இதில் இருவருமே தாம் உரிமம் பெற்ற பாடல்களை எதிர்க் கட்சிக்கு விட்டுத் தரவில்லை. ஆகவே அவர்கள் ஒவ்வொருவரும் கிடைக்கும் பாடல்களில் ஏறத்தாழப் பாதியை மட்டுமே அளித்தார்கள். இரண்டுமே சந்தா சேவைகளாக இருந்ததால் பயனீட்டாளர்கள் பாடல் களைப் பெற முடிந்தது. ஆனால் வைத்துக்கொள்ள முடியவில்லை – சந்தா முடிந்துவிட்டால் பாடல்கள் கிட்டாமல் போய்விடும். அவர் களுடைய விதிமுறைகள் சிக்கலானவை. இடைமுகங்கள் *(இன்டர்ஃபேஸ்)* கனத்ததாக, பழம் பாணியாக இருந்தன. அதனாலேயே 'இதுவரையில் வெளிவந்தவற்றுள் மிக மோசமான இருபத்து ஐந்து தொழில்நுட்பத் தயாரிப்புகள்' என்ற *பீசி வேள்ட்* பத்திரிகையின் பட்டியலில் ஒன்பதாவது இடத்தைப் பிடித்து சந்தேகத்திற்குரிய வகையில் பெருமையடைய இருந்தார்கள். 'சேவைகளின் மூளை மழுங்கிப்போன அம்சங்களைக் கண்டாலே அசந்துவிடுவோம். இசைத்தட்டு நிறுவனங்கள் இன்னமும் ஒரு தீர்வை எட்டவில்லை என்பதை அது காட்டியது' என்று அறிவித்தது அந்தப் பத்திரிகை.

இந்தக் கட்டத்தில் ஜாப்ஸ் திருட்டுச் சேவையில் இறங்கியிருக் கலாம். இலவசமாகக் கிட்டும் இசை என்றால் ஐபாட்களின் மதிப்பும் அதிகரிக்கும். இருந்தாலும் அவர் இசையையும் அதனை வழங்கிய கலைஞர்களையும் *உண்மையிலேயே* நேசித்ததால், இலவச இசை என்ற பெயரில் ஆக்கப்பூர்வமான கலையுணர்வுமிக்க தயாரிப்புகளைத் திருடுவதாகவே கருதி அதற்கு உடன்பட மறுத்தார். பின்னர் அவர் என்னிடம் இவ்வாறு கூறினார்:

> ஆப்பிளில் எனது தொடக்க நாள்கள் முதலாகவே, அறிவுசார்ந்த சொத்துக்களை உருவாக்கியபோது வளர்ச்சியடைந்தோம் என்பதை உணர்ந்துகொண்டேன். யாராவது எங்களுடைய மென்பொருள் களைப் பிரதியெடுத்தாலோ, திருடினாலோ எங்கள் தொழில் பாதிக்கப்பட்டு விடும். அதற்கு உரிய பாதுகாப்பு அளிக்கப்பட

வில்லையென்றால், புதிய மென்பொருளையோ வடிவமைப்பையோ உருவாக்க எங்களுக்கு எந்தத் தூண்டுதலும் இருக்காது. அறிவுசார்ந்த சொத்துக்களுக்கான பாதுகாப்பு இல்லாமல் போனால், ஆக்கப் பூர்வமான கலையுணர்வு மிக்க நிறுவனங்கள் காணாமல் போய் விடும் அல்லது தொடங்கப்படாமல் போய்விடும். ஆனால் இதற்கு மிக அடிப்படையான ஒரு காரணம் இருக்கிறது: திருடுவது தவறு; அது மற்றவர்களைக் காயப்படுத்தும். மேலும், அது உங்களுடைய குணத்திற்கு ஊறுவிளைவிக்கும்.

திருட்டுச் சேவையை நிறுத்தச் சிறந்த வழி – சொல்லப்போனால் ஒரே வழி – இசை நிறுவனங்கள் அளிக்கும் மந்தமான சேவைகளை விடக் கவர்ச்சியான ஒரு மாற்றுமுறையை அறிமுகப்படுத்துவதுதான் என்பது அவருக்குத் தெரியும். 'இசையைத் திருடுபவர்களில் எண்பது சதவிகிதம் பேர் அதை விரும்பிச் செய்வதில்லை; சட்டரீதியாக வேறு வழியில்லாததால் செய்கிறார்கள் என்று நாங்கள் கருதுகிறோம்' – *எஸ்கோயர்* பத்திரிகையின் ஆன்டி லாங்கரிடம் அவர் கூறினார். 'அதனால் நாங்கள் கூறினோம்: 'இதற்குச் சட்ட ரீதியான மாற்று முறையை உருவாக்குவோம்'. எல்லோருக்கும் வெற்றி. இசை நிறுவனங் களுக்கு வெற்றி. ஆப்பிளுக்கும் வெற்றி. பயனரும் வெற்றிபெறுகிறார் – ஏனெனில் அவருக்கு மேலும் சிறந்த சேவை கிட்டுகிறது; திருட வேண்டிய அவசியமே இல்லாமல் போகிறது.'

ஆக, ஜாப்ஸ் 'ஐட்யூன்ஸ் ஸ்டோர்' ஒன்றை நிறுவி, முதல் தரமான ஐந்து இசை நிறுவனங்கள் அவர்களுடைய பாடல்களின் இலக்கமுறை *(டிஜிட்டல்)* வடிவங்களை அங்கு விற்பனை செய்யச் சம்மதிக்கவைக்கும் முயற்சியில் இறங்கினார். 'இதுவரையில் நான் ஒருவரிடமும் அவர்கள் நலனுக்கான விஷயங்களைச் செய்யும்படி கூறிச் சம்மதிக்க வைக்க இவ்வளவு நேரம் செலவழித்ததில்லை' என்றார் அவர். விலை நிர்ணயமும் ஆல்பத்திலிருந்து பாடல்களைப் பிரித்தளிக்கும் யோசனை நிறுவனங் களுக்குக் கவலையூட்டுவதாக இருந்தன. இதற்கும் ஜாப்ஸ் ஒரு யோசனை யும் கூறினார். இந்தப் புதுச்சேவை தனது மகின்டாஷில் மட்டுமே கிட்டுமென்றும், மகின்டாஷின் சந்தைப் பங்கு வெறும் ஐந்து சதவிகிதம் மட்டுமே என்பதால் கவலைப்பட அவசியமில்லை என்றார். மிகக் குறைந்த இடர்ப்பாட்டோடு இந்தப் புதிய யோசனையை பரிசீலித்துப் பார்க்கலாம் என்றார். சந்தையில் எங்களுக்கு இருந்த சிறு பங்கைச் சாதகமாகக் கொண்டு விவாதம் செய்தோம்; ஒருவேளை அங்காடியால் பாதிப்பு வந்தாலும்கூட மொத்த உலகத்தையும் அது அழித்துவிடாது என்று' – அவர் நினைவுகூர்ந்தார்.

டிஜிட்டல் பாடல்களை 99 சென்டுகளுக்கு விற்கலாம் என்பது ஜாப்ஸின் யோசனை. இசைத்தட்டு நிறுவனங்களுக்கு அதில் 70

சென்டுகள் கிட்டும். இசை நிறுவனங்கள் அளித்து வரும் மாதாந்தர சந்தா திட்ட வடிவத்தைவிட இது மேலும் கவர்ச்சியாக இருக்கும் என்று ஜாப்ஸ் வலியுறுத்தினார். மக்கள் தாங்கள் விரும்பும் பாடல்களோடு உணர்வுரீதியான தொடர்பு வைத்திருக்கிறார்கள் என்பது ஜாப்ஸின் நம்பிக்கை. அவர்கள் *சிம்பதி ஃபார் த டெவில், செல்டர் ஃப்ரம் த ஸ்டார்ம்* போன்ற பாடல்களைச் சொந்தமாக்கிக்கொள்ள விரும்பினார்கள்; சந்தாவில் எடுப்பதற்கல்ல. *ரோலிங் ஸ்டோனைச்* சேர்ந்த ஜெஃப் குடெல்லிடம் ஜாப்ஸ் கூறினார்: '*செகண்ட் கம்மிங்* ஆல்பத்தை நீங்கள் சந்தா முறையில் அளிக்கலாம்; அது வெற்றியடையும் வாய்ப்பில்லை என்று எனக்கு தோன்றுகிறது.'

ஐட்யூன்ஸ் பாடல் தொகுப்புகளை மட்டுமல்ல, தனிப்பாடல்களையும் விற்பனை செய்யும் என்று ஜாப்ஸ் வலியுறுத்தினார். இதுதான் இசைத்தட்டு நிறுவனங்களோடு ஏற்பட்ட கருத்து வேறுபாட்டுக்குப் பெருமளவில் காரணமாக இருந்தது. ஏனெனில் அவர்களுடைய தொகுப்புகளில் இரண்டு, மூன்று பாடல்கள் மட்டுமே சிறப்பாக இருந்தன. மற்ற பத்து பன்னிரெண்டு பாடல்களும் வெறும் இடைச் செருகல்கள். ஆக, தங்களுக்குத் தேவையான பாடல்களைப் பெற, பயனீட்டாளர்கள் முழுத்தொகுப்பையும் வாங்க வேண்டியிருந்தது. சில இசைக் கலைஞர்களும் ஜாப்ஸின் தனிப்பாடல் யோசனைக்குக் கலைரீதியாக எதிர்ப்புத் தெரிவித்தார்கள். 'ஒரு நல்ல தொகுப்பில் சீரான ஓட்டமிருக்கும்; பாடல்கள் ஒன்றுக்கொன்று ஈடுகொடுக்கும். இசையை நான் அப்படித் தான் படைக்க விரும்புகிறேன்' என்றார் நைன் இஞ்ச் நெயில்ஸின் ட்ரெண்ட் ரெஸ்னார். ஆனால் எதிர்ப்புகள் பேச்சளவில், நடைமுறைக்கு ஒவ்வாதவையாக இருந்தன. 'திருட்டுச் சேவையும் இணையதளப் பதிவிறக்கங்களும் (ஆன்லைன் டவுன்லோட்) ஏற்கனவே பாடல் தொகுப்புகளைப் பிரித்துவிட்டிருந்தன' – ஜாப்ஸ் நினைவுகூர்ந்தார். 'தனிப் பாடல்களாக விற்பனை செய்தாலொழிய திருட்டுச் சேவையோடு போட்டியிட முடியாது.'

இந்தப் பிரச்சினையின் மையத்தில் தொழில்நுட்பப் பிரியர்கள், கலைப்பிரியர்கள் ஆகிய இரு பிரிவினர்களுக்கிடையே பூசல் நிலவியது. ஆனால் ஜாப்ஸ் இரண்டையும் நேசித்தார் – பிக்ஸாரிலும் ஆப்பிளிலும் நிரூபித்தது போலவே. ஆகவே அவர்கள் இரு பிரிவினருக்கும் ஒரு பாலமாய் விளங்கினர். அவர் பின்னர் விவரித்தார்:

> நான் பிக்ஸாருக்குச் சென்றபொழுது ஒரு பெரும் பிளவு இருப்பதை உணர்ந்துகொண்டேன் தொழில்நுட்ப நிறுவனங்கள் ஆக்கப்பூர்வமான கலையுணர்வைப் புரிந்துகொள்வதில்லை. அவர்கள் உள்ளுணர்வைப் பாராட்டத் தெரியாதவர்கள். உதாரணமாக ஒரு இசை நிறுவனத்திலுள்ள ஏ & ஆர் வல்லுநர் நூறு கலைஞர்களின்

இசையைக் கேட்டபின் எந்த ஐந்து வெற்றியடையும் என்று துல்லியமாக உணர முடியும். ஆக்கப்பூர்வமான கலையுணர்வு கொண்டவர்கள் ஏதோ சாய்வு நாற்காலிகளிலும் சோபாக்களிலும் நாள் முழுதும் ஓய்வெடுத்துக் கொள்பவர்கள், ஒழுங்குமுறை யற்றவர்கள் என்று நினைக்கிறார்கள். ஏனெனில் பிக்ஸார் போன்ற இடங்களில் உள்ள ஆக்கப்பூர்வமான கலையுணர்வு கொண்டவர்கள் எவ்வளவு ஊக்கமுடனும் ஒழுங்கு முறையுடனும் செயல்படுகிறார்கள் என்பதை அவர்கள் பார்த்ததில்லை. மறுபுறம் இசை நிறுவனங் களுக்குத் தொழில்நுட்பம் என்றால் என்னவென்று தெரிவதில்லை. நினைத்தவாக்கில் சென்று தொழில்நுட்ப வல்லுநர்களை வேலைக்கு அமர்த்திவிடலாம் என்பது அவர்களுடைய கருத்து. இது ஆப்பிள் இசை படைக்க ஒன்றிரண்டு இசைக் கலைஞர்களைப் பணிக்கமர்த் துவது போலிருக்கும். எங்களுக்கு இரண்டாந்தர ஏ& ஆர் வல்லுநர்கள் கிடைப்பார்கள்; இசை நிறுவனங்களுக்கு இரண்டாந்தரத் தொழில் நுட்ப வல்லுநர்கள் கிட்டியது போல. தொழில்நுட்பத்தைப் படைக்க உள்ளுணர்வும் ஆக்கப்பூர்வமான கலையுணர்வும் எவ்வளவு தேவையோ, அதே போல கலையைப் படைக்க நல்ல ஒழுங்குமுறை வேண்டும் என்பதைப் புரிந்துகொண்டுள்ள மிகச்சிலருள் நானும் ஒருவன்.

ஜாப்ஸ் டைம் வார்னரின் ஏஓஎல் பிரிவின் பாரி ஷூலருடன் நீண்டகால உறவு வைத்திருந்தார். அவரிடம் இசை நிறுவனங்களை வரவிருக்கும் ஐட்யூன்ஸ் ஸ்டோருக்குக் கொண்டுவருவது பற்றி யோசனை கேட்டார் ஜாப்ஸ். 'திருட்டுச் சேவைகள் எல்லோரது மின்சுற்றுக்களின் பாதுகாப்பு அமைப்புகளையும் உடைத்தெறிந்து பாடல்களைக் களவாடி விற்று இலாபம் ஈட்டிக்கொண்டிருக்கின்றன. 'உங்களிடம் முனையிலிருந்து முனைவரை ஒருங்கிணைக்கப்பட்ட சேவை இருப்பதால் ஐபாடிலிருந்து அங்காடி வரை இசையைப் பயன்படுத்துவதில் மிகச் சிறந்த பாதுகாப்பை நீங்கள் அளிக்கமுடியும் என்ற வாதத்தை முன்னே வையுங்கள்' என்றார் ஷூலர்.

2002 மார்ச்சில் ஒரு நாள் ஷூலருக்கு ஜாப்ஸிடமிருந்து ஒரு அழைப்பு வந்தது. அவர் விடிச்சையும் உரையாடலில் இணைத்துக்கொள்ளத் தீர்மானித்தார். வார்னர் மியூசிக் தலைவர் ரோஜர் ஆமெஸை உடன் அழைத்துக்கொண்டு க்யூபர்டினோ வரை வரமுடியுமா என்று ஜாப்ஸ் விடிச்சியிடம் கேட்டார். இம்முறை ஜாப்ஸ் மிகவும் வசீகரமாக இருந்தார். ஆமெஸ் நக்கலும் கிண்டலுமான, குதூகலம் நிறைந்த புத்திசாலி இங்கிலாந்துக்காரர் (ஜேம்ஸ் வின்செண்ட், ஜானி ஐவ் போல) ஜாப்ஸிற்குப் பிடித்தமான வகை மனிதர். ஆகையால் நல்ல ஸ்டீவ் தம்மை வெளிப்படுத்திக் கொண்டிருந்தார். கூட்டம் தொடங்கிய புதிதில் ஒரு கட்டத்தில் ஜாப்ஸ் வழக்கத்திற்கு மாறாக

கண்ணியமான மனிதர் போலக்கூட நடந்துகொண்டார். ஆமெஸும் ஆப்பிளுக்காக ஐட்யூன்ஸ் நடத்திவரும் எட்டி க்யூவும் ஏன் இங்கிலாந்தில் ரேடியோ அவ்வளவு கலகலப்பு நிறைந்தாக இல்லை என்பது பற்றிய விவாதத்தில் இறங்கியபோது ஜாப்ஸ் இடைமறித்து, 'நமக்கெல்லாம் தொழில்நுட்பம் பற்றித் தெரியும்; இசை பற்றி அந்த அளவிற்குத் தெரியாது; ஆகையால் நமக்குள் விவாதம் வேண்டாம்' என்றார்.

ஏஓஎல் பிரிவின் புதிதாய்த் தொடங்கியிருந்த இசை பதிவிறக்கம் செய்யும் சேவையை மேம்படுத்தும்படி கேட்டுப் போராடி, தமது நிறுவனத்தில் சமீபத்தில் நடந்த நிர்வாகக் குழுக்கூட்டத்தில் ஆமெஸ் தோல்வியடைந்திருந்தார். ஏஓஎல் நிறுவனத்தைப் பயன்படுத்தி டிஜிட்டல் பதிவிறக்கம் செய்யும்பொழுது, என் பாடாவதிக் கணினியில் அந்தப் பாடலைக் கண்டுபிடிக்கவே முடியவில்லை' என்றார் அவர். ஆகவே ஐட்யூன்ஸ் ஸ்டோரில் மாதிரி வடிவத்தின் செயல் விளக்கத்தை ஜாப்ஸ் காட்டிய போது அவர் மிகவும் திருப்தியடைந்தார். 'இதுதான் – இதையேதான் நாங்கள் எதிர்பார்த்துக் காத்திருந்தோம்' என்றார் அவர். வார்னர் மியூசிக் ஒப்பந்தம் செய்துகொள்வதுடன், பிற இசை நிறுவனங் களையும் இணைத்துக்கொள்ள உதவுவதாக அவர் வாக்களித்தார்.

பிற டைம் வார்னர் செயற்குழு உறுப்பினர்களுக்கும் அந்தச் சேவையை விளக்க ஜாப்ஸ் கிழக்கு நோக்கிப் பறந்தார். 'மாக்கிற்கு முன் அவர் விளையாட்டுச் சாதனத்தை வைத்திருக்கும் குழந்தையைப்போல உட்கார்ந்திருந்தார்' – 'பிற தலைமை நிர்வாக அதிகாரிகளைப் போலல்லாமல், அவர் தமது தயாரிப்போடு முழுமை யாக ஒன்றிப் போயிருந்தார்' என்றார் விடிச். ஆமெஸும் ஜாப்ஸும் ஐட்யூன்ஸ் ஸ்டோரின் விவரங்களை வரிசையாக விளக்கினர் – ஒரு பின்னணி ஓசைப் பதிவை எத்தனை முறை பல்வேறு சாதனங்களில் பதிவு செய்யமுடியும், பிரதி எடுப்பதைத் தடுத்துப் பாதுகாக்கும் அமைப்பு எப்படிச் செயல்படுகிறது என்பது உட்பட. மிக விரைவிலேயே அவர்களுக்குள் நல்ல கருத்தொற்றுமை ஏற்பட்டு மற்ற இசை நிறுவனங் களையும் இணைக்க அவர்கள் தயாரானார்கள்.

பூனைகளை மேய்த்தல்

இதில் சேர்ந்த முக்கிய உறுப்பினர் டக் மாரிஸ் – யூனிவர்சல் மியூசிக் க்ரூப்பின் தலைவர். அவருடைய கைவசம் யூ2, எமினெம், மரியா காரே போன்ற பிரபல பாடகர்கள் இருந்தார்கள். இது தவிர மோடவுன், இன்டர்ஸ்கோப், கெஃப்பென், ஏ & எம் போன்ற செல்வாக்குள்ள பெயர்களும் இருந்தன. மாரிஸ் பேச்சுவார்த்தையில் மிகுந்த ஆர்வம் காட்டினார். இசையுலகில் மற்ற எல்லா ஜாம்பவான்களையும் விட அதிகமாக அவர் திருட்டுச் சேவைபற்றிக் கவலைப்பட்டார்; இசை

நிறுவனங்களில் பணிபுரிவோரது தொழில்நுட்பத்திறன் அவருக்குச் சலிப்பூட்டியது. 'இது ஏதோ வைல்ட் வெஸ்ட் போல இருந்தது. ஒருவரும் டிஜிட்டல் இசையை விற்பனை செய்யவில்லை. திருட்டுச் சேவையோ மலிந்துகிடந்தது. இசைத்தட்டு நிறுவனங்களில் செய்த முயற்சிகள் அனைத்தும் தோல்வியைத் தழுவின. இசைக் கலைஞர்களுக்கும் தொழில்நுட்ப வல்லுநர்களுக்கும் திறமைகள் மிகப் பெரிய அளவில் வேறுபட்டிருந்தன' என்றார் அவர்.

ஜாப்ஸுடன் ப்ராட்வேயிலுள்ள மாரிஸின் அலுவலகத்திற்கு நடந்து செல்லும் வழியிலேயே என்ன பேசவேண்டும் என்பதைச் சுருக்கமாக விளக்கினார் அமெஸ். பயனீட்டாளர்களுக்கு எளிமையான, அதே சமயம் இசைத்தட்டு நிறுவனங்களுக்குப் பாதுகாப்பான வகையில் ஜாப்ஸ் அனைத்து அம்சங்களையும் ஒருங்கிணைந்து அளித்த விதம் மாரிஸை மிகவும் கவர்ந்தது. 'ஸ்டீவ் அற்புதமான ஒரு விஷயத்தைச் செய்தார். அவர் ஒரு முழுமையான அமைப்பைப் பரிந்துரைத்தார்: ஐட்யூன்ஸ் ஸ்டோர், இசை நிர்வகிக்கும் மென்பொருள், ஐபாட், எல்லாமே மிகவும் சீராக அமைந்தது. மொத்தத் தொகுப்பும் அவருடைய கைவசம் இருந்தது' என்றார் மாரிஸ்.

இசை நிறுவனங்களில் இல்லாத தொழில்நுட்ப நோக்கு ஜாப்ஸிடம் இருந்தது என்பதில் மாரிஸ் முழுத் திருப்தியடைந்தார். 'இதைச் செய்வதற்கு நாம் ஸ்டீவ் ஜாப்ஸைத்தான் நம்பியாகவேண்டும். ஏனெனில் யூனிவர்சலில் தொழில்நுட்பம் தெரிந்த ஒருவர்கூட இல்லை' என்று தமது தொழில்நுட்பத் தலைவரிடம் கூறினார். இதனால் மட்டும் ஜாப்ஸுடன் இணைந்து பணிபுரிய யூனிவர்சலின் தொழில்நுட்ப வல்லுநர்கள் ஆவலாகிவிடவில்லை. சொல்லப்போனால் அவர்களுடைய எதிர்ப்புகளைக் கைவிட்டுவிட்டு விரைவில் ஓர் ஒப்பந்தம் செய்து கொள்ள மாரிஸ் அவர்களுக்குக் கட்டளையிட்டவாறே இருக்க வேண்டி யிருந்தது. ஆப்பிள் டிஜிட்டல் உரிமையை நிர்வகிக்கும் அமைப்பான ஃபேர் ப்ளேக்கு மேலும் சில கட்டுப்பாடுகளை விதிப்பதன் மூலம் வாங்கிய பாடல் அதிக எண்ணிக்கையிலான சாதனங்களுக்குப் பரவி விடாமல் அவர்களால் பார்த்துக்கொள்ள முடிந்தது. ஆனால் பொதுவாக ஜாப்ஸ் ஆமெஸ் மற்றும் வார்னரிலுள்ள அவருடைய சக ஊழியர் களுடன் இணைந்து உருவாக்கிய ஐட்யூன்ஸ் ஸ்டோர் யோசனைக்கு நன்கு ஒத்துழைப்புத் தந்தார்கள்.

மாரிஸ் ஜாப்ஸால் மிக அதிக அளவில் பூரித்துப்போயிருந்தார். ஆகவே ஜிம்மி அயோவீனை அழைத்தார் – அவர் இன்டர்ஸ்கோப் ஜெஃபென் ஏ&எம் என்ற இசை நிறுவனத்தின் படபடவென்று பேசும், கண்டிப்பும் தோரணையும் மிக்க தலைவர். அயோவீனும் மாரிஸும் கடந்த முப்பது ஆண்டுகாலமாக ஒவ்வொரு நாளும் பேசிக்கொள்ளும் ஆப்த

நண்பர்கள். 'நான் ஸ்டீவைச் சந்தித்தபோது, அவர்தான் நம்மைக் காப்பாற்றுபவர் என்று எனக்குத் தோன்றியது. ஆகவே ஜிம்மியை உடனே வரவழைத்தேன் – அவருடைய கருத்தையும் அறிந்துகொள்வதற்காக' – மாரிஸ் நினைவு கூர்ந்தார்.

தமக்கு வேண்டுமென்றால் ஜாப்ஸால் வழக்கத்திற்கு மாறாக வசீகரிக்கவும் முடியும். அயோவீன் செயல்விளக்கத்தைக் காண க்யூபர்டினோவிற்குப் பறந்துவந்தபோது அப்படித்தான் செய்தார். 'எவ்வளவு எளிதாக உள்ளது, பார்த்தீர்களா?' என்று அவர் அயோவீனிடம் கேட்டார். 'உங்கள் தொழில்நுட்பக்காரர்கள் இதை ஒருகாலும் செய்யப்போவதில்லை. இசை நிறுவனங்களில் இதை இவ்வளவு எளிதாக்கக் கூடியவர்கள் ஒருவருமில்லை.'

அயோவீன் நேராக மாரிஸை அழைத்தார். 'இந்த மனிதர் தனித்துவம் வாய்ந்தவர்! நீங்கள் கூறியது சரிதான். அவரிடம் தீர்வு தயாராக உள்ளது' என்றார். சோனி நிறுவனத்துடன் இரண்டு ஆண்டுகாலமாக இணைந்து உழைத்தும், ஒருவிதப் பலனும் கிட்டாமல் போனதுபற்றி அவர்கள் குறைபட்டுக் கொண்டார்கள். 'சோனி ஒருகாலும் இதற்கெல்லாம் தீர்வுகாணப் போவதில்லை' என்றார் அவர், மாரிஸிடம். சோனியை விட்டுவிட்டு அதற்குப் பதிலாக ஆப்பிளுடன் இணைந்துகொள்ள அவர்கள் ஒத்துக்கொண்டனர். 'இப்படியொரு வாய்ப்பை சோனி எப்படிக் கவனிக்காமல் விட்டது என்பதை நினைக்கையில் எனக்கு மலைப்பாக இருக்கிறது – இது சரித்திர முக்கியத்துவம் வாய்ந்த குளறுபடி' என்றார் அயோவீன். 'நிறுவனத்தின் பிரிவுகள் சரியாக இணைந்து செயல்படவில்லை என்றால், ஸ்டீவ் அவர்களைப் பணி நீக்கம் செய்துவிடுவார். ஆனால் சோனியின் பிரிவுகள் எந்நேரமும் ஒன்றோடு ஒன்று மோதியவண்ணம் இருந்தன.'

உண்மையிலேயே சோனி ஆப்பிளுக்கு நேர் எதிரான உதாரணமாக இருந்தது. அதனிடம் கவர்ச்சியான தயாரிப்புகளை உருவாக்கும் பயனீட்டாளர்களுக்கான மின்னணுவியல் சாதனப்பிரிவும், எல்லோர் மனத்திலும் நீங்கா இடம்பிடித்த (பாப் டிலன் உட்பட) பாடகர்கள் கொண்ட இசைப்பிரிவும் இருந்தது. ஆனால் ஒவ்வொரு பிரிவும் தனது நலனைமட்டுமே பாதுகாத்துக்கொள்ள முயன்றதால், நிறுவனத்தால் ஒருங்கிணைந்து, முழுமையானதொரு சேவையை அளிக்க இயலவில்லை.

சோனி இசை நிறுவனத்தின் புதிய தலைவர் ஆன்டி லாக் சோனி தனது இசையை ஐட்யூன்ஸ் ஸ்டோரில் விற்பனைக்குத் தருமா என்பதுபற்றி ஜாப்ஸுடன் பேச்சுவார்த்தை நடத்தும் பொறாமைப்பட முடியாத கடினமான முயற்சியில் ஈடுபட்டிருந்தார். கட்டுக்கடங்காத, அனுபவ அறிவுமிக்க லாக் சிபிஎஸ் நியூஸின் தயாரிப்பாளராகவும்,

என்பிசி தொலைக்காட்சி நிறுவனத்தின் தலைவராகவும் நீண்டகாலம் பணியாற்றிய பின் அப்பொழுதுதான் சோனிக்கு வந்திருந்தார். அத்துடன், ஒருவரை வரையறைக்குள் நிறுத்தவும், தமது நகைச்சுவை உணர்வைத் தக்கவைத்துக்கொள்ளவும் அவருக்குத் தெரியும். சோனி தனது பாடல்களை ஐட்யூன்ஸுக்கு விற்பனை செய்வது கிறுக்குத்தன மானது. ஆனால் அவசியமானது என்பதை அவர் உணர்ந்தார். இசைத் தொழிலில் எடுக்கப்படும் பல்வேறு தீர்மானங்களில் இதே நிலைதான் நீடித்தது. ஆப்பிள் பாடல் விற்பனையில் மட்டுமன்றி, அதன்மூலம் அதிகரிக்கும் ஐபாட் விற்பனையிலும் கொள்ளை இலாபம் ஈட்டும். ஐபாடின் வெற்றிக்கு இசைநிறுவனங்கள் காரணமாக இருப்பதால், விற்பனையாகும் ஒவ்வொரு ஐபாடிற்கும் அவர்களுக்கு உரிமத்தொகை யாக ஏதாவது கிடைக்கவேண்டும் என்பது அவருடைய கருத்து.

லாக்குடனான பல்வேறு கலந்துரையாடல்களில் ஜாப்ஸ் தமது ஒருமித்த கருத்தைத் தெரிவித்ததுடன், இசை நிறுவனங்களோடு உண்மையான கூட்டணியமைத்துக்கொள்ள விரும்புவதாகவும் கூறிவந்தார். தமது கணீரென்ற குரலில் லாக் கூறினார்: 'ஸ்டீவ், உங்கள் சாதனங்கள் ஒவ்வொன்றின் விற்பனையிலும் ஏதேனும் ஒரு சிறு பங்கு தருவதாக இருந்தால் நான் தயார். இது மிக அழகான சாதனம்தான். ஆனால் அது விற்பனையாவதற்கு எங்கள் இசை துணைபுரிகிறது. இதுதான் என்னைப்பொறுத்தவரையில் உண்மையான கூட்டுமுயற்சி.'

'நான் உங்களோடு கைகோர்த்து நிற்கிறேன்' என்றார் ஜாப்ஸ், பல சந்தர்ப்பங்களில். ஆனால் பின்னர் டக் மாரிஸிடமும் ரோஜர் ஆமெஸிடமும் சென்று புலம்பித் தீர்ப்பார் - சதியாலோசனைப் பாணி யில் – 'லாக்கிற்கு விவரம் புரியவில்லை; இசைத்தொழில் பற்றி அவருக்கு எதுவும் தெரியவில்லை; மாரிஸ், ஆமெஸ் போல அவர் புத்திசாலி அல்ல' என்று. 'ஸ்டீவின் தனிப்பாணியே அதுதான். செய்வதாக ஒத்துக்கொள்வார். ஆனால் அது ஒருகாலும் நடக்காது' என்றார் லாக். 'நம்மைப் படிப்படியாகத் தயார் செய்துவிட்டு, மொத்தமாய் மறுத்து விடுவார். அவர் நோய்க்குறியறிதலில் வல்லவர் – இது பேரம்பேசுவதில் பெரிதும் உதவும். அதுமட்டுமல்ல, அவர் ஒரு மேதை.'

இசைத்துறையில் உள்ள மற்றவர்களின் ஆதரவின்றி இந்த விஷயத்தில் வெற்றிகாண முடியாது என்பது லாக்கிற்குத் தெரியும். ஆனால் ஜாப்ஸ் முகஸ்துதியையும் வியாபார தந்திரத்தையும் வைத்தே மற்ற இசை நிறுவனங்களைத் தம்வசப்படுத்திவிட்டார். 'இசைத்துறை மட்டும் கைகோர்த்து நின்றிருந்தால் ஒரு உரிமத்தொகை கிடைத்திருக்கும்; அதன்மூலம் அத்தியாவசியத் தேவையான இரட்டை வருமானத்திற்கும் வழி பிறந்திருக்கும்' என்றார் லாக். 'ஐபாடின் விற்பனைக்கு

நாங்கள்தான் காரணமாக இருந்தோம்; அதனால் அது நியாயமாக இருந்திருக்கும்.' ஆனால் அதுதான் முனையிலிருந்து முனைவரை ஒருங்கிணைக்கப்பட்ட ஜாப்ஸின் திட்டத்தின் அழகான அம்சங்களில் ஒன்று; ஐட்யூன்ஸில் வரும் பாடல்களின் விற்பனை ஐபாட்களின் விற்பனையை அதிகரிக்கும். அதனால் மகின்டாஷின் விற்பனையும் பெருகும். சோனியும் அதையே சாதித்திருக்க முடியும். ஆனால் தனது வன்பொருள், மென்பொருள் மற்றும் பொருளடக்கப் பிரிவுகளை இசைந்து செயல்படவைக்க அதனால் முடியவில்லை - இதுதான் லாக்கைக் குமுறச்செய்தது.

ஜாப்ஸ் லாக்கை வசப்படுத்தப் போராடினார். நியூ யார்க் வந்திருந்த போது, லாக்கை ஃபோர் சீசன்ஸ் ஹோட்டலில் உள்ள தமது பென்ட்ஹௌஸிற்கு அழைத்திருந்தார். 'ஜாப்ஸ் ஏற்கனவே அவர்கள் இருவருக்கான காலை உணவிற்கு ஏற்பாடு செய்திருந்தார் – ஓட்ஸ் கஞ்சி, பெர்ரி பழங்களுடன். அதுமட்டுமல்ல, 'வரம்புமீறிய' உபசரிப்பும் அளித்தார்' என்று லாக் நினைவுகூர்ந்தார். 'ஆனால் ஜாக் வெல்ஷ் அதில் மயங்கிவிடாமல் இருக்க எனக்குக் கற்றுத் தந்திருந்தார். மாரிஸையும் ஆமெஸையும் வசப்படுத்த முடிந்தது; அவர்களைக் கேட்டால், *உங்களுக்குப் புரியமாட்டேன் என்கிறது; நீங்கள் அதில் மயங்கித்தான்* ஆகவேண்டும் என்பார்கள். அதைத்தான் செய்யவும் செய்தார்கள். ஆக, இசைத்தொழிலில் நான் தனித்து விடப்பட்டேன்' என்றார் அவர்.

சோனி தனது இசையை ஐட்யூன்ஸ் ஸ்டோருக்கு விற்க ஒத்துக் கொண்ட பின்னரும் அவர்களுக்கிடையிலான உறவில் பூசல்கள் நிலவின. ஒவ்வொரு முறை புதுப்பிக்கும் பொழுதும், மாற்றங்கள் செய்யும் பொழுதும் தீவிர மோதல்கள் நிகழும். 'ஆன்டியைப் பொறுத்த வரை அவருடைய அகம்பாவம்தான் பெரிதும் காரணமாக இருந்தது. அவருக்கு இசைத்தொழில் சரிவரப் புரிபடவேயில்லை; நேரத்திற்கு அளிக்கவும் முடியவில்லை. சிலசமயம் அவர் மட்டமானவராக நடந்துகொள்கிறாரோ என்று எனக்குத் தோன்றும்.' ஜாப்ஸ் கூறியதை அவரிடம் தெரிவித்தபோது லாக் பதிலளித்தார்: 'நான் சோனிக்காகவும் இசைத்தொழில் துறைக்காகவும் போராடினேன். அதனால் அவர் ஏன் என்னை மட்டமானவராகக் கருதினார் என்று எனக்குப் புரிகிறது.'

இசைத்தட்டு நிறுவனங்களை ஐட்யூன்ஸ் திட்டத்தோடு இசைந்து செல்ல வைப்பதுமட்டும் போதவில்லை. அவர்களுடைய பல கலைஞர்கள் தங்களுடைய பாடல்களின் டிஜிட்டல் விநியோகத்தைத் தங்கள் கட்டுப்பாட்டில் வைத்துக் கொள்ளவும், தங்களுடைய பாடல்கள் தொகுப்பிலிருந்து பிரித்தெடுக்கப்பட்டுத் தனியாக விற்பனை செய்யப் படுவதைத் தடுக்கவும், தங்களுடைய ஒப்பந்தங்களில் வழிவகை

செய்துகொண்டிருந்தனர். ஆகவே, ஜாப்ஸ் பல்வேறு முன்னணி இசைக்கலைஞர்களைத் தாஜா செய்வதில் முனைப்பாக ஈடுபட்டார். இது அவருக்குச் சுவாரசிய மான அனுபவமாக இருந்தாலும், அவர் எதிர்பார்த்ததைவிடக் கடின மாகவே இருந்தது.

ஐட்யூன்ஸின் வெளியீட்டிற்கு முன்பு ஜாப்ஸ் ஏறத்தாழ பன்னிரண்டு முக்கிய இசைக் கலைஞர்களைச் சந்தித்திருந்தார் – போனோ, மிக் ஜாகர், ஷெரில் க்ரோ உட்பட. 'அவர் என் வீட்டிற்குத் தொலைபேசி யில் அழைப்பார் – சலிக்காமல், இரவு பத்து மணிக்கு, இன்னும் லெட் ஜெப்பெலின் அல்லது மடோனா கிட்டவில்லை என்று கூறிக் கொண்டு' என்றார் ஆமெஸ். 'அவர் மிகத் தீர்மானமாக இருந்தார். இதில் சில கலைஞர்களை அவரைத் தவிர வேறு ஒருவராலும் சம்மதிக்க வைத்திருக்க முடியாது.'

இதில் மிகவும் விசித்திரமான சந்திப்பு டாக்டர் ட்ரே ஜாப்ஸைச் சந்திக்க ஆப்பிள் தலைமையகத்திற்கு வந்திருந்தபோது நிகழ்ந்தது. ஜாப்ஸிற்கு பீட்டில்ஸும் டைலனும் மிகவும் பிடித்தமான இசைக் கலைஞர்கள். ஆனால் ஏனோ ராப் இசையின் மீது தமக்கு ஓர் ஈர்ப்பு ஏற்படவே இல்லை என்று ஒப்புக்கொண்டார். இப்பொழுது எமினெம் மற்றும் பிற ராப்பர்களின் இசையை ஐட்யூன்ஸ் ஸ்டோரில் விற்பனை செய்ய அவர்களுடைய சம்மதம் அவருக்கு அவசியமானதாக இருந்தது. ஆகவே அவர் எமினெம்மின் ஆசானான டாக்டர் ட்ரேயுடன் நெருங்கிப் பழகினார். ஐட்யூன்ஸ் ஸ்டோர் ஐபாடுடன் சீரான முறையில் இசைந்து செயல்புரிவதை ஜாப்ஸ் விளக்கிக் காட்டியதும் டாக்டர் ட்ரே ஆச்சரியமாக, 'அப்பாடா, ஒருவழியாக ஒருவருக்காவது இதைச் சரியாகச் செய்யத் தெரிந்திருக்கிறது!' என்றார்.

இசை ரசனை வரிசையின் மறுமுனையில் ட்ரம்பெட் வாசிக்கும் வின்டன் மார்சாலிஸ். அவர் ஜாஸ் இசைக்காக வெஸ்ட்கோஸ்டில் நிதிவசூல் செய்யும் ஓர் இசைப்பயணம் மேற்கொண்டிருந்தார் – லிங்கன் சென்டரில். ஜாப்ஸின் மனைவி லாரீனை அவர் சந்திப்பதாக ஏற்பாடு. ஜாப்ஸ் அவர் தமது பாலோ ஆல்டோ வீட்டிற்கு வந்தே ஆகவேண்டும் என்று வலியுறுத்தி, ஐட்யூன்ஸை விளக்கத் தொடங்கி விட்டார். 'நீங்கள் என்ன பாடல் தேட விரும்புகிறீர்கள்?' என்றார் மார்சலிஸிடம். அந்த ட்ரம்பெட் ஜெர்மன் இசைக் கலைஞர் பேத்ஹாஃபென் (Beethoven) என்றார். 'இது என்னவெல்லாம் செய்கிறது, பாருங்கள்!' – மார்சாலிஸின் கவனம் திசை திரும்பும் பொழுதெல்லாம் ஜாப்ஸ் வலியுறுத்தினார்: 'இடைமுகம் *(இன்டர்ஃபேஸ்)* எப்படிச் செயல் புரிகிறது, பாருங்கள்!' மார்சலிஸ் பின்னர் நினைவுகூர்ந்தார்: 'எனக்கு கணினியில் எல்லாம் அவ்வளவு அக்கறையில்லை; அதைத் திரும்பத் திரும்ப அவரிடம் சொல்லவும் செய்தேன். ஆனால் அவரோ இரண்டு

மணிநேரம் ஓயாமல் பேசிக்கொண்டிருந்தார் – ஏதோ ஆவேசம் வந்தவர்போல. சிறிது நேரத்திற்குப் பிறகு நான் கணினியைக் கவனிக்கவே இல்லை; அவரைத்தான் பார்த்துக் கொண்டிருந்தேன். ஏனெனில் அவருடைய மோகம் கலந்த ஆர்வம் என்னை அந்த அளவிற்குப் பிரமிக்கவைத்தது.'

2003 ஏப்ரல் 28 அன்று ஜாப்ஸ் ஐட்யூன்ஸ் ஸ்டோரைத் திறந்து வைத்தார் – சான் ஃப்ரான்சிஸ்கோ மாஸ்கோன் சென்டரில். ஒட்டக் கத்தரித்த தலைமுடி, லேசாய் விழுந்திருந்த முன் வழுக்கை, சவரம் செய்யப்படாத தாடியுமாய் ஜாப்ஸ் மேடையில் நடந்தவாறே நாப்ஸ்டர் 'இணையதளம் இசையை அளிப்பதற்காகவே உருவானது என்பதை நிரூபித்தது எப்படி' என்று விவரித்தார். அதிலிருந்து உருவான கஸா போன்றவை பாடல்களை இலவசமாக அளித்ததையும் குறிப்பிட்டார். இவற்றுடன் எப்படிப் போரிடுவது? இந்தக் கேள்விக்குப் பதிலளிக்கும் வகையில், இத்தகைய இலவசச் சேவைகளிலுள்ள பிரச்சினைகளை விவரித்தார். பதிவிறக்கங்கள் நம்பகமற்றவையாக இருந்தன. தரமும் பெரும்பாலும் மோசமாகவே இருந்தது. 'இவற்றுள் பல பாடல்கள் ஏழு வயது நிரம்பியவர்களால் குறியீடு *(என்கோட்)* செய்யப்படுகின்றன. அதை அவர்கள் அப்படியொன்றும் பிரமாதமாகச் செய்வதுமில்லை!' இன்னும் சொல்லப் போனால், முன்னோட்டங்கள், ஆல்பங்களைத் தொகுக்கும் கலை போன்றவையும் இருக்கவில்லை. பின் அவர் கூறினார்: 'எல்லாவற்றுக்கும் மேலாக, இது திருட்டுக்குச் சமம்! கர்மாவோடு விளையாடுவது நல்லதல்ல!'

பிறகு ஏன் இந்தத் திருட்டுத் தளங்கள் இப்படிப் பரவலாக முளைத்தன? ஜாப்ஸ் பதிலளித்தார்: 'ஏனெனில், வேறு வழியில்லை. சந்தாச் சேவைகள் – ப்ரெஸ்ப்ளே, மியூசிக்நெட் போன்றவை – *உங்களைக் குற்றவாளி போல நடத்துகின்றன*' என்றவாறே பட்டைகளிட்ட உடையணிந்த ஒரு கைதியின் படத்தைப் படவில்லையாகக் *(ஸ்லைட்)* காட்டினார். பின் பாப் டிலனின் படமுள்ள ஒரு படவில்லை திரையில் வந்தது. 'மக்கள் தாங்கள் நேசிக்கும் இசையைச் சொந்தமாக்கிக் கொள்ள விரும்புகிறார்கள்.'

இசைத்தட்டு நிறுவனங்களுடன் மிக அதிக அளவில் பேச்சுகள் நடத்தியபின் அவர் கூறினார்: 'இந்த உலகில் ஒரு மாற்றத்தைக் கொண்டு வருவதற்காக எங்களுடன் இணைந்து செயல் புரிய அவர்கள் விருப்பம் தெரிவித்தனர்.' ஐட்யூன்ஸ் ஸ்டோர் 200,000 பாடல்களோடு தொடங்கும்; நாள்தோறும் வளர்ந்து செல்லும் அங்காடியைப் பயன் படுத்தி, பாடல்களைச் சொந்தமாக்கிக் கொள்ளலாம், குறுவட்டுகளில்

பதிவு செய்யலாம், பதிவிறக்கத் தரத்தை உறுதிசெய்து கொள்ளலாம், பாடலை பதிவிறக்கம் செய்வதற்கு முன் முன்னோட்டம் பெறலாம், ஐமூவிஸ், ஐடிவிடி ஆகியவற்றுடன் பயன்படுத்தி 'உங்கள் வாழ்வின் இசையை உருவாக்கலாம்' என்றார். விலை? வெறும் 99 சென்டுகள் மட்டுமே என்றார் – ஒரு ஸ்டார்பக்ஸ் நிறுவனத்தின் லாட்டேயின் (ஒருவகை பானம்) விலையில் மூன்றில் ஒரு பங்கு. இதில் என்ன இலாபம்? என்னவென்றால் கஸாவிலிருந்து சரியான பாடலைத் தேர்வு செய்யப் பதினைந்து நிமிடங்கள் பிடிக்கும் – ஒரு நிமிடத்திற்குப் பதிலாக. உங்கள் ஒரு மணி நேரத்தைச் செலவிடுவதன் மூலம் ஏறத்தாழ நான்கு டாலரைச் சேமிப்பதற்காக – அவர் கணக்கிட்டார் – குறைந்த பட்சத்தைவிடக் குறைவான கூலிக்கு நீங்கள் வேலை செய்கிறீர்கள்! இன்னும் ஒரு விஷயம் – 'ஐட்யூன்ஸைப் பயன்படுத்துவதனால், திருட்டு நடப்ப தில்லை. அது நல்ல கர்மா.'

அந்த வரிக்கு மிகச் சத்தமாகக் கைதட்டல் எழுந்தது முன் வரிசையில் அமர்ந்திருந்த இசைத்தட்டு நிறுவனங்களின் தலைவர்களிடமிருந்து - இதில் டக் மாரிஸ், அவருக்கு அருகில் வழக்கமான பேஸ்பால் தொப்பி அணிந்து காணப்பட்ட ஜிம்மி அயோவீன், மற்றும் வார்னர் மியூசிக்கின் மொத்தக் குழுவினரும் அடக்கம். அங்காடியின் நிர்வாகியான எட்டி க்யூ ஆப்பிள் ஆறே மாதங்களில் பத்து லட்சம் பாடல்கள் விற்பனை செய்யும் என்று தமது கணிப்பைக் கூறினார். ஆனால் ஐட்யூன்ஸ் ஸ்டோர் ஆறே நாள்களில் பத்து லட்சம் பாடல்களை விற்பனை செய்தது. 'இது சரித்திரத்தில் இசைத் தொழிலின் திருப்புமுனையாகப் பேசப்படும்' என்று அறிவித்தார் ஜாப்ஸ்.

மைக்ரோஸாஃப்ட்

'நாம் புகைந்துபோனோம்.'

ஜிம் ஆல்ச்சின் விண்டோஸ் வளர்ச்சிப் பொறுப்பிலுள்ள மைக்ரோ ஸாஃப்டின் செயலாளர் – ஐட்யூன்ஸைப் பார்த்த அன்று மாலை ஐந்து மணி அளவில் தனது நான்கு சக ஊழியர்களுக்கு எழுதிய மொட்டை மின்னஞ்சல் – அதில் மற்றொரு வரி மட்டுமே இருந்தது. 'இவர்கள் இசை நிறுவனங்களை எப்படித் தங்களுடன் இணைத்துக் கொண்டார்கள்?'

அன்று மாலை, மைக்ரோஸாஃப்டின் ஆன்லைன் (நிகழ்நிலை) விற்பனைக் குழுவை நடத்திவரும் டேவிட் கோளிடமிருந்து பதில் வந்தது. 'ஆப்பிள் இதை விண்டோஸிடம் கொண்டு வரும்பொழுது (மீண்டும் விண்டோஸிற்குக் கொண்டுவராத தவறைச் செய்ய மாட்டார்கள் என்று நினைக்கிறேன்), நாம் உண்மையிலேயே புகைந்து

தான் போய்விடுவோம்.' விண்டோஸ் குழு 'இதுபோன்ற தீர்வைச் சந்தைக்குக் கொண்டுவர' வேண்டியுள்ளது என்றார் அவர். மேலும் 'இதற்கு நேரடியாகப் பயனர்களுக்குப் பலனளிக்கும் முனையிலிருந்து முனை வரையிலான ஒருங்கிணைந்த சேவையும், அதன் மீது முழு கவனமும், குறிக்கோளை நோக்கிச் சீரிய முறையில் செல்வதும் அவசியமாகும். இன்று நம்மிடையே அது இல்லை' என்றார். மைக்ரோஸாஃப்ட் தனக்கென்று ஓர் இணையதளம் (எம்எஸ்என்) வைத்திருந்தாலும், அது ஆப்பிள் போல முனையிலிருந்து முனை வரையிலான சேவையை அளிக்கவில்லை.

அன்றிரவு 10.46க்கு பில்கேட்ஸே தொடர்புகொண்டார்: 'மீண்டும் ஆப்பிளின் ஜாப்ஸ்' என்ற அவருடைய தலைப்பு வரியில் விரக்தி தொனித்தது. 'முக்கியமான சிலவற்றில் கவனம் செலுத்தும் ஸ்டீவ் ஜாப்ஸின் திறன், பயனர் இடைமுகத்தை (இன்டர்ஃபேஸ்) சரியாகப் புரிந்துகொள்ளக் கூடியவர்களை அடையாளம் கண்டு சேர்த்துக் கொள்ளுதல், தயாரிப்புகளைப் புரட்சிகரமானவை என்று கூறி விற்பனை செய்யும் வியாபார தந்திரம் – இவை அனைத்தும் அற்புத மானவை' என்றார் அவர். ஜாப்ஸால் இசை நிறுவனங்களைத் தமது அங்காடியோடு இசைந்து வரச் சம்மதிக்க வைக்க முடிந்ததை எண்ணி அவரும் தமது வியப்பை வெளிப்படுத்தினார். 'இது எனக்கு மிகவும் வியப்பளிக்கிறது. இசை நிறுவனங்கள் அளிக்கும் சேவையே பயனர் களுக்கு முற்றிலும் தோழமையற்ற ஒன்றாகத்தான் இருக்கிறது. எப்படியோ அவர்கள் ஒரு நல்ல விஷயத்தைச் செய்ய ஆப்பிளுக்கு வாய்ப்பளிக்கத் தீர்மானித்திருக்கிறார்கள்.'

மக்கள் மாதாந்தர சந்தாவாக அல்லாமல், பாடல்களை வாங்கக் கூடிய வகையிலான சேவையை அளிக்க ஒருவரும் இதுவரை முன்வர வில்லை என்பதும் கேட்ஸுக்கு விசித்திரமாகத் தெரிந்தது. 'விசித்திரம் என்றால் நாம் எல்லாவற்றையும் குழப்பிவிட்டோம் என்று அர்த்த மல்ல; நாம் அப்படிச் செய்தோம் என்றால் ரியல், ப்ரெஸ்ப்ளே, மியூசிக் நெட் என அடிப்படையில் அனைவருமே அதைத்தான் செய்தார்கள்' என்று எழுதியிருந்தார். 'இப்போது ஜாப்ஸ் அதைச் செய்துள்ள நிலையில், பயனர் இடைமுகங்களும் உரிமைகளும் அதே தரத்தில் உள்ளது போல் நாமும் வேகமாகச் செயல்பட்டு ஏதாவது செய்தாக வேண்டும். ஜாப்ஸ் நம்மை மீண்டும் முடக்கிவிட்டாலும், நாம் விரைந்து செயல்பட்டு அவர்களுக்கு நிகராக, அவர்களைவிட நன்றாக அதைச் செய்யமுடியும் என்று நிரூபிக்க நமக்கு ஒரு திட்டம் தேவை என்று நினைக்கிறேன்.' இது வியப்புக்குரிய தனிப்பட்ட ஒப்புதல் வாக்குமூலமாக இருந்தது: மைக்ரோஸாஃப்ட் மீண்டும் முடக்கப்பட்டு விட்டது; அது ஆப்பிளைப் பின்பற்றி அதற்கு ஈடாக வர முயலும்.

ஆனால் சோனியைப் போலவே, மைக்ரோஸாஃப்டாலும் அப்படிச் செய்யமுடியாமல் போனது – ஜாப்ஸ் வழிகாட்டிய பின்னரும்கூட.

பதிலுக்கு ஆப்பிள் மைக்ரோஸாஃப்டை கோல் ஊகித்திருந்த வழியிலேயே தொடர்ந்து புகையச்செய்து வந்தது. அது ஐட்யூன்ஸ் மென்பொருளையும் அங்காடியையும் வின்டோஸுக்குப் பொருத்த மான வடிவில் தயாரித்து அளித்தது. ஆனால் இதில் சில உட்பூசல்கள் உருவாயின. முதலில் ஜாப்ஸும் அவருடைய குழுவினரும் ஐபாடை வின்டோஸ் கணினியில் செயல்புரிய வைக்கத்தான் வேண்டுமா என்று தீர்மானிக்க வேண்டியிருந்தது. ஜாப்ஸ் தொடக்கத்தில் இதற்கு எதிர்ப்புத் தெரிவித்தார். 'ஐபாடை மாக்குக்கு மட்டும் வைத்துக்கொள் வதனால் அது நாம் எதிர்பார்த்ததை விடவும் மாக்கின் விற்பனையை அதிகரித்திருந்தது' என்று அவர் நினைவுகூர்ந்தார். ஆனால் அவருக்கு எதிராக அவருடைய நான்கு முன்னணிச் செயலாளர்கள்: ஷில்லர், ரூபின்ஸ்டைன், ராபின், ஃபாடெல். ஆப்பிளின் எதிர்காலம் எப்படிப் பட்டதாக இருக்கவேண்டும் என்பது குறித்த விவாதம் அது. 'நாங்கள் இசை விற்பனைத் தொழிலில் இருக்கவேண்டும்; மாக் விற்பனையில் மட்டும் இருந்தால் போதாது என்று கருதினோம்' என்றார் ஷில்லர்.

ஜாப்ஸ் எப்பொழுதுமே ஆப்பிள் தனக்கென ஒரு ஒருமைப் பட்ட சாம்ராஜ்ஜியத்தை – வன்பொருள்களும், மென்பொருள்களும் துணைச் சாதனங்களும் இசைந்து செயல்புரிந்து அற்புதமானதொரு அனுபவத்தை அளித்து, ஒரு சாதனத்தின் விற்பனை தன்னோடு இணைந்துள்ள மற்ற அனைத்துச் சாதனங்களின் விற்பனையையும் அதிகரிக்கக்கூடிய ஒரு சுவரெழுப்பப்பட்ட மந்திரத் தோட்டத்தை – உருவாக்கிக்கொள்ள வேண்டும் என்று விரும்பினார். இப்பொழுது அவருடைய சூடான புதிய தயாரிப்பை வின்டோஸின் கணினிகளில் செயல்புரிய வைக்கக் கட்டாயப்படுத்தப்பட்டு வந்தார் – இது அவருடைய இயல்புக்கு எதிராக இருந்தது. 'இந்தப் பெரிய விவாதம் பல மாதங்கள் நீடித்தது.' 'நானும் எதிரணியில் மற்ற அனைவருமாக' என்று ஜாப்ஸ் நினைவுகூர்ந்தார். ஒரு கட்டத்தில் 'வின்டோஸ் பயனர்கள் என் பிணத்தைத் தாண்டிச்சென்றுதான் ஐபாடைப் பயன் படுத்தமுடியும்' என்றுகூட அறிவித்தார் ஜாப்ஸ். இருந்தும் அவருடைய குழு முயற்சியை விட்டபாடில்லை. 'இது தனியார்க் கணினிக்குப் போயே தீர வேண்டும்' என்றார் ஃபாடெல்.

முடிவாக ஜாப்ஸ் அறிவித்தார்: 'அதனால் வியாபார ரீதியாகப் பலன் இருக்கும் என்று நீங்கள் நிரூபிக்க முடிந்தாலொழிய நான் அதைச் செய்யப்போவதில்லை.' அதுதான் அவர் பின்வாங்கும் பாணி. உணர்ச்சி யையும் கொள்கையையும் விலக்கிவிட்டுப் பார்த்தால் வின்டோஸ் பயனர்கள் ஐபாடுகளை வாங்க அனுமதிப்பது வியாபார ரீதியாகப்

பலனளிக்கும் என்று நிரூபிப்பது எளிதாக இருந்தது. வல்லுநர்கள் வரவழைக்கப்பட்டார்கள்; விற்பனைச் சூழல்கள் உருவாக்கப்பட்டன; அனைவரும் இது மேலும் இலாபம் ஈட்டும் என்று முடிவுகட்டினார்கள். 'நாங்கள் ஒரு விரிதாள் *(ஸ்ப்ரெட்ஷீட்)* தயாரித்தோம்' என்றார் ஷில்லர். 'எந்தச் சூழலை வைத்துப் பார்த்தாலும் ஐபாடுகளின் விற்பனையை மிஞ்சும் அளவிற்கு மாக் விற்பனை பாதிக்கப்படாது.' சில சமயங்களில் ஜாப்ஸ் அடிபணியச் சம்மதித்தார் – தமது பெயர்பெற்ற சுபாவத்தையும் மீறி. அற்புதமான, கருணைமிகுந்த, சலுகையளிக்கும் பேச்சுகளுக்காக அவர் ஒருபோதும் விருதெல்லாம் வாங்கியதில்லை. 'பாழாய்ப் போக. உங்களைப் போன்ற புண்ணாக்குகளின் பேச்சைக்கேட்டுச் சலித்துப் போய்விட்டது. போய் என்ன வேண்டுமானாலும் செய்து தொலையுங்கள்.'

இதில் மற்றொரு பிரச்சினை எழுந்தது. ஆப்பிள் ஐபாடை விண்டோஸ் கணினிகளுக்குப் பொருந்தும் வகையில் தயாரிக்குமானால், அந்த விண்டோஸ் பயனர்களுக்கான இசை நிர்வகிக்கும் மென்பொருளாய்ச் செயல்பட ஐட்யூன்ஸ் மாற்று வடிவம் ஒன்றையும் தயாரிக்க வேண்டுமா? வழக்கம்போல, ஜாப்ஸ் வன்பொருளும் மென்பொருளும் ஒருங்கிணைந்து செயல்புரிய வேண்டும் என்றார். பயனர் அனுபவம் என்பது ஐபாட் கணினியிலுள்ள ஐட்யூன்ஸ் மென்பொருளுடன் முழுமையாய்ப் பொருந்தி (அப்படித்தான் வைத்துக்கொள்ள வேண்டும்) செயல்படுவதைப் பொறுத்து அமைந்திருந்தது. ஷில்லர் இதற்கு எதிர்ப்புத் தெரிவித்தார். 'எனக்கு இது கிறுக்குத்தனமாகத் தோன்றியது – ஏனெனில் நாங்கள் விண்டோஸ் மென்பொருளைத் தயாரிக்கவில்லை. ஆனால் ஸ்டீவ் வாதாடிக் கொண்டு இருந்தார் – 'நாம் ஒன்றைச் செய்வதானால் அதைச் சரியாகச் செய்யவேண்டும்.'

ஷில்லர்தான் தொடக்கத்தில் வென்றார். ஆப்பிள் ஐபாடை விண்டோஸில் செயல்புரிய வைக்க அனுமதியளித்தது. அதற்காக மியூசிக் மாட்ச் என்ற வெளி நிறுவனத்திலிருந்துதான் மென்பொருள் பயன்படுத்தப்பட்டது. ஆனால் அந்த மென்பொருள் கட்டைத் தனமாக இருந்தது – அதுவே ஜாப்ஸ் கூறியதை நிரூபித்தது. ஆப்பிள் விண்டோஸுக்கான ஐட்யூன்ஸ் வடிவத்தை வெகுவிரைவாகத் தயாரிக்கத் தொடங்கியது. ஜாப்ஸ் நினைவுகூர்ந்தார்:

> தனியர்க் கணினிகளில் ஐபாடைச் செயல்படவைப்பதற்கு நாங்கள் தொடக்கத்தில் ஜூக் பாக்ஸ் வைத்திருந்த ஒரு நிறுவனத்தோடு கூட்டமைத்திருந்தோம். ஐபாடுடன் இணைந்துகொள்ளத் தேவையான இரகசிய முறையையும் அவர்களுக்குச் சொல்லிக்கொடுத்திருந்தோம். அவர்களுடைய பணி மிகவும் மட்டமானதாக இருந்தது. அதுதான் எல்லாவற்றையும்விட மிக மோசமான சூழலை உருவாக்கியது – ஏனெனில் பயனர் அனுபவத்தில் பெரும்பகுதி

அந்த நிறுவனத்தின் கட்டுப்பாட்டில்தான் இருந்தது. இந்த உதவாக் கரை ஜூக் பாக்ஸோடு ஏறத்தாழ ஆறு மாதங்களுக்குக் குப்பை கொட்டினோம் – முடிவில் விண்டோஸுக்கான ஐட்யூன்ஸ் வடிவத்தை எழுதி முடித்தோம். ஆக, பயனர் அனுபவத்தின் பெரும் பகுதியை மற்றொருவர் கையாள்வது விரும்பத்தக்கதாக இருக்க வில்லை. பலர் என் கருத்தோடு ஒத்துப் போகாமலிருக்கலாம். ஆனால் நான் அதில் மிகவும் உறுதியாக இருக்கிறேன்.

ஐட்யூன்ஸை விண்டோஸிற்காகத் தயாரிப்பது என்றால் மீண்டும் எல்லா இசை நிறுவனங்களிடமும், சிறிய அளவிலான மகின்டாஷ் பயனர்களுக்காக மட்டுமே ஐட்யூன்ஸில் தங்கள் பாடல்களைப் பதிவு செய்ய ஒப்பந்தம் செய்திருந்தவர்களிடமும் – மீண்டும் சென்று பேச்சுவார்த்தை நடத்தவேண்டியிருக்கும். குறிப்பாக சோனி இதற்கு எதிர்ப்புத் தெரிவித்தது. ஆன்டி லாக்கைப் பொறுத்தவரை வழக்கம் போல் ஜாப்ஸ் ஒப்பந்தம் செய்துகொண்ட பின் மாற்றங்களைப் புகுத்துவதாக எண்ணினார். ஆனால் மற்ற இசை நிறுவனங்கள் ஐட்யூன்ஸ் ஸ்டோரின் செயல்பாட்டில் திருப்தியும் மகிழ்ச்சியும் அடைந்திருந்ததால் சம்மதம் தெரிவித்துவிட்டனர். ஆக, சோனியும் வேறு வழியின்றி ஏற்றுக்கொள்ள வேண்டியதாகிப் போனது.

2003 அக்டோபரில் ஜாப்ஸ் விண்டோஸிற்கான ஐட்யூன்ஸை அறிவித்தார். 'இதோ, நாங்கள் ஒருகாலும் சேர்க்கமாட்டோம் என்று மக்கள் எண்ணியிருந்த அம்சம். இதோ, இது நடக்கும் வரை' என்றார். அவர், தமக்குப் பின்னல் இருந்த ராட்சதத் திரையை நோக்கிக் கையசைத்தவாறே. *ஹெல் ஃப்ரோஸ் ஓவர்* (சாத்தியமே அல்லாத ஒன்று நிகழ்ந்தது) என்றது அந்தப் படக்காட்சி. அதில் மிக் ஜாகர், டாக்டர் ட்ரே, போனோ ஆகியோரின் ஐசாட் உரையாடல்களும் வீடியோக் களும் இடம்பெற்றன. 'இது இசைக்கும், இசைக் கலைஞர்களுக்கும் மிகவும் இனிய, எளிய அம்சம்' – ஐபாட், ஐட்யூன்ஸ் பற்றி போனோ கூறினார். 'அதனால்தான் ஒரு நிறுவனத்திற்குத் தலைவணங்க வந்திருக்கிறேன். எல்லோருக்கும் நான் இதைச் செய்வதில்லை.'

ஜாப்ஸ் ஒருபோதும் பொய்யுரைகளில் சிக்கிக்கொள்ள மாட்டார். அரங்கம் ஆரவாரிக்க, அவர் அறிவித்தார்: 'இதுவரை எழுதப்பட்ட விண்டோஸ் பயன்பாட்டு மென்பொருள்களிலேயே மிகச் சிறந்தது ஐட்யூன்ஸாகத்தான் இருக்கும்.'

மைக்ரோஸாஃப்ட் இதற்கு நன்றி பாராட்டவில்லை. 'தனியர்க் கணினி விஷயத்தில் கடைப்பிடித்த அதே தந்திரத்தைத்தான் இதிலும் பயன்படுத்துகிறார்கள் – வன்பொருளையும் மென்பொருளையும்

கட்டுப்பாட்டில் வைத்துக்கொண்டு' – *பிசினஸ் வீக்* பத்திரிகைக்கு பில் கேட்ஸ் பேட்டியளித்தார். 'மக்களுக்கு வாய்ப்புகள் அளிப்பதில் நாங்கள் எப்பொழுதுமே ஆப்பிளிடமிருந்து சிறிது வித்தியாசமாகத் தான் செயல்பட்டு வந்திருக்கிறோம்.' மூன்று ஆண்டுகள் கழித்து **2006** நவம்பரில், மைக்ரோஸாஃப்ட் முடிவாக ஐபாடுக்குப் பதிலளிக்கும் வகையில் தனது சொந்த சாதனத்தை உருவாக்கியது. அது ஸுன் என்று அழைக்கப்பட்டது. பார்ப்பதற்கு ஐபாட் போலவே. ஆனால் சிறிது கட்டைத்தனமாக இருந்தது. இரண்டு ஆண்டுகள் கழித்து சந்தை யில் ஐந்து சதவிகிதத்திற்கும் குறைவான பங்கை அது பெற்றிருந்தது. ஸுனின் (Zune) ஊக்கம் தொனிக்காத வடிவமைப்பையும் சந்தையில் அதன் வலிமையற்ற தன்மையையும் ஜாப்ஸ் கடுமையாய்ச் சாடினார்:

> எனக்கு வயதாக ஆக, ஊக்கம் எவ்வளவு முக்கியம் என்பதை உணர்கிறேன். ஸுன் ஏன் உதவாக்கரையாக இருக்கிறது என்றால் மைக்ரோஸாஃப்டில் உள்ளவர்கள் எங்களைப்போல இசையையோ கலையையோ நேசிக்கவில்லை. நாங்கள் வெற்றியடைந்தோம் என்றால் இசையின்மீது எங்களுக்குத் தனிப்பட்ட முறையில் காதலுண்டு. நாங்கள் ஐபாடை எங்களுக்காகத் தயாரித்துக் கொண்டோம்; நமக்காகவோ, பிரியமான நண்பருக்காகவோ, குடும்பத்தினருக்காகவோ ஒன்றைச் செய்யும் பொழுது அக்கறை யின்றி இருக்கமாட்டோம். ஒன்றின் மீது விருப்பம் இல்லை என்றால் ஒரு அடி கூடக் கூடுதல் எடுத்துவைப்பதோ, ஒரு வார இறுதியில் அதிகப்படியாய் வேலை செய்வதோ, தற்போதைய நிலைக்குச் சவால்விடுவதோ நடக்கப்போவதில்லை.

மிஸ்டர் டாம்போரின் மேன்

சோனியில் ஆண்டி லாக்கின் முதல் வருடாந்தரக் கூட்டம் **2003** ஏப்ரலில் நடந்தது. அதே வாரம்தான் ஆப்பிள் தனது ஐட்யூன்ஸ் ஸ்டோரைத் தொடங்கி வைத்தது. நான்கு மாதங்களுக்கு முன் அவர் இசைப்பிரிவின் தலைவராக நியமிக்கப்பட்டிருந்தார்; அதில் பெரும்பகுதி ஜாப்ஸுடன் பேச்சுவார்த்தை நடத்துவதிலேயே செலவழிந்தது. சொல்லப்போனால் அவர் க்யூபர்டினோவிலிருந்து நேராக தோக்யோ சென்றடைந்தார் - ஐபாடின் சமீபத்திய வடிவத்தையும் ஐட்யூன்ஸ் ஸ்டோரின் விளக்கத்தையும் கையிலெடுத்துக் கொண்டு. கூடியிருந்த இருநூறு மேலாளர்களின் முன்னிலையில் தமது சட்டைப் பையிலிருந்து ஐபாடை வெளியே எடுத்தார். 'இதோ இருக்கிறது, வாக்மனின் எமன். இதில் எந்த மூடுமந்திரமும் இல்லை. நீங்கள் ஓர் இசை நிறுவனத்தை வாங்கியதற்கான காரணம் இது போன்ற ஒரு கருவியை உருவாக்கு பவராக இருப்பதற்குத்தான். உங்களால் இதைவிடச் சிறப்பாகச்

செய்யமுடியும்' என்று தலைமை நிர்வாக அதிகாரி நொபுயுகி இதேயி, சோனியின் வட அமெரிக்கப் பிரிவின் தலைவர் ஹோவார்ட் ஸ்ட்ரிங்கர் ஆகியோர் பார்த்துக்கொண்டிருக்க, அவர் கூறினார்.

ஆனால் சோனியால் முடியவில்லை. அது வாக்மன் மூலம் இசையைக் கையிலெடுத்துச் செல்லும் தொழில்நுட்பத்தை முதன் முதலாக அறிமுகப்படுத்தியிருந்தது; அதனிடம் அற்புதமான இசைத் தட்டு நிறுவனம் இருந்தது; அழகான பயனர் சாதனங்கள் உருவாக்குவதில் நீண்டகால சரித்திரமும் அதற்கு உண்டு. ஜாப்ஸின் வன்பொருள், மென்பொருள், சாதனங்கள், பொருளடக்கம் ஆகியவை ஒருங் கிணைக்கப்பட்ட அமைப்போடு போட்டியிடுவதற்கான எல்லா அடிப்படை சொத்துக்களும் அதனிடம் இருந்தன. பிறகு ஏன் அது தோல்வியைத் தழுவியது? ஏஓஎல் டைம் வார்னர் நிறுவனத்தைப் போல் தத்தம் குறிக்கோள்களைக் கடைப்பிடிக்கும் பிரிவுகளை (அந்த வார்த்தையே சற்று சகுனம் சரியில்லாததாகத்தான் இருந்தது) கொண்ட நிறுவனமாக அது இருந்ததே ஓரளவிற்குக் காரணம். பல்வேறு பிரிவு களை இணைந்து செயல்பட வைத்து ஒரு குறிக்கோளை எட்டுவது என்பது பொதுவாக இயலாத காரியமாக இருந்தது.

ஜாப்ஸ் ஆப்பிளைத் தன்னாட்சிப் பிரிவுகளாக ஒருங்கிணைக்க வில்லை. தமது அனைத்துக் குழுக்களையும் அவர் கூர்ந்து கட்டுப்படுத்தி வந்தார் – ஒரே நிறுவனமாக, நெளிவு சுளிவுகள் புரிந்து இயங்கும் வண்ணம் அவர்களைச் செயல்படவைத்தார். அதற்குப் பொதுவான ஒரே ஒரு இலாப-நட்டக் கணக்கு மட்டுமே இருந்தது. 'எங்களிடம் அவரவர் இலாப-நட்டக் கணக்குகள் கொண்ட 'பிரிவுகள்' இல்லை என்றார் டிம் குக். 'எங்கள் நிறுவனத்திற்கு ஒரே ஒரு இலாப-நட்டக் கணக்கு மட்டுமே.'

மேலும், பிற நிறுவனங்களைப் போல சோனி சுய அழிவைப் பற்றியும் கவலைப்பட வேண்டியிருந்தது. மக்கள் டிஜிட்டல் பாடல் களை எளிதாகப் பகிர்ந்துகொள்ள ஒரு மியூசிக் ப்ளேயரையும் சேவையையும் அது அளித்தால், அதன் இசைத்தட்டுப் பிரிவில் விற்பனை பாதிக்கப்படும். ஜாப்ஸின் வியாபார விதிமுறைகளில் ஒன்று, சுய அழிவைப் பற்றி ஒருபோதும் பயப்படக்கூடாது என்பதுதான். 'நாம் சுய அழிவைச் செய்துகொள்ளவில்லையென்றால் அதை வேறு யாராவது செய்வார்கள்' என்றார் அவர். ஆகவே ஐஃபோனால் ஐபாட் விற்பனையோ, ஐபாடால் லாப் டாப்பின் விற்பனையோ பாதிக்கப்படக் கூடும் என்றாலும், அது அவரை எவ்விதத்திலும் கட்டிப்போடவில்லை.

அந்த ஆண்டு ஜூலை மாதம் சோனி ஐட்யூன்ஸ் போன்ற சேவையை அளிக்கும் சோனி கனெக்டைத் தனக்கென்று உருவாக்குவதற்காக

இசைத் துறையில் பழம்பெரும் தொழில்நுட்பக் கலைஞரான ஜே சாமித்தை நியமித்தது. இதன் மூலம் பாடல்களை ஆன்லைனில் விற்கவும், அவற்றை சோனியின் கையடக்க இசைச் சாதனங்களில் இசைக்கவும் முடிந்தது. 'இது சில சமயம் முரண்பட்டு நிற்கும் மின்னணுவியல், பொருளடக்கப் பிரிவுகளை இணைக்கும் முயற்சி என எல்லோரும் உடனடியாகப் புரிந்துகொண்டு விட்டார்கள்' என்று *நியூ யார்க் டைம்ஸ்* அறிவித்தது. 'வாக்மனை உருவாக்கி, கையடக்க இசைச் சந்தையில் மாபெரும் நிறுவனமாகத் தன்னை நிலைநாட்டிக் கொண்ட சோனி, ஆப்பிளால் தோற்கடிக்கப்பட்டதற்கு அதன் உட்பூசலே காரணம் என்று அனைவரும் உணர்ந்துகொண்டனர்.' 2004 மே மாதம் சோனி கனெக்ட் தொடங்கி வைக்கப்பட்டது. சோனி அதற்கு முற்றுப்புள்ளி வைத்தபோது மூன்றாண்டுகளுக்கும் சற்று அதிகம் மட்டுமே ஆகியிருந்தது.

மைக்ரோஸாஃப்ட் தனது விண்டோஸ் மீடியா மென்பொருள், டிஜிட்டல் உரிமை ஆகியவற்றின் உரிமத்தை மற்ற நிறுவனங்களுக்குத் தர முன்வந்தது – 1980களில் தனது இயங்கு தளத்தின் *(ஆபரேட்டிங் சிஸ்டம்)* உரிமத்தைத் தந்தது போலவே. ஆனால் ஜாப்ஸ் ஆப்பிளின் ஃபேர் ப்ளேயை மற்ற சாதனங்களைத் தயாரிப்பவர்களுக்கு அளிக்க மறுத்து விட்டார்; அது ஐபாடில் மட்டுமே செயல்புரிந்தது. அதுமட்டுமல்ல, மற்ற ஆன்லைன் அங்காடிகள் தங்கள் பாடல்களை ஐபாடில் பயன் படுத்துவதற்காக விற்பதையும் அவர் அனுமதிக்கவில்லை. காலப் போக்கில் இது ஆப்பிள் சந்தையில் பங்கை இழக்கக் காரணமாகும் – 1980களின் கணினிப் போர்களில் நடந்தது போலவே என்று வல்லுநர்கள் கருத்துத் தெரிவித்தனர். 'ஆப்பிள் தன் சொந்த அமைப்பை நம்பிக் கொண்டிருந்தால், ஐபாட் ஒரு குறிப்பிட்ட சிறு பயனீட்டாளர் பிரிவிற்கான தயாரிப்பாகிவிடும்' என்று க்ளேட்டன் க்ரிஸ்டென்சென் என்ற ஹார்வார்ட் வணிகப் பள்ளியின் பேராசிரியர் *வயர்ட்* பத்திரிகைக்குப் பேட்டியளித்தார் (இந்த விஷயத்திற்குப் புறம்பாக, க்ரிஸ்டென்சென் உலகின் மிகச் சிறந்த ஊடுதிறனுள்ள தொழில் ஆய்வாளர்களுள் ஒருவராக இருந்தார். அவர் எழுதிய *த இன்னவேட்டர்'ஸ் டிலெம்மா* (கண்டுபிடிப்பாளர்களின் இரண்டகநிலை) என்னும் புத்தகம் ஜாப்ஸுக்குள் ஆழ்ந்த ஒரு தாக்கத்தை ஏற்படுத்தியது). பில் கேட்ஸும் இதே விவாதத்தை முன்வைத்தார். 'இசையில் தனித்துவம் என்று சொல்வதற்கு எதுவும் இல்லை. இந்தக் கதை தனியார்க் கணினி யிலும் தன் கைவரிசையைக் காட்டியுள்ளது' என்றார் அவர்.

ரியல் நெட்வொர்க்ஸின் நிறுவனர் ராப் க்ளேஸர் 2004 ஜூலையில் ஆப்பிளின் கட்டுப்பாடுகளை ஹார்மனி என்ற சேவை மூலம் திசை

திருப்ப முயன்றார். ஆப்பிளின் ஃபேர்ப்ளே வடிவத்தின் உரிமத்தை ஹார்மனிக்குத் தரும்படி ஜாப்ஸைப் பேசிச் சம்மதிக்க வைப்பதற்கு முயன்றார். அது முடியாமல் போனபோது, க்ளேஸர் அதனை எதிர் மறைப் பொறியியல் மூலம் ஹார்மனி விற்கும் பாடல்களோடு பயன் படுத்தினார். க்ளேஸரின் திட்டம் என்னவென்றால் ஹார்மனியில் விற்பனையாகும் பாடல்கள் ஐபாட், ஸூன், ரியோ உட்பட எந்தச் சாதனத்திலும் ஒலிக்கும். அத்துடன் அவர் அதைத் 'தேர்வுச் சுதந்திரம்' *(ஃப்ரீடம் ஆஃப் சாய்ஸ்)* என்ற வாசகத்தோடு விளம்பரப் பிரச்சாரம் செய்தார். ஜாப்ஸ் கொதித் தெழுந்தார். 'ரியல்நெட்வார்க்ஸ் ஒரு ஹாக்கருக்குரிய வித்தைகளையும் கலாச்சாரத்தையும் கொண்டு ஐபாடுக்குள் ஊடுருவியுள்ளதைக் கண்டு ஆப்பிள் மலைத்துப் போயிருக் கிறது' என்றார். இதற்குப் பதிலளிக்கும் விதமாக ரியல்நெட்வொர்க்ஸ் ஒரு இணையதள மனுவை வெளியிட்டது: 'ஏ ஆப்பிள்! என் ஐபாடை உடைக்காதே!' ஜாப்ஸ் சில மாதங்கள் மௌனமாக இருந்தார். பிறகு அக்டோபரில் ஐபாட் மென்பொருளின் புதிய வடிவத்தை வெளியிட்டார். இதில் ஹார்மனி வழியாக வாங்கிய பாடல்கள் எதுவும் ஒலிக்காதவாறு செய்திருந்தார். 'ஸ்டீவ் ஆயிரத்தில் ஒரு மனிதர். அவருடன் தொழிலில் ஈடுபடும் பொழுது இதை நாம் புரிந்துகொள்ள முடியும்' என்றார் க்ளேஸர்.

இதற்கிடையில் ஜாப்ஸும் ரூபின்ஸ்டைன், ஃபாடெல், ராபின், ஐவ் ஆகியோர் உட்பட அவருடைய குழுவினரும் ஐபாடின் புதுப்புது வடிவங்களை வெளியிட்டு, ஆப்பிளை முன்னணியில் நிறுத்தியிருந் தனர். முதல் பெரிய மாற்றமானது 2004 ஜனவரியில் செய்யப்பட்ட ஐபாட் மினி. முதல் ஐபாடைவிட மிகவும் சிறியதாக – ஒரு முகவரி அட்டையின் அளவே. கொள்ளளவு குறைவாக இருந்தது – விலையும் ஏறத்தாழ அதேதான். ஒரு கட்டத்தில் ஜாப்ஸ் அதை முடக்கிவிட நினைத்தார் – குறைவான கொள்ளளவிற்கு மக்கள் அதே தொகையைத் தர விரும்புவது ஏன் என்று உணராமல். 'அவருக்கு விளையாட்டுகளில் ஈடுபாடு இல்லை. அதனால் ஓடுபவர்களும் ஜிம்மில் பயிற்சி செய்பவர் களும் பயன்படுத்த அது அற்புதமான ஒன்றாக இருக்கும் என்பதை அவர் யோசித்துப் பார்க்கவில்லை' என்றார் ஃபாடெல். சொல்லப் போனால் ஐபாடைச் சந்தையில் முன்னணியில் நிறுத்தியதே மினி தான்; அது மற்ற சிறிய ஃப்ளாஷ் ட்ரைவ் ப்ளேயர்களிடமிருந்து வந்த போட்டியை இல்லாமல் செய்துவிட்டது. அது அறிமுகமான பதினெட்டு மாதங்களுக்குள்ளாகவே கையடக்க மியூசிக் ப்ளேயர் சந்தையில் ஆப்பிளின் பங்கு 31 சதவிகிதத்திலிருந்து 74 சதவிகிதத்திற்கு உயர்ந்தது.

2005 ஜனவரியில் அறிமுகப்படுத்தப்பட்ட ஐபாட் ஷஃபிள் இதை விடவும் புரட்சிகரமாக இருந்தது. ஐபாடின் சிறப்பம்சமான ஷஃபிளின் மூலம் பாடல்கள் மானாவாரியாக ஒலிப்பது மிகவும் பிரபலமாகியிருந்தது.

மக்கள் இதுபோன்ற ஆச்சரியங்களைப் பெரிதும் விரும்பினார்கள். அதுமட்டுமன்றி, தங்கள் பாடல் பட்டியல்களை வரிசைப்படுத்துவதில் சோம்பல் காட்டினார்கள். சிலர் உண்மையிலேயே பாடல்கள் மானாவாரியாகத்தான் ஒலிக்கின்றனவா என்பதைச் சரிபார்க்கும் அளவிற்குப் பித்துப்பிடித்துப் போயிருந்தனர்; அப்படியானால் ஏன் தங்களுடைய ஐபாடில் மீண்டும் மீண்டும் 'நெவில் பிரதர்ஸ்' என்று வருகிறது என்பதை அறிய ஆவல் கொண்டனர். இந்த அம்சம்தான் ஐபாட் ஷஃபிள் உருவாகக் காரணமாக அமைந்தது. ரூபின்ஸ்டைனும் ஃபாடெலும் மேலும் சிறிதான, விலை குறைவான ஃப்ளாஷ் ப்ளேயரை உருவாக்குவதில் முனைப்பாக ஈடுபட்டிருந்தனர். இதற்காகத் திரையை மேலும் சிறிதாக்குவது போன்ற உத்திகளை சோதித்துப் பார்த்த வண்ணம் இருந்தனர். ஒரு கட்டத்தில் ஜாப்ஸ் ஒரு கிறுக்குத்தனமான யோசனையோடு வந்தார்: திரையை மொத்தமாக விலக்கிவிடுதல். 'என்ன?' என்று கூவினார் ஃபாடெல். 'அதைத் தொலைத்துக்கட்டுங்கள்' என ஜாப்ஸ் வலியுறுத்தினார். அப்படியானால் பயனர்கள் பாடல்களை எப்படித் தேர்ந்தெடுப்பார்கள் என்றார் ஃபாடெல். ஜாப்ஸின் யோசனை இதுதான் – பாடல்களை நாம் தேர்ந்தெடுக்க வேண்டியதில்லை; அவை மானாவாரியாக ஒலிக்கும். எப்படிப் பார்த்தாலும் நாம் தேர்வுசெய்த பாடல்கள்தானே. தேவையெல்லாம் ஒரே ஒரு பொத்தான் – ஒரு பாடலைக் கேட்கும் மனநிலையில் இல்லையென்றால், அதனை விடுத்து அடுத்ததற்குச் செல்வதற்காக. விளம்பரங்கள் *நிச்சயமற்ற தன்மையை ஆதரியுங்கள் (எம்ப்ரேஸ் அன்சர்டன்டி)* என்றன.

போட்டியாளர்கள் தடுக்கி விழுந்தபடி இருக்க, ஆப்பிள் புதுமைகள் படைத்துக்கொண்டு முன்னேறியது. இசை ஆப்பிளின் வணிகத்தில் பெரும்பகுதியாக மாறியது. 2007 ஜனவரியில் ஐபாட் விற்பனை ஆப்பிளின் வருமானத்தில் பாதியளவை எட்டியது. ஆப்பிள் நிறுவனத்தின் பெயருக்கு மேலும் மெருகூட்டியது. ஆனால் ஐட்யூன்ஸ் ஸ்டோர் அதைவிடவும் வெற்றிகரமாக இருந்தது. 2003 ஏப்ரலில் அறிமுகமான ஆறே நாள்களில் பத்து லட்சம் பாடல்களை விற்றதுடன், முதல் ஆண்டிலேயே 70 மில்லியன் பாடல்களை விற்றுத்தீர்த்தது. 2006 பிப்ரவரியில் அங்காடி தனது 100 கோடியாவது பாடலை விற்றது – மிச்சிகனின் வெஸ்ட் ப்ளூம்ஃபீல்டைச் சேர்ந்த பதினாறு வயதான அலெக்ஸ் ஆஸ்ட்ராவ்ஸ்கி கோல்ட்ப்ளே குழுவின் *ஸ்பீட் ஆஃப் சவுண்டை* வாங்கியபோது ஜாப்ஸிடமிருந்து தொலைபேசியில் வாழ்த்து வந்தது – அத்துடன் பத்து ஐபாடுகள், ஒரு ஐமாக் மற்றும் 10,000 டாலர் மதிப்புள்ள இசைக்கான பரிசுச் சான்றிதழ்.

ஐட்யூன்ஸ் ஸ்டோரின் வெற்றிக்கு மேலும் ஒரு மென்மையான பலனும் இருந்தது. 2011க்குள் ஒரு முக்கியமான புதிய தொழில்

உருவாகியிருந்தது – மக்கள் ஆன்லைனில் தங்கள் சொந்த விவரங்களையும் பணம் செலுத்துவது தொடர்பான தகவல்களையும் நம்பிக்கையோடு பகிர்ந்துகொள்ளும் சேவை. அமேஸான், விசா, பே பால், அமெரிக்கன் எக்ஸ்பிரஸ் மற்றும் சில சேவைகளுடன், தன் மீது நம்பிக்கை வைத்து மின்னஞ்சல் முகவரி, கடன் அட்டை விவரங்களைத் தந்து, பாதுகாப்பாகவும் எளிய முறையிலும் பொருட்களை வாங்கும் மக்களின் பட்டியல்களை ஆப்பிள் தயாரித்து வைத்திருந்தது. இதனைக் கொண்டு ஆப்பிள் தனது ஆன்லைன் (நிகழ்நிலை) அங்காடி மூலம் விற்பனை செய்வதற்கு (உதாரணமாக, ஒரு பத்திரிகைச் சந்தாவை) வழி உருவானது. அது சாத்தியமானவுடன், சந்தாதாரருடன் நேரடித்தொடர்பு கொள்ளும் வாய்ப்பு கிட்டியது ஆப்பிளுக்கு – பத்திரிகைப் பதிப்பாளருக்கல்ல. ஐட்யூன்ஸ் ஸ்டோர் காணொளிகள், மென்பொருள்கள், சந்தாக்கள் என்று விற்றபோது, அதன் வாடிக்கையாளர் பட்டியல் 2011க்குள் 225 மில்லியனாகப் பெருகியது. இது ஆப்பிளை டிஜிட்டல் பொருளாதாரம் என்ற அடுத்த யுகத்திற்குத் தயாராக நிலைநிறுத்தியது.

இயல் முப்பத்திரண்டு

இசை மனிதர்
அவருடைய வாழ்வின் ஒலிச்சுவடு

ஜிம்மி அயோவீன், போனோ, ஜாப்ஸ், தி எட்ஜ் - 2004

அவருடைய ஐபாடில்

ஐபாட் அதிசயம் வளர்ச்சி அடைந்தோரிடமும் அதிபர் தேர்தலில் போட்டியிடுவோர், இரண்டாம் தரப் பட்டியல் பிரபலங்கள், முதன் முதலாய் வெளியே சந்தித்துக்கொள்ளும் காதலர்கள், இங்கிலாந்தின் பேரரசியார் என வெண்ணிற செவிப்பொத்தான்கள் (வைட் இயர்பட்ஸ் - இது ஐபாடின் சிறப்பம்சம்) வைத்திருக்கும் எவரிடமும் கேட்கப்படும் ஒரு கேள்வி பிறந்தது: 'உங்கள் ஐபாடில் என்ன இருக்கிறது?' 2005இன் தொடக்கத்தில் நியூ யார்க் டைம்ஸ் பத்திரிகையின் எலிசபெத் புமில்லர் இந்தக் கேள்விக்கு அதிபர் ஜார்ஜ் வி. புஷ் அளித்த பதிலை வெளியிட்ட போது இந்தப் பார்லர் விளையாட்டு மேலும் பிரபலமடைந்தது. 'புஷ்ஷின் ஐபாடில் பாரம்பரிய நாட்டுப்புறப் பாடகர்களின் இசை நிரம்பியுள்ளது' என்று அறிவித்தார் அவர். 'அவரிடம் வான் மாரிசனின்

பாடல்கள் உள்ளன – குறிப்பாக அவருக்கு மிகவும் பிடித்த *ப்ரௌன்-ஐட் கேள்* (பழுப்புநிறக் கண்களையுடைய பெண்), ஜான் ஃபாகெர்ட்டியின் பாடல்கள் – அனேகமாக *சென்டர்ஃபீல்ட்* ஆகத்தான் இருக்கும்.' *ரோலிங் ஸ்டோன்* ஆசிரியர் ஜோ லெவியிடம் இந்தப் பாடல் பட்டியலை ஆராயச் சொன்னபோது, அவர் குறிப்பிட்டார்: 'ஒரு சுவாரசியமான விஷயம் என்னவென்றால், அதிபரைப் பிடிக்காத இசைக்கலைஞர்களை அவருக்குப் பிடித்திருக்கிறது!'

'உங்கள் ஐபாடை ஒரு நண்பரிடமோ, தோழியிடமோ, விமானத்தில் உடன் அமர்ந்திருக்கும் அறிமுகமில்லாத நபரிடமோ தந்துவிட்டால் போதும் – அது உங்களை ஒரு திறந்த புத்தகம்போல் காட்டிவிடும். ஒருவர் செய்யவேண்டியதெல்லாம் உங்கள் இசைத் தொகுப்பினூடே சொடுக்குச் *(க்ளிக்)* சக்கரத்தை நகர்த்திச் செல்வதுதான் – இசை ரீதியாகச் சொல்லவேண்டுமென்றால், அது உங்களை அப்பட்டமாக வெளிப்படுத்திவிடும் – உங்களுக்குப் பிடித்தது என்ன என்பதை மட்டுமல்ல, *நீங்கள் எப்படிப்பட்டவர்* என்பதையும்தான்' – *த ஃபர்பெக்ட் திங்* இதழில் ஸ்டீவென் லெவி ஒருமுறை எழுதியிருந்தார். ஆக, ஒருநாள் ஜாப்ஸின் வரவேற்பறையில் இசையை ரசித்தபடி அமர்ந்திருந்த போது, அவருடைய ஐபாடைப் பார்க்க அனுமதிக்கும்படி கேட்டேன். நாங்கள் அங்கு அமர்ந்திருக்க, அவர் தமக்குப் பிடித்தமான பாடல்களை இசைத்துக் காட்டினார்.

ஆச்சரியமில்லை - டிலனின் பூட்லெக் வரிசைகளின் ஆறு தொகுப்புகளும் இருந்தன. அவற்றுள் அதிகாரப்பூர்வமாக வெளியிடப்படுவதற்குப் பல ஆண்டுகள் முன்னதாகவே ஜாப்ஸும் வாஸ்நியாக்கும் முதன் முதலாக ரீல் டேப்புகளில் பதிவுசெய்துவைத்து பூஜித்துக் கொண்டிருந்த பாடல்களும் அடக்கம். அது தவிர டிலன் தொகுப்புகள் பதினைந்து இருந்தன – முதலில் வெளிவந்த *பாப் டிலன்* (1962) முதல் *ஓ மெர்ஸி* (1989) வரை மட்டும். ஆன்டி ஹெர்ட்ஸ் ஃபெல்டுடனும் மற்றவர்களுடனும் ஜாப்ஸ் மிக அதிகநேரம் செலவழித்து வாதாடுவார் – டிலனின் பிந்தைய தொகுப்புகள், குறிப்பாக *ப்ளட் ஆன் த ட்ராக்ஸுக்குப்* பிறகு வெளிவந்த எந்தத் தொகுப்புமே முந்தைய பாடல்கள்போல் ஆற்றல்மிக்கதாக இல்லை என்று. இதில் ஒரே ஒரு விதிவிலக்காக அவர் கருதியது 2000இல் வெளிவந்த *வண்டர் பாய்ஸ்* திரைப்படத்தில் இடம்பெற்ற பாப் டிலனின் பாடலான *திங்ஸ் ஹாவ் சேஞ்ஜ்ட்*. இதில் குறிப்பிடும்படியாக அவர் ஆப்பிளிலிருந்து வெளியேற்றப்பட்ட வார இறுதியில் ஹெர்ட்ஸ்ஃபெல்ட் அவருக்காகக் கொண்டுவந்திருந்த *எம்பயர் பர்லெஸ்க்* (1985) தொகுப்பு அவருடைய ஐபாடில் இடம் பெற்றிருக்கவில்லை.

அவருடைய ஐபாடில் மற்றொரு பெரிய புதையல் பீட்டில்ஸ். அவர்களுடைய ஏழு தொகுப்புகளிலிருந்து தேர்ந்தெடுக்கப்பட்ட

பாடல்களை அவர் சேர்த்திருந்தார்: *ஏ ஹார்ட் டே'ஸ் நைட், அபே ரோட், ஹெல்ப்!, லெட் இட் பி, மேஜிக்கல் மிஸ்டெரி டூர், மீட் த பீட்டில்ஸ்* மற்றும் *சாஜென்ட் பெப்பர்'ஸ் லோன்லி ஹார்ட்ஸ் க்ளப் பான்ட்.* தனிப்பாடல்கள் இடம்பெறவில்லை. அடுத்து வந்தது ஆறு தொகுப்புகளுடன் *ரோலிங் ஸ்டோன்ஸ்: இமோஷனல் ரெஸ்கியூ, ஃப்ளாஷ் பாய்ண்ட், ஜம்ப் பேக், சம் கேர்ள்ஸ், ஸ்டிக்கி ஃபிங்கர்ஸ், டாட்டூ யு.* டிலன், பீட்டில்ஸ் தொகுப்புகளைப் பொறுத்தவரையில், அனேகமாக எல்லாமே முழுமையாகச் சேர்க்கப் பட்டிருந்தன. ஆனால் தொகுப்புகள் பிரிக்கப்படலாம்; பிரிக்கப்பட வேண்டும் என்ற அவருடைய கருத்தின்படி ஸ்டோன்ஸ் மற்றும் பல்வேறு இசைக் கலைஞர்களின் பாடல்கள் அவருடைய ஐபாடில் மூன்று, நான்கு தனிப்பாடல்களாக மட்டுமே சேர்க்கப்பட்டிருந்தன. ஒரு காலத்தில் அவருடைய தோழியாக இருந்த ஜோஆன் பாயெஸ் தாராளமாக உட்படுத்தப்பட்டிருந்தார் – அவருடைய நான்கு தொகுப்பு களிலிருந்து தேர்ந்தெடுக்கப்பட்ட பாடல்களாக – *லவ் இஸ் ஜஸ்ட் ஏ ஃபோர்-லெட்டர் வேர்ட்* பாடலின் இரண்டு வெவ்வேறு வடிவங்களுடன்.

அவருடைய ஐபாட் தேர்வுகள் அறுபதுகளில் மனத்தைப் பறிகொடுத்த எழுபதுகளைச் சேர்ந்த குழந்தையின் தேர்வுகளை ஒத்திருந்தன. அரீதா, பி.பி. கிங், பட்டி ஹாலி, பஃபலோ ஸ்பிரிங்ஃபீல்ட், டான் மக்ளீன், டோனோவான், த டோர்ஸ், ஜானிஸ் ஜாப்ளின், ஜெஃபர்சன் ஏர்ப்ளேன், ஜிமி ஹென்ட்ரிக்ஸ், ஜானி காஷ், ஜான் மெல்லென்காம்ப், சைமன் மற்றும் கார்ஃபுங்கெல் – ஏன், *த மாங்கீஸ் ('அயம் ஏ பிலீவர்'), ஸாம் த ஷாம் ('வூலி புல்லி')* ஆகியவைகூட இருந்தன. மொத்தப் பாடல் களில் வெறும் கால்பகுதி மட்டுமே. மேலும் சமகால கலைஞர் களிடமிருந்து வந்தன – 10000 மேனியாக்ஸ், அலிசா கீஸ், ப்ளாக்-அய்ட் பீஸ், கோல்ட்பிளே, டிடோ, க்ரீன் டே, ஜான் மேயர் (ஜாப்ஸுக்கும் ஆப்பிளுக்கும் நல்ல நண்பர்) போல – சமகாலத்தைச் சேர்ந்தவையாக இருந்தன. கிளாஸிக்கல் இசையைப் பொறுத்த அளவில் பாஹின் சில பாடல் பதிவுகளும் இருந்தன – ப்ரான்டென்புர்க் கான்ஸெர்டோஸ் உட்பட; தவிர, யோ-யோ மாவின் மூன்று தொகுப்புகள்.

2003 மே மாதத்தில் ஜாப்ஸ் ஷெரில் க்ரோவிடம் தாம் சில எமினெம் பாடல்களை பதிவிறக்கம் செய்துகொண்டிருப்பதாகக் கூறி, ஒரு விஷயத்தையும் ஒப்புக்கொண்டார்: 'அவர் என்னை மெல்லக் கவர்ந்து வருகிறார்.' அதைத் தொடர்ந்து ஜேம்ஸ் வின்செென்ட் அவரை ஒரு எமினெம் இசை நிகழ்ச்சிக்கு அழைத்துச் சென்றார். அப்படியும்கூட அந்த ராப் இசைக் கலைஞரால் ஜாப்ஸின் ஐபாடில் இடம்பெற முடியவில்லை. நிகழ்ச்சி முடிந்ததும் ஜாப்ஸ் வின்சென்டிடம் கூறினார்: 'எனக்குத் தெரியவில்லை.' அவர் பிறகு என்னிடம், 'ஒரு கலைஞர் என்ற முறையில் எமினெம்மை நான் மதிக்கிறேன். ஆனால் அவருடைய

இசையைக் கேட்க எனக்கு விருப்பமில்லை. டிலன் இசையுடன் ஒன்றிப் போவதுபோல என்னால் இவருடைய இசையுடன் ஒன்ற முடிய வில்லை' என்று கூறினார்.

ஆண்டுகளாகியும் அவருக்குப் பிடித்தமானவர்கள் மாறவில்லை. **2011** மார்ச் மாதம் ஐபேட் 2 வெளிவந்த போது, அவர் தமக்குப் பிடித்த பாடல்களை அதற்கு மாற்றினார். ஒரு நாள் மதிய வேளை நாங்கள் அவருடைய வரவேற்பறையில் அமர்ந்திருந்தோம். அவர் தமது புதிய ஐபேடில் பாடல்களைப் புரட்டிக் கொண்டிருந்தார். பிறகு ஒரு பாந்தமான ஏக்கத்துடன் தாம் கேட்க விரும்பியவற்றைத் தட்டினார்.

அவருக்குப் பிடித்த வழக்கமான டிலன், பீட்டில்ஸ் பாடல்களுக்குப் பிறகு ஏதோ சிந்தனையில் ஆழ்ந்தவராக க்ரிகரி பிரார்த்தனையான ஸ்பிரிடுஸ் டோமினியைத் தட்டினார் – பெனெடிக்ட் துறவிகள் பாடியவை. ஏறத்தாழ ஒரு நிமிடத்திற்கு ஏதோ பரவசத்தில் ஆழ்ந்தவர் போலக் காணப்பட்டார். 'இது உண்மையிலேயே அழகாக இருக் கிறது' – அவர் முணுமுணுத்தார். தொடர்ந்து பாஹின் இரண்டாம் ப்ரான்டென்பர்க் கான்ஸெர்டோ, த வெல்-டெம்பெர்ட் க்ளாவியரி லிருந்து ஒரு பல்லவி ஆகியவை ஒலித்தன. பாஹ்தான் தமக்கு மிகவும் பிடித்தமான கிளாஸிக் பாடலாசிரியர் என்றார் அவர். குறிப்பாக க்ளென் கோல்ட் ஒலிப்பதிவு செய்த 'கோல்ட்பெர்க் வேரியேஷன்'ஸின் இரண்டு வடிவங்களுக்கிடையில் எதிரும் புதிருமான வேறுபாட்டைக் கேட்டு ரசிப்பது அவருக்கு மிகவும் பிடித்திருந்தது. இதில் முதல் வடிவம் அவர் இருபத்து இரண்டு வயது நிரம்பிய, அதிகம் பிரபலமாகாத பியானோ கலைஞராக இருந்தபோது **1955**இல் ஒலிப் பதிவானது. இரண்டாவது, **1981**இல், அவர் இறப்பதற்கு ஒரு ஆண்டு முன்பு செய்யப்பட்டது. 'இது இரவும் பகலும் போல' என்றார் ஜாப்ஸ், ஒரு மதியவேளையில் அவற்றை ஒன்றன்பின் ஒன்றாக இசைத்தபின். 'முதலாவது, செழிப்பான, உத்வேக மிக்க, இளமை துள்ளும், அற்புத மான, வாசிக்கும் வேகத்திலேயே ஒரு ஞானோதயமாகத் தோன்றும். இரண்டாவது, மிகப் பொறுமையாகவும், இறுக்கமானதாகவும் இருக்கும். வாழ்க்கையில் நிறைய அனுபவங்களைச் சந்தித்த ஓர் ஆழ்ந்த ஆன்மாவை அது உணர வைக்கும். அது ஆழமானது; அறிவுபூர்வ மானது.' அந்த மதியவேளையில் ஜாப்ஸ் தமது மூன்றாவது மருத்துவ விடுப்பில் இருந்தார். இரண்டு வடிவங்களையும் அவர் இசைக்கச் செய்தபோது, அவருக்கு எது மிகவும் பிடிக்கும் என்று கேட்டேன். 'கோல்டிற்கு இரண்டாவது வடிவம்தான் மிகவும் பிடித்திருந்தது. எனக்கு முதலில் வெளிவந்த செழிப்பான, உத்வேகமிக்க வடிவம்தான் முன்பெல்லாம் பிடித்திருந்தது. ஆனால் இப்போது அவருடைய இசை எங்கிருந்து எழும்பி வருகிறது என்பது புரிகிறது.'

பிறகு அவர் ஆழ்நிலையிலிருந்து அறுபதுகளுக்குத் தாவினார். டோனோவானின் *கேட்ச் த விண்ட்*. நான் மலங்க மலங்க விழித்துக் கொண்டிருப்பதைப் பார்த்துவிட்டு அவர் 'டோனோவான் உண்மையில் சில சிறந்த பாடல்களைப் பாடியுள்ளார் – உண்மையிலேயே' என்று எதிர்ப்புத் தெரிவித்தார். *மெல்லோ யெல்லோவை* இசைத்து விட்டு ஒருவேளை அது நல்ல உதாரணமாக இல்லாமலிருக்கலாம் என்று ஒத்துக்கொண்டார். 'நாம் இளைஞர்களாக இருந்தபோது இது கேட்பதற்கு மிகவும் நன்றாக இருந்தது.'

நம் இளம் வயது இசையில் இப்போதும் கேட்க விரும்புவது எது என்று கேட்டேன். அவர் தமது ஐபேடிலுள்ள இசைப் பட்டியலைக் கீழ்ப்புறம் புரட்டி *க்ரேட்ஃபுல் டெட்டின்* **1969**இல் வெளிவந்த *அங்கிள் ஜான்ஸ் பேண்ட்டை* இசைத்தார். பாடல் வரிகளைத் தலையசைத்து ரசித்தார்: *வென் லைஃப் லுக்ஸ் லைக் ஈசி ஸ்ட்ரீட், தேர் இஸ் டேஞ்சர் அட் யுவர் டோர் (வாழ்க்கை லேசாகத் தோன்றும் பொழுது, வாசலில் பிரச்சினைகள் நிழலாடும்)*. ஒரு கணம் அறுபதுகளின் முதிர்வு முரண்பாடுகளில் முடிவடைந்துகொண்டிருந்த பிரளயமான காலகட்டத்திற்குப் பின்னோக்கிப் பயணித்தோம். 'ஓ, நான் அறிந்துகொள்ள விரும்புவதெல்லாம், நீங்கள் அன்புள்ளவரா?' *(வாவ், ஓ, வாட் ஐ வான்ட் டு நோ இஸ், ஆர் யு கைண்ட்?)*

பிறகு அவர் ஜானி மிட்செல்லுக்கு மாறினார். 'அவளுக்கு ஒரு குழந்தை இருந்தது. அதனைத் தத்துக் கொடுத்துவிட்டாள்' என்றார் அவர். 'இந்தப் பாடல் அவளது சிறியப் பெண்குழந்தை பற்றியது.' அவர் *லிட்டில் க்ரீன்* பாடலைத் தட்ட, அந்தச் சோகமயமான கீதத்திலும் பாடல்வரிகளிலும் இழையோடிய குழந்தையைத் தத்துக்கொடுத்த ஒரு தாயின் உணர்வுகளைக் கேட்டபடி அமர்ந்திருந்தோம். *சோ யு சைன் ஆல் த பேப்பர்ஸ் இன் த ஃபேமிலி நேம் / யு ஆர் சேட் அண்ட் யு ஆர் சாரி, பட் யு ஆர் நாட் அஷேம்ட் (ஆக, எல்லா ஆவணங்களையும் குடும்பத்தின் பெயரில் எழுதிக் கொடுத்துவிடுவாய்; உனக்கு வருத்தமாக இருக்கும், மன்னிப்பும் கேட்பாய். ஆனால் வெட்கப்பட மாட்டாய்)*. அவர் தத்துக் கொடுக்கப்பட்டது பற்றி இப்பொழுது அடிக்கடி யோசிப்பதுண்டா என்று கேட்டேன். 'இல்லை; அவ்வளவாக இல்லை; அடிக்கடியும் இல்லை.'

இப்பொழுதெல்லாம் தம் பிறப்பைவிடத் தமக்கு வயதாகி வருவது பற்றித்தான் அடிக்கடி யோசிப்பதாகக் கூறினார். இதைத் தொடர்ந்து ஜானி மிட்செல்லின் புகழ்பெற்ற *போத் சைட்ஸ் நௌ* என்னும் பாடலை இசைத்தார் – அதன் வரிகள் வயதாவது பற்றியும் அறிவு முதிர்வது பற்றியும் சொல்லின: *ஐ ஹேவ் லுக்ட் அட் லைஃப் ஃப்ரம் போத் சைட்ஸ் நௌ / ஃப்ரம் வின் அண்ட் லூஸ், அண்ட் ஸ்டில் சம்ஹவ் / இட்ஸ் லைஃப்ஸ்*

இசை மனிதர் ❋ 575

இல்லூஷன்ஸ் ஐ ரீகால் / ஐ ரியலி டோண்ட் நோ லைஃப் அட் ஆல் (நான் இப்பொழுது வாழ்க்கையை இருபுறத்திலிருந்தும் பார்த்து விட்டேன் / வெற்றியிலிருந்தும் தோல்வியிலிருந்தும்; என்றாலும் / வாழ்க்கையின் மாயங்கள் மட்டுமே நினைவு வருகின்றன / எனக்கு உண்மையில் வாழ்க்கை என்பது என்னவென்றே தெரியவில்லை). பாஹின் கோல்ட்பெர்க் வேரியேஷன்ஸை க்ளென் கோல்ட் அளித்தது போலவே மிட்செல்லும் 'போத் சைட்ஸ் நௌ'வைப் பலவருட இடைவெளிக்குப் பின் முதலில் **1969**இல், பிறகு மிக ஆழமான, வாட்டி வதைக்கக்கூடிய அளவிற்கு ஆட்கொள்ளும் வேகம் குறைந்த வடிவத்தை **2000**இலும் பதிவு செய்திருந்தார். ஜாப்ஸ் இரண்டாவது வடிவத்தை ஓடவிட்டு, 'மனிதர்கள் முதுமையடையும் விதம் சுவாரசியமானது' என்று குறிப்பிட்டார்.

சிலர் இளமையாக உள்ளபோதுகூட நல்ல முறையில் முதிர்ச்சி அடைவதில்லை. அவர் யாரை மனத்தில் வைத்துக்கொண்டு பேசுகிறார் என்று கேட்டேன். 'இவ்வுலகில் வாழ்ந்த கிதார் கலைஞர்களில் மிகச் சிறந்தவர்களுள் ஒருவர் ஜான் மேயர். அவர் இப்போது கட்டுக் கடங்காமல் போய்க்கொண்டிருப்பதாக அஞ்சுகிறேன், அவ்வளவு தான்' என்று பதிலளித்தார் ஜாப்ஸ். ஜாப்ஸிற்கு மேயரைப் பிடிக்கும்; அவ்வப்போது அவரைத் தமது பாலோ ஆல்டோ வீட்டிற்கு இரவு உணவு அருந்த அழைப்பதுண்டு. மேயருக்கு இருபத்து ஏழு வயது ஆகியிருந்தபோது **2004** ஜனவரியில் நடந்த மாக்வேர்ள்ட் நிகழ்ச்சியில் அவர் பங்கெடுத்துக் கொண்டார். அப்போது ஜாப்ஸ் கராஜ் பான்டை அறிமுகம் செய்து வைத்தார். அதைத் தொடர்ந்து அந்த நிகழ்ச்சியில் ஏறத்தாழ எல்லா ஆண்டுகளும் அவர் தவறாமல் இடம் பெற்றார். ஜாப்ஸ் மேயரின் மிகப் பிரபலமான *க்ராவிட்டி* பாடலை இசைத்தார். காதலில் ஊறிய ஒரு மனிதன், அதைத் தன் மனத்திலிருந்து தூக்கி யெறிவதற்கான வழிகளைத் தீவிரமாய்ச் சிந்திக்கிறான். இந்த முயற்சியில் அவன் காணும் விளக்கமுடியாத அளவிற்கு விநோதமான கனவுகளை அதன் வரிகள் வெளிப்படுத்தின: *க்ராவிட்டி இஸ் வொர்க்கிங் எகன்ஸ்ட் மி / அண்ட் க்ராவிட்டி வாண்ட்ஸ் டு பிரிங் மி டவுன் (ஈர்ப்புவிசை எனக்கு எதிராகச் செயல்படுகிறது / அது என்னைக் கீழ்நோக்கி இழுக்க விரும்புகிறது).* ஜாப்ஸ் இருபுறமும் தலையசைத்துவிட்டுத் தம் கருத்தைத் தெரிவித்தார்: 'உள்ளுக்குள் அவர் மிக நல்ல பிள்ளை என்றுதான் நினைக்கிறேன். ஆனால் இப்பொழுது கட்டுப்பாட்டை மீறிவிட்டார், அவ்வளவுதான்.'

பாடல் கேட்கும் படலம் முடிந்ததும் அவரிடம் ஒரு புளித்துப் போன கேள்வியைக் கேட்டேன்: பீட்டில்ஸா, ஸ்டோன்ஸா? 'இந்தப் பாதுகாப்புப் பெட்டகம், பற்றி எரிந்துகொண்டிருக்க, அதிலிருந்து ஒரே ஒரு மாஸ்டர் தொகுப்பை மட்டும் நான் எடுத்துக்கொள்ள முடியும் என்றால், நான் பீட்டில்ஸைத்தான் எடுத்துக்கொள்வேன்' என்று

பதிலளித்தார். 'இதில் கடினமான தேர்வு பீட்டில்ஸா, டிலனா என்பதுதான். ஸ்டோன்ஸைப் போல வேறு பலர் வந்திருக்கலாம். ஆனால் டிலன் போலவோ, பீட்டில்ஸ் போலவோ இசை அளிக்க வேறு யாருமே இல்லை.' நாம் வளர்ந்துவரும் காலத்தில் அவர்கள் அனைவரும் இருந்ததற்கு எவ்வளவு அதிர்ஷ்டம் செய்திருப்போம் என்று அவர் சிலாகித்துக் கொண்டிருந்தபோது, பதினெட்டு வயது நிரம்பிய அவருடைய மகன் அறைக்குள் பிரவேசித்தான். 'ரீடுக்குப் புரிவதில்லை' – ஜாப்ஸ் கவலைப்பட்டார். ஒருவேளை புரிந்துகொண்டிருக்கலாம் – அவன் அணிந்திருந்த ஜோஆன் பாயெஸ் டீ-ஷர்ட்டில் ஃபாரெவர் யங் (என்றென்றும் இளமை) என்ற வார்த்தைகள் எழுதப்பட்டிருந்தன.

பாப் டிலன்

ஜாப்ஸ் வாயடைத்துப் போனதாக நினைவுகூர்ந்தது ஒரே ஒரு சந்தர்ப்பத்தில் தான் – பாப் டிலனின் முன்னிலையில். 2004 அக்டோபரில் அவர் பாலோ ஆல்டோவிற்கு அருகில் இசைநிகழ்ச்சி நடத்திக் கொண்டிருந்தார். ஜாப்ஸ் தமது முதல் புற்றுநோய் அறுவை சிகிச்சையிலிருந்து தேறி வரும் நேரம். டிலன் எல்லோருடனும் சகஜமாய்ப் பழகும் மனிதரல்ல; போனோ போலவோ, போவீ போலவோ அல்ல; அவர் ஒருபோதும் ஜாப்ஸின் நண்பராக இருந்ததில்லை; இருக்க அக்கறை காட்டியதும் இல்லை. இருந்தாலும் அவர் தமது இசை நிகழ்ச்சிக்கு முன் தமது ஹோட்டலில் சந்திப்பதற்கு ஜாப்ஸை அழைத்திருந்தார். ஜாப்ஸ் நினைவுகூர்ந்தார்:

> அவருடைய அறைக்கு வெளியே இருந்த முற்றத்தில் அமர்ந்து இரண்டு மணி நேரம் உரையாடினோம். எனக்கு உண்மையிலேயே பதைபதைப்பாக இருந்தது. ஏனெனில் அவர் எனது நாயகர்களில் ஒருவர். அதுமட்டுமல்ல, இனி அவர் புத்திசாலியாக இருக்க மாட்டாரோ என்று கவலைப்பட்டேன்; தானே தனது கேலிச்சித்திரமாக ஆகிவிடுவாரோ என – மற்றும் பலரைப் போல. ஆனால் எனக்குப் பூரிப்பாக இருந்தது. அவர் அவ்வளவு கூட்டிகையாக, புத்திசாலியாக இருந்தார். நான் எப்படி ஆசைப்பட்டேனோ அப்படியெல்லாம் இருந்தார் – மிகவும் வெளிப்படையாக, நேர்மையாக. அவர் தமது வாழ்க்கை பற்றியும் பாடல்கள் எழுதுவது பற்றியும் பேசிக்கொண்டிருந்தார். 'அவை என் வழியே உருவாகி எழும்பின. நான் அவற்றை இயற்றவேண்டிய அவசியமே இல்லாதது போல. இப்போதெல்லாம் அப்படியில்லை, அந்த முறையில் பாடலெழுத முடிவதே இல்லை' என்றார் அவர். பிறகு சற்று நிறுத்தி, தமது கரகரப்பான குரலில் சிறிய புன்னகையோடு கூறினார்: 'ஆனால் என்னால் இன்னமும் அவற்றைப் பாட முடியும்.'

அடுத்த முறை அருகில் ஓர் இடத்தில் டிலன் இசை நிகழ்ச்சி நடத்திய போது நிகழ்ச்சிக்குச் சற்று முன்பு தமது பேருந்தின் அருகில் சந்திக்க ஜாப்ஸிற்கு அழைப்பு விடுத்தார். ஜாப்ஸுக்கு மிக விருப்பமான பாடல் எது என்று கேட்க, அவர் *ஒன் டூ மெனி மோர்னிங்ஸ்* என்று பதிலளித்தார். ஆகவே அன்றிரவு டிலன் அதைப் பாடினார். நிகழ்ச்சி முடிந்ததும் ஜாப்ஸ் பின்புறமாக நடந்து வெளியே வந்தபோது பேருந்து அருகில் வந்து கிறீச்சிட்டு நின்றது. கதவு சட்டென்று திறந்தது. 'என்ன, உங்களுக் காகப் பாடிய என் பாடலைக் கேட்டீர்களா?' டிலன் கரகரப்பான குரலில் கேட்டார். பிறகு பேருந்தில் ஏறிப் பறந்துவிட்டார். இந்த சம்பவத்தை ஜாப்ஸ் விவரிக்கும் பொழுது டிலனின் குரல் பற்றி சிலாகித்துச் சொல்வார். 'அவர் காலாகாலத்திற்கும் எனது நாயகர்களில் ஒருவர். அவர் மீது நான் கொண்ட மோகம் கடந்த பல ஆண்டுகளாக வளர்ந்து கொண்டு வந்திருக்கிறது. அது இப்போது முதிர்ந்துள்ளது. இவ்வளவு சிறிய வயதில் இதை எப்படிச் சாதித்தார் என்று எனக்குப் புரியவில்லை' – நினைவுகூர்ந்தார் ஜாப்ஸ்.

அவருடைய இசை நிகழ்ச்சியில் சந்தித்த சில மாதங்களுக்குப் பிறகு ஜாப்ஸ் பெரிய அளவில் ஒரு யோசனை செய்தார். ஐட்யூன்ஸ் ஸ்டோர் இதுவரை பதிவு செய்யப்பட்ட டிலனின் அனைத்துப் பாடல்களும் (ஏறத்தாழ எழுநூறுக்கும் அதிகமானவை) அடங்கிய டிஜிட்டல் 'தொகுப்புப் பெட்டகத்தை' 199 டாலர் விலையில் வெளியிடுவது. டிஜிட்டல் யுகத்தில் டிலனின் தயாரிப்பாளராக ஜாப்ஸ் விளங்குவார். ஆனால் டிலனின் பதிவு நிறுவனமான சோனியின் ஆண்டி லாக் ஐட்யூன்ஸ் சில சலுகைகளை அளிக்காதவரை இதற்கு உடன்படும் மனநிலையில் இல்லை. மேலும், நிர்ணயிக்கப்பட்ட விலை மிகவும் குறைவாக இருப்பதாகவும், அது டிலனைச் சிறுமைப்படுத்துவதாகும் என்றும் அவர் கருதினார். 'பாப் ஒரு தேசிய பொக்கிஷம். ஐட்யூன்ஸில் அவரைக் கொண்டுவர ஸ்டீவ் நிர்ணயித்த விலை அவரைக் கடைச் சரக்காக்குவது போலிருந்தது' என்றார் லாக். லாக்கிற்கும் மற்ற இசைப் பதிவு நிறுவனங்களுக்கும் ஜாப்ஸுடன் இருந்த பிரச்சினையின் மையத் திற்கு இது இட்டுச் சென்றது: விலையை அவர்களுக்குப் பதில் அவரே நிர்ணயிக்கத் தொடங்கியிருந்தார். ஆகையால் லாக் மறுத்துவிட்டார்.

'சரி, அப்படியானால் நான் நேரடியாக டிலனை அழைத்துப் பேசிக் கொள்கிறேன்' என்றார் ஜாப்ஸ். ஆனால் டிலன் இதுபோன்ற விஷயங் களில் தலையிட்டுக்கொள்வதில்லை என்பதால், அது அவருடைய முகவரான ஜெஃப் ரோஸெனிடம் வந்தது – ஒரு தீர்வு காண்பதற்காக.

'இது நிஜமாகவே மோசமான யோசனை. பாப் ஸ்டீவின் ஆதர்ச நாயகர். அவர் ஒப்பந்தத்தை எப்படியாவது இனிய தீர்வுக்கு வரச்செய்து விடுவார்' – லாக் ரோசனிடம் எண்ணிக்கைகளைக் காட்டியபடி

பேசினார். லாக் தொழில் ரீதியாகவும் தனிப்பட்ட முறையிலும் ஜாப்ஸைத் தவிர்க்க விரும்பினார் – ஓரளவிற்கு அவரைப் பாடு படுத்தவும்கூட. ஆகையால் ரோசனுக்கு ஒரு சலுகையளித்தார்: 'இந்த விஷயத்தை இப்போதைக்கு நிறுத்திவைத்தால் நாளையே ஒரு மில்லியன் டாலருக்கு ஒரு காசோலை எழுதித்தருகிறேன்' என்றார். லாக் பின்னர் விளக்கினார் – அது எதிர்கால உரிமைத்தொகைகளுக்கான *(ராயல்டி)* முன்தொகை. 'வழக்கமாக இசைப்பதிவு நிறுவனங்கள் கணக்கு வழக்குகளுக்காகச் செய்வதுதான்.' ரோசன் நாற்பத்து ஐந்து நிமிடங்களுக்குப் பின் அழைத்து, அதை ஏற்றுக்கொண்டார். 'ஆண்டி எங்களுடன் கலந்துரையாடி அதைச் செய்யவேண்டாம் என்றார் – நாங்கள் அதைச் செய்யவில்லை' என்று அவர் நினைவுகூர்ந்தார். 'ஆண்டி அதை நிறுத்திவைப்பதற்காக எங்களுக்கு ஒரு முன்தொகை போலத் தந்தார் என்று நினைக்கிறேன்.'

இருந்தாலும், 2006க்குள் நிறுவனம் சோனி பிஎம்ஜ என்றாகியிருந்தது. லாக்கும் தலைமை நிர்வாக அதிகாரி பதவியிலிருந்து விலகியிருந்தார். ஜாப்ஸ் மீண்டும் பேச்சுவார்த்தைகளைத் தொடங்கிவைத்தார். அவர் டிலனின் அனைத்துப் பாடல்களும் அடங்கிய ஐபாட் ஒன்றை அவருக்கு அனுப்பி வைத்து, ரோசனுக்கு ஆப்பிளால் எந்த வகையான விளம்பரப் பிரச்சாரத்தைச் செய்யமுடியும் என்பதைக் காட்டினார். ஆகஸ்டில் அவர் ஒரு பெரும் திட்டத்தை அறிவித்தார். அது ஆப்பிளுக்கு டிலனின் இதுவரை பதிவு செய்யப்பட்ட அனைத்துப் பாடல்களும் அடங்கிய தொகுப்புப் பெட்டகத்தை *(பாக்ஸ் செட்)* 199 டாலருக்கு விற்பதற்கு மட்டுமன்றி, டிலனின் புதிய இசைத் தொகுப்பான *மாடர்ன் டைம்ஸை* வெளியீட்டிற்கு முந்தைய ஆர்டர்களுக்கென்று அளிப்பதற்கான தனிப்பட்ட உரிமைகளையும் வழங்கியது. 'பாப் டிலன் நமது காலத்தின் மிகவும் மதிக்கத்தக்க கவிஞர்கள் மற்றும் இசைக் கலைஞர்களில் ஒருவராவார். தனிப்பட்ட முறையில் என்னுடைய நாயகர்' – ஜாப்ஸ் அறிவிப்பில் கூறியிருந்தார். 773 பாடல்கள் கொண்ட அந்தத் தொகுப்பில் 42 அரிய பாடல்களும் அடங்கியிருந்தன – *வேட் இன் த வாட்டர்* என்னும் பாடலின் 1961 பதிவு (ஒரு மின்னசோட்டா ஹோட்டலில் செய்தது), *ஹேன்ட்ஸம் மோலி* பாடலின் 1962 வடிவம் (கிரீன்விச் வில்லேஜில் உள்ள காஸ்லைட் கஃபேயில் நடந்த நிகழ்ச்சியின் நேரடி ஒலிப்பதிவு), *மிஸ்டர் டாம்போரின் மேன்* பாடலின் அற்புத வாசிப்பு (1964 நியூபோர்ட் கிராமியக் கலை விழாவிலிருந்து (இது ஜாப்ஸிற்கு மிகப் பிடித்தமானது) மற்றும் 1965லிருந்து *அவ்ட்லா ப்ளூஸ்* பாடலின் ஒலிவடிவம்.

இந்த ஒப்பந்தத்தின் ஒரு பகுதியாக, டிலன் ஐபாடின் தொலைக்காட்சி விளம்பரம் ஒன்றில் தோன்றினார் – அதில் அவருடைய புதிய தொகுப்பான *மாடர்ன் டைம்ஸும்* இடம்பெற்றது. இதுதான் டாம் சாயர்

(புகழ்பெற்ற ஆங்கில இலக்கியம், அதில் வரும் கதாபாத்திரத்தின் பெயரும் அதுவே) தனது நண்பர்களைக் கொண்டு வேலிக்கு வெள்ளை யடிக்கச் சொன்ன காலத்திற்குப் பிறகு பக்கங்களைப் புரட்ட வைக்கும் மிக வியப்பூட்டும் நிகழ்வுகளில் ஒன்றமாக இருந்தது. கடந்த காலத்தில் பிரபலங்களை விளம்பரத்தில் நடிக்க வைக்க ஏராளமாய்ப் பணம் செலவழிக்க வேண்டியிருந்தது. 2006க்குள் நிலைமை தலைகீழாகிவிட்டி ருந்தது. முன்னிலைக் கலைஞர்கள் ஐபாட் விளம்பரங்களில் தோன்ற விரும்பினார்கள். இந்த வெளிப்பாடு அவர்களுடைய வெற்றியை உறுதி செய்தது. ஜேம்ஸ் வின்சென்ட் இதைச் சில ஆண்டுகளுக்கு முன்பே ஊகித்திருந்தார் – ஜாப்ஸ் தமக்குப் பல இசைக் கலைஞர்களுடன் தொடர்பு இருப்பதாகவும் விளம்பரங்களில் தோன்றுவதற்காக அவர் களுக்குப் பணம் தரவும் முடியும் என்று கூறியபோதே. 'இல்லை, நிலைமை விரைவில் மாறப்போகிறது' என்று வின்சென்ட் பதிலளித்தார். 'ஆப்பிள் வித்தியாசமான தரமுடையது; மற்ற கலைஞர்கள் அனைவரின் நிறுவனங்களை விடவும் மிகவும் கவர்ச்சியானது. நாம் இசைக் குழுவிடம் அவர்களுக்கு இதனால் கிட்டும் வாய்ப்பைப் பற்றிப் பேசவேண்டும்; பணமாகத் தரக்கூடாது.'

லீக்ளோ நினைவுகூர்ந்தார் – ஆப்பிளின் இளைய ஊழியர்களுக்கும் விளம்பர நிறுவனத்திற்கும் இடையே டிலனைப் பயன்படுத்துவது பற்றிச் சிறிய அளவில் முரண்பாடு நிலவியது. 'டிலன் இசைக்கு முந்தைய அளவில் கவர்ச்சி இருக்குமா என்று அவர்கள் யோசித்தார்கள்' என்றார் க்ளோ. ஜாப்ஸ் அதையெல்லாம் காதில் போட்டுக்கொள்ளவே இல்லை. டிலனை விளம்பரத்தில் தோன்றச் செய்வது பற்றி அவர் பூரித்துப் போயிருந்தார்.

டிலன் விளம்பரத்தின் ஒவ்வொரு நுணுக்கத்திலும் ஜாப்ஸ் தீவிரமாய் ஈடுபட்டிருந்தார். ரோசென் க்யூபர்டினோவிற்குப் பறந்தார் – பாடல் தொகுப்பைப் புரட்டி, பயன்படுத்தவேண்டிய பாடலைத் தேர்வு செய்வதற்காக. முடிவில் 'சம்டே பேபி' என்று தீர்மானிக்கப்பட்டது. க்ளோ டிலனின் பாத்திரத்தில் ஒத்திகைக்காக ஒரு நடிகரைப் பயன் படுத்தி உருவாக்கிய சோதனை விளம்பரத்திற்கு ஜாப்ஸ் ஒப்புதல் அளித்திருந்தார். அது பின்னர் நாஷ்வில்லில் டிலனை வைத்துப் படமாக்கப்பட்டது. அது பூர்த்தியாகி வந்தபோது, ஜாப்ஸிற்கு அறவே பிடிக்கவில்லை – அவ்வளவு எடுப்பாக இல்லை என்றார். புதியதொரு பாணி வேண்டுமென்று அவர் விரும்பினார். ஆகவே க்ளோ வேறொரு இயக்குநரை ஏற்பாடு செய்ய, ரோசென் டிலனிடம் பேசி முழு விளம்பரத்தையும் மறுபதிவு செய்வதற்குச் சம்மதிக்க வைத்தார். இம்முறை அது லேசான பின்னணி வெளிச்சத்தில் கௌபாய் தொப்பியணிந்த டிலன் ஒரு முக்காலியில் அமர்ந்துகொண்டு வாசித்த

படியே பாட, ஹிப் பாணிப் பெண் ஒருத்தி நியூஸ்பாய் தொப்பி அணிந்து கொண்டு தனது ஐபாடுடன் நடனமாடுவது போலச் செய்யப் பட்டிருந்தது. ஜாப்ஸிற்கு இது மிகவும் பிடித்துப் போய்விட்டது.

விளம்பரம் ஐபாடின் விளம்பர-விற்பனைத் திறனை நிரூபித்தது. டிலனுக்கு இளைய தலைமுறையினரிடையே வரவேற்பு கிட்ட உதவியது ஐபாட் ஆப்பிள் – கணினிகளுக்குச் செய்தது போலவே. இந்த விளம்பரத்தினால், டிலனின் தொகுப்பு முதல் வாரத்திலேயே *பில் போர்ட்* பட்டியலில் முதலாவதாக வந்தது – பரபரப்பாக விற்பனை யாகும் *கிரிஸ்டினா அகீலேரா, அவுட்காஸ்ட்* போன்ற தொகுப்புகளை யும் முந்திக் கொண்டது. முப்பது ஆண்டுகளுக்கு முன்பு **1976**இல், *டிஸைருக்குப்* பிறகு முதல் முறையாக டிலன் முன்னணியில் இருந்தார். *ஆட் ஏஜ்* இதழ் டிலனை முன்னோக்கிச் செலுத்துவதில் ஆப்பிளின் பங்கைப் பாராட்டி, தலைப்புச் செய்தியாக்கியது. 'ஐட்யூன்ஸ் ஒப்பந்தம் என்பது ஏதோ பிரபலங்களை ஏராளமாய்ப் பணம் கொடுத்து வாங்கும் பெரிய நிறுவனத்தின் ஒப்பந்தம் போல அல்ல; இது வழக்கமான முறை யைத் தலைகீழாய் மாற்றியது – மிக வலிமையான ஆப்பிள் நிறுவனம் மிஸ்டர் டிலன் இளைய தலைமுறையினரைச் சென்றடைய வாய்ப் பளித்தது; அவருடைய இசை விற்பனையை ஃபோர்ட் நிர்வாகத்திற்குப் பிறகு இதுவரை காணாத அளவிற்கு உயரங்களை எட்ட வைத்தது.'

பீட்டில்ஸ்

ஜாப்ஸ் பொக்கிஷமாகக் கருதிய குறுவட்டுகளில் (சிடி) ஒன்று பூட்லெக் – பீட்டில்ஸ் குழு தனது *ஸ்டாபெர்ரி ஃபீல்ட்ஸ் ஃபாரெவர்* பாடலை மறுபதிவு செய்வதன் பத்து, பன்னிரண்டு ஒலிப்பதிவுகள் அடங்கியது. ஒரு தயாரிப்பை எப்படிக் கச்சிதமாக்கவேண்டும் என்பதற்கு அவர் வகுத்துக் கொண்ட கொள்கைக்கான பின்னணி இசையாக அது விளங்கியது. இந்தக் குறுவட்டு **1986**இல் ஆன்டி ஹெர்ட்ஸ்ஃபெல்ட் எங்கோ கண்டுபிடித்து ஜாப்ஸுக்காக ஒரு பிரதி எடுத்துத் தந்தார். ஜாப்ஸ் சிலசமயம் பிறரிடம் அது யோகோ ஒனோவிடமிருந்து வந்தது என்றும் சொல்வதுண்டு. ஒரு நாள் அவருடைய பாலோ ஆல்டோ வீட்டின் வரவேற்பறையில் அமர்ந்துகொண்டு ஜாப்ஸ் கண்ணாடி யாலான புத்தக அலமாரியைத் தலைகீழாய்ப் புரட்டிப்போட்டு அதனைத் தேடிக் கண்டுபிடித்தார். பிறகு அந்த இசையை ஓடவிட்டுக் கொண்டே, அது தமக்கு என்ன கற்றுத்தந்தது என்று விவரித்தார்:

> அது மிகவும் சிக்கலான பாடல் – அவர்கள் அதை உருவாக்கும் விதம் மிகவும் பிரமிப்பூட்டும். முன்னும் பின்னுமாகப்போய், சில மாதங்கள் கழித்து அதனை முழுவதுமாக உருவாக்கினார்கள். எனக்கு பீட்டில்ஸ்களிலேயே மிகவும் பிடித்தமானவர் லென்னன்

தான். (முதல் டேக்கில் – எடுப்பில் பாடலை நிறுத்தி, இசைக்குழுவிடம் தொடக்கத்திலிருந்தே வாசிக்கச் சொல்லும் கட்டத்தில், ஜாப்ஸ் ரசித்துச் சிரித்தார்) அவர்களின் அந்தச் சிறிய மடக்குப்பாதையைக் கவனித்தீர்களா? அது சரிவரவில்லை. அதனால் தொடங்கிய இடத்திற்கே திரும்பிப் போனார்கள். இந்த வடிவத்தில் அது மிகவும் முதிர்ச்சியற்று இருக்கும். அவர்களுடைய இசை வெறும் மனிதர் களைப் போலத்தான் இருக்கும். இதை மற்றவர்கள் வாசிப்பதைக் கூட உங்களால் கற்பனை செய்யமுடியும் – இந்தக் கட்டம் வரை. எழுதுவதையும் சிந்தனை செய்வதையும் வேண்டுமானால் முடியாமல் போகலாம். ஆனால், நிச்சயமாக இசைப்பதைக் கற்பனைசெய்ய முடியும். இருந்தும் அவர்கள் அத்தோடு நிறுத்திவிடவில்லை. அவர்கள் கச்சிதக்காரர்கள் – திருப்தியடையும்வரை தொடர்ந்து கொண்டே இருந்தார்கள். என்னுடைய முப்பதுகளில் இது என்மீது ஒரு பெரிய தாக்கத்தை ஏற்படுத்தியது. இதற்காக அவர்கள் எவ்வளவு உழைத்தார்கள் என்பதை நாம் புரிந்துகொள்ளலாம்.

இதில் ஒவ்வொரு ஒலிப்பதிவிற்கும் இடையில் அவர்கள் அதிக அளவில் வேலைசெய்தார்கள். மீண்டும் மீண்டும் திருப்பி அனுப்பி, மேலும் கச்சிதமாக்கினார்கள் (மூன்றாவது எடுப்பைக் கேட்கையில், வாத்தியங்கள் மேலும் சிக்கலாகியுள்ளது எப்படி என்பதைச் சுட்டிக் காட்டினார்). ஆப்பிளில் நாங்கள் தயாரிப்புகளை உருவாக்குவதும் இப்படித்தான். ஒரு புதிய நோட்புக் அல்லது ஐபாடுக்காகப் பல மாதிரிகளைச் செய்வோம். ஒரு வடிவத்தில் தொடங்கி, மீண்டும் மீண்டும் மெருகூட்டிக்கொண்டே செல்வோம் – வடிவமைப்பின் நுணுக்கமான மாதிரிகள், அல்லது பொத்தான்கள், அல்லது ஒரு செயல்பாடு எப்படி இயங்குகிறது என... ஏராளமான வேலைதான், ஆனால் முடிவில் அது மேலும் சிறப்பாக இருக்கும், வெகுவிரை விலேயே, ‘வாவ்... இதை எப்படிச் செய்தார்கள்? திருகாணிகள் எங்கே?’ என்பது போலிருக்கும்.’

இதையெல்லாம் வைத்துப் பார்க்கையில் பீட்டில்ஸ் ஐட்யூன்ஸில் இல்லை என்பதை அறிந்து அவர் பெரிதும் கலவரப்பட்டதைப் புரிந்து கொள்ள முடியும்.

ஆப்பிள் கார்ப்ஸ் என்பது முப்பது ஆண்டுகளுக்கும் மேலாக பீட்டில்ஸ் குழுவின் இசை உரிமையைச் சொந்தமாக்கிக் கொண்டிருந்த நிறுவனம். அந்தத் தொழில் உறவைப் பல பத்திரிகைகள் ‘நீண்டு வளைந்த பாதை’ என்று வர்ணித்துவந்தன. இந்த நிறுவனத்துடனான ஜாப்ஸின் போராட்டம் 1978இல் தொடங்கியது. ஆப்பிள் கம்ப்யூட்டர்ஸ் மீது ஆப்பிள் கார்ப்ஸ் வழக்குத் தொடர்ந்தது – தங்களுடைய நிறுவனத்தின் பெயரைப்போலவே இருப்பதாக. காரணம், பீட்டில்ஸின் முந்தைய

இசைத்தட்டு நிறுவனம் ஆப்பிள் என்று அழைக்கப்பட்டது. இந்த வழக்கு மூன்று ஆண்டுகளுக்குப்பின் தீர்வு கண்டது – ஆப்பிள் கம்ப்யூட்டர்ஸ் ஆப்பிள் கார்ப்ஸிற்கு எண்பதாயிரம் டாலர் தந்தபோது. இதற்கு அந்தக் காலத்தில் ஒரு விநோதமான நிபந்தனை ஏற்றுக் கொள்ளப்பட்டது: பீட்டில்ஸ் கணினிப் பொருட்கள் எதையும் தயாரிக்க மாட்டார்கள் என்றும், ஆப்பிள் எந்த இசைத் தயாரிப்பு களையும் விளம்பரமோ, விற்பனையோ செய்யாது என்றும்.

பீட்டில்ஸ் தமது உறுதிமொழியைக் கடைப்பிடித்தார்கள். அவர்கள் யாரும் எந்தக் கணினியையும் தயாரிக்கவில்லை. ஆனால் ஆப்பிள் இசைத் தொழிலில் ஈடுபட்டது. 1991இல் அதன்மீது மீண்டும் வழக்கு தொடரப்பட்டது – மாக் இசை கோப்புகளை இசைக்கக்கூடிய வகையில் செய்தபோது. மீண்டும் 2003இல் – ஐட்யூன்ஸ் ஸ்டோர் தொடங்கப் பட்டபோது. சட்டச் சிக்கல்கள் ஒருவழியாக 2007இல் தீர்க்கப்பட்டன – ஆப்பிள் கார்ப்ஸிற்கு ஐந்நூறு மில்லியன் டாலரைத் தந்து, அந்தப் பெயரின் உலகளாவிய உரிமையைப் பெற ஆப்பிள் ஒப்பந்தம் செய்துகொண்டது. பின், ஆப்பிள் கார்ப்ஸைப் பாடல் பதிவிற்கும் விற்பனைப் பங்குகளுக்குமாகப் பயன்படுத்திக் கொள்ளும் உரிமையை ஆப்பிள் நிறுவனம் மீண்டும் பீட்டில்ஸிற்கே அளித்தது.

துரதிர்ஷ்டவசமாக, இதனாலும் பீட்டில்ஸை ஐட்யூன்ஸில் கொண்டுவர முடியவில்லை. அதற்கு பீட்டில்ஸும் அவர்களுடைய ஏறத்தாழ எல்லாப் பாடல்களுக்கான உரிமையைக் கொண்டிருக்கும் ஈஎம்ஐ மியூசிக்கும் டிஜிட்டல் உரிமைகளைக் கையாள்வது எப்படி என்பது தொடர்பாகத் தங்களுக்கிடையே உள்ள கருத்து வேறுபாடு களைப் பேசித் தீர்த்துக்கொள்ள வேண்டும். ‘பீட்டில்ஸ் குழுவினர் அனைவருமே ஐட்யூன்ஸில் இருக்க விரும்புகிறார்கள். ஆனால் அவர்களும் ஈஎம்ஐ நிறுவனமும் திருமணமாகிப் பலகாலம் ஒன்றாக வாழ்ந்தவர்களைப் போல. ஒருவரை ஒருவர் வெறுப்பார்கள். ஆனால் விவாகரத்து செய்துகொள்ள முடியாது’ என்று ஜாப்ஸ் பின்னர் நினைவு கூர்ந்தார். ‘எனக்கு மிகவும் பிடித்த பாடகர் குழு ஐட்யூன்ஸில் இடம்பெறாமல் தடுக்கப்பட்டதை நான் சரிசெய்யும்வரை வாழ்ந் திருக்க ஆசைப்பட்டேன்.’ அதுபோலவே நடத்தியும் காட்டவிருந்தார்.

போனோ

யூ2 இசைக்குழுவின் முக்கிய பாடகரான போனோ ஆப்பிளின் விளம்பர வலிமையை ஆழ்ந்து பாராட்டினார். தமது டப்ளின் குழு இப்பொழுதும் உலகில் மிகச் சிறந்தது என்று அவர் திடமாய் நம்பினார். ஆனால் 2004இல் ஏறத்தாழ முப்பது ஆண்டு காலம் ஒன்றாக இருந்தபின், குழு தனது பெயருக்கு வலிமைகூட்ட முயன்று கொண்டிருந்தது. அது

அறிமுகப்படுத்திய பூரிப்பூட்டும் புதியதொரு இசைத் தொகுப்பில் ஒரு பாடலை 'ராக் இசைகளின் தாய்' என்று குழுவின் முக்கிய கிதார் கலைஞரான தி எட்ஜ் வர்ணித்தார். இதற்குச் சற்று ஊக்கமூட்ட ஒரு வழி கண்டறிய வேண்டும் என்று போனோ அறிந்திருந்தார். ஆகவே அவர் ஜாப்ஸை அழைத்தார்.

'எனக்கு ஆப்பிளிலிருந்து குறிப்பிடும்படியாக ஏதாவது வேண்டும். எங்களிடம் *வெர்டிகோ* (தலைச்சுற்றல்) என்ற பாடல் இருந்தது. அதில் வரும் ஆவேசமான கிதார் இசை தொற்றும் தன்மையுடையது. ஆனால் மக்கள் அதைப் பலமுறை மீண்டும் மீண்டும் கேட்டால் மட்டுமே அது சாத்தியமாகும்' என்று போனோ நினைவுகூர்ந்தார். வானொலி மூலம் பாடலைப் பரப்பும் யுகம் முடிவுக்கு வந்துவிட்டது என்று அவர் கவலைப் பட்டார். ஆகவே போனோ ஜாப்ஸை அவருடைய பாலோ ஆல்டோ வீட்டிற்கு வந்து சந்தித்தார். தோட்டத்தைச் சுற்றி நடக்கையில் அவர் வித்தியாசமான ஒரு யோசனையை முன்வைத்தார். யூ2 இவ்வளவு ஆண்டுகளாக 23 மில்லியன் டாலர் அளவுக்கு உள்ள விளம்பரப்பட வாய்ப்புகளைக்கூட உதறியிருந்தது. இப்போது ஜாப்ஸ் தமது குழுவை ஐபாடில் இலவசமாக அல்லது குறைந்தபட்சம் இருவருக்கும் பயனுள்ள வகையில் ஏதேனும் விலை நிர்ணயம் செய்து பயன்படுத்திக்கொள்ள வேண்டும் என்று விரும்பினார். 'அவர்கள் அதற்கு முன் விளம்பரப் படத்தில் நடித்ததே இல்லை' – ஜாப்ஸ் பின்னர் நினைவுகூர்ந்தார். 'ஆனால் இலவச பதிவிறக்கங்கள் அவர்களை மிகவும் எரிசலூட்டி யிருந்தன; ஐட்யூன்ஸில் நாங்கள் செய்வது அவர்களுக்குப் பிடித்திருந்தது; எங்களால் அவர்களை இளைய தலைமுறையினருக்கிடையே பிரபலப் படுத்த முடியும் என்று அவர்கள் கருதினர்.'

வேறு எந்தத் தலைமை நிர்வாக அதிகாரியாக இருந்தாலும் யூ2ஐத் தனது விளம்பரத்தில் வரவழைப்பதற்காகப் பிரபல இசை நிகழ்ச்சிகள் நடக்கும் மேடைக்கு முன் திரண்டுள்ள ரசிகர்களின் ஆவேச அலைக்குள் தலைகுப்புறக் குதிக்கவும் தயாராக இருந்திருப்பார். ஆனால் ஜாப்ஸ் சற்றுப் பின்வாங்கினார். ஆப்பிள் பிரபலங்களை அப்படியே சித்திரிப்பதில்லை – அவர்களுடைய நிழலுருவங்களை மட்டுமே. (டிலன் விளம்பரம் அப்போது தயாராகியிருக்கவில்லை.) 'உங்களிடம் விசிறிகளின் நிழலுருவங்கள் உள்ளன; அடுத்தக் கட்டமாக கலைஞர்களின் நிழலுருவங்களை வைத்துக்கொள்ள முடியாதா?' இது முயன்று பார்க்கக்கூடிய நல்ல யோசனையாகத் தோன்றியது என்றார் ஜாப்ஸ். போனோ இன்னும் வெளிவராத தமது *ஹவ் டு டிஸ்மேன்டில் அன் அடாமிக் பாம்* என்னும் இசைத் தொகுப்பை அவரிடம் கேட்கத் தந்துவிட்டுச் சென்றார். 'குழுவிலுள்ளவர்கள் தவிர அந்தத் தொகுப்பை வைத்திருந்த ஒரே மனிதர் அவர்தான்' என்றார் போனோ.

ஒரு சுற்றுப் பேச்சுவார்த்தைகள் தொடர்ந்தன. ஜாப்ஸ் யூ2வின் இசைத் தட்டுக்களை விநியோகிக்கும் இன்டர்ஸ்கோப் ரிக்கார்ட்ஸின் ஜிம்மி அயோவீனிடம் பேசுவதற்காகப் பறந்தார் – லாஸ் ஆஞ்சலெஸின் ஹோம்பி ஹில்ஸ் பிரிவிலுள்ள அவருடைய வீட்டிற்கு. தி எட்ஜ் யூ2 இசைக்குழுவின் மேலாளர் பால் மக்கின்னெஸுடன் வந்திருந்தார். மற்றொரு சந்திப்பு ஜாப்ஸின் சமையலறையில் நடந்தது. மக்கின்னெஸ் ஒப்பந்தத்திற்கான குறிப்புகளைத் தமது டைரியின் பின்பக்கங்களில் எழுதிக் கொண்டிருந்தார். யூ2 விளம்பரத்தில் தோன்றும்; ஆப்பிள் அவர்களுடைய தொகுப்பைப் பல்வேறு தளங்களில் பிரபலப்படுத்தும் – விளம்பரப் பலகைகள் முதல் ஐட்யூன்ஸ் முகப்புப் பக்கம் *(ஹோம்பேஜ்)* வரை. குழுவிற்கு நேரடியாகத் தொகை எதுவும் கிட்டாது. ஆனால், பிரத்யேகமான யூ2 வடிவத்தில் விற்பனையாகும் ஒவ்வொரு ஐபாடிற்கும் உரிமைத்தொகை கிட்டும். லாக் போலவே, போனோவும் விற்பனை யாகும் ஒவ்வொரு ஐபாடிலும் இசைக் கலைஞர்களுக்கு உரிமைத் தொகை கிட்ட வேண்டும் என்று கருதினார் – தமது குழுவிற்காக ஒரு வரையறைக்குட்பட்டு அந்தக் கொள்கையை நிலைநாட்ட அவர் எடுத்துக்கொண்ட சிறு முயற்சி இது. 'போனோவும் நானும் ஸ்டீவிடம் எங்களுக்கு ஒரு கறுப்பு ஐபாட் உருவாக்கித் தரச்சொல்லிக் கேட்டுக் கொண்டோம். நாங்கள் வெறும் விளம்பரத்தை வழங்கவில்லை; இருவரது நிறுவனங்களும் இணைந்து பலன்பெறும் ஒரு ஒப்பந்தத்தைத் தயாரித்துக் கொண்டிருந்தோம்' என்று அயோவீன் நினைவுகூர்ந்தார்.

'எங்களுக்கென்று தனியாக, வழக்கமான வெள்ளை நிறத்தி லிருந்து மாறுபட்ட ஒன்று வேண்டுமென்று விரும்பினோம்' என்று போனோ நினைவுகூர்ந்தார். 'நாங்கள் கறுப்பு நிறம் வேண்டுமென்று விரும்பினோம். ஆனால் ஸ்டீவ் வெள்ளை தவிர மற்ற நிறங்களை முயன்று பார்த்துவிட்டோம், பலனில்லை என்றார்.' சில நாள்களுக்குப் பின் ஜாப்ஸ் சற்று இறங்கிவந்து அப்போதைக்கு இந்த யோசனையை ஏற்றுக்கொண்டார்.

விளம்பரத்தில் இசைக்குழுவின் பகுதி நிழலுருவம் ஹை வோல்டேஜ் காட்சிகளாய்த் தோன்றியது – ஐபாடில் இசை கேட்டபடி நடனமாடும் பெண்ணின் வழக்கமான நிழலுருவத்துடன். ஆனால் லண்டனில் அதன் படப்பிடிப்பு நடந்துகொண்டிருக்கும் பொழுதே ஆப்பிளுட னான ஒப்பந்தங்களில் மாற்றங்கள் உண்டாகி வந்தன. கறுப்பு ஐபாட் பற்றி ஜாப்ஸ் மீண்டும் யோசிக்கத் தொடங்கினார். உரிமத்தொகை யும் முழுமையாகத் தீர்மானிக்கப்பட்டிருக்கவில்லை. அவர் ஆப்பிள் விளம்பர நிறுவனத்தின் ஜேம்ஸ் வின்சென்ட்டை அழைத்து, லண்டனுக்குத் தொலைபேசியில் தொடர்புகொண்டு விளம்பரத்தைச் சற்று நிறுத்திவைக்கும்படி கூறினார். 'இது நடக்கும் என்று எனக்குத்

தோன்றவில்லை. நாம் எந்த அளவிற்கு மதிப்பை உயர்த்தித் தருகிறோம் என்பது அவர்களுக்குப் புரிவதில்லை. இது மோசமாகிக்கொண்டே போகிறது – வேறு ஏதாவது விளம்பரம் இருந்தால் பார்க்கலாம்' என்றார். வின்சென்ட் யூ2வின் வாழ்நாள் விசிறி. அந்த விளம்பரம் இசைக்குழுவிற்கும் ஆப்பிளுக்கும் எவ்வளவு மதிப்பளிக்கக் கூடியது என்பது அவருக்குத் தெரியும். போனோவை அழைத்துப் பேசி, நிலைமையைச் சீர் செய்யத் தமக்கொரு வாய்ப்பு அளிக்குமாறு மன்றாடினார். ஜாப்ஸ் போனோவின் கைபேசி எண்ணைத் தந்தார். பிறகு வின்சென்ட் அந்தப் பாடகரை டப்ளினில் உள்ள அவருடைய சமையலறையில் தொடர்புகொண்டார்.

போனோவும் யோசனையில்தான் இருந்தார். 'இது சரிவரும் என்று எனக்குத் தோன்றவில்லை. குழுவினர் தயங்குகின்றனர்' என்றார். வின்சென்ட் பிரச்சினை என்னவென்று வினவினார். 'டப்ளினில் நாங்கள் பதின்பருவத்தினராய் இருந்தபோது ஒருகாலும் நாஃப் ஸ்டஃப் செய்வதில்லை என்று கூறிக்கொண்டோம்' என போனோ பதிலளித்தார். தான் இங்கிலாந்தைச் சேர்ந்தவர்தான்; ராக் இசை தொடர்பான சொற்கள் பரிச்சயமானவர்தான். என்றாலும் போனோ கூறிய 'நாஃப் ஸ்டஃப்' என்பதன் பொருள் தமக்கு விளங்கவில்லை என்றார் வின்சென்ட். போனோ விளக்கமளித்தார்: 'அதாவது, பணத்திற்காகப் பயனற்ற விஷயங்களைச் செய்வது. எங்களுக்கு எல்லாமே எங்கள் ரசிகர்கள் தான். விளம்பரத்தில் நடித்தால் அவர்களை விட்டுக்கொடுத்ததுபோல் ஆகிவிடும். இது சரியாகப்படவில்லை. உங்கள் நேரத்தையெல்லாம் வீணடித்ததற்காக மன்னித்துக்கொள்ளுங்கள்.'

இதை நடக்க வைப்பதற்கு ஆப்பிள் வேறென்ன செய்யவேண்டும் என்று கேட்டார் வின்சென்ட். 'நாங்கள் எங்களிடமுள்ள மிகவும் முக்கியமான ஒன்றை உங்களுக்குத் தருகிறோம் - அது எங்களுடைய இசை. இதற்குப் பதிலாக நீங்கள் எங்களுக்கு என்ன தருகிறீர்கள்? விளம்பரம் என்று கூறுவதானால் அது உங்கள் நிறுவனத்திற்காக என்று எங்கள் ரசிகர்கள் நினைத்துவிடுவார்கள். எங்களுக்கு இன்னும் ஏதாவது வேண்டும்' என்றார் போனோ. ஐபாடின் பிரத்யேக யூ2 வடிவமும் உரிமைத்தொகையும் உண்மையிலேயே மிகப்பெரிய விஷயம் என்று வின்சென்ட் பதிலளித்தார். 'நாங்கள் தரக்கூடிய மிகவும் விலைமதிப்புடையது அது' என்றார் அவர், போனோவிடம்.

பாடகர் ஒப்பந்தத்தை மீண்டும் கருதத் தயார் என்றார். ஆகவே வின்சென்ட் உடனடியாக மற்றொரு யூ2 ரசிகரான ஜானி ஐவை அழைத்தார் (ஜானி ஐவ் முதலில் போனோவின் இசை நிகழ்ச்சியைக் கண்டது 1983இல் நியூ காசிலில்). நிலைமையை விளக்கினார். பிறகு ஜாப்ஸை அழைத்து, கருப்பு ஐபாட் எப்படி இருக்கும் என்று

காட்டுவதற்காக ஐவை டப்ளினுக்கு அனுப்பிவைக்கவேண்டும் என்று கேட்டுக்கொண்டார். ஜாப்ஸ் சம்மதித்தார். வின்சென்ட் போனோவை அழைத்து ஜானி ஐவைத் தெரியுமா' என்றார் – அவர்கள் இதற்கு முன்பே சந்தித்திருப்பதையோ, ஒருவரை ஒருவர் ஆராதிப்பதையோ அறியாமல். 'ஜானி ஐவைத் தெரிவதாவது!' – போனோ சிரித்தார். 'அவரை நான் பெரிதும் ஆராதிக்கிறேன். அவர் குளித்த நீரைக் குடிக்கும் அளவிற்கு.'

'இது கொஞ்சம் அதிகம்தான்' – வின்சென்ட் பதிலளித்தார். 'ஆனால் அவர் நேரில் வந்து உங்களுடைய ஐபாட் எவ்வளவு வசீகரமானது என்று காட்டினால் எப்படி இருக்கும்?.'

'நானே நேரில் சென்று என் மசெராட்டி காரில் அழைத்து வருவேன். அவர் என் வீட்டில் தங்குவார். நான் அவரை வெளியே அழைத்துச் செல்வேன். அவரை மூக்கு முட்ட மது அருந்தவைப்பேன்' – போனோ பதிலளித்தார்.

மறுநாள் ஐவ் டப்ளினை நோக்கிப் பயணித்துக் கொண்டிருந்த போது, வின்சென்ட் மீண்டும் ஜாப்ஸைச் சமாளிக்க வேண்டியிருந்தது - அவர் இன்னமும் யோசனையிலேயே இருந்ததால். 'நாம் செய்வது சரிதானா என்பது எனக்குத் தெரியவில்லை' என்றார் அவர். 'இதை நாம் வேறு யாருக்கும் செய்யப் போவதில்லை.' அவருடைய கவலையெல்லாம் விற்பனையாகும் ஒவ்வொரு ஐபாடிலும் கலைஞர்களுக்குப் பங்கு தருவது போல ஒரு வழக்கத்தை அது உருவாக்கிவிடுமோ என்பதுதான். வின்சென்ட் யூ2 அந்த வகையில் ஒரு விசேஷமான ஒப்பந்தமாக இருக்கும் என்று கூறி ஜாப்ஸைச் சமாதானப்படுத்தினார்.

'ஜானி டப்ளினில் வந்திறங்கினார். நான் அவரை எனது விருந்தினர் மாளிகையில் – இரயில் தண்டவாளத்தின் மேற்புறமாக அமைந்த, கடல் நோக்கிய, அமைதியான இடத்தில் – தங்கவைத்தேன்' – போனோ நினைவுகூர்ந்தார். 'அவர் அழகான கறுப்பு வண்ண ஐபாடைக் காட்டு கிறார் - கருஞ்சிவப்பு க்ளிக் (சொடுக்கு) சக்கரத்துடன். நான் சரி, செய்து விடுவோம் என்கிறேன்.' அவர்கள் அந்தப் பகுதியிலுள்ள மதுபான விடுதிக்குச் சென்று சில நுணுக்கங்களைக் கலந்தாலோசித்தார்கள். பிறகு க்யூபர்டினோவிலுள்ள ஜாப்ஸை அழைத்தார்கள் - அவருடைய சம்மதம் கிட்டுமா என்பதை அறிய. ஒப்பந்தத்தை ஏற்றுக்கொள்வதற்கு முன் சிறிதுநேரம் விலை, வடிவமைப்பு ஆகியவை தொடர்பாக ஒவ்வொரு நுணுக்கமாய் ஆராய்ந்தார். இது போனோவிற்கு மிகவும் வியப்பாக, திருப்தியளிப்பதாக இருந்தது. 'ஒரு தலைமை நிர்வாக அதிகாரி நுணுக்கங்களில் இந்த அளவிற்கு அக்கறை எடுத்துக்கொள்வது ஆச்சரியமாக இருக்கிறது' என்றார் அவர். ஒருவழியாகத் தீர்வை

எட்டியபோது ஐவும் போனோவும் முழுமூச்சாய் மது அருந்துவதில் இறங்கினார்கள். இருவருமே மதுபான விடுதிகளில் மிக வசதியாய் உணர்ந்தார்கள். சில கோப்பைகள் அருந்திய பின்னர், அவர்கள் கலிஃபோர்னியாவிலிருந்த வின்சென்ட்டை அழைக்க முடிவு செய்தனர். அப்போது அவர் வீட்டிலில்லை. அதனால் போனோ அவருடைய பதிலளிக்கும் இயந்திரத்தில் ஒரு செய்தியைப் பதிவுசெய்தார். இதை வின்சென்ட் அழிந்துவிடாமல் பத்திரமாய்ப் பாதுகாத்தார். 'நான் உணர்ச்சி ததும்பும் டப்ளினில் அமர்ந்திருக்கிறேன். உங்கள் நண்பர் ஜானியுடன். இருவரும் சற்று மது அருந்தியுள்ளோம். இந்த அற்புதமான ஐபாட் எங்களுக்கு மிகுந்த மகிழ்ச்சியளிக்கிறது. இது நிஜமாகவே உள்ளது என்று என்னால் நம்பவே முடியவில்லை. அதைக் கையில் பிடித்துக் கொண்டிருக்கிறேன், நன்றி!'

ஜாப்ஸ் சான் ஹோஸெயிலுள்ள ஒரு திரையரங்கை வாடகைக்கு எடுத்தார் – தொலைக்காட்சி விளம்பரத்திற்காகவும், விசேஷ ஐபாடுக் காகவும். போனோவும் தி எட்ஜூம் அவருடன் மேடையில் இணைந்து கொண்டார்கள். அந்த இசைத்தொகுப்பு முதல்வாரத்தில் **840,000** பிரதிகள் விற்று *பில்போர்ட்* பட்டியலில் முதலிடம் வகித்தது. போனோ பின்னர் பத்திரிகையாளர்களிடம் தாம் பணம் எதுவும் பெற்றுக் கொள்ளாமல் விளம்பரத்தில் நடித்துக் கொடுத்தது 'விளம்பரத்தால் ஆப்பிளுக்குக் கிட்டும் அதே மதிப்பு யூ2விற்கும் கிட்டும் என்பதால்' என்றார். தொடர்ந்து ஜிம்மி அயோவீன் இது அந்தக் குழுவை 'இளைய தலைமுறையினருக்கு இட்டுச்செல்ல' வழிவகுக்கும் என்றார்.

இதில் குறிப்பிடத்தக்க அம்சம் என்னவென்றால் ஒரு ராக் இசைக் குழு கணினிகளையும் மின்னணுவியலையும் கையாளும் ஒரு நிறுவனத்தோடு இணைந்துகொள்வதுதான் இளைய தலைமுறையைக் கவரச் சிறந்த முறையாகும். போனோ பின்னர் விளக்கினார்: 'செலவு களை ஏற்றுக்கொள்ளும் எல்லா நிறுவனங்களும் சாத்தானுடன் செய்து கொள்ளும் ஒப்பந்தங்களாகி விடாது. சற்று அலசிப் பார்ப்போம்' – *ஷிகாகோ ட்ரிப்யூன்* பத்திரிகையின் இசை விமர்சகர் க்ரெக் கோட்டிடம் அவர் கூறினார். இங்கு நான் சாத்தான் என்று குறிப்பிட்டது ஆக்கப் பூர்வமான கலைத்திறனுள்ள மூளைகள் கொண்ட ஒரு குழு – ராக் குழுக்களிலுள்ள பலபேரையும்விட ஆக்கப்பூர்வமானவர்கள். இதில் முதன்மைப் பாடகர் ஸ்டீவ் ஜாப்ஸ். இந்தக் குழுவினர் எலெக்ட்ரிக் கிதாருக்கு அடுத்தபடியாக இசைக் கலாச்சாரத்தில் மிக அழகு பொருந்திய கலைப்பொருளை உருவாக்கியிருக்கிறார்கள் – அதுதான் ஐபாட். கலையின் பணியே அழகின்மையை விரட்டியடிப்பதுதான்.'

போனோ **2006**இல் ஜாப்ஸைத் தம்முடன் மற்றொரு ஒப்பந்தம் செய்துகொள்ள வைத்தார் – இம்முறை ஆப்பிரிக்காவில் நிதி

திரட்டவும், எய்ட்ஸை எதிர்த்து ஒரு விழிப்புணர்வை ஏற்படுத்தவும் முயலும் அவருடைய Product Red (ப்ராடக்ட் ரெட்) பிரச்சாரத்திற்காக. ஜாப்ஸ் அதுவரை தர்மகாரியங்களில் அவ்வளவாக ஆர்வம் காட்டிய தில்லை. ஆனால் போனோவின் பிரச்சாரத்தின் ஒரு பகுதியாக சிவப்புநிற ஐபாடைத் தயாரிக்க ஒப்புக்கொண்டார் – ஆனால் முழுமனதாக என்று கூறமுடியவில்லை. உதாரணமாக, பிரச்சாரத்தின் வாசகத்தில் நிறுவனத்தின் பெயரை அடைப்புக் குறிக்குள் இட்டு, 'RED' என்பதை மேற்புறமாகச் சிறிதாய் (APPLE)[RED] என எழுதியிருந்ததைக் கண்டு முரண்டுபிடித்தார். 'ஆப்பிள் அடைப்புக் குறிக்குள் இருப்பதை நான் விரும்பவில்லை' என ஜாப்ஸ் வலியுறுத்தினார். போனோ பதிலளித்தார்: 'ஆனால் ஸ்டீவ், நமது குறிக்கோளுக்காக நாம் ஒருமைப் பட்டிருப்பதை நாம் அப்படித்தான் காட்டுகிறோம்.' உரையாடலில் சூடேறியது – 'நாசமாய்ப் போக' என்று கூறும் அளவிற்கு. பின்னர் அவர்கள் சமாதானமானார்கள். ஒருவழியாக ஜாப்ஸ் இறங்கிவந்தார் – ஓரளவிற்கு. போனோ தமது விளம்பரங்களில் விருப்பம்போல என்ன வேண்டுமானாலும் செய்துகொள்ளலாம். ஆனால் ஜாப்ஸ் ஒருகாலும் தமது தயாரிப்புகளிலோ, அங்காடிகளிலோ ஆப்பிளின் பெயரை அடைப்புக்குறிக்குள் இடமாட்டார். ஐபாடுக்கு (PRODUCT)[RED] என்று பெயர் சூட்டப்பட்டது; (APPLE)[RED] என்று அல்ல.

'ஸ்டீவ் சிலசமயம் கனல்தெறிக்கப் பேசுவார்' என்றார் போனோ. 'ஆனால் அந்தக் கணங்கள் எங்களை மேலும் நெருங்கிய தோழர் களாக்கின. இதுபோன்ற கலகலப்பான உரையாடல்களில் ஈடுபடக் கூடியவர்கள் நம் வாழ்வில் அதிகம் இருப்பதில்லை. அவர் தமக்கென்று சில கருத்துகள் உடையவர். எங்களுடைய நிகழ்ச்சிக்குப் பிறகு நான் அவருடன் பேசுவேன் – அப்பொழுதெல்லாம் அவரிடம் சொல்வதற்குத் தயாராக ஒரு கருத்து இருக்கும்.' ஜாப்ஸும் அவருடைய குடும்பத் தினரும் அவ்வப்பொழுது போனோ, அவருடைய மனைவி மற்றும் நான்கு குழந்தைகளைச் சந்திக்க ஃப்ரெஞ்ச் ரிவியெராவிலுள்ள நைஸ் நகருக்கு அருகே அமைந்த அவர்களுடைய வீட்டிற்குச் செல்வதுண்டு. 2008இல் ஒரு விடுமுறையின்போது ஜாப்ஸ் ஒரு படகை வாடகைக்கு எடுத்து போனோவின் வீட்டருகே கட்டினார். அவர்கள் ஒன்றாக உணவருந்தினார்கள். போனோ யூ2இல் பின்னர் வரவிருந்த *நோ லைன் ஆன் த ஹொரைஸன்* தொகுப்பிற்காகத் தயார் செய்துவந்த பாடல்களை டேப்பில் (இசைப்பானில்) இசைத்தார். ஆனால் அவர்களுடைய நட்பு ஒருபுறம் இருந்தாலும், ஜாப்ஸ் பேச்சுவார்த்தைகளில் கடினமாகவே இருந்தார். அவர்கள் மற்றொரு விளம்பரத்திற்காகவும், 'கெட் ஆன் யுவர் பூட்ஸ்' பாடலின் சிறப்பு வெளியீட்டிற்காகவும் ஒப்பந்தம் செய்துகொள்ள முயன்றார்கள் – ஆனால் ஒத்துவரவில்லை. 2010இல் போனோ முதுகில் அடிபட்டு தமது இசைப்பயணத்தை ரத்து செய்ய

வேண்டி வந்தபோது, பவெல் அவருக்கு ஒரு கூடையில் சில பரிசுகள் அனுப்பி வைத்தார் – 'ஃபிளைட் ஆஃப் த கான்கார்ட்ஸ்' என்னும் நகைச்சுவை இரட்டையர்களுடைய (நியூஸிலாந்தைச் சேர்ந்த ப்ரெட் மெக்கென்சி மற்றும் ஜெமெய்ன் க்ளமெண்ட்) நிகழ்ச்சிகளின் டிவிடி பதிவு, *மொஸார்ட்ஸ் ப்ரைன் அண்ட் த ஃபைட்டர் பைலட் (மொஸார்ட் மூளையும் போர் விமானியும்)* என்னும் புத்தகம், அவருடைய தோட்டத்துத் தேன்கூடுகளிலிருந்து திரட்டிய தேன் மற்றும் வலி நிவாரணக் களிம்பு. ஜாப்ஸ் அந்தக் கடைசிப் பொருளோடு ஒரு துண்டுச் சீட்டில் குறிப்பெழுதி அனுப்பியிருந்தார்: 'வலி நிவாரணக் களிம்பு – எனக்கு மிகவும் பிடிக்கும்.'

யோ-யோ மா

மனிதர் என்ற முறையிலும் கலைஞர் என்ற முறையிலும் ஜாப்ஸ் மிகவும் மதித்த ஒரு இசைக்கலைஞர் உண்டு: யோ-யோ மா. தமது ஸெல்லோ வாத்தியத்திலிருந்து அவர் எழுப்பும் சுரங்கள் போலவே இனிமையான, ஆழ்ந்த ஞானம் மிக்க மேதை. அவர்கள் சந்தித்தது 1981இல் – அப்போது ஜாப்ஸ் ஆஸ்பென் வடிவமைப்பு மாநாட்டிலும் மா ஆஸ்பென் இசைவிழாவிலும் இருந்தனர். தூய்மையை வெளிப் படுத்தும் கலைஞர்களின் இசையில் ஜாப்ஸ் ஆழமாய் நெகிழ்ந்து, அவர்களுடைய ரசிகராகவே மாறிவிடுவார். அவர் தமது திருமண நிகழ்ச்சியில் கலந்துகொண்டு இசைநிகழ்ச்சி நடத்தித் தரும்படி மாவை அழைத்தார். ஆனால் மா அப்போது வெளிநாடுகளில் சுற்றுப்பயணம் மேற்கொண்டிருந்தார். சில ஆண்டுகள் கழித்து ஜாப்ஸின் வீட்டிற்கு வந்து வரவேற்பறையில் அமர்ந்தபடி, தமது 1733ஆம் ஆண்டின் ஸ்ட்ராடிவேரியஸ் ஸெல்லோ வயலினைக் கையில் எடுத்துக்கொண்டு பாஹ் வாசிக்கத் தொடங்கினார். 'உங்கள் திருமணத்தில் இதைத்தான் வாசித்திருப்பேன்' என்றார் மா, ஜாப்ஸ் குடும்பத்தினரிடம். ஜாப்ஸ் கண்களில் நீர் மல்க அவரைப் பார்த்து, 'கடவுள் இருக்கிறார் என்பதற்கு மிகச் சிறந்த வாதமாக உங்கள் இசையைத்தான் கருதுகிறேன். ஏனெனில் ஒரு மனிதன் தனியாக இதைச் செய்யமுடியும் என்று எனக்குத் தோன்ற வில்லை' என்றார். பின்னர் ஒருமுறை வந்திருந்தபோது, அனைவரும் சமையலறையைச் சுற்றி அமர்ந்திருக்க, ஜாப்ஸின் மகள் எரின் தமது ஸெல்லோவைப் பிடித்துக்கொள்ள மா அனுமதித்தார். அந்தச் சமயத்தில் ஜாப்ஸ் புற்றுநோயால் பாதிக்கப்பட்டிருந்தார். மா தமது இறுதிச் சடங்கின்போது வாசிக்க வேண்டும் என்று கேட்டுக்கொண்டு, மாவை உறுதியளிக்கச் செய்தார்.

இயல் முப்பத்திமூன்று

பிக்ஸாரின் நண்பர்கள்

... மற்றும் பகைவர்கள்

ஏ பக்ஸ் லைஃப் (ஒரு பூச்சியின் வாழ்க்கை)

ஆப்பிள் ஐமாக்கை உருவாக்கியபோது ஜாப்ஸ் ஜானி ஐவைக் காரில் அழைத்துக்கொண்டு பிக்ஸாரில் உள்ளவர்களுக்கு அதைக் காட்டச் சென்றார். அந்தக் கணினியின் விளையாட்டுத்தனமான தோற்றம் பஷ லைட்டியரையும் வுட்டியையும் உருவாக்கியவர்களுக்குப் பிடிக்கும் என்று அவர் கருதினார். மேலும் ஐவ், ஜான் லாசெட்டர் ஆகிய இருவருமே கலையையும் தொழில்நுட்பத்தையும் விளையாட்டுத் தனமாக இணைப்பதில் திறன்மிக்கவர்கள் என்ற விஷயமும் அவருக்கு மிகவும் மகிழ்ச்சியூட்டுவதாக இருந்தது.

க்யூபர்டினோவின் தீவிரத்திலிருந்து தப்பிச்செல்ல ஜாப்ஸிற்கு பிக்ஸார் ஒரு சரணாலயமாக இருந்தது. ஆப்பிளில் மேலாளர்கள் பரபரப்பாக இருப்பார்கள்; அல்லது களைத்துக் காணப்படுவார்கள். ஜாப்ஸ் கொந்தளிக்கும் மனோநிலையில் இருப்பார்; அங்குள்ளவர்களும் அவருடன் இருப்பதை எண்ணிப் பதற்றமாக இருப்பார்கள். பிக்ஸாரில் கதை சொல்பவர்களும் ஓவியர்களும் தெய்வீகமானவர்களாகத் தோன்றினார்கள்; இன்னும் மென்மையாக நடந்துகொண்டார்கள்; தங்களுக்குள் மட்டுமல்ல, ஜாப்ஸுடனும்தான். அதாவது ஒவ்வொரு இடத்திலும் நிலவிய சூழலை உயர்மட்டத்திலிருந்தவர்கள் தீர்மானித்தார்கள் - ஆப்பிளில், ஜாப்ஸ். ஆனால் பிக்ஸாரில், லாசெட்டர்.

படத்தயாரிப்பின் விளையாட்டுத்தனத்தில் ஜாப்ஸ் திளைத்தார். கணினியில் உருவாகும் மழைத்துளிகளில் மின்னும் சூரியக் கதிர்கள். தென்றலில் மென்மையாய் அசையும் புற்கள் போன்ற மாயாஜாலங்களை சாத்தியமாக்கும் அல்காரிதங்கள் (நெறிமுறைகள்) அவருக்குப் பரவசமூட்டின. என்றாலும் அந்த ஆக்கப்பூர்வமான செயல்பாட்டைக் கையிலெடுத்துக் கொள்ளாமல் தம்மைக் கட்டுப்படுத்திக்கொள்ள

அவரால் முடிந்தது. கலையுணர்வு மிக்க மற்றவர்களையும் வளரவிட வேண்டும் என்பதைப் பிக்ஸாரில்தான் அவர் கற்றுக்கொண்டார். இதற்குப் பெரிய அளவில் காரணமாக இருந்தது அவர் லாசெட்டரின் மீது வைத்திருந்த பிரியம்தான். லாசெட்டர் ஐவ் போலவே ஜாப்ஸின் பலங்களை வெளிக்கொண்டுவந்த மென்மையான ஓவியக் கலைஞர்.

பிக்ஸாரில் ஜாப்ஸின் முக்கியப் பணி ஒப்பந்தங்கள் செய்து கொள்வது. அவருக்குள் இயற்கையாய் அமைந்திருந்த தீவிரம் இதற்கு மிகச் சாதகமாய் இருந்தது. *டாய் ஸ்டோரி* வெளியான உடனேயே ஜெஃப்ரீ காட்ஸென்பெர்குடன் மோதலில் இறங்கினார். அவர் 1994 கோடை காலத்தில் டிஸ்னியை விட்டு விலகி ஸ்டீவென் ஷ்பீல்பெர்க், டேவிட் கெஃப்பென் ஆகியோருடன் இணைந்து ட்ரீம்வர்க்ஸ் எஸ்கேஜி நிறுவனத்தைத் தொடங்கினார். காட்ஸென்பெர்க் டிஸ்னியில் இருந்த போது தமது பிக்ஸார் குழுவினர் அவரிடம் தமது இரண்டாவது படமான *ஏ பக்ஸ் லைஃப் (ஒரு பூச்சியின் வாழ்க்கை)* பற்றிக் கூறியிருந்த தாகவும், அவருடைய ட்ரீம்வர்க்ஸ் தயாரித்த *ஆண்ட்ஸ் (எறும்புகள்)* படத்தை *ஏ பக்ஸ் லைஃப்* கதையை அசைவூட்ட *(அனிமேஷன்)* முறையில் உருவாக்கும் தங்களுடைய யோசனையைக் களவாடிவிட்டதாகவும் நம்பினார். 'ஜெஃப்ரீ டிஸ்னியின் அசைவூட்டப் பிரிவில் உள்ளபோதே அவரிடம் *ஏ பக்ஸ் லைஃப்* கதை பற்றிச் சொல்லியிருந்தோம்' என்றார் ஜாப்ஸ். 'அறுபது ஆண்டு அசைவூட்டச் சரித்திரத்தில் ஒருவர்கூட பூச்சி களை மையமாக வைத்துப் படமெடுக்க நினைத்ததில்லை – லாசெட்டர் தவிர. அது அவருடைய அற்புதமான ஆக்கக்கலைப் பொறிகளில் ஒன்று. ஜெஃப்ரீ விலகி ட்ரீம்வர்க்ஸிற்குச் சென்றார் – பிறகு திடீரென்று அவருக்கு இந்த யோசனை வருகிறது. எது பற்றி? பூச்சிகள்! இதில் தாம் இந்த யோசனையை எங்கும் கேட்டதில்லை என்ற பாசாங்கு வேறு. பொய் சொன்னார்; நாக்கூசாமல் பொய் சொன்னார்.'

உண்மையில் அப்படியல்ல. நடந்தது அதைவிடச் சிறிது சுவாரசிய மான ஒன்று. காட்ஸென்பெர்க் டிஸ்னியில் இருந்த போது *ஏ பக்ஸ் லைஃப்* கதையைக் கேட்கவே இல்லை. ஆனால் ட்ரீம்வர்க்ஸிற்குச் சென்ற பின்பும் லாசெட்டருடன் தொடர்பில் இருந்தார் – அவ்வப்போது அவருக்குச் சுருக்கமான தொலைபேசி அழைப்புகள், தனது வழக்க மான பாணியில்: 'ஏய்! என்ன செய்கிறாய்? சும்மா கேட்டேன்' – என்பது போல. ஆகவே யூனிவர்ஸலின் டெக்னிகலர் (மூவண்ணப்) பிரிவுக்கு லாசெட்டர் சென்றிருந்தபோது (அங்குதான் ட்ரீம்வர்க்ஸ் அலுவலகமும் இருந்தது) அவர் காட்ஸென்பெர்கை அழைத்து, தமது ஒன்றிரண்டு சக ஊழியர்களுடன் சென்று சந்தித்தார். அவர்கள் அடுத்ததாக என்ன செய்கிறார்கள் என்று காட்ஸென்பெர்க் கேட்டபோது லாசெட்டர் கூறினார். '*ஏ பக்ஸ் லைஃப்* கதை பற்றி விவரித்தோம் – அதில் பிரதான

கதாபாத்திரம் ஒரு எறும்பு. பிறகு அது மற்ற எறும்புகளைத் திரட்டி, சர்க்கஸ் வித்தைகள் புரியும் சில பூச்சிகளின் குழுவை உருவாக்கி வெட்டுக்கிளிகளை எப்படி விரட்டியடிக்கிறது என்ற முழுக்கதை யையும் கூறினோம்' என்று லாசெட்டர் நினைவுகூர்ந்தார். 'நான் சற்று எச்சரிக்கையாக இருந்திருக்க வேண்டும். ஜெஃப்ரீ அது எப்போது வெளியாகிறது என்று கேட்டுக்கொண்டே இருந்தார்.'

1996இன் தொடக்கத்தில் ட்ரீம்வர்க்ஸ் எறும்புகளை மையமாக வைத்துத் தனது சொந்த அசைவூட்டப் படத் தயாரிப்பை வெளியிடக் கூடும் என்று கேள்விப்பட்டவுடன் லாசெட்டர் கவலைகொண்டார். காட்ஸென்பெர்கை அழைத்து நேரடியாகவே கேட்டுவிட்டார். காட்ஸென்பெர்க் 'ஆ', 'ஊ' என்றெல்லாம் சத்தமிட்டு இதை லாசெட்டர் எங்கே கேள்விப்பட்டார் என்று பதிலுக்கு வினவினார். லாசெட்டர் மீண்டும் கேட்டார். காட்ஸென்பெர்க் அது உண்மைதான் என்று ஒத்துக்கொண்டார். மிக அரிதாகக் குரலை உயர்த்தும் லாசெட்டர் 'நீங்கள் எப்படி இதைச் செய்யலாம்?' என்று கத்தியேவிட்டார்.

'இந்த யோசனை எங்களுக்கு வெகுநாள்கள் முன்பே இருந்தது' என்றார் காட்ஸென்பெர்க். ட்ரீம்வர்க்ஸின் தயாரிப்பு இயக்குநர் ஒருவர் தமக்கு இந்தக் கதையைக் கூறியதாகவும் விளக்கினார்.

'நீங்கள் சொல்வதை என்னால் நம்பமுடியவில்லை' லாசெட்டர் பதிலளித்தார்.

காட்ஸென்பெர்க் டிஸ்னியில் தமது முன்னாள் சக ஊழியர்களுக்கு எதிரான முயற்சியாக *ஆண்ட்ஸ்* படத்தை அவசரமாய் எடுத்ததாகக் கூறினார். ட்ரீம்வர்க்ஸின் முதல் படம் *பிரின்ஸ் ஆஃப் ஈஜிப்ட்* (எகிப்து இளவரசன்) – இது 1998 அறுவடைத் திருநாளுக்கு *(தாங்க்ஸ்கிவிங்)* வெளியிடப்படுவதாக இருந்தது. டிஸ்னி பிக்ஸாரின் *ஏ பக்ஸ் லைஃப்* படத்தை அதே வார இறுதியில் வெளியிடப்போவதை அறிந்து திகைத்துப் போனதாகவும் அதனால் *ஆண்ட்ஸ்* தயாரிப்பை துரிதப் படுத்தியதாகவும் கூறினார். இதன் மூலம் டிஸ்னி *ஏ பக்ஸ் லைஃபை* அந்தத் தேதியில் வெளியிடவிடாமல் வலுக்கட்டாயமாய்த் தள்ளிப் போடவைப்பது அவருடைய எண்ணம்.

'நாசமாய்ப் போக' என்றார் லாசெட்டர். அவர் வழக்கமாக இப்படிப் பட்ட வார்த்தைகளைப் பயன்படுத்துவதே கிடையாது. அதன் பின் பதின்மூன்று ஆண்டுகளுக்கு அவர் காட்ஸென்பெர்கிடம் பேசவே இல்லை.

ஜாப்ஸ் கொதித்துப் போயிருந்தார். தமது உணர்வுகளைக் கொட்டித் தீர்ப்பதில் அவர் லாசெட்டரை விடவும் தேர்ந்தவர். அவர்

காட்ஸென்பெர்கை அழைத்துக் கத்தத் தொடங்கினார். காட்ஸென்பெர்க் ஒரு யோசனை கூறினார். டிஸ்னியும் ஜாப்ஸும் *ப்ரின்ஸ் ஆஃப் ஈஜிப்டின்* வெளியீட்டுத் தேதியோடு போட்டியிடாத வகையில் *ஏ பக்ஸ் லைஃப்* படத்தை ஒத்திவைப்பதாக இருந்தால் *ஆண்ட்ஸ்* படத் தயாரிப்பைத் தாமும் சற்று தாமதமாகத் தொடங்கத் தயார் என்றார். 'இது வெட்கமற்ற, வலியப் பறிக்கும் முயற்சியாக இருந்தது. அதனால் நான் அதை ஏற்றுக்கொள்ளவில்லை' – ஜாப்ஸ் நினைவுகூர்ந்தார். அவர் காட்ஸென்பெர்கிடம் 'டிஸ்னியை தேதி மாற்றவைக்க என்னால் ஆகக்கூடியது ஒன்றுமில்லை' என்றார்.

'உங்களால் நிச்சயம் முடியும்' – காட்ஸென்பெர்க் பதிலளித்தார். 'நீங்கள் மலைகளையே புரட்டுபவர். எனக்குக் கற்றுக்கொடுத்ததே நீங்கள்தான்!' பிக்ஸார் ஏறத்தாழ திவாலாகும் நிலையிலிருந்தபோது *டாய் ஸ்டோரியைத்* தயாரிக்கும் பொறுப்பைத் தந்து காப்பாற்றியது அவர்தான் என்றார். 'அப்போது அங்கு உங்களுக்கு ஆதரவாக இருந்த ஒரே ஒருவன் நான்தான். இப்போது நீங்கள் உங்களைப் பயன்படுத்தி அவர்கள் என்னைப் பழிவாங்க அனுமதிக்கிறீர்கள்.' ஜாப்ஸ் மனது வைத்தால், டிஸ்னியிடம் தெரிவிக்காமலே *ஏ பக்ஸ் லைஃப்* படத் தயாரிப்பை எளிதாய்த் தாமதமாக்க முடியும் என்று யோசனை கூறினார். அவர் அப்படிச் செய்தால், *ஆண்ட்ஸை* நிறுத்திவைப்பதாக காட்ஸென்பெர்க் கூறினார். 'அதைப்பற்றி நினைத்துக்கூடப் பார்க்காதீர்கள்' – ஜாப்ஸ் பதிலளித்தார்.

காட்ஸென்பெர்க் கூறியதிலும் உண்மை இருந்தது. அவர் டிஸ்னியை விட்டு வெளியேறி, தங்களுக்குப் போட்டியாக ஓர் அசைவூட்டப் பட நிறுவனத்தைத் தொடங்கியதற்குப் பழிவாங்க ஐஸ்னரும் டிஸ்னியும் பிக்ஸாரின் படத்தைப் பயன்படுத்திக் கொண்டிருந்தனர் என்பது தெளிவானது. 'நாங்கள் முதலில் தயாரித்தது *ப்ரின்ஸ் ஆஃப் ஈஜிப்ட்* படத்தைத்தான். வெளியீட்டுத் தேதிக்குப் போட்டியாகவே வேண்டுமென்று இப்போது அவர்களும் வெளியீட்டைத் திட்டமிட்டிருக்கிறார்கள். என் எண்ணமும் *லயன் கிங்* அசைவூட்டப் படத்தைப் போலத்தான் – உங்கள் கையை என் கூண்டுக்குள்ளேயே விட்டு என்னையே சீண்டுகிறீர்கள். கவனமாக இருங்கள்' என்றார் காட்ஸென்பெர்க்.

ஒருவரும் விட்டுக்கொடுப்பதாக இல்லை, போட்டி *ஆண்ட்ஸ் (எறும்பு)* படங்கள் பத்திரிகைகளில் சூடுபறந்தன. டிஸ்னி ஜாப்ஸைச் சமாதானமாக இருக்கும்படிச் செய்ய முயன்றது – போட்டியைக் கிளறினால் *ஆண்ட்ஸுக்கு* அது சாதகமாகிவிடலாம் என்ற அடிப்படையில். ஆனால் அவர் இதற்கெல்லாம் எளிதாக மசிபவரல்ல. 'கெட்டவர்கள் வெற்றியடைவது மிக அரிது' – *லாஸ் ஆஞ்சலெஸ் டைம்*

பத்திரிகைக்கு அவர் பேட்டியளித்தபோது கூறினார். அதற்குப் பதிலாக ட்ரீம்வர்க்ஸின் தேர்ந்த விளம்பர வல்லுநர் டெர்ரி ப்ரெஸ் யோசனை கூறினார். 'ஸ்டீவ் ஜாப்ஸ் மாத்திரை போட்டுக்கொள்ள வேண்டும்.'

1998 அக்டோபர் தொடக்கத்தில் *ஆண்ட்ஸ்* வெளியிடப்பட்டது. அது மோசமான படம் என்று கூறமுடியாது. வழக்கங்களைக் கடைப் பிடிக்கும் சமூகத்தில் வாழும் எறும்பு ஒன்று அதன் அழுத்தத்தால் தவிக்கிறது; தனது தனித்துவத்தை வெளிப்படுத்த ஏங்குகிறது. இதில் எறும்புக்கு வுட்டி அலென் குரல் கொடுத்திருந்தார். 'இது வுட்டி அலெனே இப்போதெல்லாம் செய்யாத வுட்டி அலென் பாணி நகைச்சுவை' – *டைம்* பத்திரிக்கை எழுதியது. உள்நாட்டில் கௌரவமாக *91* மில்லியன் டாலரையும் உலகளவில் *172* மில்லியன் டாலரையும் அது வசூலில் ஈட்டியது.

ஆறு வாரங்கள் கழித்து *ஏ பக்ஸ் லைஃப்* வெளியானது. அதில் கதையம்சம் மேலும் சிறப்பாக இருந்தது. 'எறும்பும் வெட்டுக்கிளியும்' என்ற ஈசாப் கதையைத் தலைகீழாக மாற்றி, தொழில்நுட்பச் சிறப்போடு படைத்திருந்தார்கள் – ஒரு பூச்சியின் பார்வையில் புல் எப்படித் தெரியும் என்பது போன்ற ஆச்சரியப்படுத்தும் நுணுக்கங்களும் துல்லியங்களும் இதனால் சாத்தியமாயின. *டைம்* இதனை மேலும் விரிவாகப் புகழ்ந்திருந்தது. 'அதன் வடிவமைப்பு மிக அற்புதமாக உள்ளது. ஓர் அகலமான திரை – இலைகளும் செடிகொடிகளும் படர்ந்த காட்டுப் பகுதியுமாய்... அதில் அசிங்கமாய், கொழுகொழுப்பாய், சுருண்டதுமாய் ஒட்டுகள் – ட்ரீம்வர்க்ஸ் படம் இதனோடு ஒப்பிடும் போது ஏதோ வானொலி போலத் தோன்றுகிறது' என்று எழுதியிருந்தார் ரிச்சார்ட் கார்லிஸ். அது வசூலில் *ஆண்ட்ஸைவிட* இருமடங்கு அதிகம் சாதித்தது – உள்நாட்டில் *163* மில்லியன் டாலரும் உலகளவில் *363* மில்லியன் டாலரும் (இது *ப்ரின்ஸ் ஆஃப் ஈஜிப்டையும்* முறியடித்தது).

சில ஆண்டுகள் கழித்து, காட்ஸென்பெர்க் ஜாப்ஸிடம் வந்திருந்தார் – பிரச்சினையைச் சரி செய்துகொள்ளும் முயற்சியில். தாம் டிஸ்னியில் உள்ளபோது *ஏ பக்ஸ் லைஃபின்* கதையைக் கேட்டதே இல்லை என்று சாதித்தார். அப்படியிருந்தால், டிஸ்னியுடனான ஒப்பந்தத்தின்படி இலாபத்தில் தமக்குரிய பங்கை டிஸ்னி தந்திருக்கும்; ஆகவே அதில் பொய் சொல்வதற்கு எதுவுமில்லை என்றார். ஜாப்ஸ் சிரித்தார் – அவர் சொல்வதை ஏற்றுக்கொள்வது போல. 'நான் உங்களுடைய வெளியீட்டுத் தேதியை ஒத்திவைக்கச் சொன்னேன். ஆனால் நீங்கள் மறுத்துவிட்டீர்கள்; ஆகவே என் குழந்தையை நான் பாதுகாத்துக் கொண்டதற்காக நீங்கள் என் மீது கோபம்கொள்ள முடியாது' – காட்ஸென்பெர்க் கூறினார். ஜாப்ஸ் 'மிகவும் சாந்தமாக, ஜென் துறவி

போல' இருந்ததாகவும் தமக்குப் புரிகிறது என்று கூறியதாகவும் நினைவுகூர்ந்தார். ஜாப்ஸ் பின்னர் பேசியபோது தாம் ஒருகாலும் காட்ஸென்பெர்கை மன்னிக்கவே இல்லை என்று கூறினார்:

> எங்கள் படம் அவருடையதைவிட நல்ல வசூலைப் பெற்றுத் தந்தது. அது மகிழ்ச்சியூட்டியதா? இல்லை, இன்னமும் கசப்புணர்வுதான் மிஞ்சியது - ஏனென்றால் எல்லோரும் பேசிக்கொண்டார்கள்: 'அது எப்படி, ஹாலிவுட்டில் எல்லோரும் ஒரே மாதிரியாக பூச்சிகளை மையமாக வைத்துப் படமெடுக்கிறார்கள்?' என்று. ஜானின் அற்புதமான தனித் தன்மையை அவரிடமிருந்து பறித்துக்கொண்டு விட்டார் – அதை ஒருகாலும் திருப்பித்தர இயலாது. மனசாட்சியே இல்லாத செயல். ஆகவே அவரை நான் ஒருபோதும் நம்பிய தில்லை; அவர் அதற்குப் பரிகாரம் செய்ய முயன்றபோதிலும் கூட. அவருடைய *ஷ்ரெக்* அசைவூட்டப் படம் வெற்றி பெற்றதற்குப்பின் என்னை வந்து பார்த்தார். அப்போது 'நான் மாறிவிட்டேன்; ஒரு வழியாக இப்போதுதான் என் மனம் நிம்மதியாக இருக்கிறது', அது, இது என்றெல்லாம் ஏதேதோ கூறினார். எனக்கென்னவோ ஜெஃப்ரீ என்னைக் கொஞ்சம் விட்டுவிடு என்பது போலிருந்தது.

தன் பங்குக்கு காட்ஸென்பெர்க் இன்னும் கொஞ்சம் தாராளமாகத் தான் இருந்தார். அவர் ஜாப்ஸை 'உலகில் வாழும் நிஜமான மேதை களில் ஒருவராக' கருதினார். அவர்களுக்கிடையில் நிலவிய சூடேறிய பரிமாறல்களையும் மீறி ஜாப்ஸை மதிக்கக் கற்றுக்கொண்டார்.

ஆண்ட்ஸைத் தோற்கடிப்பதையும்விட முக்கியமானது பிக்ஸார் ஒரு வெற்றிப் படத்தோடு முடிந்துவிடக்கூடிய அற்புதமல்ல என்று நிரூபிப்பதுதான். *டாய் ஸ்டோரி* அளவிற்கு வசூலை அள்ளிக் குவித்தது *ஏ பக்ஸ் லைஃப்*. இதன் மூலம் முதல் படம் ஏதோ அதிர்ஷ்டத்தில் கிட்டிய வெற்றி அல்ல என்று நிரூபித்தது. 'தொழிலில் ஒரு அழகான விஷயம் இருக்கிறது – இரண்டாம் தயாரிப்பு *சிண்ட்ரோம்* என்று அதற்குப் பெயர்' என்று ஜாப்ஸ் பின்னர் கூறினார். நமது முதல் தயாரிப்பு எதனால் வெற்றிபெற்றது என்று புரிந்துகொள்ளாததால் ஏற்படும் நிலை இது. 'ஆப்பிளில் நான் அதை அனுபவபூர்வமாய் உணர்ந்தேன். எனக்குத் தோன்றியது – இரண்டாவது படமும் வெற்றி பெற்றுவிட்டால், நிச்சயம் நாம் சாதிப்போம்.'

ஸ்டூவின் சொந்தப்படம்

1999 நவம்பரில் வெளிவந்த *டாய் ஸ்டோரி 2* மேலும் பிரம்மாண்டமாக இருந்தது – உலக அளவில் 485 மில்லியன் டாலரைக் குவித்தது. பிக்ஸாரின் வெற்றி இப்போது உறுதிப்படுத்தப்பட்ட நிலையில், அதற்கென்று ஒரு தலைமையகம் கட்டுவதற்குரிய நேரம் வந்தது.

ஜாப்ஸும் பிக்ஸாரின் வசதிகள் குழுவும் எமெரிவில்லில் நிராகரிக்கப் பட்ட ஒரு டெல் மான்டே பழச்சாறு பொதியும் தொழிற்சாலையைக் கண்டனர். அது பெர்க்லீக்கும் ஒக்லாண்டுக்கும் இடைப்பட்டதாகவும், சான் ஃப்ரான்ஸிஸ்கோவிலிருந்து பே பிரிட்ஜிற்குச் சற்றுத் தாண்டி யும் அமைந்திருந்தது. அந்தக் கட்டடத்தை இடித்துத் தள்ளிவிட்டு ஜாப்ஸ் ஆப்பிள் அங்காடிகளின் கட்டடக்கலை வல்லுநரான பீட்டர் போலினிடம் அந்தப் பதினாறு ஏக்கர் நிலப்பரப்புக்கு ஒரு புதிய கட்டடத்தை வடிவமைக்கும்படிக் கூறினார்.

புதிய கட்டடத்தில் ஒவ்வொரு அம்சத்திலும் ஜாப்ஸ் தீவிர கவனம் செலுத்தினார் – மொத்த தோற்றத்திலிருந்து பொருட்கள், கட்டுமானம் தொடர்பான மிகச் சிறிய நுணுக்கம் வரை. 'சரியான அமைப்புள்ள கட்டடம் ஒரு கலாச்சாரத்திற்கு மிகப் பெரிய அளவில் உதவமுடியும் என்று ஜாப்ஸ் உறுதியாக நம்பினார்' என்றார் பிக்ஸார் தலைவர் எட் காட்மல். ஜாப்ஸ் அந்தக் கட்டடம் உருவாவதில் கொண்டிருந்த கட்டுப்பாடு ஏதோ திரைப்பட இயக்குநர் ஒவ்வொரு காட்சியையும் தமது வியர்வையைச் சிந்தி அமைப்பது போலிருந்தது. 'பிக்ஸார் கட்டடம் ஸ்டீவின் சொந்தப் படம்' என்றார் லாசெட்டர்.

லாசெட்டர் முதலில் ஒரு பாரம்பரிய ஹாலிவுட் திரைப்பட நிறுவனம் வேண்டும் என்று விரும்பியிருந்தார் – பல்வேறு திட்டங் களுக்குத் தனித்தனிக் கட்டடங்களும், தயாரிப்புக் குழுக்களுக்கு பங்களாக்களும் என. ஆனால் டிஸ்னியிலுள்ளவர்கள் தங்களுடைய புதிய வளாகம் தங்களுக்குப் பிடிக்கவில்லை என்றார்கள். அவர்களுடைய குழுக்கள் தனித்துவிடப்பட்டதாய் உணர்ந்ததே அதற்குக் காரணம். ஜாப்ஸ் அதை ஒப்புக்கொண்டார். சொல்லப்போனால், அதற்கு நேர்மாறாகச் செய்யவேண்டும் என்றார். மையத்திலுள்ள வளாகத்தைச் சுற்றி எழுப்பப்பட்ட, சட்டென்று திட்டமிடும் செயல்களைக்கூட ஊக்குவிக்கும் வகையில் வடிவமைக்கப்பட்ட கட்டடம்.

டிஜிட்டல் உலகத்தில் வாழ்பவராக இருந்ததாலோ ஒருவேளை அதன் தனிமைப்படுத்தும் தன்மையை மிக நன்றாக அறிந்திருந்ததாலோ என்னவோ, ஜாப்ஸ் நேருக்கு நேர் பேசிக்கொள்வதில் தீவிர நம்பிக்கை கொண்டிருந்தார். 'நமது இணையதள யுகத்தில் சிந்தனைகளை மின்னஞ்சல், ஐசாட் (iChat) ஆகியவை மூலம் வளர்த்துக் கொள்ளலாம் என்று நினைக்கிறார்கள். இது கிறுக்குத்தனம். ஆக்கக்கலை என்பது திட்டமிடப்படாத சந்திப்புகளிலும், கலந்துரையாடல்களிலும்தான் பிறக்கிறது. யாரையோ சந்திக்கிறோம். அவர் என்ன செய்கிறார் என்று கேட்கிறோம்; பிறகு 'ஆஹா!' என்கிறோம்; வெகு விரைவில் பலவித மான சிந்தனைகளைப் பரிமாறிக்கொள்கிறோம்.'

ஆக, பிக்ஸார் கட்டடம் இதுபோன்ற எதிர்பாராத சந்திப்புகளையும் கூட்டுமுயற்சிகளையும் ஊக்குவிப்பதைக் கருத்தில் கொண்டு வடிவமைக்கப்பட்டது. 'ஒரு கட்டடம் இதனை ஊக்குவிக்கவில்லை என்றால் புதுமை தொலைந்துபோய்விடும்; எதிர்பாராத ஆச்சரியங்களால் உண்டாகும் மாயாஜாலம் மறைந்து போய்விடும்' என்றார் அவர். 'ஆகவே மக்கள் தங்கள் அலுவலகங்களை விட்டு வெளியே வந்து வளாகத்தில் கூடி, தாம் மற்றபடி சந்திக்க வாய்ப்பில்லாதவர்களோடு பழக வாய்ப்பளிக்கும் வகையில் கட்டடத்தை வடிவமைத்தோம்.' முன்வாசல் கதவுகள், பிரதான மாடிப்படிகள், கூடங்கள் அனைத்தும் மைய வளாகத்திற்குச் சென்றன; காப்பி விடுதியும் அஞ்சல் பெட்டிகளும் இருந்தன. ஆலோசனை அறைகளில் வெளியே பார்க்கக்கூடிய ஜன்னல்கள் இருந்தன. அறுநூறு இருக்கைகள் கொண்ட திரையரங்கம், அதைவிடச் சிறிதாக திரைக்காட்சி அறைகள் – அனைத்தும் மைய வளாகத்திற்குள் வழிந்தோடின. 'ஸ்டீவின் தத்துவம் முதல் நாளிலிருந்தே வேலை செய்யத் தொடங்கிவிட்டது' லாசெட்டர் கூறினார். 'பல மாதங்களாகக் காணாதவர்களையெல்லாம் காண முடிந்தது. கூட்டு முயற்சியையும் ஆக்கக்கலையையும் இவ்வளவு சிறப்பாக ஊக்குவிக்கும் ஒரு கட்டடத்தை நான் இதுவரை கண்டதில்லை.'

'கட்டடத்தின் மைய வளாகத்துடன் இணைக்கப்பட்ட இரண்டே இரண்டு கழிவறைகள்தான் இருக்கவேண்டும் – ஆண்களுக்கும் பெண்களுக்கும் ஒவ்வொன்று' எனக் கூறும் அளவிற்குப் போய்விட்டார் ஜாப்ஸ். 'இதில் அவர் மிகத் தீவிரமாக இருந்தார்' என்று நினைவுகூர்ந்தார் பாம் கெர்வின் – இவர் பிக்ஸாரின் பொது மேலாளர். 'எங்களில் சிலருக்கு இது மிக அதிகம் என்று தோன்றியது. கருவுற்றிருந்த பெண்மணி ஒருவர் பத்து நிமிடங்கள் நடந்துதான் கழிவறை செல்ல வேண்டும் என்று சொல்லித் தம்மைக் கட்டாயப்படுத்தக் கூடாது என்றார். அது பெரிய சண்டையில் கொண்டுபோய் நிறுத்தியது.' ஜாப்ஸுடன் லாசெட்டர் ஒத்துப்போகாத வெகு சில சந்தர்ப்பங்களில் அது ஒன்று. முடிவாக ஒரு சமாதானத்திற்கு வந்தார்கள். இரண்டு ஜோடி கழிவறைகள் – மையவளாகத்தில் இருபுறமும், இரண்டு மாடிகளிலும் இருக்கும்.

கட்டடத்தின் எஃகு விட்டங்கள் கண்ணுக்குத் தெரியும் என்பதால் நாடெங்கிலுமுள்ள தயாரிப்பாளர்களிடமிருந்து பல மாதிரிகள் வரவழைத்து அதில் மூழ்கியிருந்தார் ஜாப்ஸ் – அவற்றுள் எது சிறந்த நிறத்தையும் தன்மையையும் கொண்டுள்ளது என்று அறிவதற்காக. அர்கன்ஸாஸிலுள்ள ஒரு எஃகு ஆலையைத் தேர்ந்தெடுத்து, எஃகைத் தூய நிறத்திற்குத் தயார் செய்யும்படி கூறினார். அதில் சிறு பகுதிகூட சேதம் ஆகாதவாறு ட்ரக்கர்கள் (சுமையுந்துகள்) பாதுகாப்பு ஏற்பாடுகள் செய்துள்ளனவா என்பதை உறுதிசெய்து கொண்டார். அதுமட்டுமன்றி,

அனைத்து விட்டங்களும் போல்ட்டுகளால் (மறையாணிகளால்) இணைக்கப்படவேண்டும்; பற்ற வைக்கப்படக் கூடாது என்று வலியுறுத்தினார். 'எஃகை மணல் தூற்றல் செய்து தெளிந்த பூச்சு இட்டோம் – இதனால் அது எப்படிப்பட்டது என்று பார்த்தாலே தெரியும்' என அவர் நினைவுகூர்ந்தார். 'எஃகு வேலை செய்பவர்கள் அந்த விட்டங்களை நிறுவும்பொழுது அதைக் காட்டுவதற்குத் தங்கள் குடும்பத்தினரை வார இறுதிகளில் அழைத்து வந்தார்கள்.'

எதிர்பாராத வியப்புகளிலேயே மிக விசித்திரமானது லவ் லவுஞ்ஜ் (காதல் வளாகம்). அசைவூட்ட (அனிமேஷன்) வல்லுநர்களில் ஒருவர் தமது அலுவலக அறையின் பின்புறச் சுவரில் ஒரு கதவைக் கண்டார். அதைத் திறந்தால் தாழ்வான ஒரு பாதை. அதன் வழியே தவழ்ந்து சென்றால், முடிவில் உலோகத் தகடுகளாலான அறை ஒன்று. அங்கிருந்து குளிர் சாதன வசதிக்கான வால்வுகளை அடையமுடியும். அவரும் அவருடைய சக ஊழியர்களும் அந்த இரகசிய அறையைத் தங்கள் கட்டுப்பாட்டில் வைத்துக்கொண்டார்கள். அதனைக் கிறிஸ்துமஸ் விளக்குகளாலும் லாவா விளக்குகளாலும் அலங்கரித்து, விலங்குகளின் படங்கள் அச்சிடப்பட்ட மெத்தைகள் கொண்ட பெஞ்சுகள், குஞ்சங்கள் வைத்த தலையணைகள், மடக்கக்கூடிய மது அருந்தும் மேசை, மதுபான பாட்டில்கள், பார் சாதனங்கள், 'லவ் லவுஞ்ஜ்' என்று எழுதிய கைக்குட்டைகள் என அறைகலன்களையும் பொருத்தமாய்த் தேர்ந்தெடுத்தார்கள். பாதையில் பொருத்தப்பட்ட வீடியோ காமெராக்கள் அங்கு வரக்கூடியவர்களைக் கண்காணிக்க வகைசெய்தன.

லாசெட்டரும் ஜாப்ஸும் முக்கிய விருந்தினர்களை வரவழைத்துத் தங்கள் கையெழுத்தைப் பதிக்கவைத்தனர். அந்தக் கையெழுத்துகளில் மைக்கேல் ஐஸ்னர், ராய் டிஸ்னி, டிம் அல்லென், ராண்டி நீயுமன் ஆகியோர் அடங்குவர். ஜாப்ஸ் இதைப் பெரிதும் விரும்பினார். ஆனால் அவர் மது அருந்துவதில்லை என்பதால் சிலசமயம் அதனை தியான அறை என்று குறிப்பிடுவார். அது அவரும் டானியல் கோட்கேயும் ரீடில் தங்கியிருந்த அறையை நினைவுபடுத்துவதாகக் கூறினார் – ஆனால் எல்எஸ்டி இல்லாமல்.

விவாகரத்து

2002 பிப்ரவரியில் ஓர் ஆட்சிக் குழுவின் முன்னிலையில் மைக்கேல் ஐஸ்னர் ஆப்பிளின் ஐ ட்யூன்ஸிற்காக ஜாப்ஸ் தயாரித்த விளம்பரங்களைச் சாடினார். 'சில கணினி நிறுவனங்கள் முழுபக்க விளம்பரங்கள், விளம்பரப் பலகைகள் அனைத்திலும் ரிப், மிக்ஸ், பர்ன் (கிழித்தெடு, கலக்கு, பதிவுசெய்) என்று கூறிவருகின்றன' என்று அறிவித்தார். 'அதாவது இந்தக் குறிப்பிட்ட கணினியை வாங்கினால் ஒரு திருட்டை

உருவாக்கி அதைத் தங்கள் நண்பர்கள் அனைவருக்கும் பகிர்ந்தளிக்க முடியும்.'

இது புத்திசாலித்தனமான கூற்றல்ல. அது 'rip' என்பதன் பொருளைத் தவறாகப் புரிந்துகொண்டிருந்தது. குறுவட்டுக்களிலுள்ள கோப்புகளைக் கணினிக்கு மாற்றுவதைக் குறிப்பதற்குப் பதிலாக, யாரிடமிருந்தோ களவாடுவது என்ற அனுமானத்தை அடிப்படையாகக் கொண்டிருந்தது. இன்னும் குறிப்பிடும்படியாக,அது ஜாப்ஸிற்குக் கோபமூட்டியது - இது ஐஸ்னருக்குத் தெரிந்திருக்க வேண்டும். அதுவும் அவர் செய்தது புத்திசாலித்தனமல்ல. பிக்ஸார் சமீபத்தில் டிஸ்னியுடன் இணைந்து தனது நான்காவது படமான *மோன்ஸ்டார்ஸ் இங்கை* வெளியிட்டிருந்தது - இது அனைத்தையும்விட வெற்றிகரமாக ஓடி, உலக அளவில் 525 மில்லியன் டாலரை வாரிக் குவித்தது. டிஸ்னியின் பிக்ஸார் ஒப்பந்தம் புதுப்பிக்கப்படவிருந்த நிலையில் ஐஸ்னர் தமது பங்காளரின் கண்ணில் பகிரங்கமாகக் குத்தி அதைச் சிக்கலாக்கியிருந்தார். ஜாப்ஸ் மிகவும் சந்தேகம் கொண்டவராக, ஓர் அதிகாரியை அழைத்துப் புலம்பினார்: 'மைக்கேல் எனக்குச் செய்திருப்பது என்னவென்று தெரியுமா?'

ஐஸ்னரும் ஜாப்ஸூம் வெவ்வேறு பின்னணிகளிலிருந்து, எதிரெதிர் கடலோரப் பகுதிகளிலிருந்து வந்தவர்கள். ஆனால் இருவரும் உறுதியான நெஞ்சம் படைத்தவர்கள்; விட்டுக் கொடுப்பதிலெல்லாம் அவ்வளவு விருப்பமில்லாதவர்கள். இருவருமே அற்புதமான தயாரிப்புகளை உருவாக்குவதில் மோகம் கொண்டவர்கள். அதாவது, நுணுக்கங்களில்கூடக் கட்டுப்பாடு செலுத்துபவர்கள். தங்கள் விமரிசனங்களுக்குச் சர்க்கரைப் பூச்சு இடாதவர்கள். ஐஸ்னர் டிஸ்னிவேள்டின் அனிமல் கிங்கடமிலுள்ள வைல்ட்லைஃப் எக்ஸ்பிரஸ் இரயிலில் மீண்டும் மீண்டும் பயணம்செய்து, பயணிகளின் அனுபவத்தை மேலும் வசதியாக்கும் புத்திசாலித்தனமான வழிகளைக் கண்டுபிடிப்பதும், ஜாப்ஸ் ஐபாடின் இடைமுகத்துடன் *(இன்டர்ஃபேஸ்)* விளையாடி அதனை மேலும் எளிதாக்க வழிகளைக் கண்டுபிடிப்பதும் ஒரே போல இருந்தன. ஆனால், மனிதர்களை அவர்கள் நிர்வகிப்பது என்பது அவ்வளவு உற்சாகம் தரும் விஷயமல்ல.

இருவருமே பிறரைப் பின்னுக்குத் தள்ளுவதில் வல்லுநர்கள். ஆனால் தங்களைப் பிறர் தள்ளுவதை விரும்பாதவர்கள். அதையே அவர்கள் ஒருவருக்கொருவர் நேராகப் பரீட்சித்துப் பார்க்கத் தொடங்கியபோது வசதி குறைவான சூழ்நிலைகள் உருவாயின. கருத்து வேறுபாடு எழுந்தால், பொய் சொல்வதாகக் கூறி ஒருவர் மற்றவரைக் குற்றம் சாட்டினர். மேலும் ஐஸ்னரும் சரி, ஜாப்ஸூம் சரி, ஒருவர் மற்றவரிட மிருந்து எதையும் கற்றுக்கொள்ள முடியும் என்று கருதவில்லை. கற்றுக்கொள்ள ஏதாவது இருப்பதாகப் பாவனை

செய்யும் பொய்யான ஆர்வத்தைக் காட்டக்கூட இருவருக்கும் தோன்றியதில்லை. ஜாப்ஸ் ஐஸ்னர்மீது பழியைச் சுமத்தினார்.

எனக்குத் தெரிந்து மிக மோசமான விஷயம் என்னவென்றால் பிக்ஸார் டிஸ்னியின் தொழிலை மிகவும் வெற்றிகரமாக மறுபடியும் உருவாக்கியிருந்தது – ஒன்றன்பின் ஒன்றாக அது அற்புதமான வெற்றிப் படங்களை அளித்துக்கொண்டிருக்க, டிஸ்னியோ தோல்வி மேல் தோல்வியைத் தழுவியது. நீங்கள் நினைக்கலாம் – டிஸ்னியின் தலைமை நிர்வாக அதிகாரி பிக்ஸாரின் இந்த வெற்றிக்கு என்ன காரணம் என்று அறிவதில் ஆர்வம் காட்டியிருப்பார் என்று. ஆனால் இருபது ஆண்டுகால உறவில் அவர் பிக்ஸாருக்கு வந்ததே மொத்தம் இரண்டரை மணிநேரங்களுக்குத்தான் – அதுவும் சிறிய பாராட்டு உரைகளுக்காக. அவர் ஒருபோதும் ஆர்வம் காட்டியதில்லை. நான் வியந்துபோனேன். ஆர்வம் மிக முக்கியம்.

இது கொஞ்சம் கடுமையாகவே இருந்தது. ஐஸ்னர் அதைவிடச் சிறிது அதிகமாகத்தான் பிக்ஸாருக்கு வந்திருந்தார் – ஜாப்ஸ் உடனில்லாத போது வந்தது உட்பட. ஆனால் பட நிறுவனத்தின் கலையிலோ, தொழில்நுட்பத்திலோ அவர் அதிமாய் ஆர்வம் காட்டியதில்லை என்பதென்னவோ உண்மைதான்; அது போலவே ஜாப்ஸும் டிஸ்னியின் நிர்வாகத்திலிருந்து கற்றுக்கொள்வதில் அவ்வளவாக நேரம் செலவழித்ததில்லை.

ஜாப்ஸுக்கும் ஐஸ்னருக்கும் இடையில் இந்த வெளிப்படையான பூசல் 2002 கோடைகாலத்தில் தொடங்கியது. வால்ட் டிஸ்னியின் ஆக்கக் கலையுணர்வை ஜாப்ஸ் எப்பொழுதுமே ஆராதித்து வந்திருந்தார் – குறிப்பாகப் பல தலைமுறைகளாய் நிலைத்து நிற்கும் ஒரு நிறுவனத்தை உருவாக்கி வளர்த்ததற்காக. வால்டின் சகோதரியின் மகன் ராயை அவருடைய சரித்திரப் புகழ்பெற்ற பாரம்பரியத்தின் உருவமாகவே கண்டார் ஜாப்ஸ். ராய் அப்பொழுதும் டிஸ்னியின் நிர்வாகக் குழுவில் தான் இருந்தார் – தமக்கும் ஐஸ்னருக்கும் இடையே கூட அதிகரித்து வரும் இடைவெளியையும் மீறி. ஐஸ்னர் தலைமை நிர்வாக அதிகாரி யாக உள்ளவரை தாம் பிக்ஸார் – டிஸ்னி ஒப்பந்தத்தைப் புதுப்பிக்கப் போவதில்லை என்று ஜாப்ஸ் ராயிடம் கூறிவிட்டார்.

ராய் டிஸ்னியும், டிஸ்னி குழுவில் அவருக்கு நெருங்கியவரான ஸ்டான்லீ கோல்டும் மற்ற அதிகாரிகளைப் பிக்ஸார் பிரச்சினை பற்றி எச்சரிக்கத் தொடங்கினர். இது ஐஸ்னரை நிர்வாகக் குழுவிற்கு 2002 ஆகஸ்ட் இறுதியில் மிதமற்ற மின்னஞ்சல் ஒன்றை அனுப்பத் தூண்டியது. பிக்ஸார் படங்களிலும் இதுவரை உருவாக்கப்பட்ட கதாபாத்திரங்களிலும் டிஸ்னிக்கு உரிமை இருப்பதால், ஓரளவு அந்தக்

காரணத்திற்காகவாவது பிக்ஸார் காலப்போக்கில் தனது ஒப்பந்தத்தைப் புதுப்பித்துக்கொள்ளும் என்று அவர் நம்பிக்கை கொண்டிருந்தார். அத்துடன் டிஸ்னி இன்னும் ஒரு ஆண்டில் பேச்சுவார்த்தைகளில் மேலும் வலுப்பெற்றிருக்கும் – அதாவது பிக்ஸார் *ஃபைன்டிங் நெமோ* என்னும் அசைவூட்டப் படத்தை முடித்தவுடன் என்றார். 'நேற்று இரண்டாவது முறையாக மே மாதத்தில் வெளிவரவிருக்கும் பிக்ஸாரின் புதிய படமான *ஃபைன்டிங் நெமோவைப் பார்த்தோம்*' என்று அவர் எழுதினார். இது அந்தக் குழுவினருக்கு ஒரு தரநிர்ணயமாக இருக்கும். 'நன்றாக இருக்கிறது, ஆனால் இதற்கு முன் அவர்கள் செய்த படங்களுக்கு அருகில்கூட வராது. அவர்கள் என்னவோ அது அற்புதமாக இருப்பதாய்த் தான் நினைக்கிறார்கள்.' இந்த மின்னஞ்சலில் இரண்டு பிரச்சினைகள் இருந்தன. ஒன்று, அது *லாஸ் ஆஞ்சலெஸ் டைம்ஸ்* பத்திரிகையின் வசம் எட்டியது – அதனால் ஜாப்ஸ் வெகுண்டெழுந்தார். அத்துடன் அந்தப் படம் பற்றிய ஐஸ்னரின் கருத்து தவறாக இருந்தது – மிகவும் தவறாக.

ஃபைன்டிங் நெமோ பிக்ஸாரின் (டிஸ்னிக்கும்தான்) அதுவரையிலான மிகப் பிரம்மாண்ட வெற்றியாக அமைந்தது. அது *லயன் கிங்கை* மிக எளிதாக வென்று அப்போதைக்கு அசைவூட்டப் (அனிமேஷன்) பட வரலாற்றிலேயே மிகவும் வெற்றிகரமான படமாகத் திகழ்ந்தது. உள்நாட்டில் 340 மில்லியன் டாலரும், உலக அளவில் 868 மில்லியன் டாலரும் வாரிக் குவித்தது. 2010 வரையில் வெளிவந்தவற்றிலேயே மிகப் பிரபலமான டிவிடியாகவும் விளங்கியது – 40 மில்லியன் பிரதிகள் விற்பனையாயின. டிஸ்னியின் தீம் பார்க்கில் (பல வணிக நோக்குடைய பூங்கா) மிகப் பிரபலமான பொழுதுபோக்கு அம்சங் களில் ஒரு பகுதியாக இருந்தது. அத்துடன் அதன் சத்தான, மென்மை யான உணர்வு, ஆழ்ந்த அழகான கலைப்படைப்பு ஆகியவை சிறந்த அனிமேஷன் படத்திற்கான ஆஸ்கர் விருதைப் பெற்றுத் தந்தன. 'எனக்கு அந்தப் படம் பிடித்திருந்தது – ஏனெனில் அது சிரமம் எடுத்துக்கொள்வது பற்றி மட்டுமல்ல, நாம் நேசிப்பவர்கள் சிரமம் எடுத்துக்கொள்வதை அனுமதிக்கக் கற்றுக் கொள்வது பற்றியது' என்றார் ஜாப்ஸ். அதன் வெற்றி பிக்ஸாரின் நிதியில் 183 பில்லியன் டாலரைச் சேர்த்துத் தந்தது. அதையும் சேர்த்தால் டிஸ்னியுடனான இறுதி மோதலுக்குத் தயாராக 521 பில்லியன் டாலர் கொண்ட போர் நிதி திரண்டிருந்தது.

ஃபைன்டிங் நெமோவை முடித்த சிறிது காலத்திற்குள்ளாகவே ஜாப்ஸ் ஐஸ்னருக்கு ஒரு வாய்ப்பளித்தார். இது மிகவும் ஒருதலைப் பட்சமாக, நிராகரிக்கப்படக்கூடிய ஒன்றாகத் தயாரிக்கப்பட்டிருந்தது. வருமானத்தைச் சமமாகப் பிரித்துக்கொள்வதற்குப் பதிலாக (தற்போதைய ஒப்பந்தத்தில் உள்ளதுபோல) ஜாப்ஸ் புதியதொரு

யோசனையை முன்வைத்தார். அதன்படி படங்கள் பிக்ஸாருக்குச் சொந்தமாக இருக்கும்; டிஸ்னிக்குப் பட விநியோகத்திற்காக 7.5% கட்டணம் செலுத்திவிடும். மேலும் தற்போதைய ஒப்பந்தத்தின்கீழ் உருவாகும் *தி இன்க்ரெடிபுள்ஸ், கார்ஸ்* ஆகிய இரு படங்களும் – புதிய ஒப்பந்தத்தின்கீழ் வரும்.

ஐஸ்னரிடம் ஒரு வலிமைமிக்க துருப்புச்சீட்டு இருந்தது. பிக்ஸார் புதுப்பித்துக் கொள்ளாவிட்டாலும், அது உருவாக்கிய *டாய் ஸ்டோரி* மற்றும் இதர படங்களின் அடுத்த தொடர்ச்சிகளை உருவாக்கிக் கொள்ள டிஸ்னிக்கு உரிமை இருந்தது. மிக்கி மவுஸ், டொனால்ட் டக் ஆகியவற்றை எப்படிச் சொந்தமாகக் கொண்டதோ, அதுபோலவே வுட்டி முதல் நெமோ வரை எல்லா கதாபாத்திரங்களுக்கும் அது உரிமை கொள்ளும். ஐஸ்னர் ஏற்கனவே திட்டமிட்டுக் கொண்டு அல்லது மிரட்டிக்கொண்டுதான் இருந்தார் – பிக்ஸார் செய்ய மறுத்த *டாய் ஸ்டோரி* 3ஐ டிஸ்னி செய்யுமென்று. 'அந்த நிறுவனம் *சிண்ட்ரல்லா II*ஐத் தயாரித்தபோது அது எப்படியிருந்தது என்பதை வைத்துப் பார்த்தால், இந்த விஷயத்தில் என்ன நடந்திருக்கும் என்று நினைத்தாலே நடுக்கம் வரும்' என்றார் ஜாப்ஸ்.

2003 நவம்பரில் ராய் டிஸ்னியை நிர்வாகக் குழுவிலிருந்து விலக்கி விட ஐஸ்னரால் முடிந்தது. ஆனால் களேபரங்கள் அத்துடன் நின்றுவிட வில்லை. ராய் டிஸ்னி ஒரு காரசாரமான கடிதத்தை வெளியிட்டார். 'நிறுவனம் தனது கவனத்தை, ஆக்கக்கலை ஆற்றலை, பாரம்பரியத்தை இழந்துவிட்டது' என்று எழுதினார். ஐஸ்னரின் தோல்விகளை அவர் பட்டியலிட்டிருந்தார் – பிக்ஸாருடன் ஆக்கப்பூர்வமான உறவை உருவாக்கிக்கொள்ளத் தவறியது உட்பட. இந்தக் கட்டத்திற்குள் ஜாப்ஸும் ஐஸ்னருடன் இனி இணைந்து பணிபுரிய விருப்பமில்லை என்ற முடிவிற்கு வந்திருந்தார். ஆகவே டிஸ்னியுடன் ஒப்பந்தம் தொடர்பான பேச்சுவார்த்தைகளை நிறுத்திக்கொள்வதாக 2004 ஜனவரியில் பகிரங்கமாக அறிவித்தார்.

ஜாப்ஸ் தமது பாலோ ஆல்டோ சமையலறை மேசையைச் சுற்றி நண்பர்களோடு அமர்ந்துள்ளபோது வெளிப்படுத்தும் வலிமையான கருத்துகளை வெளியுலகிற்கு அறிவிக்காமல் அடக்கம் காத்து வருவது வழக்கம். ஆனால் இம்முறை அவர் தம்மைக் கட்டுப்படுத்திக் கொள்ளவில்லை. பத்திரிகை செய்தியாளர்களுடனான ஆலோசனைக் கூட்டத்தில் பிக்ஸார் வரிசையாய் வெற்றிப்படங்களை அளித்துக் கொண்டுவரும் நிலையில், டிஸ்னியின் அசைவூட்டப் *(அனிமேஷன்)* பிரிவு 'தர்ம சங்கடமான, உதவாக்கரைப் படங்களை'த் தயாரித்து வருவதாகக் கூறினார். டிஸ்னி பிக்ஸாரின் படங்களுக்கு ஆக்கப்பூர்வமாய் உதவியுள்ளது என்ற ஐஸ்னரின் கருத்தை அவர் காட்டமாய்க்

கேலிசெய்தார்: 'உண்மையில் பல ஆண்டுகளாக டிஸ்னியிடமிருந்து ஆக்கப்பூர்வமான கூட்டுமுயற்சி என்பது மிகக் குறைவாகவே இருந்து வந்துள்ளது. எங்கள் படங்களின் ஆக்கப்பூர்வமான தரத்தையும் டிஸ்னியின் கடைசி மூன்று படங்களையும் ஒப்பிட்டு ஒவ்வொரு நிறுவனத்தின் ஆக்கப்பூர்வமான திறனையும் நீங்களே தீர்மானித்துக் கொள்ளலாம்.' மேலும் சிறந்த, ஆக்கப்பூர்வமான ஒரு குழுவை உருவாக்குவதுடன், டிஸ்னி படங்களை விரும்பிப் பார்ப்பவர்களைக் கவரும் அளவிற்கு சம அந்தஸ்துள்ள ஒரு நிறுவனத்தையும் ஜாப்ஸ் உருவாக்கியிருந்தார். 'அசைவூட்டப் (அனிமேஷன்) படங்களைப் பொறுத்தவரையில் இன்று பிக்ஸார்தான் மிக வலிமையான, நம்பிக்கைக் குரிய நிறுவனம் என்று நாங்கள் கருதுகிறோம்.' ஒரு எச்சரிக்கைத தகவல் அளிப்பதற்காக ஜாப்ஸ் ராய் டிஸ்னியை அழைத்தபோது, 'கெட்ட சூனியக்காரி அழிந்தவுடன், நாம் மீண்டும் ஒன்றாய் இணைந்திருப்போம்' என்று அவர் பதிலளித்தார்.

ஜான் லாசெட்டர் டிஸ்னியுடனான உறவை முறித்துக்கொள்வதை எண்ணித் திகைத்துப் போயிருந்தார். 'நான் என் அருமைக் குழந்தை களை எண்ணிக் கவலைப்பட்டேன் – டிஸ்னியிலுள்ளவர்கள் நாம் உருவாக்கிய கதாபாத்திரங்களை எப்படியெல்லாம் கையாளப் போகிறார்களோ' என்று அவர் நினைவுகூர்ந்தார். 'என் நெஞ்சில் கத்தி பாய்ச்சியது போல் உணர்ந்தேன்.' பிக்ஸார் ஆலோசனை அறையில் மேல்நிலை ஊழியர்களிடம் இதைக் கூறியபோது அழுதார். அதேபோல பிக்ஸார் நிறுவனத்தின் மைய வளாகத்தில் கூடியிருந்த எண்ணூறுக்கும் மேற்பட்ட ஊழியர்கள் முன்னிலையில் பேசும்பொழுது மீண்டும் மனம் வருந்தி அழுதார். 'நாம் அருமையாய்ப் போற்றிவளர்த்த செல்வங்களை ஏதோ பிள்ளைபிடிப்பவர்களுக்குத் தத்துக் கொடுக்க வேண்டியிருப்பதுபோலத் தோன்றுகிறது.' தொடர்ந்து ஜாப்ஸ் மைய வளாகத்தின் மேடையில் ஏறி, அவரைச் சிறிது ஆசுவாசப்படுத்த முயன்றார். டிஸ்னியுடனான உறவை முறித்துக்கொள்ள வேண்டி யிருப்பதன் அவசியத்தை விளக்கினார். பிக்ஸார் ஒரு நிறுவனம் என்ற முறையில் முன்னோக்கிச் சென்று வெற்றியை நிலைநாட்ட வேண்டும் என்று உறுதிபடக் கூறினார். 'ஒரு விஷயத்தில் நமக்கு நம்பிக்கை வரவழைக்கக்கூடிய அபாரமான திறமை அவரிடம் இருக்கிறது' என்றார் ஒரென் ஜேக்கப். இவர் பிக்ஸார் பட நிறுவனத்தில் நீண்டகாலம் தொழில்நுட்ப வல்லுநராகப் பணியாற்றிவருபவர். 'திடீரென்று என்ன வந்தாலும் சரி, பிக்ஸார் தழைத்து வளரும் என்ற உறுதியான நம்பிக்கை எங்கள் எல்லோர் மனத்திலும் நிறைந்திருந்தது.'

டிஸ்னியின் தலைமைச் செயல் அதிகாரியாக பாப் ஐகர் உட்புகுந்து அழிவிலிருந்து பாதுகாக்கும் ஏற்பாடுகளைச் செய்ய வேண்டியிருந்தது.

தம்மைச் சுற்றியுள்ளவர்கள் எந்த அளவிற்குக் கொதித்துக்கொண்டிருந்தார்களோ, அதே அளவிற்கு அவர் அறிவுப்பூர்வமாக, திடமாக இருந்தார். அவருடைய பின்னணி தொலைக்காட்சித் துறை. 1996இல் டிஸ்னி ஏற்றெடுத்துக்கொண்ட ஏபிசி நெட்வொர்க்கின் தலைவராக இருந்தவர். அவர் ஒரு நிர்வாகியாகப் பெயர் பெற்றிருந்தார். கைதேர்ந்த நிர்வாகி. அதே சமயம் திறமையை அடையாளம் கண்டுகொள்ளக் கூடியவர். மற்றவர்களைப் புரிந்துகொள்ளும் மனப்பாங்கு கொண்டவர்; அமைதியாய் இருப்பதிலும் ஒரு நிதானத்தைக் கடைப்பிடிப்பவர். ஐஸ்னரையும் ஜாப்ஸையும் போலல்லாது, அவருடைய தேர்ந்த சாந்த சுபாவம் அகம்பாவத்தின் உச்சங்களைக்கூடக் கையாள உதவியது. 'எங்களோடு பேச்சுவார்த்தைகளை நிறுத்திக்கொள்வதாக அறிவிப்பதன் மூலம் ஸ்டீவ் ஊடகங்களின் கவனத்தை ஈர்க்க முயன்றார்' என்று ஐகர் பின்னர் நினைவுகூர்ந்தார். 'நாங்கள் பிரச்சினையில் சிக்கிக்கொண்டிருந்தோம்; இதை நல்ல முறையில் தீர்ப்பதற்காகச் சில குறிப்புகளை எடுத்துவைத்துக்கொண்டேன்.'

ஐஸ்னர் தொடர்ந்து பத்து ஆண்டுகளாக டிஸ்னியில் தலைமைப் பொறுப்பிலிருந்தார். அப்போது ஃப்ராங்க் வெல்ஸ் அவருடைய மேலாளராக இருந்தார். 'நிர்வாகப் பொறுப்பிலிருந்து அவர் ஐஸ்னருக்கு முற்றிலும் விடுதலையளித்துவிட்டதால் ஒவ்வொரு படத் தயாரிப்பு, தீம் பார்க் சுற்றுலாக்கள், தொலைக்காட்சி நிகழ்ச்சி மற்றும் எண்ணிலடங்காத பல திட்டங்களை மேலும் சிறப்பாகச் செய்வதற்கான தமது யோசனைகளை – பொதுவாகப் பயனுள்ளவை; அடிக்கடி அற்புதமானவை – ஐஸ்னர் செயல்படுத்த முடிந்தது. ஆனால் வெல்ஸ் 1994இல் நடந்த ஒரு ஹெலிகாப்டர் விபத்தில் சிக்கி உயிரிழந்த பின், ஐஸ்னருக்கு ஒருகாலும் ஒரு நல்ல மேலாளர் கிட்டவில்லை. காட்ஸென்பெர்க் வெல்ஸின் பொறுப்பைத் தமக்குத் தருமாறு கேட்டார் – அதனால்தான் அவரைப் பதவிநீக்கம் செய்தார் ஐஸ்னர். 1995இல் மைக்கேல் ஓவிட்ஸ் தலைவரானார். அவரும் அப்படி யொன்றும் பிரமாதமாகச் சாதித்துவிடவில்லை. இரண்டு ஆண்டுகளுக்குள்ளாகவே விலகிவிடவும் செய்தார். ஜாப்ஸ் பின்னர் தமது கருத்தை வெளியிட்டார்:

> தலைமை நிர்வாக அதிகாரியாக இருந்த பத்து ஆண்டுகளில் ஐஸ்னர் உண்மையிலேயே சிறப்பாகப் பணியாற்றினார். கடைசி பத்து ஆண்டுகள் உண்மையிலேயே மோசமானவை. இந்த மாற்றம் ஃப்ராங்க் வெல்ஸ் விபத்தில் உயிரிழந்தபின் நிகழ்ந்தது. ஐஸ்னர் நிஜமாகவே நல்ல ஆக்கப்பூர்வமான மனிதர். மிக அருமையான குறிப்புகள் தருவார். ஆகவே, ஃப்ராங்க் மேலாளராக இருந்து நிர்வாகப் பொறுப்புகளைக் கவனித்துக்கொண்டபோது அவரால் ஒரு தேனீயைப்போல ஒவ்வொரு திட்டமாகச் சென்று அவற்றை

மேம்படுத்தும் முயற்சியில் ஈடுபட முடிந்தது. ஆனால் ஐஸ்னர் நிர்வாகப் பொறுப்பேற்க நேர்ந்தபோது, அவர் மிக மோசமான மேலாளராக இருந்தார். அவருக்காகப் பணியாற்ற ஒருவரும் விரும்பவில்லை. தங்களுக்கு எந்த அதிகாரமும் இல்லாததாக அவர்கள் உணர்ந்தார்கள். அவரிடம் கெஷ்டபோ[1] போல ஒரு திட்ட வரைவுக் குழு இருந்தது – அதன் அங்கீகாரம் கிட்டாமல் எந்தப் பணமும், ஏன், ஒரு டைம் கூடச் செலவழிக்க முடியவில்லை. அவருடனான உறவைத் துண்டித்துக்கொண்டாலும், முதல் பத்து ஆண்டுகளில் அவர் செய்த சாதனைகளை நான் மதிக்கத்தான் வேண்டும். அவரிடம் எனக்கு உண்மையிலேயே பிடித்த விஷயம் ஒன்று உண்டு. சிலசமயம் அவருடன் இருப்பதே ஒரு சுவாரசியமான அனுபவம். புத்திசாலித்தனமான, நகைச்சுவை உணர்வுள்ள மனிதர். ஆனால், அவருடைய மறுபக்கம் மிக இருண்டது. அவருடைய அகம்பாவம் அவரை ஆட்கொண்டது. என்னிடம் தொடக்கத்தில் மிகவும் நியாயமாகத்தான் நடந்துகொண்டார். ஆனால் அவருடன் பத்து ஆண்டுகள் பழகியதில் போகப்போக அவருடைய இருண்ட மறுபக்கத்தை உணர்ந்துகொண்டேன்.

2004இல் ஐஸ்னரின் மிகப்பெரிய பிரச்சினை என்னவென்றால் தமது அசைவூட்டப் (அனிமேஷன்) பிரிவு எவ்வளவு சீரழிந்துள்ளது என்பதை அவர் முழுமையாகத் தெரிந்துகொள்ளவில்லை. சமீபத்தில் வெளியான அதன் இரண்டு படங்கள் – ட்ரெஷர் பிளானெட், ப்ரதர் பியர் ஆகியவை – டிஸ்னி பாரம்பரியத்திற்கோ அதன் இருப்புநிலைகளுக்கோ எந்தவிதத்திலும் பெருமை சேர்க்கவில்லை. அசைவூட்டப்பட்ட வெற்றிப் படங்கள் நிறுவனத்தின் உயிர்மூச்சாக இருந்தன. அவை தீம் பார்க் சுற்றுலாக்களை, விளையாட்டுப் பொம்மைகளை, தொலைக்காட்சி நிகழ்ச்சிகளைத் தோற்றுவித்தன. டாய் ஸ்டோரி அதன் இரண்டாம் பாகத்திற்கு வழிசெய்தது. ஒரு டிஸ்னி ஆன் ஐஸ் நிகழ்ச்சி; டிஸ்னி சுற்றுலாக் கப்பல்களில் டாய் ஸ்டோரி மியூசிக்கல் நிகழ்ச்சிகள் அரங்கேறின; பஷ் லைட்டியர் நடிக்கும் நேரடி வீடியோப் படம்; ஒரு கணினிக் கதைப் புத்தகம்; இரண்டு காணொளி (வீடியோ) விளையாட்டுக்கள்; எண்ணிக்கையில் இருபத்து ஐந்து மில்லியன் விற்பனையைத் தொட்ட பத்துப் பன்னிரண்டு வகையான விளையாட்டுச் சாதனங்கள், ஆடை வகைகள், டிஸ்னி தீம் பார்க்குகளில் ஒன்பது வகை கவர்ச்சிகரமான அம்சங்கள். ட்ரெஷர் பிளானெட்டில் இவை எதுவுமே இல்லை.

'டிஸ்னியின் அனிமேஷன் பிரச்சினைகள் அவர்களைப் போலவே தீவிரமானவை என்பதை மைக்கேல் புரிந்துகொள்ளவில்லை' என்று

---

[1] நாட்ஸி ஜெர்மனியின் இரகசிய போலீஸ்.

ஐகர் பின்னர் விளக்கினார். 'அவர் பிக்ஸாரிடம் நடந்துகொண்ட விதத்திலேயே அது தெளிவாக வெளிப்பட்டது. அவருக்கு உண்மையிலேயே தேவைப்பட்ட அளவிற்கு பிக்ஸார் அவசியமானது என்பதை அவர் ஒருபோதும் உணரவில்லை.' மேலும் ஐஸ்னர் பேச்சுவார்த்தைகளில், பேரம் பேசுவதில் மிகுந்த ஆர்வம் காட்டினார்; விட்டுக்கொடுப்பதை வெறுத்தார்; ஜாப்ஸிடம் பேசும்பொழுது இது நல்ல சேர்க்கையாக இருக்கும் என்று சொல்வதற்கில்லை. ஏனெனில் அவரும் அப்படித்தான். 'ஒவ்வொரு பேரத்திலும் பேச்சுவார்த்தைகள், பரஸ்பரம் விட்டுக்கொடுத்தல் ஆகியவை மூலம் தீர்வுகாணவேண்டும்' என்றார் ஐகர். 'இரண்டுபேருமே விட்டுக்கொடுப்பதில் திறமை உள்ளவர்களல்ல.'

2005 மார்ச் மாதத்தில் ஒரு சனிக்கிழமை இரவு இந்தப் பிரச்சினைக்கு ஒரு முடிவு வந்தது. ஐகருக்கு செனட்டர் ஜார்ஜ் மிட்ஷெல் மற்றும் டிஸ்னி நிர்வாகக் குழுவின் மற்ற உறுப்பினர்களிடமிருந்து தொலைபேசி அழைப்புகள் வந்தன. இன்னும் சில மாதங்களில் டிஸ்னியின் தலைமை நிர்வாக அதிகாரியாக ஐஸ்னருக்குப் பதில் அவர் நியமிக்கப்பட விருப்பதாக அவர்கள் தெரிவித்தார்கள். அடுத்த நாள் காலை ஐகர் கண்விழித்ததும் தமது மகள்களையும், பின்னர் ஸ்டீவ் ஜாப்ஸ், லாசெட்டர் ஆகியோரையும் அழைத்தார். தாம் பிக்ஸாரை மிகவும் மதிப்பதாகவும், ஒரு ஒப்பந்தம் செய்துகொள்ள விரும்புவதாகவும் மிக எளிமையாகவும், தெளிவாகவும் கூறினார். ஜாப்ஸ் பூரித்துப்போனார். அவருக்கு ஐகரைப் பிடித்திருந்தது. அதுமட்டுமல்ல, அவர்களுக்கிடையே இருந்த வேறு ஒரு சிறு தொடர்பும் ஆச்சரியமூட்டியது. ஜாப்ஸின் முன்னாள் தோழி ஜென்னிஃபர் ஈகனும் ஐகரின் மனைவி வில்லோ பேயும் பென் பல்கலைக்கழகத்தில் இருந்தபோது ஒரே அறையில் வசித்தவர்கள்.

அந்த ஆண்டு கோடைகாலத்தில், ஐகர் அதிகாரப்பூர்வமாய்ப் பதவி ஏற்குமுன் அவரும் ஜாப்ஸும் ஒப்பந்தத்திற்கு ஒரு முன் ஒத்திகை பார்த்தார்கள். ஆப்பிள் காணொளி *(வீடியோ)* படங்களையும் இசையையும் அளிக்கக்கூடிய ஐபாடை வெளியிட இருந்தது. அதற்குத் தொலைக்காட்சி நிகழ்ச்சிகளும் தேவைப்பட்டன. ஆனால் அவற்றுக்காகப் பகிரங்கமாகப் பேச்சுவார்த்தைகளில் இறங்க ஜாப்ஸ் விரும்பவில்லை. ஏனெனில் வழக்கம்போல, மேடையில் வெளியீடு வரையில் தயாரிப்பை இரகசியமாகவே வைத்திருக்க விரும்பினார். ஐகரிடம் பல ஐபாடுகள் இருந்தன. அவர் அவற்றைத் தமது அதிகாலை 5 மணி உடற்பயிற்சி நேரம் முதல் இரவு வெகுநேரம் வரை நாள் முழுதும் பயன்படுத்தி வந்தார். அவரும் இவை தொலைக்காட்சி நிகழ்ச்சிகளுக்கு எந்த வகையில் உதவமுடியும் என்று யோசித்து வந்திருந்தார். ஆகையால், அவர் ஏபிசியின் மிகவும் புகழ்பெற்ற *டெஸ்பெரேட்*

ஹவுஸ்வைவ்ஸ், லாஸ்ட் ஆகிய நிகழ்ச்சிகளை உடனடியாக அளிக்க முன்வந்தார். 'அந்த ஒப்பந்தத்தை ஒரே வாரத்தில் பேசி முடித்தோம் – அது சிக்கலான ஒன்றாக இருந்தது' – ஐகர் கூறினார். 'அது முக்கியமாக இருந்தது. ஏனெனில் நான் எப்படிச் செயல்புரிகிறேன் என்று ஸ்டீவ் தெரிந்துகொள்ள முடிந்தது. மேலும் டிஸ்னியால் ஸ்டீவுடன் இணைந்து பணியாற்ற முடியும் என்று அது நிரூபித்தது.'

வீடியோ ஐபாடின் வெளியீட்டு அறிவிப்பிற்காக ஜாப்ஸ் சான் ஹொஸேயில் ஒரு திரையரங்கத்தை வாடகைக்கு எடுத்து, மேடையில் தமது திடீர் விருந்தினராக இருக்கும்படி ஐகரை அழைத்தார். 'அவருடைய வெளியீட்டு அறிவிப்பு விழாக்களில் ஒன்றுக்குக்கூட நான் சென்றதில்லை. ஆகவே அது எவ்வளவு முக்கியத்துவம் வாய்ந்தது என்று எனக்குத் தெரிந்திருக்கவில்லை' என்று ஐகர் நினைவுகூர்ந்தார். 'எங்கள் உறவுக்கு அது நிஜமாகவே ஒரு விடிவுகாலமாக இருந்தது. நான் தொழில்நுட்பத்துக்கு ஆதரவளிப்பவன் என்றும் இடர்ப்பாடுகளை எதிர்கொள்ள முன்வருபவன் என்றும் அவர் உணர்ந்துகொண்டார்.' ஜாப்ஸ் தமது வழக்கமான பாணியில் அற்புதமாய் வெளியீட்டை நடத்தினார் - புதிய ஐபாடின் எல்லா அம்சங்களையும் விளக்கி, 'நாங்கள் இதுவரை தயாரித்த மிகச் சிறந்தவற்றில் இது ஒன்று' என்று கூறி இனி ஐட்யூன்ஸ் ஸ்டோர் இசை வீடியோக்களையும் குறும்படங்களையும் அளிக்கும் என்பதையும் அறிவித்தார். பிறகு வழக்கம் போல, 'ஆ, இன்னும் ஒரு விஷயம்' என்று முத்தாய்ப்பு வைத்தார் – ஐபாட் தொலைக்காட்சி நிகழ்ச்சிகளையும் அளிக்கும் என்று. இதற்குப் பலத்த கைதட்டல் கிட்டியது. மிகப் பிரபலமான தொலைக்காட்சி நிகழ்ச்சிகள் இரண்டுமே ஏபிசியில்தான் உள்ளன என்று அவர் குறிப்பிட்டார். 'ஆனால் ஏபிசியின் உரிமையாளர் யார்? டிஸ்னி! அவர்களை எனக்குத் தெரியும்' என்று குதூகலம் பொங்கக் கூறினார்.

ஐகர் மேடையேறிய போது ஜாப்ஸைப் போலவே மிகச் சாந்தமாகவும் சௌகரியமாகவும் தெரிந்தார். 'நானும் ஸ்டீவும் மிகவும் பூரித்துப் போயிருக்கும் விஷயங்களில் ஒன்று அற்புதமான பொருளடக்கம் மற்றும் அற்புதமான தொழில்நுட்பத்தின் சந்திப்புதான்' என்றார் அவர். 'ஆப்பிளுடனான உறவை விரிவுபடுத்திக் கொள்ளவிருப்பதை அறிவிக்க இங்கு வந்திருப்பதில் மிகவும் மகிழ்ச்சி யடைகிறேன்' என்று மேலும் கூறிவிட்டு, ஒரு சிறு இடைவெளிக்குப் பின் 'பிக்ஸாருடனல்ல, ஆப்பிளுடன்' என்றார்.

ஆனால் அவர்களுடைய அன்பான அரவணைப்பில் புதியதொரு பிக்ஸார் – டிஸ்னி ஒப்பந்தம் மீண்டும் சாத்தியம் என்பது தெளிவானது. 'அது *பிரியம் காட்டுங்கள்; போரிடாதீர்கள்* என்ற எனது செயல்பாட்டின் தன்மையைக் குறிப்பதாக இருந்தது' என்று ஐகர் நினைவுகூர்ந்தார்.

'நாங்கள் ராய் டிஸ்னி, காம்காஸ்ட், ஆப்பிள், பிக்ஸார் என எல்லோருடனும் போரிட்டு வந்தோம். அவற்றையெல்லாம் சரிசெய்ய விரும்பினோம். எல்லாவற்றையும்விட அதிகமாக, பிக்ஸாரை.'

ஹாங்காங்கில் புதிய டிஸ்னிலான்டின் திறப்பு விழாவை முடித்து விட்டு ஐகர் அப்போதுதான் திரும்பியிருந்தார். அவருடைய அருகில் ஐஸ்னர். தலைமை நிர்வாக அதிகாரி என்ற முறையில் தமது இறுதிக் காட்சிக்காக அமர்ந்திருந்தார். இதற்கான விழாவில் வழக்கம் போல மெய்ன் ஸ்ட்ரீட் வழியாகச் செல்லும் டிஸ்னி ஊர்வலமும் இருந்தது. அதில் கடந்த பத்து ஆண்டுகளில் உருவாக்கப்பட்டிருந்த கதாபாத்திரங்கள் அனைத்தும் பிக்ஸாருடையவை என்பதை ஐகர் உணர்ந்துகொண்டார். 'எனக்குப் பொறிதட்டியது, நான் மைக்கேலுக்கு அருகில் நின்றுகொண்டிருக்கிறேன். ஆனால் அதை எனக்குள்ளேயே பூட்டிவைத்துக் கொண்டேன். ஏனெனில் அந்தக் காலகட்டத்தில் அவர் பணியாற்றியதற்குக் கிட்டிய சவுக்கடி அது' என்றார் அவர். பத்து ஆண்டுகாலத்தில் வெளிவந்த *லயன் கிங், பியூட்டி அண்ட த பீஸ்ட், அலாடின்* ஆகியவற்றுக்குப்பின் பத்து ஆண்டுகள் வெறுமையில் கழிந்திருந்தன.

ஐகர் பர்பாங்கிற்குச் சென்று நிதிநிலை பற்றிச் சிறிது ஆலோசனை நடத்தினார். அவர்கள் கடந்த பத்து ஆண்டுகளாக உண்மையிலேயே அசைவூட்டப் *(அனிமேஷன்ஸ்)* படங்களில் நஷ்டம் அடைந்திருந்ததையும், மற்ற தயாரிப்புகளுக்கும் உதவும் வகையில் மிகச் சிறிய அளவே பங்களிப்பு செய்திருந்ததையும் கண்டறிந்தார். புதிய தலைமை நிர்வாக அதிகாரியாகப் பதவியேற்றபின் தமது முதல் கூட்டத்தில் இந்த அறிக்கையை நிர்வாகக் குழுவின் முன் சமர்ப்பித்தார். அதன் உறுப்பினர்கள் தங்களுக்கு இது குறித்து எதுவும் தெரிவிக்கப்படவில்லை என்று தங்கள் கோபத்தைக் காட்டிக்கொண்டார்கள். 'நமது நிறுவனமும் அசைவூட்டப் படம் போகும் அதே திசையில்தான் போகும்' என்றார் அவர், குழுவிடம். 'ஒரு அசைவூட்டப் படம் மாபெரும் வெற்றியடைவது என்பது பேரலைபோல. அதன் சிற்றலைகள் நமது தொழிலின் அனைத்துப் பிரிவுகளுக்கும் செல்லும் – ஊர்வலத்தில் வரும் கதாபாத்திரங்கள் முதல் இசை, பூங்காக்கள், காணொளி விளையாட்டுகள் *(வீடியோ கேம்ஸ்)*, தொலைக்காட்சி, இணையதளம், பயனீட்டாளர் சாதனங்கள் என. இப்படிப்பட்ட அலைகளைத் தோற்றுவிப்பவர்கள் என்வசம் இல்லையென்றால், நிறுவனம் வெற்றியடையப்போவதில்லை.' அவர்களுக்குச் சில வாய்ப்புகளும் அளித்தார். தற்போதைய அசைவூட்டப் பட நிர்வாகத்துடன் தொடரலாம். ஆனால் அது சரிவர இயங்குமென்று தமக்குத் தோன்றவில்லை என்றார். தற்போதைய நிர்வாகத்தைத் தலைமுழுகிவிட்டு வேறு யாரையாவது கண்டுபிடிக்கலாம். ஆனால் அது யாராக இருக்கும் என்று தமக்குத் தெரியவில்லை

என்றார். அல்லது அவர்கள் பிக்ஸாரை வாங்கலாம். 'இதில் பிரச்சினை என்னவென்றால், விற்கும் எண்ணம் அவர்களுக்கு இருக்கிறதா என்பது தெரியவில்லை; அப்படியே இருந்தாலும், அதற்கு ஏராளமாய்ச் செலவாகும்' என்றார் அவர். குழு ஒப்பந்தத்திற்கான சாத்தியக் கூறுகளை ஆராய அவருக்கு அங்கீகாரமளித்தது.

ஐகர் இதை வழக்கத்திற்கு மாறான விதத்தில் அணுகினார். ஜாப்ஸிடம் முதலில் பேசியபோது, இந்த ஞானோதயம் தமக்கு ஹாங்காங்கில் இருந்தபோது தோன்றியதாகவும், அப்பொழுதிலிருந்தே டிஸ்னிக்குப் பிக்ஸார் மிக அவசியம் தேவை என்பதைப் புரிந்துகொண்டு விட்ட தாகவும் கூறினார். 'அதனால்தான் நான் அவரை மிகவும் நேசித்தேன்' என்று ஜாப்ஸ் நினைவுகூர்ந்தார். 'அவர் மனத்திலுள்ளதை அப்படியே கொட்டி விட்டார். ஒரு பேச்சு வார்த்தையைத் தொடங்கி வைக்கும் பொழுது செய்யக்கூடிய மிக முட்டாள்தனமான காரியம் அது - குறைந்தபட்சம் பாரம்பரிய விதிகளின்படி. அவர் விஷயத்தை நேர்மை யாகச் சொல்லி விட்டு நாங்கள் நொடித்துப் போயிருக்கிறோம் என்றார். எனக்கு அப்பொழுதே அவரைப் பிடித்துப்போய்விட்டது. ஏனெனில் நான் செயல்படும் விதமும் அதுதான். நாம் எல்லாவற்றையும் வெளிப்படையாக, நேர்மையாகப் பகிர்ந்துகொள்ளலாம். பின் என்னவெல்லாம் சாத்தியமாகுமென்று பார்க்கலாம்.' (உண்மையில், ஜாப்ஸ் வழக்கமாகச் செயல்படும் விதம் அதுவல்ல. பல சமயங்களில் மற்ற நிறுவனங்களின் தயாரிப்புகளும் சேவைகளும் குப்பை என்று கூறித்தான் பேச்சுவார்த்தைகளைத் தொடங்கிவைப்பார்).

ஜாப்ஸும் ஐகரும் நிறைய நடந்தார்கள் – ஆப்பிள் வளாகத்தைச் சுற்றி, பாலோ ஆல்டோவில் மற்றும் சன் வாலியில் உள்ள ஆலன் அண்ட் கோ ஓய்வுவிடுதியில். முதலில் விநியோக ஒப்பந்தம் செய்துகொள் வதற்கான ஒரு திட்டத்தை வரைந்தார்கள். பிக்ஸார் தான் இதுவரை தயாரித்த படங்கள், கதாபாத்திரங்கள் அனைத்திற்கான உரிமைகளை யும் திரும்பப் பெறும். அதற்குப் பதிலாக டிஸ்னி பிக்ஸாரில் பங்கு வாய்ப்பு பெறும். மேலும் பிக்ஸார் எதிர்காலத்தில் தனது படங்களை விநியோகம் செய்வதற்காக டிஸ்னிக்கு ஓர் எளிய தொகையைக் கட்டண மாகச் செலுத்தும். ஆனால் இப்படிப்பட்ட ஒரு ஒப்பந்தம் பிக்ஸாரை டிஸ்னிக்குப் போட்டி நிறுவனமாக்கிவிடும். மேலும் டிஸ்னிக்குப் பிக்ஸாரில் பங்குவாய்ப்பு இருந்தாலும்கூட அதற்கு இந்த ஒப்பந்தம் கெடுதலாகவே முடியும்; அது ஆரோக்கியமான நிலையாக இருக்காது என்று ஐகர் கவலை தெரிவித்தார். ஆகவே அதைக் காட்டிலும் பெரிய அளவில் ஏதாவது செய்தாகவேண்டும் என்று குறிப்பால் உணர்த்தினார். 'நான் இந்த விஷயத்தில் மிகவும் அசாதாரணமாகச் சிந்திக்கிறேன் என்பதை நீங்கள் தெரிந்துகொள்ள வேண்டும்' என்றார் அவர். ஜாப்ஸும்

பேச்சின் போக்கை ஊக்குவிப்பது போலத்தான் தெரிந்தது. 'இந்தக் கலந்துரையாடல் ஒரு கையகப்படுத்துதலுக்குத்தான் இட்டுச்செல்லும் என்பது மிக விரைவிலேயே இருவருக்கும் தெளிவாகத் தெரிந்தது' என்றார் ஜாப்ஸ்.

ஆனால் முதலில் ஜாப்ஸுக்கு ஜான் லாசெட்டர், எட் காட்மல் ஆகியோரின் ஆசீர்வாதமும் ஆதரவும் தேவைப்பட்டது. ஆகவே அவர்களைத் தம் வீட்டிற்கு அழைத்தார். நேராக விஷயத்திற்கு வந்தார். 'நாம் பாப் ஐகரைப் பற்றித் தெரிந்துகொள்ள வேண்டும்' என்றார் அவர்களிடம். 'நாம் அவருடன் ஒத்துழைத்து டிஸ்னியைச் சீரமைக்க உதவ வேண்டியிருக்கும்; அவர் அற்புதமான மனிதர்.' அவர்கள் முதலில் கொஞ்சம் சந்தேகத்தோடுதான் பார்த்தார்கள். 'நாங்கள் அதிர்ந்து போயிருந்ததை அவர் உணர்ந்திருந்தார்' – லாசெட்டர் நினைவுகூர்ந்தார்.

'உங்கள் இருவருக்கும் இதில் விருப்பமில்லையென்றால், பரவாயில்லை. ஆனால் நீங்கள் முடிவுக்கு வருவதற்குமுன் ஐகரைப் பற்றித் தெரிந்துகொள்ள வேண்டும் என்று விரும்புகிறேன்' ஜாப்ஸ் தொடர்ந்தார். 'நானும் உங்களைப் போலத்தான் உணர்ந்தேன். ஆனால் எனக்கு இப்போது அவரை மிகவும் பிடிக்க ஆரம்பித்து விட்டது.' ஏபிசி நிகழ்ச்சிகளை ஐபாடில் சேர்ப்பதற்கான ஒப்பந்தம் எவ்வளவு எளிதாக முடிந்தது என்று விவரித்து, 'இவருக்கும் ஐஸ்னரின் டிஸ்னிக்கும் இடையில் இரவுக்கும் பகலுக்கும் உள்ள வித்தியாசம் இருக்கிறது. இவர் நேர்மையானவர். நாடகமாடும் பழக்கமெல்லாம் இவரிடம் கிடையாது.' லாசெட்டர் தாமும் காட்மல்லும் அப்படியே வாய்பிளந்து உட்கார்ந்திருந்ததாகக் கூறினார்.

ஐகர் தமது பணியைத் தொடங்கினார். அவர் லாஸ் ஆஞ்சலெஸிலிருந்து லாசெட்டரின் வீட்டிற்கு இரவு உணவில் கலந்துகொள்ளச் சென்றார். இரவு வெகுநேரம்வரை பேசிக்கொண்டிருந்தார். காட்மல்லையும் இரவு உணவிற்கு வெளியே அழைத்துச் சென்றார். பிக்ஸார் ஸ்டியோவிற்குச் சென்றார்கள் – தனியே, படைகள் எதுவும் இன்றி, ஜாப்ஸின் துணையின்றி. 'நானே முன்வந்து எல்லா இயக்குநர்களையும் ஒவ்வொருவராகச் சந்தித்தேன். அவர்கள் தங்களுடைய படங்கள் பற்றி விளக்கினார்கள்' என்றார் அவர். தமது குழு ஐகருக்கு முழுத் திருப்தியளித்தது பற்றி லாசெட்டர் பெருமிதம் கொண்டார் – அதனாலேயே அவர் ஐகரிடம் மேலும் நெருங்கிவந்தார். 'அந்த நாளைவிட அதிகமாக நான் என்றுமே பிக்ஸாரைப் பற்றிப் பெருமைப்பட்டதில்லை. எல்லாக் குழுக்களும் கதைகளும் அற்புதமாக இருந்தன. பாப் அசந்து போய்விட்டார்.'

உண்மையிலேயே அடுத்த சில ஆண்டுகளுக்கு இன்னும் என்னவெல்லாம் வெளிவர இருக்கின்றன என்பதைப் பார்த்தபின் – கார்ஸ்,

பிக்ஸாரின் நண்பர்கள் ✦ 611

ராட்டாடுயி, வால்-ஈ என – ஐகர் டிஸ்னியில் தமது தலைமை நிதி அதிகாரியிடம் 'கடவுளே, இவர்களிடம் அற்புதமான விஷயங்கள் உள்ளன. இந்த ஒப்பந்தத்தை நாம் செய்துகொண்டே ஆக வேண்டும். இதுதான் நிறுவனத்தின் எதிர்காலம்' என்றார். டிஸ்னி அசைவூட்டப்பட (அனிமேஷன்) பிரிவு இருப்பில் வைத்திருந்த படங்களின் மீது தமக்கு எந்த நம்பிக்கை யும் இல்லை என்பதையும் தெளிவாகக் கூறிவிட்டார்.

அவர்கள் பரிந்துரைத்த ஒப்பந்தத்தின்படி டிஸ்னி பிக்ஸாரை 7.4 பில்லியன் டாலர் மதிப்புள்ள பங்குகளுக்கு வாங்கிக்கொள்ளும். இதன்மூலம் ஜாப்ஸ் டிஸ்னியின் மிகப்பெரிய பங்குதாரராவார் – ஏறத்தாழ நிறுவனத்தின் 7%; அவரோடு ஒப்பிடுகையில் ஐஸ்னரின் பங்கு 1.7 சதவிகிதமாகவும், ராயின் பங்கு 1 சதவிகிதமாகவும் இருந்தது. டிஸ்னி அசைவூட்டப் பட பிரிவு பிக்ஸாரின் மேற்பார்வையில் வரும். லாசெட்டரும் காட்மல்லும் அந்த ஒருங்கிணைந்த பிரிவை ஏற்று நடத்துவார்கள். பிக்ஸார் அதன் தனித்துவத்தைத் தக்கவைத்துக் கொள்ளும்; அதன் படப்பிடிப்பு நிறுவனமும் தலைமையகமும் எமெரிவில்லிலேயே இருக்கும்; தனது மின்னஞ்சல் முகவரிகளையும் அதுவே வைத்துக்கொள்ளும்.

ஐகர் ஜாப்ஸிடம் லாசெட்டரையும் காட்மல்லையும் ஒரு ஞாயிறு காலையில் லாஸ் ஆஞ்சலெஸின் செஞ்சுரி சிட்டியில் நடக்கவிருக்கும் டிஸ்னி நிர்வாகக் குழுவின் இரகசியச் சந்திப்பிற்கு அழைத்துவரச் சொன்னார். அடிப்படையான, விலைமதிப்பு மிக்கதொரு ஒப்பந்தத்தில் அவர்கள் சௌகரியமாக உணரவேண்டும் என்பதுதான் அதன் நோக்கம். கார் நிறுத்தும் இடத்திலிருந்து மின்தூக்கியில் ஏறிச் செல்கையில் லாசெட்டர் ஜாப்ஸிடம், 'நான் மிகவும் பூரிப்படைந்தாலோ, நீண்ட நேரம் பேசினாலோ என் காலை லேசாகத் தொடுங்கள்' என்றார். ஜாப்ஸ் ஒரே ஒருமுறைதான் அப்படிச் செய்யவேண்டியிருந்தது. மற்றபடி லாசெட்டர் மிக அற்புதமாக விற்பனையை நடத்திவைத்தார். 'நாங்கள் எப்படிப் படமெடுக்கிறோம்; எங்கள் கொள்கைகள் என்ன, ஒருவருக்கொருவர் நேர்மையாக நடந்துகொள்வது, எப்படி ஆக்கக் கலையை வளர்த்துக்கொள்கிறோம் என்பது பற்றியெல்லாம் பேசினேன்' என்று அவர் நினைவுகூர்ந்தார். நிர்வாகக்குழு நிறைய கேள்விகள் கேட்டது. ஜாப்ஸ் அவற்றில் பெரும்பாலானவற்றுக்கு லாசெட்டரையே பதிலளிக்க விட்டுவிட்டார். ஆனால் ஜாப்ஸ் பேசவும் செய்தார் - கலையையும் தொழில்நுட்பத்தையும் இணைப்பது எவ்வளவு பூரிப்பான விஷயம் என்று. 'இதுதான் எங்கள் கலாச்சாரத்தின் சாரம் – ஆப்பிளைப் போலவே' என்றார் அவர்.

நிறுவனங்களின் கூட்டுக்கு அங்கீகாரமளிக்க டிஸ்னி நிர்வாகக் குழுவிற்கு வாய்ப்புக்கிட்டும் முன்பாகவே, மைக்கேல் ஐஸ்னர் தமது

கல்லறையிலிருந்து உயிர்த்தெழுந்தது போலத் தோன்றி அதைக் கவிழ்க்க முயன்றார். அவர் ஐகரை அழைத்து அது மிகவும் விலை அதிகம் என்றார். 'அசைவூட்டப்படப் பிரிவை நீங்களே சீர்செய்து விடலாம்' என்று ஐஸ்னர் அவரிடம் கூறினார். 'எப்படி?' – ஐகர் கேட்டார். 'உங்களால் முடியுமென்று எனக்குத் தெரியும்' என்றார் ஐஸ்னர். இதைக்கேட்டு ஐகர் சிறிது எரிச்சலுற்றார். 'மைக்கேல், உங்களால் அதைச் சீர்செய்ய முடியாதபோது என்னால் முடியுமென்று எப்படிச் சொல்கிறீர்கள்?' என்றார் அவர்.

ஐஸ்னர் தாம் நிர்வாகக்குழு உறுப்பினரோ, அதிகாரியோ அல்லா விட்டாலும் நிர்வாகக் குழுக் கூட்டத்திற்கு வந்து, அங்கு இந்தக் கூட்டுமுயற்சிக்கு எதிராகப் பேச விரும்புவதாகக் கூறினார். ஐகர் இதற்குச் சம்மதிக்கவில்லை. ஆனால் ஐஸ்னரோ நிறுவனத்தின் பெரும் பங்குதாரரான வாரன் பஃபெட்டையும் தலைமை இயக்குநரான ஜார்ஜ் மிட்ஷெல்லையும் அழைத்தார். முன்னாள் அரசாங்க ஆலோசக ரான மிட்ஷெல் ஐகரைச் சம்மதிக்க வைத்ததுடன், ஐஸ்னர் பேசுவதற்கு வாய்ப்பளிக்கலாம் என்றும் கூறினார். 'நான் நிர்வாகக் குழுவிடம் பிக்ஸாரை வாங்கவேண்டிய அவசியமில்லை என்றேன். ஏனெனில் பிக்ஸார் தயாரித்த படங்களின் 85% டிஸ்னிக்கு ஏற்கனவே சொந்தமாகத்தான் இருந்தது' – ஐஸ்னர் நினைவுகூர்ந்தார். ஏற்கனவே தயாரிக்கப்பட்ட படங்களுக்கு டிஸ்னி விற்பனையின் அந்தக் குறிப்பிட்ட சதவிகிதத்தைப் பெற்றுக்கொண்டுதான் இருந்தது. அதுமட்டுமன்றி, எல்லாப் படங்களுக்கும் தொடர்ச்சிகளைத் தயாரிக்கவும், கதா பாத்திரங்களை விருப்பம்போல் பயன்படுத்திக்கொள்ளவும் உரிமை உள்ளதைத்தான் அவர் அவ்வாறு குறிப்பிட்டார். 'நான் அளித்த விளக்கப்படத்தில் டிஸ்னிக்குச் சொந்தமல்லாத பிக்ஸாரின் 15% இதோ இருக்கிறது. அதுதான் இந்த ஒப்பந்தத்தினால் உண்மையில் அவர்களுக்குக் கிட்டப்போவது. மீதமெல்லாம் பிக்ஸாரின் எதிர் காலப் படங்களை வைத்து ஒரு பந்தயம் போலத்தான்.' பிக்ஸார் நல்லபடியாகத்தான் செயலாற்றிக்கொண்டிருக்கிறது என்று ஒத்துக் கொண்டாலும், அது தொடர்ந்து நிலைக்கமுடியாது என்றார். 'வரிசை யாகப் பல வெற்றிப்படங்களைத் தந்த தயாரிப்பாளர்களும் இயக்குநர் களும் பின்னர் தோல்வியைத் தழுவிய சரித்திரத்தை உதாரணம் காட்டினேன். இது ஷ்பீல்பெர்க், வால்ட் டிஸ்னி என எல்லோருக்கும் ஏற்பட்டதுதான்.' இந்த ஒப்பந்தத்திற்கு மதிப்பிருக்க வேண்டு மென்றால், அவருடைய கணக்குப்படி பிக்ஸாரின் ஒவ்வொரு புதிய படமும் 1.3 பில்லியன் டாலரை வசூல் செய்து தரவேண்டும். 'இது எனக்குத் தெரிந்திருந்தது என்பதே ஸ்டீவைப் பித்துப்பிடிக்கவைத்தது' என்று ஐஸ்னர் பின்னர் கூறினார்.

அவர் அந்த அறையைவிட்டு வெளியேறியபின், ஐகர் தமது விவாதத்தைப் புள்ளிவாரியாகப் புட்டுவைத்தார். 'அவருடைய விளக்கப் படத்தில் இருந்த தவறு என்னவென்று நான் கூறுகிறேன்' என்றபடி தொடங்கினார். நிர்வாகக் குழு அவர்கள் இருவர் சொல்வதையும் கேட்டுமுடித்தபின் ஐகரின் பரிந்துரையை அங்கீகரித்தது.

ஐகர் எமெரிவில்லிற்குப் பறந்தார் - ஜாப்ஸைச் சந்தித்து அவருடன் சேர்ந்து பிக்ஸார் ஊழியர்களிடம் ஒப்பந்தம் வெற்றிகொள்ளப்பட்ட செய்தியை அறிவிப்பதற்காக. ஆனால் அவர்கள் அதைச் செய்வதற்கு முன், ஜாப்ஸ் லாசெட்டரிடமும், காட்மல்லிடமும் தனியாகப் பேசினார். 'உங்களில் யாராவது ஒருவருக்கு இதில் ஏதாவது சந்தேகம் இருந்தாலும் நான் அவர்களிடம் *இல்லை, நன்றி* என்று சொல்லி இந்த ஒப்பந்தத்திற்கு முற்றுப்புள்ளி வைத்துவிடுகிறேன்' என்றார் அவர். அவர் கூறியது முற்றிலும் நேர்மையான கூற்றல்ல. இந்தக் கட்டத்தில் அப்படிச் செய்வது ஏறத்தாழ இயலாத காரியமாகத்தான் இருந்திருக்கும். ஆனால் அவருடைய செய்கை வரவேற்கக்கூடியதாக இருந்தது. 'எனக்குச் சம்மதம். அப்படியே செய்வோம்' என்றார் லாசெட்டர். காட்மல்லும் ஒத்துக்கொண்டார். அவர்கள் எல்லோரும் கட்டிக்கொண்டார்கள். ஜாப்ஸ் கண்ணீர்விட்டு அழுதார்.

எல்லோரும் வளாகத்தில் கூடினார்கள். 'டிஸ்னி பிக்சாரை வாங்கிக் கொள்ளப் போகிறது' என்று ஜாப்ஸ் அறிவித்தார். சிலர் கண்ணீர் வடித்தார்கள். ஆனால் அவர் ஒப்பந்தத்தின் விவரங்களை விளக்கிய போது ஊழியர்கள் ஒருவகையில் அது எதிர்மறை ஈட்டல் என்பதை உணரத் தொடங்கினார்கள். காட்மல் டிஸ்னி அசைவூட்டப் படப் *(அனிமேஷன்)* பிரிவின் தலைவராக இருப்பார்; லாசெட்டர் அதன் தலைமை ஆக்கக்கலை அதிகாரியாக. முடிவில் அவர்கள் உற்சாகமாய் இருந்தார்கள். ஐகர் ஓரமாக நின்றிருந்தார். ஜாப்ஸ் அவரிடம் மேடையின் நடுவிற்கு வருமாறு அழைத்தார். அவர் பிக்ஸாரின் தனிப்பட்ட கலாச்சாரத்தைப் பற்றியும், டிஸ்னி எந்த அளவிற்கு அதனை வளர்க்கவும், அதனிடமிருந்து கற்றுக்கொள்ளவும் வேண்டியிருக்கிறது என்பது பற்றியும் பேசியபோது, அங்குக் கூடியிருந்தவர்கள் கைதட்டி ஆரவாரித்தனர்.

'என் குறிக்கோள் எப்பொழுதுமே அற்புதமான தயாரிப்புகளை உருவாக்குவது மட்டுமல்ல; அற்புதமான நிறுவனங்களை உருவாக்கு வதும்தான்' என்று ஜாப்ஸ் பின்னர் கூறினார். 'வால்ட் டிஸ்னி அதைச் செய்தார். இந்தக் கூட்டுமுயற்சியை நாம் செய்த விதம் பிக்ஸாரையும் ஒரு அற்புத நிறுவனமாக்கி, டிஸ்னியையும் அதுபோலவே விளங்க உதவியது.'

இயல் முப்பத்திநான்கு

இருபத்தியோராம் நூற்றாண்டு மாக்குகள்

ஆப்பிளைத் தனித்துவமிக்கதாக ஆக்குதல்

ஐபுக்குடன், 1999

கிளிஞ்சல்கள், பனிக்கட்டிகள், சூரியகாந்திப் பூக்கள்

1998இல் மாக் அறிமுகம் செய்யப்பட்டது முதலாகவே, ஜாப்ஸும் ஜானி ஐவும் கவர்ச்சியான வடிவமைப்பை ஆப்பிள் கணினிகளின் தனி முத்திரையாக்கினார்கள். பயனீட்டாளர்களுக்கான கிளிஞ்சல் போலத் தோற்றம் கொண்ட மடிக்கணினி (லாப்டாப்) ஒன்றும், ஜென் பனிக் கட்டி வடிவில் வல்லுநர்களுக்கான மேசைக்கணினி (டெஸ்க்டாப்) ஒன்றும் இருந்தன. காலப்போக்கில் அலமாரிகளுக்குள் முடங்கிவிட்ட பெல்பாட்டம்களைப் போல, சில வடிவங்கள் அப்போதைக்கு அழகாகத் தோன்றலாம்; பின்னால் யோசித்துப் பார்க்கையில்

வடிவமைப்பில் தேவைக்குச் சற்று அதிகமாகவே அக்கறை காட்டி யிருப்பது பளிச்செனத் தெரியும். என்றாலும், அவை ஆப்பிளுக்கு ஒரு தனித்துவம் அளித்தன. வின்டோஸின் ஆளுமை நிலவும் உலகில் பிழைத்துக்கொள்ளத் தேவையான விளம்பரத்தைத் தந்தன.

2000இல் வெளியிடப்பட்ட பவர் மாக் ஜி4 க்யூப் சிந்தையை மிகவும் கவர்வதாக இருந்ததால், அதில் ஒன்று நியூ யார்க் மியூசியம் ஆஃப் மாடர்ன் ஆர்ட்டில் காட்சிக்கு வைக்கப்பட்டது. எட்டு அங்குலங்கள் பக்க அளவுள்ள கச்சிதமான கனசதுர வடிவம் – ஒரு கிளீனெக்ஸ் (காகிதக் கைக்குட்டை) பெட்டியின் அளவிற்கு. ஜாப்ஸின் கலை யுணர்வைப் பிரதிபலிக்கும் தூய வெளிப்பாடு. அதன் நேர்த்தி மிகுந்த நவீனம் குறைந்தபட்சப் பயன்பாட்டிலிருந்து வந்தது. மேற்பரப்பைப் பொத்தான்கள் பாழடிக்கவில்லை; சிடி தட்டுகளில்லை – பதிலாக, ஒரு மெல்லிய இடுக்கு மட்டுமே. முதன் முதலில் வடிவமைக்கப்பட்ட மகின்டாஷ் போலவே விசிறி இல்லை. தூய ஜென் வடிவம். ‘வெளிப் புறத் தோற்றத்தில் இவ்வளவு கவனம் செலுத்தியிருப்பதைக் காணும் பொழுது ஓ, *இதனுள்ளேயும் நிச்சயமாக மிகுந்த கவனம் செலுத்தப் பட்டிருக்கும்* என்று சொல்வீர்கள்’ – அவர் *நியூஸ்வீக்* பத்திரிகைக்குப் பேட்டியளித்தார். ‘தேவையில்லாதவற்றை விலக்கி, அதிகப்படியான வற்றை நீக்குவதன்மூலம் நாங்கள் முன்னேறிச் செல்கிறோம்.’

ஜி4 க்யூப் ஆடம்பரமில்லாததால் ஏறத்தாழ ஆடம்பரமானது; மேலும் அது ஆற்றல் வாய்ந்ததாக இருந்தது. என்றாலும், அது வெற்றியடைய வில்லை. அது வல்லுநர்களுக்கான ஒரு மேசைக் கணினியாக *(டெஸ்க்டாப்)* வடிவமைக்கப்பட்டிருந்தது. ஆனால் ஒவ்வொரு தயாரிப்பிலும் செய்தது போல, இதிலும் ஜாப்ஸ் மாற்றங்கள் செய்து மக்கள் பயன்பாட்டிற்கான ஒன்றாகத் தயாரிக்க விரும்பினார். அதன் விளைவாக, க்யூப் இரண்டு வகையினரையுமே திருப்திப்படுத்த முடியாமல் போனது. வல்லுநர்கள் தேடியது தங்கள் பணிமேசைகளை அலங்கரிக்கும் சிற்பத்தையல்ல; அதேபோல, மக்கள் ஒரு சாதாரண வனில்லா நிறத்திலுள்ள மேசைக் கணினிக்குத் தரும் விலையைவிட இரண்டு மடங்கு செலவழிக்கத் தயாராக இருக்கவில்லை. ஆப்பிள் ஒரு காலாண்டில் 200,000 க்யூப்கள் விற்பனை செய்யும் என்று ஜாப்ஸ் எதிர்பார்த்தார். முதல் காலாண்டில் அதில் பாதி எண்ணிக்கை மட்டுமே விற்பனையானது. இரண்டாவது காலாண்டில் விற்பனை முப்பதாயிரத்திற்கும் குறைவாக இருந்தது. க்யூபின் விலையும் சரி, வடிவமைப்பும் சரி, நெக்ஸ்ட் கணினி போலவே சற்று அதிகப்படியாகிப் போனதை ஜாப்ஸ் பின்னர் ஒப்புக்கொண்டார். இந்த அனுபவம் அவருக்குப் பல பாடங்களைக் கற்றுத்தந்தது. ஐபாட் போன்ற சாதனங்களை உருவாக்குவதில் செலவைக் கட்டுப்படுத்தி, அவற்றைக் குறித்த நேரத்திலும் பொருட்செலவிலும் வெளியிடுவதற்குத்

தேவையான அளவு விட்டுக்கொடுத்து வணிகப் பரிமாற்றத்தைச் செய்துவிட வேண்டும் என்பதுதான் அது.

க்யூபின் விற்பனை குறைவாக இருந்ததும் ஓரளவிற்குக் காரணமாகி விட, ஆப்பிளின் 2000 செப்டம்பர் வருமானம் ஏமாற்றமளிப்பதாகவே இருந்தது. இந்தக் காலகட்டத்தில்தான் தொழில்நுட்பக் குமிழ் *(டெக் பல்ப்)* சற்று வலுவிழந்து ஆப்பிளின் கல்விச் சந்தைக்கான வரவேற்பும் குறைந்து வந்தது. பங்குச்சந்தையில் 60 டாலருக்கும் மேலாக இருந்த ஆப்பிள், ஒரே நாளில் 50 சதவிகிதம் வீழ்ச்சியடைந்து, டிசம்பர் தொடக்கத்தில் பதினைத்து டாலருக்கும் குறைவாக இருந்தது.

ஆனால் இவை எதுவுமே தனித்துவமான, சிலசமயம் மனத்தைத் திசைதிருப்பும் புதுமையான வடிவமைப்புகளை உருவாக்க வேண்டும் என்ற ஜாப்ஸின் ஆர்வத்தை முடக்கிவிடவில்லை. தட்டையான திரைகள் *(ஸ்க்ரீன்ஸ்)* வியாபார ரீதியாகச் சாத்தியமானவுடன், ஏதோ *ஜெட்ஸன்ஸ்* கார்ட்டூன் படத்திலிருந்து வந்திறங்கியது போலிருந்த ஒளி ஊடுருவும் மேசைக்கணினியான ஐமாக்கை மாற்றியமைக்க அதுதான் தக்க சமயம் என்ற முடிவுக்கு வந்தார். ஐவ் ஓரளவுக்கு வழக்கமான ஒரு மாதிரிவடிவத்தோடு வந்தார் – அதில் கணினியின் முக்கிய பாகங்கள் தட்டையான திரையின் பின்புறம் பொருத்தப்பட்டிருந்தன. அது ஜாப்ஸுக்குப் பிடிக்கவில்லை. பிக்ஸாரிலும் ஆப்பிளிலும் அவர் எப்பொழுதும் செய்வதுபோலவே, மீண்டும் யோசிப்பதற்காக அப்போதைய வடிவத்திற்கு இறுக்கமாய்க் கடிவாளமிட்டார். அந்த வடிவமைப்பில் எங்கோ தூய உணர்வு குறைந்திருப்பதாக அவருக்குத் தோன்றியது. 'இந்தப் பாகங்களையெல்லாம் பின்னால் இப்படி நெருக்கிப் பொருத்தப் போகிறீர்கள் என்றால் இந்தத் தட்டையான திரை *(ஸ்க்ரீன்)* எதற்காக?' – அவர் ஐவிடம் வினவினார். 'ஒவ்வொரு பாகமும் அதன் தனித்தன்மையோடு விளங்க நாம் அனுமதிக்கவேண்டும்.'

பிரச்சினையை அலசி ஆராய்வதற்காக அன்று சற்று முன்னதாகவே ஜாப்ஸ் வீட்டிற்குத் திரும்பிவிட்டார். பிறகு ஐவையும் வந்து தம்முடன் சேர்ந்துகொள்ளும்படி அழைத்தார். அவர்கள் தோட்டத்திற்குள் சென்றார்கள் – அங்கே ஜாப்ஸின் மனைவியின் கைவண்ணத்தில் ஏராளமாய் சூரியகாந்திப் பூக்கள் மலர்ந்திருந்தன. 'ஒவ்வொரு ஆண்டும் நான் இந்தத் தோட்டத்தில் ஆவேசம் வந்ததுபோல ஏதாவது செய்வேன் – இம்முறை ஏராளமாய் சூரியகாந்திப் பூக்கள்; தவிர, குழந்தைகளுக்காக ஒரு சூரியகாந்தி வீடு' என்று அவருடைய மனைவி நினைவுகூர்ந்தார். 'ஜானியும் ஸ்டீவும் தங்களுடைய வடிவமைப்புப் பிரச்சினையில் மூழ்கியிருந்தார்கள். அப்போது ஜானி கேட்டார்: *திரையை அதன் அடித்தளத்திலிருந்து விலக்கி, ஒரு சூரியகாந்திப் பூவைப் போல வடிவமைத்தால் என்ன?* மிகுந்த பூரிப்போடு தாளில் அதை

வரையவும் தொடங்கினார்.' தமது வடிவமைப்புகள் ஒவ்வொன்றும் கதை பேச வேண்டும் என்று ஐவ் விரும்பினார். அத்துடன் சூரியகாந்திப் பூவின் வடிவம் விசேஷமானது – தட்டையான திரை நீரோட்டம் போல நளினமாய், நம் விருப்பத்திற்கு இசைந்து கொடுத்து, சூரியனை நோக்கிக் கரம்நீட்டும் உணர்வைத் தரக்கூடியது என்பதை உணர்ந்து கொண்டார்.

ஐவின் புதிய வடிவமைப்பில் மாக்கின் திரை அசையக்கூடிய குரோமிய கழுத்துப் பகுதியைக் கொண்டிருந்தது. இதனால் சூரியகாந்திப் பூப் போல மட்டுமன்றி, கவர்ச்சியான லக்ஸோ விளக்கு போன்ற வடிவமும் ஒருங்கே அமைந்திருந்தது. பிக்ஸாரில் இருந்தபோது ஜான் லாசெட்டர் உருவாக்கிய முதல் குறும்படத்தில் வரும் லக்ஸோ ஜூனியர் கதாபாத்திரத்திற்கே உரிய விளையாட்டுத்தனம் அதில் பிரதிபலித்தது. அந்த வடிவமைப்பிற்காக ஆப்பிள் எடுத்திருந்த காப்புரிமைகளில் பல ஐவிற்கு முன்னுரிமை தந்தன. ஆனால் அவற்றுள் 'தட்டையான திரையுடன் இணைக்கப்பட்ட அசையக்கூடிய கூட்டமைப்பு கொண்ட கணினியை'க் கண்டுபிடித்ததற்கான காப்புரிமையில் ஜாப்ஸ் தமது பெயரை முன்வைத்திருந்தார்.

பின்னர் யோசித்துப் பார்த்தால், ஆப்பிளின் சில மகின்டாஷ் வடிவமைப்புகள் சற்று அதிகமாகவே சூட்டிகையாக இருப்பதுபோலத் தோன்றும். ஆனால் மற்ற கணினி தயாரிப்பாளர்கள் மறுமுனையில் தீவிரமாகச் செயல்பட்டு வந்தார்கள். இந்தத் தொழில்துறையைப் பொறுத்தவரையில், புதுமைகளைத் தொடர்ந்து எதிர்பார்க்கலாம் என்றாலும், ஆதிக்கம் செலுத்துவதென்னவோ வழக்கமான கச்சிதமற்ற வடிவமைப்போடு கூடிய சாதனங்களே. நீல நிறம் மற்றும் புதுமையான வடிவங்கள் குறித்துச் சில உள்நோக்கம் கொண்ட தாக்குதல்களுக்குப் பிறகு டெல், காம்பாக் மற்றும் எச்பீ நிறுவனங்கள் தயாரிப்பை வெளியில் செய்துகொள்வது, விலையில் போட்டியிடுவது என கணினிகளைக் கடைச்சரக்காக்கினர். இவர்களுக்கிடையில் தனது கவர்ச்சியான வடிவமைப்புகளாலும், ஐட்யூன்ஸ், ஐமூவி போன்ற முற்போக்கான பயன்பாட்டு மென்பொருள் *(அப்ளிகேஷன்)* முயற்சிகளாலும் புதுமைகளைப் புகுத்தும் ஒரே நிறுவனமாக ஆப்பிள் திகழ்ந்தது.

இன்டெல் உள்ளமைப்பு

ஆப்பிளின் புதுமைகள் மேலோட்டமாகத் தெரிந்தவை மட்டுமல்ல. 1994 முதலாகவே அது ஐபிஎம் மற்றும் மோடொரோலாவின் கூட்டுத் தயாரிப்பான பவர் பீசி என்ற நுண்செயலியைப் *(மைக்ரோப்ராஸஸர்)* பயன்படுத்தி வந்தது. சில ஆண்டுகளுக்கு அது இன்டெல் நிறுவனத்தின் சில்லுகளைவிட *(சிப்ஸ்)* வேகமாகச் செயலாற்றிவந்தது – இதை ஆப்பிள் தனது விளம்பரங்களில் நகைச்சுவையோடு குறிப்பிட்டது. ஜாப்ஸ்

மீண்டும் ஆப்பிளில் இணைந்துகொண்டபோது, மோடொரோலா அந்தச் சில்லுகளின் புதிய வடிவங்களை உருவாக்குவதில் மெத்தனம் காட்டிவந்தது. இதனால் ஜாப்ஸுக்கும் மோடொரோலாவின் தலைமை நிர்வாக அதிகாரி க்றிஸ் கால்வினுக்குமிடையே மோதல் மூண்டது. நகலி (க்ளோன்) தயாரிப்பாளர்களுக்கு மகின்டாஷ் இயங்கு தளத்திற்கான (ஆபரேட்டிங் சிஸ்டம்) உரிமம் தருவதில்லை என்று ஜாப்ஸ் முடிவு செய்தார். **1997**இல் மீண்டும் ஆப்பிளுக்கு வந்தபோது, கால்வினிடம் ஒரு பரிந்துரை செய்தார் – மடிக்கணினிகளுக்கான புதிய பவர் பீசி சில்லுகளைத் தயாரிக்கும் பணியில் மோடொரோலா மேலும் மும்முரம் காட்டுவதாக இருந்தால் மட்டுமே மோடொரோலாவின் நகலியான ஸ்டார் மேக்ஸ் மாக்கிற்குத் தனது முடிவிலிருந்து விதிவிலக்கு அளிப்பதாக. அந்தத் தொலைபேசி அழைப்பு சூடான விவாதத்தில் முடிந்தது. மோடொரோலா சில்லுகள் *(சிப்ஸ்)* பயனற்றவை என்று ஜாப்ஸ் தமது கருத்தை வெளியிட்டார். அவரைப் போலவே முன்கோபம் உள்ளவரான கால்வினும் விடாமல் வார்த்தைகளால் திருப்பியடித்தார். ஜாப்ஸ் அத்துடன் அந்த உரையாடலைத் துண்டித்துவிட்டார். மோடொரோலா ஸ்டார்மேக்ஸ் ரத்துசெய்யப்பட்டது. ஜாப்ஸ் ஆப்பிளை மோடொரோலா – ஐபிஎம் பவர் பீசி சில்லுவிலிருந்து இரகசியமாக மாற்றி, அதற்குப் பதிலாக இன்டெல் சில்லுகளைப் பயன்படுத்தத் திட்டமிட்டார். இது எளிதான காரியமல்ல – ஏறத்தாழ ஒரு புதிய இயங்கு தளத்தை எழுதுவதற்குச் சமமானது.

ஜாப்ஸ் தமது நிர்வாகக் குழுவிற்கு உண்மையான அதிகாரம் எதையும் தரவில்லை. ஆனால் யோசனைகளைப் பரிமாறிக்கொள்ளவும், திட்டங்களை இரகசியமாக வகுக்கவும் நிர்வாகக் கூட்டங்களைப் பயன்படுத்திக்கொண்டார். வெள்ளைப் பலகையருகில் நின்றபடி அவர் கலந்துரையாடல்களை ஏற்று நடத்தினார். இன்டெல் உள்ளமைப்பை ஏற்கத்தான் வேண்டுமா என்று நிர்வாக இயக்குநர்கள் பதினெட்டு மாத காலம் தீவிரமாய் ஆலோசித்து வந்தனர். 'நாங்கள் விவாதம் புரிந்தோம்; பல்வேறு கேள்விகள் கேட்டோம்; முடிவாக, அதைச் செய்தாக வேண்டும் என்று தீர்மானித்தோம்' என்று நிர்வாகக்குழு உறுப்பினர் ஆர்ட் லெவின்ஸன் நினைவுகூர்ந்தார்.

அப்போது இன்டெலின் தலைவராக இருந்து பின்னர் தலைமை நிர்வாக அதிகாரியாகப் பதவியேற்ற பால் ஒதெல்லினி ஜாப்ஸுடன் நல்ல கூட்டுறவில் இருந்தார். ஜாப்ஸ் நெக்ஸ்டை உயிரோட்டமுள்ளதாக வைத்துக்கொள்ளப் போராடிக்கொண்டிருந்த காலத்தில் தான் இருவரும் அறிமுகமாயினர். பின்னர் ஒதெல்லினி கூறியபடி 'ஜாப்ஸின் திமிர் தற்காலிகமாகத் தணிக்கப்பட்டிருந்தது.' ஒதெல்லினி எல்லோரிடமும் சாந்தமாக, சற்று நக்கல் செய்யும் சுபாவத்தோடு பழகக்

கூடியவர். 2000இன் தொடக்கத்தில் ஆப்பிளில் ஜாப்ஸுடன் பழகும் பொழுது அவர் வெறுத்துப் போவதற்குப் பதில் ஆச்சரியமடைந்தார். 'ஜாப்ஸ் மீண்டும் தமது பழைய குணாதிசயங்களுக்கு மாறிவந்தார் – நான் கண்ட பணிவான மனிதரிலிருந்து முற்றிலும் மாறுபட்டவராக.' இன்டெல் வேறு பல நிறுவனங்களுடன் பேச்சுவார்த்தைகளில் ஈடுபட்டிருந்தது. ஜாப்ஸ் அவர்கள் அனைவரையும்விடத் தமக்கு நல்லதொரு விலை நிர்ணயித்துத் தரவேண்டும் என்றார். 'விலை குறித்த பேச்சுக்கள் ஒரு சமநிலையை எட்டுவதற்கு நாங்கள் ஆக்கப்பூர்வமான வழிகளில் முயலவேண்டியிருந்தது' என்றார் ஒதெல்லினி. பேச்சு வார்த்தைகள் அனேகமாக ஜாப்ஸின் விருப்பம் போலக் காலார நடந்த வாறே தொடர்ந்தன – சிலவேளைகளில் ஸ்டான்ஃபோர்ட் வளாகத் திற்கு மேல் அமைந்துள்ள டிஷ் என்று அழைக்கப்படும் ரேடியோ தொலைநோக்கிக்குச் செல்லும் பாதையில். ஜாப்ஸ் ஒரு கதையுடன் நடையைத் தொடங்குவார் – பின்னர் கணினிகளின் பரிணாம வளர்ச்சி வரலாற்றை விளக்குவார். முடிவில் விலையைப் பேரம் பேசுவார்.

'இன்டெல் கெடுபிடியான பங்குதாரர் என்று பெயர் பெற்றிருந்தது – ஆன்டி க்ரோவ் மற்றும் க்ரேக் பாரெட் நிர்வகித்த நாள்களிலிருந்தே' என்றார் ஒதெல்லினி. 'இன்டெல் இணைந்து செயல்படக்கூடிய ஒரு நிறுவனம்தான் என்று காட்ட விரும்பினேன்.' ஆகவே ஓர் இன்டெல் குழு ஆப்பிளோடு இணைந்து பணிபுரிந்தது. அவர்களுடைய கூட்டு முயற்சி யால் உருமாற்றத்திற்கான காலக்கெடுவைவிட ஆறுமாதம் குறைவாகவே சாதித்துக் காட்டினார்கள். ஜாப்ஸ் ஒதெல்லினியை ஆப்பிளின் டாப் 100 நிர்வாக ஓய்வு விடுப்புக்கு அழைத்தார். அங்கு அவர் இன்டெல்லின் பெயர்பெற்ற ஆய்வுக்கூடச் சீருடைகளில் ஒன்றான பன்னி சூட் போன்றதை அணிந்து ஜாப்ஸைக் கட்டித் தழுவிக் கொண்டார். 2005இல் நடந்த பொது அறிவிப்பின்போது, வழக்கமாய்க் கூச்ச சுபாவமுள்ள ஒதெல்லினி மீண்டும் அதேபோலச் செய்தார். 'ஆப்பிளும் இன்டெல்லும் – முடிவில் மீண்டும் இணைந்தன' என்ற வாசகம் திரையில் பளபளத்தது.

பில் கேட்ஸ் அசந்துபோனார். கிறுக்குத்தனமான நிறங்களில் வந்த பெட்டகங்கள் அவரைக் கவரவில்லை; மாறாக, கணினியின் மையச் செயலகத்தை *(சிபியூ)* உருமாற்றம் செய்வதற்கான இரகசிய நிரல் *(ப்ரோக்ராம்)* – அதையும் கச்சிதமாக, குறித்தநேரத்தில் செய்துமுடித்தது – அவர் வாய்விட்டுப் பாராட்டிய சாதனை. *'நாங்கள் எங்களுடைய நுண்செயலிச் சில்லுவை (மைக்ரோப்ராஸஸர் சிப்) மாற்றப் போகிறோம். அதனால் ஒரு நொடிப்பொழுதுகூட தாமதம் ஆகாது என்று சொன்னால், நடக்கக்கூடியதாகவா தோன்றுகிறது?'* – பல ஆண்டுகளுக்குப் பின், ஜாப்ஸின் சாதனைகளைப் பற்றிக் கேட்டபோது அவர் கூறினார். 'ஆனால் அவர்கள் அதை நடத்திக் காட்டினார்கள்.'

வாய்ப்புகள்

ஜாப்ஸின் திடீர் மாற்றங்களில் மற்றொன்று பணம் பற்றிய அவருடைய மனப்பாங்கு. 1997இல் மீண்டும் ஆப்பிளுக்கு வந்தபோது, தம்மை ஆண்டு ஒரு டாலர் வருமானத்திற்குப் பணிபுரியும் ஒருவராகக் காட்டிக்கொண்டார் – தமது உழைப்பு முழுவதும் நிறுவனத்திற் காகவே அன்றி, தமக்காக அல்ல என்றார். என்றாலும், மாபெரும் பங்குவாய்ப்பு விஷயத்தில் – அதாவது ஆப்பிள் பங்குகளை முன்கூட்டித் தீர்மானித்த விலையில் ஏராளமாய் வாங்கும் வாய்ப்புகளில் மிகுந்த ஆர்வம் காட்டினார். இவை வழக்கமான நிர்வாகக் குழுவினரின் பரிசீலனை மற்றும் செயல்திறன் தொடர்பான ஈட்டுத்தொகை விதிமுறைகளுக்கு அப்பாற்பட்டவை.

தமது பட்டத்திலிருந்த 'இன்டெரிம்' (இடைக்காலம்) என்ற சொல்லை நீக்கிவிட்டு அதிகாரப்பூர்வமாகத் தலைமை நிர்வாக அதிகாரி ஆன பொழுது, அவருக்கு எட் வூலார்டும் மற்ற நிர்வாகக் குழுவினரும் சேர்ந்து 2000இன் தொடக்கத்தில் ஒரு மாபெரும் பங்குவாய்ப்பு அளித்தனர் (விமானத்திற்குப் புறம்பாக). பணத்தின் மீது தமக்கு எந்த ஆர்வமும் இல்லை என்று அவர் உருவாக்கி வைத்திருந்த முகத்திரைக்கு மாறாக, வூலார்டே அசந்து போகும் அளவிற்கு நிர்வாகக் குழு தீர்மானித்திருந்த தைக் காட்டிலும் அதிக அளவு வாய்ப்புகள் தமக்கு வேண்டும் என்றார். ஆனால் அவை அவருக்குக் கிட்டிய சிறிது காலத்திற்குள்ளாகவே பலனற்றுப்போயின. ஆப்பிளின் பங்குகள் 2000 செப்டம்பரில் சந்தித்த பெரும் வீழ்ச்சி; க்யூபின் விற்பனை ஏமாற்றமளித்தது; இணையதளக் குமிழ் வெடித்ததும் ஒரு காரணம். ஆக, கிட்டிய பங்குகளின் மதிப்பு பூஜ்ஜியமானது.

இதற்கிடையில் *பார்ச்சூன்* பத்திரிகையின் 2001 ஜூன் இதழில் The Great CEO Pay Heist (மாபெரும் நிர்வாக அதிகாரியின் சம்பளக் கொள்ளை) என்ற தலைப்பில் ஓர் அட்டைப்படக் கட்டுரை வெளி வந்தது – இது வரம்புமீறிய ஈட்டுத் தொகையைப் பெற்றுவரும் நிறுவனங்களின் தலைமை நிர்வாக அதிகாரிகளைப் பற்றியது. அது நிலைமையை மேலும் மோசமாக்கிவிட்டது. ஜாப்ஸின் கோப்பை யொன்று அற்பத்தனமான சிரிப்புடன் அட்டைப் படத்தை நிறைத்தது. அப்போதைய நிலவரப்படி அவருடைய பங்குகளுக்கு மதிப்பில்லை என்றாலும் அந்தக் கட்டுரை அவற்றின் மதிப்பைத் தொழில்நுட்ப முறைப்படி (இது பிளாக்-சூல்ஸ் மதிப்பீட்டு முறை என்று அழைக்கப் படுகிறது) கணக்கிட்டு 872 மில்லியன் டாலர் என்று அறிவித்திருந்தது. 'இதுவரையில்' ஒரு தலைமை நிர்வாக அதிகாரிக்கு அளிக்கப்பட்ட ஈட்டுத்தொகையிலேயே மிகப்பெரியது இதுதான் என்றும் ஃபார்ச்சூன் முழங்கியது. இப்படியொரு அவலநிலை அவருக்கு ஏற்பட்டதே

இல்லை – ஆப்பிளில் நான்கு ஆண்டுகாலம் கடினமாய், வெற்றிகரமாய் உழைத்தும் சட்டைப்பை ஏறத்தாழக் காலியாகக் கிடந்தது. இருந்தும் பணத்தாசை பிடித்த ஒரு தலைமை நிர்வாக அதிகாரியாக, பாசாங்கு செய்து தம் சுயமதிப்பைக் குறைத்துக்கொள்ளும் ஒருவராக அவர் சித்திரிக்கப்பட்டிருந்தார். ஜாப்ஸ் அந்தப் பத்திரிகை ஆசிரியருக்குக் காரசாரமாய் ஒரு கடிதம் எழுதினார்: தம்முடைய பங்கு வாய்ப்புகள் உண்மையில் 'பூஜ்ஜியம்தான் பெறும்.' ஆனால் ஃபார்ச்சூன் பத்திரிகை குறிப்பிட்டிருந்தது போல 872 மில்லியன் டாலர் மதிப்பிருந்தால், அதன் பாதி விலைக்கு அவர்களுக்கே விற்கத் தயாராய் இருப்பதாக.

இதற்கிடையில், தமது பழைய பங்குகளுக்கு மதிப்பில்லாதது போலத் தோன்றுவதால், புதிதாகப் பெரிய அளவில் பங்குகள் தருமாறு நிர்வாகக் குழுவினரைக் கேட்டுக்கொண்டார் ஜாப்ஸ். அவர் நிர்வாகக் குழுவினரிடம் மட்டுமல்ல, தமக்குத்தாமேகூட வலியுறுத்திக் கூறிக் கொண்டது இதுதான் – இது பணக்காரனாவதற்காக அல்ல; பொருத்த மான அங்கீகாரம் கிட்டுவதற்காகத்தான் என்று. 'இது பணம் குறித்த விஷயமே அல்ல' – அவர் பின்னர் பங்குகள் தொடர்பான ஒரு செக்யூரிட்டீஸ் அண்ட் எக்சேஞ் கமிஷன் (பங்கு மற்றும் பரிவர்த்தனை ஆணையம் - எஸ்இசி) வழக்கின்போது நீதிமன்றத்திற்கு வெளியிலான சாட்சிமொழியில் விளக்கினார். 'எல்லோருக்குமே தம் குழுவைச் சார்ந்தவர்களின் அங்கீகாரத்தைப் பெற ஆசையாக இருக்கும். நிர்வாகக் குழு என்னிடம் அப்படி நடந்துகொள்ளவில்லை.' தாம் கேட்காமலே நிர்வாகக் குழு புதிய பங்குகளைத் தர முன்வந்திருக்க வேண்டும் என்று அவர் கருதினார். 'நான் என் பொறுப்புகளைச் செம்மையாக நிறை வேற்றி வந்ததாக எண்ணியிருந்தேன். இப்படியொரு இக்கட்டான சூழ்நிலையில் அவர்களுடைய அங்கீகாரம் எனக்குச் சற்று ஆறுதலாக இருந்திருக்கும்.'

அவரே தேர்ந்தெடுத்து அமைத்த நிர்வாகக் குழுவுக்கு அவர் செல்லப்பிள்ளை. அதனால் அவர்கள் 2001 ஆகஸ்ட் மாதத்தில் மற்றொரு பெரிய அளவிலான பங்குகளைத் தரத் தீர்மானித்தனர் – அப்போது பங்கு விலை 18 டாலருக்கும் குறைவாகவே இருந்தது. இப்போதைய பிரச்சினை ஃபார்ச்சூன் பத்திரிகையில் வெளிவந்த கட்டுரையால் தமது அந்தஸ்து பாதிக்கப்பட்டுவிட்டதே என்பதுதான். பழைய பங்குகள் ரத்து செய்யப்படாத நிலையில் நிர்வாகக் குழு தரும் புதிய பங்குகளை ஏற்றுக்கொள்ள ஜாப்ஸ் விரும்பவில்லை. ஆனால் அப்படிச்செய்வது கணக்கு வழக்குகளில் மிகப்பெரிய சிக்கலைத் தோற்றுவிக்கக்கூடியதாய் இருந்தது - ஏனெனில் பழைய பங்குகளை விலைமாற்றவேண்டிய கட்டாயம் எழும். மேலும், தற்போதைய வருமானத்தையும் பாதிக்கும். இந்த 'மாற்றுக் கணக்கை'த் தவிர்க்க

ஒரே வழி புதிய பங்குகளைத் தந்தபின் குறைந்தது ஆறு மாதங்கள் கழித்து பழைய பங்குகளை ரத்து செய்வதுதான். இது தவிர, புதிய பங்குகள் எவ்வளவு விரைவில் கிட்டும் என்றும் நிர்வாகக் குழுவினரிடம் ஜாப்ஸ் அடிக்கடி கேட்டுவந்தார்.

2001 டிசம்பர் மத்தியில்தான் ஜாப்ஸ் ஒருவழியாகப் புதிய பங்குகளை ஏற்க ஒத்துக்கொண்டார் – பழைய பங்குகள் ரத்தாகும்வரை ஆறு மாதம் காத்திருக்கத் தயாராக. அதற்குள் பங்குவிலை (ஸ்ப்ளிட், அதாவது பிரிப்புக்கு ஏற்ப மாற்றம் செய்யப்பட்டு[1]) மூன்று டாலர் வரை ஏறி ஏறத்தாழ இருபத்தோர் டாலர் ஆனது. புதிய பங்குகளுக்கு அதை விலையாகக் கொண்டால் ஒவ்வொன்றையும் மூன்று டாலர் குறைத்து மதிப்பிடுவதாகிவிடும். ஆகையால் ஆப்பிளின் சட்ட ஆலோசகர் நான்ஸி ஹைனன் சமீபத்திய பங்கு விலைகளை ஆராய்ந்து அக்டோபரில் ஒரு தேதியைத் தேர்ந்தெடுத்தார் – அன்றைய மதிப்பு 18.30 டாலராக இருந்தது. பங்குகள் நிர்வாகக் குழுவால் அந்தத் தேதியில் வழங்கப்பட்டதாகக் காட்டும் குறிப்புகளையும் அவரே தயாரித்து அங்கீகரித்தார். அந்தப் பின்தேதியிடுதல் ஜாப்ஸுக்கு 20 மில்லியன் டாலர் மதிப்பைப் பெற்றுத்தந்தது.

மீண்டும் ஒருமுறை ஜாப்ஸ் பணம் எதுவும் பெறாமலே அவப்பெயரைத் தேடிக்கொள்ள நேர்ந்தது. ஆப்பிள் பங்குகளின் விலைகள் வீழ்ச்சியடைந்தவண்ணம் இருந்தன. 2003 மார்ச்சில் புதிய பங்குகளின் விலையும்கூட மிகவும் குறைந்துவிட்ட நிலையில் அவற்றை மொத்தமாக 75 மில்லியன் டாலருக்கு விற்றுவிட்டார். இந்தக் கணக்குப்படி அவர் மீண்டும் ஆப்பிளில் சேர்ந்த 1997 முதல் 2006இல் எதிர்காலத்தைக் கருத்தில்கொண்டு செய்யப்பட்ட நிகழ்காலப் பாதுகாப்பு ஏற்பாடுகள் வரை ஆண்டிற்கு 8.3 மில்லியன் டாலர் ஈட்டியதற்குச் சமமாக இருந்தது.

இவை எதுவுமே பிரச்சினையாகி இருக்காது – பின்தேதியிட்ட பங்குவாய்ப்புகள் பற்றி *வால் ஸ்ட்ரீட் ஜர்னல்* 2006 இதழில் ஒரு வலிமைமிக்க தொடர் வெளியாகியிருக்காவிட்டால். ஆப்பிள் பற்றி அதில் குறிப்பிடப்படவில்லை என்றாலும் அதன் நிர்வாகக்குழு தனது செயல்பாடுகளை ஆய்வுசெய்ய அல் கோர், கூகுளின் எரிக் ஷ்மிட், முன்னர் ஐபிஎம் மற்றும் க்ரைஸ்லரில் இருந்த ஜெர்ரி யார்க் ஆகிய மூவர் அடங்கிய பிரத்யேகக் குழு ஒன்றை அமைத்தது. 'ஸ்டீவ் மீதுதான் தவறு என்றால் நடக்கிறபடி நடக்கட்டும் என்று விட்டுவிடத்தான்

[1] பங்குகளின் மொத்த எண்ணிக்கையில் பிரிப்பால் ஏற்படும் பாதிப்பைக் கணக்கில் எடுத்துக்கொண்டு பங்குவிலையில் செய்யப்படும் மாற்றம். இதன் மூலம் அதன் தற்போதைய மதிப்பையும் பழைய மதிப்பையும் சீராகக் கணக்கிட்டு ஒப்பீடு செய்வது சாத்தியமாகும். (மொ-ர்)

முதலில் தீர்மானித்தோம்' என்று கோர் நினைவுகூர்ந்தார். ஜாப்ஸுக்கும் வேறுசில அதிகாரிகளுக்கும் அளிக்கப்பட்ட வாய்ப்புகளில் சில குளறு படிகள் உள்ளதை அக்குழு கண்டறிந்தது. அந்த விவரங்களை உடனடி யாக எஸ்இசிக்குச் சமர்ப்பித்தது. ஜாப்ஸுக்குப் பின்தேதியிடப்பட்ட விவரம் தெரிந்திருந்தாலும் அதனால் பொருளாதார ரீதியான பலன் எதுவும் அவருக்குக் கிட்டவில்லை என்றது அந்த அறிக்கை (டிஸ்னியில் அமைக்கப்பட்ட குழுவும் பிக்ஸாரில் ஜாப்ஸ் பொறுப்பேற்றிருந்த போது இதுபோன்ற பின்தேதியிடுதல் நடந்திருந்ததைக் கண்டறிந்தது).

இத்தகைய பின்தேதியிடுதல் தொடர்பான சட்டங்கள் சற்றுத் தெளிவில்லாமல் இருந்தன – குறிப்பாக சந்தேகத்துக்குரிய வகை யில் தேதியிடப்பட்ட வாய்ப்புகளால் ஆப்பிளில் உள்ள ஒருவரும் பயனடைந்ததாகத் தெரியவில்லை. எஸ்இசி தனது புலன் விசாரணையை முடிக்க எட்டு மாதங்கள் எடுத்துக்கொண்டது. ஆப்பிள்மீது எந்த நடவடிக்கையும் எடுக்கப்போவதில்லை என்ற தனது தீர்மானத்தை அது 2007 ஏப்ரல் மாதம் அறிவித்தது - காரணம், 'விசாரணைக் குழுவிற்கு ஆப்பிள் அளித்த விரைவான, விளக்கமான, அசாதாரண ஒத்துழைப்பு மற்றும் காலம் தவறாமல் சமர்ப்பிக்கப்பட்ட சுய அறிக்கைகள்.' பின்தேதியிடப்பட்டது ஜாப்ஸுக்குத் தெரிந்திருந்தாலும் 'அதனால் ஏற்படக்கூடிய கணக்கு வழக்குச் சிக்கல்களை அறியாத' காரணத்தால் எஸ்இசி அவர் தவறான நடவடிக்கை எதிலும் ஈடுபடவில்லை என்று கூறி விலக்களித்தது.

எஸ்இசி நிர்வாகக் குழுவிலிருந்த ஆப்பிளின் முன்னாள் நிதி அதிகாரி ஃப்ரெட் ஆன்டர்ஸன் மீதும் பொது ஆலோசகர் நான்ஸி ஹைனன் மீதும் குற்றம் பதிவு செய்தது. விமானச் சேவை கேப்டனாக இருந்து ஓய்வுபெற்றவர் ஆன்டர்ஸன். சதுரமான தாடை, ஆழ்ந்த கண்ணியம். அறிவும் அனுபவமும், சாந்தமான சுபாவமும் உள்ள ஆப்பிளின் மூத்த உறுப்பினர். ஜாப்ஸின் அடாவடித்தனங்களைக் கட்டுக்குள் வைக்கக் கூடிய திறமை படைத்தவர். அவர்மீது எஸ்இசி பதிவுசெய்த குற்றம் சில வாய்ப்புகளுக்கான ஆவணங்களில் (ஜாப்ஸுக்கு அளிக்கப்பட்டவை அல்ல) அவர் காட்டிய 'கவனக்குறைவு.' நிர்வாகக் குழுவில் அவர் தொடர்ந்து செயலாற்ற எஸ்இசி அனுமதியளித்தது. இருந்தபோதிலும் அவர் ஆப்பிள் நிர்வாகக் குழுவிலிருந்து விலகிக்கொண்டுவிட்டார்.

ஆன்டர்ஸன் தான் பகடைக் காயாக்கப்பட்டுவிட்டதாய் உணர்ந்தார். எஸ்இசியுடன் அவர் ஓர் ஒப்புதலுக்கு இணங்கியபோது அவருடைய வழக்கறிஞர் வெளியிட்ட அறிக்கையில் ஜாப்ஸ்மீது சில குற்றங்கள் இருந்தன. அதன்படி ஆன்டர்ஸன் 'பங்கு வாய்ப்புகள் ஒப்பந்தத் தேதியின் விலைநிலவரப்படி இருக்கவேண்டும் என்றும் அவ்வாறு செய்யாவிடில் கணக்கு வழக்குகளில் சிக்கல் வரும்' என்று ஜாப்ஸை

எச்சரித்ததாகவும், அதற்கு ஜாப்ஸ் பதிலளிக்கையில் 'நிர்வாகக் குழு இதற்கு முன்கூட்டியே அனுமதியளித்துவிட்டது' என்று கூறியதாகவும் அதில் குறிப்பிடப்பட்டிருந்தது.

தம் மீதான குற்றப்பதிவுகளை முதலில் எதிர்த்து வழக்கிட்ட ஹைனன், முடிவில் ஒப்புதலுக்கு வந்தார் – குற்றத்திற்குப் பொறுப் பெடுத்துக்கொள்ளாவிட்டாலும் 2.2 மில்லியன் டாலர் அபராதத் தொகையாகக் கட்டினார். நிறுவனமும்கூடப் பங்குதாரர்கள் தொடுத்த ஒரு வழக்கை 14 மில்லியன் டாலர் இழப்பீடாகக் கொடுக்க ஒப்புக் கொண்டு தீர்த்து வைத்தது.

'தமது அந்தஸ்தின் மீது ஒரு மனிதர் கொண்ட மோகத்தால் எளிதாகத் தவிர்த்திருக்கக்கூடிய இவ்வளவு பிரச்சினைகள் விளைவது என்பது மிக அரிது' என்று ஜோ நோஸெரா *நியூ யார்க் டைம்ஸ்* பத்திரிகையில் எழுதினார். 'மீண்டும் ஸ்டீவ் ஜாப்ஸ் பற்றித்தான் பேசுகிறோம்.' விதிகளையும் கட்டுப்பாடுகளையும் எப்பொழுதுமே வெறுத்து வந்த அவர் உருவாக்கிய சூழலில் ஹைனன் போன்ற ஒருவர் அவருடைய விருப்பங்களைப் புறக்கணிப்பது இயலாத காரியம். சில நேரங்களில் ஆக்கப்பூர்வமான கலையுணர்வு நிகழ்ந்தது. ஆனால் அவரைச் சுற்றியுள்ளவர்கள் அதற்காகப் பெரிய அளவில் விலை கொடுக்க வேண்டியிருக்கும். குறிப்பாக ஈட்டுத்தொகை விஷயங்களில் அவருடைய விருப்பங்களை மறுக்க இயலாமல் போனதால் சில நல்ல மனிதர்கள் சில மோசமான தவறுகளைச் செய்யநேர்ந்தது.

ஈட்டுத்தொகை விவகாரம் சிலவகைகளில் ஜாப்ஸ் வாகனம் நிறுத்துவதில் காட்டும் விநோதத் திருப்பங்கள் போல இருந்தது. 'தலைமை நிர்வாக அதிகாரிக்காக மட்டும்' போன்ற வரம்புகளை அவர் ஏற்க மறுத்தார். மாறாக, ஊனமுற்றவர்களுக்கென ஒதுக்கப்பட்டிருந்த இடத்தில் வண்டியை நிறுத்திக்கொள்ளும் உரிமையைத் தாமே கையிலெடுத்துக் கொண்டார். ஆண்டு ஒரு டாலர் வருமானமுள்ள ஒருவராகத் தம்மை எல்லோரும் காண வேண்டும் என்று விரும்பிய அவரே ஏராளமான பங்குகளைத் தம் பெயருக்கு அளிக்க வேண்டும் என்றும் விரும்பினார். அவருக்குள் பின்னிப்பிணைந்து கிடந்த இத்தகைய முரண்பாடுகள் மாற்றுக் கலாச்சாரத்தில் மூழ்கித் திளைத்து, பின் தொழிலதிபராக மாறிய ஒரு கலகக்காரருக்குரியவை. எல்லாவற்றையும் விற்றுத்தீர்த்து பயனடைந்தவராக அல்லாமல் ஒரு தூண்டுதலுக்கு உட்பட்டு, ஒன்றிக் கலந்தவராகத்தான் அவர் தம்மைக் காண விரும்பினார்.

இயல் முப்பத்தைந்து

முதலாவது சுற்று
மெமென்டொ மோரி

ஐம்பதாவது வயதில் ஸ்டீவ் (நடுவில்). ஈவ் மற்றும் லாரீன் (கேக்கின் பின்புறம்), எட்டி க்யூ (ஜன்னலுக்கு அருகில்), ஜான் லாசெட்டர் (காமெராவுடன்) மற்றும் லீக்ளோவுடன் (தாடியோடு).

புற்றுநோய்

ஜாப்ஸ் பின்னர் ஒரு கட்டத்தில் தமது புற்றுநோய்க்குக் காரணம் 1997இல் தொடங்கி ஒருவருட காலத்திற்கு ஆப்பிளையும் பிக்ஸாரையும் நிர்வகிப்பதில் மேற்கொண்ட கடின உழைப்புதான் என்பார். முன்னும் பின்னுமாகக் காரை ஓட்டியதிலேயே சிறுநீரகக் கற்கள் உருவாகி, வேறுபல உபாதைகளும் சேர்ந்துகொண்டன. வீட்டிற்குத் திரும்பி வருகையில் மிகவும் களைத்துப்போய், பேசக்கூட சக்தியற்ற நிலையில் காணப்படுவார். 'அந்தக் காலகட்டத்தில்தான் எனது புற்றுநோய்

வளர்ச்சியடைந்திருக்க வேண்டும். ஏனெனில் எனது நோய் எதிர்ப்பு சக்தி மிகவும் குறைவாக இருந்த நேரம் அது.'

களைப்போ, பலவீனமான நோய் எதிர்ப்பு சக்தியோ புற்றுநோய் உருவாக்கும் என்பதற்கு எந்தவித ஆதாரமும் இல்லை. என்றாலும், அவருடைய சிறுநீரகப் பாதிப்பு புற்றுநோய் இருப்பதைக் கண்டறிய மறைமுகமாக உதவியது. 2003 அக்டோபரில் அவர் தமக்கு சிகிச்சை யளித்து வந்த சிறுநீரக மருத்துவரிடம் சென்றிருந்தபோது, அவர் சிறுநீரகங்களையும் சிறுநீர்ப்பையையும் கேட் (சிடீ) ஸ்கேன் எடுக்கும்படி ஆலோசனை கூறினார். அவர் கடைசியாக ஸ்கேன் எடுத்து ஐந்து ஆண்டுகள் ஆகியிருந்தன. புதிய ஸ்கேன் சிறுநீரகங்களில் பாதிப்பு எதுவும் இருப்பதாகக் காட்டவில்லை. ஆனால் கணையத்தில் ஒரு நிழல் படிந்திருந்தது. ஆகவே, கணையத்தைப் பரிசோதனை செய்யும்படி ஆலோசனை கூறினார். அவர் செய்யவில்லை. வழக்கம்போல, தாம் செய்யவிரும்பாத விஷயங்களைப் பற்றிய யோசனைகளைத் தவிர்த்து விடுவதில் சாமர்த்தியம் காட்டினார். ஆனால், மருத்துவர் வலியுறுத்தினார்: 'ஸ்டீவ், இது உண்மையிலேயே மிக முக்கியமானது' - சில நாள்கள் கழித்து அவர் கூறினார்: 'நீங்கள் இதைச் செய்தே தீர வேண்டும்.'

அவருடைய குரலில் இருந்த பதற்றமே போதுமானதாக இருந்தது – அதன் அவசரத்தை உணர்ந்து ஜாப்ஸ் பரிசோதனைக்கு ஒத்துக் கொண்டார். ஒருநாள் அதிகாலையில் மருத்துவமனைக்குச் செல்லவும் செய்தார். ஸ்கேனைப் படித்தபின் மருத்துவர்கள் அவரைப் பேச அழைத்தனர். அப்போது அந்தப் படத்தில் கண்ட நிழல் ஒரு புற்றுநோய்க் கட்டி என்ற வருத்தமான செய்தியை அறிவித்தனர். மருத்துவர்களுள் ஒருவர் ஜாப்ஸ் தமது கடமைகளையெல்லாம் ஒரு ஒழுங்குக்குக் கொண்டு வருவது நல்லது என்று யோசனை கூறினார். அதாவது அவர் உயிர்வாழப் போவது இன்னும் சில மாதங்கள் மட்டுமே என்பதை நயமாகக் கூறினார். அன்று மாலை அவருக்கு ஒரு பயாப்ஸி[1] செய்யப் பட்டது – தொண்டைவழியே குடலுக்குள் ஓர் என்டோஸ்கோப்பைச்[2] செலுத்தி, ஊசிகொண்டு கணையத்திலுள்ள கட்டியிலிருந்து சில செல்களை மாதிரிக்கு எடுத்தனர். பவெல் தமது கணவரின் மருத்துவர்கள் மகிழ்ச்சியில் துள்ளியதை நினைவுகூர்கிறார் – அது தீவு உயிரணுக்கள்

[1] உடலின் ஏதேனும் ஒரு பகுதியில் நோய் தாக்கியுள்ளதா என்பதையும், அது எந்த அளவிற்குப் பரவியுள்ளது என்பதையும் அறிந்துகொள்ள சில திசுக்களை மாதிரிகளாகக் கொண்டு செய்யப்படும் மருத்துவ சோதனை. (மொ-ர்)

[2] வளையக்கூடிய நீண்ட குழலும், விளக்கும், காமெராவும் கொண்ட ஒரு கருவி. உடலினுள் செலுத்தி உட்பகுதிகளைச் சோதித்துப் பார்ப்பதற்கும், அவற்றைப் படமெடுத்துப் பதிவு செய்து வைத்துக்கொள்ளவும் இது பயன்படுகிறது. (மொ-ர்)

(ஐலெட் செல்ஸ்) அல்லது கணைய நரம்பு மற்றும் நாளமில்லாச் சுரப்பிகளில் தோன்றும் புற்றுநோய்க் கட்டியாக *(பேங்க்ரியாடிக் நியூரோ என்டோக்ரைன் டியூமர்)* இருந்தது. அதாவது அரிதான, மிக மெதுவாய் வளரும் இயல்புடைய, வெற்றிகரமாகக் குணப்படுத்தக்கூடிய சாத்தியக் கூறுகள் அதிகமுள்ள ஒருவகைப் புற்றுநோய். அது இவ்வளவு முன்பாகவே கண்டறியப்பட்டது அவருடைய அதிர்ஷ்டம் – அதுவும் வழக்கமாகச் செய்யும் சிறுநீரகப் பரிசோதனையின் உபரியாக. அது தெளிவாகத் தெரியும்படி பரவுவதற்குள் அறுவைச் சிகிச்சை மூலம் அகற்றிவிடக்கூடிய நிலையில் இருந்தது.

அவருடைய முதல் தொலைபேசி அழைப்புகளில் ஒன்று இந்தியப் பயணத்தின்போது ஆசிரமத்தில் முதன்முதலாய்ச் சந்தித்த லாரி ப்ரில்லியன்டிற்கு. 'நீங்கள் இன்னமும் கடவுளின்மீது நம்பிக்கை வைத்திருக்கிறீர்களா?' – ஜாப்ஸ் அவரிடம் வினவினார். ப்ரில்லியன்ட் ஆம் என்று ஒப்புக்கொண்டார். கடவுளை அடைவதற்காக நீம் கரோலி பாபா என்ற இந்துமத குரு போதித்த பல்வேறு பாதைகளை அவர்கள் கலந்தாலோசித்தனர். பிறகு ப்ரில்லியன்ட் ஜாப்ஸிடம் பிரச்சினை என்னவென்று கேட்டார். 'நான் புற்றுநோயால் பாதிக்கப்பட்டுள்ளேன்' என்றார் ஜாப்ஸ்.

ஆப்பிள் நிர்வாகக் குழுவிலிருந்த ஆர்ட் லெவின்ஸன் தமது சொந்த நிறுவனமான ஜீனன்டெக்கின் நிர்வாகக் குழுக் கூட்டத்திற்குத் தலைமையேற்று நடத்திக்கொண்டிருக்கையில் அவருடைய கைபேசி கிணுகிணுத்தது. திரையில் ஜாப்ஸின் பெயர் தோன்றியது. சற்று ஓய்வு கிட்டியவுடன் அவர் ஜாப்ஸைத் திரும்ப அழைத்தார். அவருடைய புற்றுநோய் பற்றிய விவரங்களை அறிந்துகொண்டார். லெவின்ஸன் புற்றுநோய் உயிரியல் படித்தவர். அவருடைய நிறுவனம் புற்றுநோய் சிகிச்சைக்கான மருந்துகளைத் தயாரித்துவந்தது. ஆகவே அவர் ஒரு ஆலோசகரானார். இன்டெல் நிறுவனத்தைச் சேர்ந்த ஆன்டி க்ரோவ் ஆண்மைச் சுரப்பிப் புற்றுநோயோடு போராடி வெற்றி கண்டவர். ஜாப்ஸ் அந்த வாரம் ஞாயிறன்று அவரைத் தொலைபேசியில் அழைத்தார். அவரும் உடனடியாக ஜாப்ஸின் வீட்டிற்குக் காரோட்டிச் சென்று இரண்டு மணிநேரம் தங்கியிருந்தார்.

ஜாப்ஸ் புற்றுநோய்க் கட்டியை நீக்க அறுவைச் சிகிச்சை செய்து கொள்வதில்லை என்று முடிவெடுத்தபோது அவருடைய மனைவியும் நண்பர்களும் திகைத்துப் போனார்கள். ஏனெனில் மருத்துவ ரீதியான ஒரே தீர்வு அதுவாகத்தான் இருந்தது. 'என் உடலை அவர்கள் கீறிப் பிளப்பதை நான் சிறிதும் விரும்பவில்லை. ஆகவே அதைத் தவிர வேறு ஏதாவது வழிகள் பலன்தருமா என்று முயன்றுப் பார்க்க விரும்பினேன்' – பல ஆண்டுகளுக்குப்பின் அவர் கூறியபோது, தமது அன்றைய முடிவு

குறித்த வருத்தத்தின் சாயல் அவருடைய குரலில் தெரிந்தது. குறிப்பாக, பால் பொருட்கள் விலக்கிய உணவுக் கட்டுப்பாட்டை அவர் மேற்கொண்டார் – ஏராளமான பிஞ்சுக் காரட்டுகள், பழச்சாறு களுடன். அத்துடன் அக்குபங்சர், பல்வேறு மூலிகை மருத்துவங்கள், அவ்வப்போது இணையதளத்தில் கண்டெடுத்த சில சிகிச்சை முறைகள் அல்லது நாடெங்கிலும் உள்ளவர்களை – ஒரு மனோதத்துவ நிபுணர் உட்பட – அணுகி ஆலோசனை கேட்பது என முயற்சிகள் தொடர்ந்த வண்ணம் இருந்தன. சிறிதுகாலம் தெற்குக் கலிஃபோர்னியாவில் இயற்கை மருத்துவ நிலையம் நடத்திவந்த ஒரு மருத்துவரின் கவனிப்பில் இருந்தார். அங்கு ஆர்கானிக் (இயற்கை வேளாண்) மூலிகைகள், பழச்சாறு விரதங்கள், முறையான வயிற்று இளக்கங்கள், நீர் சிகிச்சை, மனத்தில் தோன்றும் எதிர்மறை உணர்வுகளை வெளிப்படுத்துதல் ஆகியவை கட்டாயமாக மேற்கொள்ளப்பட்டன.

‘இதில் முக்கியமான விஷயம் என்னவென்றால் தமது உடல் கீறித் திறக்கப்படுவதற்கு அவர் மனத்தளவில் தயாராக இருக்கவில்லை’ - பவெல் நினைவு கூர்ந்தார். ‘அதற்கு ஒருவரைச் சம்மதிக்கவைப்பதும் அவ்வளவு எளிதான காரியமல்ல.’ இருந்தாலும் அவர் விடாது முயன்று வந்தார். ‘உடல் என்பதே ஆத்மாவின் சேவைக்காகத்தான்’ என்று வாதாடினார். அறுவைச் சிகிச்சையும் இரசாயன சிகிச்சையும் செய்துகொள்ளுமாறு நண்பர்களும் அவரைத் தொடர்ந்து வலியுறுத்தி வந்தனர்.’ ‘ஸ்டீவ் தம்மைத்தாமே குணப்படுத்திக் கொள்ளும் முயற்சியில் புல்லையும் பூண்டையும் மென்றுகொண்டே என்னிடம் பேசினார். நான் அவருக்குக் கிறுக்குப் பிடித்துவிட்டது என்றேன்’ – க்ரோவ் நினைவுகூர்ந்தார். லெவின்ஸன் ஜாப்ஸிடம் ‘தினமும் கெஞ்சி வந்தேன்’ என்றும் ‘அவருடன் ஓர் இணக்கம் ஏற்படுத்திக்கொள்ள முடியவில்லை என்பது பெருத்த ஏமாற்றமளித்தது’ என்றும் கூறினார். அவர்களுக்கிடையில் எழுந்த சண்டைகள் ஏறத்தாழ அவர்களுடைய நட்பையே முறித்துவிடக் கூடியவையாக இருந்தன. ஜாப்ஸ் தமது உணவுக்கட்டுப்பாட்டு முறைகள் பற்றிக் கலந்தாலோசித்தபோது ‘புற்றுநோயின் இயல்பு அதுவல்ல’ என்று வலியுறுத்தினார் லெவின்ஸன். ‘அறுவைச் சிகிச்சையும் விஷத்தன்மை கொண்ட இரசாயனத் தாக்குதலும் இல்லாமல் அதை அழிக்க முடியாது.’ நோய்களுக்கு மாற்று சிகிச்சையையும் ஊட்டச்சத்துச் சிகிச்சை முறைகளையும் அறிமுகப் படுத்திய உணவுக் கட்டுப்பாட்டு மருத்துவர் டீன் ஆர்னிஷ்ஷும்கூட ஜாப்ஸுடன் நீண்ட தூரம் நடந்தவாறே, சிலசமயம் பாரம்பரிய சிகிச்சைமுறைகள் சரியான தேர்வாகி, நல்ல பலனளிக்கும் என்று வலியுறுத்தினார். ‘உங்களுக்கு நிஜமாகவே அறுவைசிகிச்சை தேவைப் படுகிறது’ என்று ஆர்னிஷ் அவரிடம் கூறினார்.

ஜாப்ஸின் பிடிவாதம் ஒன்பது மாதங்கள் நீடித்தது – 2003 அக்டோபரில் அவருடைய நோய் கண்டறியப்பட்டதில் தொடங்கி. அவருடைய மாயவலையின் இருள் சூழ்ந்த பகுதியின் விளைவுதான் ஓரளவு அதற்குக் காரணம் எனலாம். 'ஸ்டீவ் உலகம் இப்படித்தான் இருக்க வேண்டும் என்று தீவிரமாய் விரும்புகிறார் போலத் தோன்று கிறது. அது அப்படித்தான் இருக்கும் என்று திடமாய் நம்பவும் செய்கிறார்' என்று லெவின்ஸன் ஊகித்தார். 'ஆனால் என்ன செய்வது? சில சமயங்களில் அது அப்படி நடப்பதில்லையே! நிஜம் என்பது கொடூரமானது.' ஒரு புறம் தீவிர கவனம் செலுத்தும் திறன்; மறுபுறம் தாம் ஈடுபட விரும்பாத விஷயங்களை வடிகட்டி விடுவதிலுள்ள ஆர்வம். இது சிறிது அச்சமூட்டுவதாக இருந்தது. அவருடைய பல சாதனைகளுக்கு இது காரணமாக இருந்துள்ளது என்றாலும், திருப்பித் தாக்கும் வாய்ப்பும் இருக்கத்தான் செய்தது. 'தாம் நேரடியாக மோத விரும்பாத விஷயங்களை அலட்சியப்படுத்துவதில் அவர் கைதேர்ந்தவர்' என்று பவெல் விளக்கினார். 'அவர் அப்படித்தான்.' குடும்பம், திருமணம் எனத் தனிப்பட்ட விஷயங்களாகட்டும்; அல்லது பொறியியல், வணிகம் எனத் தொழில்சார்ந்த சவால்களாகட்டும்; அல்லது உடல்நலம், புற்றுநோய் போன்ற பிரச்சினையாகட்டும்; சிலவேளைகளில் ஜாப்ஸ் ஈடுபட்டுக்கொண்டதே இல்லை.

கடந்தகாலத்தில் அவருடைய மனைவி 'மாய சிந்தனை' என்று வர்ணித்த ஒரு விஷயம் அவருக்குப் பல பெருமைகளைத் தேடித் தந்தது. அதாவது, தம் விருப்பத்திற்கேற்ப எல்லாவற்றையும் வளைத்துக் கொள்ள முடியும் என்ற முன்முடிவு. ஆனால் புற்றுநோய் அப்படிப் பட்ட ஒன்றல்ல. பவெல் அவருக்கு நெருக்கமாக உள்ள அனைவரை யும் – அவருடைய சகோதரி மோனா சிம்ஸன் உட்பட – அவரைச் சம்மதிக்க வைக்க முயலும்படி கேட்டுக்கொண்டார். 2004 ஜூலை மாதம் எடுக்கப்பட்ட சிடீ ஸ்கேன் கட்டி மேலும் வளர்ந்துள்ளதைக் காட்டியதுடன், பரவியிருக்க வாய்ப்புள்ளதையும் உணர்த்தியது. இது நிஜத்தை நேரிட அவரை வலியுறுத்தியது.

ஜாப்ஸ் ஸ்டான்ஃபோர்ட் பல்கலைக்கழக மருத்துவ மையத்தில் 2004 ஜூலை 31, சனிக்கிழமையன்று அறுவை சிகிச்சை மேற்கொண்டார். அவருக்கு 'விப்பிள் செயல்முறை' முழுஅளவில் செய்யப்படவில்லை. பொதுவாக இதில் வயிறு, குடல் மற்றும் கணையத்தின் பெரும்பகுதி அகற்றப்படும். மருத்துவர்கள் அதைத்தான் முதலில் செய்ய நினைத் தார்கள். பின்னர் அதில் சில மாற்றங்களைப் புகுத்தி, கணையத்தின் ஒரு பகுதியை மட்டும் அகற்றினார்கள்.

ஜாப்ஸ் மறுநாள் ஊழியர்களுக்குத் தமது அறுவைசிகிச்சை பற்றிய அறிவிப்புடன் ஒரு மின்னஞ்சல் அனுப்பிவைத்தார் – தமது

மருத்துவமனை அறையில் உள்ள ஏர்போர்ட் எக்ஸ்பிரஸுடன் இணைக்கப்பட்ட பவர்புக் மூலமாக. தமக்கு வந்திருந்த கணையப் புற்றுநோய் வகை 'ஒவ்வொரு ஆண்டும் கண்டறியப்படும் கணையப் புற்றுநோய் தாக்கியவர்களில் 1% பேருக்கு மட்டுமே இருக்கும்; ஆரம்ப நிலையில் கண்டுபிடிக்கப்பட்டால் (என்னுடையது போல) அறுவைசிகிச்சை மூலம் அகற்றி, முற்றிலும் குணப்படுத்திவிடலாம்' என்று தைரியமூட்டினார். தமக்கு இரசாயன அல்லது கதிரியக்க சிகிச்சை தேவைப்படாது என்றும் செப்டம்பரில் பணிக்குத் திரும்பி விட எண்ணியிருப்பதாகவும் அதில் குறிப்பிட்டிருந்தார். 'நான் அங்கு இல்லாத வரையில் ஆப்பிளின் அன்றாட அலுவல்களைக் கவனித்துக் கொள்ளும் பொறுப்பை டிம் குக்கிடம் ஒப்படைத்துள்ளேன். ஆகையால் எல்லாம் குறித்த நேரத்தில் நடக்கும். உங்களில் சிலரை நான் ஆகஸ்ட் மாதத்திலேயே அடிக்கடி அழைக்கக்கூடும்; மீண்டும் உங்கள் அனைவரையும் செப்டம்பரில் சந்திக்க ஆவலுடன் காத்திருக்கிறேன்.'

அறுவை சிகிச்சையின் ஒரு பக்கவிளைவு ஜாப்ஸுக்குப் பிரச்சினை தரக்கூடியதாக இருந்தது. காரணம், அவருடைய தீவிர உணவுக் கட்டுப் பாட்டு முறைகளும், விநோதமான வயிற்று இளக்கமும், விரதங் களும்தான். இவை அனைத்தும் அவருடைய வாலிபப் பருவத்திலிருந்தே தொடர்ந்துவந்த பழக்கங்கள். வயிறானது உணவைச் செரிக்கவைத்து, அதிலுள்ள சத்துக்களை நன்கு உறிஞ்சிக் கொள்வதற்குத் தேவையான நொதிகளைத் *(என்ஸைம்)* தயாரித்தளிப்பது கணையமே. அதில் ஒரு பகுதி அகற்றப்பட்டுவிட்டால், புரதச் சத்து கிட்டுவது கடினமாகிறது. அதனால் நோயாளிகள் அடிக்கடி ஏதாவது உட்கொள்ளுமாறும், பல்வேறு வகையான இறைச்சி மற்றும் மீன் புரதங்கள் தவிர கொழுப்புச் சத்துள்ள பால் பொருட்கள் அடங்கிய உணவுமுறையைக் கடைப் பிடிக்குமாறும் அறிவுறுத்தப்படுவார்கள். இதையெல்லாம் ஜாப்ஸ் ஒருபோதும் செய்ததில்லை; இனி செய்யப்போவதும் இல்லை.

மருத்துவமனையில் அவர் இரண்டு வாரங்கள் தங்கியிருந்தார். தமது உடல் வலிமையை மீட்க அவர் மிகவும் பாடுபட்டார். 'எனக்கு நினைவிருக்கிறது – வீட்டிற்குத் திரும்பிவந்து அந்த ஆடுநாற்காலி யில் அமர்ந்துகொண்டது' என்றபடி தமது வரவேற்பறையில் அந்த நாற்காலியைச் சுட்டிக்காட்டினார். 'நடப்பதற்குக்கூடத் தெம்பின்றி இருந்தேன். இந்த அடுக்குமாடிக் குடியிருப்பைச் சுற்றிவரக்கூடிய அளவிற்கு உடல்நலம் தேறவே ஏறத்தாழ ஒரு வாரம் ஆனது. மிகுந்த சிரமப்பட்டு சில அடுக்குகள் தள்ளியிருக்கிற தோட்டங்கள் வரை செல்வேன். பிறகு அங்கிருந்து இன்னும் கொஞ்ச தூரம். ஆறுமாதங் களுக்குள் என் உடல்நலம் ஏறத்தாழப் பழைய நிலைக்குத் திரும்பி விட்டது.'

துரதிர்ஷ்டவசமாகப் புற்றுநோய் பரவியிருந்தது. அறுவை சிகிச்சையின்போது மருத்துவர்கள் கல்லீரலில் மூன்று வெவ்வேறு இடங்களில் பரவியிருந்ததைக் கண்டறிந்தார்கள். ஒன்பது மாதங்களுக்கு முன்பே அறுவை சிகிச்சை செய்திருந்தால் பரவுவதற்கு முன்பாகவே தடுத்திருக்கலாம் – அதை உறுதியாகச் சொல்ல முடியாவிட்டாலும் கூட. ஜாப்ஸ் இரசாயன சிகிச்சைகளை மேற்கொண்டார் – இது அவருடைய உணவுப் பழக்கங்களில் ஏற்கனவே உள்ள சவால்களை மேலும் சிக்கலாக்கியது.

ஸ்டான்ஃபோர்ட் தொடக்கவுரை

புற்றுநோயுடனான தமது போராட்டத்தை ஜாப்ஸ் இரகசியமாகவே வைத்திருந்தார் – அனைவரிடமும் தாம் 'குணமடைந்து' விட்டதாகத் தான் கூறியிருந்தார். 2003 அக்டோபரில் முதன்முதலில் புற்றுநோய் கண்டறியப்பட்டபோதும் இதேபோல் அமைதியாகத்தான் இருந்தார். இப்படி இரகசியம் காப்பதில் வியப்படைய ஒன்றுமில்லை - அது அவருடைய இயல்பின் ஓர் அம்சம்தான். அதைவிட இன்னும் அதிசயமானது தமது புற்றுநோய் பற்றித் தனிப்பட்ட முறையில் பகிரங்கமாகப் பேசமுடிவு செய்ததுதான். தயாரிப்பு வெளியீடுகளின்போது மேடையேறிச் செயல்விளக்கம் தருவது தவிர, வேறு உரைகள் நிகழ்த்துவது மிக அரிதாகவே இருந்தது. என்றாலும், ஸ்டான்ஃபோர்டிலிருந்து 2005 ஜூலையில் தொடக்கவுரை நிகழ்த்தித் தருமாறு அழைத்தபோது மறுக்காமல் ஒப்புக்கொண்டார். உடல்நல பாதிப்பும் ஐம்பது வயதை நெருங்கும் உணர்வும் சேர்ந்துகொள்ள, பழைய நினைவுகளையும் சிந்தனைகளையும் அவருடைய மனம் மெல்லப் புரட்டிப் பார்த்தது.

தொடக்கவுரை தயாரிப்பதில் உதவ அற்புதமான வசனகர்த்தா ஆரன் சோர்க்கினை (*ஏ ஃப்யூ குட் மென், தி வெஸ்ட் விங்* போன்ற நாடகங்களின் ஆசிரியர்) அழைத்தார். சில சிந்தனைகளை அவருக்கு அனுப்பியும் வைத்தார். 'அது பிப்ரவரி மாதம். எந்த பதிலும் வரவில்லை. அதனால் மீண்டும் ஏப்ரலில் அவருக்குக் குறுஞ்செய்தி அனுப்பி நினைவூட்டியபோது ஓ, ஆமாம் என்றார். நானும் மேலும் சில சிந்தனைகளை அனுப்பி வைத்தேன்' என்று ஜாப்ஸ் நினைவுகூர்ந்தார். 'ஒருவழியாகத் தொலைபேசியில் அகப்பட்டார். மீண்டும் மீண்டும் ஆமாம் என்று சொல்லியபடி இருந்தார். முடிவில் ஜூன் மாதமும் பிறந்தது – அப்பொழுதும் எதையும் அனுப்பிவைக்கவில்லை.'

ஜாப்ஸுக்கு சற்றுக் கவலையாகிவிட்டது. அவர் எப்பொழுதுமே தமது செயல் விளக்கங்களைத் தாமே எழுதுவதுதான் வழக்கம். ஆனால் ஒரு தொடக்கவுரையை எழுதியதே இல்லை. ஒரு நாள் இரவு அமர்ந்து அந்த உரையைத் தாமே எழுதினார் – அவ்வப்போது மனைவியிடமிருந்து

வந்த சிந்தனைச் சிதறல்கள் தவிர வேறு எந்த உதவியுமின்றி. அதன் பலனாக, அது மனத்தைத் தொடும் ஒரு உணர்ச்சிமிக்க, எளிய உரையாக அமைந்தது – அலங்காரங்களற்ற, தனிப்பட்ட உணர்வைத் தரும் ஒரு கச்சிதமான ஸ்டீவ் ஜாப்ஸ் தயாரிப்புபோல.

அலெக்ஸ் ஹெய்லி ஒருமுறை கூறினார்: ஒரு உரையைத் தொடங்கு வதற்கு மிகச் சிறந்த வழி 'நான் உங்களுக்கு ஒரு கதை சொல்லப் போகிறேன்' என்பதுதான். உரைகளைக் கேட்பதென்றால் பொதுவாக யாரும் ஆர்வம் காட்டமாட்டார்கள். ஆனால் கதைகேட்க எல்லோ ருக்கும் மிகவும் பிடிக்கும். ஜாப்ஸும் அந்த உத்தியைத்தான் தேர்வு செய்தார். 'இன்று உங்களுக்கு என் வாழ்விலிருந்து மூன்று கதைகளைச் சொல்லப் போகிறேன்' என்று தொடங்கினார். 'அவ்வளவுதான். பிரமாதமாக ஒன்றுமில்லை. மூன்று குட்டிக் கதைகள்.'

முதலாவது, ரீட் கல்லூரியைவிட்டு விலகியது. 'எனக்கு ஆர்வ மில்லாத வகுப்புகளுக்குச் செல்லாமலிருக்கவும், பிடித்த வகுப்பு களுக்குச் செல்லவும் முடிந்தது.' இரண்டாவது, ஆப்பிளிலிருந்து நீக்கப்பட்டது அவருக்கு எப்படி நன்மையில் முடிந்தது என்பது பற்றியது. 'வெற்றிகள் தரும் ஒருவகைச் சுமையின் அழுத்தத்திலிருந்து விடுபட்டு, மீண்டும் தொடக்கம் முதலாக ஒரு கற்றுக்குட்டி போல, அனுபவம் குறைந்தவனாக, மிக லேசாக உணர்ந்தேன்.' மாணவர்கள் வழக்கத்திற்கு மாறாக கவனமாய்க் கேட்டபடி அமர்ந்திருந்தனர் – தலைக்கு மேல் 'எல்லா மின்னணுக் கழிவுகளையும் மறுசுழற்சி செய்து மீண்டும் பயன்படுத்துங்கள்' என்று எழுதப்பட்ட ஒரு பெரிய தட்டியோடு வட்டமிட்ட விமானத்தின் சத்தத்தைக்கூட அவர்கள் பொருட்படுத்தவில்லை. அவருடைய மூன்றாவது கதைதான் அவர் களை வசீகரித்துக் கட்டிப்போட்டது. அது புற்று நோய் தாக்கி யுள்ளதைக் கண்டறிந்தது, அதனால் உண்டான விழிப்புணர்வு ஆகியவை பற்றியது:

> நான் விரைவில் இறந்துவிடுவேன் என்பதை நினைவில்கொள்வது தான் வாழ்வில் சில பெரிய முடிவுகளை எடுக்க உதவியாக நான் கண்ட மிக முக்கியமான கருவி. ஏனெனில் ஏறத்தாழ மற்ற எல்லாமே – எல்லாவித வெளிப்புற எதிர்பார்ப்புகள், எல்லாவிதமான பெருமிதங்கள், மனஉளைச்சல் அல்லது தோல்வி பற்றிய எல்லா விதமான பயம் – இறப்பு என்ற சக்திக்கு முன்னால் உதிர்ந்துவிடும். வாழ்வில் உண்மையிலேயே முக்கியமானவை மட்டுமே மிஞ்சும். நாம் எதையோ இழக்கப் போகிறோம் என்ற எண்ணமே ஒரு கூண்டு போன்றது. அதில் அகப்பட்டுக் கொள்ளாமல் தப்பிக்க எனக்குத் தெரிந்த ஒரே வழி நாம் இறந்து விடுவோம் என்பதை நினைவில் கொள்வதுதான். நாம் ஏற்கனவே நிர்வாணமாகத்தான்

இருக்கிறோம். மனத்தில் தோன்றியவற்றைச் செய்யாமலிருப்பதற்கு எந்தக் காரணமும் இல்லை.

உரையின் சுருக்கமான வடிவத்தில் எளிமை, தூய்மை, கவர்ச்சி என அனைத்தும் கலந்திருந்தன. எங்கு வேண்டுமானாலும் தேடிக் கொள்ளுங்கள் – தொகுப்புகளிலிருந்து *(ஆன்தாலஜி)* யூட்யூப் வரை – இதைவிடச் சிறப்பான தொடக்கவுரையைக் காணவே முடியாது. வேறு சில உரைகள் முக்கியமானவையாக இருந்திருக்கலாம் – உதாரணமாக 1947இல் ஹார்வர்ட் பல்கலைக்கழக வளாகத்தில் ஜார்ஜ் மார்ஷல் ஆற்றிய உரை – ஐரோப்பாவை மீண்டும் உருவாக்க ஒரு திட்டத்தை அறிவித்துக்கொண்டு. ஆனால், இதைவிட அருமையும் அழகும் பொருந்திய உரை வேறு எங்கும் இல்லை.

ஐம்பது வயதில் ஒரு சிங்கம்

தமது முப்பதாவது, நாற்பதாவது பிறந்தநாள்களை ஜாப்ஸ் சிலிக்கன் வாலியின் நட்சத்திரங்களுடனும் வேறு பல பிரபலங்களுடனும் கொண்டாடியிருந்தார். ஆனால் 2005இல் ஐம்பதை எட்டியபோது புற்றுநோய் அறுவைசிகிச்சை முடிந்திருந்த நேரம். ஜாப்ஸின் நெருங்கிய நண்பர்களையும் சக ஊழியர்களையும் மட்டும் அழைத்து அவருடைய மனைவி ஒரு திடீர் விருந்துக்கு ஏற்பாடு செய்திருந்தார். நண்பர்களின் சௌகரியமான சான் ஃப்ரான்சிஸ்கோ வீட்டில் ஆலிஸ் வாட்டர்ஸ் என்ற புகழ்பெற்ற சமையல் நிபுணர் ஸ்காட்லாந்திலிருந்து பிரத்யேக மாக வரவழைத்த பன்னா வகை நீர்மீனுடன் கசகசா, தோட்டத்தில் விளைந்த காய்கறிகள் சேர்த்து உணவு தயாரித்தார். ‘அது மிகவும் அழகான, இதமான, மனத்துக்கு நெருக்கமான சூழலாக இருந்தது. குழந்தைகளையும் சேர்த்து அனைவரும் ஒரே அறையில் அமர முடிந்தது’ என்று வாட்டர்ஸ் நினைவுகூர்ந்தார். பொழுதுபோக்கு அம்சமாக *ஹூஸ் லைன் இஸ் இட் எனிவே?* என்னும் தொலைக்காட்சித் தொடரில் நடித்தவர்கள் வழங்கிய நகைச்சுவை விருந்து. ஜாப்ஸின் நெருங்கிய நண்பர் மைக் ஸ்லேட், ஆப்பிள் மற்றும் பிக்ஸாரிலிருந்து சக ஊழியர்கள் – லாசெட்டர், குக், ஷில்லர், க்ளோ, ரூபின்ஸ்டைன் மற்றும் டெவானியான் உட்பட அனைவரும் வந்திருந்தனர்.

ஜாப்ஸ் இல்லாதபொழுது குக் மிகத் திறமையாக நிறுவனத்தை நிர்வகித்து வந்திருந்தார். ஆப்பிளின் முன்கோபக்காரர்களைச் சமாளித்து வேலைவாங்குவார். அதேசமயம், தாம் வெளிச்சத்திற்கு வருவதைத் தவிர்த்துவந்தார். நல்ல திறமைசாலிகளை ஜாப்ஸுக்கு மிகவும் பிடிக்கும். ஆனால் ஒரு எல்லைக்குட்பட்டு. தமது உதவியாளர்களுக்கு ஓரளவிற்குமேல் அதிகாரம் தந்ததுமில்லை; தம்மோடு மேடையைப் பகிர்ந்துகொள்ள ஒருவரையும் அனுமதித்ததும் இல்லை. அவருக்குக்

கீழே பணிபுரிவது மிகக் கடினம் – திறமை மிளிரவும் கூடாது, மங்கி விடவும் கூடாது. குக் எப்படியோ இந்த இரண்டு எல்லைக்கோடுகளுக்கு இடையிலேயே இருந்துகொண்டு சமாளித்துவந்தார். கையில் அதிகாரம் உள்ளபோது அமைதியாகவும், தமது முடிவுகளில் உறுதியுள்ளவ ராகவும் இருப்பார். ஆனால் அதற்காகப் பெயரையோ, பெருமை யையோ, பாராட்டையோ அவர் எதிர்பார்க்கவில்லை. 'சிலர் எல்லாப் பெருமைகளும் ஸ்டீவிற்கே கிட்டுவதை எண்ணி வெதும்புகிறார்கள். ஆனால் அதற்கு நான் ஒருபோதும் முக்கியத்துவம் தந்ததில்லை' என்றார் குக். 'உண்மையில் என் பெயர் ஆவணங்களில் வராமலிருப்பதையே நான் விரும்புவேன்.'

ஜாப்ஸ் மருத்துவ விடுப்பிலிருந்து திரும்பி வந்தவுடன் குக் மீண்டும் தமது பழைய பொறுப்புகளுக்கு மாறினார் – ஆப்பிளில் அனைத்தும் கச்சிதமாகப் பொருந்தி, சீராக இயங்குவதை உறுதிசெய்வது; ஜாப்ஸின் அடாவடித்தனங்களைச் சமாளிப்பது என. 'நான் புரிந்துகொண்ட வரையில், ஸ்டீவின் சில கருத்துகளும் கடுஞ்சொற்களும் பலராலும் எதிர்மறையாக எடுத்துக்கொள்ளப்படுகின்றன. ஆனால் அவை அனைத்துமே உண்மையில் அவர் தமது அதீத ஆர்வத்தை வெளிப் படுத்தும் தனித்துவமான பாணி. அதே எண்ணத்தோடுதான் நானும் செயல்பட்டேன். பிரச்சினைகளை எப்போதுமே நான் தவறாக எடுத்துக்கொண்டதில்லை.' பல விதங்களில் அவர் ஜாப்ஸின் கண்ணாடி உருவமாகவே விளங்கினார்: அசைக்கமுடியாத உறுதி, சீரான மனநிலை (நெக்ஸ்ட் அகராதியில் உள்ளது போல), மாறும் இயல்புடையவர் என்பதைவிட நிதானமானவர் என்று சொல்லலாம். 'நான் பேச்சு வார்த்தைகளில் திறமைசாலி. ஆனால் அவர் என்னைவிடவும் மேலான வராக இருக்கலாம். ஏனெனில் அவர் ஒரு சாந்தமான வாடிக்கை யாளர்' என்று ஜாப்ஸ் பின்னர் கூறினார். இன்னும் சில புகழுரைகள் தொடர்ந்தன. பின்னர் வந்தது ஒரு கடிவாளம் – தீவிரமான, ஆனால் அரிதாகச் சொல்லப்படுவது: 'என்றாலும் தயாரிப்பு விஷயத்தில் அவருக்குத் திறமை போதாது.'

2005 இலையுதிர்காலத்தில் தமது மருத்துவ விடுப்பிலிருந்து திரும்பிவந்தபின் ஜாப்ஸ் குக்கிடம் ஆப்பிளின் தலைமைச் செயல் அதிகாரி (சிஓஓ – கூ) என்ற பொறுப்பை ஏற்றுக்கொள்ளும்படி கூறினார். அவர்கள் ஒன்றாக ஜப்பானுக்குச் செல்வதாக இருந்தது. ஜாப்ஸ் குக்கிடம் எதையும் கேட்கவில்லை. அவர் செய்ததெல்லாம் குக்கின் பக்கம் திரும்பி, 'உங்களை தலைமைச் செயல் அதிகாரியாக (கூ) நியமிக்கத் தீர்மானித்திருக்கிறேன்' என்று கூறியதுதான்.

ஏறக்குறைய அந்தச் சமயத்தில் ஜாப்ஸின் பழைய நண்பர்களான ஜான் ரூபின்ஸ்டைனும் அவீ டெவானியானும் விலகிக்கொள்ளத்

தீர்மானித்தனர் – இவர்கள் 1997 மீட்புப் பணியின்போது முறையே வன்பொருள், மென்பொருள் ஆகியவற்றுக்காகப் பணியில் அமர்த்தப் பட்டிருந்தார்கள். டெவானியான் ஏராளமான சொத்துகளைச் சேர்த்திருந்தார். அதனால் வேலைக்குச் செல்வதை நிறுத்திக்கொள்ளத் தயாராக இருந்தார். 'அவீ அபாரத் திறமைசாலி; நல்ல மனிதர். ரூபியைவிட மிகவும் நிதானமானவர். தான் என்ற அகந்தை சிறிதளவும் இல்லாதவர்' என்றார் ஜாப்ஸ். 'அவர் விலகிக்கொண்டது எங்களுக்குப் பெரிய இழப்பாக இருந்தது. அவர் கோடியில் ஒருவர் – மாமேதை.'

ரூபின்ஸ்டைன் விஷயத்தில் இன்னும் சற்று சர்ச்சைக்குரியதாக இருந்தது. குக்கின் பதவி உயர்வு அவருக்கு ஏமாற்றமளித்தது. மேலும், ஜாப்ஸின் கீழ் ஒன்பது ஆண்டுகள் பணியாற்றிச் சலித்துப் போயிருந்தார். அவர்களுக்கிடையில் வாய்ச்சண்டைகள் அடிக்கடி நிகழ்ந்தன. இது தவிர பெரிய பிரச்சினை ஒன்றும் இருந்தது. ரூபின்ஸ்டைன் மீண்டும் மீண்டும் ஜானி ஐவுடன் மோதியவண்ணம் இருந்தார் – முன்பு அவருக்குக் கீழே பணிபுரிந்த ஜானி ஐவ், தற்போது நேரடியாக ஜாப்ஸுடன் தொடர்புகொள்ளும் அளவிற்கு உயர்ந்திருந்தார். ஐவ் புதுப்புது வடிவமைப்புகளாய் வெளியிட்டார் – ஒவ்வொன்றும் அற்புதமானதாக. ஆனால் அவற்றைத் தயாரிப்பது பெரும் பொறியியல் சவாலாய் இருந்தது. அவற்றுக்குப் பொருத்தமான வன்பொருட்களை நடைமுறைக்கேற்ப உருவாக்குவது ரூபின்ஸ்டைனின் பொறுப்பாக இருந்தது – அவர் திணறிப்போனார். இயல்பாகவே அவர் சற்று எச்சரிக்கையானவர். 'எப்படிப் பார்த்தாலும் கடைசியில் ரூபி எச்பீ யிலிருந்து வந்தவர்தானே' என்றார் ஜாப்ஸ். 'மேலும் அவர் எதிலும் ஆழ்ந்து ஈடுபடவில்லை; அவரிடம் ஆவேசமும் குறைவு.'

உதாரணமாகப் பவர் மாக் ஜி4இன் கைப்பிடியை முறுகப்பிடிக்கும் திருகாணிகள். ஐவ் அவை பளபளப்புடனும் நல்ல வடிவத்துடனும் இருக்க வேண்டும் என்று விரும்பினார். ஆனால் ரூபின்ஸ்டைன் அவை 'யானை விலை' ஆகுமென்றும் திட்டத்தில் பல வாரங்கள் தாமதம் விளைவிக்கும் என்றும் கூறி அந்த யோசனையை நிராகரித்துவிட்டார். அவருடைய வேலை தயாரிப்புகளைக் குறித்தநேரத்தில் அனுப்பி வைப்பது தான் – இதனால் சில அம்சங்களை விட்டுக் கொடுப்பதும் நிகழ்ந்தது. ஐவ் இதனைப் புதுமைக்கு எதிரானதாகக் கருதினார். ஆகவே ரூபின்ஸ்டைனைத் தாண்டிச் சென்று நேரடியாக ஜாப்ஸிடமோ அவரைச் சுற்றி வந்து மத்தியநிலைப் பொறியியல் வல்லுநர்களிடமோ பேசுவார். '*இதைச் செய்யமுடியாது – தாமதமாகும்* என்பார் ரூபின்; செய்யமுடியும் என்றுதான் நான் நினைக்கிறேன் என்று பதிலுக்கு நான் கூறுவேன்' என்று ஐவ் நினைவுகூர்ந்தார். 'அதுமட்டுமல்ல, அவருடைய முதுகுக்குப் பின்னால் நான் தயாரிப்புக் குழுவுடன்

பணியாற்றி யிருந்ததால் நிச்சயம் முடியும் என்பதும் தெரியும்.' இதிலும் சரி, மற்ற விஷயங்களிலும் சரி – ஜாப்ஸ் ஐவுக்கு ஆதரவாகவே இருந்தார்.

சிலசமயம் ஐவுக்கும் ரூபின்ஸ்டைனுக்குமிடையே நடந்த மோதல்கள் கைகலப்பு வரை எட்டியதுண்டு. முடிவில் ஐவ் ஜாப்ஸிடம் 'அவரா? நானா?' என்றார். ஜாப்ஸ் ஐவைத் தேர்ந்தெடுத்தார். அதற்குள் ரூபின்ஸ்டைன் விலகத் தயாராகியிருந்தார். அவரும் அவருடைய மனைவி யும் மெக்ஸிகோவில் ஒரு நிலம் வாங்கியிருந்தார்கள். அதில் ஒரு வீடுகட்ட அவருக்கு அவகாசம் தேவைப்பட்டது. காலப்போக்கில் அவர் பாம் நிறுவனத்தில் இணைந்துகொண்டார் – அந்த நிறுவனம் ஆப்பிளின் ஐஃபோனைப் போலவே ஒன்றைத் தயாரிக்க முயன்று வந்தது. பாம் தனது முன்னாள் ஊழியர்கள் சிலரைப் பணிக்கு அமர்த்திக் கொண்டதை அறிந்த ஜாப்ஸ் கொதித்தெழுந்தார். பாம் நிறுவனத்தின் பெருமளவு பங்குகளைத் தன்வசம் கொண்டுள்ள தனியார் பங்கு குழுவின் (அதன் தலைவர் ஃப்ரெட் ஆன்டர்சன் ஆப்பிளின் முன்னாள் தலைமை நிதி அதிகாரியாக இருந்தவர்) துணை நிறுவனர் போனோ விடம் முறையிட்டார். போனோ பதில் அனுப்பியிருந்தார்: 'நீங்கள் இதைப்பற்றிப் பெரிதாக அலட்டிக் கொள்ளவேண்டிய அவசியமே இல்லை. இது எப்படி இருக்கிறது தெரியுமா? ஹொர்மேன் அண்ட் த ஹெர்மிட்ஸ் குழு தமது ரோட் க்ரூ[3]விலிருந்து ஒருவரைக் கவர்ந்து கொண்டு விட்டதாக பீட்டில்ஸ் குழு முறையிடுவதுபோல உள்ளது.' பின்னர் ஜாப்ஸ் தாம் சிறிது அதிகப்படியாக நடந்துகொண்டு விட்டதாக ஒப்புக்கொண்டார். 'அவர்கள் முழுத்தோல்வி அடைந்தார்கள் என்பது தான் அந்தக் காயத்திற்கு மருந்தானது' என்றார் அவர்.

ஜாப்ஸ் ஒரு புதிய நிர்வாகக் குழுவை – சண்டை குறைவான, அடக்கி வாசிக்கும் குழுவை – வெற்றிகரமாக அமைத்தார். குக்கும் ஐவும் தவிர முக்கிய உறுப்பினர்கள்: ஸ்காட் ஃபோர்ஸ்டால் – ஐஃபோன் மென்பொருளுக்காக; ஃபில் ஷில்லர் – விளம்பரத்திற்காக; பாப் மான்ஸ்ஃபீல்ட் – மாக் வன்பொருளுக்காக; எட்டி க்யூ – இணையதள சேவைக்காக; பீட்டர் ஒப்பென்ஹைமர் – தலைமை நிதி அதிகாரியாக. மேலோட்டமாக உறுப்பினர்களுக்குள் ஒரு ஒற்றுமை தெரிந்தாலும் – அனைவரும் நடுத்தர வயது வெள்ளைக்கார ஆண்கள் – அவர்களுடைய பாணிகள் பலவகைப்பட்டவை. ஐவ் உணர்ச்சிகளை நன்கு வெளிப் படுத்தக்கூடியவர்; குக் இரும்புபோல உறுதியும் குளிர்ச்சியும் உள்ளவர்; அவர்கள் அனைவருக்கும் தெரியும் – ஜாப்ஸிடம் பணிவோடு நடந்து கொள்ளவும் வேண்டும்; அதே சமயம் அவருடைய சிந்தனைகளை

[3] இசைப்பயணம் மேற்கொள்ளும் கலைஞர்களுக்கு அவர்களுடைய இசைக்கருவிகள் மற்றும் சாதனங்களை ஒருங்கிணைக்கவும், சிறு பணிகளைச் செய்து தரவும் உடன்வரும் உதவியாளர் குழு. (மொ-ர்)

எதிர்த்து வாதம் புரிவதிலும் ஆர்வம்காட்ட வேண்டும் – கொஞ்சம் சிரமமான சமநிலை முயற்சிதான்; என்றாலும் ஒவ்வொருவரும் நன்றாகச் சமாளித்தனர். 'நமது கருத்தை வெளிப்படையாகச் சொல்லாவிட்டால், அவர் நம்மை அடக்கி அமர்த்திவிடுவார் என்பதை நான் மிக விரைவி லேயே புரிந்துகொண்டேன்' என்றார் குக். 'அவர் எதிர்மறை நிலையில் தம்மை இருத்திக்கொள்வதே ஆரோக்கியமான விவாதங்களை வளர்ப் பதற்குத் தான். அவை அனேகமாக நல்ல பலன்களைத் தரும். முரண் படுவதற்கு நாம் தயக்கம் காட்டினால், நம்மால் பிழைக்கவே முடியாது.'

கருத்துகளை வெளிப்படையாகப் பரிமாறிக்கொள்வதற்கான இடம் திங்கட்கிழமைகளில் காலைவேளையில் நடக்கும் செயற்குழுக் கூட்டம் - இது ஒன்பது மணியளவில் தொடங்கி மூன்று அல்லது நான்கு மணிநேரம் நடைபெறும். கவனம் எப்பொழுதுமே எதிர்காலத்தில்தான் இருந்தது: ஒவ்வொரு தயாரிப்பும் அடுத்து என்ன செய்யவேண்டும்? என்னென்ன புதிய சாதனங்கள் உருவாக்கப்படவேண்டும்? இந்தக் கூட்டத்தை ஜாப்ஸ் அனைவரது ஒத்துழைப்பையும் பெற்று எல்லோ ருக்கும் பொதுவானதொரு குறிக்கோளை நிலைநாட்டுவதற்காகப் பயன்படுத்தினார். இதனால் மையக்கட்டுப்பாடு சாத்தியமானது; ஒரு நல்ல ஆப்பிள் தயாரிப்பு போலவே நிறுவனமும் நெருக்கமாய் ஒருங்கிணைக்கப்பட்டதாகத் தோற்றமளித்தது; மையக் கட்டுப்பாடு இல்லாத மற்ற நிறுவனங்களில் பரவலாகக் காணப்படும் பல்வேறு பிரிவுகளுக்கிடையே எழும் போராட்டங்களை முற்றிலுமாய்த் தவிர்த்தது.

கவனத்தை வலியுறுத்தவும் ஜாப்ஸ் இந்தக் கூட்டங்களைப் பயன் படுத்தினார். ராபர்ட் ஃப்ரீட்லான்டின் பண்ணையில் அவருடைய வேலை ஆப்பிள் மரங்களை நேர்த்தியாகக் கத்தரித்துவிடுவது – அவை உறுதியாக, நீண்டகாலம் நிலைத்திருக்க. இதுவே ஆப்பிள் நிறுவனத் திலும் கடைப்பிடிக்கப்பட்டது. ஒவ்வொரு குழுவையும் சந்தை நிலவரங்களுக்கு ஏற்ப தயாரிப்புகளை அதிகரிக்க ஊக்குவிப்பதற்குப் பதிலாக, ஆயிரக்கணக்கான யோசனைகளை மலரச் செய்வதற்குப் பதிலாக, ஆப்பிள் ஒரு சமயத்தில் ஒன்றிரண்டு விஷயங்களுக்கு மட்டுமே முக்கியத்துவம் தரவேண்டும் என்று வலியுறுத்தினார். 'தம்மைச் சுற்றிலும் நடக்கும் சலசலப்பைக் குறைப்பதில் அவருக்கு நிகர் அவர் தான்' என்றார் குக். 'இது அவருடைய கவனத்தை ஒன்றிரண்டு விஷயங் களில் மட்டுமே செலுத்தி, பிறவற்றுக்கு மறுப்புத் தெரிவிக்க உதவுகிறது. வெகுசிலருக்கு மட்டுமே அது கைவரும்.'

அவரும் அவருடைய குழுவினரும் அனுபவத்திலிருந்து கற்ற பாடங் களைத் தொகுத்து வழங்குவதற்காக அலுவலகத்திற்குள் ஆப்பிள் பல்கலைக்கழகம் என்ற பெயரில் வகுப்புகள் தொடங்கிவைத்தார் ஜாப்ஸ். யேல் ஸ்கூல் ஆஃப் மேனேஜ்மெண்ட்டின் தலைவர் ஜோயல்

போடோல்னியை இதற்காகவே பிரத்யேகமாக நியமித்து, நிறுவனம் எடுத்த முக்கிய முடிவுகளின் பின்னணிக் கதைகளைத் தொகுக்கும்படி கேட்டுக்கொண்டார் – இன்டெல் செயலிக்கு *(ப்ராஸஸர்)* மாறியது, ஆப்பிள் ஸ்டோர்ஸ் தொடங்க முடிவெடுத்தது உட்பட. உயர் அதிகாரிகள் இந்தக் கதைகளுக்கென நேரம் ஒதுக்கிப் புதிய ஊழியர்களுக்கு விளக்கினர். இதனால் முடிவுகளை எடுப்பதில் ஆப்பிள் கடைப்பிடிக்கும் பாணி அலுவலகக் கலாச்சாரத்தில் ஆழமாய்ப் பதிந்தது.

பண்டைக்கால ரோமாபுரியில், வெற்றிவாகை சூடிய தளபதி வீதி களை வலம்வருகையில் சிலசமயம் ஒரு பணியாள் 'மெமென்டோ மோரி' (நீங்களும் ஒருநாள் இறந்துவிடுவீர்கள் என்பதை நினைவில் கொள்ளுங்கள்) என்று கூறியபடியே அவரைத் தொடர்ந்துவருவது வழக்கம் – அவர் அதற்காகவே நியமிக்கப்பட்டிருந்தார். இறப்பு பற்றிய நினைவானது அந்தத் தளபதி தனது கடமைகளைத் திருத்தமாகச் செய்யவும், அடக்கத்தோடு நடந்துகொள்ளவும் உதவியது. ஜாப்ஸின் 'மெமென்டோ மோரி'யை அவருடைய மருத்துவர்கள் அறிவித் திருந்தார்கள். ஆனால் அது அவருக்கு அடக்கத்தைக் கற்றுத்தரவில்லை. மாறாக, முன்னிலும் மிகத் தீவிரமான, ஆவேசமான ஆர்வத்துடன் அவர் கர்ஜித்தார். அவருடைய நோய் 'இனி இழப்பதற்கு ஒன்றுமில்லை. ஆகவே முழுவேகத்துடன் முன்னேறு' என்று அவருக்கு நினைவூட்டியது. 'அவர் ஒரு நோக்குடன் திரும்பிவந்தார்' என்றார் குக். 'இப்போது அவர் மாபெரும் நிறுவனம் ஒன்றை நிர்வகித்துக்கொண்டிருந்தார். இருப்பினும் மிகத் துணிச்சலான முடிவுகளை எடுத்தவண்ணம் இருந்தார். வேறு ஒருவரும் அவற்றைச் செய்திருக்க முடியாது.'

சில காலத்திற்கு அவருடைய சுபாவத்தில் தெரிந்த மாற்றங்கள் நம்பிக்கையளித்தன. புற்றுநோயும், ஐம்பது வயதை எட்டியதும் அவருடைய ஏமாற்றமான தருணங்களில் வழக்கத்தைவிடக் கடுமை குறைந்து நடந்துகொள்ளவைத்தது போலத் தோன்றியது. 'அறுவை சிகிச்சை முடிந்து திரும்பியதும் அவருடைய அவமானப் பேச்சுக்கள் வெகுவாகக் குறைந்திருந்தன' என்றார் டெவானியன். 'அவருக்குத் திருப்தியளிக்கவில்லை என்றால் கூச்சலிடுவார்; அங்குமிங்கும் தாவிக் குதிப்பார்; தகாத வார்த்தைகளை அள்ளித் தெளிப்பார். ஆனால் எதிரில் நிற்பவரை முற்றிலும் அழிக்கும் விதமாகச் செய்யமாட்டார். அந்த மனிதரை மேலும் சிறப்பாகச் செயலாற்றவைப்பதற்கு அவர் கடைப்பிடிக்கும் வழி அது, அவ்வளவுதான்.' ஒரு நிமிடம் நினைவு களில் மூழ்கிய டெவானியன், தொடர்ந்தார்: 'உண்மையிலேயே மிக மோசமான பணியாளர்கள் என்று தோன்றினால், பணிவிலக்கம் செய்யவும் தயங்கமாட்டார் – இது அடிக்கடி நடப்பதுதான்.'

காலப்போக்கில், பழைய சுபாவங்கள் திரும்பின. அவருடைய சக ஊழியர்கள் இதற்குப் பழக்கப்பட்டிருந்ததால், சமாளித்துக் கொண்டனர். ஆனால் முன்பின் தெரியாதவர்களிடம் அவர் தமது கோபத்தைக் காட்டியபோது வருத்தமும் ஏமாற்றமும் அடைந்தனர். 'ஒருமுறை நாங்கள் ஹோல் ஃபுட்ஸ் சந்தை ஒன்றுக்குச் சென்றிருந்தோம் – ஒரு ஸ்மூதி (பால்பழக் கூழ்மம்) வாங்குவதற்காக. அதைத் தயாரித்துக் கொண்டிருந்தது ஒரு வயதான பெண்மணி. அவர் செய்யும் விதத்தைக் கடுமையாகக் குற்றம் கூறினார். பின்னர் அனுதாபத்துடன் அவர் வயதானவர்; இந்த வேலை அவருக்குப் பிடிக்கவில்லை என்றார். 'இரண்டையும் அவர் பொருத்திப் பார்க்கவில்லை. இரண்டு விஷயங் களிலும் கச்சிதம் வேண்டும் என்று எதிர்பார்த்தார்' என்றார் ஐவ்.

ஜாப்ஸுடன் லண்டன் சென்றிருந்தபோது ஹோட்டலைத் தேர்வு செய்யும் சாரமற்ற பொறுப்பு ஐவிடம் வந்துசேர்ந்தது. அமைதி நிரம்பிய ஐந்து நட்சத்திர ஆடம்பர ஹோட்டலான ஹெம்பெலை அவர் தேர்ந்தெடுத்தார். அதன் தூய்மையும் எளிமையும் ஜாப்ஸுக்கு மிகவும் பிடித்தமானதாக இருக்குமென்று அவர் கருதினார். அறைக்குள் நுழைந்து சற்று ஆசுவாசப்படுத்திக்கொள்வதற்குள் சொல்லிவைத்தாற் போல ஒரே நிமிடத்தில் தொலைபேசி அழைத்தது. 'என் அறை எனக்கு அறவே பிடிக்கவில்லை' – ஜாப்ஸ் தீர்மானமாகக் கூறிவிட்டார். 'இந்த ஹோட்டல் ஒன்றுக்கும் உதவாது. வா கிளம்பலாம்.' ஐவ் பெட்டி களை எடுத்துக்கொண்டு வரவேற்பறைக்குச் சென்றார். அங்கிருந்த வரவேற்பாளரிடம் ஜாப்ஸ் தமது கருத்தை வெளிப்படையாகக் கூற, அவர் அதிர்ந்துபோய் விட்டார். ஐவிற்கு ஒரு விஷயம் புரிந்தது: அனேக மாக எல்லோருமே – தாம் உட்பட – திருப்தியளிக்காத ஒரு விஷயத்தை நேரடியாகக் கூறச் சற்று தயக்கம் காட்டுவது இயல்பு. ஏனெனில் பிறர் மனத்தில் தங்களைப் பற்றிய நல்ல கருத்து இருக்கவேண்டும் என்று விரும்புவதால்தான் – 'அந்த குணம் உண்மையில் அவசியமில்லாதது.' இது சற்று மிகையான அன்பு கலந்த விளக்கம். எப்படிப் பார்த்தாலும் ஜாப்ஸுக்கு அதுபோன்ற குணம் எதுவும் இல்லை.

ஐவ் இயல்பாகவே கனிவான சுபாவம் உள்ளவர் என்பதால், தாம் ஆழமாக நேசிக்கும் மனிதரான ஜாப்ஸ் ஏன் இப்படி நடந்து கொள்கிறார் என்று புரியாமல் குழம்பினார். ஒரு நாள் மாலை சான் ஃப்ரான்சிஸ்கோவின் மதுபான விடுதியில் முன்னுக்குச் சரிந்து அமர்ந்த படி தீவிரமாய் அலசி ஆராய்ந்தார்:

> அவர் மிக மென்மையான உணர்வுடையவர். அவருடைய சமூகப் போக்கிற்கு விரோதமான செயல்கள், கடுமையான சுபாவம் ஆகியவை இவ்வளவு நியாயமற்றதாக ஆவதற்கு அதுவும் ஒரு காரணம். தோல்தடித்த, பிறரது உணர்வுகளுக்கு மதிப்பளிக்காதவர்கள்

இவ்வாறு கடுமையாக நடந்துகொள்வதை என்னால் புரிந்து கொள்ள முடியும். ஆனால் மெல்லிய உணர்வுள்ளவர்கள் அப்படி யல்ல. ஒரு முறை நான் ஜாப்ஸிடம் அவர் ஏன் சில விஷயங்களில் இவ்வளவு தாறுமாறாக நடந்துகொள்கிறார் என்று கேட்டேன். அவர் கூறினார்: 'ஆனால் நான் அப்படியே இருந்துவிடுவதில்லையே.' ஒரு விஷயத்தில் ஈடுபட்டார் என்றால் அதன் எல்லைக்கே போய் விடும் குழந்தைத்தனமான குணம் அவருக்கு உண்டு. அது சிறிது நேரத்தில் காணாமலும் போய்விடும். ஆனால் சில சமயங்களில், நேர்மையாகச் சொல்வதென்றால், மிகவும் விரக்தியடைந்த சமயங் களில், அதை வெளியேற்ற அவர் கடைப்பிடிக்கும் வழியானது பிறரைக் காயப்படுத்துவதுதான். இப்படிச் செய்யத் தமக்குச் சுதந்திரமும் உரிமையும் உள்ளதாகக் கருதுகிறார் என்று நினைக் கிறேன். சமூக வாழ்வில் பொதுவாக நிலவும் வழக்கங்கள் தமக்குப் பொருந்தாது என்று அவர் நினைக்கிறார். மெல்லிய உணர்வு கொண்டவர் என்பதாலேயே ஒருவரைத் திறமையாகவும், பலனளிக்கும் வகையிலும் எப்படிக் காயப்படுத்தவேண்டும் என்பது அவருக்குத் துல்லியமாகத் தெரியும். அவர் அதைத்தான் செய்கிறார்.

அவ்வப்போது அறிவும் அனுபவமும் மிக்க சக ஊழியர்கள் ஜாப்ஸை அருகில் இழுத்து அமர்த்திக்கொண்டு ஆசுவாசப்படுத்துவார்கள். இதில் லீ க்ளோ மிகுந்த திறமைசாலி. 'ஸ்டீவ், உங்களிடம் கொஞ்சம் பேசலாமா?' – பகிரங்கமாக யாரையாவது சிறுமைப்படுத்திய ஜாப்ஸிடம் அமைதியாகச் சொல்வார். ஜாப்ஸின் அலுவலகத்திற்குச் சென்று எல்லோரும் எவ்வளவு அயராது பாடுபட்டு உழைக்கிறார்கள் என்று விளக்குவார். 'நீங்கள் அவர்களைச் சிறுமைப்படுத்தும் பொழுது, ஊக்குவிக்கப்பட்டதற்குப் பதில் காயப்பட்ட உணர்வுதான் அதிகமாக இருக்கும்' என்றார் ஒருமுறை. ஜாப்ஸ் தமது நடத்தைக்கு மன்னிப்புக் கேட்டு, தம்மால் புரிந்துகொள்ள முடிகிறது என்பார். ஆனால் திரும்பவும் வேதாளம் முருங்கைமரத்தில் ஏறிக்கொள்ளும். 'நான் அப்படித்தான்' என்பார் அவர்.

அவர் பக்குவப்பட்ட ஒரு விஷயம் பில் கேட்ஸிடம் அவர் நடந்து கொள்ளும் விதம். மைக்ரோஸாஃப்ட் **1997**இல் செய்துகொண்ட ஒப்பந்தப்படி மகின்டாஷுக்காக அற்புதமான மென்பொருட்களைத் தயாரித்தளிக்க ஒப்புக்கொண்டது. அதுமட்டுமன்றி, போட்டி நிறுவனம் என்ற தீவிரமும் வெகுவாகக் குறைந்திருந்தது. ஆப்பிளின் டிஜிட்டல் கள செயல்திட்டத்தைப் போலவே ஒன்றைத் தயாரிக்கும் முயற்சி தோல்வியடைந்ததே அதற்குக் காரணம். தயாரிப்புகள், புதுமைகளைப் புகுத்துதல் ஆகிய விஷயங்களில் ஜாப்ஸுக்கும்

கேட்ஸுக்கும் அவர்களுடைய போக்கில் பெரிய வேறுபாடு இருந்தது. ஆனால் அவர்களுக்கிடையே நிலவிய போட்டி இருவருக்குள்ளும் ஆச்சரியமான தன்விழிப்புணர்வை ஏற்படுத்தியிருந்தது.

2007 மே மாதம் நடக்கும் தங்களுடைய ஆல் திங்ஸ் டிஜிட்டல் மாநாட்டிற்காக *வால் ஸ்ட்ரீட் ஜர்னலின்* தொடர்கட்டுரை எழுதுபவர்களான வால்ட் மாஸ்பெர்க், காரா ஸ்விஷர் ஆகிய இருவரையும் சேர்ந்தாற்போல ஒரு நேர்காணலுக்கு வரவழைக்க முயற்சி செய்தனர். மாஸ்பெர்க் முதலில் ஜாப்ஸை அழைத்தார். ஏனெனில் அவர் வழக்கமாக இதுபோன்ற மாநாடுகளுக்குச் செல்வதில்லை. ஆனால் ஆச்சரியப்படும் படியாக, கேட்ஸ் வந்தால் தாமும் வருவதாக ஜாப்ஸ் வாக்களித்தார். இதை அறிந்ததும், கேட்ஸும் ஒப்புக்கொண்டார்.

மாஸ்பெர்க் அன்றைய மாலைநேரச் சந்திப்பு ஒரு விவாதம் போலன்றி, இதயபூர்வமான உரையாடலாக இருக்கவேண்டுமென்று விரும்பினார். ஆனால் அது சாத்தியம் குறைவானது போலத் தோன்றியது. ஏனெனில் அன்று காலையில்தான் ஜாப்ஸ் தனிப்பட்ட ஒரு நேர்காணலில் மைக்ரோஸாஃப்டைப் பற்றிக் கிண்டலாக ஒரு விமரிசனத்தைக் கூறியிருந்தார். விண்டோஸ் கணினிகளுக்கான ஆப்பிளின் ஐட்யூன் மென்பொருள் மிகவும் பிரபலமாக இருப்பது பற்றிக் கேட்டபோது, ஜாப்ஸ் கிண்டலாகக் கூறினார்: 'அது நரகத்தில் சிக்கித் தவிக்கும் ஒருவனுக்கு ஒரு குவளை குளிர்ந்த நீர் தருவதுபோல.'

கேட்ஸும் ஜாப்ஸும் அன்றைய மாலை நிகழ்ச்சிக்கு முன் ஒப்பனை அறையில் சந்திக்கும் வேளை நெருங்கிவர, மாஸ்பெர்க் கவலையடைந்தார். கேட்ஸ்தான் முதலில் வந்தார் – தமது உதவியாளர் லாரி கோஹெனுடன். அன்று காலை ஜாப்ஸ் கூறியதை லாரி கேட்ஸின் காதில் சுருக்கமாகப் போட்டுவைத்திருந்தார். சில நிமிடங்களில் ஜாப்ஸ் உள்ளே நுழைந்தபோது, அங்கிருந்த பனிக்கட்டிகள் நிரம்பிய வாளியிலிருந்து ஒரு புட்டி குளிர்ந்த நீரைக் கையிலெடுத்துக் கொண்டு அமர்ந்தார். ஓரிரு கணங்கள் மௌனத்தில் கரைந்தன. பின் கேட்ஸ் கூறினார்: 'ஆக, நரகத்தின் பிரதிநிதி நான்தான் என்று நினைக்கிறேன்.' அவர் முகத்தில் புன்னகையில்லை. ஜாப்ஸ் ஒரு நொடி நிதானித்து, தமக்கே உரிய பாணியில் அகலமாய் இளித்து, அந்தக் குளிர்ந்த நீரை அவருக்கு அளித்தார். கேட்ஸ் ஆசுவாசப்படுத்திக் கொண்டார். பதற்றம் கரைந்துபோனது.

இறுதியில் கிட்டியது ஒரு அற்புதமான உரையாடல் - டிஜிட்டல் யுக மேதைகள் இருவரும் ஒருவர் பற்றி மற்றொருவர் முதலில் எச்சரிக்கையாக, பின் இதமாகப் பேசினர். பார்வையாளர்களில் ஒருவரான தொழில்நுட்பத் திட்ட அமைப்பாளர் லிஸே பயர் இருவரும்

ஒருவரிடமிருந்து மற்றொருவர் கற்றுக்கொண்டது என்னவென்று கேட்டார். இதற்கு அவர்கள் அளித்த பதில்கள் மிகவும் சுருக்கமாகவும் நினைவுகூரும்படியாகவும் இருந்தன. 'ஸ்டீவின் ரசனை கிட்டுமானால் நான் எதையும் தருவேன்' என்றார் கேட்ஸ். அரங்கில் பதற்றமான சிரிப்பொலி நிலவியது; பத்து ஆண்டுகளுக்கு முன் ஜாப்ஸ் கூறியிருந்த புகழ்பெற்ற வாசகம்: 'என்னைக் கேட்டால் மைக்ரோஸாஃப்டுக்கு ரசனையே இல்லை என்பேன்.' ஆனால் கேட்ஸ் தான் உண்மையாகவே கூறியதாக வலியுறுத்தினார். ஜாப்ஸ் 'இயல்பாகவே ரசனைமிக்கவர்.' அவரும் ஜாப்ஸும் ஒன்றாக அமர்ந்து மகின்டாஷுக்காக மைக்ரோ ஸாஃப்ட் தயாரித்துவந்த மென்பொருளை மறுபரிசீலனை செய்ததை நினைவுகூர்ந்தார். 'மக்களையும் தயாரிப்பையும் கருத்தில் கொண்டு ஸ்டீவ் முடிவெடுப்பதைக் கவனிப்பேன் – அதை என்னால் விளக்கவே இயலாது. அவர் செயலாற்றும் விதம் மிகவும் வித்தியாசமானது. மந்திர சக்தி நிரம்பியது. அந்த வகையில், 'பிரம்மாதம்' என்று பாராட்டுவேன்.'

ஜாப்ஸ் நிலத்தை உற்று நோக்கியபடி இருந்தார். பின்னர் கேட்ஸின் நாணயமும் பெருந்தன்மையும் தம்மைப் புரட்டிப் போட்டுவிட்ட தாகக் கூறினார். தமது வாய்ப்பு வந்தபோது ஜாப்ஸும் அதே நாணயத் துடன் இருந்தார் – பெருந்தன்மை சற்றுக் குறைந்தபோதிலும். பொருட்களை முற்றிலும் தாமே தயாரிக்கும் ஆப்பிளுக்கும், தனது மென்பொருளை பிற போட்டி வன்பொருள் நிறுவனங்கள் பயன் படுத்திக்கொள்ள உரிமம் தரும் மைக்ரோஸாஃப்டுக்கும் இடையில் மிகப்பெரிய வேறுபாடு இருப்பதாக அவர் கூறினார். இசைச் சந்தையில், ஐட்யூன்ஸ்-ஐபாட் இணைந்த பெட்டகத்தில் உள்ளது போன்ற ஒருங் கிணைக்கப்பட்ட அமைப்பு பிரபலமாக இருந்ததை அவர் கண்ட றிந்தார். ஆனால் தனியார்க் கணினிச் *(பர்சனல் கம்ப்யூட்டர்)* சந்தையில் மைக்ரோஸாஃப்டின் பிளவுபட்ட போக்கு நல்ல வரவேற்பைப் பெற்றி ருந்தது. பேச்சு வாக்கில் அவர் ஒரு கேள்வி கேட்டார்: 'கைபேசிகள் விஷயத்தில் இவற்றுள் எந்த முறை பொருத்தமாக இருக்கும்?'

தொடர்ந்து தமது சிந்தனையில் தோன்றிய ஒரு ஆழமான கருத்தை வெளியிட்டார்: வடிவமைப்புக் கொள்கையில் காணப்படும் இந்த வேறுபாட்டினால், ஆப்பிள் மற்ற நிறுவனங்களுடன் கூட்டுறவு வைத்துக் கொள்வதில் திறமை குறைந்ததாகவே இருந்தது. 'வாஸும் நானும் இந்த நிறுவனத்தைத் தொடங்கியபோது முழுக்கமுழுக்க நாங்களே அனைத்தையும் செய்யும் எண்ணத்துடன்தான் இருந்தோம்; அதனால் மற்றவர்களோடு கூட்டுசேர்வதில் அவ்வளவு திறமை போதவில்லை' என்றார். 'ஆப்பிளின் மரபணுக்களில் அந்தத் திறமை மட்டும் கொஞ்சம் கூடுதலாக இருந்திருந்தால், மிகவும் பயனுள்ளதாக இருந்திருக்கும்.'

இயல் முப்பத்தாறு

ஐஃபோன்

ஒரே தயாரிப்பில் புரட்சிகரமான மூன்று பொருட்கள்

தொலைபேசியாகும் ஐபாட்

2005க்குள் ஐபாட் விற்பனை விண்ணை முட்டியது. அந்த ஆண்டு மட்டும் இருபது மில்லியன் விற்றன – இது முந்தைய ஆண்டைவிட நான்கு மடங்கு அதிகம். இந்தச் சாதனம் நிறுவனத்திற்கு மிகவும் முக்கியமானதாக இருந்தது – அந்த ஆண்டு வருமானத்தின் 45% என்ற அளவில், அதே சமயம் அது நிறுவனத்தின் பெயருக்கு மெருகூட்டிய விதம், மாக் விற்பனையை அதிகரிப்பதாக இருந்தது.

இதனால்தான் ஜாப்ஸ் கவலையில் ஆழ்ந்தார். 'அவர் எப்பொழுதுமே பிரச்சினைகள் உருவாக்கக்கூடிய விஷயங்களில் மிகுந்த கவனம் செலுத்துவார்' – நிர்வாகக் குழு உறுப்பினர் ஆர்ட் லெவின்ஸ்டன் நினைவுகூர்ந்தார். அவருடைய முடிவு: 'நமது வயிற்றிலடிக்கக்கூடிய சாதனம் செல்ஃபோன்.' அவர் நிர்வாகக் குழுவினரிடம் விளக்கினார் – 'தொலைபேசிகளில் காமெராக்கள் பொருத்தப்பட்டு வருவதால் டிஜிட்டல் காமெராக்களின் (இலக்கமுறை காமெரா) விற்பனை பாதிக்கப்பட்டுள்ளது. இந்த நிலை ஐபாடுக்கும் ஏற்படலாம் – ஃபோன் தயாரிப்பாளர்கள் அவற்றில் மியூசிக் ப்ளேயர்களைப் பொருத்தி விட்டால். 'எல்லோர் கையிலும் ஃபோன் இருக்கிறது. அதனால் தனியாக ஒரு ஐபாடுக்கு அவசியமில்லாமல் போய்விடும்.'

அவருடைய முதல் தந்திரம், பில் கேட்ஸின் முன்னிலையில் 'தனது மரபணுக்களிலேயே இல்லாதது' என்று அறிவித்திருந்த ஒன்றைச் செய்வதுதான்: அதாவது, மற்றொரு நிறுவனத்துடன் கூட்டணி அமைப்பது. அவர் மோடோரோலாவின் புதிய தலைமை நிர்வாக அதிகாரி எட் ஸான்டருடன் கலந்தாலோசித்தார் – செல்ஃபோன் மற்றும் டிஜிட்டல் காமெரா இணைந்த மோடோரோலாவின் பிரபல ரேஸ்ரில் (RAZR) ஐபாட் பொருத்தப்பட்ட ஒரு துணைத்தயாரிப்பு பற்றி. அப்படி உருவானதுதான் ரோக்ர் (ROKR). அதில் ஐபாடின் சிக்கனமும் இல்லை;

ரேஸ்ரின் (RAZR) மெலிந்த தோற்றமும் இல்லை. அழகற்றதாக, பாடல்கள் சேகரிப்பது கடினமாக, நூறு பாடல்கள் மட்டுமே சேமிக்கக் கூடியதாக – எல்லா விதத்திலும் ஜாப்ஸ் செயல்படவிரும்பும் விதத்திற்கு நேர் எதிராகச் செயல்படும் ஒரு குழுவினர் கலந்தாலோசித்து உருவாக்கிய தயாரிப்பாக அது இருந்தது. வன்பொருள், மென்பொருள், உள்ளடக்கம் அனைத்தும் ஒரு நிறுவனத்தின் கட்டுப்பாட்டில் இருப்பதற்குப் பதிலாக மோடோரோலா, ஆப்பிள், கம்பியிலா செலுத்தியான ஸிங்குலர் ஆகிய நிறுவனங்களின் கூட்டுத் தயாரிப்புபோல் இருந்தது. 'எதிர்காலத் தொலைபேசி இப்படித்தான் இருக்குமா?' என்று வயர்ட் பத்திரிகை தனது 2005 நவம்பர் இதழில் கிண்டல் செய்தது.

ஜாப்ஸ் மிகுந்த கோபத்திலிருந்தார். 'மோடோரோலா போன்ற திறமையற்ற நிறுவனங்களுடன் இணைந்து பணியாற்றி . புத்து விட்டேன்.' ஐபாட் தயாரிப்பின் மறுபரிசீலனை கூட்டங்களில் ஒன்றின் போது டோனி ஃபாடெல் மற்றும் பலரிடம் கூறினார்: 'இதை நாமே செய்துகொள்ளலாம்.' விற்பனைக்குவரும் செல்ஃபோன்கள் விநோத மாக இருப்பதாக அவர் கருதினார். கையிலெடுத்துச் செல்லக்கூடிய மியூசிக் ப்ளேயர்கள் போல அவையும் அசௌகரியமாக இருந்தன. 'நாங்கள் அனைவரும் வட்டமாய் அமர்ந்துகொண்டு எங்களுடைய ஃபோன்களை எவ்வளவு வெறுக்கிறோம் என்பதுபற்றிப் பேசிக் கொள்வோம்' என்று அவர் நினைவுகூர்ந்தார். 'அவை மிகவும் சிக்கலானவையாக இருந்தன. ஒருவருக்கும் எளிதில் புரியாத அம்சங்கள் – அதில் முகவரிப் புத்தகமும் ஒன்று. ஏதோ பைஜான்டீன் போல.' ஆப்பிளின் வெளி வழக்கறிஞரான ஜார்ஜ் ரைலி சட்டப் பிரச்சினை களை அலசுவதற்காகக் கூட்டங்களில் கலந்துகொண்டதை நினைவு கூர்ந்தார்: ஜாப்ஸ் அலுப்புத்தட்டும்பொழுதெல்லாம் ரைலியின் கைபேசியைப் பிடுங்கிவைத்துக்கொண்டு, அது எந்தவிதத்திலெல்லாம் 'மூளை முடங்கிக் கிடக்கிறது' என்று சுட்டிக்காட்டுவார். ஆகவே ஜாப்ஸும் அவருடைய குழுவினரும் தாங்கள் பயன்படுத்த விரும்பும் வகையிலான தொலைபேசியைத் தாங்களே வடிவமைக்கப் போவது குறித்து மிகவும் பூரித்துப் போயிருந்தனர். 'அதுதான் எங்களுக்குப் பெரிய ஊக்கமளிப்பதாக இருந்தது' என்று ஜாப்ஸ் பின்னர் கூறினார்.

மற்றொரு ஊக்கமளிக்கும் விஷயம் அதற்குக் கிட்டக்கூடிய வரவேற்பு: 2005இல் 825 மில்லியனுக்கும் அதிகமான ஃபோன்கள் – இலக்கணப் பள்ளி மாணவர்கள் முதல் பாட்டிகள் வரை, அனைவருக்கும் விற்றுத் தீர்ந்தன. ஆனால் அனைத்தும் கட்டையாக இருந்ததால் உயர் தரமான, நவீனத் தயாரிப்புகளுக்கு வாய்ப்பிருந்தது – கையடக்கமான மியூசிக் ப்ளேயர்கள் போலவே. முதலில் ஏர்போர்ட் வயர்லெஸ் பேஸ் ஸ்டேஷன்கள் (கம்பியில்லா விமான தளநிலையங்கள்) தயாரித்துக்

கொண்டிருந்த ஆப்பிள் குழுவிடம் ஜாப்ஸ் இந்தப் பொறுப்பை ஒப்படைத்தார் – அது கம்பியில்லாத் *(வயர்லெஸ்)* தயாரிப்பு என்பதால். ஆனால் விரைவிலேயே அது ஐபாட் போன்ற பயனர் தயாரிப்பு என்பதை உணர்ந்து மீண்டும் ஃபாடெல் குழுவினரிடமே ஒப்படைத்துவிட்டார்.

அவர்களுடைய முதல் முயற்சி ஐபாடை மாற்றியமைப்பது. தொலைபேசி எண்களின் பட்டியலை மேலும் கீழும் நகர்த்தித் தேர்வு செய்வதற்கு ட்ராக்வீலைப் (பின்தொடர்ச் சக்கரம்) பயன்படுத்தவும் விசைப்பலகை *(கீபோர்ட்)* இல்லாமலே எண்களைப் புகுத்தவும் முயன்றனர். அது இயல்பாகப் பொருந்தவில்லை. 'ட்ராக்வீலைப் பயன்படுத்துவதில் பிரச்சினைகள் அதிகம் இருந்தன - குறிப்பாக எண்களைச் சுழற்றும்பொழுது' என்றார் ஃபாடெல். 'மிகவும் கடினமாக இருந்தது. முகவரிப் பட்டியலிலிருந்து தேர்வு செய்யச் சௌகரியமாக இருந்தாலும், புதிய எண்களைச் சேர்ப்பது மிகுந்த தொல்லையாக இருந்தது. பயனர்கள் ஏற்கனவே பட்டியலிலுள்ள எண்களைத்தான் அடிக்கடி அழைப்பார்கள் என்று குழுவினர் தம்மைத் தாமே சமாதானப் படுத்திக் கொண்டாலும், அது உண்மையில் நடைமுறைக்கு ஒத்துவராது என்பது அவர்களுக்குத் தெரிந்திருந்தது.

அந்தச் சமயத்தில் ஆப்பிளில் மற்றொரு புதிய திட்டமும் நடை பெற்றுக்கொண்டிருந்தது: ஒரு டாப்லெட் கம்ப்யூட்டரைத் (கையடக்கக் கணினியைத்) தயாரிப்பதற்காக. 2005இல் இந்தக் கலந்தாலோசனைகள் குறுக்கிட நேர்ந்தது. அதைத் தொடர்ந்து டாப்லெட்டுக்கான யோசனைகள் தொலைபேசிக்கான திட்டத்திற்குள் சீராய்ப் பரவின. அதாவது, ஐபேடுக்கான யோசனை ஐஃபோனுக்கு முன்னரே தோன்றி, அதற்கு அடித்தளமாய் அமைந்தது.

மல்டி-டச் (பல்தொடுகை)

மைக்ரோஸாஃப்ட்டில் ஒரு டாப்லெட் பீசி உருவாக்குவதில் ஈடுபட்டி ருந்த பொறியியல் வல்லுநர்களில் ஒருவர் லாரீனுக்கும் ஸ்டீவ் ஜாப்ஸுக்கும் நெருக்கமான ஒரு தோழியின் கணவர். அவர் தமது ஐம்பதாவது பிறந்தநாளன்று பில் கேட்ஸ் மற்றும் மெலின்டா கேட்ஸுடன் இவர்களையும் அழைத்திருந்தார். ஜாப்ஸ் சற்று தயக்கத் துடன் கலந்துகொண்டார். 'ஸ்டீவ் என்னிடம் நல்ல தோழமையுடன் பழகினார்' என்றார் கேட்ஸ். 'ஆனால் பிறந்தநாள்காரருடன் அவ்வளவு தோழமை கொண்டிருந்ததாகத் தோன்றவில்லை.'

அந்த மனிதர் மைக்ரோஸாஃப்டுக்காக உருவாக்கிவரும் டாப்லெட் பீசி பற்றிய தகவல்களை வெளியிட்டுக்கொண்டே இருந்தது கேட்ஸுக்குச் சற்றும் பிடிக்கவில்லை. 'அவர் நமது ஊழியராக

இருந்தும் நமது அறிவுசார் சொத்தை வெளியிடுகிறாரே' என்று கேட்ஸ் பொருமினார். ஜாப்ஸுக்கும் அந்தப் போக்கு பிடிக்கவில்லை. 'கேட்ஸ் எந்த விளைவை எண்ணிப் பயந்தாரோ, அது அப்படியே நடந்தது' என்றபடி ஜாப்ஸ் நினைவுகூர்ந்தார்:

> அந்த மனிதர் 'மைக்ரோஸாஃப்ட் இந்த டாப்லெட் பீசி மென் பொருளைக்கொண்டு உலகை முழுமையாக மாற்றியமைக்கப் போகிறது, நோட்புக் கணினியை இல்லாமல் செய்யப்போகிறது, ஆப்பிள் அவருடைய மைக்ரோஸாஃப்ட் மென்பொருளுக்கு உரிமம் பெறவேண்டியிருக்கும்' என்றெல்லாம் ஓயாமல் சொல்லி என்னைச் சித்ரவதைக்கு ஆளாக்கினார். ஆனால் அவர் அந்தச் சாதனத்தைத் தப்பும் தவறுமாய்ச் செய்துகொண்டிருந்தார். அதில் ஒரு ஸ்டைலஸ் (ஒயிலாணி) பயன்படுத்தப்பட்டிருந்தது. ஸ்டைலஸ் இருந்தாலே ஒரு பயனும் இருக்காது. அன்றைய இரவு விருந்துக்குள் பத்தாவது முறையாக அவர் அதைச் சொல்லிமுடித்தபோது நான் அலுத்தே போய்விட்டேன். வீட்டிற்கு வந்தவுடன் சொன்னேன்: 'இது ஒன்றுக்கும் உதவாது. ஒரு டாப்லெட் எப்படியெல்லாம் இருக்க முடியுமென்று அவனுக்குக் காட்டுவோம்.'

ஜாப்ஸ் மறுநாள் அலுவலகத்திற்குச் சென்று தமது குழுவினரைக் கூட்டி, 'எனக்கு ஒரு டாப்லெட் வேண்டும் – விசைப்பலகை, ஸ்டைலஸ் எதுவும் இல்லாமல்' என்றார். பயனர்கள் திரையில் தங்கள் விரல்களால் தொட்டே தட்டச்சு செய்ய இயலும். அதாவது திரைக்கு மல்டி-டச் (பல்தொடுகை) என்ற அம்சம் – ஒரே நேரத்தில் பல குறிப்புகளை எடுத்துக்கொண்டு செயலாற்றும் திறன் – தேவைப்பட்டது.. 'ஒரு மல்டி-டச் உணர்திறன் கொண்ட டிஸ்ப்ளேயை எனக்குத் தயாரித்துத் தரமுடியுமா?' என்றார் அவர். ஆறு மாதங்களாயின. ஆனால், செம்மை குறைவாக இருந்தாலும் செயல்படக்கூடிய ஒரு மாதிரிவடிவத்தை உருவாக்கினர். ஜானி ஐவ் மல்டி-டச் உருவானது பற்றி வேறுவிதமாய் நினைவுகூர்ந்தார்: தமது வடிவமைப்புக்குழு ஆப்பிளின் மாக் புக் ப்ரோவிற்கான ட்ராக்பேடுகளுக்காக (பின்தொடர்த் தளத்திற்காக) உருவாக்கப்பட்டுவரும் மல்டி-டச் உள்ளீட்டில் ஏற்கனவே பணியாற்றிக் கொண்டிருந்ததாகக் கூறினார். அத்துடன் அந்தத் திறனைக் கணினித் திரைக்கு மாற்றுவதற்கான பல்வேறு வழிகளைச் சோதித்துவந்தனர். அது எப்படியிருக்குமென்று ப்ரொஜெக்டரைப் (திரைவீழ்த்தியைப்) பயன்படுத்திச் சுவரில் பிரதிபலித்துக்காட்டினர். ஆனால் அப்பொழுது அதை ஜாப்ஸிடம் காட்டுவதில்லை என்பதில் கவனமாய் இருந்தார் – குறிப்பாகத் தமது குழுவினர் தங்கள் ஓய்வு நேரம் முழுவதையும் அதில் செலவிட்டு வருவதால் அவர்களுடைய உற்சாகத்தை வடியவைக்க அவர் விரும்பவில்லை. 'ஸ்டீவ் சட்டென்று தம் கருத்தைச் சொல்லிவிடுவார்

என்பதாலேயே மற்றவர்கள் முன்னிலையில் நான் அவருக்கு எதையும் காட்டுவதில்லை' என்றார் அவர். 'அவர்பாட்டுக்கு இது ஒன்றுக்கும் உதவாது என்று கூறி, அந்த யோசனைக்கு முக்கியத்துவமில்லாமல் செய்துவிடுவார். யோசனைகள் எளிதில் நொறுங்கிவிடும் தன்மை கொண்டவை; அவை வளர்ந்துவரும் நிலையில் மிகவும் மென்மை யாகக் கையாளவேண்டும். இவர் புறக்கணித்தால் அது மிகுந்த வருத்த மளிப்பதாக இருக்குமென்று உணர்ந்திருந்தேன் – ஏனெனில் அது மிக முக்கியமானது என்று எனக்குத் தெரியும்.'

ஐவ் தமது ஆலோசனை அறையில் செயல்விளக்கத்திற்கு ஏற்பாடு செய்து தனிப்பட்ட முறையில் அதை ஜாப்ஸிற்குக் காட்டினார். மற்றவர்கள் இல்லாதபோது அவர் தமது நொடிக்கும் கருத்தை வெளியிட வாய்ப்புகள் குறைவு என்பது அவருக்குத் தெரிந்திருந்தது. அதிர்ஷ்டவசமாக ஜாப்ஸிற்கு அது மிகவும் பிடித்துவிட்டது. 'இதுதான் எதிர்காலம்' என்று பூரித்துப்போனார்.

அது உண்மையிலேயே மிக நல்ல யோசனையாக இருந்தது. திட்ட மிட்டிருந்த செல்ஃபோனுக்கான இடைமுகத்தை (இன்டர்ஃபேஸ்) உருவாக்கு வதிலிருந்த சிக்கலை இது தீர்க்கக்கூடும் என்பதை ஜாப்ஸ் உணர்ந்து கொண்டார். இந்தத் திட்டம் மிகவும் முக்கியமானதாக இருந்ததால், டாப்லெட் (கையடக்கக் கணினி) திட்டம் தாற்காலிகமாக நிறுத்தி வைக்கப்பட்டது. தொலைபேசியின் சிறுதிரைக்கு ஏற்ப மல்டி-டச் இன்டர்ஃபேஸ் மாற்றியமைக்கப்பட்டது. 'அது தொலைபேசியில் செயல்படுமென்றால், மீண்டும் பின்னோக்கிச் சென்று டாப்லெட்டில் பயன்படுத்திக்கொள்ளலாம் என்று எனக்குத் தெரிந்திருந்தது' என்றார் ஜாப்ஸ்.

ஜாப்ஸ் ஃபாடெல், ரூபின்ஸ்டைன், ஷில்லர் ஆகியோரை ஒரு இரகசியக் கூட்டத்திற்காக வடிவமைப்புக் கூடத்தின் ஆலோசனை அறைக்கு வரும்படி அழைத்தார். அங்கு ஐவ் மல்டி-டச்சின் செயல்விளக்கமளித்தார். 'வாவ்!' – பூரித்துப்போனார் ஃபாடெல். எல்லோருக்குமே அது பிடித்திருந்தது. ஆனால் தொலைபேசியில் அதைச் செயல்புரியவைக்க முடியுமா என்பதுதான் கேள்விக் குறியாக இருந்தது. ஆகவே இருவழிகளில் செயல்படத் தீர்மானித்தனர்: ஐபாடில் ட்ராக்வீல் பயன்படுத்தும் P1 என்பது தொலைபேசிக்கான சங்கேதக் குறியாகவும், P2 என்பது மல்டி-டச் திரையைப் பயன்படுத்தும் மாற்றுவழிக்கான சங்கேதக்குறியாகவும் ஆயின.

டெலாவேரிலுள்ள ஃபிங்கர்வர்க்ஸ் என்ற சிறு நிறுவனம் ஏற்கனவே பலவிதமான மல்டி-டச் ட்ராக்பேடுகளைத் தயாரித்து வந்தது. டெலாவேர் பல்கலைக்கழகத்தைச் சேர்ந்த ஜான் எலியாஸ் மற்றும்

வெய்ன் வெஸ்டர்மான் ஆகியோரால் தொடங்கப்பட்ட ஃபிங்கர் வொர்க்ஸ் மல்டி-டச் உணர்திறன் கொண்ட டாப்லெட்டுகளை வடிவமைத்திருந்தது. கிள்ளுதல் *(பிஞ்ச்)*, நீவுதல் *(ஸ்வைப்)* போன்ற விரல்களின் அசைவுகளைப் பயனுள்ள செயல்பாடுகளாக்கும் முறைகளுக்காக அவர்கள் உரிமைக் காப்புப் பெற்றிருந்தார்கள். 2005இன் தொடக்கத்தில் ஆப்பிள் சத்தமின்றி அந்த நிறுவனத்தை அதன் உரிமைக் காப்புகள் மற்றும் இரு நிறுவனர்களின் சேவைகளுடன் சேர்த்து மொத்தமாக கையகப்படுத்திக்கொண்டது. ஃபிங்கர்வொர்க்ஸ் தனது தயாரிப்புகளை மற்றவர்களுக்கு விற்பதை நிறுத்திவிட்டு, தனது புதிய உரிமைக் காப்புகளை ஆப்பிளின் பெயரில் எடுக்கத்தொடங்கியது.

ட்ராக்வீல் P1இலும், மல்டி-டச் P2இலும் ஆறுமாதங்கள் பணிபுரிந்த பிறகு ஒரு தீர்மானம் எடுப்பதற்காகத் தமது உள் குழுவினரை ஆலோசனை அறைக்கு அழைத்தார் ஜாப்ஸ். ஃபாடெல் ட்ராக்வீல் வடிவத்தை மேம்படுத்தப் பெரிதும் முயன்று வந்திருந்தாலும், தொலைபேசி அழைப்புகளுக்கு ஒரு எளிய வழி இன்னமும் புரிபடாமலிருந்தது. மல்டி-டச் விஷயத்தில் இடர்ப்பாடு அதிகம் – ஏனெனில் அவர்களால் அந்தப் பொறியியல் நுட்பத்தைச் செய்யமுடியுமா என்பது சற்றுச் சந்தேகமாகவே இருந்தது. என்றாலும் அது மிகவும் உற்சாகமும், நம்பிக்கையும் ஊட்டுவதாக இருந்தது. 'இதைத்தான் நாம் செய்ய விரும்புகிறோம் என்று நம் எல்லோருக்குமே தெரியும்' என்றார் ஜாப்ஸ், தொடுதிரையைக் *(டச் ஸ்க்ரீன்)* காட்டியபடி. 'ஆகையால் அதைச் செயல்பட வைப்போம்.' இதைத்தான் அவர் நிறுவனத்தின் 'பணயம் வைக்கும் கணம்' என்று அழைக்க விரும்பினார் – மிக அதிக இடர்ப்பாடுகள். ஆனால் வெற்றியடைந்துவிட்டால், மிகப்பெரிய வெகுமதி.

குழுவிலிருந்த ஒன்றிரண்டுபேர் விசைப்பலகை வேண்டுமென்றனர் – ப்ளாக்பெர்ரியின் வரவேற்பைக் கருத்தில்கொண்டு. ஆனால், ஜாப்ஸ் அந்த யோசனையை நிராகரித்துவிட்டார். விசைப்பலகை *(கீபோர்ட்)* திரையின் பரப்பளவை ஆக்கிரமித்துக்கொள்ளும்; மேலும் தொடுதிரையை விசைப்பலகை போல தேவைக்கேற்ப மாற்றவோ வசதியாய்ப் பயன்படுத்தவோ முடியாது. 'வன்பொருள் விசைப்பலகை எளிய தீர்வாகத் தோன்றினாலும், பயன்படுத்துவதில் சில கட்டுப்பாடுகள் இருக்கும்' என்றார். 'இப்படி யோசித்துப் பாருங்கள்... மென்பொருளைப் பயன்படுத்தி விசைப்பலகையைத் திரையிலேயே தோற்றுவிக்க முடிந்தால் எவ்வளவோ புதுமைகளைப் புகுத்தலாம்... நாம் இதை ஒரு சவாலாக எடுத்துக்கொள்வோம். அதற்கு நிச்சயம் ஒரு வழி கிடைக்கும்.' இவ்வாறு வடிவமைக்கப்பட்ட சாதனத்தில் பல புதுமைகள் இருந்தன. தொலைபேசி எண்களுக்காகத் தனிப் பொத்தான்கள், எழுதுவதென்றால் விசைப்பலகை – இப்படிச் செயலுக்கேற்பத் தேவையானவை திரையில்

தோன்றுமாறு செய்யப்பட்டிருந்தது. அதுமட்டுமல்ல, வீடியோ படம் பார்க்கையில், இவை அனைத்தும் திரையிலிருந்து மறைந்துவிடும். வன்பொருளுக்குப் பதிலாக மென்பொருளைப் பயன்படுத்தினால், இடைமுகம் *(இன்டர்ஃபேஸ்)* மிகவும் சரளமாகவும் வளைந்து கொடுப்பதாகவும் ஆனது.

ஜாப்ஸ் ஒவ்வொரு நாளும் ஒரு பகுதியைச் செதுக்கி, ஆறு மாதங்கள் உழைத்து, திரையில் தோன்றுவதை மேன்மேலும் செம்மைப்படுத்துவதில் உதவியாய் இருந்தார். 'நான் அதுவரை அறிந்த பொழுதுபோக்குகளிலேயே மிக மிகச் சிக்கலாக இருந்தது அதுதான்' என்றார் அவர். 'ஏதோ *சர்ஜன்ட் பெப்பரில்*[1] வரும் பல்வேறு மாறுதல்களின் பரிணாம வளர்ச்சியை உருவாக்குவது போன்ற அனுபவமாக இருந்தது.' இன்று நமக்கு எளிதாகத் தோன்றும் சிறப்பம்சங்கள் அனைத்தும் ஆற்றல் வாய்ந்த, ஆக்கப்பூர்வமான அறிவுஜீவிகளின் அசுர சாதனை.

உதாரணமாக, உங்கள் சட்டைப்பையில் குலுங்கிக்கொண்டிருக்கும் பொழுது தவறுதலாகப் பாடலிசைக்கவோ, தொலைபேசி எண்களைச் சுழற்றவோ செய்யாமலிருக்கவைப்பது எப்படி என்று குழு கவலைப் பட்டது. ஜாப்ஸிற்கோ ஆன்-ஆஃப் மின்னியக்கிகள் என்றாலே ஆகாது – அவற்றை 'எடுப்பில்லாதவை' என்பார். இதற்குத் தீர்வு, 'ஸ்வைப் டு ஓபன்' (நீவித் திறக்கும் தொழில்நுட்பம்) என்ற எளிய, தமாஷான ஸ்லைடர் (நழுவு உறுப்பு). செயலற்று இருக்கும் சாதனத்திற்கு அது உயிரூட்டியது. மற்றொரு முற்போக்கு உத்தி – காதில் கைபேசியை வைத்துக் கொள்வதை உணரக் கூடியது. காது மடல்களால் வேறு செயல்பாடுகள் எதுவும் தூண்டப்பட்டுவிடாமல் இது பாதுகாத்தது. ஐகான்கள் (குறிப்படங்கள்) அனைத்தும் அவருக்கு மிகவும் பிடித்தமான, முதல் மகின்டாஷின் மென்பொருளில் பில் அட்கின்ஸனைப் புகுத்தச் சொன்ன அதே மழுங்கிய முனைகளுள்ள நீள்சதுர வடிவில் இருந்தன. ஒவ்வொருமுறை கூடும்பொழுதும் ஜாப்ஸ் நுணுக்கங்களில் ஆழ்ந்திருக்க, குழுவினர் பிற கைபேசிகளில் உள்ள சிக்கல்களை எளிமையாக்கும் வழிகளைக் கண்டறிந்தனர். வழிகாட்டுதலுக்காக ஒரு பெரிய பாரையும் (பட்டையும்) சேர்த்தனர் – தொலைபேசி அழைப்புகளைத் தற்காலிகமாக நிறுத்தி வைத்தல், பலபேர் ஒரே நேரத்தில் ஒருங்கிணைந்து பேசக் கூடிய கான்ஃபரன்ஸ் (கலந்துரையாடல்) அழைப்புகள், மின்னஞ்சல் வழியே புகுந்து செல்லுதல், பல்வேறு பயன்பாட்டு மென்பொருள் களிலிருந்து *(அப்ளிகேஷன்ஸ்)* தேர்வு செய்துகொள்வதற்காகப் படுக்கைவாட்டில் நகரக்கூடிய ஐகான்கள் என வன்பொருளில் வலியப்

[1] பீட்டில்ஸ் குழுவினர் உருவாக்கிய கற்பனைக் குழு. இதன் மூலம் தங்களுடைய உண்மையான இயல்பிலிருந்து விலகி, அவர்களால் இசையில் ஆழ்ந்து ஈடுபட முடிந்தது. (மொ-ர்)

புகுத்தப்படும் விசைப்பலகைக்குப் (கீபோர்ட்) பதிலாக அவை திரையிலேயே தோன்றி, பயன்பாட்டை உண்மையிலேயே மிக எளிதாக்கிவிட்டன.

கொரில்லாக்ளாஸ்

சிலவகை உணவுகளில் எப்படித் தீவிர ஈடுபாடு காட்டினாரோ, அதேபோல ஜாப்ஸ் விதவிதமான மூலப்பொருட்களில் மோகம் கொண்டிருந்தார். 1997இல் ஆப்பிளுக்குத் திரும்பிச்சென்று ஐமாக் வேலைகளில் ஈடுபடத் தொடங்கியபோது, ஒளி ஊடுருவும் நிறங்களிலான பிளாஸ்டிக்கை வைத்துக்கொண்டு என்ன செய்யலாம் என்று கண்டுகொண்டார். அடுத்த கட்டம் – உலோகம். வளைவுகளோடு கூடிய பவர்புக் ஜி3ஐ அவரும் ஐவும் சேர்ந்து மெலிந்த டைட்டானியம் பவர்புக் ஜி4ஆக மாற்றினார்கள். இது இரண்டு ஆண்டுகளில் மீண்டும் திருத்தி வடிவமைக்கப்பட்டது – அலுமினியத்தில். பல்வேறு உலோகங்களைப் பயன்படுத்துவதில் தங்களுக்குள்ள ஆர்வத்தை இதன்மூலம் அவர்கள் விளக்கினார்கள். பிறகு ஒரு ஐமாக்கையும் ஐபாட் நானோவையும் உலோகப் பூச்சு இட்ட (ஆனோடைஸ்ட்) அலுமினியத்தில் தயாரித்தனர் – அதாவது, உலோகத்தை அமிலக்கரைசலில் முக்கி மின்னூட்டம் தருவதனால் மேற்பரப்பு ஆக்ஸிஜனுடன் கலந்து இறுகிவிடும். ஆனால் அவர்களுக்குத் தேவைப்படும் அளவிற்குத் தயாரிப்பது சாத்தியமில்லை என்று ஜாப்ஸ் அறிந்துகொண்டபோது, அதற்காகவே பிரத்யேகமாகச் சீனாவில் ஒரு தொழிற்சாலையை நிறுவினார். ஐவ் ஸார்ஸ் தொற்றுநோயின்போது அங்குச் சென்று தங்கியிருந்தார் – மேற்பார்வை யிடுவதற்காக. 'நான் ஒரு விடுதியில் மூன்று மாதங்கள் தங்கியிருந்து வேலைகளைக் கவனித்துக்கொண்டேன்' என்றார் ஐவ். 'ரூபியும் மற்றவர்களும் அது இயலாத காரியம் என்றார்கள். ஆனால் ஸ்டீவும் நானும் உலோகப் பூச்சு செய்யப்பட்ட அலுமினியத்திற்கு ஒரு கம்பீரமும் மதிப்பும் உள்ளதாகக் கருதினோம் – அதனால் அதைச் செய்ய விரும்பினேன்.'

அடுத்தது, கண்ணாடி. 'உலோகங்களுக்குப் பின், ஜானியிடம் நாம் கண்ணாடியில் தேர்ச்சிபெறவேண்டும் என்றேன்' என்றார் ஜாப்ஸ். ஆப்பிள் அங்காடிகளுக்கு அவர்கள் பிரம்மாண்டமான ஜன்னல்களையும் கண்ணாடிப் படிக்கட்டுகளையும் உருவாக்கியிருந்தனர். ஐஃபோனுக்கு முதன்முதலில் ஐபாட் போலவே பிளாஸ்டிக் திரையைப் பயன்படுத்துவதாகத் திட்டமிட்டிருந்தார்கள். ஆனால் திரை கண்ணாடியால் ஆனதாக இருந்தால் பார்ப்பதற்கு எடுப்பாக, ஆதாரமும், ஆழ்ந்த அர்த்தமும் உள்ளதாக இருக்கும் என்று ஜாப்ஸ் கருதினார். ஆகவே வலிமைமிக்கதாகவும், கீறல்கள் விழாததாகவும் உள்ள ஒருவகைக் கண்ணாடியை ஜாப்ஸ் தேடிக்கொண்டிருந்தார்.

இயல்பாக அவர் ஆசியாவைத்தான் தேர்ந்தெடுத்தார் – ஏனெனில் அங்குதான் அங்காடிகளுக்கான கண்ணாடிகள் தயாரிக்கப்பட்டு வந்தன. ஆனால் ஜாப்ஸின் நண்பர் ஜான் ஸீலி ப்ரௌன் – அவர் நியூ யார்க் நகரிலுள்ள கார்னிங் க்ளாஸ் நிறுவனத்தின் நிர்வாக உறுப்பினராக இருந்தார் – அந்த நிறுவனத்தின் இளம், ஆற்றல்மிக்க தலைமை நிர்வாக அதிகாரி வென்டெல் வீக்ஸிடம் பேசிப்பார்க்கும்படி பரிந்துரைத்தார். அதைத் தொடர்ந்து ஜாப்ஸ் கார்னிங்கை அழைத்து வீக்ஸிடம் பேசவேண்டும் என்றார். மறுமுனையில் பேசிய உதவியாளர் செய்தியை வீக்ஸிடம் தெரிவித்துவிடுவதாகக் கூறினார். 'இல்லை. நான் ஸ்டீவ் ஜாப்ஸ். எனக்கு நேரடியாகப் பேசவேண்டும்' என்றார். உதவியாளர் மறுத்துவிட்டார். ஜாப்ஸ் ப்ரௌனை அழைத்து 'கிழக்குக் கடலோரப் பாணி நாகரிகத்திற்கு'த் தாம் ஆளானதாகக் கூறிக் குறை பட்டுக் கொண்டார். வீக்ஸ் அதைக் கேள்வியுற்று ஆப்பிளின் பிரதான எண்ணுக்கு அழைத்து ஜாப்ஸிடம் பேசவேண்டும் என்றார். வீக்ஸின் வேண்டுகோளை ஒரு தாளில் எழுதி ஃபாக்ஸ் செய்யும்படி கூறப் பட்டது. இதை ஜாப்ஸிடம் தெரிவித்தபோது அவருக்கென்னவோ வீக்ஸை மிகவும் பிடித்துப்போய்விட்டது. அவரைக் க்யூபர்டினோ விற்கு வரும்படி அழைத்தார்.

ஐஃபோனுக்கு எந்தவகைக் கண்ணாடி தேவை என்று ஜாப்ஸ் விரிவாய் விளக்கினார். 1960களில் கார்னிங் தமது பிரத்யேக வேதியியல் பரிவர்த்தனை முறைப்படி ஒருவகைக் கண்ணாடியைத் தயாரித்திருந்த தாகவும், அதற்கு 'கொரில்லா க்ளாஸ்' என்று பெயரிட்டதாகவும் வீக்ஸ் கூறினார். அந்த வகைக் கண்ணாடி மிகவும் உறுதியாக இருந்தாலும், அதற்குப் பெரிதாக வரவேற்பு கிட்டவில்லை. அதனால் கார்னிங் தயாரிப்பை நிறுத்திவிட்டது. தமது தேவைக்கு அது பொருத்தமானதாக இருக்கும் என்று தோன்றுவதாகக் கூறிய ஜாப்ஸ், கண்ணாடித் தயாரிப்பு பற்றி வீக்ஸிற்கு விளக்கமளிக்க முற்பட்டார். வீக்ஸிற்கு அது விநோதமாக இருந்தது. ஏனெனில் நிச்சயமாக அவருக்கு அதுபற்றி ஜாப்ஸைவிட மிக நன்றாகவே தெரியும். 'நீங்கள் கொஞ்சம் நிறுத்திக் கொள்கிறீர்களா? நான் உங்களுக்குக் கொஞ்சம் அறிவியல் சொல்லித் தர வேண்டியிருக்கிறது' – வீக்ஸ் கூறியதுகேட்டு ஜாப்ஸ் வாயடைத்துப் போனார். வீக்ஸ் வெள்ளைப் பலகையில் ஒரு வேதியியல் பாடமே நடத்தினார் – அயனி பரிமாற்றம் மூலம் கண்ணாடியின் மேற்பரப்பில் அழுத்தமான படிமம் உருவாகி, எப்படி மிக உறுதியாக மாறுகிறது என்பதுபற்றி. இது ஜாப்ஸை மிகவும் கவர்ந்துவிட்டது. ஆறு மாதங் களுக்குள் கார்னிங்கால் எவ்வளவு அதிகம் முடியுமோ, அந்த அளவிற்கு கொரில்லா க்ளாஸ் தேவை என்று கூறினார். 'அதற்கான வசதிகள் எங்களிடம் இல்லை' என்றார் வீக்ஸ். 'எங்களுடைய தொழிற்சாலைகள் எதுவுமே அதை இப்போது தயாரிப்பதில்லை.'

‘அதைப்பற்றிக் கவலைப்படவேண்டாம்’ என்று ஜாப்ஸ் கூறினார். வீக்ஸ் ஆச்சரியத்தில் வாயடைத்துப்போனார் – அவர் நல்ல மனது கொண்டவர்தான்; தன்னம்பிக்கை உள்ளவர்தான். ஆனால் ஜாப்ஸின் மாயவலைக்குப் பரிச்சயமில்லாதவர். அதனால் அசட்டு தைரியத்தினால் பொறியியல் சவால்களை வெல்ல முடியாது என்று விளக்க முற்பட்டார். ஆனால் இது ஜாப்ஸால் சிறிதும் ஏற்றுக்கொள்ள முடியாத ஒன்று என்பதை அவரே பலமுறை நிரூபித்திருந்தார். வழக்கம்போலத் தமது கண்ணிமைக்காத பார்வைக்கணைகளைத் தொடுத்தார் - வீக்ஸை நோக்கி. ‘உங்களால் நிச்சயமாக முடியும்’ என்றார் அவர். ‘உங்கள் மனத்தை அதில் முழுமையாய்ச் செலுத்துங்கள். நிச்சயமாய் உங்களால் முடியும்.’

வீக்ஸ் இந்தச் சம்பவத்தைப் பின்னர் நினைவுகூர்ந்தபோது ஆச்சரியத்தில் தலையசைத்தார். ‘நாங்கள் ஆறு மாதத்திற்குள்ளாகவே முடித்தோம்’ என்றார் அவர். ‘அதுவரை தயாரிக்கப்படாத ஒரு கண்ணாடியை நாங்கள் தயாரித்தோம்.’ கார்னிங்கின் தொழிற்சாலையொன்று கென்டக்கியின் ஹாரிஸ்பர்கில் இருந்தது. அங்கு எல்சிடி டிஸ்ப்ளேக்கள் தயாரிக்கப்பட்டுவந்தன. அது ஏறத்தாழ இரவோடு இரவாக முழுநேர கொரில்லா க்ளாஸ் தொழிற்சாலையாக மாற்றப்பட்டது. ‘எங்களுடைய மிகச் சிறந்த விஞ்ஞானிகளையும் பொறியியல் வல்லுநர்களையும் அதில் ஈடுபடுத்தி நினைத்ததைச் சாதித்துவிட்டோம்!’ வீக்ஸின் காற்றோட்டமான அறையை ஒரே ஒரு நினைவுப்பொருள் அலங்கரிக்கிறது. அது ஐஃபோன் வெளியான அன்று ஜாப்ஸ் அனுப்பிய குறிப்பு: ‘நீங்கள் இல்லாமல் எங்களால் இதைச் சாதித்திருக்க முடியாது.’

வடிவமைப்பு

டாய் ஸ்டோரி, ஆப்பிள் ஸ்டோர் போன்ற பல பெரிய திட்டங்களில் முடியும் தறுவாயில் ஜாப்ஸ் இடைநிறுத்தப் (பாஸ்) பொத்தானை அழுத்திப் பெரிய அளவில் மாற்றங்களைப் புகுத்த முடிவுசெய்ததுண்டு. இது ஐஃபோன் விஷயத்திலும் நடந்தது. முதல் வடிவமைப்பில் கண்ணாடித் திரை அலுமினியப் பெட்டகத்தில் பதிக்கப்பட்டிருந்தது. ஒரு திங்களன்று காலை வேளையில் ஜாப்ஸ் ஐவைக் காணச்சென்றார். ‘நான் நேற்றிரவு தூங்கவே இல்லை’ என்றார் அவர். ‘ஏனெனில் இது எனக்குத் திருப்தியளிக்கவில்லை என்று உணர்ந்தேன்.’ மகின்டாஷுக்குப் பின் அவர் தயாரித்த முக்கியமான சாதனம் இது – அவருடைய கண்களுக்கு ஏனோ சரியாகப்படவில்லை. ஐவ் பதறிப்போனார் – ஜாப்ஸ் சொன்னது சரியாகத்தான் இருந்தது. ‘இதை அவர் வந்து கூறித் தெரிந்துகொள்ளும் படி ஆகிவிட்டதே என்று எண்ணி மிகவும் குறுகிப் போய்விட்டேன்’ என்று ஐவ் நினைவுகூர்ந்தார்.

ஐஃபோன் முழுக்க முழுக்கத் திரைக்கு முக்கியத்துவம் தரும் சாதனம். ஆனால் தற்போதைய வடிவமைப்பில் பெட்டகம் விலகி வழிவிடுவதற்குப் பதில் குறுக்கிட்டது. மொத்தத்தில் அந்தச் சாதனம் மிகவும் வன்மையாக, செயல்பாடு அடிப்படையிலான ஒன்றாக, திறன் மிக்கதாகத் தோற்றமளித்தது. 'தோழர்களே, நீங்கள் அனைவரும் கடந்த ஒன்பது மாதங்களாக உயிரைக் கொடுத்து உழைத்து இதனை வடிவமைத்திருக்கிறீர்கள். ஆனால் நாம் இதை மாற்றப்போகிறோம்' என்று ஜாப்ஸ் ஐவ் குழுவினரிடம் கூறினார். 'நாம் எல்லோரும் இனி இரவு பகலாக மட்டுமன்றி, வார இறுதிகளிலும்கூட வேலை செய்ய வேண்டியிருக்கும். நீங்கள் விரும்பினால் சில துப்பாக்கிகளைத் தருகிறோம் - இப்படியொரு முடிவை எடுத்ததற்காக இப்பொழுதே நீங்கள் எங்களைக் கொன்றுவிடலாம்.' மனமுடைந்து பின்வாங்கு வதற்குப் பதிலாக, குழுவினர் அனைவரும் அதற்கு ஒத்துக்கொண்டனர். 'ஆப்பிளில் எனது பெருமைமிகுந்த தருணங்களில் அதுவும் ஒன்று' என்று ஜாப்ஸ் நினைவுகூர்ந்தார்.

புதிய வடிவமைப்பில் இருந்த மெலிந்த ஸ்டெய்ன்லெஸ் ஸ்டீல் பெட்டகம் கொரில்லா கிளாஸ் திரை விளிம்புவரை விரிய வகை செய்தது. சாதனத்தின் அனைத்துப் பகுதிகளிலும் திரை முக்கியத்துவம் பெற்றது. புதிய தோற்றம் சற்றுக் கடுமையானதாக இருந்தாலும் தோழமை நிறைந்து காணப்பட்டது. அதைக் கொஞ்சமுடிந்தது. இதற்காக மின்சுற்றுப் பலகைகள், அலைவாங்கி *(ஆன்டெனா)*, செயலி *(ப்ராஸஸர்)* பொருத்தும் இடம் என அனைத்தையும் மீண்டும் வடிவமைக்க வேண்டியிருந்தது – ஆனால் அந்த மாற்றம் நிச்சயம் தேவை என்று ஜாப்ஸ் கண்டிப்பாகச் சொல்லிவிட்டார். 'மற்ற நிறுவனங்களாக இருந்தால் வெளியிட்டிருப்பார்கள் – ஆனால் நாங்கள் நிலைமீட்புப் *(ரீசெட்)* பொத்தானை அழுத்தி, மீண்டும் புதிதாய்த் தொடங்கினோம்' என்றார் ஃபாடெல்.

வடிவமைப்பின் ஒரு சிறப்பம்சம் ஜாப்ஸின் கச்சிதத்தை மட்டுமன்றி, கட்டுப்பாட்டில் அவருக்கிருந்த விருப்பத்தையும் பறைசாற்றியது - அதுதான் இறுக்கமாக மூடப்பட்ட பெட்டகம். மின்கலத்தை மாற்று வதற்காகக்கூடத் திறக்கமுடியாத வகையில் அது வடிவமைக்கப் படிருந்தது. 1984இன் மகின்டாஷ் விஷயத்தில் நடந்ததுபோல இதனுள் இருக்கும் பாகங்களில் யாரும் கைவைப்பதை ஜாப்ஸ் விரும்பவில்லை. 2011இல் ஐஃபோன் 4ஐப் பழுதுபார்க்கும் சேவை நிலையங்கள் ஆங்காங்கே உருவாகி வருவதை ஆப்பிள் அறியவந்தது. உடனடியாக அதன் மிகச்சிறிய திருகாணிகளை மாற்றி, கடைகளில் வாங்கக் கூடிய எந்தத் திருப்புளியாலும் திறக்கவேமுடியாத பென்டாலோப் வகைத் திருகாணிகளைப் பொருத்திவிட்டனர். மின்கலத்தை மாற்ற

வேண்டிய அவசியமில்லாமல் போனதால், ஐஃபோனை மேலும் மெலிதாக வடிவமைக்க முடிந்தது. ஜாப்ஸைப் பொறுத்தவரையில் மெலிந்திருப்பதுதான் சிறப்பானது. 'மெலிந்திருப்பதுதான் அழகு என்பதில் அவர் எப்பொழுதும் ஆழ்ந்த நம்பிக்கை கொண்டிருந்தார்' என்றார் டிம் குக். 'எல்லா சாதனங்களிலும் அதை நீங்கள் கண்கூடாகப் பார்க்க முடியும் – மிகவும் மெலிந்த நோட்புக், மிகவும் மெலிந்த ஸ்மார்ட்ஃபோன், அதைத் தொடர்ந்து மெலிந்த ஐபாட், இப்போது இன்னும் மெலிதாக.'

வெளியீடு

ஐஃபோனை வெளியிடத் தயாரானபோது, வழக்கம்போல ஒரு பத்திரிகைக்குச் சிறப்புப் பேட்டியளிக்க முடிவுசெய்தார் ஜாப்ஸ். *டைம்* பத்திரிகையின் ஆசிரியர் ஜான் ஹ்ஃவேயை அழைத்து, தமது பாணியில் பேசத் தொடங்கினார்: 'இதுதான் நாங்கள் செய்ததிலேயே சிறந்த சாதனம்.' *டைம்* பத்திரிகைக்கு சிறப்புப் பேட்டியளிக்க எண்ணியிருந்தாலும், '*டைமில்* அதை எழுதக்கூடிய அளவிற்குத் திறமையானவர்கள் யாருமில்லாததால், வேறு பத்திரிகைக்குத் தரப் போகிறேன்' என்று கூறினார். ஹ்ஃவே *டைமில்* பணியாற்றும் லெவ் க்ராஸ்மன் என்ற தொழில்நுட்பக் கட்டுரையாளரை (நாவலாசிரியரும் கூட) அறிமுகம் செய்துவைத்தார். தமது கட்டுரையில் க்ராஸ்மன் ஐஃபோன் உண்மையில் புதிய அம்சங்கள் எதையும் புகுத்தவில்லை என்றாலும், உள்ள அம்சங்களின் பயன்பாட்டை மிகவும் எளிதாகி யிருப்பதாய்ச் சரியாகக் கணித்து எழுதியிருந்தார். 'நமது சாதனங்கள் சரியாக வேலை செய்யாதபோது, நம்மை நாமே குறை சொல்லிக் கொள்கிறோம் – முட்டாள்தனமாக இருந்ததற்கு, விளக்கக் குறிப்புப் புத்தகத்தைப் படிக்காததற்கு அல்லது விரல்கள் தடித்திருப்பதற்கு. நமது சாதனங்கள் உடைந்துபோனால், நாமும் உடைந்துபோகிறோம். அவற்றை யாராவது சரிசெய்து தந்தால், ஏதோ இன்னும் கொஞ்சம் முழுதாகிவிட்டதாய் உணர்கிறோம்...'

2007 ஜனவரியில் சான் ஃப்ரான்சிஸ்கோவில் நடந்த மாக்வேள்டில் ஏற்பாடு செய்யப்பட்டிருந்த திரைவிலக்கத்திற்கு ஆண்டி ஹெர்ட்ஸ் ஃபெல்ட், பில் அட்கின்ஸன், ஸ்டீவ் வாஸ்நியாக் மற்றும் 1984 மகின்டாஷ் குழுவினரை ஜாப்ஸ் வரவழைத்திருந்தார் - ஐமாக்கை வெளிடும்பொழுது செய்தது போலவே. அற்புதமான தயாரிப்புகளின் வெளியீடுகள் நிரம்பிய அவருடைய தொழில்வாழ்க்கையில் இதுதான் மிகச்சிறந்ததாக இருக்கும். 'ஒவ்வொருமுறை ஒரு புரட்சிகரமான தயாரிப்பு வெளிவரும்பொழுதும், அது பெருத்த மாற்றத்தை ஏற்படுத்துகிறது' என்றவாறு அவர் தொடங்கினார். இதற்கு முந்தைய இரண்டு

உதாரணங்களைக் கூறினார்: 'கணினித் தொழில் துறையையே மாற்றிய' முதல் மகின்டாஷ்; 'இசைத் துறையையே மாற்றிய' முதல் ஐபாட். தொடர்ந்து அன்று வெளியிடப்போகும் புதிய தயாரிப்பை மெல்ல அறிமுகம் செய்துவைத்தார்: 'இன்று அதே வரிசையில் அகலத் திரையுள்ள ஐபாட், தொடுதல் கட்டுப்பாட்டுடன் *(டச் கண்ட்ரோல்)*. இரண்டாவது, புரட்சிகரமான கைபேசி. மூன்றாவது, ஒரு முற்போக்கான இணையதளத் தொடர்புச் சாதனம்.' இந்தப் பட்டியலை மீண்டும் ஒருமுறை அழுத்தமாகச் சொல்லி, அதன்பின் கேட்டார்: 'ஏதோ புரிவதுபோல உள்ளதா? இவை மூன்று தனித்தனிச் சாதனங்கள் அல்ல; ஒரே சாதனம் – அதனை ஐஃபோன் என்று அழைக்கிறோம்.'

ஐந்து மாதங்களுக்குப்பின் 2007 ஜூன் மாத இறுதியில் ஐஃபோன் விற்பனைக்கு இறங்கியதும், ஜாப்ஸும் அவருடைய மனைவியும் பாலோ ஆல்டோவிலுள்ள ஆப்பிள் ஸ்டோருக்கு வந்திருந்தனர் – அங்கு நிலவிய பூரிப்பான சூழலில் கலந்துகொள்ள. தமது புதிய தயாரிப்புகள் விற்பனைக்கு இறங்கும்பொழுதெல்லாம் அவர் இவ்வாறு செய்வது வழக்கம் என்பதால், அவருடைய ரசிகர்கள் ஆவலோடு காத்திருந்தார்கள். அவர் உள்ளே நுழைகையில் மோசஸ் வேத புத்தகத்தை வாங்க வந்திருந்தால் எப்படி வரவேற்றிருப்பார்களோ, அதேபோல வணக்கம் தெரிவித்தனர். விசுவாசிகளான ஹெர்ட்ஸ்ஃபெல்டும் அட்கின்ஸனும் கூட வந்திருந்தார்கள். 'பில் இரவுமுழுதும் வரிசையில் நின்றிருந்தார்' என்றார் ஹெர்ட்ஸ்ஃபெல்ட். ஜாப்ஸ் தமது கரங்களை வீசியவாறே உரக்கச் சிரித்தார். 'அவருக்கு ஒன்று அனுப்பிவைத்திருக் கிறேன்.' ஹெர்ட்ஸ்ஃபெல்ட் பதிலளித்தார்: 'அவருக்கு ஆறு வேண்டுமாம்.'

வலைப்பூ (ப்ளாக்) எழுத்தாளர்கள் உடனடியாக ஐஃபோனை 'ஜீசஸ் ஃபோன்' என்று புனைபெயர் சூட்டி அழைத்தனர். ஆனால் ஆப்பிளின் போட்டி நிறுவனங்கள் 500 டாலர் என்பது மிக அதிகம் என்றும் வெற்றி வாய்ப்புகள் குறைவு என்றும் வலியுறுத்தின. 'உலகிலேயே மிக விலையுயர்ந்த தொலைபேசி இது' – மைக்ரோ ஸாஃப்டின் ஸ்டீவ் பால்மர் ஒரு சிஎன்பிசி தொலைக்காட்சிப் பேட்டி யில் கூறியிருந்தார். 'தொழிலதிபர்களை இது கவராது. ஏனெனில் அதில் விசைப்பலகை *(கீபோர்ட்)* இல்லை.' மீண்டும் ஒருமுறை மைக்ரோ ஸாஃப்ட் ஜாப்ஸின் தயாரிப்பைக் குறைத்து மதிப்பிட்டிருந்தது. 2010 இறுதியில் ஆப்பிள் தொண்ணூறு மில்லியன் ஐஃபோன்களை விற்பனை செய்திருந்தது. உலக அளவிலான கைபேசி விற்பனையில் கிட்டிய மொத்த இலாபத்தில் பாதிக்கு மேல் ஈட்டியது.

'ஸ்டீவ் விருப்பத்தைப் புரிந்துகொள்ளக் கூடியவர்' என்றார் ஜெராக்ஸ் பார்க்கின் முன்னோடியான அலன் கே. அவர் 'டைனா புக்'

என்ற டாப்லெட் கணினியை நாற்பது ஆண்டுகளுக்கு முன்னரே மனத்தில் வடித்து வைத்திருந்தார். அவர் முன்னறிவித்தலில் திறன் மிக்கவர். அதனால், ஜாப்ஸ் ஐஃபோன் பற்றிய அவருடைய கருத்துகளைக் கேட்டார். 'திரையை ஐந்து அங்குலத்திற்கு எட்டு அங்குலம் என வடிவமையுங்கள்; நிச்சயம் உலகையே ஆள்வீர்கள்' என்றார் கே. ஐஃபோனின் வடிவமைப்பு அவர் கனவுகண்டிருந்த டைனா புக்கை நனவாக்குவது மட்டுமன்றி, அதற்கு மேலும் சாதனை செய்யகூடிய டாப்லெட் கணினிக்கான யோசனைகளை ஏற்கனவே தொடங்கியிருந்ததையோ, அவற்றை நோக்கி முன்னேறிக் கொண்டிருப்பதையோ அவர் அப்போது அறிந்திருக்கவில்லை.

இயல் முப்பத்தேழு

இரண்டாவது சுற்று

புற்றுநோய் மீண்டும் வருதல்

2008இன் போர்கள்

2008இன் தொடக்கத்தில் ஜாப்ஸின் புற்றுநோய் பரவி வருவது ஜாப்ஸிற்கும் அவருடைய மருத்துவக் குழுவிற்கும் தெளிவாகப் புரிந்து விட்டது. 2004இல் அவருடைய கணையத்திலிருந்த புற்றுநோய்க் கட்டிகளை அவர்கள் அகற்றியபோது புற்றுநோய்க் காரணியின் பாதைகளில் ஒரு பகுதி வரிசைப்படுத்தப்பட்டிருந்தது. அதன்படி எந்தப் பாதையில் முறிவு ஏற்பட்டுள்ளது என்பதை மருத்துவர்கள் தீர்மானிக்க அது பெரிதும் உதவியது. இதன் மூலம் அவர்கள் செயல்புரியும் சாத்தியக்கூறுகள் மிக அதிகமுள்ள சிகிச்சை முறைகளைத் தேர்வு செய்து, பாதிக்கப்பட்ட பகுதிகளைக் குறிவைத்து ஜாப்ஸிற்குச் சிகிச்சையளித்து வந்தனர்.

தவிர அவருக்கு வலிநிவாரண சிகிச்சையும் அளிக்கப்பட்டு வந்தது – பொதுவாக இதற்கு மார்ஃபீன் அடிப்படையிலான வலிநிவாரணிகள் பயன்படுத்தப்பட்டன. 2008 பிப்ரவரியில் ஒரு நாள் பவெல்லின் நெருங்கிய தோழி காத்தரின் ஸ்மித் அவர்களோடு பாலோ ஆல்டோவில் தங்கியிருந்தபோது, அவரும் ஜாப்ஸும் காலார நடக்கச் சென்றனர். ‘மிக அதிக வலியால் அவதியுறும்பொழுது அந்த வலியில் தமது முழுக் கவனத்தையும் செலுத்தி, அதற்குள் ஊடுருவிச் செல்வதாகவும், அது வலியைக் குறைப்பதுபோல் தோன்றுவதாகவும் என்னிடம் கூறினார்’ என்றார் காத்தரின். ஆனால் அது முற்றிலும் உண்மையென்று சொல்வதற்கில்லை. ஜாப்ஸ் வலியால் துடித்தபொழுதெல்லாம் தம்மைச் சுற்றியுள்ள அனைவருக்கும் அதைத் தெரியச் செய்தார்.

புற்றுநோயிலும் வலியிலும் செலுத்திய அளவு தீவிர கவனத்தை மருத்துவ ஆய்வாளர்கள் மற்றொரு விஷயத்தில் செலுத்தத் தவறி யிருந்தனர் – இந்த உடல்நலக் கோளாறு மேலும் சிக்கல்களைத் தோற்றுவித்துக் கொண்டிருந்தது. ஜாப்ஸின் உணவுப் பழக்கங்களில் பிரச்சினைகள் இருந்தன – அவருடைய உடல் எடையும் குறைந்து

கொண்டே வந்தது. தனது கணையத்தில் பெரும்பகுதியை அவர் இழந்து விட்டிருந்தது இதற்கு ஓரளவு காரணமாக அமைந்தது – புரதம் மற்றும் பல்வேறு சத்துப் பொருட்களின் செரிமானத்திற்குத் தேவையான நொதிகள் *(என்ஸைம்)* கணையத்தில்தான் உற்பத்தியாயின. புற்றுநோயும் மார்ஃபீனும் சேர்ந்து பசியின்மைக்கு மற்றொரு காரணமாயின. தவிர, உளவியல்ரீதியான ஒரு காரணமும் இருந்தது – இதைக் கையாள்வது எப்படியென்று மருத்துவர்களுக்குப் புரிபடவே இல்லை – அவர் தமது பதின்பருவகாலம்தொட்டே மிகக் கடுமையான உணவுக் கட்டுப்பாடு களையும் விரதங்களையும் ஒரு ஆவேசம் கலந்த தீவிரத்தோடு கடைப்பிடித்து வந்திருந்தார்.

திருமணமாகி, குழந்தைகள் பிறந்த பின்னரும்கூடத் தமது விநோத மான உணவுப் பழக்கங்களை அவர் தொடர்ந்து மேற்கொண்டார். பல வாரங்களுக்கு எலுமிச்சை சேர்த்த காரட் சாலட் அல்லது வெறும் ஆப்பிள் பழங்கள் போன்ற ஒரே உணவுப் பொருளை உட்கொள்வார் – பிறகு திடீரென அந்த உணவுப் பொருளை வெறுத்து ஒதுக்கி, அதை இனி உண்ணப்போவதில்லை என்று அறிவிப்பார். பதின்பருவத்தில் செய்தது போலவே விரதங்களை மேற்கொள்வதுடன், மேசையில் உணவருந்த அமர்ந்திருப்பவர்களிடம் தமது அப்போதைய உணவுப் பழக்கத்தின் மகிமையைப் பற்றி ஒரு தெய்வீகத்தன்மையோடு விவரிப்பார். அவர்களுடைய திருமணத்தின்போது பவெல் பால் பொருட்கள் விலக்கிய உணவுமுறையை மேற்கொண்டிருந்தார். ஆனால் தம் கணவரின் அறுவை சிகிச்சைக்குப்பின், குடும்பத்தினருக்கான உணவில் மீனையும் பல்வேறு வகையான புரதச் சத்துக்களையும் சேர்த்து அளிக்கத் தொடங்கினார். அதுநாள்வரை சைவ உணவு மட்டுமே உண்டுவந்த அவர்களுடைய மகன் ரீட், ஊர்வன பறப்பன என்று ஒன்றுவிடாமல் புசிக்கும் 'சர்வ பட்சிணி'யாகவே மாறிவிட்டான். அவனது தந்தைக்குப் பல்வேறு வகையான உணவுகளிலிருந்து புரதச் சத்துக்கள் கிட்டுவது முக்கியம் என்பதை அவர்கள் அறிந்திருந்தார்கள்.

ஜாப்ஸ் குடும்பத்தினர் ப்ரையர் ப்ரௌன் என்ற மென்மையான சுபாவமுள்ள, திறமையான சமையல் கலைஞரைப் பணிக்கு அமர்த்திக் கொண்டனர். அவர் முன்பு ஆலிஸ் வாட்டர்ஸிடம் பணியாற்றியவர் – ஷெஸ்பானீஸில். அவர் ஒவ்வொரு மதியமும் வந்து பவெல் தமது தோட்டத்தில் வளர்த்த மூலிகைகளையும் காய்கறிகளையும் கொண்டு ஊட்டச்சத்துமிக்க இரவு உணவு தயாரிப்பார். ஜாப்ஸ் ஏதாவது முரண்டுபிடித்தால் – காரட் சாலட், துளசி சேர்த்த பாஸ்டா, லெமன்க்ராஸ் சூப் என – ப்ரௌன் அமைதியாகவும் பொறுமையாகவும் செய்து தருவார். ஜாப்ஸ் எப்பொழுதுமே உணவு விஷயத்தில் தீவிரமான கருத்துடையவர் – ஒரே நொடியில் ஒரு உணவை அற்புதமென்றோ,

அற்பமென்றோ முடிவு கட்டிவிடுவார். மனிதர்களால் வேறுபடுத்த முடியாத ஒரேபோன்ற இரண்டு அவோகாடோ பழங்களைச் சுவைத்து விட்டு, ஒன்றை உலகிலேயே மிகச் சிறந்தது என்றும், மற்றதை உண்ணவே தகுதியற்றது என்றும் கூறுவார்.

2008இன் தொடக்கத்தில் ஜாப்ஸின் உணவுப் பிரச்சினைகள் மேலும் மோசமடைந்தன. சில இரவுகளில் அவர் நீண்ட சமையலறை மேசையில் பரவிக் கிடக்கும் உணவுப் பண்டங்களை அலட்சியம் செய்து விட்டு, தரையை வெறித்துப் பார்த்தபடி அமர்ந்திருப்பார். மற்றவர்கள் பாதி உணவருந்திக்கொண்டு இருக்கையிலேயே சட்டென எழுந்து சென்றுவிடுவார் – எதுவும் கூறாமல். இது அவருடைய குடும்பத்தினருக்கு மிகுந்த மன அழுத்தத்தைத் தந்தது. 2008 வசந்தகாலத்திற்குள் அவர்களுடைய கண்ணெதிரிலேயே அவருடைய எடை 18 கிகி குறைந்தது.

அவருடைய உடல்நலப் பிரச்சினைகள் மார்ச் 2008இல் மீண்டும் பகிரங்கமாயின – *ஃபார்ச்சூன்* பத்திரிகை *த ட்ரபுள் வித் ஸ்டீவ் ஜாப்ஸ்* (ஸ்டீவ் ஜாப்ஸிடமுள்ள பிரச்சினை) என்ற தலைப்பில் கட்டுரை வெளியிட்டபோது. ஒன்பது மாதகாலம் தமது புற்றுநோய்க்கு வெறும் உணவுக் கட்டுப்பாடுகளால் அவர் சிகிச்சையளிக்க முயன்றதை வெளியிட்டதுடன் ஆப்பிள் பங்கு வாய்ப்புகளைப் பின்தேதியிட்டதில் அவருடைய பங்குபற்றியும் ஆராய்ந்திருந்தது. இந்தக் கட்டுரை தயாராகி வரும் நிலையில் ஜாப்ஸ் *ஃபார்ச்சூன்* பத்திரிகையின் ஆசிரியர் ஆண்டி ஸர்வரை அதனை நிறுத்தும்படி வற்புறுத்துவதற்காக க்யூபர்டினோவிற்கு அழைத்தார். ஸர்வரின் முகத்தருகே குனிந்து, 'ஆக, நான் ஒரு திமிர்பிடித்தவன் என்ற விஷயத்தை நீங்கள் வெளிச்சமிட்டுக் காட்டியிருக்கிறீர்கள், அப்படித்தானே? இதெல்லாம் உங்களுக்கு ஒரு செய்தியா?' தன்விழிப்புணர்வுள்ள இதே வாதத்துடன் ஜாப்ஸ் ஹவாயின் கோனே கிராமத்திற்குக் கொண்டுவந்திருந்த *சாடெல்லைட் ஃபோன்* (செய்மதி தொலைபேசி) வழியாக ஸர்வரின் மேலதிகாரியான *டைம் இங்க்* நிறுவனத்தின் ஜான் ஹூவேயை அழைத்தார். சக தலைமை நிர்வாக அதிகாரிகள் அடங்கிய ஒரு குழு அமைத்து எந்த உடல்நலக் குறைபாடுகள் வெளியிடப்படலாம் என்பது பற்றிய கலந்துரையாடலுக்கு ஏற்பாடு செய்து, அதில் தாமும் பங்குபெறுவதாக வாக்களித்தார் – ஆனால் *ஃபார்ச்சூன்* பத்திரிகை தனது கட்டுரையை நிறுத்திக் கொள்வதானால் மட்டுமே. பத்திரிகை மறுத்துவிட்டது.

2008 ஜூனில் ஐஃபோன் 3ஜியை ஜாப்ஸ் வெளியிட்டபோது, மிகவும் மெலிந்து காணப்பட்டார். தயாரிப்பு பற்றிய அறிவிப்பையும் மீறி அது தெரிந்தது. *எஸ்கொயர்* பத்திரிகையில் டாம் ஜூனோட் மேடையில் கண்ட 'வாடிப்போன' மனிதர் 'கடல் கொள்ளைக்காரனைப் போல எலும்பும் தோலுமாக, அதுநாள்வரை அவருடைய திடத்

தன்மைக்குச் சின்னமாய் விளங்கிய உடைகளை அணிந்திருந்தார்' என்று வர்ணித்தது. ஆப்பிள் வெளியிட்ட அறிக்கை ஒன்று உண்மை யல்ல. என்றாலும், அவருடைய உடல் எடை குறைந்து போவதற்குக் காரணம் 'பொதுவாகக் காணப்படும் ஒரு வண்டினம்' என்றது. அதற்கு அடுத்த மாதமே, தொடர்ந்து கேள்விகள் எழுந்தவண்ணம் இருந்ததால், நிறுவனம் வெளியிட்ட மற்றொரு அறிக்கை ஜாப்ஸின் உடல்நிலை ஒரு 'தனிப்பட்ட விஷயம்' என்றது.

நியூ யார்க் டைம்ஸ் செய்தியாளர் ஜோ நோஸெரா ஒரு தொடர் கட்டுரை எழுதினார் - ஜாப்ஸின் உடல்நலப் பிரச்சினைகள் கையாளப் படும் விதத்தை அது வன்மையாகக் கண்டித்தது. 'ஆப்பிள் தனது தலைமை நிர்வாக அதிகாரி பற்றிய உண்மைகளைச் சொல்லுமென்று எதிர்பார்க்கமுடியாது' என்று ஜுலை மாத இறுதியில் அவர் எழுதினார். 'ஜாப்ஸின் தலைமையில் ஆப்பிள் இரகசியம் காக்கும் கலாச்சாரத்தை வளர்த்துக்கொண்டுள்ளது. இது பல வழிகளில் அதற்கு மிகவும் உதவி யாக இருந்துள்ளது. ஒவ்வொரு தயாரிப்பு வெளியீட்டின் போதும் ஆப்பிள் உருவாக்கிவரும் எதிர்பார்ப்பு – குறிப்பாக வருடாந்தர மாக்வேர்ல்ட் மாநாட்டில் – அது அந்த நிறுவனத்தின் சிறந்த விளம்பர உத்திகளில் ஒன்று. ஆனால் அதே இரகசியம்காக்கும் கலாச்சாரம் நிறுவனத்திற்கு உள்ளேயும் வெளியேயும் உள்ள அதிகாரப்பூர்வ உறவு களுக்கு விஷமாகியுள்ளது.' இந்தக் கட்டுரையை அவர் எழுதிவரும் பொழுதே ஒவ்வொரு கட்டத்திலும் ஆப்பிளிலிருந்து 'தனிப்பட்ட விஷயம்' என்று பதில் வந்தவண்ணம் இருந்தது. இந்நிலையில் அவர் சற்றும் எதிர்பாராத விதமாக ஜாப்ஸிடமிருந்து நேரடியாக ஒரு அழைப்பு வந்தது. 'ஸ்டீவ் ஜாப்ஸ் பேசுகிறேன். நான் சட்டத்தால் கட்டுப்படுத்த முடியாதவன் என்ற நினைப்பில் மிதக்கும் திமிர்பிடித்தவன் என்பது உங்கள் எண்ணம். என்னைப் பொறுத்தவரை நீங்கள் பெரும்பாலான தகவல்களைத் தவறாகவே தரும் சகதிக்கூடை.' ஆரம்பமே அமர்க்கள மாக இருந்தாலும், அதைத் தொடர்ந்து ஜாப்ஸ் தமது உடல்நலம்பற்றிய தகவல்கள் சிலவற்றைத் தந்தார் – நோஸெரா அவற்றை வெளியிடக் கூடாது என்ற நிபந்தனையுடன். இந்த வேண்டுகோளை நோசெரா மதித்து நடந்துகொண்டார் என்றாலும், ஜாப்ஸின் உடல்நலப் பிரச்சினைகளுக்குப் பொதுவாகக் காணப்படும் வண்டினம் தவிர வேறு காரணங்கள் இருந்தாலும், 'அவை உயிருக்கு ஆபத்து விளைவிக்கக் கூடியவையல்ல; மேலும் அவருக்குப் புற்றுநோய் மீண்டும் வரவில்லை' என்னும் அளவிற்கு எழுதமுடிந்தது. தமது நிர்வாகக் குழுவிற்கும் பங்குதாரர்களுக்கும் தரவிரும்பியதைவிடக் கூடுதலான தகவல்களை ஜாப்ஸ் நோஸெராவிற்குத் தந்திருந்தார். ஆனால் அவை முழுக்க முழுக்க உண்மை நிலையை விளக்கின என்று கூறுவதற்கில்லை.

ஜாப்ஸின் உடல் எடை குறைந்தது குறித்து எழுந்த அச்சம் காரணமாக ஆப்பிளின் பங்குவிலை 2008 ஜூன் தொடக்கத்திலிருந்த 188 டாலர்களிலிருந்து ஜூலை முடிவிற்குள் 156 டாலராக வீழ்ச்சியடைந்தது. ஆகஸ்ட் இறுதியில் ப்ளூம்பெர்க் நியூஸ் முன்கூட்டியே தயாரித்து வைத்திருந்த ஜாப்ஸின் இரங்கல்செய்தியைத் தவறுதலாக வெளியிட்டது – இது காக்கர் வலைப்பூவில் (ப்ளாக்) இடம்பெற்றது. இதனாலும் பெரிய அளவில் பலன்கள் எதுவும் கிட்டவில்லை. சில நாள்களுக்குப்பின் தமது வருடாந்தர இசை நிகழ்ச்சியில் ஜாப்ஸ் மார்க் ட்வெய்னின் பிரபலமான வரிகளைக் குறிப்பிட்டார்: 'என் மரணம் பற்றிய செய்திகள் பெரிதும் மிகைப்படுத்தப்பட்டுள்ளன' என்றார் அவர், புதிய ஐபாட்களின் வரிசையை வெளியிட்டவாறே. ஆனால் அவருடைய எலும்பும் தோலுமான தோற்றம் நம்பிக்கையளிக்கவில்லை. அக்டோபர் தொடக்கத்திற்குள் பங்குவிலைகள் 97 டாலராக வீழ்ச்சியடைந்திருந்தன.

அந்த மாதம் யுனிவர்செல் மியூசிக்கின் டக் மாரிஸ் ஜாப்ஸை ஆப்பிளில் சந்திப்பதாக ஏற்பாடாகியிருந்தது. அதற்குப் பதிலாக ஜாப்ஸ் அவரைத் தம் வீட்டிற்கு அழைத்தார். அவருடைய மோசமான உடல்நிலையையும் வலியையும் கண்டு மாரிஸ் அசந்து போனார். சிட்டி ஆஃப் ஹோப் நிறுவனத்திற்காக லாஸ் ஆஞ்சலெஸில் நடைபெறும் ஒரு பிரம்மாண்ட நிகழ்ச்சியில் மாரிஸ் கௌரவிக்கப்பட இருந்தார். சிட்டி ஆஃப் ஹோப் புற்றுநோயால் பாதிக்கப்பட்டவர்களுக்காகப் பணம் திரட்டிவந்தது. அந்த நிகழ்ச்சிக்கு ஜாப்ஸும் வரவேண்டும் என்று மாரிஸ் கேட்டுக்கொண்டார். ஜாப்ஸ் பொதுவாக தர்மகாரியங்களில் ஈடுபடுவதைத் தவிர்த்து விடுவார் – ஆனால் மாரிஸையும் அந்த நிகழ்ச்சியின் நல்ல நோக்கத்தையும் கருத்தில் கொண்டு இம்முறை அதைச் செய்வதென்று தீர்மானித்தார். சான்டா மோனிகா கடற்கரையில் ஒரு பெரிய கூடாரத்தில் நடைபெற்ற நிகழ்ச்சியில் மாரிஸ் அங்குக் கூடியிருந்த இரண்டாயிரம் விருந்தினர்களிடம் ஜாப்ஸ் இசைத் தொழில் துறைக்குப் புத்துயிரூட்ட விருப்பதாக அறிவித்தார். ஸ்டெவீ நிக்ஸ், லயனெல் ரிச்சி, எரிக்கா பாது, அகொன் ஆகியோரது இசை நிகழ்ச்சிகள் நள்ளிரவு கடந்தும் நடந்தன. ஜாப்ஸிற்குக் குளிர் எடுத்தது. ஜிம்மி அயோவீன் அவருக்கு அணிந்துகொள்ள முக்காடிட்ட கதகதப்பான ஒரு சட்டையை அளித்தார். அந்த மாலைநேரம் முழுவதும் அந்த முக்காட்டை அணிந்தவாறே இருந்தார் அவர். 'அவருடைய உடல்நிலை மிகவும் மோசமாக இருந்தது; அவருக்குக் குளிரெடுத்தது; அவர் மிகவும் மெலிந்துபோயிருந்தார்' என்று மாரிஸ் நினைவுகூர்ந்தார்.

ஃபார்ச்சூன் பத்திரிகையின் பழம்பெரும் தொழில்நுட்ப எழுத்தாளர் ப்ரென்ட் ஷ்லென்டர் அந்த ஆண்டு டிசம்பர் மாதம் பத்திரிகையிலிருந்து விலகிக்கொள்வதாக இருந்தார். அவருடைய உச்சகட்ட நிகழ்ச்சி

ஜாப்ஸ், பில் கேட்ஸ், ஆன்டி க்ரோவ், மைக்கேல் டெல் ஆகியோரு டனான நேர்காணல். இதை ஒருங்கிணைப்பது மிகக் கடினமாக இருந்தது – அத்துடன் குறித்த தேதிக்குச் சிலநாள்கள் முன்பாக ஜாப்ஸ் அவரை அழைத்து, தாம் நிகழ்ச்சியில் கலந்துகொள்ளவில்லை என்றார். 'அவர்கள் ஏனென்று கேட்டால், நான் ஒரு திமிர்பிடித்தவன் என்று கூறிவிடுங்கள்' என்றார். கேட்ஸ் முதலில் ஆத்திரமடைந்தார். பின் ஜாப்ஸின் உண்மையான உடல் நிலவரத்தை அறிந்துகொண்டார். 'நிச்சயமாக அவர் அப்படிக் கூறியதற்கு மிக மிகச் சரியான காரணம் இருந்தது' என்றார் கேட்ஸ். 'அவர் அதை வெளியே சொல்ல விரும்ப வில்லை, அவ்வளவுதான்.' கடந்த பதினொரு ஆண்டுகளாகத் தமது மாபெரும் தயாரிப்பு வெளியீடுகளுக்கென அவர் களமாகப் பயன் படுத்திய ஜனவரி மாத மாக்வேர்ல்டில் பங்குபெறவிருந்ததை ஜாப்ஸ் ரத்துசெய்வதாக டிசம்பர் 16 அன்று ஆப்பிள் அறிவித்தபோது அது மேலும் தெளிவாயிற்று.

வலைப்பூ (பிளாக்) உலகம் அவருடைய உடல்நிலை பற்றிப் பல்வேறு விதமான ஊகங்களைப் பெருமளவில் வெளியிட்டது – அதில் பெரும்பான்மையான செய்திகளில் உண்மையின் வாடை வீசியது. ஜாப்ஸ் வெகுண்டு எழுந்தார் – தாம் அத்துமீறி நடத்தப்பட்டதாக உணர்ந்தார். மேலும் ஆப்பிள் இவற்றுக்கு மறுப்புச் செய்தி எதுவும் வெளியிடாமல் மந்தமாய் இருப்பதை எண்ணி அவர் ஆத்திரமடைந்தார். ஆகவே 2009 ஜனவரி 5 அன்று சற்றுப் போக்குக்காட்டும் விதத்தில் ஒரு கடிதத்தை வெளியிட்டார். அதில் தமது குடும்பத்தினருடன் அதிக அளவில் நேரம் செலவிடுவதற்காக மாக்வேர்ல்டில் கலந்துகொள்வதைத் தவிர்ப்பதாகக் காரணம் காட்டியிருந்தார். 'உங்களில் பலருக்குத் தெரிந்த விஷயம் தான் – 2008 முழுவதும் என் உடல் எடை தொடர்ந்து குறைந்து வந்துள்ளது' – அவர் தொடர்ந்தார். 'அதாவது என் உடல் ஆரோக்கியமாக இருப்பதற்குத் தேவையான புரதச்சத்துக்கள் கிட்டாமல் செய்யும் ஹார்மோன் சீர்குலைவு – இதற்கான காரணத்தைக் கண்டறிந் திருப்பதாக என் மருத்துவர்கள் கருதுகிறார்கள். மிகவும் நுணுக்கமான, நூதனமான சோதனைகள் இதனை உறுதி செய்துள்ளன. ஒப்பிட்டுப் பார்த்தால், ஊட்டச்சத்துக்கள் தொடர்பான இந்தப் பிரச்சினைக்குத் தீர்வு என்பது எளிதான ஒன்றுதான்.'

இதில் சிறிதளவேனும் உண்மை இருக்கத்தான் செய்தது. கணையத்தில் உற்பத்தியாகும் ஹார்மோன்களில் (இயக்குநீர்கள்) ஒன்று க்ளுககான் – இது இன்சுலினுக்கு எதிர்ப்பதமான செயல்பாடுடையது. க்ளுககான் கல்லீரலிலிருந்து சர்க்கரைச் சத்தைச் சுரக்கச் செய்கிறது. ஜாப்ஸின் புற்றுநோய்க்கட்டி கல்லீரலுக்குள் பரவி கோரத்தாண்டவம் ஆடிக் கொண்டிருந்தது. ஜாப்ஸின் உடல் தன்னைத்தானே மெல்ல அழித்து

கொள்ளும் அபாய நிலையை எட்டியிருந்தது. ஆகவே அவருடைய மருத்துவர்கள் க்ளூககான் அளவைக் குறைப்பதற்கான முயற்சியில் மருந்துகளை அளித்தனர். அவருக்கு ஹார்மோன் சீர்குலைவு இருந்தது உண்மைதான். ஆனால் அதற்கு அவருடைய புற்றுநோய் கல்லீரல் வரை பரவியிருந்ததே காரணம். இதை அவர் தனிப்பட்ட முறையில் மறுத்தார்; வெளிப்படையாகவும் மறுக்க விரும்பினார். துரதிர்ஷ்டவசமாக இதில் சட்டப்பிரச்சினைகள் இருந்தன - ஏனெனில் அவருடையது பங்குவணிகத்தில் ஈடுபடும் பொது நிறுவனம். ஆனால் வலைப்பூ (ப்ளாக்) உலகம் தம்மை நடத்தும் விதம் ஜாப்ஸிற்கு ஆத்திரமூட்டியது. அவர் அதற்கு எதிர்ப்புத்தெரிவிக்க விரும்பினார்.

இந்தக் கட்டத்தில் அவர் வெளியிட்ட நம்பிக்கை நிரம்பிய அறிக்கையையும் மீறி அவருடைய உடல்நிலை மிகவும் மோசமடைந்திருந்தது - அத்துடன் அவர் வலியால் மிகவும் துடித்துவந்தார். மற்றொரு சுற்று புற்றுநோய் சிகிச்சையை அவர் மேற்கொண்டிருந்தார் - அதற்கு அயர வைக்கும் பக்கவிளைவுகளும் இருந்தன. அவருடைய தோல் உலர்ந்து வெடிப்புகள் தோன்றின. மாற்று சிகிச்சைக்கான தேடல்களில் இறங்கிய அவர் சோதனைக் கட்டத்திலிருந்த, ஹார்மோன்கள் (இயக்குநீர்கள்) மூலம் செலுத்தப்படும் கதிரியக்க சிகிச்சையை முயன்று பார்ப்பதற்காக சுவிட்சர்லாந்திலுள்ள பாசெல் சென்றார். இது தவிர ராட்டர்டாமில் சோதனைக் கட்டத்திலிருந்த பெப்டைட் ரிசெப்டார் ரேடியோநியூக்ளைட் தெரபி என்ற கதிரியக்க சிகிச்சையையும் மேற்கொண்டார்.

ஒரு வார காலம் தொடர்ந்து வலியுறுத்தப்பட்ட சட்ட ஆலோசனைகளின் பேரில் ஒரு வழியாக ஜாப்ஸ் மருத்துவ விடுப்பெடுத்துக் கொள்ளச் சம்மதித்தார். இதற்கான அறிவிப்பு ஆப்பிள் ஊழியர்களுக்கு அவர் எழுதிய மற்றொரு பொதுக் கடிதத்தில் 2009 ஜனவரி 14 அன்று வெளியானது. தொடக்கத்தில் இந்த முடிவிற்குக் காரணம் வலைப்பூ எழுத்தாளர்களும் பத்திரிகையாளர்களும் தமது தனிப்பட்ட விஷயங்களைத் துருவித் துருவி ஆராய்வதுதான் என்று குற்றம் சுமத்தினார். 'துரதிர்ஷ்டவசமாக, என் உடல்நிலை குறித்து அவர்கள் காட்டிவரும் ஆர்வம் எனக்கும் என் குடும்பத்தினருக்கும் மட்டுமன்றி ஆப்பிளில் உள்ள அனைவருக்கும் தொடர்ந்து தொந்தரவாக உள்ளது' என்றார் அவர். பின்னர் தாம் அறிவித்திருந்தது போலத் தமது 'ஹார்மோன் (இயக்குநீர்) சீர்குலைவிற்குத்' தீர்வு அவ்வளவு எளிதல்ல என்று ஒப்புக்கொண்டார். 'கடந்த ஒருவார காலத்தில் என் உடல்நலக் கோளாறுகள் நான் முன்பு கருதியிருந்ததைவிட மிகவும் சிக்கலானவை என்பதை உணர்ந்துகொண்டு விட்டேன். மீண்டும் டிம் குக் அன்றாட அலுவல்களைக் கவனித்துக்கொள்வார்' என்றும், ஆனால் தாம் தொடர்ந்து தலைமை நிர்வாக அதிகாரியாக இருக்கப் போவதாகவும்,

முக்கிய தீர்மானங்களில் தொடர்ந்து ஈடுபடப் போவதாகவும் ஜூன் மாதத்திற்குள் திரும்பிவந்துவிடுவதாகவும் ஜாப்ஸ் கூறியிருந்தார்.

ஜாப்ஸ் தமக்குத் தனிப்பட்ட உடல்நல ஆலோசகர்களாகவும், நிறுவனத்தின் சக தலைமை நிர்வாகிகளாகவும் இரட்டைப் பொறுப்பு களுக்கிடையில் ஊசலாடும் பில் காம்ப்பெல், ஆர்ட் லெவின்ஸன் ஆகியோருடன் கலந்தாலோசித்துவந்தார். ஆனால் நிர்வாகக் குழுவி லிருந்த மற்ற உறுப்பினர்களுக்கு முழுமையான விவரங்கள் கிட்டி யிருக்கவில்லை. பங்குதாரர்களுக்குத் தொடக்கத்தில் தவறான விவரங்கள் தரப்பட்டிருந்தன. இதனால் சில சட்டச் சிக்கல்கள் எழுந்தன; நிறுவனம் பங்குதாரர்களிடமிருந்து 'முக்கிய விவரங்களை' மறைத்துள்ளதா என்று கண்டறிவதற்கான விசாரணையை செக்யூரிட்டீஸ் அண்ட் எக்சேஞ் கமிஷன் (பங்கு மற்றும் பரிவர்த்தனை ஆணையம் - எஸ்இசி) தொடங்கி வைத்தது. நிறுவனத்தின் நிதிநிலை தொடர்பாகத் தவறான விவரங்களை அளித்திருந்தாலோ, உண்மை விவரங்களை மறைத்திருந்தாலோ அது பாதுகாப்பு மீறலாகும்; போலி ஏமாற்றுதலாகக் கருதப் படும். ஆப்பிள் மீண்டு மறுபிறவி எடுத்ததோடு ஜாப்ஸூம் அவருடைய மந்திர வித்தைகளும் நெருங்கிய தொடர்புடையவை யாகக் கருதப்பட்டதால், அவருடைய உடல்நிலையும் இத்தகைய குற்றத்திற்குப் பொருத்தமான தரம் கொண்டதாகத் தோன்றியது. ஆனால் அது சட்டத்தின் சற்றுத் தெளிவற்ற பகுதியாக இருந்தது – ஏனெனில் ஒரு தலைமை நிர்வாக அதிகாரியின் தனிப்பட்ட உரிமை களையும் கருத்தில்கொள்ள வேண்டியது அவசியமாயிற்று. இவ்வாறு சீர்தூக்கிப் பார்ப்பது குறிப்பாக ஜாப்ஸ் விஷயத்தில் மிகக் கடினமாக இருந்தது – ஏனெனில் அவர் தமது தனிப்பட்ட உரிமைகளுக்கு முக்கியத்துவம் அளித்தார். அத்துடன் மற்ற எந்தத் தலைமை நிர்வாக அதிகாரியையும்விடத் தமது நிறுவனத்தோடு முழுமையாய் ஒன்றி யிருந்தார். அவரும் இந்தக் காரியத்தை எந்த விதத்திலும் எளிமை யாக்கவில்லை. மிகவும் உணர்ச்சி வசப்பட்டவராக, அவ்வப்போது அழுவதும் அடம்பிடிப்பதுமாக இருந்தார் – குறிப்பாக அவர் இரகசியம் காப்பதைக் குறைத்துக்கொள்ள வேண்டும் என்று யாரேனும் யோசனை சொல்லும் வேளைகளில்.

ஜாப்ஸுடனான நட்பைக் காம்ப்பெல் பொக்கிஷமாய்க் கருதினார். ஜாப்ஸின் தனிப்பட்ட விஷயங்களில் தமது எந்த நிர்வாகப் பொறுப்பும் குறுக்கிடுவதை அவர் விரும்பவில்லை. ஆகவே நிர்வாகி என்ற பொறுப்பிலிருந்து விலகிக்கொள்ளத் தயாராயிருப்பதாகக் கூறினார். 'அவருடைய தனிப்பட்ட விஷயம் என்பது எனக்கு மிக முக்கியமானது.' 'அவர் பல்லாயிரம் ஆண்டுகளாக எனக்கு நல்ல நண்பராக இருந் துள்ளார்' என்று அவர் பின்னர் கூறினார். காலப்போக்கில் காம்ப்பெல்

நிர்வாகக் குழுவிலிருந்து விலகவேண்டிய அவசியமில்லை என்றாலும், சக தலைமை நிர்வாகி என்ற பொறுப்பிலிருந்து விலகிக்கொள்ளவேண்டும் என்று வழக்கறிஞர்கள் தீர்மானித்தனர். அவருக்குப் பதிலாக அவானைச் சேர்ந்த ஆன்ட்ரியா யூங் பொறுப்பேற்றார். எஸ்இசி விசாரணை எந்த முடிவையும் எட்டவில்லை. நிர்வாகக் குழு மேலும் விவரங்களை வெளியிடும்படி ஜாப்ஸிற்கு வந்துகொண்டிருந்த தொலைபேசி அழைப்புகளிலிருந்து அவரைப் பாதுகாத்தது. 'தனிப்பட்ட விவரங் களை நாங்கள் மேலும் அதிக அளவில் அளிக்கவேண்டுமென்று பத்திரிகைகள் விரும்பின' என்று அல் கோர் நினைவுகூர்ந்தார். 'சட்டத்தின் தேவைகளுக்கும் அதிகமான விவரங்களை அளிக்கவேண்டுமா என்பது ஜாப்ஸின் கையில்தான் இருந்தது. ஆனால் தமது தனிப்பட்ட விஷயங் களில் ஒருவரும் தலையிடுவதைத் தாம் விரும்பவில்லை என்பதில் அவர் பிடிவாதமாக இருந்தார். அவருடைய விருப்பத்திற்கு மதிப்பளிக்கப்பட வேண்டும்.' 2009இன் தொடக்கத்தில் பங்குதாரர்களிடம் கூறி நம்ப வைத்ததை விடவும் ஜாப்ஸின் உடல்நலப் பிரச்சினைகள் மிக மோசமான நிலையில் இருந்ததால், நிர்வாகக் குழு மேலும் விவரங்களை அளிக்க முன்வந்திருக்க வேண்டுமோ என்று நான் கோரிடம் கேட்டபோது, 'நாங்கள் வெளியிலிருந்து ஆலோசகர்களை வரவழைத்து சட்டத்திற்குத் தேவையானது என்ன என்பதையும், இதைக் கையாளச் சிறந்த முறை என்ன என்பதையும் ஆராய்ந்து, அச்சுபிசகாமல் அப்படியே கடைப் பிடித்தோம். நான் தற்காப்புக்காக மறுப்பதாகத் தோன்றலாம். ஆனால் விமரிசனங்கள் என்னை நிஜமாகவே எரிச்சலடையச் செய்துவிட்டன' என்று அவர் கூறினார்.

ஒரு நிர்வாகக் குழு உறுப்பினர் மறுப்புத் தெரிவித்தார் - க்ரைஸ்லர் மற்றும் ஐபிஎம்மின் முன்னாள் தலைமை நிதி அதிகாரியான ஜெர்ரி யார்க். அவர் பகிரங்கமாக எதையும் கூறவில்லை என்றாலும், *வால் ஸ்ட்ரீட் ஜர்னலின்* செய்தியாளரிடம் 2008இன் இறுதியில் ஜாப்ஸின் உடல்நலப் பிரச்சினைகள் குறித்த விவரங்களை நிறுவனம் மறைத் திருந்ததை அறிந்துகொண்டபோது மிகவும் 'வெறுப்படைந்ததாக'ப் பகிர்ந்துகொண்டார் – பதிவாகாத விதத்தில். 'உள்ளதைச் சொல்ல வேண்டுமென்றால், நான் அப்போதே பணியிலிருந்து விலகிக் கொண்டிருந்தால் நன்றாக இருந்திருக்கும்.' 2010இல் யார்க் மறைந்த போது, *ஜர்னல்* அவருடைய கருத்துகளைப் பதிவுசெய்தது. யார்க் *ஃபார்ச்சூன்* பத்திரிகைக்கும் பதிவில் வராத தகவல்களை அளித்திருந்தார். 2011இல் ஜாப்ஸ் அவருடைய மூன்றாவது மருத்துவவிடுப்பில் சென்றபோது அந்தப் பத்திரிகை அவற்றை வெளியிட்டது.

யார்க் கூறியதாகக் கருதப்படும் விஷயங்களை உண்மையென்று சில ஆப்பிள் ஊழியர்கள் நம்பவில்லை – ஏனெனில் அவை நடந்த

போது யாரும் எந்த முறையான எதிர்ப்பும் தெரிவித்திருக்கவில்லை. ஆனால் அவற்றில் உண்மையிருப்பது பில் காம்ப்பெல்லுக்குத் தெரியும். 2009இன் தொடக்கத்தில் யார்க் அவரிடம் கூறிக் குறைபட்டிருந்தார். 'ஜெர்ரி இரவு வேளையில் அருந்தக்கூடிய அளவைவிடச் சற்றுக் கூடுதலாக வெள்ளை மது அருந்துவார். பிறகு அதிகாலை இரண்டு அல்லது மூன்று மணிக்குத் தொலைபேசியில் அழைப்பார்: 'என்ன இழவோ, அவருடைய உடல்நலம் பற்றி வரும் செய்திகளையெல்லாம் நான் ஏற்றுக்கொள் வதாக இல்லை; உண்மை என்னவென்று உறுதிப்படுத்திக்கொள்ள வேண்டும்.' அடுத்த நாள் காலை நான் அவரை அழைத்தால், 'ஓ, அதெல்லாம் கிடக்கட்டும்; எந்தப் பிரச்சினையும் இல்லை' என்பார். ஆக, நிச்சயமாக அதுபோன்ற சில மாலை வேளைகளில்தான் ஏதோ ஒரு மயக்க நிலையில் அவர் செய்தியாளர்களிடம் பேசியிருக்க வேண்டும்.'

மெம்ஃபிஸ்

ஜாப்ஸின் புற்றுநோய் சிகிச்சைக் குழுவின் தலைவர் ஸ்டான்ஃபோர்ட் பல்கலைக்கழகத்தின் ஜார்ஜ் ஃபிஷர். இவர் உணவுப் பாதை-குடல் மற்றும் பெருங்குடல்-மலக்குடல் புற்றுநோய்களில் தலைசிறந்த ஆராய்ச்சி யாளர். பலமாதங்களாகவே அவர் ஜாப்ஸிடம் கல்லீரல் மாற்றுச் சிகிச்சை செய்துகொள்வதுபற்றிச் சிந்தித்தால் நல்லது என்று எச்சரித்து வந்தார். ஆனால் இந்தவகை விஷயங்களைப் பற்றிச் சிந்திப்பதற்கு ஜாப்ஸ் பொதுவாக எதிர்ப்புத் தெரிவித்து வந்தார். ஃபிஷர் இதைத் தொடர்ந்து வலியுறுத்தி வந்தது பவெல்லுக்கு ஆறுதலாக இருந்தது. தமது கணவர் இந்த யோசனைபற்றிச் சிந்திக்க வேண்டுமென்றால் இதுபோன்ற விடாமுயற்சிகள் தேவை என்பது அவருக்கு நன்றாகத் தெரியும்.

ஒருவாறாக 2009 ஜனவரியில் அவர் அதன் அவசியத்தை நன்கு புரிந்துகொண்டு சம்மதித்தார் – அதாவது தமது 'ஹார்மோன் (இயக்குநீர்) சீர்குலைவு' எளிதாகச் சிகிச்சை அளிக்கக்கூடியது என்று அவர் செய்தி வெளியிட்ட புதிதில். ஆனால் அதில் ஒரு பிரச்சினை இருந்தது. கலிஃபோர்னியாவில் கல்லீரல் மாற்றுச் சிகிச்சைக்காகக் காத்திருப்போர் பட்டியலில் அவருடைய பெயர் இடம்பெற்றிருந்தது. ஆனால் தேவை யான சமயத்திற்குக் கல்லீரல் கிட்டாது என்பது தெளிவாகத் தெரிந் திருந்தது. அவருடைய இரத்தப் பிரிவில் கல்லீரல் தானம் செய்வோரது எண்ணிக்கை மிகக் குறைவாக இருந்தது. அதுமட்டுமன்றி, அமெரிக்கா விலான கொள்கைகளை நிலைநாட்டும் யூனைடெட் நெட்வொர்க் ஃபார் ஆர்கன் ஷேரிங் (உடலுறுப்புப் பகிர்தலுக்கான ஐக்கிய விலையம்) என்னும் அமைப்பின் விதிமுறைகள் புற்றுநோயாளிகளைவிட கல்லீரல் அழுகல் (சிர்ரோசிஸ்), கல்லீரல் அழற்சி (ஹெபடைடீஸ்) நோயாளிகளுக்கே அதிக முக்கியத்துவம் தந்தது.

ஒரு நோயாளி, அவர் ஜாப்ஸ் போன்ற கோடீசுவரராகவே இருந்தாலும்சரி, வரிசையில் தாண்டிக்கொண்டு முந்திச் செல்வதற்குச் சட்டரீதியாக எந்த வழியும் இல்லை; அவர் அதற்கு முயற்சி செய்யவும் இல்லை. தானம் பெறுபவர்கள் அவர்களுடைய மெல்ட் (மோடல் ஃபார் எண்ட்-ஸ்டேஜ் லிவர் டிசீஸ்) எண் அடிப்படையில் தேர்ந்தெடுக்கப்பட்டனர். ஹார்மோன் அளவுகள் அடிப்படையிலான ஆய்வுக்கூடப் பரிசோதனைகள் மூலம் அவருக்குக் கல்லீரல் மாற்றுச் சிகிச்சை எந்த அளவிற்கு அவசரமாகத் தேவை என்பதைக் கண்டறிந்து, அதற்காக அவர் எவ்வளவு காலம் காத்திருந்தார் என்பதையும்கூடக் கருத்தில்கொண்டு இந்தத் தேர்வு நடத்தப்பட்டது. ஒவ்வொரு தானமும் மிக நுணுக்கமாகக் கண்காணிக்கப்படும். அதன் முழு விவரங்கள் பொது வலைத்தளங்களில் (optn.transplant.hrsa.gov/) பதிவுசெய்யப்படும். காத்திருப்போர் பட்டியலில் நமது பெயர் எங்குள்ளது என்பதை அவ்வப்போது சரிபார்த்துக்கொள்ளலாம்.

பவெல் உறுப்புதானம் தொடர்பான வலைத்தளங்களை ஆராயத் தொடங்கினார் – ஒவ்வொரு நாள் இரவும் காத்திருப்போர் பட்டியலில் எத்தனை பேர் உள்ளனர், அவர்களுடைய மெல்ட் எண்கள் என்ன, எவ்வளவு காலமாய்க் காத்திருக்கிறார்கள் என்று தெரிந்துகொள்வதற்காக. 'என்னைப் போலவே நீங்களும் கணக்கிட்டுப் பார்த்துக் கொள்ளலாம். கலிஃபோர்னியாவில் இவருக்குக் கல்லீரல் கிடைக்க வேண்டுமென்றால் நிச்சயம் ஜூன் மாதம் தாண்டிவிடும். ஆனால் மருத்துவர்கள் கூறியதை வைத்துப் பார்த்தால் அவருடைய கல்லீரல் ஏப்ரல் மாதத்திற்குள் செயலிழந்துவிடும்' என்று அவர் நினைவு கூர்ந்தார். ஆகையால் பலரிடம் விசாரித்துப் பார்த்ததில் இரண்டு வெவ்வேறு மாகாணங்களில் ஒரே நேரத்தில் ஒருவர் பதிவு செய்து கொள்ளலாம் என்றும், தானம் பெறுவோரில் மூன்று சதவிகிதத்தினர் இந்த முறையைப் பின்பற்றுகிறார்கள் என்பதும் தெரியவந்தது. இவ்வாறான பல்முனைப் பட்டியலை விதிமுறைகள் தடுப்பதில்லை – இது பணக்காரர்களுக்குச் சாதகமான ஏற்பாடு என்று விமர்சகர்கள் கூறினாலும், அதுவும் சிரமம்தான். முக்கியமான தேவைகள் இரண்டு: ஒன்று, தானம் பெறுபவர் தேர்ந்தெடுக்கப்பட்ட மருத்துவமனையை எட்டு மணி நேரத்திற்குள் சென்றடையவேண்டும். ஜாப்ஸ் தமது விமானத்தின் மூலம் இதை வெகு சுலபமாகச் செய்துவிடமுடியும். இரண்டு, அந்த மருத்துவமனையைச் சேர்ந்த மருத்துவர்கள் தானம் பெறுபவரை (ஆணோ, பெண்ணோ) நேரடியாகப் பரிசோதித்த பின்னரே அவரைப் பட்டியலில் சேர்ப்பார்கள்.

ஆப்பிளின் வெளி வழக்கறிஞராக அவ்வப்போது இருந்துவந்த சான் ஃப்ரான்சிஸ்கோவைச் சேர்ந்த ஜார்ஜ் ரைலி கருணையும்

அக்கறையும் மிகுந்த டென்னெஸ்ஸீ மாநிலத்தைச் சேர்ந்த பண்பாளர். அவர் ஜாப்ஸிற்கு மிகவும் நெருக்கமாகியிருந்தார். அவருடைய பெற்றோர் இருவரும் மெம்ஃபிஸில் உள்ள மெதோடிஸ்ட் பல்கலைக்கழக மருத்துவ மனையில் மருத்துவர்களாகப் பணியாற்றிவந்தனர். அவரும் அங்குதான் பிறந்தார். அவருடைய நண்பர் ஜேம்ஸ் ஈசன் அங்குள்ள மாற்று உறுப்புப் பொருத்து நிலையத்தை நடத்திவந்தார். அவருடைய நிலையம் நாட்டில் மிகச் சிறந்தது; மிகவும் மும்முரமாக இயங்கிவருவதும்கூட. 2008இல் அவரும் அவருடைய குழுவும் மொத்தம் 121 கல்லீரல் மாற்றுச் சிகிச்சைகள் செய்து முடித்திருந்தனர். பிற இடங்களைச் சேர்ந்தவர்கள் மெம்ஃபிஸில் பல்முனைப் பதிவு செய்துகொள்வதில் அவருக்கு எவ்வித ஆட்சேபனையும் இருக்கவில்லை. 'இது விளையாட்டல்ல. மக்கள் தாங்கள் எங்கே சிகிச்சை எடுத்துக்கொள்ளவேண்டும் என்று தீர்மானிக்கும் முறையாகும். சிலர் சிகிச்சைக்காக டென்னெஸ்ஸீயி லிருந்து கலிஃபோர்னியாவோ அல்லது வேறு எங்காவதோ செல்வார்கள். இப்போது கலிஃபோர்னியாவிலிருந்து டென்னெஸ்ஸீ வருவோரும் இருக்கிறார்கள்.' ரைலி ஈசனை பாலோ ஆல்டோவிற்கு வரவழைத்து, தேவையான பரிசோதனைகளை நடத்த ஏற்பாடு செய்தார்.

2009 பிப்ரவரி முடிவிற்குள் ஜாப்ஸின் பெயர் கலிஃபோர்னியாவில் உள்ளது தவிர டென்னெஸ்ஸீ பட்டியலிலும் இடம்பெற்றிருந்தது. பதற்றமான காத்திருப்பு தொடங்கியது. மார்ச் முதல் வாரத்திற் குள்ளாகவே அவருடைய உடல்நிலை மிக விரைவில் மோசமாகிக் கொண்டிருந்தது. காத்திருக்க வேண்டியதோ இன்னும் இருபத்தியொரு நாள்கள். 'பயங்கரமான அனுபவமாக இருந்தது' – பவெல் நினைவு கூர்ந்தார். 'எல்லாம் சரியான சமயத்தில் நடக்குமென்றே தோன்ற வில்லை.' ஒவ்வொரு நாளும் வேதனையில் கழிந்தது. மார்ச் மத்தியில் பட்டியலில் மூன்றாவதாக இருந்தார். பின் இரண்டாவது – முடிவில் முதலாவதாக. நாள்கள் கடந்தவண்ணம் இருந்தன. இதில் கொடுமை யான நிஜம் என்னவென்றால், *செயிண்ட் பாட்ரிக்ஸ் டே, மார்ச் மேட்னஸ்* போன்ற நிகழ்ச்சிகள் நெருங்கிக் கொண்டிருந்தன (2009 போட்டியில் மெம்ஃபிஸ் இடம்பெற்றிருந்தது – வட்டாரக்களமாக). அதில் பங்குபெற்றவர்கள் மது அருந்திவிட்டுக் கார் ஓட்டுவதால், விபத்தில் சிக்கி உயிரிழப்பவர்களின் எண்ணிக்கை உயரும். அதனால் தானத்திற்கு உறுப்புகள் கிட்டும் வாய்ப்பும் அதிகரிக்கும்.

அதுபோலவே, 2009 மார்ச் 21 வார இறுதியில் ஓர் இளைஞன் – வயது இருபதுகளின் மத்தியில் இருக்கலாம் – கார் விபத்தில் உயிரிழந்தான். அவனது உறுப்புகள் தானத்திற்குத் தயாராக இருந்தன. ஜாப்ஸும் அவருடைய மனைவியும் மெம்ஃபிஸிற்குப் பறந்தனர். நான்கு மணிக்குச் சற்று முன்பு சென்றடைந்தவர்களை ஈசன் வரவேற்றார்.

ஜல்லி, கரி, எண்ணெய் முதலியவற்றால் பாவப்பட்ட சாலையில் *(டார்மாக்)* அவர்களுக்காக ஒரு கார் காத்திருந்தது. எல்லாம் தயார் நிலையில் இருந்ததால் அவர்கள் மருத்துவமனைக்கு விரையும் வழியிலேயே சேர்க்கைக்குத் தேவையான படிவங்கள் அனைத்தும் பூர்த்திசெய்யப்பட்டன.

மாற்று அறுவை சிகிச்சை வெற்றிகரமாக முடிந்தது. ஆனால் நம்பிக்கை யூட்டுவதாக இருக்கவில்லை. அவருடைய கல்லீரலை மருத்துவர்கள் அகற்றியபோது பெரிடொனியத்தில் வயிற்றறை உறையில் புள்ளிகள் காணப்பட்டன. பெரிடொனியம் என்பது உள்ளுறுப்புகளைச் சூழ்ந் துள்ள மெல்லிய படலம். இதுதவிர, கல்லீரல் முழுவதும் புற்றுநோய்க் கட்டிகள் தோன்றியிருந்தன. இது புற்றுநோய் மற்ற இடங்களுக்கும் பரவியிருந்ததைக் குறித்தது. தன்னைத்தானே சடுதிமாற்றம் *(மியூடேஷன்)* செய்துகொண்டு விரைவில் வளர்ச்சியடைந்திருந்தது. மருத்துவர்கள் சில மாதிரிகளை எடுத்துக்கொண்டு மரபணு வரைபடமாக்கலை *(ஜீன் மாப்பிங்)* மேலும் தொடர்ந்தனர்.

சில நாள்களுக்குப்பின் மற்றொரு சிகிச்சை செய்யவேண்டியிருந்தது. மருத்துவர்களின் வலியுறுத்தலையும் மீறி ஜாப்ஸ் பிடிவாதமாய்த் தமது வயிற்றைச் சுத்தம் செய்துகொள்ள மறுத்துவிட்டார். அவரை மயக்கத்தில் ஆழ்த்த முயன்றபோது அந்த உட்பொருட்களை அவர் தமது சுவாசக் குழாய்க்குள் வலித்துக்கொண்டுவிட்டதால் நிமோனியா உண்டானது. அந்தக் கட்டத்தில் அவர் உயிரிழந்துவிடுவார் என்றே எல்லோரும் எண்ணிவிட்டனர். அந்த அனுபவத்தை அவர் பின்னர் விளக்கினார்:

> ஏறத்தாழ உயிரிழந்துவிட்டேன் என்றுதான் கூறவேண்டும். ஏனெனில் இந்தச் சிகிச்சை முறையில் உறிஞ்சுவதற்குப் பதில் ஊதுவார்கள். லாரீன் இருந்தாள். குழந்தைகளையும் விமானத்தில் வரவழைத்திருந் தார்கள். அன்றிரவு தாண்டி உயிரோடு இருப்பேன் என்று அவர்கள் நினைக்கவில்லை. ரீட் லாரீனின் ஒரு சகோதரருடன் கல்லூரிகள் தேடிக்கொண்டிருந்தான். ஒரு தனியார் விமானம் மூலம் டார்ட்மவுத் அருகிலிருந்து அவனை அழைத்துவந்தோம். நடப்பது எல்லா வற்றையும் அவர்களுக்கு விளக்கினோம். என் மகள்களையும் ஒரு விமானம் கொண்டுவந்து சேர்த்தது. என்னைச் சுயநினைவோடு பார்க்க அதுவே அவர்களுக்குக் கடைசிச் சந்தர்ப்பமாக இருக்கு மென்று நினைத்திருந்தார்கள். ஆனால் நான் உயிர்பிழைத்து விட்டேன்.

பவெல் சிகிச்சை மேற்பார்வைப் பொறுப்பை மேற்கொண்டார். நாள் முழுவதும் மருத்துவமனையிலேயே இருந்து மானிட்டர்கள்

ஒவ்வொன்றையும் கூர்ந்து கவனித்துவந்தார். 'லாரீன் அவரைப் பொத்திப் பாதுகாத்த அழகான பெண்புலி' என்று ஜானி ஐவ் நினைவு கூர்ந்தார். ஜாப்ஸ் பார்வையாளர்களைக் காணக்கூடிய அளவிற்குத் தேறிய உடனேயே ஐவ் வந்திருந்தார். பவெல்லின் தாயாரும் மூன்று சகோதரர்களும் பல்வேறு சமயங்களில் வந்து அவருக்குத் துணையாக இருந்தார்கள். ஜாப்ஸின் சகோதரி மோனா சிம்ஸனும் பாதுகாப்பிற்காக இருந்துவந்தார். பவெல் இல்லாத சமயங்களில் மோனாவையும் ஜார்ஜ் ரைலியையும் மட்டுமே தமது படுக்கைக்கு அருகில் வர அனுமதிப்பார். 'லாரீனின் குடும்பத்தினர் குழந்தைகளைப் பார்த்துக்கொள்ள எங்களுக்கு மிகவும் உதவியாக இருந்தனர். அவளது தாயாரும் சகோதரர்களும் மிகவும் அன்பும் அரவணைப்பும் மிக்கவர்கள்' என்று ஜாப்ஸ் பின்னர் கூறினார். 'நான் மிகவும் பலவீனமாக, ஒத்துழைக்க மறுப்பவனாக இருந்தேன். ஆனால் அதுபோன்றதொரு அனுபவம் மிக ஆழமானதொரு உறவால் அனைவரையும் பிணைத்துவிடுகிறது.'

பவெல் ஒவ்வொரு நாளும் காலை ஏழுமணிக்கு வந்துவிடுவார். சிகிச்சை தொடர்பான அனைத்து விவரங்களையும் திரட்டி, விரிதாளில் (ஸ்ப்ரெட்ஷீட்) நிரப்புவார். 'அது மிகவும் சிக்கலான வேலை – பல்வேறு விதமான சிகிச்சைகள் நடந்த வண்ணம் இருந்ததால்' என்று அவர் நினைவுகூர்ந்தார். ஜேம்ஸ் ஈசனும் அவருடைய மருத்துவக்குழுவும் ஒன்பது மணிக்கு வருவார்கள். பவெல் அவர்களுடன் ஜாப்ஸின் சிகிச்சையின் அனைத்து அம்சங்களையும் ஒருங்கிணைப்பது பற்றிக் கலந்தாலோசிப்பார். இரவு ஒன்பது மணியானால் திரும்பிச் செல்வதற்கு முன் ஒவ்வொரு மானிட்டரிலும் காணப்படும் குறிப்புகளை வைத்து அவருடைய உடல்நிலையின் போக்கைக் கணித்து ஓர் அறிக்கை தயார் செய்வார். அத்துடன் மறுநாள் விளக்கம் பெறுவதற்கான கேள்வி களையும் பட்டியலிடுவார். 'இது என் மூளையைச் சுறுசுறுப்பாகவும் கவனமாகவும் வைத்துக்கொள்ள உதவியது' என்றார் அவர்.

ஈசன் ஸ்டான்ஃபோர்டில் ஒருவரும் முழுமையாய்ச் செய்யாததைச் செய்தார்: மருத்துவ சிகிச்சையின் எல்லா அம்சங்களுக்கும் முழுப் பொறுப்பெடுத்துக்கொள்ளுதல். அவருடைய சொந்த மருத்துவமனை என்பதால் மாற்று உறுப்புச் சிகிச்சைக்குப் பிந்தைய உடல்நிலை முன்னேற்றம், புற்றுநோய் பரிசோதனைகள், வலி நிவாரணம், ஊட்டச் சத்து, மீளுதல், பராமரிப்பு போன்ற அனைத்தையும் ஒருங்கிணைக்க முடிந்தது. பொதுவசதி அங்காடியிலிருந்து (கன்வீனியன்ஸ் ஸ்டோர்) ஜாப்ஸிற்குப் பிடித்த சக்தியூட்டப் பானங்களைக்கூட வாங்கி வருவார்.

இரண்டு செவிலியர்கள் மிசிசிப்பியிலுள்ள சிறு நகரங்களிலிருந்து வந்தவர்கள் – அவர்களை ஜாப்ஸிற்கு மிகவும் பிடிக்கும். அவர்கள் மனத் திடமுள்ள குடும்பப் பெண்கள் – அவருக்குப் பணிந்துபோக

மாட்டார்கள். ஈசன் அவர்களை ஜாப்ஸிற்கென்று பிரத்யேகமாக நியமித்தார். 'ஸ்டீவைக் கையாளுவதற்கு அசாத்திய பொறுமையும் விடாமுயற்சியும் வேண்டும்' – டிம் குக் நினைவுகூர்ந்தார். 'ஈசன் ஸ்டீவை மிகத் திறமையாகக் கையாண்டார். வேறு ஒருவராலும் முடியாத அளவிற்கு சிலவற்றைச் செய்யவைத்தார் - அவருக்கு நன்மை தருவன, ஆனால் விரும்பக்கூடியதாக இல்லாதவை.'

இந்த அளவிற்கு அக்கறை எடுத்துக்கொண்டும், சில வேளைகளில் ஜாப்ஸ் ஏறத்தாழப் பித்துப் பிடித்தவர்போல் ஆகிவிடுவார். கட்டுப் பாட்டுக்குள் இல்லாதது குறித்து எரிச்சலடைவார். அவ்வப்போது ஏதோ ஒரு மாயலோகத்தில் சஞ்சரித்துக்கொண்டிருப்பார்; அல்லது கோபம் கொள்வார். ஏறத்தாழ நினைவற்றுப்போன நிலையில்கூட அவருடைய வலிமையான சுபாவம் தலைதூக்கியது. ஒரு கட்டத்தில் அவர் ஆழ்ந்த மயக்கத்தில் இருந்தபோது, ஒரு நுரையீரலியல் நிபுணர் அவருக்கு முகக்கவசம் *(மாஸ்க்)* அணிவிக்க முற்பட்டார். ஜாப்ஸ் அதைப் பிடுங்கி எறிந்ததுடன், தமக்கு அதன் வடிவமைப்பு சற்றும் பிடிக்க வில்லை என்று கூறி அதை அணிய மறுத்துவிட்டார். பேசக்கூட இயலாத அந்த நிலையிலும் அவர்களிடம் ஐந்து வெவ்வேறு வடிவங்களில் முகக்கவசங்களைக் கொண்டுவரும்படி உத்தரவிட்டார் - தமக்குப் பிடித்த வடிவமைப்பைத் தேர்ந்தெடுத்துக் கொள்வதற்காக. மருத்து வர்கள் குழப்பத்தோடு பவெல்லைப் பார்த்தார்கள். ஒருவாறாக, பவெல்லால் அவருடைய கவனத்தைத் திசைதிருப்ப முடிந்தது - அவர்கள் முகக் கவசத்தை அணிவிக்க வசதியாக. ஆக்ஸிஜன் (பிராணவாயு) அளவை அறிவதற்காக அவருடைய விரலில் அணிவிக்கப்பட்டிருந்த வளையத்தையும் அவர் அறவே வெறுத்தார். அது அழகற்றதாகவும், மிகவும் சிக்கலாகவும் இருப்பதாக அவர்களிடம் கூறினார். அதையே மேலும் எளிமையாக வடிவமைப்பதற்கான வழிமுறைகளைப் பரிந்துரைத்தார். 'தமது சூழல், தம்மைச் சுற்றிலுமுள்ள பொருட்கள் என அனைத்தையும் நுணுக்கமாக ஆய்வதில் பெரும் ஈடுபாடு காட்டினார் – அதுவே அவரை மிகவும் ஆயாசமடையச் செய்தது' – பவெல் நினைவுகூர்ந்தார்.

ஒரு நாள் மயக்கத்திலாழ்வதும் நினைவு திரும்புவதுமாக அவர் ஊசலாடிக் கொண்டிருந்தபோது, பவெல்லின் நெருங்கிய தோழி காத்தரின் ஸ்மித் அவர்களைக் காண வந்திருந்தார். அவருக்கும் ஜாப்ஸிற்கும் இடையில் அப்படியொன்றும் சுமுகமான உறவு இல்லை. ஆனால் ஜாப்ஸின் படுக்கை அருகே காத்தரின் வரவேண்டும் என்று பவெல் வலியுறுத்தினார். ஜாப்ஸ் கையசைத்து அவரை அருகில் அழைத்து ஒரு குறிப்பேடும் பேனாவும் வேண்டும் என்று சைகைமூலம் உணர்த்தினார். அதில் 'எனக்கு எனது ஐஃபோன் வேண்டும்' என்று

எழுதினார். ஸ்மித் அதை ஒப்பனை மேசையின் இழுவறையிலிருந்து எடுத்துவந்து அவரிடம் தந்தார். ஸ்மித்தின் கைகளைத் தம் கைகளில் பிடித்துக்கொண்டு 'நீவித் திறத்தல்' (ஸ்வைப் டு ஓபன்) செயல்பாட்டை அவருக்கு விளக்கினார். பிறகு அதன் பல்வேறு மெனுக்களோடு விளையாட வைத்தார்.

ஜாப்ஸிற்கும் க்ரிசானுக்கும் பிறந்த மகளான லிசா ப்ரென்னன்-ஜாப்ஸுடன் அவருக்கிருந்த உறவு நலிந்துபோயிருந்தது. ஹார்வார்ட் பல்கலைக்கழகத்தில் பட்டம்பெற்று, நியூ யார்க் நகருக்குக் குடிபெயர்ந்த அவள், தனது தந்தையுடன் மிக அபூர்வமாகவே தொடர்புகொண்டிருந்தாள். ஆனால் மெம்ஃபிஸிற்கு இரண்டு முறை பறந்துவந்தபோது அதை அவர் பாராட்டினார். 'அவள் அப்படிச் செய்தது என்னைப் பொறுத்தவரையில் பெரிய விஷயம்' என்றார் ஜாப்ஸ். துரதிர்ஷ்ட வசமாக அவர் அதை அப்போது அவளிடம் கூறவில்லை. ஜாப்ஸைச் சுற்றியுள்ள பலருக்கும் லிசா அவளது தந்தையைப் போலவே பிடிவாத முள்ளவளாகத் தெரிந்தாள். ஆனால் பவெல் அவளை வரவேற்று, அந்தச் சூழலில் ஈடுபாடுகொள்ளச்செய்ய முயன்றார். அவர் மீண்டும் பழைய நிலைக்கே மீட்டுக் கொண்டுவர விரும்பிய ஓர் உறவு அது.

ஜாப்ஸ் உடல்நலம் தேறிவரும் நிலையில், அவருடைய முசுட்டு சுபாவமும் திரும்பியது. அவருடைய முரட்டு தைரியம் இன்னமும் அப்படியே இருந்தது. 'அவருடைய உடல்நலம் தேறத் தொடங்கிய வுடன், அனைவருக்கும் நன்றி தெரிவிக்கும் வகையில் ஒரு விரைவான காலகட்டம். அதன்பின் நேராகத் தமது பழைய முசுட்டுத்தனத்திற்கும் கட்டுப்பாட்டிற்கும் தாவிவிட்டார்' என்றார் காத்தரின் ஸ்மித். 'அவர் சற்று அன்புள்ளவராகத் திரும்பிவருவாரோ என்று நாங்கள் எல்லோரும் யோசித்துக் கொண்டிருந்தோம். ஆனால் அவர் அப்படிச் செய்யவில்லை.'

அவர் உணவு விஷயத்திலும் மிகவும் அடம்பிடித்துவந்தார் – முன் எப்போதையும்விட இது பெரும் பிரச்சினையாக இருந்தது. அவர் பழங்களால் தயாரிக்கப்பட்ட ஸ்மூதிஸ்களை (பால்பழக் கூழ்மம்) மட்டுமே உண்பார்; அதுவும் ஏழெட்டு வகைகளை வரிசையாய் அடுக்கி வைக்கவேண்டும் – அவர் தமக்குத் திருப்தியானவற்றைத் தேர்ந்தெடுத்துக்கொள்ள. அதை ஒரு சிறு கரண்டியால் எடுத்து வாயில் மிக லேசாகத் தொட்டுச் சுவைத்துவிட்டு அறிவிப்பார்: 'இது நன்றாக இல்லை; அதுவும் அப்படியொன்றும் நன்றாக இல்லை.' முடிவில் ஈசன் அவரைக் கண்டித்தார்: 'இதோ பாருங்கள், இது ருசி தொடர்பான விஷயமல்ல. இதை உணவுப்பொருளாகக் கருதுவதை முதலில் நிறுத்துங்கள். மருந்தாக எண்ணிக்கொள்ளத் தொடங்குங்கள்' என்றார்.

ஆப்பிளிலிருந்து அவரைக்காண வருவோரைச் சந்திக்கக்கூடிய அளவிற்கு உடல்நலம் தேறியபோது அவருடைய மனநிலையில் மிகுந்த உற்சாகம் காணப்பட்டது. டிம் குக் தவறாமல் வந்து புதிய தயாரிப்புகளின் முன்னேற்றம் பற்றி அவருக்கு முழுத் தகவல்களையும் அளிப்பார். 'பேச்சு ஆப்பிளுக்குத் திரும்பும் பொழுதெல்லாம் அவருடைய முகம் பிரகாசிப்பதைக் காண முடிந்தது – மின்சார விளக்கை ஏற்றிவைத்தாற் போல' என்றார் குக். ஜாப்ஸ் நிறுவனத்தை மிக ஆழமாக நேசித்தார். அங்கு மீண்டு வருவதற்காகவே அவர் உயிர் வாழ்வதுபோலத் தோன்றியது. நிறுவனம் தொடர்பான தகவல்கள் அவருக்கு ஆற்றலூட்டின. ஐஃபோனின் புதிய வடிவமொன்றை குக் விவரித்தபோது அடுத்த ஒருமணி நேரத் திற்கு ஜாப்ஸ் அதற்கு என்ன பெயர் வைக்கலாம் என்பதை மட்டுமன்றி (ஐஃபோன் 3ஜிஎஸ் என்று அவர்கள் ஒருமனதாகத் தீர்மானித்தார்கள்), 'ஜிஎஸ்' என்பதன் அளவு மற்றும் எழுத்துருவைப் பற்றியும்கூடக் கலந்தாலோசித்தார் – இதில் ஜிஎஸ் என்பது பெரிய எழுத்துக்களாக (கேபிடலைஸ்ட்) இருக்க வேண்டுமா (ஆமாம்), சரிந்த எழுத்துக்களாக (இடாலிசைஸ்ட்) இருக்கவேண்டுமா (இல்லை) என்பது உட்பட.

ஒருநாள் ரைலி சன் ஸ்டுடியோவிற்கு அதன் வேலைநேரம் முடிந்த வேளையில் ஒரு திடீர் வருகைக்கு ஏற்பாடு செய்தார். அந்தச் சிவப்பு இசை ஆலயத்தில்தான் எல்விஸ், ஜானி காஷ், பிபி கிங் மற்றும் பல்வேறு ராக் அண்ட் ரோல் இசைப் பிரபலங்கள் தங்கள் பாடல்களைப் பதிவு செய்தனர். அவர்களுக்குத் தனிப்பட்ட முறையில் ஒரு சுற்றுலாவும், அங்குள்ள இளம் ஊழியர் ஒருவர் அளிக்கும் வரலாற்றுச் சொற்பொழிவும் ஏற்பாடு செய்யப்பட்டிருந்தன. அந்த இளைஞர் ஜாப்ஸுடன் ஜெர்ரி லீ லூயிஸ் பயன்படுத்திய சிகரெட் தழும்புகள் படிந்த பெஞ்சில் அமர்ந்திருந்தார். அந்தக் காலகட்டத்தில் இசைத்துறையில் மிக அதிக செல்வாக்குடன் திகழ்ந்தார் ஜாப்ஸ் – ஆனால் அந்த இளைஞன் அப்போதைய தோற்றம் காரணமாக அவரை அடையாளம் கண்டு கொள்ளவில்லை. புறப்படும் வேளையில் ஜாப்ஸ் ரைலியிடம், 'அந்தப் பிள்ளை மிகவும் சுட்டியாக இருந்தான். அவனை ஐட்யூன்ஸிற்காகப் பணியில் அமர்த்திக்கொள்ள வேண்டும்' என்றார். ரைலி எட்டி க்யூவை அழைத்தார். அவர் அந்த இளைஞரைக் கலிஃபோர்னியாவிற்கு விமானத்தில் அழைத்துச் சென்றார் – நேர்காணலுக்காக. முடிவில் அவரை ஐட்யூன்ஸின் தொடக்க கால நவீன இசை பாணியான ஆர் & பி, ராக் அண்ட் ரோல் ஆகிய பிரிவுகளில் பணிக்கு அமர்த்தினார். பின்னர் ரைலி சன் ஸ்டுடியோவிலுள்ள தமது நண்பர்களைச் சந்திக்கச் சென்றபோது, அவர்கள் தங்களுடைய வாசகம் எப்பொழுதும் சொல்வது போலவே 'உங்கள் கனவுகள் எல்லாம் நனவாகும் இடம் சன் ஸ்டுடியோ' என்பதை மீண்டும் நிரூபித்துவிட்டது என்றனர்.

திரும்பி வருதல்

2009 மே மாத இறுதியில் ஜாப்ஸ் மெம்ஃபிஸிலிருந்து ஜெட் விமானம் மூலம் தமது மனைவி மற்றும் சகோதரியுடன் திரும்பிவந்தார். சான் ஹொஸே விமான தளத்தில் டிம் குக்கும் ஜானி ஐவும் அவர்கள் தரையிறங்கியவுடன் விமானத்திற்குள் வந்து சந்தித்தனர். 'திரும்பிவந்து விட்டதில் அவருக்கிருந்த பூரிப்பை அவருடைய கண்களில் காண முடிந்தது' – குக் நினைவுகூர்ந்தார். 'அவருக்குள் போராடும் குணம் இருந்தது; திரும்பிச் செல்லவேண்டும் என்ற தீவிரம் இருந்தது.' பவெல் ஒளிரும் ஆப்பிள் சைடர் (ஒருவகை ஆப்பிள் பழச்சாறு) பாட்டிலை எடுத்துத் தமது கணவரின் நல்வாழ்விற்காகப் புகழ்ந்து அனைவரும் கட்டி அனைத்துக்கொண்டார்கள்.

ஐவ் உணர்ச்சிமிகுதியால் தளர்ந்து போயிருந்தார். விமான நிலையத்திலிருந்து காரில் ஜாப்ஸின் வீட்டிற்குச் சென்று அவர் இல்லாத போது செயல்பாடுகளைச் சீராகக் கொண்டுசெல்வது எவ்வளவு சிரமமாக இருந்தது என்று விளக்கினார். ஆப்பிளின் புதுமைகள் அனைத்தும் ஜாப்ஸை நம்பியே இருப்பதாகவும், அவர் திரும்பி வர வில்லையென்றால் அவை மாயமாய் மறைந்துவிடும் என்ற பேச்சுக்கள் பற்றியும் கூறினார். 'எனக்கு மிகவும் வருத்தமாக இருக்கிறது' என்றார் ஐவ். தாம் 'நொறுங்கிப் போனதாக'வும், குறைத்து மதிப்பிடப் படுவதாய் உணர்ந்ததாகவும் கூறினார்.

அதுபோலவே பாலோ ஆல்டோவிற்குத் திரும்பியபின் ஜாப்ஸும் ஓர் இருண்ட மனநிலையில்தான் இருந்தார். தாம் நிறுவனத்திற்கு இன்றியமையாதவரல்ல என்ற நிஜத்தை மெல்ல உணரத் தொடங்கி யிருந்தார். ஆப்பிள் பங்குகள் அவர் இல்லாதபோது நல்ல நிலையி லிருந்தன. 2009 ஜனவரியில் அவர் விடுப்பில் சென்றபோது 82 டாலர் களாக இருந்தவை மே மாதம் அவர் திரும்பிவந்தபோது 140 டாலர் ஆகியிருந்தன. ஜாப்ஸ் விடுப்பில் சென்றபின் ஆய்வாளர்களுடனான ஒரு தொலைபேசிக் கலந்துரையாடலில் குக் தமது வழக்கமான உணர்ச்சியற்ற பாணியிலிருந்து மாறி, ஜாப்ஸ் இல்லாதபோதுகூட ஆப்பிள் வெற்றிகரமாக நடக்கும் என்பதற்கான காரணங்களை உணர்ச்சி பொங்க அறிவித்தார்:

> இந்த உலகில் நாம் வாழ வந்திருப்பது அற்புதமான தயாரிப்புகளை உருவாக்குவதற்காகத்தான் என்று நாங்கள் நம்புகிறோம் - அது மாறுவதில்லை. புதுமைகளைப் புகுத்துவதில் நாங்கள் தொடர்ந்து கவனம் செலுத்திவருகிறோம். நாங்கள் எளிமையை விரும்பு பவர்கள்; சிக்கலையல்ல. நாங்கள் தயாரிக்கும் சாதனங்களுக்குப் பின்பலமாக விளங்கும் முதல்நிலைத் தொழில்நுட்பங்களைச் சொந்தமாக்கிக் கொள்வதும் கட்டுப்பாட்டில் வைத்துக்கொள்வதும்

அவசியம் என்றும், குறிப்பிடத்தக்க அளவிற்குப் பங்காற்றக்கூடிய சந்தைகளில் மட்டுமே பங்கெடுத்துக் கொள்ளவேண்டும் என்றும் நம்புகிறோம். ஆயிரக்கணக்கான செயல்திட்டங்களை விலக்கி விட்டு, எங்களுக்கு முக்கியமானதாகவும் அர்த்தம் பொதிந்ததாகவும் தோன்றும் சிலவற்றில் மட்டும் முழுக்கவனம் செலுத்துவதில் நம்பிக்கை கொண்டவர்கள் நாங்கள். எங்கள் குழுக்களிடையே ஆழ்ந்த ஒத்துழைப்பும் திறன் பரிமாற்றமும் நிலவவேண்டும் என்பது எங்கள் நம்பிக்கை – இது பிறரால் இயலாத அளவிற்குப் புதுமைகளைப் புகுத்த வழிவகை செய்கிறது. நேரிடையாகச் சொல்ல வேண்டுமென்றால் நிறுவனத்தின் ஒவ்வொரு குழுவிலும் அபாரமான செயல்திறன் எள்ளளவும் குறைவதை நாங்கள் ஏற்றுக்கொள்வதில்லை; மேலும் நாங்கள் தவறுகள் இழைக்கும் பொழுது அதை ஒத்துக்கொள்ளும் சுயநேர்மையும், மாற்றங்களைப் புகுத்துவதில் துணிவும் மிக்கவர்கள். யார் எந்தப் பணியில் இருந்தாலும் சரி, இந்தக் கொள்கைகள் நிறுவனத்தில் ஆழ ஊடுருவியவை. ஆகவே ஆப்பிள் மிகச் சிறப்பாகச் செயலாற்றும் என்று எண்ணுகிறேன்.

இது ஜாப்ஸ் சொல்லக்கூடிய (சொல்லியும் இருந்தார்) வார்த்தைகள் போலத் தெரிந்தாலும், பத்திரிகையாளர்கள் அதனை 'குக் கொள்கை' என்று வர்ணித்தனர். ஜாப்ஸ் கலவரப்பட்டவராக, ஆழமாய் மனமுடைந்து போயிருந்தார் - குறிப்பாகக் கடைசி வரிகளைப் படித்தபின். அதுபற்றிப் பெருமைப்படுவதா, அது உண்மையாக இருக்குமோ என்று கவலைப்படுவதா என்று அவருக்குப் புரியவில்லை. தலைமை நிர்வாக அதிகாரியாக இருப்பதைவிட அவர் நிறுவனத்திற்குத் தலைவராகி விடக்கூடும் என்று பேச்சுக்கள் எழுந்தன. இது அவருக்குப் பெரிதும் ஊக்கமளித்தது. படுக்கையைவிட்டு எழுந்து, வலியை வென்று, தமது நீண்டதூரம் காலார நடக்கும் பழக்கத்தை அவர் மீண்டும் மேற்கொள்ளச்செய்தது.

அவர் திரும்பிவந்து சில தினங்கள் கழித்து ஒரு நிர்வாகக் குழுக் கூட்டத்திற்கு ஏற்பாடு செய்யப்பட்டது. அதில் ஜாப்ஸ் கலந்துகொண்டு அனைவரையும் ஆச்சரியத்தில் ஆழ்த்தினார். சற்று நிதானமாக நடந்து வந்தவர், ஏறத்தாழ கூட்டம் முடிவுறும்வரை அமர்ந்திருந்தார். ஜூன் தொடக்கத்திற்குள் அவருடைய வீட்டில் அன்றாடம் கூட்டங்களை நடத்தி வந்தார். அம்மாத இறுதிக்குள் மீண்டும் பணிக்குத் திரும்பி விட்டார்.

இப்போது மரணத்தை நேரிட்டு மீண்டு வந்த நிலையில் சற்று மனமுதிர்ச்சியடைந்திருப்பாரோ? அவருடைய சக ஊழியர்களுக்கு இதற்கான விடை மிக விரைவில் கிட்டியது. திரும்பிவந்த முதல் நாளே தமது தொடர்ச்சியான அடாவடித்தனங்களால் மேல்நிலைக்

குழுவினரைத் திக்குமுக்காடச் செய்தார். ஆறு மாதங்களாக அவர் காணாதவர்களையெல்லாம் பிய்த்துக் குதறிவிட்டார். வணிகத்திற்கான செயல்திட்டங்கள் சிலவற்றைக் கிழித்தெறிந்தார். தரமற்ற வேலை செய்திருந்ததாக அவர் கருதிய சிலரைத் திட்டித் தீர்த்தார். ஆனால் நிஜமாகவே குறிப்பிடத்தக்க விஷயம் அன்று பிற்பகல் சில நண்பர்களிடம் அவர் செய்த அறிவிப்புதான். 'பணிக்குத் திரும்பிவந்த இந்த நாளை நான் மிகவும் ரசித்து அனுபவித்தேன்' என்றார் அவர். 'நான் எவ்வளவு ஆக்கப்பூர்வமாக உணர்கிறேன் என்பதை என்னாலேயே நம்ப முடியவில்லை. என் குழுவினரும் அப்படித்தான்!' டிம் குக் இந்த வார்த்தைகளை அவற்றின் போக்கிலேயே எடுத்துக்கொண்டார். 'தமது கருத்துகளையோ, மோகங்களையோ ஸ்டீவ் வெளிப்படுத்தாமல் ஒளித்து வைத்துக்கொள்வதை நான் பார்த்ததே இல்லை!' - அவர் பின்னர் கூறினார். 'ஆனால் அது நன்றாக இருந்தது.'

ஜாப்ஸ் தமது முரட்டுத்தனத்தைத் தக்கவைத்துக் கொண்டிருந்ததை அவருடைய நண்பர்கள் கவனித்திருந்தார்கள். உடல்நலம் தேறிவரும் காலத்தில் காம்கேஸ்ட் நிறுவனத்தின் கேபிள் சேவைக்கு விண்ணப்பித்திருந்தார். ஒருநாள் அந்த நிறுவனத்தை நடத்திவரும் ப்ரையன் ராபர்ட்ஸை அழைத்தார். 'நான் ஏதோ அதுபற்றி நல்ல விதமாகக் கூறப்போகிறார் என்று எண்ணியிருந்தேன்' – ராபர்ட்ஸ் நினைவு கூர்ந்தார். 'மாறாக, இது மட்டமாக இருக்கிறது என்றார்.' ஆனால் மேலோட்டமாகத் தமது முசுட்டுச் சுபாவத்தைக் காட்டினாலும், ஜாப்ஸ் மிகவும் நேர்மையானவராக மாறியிருந்தார். 'முன்பெல்லாம் ஸ்டீவிடம் ஏதாவது உதவி கேட்டால் அதற்கு நேர்மாறாகத்தான் செய்வார்' என்றார் ஹெர்ட்ஸ்ஃபெல்ட். 'அது அவருடைய சுபாவக் கோளாறு. இப்பொழுதெல்லாம் உண்மையிலேயே தம்மாலான உதவியைச் செய்ய முயல்கிறார்.'

அவர் பொது நிகழ்ச்சிகளுக்குத் திரும்பியது செப்டம்பர் 9 அன்று. ஆண்டுதோறும் இலையுதிர்காலத்தில் நடக்கும் நிறுவனத்தின் இசை நிகழ்ச்சியின்போது மேடையேறினார். அவருக்குக் கிட்டிய ஏகோபித்த வரவேற்பும் கைதட்டலும் ஏறத்தாழ ஒரு நிமிடம் நீடித்தன. வழக்கத்திற்கு மாறாக, தாம் கல்லீரல் தானம் பெற்றவர் என்ற தனிப்பட்ட குறிப்போடு அவர் தமது உரையைத் துவக்கினார். 'இத்தகைய பெருந்தன்மை இல்லாவிட்டால் நான் இங்கு வந்திருக்கவே முடியாது' என்றார் அவர். 'ஆகவே நாமும் அதுபோலப் பெருந்தன்மையோடு நடந்துகொள்ளவேண்டும் என்றும், நமது உடல் உறுப்புகளைத் தானம் செய்யமுடியும் என்றும் எதிர்பார்க்கிறேன்.' ஒரு நிமிடம் பூரிப்பில் துள்ளியவர், 'நான் தலைநிமிர்ந்து நிற்கிறேன்; மீண்டும் ஆப்பிளுக்கு வந்துவிட்டேன்; ஒவ்வொரு நாளையும் நேசிக்கிறேன்' என்றபடி

ஐபாட் நானோக்களின் புதிய அணிவகுப்பிற்குத் திரைவிலக்கம் செய்தார். வீடியோ காமெராக்கள் பொருத்தப்பட்ட அவை, ஆனோடைஸ்ட்[1] அலுமினியத்தில் ஒன்பது வெவ்வேறு நிறங்களில் காட்சியளித்தன.

*2010*இன் தொடக்கத்திற்குள் அவர் ஏறக்குறைய தமது பழைய உடல்வலிமையைப் பெற்றுவிட்டார். அவருக்கும் சரி, ஆப்பிளுக்கும் சரி, அவருடைய மாபெரும் தயாரிப்புச் சாதனை ஆண்டுகளில் ஒன்றாக விளங்கவிருந்த அவ்வருடத்தின் பணிகளில் தம்மை முழுமையாக அர்ப்பணித்துக் கொண்டார். ஆப்பிளின் டிஜிட்டல் களச் செயல் திட்டம் தொடங்கிவைக்கப்பட்டபின், தொடர்ந்து இரு மாபெரும் வெற்றிகளை அவர் அளித்திருந்தார் – ஐபாட் மற்றும் ஐஃபோன். இப்பொழுது மற்றொன்றுக்குத் தாவ இருந்தார்.

[1] அலுமினியத்தில் படிந்துள்ள ஆக்ஸைட் படலத்தின் தடிமனைக் கூட்டுவதற்கான வேதியியல் செயல்முறை. (மொ-ர்)

இயல் முப்பத்தெட்டு

ஐபேட்

தனியர்க் கணினிக்குப் பிந்தைய சகாப்தத்திற்குள் நுழைதல்

நீங்கள் ஒரு புரட்சி வேண்டும் என்கிறீர்கள்

சில காலம் முன்பு 2002இல் தாம் உருவாக்கிய டாப்லெட் கணினி மென்பொருளைப் பற்றி மைக்ரோஸாஃப்டின் பொறியியல் வல்லுநர் பீற்றிக் கொண்டிருந்தது ஜாப்ஸுக்கு எரிச்சலூட்டியது. அதில் திரையில் தகவலை ஊட்டுவதற்குப் பயனர்கள் ஒரு ஸ்டைலஸ் (ஒயிலாணி) அல்லது பேனாவைப் பயன்படுத்த வேண்டியிருந்தது. அந்த மென் பொருளைப் பயன்படுத்தி சில தயாரிப்பாளர்கள் அந்த ஆண்டு டாப்லெட் தனியர்க் கணினிகளை வெளியிட்டனர் – ஆனால் அவர்கள் ஒருவருமே இந்த உலகத்தில் ஒரு தாக்கத்தை ஏற்படுத்தவில்லை. ஜாப்ஸ் அதைத் திருத்தமாகச் செய்வது எப்படி என்று காட்ட ஆர்வமாயிருந்தார் –

ஸ்டைலஸ் (ஒயிலாணி) இல்லாமல்! ஆனால் ஆப்பிளில் உருவாகிவந்த மல்டி-டச் (பல்தொடுகை) தொழில்நுட்பத்தைப் பார்த்ததும், அதை முதலில் ஐஃபோனுக்காகப் பயன்படுத்தத் தீர்மானித்தார்.

இதற்கிடையில், மகின்டாஷ் வன்பொருள் குழுவினரிடையே டாப்லெட் (கையடக்கக் கணினி) யோசனை பரவிவந்தது. 'டாப்லெட் தயாரிக்கும் எந்த யோசனையும் எங்களுக்கில்லை' என்று 2003 மே மாதத்தில் வால்ட் மாஸ்பெர்கிற்கு அளித்த பேட்டியில் ஜாப்ஸ் அறிவித்தார். 'மக்களுக்குக் விசைப்பலகைகள்தான் வேண்டும் போலிருக் கிறது. ஏற்கனவே நிறைய தனியர்க் கணினிகளும் சாதனங்களும் வைத்திருக்கும் பணக்காரர்களுக்குத்தான் டாப்லெட்களில் எல்லாம் ஆர்வமிருக்கும்.' 'ஹார்மோன் சீர்குலைவு' பற்றிய அவருடைய அறிவிப்பு போலவே இந்தக் கூற்றும் சற்று உண்மைக்குப் புறம்பான தாகவே இருந்தது. அவருடைய வருடாந்தர மிகச்சிறந்த 100 ஓய்வு விடுப்புகளில் அனேகமாக எல்லாவற்றிலுமே கலந்து ஆலோசிக்கப் பட்ட எதிர்காலத் திட்டங்களில் டாப்லெட்டும் ஒன்றாக இருந்தது. 'இந்த ஓய்வு விடுப்புகள் பலவற்றில் இந்த யோசனையை வெளி யிட்டோம் – ஏனெனில், டாப்லெட் தயாரிக்கும் ஆசையை ஸ்டீவ் கைவிடவே இல்லை' என்று ஃபில் ஷில்லர் நினைவுகூர்ந்தார்.

2007இல் டாப்லெட் திட்டம் மீண்டும் புதுத் தெம்போடு எழும்பியது. ஒரு விலைகுறைவான நெட்புக் கணினிக்கான யோசனைகளில் ஜாப்ஸ் மூழ்கியிருந்தார். ஒரு திங்களன்று அதிகாரிகள் குழுவின் கலந்துரையாடலின் போது திரையுடன் விசைப்பலகை இணைக்கப்பட வேண்டியதன் அவசியமென்ன என்று ஐவ் கேட்டார். அது விலை கூடுதலாகவும் கனமாகவும் இருந்தது. மல்டி-டச் இடைமுகத்தைப் *(இன்டர்ஃபேஸ்)* பயன்படுத்தி விசைப்பலகையையும் *(கீபோர்ட்)* திரை யிலேயே போட்டுவிடலாம் என்று யோசனை கூறினார். ஜாப்ஸ் ஒத்துக் கொண்டார். ஆக, கையிருப்பிலுள்ள ஆதாரங்கள் நெட்புக்கை வடிவமைப்பதற்குப் பதிலாக டாப்லெட் திட்டத்திற்குப் புத்துயிரூட்டு வதற்காக ஒதுக்கப்பட்டன.

திட்டத்தின் முதல் கட்டமாக, ஜாப்ஸும் ஐவும் சரியான திரை அளவுகளைத் தீர்மானிப்பதில் ஈடுபட்டனர். மொத்தம் இருபது மாதிரிகளைத் தயாரித்து வைத்திருந்தார்கள் – எல்லாம் கண்டிப்பாக மழுங்கிய முனைகளுள்ள நீள் சதுரங்கள்தான் – வெவ்வேறு அளவு களிலும் உருவ விகிதங்களிலும். ஐவ் அவற்றையெல்லாம் வடிவமைப்புக் கூடத்திலிருந்த ஒரு மேசைமேல் பரப்பிவைத்தார். மதியவேளையில் இருவருமே அவற்றைப் போர்த்தியுள்ள வெல்வெட் துணியை விலக்கி, அவற்றோடு விளையாடுவார்கள். 'அப்படித்தான் நாங்கள் திரையின் அளவைத் தீர்மானித்தோம்' என்றார் ஐவ்.

வழக்கம்போல் ஜாப்ஸ் கூடுமான வரையில் எளிமையாக இருக்க வேண்டும் என்று வலியுறுத்தினார். இதற்கு அந்தச் சாதனத்தின் கரு அம்சம் தீர்மானிக்கப்படவேண்டும். விடை: திரை. ஆக, அதன் வழிகாட்டிக் கொள்கை என்னவென்றால், எதைச் செய்தாலும் திரையை அடிப்படையாகக் கொண்டுதான் செய்யவேண்டும். 'ஏராளமான அம்சங்களும் பொத்தான்களும் திரையிலிருந்து கவனத்தைத் திசை திருப்புவதை எப்படித் தவிர்க்கப் போகிறோம்? – ஐவ் கேட்டார். ஒவ்வொரு கட்டத்திலும், ஜாப்ஸ் தேவையில்லாதவற்றை விலக்கி, மேலும் எளிமையாக்கச் சொல்வார்.

ஒரு கட்டத்தில் ஜாப்ஸ் மாதிரிவடிவத்தைப் பார்த்து லேசாக அதிருப்தியடைந்தார். அது சாதாரணமாக, தோழமையுள்ளதாகத் தோன்றவில்லை – அப்படியே கையில் அள்ளி அலட்சியமாக எடுத்துக் கொண்டு போவது போல. ஐவ் பிரச்சினையைத் துல்லியமாகக் கண்டறிந்தார்: அது ஒரு கையால், யோசிக்காமல் தூக்கி எடுக்கக் கூடியது என்று அவை நமக்குக் கூறவேண்டும். இதற்கு ஓரங்களின் கீழ்ப்பகுதி தட்டையாக இல்லாமல் சற்று மழுங்கலாக இருக்க வேண்டும். அப்போதுதான் கவனமாக உயர்த்தி எடுக்க வேண்டிய அவசியமில்லாமல் அப்படியே அள்ளி எடுத்துக்கொள்ள வசதியாக உணர்வோம். அதாவது, பொறியியல் பிரிவு அதற்கான இணைப்புப் போர்ட்களையும் பொத்தான்களையும் மென்மையாய் அள்ளிச் செல்லும் அளவுக்கு மெல்லிய இதழில் வடிவமைக்க வேண்டியிருந்தது.

உரிமைக் காப்புப் பதிவுகளைத் தொடர்ந்து கவனிப்பவராக இருந்தால் ஆப்பிள் 2004 மார்ச் மாதம் விண்ணப்பித்து பதினான்கு மாதங்கள் கழித்து அளிக்கப்பட்ட டி504889 என்ற எண்ணுக்குரிய உரிமைக் காப்பை நீங்கள் கவனித்திருக்கலாம். கண்டுபிடித்தவர்கள் பட்டியலில்

ஜாப்ஸ், ஐவ் இருவர் பெயர்களும் உள்ளன. விண்ணப்பப் படிவத்தில் மழுங்கிய ஓரங் களுடன், ஐபேடின் அதே தோற்றத்தில் ஒரு நீள் சதுரவடிவ மின்னணு டாப்லெட், ஒரு மனிதன் அதை அலட்சியமாகத் தனது இடதுகையில் வைத்துக்கொண்டு வலது கை ஆள்காட்டி விரலால் திரையைத் தொடும் படம் உட்பட பல சித்திரங்கள் உள்ளன.

மகின்டாஷ் கணினிகள் இப்போது இன்டெல் சில்லுகளை (சிப்) பயன்படுத்தி வருவதால், ஜாப்ஸ் முதலில் இன்டெல்

தயாரித்து வரும் குறைந்த மின் விசையிலான ஆட்டோம் சில்லுவை ஐபேடில் பயன்படுத்தலாம் என்று திட்டமிட்டார். இன்டெலின் தலைமை நிர்வாக அதிகாரியான பால் ஒதெல்லினி இருவருமாகச் சேர்ந்து வடிவமைக்கலாம் என்று வற்புறுத்தி வந்தார். ஜாப்ஸும் அவரை நம்பினார். அவருடைய நிறுவனம் உலகின் மிக வேகமாகச் செயல்புரியும் செயலிகளைத் *(ப்ராஸஸர்)* தயாரித்து வந்தது. ஆனால் இன்டெல் சுவரில் பொருத்திக்கொள்ளும் சாதனங்களுக்கான செயலி களைத் தயாரித்துப் பழகியிருந்தது – மின்கலத்தின் *(பாட்டரி)* ஆயுளைச் சேமித்துக் கொள்ள வேண்டியவற்றுக்கான செயலிகளை அல்ல. ஆகவே டோனி ஃபாடெல் ஏஆர்எம் நிறுவனத்தின் அடிப்படையிலான ஒன்று வேண்டும் என்று வலிமையாக வாதாடினார் – ஏனெனில் அது எளிமை யானது; குறைந்த அளவு மின்சாரத்தைப் பயன்படுத்தியது. ஆப்பிள் முன்பு ஏஆர்எம் நிறுவனத்தின் பங்காளராக இருந்தது. முதன்முதலாக வெளிவந்த ஐஃபோனில் அதன் கட்டமைப்பைப் பயன்படுத்தும் சில்லுகள் *(சிப்ஸ்)* இருந்தன. ஃபாடெல் மற்ற பொறியியல் வல்லுநர் களின் ஆதரவையும் திரட்டிக் கொண்டு ஜாப்ஸின் தீர்மானத்தை மாற்ற முடியும் என்று நிரூபித்தார். ஒரு கூட்டத்தில் ஜாப்ஸ் கைபேசிக்கான சில்லுவைத் தயாரிக்க இன்டெல்லில் நம்பிக்கை வைப்பது சிறந்தது என வலியுறுத்திய போது, 'தவறு! தவறு! தவறு!' என்று ஃபாடெல் கூச்சலிட்டார். தமது ஆப்பிள் அடையாள அட்டையைக்கூட மேசை மேல் வைத்து, பணியிலிருந்து விலகிக்கொள்வதாக மிரட்டினார்.

போகப்போக ஜாப்ஸ் இறங்கிவந்தார். 'நீ சொல்வதை நான் கேட்டுக்கொண்டுதான் இருக்கிறேன்' என்றார் அவர். 'என் சிறந்த ஊழியர்களுக்கு எதிராக நான் செயல்படமாட்டேன்.' ஆனால் அவர் மற்றொரு துருவத்திற்கே சென்றுவிட்டார். ஆப்பிள் ஏஆர்எம் நிறுவனத் திற்கான உரிமம் பெற்றது மட்டுமன்றி, பாலோ ஆல்டோவிலுள்ள பீ.ஏ. செமி என்ற நூற்று ஐம்பது ஊழியர்கள் கொண்ட நுண்செயலி *(மைக்ரோப்ராஸஸர்)* வடிவமைப்பு நிறுவனத்தையும் வாங்கியது. அவர்களைக் கொண்டு ஒரு சில்லுவில் ஒரு மொத்த அமைப்பையே பிரத்யேகமாக வடிவமைத்துத் தரச் சொன்னார் ஜாப்ஸ். அதற்கு ஏ4 என்று பெயரிடப்பட்டது. அது ஏஆர்எம் நிறுவனத்தின் கட்டமைப்பை அடிப்படையாகக் கொண்டு தென்கொரியாவில் சாம்சங் நிறுவனத்தால் தயாரிக்கப்பட்டது. ஜாப்ஸ் நினைவுகூர்ந்தார்:

> திறமையான செயல்பாட்டை வைத்துப்பார்த்தால், இன்டெல்தான் சிறந்தது. மின்சக்தி பற்றியோ செலவு பற்றியோ நீங்கள் கவலைப்பட வில்லையென்றால் அவர்கள் மிக வேகமான சில்லுவைத் தயாரித்துத் தருவார்கள் – ஆனால் அவர்கள் ஒரு சில்லுவில் செயலியை *(ப்ராஸஸர்)* மட்டும் பதிக்கிறார்கள். அதனால் மற்ற பாகங்கள் நிறைய

தேவைப்படுகின்றன. எங்கள் ஏ4இல் செயலி, வரைகலை *(க்ராஃபிக்ஸ்)*, கைபேசிகளின் இயங்கு தளம் *(ஆபரேட்டிங் சிஸ்டம்)*, நினைவகக் கட்டுப்பாடு *(மெமரி கன்ட்ரோல்)* ஆகிய அனைத்தும் ஒரே சில்லுவில் உள்ளன. நாங்கள் இன்டெல்லுக்கு உதவ எண்ணினோம். ஆனால் அவர்கள் அதிகம் காதில் போட்டுக்கொள்வதில்லை. நாங்கள் அவர்களிடம் பல ஆண்டுகளாகச் சொல்லிக் கொண்டிருக்கிறோம். – அவர்களுடைய வரைகலை *(க்ராஃபிக்ஸ்)* குப்பை என்று. ஒவ்வொரு காலாண்டிலும் நாங்கள் ஒரு கூட்டம் கூட்டுகிறோம் – நான், எங்கள் உயர்மட்ட ஊழியர்கள் மூன்று பேர் மற்றும் பால் ஒதெல்லினி. தொடக்கத்தில் நாங்கள் இணைந்து பல அற்புதமான தயாரிப்புகளைப் படைத்தோம். அவர்கள் எதிர்கால ஐஃபோன்களுக்காகச் சில்லுகள் தயாரிக்கும் கூட்டுமுயற்சியில் ஈடுபட விரும்பினார்கள். நாங்கள் அவர்களோடு சேர்ந்துகொள்ளாததற்கு இரண்டு காரணங்கள் உண்டு. ஒன்று, அவர்களுடைய செயல்வேகம் மிகக் குறைவு. அவர்கள் நீராவிக் கப்பல் போன்றவர்கள் – வளைந்து கொடுப்பதில்லை. நாங்கள் மிக வேகமாகச் செயலாற்றுபவர்கள். மற்றொரு காரணம், அவர்களுக்கு எல்லாவற்றையும் சொல்லித்தர நாங்கள் விரும்பவில்லை. ஏனெனில் அவர்கள் அவற்றை எங்கள் போட்டியாளருக்கு விற்றுவிட முடியும்.

ஒதெல்லினியைப் பொறுத்தவரை ஐபேட் இன்டெல் சில்லுகளைப் பயன்படுத்தியிருந்தால் நன்றாக இருந்திருக்கும். பிரச்சினை என்னவென்றால் ஆப்பிளும் இன்டெல்லும் விலையில் ஒத்துப்போக முடியவில்லை. அத்துடன் வடிவமைப்பு யார் கட்டுப்பாட்டில் இருக்கும் என்பதிலும் கருத்துவேறுபாடு நிலவியது. அது சிலிக்கன் முதல் சதைப்பற்றுவரை ஒரு தயாரிப்பின் அனைத்து அம்சங்களின் கட்டுப்பாட்டையும் தமது கையில் வைத்துக்கொள்ளும் ஜாப்ஸின் விருப்பத்திற்கு, சொல்லப்போனால் கட்டாயத்திற்கு ஓர் எடுத்துக்காட்டு.

வெளியீடு, ஜனவரி 2010

ஜாப்ஸின் வழக்கமான தயாரிப்பு வெளியீடுகளின்போது காணப்படும் பூரிப்பும் உற்சாகமும் சான் ஃப்ரான்ஸிஸ்கோவில் 2010 ஜனவரி 27 அன்று ஐபேட் வெளியீட்டின் போது நிலவிய ஆவேசப் பரபரப்பின் முன் மங்கலாய்த் தெரிந்தன. *எகனாமிஸ்ட்* பத்திரிகை தனது முகப்பு அட்டையில் அவரை முழு நீள அங்கி, ஒளிவட்டத்தோடு 'ஜீஸஸ் டாப்லெட்' என்று அழைக்கப்பட்ட சாதனத்தைக் கையிலேந்தியபடி சித்திரித்திருந்தது. *வால் ஸ்ட்ரீட் ஜர்னலும்* அதுபோலவே ஆராதித்திருந்தது: 'இதற்கு முன்பிருந்த ஒரு டாப்லெட்டுக்கும் இதுபோலவே ஏகோபித்த வரவேற்பு கிட்டியது – அதில் சில கட்டளைகள் எழுதப்பட்டிருந்தன.'

வரலாற்றுச் சிறப்புமிக்க இந்த வெளியீட்டை மேலும் சிறப்பாக்கும் வகையில் தொடக்ககால ஆப்பிள் நாள்களில் தம்மோடு இருந்த பலரை ஜாப்ஸ் அழைத்திருந்தார். ஜேம்ஸ் ஈஸன் – முந்தைய ஆண்டு அவருக்குக் கல்லீரல் மாற்றுசிகிச்சை செய்த மருத்துவர் மற்றும் ஜெஃப்ரி நார்ட்டன் – 2004இல் அவருடைய கணையத்தில் அறுவை சிகிச்சை செய்தவர். இருவரும் ஜாப்ஸின் மனைவி, மகன் மற்றும் மோனா சிம்ஸனுடன் அரங்கில் அமர்ந்திருந்தார்கள்.

வழக்கம்போலவே புதியதொரு சாதனத்தைப் பேச்சுக் கருவாக்கும் திறமையான வேலையை ஜாப்ஸ் செய்தார் – மூன்று ஆண்டுகளுக்கு முன் ஐஃபோனுக்குச் செய்தது போலவே. இம்முறை ஒரு திரையில் ஐஃபோனையும் மடிக்கணினியையும் அவற்றுக்கிடையில் ஒரு கேள்விக் குறியையும் இட்டிருந்தார். 'கேள்வி என்னவென்றால், நடுவில் ஏதாவது ஒரு சாதனத்திற்கு இடம் இருக்கிறதா?' - அவர் கேட்டார். அந்த 'ஏதோ ஒன்று' வலைத்தளங்களைப் பார்க்கவும், மின்னஞ்சல், புகைப்படங்கள், வீடியோ, இசை, விளையாட்டுகள் மற்றும் மின்னணுப் புத்தகங்கள் என அனைத்திற்கும் சிறப்பாகச் செயல்பட வேண்டும். நெட்புக் யோசனைக்கும் அதன் இதயத்தில் கத்தியைப் பாய்ச்சினார். 'நெட் புக்குகள் இதைவிடப் பெரிதாக எதையும் சாதித்துவிடவில்லை!' என்றார். அழைக்கப்பட்டவர்களும் ஊழியர்களும் உற்சாகமாய்க் குரல் எழுப்பினார்கள். 'ஆனால் அப்படிச் செய்யக்கூட எங்களிடம் ஒன்று உண்டு. நாங்கள் அதனை ஐபேட் என்று அழைக்கிறோம்.'

ஐபேடின் அலட்சியமான தன்மையை விளக்க ஜாப்ஸ் சௌகரிய மான ஒரு தோல் நாற்காலி, பக்கவாட்டு மேசை ஆகியவை இருந்த இடத்திற்குச் சென்று (அவருடைய ரசனைக்கேற்ப லெ கோர்புஸியே நாற்காலியும், ஈரோ சாரினென் மேசையும்) ஒன்றை லாவகமாகக் கையில் அள்ளிக்கொண்டார். 'இது மடிக்கணியை விடவும் மிக நெருக்கமானது' – அவர் உற்சாகப்பட்டார். நியூ யார்க் டைம்ஸ் வலைத்தளத்திற்கு சென்று, ஸ்காட் ஃபோர்ஸ்டால் மற்றும் ஃபில் ஷில்லர் ஆகியோருக்கு மின்னஞ்சல் அனுப்பினார் (ஆஹா! நாங்கள் நிஜமாகவே ஐபேடை அறிமுகப்படுத்திக் கொண்டிருக்கிறோம்!'). ஒரு புகைப்படத்தொகுப்பைப் புரட்டி, நாள்காட்டியைப் பயன்படுத்தி, கூகுள் மாப்ஸில் ஈபில் டவரை பெரிதாக்கிக் காட்டி, சில வீடியோ துண்டுப் படங்களை ஓடவிட்டு (ஸ்டார் ட்ரெக் மற்றும் பிக்ஸாரின் அப் என்னும் அசைவூட்ட நகைச்சுவைப் படம்), ஐபுக் ஷெல்ஃபைப் பெருமையாய் அறிமுகம் செய்து, பாடல் இசைத்துக் காட்டினார் (பாப் டிலனின் லைக் ஏ ரோலிங் ஸ்டோன் பாடலை ஐஃபோனின் வெளியீட்டின்போது இசைத்திருந்தார்). 'இது அற்புதமாக இல்லை?' என்று கேட்டார்.

தமது கடைசிப் படக்காட்சியில் ஐபேடில் பொதிந்துவைத்த தம் வாழ்க்கையின் முக்கிய ஆதாரங்களில் ஒன்றை வலியுறுத்தினார்: தொழில்நுட்பப் பாதையும் சுதந்திரக் கலையின் பாதையும் சந்திக்கும் மூலை. 'ஆப்பிள் ஐபேட் போன்ற தயாரிப்புகளை அளிக்கிறது என்றால் நாங்கள் எப்பொழுதும் தொழில்நுட்பமும் சுதந்திரக் கலையும் சந்திக்கும் இடத்தில் இருக்க முயல்வதால்தான்' என்று கூறி முடித்தார். ஆக்கக் கலையானது அன்றாட வாழ்வில் பயன்படும் சாதனங்களுடன் இணைந்த *ஹோல் எர்த் காட்டலாகின்* டிஜிட்டல் (இலக்கமுறை) அவதாரமாக ஐபேட் திகழ்ந்தது.

முதல்முறையாக இதற்கு வழக்கமான அல்லேலூயா கூக்குரல் பதிலாகக் கிட்டவில்லை. ஐபேட் இன்னும் கிட்டுவதற்கில்லை (ஏப்ரல் மாதம் விற்பனைக்கு வர இருந்தது) - அத்துடன் ஜாப்ஸின் செயல் விளக்கத்தைக் கேட்ட சிலருக்கு அது இன்னமும் சரிவர விளங்க வில்லை. ஐஃபோனுக்கு ஸ்டெராய்ட் போதைப்பொருள் கொடுத்தது போலிருக்குமா? 'நடிகை ஸ்னூக்கி நடிகர் சிச்சுவேஷனுடன்[1] ஒரு சமரச இணைப்பு செய்ததற்குப்பின் நான் இதுவரை இந்த அளவிற்குக் கைவிடப்பட்டதாய் உணர்ந்ததில்லை' என்று எழுதினார் *நியூஸ்வீக்* பத்திரிகையின் டேனியல் லியோன்ஸ் (இவர் ஓர் ஆன்லைன் கிண்டல் நிகழ்ச்சியில் 'போலி ஸ்டீவ் ஜாப்ஸாக'த் தோன்றினார்). *கிஸ்மோடோ* வலைப்பூவில் *(ப்ளாக்)* ஒரு வாசகர் எழுதிய கடிதத்தை வெளி யிட்டிருந்தது – 'ஐபேடில் உள்ள மட்டமான எட்டு அம்சங்கள்' (*மல்டிடாஸ்கிங்* என்ற பல்முனைச் செயல்பாடு இல்லை, *காமெரா* இல்லை, ஃப்ளாஷ் இல்லை). வலைப்பூ உலகில் அதன் பெயரைக் கூடப் பரிகசித்து எழுதியிருந்தார்கள் – பெண்களின் சுகாதாரத் தயாரிப்புகள், மாக்ஸி பேடுகள் *(சானிடரி பேட்)*[2] போன்றவற்றோடு ஒப்பிட்டு. அன்றைய தினம் ட்விட்டரில் மிகப் பிரபலமான மூன்றாவது தலைப்பு '#ஐடாம்பன்.'

பில் கேட்ஸிடமிருந்தும் அவசியமான அளவிற்கு மறுப்பு வந்திருந்தது. 'இன்னமும் நான் குரல், பேனா, நிஜ விசைப்பலகை *(கீபோர்ட்)* ஆகிய வற்றின் ஒரு சேர்க்கை – அதாவது நெட்புக்தான் பிரதான உபயோகத்தில் இருக்கும் என்றுதான் நினைக்கிறேன்' என்று அவர் ப்ரென்ட் ஷ்லெண்டரிடம் கூறினார். 'ஆக, ஐஃபோனை வைத்துக் கொண்டு உட்கார்ந்து கடவுளே... மைக்ரோஸாஃப்ட் இந்த அளவிற்கு உயர்வாகக்

[1] ஸ்னூக்கி, த சிச்சுவேஷன் ஆகிய இருவரும் *ஜெர்ஸிஷோர்* என்னும் தொலைக்காட்சித் தொடரில் வரும் கதாபாத்திரங்கள். (மொ-ர்)

[2] சானிடரி பேட் (சானிடரி பேட் நாப்கின் என்றும் அழைக்கப்படுகிறது), டாம்பன் ஆகியவை மாதவிடாய் காலங்களில் பெண்கள் பயன்படுத்தும் சுகாதாரத் தயாரிப்புகளாகும். (மொ-ர்)

குறிக்கோள் வைத்துக்கொள்ளவில்லையே என்று அங்கலாய்த்தேனே, அப்படி இருக்காது போலிருக்கிறது. நல்ல ரீடர்தான், ஆனால் நான் பார்த்து 'ஆஹா, மைக்ரோஸாஃப்ட் இதைச் செய்திருக்கக்கூடாதா' என்று சொல்லுமளவிற்கு ஐபேடில் ஒன்றும் இல்லை.' அவர் இன்னமும் உள்ளீடுக்கு ஸ்டைலஸ் (ஒயிலாணி) பயன்படுத்தும் முறைதான் நிலைக்கும் என்று சாதித்தார். 'நான் ஸ்டைலஸுடன் கூடிய டாப்லெட்டைப் பல ஆண்டுகளாக அளித்துக் கொண்டுதான் வருகிறேன்' என்றார் என்னிடம். காலப்போக்கில் ஒன்று நான் சொன்னது பலிக்கும் அல்லது நான் இறந்திருப்பேன்.'

அறிவிப்பு முடிந்த அன்று இரவு ஜாப்ஸ் எரிச்சலாய், மனமுடைந்து காணப்பட்டார். இரவு உணவிற்காக அவருடைய சமையலறையில் நாங்கள் கூடியபோது, அவர் மேசையைச் சுற்றி தமது ஐஃபோனிற்கு வந்துள்ள மின்னஞ்சல்களையும் வலைத்தளங்களையும் புரட்டியவாறு நடந்தார்.

> எனக்கு ஏறத்தாழ எண்ணூறு மின்னஞ்சல்கள் வந்தன – கடந்த 24 மணி நேரத்துக்குள். அனேகமாக எல்லாமே குறைபட்டுக் கொண்டுதான் இருந்தன. யூஎஸ்பி இல்லை, அது இல்லை, இது இல்லை என்று... சில 'நாசமாய்ப் போச்சு, இதை எப்படிச் செய்தீர்கள்?' என்றன. சாதாரணமாக நான் பதில் அனுப்புவதில்லை. ஆனால் அன்று அனுப்பினேன்: 'உங்களைப் பார்த்து உங்கள் பெற்றோர் நிச்சயம் பெருமைப்படுவார்கள்.' சிலருக்கு ஐபேட் என்ற பெயரே பிடிக்கவில்லை, அப்படி, இப்படி. நான் இன்று ஒருவகையில் மனமுடைந்து போயிருக்கிறேன். நம்மை யாரோ பின்னுக்குத் தள்ளியது போன்ற ஓர் உணர்வு.

ஒரு வாழ்த்து வந்தது தொலைபேசி வழியே – அதிபர் ஒபாமாவின் தலைமை ஊழியர் ரஹ்ம் எமானுவெல். ஆனால் அதிபர் பொறுப் பெடுத்துக் கொண்டபின் தம்மை அழைக்கவில்லை என்பதை இரவு உணவின்போது கவனித்தார்.

ஐபேட் ஏப்ரலில் விற்பனைக்கு வந்து, மக்கள் அதைத் தங்கள் கைகளால் பயன்படுத்திய போது பொதுவாய் நிலவிய குறை, குற்றங்கள் ஓய்ந்தன. டைம், நியூஸ்வீக் பத்திரிகைகள் தங்கள் அட்டைப் படங்களில் அதை வெளியிட்டன. 'ஆப்பிள் தயாரிப்புகள் பற்றிய கடினமான விஷயம் என்னவென்றால் அவை பலத்த எதிர்பார்ப்பைப் பொதிந்து கொண்டு வருவதுதான்' – டைம் பத்திரிகையில் லெவ் க்ராஸ்மன் எழுதினார். 'ஆப்பிள் தயாரிப்புகள் பற்றிய மற்றொரு கடினமான விஷயம் என்னவென்றால், அந்த எதிர்பார்ப்பு உண்மையாகி விடுவதுதான்.'

அவருடைய பெரிய குறை - முக்கியமானதும்கூட, 'தகவல்களை உட்கொள்வதற்கு அது அற்புதமான சாதனமாக இருந் தாலும், தகவலை உருவாக்குவதற்கு அதிக அம்சங்கள் இல்லை' என்பதுதான். கணினிகள், குறிப்பாக மகின்டாஷ், இசை, வீடியோக்கள் வலைத்தளங்கள், வலைப்பூக்கள் என மக்கள் தங்கள் விருப்பம் போல் பதிவு செய்து உலகிற்கு அளிக்க உதவும் கருவியாகத் திகழ்ந்தன. 'ஐபேட் தகவல் களைத் தயாரிப்பதிலிருந்து மீண்டும் உட்கொள்வதிலும், கையாளு வதிலும் கவனத்தைத் திருப்புகிறது. அது நம்மை ஊமைகளாக்கி விடுகிறது. பிறர் தயாரித்த அற்புதங்களைப் பயன்படுத்துபவர்களாக மட்டும் நம்மை இருக்கச் செய்துவிடுகிறது.' இந்த விமரிசனத்தை ஜாப்ஸ் மிகவும் தீவீரமாக எடுத்துக்கொண்டார். ஐபேடின் அடுத்த வடிவத்தில் பயனர்கள் தங்கள் கலைப்படைப்புகளை உருவாக்க வகை செய்யவேண்டும் என்று தீர்மானித்துக் கொண்டார்.

நியூஸ்வீக்கின் முகப்பு அட்டை வாசகம்: ' ஐபேடில் அப்படியென்ன அதிசயம்? எல்லாம்தான்.' வெளியீட்டு விழாவில் தமது 'ஸ்னூக்கி' விமரிசனத்தால் நொடித்த டானியல் லியோன்ஸ் தமது கருத்தை மாற்றிக்கொண்டார். 'ஜாப்ஸ் செயல்விளக்கம் அளித்ததைப் பார்த்துக் கொண்டிருக்கையில், இதில் அப்படியொன்றும் பெரிய சிறப்பம்சங்கள் இல்லை என்ற எண்ணம்தான் முதலில் எழுந்தது. இது ஐபாட் டச்சின் சற்று பெரிய வடிவம், அவ்வளவுதானே! பின்னர்தான் ஒரு ஐபேடைப் பயன்படுத்தும் வாய்ப்புக் கிட்டியது. எனக்குப் பொறிதட்டியது – எனக்கு ஒன்று வேண்டும்.' மற்றவர்களைப் போல லியோன்ஸூம் உணர்ந்துகொண்டார் – இது ஜாப்ஸின் பிரியமான திட்டம்; அதுமட்டு மல்ல, அவருடைய கொள்கைகளையும் குறிக்கோள்களையும் பொதிந்த மொத்த உருவமாய் அது விளங்கியது. 'நமக்குத் தேவை என்று நாமே உணராத சாதனங்களையெல்லாம் உருவாக்கும் அசாத்திய திறன் அவருக்கு இருக்கிறது. திடீரென்று நம் வாழ்வில் அவை இன்றியமை யாததாகி விடுகின்றன' என்று எழுதினார் அவர். 'ஆப்பிளின் சிறப்பம்சமான தொழில்நுட்ப-ஜென் (டெக்னோ-ஜென்) அனுபவத்தை அளிப்பதற்கு ஒரு மூடிய அமைப்புதான் சிறந்த வழியாக இருக்கக்கூடும்.'

ஐபேட் பற்றிய சர்ச்சைகளில் பெரும்பாலானவை அதன் மூடிய, முனையிலிருந்து முனைவரை ஒருங்கிணைந்த அமைப்பு அற்புதமானதா, அழிவுக்கு வழிகாட்டுவதா என்பதையே மையமாகக் கொண்டிருந்தன. மைக்ரோஸாஃப்ட் 1980களில் செய்ததுபோலவே கூகுளும் ஆன்ட்ராய்ட் என்ற மொபைல் (கைபேசி) இயங்கு தளத்தை அளித்தது – திறந்த அமைப்புடன், எல்லா வன்பொருள் தயாரிப்பாளர்களும் பயன்படுத்தக் கூடிய வகையில். *ஃபார்ச்சூன்* பத்திரிகை இந்த விஷயத்தைக் கருவாகக் கொண்டு தனது பக்கங்களில் ஒரு சர்ச்சையை எழுப்பிது. 'மூடிய

அமைப்பாக இருப்பதற்கு எந்தச் சாக்கும் சொல்லிவிடமுடியாது' என்று எழுதினார் மைக்கேல் கோப்லான்ட். ஆனால் அவருடைய சக ஊழியர் ஜான் ஃபோர்ட் அதற்குப் பதிலளிக்கும் வகையில் 'மூடிய அமைப்புகளுக்குப் பொதுவாக நல்ல வரவேற்பு கிட்டுவதில்லை. ஆனால் அவை அற்புதமாக வேலை செய்கின்றன. பயனர்களுக்கு மிகவும் பயனளிக்கின்றன. தொழில்நுட்ப உலகில் ஸ்டீவ் ஜாப்ஸை விட இதைச் சிறப்பாக நமக்கு உணர்த்தியவர்கள் வேறு யாருமில்லை. வன்பொருள், மென்பொருள், சேவைகள் என எல்லாவற்றையும் ஒன்றாகப் பொதிந்து, அவற்றை இறுகக் கட்டுப்படுத்துவதன் மூலம் ஆப்பிள் தொடர்ந்து தனது போட்டியாளர்களை மிஞ்சி தரமான, அற்புதமான தயாரிப்புகளை அளிக்கமுடிகிறது.' முதன்முதலில் வெளிவந்த மகின்டாஷிற்குப் பின் இந்தக் கேள்விக்குச் சரியான சோதனை முயற்சி ஐபேடாகத்தான் இருக்கும் என்று அவர்கள் ஒப்புக்கொண்டனர். 'ஆப்பிள் ஐபேடை இயக்கும் ஏ4 சில்லு மூலம் தனது கட்டுப்பாட்டை ஒரு புதிய தளத்திற்கு உயர்த்தியுள்ளது' என்று எழுதினார் ஃபோர்ட். 'க்யூபர்டினோ இப்போது சிலிக்கன், சாதனங்கள், இயங்கு தளம் (ஆபரேட்டிங் சிஸ்டம்), ஆப் ஸ்டோர், பணம் செலுத்துதல் எனப் பல்வேறு அம்சங்களுக்கான முழுமையான களமாகத் திகழ்கிறது.'

ஏப்ரல் 5 அன்று ஐபேட் விற்பனைக்கு வந்தது. அன்று மதியத் திற்குச் சற்று முன்பாக ஜாப்ஸ் பாலோ ஆல்டோவிலுள்ள ஆப்பிள் ஸ்டோருக்குச் சென்றார். டானியல் கோட்கே – ரீட் கல்லூரியில் படித்த காலங்களிலும் ஆப்பிளின் தொடக்க நாள்களிலும் எல்எஸ்டி போதைப்பொருள் எடுத்துக்கொள்வதில் அவருடைய ஆத்ம நண்பர், நிறுவனர்களுக்கான பங்குவாய்ப்புகள் கிட்டாததற்காக மனத்தில் கசப்புணர்வு எதுவும் கொள்ளாதவர் – வந்திருந்தார். 'பதினைந்து ஆண்டுகள் உருண்டோடியிருந்தன... எனக்கு அவரைப் பார்க்க வேண்டும்போல் இருந்தது' – கோட்கே நினைவுகூர்ந்தார். 'நான் அவரைக் கட்டிக்கொண்டு என் பாடல் வரிகளுக்காக ஐபேடைப் பயன்படுத்தப்போவதாக அவரிடம் தெரிவித்தேன். அவர் அற்புதமான மனநிலையில் இருந்தார். பல ஆண்டுகள் கழித்து மனம்விட்டுப் பேசினோம்' பவெல்லும் அவர்களுடைய கடைசி மகள் ஈவும் அங்காடி யின் ஒரு மூலையிலிருந்து அவரைப் பார்த்தவாறு நின்றிருந்தனர்.

வன்பொருளும் மென்பொருளும் கூடியவரையில் திறந்த அமைப் போடுதான் இருக்கவேண்டும் என்று வாதாடும் வாஸ்நியாக்கூடத் தம் கருத்தை மாற்றிக்கொண்டிருந்தார். அடிக்கடி செய்வதுபோலவே, ஆர்வலர்களோடு தாமும் வரிசையில் இரவு முழுதும் நின்று அங்காடி திறப்பதற்காகக் காத்திருந்தார். இம்முறை அவர் சான் ஹொஸெயின் வாலி ஃபேர் மாலில் இருந்தார் – இரண்டு சக்கரத் தள்ளுவண்டியில்

சறுக்கியவாறு. ஒரு செய்தியாளர் அவரிடம் ஆப்பிளின் மூடிய வகை அமைப்பு பற்றிக் கேட்டார். 'ஆப்பிள் உங்களைத் தனது களத்திற்குள் கவர்ந்து சென்று அங்கேயே வைத்துக்கொள்ளும். ஆனால் அதில் சில சாதகமான விஷயங்களும் உள்ளன' என்று பதிலளித்தார். 'எனக்குத் திறந்த வகை அமைப்புகள் பிடிக்கும் – நான் ஒரு ஹாக்கர். ஆனால் பெரும்பாலானோர் பயன்படுத்துவதற்கு எளிதான சாதனங்களையே விரும்புகிறார்கள். ஸ்டீவ் ஒரு மேதை - அவருக்குச் சாதனங்களை எளிதாக்குவது எப்படி என்று தெரியும்; அதற்கு முழுக்கட்டுப்பாடு சிலசமயம் அவசியமாகிறது.'

'உங்கள் ஐபாடில் என்ன இருக்கிறது?' என்ற கேள்வி மாறி 'உங்கள் ஐபேடில் என்ன இருக்கிறது?' என்றானது. அதிபர் ஒபாமாவின் அலுவலக ஊழியர்கள்கூட ஐபேடைத் தங்கள் தொழில்நுட்பக் கருவியாக ஏற்றுக்கொண்டு ஆட்டத்தில் கலந்துகொண்டார்கள். பொருளாதார ஆலோசகர் லாரி சம்மர்ஸ் ப்ளூம்பெர்க் ஃபினான்ஷியல் இன்ஃபர்மேஷன் குறுஞ்செயலி, ஸ்க்ராபிள் வார்த்தை விளையாட்டு, *த ஃபெடரலிஸ்ட் பேப்பர்ஸ்* ஆகியவற்றை வைத்திருந்தார். ஊழியர் மேலாளர் ரஹ்ம் எமானுவெல் பல செய்தித்தாள்களை வைத்திருந்தார். தகவல் தொடர்பு ஆலோசகர் பில் பர்ட்டன் *வானிடி ஃபேர்* மற்றும் தொலைக்காட்சித் தொடரான *லாஸ்ட்*டின் ஒரு முழுத் தொடரைச் சேகரித்திருந்தார். அரசியல் இயக்குநர் டேவிட் அக்செல்ராடின் ஐபேடில் மேஜர் லீக் பேஸ்பால், என்பீஆர் (நேஷனல் பப்ளிக் ரேடியோ) ஆகியவை இருந்தன.

மைக்கேல் நோயர் *ஃபோர்ப்ஸ்.காமி*ல் எழுதியிருந்த ஒரு கட்டுரை ஜாப்ஸை பாதித்தது – அதை அவர் எனக்கு அனுப்பியிருந்தார். நோயர் கொலம்பியாவிலுள்ள பொகோட்டாவின் வடக்குப்புறமாய் அமைந்த நாட்டுப்புறப் பகுதியில் ஒரு பால் பண்ணையில் தங்கியிருந்த சமயம், தனது ஐபேடில் ஒரு விஞ்ஞானக் கற்பனை நாவலைப் படித்துக்கொண்டிருந்தார். அப்போது லாயங்களைச் சுத்தம் செய்யும் ஒரு ஆறு வயதுச் சிறுவன் அவரிடம் வந்தான். ஓர் ஆர்வத்தில் நோயர் அவனிடம் அந்தச் சாதனத்தைக் கொடுத்தார். எந்தவிதக் குறிப்புகளும் இல்லாமல், அதுவரை ஒரு கணினியைப் பார்த்திராத அந்தச் சிறுவன் தனது உள்ளுணர்வாலேயே அதை இயக்கிக் கொண்டிருந்தான். திரையைப் புரட்டி, குறுஞ்செயலிகளைப் *(ஆப்ஸ்)* புகுத்தி, பின்பால் கேம் விளையாடத் தொடங்கிவிட்டான். 'படிப்பறிவே இல்லாத ஒரு ஆறு வயதுச் சிறுவன் எந்தக் குறிப்புகளும் இன்றிப் பயன்படுத்தக் கூடிய மிக வலிமையான கணினியை வடிவமைத்திருக்கிறார் ஜாப்ஸ்' என்று எழுதினார் நோயர். 'மாயாஜாலம் என்பது இதுவல்ல என்றால், பிறகு எது என்று எனக்குப் புரியவில்லை.'

ஒரு மாதத்திற்குள்ளாகவே ஆப்பிள் 1 மில்லியன் ஐபேடுகளை விற்றுத் தீர்த்தது. இதே எண்ணிக்கையை ஐஃபோன் எட்டுவதற்கு எடுத்துக்கொண்டதைவிட இது இரட்டிப்பு வேகமாக இருந்தது. 2011 மார்ச்சில், அதாவது வெளியிட்டு ஒன்பது மாதங்கள் ஆகியிருந்த நிலையில் 15 மில்லியன் ஐபேடுகள் விற்பனையாகியிருந்தன. சில வகைகளில் சரித்திரத்திலேயே மிக வெற்றிகரமான பயனீட்டாளர் சாதன வெளியீடாக அது விளங்கியது.

விளம்பரப்படுத்துதல்

ஐபேடுக்காக முதலில் தயாரிக்கப்பட்ட விளம்பரங்கள் ஜாப்ஸுக்குத் திருப்தியளிக்கவில்லை. வழக்கம்போல விளம்பரத்திலும் அவர் தம்மை முழுமையாக ஈடுபடுத்திக்கொண்டார் – இதில் விளம்பர நிறுவனத்தி லுள்ள ஜேம்ஸ் வின்செண்ட், டங்கன் மில்னர் ஆகியோர் (அது இப்போது டீபிடபுள்யூஏ/மீடியா ஆர்ட்ஸ் லேப் என்று அழைக்கப் பட்டது) தவிர லீ க்ளோ பகுதி ஓய்வுபெற்ற நிலையில் ஆலோசனை களை அளித்து வந்தார். அவர்கள் தயாரித்த முதல் விளம்பரப் படத்தில் ஒரு மென்மையான காட்சி: படத்தில் ஒருவர் சாயம் வெளுத்த ஜீன்ஸும் சுவட்டரும் அணிந்துகொண்டு நாற்காலியில் சாய்ந்து அமர்ந்தபடி மின்னஞ்சல்கள், புகைப்படத் தொகுப்புகள், நியூ யார்க் டைம்ஸ் பத்திரிகை, புத்தகங்கள், வீடியோ படங்கள் ஆகியவற்றைத் தமது ஐபேடில் பார்ப்பதுபோல் சித்திரிக்கப்பட்டிருந்தது. அதில் வார்த்தைகள் எதுவுமில்லை – ப்ளூ வேன் குழுவினரின் *தேர் கோஸ் மை லவ்* பாடல் மட்டும் பின்னணியில் ஒலித்தது. 'ஸ்டீவ் அதை அங்கீகரித்து விட்டு, பின் தமக்குப் பிடிக்கவே இல்லை என்று தீர்மானித்தார்' – வின்செண்ட் நினைவுகூர்ந்தார். 'அதைப் பார்த்தால் ஏதோ *போட்டரி பார்ன்* (அமெரிக்காவின் வீட்டு அறைகலன்கள் மற்றும் திரைச்சீலை போன்ற அலங்காரப் பொருட்கள் தயாரிப்பு நிறுவனம்) விளம்பரப்படம் போல் இருக்கிறது என்று எண்ணினார்.' ஜாப்ஸ் பின்னர் என்னிடம் கூறினார்:

> ஐபாட் என்னவென்று விளக்குவது எளிதாக இருந்தது - உங்கள் சட்டைப்பையில் ஆயிரம் பாடல்கள் - அதனால் பிரபலங்களின் நிழலுருவ விளம்பரங்களுக்கு விரைவில் நகர முடிந்தது. ஆனால் ஐபேட் என்னவென்று விளக்குவது கடினமாக இருந்தது. அதை ஒரு கணினியாகக் காட்ட நாங்கள் விரும்பவில்லை; அதேசமயம், அதை ஒரு சுட்டி தொலைக்காட்சிப் பெட்டிபோல மென்மையாக்கி விடவும் விரும்பவில்லை. முதலில் வந்த விளம்பரங்கள் நாங்கள் செய்வது என்ன என்று எங்களுக்கே தெரியாது என்று நிரூபித்தன. அவற்றில் காஷ்மீர் கம்பளி, ஹஷ்பப்பிகளுக்கே உரித்தான மென்மை யுணர்வு இருந்தது.

ஜேம்ஸ் வின்சென்ட் பல மாதங்களாக ஓய்வே எடுத்துக் கொண்டிருக்கவில்லை. ஆகவே ஐபேட் ஒருவழியாக விற்பனைக்கு வந்து, விளம்பரங்களும் வெளியாகத் தொடங்கியபோது, அவர் தமது குடும்பத்தோடு பாம் ஸ்பிரிங்ஸில் (கலிஃபோர்னியாவிலுள்ள பாலைவனப் பொழுதுபோக்கு இடம்) நடக்கும் கொசெல்லா இசைத் திருவிழாக்குச் சென்றார். அங்கு அவருக்குப் பிடித்தமான இசைக் குழுக்கள் பல இருந்தன – மியூஸ், ஃபெய்த் நோமோர், டெவோ உட்பட. அவர் சென்றடைந்தவுடன், ஜாப்ஸ் அழைத்தார்: 'உங்கள் விளம்பரங்கள் வணிகக் குப்பை' என்று அவர் கூறினார். 'ஐபேட் உலகில் புரட்சியை ஏற்படுத்திக் கொண்டிருக்கிறது; நமக்குப் பெரிய அளவில் ஏதாவது வேண்டும். ஆனால் நீங்கள் எனக்குச் சிறிய அளவில், பயனில்லாத ஒன்றைத் தந்திருக்கிறீர்கள்.'

'சரி, உங்களுக்கு என்னதான் வேண்டும்?' வின்சென்ட் பதிலுக்குக் கத்தினார். 'உங்களுக்கு என்ன தேவை என்று எனக்குச் சொல்ல உங்களால் முடியவில்லை.'

'எனக்குத் தெரியவில்லை... நீங்கள் எனக்குப் புதிதாக ஏதாவது செய்து தர வேண்டும். நீங்கள் இதுவரை காட்டிய எதுவுமே நான் நினைத்ததற்கு அருகில்கூட வரவில்லை.'

வின்சென்ட் பதிலுக்கு விவாதித்தார். திடீரென்று ஜாப்ஸ் கொதித் தெழுந்தார். 'அவர் என்னிடம் சீறத் தொடங்கினார்' என்று வின்சென்ட் நினைவுகூர்ந்தார். வின்சென்ட்டும் திருப்பிக் கத்த, குரல்கள் தீவிரமாய் உயர்ந்தன.

வின்சென்ட் 'உங்களுக்கு என்ன தேவை என்று நீங்கள் சொல்லியே ஆகவேண்டும்' என்று கத்தியபோது, ஜாப்ஸ் 'நீங்கள் எனக்குச் சில மாதிரிகளைக் காட்டவேண்டும். அதைப் பார்க்கும்பொழுது எனக்குப் புரிந்துவிடும்.'

'ஆஹா, அதைப் பார்க்கும்பொழுது எனக்குப் புரிந்துவிடும். இதை அப்படியே எழுதி வைத்துக்கொண்டு என் குழுவினரிடம் காட்டுகிறேன்.'

வின்சென்ட் வெறுப்பின் உச்சத்திலிருந்தார். அவர் வாடகைக்கு எடுத்திருந்த வீட்டின் சுவரில் முஷ்டியை மடக்கி ஓங்கிக் குத்தினார் – அதில் பெரிய பள்ளமே விழுந்துவிட்டது. ஒரு வழியாக வெளியே இறங்கி நீச்சல் குளத்தின் ஓரமாய் அமர்ந்திருந்த தம் குடும்பத்தினரிடம் சென்ற போது அவர்கள் அவரைப் பதற்றமாய்ப் பார்த்தார்கள். கடைசியில், 'உங்களுக்கு ஒன்றுமில்லையே?' அவருடைய மனைவி கேட்டார்.

ஒரு புதிய விளம்பர வரிசையைத் தயாரிக்க வின்சென்டுக்கும் அவருடைய குழுவினருக்கும் இரண்டு வாரங்கள் பிடித்தன. அவற்றை

ஜாப்ஸின் அலுவலகத்தைவிட வீட்டில் காட்டிவிடும்படி கூறினார் – சூழல் சற்று சாந்தமாக இருக்கும் என்பதால். விளம்பரப் பலகைகளை அவரும் மில்னரும் மேசைமேல் பரப்பினர். பன்னிரண்டு விதமான விளம்பரங்கள் இருந்தன. ஒன்று ஊக்கமும் தூண்டுதலும் மிக்கதாக இருந்தது. மற்றொன்று நகைச்சுவைப் பாணியை முயன்றிருந்தது. நகைச்சுவை நடிகர் மைக்கேல் செரா ஒரு போலி வீட்டிற்குள் உலவியபடி ஐபேடை எப்படிப் பயன்படுத்தலாம் என்பது பற்றி நகைச் சுவையாகக் குறிப்பிடுவது போல. மற்றவை பிரபலங்கள் ஐபேட் வைத்திருப்பது போல; அல்லது வெள்ளைப் பின்னணியில் பளிச்சென்று தெரிவதுபோல; அல்லது ஒரு சிறிய சூழ்நிலை அடிப்படையிலான நகைச்சுவைப் படத்தில் நடிப்பதுபோல; அல்லது நேரடியான தயாரிப்பு விளம்பரம் போல.

எல்லா தேர்வுகளையும் அலசி ஆராய்ந்ததில் ஜாப்ஸ் தமக்கு என்ன வேண்டும் என்பதை உணர்ந்துகொண்டார். நகைச்சுவையல்ல, பிரபலங்களல்ல, செயல்விளக்கமும் அல்ல 'அது ஒரு வாசகத்தைச் சொல்ல வேண்டும்' என்றார் அவர். 'அது மிக வலிமையானதாக இருக்கவேண்டும். இது பெரிய விஷயம்.' ஐபேட் உலகையே மாற்றி யமைக்கும் என்று அவர் அறிவித்திருந்தார். அதை வலியுறுத்தும் ஒரு பிரச்சாரம் அவருக்குத் தேவைப்பட்டது. இன்னும் ஒரு ஆண்டில் மற்ற நிறுவனங்கள் அச்சு, அசலான டாப்லெட்டுகளை வெளியிடுவார்கள். ஆகவே மக்கள் ஐபேட் தான் உண்மையான தயாரிப்பு என்பதை நினைவில் கொள்ளவேண்டும் என்று அவர் விரும்பினார். 'நாம் என்ன செய்தோம் என்பதை முன்னின்று உரக்கச் சொல்லும் விளம்பரங்கள் தான் நமக்குவேண்டும்.'

அவர் திடீரென்று தம் இருக்கையை விட்டு எழுந்தார் - சற்று ஆயாசமாக, ஆனால் ஒரு புன்னகையுடன். ' நான் இப்போது ஒரு மசாஜ் செய்துகொள்ள வேண்டும்' என்றார் அவர். 'நீங்கள் வேலை யைப் பாருங்கள்.'

ஆக, வின்சென்ட்டும் மில்னரும் பிரதி எழுத்தாளர் எரிக் க்ரன்பௌமுடன் இணைந்து த மானிஃபெஸ்டோ என்று புனைப்பெயர் சூட்டிய அந்த விளம்பரப் பணியில் ஈடுபட்டனர். பரபரப்பு மிகுந்ததாக, உயிரோட்டமுள்ள படங்களோடு, தாளமடித்தபடி, ஐபேட் ஒரு புரட்சி என்றது அது. இதற்கு அவர்கள் தேர்ந்தெடுத்த பின்னணி இசை கரேன் ஓவின் தாளமயமான மெட்டு – யாஹ யாஹ யாஹ இசைக்குழுவின் 'கோல்ட் லயனி'லிருந்து. ஐபேட் தனது மாயாஜாலங் களைச் செய்துகாட்ட, பின்னணியிலிருந்து ஆழ்ந்த குரலொன்று 'ஐபேட் அழகானது... மிக வலிமையானது... மாயாஜாலம் மிக்கது.

அதில் காணொளி (வீடியோ) படங்கள், புகைப்படங்கள்... ஒரு வாழ்நாளில் நீங்கள் படிக்கக்கூடியவற்றை விட அதிகமான புத்தகங்கள்... ஏற்கனவே அது ஒரு புரட்சி... இப்பொழுது தான் அது தொடங்கி யிருக்கிறது' என்றது.

மானிஃபெஸ்டோ விளம்பரங்கள் முடிந்ததும், குழு மீண்டும் சிறிது மென்மையான பாணியில், இளம் திரைப்பட இயக்குநர் ஜெஸ்ஸிகா சாண்டர்ஸ் போல அன்றாட வாழ்க்கையைப் பிரதிபலிக்கும் செய்திப் படங்களை முயன்று பார்த்தது. ஜாப்ஸுக்கு அவை பிடித்திருந்தன – சிறிது நேரத்திற்கு. பிறகு அவர்களுக்கு எதிராகத் திரும்பினார் – முதலில் தயாரித்த பாட்டரி பார்ன் பாணி விளம்பரங்களை எதிர்த்த அதே காரணத்திற்காக. 'நாசமாய்ப் போக' என்று அவர் கத்தினார். 'இவற்றைப் பார்த்தால் ஏதோ விசா விளம்பரம் போல் இருக்கிறது. அப்படியே அச்சு அசலாக விளம்பர நிறுவன உத்தி' என்றார்.

வித்தியாசமாகவும், புதிதாகவும் உள்ள விளம்பரங்கள் வேண்டும் என்று அவர் கேட்டுக்கொண்டிருந்தார். காலப்போக்கில் ஆப்பிளின் குரலிலிருந்து விலகும் எதையும் அவர் விரும்பவில்லை என்பதை உணர்ந்தார். அவரைப் பொறுத்தவரை அந்தக் குரலுக்கென்று சில குணங்கள் இருந்தன... எளிமையான, ஓங்கி ஒலிக்கக்கூடிய, தூய்மை நிறைந்தவை. 'நாங்கள் அந்த வாழ்க்கைமுறைப் பாதையிலும் முயன்றோம்; அது ஸ்டீவின் மனத்தில் மேலும் ஆழமாய்ப் பதிவது போலத் தோன்றியது. திடீரென்று அவர் கூறினார்: அது எனக்குச் சுத்தமாகப் பிடிக்கவில்லை. அது ஆப்பிள் அல்ல என்றார்' – லீ க்ளோ நினைவுகூர்ந்தார். 'அவர் மீண்டும் ஆப்பிள் குரலுக்கே திரும்பிச் செல்லச் சொன்னார். அது மிக எளிமையான, நேர்மையான குரல்.' ஆக, மீண்டும் ஒரு தூய, வெள்ளைப் பின்னணியில் ஒரு க்ளோசப் காட்சி... 'ஐபேட் என்பது...' என அதில் உள்ளடங்கியவை மட்டு மன்றி, அது செய்யக்கூடிய அம்சங்கள் அனைத்தையும் காட்டியது.

ஆப்ஸ் (குறுஞ்செயலிகள்)

ஐபேட் விளம்பரப் படங்கள் சாதனத்தைப் பற்றியவை அல்ல; அதை வைத்துக்கொண்டு நாம் என்ன செய்ய முடியும் என்பது பற்றி. அதன் வெற்றி வன்பொருளின் அழகினால் மட்டுமல்ல, ஆப் (குறுஞ்செயலி) அதன் பயன்பாட்டு மென்பொருள்களால்தான் (அப்ளிகேஷன்ஸ்) அவை சுவாரசியமான பல விஷயங்களைச் செய்ய உதவின. ஆப்ஸ் (குறுஞ்செயலிகள்) ஆயிரக்கணக்கில் – ஏன் விரைவில் பல்லாயிரக் கணக்கில் இருந்தன – இலவசமாகவோ, சில டாலருக்கோ பதிவிறக்கம் செய்துகொள்ளக்கூடியவையாக. ஆங்கிரி போர்ட்ஸ்ஸை விரலால் தட்டி வரவழைத்து விடலாம்; பங்குகளைச் சரிபார்த்துக் கொள்ளலாம்;

படம் பார்க்கலாம்; புத்தகமும், பத்திரிகைகளும் படிக்கலாம்; புத்தம் புது செய்திகளைத் தெரிந்துகொள்ளலாம்; விளையாடலாம்; எவ்வளவு பொழுதை வேண்டுமானாலும் வெட்டியாகக் கழிக்கலாம். மீண்டும் ஒருமுறை வன்பொருள், மென்பொருள் அங்காடி ஆகியவற்றின் ஒருங்கிணைப்பு இவற்றையெல்லாம் எளிமையாக்கியது. ஆனால் குறுஞ்செயலிகள் *(ஆப்ஸ்)* அந்தக் களத்தை ஓரளவிற்குத் திறந்த நிலையில் வைத்திருந்தன – மிகவும் கட்டுப்பாடான ஒரு விதத்தில் அதற்குப் பொருத்தமான மென்பொருள் மற்றும் தகவல்களை வெளித் தயாரிப்பாளர்கள் அளிக்க விரும்பும் பட்சத்தில். திறந்த வகைதான் – ஆனால் கவனமாக வடிவமைக்கப்பட்ட, தாழிடப்பட்ட ஒரு சமூகத் தோட்டம் போல.

குறுஞ்செயலிகளின் *(ஆப்ஸ்)* தோற்றம் ஐஃபோனோடு தொடங்கியது. 2007இன் தொடக்கத்தில் அது வெளிவந்தபோது, வெளித் தயாரிப்பாளர் களிடமிருந்து வாங்கிக் கொள்ளக்கூடிய குறுஞ்செயலிகள் எதுவும் இருக்கவில்லை. ஜாப்ஸ் தொடக்கத்தில் அவர்களுக்கு அனுமதியளிக்க மறுத்தார். வெளித் தயாரிப்பாளர்களின் குறுஞ்செயலிகள் ஐஃபோனில் புகுந்து அதனைப் பாழாக்குவதையோ, வைரஸ் தாக்குதல்களை உண்டாக்குவதையோ, அதன் கண்ணியத்தைக் குறைப்பதையோ அவர் விரும்பவில்லை.

ஐஃபோன் குறுஞ்செயலிகள் (ஆப்ஸ்) வேண்டுமென்று வலியுறுத்திய வர்களுள் நிர்வாகக் குழு உறுப்பினர் ஆர்ட் லெவின்ஸனும் ஒருவர். 'நான் ஆறேழு முறை ஜாப்ஸை அழைத்திருப்பேன் – ஆப்ஸின் வலிமையை எடுத்துக்கூறுவதற்காக' என்றார் அவர். ஆப்பிள் அவற்றுக்கு அனுமதியளிக்கவில்லை என்றால், உற்சாகமூட்டவில்லை எனில், வேறு ஒரு ஸ்மார்ட்ஃபோன் தயாரிப்பாளர் அதைச் செய்து போட்டி யிடச் சாதகமாக்கிக் கொள்வார். இதை ஆப்பிளின் விளம்பரத் தலைவர் ஃபில் ஷில்லரும் ஒப்புக்கொண்டார். 'ஐஃபோன் போல வலிமைமிக்க ஒரு சாதனத்தைப் படைத்துவிட்டு அதற்கு நிறைய ஆப்ஸைத் தயாரிக்கப் பொருத்தமானவர்களுக்கு அனுமதி அளிக்காமல் இருப்பதை என்னால் கற்பனை செய்து பார்க்க இயலவில்லை' என்று அவர் நினைவுகூர்ந்தார். 'வாடிக்கையாளர்கள் அதை மிகவும் விரும்பு வார்கள் என்று எனக்குத் தெரியும்.' வெளியிலிருந்து முதலீட்டு நிறுவனர் ஜான் டோயர் ஆப்ஸுக்கு (குறுஞ்செயலிகளுக்கு) அனுமதியளிப்பது புதிய தொழில் முனைவோரை ஊக்குவிக்குமென்றும், அவர்கள் புதிய வகை சேவைகளை உருவாக்குவார்கள் என்றும் வாதிட்டார்.

ஜாப்ஸ் தொடக்கத்தில் இந்தக் கலந்துரையாடலுக்கு முற்றுப்புள்ளி வைத்தார் – வெளியிலிருந்து வரும் குறுஞ்செயலிகள் தயாரிப்பாளர் களை அனுமதித்தால் என்ன சிக்கல்களெல்லாம் வரும் என்பதைப்

புரிந்துகொள்ளும் திறன் தமது குழுவினருக்கு இல்லை என்று கருதியதே இதற்கு ஓரளவு காரணமாக இருந்தது. அவருக்கும் கவனம் தேவைப்பட்டது. 'ஆகவே அதுபற்றிப் பேச அவர் விரும்பவில்லை' என்றார் ஷில்லர். ஆனால் ஐஃபோன் வெளியானவுடனேயே அதுபற்றிப் பேச அவர் ஆர்வம் காட்டினார். 'ஒவ்வொரு முறை கலந்துரையாடல் நடந்த போதும் ஸ்டீவ் மேலும் இறங்கி வந்தார்' என்றார் லெவின்ஸன். இது குறித்த கலந்துரையாடல்கள் நான்கு நிர்வாகக் குழுக் கூட்டங்களில் இடம்பெற்றன.

ஜாப்ஸ் இரண்டு விதத்திலும் இலாபகரமாகச் செய்ய ஒரு வழி இருப்பதை விரைவில் கண்டறிந்தார். அவர் வெளித் தயாரிப்பாளர்கள் குறுஞ்செயலிகள் (ஆப்ஸ்) எழுத அனுமதி அளிப்பார். ஆனால் அவர்கள் மிகக் கடுமையான தரக்கட்டுப்பாடுகளைப் பேண வேண்டியிருக்கும். ஆப்பிளின் சோதனைக்கு உட்பட்டு, அதன் அங்கீகாரம் பெறவேண்டும்; ஐட்யூன்ஸ் ஸ்டோர் வழியாக மட்டுமே விற்பனை செய்யப்பட வேண்டும். இதனால் ஆயிரக்கணக்கான மென்பொருள் தயாரிப்பாளர்களை ஊக்குவிக்கும் பலன் கிட்டும்; அத்துடன் ஐஃபோனின் கண்ணியத்தையும் பயனர் அனுபவத்தின் எளிமையையும் கட்டிக்காக்கும் கட்டுப்பாட்டையும் தக்கவைத்துக்கொள்ளலாம். 'அது மிக மாயாஜாலமான, இனிமையான ஒரு தீர்வு – திறந்த தன்மை கொண்டது என்ற உணர்வும் இருக்கும்; அதேசமயம் கட்டுப்பாட்டிலும் இருக்கும்' என்றார் லெவின்ஸன்.

2008இல் ஜூலையில் ஐஃபோனுக்காக ஆப் ஸ்டோர் (குறுஞ்செயலி அங்காடி) ஐட்யூன்ஸில் வெளியானது. பில்லியனாவது பதிவிறக்கம் ஒன்பது மாதங்கள் கழித்து வந்தது. 2010 ஏப்ரலில் ஐபேட் விற்பனைக்கு வந்தபோது 185,000 குறுஞ்செயலிகள் (ஆப்ஸ்) ஐஃபோனில் கிடைக்கக் கூடியவையாக இருந்தன. இவற்றில் பெரும்பாலானவற்றை ஐபேடிலும் பயன்படுத்தமுடிந்தது – பெரிய திரையளவை அவை சாதகமாக்கிக் கொள்ளவில்லை என்ற போதிலும். ஆனால் ஐந்து மாதத்திற்குள்ளாகவே, தயாரிப்பாளர்கள் ஐபேடுக்கென்றே பிரத்யேகமாக 25000 புதிய குறுஞ்செயலிகளை எழுதியிருந்தார்கள். 2011 ஜூலைக்குள் இரண்டு சாதனங்களுக்குமாகச் சேர்ந்து 500,000 குறுஞ்செயலிகள் இருந்தன; அவற்றின் பதிவிறக்கங்கள் 15 பில்லியனையும் தாண்டியிருந்தன.

ஆப் ஸ்டோர் (குறுஞ்செயலி அங்காடி) இரவோடு இரவாகப் புதிய ஒரு தொழிலையே உருவாக்கியிருந்தது. விடுதியறைகளிலும் கராஜ்களிலும், பெரிய ஊடக நிறுவனங்களிலும் தொழில்முனைவோர் புதிய குறுஞ்செயலிகளைப் படைத்தார்கள். ஜான் டோயரின் முதலீட்டு நிறுவனம் சிறந்த யோசனைகளுக்கு நிதி உதவி அளிக்க 200 மில்லியன் டாலர் கொண்ட ஐஃபண்ட் என்ற அறக்கட்டளையை உருவாக்கியது.

அதுவரை தங்கள் தகவல்களை இலவசமாகத் தந்துகொண்டிருந்த நாளிதழ்களும் பத்திரிகைகளும் சந்தேகத்துக்குரிய வணிக அமைப்பைக் கட்டுப்படுத்துவதற்குக் கிட்டிய கடைசி வாய்ப்பாக அதைக் கண்டார்கள். புதுமைப் பதிப்பாளர்கள் புதிய பத்திரிகைகளையும், புத்தகங்களையும், கல்வி ஏடுகளையும் ஐபேடுக்காகவே படைத்தார்கள். உதாரணமாக கால்அவே என்ற புகழ்பெற்ற பதிப்பகம் (மடோனாவின் *செக்ஸிலிருந்து மிஸ் ஸ்பைடர்ஸ் டீ பார்டி* வரை அனைத்தையும் வெளியிட்டவர்கள்) தங்களுடைய 'பதிப்புத் தொழிலையே கைவிட்டுவிட்டு', புத்தகங்களைப் பரஸ்பரம் பகிர்ந்துகொள்ளக்கூடிய குறுஞ்செயலிகளைப் பதிப்பதில் கவனம் செலுத்தத் தொடங்கினார்கள். ஜூன் 2011க்குள் ஆப்பிள் 2.5 பில்லியன் டாலரை குறுஞ்செயலி தயாரிப்பாளர்களுக்கு அளித்திருந்தது.

ஐபேடும் மற்ற குறுஞ்செயலி அடிப்படையிலான சாதனங்களும் டிஜிட்டல் உலகில் ஓர் அடிப்படை மாற்றத்தைத் கொண்டு வந்தன. சிலகாலத்திற்கு முன்பு, 1980களில், ஆன்லைன் (நிகழ்நிலை) என்பது பொதுவாக ஏஓஎல், கம்ப்யூசர்வ் அல்லது புரோடிஜி போன்ற ஏதேனும் ஒரு சேவையைப் பயன்படுத்துவதாக இருந்தது. அவர்களுடைய தகவல் பொதிந்த, கவனமாய்க் காக்கப்பட்ட தோட்டத்திற்குள் நுழையக் கட்டணம் செலுத்தவேண்டும். தைரியசாலிகளான பயனர்கள் அதன் வார்த்தைகள் வழியே இணையதளத்தையும் எட்ட முடிந்தது. 1990களில் தொடங்கிய இரண்டாம் யுகத்தில் உலாவிகள் *(ப்ரௌசர்ஸ்)* தோன்றின. அவற்றின் மூலம் லட்சக்கணக்கான தளங்களை இணைக்கும் தகவல் பகிர்வு தளமான வேள்ட் வைட் வெப்பைப் (வைய விரிவு வலை) பயன்படுத்தி இணையதளத்தைச் சுதந்திரமாய் வலம் வர முடிந்தது. மக்கள் தாங்கள் விரும்பிய தளங்களை விரைவாகவும் எளிதாகவும் கண்டுபிடிப்பதற்கு தேடுபொறிகள் *(ஸர்ச் எஞ்சின்)* உருவாயின. ஐபேட் வெளியீடு ஒரு புதிய வடிவத்தை அறிமுகப்படுத்தியது. குறுஞ்செயலிகள் (ஆப்ஸ்) பழைய பூட்டிய தோட்டத்தை ஒத்திருந்தன. அவற்றைப் படைப்பவர்கள் கட்டணம் வசூலித்து, பதிவிறக்கம் செய்யும் பயனர்களுக்கென அதிக அளவில் செயல்பாடுகளை அளிக்க முடிந்தது. ஆனால் ஆப்ஸின் (குறுஞ்செயலிகளின்) வளர்ச்சி என்பது வலைத்தளத்தின் திறந்த தன்மையையும் இணைப்புகள் கொண்ட தன்மையையும் இழப்பதற்கு ஈடாக இருந்தது. குறுஞ்செயலிகள் எளிதாக இணைக்கப் பட்டிருக்கவில்லை. தேடுவதும் எளிதல்ல. ஐபேட் குறுஞ்செயலி களையும் வலைத்தளத்தையும் ஒருங்கே பயன்படுத்த வசதி செய்ததால், வலைத்தள அமைப்போடு அது போட்டியிடவில்லை. அதேசமயம், தகவல்களைப் பயன்படுத்துபவர்களுக்குப் படைப்பவர்களுக்கும் ஒரு சிறந்த மாற்றுவழியை அளித்தது.

பதிப்பும் இதழியலும்

ஐபாடினால் ஜாப்ஸ் இசைத்தொழிலையே மாற்றியமைத்திருந்தார். ஐபேட், ஆப் ஸ்டோர் (குறுஞ்செயலி அங்காடி) ஆகியவற்றால் எல்லா ஊடகங்களையும் – பதிப்பிலிருந்து பத்திரிகைத்துறை, தொலைக் காட்சி, திரைப்படங்கள் வரை அனைத்தையும் – மாற்றியமைக்கத் தொடங்கியிருந்தார்.

புத்தகங்கள் குறிவைக்கப்பட்டது தெளிவான விஷயம் – ஏனெனில் அமேஸானின் கின்டில் மின்னணுப் புத்தகங்களுக்கு நல்ல வரவேற்பு உள்ளதை நிருபித்திருந்தது. ஆகவே ஆப்பிள் ஐபுக்ஸ் அங்காடியைத் தொடங்கியது – பாடல்களை விற்பனை செய்வது போல ஐட்யூன்ஸ் ஸ்டோர் மின்னணுப் புத்தகங்களை விற்பனை செய்தது. என்றாலும் வணிக அமைப்பில் சிறிய வேறுபாடு இருந்தது. ஐட்யூன்ஸ் ஸ்டோருக்கு ஜாப்ஸ் தொடக்கத்தில் எல்லாப் பாடல்களும் மிகக் குறைந்த விலைக்கு – அதாவது 99 சென்டுகளுக்கு – விற்கப்பட வேண்டும் என்று வலியுறுத் தினார். அமேசானின் ஜெஃப் பெஸோஸ் மின்னணுப் புத்தகங்களுக்கும் இதே போன்ற திட்டத்தைச் செயல்படுத்த முயன்றார் – அதிகபட்சம் 9.99 டாலர் விலைக்கு. ஜாப்ஸ் வந்தவுடன் இசை நிறுவனங்களுக்கு அளிக்க மறுத்ததைப் பதிப்பகத்தாருக்கு அளிக்க முன்வந்தார்: ஐபுக்ஸ் அங்காடியில் அவர்கள் தங்கள் தயாரிப்புகளுக்கு என்ன விலை வேண்டுமானாலும் நிச்சயித்துக் கொள்ளலாம்; ஆப்பிள் தனக்கு 30% எடுத்துக்கொள்ளும். தொடக்கத்தில் அமேசானைவிட இது விலை அதிகமாகவே இருக்கும். மக்கள் ஏன் ஆப்பிளுக்கு அதிக விலை தரவேண்டும்? என்று ஐபேட் வெளியீட்டு விழாவில் வால்ட் மாஸ்பெர்க் கேட்டபோது ஜாப்ஸ் 'அது அப்படியல்ல, விலை ஒன்றாகத்தான் இருக்கும்' என்று பதிலளித்தார். அவர் கூறியது சரியாக இருந்தது.

ஐபேட் வெளியீட்டு விழாவிற்குப் பிறகு ஜாப்ஸ் புத்தகங்கள் பற்றிய தமது கருத்துகளைப் பகிர்ந்துகொண்டார்:

அமேசான் எல்லாவற்றையும் குளறுபடியாக்கிவிட்டது. சில புத்தகங் களுக்கு மொத்தவிலை கொடுத்துவிட்டு வாங்கியதை விட குறைந்த விலைக்கு, அதாவது 9.99 டாலருக்கு விற்கத் தொடங்கியது. பதிப்பகத்தார் அதை வெறுத்தார்கள் – அட்டையிட்ட புத்தகங்களை 28 டாலருக்கு விற்க முடியாதபடி இது முடக்கிவிடும் என்று கருதினார்கள். ஆகவே ஆப்பிள் களத்தில் இறங்குவதற்கு முன்னரே சில பதிப்பாளர்கள் புத்தகங்களை அமேசானுக்குத் தருவதை நிறுத்தியிருந்தார்கள். எனவே நாங்கள் பதிப்பாளர்களிடம் 'நாம் முகவர் திட்டத்தையே பயன்படுத்தலாம். நீங்கள் விலையை நிர்ணயிப்பீர்கள்; எங்களுக்கு எங்கள் 30% கிடைத்துவிடும்;

ஆமாம், வாடிக்கையாளர்கள் சிறிது அதிகம் தரத்தான் வேண்டியிருக்கும். ஆனால் எப்படிப் பார்த்தாலும் உங்களுக்குத் தேவை அதுதானே' என்றோம். அத்துடன் எங்களுக்கு ஒரு உத்தரவாதமும் தரும்படி கேட்டோம் – எங்களைவிட விலை குறைவாக வேறு யாராவது அந்தப் புத்தகங்களை விற்பதாக இருந்தால், நாங்களும் அந்த விலைக்கு விற்கலாம் என்று. ஆக, அவர்கள் அமேசானிடம் சென்று 'நீங்கள் முகவர் ஒப்பந்தம் செய்துகொள்ளுங்கள், இல்லாவிட்டால், நாங்கள் புத்தகங்களை உங்களுக்குத் தரப் போவதில்லை' என்றார்கள்.

இசை, புத்தகங்கள் ஆகியவற்றைப் பொறுத்தவரை இரண்டு வணிக அமைப்புகளையும் தமக்குச் சாதகமாக்கிக்கொள்ள முயல்வதை ஜாப்ஸ் ஒப்புக்கொண்டார். இசை நிறுவனங்களுக்கு முகவர் திட்டத்தை மறுத்ததுடன் தங்கள் விலைகளை நிர்ணயித்துக்கொள்ளவும் அனுமதிக்கவில்லை. ஏனென்றால் அதற்கு அவசியம் இருக்கவில்லை. ஆனால் புத்தகங்கள் விஷயத்தில் அதைச் செய்தார். 'நாங்கள் புத்தகத் தொழிலில் முன்னோடிகளல்ல' என்றார் அவர். 'நிலவிவந்த சூழலில் எங்களுக்குச் சிறந்தது இந்தச் செயலைச் சட்டென்று செய்து முகவர் திட்டத்தை நிலைப்படுத்துவதுதான். அதைத்தான் செய்தும் காட்டினோம்.'

ஐபேட் வெளியீட்டு நிகழ்ச்சி முடிந்தவுடன் ஜாப்ஸ் **2010** பிப்ரவரியில் நியூ யார்க்கிற்குச் சென்றார் – பத்திரிகைத் தொழிலில் உள்ள நிர்வாகிகளைச் சந்திப்பதற்காக. இரண்டு நாள்களில் ரூப்பர்ட் முர்டாஹ், அவருடைய மகன் ஜேம்ஸ் மற்றும் அவர்களுடைய *வால் ஸ்ட்ரீட் ஜர்னலின்* நிர்வாகக் குழுவினர்; ஆர்தர் சுல்ட்ஸ்பெர்கர் ஜூனியர் மற்றும் *நியூ யார்க் டைம்ஸின்* உயர்மட்ட அதிகாரிகள்; *டைம், ஃபார்ச்சூன், டைம் இங்க்* நிறுவனத்தின் பல்வேறு பத்திரிகைகளின் நிர்வாகிகள் ஆகியோரைச் சந்தித்தார். 'பத்திரிகைத்துறையில் நல்ல தரத்தைப் புகுத்த நான் விரும்புகிறேன்' என்று அவர் பின்னர் கூறினார். 'நமது செய்திகளுக்கு நாம் வலைப்பதிவர்களை *(ப்ளாக்கர்)* நம்பிக்கொண்டிருக்க முடியாது. நமக்கு உண்மையிலேயே நல்ல செய்தியாளர்களும் ஆசிரியர்களின் மேற்பார்வையும் முன்பு எப்போதையும்விட அதிகமாக வேண்டும். ஆகவே டிஜிட்டல் தயாரிப்புகளை படைக்க மக்களுக்கு உதவ ஏதாவது ஒரு வழி கண்டுபிடிக்க விரும்புகிறேன். இதனால் அவர்களும் பணம் சம்பாதிக்க முடியும்.' இசையைப் பணம் செலுத்தி வாங்க வகை செய்ததால், அதையே பத்திரிகைத்துறைக்கும் செய்ய முடியும் என்று அவர் நம்பிக்கை தெரிவித்தார்.

ஆனால் பதிப்பாளர்கள் அவருடைய இந்த வாழ்வாதாரத்தின் மீது நம்பிக்கையற்று இருந்தார்கள். அவர்கள் ஆப்பிளுக்கு **30%**

தரவேண்டியிருக்கும். ஆனால் பெரிய பிரச்சினை அதுவல்ல. அதைவிட முக்கியமாக அவருடைய திட்டத்தின் கீழ், தங்களுடைய சந்தாதாரர்களோடு நேரடித் தொடர்பு இருக்காது; அவர்களுடைய மின்னஞ்சல் முகவரியோ, கடன்அட்டை (க்ரெடிட் கார்ட்) எண்களோ கைவசம் இருக்காது. ஆகவே அவர்களிடம் நேரடியாகக் கட்டணம் வசூலிக்கவோ, தொடர்பு கொள்ளவோ, புதிய தயாரிப்புகளை விளம்பரம் செய்யவோ முடியாது. அதற்குப் பதில், ஆப்பிள் அந்த வாடிக்கையாளர்களைச் சொந்தமாக்கிக்கொண்டு, அவர்களிடம் கட்டணம் வசூலித்து, அவர்களுடைய தகவல்களைத் தன்வசம் வைத்துக்கொள்ளும். தனது பாதுகாப்புக் கொள்கையினால், ஆப்பிள் வாடிக்கையாளர் அனுமதி தந்தாலொழிய அவர்களுடைய தகவல்களைப் பகிர்ந்து கொள்ளாது.

ஜாப்ஸ் குறிப்பாக நியூ யார்க் டைம்ஸுடன் ஒப்பந்தம் செய்து கொள்வதில் மிக ஆர்வமாய் இருந்தார் – அவரைப் பொறுத்தவரையில் அது அழியும் நிலையிலிருந்தது – ஏனெனில் அது தனது டிஜிட்டல் (இலக்கமுறை) வடிவத்திற்கான கட்டணத்தைத் தீர்மானித்திருக்கவில்லை. 'இந்த ஆண்டு என் சொந்தத் திட்டங்களில் ஒன்று – டைம்ஸுக்கு உதவமுயல்வது என்று தீர்மானித்திருக்கிறேன் – இதை அவர்கள் விரும்பினாலும் விரும்பாவிட்டாலும்' என்று 2010இன் தொடக்கத்தில் அவர் என்னிடம் கூறினார். 'அவர்கள் அதைத் தீர்மானிப்பது இந்த நாட்டிற்கு மிக முக்கியம் என்று கருதுகிறேன்.'

தமது நியூ யார்க் சுற்றுப் பயணத்தின் போது டைம்ஸ் பத்திரிகையின் ஐம்பது உயர்மட்ட அதிகாரிகளுடன் ப்ரன்னா என்ற ஆசிய உணவகத்தின் தனிப்பட்ட உணவுக்கூடத்தில் இரவு உணவு அருந்தினார். (அவர் தமக்கு ஒரு மாம்பழ ஸ்மூதியும் – பால்பழக் கூழ்மம் – பால் இல்லாத பாஸ்டாவும் வரவழைத்துக் கொண்டார். இவை இரண்டுமே அந்த உணவகத்தின் உணவுப் பட்டியலில் இல்லை). அங்கு ஐபேடைக் காட்டி பயனீட்டாளர் ஏற்றுக்கொள்ளக்கூடிய வகையில் நடுத்தரமான ஒரு விலையை டிஜிட்டல் வடிவத்திற்கு நிர்ணயிக்க வேண்டியது எவ்வளவு முக்கியம் என்பதை விளக்கினார். சாத்தியமாகக்கூடிய விலைகள், வாடிக்கையாளர்களின் மொத்த எண்ணிக்கை அனைத்தையும் பட்டியலிட்டுக் காட்டினார். டைம்ஸ் பத்திரிகை இலவசமாகத் தந்தால் எத்தனை பேர் படிப்பார்கள்? இதற்கான விடை அவர்களுக்கு முன்கூட்டியே தெரிந்திருந்தது – ஏனெனில் அவர்கள் ஏற்கனவே வலைத்தளத்தில் அதை இலவசமாகத்தான் அளித்துக்கொண்டிருந்தார்கள் – இதற்கு 20 மில்லியன் வாடிக்கையாளர்கள் இருந்தார்கள். அதை மிகவும் விலை அதிகமாக ஆக்கினால்? இதற்கான தகவல்களும் அவர்களிடம் இருந்தன – ஏனெனில் அச்சுப்பிரதிக்கான வாடிக்கையாளர்களிடம் ஆண்டுக்கு 300 டாலர் வசூலித்து வந்தனர்; அவர்கள் ஒரு மில்லியன்

பேர் இருந்தார்கள். நீங்கள் மத்தியப் புள்ளிக்குச் செல்லவேண்டும். அதாவது 10 மில்லியன் டிஜிட்டல் சந்தாதாரர்கள்' என்றார் அவர் களிடம். அதாவது உங்களுடைய டிஜிட்டல் வடிவங்கள் எளிமையான, விலை குறைவானவையாக இருக்கவேண்டும் – ஒரே க்ளிக் (சொடுக்கு), அதிகபட்சமாக மாதம் 5 டாலர்.

டைம்ஸ் பத்திரிகையின் விற்பனை அதிகாரி ஒருவர் ஆப் ஸ்டோர் வழியாகவே சந்தா பெற்றாலும் எல்லா சந்தாதாரர்களின் மின்னஞ்சல், கடன் அட்டை விவரங்கள் தங்கள் செய்தித்தாளுக்கு வேண்டும் என்று வலியுறுத்தினார். ஆப்பிள் அதைப் பகிர்ந்துகொள்ளாது என்றார் ஜாப்ஸ். அந்த அதிகாரி கோபப்பட்டார். '*டைம்ஸு*க்கு அந்தத் தகவல் கிட்டாது என்பதை யோசிக்க முடியவில்லை' என்றார். 'அதற்கென்ன, அவர்களிடமே நேரடியாகக் கேளுங்கள். ஆனால் அவர்கள் தாமாகத் தராவிட்டால், என்னைக் குறைசொல்லாதீர்கள். உங்களுக்குப் பிடிக்க வில்லையென்றால் எங்களைப் பயன்படுத்திக் கொள்ளவேண்டாம். இந்த இக்கட்டான நிலைக்கு உங்களைக் கொண்டுவந்து நிறுத்தியது நானல்ல. நீங்கள்தான் கடந்த ஐந்து ஆண்டுகளாக உங்கள் செய்தித் தாளை ஆன்லைனில் கொடுத்து ஒருவரது கடன்அட்டைத் தகவலைக் கூட சேகரிக்காமல் இருக்கிறீர்கள்' என்றார் ஜாப்ஸ்.

ஜாப்ஸ் ஆர்தர் சுல்ட்ஸ்பெர்கர் ஜூனியரையும் தனிப்பட்ட முறையில் சந்தித்தார். 'அவர் நல்ல மனிதர். தமது புதிய கட்டடத்தைப் பற்றி மிகவும் பெருமிதம் கொண்டிருக்கிறார். அப்படித்தான் இருக்க வேண்டும்' - ஜாப்ஸ் பின்னர் கூறினார். 'அவர் என்ன செய்ய வேண்டும் என்று நான் நினைக்கிறேனோ, அதைப்பற்றிப் பேசினேன். அதில் அப்போது ஒன்றும் நடக்கவில்லை.' ஓராண்டு ஆனது. ஆனால் 2011 ஏப்ரலில் *டைம்ஸ்* தனது டிஜிட்டல் வடிவத்திற்குக் கட்டணம் வசூலிக்கத் தொடங்கியது. ஆப்பிள் வழியாகச் சில சந்தாக்களை விற்கவும் தொடங்கியது – ஜாப்ஸ் நிர்ணயித்த கொள்கைகளின்படி. ஆனாலும் ஜாப்ஸ் கூறியிருந்த 5 டாலர் மாதக் கட்டணத்தைவிட ஏறத்தாழ நான்கு மடங்கு அதிகமாக வசூலிக்கத் தீர்மானித்தது.

டைம்-லைஃப் பில்டிங்ஸ் வளாகத்தில் *டைம்* பத்திரிகையில் ஆசிரியர் ரிக் ஷ்டெங்கெல் அவரை வரவேற்று உபசரித்தார். ஸ்டெங்கெல் ஒரு திறமைமிக்க குழுவை ஜோஷ் க்விட்னரின் தலைமையில் அமைத்து ஒவ்வொரு வாரமும் ஐபேடுக்கென்று பிரத்யேகமாய் ஒரு வடிவம் தயாரிக்கும்படி ஏற்பாடு செய்திருந்தார். ஜாப்ஸுக்கு அவரைப் பிடித்திருந்தது. ஆனால் அங்கு *ஃபார்ச்சூன்* பத்திரிகையின் ஆண்டி சர்வரைக் கண்டதும் சற்று மனம்தளர்ந்து போனார். ஆவேசம் கொண்டவராக, இரண்டு ஆண்டுகளுக்கு முன் *ஃபார்ச்சூன்* தனது உடல்நிலை மற்றும் பங்கு வாய்ப்புப் பிரச்சினைகள் குறித்த

விவரங்களை வெளியிட்டது தமக்கு எவ்வளவு கோபமூட்டியது என்று சர்வரிடம் கூறினார். 'நான் நிலைகுலைந்து போயிருந்த நேரத்தில் நீங்கள் என்னை எட்டி உதைத்தீர்கள்.'

டைம் இங்க் நிறுவனத்தில் மேலும் பெரிய பிரச்சினை இருந்தது – அது *டைம்ஸில்* இருந்த அதே பிரச்சினைதான். அந்தப் பத்திரிகை நிறுவனம் ஆப்பிள் தனது சந்தாதாரர்களைச் சொந்தமாக்கிக் கொள்வதையோ, தாங்கள் நேரடியாகக் கட்டணம் வசூலிப்பதைத் தடுப்பதையோ விரும்பவில்லை. *டைம் இங்க்* தனது வாசகர்கள் நேரடியாகத் தனது வலைத்தளத்திற்கு வந்து சந்தாவைப் பதிவு செய்துகொள்ளும் வகையில் குறுஞ்செயலிகளைத் *(ஆப்ஸ்)* தயாரிக்க விரும்பியது. ஆப்பிள் மறுத்து விட்டது. *டைமும்* பிற பத்திரிகைகளும் அந்த வகையிலான குறுஞ் செயலிகளை அனுப்பிவைத்த போது ஆப் ஸ்டோரில் இடம்பெறும் உரிமை அவற்றுக்கு மறுக்கப்பட்டது.

ஜாப்ஸ் டைம் வார்னரின் தலைமை நிர்வாக அதிகாரி ஜெஃப் ப்யூகெஸுடன் தனிப்பட்ட முறையில் பேச்சுவார்த்தை நடத்த விரும்பினார். ப்யூகெஸ் ஒரு திறமையுள்ள தத்துவ அறிஞர். அவரிடம் ஒரு வசீகரம் இருந்தது. ஐபாட் டச்சின் வீடியோ உரிமை விஷயமாகச் சில ஆண்டுகள் முன்பு இருவரும் பேச்சு வார்த்தை நடத்தியிருந்தனர்; என்றாலும், படங்கள் வெளியான உடனேயே தொலைக்காட்சியில் காட்டும் தனிப்பட்ட உரிமையுள்ள எச்பிஓ உடனான ஒப்பந்தம் விஷயமாக அவரைச் சம்மதிக்க வைக்க ஜாப்ஸால் முடியவில்லை. என்றாலும் ப்யூகெஸின் நேரடியான, தீர்மானமான பாணியை அவர் ஆராதித்தார். ப்யூகெஸ் தம் பங்குக்கு ஜாப்ஸின் திட்டமிடும் திறன், நுணுக்கங்களில் காட்டும் கவனம் ஆகியவற்றைப் பெரிதும் மதித்தார். 'ஸ்டீவ் மேலோட்டமான கொள்கைகளிலிருந்து நேராக நுணுக்கங் களுக்குச் செல்லும் திறன் கொண்டவர்' என்றார் அவர்.

ஜாப்ஸ் ஐபேடில் *டைம் இங்க்* நிறுவனத்தின் பத்திரிகைகளுக்கான ஒப்பந்தம் விஷயமாகப் ப்யூகெஸை அழைத்தபோது, பத்திரிகைத் தொழில் 'குப்பை'யாகி வருவதாகவும்; 'உண்மையிலேயே யாரும் உங்கள் பத்திரிகைகளை விரும்புவதில்லை' என்றும் ஆப்பிள் டிஜிட்டல் சந்தாக்களை விற்பதற்கு ஒரு அற்புதமான வாய்ப்பை அளிப்பதாகவும் 'உங்கள் ஆட்களுக்கு அது புரியமாட்டேன் என்கிறது' என்றும் கூறத் தொடங்கினார். இவை எதையுமே ப்யூகெஸ் ஒத்துக்கொள்ள வில்லை. ஆப்பிள் *டைம் இங்குக்கு* டிஜிட்டல் சந்தா வாய்ப்பை அளிக்க முன்வருவது தமக்கு மகிழ்ச்சிதான் என்றார். ஆப்பிள் 30 சதவிகிதம் எடுத்துக் கொள்வதிலும் பிரச்சினையில்லை. 'நான் இப்பொழுதே உங்களிடம் சொல்கிறேன், நீங்கள் எனக்கு ஒரு சந்தா விற்றுத் தந்தால், 30% எடுத்துக்கொள்ளலாம்' என்றார் ப்யூகெஸ்.

'நல்லது, மற்ற எல்லோரிடம் பேசியதையும்விட இது ஒரு படி முன்னேற்றம்தான்' என்றார் ஜாப்ஸ்.

'எனக்கு ஒரே ஒரு கேள்வி மட்டுமே உள்ளது' – ப்யூகெஸ் தொடர்ந்தார். 'என் பத்திரிகைக்கு நீங்கள் ஒரு சந்தா விற்றுத் தந்தால், அதில் நான் உங்களுக்கு 30% தந்துவிட்டால், அந்தச் சந்தா யாருக்குச் சொந்தம் – உங்களுக்கா, எனக்கா?'

'ஆப்பிளின் பாதுகாப்புக் கொள்கை காரணமாக எல்லா சந்தாதாரர்களின் விவரங்களையும் நான் உங்களுக்குத் தர இயலாது.'

'அப்படியானால் நாம் இதற்கு ஏதாவது ஒரு வழி காணவேண்டும். ஏனென்றால் என் எல்லா சந்தாதாரர்களும் உங்கள் சந்தாதாரர்களாவதையும் அதை அப்படியே சுலபமாக நீங்கள் ஆப்பிள் ஸ்டோருக்கு எடுத்துக்கொள்வதையும் நான் விரும்பவில்லை' என்றார் ப்யூகெஸ். 'பிறகென்ன, உங்களுக்கு ஓர் ஆதிக்கம் கிடைத்ததும், அடுத்தபடியாக என்னிடம் வந்து என் பத்திரிகை இதழ் ஒன்றை நான்கு டாலருக்கு விற்கக்கூடாது; ஒரு டாலருக்குத்தான் விற்கவேண்டும் என்பீர்கள். எங்கள் பத்திரிகைக்கு ஒருவர் சந்தா எடுக்கிறார் என்றால், அது யார் என்று எங்களுக்குத் தெரியவேண்டும்; அவர்களுடன் ஆன்லைன் குழுக்கள் அமைக்க இயலவேண்டும், சந்தா புதுப்பித்தல் விஷயமாக அவர்களுடன் நேரடியாகப் பேச உரிமை வேண்டும்.'

ருப்பர்ட் முர்டாஹுடன் பேசுவது இதைவிட எளிதாகத்தான் இருந்தது. அவருடைய நியூஸ் கார்ப் நிறுவனம் வால் ஸ்ட்ரீட் ஜர்னல், நியூ யார்க் போஸ்ட், உலகச் செய்தித்தாள்கள், ஃபாக்ஸ் ஸ்டுடியோஸ், பாக்ஸ் செய்தித் தொலைக்காட்சி நிலையம் ஆகியவற்றைச் சொந்தமாகக் கொண்டிருந்தது. ஜாப்ஸ் முர்டாஹையும் அவருடைய குழுவினரையும் சந்தித்தபொழுது, அவர்களும் ஆப் ஸ்டோர் வழியே வந்த சந்தாதாரர்களைச் சொந்தமாக்கிக் கொள்வதில் பங்கு கேட்டு வலியுறுத்தினார்கள். ஜாப்ஸ் மறுத்தபோது, சுவாரசியமான ஒரு விஷயம் நடந்தது. முர்டாஹ் வலியுறுத்தும் சுபாவமுடையவரல்ல. ஆனால் இந்த விஷயத்தில் தமக்குப் பயனீடு இல்லை என்பது அவருக்குத் தெரியும். அதனால் ஜாப்ஸின் நிபந்தனைகளை ஏற்றுக்கொண்டு விட்டார். 'நாங்கள் சந்தாதாரர்களைச் சொந்தமாக்கிக் கொள்வதைத்தான் விரும்புகிறோம் – அதைத்தான் வலியுறுத்தினோம்' என்று முர்டாஹ் நினைவுகூர்ந்தார். 'ஆனால் ஸ்டீவ் அந்த நிபந்தனைகளுடனான ஓர் ஒப்பந்தத்தை ஒப்புக்கொள்ளமாட்டார். அதனால் நான் 'சரி, அப்படியே செய்துவிடலாம்' என்று கூறினேன். இதில் குட்டையைக் குழப்பவேண்டிய அவசியம் எதுவும் இருப்பதாகத் தெரியவில்லை. அவர் வளைந்து கொடுக்கப்போவதில்லை; அவர்

நிலையில் நானாக இருந்தாலும் வளைந்துகொடுத்திருக்கமாட்டேன். அதனால் சரி என்று சொல்லிவிட்டேன்.'

முர்டாஹ் டிஜிட்டல் வடிவம் மட்டுமே கொண்ட த டெய்லி என்ற நாளிதழை ஐபேடுக்காகப் பிரத்யேகமாக வெளியிட்டார். அது ஆப் ஸ்டோரில் விற்பனையாகும் – ஜாப்ஸ் நிர்ணயித்தபடி வாரம் 99 சென்டுகள் என்ற விலையில். முர்டாஹே ஒரு குழுவை க்யூபர்டினோ விற்கு அழைத்துச்சென்றார் – அதற்கான வடிவமைப்பைக் காட்டுவதற் காக. ஜாப்ஸுக்கு அது அறவே பிடிக்கவில்லை என்பதில் ஆச்சரியம் ஒன்றுமில்லை. 'எங்கள் வடிவமைப்பாளர்கள் உதவ அனுமதிப்பீர் களா?' என்றார் அவர். முர்டாஹ் அதை ஏற்றுக் கொண்டார். 'ஆப்பிள் வடிவமைப்பாளர்கள் அதைத் தயாரித்தார்கள்' – முர்டாஹ் நினைவு கூர்ந்தார். 'எங்கள் குழுவினரும் திரும்பிச் சென்று மீண்டும் முயன்றார்கள். பத்து நாள்கள் கழித்து மீண்டும் அங்குச் சென்று இரண்டையும் காட்டினோம். அவருக்கு உண்மையிலேயே எங்கள் குழுவினர் தயாரித்த வடிவம் பிடித்திருந்தது. அது எங்களை வியப்பில் ஆழ்த்தியது.'

த டெய்லி நாளிதழ் படங்களும் தலைப்புச் செய்திகளுமாய் நறுக் கென்றும் இல்லாமல் தீவிரமான, தகவல்கள் பொதிந்த ஒன்றாகவும் இல்லாமல், யுஎஸ்ஏ டுடே போன்ற நடுத்தர சந்தைத் தயாரிப்பாக இருந்தது – அது பெரிதாக வெற்றி பெறவும் இல்லை. ஆனால் ஜாப்ஸுக்கும் முர்டாஹிற்கும் ஒரு 'விநோதமான ஜோடி' உறவை ஏற்படுத்த நிச்சயம் உதவியது. முர்டாஹ் அவரைத் தமது 2010 ஜூன் நியூஸ் கார்ப். வருடாந்தர நிர்வாக ஓய்வுவிடுப்பில் பேச அழைத்தபோது ஜாப்ஸ் இதுபோன்ற நிகழ்ச்சிகளில் கலந்துகொள்வதில்லை என்ற தமது கொள்கைக்கு விலக்களித்தார். ஜேம்ஸ் முர்டாஹுடனான நேர்காணல் இரவு உணவையும் தாண்டி ஏறத்தாழ இரண்டு மணி நேரம் நீடித்தது. 'தொழில்நுட்பத்தில் செய்தித்தாள்களின் பங்கு பற்றி அவர் நேரடியாகவும் கடுமையாகவும் விமர்சித்தார்' என்பதை முர்டாஹ் நினைவுகூர்ந்தார். 'விஷயங்களைச் சரிக்கட்டுவது தொழில்ரீதியாக எங்களுக்கு மிகவும் சிரமமாக இருக்கும் என்றார் – ஏனெனில் நாங்கள் நியூ யார்க்கில் இருந்தோம். தொழில்நுட்பத்தில் திறமையுள்ளவர்கள் யாராக இருந்தாலும் சிலிக்கன் வாலியில்தான் பணிபுரிவார்கள் என்றும் கூறினார்.' வால் ஸ்ட்ரீட் ஜர்னல் டிஜிட்டல் நெட்வொர்க்கின் தலைவர் கார்டன் மக்லியோடுக்கு இது அவ்வளவாக உற்சாக மளிக்க வில்லை என்றே கூறலாம் – அவர் சற்றுப் பின்வாங்கினார். முடிவில் மக்லியோட் ஜாப்ஸிடம் வந்து 'நன்றி, மிக நல்லதொரு மாலைப் பொழுதாக இருந்தது. ஆனால் சற்றுமுன் என் வேலைக்கே உலை வைத்துவிட்டீர்களோ என்று தோன்றுகிறது' என்றார். இந்தக் காட்சியை விவரித்தபோது முர்டாஹ் தமக்குள் சற்று சிரித்துக்கொண்டார். 'அது

உண்மையிலேயே நடந்துவிட்டது' என்றார் அவர். மக்லியோட் மூன்றே மாதத்தில் வேலையை இழந்தார்.

ஓய்வுவிடுப்பில் பேசியதற்குப் பிரதிபலனாக ஜாப்ஸ் *ஃபாக்ஸ் நியூஸில்* முர்டாஹிற்கு ஒரு பேட்டியளித்தார் – இது சற்று அழிவு பூர்வமாகவும், நாட்டிற்குக் கெடுதலாகவும், முர்டாஹின் பெயருக்குப் பங்கம் விளைவிப்பதாகவும் இருந்ததாக ஜாப்ஸ் கருதினார். 'நீங்கள் *ஃபாக்ஸ் நியூஸின்* மூலம் அழிவை விதைக்கிறீர்கள்' என்று ஜாப்ஸ் இரவு உணவின்போது அவரிடம் கூறினார். 'இன்றைய சமூகத்தின் அச்சு சுதந்திரமும் கட்டுப்பெட்டித் தனமும் அல்ல; ஆக்கம் – அழிவு என்பதுதான்; நீங்கள் அழிப்பவர்களுடன் சேர்ந்து கொண்டுவிட்டது போல் தெரிகிறது. ஃபாக்ஸ் நமது சமூகத்தில் பேரழிவுச் சக்தியாக உருவெடுத்துள்ளது. நீங்கள் இதைவிட சற்று மேன்மையாகவே செயல்பட முடியும்; இதில் அலட்சியம் காட்டிவிட்டால், அதுவே நீங்கள் இந்த உலகிற்கு விட்டுச்செல்லும் சொத்தாகிவிடும்.' ஃபாக்ஸ் எந்த அளவிற்குச் சென்றுள்ளது என்பது முர்டாஹிற்குச் சரியாகத் தெரியவில்லை என்று தாம் கருதுவதாக ஜாப்ஸ் கூறினார். 'ரூப்பர்ட் உருவாக்குபவர்; இடித்துத் தரைமட்டமாக்குபவரல்ல' என்றார் அவர். 'ஜேம்ஸை நான் சில முறை சந்தித்துப் பேசியிருக்கிறேன். அவர் என் கருத்தை ஒப்புக் கொள்கிறார் என்றுதான் நினைக்கிறேன். என்னால் அதைமட்டும் கூறமுடியும்.'

முர்டாஹ் பின்னர் பேசும்பொழுது ஜாப்ஸ் போல் பலரும் தம்மிடம் ஃபாக்ஸ் பற்றிக் குறைபட்டுக்கொள்வது பழகிப்போன விஷயம் என்றார். 'அவருக்கு இதில் கொஞ்சம் இடதுசாரி நோக்கு உள்ளது போல் தெரிகிறது' என்றார் அவர். ஜாப்ஸ் முர்டாஹிடம் அவருடைய குழுவினரை வைத்து ஸான் ஹானிட்டி, க்ளென் பெக்கின் ஆகியோரின் ஒருவார நிகழ்ச்சிகளைத் தயாரிக்கும்படி கூறினார் – அவை பில் ஓ'ரெய்லியை விடவும் அழிவுபூர்வமாய் இருப்பதாக அவர் கருதினார். முர்டாஹும் ஒத்துக்கொண்டார். தாம் ஜான் ஸ்டுவார்ட்டின் குழுவினரிடம் அதே படச்சுருளைத் *(ரீல்)* தயாரிக்கச் சொல்லி முர்டாஹிற்குக் காட்டப் போவதாகவும் பின்னர் என்னிடம் கூறினார். 'அதைப் பார்ப்பதில் எனக்கு மகிழ்ச்சிதான்' என்று முர்டாஹ் கூறினார். 'ஆனால் அவர் அதை எனக்கு இன்னும் அனுப்பவில்லை.'

முர்டாஹிற்கும் ஜாப்ஸிற்கும் இடையே நல்ல உறவு இருந்தது. முர்டாஹ் அவருடைய பாலோ ஆல்டோ வீட்டிற்கு இரவு உணவில் கலந்து கொள்வதற்காக அடுத்த ஆண்டு மேலும் இரண்டு முறை செல்லும் அளவிற்கு அது வளர்ந்திருந்தது. அத்தகைய சந்தர்ப்பங்களில் உணவின் போது பயன்படுத்தும் கத்திகளை ஒளித்துவைக்கவேண்டி யிருந்தது என்று ஜாப்ஸ் நகைச்சுவையாகக் குறிப்பிட்டார். லிபரல் கட்சி

ஆதரவாளரான அவருடைய மனைவி முர்டாஹ் உள்ளே நுழையும் பொழுது இடைமறித்துக் குதறிவிடாமலிருக்கத்தான் இந்த ஏற்பாடு. தமது பங்குக்கு முர்டாஹூம் ஜாப்ஸின் வீட்டில் அளிக்கப்பட்ட குறிப் பிட்ட ஆர்கானிக் வீகன் (இயற்கை வேளாண்முறையில் தயாரித்த, பால் பொருட்கள் இல்லாத உணவு) வகைகளைப் பற்றி ஒரு அற்புதமான கருத்தை வெளியிட்டதாகக் கூறப்பட்டது. 'ஸ்டீவின் வீட்டில் இரவு உணவு உண்பது ஒரு அற்புதமான அனுபவம் – அந்த வட்டாரத்தி லுள்ள உணவு விடுதிகள் மூடுவதற்கு முன் கிளம்ப முடிந்தால்.' ஆனால் என்ன செய்வது, முர்டாஹிடம் அவர் எப்பொழுதாவது அப்படிச் சொல்லியிருந்தாரா என்று கேட்டபோது, அவர் அப்படி எதையும் கூறியதாக நினைவில் வைத்திருக்கவில்லை.

2011இன் தொடக்கத்தில் ஒரு முறை வந்திருந்தார். முர்டாஹ் பிப்ரவரி 24 அன்று பாலோ ஆல்டோ வழியே செல்வதாக இருந்தது. அதைத் தெரிவித்து ஜாப்ஸூக்கு ஒரு குறுஞ்செய்தி அனுப்பியிருந்தார். அன்று ஜாப்ஸின் 56 வது பிறந்தநாள் என்பது அவருக்குத் தெரிந்திருக்கவில்லை. அன்று இரவு உணவுக்கு அவரை அழைத்து அனுப்பிய பதிலிலும் ஜாப்ஸ் அதைக் குறிப்பிடவில்லை. 'லாரீனும் என் திட்டத்தைக் கவிழ்த்து விடாமலிருப்பதை உறுதிசெய்துகொள்ள நான் கண்ட வழி அது' – ஜாப்ஸ் நகைச்சுவையாய்க் கூறினார். 'அன்று என் பிறந்தநாள். அதனால் ரூப்பார்ட்டை நான் அழைப்பதை அவள் அனுமதித்தே ஆக வேண்டி யிருந்தது.' எரினும் ஈவும் அங்கு இருந்தார்கள். ரீட் ஸ்டான்ஃபோர்டி லிருந்து ஏறத்தாழ இரவு உணவு முடியும் வேளையில் வந்து சேர்ந்து கொண்டான். ஜாப்ஸ் தமது கனவு ஓடத்திற்கான வரைபடங்களைக் காட்டினார். அவை உட்புறம் அழகாகவும் வெளிப்புறம் சற்று 'சாதாரண மாக' இருப்பதாகவும் முர்டாஹ் கூறினார். 'அதை உருவாக்குவது பற்றி ஜாப்ஸ் அவ்வளவு ஆர்வமாய்ப் பேசியது நிச்சயமாகத் தமது உடல் நலத்தில் அவர் கொண்டிருந்த நம்பிக்கையைக் காட்டுகிறது' என்று முர்டாஹ் பின்னர் கூறினார்.

இரவு உணவின்போது ஒரு நிறுவனத்தில் சுயதொழில் சார்ந்த, சுறுசுறுப்பான கலாச்சாரத்தை உருவாக்குவது பற்றிய பேச்சு எழுந்தது. 'சோனி அதைச் செய்யத் தவறியிருந்தது' என்றார் முர்டாஹ். ஜாப்ஸ் ஒப்புக்கொண்டார். 'உண்மையிலேயே பெரிய நிறுவனத்தில் தெளிவான கலாச்சாரம் இருக்க முடியாது என்று எண்ணியிருந்தேன்' என்று ஜாப்ஸ் கூறினார். 'ஆனால் இப்போது அது சாத்தியம் என்று நம்பு கிறேன். முர்டாஹ் அதைச் செய்திருக்கிறார். ஆப்பிளிலும் நான் அதைச் செய்திருப்பதாய்க் கருதுகிறேன்.'

இரவு உணவின்போதான உரையாடலில் பெரும்பகுதி கல்வி தொடர்பாகவே இருந்தது. முர்டாஹ் அப்போதுதான் ஜோயெல்

க்ளைனை ஒரு டிஜிட்டல் பாடப்பகுதிப் பிரிவைத் தொடங்கும் பணிக்கு அமர்த்தியிருந்தார். அவர் நியூ யார்க் நகரக் கல்விப்பிரிவின் முன்னாள் வேந்தராக இருந்தவர். தொழில்நுட்பத்தால் கல்வியில் பெரிய மாற்றம் கொண்டுவர முடியும் என்பதில் ஜாப்ஸ் அவ்வளவு நம்பிக்கை காட்டவில்லை என்று முர்டாஹ் நினைவுகூர்ந்தார். ஆனால் காகிதத்தாலான பாடப்புத்தகங்கள் டிஜிட்டல் கல்விச் சாதனங்களால் அடித்துச் செல்லப்பட்டுவிடும் என்ற முர்டாஹின் கருத்தை ஜாப்ஸ் ஒப்புக்கொண்டார்.

உண்மையில் ஜாப்ஸ் மாற்ற விரும்பிய அடுத்த தொழிலாக பாடப் புத்தகங்களைத்தான் கண்டார். அது ஆண்டுக்கு எட்டு பில்லியன் என்ற கணக்கில் டிஜிட்டல் யுகத்தின் தாக்கத்திற்குத் தயாராக இருந்த ஒரு தொழில் என்று அவர் கருதினார். பாதுகாப்புக் காரணங்களுக்காகப் பல பள்ளிகளில் பெட்டகங்கள் வைக்கப்படவில்லை; அதனால் குழந்தைகள் மிகவும் கனமான புத்தகப்பைகளை முதுகில் சுமக்க வேண்டியிருந்தது. 'ஐபேட் அதற்குத் தீர்வளிக்கும்' என்றார் அவர். சிறந்த பாடப்புத்தக எழுத்தாளர்களைக் கொண்டு டிஜிட்டல் வடிவங்கள் படைத்து, அவற்றை ஐபேடின் சிறப்பம்சமாக அறிமுகப்படுத்துவது அவருடைய யோசனை. அத்துடன் 'பியர்ஸன் எஜுகேஷன்' போன்ற பிரபல பதிப்பகங்களுடன் ஆப்பிள் பங்காளராகச் சேர்ந்துகொள்வது பற்றிப் பேச்சுவார்த்தைகள் நடத்தினார். 'மாநிலங்கள் தங்கள் பாடப் புத்தகங்களுக்குச் சான்றிதழ் தரும் முறையில் ஊழல் மலிந்துள்ளது' என்றார் அவர். 'ஆனால் புத்தகங்களை இலவசமாகத் தந்து, அவை ஐபேடிலும் வருவதானால் அவற்றுக்குச் சான்றிதழ் அவசியமில்லை. மாநில அளவிலான சீர்கெட்ட பொருளாதாரம் எப்படியும் ஒரு பத்து ஆண்டுகளுக்கு நிலைத்திருக்கும். அவர்களுக்கு அந்தச் செயல்முறையைத் தவிர்த்து, சுற்று வழியில் பணத்தைச் சேமிக்க நாம் ஒரு வாய்ப்பளிக்க முடியும்.'

இயல் முப்பத்தொன்பது

புதிய போர்கள்

மேலும் பழையனவற்றின் எதிரொலிகள்

கூகுள்: மூடியதும் திறந்ததும்

2010 ஜனவரியில் ஐபேடை வெளியிட்டுச் சில நாள்கள் கழித்து ஜாப்ஸ் ஊழியர்களுடன் ஆப்பிள் வளாகத்தில் ஒரு 'நகரமன்றக்' கூட்டத்தை நடத்தினார். தங்களுடைய புரட்சிகரமான புதிய தயாரிப்பைப் பற்றி பெருமை பொங்கப் பேசுவதற்குப் பதிலாக, அதற்குப் போட்டியாய் ஆன்ட்ராய்ட் இயங்கு தளத்தை (ஆபரேட்டிங் சிஸ்டம்) அறிமுகப் படுத்தியதற்காகக் கூகுளைத் தூற்றத் தொடங்கினார். தொலைபேசித் தொழில்துறையில் கூகுள் ஆப்பிளுடன் போட்டியிடத் தீர்மானித்ததில் ஜாப்ஸ் மிகவும் கொந்தளித்துப் போயிருந்தார். 'நாங்கள் தகவல்தேடல் (ஸர்ச்) வணிகத்தில் இறங்கவில்லை. அவர்கள்தாம் தொலைபேசித் வணிகத்தில் இறங்கியிருக்கிறார்கள். அதுபோன்ற தவறுகளை முயலவே வேண்டாம். அவர்கள் ஐஃபோனை அழிக்க விரும்புகிறார்கள். அவர்கள் அதைச் செய்ய நாம் அனுமதிக்கமாட்டோம்.' சில நிமிடங்கள் கழித்து, கூட்டம் மற்றொரு விஷயத்திற்கு மாறிய பிறகு, ஜாப்ஸ் மீண்டும் தமது தூற்றுதலைத் தொடர்ந்தார் – இம்முறை கூகுளின் புகழ்பெற்ற வாசகத்தைத் தாக்குவதற்காக. 'நான் முதலில் அந்தப் பழைய கேள்விக்குத் திரும்பிச் சென்று இன்னும் ஒன்று கூற விரும்புகிறேன். இந்த Don't be evil (தீங்காய் இருக்காதே) வாசகம் இருக்கிறதே, அது வெறும் குப்பை.'

ஜாப்ஸ் தனிப்பட்ட முறையில் ஏமாற்றப்பட்டதாய் உணர்ந்தார். கூகுளின் தலைமை நிர்வாக அதிகாரி எரிக் ஷ்மிட் ஐஃபோனும், ஐபேடும் தயாரிப்பிலிருந்த போது ஆப்பிள் நிர்வாகக் குழுவில் இடம் பெற்றிருந்தார். கூகுளின் நிறுவனர்களான லாரி பேஜும், சொர்கெய் ப்ரினனும் ஜாப்ஸை ஆசானாகவே கருதியிருந்தனர். அவர் மோசம் செய்யப்பட்டதாய் உணர்ந்தார். ஆன்ட்ராய்டின் தொடுதிரை இடைமுகம் (டச்ஸ்க்ரீன் இன்டர்ஃபேஸ்) ஆப்பிள் உருவாக்கிய பல்வேறு அம்சங்களை – மல்டி-டச் (பல்தொடுகை), ஸ்வைப்பிங் (நீவுதல்),

ஆப் ஐகான்கள் (குறுஞ்செயலி குறிப்படங்கள்) அடங்கிய தடுக்கு என – அதிக அளவில் பயன்படுத்திக் கொண்டிருந்தது.

கூகுள் ஆன்ட்ராய்டைத் தயாரிக்காமல் தடுக்க ஜாப்ஸ் முயன்றிருந்தார். 2008இல் பாலோ ஆல்டோவிலுள்ள கூகுள் தலைமையகத்திற்குச் சென்று அங்கு பேஜ், ப்ரின், ஆன்ட்ராய்ட் தயாரிப்புக் குழுவின் தலைவர் ஆன்டி ரூபின் ஆகியோருடன் வாய்ச்சண்டையில் இறங்கியிருந்தார். (ஷ்மிட் அப்போது ஆப்பிள் நிர்வாகக் குழுவில் இருந்ததால் ஐஃபோன் தொடர்பான கலந்துரையாடல்களில் பங்கு பெறாமல் ஒதுங்கிக்கொண்டார்). 'நமக்குள் நல்ல உறவு இருந்தால் கூகுளுக்கு ஐஃபோனைப் பயன்படுத்திக்கொள்ள அனுமதியும், முகப்புத் திரையில் *(ஹோம் ஸ்க்ரீன்)* ஒன்று அல்லது இரண்டு ஐகான்களையும் கண்டிப்பாகத் தருவதாகக் கூறினேன்' என்றார் அவர். ஆனால் கூகுள் ஆன்ட்ராய்ட் தயாரிப்பைத் தொடர்ந்தாலோ, மல்டி-டச் போன்ற ஐஃபோன் அம்சங்களைப் பயன்படுத்தினாலோ, வழக்குத் தொடரப் போவதாக எச்சரிக்கவும் செய்தார். தொடக்கத்தில் சில அம்சங்களைப் பிரதியெடுப்பதை கூகுள் தவிர்த்தது. ஆனால் 2010 ஜனவரியில் எச்டீசி நிறுவனம் மல்டி-டச்சை மட்டுமல்ல, ஐஃபோனின் தோற்றம் மற்றும் உணர்வைப் பிரதிபலிக்கும் பல்வேறு அம்சங்களையும் கொண்டிருப்பதாகக் கூறி ஒரு ஆன்ட்ராய்ட் தொலைபேசியைப் பெருமையாய் அறிமுகம் செய்தது. இதை வைத்துத்தான் கூகுளின் Don't be evil (தீங்காய் இருக்காதே) வாசகம் 'வெறும் குப்பை' என்று ஜாப்ஸ் குறை கூறினார்.

ஆக, ஆப்பிள் எச்டீசிக்கு எதிராக (அப்படியே ஆன்ட்ராய்டுக்கும் எதிராக) வழக்குத் தொடர்ந்தது – தனது இருபது உரிமைக் காப்புகளில் குறுக்கிட்டுள்ளதாக. அவற்றுள் பல்வேறு மல்டி-டச் அம்சங்கள், விரலால் நீவித் திறத்தல் *(ஸ்வைப் டு ஓபன்)*, இரட்டைத் தட்டுதல் மூலம் பெரிதாக்குதல் *(டபுள்-டேப் டு ஜூம்)*, கிள்ளி விரிவடையச் செய்தல் *(பிஞ்ச் அண்ட் எக்ஸ்பாண்ட்)*, ஒரு சாதனத்தைப் பிடித்துக்கொள்ளும் முறையைத் தீர்மானிக்கும் சென்சர் (உணரிகள்) ஆகியவை அடங்கும். வழக்கு பதிவான அந்த வாரத்தில் தமது பாலோ ஆல்டோ வீட்டில் அவர் அமர்ந்திருந்த போது, முன் எப்போது கண்டிருந்ததையும்விட கொதித்துப் போயிருந்தார்:

> எங்கள் வழக்கு இதுதான்: 'கூகுள், நீ ஐஃபோனைக் களவாடி இருக்கிறாய்; மொத்தமாய்க் களவாடி இருக்கிறாய். பெரும் திருட்டு. தேவையானால் என் இறுதி மூச்சுவரை, வங்கியிலுள்ள ஆப்பிளின் 40 பில்லியன் டாலரில் கடைசி பென்னிவரை செலவழித்தாவது இந்தத் தவறைச் சரிசெய்வேன். ஆன்ட்ராய்ட்டை அழித்தே தீருவேன் – ஏனெனில் அது களவாடப்பட்ட தயாரிப்பு. இதற்காக நான் வெப்ப அணுக்கருப் போருக்கும் *(தெர்மோ நியூக்ளியர் வார்)*

தயார். அவர்கள் பயத்தில் செத்துக் கொண்டிருக்கிறார்கள். ஏனெனில், அவர்கள் குற்றம் செய்தவர்கள் என்பது அவர்களுக்கே தெரியும். தேடுதலைத் தவிர்த்து கூகுளின் தயாரிப்புகள் – ஆன்ட்ராய்ட், கூகுள் டாக்ஸ் – அனைத்தும் குப்பை.

இந்தக் குமுறலுக்குச் சில நாள்கள் கழித்து, ஷ்மிட்டிடமிருந்து ஜாப்ஸிற்கு ஒரு தொலைபேசி அழைப்பு வந்தது – அவர் கடந்த கோடை காலத்தில் ஆப்பிள் நிர்வாகக் குழுவிலிருந்து பதவி விலகியிருந்தார். இருவருமாகச் சேர்ந்து காப்பி அருந்தலாம் என்று கூறினார். அதனால் பாலோ ஆல்டோ அங்காடியில் உள்ள ஒரு கஃபேயில் (காப்பி விடுதி) சந்தித்தார்கள். 'பாதிநேரம் தனிப்பட்ட விஷயங்களைப் பேசினோம்; பிறகு பாதிநேரம் கூகுள் ஆப்பிளின் பயனர் இடைமுகம் *(யூஸர் இன்டர்ஃபேஸ்)* வடிவமைப்பைக் களவாடியது என்ற அவருடைய கருத்தில் செலவழிந்தது' என்று ஷ்மிட் நினைவுகூர்ந்தார். இரண்டாவது விஷயத்திற்கு வந்தபோது அனேகமாக ஜாப்ஸ்தான் பேசினார். கூகுள் தம்மை ஏமாற்றிவிட்டது என்று பூடகமாய்த் தோலுரிக்கும் வார்த்தை களில் கூறினார். 'நாங்கள் உங்களைக் கையும்களவுமாகப் பிடித்து விட்டோம்' என்றார் அவர், ஷ்மிட்டிடம். 'எனக்குப் பணம் கொடுத்துச் சரிக்கட்டுவதில் ஆர்வமில்லை. எனக்கு உங்களுடைய பணம் தேவை யில்லை. நீங்கள் ஐந்து பில்லியன் டாலர் தருவதானாலும் சரி, எனக்கு அது தேவைப்படாது. என்னிடம் பணம் நிறையவே இருக்கிறது. நீங்கள் ஆன்ட்ராய்டில் எங்களுடைய யோசனைகளைப் பயன்படுத்துவதை நிறுத்தவேண்டும் என்று விரும்புகிறேன் – எனக்கு வேண்டிய தெல்லாம் அதுதான்.' அவர்கள் எந்த முடிவையும் எட்டவில்லை.

இந்த விவாதத்தில் மற்றொரு அடிப்படைப் பிரச்சினை – தைரிய மிழக்கச் செய்யும், சரித்திரம் எதிரொலிக்கும் பிரச்சினை – ஒன்று இருந்தது. கூகுள் ஆன்ட்ராய்டை 'வெளிப்படையான' களமாக அளித்தது. அதன் வெளிப்படையான சங்கேதக் குறிகள் பல்வேறு வன்பொருள் தயாரிப்பாளர்கள் தாங்கள் உருவாக்கும் தொலைபேசிகள், டாப்லெட்டுகள் (கையடக்கக் கணினி) என எதில் வேண்டுமானாலும் பயன்படுத்திக் கொள்ளும் வகையில் சுலபமாகக் கிட்டின. ஜாப்ஸோ ஆப்பிள் தனது இயங்கு தளங்களையும் *(ஆபரேட்டிங் சிஸ்டம்)* வன்பொருட்களையும் நெருக்கமாய் ஒருங்கிணைக்கவேண்டும் என்று திடமாக நம்பினார். 1980களில் ஆப்பிள் தனது மகின்டாஷ் இயங்கு தளத்திற்கு உரிமம் தர மறுத்திருந்தது; மைக்ரோஸாஃப்ட் காலப் போக்கில் தனது சிஸ்டத்தின் உரிமத்தைப் பல்வேறு வன்பொருள் தயாரிப்பாளர்களுக்கு அளிப்பதன் மூலம் – அதாவது ஜாப்ஸின் கருத்தில் ஆப்பிளின் இன்டர்ஃபேஸைக் (இடைமுகத்தைக்) களவாடியதன் மூலம் – சந்தையில் ஆதிக்கம் செலுத்தியது.

1980களில் மைக்ரோஸாஃப்ட் செய்ததும் 2010இல் கூகுள் செய்ய முயல்வதற்குமென ஒப்பீடு துல்லியமாக இல்லாவிட்டாலும், மறுக்கக் கூடிய, கோபப்பட வைக்கக்கூடிய அளவிற்கு நெருக்கமான ஒன்றாகத் தான் இருந்தது. டிஜிட்டல் யுகத்தின் மாபெரும் விவாதத்திற்கு அது உதாரணமாக விளங்கியது: மூடியவகை – திறந்தவகையா அல்லது ஜாப்ஸ் சொல்வது போல ஒருங்கிணைந்தது – உதிரியா, ஆப்பிள் நம்பிக்கை கொண்டிருந்ததுபோல, ஜாப்ஸின் கட்டுப்பாட்டிலிருந்த கச்சிதம் ஏறத்தாழ வலியுறுத்தியதுபோல வன்-மென்பொருட்களை ஒருங்கிணைத்து, எளிமையானதொரு பயனர் அனுபவத்தைத் தரும் கையடக்கமான அமைப்பை உருவாக்குவது நல்லதா? அல்லது பயனர் களுக்கும் தயாரிப்பாளருக்கும் மேலும் அதிக வாய்ப்புகள் தந்து, பல்வேறு சாதனங்களில் பயன்படுத்தக்கூடிய வகையில் மாற்றியமைக்கக்கூடிய மென்பொருள் அமைப்புகளை *(சிஸ்டம்)* உருவாக்கி, அதன் மூலம் புதுமைகளைப் புகுத்த வழிவகை செய்வது நல்லதா? 'ஸ்டீவ் ஆப்பிளை நடத்தத் தமக்கென்று ஒரு வழி வைத்துள்ளார். இருபது ஆண்டுகளுக்கு முன் எப்படி இருந்ததோ, அதேபோல்தான் இப்பொழுதும் இருக்கிறது – அதாவது ஆப்பிள் மூடியவகை அமைப்புகளில் புதுமைகளைப் புகுத்தும் அற்புத நிறுவனம்' என்று ஷ்மிட் பின்னர் என்னிடம் கூறினார். 'அனுமதியின்றித் தங்கள் களங்களில் யாரும் புகுவதை அவர்கள் விரும்புவதில்லை. மூடியவகை களங்களில் கிட்டும் பலன் – கட்டுப்பாடு. ஆனால் கூகுள் திறந்த வகைதான் மேலும் சிறந்தது என்று கருதுகிறது – ஏனெனில் அதில் வாய்ப்புகள், போட்டி, பயனீட்டாளர் தேர்வு அனைத்தும் அதிகம் கிட்டும்.'

சரி, இருபத்து ஐந்து ஆண்டுகளுக்கு முன் மைக்ரோஸாஃப்டுக்கு எதிராகச் செய்ததுபோல, ஜாப்ஸ் தம் மூடியவகை செயல்திட்டங் களுடன் கூகுளுக்கு எதிராகப் போர் தொடுத்திருப்பதைக் காண்கையில் பில் கேட்ஸ் என்ன நினைத்தார்? 'மூடிய வகையாக இருப்பதில் சில வசதிகள் இருக்கத்தான் செய்கின்றன – அனுபவத்தின் மீது செலுத்தக் கூடிய கட்டுப்பாடு; அதில் சில சமயம் அவருக்குப் பலன்கள் கிட்டவும் செய்தன' என்றார் கேட்ஸ் என்னிடம். ஆனால் ஆப்பிள் ஐஓஎஸ்ஸின் (iOS) உரிமத்தை அவர் தர மறுத்தது ஆன்ட்ராய்ட் போன்ற போட்டி யாளர்கள் அதிக அளவில் விற்பனையைப் பெருக்க வாய்ப்பளித்தது என்றார். மேலும் பல்வேறு சாதனங்களுக்கும் தயாரிப்பாளருக்கும் இடையிலான போட்டி பயனீட்டாளர் தேர்வை அதிகரித்து, புதுமை களுக்கு வழிவகுக்கும். 'இந்த நிறுவனங்கள் எல்லாம் சென்ட்ரல் பார்க்குக்கு அருகில் பிரமிடுகள் கட்டுபவை அல்ல' என்றார் அவர், ஆப்பிளின் ஃபிஃப்த் அவென்யூ அங்காடியைக் கிண்டல் செய்து. 'ஆனால் பயனீட்டாளர்களைக் கவர்ந்து கொள்வதற்காகப் பல புதுமை களைப் புகுத்தி வருகின்றன.' அனேகமாக தனியார்க் கணினிகளில்

செய்யப்படும் எல்லா முன்னேற்றங்களுமே பயனீட்டாளர்களுக்குத் தேர்வுகள் அதிகமாக இருந்ததால்தான் சாத்தியமாயின – இது என்றாவது ஒரு நாள் கைபேசி (மொபைல்) சாதனங்களின் உலகில் நிகழும் என்று குறிப்பிட்டார் கேட்ஸ். 'காலப்போக்கில் திறந்த அமைப்புதான் வெற்றி யடையும் என்று நினைக்கிறேன்; நானும் அதிலிருந்து வந்தவன்தான். கட்டுப்பெட்டித்தனத்தை வைத்துக்கொண்டு காலம்தள்ள முடியாது.'

ஜாப்ஸ் 'கட்டுப்பெட்டித்தன'த்தில் நம்பிக்கை வைத்திருந்தார். ஆன்ட்ராய்ட் சந்தையில் தனது பங்கைப் பெருக்கிக் கொண்டிருந்த நிலையிலும்கூட கட்டுப்பாடான, மூடிய சூழலில் அவருக்கிருந்த விசுவாசம் சற்றும் குறையவில்லை. 'கூகுள் *அவர்களைவிட நாங்கள் அதிக கட்டுப்பாடு செலுத்துகிறோம், அவர்கள் திறந்தவகை, நாங்கள் மூடியவகை என்றெல்லாம்* கூறுகிறது' என்று ஷ்மிட் கூறியிருந்ததை நான் சொன்னபோது அவர் வன்மையாய் மறுப்புத் தெரிவித்தார். 'நல்லது – பலன்களைப் பாருங்கள் – ஆன்ட்ராய்ட் ஒரு கலங்கிய குட்டை. பல்வேறு திரை அளவுகளும் மாற்று வடிவங்களுமாக. நூற்றுக்கும் மேற்பட்ட சேர்க்கைகள்.' கூகுளின் செயல்பாடு ஒருவேளை காலப் போக்கில் சந்தையில் வெற்றிகண்டாலும்கூட, ஜாப்ஸ் அதைத் தவிர்க்கக்கூடிய ஒன்றாகவே கண்டார். 'முழுமையான பயனர் அனுபவத்திற்கு முழுப்பொறுப்பேற்பது எனக்குப் பிடிக்கும். இதை நாங்கள் பணத்திற்காகச் செய்யவில்லை. நாங்கள் அதைச் செய்வது, அற்புதமான சாதனங்களை அளிப்பதற்கு; ஆன்ட்ராய்ட் போன்ற குப்பைகளையல்ல.'

ஃப்ளாஷ், தி ஆப் ஸ்டோர், கட்டுப்பாடு

முனையிலிருந்து முனைவரையிலான ஜாப்ஸின் கட்டுப்பாடு வேறு சில போர்களிலும் தெரிந்தது. நகரமன்றக் கூட்டத்தில் கூகுளைத் தாக்கிய போது, கூடவே அடோபியின் வலைத்தளங்களுக்கான மல்டிமீடியா (பல்லூடகம்) பணித்தளமான *(ப்ளாட்ஃபார்ம்)* ஃப்ளாஷை 'சோம்பேறிகள்' உருவாக்கிய, 'தப்பும் தவறுமான', பாட்டரியின் (மின்கலத்தின்) திறனை விரைவில் குறைத்துவிடும் சாதனம் என்று கூறித் தாக்கினார். ஐபாடும் ஐஃபோனும் ஒருகாலும் ஃப்ளாஷை ஏற்றுக்கொள்ளாது என்றார் அவர். 'ஃப்ளாஷ் ஒரு பயனற்ற, மட்டமான தொழில்நுட்பம் கொண்ட செயல்பாடு; மிக மோசமான பாதுகாப்புப் பிரச்சினைகளை உடையது' – அந்த வாரம் பின்னர் ஒரு சந்தர்ப்பத்தில் என்னிடம் கூறினார்.

ஆப்பிள் ஐஓஎஸ்ஸுடன் இணைந்துகொள்ளும் வகையில் ஃப்ளாஷ் சங்கேதங்களை மொழிமாற்றம் செய்யும் கம்பைலர் ஒன்றை அடோபி தயாரித்திருந்தது. அதைப் பயன்படுத்தும் குறுஞ்செயலிகளை *(ஆப்ஸ்)*

ஜாப்ஸ் தடைசெய்தார். தயாரிப்பாளர்கள் தாங்கள் உருவாக்கிய மென்சாதனங்களை எழுதியபின் அவற்றைப் பல்வேறு இயங்கு தளங்களில் இணைக்க வகைசெய்யும் கம்பைலர்களைப் பயன்படுத்து வதை ஜாப்ஸ் அறவே வெறுத்தார். 'ஃப்ளாஷைப் பல்வேறு பணித்தளங் களில் *(ப்ளாட்ஃபார்ம்)* இணைத்துக்கொள்ள அனுமதிப்பது என்பது அதனை மிகவும் மட்டரகமான ஒரு நிலைக்குத் தள்ளிவிடும்' என்றார் அவர். 'எங்களுடைய பணித்தளத்தை மேலும் சிறப்பாக்க மிக அதிக அளவில் முயற்சி செய்து வருகிறோம். எல்லா பணித்தளங்களிலும் உள்ள செயல்பாடுகள்தான் அடோபிலும் உள்ளன என்றால் உருவாக்குபவர் களுக்கு எந்தப் பலனும் கிட்டபோவதில்லை. ஆகையால் உருவாக்கு பவர்கள் எங்கள் சிறப்பம்சங்களை நல்ல முறையில் பயன்படுத்திக் கொள்ளவேண்டும் – இதனால் அவர்களுடைய குறுஞ்செயலிகள் *(ஆப்ஸ்)* மற்றவர்களின் பணித்தளங்களைக் காட்டிலும் எங்களுடை யதில் மேலும் சிறப்பாகச் செயல்புரியும் என்று கூறினோம்.' இதைப் பொறுத்தவரையில் அவருடைய கருத்து முற்றிலும் சரியானது. ஆப்பிளின் பணித்தளங்களைத் தனித்துக் காட்டும் திறனை இழந்துவிட்டால் – எச்பீ, டெல் போல கடைச் சரக்காக்கி விட்டால் – நிறுவனம் அழிந்தே போயிருக்கும்.

இவை தவிர, மேலும் தனிப்பட்ட முறையில் ஒரு காரணமும் இருந்தது. 1985இல் ஆப்பிள் அடோபியில் முதலீடு செய்திருந்தது. இரு நிறுவனங்களும் இணைந்து மேசைக்கணினி *(டெஸ்க்டாப்)* வெளியீட்டுப் புரட்சியைத் துவக்கிவைத்திருந்தன. 'அடோபியை வரைபடத்தில் இடம்பெறச் செய்ததே நான்தான்' என்று உரிமைகொண்டாடினார் ஜாப்ஸ். 1999இல் அவர் ஆப்பிளுக்குத் திரும்பிவந்தபின் அடோபியிடம் ஐமாக்கிற்கு அதன் புதிய இயங்கு தளத்திற்கு வீடியோ எடிட்டிங் மென்பொருள் மற்றும் வேறு சில சாதனங்களைத் தயாரிக்கத் தொடங்கும்படி கேட்டிருந்தார். ஆனால் அடோபி மறுத்துவிட்டது. அது விண்டோஸுக்கான தயாரிப்புகளை உருவாக்குவதில் கவனம் செலுத்தியது. விரைவில் அதன் நிறுவனர் ஜான் வார்நாக் ஓய்வு பெற்றார். 'வார்நாக் சென்றதோடு அடோபியின் ஆன்மா மறைந்து விட்டது' என்றார் ஜாப்ஸ். 'அவர்தாம் கண்டுபிடிப்பாளர். நான் தொடர்புகொள்ளக்கூடிய ஒருவர். அவருக்குப்பின் வந்ததெல்லாம் சூட் அணிந்த ஒரு கொத்து நிர்வாகிகள் மட்டுமே. அந்த நிறுவனம் தயாரித்து அளித்ததெல்லாம் வெறும் குப்பை.'

வலைப்பூ *(ப்ளாக்)* உலகைச் சேர்ந்த அடோபி பிரச்சாரக்காரர்களும் பல்வேறு ஃப்ளாஷ் ஆதரவாளர்களும் மிக அதிகமாகக் கட்டுப்பாடுகள் விதிக்கிறார் என்று கூறி ஜாப்ஸைக் குற்றம் சாட்டினார்கள். இதற்கு ஒரு வெளிப்படையான கடிதத்தின்மூலம் பதிலளித்து அதைப் பதிவு

செய்ய விரும்பினார் அவர். அவருடைய நண்பரும் நிர்வாகக் குழு உறுப்பினருமான பில் காம்ப்பெல் அவருடைய வீட்டிற்கு வந்தார் – அதைப் படித்துப் பார்ப்பதற்காக. 'நான் அடோபியிடம் மிகவும் கடுமையாக நடந்துகொள்ள முயல்வது போலத் தோன்றுகிறதா?' என்று ஜாப்ஸ் காம்ப்பெல்லிடம் கேட்டார். 'இல்லை; இது அத்தனையும் உண்மைத் தகவல்கள். அப்படியே பதிவு செய்து விடுங்கள்' என்றார் அவருடைய ஆசான். கடிதத்தின் பெரும்பகுதி ஃப்ளாஷின் தொழில்நுட்பத்திலுள்ள குறைபாடுகள் பற்றியே இருந்தது. ஆனால் காம்பெல் அறிவுறுத்தியதையும் மீறி, இரண்டு நிறுவனங்களின் பிரச்சினையான சரித்திரப் பின்னணியை இறுதியில் பாடித் தீர்ப்பதை ஜாப்ஸால் கட்டுப்படுத்திக்கொள்ள இயலவில்லை. 'மாக் ஓஎஸ் எக்ஸை முழுமையாகப் பயன்படுத்திய கடைசி முன்னணி மூன்றாம் நிலை தயாரிப்பாளர் அடோபிதான்' என்று அவர் குறிப்பிட்டார்.

ஆப்பிள் அந்த ஆண்டின் பிற்பகுதியில் பணித்தளங்களுக்கிடையில் செயல்படும் தொகுப்பிகளின் (கம்பைலர்) மீதான சில கட்டுப்பாடுகளை நீக்கியது. இதனால் ஆப்பிளின் ஐஓஎஸ்ஸின் சிறப்பம்சங்களைப் பயன்படுத்தும் ஃப்ளாஷ் ஆசிரியர் கருவியை அடோபியால் உருவாக்க முடிந்தது. மிகக் கசப்பான போராக இருந்தாலும், அதில் ஜாப்ஸின் வாதம் மேலும் வலிமையாக இருந்தது. முடிவில் அது அடோபி மற்றும் கம்பைலர் தயாரிப்பாளர்கள் ஐஃபோன், ஐபேட் இன்டர்ஃபேஸ் (இடைமுகம்) மற்றும் அதன் சிறப்பம்சங்களை மேலும் நல்லமுறையில் பயன்படுத்த வலியுறுத்தியது.

எந்த குறுஞ்செயலிகளை ஐஃபோன், ஐபேடில் பதிவிறக்கம் செய்ய முடியும் என்பதைக் கட்டுப்பாட்டில் வைத்துக்கொள்ள ஆப்பிள் விரும்பியது தொடர்பாக எழுந்த சர்ச்சையைத் தாண்டி வருவது ஜாப்ஸிற்கு மிகக் கடினமான ஒன்றாக இருந்தது. வைரஸ்கள் உள்ள அல்லது பயனர்களின் தனிப்பட்ட உரிமையை மீறும் குறுஞ்செயலிகளிலிருந்து பாதுகாப்பு அளிப்பது ஏற்றுக்கொள்ளக்கூடிய ஒன்றுதான்; ஐட்யூன்ஸ் ஸ்டோர் வழியே அல்லாமல் வேறு வலைத்தளங்கள் வழியே சந்தா வாங்கப் பயனர்களை இட்டுச்செல்லும் குறுஞ்செயலிகளைத் தடுப்பதைக் குறைந்தபட்சம் வியாபாரரீதியாகவாவது ஏற்றுக் கொள்ள முடிந்தது. ஆனால் ஜாப்ஸும் அவருடைய குழுவினரும் ஒருபடி மேலே சென்றனர்: தனிப்பட்ட ஒருவரை இகழ்வதாகவோ, அரசியல்ரீதியாக வெடிக்கக் கூடியதாகவோ, ஆப்பிளின் தணிக்கைக் குழுவினரால் பாலியல் தொடர்பானவை என்று கண்டறியப்பட்டதாகவோ உள்ள குறுஞ்செயலிகள் அனைத்தையும் தடை செய்யத் தீர்மானித்தனர்.

அதிகப்படியான பாதுகாப்பால் வரும் பிரச்சினை மார்க் ஃபியோரின் அரசியல் கேலிச் சித்திரங்களை அசைவூட்ட வடிவில் கொண்ட குறுஞ் செயலியை (ஆப்) நிராகரித்தபோது தோன்றியது. இதற்குக் கூறப்பட்ட காரணம் சித்ரவதை தொடர்பான புஷ் நிர்வாகத்தின் கொள்கையைச் சாடி அவர் வரைந்த சித்திரங்கள் தனிப்பட்ட ஒருவரை இகழ்வது தொடர்பான கட்டுப்பாடுகளை மீறுவதாக இருந்தன என்பதாகும். அதன் முடிவு பகிரங்கமாக வெளியிடப்பட்டு கேலிக்குரியதானது – காரணம், 2010 ஏப்ரலில் ஃபியோர் தலையங்க கேலிச்சித்திரக் கலைக்கான புலிட்சர் பரிசை வென்றதுதான். ஆப்பிள் தன்னைத் திருத்திக்கொள்ளவேண்டியிருந்தது. ஜாப்ஸ் பகிரங்கமாய் மன்னிப்புக் கேட்டார். 'எங்களிடம் தவறு இருக்கிறது' என்றார் அவர். எங்களால் முடிந்த அளவு சிறப்பாகச் செய்கிறோம்; முடிந்த அளவு விரைவாகக் கற்கிறோம் என்றாலும் இப்படியொரு கட்டுப்பாடு ஏற்றுக்கொள்ளக் கூடியதாக இருக்குமென்று கருதினோம்.'

அது தவறுக்கும் ஒருபடி மேலாகவே இருந்தது. நாம் எந்த குறுஞ் செயலியைப் பார்க்கலாம், படிக்கலாம் என்பதை ஆப்பிள் தன் கட்டுப் பாட்டில் வைத்துக்கொள்ளும் வலிமையை நிலைநாட்டியது – குறைந்தது ஒரு ஐபேட் அல்லது ஐஃபோனைப் பயன்படுத்த விரும்புவோருக்கு '1984' மகின்டாஷ் விளம்பரத்தில் குரூர மகிழ்ச்சியோடு அழித்த ஆர்வெல்லிய பாணி சர்வாதிகாரியாகத் தானே ஆகிவிடும் ஆபத்தில் ஜாப்ஸ் இருப்பது போலத் தோன்றியது. அவர் அந்தப் பிரச்சினையைத் தீவிரமாக எடுத்துக்கொண்டார். ஒருநாள் நியூ யார்க் டைம்ஸ் பத்திரிகை யின் தொடர்கட்டுரை எழுத்தாளர் டாம் ஃப்ரீட்மனை ஒரு தணிக்கைக் குழுவினர் (சென்சார்) போல் தோன்றாமல் கட்டுப்பாடுகளை விதிப்பது எப்படி என்று கலந்துரையாட அழைத்தார். ஃப்ரீட்மனிடம் ஒரு ஆலோசனை குழுவிற்குத் தலைமை ஏற்று இந்த விதிமுறைகளை வகுக்க உதவுமாறு கேட்டார். ஆனால் ஃப்ரீட்மனின் தொடர்கட்டுரை களை வெளியிடும் பத்திரிகையின் ஆசிரியர் அது தனிப்பட்ட விருப்பங் களுக்கிடையே முரண்பாடுகளைத் தோற்றுவிக்கும் என்றார். முடிவில் அப்படிப்பட்ட குழு எதுவும் அமைக்கப்படவில்லை.

பாலியல் காட்சிகள் மீதான தடை பிரச்சினைகளையும் தோற்று வித்தது. 'ஐஃபோனிலிருந்து பாலியல் தொடர்பான காட்சிகளை விலக்கிவைப்பதை எங்களுடைய கடமையாகக் கருதுகிறோம்' என்று ஒரு வாடிக்கையாளருக்கு அனுப்பிய மின்னஞ்சலில் ஜாப்ஸ் அறிவித்தார். 'பாலியல் காட்சிகள் தேவைப்படுவோர் ஆன்ட்ராய்டை வாங்கிக் கொள்ளலாம்.'

இது தொழில்நுட்பக் கிசுகிசுக்களின் தளமான 'வாலிவாக்கின் ஆசிரியர் ரியான் ததேயுடன் மின்னஞ்சல் பரிமாறல்களுக்கு வழிவகுத்தது.

ஒரு நாள் மாலை ஸ்டிங்கர் காக்டெய்லைச் சுவைத்தபடி ததே ஜாப்ஸுக்கு ஒரு மின்னஞ்சல் அனுப்பினார் – அதில் குறுஞ்செயலிகளின் வரிசையைக் கண்காணிக்கும் ஆப்பிளின் கடுமையான கட்டுப்பாட்டைப் பற்றி பகிரங்கமாய்ச் சாடியிருந்தார். 'இப்போது டிலனுக்கு இருபது வயது என்றால், உங்கள் நிறுவனத்தைப் பற்றி என்ன நினைப்பார்?' – ததே வினவினார். 'ஐபேட் புரட்சியின் சாயலையாவது கொண்டிருக்கிறது என்று கருதுவாரா? புரட்சி என்றால் அதில் சுதந்திரம் வேண்டும்.'

சில மணிநேரம் கழித்து, நள்ளிரவு கடந்த பிறகு ஜாப்ஸிடமிருந்து பதில் வந்தபோது ததே ஆச்சரியப்பட்டார். 'ஆமாம், சுதந்திரம் உங்கள் தனிப்பட்ட தகவல்களைத் திருடும் நிரல்களிலிருந்து *(ப்ரோக்ராம்)*; சுதந்திரம் உங்கள் பாட்டரியைப் பாழாக்கும் நிரல்களிலிருந்து; சுதந்திரம் பாலியல் காட்சிகளிலிருந்து. ஆமாம், சுதந்திரம். காலம் மாறிக் கொண்டிருக்கிறது. சில பாரம்பரிய தனியர்க் கணினிகாரர்கள் தமது உலகம் கைவிட்டுப் போவதுபோல் உணர்ந்துகொண்டிருக்கிறார்கள். உண்மையும் அதுதான்.'

இதற்கு அனுப்பிய பதிலில் ததே ஃப்ளாஷ் மற்றும் வேறு சில விஷயங்கள் பற்றிய தமது கருத்துகளைத் தெரிவித்தார். பிறகு மீண்டும் தணிக்கைத் *(சென்சார்)* தடை பிரச்சினைக்கு வந்தார். 'உங்களுக்கு ஒன்று தெரியுமா? எனக்குப் பாலியல் காட்சிகளிலிருந்து சுதந்திரம் தேவையில்லை. பாலியல் காட்சிகள் எனக்குப் பிரச்சினைகளே இல்லை. என் மனைவியும் இதை ஒப்புக்கொள்வாள் என்று நினைக்கிறேன்.'

'உங்களுக்குக் குழந்தைகள் உண்டாகும்பொழுது பாலியல் காட்சி பற்றி நீங்கள் மேலும் சிந்திக்கக்கூடும்' என்று பதிலளித்தார் ஜாப்ஸ். 'இது சுதந்திரம் பற்றிய விஷயமல்ல. ஆப்பிள் தனது பயனர்களுக்கு எது சரியோ, அதைச் செய்ய முயல்கிறது- அவ்வளவுதான்.' முடிவில் ஒரு குட்டும் வைத்தார்: 'அது இருக்கட்டும், நீங்கள் அப்படி அற்புதமாக எதைச் சாதித்தீர்கள்? எதையாவது உருவாக்குகிறீர்களா அல்லது மற்றவர்களின் படைப்புகளை விமர்சித்து அவர்களுடைய ஊக்கங்களைச் சிறுமைப்படுத்திக் கொண்டிருப்பது மட்டும்தானா?'

தாம் அசந்துபோனதாக ததே ஒப்புக்கொண்டார். 'ஒரு தலைமை நிர்வாக அதிகாரி இப்படிப் பயனீட்டாளர்களுடனும் வலைப்பூ *(ப்ளாக்)* எழுத்தாளர்களுடனும் ஒற்றை ஆளாகப் போர் செய்வது மிக அரிதானது' என்று எழுதினார். 'அமெரிக்க நிர்வாகிகளின் வழக்கமான பாணியை உடைத்தெறிந்ததற்காக ஜாப்ஸைப் பாராட்டியே தீர வேண்டும் – ஜாப்ஸின் நிறுவனம் மிக அற்புதமான, உயர்தரத் தயாரிப்புகளை அளித்ததற்காக மட்டுமல்ல. டிஜிட்டல் வாழ்க்கை தொடர்பான சில வலிமையான கருத்துகளை ஆதாரமாகக் கொண்டு

தனது நிறுவனத்தை தோற்றுவித்த பின், மீண்டும் திருத்தி உருவாக்கியது மட்டுமல்ல, அவற்றைப் பகிரங்கமாகப் பாதுகாக்கவும் ஜாப்ஸ் ஆர்வம் காட்டுகிறார் – ஆவேசமாக, திட்டவட்டமாக. அது வார இறுதியில் அதிகாலை இரண்டு மணியாக இருந்தாலும்.' வலைப்பூ உலகில் பலரும் இதை ஒப்புக்கொண்டனர். அவர்கள் ஜாப்ஸின் துணிச்சலைப் பாராட்டி மின்னஞ்சல்கள் அனுப்பினர். ஜாப்ஸ் இதில் மிகவும் பெருமிதம் கொண்டார். ததேயுடனான தமது பரிமாறல்களையும் சில பாராட்டுக் கடிதங்களையும் எனக்கு அனுப்பிவைத்தார்.

இருந்தாலும் தனது தயாரிப்புகளை வாங்குபவர்கள் சர்ச்சைக்குரிய அரசியல் கேலிச்சித்திரங்களையோ, பாலியல் காட்சிகளையோ பார்க்கக்கூடாது என்று ஆப்பிள் தடைவித்தது சற்று ஏற்றுக்கொள்ள முடியாததாகத்தான் இருந்தது. *ஈசர்காஸ்ம்.காம்* என்னும் நகைச்சுவைத் தளம் 'ஆமாம், ஸ்டீவ்.. எனக்குப் பாலியல் வேண்டும் என்று ஒரு வலைத்தளப் பிரச்சாரத்தைத் துவக்கிவைத்தது. *நாங்கள் மோசமான, செக்ஸ் பித்துப்பிடித்த சில்மிஷக்காரர்கள். எங்களுக்கு இருபத்து நான்கு மணிநேரமும் ஆபாசம் தேவை'* என்றது அந்தத் தளம். 'ஒன்று, அதைச் செய்யுங்கள்; இல்லாவிட்டால் ஒரு தணிக்கை செய்யப்படாத, வெளிப்படையான, நாங்கள் எதைப் பார்க்கவேண்டும், பார்க்கக் கூடாது என்று தீர்மானிக்கும் தொழில்நுட்பக் கொடுங்கோலர்கள் இல்லாத சமூகம் பற்றிய சிந்தனையை அனுபவிக்க விரும்புகிறோம்.'

***

அந்தச் சமயத்தில் ஜாப்ஸும் ஆப்பிளும் வாலிவாகுடன் இணைந்துள்ள *கிஸ்மோடோ* என்ற வலைத்தளத்தோடு போரில் இறங்கியிருந்தார்கள். அந்த வலைத்தளம் ஆப்பிள் பொறியியல் வல்லுநர் ஒருவர் மதுபான விடுதியில் மறந்துவிட்டுச் சென்ற வெளியிடப்படாத ஐஃபோன் 4இன் சோதனை வடிவத்தைக் கையகப்படுத்தியிருந்தது. ஆப்பிளின் முறை யீட்டைத் தொடர்ந்து அந்த வலைத்தள செய்தியாளரின் வீட்டைக் காவல்துறை சோதனையிட்டபோது, கட்டுப்பாட்டுமோகம் அராஜகத் தோடும் கைகோர்த்துக் கொண்டு விட்டதோ என்ற கேள்வியை அது எழுப்பியது.

ஜான் ஸ்டுவார்ட் ஜாப்ஸின் நண்பர் என்பதுடன் ஆப்பிளின் விசிறியாகவும் இருந்தார். ஊடக நிர்வாகிகளுடனான கூட்டத்திற்காக நியூ யார்க் சென்றிருந்தபோது பிப்ரவரி மாதத்தில் ஜாப்ஸ் அவரைத் தனிப்பட்ட முறையில் சென்று சந்தித்தார். ஆனால் அது த டெய்லி ஷோ நிகழ்ச்சியில் ஸ்டுவார்ட் ஜாப்ஸை விமர்சிப்பதை நிறுத்திவிடவில்லை. 'இது இப்படி இருந்திருக்க வேண்டியதே அல்ல! மைக்ரோஸாஃப்ட் தான் பொதுவாக சாத்தானாக இருக்கும்!' – ஸ்டுவார்ட் நகைச்சுவையோடு

ஆதங்கமும் கலந்து கூறினார். அவருக்குப் பின்னால் 'Appholes' என்ற வார்த்தை திரையில் தோன்றியது. 'நீங்கள் எல்லோரும் கலகக்காரர் களாக, வெற்றியடைவீர்கள் என்ற எதிர்பார்ப்பு இல்லாமலே ஆட்டத்தில் முனைப்போடு பங்கு கொண்டவர்கள் அல்லவா? ஆனால் இப்போது ஓர் அதிபராக உருவாகிவருகிறீர்களா? நினைத்துப் பாருங்கள், 1984இல் பிக்பிரதரைக் கவிழ்த்தெறியும் அந்த அற்புதமான விளம்பரங்களை! உங்களை ஒருமுறை கண்ணாடியில் பார்த்துக் கொள்ளுங்கள்!'

இளவேனிற்காலத்தின் முடிவில் நிர்வாகக் குழுவினர் இந்தப் பிரச்சினையைக் கலந்தாலோசித்துக் கொண்டிருந்தார்கள். 'இதில் அகங்காரம் இருக்கிறது' என்று ஒரு கூட்டத்தில் இந்தப் பிரச்சினையை எழுப்பிய கையோடு என்னுடன் மதிய உணவு அருந்திக்கொண்டே ஆர்ட் லெவின்ஸன் கூறினார். 'அது ஸ்டீவின் குணாதிசயங்களோடு பிணைந்துள்ள ஒன்று. காயப்படுத்தும் அளவிற்குச் செயல்பட்டுத் தமது தீர்மானங்களை வலிமையோடு நிலைநாட்ட அவரால் முடியும்.' இந்தத் திமிர் ஆப்பிள் முரட்டுத்தனமான, வெற்றிக்கான எதிர்பார்ப்பை உருவாக்காத பங்கேற்பாளராக இருந்த காலத்தில் பொருத்தமாக இருந்தது. ஆனால் இப்போது ஆப்பிள் கைபேசிச் சந்தையில் ஆதிக்கம் செலுத்துகிறது. 'ஒரு பெரிய நிறுவனமாக மாறுவது மட்டுமல்ல, நடைமுறைக்கு ஒத்துவராத, குறிப்பாக அதிகார ஆணவத்தால் தனது வலிமை, திறமை ஆகியவற்றின் மீதுகொண்டுள்ள அளவுக்கு மீறிய நம்பிக்கை தரும் அகங்காரத்தால் விளையும் பிரச்சினையையும் நாங்கள் கையாள வேண்டியுள்ளது' என்றார் லெவின்ஸன். அல் கோரும் இந்தப் பிரச்சினை பற்றி நிர்வாகக் குழுக் கூட்டங்களில் பேசினார். 'ஆப்பிளின் சூழல் மிகப்பெரிய அளவில் மாறிக்கொண்டிருக்கிறது. இப்போது அது 'பிக் பிரதர்'மீது சுத்தியலை வீசும் சிறு நிறுவனமல்ல - ஓங்கி வளர்ந்து நிற்கும் பெரிய நிறுவனம், அதனாலேயே மக்கள் அதனைத் திமிராகக் காண்கிறார்கள்.' இந்த விஷயம் எழுப்பப்பட்ட போது ஜாப்ஸ் தற்காப்பாய்ப் பேசினார். 'அவர் இன்னமும் அதற்கேற்பத் தம்மை நெகிழ்த்திக்கொண்டுதான் இருக்கிறார்' என்றார் கோர். 'அவர் அடக்கமான ஜாம்பவானாக இருப்பதைவிட அடிமட்டத்தில் இருந்து கொண்டு ஆட்டத்தில் முனைப்போடு போராடுவதில் வல்லவர்.'

இந்த வகைப் பேச்சுக்களில் ஜாப்ஸுக்குப் பொறுமை மிகக் குறைவு. ஆப்பிளை இவ்வாறு எல்லோரும் விமர்சிப்பதற்குக் காரணம் 'கூகுள், அடோபி போன்ற நிறுவனங்கள் எங்களைப்பற்றிப் பொய்யான தகவல்களைப் பரப்பி, எங்களை அழிக்க முயல்வதுதான்' என்றார். ஆப்பிள் சில சமயம் திமிராக நடந்துகொள்கிறது என்ற கருத்து பற்றி அவர் என்ன நினைக்கிறார்? 'எனக்கு அது பற்றிக் கவலையே இல்லை' என்றார் அவர். 'ஏனெனில், நாங்கள் திமிர்பிடித்தவர்கள் அல்ல.'

ஆன்டெனாகேட்: வடிவமைப்பும் பொறியியலும்

பயனீட்டாளர் தயாரிப்பு நிறுவனங்கள் பலவற்றில் தயாரிப்பை அழகாகப் படைக்க விரும்பும் வடிவமைப்பாளர்களுக்கும் முழுமையாகச் செயல்பட வைக்கும் பொறியியல் வல்லுநர்களுக்குமிடையே பூசல்கள் உருவாகும். ஆப்பிளில் ஜாப்ஸ் வடிவமைப்பையும் பொறியியலை யும் சேர்த்து உந்திவந்ததால், இந்தப் பூசல்கள் மிக அதிகமாகவே இருந்தன.

அவரும் வடிவமைப்பு இயக்குநர் ஜானி ஐவும் 1997இல் ஆக்கப் பூர்வமான சக சதிகாரர்களாக ஆனபோது, பொறியியல் வல்லுநர்கள் எழுப்பிய பிரச்சினைகளை இயலாமைக்கு அடையாளமாகக் கொண்டு, அதனை வெல்லவேண்டும் என்று கருதினார். அற்புதமான வடிவமைப்பு என்பது பொறியியலில் அசாத்தியமான சாதனைகளை நிகழ்த்திக் காட்டும் என்ற அவர்களுடைய நம்பிக்கைக்கு ஐமாக் மற்றும் ஐபேடின் வெற்றி மேலும் வலுவூட்டியது. பொறியியல் வல்லுநர்கள் ஒன்றைச் செய்யமுடியாது என்றால், ஐவும் ஜாப்ஸும் அவர்களை முயன்று பார்க்கத் தூண்டுவார்கள்; அனேகமாக அவர்கள் வெற்றியும் காண்பார்கள். அவ்வப்போது சிறு சிக்கல்கள் எழும். உதாரணத்திற்கு ஐபாட் நானோவில் கீறல்கள் எளிதாக விழுந்தன – ஏனெனில் தெளிவான பூச்சு அவருடைய வடிவமைப்பின் தூய தன்மையை குறைத்து விடும் என்று நம்பினார். ஆனால் அதனால் பெரிய பாதிப்பு எதுவும் ஏற்படவில்லை.

ஐஃபோனை வடிவமைக்கும்பொழுது, ஐவின் வடிவமைப்பு ஆர்வங்கள் இயற்பியலின் அடிப்படை விதியோடு முட்டிக்கொண்டது – இதனை மாயவலையால் கூட மாற்ற முடியவில்லை. உலோகம் என்பது ஓர் ஆன்டெனாவிற்கு (அலைவாங்கிக்கு) அருகில் வைக்கத் தகுந்த பொருள் அல்ல. மைக்கேல் ஃபாரடே நிரூபித்ததுபோல மின்காந்த அலைகள் ஒரு உலோகத்தைச் சுற்றிப் பாயுமே தவிர ஊடுருவிப் பாய்வதில்லை. ஆகவே ஒரு தொலைபேசியைச் சுற்றி உலோகப் பெட்டகம் அமைப்பது ஃபாரடே கேஜ் என்று அழைக்கப் படும் விளைவை ஏற்படுத்தி, உட்புகும் அல்லது வெளிவரும் சிக்னல் களை வலுவிழக்கச் செய்யும். முதன்முதலில் வெளிவந்த ஐஃபோனில் கீழே ஒரு பிளாஸ்டிக் பட்டை இருந்தது. ஆனால் ஐவ் அது வடிவமைப்பின் கம்பீரத்தைப் பாழாக்குகிறது என்று கருதி, சுற்றிலும் அலுமினியத் தாலான பட்டை இருப்பதுபோல வேண்டும் என்றார். அது சரிவர இயங்காததால், ஐவ் ஐஃபோனை ஸ்டீல் ரிம்மோடு (எஃகினாலான சுற்றுப்பட்டை) வடிவமைத்தார். இது அமைப்பிற்கு வலுசேர்ப்பதோடு, பார்ப்பதற்குச் சீராகவும், போனின் ஆன்டெனாவின் ஒரு பகுதியாகப் பயன்படும் வகையிலும் வடிவமைக்கப்பட்டிருந்தது.

குறிப்பிடத்தக்க சவால்களும் இருந்தன. அலைவாங்கியாகச் செயல் படுவதற்கு எஃகினாலான சுற்றுப்பட்டையில் ஒரு சிறு இடைவெளி தேவைப்பட்டது. அந்த இடைவெளியை விரலாலோ, வியர்க்கும் கையாலோ ஒருவர் மூடிவிட்டால் குறிப்பலை (சிக்னல்) இழப்பு நேரிடலாம். இதைத் தவிர்க்கப் பொறியியல் வல்லுநர்கள் உலோகத்தின் மீது தெளிவான பூச்சு இருக்கும்படி பரிந்துரைத்தார்கள். மீண்டும் ஐவ் இது மங்கிய உலோகத் தோற்றத்திலிருந்து வித்தியாசமாகத் தெரியும் என்று கருதினார். இந்தப் பிரச்சினை பல கூட்டங்களில் ஜாப்ஸிடம் அளிக்கப்பட்டது. ஆனால் அவரோ பொறியியல் வல்லுநர்கள் இல்லாத பிரச்சினையைக் காட்டி அச்சுறுத்தி வருவதாகக் கூறினார். 'உங்களால் நிச்சயமாக அதைச் செய்ய முடியும்' என்றார். அவர்களும் செய்தார்கள்.

அது செயல்படவும் செய்தது – ஏறத்தாழ கச்சிதமாக. ஆனால் முழுமையாய் அல்ல. 2010 ஜூனில் ஐஃபோன் வெளியிடப்பட்ட போது அது பார்க்க அற்புதமாக இருந்தது. ஆனால் விரைவில் ஒரு பிரச்சினை தெளிவாகத் தெரிந்தது. ஃபோனை ஒரு குறிப்பிட்ட விதத்தில் பிடித்துக்கொண்டால் – குறிப்பாக இடது கையில் உள்ளங்கை அந்தச் சிறு இடைவெளியை மூடும்படியாக – தொடர்பு உடனடியாகத் துண்டிக்கப்படக்கூடிய வாய்ப்பு இருந்தது. நூறு அழைப்புகளுக்கு ஒரு முறை இது நடந்தது. வெளியிடப்படாத தயாரிப்புகளை இரகசியமாக வைக்க வேண்டும் என்று ஜாப்ஸ் வலியுறுத்தியதால் (கிஸ்மோடோ மதுபான விடுதியில் கண்டெடுத்த ஃபோனில்கூடச் சுற்றிலும் ஒரு போலிப் பெட்டகம் இருந்தது) அனேகமாக எல்லா மின்னணுச் சாதனங் களுக்கும் செய்யப்படும் சோதனைக்கு ஐஃபோன் 4 உட்படுத்தப்பட வில்லை. ஆகவே மக்கள் அதை வாங்க முட்டி மோதிக்கொண்ட பரபரப்பிற்கு முன் இந்தக் குறைபாடு தென்படாமல் போனது. 'இதில் கேள்வி என்னவென்றால் வடிவமைப்பைப் பொறியியலுக்கு முன்னணியில் வைப்பதும், வெளியிடப்படாத தயாரிப்புகளைச் சுற்றி அதி இரகசியம் காக்கும் கொள்கையும் ஆப்பிளுக்கு உதவியதா என்பதுதான்' என்று டோனி ஃப்பாடெல் பிறகு கூறினார். 'மொத்தத்தில் ஆமாம் எனலாம், ஆனால் கட்டுப்பாடற்ற வலிமை என்பது நல்லதல்ல; நடந்ததும் அதுதான்.'

அனைவரையும் குழப்பத்திலாழ்த்தியது ஆப்பிள் ஐஃபோன் 4ஆக அல்லாமல் வேறு ஏதாவது ஒரு தயாரிப்பாக இருந்திருந்தால் சில விடுபட்டுப்போன தொலைபேசி அழைப்புகள் பெரிய அளவில் செய்தியாகியிருக்காது. ஆனால் அது 'ஆன்டெனாகேட்' என்று அழைக்கப்பட்டதுடன், ஜூலை மாதத் தொடக்கத்தில் முடிவெடுக்க வேண்டிய ஒரு கட்டத்திற்கு வந்தது. பயனீட்டாளர் அறிக்கை

(கன்ஸ்யூமர் ரிபோர்ட்) சில தீவிர சோதனைகள் செய்து, பிறகு அலைவாங்கி (ஆன்டெனா) பிரச்சினை காரணமாக ஐஃபோன் 4ஐப் பரிந்துரைக்க முடியாது என்று கூறியது.

இந்தப் பிரச்சினை எழுந்தபோது ஜாப்ஸ் தமது குடும்பத்தினருடன் ஹவாயிலுள்ள கோனா கிராமத்தில் இருந்தார். முதலில் அவர் தற்காப்புக்காக விட்டுக்கொடுக்காமல்தான் பேசினார். ஆர்ட லெவின்ஸன் தொடர்ந்து தொலைபேசியில் தொடர்பு கொண்ட வண்ணம் இருந்தார். கூகுளும் மோடொரோலாவும் விஷமம் செய்ததால் விளைந்த பிரச்சினை இது என்று ஜாப்ஸ் வலியுறுத்தினார். 'அவர்கள் ஆப்பிளை வீழ்த்த விரும்புகிறார்கள்' என்றார் அவர்.

லெவின்ஸன் சிறிது அடக்கமாக இருக்கும்படி கேட்டுக் கொண்டார். 'ஏதாவது தவறு நடந்துள்ளதா என்று கண்டுபிடிக்க முயல்வோம்' என்றார் அவர். ஆப்பிள் திமிராக நடந்துகொள்கிறது என்ற கருத்தை அவர் மீண்டும் குறிப்பிட்ட போது ஜாப்ஸிற்கு அது பிடிக்கவில்லை. கறுப்பு வெள்ளை, சரி-தவறு என்று உலகைப் பிரித்துப் பார்க்கும் அவருடைய நோக்கிற்கு இது எதிராக இருந்தது. ஆப்பிள் கொள்கைகள் உடைய ஒரு நிறுவனம் என்று அவர் கருதினார். மற்றவர்கள் அதை உணரத்தவறினால் அது அவர்கள் குற்றம்; ஆப்பிள் அடக்கி வாசிப்பதற் கான காரணமாகாது.

ஜாப்ஸின் இரண்டாவது வெளிப்பாடு, காயப்பட்ட உணர்வு. விமரிசனங்களைத் தனிப்பட்ட தாக்குதலாக எடுத்துக்கொண்டு அவர் மனத்துக்குள் வெதும்பினார். இதனால் உணர்ச்சிகளின் பிடியில் சிக்கி உழன்றார். 'உள்ளுக்குள் பார்த்தால் நிச்சயமாகத் தவறு என்று தாம் கருதும் விஷயங்களை அவர் செய்வதில்லை – நம் தொழில்துறையில் செயலுக்கும் கருத்துக்கும் பாலமாய் விளங்கும் சில தத்துவஞானிகள் போல' என்று லெவின்ஸன் கூறினார். 'அவருக்குச் சரியென்று பட்டால், முன்னோக்கிப் பாய்வார்; தம்மைத் தாமே கேள்வி கேட்டுக்கொள்ள மாட்டார்.' லெவின்ஸன் அவரை மனத்தளவில் சோர்வடைய வேண்டாம் என்று வேண்டிக்கொண்டார். ஆனால் ஜாப்ஸ் அப்படித்தான். 'கழித்துக் கட்டுங்கள்; இதைச் செய்வதால் எந்தப் பயனும் இல்லை' என்று அவர் லெவின்ஸனிடம் கூறினார். முடிவாக, டிம் குக்கால் அவருடைய மந்த நிலையிலிருந்து அவரை உலுக்கியெடுத்து மீட்க முடிந்தது. ஆப்பிள் புதிய மைக்ரோஸாஃப்டாக உருவாகி வருவதாக யாரோ சொன்னதாய்க் குறிப்பிட்டார் – சுயதிருப்திப்பட்டுக் கொள்ளும், பிரச்சினைகளை அலட்சியம் செய்யும் திமிர்பிடித்த நிறுவனமாக. அடுத்த நாளே ஜாப்ஸ் தமது சுபாவத்தை மாற்றிக் கொண்டார். 'இதன் காரணத்தை ஆழப் பரிசீலிக்க வேண்டும்' என்றார் அவர்.

விடுபட்டுப்போன தொலைபேசி அழைப்புகள் தொடர்பான விவரங்கள் ஏடீ & டீயிலிருந்து திரட்டி அடுக்கப்பட்டபோது, அதில் ஒரு பிரச்சினை இருப்பதை ஜாப்ஸ் உணர்ந்துகொண்டார் – மக்கள் கருது வதைவிடச் சிறிதாகவே இருந்தாலும். ஆகவே அவர் ஹவாயிலிருந்து விமானத்தில் திரும்பி வந்தார். ஆனால் கிளம்புவதற்கு முன் சில தொலைபேசி அழைப்புகளைச் செய்தார். ஓரிரு அனுபவமிக்க விசுவாசி களை, அறிவாளிகளை – முப்பது ஆண்டுகளுக்கு முன் மகின்டாஷின் தொடக்ககாலத்தில் தம்முடன் இருந்தவர்களை – அருகில் அழைத்துக் கொள்வதற்கான நேரம் வந்தது.

முதலில் அவர் அழைத்தது மக்கள் தொடர்பு ஆசான் ரெஜிஸ் மெக்கென்னாவை. 'நான் இந்த ஆன்டெனா (அலைவாங்கி) விஷயத்தைக் கையாள்வதற்காக ஹவாயிலிருந்து திரும்பி வந்துகொண்டிருக்கிறேன். உங்களிடமிருந்து எனக்குச் சில உதவிகள் வேண்டும்' என்றார் ஜாப்ஸ் அவரிடம். மறுநாள் மதியம் ஒன்றரை மணிக்கு க்யூபர்டினோ ஆலோசனைக் கூட்ட அறையில் சந்திப்பதாக அவர்கள் முடிவு செய்து கொண்டனர். இரண்டாவது அழைப்பு விளம்பர வல்லுநர் லீ க்ளோ விற்கு. அவர் ஆப்பிள் கணக்குகளிலிருந்து ஓய்வுபெற முயன்று கொண்டிருந்தார். ஆனால் ஜாப்ஸ் அவர் தம்முடன் இருப்பதை விரும்பினார். அவருடைய சக ஊழியர் ஜேம்ஸ் வின்சென்ட்டும் அழைக்கப்பட்டார்.

ஜாப்ஸ் தமது மகன் ரீடையும் – அவர் அப்போது உயர்நிலைப் பள்ளியில் மேல்நிலை மாணவர் – ஹவாயிலிருந்து திரும்ப அழைத்து வரத் தீர்மானித்தார். 'ஏறத்தாழ இரண்டு நாள்களுக்கு இருபத்து நான்கு மணிநேரமும் கூட்டங்களில் கலந்துகொள்ளப் போகிறேன். அவை ஒவ்வொன்றிலும் நீ இருக்கவேண்டும் என்று விரும்புகிறேன். இரண்டு ஆண்டுகள் வணிகப் பள்ளியில் கற்றுக்கொள்வதைவிட இந்த இரண்டு நாள்களில் நீ அதிகம் கற்றுக்கொள்ளமுடியும்' என்றார் அவர் ரீடிடம். 'அந்த அறையில் இந்த உலகின் மிகச்சிறந்த மனிதர்களோடு நீ இருக்கப்போகிறாய். அவர்கள் மிகக் கடினமான முடிவுகளை எடுத்து, எப்படிச் செயலாற்றுகிறார்கள் என்று நீ பார்க்கப்போகிறாய்.' இந்த அனுபவத்தை நினைவுகூர்ந்த ஜாப்ஸின் கண்கள் சற்றுப் பனித்தன. 'அந்தப் பிரச்சினைகள் அனைத்தையும் மீண்டும் அனுபவிக்க நான் தயார் – நான் பணியிலிருப்பதை அவன் காணும் வாய்ப்புக் கிடைக்கு மெனில்' என்றார் அவர். 'அவனது தந்தை என்ன செய்கிறார் என்பதை அவன் அன்று காணமுடிந்தது.'

அவர்களோடு ஆப்பிளின் உறுதியான மக்கள் தொடர்புத் தலைவர் காட்டி காட்டனும் இணைந்து கொண்டார். அவரோடு மேலும் ஏழு

உயர்நிலை அதிகாரிகள். கூட்டம் மதியம் முழுதும் நீடித்தது. 'அது என் வாழ்நாளில் நடந்த கூட்டங்களிலேயே மிகச் சிறந்த ஒன்று' என்று பின்னர் ஜாப்ஸ் கூறினார். அவர்கள் திரட்டியிருந்த அனைத்துத் தகவல்களையும் பரப்பிவிட்டுத் தொடர்ந்தார்: 'இதோ, தகவல்கள். இதை வைத்துக்கொண்டு நாம் என்ன செய்ய வேண்டும்?'

மெக்கென்னா மிக அமைதியாகவும் நேரடியாகவும் கூறினார்: 'உண்மையைச் சொல்லுங்கள் – அதாவது, அந்தத் தகவல்களை' என்றார் அவர். 'திமிர் பிடித்தவராகக் காட்டிக்கொள்ளாதீர்கள், தீர்மானமாக, தன்னம்பிக்கையோடு இருங்கள்.' வின்சென்ட் உட்படப் பலரும் ஜாப்ஸிடம் மன்னிப்புக் கேட்கும்படி கூறினார்கள். ஆனால் மெக்கென்னா அது கூடாது என்றார். 'பத்திரிகையாளர் கூட்டத்திற்கு வாலைச் சுருட்டிக் காலிடுக்கில் வைத்துக்கொண்டு பவ்வியமாகச் செல்லாதீர்கள்' என்று அறிவுறுத்தினார். 'இதை மட்டும் சொல்லுங்கள்: போன்கள் கச்சித மானவை அல்ல. நாங்களும் கச்சிதமானவர்கள் அல்ல. நாங்கள் மனிதர்கள். எங்களால் முடிந்த அளவு சிறப்பாகச் செய்கிறோம். இதோ அதற்கான தகவல்கள்.' அதுவே திட்டமானது. திமிர்பிடித்தவராகக் கருதப்பட்டது பற்றிப் பேச்சு திரும்பியபோது, மெக்கென்னா அவரை அதுபற்றி அதிகம் கவலைப்படத் தேவையில்லை என்றார். 'ஸ்டீவை அடக்கமானவராகக் காட்டமுயல்வது பலனளிக்கும் என்று தோன்றவில்லை' என்று மெக்கென்னா பிறகு விளக்கினார். 'ஸ்டீவ் தன்னைப் பற்றிக் கூறுவது போல, நீங்கள் காண்பதென்னவோ, அதுவே உங்களுக்குக் கிட்டுகிறது.'

அந்த வெள்ளியன்று ஆப்பிள் அரங்கத்தில் நடந்த பத்திரிகையாளர் கூட்டத்தில் ஜாப்ஸ் மெக்கென்னாவின் அறிவுரையைப் பின்பற்றினார். அவர் மண்டியிடவோ, மன்னிப்புக் கேட்கவோ செய்யவில்லை. எனினும் ஆப்பிள் அந்தப் பிரச்சினையை நன்கு புரிந்துகொண்டது எனவும் அதைச் சரிசெய்ய முயலும் என்றும் நிரூபித்து பிரச்சினையைச் செயலிழக்கச்செய்ய அவரால் முடிந்தது. பின் அந்தக் கலந்துரையாடலின் போக்கை மாற்றி, எல்லாக் கைபேசிகளிலுமே சில பிரச்சினைகள் உள்ளன என்று கூறினார். பின்னர் என்னிடம் அந்தக் கூட்டத்தின் போது 'மிகவும் எரிச்சலுற்ற' விதத்தில் பேசினாலும், உணர்ச்சி கலவாத, நேர்மையான தொனியை எட்டமுடிந்தது என்றார். நான்கே வரி களில் அவர் அதன் சாராம்சத்தை அளித்தார்: 'நாங்கள் கச்சிதமான வர்கள் அல்ல. தொலைபேசிகளும் கச்சிதமானவை அல்ல. இது நம் எல்லோருக்கும் தெரியும். ஆனால் எங்கள் பயனர்களைத் திருப்தி யடையச்செய்ய விரும்புகிறோம்.'

யாராவது திருப்தியடையவில்லை என்றால், தொலைபேசியைத் திருப்பித் தரலாம் (திரும்பி வந்தது 1.7 சதவீதமாக – ஐஃபோன் 3ஜிஎஸ்

அல்லது அனேகமாக பிற தொலைபேசிகளின் திருப்பு சதவீதத்தின் மூன்றில் ஒரு பங்கைவிடக் குறைவாகவே இருந்தது) அல்லது ஆப்பிளிட மிருந்து இலவசமாக ஒரு சிறப்புப் *(பம்பர்)* பெட்டகம் பெறலாம் என்றார். மேலும் தொடர்ந்து மற்ற கைபேசிகளிலும் அது போன்ற பிரச்சினைகள் உள்ளன என்பதற்கு ஆதாரமாய்த் தகவல்களை அளித்தார். இது முழுக்க முழுக்க உண்மையாக இருக்கவில்லை. ஆப்பிளின் ஆன்டெனா வடிவமைப்பு அனேகமாக மற்ற எல்லாத் தொலைபேசிகளையும்விட அதனைச் சற்று மோசமானதாகவே ஆக்கியது. என்றாலும் ஐஃபோன் 4இன் விடுபட்டுப் போன அழைப்புகள் பற்றிய ஊடகப் பரபரப்பு ஊதிப் பெரிதாக்கப்பட்டது என்பது உண்மை யானது. 'இது நம்பமுடியாத அளவிற்கு ஊதிப் பெரிதாக்கப்பட்டுள்ளது' என்றார் அவர். அவர் மன்னிப்புக் கேட்கவோ, சொன்னதைத் திரும்ப எடுத்துக்கொள்ளவோ செய்யாமல் இருப்பதைக் கண்டு திகைத்துப் போவதற்குப் பதிலாக அனேகமாக எல்லாப் பயனீட்டாளர்களும் அவர் சொல்வது சரி என்று உணர்ந்துகொண்டனர்.

விற்றுத் தீர்ந்துவிட்ட ஐஃபோனுக்காகக் காத்திருப்போர் பட்டியல் இரண்டு வாரங்களிலிருந்து மூன்றாவதாக நீண்டது. அது நிறுவனத்தின் மிக விரைவாக விற்பனையாகும் தயாரிப்பாக நீடித்தது. ஊடகத்தின் சர்ச்சைகள் மற்ற ஸ்மார்ட் போன்களுக்கும் அதே போன்ற ஆன்டெனா பிரச்சினைகள் உள்ளன என்று ஜாப்ஸ் கூறியது உறுதியாக நிஜம்தானா என்ற தலைப்புக்குத் திரும்பின. இல்லை என்றே பதில் வந்தாலும்கூட, ஐஃபோன் 4 குறைபாடுடையது என்பதைவிட அது சுவாரசியமான கதையாகத்தான் இருக்கும்.

சில ஊடகக்காரர்கள் சந்தேகம் காட்டினார்கள். 'கேள்விகளுக்குப் பதிலளிப்பதைத் தவிர்த்தல் அல்லது மறுத்தல், ஒழுக்கம், காயப்பட்ட நேர்மை ஆகியவற்றைத் தமக்கேயுரிய அற்புதமான பாணியில் வெளிப் படுத்தும் ஸ்டீவ் ஜாப்ஸ் அன்றைய தினம் வெற்றிகரமாக மேடையேறி, பிரச்சினையை மறுத்து, விமரிசனங்களை விலக்கிவிட்டு, மற்ற ஸ்மார்ட்ஃபோன் தயாரிப்பாளர்களுக்கிடையே பழியைப் பரவ விட்டார்' என்று *நியூசர்.காமின்* மைக்கேல் உல்ஃப் எழுதினார். 'இது தற்கால விளம்பரம், நிறுவன உத்தி, கலவர நிர்வாகம் ஆகிய வற்றின் ஒரு உயர்மட்ட நிலை; வேண்டுமானால் நம்ப முடியாமல் வாயடைத்துப் போய் ஆச்சரியத்தோடு கேட்கலாம்: 'இவர்கள் இதை எப்படிச் சமாளிக்கிறார்கள்? அல்லது, இன்னும் துல்லியமாக, இவர் இதை எப்படிச் சமாளிக்கிறார்?' உல்ஃப் அதைக் 'கடைசி வசீகரமான மனிதர்' என்ற முறையில் ஜாப்ஸின் மனோவசிய விளைவு என்கிறார். மற்ற தலைமை நிர்வாக அதிகாரிகள் மன்னிப்புக் கேட்டுக்கொண்டு, திரும்பிவரும் ஏராளமான தயாரிப்புகளைத் தலையில் கட்டிக்கொண்டு

இருப்பார்கள். ஆனால் ஜாப்ஸுக்கு அந்த அவசியம் ஏற்படவில்லை. 'கண்டிப்பான முகம், குச்சி போன்ற தோற்றம், முழுமை, புனிதத் தன்மையுடன் அவருக்கிருந்த உறவு – அனைத்தும் உண்மையிலேயே வேலை செய்கிறது. இந்த விஷயத்தில் எது அர்த்தமுள்ளது, எது முக்கியமற்றது என்று கம்பீரமாய் முடிவு செய்யச் சலுகையளிக்கிறது.'

டில்பெர்ட் என்ற கேலிச்சித்திரத் தொடரை உருவாக்கிய ஸ்காட் ஆடம்ஸும் சந்தேகம் காட்டினார் – ஆனால் ஜாப்ஸை மிகவும் ஆராதித்தார். சில நாள்களுக்குப் பிறகு அவர் எழுதிய ஒரு வலைப்பூ பதிவில் (இதை ஜாப்ஸ் பெருமையோடு பலருக்கும் மின்னஞ்சலில் அனுப்பினார்) ஜாப்ஸின் 'உயரிய உத்திகள்' மக்கள் தொடர்பில் ஒரு புதிய தர நிர்ணயமாகக் கற்கப்பட இருப்பது கண்டு பிரமித்துப் போனதாக எழுதியிருந்தார். 'ஐஃபோன் 4 பிரச்சினைக்கு ஆப்பிள் பதிலளித்த விதம் மக்கள் தொடர்புக் கோட்பாடுகளைப் பின்பற்ற வில்லை. ஏனெனில் ஜாப்ஸ் அந்தக் கோட்பாட்டுப் புத்தகத்தையே மாற்றி எழுதத் தீர்மானித்தார்' என்று ஆடம்ஸ் எழுதினார். 'மேதை என்றால் எப்படி இருக்கும் என்று அறிய விரும்பினால், ஜாப்ஸின் கூற்றுகளை, வார்த்தைகளை ஆழ்ந்து சிந்தியுங்கள் ஸ்மார்ட் ஃபோன்கள் கச்சிதமாக இல்லை என்று அறிவித்ததன் மூலம் எதிர்வாதம் செய்ய இயலாத ஒரு திடமான கூற்றுக்கு விவாதச் சூழலைத் திருப்பிவிட்டார். 'ஜாப்ஸ் மட்டும் விவாத விஷயத்தை ஐஃபோன் 4இலிருந்து பொதுவாக எல்லா ஸ்மார்ட் ஃபோன்களுக்கும் மாற்றியிருக்கவில்லை என்றால், நான் முழுநீள நகைச்சுவைக் கேலிச்சித்திரம் ஒன்றை உருவாக்கியிருக்க முடியும் – மனிதனின் கையில் பட்டாலே வேலை செய்ய மறுக்கும் ஒரு மட்டமான தயாரிப்பு பற்றி. ஆனால் 'எல்லா ஸ்மார்ட் ஃபோன் களிலுமே பிரச்சினைகள் உள்ளன' என்ற சூழலுக்குப் பேச்சு மாறிய பின், அங்கு நகைச்சுவைக்கான வாய்ப்பு பறிபோனது. ஒரு பொதுப் படையான, சலிப்பூட்டும் உண்மையைப்போல நகைச்சுவையைக் கொல்லக்கூடிய ஒன்று வேறெதுவும் இல்லை.

இதோ வருகிறது சூரியன்

ஸ்டீவ் ஜாப்ஸின் தொழில் வாழ்க்கை பூர்த்தியாவதற்குச் சில விஷயங்களுக்குத் தீர்வு காணவேண்டியிருந்தது. அவற்றுள் அவருக்கு மிகவும் பிடித்தமான 'பீட்டில்ஸ்' குழுவுடனான முப்பது ஆண்டுகாலப் போருக்கு முடிவு கட்டுவதும் ஒன்று. 2007இல் ஆப்பிள்கார்ப்ஸ் உடன் தனது வணிகச் சின்னம் (டிரேட் மார்க்) தொடர்பான போருக்கு ஆப்பிள் தீர்வு கண்டிருந்தது. ஆப்பிள்கார்ப்ஸ் பீட்டில்ஸ் குழுவின் உரிமை பெற்றிருந்தது; வளர்ந்து வரும் ஒரு கணினி நிறுவனம் 1978இல் அதன் பெயரைப் பயன்படுத்தியதற்காக வழக்குத் தொடர்ந்திருந்தது. ஆனால்

அப்பொழுதும் பீட்டில்ஸை ஐட்யூன்ஸ் ஸ்டோருக்கு வரவழைக்க முடியவில்லை. அந்தக் குழுதான் இலாப நோக்கோடு கூடிய கடைசி, பெரிய அளவிலான தக்கவைப்பாக இருந்தது முக்கியமாக டிஜிட்டல் உரிமைப் பிரச்சினைகளைக் கையாளுவது தொடர்பாக ஈஎம்ஐ மியூசிக் நிறுவனத்துடன் அது இன்னமும் ஒரு தீர்மானத்தை எட்டி யிருக்கவில்லை என்பதால்.

2010 கோடைகாலத்திற்குள் பீட்டில்ஸும் ஈஎம்ஐ நிறுவனமும் ஒரு தீர்வை எட்டியிருந்தனர் - நான்கு பேர் அடங்கிய உச்சநிலை ஆலோசனைக் கூட்டமொன்று க்யூபர்டினோவிலுள்ள ஆலோசனை கூட்ட அறையில் நடத்தப்பட்டது. ஜாப்ஸ், ஐட்யூன்ஸ் ஸ்டோருக்கான அவருடைய துணைத்தலைவர் எட்டி க்யூவுடன் பீட்டில்ஸ் குழுவின் மேலாளரான ஜெஃப் ஜோன்ஸ் மற்றும் ஈஎம்ஐ மியூசிக்கின் தலைவர் ரோஜர் ஃபாக்ஸன் ஆகியோரை வரவேற்று உபசரித்தார்கள். இப்பொழுது பீட்டில்ஸ் டிஜிட்டல் பதிவுக்குத் தயாராக இருந்தார்கள்; இந்த மைல்கல்லைச் சிறப்பாக்குவதற்கு ஆப்பிள் என்ன அளிக்க முடியும்? ஜாப்ஸ் இந்த நாளைப் பல ஆண்டுகளாக எதிர்பார்த்துக் காத்திருந்தார். உண்மையில் அவரும் அவருடைய விளம்பரக் குழுவின் லீ க்ளோ, ஜேம்ஸ் வின்சென்ட் ஆகியோரும் மூன்று ஆண்டுகளுக்கு முன்பே சில விளம்பரங்களையும் விளம்பரப் படங்களையும் உருவாக்கி வைத்திருந்தனர் – பீட்டில்ஸை எப்படிக் கவர்வது என்று திட்டமிட்டுக் கொண்டிருந்தபோது.

‘ஸ்டீவும் நானும் எங்களால் என்னவெல்லாம் செய்யமுடியும் என்று யோசித்தோம்’ - க்யூ நினைவுகூர்ந்தார். இதில் ஐட்யூன்ஸ் ஸ்டோரின் முதல் பக்கத்தை எடுத்துக்கொள்வது, குழுவின் மிகச்சிறந்த புகைப் படங்களைக் கொண்ட விளம்பரப் பலகைகளை வாங்குவது, ஆப்பிளில் தனிப்பட்ட பாணியில் தொடர்ச்சியாக விளம்பரத் தொடர்களை ஓடச்செய்வது ஆகியவையும் அடங்கும். எல்லாவற்றுக்கும் மேலானது *149* டாலர் விலையில் ஒரு பெட்டித் தொகுப்பை அளிப்பது – இதில் பீட்டில்ஸ் குழுவின் மொத்த பதின்மூன்று ஸ்டுடியோ தொகுப்புகள், *பாஸ்ட் மாஸ்டர்ஸ்* என்ற இரண்டு பகுதிகள் கொண்ட திரட்டு, *1964* வாஷிங்டன் கொலிசியம் இசை நிகழ்ச்சியின் ஏக்கமூட்டும் காணொளி (வீடியோ) படக்காட்சி ஆகியவையும் அடக்கம்.

கொள்கை அடிப்படையிலான ஒப்பந்தம் தீர்மானத்திற்கு வந்த போது ஜாப்ஸ் விளம்பரங்களுக்கான புகைப்படங்களைத் தேர்வு செய்வதில் உதவத் தாமே முன்வந்தார். ஒவ்வொரு விளம்பரப் படத்தின் முடிவிலும் பால் மெக்கார்ட்னீ மற்றும் ஜான் லென்னன் ஆகியோரின் கறுப்பு வெள்ளைப் படம் இருக்கும் – இளமையாக,

புன்னகையுடன் – ஒரு ஒலிப்பதிவுக் கூடத்தில் ஒரு காகிதத்தில் எழுதப் பட்ட இசைவடிவத்தைப் பார்த்தபடி. இது ஜாப்ஸூம் வாஸ்நியாக்கும் ஒரு ஆப்பிள் மின்சுற்றுப் பலகையைப் பார்த்தபடி இருக்கும் காட்சியை நினைவூட்டியது. 'பீட்டில்ஸை ஐட்யூன்ஸில் கொண்டு வந்தது நாங்கள் இசைத் தொழிலுக்கு ஏன் வந்தோம் என்பதற்கான காரணத்திற்குச் சிகரம் வைத்தாற்போல் இருந்தது' என்றார் க்யூ.

இயல் நாற்பது

எல்லைகளைக் கடந்து

மேகம், விண்கலம், அதற்கும் அப்பால்

ஐபேட் 2

ஐபேட் விற்பனைக்கு இறங்குவதற்கு முன்பாகவே, ஐபேட் 2இல் என்ன அம்சங்கள் இருக்கவேண்டும் என்று ஜாப்ஸ் சிந்திக்கத் தொடங்கி யிருந்தார். அதற்கு முன்னும் பின்னும் காமெராக்கள் தேவைப்பட்டன – அது வரப்போவது அனைவருக்கும் தெரிந்திருந்தது – அதுமட்டுமல்ல, அது மேலும் மெலிந்ததாக இருக்கவேண்டும் என்று அவர் விரும்பினார். ஆனால் பலரும் யோசிக்காத, அவர் கவனம் செலுத்திய ஒரு சுற்றுப்புறப் பிரச்சினை இருந்தது: மக்கள் பயன்படுத்திய உறைகள் ஐபேடின் அழகிய கோடுகளை மூடி, திரையிலிருந்து கவனத்தைத் திசைதிருப்பின. மெலிதாக இருக்க வேண்டியதை அவை தடிமனாக்கின. எல்லா விதத்திலும் மாயாஜாலமாய் விளங்கவேண்டிய ஒரு சாதனத்தைப் படுதா இட்டு மறைத்தன.

ஏறத்தாழ அந்தக் காலகட்டத்தில் அவர் காந்தங்கள் பற்றிய ஒரு கட்டுரையைப் படித்தார். அதைக் கத்தரித்து ஜானி ஐவிடம் தந்தார். காந்தங்கள் துல்லியமாகப் பதிக்கக்கூடிய ஈர்ப்புக் கூம்புகளைக் கொண்டிருந்தன. ஒரு வேளை பிரித்தெடுக்கக்கூடிய ஓர் உறையை அவை சீராகப் பொருத்தப் பயன்படலாம். அந்த வகையில் ஒரு ஐபேடின் முன்புறத்தில் பொருத்திக்கொள்வதுடன், அதேசமயம் முழுச் சாதனத்தையும் போர்த்திக் கொள்ளவேண்டிய அவசியமும் இருக்காது. ஐவின் குழுவில் உள்ளவர்களுள் ஒருவர் பிரித்தெடுக்கக்கூடிய, காந்தக் கீலுடன் இணைக்கக்கூடிய ஓர் உறையைத் தயாரிக்க ஒரு வழி கண்டார். அதைத் திறக்கும்பொழுதே திரை உயிர்த்தெழும் – கிச்சுகிச்சு மூட்டிய குழந்தையின் முகம்போலப் பிரகாசமாய். உறையை மடக்கி, ஸ்டாண்ட் போன்ற அமைப்பில் நிறுத்திக்கொள்ள முடியும்.

இதில் உயர்தொழில்நுட்பம் எதுவுமில்லை: முழுக்க முழுக்க இயந்திர உத்திதான். முனையிலிருந்து முனைவரையிலான ஒருங்கிணைப்பை ஜாப்ஸ் விரும்பியதற்கு இது மேலும் ஒரு உதாரணமாக விளங்கியது:

உறையும் ஐபேடும் ஒருங்கே வடிவமைக்கப்பட்டன – காந்தங்களும் கீல்களும் சீராக இணையும் வகையில். ஐபேட் 2இல் மேலும் பல திருத்தங்கள் இருக்கும். ஆனால் இந்தக் குறும்புத்தனம் நிறைந்த குட்டி உறைதான் – பிற தலைமை நிர்வாக அதிகாரிகளும் இதை ஒருபோதும் கவனித்திருக்கக்கூட மாட்டார்கள் – மிக அதிகமான புன்னகைகளை வரவழைக்கும்.

சான் ஃப்ரான்சிஸ்கோவில் ஜாப்ஸ் மீண்டும் ஒரு மருத்துவ விடுப்பில் இருந்ததால், 2011 மார்ச் 2 அன்று நடக்கவிருந்த ஐபேட் 2இன் வெளியீட்டு விழாவில் அவர் கலந்துகொள்வார் என்று ஒருவரும் எதிர்பார்க்கவில்லை. ஆனால் அழைப்பிதழ்கள் அனுப்பப்பட்டபோது நான் கலந்துகொள்ள முயற்சி செய்யவேண்டும் என்று என்னிடம் கூறினார். வழக்கமான காட்சிதான்: முன்வரிசையில் ஆப்பிளின் மேல்நிலை அதிகாரிகள்; டிம் குக் சக்தியூட்டும் இனிப்புகளைச் (*எனர்ஜி பார்*) சுவைத்துக் கொண்டிருந்தார்; ஒலி அமைப்பில் பொருத்தமான பீட்டில்ஸ் பாடல்களான *ரெவலூஷன், ஹியர் கம்ஸ் த சன்* ஆகியவை உச்சத்தை எட்டியபடி அலறிக்கொண்டிருந்தன. ரீட் ஜாப்ஸ் கடைசி நிமிடத்தில் வந்தார் – கண்கள் அகல விரிய விழித்துக்கொண்டிருந்த தனது விடுதித் தோழர்கள் இருவருடன்.

'இந்தச் சாதனத்தில் நாங்கள் சில காலமாகவே பணி செய்து கொண்டிருக்கிறோம்; இன்றைய நிகழ்ச்சியைத் தவறவிட நான் விரும்ப வில்லை' - அச்சமூட்டும் அளவிற்கு எலும்பும் தோலுமாய் மெலிந்தவ ராக, ஆனால் உற்சாகம் ததும்பும் புன்னகையுடன் மேடையேறி நடந்தார் ஜாப்ஸ். அரங்கம் கூவல்களாலும், கூச்சல்களாலும் அதிர்ந்தது. அனைவரும் எழுந்துநின்று கைதட்டி ஆரவாரித்தனர்.

ஐபேட் 2இன் செயல் விளக்கத்தைப் புதிய உறையைக் காட்டித் தொடங்கிவைத்தார். 'இம்முறை, தயாரிப்பும் அதற்கான உறையும் இணைந்தே வடிவமைக்கப்பட்டன' என்று அவர் விளக்கினார். பிறகு தம்மை எரிச்சலடையச் செய்து வந்த ஒரு விமரிசனத்தை அலச முற்பட்டார் – அதற்குச் சிறிது முக்கியத்துவம் இருந்ததால்; முதல் ஐபேட் தகவல்களைத் தயாரிப்பதைவிட உட்கொள்வதில் சிறந்து விளங்கியது. ஆகவே ஆப்பிள் மகின்டாஷில் பயன்படுத்திய கராஜ் பான்ட், ஐமூவி என்ற இரு ஆக்கப்பூர்வமான பயன்பாட்டு மென்பொருள்களின் (*அப்ளிகேஷன்ஸ்*) வலிமையான வடிவங்களை ஐபேடுகளுக்கும் கிடைக்கச் செய்தது. ஒரு பாடலை இயற்றி இசையமைப்பது, வீட்டு காணொளி (*வீடியோ*) படங்களுக்குப் பின்னணி இசை, சிறப்பு விளைவுகள் ஆகிய வற்றைச் சேர்ப்பது, இவ்வாறு உருவாக்கியவற்றைப் பதிவு செய்வது அல்லது பகிர்ந்துகொள்வது ஆகிய எல்லாவற்றையும் ஐபேடைப் பயன்படுத்தி எவ்வளவு எளிதாகச் செய்ய முடியும் என்று விளக்கினார்.

மீண்டும் தமது செயல்விளக்கத்தின் முடிவில் சுதந்திரக் கலைப் பாதையும் தொழில்நுட்பப் பாதையும் சங்கமிப்பதைச் சித்திரிக்கும் படக்காட்சியைக் காட்டினார். இம்முறை தனது நம்பிக்கையைத் தெளிவாக வெளிப்படுத்தினார்: உண்மையான ஆக்கக்கலையும் எளிமையும் முழுச் சாதனத்தையும் ஒருங்கிணைப்பதில்தான் கிட்டுகின்றன – வன்பொருள், மென்பொருள்கள், உள்ளடக்கம், உறைகள், விற்பனையாளர்களையும் சேர்த்துத்தான் – முன்பு வின்டோஸ் தனியர்க் கணினிகளில் இருந்ததும், இப்போது ஆன்ட்ராய்ட் சாதனங்களில் உள்ளதும் போல வெளிப்படையாகவும் உதிரியாகவும் இருக்க அனுமதிப்பதால் அல்ல:

> தொழில்நுட்பம் மட்டும் போதாது என்பது ஆப்பிளின் மரபணுக்களிலேயே உள்ள ஒன்று. உயர்மனிதப் பண்புகளும் தொழில்நுட்பமும் இணையும்பொழுதுதான் நம் இதயங்களைப் பாடவைக்கும் இனிய விளைவுகள் கிட்டுகின்றன. இந்தத் தனியர்க் கணினிக்குப் (பீசி) பிறகு உருவான சாதனங்களைவிடக் கண்கூடாக இந்த உண்மையை வேறெங்கும் காணமுடியாது. டாப்லெட் சந்தைக்கு மக்கள் முண்டியடித்துக் கொண்டு வருகிறார்கள் – அதைத்தான் அவர்கள் வன்பொருளையும் மென்பொருளையும் வெவ்வேறு நிறுவனங்களில் தயாரிக்கப்பட்ட அடுத்த தனியர்க் கணினியாகக் காண்கிறார்கள் – எங்கள் அனுபவம் மட்டுமல்ல, எங்கள் உடலின் எலும்புகள் ஒவ்வொன்றும் இது சரியான போக்கல்ல என்று சொல்கின்றன. பீசிக்குப் பிந்தைய இந்தச் சாதனங்கள் பீசியை விடவும் உள்ளுணர்வு மிக்கதாக, பயன்படுத்த எளிதாக, வன்பொருளும் மென்பொருளும் பயன்பாட்டு மென்பொருள்கள்களும் சீராகப் பின்னிப்பிணைந்ததாக இருக்கவேண்டும். சிலிக்கனில் மட்டுமல்ல, எங்கள் நிறுவனத்திலும் கூட இப்படிப்பட்ட சாதனங்களைப் படைக்கத் தேவையான பொருத்தமான கட்டமைப்பு உள்ளதாகக் கருதுகிறோம்.

அவர் உருவாக்கிய நிறுவனத்தில் மட்டுமல்ல, அவருடைய ஆன்மாவிலும் கூட வளர்க்கப்பட்ட ஒரு கட்டமைப்பாக அது இருந்தது.

வெளியீட்டு விழாவிற்குப் பின் ஜாப்ஸ் புதிய உற்சாகம் பெற்றார். நான், அவருடைய மனைவி, ரீட், அவனது இரண்டு ஸ்டான்ஃபோர்ட் நண்பர்கள் ஆகியோருடன் மதிய உணவில் கலந்துகொள்ள ஃபோர் சீசன்ஸ் உணவு விடுதிக்கு அவர் வந்திருந்தார். ஒரு மாற்றத்திற்காக அவர் உணவருந்தினார் – இன்னமும் சற்று குத்தலுடன்தான் என்றாலும். புதிதாய்ப் பிழியப்பட்ட பழச்சாறு வரவழைத்து அதை மூன்று முறை திருப்பியனுப்பினார் – ஒவ்வொரு புதிய சாறும் ஒரே புட்டியிலிருந்துதான் என்று அறிவித்தபடி. பாஸ்டா ப்ரிமாவெரா (ஒருவகை இத்தாலிய

உணவு) வரவழைத்து ஒரு முறை சுவைத்ததோடு சகிக்கவில்லை என்று கூறி வைத்துவிட்டார். ஆனால் பிறகு என்னுடைய க்ராப் லூயியில் பாதியை உண்டார்; தமக்கென்று முழுதாக வேறொன்றும் தருவித்துக் கொண்டார்; தொடர்ந்து ஒரு கிண்ணம் ஐஸ்க்ரீம். அந்தக் கனிவான ஹோட்டல் அவருடைய தரத்திற்கேற்ற ஒரு கோப்பை பழச்சாற்றை ஒருவழியாகத் தயாரித்தளிக்கவும் செய்தது.

மறுநாள் தமது வீட்டிலும் மிகுந்த உற்சாகத்தோடு காணப் பட்டார். அதற்கு அடுத்த நாள் தனியாகக் கோனா கிராமத்திற்குப் பறக்கத் திட்டமிட்டுக் கொண்டிருந்தார். அவருடைய ஐபேட் 2வில் பயணத்திற்காக என்ன பதிவு செய்துவைத்திருக்கிறார் என்று பார்க்க விரும்புவதாகக் கூறினேன். மூன்று படங்கள் இருந்தன – *சைனாடவுன், த போர்னே அல்டிமேடம், டாய் ஸ்டோரி 3.* அவர் பதிவிறக்கம் செய்திருந்த ஒரே ஒரு புத்தகம் சில விஷயங்களைத் தெளிவுபடுத்தியது; *ஆட்டோ பயாக்ரஃபி ஆஃப் ஏ யோகி (ஒரு யோகியின் தன்வரலாறு)* – தியானத் திற்கும் ஆன்மிகத்திற்கும் அவருடைய பதின்பருவத்தில் முதன் முதலாய்ப் படித்த வழிகாட்டி; மீண்டும் இந்தியாவில் படித்தது; அதன்பிறகு ஒவ்வொரும் ஆண்டும் தவறாமல் ஒருமுறை படித்து வருவது.

காலைவேளையில் பாதி கடந்திருந்தபோது ஏதாவது உண்ண வேண்டும் என்று தீர்மானித்தார். காரோட்ட முடியாத அளவிற்கு இன்னமும் பலவீனமாகத்தான் இருந்தார். ஆதலால் ஒரு பேரங்காடி யில் *(ஷாப்பிங் மால்)* உள்ள காப்பி விடுதிக்குக் காரில் அழைத்துச் சென்றேன். அது மூடியிருந்தது. ஆனால் மூடிய வேளைகளில் ஜாப்ஸ் கதவைத் தட்டுவது அதன் உரிமையாளருக்குப் பழகிப் போயிருந்தது – அதனால் மகிழ்ச்சியோடு எங்களை வரவேற்றார். 'இவர் என்னைப் பெருக்க வைக்க முயல்வதை ஒரு கர்மமாக எடுத்துக்கொண்டிருக்கிறார்' என்று ஜாப்ஸ் நகைச்சுவையாய்ப் பேசினார். அவருடைய மருத்துவர்கள் தரமான புரதச்சத்து மிகுந்த உணவு என்பதால் முட்டைகளைச் சாப்பிடும்படி வலியுறுத்தியிருந்தார்கள் – அதனால் அவர் ஓர் ஆம்லெட் வரவழைத்தார். 'இது போன்ற ஒரு நோயுடனும் ஏகமான வலியுடனும் வாழ்வது நாம் இறந்துவிடுவோம் எனத் தொடர்ந்து நமக்கு நினைவூட்டிக்கொண்டே இருக்கும். கவனக்குறைவாக இருந்தால் அது நமது மூளையில் விநோதமான மாற்றங்களை உண்டாக்கும் என்றார் அவர். 'ஒரு ஆண்டுகாலத்திற்கு மேல் எந்தத் திட்டங்களையும் நாம் இடுவதில்லை – அது தவறு. ஏதோ பலகாலம் வாழப்போவது போல் திட்டமிட நம்மை நாமே உந்திக்கொள்ளவேண்டும்.'

இதுபோன்ற மாயாஜாலச் சிந்தனைக்கு எடுத்துக்காட்டு ஆடம்பர மான ஓர் ஓடத்தை உருவாக்க அவர் திட்டமிட்டது. தமது கல்லீரல் மாற்று அறுவை சிகிச்சைக்குமுன். அவரும் அவருடைய குடும்பத்தினரும்

விடுமுறைக்காக ஒரு படகை வாடகைக்கு அமர்த்தி மெக்ஸிகோ, தெற்கு பசிஃபிக் அல்லது மத்திய தரைக்கடல் நோக்கிப் பயணப் பட்டார்கள். இப்படிச் செல்கையில் பலமுறை ஜாப்ஸ் சலித்துப் போனதுண்டு, படகின் வடிவமைப்பை வெறுத்ததுண்டு. அதனால் விடுமுறையைக் குறைத்துக்கொண்டு கோனா கிராமத்திற்குச் சென்று விடுவார்கள். ஆனால் சிலசமயம் படகுப் பயணம் நன்றாகவே இருக்கும். 'என் மிகச் சிறந்த விடுமுறை நாங்கள் முதலில் இத்தாலியக் கடலோரத் திற்குச் சென்றதுதான்; பின் ஏதென்ஸ் – அது குழிவானது. ஆனால் பார்த்தெனான் பிரமிப்பூட்டக்கூடியது – பின் துருக்கியிலுள்ள எஃபேசஸுக்கு. அங்குள்ள புராதன பொதுக் கழிவறைகளின் நடுவில் இசைக் கலைஞர்கள் வாசிப்பதற்கென்று ஒரு இடம்.' இஸ்தான்புல் லுக்குச் சென்றபோது தமது குடும்பத்தினரைச் சுற்றுலா அழைத்துச் செல்ல ஒரு சரித்திரப் பேராசிரியரை அமர்த்திக்கொண்டார். முடிவில் ஒரு துருக்கிய பாணிக் குளியலுக்காகச் சென்றிருந்தனர். அங்கு அந்தப் பேராசிரியர் அளித்த விளக்கம் ஜாப்ஸின் மனத்தில் இன்றைய இளைஞர் களின் உலகமயமாக்கல் பற்றிய ஒரு சிந்தனையை ஊட்டியது:

> எனக்கு நிஜமான ஒரு ஞானம் பிறந்தது. நாங்கள் எல்லோரும் குளியலுக்கான ஆடைகள் அணிந்திருந்தோம். அவர்கள் எங்களுக் காகத் துருக்கிய பாணியில் காபி தயாரித்து அளித்தார்கள். பேராசிரியர் அந்தக் காபி எந்த இடத்தையும்விட வித்தியாசமாக எப்படித் தயாரிக்கப்படுகிறது என்று விளக்கினார். நான் உணர்ந்தேன் – 'சரி, அதற்கென்ன?' துருக்கியிலேயே எந்தக் குழந்தை துருக்கிய பாணி காபியைப் பற்றியெல்லாம் கவலைப்படுகிறது? நாள் முழுதும் இஸ்தான்புல்லின் இளைஞர்களைப் பார்த்துக்கொண்டு தான் வந்தேன். எல்லோரும் உலகில் மற்ற குழந்தைகள் எதைக் குடிக்கிறார் களோ, அதைத்தான் குடித்துக் கொண்டிருந்தார்கள். அவர்கள் உடுத்தியிருந்த உடைகளும் ஏதோ கேப் அங்காடியில் வாங்கியதைப் போலத்தான் இருந்தன; எல்லோரும் கைபேசிகளைப் பயன்படுத்திக் கொண்டிருந்தார்கள். மற்றெங்கும் உள்ள குழந்தைகளைப்போல் தான் அவர்களும் இருந்தார்கள். எனக்கு உறைத்தது – இளம் வயதினருக்கு இந்த உலகம் முழுவதும் இப்பொழுது ஒரே மாதிரிதான். நாங்கள் தயாரிப்புகளை உருவாக்கும்போது துருக்கிய பாணி தொலைபேசி என்றெல்லாம் எதுவும் தனியாக இல்லை; துருக்கியி லுள்ள இளைஞர்கள் மற்ற இடங்களில் உள்ள இளைஞர்கள் விரும்பு பவற்றிலிருந்து வித்தியாசமாக எந்த மியூசிக் ப்ளேயரும் வேண்டும் என்று நினைக்கவில்லை; இன்று நாம் ஒரே உலகமாகி விட்டோம்.

அந்தப் பயணம் தந்த மகிழ்ச்சிக்குப்பின் ஜாப்ஸ் என்றாவது ஒருநாள் தாம் உருவாக்க விரும்பிய ஓடத்தின் வடிவமைப்பைத் தொடங்கி,

திரும்பத் திரும்பத் திருத்தி அதில் ஆர்வமுடன் ஈடுபட்டார். 2009இல் மீண்டும் நோய்வாய்ப்பட்டபோது ஏறத்தாழ அந்தத் திட்டத்தைக் கைவிட்டிருந்தார். 'அது முழுமையடையும்பொழுது நான் உயிரோடு இருப்பேன் என்று எனக்குத் தோன்றவில்லை' என்று அவர் நினைவு கூர்ந்தார். 'ஆனால் அது எனக்கு மிகவும் வருத்தமளித்தது; மேலும், ஓட வடிவமைப்பில் ஈடுபடுவது சுவாரசியமாக இருந்தது. ஒருவேளை அது முழுமை பெறும்பொழுது நான் உயிரோடிருக்கவும் வாய்ப்பிருக்கலாம். ஓடத்தின் பணியை நிறுத்திவிட்டு நான் இரண்டு ஆண்டுகளுக்கு உயிரோடு இருந்தேன் என்றால் நிஜமாகவே மிகவும் வெறுத்துப் போய்விடுவேன். ஆகவே, நான் தொடர்ந்து முயன்று வருகிறேன்.'

காப்பி விடுதியில் ஆம்லெட்டுகளை முடித்துவிட்டு, அவருடைய வீட்டிற்குத் திரும்பிச் சென்றபோது அவர் எல்லா மாதிரிகளையும் கட்டமைப்பு வரைபடங்களையும் எனக்குக் காட்டினார். எதிர்பார்த்தது போலவே திட்டமிடப்பட்ட ஓடம் சீராக, மெலிந்து, குறைந்தபட்ச அம்சங்களோடு இருந்தது. தேக்குத் தளங்கள் கச்சிதமான பரப்பாகவும் உபரி அலங்காரங்களால் சீர்கெடாமலும் இருந்தன. ஆப்பிள் ஸ்டோரில் உள்ளது போல பணிக்கூட *(காபின்)* ஜன்னல்கள் பெரிதாக, அகலமாக இருந்தன – ஏறத்தாழ தரையிலிருந்து கூரைவரை. பிரதான வரவேற் பறையின் வடிவமைப்பில் 40 அடி நீளமும் 10 அடி உயரமும் கொண்ட கண்ணாடிச் சுவர்கள் இருந்தன. ஆப்பிள் அங்காடிகளின் பிரதான பொறியியல் வல்லுநரைக்கொண்டு கட்டமைப்பிற்கு வலுவூட்டக் கூடிய கண்ணாடியை வடிவமைக்கும்படி கூறியிருந்தார்.

அந்தச் சமயத்திற்கெல்லாம் ஓடத்தில் டச் ஓடக்கட்டுமானக் காரர்களான ஃபீட்ஷிப் பணியைத் துவக்கியிருந்தார்கள். ஆனால் ஜாப்ஸ் இன்னமும் வடிவமைப்பில் சிறு சிறு மாற்றங்களைச் செய்த வண்ணம் இருந்தார். 'நான் மரணமடைந்து, லாரீனுக்குப் பாதி உருவான நிலையில் ஓர் ஓடத்தைத் தந்துவிட்டுப் போக வாய்ப் புண்டு என்று எனக்குத் தெரியும். ஆனால் தொடர்ந்து முயன்று கொண்டிருக்க வேண்டும். இல்லாவிட்டால், நான் இறக்கப்போகிறேன் என்று நானே ஒத்துக்கொள்வதுபோலாகிவிடும்' என்றார் அவர்.

இன்னும் சில நாள்களில் அவரும் பவெல்லும் தங்கள் திருமணத்தின் இருபதாவது ஆண்டு விழாவைக் கொண்டாட இருந்தார்கள். சில வேளைகளில் தாம் லாரீனுக்குத் தேவையான அளவு முக்கியத்துவம் கொடுத்துப் பாராட்டியதில்லை என்று அவர் ஒத்துக்கொண்டார். 'நான் மிகவும் அதிர்ஷ்டம் செய்தவன். ஏனெனில், திருமணம் செய்து கொள்ளும்பொழுது அந்த உறவு எப்படி இருக்கும் என்பது நமக்குத்

தெரிவதில்லை. நமக்கென்று ஓர் உள்ளுணர்வு இருக்கும். இதைவிடச் சிறப்பாக என்னால் செய்திருக்க முடியாது – ஏனென்றால் லாரீன் அழகானவள், புத்திசாலி என்பதுடன் மிக நல்ல மனதுடையவள்.' ஒரு கணப்பொழுதிற்கு அவர் மனம்திறந்து பேசினார். தமது பிற தோழிகள் – குறிப்பாக டீனா ரெட்ஸே பற்றி. ஆனால் முடிவில் சரியான இடத்திற்கு வந்தடைந்ததாகக் கூறினார். தாம் எவ்வளவு சுயநலமிக்க, பிடிவாதமான ஒருவராக இருந்திருக்கக்கூடும் என்று தமது சிந்தனை களில் ஆழ்ந்தார். 'லாரீன் அதற்கெல்லாம் மட்டுமல்ல, நான் நோய் வாய்பட்டிருக்கும் வேளைகளுக்கும்கூட ஈடுகொடுக்க வேண்டியிருந்தது' என்றார் அவர். 'என்னுடன் வாழ்க்கை நடத்துவது செர்ரிப் பழக் கிண்ணம்போல் இனிமையான அனுபவமல்ல என்று எனக்குத் தெரியும்.'

அவருடைய சுயநலமிக்க சுபாவங்களில் ஒன்று ஆண்டு விழாக் களையோ பிறந்த நாள்களையோ நினைவில் வைத்துக்கொள்ளாதது. இந்த முறை ஒரு ஆச்சரியமளிக்க முடிவுசெய்தார். அவர்கள் திருமணம் செய்து கொண்டது யோஸெமைட்டிலுள்ள ஆவானி ஹோட்டலில். தங்களுடைய திருமண ஆண்டு விழாவிற்கு அதே இடத்திற்குப் பவெல்லை அழைத்துச் செல்ல முடிவுசெய்தார். ஆனால் ஜாப்ஸ் அழைத்தபோது, எல்லா அறைகளும் பதிவு செய்யப்பட்டிருந்தன. ஆகையால் தாமும் பவெல்லும் தங்கியிருந்த அதே அறையைப் பதிவு செய்திருந்தவர்களிடம் பேசி தங்களுக்கு விட்டுத் தருவார்களா என்று கேட்டுப் பார்க்குமாறு ஹோட்டலிடம் கூறினார். 'மற்றொரு வார இறுதிக்கான கட்டணத்தை அவர்களுக்காக நானே செலுத்திவிடுவ தாகவும் கூறினேன்' – ஜாப்ஸ் நினைவுகூர்ந்தார். 'அந்த மனிதர் மிகவும் நல்லவராக இருந்தார். இருபது ஆண்டுகளா, அவசியம் எடுத்துக் கொள்ளுங்கள், அது உங்களுடையது.'

நண்பர் ஒருவர் எடுத்திருந்த திருமணப் புகைப்படங்களைத் தேடிக் கண்டுபிடித்து, பெரிய அளவில் தடித்த அட்டைகளில் அச்சிட்டு அழகிய பெட்டி ஒன்றில் அடுக்கினார். தமது ஐஃபோனில் அலசி, அந்தப் பெட்டியில் வைப்பதற்காகத் தாம் எழுதிவைத்திருந்த குறிப்பைக் கண்டெடுத்து அதை உரக்கப் படித்தார்:

இருபது ஆண்டுகளுக்கு முன் நாம் ஒருவரை ஒருவர் அதிகம் அறிந்திருக்கவில்லை. நமது உள்ளுணர்வுதான் நமக்கு வழிகாட்டியது. உன்னைக் கண்டதுமுதல் என் கால்கள் தரையில் பதியவில்லை. அஹ்வானி ஹோட்டலில் திருமணம் செய்துகொண்டபோது பனி பெய்து கொண்டிருந்தது. ஆண்டுகள் உருண்டோடின, குழந்தைகள் பிறந்தார்கள், நல்ல தருணங்கள், சவாலான தருணங்கள் இருந்தன. ஆனால் ஒருபோதும் கெட்ட தருணங்கள் இருந்ததில்லை. நம் காதலும் மரியாதையும் நிலைத்து நின்று வளர்ந்துள்ளன. இருவரும்

இணைந்து எத்தனையோ அனுபவங்களுடன் பயணித்தோம். பிறகு இதோ, இருபது ஆண்டுகளுக்குமுன் எங்கு தொடங்கினோமோ, அதே இடத்திற்கு – மேலும் வயதாகி, மேலும் முதிர்ந்து – முகத் திலும் இதயத்திலும் விழுந்த சுருக்கங்களோடு... வாழ்க்கையின் பல சந்தோஷங்கள், தவிப்புகள், இரகசியங்கள், அதிசயங்கள் பலவும் இப்போது நமக்குத் தெரியும் – அத்தோடு இன்னமும் சேர்ந்தே இருக்கிறோம், என் கால்கள் இன்னமும் தரையில் பதியவில்லை கண்ணே.

படித்து முடித்தபோது அவர் கட்டுப்படுத்திக்கொள்ள முடியாமல் அழுதார். சிறிது ஆசுவாசப்படுத்திக்கொண்ட போது, தம் குழந்தைகள் ஒவ்வொருவருக்காகவும் ஒரு தொகுப்பைத் தயாரித்து வைத்திருப்ப தாகக் கூறினார். 'நான் ஒருகாலத்தில் இளமையாக இருந்ததை அவர்கள் பார்க்க விரும்புவார்கள் என நினைத்தேன்.'

ஐக்ளவுட்

2001இல் ஜாப்ஸுக்கு ஒரு தொலைநோக்கு இருந்தது. நம் தனியார்க் கணினி அன்றாட வாழ்க்கையில் பயன்படும் சாதனங்கள் பலவற்றுக்கு – எடுத்துக்காட்டாக மியூசிக் ப்ளேயர், வீடியோ பதிவுச் சாதனங்கள், தொலைபேசிகள், டாப்லெட்டுகள் என – ஒரு 'டிஜிட்டல் கள'மாக விளங்கும். ஆப்பிளின் பலமே முனையிலிருந்து முனைவரை ஒருங் கிணைந்த, பயன்படுத்த எளிதான சாதனங்களை உருவாக்குவது தான். அதற்கு இந்தத் தொலைநோக்கு ஒத்துழைத்தது. இவ்வாறு நிறுவனம் ஓர் உயர்தர கணினி நிறுவனம் என்பதிலிருந்து மாறி, உலகின் மிகவும் மதிப்புமிக்க தொழில்நுட்ப நிறுவனமாக ஓங்கி நின்றது.

2008க்குள் ஜாப்ஸ் டிஜிட்டல் யுகத்தின் அடுத்த அலைக்கான தொலைநோக்கை உருவாக்கியிருந்தார். எதிர்காலத்தில் நமது தகவல் தொகுப்புகளைச் சேகரிக்கும் களம் மேசைக் கணினியாக இருக்காது; அதற்குப் பதிலாக, களம் 'க்ளவுடு'க்கு மாறிவிடும் – அதாவது, நமது தகவல் தொகுப்பு நம்பிக்கையான ஒரு நிறுவனம் நிர்வகிக்கும் சர்வர்களில் சேகரித்து வைக்கப்பட்டு, எங்கு வேண்டுமானாலும், எந்தச் சாதனத்தில் வேண்டுமானாலும் நமது பயன்பாட்டிற்குத் தயாராக இருக்கும். இதைச் சாதிக்க அவருக்கு மூன்று ஆண்டுகள் தேவைப்பட்டன.

அவர் ஒரு போலியான நடவடிக்கையோடு இதைத் தொடங்கி வைத்தார். 2008இல் கோடைகாலத்தில் மொபைல்மீ என்ற தயாரிப்பை வெளியிட்டார் – முகவரிகள், ஆவணங்கள், புகைப்படங்கள், காணொளி படங்கள், மின்னஞ்சல், நாள்காட்டிகள் ஆகியவற்றைத் தொலைக்

கட்டுப்பாடு மூலம் க்ளவுடில் சேகரித்து வைத்து எந்தச் சாதனத்தோடும் இணைத்துக்கொள்ள உதவும் விலையுயர்ந்த (வருடத்திற்கு 99 டாலர்) சந்தா சேவை. அதாவது, நமது ஐஃபோனில் அல்லது எந்தக் கணினியில் வேண்டுமானாலும் நமது டிஜிட்டல் வாழ்க்கையின் எல்லா அம்சங்களோடும் தொடர்பில் இருக்கலாம். ஆனால் இதில் ஒரு பெரிய பிரச்சினை – இந்தச் சேவை ஜாப்ஸ் சொல்வதுபோல, ஒன்றுக்கும் உதவாததாய் இருந்தது. மிகச் சிக்கலான செயல்முறை; சாதனங்கள் ஒன்றோடொன்று பொருந்திக்கொள்ளவில்லை; மின்னஞ்சல்களும் மற்ற தகவல்களும் தொலைந்துபோயின. 'ஆப்பிளின் மொபைல்மீ நம்பிக்கைக்குரியது என்று சொல்லமுடியாத அளவிற்குக் குறைபாடுகள் கொண்டது' – வால் ஸ்ட்ரீட் ஜர்னலில் வால்ட் மாஸ்பெர்கின் கட்டுரை தலைப்புச் செய்தியாய் அறிவித்தது.

ஜாப்ஸ் வெகுண்டெழுந்தார். மொபைல்மீ குழுவினரை ஆப்பிள் வளாகத்திலுள்ள அரங்கிற்கு வரச்செய்து மேடையில் நின்றபடி கேட்டார்: மொபைல்மீ எதைச் செய்வதற்காக உருவாக்கப்பட்டது என்று இங்கு எனக்கு யாராவது விளக்க முடியுமா?' குழு உறுப்பினர்கள் தங்கள் பதில்களை அளித்த பின்னர், ஜாப்ஸ் திருப்பியடித்தார்: 'அப்படியானால் அது ஏன் அதைச் செய்வதில்லை?' தொடர்ந்து அரை மணி நேரத்திற்கு அவர்களைச் சாடினார். 'நீங்கள் ஆப்பிளின் பெயரைக் கெடுத்துவிட்டீர்கள். ஒருவரை ஒருவர் கைவிட்டு விட்டதற்காக நீங்கள் ஒருவரை ஒருவர் வெறுக்கவேண்டும். நமது நண்பரான மாஸ்பெர்க்கூட நம்மைப் பற்றி இப்பொழுதெல்லாம் நல்ல விதமாக எழுதுவதில்லை.' கூடியிருந்த அத்தனைபேர் முன்னிலையில் மொபைல்மீ குழுவின் தலைவரை நீக்கிவிட்டு ஆப்பிளின் இணையதளத் தகவல்கள் அனைத்தையும் மேற்பார்வை செய்துகொண்டிருந்த எட்டி க்யூவை நியமித்தார். ஃபார்ச்சூனின் ஆடம் லாஷின்ஸ்கி ஆப்பிளின் நிறுவனக் கலாச்சாரத்தை ஆய்வுசெய்த கட்டுரையில் 'பொறுப்பு என்பது மிகக் கடுமையாக வலியுறுத்தப்படுகிறது' என்று எழுதினார்.

2010க்குள் கூகுள், அமேஸான், மைக்ரோஸாஃப்ட் மற்றும் பலர் தமது தகவல் தொகுப்புகள் அனைத்தையும் க்ளவுடில் சேகரித்து தமது பல்வேறு சாதனங்களோடு பொருத்தித்தரும் சிறந்த நிறுவனமாக விளங்குவதைக் குறிக்கோளாகக் கொண்டிருந்தனர். ஆகவே ஜாப்ஸ் தமது முயற்சிகளை இரட்டிப்பாக்கினார். அந்த ஆண்டு இலையுதிர் காலத்தில் அவர் அதை என்னிடம் விளக்கினார்:

க்ளவுடனான உங்களுடைய உறவை நிர்வகிக்கும் நிறுவனமாக நாங்கள் இருக்கவேண்டும் – உங்களுடைய இசையையும் காணொளிகளையும் (வீடியோ) மேகத்திலிருந்து (க்ளவுட்) தருவித்து, உங்கள் புகைப்படங்களையும் தகவல்களையும் – ஏன், உங்கள் மருத்துவ

விவரங்களைக்கூடச் சேகரித்து வைத்துக்கொள்ளும் ஒன்றாக. உங்கள் கணினி ஒரு டிஜிட்டல் (இலக்கமுறை) களமாக முடியும் என்பதை முதலில் கண்டறிந்தது ஆப்பிள் தான். ஆகவே இந்த குறுஞ்செயலிகள் *(ஆப்ஸ்)* அனைத்தையும் – ஐஃபோட்டோ, ஐமூவி, ஐட்யூன்ஸ் ஆகியவற்றை எழுதி ஐபாட், ஐஃபோன், ஐபேட் போன்ற எங்கள் சாதனங்களை இணைத்து வைத்தோம்; அது அற்புதமாகச் செயலாற்றியது. ஆனால் அடுத்த சில ஆண்டுகளில் களம் உங்கள் கணினியிலிருந்து க்ளவுடுக்கு மாறப் போகிறது. டிஜிட்டல் திட்டமென்னவோ ஒன்றுதான். ஆனால் களம் உள்ள இடம்தான் வேறு. அதாவது உங்கள் தகவல் தொகுப்புகளை நீங்கள் எப்போது வேண்டுமானாலும் பயன்படுத்திக் கொள்ளலாம் – ஸிங்க் (இசைவித்தல்) செய்யவேண்டிய அவசியம் இல்லாமலே.

இந்த மாற்றத்தை நாம் செய்யவேண்டியது முக்கியம்; க்ளேடன் க்ரிஸ்டென்சென் 'கண்டுபிடிப்பாளர்களின் இரண்டகநிலை' *(இன்வென்டார்ஸ் டிலெம்மா)* என்று வர்ணிக்கும் ஒன்று – அதாவது ஒன்றைக் கண்டுபிடிப்பவர்கள்தான் அதைக் கடைசியில் பார்ப்ப வர்கள் – எங்கள் விஷயத்தில் நடப்பதை நாங்கள் நிச்சயம் விரும்ப வில்லை. நான் 'மொபைல்மீ'யை எடுத்துக்கொண்டு அதை இலவச மாக்கப் போகிறேன் – மேலும் தகவல்களை இசைவிப்பதற்கு *(ஸிங்க்)* எளிமையாக்கப் போகிறோம். வடக்குக் கரோலினாவில் ஒரு சேவையகப் *(சர்வர்)* பண்ணை உருவாக்கி வருகிறோம். உங்களுக்குத் தேவையான எல்லா ஸிங்க் வசதிகளையும் அளித்து, அதைக்கொண்டு நாங்கள் வாடிக்கையாளர்களை வளைத்துப்போட முடியும்.

ஜாப்ஸ் தமது தொலைநோக்கைத் திங்கள் காலைக் கூட்டங்களில் கலந்தாலோசித்தார். மெல்ல மெல்ல அது ஒரு புதிய திட்டமாக உருவா கியது. 'நான் அதிகாலை இரண்டு மணியளவில் மக்கள் குழுக்களுக்கு மின்னஞ்சல்கள் அனுப்பித் தகவல்களைப் பரவச் செய்தேன்...' என்று அவர் நினைவுகூர்ந்தார். 'இதுபற்றி நாங்கள் நிறைய யோசிக்கிறோம்; ஏனென்றால் இது எங்கள் வேலையல்ல; வாழ்க்கை.' அல்கோர் உட்பட சில உறுப்பினர்கள் 'மொபைல்மீ'யை இலவசமாகத் தரும் யோசனையை எதிர்த்துக் கேள்வியெழுப்பினாலும், ஆதரவு தெரிவித்தார்கள். அடுத்த பத்து ஆண்டுகளுக்கு ஆப்பிளின் பாதைக்குள் வாடிக்கையாளர்களை ஈர்ப்பதற்கான அவர்களுடைய திட்டமாக அது விளங்கும்.

புதிய சேவை ஐக்ளவுட் என்று அழைக்கப்பட்டது. ஜாப்ஸ் 2011 ஜூனில் ஆப்பிளின் உலகளாவிய தயாரிப்பாளர்கள் மாநாட்டில் தமது உரையின் போது இதை வெளியிட்டார். அவர் அப்பொழுதும் மருத்துவ விடுப்பில்தான் இருந்தார். மே மாதத்தில் சில நாள்கள் கிருமித் தொற்று மற்றும் வலி காரணமாக மருத்துவமனையில்

சேர்க்கப்பட்டிருந்தார். சில நெருங்கிய நண்பர்கள் அவரைச் செயல் முறை விளக்கம் செய்யவேண்டாம் என்று ஆலோசனை கூறினர் – தயாரிப் பவர்கள் ஒத்திகை செய்யத் தேவைப்படும் என்பதால். ஆனால் டிஜிட்டல் (இலக்கமுறை) யுகத்தின் மற்றொரு டெக்டானிக் (நகரும் கண்டத்தட்டு) மாற்றத்தைக் கொண்டு வரப்போகிறோம் என்ற சிந்தனையே அவருக்கு ஆற்றல் அளித்தது போல் தோன்றியது.

சான் ஃப்ரான்சிஸ்கோ கன்வென்ஷன் சென்டரில் அவர் மேடையேறி வந்தபோது, வழக்கமான இஸ்ஸே மியாக்கே கறுப்பு டர்டில்நெக்கிற்கு மேல் வோன்ரோசன் கறுப்பு காஷ்மீர் கம்பளிச்சட்டையும் தமது நீல நிற ஜீன்ஸுக்கும் கீழே கதகதப்பான உள்ளாடைகளும் அணிந்திருந்தார். ஆனால் முன்பு எப்போதையும்விட மெலிந்து, வாட்டமாகத் தோற்ற மளித்தார். அரங்கில் கூடியிருந்தவர்கள் எழுந்து நின்று நீண்ட நேரம் கைதட்டி ஆரவாரித்தனர். 'அது எப்பொழுதுமே மிக உதவியாக இருக்கிறது; அதை நான் பாராட்டுகிறேன்' என்றார். ஆனால் சில நிமிடங்களுக்குள்ளாகவே ஆப்பிளின் பங்கு விலை 4 டாலருக்கு அதிகமாகக் குறைந்து 340 டாலர் ஆனது. அவர் அசாத்திய முயற்சி யெடுத்துக் கொண்டிருந்தார். ஆனால் சோர்ந்து காணப்பட்டார்.

மாக்குகளுக்கும் கைபேசிச் சாதனங்களுக்கும் தேவையான புதிய இயங்கு தளங்களின் *(ஆபரேட்டிங் சிஸ்டம்)* செயல்விளக்கங்களை அளிப் பதற்காக அவர் ஃபில் ஷில்லரையும் ஸ்காட் ஃபோர்ஸ்டாலையும் மேடைக்கு அழைத்தார். பின்னர் க்ளவுடை அறிமுகப்படுத்துவதற்காக மீண்டும் மேடை யேறினார். 'ஏறத்தாழ பத்து ஆண்டுகளுக்கு முன், எங்களுக்குச் சில முக்கிய விஷயங்கள் புலப்பட்டன. தனியார்க் கணினி உங்களுடைய டிஜிட்டல் வாழ்க்கைக்கான களமாக உருவாக இருந்தது. உங்கள் வீடியோ படங்கள், உங்கள் புகைப்படங்கள், உங்கள் இசை, ஆனால் கடந்த சில ஆண்டுகளாக அது சரிவர இயங்கவில்லை. ஏன்?' என்று வினவினார். எல்லா விதமான தகவல்களையும் ஒவ்வொரு சாதனத்துடனும் இணைத்துப் பொருத்துவது என்பது எவ்வளவு கடினம் என்பதை விளக்கினார். 'நீங்கள் பதிவிறக்கம் செய்த பாடலை ஐபேடிலும், எடுத்த புகைப்படத்தை ஐஃபோனிலும், வீடியோ படத்தை கணினியிலும் பதிவு செய்துவைத்திருந்தால் அவற்றைப் பகிர்ந்துகொள்வது ஏதோ பழங்கால ஸ்விட்ச்போர்ட் ஆபரேட்டர்களைப் போல யுஎஸ்பி *(யுனிவர்சல் சீரியல் பஸ்)* கேபிள்களை சாதனங்களில் சொருகுவதும் உருவுவதுமாக இருக்கும். இந்தச் சாதனங்களையெல்லாம் ஸிங்க்கில் வைப்பது என்பது எங்களைத் திணற அடிக்கிறது' – பலத்த சிரிப்பலை களுக்கிடையே கூறினார். 'எங்களிடம் இதற்கொரு தீர்வு இருக்கிறது. அதுதான் எங்களுடைய அடுத்த மாபெரும் கண்டுபிடிப்பு. நாங்கள் தனியார்க் கணினியையும் மாக்கையும் குறுக்கி ஒரே சாதனமாக்கி; பிறகு

டிஜிட்டல் களத்தை க்ளவுடுக்குப் (மேகக்கணினிப் பயன்பாட்டுக்கு) மாற்றப் போகிறோம்.'

இந்த 'மாபெரும் கண்டுபிடிப்பு' உண்மையில் அப்படியொன்றும் புதியதல்ல என்பது ஜாப்ஸிற்குத் தெரியும். அவர் ஆப்பிளின் முந்தைய முயற்சியை நகைச்சுவையாய்க் குறிப்பிட்டார்: 'நீங்கள் நினைக்கலாம்: நான் ஏன் இவர்களை நம்பவேண்டும்? எனக்கு மொபைல்மீயை அளித்தவர்கள் தானே இவர்கள்?' – அரங்கில் பதற்றமான சிரிப்பொலி பரவியது. 'அது எங்கள் சிறப்பான தருணம் அல்ல என்பதை மட்டும் கூற விரும்புகிறேன்.' ஆனால் ஐக்ளவுட் செயல்விளக்கத்தை அவர் அளித்த போது அது நிச்சயம் மேலும் சிறப்பாக இருக்கும் என்பது தெளிவானது. மின்னஞ்சல்கள், தொடர்புகள், நாள்காட்டிக் குறிப்புகள் என அனைத்தும் உடனடியாகப் பொருந்திக்கொண்டன. குறுஞ்செயலிகள் (ஆப்ஸ்), புகைப்படங்கள், புத்தகங்கள், ஆவணங்கள் ஆகிய அனைத்தும் அப்படித்தான். எல்லாவற்றையும்விட கவர்ச்சியாக, மனத்தில் பதிவதாக, ஜாப்ஸும் எட்டி க்யூவும் இசை நிறுவனங்களுடன் ஒப்பந்தம் செய்து கொண்டிருந்தனர் (கூகுள், அமேசானில் உள்ளவர்கள் போலன்றி). ஆப்பிளின் க்ளவுட் சர்வர்களில் 18 மில்லியன் பாடல்கள் இருக்கும். உங்கள் சாதனங்களிலோ கணினிகளிலோ இதில் ஏதாவது பாடல்கள் இருந்தால் – சட்டபூர்வமாக வாங்கியதாகவோ, திருட்டு இசையாகவோ – ஆப்பிளில் அதே பாடலின் மிக உயர்தரமான வடிவம் உங்கள் எல்லா சாதனங்களிலும் கிட்டும் – க்ளவுடில் அதைப் பதிவுசெய்யும் நேரத்தையும் முயற்சியையும் செலவிடாமலே. 'எல்லாம் அழகாகவே வேலை செய்கிறது' என்றார் அவர்.

இந்த எளிய யோசனை – அதாவது அனைத்தும் சீராக இயங்கும் என்பது – வழக்கம்போல ஆப்பிளுக்குப் போட்டியிடச் சாதகமாய் அமைந்தது, மைக்ரோஸாஃப்ட் 'க்ளவுட் பவர்'-ஐ ஓர் ஆண்டிற்கும் மேலாக விளம்பரம் செய்துகொண்டிருந்தது. மூன்று ஆண்டுகளுக்கு முன்பு அதன் பிரதான மென்பொருள் கட்டமைப்பாளரான பாரம்பரியமிக்க ரே ஓஸீ நிறுவனத்திற்காக ஓங்கிக் குரல்கொடுத்திருந்தார்: 'எங்கள் கனவெல்லாம் இதுதான்– தனிமனிதர்கள் ஒரே ஒருமுறை தங்கள் ஊடகங்களுக்கான உரிமம் பெற்றால் போதும்; தங்கள்... சாதனங்களில் எதை வேண்டுமானாலும் பயன்படுத்தித் தங்கள் ஊடகங்களோடு தொடர்புகொண்டு மகிழ்ச்சியாய் அனுபவிக்கலாம்.' ஆனால் ஓஸீயும் 2010 இறுதியில் மைக்ரோஸாஃப்டைவிட்டு விலகிக் கொண்டதோடு நிறுவனத்தின் மேகக்கணினிப் பயன்பாட்டுக்கான (க்ளவுட் கம்ப்யூட்டிங்) உந்துதல் பயனீட்டாளர்களின் சாதனங்களில் காணப்படவே இல்லை, அமேசான், கூகுள் இரண்டு நிறுவனங்களுமே 2011இல் க்ளவுட் சேவைகள் அளித்தன. ஆனால் இரண்டு

நிறுவனங்களுமே பல்வேறு சாதனங்களில் தகவல்கள், வன்பொருள், மென்பொருள் ஆகியவற்றை ஒருங்கிணைக்கும் திறன் பெற்றிருக்க வில்லை. ஆப்பிள் சங்கிலியின் ஒவ்வொரு கண்ணியையும் தனது கட்டுப்பாட்டில் வைத்துக்கொண்டு அனைத்தையும் ஒருங்கிணைத்துச் செயல்பட வைத்தது: சாதனங்கள், கணினிகள், இயங்கு தளம் (ஆபரேட்டிங் சிஸ்டம்), பயன்பாட்டு மென்பொருள் (அப்ளிகேஷன்), தகவல் தொகுப்பின் விற்பனை, சேகரிப்பு என அனைத்தையும்.

கண்டிப்பாக ஆப்பிள் சாதனங்களில் மட்டுமே, ஆப்பிளின் தனிப் பட்ட தோட்டத்திற்குள் மட்டுமே அவை சீராகச் செயல்பட்டன. இதனால் ஆப்பிளுக்கு மற்றொரு பலனும் உண்டானது; பயனீட் டாளர்கள் ஓட்டுதல். ஒருமுறை இக்ளவுட் பயன்படுத்தியவர்கள், கின்டிலுக்கோ ஆன்ட்ராய்ட் சாதனத்திற்கோ மாறுவது கடினம்; உங்களுடைய இசையோ, மற்ற தகவல்களோ அவற்றோடு இசைந்து செயல்படாது; சிலசமயம் செயல்படாமலேகூடப் போகலாம். முப்பது ஆண்டுகாலம் திறந்த வகை அமைப்புகளைத் தவிர்த்து வந்ததன் உச்சக்கட்டம் அது. 'ஆன்ட்ராய்டுக்காக ஒரு மியூசிக் க்ளையன்ட் செய்ய வேண்டுமா என்பது பற்றி யோசித்தோம்' என்று மறுநாள் காலை உணவு அருந்தும் வேளையில் ஜாப்ஸ் கூறினார். 'நாங்கள் விண்டோஸில் ஐட்யூன்ஸைப் பதித்தது, ஐபாட்களின் விற்பனையை அதிகரிக்க. ஆனால் ஆன்ட்ராய்டில் எங்கள் மியூசிக் குறுஞ்செயலி யைப் (ஆப்) பதிப்பதில் ஆன்ட்ராய்ட் பயனர்களுக்கு மகிழ்ச்சியூட்டுவது தவிர எந்தப் பலனையும் நாங்கள் காணவில்லை – மேலும் ஆன்ட்ராய்ட் பயனர்களை மகிழ்விக்க நான் விரும்பவில்லை.'

ஒரு புதிய வளாகம்

ஜாப்ஸிற்குப் பதின்மூன்று வயதாக இருந்தபோது அவர் பில் ஹியூலெட் டைத் தொலைபேசிப் பட்டியலில் தேடிக் கண்டுபிடித்து, அவர் உருவாக்கிக்கொண்டிருந்த அலை எண்மானிக்குத் தேவைப்பட்ட ஒரு உதிரிபாகத்தைப் பெறுவதற்காக அழைத்தார். இதன் பலனாக ஹியூலெட் பக்கார்டின் (எச்பீ) கருவிகள் பிரிவில் கோடைக்காலப் பணியும் கிட்டியது. அதே ஆண்டு எச்பீ க்யூபார்டினோவில் தனது கால்குலேட்டர் (கணிப்பான்) பிரிவை விரிவுபடுத்துவதற்காகச் சிறிது நிலம் வாங்கியது. வாஸ்நியாக் அங்கு பணிபுரியச் சென்றார். அந்த நிலத்தில்தான் அவர் தமது இரவுப் பணிநேரங்களின்போது ஆப்பிள் I ஐயும் ஆப்பிள் II ஐயும் வடிவமைத்தார்.

2010இல் எச்பீ தனது க்யூபார்டினோ வளாகத்தைக் கைவிடத் தீர்மானித்தபோது – அது ஆப்பிளின் ஒன் இன்ஃபினிட் லூப் தலைமை யகத்திலிருந்து கிழக்கே ஒரு மைல் தூரம் மட்டுமே இருந்தது – ஜாப்ஸ்

இரகசியமாக அதையும் அதனை அடுத்துள்ள பகுதியையும் வாங்க ஏற்பாடு செய்தார். ஹ்யூலெட்டும் பக்கார்டும் நிலைத்து நிற்கும் ஒரு நிறுவனத்தை உருவாக்கிய விதத்தை அவர் ஆராதித்தார். ஆப்பிளிலும் அவர் அதையே செய்து காட்டியதில் பெருமிதமும் கொண்டார். இப்பொழுது அவருக்கு ஒரு தலைமையகம் தேவைப்பட்டது – எந்த ஒரு வெஸ்ட் கோஸ்ட் தொழில்நுட்ப நிறுவனத்திற்கும் இல்லாத ஒன்று. காலப்போக்கில் அவர் 150 ஏக்கர் நிலத்தைச் சேர்த்துவைத்தார் – அதில் பெரும்பாலானவை அவர் சிறுவனாக இருந்தபோது ஏப்ரிகாட் பழத்தோட்டங்களாக இருந்தவை. அதன் பின் வடிவமைப்பிலும் ஒரு நிலையான நிறுவனத்தை உருவாக்குவதிலும் தமக்குள்ள அதீத ஆர்வத்தை இணைக்கும் ஒரு செயல்திட்டத்தைத் தமது நிலையான சொத்தாக உருவாக்குவதில் முழுமூச்சாய் இறங்கினார். 'முத்திரை பதிக்கும் ஒரு வளாகத்தை உருவாக்க விரும்புகிறேன் – அது இந்த நிறுவனத்தின் கொள்கைகளைப் பல தலைமுறைகளுக்குச் சொல்லும்.' என்றார் அவர்.

உலகின் மிகச்சிறந்த கட்டடக்கலை நிறுவனம் என்று அவர் கருதியது சர் நோர்மன் ஃபோஸ்டர். அது பெர்லினில் உள்ள புதுப்பிக்கப்பட்ட ரைஸ்டாக், லண்டனிலுள்ள 30 செயின்ட் மேரி ஆக்ஸ் போன்றவற்றை அற்புதமான, புத்திசாலித்தனமான பொறியியல் உத்திகளைப் பயன் படுத்திக் கட்டியிருந்தது. திட்டமிடுதலில் – தோற்றம், நுணுக்கங்கள் இரண்டிலும் – ஜாப்ஸ் மிகுந்த ஈடுபாட்டுடன் இருந்ததில் வியப்பே இல்லை. இதனால் ஓர் இறுதிக்கட்ட வடிவமைப்பை எட்டுவது ஏறத்தாழ முடியாத ஒன்றாகவே ஆனது. இது அவருடைய நிலையான மாளிகையாக விளங்க இருந்தது – அதனால் அது கச்சிதமாக வர வேண்டும் என்று விரும்பினார். ஃபோஸ்டர் நிறுவனம் ஐம்பது கட்டடக்கலை வல்லுநர் அடங்கிய குழுவை இதற்கென நியமனம் செய்தது. 2010 முழுதும் மூன்று வாரங்களுக்கு ஒருமுறை திருத்தப்பட்ட மாதிரி வடிவங்களையும் தேர்வு வாய்ப்புகளையும் அவர்கள் ஜாப்ஸிடம் காட்டினர். மீண்டும் மீண்டும் அவர் புதிய சிந்தனைகளுடன், சில சமயம் முற்றிலும் புதிய வடிவங்களுடன் வருவார். அவர்களை முதலிலிருந்தே தொடங்கச்சொல்லி மேலும் அதிகமாய்த் தேர்வு வாய்ப்புகள் தருமாறு கூறுவார்.

தமது வரவேற்பறையில் அந்த மாதிரிகளையும் வரைபடங்களையும் அவர் முதலில் காட்டியபோது அந்தக் கட்டடம் பிரம்மாண்டமான சுற்றுக்கள் கொண்ட பந்தயப்பாதை போலிருந்தது – மூன்று அரை வட்டங்கள் மையத்தில் ஒரு பெரிய மைதானத்தைச் சுற்றி இணைக்கப் பட்டிருந்தன. சுவர்கள் தரைமுதல் கூரை வரை கண்ணாடியாலானவை. உள்புறத்தில் வரிசையாக ஆஃபீஸ் பாட்ஸ் என்று அழைக்கப்படும் இடுக்குகள் – நடுப்பாதை வழியே சூரிய வெளிச்சம் விழும்படியாக

அமைக்கப்பட்டிருந்தன. 'இது ஆச்சரியங்களைத் தரக்கூடிய, வழிந்தோடும் தன்மையுடைய சந்திப்புத் தளங்களை உருவாக்க உதவுகின்றது. எல்லோரும் சூரிய வெளிச்சத்தில் பங்குபெறலாம்.'

ஒரு மாதம் கழித்து அடுத்த முறை அவர் வரைபடங்களைக் காட்டியபோது, நாங்கள் ஆப்பிளின் பெரிய ஆலோசனை அறையில் இருந்தோம் – அவருடைய அலுவலகத்திற்குக் குறுக்காக. அங்கு திட்டமிடப்பட்ட கட்டடத்தின் மாதிரி வடிவம் மேசையை நிரப்பியது. அவர் மிகப் பெரிய மாறுதல் செய்திருந்தார். பாட்ஸ் (குறிப்பிட்ட பணிகளுக்கான அலுவலகம்) அனைத்தும் ஜன்னல்களுக்குப் பின்புற மாகப் பொருத்தப்பட்டிருந்தன. இவை வழியே வரும் சூரிய வெளிச்சத்தில் நடைபாதை திளைக்கும். இவை பொது இடங்களாகவும் விளங்கும். சில கட்டடக்கலை வல்லுநர்கள் ஜன்னல்களைத் திறக்கும் படி அமைக்கவேண்டும் என்றார்கள். மக்கள் திறக்கக்கூடிய சாதனங் களைப் பயன்படுத்துவது ஜாப்ஸுக்கு எப்போதுமே பிடிக்காத ஒன்று. 'அது மக்கள் சாதனங்களைப் பாழ்படுத்த அனுமதிக்கும், அவ்வளவு தான்' என்று அவர் அறிவித்தார். மற்ற நுணுக்கங்கள் போல அதிலும் அவர் நினைத்ததைச் சாதித்தார்.

அன்று மாலை வீடு திரும்பிய போது ஜாப்ஸ் அந்த வரைபடங் களை இரவு உணவு வேளையில் எல்லோருக்கும் காட்டினார் – ரீட் நகைச்சுவையாக 'மேலிருந்து பார்த்தால் ஆண் உறுப்பின் நினைவு வருகிறது' என்று கூறினான். அவனது தந்தை அது பதின்பருவத்தின் மனப்பாங்கு என்று கூறி விலக்கிவிட்டார். ஆனால் மறுநாளே அந்த விமரிசனத்தைத் தமது கட்டடக்கலை வல்லுநர்களிடம் கூறினார். 'துரதிர்ஷ்டவசமாக, இதை நான் உங்களுக்குச் சொன்ன பின்பு உங்களால் அந்தச் சிந்தனையை மனத்திலிருந்து மாற்றிக்கொள்ளவே முடியாது' என்றார். மறுமுறை நான் சென்றிருந்தபோது அந்த வடிவம் எளிமையான வட்டமாக மாற்றப்பட்டிருந்தது.

புதிய வட்ட வடிவத்தால், கட்டடத்தில் நேரான கண்ணாடித் துண்டுகள் ஒன்றுகூட இருக்காது. அனைத்தும் சுற்று வளைவாக, நேர்த்தியாகப் பொருந்தியிருக்கும். ஜாப்ஸிற்குப் பல ஆண்டுகளாகவே கண்ணாடியில் அலாதி மோகம் உண்டு. ஆப்பிளின் சில்லறை விற்பனை அங்காடிகளில் பிரம்மாண்டமான, பிரத்யேகமாக வடிவமைக்கப் பட்ட கண்ணாடிப் பட்டைகளைத் தருவித்த அனுபவம் பிரம்மாண்ட மான, வளைந்த கண்ணாடித்துண்டுகளையும் அதிக அளவில் தயாரிக்க முடியும் என்ற நம்பிக்கையைத் தந்திருந்தது. மைய நிலப்பரப்பு குறுக்காக 800 அடி இருந்தது (மூன்று நகரக் குடியிருப்புகளைவிட அதிகம், ஏறத்தாழ மூன்று கால்பந்துக் களங்களின் நீளம்). அதை எனக்குக் காட்டியபோது ரோமிலுள்ள செயின்ட் பீட்டர்ஸ் ஸ்க்வயரைச்

சூழ்ந்து கொள்ளக்கூடிய அளவிற்குப் பெரியது என்று விளக்கினார். அவருடைய மனத்தில் நிழலாடிய நினைவுகள் – அந்த வட்டாரத்தில் முன்பு நிறைந்திருந்த பழத்தோட்டங்கள். ஆகையால் ஓர் அனுபவமிக்க மர வல்லுநரை ஸ்டான்ஃபோர்டிலிருந்து வரவழைத்து '80 சதவீத நிலப்பரப்பு இயற்கையாக வடிவமைக்கப்பட வேண்டும் – ஆறாயிரம் மரங்களுடன்' என்றார். 'அவரிடம் கண்டிப்பாக ஏப்ரிகாட் பழத் தோட்டங்களின் ஒரு புதிய தொகுப்பையும் அதில் கண்டிப்பாக உட்படுத்திக்கொள்ளச் சொன்னேன்' என்று ஜாப்ஸ் நினைவுகூர்ந்தார். 'அவற்றை எங்கு பார்த்தாலும், ஏன் முக்குமூலைகளில்கூடக் காணலாம். இந்தப் பள்ளத்தாக்கின் நிலையான சொத்தில் அவை ஒரு பகுதியாகும்.

2011 ஜூனுக்குள் நான்கு மாடிகளும் மூன்று மில்லியன் சதுர அடிப் பரப்பளவும் கொண்ட கட்டடம் – ஏறத்தாழ பன்னிரண்டாயிரம் ஊழியர்கள் கொள்ளளவுடையது – திறப்பு விழாவிற்குத் தயாராக இருந்தது. இதை அமைதியான, விளம்பரமற்ற முறையில் க்யூபார்டினோ நகரசபைக்கு முன்னிலையில் உலகளாவிய தயாரிப்பாளர்கள் மாநாட்டில் *(வேள்ட்வைட் டெவலப்பர் கான்ஃபெரென்ஸ்)* ஐக்களவுடை அறிவித்ததற்கு மறுநாள் அரங்கேற்றலாம் என்று முடிவு செய்தார்.

மிகக் குறைந்த அளவு வலுவே இருந்தாலும் அன்று முழுதும் அவர் பரபரப்பாகவே இருந்தார். ஆப்பிள் அங்காடிகளை வடிவமைத்து அவற்றைப் பத்து ஆண்டுகளுக்கும் மேலாக நடத்தி வந்த ரான் ஜான்ஸன் ஜே.சி. பென்னியின் தலைமை நிர்வாக அதிகாரியாகப் பொறுப்பேற்கத் தீர்மானித்திருந்தார். காலை வேளையில் ஜாப்ஸின் வீட்டிற்கு அவர் வந்திருந்தார் – தாம் வெளியேறுவது பற்றிக் கலந்தாலோசிக்க. பிறகு நானும் ஜாப்ஸும் பாலோ ஆல்டோவில் தயிர் மற்றும் ஓட்மீல் உணவளிக்கும் ஃப்ராய்ஷே என்ற ஒரு சிறு சிற்றுண்டிச் சாலைக்குச் சென்றோம். அங்கு அவர் ஆப்பிளின் எதிர்காலத் தயாரிப்புகள் பற்றி ஆர்வம் பொங்கப் பேசிக்கொண்டிருந்தார். அன்று பின்னர் ஆப்பிளின் காலாண்டுக் கூட்டத்திற்காக அவர் சான்டா க்ளாராவிற்கு அழைத்துச் செல்லப்பட்டார். உயர்மட்ட இன்டெல் அதிகாரிகளுடன் அங்கு எதிர் கால கைபேசிச் சாதனங்களில் இன்டெல் சில்லுகளைப் *(சிப்ஸ்)* பயன்படுத்துவது சாத்தியமா என்பது பற்றிக் கலந்தாலோசித்தனர். அன்றிரவு யூ2 குழு ஒக்லான்ட் கொலிசியம் அரங்கில் இசைநிகழ்ச்சி நடத்த இருந்தது. ஜாப்ஸ் செல்ல எண்ணியிருந்தார். அதற்கு மாறாக அன்றைய மாலை நேரத்தைத் தமது திட்டங்களைக் க்யூபார்டினோ குழுவிற்குக் காட்டுவதற்காகச் செலவிட முடிவு செய்தார்.

படைகளோ, படாடோபங்களோ இல்லாமல், நிதானமாக, உலகளாவிய தயாரிப்பாளர்கள் மாநாட்டில் நிகழ்த்திய உரையின்போது அணிந்திருந்த அதே கறுப்புக் கம்பளிச் சட்டையோடு அவர் மேடையில்

நின்றார் – கையில் சொடுக்கியுடன் (க்ளிக்கர்). குழு உறுப்பினர்களுக்கு வடிவமைப்பின் படங்களைக் காட்டுவதில் இருபது நிமிடங்கள் செலவழித்தார். நேர்த்தியான, எதிர்காலத்திற்கேற்ற, கச்சிதமான, வட்டவடிவிலுள்ள கட்டடம் திரையில் தோன்றியபோது அவர் சற்று நிதானித்துவிட்டுப் புன்னகைத்தார். 'இது தரையிறங்கிய வேற்றுக்கிரக விண்கலம் போல் உள்ளது' என்றார் அவர். சில நிமிடங்கள் கழித்து 'உலகிலேயே மிகச் சிறந்த அலுவலகக் கட்டடத்தை நாங்கள்தான் கட்டியிருக்கிறோம் என்று நினைக்கிறேன்' என்றார்.

தொடர்ந்து வெள்ளியன்று ஜாப்ஸ் பழைய சக ஊழியர் ஆன் பவர்ஸுக்கு ஒரு மின்னஞ்சல் அனுப்பினார் – அவர் இன்டெலின் சக நிறுவனர் பாப் நாய்ஸின் விதவை. ஆப்பிளின் மனிதவள நிர்வாகியாகவும் மாற்றுத் தாயாகவும் 1980இல் பணியாற்றியவர் – ஜாப்ஸின் அடாவடித்தனங் களுக்குப்பின் அவரை அன்போடு கடிந்துகொள்ளவும், புண்பட்ட அவருடைய தொழிலாளர்களுக்கு ஆறுதல் அளிக்கவும் பொறுப்பு வகித்தவர். மறுநாள் தம்மைவந்து பார்க்க முடியுமா என்று ஜாப்ஸ் கேட்டிருந்தார். பவர்ஸ் அப்போது நியூ யார்க்கிலிருந்தார். ஆனால் திரும்பியதும் அந்த வாரம் ஞாயிறன்று ஜாப்ஸின் வீட்டிற்கு வந்தார். அதற்குள் ஜாப்ஸ் மீண்டும் நோய்வாய்ப்பட்டிருந்தார் – வலியோடும், அதிகம் வலுவில்லாமலும். ஆனால் தமது புதிய அலுவலகத்தின் விவரங்களை அவருக்குக் காட்டுவதில் ஆர்வமாய் இருந்தார். 'நீங்கள் ஆப்பிளை எண்ணிப் பெருமிதம் கொள்ளவேண்டும். நாம் கட்டி யிருப்பதை எண்ணிப் பெருமிதம் கொள்ளவேண்டும்' என்றார் அவர்.

பின் அவரை நோக்கி தீவிரமாய், அவரைத் ஏறத்தாழ திக்குமுக்காடச் செய்த ஒரு கேள்வியை கேட்டார்: 'சொல்லுங்கள், நான் இளைஞனாக இருந்தபொழுது எப்படி இருந்தேன்?'

பவர்ஸ் அவருக்கு ஒரு நேர்மையான பதில் தர முயன்றார்: 'நீங்கள் மிகவும் பிடிவாதக்காரராக, சமாளிக்கக் கஷ்டமானவராக இருந்தீர்' என்றார். 'ஆனால் உங்களுடைய தொலைநோக்கு மிகவும் அழுத்தமானதாக இருந்தது. நீங்கள் எங்களிடம் 'பயணம்தான் பரிசு' என்றீர். அது நிஜமாகிவிட்டது!'

'ஆமாம், நான் வழியில் சில விஷயங்களைக் கற்றுக்கொள்ளத்தான் செய்தேன்' பதிலளித்தார். பிறகு, சில நிமிடங்கள் கழித்து, பவர்ஸிற்கும் தமக்கும் உறுதியளித்துக்கொள்வதுபோல, அதைத் திரும்பவும் கூறினார்: 'நான் சில விஷயங்களைக் கற்றுக்கொள்ளத்தான் செய்தேன். உண்மையிலேயே செய்தேன்.'

இயல் நாற்பத்தொன்று

மூன்றாவது சுற்று

அந்திமாலையில் ஒரு போராட்டம்

குடும்ப உறவுகள்

ஜாப்ஸ் 2010இல் தமது மகன் உயர்நிலைப் பள்ளியிலிருந்து பட்டம் பெறப்போகும் அந்த இனிய தருணம் வரை வாழ்ந்திருக்க வேண்டும் என்று தீவிரமாய் விரும்பினார். 'நான் புற்றுநோயால் பாதிக்கப்பட்டிருப்பதை தெரிந்துகொண்டபோது, கடவுளோ, வேறு என்னவோ, அதனுடன் ஓர் ஒப்பந்தம் செய்துகொண்டேன் – ரீட் பட்டம் பெறுவதை நான் காணவேண்டுமென்று; அதுதான் என்னை 2009 முழுவதையும் கடந்துசெல்ல வைத்தது.' உயர்வகுப்பு மாணவராக ரீட் தம் தந்தை பதினெட்டு வயதில் எப்படியிருந்தாரோ, அதே போலிருந்தார் - சற்றே அச்சமூட்டும் தோற்றம்; அர்த்தம்பொதிந்த, லேசான கலகக்காரப் புன்முறுவல்; தீவிரம் தெறிக்கும் கண்கள்; அடர்த்தியான, கறுத்த தலைமுடி. ஆனால் தமது தாயிடமிருந்து ஒரு இனிமையையும், மற்றவர்கள் துன்பம் கண்டு மனவேதனையடைந்து, அதனால் தூண்டப்படும் இரக்க உணர்வையும் பெற்றிருந்தார் – இது அவருடைய தந்தையிடம் இல்லாதது. வெளிப்படையாகத் தெரியும் படியான பாசமுள்ளவர்; மற்றவர்களைச் சந்தோஷப்படுத்திப் பார்ப்பவர். அவருடைய தந்தை சிலசமயம் வாடிய முகத்துடன் சமையலறை மேசையில் அமர்ந்தபடி நிலத்தை வெறித்துப் பார்த்துக்கொண்டிருப்பார் – குறிப்பாக அவர் உடல்நலமின்றி இருக்கும் பொழுது இவ்வாறு அடிக்கடி நிகழ்வதுண்டு. அப்பொழுதெல்லாம், ரீட் உள்ளே வருவதைக் கண்டால் மட்டும் அவருடைய கண்களில் ஓர் ஒளி படரும்.

ரீட் தமது தந்தையை ஆராதித்தார். இந்தப் புத்தகத்தை நான் எழுதத்தொடங்கிய கையோடு, நான் தங்கியிருந்த இடத்திற்கு வந்திருந்தார். அவருடைய தந்தை அவ்வப்போது செய்வதுபோல, காலார நடக்கச் செல்லலாம் என்றார். தமது தந்தை ஓர் இதயமற்ற, இலாப நோக்குகொண்ட வியாபாரியல்ல என்றும், தாம் செய்யும் காரியங்களில் காட்டும் ஆர்வத்தையே ஊக்குவிப்பாகக் கொண்டவர்

என்றும், தாம் உருவாக்கும் தயாரிப்புகளில் மிகுந்த பெருமை கொள்பவர் என்றும் தீவிரமான, ஊக்கம்கலந்த பார்வையோடு என்னிடம் கூறினார்.

ஜாப்ஸுக்குப் புற்றுநோய் வந்துள்ளதை மருத்துவர்கள் அறிவித்தது முதலாகவே ரீட் தமது கோடைகால விடுமுறைகளில் ஸ்டான்ஃபோர்ட் புற்றுநோய்ப் பரிசோதனைக் கூடத்தில் மரபணு வரிசையாக்கம் (டிஎன்ஏ சீக்வென்சிங்) செய்துவந்தார் – பெருங்குடல் பகுதியில் வரும் புற்று நோயின் மரபியல் தன்மையைத் தெரிந்துகொள்ள. ஒரு பரிசோதனை யில் இது ஒரு குடும்பத்திற்குள் எவ்வாறு பரவுகிறது என்று ஆய்ந்தார். 'நான் நோய்வாய்ப்பட்டதால் கிட்டிய வெகுசில நல்ல பலன்களில் ஒன்று ரீட் மிகத் திறமையான மருத்துவர்களோடு சேர்ந்து ஆய்வில் நிறைய நேரம் செலவழிக்க முடிந்ததுதான்' என்றார் ஜாப்ஸ். 'அவன் அதில் காட்டும் ஆர்வம் அவன் வயதில் கணினிகளின் மீது எனக்குத் தோன்றிய உணர்வு போலவே இருக்கிறது. இருபத்தியோராம் நூற்றாண்டின் மாபெரும் புதுமைகளை உயிரியலும் தொழில் நுட்பமும் இணைந்து படைக்கப்போகின்றன என்று நினைக்கிறேன். ஒரு புதிய சகாப்தம் பிறக்க இருக்கிறது – நான் அவன் வயதில் இருக்கும் பொழுது ஏற்பட்ட டிஜிட்டல் சகாப்தம்போல.'

ரீட் தமது புற்றுநோய் ஆராய்ச்சியை கிரிஸ்டல் ஸ்பிரிங்ஸ் அப்லாண்ட்ஸ் பள்ளியில் தமது வகுப்பில் சமர்ப்பித்த உயர்நிலை அறிக்கைக்கு அடிப் படையாகக் கொண்டிருந்தார். புற்றுநோய்க் கட்டிகளின் மரபியல் தன்மையிலுள்ள தொடர்ச்சியை அறிவதற்காகத் தாம் பயன்படுத்திய சென்ட்ரிஃப்யூஜ்களையும் (மையநீக்கிகள்) சாயப்பொருட்களையும் பற்றி அவர் விளக்கியபோது, அரங்கில் அவருடைய தந்தை முகத்தில் பெருமிதம் பொங்க குடும்பத்தினருடன் அமர்ந்திருந்தார். 'ரீட் பாலோ ஆல்டோவில் தம் குடும்பத்துடன் ஒரு வீடு எடுத்துக்கொண்டு ஸ்டான்ஃபோர்டில் மருத்துவராகப் பணிபுரியத் தமது பைக்கில் செல்வதுபோல் கனவு கண்டுகொண்டிருக்கிறேன்' என்று ஜாப்ஸ் பின்னர் கூறினார்.

2009இல் ரீட் மிக வேகமாய் வளர்ந்திருந்தார் - அவருடைய தந்தை மரணமடையும் நிலையில் இருப்பதுபோல் தோன்றிய அந்தக் கால கட்டத்தில். தமது பெற்றோர் மெம்ஃபிஸில் இருந்தபோது தமது இளைய சகோதரிகளை ஒரு தந்தைபோல் பாதுகாப்பாகக் கவனித்துக் கொண்டார். ஆனால் 2010இல் அவருடைய தந்தையின் உடல்நலம் சற்றுச் சமநிலையடைந்தபோது, மீண்டும் பழைய விளையாட்டுத் தனமும் குறும்பும் வந்து ஒட்டிக்கொண்டன. ஒருநாள் இரவு உணவின் போது தமது தோழியை இரவு உணவிற்கு எங்கு அழைத்துச்செல்வது என்று தமது குடும்பத்தினருடன் கலந்தாலோசித்துக் கொண்டிருந்தார்.

அவருடைய தந்தை பாலோ ஆல்டோவிலுள்ள கண்ணியமான, தரமிக்க உணவுவிடுதியான இல் ஃபோர்னையோவைப் பரிந்துரைத்தார். ஆனால் ரீட் அங்கு முன்பதிவு கிட்டவில்லை என்றார். 'நான் வேண்டுமானால் முயற்சி செய்யட்டுமா?' என்றார் அவருடைய தந்தை. ரீட் மறுத்து விட்டார் – அவர் தாமே அதைக் கையாள விரும்பினார். நடுக்குழந்தை யான எரின் சற்று கூச்ச சுபாவம் கொண்டவள். அவள் அவர்களுடைய தோட்டத்தில் கூடாரம் அமைத்துத் தருவதாகவும், இளைய சகோதரி ஈவ் அவர்கள் இருவருக்காகவும் பிரத்யேகமாக ஒரு இரவு விருந்து தயாரித்து அளிப்பாள் என்றும் கூறினாள். ரீட் அப்படியே எழுந்து அவளைக் கட்டிக்கொண்டார். தாம் நிச்சயமாக ஒரு நாள் அவளது ஆசையை நிறைவேற்றுவதாக வாக்களித்தார்.

ஒரு சனிக்கிழமையன்று அந்த வட்டாரத்திலுள்ள தொலைக்காட்சி நிலையம் நடத்திய நிகழ்ச்சியில் தமது பள்ளியின் க்விஸ் கிட்ஸ் குழுவி லிருந்த நான்கு போட்டியாளர்களில் ரீடும் ஒருவராக இருந்தார். அவருடைய குடும்பத்தினர் (ஈவ் தவிர அனைவரும் – அவள் ஒரு குதிரைக் காட்சிக்காகப் போயிருந்தாள்) – அவரை உற்சாகப்படுத்து வதற்காக வந்திருந்தனர். தொலைக்காட்சி நிலையத்தினர் தயாராகும் பரபரப்பில் இருந்தனர். அவருடைய தந்தை தாம் இழந்துவரும் பொறுமையை அடக்கிக்கொள்ளவும், மடக்கு நாற்காலிகளில் அமர்ந்துள்ள பெற்றோர் களுக்கிடையில் வெளிப்படையாகத் தெரியாதவாறு ஒளிந்துகொள்ளவும் முயன்றுகொண்டிருந்தார். ஆனால் அவருடைய ஜீன்ஸும் கறுப்பு டார்டில்நெக்கும் அவரைத் துல்லியமாக அடையாளம் காட்டின. ஒரு பெண்மணி ஒரு நாற்காலியை இழுத்து அவர் அருகில் போட்டுக் கொண்டு புகைப்படமெடுக்க முயன்றார். ஜாப்ஸ் அவரைப் பார்க்காமல் அப்படியே எழுந்து அந்த வரிசையின் மறுமுனைக்குச் சென்றுவிட்டார். ரீட் மேடையேறிய போது, அவருடைய பெயர்ப்பலகை 'ரீட் பவெல்' என்று காட்டியது. நிகழ்ச்சியை வழங்குபவர் மாணவர்களிடம் அவர்கள் வளர்ந்தபின் என்னவாக விரும்புகிறார்கள் என்று கேட்டதற்கு 'புற்றுநோய் ஆராய்ச்சியாளர்' என்று பதிலளித்தார் ரீட்.

ஜாப்ஸ் தமது இரு இருக்கைகள் கொண்ட எஸ்எல் 55 மெர்சிடிஸில் ரீடை அழைத்துக்கொண்டு முன்னே செல்ல, அவருடைய மனைவி எரினை அழைத்துக்கொண்டு தமது காரில் பின்தொடர்ந்தார். வீட்டிற்குப் போகும் வழியில் பவெல் எரினிடம் அவளது தந்தை தமது காரில் உரிமப்பலகையை வைத்துக்கொள்ளாததற்கு என்ன காரணம் என்று அவளது கருத்தைக் கேட்டார். எரின் 'ஒரு கலகக்காரராய் இருப்பது' என்று பதிலளித்தாள். அதே கேள்வியைப் பிறகு ஒருமுறை நான் ஜாப்ஸிடம் கேட்டேன். 'சில சமயம் மக்கள் என்னைப் பின்தொடர்ந்து வருவார்கள். என்னிடம் உரிமப்பட்டயம் இருந்தால், நான் எங்கு

வசிக்கிறேன் என்று எளிதாகக் கண்டுபிடித்துவிடுவார்கள்' என்று அவர் பதிலளித்தார். 'ஆனால் இப்போது கூகுள் மாப்ஸ் வந்துவிட்டதால் அந்த முறைகளெல்லாம் வழக்கிலிருந்து மறைந்து வருகின்றன. ஆகவே, அது எனக்குத் தேவையில்லை – அவ்வளவுதான் காரணம் என்று நினைக்கிறேன்.'

ரீடின் பட்டமளிப்பு விழாவின்போது அவருடைய தந்தை எனக்குத் தமது ஐஃபோனிலிருந்து ஒரு மின்னஞ்சல் அனுப்பியிருந்தார்; அதில் பெருமிதம் பொங்கியது; 'இது எனது மிகச் சந்தோஷமான நாள்களில் ஒன்று – ரீட் உயர்நிலைப்பள்ளியிலிருந்து பட்டம்பெறப் போகிறான். இதோ, இப்பொழுது. எனது எல்லாப் பிரச்சினைகளையும் கடந்து நான் இங்கு இருக்கிறேன்.' அன்றிரவு அவர்களுடைய வீட்டில் ஒரு விருந்து நடந்தது - மிக நெருக்கமான நண்பர்களும் குடும்பத்தினருமாக. ரீட் தம் குடும்பத்தில் ஒவ்வொருவருடனும் நடனமாடினார் - தம் தந்தையையும் சேர்த்து. பின்னர் ஜாப்ஸ் தமது மகனை வீட்டின் பின்கட்டிலிருந்த ஒரு கொட்டகைக்கு அழைத்துச் சென்றார். தாம் இனி ஓட்டப் போவதில்லை என்பதால், தமது இரண்டு மிதிவண்டிகளில் ஒன்றை அவனுக்குப் பரிசளிப்பதற்காக. இத்தாலிய பாணி மிதிவண்டியைப் பார்த்தால் கொஞ்சம் இரண்டுங்கெட்டானாகத் தெரிகிறது என்று ரீட் நகைச்சுவையைக் கூறினார். ஆகவே, ஜாப்ஸ் அதைவிடவும் சற்று கம்பீரமான, எட்டு வகையில் வேகத்தை மாற்றக்கூடிய மற்றொன்றை எடுத்துக்கொள்ளும்படி கூறினார். ரீட் தாம் மிகவும் கடமைப் பட்டிருப்பதாகக் கூறியபோது, 'அதற்கெல்லாம் அவசியமே இல்லை; ஏனெனில் என் மரபணுக்கள் உனக்குள் இருக்கின்றன' என்றார் ஜாப்ஸ். சில நாள்கள் கழித்து *டாய் ஸ்டோரி 3* வெளியானது. மூன்று பகுதிகள் கொண்ட இந்தப் பிக்ஸார் தொகுப்பை ஜாப்ஸ் தொடக்கம் முதலாகவே கண்ணும் கருத்துமாய்ப் பேணிவந்திருந்தார். இறுதிப் பகுதி ஆன்டி கல்லூரிக்குச் செல்வது தொடர்பான உணர்ச்சிப் போராட்டங்களை விவரிப்பதாக இருந்தது. 'நான் எப்பொழுதும் உன்னுடனேயே இருந்துவிட விரும்புகிறேன்' என்று ஆன்டியின் தாய் கூறுகிறார். 'நீ எப்பொழுதும் என்னுடன்தான் இருப்பாய்' என்று ஆன்டி பதிலளிக்கிறார்.

ஜாப்ஸ் தமது இளைய மகள்களுடன் கொண்டிருந்த உறவு சற்று விலகியே இருந்தது. எரின் அமைதியான, உள்நோக்கு கொண்ட பெண். அவள்மீது அவர் அவ்வளவாக அக்கறை செலுத்துவதில்லை. அவளுக்கும் அவரை எப்படிச் சமாளிப்பது என்று தெரியாதது போலத்தான் தோன்றியது – குறிப்பாக அவருடைய வார்த்தைகளும், செயலும் முள்ளாய்க் குத்திக் காயப்படுத்தும்பொழுது. அவள் நளினமான, கவர்ச்சியான இளம் பெண். தமது தந்தையைவிட மிகவும்

பக்குவப்பட்ட சுபாவம். கட்டடக் கலையில் அவளது தந்தைக்கு இருந்த ஆர்வம், அவளுக்கு வடிவமைப்பில் இருந்த திறமையான உணர்வு ஆகியவற்றைக் கொண்டு தான் ஒரு கட்டடக்கலை நிபுணராக விருப்பப்படலாம் என்று அவள் எண்ணியிருந்தாள். அவளது தந்தை ரீடிடம் ஆப்பிள் வளாகத்திற்கான வரைபடங்களைக் காட்டிக் கொண்டிருந்தபோது, அவளும் சமையலறையின் மறுபக்கத்தில்தான் அமர்ந்திருந்தாள். ஆனால், அவருக்கென்னவோ அவளையும் அதில் சேர்த்துக்கொள்ளவேண்டும் என்று தோன்றியதாகவே தெரியவில்லை. 2010 வசந்தகாலத்தில் அவளது தந்தை அவளை ஆஸ்கார் விருது வழங்கும் நிகழ்ச்சிக்கு அழைத்துச் செல்வார் என்று பெரிதும் எதிர் பார்த்துக் கொண்டிருந்தாள். அவளுக்குத் திரைப்படங்கள் என்றால் மிகவும் பிடிக்கும். அதைவிட அதிகமாக, அவளது தந்தையுடன் அவருடைய தனிப்பட்ட விமானத்தில் பயணம் செய்து, அவருடன் சிவப்புக் கம்பளத்தில் பெருமிதமாய் நடந்துசெல்ல வேண்டும் என்று விரும்பினாள். பவெல் விட்டுக் கொடுத்துத் தமக்குப் பதிலாக எரினை அழைத்துச் செல்லும்படி கணவரைப் பேசிச் சம்மதிக்கவைக்க முயன்றார். ஆனால் அந்த யோசனையை ஜாப்ஸ் புறக்கணித்துவிட்டார்.

ஒரு கட்டத்தில் நான் இந்தப் புத்தகத்தை எழுதி முடித்துக் கொண்டிருக்கும் பொழுது, எரின் எனக்குப் பேட்டியளிக்க விரும்புவதாகப் பவெல் என்னிடம் கூறினார். இதை நானாகக் கேட்டிருக்கமாட்டேன். ஏனெனில், அவளுக்கு அப்போது பதினாறு வயதுதான் ஆகியிருந்தது. ஆனால் நான் ஒத்துக்கொண்டேன். எரின் ஒரு கருத்தை வலியுறுத் தினாள் – தனது தந்தை ஏன் எப்பொழுதும் தங்கள்மீது அக்கறை காட்டுவதில்லை என்பதைத் தான் நன்றாகப் புரிந்துகொண்டிருப் பதாகவும், அதை ஏற்றுக்கொண்டுள்ளதாகவும் கூறினாள். ‘அவர் ஒரு தந்தையாகவும், ஆப்பிளின் தலைமை நிர்வாக அதிகாரியாகவும் இருக்கத் தம்மால் இயன்றவரை சிறப்பாகச் செயல்புரிகிறார். இரண்டையும் அவர் மிகத் திறமையாகக் கையாளவும் செய்கிறார்’ என்றாள். ‘சில சமயம் எனக்கு அவருடைய அக்கறை இன்னும் கொஞ்சம் கிட்டாதா என்று நினைத்துக்கொள்வேன். ஆனால் அவருடைய வேலை மிக முக்கியமானது என்று எனக்குத் தெரியும். அதுமட்டுமல்ல, அது மிக சுவாரசியமானதும்கூட – அதனால் நான் சந்தோஷமாகவே இருக்கிறேன். உண்மையில் எனக்கு அதிக அக்கறை தேவையில்லை.’

ஜாப்ஸ் தம் குழந்தைகள் ஒவ்வொருவரையும் அவர்கள் பதின்பருவ மடைந்தவுடன் அவர்களுக்குப் பிடித்த இடத்திற்கு அழைத்துச் செல்வதாக வாக்களித்திருந்தார். ரீட் க்யோதொவிற்குச் செல்ல முடிவெடுத்தார். அவருடைய தந்தை அந்த அழகிய நகரத்தின் ஜென் அமைதி தவழும் சூழலால் எவ்வளவு ஈர்க்கப்பட்டார் என்பது அவருக்குத்

தெரியும். 2008இல் எரினுக்குப் பதின்மூன்று வயதானபொழுது, அவளும் க்யோதொவையே தேர்ந்தெடுத்ததில் வியப்பு எதுவுமில்லை. அவளது தந்தை உடல்நலக் குறைவினால் பயணத்தை ரத்து செய்தார். அதனால், 2010இல் உடல்நலம் சற்றுத் தேறியதும் அழைத்துச் செல்வதாக வாக்களித்தார். ஆனால் அந்த ஜூன் மாதம் அவர் போவதில்லை என்று முடிவெடுத்தபோது எரின் மனமுடைந்துபோனாள் – ஆனால் எந்த எதிர்ப்பும் தெரிவிக்கவில்லை. அதற்குப் பதிலாக அவளது தாய் அவளை ஃப்ரான்ஸிற்குக் குடும்ப நண்பர்களுடன் அழைத்துச்சென்றார். க்யோதொ பயணத்தை ஜூலைக்கு ஒத்திவைத்தார்கள்.

பவெல் தம் கணவர் மீண்டும் பயணத்தை ரத்து செய்துவிடுவாரோ என்று கவலைப்பட்டார். அதனால் குடும்பம் முழுதும் ஜூலை மாதம் ஹவாயிலுள்ள கோனா கிராமத்திற்குச் சென்றபோது அவர் குதூகலித்தார். அது அவர்களுடைய பயணத்தின் முதல் பகுதி. ஆனால் ஹவாயில் இருந்தபொழுது ஜாப்ஸ் மோசமான பல்வலியால் அவதியுற்றார். அதை அவர் அலட்சியம் செய்தார் – ஏதோ அந்தப் பற்குழியைத் தமது மனவலிமையால் மாற்றிவிடமுடியும் என்பது போல. ஆனால் அந்தப் பல் உடைந்ததால் சீர்செய்ய வேண்டியிருந்தது. தொடர்ந்து ஐஃபோன் 4இன், ஆன்டெனா (அலைவாங்கி) பிரச்சினை உருவெடுத்தது. அவர் க்யூபர்டினோவிற்கு விரைந்துசெல்ல முடிவெடுத்தார் – ரீடைத் தம்முடன் அழைத்துக்கொண்டு. பவெல்லும் எரினும் ஹவாயிலேயே தங்கியிருந்தார்கள் – ஜாப்ஸ் திரும்பிவந்து தங்களுடைய திட்டத்தின்படி க்யோதொவிற்கு அழைத்துச் செல்வார் என்ற நம்பிக்கையோடு.

அவர் தமது பத்திரிகையாளர் மாநாட்டை முடித்துக்கொண்டு உண்மையிலேயே அவர்களை ஜப்பானுக்கு அழைத்துச் செல்வதற்காக ஹவாய்க்குத் திரும்பிவந்த போது, அவர்கள் இருவரும் நிம்மதியும் லேசாக வியப்பும் அடைந்தார்கள். 'இது ஒரு அதிசயம்' – பவெல் தமது நண்பரிடம் கூறினார். பாலோ ஆல்டோவில் ரீட் ஈவைப் பார்த்துக்கொள்ள, எரினும் அவளது பெற்றோரும் தவாராயா பயணியர் விடுதியில் தங்கினார்கள்; அந்த ஜப்பானிய பாணி விடுதியின் அமைதி பொதிந்த எளிமை ஜாப்ஸிற்கு மிகவும் பிடித்திருந்தது. 'அது அற்புதமாக இருந்தது' என்று எரின் நினைவுகூர்ந்தாள்.

இருபது ஆண்டுகளுக்குமுன் ஜாப்ஸ் எரினின் உடன்பிறவா சகோதரி லிசா ப்ரென்னன் ஜாப்ஸை ஜப்பானுக்கு அழைத்துச் சென்றிருந்தார். அப்போது அவளுக்கும் ஏறத்தாழ எரினின் வயதுதான். அதில் அவரோடு ருசியான உணவு வகைகளைச் சுவைத்ததையும், வழக்கமாக உணவைக் கொறித்துச் சாப்பிடுபவர் உனாகி சுஷியையும், மற்ற சுவையான உணவு வகைகளையும் மிகவும் ருசித்து உண்பதைப் பார்த்து ரசித்ததையும் அவள் மிகத் தெளிவாக நினைவில் வைத்திருந்தாள். அவர் உணவை

இவ்வாறு மகிழ்ச்சியோடு அனுபவித்து உண்பதைக் காண்கையில் லிசா முதல்முறையாக அவரோடு சகஜமாக உணர்ந்தாள். எரினும் அதுபோன்றதொரு அனுபவத்தை நினைவுகூர்ந்தார். 'அப்பா தினமும் மதிய உணவிற்கு எங்குச் செல்லவேண்டும் என்று நன்றாகத் தெரிந்து வைத்திருந்தார். அவர் தமக்கு ஓர் அற்புதமான சோபா (ஒருவகை நூடுல்ஸ்) விடுதி தெரியுமென்று என்னிடம் கூறியிருந்தார். என்னை அங்கு அழைத்துச் சென்றார். அது அவ்வளவு ருசியாக இருந்தது – அதற்குப்பின் வேறு இடத்தில் சோபா உண்பது சற்றுச் சிரமமாகவே இருந்தது – ஏனெனில் அதற்கு ஈடான சுவை வேறு எதிலுமில்லை.' அந்த வட்டாரத்தில் ஒரு சின்னஞ் சிறு சுஷி விடுதியையும் அவர்கள் கண்டு பிடித்தார்கள் – ஜாப்ஸ் அதைத் தமது ஐஃபோனில் பதிவு செய்து கொண்டார் – 'நான் இதுவரை சுவைத்ததில் மிகச்சிறந்த சுஷி' என்று.

அவர்கள் க்யோதொவின் புகழ்பெற்ற ஜென் புத்த விஹாரங் களுக்குச் சென்றனர். எரினுக்கு மிகவும் பிடித்தது 'மாஸ் டெம்பிள்' (பாசிக்கோவில்) என்று அழைக்கப்படும் ஸைஹோஜி. அங்குள்ள கோல்டன் பாண்ட் (தங்கக் குளம்) நூற்றுக்கும் மேற்பட்ட பாசி வகைகள் நிறைந்த தோட்டங்களால் சூழப்பட்டிருந்தது. 'எரின் மிக மிக மகிழ்ச்சியாக இருந்தாள். இது மிகவும் திருப்தியளித்தது. அத்துடன் அவளது தந்தையோடு அவளுக்கு இருந்த உறவும் சற்று மேம்பட்டது' என்று பவெல் நினைவுகூர்ந்தார். 'அவளுக்கு அது கிடைக்கவேண்டிய ஒன்று.'

அவர்களுடைய கடைசி மகள் ஈவின் கதையே வேறு. அவள் சூட்டிகையான, தன்னம்பிக்கையுள்ள பெண்; அவளது தந்தைக்குச் சற்றும் அஞ்சாதவள். குதிரைச் சவாரியில் மிகுந்த ஆர்வம், ஒலிம்பிக்கில் கலந்துகொள்ளவேண்டுமென்று திடமான முடிவோடு இருந்தாள். ஒரு பயிற்சியாளர் இதற்கு எந்த அளவு முயற்சி தேவை என்று கூறியபோது, 'நான் என்ன செய்யவேண்டும் என்று துல்லியமாகச் சொல்லுங்கள்; அதைச் செய்து முடிக்கிறேன்' என்று பதிலளித்தாள். அவர் கூறிய திட்டத்தை அப்படியே கடைப்பிடிக்கவும் செய்தாள்.

தமது தந்தையைப் படியவைக்கும் அசாத்தியமான காரியத்தில் அவள் கைதேர்ந்தவள். அவருடைய உதவியாளரை அடிக்கடி நேரடியாக அழைத்து, அவருடைய நாள்காட்டியில் ஒரு விஷயம் எழுதப் பட்டுள்ளதா என்பதை உறுதி செய்துகொள்வாள். பேச்சுவார்த்தை களிலும் அவள் நல்ல தேர்ச்சி பெற்றிருந்தாள். 2010இல் ஒரு வார இறுதியில், குடும்பத்தினர் ஒரு பயணத்திற்கு ஆயத்தமாகிக் கொண்டி ருந்தனர். எரின் அரைமணிநேரம் தாமதமாகப் புறப்பட விரும்பினாள். ஆனால் தன் தந்தையிடம் கேட்க அவளுக்குப் பயமாக இருந்தது. அப்பொழுது பன்னிரண்டு வயதே ஆன ஈவ் அந்த வேலையைத் தானே

ஏற்றுக்கொள்ள முன்வந்தாள். இரவு உணவு அருந்தும் வேளையில் இந்த விஷயத்தைச் சாதுரியமாகத் தன் தந்தையின்முன் வைத்தாள் – உச்சநீதி மன்றத்தின் வழக்கறிஞரைப்போல. ஜாப்ஸ் ‘இல்லை, எனக்கு அதில் விருப்பமிருக்கும் என்று தோன்றவில்லை’ என்று கூறி அவளை ஒதுக்கிவிட்டார். என்றாலும், அவருக்குக் கோபத்தைவிட அவளை நினைத்து ஆச்சரியம் கலந்த மகிழ்ச்சிதான் மேலிட்டது. பின்னர் அன்று மாலை ஈவ் தனது தாயுடன் அமர்ந்து தன் வாதத்தை மேலும் சிறப்பாக எப்படியெல்லாம் செய்திருக்கலாம் என்று அலசி ஆராய்ந்தாள்.

ஜாப்ஸ் அவளது துடுக்குத்தனத்தை மிகவும் ரசித்துப் பாராட்டினார் – சுபாவத்தில் தம் பெரும் பகுதியை அவளிடம் அவர் கண்டார். ‘அவள் துப்பாக்கி போன்றவள். நான் இதுவரை கண்ட குழந்தைகள் எல்லோரையும்விட மிகவும் திடமான மனவலிமை கொண்டவள்’ என்றார் அவர். ‘என்னைத் திருப்பியடிப்பது போலிருக்கிறது.’ அவளது சுபாவத்தை அவர் ஆழமாய்ப் புரிந்து வைத்திருந்தார் – ஒருவேளை அது அவருடையதை ஒத்திருந்ததால் இருக்கலாம். ‘பலரும் நினைத்திருப் பதைவிட ஈவ் மிகவும் மென்மை உணர்வு படைத்தவள்’ என்று அவர் விளக்கினார். ‘அவள் மிகச் சூட்டிகையான பெண். எல்லோரையும் கவிழ்த்து விடுவாள். அதாவது மற்றவர்களை அவளால் ஒதுக்கித் தள்ள முடியும். பிறகு, தன்னந்தனியாய் இருப்பாள். அவள் தன் சுபாவப்படி எவ்வாறு நடந்துகொள்ள வேண்டும் என்று மெல்லப் புரிந்துகொண்டு வருகிறாள் – ஆனால் தனது கூரிய முனைகளைச் சற்று மழுங்கச் செய்து தனக்குத் தேவையான நட்புகளை வளர்த்துக் கொள்கிறாள்.’

தமது மனைவியுடன் ஜாப்ஸ் கொண்டிருந்த உறவு சில சமயம் சிக்கலாக இருந்தாலும், எப்பொழுதும் விசுவாசம் மிக்கதாக இருந்தது. அன்பும் அரவணைப்புமாய் லாரீன் பவெல் நடுநிலை காக்கும் ஒரு சக்தியாக விளங்கினார். தமது சில சுயநலமான உணர்வுகளை ஈடுகட்டும் வகையில் தம்மைச் சுற்றிலும் திடமான மனநிலையும், அனுபவ அறிவும் உள்ளவர்களை ஜாப்ஸ் வைத்திருந்தார் என்பதற்கு லாரீன் ஒரு நல்ல உதாரணம். அவர் தொழில் விஷயங்களில் அமைதியாக, குடும்பவிஷயங்களில் கண்டிப்பாக, மருத்துவ விஷயங்களில் ஆவேச மாக ஈடுபாடு காட்டிவந்தார். திருமணமான புதிதில், அவர் காலேஜ் ட்ராக் என்ற அமைப்பை நிறுவி, அதன்மூலம் தேசிய அளவில் பள்ளி நேரத்திற்குப் பிந்திய வகுப்புகள் நடத்தி, ஆதரவற்ற குழந்தைகள் பள்ளித் தேர்வில் தேர்ச்சிபெற்று கல்லூரியில் சேர உதவினார். அதிலிருந்தே கல்விமுறை சீரமைப்பு இயக்கத்தில் ஒரு பெரும் சக்தியாக இயங்கிவந்தார். ஜாப்ஸ் தமது மனைவியின் பணியை மனதாரப் பாராட்டினார். ‘காலேஜ் ட்ராக் மூலம் அவள் செய்துள்ள பணி

என்னை மிகவும் பிரமிக்க வைத்துள்ளது.' ஆனால் பொதுவாக அவர் தர்ம காரியங்களைப் புறக்கணித்ததால், லாரீனின் பள்ளிக்குப் பிந்தைய வகுப்புகளுக்குச் சென்றதே இல்லை.

2010 பிப்ரவரியில் ஜாப்ஸ் தமது ஐம்பத்து ஐந்தாவது பிறந்தநாளைக் குடும்பத்தினரோடு கொண்டாடினார். சமையலறை காற்றிலாடும் காகித அலங்காரங்களாலும், பலூன்களாலும் அலங்கரிக்கப்பட்டிருந்தது. அவருடைய குழந்தைகள் அவருக்குச் சிவப்பு வெல்வெட்டாலான பொம்மைக் கிரீடத்தைப் பரிசளித்தார்கள். அதை அவர் அணிந்து கொண்டார். ஓராண்டு உடல் உபாதைகளில் உழன்று, தேறியிருந்தார் என்பதால், இப்போது குடும்பத்தினரிடம் மேலும் ஒட்டுதலோடும் அக்கறையோடும் நடந்துகொள்வார் என்று பவெல் நம்பிக்கை கொண்டார். ஆனால் பெரும்பாலான நேரம் அவர் தமது பணியில் தான் கவனம் செலுத்தினார். 'குடும்பத்தினரை அது சற்றுத் தாக்கத்தான் செய்தது – குறிப்பாகப் பெண் குழந்தைகளை' என்று பவெல் என்னிடம் கூறினார். 'இரண்டு ஆண்டுகளாக உடல் நலமின்றி இருந்தார். ஒருவாறாகக் கொஞ்சம் தேறிவந்தார். குழந்தைகள் தங்கள்மீது சிறிது அக்கறை காட்டுவார் என்று எதிர்பார்த்தார்கள். ஆனால் அவர் செய்யவில்லை.' ஜாப்ஸின் சுபாவத்தில் இருந்த இருவேறு நிலைகளும் இந்தப் புத்தகத்தில் தகுந்த சூழலோடு வெளிப்படும் என்று அவர் உறுதிசெய்துகொள்ள விரும்பினார். 'இயற்கையாய் அமைந்த அற்புதத் திறன்களுள்ள மேதைகள் பலரைப்போல அவர் எல்லா நிலைகளிலும் அற்புதமானவர் என்று சொல்வதற்கில்லை' என்றார் லாரீன். 'மற்றவர்களுடைய நிலையில் தம்மை வைத்துப் பார்க்கும் சமூக சிந்தனை எல்லாம் அவரிடம் கிடையாது. ஆனால் மனித இனத்திற்கு வலுவூட்டுதல், மனித இனத்தின் மேம்பாடு, அவர்களுடைய கையில் சரியான கருவிகளை அளிப்பது போன்றவற்றில் மிக ஆழ்ந்த ஈடுபாடு கொண்டவர்.'

அதிபர் ஒபாமா

2010இன் இலையுதிர்காலத் தொடக்கத்தில் வாஷிங்டனுக்குச் சென்றிருந்தபோது, பவெல் வெள்ளை மாளிகையிலுள்ள தமது சில நண்பர்களைச் சந்தித்திருந்தார். அவர்கள் அதிபர் ஒபாமா அந்த ஆண்டு அக்டோபர் மாதம் சிலிக்கன் வாலிக்கு வரவிருப்பதாகத் தெரிவித்தனர். லாரீன் தமது கணவரை அதிபர் சந்திக்க விரும்பலாம் என்று தமது கருத்தை முன்வைத்தார். ஒபாமாவின் உதவியாளர்களுக்கு இந்த யோசனை பிடித்திருந்தது. போட்டி மனப்பான்மையில் அவர் காட்டிய புதிய வலியுறுத்தல்களுக்கு அது பொருத்தமாக இருந்தது. மேலும், ஜாப்ஸின் நெருங்கிய நண்பர்களில் ஒருவராகியிருந்த முதலீட்டு நிறுவன அதிபரான ஜான் டோயர் அதிபரின் பொருளாதார மீட்பு

ஆலோசனைக் குழுக் கூட்டத்தில் அமெரிக்கா தனது போட்டியிடும் திறனை இழந்துவருவது ஏன் என்பது குறித்து ஜாப்ஸின் கருத்துகளைப் பகிர்ந்துகொண்டிருந்தார். அவரும் அதிபர் ஒபாமா ஜாப்ஸைச் சந்திக்க வேண்டும் என்று பரிந்துரைத்தார். ஆக, அதிபரின் பயணத் திட்டத்தில் அரைமணி நேரம் வெஸ்டின் சான் ஃப்ரான்சிஸ்கோ விமான நிலையத்தில் சந்திப்பிற்கெனப் பிரத்யேகமாக ஒதுக்கப்பட்டது.

இதில் ஒரு பிரச்சினை இருந்தது; பவெல் தமது கணவரிடம் இதுபற்றிக் கூறியபோது, அதில் தமக்கு விருப்பமில்லை என்று கூறினார். தமக்குத் தெரியாமல் இந்த ஏற்பாட்டை லாரீன் செய்ததில் அவர் கோபம் கொண்டார். 'அவர் ஒரு தலைமை நிர்வாக அதிகாரியைச் சந்தித்துப் பேசினார் என்று குறித்துக்கொள்வதற்காக ஏதோ பெயருக்கு ஒரு சந்திப்பு என்பதையெல்லாம் நான் நேரம் ஒதுக்கி ஒப்புக்கொள்ளப் போவதில்லை' என்றார் அவர் லாரீனிடம். 'ஒபாமா உங்களைச் சந்திக்கப் பெரிதும் விரும்புகிறார்' என்று லாரீன் வலியுறுத்தினார். அப்படியானால் ஒபாமா தம்மை அழைத்துச் சந்திப்பிற்கு விருப்பம் தெரிவித்திருக்க வேண்டும் என்று ஜாப்ஸ் பதிலளித்தார். இந்த வாக்குவாதம் ஐந்து நாள்கள் நீடித்தது. லாரீன் ஸ்டான்ஃபோர்டிலுள்ள ரீடை அழைத்து இரவு உணவிற்கு வீட்டிற்கு வந்து அவனது தந்தையிடம் பேசிச் சம்மதிக்க வைக்கும்படிக் கூறினார். ஒருவழியாக ஜாப்ஸ் சற்று இறங்கிவந்து ஒப்புக்கொண்டார்.

உண்மையில் சந்திப்பு ஏறத்தாழ நாற்பத்து ஐந்து நிமிடங்கள் நீடித்தது. ஜாப்ஸும் தயங்காமல் பேசினார். 'நீங்கள் ஒரு பதவிக்காலம் மட்டுமே நீடிக்கப்போவதுபோல் தோன்றுகிறது' என்று ஜாப்ஸ் ஒபாமாவிடம் எடுத்த எடுப்பிலேயே கூறினார். அதைத் தவிர்ப்பதற்கு அரசாங்கம் மேலும் தொழில்தோழமையோடு செயல்படவேண்டும். சீனாவில் ஒரு தொழிற்சாலை கட்டுவது எவ்வளவு எளிது என்பதை அவர் விவரித்தார். அதையே இந்தக் காலத்தில் அமெரிக்காவில் செய்வது ஏறத்தாழ இயலாத காரியம் என்றும், அதற்குக் காரணம் நடைமுறையிலுள்ள விதிமுறைகளும் தேவையற்ற செலவுகளும்தான் என்றும் சுட்டிக்காட்டினார்.

ஜாப்ஸ் அமெரிக்காவின் கல்வி முறைகளையும் கண்டித்தார். அது மிகப் பழைமையானதாக, சங்க விதிமுறைகளால் முடக்கப்பட்டுக் கிடப்பதாகக் கூறினார். ஆசிரியர் சங்கங்கள் கலைக்கப்படும்வரை கல்விச் சீர்திருத்தங்களுக்கு வாய்ப்பே இல்லை என்றார். ஆசிரியர்களும் தொழில் வல்லுநர்களாகக் கருதப்படவேண்டும்; தொழில் நிறுவனங்களில் பூட்டல் பட்டறை *(அசெம்ப்ளி லைன்)* தொழிலாளர்களைப் போலல்ல என்று வலியுறுத்தினார். ஆசிரியர்களின் திறனைப் பொறுத்து அவர்களைப் பணிக்கு அமர்த்திக்கொள்ளவும், பணி நீக்கம்

செய்யவும் தலைமை ஆசிரியருக்கு அதிகாரம் தரப்படவேண்டும். பள்ளிகள் குறைந்தபட்சம் மாலை ஆறு மணிவரையிலாவது திறந்திருக்க வேண்டும். ஆண்டில் பதினோரு மாதங்களுக்குச் செயல்படவேண்டும். அமெரிக்காவின் வகுப்பறைகளில் இன்னமும் ஆசிரியர்கள் கரும் பலகைகளின் அருகே நின்றுகொண்டு பாடப் புத்தகங்களைப் பயன் படுத்திக்கொண்டிருப்பது அபத்தமாக இருக்கிறது என்று அவர் மேலும் கூறினார். புத்தகங்கள், கல்விச் சாதனங்கள், தேர்வுகள் என அனைத்தும் டிஜிட்டல் (இலக்கமுறை) வடிவில் ஆசிரியர்களும் மாணவர்களும் இணைந்து செயலாற்ற ஊக்குவிப்பதாய் இருக்க வேண்டும் என்றும், அவை ஒவ்வொரு மாணவனின் தனித் திறனையும் வெளிப்படுத்தி, அது தொடர்பான கருத்துகளை நடப்பு நேரத்திலேயே *(ரியல் டைம்)* தொகுத்தளிக்க வேண்டும் என்றும் கூறினார்.

இவ்வாறு அமெரிக்கா எதிர்கொள்ளும் புதுமைச் சவால்களை விளக்கக்கூடிய ஆறு அல்லது ஏழு தலைமை நிர்வாக அதிகாரிகளைக் கொண்ட குழுவை அமைத்துத்தர ஜாப்ஸ் முன்வந்தார். அதிபரும் அதனை ஏற்றுக்கொண்டார். ஆக, டிசம்பரில் வாஷிங்டனில் நடைபெற விருக்கும் கூட்டத்தில் பங்கெடுத்துக்கொள்பவர்களின் பட்டியலை ஜாப்ஸ் தயாரித்தார். துரதிர்ஷ்டவசமாக வாலரீ ஜாரெட் மற்றும் அதிபரின் உதவியாளர்கள் பலரும் மேலும் சில பெயர்களைச் சேர்க்க, பட்டியல் இருபதுக்கும் மேற்பட்டவர்களாய் நீண்டது. அதில் ஜெனரல் எலெக்ட்ரிக் (ஜீஈ) நிறுவனத்தின் ஜெஃப்ரீ இம்மெல்ட் முன்னிலையில் இருந்தார். ஜாப்ஸ் பட்டியல் உப்பிவிட்டதென்றும் பங்கெடுத்துக் கொள்ளும் உத்தேசம் தமக்கு இல்லையென்றும் கூறி ஜாரெட்டுக்கு ஒரு மின்னஞ்சல் அனுப்பினார். உண்மையில் அவருடைய உடல்நலக் கோளாறுகள் மீண்டும் புதிதாய்த் தோன்றியிருந்தன. ஆகையால் எப்படிப் பார்த்தாலும் அவரால் பங்குபெற முடிந்திருக்காது – அதை டோயர் அதிபரைத் தனிமையில் சந்தித்து விளக்கினார்.

2011 பிப்ரவரியில் டோயர் சிலிக்கன் வாலியில் அதிபர் ஒபாமா விற்கு ஒரு சிறிய விருந்தளிக்கத் திட்டமிட்டுவந்தார். அவரும் ஜாப்ஸூம் தங்கள் மனைவியருடன் பாலோ ஆல்டோவிலுள்ள எவ்வியா என்ற கிரேக்கப்பாணி உணவுவிடுதிக்கு இரவு உணவு அருந்தச் சென்றனர் – விருந்தினர்களின் சுருக்கமான பட்டியலைத் தயாரிப் பதற்காக. தேர்ந்தெடுக்கப்பட்ட தொழில்நுட்ப ஜாம்பவான்களுள் கூகுளின் எரிக் ஷ்மிட், யாஹூவின் கரோல் பார்ட்ஸ் , ஃபேஸ்புக்கின் மார்க் ஸூக்கர்பெர்க், சிஸ்கோவின் ஜான் சேம்பர்ஸ், ஆரக்கிளின் லாரி எல்லிசன், ஜீனன்டெக்கின் ஆர்ட் லெவின்ஸன் மற்றும் நெட்ஃப்ளிக்ஸின் ரீட் ஹேஸ்டிங்ஸ் ஆகியோர் அடங்குவர். ஜாப்ஸ் இரவு உணவு தொடர்பான சிறு சிறு விஷயங்களில் செலுத்திய கவனம்

உணவுவரை விரிவடைந்தது. டோயர் திட்டமிடப்பட்ட உணவுப் பட்டியலை அவருக்கு அனுப்பிவைத்தார். உணவுத் தயாரிப்பாளர் பரிந்துரைத்த சில உணவு வகைகள் – இறால், கடல்மீன், பயறு சாலட் ஆகியவை சற்று அதிகப்படியாகவே கவர்ந்திழுக்கும் வகையில் இருப்ப தாகவும் 'ஜான், உங்களுடைய தேர்வு போலவே தெரியவில்லை' என்றும் கூறினார். குறிப்பாகத் திட்டமிடப்பட்ட உணவுக்குப் பிந்தைய இனிப்பு வகைக்கு எதிர்ப்புத் தெரிவித்தார் – அது சாக்லேட் ட்ரஃபிள் களால் மிகையாக அலங்கரிக்கப்பட்ட க்ரீம் பை (ஒருவகை உறை). ஆனால் வெள்ளை மாளிகை அதிகாரி இடைமறித்து, உணவுத் தயாரிப்பாளரிடம் அதிபருக்குக் க்ரீம் பை மிகவும் பிடிக்கும் என்று கூறினார். ஜாப்ஸின் உடல் எடை மிகவும் குறைந்திருந்ததால், குளிர்ந்த சூழலில் அவருக்கு உதறலெடுத்தது. ஆகையால் டோயர் வீட்டை மிகவும் கதகதப்பாக வைத்திருந்தார். ஆனால் ஸுக்கர்பெர்கிற்கு வியர்த்துக்கொட்டியது.

அதிபருக்கு அருகில் அமர்ந்திருந்த ஜாப்ஸ் இரவு விருந்தைத் துவக்கிவைத்துப் பேசினார். 'நமது அரசியல் நாட்டங்கள் எதுவாக இருந்தாலும், இங்கு நாம் கூடியிருப்பது நமது நாட்டிற்கு உதவ நாங்கள் என்ன செய்யவேண்டும் என்று நினைக்கிறீர்களோ, அதைச் செய்வதற்காக.' அதையும் மீறி, அந்த இரவு விருந்தின் தொடக்கத்தில் தொழில்களுக்கு அதிபரால் என்ன செய்யமுடியும் என்ற பரிந்துரை களே மிகுந்திருந்தன. உதாரணமாக, சேம்பர்ஸ் (வணிகக் கழகம்) முன்வைத்த ஒரு பரிந்துரையில், பெரிய நிறுவனங்கள் தாங்கள் அயல் நாடுகளில் ஈட்டும் இலாபத்தை மீண்டும் அமெரிக்காவிலேயே ஒரு குறிப்பிட்ட காலத்திற்கு முதலீடு செய்வதாக இருந்தால், அவர்கள் அது தொடர்பாகக் கட்ட வேண்டிய வரிகளுக்கு விலக்களிக்கவேண்டும் என்று கேட்டுக் கொண்டார். இது அதிபருக்கு அதிருப்தியளித்தது. ஸுக்கர்பெர்கும் அதே கருத்தைக் கொண்டிருந்தார். அவர் தமக்கு வலதுபுறமாக அமர்ந்திருந்த வாலரீ ஜாரெட்டை நோக்கிக் கிசுகிசுத்தார்: 'நாம் நாட்டிற்கு எது முக்கியம் என்பதுபற்றிப் பேசவேண்டும். இவர் ஏன் தன் நன்மைக்காக மட்டும் பேசிக்கொண்டிருக்கிறார்?'

டோயர் நடவடிக்கைகளைப் பட்டியலிடும்படி அனைவரிடமும் வேண்டுகோள் விடுத்தார். இதன்மூலம் கலந்துரையாடலின் போக்கை ஒருமுகப்படுத்த முடிந்தது. ஜாப்ஸின் முறை வந்தபோது, பயிற்சிபெற்ற பொறியியல் வல்லுநர்கள் மேலும் தேவை என்பதை வலியுறுத்தி, அமெரிக்காவில் பொறியியல் பட்டம் பெறும் அயல்நாட்டு மாணவர்கள் அனைவருக்கும் அங்கு தொடர்ந்து வசிக்க விசா அளிக்கப்படவேண்டும் என்று பரிந்துரைத்தார். இது 'ட்ரீம் ஆக்ட்' (கனவுச் சட்டம்) என்ற திட்டத்தின்கீழ் வரும் என்று கூறிய அதிபர், சட்டத்திற்குப் புறம்பாக

நாட்டிற்குள் வரும் வயது வராதோர் உயர்பள்ளிப்படிப்பை முடித்து விட்டு சட்டப்படி குடிமக்களாகி விடுவதை இத்திட்டம் அனுமதிப்பதால், குடியரசுக் கட்சியினர் அதை முடக்கி வைத்திருப்பதாகத் தெரிவித்தார். அரசியல் என்பது நாட்டை எப்படியெல்லாம் முடக்கி விடுகிறது என்பதற்கு இதை ஜாப்ஸ் ஒரு எரிச்சலூட்டும் உதாரணமாகக் கண்டார். 'அதிபர் மிகவும் சாமர்த்தியசாலிதான். ஆனால் ஒவ்வொரு விஷயத்திலும் அதை ஏன் செய்யமுடியாது என்பதற்கான பல்வேறு காரணங்களை அவர் எங்களிடம் விளக்கிக்கொண்டிருந்தார்' என்று ஜாப்ஸ் நினைவுகூர்ந்தார். 'அது எனக்குக் கோபமூட்டுகிறது.'

மேலும் அதிக எண்ணிக்கையில் அமெரிக்கப் பொறியியல் வல்லுநர்களுக்குப் பயிற்சியளிக்க ஒரு வழிதேடுமாறு ஜாப்ஸ் வலியுறுத்தினார். ஆப்பிள் சீனாவில் 700,000 பணியாளர்களைத் தனது தொழிற்சாலையில் வேலைக்கு அமர்த்தியிருப்பதைக் குறிப்பிட்டார். இதற்குக் காரணம், அங்கிருந்தபடியே அவர்களுக்கு உறுதுணையாக 30,000 பொறியியல் வல்லுநர்கள் தேவைப்பட்டனர் என்பதுதான். 'அவ்வளவு அதிக எண்ணிக்கையில் அமெரிக்காவில் கிடைப்பது கடினம்' என்றார் அவர். தொழிற்சாலையிலுள்ள பொறியியல் வல்லுநர்கள் ஒன்றும் முனைவர் பட்டம் பெற்றவர்களாகவோ, மேதைகளாகவோ இருக்க வேண்டிய அவசியமே இல்லை; தயாரிப்புக்குத் தேவையான அடிப்படைப் பொறியியல் திறமைகள் இருந்தாலே போதுமானது. தொழில் நுட்பப் பள்ளிகள், சமூகக் கல்லூரிகள் அல்லது வணிகப் பள்ளிகள் அவர்களுக்கு இந்தப் பயிற்சியை அளிக்க முடியும். 'இந்தப் பொறியியல் வல்லுநர்களுக்கு நாம் முறையாகப் பயிற்சியளித்தால், நம் நாட்டில் மேலும் அதிக எண்ணிக்கையில் தயாரிப்புத் தொழிற்சாலைகளை நிறுவமுடியும்' என்றார் அவர். இந்த வாதம் அதிபருக்கு மிகவும் ஏற்றுக்கொள்ளக்கூடியதாக இருந்தது. அடுத்த மாதத்திற்குள் இரண்டு, மூன்று முறை தமது உதவியாளர்களிடம் கூறினார்: 'ஜாப்ஸ் குறிப்பிட்ட அந்த 30,000 பொறியியல் வல்லுநர்களுக்குத் தயாரிப்புத் துறையில் நல்ல பயிற்சியளிக்க வகை செய்யவேண்டும்.'

ஒபாமா அதில் ஈடுபாடுகாட்டிவருவது ஜாப்ஸிற்கு மகிழ்ச்சியளித்தது. கூட்டத்திற்குப் பின் இருவரும் சில முறை தொலைபேசியிலும் பேசிக்கொண்டார்கள். 2012 தேர்தல் பிரச்சாரத்திற்காக ஒபாமாவிற்கு அரசியல் விளம்பரம் செய்துதர ஜாப்ஸ் முன்வந்தார் (2008இலும் இதேபோல் செய்ய முன்வந்திருந்தாலும், ஒபாமாவின் திட்ட அலுவலர் டேவிட் அக்செல்ராட் முழுமையாக மதிப்பளிக்காததால் அவர் எரிச்சலடைந்திருந்தார்). 'அரசியலுக்காக விளம்பரம் செய்வது மிக மோசமான அனுபவம் என்று கருதுகிறேன். லீக்ளோவை எப்படியாவது ஓய்வுபெறுவதை ஒத்திவைக்கும்படி பேசிச் சம்மதிக்க

வைக்க மிகவும் ஆவலாயிருக்கிறேன். ஒபாமாவிற்காக அற்புதமான விளம்பரங்கள் செய்யமுடியும்' என்றார் ஜாப்ஸ் என்னிடம். அந்த இரவு விருந்துக்குச் சில வாரங்கள் பிறகு, வாரம் முழுதும் மிகுந்த வலியால் ஜாப்ஸ் துடித்துக்கொண்டிருந்தாலும், அரசியல் பற்றிய பேச்சு அவருக்குச் சக்தியூட்டுவதாக இருந்தது. 'அவ்வப்போது ஒரு தேர்ந்த விளம்பர வல்லுநர் இதில் ஈடுபட்டிருப்பார் – 1984இல் ரீகனின் மறு தேர்தலுக்காக ஹால் ரைனி 'இட்ஸ் மோர்னிங் இன் அமெரிக்கா' என்னும் தொலைக்காட்சி பிரச்சார விளம்பரம் செய்தது போல நான் ஒபாமாவிற்குச் செய்ய விரும்புகிறேன்.'

மூன்றாவது மருத்துவ விடுப்பு, 2011

புற்றுநோய் மீண்டும் தோன்றும்பொழுதெல்லாம் அறிகுறிகளைத் தந்தவண்ணம் இருந்தது. ஜாப்ஸ் அதை நன்கு தெரிந்துவைத்திருந்தார். அவருக்குப் பசியெடுக்காது; உடலெங்கும் வலிக்கும்; அவருக்கு மருத்துவர்கள் பரிசோதனைகள் செய்வார்கள்; அதில் எதுவும் தென் படாது; ஆகவே, அவருக்குப் பிரச்சினை ஒன்றுமில்லை என்றுகூறித் தைரியமூட்டுவார்கள். ஆனால் அவருக்கு நன்றாகத் தெரியும். புற்று நோய் தனது அறிகுறிகளை அனுப்புவதற்கென்றே சில பாதைகளை வகுத்துக்கொண்டிருந்தது. அவர் அந்த அறிகுறிகளை உணரத் தொடங்கிய சில மாதங்களிலேயே மருத்துவர்கள் கண்டறிவார்கள் - அது மீண்டும் தோன்றியுள்ளதை.

இதுபோன்ற மற்றொரு அனுபவம் 2010 நவம்பரின் தொடக்கத்தில் ஏற்பட்டது. அவர் வலிமிகுந்து காணப்பட்டார்; உண்பதை நிறுத்தி விட்டார். நரம்புவழியாக உணவைச் செலுத்த ஒரு செவிலிப்பெண் அவருடைய வீட்டிற்கு வருவாள். மருத்துவர்களுக்கோ புற்றுநோய்க் கான எந்த அடையாளமும் தென்படவில்லை. ஆகவே வழக்கம்போல கிருமி தாக்குதல், உணவு செரிமானப் பிரச்சினைகளுக்கு எதிரான அவருடைய போராட்டம்தான் அது என்று அவர்கள் கருதினர். அவர் வலிதாங்கக் கூடியவரல்ல என்பதால் மருத்துவர்களும் குடும்பத்தினரும் அவருடைய சிணுங்கல்களுக்குப் பழகிவிட்டிருந்தனர்.

அவரும் குடும்பத்தினரும் தாங்க்ஸ்கிவிங்கிற்காக (அறுவடைத் திருநாளுக்காக) கோனா கிராமத்திற்குச் சென்றிருந்தனர். ஆனால் அவருடைய உணவுப் பழக்கங்களில் எந்த முன்னேற்றமும் இல்லை. அங்குள்ள சமூகக் கூடத்தில்தான் எல்லோரும் உணவு உண்பார்கள். ஜாப்ஸ் உணவைத் தொடக்கூடமாட்டார். அவருடைய முனகல் களையும் முகச்சுளிப்புகளையும் மற்றவர்கள் கவனிக்காததுபோல் காட்டிக்கொண்டார்கள். அந்த ஓய்வு விடுதியும் அதன் வாடிக்கை யாளர்களும் அவருடைய உடல்நிலை பற்றி எந்தத் தகவலும்

வெளிவராமல் பார்த்துக்கொண்டதே அதற்குப் பெருமை சேர்ப்பதாக இருந்தது. பாலோ ஆல்டோவிற்குத் திரும்பிவந்தபோது ஜாப்ஸ் மேலும் உணர்ச்சிவசப்பட்டவராகவும் ஆழ்ந்த கவலையுடனும் காணப்பட்டார். தாம் மரணமடையப்போவதாக அவர் எண்ணிக் கொண்டார். அதைத் தம் குழந்தைகளிடமும் கூறினார். அவர்களுடைய பிறந்தநாள் விழாக்கள் எதையும் தாம் இனி கொண்டாடப் போவ தில்லையோ என்ற எண்ணமே அவருக்குத் தொண்டையை அடைத்தது.

கிறிஸ்துமஸ்ஸிற்குள் அவருடைய எடை 52 கிலோவாகக் குறைந்தது – இது அவருடைய சாதாரண எடையைவிட 23 கிலோவுக்கும் குறைவு. மோனா சிம்ஸன் தமது முன்னாள் கணவரான தொலைக்காட்சி நகைச்சுவை எழுத்தாளர் ரிச்சர்ட் அப்பெல் மற்றும் அவர்களுடைய குழந்தைகளோடு பாலோ ஆல்டோவிற்கு வந்திருந்தார். சூழல் சற்று இறுக்கம் தளர்ந்தது. குடும்பத்தினர் நாவல் போன்ற பார்லர் விளையாட்டுக்களில் ஈடுபட்டிருந்தனர். அதில் பங்கேற்பவர்கள் ஒரு புத்தகத்தின் தொடக்கவரியை ஏற்றுக்கொள்ளக் கூடிய அளவிற்கு மிகவும் போலியாக யாரால் எழுதமுடியும் என்று போட்டிபோட்டுக் கொண்டு ஒருவரையொருவர் முட்டாளாக்கிக் கொள்வார்கள். இதனால் சூழல் சற்று கலகலப்பானது போல் தோன்றியது. கிறிஸ்துமஸ்ஸிற்குப் பின் ஒரு உணவு விடுதிக்கு இரவு உணவு உண்பதற்காகப் பவெல்லுடன் செல்லக்கூட ஜாப்ஸால் முடிந்தது. குழந்தைகள் புத்தாண்டின் போது பனிச்சறுக்கு விடுமுறைக்குச் சென்றார்கள். பவெல்லும் மோனா சிம்ஸனும் பாலோ ஆல்டோ வீட்டில் தங்கியிருந்து மாறிமாறி ஜாப்ஸைப் பார்த்துக்கொண்டார்கள்.

2011 தொடக்கத்தில் அவருடைய பிரச்சினை இதுமட்டுமல்ல என்பது தெரியவந்தது. அவருக்குப் புதிதாய்ப் புற்றுநோய்க்கட்டிகள் தோன்றி யிருப்பதை மருத்துவர்கள் கண்டறிந்தனர். புற்றுநோய் தொடர்பான அறிகுறிகளும் அவருடைய பசியின்மையை மேலும் தீவிரப்படுத்தின. அவருடைய உடல் இருந்த நிலையில் வலிமையான மருந்துகள் மூலம் அளிக்கும் சிகிச்சையை அது எந்த அளவு தாங்கிக்கொள்ளமுடியும் என்பதை அறிய அவர்கள் போராடினார்கள். அவருடைய உடலின் ஒவ்வொரு அங்குலமும் குட்டப்பட்டதுபோல் தோன்றியது என்று அவர் தமது நண்பர்களிடம் முனகியபடியே கூறினார். சிலசமயம் அவர் அப்படியே இரண்டாக மடங்கிக்கொண்டு வலியால் துடித்தார்.

அவருடைய பிரச்சினைகளின் வட்டம் தொடர்ந்தது. புற்றுநோயின் முதல் அறிகுறிகள் வலியை உண்டாக்கின. மார்ஃபீனும் மற்ற வலி நிவாரணிகளும் அவருடைய பசியைக் குறைத்தன. அவருடைய கணையத்தில் ஒரு பகுதி அகற்றப்பட்டு, மாற்றுக் கல்லீரல் பொருத்தப் பட்டிருந்தது. அவருடைய செரிமான அமைப்பிலும் கோளாறு

இருந்ததால், புரதத்தை உறிஞ்சிக் கொள்வதில் சிரமம் இருந்தது. உடல் எடை குறைந்ததால் வீரியமிக்க மருந்து சிகிச்சைகளை மேற்கொள்வது மிகக் கடினமாக இருந்தது. மாற்றுக் கல்லீரலை அவருடைய உடல் நிராகரித்துவிடாமல் இருப்பதற்காக எதிர்ப்புசக்தியைக் குறைக்கும் மருந்துகள் அளிக்கப்பட்டன. இவை கிருமிகளின் தாக்குதலை மேலும் எளிதாக்கின. உடல் எடை குறைவால் வலியை உணரும் ரிஸெப்டார் களைச் (ஏற்பிகளை) சுற்றியுள்ள கொழுப்புப் படலம் மெலிந்து அவரு டைய அவஸ்தையை மேலும் அதிகரித்தது. அதுமட்டுமல்ல, தீவிரமான மனோநிலை மாற்றங்களுக்கு உள்ளாகி, கோபமும் மனச்சோர்வும் நீடித்ததால் அவருடைய பசி மேலும் குறைய அதுவே காரணமானது.

ஜாப்ஸின் உணவுப்பழக்கத்திலுள்ள சிரமங்கள் உணவு தொடர்பாக அவர் கொண்ட மனோபாவத்தால் மேலும் தீவிரமாகியிருந்தன. அவருடைய இளமைக்காலத்தில் பட்டினி கிடப்பதன்மூலம் பேரானந்தத் தையும் மெய்மறந்த நிலையையும் தோற்றுவிக்கமுடியும் என்று கற்றுக் கொண்டார். ஆகவே தாம் உணவருந்த வேண்டியது அவசியம் என்று அறிந்தும் (மருத்துவர்கள் அவரிடம் உயர்தரப் புரதம் உட்கொள்ளும் படி கெஞ்சிவந்தனர்) தமது ஆழ்மனத்தில் பட்டினி கிடப்பது, பதின் பருவத்தில் மேற்கொண்ட ஆர்னால்ட் ஏரெட்டின் பழ உணவுக் கட்டுப்பாட்டு முறை போன்ற இயற்கை இயல்புகள் அவருள் பதுங்கிக் கிடந்தன என்பதை அவரே ஒப்புக்கொண்டார். இது கிறுக்குத்தனம் என்று பவெல் அவரிடம் கூறிவந்தார். ஏரெட் தமது ஐம்பத்தி ஆறாவது வயதில் கால்தடுக்கி, தலையை இடித்துக் கொண்டு உயிரிழந்தார் என்றுகூடக் குறிப்பிட்டார். அவர் சமையலறை மேசைக்கு வந்து உட்கார்ந்துகொண்டு தமது மடியை அமைதியாக வெறித்துப் பார்க்கும் பொழுது பவெல்லுக்குக் கோபம் வரும். 'அவர் தம்மைத்தாமே கட்டாயப்படுத்தி உணவருந்தச் செய்யவேண்டும் என்று விரும்பினேன்' என்றார் பவெல். 'வீட்டில் மிகுந்த மன இறுக்கம் நிலவியது.' அவர் களுடைய பகுதிநேர சமையல்காரரான ப்ரையர் ப்ரௌன் மதிய வேளையில் வந்து ஆரோக்கியமான உணவு வகைகளை வரிசையாய்ச் சமைத்து வைப்பார். ஆனால் ஒன்றிரண்டை மட்டும் நுனிநாக்கால் தொட்டுவிட்டு, எல்லாவற்றையுமே உண்ணத்தக்கதல்ல என்று விலக்கிவைத்துவிடுவார். ஒரு நாள் மாலை 'வேண்டுமானால் சிறு பம்கின் பை (ஒருவகை மஞ்சள் பூசணி உணவு) சாப்பிட முடியும் என்று தோன்றுகிறது' என அறிவித்தார். சாந்தமான மனதுகொண்ட ப்ரௌன் ஒரே மணிநேரத்தில் அழகிய பையைத் தயாரித்துத் தந்தார். ஜாப்ஸ் ஒரு வாய்தான் உண்டார் – ஆனாலும் ப்ரௌன் பூரித்துப்போனார்.

பவெல் உணவுக்கோளாறு வல்லுர்களிடமும் மனநல மருத்துவர் களிடமும் பேசினார். ஆனால் அவருடைய கணவர் அவர்களை

எல்லாம் ஒதுக்க முற்பட்டார். தமது மனச்சோர்வுக்காக மருந்துகள் உட்கொள்ளவும், சிகிச்சை எடுத்துக்கொள்ளவும் அவர் மறுத்தார். 'நமது புற்றுநோய் அல்லது உடல் நலச் சீர்கேடு பற்றி வருத்தம், கோபம் போன்ற உணர்ச்சிகள் ஏற்படும்பொழுது அதை மறைக்க முயல்வது போலியான வாழ்க்கை வாழ்வதாகும்' என்பார். ஆனால் நடந்து கொள்வது அதற்கு நேர்மாறாக இருக்கும். அவர் கவலையில் ஆழ்ந்து, கண்ணீர் வடித்து, உணர்ச்சிபூர்வமாய் நடித்துக்காட்டி வெளிப்படுத்தினார். சுற்றியுள்ள எல்லோரிடமும் தாம் இறந்துவிடப் போவதாகக் கூறிப் புலம்பினார். நோய் அனுபவங்களின் சுழற்சியில் அவருடைய பசி மேலும் குறைந்தது.

ஜாப்ஸின் வாடிய, மெலிந்த தோற்றம் புகைப்படங்களாகவும் காணொளிகளாகவும் இணையதளத்தில் தோன்றின. விரைவில் அவர் எந்த அளவு நோய்வாய்ப்பட்டிருக்கிறார் என்பது குறித்து வதந்திகள் பரவத் தொடங்கின. இதில் பிரச்சினை என்னவென்றால், இந்த வதந்திகள் உண்மை; மேலும் அவை மறையப்போவதில்லை என்பதையும் பவெல் உணர்ந்துகொண்டார். இரண்டு ஆண்டுகளுக்கு முன் ஜாப்ஸ் மருத்துவ விடுப்பு எடுப்பதற்கே மிகுந்த தயக்கத்தோடுதான் ஒப்புக்கொண்டார் – அப்போது அவருடைய கல்லீரல் பாதிக்கப் பட்டிருந்தது. இம்முறை அந்த யோசனையைக்கூட அவர் ஏற்றுக் கொள்ளவில்லை. அது தாயகத்தை விட்டுப் பிரிந்துசெல்வது போல; திரும்பி வருவோமா என்பது தெளிவாகத் தெரியாத ஒரு நிலை. முடிவில் தவிர்க்கமுடியாத நிலைக்குத் தலைவணங்கினார் – இது 2011 ஜனவரியில் நிர்வாகக்குழு எதிர்பார்த்ததுதான். தமக்கு மற்றொரு மருத்துவ விடுப்பு வேண்டும் என்று தொலைபேசி வழியே ஏற்பாடு செய்யப்பட்ட கூட்டம் வெறும் மூன்று நிமிடங்கள் மட்டுமே நீடித்தது. அவர் நிர்வாகக் குழுவினருடன் நிர்வாகக் கூட்டத்தில் அடிக்கடி கலந்துரையாடி வந்திருந்தார் – தமக்கு ஏதாவது நேர்ந்தால் நிறுவனப் பொறுப்பை யார் ஏற்று நடத்துவார்கள் என்பதுபற்றி. இதில் குறுகிய கால, நீண்டகால சேர்க்கைகள், வாய்ப்புகள் என அனைத்தும் அலசப் பட்டன. ஆனால் நடப்பு நிலவரத்தில் டிம் குக் அன்றாட அலுவல் களைக் கவனிக்கும் பொறுப்பை மீண்டும் ஏற்றுக்கொள்வார் என்பதில் சந்தேகம் இருக்கவில்லை.

அதைத் தொடர்ந்து வந்த சனிக்கிழமை மதிய வேளையில் ஜாப்ஸ் மருத்துவர்கள் கூட்டத்திற்கு ஏற்பாடு செய்யத் தம் மனைவிக்கு அனுமதியளித்தார். அவர் ஆப்பிளில் ஒருபோதும் அனுமதிக்காத வகையிலான பிரச்சினையை இப்போது நேரிட்டுக் கொண்டிருப்பதை உணர்ந்துகொண்டார். அவருடைய சிகிச்சை ஒருங்கிணைக்கப்பட்ட ஒன்றாக இருக்கவில்லை – மாறாக, பல பகுதிகளைக் கொண்டதாக

இருந்தது. அவருடைய பல்வேறு பிரச்சினைகளில் ஒவ்வொன்றும் வெவ்வேறு வல்லுநர்களால் சிகிச்சையளிக்கப்பட்டு வந்தன – புற்றுநோய் வல்லுநர்கள், வலிநிவாரண வல்லுநர்கள், ஊட்டச்சத்து வல்லுநர்கள், கணையம் மற்றும் கல்லீரல் வல்லுநர்கள், இரத்தம் மற்றும் இரத்தம் சுரக்கும் உறுப்புகள் தொடர்பான வல்லுநர்கள் என. ஆனால் ஜேம்ஸ் ஈசன் மெம்ஃபிஸில் செய்தது போல அவர்கள் சீரான முறையில் ஒருங்கிணைக்கப்படவில்லை. 'உடல்நலப் பாதுகாப்புத் தொழிலில் உள்ள பெரிய பிரச்சினைகளில் ஒன்று, ஒவ்வொரு குழுவிற்கும் பின்பல மான ஆய்வாளர்கள், பல்வேறு கேஸ்களின் (நோயாளி மற்றும் நோய் பற்றிய) தகவல் திரட்டுபவர்கள் இல்லாததுதான்' என்றார் பவெல். குறிப்பாக ஸ்டான்ஃபோர்டில் இது உண்மையாக இருந்தது. அங்கு ஊட்டச்சத்து என்பது வலிநிவாரணத்தோடும் புற்றுநோயுடனும் எப்படித் தொடர்புகொண்டுள்ளது என்பதைக் கண்டறிய ஒருவரும் இருப்பதாகத் தெரியவில்லை. ஆகவே பவெல் பல்வேறு ஸ்டான்ஃபோர்ட் வல்லுநர்களைத் தங்கள் வீட்டிற்கு ஒரு ஆலோசனைக் கூட்டத்திற்கு வருமாறு அழைத்தார். அதில் தீவிரமான, ஒருங்கிணைந்த அணுகு முறைக்காக – யூஎஸ்சியின் டேவிட் ஆகஸைப் போல வெளிமருத்துவர் களும் பங்கு பெற்றிருந்தனர். வலிநிவாரணத்தைச் சமாளிக்கவும் பல்வேறு சிகிச்சைகளோடு ஒருங்கிணைக்கவும் ஒரு புதிய செயல் திட்டத்தை அவர்கள் கருத்தொருமித்து உருவாக்கினார்கள்.

முற்போக்கான சில விஞ்ஞானத் தீர்வுகளின் பயனாக மருத்துவக் குழுவினரால் ஜாப்ஸைப் புற்றுநோயைவிட ஒரு படி முந்தியிருக்கும்படி செய்யமுடிந்தது. உலகிலேயே தங்கள் புற்றுநோயின் மரபணுக்கள் அனைத்தும் சாதாரண டிஎன்ஏ மரபணுக்களோடு வரிசைப்படுத்தப் பட்ட இருபது பேரில் ஜாப்ஸ் ஒருவரானார். அந்தக் காலத்தில் இந்தச் சிகிச்சை முறைக்கு 100,000 டாலரைவிட அதிகம் செலவானது.

மரபணுக்களை வரிசையாக்கம், ஆய்வுசெய்தல் ஆகியவை ஸ்டான்ஃபோர்ட், ஜான்ஸ் ஹாப்கின்ஸ், மஸ்ஸாசூசெட்ஸ் இன்ஸ்டிட்யூட் ஆஃப் டெக்னாலஜி (மிட்) மற்றும் ஹார்வார்டின் ப்ராட் இன்ஸ்டிட்யூட் ஆகிய குழுக்களால் ஒருங்கிணைந்து செய்யப்பட்டன. ஜாப்ஸின் புற்றுநோய்க் கட்டிகளின் தனித்தன்மை வாய்ந்த மரபணு மற்றும் மூலக்கூறு அமைப்புகளை அறிந்திருந்ததால், புற்றுநோய்க் கட்டிகளை உருவாக்கும் உயிரணுக்கள் வழக்கத்திற்கு மாறான முறையில் வளர்ச்சி யடையக் காரணமான மூலக்கூறுப் பாதைகளை அடையாளம் கண்டு, அவற்றில் நேரடியாகச் செயல்புரியும் குறிப்பிட்ட மருந்து வகைகளை அவருடைய மருத்துவர்களால் தேர்வுசெய்ய முடிந்தது. இந்தவகை மருத்துவமுறை மூலக்கூறு இலக்கு சிகிச்சை (மொலிக்குலார் டார்கெட்ட் தெரபி) என்று அழைக்கப்பட்டது. கீமோதெரபி (வேதிச் சிகிச்சை)

என்னும் இரசாயன அடிப்படையிலான சிகிச்சை புற்றுநோய் உயிரணுக்களோடு சேர்த்து நல்ல உயிரணுக்களின் வளர்ச்சியையும் அழிக்கும் தன்மை கொண்டது. இந்த இலக்கு சிகிச்சை வெள்ளித் தோட்டா என்று சொல்ல முடியாவிட்டாலும் சிலசமயம் ஏறத்தாழ அதுபோன்றதாகத் தான் இருந்தது. அவருடைய மருத்துவர்கள் ஏராளமான மருந்துகளை – பொதுவானவை, அரிதானவை, விற்பனையில் உள்ளவை, ஆய்வில் உள்ளவை எனத் திரட்டி, அவற்றுள் மிகச் சிறப்பாகச் செயல்புரியும் மூன்று அல்லது நான்கைத் தேர்வுசெய்ய இது வழிவகுத்தது. இவற்றுள் ஏதாவது ஒன்றுக்கு அவருடைய புற்றுநோய் பணிய மறுத்தாலும், அடுத்த மருந்து வரிசையில் தயாராக இருந்தது.

தம் கணவரின் சிகிச்சைகளைப் பவெல் முழு ஈடுபாட்டுடன் கவனித்து வந்தாலும், ஒவ்வொருமுறை புதிய சிகிச்சை அளிக்கும் பொழுதும் ஜாப்ஸ்தான் முடிவெடுப்பார். உதாரணமாக 2011 மே மாதம் நடந்ததைக் குறிப்பிடலாம். அன்று அவர் ஸ்டான்ஃபோர்டிலிருந்து ஜார்ஜ் ஃபிஷர் மற்றும் சில மருத்துவர்கள், ப்ராட் இன்ஸ்டிடயூட்டிலிருந்து மரபணு வரிசையாக்க வல்லுநர்கள் மற்றும் வெளியிலிருந்து வந்த மருத்துவ ஆலோசகர் டேவிட் ஆகஸ் ஆகியோருடன் ஆலோசனைக் கூட்டம் நடத்தினார். அவர்கள் அனைவரும் பாலோ ஆல்டோவிலுள்ள ஃபோர் சீசன்ஸ் ஹோட்டலில் ஒரு சொகுசு அறையில் மேசையைச் சுற்றிலும் அமர்ந்து கொண்டார்கள். பவெல் வரவில்லை. ஆனால் அவர்களுடைய மகன் ரீட் வந்திருந்தார். மூன்று மணிநேரம் அவருடைய புற்றுநோயின் மரபணு அமைப்பு பற்றித் தாங்கள் சேகரித்திருந்த புதிய தகவல்களை ஸ்டான்ஃபோர்ட் மற்றும் ப்ராட் இன்ஸ்டிட்யூட் ஆராய்ச்சியாளர்கள் தொகுத்தளித்தனர். ஜாப்ஸ் தமது வழக்கமான ஆவேசமும் திடமும் கலந்த சுபாவத்தோடு காணப்பட்டார். ஒரு கட்டத்தில் ஒரு ப்ராட் இன்ஸ்டிட்யூட் ஆய்வாளர் பவர் பாயின்ட் படக்காட்சிகளைப் பயன்படுத்தியது தவறு என்று கூறித் தடுத்து நிறுத்தினார். ஜாப்ஸ் அவரைக் கடிந்துகொண்டதுடன், ஆப்பிளின் தலைமை உரையில் மென்பொருள் ஏன் அதைக்காட்டிலும் சிறப்பானது என்பதையும் விளக்கினார். அத்துடன் அதனைப் பயன்படுத்தும் முறையையும் கற்றுத்தர முன்வந்தார். ஆலோசனைக் கூட்டம் முடிந்தபோது, ஜாப்ஸும் அவருடைய குழுவினரும் மூலக்கூறு தொடர்பாக அனைத்துத் தகவல்களையும் ஆய்ந்து, பயன்படுத்தக் கூடிய சிகிச்சை முறைகளை வகுத்து, அவற்றை மேலும் சிறப்பாக வரிசைப்படுத்தத் தேவையான பரிசோதனைகளையும் திட்டமிட்டு முடித்திருந்தனர்.

அவருடைய மருத்துவர்களில் ஒருவர் கூறிய கருத்து மிகவும் நம்பிக்கையூட்டுவதாக இருந்தது. ஜாப்ஸின் புற்றுநோயும், அதுபோன்ற

வேறு சில வகைகளும் மிக விரைவிலேயே கட்டுப்படுத்தக் கூடியவை யாகக் கருதப்படும் என்றும், நோயாளி வேறு ஏதாவது காரணமாக இறந்து விடும் வரை கட்டுப்பாட்டில் வைத்திருக்க முடியும் என்றும் அவர் கூறினார். 'நான் ஒன்று, இதுபோன்ற வகையிலான புற்றுநோயின் பிடியிலிருந்து விடுபடும் முதல் மனிதர்களுள் ஒருவனாக இருப்பேன்; அல்லது அதனால் உயிரிழக்கும் கடைசி மனிதர்களுள் ஒருவனாக இருப்பேன்' – தமது மருத்துவர்களுடனான கலந்தாலோசனைகளில் ஒன்றை முடித்துக்கொண்டு ஜாப்ஸ் என்னிடம் கூறினார். 'ஒன்று, கரைசேரும் முதல் மனிதர்களுள் ஒருவனாக; அல்லது கடலில் மூழ்கிப் போகும் கடைசி மனிதர்களுள் ஒருவனாக.'

பார்வையாளர்கள்

அவருடைய 2011 மருத்துவ விடுப்பு அறிவிக்கப்பட்டபோது நிலைமை மிகவும் மோசமாக இருந்தது. ஓர் ஆண்டிற்கும் மேலான பிறகு லிசா ப்ரென்னன் ஜாப்ஸ் மீண்டும் தொடர்புகொண்டாள். அதற்கு அடுத்த வாரம் நியூ யார்க்கிற்கு வருவதாகக் கூறினாள். அவளது தந்தையுடனான உறவு, காயப்பட்ட உணர்வுகளின் படலங்களால் உருவாகியிருந்தது. வாழ்வின் முதல் பத்து ஆண்டுகளில் தனது தந்தையால் முற்றிலும் புறக்கணிக்கப்பட்டதால் அவளது மனம் காய்த்துப் போயிருப்பது புரிந்தது. அது போதாதென்று அவளது தந்தையின் குத்தல் பேச்சுக்களும், ஜாப்ஸ் கருதியது போல அவளது தாயின் குறைபட்டுக்கொள்ளும் சுபாவமும் அவளிடம் ஒருங்கே அமைந்திருந்தன. 'அவளுக்கு ஐந்து வயதாக இருந்தபோது நான் மேலும் நல்ல தந்தையாக நடந்து கொண்டிருக்கலாம் என்று எனக்குத் தோன்றியதைப் பலமுறை அவளிடம் கூறியிருக்கிறேன். ஆனால் அவள் அதையெல்லாம் மனத்தில் தேக்கிவைத்துக்கொண்டு வாழ்நாள் முழுதும் கோபப்பட்டிருப்பதை விட, அவற்றை மனத்திலிருந்து விலக்கிவிடக் கற்றுக்கொள்ள வேண்டும்' – லிசா வருவதற்குச் சற்றுமுன்னர் அவர் கூறினார்.

அவளுடைய வருகை நல்லவிதமாய் அமைந்தது. ஜாப்ஸிடம் நல்ல முன்னேற்றம் தெரிந்தது. அவர் உறவில் விழுந்த விரிசல்களைச் சரிசெய்து தம்மைச் சுற்றியுள்ளவர்களிடம் பாசம் காட்டும் மனநிலை யில் இருந்தார். முப்பத்து இரண்டு வயதில், லிசா வாழ்வில் முதல் முறைகளில் ஒன்றாக, தீவிரமான ஓர் உறவில் ஈடுபட்டிருந்தாள். அவளுடைய காதலர் கலிஃபோர்னியாவைச் சேர்ந்தவர்; முன்னேறத் துடித்துக் கொண்டிருக்கும் இளம் திரைப்பட இயக்குநர். ஜாப்ஸ் அவர்கள் இருவரும் திருமணம் செய்து கொள்வதாக இருந்தால், மீண்டும் பாலோ ஆல்டோவிற்கே திரும்பி விடலாம் என்றுகூடச் சொன்னார். 'மருத்துவர்களால் உண்மையில் எதையும் கூற முடிய

வில்லை. என்னை இன்னும் அதிகமாகப் பார்க்கவேண்டுமானால், நீ இங்குதான் வரவேண்டியிருக்கும். இதை ஏன் நீ யோசித்துப் பார்க்கக் கூடாது?' லிசா அவருடைய யோசனைப்படி மேற்குப்புறமாகக் குடிபெயரவில்லை. என்றாலும், சமாதானப் பேச்சு பலன் தந்த விதத்தை எண்ணி ஜாப்ஸ் மிகவும் மகிழ்ச்சியடைந்தார். 'அவள் வரவேண்டும் என்பதை நான் விரும்பினேனா என்று எனக்கு உறுதி யாகத் தெரியவில்லை. ஏனெனில் எனக்கு உடல்நலம் சரியில்லை; மேலும் பல சிக்கல்களை நான் விரும்பவில்லை. ஆனாலும், அவள் வந்தது எனக்குள்ளிருந்த பல விஷயங்களைச் சீரமைக்க உதவியது.'

அந்த மாதமே உறவுகளைச் சீரமைக்க விரும்பிய மற்றொருவர் ஜாப்ஸைக் காணவந்தார் – அவர் கூகுளின் சகநிறுவனர் லாரி பேஜ். சில அடுக்குகள் தள்ளி வசித்துவந்தார். எரிக் ஷ்மிட்டிடமிருந்து நிறுவனத்தின் கடிவாளங்களை மீண்டும் வாங்கிக்கொள்ளும் திட்டத்தை அப்போதுதான் அவர் அறிவித்திருந்தார். ஜாப்ஸிற்கு எப்படி முகஸ்துதி செய்யவேண்டும் என்று அவருக்குத் தெரியும். ஒரு நல்ல தலைமை நிர்வாக அதிகாரியாக இருப்பது எப்படியென்று தாம் நேரில்வந்து கற்றுக்கொள்ளமுடியுமா என்று அவர் கேட்டார். ஜாப்ஸ் இப்பொழுதும் கூகுளை எண்ணிக் கோபமாய்த்தான் இருந்தார். 'என் முதல் எண்ணமே 'நாசமாய்ப் போக' என்பதுதான்' என்றார் அவர். 'பிறகு நான் அதுபற்றி யோசித்துப் பார்த்தேன். எல்லோருமே என் இளவயதில் எனக்கு உதவியவர்கள் – பில் ஹ்யூலெட்டிலிருந்து இதோ சில அடுக்குகள் தள்ளி வசிக்கும் முன்னாள் எச்பீ ஊழியர் வரை. ஆகவே அவரைத் திரும்ப அழைத்து, அவசியம் செய்து தருகிறேன் என்றேன்.' பேஜ் வந்தார். ஜாப்ஸின் வரவேற்பறையில் அமர்ந்துகொண்டார். அற்புத மான தயாரிப்புகளையும் நிலைத்து நிற்கும் நிறுவனங்களையும் உருவாக்குவது பற்றிய அவருடைய யோசனைகளைக் கவனமாய்க் கேட்டுக்கொண்டார். ஜாப்ஸ் நினைவுகூர்ந்தார்:

> நாங்கள் ஒருமுகப்படுத்துதல் பற்றி நிறைய பேசினோம். நிறுவனத்தில் பணிபுரிபவர்களைத் தேர்ந்தெடுப்பது பற்றியும் பேசினோம். யாரை நம்புவது என்று எப்படித் தெரிந்துகொள்வது, நம்பிக்கைக்குரிய வீரர்கள் கொண்ட குழுவை எப்படி அமைப்பது என்பது பற்றி. நிறுவனம் தேவைக்கு அதிகமான ஊழியர்களால் விம்மிவிடாமலும், இரண்டாம்தர ஊழியர்களால் நிரம்பி விடாமலும் பார்த்துக்கொள் வதற்கு அவர் செய்யவேண்டிய தடுத்தல், கையாளுதல் ஆகிய முறை களை விவரித்தேன். முக்கியமாக நான் வலியுறுத்தியது ஒருமுகப் படுத்துதல். கூகுள் வளர்ந்து பெரிதாகும்பொழுது என்னவாக உருவாக வேண்டும் என்று கண்டறியுங்கள். அது இப்போது வரைபடம்

எங்கும் பரவிக் கிடக்கிறது. நீங்கள் கவனம் செலுத்தவிரும்பும் ஐந்து தயாரிப்புகள் என்னென்ன? மற்றவற்றை உதறித்தள்ளுங்கள். – அவை உங்களைக் கீழ்நோக்கி இழுத்துக் கொண்டிருக்கின்றன. உங்களை மற்றொரு மைக்ரோஸாஃப்டாக உருவாக்கி வருகின்றன. அவை உங்களைப் போதுமான தரமுடைய பொருட்களை மட்டுமே அளிக்க வைக்கின்றன; அற்புதமான தயாரிப்புகளையல்ல. என்னால் முடிந்த அளவு உதவ முயற்சி செய்தேன். மார்க் ஸுக்கர்பெர்க் போன்றவர்களுக்கும் அதையே தொடர்ந்து செய்துதருவேன். என் மீதமுள்ள வாழ்நாளில் ஒரு பகுதியை நான் அதற்காகத்தான் செலவிடப் போகிறேன். இப்போதுள்ள பெருமைமிக்க நிறுவனங்களின் பாரம்பரியத்தையும், இந்தப் பாரம்பரியத்தை எப்படித் தொடர்ந்து கொண்டுசெல்வது என்பதையும் நினைவில் வைத்துக்கொள்ள அடுத்த தலைமுறையினருக்கு என்னால் உதவமுடியும். சிலிக்கன் வாலி எனக்கு மிகப்பெரிய ஆதரவாக இருந்துள்ளது. அந்த நன்றிக் கடனை மிகச் சிறந்த முறையில் நான் திருப்பிச் செலுத்த வேண்டும்.

2011இல் ஜாப்ஸின் மருத்துவ விடுப்பு அறிவிக்கப்பட்டதைத் தொடர்ந்து, அது பலரை அவருடைய பாலோ ஆல்டோ வீட்டிற்குப் புனித யாத்திரை மேற்கொள்ளத் தூண்டியது. உதாரணமாக பில் கிளின்டன் வருகைதந்து மத்திய கிழக்கு முதல் அமெரிக்க அரசியல் வரை எல்லாவற்றைப் பற்றியும் பேசினார். ஆனால் மிக முக்கியமான, நெஞ்சைத் தொடும் விருந்தினர் 1955இல் பிறந்த மற்றொரு மேதை – முப்பது ஆண்டுகளுக்கும் மேலாக ஜாப்ஸின் போட்டியாளராகவும் தனியார்க் கணினிகளின் *(பர்சனல் கம்ப்யூட்டர்)* சகாப்தத்தை வரையறுப்பதில் அவருடைய பங்காளராகவும் இருந்தவர்.

பில் கேட்ஸ் ஜாப்ஸின் மீது கொண்டிருந்த ஆர்வம் ஒருபோதும் குறையவே இல்லை. 2011 வசந்தகாலத்தில் நான் அவருடன் வாஷிங்டனில் இரவு உணவு அருந்திக்கொண்டிருந்தேன். அவர் தமது நிறுவனத்தின் உலகளாவிய உடல்நல மேம்பாட்டு முயற்சிகளைக் குறித்துக் கலந்தாலோசிக்க வந்திருந்தார். ஐபேடின் வெற்றியையும், உடல்நலம் குன்றிய நிலையிலும் ஜாப்ஸ் அதனை மேம்படுத்தும் முயற்சியில் கவனம் செலுத்தியதையும் குறித்து அவர் தமது வியப்பை வெளிப்படுத்தினார். 'என்னைப் பாருங்கள், மலேரியாவிலிருந்து உலகைக் காப்பாற்றுவது போன்றவற்றைச் செய்துகொண்டிருக்கிறேன். ஸ்டீவ் இன்னமும் தொடர்ந்து அற்புதமான தயாரிப்புகளை வெளியிட்டுக் கொண்டிருக்கிறார்' என்று அவர் ஏக்கத்தோடு கூறினார். 'நான் அந்த ஆட்டத்தில் தொடர்ந்து இருந்திருக்க வேண்டுமோ என்னவோ' – தாம் நகைச்சுவைக்காக, குறைந்தபட்சம் பாதி நகைச்சுவையோடு கூறியதைத் தமது புன்னகை மூலம் உறுதிசெய்தார் – நான் புரிந்துகொள்வதற்காக.

தங்கள் பொதுவான நண்பர் மைக் ஸ்லேட் மூலம் மே மாதம் ஜாப்ஸைச் சந்திக்க கேட்ஸ் ஏற்பாடுகள் செய்தார். அதற்கு முந்தைய நாள் ஜாப்ஸின் உதவியாளர் தொலைபேசியில் அழைத்து, அவருக்கு உடல் நலமில்லை என்பதைத் தெரிவித்தார். ஆனால் தேதிகள் மாற்றியமைக்கப்பட்டு, ஒருநாள் மதியவேளையில் கேட்ஸ் ஜாப்ஸின் வீட்டிற்குக் காரில் சென்று பின்கதவு வழியாக நடந்து சென்று திறந்திருந்த சமையலறைக் கதவை எட்டினார். ஈவ் மேசையில் அமர்ந்து படித்துக் கொண்டிருந்தாள். 'ஸ்டீவ் இருக்கிறாரா?' என்று கேட்டார். ஈவ் வரவேற்பறையைச் சுட்டிக்காட்டினாள்.

அவர்கள் ஒன்றாக மூன்றுமணிநேரம் செலவழித்தார்கள் – அவர்கள் இருவர் மட்டும். பழைய நினைவுகளை அசைபோட்டபடி. 'தொழில் துறையில் மூத்த தலைவர்கள் பின்னோக்கி யோசிப்பது போலிருந்தது' என்று ஜாப்ஸ் நினைவுகூர்ந்தார். 'அவர் முன்பு எப்போதையும்விட மகிழ்ச்சியாக இருப்பதுபோல எனக்குத் தோன்றியது. அவர் எவ்வளவு ஆரோக்கியமாக இருக்கிறார் என்று நினைத்தபடியே இருந்தேன்.' கேட்ஸூம் அதுபோலவே ஆச்சரியத்திலிருந்தார் – ஜாப்ஸ் அச்சமூட்டும் அளவு மெலிந்திருந்தாலும், தாம் எதிர்பார்த்ததைவிட எவ்வளவு ஆற்றலோடு இருக்கிறார் என்று எண்ணி. 'அவர் தமது உடல்நலக் கோளாறுகள் பற்றி வெளிப்படையாகப் பேசினார். குறைந்தபட்சம் அன்று ஒரு நாளாவது சற்று நம்பிக்கையாய் உணர்ந்தார்.' தமது வரிசைப் படுத்தப்பட்ட குறிக்கோள் சிகிச்சைகள் 'ஒரு அல்லி இலையிலிருந்து மற்றொன்றுக்குத் தாவிக்கொண்டு' புற்றுநோயைக் காட்டிலும் ஓரடி முன்னே நிற்க முயல்வது போலிருந்தது என்று அவர் கேட்ஸிடம் கூறினார்.

ஜாப்ஸ் கல்விபற்றிச் சில கேள்விகள் கேட்டார். கேட்ஸ் எதிர் காலத்தில் பள்ளிகள் எப்படி இருக்கும் என்பது பற்றிய தமது நோக்கை விவரித்தார் – அதில் மாணவர்கள் விளக்கவுரைகளையும் காணொளி *(வீடியோ)* பாடங்களையும் தாங்களாகவே படித்து, வகுப்பறை நேரத்தைக் கலந்துரையாடலுக்கும் கேள்விகளுக்குத் தீர்வுகாண்பதற்கும் பயன்படுத்துவார்கள். கணினிகள் ஆச்சரியப்படும்படியாகப் பள்ளி களில் மிகக்குறைந்த அளவே பயன்படுத்தப்படுகின்றன – சமூகத்தின் மற்ற பிரிவுகளான ஊடகங்கள், மருத்துவம், சட்டம் ஆகியவற்றைவிட மிகக் குறைவாக. இந்த நிலை மாறுவதற்காக, கணினிகளும் கைபேசிச் சாதனங்களும் மேலும் தனிப்பட்ட முறையில் பாடங்களையும், ஊக்கமூட்டும் பின்குறிப்புகளையும் அளிப்பதில் கவனம் செலுத்த வேண்டும்.

குடும்பஸ்தர்களாக இருப்பதிலுள்ள சந்தோஷங்களையும் அவர்கள் பகிர்ந்துகொண்டார்கள் - நல்ல குழந்தைகளைப் பெறவும், அத்துடன் தங்களுக்குப் பொருத்தமான பெண்களைத் திருமணம் செய்து

கொள்ளவும் தாங்கள் எவ்வளவு அதிர்ஷ்டம் செய்திருக்கவேண்டும் என்பது உட்பட. 'அவர் லாரீனைச் சந்தித்தது, அவர் ஜாப்ஸை அரை புத்திசாலியாக வைத்திருப்பது, நான் மெலின்டாவைச் சந்தித்தது, அவள் என்னை அரை புத்திசாலியாக வைத்திருப்பது – இதற்கெல்லாம் எவ்வளவு புண்ணியம் செய்திருக்கவேண்டும் என்று எண்ணிச் சிரித்துக் கொண்டிருந்தோம்' என்றார் கேட்ஸ். 'எங்களுடைய குழந்தைகளுள் ஒருவராக இருப்பது எவ்வளவு சவாலான விஷயம் என்றும் அதை எப்படிப் பதப்படுத்தப்போகிறோம் என்பதைப் பற்றியும் பேசினோம். அது மிகவும் தனிப்பட்ட முறையிலான உரையாடல்.' ஒரு கட்டத்தில் ஈவ் சமையலறையிலிருந்து உள்ளே வந்தாள் – அவளும் கேட்ஸின் மகள் ஜென்னிஃபரும் முன்பு குதிரைப் பந்தயங்களில் ஒன்றாகக் கலந்து கொண்டிருந்தார்கள். அவளுக்கு எந்தவிதமான குதித்தல் பயிற்சிகள் மிகவும் பிடிக்கும் என்று கேட்ஸ் கேட்டார்.

அவர்கள் ஒன்றாகப் பேசிக்கொண்டிருந்த நேரம் முடியும் தறுவாயில் கேட்ஸ் ஜாப்ஸ் உருவாக்கிய 'அற்புதச் சாதனங்களுக்காக'வும், 1990களின் முடிவில் ஆப்பிளை அழிக்கவிருந்த மக்குகளிடமிருந்து அதனை மீட்டெடுக்க முடிந்ததற்காகவும் அவரைப் பாராட்டினார். அது தவிர ஒரு சுவாரசியமான வாக்குமூலத்தையும் வெளியிட்டார். தங்களுடைய தொழில்வாழ்க்கை முழுவதிலும் அவர்கள் டிஜிட்டல் பிரச்சினைகளிலேயே மிக அடிப்படையான ஒன்று பற்றிய முரண் பட்ட கருத்துகளைக் கொண்டிருந்தார்கள். வன்பொருளும் மென் பொருளும் இருக்க ஒருங்கிணைக்கப்பட்டிருக்கவேண்டுமா, அல்லது மேலும் வெளிப்படையாக இருக்கவேண்டுமா என்று. 'திறந்த, படுக்கை வசமான வடிவம்தான் நிலைக்கும் என்று நான் நம்பியிருந்தேன்' என்று கேட்ஸ் அவரிடம் கூறினார். 'ஆனால் ஒருங்கிணைக்கப்பட்ட, குத்திட்ட நிலையிலான வடிவமும் அற்புதமானதுதான் என்று நீங்கள் நிரூபித்தீர்கள்.' ஜாப்ஸ் தமது வாக்குமூலத்தைப் பதிலாகத் தந்தார்: 'உங்களுடையதும் நன்றாகத்தானே செயல்பட்டது' என்றார் அவர்.

இருவர் கூறியதிலும் உண்மை இருந்தது. இரண்டு வடிவங்களுமே தனியர்க் கணினி உலகில் சிறப்பாகச் செயல்புரிந்திருந்தன. பலவித மான விண்டோஸ் சாதனங்களோடு மகின்டாஷும் இருந்தது. இது கைபேசி சாதனங்களுக்கும் பொருந்துவதாக இருந்தது. தங்கள் கலந்துரையாடல் பற்றி நினைவுகூர்ந்தபின் கேட்ஸ் ஓர் எச்சரிக்கை யைச் சேர்த்தார்: 'ஒருங்கிணைந்த அணுகுமுறை ஸ்டீவின் கட்டுப் பாட்டில் உள்ளதுவரை சிறப்பாகச் செயல்படும். ஆனால் எதிர் காலத்தில் அவ்வளவு வெற்றிகளை ஈட்டும் என்று அர்த்தமில்லை.' அதுபோலவே தங்கள் சந்திப்பை விவரித்தபிறகு ஜாப்ஸும் கேட்ஸ் பற்றித் தமது எச்சரிக்கை மொழியைச் சேர்த்தே தீரவேண்டும்

என்று எண்ணினார்: 'அவருடைய பிளவுபட்ட வடிவம் செயல்பட்டது என்பது உண்மைதான். ஆனால் அது அதி அற்புதமான தயாரிப்புகள் எதையும் உருவாக்கவில்லை – நடுத்தரமான தயாரிப்புகளை மட்டுமே உருவாக்கியது. அதுதான் பிரச்சினை, பெரிய பிரச்சினை, குறைந்த பட்சம் காலப்போக்கில்.'

'அந்த நாளும் வந்தது'

ஜாப்ஸ் செயல்படுத்த விரும்பிய இன்னும் பல சிந்தனைகளும் திட்டங்களும் இருந்தன. பாடநூல் தொழிலையே மாற்றியமைத்து மாணவர்களின் முதுகுச் சுமையைக் குறைக்கும் வண்ணம் ஐபேடுக் கென்று பிரத்யேகமாக மின்னணு வடிவிலான புத்தகங்களையும் பாடத்திட்டங்களையும் தயாரிக்க விரும்பினார். முதல் மகின்டாஷ் குழுவிலிருந்த அவருடைய நண்பர் பில் அட்கின்சனுடன் அவர் ஒரு முயற்சியில் இறங்கியிருந்தார் – மக்கள் குறைந்த வெளிச்சத்தில்கூடத் தங்கள் ஐஃபோன்களைப் பயன்படுத்தி அற்புதமான புகைப்படங்களை எடுக்க உதவும் வகையில் பிக்ஸெல் அடிப்படையில் செயல்புரியும் புதிய டிஜிட்டல் தொழில்நுட்பங்களைப் புகுத்துவது. மேலும் அவர் கணினிகள், மியூசிக் ப்ளேயர்கள், கைபேசிகள் ஆகியவற்றுக்குச் செய்ததைத் தொலைக்காட்சிப் பெட்டிகளுக்கும் செய்ய விரும்பினார்: 'அவற்றை எளிமையாகவும், எடுப்பாகவும் ஆக்குவது.' 'மிகமிக எளிதாகப் பயன்படுத்தக்கூடிய ஒரு ஒருங்கிணைக்கப்பட்ட தொலைக் காட்சிப் பெட்டியை உருவாக்க விரும்புகிறேன்' என்றார் அவர் என்னிடம். 'உங்கள் எல்லா சாதனங்கள் தவிர, ஐக்ளவுடுடனும் அது சீராகப் பொருந்தும் வகையிலிருக்கும். பயனர்கள் டிவிடி ப்ளேயர்கள் மற்றும் கேபிள் நிலையங்களுக்கான சிக்கல் மிகுந்த தொலைக் கட்டுப்பாடுகளை *(ரிமோட் கண்ட்ரோல்)* வைத்துக்கொண்டு அல்லாட வேண்டிய அவசியமே இனி இருக்காது. அது நீங்கள் கற்பனை செய்யக் கூடியவற்றிலேயே மிக எளிய பயனர் இடைமுகத்தைக் *(யூஸர் இன்டர்ஃபேஸ்)* கொண்டதாக இருக்கும். ஒருவழியாக அதனை எப்படிச் செய்வது என்பதையும் கண்டறிந்துவிட்டேன்.'

ஆனால் 2011 ஜூலைக்குள் புற்றுநோய் அவருடைய எலும்புகளிலும் பிற உடலுறுப்புகளிலும் பரவியிருந்தது. அதைக் கட்டுப்படுத்தக் கூடிய குறிக்கோள் சிகிச்சைகளைக் கண்டறிய அவருடைய மருத்துவர்கள் போராடிக் கொண்டிருந்தனர். அவர் வலியால் துடித்தார்; தூக்கமும் சரியாக வரவில்லை; உடல் வலிமை மிகவும் குன்றியிருந்தது; தமது அலுவல்களையும் அவர் நிறுத்திக்கொண்டு விட்டார். அவரும் பவெல்லும் அந்த மாத இறுதியில் குடும்பத்தோடு பயணிப்பதற்காக ஒரு படகை முன்பதிவு செய்துவைத்திருந்தார்கள். ஆனால் அந்தத்

திட்டம் கைவிடப்பட்டது. அவர் திட உணவு உண்பது ஏறத்தாழ நின்றே போனது. அனேகமாக எல்லா நாள்களையும் அவர் தமது படுக்கை யறையில் தொலைக்காட்சியைப் பார்த்தபடியே கழித்து வந்தார்.

ஆகஸ்ட் மாதம் நான் அவரைச் சென்று பார்க்கவேண்டுமென்று அவர் விரும்புவதாக ஒரு செய்தி வந்தது. ஒரு சனிக்கிழமை மதிய வேளையில் அவருடைய வீட்டை நான் சென்றடைந்தபோது அவர் இன்னமும் உறங்கிக்கொண்டிருந்தார். ஆகவே அவருடைய மனைவி, குழந்தைகளுடன் மஞ்சள் ரோஜாக்களும் பல்வேறு வகையான டெய்ஸி மலர்களும் பூத்துக் குலுங்கிய தோட்டத்தில் அமர்ந்திருந்தேன் – அவர் உள்ளே வரும்படி அழைக்கும்வரை. நான் சென்றபோது அவர் கட்டிலில் சுருண்டு படுத்திருந்தார் – காக்கி நிறக் கால்சட்டையும் வெள்ளை டர்ட்டில்நெக்கும் அணிந்தபடி. அவருடைய கால்கள் அதிர்ச்சியூட்டும் அளவிற்குக் குச்சிகளாய் மெலிந்திருந்தன. ஆனால் அவருடைய முகத்தில் புன்னகை சுலபமாய் வந்தது; சிந்தனையில் வேகம் தெரிந்தது. 'நாம் கொஞ்சம் விரைவாகச் செயல்படவேண்டும். ஏனெனில், எனக்கு உடலில் சக்தி மிகக் குறைவாகவே இருக்கிறது.'

அவர் தமது தனிப்பட்ட புகைப்படங்கள் சிலவற்றை எனக்குக் காட்ட விரும்பினார் – புத்தகத்தில் பயன்படுத்திக் கொள்வதற்காக. அவற்றுள் சிலவற்றைத் தேர்ந்தெடுத்துக்கொள்ள அனுமதியளித்தார். படுக்கையிலிருந்து எழக்கூட இயலாத அளவிற்குச் சோர்வாக இருந்ததால், அந்த அறையிலிருந்த பல்வேறு இழுவறைகளைச் சுட்டிக் காட்ட, அவை ஒவ்வொன்றிலும் வைத்திருந்த புகைப்படங்களைக் கொண்டுவந்து அவரிடம் தந்தேன். படுக்கையின் பக்கவாட்டில் அமர்ந்து கொண்டு ஒவ்வொன்றாகக் காட்டினேன் – அவர் நன்கு பார்க்கும் படியாக. சில ஏதாவது சுவையான சம்பவங்களை நினைவூட்டின; சில, உறுமலையோ, புன்னகையையோ அவரிடம் தோற்றுவித்தன. அவருடைய தந்தை பால் ஜாப்ஸின் புகைப்படத்தை நான் பார்த்ததே இல்லை. ஆகவே, 1950களின் பாணியில் தோற்றமளித்த ஒரு கம்பீரமான மனிதர் குழந்தையைத் தூக்கி வைத்துக்கொண்டிருக்கும் புகைப்படத்தைப் பார்த்ததும் சற்று விக்கித்துப்போனேன். 'ஆமாம், அது அவர்தான். அதை நீங்கள் பயன்படுத்திக்கொள்ளலாம்' என்றார் அவர். பின்னர் ஜன்னலருகிலிருந்த ஒரு பெட்டியைச் சுட்டிக் காட்டினார் – அதில் அவருடைய திருமணத்தின்போது அவருடைய தந்தை அவரைப் பாசத்தோடு பார்க்கும் புகைப்படம் ஒன்று இருந்தது. 'அவர் ஒரு மாமனிதர்' – ஜாப்ஸ் அமைதியாகக் கூறினார். 'அவர் உங்களை எண்ணி மிகவும் பெருமிதம் கொண்டிருப்பார்' என்பதுபோல நான் ஏதோ கிசுகிசுத்தேன். அவர் என்னைத் திருத்தினார்: 'அவர் என்னை எண்ணிப் பெருமிதம் கொண்டார்.'

சற்று நேரத்திற்கு அந்தப் புகைப்படங்கள் அவருக்கு ஆற்றலூட்டுவது போல் தோன்றின. அவருடைய கடந்தகாலத்தில் பங்கெடுத்துக் கொண்டவர்கள் – டீனா ரெட்ஸேயில் தொடங்கி மைக் மார்க்குலா, பில் கேட்ஸ் வரை – இப்பொழுது அவரைப்பற்றி என்ன நினைக்கிறார்கள் என்பது பற்றிக் கலந்துரையாடினோம். கேட்ஸ் கடைசியாக ஜாப்ஸைச் சந்தித்ததை விவரித்தபின் 'ஸ்டீவின் கட்டுப்பாட்டில் உள்ளபோது மட்டுமே' தனது ஒருங்கிணைந்த அணுகுமுறை சிறப்பாகச் செயல்படும் என ஆப்பிள் நிரூபித்துள்ளது என்று கூறியிருந்ததை நினைவுகூர்ந்தேன். 'அது கிறுக்குத்தனமான கருத்து. அந்த அணுகுமுறையில் நான் மட்டுமல்ல, யார் வேண்டுமானாலும் சிறந்த தயாரிப்புகளை அளிக்க முடியும்' என்றார் அவர். ஆகவே முனையிலிருந்து முனைவரை ஒருங்கிணைக்கப்பட்ட அற்புதமான தயாரிப்புகளை அளிக்கும் மற்றொரு நிறுவனத்தைக் கூறும்படிக் கேட்டேன். அவர் சற்றுநேரம் யோசித்தார் – ஒரு உதாரணத்தைக் கண்டுபிடிக்கும் முயற்சியில். முடிவாக 'கார் நிறுவனங்கள்' என்று கூறினாலும், உடனே தொடர்ந்து 'குறைந்தபட்சம் முன்பு அப்படித்தான் இருந்தார்கள்' என்றார்.

எங்களுடைய கலந்துரையாடல் பொருளாதாரத்தின் சீர்கெட்ட நிலைக்கும் அரசியலுக்கும் தாவியது. உலகெங்கிலும் வலிமையான தலைமை என்பது இல்லாமல் போனது குறித்துத் தமது சில தீவிரமான கருத்துகளை அளித்தார். 'ஒபாமா எனக்கு ஏமாற்றமளிக்கிறார்' என்றார் அவர். 'அவர் தலைமையேற்று நடத்தச் சிரமப்படுகிறார். ஏனெனில் மற்றவர்களைப் புண்படுத்தவும், கோபமூட்டவும் அவர் தயக்கம் காட்டுகிறார்.' என் மனத்தில் ஓடியதை அவர் சட்டென்று புரிந்துகொண்டு புன்னகையோடு ஒத்துக்கொண்டார். 'ஆம், எனக்கு இருந்ததாக ஒருபோதும் கூறமுடியாத பிரச்சினை அது.'

இரண்டுமணிநேரம் கழித்து அவர் அமைதியானார். ஆகவே நான் படுக்கையை விட்டு எழுந்து புறப்பட ஆயத்தமானேன். 'இருங்கள்' என்றார் அவர், அமரும்படி சைகை செய்துகொண்டே. பேசுவதற்கான சக்தியைத் திரட்டிக்கொள்ள ஒன்றிரண்டு நிமிடங்களாயின. முடிவில் 'இந்தத் திட்டம்பற்றி எனக்கு நிறைய கவலைகள் இருந்தன' என்றார் அவர் – இந்தப் புத்தகத்திற்கு ஒத்துழைப்பதாக எடுத்த தமது தீர்மானம் குறித்து. 'எனக்கு உண்மையிலேயே மிகவும் கவலையாக இருந்தது' என்றார்.

நான் 'இதை ஏன் செய்தீர்கள்?' என்று கேட்டேன்.

'என் குழந்தைகள் என்னைப்பற்றித் தெரிந்துகொள்ளவேண்டும் என்று விரும்பினேன்' என்றார் அவர். 'நான் எப்பொழுதும் அவர்களோடு இருந்தேன் என்று சொல்வதற்கில்லை. அது ஏன் என்று

அவர்கள் தெரிந்துகொள்ளவேண்டும், நான் என்ன செய்தேன் என்று அவர்கள் புரிந்துகொள்ளவேண்டும் என்று விரும்பினேன். மேலும், என் உடல் நலம் குன்றியபோது, என் மறைவிற்குப் பின் மற்றவர்கள் என்னைப் பற்றி எழுதுவார்கள் என்பதை உணர்ந்துகொண்டேன். அவர்களுக்கு எதுவும் தெரிந்திருக்காது. எல்லாவற்றையும் தவறாகப் புரிந்துகொண்டுவிடுவார்கள். அதனால் நான் சொல்ல நினைத்ததை யெல்லாம் யாராவது ஒருவர் கேட்டே ஆகவேண்டும் என்று உறுதி செய்துகொள்ள விரும்பினேன்.'

இந்த இரண்டு ஆண்டுகளாக நான் இந்தப் புத்தகத்தில் என்ன எழுதுகிறேன், எந்தவிதமான முடிவுகளை எட்டியிருக்கிறேன் என்பதைப் பற்றியெல்லாம் என்னிடம் அவர் எதுவுமே கேட்டதில்லை. ஆனால் இப்போது என்னைப் பார்த்து, 'உங்கள் புத்தகத்தில் எனக்குப் பிடிக்காத விஷயங்கள் நிறைய இருக்குமென்று எனக்குத் தெரியும்' என்றார். அது வாக்கியம் என்பதைவிட ஒரு கேள்வியாகவே தோன்றியது - என் பதிலுக்காக அவர் என்னைக் கூர்ந்து நோக்கியபோது, நான் தலை யாட்டி, புன்னகைத்து அது உண்மையாக இருக்கும் என்று உறுதியாய் நம்புவதாகக் கூறினேன். 'நல்லது' என்றார் அவர். 'அப்படியானால் அது விசுவாசிகள் எழுதியதுபோல் இருக்காது. கொஞ்ச காலத்திற்கு நான் அதைப் படிக்கப்போவதில்லை. ஏனென்றால் எனக்குக் கோபம் வருவதை நான் விரும்பவில்லை. ஒருவேளை ஓராண்டுக்குப் பிறகு படிப்பேன் என்று நினைக்கிறேன் – நான் அப்பொழுதும் இருந்தால்.' அதற்குள் அவருடைய கண்கள் ஆயாசத்தால் மூடிக்கொண்டிருந்தன. நான் சத்தமின்றி விடைபெற்றுக்கொண்டேன்.

கோடைகாலம் முழுதும் அவருடைய உடல்நிலை சீர்குலைந்தபடி இருந்த தால், ஜாப்ஸ் தவிர்க்கமுடியாத அந்த நிலையை எட்டிக்கொண்டி ருந்தார்: அவர் இனி தலைமை நிர்வாக அதிகாரியாக ஆப்பிளுக்குத் திரும்பிச் செல்லப் போவதில்லை. அவர் பணியிலிருந்து விலகிக் கொள்ளவேண்டிய தருணம் வந்திருந்தது. இந்த முடிவோடு அவர் பல வாரங்களாகப் போராடிக்கொண்டிருந்தார் – தம் மனைவி, பில் காம்ப்பெல், ஜானி ஐவ், ஜார்ஜ் ரைலி என அனைவருடனும் அதுபற்றிக் கலந்தாலோசித்துவந்தார். 'ஆப்பிளுக்கு நான் செய்ய விரும்பிய வற்றுள் ஒன்று சரியான முறையில் அதிகாரத்தை இன்னொருவரிடம் ஒப்படைப்பது எப்படி என்பதற்கு உதாரணமாக விளங்குவதுதான்' என்றார் அவர் என்னிடம். கடந்த முப்பத்தைந்து ஆண்டுகளாக நிறுவனத்தில் கச்சிதமற்ற முறையில் நடந்த அதிகார மாற்றங்களை யெல்லாம் நகைச்சுவையாய்க் குறிப்பிட்டார். 'அது எப்பொழுதுமே ஒரே நாடகமயமாய் இருந்தது – ஏதோ மூன்றாம் உலக நாடுகள்

போல. என் குறிக்கோளின் ஒரு பகுதி ஆப்பிளை உலகின் மிகச்சிறந்த நிறுவனமாக்குவது; சீரான அதிகார மாற்றம் அதற்கு முக்கியமானது.'

நிறுவனத்தில் வழக்கமாக ஆகஸ்ட் 24 அன்று நடைபெறும் நிர்வாகக் குழுக் கூட்டம்தான் அதிகார மாற்றத்திற்கான சிறந்த நேரமும் இடமும் என்று அவர் தீர்மானித்தார். கடிதம் எழுதியோ, தொலைபேசி மூலமாகவோ செய்வதைவிட, நேரில் செய்யவேண்டும் என்பதில் அவர் ஆவலாயிருந்தார். அதனால் தம்மை ஊக்கப்படுத்திக்கொண்டு உண்ணவும் உடல்பலத்தைச் சற்று மேம்படுத்திக்கொள்ளவும் செய்து வந்தார். கூட்டத்திற்கு முந்தைய நாள் அவர் தம்மால் செல்ல இயலும் என்ற முடிவை எட்டினார். ஆனால் அவருக்குச் சக்கர நாற்காலியின் உதவி தேவைப்பட்டது. தலைமைச் செயலகத்திற்குக் காரிலும், அங்கு நிர்வாகக் கூட்டம் நடக்கும் அறைக்குச் சக்கர நாற்காலியிலும் அவர் செல்லக்கூடிய வகையில் இரகசியமாக ஏற்பாடுகள் செய்யப்பட்டன.

காலை பதினோரு மணிக்குச் சற்று முன்பு அவர் அங்கு வந்தார் – நிர்வாகக் குழுவினர் அறிக்கைகளை முடிப்பதிலும் வழக்கமான அலுவல்களைச் செய்வதிலும் ஈடுபட்டிருந்தனர். என்ன நடக்கப் போகிறது என்று அனேகமாக எல்லோருக்கும் தெரிந்திருந்தது. ஆனால் அனைவரது மனத்திலும் ஓடிய விஷயத்திற்கு நேராக வராமல், டிம் குக்கும் தலைமை நிதி அதிகாரி பீட்டர் ஒப்பென்ஹைமரும் நடப்புக் காலாண்டுக்கான பலன்களையும் வரும் ஆண்டிற்கான திட்டங்களை அலசிக்கொண்டிருந்தனர். ஜாப்ஸ் தனிப்பட்ட முறையில் சில கருத்து களைப் பகிர்ந்துகொள்ள விரும்புவதாக அமைதியாய்க் கூறினார். குக் தாமும் மற்ற உயர் அதிகாரிகளும் அங்கிருந்து வெளியேற வேண்டுமா என்று கேட்டதற்கு, ஜாப்ஸ் முப்பது வினாடிகளுக்கும் மேலாக மௌனம் சாதித்து, பின் அவர்கள் வெளியேற வேண்டும் என்று தீர்மானித்தார். வெளியிலிருந்து வந்திருந்த நிர்வாகிகள் தவிர மற்ற அனைவரும் கலைந்து சென்றபின், ஜாப்ஸ் கடந்த பல வாரங்களாக எழுதித் திருத்தி வந்திருந்த கடிதத்தை உரக்கப் படித்தார். 'ஆப்பிளின் தலைமை நிர்வாக அதிகாரி என்ற முறையில் எனது கடமைகளையும் எதிர்பார்ப்புகளையும் என்னால் தொடர முடியாது என்று ஒரு நாள் வருமானால், அதை முதலில் உங்களுக்கு அறிவிப்பது நானாகத் தான் இருக்கும் என்று எப்பொழுதுமே கூறிவந்துள்ளேன்...' என்று தொடங்கியது அது. 'துரதிர்ஷ்டவசமாக அந்த நாள் வந்துவிட்டது.'

அந்தக் கடிதம் எளிமையாக, நேரிடையாக எட்டே வரிகளில் இருந்தது. தமக்குப் பதிலாக குக் பொறுப்பேற்க வேண்டும் என்று கூறியதோடு, தாம் நிர்வாகக் குழுத் தலைவராக இருந்துகொள்ள முன்வந்தார். 'ஆப்பிளின் மிகச் சிறப்பான, ஆக்கபூர்வமான நாள்கள் இனிமேல்தான் வரப்போகின்றன. அதைப் பார்த்து ரசிக்கவும், புதிய

பதவியில் இருந்தபடி அதன் வெற்றியில் பங்களிக்கவும் ஆவலோடு காத்திருக்கிறேன்.'

நீண்ட மௌனம் நிலவியது. முதலில் பேசிய அல் கோர், ஜாப்ஸ் தமது பதவிக் காலத்தில் புரிந்த சாதனைகளைப் பட்டியலிட்டார். மிக்கி ட்ரெக்ஸ்லர் தொடர்ந்து பேசுகையில் ஜாப்ஸ் ஆப்பிளை மாற்றியமைப்பதைக் கவனித்துக் கொண்டிருந்ததுதான் 'தொழில்துறையில் நான் கண்ட, மிகவும் வியக்கவைத்த, நம்ப முடியாத செயல்' என்றார். சீரான முறையில் அதிகார மாற்றத்தைச் செய்யவேண்டும் என்பதை உறுதிசெய்த ஜாப்ஸின் அறிவுபூர்வமான சிந்தனையை ஆர்ட் லெவின்ஸன் பாராட்டினார். காம்ப்பெல் எதுவும் பேசவில்லை. ஆனால் அதிகார மாற்றத்திற்கான தீர்மானங்கள் முறைப்படி நிறைவேற்றப்பட்ட போது அவருடைய கண்களில் நீர் தளும்பியது.

மதிய உணவு வேளையின்போது, ஸ்காட் ஃபோர்ஸ்டாலும் ஃபில் ஷில்லரும் ஆப்பிள் தயாரிக்கவிருந்த சில சாதனங்களின் மாதிரி வடிவங்களோடு வந்தனர். ஜாப்ஸ் தமது கேள்விகளையும் கருத்துகளையும் அள்ளித் தெளித்தார்: குறிப்பாக நான்காம் தலைமுறை செல்லுலர் வலையமைப்புகளுக்கு எவ்விதத் திறன்கள் இருக்கும், எதிர்காலத்தில் தொலைபேசிகளில் எந்தவிதமான அம்சங்கள் இருக்க வேண்டும் என்பது பற்றி. ஒரு கட்டத்தில் ஃபோர்ஸ்டால் குரலை அடையாளம் காணும் பயன்பாட்டு மென்பொருள் *(அப்ளிகேஷன்)* ஒன்றைப் பெருமையாய்க் காட்டினார். அவர் பயந்தது போலவே, செயல்விளக்கம் நடந்து கொண்டிருக்கையிலேயே ஜாப்ஸ் அந்தக் கைபேசியைப் பிடுங்கிக் கொண்டு அதைக் குழப்ப முடிகிறதா என்று சோதிக்க முற்பட்டார். 'பாலோ ஆல்டோவில் தட்பவெட்ப நிலை என்ன?' அப்ளிகேஷன் பதிலளித்தது. சில கேள்விகளுக்குப் பிறகு, ஜாப்ஸ் அதற்குச் சவால் விடுத்தார்: 'நீ ஆணா, பெண்ணா?' வியப்பூட்டும் வகையில் பயன்பாட்டு மென்பொருள் பதில் தந்தது: 'எனக்குப் பாலினம் தீர்மானிக்கப்படவில்லை.' ஒருகணம் மனநிலை லேசானது.

பேச்சு திசைதிரும்பி டாப்லெட் கணினிப்பணிக்குச் சென்றது. ஐபேடுடன் போட்டியிட முடியாமல் எச்பீ நிறுவனம் திடீரென்று அந்தத் துறையிலிருந்து விலகிக்கொண்டுவிட்டது குறித்து சிலர் வெற்றிக்களிப்பில் மிதந்தனர். ஆனால் ஜாப்ஸ் சற்று முகவாட்டத்துடன் அது உண்மையில் வருந்தத்தக்க ஒரு தருணம் என்று அறிவித்தார். 'ஹ்யூலெட் பக்கார்டும் ஒரு மாபெரும் நிறுவனத்தை உருவாக்கினார். அதைத் திறமையானவர்களின் கையில் ஒப்படைத்திருப்பதாகக் கருதினார்' என்றார் ஜாப்ஸ். 'ஆனால் அது இப்போது பிளவுபட்டு, அழிக்கப்பட்டுக்கொண்டு வருகிறது. இது மிகவும் வருத்தமளிக்கிறது. அதுபோல் ஒரு நிலை ஆப்பிளில் ஏற்படாத வகையில் நான் ஒரு

வலிமையான பாரம்பரியத்தை விட்டுச் செல்கிறேன் என்ற நம்பிக்கையோடு இருக்கிறேன்.' அவர் புறப்பட ஆயத்தமானபோது நிர்வாகக் குழுவினர் சூழ்ந்துகொண்டனர் – பாசத்தோடு அணைத்துக் கொள்வதற்காக.

செய்தியை நிர்வாகக் குழுவிடம் விளக்குவதற்காக அவர்களைச் சந்தித்த பிறகு, ஜாப்ஸ் ஜார்ஜ் ரைலியுடன் காரில் வீடுதிரும்பினார். அவர்கள் வீட்டை அடைந்தபோது பவெல் பின்புறமுள்ள தோட்டத்தில் தேன்கூடுகளிலிருந்து தேன் திரட்டிக் கொண்டிருந்தார் – ஈவின் உதவியுடன். அவர்கள் தங்களுடைய முகமூடிக் கவசங்களைக் கழற்றி விட்டு, தேன்குடத்தைச் சமையலறைக்கு எடுத்துவந்தார்கள். அங்கு ரீடும் எரினும் காத்திருந்தனர் – சீராய் நடந்தேறிய அதிகார மாற்றத்தை எல்லோருமாகக் கொண்டாடுவதற்காக. ஜாப்ஸ் ஒரு சிறு கரண்டி யில் தேனை எடுத்துச்சுவைத்து, மிகவும் இனிமையாக இருப்பதாக அறிவித்தார்.

அன்று மாலை, தம் உடல்நலம் இடம்தரும் அளவிற்கு முனைப்போடு இருக்க விரும்புவதாக என்னிடம் வலியுறுத்தினார். 'நான் புதிய தயாரிப்புகளிலும், விளம்பரம் மற்றும் எனக்குப் பிடித்த எல்லா வற்றிலும் ஈடுபடப் போகிறேன்' என்றார் அவர். ஆனால் தாம் உருவாக்கிய நிறுவனத்தின் கட்டுப்பாட்டை விட்டுத் தருவது குறித்து உண்மையில் அவர் எப்படி உணர்கிறார் என்று நான் கேட்டபோது, அவருடைய குரல் சற்றுக் கம்மியது. அவர் கடந்தகாலத்தில் பேசினார்: 'என் தொழில் வாழ்க்கை அற்புதமாக, சொந்த வாழ்க்கை அதிர்ஷ்ட முள்ளதாக இருந்தது.' 'நான் என்னவெல்லாம் செய்ய முடியுமோ, அதையெல்லாம் செய்து முடித்துவிட்டேன்.'

இயல் நாற்பத்திரண்டு

விட்டுச்செல்லும் சொத்து

கண்டுபிடிப்புகளால் ஒளிரும் சொர்க்கலோகம்

2006 மாக்வேள்டில் – முப்பது ஆண்டுகளுக்கு முன் அவரும் வாஸ்நியாக்கும் இணைந்து எடுத்துக்கொண்ட படத்திற்கு முன்.

ஃபயர்வயர்

அவர் உருவாக்கிய சாதனங்கள் ஒவ்வொன்றிலும் அவருடைய குணாதிசயங்கள் பிரதிபலித்தன. 1984இல் முதன்முதலாக வெளியான மகின்டாஷ் முதல் ஒரு தலைமுறைக்குப் பிந்தைய ஐபேட் வரை

வன்பொருள் மற்றும் மென்பொருட்களின் கச்சிதமான ஒருங்கிணைப்பு ஒன்றே ஆப்பிள் நிறுவனத்தின் கருக்கொள்கையாக இருந்தது. ஸ்டீவ் ஜாப்ஸ் விஷயத்திலும் இதே போலத்தான்: அவருடைய அதீத ஆர்வம், கச்சிதம், ராட்சதத்தனங்கள், ஆசைகள், கலைநயம், ஆவேசம் மிகுந்த செயல்பாடு, கட்டுப்பாட்டிற்கு அவர் கொடுத்த அபரிமிதமான முக்கியத்துவம் போன்ற குணாதிசயங்கள் அவருடைய தொழில் நோக்கோடும் அவர் உருவாக்கிய சாதனங்களோடும் மிக நெருங்கிய தொடர்புடையவை.

ஜாப்ஸின் குணாதிசயங்களையும் சாதனங்களையும் பின்னிப் பிணைத்த ஒருமித்த புலத்தின் தொடக்கமே அவருடைய தனித்துவ மான தீவிரம்தான். அவருடைய அடாவடித்தனங்களுக்கும் ஆவேசங் களுக்கும் இருந்த அதே வீரியம் அவருடைய மௌனத்திற்கும் இருந்தது. கண் சிமிட்டாத கூரிய பார்வை அவருக்குக் கைவந்த கலை. சில வேளை களில் அவருடைய இந்தத் தீவிரமே ஒரு தனி அழகு – குறிப்பாக பாப் டிலனின் அபார இசை ஞானத்தைப் பற்றியோ, தாம் அப்பொழுது அறிமுகப்படுத்தும் புதிய தயாரிப்பு ஆப்பிள் உருவாக்கியவற்றிலேயே மிகச் சிறந்தது என்பதையோ விளக்கும்பொழுது அந்தத் தீவிரம் ஒரு கிறுக்குத்தனத்தோடு வெளிப்பட்டு மனத்தைக் கவரும். மற்றவேளை களில் அதுவே அச்சுறுத்தும் – எடுத்துக்காட்டாக கூகுள் அல்லது மைக்ரோஸாஃப்ட் ஆப்பிளின் தொழில்நுட்பங்களைக் கவர்ந்து கொண்டு பின்பற்றுவது பற்றிக் கொதிப்போடு பொருமும்பொழுது.

இந்தத் தீவிரம் உலகையே இருதுருவங்களாகப் பிரித்தது. அவருடைய சகாக்கள் இந்த நட்சத்திர அந்தஸ்தையும் மந்தபுத்தியையும் உள்ளடக்கிய இருமுனை அமைப்பு பற்றி அடிக்கடி பேசினார்கள். ஒன்று இந்தப் பக்கம், அல்லது அந்தப் பக்கம் – சிலசமயம் ஒரே நாளில் ஒன்றிலிருந்து மற்றொன்றுக்கு மாறும் விநோதம். தயாரிப்புகளுக்கும், சிந்தனைகளுக்கும் – ஏன், உணவுக்கும்கூட இதே நிலைதான். எதை எடுத்துக்கொண்டாலும் ஒன்று, 'இதுவரை உண்டவற்றிலேயே மிகச் சிறந்த'தாக; அல்லது 'மக்கிப்போன, மூளைமுடங்கிய, உண்ணத் தகுதி யற்றதாக' இருக்கும். இதனால் ஒரு நுண்ணிய பிசிறு இருந்தால்கூட, அது பெரிய பரபரப்பைக் கிளறிவிட்டுவிடும். ஓர் உலோகப் பகுதி யின் நேர்த்தி, திருகாணியின் தலைப்பகுதியிலுள்ள வளைவு, ஒரு பெட்டியில் பூசப்பட்டுள்ள நீல வண்ணத்தின் அடர்த்தி, திரையின் உள்ளுணர்வூட்டும் திறன் – இவற்றை 'ஒன்றுக்கும் உதவாது' என்று தீர்மானமாய் அறிவித்து விட்டு, திடீரென்று எதிர்பாராத ஒரு வேளையில் வந்து 'ஆஹா, அற்புதம்' என்பார். தம்மை அவர் ஒரு கலைஞராகவே கருதியிருந்தார். அது உண்மைதான்; அத்துடன், ஒரு கலைஞனுக்கே உரிய சுபாவ விசேஷங்கள் அனைத்தும் அவரிடம் காணப்பட்டன.

கச்சிதம் என்பது அவருடைய தேடலாகவே இருந்தது. ஆப்பிள் தனது ஒவ்வொரு தயாரிப்பிலும் முழுக்கட்டுப்பாடு கொண்டிருக்க வேண்டும் என்று அவர் வலியுறுத்தி வந்ததற்கு அதுவே காரணம். மற்றொரு நிறுவனத்தின் தரமற்ற வன்பொருளில் உயர்தரமான ஆப்பிள் மென்பொருள் பயன்படுத்தப்படுவதைப் பற்றி நினைத்தாலே அவருக்குக் கொப்பளித்துக்கொண்டு வரும்; அதேபோல, முறையான அங்கீகாரம் பெறாத அப்ளிகேஷன்களோ, வேறு உள்ளடக்கங்களோ ஒரு ஆப்பிள் தயாரிப்பின் கச்சிதத்தைப் பாழாக்குவது என்பது அவரால் நினைத்துக் கூடப் பார்க்கமுடியாத ஒன்றாக இருந்தது. வன்பொருளும் மென்பொருளும் நேர்த்தியாகப் பொருந்திய, ஒருங்கிணைந்த அமைப்பை உருவாக்கும் அவருடைய இந்தத் திறன் எளிமைக்கும் வழிவகுத்துத் தந்தது. வானியல் வல்லுநர் யொஹான்னெஸ் கெப்ளர் கூறினார்: 'இயற்கை எளிமையையும் ஒற்றுமையையும் நேசிக்கிறது.' ஸ்டீவ் ஜாப்ஸும் அதுபோலத்தான்.

ஒருங்கிணைந்த அமைப்பை உருவாக்குவதில் அவருக்கு இயற்கையிலேயே அமைந்திருந்த திறமை டிஜிட்டல் உலகின் இரண்டு அடிப்படைப் பிரிவுகளுள் ஒன்றில் அவரை நிலைநிறுத்தியது: திறந்தவகை – மூடியவகை. ஹோம்ப்ரூ கணினி மன்றத்தின் ஹாக்கர் கலாச்சாரம் திறந்தவகையை ஆதரித்தது. இதில் மையக் கட்டுப்பாடு மிகக் குறைவு; வன்பொருளிலும் மென்பொருளிலும் யார்வேண்டுமானாலும் எந்த மாற்றம் வேண்டுமானாலும் செய்யலாம்; எந்தத் தர நிர்ணயத்திற்கும் பொருத்தமாக எழுதலாம்; உரிமைகள் பற்றிக் கவலையில்லை; பலவகையான சாதனங்களுக்கும் இயங்கு தளங்களுக்கும் *(ஆபரேட்டிங் சிஸ்டம்)* ஏற்பச் செயல்படும் உள்ளடக்கங்கள், அப்ளிகேஷன்கள் போன்றவையும் இருந்தன. இளைஞரான வாஸ்நியாக் அந்தப் பிரிவைச் சேர்ந்தவராக இருந்தார். அவர் வடிவமைத்த ஆப்பிள் II மிக எளிதாகத் திறந்து கொள்ளக்கூடியதாக, யார் வேண்டுமானாலும் விருப்பம்போல உட்புக வழி வகுக்கும் எண்ணற்ற ஸ்லாட்டுகளும் போர்ட்களும் கொண்டதாக இருந்தது. மகின்டாஷின் வரவால் ஜாப்ஸ் எதிர் பிரிவின் நிறுவனராகத் தம்மை நிலைநிறுத்திக் கொண்டார். மகின்டாஷைப் பயன்படுத்த மட்டுமே முடியும்; அதன் வன்-மென்பொருட்கள் நெருக்கமாய்ப் பின்னிப்பிணைந்து, மாற்றங்கள் எதுவுமே செய்ய முடியாதவாறு அமைக்கப்பட்டிருந்தன. சீரான, எளிய பயனர் அனுபவத்தை அளிக்கும் முயற்சியில் உடைத்து உட்புகும் ஹாக்கர் கலாச்சாரம் கைவிடப்பட்டது.

இதைத் தொடர்ந்து ஜாப்ஸ் ஓர் அறிவிப்புச் செய்தார்: 'மற்ற எந்த நிறுவனத்தின் வன்பொருளுடனும் மகின்டாஷைப் பயன்படுத்த இயலாது' என்று. மைக்ரோஸாஃப்டின் விண்டோஸ் இதற்கு

நேர்மாறாகச் செயல்பட்டது. விண்டோஸ் இயங்கு தளத்திற்கான உரிமம் தடங்கலின்றிக் கிடைக்கும்படி செய்தது. இதனால் மிகக் கவர்ச்சியான கணினிகள் தயாரிக்கப்படாமல் போயிருக்கலாம். ஆனால் இயங்கு தளங்களின் உலகில் மைக்ரோஸாஃப்ட் ஆதிக்கத்தை நிலைநாட்டியது. சந்தையில் ஆப்பிளின் பங்கு 5 சதவீதத்திற்கும் குறைவானதைத் தொடர்ந்து மைக்ரோஸாஃப்டின் உத்தி தனியர்க் கணினி *(பர்சனல் கம்ப்யூட்டர்)* வட்டாரத்தில் வெற்றிகரமானதாக அறிவிக்கப்பட்டது.

இருந்தாலும் நாளாவட்டத்தில் ஜாப்ஸின் வடிவத்தில் சில சாதகக் கூறுகள் இருப்பது உறுதியானது. சந்தையில் பங்கு சிறிதாக இருந்தாலும், ஆப்பிள் இலாபகரமாக இயங்கிவந்தது. பிற கணினித் தயாரிப்பாளர்கள் சாதனங்களை வெறும் கடைச்சரக்காக்கினார்கள். 2010இல் தனியர்க் கணினி சந்தையின் மொத்த வருமானத்தில் ஆப்பிளின் பங்கு வெறும் 7 சதவிகிதம் மட்டுமே. ஆனால் இலாபத்தில் 35 சதவிகிதத்தை அபகரித்துக் கொண்டது.

குறிப்பாக 21ஆம் நூற்றாண்டின் தொடக்கத்தில் ஜாப்ஸ் வலியுறுத்திய முனையிலிருந்து முனைவரையிலான ஒருங்கிணைப்பு ஆப்பிள் நிறுவனம் ஒரு டிஜிட்டல் களத்தை உருவாக்குவதற்கு மிகவும் சாதகமாய் அமைந்தது. இதன்மூலம் மேசைக் கணினி கையில் எடுத்துச்செல்லக் கூடிய பல்வேறு உபரிச் சாதனங்களுடன் சிக்கலின்றிச் சீராகப் பொருந்திக்கொண்டது. உதாரணமாக, ஐபாட் ஒரு மூடிய வகை யிலான, இறுக்கமாகவும் கச்சிதமாகவும் பொருந்திய அமைப்பு. அதைப் பயன்படுத்துவதற்கு ஆப்பிளின் ஐட்யூன்ஸ் மென்பொருளைக் கொண்டு ஐட்யூன்ஸ் ஸ்டோரிலிருந்து பொருள்பட்டியலை பதிவிறக்கம் செய்யவேண்டும். இதன் விளைவாக ஐபாட், அதைத் தொடர்ந்து வந்த ஐஃபோன் மற்றும் ஐபேட் போலவே நேர்த்தியான, உவகையூட்டும் சாதனமாக இருந்தது. அதற்குப் போட்டியாக வந்த தயாரிப்புகள் எதுவும் அதன் முழுமை யான, முனையிலிருந்து முனைவரையிலான சீரான அனுபவத்தைத் தரவில்லை.

இந்தச் செயல்திட்டம் வேலைசெய்தது. 2000 மே மாதத்தில் சந்தையில் ஆப்பிளின் மதிப்பு மைக்ரோஸாஃப்டின் மதிப்பில் இருபதில் ஒரு பங்காக இருந்தது. 2010 மே மாதத்தில் ஆப்பிள் மைக்ரோ ஸாஃப்டை முந்திக்கொண்டு உலகின் மதிப்புமிக்க தொழில்நுட்ப நிறுவனமானது. 2011 செப்டம்பரில் அதன் மதிப்பு மைக்ரோஸாஃப்டை விட 70 சதவிகிதம் அதிகமாக இருந்தது. 2011இன் முதலாவது காலாண்டில் விண்டோஸ் தனியர்க் கணினிக்கான சந்தை மதிப்பு 1 சதவிகிதம் குறைந்தது; அதே சமயம் மாக்குகளின் சந்தை மதிப்பு 28 சதவிகிதம் உயர்ந்தது.

இதற்கிடையில் கைபேசிச் சாதனங்களின் உலகிலும் புதிய போர்கள் தொடங்கியிருந்தன. கூகுள் விரிவான திறந்த அணுகுமுறையைக் கடைப்பிடித்து, தனது ஆன்ட்ராய்ட் இயங்கு தளத்தை (ஆபரேட்டிங் சிஸ்டம்) எல்லாவித டாப்லெட்டுகளிலும் கைபேசிகளிலும் பயன்படுத்த வகை செய்தது. 2011இல் சந்தையில் அதன் பங்குகள் ஆப்பிளுக்கு ஈடாயின. ஆனால் ஆன்ட்ராய்டின் திறந்த தன்மையால் அதில் பிளவு ஏற்பட்டது. ஹான்ட்செட் (கையடக்கக் கருவி) மற்றும் டாப்லெட்டுகள் (கையடக்கக் கணினி) தயாரிக்கும் நிறுவனங்கள் ஆன்ட்ராய்டின் வடிவமைப்பில் பல மாற்றங்களைப் புகுத்தின. இதனால் பயன்பாட்டு மென்பொருள்கள் (அப்ளிகேஷன்ஸ்) ஒரே நிலையாக இருக்கவும் முடியாமல், ஆன்ட்ராய்டின் சிறப்பம்சங்களைப் பயன்படுத்தவும் இயலாமல் திணறின. இரண்டு வகைகளிலும் சாதகக் கூறுகள் இருக்கத் தான் செய்தன. சிலர் திறந்த வகைச் சாதனங்களைச் சுதந்திரமாகப் பயன்படுத்த விரும்பினர் – ஏனெனில் அதில் வன்பொருள் தேர்வுகள் அதிகம். மற்றவர்கள் ஆப்பிளின் நெருக்கமான, ஒருங்கிணைந்த தன்மையையும் கட்டுப்பாட்டையும் தெளிவாகத் தேர்வுசெய்தனர் – காரணம், எளிய இன்டர்ஃபேஸ், நீண்ட மின்கல (பாட்டரி) ஆயுள், அதிக பயனர் தோழமை, தகவல்களைக் கையாளுதல் போன்ற பல சௌகரியங்களுக்கு அது வழிவகுத்துத் தந்தது.

ஜாப்ஸின் பாணியில் ஒரு பலவீனம் இருந்தது. பயனருக்குப் பரவச மூட்ட விரும்பி, முடிவில் பயனருக்கு வலுவூட்ட மறுப்பதுபோல் ஆகிவிட்டது. திறந்த வகைச் சூழலை ஆழ்ந்து சிந்தித்து அளித்தவர் களில் ஒருவர் ஹார்வார்டைச் சேர்ந்த ஜோனதன் ஸிட்ரெய்ன். தமது த ஃபியூச்சர் ஆஃப் தி இன்டர்நெட் அண்ட் ஹவ் டு ஸ்டாப் இட் (இணையதளத்தின் எதிர்காலமும் அதைத் தடுத்து நிறுத்தும் வழிமுறையும்) என்ற புத்தகத்தை ஜாப்ஸ் ஐஃபோனை அறிமுகம் செய்யும் காட்சியோடு தொடங்குகிறார். இதில் 'கட்டுப்பாட்டு வலையோடு இணைக்கப் பட்ட வீரியமற்ற சாதனங்'களைக் கணினிகளுக்குப் பதிலாகப் பயன்படுத்துவதிலுள்ள விளைவுகளைக் கூறி எச்சரிக்கிறார். காரி டாக்டொரோ 'நான் ஐபேட் வாங்காதது ஏன்?' என்ற தலைப்பில் போய்ங் போய்ங் வெளியீட்டு நிறுவனத்திற்காக இதைவிடவும் சூடான ஒரு கட்டுரை எழுதினார். அதில் 'இதன் வடிவமைப்பில் ஆழ்ந்த சிந்தனையும் புத்திசாலித்தனமும் நிரம்பியுள்ளன. ஆனால் அதைச் சொந்தமாக்கிக் கொள்பவர்கள்மீது ஒருவித காழ்ப்புணர்வு நிலவுவதைப் புரிந்துகொள்ள முடிகிறது.' 'குழந்தைகளுக்கு ஐபேட் வாங்கித் தருவது என்பது இந்த உலகமே இனி உங்கள் கையில்; அக்கு வேறு ஆணி வேறாகப் பிரித்துப் போட்டு, பிறகு மீண்டும் பொருத்திவிடுங்கள் என்றெல்லாம் அவர்களுக்கு ஊக்கமூட்டுவதல்ல; ஒருவகையில், இதில் பாட்டரிகளை (மின்கலங்களை) மாற்றுவதானால்கூட வல்லுநர்கள் தாம்

செய்ய வேண்டும்' என்று பாடம் நடத்துவதுபோல் உள்ளது' என்று எழுதினார்.

ஜாப்ஸைப் பொறுத்தவரை ஒருங்கிணைந்த அணுகுமுறை என்பது நேர்மையானது. 'இதையெல்லாம் செய்வது கட்டுப்பாட்டை எங்கள் கையில் எடுத்துக்கொள்வதற்காக அல்ல' - அவர் விளக்கினார். 'ஏன் இப்படிச் சொல்கிறோம் என்றால், எங்கள் தயாரிப்புகளில் உயர்ந்த தரம் இருக்கவேண்டும் என்ற ஆர்வம்; பயனர்கள் மீது எங்களுக்குள்ள அக்கறை; அது மட்டுமன்றி, மொத்த அனுபவத்தின் முழுப் பொறுப்பும் எங்களுடையதாக இருக்கவேண்டும் என்ற விருப்பம். மற்றவர்களைப் போல ஏனோதானோ என்று நாங்கள் சாதனங்களைத் தயாரிப்பதில்லை.' தாம் மக்களுக்குச் சேவை செய்வதாக அவர் உறுதியாக நம்பினார். 'அவர்களுடைய திறமைக்கேற்ற வேலைகளில் அவர்கள் மும்முரமாய் ஈடுபட்டிருக்கிறார்கள்; எங்கள் திறமை மிளிரும் வேலைகளை நாங்கள் செய்யவேண்டும் என்று விரும்புகிறார்கள். அவர்களுடைய வாழ்வு நெருக்கடியானது; கணினிகளையும் பிற சாதனங்களையும் ஒருங் கிணைப்பது எப்படி என்பதைவிட அவர்கள் சிந்திப்பதற்கு வேறுபல விஷயங்கள் உள்ளன.'

இந்த மனோபாவம் சிலசமயம் ஆப்பிளின் குறுகியகாலத் திட்டங் களுக்கு எதிராக அமைந்தது. ஆனால் கட்டையான சாதனங்களும், சரிசெய்ய இயலாத பிழை சுட்டும் செய்திகளும் *(எரர் மெஸேஜஸ்)*, எரிச்சலூட்டும் இன்டர்ஃபேஸ்களும் நிறைந்த உலகில், மனதைக் கவர்ந்துசெல்லும் அனுபவம் தரும் அற்புதமான தயாரிப்புகள் தோன்ற அதுவே காரணமும் ஆனது. 'ஒரு ஆப்பிள் தயாரிப்பைப் பயன் படுத்துவது க்யோதொவின் ஜென் தோட்டங்களில் உலாவருவது போன்ற (ஜாப்ஸ் இதைப் பெரிதும் விரும்பினார்) ஆத்மார்த்தமான அனுபவம். ஆனால் திறந் அமைப்பின் பீடத்தில் ஆராதனை செய்வதோ, ஆயிரம் மலர்கள் ஒருமித்து மலர்வதோகூட அப்படியொரு சிலிர்ப்பான அனுபவத்தைத் தராது – சிலசமயம் கட்டுப்பாடு மிகுந்த ஒருவரது பிடிக்குள் இருப்பதுகூட சுவாரசியமான விஷயம்தான்.'

ஜாப்ஸின் தீவிரம் அவருடைய அதீத கவனத்தில்கூட வெளிப்பட்டது. எதையெல்லாம் செய்யவேண்டும் என்று வரிசைப்படுத்தி வைத்துக் கொண்டு, தமது கூரிய கவனத்தைச் செலுத்தி, தேவையில்லாதவற்றை விலக்கிவிடுவார். மகின்டாஷ் பயனர் இன்டர்ஃபேஸ், ஐபாட் மற்றும் ஐஃபோனின் வடிவமைப்பு, ஐட்யூன்ஸ் ஸ்டோருக்குப் பிரபல இசை நிறுவனங்களைத் திரட்டுவது போன்ற அவருக்கு ஆர்வமூட்டும் விஷயமாக இருந்தால் அயராது உழைப்பார். அதுவே சட்டச் சிக்கல்கள், தொழில் பிரச்சினைகள், புற்றுநோய் என்று தெரிவித்த மருத்துவ

அறிக்கை, குடும்ப விவகாரங்கள் போன்ற விருப்பமில்லாத ஒன்று என்றால் அலட்சியம் செய்துவிடுவார். அவருடைய கவனம் 'முடியாது' என்று கூறும் வலிமையைத் தந்தது. சில அத்தியாவசியத் தயாரிப்புகள் தவிர மற்றவற்றை விலக்கிவைப்பதன் மூலம் திசைமாறிப்போன ஆப்பிளை மீண்டும் அதன் உன்னத நிலைக்கு மீட்டுக்கொண்டு வந்தார். பொத்தான்களைக் குறைப்பதன் மூலம் சாதனங்களையும், சிறப்பம்சங்களைக் குறைப்பதன்மூலம் மென்பொருட்களையும், தேர்வு வாய்ப்புகளைக் குறைப்பதன்மூலம் இடைமுகங்களையும் *(இன்டர்ஃபேஸ்)* மேலும் எளிமையாக்கினார்.

ஆழ்ந்த கவனம் செலுத்தும் திறன், எளிமைக்கு அளித்த முக்கியத்துவம் ஆகியவை தமது ஜென் பயிற்சியால் கிட்டியதென்று அவர் கூறினார். உள்ளுணர்வைத் தூண்டி, தேவையற்ற, கவனத்தைத் திசைதிருப்பும் விஷயங்களை விலக்கும் வித்தையைப் போதித்து, அழகும் எளிமையும் பொருந்திய குணாதிசயத்தை அது அவருக்குள் ஊட்டிவளர்த்தது.

துரதிர்ஷ்டவசமாக, ஜென் பயிற்சி அவருக்கு ஜென்னுக்கே உரித்தான அமைதியையும் சாந்த உணர்வையும் ஏற்படுத்தத் தவறியது – அதுவே அவருடைய குணாதிசயங்களில் ஒன்றானது. பல சமயங்களில் இறுக்க மான மனோநிலையில் பொறுமையிழந்து காணப்படுவார் - இதை அவர் மறைக்க முயன்றதுமில்லை. பொதுவாக எல்லோரும் மனத்தில் எழும் எண்ணங்களையும் வாயால் பேசும் வார்த்தைகளையும் சீர்தூக்கிப் பார்த்து, தங்கள் முரட்டுத்தனமான உணர்ச்சிகளோ, குருட்டு யோசனைகளோ வெளிப்பட்டுவிடாத வகையில் ஒருவித மனக் கட்டுப்பாட்டுக்குள் வைத்திருப்பார்கள். ஜாப்ஸிற்கு அப்படிப் பட்ட கவலைகளெல்லாம் கிடையாது. நேர்மையான தம் கருத்தை முகத்திலறைந்தாற்போல் முன்வைத்துவிடுவார். 'ஒரு விஷயம் சரி யில்லையென்றால் அதைப் பளிச்சென்று சொல்லிவிடவேண்டும்; சர்க்கரைப்பாகு பூசி சமாளிப்பது எதற்கு?' என்பது அவருடைய வாதம். தூண்டுதலான இந்தச் சுபாவம்தான் அவருடைய தனிக் கவர்ச்சி! என்றாலும், சிலசமயம் அப்பட்டமாய்க் 'கிறுக்கன்', 'திமிர்பிடித்தவன்' என்று சொல்லத் தோன்றும்.

ஆன்டி ஹெர்ட்ஸ்ஃபெல்ட் ஒருமுறை என்னிடம் சொன்னார்: 'ஸ்டீவிடம் நிஜமாகவே ஒரு கேள்வி கேட்கவேண்டும் என்று ஆசை: நீங்கள் ஏன் சிலசமயம் இவ்வளவு நீசத்தனமாக நடந்துகொள்கிறீர்கள்? பிறரைக் காயப்படுத்தக்கூடிய எண்ணங்களை விலக்கிவைக்கும் திறன் அவருக்கு நிஜமாகவே இல்லையா அல்லது அதை வேண்டுமென்றே தவிர்த்து வருகிறாரா என்பது அவருடைய குடும்பத்தினருக்குக் கூடப் புரியாத புதிராக இருந்தது. முதல் காரணம்தான் என்று ஜாப்ஸே ஒத்துக்கொண்டார். 'இதுதான் நிஜமான நான். வேறு ஒருவரைப்

போலெல்லாம் நான் இருப்பேன் என்று நீங்கள் எதிர்பார்க்கமுடியாது' – என் கேள்விக்கு அவரிடமிருந்து கிட்டிய பதில் இதுதான். ஆனால் எனக்கென்னவோ அவர் விரும்பியிருந்தால் தம்மைக் கட்டுப்படுத்திக் கொண்டிருக்க முடியும் என்று தோன்றுகிறது. பிறரைக் காயப்படுத் தினார் என்றால் அது உணர்வுகளைப் புரிந்துகொள்ளும் பக்குவம் அவருக்கு இல்லாததால் அல்ல. உண்மை நேர்மாறானது: பிறரை எடை போடவும், அவர்களுடைய ஆழமன உணர்வுகளைப் புரிந்துகொள்ளவும், அவர்களோடு பழகவும், அவர்களைத் தட்டிக்கொடுக்கவும் விருப்பம் போல் காயப்படுத்தவும் அவருக்கு நன்றாகவே தெரிந்திருந்தது.

இந்த முசுட்டுத்தனம் அவருடைய சுபாவத்திற்குச் சற்றும் தேவைப் படாத ஒன்று. அது அவருக்கு உதவியது என்பதைவிட உபத்திரவம் செய்தது என்றே சொல்லலாம். ஆனால் அதுவும் சில சமயம் பயனுள்ள தாகத்தான் இருந்தது. மரியாதையாகவும் மென்மையாகவும் பேசும் தலைவர்கள் பிறரைக் காயப்படுத்திவிடாமல் பார்த்துக்கொள்வார்கள். ஆனால் அதிரடி மாற்றங்களைக் கொண்டுவருவதில் திறமை குறைந்த வர்களாகவே இருப்பார்கள். ஜாப்ஸிடம் வாங்கிக்கட்டிக்கொண்ட சக ஊழியர்களில் பலர் தங்கள் திகில் அனுபவங்களைக் கதைகதையாய்ச் சொன்னார்கள் – முடிவில், எங்களால் சாத்தியமென்று கற்பனைசெய்து கூடப் பார்க்க முடியாத விஷயங்களை அவர் சாதிக்கவைத்தார் என்பதுதான் உண்மை என்றனர். அவர் இப்படி உருவாக்கிய நிறுவனம் முதல்தரமானவர்களால் நிரம்பியிருந்தது.

ஸ்டீவ் ஜாப்ஸின் வரலாற்றில் சிலிக்கன் வாலி என்பது பெரிய அத்தியாயம். தம் பெற்றோரின் கராஜில் தொடங்கி, உலகத்தில் மிகத் தரம்வாய்ந்த நிறுவனமாக உருவாகும் வரை தொடர்ந்த பயணம். இதில் பல விஷயங்கள் அவருடைய சொந்தக் கண்டுபிடிப்புகள் அல்ல; என்றாலும் சிந்தனை, கலை, தொழில்நுட்பம் ஆகியவற்றை வருங்காலத் திற்கு ஏற்ப நேர்த்தியாகப் பொருத்தும் திறன் அவரிடம் அபாரமாக இருந்தது. வரைகலை இடைமுகத்தின் (க்ராஃபிக்கல் இன்டர்பேஸ்) வல்லமையை உணர்ந்து அவர் மாக்கை வடிவமைத்தார் – இது ஜெராக்ஸ் நிறுவனத்தால் இயலாமல் போனது. சட்டைப்பைக்குள் ஓராயிரம் பாடல்களைச் சேமித்து வைத்துக்கொள்ளும் சந்தோஷம் ஐபாடை உருவாக்கித் தந்தது; தேவையான அனைத்து வசதிகளும் பாரம்பரியமும் கொண்ட சோனி நிறுவனத்தால் அதைச் செயல்படுத்த முடியவில்லை. சில தலைவர்கள் முழுமைக்கு முக்கியத்துவம் தந்து புதிய கண்டுபிடிப்புகளைப் பிரபலப் படுத்துவார்கள்; சிலர் அதையே நுணுக்கங்களில் கவனம் செலுத்திச் சாதிப்பார்கள். ஜாப்ஸைப் பொறுத்தவரை இரண்டையுமே செய்தார் – சற்றும் தளராமல். இதன்

பலனாக முப்பது ஆண்டு காலத்தில் தொடர்ச்சியாகப் பல தயாரிப்புகளை வெற்றிகரமாக வெளியிட்டார்:

- ஆப்பிள் II – வாஸ்நியாக்கின் மின்சுற்றுப் பலகை முதல் தனியார்க் கணினியாக *(பர்சனல் கம்ப்யூட்டர்)* வடிவமைக்கப்பட்டது. 'இது வெறும் பொழுதுபோக்குச் சாதனம்' என்ற நிலை மாறியது.
- மகின்டாஷ் – வீட்டுக் கணினியில் ஒரு புரட்சி. வரைகலை பயனர் இடைமுகம் *(க்ராஃபிக்கல் யூஸர் இன்டர்பேஸ்)* பிரபலமடைந்தது.
- *டாய் ஸ்டோரி* மற்றும் மிகப் பிரபலமான பிக்ஸார் தயாரிப்புகள் டிஜிட்டல் கற்பனை அதிசயங்களைத் தோற்றுவித்தன.
- ஆப்பிள் ஸ்டோர் – ஒரு நிறுவனத்தின் பெயரை வரையறுப்பதில் அங்காடிகளின் பங்கைத் திருத்தியமைத்தது.
- ஐபாட் – இசையைப் பயன்படுத்தும் முறையையே மாற்றி யமைத்த அற்புதம்.
- ஐட்யூன்ஸ் ஸ்டோர் – இசைத் துறையைக் காப்பாற்றிய பெருமை இதையே சாரும்.
- ஐஃபோன் – கைபேசிகளில் இசை, புகைப்படங்கள், வீடியோ, மின்னஞ்சல் மற்றும் வலைத்தளச் சாதனங்களைப் புகுத்திய படைப்பு.
- ஆப் ஸ்டோர் (குறுஞ்செயலி அங்காடி) – பொருளடக்கத்தை ஒரு புதிய தொழிலாக உருவாக்கியது.
- ஐபேட் – டாப்லெட் கணினிப் பயன்பாடு தோன்றக் காரண மானது; டிஜிட்டல் வடிவிலான நாளிதழ்கள், பத்திரிகைகள், புத்தகங்கள் மற்றும் வீடியோக்களுக்குக் களம் அமைத்துத் தந்தது.
- ஐக்ளவுட் – பொருளடக்கத்தை மையக்கட்டுப்பாட்டில் வைத் திருந்த கணினியை அதன் நிலையிலிருந்து இறங்கிவந்து, நமது மற்ற எல்லாச் சாதனங்களோடும் சீராகப் பொருந்தி இயங்கச் செய்தது.
- ஆப்பிள் நிறுவனம் – இதை ஜாப்ஸ் தமது மிகச்சிறந்த படைப் பாகக் கருதினார். கற்பனைக்கு வளமூட்டி, அதனைப் பயன் படுத்தி, ஆக்கப்பூர்வமான வழிகளில் செயல்படுத்தியதன் மூலம் இந்தப் பூவுலகின் மிக அதிக மதிப்புடைய நிறுவனமாக அது தழைத்தோங்கியது.

அவர் புத்திசாலியா? அப்படியொன்றும் அதீதமாக இல்லை. ஆனால் அவர் ஒரு மேதை. அவருடைய கற்பனைப் பாய்ச்சல்கள் உள்ளுணர்வை அடிப்படையாகக் கொண்டவை; எதிர்பாராதவை; சிலசமயம்

மாயாஜாலம் புரிபவை. கணித வல்லுநர் மார்க் காக் மாயாஜால மேதை என்று கூறுவாரே – ஜாப்ஸும் அப்படித்தான். அவருடைய உள்ளுணர்வு எந்த முன்னறிவிப்புமின்றி மேலெழும்பி வரும். அதைப் புரிந்துகொள்ள அறிவும் செயல்பாட்டுத்திறனும் மட்டும் போதாது; உள்ளுணர்வும் வேண்டும். ஒரு யாத்ரீகனைப் போலத் தகவல்களை உள்வாங்கிக் கொள்ளவும், காற்றில் மோப்பம் பிடிக்கவும், முன்னே உள்ளது என்னவென்று ஊகிக்கவும் அவரால் முடிந்தது.

இவ்வாறு நம் காலகட்டத்தின் மாபெரும் தொழில் வித்தகராக வளர்ந்த ஸ்டீவ் ஜாப்ஸ் இன்னும் நூறு ஆண்டுகளுக்கு மக்கள் மனத்தில் நிலைத்திருப்பார். வரலாறு எடிசனுக்கும் ஃபோர்டுக்கும் அடுத்த படியாக அவரைக் கொண்டாடும். அவருக்குச் சமகாலத்தில் வாழ்ந்த எவரையும்விட முழுக்க முழுக்கப் புதுமையான தயாரிப்பு களை அளித்தவர் அவர் – ப்ராஸஸர்களும் புதுக்கவிதையும் போல, பேராற்றல்களின் சங்கமமாய்... அவருடைய ஆவேசம் உடன் பணி யாற்றுபவர்களை ஊக்குவிக்கவும் செய்யும்; உற்சாகமிழக்கவும் செய்யும். ஆனால் உலகின் மிக ஆக்கப்பூர்வமான நிறுவனத்தை அதே ஆவேசம் தான் உருவாக்கியது. அதன் மரபணுக்களில் வடிவமைப்பு, கச்சிதம், கற்பனை ஆகியவற்றை உட்புகுத்தி, இன்றிலிருந்து பல பதிற்றாண்டுகளுக்குக் கூடக் கலைத்திறன் மற்றும் தொழில்நுட்பத்தின் சிறப்பம்சங்கள் பொருந்திய நிறுவனமாய் மிளிரும் வகையில் செய்தார்.

ஆ, இன்னும் ஒரு விஷயம்...

வழக்கமாய் வாழ்க்கை வரலாறு எழுதுபவர்களுக்குத்தான் அதை முடித்து வைக்கும் உரிமையும் சொந்தம். ஆனால் இது ஸ்டீவ் ஜாப்ஸின் வாழ்க்கை வரலாறு. முழுக்கட்டுப்பாடு அவருடைய முத்திரை குணம். ஆனால் இந்தப் பணியில் அவர் அதை வலியுறுத்தவில்லை. இருந்தாலும் அவருடைய வார்த்தைகளுக்கென்று சில பக்கங்களை நான் ஒதுக்கித் தரவில்லை என்றால், வரலாற்றின் ஏடுகளுக்குள் அவருடைய வாழ்க்கையை வலியப் புகுத்தினால், எந்த ஒரு சூழ்நிலையிலும் அவர் வலியுறுத்திய தனித்துவமான உணர்வை நான் சரியான முறையில் வெளிக்கொண்டு வரத் தவறியதுபோலாகிவிடும்.

எங்கள் உரையாடலினூடே அவர் பல சந்தர்ப்பங்களில் தாம் இந்த உலகிற்கு விட்டுச்செல்லும் சொத்து பற்றிய தமது எதிர்பார்ப்பைப் பகிர்ந்துகொண்டார். இதோ, அவருடைய எண்ணங்கள் – அவருடைய வார்த்தைகள் வழியே:

> என் கனவெல்லாம் அற்புதமான தயாரிப்புகளை உருவாக்குவதற்கு ஊக்குவிப்போடு செயல்படும் மனிதர்களைக் கொண்ட நிறுவனத்தை

வளர்த்து நிலைநாட்டுவதுதான் – மற்றதெல்லாம் இரண்டாம்பட்சம். இலாபம் ஈட்டுவது பெரிய விஷயம்தான். ஏனென்றால் அற்புதமான தயாரிப்புகளை உருவாக்க அது தேவை. ஆனால் ஊக்குவித்தது இலாபமல்ல; அந்தத் தயாரிப்புகள்தான். ஸ்கல்லியின் கொள்கை எதிர்மறையானது – அங்குப் பணம் மட்டுமே குறிக்கோளாக இருந்தது. சிறிய வித்தியாசம்தான். ஆனால் ஒவ்வொன்றிலும் அது தனது அர்த்தத்தைப் பிரதிபலிக்கும் – பணியில் அமர்த்தப்படுவோர், பதவி உயர்வு யாருக்கு, கூட்டங்களில் கலந்தாலோசிக்கப்படும் விஷயங்கள் என.

சிலர் சொல்வார்கள்: 'வாடிக்கையாளர்களுக்குத் தேவையானதைக் கொடுங்கள்' என்று. என்னுடைய நோக்கு அதுவல்ல; அவர்கள் தேவையை அவர்கள் உணரும் முன்னரே நாம் உணர்வதுதான். ஹென்றி ஃபோர்ட் ஒருமுறை சொன்னதாக ஞாபகம்: 'உங்களுக்கு என்ன தேவை என்று நான் வாடிக்கையாளர்களைக் கேட்டிருந்தால், இன்னும் வேகமாக ஓடும் குதிரை என்று சொல்லியிருப்பார்கள்.' தங்களுக்கு என்ன தேவையென்று அவர்களுக்குத் தெரியாது – நாம் காட்டும்வரை. இதனால்தான் நான் ஒருபோதும் சந்தை ஆய்வில் இறங்குவதில்லை. நம் வேலை இன்னும் எழுதப்படாத பக்கங்களை வாசிப்பது.

போலராய்ட் நிறுவனத்தின் எட்வின் லான்ட் உயர்மனிதப் பண்புகளும் *(ஹியூமானிடீஸ்)* அறிவியலும் சந்திக்கும் இடத்தைப் பற்றிப் பேசினார். அது எனக்குப் பிடித்திருந்தது. அந்த இடத்தில் ஏதோ ஒரு மாயசக்தி இருப்பதாக உணர்ந்தேன். புதிய தயாரிப்புகளை உருவாக்குபவர்கள் பலர். என் தொழில் வாழ்க்கையின் சிறப்பு அதுவல்ல. ஆப்பிள் மக்களோடு ஒரே ரீதியில் ஒத்துப்போகிறது என்றால் எங்கள் புதுமையான தயாரிப்புகளில் ஆழ்ந்த மனிதநேயம் ஒன்றிக் கலந்திருப்பதுதான். அற்புதமான கலைஞர்களுக்கும் அற்புதமான பொறியியல் வல்லுநர்களுக்கும் ஓர் ஒற்றுமை உண்டு – இருவருமே தங்களை வெளிப்படுத்திக்கொள்ள விரும்புவார்கள். உண்மையில் முதன்முதலில் வெளிவந்த மாக்கை உருவாக்குவதில் ஈடுபட்டிருந்தவர்களில் மிகச் சிறந்த சிலர் கவிஞர்களாகவும் இசைக் கலைஞர்களாகவும் திகழ்ந்தார்கள். எழுபதுகளில் மக்கள் தங்கள் ஆக்கப்பூர்வமான திறமைகளை வெளிப்படுத்த கணினிகள் வழிவகுத்தன. லியோனார்டோ ட வின்ச்சி, மைக்கேல் ஆஞ்ஜெலோ போன்ற அற்புதமான கலைஞர்கள் அறிவியலிலும் சிறந்து விளங்கினர். மைக்கேல் ஆஞ்ஜெலோ சிற்பம் செதுக்குவதில் மட்டுமல்ல, கற்சுரங்கத்திலிருந்து கற்களை வெட்டியெடுப்பதிலும் கைதேர்ந்தவர்.

பொருட்களை ஒருங்கிணைப்பது பற்றி இருபத்துநான்கு மணி நேரமும் சிந்திக்க மக்களுக்கு நேரமில்லை. அதனால் அதை நாங்கள் செய்கிறோம் – அவர்களும் பணம் தருகிறார்கள். அற்புதமான தயாரிப்புகளை உருவாக்க ஒரு தீவிரமான ஆர்வம் உள்ளுக்குள் இருக்குமெனில், அதுவே உங்கள் வன்பொருள், மென்பொருள், கருத்துகள் மற்றும் சிந்தனைகளுடன் உங்களை ஒருங்கிணைந்து செயல்படத் தூண்டும். புதுமைகளைப் புகுத்த வேண்டுமென்றால் அதை நீங்களே செய்யவேண்டும். உங்கள் தயாரிப்புகளை மற்ற வன்பொருள் அல்லது மென்பொருட்கள் பயன்படுத்த அனுமதிப்பீர் களானால் உங்கள் தொலைநோக்கில் சிறிது விட்டுக்கொடுக்க வேண்டியிருக்கும்.

கடந்தகாலத்தின் பல்வேறு கட்டங்களில் சிலிக்கன் வாலியின் தனித்துவத்தை மேம்படுத்திய நிறுவனங்கள் தோன்றின. ஹ்யூலெட் பக்கார்ட் *(எச்பீ)* நீண்டகாலம் தொடர்ந்தது. பின்னர் செமி கண்டக்டர் (குறை கடத்திகள்) யுகத்தில் ஃபேர்சைல்ட் (Fairchild) மற்றும் இன்டெல். ஆப்பிள் சிலகாலம் இருந்தது – பிறகு மங்கிவிட்டது. மீண்டும் இன்று ஆப்பிள் மற்றும் கூகுள் என்று நினைக்கிறேன் – சொல்லப்போனால் ஆப்பிள் இன்னும் சற்று அதிகமாக. ஆப்பிள் காலங்களைக் கடந்து தன்னை நிலைநாட்டிக் கொண்டுள்ளது. சில காலமாகக் களத்தில் உள்ள நிறுவனம்தான் என்றாலும் நடப்பு நிலையை வைத்துப் பார்த்தாலும் இப்பொழுதும் வளர்ச்சியின் உச்சியில்தான் இருக்கிறது.

மைக்ரோஸாஃப்டின்மீது கல்லெறிவது சுலபம். அவர்களுடைய ஆதிக்கம் சரிந்துவிட்டது தெளிவாய்த் தெரிகிறது. பெரும்பாலும் காலத்தோடு தொடர்பற்றுப் போய்விட்ட நிலை. இருந்தாலும் அவர்களுடைய சாதனைகளையும், அதற்காக அவர்கள் பட்ட கஷ்டத்தையும் பாராட்டுகிறேன். வியாபாரம் செய்வதில் அவர்கள் மிகவும் கெட்டிக்காரர்கள். தயாரிப்பில் சாதிக்கத் தேவையான அளவு அவர்கள் ஒருபோதும் தீவிரம் காட்டவில்லை. தயாரிப்பு களுக்குப் பெயர்பெற்றவராகத் தம்மைக் காட்டிக்கொள்ள பில் மிகவும் விரும்புவார். ஆனால் உண்மையில் அவர் அப்படியல்ல. அவர் ஒரு வியாபாரி. அற்புதமான தயாரிப்புகளைவிட அமோகமான வியாபாரத்திற்குத்தான் முக்கியத்துவம் தரப்பட்டது. அதன் பலனாக அவர் பெரும் செல்வந்தரானார். அதுதான் அவருடைய லட்சிய மென்றால் அதை அவர் வெற்றிகரமாக அமைத்தார் என்றுதான் சொல்ல வேண்டும். ஆனால் அது ஒருகாலும் எனது லட்சியமாக இருந்ததில்லை. அதுதான் அவருடைய லட்சியமாக இருந்ததா என்பதும் முடிவில் கேள்விக்குறியாகவே உள்ளது. அவர் உருவாக்கிய

நிறுவனத்திற்காக அவரை நான் வியந்து பாராட்டுகிறேன். அசர வைக்கும் சாதனை. அவரோடு பணியாற்றுவதை நானும் மிகவும் விரும்பினேன். அவர் அறிவுக்கூர்மை படைத்தவர்; உண்மையிலேயே நல்ல நகைச்சுவை உணர்வும் கொண்டவர். ஆனால் மைக்ரோஸாஃப்டின் மரபணுக்களில் ஒருபோதும் உயர்மனிதப் பண்புகளோ, முற்போக்குக் கலையுணர்வோ இருந்ததில்லை. மாக்கைப் பார்த்த பின்பும்கூட அதே போல் அவர்களால் அச்சு அசலாகச் செய்ய முடியவில்லை. அவர்களுக்கு அதன் சூட்சுமம் விளங்கவே இல்லை.

ஐபிஎம், மைக்ரோஸாஃப்ட் போன்ற நிறுவனங்களில் ஏன் சரிவு ஏற்படுகிறது என்பதற்கு நான் எனக்கென்று சில விளக்கங்களை வைத்திருக்கிறேன். நிறுவனம் அற்புதமாகச் செயல்படும் - அத்துடன் புதுமைகளையும் புகுத்தி ஏதேனும் ஒரு துறையில் ஆதிக்கநிலையையோ, அதற்கு நெருங்கிய ஒரு நிலையையோ எட்டும். அதன்பிறகு பொருளின் தரத்திற்கு முக்கியத்துவம் குறைந்துவிடும். நிறுவனத்தில் விற்பனையாளர்களின் மதிப்பு உயரும் – வருமானத்தை நோக்கி முள்ளை மேலும்மேலும் நகர்த்துவது அவர்கள்தானே... தயாரிப்பில் ஈடுபட்டுள்ள பொறியியல் வல்லுநர்களோ, வடிவமைப்பாளர்களோ அல்லவே. முடிவில் விற்பனையாளர்களே நிறுவனத்தை நடத்தும் நிலை ஏற்படுகிறது. ஜான் அகொர்ஸ் ஐபிஎம்மின் சாமர்த்தியமான, பேச்சுத்திறன் மிக்க அசாத்திய விற்பனையாளர் – ஆனால் தயாரிப்பு பற்றி எதுவுமே தெரியாது. இதேதான் ஜெராக்ஸிலும் நடந்தது. விற்பனையாளர்கள் நிறுவனத்தை நடத்தும்பொழுது தயாரிப்பாளர்களுக்கு அதிக முக்கியத்துவம் தரப்படுவதில்லை. அதனால் அவர்களில் பெரும்பாலோர் உற்சாகமிழந்து, அலுத்துப் போய்விடுவார்கள். ஸ்கல்லி ஆப்பிளில் இருந்தபோதும் (அது என் குற்றம்தான்) இது நடந்தது. பால்மர் மைக்ரோஸாஃப்டில் சேர்ந்து கொண்ட பொழுதும் அதுவே மீண்டும் நடந்தது. ஆப்பிள் அதிர்ஷ்டவசமாக உயிர்த்தெழுந்தது. ஆனால் பால்மர் பொறுப்பிலுள்ளவரை மைக்ரோஸாஃப்டில் எந்த மாற்றமும் உண்டாகுமென்று எனக்குத் தோன்றவில்லை.

சிலர் தங்களைத் 'தொழில்முனைவோர்' என்று அழைத்துக் கொள்வார்கள். ஆனால் உண்மையில் அவர்கள் செய்ய முயல்வதெல்லாம் எதையாவது தொடங்கி, விற்பனையில் முனைப்பாக ஈடுபடுவது அல்லது பங்குச்சந்தையில் புகுந்துகொள்வதுதான் – இலாபம் ஈட்டி மேலும் முன்னேறுவதற்காக. இந்தப் போக்கை நான் வெறுக்கிறேன். ஒரு தொழிலில் மிகவும் கடினமான பகுதியே ஒரு நிறுவனத்தை உருவாக்குவதுதான் – அதற்கான முயற்சியில்

ஈடுபட அவர்கள் விரும்புவதில்லை. ஒரு நிறுவனத்தை உருவாக்கி, வளர்ச்சியடையச் செய்வது மூலம்தான் நாம் பங்களிக்கமுடியும். நமது முன்னோர்கள் வைத்துவிட்டுச் சென்ற சொத்துக்கு அது வளம் சேர்க்கும். நாம் உருவாக்கும் நிறுவனம் ஒன்றிரண்டு தலைமுறை களுக்காவது தழைக்க வேண்டும். அதைத்தான் வால்ட் டிஸ்னி செய்தார். ஹியூலெட் பக்கார்ட் மற்றும் இன்டெல்லை உருவாக்கிய வர்கள் – எல்லோரும் அதைத்தான் செய்தார்கள். அவர்கள் நிறுவனத்தை உருவாக்கியது பணம் புரட்டுவதற்காக அல்ல; அதை நிலைத்து நிற்கச் செய்வதற்காக. ஆப்பிளும் அப்படி இருக்க வேண்டும் என்றுதான் நான் விரும்புகிறேன்.

எல்லோரிடமும் நான் கடுமையாக நடந்துகொள்வதாக எனக்குத் தோன்றவில்லை. ஆனால் ஏதாவது சரியில்லை என்றால் முகத்துக்கு நேராகச் சொல்லிவிடுவேன். நேர்மையாக இருக்கவேண்டியது என் கடமை. நான் எதைப் பற்றிப் பேசினாலும் நன்றாக உணர்ந்துதான் பேசுகிறேன் – பெரும்பாலும் என் கருத்து சரியாகத்தான் இருக்கும். நான் உருவாக்க விரும்பும் கலாச்சாரம் அது. நாங்கள் ஒருவருக் கொருவர் காட்டும் நேர்மை மிகத் தீவிரமானது. என்னைப் பார்த்து யார் வேண்டுமானாலும் 'நீ வெறும் குப்பை' என்று கூறலாம்; நானும் அதேபோல் கூறமுடியும். சிலசமயம் எங்களுக்குள் விவாதங்கள் காரசாரமாக இருக்கும். ஒருவரை ஒருவர் நோக்கி இரைத்து கத்தியபடி இருப்போம். நான் அனுபவித்த மிகச்சிறந்த காலங்கள் அவை. 'ரான், அந்த அங்காடி குப்பைமேடு போலிருக்கிறது' என்று சர்வசாதாரணமாக எல்லோர் முன்னிலையிலும் கூற என்னால் முடியும். அல்லது 'கடவுளே, இதில் பொறியியலை முழுவதுமாய்ப் பாழடித்துவிட்டோம்' என்று அதற்குப் பொறுப்பானவர் முன்னிலை யிலேயே கூறுவேன். அந்த அறையில் இருப்பதற்குத் தேவையான தகுதி இதுதான்: அதிக நேர்மையாக இருக்கத் தெரிந்திருக்க வேண்டும். ஒருவேளை இதைவிடச் சிறந்த வழி இருக்கலாம் – மேல்தட்டு மனிதர்கள் டை (கழுத்துக் கச்சை) எல்லாம் அணிந்துகொண்டு, தூய மொழியும் இங்கிதமான சங்கேத வார்த்தைகளுமாய்ப் பேசும் மனமகிழ் மன்றங்கள் *(க்ளப்ஸ்)* – எனக்கு அந்த வழிகளெல்லாம் தெரியாது... நான் கலிஃபோர்னியாவின் மத்திய வர்க்கத்தைச் சேர்ந்தவன்.

சிலசமயம் நான் பிறரிடம் கடுமையாக நடந்துகொண்டதுண்டு – அது தேவைக்கு அதிகமாகக்கூட இருந்திருக்கலாம். எனக்கு நினைவிருக்கிறது – அப்போது ரீடுக்கு ஆறு வயது. நான் வீடு திரும்பி யிருந்தேன் – சற்று முன்புதான் ஒருவரைப் பணிநீக்கம் செய்த கையோடு. தம் குடும்பத்தினரிடமும் சிறு மகனிடமும் தாம் பணிநீக்கம் செய்யப்பட்ட விவரத்தை அவர் எப்படிச் சொல்லப்

போகிறார் என்பதைக் கற்பனை செய்துபார்த்தேன் – மிகவும் கஷ்டமாகத்தான் இருந்தது. ஆனால் யாராவது அதைச் செய்துதான் ஆகவேண்டும். குழுவிலுள்ளவர்கள் அனைவரும் திறமைசாலிகளாக இருப்பதை உறுதி செய்வது எப்பொழுதுமே எனது வேலையாக இருந்தது. அதை நான் செய்யவில்லையென்றால், வேறு ஒருவரும் செய்யப்போவதில்லை.

புதுமைகளைப் புகுத்த வேண்டுமென்றால் எப்பொழுதும் ஒரு உந்துதல் இருந்துகொண்டே இருக்கவேண்டும். டிலன் புரட்சிப் பாடல்களையே பாடிக்கொண்டு நிறையப் பணம் புரட்டியிருக் கலாம். ஆனால் அவர் அப்படிச் செய்யவில்லை. அவர் முன்னோக்கி அடிவைத்தபடியே இருந்தார். 1965இல் ராக் இசைக்கு அவர் மாறியபோது பலரது தொடர்பு விட்டுப்போனது; பலரது ஆதரவை இழக்க நேரிட்டது. 1966இல் அவர் மேற்கொண்ட ஐரோப்பியப் பயணம் அவருக்கு மகுடமாய் அமைந்தது. அவர் மேடையில் தோன்றி அகௌஸ்டிக் கிதாரை இசைத்தார் – அரங்கமே ஆரவாரித்தது. அதன் பிறகு 'த பாண்ட்' என்று பின்னர் அறியப் பட்ட குழுவை மேடையேறச் செய்து எல்லோருமாக மின் இசைக் கருவிகளைக் கொண்டு இசைப்பார்கள். அரங்கம் கூச்சலிடும்; சிலசமயம் சீட்டியடிக்கும். ஒருகட்டத்தில் *லைக் ஏ ரோலிங் ஸ்டோன்* பாடலைப் பாட முற்பட்டபோது அரங்கிலிருந்து யாரோ 'ஜூதாஸ்' என்று கத்தினார்கள். டிலன் பதிலுக்கு 'உரக்க வாசியுங்கள்!' என்று சொல்ல, குழுவினரும் அப்படியே செய்தார்கள். பீட்டில்ஸ் குழுவும் அப்படித்தான் – பரிணாம வளர்ச்சியடைந்து, முன்னோக்கி நகர்ந்து, தங்கள் கலையைச் செப்பனிட்டபடி இருந்தார்கள். அதைத்தான் நான் எப்பொழுதும் செய்ய முயன்றேன் – முன்னோக்கி நடந்தேன். இல்லாவிட்டால், டிலன் சொன்னதுபோல, 'பிறப்பதில் மும்முர மாக இல்லையென்றால், இறப்பதில் மும்முரம் காட்டுகிறீர்கள் என்று அர்த்தம்.'

என்னை உந்தியது எது? ஆக்கத்திறன் உள்ள எல்லோருமே நமக்கு முன் பலர் செய்துவைத்தவற்றைப் பயன்படுத்த இயல்வதற்கு நன்றி தெரிவிக்க விரும்புவார்கள். நான் பயன்படுத்தும் மொழியோ, கணிதமோ என் கண்டுபிடிப்புகளல்ல. நான் சாப்பிடும் உணவில் என் பங்கு மிகச் சிறியது; என் துணிகளிலோ, எனக்குப் பங்கே இல்லை. நான் செய்யும் ஒவ்வொன்றும் நம் மனித இனத்தை நம்பியிருக்கிறது. நம்மைச் சுமந்து நிற்கும் தோள்களை நம்பியிருக் கிறது. நம்மில் பலர் இவர்களுக்காகத் தங்கள் பங்குக்கு ஏதாவது திரும்பச் செய்து, அதன்மூலம் இந்தச் சேவையைத் தொடர விரும்பு கின்றனர். நாம் வெளிப்படுத்த விரும்பியதை எல்லோருக்கும்

பரிச்சயமான முறையில் செய்ய முயலவேண்டும் – ஏனென்றால் நம்மால் பாப் டிலன் போலப் பாடல் இயற்றவோ, டாம் ஸ்டாப்பார்ட் போல நாடகங்கள் எழுதவோ முடியாதல்லவா.. நமக்குள்ள திறமைகளைக் கொண்டு நமது ஆழமான உணர்வுகளை வெளிப்படுத்த முயல்கிறோம்; நம் முன்னோர்கள் நமக்களித்த பலன்களுக்காக நன்றி சொல்கிறோம்; நம்மால் முடிந்ததை அளிக்கவும் செய்கிறோம்; அதுதான் எனக்கு உந்துதலாக இருந்து வந்திருக்கிறது.

சரணம் (கோடா)

ஒரு 'பளிச்'சென்ற பிற்பகல்நேரம், உடல்நலம் குன்றிய நிலையில் ஜாப்ஸ் வீட்டிற்குப் பின்புறமுள்ள தோட்டத்தில் அமர்ந்திருந்தார் – மரணம் பற்றிச் சிந்தித்தபடி. இந்தியாவில் அவருடைய அனுபவங்கள் – ஏறத்தாழ நாற்பது ஆண்டுகளுக்கு முந்தையவை, புத்தமதம் பற்றி ஆழ்ந்து கற்றறிந்தது. மறுபிறவி மற்றும் ஆன்மிக நிலைமாற்றம் பற்றிய அவருடைய பார்வைகள் எனப் பலவேறு விஷயங்கள் குறித்துப் பேசினார். 'நான் கடவுளைப் பாதிக்குப் பாதி நம்புகிறேன். ஏனெனில், ஏறத்தாழ என் வாழ்நாள் முழுவதிலும் நாம் இந்த உலகில் இருப்பதற்கு நம் கண்ணுக்குப் புலப்படுவதையெல்லாம் தாண்டி ஏதோ ஒரு அர்த்தம் உள்ளதை உணர்ந்திருக்கிறேன்.'

மரணத்தின் விளிம்பில் நின்றுகொண்டு உலகவாழ்விற்குப் பிந்தைய ஒரு வாழ்வு உள்ளதை ஒருபடி அதிகமாகவே நம்புவதாக அவர் ஒப்புக்கொண்டார். 'நாம் இறந்தபின் நம்மைச் சார்ந்த ஏதோ ஒன்று மீதமிருக்கும்' என்றார் அவர். 'வாழ்வில் திரட்டிய பல்வேறு அனுபவங்கள், கொஞ்சம் ஞானம் - இவையெல்லாம் அப்படியே போய்விடும் என்று நினைப்பது சற்று விந்தையாகத்தான் இருக்கிறது. ஆனால் ஏதோ ஒன்று நமக்குப் பின்னும் வாழுமென்று உண்மையிலேயே நம்ப விரும்புகிறேன். ஒருவேளை அது நம் நினைவுகளாகக் கூட இருக்கலாம்.'

மிக நீண்டநேரத்திற்கு மௌனம். பின்தொடர்ந்தார்: 'இன்னொரு விதமாகச் சிந்தித்தால், ஒருவேளை ஆன்-ஆஃப் ஸ்விட்ச் போல. *க்ளிக்!* – அவ்வளவுதான், நீங்கள் மறைந்து போய்விடுவீர்கள்.'

மீண்டும் சற்று நிதானித்து, லேசாய்ப் புன்னகைத்தார்: 'ஒருவேளை அதனால்தான் நான் ஆப்பிள் தயாரிப்புகளில் ஒருபோதும் ஆன்-ஆஃப் ஸ்விட்சுகளைப் பயன்படுத்த விரும்பவில்லையோ என்னவோ.'

முடிவுரை

2011இன் கோடைகாலம். புற்றுநோயுடனான தமது போராட்டத்தில் மற்றொரு சுற்று வெற்றிகண்டுவிடுவோம் என்ற நம்பிக்கை ஸ்டீவ் ஜாப்ஸின் மனத்தில் இன்னமும் இழையோடி வந்தது. அந்த ஆண்டு ஆகஸ்ட் மாத இறுதியில் ஆப்பிளின் தலைமை நிர்வாக அதிகாரி என்ற பதவியிலிருந்து விலகிக்கொள்ளப் போவதாக அவர் அறிவிக்க இருந்தார். அந்தக் காட்சியோடு இந்தப் புத்தகத்தை முடித்துவைக்கவேண்டும் என்று அவர் என்னிடம் கேட்டுக்கொண்டார். நான் ஏற்கனவே புத்தகத்தின் ஒரு பிரதியை எனது பதிப்பாளரிடம் கொடுத்திருந்தேன் – முடிவை எழுதாமல். மறுபரிசீலனைகளைத் தொடங்குவதற்குச் சற்று முன்பு, ஜாப்ஸுடன் அமர்ந்துகொண்டு புத்தகத்தில் நான் பயன் படுத்தியிருந்த பல்வேறு சம்பவங்களை அலசினேன் – அவருக்குப் பிடிக்காமல் போகலாம் என்று நான் எண்ணியிருந்த சிலவும் அதில் அடக்கம். நான் ஒரு வெளிப்பூச்சிடாத படைப்பை அளிக்கவேண்டும் என்று அவர் வலியுறுத்தியிருந்தார். ஆகவே அவருடைய பிரச்சினை யான குணாதிசயங்கள் பற்றிய பல நினைவுக்குறிப்புகள் அதில் காணப் பட்டன. பொதுவான விதிமுறைகள் தமக்குப் பொருந்தாது என்ற தீவிர நம்பிக்கை மூலம் உலகை மாற்றியமைக்க அவருக்கு வாய்ப்பளித்தது அவருடைய சிக்கலான, ஆர்வமும் மோகமும் மிகுந்த சுபாவம். அதன் ஒரு அம்சமாக, அதிலும் கதையின் ஓட்டத்திற்குப் பொருந்தும் வகையில் ஆங்காங்கே அவற்றைப் பயன்படுத்த முயன்றுள்ளேன் என்று அவருக்கு உறுதியளித்தேன்.

அவர் அந்தச் சூழலிலும் நல்ல மனப்பாங்கோடு ஒத்துழைத்தார். அடக்கத்தின் சிகரம் என்றெல்லாம் சரித்திரத்தின் ஏடுகள் அவரை உயர்த்திவைக்கப் போவதில்லை என்பது அவருக்கு நன்றாகத் தெரியும். அத்துடன், இந்தப் புத்தகம் அதிகாரப்பூர்வமாக எழுதப்பட்ட ஒரு தொகுப்புபோலத் தோன்றாமல் இருப்பது தமக்கு நல்லது என்று அவர் கருத்துத் தெரிவித்தார். அதைப் படிப்பதற்காக ஓர் ஆண்டானாலும் காத்திருப்பேன் என்று அவர் என்னிடம் கூறியபோது அவருடைய நம்பிக்கையும் மாயவலையும் உச்சத்தில் இருப்பதுகண்டு வியந்து போனேன். இன்னும் ஓராண்டு காலம் அவர் வாழ்ந்திருந்து, இந்தப்

புத்தகத்தைப் படிக்கும் வாய்ப்பைப் பெறுவார் என்று அந்த ஒரு கணம் உறுதியாய் நம்பினேன். தமது உடல் ஆரோக்கியத்தை முழுவதுமாய் மீட்டுக்கொண்டு, ஆப்பிளில் முனைப்போடு செயல்படப்போவதில் அவர் மிக உறுதியாக இருப்பதுபோலத் தோன்றியது. ஆகவே, நான் புத்தகத்தின் வெளியீட்டைச் சற்றுத் தள்ளிவைத்து விட்டு நடப்ப வற்றைக் கூர்ந்து கவனிக்கவேண்டும் என்று விரும்புகிறாரா என அவரிடம் கேட்டேன். 'இல்லை' என்றார் அவர். 'நான் இன்னும் ஏதாவது அற்புதமான சாதனை புரிந்தால், நீங்கள் இரண்டாம் பாகம் எழுத ஒரு வாய்ப்புக் கிட்டுகிறது என்று பொருள்.' இந்தச் சிந்தனை அவருடைய முகத்தில் புன்னகையை வரவழைத்தது. அவர் தொடர்ந்தார்: 'குறைந்த பட்சம் ஒரு மிக நீண்ட முடிவுரையாவது.'

இதில் வருத்தம் என்னவென்றால், இந்த முடிவுரை மிகச் சிறியது.

***

2011 அக்டோபர் *3*, திங்கட்கிழமை. தமது நேரம் நெருங்கிவிட்டதை ஜாப்ஸ் உணர்ந்துகொண்டார். புற்றுநோயை முந்திக்கொண்டு வாழும் முயற்சியில் 'அடுத்த அல்லி இலைக்குத் தாவுவது' பற்றிய பேச்சை நிறுத்திக்கொண்டார். பதிலாக, தம்மை நோக்கி வரும் மரணத்தில் அவருடைய கவனம் பதியும் வேளைகளில் தவறாமல் வெளிப்படும் அதே வேகத்துடன் தமது சிந்தனையின் போக்கை மாற்றிக்கொண்டார்.

இதற்குமுன் அவர் தமது இறுதிச் சடங்குகள் பற்றி எதுவும் பேசியிருக்கவில்லை. தாம் தகனம் செய்யப்படுவதைத்தான் அவர் விரும்புவார் என்று லாரீனும் அனுமானித்திருந்தார். கடந்த சில ஆண்டுகளாகவே தங்களுடைய சாம்பலை எங்குத் தூவவேண்டும் என்பது பற்றி இருவரும் இயல்பாகக் கலந்துரையாடி வந்திருந்தனர். ஆனால் அந்தத் திங்களன்று ஜாப்ஸ் தமது தீர்மானத்தை அறிவித்தார். தமது உடல் தகனம் செய்யப்படுவதை அவர் விரும்பவில்லை; மாறாக, தமது பெற்றோரது சமாதிக்கு அருகிலேயே தாமும் புதைக்கப்பட வேண்டும் என்பது அவருடைய விருப்பமாக இருந்தது.

செவ்வாயன்று காலையில் தமது இறுதி நிர்வாகக் குழுக் கூட்டத்தில் ஜாப்ஸ் கலந்தாலோசித்த 'ஸிரி' மென்பொருளுடன் கூடிய (இது குரலை அடையாளம் காணக்கூடிய திறன் பெற்றது) ஐஃபோன் 4எஸ்ஸை ஆப்பிள் அறிமுகம் செய்துகொண்டிருந்தது. ஆப்பிள் வளாகத்திலுள்ள அடக்கமான டவுன் ஹால் அரங்கத்தில், வழக்கமான ஆரவாரங்கள் ஏதுமின்றி அமைதியாக அது அரங்கேறியது. ஸ்டீவின் மிக நெருங்கிய சக ஊழியர்கள் அவருடைய உடல்நிலை கவலைக்கிடமாக உள்ளதை அறிந்திருந்தனர். நிகழ்ச்சி முடிவுபெற்றதும் ஜானி ஐவ், எட்டி க்யூ, டிம்குக் மற்றும் சிலருக்குத் தொலைபேசியில் செய்தி வந்தது: 'வீட்டிற்கு

வருக.' அதன்படியே, அன்று மதியம் அவர்கள் சென்று ஒருவர்பின் ஒருவராகத் தங்கள் மரியாதைகளைச் செலுத்தினர்.

ஜாப்ஸ் தமது சகோதரி மோனா சிம்ஸனை அழைத்து பாலோ ஆல்டோவிற்கு விரைந்து வரும்படி கூறினார். தமது இரங்கல் செய்தி யில் மோனா நினைவுகூர்ந்தார்: 'அவருடைய குரலில் பாசம், அன்பு, கனிவு அனைத்தும் மிகுந்திருந்தன. ஆனால் ஏதோ தமது உடைமை களை வண்டியில் ஏற்றிவிட்டு பயணத்திற்குத் தயாராக இருப்பவரின் குரல் போல. எங்களைவிட்டுப் பிரிந்துசெல்வதில் அவருக்கிருந்த ஆழ்ந்த வருத்தம் அதில் தெரிந்தது...' தாம் விடைபெற்றுக் கொள்வதாக ஜாப்ஸ் கூறியபோது, மோனா தாம் ஏற்கனவே விமான நிலையத்திற்கு டாக்ஸியில் சென்றுகொண்டிருப்பதாகவும், விரைவில் வந்து விடுவ தாகவும் தெரிவித்தார். 'நான் இப்பொழுதே உன்னிடம் சொல்லிக் கொண்டுவிடுகிறேன்... நீ வருவதற்குள் தாமதமாகிவிடும் என்று தோன்றுகிறது கண்ணே...' என்று ஜாப்ஸ் பதிலளித்தார். அவருடைய மகள் லிசா நியூ யார்க்கிலிருந்து பறந்து வந்தாள். அவர்களுக்கிடையே பல ஆண்டுகளாக நிலவிவந்த சீரற்ற உறவையும் மீறி, ஒரு நல்ல மகளாக இருக்க அவள் தொடர்ந்து முயன்று வந்திருந்தாள். அதைச் செய்தும் காட்டினாள். ஜாப்ஸின் சகோதரி பாட்டியும் வந்திருந்தார்.

ஆக, ஸ்டீவ் ஜாப்ஸின் இறுதிக் கணங்களில் ஆழ்ந்த அன்புகொண்ட குடும்பத்தினர் சூழ்ந்திருந்தனர். ஒரு சிறந்த குடும்பஸ்தராக அவர் எப்பொழுதும் நடந்துகொண்டார் என்று நமக்குத் தோன்றாமல் இருக்கலாம். ஆனால் எந்தத் தீர்மானமும் பலன்களைக் கருத்தில் கொண்டே கூறப்படவேண்டும். ஒரு தொழிலதிபராக அவர் அழிச் சாட்டியங்களும் கோபதாபங்களும் மிகுந்தவராக இருந்திருக்கலாம். ஆனால் வெறித்தனமான விசுவாசம் கொண்ட, அவர்மீது அன்பு பொழியும் ஒரு சக ஊழியர்கள் குழுவை அவர் உருவாக்கிக் காட்டினார். அதேபோல, ஒரு குடும்பஸ்தர் என்ற நிலையில் சட்டென்று முடிவெடுப் பவராக, விலகி நிற்பவராக இருந்திருக்கலாம். ஆனால், நல்ல நிலை பெற்ற, இறுதியில் அவரை அன்போடு சூழ்ந்துகொண்ட நான்கு குழந்தைகளை அவர் வளர்த்து ஆளாக்கினார். அந்தச் செவ்வாயன்று மதியம் அவர் தம் குழந்தைகளின் கண்களுக்குள் ஊடுருவி நோக்கிய வாறே இருந்தார். ஒரு கட்டத்தில் பாட்டியையும் தமது குழந்தை களையும் நீண்ட நேரம் பார்த்தபடியே இருந்தவர், லாரீனை நோக்கித் திரும்பி, பின் அவர்களையெல்லாம் தாண்டி எங்கோ தூரத்தில் தமது பார்வையைப் பதித்தார். பிறகு கூறினார், 'ஓ வாவ். ஓ வாவ். ஓ வாவ்.'

இந்த வார்த்தைகளோடு அவர் மெல்ல நினைவிழந்தார். அப்போது ஏறத்தாழ மதியம் இரண்டு மணி இருக்கும். அவருடைய மூச்சில்

ஆயாசம் தொனித்தது. 'இந்த நிலையிலும்கூட அவருடைய தோற்றத்தில் தீவிரமும் கம்பீரமும் தெரிந்தன – ஒரு கச்சிதமான, காதல் வயப்பட்ட மனிதனின் தோற்றம். மோனா நினைவுகூர்ந்தார்: 'ஒரு செங்குத்தான மலைச் சரிவின்மீது ஏறும் பயணத்தின் ஆயாசம் அவருடைய மூச்சில் தெரிந்தது.' அன்றிரவு முழுவதும் மோனாவும் லாரீனும் ஜாப்ஸின் அருகிலேயே இருந்தனர். மறுநாள் 2011 அக்டோபர் 5 – ஸ்டீவ் ஜாப்ஸ் மீளா உறக்கத்தில் ஆழ்ந்தார். அவருடைய குடும்பத்தினர் சூழ்ந்திருந் தனர் – அவரைத் தொட்டபடி...

அவருடைய மரணச் செய்தி உலகெங்கிலும் உணர்ச்சிவெள்ளம் பொங்கும் சூழலைக் கட்டவிழ்த்தது. நூற்றுக்கணக்கான நகரங்களிலும் கிராமங்களிலும் நினைவாலயங்கள் தோன்றின – கோடீஸ்வரத் தொழிலதிபர்களின் கொடுஞ்செயல்களை எதிர்த்துப் போராட்டங்கள் நடத்திவரும் 'வால் ஸ்ட்ரீட்டைக் கைப்பற்றுவோம்' இயக்கத்தின் போராளிகள் குழுமியிருந்த 'ஜுக்கோட்டி பார்க்' உட்பட. இது மிகப் பொருத்தமான ஒன்றாக இருந்தது. இந்த வகையிலான உணர்ச்சிப் பெருக்குகள் பொதுவாக போதைப்பொருட்களுக்கு அடிமையான ராக் இசை நட்சத்திரங்களும், வாழ்க்கையில் நிம்மதியிழந்த இளவரசி களும் மரணமடையும் தருணங்களுக்கென்று ஒதுக்கப்பட்டவை. ஒரு சுய தொழில்முனைவர் இத்தனை புகழோடு கொண்டாடப்படுவது புத்துணர்வூட்டுவதாக இருந்தது. அவர் ஒரு கோடீஸ்வரத் தொழிலதிப ராக இருந்திருக்கலாம். ஆனால் அவர் அந்நிலையை எட்டியதற்கு மக்களின் வாழ்வில் மாயம் புரிந்த அற்புதமான, அழகிய தயாரிப்பு களை அளித்ததே காரணம்.

ஜாப்ஸ் மரணமடைந்ததற்கு மறுநாள், லாரீனும் மோனாவும் அவர் தேர்ந்தெடுத்திருந்த கல்லறை மைதானத்திற்குச் சென்றனர். அங்குள்ள வர்கள் இருவரையும் ஒரு கால்ஃப் வண்டியில் அழைத்துச்சென்று சுற்றிக்காட்டினர். பால் மற்றும் க்ளாரா ஜாப்ஸின் கல்லறைகளுக்கு அருகில் காலியிடம் ஏதும் இருக்கவில்லை. தங்களுக்குக் காட்டப்பட்ட மற்ற இடங்களும் லாரீனுக்குச் சிறிதும் பிடிக்கவில்லை – கல்லறை மாடங்கள் அனைத்தும் – சற்றும் தனித்து அடையாளம் காணமுடியாத ஒரு சமதரையில்... நெருக்கியடித்தாற் போல அடுக்கப்பட்டுக் கிடந்தன. ஆனால் அவருடைய கணவரைப்போலவே லாரீனும் கற்பனை வளம் மிகுந்தவர்; நினைத்ததைச் சாதிக்கக்கூடியவர். அந்த வட்டாரத்தில் மீதமிருந்த ஏப்ரிக்காட் பழத்தோட்டங்களுள் ஒன்றின் நடுவிலிருந்த ஒரு மேடைபோன்ற நிலப்பகுதியைச் சுட்டிக் காட்டினார் – ஜாப்ஸ் சிறுவயதுமுதல் நேசித்துவந்த சோலைவனம் போன்ற அதே அமைப்பு. அது கிடைப்பதற்கில்லை என்றார்கள். அது மட்டுமல்ல, அந்த இடத்தைக் கல்லறைகளுக்கென்று ஒதுக்கும் திட்டங்களோ, அதற்கான

அனுமதிகளோ எதுவும் இருக்கவில்லை. ஆனால் இந்தச் செய்திகளால் லாரீன் தமது உறுதியில் சிறிதும் தளரவில்லை. மிகுந்த வலியுறுத்த லுக்குப்பின், என்ன ஆனாலும் சரி, தம் கணவர் அந்தப் பழத் தோட்டத் திற்கு அருகில்தான் அடக்கம் செய்யப்படவேண்டும் என்று கல்லறை மைதானத்தின் நிர்வாகியைப் பேசிச் சம்மதிக்கவைத்தார். இதற்காக ஸ்டீவ் அவரை எண்ணி நிச்சயம் பெருமிதம் கொண்டிருப்பார்.

எப்பொழுதும் போல, இதிலும் தம் கணவரின் தூய ரசனையுடன் தமது அன்பு கலந்த நளினத்தைச் சேர்க்க லாரீனால் முடிந்தது. அவர் தயாரித்த பெட்டகம் மிக நேர்த்தியாக, கச்சிதமாக, ஆணிகளோ, திருகாணிகளோ இல்லாமலே இணைத்துப் பொருத்தப்பட்டிருந்தது. தூய, எளிய வடிவம். தனிப்பட்ட முறையிலான இறுதிச் சடங்கின் போது, ஜாப்ஸ் பல மதியங்களைச் செலவிட்ட ஆப்பிள் தலைமை - யகத்தின் வடிவமைப்புக் கூடத்திலிருந்த சாம்பல்நிறப் பணிமேசை களுள் ஒன்றின்மீது அது அழகாய்க் கொலுவீற்றிருந்தது. கல்லறை நிறுவப்படும் நிலத்திற்கு அந்தப் பணிமேசையை வரவழைக்க ஜானி ஐவ் சிறப்பு ஏற்பாடுகள் செய்திருந்தார். குடும்பத்தினர், நெருங்கிய நண்பர்கள் என ஏறத்தாழ ஐம்பதுபேர் குழுமியிருந்தனர். அவர்களுள் சிலர் வாழ்க்கைச் சம்பவங்களைப் பகிர்ந்துகொள்ள முன்வந்தனர். உதாரணமாக, டிஸ்னியின் பாப் ஐகர் டிஸ்னி ஒப்பந்தம் அறிவிக்கப் படுவதற்கு முப்பது நிமிடங்கள் முன்னதாக பிக்ஸார் வளாகத்தில் ஜாப்ஸுடன் காலார நடக்கச் சென்றது பற்றிக் கூறினார். தமக்குப் புற்றுநோய் திரும்பவும் வந்துள்ளதாகவும், அது லாரீனுக்கும் மருத்துவர் களுக்கும் மட்டுமே தெரியும் என்றும், ஒருவேளை ஐகர் ஒப்பந்தத்தி லிருந்து விலகிக்கொள்ள விரும்பும் பட்சத்தில், அவருக்குத் தெரிவிக்க வேண்டியது தமது கடமை என்று தோன்றியதாகவும் ஜாப்ஸ் தம்மிடம் தெரிவித்ததாக ஐகர் கூறினார். 'அது அவருடைய ஒரு அசாதாரணமான பண்பு' என்றார் அவர்.

முறைப்படியான நினைவுச்சடங்கு ஸ்டான்ஃபோர்ட் மெமோரியல் தேவாலயத்தில் அக்டோபர் 16 அன்று நடைபெற்றது. தேவாலயம் முழுவதும் மெழுகுவர்த்திகளின் ஒளிவெள்ளத்தில் மூழ்கியிருந்தது. லாரீனும் ஜானி ஐவும் இணைந்து அந்தக் காட்சியைக் கச்சிதமாக அமைத்திருந்தனர். குழுமியிருந்த நூற்றுக்கணக்கான அழைப்பாளர் களுள் பில் கிளிண்டன், அல் கோர், பில் கேட்ஸ், லாரி பேஜ், ஆகியோரும் இருந்தனர். பழைய உறவுகள் என்று சொல்வதற்கு தொடக்ககால ஆப்பிள் குழுவைச் சேர்ந்தவர்கள் வந்திருந்தனர் - ஸ்டீவ் வாஸ்நியாக், ஆன்டி ஹெர்ட்ஸ்ஃபெல்ட் உட்பட. குடும்பத் தினரிடையே அவருடைய குழந்தைகளும், சகோதரிகள் பாட்டீ ஜாப்ஸ், மோனா சிம்ஸன் ஆகியோரும் இருந்தனர்.

'தமது இறுதிச் சடங்கில் நான் செல்லோ இசைக்கவேண்டும் என்று ஸ்டீவ் விரும்பினார்' என்றார் யோ-யோ மா – சடங்குகள் தொடங்கிய போது. 'என்னுடைய இறுதிச் சடங்கில் அவர் பேச வேண்டும் என்று நானும் விருப்பம் தெரிவித்தேன். வழக்கம்போல் தான் நினைத்ததைச் சாதித்துவிட்டார்.' மா பாஹின் 'ஸ்வீட்' ஒன்றை இசைத்தார். பிற இரண்டு நண்பர்களும் இசை நிகழ்ச்சிகள் அளித்தார்கள். போனோ *எவெரி க்ரெய்ன் ஆஃப் ஸாண்ட்* பாடலைப் பாடினார் – அது டிலன் பாடல்களில் ஜாப்ஸிற்கு மிகவும் பிடித்தமானவற்றுள் ஒன்று: *இன் த ஃபியூரி ஆஃப் த மொமெண்ட், ஐ கேன் ஸீ த மாஸ்டர்ஸ் ஹேண்ட்... இன் எவரி லீஃப் தட் ட்ரெம்பிள்ஸ், இன் எவரி க்ரெய்ன் ஆஃப் சாண்ட்* (ஒவ்வொரு ஆவேச கணத்திலும், ஆசானின் கைவண்ணம் காண்கிறேன், துடிக்கும் தளிர்களில், பொடிமணல் துகள்களில்.) ஜோஆன் பாயெஸ் சோகம் ததும்பும், அதே சமயம் எழுச்சியூட்டும் ஆன்மிகப் பாடலான *ஸிங் லோ, ஸ்வீட் சாரியட்* பாடலைப் பாடினார்.

குடும்பத்தினர் ஒவ்வொருவரும் சில சம்பவங்களை நினைவு கூர்ந்தார்கள்; அல்லது கவிதை வாசித்தார்கள். 'அவருடைய சிந்தனை ஒருபோதும் நிஜத்தின் சிறைகளுக்குள் அடிபடவில்லை' என்றார் லாரீன். 'எது சாத்தியம் என்பது குறித்து அவருக்கிருந்த உள்ளுணர்வு அலாதியானது. பொருட்களை அவற்றின் கச்சிதத்தன்மை என்ற பரிமாணத்திலிருந்து பார்ப்பது அவருடைய இயல்பு.'

ஒரு நாவலாசிரியைக்கே உரித்தான பாணியில், மோனா சிம்ஸன் அழகிய இரங்கல் செய்தியொன்றை இயற்றியிருந்தார். 'அவர் தீவிரமாக உணர்ச்சிவசப்படக் கூடியவர்' என்று மோனா நினைவுகூர்ந்தார். 'உடல்நலமின்றிக் கிடக்கும்பொழுதுகூட அவருடைய ரசனை, பகுத்தறியும் பண்பு, தீர்வுகள் ஆகியவை ஆணித்தரமாய் நின்றன. அறுபத்து ஏழு செவிலிகளைப் பரிசீலனை செய்தபின்னர்தான் தமக்குப் பிடித்த மானவர்களைத் தேர்ந்தெடுத்தார்.' பணியில் தமது சகோதரர் காட்டிய ஆர்வத்தைப் பற்றிக் கூறுகையில், ஜாப்ஸ் தமது கடைசி ஆண்டில்கூடப் புதிய செயல்திட்டங்களில் பங்கெடுத்துக்கொண்டு ஆப்பிளில் உள்ள தமது நண்பர்களிடம் அவற்றை முடிப்போம் என்று உறுதி மொழி பெற்றுக்கொண்டதாய்த் தெரிவித்தார். மேலும், தனிப்பட்ட முறையில் ஜாப்ஸ் லாரீனின் மீதும் தமது நான்கு குழந்தைகளின் மீதும் கொண்டிருந்த அன்பை வலியுறுத்தினார். மகன் ரீட் பட்டம் பெறுவதைக் கண்குளிரக் காணவேண்டும் என்ற தமது ஆசையை ஜாப்ஸ் நிறைவேற்றிக் கொண்டாலும், மகள்களின் திருமணங்களைக் காணக் கொடுத்துவைக்கவில்லை. 'என் திருமணத்தன்று நடுப்பாதை வழியே என்னைக் கைகோர்த்து அழைத்துச் சென்றது போலவே அவர்களையும் அழைத்துச் செல்லவேண்டுமென்று அவர் பெரிதும்

விரும்பினார்' என்றார் மோனா. அந்த அத்தியாயங்கள் இதில் இடம்பெறாது. 'நாம் அனைவருமே முடிவில் ஒரு கதைக்கு, ஏன், பல கதைகளுக்கு நடுவே இறந்துவிடுவோம்.'

மூன்று நாள்களுக்குப்பின் ஆப்பிள் வளாகத்தில் நிறுவனம் சார்பாக ஜாப்ஸிற்கு நினைவாஞ்சலி ஏற்பாடு செய்யப்பட்டிருந்தது. டிம் குக், அல் கோர், பில் காம்ப்பெல் – அனைவரும் பேசினார்கள். என்றாலும் நகைச்சுவையும் உணர்ச்சிப்பெருக்கும் கலந்த தமது நினைவாஞ்சலி யால் கூடியிருந்தோர் மனத்தை அள்ளிச் சென்றவர் ஜானி ஐவ். ஸ்டான்ஃபோர்ட் தேவாலய நினைவுச்சடங்கில் கூறிய அதே கதையை மீண்டும் பகிர்ந்துகொண்டார். ஹோட்டலில் எப்பொழுது அறை எடுத்துத் தங்கினாலும் சரி, உள்ளே நுழைந்த நிமிடம் முதலாகவே, ஜாப்ஸிடமிருந்து தவறாமல் வரும் அந்தத் தவிர்க்க முடியாத அழைப் பிற்காக ஜானி ஐவ் தொலைபேசி அருகிலேயே அமர்ந்திருப்பார். சொல்லிவைத்தாற்போல ஜாப்ஸ் அதிருப்தியோடு முணுமுணுப்பார்: 'இந்த ஹோட்டல் ஒன்றுக்கும் உதவாது. வா, கிளம்பலாம்.' ஆனால் தம் தலைவர் கூட்டங்களின்போது புதுப்புது யோசனைகளை அள்ளித் தெளிப்பதை ஜானி ஐவ் விவரித்தபோது ஜாப்ஸின் மேதாவிலாசத்தின் மையக்கருவில் அவ்வப்போது தெறிக்கும் சிந்தனை களின் அற்புதத்தை உணர்ந்து வியந்திருக்கிறேன். 'சிலசமயம் ஏதோ மயக்கத்தில் உளறியது போல. சிலசமயம் உண்மையிலேயே படுபயங் கரமாக. ஆனால் சிலசமயம் அந்த அறையை அப்படியே கட்டிப் போட்டுவிடும். தைரியமான, கிறுக்குத்தனமான, மிகவும் அற்புதமான சிந்தனைகள்; அல்லது அமைதியான, எளிமையான, மென்மை யிலும் நுட்பத்திலும் அவருடைய அறிவின் விசாலத்தைக் காட்டும் சிந்தனைகள்.'

நினைவாஞ்சலியின் உச்சகட்டம் ஜாப்ஸிடமிருந்தே வந்தது. சூரிய வெளிச்சத்தில் மூழ்கியிருந்த அந்த வளாகத்தின் மேலாக உலவிவரும் ஆத்மாவைப் போல. **1997**இல் ஜாப்ஸ் ஆப்பிளுக்குத் திரும்பிவந்த போது 'வித்தியாசமாய்ச் சிந்தியுங்கள்' விளம்பரத் தயாரிப்பில் பங்கு கொண்டு உதவியதை குக் விவரித்தார். அதைத் தொடர்ந்து ரிச்சர்ட் ட்ரேஃபஸ் படித்த உரைக்குப் பதிலாக ஜாப்ஸ் தமது குரலில் ஒலிப்பதிவு செய்திருந்த அதன் பயன்படுத்தப்படாத வடிவம் முதல்முறையாகப் பொதுமக்களுக்கு மத்தியில் ஒலிபரப்பப்பட்டது. அவருக்கே உரிய அந்தத் தனிப் பாணியான குரல்; மனத்தில் சோகம் மேலிட வைக்கும்; அதிர்ச்சியூட்டும் அந்தக் குரல். ஒலிபெருக்கிகள் வழியாக, கூடியிருந்த மக்களிடையே மிதந்து வந்தது.

'இது கிறுக்கர்களுக்காக. பொருந்தாதவர்களுக்காக. கலகக்காரர் களுக்காக. பிரச்னைக்காரர்களுக்காக. சதுரத் துளைகளுக்குள் சிக்கிக்

கொண்ட வட்ட ஆப்புகளுக்காக. எதையும் வித்தியாசமாய்ச் சிந்திப் பவர்களுக்காக.'

ஏதோ ஜாப்ஸ் மீண்டுவந்து அவர்களுடன் கலந்துவிட்டது போல. நேர்மையும் தீவிரமும் கலந்த தொனியில், உணர்ச்சிமேலிட்டவராக, தம்மைத்தாமே விவரிப்பதுபோன்றதொரு உணர்வு அங்கு நிலவியது.

'அவர்களுக்கு விதிகள் பிடிப்பதில்லை. அப்போதைய நிலைமைக்கு அவர்கள் முக்கியத்துவம் தருவதில்லை. நீங்கள் அவர்களுடைய வார்த்தைகளைப் பயன்படுத்தலாம், அவர்களுடன் முரண்பட்டு நிற்கலாம், போற்றலாம், தூற்றலாம். உங்களால் முடியாதது அவர்களை அலட்சியம் செய்வது மட்டும்தான்.'

அந்தக் கணத்தில் அவருடைய குரல் மேலும் சற்று வலுவாக, பூரிப்பாக ஒலித்தது. ஏதோ அந்தக் கூட்டத்தின் முன்னிலையில் அமர்ந்திருப்பது போல – மீண்டும் அதே கனல் தெறிக்கும் கண்களுடன். அவருடைய இளமைக்கால சுபாவத்தை, அவருக்கு மிகவும் பிடித்தமான டிலனின் ஃபாரெவர் யங் பாடல் வரிகளில் வருவது போல என்றென்றும் இளமையாகவே இருந்ததை அது நினைவூட்டியது.

'அவர்கள் மனித இனத்தை முன்னோக்கிச் செலுத்துபவர்கள்.'

அது அவரே எழுதிய வரி. அதன் பிறகு அன்றைய தினத்திற்கு மட்டுமல்ல, இந்தப் புத்தகத்திற்கும்கூட மிகப் பொருத்தமான, புகழ்பெற்ற தொகுப்புரையை வழங்கினார்.

'சிலர் அவர்களைக் கிறுக்கர்களாகக் காணலாம். ஆனால் நாங்கள் அவர்களில் மேதைகளைக் காண்கிறோம். ஏனெனில் உலகை மாற்றியமைக்க முடியும் என்று நினைக்கும் அளவிற்குக் கிறுக்குப் பிடித்தவர்கள்தாம் அதைச் செய்துகாட்டுபவர்கள்.'

நன்றி

இந்தப் பணியைத் தொடங்கி வைத்து, வழிநெடுகிலும் எனக்கு இன்றி யமையாத வகையில் உறுதுணையாக இருந்த ஜான், ஆன் டோயர், லாரீன் பவெல், மோனா சிம்ஸன், கென் அவுலெட்டா ஆகிய அனைவருக்கும் எனது உளமார்ந்த நன்றியைத் தெரிவித்துக் கொள் கிறேன். சைமன் & ஷஸ்டரில் முப்பது ஆண்டுகளாக என்னுடைய பதிப்பாசிரியராக இருந்த ஆலிஸ் மேஹ்யூ, பதிப்பாளரான ஜோனதன் கார்ப் ஆகியோர் இந்தப் புத்தகத்தை வழிநடத்திச் செல்வதில் அதீத முனைப்புடனும் கவனத்துடனும் ஈடுபட்டிருந்தனர். எனது முகவரான அமான்டா அர்பனும் அப்படித்தான். க்ராரி புல்லென் நிழற்படங் களைத் தேடி எடுத்துக் கொண்டிருக்க, எனது உதவியாளர் பாட் ஜின்டுல்கா நிதானமாக எல்லா வசதிகளையும் செய்துதந்தார். இந்தப் புத்தகத்தைப் படித்து, அறிவுரை வழங்கியதற்காக எனது தகப்பனார் இர்வினுக்கும் எனது மகள் பெட்ஸிக்கும் நன்றிகூற விரும்புகிறேன். மேலும் எப்பொழுதும் போல, எனது மனைவி காத்திக்கு அவருடைய பதிப்பாசிரியப் பணிக்காகவும், ஆலோசனைகளுக்காகவும், பரிந்துரை களுக்காகவும் பல்வேறு விஷயங்களுக்காகவும் மிகவும் ஆழ்ந்த வகையில் கடமைப்பட்டிருக்கிறேன்.

ஆதாரங்கள்

நேர்காணல்கள் (2009-2011 மேற்கொள்ளப்பட்டன)

அடீலி கோல்ட்பெர்க், அல் அல்கார்ன், அல் ஐசென்ஸ்டாட், அல் கோர், அல்வி ரே ஸ்மித், அலைன் ராஸ்மன், அவீ டெவானியன், ஆர்ட் லெவின்ஸன், ஆர்தர் ராக், ஆலிஸ் வாட்டர்ஸ், ஆன் பவர்ஸ், ஆன்ட்ரியா கன்னிங்ஹாம், ஆன்டி க்ரோவ், ஆன்டி சர்வர், ஆன்டி லாக், ஆன்டி ஹெர்ட்ஸ்ஃபெல்ட், ஆஸ்டன் கூல்ஸ்பீ, எட் காட்மல், எட் வூலார்ட், எட்டி க்யூ, எரிக் ஷ்மிட், எரின் ஜாப்ஸ், எலிசபெத் ஹோம்ஸ், ஒரென் ஜேக்கப், ஃப்ரெட் ஆன்டர்ஸன், ஃபல் ஷில்லர், ஃபலிப் எல்மர்-டெவிட், க்ரிசான் ப்ரென்னன், க்ரெக் காலூன், க்ரெய்க் குட், காட்டீ காட்டன், காத்தரீன் ஸ்மித், கிறிஸ்டினா கீல், கை 'பட்' ட்ரிபுள், சூசன் கரே (மின்னஞ்சல்), டக் மாரிஸ், டான் வாலென்டைன், டான்'ல் லெவின், டானியல் கோட்கே, டிம் குக், டிம் ப்ரௌன், டீன் ஆர்னிஷ், டீனா ரெட்ஸே, டெபி கோல்மன், டெல் யோகாம், டோனி ஃபாடெல், ஜேன்-லூயி காஸே, நார்மன் பேர்ல்ஸ்டைன், நிகொலஸ் நெக்ரொபான்டே, நோலன் புஷ்னெல், ப்ரூஸ் ஹார்ன், ப்ரையன் ராபர்ட்ஸ், பாப் மெட்கால்ஃப, பாம் கெர்வின், பாரி ஷூலர், பால் ஒதெல்லினி, பால் விடிச், பில் அட்கின்ஸன், பில் காம்ப்பெல், பில் கேட்ஸ், பில் ஹம்ப்ரெஹ்ட், பெர்ரி காஷ், போனோ, மாயா லின், மார்ஜரீ பவெல் பார்டன், மிட்ச் கபோர், மில்லார்ட் ட்ரெக்ஸ்லர், மைக் மர்க்குலா, மைக் மர்ரே, மைக் மெரின், மைக் ஸ்காட், மைக் ஸ்லேட், மைக்கேல் ஐஸ்னர், மைக்கேல் ஹாலி, மோனா சிம்ஸன், யோ-யோ மா, ரான் வெய்ன், ரான் ஜான்ஸன், ரிக் ஸ்டெங்கெல், ரீட் ஜாப்ஸ், ரூபெர்ட் முர்டாஹ், ரெஜிஸ் மெக்கென்னா, ரே கேவ், ரோஜர் ஆமெஸ், லாரி எல்லிசன், லாரி டெஸ்லர், லாரி ப்ரில்லியன்ட், லாரீன் பவெல், லீ க்ளோ, வால்ட் மாஸ்பெர்க், வின்டன் மார்சாலிஸ், வென்டெல் வீக்ஸ், ஜார்ஜ் ரைலி, ஜான் டோயர், ஜான் மார்க்காஃப், ஜான் ரூபின்ஸ்டைன், ஜான் லாசெட்டர், ஜான் ஸ்கல்லி, ஜான் ஸீலி ப்ரௌன், ஜான் ஹுவே, ஜானி ஐவ், ஜிம்மி அயோவீன், ஜீனா ஸ்மித், ஜெஃப் ப்யூகெஸ்,

ஜெஃப் ரோஸென், ஜெஃப்ரீ காட்ஸென்பெர்க், ஜெர்ரி யார்க், ஜெரார்ட் எர்ரெரா, ஜென்னிஃபர் ஈகன், ஜேம்ஸ் வின்செண்ட், ஜோஆன் பாயெஸ், ஜோஆனா ஹாஃப்மன், ஜோயெல் க்ளைன், ஜோஷ் க்விட்னர், ஸ்டீஃபென் வாஸ்நியாக், ஸ்டீவ் ஜாப்ஸ், ஸ்டீவென் லெவி, ஸ்டுவார்ட் ப்ராண்ட்.

விளக்கப்பட உதவி

பின்வரும் எண்கள் நடுப்பக்க இணைப்பில் உள்ள நிழற்படங்களையும் *சாய்வெழுத்தில்* உள்ள எண்கள் நூல் பக்கங்களில் உள்ள நிழற்படங்களையும் குறிக்கும்.

டயானா வாக்கர் – காண்டூர், கெட்டி இமேஜஸிலிருந்து: **1, 2, 3, 4, 5, 6, 7, 8, 9, 10, 11, 12, 13, 23,** *இறுதித் தாள்கள்.*

நன்றி – ஸ்டீவ் ஜாப்ஸுக்கு: **14, 15, 17, 18, 19, 20, 21, 22,** *ப. 1க்கு எதிரே உள்ள படங்கள்* (மேல் இடது, கீழ் வலது), *இயல்கள் 10, 20, 21, 23.*

நன்றி – காத்தரின் ஸ்மித்துக்கு: **16**

பிக்சர் அலையன்ஸ்/டிபீஏ: *இயல் 2*

நன்றி – டானியல் கோட்கேய்க்கு: *இயல் 5*

மார்க் ரிச்சர்ட்ஸ்: *இயல்கள் 6, 27*

டெட் தாய் /போலாரிஸ்: *இயல் 9*

நார்மன் ஸீஃப்: *இயல்கள் 11, 14*

© ஆப்பிள் இங்க். அனுமதியோடு பயன்படுத்தப்பட்டுள்ளது. எல்லா உரிமைகளும் நிறுவனத்துக்குரியவை. Apple®, ஆப்பிள் சின்னம் ஆகியவை ஆப்பிள் இங்க். நிறுவனத்தின் பதிவுசெய்யப்பட்ட வணிகச் சின்னங்களாகும்: *இயல் 15*

ஜார்ஜ் லான்ஞ்/காண்டூர், கெட்டி இமேஜஸிலிருந்து: *இயல் 16*

நன்றி – பிக்ஸார் நிறுவனத்திற்கு: *இயல் 19*

கிம் குலிஷ்: *இயல் 24*

ஜான் ஜி. மபாங்ளோ/ஏஎஃப்பீ/கெட்டி இமேஜஸ்: *இயல் 25*

மைக்கேல் ஓ'நீல்: *இயல் 26*

மோனிகா எம். தவே – ஈபீஏ: *இயல் 28*

ஜின் லீ / ப்ளூம்பெர்க் கெட்டி இமேஜஸ் வழியாக: *இயல் 29*

பாப் பெப்பிங் காண்ட்ரா கோஸ்டா டைம்ஸ்/ஜுமா பிரஸ்: இயல் 32
பெபெட்டோ மாத்யூஸ் – ஏபீ: இயல் 34
நன்றி – மைக் ஸ்லேடுக்கு: இயல் 35
கிம்பர்லி ஒயிட் – ராய்டர்ஸ்: இயல் 38
ஜான் ஜி. மபாங்ளோ – ஈபீஏ: இயல் 42

உசாத்துணை

அமேலியோ, ஜில். *On the Firing Line (பீரங்கி சுடும் வரம்பெல்லை மீது)*. ஹார்ப்பர் பிசினஸ், 1998.

எலியட், ஜே., வில்லியம் சைமனுடன். *The Steve Jobs Way (ஸ்டீவ் ஜாப்ஸின் வழி)*. வான்கார்ட், 2011

ஃப்ரைபெர்கர், பால்., மைக்கேல் ஸ்வெய்ன். *Fire in the Valley (பள்ளத் தாக்கில் தீ)*. மக்ரா ஹில், 1984.

க்ரிங்லீ, ராபர்ட் எக்ஸ். *Accidental Empires (திடீர் சாம்ராஜ்யங்கள்)*. அடிசன் வெஸ்லீ, 1992.

க்னாப்பர், ஸ்டீவ். *Appetite for Self-Destruction (சுய அழிவுக்கான தாகம்)*. ஃப்ரீ பிரஸ், 2009.

கவாசாகி, கை. *The Macintosh Way (மகின்டாஷ் பாதை)*. ஃபோர்ஸ்மான் ஸ்காட், 1989.

காட், க்ரெக். *Ripped (கிழித்தெறியப்பட்டது)*. ஸ்க்ரிப்னர், 2009.

கார், டக். *Woz (வாஸ்)*. அவான், 1984.

கார்ல்டன், ஜிம். *Apple (ஆப்பிள்)*. ரான்டம் ஹௌஸ், 1997.

கானி, லியான்டர். *Inside Steve's Brain (ஸ்டீவின் மூளைக்குள்)*. போர்ட் ஃபோலியோ, 2008. (மேலும் பார்க்க: அவருடைய வலைத்தளம்: cultofmac.com)

குங்கெல், பால். *AppleDesign (ஆப்பிள்டிஸைன்)*. கிராஃபிஸ் இங்க். 1997.

சிம்ஸன், மோனா. *Anywhere but Here (இங்கு தவிர எங்கும்)*. க்னாப்ஃப், 1986.

—. *A Regular Guy (ஒரு சாதாரண மனிதன்)*. க்னாப்ஃப், 1996.

டாய்ட்ஷ்மன், அலன். *The Second Coming of Steve Jobs (ஸ்டீவ் ஜாப்ஸின் இரண்டாம் வருகை)*. ப்ராட்வே புக்ஸ், 2000.

நோஸெரா, ஜோ. *Good Guys and Bad Guys (நல்லவர்களும் கெட்டவர்களும்)*. போர்ட்ஃபோலியோ, 2008.

ப்ரைஸ், டேவிட். *The Pixar Touch (பிக்ஸார் முத்திரை)*, க்னாப்ஃப், 2008.

புச்சர், லீ. *The Accidental Millionaire (திடீர் கோடீஸ்வரர்)*. பாரகன் ஹௌஸ், 1988.

பெர்லின், லெஸ்லீ. *The Man behind the Microchip (மைக்ரோசிப்புக்குப் பின்னணியிலிருக்கும் மனிதர்)*. ஆக்ஸ்ஃபோர்ட், 2005.

பைக், கரென். *To Infinity and Beyond! (முடிவிலா எல்லைக்கும் அதற்கு அப்பாலும்!)* கிரானிக்கிள் புக்ஸ், 2007.

மக்நிஷ், ஜாக்கீ. *The Big Score (பெரிய ஆதாயம்)*. டபுள் டே கானடா, 1998.

மலோனி, மைக்கேல். *Infinite Loop (இன்ஃபினிட் லூப்)*. டபுள் டே, 1999.

மார்க்காஃப், ஜான். *What the Dormouse Said (தூங்குமூஞ்சூறு சொன்னவை)*. வைகிங் பெங்குவின், 2005.

மோரிட்ஸ், மைக்கேல். *Return to the Little Kingdom (குட்டி ராஜ்ஜியத் திற்கு மறுவரவு)*. ஓவர்லுக் பிரஸ், 2009. தொடக்கவுரை, இறுதியுரை ஆகியவை இன்றி, த லிட்டில் கிங்டம் என்ற பெயரில் முதல்முறையாக வெளியிடப்பட்டது (மாரோ, 1984)

யங், ஜெஃப்ரீ. *Steve Jobs (ஸ்டீவ் ஜாப்ஸ்)*. ஃபோர்ஸ்மன் ஸ்காட், 1988.

—, வில்லியம் சைமனுடன். *iCon (ஐகான்)*. ஜான் வைலீ, 2005.

ரோஸ், ஃப்ராங்க். *West of Eden (ஈடெனுக்கு மேற்கே)*. வைகிங், 1989.

லின்ஸ்மேயர், ஓவென். *Apple Confidential 2.0 (ஆப்பிள் இரகசியம் 2.0)*. நோ ஸ்டார்ச் பிரஸ், 2004.

லெவி, ஸ்டீவென். *Hackers (ஹாக்கர்கள்)*. டபுள் டே, 1984.

—, *Insanely Great (கிறுக்குத்தனமான அற்புதம்)*. வைகிங் பெங்குவின், 1994.

—, *The Perfect Thing (கச்சிதமான ஒன்று)*. சைமன் & ஷுஸ்டர், 2006.

வாஸ்நியாக், ஸ்டீவ். ஜீனா ஸ்மித்துடன். *iWoz (ஐவாஸ்)*. நார்ட்டன், 2006.

ஜாப்ஸ், ஸ்டீவ். Smithsonian oral history interview with Daniel Morrow (ஸ்மித்சோனிய வாய்வழி வரலாறு டானியல் மாரோவுடன் நேர்காணல்) ஏப்ரல் 20, 1995.

—, ஸ்டான்ஃபோர்ட் தொடக்கவுரை, ஜூன் 12, 2005.

ஷெஃப், டேவிட். 'Playboy Interview: Steve Jobs' *(ப்ளேபாய் நேர்காணல்: ஸ்டீவ் ஜாப்ஸ்)*. *ப்ளேபாய்*, பிப்ரவரி 1985.

ஸ்கல்லி, ஜான். *Odyssey (ஒடிஸி)*. ஹார்ப்பர் & ரோ, 1987.

ஸ்ட்ராஸ், ராண்டால். *Steve Jobs and the NeXT Big Thing (ஸ்டீவ் ஜாப்ஸும் பெரிய நெக்ஸ்ட்டும்)*. அதீனியம், 1993.

ஸ்மித், டக்லஸ், ராபர்ட் அலெக்சான்டர். *Fumbling the Future (எதிர்காலத்தை அலசியபடி)*. மாரோ, 1988.

ஹில்ட்ஸிக், மைக்கேல். *Dealers of Lightning (மின்னல் வியாபாரிகள்). ஹார்ப்பர் பிசினஸ், 1999.*

ஹெர்ட்ஸ்ஃபெல்ட், ஆன்டி. *Revolution in the Valley (பள்ளத்தாக்கில் ஓர் புரட்சி).* ஓ'ரெய்லி, 2005. *(மேலும் பார்க்க: அவருடைய வலைத்தளம்:* folklore.org)

'Triumph of the Nerds' *(பேக்குகளின் மிகப்பெரிய வெற்றி). பீபிஎஸ் தொலைக்காட்சியில் வழங்கியவர் ராபர்ட் எக்ஸ் க்ரிங்லீ, ஜூன் 1996.*

குறிப்புகள்

இயல் 1: குழந்தைப்பருவம்

தத்தெடுத்தல். *ஸ்டீவ் ஜாப்ஸ், லாரீன் பவெல், மோனா சிம்ஸன், டெல் யோகாம், க்ரெக் காலூன், க்ரிசான் ப்ரென்னன், ஆன்டி ஹெர்ட்ஸ்ஃபெல்ட், மோரிட்ஸ் ஆகியோருடன் நேர்காணல்கள் (44-45); யங், 16-17; ஜாப்ஸ், ஸ்மித்சோனிய வாய்வழி வரலாறு; ஜாப்ஸ், ஸ்டான்ஃபோர்ட் தொடக்கவுரை; ஆன்டி பெஹ்ரென்ட்டின் 'Apple Computer Mogul's Roots Tied to Green Bay' (ஆப்பிள் கம்ப்யூட்டர் ஜாம்பவானின் வேர்கள் க்ரீன் பேயுடன் தொடர்பு கொண்டவை), (கிரீன் பே) பிரஸ் கெஜட், டிசம்பர் 4, 2005; ஜார்ஜினா டிக்கின்சனின் 'Dad Waits for Jobs to iPhone' (தந்தை ஜாப்ஸின் ஐஃபோனுக்காகக் காத்திருக்கிறார்), நியூ யார்க் போஸ்ட், த சன் (லண்டன்), ஆகஸ்ட் 27, 2011; மொஹன்னத் அல்ஹாஜ் அலியின் 'Steve Jobs has Roots in Syria' (ஸ்டீவ் ஜாப்ஸ் சிரியாவில் வேர்களைக் கொண்டிருக்கிறார்), அல் ஹயாத், ஜனவரி 16, 2011; உல்ஃப் ஃப்ராய்ட்ஸ்ஹைமின் 'Porträt Steve Jobs' (ஸ்டீவ் ஜாப்ஸின் உருவப் படம்), உன்டர்நேமென், நவம்பர் 26, 2007.*

சிலிக்கன் வாலி: *ஸ்டீவ் ஜாப்ஸ், லாரீன் பவெல்லுடன் நேர்காணல். ஜாப்ஸ், ஸ்மித்சோனிய வாய்வழி வரலாறு; மோரிட்ஸ் (46); பெர்லின் (155-177); மாலோன் (21-22)*

பள்ளிக்கூடம்: *ஸ்டீவ் ஜாப்ஸுடன் நேர்காணல்; ஜாப்ஸ், ஸ்மித் சோனிய வாய்வழி வரலாறு; ஸ்கல்லி, 166; மாலோன், 11, 28, 72; யங், 25, 34-35; யங், சைமன்,18; மோரிட்ஸ், 48, 73-74; ஜாப்ஸின் முகவரி தொடக்கத்தில் 11161 கிறிஸ்ட் ட்ரைவ் என்று இருந்தது – அந்த உட்பிரிவு நாட்டுப்புறப் பகுதியிலிருந்து நகர்ப்புறத்தோடு சேர்க்கப்படுவதற்கு முன்பு. ஜாப்ஸ் 'ஹால்டெக்' மற்றும் அதே போன்ற பெயருடைய 'ஹால்டெட்' ஆகிய இரு அங்காடிகளில் பணிபுரிந்ததாகச் சில ஆதாரங்கள் தெரிவிக்கின்றன. இதுபற்றிக் கேட்ட பொழுது, ஹால்டெக் அங்காடியில் பணிபுரிந்தது மட்டுமே தமக்கு நினைவிருப்பதாக ஜாப்ஸ் கூறினார்.*

இயல் 2: விநோதமான ஜோடி

வாஸ்: *ஸ்டீவ் வாஸ்நியாக், ஸ்டீவ் ஜாப்ஸ் ஆகியோருடன் நேர்காணல்கள்; வாஸ்நியாக், 12-16, 22, 50-61, 86-91; லெவி, Hackers, 245; மோரிட்ஸ், 62-64; யங், 28; ஜாப்ஸ், மாக்வேள்ட் சொற்பொழிவு, ஜனவரி 17, 2007.*

ப்ளூ பாக்ஸ்: *ஸ்டீவ் ஜாப்ஸ், ஸ்டீவ் வாஸ்நியாக்குடன் நேர்காணல்கள்; ரான் ரோசென்பௌம்,* 'Secrets of the Little Blue Box' *(சிறிய ப்ளூ பாக்ஸின் இரகசியங்கள்), எஸ்கொய்ர், அக்டோபர் 1971. வாஸ்நியாக்கின் பதில்,* woz.org/letters/general/03.html; *வாஸ்நியாக், 98-115; சற்றே மாறுபட்ட விளக்கங்களுக்கு, மார்க்காஃப், 272; மோரிட்ஸ் 78-86; யங் 42-45; மாலோன், 30-35 ஆகியவற்றைப் படிக்கவும்.*

இயல் 3: இடைநின்ற படிப்பு

க்ரிசான் ப்ரென்னன்: *க்ரிசான் ப்ரென்னன், ஸ்டீவ் ஜாப்ஸ், ஸ்டீவ் வாஸ்நியாக், டிம் ப்ரௌன் ஆகியோருடன் நேர்காணல்கள். மோரிட்ஸ், 75-77; யங், 41; மாலோன், 39.*

ரீட் கல்லூரி: *ஸ்டீவ் ஜாப்ஸ், டானியல் கோட்கே, எலிசபெத் ஹோம்ஸ் ஆகியோருடன் நேர்காணல்கள். ஃப்ரைபர்கர், ஸ்வெய்ன், 208; மோரிட்ஸ், 94-100; யங், 55;* 'The Updated Book of Jobs' *(ஜாப்ஸ் பற்றிய புதுப்பிக்கப்பட்ட நூல்), டைம், ஜனவரி 3, 1983.*

ராபர்ட் ஃப்ரீட்லான்ட்: *ஸ்டீவ் ஜாப்ஸ், டானியல் கோட்கே, எலிசபெத் ஹோம்ஸ் ஆகியோருடன் நேர்காணல்கள். 2010 செப்டம்பரில் நான் ஃப்ரீட்லான்டை நியூ யார்க்கில் சந்தித்தேன் - அவருடைய பின்னணி, ஜாப்ஸுடனான உறவு ஆகியவை குறித்துக் கலந்துரையாடுவதற்காக. ஆனால் தாம் கூறியவை எழுத்தில் பதிவுசெய்யப்படுவதை அவர் விரும்பவில்லை. மக்நிஷ், 11-17; ஜென்னிஃபர் வெல்ஸ்,* 'Canada's Next Billionaire' *(கனடாவின் அடுத்த கோடீஸ்வரர்), மெக்லியன்ஸ், ஜூன் 3, 1996; ரிச்சர்ட் ரீட்,* 'Financier's Saga of Risk' *(நிதி உதவியாளரின் இடர்க் காவியம்), மைன்ஸ் அண்ட் கம்யூனிடீஸ், அக்டோபர் 16, 2005; ஜென்னிஃபர் ஹன்டர்,* 'But What Would His Guru Say?' *(ஆனால் அவருடைய குரு என்ன சொல்வார்?) (டொரொண்டோ) குளோப் அண்ட் மெய்ல், மார்ச் 18, 1988; மோரிட்ஸ், 96, 109; யங், 56.*

இடைவிலகல்: *ஸ்டீவ் ஜாப்ஸ், ஸ்டீவ் வாஸ்நியாக்குடன் நேர்காணல்கள்; ஜாப்ஸ், ஸ்டான்ஃபோர்ட் தொடக்கவுரை; மோரிட்ஸ், 97.*

இயல் 4: அட்டாரியும் இந்தியாவும்

அட்டாரி: *ஸ்டீவ் ஜாப்ஸ், அல் அல்கார்ன், நோலன் புஷ்னெல், ரான் வெய்ன் ஆகியோருடன் நேர்காணல்கள், மோரிட்ஸ், 103-104.*

இந்தியா: *டானியல் கோட்கே, ஸ்டீவ் ஜாப்ஸ், அல் அல்கார்ன், லாரி ப்ரில்லியன்ட் ஆகியோருடன் நேர்காணல்கள்.*

தேடல்: *ஸ்டீவ் ஜாப்ஸ், டானியல் கோட்கே, எலிசபெத் ஹோம்ஸ், க்ரெக் காலூன் ஆகியோருடன் நேர்காணல்கள். யங், 72; யங், சைமன், 31-32; மோரிட்ஸ் , 107.*

விரிசல்: *நோலன் புஷ்னெல், அல் அல்கார்ன், ஸ்டீவ் வாஸ்நியாக், ரான் வெய்ன், ஆன்டி ஹெர்ட்ஸ்ஃபெல்ட் ஆகியோருடன் நேர்காணல்கள். வாஸ்நியாக், 144-149; யங், 88; லின்ஸ்மாயர், 4.*

இயல் 5: ஆப்பிள் I

மெஷின்ஸ் ஆஃப் லவிங் க்ரேஸ் (அன்பின் அருள்கொண்ட இயந்திரங்கள்): *ஸ்டீவ் ஜாப்ஸ், போனோ, ஸ்டூவார்ட் ப்ரான்ட் ஆகியோருடன் நேர்காணல்கள். மார்க்காஃப், xii; ஸ்டூவார்ட் ப்ரான்ட், 'We Owe It All to the Hippies' (நமக்கு கிடைத்தது அனைத்தும் ஹிப்பிகளாலேயே), டைம், மார்ச் 1, 1995; ஜாப்ஸ், ஸ்டான்ஃபோர்ட் தொடக்கவுரை; ஃப்ரெட் டர்னர், From Counterculture to Cyberculture (மாற்றுக் கலாச்சாரத்திலிருந்து சைபர் கலாச்சாரம் வரை) (ஷிகாகோ, 2006)*

ஹோம்ப்ரூ கம்ப்யூட்டர் க்ளப்: *ஸ்டீவ் ஜாப்ஸ், ஸ்டீவ் வாஸ்நியாக் ஆகியோருடன் நேர்காணல்கள். வாஸ்நியாக், 152-172; ஃப்ரைபர்கர் மற்றும் ஸ்வெய்ன், 99; லின்ஸ்மேயர், 5; மோரிட்ஸ், 144; ஸ்டீவ் வாஸ்நியாக், 'Homebrew and How Apple Came to Be' (ஹோம்ப்ருவும் ஆப்பிள் தோன்றிய விதமும்), www.atariarchives.org; பில் கேட்ஸ், 'Open Letter to Hobbyists' (பொழுதுபோக்காளர்களுக்கு ஒரு திறந்த மடல்), பிப்ரவரி 3, 1976.*

ஆப்பிளின் தோற்றம்: *ஸ்டீவ் ஜாப்ஸ், ஸ்டீவ் வாஸ்நியாக், மைக் மர்க்குலா, ரான் வெய்ன் ஆகியோருடன் நேர்காணல்கள். ஸ்டீவ் ஜாப்ஸ், ஆஸ்பென் வடிவமைப்பு மாநாட்டில் ஆற்றிய உரை, ஜூன் 15, 1983, ஆஸ்பென் இன்ஸ்டிட்யூட் ஆவணக் காப்பகத்தில் உள்ள ஒலிப்பதிவு; ஆப்பிள் கம்ப்யூட்டரின் பங்குதாரர் ஒப்பந்தம், சான்டா க்ளாரா கௌன்டி, ஏப்ரல் 1, 1976 மற்றும் ஒப்பந்தத் திருத்தம், ஏப்ரல் 12, 1976; ப்ரூஸ் நியூமன், 'Apple's Lost Founder' (ஆப்பிளின் காணாமல்போன நிறுவனர்), சான் ஹொஸே மெர்க்குரி நியூஸ், ஜூன் 2, 2010; வாஸ்நியாக், 86, 176-177; மோரிட்ஸ், 149-151; ஃப்ரைபர்கர்*

மற்றும் ஸ்வெய்ன், *212-213;* ஆஷ்லீ வான்ஸ், 'A Haven for Spare Parts Lives on in Silicon Valley' *(உதிரிப் பாகங்களுக்கான சொர்க்கம் இன்னமும் உயிரோடு இருக்கிறது - சிலிக்கன் வாலியில்), நியூ யார்க் டைம்ஸ், பிப்ரவரி 4, 2009;* பால் டெர்ரெல்லுடன் நேர்காணல், *ஆகஸ்ட் 1, 2008,* mac-history.net.

கராஜ் பாண்ட்: ஸ்டீவ் வாஸ்நியாக், எலிசபெத் ஹோம்ஸ், டானியல் கோட்கே, ஸ்டீவ் ஜாப்ஸ் ஆகியோருடன் நேர்காணல்கள். வாஸ்நியாக், *179-189;* மோரிட்ஸ், *152-163;* யங், *95-111;* ஆர்.எஸ். ஜோன்ஸ், 'Comparing Apples and Oranges' *(ஆப்பிள்களையும் ஆரஞ்சுகளையும் ஒப்பிடுதல்) இன்டர்ஃபேஸ், ஜூலை 1976.*

இயல் 6: ஆப்பிள் II

ஒரு ஒருங்கிணைந்த பொதி: ஸ்டீவ் ஜாப்ஸ், ஸ்டீவ் வாஸ்நியாக், அல் அல்கார்ன், ரான் வெய்ன் ஆகியோருடன் நேர்காணல்கள். வாஸ்நியாக், *165, 190-195;* யங், *126;* மோரிட்ஸ், *169-170, 194-197,* மாலோன், V, *103.*

மைக் மார்க்குலா: ரெஜிஸ் மெக்கென்னா, டான் வாலென்டைன், ஸ்டீவ் ஜாப்ஸ், ஸ்டீவ் வாஸ்நியாக், மைக் மார்க்குலா, ஆர்தர் ராக், நோலன் புஷ்னெல் ஆகியோருடன் நேர்காணல்கள், டல்லாஸில் நடைபெற்ற ஸ்க்ரூஅட்டாக் காணொளி விளையாட்டுக் கூட்டத்தில் ஆற்றிய உரை, ஜூலை *5, 2009;* ஸ்டீவ் ஜாப்ஸ், ஆஸ்பெனில் நடைபெற்ற சர்வதேச வடிவமைப்பு மாநாட்டில் ஆற்றிய உரை, ஜூன் *15, 1983;* மைக் மார்க்குலா, 'The Apple Marketing Philosophy' *(ஆப்பிளின் சந்தைப்படுத்தும் தத்துவம்)* (நன்றி: மைக் மார்க்குலா), டிசம்பர் *1979;* வாஸ்நியாக், *196-199.* மேலும் பார்க்க: மோரிட்ஸ், *182-183;* மாலோன், *110-111.*

ரெஜிஸ் மெக்கென்னா: ரெஜிஸ் மெக்கென்னா, ஜான் டோயர், ஸ்டீவ் ஜாப்ஸ் ஆகியோருடன் நேர்காணல்கள். இவான் ராசில், 'Interview with Rob Janoff' *(ராப் ஜானோஃப்புடன் நேர்காணல்),* creativebits.org, *ஆகஸ்ட் 3, 2009.*

முதல் வெளியீட்டு விழா: ஸ்டீவ் வாஸ்நியாக், ஸ்டீவ் ஜாப்ஸ் ஆகியோருடன் நேர்காணல்கள். வாஸ்நியாக், *201-206;* மோரிட்ஸ், *199-201;* யங், *139.*

மைக் ஸ்காட்: மைக் ஸ்காட், மைக் மார்க்குலா, ஸ்டீவ் ஜாப்ஸ், ஸ்டீவ் வாஸ்நியாக், ஆர்தர் ராக் ஆகியோருடன் நேர்காணல்கள். யங், *135;* ஃப்ரைபர்கர் மற்றும் ஸ்வெய்ன், *219, 222;* மோரிட்ஸ், *213;* எல்லியட், *4.*

இயல் 7: க்ரிசானும் லிசாவும்

க்ரிசான் ப்ரென்னன், ஸ்டீவ் ஜாப்ஸ், எலிசபெத் ஹோம்ஸ், க்ரெக் காலூன், டானியல் கோட்கே, ஆர்தர் ராக் ஆகியோருடன் நேர்காணல்கள். மோரிட்ஸ், 285; 'The Updated Book of Jobs' *(ஜாப்ஸ் பற்றிய புதுப்பிக்கப்பட்ட நூல்), டைம், ஜனவரி 3, 1983;* 'Striking It Rich' *(திடீர்ச் செல்வம்), டைம், பிப்ரவரி 15, 1982.*

இயல் 8: ஜெராக்ஸும் லிசாவும்

ஒரு புதிய உதயம்: ஆன்ட்ரியா கன்னிங்ஹாம், ஆன்டி ஹெர்ட்ஸ்ஃபெல்ட், ஸ்டீவ் ஜாப்ஸ், பில் அட்கின்ஸன் ஆகியோருடன் நேர்காணல்கள். வாஸ்நியாக், 226; லெவி, *Insanely Great* (கிறுக்குத்தனமான அற்புதம்), 124; யங், 168-170; பில் அட்கின்ஸன், வாய்வழி வரலாறு, கணினி வரலாற்று அருங்காட்சியகம், மௌண்ட்டென் வ்யூ, கலிஃபோர்னியா; ஜெஃப் ராஸ்கின், 'Holes in the Histories' (வரலாறுகளில் ஓட்டைகள்). *இன்டராக்ஸன்ஸ்,* ஜூலை 1994; ஜெஃப் ராஸ்கின், 'Hubris of a Heavyweight' (ஒரு பயில்வானின் இறுமாப்பு), *ஐஈஈஈ ஸ்பெக்ட்ரம்,* ஜூலை 1994; ஜெஃப் ராஸ்கின், வாய்வழி வரலாறு, ஏப்ரல் 13, 2000, ஸ்டான்ஃபோர்ட் நூலகத்தின் சிறப்புத் திரட்டுகள் பிரிவு; லின்ஸ்மேயர், 74, 85-89.

ஜெராக்ஸ் பார்க்: ஸ்டீவ் ஜாப்ஸ், ஜான் ஸீலி ப்ரௌன், அடிலி கோல்ட்பெர்க், லாரி டெஸ்லர், பில் அட்கின்ஸன் ஆகியோருடன் நேர்காணல்கள். ஃப்ரைபர்கர் மற்றும் ஸ்வெய்ன், 239; லெவி, *Insanely Great,* 66-80; ஹில்ட்சிக், 330-341; லின்ஸ்மேயர், 74-75; யங், 170-172; ரோஸ், 45-47; *Triumph of the Nerds* (பேக்குகளின் மிகப்பெரிய வெற்றி), பீபிஎஸ், பகுதி 3.

'பெரும் கலைஞர்கள் களவாடுகிறார்கள்': ஸ்டீவ் ஜாப்ஸ், லாரி லாரி டெஸ்லர், பில் அட்கின்ஸன் ஆகியோருடன் நேர்காணல்கள். லெவி, *Insanely Great* (கிறுக்குத்தனமான அற்புதம்), 77, 87-90; *Triumph of the Nerds* (பேக்குகளின் மிகப்பெரிய வெற்றி), பீபிஎஸ், பகுதி 3; ப்ரூஸ் ஹார்ன், 'Where It All Began' (அனைத்தும் தொடங்கியது இங்கே) (1966), www.mackido.com; ஹில்ட்சிக், 343, 367-370; மால்கம் க்லாட்வெல், 'Creation Myth' (படைப்புத் தொன்மம்), *நியூ யார்க்கர்,* மே 16, 2011; யங், 178-182.

இயல் 9: பொதுநிறுவன அந்தஸ்தை நோக்கி

பங்கு வாய்ப்புகள்: டானியல் கோட்கே, ஸ்டீவ் ஜாப்ஸ் ஸ்டீவ் வாஸ்நியாக், ஆன்டி ஹெர்ட்ஸ்ஃபெல்ட், மைக் மார்க்குலா,

பில் ஹெம்ப்ரெஹ்ட் ஆகியோருடன் நேர்காணல்கள். 'Sale of Apple Stock Barred' *(ஆப்பிள் பங்குகளின் விற்பனைக்குத் தடை)*, *பாஸ்டன் குளோப்*, டிசம்பர் 11, 1980.

கண்ணா, நீ ஒரு பணக்காரன்: லாரி ப்ரில்லியன்ட், ஸ்டீவ் ஜாப்ஸ் ஆகியோருடன் நேர்காணல்கள். ஸ்டீவ் டிட்லியாவின் 'An Apple on Every Desk' *(ஒவ்வொரு மேசையிலும் ஓர் ஆப்பிள்)*, *இங்க்.*, அக்டோபர் 1, 1981; 'Striking It Rich' *(திடீர்ச் செல்வம்)*, *டைம்*, பிப்ரவரி 15, 1982; 'The Seeds of Success' *(வெற்றியின் விதைகள்)*, *டைம்*, பிப்ரவரி 15, 1982; மோரிட்ஸ், 292-295; ஷெஃப்.

இயல் 10: மாக் பிறந்திருக்கிறது

ஜெஃப் ராஸ்கினின் கண்மணி: பில் அட்கின்ஸன், ஸ்டீவ் ஜாப்ஸ், ஆன்டி ஹெர்ட்ஸ்ஃபெல்ட், மைக் மார்க்குலா ஆகியோருடன் நேர்காணல்கள். ஜெஃப் ராஸ்கின், 'Recollections of the Macintosh Project' *(மகின்டாஷ் செயல்திட்டம் பற்றிய நினைவலைகள்)*, 'Holes in the Histories' *(வரலாறுகளில் ஓட்டைகள்)*, 'The Genesis and History of the Macintosh Project' *(மகின்டாஷ் செயல்திட்டத்தின் வரலாறும் தோற்றமும்)*, 'Reply to Jobs, and Personal Motivation' *(ஜாப்ஸிற்கு பதில், மற்றும் தனிப்பட்ட செயலூக்கம்)*, 'Design Considerations for an Anthropophilic Computer' *(மானிட ஈர்ப்புள்ள கணினிக்கான வடிவமைப்பு ஆலோசனைகள்)* மற்றும் 'Computers by the Millions' *(மில்லியன்கணக்கான கணினிகள்)*, ராஸ்கின் கட்டுரைகள், ஸ்டான்ஃபோர்ட் பல்கலைக்கழக நூலகம்; ஜெஃப் ராஸ்கின், 'A Conversation' *(ஓர் உரையாடல்)*, *உபிக்விட்டி*, ஜூன் 23, 2003; லெவி, *Insanely Great* (கிறுக்குத்தனமான அற்புதம்), 107-121; ஹெர்ட்ஸ்ஃபெல்ட், 19; 'Macintosh's Other Designers' *(மகின்டாஷின் பிற வடிவமைப்பாளர்கள்)*, *பைட்*, ஆகஸ்ட் 1984; யங், 202, 208-214; 'Apple Launches a Mac Attack' *(ஆப்பிள் ஒரு மாக் தாக்குதலைத் தொடங்கிவைக்கிறது)*, *டைம்*, ஜனவரி 30, 1984; மாலோன், 255-258.

டெக்ஸாக்கோ டவர்ஸ்: ஆன்டரியா கன்னிங்ஹாம், ப்ரூஸ் ஹார்ன், ஆன்டி ஹெர்ட்ஸ்ஃபெல்ட், மைக் ஸ்காட், மைக் மார்க்குலா ஆகியோருடன் நேர்காணல்கள். ஹெர்ட்ஸ்ஃபெல்ட், 19-20, 26-27; வாஸ்நியாக், 241-242.

இயல் 11: மாயவலை

பில் அட்கின்ஸன், ஸ்டீவ் வாஸ்நியாக், டெபி கோல்மன், ஆன்டி ஹெர்ட்ஸ்ஃபெல்ட், ப்ரூஸ் ஹார்ன், ஜோஆனா ஹாஃப்மன், அல்

ஐஸென்ஸ்டாட், ஆன் பவர்ஸ், ஸ்டீவ் ஜாப்ஸ் ஆகியோருடன் நேர்காணல்கள். இதில் சில சம்பவங்கள் வேறு விதமாகச் சொல்லப் படுகின்றன. பார்க்க: *ஹெர்ட்ஸ்ஃபெல்ட், 24, 68, 161*

இயல் 12: வடிவமைப்பு

ஒரு பௌஹௌஸ் அழகுணர்வு: டான்'ல் லெவின், ஸ்டீவ் ஜாப்ஸ், மாயா லின், டெபி கோல்மன் ஆகியோருடன் நேர்காணல்கள். ஸ்டீவ் ஜாப்ஸ் சார்ள்ஸ் ஹாம்ப்டன், டர்னர் ஆகியோருடன் நடத்திய கலந்துரையாடல், ஆஸ்பென் சர்வதேச வடிவமைப்பு மாநாடு, ஜூன் 15, 1983. (வடிவமைப்பு மாநாட்டின் ஒலிப்பதிவுகள் ஆஸ்பென் இன்ஸ்டிட்யூட்டில் சேமித்து வைக்கப்பட்டுள்ளன. அவற்றைக் கண்டெடுத்துத் தந்ததற்காக டெபோரா மர்ஃபிக்கு நன்றி.)

ஒரு போர்ஷே காரைப் போல: பில் அட்கின்ஸன், அலைன் ராஸ்மன், மைக் மார்க்குலா, ஸ்டீவ் ஜாப்ஸ் ஆகியோருடன் நேர்காணல்கள். 'The Macintosh Design Team' *(மகின்டாஷ் வடிவமைப்புக் குழு), பைட், பிப்ரவரி 1984; ஹெர்ட்ஸ்ஃபெல்ட், 29-31, 41, 46, 63, 68; ஸ்கல்லி, 157;* ஜெர்ரி மானாக், 'Invasion of Texaco Towers' *(டெக்ஸாக்கோ டவர்ஸில் படையெடுப்பு),* Folklore.org; குன்கெல், *26-30;* ஜாப்ஸ், ஸ்டான்ஃபோர்ட் தொடக்கவுரை; சூசன் கரேயின் மின்னஞ்சல்; ஹெர்ட்ஸ்ஃபெல்ட், 165இல் சூசன் கரே, 'World Class Cities' *(உலகத் தரமான நகரங்கள்);* லாரன்ஸ் ஜகர்மேன், 'The Designer Who Made the Mac Smile' *(மாக்கைப் புன்னகைபுரிய வைத்த வடிவமைப்பாளர்), நியூ யார்க் டைம்ஸ், ஆகஸ்ட் 26, 1996;* சூசன் கரேயுடன் நேர்காணல், செப்டம்பர் 8, 2000; ஸ்டான் ஃபோர்ட் பல்கலைக்கழக நூலகம், சிறப்புத் திரட்டுகள்; லெவி, *Insanely Great* (கிறுக்குத்தனமான அற்புதம்), 156; ஹார்ட்முட் எஸ்லிங்கர், *A Fine Line (ஒரு மெல்லிய கோடு) (ஜாஸ்ஸி-பாஸ், 2009),* 7-9; டேவிட் ஐன்ஸ்டைன், 'Where Success Is by Design' *(வடிவமைப்பால் வெற்றியடையும் இடம்), சான் ஃப்ரான்சிஸ்கோ க்ரானிக்கிள், அக்டோபர் 6, 1995;* ஷெஃப்.

இயல் 13: மாக்கை உருவாக்குதல்

போட்டி: ஸ்டீவ் ஜாப்ஸுடன் நேர்காணல். லெவி, *Insanely Great (கிறுக்குத்தனமான அற்புதம்),* 125; ஷெஃப்; ஹெர்ட்ஸ்ஃபெல்ட், *71-73, வால் ஸ்ட்ரீட் ஜர்னல்* விளம்பரம், ஆகஸ்ட் 24, 1981.

முழுக் கட்டுப்பாடு – முனையிலிருந்து முனைவரை: பெர்ரி கேஸுடன் நேர்காணல். கானி, *241;* டான் ஃபார்பர், 'Steve Jobs, the iPhone and Open Platforms' *(ஸ்டீவ் ஜாப்ஸ், ஐஃபோன் மற்றும் திறந்த தளங்கள்),*

ZDNet.com, *ஜனவரி 13, 2007; டிம் வூ,* *The Master Switch (முதன்மை நிலைமாற்றி) (க்னோஃப், 2010), 254-276; மைக் மர்ரே, ஸ்டீவ் ஜாப்ஸிற்கு அனுப்பிய* 'Mac Memo' *(மாக் செயற்குறிப்பு), மே 19, 1982 (நன்றி: மைக் மர்ரே)*

அந்த ஆண்டின் சிறந்த சாதனங்கள்: டானியல் கோட்கே, ஸ்டீவ் ஜாப்ஸ், ரே கேவ் ஆகியோருடன் நேர்காணல்கள். 'The Computer Moves In' *(கணினியின் வருகை), டைம், ஜனவரி 3, 1983;* 'The Updated Book of Jobs' *(ஜாப்ஸ் பற்றிய புதுப்பிக்கப்பட்ட நூல்), டைம், ஜனவரி 3, 1983;* மோரிட்ஸ், *11;* யங், *293;* ரோஸ், *9-11;* பீட்டர் மெக்நல்டி, 'Apple's Bid to Stay in the Big Time' *(வளமான காலங்களில் தொடர்ந்து நிலைத்திருக்க ஆப்பிளின் பெரும் முயற்சி), ஃபார்ச்சூன், பிப்ரவரி 7, 1983;* 'The Year of the Mouse' *(சுட்டெலியின் ஆண்டு), டைம், ஜனவரி 31, 1983.*

வாருங்கள் கொள்ளையடிப்போம்! ஆன் பவர்ஸ், ஆன்டி ஹெர்ட்ஸ்ஃபெல்ட், பில் அட்கின்ஸன், ஆர்தர் ராக், மைக் மார்க்குலா, ஸ்டீவ் ஜாப்ஸ், டெபி கோல்மன் ஆகியோருடன் நேர்காணல்கள். சூசன் கரேயிடமிருந்து வந்த மின்னஞ்சல்; ஹெர்ட்ஸ்ஃபெல்ட், *76, 135-138, 158, 160, 166;* மோரிட்ஸ், *21-28;* யங், *295-297, 301-303;* சூசன் கரேயுடன் நேர்காணல், செப்டம்பர் *8, 2000;* ஸ்டான்ஃபோர்ட் பல்கலைக்கழக நூலகம்; ஜெஃப் குட்டெல், 'The Rise and Fall of Apple Computer' *(ஆப்பிள் கம்ப்யூட்டரின் எழுச்சியும் வீழ்ச்சியும்),* ரோலின் ஸ்டோன், *ஏப்ரல் 4, 1996;* ரோஸ், *59-69, 93.*

இயல் 14: ஸ்கல்லியின் வருகை

காதல் உறவு: ஜான் ஸ்கல்லி, ஆன்டி ஹெர்ட்ஸ்ஃபெல்ட், ஸ்டீவ் ஜாப்ஸ் ஆகியோருடன் நேர்காணல்கள். ரோஸ், *18, 74-75;* ஸ்கல்லி, *58-90, 107;* எல்லியட், *90-93;* மைக் மர்ரே, ஊழியர்களுக்கு அனுப்பிய 'Special Mac Sneak' *(சிறப்பு மாக் பதுங்கல்)* செயற்குறிப்பு, மார்ச் *3, 1983 (நன்றி: மைக் மர்ரே);* ஹெர்ட்ஸ்ஃபெல்ட், *149-150.*

தேன் நிலவு: ஸ்டீவ் ஜாப்ஸ், ஜான் ஸ்கல்லி, ஜோஆனா ஹாஃப்மன் ஆகியோருடன் நேர்காணல்கள். ஸ்கல்லி, *127-130, 154-155, 168, 179;* ஹெர்ட்ஸ்ஃபெல்ட், *195.*

இயல் 15: வெளியீடு

உண்மையான கலைஞர்கள் கொண்டுசேர்க்கிறார்கள்: ஆன்டி ஹெர்ட்ஸ்ஃபெல்ட், ஸ்டீவ் ஜாப்ஸ் ஆகியோருடன் நேர்காணல்கள். ஆப்பிள் விற்பனை மாநாட்டின் வீடியோ பதிவு, அக்டோபர் *1983;* 'Personal Computers: And the Winner Is... IBM' *(தனியார்க் கணினிகள்:*

மேலும் வெற்றிபெற்றது... ஐபிஎம்), *பிசினஸ் வீக்*, அக்டோபர் 3, 1983; ஹெர்ட்ஸ்ஃபெல்ட், 208-210; ரோஸ், 147-153; லெவி, *Insanely Great* (கிறுக்குத்தனமான அற்புதம்), 178-180; யங், 327-328.

'1984' விளம்பரம்: லீ க்ளோ, ஜான் ஸ்கல்லி, மைக் மார்க்குலா, பில் காம்ப்பெல், ஸ்டீவ் ஜாப்ஸ் ஆகியோருடன் நேர்காணல்கள். ஸ்டீவ் ஹேடனுடன் நேர்காணல், *Weekend Edition* (வீக்எண்ட் எடிஷன்), என்பீஆர், பிப்ரவரி 1, 2004; *லின்ஸ்மேயர்*, 109-114; ஸ்கல்லி, 176.

விளம்பரக் கோலாகலம்: ஹெர்ட்ஸ்ஃபெல்ட், 226-227; மைக்கேல் ரோஜர்ஸ், 'It's the Apple of His Eye' (அது அவருடைய ஆப்பிள் கண்மணி), *நியூஸ்வீக்*, ஜனவரி 30, 1984; லெவி, *Insanely Great* (கிறுக்குத்தனமான அற்புதம்), 17-27.

ஜனவரி 24, 1984: ஜான் ஸ்கல்லி, ஸ்டீவ் ஜாப்ஸ், ஆன்டி ஹெர்ட்ஸ் ஃபெல்ட் ஆகியோருடன் நேர்காணல்கள். ஜனவரி 1984இல் நடைபெற்ற ஆப்பிள் பங்குதாரர்கள் கூட்டத்தின் வீடியோ பதிவு; ஹெர்ட்ஸ்ஃபெல்ட், 213-223; ஸ்கல்லி, 179-181; வில்லியம் ஹாகின்ஸ், 'Jobs' Revolutionary New Computer' (ஜாப்ஸின் புரட்சிகரமான புதிய கணினி), *பாபுலர் சயின்ஸ்*, ஜனவரி 1989.

இயல் 16: கேட்ஸும் ஜாப்ஸும்

மகின்டாஷ் கூட்டணி: பில் கேட்ஸ், ஸ்டீவ் ஜாப்ஸ், ப்ரூஸ் ஹார்ன் ஆகியோருடன் நேர்காணல்கள். ஹெர்ட்ஸ்ஃபெல்ட், 52-54; ஸ்டீவ் லோர், 'Creating Jobs' (ஜாப்ஸை உருவாக்குதல்), *நியூ யார்க் டைம்ஸ்*, ஜனவரி 12, 1997; *Triumph of the Nerds* (பேக்குகளின் மிகப்பெரிய வெற்றி), பீபிஎஸ், பகுதி 3; ரஸ்டி வெஸ்டன், 'Partners and Adversaries' (கூட்டாளிகளும் எதிராளிகளும்), *மாக்வீக்*, மார்ச் 14, 1989; வால்ட் மாஸ்பெர்க் மற்றும் காரா ஸ்விஷர், பில் கேட்ஸ் மற்றும் ஸ்டீவ் ஜாப்ஸுடன் நேர்காணல், *ஆல் திங்ஸ் டிஜிடல்*, மே 31, 2007; யங், 319-320; கால்டன், 28; ப்ரென்ட் ஷ்லென்டர், 'How Steve Jobs Linked Up with IBM' (ஸ்டீவ் ஜாப்ஸ் ஐபிஎம்முடன் இணைந்து கொண்டது எப்படி), *ஃபார்ச்சூன்*, அக்டோபர் 9, 1989; ஸ்டீவன் லெவி, 'A Big Brother?' (பிக்பிரதர் தொலைக்காட்சி நிகழ்ச்சியா?) *நியூஸ்வீக்*, ஆகஸ்ட் 18, 1997.

கூயி போர்: பில் கேட்ஸ், ஸ்டீவ் ஜாப்ஸ் ஆகியோருடன் நேர்காணல்கள். ஹெர்ட்ஸ்ஃபெல்ட், 191-193; மைக்கேல் ஸ்ராஜ், 'IBM Compatibility Grows' (ஐபிஎம் பொருத்தம் வளர்கிறது), *வாஷிங்டன் போஸ்ட்*, நவம்பர் 29, 1983; *Triumph of the Nerds* (பேக்குகளின் மிகப்பெரிய வெற்றி), பீபிஎஸ், பகுதி 3.

இயல் 17: இகாரஸ்

உயரப் பறந்தபடி: ஸ்டீவ் ஜாப்ஸ், டெபி கோல்மன், பில் அட்கின்ஸன், ஆன்டி ஹெர்ட்ஸ்ஃபெல்ட், அலைன் ராஸ்மன், ஜோஆனா ஹாஃப்மன், ஜேன்-லூயி காஸே, நிகோலஸ் நெக்ரோபோன்டே, ஆர்தர் ராக், ஜான் ஸ்கல்லி ஆகியோருடன் நேர்காணல்கள். ஷெஃப்; ஹெர்ட்ஸ்ஃபெல்ட், *206-207, 230;* ஸ்கல்லி, *197-199;* யங், *308-309;* ஜார்ஜ் ஜெண்ட்ரோன், போ பர்லிங்ஹாம், 'Entrepreneur of the Decade' *(பத்தாண்டின் தொழில்முனைவர்)*, இங்க்., ஏப்ரல் *1, 1989.*

வீழ்ச்சி: ஜோஆனா ஹாஃப்மன், ஜான் ஸ்கல்லி, லீ க்ளோ, டெபி கோல்மன், ஆன்ட்ரியா கன்னிங்ஹாம், ஸ்டீவ் ஜாப்ஸ் ஆகியோருடன் நேர்காணல்கள். ஸ்கல்லி, *201, 212-215;* லெவி, *Insanely Great (கிறுக்குத்தனமான அற்புதம்)*, 186-192; மைக்கேல் ரோஜர்ஸ், 'It's the Apple of his Eye' *(அது அவருடைய ஆப்பிள் கண்மணி)*, *நியூஸ்வீக்,* ஜனவரி *30, 1984;* ரோஸ், 207, 233; ஃபெலிக்ஸ் கெஸ்லர், 'Apple Pitch' *(ஆப்பிளின் வணிக உத்தி)*, *ஃபார்ச்சூன்,* ஏப்ரல் *15, 1985;* லின்ஸ்மேயர், *145.*

முப்பது வயது: மல்லோரி வாக்கர், ஆன்டி ஹெர்ட்ஸ்ஃபெல்ட், டெபி கோல்மன், எலிசபெத் ஹோம்ஸ், ஸ்டீவ் வாஸ்நியாக், டான் வாலென்டைன் ஆகியோருடன் நேர்காணல்கள். ஷெஃப்.

வெளியேற்றம்: ஆன்டி ஹெர்ட்ஸ்ஃபெல்ட், ஸ்டீவ் வாஸ்நியாக், ப்ரூஸ் ஹார்ன் ஆகியோருடன் நேர்காணல்கள். ஹெர்ட்ஸ்ஃபெல்ட், *253, 263-264;* யங், *372-376;* வாஸ்நியாக், *265-266;* ரோஸ், *248-249;* போப் டேவிஸ், 'Apple's Head, Jobs, Denies Ex-Partner Use of Design Firm' *(ஆப்பிளின் தலைவர் ஜாப்ஸ் முன்னாள் பங்காளருக்கு வடிவமைப்பு நிறுவனத்தைப் பயன்படுத்திக்கொள்ள அனுமதி மறுப்பு)*, *வால் ஸ்ட்ரீட் ஜர்னல், மார்ச் 22, 1985.*

மோதலின் உச்சகட்டம் – வசந்தகாலம் 1985: ஸ்டீவ் ஜாப்ஸ், அல் அல்கார்ன், ஜான் ஸ்கல்லி, மைக் மர்ரே ஆகியோருடன் நேர்காணல்கள். எல்லியட், *15;* ஸ்கல்லி, *205-206, 227, 238-244;* யங், *367-379;* ரோஸ், *238, 242, 254-255;* மைக் மர்ரே, 'Let's Wake Up and Die Right' *(விழித்துக்கொள்வோம், சரியாக இறப்போம்)*, பெறுவோர் பெயர் வெளியிட விரும்பாத செயற்குறிப்பு, மார்ச் *7, 1985 (நன்றி: மைக் மர்ரே)*

திட்டம் தீட்டப்படுகிறது: ஸ்டீவ் ஜாப்ஸ், ஜான் ஸ்கல்லி ஆகியோருடன் நேர்காணல்கள். ரோஸ், *266-275;* ஸ்கல்லி, ix-x, *245-246;* யங், *388-396;* எல்லியட், *112.*

மே மாதத்தில் ஏழு நாள்கள்: ஜேன்-லூயி காஸே, ஸ்டீவ் ஜாப்ஸ், பில் காம்ப்பெல், அல் ஐசென்ஸ்டாட், ஜான் ஸ்கல்லி, மைக் மார்ரே, மைக் மார்க்குலா, டெபி கோல்மன் ஆகியோருடன் நேர்காணல்கள். ப்ரோ உட்டல், 'Behind the Fall of Steve Jobs' *(ஸ்டீவ் ஜாப்ஸின் வீழ்ச்சிக்குப் பின்னே), ஃபார்ச்சூன்,* ஆகஸ்ட் 5, 1985; ஸ்கல்லி, 249-260; ரோஸ், 275-290; யங், 396-404.

உருண்டு செல்லும் பாறை போல: மைக் மார்ரே, மைக் மார்க்குலா, ஸ்டீவ் ஜாப்ஸ், ஜான் ஸ்கல்லி, போப் மெட்காஃல்ஃப், ஜார்ஜ் ரைலி, ஆண்டி ஹெர்ட்ஸ்ஃபெல்ட், டீனா ரெட்ஸே, மைக் மெரின், அல் ஐசென்ஸ்டாட், ஆர்தர் ராக் ஆகியோருடன் நேர்காணல்கள். டீனா ரெட்ஸே ஸ்டீவ் ஜாப்ஸிற்கு அனுப்பிய மின்னஞ்சல், ஜுலை 20, 2010; 'No Job for Jobs' *(ஜாப்ஸுக்கு வேலை இல்லை), அசோசியடட் பிரஸ்,* ஜூலை 26, 1985; 'Jobs Talks about His Rise and Fall' *(ஜாப்ஸ் தனது எழுச்சி பற்றியும் வீழ்ச்சி பற்றியும் பேசுகிறார்), நியூஸ்வீக்,* செப்டம்பர் 30, 1985; ஹெர்ட்ஸ்ஃபெல்ட், 269-271; யங், 387, 403-405; யங், சைமன், 116; ரோஸ், 288-292; ஸ்கல்லி, 242-245, 286-287; அல் ஐசென்ஸ்டாட் ஆர்தர் ஹார்மேனுக்கு அனுப்பிய கடிதம், ஜூலை 23, 1985 (நன்றி: அல் ஐசென்ஸ்டாட்).

இயல் 18: நெக்ஸ்ட்

கப்பலை விட்டுச் சென்ற கடல் கொள்ளையர்கள்: டான்'ல் லெவின், ஸ்டீவ் ஜாப்ஸ், பில் காம்ப்பெல், ஆர்தர் ராக், மைக் மார்க்குலா, ஜான் ஸ்கல்லி, ஆன்ட்ரியா கன்னிங்ஹாம், ஜோஆனா ஹாஃப்மன் ஆகியோருடன் நேர்காணல்கள். பட்ரிசியா பெல்லிவ் க்ரே, மைக்கேல் மில்லர், 'Apple Chairman Jobs Resigns' *(ஆப்பிளின் தலைவர் ஜாப்ஸ் பணிவிலகுகிறார்), வால் ஸ்ட்ரீட் ஜர்னல்,* செப்டம்பர் 1985; ஜெரால்ட் லூபநவ், மைக்கேல் ரோஜர்ஸ், 'Jobs Talks about His Rise and Fall' *(ஜாப்ஸ் தனது எழுச்சி பற்றியும் வீழ்ச்சி பற்றியும் பேசுகிறார்), நியூஸ்வீக்,* செப்டம்பர் 30, 1985; ப்ரோ உட்டல், 'The Adventures of Steve Jobs' *(ஸ்டீவ் ஜாப்ஸின் சாகசங்கள்), ஃபார்ச்சூன்,* அக்டோபர் 14, 1985; சூசன் கெர், 'Jobs Resigns' *(ஜாப்ஸ் பணிவிலகுகிறார்), கம்ப்யூட்டர் சிஸ்டம்ஸ் நியூஸ்,* செப்டம்பர் 23, 1985; 'Shaken to the Very Core' *(அடிப்படையே ஆட்டம் கண்டது), டைம்,* செப்டம்பர் 30, 1985; ஜான் எக்ஹவுஸ், 'Apple Board Fuming at Steve Jobs' *(ஆப்பிள் நிர்வாகக் குழு ஜாப்ஸிடம் பொறுமல்), சான் ஃப்ரான்சிஸ்கோ க்ரானிக்கிள்,* செப்டம்பர் 17, 1985; ஹெர்ட்ஸ்ஃபெல்ட், 132-133; ஸ்கல்லி, 313-317; யங், 415-416; யங், சைமன், 127; ரோஸ், 307-319; ஸ்ட்ராஸ், 73; ட்யூட்ஸ்மேன், 36; Complaint for Breaches of Fiduciary Obligations

(கடப்பாட்டை மீறி நடந்ததற்கான குற்றச்சாட்டு), Apple Computer v. Steven P. Jobs and Richard A. Page (ஆப்பிள் கம்ப்யூட்டருக்கு எதிராக ஸ்டீவன் பீ. ஜாப்ஸ், ரிச்சர்ட் ஏ. பேஜ் ஆகியோர்), கலிஃபோர்னியா உயர்நீதிமன்றம், சான்டா க்ளாரா கௌன்டி, செப்டம்பர் 23, 1985; பட்ரிசியா பெல்லிவ் க்ரே, 'Jobs Asserts Apple Undermined Efforts to Settle Dispute' (வழக்கைத் தீர்க்கும் ஆப்பிளின் முயற்சிகளை ஜாப்ஸ் வலியுறுத்துகிறார்), வால் ஸ்ட்ரீட் ஜர்னல், செப்டம்பர் 25, 1985.

சொந்தக்காலில் நிற்பதற்காக: ஆர்தர் ராக், சூசன் கரே, ஸ்டீவ் ஜாப்ஸ், அல் ஐசென்ஸ்டாட் ஆகியோருடன் நேர்காணல்கள். 'Logo for Jobs New Firm' (ஜாப்ஸின் புதிய நிறுவனத்திற்கான சின்னம்), சான் ஃப்ரான்சிஸ்கோ க்ரானிக்கிள், ஜூன் 19, 1986; ஃபில் பாட்டன், 'Steve Jobs: Out for Revenge' (ஸ்டீவ் ஜாப்ஸ்: பழிதீர்க்கும் புறப்பாடு), நியூ யார்க் டைம்ஸ், ஆகஸ்ட் 6, 1989; பால் ராண்ட், நெக்ஸ்ட் (NeXT) சின்னம் குறித்த விளக்கவுரை, 1985; டக் இவான்ஸ், ஆலன் பொட்டாஷ், பால் ராண்ட் குறித்து ஸ்டீவ் ஜாப்ஸுடன் வீடியோ நேர்காணல், 1993; ஸ்டீவ் ஜாப்ஸிடமிருந்து அல் ஐசென்ஸ்டாட்டிற்கு, நவம்பர் 4, 1985; ஐசென்ஸ்டாட் ஜாப்ஸிற்கு, நவம்பர் 8, 1985; Apple Computer Inc. (ஆப்பிள் கம்ப்யூட்டர் இங்க்.) நிறுவனத்திற்கும் ஸ்டீவென் பி. ஜாப்ஸிற்கும் இடையிலான ஒப்பந்தம், சான்டா க்ளாரா கௌன்டியிலுள்ள கலிஃபோர்னியா உயர்நீதிமன்றத்தில் பதிவுசெய்யப்பட்ட, பாரபட்சமின்றி வழக்கைத் தள்ளுபடி செய்வதற்கான கோரிக்கை, ஜனவரி 17, 1986; ட்யூட்ஸ்மேன், 47, 43; ஸ்ட்ராஸ், 76, 118-120, 245; குங்கெல், 58-63; 'Can He Do It Again?' (அவரால் அதை மீண்டும் செய்ய முடியுமா?) பிசினஸ் வீக், அக்டோபர் 24, 1988; ஜோ நோஸெரா, 'The Second Coming of Steve Jobs' (ஸ்டீவ் ஜாப்ஸின் இரண்டாம் வருகை), எஸ்கொயர், டிசம்பர் 1986, Good Guys and Bad Guysஇல் (நல்லவர்களும் கெட்டவர்களும்) மறுபதிவு செய்யப்பட்டது (போர்ட்ஃபோலியோ, 2008) 49; ப்ரென்டன் ஷ்லென்டர், 'How Steve Jobs Linked Up with IBM' (ஸ்டீவ் ஜாப்ஸ் ஐபிஎம்முடன் இணைந்துகொண்டது எப்படி), ஃபார்ச்சூன், அக்டோபர் 9, 1989.

கணினி: மிட்ஸ் கபோர், மைக்கேல் ஹாவ்லீ, ஸ்டீவ் ஜாப்ஸ் ஆகியோருடன் நேர்காணல்கள். பீட்டர் டென்னிங், கரேன் ஃப்ரங்கில், 'A Conversation with Steve Jobs' (ஸ்டீவ் ஜாப்ஸுடன் ஓர் உரையாடல்), Communications of the Association for Computer Machinery (கணிப்பொறிக்கான கழகத்தின் தொடர்பாடல்), ஏப்ரல் 1, 1989; ஜான் எக்ஹவுஸ், 'Steve Jobs Shows Off Ultra & Robotic Assembly Line' (மிக உயர்தரமான இயந்திர மனிதர்களால் இயங்கும் பூட்டல்

பட்டறையை ஸ்டீவ் ஜாப்ஸ் பெருமிதத்துடன் பீற்றிக்கொள்கிறார்), *சான் ஃப்ரான்சிஸ்கோ க்ரானிக்கிள்*, ஜூன் 13, 1989; ஸ்ட்ராஸ், 122-125; ட்யூட்ஸ்மேன், 60-63; யங், 425; காட்டீ ஹாஃப்னர், 'Can He Do It Again?' (அவரால் அதை மீண்டும் செய்ய முடியுமா?) *பிசினஸ் வீக்*, அக்டோபர் 24, 1988; *தி ஆந்த்ரப்ரெனர்ஸ்*, பீபிஎஸ், நவம்பர் 5, 1986, இயக்கம்: ஜான் நாதன்.

பெரோ காப்பாற்றினார்: ஸ்ட்ராஸ், 102-112; 'Perot and Jobs' (பெரோவும் ஜாப்ஸும்), *நியூஸ்வீக்*, பிப்ரவரி 9, 1987; ஆன்ட்ரூ பொல்லாக், 'Can Steve Jobs Do It Again?' (ஸ்டீவ் ஜாப்ஸால் அதை மீண்டும் செய்ய முடியுமா?) *நியூ யார்க் டைம்ஸ்*, நவம்பர் 8, 1987; காட்டீ ஹாஃப்னர், 'Can He Do It Again?' (அவரால் அதை மீண்டும் செய்ய முடியுமா?) *பிசினஸ் வீக்*, அக்டோபர் 24, 1988; பாட் ஸ்டெகர், 'A Gem of an Evening with King Juan Carlos' (அரசர் யுவான் கார்லோஸுடன் ஒரு அற்புதமான மாலை நேரம்), *சான் ஃப்ரான்சிஸ்கோ க்ரானிக்கிள்*, அக்டோபர் 5, 1987; டேவிட் ரெம்னிக், 'How a Texas Playboy Became a Billionaire' (ஒரு டெக்ஸாஸ் விடலை எவ்வாறு கோடீஸ்வரர் ஆனார்), *வாஷிங்டன் போஸ்ட்*, மே 20, 1987.

கேட்ஸும் நெக்ஸ்டும்: பில் கேட்ஸ், அடீல் கோல்ட்பெர்க், ஸ்டீவ் ஜாப்ஸ் ஆகியோருடன் நேர்காணல்கள். ப்ரிட் ஹ்யூம், 'Steve Jobs Pulls Ahead' (ஸ்டீவ் ஜாப்ஸ் முன்னோக்கிச் செல்கிறார்), *வாஷிங்டன் போஸ்ட்*, அக்டோபர் 31, 1988; ப்ரென்ட் ஷ்லென்டர், 'How Steve Jobs Linked Up with IBM' (ஸ்டீவ் ஜாப்ஸ் ஐபிஎம்முடன் இணைந்து கொண்டது எப்படி), *ஃபார்ச்சூன்*, அக்டோபர் 9, 1989; ஸ்ட்ராஸ், 14; லின்ஸ்மேயர், 209; 'William Gates Talks' (வில்லியம் கேட்ஸ் பேசுகிறார்), *வாஷிங்டன் போஸ்ட்*, டிசம்பர் 30, 1990; காட்டீ ஹாஃப்னர், 'Can He Do It Again?' (அவரால் அதை மீண்டும் செய்ய முடியுமா?) *பிசினஸ் வீக்*, அக்டோபர் 24, 1988; ஜான் தாம்சன், 'Gates, Jobs Swap Barbs' (கேட்ஸும் ஜாப்ஸும் முட்களை வீசிக்கொள்கிறார்கள்), *Computer System News (கம்ப்யூட்டர் சிஸ்டம் நியூஸ்)*, நவம்பர் 27, 1989.

ஐபிஎம்: ப்ரென்ட் ஷ்லென்டர், 'How Steve Jobs Linked Up with IBM' (ஸ்டீவ் ஜாப்ஸ் ஐபிஎம்முடன் இணைந்து கொண்டது எப்படி), *ஃபார்ச்சூன்*, அக்டோபர் 9, 1989; பில் பாட்டன், 'Out for Revenge' (பழிதீர்க்கும் புறப்பாடு), *நியூ யார்க் டைம்ஸ்*, ஆகஸ்ட் 6, 1989; ஸ்ட்ராஸ், 140-142; ட்யூட்ஸ்மேன், 133.

வெளியீடு, அக்டோபர் 1988: ஸ்ட்ராஸ், 166-186; வெஸ் ஸ்மித், 'Jobs Has Returned' (ஜாப்ஸ் திரும்பி வந்திருக்கிறார்), *ஷிகாகோ ட்ரிப்யூன்*, நவம்பர் 13, 1988; ஆன்ட்ரூ பொல்லாக், 'NeXT Produces a Gala'

(நெக்ஸ்ட் ஒரு கொண்டாட்டத்தை உருவாக்குகிறது), நியூ யார்க் டைம்ஸ், அக்டோபர் 10, 1988; ப்ரெண்டன் ஷ்லெண்டர், 'Next Project' (அடுத்த செயல்திட்டம்), வால் ஸ்ட்ரீட் ஜர்னல், அக்டோபர் 13, 1988; காட்டீ ஹாஃப்னர், 'Can He Do It Again?' (அவரால் அதை மீண்டும் செய்ய முடியுமா?) பிசினஸ் வீக், அக்டோபர் 24, 1988; ட்யூட்ஸ்மேன், 128; 'Steve Jobs Comes Back' (ஸ்டீவ் ஜாப்ஸ் திரும்பி வருகிறார்), நியூஸ்வீக், அக்டோபர் 24, 1988; 'The NeXT Generation' (நெக்ஸ்ட் தலைமுறை), சான் ஹொஸே மெர்க்குரி நியூஸ், அக்டோபர் 10, 1988.

இயல் 19: பிக்ஸார்

லூகாஸ்ஃபிலிமின் கணினிப் பிரிவு: எட் காட்மல், அல்வி ரே ஸ்மித், ஸ்டீவ் ஜாப்ஸ், பாம் கெர்வின், மைக்கேல் ஐஸ்னர் ஆகியோருடன் நேர்காணல்கள். ப்ரைஸ், 71-74, 89-101; டைக், 53-57, 226; யங், சைமன், 169; ட்யூட்ஸ்மேன், 115.

அசைவூட்டம் (அனிமேஷன்): ஜான் லாசெட்டர், ஸ்டீவ் ஜாப்ஸ் ஆகியோருடன் நேர்காணல்கள். டைக், 28-44; ப்ரைஸ், 45-56.

டின் டாய்: பாம் கெர்வின், அல்வி ரே ஸ்மித், ஜான் லாசெட்டர், எட் காட்மல், ஸ்டீவ் ஜாப்ஸ், ஜெஃப்ரீ காட்ஸென்பெர்க், மைக்கேல் ஐஸ்னர், ஆண்டி க்ரோவ் ஆகியோருடன் நேர்காணல்கள். ஆல்பர்ட் யூவிற்கு ஸ்டீவ் ஜாப்ஸ் அனுப்பிய மின்னஞ்சல், செப்டம்பர் 23, 1995; ஆல்பர்ட் யூ ஸ்டீவ் ஜாப்ஸிற்கு அனுப்பியது, செப்டம்பர் 25, 1995; ஸ்டீவ் ஜாப்ஸ் ஆண்டி க்ரோவிற்கு அனுப்பியது, செப்டம்பர் 25, 1995; ஆண்டி க்ரோவ் ஸ்டீவ் ஜாப்ஸிற்கு அனுப்பியது, செப்டம்பர் 26, 1995; ஸ்டீவ் ஜாப்ஸ் ஆண்டி க்ரோவிற்கு அனுப்பியது, அக்டோபர் 1, 1995; ப்ரைஸ், 104-114; யங், சைமன்,166.

இயல் 20: ஒரு சாதாரண மனிதன்

ஜோஆன் பாயெஸ்: ஜோஆன் பாயெஸ், ஸ்டீவ் ஜாப்ஸ், ஜோஆனா ஹாஃப்மன், டெபி கோல்மன், ஆண்டி ஹெர்ட்ஸ்ஃபெல்ட் ஆகியோருடன் நேர்காணல்கள். ஜோஆன் பாயெஸ், *And a Voice to Sing With* (கூடிப்பாட ஒரு குரல்) (சம்மிட், 1989), 144, 380.

ஜோஆனையும் மோனாவையும் தேடி: ஸ்டீவ் ஜாப்ஸ், மோனா சிம்ஸன் ஆகியோருடன் நேர்காணல்கள்.

காணாமல்போன தந்தை: ஸ்டீவ் ஜாப்ஸ், லாரீன் பவெல், மோனா சிம்ஸன், கென் அவ்லெட்டா, நைக் பில்லேக்கி ஆகியோருடன் நேர்காணல்கள்.

லிசா: க்ரிசான் ப்ரென்னன், அவீ டெவானியன், ஜோஆனா ஹாஃப்மன், ஆன்டி ஹெர்ட்ஸ்ஃபெல்ட் ஆகியோருடன் நேர்காணல்கள். லிசா ப்ரென்னன்-ஜாப்ஸ், 'Confessions of a Lapsed Vegetarian' (ஒரு விட்டு விட்டுப் பின்பற்றும் சைவப்பிரியரின் வாக்குமூலம்), *சவுத்வெஸ்ட் ரிவ்யூ*, 2008; யங், 224; ட்யூட்ஸ்மேன், 76.

காதலில் மயங்கிய மனம்: ஜென்னிஃபர் ஈகன், டீனா ரெட்ஸே, ஸ்டீவ் ஜாப்ஸ், ஆன்டி ஹெர்ட்ஸ்ஃபெல்ட், ஜோஆனா ஹாஃப்மன் ஆகியோருடன் நேர்காணல்கள். ட்யூட்ஸ்மேன், 73, 138. மோனா சிம்ஸன் எழுதிய *A Regular Guy* (ஒரு சாதாரண மனிதன்) எனும் நாவல் ஸ்டீவ் ஜாப்ஸ், லிசா மற்றும் க்ரிசான் ப்ரென்னன், டீனா ரெட்ஸே ஆகியோருக்கிடையிலான உறவை மேலோட்டமாய் அடிப்படையாகக் கொண்டது. இதில் வரும் ஒலிவியா என்ற பெயருள்ள கதாபாத்திரம் டீனா ரெட்ஸேயைத் தழுவியதாகும்.

இயல் 21: குடும்பஸ்தர்

லாரீன் பவெல்: லாரீன் பவெல், ஸ்டீவ் ஜாப்ஸ், காத்தரின் ஸ்மித், அவீ டெவானியன், ஆன்டி ஹெர்ட்ஸ்ஃபெல்ட், மார்ஜரீ பவெல் பார்டன் ஆகியோருடன் நேர்காணல்கள்.

திருமணம், மார்ச் 18, 1991: ஸ்டீவ் ஜாப்ஸ், லாரீன் பவெல், ஆன்டி ஹெர்ட்ஸ்ஃபெல்ட், ஜோஆனா ஹாஃப்மன், அவீ டெவானியன், மோனா சிம்ஸன் ஆகியோருடன் நேர்காணல்கள். சிம்ஸன், *A Regular Guy* (ஒரு சாதாரண மனிதன்), 357.

குடும்ப இல்லம்: ஸ்டீவ் ஜாப்ஸ், லாரீன் பவெல், ஆன்டி ஹெர்ட்ஸ்ஃபெல்ட் ஆகியோருடன் நேர்காணல்கள். டேவிட் வெய்ன்ஸ்டெய்ன், 'Taking Whimsy Seriously' (தீவிரத்துடன் ஏறுக்குமாறாக எடுத்துக் கொள்ளுதல்), *சான் ஃப்ரான்சிஸ்கோ க்ரானிக்கிள்*, செப்டம்பர் 13, 2003; கேரி உல்ஃப், 'Steve Jobs' (ஸ்டீவ் ஜாப்ஸ்), *வயர்ட்*, பிப்ரவரி 1996; 'Former Apple Designer Charged with Harassing Steve Jobs' (ஸ்டீவ் ஜாப்ஸைத் துன்புறுத்தியதாக முன்னாள் ஆப்பிள் வடிவமைப்பாளர் மீது குற்றச்சாட்டு), *அசோசியேடட் பிரஸ்*, ஜூன் 8, 1993.

லிசாவின் வரவு: ஸ்டீவ் ஜாப்ஸ், லாரீன் பவெல், மோனா சிம்ஸன், ஆன்டி ஹெர்ட்ஸ்ஃபெல்ட் ஆகியோருடன் நேர்காணல்கள். லிசா ப்ரென்னன்-ஜாப்ஸ், 'Driving Jane' (ஓட்டுநர் ஜேன்), *ஹார்வர்ட் அட்வோகேட்*, 1999 (வசந்தகாலப் பதிப்பு); சிம்ஸன், *A Regular Guy* (ஒரு சாதாரண மனிதன்), 251; க்ரிசான் ப்ரென்னனிடமிருந்து வந்த மின்னஞ்சல், ஜனவரி 19, 2011; பில் வொர்க்மேன், 'Palo Alto High School's Student Scoop' (பாலோ ஆல்டோ உயர்நிலைப் பள்ளியின்

மாணவர்க் குறும்பு), சான் ஃப்ரான்சிஸ்கோ க்ரானிக்கிள், மார்ச் 16, 1996; லிசா ப்ரென்னன் - ஜாப்ஸ், 'Waterloo' (வாட்டர்லூ), மஸ்ஸாசூசெட்ஸ் ரிவ்யூ, 2006 (வசந்தகாலப் பதிப்பு); ட்யூட்ஸ்மேன், 258; க்ரிசான் ப்ரென்னன் வலைத்தளம், chrysanthemum.com; ஸ்டீவ் லொஹ்ர், 'Creating Jobs' (ஜாப்ஸை உருவாக்குதல்), நியூ யார்க் டைம்ஸ், ஜனவரி 12, 1997.

குழந்தைகள்: ஸ்டீவ் ஜாப்ஸ், லாரீன் பவெல் ஆகியோருடன் நேர்காணல்கள்.

இயல் 22: டாய் ஸ்டோரி

ஜெஃப்ரீ காட்ஸென்பெர்க்: ஜான் லாசெட்டர், எட் காட்மல், ஜெஃப்ரீ காட்ஸென்பெர்க், அல்வி ரே ஸ்மித், ஸ்டீவ் ஜாப்ஸ் ஆகியோருடன் நேர்காணல்கள். ப்ரைஸ், 84-85, 119-124; பைக், 71, 90; ராபர்ட் மர்ஃபி, 'John Cooley Looks at Pixar's Creative Process' (பிக்ஸாரின் படைப்பூக்கம் மிகுந்த செயல்முறையை ஜான் கூலி பார்வையிடுகிறார்), சிலிகான் ப்ரைரீ நியூஸ், அக்டோபர் 6, 2010.

கட்! ஸ்டீவ் ஜாப்ஸ், ஜெஃப்ரீ காட்ஸென்பெர்க், எட் காட்மல், லாரி எல்லிசன் ஆகியோருடன் நேர்காணல்கள். பைக், 90; ட்யூட்ஸ்மேன், 194-198; 'Toy Story: The Inside Buzz' (டாய் ஸ்டோரி: உட்பூசல்), என்டர்டைன்மெண்ட் வீக்லி, டிசம்பர் 8, 1995.

முடிவிலா எல்லைகளை நோக்கி! ஸ்டீவ் ஜாப்ஸ், மைக்கேல் ஐஸ்னர் ஆகியோருடன் நேர்காணல்கள். ஜனெட் மஸ்லின், 'There's a New Toy in the House, Uh-Oh' (வீட்டில் ஒரு புதிய விளையாட்டுப் பொருள், அடடா...), நியூ யார்க் டைம்ஸ், நவம்பர் 22, 1995; 'A Conversation with Steve Jobs and John Lasseter' (ஸ்டீவ் ஜாப்ஸ், ஜான் லாசெட்டர் ஆகியோருடன் ஓர் உரையாடல்), சார்லீ ரோஸ், பீபிஎஸ், அக்டோபர் 30, 1996; ஜான் மார்க்காஃப், 'Apple Computer Co-Founder Strikes Gold' (ஆப்பிள் கம்ப்யூட்டரின் இணை நிறுவனர் புதையல் எடுக்கிறார்), நியூ யார்க் டைம்ஸ், நவம்பர் 30, 1995.

இயல் 23: இரண்டாம் வருகை

பிளவுகள் உருவாகின்றன: ஜேன்-லூயி காஸேயுடன் நேர்காணல். பார்ட் ஷீக்ளர், 'Industry Has Next to No Patience with Jobs' NeXT' (ஜாப்ஸின் நெக்ஸ்ட் தொடர்பாக தொழில்துறைக்கு ஏறக்குறைய பொறுமையே இல்லை), அசோசியேட்ட் பிரஸ் (AP), ஆகஸ்ட் 19, 1990; ஸ்ட்ராஸ், 226-228; கேரி உல்ஃப், 'The Next Insanely Great Thing' (அடுத்த கிறுக்குத்தனமான அற்புதம்), வயர்ட், பிப்ரவரி 1996;

அந்தோனி பெர்கின்ஸ், 'Jobs Story' (ஜாப்ஸ் கதை), ரெட் ஹெர்ரிங், ஜனவரி 1, 1996.

ஆப்பிளின் விழ்ச்சி: ஸ்டீவ் ஜாப்ஸ், ஜான் ஸ்கல்லி, லாரி எல்லிசன் ஆகியோருடன் நேர்காணல்கள். ஸ்கல்லி, 248, 273; ட்யூட்ஸ்மேன், 236; ஸ்டீவ் லொஹ்ர், 'Creating Jobs' (ஜாப்ஸை உருவாக்குதல்), நியூ யார்க் டைம்ஸ், ஜனவரி 12, 1997; அமெலியோ, 190 மற்றும் ஹார்ட்பேக் பதிப்பின் முகவுரை; யங், சைமன், 213-214; லின்ஸ்மேயர், 273-279; கை கவாசகி, 'Steve Jobs to Return as Apple CEO' (ஆப்பிளின் தலைமை நிர்வாக அதிகாரியாக மீண்டும் ஸ்டீவ் ஜாப்ஸ்), மாக்வேர்ட், நவம்பர் 1, 1994.

க்யூபர்டினோவை நோக்கி: ஜான் ரூபின்ஸ்டைன், ஸ்டீவ் ஜாப்ஸ், லாரி எல்லிசன், அவீ டெவானியன், ஃப்ரெட் ஆன்டர்சன், லாரி டெஸ்லர், பில் கேட்ஸ், ஜான் லாசெட்டர் ஆகியோருடன் நேர்காணல்கள். ஜான் மார்க்காஃப், 'Why Apple Sees Next as a Match Made in Heaven' (சொர்க்கத்தில் உருவான பொருத்தமாக நெக்ஸ்டை ஆப்பிள் கண்டது ஏன்), நியூ யார்க் டைம்ஸ், டிசம்பர் 23, 1996; ஸ்டீவ் லொஹ்ர், 'Creating Jobs' (ஜாப்ஸை உருவாக்குதல்), நியூ யார்க் டைம்ஸ், ஜனவரி 12, 1997; ராஜீவ் சந்திரசேகரன், 'Steve Jobs Returning to Apple' (ஸ்டீவ் ஜாப்ஸ் ஆப்பிளுக்குத் திரும்புதல்), வாஷிங்டன் போஸ்ட், டிசம்பர் 21, 1996; லூயிஸ் கெஹோ, 'Apple's Prodigal Son Returns' (ஆப்பிளின் ஊதாரி மகன் திரும்பி வருகிறான்), ஃபினான்ஸியல் டைம்ஸ், டிசம்பர் 23, 1996; அமெலியோ, 189-201, 238; கால்டன், 409; லின்ஸ்மேயர், 277; ட்யூட்ஸ்மேன், 240.

இயல் 24: மீட்டளிப்பு

மேடையின் பின்புறத்தில்: ஸ்டீவ் ஜாப்ஸ், அவீ டெவானியன், ஜான் ரூபின்ஸ்டைன், எட் வூலார்ட், லாரி எல்லிசன், ஃப்ரெட் ஆன்டர்ஸன் ஆகியோருடன் நேர்காணல்கள். ஜீனா ஸ்மித்திடமிருந்து வந்த மின்னஞ்சல். ஷெஃப், ப்ரென்ட் ஷ்லென்டர், 'Something's Rotten in Cupertino' (க்யூபர்டினோவில் ஏதோ அழுகல்), ஃபார்ச்சூன், மார்ச் 3, 1997; டான் கில்மோர், 'Apple's Prospects Better Than Its CEO's Speech' (ஆப்பிளின் வெற்றிவாய்ப்புகள் அதன் தலைமை நிர்வாக அதிகாரியின் பேச்சைக் காட்டிலும் சிறந்தவை), சான் ஹொஸே மெர்குரி நியூஸ், ஜனவரி 13, 1997; கால்டன், 414-416; 425; மாலோன், 531; ட்யூட்ஸ்மேன், 241-245; அமெலியோ, 219, 238-247, 261; லின்ஸ்மேயர், 201; கைட்லின் க்யூஸ்ட்கார்ட், 'Apple Spins Off Newton' (ஆப்பிள் நியூட்டனைக் கைவிடுகிறது), Wired.com, மே 22, 1997; லூயிஸ் கெஹோ, 'Doubts Grow about Leadership at Apple' (ஆப்பிளில் அதன்

தலைமைத்துவம் பற்றிய சந்தேகங்கள் வளர்கின்றன), *ஃபினான்ஸியல் டைம்ஸ்*, பிப்ரவரி 25, 1997; டான் கில்மோர், 'Ellison Mulls Apple Bid' (ஆப்பிள் ஏலத்தில் எல்லிசனின் குழப்பங்கள்), *சான் ஹொஸே மெர்குரி நியூஸ்*, மார்ச் 27, 1997; லாரென்ஸ் ஃபிஸர், 'Oracle Seeks Public Views on Possible Bid for Apple' (ஆப்பிளுக்கான சாத்தியமான ஏலம் பற்றி ஆரக்கிள் பொதுமக்களின் கருத்துக்களை எதிர்பார்க்கிறது), *நியூயார்க் டைம்ஸ்*, மார்ச் 28, 1997; மைக் பார்னிகிள், 'Roadkill on the Info Highway' (தகவல்தொடர்புச் சாலையில் ஓர் உயிர்க்கொலை), *பாஸ்டன் குளோப்*, ஆகஸ்ட் 5, 1997.

கரடியின் துரத்தல், வெளியேற்றம்: எட் வூலார்ட், ஸ்டீவ் ஜாப்ஸ், மைக் மார்க்குலா, ஸ்டீவ் வாஸ்நியாக், ஃப்ரெட் ஆன்டர்சன், லாரி எல்லிசன், பில் காம்ப்பெல் ஆகியோருடன் நேர்காணல்கள். எட்வூலார்ட் தனிப்பட்ட முறையில் பதித்த குடும்ப நினைவுகள் (நன்றி: வூலார்ட்); அமெலியோ, 247, 261, 267; கேரி உல்ஃப், 'The World According to Woz' (வாஸுக்கு ஏற்ப உலகம்), *வயர்ட்*, செப்டம்பர் 1998; பீட்டர் பர்ரோவ்ஸ், ரோனால்ட் குரோவர், 'Steve Jobs' Magic Kingdom' (ஸ்டீவ் ஜாப்ஸின் மாயச் சாம்ராஜ்ஜியம்), *பிசினஸ் வீக்*, பிப்ரவரி 6, 2006; பீட்டர் எல்கைண்ட், 'The Trouble with Steve Jobs' (ஸ்டீவ் ஜாப்ஸிடமுள்ள தொந்தரவு), *ஃபார்ச்சூன்*, மார்ச் 5, 2008; ஆர்தர் லெவிட், *Take on the Street* (வால் ஸ்ட்ரீட்டை எதிர்கொள்ளல்) (பாந்தியான், 2002), 204-206.

மாக்வேள்ட் பாஸ்டன், ஆகஸ்ட் 1997: ஸ்டீவ் ஜாப்ஸ், மாக்வேள்ட் பாஸ்டன் உரை, ஆகஸ்ட் 6, 1997.

மைக்ரோஸாஃப்ட் ஒப்பந்தம்: ஜோல் க்ளைன், பில் கேட்ஸ், ஸ்டீவ் ஜாப்ஸ் ஆகியோருடன் நேர்காணல்கள். கேதி பூத், 'Steve's Job' (ஸ்டீவின் வேலை), *டைம்*, ஆகஸ்ட் 18, 1997; ஸ்டீவன் லெவி, 'A Big Brother?' (பிக் பிரதர் தொலைக்காட்சி நிகழ்ச்சியா?) *நியூஸ்வீக்*, ஆகஸ்ட் 18, 1997; கேட்ஸுடன் ஜாப்ஸ் நடத்திய தொலைபேசி உரையாடல் பற்றிய தகவல் தந்தது *டைம்* பத்திரிகை செய்தியாளர் டயானா வாக்கர் – *டைம்* பத்திரிகையின் அட்டைப் படத்திலும், இந்தப் புத்தகத்தின் புகைப்படப் பகுதியிலும் வெளியாகியுள்ள ஸ்டீவ் ஜாப்ஸ் மேடையில் குந்தி அமர்ந்தபடி பேசும் அந்தக் காட்சியைப் புகைப்படம் எடுத்தவர்.

இயல் 25: வித்தியாசமாய்ச் சிந்தியுங்கள்

கிறுக்கர்களுக்காக: ஸ்டீவ் ஜாப்ஸ், லீ க்ளோ, ஜேம்ஸ் வின்சென்ட், நோர்மன் பியர்ல்ஸ்டைன் ஆகியோருடன் நேர்காணல்கள். கேதி பூத்,

'Steve's Job' *(ஸ்டீவின் வேலை), டைம்,* ஆகஸ்ட் *18, 1997;* ஜான் ஹெய்ல்மேன், 'Steve Jobs in a Box' *(ஸ்டீவ் ஜாப்ஸ் ஒரு பெட்டியில்),* நியூ யார்க், ஜூன் *17, 2007.*

இடைக்காலத் தலைமை நிர்வாக அதிகாரி (ஐசிஈஓ): ஸ்டீவ் ஜாப்ஸ், ஃப்ரெட் ஆன்டர்சன் ஆகியோருடன் நேர்காணல்கள். செப்டம்பர் *1997*இல் நடைபெற்ற ஊழியர்கள் கூட்டத்தின் வீடியோ பதிவு *(நன்றி: லீ க்ளோ);* 'Jobs Hints That He May Want to Stay at Apple' *(தாம் தொடர்ந்து ஆப்பிளில் இருக்க விரும்பலாம் என்று குறிப்பால் உணர்த்துகிறார் ஜாப்ஸ்), நியூ யார்க் டைம்ஸ்,* அக்டோபர் *10, 1997;* ஜோன் ஸ்வார்ட்ஸ், 'No CEO in Sight for Apple' *(ஆப்பிளுக்கான தலைமை நிர்வாக அதிகாரியாக ஒருவரும் தென்படவில்லை), சான் ஃப்ரான்சிஸ்கோ க்ரானிக்கிள்,* டிசம்பர் *12, 1997;* கால்டன், *437.*

நகலிகளை அழித்தல்: பில் கேட்ஸ், ஸ்டீவ் ஜாப்ஸ், எட் வூலார்ட் ஆகியோருடன் நேர்காணல்கள். ஸ்டீவ் வாஸ்நியாக், 'How We Failed Apple' *(ஆப்பிள் தோல்வியடைய நாங்கள் காரணமானது எப்படி), நியூஸ்வீக்,* பிப்ரவரி *19, 1996;* லின்ஸ்மேயர், *245-247, 255;* பில் கேட்ஸ், 'Licensing of Mac Technology' *(மாக் தொழில்நுட்ப உரிமம்),* ஜான் ஸ்கல்லிக்கு ஒரு செயற்குறிப்பு (மெமோ), ஜூன் *25, 1985;* டோம் அபேட், 'How Jobs Killed Mac Clone Makers' *(மாக் நகலியை உருவாக்கியவர்களை ஜாப்ஸ் அழித்தது எப்படி), சான் ஃப்ரான்சிஸ்கோ க்ரானிக்கிள்,* செப்டம்பர் *6, 1997.*

உற்பத்திப் பொருள் வரிசையை மீளாய்வு செய்தல்: ஃபில் ஷில்லர், எட் வூலார்ட், ஸ்டீவ் ஜாப்ஸ் ஆகியோருடன் நேர்காணல்கள். ட்யூட்ஸ்மேன், *248;* ஸ்டீவ் ஜாப்ஸ், ஐமாக் வெளியீட்டு விழாவில் ஆற்றிய உரை, மே *6, 1998;* செப்டம்பர் *1997*இல் நடைபெற்ற ஊழியர்கள் கூட்டத்தின் வீடியோ பதிவு.

இயல் 26: வடிவமைப்புக் கொள்கைகள்

ஜானி ஐவ்: ஜானி ஐவ், ஸ்டீவ் ஜாப்ஸ், ஃபில் ஷில்லர் ஆகியோருடன் நேர்காணல்கள். ஜான் ஆர்லிட்ஜ், 'Father of Invention' *(கண்டுபிடிப்புகளின் தந்தை), அப்ஸர்வர் (லண்டன்),* டிசம்பர் *21, 2003;* பீட்டர் பர்ரோவ்ஸ், 'Who is Jonathan Ive?' *(ஜோனதன் ஐவ் என்பவர் யார்?), பிசினஸ் வீக்,* செப்டம்பர் *25, 2006;* 'Apple's One-Dollar-a-year Man' *(ஆப்பிளின் ஆண்டிற்கு ஒரு டாலர் மனிதர்), ஃபார்ச்சூன்,* ஜனவரி *24, 2000;* ரோப் வாக்கர், 'The Guts of a New Machine' *(ஒரு புதிய இயந்திரத்தின் உட்பகுதிகள்), நியூ யார்க் டைம்ஸ்,* நவம்பர் *30, 2003;* லியான்டர் கானி, 'Design According to Ive' *(ஐவின் கருத்தின்படி வடிவமைப்பு), wired.com,* ஜூன் *25, 2003.*

படப்பிடிப்புக் கூடத்தினுள்: ஜானி ஐவுடன் நேர்காணல். அமெரிக்க உரிமைக் காப்பு மற்றும் வணிகச் சின்ன அலுவலகத்தின் நிகழ்நிலை தரவுதளம், patft.uspto.gov; லியான்டர் கானி, 'Jobs Awarded Patent for iPhone Packaging' *(ஐஃபோன் பொதிதலுக்காக ஜாப்ஸிற்கு உரிமைக் காப்பு), கல்ட் ஆஃப் மாக் (மாக் மரபு),* ஜூலை *22, 2009;* ஹார்ரி மெக்கிராகன், 'Patents of Steve Jobs' *(ஸ்டீவ் ஜாப்ஸின் உரிமைக் காப்புகள்),* Technologizer.com, மே *28, 2009.*

இயல் 27: ஐமாக்

மீண்டும் எதிர்காலம் நோக்கி: ஃபில் ஷில்லர், அவீ டெவானியன், ஜான் ரூபின்ஸ்டைன், ஸ்டீவ் ஜாப்ஸ், ஃப்ரெட் ஆன்டர்ஸன், மைக் மார்க்குலா, ஜானி ஐவ், லீ க்ளோ ஆகியோருடன் நேர்காணல்கள். தாமஸ் ஹார்னபி, 'Birth of the iMac' *(ஐமாக்கின் பிறப்பு), மாக் அப்ஸர்வர்,* மே *25, 2007;* பீட்டர் பர்ரோவ்ஸ், 'Who is Jonathan Ive?' *(ஜோனதன் ஐவ் என்பவர் யார்?), பிசினஸ் வீக்,* செப்டம்பர் *25, 2006;* லெவி க்ராஸ்மேன், 'How Apple Does It' *(ஆப்பிள் அதை எப்படிச் செய்கிறது), டைம், அக்டோபர் 16, 2005;* லியான்டர் கானி, 'The Man Who Named the iMac and Wrote Think Different' *(ஐமாக்கிற்குப் பெயர்சூட்டி, வித்தியாசமாகச் சிந்தியுங்கள் வாசகத்தை எழுதிய மனிதர்), கல்ட் ஆஃப் மாக், நவம்பர் 3, 2009;* லெவி, 'The Perfect Thing' *(கச்சிதமான சாதனம்),* 198; gawker.com /comment /21123257/; 'Steve's Two Jobs' *(ஸ்டீவின் இரண்டு வேலைகள்), டைம், அக்டோபர் 18, 1999.*

வெளியீடு, மே 6, 1998: ஜானி ஐவ், ஸ்டீவ் ஜாப்ஸ், ஃபில் ஷில்லர், ஜான் ரூபின்ஸ்டைன் ஆகியோருடன் நேர்காணல்கள். ஸ்டீவன் லெவி, 'Hello Again' *(ஹலோ மீண்டும்), நியூஸ்வீக்,* மே *18, 1998;* ஜோன் ஸ்வார்ட்ஸ், 'Resurgence of an American Icon' *(ஓர் அமெரிக்கச் சின்னத்தின் புத்தெழுச்சி), ஃபோர்ப்ஸ், ஏப்ரல் 14, 2000; லெவி, த பர்ஃபெக்ட் திங், 95.*

இயல் 28: தலைமை நிர்வாக அதிகாரி

டிம் குக்: டிம் குக், ஸ்டீவ் ஜாப்ஸ், ஜான் ரூபின்ஸ்டைன் ஆகியோருடன் நேர்காணல்கள். பீட்டர் பர்ரோவ்ஸ், 'Yes, Steve, You Fixed It. Congratulations. Now What?' *(சரி ஸ்டீவ், நீ அதைச் சீராக்கிவிட்டாய். வாழ்த்துகள். இப்போது அதற்கு என்ன?), பிசினஸ் வீக்,* ஜூலை *31, 2000;* டிம் குக், அவ்பர்ன் தொடக்கவுரை, மே *14, 2010;* ஆடம் லாஷின்ஸ்கி, 'The Genius Behind Steve' *(ஸ்டீவின் பின்னணியில் உள்ள மேதாவித்தனம்), ஃபார்ச்சூன், நவம்பர் 10, 2008;* நைக் விங்ஃபீல்ட், 'Apple's No. 2 has Low Profile' *(ஆப்பிளில் இரண்டாம் இடத்தில்*

உள்ளவர்க்குத் தகுதி குறைவு), சான் ஃப்ரான்சிஸ்கோ க்ரானிக்கிள், அக்டோபர் 16, 2006.

மாக் டர்டில்நெக்குகளும் குழுப் பணியும்: ஸ்டீவ் ஜாப்ஸ், ஜேம்ஸ் வின்சென்ட், ஜானி ஐவ், லீ க்ளோ, அவீ டெவானியன், ஜான் ரூபின்ஸ்டைன் ஆகியோருடன் நேர்காணல்கள். லெவ் க்ராஸ்மன், 'How Apple Does It' (ஆப்பிள் அதை எப்படிச் செய்கிறது), டைம், அக்டோபர் 16, 2005; லியான்டர் கானி, 'How Apple Got Everything Right by Doing Everything Wrong' (ஆப்பிள் எல்லாவற்றையும் தவறாகச் செய்வதன்மூலம் எல்லாவற்றையும் சரியாகப் பெற்றது எப்படி), வயர்ட், மார்ச் 18, 2008.

இடைக்கால நிர்வாக அதிகாரியிலிருந்து தலைமை நிர்வாக அதிகாரியாக (சிஈஓ): எட் வூலார்ட், லாரி எல்லிசன், ஸ்டீவ் ஜாப்ஸ் ஆகியோருடன் நேர்காணல்கள். ஆப்பிள் சார்பிலான அறிக்கை, மார்ச் 12, 2001.

இயல் 29: ஆப்பிள் ஸ்டோர்ஸ்

வாடிக்கையாளரின் அனுபவம்: ஸ்டீவ் ஜாப்ஸ், ரான் ஜான்ஸன் ஆகியோ ருடன் நேர்காணல்கள். ஜெர்ரி உசீம், 'America's Best Retailer' (அமெரிக்காவின் சிறந்த சிறுவியாபாரி), ஃபார்ச்சூன், மார்ச் 19, 2007; கேரி அலென், 'Apple Stores' (ஆப்பிள் ஸ்டோர்ஸ்), ifoAppleStore.com

மாதிரிவடிவம்: ஆர்ட் லெவின்ஸன், எட் வூலார்ட், மில்லார்ட் 'மிக்கி' ட்ரெக்ஸ்லர், லாரி எல்லிசன், ரான் ஜான்ஸன், ஸ்டீவ் ஜாப்ஸ், ஆர்ட் லெவின்ஸன் ஆகியோருடன் நேர்காணல்கள். கிளிஃப் எட்வர்ட்ஸ், 'Sorry, Steve...', (மன்னித்துக்கொள்ளுங்கள், ஸ்டீவ்...) பிசினஸ் வீக், மே 21, 2001.

மரம், கல், எஃகு, கண்ணாடி: ரான் ஜான்ஸன், ஸ்டீவ் ஜாப்ஸ் ஆகியோ ருடன் நேர்காணல்கள். அமெரிக்க உரிமைக்காப்பு அலுவலகம் டி478999, ஆகஸ்ட் 26, 2003, யூஎஸ் 2004/0006939, ஜனவரி 15, 2004; கேரி அலென், 'About Me' (என்னைப் பற்றி), ifoAppleStore.com

இயல் 30: டிஜிட்டல் களம்

புள்ளிகளை இணைத்தல்: லீ க்ளோ, ஜானி ஐவ், ஸ்டீவ் ஜாப்ஸ் ஆகியோருடன் நேர்காணல்கள். ஷெஃப்; ஸ்டீவ் ஜாப்ஸ், மாக்வேள்ட் சிறப்புரை, ஜனவரி 9, 2001.

ஃபயர்வயர்: ஸ்டீவ் ஜாப்ஸ், ஃபில் ஷில்லர், ஜான் ரூபின்ஸ்டைன் ஆகியோருடன் நேர்காணல்கள். ஸ்டீவ் ஜாப்ஸ், மாக்வேள்ட் சிறப்புரை, ஜனவரி 9, 2001. ஜோஷுவா குயூட்னர், 'Apple's New Core' (ஆப்பிளின்

புதிய உள்ளகம்), *டைம்,* ஜனவரி *14, 2002.* மைக் இவன்ஜெலிஸ்ட், 'Steve Jobs, the Genuine Article' *(ஸ்டீவ் ஜாப்ஸ், உண்மையான பொருள்), ரைடர்ஸ் பிளாக் லைவ்,* அக்டோபர் *7, 2005.* ஃபார்ஹேட் மஞ்சூ, 'Invincible Apple' *(வெல்லமுடியாத ஆப்பிள்),* ஃபாஸ்ட் கம்பெனி, ஜூலை *1, 2010,* ஃபில் ஷில்லரிடமிருந்து வந்த மின்னஞ்சல்.

ஐட்யூன்ஸ்: ஸ்டீவ் ஜாப்ஸ், ஃபில் ஷில்லர், ஜான் ரூபின்ஸ்டைன், டோனி ஃபாடெல் ஆகியோருடன் நேர்காணல்கள். ப்ரெண்ட் ஷ்லெண்டர், 'How Big Can Apple Get' *(ஆப்பிளால் எந்த அளவிற்குப் பெரிதாக முடியும்), ஃபார்ச்சூன்,* பிப்ரவரி *21, 2005.* பில் கின்கைட், 'The True Story of SoundJam' *(சவுண்ட்ஜாமின் உண்மைக் கதை),* http://panic.com/extras/audionstory/popup&sjstory.html; லெவி, *த பர்ஃபெக்ட் திங்,* 49-60; க்னோப்பர் 167; லெவி க்ராஸ்மேன், 'How Apple Does It' *(ஆப்பிள் அதை எப்படிச் செய்கிறது), டைம்,* அக்டோபர் *17, 2005;* மார்க்காஃப், xix.

ஐபாட்: ஸ்டீவ் ஜாப்ஸ், ஃபில் ஷில்லர், ஜான் ரூபின்ஸ்டைன், டோனி ஃபாடெல் ஆகியோருடன் நேர்காணல்கள். ஸ்டீவ் ஜாப்ஸ், ஐபாட் அறிவிப்பு, அக்டோபர் *23, 2001;* தோஷிபா பத்திரிகைப் பிரசுரங்கள்; *பீஆர் நியூஸ்வயர்,* மே *10, 2000;* ஜூன் *4, 2001;* டெக்லா பெர்ரி, 'From Podfather To Palm's Pilot' *(பாடின் தந்தையிலிருந்து பாமின் தலைவர் வரை), ஐஈஈஈ ஸ்பெக்ட்ரம்,* ஜூலை *21, 2004;* டோம் ஹார்ம்பி, டான் நைட், 'History of The iPod' *(ஐபாடின் வரலாறு), லோ எண்ட் மாக்,* அக்டோபர் *14, 2005.*

அதுதான்!: டோனி ஃபாடெல், ஜான் ரூபின்ஸ்டைன், ஜானி ஐவ், ஸ்டீவ் ஜாப்ஸ் ஆகியோருடன் நேர்காணல்கள். லெவி, *த பர்ஃபெக்ட் திங்,* 17, 59-60; க்னோப்பர், *169;* லியான்டர் கானி, 'Straight Dope on the iPod's Birth' *(ஐபாடின் பிறப்பு பற்றிய நேரடி கருத்தாய்வு), வயர்ட்,* அக்டோபர் *17, 2006.*

திமிங்கலத்தின் வெண்மை: ஜேம்ஸ் வின்சென்ட், லீ க்ளோ, ஸ்டீவ் ஜாப்ஸ் ஆகியோருடன் நேர்காணல். வாஸ்நியாக், *298;* லெவி, *த பர்ஃபெக்ட் திங்,* 73; ஜான்னி டாவிஸ், 'Ten Years of the iPod' *(ஐபாடின் பத்து ஆண்டுகள்), கார்டியன்,* மார்ச் *18, 2011.*

இயல் 31: ஐட்யூன்ஸ் ஸ்டோர்

வார்னர் இசை: பால் விடிச், ஸ்டீவ் ஜாப்ஸ், டக் மாரிஸ், பாரி ஷூலர், ரோஜர் அமெஸ், எட்டி க்யூ ஆகியோருடன் நேர்காணல். பால் ஸ்லோன், 'What's Next For Apple' *(ஆப்பிளில் அடுத்தது என்ன), பிஸினஸ் 2.0,* ஏப்ரல் *1, 2005;* க்னோப்பர், *157-161, 170;* டெவின் லியோனார்ட், 'Songs in the Key of Steve' *(ஸ்டீவின் திறவுகோலில்*

உள்ள பாடல்கள்), ஃபார்ச்சூன், மே 12, 2003; டோனி பெர்க்கின்ஸ், நொபுயுகி இதேயி மற்றும் சர் ஹோவர்ட் ஸ்ட்ரிங்கர் ஆகியோருடன் நேர்காணல்கள், உலகப் பொருளாதாரக் குழு, டாவோஸ், ஜனவரி 25, 2003; டான் டினான், 'The 25 Worst Tech Products of All Time' (இதுவரையில் வெளிவந்தவற்றுள் மிக மோசமான 25 தொழில் நுட்பத் தயாரிப்புகள்), பீசி வேள்ட், மார்ச் 26, 2006; ஆன்டி லாங்கர், 'The God of Music' (இசையின் கடவுள்), எஸ்கொயர், ஜூலை 2003; ஜெஃப் குட்டெல், 'Steve Jobs' (ஸ்டீவ் ஜாப்ஸ்), ரோலிங் ஸ்டோன், டிசம்பர் 3, 2003.

பூனைகளை மேய்த்தல்: டக் மாரிஸ், ரோஜர் ஆமெஸ், ஸ்டீவ் ஜாப்ஸ், ஜிம்மி அயோவீன், ஆன்டி லாக், எட்டி க்யூ, வின்டன் மார்சாலிஸ் ஆகியோருடன் நேர்காணல்கள். க்னோப்பர், 172; டேவின் லியோனார்ட், 'Songs in the Key of Steve' (ஸ்டீவின் திறவுகோலில் உள்ள பாடல்கள்), ஃபார்ச்சூன், மே 12, 2003; பீட்டர் பர்ரோவ்ஸ், 'Show Time!' (காட்சி நேரம்), பிசினஸ் வீக், பிப்ரவரி 2, 2004; பூய்விங் டாம், ப்ரூஸ் ஆர்வெல், அன்னா வைல்ட் மாத்யூஸ், 'Going Hollywood' (ஹாலிவுட் போகிறோம்), வால் ஸ்ட்ரீட் ஜர்னல், ஏப்ரல் 25, 2003; ஸ்டீவ் ஜாப்ஸ் சிறப்புரை, ஏப்ரல் 28, 2003. ஆன்டி லாங்கர், 'The God of Music' (இசையின் கடவுள்), எஸ்கொயர், ஜூலை 2003; ஸ்டீவன் லெவி, 'Not The Same Old Song' (அதே பழைய பாடலல்ல), நியூஸ்வீக், மே 12, 2013.

மைக்ரோஸாஃப்ட்: ஸ்டீவ் ஜாப்ஸ், ஃபில் ஷில்லர், டிம் குக், ஜான் ரூபின்ஸ்டைன், டோனி ஃபாடெல், எட்டி க்யூ ஆகியோருடன் நேர்காணல்கள். ஜிம் அல்சின், டேவிட் கோலே, பில் கேட்ஸ் ஆகியோரிடமிருந்து வந்த மின்னஞ்சல்கள், ஏப்ரல் 30, 2003 (இந்த மின்னஞ்சல்கள் பின்னர் அயோவா நீதிமன்றத்தில் நடைபெற்ற ஒரு வழக்கின் பகுதியாக விளங்கின. ஸ்டீவ் ஜாப்ஸ் அவற்றின் பிரதி களை எனக்கு அனுப்பிவைத்தார்); ஸ்டீவ் ஜாப்ஸ், படைப்புரை, அக்டோபர் 16, 2003; ஸ்டீவ் ஜாப்ஸுடன் வால்ட் மாஸ்பெர்க் நேர்காணல். ஆல் திங்ஸ் டிஜிடல் கான்ஃபரன்ஸ், மே 30, 2007; பில் கேட்ஸ், 'We're Early on the Video Thing' (வீடியோ விஷயத்தில் நாங்கள் முன்னோடிகள்), பிசினஸ் வீக், செப்டம்பர் 2004.

மிஸ்டர் டாம்போரின் மேன்: ஆன்டி லாக், டிம் குக், ஸ்டீவ் ஜாப்ஸ், டோனி ஃபாடெல், ஜான் ரூபின்ஸ்டைன் ஆகியோருடன் நேர்காணல்கள். கென் பெல்சன், 'Infighting Left Sony Behind Apple in Digital Music' (உட்பூசலால் சோனி டிஜிடல் இசையில் ஆப்பிளைவிடவும் பின்தங்கியது), நியூ யார்க் டைம்ஸ், ஏப்ரல் 19, 2004; ஃப்ராங் ரோஸ்,

'Battle For The Soul of The MP3 Phone' *(எம்பீ3 தொலைபேசியின் ஆத்மாவுக்கான போர்), வயர்ட்,* **நவம்பர் 2005;** சாவ்ல் ஹான்செல், 'Gates Vs Jobs: The Rematch' *(கேட்ஸும் ஜாப்ஸும்: மறு இணைவு), நியூ யார்க் டைம்ஸ்,* **நவம்பர் 14, 2004;** ஜான் போர்லாண்ட், 'Can Glaser and Jobs Find Harmony?' *(க்ளேசரும் ஜாப்ஸும் இசைவு காண்பார்களா?), சிநெட் நியூஸ்,* **ஆகஸ்ட் 17, 2004;** லெவி, *த பர்ஃபெக்ட் திங்,* **169.**

இயல் 32: இசை மனிதர்

அவருடைய ஐபாடில்: ஸ்டீவ் ஜாப்ஸ், ஜேம்ஸ் வின்செண்ட் ஆகியோருடன் நேர்காணல்கள். எலிசபெத் புமில்லர், 'President Bush's iPod' *(அதிபர் புஷ்ஷின் ஐபாட்), நியூ யார்க் டைம்ஸ்,* **ஏப்ரல் 11, 2005;** லெவி, *த பர்ஃபெக்ட் திங்,* **26-29;** டேவிட் லியோனார்ட், 'Songs in The Key of Steve' *(ஸ்டீவின் திறவுகோலில் உள்ள பாடல்கள்), ஃபார்சூன்,* **மே 12, 2003.**

பாப் டிலன்: ஜெஃப் ரோஸென், ஆண்டி லாக், எட்டி க்யூ, ஸ்டீவ் ஜாப்ஸ், ஜேம்ஸ் வின்செண்ட், லீ க்ளோ ஆகியோருடன் நேர்காணல்கள். மாத்யூ கிரீமர், 'Bob Dylan Tops Music Chart Again & and Apple's a Big Reason Why' *(பாப் டிலன் மீண்டும் இசைப்பட்டியலில் முதன்மை வகிக்கிறார். அதற்கு ஆப்பிளும் மிகப் பெரிய காரணம்), ஆட் ஏஜ்,* **அக்டோபர் 8, 2006.**

த பீட்டில்ஸ்; போனோ; யோ-யோ மா: ஜான் ஈஸ்ட்மன், ஸ்டீவ் ஜாப்ஸ், யோ-யோ மா, ஜார்ஜ் ரைலி ஆகியோருடன் நேர்காணல்கள்.

இயல் 33: பிக்ஸாரின் நண்பர்கள்

ஏ பக்ஸ் லைஃப் (ஒரு பூச்சியின் வாழ்க்கை): ஜெஃப்ரீ காட்ஸென்பெர்க், ஜான் லாசெட்டர், ஸ்டீவ் ஜாப்ஸ், ஆகியோருடன் நேர்காணல்கள். *ப்ரைஸ்,* **171-174,** *பைக்,* **1165;** பீட்டர் பர்ரோவ்ஸ், 'Ants vs Bugs' *(எறும்புகளும் பூச்சிகளும்)* மற்றும் 'Steve Jobs: Movie Mogul' *(ஸ்டீவ் ஜாப்ஸ்: திரைப்பட ஜாம்பவான்), பிசினஸ் வீக்,* **நவம்பர் 23, 1998;** ஆமி வாலஸ், 'Ouch! That Stings' *(ஆ! கொட்டுகிறது), லாஸ் ஆஞ்சலெஸ் டைம்ஸ்,* **செப்டம்பர் 21, 1998;** கிம் மாஸ்டர்ஸ், 'Battle of The Bugs' *(பூச்சிகளின் போர்), டைம்,* **செப்டம்பர் 28, 1998;** ரிச்சர்ட் சிக்கெல், 'Antz' *(எறும்புகள்), டைம்,* **அக்டோபர் 12, 1998;** ரிச்சர்ட் கார்லிஸ், 'Bugs Funny' *(பூச்சிகளின் வேடிக்கை), டைம்,* **நவம்பர் 30, 1998.**

ஸ்டீவின் சொந்தப்படம்: ஜான் லாசெட்டர், பாம் கெர்வின், எட் காட்மல், ஸ்டீவ் ஜாப்ஸ் ஆகியோருடன் நேர்காணல்கள். *பைக்,* **168;** ரிக் லைமன்,

'A Digital Dream Factory in Silicon Valley' *(சிலிக்கன் வாலியில் ஒரு டிஜிட்டல் கனவுத் தொழிற்சாலை), நியூ யார்க் டைம்ஸ், ஜூன் 11, 2001.*

விவாகரத்து: *மைக் ஸ்லேட், ஒரென் ஜேக்கப், மைக்கேல் ஐஸ்னர், பாப் ஐகர், ஸ்டீவ் ஜாப்ஸ், ஜான் லாசெட்டர், எட் காட்மல் ஆகியோருடன் நேர்காணல்கள். ஜேம்ஸ் ஸ்டீவார்ட்,* Disney War *(டிஸ்னி போர், சைமன் & ஷுஸ்டர், 2005), 383; ப்ரைஸ், 230-235; பென்னி இவான்ஜெலிஸ்டா,* 'Parting Slam by Pixar's Jobs' *(பிக்ஸாரின் ஜாப்ஸ் படாரென விலகுதல்), சான் ஃப்ரான்சிஸ்கோ க்ரானிக்கிள், பிப்ரவரி 5, 2004; ஜான் மார்க்காஃப், லாரா ஹோல்சன்,* 'New iPod Will Play TV Shows' *(புதிய ஐபாடில் தொலைக்காட்சி நிகழ்ச்சிகள் இடம்பெறும்), நியூ யார்க் டைம்ஸ், அக்டோபர் 13, 2005.*

இயல் 34: இருபத்தியோராம் நூற்றாண்டு மாக்குகள்

கிளிஞ்சல்கள், பனிக்கட்டிகள், சூரியகாந்திப் பூக்கள்: *ஜான் ரூபின்ஸ்டைன், ஜானி ஐவ், லாரீன் பவெல், ஸ்டீவ் ஜாப்ஸ், ஃப்ரெட் ஆன்டர்சன், ஜார்ஜ் ரைலி ஆகியோருடன் நேர்காணல்கள். ஸ்டீவ் லெவி,* 'Thinking inside the Box' *(பெட்டியின் உள்ளகத்தைப் பற்றிய சிந்தனை), நியூஸ்வீக், ஜூலை 31, 2000; ப்ரென்ட் ஷ்லென்டர்,* 'Steve Jobs' *(ஸ்டீவ் ஜாப்ஸ்), ஃபார்ச்சூன், மே 14, 2001; ஐயன் ஃப்ரைட்,* 'Apple Slices Revenue Forecast Again' *(ஆப்பிள் வருவாய் முன்னறிவிப்பில் மீண்டும் சரிவு), சினெட் நியூஸ், டிசம்பர் 6, 2000; லின்ஸ்மேயர், 301; அக்டோபர் 11, 2005 அன்று வழங்கப்பட்ட அமெரிக்க வடிவமைப்பு உரிமைக் காப்பு டி5105775.*

இன்டெல் உள்ளமைப்பு: *பால் ஒதேல்லினி, பில் கேட்ஸ், ஆர்ட் லெவின்ஸன் ஆகியோருடன் நேர்காணல்கள். கால்டன், 436.*

வாய்ப்புகள்: *எட் வூலார்ட், ஜார்ஜ் ரைலி, அல் கோர், ஃப்ரெட் ஆன்டர்சன், எரிக் ஷமிட் ஆகியோருடன் நேர்காணல்கள். ஜியோஃப் கொல்வின்,* 'The Great CEO Heist' *(தலைமை நிர்வாக அதிகாரியின் மாபெரும் கொள்ளை), ஃபார்ச்சூன், ஜூன் 25, 2001; ஜோ நோஸெரா,* 'Weighing Jobs' Role in a Scandal' *(ஓர் ஊழலில் ஜாப்ஸின் பங்கை எடைபோடுதல்), நியூ யார்க் டைம்ஸ், ஏப்ரல் 28, 2007; ஸ்டீவென் க. ஜாப்ஸின் பணிநீக்கம், மார்ச் 18, 2008;* SEC v. *Nancy Heinen (எஸ்இசியும் நான்ஸி ஹெய்னனும்), அமெரிக்க மாகாண நீதிமன்றம், கலிஃபோர்னியா வடக்கு மாகாணம்; வில்லியம் பரெட்,* 'Nobody Loves Me' *(என்னை யாரும் நேசிப்பதில்லை), ஃபோர்ப்ஸ், மே 11, 2009; பீட்டர் எல்கைண்ட்,* 'The Trouble with Steve Jobs' *(ஸ்டீவ் ஜாப்ஸிடமுள்ள தொந்தரவு), ஃபார்ச்சூன், மார்ச் 5, 2008.*

இயல் 35: முதலாவது சுற்று

புற்றுநோய்: ஸ்டீவ் ஜாப்ஸ், லாரீன், ஆர்ட் லெவின்ஸன், லாரி ப்ரில்லியன்ட், டீன் ஆர்னிஷ், பில் காம்ப்பெல், ஆன்டி க்ரோவ், ஆன்டி ஹெர்ட்ஸ்ஃபெல்ட் ஆகியோருடன் நேர்காணல்.

ஸ்டான்ஃபோர்ட் தொடக்கவுரை: ஸ்டீவ் ஜாப்ஸ், லாரீன் பவெல் ஆகியோருடன் நேர்காணல்கள். ஸ்டீவ் ஜாப்ஸ், ஸ்டான்ஃபோர்ட் தொடக்கவுரை.

ஐம்பது வயதில் ஒரு சிங்கம்: மைக் ஸ்லேட், ஆலிஸ் வாட்டர்ஸ், ஸ்டீவ் ஜாப்ஸ், டிம் குக், அவீ டெவானியன், ஜானி ஐவ், ஜான் ரூபின்ஸ்டைன், டோனி ஃபாடெல், ஜார்ஜ் ரைலி, போனோ, வால்ட் மாஸ்பெர்க், ஸ்டீவென் லெவி, காரா ஸ்விஷர் ஆகியோருடன் நேர்காணல்கள். வால்ட் மாஸ்பெர்க் மற்றும் காரா ஸ்விஷர் இணைந்து ஸ்டீவ் ஜாப்ஸ் மற்றும் பில் கேட்ஸுடன் நடத்திய நேர்காணல்கள், ஆல் திங்க்ஸ் டிஜிடல் மாநாடு, மே 30, 2007; ஸ்டீவென் லெவி, 'Finally, Vista Makes Its Debut' *(இறுதியாக, விஸ்டா அரங்கேறுகிறது), நியூஸ்வீக்,* பிப்ரவரி 1, 2007.

இயல் 36: ஐஃபோன்

தொலைபேசியாகும் ஐபாட்: ஆர்ட் லெவின்ஸன், ஸ்டீவ் ஜாப்ஸ், டோனி ஃபாடெல், ஜார்ஜ் ரைலி, டிம் குக் ஆகியோருடன் நேர்காணல்கள். ஃப்ராங் ரோஸ், 'Battle for the Soul of the MP3 Phone' *(எம்பீ3 தொலைபேசியின் ஆத்மாவுக்கான போர்), வயர்ட்,* நவம்பர் 2005.

மல்டி-டச் (பல்தொடுகை): ஜானி ஐவ், ஸ்டீவ் ஜாப்ஸ், டோனி ஃபாடெல், டிம் குக் ஆகியோருடன் நேர்காணல்கள்.

கொரில்லா க்ளாஸ்: வென்டெல் வீக்ஸ், ஜான் ஸீலி ப்ரௌன், ஸ்டீவ் ஜாப்ஸ் ஆகியோருடன் நேர்காணல்கள்.

வடிவமைப்பு: ஜானி ஐவ், ஸ்டீவ் ஜாப்ஸ், டோனி ஃபாடெல் ஆகியோருடன் நேர்காணல்கள். ஃப்ரெட் வோகல்ஸ்டைன், 'The Untold Story' *(சொல்லப்படாத கதை), வயர்ட்,* ஜனவரி 9, 2008.

வெளியீடு: ஜான் ஹுவே, நிகோலஸ் நெக்ரோபோன்டே ஆகியோருடன் நேர்காணல்கள். லெவ் க்ராஸ்மன், 'Apple's New Calling' *(ஆப்பிளின் புதிய அழைப்பு), டைம்,* ஜனவரி 22, 2007; ஸ்டீவ் ஜாப்ஸ், உரை, *மாக்வேர்ல்ட்,* ஜனவரி 9, 2007; ஜான் மார்க்காஃப், 'Apple Introduces Innovative Cellphone' *(ஆப்பிள் புதுமையான கைபேசியை அறிமுகப் படுத்துகிறது), நியூ யார்க் டைம்ஸ்,* ஜனவரி 10, 2007; ஜான்

ஹெய்ல்மேன், 'Steve Jobs in a Box' *(ஸ்டீவ் ஜாப்ஸ் ஒரு பெட்டியில்)*, *நியூ யார்க்*, *ஜூன் 17, 2007;* ஜான்கோ ரூட்கெர்ஸ், 'Alan Kay: With the Tablet, Apple Will Rule the World' *(அலென் கே: கையடக்கக் கணினியுடன் ஆப்பிள் உலகை ஆளும்)*, *ஜிகாஓம்*, *ஜனவரி 26, 2010.*

இயல் 37: இரண்டாவது சுற்று

2008இன் போர்கள்: ஸ்டீவ் ஜாப்ஸ், காத்தரின் ஸ்மித், பில் காமப்பெல், ஆர்ட் லெவின்ஸன், அல் கோர், ஜான் ஹூவே, ஆன்டி சர்வர், லாரீன் பவெல், டக் மாரிஸ், ஜிம்மி அயோவீன் ஆகியோருடன் நேர்காணல்கள். பீட்டர் எங்கெல்கிண்ட், 'The Trouble with Steve Jobs' *(ஸ்டீவ் ஜாப்ஸிடமுள்ள தொந்தரவு)*, *ஃபார்ச்சூன்*, *மார்ச் 5, 2008;* ஜோ நோஸெரா, 'Apple's Culture of Secrecy' *(ஆப்பிளின் இரகசியக் கலாச்சாரம்)*, *நியூ யார்க் டைம்ஸ்*, *ஜூலை 26, 2008;* ஸ்டீவ் ஜாப்ஸ், ஆப்பிள் குழுவினருக்கு எழுதிய கடிதம், ஜனவரி 5 மற்றும் ஜனவரி *14, 2009;* டோரொன் லெவின், 'Steve Jobs Went to Switzerland in Search of Cancer Treatment' *(ஸ்டீவ் ஜாப்ஸ் புற்றுநோய்க்கான சிகிச்சை தேடி ஸ்விட்சர்லாந்துக்குச் சென்றார்)*, Fortune.com, ஜனவரி *18, 2011;* யூகரி கானியா, ஜோஆன் லூப்ளின், 'On Apple's Board, Fewer Independent Voices' *(ஆப்பிள் நிர்வாகக் குழுவில் சுதந்திரக் குரல்கள் குறைகின்றன)*, *வால் ஸ்ட்ரீட் ஜர்னல்*, மார்ச் *24, 2010;* மிக்கெலீன் மேனார்ட், ட்விட்டர் பதிவு, மதியம் *2.45*, ஜனவரி *18, 2011;* ரியான் சிட்டும், 'The Dead Source Who Keeps on Giving' *(கொடுத்துக்கொண்டே இருக்கும் காலாவதியான ஆதாரம்)*, *கொலம்பியா ஜர்னலிசம் ரிவ்யூ*, ஜனவரி *18, 2011.*

மெம்ஃபிஸ்: ஸ்டீவ் ஜாப்ஸ், லாரீன் பவெல், ஜார்ஜ் ரைலி, கிறிஸ்டினா கீல், காத்தரின் ஸ்மித் ஆகியோருடன் நேர்காணல்கள். ஜான் லாவெர்மேன், கொன்னீ குக்லீஎல்மோ, 'Jobs Liver Transplant' *(ஜாப்ஸின் கல்லீரல் மாற்று அறுவைச்சிகிச்சை)*, *ப்ளூம்பெர்க்*, ஆகஸ்ட் *21, 2009.*

திரும்பி வருதல்: ஸ்டீவ் ஜாப்ஸ், ஜார்ஜ் ரைலி, டிம் குக், ஜானி ஐவ், ப்ரையன் ராபர்ட்ஸ், ஆன்டி ஹெர்ட்ஸ்ஃபெல்ட் ஆகியோருடன் நேர்காணல்கள்.

இயல் 38: ஐபேட்

நீங்கள் ஒரு புரட்சி வேண்டும் என்கிறீர்கள்: ஸ்டீவ் ஜாப்ஸ், ஃபில் ஷில்லர், டிம் குக், ஜானி ஐவ், டோனி ஃபாடெல், பால் ஒதெல்லினி ஆகியோருடன் நேர்காணல்கள். ஆல் திங்க்ஸ் டிஜிடல் மாநாடு, மே *30, 2003.*

வெளியீடு, ஜனவரி 2010: ஸ்டீவ் ஜாப்ஸ், டானியல் கோட்கே ஆகியோருடன் நேர்காணல்கள். ப்ரெண்ட் ஷ்லென்டர், 'Bill Gates Joins the iPad Army of Critics' *(பில் கேட்ஸ் ஐபேட் விமர்சகர்களின் கூட்டத்தில் இணைந்துகொள்கிறார்)*, bnet.com, பிப்ரவரி *10, 2010;* ஸ்டீவ் ஜாப்ஸ், சான் ஃப்ரான்சிஸ்கோவில் ஆற்றிய சிறப்புரை, ஜனவரி *27, 2010;* நைக் சம்மர்ஸ், 'Instant Apple iPad Reaction' *(ஆப்பிளின் ஐபேடிற்கு உடனடி எதிர்வினை)*, Newsweek.com, ஜனவரி *27, 2010;* ஆடம் ஃப்பக்கி, 'Eight Things That Suck about the iPad' *(ஐபேட் பற்றிய கசப்பான எட்டு விஷயங்கள்)*, ஜிஸ்மோடோ, ஜனவரி *27, 2010;* லெவ் க்ராஸ்மன், 'Do We Need the iPad?' *(நமக்கு ஐபேட் தேவையா?)*, *டைம்*, ஏப்ரல் *1, 2010;* டேனியல் லியோன்ஸ், 'Think Really Different' *(உண்மையிலேயே வித்தியாசமாகச் சிந்தியுங்கள்)*, *நியூஸ்வீக்*, மார்ச் *26, 2010;* டெக்மேட் விவாதம், *ஃபார்ச்சூன்*, ஏப்ரல் *12, 2010;* எரிக் லானின்கன், 'Wozniak on the iPad' *(ஐபேட் பற்றி வாஸ்நியாக்)*, டிவிட் தொலைக்காட்சி, ஏப்ரல் *5, 2010;* மைக்கேல் சியர், 'At White House, a New Question: What's on Your iPad?' *(வெள்ளை மாளிகையில் ஒரு புதிய கேள்வி: உள் ஐபேடில் என்ன இருக்கிறது?)*, *வாஷிங்டன் போஸ்ட்* , ஜூன் *7, 2010;* மைக்கேல் நோயர், 'The Stable Boy and the iPad' *(குதிரைலாயச் சிறுவனும் ஐபேடும்)*, Forbes.com, செப்டம்பர் *8, 2010.*

விளம்பரப்படுத்துதல்: ஸ்டீவ் ஜாப்ஸ், ஜேம்ஸ் வின்சென்ட், லீ க்ளோ ஆகியோருடன் நேர்காணல்கள்.

ஆப்ஸ் (குறுஞ்செயலிகள்): ஆர்ட் லெவின்ஸன், ஃபில் ஷில்லர், ஸ்டீவ் ஜாப்ஸ், ஜான் டோயர் ஆகியோருடன் நேர்காணல்கள்.

பதிப்பும் இதழியலும்: ஸ்டீவ் ஜாப்ஸ், ஜெஃப் ப்யூகெஸ், ரிக் ஸ்டெங்கெல், ஆன்டி சர்வர், ஜோஸ் குயிட்னர், ரூபெர்ட் முர்டாஹ் ஆகியோருடன் நேர்காணல்கள். கென் அவ்லெட்டா, 'Publish or Perish' *(வெளியிடு அல்லது மடிந்துவிடு)*, *நியூ யார்க்கர்*, ஏப்ரல் *26, 2010;* ரியான் டேட், 'The Price of Crossing Steve Jobs' *(ஸ்டீவ் ஜாப்ஸைக் கடந்து செல்வதற்கான விலை)*, கவ்கெர், செப்டம்பர் *30, 2010.*

இயல் 39: புதிய போர்கள்

கூகுள்: மூடியதும் திறந்ததும்: ஸ்டீவ் ஜாப்ஸ், பில் காம்ப்பெல், எரிக் ஷ்மிட், ஜான் டோயர், டிம் குக், பில் கேட்ஸ் ஆகியோருடன் நேர்காணல்கள். ஜான் ஆபெல், 'Google's 'Don't be Evil' Mantra is 'Bullshit'' *(கூகுளின் 'Don't be Evil' – தீயவராக இருக்காதீர்கள் – வாசகம் வெறும் குப்பை)*, *வயர்ட்*, ஜனவரி *30, 2010;* ப்ராட் ஸ்டோன், மிக்வெல்

ஹெல்ஃப்ட், 'A Battle for the Future Is Getting Personal' *(எதிர்காலத்திற்கான போர், தனிநபருக்குரியதாகிறது), நியூ யார்க் டைம்ஸ், மார்ச் 14, 2010.*

ஃப்ளாஷ், தி ஆப் ஸ்டோர், கட்டுப்பாடு: ஸ்டீவ் ஜாப்ஸ், பில் காம்ப்பெல், டாம் ஃப்ரீட்மன், ஆர்ட் லெவின்ஸன், அல் கோர் ஆகியோருடன் நேர்காணல்கள். லியான்டர் கானி, 'What Made Apple Freeze Out Adobe?' *(ஆப்பிள் அடோபியை விலக்க வைத்தது எது?) வயர்ட், ஜூலை 2010;* ஜேன்-லூயி காஸே, 'The Adobe&Apple Flame War' *(ஆப்பிளுக்கும் அடோபிக்கும் இடையே தீவிர போர்), மன்டே நோட், ஏப்ரல் 11, 2010;* ஸ்டீவ் ஜாப்ஸ், 'Thoughts on Flash' *(ஃப்ளாஷ் பற்றிய சிந்தனைகள்),* Apple.com, *ஏப்ரல் 29, 2010;* வால்ட் மாஸ்பெர்க் மற்றும் காரா ஸ்விஷர், ஸ்டீவ் ஜாப்ஸ் நேர்காணல், ஆல் திங்க்ஸ் டிஜிடல் மாநாடு, *ஜூன் 1, 2010;* ராபர்ட் எக்ஸ் க்ரிங்லீ (புனைப்பெயர்), 'Steve Jobs: Saviour or Tyrant?' *(ஸ்டீவ் ஜாப்ஸ்: மீட்பரா, கொடுங்கோலரா?) இன்ஃபோவேர்ட், ஏப்ரல் 21, 2010;* ரியான் டேட், 'Steve Jobs Offers World "Freedom from Porn" ' *(ஸ்டீவ் ஜாப்ஸ் 'உலகிற்குப் பாலியல் படைப்புகளிலிருந்து விடுதலை' அளிக்கிறார்), வாலிவேக், மே 15, 2010;* ஜேஆர் ராஃபேல், 'I Want Porn' *(எனக்குப் பாலியல் படைப்புகள் வேண்டும்),* esarcasm.com, *ஏப்ரல் 20, 2010;* ஜான் ஸ்டீவார்ட், *த டெய்லி ஷோ, ஏப்ரல் 28, 2010.*

ஆன்டெனாகேட்: வடிவமைப்பும் பொறியியலும்: டோனி ஃபாடெல், ஜானி ஐவ், ஸ்டீவ் ஜாப்ஸ், ஆர்ட் லெவின்ஸன், டிம் குக், ரெஜிஸ் மெக்கென்னா, பில் காம்ப்பெல், ஜேம்ஸ் வின்சென்ட் ஆகியோருடன் நேர்காணல்கள். மார்க் ஜிகாஸ், 'Why Consumer Reports Can't Recommend the iPhone4' *(பயனீட்டாளர் அறிக்கைகள் ஐஃபோன்4-ஐப் பரிந்துரை செய்ய இயலாதது ஏன்), கன்ஸ்யூமர் ரிபோர்ட்ஸ், ஜூலை 12, 2010;* மைக்கேல் உல்ஃப், 'Is There Anything That Can Trip Up Steve Jobs?' *(ஸ்டீவ் ஜாப்ஸை தவறு செய்ய வைக்கக்கூடியது ஏதாவது இருக்கிறதா?),* newser.com மற்றும் vanityfair.com, *ஜூலை 19, 2010;* ஸ்காட் ஆடம்ஸ், 'High Ground Maneuver' *(உயர்மட்ட நீக்கங்கள்),* dilbert.com, *ஜூலை 19, 2010.*

இதோ வருகிறது சூரியன்: ஸ்டீவ் ஜாப்ஸ், எட்டி க்யூ, ஜேம்ஸ் வின்சென்ட் ஆகியோருடன் நேர்காணல்கள்.

இயல் 40: எல்லைகளைக் கடந்து

ஐபேட் 2: லாரி எல்லிசன், ஸ்டீவ் ஜாப்ஸ், லாரீன் பவெல் ஆகியோருடன் நேர்காணல்கள். ஸ்டீவ் ஜாப்ஸ், உரை, ஐபேட் வெளியீட்டு விழா, *மார்ச் 2, 2011.*

ஐக்ளவுட்: ஸ்டீவ் ஜாப்ஸ், எட்டி க்யூ ஆகியோருடன் நேர்காணல்கள். ஸ்டீவ் ஜாப்ஸ், சிறப்புரை, உலகளாவிய தயாரிப்பாளர்கள் மாநாடு,

ஜூன் 6, 2011; வால்ட் மாஸ்பெர்க், 'Apple's Mobile Me Is Far Too Flawed to Be Reliable' *(ஆப்பிளின் மொபைல்மீ நம்பிக்கை வைக்க இயலாத அளவிற்குக் குறைபாடுகள் கொண்டது), வால் ஸ்ட்ரீட் ஜர்னல்,* ஜூலை 23, 2008; ஆடம் லாஷின்ஸ்கி, 'Inside Apple' *(ஆப்பிளுக்கு உள்ளே), ஃபார்ச்சூன்,* மே 23, 2011; ரிச்சர்ட் வாட்டர்ஸ், 'Apple Races to Keep Users Firmly Wrapped in Its Cloud' *(பயனர்களைத் தனது மேகத்தில் இறுகப் பொதிந்துவைத்துக்கொள்ள ஆப்பிள் அலை மோதுகிறது), ஃபினான்ஸியல் டைம்ஸ்,* ஜூன் 9, 2011.

ஒரு புதிய வளாகம்: ஸ்டீவ் ஜாப்ஸ், ஸ்டீவ் வாஸ்நியாக், ஆன் பவர்ஸ் ஆகியோருடன் நேர்காணல்கள். ஸ்டீவ் ஜாப்ஸ், க்யூபர்டினோ நகர மன்றத்தின் முன்னிலையில், ஜூன் 7, 2011.

இயல் 41: மூன்றாவது சுற்று

குடும்ப உறவுகள்: லாரீன் பவெல், எரின் ஜாப்ஸ், ஸ்டீவ் ஜாப்ஸ், காத்தரின் ஸ்மித், ஜெனிஃபர் ஈகன் ஆகியோருடன் நேர்காணல்கள். ஸ்டீவ் ஜாப்ஸிடமிருந்து வந்த மின்னஞ்சல், ஜூன் 8, 2010, மாலை 4:55; டீனா ரெட்ஸெயிடமிருந்து ஸ்டீவ் ஜாப்ஸிற்கு, ஜூலை 20, 2010 மற்றும் பிப்ரவரி 6, 2011.

அதிபர் ஒபாமா: டேவிட் அக்ஸெல்ராட், ஸ்டீவ் ஜாப்ஸ், ஜான் டோயர், லாரீன் பவெல், வாலரீ ஜரெட், எரிக் ஷ்மிட், ஆஸ்டன் கூல்ஸ்பீ ஆகியோருடன் நேர்காணல்கள்.

மூன்றாவது மருத்துவ விடுப்பு, 2011: காத்தரின் ஸ்மித், ஸ்டீவ் ஜாப்ஸ், லாரி ப்ரில்லியன்ட் ஆகியோருடன் நேர்காணல்கள்.

பார்வையாளர்கள்: ஸ்டீவ் ஜாப்ஸ், பில் கேட்ஸ், மைக் ஸ்லேட் ஆகியோருடன் நேர்காணல்கள்.

42. விட்டுச் செல்லும் சொத்து

ஜோனதன் ஸிட்ரெய்ன், *The Future of the Internet & And How to Stop It* (இணையதளத்தின் எதிர்காலமும் அதனைத் தடுத்து நிறுத்தும் விதமும், யேல், 2008), 2; கோரி டொக்ரோரொவ், 'Why I Won't Buy an iPad', *போயிங் போயிங்* (நான் ஐபேட் வாங்காமலிருக்கப்போவது ஏன்), ஏப்ரல் 2, 2010.

கலைச்சொற்கள்

ஆங்கிலம்-தமிழ்

Amplifier	-	அலைபெருக்கி
Animation	-	அசைவூட்டம்
Animator	-	அசைவூட்டப் பட வல்லுநர்
Antenna	-	அலைவாங்கி
App	-	குறுஞ்செயலி
Application, Software	-	பயன்பாட்டு மென்பொருள்
Application layer	-	பயன்பாட்டுத் தளம்
Audio	-	கேட்பொலி, ஒலியமைவு
Audio oscillator	-	செவி அலையியற்றி
Bar	-	பட்டை
Binary code	-	இருமக் குறிமுறை
Bitmap display	-	பிட்மாப் காட்சி, நுண்படக் காட்சி
Bootup	-	தொடக்குதல், இயக்கு
Browser	-	உலாவி
Burn	-	பதித்தல்
Burner	-	பதிப்பகம், குறுவட்டெழுதி
Cable	-	வடம், மின்கம்பி
Calculator	-	கணிப்பான், கால்குலேட்டர்
Capacitor	-	மின்தேக்கி
Carbon microphone	-	கரிம ஒலிவாங்கி
Carburettor	-	எரிபொருள் கலப்பி
Central Processing Unit (CPU)	-	மையச் செயலகம்
Character	-	வரியுரு
Chip	-	சில்லு
Click	-	சொடுக்கு
Clip	-	பிடிப்பி, கவ்வி
Cloud	-	மேகக் கணினி
Cloud computing	-	மேகக் கணினியம்
Colour projection	-	வண்ணத் திரைவீழ்த்து
Compact disk (CD)	-	குறுவட்டு

Compiler	-	மொழிமாற்றி, இருமமாக்கி
Compiler program	-	மொழிமாற்றி நிரல்
Computer coding	-	கணினிக் குறிமுறையேற்றம்
Computer tape	-	கணினி நாடா
Computing	-	கணிப்பணி, கணினிப் பயன்பாடு
Connector	-	இணைப்பி
Cursor	-	திரைக்குறி, திரைச்சுட்டி
Default	-	இயல்பிருப்பு
Desktop	-	முகப்புத்திரை
Desktop computer	-	மேசைக் கணினி
Desktop metaphor	-	முகப்புத்திரை உருவகம்
Digital	-	இலக்கமுறை, டிஜிட்டல்
Diode	-	இருமுனையம், டையோடு
Disk	-	வட்டு
Disk drive	-	வட்டு இயக்ககம்
Dissolve	-	காட்சி மேற்கவி, கரை, கலை
Disk operating system	-	வட்டு இயக்க அமைப்பு
Dock	-	துறை, களம்
DOS prompt	-	டாஸ் தூண்டி
Double click	-	இரட்டைச் சொடுக்கு
Download	-	பதிவிறக்கம்
Dynamic Random Access Memory (DRAM)	-	இயங்குநிலை குறிப்பிலா அணுகு நினைவகம்
Earbud	-	செவிப்பொத்தான்
Earphone	-	கேள்பொறி, செவிபேசி
File	-	கோப்பு
Flat screen	-	தட்டைத் திரை
Floppy disk drive	-	நெகிழ்வட்டு இயக்ககம்
Folder	-	கோப்புறை
Food processor	-	உணவுப் பதனாக்கி
Frame	-	சட்டம், சட்டகம்
Frequency counter	-	அதிர்வெண் கணக்கிடும் கருவி
Graphic display	-	வரைபடக் காட்சிமுறை
Graphical User Interface (GUI)	-	வரைகலை பயனர் இடைமுகம்
Graphics	-	வரைகலை
Hard disk	-	வன்வட்டு
Hard drive	-	வன் இயக்ககம்
Headphone	-	கேட்பொறி
Holography	-	முப்பரிமாண ஒளிப்படவியல்

Homescreen	-	முகப்புத்திரை
Icon	-	குறிப்படம், ஐகான்
Image computer	-	வடிவக் கணினி
Intercom	-	உள்ளிடச் செய்தித் தொடர்பு
Interface	-	இடைமுகம்
Internet browser	-	இணையதள உலாவி
Keyboard	-	விசைப்பலகை
Keypad	-	விசைத்தளம்
LED (Light Emitting Diode)	-	ஒளி உமிழ்வு இருமுனையம்
Lithium polymer battery	-	பல்படிம மின்கலம்
Logic board	-	ஏரணப் பலகை
Low-pass filter	-	தாழ் அதிர்வெண் வடிப்பான்
Mainframe computer	-	பெருமுகக் கணிப்பொறி
Marker	-	குறியீடு கருவி
Memory	-	நினைவகம், நினைவுத்திறன்
Memory card	-	நினைவக அட்டை
Menu	-	பட்டி, வகைப்பட்டியல்
Metaphor	-	உருவகம்
Microchip	-	நுண் சில்லு
Microphone	-	ஒலிவாங்கி, நுண் ஒலிபேசி
Microprocessor	-	நுண்செயலி
Mobile	-	கைபேசி
Modem	-	மோடம், இணக்கி
Monitor	-	திரையகம், கணினித் திரை
Motherboard	-	தாய்ப் பலகை
Mouse	-	சுட்டெலி, கணினிச் சுட்டி
Multimedia	-	பல்லூடகம்
Multiple type face	-	பல்திற அச்சுமுகம்
Multi-touch screen	-	பல்முனைத் தொடுதிரை
Music player	-	இசைப்பான், இசை இயக்கி
Network computer	-	வலையக் கணினி
Networking	-	வலையமாக்கம்
Object-oriented Programming	-	தரவு மற்றும் குறிமுறை அடிப்படையிலான நிரலாக்கம்
Online	-	நிகழ்நிலை, இணையவழி
Operating software	-	இயக்க மென்பொருள்
Operating system	-	இயங்கு தளம்
Optical disk	-	ஒளி வட்டு, ஒளியியல் வட்டு
Optics	-	ஒளியியல்

Oscilloscope - அலைவுகாட்டி
Pause button - இடைநிறுத்தப் பொத்தான்
PCB (Printed Circuit Board) - அச்சிட்ட மின்சுற்றுப் பலகை
Personal computer - தனியர்க் கணினி
Personal digital assistant - தனியர் இலக்கமுறை உதவிக் கருவி
Pixel - படப்புள்ளி, படவணு
Plasterboard - காரைப்பலகை, சாந்து பலகை
Platform - பணித்தளம், இயக்கு தளம்
Port - செருகுமிடம், இணைப்பான்
Portable - கையடக்க, எடுத்துச்செல்லக்கூடிய
Power brick - மின்னூட்டக் கட்டை
Power plug - மின்னூட்டச் செருகி
Printer - அச்சுப்பொறி
Printout - அச்சுப்படி
Processor - செயலி
Program - நிரல்
Programmer - நிரலாக்க வல்லுநர், நிரலாக்குநர்
Programming - நிரலாக்கம்
Projection - வீழல், திரைவீழ்த்து
Prompt - தூண்டி
Pull-down - கீழ்விரி
Radar - ரேடார்
Random Access Memory (RAM) - குறிப்பிலா அணுகு நினைவகம்
Read / write disk - எழுது / படி இயக்ககம்
Recharge - மறு மின்னூட்டம்
Reel-to-reel deck - ஒலிநாடா இசைப்பான்
Region - மண்டலம், வட்டாரம்
Relay - அஞ்சல்
Remote control - தொலைக் கட்டுப்பாட்டு இயக்கி
Reset button - நிலைமீட்புப் பொத்தான்
Resize - மறு அளவை
Resistor - மின்தடைச் சாதனம்
Rip - கிழித்தெடு
Scan - தேடிச்சேர்
Screen - திரை
Screen shot - திரைத் தோற்றம், திரைவெட்டு
Scroll wheel - உருட்டுச் சக்கரம்
Scrolling - உருட்டுதல்
Search engine - தேடு பொறி

Semiconductor	-	குறைக்கடத்தி
Server	-	சேவையகம்
Single click	-	ஒற்றைச் சொடுக்கு
Slide	-	படவில்லை
Slide show	-	படவில்லைக் காட்சி
Slider	-	நழுவுறுப்பு, வழுக்கி
Slider support	-	நழுவித் தாங்கி
Slot	-	செருகுவாய்
Slot drive	-	செருகுவாய் இயக்ககம்
Socket	-	பொருத்துவாய்
Speech generator	-	பேச்சு இயற்றி
Spreadsheet	-	விரிதாள்
Stereo	-	பேரொலிக் கருவி, பிரியோசை
Sticker	-	ஒட்டுவில்லை
Stylus	-	வரையாணி, ஒயிலாணி
Styrofoam	-	நுரைப்பொருள்
Switch	-	மின்இயக்கி
Tablet computer	-	கையடக்கக் கணினி
Tape deck	-	ஒலிநாடாப் பதிவகம்
Taskbar	-	பணிப்பட்டை
Technicolor	-	மூவண்ணம்
Teleprompter	-	தொலைத்தகவல் காட்சி அமைவு
Terminal	-	முனையம்
Text display	-	உரைக் காட்சிமுறை
Title bar	-	தலைப்புப் பட்டை
Touch screen display	-	தொடுதிரைக் காட்சிமுறை
Trackwheel	-	பின்தொடர்ச் சக்கரம்
Trackpad	-	பின்தொடர்த் தளம்
Transistor	-	திரிதடையம்
Tray	-	தட்டு
Tray disk drive	-	செருகுதட்டு இயக்ககம்
Upload	-	பதிவேற்றம்
Video	-	காணொளி
Video game	-	காணொளி (நிகழ்பட) விளையாட்டு
Window	-	சாளரம்
Wire	-	மின்கம்பி, வயர்
Word processor	-	சொற்செயலி
Workstation	-	பணி நிலையம்

தமிழ்-ஆங்கிலம்

அச்சிட்ட மின்சுற்றுப் பலகை	-	PCB (Printed Circuit Board)
அச்சுப்படி	-	Printout
அச்சுப்பொறி	-	Printer
அசைவூட்டப் பட வல்லுநர்	-	Animator
அசைவூட்டம்	-	Animation
அஞ்சல்	-	Relay
அதிர்வெண் கணக்கிடும் கருவி	-	Frequency counter
அலைபெருக்கி	-	Amplifier
அலைவாங்கி	-	Antenna
அலைவுகாட்டி	-	Oscilloscope
இசைப்பான், இசை இயக்கி	-	Music player
இடைநிறுத்தப் பொத்தான்	-	Pause button
இடைமுகம்	-	Interface
இணைப்பி	-	Connector
இணைப்பு முனை	-	Drop
இணையதள உலாவி	-	Internet browser
இயக்க மென்பொருள்	-	Operating software
இயங்கு தளம்	-	Operating system
இயங்குநிலை குறிப்பிலா அணுகு நினைவகம்	-	Dynamic Random Access Memory (DRAM)
இயல்பிருப்பு	-	Default
இரட்டைச் சொடுக்கு	-	Double click
இருமக் குறிமுறை	-	Binary code
இருமுனையம், டையோடு	-	diode
இலக்கமுறை, டிஜிட்டல்	-	Digital
உணவுப் பதனாக்கி	-	Food processor
உருட்டுச் சக்கரம்	-	Scroll wheel
உருட்டுதல்	-	Scrolling
உருவகம்	-	Metaphor
உரைக் காட்சிமுறை	-	Text display
உலாவி	-	Browser
உள்ளிடச் செய்தித் தொடர்பு	-	Intercom

எரிபொருள் கலப்பி	-	Carburettor
எழுது / படி இயக்ககம்	-	Read / write disk
ஏரணப் பலகை	-	Logic board
ஒட்டுவில்லை	-	Sticker
ஒலிநாடா இசைப்பான்	-	Reel-to-reel deck
ஒலிநாடாப் பதிவகம்	-	Tape deck
ஒலிவாங்கி, நுண் ஒலிபேசி	-	Microphone
ஒளி உமிழ்வு இருமுனையம்	-	LED (Light Emitting Diode)
ஒளி வட்டு, ஒளியியல் வட்டு	-	Optical disk
ஒளியியல்	-	Optics
ஒற்றைச் சொடுக்கு	-	Single click
கணிப்பணி, கணினிப் பயன்பாடு	-	Computing
கணிப்பான், கால்குலேட்டர்	-	Calculator
கணினி நாடா	-	Computer tape
கணினிக் குறிமுறையேற்றம்	-	Computer coding
கரிம ஒலிவாங்கி	-	Carbon microphone
காட்சி மேற்கவி, கரை, கலை	-	Dissolve
காணொளி விளையாட்டு	-	Video game
காணொளி	-	Video
காரைப்பலகை, சாந்து பலகை	-	Plasterboard
கிழித்தெடு	-	Rip
கீழ்விரி	-	Pull-down
குறிப்படம், ஐகான்	-	Icon
குறிப்பிலா அணுகு நினைவகம்	-	Random Access Memory (RAM)
குறியீடு கருவி	-	Marker
குறுஞ்செயலி	-	App
குறுவட்டு	-	Compact disk (CD)
குறைக்கடத்தி	-	Semiconductor
கேட்பொலி, ஒலியமைவு	-	Audio
கேட்பொறி	-	Headphone
கேள்பொறி, செவிபேசி	-	Earphone
கைபேசி	-	Mobile
கையடக்க, எடுத்துச்செல்லக்கூடிய	-	Portable
கையடக்கக் கணினி	-	Tablet computer
கோப்பு	-	File
கோப்புறை	-	Folder
சட்டம், சட்டகம்	-	Frame
சாளரம்	-	Window
சில்லு	-	Chip

சுட்டெலி, கணினிச் சுட்டி - Mouse
செயலி - Processor
செருகுதட்டு இயக்ககம் - Tray disk drive
செருகுமிடம், இணைப்பான் - Port
செருகுவாய் - Slot
செருகுவாய் இயக்ககம் - Slot drive
செவி அலையியற்றி - Audio oscillator
செவிப்பொத்தான் - Earbud
சேவையகம் - Server
சொடுக்கு - Click
சொற்செயலி - Word processor
டாஸ் தூண்டி - DOS prompt
தட்டு - Tray
தட்டைத் திரை - Flat screen
தரவு மற்றும் குறிமுறை அடிப்படையிலான நிரலாக்கம் - Object-oriented Programming
தலைப்புப் பட்டை - Title bar
தனியர் இலக்கமுறை உதவிக் கருவி - Personal digital assistant
தனியர்க் கணினி - Personal computer
தாய்ப் பலகை - Motherboard
தாழ் அதிர்வெண் வடிப்பான் - Low-pass filter
திரிதடையம் - Transistor
திரை - Screen
திரைக்குறி, திரைச்சுட்டி - Cursor
திரைத் தோற்றம், திரைவெட்டு - Screen shot
திரையகம், கணினித் திரை - Monitor
துறை, களம் - Dock
தூண்டி - Prompt
தேடிச்சேர் - Scan
தேடு பொறி - Search engine
தொடக்குதல், இயக்கு - Bootup
தொடுதிரைக் காட்சிமுறை - Touch screen display
தொலைக் கட்டுப்பாட்டு இயக்கி - Remote control
தொலைத்தகவல் காட்சி அமைவு - Teleprompter
நழுவித் தாங்கி - Slider support
நழுவுறுப்பு, வழுக்கி - Slider
நிகழ்நிலை, இணையவழி - Online
நிரல் - Program
நிரலாக்க வல்லுநர், நிரலாக்குநர் - Programmer

நிரலாக்கம் - Programming
நிலைமீட்புப் பொத்தான் - Reset button
நினைவக அட்டை - Memory card
நினைவகம், நினைவுத்திறன் - Memory
நுண் சில்லு - microchip
நுண்செயலி - Microprocessor
நுரைப்பொருள் - Styrofoam
நெகிழ்வட்டு இயக்ககம் - Floppy disk drive
பட்டி, வகைப்பட்டியல் - Menu
பட்டை - Bar
படப்புள்ளி, படவணு - Pixel
படவில்லை - Slide
படவில்லைக் காட்சி - Slide show
பணி நிலையம் - Workstation
பணித்தளம், இயக்கு தளம் - Platform
பணிப்பட்டை - Taskbar
பதித்தல் - Burn
பதிப்பகம், குறுவட்டெழுதி - Burner
பதிவிறக்கம் - Download
பதிவேற்றம் - Upload
பயன்பாட்டு மென்பொருள் - Application, Software
பயன்பாட்டுத் தளம் - Application layer
பல்திற அச்சுமுகம் - Multiple type face
பல்படிம மின்கலம் - Lithium polymer battery
பல்முனைத் தொடுதிரை - Multi-touch screen
பல்லூடகம் - Multimedia
பிட்மாப் காட்சி, நுண்படக் காட்சி - Bitmap display
பிடிப்பி, கவ்வி - Clip
பின்தொடர்ச் சக்கரம் - Trackwheel
பின்தொடர்த் தளம் - Trackpad
பெருமுகக் கணிப்பொறி - Mainframe computer
பேச்சு இயற்றி - Speech generator
பேரொலிக் கருவி, பிரியோசை - Stereo
பொருத்துவாய் - Socket
மண்டலம், வட்டாரம் - Region
மறு அளவை - Resize
மறு மின்னூட்டம் - Recharge
மின்இயக்கி - Switch
மின்கம்பி - Wire

மின்தடை சாதனம்	-	Resistor
மின்தேக்கி	-	Capacitor
மின்னூட்டக் கட்டை	-	Power brick
மின்னூட்டச் செருகி	-	Power plug
முகப்புத்திரை	-	Desktop
முகப்புத்திரை	-	Homescreen
முகப்புத்திரை உருவகம்	-	Desktop metaphor
முப்பரிமாண ஒளிப்படவியல்	-	Holography
முனையம்	-	Terminal
மூவண்ணம்	-	Technicolor
மேகக் கணினி	-	Cloud
மேகக் கணினியம்	-	Cloud computing
மேசைக் கணினி	-	Desktop computer
மையச் செயலகம்	-	Central Processing Unit (CPU)
மொழிமாற்றி நிரல்	-	Compiler program
மொழிமாற்றி, இருமமாக்கி	-	Compiler
மோடம், இணக்கி	-	Modem
ரேடார்	-	Radar
வட்டு இயக்க அமைப்பு	-	Disk operating system
வட்டு இயக்ககம்	-	Disk drive
வட்டு	-	Disk
வடம், மின்கம்பி	-	Cable
வடிவக் கணினி	-	Image computer
வண்ணத் திரைவீழ்த்து	-	Colour projection
வரியுரு	-	Character
வரைகலை	-	Graphics
வரைகலை பயனர் இடைமுகம்	-	Graphical User Interface (GUI)
வரைபடக் காட்சிமுறை	-	Graphic display
வரையாணி, ஒயிலாணி	-	Stylus
வலையக் கணினி	-	Network computer
வலையமாக்கம்	-	Networking
வன் இயக்ககம்	-	Hard drive
வன்வட்டு	-	Hard disk
விசைத்தளம்	-	Keypad
விசைப்பலகை	-	Keyboard
விரிதாள்	-	Spreadsheet
வீழல், திரைவீழ்த்து	-	Projection

சுட்டி

அகஸ்ட் ரோடின் 105, 211
அகாடமி விருதுகள் 336, 338, 344
அகொன் (கலைஞர்) 662
அகியோ மொரிதா 503
அங்கிள் ஜான்ஸ் பேண்ட் (பாடல்) 575
அசோசியேட்டட் ப்ரஸ் 817, 821, 822
அட்டாரி 61-65, 67, 69, 71, 73-78, 80, 88, 89, 94, 97, 101, 104, 115, 120, 147, 274, 809
ஸ்டீவ் ஜாப்ஸ் வேலைக்கு அமர்தல் 62
அட்வர்டைசிங் ஏஜ் 229
அடீலி கோல்ட்பெர்க் 134-136, 319, 574, 800, 811, 819
அடையாள அட்டை எண் பிரச்சினை 117
அடோபி 335, 343, 505, 528, 529, 530, 711, 712, 713, 717, 835, 838
அடோபி இல்லஸ்ட்ரேட்டர் 335
அடோபி ஃப்ளாஷ் 529
அடோபி ஃபோட்டோஷாப் 529
அடோபி டைரக்டர் 505
அடோபி ப்ரீமியர் 529
அணு (மைக்ரோசிப்) 34, 79, 11
அதிபரின் பொருளாதார மீட்பு ஆலோசனைக் குழு 752
அப் (திரைப்படம்) 684
அப்துல் ஃபத்தாஹ் 'ஜான்' ஜண்டாலி 124
அப்போலோ 13 (திரைப்படம்) 402
அபே ரோட் (பீட்டில்ஸ்) 573
அமெரிக்க கடலோரக் காவல் படை 1, 2, 9, 149
அமெரிக்க நீதித்துறை 450
அமெரிக்க வங்கி 117, 291
அமெரிக்க விமானப்படை 33
அமெரிக்கன் எக்ஸ்ப்ரஸ் 68, 570
அமெஸ் ஆராய்ச்சி நிலையம் 12-13
அமேசான் 697, 698, 738
கின்டில் 697
ஸ்டீவ் ஜாப்ஸ் 697, 698
அமேலியா இயர்ஹார்ட் 470
அயம் ஏ பிலீவர் 573
அர்னால்ட் ஏரெட் 52, 759
அரபுக் கிளர்ச்சி 358
அரீதா ஃப்ராங்க்ளின் 573
அல் அல்கார்ன் xix, 62, 74, 77, 101, 274, 800, 809, 810, 816
அல் ஐஸென்ஸ்டாட், 300, 812
அல் கோர் 447, 623, 666, 717, 773, 795, 797, 800, 831, 833, 835
அல்வி ரே ஸ்மித் 332, 333, 337, 339, 395, 800, 820, 822
அலன் கே 132, 330, 466, 656
அலன் ட்யூரிங் xxvii
அலாடின் (திரைப்படம்) 609
அலிசியா கீஸ் 573
அலெக்சான்டர் கால்டர் 256
அலெக்ஸ் ஆஸ்ட்ராவ்ஸ்கி 569
அலெக்ஸ் ஹெய்லீ 633
அலெக்ஸான்டர் ஹாமில்டன் 239
அலென் பௌம் 38, 39, 84, 94, 109

சுட்டி ❋ 847

அலைன் ராஸ்மன் *186, 257, 813, 816*
அவட்லா ப்ளூஸ் *579*
அவாடிஸ் டெவானியன், 'அவீ' *xxiii, 359, 372, 378-380, 417, 418, 420, 428-430, 504, 510, 634-636, 639, 800, 821, 823, 826, 827, 832*
அவான் *447, 666, 804, 812*
அவுட்காஸ்ட் *581*
அஸ்பென் இன்ஸ்டிட்யூட் *175*
ஆக்மென்டேஷன் ஆராய்ச்சி மையம் *80*
ஆக்ஸ்ஃபோர்ட் டிக்ஷனரி ஆஃப் கொட்டேஷன்ஸ் *313*
ஆக்ஸ்ஃபோர்ட் யுனிவர்சிட்டி பிரஸ் *325*
ஆட்சிக் குழு *599, 600*
ஆடம் ஆஸ்பார்ன் *171*
ஆடம் லாஷின்ஸ்கி *502, 735, 826*
ஆண்ட்ரூ ஹெல்லர் *322*
ஆப்பிள் I கணினி *79-99, 226, 739*
   தொடக்ககாலப் போட்டி *98-99*
   முதல் விற்பனை *79-99*
   வாஸ்நியாக் *79-99, 226, 739*
ஆப்பிள் II கணினி *101-119, 129, 132, 148, 159, 174, 265, 269, 270, 280, 289, 292, 777, 783, 810*
   இணைப்புப் பொருட்கள் *101-102*
   உத்தரவாதம் *119*
   கம்மோடோர் நிறுவனம் *100-102*
   கையேடு *112-114*
   தனியார்க் கணினி விற்பனை *222*
   பொதிதல் *100-105*
   மர்க்குலா *105-108*
   மின்சுற்றுப் பலகை *101-102*
   மின்னூட்டு *119, 129, 203*
   முதலீடாகப் பயன்படுத்துதல் *100-105, 107*
   வாஸ்நியாக் *113-119, 129, 655, 688*
   விற்பனை *119, 129, 224*

விஸிகால்க் அம்சம் *119*
வெளியீடு *105-108*
ஸ்டீவ் ஜாப்ஸின் தீர்க்க தரிசனம் *100-102*
ஸ்னோ ஒயிட் விளம்பரம் *186-187*
ஆப்பிள் III கணினி *101, 129*
   தோல்வி *129*
ஆப்பிள் ஃபவுண்டேஷன் *364*
ஆப்பிள் கம்ப்யூட்டர்ஸ் *109, 143, 229, 353, 432, 447, 582, 583, 807, 809, 814, 818, 822*
அடோபியும் ஆப்பிளும் *711-726*
அப்ளிகேஷன்கள் கட்டுப்பாடு *711-726*
ஆப்பிள் கார்ப்ஸ் வழக்கு விவகாரம் *582-583*
இடைக்காலத் தலைமை நிர்வாக அதிகாரியாக *421, 442, 471*
இன்டெல் சிப்ஸ் *85, 619, 681, 683, 742*
ஐபீஓ *144, 148, 404*
ஓய்வுவிடுப்பு *198, 199, 215, 244, 266, 314, 620, 680*
கலை-தொழில்நுட்பத் தொடர்பு *728-734*
குக் கொள்கை *676*
குக்கின் பங்கு *498-502*
குறிக்கோள் *96-99*
கூட்டுமுயற்சிக் கலாச்சாரம் *504*
சின்னம் *xxvii, 89, 96, 174, 177, 245, 255, 305-307, 316, 434, 488, 493, 724, 802, 818, 839, 858*
சீருடை யோசனை *500-502*
டெஸ்க்டாப், முகப்புத்திரை *137-140*
டெஸ்க்டாப் பதிப்பு *410-411*
தயாரிப்பு *783*
தயாரிப்பு மறுபரிசீலனை *468-472*
தலைமைச் செயலகம் *739-741*

தொடக்கங்கள் 78-82
தொடக்கநிலைக் கூட்டணி 80-82
நிர்வாகக்குழு மறுசீரமைப்பு 675- 678
நிறுவுதல் 111-116
நெக்ஸ்ட் viii, xix, xxvi, 294-329, 332, 349, 357, 365, 372, 407, 408, 413- 421, 425, 428, 451, 506, 510, 521, 616, 635, 805, 817, 818, 820, 822
ப்ளூ பாக்ஸ் 39, 42-44, 239, 808
பங்குவாய்ப்பு விவகாரம் 143, 144, 226, 443, 448, 507, 509, 610, 622, 624, 660, 700, 811
பெயர் 80-82
மகின்டாஷ் ஒப்பந்தம் 450-454
மைக்ரோஸாஃப்ட் போட்டி 776-778
வடிவமைப்புக் கூடம் 480-484
வடிவமைப்புக் கொள்கை 176, 477-484
வடிவமைப்புத் தத்துவம் 480-484
வணிகத் திட்டம் 111-113
வாஸ்னியாக் விலகுதல் 266-272
ஜெராக்ஸ் கொள்ளை 132-141
ஸ்கல்லியின் மறுசீரமைப்பு 286-288
ஸ்டீவ் ஜாப்ஸ்-பாட்ஜ் விவகாரம் 117
ஸ்டீவ் ஜாப்ஸ்-ஸ்காட் வாதம் 114-119
ஸ்டீவ்ஜாப்ஸ்அழுகுணர்வு 174-180
ஸ்டீவ் ஜாப்ஸ் பதவி விலகல் 285, 302, 446
ஸ்டீவ் ஜாப்ஸ் மறுவரவு 675-678
ஸ்டீவ் ஜாப்ஸ் வெளியேற்றம் xxviii-xxx, 266-293
ஆப்பிள் கார்ப்ஸ் 582, 583
ஆப்பிள் தயாரிப்புகள் (அந்தந்த தயாரிப்புகளின்பெயர்களில்பார்க்கவும்)

ஆப்பிள் பல்கலைக்கழகம் 638
ஆப்பிள் சந்தைப்படுத்தும் தத்துவம் (மர்க்குலா) 110
ஆப்பிள் ஸ்டோர்ஸ் 512-525, 639, 653, 783, 827
ஃபிஃப்த் அவென்யூ 512, 523, 524, 710
காப் 514
குறைந்தபட்ச இயல்பு 514
தயாரிப்பு ஒருங்கிணைப்பு 517-520
தளங்கள் 522
மாடிப்படிகள் 521
மாதிரிகள் 515-521
முதல் திறப்புவிழா 521
வடிவமைப்பு 113, 115
வெற்றி 520-522
ஜீனியஸ் பார் 521-525
ஆப்பிள்லாப்ஸ் 275, 276, 288
ஆப்பிளிலிருந்து விலகியது 161
ஐபாட் 479
ஐமாக் 479
ஆப்பிளும் அடோபியும் 711-726
ஆர்க்கிடெக்சரல் டைஜஸ்ட் 382
ஆர்ட் லெவின்ஸன் 447, 516, 619, 628, 665, 694, 717, 720, 754, 773, 800, 827, 831-835
ஆர்தர் சுல்ட்ஸ்பெர்கர் ஜூனியர் 698, 700
ஆர்தர் ராக் xxii, 110, 119, 127, 201, 254, 274, 278, 291, 299, 305, 800, 810, 811, 814, 816-818
ஆர்தர் லெவிட் 447, 824
ஆர்தர் ஜானோவ் 72
ஆர்தர் ஷீப்ளே 3, 5
ஆர்தர் ஹார்ட்மன் 293
ஆர்னால்டு வேண்ட்வைடு 456
ஆரக்கிள் xx, 392, 411, 486, 517, 754, 824
ஆரன் சார்க்கின் 632

ஆல் ஒன் பண்ணை (கம்யூன்) 55, 72, 83, 88, 144
ஆல் திங்ஸ் டிஜிட்டல் மாநாடு 642
ஆல் வாச்ட் ஓவர் பை மெஷின்ஸ் ஆஃப் லவிங் க்ரேஸ் 81
ஆல்டெயர் (தனியார் கணினி) 83, 87, 98
ஆல்டோ (கணினி) 133
ஆல்டோ க்ராஃபிக்கல் யூசர் இன்டர்ஃபேஸ் (கூயி) 80, 133
ஆல்ப்ஸ் எலெக்ட்ரானிக் கம்பெனி 203, 205
ஆல்பர்ட் ஐன்ஸ்டைன் xxv, 128, 166, 239, 459, 462, 813
ஆல்பெர்ட்டோ ஜியாக்கொமெட்டி 211
ஆலிஸ் வாட்டர்ஸ் 374, 634, 659, 800, 832
ஆன் கெட்டி 317
ஆன் பவர்ஸ் 168, 743, 800, 813, 814
ஆன்செல் ஆடம்ஸ் 384, 459
ஆன்ட்ரியா கன்னிங்ஹாம் (ஆன்டி) 130, 160, 800, 811, 812, 816, 817
ஆன்ட்ரியா யூங் 666
ஆன்ட்ரு க்ரூவ் 14
ஆன்ட்ரு போலாக் 324, 819
ஆண்ட்ஸ் (திரைப்படம்) 592, 593, 594, 595
ஆன்டி க்ரோவ் 341, 342, 408, 620, 628, 629, 663, 800, 820, 832
ஆன்டி சர்வர் 700, 800, 833, 834
ஆன்டி ரூபின் 708
ஆன்டி லாக் 555, 564, 565, 578, 800, 829, 830
ஆன்டி லாங்கர் 550, 829
ஆன்டி வார்ஹோல் 251
ஆன்டி ஹெர்ட்ஸ்ஃபெல்ட் xx, 6, 144, 153, 159, 163, 178, 197, 229, 231, 240, 246, 264, 266, 360, 372, 377, 381, 384, 388, 445, 494, 535, 581, 781, 795, 800, 807-817, 820, 821, 832, 833
மகின்டாஷ் கணினி 236, 280, 296, 681
ஆன்டெனா கேட் 718-724
ஆனி ஸ்கங்க்வர்க்ஸ் செயல்திட்டம் 152
இங்க் 149
இசைத்துறை 41, 547, 556, 567, 656, 674, 783
இத்தாலி xiv, 2, 66, 175, 258, 267, 292, 374, 522, 729, 731, 747
இந்தியா vii, xxii, 54, 61, 63-69, 71, 73, 75, 77, 120, 121, 146, 147, 166, 730, 790, 809
இந்துமதம் 54, 69, 80, 628
இமொஜீன் ஹில், 'டெட்டி' 18
இமோஷனல் ரெஸ்கியூ (ரோலிங் ஸ்டோன்ஸ்) 573
இரகசிய சேவை 385
இல் கசோனே (குவாரி) 292
இன்ஃபோவேள்ட் 319, 835
இன்ட்யூட் 446
இன்டர்ஃபேஸ் 97
இன்டர்நெட் எக்ஸ்ப்ளோரர் 453
இன்டர்நெட், இணையதளம் 357, 486, 507, 509, 547, 551, 559, 561, 568, 597, 609, 621, 629, 637, 656, 696, 735, 760, 779
இன்டர்நேஷனல் ஹார்வெஸ்டர் 2
இன்டர்ஸ்கோப்-கெஃப்பென்-ஏ-எம் 553, 554, 585
இன்டெல் xxii, 14, 85, 93, 107, 341, 342, 408, 618, 619, 620, 628, 639, 681, 682, 683, 742, 786, 788, 831
4004 சில்லு 14
8080 சில்லு 85, 93, 98

ஆப்பிள் 618-620
மகின்டாஷ் கணினியில் 681
இனர்ஷியல் ஸ்க்ரோலிங் 506
இஸ்ஸே மியாக்கே 177, 503, 737
இஸட்டிநெட் (ZDNet) 191, 814
ஈஎம்ஜ மியூசிக் 583, 725
ஈசார்காஸ்ம் (வலையம்) 716
ஈபே 447
ஈவ் ஜாப்ஸ் xxi, 392, 626, 746, 750, 751, 766, 767
உலகளாவிய தயாரிப்பாளர் மாநாடு 736, 742
எஃப். ஸ்காட் ஃபிட்ஸ்ஜெரால்ட் 265
எஃப்பிஐ 334
எகனாமிஸ்ட் 683
எகிப்து 358
எச்டிசி 708
எச்பிஒ 701
எட் காட்மல் 330, 332, 337, 400, 597, 611, 800, 820, 822, 830, 831
எட் ஊலார்ட் 431, 436, 437, 440, 442-447, 470, 499, 507, 508, 509, 516, 800, 823-825, 827, 831
எட்டி க்யூ xx, 553, 560, 626, 637, 674, 725, 735, 738, 792, 800, 828-830, 835
எட்டி பவர் (அங்காடி) 514
எட்வர்ட் ட்யுரெல் ஸ்டோன் 211
எட்வின் லான்ட் xxviii, 425, 785
எம்டிவி 231
எம்பயர் பர்லெஸ்க் (டிலன்) 290, 572
எம்பீ3 (இசைவடிவம்) 532, 536, 537, 830, 832
எமினெம் 553, 558, 573
எர்னெஸ்ட் ஹெமிங்வே 28
எரிக் க்ரன்பௌம் 692
எரிக் ஷ்மிட் 447, 623, 707, 754, 764, 800, 831, 834
எரிக்கா பாது 662

எரின் ஜாப்ஸ் xxi, 392, 590, 746-750, 800, 836
ஸ்டீவ் ஜாப்ஸுடனான உறவு 746-750
எல்எஸ்டி 23, 27, 46, 50, 51, 53, 59, 60, 80, 81, 82, 131, 150, 197, 240, 500, 534, 599, 688
எல்லன் ஹான்காக் 414, 415, 416, 417, 428
எல்லா ஃபிட்ஸ்ஜெரால்ட் 214, 264
எல்விஸ் ப்ரெஸ்லீ 674
எலக்ட்ரானிக் டேட்டா சிஸ்டம்ஸ் 316
எலக்ட்ரானிக் நியூஸ் 14
எலிசபெத் புமில்லர் 571, 830
எலிசபெத் ஹோம்ஸ் xxi, 50, 59, 71, 73, 95, 96, 120, 123, 125, 264, 347, 800, 808-811, 816
எலெக்ட்ரானிக் ஃப்ரான்ட்டியர் ஃபவுண்டேஷன் 388
எலெக்ட்ரிக் கூல்-எய்ட் ஆசிட் டெஸ்ட் 82
எறும்புப் படப் போட்டி 594
என்பிசி 555
எனிவேர் பட் ஹியர் (சிம்சன்) xxiii, 5, 352, 353
எஸ்இசி 435, 447, 622, 624, 665, 666, 831
பின்தேதியிட்ட பங்குவாய்ப்பு விவகாரம் 623
எஸ்ஒஎல்-20 99
எஸ்கொயர் 39, 305, 311, 660, 818, 829
எஸ்ட் 80
எஸாலென் 80
ஏ ஃப்யூ குட் மென் (திரைப்படம்) 632
ஏ பக்ஸ் லைஃப் (திரைப்படம்) 591, 592, 593, 594, 595, 596, 830
ஏ ரெகுலர் கை (சிம்சன்) 354, 377, 389
ஏ ஹார்ட் டே'ஸ் நைட் (பீட்டில்ஸ்) 573

ஏ4 (மைக்ரோசிப்) 682, 683, 688
ஏஆர்எம் ஆர்க்கிடெக்சர் 682
ஏஎல், டைம் வார்னர் 548, 549, 552, 553, 566, 696
ஏடீ & டீ 40, 721
ஏபிசி 305, 605, 607, 608, 611
ஏர்பார்ன் எக்ஸ்பிரஸ் 499
ஏர்போர்ட் (பேஸ் ஸ்டேஷன்) 645
ஐ.எம்.பெய் 177
ஐஎம்எஸ்ஏஐ 8080 (கணினி) 98
ஐஃபண்ட் 695
ஐஃபோட்டோ 529, 736
ஐஃபோன் xxii,111, 191, 471, 479, 481, 483, 528, 529, 566, 637, 644-657, 660, 672, 674, 678-686, 689, 694, 695, 707, 708, 711-724, 733-737, 747-750, 768, 778-780, 783, 792, 807, 813, 826, 832, 835
3ஜி வடிவம் 660, 677-678
3ஜிஎஸ் வடிவம் 674, 722
P1, P2 ரூட்கள் 648-650
அம்சங்கள் 650-653
ஆன்டென்னா பிரச்னை 718-724
ஆன்ஸ்க்ரீன் கீபோர்டு 649-651
ஐபாட் 645-646
ஐவ் 718-724
கண்ணாடித்திரை 651-653
குறுஞ்செயலிகளின் தோற்றம் 693-717
கூட்டணி 644-647
செயல்வடிவம் 4 716, 749
டாப்லெட் கணினிப் பயன்பாடு 646-650
மல்டி-டச்தொழில்நுட்பம் 646-650
மாதிரிவடிவம் 648
முதல் பயன்பாட்டு மென்பொருள் 645-646
வடிவமைப்பு 653-655
விலை 656

வெளியீடு 655-657
ஐக்ளவுட் 734-738, 739, 783, 835
திரைவிலக்கம் 734-738
போட்டி 734-738
மொபைல்மீதயாரிப்பு 734-738
ஜாப்ஸின் தொலை நோக்கு 735
ஐசக் நியூட்டன் 96
ஐசாட் 564, 597
ஐட்யூன்ஸ் 526, 529-536, 541, 542, 547-570, 578, 581-585, 608, 618, 642, 643, 674, 695, 697, 713, 725, 726, 736, 739, 778, 780, 783, 828
திரைவிலக்கம் 531-534
பீட்டில்ஸ் 581-583, 724-726
வளர்ச்சி 531-534
விண்டோஸ் 560-565
ஐட்யூன்ஸ்டோர் 529, 547-570, 578, 583, 608, 695, 697, 713, 783, 828
இசைத்துறை 550-558
உருவாக்கம் 549-553
ஐபாட் விற்பனை 554-556
கேட்சின் கருத்து 561
டிலன் பாக்ஸ் செட் 577-581
தகவல் களம் 569-570
தொழில்நுட்பம்-கலை இடை வெளி 550-553
திரைவிலக்கம் 559-560
முதல் சிந்தனை 549-551
மைக்ரோசாஃப்டின் கருத்து 568-562
விற்பனை 559-560
வெற்றி 569-570
ஐடிவிடி 529, 531, 560
ஐந்தாம் ஹென்றி (ஷேக்ஸ்பயர்) xxxii
ஐபாட் xx, 191, 479, 482, 483, 526, 528, 534, 537, 540-542, 544-547, 549, 554, 556, 557, 562-569, 571-573, 579-581, 585-589, 607, 608,

616, 643-646, 651, 655, 656, 662,
678, 687, 690, 701, 718, 736, 739,
778, 780, 782, 783, 828, 830, 832
ஐமாக் விற்பனை 543-546
ஐவ் 542-544
ஃபாடெல் 534-541
ஐஃபோன் 644-646
கேட்ஸின் முதல் பார்வை 545-546
டிஜிட்டல் களம் 534-537
திரைவிலக்கம் 545
நானோ 24, 349, 482, 651, 678, 718
பயனர் இடைமுகம் 538-540
புதிய வடிவங்கள் 567-568
மின் இயக்கி (ஸ்விட்சு) 540
மினி 567-568
யூ2 ஒப்பந்தம் 553, 583-589, 742
வட்டு இயக்ககம் 534-538
வடிவமைப்பு 538-540
வளர்ச்சி 534-537
விலை 544-546
விளம்பர பிரச்சாரம் 543-546
விற்பனை 569-570, 650
விண்டோஸ் 560-565
வீடியோ வடிவம் 607-608
வெண்மை 542-544
ஷஃபிள் அம்சம் 568
ஸ்டீவ் ஜாப்ஸின் தேர்வுகள் 572-574
ஹார்மனி சேவை 567
ஹெட்ஃபோன்கள் 542
ஐபாட் ஒப்பந்தம் 704-705
ஐபாட் டச் 687, 701
ஐபிளம் 53, 165, 188, 189, 193, 207,
222, 223, 234-236, 243, 244, 246,
247, 261, 262, 305, 308, 314,
321-323, 408, 412, 447, 463, 465,
475, 501, 618, 619, 623, 666, 787,
815, 818, 819
திங்க்பாட் 475
நெக்ஸ்ட் 321-323

பீசி அறிமுகம் 188
மகிந்தாஷுடன் போட்டி 222-224
ஐபுக் 470, 518, 615, 684, 697
ஐபுக்ஸ் அங்காடி 697
ஐபேட் 2 574, 727, 728, 730, 835
மேலுறை 727, 728, 730
வெளியீடு 728
ஸ்டீவ் ஜாப்ஸ் 730
ஐபேட் x, 191, 229, 479, 481, 528,
574, 679-706, 713-715, 727-730,
736, 775, 778, 779, 783, 833-836
பயன்பாட்டு மென்பொருள்
அதிசயம் 693-696
ஆப் ஸ்டோர் 688, 695, 697, 700,
702, 711, 783, 835
ஏஆர்எம் கட்டமைப்பு 682-683
க்ராஸ்மன் கருத்து 695-697
கேட்ஸின் விமரிசனம் 696
டாப்லெட் செயல்திட்டம் 679-680
திரை 680-683
பதிப்பகத் துறை 696-701
பாடநூல் துறை 705-706
பெட்டகம் 680-683
மானிஃபெஸ்டோ விளம்பரப்
பிரச்சாரம் 690-693
விமரிசனம் 695-697
விற்பனை 689
வெளியீடு 229, 683-685
ஐமாக் கணினி 470, 473, 479, 481,
485-498, 513, 518, 528-532, 542,
544, 569, 591, 617, 651, 655, 712,
718, 825, 826
ஐபாடும் விற்பனையும் 542-546
ஐவ் 488-497
கரு 486
குறியீடுகள் 485-487
கேட்ஸின் விமரிசனம் 494-497
கைப்பிடி 488-489
சிடி ட்ரே சர்ச்சை 490, 496

சிடி பர்னர் 531, 532
தட்டையான திரை (ஸ்க்ரீன்) தொழில்நுட்பம் 617-618
பெட்டகம் 487, 488
பெயர் 489-490
மாதிரிவடிவம் 486-492
மைக்ரோப்ராஸஸர் 486
மௌஸ் 493
விற்பனை 496-497
வெளியீடு 493-497
ஐமூவி 519, 529, 530, 533, 560, 618, 728, 736
ஒபாமா அரசாங்கம் 358, 686, 689, 752-757, 770, 836
ஒரு யோகியின் தன்வரலாறு (ஆட்டோ பயாக்ரஃபி ஆஃப் ஏ யோகி, யோகானந்தா) 50
ஒரென் ஜேக்கப் 604, 800, 831
ஒன் டூ மேனி மோர்னிங்ஸ் (பாடல்) 578
ஓ மெர்சி (டிலன்) 572
ஓபன் மைண்ட் (மனநல வலை யமைப்பு) 368
ஓரிகான் ஃபீலிங் சென்டர் 72
ஃப்ராக்டிசைன் 185, 309
ஃப்ராங்க் பார்ஜ் 111
ஃப்ராங்க் லாய்ட் ரைட் 10
ஃப்ராங்க் வெல்ஸ் 605
ஃப்ரான்சிஸ் வாஸ்னியாக் 31
ஃப்ரான்ஸ் 194, 257, 258, 259
ஃப்ரான்ஸ்வா மித்தராங் 257, 260
ஃப்ரீட்ரிஹ் நீட்ஷே 166, 436
ஃப்ரெட் ஆன்டர்சன் 486, 637, 823, 824, 825, 831
பின்தேதியிட்ட பங்கு வாய்ப்புகள் விவகாரம் 623
ஃப்ரெட் கிப்பன்ஸ் 222
ஃப்ரெட் மூர் 83, 84, 87
ஃப்ரெடெரிக் டெர்மன்
ஃப்ளாட் ஸ்க்ரீன் தொழில்நுட்பம் 275

ஃப்ளாஷ் பாயின்ட் (ரோலிங் ஸ்டோன்ஸ்) 573
ஃபயர்வயர் 528, 530, 542, 545, 775, 827
ஃபாக்ஸ் செய்தித் தொலைக்காட்சி 704
ஃபாக்ஸ் ஸ்டுடியோஸ் 702
ஃபார்ச்சூன் 108, 196, 211, 263, 318, 328, 432, 478, 502, 532, 621, 622, 660, 662, 666, 687, 698, 700, 735, 814-819, 823-825, 827-834, 836
ஃபிங்கர்வர்க்ஸ் 648, 649
ஃபில் ஷில்லர் 468, 479, 534, 540, 637, 680, 684, 694, 737, 773, 825, 826, 827, 828, 829, 833, 834
ஃபிலிப் ஷ்லைன் 227
ஃபிலிப்ஸ் எலக்ட்ரானிக்ஸ் 536
ஃபினைட் ஆஃப் த கான்கார்ட்ஸ் 590
ஃபீட் ஷிப் 732
ஃபெடரலிஸ்ட் பேப்பர்ஸ் 689
ஃபெய்த் நோமோர் 691
ஃபேர்சைல்ட் செமிகண்டக்டர் 111, 786
ஃபேர்ப்ளே (நிர்வாகச் செயல மைப்பு) 568
ஃபேஸ்புக் 381, 754
ஃபைல் (அப்ளிகேஷன்) 245
ஃபைல்சர்வர் (மென்பொருள்) 280, 287
ஃபைன் யங் கானிபல்ஸ் 375
ஃபைண்டிங் நெமோ (திரைப்படம்) 602
ஃபைனல் கட் ப்ரோ 529
ஃபைனான்ஷியல் டைம்ஸ் 422, 430, 700, 823, 824, 836
ஃபோர்ட் மோட்டார்ஸ் 143, 144, 532
ஃபோர்ட்ரான் (கணினி மொழி) 34
ஃபோர்ப்ஸ் 425, 495, 689, 826, 831
ஃபோர்ப்ஸ்.காம் 689

48 ஹார்ஸ் (திரைப்படம்) 397
க்ராஃபிக்கல் யூஸர் இன்டர்ஃபேஸ்
    59, 129, 133, 246, 450, 783
    மகின்டாஷ்-மைக்ரோஸாஃப்ட்
    கருத்துவேறுபாடு 246-250
க்ராண்ட் ட்ராக் 10 (கேம்) 76
க்ராமர் எலக்ட்ரானிக்ஸ் 94
க்ராவிட்டி (பாடல்) 576
க்ரிசான் ப்ரென்னன் xix, 6, 45, 59,
    70, 120, 144, 145, 386, 800, 807,
    808, 811, 821, 822
    கருவுறுதல் 122
    ஸ்டீவ் ஜாப்ஸூடனான உறவு
    120-128
க்ரிட்டென்டென்நடுநிலைப்பள்ளி 19
க்ரீம் சோடா கணினி 36
க்ரீன் டே 573
க்ரீக்ஷ்பீல் (கேம்) 51
க்ரெக் காலூரன் 6, 73, 120, 122, 800,
    807, 809, 811
க்ரெக் கோட் 588
க்ரெக் மாஃபெய் 452
க்ரெய்க் தனிமொதொ 458
க்ரேக் பாரெட் 620
க்ரேட்ஃபுல் டெட் 80, 388, 575
க்ரேஸி (பாடல்) 375
க்ரைஸ்லர் 447, 623
க்விக்ட்ரா 235, 252
க்ளாரா ஹகோப்பியன் ஜாப்ஸ் xxi,
    1-4, 7, 13-16, 21, 72, 73, 79, 92, 96,
    148, 350, 351, 742, 794, 809, 818
    இறப்பு 350-352
    பின்னணி 2
    ஸ்டீவ் ஜாப்ஸ் தந்த பணப் பரிசு
    149-150
    ஸ்டீவ் ஜாப்ஸைத் தத்தெடுத்தல் 4
க்ளென் கோல்ட் 574, 576
க்ளென் பெக் 704
க்ளோடன் க்ரிஸ்டென்சென் 736

க்றிஸ் எஸ்பினோசா 188
க்றிஸ் கால்வின் 619
க்றிஸ்டீஸ் 97
கட்டிங் த்ரூ ஸ்பிரிச்சுவல் மெட்டி
    ரியலிசம் 50
கணினி அசைவூட்ட தயாரிப்பு
    அமைப்பு 394
கணினிப் பயன்பாடு 80-81, 133, 158,
    260, 467, 738
    டெஸ்க்டாப் 133, 137-139
    டிஜிட்டல்களும், பரிணாம வளர்ச்சி
    527-528
    முதல் கையடக்க கணினி 171
    மூடிய வகை - திறந்த வகை 688,
    689, 694, 710, 778
கம்ப்யூசர்வ் 696
கம்மொடோர் 188
    கம்மொடோர் பெட் (பீஇடீ)
    கணினி 102
கராஜ்பான்ட் 94, 529, 728, 810
கரேன் ஓ 692
கரோல் பார்ட்ஸ் 754
கல்ட் ஆஃப் த மாக் (கானி) 191
கல்வி மறுசீரமைப்பு இயக்கம் 750-752
கலிஃபோர்னியா மோட்டார்
    வாகனத் துறை 35
கஸா 547, 559
காக்கர் (வலைத்தளம்) 491, 662
காட்டி காட்டன் 721, 800
காட்டி ஹாஃப்னர் 328, 819, 820
காத்தரீன் க்ரஹாம் 230
காதரீன் ஸ்மித், காட் 331, 372-376,
    658, 672, 673, 802, 821, 833, 836
காப் 447, 514, 515, 516
காப் 447, 514, 515, 516, 731
காப்ரியல் ஹாரிஸ் 347
காம்காஸ்ட் 609, 677
காம்பாக் கம்ப்யூட்டர்ஸ் 486, 500,
    501, 513, 520, 530, 618

காம்பான் (தயாரிப்புக் கொள்கை)
கார் ஜோன்ஸ் 381, 382
கார்டன் ஃப்ரெஞ்ச் 83, 98
கார்டன் கெட்டி 317
கார்டன் மக்லியோட் 703
கார்டன் மூர் 13, 14
கார்னிங் க்ளாஸ் 652
கர்ஸ் (திரைப்படம்) 603, 611
காரா ஸ்விஷர் 642, 815, 832, 835
காரி அலென் 524
காரி வுல்ஃப் 409
காரெட் ரைஸ் 415
காரெத் சாங் 444
கால்அவே (பதிப்பாளர்) 696
காலேஜ் ட்ராக் 751
கானான் 158, 409
    காட் கணினி 158
கிங் லியர் (ஷேக்ஸ்பியர்) 28
கிராக்ஸ்டர் 547
கிளெமென்ட் மாக் 256
கிரிஸ்டினா அகீலேரா 581
கின்டில் 697, 739
கிஸ்மோடோ (வலைத்தளம்) 685, 716, 719
கும்பமேளா (திருவிழா) 67
குயிசினார்ட் உணவுச் செயலிகள் (ஃபுட் ப்ராஸஸர்ஸ்) 103
குறைகடத்திகள் 14
கூகுள் 67, 189, 321, 381, 447, 623, 684, 687, 707-711, 717, 720, 735, 738, 747, 754, 764, 776, 779, 786, 834
    ஆன்ட்ராய்ட் சிஸ்டம் 687, 707-711, 714, 729, 739, 779
கெட் ஆன் யுவர் பூட்ஸ் (பாடல்) 589
கெய்த் ஹாரிங் 251
கெவின் கேஜ் 548
கென் அவுலெட்டா 354, 799, 820, 834
கென் கேஸி 80, 82

கென் செகால் 458, 489
கேட்ச்த விண்ட் (பாடல்) 575
கேட்வே கம்ப்யூட்டர்ஸ் 515, 516, 521, 523, 527
கேப்டன் க்ரஞ்ச் பார்க்க: ஜான் ட்ரேப்பர்
கேஜிபி 293
கை கவாசாக்கி 414
கைபேசிகள் xx, xxxi, 425, 452, 471, 536, 586, 628, 643, 650, 656, 682, 683, 687, 711, 717, 722, 723, 731, 767, 768, 773, 779, 832
கொரில்லா க்ளாஸ் 651-653, 832
கொலொராடோ பல்கலைக்கழகம் xxv, 35, 122, 536
கோடாக் 463
கோப்லான்ட் செயலமைப்பு 413, 687
கோபுன் சீனோ 70, 71, 120, 121, 363, 380
கோபுன் சீனோ ஒதொகவா (பார்க்க: கோபுன் சீனோ)
கோரி டொக்ரோரெவ் 836
கோல்ட் லயன் 692
கோல்ட்பிளே 569, 573
கோல்ட்பெர்க் வேரியேஷன்ஸ் (பாஹ்) 574
கோல்ட்மன் சாஹ்ஸ் xxii, 374
சக் பெடில் 102
சம் கேர்ஸ் (ரோலிங் ஸ்டோன்ஸ்) 573
சம்டே பேபி (பாடல்) 580
சர்வதேச பாணி 175
சர்வதேச வடிவமைப்பு மாநாடு 810, 813
சர்ஜன்ட் பெப்பர்ஸ் லோன்லி ஹார்ட்ஸ் க்ளப் பான்ட் (பீட்டில்ஸ்) 573, 650
சவுண்ட்ஜாம் 828
சன் மைக்ரோசிஸ்டம்ஸ் 328, 408, 463
சன்னிவேல் எலெக்ட்ரானிக்ஸ் 41
சாம் பால்மிசானோ 463

856 ❖ சுட்டி

சாம்சங் 682
சார்ட் (அப்ளிகேஷன்) 245
சார்ல்ஸ் மற்றும் ரே ஈம்ஸ் 177
சார்லி சாப்ளின் 459
சார்லி ரோஸ் (தொலைகாட்சி நிகழ்ச்சி) 403
சாரியட்ஸ் ஆஃப் ஃபயர் (திரைப் படம்) 231, 232, 235
சான் ஃப்ரான்சிஸ்கோ க்ரானிக்கிள் 304, 463, 813, 817, 818, 819, 821, 822, 825, 827, 831
சான் ஃப்ரான்சிஸ்கோ ஜென் மையம் 70
SAND செயல்திட்டம் 241
சான் ஹொஸே மெர்க்குரி 61, 433
சான் ஹொஸே மெர்க்குரி நியூஸ் 433, 809, 820
சான் ஹொஸே போன்ற பண்ட மாற்றுச் சந்தை 28
சி ட்ரைவ்ஸ் மீக்ரேஸி (பாடல்) 375
சிஎன்என் xxv
சிஎன்பிசி 656
சிஐடை 7
சிக்ராஃப் 338
சிட்டி ஆஃப் ஹோப் (தர்ம ஸ்தாபனம்) 662
சிண்ட்ரல்லாII (திரைப்படம்) 603
சிபிஎஸ் நியூஸ் 556
சிம்பதி ஃபார்த டெவில் (பாடல்) 551
சியாட்/டே விளம்பர நிறுவனம் 225, 228, 314, 455, 456, 489, 543
சிரியா xxi, 3, 4, 73, 356, 358, 807
சில்வேனியா 34
சிலிக்கன் வாலி-யூஎஸ்ஏ 14
சிஸ்கோ 754
சீக்ரெட்ஸ் ஆஃப் தி லிட்டில் ப்ளூ பாக்ஸ் (ரோசென்பௌம்) 39
சீயான் லென்னன் 251
சீல் 457

சீனக் குடியரசு 280-282, 756
தன்வழிபாட்டு ஆளுமைப்பிறழ்வு 368
சூசன் அலின்சங்கன் 543
சூசன் ஃப்ரேக்கர் 328
சூசன் கரே 182, 200, 212, 308, 323, 800, 813, 814, 818
சூசன் பார்ன்ஸ் 287, 296, 301
சூசன்னா அஞ்ஜேலெல்லி 175
செக்கோயா கேபிடல் 106, 194
செக்ஸ் 716
செர்கெய் ப்ரின் 707
செர்ஜியோ பினின்ஃபரீனா 175
செல்டர்ஃப்ரம்த ஸ்டார்ம் (பாடல்) 551
செண்டர்ஃபீல்ட் (பாடல்) 572
சேவா பவுண்டேஷன் 148
சைமன் மற்றும் கார்ஃபுங்கெல் 573
சைனடவுன் 730
சோக்யாம் ட்ருங்ப்பா 50
சோலாரிஸ் இயங்கு தளம் 428
சோவியத் யூனியன் 12, 292
சோனி 174, 175, 176, 184, 202-205, 503, 530, 536, 538, 548, 549, 555-557, 561, 564-567, 578, 579, 705, 782, 829
இசைத்துறை 496, 555, 556, 557
ட்ரினிட்ரான் தயாரிப்புகள் 184, 216
சோனி கனெக்ட் 567
சோனி வாக்மன் 496, 565-567
ட்யு பாண்ட் 430, 431, 443
ட்ரிப்ஸ் விழா 82
ட்ரீம் ஆக்ட் 755
ட்ரீம்வர்க்ஸ் எஸ்கேஜி xxii, 405, 550, 592
ட்ரென்ட் ரெஸ்னார் 551
ட்ரெஷர்பிளானெட் (திரைப்படம்) 606
ட்ரேசி சாப்மன் 388
ட்விக்கி 202
ட்விட்டர் 685, 833
ட்வைட் டி. ஐசென்ஹாவர் 12

டக் எங்கெல்பார்ட் 80, 82
டக் மாரிஸ் 553, 560, 662, 800, 828, 829, 833
டங்கன் மில்னர் 462, 543, 690
டச் ஸ்க்ரீன் 130, 275, 649, 707
டயட் ஃபார் ஏ ஸ்மால் ப்ளானெட் (லாப்பே) 51
டாக்கிங் ஹெட்ஸ்
டாக்டர் ட்ரே 558, 564
டாகின் அபௌட் ஏ ரெவல்யூஷன் (பாடல்) 388
டாட்டூ (ரோலிங் ஸ்டோன்ஸ்) 573
டாப்லெட் கணினிகள் xxxi, 425, 646, 648, 657, 679, 680, 709, 773, 778, 779, 783, 833
டாம் ஃப்ரீட்மன் 714, 835
டாம் வுல்ஃப் 83
டாம் ஜூனோட் 660
டாம் ஸ்டாப்பார்ட் 790
டாம் ஹேங்க்ஸ் 459
டாய் ஸ்டோரி (திரைப்படம்) 394-405, 424, 432, 461, 517, 520, 592-596, 603, 606, 653, 730, 747, 783, 822
  அடிப்படைக் கரு 394-395
  அமோக வெற்றி 404-405
  தொலைகாட்சி முன்னோட்டம் 460
  பட்ஜெட் (நிதிநிலை அறிக்கை/வரவுசெலவுத் திட்டம்) 400
  மறுபரிசீலனை 397-40
  முன்னோட்டம் 403-404
  விமரிசனம் 404
  ஸ்டீவ் ஜாப்ஸின் முதலீடு 398
டாய் ஸ்டோரி 2 (திரைப்படம்) 596
டாய் ஸ்டோரி 3 (திரைப்படம்) 603, 730, 747
டாய் ஸ்டோரி மியூசிக்கல் 606
டார்க் ஐஸ் (பாடல்) 291
டார்கெட் 513

டார்வின் (ஆபரேடிங் சிஸ்டம் / செயலமைப்பு) 510
டான் எஸ்ட்ரிட்ஜ் 207
டான் ஃபார்பர் 191, 813
டான் கில்மோர் 433, 823, 824
டான் மக்ளீன் 573
டான் லாங் 62
டான் வாலென்டீன் 106, 194, 265, 800, 810, 816
டான் ஹோப்லர் 14
டான்டி நிறுவனம் 188, 193
டான்ஜெரீன் (வடிவமைப்பு நிறுவனம்) 475
டானியல் கோட்கே 49-56, 65, 68, 71, 72, 74, 79, 95, 98, 120-126, 128, 144, 145, 194, 599, 688, 800, 802, 808-811, 814, 834
  ஆப்பிள் பங்குவாய்ப்பு விவகாரம் 144
  இந்தியாவில் ஸ்டீவ் ஜாப்ஸுடனான நட்பு 49-52, 68, 144
டானியல் லியோன்ஸ் 687
டான்'ல் லெவின் xxii, 174, 296, 299, 311, 312, 800, 813, 817 நெக்ஸ்ட்
டி அன்ஸா சமூகக் கல்லூரி 35, 47, 232, 249
டி.எஸ். எலியட் 137
டிஃப்பெண்டர் (வீடியோ கேம்) 197
டிடோ 573
டிம் அல்லென் 599
டிம் குக் xx, 481, 498, 500, 501, 566, 631, 655, 664, 672, 674, 675, 677, 720, 728, 760, 772, 797, 800, 826, 829, 832, 833, 834, 835
  'கொள்கை' 676
  பொறுப்புகள் 501, 502, 634-636
டிம் ப்ரௌன் 46, 800, 808
டியெட்டர் ராம்ஸ் 177, 184, 477

டில்பேர்ட் (கேலிச்சித்திரம்) 724
டிலன் தாமஸ் 28
டிவி கைடு 229
டின்டாய் (திரைப்படம்) 339, 344, 820
டிஜிட்டல் களம் 526-545, 641, 678, 734, 736, 738, 778, 827
   ஐபாட் 534-538
   கணினி பரிணாம வளர்ச்சி 527-530
டிஜிட்டல் சாதனங்கள் பீடிபீ-8 34
டிஸ்னி அலைவரிசை 403
டிஸ்னி ஆன் ஐஸ் 606
டிஸ்னி நிறுவனம் 336, 394, 395
   எறும்புப் படங்களுக்கிடையே போட்டி 592-596
   டாய் ஸ்டோரி வெளியீடு 402-404
   பிக்ஸார் இணைத் தயாரிப்பு 404- 406
   பிக்ஸார் இணைவு 599-614
   பிக்ஸாரின் டாய் ஸ்டோரி ஒப்பந்தம் 394-406
டிஸ்னி வேள்ட் 600
டிஸ்னி ஸ்டுடியோஸ் 336-337
டிஸ்னிலாண்ட் 336, 609
டிஸைர் 581
டிபிடபிள்யூஎ/சியாட்/டே 456, 489, 543
டீன் ஆர்னிஷ் 629, 800, 832
டீன் ஹொவெ 138
டீனா ரெட்ஸே 262, 290, 364, 371, 377, 733, 770, 800, 817, 821, 836
டூன்ஸ்பரி (கேலிச்சித்திரச் சுருள்) 429
டெட் பொயட்ஸ் சொஸைடி (திரைப் படம்) 457, 459
டெபோரா கோல்மன் ('டெபி') xx, 165, 170, 173, 202, 255, 256, 257, 262, 265, 284, 287, 349, 374, 800, 812-814, 816, 817, 820
டெர்வெரா நிறுவனம் 380
டெர்ரி ஓயாமா 178

டெல் இங்க் நிறுவனம் 322, 516, 520, 712
டெல் யோகாம் 6, 283, 800, 807
டெவொ 691
டெஸ்க்டாப் பதிப்பகத் தொழில் 182, 262
டெஸ்பரேட் ஹெளஸ்வைவ்ஸ் (தொலைக்காட்சி நிகழ்ச்சி) 607-608
டேவ் ஹெலர் 533
டேவிட் அக்ஸெல்ராட் 689, 756, 836
டேவிட் அன்சன் 403
டேவிட் ஆகஸ் 762
டேவிட் கெஃப்பென் 405, 592
டேவிட் கோல் 560, 829
டேவிட் கோல்ட்ஸ்டைன் 521
டேவிட் பக்கார்ட் 12, 425
டேவிட் பால்சென் 314
டேவிட் ரெம்னிக் 318, 819
டேவிட் ஷெஃப் 265
டேவிட் ஹாரிஸ் 347
டைம் 127, 149, 193, 302, 304, 403, 460, 530, 533, 594, 595, 655, 686, 700, 824
டைம் இங்க் 460, 595, 660, 698, 701
டைம் வார்னர் 548, 549, 552, 553, 566, 701
டைம்-லைஃப் பிக்சர்ஸ் 460
டைனாபுக் செயல் திட்டம் 133
டோனி ஃபாடெல் xx, 535, 645, 682, 719, 800, 828, 829, 832, 833, 835
டோனி காஸ்டர் 486
டோனி ப்ரெஸ் 595
டோனி பெர்க்கின்ஸ் 409, 548, 829
டோனி ராக் 291
டோனி ஸ்காட் 262
டோனோவான் 573, 575
த இன்னவேட்டர்'ஸ் டிலெம்மா (க்றிஸ்டென்சென்) 567, 736

சுட்டி ✤ 859

த ஃபியூச்சர் ஆஃப் தி இன்டர்நெட் அண்ட் ஹவ் டு ஸ்டாப் இட் (இணைய தளத்தின் எதிர்காலமும் அதைத் தடுத்து நிறுத்தும் வழி முறையும்) 779
த காம்பனீஸ் 387
த கேஸ்ஃப்ரம் இபானேமா (பாடல்) 265
த சிம்சன்ஸ் (தொலைக்காட்சி நிகழ்ச்சி) 379
த டிஃப்யண்ட் ஒன்ஸ் (திரைப்படம்) 397
த டெய்லி 703
த டெய்லி ஷோ 716, 835
த டேட்டிங் கேம் (தொலைக்காட்சி நிகழ்ச்சி) 221
த டைம்ஸ் தே'ஆர் ஏ-சேஞ்சின் (காலங்கள் மாறுகின்றன) 232, 290
த டோர்ஸ் 573
த பர்ஃபெக்ட் திங் 826, 828, 830
த புக் ஆஃப் மகின்டாஷ் (ராஸ்கின்) 152
த போர்னே அல்டிமேடம் (திரைப்படம்) த க்ரிம்சன் 730
த மாங்கீஸ் 573
த ரோட் நாட் டேக்கன், ராபர்ட் ஃப்ராஸ்ட் 457
த லாஸ்ட் ஃபாதர் (காணாமல்போன தந்தை), சிம்சன் 357
த லாஸ்ட் டைகூன் (ஃபிட்ஸ் ஜெரால்ட்) 265
த லாஸ்ட் வேஸ்ட்: ஜுராஸிக் பார்க் 426
த வெல்-டெம்பர்ட் க்ளாவியர் (பாஹ்) 574
த்ரு த லுக்கிங் க்ளாஸ், கரோல் 326
தலாய் லாமா 462
தலைமைச் செயலகம் 487, 500, 772
தனியார்க் கணினித் திருவிழா 98, 100
தாமஸ் ஆல்வா எடிசன் 459, 784
தாமஸ் ஃபோகார்ட்டி 372
தாமஸ் ஜெஃப்பர்சன் 239
தானியேல் மித்ராங் 257

தி அட்வகேட் 388
தி ஆந்த்ரப்ரெனர்ஸ் (செய்திப் படம்) 819
தி இன்க்ரெடிபுள்ஸ் (திரைப்படம்) 603
தி எட்ஜ் 571, 584, 585
தி ஓமென் 97
தி ட்ரபுள் வித் ஸ்டீவ் ஜாப்ஸ் (ஃபார்ச்சூன்) 660
தி லயன் கிங் (திரைப்படம்) 594, 602, 609
தி லிட்டில் மெர்மெய்ட் (திரைப்படம்) 336
தி வெஸ்ட் விங் (தொலைகாட்சி நிகழ்ச்சி) 632
தி ஜெட்சன்ஸ் (தொலைக்காட்சி நிகழ்ச்சி) 491
திங்ஸ் ஹாவ் சேஞ்ஜ்ட் (பாடல்) 572
திமோத்தி லியரி 48, 81
தேசிய தொழில்நுட்பப் பதக்கம் 270
தேசிய பத்திரிகையாளர் சங்கம் (நேஷனல் பிரஸ் க்ளப்) 318
தேசிய பாதுகாப்பு முகாமை 334
தேர் கோஸ் மை லவ் (பாடல்) 690
தொடக்கநிலை அலறல் சிகிச்சை 73, 80
தொழில்நுட்ப ஏற்றம்
10,000 மேனியாக்ஸ் 573
குறைகடத்திகள் 13-15
மாற்றுக் கலாச்சாரம் 81
மூர் விதி 14
மைக்ரோப்ராஸஸர் 14
ஹாக்கர் உபகலாச்சாரம் 79-82
தோஷிபா 197, 535, 537, 828
ந்யூஸ்கார்ப் 702, 703
நாப்ஸ்டர் 547, 559
நார்மன் ஃபாஸ்டர் 740
நார்மன் பேர்ல்ஸ்டீன் 460, 800
நான் ஐபேட் வாங்காதது ஏன்? (டாக்டரோ) 779

நான்ஸி ஹைனென் 623, 624
நாஸ்டாக் 526
நாஸா (தேசிய விமானவியல் மற்றும் விண்வெளி நிர்வாக அமைப்பு) 12
நிக் பிலெக்கி 354
நிகொலஸ் நெக்ரோபான்டே 260, 800, 816, 832
நியூ யார்க் டைம்ஸ் 317, 324, 390, 403, 404, 534, 567, 571, 625, 661, 684, 690, 698, 699, 714, 810, 813, 815, 818-820, 822-825, 829, 830-833, 835
நியூ யார்க் போஸ்ட் 702, 807
நியூட்டன் (ஆப்பிள்) 96, 429, 430, 471, 536, 823
நியூஸ்வீக் 230, 231, 303, 304, 328, 403, 450, 495, 546, 616, 685, 686, 687, 815, 816, 817, 819, 820, 824, 825, 826, 829, 831, 832, 834
நியூஸர்.காம் (வலைத்தளம்) 835
நீல்ஸ் போர் 239
நுட்டெல்லா 547
நெக்ஸ்ட் xix, xxvi, 231, 294-329, 332, 349, 357, 365, 372, 407, 408, 413-421, 425, 428, 451, 506, 510, 521, 616, 619, 635, 805, 817-823
    ஆப்டிக்கல் டிஸ்க் (ஒளிவட்டு) 324-327
    ஆப்பிள் 294-329, 414-420, 424-426
    ஆப்பிள் ஊழியர்கள் சோதனை 294-329
    இயங்கு தளம் 509-511
    உரிமைப் பிரச்னை 321-323
    எதிர்வினை 327
    எலெக்ட்ரானிக் புக் (மின்னணு வடிவிலான புத்தகம்) 324-328
    ஐபிஎம் 321-323
    ஓய்வுவிடுப்புகள் 302-303
    கண்ணுக்குப் புலப்படாத கலை வண்ணம் 311
    கேட்ஸ் 318-321, 327-329
    சின்னம் 304-310
    தலைமையகம் 310-312
    தோல்வி 407-409
    நிதிநிலை 313-318
    நெக்ஸ்டெப் சிஸ்டம் 321, 322, 408
    பின்னணிச் சிந்தனை 294-298
    பெயர் 305
    பெரோ 304-308
    பொதிந்த அம்சங்கள் 312-315, 325, 326
    மாட் வகைப் பூச்சு 311
    மின்சுற்றுப் பலகை 309-312, 323-329
    மைக்ரோசாஃப்ட் 327-329
    லெவின் 310-312
    வடிவமைப்பு 309-312
    விலை 325
    விற்பனை 329
    வெளியீட்டில் தாமதம் 325-329
    வெளியீடு 323-329
நெட்ஃப்ளிக்ஸ் 754
நெட்புக் சிந்தனை 680, 684, 685
நெட்ஸ்கேப் 404
நெவில் பிரதர்ஸ் 569
நேபாளம் 148
நேஷனல் செமிகண்டக்டர்ஸ் 106, 111, 116, 412
நைன் இஞ்ச் நெயில்ஸ் 551
1984, ஆர்வெல் 223, 225
நொபுயுகி இதேயி 548, 566, 829
நோ லைன் ஆன் தி ஹொரைசன் (யூ2) 589
நோலான் புஷ்னெல் xix, 61-63, 75-78, 101, 106, 302, 800, 809, 810
நோவெல் (பார்லர் கேம்) 571, 758
ப்ரதர் பியர் (திரைப்படம்) 606

சுட்டி ✲ 861

ப்ராடக்ட் ரெட் பிரச்சாரம் 589
ப்ரான்சிஸ் மூர் லாப்பே 51
ப்ரான்டென்பார்க் கான்சர்டோஸ் (பாஹ்) 574
ப்ராஸஸர் டெக்னாலஜி கார்ப்பரேஷன் 98
ப்ரின்ஸ் ஆஃப் ஈஜிப்ட் (திரைப்படம்) 593, 594, 595
ப்ரூஸ் ஹார்ன் 135, 160, 167, 243, 269, 800, 811, 812, 815, 816
ப்ரென்ட் தாமஸ் 225
ப்ரென்ட் ஷ்லென்டர் 432, 662, 685, 815, 819, 823, 828, 831, 834
ப்ரெஸ்ப்ளே 549, 559, 561
ப்ரேக் அவுட் (கேம்) 165
ப்ரையர் ப்ரௌன் 659, 759
ப்ரையன் ராபர்ட்ஸ் 677, 800, 833
ப்ரௌன் ஐட் கேர்ல் (பாடல்) 572
ப்ரௌன் நிறுவனம் 128, 147, 176, 177
ப்ளட் ஆன் த ட்ராக்ஸ் (டிலன்) 74, 290, 572
ப்ளாக் அய்ட் பீஸ் 545, 573
ப்ளாக்பெர்ரி 649
ப்ளாஸ்டிக் ஓனோ குழு 73
ப்ளூ பாக்ஸ் வடிவமைப்பு 39, 41-44, 239, 808
 ஸ்டீவ் ஜாப்ஸ் - வாஸ்னியாக் கூட்டணி 39-44
ப்ளூ வேன் 690
ப்ளோட் ரன்னர் (திரைப்படம்) 226, 227
ப்ளேபாய் 244, 265, 805
பம்பலோ ஸ்ப்ரிங்ஃபீல்ட் 573
பக்மின்ஸ்டர் ஃபுல்லர் 83
பங்குவாய்ப்பு சட்டுத்தொகை விவகாரம் 621, 625
பட்ட்ரிபுள் 163, 172, 194, 295, 321
பட்டி ஹாலி 573
பதிப்பகத் துறை 696-706
பயனீட்டாளர் அறிக்கை 719, 835

பர்ரெல் ஸ்மித் xxiii, 153, 155, 159, 163, 187, 197, 229, 264, 268, 384
பர்ரோஸ் நிறுவனம் 29
பரமஹம்ஸ யோகானந்தா 50
பராக் ஒபாமா 358, 686, 689, 752-754, 756, 757, 770, 836
 ஸ்டீவ் ஜாப்ஸ் அளித்த விருந்து 754-757
 ஸ்டீவ் ஜாப்ஸ் சந்திப்பு 752-756
பல் ஃபெர்னான்டெஸ் 36
பவர் கம்ப்யூட்டிங் 467
பவர் பீசி (மைக்ரோப்ராஸஸர்) 618, 619
பவர் மகின்டாஷ் ஜி3 470
பவர்புக் ஜி3 470, 651
பவர்புக் ஜி4 651
பாங் (வீடியோ கேம்) xix, 62, 75
பாட் மேன் ஃபாரெவர் (திரைப்படம்) 402
பாட்டன் (திரைப்படம்) 285, 289
பாட்டி ஜாப்ஸ் xxi, 7, 95, 354, 795
பாடநூல் துறை 768
பாப் டிலன் 37, 214, 233, 264, 290, 296, 347, 555, 559, 572, 577, 579, 684, 776, 790, 830
 முழு பாக்ஸ் செட் (திரட்டு) 577-581
 ஸ்டீவ் ஜாப்ஸுடன் சந்திப்பு 577-581
பாப் பெல்லவில் 139, 202, 267, 287
பாப் மான்ஸ்ஃபீல்ட் 637
பாப்புலர் சயன்ஸ் 237
பாப்புலர் மெக்கானிக்ஸ் 83
பாப்லோ பிகாஸோ 137, 191, 455, 459, 462
பாபாராம்தாஸ் (ரிச்சர்ட் ஆல்பர்ட்) 54
பாபி கென்னடி 460
பாம் 637
பாம் கெர்வின் 335, 339, 341, 598, 800, 820, 830

பார்ட் ஷீக்ளர் 408, 822
பார்பரா ஜசின்ஸ்கி 216, 346, 347
பாரி ஷூலர் 552, 800, 828
பாரிஸ் ரிவ்யூ 353
பால் அலென் 84, 87
பால் ஒதெல்லினி xxii, 619, 620, 682, 683, 800, 833
பால் டெர்ரெல் 93, 100, 810
பால் பெர்க் 294
பால் மக்கின்னஸ் 585
பால் மெக்கார்ட்னீ 725
பால் ராண்ட் 308
பால் ரெய்னால்ட் ஜாப்ஸ் xxi, xxxiv, 1-4, 11, 20, 21, 31, 95, 257, 318, 350, 351, 379, 391, 408, 564, 681, 769
  தொழில்வாழ்க்கை 7-12
  பின்னணி 1-4
  மகின்டாஷ் தொழிற்சாலை சுற்றுலா 255-258
  ஸ்டீவ் ஜாப்ஸ் தந்த பணப் பரிசு 149
  ஸ்டீவ் ஜாப்ஸுடனான உறவு 1-29
  ஸ்டீவ் ஜாப்ஸைத் தத்தெடுத்தல் 4
பால் விடிச் 548, 800, 828
பான்டோன் நிறுவனம் 117
பானசோனிக் 497
பாஸ்கல் (கணினி மொழி) 132
பாஸ்டன் க்ளோப் 435
பி.பி. கிங் 573
பிக்மாக் கணினி 295, 298
பிக்ஸார் xix, xx, xxii, xxiii, xxvi, 231-345, 394-406, 409, 422, 423, 426, 432, 438, 448, 464, 505, 510, 511, 551, 552, 591-618, 624, 626, 634, 684, 747, 783, 795, 802, 804, 820, 822, 830, 831
  எறும்புப் படங்களின் போட்டி 592-596
  ஐபீஓ 404, 405

கேப்ஸ் சிஸ்டம் 335, 336
டாய் ஸ்டோரி முன்னோட்டம் 402-404
டிஜிட்டல் அனிமேஷன் தொழில் 336-339
டிஸ்னி இணைவு 599-614
டிஸ்னியுடனான டாய் ஸ்டோரி ஒப்பந்தம் 394-406
தலைமையகம் 596-599
நிதி இழப்பு 339-345
பரவலான வர்த்தகம் பற்றிய சர்ச்சை 334-336, 341-342
பெயர் 332-334
ரேயேஸ் ப்ரோகிராம் 335
ஷோப்ஸோஸ் கணினி ப்ரோக்ராம் 340-342
ஸ்டீவ் ஜாப்ஸ் முதலீடு 344-345
பிக்ஸார் இமேஜ் கணினி 332-334, 336, 340
பிசினஸ் வீக் 196, 222, 231, 314, 328, 520, 565, 815, 818, 819, 820, 824, 825, 826, 827, 829, 830
பிட் மேப்பிங் (நுண்படமாக்கல்) சிந்தனை 133, 136, 139, 155, 181, 188
பிட்ரேயல் (துரோகம்) (பின்டர்) 286
பிபிஎஸ் 316
பியர்சன் எஜுகேஷன் 706
பியூட்டி அண்ட் த பீஸ்ட் (திரைப் படம்) 609
பிரேக்கிங் அவே (திரைப்படம்) 175
பில் அட்கின்சன் xix, 131, 132, 135, 136, 155, 163, 165, 166, 178, 180, 235, 249, 253, 290, 450, 535, 650, 655, 768, 800, 811-814, 816
ஒன்றின் மீது ஒன்று படியும் ஜன்னல்கள் 140-141, 450
க்விக்ட்ரா ப்ரோகிராம் 235, 252
விசா கணினி 138-142, 196

ஸ்டீவ் ஜாப்ஸின் உலகநோக்கு 165-168
பில் ஓ'ரெய்லி 704
பில் க்ளாவின் 274
பில் காம்ப்பெல் xix, 228, 283, 288, 296, 446, 665, 667, 713, 771, 797, 800, 815, 817, 824, 832, 834, 835
பில் கிளின்டன் 57, 385, 765
பில் கின்கெய்ட் 532
பில் கேட்ஸ் xx, 14, 84, 87, 188, 221, 239, 242, 264, 316, 318, 322, 329, 384, 414, 451, 466, 495, 510, 546, 565, 567, 620, 641, 644, 646, 663, 685, 710, 765, 770, 795, 800, 809, 815, 819, 823, 824, 825, 829, 831, 832, 834, 836
ஆப்பிள்-சூகுள் பிரச்சினை 709-711
ஆப்பிள்-நெக்ஸ்ட் வாங்குவதன் எதிர்வினை 419-423
உலகநோக்கு 320
ஐட்யூன்ஸ் ஸ்டோர் எதிர்வினை 560-561
ஐபேட் விமரிசனம் 683-685
ஐமாக் விமரிசனம் 493-497
கூயி வாதம் 246-250
நெக்ஸ்ட் கணினி 318-320, 327-329
பில் கேட்ஸ் பற்றி ஸ்டீவ் ஜாப்ஸ் 783
பின்னணியும் குணாதிசயங்களும் 238-240
மாக்வேர்ட் மாநாடு 451-454
ஸ்டீவ் ஜாப்ஸ் நோய்வாய்ப்பட்ட போது 765-768
ஸ்டீவ் ஜாப்ஸின் 30வது பிறந்த நாள் விழாவில் 264-266
ஸ்டீவ்ஜாப்ஸுடன் ஒப்பீடு 238-243
ஸ்டீவ் ஜாப்ஸுடன் தனிப்பட்ட உறவு 239-244
ஸ்டீவ் ஜாப்ஸுடன் வர்த்தக உறவு 242-246

பில் பர்ட்டன் 689
பில் ராடுச்செல் 548
பில் ஜாய் 328
பில் ஹ்யூலெட் xxviii, 12, 25, 425, 739, 764
பில் ஹாம்ப்ரெஹ்ட் 146, 800, 812
பில்போர்ட் 588
பிளாக்-சூல்ஸ் கணக்கீடு 621
பிளாட்டோ 28
பீஹியர் நௌ (ராம் தாஸ்) 49, 54, 75
பீ.ஏ. செமி 682
பீசி வேஸ்ட் 549, 829
பீட்டர் ஒப்பென்ஹைமர் 505, 637, 772
பீட்டர் கேப்ரியல் 347
பீட்டர் போலின் 597
பீட்டர் ஷ்னைடர் 398
பீட்டில்ஸ் 73, 511, 572-574, 577, 581-583, 637, 650, 724, 725, 728, 789, 830
பீப்பிள்ஸ் கணினி கம்பெனி 83, 84
புக் ஆஃப் ரெவெலேஷன் 97
ப்ளூம்பெர்க் நியூஸ் 662, 689, 802, 833
பெஞ்சமின் ஃப்ராங்க்ளின் xii, xxv
பெப்ஸிகோ 208, 211
பெர்க்லி பார்ப் 86
பெர்ட்டெல்ஸ்மன் 549
பெர்ரி காஷ் 192, 800
பெர்னார்டோ பெர்டோலுச்சி 175
பெல் சிஸ்டம் தொழில்நுட்பக் கையேடு 40
பெல் லேப்ஸ் 13
பென் ரோசென் 119
பென் ஹ்யூலெட் 387
பே நிறுவனம் 413
பேபால் 570
பேச்சு சுதந்திர இயக்கம் (ஃப்ரீ ஸ்பீச் மூவ்மெண்ட்) 80, 86

பைட் ஷாப் 93-97, 100, 512
போகஹோண்ட்டாஸ் (திரைப்படம்) 401
போத் சைட்ஸ் நௌ (பாடல்) 576
போய்ங் போய்ங் 779
போர்ட்டல் ப்ளேயர் 537-538
போர்ட்டோலா இன்ஸ்டிட்யூட் 83
போலராய்ட் xxviii, 12, 289, 785
போலின் சைவின்ஸ்கி ஜாக்ஸன் 521
போலோ ஷாப் 348
போனோ 81, 252, 329, 558, 560, 564, 571, 577, 583-590, 637, 694, 796, 800, 809, 830, 832
ஐபாட் ஒப்பந்தம் 583-590
பௌஹௌஸ் இயக்கம் 174, 175, 185, 367, 518, 813
ம்யூக்கஸ்லெஸ் டயட் ஹீலிங் சிஸ்டம் (கோழைப் பொருளற்ற மருத்துவ உணவுத்திட்டம்) எஹ்ரெட் 52
மகாராஜ் ஜீ (நீம் கரோலி பாபா) 54, 65, 67, 128, 628
மகின்டாஷ் xix, xx, xxii, xxvi, 139, 152-154, 158-163, 171-193, 196-212, 215, 219-232, 235-238, 241-255, 258-261, 266-269, 272-290, 295-297, 301, 309, 313, 315, 318, 320, 323, 326, 329, 338, 346-348, 359, 363, 384, 410-412, 418, 445, 447, 451-455, 466-470, 475, 479, 482, 486, 490, 492, 493, 494, 510, 520, 528, 529, 546, 550, 557, 564, 616-619, 641, 643, 650, 653-656, 680, 681, 686, 688, 709, 714, 721, 728, 767, 768, 775, 777, 780, 783, 804, 812-815
1984 விளம்பரப் பிரச்சாரம் 221, 223-226, 229, 235, 255, 261, 262, 269, 314, 453, 455, 461, 486, 492, 493, 494, 655, 714, 815
ஆய்வுக்குழு 151-153

இன்டெல் சிப் 681, 682
உரிமப் பரிந்துரைகள் 192, 193
ஊடகத் தொகுத்தளிப்பு 229-231
எழுத்துவகைகள் 181-187
ஐகான்கள் (குறிப்படங்கள்) 182, 183
ஒளிந்திருக்கும் கலைத்திறம் 185-187
ஓஎஸ்எக்ஸ் (OSX) சிஸ்டம் 510
க்விக்ட்ரா பொதி 235, 252
க்ளோன்கள் 465-468, 619, 620
குழு புறப்பாடுகள் 266-269
செல்லப்பெயர் 260
டிஸ்க் ட்ரைவ் 201-205, 260, 261, 280
டெஸ்க்டாப் உருவகம் 176
டைட்டில் பார் 182-184
தொழிற்சாலை கட்டுமானம் 255-257
பாயெஸுக்குக் காட்டிய மாதிரி வடிவம் 347
பெயர் 152, 197
பைசிக்கிள் என்ற பெயர் பரிந்துரை 161
பொதிதல் 186, 187
பொதிதல் பரிந்துரை 245
பொறியியல் வல்லுநர் குழு 159-162
மின்சுற்றுப் பாதை 185-187
மைக்ரோசாஃப்ட் 241-250
ரஷ்யாவில் விற்பனை 292, 293
ராஸ்கினின் நோக்கு 151-158, 812
லிசா வடிவமைப்புக்குழு 250-253
லிசாவின் போட்டி 189, 190
வடிவமைப்பு 176-178, 185-187
விலை சர்ச்சை 218-220, 273
விற்பனை 260, 272, 410
வெளியீடு 221-232, 493
ஸ்க்ரீன் 180-182
ஸ்டீவ் ஜாப்ஸ் - ராஸ்கின் மோதல்கள் 152-162
ஸ்டீவ் ஜாப்ஸ் - கேட்ஸ் உறவு 241-246

சுட்டி ❈ 865

ஸ்டீவ் ஜாப்ஸின் 'முனை முதல் முனை வரை' சிந்தனை 190-193
ஸ்டீவ் ஜாப்ஸின் ஐரோப்பியப் பயணம் 257-259
ஹெர்ட்ஸ்ஃபெல்ட் 144, 153, 159-168, 172, 178-184, 197, 202-205, 212, 219, 224, 229-236, 240-243, 246, 248, 266-268, 272, 290, 291, 361, 367, 372, 377, 381, 385, 388, 389, 494, 572, 581, 656, 677, 781, 795, 800, 806-817, 820, 821, 832, 833
மகிந்தோஷ் லேபரட்டரி 152
மடோனா 558, 696
மதர் (பாடல்) 73
மதர் ஆஃப் ஆல் டெமோஸ் 82
மரியா கரே 553
மரியா கல்லாஸ் 459
மரியோ பெல்லினி 175
மருவானா 27
மாக் ஜி4 க்யூப் 616
மாக்புக் 482
மாக்புக் ப்ரோ 483, 647
மாக்பெயின்ட் 252
மாக்ரோமீடியா 468
மாக்வேள்ட் 414
மாக்வேள்ட் மாநாடுகள் 362, 414, 426, 428, 448, 450, 452, 453, 458, 467, 472, 510, 533, 535, 576, 655, 661, 663, 775, 808, 823-827, 832
கேட்ஸ் 452-454
ஸ்டீவ் ஜாப்ஸ் சிறப்புரை 450-454
மாக்ஸ் ஃபீல்ட் பாரிஷ் 128
மாட் கார்ட்டர் 255
மாடர்ன் டைம்ஸ் (டிலன்) 579
மாயவலை xxix, xxx, 54, 61, 74, 163-173, 194, 200, 201, 218, 224, 245, 249, 259, 261, 268, 308, 314-318, 326, 333, 412, 419, 630, 718, 791, 812

மாயா ஆஞ்ஜெலூ 459
மாயா லின் 177, 800, 813
மார்ஃபியோர் 714
மார்க் காக் 784
மார்க்ட் வெயின் 662
மார்க் ஸுக்கர்பெர்க் 754, 765
மார்கரெட் பூர்க்-ஒயிட் 460
மார்கன் ஸ்டான்லி 146
மார்செல் ம்யுல்லர் 55
மார்ட்டின் லூதர் கிங் 325
மார்த்தா க்ரஹாம் 459
மார்வின் மின்ஸ்கி 260
மானிஃபெஸ்டோ (விளம்பரப் பிரச்சாரம்) 692, 693
மாஸ் டெக்னாலஜீஸ் 85
மிக் ஜாகர் 252, 558, 564
மிட்ச் கபோர் 222, 264, 312, 800
மித் ஆஃப் த மெஷின், மம்ஃபோர்ட் 81
மிமி ஃப்ரீன்யா 346
மியூசிக் நெட் 561
மியூசிக் மாட்ச் 563
மியூசியம் ஆஃப் மாடர்ன் ஆர்ட், நியூயார்க் 176, 616
மியூஸ் (இசைக்குழு) 691
மில்லார்ட் ட்ரெக்ஸ்லர் ('மிக்கி') 516, 800, 827
மின்னணுப் புத்தகம் 697
மிஜுஷிமா ஸதோஷி 144
மிஸஸ் துர்மன் 17
மிஸ் ஸ்பைடர்ஸ் டீ பார்ட்டி (மடோனா) 696
மிஸ்டர் டாம்போரின் மேன் (பாடல்) 565, 579, 829
மீட் த பீட்டில்ஸ் 573
முஹம்மது அலி 427
மெக் விட்மன் 447
மெலிண்டா கேட்ஸ் 646
மெல்லோ யெல்லோ (பாடல்) 575
மேதை 46, 104, 134, 209, 324, 458,

501, 548, 556, 590, 596, 636, 642, 689, 724, 752, 756, 765, 783, 784, 798
மேனார்ட் பார்க்கர் 328
மேஜிக்கல் மிஸ்டெரி டூர் (பீட்டில்ஸ்) 573
மேசீஸ் 227
மைக் எவாஞ்ஜெலிஸ்ட் 531, 827
மைக் பார்னிக்கிள் 434, 824
மைக் போய்ச் 247
மைக் மர்க்குலா xxii, 89, 105, 106, 116, 142, 143, 152, 186, 206, 227, 286, 287, 291, 297, 414, 418, 444, 445, 483, 492, 493, 514, 770, 800, 809, 810, 811, 812, 813, 814, 815, 817, 824, 826
'1984' விளம்பரம் 227-229
ஆப்பிள் II 111-112
ஆப்பிளில் இணைதல் 105-111
ஆப்பிளைவிட்டுவிலகுதல் 444-446
ஐமாக் முன்னோட்டம் 492
ஸ்டீவ் ஜாப்ஸுடனான உறவு 110
மைக் மர்ரே xxii, 193, 211, 274, 281, 285, 287, 288, 800, 814, 816, 817
மைக் மெர்வின் 292
மைக் ஸ்காட் xxii, 115, 116, 117, 142, 157, 162, 206, 494, 800, 810, 812
மைக் ஸ்லேட் 634, 766, 800, 803, 831, 832, 836
மைக்கேல் ஆஞ்ஜெலோ 785
மைக்கேல் உல்ஃப் 723, 835
மைக்கேல் ஐஸ்னர் xx, xxi, xxii, 336, 344, 401, 402, 403, 405, 406, 594, 599-613, 800, 820, 822, 831
டிஸ்னி-பிக்ஸார் இணைவுக்கு எதிர்ப்பு 612-614
மேல்சபை சாட்சி 599-601
வெளியேற்றம் 591-593
ஸ்டீவ் ஜாப்ஸ் மோதல் 599-604
மைக்கேல் ஓவிட்ஸ் 605

மைக்கேல் ஃபாரடே 718
மைக்கேல் கிரேவ்ஸ் 513
மைக்கேல் கோப்லான்ட் 687
மைக்கேல் செரா 692
மைக்கேல் டெல் 465, 500, 663
மைக்கேல் நோயர் 689, 834
மைக்கேல் மலோனி 19, 426, 805
மைக்கேல் மோரிட்ஸ் 127, 149, 193
மைக்கேல் ஷ்பிண்டளர் 411, 467
மைக்கேல் ஹாலி 312, 800
மைக்ரோப்ராஸஸர் 14, 85, 86, 93, 131, 152, 155, 180, 342, 486, 618, 620, 682
மைக்ரோசாஃப்ட் 189, 191, 220, 222, 241-249, 316, 319, 320, 322, 329, 340, 401, 409-411, 414, 450-454, 465, 466, 530, 560, 561, 564, 565, 567, 641, 647, 685, 687, 709, 710, 716, 735, 738, 776, 778, 787, 824, 829
எதிராகத் தொடுத்த கூட்டாட்சி வழக்கு 450
எம்எஸ்என் சேவை 565-566
ஐட்யூன்ஸ் ஸ்டோர் பற்றிய கருத்து 560-564
சாண்ட் செயல்திட்டம் 241
நெக்ஸ்ட் 318-329
பொதுநிறுவனமாக 316
மகிண்டாஷ் 241-250, 450-454
மைக்ரோசாஃப்ட் ஆபீஸ் 454
மைக்ரோசாஃப்ட் எக்ஸெல் 242, 243-246, 320, 335, 450, 451, 454, 466
மைக்ரோசாஃப்ட் டாஸ் (DOS) 246
மைக்ரோசாஃப்ட் மல்டிப்ளான் 241
மைக்ரோசாஃப்ட் மீடியா ப்ளேயர் 532
மைக்ரோசாஃப்ட் விண்டோஸ் 41, 59, 177-179, 230, 231, 247, 249,

295, 296, 298, 307, 320-323, 326,
334, 355, 370, 380, 383, 403-411,
414, 427, 444, 450, 454, 463, 465,
495, 514, 515, 526, 528, 532, 534,
554, 560, 562-567, 616, 642, 712,
729, 739, 767, 778

என்டி (NT) 414

ஐபாட் 562-565

ஐட்யூன்ஸ் 562-565, 642

மைக்ரோசாஃப்ட் வேர்ட் 135, 222,
242, 320, 350, 451, 454, 466

மைக்ரோசாஃப்ட் ஸுன் 565, 568

மொபைல்மீ 734-736, 738, 836

மொஸார்ட்ஸ் ப்ரைன் அண்ட் தஃபைட்டர் பைலட் 570

மோகன்தாஸ் காந்தி 166, 459,
460, 462

மோட்டொரோலா 152, 155
  6800 மைக்ரோப்ராஸர் 85, 155
  6809 மைக்ரோப்ராஸர் 152, 155
  68000 மைக்ரோப்ராஸர் 155, 180

மோட்டொரோலா ஸ்டார்மாக்ஸ் 619

மோடவுன் 553

மோபி டிக், மெல்வில் 28

மோன்ஸ்டர்ஸ் இங்க் (திரைப்படம்) 600

மோனா சிம்ஸன் xxi, xxiii, xxviii,
5, 346, 351-358, 377, 379, 389,
390, 391, 630, 671, 684, 758,
793-796, 799, 800, 804, 807,
820, 821

  லிசா ப்ரென்னன் 390, 391

  ஐன்டாலி 354-358

  ஸ்டீவ் ஜாப்ஸுடன் மீண்டும்
  இணைதல் 351-354

மோனிகா லெவின்ஸ்கி 385

யாஹூ யாஹூ யாஹூ (இசைக்குழு) 692

யாஹூ® 754

யுஎஸ்ஏ டுடே 703

யுனைட்டெட் வே 145

யூனைடெட் நெட்வொர்க் ஃபார்
ஆர்கன் ஷேரிங் 667

யூ-2 உளவு விமானம் 12

யூ2 553, 583-589, 742

யூபிஎஸ் 305

யூனிக்ஸ் இயங்கு தளம் 295, 413,
414, 420, 510

யூனிவர்சல் மியூசிக் க்ரூப் 553

யூனிஸ் ஷ்ரிவர் 460

யொகோ ஓனோ 521

யொஹான்னெஸ் கெப்ளர் 777

யோ-யோ மா 573, 590, 796,
800, 830

யோஹான் செபாஸ்டியன் பாஹ் 573

ரதர்ஃபோர்ட் ஹெய்ஸ் 270

ரஹ்ம் எமானுவேல் 686, 689

ராட் ஹோரால்ட் xxi, 145, 203

ராட்டன் டொமாட்டோஸ் 403

ராட்டாடூயி (திரைப்படம்) 612

ராப் க்ளோஸர் 568

ராப் ஜானாஃப் 112, 810

ராபர்ட் ஐகர் xxi

ராபர்ட் ஃப்ரீட்லாண்ட் xx, 53, 64, 72,
120, 125, 149, 638, 808

ராபர்ட் ஃப்ரோஸ்ட் 457

ராபர்ட் நாய்ஸ் 13

ராபர்ட் வில்லியம்ஸ் 457, 459

ராய் டிஸ்னி 335, 336, 599, 601,
603, 604, 609

ராயல் சொசைட்டி ஆஃப் தி ஆர்ட்ஸ்
474

ரால்ஃப் லாரென் 348, 515

ரான் ரோசென்பௌம் 39, 808

ரான் வெய்ன் xxiii, 63, 74, 78, 89,
96, 103, 112, 800, 809, 810

ரான் ஜான்ஸன் xx, xxi, xxii, 513, 525,
742, 800, 827

ராண்டி நியூமன் 399, 599

ராண்டி விக்கின்டன் 115, 129, 224

ராஸ் பெரோ 316
ரிக் ஃபெர்ரன்டேனோ 17
ரிக் ஷ்டெங்கெல் 700, 800, 834
ரிச் பேஜ் 190, 295
ரிச்சர்ட் அப்பெல் 346, 379, 758
ரிச்சர்ட் ஃபெயன்மன் 459
ரிச்சர்ட் க்ரன்டல் 378
ரிச்சர்ட் கார்லிஸ் 403, 595, 830
ரிச்சர்ட் ட்ரோஃபஸ் 459, 460, 797
ரிச்சர்ட் ப்ரௌடிகன் 81
ரிச்சர்ட் ஸாப்பர் 177, 475
ரிட்லி ஸ்காட் 226, 227, 229, 262
ரியல் நெட்வொர்க்ஸ் 536, 549, 568
ரியல் ஜூக்பாக்ஸ் 532
ரியான் தடே 714
ரியஸ் (ரெண்டர்ஸ் எவரிதிங் யூ எவர் சா) 335
ரியோ (கீடணி, மியூசிக் ப்ளேயர்) 532, 533, 534, 541, 568
ரீட் கல்லூரி xx, xxi, xxii, 47, 48, 72, 120, 122, 181, 347, 633, 688, 808
ரீட் பால் ஜாப்ஸ் xxi, xxxiv, 1-4, 11, 20, 21, 31, 95, 257, 318, 350, 351, 379, 391, 408, 564, 681, 769
ஸ்டீவ் ஜாப்ஸுடனான உறவு 744-748
ரீட் ஹோஸ்டிங்ஸ் 754
ரூப்பர்ட் முர்டாஹ் 698, 702-706, 800, 834
ரெட் ஹெர்ரிங் 409, 433, 548, 823
ரெவலூரஷன் 728
ரெண்டர்மான் (கணினி மொழி) 335
ரெஜிஸ் மெக்கென்னா 111, 112, 119, 128, 130, 196, 210, 216, 225, 229, 283, 300, 590, 721, 722, 800, 810, 835
ரே ஓஸீ 738-739
ரே கேவ் 195, 800, 814
ரேடியஸ் நிறுவனம் 467

ரேடியோ ஷாக் 41, 193
ரேமண்ட் லோவி 177
ரேஸர் (கைபேசி) 644-645
ரைஸ்டாக் 740
ரொனால்ட் ரேகன் 270, 321
ரோக்ர் 644-645
ரோலிங் தண்டர் ரிவ்யூ 347
ரோலிங் ஸ்டோன் 230, 231, 551, 572, 573, 684, 789, 829
ரோலிங் ஸ்டோன்ஸ் 573
ரோஜர் ஆமெஸ் 552-558, 800, 829
ரோஸில் ஐன்டாலி 357
லக்ஸோ ஜூனியர் (திரைப்படம்) 338, 618
லயனெல் ரிச்சி 662
லவ் இஸ் ஜஸ்ட் ஏ ஃபோர்-லெட்டர் வேர்ட் (பாடல்) 573
லவ் லவுஞ்ஞ் 599
லாக்ஹீட் ஏவுகணை மற்றும் விண்வெளிப் பிரிவு 12
லாரி எல்லிசன் xx, 392, 411, 416, 425, 432, 436, 446, 462, 486, 508, 517, 754, 800, 822, 823, 824, 827, 835
லாரி கென்யன் 171
லாரி கோஹென் 642
லாரி சம்மர்ஸ் 689
லாரி டெஸ்லர் 134, 139, 160, 190, 418, 800, 811, 823
லாரி ப்ரில்லியண்ட் 67, 148, 628, 800, 809, 812, 832, 836
லாரி பேஜ் 764, 795
லாரி லேங் 15, 23
லாரி ஸோன்ஸினி 421
லாரீன் பவெல் xxi, xxii, xxvii, 370, 371, 373, 379, 476, 751, 799, 800, 807, 820, 821, 822, 831-836
20வது திருமண ஆண்டு விழா 732-734

சுட்டி ❋ 869

ஆர்கானிக் உணவு நிறுவனம் 380
கருவுற்ற காலம் 375-377
காலேஜ் ட்ராக் ப்ரோக்ராம் 751
குழந்தைகள் 391-393
திருமணம் 376-380
பாலோ ஆல்டோ வீடு 380-386
பின்னணி 372-376
ஸ்டீவ் ஜாப்ஸின் திருமணப் பேச்சு 373-376
ஸ்டீவ் ஜாப்ஸின் புற்றுநோய்ப் பிரச்னை 627-631, 669-673, 757- 762, 768, 769
ஸ்டீவ் ஜாப்ஸுடன் முதல் சந்திப்பு 372, 373
ஸ்டீவ் ஜாப்ஸை எடை போடுதல் 751, 752
லாஸ் ஆஞ்சலெஸ் டைம்ஸ் 72, 126, 351, 352, 357, 594, 602, 830
லாஸ்ட் (தொலைக்காட்சி நிகழ்ச்சி) 608, 689
விசா கணினி 152-157, 180, 196, 199, 200, 209, 212, 215, 252, 280
அட்கின்சன் 139-142
திரைப் பின்னணி 139-140
தோல்வி 196, 222-224, 261
பெயர் 130
மகின்டாஷ் போட்டி 189-191
மாக் நீக்கு ஆக மாற்றம் 261-263
முதல் கரு 130
மௌஸ் 140-142
வெளியீடு 196
விசா ப்ரென்னன் ஜாப்ஸ் xix, 194, 358, 387, 673, 749, 763, 821, 822
மோனா சிம்ஸன் 390, 391
ஸ்டீவ் ஜாப்ஸுடனான உறவு 358-362, 367-369, 386-389, 438, 439, 672-674, 479, 763, 764
விட்டில் க்ரீன் (பாடல்) 575
லிபியா 358

வியான்ட்ராட்ஸ்கி 293
வியாண்டர் கானி 191, 825, 826, 827, 828, 835
லியோனார்டோ டாவின்ச்சி 112
லிஸே பயர் 642
லீஃபெல்ஸென்ஸ்டைன் 86, 98
லீ க்ளோ xix, xxiii, 225, 228, 262, 455, 460, 461, 489, 491, 506, 507, 521, 543, 641, 690, 693, 721, 725, 800, 815, 816, 824, 825, 826, 827, 828, 830, 834
ஐமாக் 487-493
வித்தியாசமாய்ச் சிந்தியுங்கள், பிரச்சாரம் 455-462
லீனி ஸ்கல்லி 216
லுட்விக் மயெஸ் வான் டெர் ரோஹே 175
ஹாகாஸ்ஃபால்ம் 330, 331, 332, 337, 820
ஹாயிஸ் கரோல் 326
ஹாயிஸ் கெஹேரா 430, 823
ஹாயிஸ் டிஃபானி 172
ஹாயிஸ் மம்ஃபோர்ட் 81
லெட் இட் பி (பீட்டில்ஸ்) 573
லெட் ஜெப்பெலின் 558
லெம்மிங்ஸ் (விளம்பரம்) 261
லெவி 230, 231
லேசர்கள் 21, 22, 24, 29, 165, 182, 216, 301, 335, 375
லேடி அண்ட் த லாம்ப் (திரைப்படம்) 336
லேவ் க்ராஸ்மன் 655, 686, 827, 832, 834
லைஃப் 21, 460, 700
லைக் ஏ ரோலிங் ஸ்டோன் (பாடல்) 684, 789
லோட்டஸ் (மென்பொருள்) 312
வண்டர் பாய்ஸ் (திரைப்படம்) 572
வயர்ட் 383, 409, 434, 441, 567,

645, 821, 822, 824, 827, 828, 830, 832, 834, 835
வாட்த டார்மவுஸ் செட், மார்க்காஃப் 81
வாடிகன் 42, 324
வார்னர் மியூசிக் 548, 552, 553, 560
வாரன் பஃபெட் 613
வால் ஸ்ட்ரீட் ஜர்னல் 188, 196, 271, 300, 314, 329, 426, 527, 623, 642, 666, 683, 698, 702, 703, 735, 813, 816, 817, 818, 820, 829, 833, 836
வால் ஸ்ட்ரீட் ஜர்னல் டிஜிட்டல் நெட்வொர்க் 703
வால்-ஈ (திரைப்படம்) 612
வால்ட் டிஸ்னி 335, 336, 345, 394, 601, 613, 614, 788
வால்ட் டிஸ்னி நிறுவனம் (பார்க்க: டிஸ்னி நிறுவனம்)
வால்ட் மாஸ்பெர்க் 527, 642, 697, 800, 815, 829, 832, 835, 836
வால்ட்டர் குரோப்பியஸ் 175
வாலிவாக் 714, 716
வாலெரீஜாரெட் 754, 755
வான் மாரிசன் 571
வானிடி ஃபேர் 689
வாஷிங்டன் போஸ்ட் 318, 320, 321, 815, 819, 823, 834
விக்கிபீடியா 15, 33, 80, 537
விசா 693, 755
வித்தியாசமாய்ச் சிந்தியுங்கள், விளம்பர பிரச்சாரம் xxvi, 455-471, 494, 516, 521, 797, 824
வியட்நாம் போர் 49
வியட்நாம் வீரர்கள் நினைவுச் சின்னம் 177
வியூஃப்ரம்த டாப் (உரைகள்) 371
வில்க்ஸ் பாஷஃபோர்ட் 127, 150
வில்லியம் வேர்ட்ஸ்வர்த் 97
வில்லியம் ஷாக்லீ 13

வில்லியம் ஷேக்ஸ்பியர் xxxii, 28, 312, 313, 325
வில்லோ பே 607
விண்டன் மார்சாலிஸ் 558, 800, 829
விளிகால்க் (நிதிநிலைக்கான ப்ரோக்ராம்) 119
வுட்சைட் டிஸைன் 275, 287, 288, 303, 306, 331, 366, 381, 382, 385, 386, 445
வுட்டி அலென் 595
ஊலி புல்லி (பாடல்) 573
வெய்ன்க்ரெட்ஸ்கி 486
வெய்ன் வெஸ்டர்மான் 649
வெர்டிகோ (பாடல்) 584
வெரி லார்ஜ் ஸ்கேல் இன்டக்ரேஷன் டெக்னாலஜி (விஎல்எஸ்டி) 500
வெளியேற்றம் 266-272
வென்த நைட் கம்ஸ் ஃபாலிங் ஃப்ரம் த ஸ்கை (இரவு வானத்திலிருந்து விழுந்து வரும் போது, பாடல்) 290
வென்டெல் வீக்ஸ் 652, 800, 832
வெஸ் ஸ்மித் 325, 819
வெஸ்ட்கேட் பேரங்காடி 47
வெஸ்ட்கோஸ்ட் கணினிக் கண் காட்சி 113
வெஸ்டிங் ஹவுஸ் 11, 12
வேட் இன்த வாட்டர் (பாடல்) 579
வேரியன் அசோசியேட்ஸ் 11, 13
வேவி க்ரேவி 148
ஜ்யார்ஜெட் டோ கியூகியாரோ 475
ஜம்ப் பேக் 573
ஜராதுஸ்த்ரா இவ்வாறு கூறினான் (தஸ் ஸ்போக் ஜராதுஸ்த்ரா), நீட்ஷே 166
ஜாக் டுட்மன் 58
ஜாக் வெல்ஷ் 557
ஜாய்ஸ் மர்ரே 288
ஜார்ஜ் ஆர்வெல் 223, 225, 235, 876
ஜார்ஜ் எம்.சி. ஃபிஷர் 463
ஜார்ஜ் க்ரோ 163. 296

ஜார்ஜ் கார்டன் பைரன் பிரபு 313
ஜார்ஜ் கோட்ஸ் 324
ஜார்ஜ் சிம்ஸன் 351
ஜார்ஜ் செகால் 195
ஜார்ஜ் ஃபிளிம்ட்டன் 353
ஜார்ஜ் பாட்டன் 2
ஜார்ஜ் புஷ், டபிள்யூ 292, 293, 571, 714
ஜார்ஜ் மார்ஷல் 634
ஜார்ஜ் மிட்ஷெல் 607, 613
ஜார்ஜ் ரைலி xxii, 291, 645, 668, 671, 771, 774, 800, 817, 830-833
ஜார்ஜ் லூகாஸ் 330, 332, 337
ஜால்டெயர் புரளி 265
ஜான் அகேர்ஸ் 305, 321
ஜான் எலியாஸ் 648
ஜான் ஃபோகெர்ட்டி ஜான் ஃபாகெர்ட்டி 572
ஜான் ஃபோர்ட் 687
ஜான் கார்ஸீன் 374
ஜான் கௌள்ச் 135, 139, 141, 157, 162, 189, 209
ஜான் சேம்பர்ஸ் 754
ஜான் ட்ரேப்பர் (கேப்டன் க்ரஞ்ச்) 40
ஜான் டோயர் 381, 694, 695, 752, 800, 810, 834, 836
ஜான் மார்க்காஃப் 81, 404, 534, 800, 822, 823, 831, 832
ஜான் மெக்கல்லம் 28
ஜான் மெல்லென்காம்ப் 573
ஜான் மேயர் 573, 576
ஜான் லாசெட்டர் xxii, 330, 331, 336, 394, 396, 591, 604, 611, 618, 626, 800, 820, 822, 823, 830, 831
  அனிமேஷன் படம் 343-345
  டாய் ஸ்டோரி சிந்தனை 394-396
  டிஸ்னி-பிக்ஸார் இணைவு 611-614
  பிக்ஸார் தலைமையகம் 596-599
  பின்னணி 336-338

ஸ்டீவ் ஜாப்ஸின் ஆராதனை 591-593
ஜான் லென்னன் 73, 251, 459, 460, 582, 725
ஜான் வார்நாக் 712
ஜான் வென்னர் 230
ஜான் ஸ்கல்லி xxiii, 206, 208-220, 227, 228, 232-234, 236, 252-255, 262, 265, 269, 272-293, 297-302, 304, 309, 316, 318, 330, 331, 359, 364, 450, 495, 800, 814-817, 823, 825
  '1984' விளம்பரம் 225-227
  ஆப்பிள் நிறுவனத்தின் சரிவு 410-411
  மறு ஒருங்கிணைப்புத் திட்டம் 285-288
  விலை நிர்ணயத்தில் சச்சரவு 218-220
  ஸ்டீவ் ஜாப்ஸ் வெளியேற்றம் 281-287, 289-290
  ஸ்டீவ் ஜாப்ஸின் 30வது பிறந்த நாள் விழாவில் 264
  ஸ்டீவ் ஜாப்ஸுடன் காதல் உறவு 208-216
  ஸ்டீவ் ஜாப்ஸுடன் தொழில் உறவு 216-220, 233-234, 252-253, 273, 279, 300
  ஸ்டீவ் ஜாப்ஸுடன் மோதல் 272-279, 301-303
ஜான் ஸ்டுவார்ட் 704, 716
ஜான் ஸீலி ப்ரௌன் 652, 800, 811, 832
ஜான் ஹர்வே 655, 660, 800, 832, 833
ஜானி காஷ் 573, 674
ஜானி மிட்செல் 575
ஜானிஸ் ஜாப்ளின் 80, 573
ஜானெட் மஸ்லின் 403
ஜிம் ஆல்ச்சின் 560
ஜிம் கன்னவினோ 323

ஜிம் கார்ல்ட்டன் 426
ஜிம் வாரன் 113
ஜிம் ஹென்சன் 460
ஜிம்மி அயோவீன் 554, 555, 560, 571, 585, 588, 662, 800, 829, 833
ஜிமி ஹென்ட்ரிக்ஸ் 388, 573
ஜில் அமேலியோ xix, 412-443, 451, 452, 454, 456, 463, 467, 468, 471, 472, 475, 804
   ஆப்பிள்-நெக்ஸ்ட் ஒப்பந்தம் 414-423
   உளடகம் 432-435
   கப்பல் கதை 431-432
   ந்யூட்டன் சிக்கல் 429, 470
   மாக்வேள்ட் 426-428, 471, 472
   வெளியேற்றம் 424-438, 451-454
   ஸ்டீவ் ஜாப்ஸுடன் முதல் சந்திப்பு 412-414
ஜீனன்டெக் 447, 628, 754
ஜீனா ஸ்மித் 432, 800, 805, 823
ஜெஃப் குடெல் 551
ஜெஃப் கோல்ட்ப்ளம் 426
ஜெஃப் ப்யூகெஸ் 701, 800, 834
ஜெஃப் பெஸோஸ் 697
ஜெஃப் ராபின் 533, 538
ஜெஃப் ராஸ்கின் 132, 134, 151, 178, 189, 194, 811, 812
   மகிந்தாஷ் கணினி 152-158, 178
   வெளியேற்றம் 159
   ஸ்டீவ் ஜாப்ஸுடன் மோதல் 152-158
ஜெஃப் ரோஸென் 578, 801, 830
ஜெஃப் வைட்ஸென் 527
ஜெஃப் ஜோன்ஸ் 725
ஜெஃப்ரி நார்ட்டன் 684
ஜெஃப்ரி இம்மெல்ட் 754
ஜெஃப்ரீ காட்ஸென்பெர்க் xxii, 344, 394, 395, 400, 592, 593, 596, 754, 801, 805, 820, 822, 830

ஜெஃப்ர்சன் ஏர்ப்ளேன் 388, 573
ஜெர்ரி கார்ஸியா 148
ஜெர்ரி மானாக் 104, 163, 178, 813
ஜெர்ரி யார்க் 447, 623, 666, 801
ஜெர்ரி ரோஷே 207
ஜெர்ரி வீஹூயிஸ் 674
ஜெர்ரி வாஸ்னியாக் 102
ஜெராக்ஸ் 132, 133, 134, 135, 136, 137, 138, 139, 141, 155, 160, 165, 167, 234, 245, 247, 248, 249, 273, 319, 330, 466, 656, 782, 811
ஜெராக்ஸ் பார்க் 132, 133, 134, 135, 136, 137, 138, 141, 155, 160, 167, 247, 249, 319, 330, 466, 656, 811
ஜென் பௌத்தம் 21, 51, 53, 69, 178
ஜென் மைண்ட், பிகினர்'ஸ் மைண்ட் 50, 70
ஜென்னிஃபர் ஈகன் 362, 607, 801, 821, 836
ஜென்னிஃபர் கேட்ஸ் 767
ஜெனரல் எம்.சி. மெய்க்ஸ், யூஎஸ்எஸ் 2
ஜெனரல் மேஜிக் 535
ஜெனரல் மோட்டார்ஸ் 525
ஜெஸ்ஸிகா சாண்டர்ஸ் 693
ஜே எலியட் 117, 276, 281, 288
ஜே காக்ஸ் 193
ஜே சாமித் 567
ஜே சியாட் 262, 263, 363
ஜே. க்ரு 447
ஜே. ராபர்ட் ஒப்பென்ஹைமர் 505, 637, 772
ஜே.சி. பென்னீ 742
ஜேட் ஜாகர் 252
ஜேம்ஸ் ஈசன் 669, 671, 761
ஜேம்ஸ் ஃப்ரீட் 252
ஜேம்ஸ் ஃபெர்ரிஸ் 178
ஜேம்ஸ் டீன் 1, 9
ஜேம்ஸ் முர்டாஹ் 703

ஜேம்ஸ் வாட்சன் 459
ஜேம்ஸ் வின்செண்ட் xxiii, 462, 506, 543, 552, 573, 580, 586, 690, 721, 725, 801, 824, 827-830, 834, 835
ஜேன்-லூயி காஸே 275, 295, 408, 413, 800, 816, 817, 822, 835
ஜோ கீனன் 101
ஜோ நோஸெரா 311, 625, 661, 818, 831, 833
ஜோ லெவி 572
ஜோஆன் பாயெஸ் 80, 214, 234, 346, 348, 362, 573, 577, 796, 801, 820
ஜோஆன் ஷீப்ளே (பார்க்க: சிம்சன், ஜோ ஆன் ஷீப்ளே ஜன்டாலி)
ஜோஆன் ஷீப்ளே ஜன்டாலி சிம்சன் 3, 124, 351
ஜோஆனா ஹாஃப்மன் xxi, 154, 163, 168, 170, 186, 218, 258, 303, 315, 327, 349, 360, 365, 377, 381, 801, 812, 814, 816, 817, 820, 821
ஜோசப் க்ராஸியானோ 520
ஜோசப் ஐஹ்ஹாஃர் 10, 137, 174, 175
ஜோசப் ஸ்டாலின் 293
ஜோயல் போடோல்னி 638-639
ஜோயல் க்ளைன் 450, 705, 801, 824
ஜோனதன் ஐவ் 'சோனி' xxi, 473-478, 480-491, 493, 496, 504, 507, 538, 542, 552, 568, 587, 591, 592, 617, 618, 636, 637, 640, 647, 648, 651, 653, 654, 671, 675, 680, 681, 718, 719, 771, 792, 795, 797, 800, 825-828, 831-833, 835
உரிமைக்காப்புகள் 482-483, 681
ஐபாட் 542-544
ஐமாக் 488-492, 496-497
ஆம்போன் ஆன்டெனா பிரச்சினை 718-724
குறைந்தபட்ச அழகுணர்வு 651-617

தொழில்துறை வடிவமைப்பு 474-476
பின்னணி 474-475
மல்டி-டச் அம்சம் 646-647
யூ2 ஒப்பந்தம் 584-588
வடிவமைப்புத் தத்துவம் 476-478
ஸ்டீவ் ஜாப்ஸ் கூட்டணி 473-484
ஸ்டீவ் ஜாப்ஸுடனான உறவு 476-477
ஜோனதன் ரூபின்ஸ்டைன் 'ரூபி' xxii, xxiii, 428-430, 476, 486, 489, 490, 496, 497, 504, 534-539, 562, 568, 569, 634-637, 648, 779, 800, 823, 826-829, 831, 832, 836
ஜோனதன் லிட்ரெய்ன் 779, 836
ஜோஷ் க்விட்னர் 700, 801
ஷ்ரெக் (திரைப்படம்) 596
ஷிகாகோ ட்ரிப்யூன் 324, 588, 819
ஷுன்ர்யூ சுசுகி 50, 70
ஷெரில் க்ரோ 558, 573
ஷோப்ளேஸ் மென்பொருள் 342
ஸ்க்ராபிள் 689
ஸ்காட் ஆடம்ஸ் 724, 835
ஸ்காட் ஃபோர்ஸ்டால் 637, 684, 737, 773
ஸ்கோல் ஃபவுண்டேஷன் 67
ஸ்ட்ரேஞ்ச் திங்ஸ் (பாடல்) 399
ஸ்டாபெர்ரி ஃபீல்ட்ஸ் ஃபாரெவர் (பாடல்) 581
ஸ்டார் கணினி 139, 245
ஸ்டார் ட்ரெக் (தொலைகாட்சி நிகழ்ச்சி) 39, 163, 164, 684
ஸ்டார் ட்ரெக் (வீடியோ கேம்) 63
ஸ்டான்ங் 538
ஸ்டான்ஃபோர்ட் பல்கலைக் கழகம் 58, 69, 208, 285, 630, 667, 812, 814
ஸ்டான்ஃபோர்ட் லீனியர் ஆக்ஸெல ரேட்டர் சென்ட் 86

ஸ்டான்லீ கோல்டு 601
ஸ்டிக்கி ஃபிங்கர்ஸ் (ரோலிங் ஸ்டோன்ஸ்) 573
ஸ்டீஃபென் 'கிங்' காங் 467
ஸ்டீஃபென் வாஸ்நியாக் xxiii, 30, 31, 35-44, 47, 57, 75, 76, 77, 78, 84-99, 101-105, 107-109, 112-119, 129, 143, 145, 152, 153, 155, 161, 165, 172, 183, 191, 226, 228, 236, 242, 265, 269-272, 302, 304, 309, 424, 428, 441, 445, 465, 493, 505, 527, 546, 572, 655, 688, 726, 739, 775, 777, 783, 795, 801, 805, 808-812, 816, 824, 825, 828, 834, 836
ஆப்பிள் I வடிவமைப்பு 87, 94-96, 739
ஆப்பிள் II வடிவமைப்பு 101-119, 129, 132, 148, 159, 174, 265, 269, 270, 280, 289, 292, 777, 783, 810
ஆப்பிள் ஐபிஏ 144-145
ஆப்பிள் கூட்டணி 89-92
ஆப்பிளை விட்டு விலகுதல் 267-272
இசைமோகம் 36, 37
குறும்புக்காரர் 30-44
ப்ளூ பாக்ஸ் வடிவமைப்பு 39-44, 114
பர்சனல் கம்ப்யூட்டர் தொலை நோக்கு 84-86
பாங் வடிவமைப்பு 74-78
பின்னணி 30-32
ரிமோட் கன்ட்ரோல் சாதனம் 269-272, 303, 304, 308
விமான விபத்து 161
வெள்ளை மாளிகையில் 270
ஸ்டீவ் ஜாப்ஸின் 30வது பிறந்த நாள் விழாவில் 264
ஸ்டீவ் ஜாப்ஸின் மாயவலை பற்றி 164-166

ஸ்டீவ் ஜாப்ஸுடன் ஒப்பீடு 30-32, 57, 58, 90, 91
ஸ்டீவ் ஜாப்ஸுடன் முதல் சந்திப்பு 36
ஸ்டீவ்ஜாப்ஸுடனான நட்பு 30-34
ஸ்டீவ் காப்ஸ் 201, 224
ஸ்டீவ் கிச்சன் 275
ஸ்டீவ் பால்மர் 522, 656
ஸ்டீவ் மார்ட்டின் 402
ஸ்டீவ் லோர் 390, 815
ஸ்டீவ் ஜாப்ஸின் 2005 தொடக்க வுரை 632
ஸ்டீவ் ஜாப்ஸின் இடைநின்ற படிப்பு 45-60
ஸ்டீவ்ஜாப்ஸுடனான காதல் உறவு 346-350
ஸ்டீவ் ஹோடன் 225, 815
ஸ்டீவென் பால் ஜாப்ஸ் 4, 115, 194, 230, 302, 379, 405, 495, 572, 592, 801, 805, 818, 831, 832
20வது திருமண ஆண்டு விழா 733
30வது பிறந்தநாள் விழா 264-266
40வது பிறந்தநாள் விழா 392
50வது பிறந்தநாள் விழா 634
அதிகாரத்தின் மீதுள்ள வெறுப்பு 16, 28, 117
அதிருப்தியளிக்கும் சுபாவம் 7, 25, 66, 97, 101, 128, 140, 241, 244, 295, 492, 535, 537, 681, 755, 797
ஆப்பிள்-நெக்ஸ்ட் வழக்குகள் 302-304, 306-309
ஆப்பிள்லாப்ஸ் பரிந்துரை 275-277, 285, 287, 288
இசை மோகம் 28, 29, 35-38
இந்தியப் பயணம் 65-69, 790
இறுதிப் பதவி விலகல் கடிதம் 771-774
உடல்நலக் கோளாறுகள் 464, 465, 626, 627, 631, 632, 656

உணவுக் கட்டுப்பாடு 45, 52, 96, 116, 216, 360, 629, 659, 660, 759
உரிமைக்காப்புகள் 482, 483, 649
உலகநோக்கு 166, 167, 320
எடைபோடுதல் 783
எல்எஸ்டி 23, 27, 46, 50, 51, 53, 59, 60, 80-82, 131, 150, 197, 240, 500, 534, 599, 688
எழுத்துருக்கள் மோகம் 181
ஐபாடில் அவருடைய தேர்வுகள் 572-576
கச்சிதத்தன்மை 796
கட்டுப்படுத்தும் குணாதிசயம் 6, 17, 18, 56, 61, 69, 118, 146, 156, 164, 166, 192, 218, 240, 312, 328, 339, 351, 353, 365, 367, 371, 376, 397, 409, 620, 717, 775, 776, 781, 791
கம்யூன் வாழ்க்கை 55-57
கல்லூரிப்படிப்பை இடையில் நிறுத்தியவராக 57-60
கவர்ச்சி 45, 61, 98, 99, 111, 156, 178, 180, 209, 230, 243, 296, 314, 354, 356, 378, 442, 457, 483, 488, 495, 496, 514, 515, 550, 551, 555, 580, 606, 615, 618, 634, 738, 747, 778, 781
கார்பன் மைக்ரோஃபோன் சம்பவம் 15-23
கிழக்கத்திய ஆன்மிகத்தில் ஈடுபாடு 51, 55, 69, 120, 125
குழந்தைப்பருவம் 7-16, 166
குறும்புக்காரராக 17, 18, 23, 32-39, 42, 94, 112, 114, 159, 188, 448, 487, 728, 745
கூரிய பார்வை 54, 96, 214, 218, 267, 277, 282, 283, 311, 392, 502, 507, 776
சமூக விலக்கம் 19-20

சாதனைகள் 783
சித்திர எழுத்து 57-60, 181
சுகாதாரப் பிரச்சனைகள் 115-117
சுய ஆராதனை குணாதிசயக் கோளாறு 367-369
சைவக் கொள்கை 50-56, 62, 66, 67, 210, 259, 290, 337, 344, 359, 361, 362, 366, 371, 372, 378, 434, 463, 506, 543, 545, 659, 726, 821
சொத்து 425, 739-741, 784-790
சொத்து குறித்த கருத்து 146-150, 621-625
டைம் 149-150, 193-196
தத்தெடுப்புப் பிரச்சினைகள் 5-7, 17, 71-73
தயாரிப்பு வெளியீடுகள் 229-232
தாராள மனதுடையவர், குணம் 68, 145, 148. 389
திட்டமிட்ட படகு 731
திருமணம் 376-380
தீவிரம் 54, 240, 311, 776, 780
தொடக்கநிலை அலறல் சிகிச்சை 73, 80
தொழில் முனைப்பு 77, 78
நடுநிலைப்பள்ளியில் 18-20
நிர்வாக மந்திரம் 499
நிராகரிக்கப்பட்ட உணர்வு 6, 17, 71-74
நிறுவனத் தலைவராக 289-293, 296, 313
ப்ளூ பாக்ஸ் கூட்டணி 39-44
பங்குவாய்ப்பு விவகாரம் 143, 144, 226, 443, 448, 507, 509, 610, 622, 624, 660, 700, 811
படிப்பு 17-29
பாலோ ஆல்டோ வீடு 418, 558, 576, 581, 584, 704, 708, 758, 765
பிரம்மச்சாரி விருந்து 379-380
புகழ் 149, 150

புகழ்பெற்றவராக 251-253
புத்தக ஆசிரியர் நோய்ப்படுக்கையில் சந்திப்பு 768-774
புற்றுநோய் 158, 166, 350, 368, 524, 577, 590, 626-632, 634, 639, 658, 659-664, 667, 670, 671, 744-746, 757-763, 766, 768, 780, 791, 792, 795, 832, 833
பெற்ற தாயைக் கண்டுபிடித்தல் 350-354, 358
மதம் 20, 21
மருவானா 27, 46
மனோநிலை மாற்றங்கள் 219, 230, 261, 311, 367, 373, 421, 453, 591, 759, 779, 781
மாயவலை பார்க்க: மாயவலை
மாயாஜாலங்களைத் தோற்றுவிக்கும் போதை மருந்துகள் 45, 46, 48
மாற்றுக் கல்லீரல் 667-671, 377
மாற்றுக் கலாச்சாரத் தன்னியல்பு 23, 81-84, 86, 89, 150, 225, 226, 234, 625, 809
மின்னணுவியல் ஆர்வம் 13-16, 21-29
முதல் கார் 26
முதல் பெண்தோழி 45
முதல் மின்னணுவியல் அனுபவம் 9
முதல் வேலை அனுபவம் 25-26
முதன்முதலில் பார்த்த கணினி 12
முதன்முதலில் பார்த்த டெஸ்க்டாப் கணினி 24
முழுக் கட்டுப்பாடு 191
முறைதவறிப் பிறந்த குழந்தை 123-128, 354, 355
ரஷ்யப் பயணம் 292, 293
ராஜினாமாக் கடிதங்கள் 301-303, 771-774
லோ பாஸ் ஃபில்டர் 167-169

வடிவமைப்பு அழகுணர்வு 113, 174-178
வடிவமைப்பு ஆர்வம் 306-307
வாஸ்நியாக்கின் ரிமோட் கருவி அனுபவம் 271, 272
விரதங்கள் 52, 658, 758
வெள்ளை மாளிகையில் 270, 752, 755, 834
ஜென் பௌத்த ஈடுபாடு 21, 50-53, 59, 69-71, 104, 120, 121, 127, 146, 177, 178, 363, 380, 595, 615, 616, 748, 750, 780, 781
ஸ்டீவென் லெவி 230, 495, 572, 801, 832
ஸ்டீவென் ஷ்பீல்பெர்க் 405, 592
ஸ்டூவார்ட் ப்ரான்ட் 82, 801, 809
ஸ்டெவீநிக்ஸ் 662
ஸ்டைல்ரைட்டர் 470
ஸ்பிரிடஸ் டோமினி (க்ரிகோரிய ஜபம்) 574
ஸ்பெக்ட்ரா-ஃபிசிக்ஸ் நிறுவனம் 21
ஸ்பெயின் நாட்டு அரசர் முதலாம் யுவான் கார்லோஸ் 317, 819
ஸ்மால் டாக் (கணினி மொழி) 133-136
ஸ்னோ ஒயிட் (திரைப்படம்) 262, 345, 403
ஸ்னோ ஒயிட் செயல்திட்டம் 184, 185
ஸாம் த ஷாம் 573
ஸான் ஹானிட்டி 704
ஸிங்குலர் 645
ஹ்யூலெட்-பக்கார்ட் (எச்பீ) 36, 445, 465, 739, 740, 773, 786, 788
9100ஏ கணினி 24
டெஸ்க்ஜெட் ப்ரிண்டர் 470
முதல் தயாரிப்பு 24, 25, 41
ஸ்டேவ் ஜாப்ஸ் - ஊழியராக 24
ஹம்ப்ரெஹ்ட் அண்ட் க்விஸ்ட் 146

ஹவ் டு டிஸ்மேன்டில் அன் அடாமிக்
    பாம் 584
ஹஸ்ப்ரோ 447
ஹார்ட்முட் எஸ்லிங்கர் 184, 271,
    308, 334, 813
ஹார்மனி (இசைச் சேவை) 568
ஹாரல்ட் பின்ட்டர் 286
ஹால் ரைனி 757
ஹால்டெக் சப்ளை 94
ஹால்மார்க் 253, 400
ஹாலிக்ராஃப்டர்ஸ் 32
ஹானா-பார்பரா 491
ஹிதெதொஷி கொமொதொ 204
ஹியர் கம்ஸ் த சன் (பாடல்) 728
ஹில்லாரி கிளின்டன் 385

ஹீத்கிட்ஸ் 24
ஹூஸ் லைன் இஸ் இட் எனிவே?
    (தொலைகாட்சி நிகழ்ச்சி) 634
ஹெர்பெர்ட் ப்ஃபைஃபர் 272
ஹெர்பெர்ட் பாயர் 177
ஹெல்ப்! (பீட்டில்ஸ்) 573
ஹெல்முட் ஸானென்ஃபெல்ட் 436
ஹென்றி ஃபோர்ட் 785
ஹென்றி கிஸ்ஸிங்கர் 42, 436
ஹென்றி மூர், மூர் விதி 14
ஹேன்ட்ஸம் மோலி (பாடல்) 579
ஹோம்ப்ரு கணினி மன்றம் 84, 777
ஹோல் எர்த் காட்டலாக் 80, 82, 685
ஹோல் எர்த் ட்ரக் ஸ்டோர் 82
ஹோவார்ட் ஸ்ட்ரிங்கர் 566